गीतोपनिषद्

பகவத் கீதை

உண்மையுருவில்

தெய்வத்திரு அ.ச. பக்திவேதாந்த சுவாமி பிரபுபாதரால் விளக்கப்பட்டு தமிழில் மொழிபெயர்க்கப்பட்டுள்ள புத்தகங்கள்:

- பகவத் கீதை உண்மையுருவில்
- ஸ்ரீமத் பாகவதம் (12 ஸ்கந்தம், 18 நூல்கள்—சீடர்களுடன் இணைந்து)
- ஸ்ரீ சைதன்ய சரிதாம்ருதம் (9 பாகங்கள்)
- கிருஷ்ணர், புருஷோத்தமராகிய முழுமுதற் கடவுள்
- தன்னையறியும் விஞ்ஞானம்
- அறிவின் அரசன்
- பிற கிரஹங்களுக்கு எளிதான பயணம்
- கிருஷ்ணருக்கான வழியில்
- பிரகலாதரின் திவ்ய உபதேசங்கள்
- பக்குவமான கேள்விகளும் பக்குவமான பதில்களும்
- யோகத்தின் பூரணத்துவம்
- வேதம் வழங்கும் அறிவு
- சவால்
- அமைதியான வாழ்வுக்கு வழி
- உபதேசாமிருதம்
- உயிரிலிருந்து உயிர் தோன்றுகிறது
- கிருஷ்ண உணர்வு, ஈடு இணையற்ற வரம்
- கிருஷ்ணர், இன்பத்தின் இருப்பிடம்
- கீதாசாரம்
- கர்ம யோகம்
- இயற்கையின் சட்டங்கள்
- வைஷ்ணவ ஆச்சாரியர்களின் பாடல்கள்
- கிருஷ்ண உணர்வும் கிறிஸ்துவமும்
- பக்தி ரஸாம்ருத சிந்து
- குந்தி மகாராணியின் போதனைகள்
- பகவான் ஸ்ரீ கபிலரின் யோகமுறை
- பிறப்பிற்கும் இறப்பிற்கும் அப்பால்
- ஆன்மீக வாழ்க்கை
- கிருஷ்ண உணர்வு, மிக உன்னத யோகம்
- பக்குவநிலைக்கான வழி
- தர்மம், தெய்வீக நிலையை அடைவதற்கான வழி
- மறுபிறவி
- நாரத-பக்தி-சூத்திரம் (சீடர்களுடன் இணைந்து)
- முகுந்தமாலை (சீடர்களுடன் இணைந்து)
- பகவத் தரிசனம், பத்திரிகை (ஸ்தாபகர்)

பகவத் கீதை
உண்மையுருவில்

மூல சமஸ்கிருத ஸ்லோகம், எழுத்துப்பெயர்ப்பு,
பதவுரை, மொழிபெயர்ப்பு, மற்றும் விரிவான
பொருளுரைகளுடன் அருளியவர்

தெய்வத்திரு

அ.ச. பக்திவேதாந்த சுவாமி பிரபுபாதர்
அகில உலக கிருஷ்ண பக்தி இயக்கத்தின் ஸ்தாபக ஆச்சாரியர்

பக்திவேதாந்த புத்தக அறக்கட்டளை

இப்புத்தகத்தைப் பற்றிய விஷயங்களில் ஆர்வமுடையவர்கள் கீழ்காணும் முகவரியோடு தொடர்புகொள்ளவும்.

The Bhaktivedanta Book Trust
Hare Krishna Land
Juhu, Mumbai 400 049, India

Website / Email:
www.indiabbt.com
admin@indiabbt.com

Bhagavad-gītā As It Is (Tamil)

1st to 29th printings: 10,65,000 copies
30th printing, January 2019: 1,25,000 copies

Published & Printed by
The Bhaktivedanta Book Trust

SJ1K

சமர்ப்பணம்

வேதாந்த தத்துவத்திற்கு
“கோவிந்த பாஷ்யம்” எனும் அருமையான
விளக்கவுரை வழங்கிய

பலதேவ வித்யாபூஷணருக்கு

சமர்ப்பணம்.

பொருளடக்கம்

பகவத் கீதை உரைக்கப்பட்ட சூழ்நிலை x

அத்தியாயம் ஒன்று 41

குருக்ஷேத்திரப் போர்க்களத்தில் படைகளை கவனித்தல்

எதிர்தரப்புப் படைகள் போருக்கு தயாராக நின்று கொண்டிருந்தபோது, மாபெரும் போர் வீரனான அர்ஜுனன், தனது நெருங்கிய உறவினர்கள், ஆசிரியர்கள், நண்பர்கள் என அனைவரும், தங்கள் வாழ்வை போரில் தியாகம் செய்ய இருபுறத்திலும் தயார் நிலையில் இருப்பதைக் காண்கிறான். துக்கமும் பரிதாபமும் நிரம்பிய அர்ஜுனன் தனது பலத்தை இழக்கிறான், மனம் மயக்கப்பட்டு போரிடுவதற்கான தனது உறுதியைக் கைவிடுகிறான்.

அத்தியாயம் இரண்டு 79

கீதையின் உட்பொருள் சுருக்கம்

அர்ஜுனன் பகவான் கிருஷ்ணரிடம் சீடனாகத் தன்னை அர்ப்பணிக்க, கிருஷ்ணர் அர்ஜுனனுக்கான உபதேசத்தை, தற்காலிகமான பௌதிக உடலுக்கும் நித்தியமான ஆன்மீக ஆத்மாவிற்குமான அடிப்படை வேறுபாட்டை விளக்குவதுடன் ஆரம்பிக்கின்றார். ஆத்மா ஓர் உடலை விடுத்து மறுவுடலை எடுத்தல், பரமனுக்குச் செய்யப்படும் சுயநலனற்ற சேவையின் தன்மை, தன்னையுணர்ந்த ஆத்மாவின் குணங்கள் ஆகியவற்றை பகவான் விளக்குகிறார்.

அத்தியாயம் மூன்று 173

கர்ம யோகம்

இப்பௌதிக உலகில் அனைவருமே ஏதாவதொரு செயலில் ஈடுபட்டாக வேண்டும். செயல்கள் ஒருவனை இவ்வுலகில் பந்தப்படுத்தலாம் அல்லது இதிலிருந்து விடுவிக்கலாம். சுயநல நோக்கமின்றி பரமனின் திருப்திக்காகச் செயல்படுவதன் மூலம், ஒருவன் கர்ம விதிகளிலிருந்து (செயல் மற்றும் விளைவுகளிலிருந்து) விடுபட்டு, தன்னைப் பற்றியும் பரமனைப் பற்றியும் திவ்யமான ஞானத்தை அடைகிறான்.

அத்தியாயம் நான்கு 227

உன்னத அறிவு

ஆத்மா, கடவுள், இவர்களுக்கு இடையிலான உறவு பற்றிய திவ்ய ஞானமான, ஆன்மீக அறிவு, ஒருவனைத் தூய்மைப்படுத்தி முக்தியளிக்கக் கூடியதாகும். சுயநலமற்ற பக்திச் செயலின் (கர்ம-யோகம்) பலனே இந்த உன்னத அறிவு. கீதையின் புராதன வரலாறு, யுகந்தோறும் ஜடவுலகில்

தோன்றுவதன் காரணமும் முக்கியத்துவமும், மற்றும் தன்னையுணர்ந்த குருவை அணுகுவதன் அத்தியாவசியத் தேவை ஆகியவற்றை பகவான் விளக்குகிறார்.

கிருஷ்ணரின் தெய்வீக சக்திகள் மற்றும் ஐஸ்வர்யங்களின் ஒரு சிறு தோற்றமே. அனைத்து காரணங்களின் உன்னத காரணமாகவும் எல்லாவற்றையும் தாங்கி அவற்றின் சாராம்சமாகவும் விளங்குவதால், கிருஷ்ணரே அனைத்து உயிர்வாழிகளும் வழிபட வேண்டிய உன்னத பரம்பொருளாவார்.

பகவத் கீதை உரைக்கப்பட்ட சூழ்நிலை

பெருமளவில் வெளியிடப்பட்டு படிக்கப்பட்டுள்ள பகவத் கீதை, உண்மையில் மஹாபாரதத்தின் (பழங்கால உலக வரலாற்றைப் பற்றி சமஸ்கிருதத்தில் எழுதப்பட்ட இதிகாசத்தின்) ஒரு பகுதியாகும். மஹாபாரதம், தற்போதைய கலி யுகம் வரை நடைபெற்ற எல்லா நிகழ்ச்சிகளையும் விளக்குகின்றது. இந்த யுகத்தின் ஆரம்பத்தில், ஏறக்குறைய ஐயாயிரம் ஆண்டுகளுக்கு முன்பு பகவான் கிருஷ்ணர், பகவத் கீதையை தனது நண்பனும் பக்தனுமான அர்ஜுனனிடம் கூறினார்.

பகவத் கீதை, மனிதர்கள் அறிந்த தத்துவ, மத உரையாடல்களில் மிகச்சிறந்ததாகத் திகழ்கிறது. திருதராஷ்டிரரின் நூறு மகன்களுக்கும் அவர்களது சகோதரர்களான பாண்டுவின் மகன்களுக்கும் இடையே நடைபெற்ற மாபெரும் போருக்குச் சற்று முன்பு இஃது உரைக்கப் பட்டது.

திருதராஷ்டிரரும், பாண்டுவும் குரு வம்சத்தில் பிறந்த சகோதரர்கள். அந்த வம்சம் பூலோகம் முழுவதையும் ஆட்சி செய்த பரத மன்னரிடமிருந்து வருவதாகும். எனவே, இக்காவியம் மஹாபாரதம் என்று பெயர் சூட்டப்பட்டது. மூத்த சகோதரரான திருதராஷ்டிரர் குருடராகப் பிறந்த காரணத்தினால், அவருக்குச் சேர வேண்டிய அரியணை இளைய சகோதரரான பாண்டுவிடம் ஒப்படைக்கப்பட்டது.

பாண்டு இளம் வயதில் மரணமடைந்ததால், அவரது ஐந்து குழந்தைகளும்—யுதிஷ்டிரர், பீமன், அர்ஜுனன், நகுலன், சகாதேவன்— அப்போது மன்னராகப் பொறுப்பேற்றிருந்த திருதராஷ்டிரரின் பாதுகாப்பின்கீழ் வந்தனர். இதனால் திருதராஷ்டிரரின் மகன்களும், பாண்டுவின் மகன்களும் ஒரே விதமான செல்வச் செழிப்புடன் வளர்க்கப்பட்டனர். அனைவருமே தேர்ச்சி பெற்ற துரோணரிடம் போர்க் கலையைக் கற்றனர். பாட்டனார் பீஷ்மரிடமிருந்து அறிவுரைகளைப் பெற்றனர்.

இருப்பினும், திருதராஷ்டிரரின் மகன்கள், குறிப்பாக துரியோதனன் பாண்டவர்களை வெறுத்தான், பொறாமையுடன் இருந்தான். குருடராகவும் பலவீன மனமுடையவராகவும் திகழ்ந்த திருதராஷ்டிரர், பாண்டுவின் மகன்களுக்குப் பதிலாக, தனது மகன்களே அரியணை ஏற வேண்டுமென விரும்பினார்.

எனவே, துரியோதனன் திருதராஷ்டிரரின் சம்மதத்துடன் பாண்டுவின் இளம் மகன்களைக் கொல்லத் திட்டங்கள் தீட்டினான். சித்தப்பா

விதுரர் மற்றும் பகவான் கிருஷ்ணரின் உதவியினால் மட்டுமே பாண்டுவின் மகன்கள் அத்திட்டங்களிலிருந்து தங்கள் வாழ்வைக் காக்க முடிந்தது.

பகவான் கிருஷ்ணர் சாதாரண மனிதரல்ல—அவரே முழுமுதற் கடவுள். அவர் இப்பூமிக்கு இறங்கிவந்து மற்றொரு வம்சத்தின் இளவரசரைப் போல வசித்து வந்தார். அக்கதாபாத்திரத்தில், பாண்டுவின் மனைவியும் பாண்டவர்களின் தாயுமான குந்தி (பிருதா), அவரின் அத்தை. எனவே, உறவினர் என்பதாலும், தர்மத்தை நித்தியமாகக் காப்பவர் என்பதாலும், கிருஷ்ணர் பாண்டுவின் தர்ம புதல்வர்களுக்கு சாதகமாக இருந்து அவர்களைக் காத்தார்.

இறுதியில், தந்திரக்காரனான துரியோதனன் பாண்டவர்களை சூதாடும்படி சவால் விட்டான். விதிவசத்தால் நிகழ்ந்த அப்போட்டியில், துரியோதனனும் அவனது சகோதரன்களும், கற்பும், பக்தியும் நிறைந்த பாண்டவர்களின் மனைவியான திரௌபதியை கையகப் படுத்தினர். மேலும், இளவரசர்களும், மன்னர்களும் நிரம்பிய அந்த அரசவையில் அவளை நிர்வாணப்படுத்தி அவமானப்படுத்த முயன்றனர். தெய்வீகமான முறையில் குறுக்கிட்ட கிருஷ்ணரால் அவள் காக்கப்பட்டாள். ஆனால் வஞ்சகமாக நடைபெற்ற அந்த சூதாட்டத்தினால், பாண்டவர்கள் தங்கள் அரசை இழந்து பதிமூன்று வருடங்கள் நாட்டை விட்டு விலகி வாழ நேர்ந்தது.

வனவாசம் முடிந்து திரும்பிய பாண்டவர்கள் உரிமையுடன் தங்களது நாட்டைத் திருப்பித் தரும்படி துரியோதனனிடம் கோரினர். ஆனால் அவனோ கண்மூடித்தனத்துடன் அதற்கு மறுத்தான். இளவரசர்கள், 'ஆட்சி செய்ய வேண்டும்' என்ற கடமைக்காக, ஐந்து பாண்டவர் களுக்கு ஐந்து கிராமங்களாவது கொடுக்குமாறு வேண்டினர். ஆனால், "ஊசி நுழையும் அளவு இடம் கூட அளிக்க மாட்டேன்" என்று கர்வத்துடன் உரைத்தான் துரியோதனன்.

இதுவரை நடந்த அனைத்தையும் பாண்டவர்கள் பொறுமையுடன் தாங்கிக் கொண்டிருந்தனர். ஆனால் தற்போது போர் தவிர்க்க முடியாததாயிற்று.

உலகிலுள்ள அரசர்கள் இரு பிரிவாகப் பிரிந்து, சிலர் பாண்டவர் பக்கமும் வேறு சிலர் கௌரவர் பக்கமும் சென்றனர். கிருஷ்ணரே பாண்டு மைந்தர்களின் தூதராக திருதராஷ்டிரரின் சபைக்குச் சென்று அமைதிப் பேச்சுவார்த்தை நடத்தினார். ஆனால், அவரது அறிவுரை நிராகரிக்கப்பட்டபோது போர் நிச்சயமாயிற்று.

உயர்ந்த நீதிக் கோட்பாட்டின்படி வசித்த பாண்டவர்கள், கிருஷ்ணரை பரம புருஷ பகவானாக அங்கீகரித்தனர்; ஆனால் திருதராஷ்டிரரின் தீய மகன்களோ அவரை அவ்வாறு அங்கீகரிக்கவில்லை. இருப்பினும், விரோதிகள், நண்பர்கள் என்ற பாகுபாடின்றி அவரவர் விருப்பப்படி போரில் பங்குபெற கிருஷ்ணர் ஒரு வழியை முன்வைத்தார்; அதாவது, தனிப்பட்ட முறையில் கிருஷ்ணர் போரில் ஈடுபடப் போவதில்லை—ஆனால், அவரின் படையை விரும்புவோர் அதைப் பயன்படுத்திக்கொள்ளலாம், மறுபுறத்தில் அவர் ஆலோசகராகவும் உதவியாளராகவும் விளங்குவார். அரசியல் நிபுணனான துரியோதனன் ஆயுதம் தாங்கிய கிருஷ்ணரின் படையை உற்சாகத்துடன் எடுத்துக் கொண்டான், அதே உற்சாகத்துடன் பாண்டவர்கள் கிருஷ்ணரை ஆலோசகராக ஏற்றுக் கொண்டனர்.

இவ்வாறு, கிருஷ்ணர் புகழ்பெற்ற வில்லாளியான அர்ஜுனனின் தேரை ஓட்டும் சாரதியானார். இரு படைகளும் அணிவகுக்கப்பட்டு, போரிட தயாராக இருந்தபோது, திருதராஷ்டிரர் தனது காரியதரிசியான சஞ்ஜயனிடம், “அவர்கள் என்ன செய்தனர்?” என்று ஏக்கத்துடன் வினவ, பகவத் கீதை ஆரம்பமாகிறது.

காட்சி இப்போது அமைக்கப்பட்டு விட்டது. தற்போது, இந்த மொழிபெயர்ப்பு மற்றும் பொருளுரை குறித்த ஒரு சிறு குறிப்பு மட்டும் தேவைப்படுகிறது.

பகவத் கீதையின் பெரும்பாலான உரையாசிரியர்கள், கிருஷ்ணரை ஒதுக்கிவிட்டு தங்களது சுயக் கருத்துக்களையும் தத்துவங்களையும் வடிவமைத்துக்கொள்கின்றனர், மஹாபாரத வரலாற்றை ஒரு கட்டு கதையாகக் கருதுகின்றனர், மேலும் கிருஷ்ணரை ஏதோவொரு அறிவாளியின் கருத்தை விளக்குவதற்கான கவிதைப் பொருளாக அல்லது மிஞ்சிப் போனால் ஒரு வரலாற்று நபராக ஏற்கின்றனர். ஆனால் கீதையின் வார்த்தைப்படி, கிருஷ்ணர் என்னும் நபரே பகவத் கீதையின் சாரமும் இலக்குமாவார்.

இப்புத்தகத்தின் மொழிபெயர்ப்பும் அதனைத் தொடர்ந்து வரும் பொருளுரையும் இதனைப் படிப்பவர்களை கிருஷ்ணரை நோக்கி இட்டுச் செல்லும், விலகி அல்ல. எனவே, *பகவத் கீதை உண்மையுருவில்* தன்னிகரற்றது. அதுமட்டுமன்றி, முரண்பாடுகள் ஏதுமின்றி எளிதில் புரிந்துகொள்ளக்கூடியதாக இருப்பதாலும் இது சிறப்பு வாய்ந்தது. கீதையைப் பேசுபவரும் அதன் இறுதிக் குறிக்கோளும் கிருஷ்ணரேயாதலால், இந்த வெளியீடு மட்டுமே இம்மாபெரும் சாஸ்திரத்தை தெளிவாக வழங்கும் விளக்கவுரையாகும்.

—பதிப்பகத்தார்

தமிழுலகுக்கு...

இந்தத் தமிழ்ப் பதிப்பு, அகில உலக கிருஷ்ண பக்தி இயக்கத்தைத் தொடங்கிய ஆச்சாரியர் தெய்வத்திரு அ. ச. பக்திவேதாந்த சுவாமி பிரபுபாதரால் எழுதப்பட்ட *Bhagavad-gītā As It Is* என்னும் ஆங்கில நூலை தமிழ் கூறும் நல்லுலகிற்கு அறிமுகப்படுத்தச் செய்யப்படும் ஓர் எளிய, கன்னி முயற்சியாகும்.

'ஹரே கிருஷ்ண இயக்கம்', 'ஹரே ராம ஹரே கிருஷ்ண கோஷ்டியினர்', என்பன போன்ற பல்வேறு செல்லப் பெயர்களால் அறியப்படும் இந்த மாபெரும் பக்தி இயக்கம், இன்று உலகெங்கும் பல கோடி மக்களை கிருஷ்ண பக்தர்களாக ஆக்கியிருக்கிறதென்றால், அதன் அடித்தளம் ஸ்ரீல பிரபுபாதரின் *பகவத் கீதை உண்மையுருவில்* எனும் இந்நூலே. மூல சமஸ்கிருத ஸ்லோகங்களுக்கு ஆங்கிலத்திலே, பிரம்ம கௌடீய ஸம்பிரதாய நெறியில், ஸ்ரீல பிரபுபாதர் *Bhagavad-gītā As It Is* நூலில் மொழிபெயர்ப்புகளைக் கொடுத்திருக்கிறார். விரிவான தமது பொருளுரைகளிலே, வேதங்கள், உபநிஷதங்கள், புராணங்கள் மற்றும் பல வைதிக இலக்கியங்களிலிருந்து சான்றுகள், மேற்கோள் களுடன் தற்காலத்திற்கு தேவையான நடைமுறைக்கேற்ற உபதேசங்களையும் பின்னிப் பிணைத்து, அதே சமயத்தில் பக்தி நெறியிலான ஸம்பிரதாய நோக்கங்களைச் சிறிதும் மாற்றாமல் இறைவனது உள்ளக் கிடக்கையை உள்ளது உள்ளபடி வெளிப்படுத்தி யிருக்கிறார். இந்நூல் பிரசுரமாகுவதற்கு முன்பு ஆங்கிலத்தில் ஏறக்குறைய நூற்றுக்கும் மேற்பட்ட பகவத் கீதை மொழிபெயர்ப்புகள் வெளிவந்திருந்தும், அவற்றில் ஒன்றேனும் மேற்கத்திய நாடுகளில் ஒரே ஒரு மனிதனைக்கூட பூரண கிருஷ்ண பக்தனாக்கவில்லை என்பது ஒரு கசப்பான உண்மையே. வெளிநாட்டினர் பலரும் கீதையைப் பாராட்டுபவர்களாக, கீதைக்குச் சான்றிதழ் வழங்குபவராயும், கீதையை அவரவர் தேசத்து இலக்கியத்திற்கு சமமான ஒன்றாய் ஏற்பவராயும், தத்துவ ஞான விவாதங்களுக்கு ஏற்ற ஒரு வெறும் நூலாய் கீதையை அறிபவராயும் ஆனதே இந்தப் பல்வேறு மொழிபெயர்ப்புகளின் பலனாயிருந்தது. நடைமுறை வாழ்வில் அவர்கள் கீதையைப் பின்பற்றுமாறு செய்வதற்கும் பாவ வாழ்வை விட்டு கிருஷ்ண பக்தி நெறியை ஏற்கச் செய்வதற்குமான மகா சக்தி, அந்த புகழ் பெற்ற மற்ற மொழிபெயர்ப்புகளுக்கு இருக்கவில்லை என்பது உள்ளங்கை நெல்லிக்கனி போன்று தெளிவு.

ஸ்ரீ சைதன்ய மஹாபிரபுவிலிருந்து தொடங்கிய தூய பக்தி நெறி ஸம்பிரதாயமான கௌடீய ஸம்பிரதாயத்தின் சீடப் பரம்பரையில்

தோன்றிய ஆச்சாரியரான ஸ்ரீல பிரபுபாதர், தனது குருவான ஸ்ரீல பக்திசித்தாந்த சரஸ்வதி கோஸ்வாமி பிரபுபாதரின் ஆணைக்கேற்ப கிருஷ்ண பக்தியை மேற்கத்திய நாடுகளில் பரப்புவதற்காக ஆற்றிய இணையற்ற, எண்ணற்றத் தொண்டுகளில் ஒன்று பகவத் கீதை, பாகவதம், சைதன்ய சரிதாம்ருதம் போன்ற மாபெரும் வேத இலக்கியங்களுக்கு ஆங்கிலத்தில் உரை எழுதியதாகும்.

தமது இந்த நூல்கள் அனைத்தும் உலகின் பல்வேறு மொழிகளில் மொழிபெயர்க்கப்பட வேண்டும் என்பது ஸ்ரீல பிரபுபாதரின் விருப்பம். 1965இல் தொடங்கி, ஜாதி, மத, இன பேதமின்றி இவ்வுலகின் மனிதர்கள் அனைவரையும் கிருஷ்ண பக்தி எனும் ஒரு குடையின்கீழ் வெற்றிகொண்டு மகத்தான சாதனை புரிந்து, 1977ஆம் ஆண்டு விருந்தாவனத்தில் மகாசமாதி அடைந்த இந்த தூய கிருஷ்ண பக்தரின் விருப்பத்திற்கேற்ப, இவரால் எழுதப்பட்ட பல்வேறு நூல்களும் உலகின் பற்பல மொழிகளில் மொழிபெயர்க்கப்பட்டு பக்திவேதாந்த புத்தக அறக்கட்டளையினால் வெளியிடப்பட்டு வருகின்றன. இந்த மாபெரும் சாதனையின் ஒரு சிறு பங்கே இந்தத் தமிழாக்கம். உலகம் முழுவதும் கிருஷ்ண பக்தர்களைத் தோற்றுவித்த ஒரு மகானின் உபதேசங்களை தமிழுலகுக்கு அறிமுகப்படுத்துவதும், இவ்வாறு அந்த மஹாத்மாவின் விருப்பத்தை பூர்த்தி செய்வதுமே இந்த எளிய முயற்சியின் நோக்கம். மொழிபெயர்த்தலில், இந்நூலில் குறைகள் இருக்கலாம். ஸ்ரீமத் பாகவதத்தில் (1.5.11) பின்வருமாறு கூறப்பட்டுள்ளது:

தத்$_3$-வாக்$_3$ விஸர்கோ$_3$ ஜனதாக$_4$-விப்லவோ
யஸ்மின் ப்ரதி-ஷ்$_2$லோகம் அப$_3$த்$_3$த$_4$வத்யபி
நாமான்யனந்தஸ்ய யஷோ$_2$ 'ங்கிதானி யத்
ஷ்$_2$ரு'ண்வந்தி கா$_3$யந்தி க்$_3$ருணந்தி ஸாத$_4$வ:

“அதே சமயம், எல்லையற்றவரான முழுமுதற் கடவுளின் நாமம், ரூபம், குணம், லீலைகளைப் பற்றிய உன்னதமான விளக்கங்களைக் கொண்ட இலக்கியம், வழிதவறி முறையற்று வாழும் மனிதர்களுடைய நோக்கத்தில் ஒரு புரட்சிகரமான மாற்றத்தை ஏற்படுத்தக்கூடியதாகும். இத்தகு நூல்களில் தவறுகள் இருந்தாலும், அவை நேர்மையான தூய மனிதர்களால் கேட்க, படிக்க, ஏற்கப்படுகின்றன.”

இந்தக் கூற்றின் வலிமையில், இந்த மொழிபெயர்ப்பை பிரபுபாதரின் திருவடி சேவையாக பணிவன்புடன் சமர்ப்பிக்கின்றோம்.

—பதிப்பகத்தார்

முகவுரை

இப்போது வெளியிடப்பட்டிருக்கும் இதே உருவில்தான் நான் முதலில் *பகவத் கீதை உண்மையுருவில்* நூலை எழுதினேன். ஆனால் இந்நூல் முதலில் பிரசுரமானபோது, ஸ்ரீமத் பகவத் கீதையின் பெரும்பாலான மூல ஸ்லோகங்களுக்கு விளக்கவுரைகள் இல்லாமல், விளக்கப் படங்கள் இல்லாமல், துரதிர்ஷ்டவசமாக நானூறு பக்கங்களுக்கு குறைவாக வெளியிடப்பட்டது ஸ்ரீமத் பாகவதம், ஸ்ரீ ஈஷோபநிஷத் முதலிய எனது இதர நூல்களெல்லாம், மூல ஸ்லோகம், உச்சரிப்பு வடிவம், வார்த்தைக்கு வார்த்தை அர்த்தம், மொழி பெயர்ப்பு மற்றும் பொருளுரைகளுடன் வெளியிடப்பட்டிருப்பதால், நூல் அதிகார பூர்வமானதாகவும் புலமையுடையதாகவும் ஆவதோடு, அதன் உட்பொருளும் தெள்ளத்தெளிவானதாக ஆக்கப்படுகின்றது. எனவே, எனது மூல கையெழுத்து பிரதியைச் சுருக்க வேண்டிவந்தபோது நான் அவ்வளவாக மகிழ்வடையவில்லை. ஆனால், பிற்பாடு *பகவத் கீதை உண்மையுருவில்* நூலுக்கான தேவை கணிசமான முறையில் அதிகரிக்கவே, பற்பல அறிஞர்களும் பக்தர்களும் இந்நூலை முழு வடிவில் வெளியிடுமாறு என்னைக் வேண்டிக் கொண்டனர். இவ்வாறு, கிருஷ்ண பக்தி இயக்கத்தை வலுவான முன்னேற்றப் பாதையில் நிறுவுவதற்காக, முழு பரம்பரையின் பொருள் விளக்கங்களோடு கூடிய ஞானத்தின் இந்த மாபெரும் நூலின் மூல பிரதியை வெளியிடுவதற்கான முயற்சி தற்போது மேற்கொள்ளப் பட்டுள்ளது.

எமது கிருஷ்ண பக்தி இயக்கம் *பகவத் கீதை உண்மையுருவில்* எனும் இந்நூலை ஆதாரமாகக் கொண்டதால், நேர்மையானதும் சரித்திர பூர்வமாக அங்கீகரிக்கப்பட்டதும் இயற்கையானதும் திவ்யமானது மாகும். கொஞ்சம்கொஞ்சமாக அகில உலகிலும்—குறிப்பாக இளைய தலைமுறையிடையே—மிகவும் பிரசித்தி பெற்றுவருகிறது. மேலும், முதிய தலைமுறையினரும்கூட மேன்மேலும் இதில் கருத்துடை யவர்களாகின்றனர். வயதான பெரியோரும் இவ்வியக்கத்தினால் மிகவும் கவரப்படுகின்றனர். எனது சீடர்களின் தந்தை, பாட்டனார் என எண்ணற்றோர் எமது அகில உலக கிருஷ்ண பக்தி இயக்கத்தின் ஆயுள் உறுப்பினராக இணைவதன் மூலம் எங்களுக்கு உற்சாகமளித்து வருகின்றனர். லாஸ் ஏஞ்சல்ஸ் நகரில் தாய் தந்தையர் பலர், என்னை சந்தித்து, கிருஷ்ண பக்தி இயக்கத்தை உலகம் முழுவதும் தலைமை வகித்து நடத்துவதற்காக, தங்களது நன்றியைத் தெரிவிக்கின்றனர். நான் இந்த இயக்கத்தை அமெரிக்காவில் ஆரம்பித்தது, உண்மையில்,

அமெரிக்க மக்களது நல்லதிர்ஷ்டத்தாலேயே என்று பலரும் அடிக்கடி கூறுவதுண்டு. ஆனால் இவ்வியக்கத்தின் உண்மையான தந்தை பகவான் ஸ்ரீ கிருஷ்ணரே. ஏனெனில், இது பன்னெடுங் காலத்திற்கு முன்பே தொடங்கப்பட்டு சீடப் பரம்பரை மூலமாக மனித சமுதாயத்திற்குக் கீழிறங்கி வருவதாகும். இவ்விஷயத்தில் எனக்கு ஏதேனும் நன்மதிப்பு இருந்தால், அது தனிப்பட்ட முறையில் என்னைச் சேர வேண்டியதே அல்ல. இதற்கான பெருமையனைத்தும் எனது நித்திய ஆன்மீக குருவான தெய்வத்திரு ஓம் விஷ்ணுபாத பரமஹம்ஸ பரிவ்ராஜகாசார்ய 108 ஸ்ரீ ஸ்ரீமத் பக்திசித்தாந்த சரஸ்வதி கோஸ்வாமி மஹாராஜ பிரபுபாதரையே சேரும்.

எனக்கென்று தனிப்பட்ட முறையில் ஏதேனும் பெருமை இருந்தால், அது பகவத் கீதையைக் கலப்படமின்றி, உண்மையுருவில், உள்ளது உள்ளபடி அளிக்க முயன்றது மட்டுமேயாகும். எனது இந்த *பகவத் கீதை உண்மையுருவில்* வெளிவரும் முன்பு வெளியான கீதையின் ஆங்கிலப் பதிப்புகளில் பெரும்பாலானவை யாரேனும் ஒருவரது சுய ஆவலை பூர்த்தி செய்யும் நோக்கத்தில் அறிமுகப்படுத்தப் பட்டவையே. ஆனால் பகவத் கீதையை உண்மையுருவில் அளிப்பதற்கான எமது முயற்சியோ, முழுமுதற் கடவுளான ஸ்ரீ கிருஷ்ணரது நோக்கத்தை வெளிப்படுத்துவதாகும். கிருஷ்ணரது விருப்பத்தை எல்லாரும் அறியச் செய்வதே எமது தொழிலாகும். அரசியல்வாதி, தத்துவஞானி அல்லது விஞ்ஞானி போன்ற ஏதோ ஒரு ஜட கற்பனையாளரது சுய அபிப்பிராயத்தை பிரபலப்படுத்துவதல்ல. ஏனெனில், அவர்கள் அறிவாளிகளாகத் தோன்றும்போதிலும், கிருஷ்ணரைப் பற்றிய அறிவு அவர்களிடம் சிறிதும் இல்லை. *மன்மனா ப₄வ மத்₃-ப₄க்தோ மத்₃-யாஜீ மாம் நமஸ்குரு* போன்று கிருஷ்ணர் கூறுகையில், அறிஞர்களாக பெயரளவில் அறியப்பட்ட சிலர், "கிருஷ்ணரும் அவரது உள்ளிருந்து கூறும் ஆன்மாவும் வேறு" என்று கூறுவதைப் போல, நாம் தவறான முறையில் அர்த்தம் கற்பிப்பதில்லை. கிருஷ்ணர் பூரணமானவர்; எனவே, கிருஷ்ணரது நாமம், கிருஷ்ணரது ரூபம், கிருஷ்ணரது குணம், கிருஷ்ணரது லீலைகளுக்கிடையில் வேறுபாடு ஏதுமில்லை. கிருஷ்ணரது பக்தரல்லாத (சீடப் பரம்பரையின் மூலம் பக்தியைப் புரிந்துகொள்ளாத) எவருக்குமே, அவரது இந்த பூரண நிலையை புரிந்துகொள்வது மிகவும் கடினம். பொதுவாக, அறிஞர், அரசியல்வாதி, தத்துவஞானி, 'ஸ்வாமி', என பெயரளவில் அறியப்படுவோர், கிருஷ்ணரைப் பற்றிய பக்குவ ஞானமின்றி கீதைக்குக் கருத்துரை எழுதுகின்றனர். அதன் மூலம், பகவான் ஸ்ரீ கிருஷ்ணரைப் புறக்கணிக்கவோ அழிக்கவோ

முயல்கின்றனர். இத்தகைய நெறி விரோதக் கருத்துக்கள், *மாயாவாத₃ பா₄ஷ்யங்கள்* எனப்படுகின்றன. "மாயாவாதக் கண்ணோட்டத்தில் பகவத் கீதையைப் புரிந்துகொள்ள முயல்பவர் அனைவரும் பெரும் அபத்தத்தையே செய்கின்றனர்" என்று ஸ்ரீ சைதன்ய மஹாபிரபு நமக்கு எச்சரிக்கை விடுத்துள்ளார். இப்பெரும் அபத்தத்தின் விளைவாக, கீதையை இத்தவறான முறையில் கற்போர், ஆன்மீகப் பாதையின் வழியில் நிச்சயமாக குழப்பப்பட்டு, முழுமுதற் கடவுளின் திருநாட்டிற்குத் திரும்பிச் செல்ல இயலாதவர்களாகி விடுவது உறுதி.

பிரம்மாவின் ஒரு நாளில் ஒருமுறை, அதாவது நமது 860,00,00,000 வருடங்களுக்கு ஒருமுறை, பந்தப்பட்ட ஆத்மாக்களை வழிநடத்தும் நோக்கத்திற்காக பகவான் ஸ்ரீ கிருஷ்ணர் இவ்வுலகிற்கு வருகின்றார்; அதே நோக்கத்துடன் பகவத் கீதையை உள்ளது உள்ளபடி அளிப்பதே எமது ஒரே இலட்சியமாகும். பகவத் கீதையிலேயே கூறப்பட்டுள்ள இந்நோக்கத்தை நாம் அவ்வாறே ஏற்றுக்கொள்ள வேண்டியது அவசியம். இல்லாவிடில் பகவத் கீதையையோ, அதனை மொழிந்த பகவான் ஸ்ரீ கிருஷ்ணரையோ புரிந்துகொள்ள முயல்வதில் அர்த்தமில்லை. முதலாவதாக, பல கோடி வருடங்களுக்கு முன்பு பகவான் ஸ்ரீ கிருஷ்ணர், பகவத் கீதையை சூரிய தேவனுக்கு உபதேசித்தார். கிருஷ்ணரது அதிகாரத்தன்மையை ஏற்று, அதற்கு தவறான விளக்கம் ஏதுமளிக்காமல், நாம் இந்த உண்மையை ஏற்க வேண்டும்; அதன் மூலம், பகவத் கீதையின் சரித்திர முக்கியத்துவத்தை நாம் உணர்ந்து கொள்ள முடியும். கிருஷ்ணரது விருப்பத்தை கவனிக்காமல், பகவத் கீதைக்கு விளக்கமளிப்பது மாபெரும் குற்றமாகும். இந்தக் குற்றத்திலிருந்து நம்மைக் காத்துக்கொள்ள வேண்டுமென்றால், பகவான் ஸ்ரீ கிருஷ்ணரது முதல் சீடனான அர்ஜுனனால், அவர் எவ்வாறு நேரடியாகப் புரிந்துகொள்ளப்பட்டாரோ, அவ்வாறே (புருஷோத்தமரான முழுமுதற் கடவுளாக) அவரைப் புரிந்துகொள்ள வேண்டியது இன்றியமையாததாகும். பகவத் கீதையின் இத்தகு அறிவே உண்மையில் பலனளிப்பதும், வாழ்வின் நோக்கத்தை அடைவதில் மனித சமுதாயத்திற்கு சேவை செய்யத் தகுதியுடையதுமாகும்.

வாழ்வின் உன்னதமானப் பக்குவத்தை அளிப்பதால், 'கிருஷ்ண பக்தி இயக்கம்' மனித குலத்திற்கு இன்றியமையாததாகும். இஃது எவ்வாறு என்பது பகவத் கீதையில் முழுமையாக விவரிக்கப்பட்டுள்ளது. துரதிர்ஷ்டவசமாக, ஜட கற்பனையாளர்கள் தமது அசுர நாட்டங்களைப் பரப்புவதற்கும், வாழ்வின் எளிய நோக்கங்களைப் பற்றிய சரியான அறிவிலிருந்து மக்களை வழிதவறச் செய்வதற்கும் பகவத்

கீதையைப் பயன்படுத்திக் கொண்டிருக்கின்றனர். கடவுளாகிய கிருஷ்ணர் எவ்வாறு மிகமிகப் பெரியவர் என்பதையும் உயிர்வாழிகளின் (ஜீவாத்மாக்களின்) உண்மை நிலை என்ன என்பதையும் ஒவ்வொருவரும் அறிய வேண்டும். உயிர்வாழிகள் அனைவரும் நித்தியமானத் தொண்டரே என்பதையும், கிருஷ்ணருக்குத் தொண்டாற்றாவிடில், அவன் ஜட இயற்கையின் முக்குணங்களின் பல்வேறு விதங்களில், மாயைக்குத் தொண்டாற்ற வேண்டிவரும் என்பதையும், இதன் விளைவாக பிறப்பு இறப்புச் சுழலில் முடிவின்றி அவன் அலைய வேண்டிவரும் என்பதையும் ஒவ்வொருவரும் அறிய வேண்டும். முக்தி பெற்றுவிட்டதாக எண்ணிக் கொண்டிருக்கும் மாயாவாத கற்பனையாளரும் இந்தத் திட்டத்திற்குக் கீழ்படவே வேண்டும். இந்த அறிவு, மாபெரும் விஞ்ஞானத்தை உள்ளடக்கி இருப்பதால், ஒவ்வொரு உயிர்வாழியும் தனது சுய நன்மைக்காக இதனைக் கேட்க வேண்டும்.

பொதுவாக, முக்கியமாக இக்கலி யுகத்தில், கிருஷ்ணரது வெளிப்புற சக்தியால் மிகவும் கவரப்பட்ட மக்கள், "ஜட இன்பங்களை அதிகரிப்பதால் ஒவ்வொருவனும் மகிழ்வடைவான்" என்ற தவறான எண்ணத்துடன் உள்ளனர். ஜட சக்தி என்றறியப்படும் வெளிப்புற சக்தி மிக வலிமை வாய்ந்தது என்பதைப் பற்றிய அறிவு அவர்களுக்கு இல்லை. ஏனெனில், ஜட இயற்கையின் கடும் நியதிகளால் ஒவ்வொருவரும் இறுகப் பிணைக்கப்பட்டுள்ளனர். உயிர்வாழி இறைவனின் ஆனந்த அம்சம் என்பதால் அவருக்கு உடனடியாகத் தொண்டு புரிவதே அவனது இயற்கையான செயலாகும். அறியாமையின் ஆதிக்கத்தால், தன்னை என்றுமே மகிழ்வடையச் செய்யாத பல்வேறு பொருட்களில், தனது சுயப் புலனுகர்விற்குத் தொண்டாற்றுவதன் மூலம் இன்புற முயல்கிறான் ஒருவன். தனது சுய ஜடப் புலன்களை திருப்தி செய்ய முயல்வதை விட்டு, இறைவனது புலன்களை திருப்திப்படுத்த வேண்டும். இதுவே, வாழ்வின் உன்னதமான பக்குவநிலை. இறைவன் இதையே விரும்புகிறார்; இதையே வற்புறுத்துகிறார். பகவத் கீதையின் இந்த மையப் பொருளை ஒருவன் புரிந்துகொள்ள வேண்டும். *பகவத் கீதை உண்மையுருவில்* என்னும் இந்நூல், அந்த நோக்கத்தில் எவ்வித களங்கமுமின்றி எம்மால் அளிக்கப்படுவதால், இறைவனது நேரடி வழிகாட்டலின்கீழ் பகவத் கீதையின் நடைமுறை அறிவைப் பெற்று உண்மையிலேயே பலனடைவதில் ஆர்வமுடையோர் கிருஷ்ண பக்தி இயக்கத்திடமிருந்து உதவி பெற வேண்டும். எனவே, இங்கே யாம் அளித்துள்ள *பகவத் கீதை உண்மையுருவில்* எனும்

இப்புத்தகத்தைப் படிப்பதால் மக்கள் உன்னதமான பலனடைவார்கள் என்று நம்புகிறோம். இவ்வாறு யாரேனும் ஒரே ஒரு மனிதர், இறைவனின் தூய பக்தரானாலே, எமது முயற்சி பெரும் வெற்றியடைந்ததாகக் கருதுவோம்.

அ.ச. பக்திவேதாந்த சுவாமி

12 மே, 1971
சிட்னி, ஆஸ்திரேலியா.

முன்னுரை

ஓம்' அஜ்ஞான-திமிராந்த₃ஸ்ய ஜ்ஞானாஞ்ஜன-ஷ₂லாகயா
சக்ஷுர் உன்மீலிதம்' யேன தஸ்மை ஸ்ரீ-கு₃ரவே நம:

ஸ்ரீ-சைதன்ய-மனோ-'பீ₄ஷ்டம்' ஸ்தா₂பிதம்' யேன பூ₄-தலே
ஸ்வயம்' ரூப: கதா₃ மஹ்யம்' த₃தா₃தி ஸ்வ-பதா₃ந்திகம்

நான் அறியாமையின் இருளில் பிறந்தவன், எனது கண்களை ஞான ஒளியால் திறந்த எனது ஆன்மீக குருவிற்கு எனது வணக்கங்களை சமர்ப்பிக்கின்றேன்.

பகவான் ஸ்ரீ சைதன்யரின் விருப்பத்தை பூர்த்தி செய்வதற்கான இயக்கத்தை இப்பௌதிக உலகில் நிறுவிய ஸ்ரீல ரூப கோஸ்வாமி பிரபுபாதர் எப்போது தமது பாதக் கமலங்களில் எனக்கு அடைக்கலம் தருவார்?

வந்தே₃ 'ஹம்' ஸ்ரீ-கு₃ரோ: ஸ்ரீ-யுத-பத₃-கமலம்' ஸ்ரீ-கு₃ரூன் வைஷ்ணவாம்'ஷ்₂ ச
ஸ்ரீ-ரூபம்' ஸாக்₃ரஜாதம்' ஸஹ-க₃ண-ரகு₄நாதா₂ன்விதம்' தம்' ஸ-ஜீவம்
ஸாத்₃வைதம்' ஸாவதூ₄தம்' பரிஜன-ஸஹிதம்' க்ரு'ஷ்ண-சைதன்ய-தே₃வம்'
ஸ்ரீ-ராதா₄-க்ரு'ஷ்ண-பாதா₃ன் ஸஹ-க₃ண-லலிதா-ஸ்ரீ-விஷா₂கா₂ன்விதாம்'ஷ்₂ ச

எனது ஆன்மீக குருவின் பாத கமலங்களுக்கும், எல்லா வைஷ்ணவர்களின் பாதங்களுக்கும் எனது மரியாதைக்குரிய வணக்கங்களை சமர்ப்பித்துக்கொள்கிறேன். ஸ்ரீல ரூப கோஸ்வாமி, அவரது மூத்த சகோதரர் ஸநாதன கோஸ்வாமி, ரகுநாத தாஸ, ரகுநாத பட்ட, கோபால பட்ட, ஸ்ரீல ஜீவ கோஸ்வாமிகளின் பாத கமலங்களுக்கு எனது மரியாதைக்குரிய வணக்கங்கள். அத்வைத ஆச்சாரியர், கதாதரர், ஸ்ரீவாஸர் மற்றும் பக்தர் குழாமுடன், ஸ்ரீ நித்யானந்தருக்கும் ஸ்ரீ கிருஷ்ண சைதன்யருக்கும் எனது பணிவான வணக்கங்கள். ஸ்ரீமதி ராதாராணிக்கும் ஸ்ரீ கிருஷ்ணருக்கும் அவர்களது தோழிகளான லலிதா, விசாகைக்கும் எனது மரியாதைக்குரிய வணக்கங்கள்.

ஹே க்ரு'ஷ்ண கருணா-ஸிந்தோ₃ தீ₃ன-ப₃ந்தோ₃ ஜக₃த்-பதே
கோ₃பேஷ₂ கோ₃பிகா-காந்த ராதா₄-காந்த நமோ 'ஸ்து தே

அன்புள்ள கிருஷ்ணரே, பரிதவிப்பவரின் நண்பரும் படைப்பின் மூலமும் நீரே. கோபியர்களின் நாயகரும் ராதாராணியின் காதலரும் நீரே. உமக்கு எனது மரியாதைக்குரிய வணக்கங்கள்.

தப்த-காஞ்சன-கௌ₃ராங்கி₃ ராதே₄ வ்ரு'ந்தா₃வனேஷ்₂வரி
வ்ரு'ஷபா₄னு-ஸுதே தே₃வி ப்ரணமாமி ஹரி-ப்ரியே

விருந்தாவனத்தின் ராணியும், உருக்கிய பொன்னிற மேனி கொண்டவருமான ராதாராணிக்கு வணக்கம். மன்னர் விருஷபானுவின் மகளான தாங்கள், பகவான் கிருஷ்ணருக்கு மிகவும் பிரியமானவர்.

வாஞ்சா$_2$-கல்ப-தருப்$_4$யஷ்$_2$ ச க்ரு'பா-ஸிந்து$_3$ப்$_4$ய ஏவ ச
பதிதானாம்' பாவனேப்$_4$யோ வைஷ்ணவேப்$_4$யோ நமோ நம:

நிலையிழந்த ஆத்மாக்களிடம் கருணைமிக்கவர்களும், கற்பக விருட்சங்களைப் போன்று எல்லாரின் விருப்பங்களையும் பூர்த்தி செய்பவர்களுமான பகவானின் வைஷ்ணவ பக்தர்கள் அனைவருக்கும் எனது மரியாதைக்குரிய வணக்கங்கள்.

ஸ்ரீ-க்ரு'ஷ்ண-சைதன்ய ப்ரபு$_4$-நித்யானந்த$_3$
ஸ்ரீ-அத்$_3$வைத க$_3$தா$_3$த$_4$ர ஸ்ரீவாஸாதி$_3$-கௌ$_3$ர-ப$_4$க்த-வ்ரு'ந்த$_3$

ஸ்ரீ கிருஷ்ண சைதன்யர், பிரபு நித்யானந்தர், ஸ்ரீ அத்வைதர், கதாதரர், ஸ்ரீவாஸர் மற்றும் பக்தி நெறியிலுள்ளோர் அனைவருக்கும் எனது வணக்கங்கள்.

ஹரே க்ரு'ஷ்ண ஹரே க்ரு'ஷ்ண க்ரு'ஷ்ண க்ரு'ஷ்ண ஹரே ஹரே
ஹரே ராம ஹரே ராம ராம ராம ஹரே ஹரே

பகவத் கீதை கீ$_3$தோபநிஷத்$_3$ என்றும் அறியப்படும். வேத இலக்கியங்களில் மிக முக்கிய உபநிஷதமான இந்நூல் வேத ஞானத்தின் சாரமாகும். பகவத் கீதைக்கு எத்தனையோ ஆங்கில உரைகள் இருக்க, இன்னொன்றின் அவசியம் என்ன என்ற வினா எழலாம். இந்த வெளியீட்டின் அவசியத்தைப் பின்வருமாறு விளக்கலாம்.

சமீப காலத்தில் ஓர் அமெரிக்கப் பெண்மணி பகவத் கீதையின் ஓர் ஆங்கில மொழிபெயர்ப்பைச் சிபாரிசு செய்யுமாறு என்னை வேண்டினாள். அமெரிக்காவில் என்னவோ பகவத் கீதையின் ஆங்கிலப் பதிப்புகள் பல கிடைக்கலாம். ஆனால் நான் பார்த்த வரை, அமெரிக்காவிலோ, இந்தியாவிலோ, அவற்றில் ஒன்றைக்கூட பிரமாணமானதாகக் கூற இயலாது. ஏனெனில், அவை ஒவ்வொன்றிலும் பகவத் கீதையின் உள்நோக்கத்தைத் தொடாமல், ஒவ்வொரு கருத்துரையாளரும் தனது சொந்த அபிப்பிராயத்தையே பெரும்பாலும் வெளிப்படுத்தியுள்ளனர்.

பகவத் கீதையின் உள்நோக்கம் பகவத் கீதையிலேயே கொடுக்கப் பட்டுள்ளது. உதாரணமாக, ஒரு குறிப்பிட்ட மருந்தை நாம் உட்கொள்ள விரும்பினால், அந்த மருந்தின் தலைப்புக் காகிதத்தில் உள்ள விதிகளைப் பின்பற்ற வேண்டும். ஒரு நண்பர் கூறுவது

போலவோ, நமக்குத் தோன்றியபடியோ மருந்து உண்ண முடியாது. தலைப்புக் காகிதத்தில் கூறப்பட்டுள்ளபடி அல்லது மருத்துவருடைய அறிவுரையின்படியே மருந்தினை உட்கொள்ள வேண்டும். அதுபோல பகவத் கீதையினை அதனைக் கூறியவரது வழிகாட்டுதலின்படியே, அதன் உண்மையுருவில் உட்கொள்ள அல்லது ஏற்றுக்கொள்ள வேண்டும். பகவத் கீதையை உபதேசித்தவர் பகவான் ஸ்ரீ கிருஷ்ணர். கீதையின் ஒவ்வொரு பக்கத்திலும் அவர் பரம புருஷராக, முழுமுதற் கடவுளாக, பகவானாகக் கூறப்பட்டுள்ளார். பகவான் என்ற சொல் சில வேளைகளில் சக்தி வாய்ந்த நபரையோ தேவரையோ குறிக்கலாம். எனவே இங்குள்ள பகவான் என்னும் சொல், ஸ்ரீ கிருஷ்ணரை மிகச்சிறந்த நபராக குறிப்பிடுவது நிச்சயம். ஆனால் அதே நேரத்தில், பகவான் ஸ்ரீ கிருஷ்ணரே புருஷோத்தமரான முழுமுதற் கடவுள் என்பதை நாம் அறிய வேண்டும், வேத ஞானத்தின் அதிகாரிகளாக இந்தியாவில் தோன்றிய சங்கராசாரியர், இராமானுஜாசாரியர், மத்வாசாரியர், நிம்பார்க ஸ்வாமி, ஸ்ரீ சைதன்ய மஹாபிரபு முதலிய பல்வேறு ஆச்சாரியர்கள் இதனை உறுதிப்படுத்துகின்றனர். பகவத் கீதையில் பகவானே தன்னை புருஷோத்தமரான முழுமுதற் கடவுளாக நிலைநாட்டுகின்றார். பிரம்ம சம்ஹிதையிலும், எல்லா புராணங்களிலும், குறிப்பாக ஸ்ரீமத் பாகவதத்திலும் (*க்ரு'ஷ்ணஸ் து ப$_4$க$_3$வான் ஸ்வயம்*) அவர் இவ்விதமாகவே ஏற்றுக்கொள்ளப்படுகிறார். எனவே, முழுமுதற் கடவுள் தாமாகவே விளக்கியுள்ளபடி நாம் பகவத் கீதையை அதன் உண்மையுருவில் ஏற்றுக்கொள்ள வேண்டும். கீதையின் நான்காம் அத்தியாயத்தில் (4.1–3) பகவான் ஸ்ரீ கிருஷ்ணர் கூறுகிறார்:

இமம்' விவஸ்வதே யோக$_3$ம்' ப்ரோக்தவான் அஹம் அவ்யயம்
விவஸ்வான் மனவே ப்ராஹ மனுர் இக்ஷ்வாகவே 'ப்$_3$ரவீத்

ஏவம்' பரம்பரா-ப்ராப்தம் இமம்' ராஜர்ஷயோ விது:$_3$
ஸ காலேனேஹ மஹதா யோகோ$_3$ நஷ்ட: பரந்தப

ஸ ஏவாயம்' மயா தே 'த்$_3$ய யோக:$_3$ ப்ரோக்த: புராதன:
ப$_4$க்தோ 'ஸி மே ஸகா$_2$ சேதி ரஹஸ்யம்' ஹ்யேதத்$_3$ உத்தமம்

பகவத் கீதை எனும் இந்த யோக முறை முதலில் சூரியதேவனுக்குச் சொல்லப்பட்டதாகவும், சூரியதேவன் அதை மனுவுக்கும் மனு இக்ஷ்வாகுவுக்கும் விளக்கியதாக அர்ஜுனனிடம் பகவான் கூறுகிறார். இவ்விதமாக, ஒருவர் பின் ஒருவராக சீடப் பரம்பரையில் இந்த யோக முறை வந்து கொண்டிருந்தது. காலப்போக்கில் மறைந்து விட்டதால், குருக்ஷேத்திரப் போர்க்களத்தில் இப்போது அர்ஜுனனுக்கு உபதேசிக்க வேண்டியுள்ளது.

தனது நண்பனும் பக்தனுமானதால் இந்தப் பரம இரகசியத்தை அர்ஜுனனிடம் உரைப்பதாக பகவான் கூறுகின்றார். பகவத் கீதை பகவானின் பக்தர்களுக்கான நூல் என்பதே இதன் உள்ளுரையாகும். ஞானி (அருவவாதி), யோகி (தியானம் செய்பவன்), பக்தன் என மூன்று விதமான ஆன்மீகவாதிகள் உண்டு. பழைய பரம்பரை முறிந்ததனால், புதிய பரம்பரையின் முதல் சீடனாக அர்ஜுனனை ஆக்குவதாக பகவான் அவனிடம் தெளிவாகக் கூறுகிறார். எனவே, சூரியதேவனிலிருந்து தொடங்கி மற்றவர்கள் வழியாகத் தொடர்ந்து கீழிறங்கி வந்து கொண்டிருந்த பரம்பரையின் அதே சிந்தனையில் மற்றொரு பரம்பரையை நிறுவ வேண்டுமென்பதும், அர்ஜுனனால் தனது உபதேசங்கள் புதிதாக மீண்டும் வழங்கப்பட வேண்டும் என்பதும் பகவானின் விருப்பம். அர்ஜுனன் பகவத் கீதையை அறிந்துணர்வதற்கான அதிகாரம் பொருந்தியவனாக வேண்டும் என்று அவர் விரும்பினார். அவன் பகவான் ஸ்ரீ கிருஷ்ணரின் நெருங்கிய நண்பனாகவும், நேரடிச் சீடனாகவும், பக்தனாகவும் இருந்ததால் பகவத் கீதை அவனுக்கு உபதேசிக்கப்பட்டது என்பதை நாம் காண்கிறோம். எனவே, அர்ஜுனனுக்கு சமமான தகுதிகள் இருக்கும் ஒருவரே பகவத் கீதையை நன்றாக அறிய முடியும். அதாவது பகவானிடம் நேரடி உறவு கொண்ட பக்தராக அவர் இருக்க வேண்டும். ஒருவர் பகவானுடைய பக்தராக மாறியவுடன், அவரும் பகவானுடன் நேரடித் தொடர்புடையவராகிறார். இது மிகவும் விரிவான விஷயம் என்றாலும், ஒரு பக்தர் பகவானுடன் ஐந்து விதங்களில் ஏதாவதொரு வழியில் உறவுடையவராகிறார் என்று சுருக்கமாகக் கூறலாம்.

1. சாந்த நிலையிலுள்ள பக்தராக இருக்கலாம்.
2. தொண்டு செய்யும் பக்தராக இருக்கலாம்.
3. நண்பராக பக்தர் இருக்கலாம்.
4. பெற்றோராக பக்தர் இருக்கலாம்.
5. காதலராக பக்தர் இருக்கலாம்.

அர்ஜுனன் பகவானுடன் 'நண்பன்' என்ற முறையில் உறவு கொண்டிருந்தான். பௌதிக உலகில் காணும் நட்பிற்கும், இந்த நட்பிற்கும் ஆழ்ந்த வேறுபாடு நிச்சயமாக உண்டு. எல்லாராலும் அடையமுடியாத திவ்யமான நட்பு இது. உண்மையில் அனைவருக்குமே பகவானுடன் ஒரு குறிப்பிட்ட உறவுமுறை உண்டு, பக்திமய சேவையில் பக்குவமடையும்போது அவ்வுறவு உணரப்படுகிறது. ஆனால் நம் வாழ்வின் தற்போதைய நிலையில், பரம புருஷ பகவானை மட்டுமின்றி அவருடனான நித்திய

உறவையும் நாம் மறந்திருக்கின்றோம். கோடிக்கணக்கான ஜீவராசிகள் உள்ளபோதிலும் ஒவ்வொரு ஜீவனும், பகவானுடன் ஒரு குறிப்பிட்ட உறவைக் கொண்டுள்ளன. இது *ஸ்வரூப* என்று அறியப்படுகின்றது. பக்தித் தொண்டு என்னும் வழிமுறையின் மூலம் அந்த ஸ்வரூபத்திற்கு புத்துயிரளிக்க முடியும். அந்த நிலை *ஸ்வரூப-ஸித்$_3$தி$_4$* (தனது சுயநிலையை அடைதல்) என்று கூறப்படுகின்றது. பக்தனான அர்ஜுனன், பகவானுடன் நட்பு ரீதியில் தொடர்பு கொண்டவனாக இருந்தான்.

அர்ஜுனன் இந்த பகவத் கீதையை எவ்வாறு ஏற்றுக் கொண்டான் என்பது கவனிக்கத்தக்கதாகும். அவன் ஏற்றுக் கொண்ட விதம் பத்தாம் அத்தியாயத்தில் (10.12-14) கொடுக்கப்பட்டுள்ளது.

அர்ஜுன உவாச

பரம்' ப்$_3$ரஹ்ம பரம்' தா$_4$ம பவித்ரம்' பரமம்' ப$_4$வான்
புருஷம்' ஷா$_2$ஷ்$_2$வதம்' தி$_3$வ்யம் ஆதி$_3$-தே$_3$வம் அஜம்' விபு$_4$ம்

ஆஹுஸ் த்வாம் ரு'ஷய: ஸர்வே தே$_3$வர்ஷிர் நாரத$_3$ஸ் ததா$_2$
அஸிதோ தே$_3$வலோ வ்யாஸ: ஸ்வயம்' சைவ ப்$_3$ரவீஷி மே

ஸர்வம் ஏதத்$_3$ ரு'தம்' மன்யே யன் மாம்' வத$_3$ஸி கேஷ$_2$வ
ந ஹி தே ப$_4$க$_3$வன் வ்யக்திம்' விது$_3$ர் தே$_3$வா ந தா$_3$னவா:

"அர்ஜுனன் கூறினான்: நீரே பரம புருஷ பகவான், பரந்தாமர், தூய்மையானவர், பரம சத்தியம், நித்தியமானவர், தெய்வீகமானவர், மூல புருஷர், பிறப்பற்றவர், மிகச்சிறந்தவர். உம்மைப் பற்றிய இவ்வுண்மையை நாரதர், அஸிதர், தேவலர், வியாஸர் முதலிய சிறந்த முனிவர்கள் அனைவரும் உறுதி செய்கின்றனர். இப்போது நீரே இதை எனக்குக் கூறுகின்றீர். கிருஷ்ணா, நீர் எனக்குக் கூறியவை எல்லாவற்றையும் உண்மையென முழுமையாக ஏற்றுக்கொள்கிறேன். எம்பெருமானே, தேவர்களோ, அசுரர்களோ உமது தன்மையை அறியார்கள்."

புருஷோத்தமரான முழுமுதற் கடவுளிடமிருந்து பகவத் கீதையைக் கேட்டபின், அர்ஜுனன் ஸ்ரீ கிருஷ்ணரை பரபிரம்மனாக ஏற்றுக் கொண்டான். ஒவ்வொரு உயிரும் பிரம்மனே, ஆனால் உன்னத உயிர்வாழியான முழுமுதற் கடவுள், மிகவுயர்ந்த பிரம்மனாவார். பரந்தாமர் என்றால் அவரே அனைத்தும் உறையும் உன்னத இருப்பிடம் என்று பொருள். *பவித்ரம்* என்றால், தூய்மையானவர், பௌதிக அசுத்தத்தால் களங்கப்படாதவர் என்று பொருள்; *புருஷம்* என்றால் அவரே உன்னத அனுபவிப்பாளர்; *தி$_3$வ்யம்* என்றால்

திவ்யமானவர்; *ஆதி₃தே₃வம்* என்றால் எல்லா தேவர்களுக்கும் ஆதியான முழுமுதற் கடவுள்; *அஜம்* என்றால் பிறப்பற்றவர்; *விபு₄ம்* என்றால் மிகப்பெரியவர்.

ஸ்ரீ கிருஷ்ணர் அர்ஜுனனது நண்பர் என்பதால் இவற்றையெல்லாம் முகஸ்துதியாக அர்ஜுனன் கூறிக்கொண்டிருந்தான் என்று தற்போது ஒருவர் எண்ணலாம். பகவத் கீதையைப் படிப்பவரது மனதிலிருந்து இத்தகைய சந்தேகத்தை நிவர்த்தி செய்வதற்காக, தன்னால் மட்டுமின்றி, நாரதர், அஸிதர், தேவலர், வியாஸர் முதலிய அதிகாரம் பெற்ற நபர்களாலும், ஸ்ரீ கிருஷ்ணர் புருஷோத்தமரான முழுமுதற் கடவுளாக ஏற்றுக்கொள்ளப்பட்டிருப்பதை அடுத்த ஸ்லோகத்தில் கூறி, தனது புகழுரைக்குச் சான்று கூறுகிறான் அர்ஜுனன். இந்த அதிகாரிகள், எல்லா ஆச்சாரியர்களாலும் ஒப்புக்கொள்ளப்பட்ட விதத்தில், வேத ஞானத்தை உண்மையுருவில் வழங்குபவர்களாவர். எனவே, ஸ்ரீ கிருஷ்ணர் கூறும் எல்லாவற்றையும் பூரண பக்குவமுடையதாக அர்ஜுனன் ஏற்றுக்கொள்கிறான். *ஸர்வம்–ஏதத்₃ ருதம் மன்யே*—“நீர் உரைப்பவை அனைத்தையும் உண்மையென நான் ஏற்கிறேன்.” மேலும், பகவானின் வியக்தித்துவத்தைப் புரிந்துகொள்வது மிகக் கடினமென்றும், பெரும் தேவர்களால்கூட அவரை அறிய முடியாதென்றும் அர்ஜுனன் கூறுகிறான். மனிதர்களைவிடச் சிறந்தவர்களால்கூட பகவானை அறிய முடியாது என்பது இதன் பொருள். இப்படியிருக்க, பகவான் ஸ்ரீ கிருஷ்ணரின் பக்தனாக ஆகாமல், ஒரு மனிதன் அவரைப் புரிந்துகொள்ளுதல் எவ்வாறு சாத்தியமாகும்?

எனவே, பகவத் கீதை பக்தி உணர்வுடன் அணுகப்பட வேண்டும். தான் ஸ்ரீ கிருஷ்ணருக்கு சமமானவன் என்றோ, ஸ்ரீ கிருஷ்ணர் சாதாரணமான மனிதர் என்றோ, எண்ணக் கூடாது, அவர் ஒரு மிகச்சிறந்த மனிதர் என்றுகூட எண்ணக் கூடாது. பகவான் ஸ்ரீ கிருஷ்ணர் புருஷோத்தமரான முழுமுதற் கடவுளாவார். எனவே, பகவத் கீதையைப் புரிந்துகொள்ள முயல்பவர், குறைந்தபட்சம் ஏட்டளவிலாவது ஸ்ரீ கிருஷ்ணரை புருஷோத்தமரான முழுமுதற் கடவுளாக ஏற்றுக்கொள்ள வேண்டும். அந்த அடக்கமான மனோநிலையினால் மட்டுமே பகவத் கீதையை நம்மால் புரிந்துகொள்ள இயலும்—இதுவே பகவத் கீதையின் கூற்றும் அர்ஜுனனின் கூற்றுமாகும். பகவத் கீதை ஓர் ஆழ்ந்த புதிர் என்பதால், அடக்கமான நிலையில் பயின்றாலன்றி இதனைப் புரிந்துகொள்வது மிகக் கடினம்.

பகவத் கீதை என்றால் என்ன? பௌதிக வாழ்வின் அறியாமையிலிருந்து மனித குலத்தை விடுவிப்பதே பகவத் கீதையின் நோக்கமாகும். குருக்ஷேத்திரத்தில் போர்புரிவதில் அர்ஜுனனுக்கு கஷ்டமிருந்ததைப் போல ஒவ்வொரு மனிதனும் பல விதங்களில் கஷ்டப்படுகிறான். அர்ஜுனன் ஸ்ரீ கிருஷ்ணரிடம் சரணடைந்தான். அதன் பயனாக கீதை உபதேசிக்கப்பட்டது. அர்ஜுனன் மட்டுமல்ல, நாம் ஒவ்வொருவரும் பௌதிக வாழ்வின் கவலைகளில் மூழ்கியுள்ளோம். நமது வாழ்க்கை நிலையற்ற சூழ்நிலையில் அமைந்துள்ளது. உண்மையில் நாம் நிலையற்ற தன்மையால் அச்சுறுத்தப்படக்கூடியவர்களல்ல. நம் உண்மை நிலையோ நித்தியமானது. ஆனால் எவ்வாறோ *அஸத்தில்* தள்ளப்பட்டிருக்கிறோம். *அஸத்* என்பது இல்லாததைக் குறிக்கின்றது.

துன்பப்படும் பற்பல மனிதர்களுள் ஒரு சிலரே தங்கள் நிலையைப் பற்றியும், தாங்கள் யார், இதுபோன்ற விரும்பத்தகாத சூழ்நிலையில் தாங்கள் தள்ளப்பட காரணம் என்ன என்பதைப் பற்றியும் ஆராய்வார்கள். ஒருவன், தனது துன்பத்திற்கு காரணத்தை வினவும் நிலைக்கு எழுப்பப்படாத வரை, தான் துன்பத்தை விரும்பவில்லை. துன்பத்திற்கெல்லாம் தீர்வை விரும்புகிறேன் என்பதை உணராத வரை, பக்குவமான மனிதனாகக் கருதப்படுவதில்லை. அவனது மனதில் இத்தகு வினாக்கள் எழும்போதுதான் மனிதத் தன்மை தொடங்குகின்றது. பிரம்ம சூத்திரத்தில் இந்த ஆய்வு, *ப்₃ரஹ்ம-ஜிஜ்ஞாஸா* என்று அறியப்படுகிறது. *அதா₂தோ ப்₃ரஹ்ம-ஜிஜ்ஞாஸா.* பூரணத்தின் இயற்கையை ஆராயாத வரை, மனிதனின் ஒவ்வொரு செயலும் தோல்வியாகவே கருதப்படுகின்றது. எனவே, 'நாம் ஏன் துன்புறுகின்றோம், எங்கிருந்து வந்தோம், மரணத்திற்குப் பின் எங்கு செல்வோம்' என்று வினவத் தொடங்குபவர்களே, பகவத் கீதையைப் பயிலத் தகுந்த மாணவராவர். ஒரு நேர்மையான மாணவர் முழுமுதற் கடவுளிடம் அசையாத மதிப்புடையவராக இருக்க வேண்டும். அர்ஜுனன் அத்தகு மாணவனாகத் திகழ்ந்தான்.

வாழ்வின் உண்மையான நோக்கத்தை மனிதன் மறக்கும்போது, அதனை மீண்டும் நிறுவுதல் என்னும் முக்கியக் குறிக்கோளுடன் பகவான் தோன்றுகின்றார். இருப்பினும், விழிப்புணர்ச்சி பெற்ற பற்பல மனிதர்களில் யாரேனும் ஒருவனே தன்னிலையை அறிவதில் உண்மையான ஆர்வத்துடன் இருக்கக்கூடும். அவனுக்காகவே இந்த கீதை பேசப்படுகிறது. உண்மையில் நாம் எல்லாரும் அறியாமை எனும் பெண்புலியால் விழுங்கப்பட்டுள்ளோம், ஆனால் பகவானோ உயிர்வாழிகளின் மீது, குறிப்பாக மனிதர்களின் மீது மிகவும் கருணை யுடையவராக இருக்கிறார். தனது நண்பனான அர்ஜுனனை

மாணவனாக்கிக் கொண்டு இந்த நோக்கத்திற்காகவே அவர் பகவத் கீதையை உபதேசித்தார்.

பகவான் கிருஷ்ணரின் தோழனான அர்ஜுனன், எல்லாவித அறியாமைக்கும் அப்பாற்பட்டவன். இருந்தும் வாழ்வின் சிக்கல்களைப் பற்றி பகவான் கிருஷ்ணரிடம் அவன் வினவ வேண்டும் என்பதற்காகவும், வருங்காலத் தலைமுறைகளின் நன்மைக்காக அச்சிக்கல்களுக்கு விளக்கமளித்து ஒரு வாழ்க்கைத் திட்டத்தை பகவான் வகுக்க வேண்டும் என்பதற்காகவுமே அர்ஜுனன் குருக்ஷேத்திரப் போர்க்களத்தில் அறியாமைக்கு உட்படுத்தப்பட்டான். இந்த வாழ்க்கைத் திட்டப்படி நடந்து, மனித வாழ்வின் இலட்சியத்தைப் பக்குவப்படுத்திக்கொள்ள மனிதனால் இயலும்.

பகவத் கீதை, ஐந்து அடிப்படை உண்மைகளை தெளிவாகவும் முழுமையாகவும் விளக்குகின்றது. முதலாவதாக, இறைவனின் விஞ்ஞானமும், பின்னர் ஜீவராசிகளின் (உயிர்வாழிகளின்) ஸ்வரூப நிலையும் விளக்கப்படுகின்றது. ஈஸ்வரன் எனும் ஆள்பவரும், ஜீவன்கள் எனும் ஆளப்படுபவர்களும் இருக்கின்றனர். "நான் ஆளப்படவில்லை, சுதந்திரமானவன்" என்று ஒருவன் கூறினால், அவன் அறிவற்றவனே. குறைந்தபட்சம், கட்டுண்ட வாழ்விலுள்ள ஜீவன், ஒவ்வொரு விதத்திலும் ஆளப்படுகிறான். எனவே, உயர் ஆட்சியாளரும் (ஈஸ்வரனும்) ஆளப்படும் உயிர்களும் (ஜீவன்களும்) பகவத் கீதையின் கருப்பொருளாக அமைகின்றனர். பிரக்ருதி (ஜட இயற்கை), காலம் (ஜட இயற்கை தோன்றியிருக்கும் காலம் அல்லது முழு பிரபஞ்சத்தின் ஆயுள்), கர்மம் (செயல்) ஆகியவையும் விவாதிக்கப்படுகின்றன. பிரபஞ்சத் தோற்றம் பல்வேறு செயல்கள் நிறைந்தது. எல்லா உயிர்வாழிகளும் பலதரப்பட்ட செயல்களில் ஈடுபட்டுள்ளனர். பகவத் கீதையிலிருந்து, கடவுள் யார், ஜீவாத்மாக்கள் யாவர், பிரக்ருதி என்றால் என்ன, பிரபஞ்சத் தோற்றம் என்றால் என்ன, அஃது எவ்வாறு காலத்தால் கட்டுப்படுத்தப்படுகின்றது, உயிர்வாழிகளின் செயல்கள் யாவை, என்பனவற்றையெல்லாம் நாம் அறிதல் அவசியம்.

பகவத் கீதையின் இந்த ஐந்து அடிப்படை கருப்பொருட்களில், முழுமுதற் கடவுள், அல்லது கிருஷ்ணர், அல்லது பிரம்மன், அல்லது உயர் ஆட்சியாளர், அல்லது பரமாத்மா (நீங்கள் விரும்பும் பெயரை உபயோகித்துக்கொள்ளலாம்) என்று அழைக்கப்படுபவரே எல்லாரிலும் சிறந்தவர் என்பது நிறுவப்படுகிறது. உயிர்வாழிகள், குணத்தின் அடிப்படையில் உயர் ஆட்சியாளரைப் போன்றவர்களே.

பகவத் கீதையின் பின் அத்தியாயங்களில் விளக்கப்படுவதைப் போல, பௌதிக இயற்கையின் பிரபஞ்ச விவகாரங்களில் பகவானுக்கு உயர் அதிகாரம் உண்டு. பௌதிக இயற்கை சுதந்திரமானதல்ல, முழுமுதற் கடவுளின் ஆணைகளுக்கிணங்கியே அவள் செயல்படுகிறாள். பகவான் கிருஷ்ணர் கூறுகிறார், *மயாத்4யக்ஷேண ப்ரக்ரு'தி: ஸூயதே ஸ-சராசரம்—*"இப்பௌதிக இயற்கை என் கண்காணிப்பின் கீழ் இயங்குகின்றது." பிரபஞ்ச இயற்கையில் வினோதமான சம்பவங்கள் நிகழும்போது நாம் இந்த பிரபஞ்ச காட்சிக்குப் பின்னால் ஆளுநரொருவர் இருப்பதை அறிய வேண்டும். ஆளப்படாத ஒரு பொருளைத் தோற்றுவிக்கவே இயலாது. ஆளுநர் இருப்பதை கவனிக்காமலிருப்பது குழந்தைத்தனமே. உதாரணமாக, குதிரையினாலோ வேறு எந்த மிருகத்தினாலோ இழுக்கப்படாத மோட்டார் வாகனத்தின் ஓட்டம், ஒரு குழந்தைக்கு மிகவும் வினோதமானதாகத் தோன்றலாம், ஆனால் அறிவுள்ள மனிதனுக்கு மோட்டார் இயந்திரத்தின் தொழில் நுட்பம் தெரியும். ஒவ்வோர் இயந்திரத்திற்குப் பின்னும் ஒரு மனிதனின் (ஓட்டுநரின்) திறமை உள்ளது என்பதை அவன் அறிவான். இதுபோல முழுமுதற் கடவுளும் ஓர் ஓட்டுநராவார், அவரது வழிகாட்டுதலின்படியே அனைத்தும் இயங்குகின்றன. ஜீவன்கள், பின்வரும் அத்தியாயங்களில் கண்டுள்ளபடி, அவரது அம்சங்களாக அவரால் ஏற்றுக்கொள்ளப் பட்டுள்ளனர். தங்கத்தின் ஒரு துகள் எவ்வாறு தங்கமோ, கடல் நீரின் ஒரு துளி எவ்வாறு உப்புக் கரிக்கின்றதோ, அதுபோல நாம் ஈஸ்வரன் எனப்படும் உயர் ஆளுநரான பகவான் ஸ்ரீ கிருஷ்ணரின் அம்சங்கள் என்பதால், அந்த முழுமுதற் கடவுளின் குணங்கள் அனைத்தும் அணுவளவில் நம்மிடம் உள்ளன; ஏனெனில், நாம் மிகச்சிறிய ஈஸ்வரன்கள், கீழ்ப்படிந்த ஈஸ்வரன்கள். நாம் இயற்கையைக் கட்டுப்படுத்த முயல்கிறோம் (இப்போது விண்வெளியையும் கிரகங்களையும் கட்டுப்படுத்த முயல்வது போல), ஆனால் கட்டுப்படுத்த விரும்பும் இதுபோன்ற தன்மை கிருஷ்ணரிடம் உள்ளதாலேயே நம்மிடமும் இருக்கின்றது. பௌதிக இயற்கையின் மீது ஆட்சி செலுத்த நாம் விரும்பினாலும், நாம் பரம ஆளுநர்களல்ல என்பதை அறிந்துகொள்ள வேண்டும். இது பகவத் கீதையில் விளக்கப்பட்டுள்ளது.

ஜட இயற்கை என்றால் என்ன? இது கீதையில் கீழ்நிலை பிரக்ருதி அல்லது கீழ்நிலை இயற்கையாக விளக்கப்பட்டுள்ளது. உயிர்வாழிகள், உயர்நிலை பிரக்ருதியாக விளக்கப்பட்டுள்ளனர். பிரக்ருதி, கீழ்நிலையானாலும் சரி, உயர்நிலையானாலும் சரி, எப்போதுமே

கட்டுப்படுத்தப்படுகின்றது. பிரக்ருதி என்பது பெண் பால், மனைவியின் செயல்கள் கணவனால் கட்டுப்படுத்தப்படுவதைப் போல, பிரக்ருதியும் பகவானால் கட்டுப்படுத்தப்படுகின்றாள். பிரக்ருதி எப்போதும் கீழ்ப்படிந்திருப்பதும், ஆள்பவரான இறைவனால் ஆதிக்கம் செலுத்தப்படுவதுமாகும். உயிர்வாழிகள், பௌதிக இயற்கை ஆகிய இரண்டுமே முழுமுதற் கடவுளால் கட்டுப்படுத்தப்பட்டு ஆதிக்கம் செலுத்தப்படுகின்றன. கீதையின்படி, உயிர்வாழிகள், பரம புருஷரின் அம்சங்கள் என்றபோதிலும், பிரக்ருதியாகவே கருதப்பட வேண்டியவர்கள். பகவத் கீதையின் ஏழாம் அத்தியாயம், ஐந்தாவது ஸ்லோகத்தில் இது தெளிவாகக் குறிப்பிடப்பட்டுள்ளது. *அபரேயம் இதஸ் த்வன்யாம் ப்ரக்ரு'திம் வித்3தி4 மே பராம்/ ஜீவ-பூ4தாம்*—"இந்த பௌதிக இயற்கை எனது கீழ்நிலை பிரக்ருதியாகும். ஆனால் இதற்கு அப்பால் *ஜீவ-பூ4தாம்* (உயிர்வாழிகள்) என்ற வேறொரு பிரக்ருதி உள்ளது."

பௌதிக இயற்கை மூன்று குணங்களால் அமைந்ததாகும்—நற்குணம் (*ஸத்வ*), தீவிர குணம் (*ரஜோ*), அறியாமை குணம் (*தமோ*) என்பன அவை. இக்குணங்களுக்கு மேல் நித்தியமான காலம் உள்ளது. இயற்கை குணங்களின் கலவையினாலும், நித்தியமான காலத்தின் பார்வை மற்றும் கட்டுப்பாட்டினாலும் செயல்கள் நடைபெறுகின்றன— அவை கர்மம் என்று அறியப்படுகின்றன. இந்த செயல்கள் நினைவிற்கெட்டாத காலத்திலிருந்து செய்யப்பட்டு வருகின்றன, அவற்றின் பலன்களால் நாம் இன்பத்தையோ துன்பத்தையோ அனுபவிக்கின்றோம். உதாரணமாக, ஒரு வியாபாரியான நான், புத்திசாலித்தனத்துடன் கடுமையாக உழைத்து மிகுந்த செல்வம் சேர்த்து வைத்திருக்கிறேன் என்று வைத்துக்கொள்வோம். அப்போது நான் இன்பமடைகிறேன், ஆனால் வியாபாரத்தில் எல்லாவற்றையும் இழந்துவிட்டால் துன்பப்படுவேன். இதுபோல வாழ்வின் எல்லா நிலைகளிலும் நாம் நமது செயல்களின் விளைவுகளை, இன்பமாகவோ துன்பமாகவோ அனுபவிக்கின்றோம். இதுவே கர்மம் என்று அறியப்படுகிறது.

ஈஸ்வரன் (பரம புருஷர்), ஜீவன் (உயிர்வாழி), பிரக்ருதி (இயற்கை), காலம் (நித்தியமான காலம்), கர்மம் (செயல்) ஆகியவை அனைத்தும் பகவத் கீதையில் விளக்கப்பட்டுள்ளன. இந்த ஐந்தில், பகவான், உயிர்வாழிகள், ஜட இயற்கை, காலம் ஆகியவை நித்தியமானவை. பிரக்ருதியின் தோற்றம் தற்காலிகமானதாக இருக்கலாம், ஆனால் அது பொய்யல்ல. சில தத்துவவாதிகள் இயற்கையின் தோற்றம் பொய் என்று கூறுகின்றனர், ஆனால் பகவத் கீதையின் தத்துவப்படி,

வைஷ்ணவர்களின் தத்துவப்படி, இஃது அவ்வாறல்ல. உலகின் தோற்றம் பொய்யாக ஏற்றுக்கொள்ளப்படுவதில்லை; உண்மை யானதாக, ஆனால் தற்காலிகமானதாக ஏற்றுக்கொள்ளப்படுகிறது. அது வானில் நகர்ந்து செல்லும் மேகம், அல்லது பயிர்களை வளமுறச் செய்யும் மழைக்காலத்திற்கு ஒப்பிடப்படுகிறது. மழைக்காலம் முடிந்தவுடன், மேகங்கள் அகன்று, மழையால் வளம் பெற்ற பயிர்களெல்லாம் வாடிவிடுகின்றன. இதுபோல, பௌதிகத் தோற்ற மானது ஒரு குறிப்பிட்ட இடைவெளியில் தோன்றி, சில காலம் இருந்து, பின் மறைகிறது. இவையே பிரக்ருதியின் செயல்களாகும். ஆனால் இந்தச் சுழற்சி நித்தியமாகச் செயல்படுவதால், பிரக்ருதி நித்தியமானதாகும், பொய்யல்ல. பகவான் இதை "என்னுடைய பிரக்ருதி" என்று குறிப்பிடுகிறார். இந்த ஜட இயற்கை பகவானிடமிருந்து பிரிந்த சக்தியாகும். இதுபோல ஜீவராசிகளும் பகவானின் சக்தியே; ஆனால் அவர்கள் பிரிவுபடாதவர்கள், நித்தியமான உறவு கொண்டவர்கள். எனவே, பகவான், உயிர்வாழி, ஜட இயற்கை, காலம் இவை ஒன்றோடொன்று தொடர்புடைய நித்தியமான விஷயங்கள். இருப்பினும் கர்மம் நித்தியமானதல்ல. கர்மத்தின் விளைவுகள் மிகப் பழையதாக இருக்கலாம், உண்மையே. நினைவுக்கெட்டாத காலத்திலிருந்து செய்த செயல்களின் பலன்களை நாம் இன்ப துன்பமாக அனுபவிக்கிறோம். ஆனால் நமது கர்மத்தின் விளைவுகளை நம்மால் மாற்ற இயலும், இம்மாற்றம் நமது அறிவின் பக்குவத்தைப் பொறுத்தது. நாம் பற்பல செயல்களில் ஈடுபட்டுள்ளோம். இவ்வனைத்து செயல்களின் விளைவு, மற்றும் பின்விளைவுகளிலிருந்து விடுபெற எந்தச் செயலை செய்ய வேண்டும் என்பதை நிச்சயமாக நாம் அறிய மாட்டோம். ஆனால் இதுவும் பகவத் கீதையில் விளக்கப்பட்டுள்ளது.

முழுமுதற் கடவுள் (ஈஸ்வரன்) உன்னத உணர்வு நிலையில் உள்ளார். உயிர்வாழிகளான ஜீவன்கள் பகவானின் அம்சங்கள் என்பதால், அவர்களும் உணர்வுடையவர்கள். ஜட இயற்கை, உயிர்வாழி ஆகிய இரண்டுமே முழுமுதற் கடவுளின் சக்தியாக (பிரக்ருதியாக) விளக்கப்படுகின்றன. ஆனால் இவையிரண்டில் ஒன்றான ஜீவன், உணர்வுடையவன். ஆனால் மற்ற பிரக்ருதியோ உணர்வற்றது. இதுவே வித்தியாசம். பகவானைப் போல உணர்வுடன் இருப்பதால், *ஜீவ-ப்ரக்ரு'தி* உயர்ந்தவனாகச் சொல்லப்படுகிறான். பகவானுடைய உணர்வு, உயர்ந்த உணர்வாகும். அத்தகு உயர்ந்த உணர்வும், உயிர்வாழிகளான ஜீவனின் உணர்வும் சமமானவை என்று வாதிடக் கூடாது. தனது பக்குவத்தின் எந்த நிலையிலும், ஜீவன் உயர்

உணர்வுடையவனாக ஆக முடியாது; எனவே, ஜீவனால் அப்படி ஆக முடியும் என்னும் கொள்கை நம்மை வழிதவறி நடத்திச் செல்வதாகும். ஜீவன் உணர்வுடையவனாக இருக்கலாம்; ஆனால் பக்குவமான உணர்வோ, உயர் உணர்வோ அவனிடம் கிடையாது.

ஜீவனுக்கும் ஈஸ்வரனுக்கும் உள்ள வேறுபாடு பகவத் கீதையின் பதிமூன்றாம் அத்தியாயத்தில் விளக்கப்படும். *க்ஷேத்ரஜ்ஞ* எனப்படும் பகவான் உயிர்வாழிகளைப் போல உணர்வுடையவரே; ஆனால் உயிர்வாழிகள் தமது குறிப்பிட்ட உடலைப் பற்றி மட்டுமே உணர்கின்றனர், பகவானோ எல்லா உடல்களையும் உணர்கிறார். ஒவ்வொரு உயிர்வாழியின் இதயத்திலும் வாழ்வதால், அனைத்து ஜீவன்களின் தனிப்பட்ட இயக்கத்தையும் அவர் உணர்ந்தவராக இருக்கிறார். நாம் இதனை மறக்கக் கூடாது. மேலும், பரம புருஷ பகவான், பரமாத்மாவின் வடிவில் ஒவ்வொரு ஜீவனின் இதயத்திலும் ஆள்பவராக (ஈஸ்வரனாக) உறைகின்றார் என்றும், ஜீவன் தனது இச்சைகேற்ப செயல்பட அவரே வழிகாட்டுகிறார் என்றும் விளக்கப்பட்டிருக்கிறது. உயிர்வாழி தான் என்ன செய்ய வேண்டு மென்பதை மறக்கிறான். முதன் முதலில் அவன் ஒரு குறிப்பிட்ட விதத்தில் செயல்பட முடிவெடுக்கிறான், பின்னர் தனது சொந்த கர்மத்தின் செயல்களிலும் விளைவுகளிலும் சிக்கிக்கொள்கிறான். ஆடைகளை அணிந்து களைவதுபோல, ஓர் உடலை விட்ட பின், வேறோர் உடலில் புகுகிறான். இவ்வாறு மாறும்போது தனது கடந்தகாலச் செயல்களுக்கேற்ப விளைவுகளையும், பின்விளைவு களையும் அனுபவிக்கிறான். தூய்மையுடன் ஸத்வ குணத்தில் நிலைபெற்று, தான் மேற்கொள்ள வேண்டிய செயல்கள் யாவை என்பதை அவன் புரிந்துகொள்ளும்போது, இந்த கர்மங்களை மாற்ற முடியும். அவன் அவ்வாறு செய்வதால் தனது கடந்தகாலச் செயல்களின் விளைவுகளையும், பின் விளைவுகளையும், மாற்றிவிட முடியும். எனவே, கர்மம் என்பது நித்தியமானதல்ல. இதன் காரணத்தால்தான், ஐந்து விஷயங்களில் (ஈஸ்வரன், ஜீவன், பிரக்ருதி, காலம் மற்றும் கர்மம்) நான்கு நித்தியமானவை, கர்மம் நித்தியமானதல்ல என்கிறோம்.

பகவான், உயிர்வாழிகள், ஆகிய இருவரின் உணர்வும் ஆன்மீகமானவை என்பதன் அடிப்படையில் உன்னத உணர்வுடைய ஈஸ்வரன், உயிர்வாழியை ஒத்துள்ளார். உணர்வு ஜடத்தின் சேர்க்கையால் உற்பத்தியாவதல்ல. அஃது ஒரு தவறான கொள்கையாகும். ஜடக் கலவையின் சில குறிப்பிட்ட நிலைகளில் உணர்வு உற்பத்தியாகின்றது என்னும் கொள்கை பகவத் கீதையில் ஏற்றுக்கொள்ளப்படுவதில்லை.

வண்ணக் கண்ணாடியின் மூலம் பிரதிபலிக்கப்படும் ஒளி வண்ணமுடையதாகக் காணப்படுவதைப் போல, பௌதிக சூழ்நிலையின் திரைகளால், உணர்வு திரிந்து பிரதிபலிக்கப்படலாம். இருப்பினும், பகவானின் உணர்வு ஜடத்தால் பாதிக்கப்படாததாகும். *மயாத்⁴யக்ஷேண ப்ரக்ரு'தி:* என்கிறார் பகவான் கிருஷ்ணர். அவர் இந்த ஜடவுலகிற்கு இறங்கி வருகையில், அவரது உணர்வு ஜடத்தால் பாதிக்கப்படுவதில்லை. அவ்வாறு பாதிக்கப்பட்டிருந்தால், பகவத் கீதையைப் போன்ற ஆன்மீகமான விஷயங்களைப் பேச அவருக்குத் தகுதியிருக்காது. பௌதிகத்தின் களங்கமான உணர்விலிருந்து விடுபடாத ஒருவரால் ஆன்மீக உலகைப் பற்றி எதுவும் கூற இயலாது. எனவே, இறைவன் பௌதிகத்தால் களங்கப்படுபவரல்ல. நமது உணர்வோ, தற்போதைய நிலையில் பௌதிகத்தால் களங்கப்பட்டுள்ளது. களங்கப்பட்ட இவ்வுணர்வை நாம் தூய்மைப்படுத்த வேண்டுமென்று பகவத் கீதை கற்பிக்கின்றது. தூய உணர்வு நிலையில் நமது செயல்கள் ஈஸ்வரனின் இச்சையுடன் ஒருங்கிணைந்து இருக்கும், அது நம்மை மகிழ்விக்கும். இதற்காக நமது தினசரிச் செயல்கள் அனைத்தையும் நாம் நிறுத்திவிட வேண்டும் என்பதல்ல. மாறாக, நமது செயல்கள் தூய்மைப்படுத்தப்பட வேண்டும். தூய்மையான செயல்கள் 'பக்தி' என்று அறியப்படுகின்றன. பக்திச் செயல்கள் சாதாரணச் செயல்களைப் போலத் தோன்றலாம், ஆனால் அவை களங்கமற்றவை. ஓர் அறிவற்ற மனிதன் வேண்டுமானால், பக்தனும் சாதாரண மனிதனைப் போல செயல்படுவதாகவும் தொழில் புரிவதாகவும் எண்ணலாம். ஆனால், இறைவனின் செயல்களோ பக்தனின் செயல்களோ, அசுத்த உணர்வாலோ பௌதிகத்தாலோ களங்கமடைவதில்லை என்பதை மதி குன்றிய அம்மனிதன் அறிவதில்லை. அச்செயல்கள் இயற்கையின் முக்குணங்களுக்கு அப்பாற்பட்டு விளங்கும் திவ்யமான செயல்களாகும். எனினும் தற்போதைய நிலையில் நம்முடைய உணர்வு களங்கப்பட்டுள்ளது என்பதை நாம் அறிந்து கொள்ள வேண்டும்.

பௌதிகமாக அசுத்தப்பட்டிருக்கும்போது, நாம் 'கட்டுண்டவர்கள்' என்று அழைக்கப்படுகிறோம். கட்டுண்ட நிலையில், 'நான் ஜட இயற்கையின் படைப்பு' என்ற பொய்யான உணர்வு வெளிப்படுகிறது. இதுவே 'அஹங்காரம்' எனப்படும். உடல் தொடர்பான எண்ணங்களில் மூழ்கியவனால் தனது நிலையைப் புரிந்துகொள்ள முடியாது. உடல் சம்பந்தமான கருத்துக்களிலிருந்து அவனை விடுதலை பெறச் செய்வதற்காகவே பகவத் கீதை உபதேசிக்கப்பட்டது. இந்த

விவரத்தை பகவானிடமிருந்து பெறுவதற்காக அர்ஜுனன் தன்னையே அந்த நிலையில் வைத்துக் கொண்டான். வாழ்க்கையின் உடல் சார்ந்த எண்ணங்களிலிருந்து விடுபடுவதே ஆன்மீகவாதியின் ஆரம்பச் செயலாகும். விடுதலை (முக்தி) பெற விரும்புபவன், தான் இந்த ஜட உடலல்ல என்பதை முதலில் உணர வேண்டும். முக்தி என்றால் பௌதிக உணர்விலிருந்து விடுதலை என்பதே பொருள். முக்தி என்றால் என்ன என்பது ஸ்ரீமத் பாகவதத்திலும் (2.10.6) வரையறுக்கப்பட்டுள்ளது. *முக்திர் ஹித்வான்யதா$_2$-ரூபம் ஸ்வரூபேண வ்யவஸ்தி$_2$தி:*—முக்தி என்றால் ஜடவுலகின் களங்கப்பட்ட உணர்விலிருந்து விடுதலை பெற்று, தூய உணர்வில் நிலைபெறுவதாகும். இத்தகைய தூய உணர்வை எழுப்புவதையே பகவத் கீதையின் அறிவுரைகள் அனைத்தும் குறிக்கோளாகக் கொண்டுள்ளன. எனவேதான், கீதையின் இறுதிக்கட்டத்தில் பகவான் ஸ்ரீ கிருஷ்ணர் அர்ஜுனனை, "இப்போது தூய உணர்விலிருக்கிறாயா?" என்று வினவினார். தூய உணர்வு என்றால், இறைவனின் கட்டளைக்கேற்ப செயல்படுவதாகும். இதுவே தூய உணர்வின் உட்பொருளாகும். இறைவனின் அம்சங்கள் என்பதால் நம்மிடமும் உணர்வு உள்ளது; இருப்பினும், கீழான குணங்களால் பாதிக்கப்படக்கூடிய தன்மையும் நம்மிடம் உள்ளது. ஆனால் எல்லாரிலும் உயர்ந்தவரான பகவான், எப்போதுமே பாதிக்கப்படாமல் இருக்கிறார். இதுவே முழுமுதற் கடவுளுக்கும் சிறிய தனிப்பட்ட ஆத்மாவிற்கும் இடையிலான வேற்றுமையாகும்.

'உணர்வு' என்றால் என்ன? "நான்" என்ற எண்ணமே உணர்வு. 'நான்' என்பது என்ன? களங்கப்பட்ட நிலையில் 'நான்' என்றால், "நான் காணும் எல்லாவற்றிற்கும் நானே இறைவன், நானே அனுபவிப்பவன்" என்று பொருள். ஒவ்வொரு ஜீவனும் தன்னையே முதலாளியாகவும் இப்பௌதிக உலகின் படைப்பாளியாகவும் கருதுவதாலேயே இவ்வுலகம் சுழன்று கொண்டிருக்கிறது. ஜட உணர்விற்கு இரு பிரிவுகள் உள்ளன: நானே படைப்பவன், நானே அனுபவிப்பவன். ஆனால் உண்மையில் முழுமுதற் கடவுளே, படைப்பவரும் அனுபவிப்பவருமாவார், அந்த பரம புருஷரின் அம்சமாகிய உயிர்வாழி படைப்பவனுமல்ல, அனுபவிப்பவனுமல்ல; இணைந்து செயல்படுபவனே. அவன் படைக்கப்பட்டவனும், அனுபவிக்கப்படு பவனுமாவான். உதாரணமாக, ஓர் இயந்திரத்தின் பாகம் அந்த முழு இயந்திரத்துடன் இணைந்து செயல்படுகிறது; உடலின் உறுப்புகள் மொத்த உடலுடன் இணைந்து செயல்படுகின்றன. கைகள், கண்கள், கால்கள், போன்றவையனைத்தும் உடலின் பாகங்களே, ஆனால்

உண்மையில் அவை அனுபவிப்பவை அல்ல, வயிறே அனுபவிக்கின்றது. கால்கள் நகர, கைகள் உணவை அளிக்க, பற்கள் அரைக்க, உடலின் அங்கங்கள் எல்லாம் வயிற்றை திருப்தி செய்வதில் ஈடுபடுகின்றன. ஏனெனில், உடல் என்னும் நிறுவனத்தை வளம்பெறச் செய்வதில் வயிறே முதன்மையிடம் பெறுகிறது. எனவே, எல்லாம் வயிற்றுக்குக் கொடுக்கப்படுகின்றன. வேரில் நீரூற்றுவதால் தாவரத்தை வளம் பெறச் செய்கிறோம், வயிற்றுக்கு உணவூட்டுவதால் உடலை வளம் பெறச் செய்கிறோம். உடல் ஆரோக்கியமான முறையில் வைத்திருக்கப்பட வேண்டுமெனில், உடலின் உறுப்புகள் வயிற்றைப் பேணுவதற்கு ஒத்துழைக்க வேண்டும். இதுபோல பரம புருஷரே படைப்பவரும் அனுபவிப்பவருமானதால், துணைபுரியும் ஜீவன்களான நாம் அவரை திருப்தி செய்ய ஒத்துழைக்க வேண்டியவர்கள். வயிற்றினால் ஏற்றுக் கொள்ளப்பட்ட உணவு, உடலின் மற்ற அங்கங்கள் எல்லாவற்றிற்கும் உதவுவதைப் போல, இந்த ஒத்துழைப்பு உண்மையில் நமக்கே உதவியாகும். உணவை வயிற்றுக்கு கொடுப்பதற்குப் பதிலாக தாமே உட்கொள்ள வேண்டும் என்று கையின் விரல்கள் நினைத்தால் அவை ஏமாற்றமடையும். படைப்பதற்கும், இன்பத்தை அனுபவிப்பதற்கும், பரம புருஷரே மையமாவார். உயிர்வாழிகளெல்லாம் அவருக்கு ஒத்துழைப்பவர்கள். அத்தகைய ஒத்துழைப்பால் அவர்களும் அனுபவிக்க முடியும். இந்த உறவு எஜமானருக்கும் சேவகனுக்கும் இடையேயான உறவைப் போன்றது. எஜமானர் முழு திருப்தி அடைந்தால், சேவகனும் திருப்தியடைகிறான். அதுபோலவே, பரம புருஷரும் திருப்தி செய்யப்பட வேண்டும். பௌதிக உலகின் படைப்பாளியாகவும் அனுபவிப்பாளனாகவும் ஆவதற்கான விருப்பம் உயிர்வாழியிடம் உள்ளபோதிலும் (ஏனெனில், தோற்றமளிக்கும் இப்பிரபஞ்சத்தை படைத்த பரம புருஷரிடம் இவ்விருப்பங்கள் உள்ளன), உயிர்வாழிகள் பரம புருஷரை திருப்தி செய்தாக வேண்டும்.

எனவே, பகவத் கீதையிலிருந்து, பூரணம் என்பது, பரம ஆளுநர், ஆளுகைக்கு உட்பட்ட ஜீவன்கள், பிரபஞ்சத் தோற்றம், நித்தியமான காலம், கர்மம் ஆகிய அனைத்தையும் உள்ளடக்கியது என்பதைக் காணலாம். இவை இந்நூலில் விளக்கப்படுகின்றன. இவையனைத்தும் முழுமையாகச் சேர்ந்து பூரணத்தை உருவாக்குகின்றன, இந்த பூரணம் 'பரம பூரண உண்மை' என்று அழைக்கப்படுகிறது. பூரணமும் பரம பூரண உண்மையும், பரம புருஷ பகவானான ஸ்ரீ கிருஷ்ணரேயாவார். எல்லா தோற்றங்களும் அவரது பல்வேறு சக்திகளால் உருவானவையே. அவரே பூரணமாவார்.

அருவ பிரம்மன் பரம புருஷருக்குக் கீழ்ப்பட்டதே *(ப்$_3$ரஹ்மணோ ஹி ப்ரதிஷ்டா$_2$ஹம்)* என்று பகவத் கீதையில் விளக்கப்பட்டிருக்கின்றது. பிரம்மன் சூரிய ஒளியின் கதிர்களைப் போன்றதென்று பிரம்ம சூத்திரமும் தெளிவாக விளக்குகின்றது. புருஷோத்தமரான முழுமுதற் கடவுளின் ஒளிமயமான கதிர்களே அருவ பிரம்மனாகும். அருவ பிரம்மனைப் பற்றிய கருத்தும் பரமாத்மாவைப் பற்றிய கருத்தும், பூரண உண்மையின் முழுமையற்ற அறிவே. பரமாத்மாவையும் அருவ பிரம்மனையும் உணர்வதைக்காட்டிலும் புருஷோத்தமர் என்னும் பரம புருஷ பகவானை உணர்வதே உயர்ந்தது என்பதை நாம் பதினைந்தாம் அத்தியாயத்தில் காணலாம். புருஷோத்தமரான முழுமுதற் கடவுள் *ஸச்–சித்$_3$–ஆனந்த$_3$–விக்$_3$ரஹ* என்று அழைக்கப் படுகிறார். பிரம்ம சம்ஹிதை இவ்வாறே தொடங்குகிறது:

ஈஷ்$_2$வர: பரம: க்ரு'ஷ்ண: ஸச்–சித்$_3$ ஆனந்த$_3$–விக்$_3$ரஹ:
அனாதி$_3$ர் ஆதி$_3$ர் கோ$_3$விந்த:$_3$ ஸர்வ–காரண–காரணம்

"கோவிந்தரான கிருஷ்ணரே எல்லா காரணங்களுக்கும் காரணமாவார். அவரே ஆதி காரணம். அவர் நித்தியமான அறிவு நிரம்பிய ஆனந்தமயமான ரூபத்தைக் கொண்டுள்ளார்." அருவ பிரம்மனை உணர்வது அவரது *ஸத்* (நித்திய) நிலையை உணர்வதாகும். பரமாத்மாவை உணர்வது அவரது *ஸத்–சித்* (நித்தியமும் முழு அறிவுமுடைய) நிலையை உணர்வதாகும். ஆனால் புருஷோத்த மரான முழுமுதற் கடவுள் கிருஷ்ணரை உணர்வது, அவரது அனைத்து ஆன்மீக நிலைகளையும் (*ஸத், சித், ஆனந்த$_3$* நிலைகளை) முழு *விக்$_3$ரஹமாக* (ரூபமாக) உணர்வதாகும்.

குன்றிய அறிவுடையவர்கள் பரம உண்மையை, அருவமாகக் கருதுகின்றனர். ஆனால் அவர் ஆன்மீக உருவமுடைய ஒரு நபர் என்பது எல்லா வேத இலக்கியங்களிலும் உறுதி செய்யப்பட்டுள்ளது. *நித்யோ நித்யானாம் சேதனஷ்$_2$ சேதனானாம்.* (கட$_2$ உபநிஷத் 2.2.13) நாம் அனைவரும் தனித் தன்மையுடன் கூடிய தனிப்பட்ட உயிர்வாழிகளாக இருப்பதைப் போலவே, பரம பூரண உண்மையும் இறுதி நிலையில் ஒரு நபரே (வியக்தியே). அந்த புருஷோத்தமரான முழுமுதற் கடவுளை உணர்வதே எல்லா தெய்வீக நிலைகளையும் பூரணமாக உணர்வதாகும். பூரணம் உருவமற்றவரல்ல. அவர் உருவமற்றவராக இருந்தால் (மற்றவைகளைவிட ஏதாவதொரு விதத்தில் குறைந்தவராக இருந்தால்), அவரை பூரணமானவராகக் கூற முடியாது. நமது அனுபவத்திற்கு உட்பட்டவை, நமது அனுபவத்தைக் கடந்தவை என அனைத்துமே பூரணத்திடம் இருந்தாக வேண்டும், இல்லையேல் அவர் பூரணமானவரல்ல.

பூரணமான பரம புருஷ பகவான் அளவற்ற சக்திகளை *(பராஸ்ய ஷ₂க்திர் விவிதை₄வ ஷ்₂ரூயதே)* உடையவராவார். அந்த பல்வேறு சக்திகளில் கிருஷ்ணர் எவ்வாறு இயங்குகிறார் என்பதும் பகவத் கீதையில் விளக்கப்பட்டுள்ளது. நாம் வைக்கப்பட்டிருக்கும் இந்த பௌதிக உலகமும் தன்னில் பூரணமானதே. ஏனெனில், நிரந்தரமற்ற தோற்றமுடைய இப்பௌதிக உலகின் பகுதிப் பொருட்களான இருபத்துநான்கு மூலப்பொருட்கள் (*ஸாங்க்ய* தத்துவத்தின்படி), இந்த அகிலத்தின் பராமரிப்பிற்கும் பாதுகாப்பிற்கும் தேவையான அனைத்து வசதிகளையும் உற்பத்தி செய்யுமளவிற்கு பூரணமாக வடிவமைக்கப்பட்டுள்ளன. தேவையற்றது எதுவுமில்லை, தேவைப்பட்டு இல்லாததும் எதுவுமில்லை. இப்பௌதிகத் தோற்றத்தின் காலம், பரம பூரணத்தின் சக்தியினால் தீர்மானிக்கப் படுகிறது. அக்காலம் முடிவு பெற்றவுடன், பூரணத்தின் பூரண ஏற்பாட்டின் மூலம் இந்த நிரந்தரமற்ற தோற்றங்கள் அனைத்தும் அழிக்கப்படும். பூரணமான சிறு உறுப்புக்களான ஜீவன்களுக்கு பூரணத்தை உணர்வதற்கான பூரண வசதி உண்டு. பூரணத்தைப் பற்றிய அறிவு, பூரணமின்றி இருப்பதால், எல்லா விதக் குறைபாடுகளும் உணரப்படுகின்றன. பகவத் கீதை வேத அறிவின் பூரண ஞானத்தைக் கொண்டுள்ளது.

எல்லா வேத ஞானமும் தவறுகளற்றதாகும். இந்துக்கள் வேத அறிவை முழுமையானதாகவும் தவறுகளற்றதாகவும் ஏற்கின்றனர். உதாரணமாக, பசுஞ்சாணம் மிருகத்தின் மலமாகும். ஸ்மிருதி எனப்படும் வேத நியதிகளின்படி ஒருவன் மிருகத்தின் மலத்தைத் தொட்டால் தன்னைத் தூய்மைப்படுத்திக்கொள்வதற்காகக் குளிக்க வேண்டும். ஆனால் வேத நூல்களில் பசுஞ்சாணம் சுத்தப்படுத்தும் பொருளாகக் கருதப்படுகிறது. இது முரண்பாடானது என ஒருவர் கருதலாம், ஆனால் இது வேத நியதியானதால் ஏற்றுக்கொள்ளப் படுகின்றது. மேலும் இதை ஏற்றுக்கொள்பவர் தவறிழைக்கமாட்டார். சமீபகாலத்தில், "பசுஞ்சாணம் கிருமிநாசினியின் எல்லா குணங்களையும் கொண்டுள்ளது" என்பது நவீன விஞ்ஞானத்தால் நிரூபிக்கப்பட்டுள்ளது. எனவே, எல்லாத் தவறுகளுக்கும், சந்தேகங்களுக்கும் அப்பாற்பட்ட வேத ஞானம் முழுமையானதாகும். பகவத் கீதை அத்தகைய எல்லா வேத ஞானத்திற்கும் சாராம்சமாக விளங்குகிறது.

வேத ஞானத்தை ஆராய்தல் என்னும் கேள்விக்கு இடமில்லை. பக்குவமற்ற புலன்களைக் கொண்டு ஆராய்வதால் நமது ஆராய்ச்சி பக்குவமற்றதாகும். பகவத் கீதையில் கூறியுள்ளபடி, பரம்பரையின்

மூலம் கீழிறங்கி வரும் பக்குவமான அறிவை நாம் பெற வேண்டும். நாம் சரியான மூலத்திலிருந்து (சீடப் பரம்பரையிடமிருந்து) அறிவைப் பெற வேண்டும். அப்பரம்பரை பரம ஆன்மீக குருவான பகவானிடமிருந்து தொடங்கி, மற்ற ஆன்மீக குருக்களின் மூலம் தொடரப்படக்கூடிய சீடத் தொடராக இருக்க வேண்டும். பகவான் ஸ்ரீ கிருஷ்ணரிடமிருந்து பாடம் பயின்ற மாணவனான அர்ஜுனன், அவர் சொல்வதையெல்லாம் எதிர்ப்பின்றி ஏற்றுக்கொள்கிறான். பகவத் கீதையின் ஒரு பகுதியை ஏற்றுக் கொண்டு மற்றொரு பகுதியை மறுப்பதற்கு அனுமதிக்கப்படுவதில்லை. அது தவறு. பகவத் கீதை, அதிலுள்ள எதையும் நீக்காமல், தேவையற்ற கருத்துரைகள் ஏதுமின்றி, நமது எண்ணப்படி அர்த்தங்கள் கூறாமல் ஏற்றுக் கொள்ளப்பட வேண்டும். வேத ஞானத்தின் மிகப் பக்குவமான படைப்பாக கீதையை ஏற்றுக்கொள்ளுதல் அவசியம். வேத ஞானம் ஆன்மீக மூலங்களிலிருந்து பெறப்படுகின்றது. இதனை முதலில் உரைத்தவர் பகவானே. நான்கு விதக் குறைபாடுகளால் பீடிக்கப்பட்ட சாதாரண உலக மனிதனின் சொற்களிலிருந்து பகவானின் சொற்கள் வேறுபட்டவை. எனவே, அச்சொற்கள் *அபௌருஷேய* என்று அறியப்படுகின்றன. ஒரு சாதாரண மனிதன் (1) நிச்சயமாகத் தவறு செய்யக்கூடியவன், (2) பெரும்பாலும் அறியாமையில் இருக்கிறான், (3) மற்றவர்களை ஏமாற்றும் குணமுடையவனாக இருக்கிறான், (4) பக்குவமற்ற புலன்களால் கட்டுப்படுத்தப்பட்டவனாக இருக்கின்றான். இந்த நான்கு குறைபாடுகளை உடையவன் உயர் ஞானத்தின் பக்குவமான விவரத்தை அளிக்க முடியாது.

வேத ஞானம், இதுபோன்ற குறைபாடுள்ள ஜீவன்களால் உபதேசிக்கப்படுவதில்லை. படைப்பின் முதல் உயிர்வாழியான பிரம்மாவின் இதயத்தில் இஃது உரைக்கப்பட்டது. இறை வனிடமிருந்து தான் பெற்ற இந்த ஞானத்தை, பிரம்மதேவர் தனது மகன்களுக்கும் சீடர்களுக்கும் அப்படியே உபதேசித்தார். பகவான் பூரணமானவர், எல்லாவிதத்திலும் பக்குவமானவர். மேலும், அவர் பௌதிக இயற்கையின் விதிகளுக்கு உட்படுவதற்கு வாய்ப்பேதுமில்லை. எனவே, பகவானே இவ்வகிலம் முழுமைக்கும் உரிமையாளர், அவரே உண்மையில் படைப்பவர், பிரம்மாவையும் படைப்பவர் அவரே—நாம் இவற்றை அறியுமளவிற்கு புத்திசாலிகளாக இருக்க வேண்டும். பதினொன்றாம் அத்தியாயத்தில் பகவான் *ப்ரபிதாமஹ* என்று அழைக்கப்படுகிறார். ஏனெனில், *பிதாமஹ* (தாத்தா) என்று அழைக்கப்படும் பிரம்மதேவரைப் படைத்தவர் பகவான். எனவே, எந்தப் பொருளையும் தனக்குச் சொந்தம் என்று

யாரும் உரிமை கொண்டாடக் கூடாது. தனது பராமரிப்பிற்காக, தனது பங்காக பகவானால் ஒதுக்கப்பட்டதையே ஒருவன் ஏற்றுக்கொள்ள வேண்டும்.

பகவானால் நமக்காக ஒதுக்கப்பட்ட பங்கை எவ்வாறு உபயோகிக்க வேண்டும் என்பதற்குப் பல உதாரணங்கள் உண்டு. பகவத் கீதையிலும் இது விளக்கப்பட்டுள்ளது. முதலில், குருக்ஷேத்திரப் போரில் போரிடக் கூடாதென்று அர்ஜுனன் முடிவு செய்தான். அஃது அவனது சுய முடிவாகும். தனது உறவினர்களைக் கொன்றபின் நாட்டை அனுபவிக்கத் தன்னால் இயலாது என்று இறைவனிடம் கூறினான் அர்ஜுனன். இஃது உடலை அடிப்படையாகக் கொண்ட முடிவாகும். ஏனெனில், அர்ஜுனன், தன்னை உடல் என்றும், உடலின் உறவுகளை, சகோதரர்கள், மருமகன்கள், மைத்துனர்கள், பிதாமகர்கள் என்றும் எண்ணினான். எனவே, தனது உடல் தேவைகளை திருப்தி செய்ய விரும்பினான். இந்தக் கண்ணோட்டத்தை மாற்றவே பகவானால் பகவத் கீதை உபதேசிக்கப்பட்டது. இறுதியில், கரிஷ்யே வசனம் தவ—"தங்கள் வாக்குப்படி நான் செயல்படுகிறேன்" என்று கூறிய அர்ஜுனன், பகவானின் ஆணைக்கிணங்கப் போர்புரிய முடிவு செய்கிறான்.

நாய்களையும் பூனைகளையும் போல் சண்டையிடுவதற்காக மனிதன் இவ்வுலகில் பிறக்கவில்லை. மனித வாழ்வின் முக்கியத்துவத்தை உணர்ந்து, சாதாரண மிருகங்களைப் போல செயல்பட மனிதன் மறுக்க வேண்டும். அந்த அளவிற்கு அவன் புத்திசாலியாக இருக்க வேண்டும். அவன் தனது வாழ்வின் இலட்சியத்தை உணர வேண்டும். இதற்கான வழிமுறை எல்லா வேத இலக்கியங்களிலும் உள்ளது, இதன் சாராம்சம் பகவத் கீதையில் கூறப்பட்டுள்ளது. வேத இலக்கியம் மனிதர்களுக்காகவே, மிருகங்களுக்காக அல்ல. மிருகங்கள் மற்ற (உயிருள்ள) மிருகங்களைக் கொல்லலாம், அதில் பாவம் வருவதற்கான கேள்வியே இல்லை. ஆனால் கட்டுப்பாடற்ற தன் சுவையை திருப்தி செய்வதற்காக, மனிதன் மிருகத்தைக் கொன்றால் இயற்கையின் விதியை மீறியதற்காக அவன் பொறுப்பேற்க வேண்டும். வேறுபட்ட இயற்கை குணங்களுக்கு ஏற்ப மூன்று விதமான செயல்கள் இருக்கின்றன என்று பகவத் கீதை விளக்கமாகக் கூறுகின்றது—நற்செயல்கள், தீவிரச் செயல்கள், அறியாமைச் செயல்கள் என்பவை அவை. இதுபோல மூன்று வகையான உணவுப் பொருட்களும் உண்டு—நற்குணத்தின் உணவு, தீவிர குணத்தின் உணவு மற்றும் அறியாமை குணத்தின் உணவு. இவையெல்லாம் மிகத் தெளிவாக உரைக்கப்பட்டுள்ளன. பகவத் கீதையின்

அறிவுரைகளை நாம் முறையாக உபயோகித்தால் நமது முழு வாழ்வும் தூய்மையடையும், இறுதியில் இந்த பௌதிக வானிற்கு அப்பாலுள்ள நமது இலக்கை நாம் சென்றடைய முடியும்.

அந்த இலக்கு, நித்தியமான ஆன்மீக வானம் என்று அறியப்படும் *ஸநாதன* வானமாகும். இந்த பௌதிக உலகில் அனைத்தும் தற்காலிகமாக இருப்பதை நாம் காண்கிறோம். அனைத்தும், உருவாகி, சிறிது நேரம் இருந்து, சில உப பொருட்களை உற்பத்தி செய்து, தளர்ந்து, இறுதியில் அழிகின்றது. ஒரு பழத்தையோ, இந்த மனித உடலையோ, எதை உதாரணமாக எடுத்துக் கொண்டாலும், இதுவே பௌதிக உலகின் சட்டம். ஆனால் நிரந்தரமற்ற இந்த உலகிற்கு அப்பால், மற்றொரு உலகம் உள்ளதைப் பற்றிய தகவல் நம்மிடம் உள்ளது. *ஸநாதன* என்று அறியப்படும் அந்த நித்தியமான உலகம் வேறொரு இயற்கையினாலானது. ஜீவனும் *ஸநாதன* (நித்தியமானவன்) என்று வர்ணிக்கப்படுகின்றான், பகவானும் பதினொன்றாம் அத்தியாயத்தில் *ஸநாதன* என்று அழைக்கப்படுகிறார். பகவானுடன் நமக்கு நெருங்கிய உறவுள்ளது. குணத்தின் அடிப்படையில் நாமனைவரும் ஒன்றே—*ஸநாதன* உலகம், *ஸநாதன* பகவான், *ஸநாதன* ஜீவன்கள். எனவே, பகவத் கீதையின் முழு நோக்கம், ஜீவனின் நித்தியக் கடமையான *ஸநாதன* தர்மத்தை மீண்டும் புதுப்பிப்பதாகும். நாம் தற்காலிகமாக பற்பல வேலைகளில் ஈடுபட்டிருக்கிறோம். ஆனால் நிரந்தரமற்ற இவ்வெல்லா செயல்களையும் விட்டுவிட்டு, பரம புருஷ பகவானால் பரிந்துரைக்கப்படும் செயல்களை மேற்கொண்டால், நமது செயல்கள் அனைத்தையும் தூய்மைப்படுத்திவிடலாம். இதுவே நமது தூய வாழ்க்கையாகும்.

பரம புருஷ பகவானும் அவரது திவ்யமான இருப்பிடமும் *ஸநாதனமானதாகும்*, உயிர்வாழிகளும் அப்படிப்பட்டவர்களே. *ஸநாதன* உலகில், பகவானுடன் உயிர்வாழிகள் உறவு கொள்வதே மனித வாழ்வின் பக்குவமாகும். ஜீவன்கள் பகவானின் மகன்கள் என்பதால், அவர் ஜீவன்களின் மீது மிகவும் கருணையுடையவராக இருக்கிறார். பகவான் கிருஷ்ணர் பகவத் கீதையில் அறிவிக்கிறார், *ஸர்வ-யோனிஷு... அஹம் பீ3ஜ-ப்ரத3 பிதா*—"நானே அனைவருக்கும் தந்தை." பல்வேறு கர்மங்களுக்கேற்ப, பலவித உயிரினங்கள் இருப்பது உண்மையே, ஆனால் அவை எல்லா வற்றிற்கும் தானே தந்தை என்கிறார் பகவான். எனவே, இந்த நிலையிழந்த கட்டுண்ட ஆத்மாக்களை மீட்க பகவான் தோன்றுகிறார். இதன் மூலம் *ஸநாதனமான* ஜீவன்கள், பகவானுடனான தங்களது

நித்தியமான *ஸநாதன* உறவை மீண்டும் பெற்று, *ஸநாதன* உலகத்திற்குத் திரும்ப முடியும். கட்டுண்ட ஆத்மாக்களை மீட்பதற்காக பகவான் தானே பல்வேறு அவதாரங்களாக வருகிறார், தனது அந்தரங்க சேவகர்களை மகன்களாகவும், சகாக்களாகவும், ஆச்சாரியர்களாகவும் அனுப்புகிறார்.

எனவே, *ஸநாதன தர்மம்* என்பது ஒரு குறிப்பிட்ட வர்க்கத்தின் மத வழிமுறையல்ல. இவ்வழிமுறை நித்தியமான ஜீவன் நித்தியமான முழுமுதற் கடவுளுடன் உறவுகொள்ளக்கூடிய நித்தியமான செயலாகும். *ஸநாதன தர்மம்* என்பது முன்பே குறிப்பிட்டபடி, ஜீவனின் நித்தியமான கடமையாகும். ஸ்ரீபாத இராமானுஜாசாரியர் *ஸநாதன* என்ற வார்த்தையை, "ஆதி அந்தம் இல்லாத" என்று விளக்கியுள்ளார். எனவே, *ஸநாதன தர்மத்தைப்* பற்றி நாம் விவாதிக்கும்போது, ஸ்ரீபாத இராமானுஜாசாரியரின் முடிவை ஏற்று, அதற்குத் தொடக்கமும் முடிவும் இல்லை என்றே கொள்ளுதல் வேண்டும்.

ஆங்கில வார்த்தையான *ரிலிஜன்* (Religion) என்பது *ஸநாதன தர்மம்* என்பதிலிருந்து சற்று வேறுபட்டதாகும். *ரிலிஜன்* என்பது ஒருவித நம்பிக்கையைக் குறிக்கும்—ஆனால் நம்பிக்கை என்பது மாறக்கூடும். ஒரு குறிப்பிட்ட முறையில் ஒருவருக்கு நம்பிக்கை இருக்கலாம், அவர் தமது நம்பிக்கையை மாற்றி வேறொரு முறையைக் கடைப்பிடிக்கலாம். ஆனால் *ஸநாதன தர்மம்* என்பது மாற்ற முடியாத செயலைக் குறிக்கின்றது. உதாரணமாக, நீரிலிருந்து திரவத் தன்மையையும், நெருப்பிலிருந்து வெப்பத்தையும் பிரித்துவிட முடியாது. அதுபோலவே, நித்திய உயிர்வாழியின் நித்தியமான செயலை அதிலிருந்து பிரிக்க முடியாது. *ஸநாதன தர்மம்* உயிர்வாழியுடன் நித்தியமாகத் தொடர்பு கொண்டுள்ளது. எனவே, *ஸநாதன தர்மத்தைப்* பற்றி பேசும்போது, நாம் ஸ்ரீபாத இராமானுஜாசாரியரின் முடிவுக்கிணங்க அஃது ஆரம்பமும் முடிவும் அற்றது என்றே கொள்ள வேண்டும். தொடக்கமும் முடிவும் இல்லாது, எல்லைகளால் வரையறுக்கப்பட முடியாமல் திகழக்கூடிய ஒன்றை ஒரு குறிப்பிட்ட (மதப்) பிரிவைச் சார்ந்ததாக ஒருபோதும் கருதக் கூடாது. ஒரு குறிப்பிட்ட (மத) நம்பிக்கையைச் சேர்ந்த சிலர் *ஸநாதன தர்மமும்* ஒரு (மதப்) பிரிவென்று தவறாகக் கருதுவர். ஆனால் இது விஷயமாக நாம் ஆழமாகச் சென்று, நவீன விஞ்ஞானத்தின்படி கவனித்துப் பார்த்தால், *ஸநாதன தர்மமானது*, இவ்வுலக மனிதர்களுக்கும் மட்டுமின்றி, பிரபஞ்சத்திலுள்ள எல்லா உயிரினங்களுக்கும் உரித்தான கடமை என்பதைக் காண முடியும்.

ஸநாதனமல்லாத மத நம்பிக்கைக்கு மனித வரலாற்றின் கால அட்டவணையில் ஏதாவது தொடக்கம் இருக்கலாம், ஆனால் உயிர்வாழிகளுடன் நித்தியமாக இருக்கும் *ஸநாதன* தர்மத்தின் வரலாற்றில் இது போன்ற ஆரம்பமே இல்லை. அதிகாரபூர்வமான சாஸ்திரங்கள், உயிர்வாழிகளுக்கு பிறப்போ இறப்போ இல்லை என்று கூறுகின்றன. ஆத்மா என்றும் பிறப்பதில்லை, என்றும் அழிவதில்லை என்று கீதையில் கூறப்படுகின்றது. நித்தியமானதும், அழிவற்றதுமான ஜீவன், தனது தற்காலிக பௌதிக உடல் அழிவுற்ற பின்பும் தொடர்ந்து வாழ்கின்றான். *ஸநாதன* தர்மம் என்ற கருத்தின் அடிப்படையில், மதம் என்பதன் உட்பொருளை நாம் சமஸ்கிருத வார்த்தையின் மூலத்திலிருந்து அறிய முயல வேண்டும். ஒரு குறிப்பிட்ட பொருளுடன் ஒன்றியிருக்கும் தன்மையை *தர்மம்* எனும் சொல் குறிக்கின்றது. நெருப்புடன் வெப்பமும் ஒளியும் இருக்கிற தென்று நாம் முடிவு செய்கிறோம், வெப்பமும் ஒளியும் இல்லாவிடில் நெருப்பு என்ற சொல்லுக்குப் பொருளே இல்லை. அதுபோன்றே உயிர்வாழியின் முக்கியமான தன்மையை நாம் கண்டுபிடிக்க வேண்டும். அந்த முக்கியமான தன்மையோ அதன் நித்திய குணமாகும், அந்த நித்திய குணமே அதன் நித்திய தர்மமாகும்.

ஸநாதன கோஸ்வாமி, ஸ்ரீ சைதன்ய மஹாபிரபுவிடம், ஒவ்வோர் உயிர்வாழியின் *ஸ்வரூபம்* என்ன என்று வினவியபோது, உயிர்வாழிகளின் உண்மை நிலை (*ஸ்வரூப*), புருஷோத்தமரான முழுமுதற் கடவுளுக்கு சேவை செய்வதே என்று அவர் பதிலளித்தார். பகவான் சைதன்யரின் இந்தக் கூற்றை ஆய்ந்து நோக்கினால், ஒவ்வோர் உயிர்வாழியும் மற்றொரு உயிருக்கு சேவை செய்வதில் எப்போதும் ஈடுபட்டுள்ளதை நம்மால் எளிதாகக் காண முடியும். ஓர் உயிர்வாழி மற்ற உயிர்வாழிகளுக்கு பல்வேறு விதங்களில் சேவை செய்கிறான், அவ்வாறு செய்வதால் வாழ்வை அனுபவிக்கிறான். சேவகன் எஜமானனுக்கு சேவை செய்வதைப் போல, கீழ்நிலை மிருகங்கள் மனிதனுக்கு சேவை செய்கின்றன. ஒருவன் தனது எஜமானருக்கு சேவை செய்ய, அவர் அடுத்தவருக்கும், அடுத்தவர் மற்றொருவருக்கும் என தொடர்ந்து ஒவ்வொருவரும் சேவை செய்து கொண்டுள்ளனர். ஒரு நண்பன் மற்றொருவனுக்கும், தாய் மகனுக்கும், மனைவி கணவனுக்கும், கணவன் மனைவிக்கும் சேவை செய்கின்றனர். இந்த உணர்வில் நாம் தேடிக் கொண்டு போனால், "சேவை" என்ற செயலைப் பொறுத்தவரை, உயிர்வாழிகளின் சமுதாயத்தில் விதிவிலக்கே இல்லை என்பதைக் காணலாம். சேவை செய்வதில் தனக்கிருக்கும் தகுதியைக் காட்டிக்கொள்வதற்காக,

அரசியல்வாதி தனது அறிக்கையை மக்களின் முன்பு சமர்ப்பிக்கின்றான். எனவே, வாக்காளர்கள், அவன் சமுதாயத்திற்கு சேவை செய்வான் என்று நம்பி தங்களது மதிப்புமிக்க வாக்குகளை அளிக்கின்றனர். கடைக்காரன் வாடிக்கையாளருக்கும், கலைஞன் செல்வந்தனுக்கும் சேவை செய்கின்றனர். செல்வந்தன் தன் குடும்பத்திற்கும், குடும்பம் தேசத்திற்கும் என ஒவ்வொருவரும் "சேவை செய்தல்" என்னும் நித்தியமான உயிர்வாழியின் நிரந்தரச் செயலைச் செய்கின்றனர். இவ்வாறாக எந்த உயிர்வாழியும் மற்றொரு உயிர்வாழிக்கு சேவை செய்வதிலிருந்து விலகியிருப்பதில்லை என்பதை நாம் காண முடிகிறது. எனவே, சேவையே உயிர்வாழியின் நிலையான துணை என்றும், சேவை புரிவதே அவனது நித்தியமான தர்மம் என்றும் நாம் நிச்சயமாக முடிவு செய்யலாம்.

இருந்தும், ஒரு குறிப்பிட்ட நேரம், சூழ்நிலை இவற்றின் அடிப்டையில் மனிதன் தன்னை ஒரு குறிப்பிட்ட (மத) நம்பிக்கையைச் சேர்ந்தவனாக, இந்து, முஸ்லிம், கிறிஸ்துவன், பௌத்தன் அல்லது வேறு ஒரு பிரிவைச் சேர்ந்தவனாகக் காட்டிக்கொள்கிறான். இத்தகு அடையாளங்கள் *ஸநாதன தர்மம்* அல்ல. ஓர் இந்து தனது நம்பிக்கையை மாற்றி முஸ்லிமாகவும், ஒரு முஸ்லிம் தனது நம்பிக்கையை மாற்றி இந்துவாகவும், ஒரு கிறிஸ்துவன் தனது நம்பிக்கையை மாற்றி வேறொரு மதத்தினனாகவும் மாறிக்கொண்டே போகலாம். ஆனால், பிறருக்கு சேவை செய்தல் எனும் நித்தியக் கடமையானது எந்தச் சூழ்நிலையிலும் மத நம்பிக்கை மாற்றத்தால் பாதிக்கப்படுவதில்லை. இந்துவோ, முஸ்லிமோ, கிறிஸ்துவனோ எல்லாச் சூழ்நிலையிலும் ஒவ்வொருவரும் யாரோ ஒருவரது சேவகனே. எனவே, ஒரு குறிப்பிட்ட (மத) நம்பிக்கையைப் பயிற்சி செய்வது *ஸநாதன* தர்மத்தை பயிற்சி செய்வதாகாது. சேவை செய்வதே *ஸநாதன* தர்மமாகும்.

உண்மையில், நாம் முழுமுதற் கடவுளுடன் சேவையின் மூலம் உறவு கொண்டுள்ளோம். முழுமுதற் கடவுள் பரம அனுபவிப்பாளராவார். உயிர்வாழிகளான நாம் அவரது சேவகர்கள். நாம் அவரது ஆனந்தத்திற்காகப் படைக்கப்பட்டுள்ளோம், பரம புருஷ பகவானின் அந்த நித்திய ஆனந்தத்தில் பங்கு பெற்றால் நாமும் மகிழ்ச்சியுடையவராக ஆவோம். இல்லையேல் நாம் மகிழ்ச்சியடைய முடியாது. சுயமாக மகிழ்வது இயலாது. உதாரணமாக, உடலின் எந்தப் பகுதியும் வயிற்றுடன் ஒத்துழைக்காமல் மகிழ இயலாது. முழுமுதற் கடவுளுக்கு திவ்யமான அன்புத் தொண்டு புரியாமல் உயிர்வாழி மகிழ்ச்சியாயிருத்தல் என்பது சாத்தியமல்ல.

பகவத் கீதையில், பல்வேறு தேவர்களை வழிபடுவதும், அவர்களுக்கு சேவை செய்வதும் அங்கீகரிக்கப்படவில்லை. ஏழாம் அத்தியாயம் இருபதாவது ஸ்லோகத்தில் கூறப்பட்டுள்ளது:

காமைஸ் தைஸ் தைர் ஹ்ரு'த-ஜ்ஞானா:
ப்ரபத்₃யந்தே 'ன்ய-தே₃வதா:
தம்' தம்' நியமம் ஆஸ்தா₂ய
ப்ரக்ரு'த்யா நியதா: ஸ்வயா

"பௌதிக ஆசைகளால் புத்தியை இழந்தவர்கள் தேவர்களை சரணடைந்து, தங்களது சொந்த இயற்கைக்கேற்ற வழிபாட்டு முறைகளையும் நியமங்களையும் கடைபிடிக்கின்றனர்." காமத்தால் உந்தப்படுபவர்கள் முழுமுதற் கடவுளான கிருஷ்ணரை வழிபடாமல் தேவர்களை வழிபடுகின்றனர் என்று இங்கே நேரடியாகக் கூறப்படுகிறது. கிருஷ்ணர் என்ற பெயரை நாம் குறிப்பிடும்பொழுது, நாம் எவ்வித (மதப்) பிரிவைச் சேர்ந்த பெயரையும் குறிப்பிடவில்லை. *க்ரு'ஷ்ண* என்றால் உன்னதமான ஆனந்தம் என்று பொருள், முழுமுதற் கடவுள் எல்லா ஆனந்தத்திற்கும் இருப்பிடமாக விளங்குகிறார் என்பது உறுதி செய்யப்பட்டுள்ளது. நாம் அனைவரும் சுகத்தைத் தேடி ஏங்கிக் கொண்டிருக்கிறோம், *ஆனந்த₃-மயோ 'ப்₄யாஸாத்* (வேதாந்த சூத்திரம் 1.1.12). பகவானைப் போலவே உணர்வு மிக்கவர்களான உயிர்வாழிகள், இன்பத்தை நாடுகின்றனர். பகவானின் இன்பம் நித்தியமானதாகும், உயிர்வாழிகள் அவருடன் உறவு கொண்டு, ஒத்துழைத்து, அவரது சங்கத்தில் பங்கு கொண்டால், அவர்களும் மகிழ்ச்சியடைய முடியும்.

மகிழ்ச்சி ததும்பும் தனது விருந்தாவன லீலைகளைக் காட்டுவதற்காக, பகவான் இப்பௌதிக உலகில் தோன்றுகிறார். பகவான் ஸ்ரீ கிருஷ்ணர் விருந்தாவனத்தில் இருந்தபோது, நண்பர்களான இடையர்குலச் சிறுவர்களிடமும் இளம் பெண்களான கோபியர்களிடமும் மற்ற விருந்தாவனவாசிகளிடமும் பசுக்களிடமும் நிகழ்த்திய செயல்கள் அனைத்தும் இன்பம் நிறைந்தவையாக இருந்தன. விருந்தாவனத்தின் அனைத்து மக்களும் கிருஷ்ணரைத் தவிர வேறொன்றையும் அறியார். இருந்தும், பகவான் கிருஷ்ணர், தனது தந்தை நந்த மஹாராஜரை இந்திரதேவனை வழிபடுவதிலிருந்து தடுத்தார். ஏனெனில், மக்கள் எந்த தேவர்களையும் வழிபட வேண்டிய அவசியமில்லை என்ற உண்மையை அவர் நிலைநிறுத்த விரும்பினார். மக்களுடைய இறுதி இலட்சியம் முழுமுதற் கடவுளின் திருநாட்டிற்குத் திரும்பிச் செல்வதே என்பதால், அவர்கள் அவரை (கிருஷ்ணரை) மட்டுமே வழிபட வேண்டும்.

பகவத் கீதையின் பதினைந்தாம் அத்தியாயம், ஆறாவது ஸ்லோகத்தில் பகவான் ஸ்ரீ கிருஷ்ணரின் இருப்பிடம் விவரிக்கப்பட்டுள்ளது:

ந தத்³ பா₄ஸயதே ஸூர்யோ ந ஷ₂ஷா₂ங்கோ ந பாவக:
யத்³ க₃த்வா ந நிவர்தந்தே தத்³ தா₄ம பரமம்' மம

"எனது அந்த பரம இருப்பிடம், சூரியனாலோ சந்திரனாலோ நெருப்பினாலோ மின்சக்தியாலோ ஒளியூட்டப்படுவதில்லை. அங்கு வந்தடைந்த எவரும் இந்த ஜடவுலகிற்கு ஒருபோதும் திரும்பி வருவதில்லை."

அந்த நித்திய வானத்தின் தன்மையை இந்த ஸ்லோகம் விவரிக்கிறது. வானத்தைப் பற்றிய ஜட அறிவு நமக்கு இருக்கலாம், ஆனால் அந்த அறிவு சூரியன், சந்திரன், நட்சத்திரங்கள் போன்றவற்றுடன் தொடர்புடையதாகவே இருக்கின்றது. ஆனால், சூரியனுக்கோ, சந்திரனுக்கோ, மின்சக்திக்கோ, எவ்விதமான நெருப்பிற்கோ, நித்திய வானில் அவசியமில்லை; ஏனெனில், தன்னிடமிருந்து வெளிப்படும் கதிர்களான பிரம்மஜோதியினால் ஆன்மீக வானமானது ஏற்கனவே ஒளியூட்டப்பட்டுள்ளது என்று இறைவன் இந்த ஸ்லோகத்தில் கூறுகின்றார். பிற கிரகங்களை அடைய நாம் மிகவும் கடின முயற்சிகள் செய்து வருகின்றோம். ஆனால் பரம புருஷ பகவானின் இருப்பிடத்தை அறிந்துகொள்வது கடினமல்ல. இந்த இருப்பிடம் கோலோகம் என்று குறிப்பிடப்பட்டுள்ளது. பிரம்ம சம்ஹிதையில் (5.37) இஃது அழகாக விவரிக்கப்பட்டுள்ளது: கோ₃லோக ஏவ நிவஸத்யகிலாத்ம-பூ₄த:—கடவுள் தனது இருப்பிடமான கோலோகத்தில் நித்திய வாசம் செய்கிறார். எனினும் அவரை இந்த உலகிலிருந்தே அணுக இயலும். இதற்காகவே அவர் தனது உண்மை வடிவை, ஸச்-சித்³-ஆனந்த₃-விக்₃ரஹத்தை வெளிப்படுத்த இங்கு வருகின்றார். அவர் தனது சுய ரூபத்தில் தோன்றுவதால், அவர் எப்படியிருப்பார் என்பதை கற்பனை செய்ய வேண்டிய அவசியம் நமக்கில்லை. இதுபோன்ற கற்பனை மனோரதங்களைத் தடுப்பதற்காகவே அவர் கீழிறங்கி வந்து, தனது சியாமசுந்தர ரூபத்தைக் காட்டுகிறார். துரதிர்ஷ்டவசமாக, மனிதரைப் போன்று நம்மில் ஒருவராக இருந்து நம்முடன் விளையாடுவதால், மந்த புத்தியுடையோர் அவரை இழித்துரைக்கின்றனர். பகவானை நம்மில் ஒருவராகக் கருதிவிடக் கூடாது. அவர் தனது அற்புத சக்தியால் தனது சுய ரூபத்தில் நம்முன் தோன்றி லீலைகள் புரிகிறார். அந்த லீலைகள் அவரது இருப்பிடத்தில் காணப்படும் லீலைகளின் மாதிரிகளே.

ஆன்மீக வானின் ஒளிக்கதிர்களில் எண்ணற்ற கிரகங்கள் மிதந்து கொண்டிருக்கின்றன. பிரம்மஜோதி, மிகவுயர்ந்த லோகமான கிருஷ்ண லோகத்திலிருந்து வெளிப்படுகின்றது. இதன் கதிர்களில் பௌதிகத் தன்மைக்கு அப்பாற்பட்ட கிரகங்களான, *ஆனந்த$_3$–மய, சின்–மய* கிரகங்கள் மிதக்கின்றன. பகவான் கூறுகின்றார்: *ந தத்$_3$ பா$_4$ஸயதே ஸூர்யோ ந ஷ$_2$ஷா$_2$ங்கோ ந பாவக:/ யத்$_3$ க$_3$த்வா ந நிவர்தந்தே தத்$_3$ தா$_4$ம பரமம் மம.* அந்த ஆன்மீக வானத்தை அடைபவர், பௌதிக வானிற்கு மீண்டும் இறங்கி வரவேண்டிய அவசியமில்லை. பௌதிக வானில் மிகவுயர்ந்த லோகமான (பிரம்மலோகத்தை) அடைந்தாலும் பிறப்பு, இறப்பு, முதுமை, நோய் என்ற இதே துன்பங்களை நாம் காண்போம்—அவ்வாறிருக்க சந்திரனுக்குச் செல்வதைப் பற்றிச் சொல்லவே வேண்டாம். ஜட வாழ்வின் இந்நான்கு துன்பங்களிலிருந்து பௌதிக பிரபஞ்சத்தின் எந்த கிரகமும் விடுபட்டதல்ல.

உயிர்வாழிகள் ஒரு கிரகத்திலிருந்து மற்றொரு கிரகத்திற்கு பிரயாணம் செய்கின்றனர். ஆனால் இயந்திரங்களின் உதவியால் நாம் விரும்பும் கிரகத்திற்குச் சென்றுவிட முடியாது. நாம் வேறொரு உலகத்திற்குச் செல்ல விரும்பினால், அவ்வாறு செல்வதற்கென்று குறிப்பிட்ட வழிமுறை உள்ளது. அதுவும் கூறப்பட்டுள்ளது: *யாந்தி தே$_3$வ–வ்ரதா தே$_3$வான் பித்ரூன் யாந்தி பித்ரு–வ்ரதா:.* கிரகங்களிடையே பயணம் செய்ய விரும்பினால் நமக்கு இயந்திரங்களின் ஏற்பாடுகள் அவசியமில்லை. பகவத் கீதை கற்பிக்கிறது: *யாந்தி தே$_3$வ–வ்ரதா தே$_3$வான்.* சந்திரன், சூரியன், உயர் கிரகங்கள் ஆகியவை ஸ்வர்க லோகம் என்று அறியப்படுகின்றன. உயர்நிலை, நடுநிலை, கீழ்நிலை என்று மூன்று வித கிரக அமைப்புகள் உள்ளன. பூமி, நடுநிலை கிரகத்தைச் சேர்ந்ததாகும். உயர்நிலை கிரகங்களுக்கு (தேவலோகத்திற்கு) பயணம் செய்வது எப்படி என்பதற்கு மிகச் சுலபமான வழியை பகவத் கீதை நமக்குத் தெரிவிக்கின்றது: *யாந்தி தே$_3$வ–வ்ரதா தே$_3$வான்.* ஒரு குறிப்பிட்ட கிரகத்தின் குறிப்பிட்ட தேவரை வழிபடுவதால், சந்திரனுக்கோ, சூரியனுக்கோ மற்ற எந்த உயர் கிரகத்திற்கோ போய்விடலாம்.

இருப்பினும் இந்த ஜடவுலகிலுள்ள எந்த கிரகத்திற்கும் செல்லும்படி பகவத் கீதை நம்மை அறிவுறுத்துவதில்லை. ஏனெனில், நாம் மிகவுயர்ந்த லோகமான பிரம்ம லோகத்திற்கே பயணம் செய்வோமாயினும் (அதற்கு நாற்பதாயிரம் வருடம் பயணம் செய்யும் ஓர் இயந்திரத்தை உருவாக்கி, அதில் பயணம் செய்ய வேண்டும். அவ்வளவு காலம் உயிரோடிருப்பது யார்?), பௌதிகத் துன்பங்களான

பிறப்பு, இறப்பு, முதுமை, நோய் எனும் துன்பங்களை அங்கும் காண வேண்டியிருக்கும். ஆனால் மிகவுயர்ந்த கிரகமான கிருஷ்ண லோகத்திற்கோ ஆன்மீக வானத்திற்கு உட்பட்ட ஏதாவதொரு கிரகத்திற்கோ சென்றால், இந்த பௌதிகத் துயரங்களைக் காண மாட்டோம். இந்த ஆன்மீக கிரகங்கள் எல்லாவற்றிலும் மிகவுயர்ந்த கிரகமான கோலோக விருந்தாவனம் எனும் கிரகம், மூல புருஷோத்தமரான ஸ்ரீ கிருஷ்ணரின் வாசஸ்தலமாகும். இந்த விவரங்களெல்லாம் பகவத் கீதையில் தரப்பட்டுள்ளன. எப்படி இந்த ஜடவுலகை விட்டு வெளியேறி, எவ்வாறு ஆன்மீக வானில் உண்மையான, ஆனந்தமயமான வாழ்வைத் தொடங்குவது என்பது பற்றிய விவரம் கீதையின் உபதேசங்களின் மூலமாக நமக்கு அளிக்கப்படுகின்றது.

பகவத் கீதையின் பதினைந்தாம் அத்தியாயத்தில் பௌதிக உலகின் உண்மை சித்திரம் பின்வருமாறு கொடுக்கப்பட்டுள்ளது:

ஊர்த்$_4$வ-மூலம் அத:$_4$-ஷா$_2$க$_2$ம் அஷ்$_2$வத்த$_2$ம்' ப்ராஹுர் அவ்யயம்

ச$_2$ந்தா$_3$ம்'ஸி யஸ்ய பர்ணானி யஸ் தம்' வேத$_3$ ஸ வேத$_3$-வித்

கிளைகள் கீழும் வேர்கள் மேலுமாக உள்ள ஒரு மரத்தைப் போன்று இங்கு பௌதிக உலகம் விளக்கப்பட்டுள்ளது. வேர்கள் மேற்புறமான மரத்தைப் பற்றிய அனுபவம் நமக்குண்டு: ஒரு நதிக் கரையிலோ நீர்த்தேக்கத்தின் கரையிலோ நின்றால், நீரில் பிரதிபலிக்கும் மரங்கள் தலைகீழாக இருப்பதைக் காணலாம். கிளைகள் கீழே செல்ல, வேர்கள் மேல் நோக்கி இருக்கின்றன. இதுபோன்றதே பௌதிக உலகம்—இஃது ஆன்மீக உலகின் பிரதிபிம்பம். இப்பௌதிக உலகம் உண்மையின் நிழல் போன்றதாகும். நிழலில் உண்மையோ, ஆதாரமோ இல்லை, ஆனால் நிழலிலிருந்து உண்மையும் ஆதாரமும் உள்ளதென்பதை நாம் அறிந்துகொள்ள முடியும். பாலைவனத்தில் நீர் கிடையாது. ஆனால் கானல் நீரானது, நீர் எனப்படும் பொருள் இருப்பதை உணர்த்துகின்றது. பௌதிக உலகில் மகிழ்ச்சியெனும் நீர் இல்லை, உண்மையான மகிழ்ச்சியெனும் நீர் ஆன்மீக உலகில் மட்டுமே உள்ளது.

ஆன்மீக உலகை நாம் பின்வருமாறு அடைவதாக பகவான் உணர்த்துகிறார் (பகவத் கீதை 15.5):

நிர்மான-மோஹா ஜித-ஸங்க$_3$-தோ$_3$ஷா
அத்$_4$யாத்ம-நித்யா விநிவ்ரு'த்த-காமா:
த்$_3$வந்த்$_3$வைர் விமுக்தா: ஸுக$_2$-து:$_3$க$_2$-ஸம்'ஜ்ஞைர்
க$_3$ச்ச$_2$ந்த்யமூடா:$_4$ பத$_3$ம் அவ்யயம்' தத்

அந்த *பத₃ம் அவ்யயம்,* (நித்திய ராஜ்ஜியம்) *நிர்மான–மோஹ*னான ஒருவனால் அடையப்படுகிறது. இதன் பொருளென்ன? நாம் அடையாளங்களின் பின் அலைகிறோம். ஒருவர் 'ஐயா'வாக விரும்புகிறார், ஒருவர் 'பிரபு'வாக விரும்புகிறார், ஒருவர் ஜனாதிபதியாகவும், ஒருவர் பணக்காரராகவும், ஒருவர் மன்னராகவும், இவ்வாறு ஏதாவதொரு உயர்நிலையை பெற விரும்புகின்றனர். இந்த அடையாளங்களில் பற்றுக் கொண்டிருக்கும் வரை நாம் உடலோடு பற்றுக் கொண்டிருப்பதாக பொருள், ஏனெனில், அடையாளங்கள் உடலைச் சேர்ந்தவை. ஆனால் நாம் இந்த உடலல்ல, இதை உணர்வதே ஆன்மீகத்தின் முதல் படியாகும். தற்போது, பௌதிக இயற்கையின் மூன்று குணங்களுடன் நாம் உறவு கொண்டுள்ளோம். பகவானுக்கு பக்தித் தொண்டு செய்வதன் மூலமாக நாம் பற்றற்றவர்களாக வேண்டும். இறைவனுக்குச் செய்யப்படும் பக்தித் தொண்டில் நாம் பற்றுதல் கொள்ளாவிடில், பௌதிக இயற்கையின் குணங்களிலிருந்து நாம் விடுபட இயலாது. நம்மிடையே உள்ள காமம், ஆசை, மற்றும் இயற்கையை ஆட்சி செய்ய நினைக்கும் எண்ணம் ஆகியவற்றின் விளைவுகளே அடையாளங்களும் பற்றுதல்களும். பௌதிக இயற்கையை கட்டுப்படுத்த நினைக்கும் நமது எண்ணத்தை நாம் கைவிடாத வரை, *ஸநாதன–தர்ம*மான பரமனின் திருநாட்டிற்குத் திரும்பிச் செல்லும் வாய்ப்பு நமக்கு இல்லை. அழிவற்ற, நிரந்தரமான அத்திருநாட்டை அடைய முயற்சிப்பவன், பொய்யான ஜட இன்பங்களின் கவர்ச்சியால் மயக்கப்படாமல் பரம புருஷ பகவானின் சேவையில் நிலைபெற்றிருக்க வேண்டும். இவ்வாறு நிலைபெற்றவன் எளிதாக அந்த உன்னத திருநாட்டினை அடைய இயலும்.

கீதையின் மற்றொரு இடத்தில் (8.21) கூறப்பட்டுள்ளது:

அவ்யக்தோ 'க்ஷர இத்யுக்தஸ் தம் ஆஹு: பரமாம்' க₃திம்
யம்' ப்ராப்ய ந நிவர்தந்தே தத்₃ தா₄ம பரமம்' மம

அவ்யக்த என்றால் தோன்றாதது என்று பொருள். ஜடவுலகம்கூட நமக்கு முழுவதுமாகத் தோன்றுவதில்லை. இந்த பௌதிக பிரபஞ்சத்தின் நட்சத்திரங்கள் அனைத்தையும் பார்க்குமளவிற்குக்கூட நமது புலன்களுக்கு பக்குவமில்லை. வேத இலக்கியங்களிலிருந்து எல்லா கிரகங்களைப் பற்றிய பல்வேறு விவரங்களை நாம் பெற முடியும், நாம் அதனை நம்பலாம் அல்லது நம்பாமலிருக்கலாம். எல்லா முக்கிய கிரகங்களும், வேத இலக்கியங்களில், முக்கியமாக ஸ்ரீமத் பாகவதத்தில் விவரிக்கப்பட்டுள்ளன. மேலும், பௌதிக வானிற்கு அப்பாற்பட்ட ஆன்மீக உலகம் *அவ்யக்த* (தோன்றாதது) என்று

தெய்வத்திரு

அ.ச. பக்திவேதாந்த சுவாமி பிரபுபாதர்

அகில உலக கிருஷ்ண பக்தி இயக்கத்தின் ஸ்தாபக ஆச்சாரியர்

ஸ்ரீல ஜகந்நாத தாஸ பாபாஜி மஹாராஜர்

ஸ்ரீல பக்திவினோத தாகூருக்கு உபதேசங்கள் வழங்கிய ஆன்மீக குரு

ஸ்ரீல பக்திவினோத தாகூர்

கிருஷ்ண பக்தி உலகம் முழுவதும் பரவுவதற்கு அடித்தளம் அமைத்தவர்

ஸ்ரீல பக்திசித்தாந்த சரஸ்வதி கோஸ்வாமி மஹாராஜர்

தெய்வத்திரு அ.ச. பக்திவேதாந்த சுவாமி பிரபுபாதரின் ஆன்மீக குரு; மிகச்சிறந்த பண்டிதர்

ஸ்ரீல கௌர கிஷோர தாஸ பாபாஜி மஹாராஜர்

ஸ்ரீல பக்திசித்தாந்த சரஸ்வதி கோஸ்வாமியின் ஆன்மீக குரு; ஸ்ரீல பக்திவினோத தாகூரின் நெருங்கிய சீடர்

கலி யுகத்தில், அறிவிற் சான்றோராக விளங்கும் மக்கள், ஸங்கீர்த்தன யாகத்தின் மூலம் இறைவனை அவரது சகாக்களுடன் வழிபடுகின்றனர்.

திருதராஷ்டிரர் கூறினார்: “சஞ்ஜயனே, போர் புரியும் விருப் பத்துடன் தர்ம க்ஷேத்திரமான குருக்ஷேத்திரத்தில் ஒன்று கூடிய என் மகன்களும் பாண்டுவின் மகன்களும் என்ன செய்தனர்?” (1.1)

பகவான் கிருஷ்ணர் கூறினார்: "பழைய ஆடைகளைப் புறக்கணித்து, புதிய ஆடைகளை ஒருவன் அணிவதைப் போன்றே, பழைய, உபயோகமற்ற உடல்களை நீக்கி, புதிய உடல்களை ஆத்மா ஏற்கின்றது." (2.22)

ஜடவுடல் என்னும் ரதத்தில், பயணியாக ஆத்மாவும், சாரதியாக புத்தியும், ஓட்டும் உபகரணமாக மனமும், குதிரைகளாக புலன்களும் உள்ளன. இவ்வாறு மனம் மற்றும் புலன்களின் சேர்க்கையால் ஆத்மா இன்ப துன்பத்தை அடைகிறான். (6.34 பொருளுரை)

இவ்வுலகின் அனைத்து பௌதிகச் செயல்களும் ஜட இயற்கையின் முக்குணங்களால் நடத்தப்படுகின்றன. ஜட இயற்கையின் குணங்கள், பரம புருஷரான கிருஷ்ணரிடமிருந்து தோன்றினாலும், அவர் இக்குணங்களுக்கு உட்பட்டவரல்ல. (7.12 பொருளுரை)

தேவர்களை வழிபடும் சிற்றறிவுடைய மனிதர்கள், அந்த வழிபாட்டினால் தற்காலிக பலன்களை அடைகின்றனர். உண்மையில், அவ்வெல்லா பலன்களும் முழுமுதற் கடவுளாலேயே வழங்கப்படுகின்றன. (7.22 பொருளுரை)

உடலை நீக்குவதற்கான நேரத்தையும் இடத்தையும், யோகப் பயிற்சியில் முன்னேறிய யோகிகளால் ஏற்பாடு செய்ய முடியும். மற்றவர்களால் இவற்றைக் கட்டுப்படுத்த முடியாது. (8.24 பொருளுரை)

"ஜட, ஆன்மீக உலகங்கள் அனைத்திற்கும் மூலம் நானே. எல்லாம் என்னிடமிருந்தே தோன்றுகின்றன. இதனை நன்றாக அறிந்த அறிஞர்கள், எனது பக்தித் தொண்டில் ஈடுபட்டு, இதயபூர்வமாக என்னை வழிபடுகின்றனர்." (10.8)

கிருஷ்ணரின் விஸ்வரூபத்தைப் பார்த்து, ஆச்சரியத்தில் மூழ்கிய அர்ஜுனன் கூறினான்: "உலகத்தின் இறைவனே, விஸ்வரூபமே, நான் உமது உடலில் பற்பல கைகளும் வயிறுகளும் வாய்களும் கண்களும் எல்லையற்று எங்கும் பரவியிருப்பதைக் காண்கிறேன். உம்மில் நான் ஆதியையோ, நடுவையோ, முடிவையோ காணவில்லை." (11.16)

ஜடவுலகம் என்னும் மரம், ஆன்மீக உலகத்தின் திரிபடைந்த பிம்பமாகும். இந்த அறியாமை மரத்துடன் பற்றுதல் கொண்டவனுக்கு முக்தி பெற வாய்ப்பில்லை; ஆனால் இம்மரத்தைப் புரிந்து கொண்டவன், பற்றின்மை என்னும் ஆயுதத்தால் அதனை வெட்டி வீழ்த்தி அதிலிருந்து விடுபட முடியும். (15.1 பொருளுரை)

உயிர்வாழி எத்தகு உணர்வை உருவாக்கியுள்ளானோ, அந்த உணர்வு மரண நேரத்தில் அவனை அடுத்த உடலிற்குக் கொண்டு செல்கின்றது. (15.8 பொருளுரை)

உயிர்வாழி தனது உணர்வை மிருகத்தைப் போல வைத்துக் கொண்டால், அவன் அடுத்த பிறவியில் மிருக உடலை எடுப்பது நிச்சயம். (15.9 பொருளுரை)

பகவான் கிருஷ்ணர் கூறினார்: "நான் எல்லாருடைய இதயத்திலும் வீற்றுள்ளேன், என்னிடமிருந்தே ஞாபக சக்தியும் அறிவும் மறதியும் உண்டாகின்றன. எல்லா வேதங்களாலும் அறியப்பட வேண்டியவன் நானே. உண்மையில், வேதாந்தத்தை தொகுத்தவனும் வேதங்களை அறிபவனும் நானே." (15.15)

பகவான் கிருஷ்ணர் கூறினார்: "எப்போதும் என்னைப் பற்றி நினைத்து, எனது பக்தனாக ஆகி, என்னை வழிபட்டு, உனது வணக்கங்களை எனக்கு சமர்ப்பிப்பாயாக. இவ்வாறு நீ என்னை வந்தடைவாய் என்பதில் ஐயமில்லை. நீ எனக்கு மிகவும் பிரியமான நண்பன் என்பதால், இந்த சத்தியத்தை நான் உனக்கு அளிக்கின்றேன்." (18.65)

வர்ணிக்கப்பட்டுள்ளது. அந்த உன்னத திருநாட்டினை அடைய ஒருவன் இச்சையும் ஏக்கமும் கொள்ள வேண்டும். ஏனெனில், அந்தத் திருநாட்டை அடைந்தவன் இப்பௌதிக உலகிற்குத் திரும்ப வேண்டியதில்லை.

அடுத்ததாக, பரம புருஷ பகவானின் அந்த வாசஸ்தலத்தை அடையும் வழி என்ன என்ற வினா எழலாம். இதுபற்றிய விவரம் கீதையின் எட்டாம் அத்தியாயத்தில் கொடுக்கப்பட்டுள்ளது:

அந்த-காலே ச மாம் ஏவ ஸ்மரன் முக்த்வா கலேவரம்
ய: ப்ரயாதி ஸ மத்₃-பா₄வம்' யாதி நாஸ்த்யத்ர ஸம்'ஷ₂ய:

"வாழ்வின் முடிவில், எவனொருவன் என்னை நினைத்தவாறே உடலை நீக்குகிறானோ, அவன் உடனே என் தன்மையை அடைகிறான். இதில் எவ்வித சந்தேகமும் இல்லை." (பகவத் கீதை 8.5) மரண சமயத்தில் எவன் கிருஷ்ணரை நினைக்கின்றானோ, அவன் கிருஷ்ணரிடம் செல்கிறான். ஒருவன் ஸ்ரீ கிருஷ்ணரின் உருவத்தை நினைவிற்கொள்ள வேண்டும்; அவ்வுருவை எண்ணிக் கொண்டே தன் உடலை விடுபவன், நிச்சயமாக ஆன்மீக உலகத்தை அடைகிறான். *மத்₃ பா₄வம்* என்பது பகவானின் உன்னத இயற்கையைக் குறிக்கின்றது. பகவான் *ஸச்-சித்₃-ஆனந்த₃-விக்₃ரஹமாவார்*—அதாவது, அவரது ரூபம் நித்தியமான, அறிவு நிறைந்த, ஆனந்தமயமானதாகும். நமது தற்போதைய உடல் *ஸச்-சித்₃-ஆனந்த₃ம்* அல்ல. அது ஸத் அல்ல, அஸத்—நித்தியமானதல்ல, அழியக்கூடியது. அது அறிவு நிறைந்த *சித்* அல்ல—அறியாமை நிறைந்தது. ஆன்மீக உலகைப் பற்றிய தகவல் நம்மிடம் இல்லை— இந்த பௌதிக உலகிலிருக்கும் பல பொருட்களையும் நாம் அறியாமலிருப்பதால், இதிலும் நமக்கு பூரண அறிவில்லை. இந்த உடலும் *நிரானந்த₃மாகும்*, ஆனந்தம் நிறைந்திருப்பதற்குப் பதிலாக துன்பம் நிறைந்ததாக உள்ளது. இவ்வுலகில் நாம் பெறும் துன்பங்கள் அனைத்தும் உடலினால் வருபவையே; ஆனால் பரம புருஷ பகவானான கிருஷ்ணரை எண்ணியவாறே உடலை விடுபவன், உடனேயே *ஸச்-சித்₃-ஆனந்த₃* உடலை அடைகிறான்.

இந்த ஜடவுலகில் ஓர் உடலை விட்டு நீங்கி, மறுவுடலைப் பெறுவதற்கான வழிமுறை முறைப்படுத்தப்பட்டுள்ளது. மறுபிறவியில் எந்தவிதமான உடலை ஒருவன் அடைவான் என்பது தீர்மானிக்கப்பட்ட பின்னரே, அவன் மரணமடைகிறான். இதனை முடிவு செய்வது ஜீவாத்மாவல்ல, அவனுக்கு மேற்பட்ட உயர் அதிகாரிகளே. இப்பிறவியில் நமது செயல்களுக்கேற்ப, நாம் உயர்வு

தாழ்வுகளை அடைகிறோம். நமது தற்போதைய பிறவி, மறுபிறவிக்கு நம்மை நாம் தயார் செய்துகொள்வதற்கானதாகும். எனவே, இந்தப் பிறவியில் இறைவனின் திருநாட்டிற்கு உயர்வு பெற நாம் நம்மை தயார் செய்தால், இந்த ஜடவுடலைவிட்டு வெளியேறியப் பின் இறைவனைப் போன்ற ஆன்மீக உடலை அடைவது நிச்சயம்.

முன்பே விளக்கியபடி, பிரம்மவாதி, பரமாத்மவாதி, பக்தர்கள் என பலவிதமான ஆன்மீகவாதிகள் உள்ளனர். மேலும் முன்பே கூறியபடி பிரம்மஜோதி என்னும் ஆன்மீக வானில் எண்ணற்ற ஆன்மீக கிரகங்கள் உள்ளன. பௌதிக உலகிலுள்ள ஒட்டுமொத்த கிரகங்களைக் காட்டிலும் பன்மடங்கு மிகுந்தது இவற்றின் எண்ணிக்கை. இப்பௌதிக உலகானது சிருஷ்டியின் கால் பங்காக மதிப்பிடப்பட்டுள்ளது *(ஏகாம்ஷே$_2$ன ஸ்தி$_2$தோ ஜகத்$_3$)*. இப்பௌதிக உலகில் கோடானுகோடி பிரபஞ்சங்களும், அவற்றில் கோடிக்கணக்கான கிரகங்களும் சூரியன்களும் சந்திரன்களும் நட்சத்திரங்களும் உள்ளன. ஆனால் இந்த ஜடவுலகம் முழுவதும், படைப்பின் மிக நுண்ணிய பகுதியே. படைப்பின் பெரும் பகுதி ஆன்மீக வானில் உள்ளது. பரபிரம்மனுடன் ஐக்கியமாக விரும்புபவன், முழுமுதற் கடவுளின் பிரம்ம ஜோதிக்கு மாற்றப்பட்டு ஆன்மீக வானத்தை அடைகிறான். இறைவனுடன் உறவை அனுபவிக்க விரும்பும் பக்தன், வைகுண்ட கிரகங்களை அடைகிறான். எண்ணற்ற இக்கிரகங்களில், பரம புருஷ பகவான் தனது சுய விரிவுகளான, நான்கு கைகள் கொண்ட பிரத்யும்னர், அனிருத்தர், கோவிந்தர் முதலான பெயர்கள் கொண்ட நாராயணராக பக்தனுடன் உறவு கொள்கிறார். எனவே, ஆன்மீகவாதிகள் வாழ்வின் இறுதியில் பிரம்மஜோதியையோ, பரமாத்மாவையோ, புருஷோத்தமரான முழுமுதற் கடவுள் ஸ்ரீ கிருஷ்ணரையோ எண்ணுகின்றனர். இவர்கள் எல்லாருமே ஆன்மீக வானத்தை அடைகின்றனர் என்றபோதிலும், முழுமுதற் கடவுளுடன் அந்தரங்கத் தொடர்பு கொண்டவர்களான பக்தர்கள் வைகுண்ட கிரகங்களை அல்லது கோலோக விருந்தாவனத்தை அடைகின்றனர். மேலும், இதில் எவ்வித 'சந்தேகமும் இல்லை' என்று பகவான் கூறுகிறார். இஃது உறுதியாக நம்பப்பட வேண்டும். நமது கற்பனைக்கு ஒத்துவராததால் ஒரு பொருளை நாம் மறுக்கக் கூடாது. நமது மனப்பான்மை அர்ஜுனனைப் போல, "நீங்கள் கூறியவற்றையெல்லாம் நான் நம்புகிறேன்" என்று இருக்க வேண்டும். எனவே, மரண நேரத்தில் கடவுளை, பிரம்மனாகவோ, பரமாத்மாவாகவோ, பகவானாகவோ தியானிப் பவர்கள் நிச்சயமாக ஆன்மீக வானத்தை அடைகின்றனர் என்று

பகவான் கூறுவதில், எவ்வித சந்தேகமும் இல்லை. இதை நம்பாதிருத்தல் என்ற கேள்விக்கே இடமில்லை.

மரண நேரத்தில் பரமனை எண்ணி ஆன்மீக உலகை அடைவதற்கான பொதுவான கொள்கையும் பகவத் கீதையில் (8.6) விளக்கப்பட்டுள்ளது:

யம்' யம்' வாபி ஸ்மரன் பா₄வம்' த்யஜத்யந்தே கலேவரம்
தம்' தம் ஏவைதி கௌந்தேய ஸதா₃ தத்₃-பா₄வ-பா₄வித:

"எந்த மனோநிலையில் ஒருவன் தற்போதைய உடலை நீக்குகின்றானோ, மறுபிறவியில் வாழ்வின் அதே நிலையை தவறாமல் அடைகிறான்." தற்போது, நாம் முதலில் புரிந்துகொள்ள வேண்டியது என்னவெனில், ஜட இயற்கை பகவானின் சக்திகளில் ஒன்றாகும். விஷ்ணு புராணத்தில் (6.7.61) பகவானின் சக்திகள் வர்ணிக்கப்பட்டுள்ளன:

விஷ்ணு-ஷ₂க்தி: பரா ப்ரோக்தா க்ஷேத்ர-ஜ்ஞாக்₂யா ததா₂ பரா
அவித்₃யா-கர்ம-ஸம்'ஜ்ஞான்யா த்ரு'தீயா ஷ₂க்திர் இஷ்யதே

முழுமுதற் கடவுளிடம் பலதரப்பட்ட எண்ணற்ற சக்திகள் உள்ளன. அவை நமது எண்ணங்களுக்கு அப்பாற்பட்டவை. இருப்பினும், சிறந்த கற்றறிந்த ஞானிகளும், முக்தி பெற்ற ஆத்மாக்களும், இந்த சக்திகளை ஆராய்ந்து அவற்றை மூன்று முக்கியப் பிரிவுகளாகப் பிரித்துள்ளனர். அவ்வெல்லா சக்திகளும் விஷ்ணு சக்திகளே. அதாவது, பகவான் விஷ்ணுவிடம் பலதரப்பட்ட சக்திகள் உண்டு என்று பொருள். முதல் சக்தி, *பரா*, அல்லது ஆன்மீக சக்தி எனப்படும். முன்பே விளக்கியபடி, உயிர்வாழிகளும் 'உயர்' சக்தியைச் சேர்ந்தவர்கள். மற்ற சக்திகள், அதாவது ஜட சக்திகள், அறியாமை குணத்தைச் சார்ந்தவை. மரண நேரத்தில் நாம் இந்த ஜடவுலகின் கீழ் சக்தியிலேயே தொடர்ந்து இருக்கலாம், அல்லது ஆன்மீக உலகின் சக்திக்கு நம்மை மாற்றிக்கொள்ளலாம். எனவே, பகவத் கீதை (8.6) கூறுகிறது,

யம்' யம்' வாபி ஸ்மரன் பா₄வம்' த்யஜத்யந்தே கலேவரம்
தம்' தம் ஏவைதி கௌந்தேய ஸதா₃ தத்₃-பா₄வ-பா₄வித:

"எந்த மனோநிலையில் ஒருவன் தற்போதைய உடலை நீக்குகின்றானோ, மறுபிறவியில் வாழ்வின் அதே நிலையை தவறாமல் அடைகிறான்."

பௌதிக சக்தி, அல்லது ஆன்மீக சக்தியைப் பற்றி எண்ணுதல் நமது வாழ்வின் பழக்கமாகும். அத்தகு எண்ணங்களை பௌதிக சக்தியிலிருந்து முற்றிலுமாக ஆன்மீக சக்திக்கு மாற்றுவது எங்ஙனம்?

நாவல்கள், செய்தித்தாள்கள் போன்ற பற்பல புத்தகங்கள் நமது சிந்தனைகளை ஜட சக்தியால் நிரப்புகின்றன. இத்தகு புத்தகங்களில் மூழ்கியுள்ள நமது சிந்தனையை வேத இலக்கியங்களுக்கு மாற்ற வேண்டும். எனவே, புராணங்களைப் போன்ற பல்வேறு வேத இலக்கியங்களை சாதுக்கள் இயற்றியுள்ளனர். புராணங்கள் கற்பனையானவையல்ல; அவை சரித்திரக் குறிப்புகள். சைதன்ய சரிதாம்ருதத்தில் (மத்திய லீலை 20.122) பின்வரும் ஸ்லோகம் உள்ளது:

மாயா-முக்$_3$த$_4$ ஜீவேர நாஹி ஸ்வத: க்ரு'ஷ்ண-ஜ்ஞான
ஜீவேரே க்ரு'பாய கைலா க்ரு'ஷ்ண வேத$_3$-புராண

மறதிவாய்ந்த உயிர்வாழிகள், அதாவது கட்டுண்ட ஆத்மாக்கள் பரம புருஷ பகவானுடனான தங்களது உறவை மறந்து, ஜட இயக்கங்களைப் பற்றி சிந்திப்பதிலேயே மூழ்கியுள்ளனர். அவர்களது சிந்திக்கும் சக்தியை ஆன்மீக வானத்திற்குத் திருப்புவதற்காகவே, கிருஷ்ண துவைபாயன வியாஸர் பல வேத இலக்கியங்களைத் தந்துள்ளார். முதலில் வேதங்களை நான்காகப் பிரித்த அவர், பின்னர் அவற்றை புராணங்களாக விவரித்து, அவற்றைப் புரிந்துகொள்ள இயலாதவர்களுக்காக மஹாபாரதத்தை இயற்றினார். மஹாபாரதத்தில் தான் பகவத் கீதை கொடுக்கப்பட்டுள்ளது. பின்னர் எல்லா வேத இலக்கியங்களும் வேதாந்த சூத்திரத்தில் சுருக்கமாகத் தொகுக்கப்பட்டன, எதிர்கால வழிநடத்துதலுக்காக வேதாந்த சூத்திரத்திற்கு, ஸ்ரீமத் பாகவதம் எனும் இயல்பான கருத்துரை நூலையும் அவர் இயற்றினார். நாம் நமது மனதை எப்போதும் இந்த வேத நூல்களைக் கற்பதில் ஈடுபடுத்த வேண்டும். பௌதிகவாதிகள் எவ்வாறு செய்தித்தாள், பத்திரிகை, பல்வேறு பௌதிக நூல்கள் ஆகியவற்றைப் படிப்பதில் கவனம் செலுத்துகின்றனரோ, அதுபோல வியாஸதேவரால் நமக்குக் கொடுக்கப்பட்ட இந்த வேத இலக்கியங்களைப் படிப்பதில் நமது கவனத்தை நாம் மாற்ற வேண்டும். இவ்விதமாக, மரண நேரத்தில் முழுமுதற் கடவுளை நினைத்தல் சாத்தியமாகும். இதுவே பகவானால் அங்கீகரிக்கப்பட்டுள்ள ஒரே வழி. "இதில் சந்தேகமில்லை" என்று கூறுவதன் மூலம், இதன் பலனுக்கு பகவானே உறுதியளிக்கிறார்:

தஸ்மாத் ஸர்வேஷு காலேஷு மாம் அனுஸ்மர யுத்$_4$ய ச
மய்யர்பித-மனோ-பு$_3$த்$_3$தி$_4$ர் மாம் ஏவைஷ்யஸ்யஸம்'ஷ$_2$ய:

"எனவே, அர்ஜுனா, எப்போதும் என்னை இந்த கிருஷ்ண ரூபத்தில் நீ எண்ணுவாயாக. அதே சமயத்தில் உனக்கு விதிக்கப்பட்ட கடமையான போரிடுதலையும் தொடர்ந்து செய்ய வேண்டும். உனது செயல்களை

எனக்கு அர்ப்பணித்து, உனது மனதையும் அறிவையும் என்னில் நிறுத்தினால், நீ என்னிடம் வந்தடைவாய் என்பதில் ஐயமில்லை." (பகவத் கீதை 8.7)

வெறுமே அவரை நினைத்துக் கொண்டு, தொழிலை விட்டுவிடும்படி அர்ஜுனனிடம் பகவான் கூறவில்லை. நடைமுறைக்கு சாத்தியமில்லாத எதையும் கடவுள் உபதேசிப்பதில்லை. இப்பௌதிக உலகில் உடலைக் காப்பாற்றுவதற்கு மட்டுமாவது ஒருவன் செயல்பட்டுத்தான் ஆகவேண்டும். மனித சமுதாயம், தொழிலின் அடிப்படையில், பிராமணர், சத்திரியர், வைசியர், சூத்திரர் என்று நான்கு சமூக நிலைகளாகப் பிரிக்கப்பட்டுள்ளது. பிராமண குலம் எனப்படும் அறிஞர் குழு ஒருவிதத்திலும், சத்திரியர் எனப்படும் ஆளும் குழு மற்றொரு விதத்திலும் செயல்பட, வியாபாரிகளும், தொழிலாளர்களும் தத்தமது கடமைகளில் ஈடுபடுகின்றனர். மனித சமுதாயத்தில், தொழிலாளி, வியாபாரி, ஆட்சி செய்பவன், விவசாயி அல்லது உயர்தரப் பிரிவைச் சேர்ந்தவனான இலக்கியவாதி, விஞ்ஞானி, வேதாந்தி என எப்படியிருந்தாலும், ஒருவன் தன் வாழ்வைத் தக்கவைத்துக்கொள்வதற்காக உழைத்தே ஆக வேண்டும். எனவே, அர்ஜுனன் தனது தொழிலை விட்டுவிட வேண்டியதில்லை என்றும், அதில் ஈடுபட்டிருக்கும் போதே தன்னை (கிருஷ்ணரை) நினைவுகொள்ள வேண்டும் *(மாம் அனுஸ்மர)* என்றும் பகவான் கூறுகிறார். வாழ்க்கைப் போராட்டத்தின் மத்தியில் கிருஷ்ணரை தியானிக்க அவன் பழக்கப்படுத்திக்கொள்ளாவிட்டால் மரணத்தின் போது, ஸ்ரீ கிருஷ்ணரை நினைத்தல் இயலாது. பகவான் சைதன்யரும் இதையே அறிவுறுத்துகிறார். அவர் கூறுகிறார், *கீர்தனீய: ஸதா$_3$ ஹரி:*—கடவுளின் திருநாமத்தை எப்போதும் கீர்த்தனம் செய்யப் பழக வேண்டும். கடவுளின் பெயர்களுக்கும், கடவுளுக்கும் வேற்றுமை இல்லை. எனவே, "என்னை நினை" என்று பகவான் கிருஷ்ணர் அர்ஜுனனுக்குச் செய்த உபதேசமும், "பகவான் கிருஷ்ணரின் நாமங்களைக் கூறுங்கள்" என்ற பகவான் சைதன்யரின் உபதேசமும் ஒன்றே. கிருஷ்ணருக்கும் அவரது பெயர்களுக்கும் வேறுபாடில்லாததால், இந்த உபதேசங்களிலும் வேறுபாடில்லை. பூரண நிலையில், வார்த்தைக்கும், வார்த்தையால் உரைக்கப்படும் பொருளுக்கும் வித்தியாசமில்லை. எனவே, ஒரு நாளில் இருபத்துநான்கு மணி நேரமும் பகவானின் நாமங்களைக் கூறுவதன்மூலம், நாம் அவரை இடைவிடாது எண்ண பழகிக்கொள்வதோடு, எப்போதும் அவரை நினைக்கும்படியாக நமது வாழ்வை மாற்றியமைத்துக் கொள்ளவும் வேண்டும்.

இஃது எவ்வாறு சாத்தியம்? ஆச்சாரியர்கள் பின்வரும் உதாரணத்தைத் தருகின்றனர். திருமணமான பின்னும் ஒரு பெண், வேறோர் ஆணிடம் பற்றுதல் கொண்டிருந்தால், அல்லது ஓர் ஆண் மனைவியைத் தவிர வேறொரு பெண்ணிடம் பற்றுதல் கொண்டிருந்தால், அந்தப் பற்றுதல் மிகவும் நெருங்கியதாகக் கருதப்படுகிறது. இவ்வாறு பற்றுதல் கொண்டவன் எப்போதும் தன் அன்பிற்குரிய பெண்ணை நினைத்துக் கொண்டிருப்பான். தனது காதலனை எண்ணிக் கொண்டிருக்கும் மனைவி, தனது வீட்டு காரியங்களைச் செய்து கொண்டிருக்கும் அதே நேரத்தில் அவனை சந்திப்பதைப் பற்றி எப்போதும் எண்ணிக் கொண்டிருப்பாள். உண்மையில், தன் கணவன் தனது தொடர்பைப் பற்றி சந்தேகம் கொள்ளாத வகையில் அவள் தனது கடமைகளை மிக கவனமுடன் செய்கிறாள். அதுபோலவே நமது உன்னத காதலரான ஸ்ரீ கிருஷ்ணரை எப்போதும் எண்ணிக் கொண்டு, அதே சமயம் நமது உலகக் கடமைகளை மிக நன்றாக நாம் செயலாற்ற வேண்டும். மிகவும் பலமான அன்பு இங்கே அவசியமாகிறது. பரம புருஷ பகவானுடன் நமக்கு மிக ஆழமான காதல் இருக்குமெனில், நமது கடமைகளை நிறைவேற்றும்போதே அவரை எண்ணிக் கொண்டிருக்க முடியும். ஆனால் அவ்வகையான அன்பை நாம் விருத்தி செய்துகொள்ள வேண்டும். உதாரணமாக, அர்ஜுனன் எப்போதும் கிருஷ்ணரை எண்ணிக் கொண்டிருந்தான். கிருஷ்ணரின் நெருங்கிய நித்திய நண்பனான அதே நேரத்தில் அவன் சிறந்த போர் வீரனுமாவான். போரை விட்டுவிட்டு, கானகம் சென்று தவம் புரியும்படி, கிருஷ்ணர் அவனுக்கு அறிவுரை கூறவில்லை. யோகப் பயிற்சியைப் பற்றி பகவான் கிருஷ்ணர் அர்ஜுனனிடம் விளக்கியபோது, அவன் அது தன்னால் இயலாது என்று கூறினான்.

அர்ஜுன உவாச

யோ 'யம்' யோக³ஸ் த்வயா ப்ரோக்த: ஸாம்யேன மது⁴ஸூத³ன
ஏதஸ்யாஹம்' ந பஷ்²யாமி சஞ்சலத்வாத் ஸ்தி²திம்' ஸ்தி²ராம்

"அர்ஜுனன் கூறினான்: மதுசூதனரே, நீர் இப்போது சுருக்கமாக விளக்கிய யோகப் பயிற்சி முறை செயல்முறைக்கு ஒத்து வராததாகவும் தாங்கமுடியாததாகவும் எனக்குத் தோன்றுகிறது; ஏனெனில், மனம் நிலையற்றதும் அமைதியற்றதுமாக இருக்கிறது." (பகவத் கீதை 6.33)

ஆனால் பகவான் கூறுகிறார்:

யோகி³னாம் அபி ஸர்வேஷாம்' மத்³க³தேனாந்தர்-ஆத்மனா
ஷ்²ரத்³தா⁴வான் ப⁴ஜதே யோ மாம்' ஸ மே யுக்த-தமோ மத:

"யோகிகள் எல்லாரிலும், சிறந்த நம்பிக்கையோடு என்னில் வாசம் புரிபவனும், தன்னுள் என்னை எப்போதும் எண்ணிக் கொண்டு, எனக்கு திவ்யமான அன்புத் தொண்டு புரிபவனுமே, என்னுடன் யோகத்தில் மிக நெருங்கியவனாகிறான். எல்லாரிலும் அவனே மிகச்சிறந்தவன். இதுவே எனது அபிப்பிராயம்." (பகவத் கீதை 6.47) எனவே, எவனொருவன் எப்போதும் பகவானை எண்ணுகிறானோ அவன் ஒரே சமயத்தில் மிகச்சிறந்த யோகியாகவும் மிகவுயர்ந்த ஞானியாகவும் உன்னத பக்தனாகவும் திகழ்கிறான். சத்திரியனான அர்ஜுனன், போர்த் தொழிலை விட முடியாதென்றும், கிருஷ்ணரை எண்ணிப் போர் புரிந்தால், இறக்கும் தறுவாயில் அவரை நினைவுகொள்ள முடியும் என்றும், அர்ஜுனனிடம் கிருஷ்ணர் மேலும் விளக்கினார். ஆனால் அவன் திவ்யமான அன்புத் தொண்டில் பகவானிடம் முழுமையாக சரணடைந்திருக்க வேண்டும்.

உண்மையில் நாம் நமது உடலால் உழைப்பதில்லை, மனதாலும் அறிவினாலும் உழைக்கின்றோம். எனவே, அறிவும் மனமும் பகவானின் சிந்தனையில் ஈடுபட்டிருந்தால், இயற்கையாகவே புலன்களும் அவரது சேவையில் ஈடுபடும். மேல்நோக்காகப் பார்த்தால் புலன்களின் செயல்கள் மாறுபடாமல் இருக்கும், ஆனால் உணர்வு மாற்றப்பட்டுவிடுகின்றது. பகவத் கீதை, மனதையும் அறிவையும் பகவானின் நினைவில் ஆழ்த்துவது எவ்வாறு என்பதைக் கற்பிக்கின்றது. இந்த சிந்தனையே கடவுளின் திருநாட்டிற்கு ஒருவனை மாற்றும். கிருஷ்ணரின் சேவையில் மனம் ஈடுபட்டிருந்தால், புலன்கள் தாமாகவே அவரது சேவையில் ஈடுபடுகின்றன. ஸ்ரீ கிருஷ்ணரின் சிந்தனையில் முழுமையாக ஆழ்ந்திருத்தல் என்னும் இக்கலை, பகவத் கீதையின் இரகசியமாகும்.

நவீன மனிதன் நிலவை அடைய மிகவும் பாடுபட்டிருக்கிறானே தவிர, தன்னை ஆன்மீகத்தில் உயர்த்திக்கொள்ள அவ்வளவு சிரமப்பட்டு முயலவில்லை. ஒருவனுடைய வாழ்வில் இன்னும் ஐம்பது வருடங்கள் மீதமிருக்குமானால் அவன் அந்தக் குறுகிய காலத்தை புருஷோத்தமரான முழுமுதற் கடவுளின் நினைவில் கழிக்கப் பயிற்சி செய்துகொள்ள வேண்டும். இந்தப் பயிற்சி பக்தி என்னும் வழிமுறையாகும்:

ஷ்$_2$ரவணம்' கீர்தனம்' விஷ்ணோ: ஸ்மரணம்' பாத$_3$-ஸேவனம்
அர்சனம்' வந்த$_3$னம்' தா$_3$ஸ்யம்' ஸக்$_2$யம் ஆத்ம-நிவேத$_3$னம்

(ஸ்ரீமத் பாகவதம் 7.5.23)

இந்த ஒன்பது முறைகளில் எளிமையானதான, ஸ்ரவணம் (உணர்ந்த நபரிடமிருந்து பகவத் கீதையைக் கேட்டல்), பரம புருஷரை நோக்கி ஒருவனது சிந்தனையைத் திருப்பக்கூடியதாகும். இது பகவானை நினைவிற்கொள்ளும் நிலைக்கு அவனை உயர்த்தி, உடலை விட்ட பின்பு, முழுமுதற் கடவுளுடன் உறவு கொள்வதற்குத் தகுந்த ஆன்மீக உடலை அடைய வழிவகுக்கும்.

இறைவன் மேலும் கூறுகிறார்:

அப்$_4$யாஸ-யோக$_3$-யுக்தேன சேதஸா நான்ய-கா$_3$மினா
பரமம்' புருஷம்' தி$_3$வ்யம்' யாதி பார்தா$_2$னுசிந்தயன்

"அர்ஜுனனே, பரம புருஷ பகவானான என் மீது தியானம் செய்து, மனதில் இடையறாது என்னை எண்ணிக் கொண்டு, இப்பாதை யிலிருந்து பிறழாமல் இருப்பவன், என்னை அடைவது உறுதி." (பகவத் கீதை 8.8)

இது மிகக் கடினமான முறையல்ல. இருப்பினும், ஏற்கனவே பயிற்சியில் உள்ள ஒருவரிடமிருந்து (அனுபவமுள்ளவரிடமிருந்து) இதனைப் பயில வேண்டும். *தத்$_3$-விஜ்ஞானார்த$_2$ம் ஸ கு$_3$ரும் ஏவாபி$_4$க$_3$ச்சே$_2$த்*—ஏற்கனவே பயிற்சியில் உள்ள நபரை அவசியம் அணுக வேண்டும். மனம் எப்போதும் இங்குமங்குமாக பறந்து கொண்டிருப்பதால், முழுமுதற் கடவுளான ஸ்ரீ கிருஷ்ணரின் வடிவத்திலோ, அவரது நாமத்தின் ஒலியிலோ மனதை எப்போதும் வயப்படுத்த ஒருவன் பயில வேண்டும். மனம் இயற்கையாகவே அமைதியற்றது, இங்குமங்கும் அலைவது; ஆனால் கிருஷ்ணரின் ஒலியதிர்வில் அஃது ஓய்வு பெறும். இவ்வாறு ஒருவன் ஆன்மீக வானில் ஆன்மீக உலகில் வாழும் புருஷோத்தமரான முழுமுதற் கடவுளை (*பரமம் புருஷம்*) தியானித்து, அவரை அடைய வேண்டும். உணர்தலின் இறுதி நிலையையும் பரம கதியையும் அடைவதற்கான வழிமுறை பகவத் கீதையில் காட்டப்பட்டுள்ளன. இந்த ஞானத்தின் கதவுகள் எல்லாருக்கும் திறந்துள்ளன. யாருக்கும் தடை இல்லை. அனைத்துப் பிரிவைச் சார்ந்தவர்களும், கிருஷ்ணரை அவரது நாமத்தைச் சொல்லி அணுக முடியும்; ஏனெனில், அவரைப் பற்றிக் கேட்பதும், அவரை நினைப்பதும், எல்லாருக்கும் சாத்தியமாகும்.

பகவான் மேலும் கூறுகின்றார் (பகவத் கீதை 9.32–33):

மாம்' ஹி பார்த$_2$ வ்யபாஷ்$_2$ரித்ய
யே 'பி ஸ்யு: பாப-யோனய:
ஸ்த்ரியோ வைஷ்$_2$யாஸ் ததா$_2$ ஷூ$_2$த்$_3$ராஸ்
தே 'பி யாந்தி பராம்' க$_3$திம்

கிம்' புனர் ப்₃ராஹ்மணா: புண்யா ப₄க்தா ராஜர்ஷயஸ் ததா₂
அனித்யம் அஸுக₂ம்' லோகம் இமம்' ப்ராப்ய ப₄ஜஸ்வ மாம்

வணிகன், பெண், உழைப்பாளி மற்றும் சமுதாயத்தில் கீழ்நிலையில் உள்ள மனிதனும் பரம கதியை அடைய முடியும் என்று பகவான் கூறுகிறார். மிகத் தேர்ந்த அறிவுடையவராக இருக்க வேண்டிய அவசியமில்லை. கருத்து என்னவெனில், பக்தி யோக நெறியை ஏற்றுக்கொண்டு, முழுமுதற் கடவுளை வாழ்வின் எல்லாமாக, உன்னத இலட்சியமாக, இறுதி நோக்கமாக ஏற்றுக் கொண்ட எவரும், அவரை ஆன்மீக வானில் அணுகலாம். பகவத் கீதையின் நெறிகளைக் கடைப்பிடிப்பவன், தனது வாழ்வைப் பக்குவப்படுத்திக்கொள்வதோடு, வாழ்வின் அனைத்து பிரச்சனைகளுக்கும் நிரந்தர தீர்வு காண்கிறான். இதுவே, பகவத் கீதை மொத்தத்தின் கருத்தும், சாரமும் ஆகும்.

முடிவாக, பகவத் கீதை மிக கவனத்துடன் கற்க வேண்டிய திவ்யமான இலக்கியமாகும். *கீ₃த-ஷா₂ஸ்திரம் இதம் புண்யம் ய: படே₂த் ப்ரயத: புமான்*—பகவத் கீதையின் உபதேசங்களை முறையாகப் பின்பற்றுபவன், வாழ்வின் எல்லாவித துயரங்களிலிருந்தும் ஏக்கத்திலிருந்தும் விடுபட முடியும். *ப₄ய-ஷோ₂காதி₃-வர்ஜித:* இவ்வாழ்வின் பயம் முழுவதிலிருந்தும் விடுபட்டு, அவன் மறுவாழ்வில் ஆன்மீக வாழ்வை அடைகிறான். (கீதா மஹாத்மியம் 1)

இதைத் தவிர மேலும் பலனுள்ளது:

கீ₃தாத்₄யாயன-ஷீ₂லஸ்ய ப்ராணாயாம-பரஸ்ய ச
நைவ ஸந்தி ஹி பாபானி பூர்வ-ஜன்ம-க்ரு'தானி ச

"பகவத் கீதையை முழு ஆர்வத்துடனும் அக்கறையுடனும் ஒருவன் படித்தால், பகவானின் அருளால் அவனது பூர்வ ஜன்ம பாவங்கள் செயல்படாமல் போகும்." (கீதா மஹாத்மியம் 2) பகவத் கீதையின் இறுதிப் பகுதியில் (18.66) பகவான் பகிரங்கமாக அறிவிக்கிறார்:

ஸர்வ-த₄ர்மான் பரித்யஜ்ய மாம் ஏகம்' ஷ₂ரணம்' வ்ரஜ
அஹம்' த்வாம்' ஸர்வ-பாபேப்₄யோ மோக்ஷயிஷ்யாமி மா ஷு₂ச:

"எல்லாவிதமான தர்மங்களையும் கைவிட்டு, என்னிடம் மட்டுமே சரணடைவாயாக. உன்னை எல்லா பாவ விளைவுகளிலிருந்தும் விடுவிக்கிறேன். பயப்படாதே." இவ்வாறு தன்னிடம் சரணடைபவனது பொறுப்புக்களையெல்லாம் ஏற்பதோடு, அவனது பாவங்களின் விளைவுகளிலிருந்தும் பகவான் அவனுக்கு விடுதலை அளிக்கின்றார்.

மல-நிர்மோசனம்' பும்'ஸாம்' ஜல-ஸ்நானம்' தி₃னே தி₃னே
ஸக்ரு'த்₃ கீ₃தாம்ரு'த-ஸ்நானம்' ஸம்'ஸார-மல-நாஷ₂னம்

"தினமும் குளிப்பதன் மூலம் ஒருவன் தன்னை சுத்தம் செய்துகொள்கிறான். ஆனால் பகவத் கீதை எனும் புனித கங்கையில் ஒருமுறை குளிப்பதன் மூலம், ஜட வாழ்வின் களங்கங்கள் எல்லாவற்றையும் கழுவிவிடுகிறான்." (கீதா மஹாத்மியம் 3)

கீ$_3$தா ஸு-கீ$_3$தா கர்தவ்யா கிம் அன்யை: ஷா$_2$ஸ்த்ர-விஸ்தரை:
யா ஸ்வயம்' பத்$_3$மனாப$_4$ஸ்ய முக$_2$-பத்$_3$மாத்$_3$ வினி:ஸ்ரு'தா

பரம புருஷ பகவானே கீதையை உபதேசித்திருப்பதனால், வேறு எந்த வேத நூலையும் படிக்க வேண்டிய அவசியமில்லை. பகவத் கீதையைத் தொடர்ந்து கவனத்துடன் கேட்பதும் படிப்பதுமே அவசியம். தற்போதைய யுகத்தில், பௌதிகச் செயல்களிலே மிகவும் ஆழ்ந்துள்ள மனித குலத்தினரால், எல்லா வேத நூல்களையும் படிப்பதென்பது இயலாது. ஆனால், இது தேவையானதுமல்ல. பகவத் கீதை என்னும் இந்த ஒரு நூலே போதுமானது. ஏனெனில், இஃது எல்லா வேத நூல்களின் சாரமும் முழுமுதற் கடவுளால் உபதேசிக்கப்பட்டதுமாகும். (கீதா மஹாத்மியம் 4)

பா$_4$ரதாம்ரு'த-ஸர்வஸ்வம்' விஷ்ணு-வக்த்ராத்$_3$ வினி:ஸ்ரு'தம்
கீ$_3$தா-க$_3$ங்கோ$_3$த$_3$கம்' பீத்வா புனர் ஜன்ம ந வித்$_3$யதே

"கங்கையின் நீரைக் குடிப்பவன் முக்தி அடைகிறான், இப்படியிருக்க பகவத் கீதையின் அமிர்தத்தை குடிப்பவரைப் பற்றி என்ன சொல்வது? பகவத் கீதை மஹாபாரதத்தின் அமிர்தம், இது மூல விஷ்ணுவான ஸ்ரீ கிருஷ்ணரால் உபதேசிக்கப்பட்டது." (கீதா மஹாத்மியம் 5) பகவத் கீதை முழுமுதற் கடவுளின் திருவாயிலிருந்து பொழிவது, கங்கையோ அவரது திருப்பாதங்களிலிருந்து வெளிப்படுவது. உண்மையில், முழுமுதற் கடவுளின் திருவாய்க்கும் திருப்பாதங்களுக்கும் வேறுபாடில்லாவிடினும், நமது பாரபட்சமற்ற ஆய்வின் மூலம் பகவத் கீதையை கங்கையைக் காட்டிலும் முக்கியமானதாக மதிக்கலாம்.

ஸர்வோபனிஷதோ$_3$ கா$_3$வோ தோ$_3$க்$_3$தா$_4$ கோ$_3$பால-நந்த$_3$ன:
பார்தோ$_2$ வத்ஸ: ஸு-தீ$_4$ர் போ$_4$க்தா து$_3$க்$_3$த$_4$ம்' கீ$_3$தாம்ரு'தம்' மஹத்

"எல்லா உபநிஷதங்களின் சாரமான கீதோபநிஷத் என்று அறியப்படும் பகவத் கீதை, பசுவைப் போன்றது. இடையர் குலச் சிறுவனாக புகழ்பெற்று விளங்கும் பகவான் கிருஷ்ணரால் கறக்கப்படுகின்றது. அர்ஜுனன் கன்று போன்றவன். அறிவு சார்ந்து வரும் தூய பக்தர்களும் பகவத் கீதை எனும் அமிர்தப் பாலைக் குடிக்க வேண்டியவர்கள். (கீதா மஹாத்மியம் 6)

ஏகம்' ஷா₂ஸ்த்ரம்' தே₃வகீ-புத்ர-கீ₃தம்
ஏகோ தே₃வோ தே₃வகீ-புத்ர ஏவ
ஏகோ மந்த்ரஸ் தஸ்ய நாமானி யானி
கர்மாப்யேகம்' தஸ்ய தே₃வஸ்ய ஸேவா

(கீதா மஹாத்மியம் 7)

தற்சமயத்தில், ஒரு நூல், ஒரு கடவுள், ஒரு மதம், ஒரு தொழில் என்ற கருத்துக்களில் மனிதன் மிகவும் ஆவலாக இருக்கின்றான். எனவே, ஏகம் ஷா₂ஸ்த்ரம் தே₃வகீ-புத்ர-கீ₃தம்—உலகம் முழுமைக்கும் ஒரே பொது நூல் இருக்கட்டும்—பகவத் கீதை. ஏகோ தே₃வோ தே₃வகீ-புத்ர ஏவ—உலகம் முழுமைக்கும் ஒரே கடவுள் இருக்கட்டும்—ஸ்ரீ கிருஷ்ணர். ஏகோ மந்த்ரஸ் தஸ்ய நாமானி யானி—மேலும், ஒரே மந்திரம், ஒரே பிரார்த்தனை—அவரது திருநாமத்தை உச்சரித்தல்: ஹரே கிருஷ்ண, ஹரே கிருஷ்ண, கிருஷ்ண கிருஷ்ண, ஹரே ஹரே/ ஹரே ராம, ஹரே ராம, ராம ராம, ஹரே ஹரே. கர்மாப் யேகம் தஸ்ய தே₃வஸ்ய ஸேவா—மேலும், ஒரே ஒரு செயலிருக்கட்டும்—பரம புருஷ பகவானுக்குத் தொண்டாற்றுதல்.

சீடப் பரம்பரை

ஏவம்' பரம்பரா-ப்ராப்தம் இமம்' ராஜர்ஷயோ விது:₃ (பகவத் கீதை 4.2). இந்த *பகவத் கீதை உண்மையுருவில்* பின்வரும் சீடப் பரம்பரை மூலமாகப் பெறப்படுகின்றது.

1. கிருஷ்ணர்
2. பிரம்மா
3. நாரதர்
4. வியாஸர்
5. மத்வாசாரியர்
6. பத்மநாபர்
7. நரஹரி
8. மாதவர்
9. அக்ஷோப்யர்
10. ஜய தீர்த்தர்
11. ஞானசிந்து
12. தயாநிதி
13. வித்யாநிதி
14. ராஜேந்திரர்
15. ஜயதர்மர்
16. புருஷோத்தமர்
17. பிரம்மண்ய தீர்த்தர்
18. வியாஸ தீர்த்தர்
19. லக்ஷ்மிபதி
20. மாதவேந்திர புரி
21. ஈஸ்வர புரி (நித்யானந்தர்) (அத்வைதர்)
22. பகவான் சைதன்யர்
23. ரூபர் (ஸ்வரூபர், ஸநாதனர்)
24. ரகுநாதர், ஜீவர்
25. கிருஷ்ணதாஸ்
26. நரோத்தமர்
27. விஸ்வநாதர்
28. (பலதேவர்) ஜகநாதர்
29. பக்திவினோத
30. கௌரகிஷோர்
31. பக்திசித்தாந்த சரஸ்வதி
32. அ.ச. பக்திவேதாந்த சுவாமி பிரபுபாதர்.

அத்தியாயம் ஒன்று

குருக்ஷேத்திரப் போர்க்களத்தில் படைகளை கவனித்தல்

ஸ்லோகம் 1

धृतराष्ट्र उवाच

धर्मक्षेत्रे कुरुक्षेत्रे समवेता युयुत्सवः ।
मामकाः पाण्डवाश्चैव किमकुर्वत सञ्जय ॥ १ ॥

த்$_4$ரு'தராஷ்ட்ர உவாச

த$_4$ர்ம-க்ஷேத்ரே குரு-க்ஷேத்ரே ஸமவேதா யுயுத்ஸவ:
மாமகா: பாண்ட$_3$வாஷ்$_2$ சைவ கிம் அகுர்வத ஸஞ்ஜய

த்$_4$ரு'தராஷ்ட்ர உவாச—மாமன்னர் திருதராஷ்டிரர் கூறினார்; *த$_4$ர்ம க்ஷேத்ரே*—தர்ம க்ஷேத்திரத்தில்; *குரு-க்ஷேத்ரே*—குருக்ஷேத்திரத்தில்; *ஸமவேதா:*—ஒன்று கூடிய; *யுயுத்ஸவ:*—போர் புரியும் விருப்பத்துடன்; *மாமகா:*—என்னுடையவர்கள் (என் மகன்கள்); *பாண்ட$_3$வா:*—பாண்டுவின் மகன்கள்; *ச*—மேலும்; *ஏவ*—நிச்சயமாக; *கிம்*—என்ன; *அகுர்வத*—செய்தனர்; *ஸஞ்ஜய*—சஞ்ஜயனே.

திருதராஷ்டிரர் கூறினார்: சஞ்ஜயனே, போர் புரியும் விருப்பத்துடன் தர்ம க்ஷேத்திரமான குருக்ஷேத்திரத்தில் ஒன்று கூடிய என் மகன்களும் பாண்டுவின் மகன்களும் என்ன செய்தனர்?

பொருளுரை: பரவலாகப் படிக்கப்படும் மத விஞ்ஞான நூலான பகவத் கீதை, கீதா மஹாத்மியத்தில் (கீதையைப் பற்றிய புகழுரையில்) சுருக்கமாகக் கூறப்பட்டுள்ளது. சுயநோக்கங்களை அடிப்படையாகக் கொண்ட விளக்கங்களைத் தவிர்த்து, கிருஷ்ண பக்தரின் உதவியோடு, பகவத் கீதையை ஆராய்ந்து படித்து அறிய முயல வேண்டுமென்று அங்கு குறிப்பிடப்பட்டுள்ளது. பகவத் கீதையைத் தெளிவாகப் புரிந்துகொள்வதற்கான உதாரணம் கீதையிலேயே இருக்கின்றது. பகவானிடமிருந்து நேரடியாகக் கேட்டு உபதேசத்தைப் புரிந்து கொண்ட அர்ஜுனனின் வழியை நாம் பின்பற்ற வேண்டும். அந்த சீடப் பரம்பரையின் மூலம் பகவத் கீதையைப் புரிந்துகொள்ள ஒருவனுக்கு பாக்கியம் இருந்தால், அவன் வேத ஞானம் உள்ளிட்ட உலகின் அனைத்து சாஸ்திரக் கல்வியையும் மிஞ்சி விடுகிறான். மற்ற சாஸ்திரங்களில் காணப்படும் எல்லாவற்றையும் கீதையில் காண முடியும். அதுமட்டுமின்றி,

வேறெங்கும் காணவியலாத விஷயங்களையும் காணலாம். இதுவே பகவத் கீதையின் சிறப்பு. புருஷோத்தமரான முழுமுதற் கடவுள் ஸ்ரீ கிருஷ்ணரே நேரடியாக உபதேசித்ததால், இது குறைபாடுகளற்ற ஆன்மீக விஞ்ஞானமாகும்.

இச்சிறப்பு வாய்ந்த தத்துவத்திற்கு, திருதராஷ்டிரருக்கும் சஞ்ஜயனுக்கும் இடையே மஹாபாரதத்தில் விவாதிக்கப்பட்ட விஷயங்கள், அடிப்படையாக அமைகின்றன. இத்தத்துவம், வேத நாகரிகத்தின் நினைவிற்கெட்டாத காலத்திலிருந்தே புண்ணிய ஸ்தலமாகத் திகழக்கூடிய குருக்ஷேத்திரத்தில் நடைபெற்ற போரின்போது உருவானது. மனித சமுதாயத்தை வழிநடத்த, பகவான் இப்பூவுலகில் அவதரித்திருந்தபோது இஃது அவரால் உபதேசிக்கப்பட்டது.

த₄ர்மக்ஷேத்ர (தர்மச் சடங்குகள் செய்யப்படும் இடம்) எனும் சொல் மிக முக்கியமானது. ஏனெனில், குருக்ஷேத்திரப் போர்க்களத்தில் அர்ஜுனனின் தரப்பில் புருஷோத்தமரான முழுமுதற் கடவுள் இருந்தார். கௌரவர்களின் தந்தையான திருதராஷ்டிரருக்கு தனது மகன்களின் இறுதி வெற்றி மிகவும் சந்தேகத்திற்குரியதாக இருந்தது. அவரது சந்தேகத்தினாலேயே, "அவர்கள் என்ன செய்தனர்?" என்று தனது காரியதரிசியான சஞ்ஜயனிடம் வினவினார். போரில் ஈடுபடுவதற்கான தீர்மானத்துடன் குருக்ஷேத்திரக் களத்தில் அவரது மகன்களும் அவரது தம்பியான பாண்டுவின் மகன்களும் ஒன்று கூடியிருந்தனர் என்பது அவருக்கு நன்றாகத் தெரியும். இருப்பினும் அவரது வினா முக்கியமானதாகும். இருதரப்பு சகோதரர்களுக்கு மிடையே உடன்பாட்டை அவர் விரும்பவில்லை என்பதோடு, போர்க்களத்தில் தனது மகன்களின் கதி என்னவாகும் என்பதை உறுதியாக அறிய விரும்பினார். ஏனெனில், மேலுலகவாசி களுக்கும்கூட வந்தனைக்குரிய தலம் என்று வேதங்களில் கூறப்பட்டுள்ள குருக்ஷேத்திரத்தில் ஏற்பாடு செய்யப்பட்டிருந்ததால், போரின் விளைவில் புனிதத் தலத்திற்கு இருக்கக்கூடிய செல்வாக்கைப் பற்றி மிகவும் பயந்தார் திருதராஷ்டிரர். இயற்கையிலேயே நற்குணம் நிரம்பிய அர்ஜுனன் மற்றும் பாண்டுவின் இதர மகன்களுக்கு, இந்த இடம் மிகவும் சாதகமாக அமையும் என்று அவர் நன்றாகவே அறிந்திருந்தார். வியாஸரின் சீடனான சஞ்ஜயன், வியாஸரது கருணையால், திருதராஷ்டிரர் தனது அறையில் இருந்தபடியே குருக்ஷேத்திரப் போர்க்களத்தைக் காண முடிந்தது. எனவே, திருதராஷ்டிரர் போர்க்களத்தின் நிலைமையை அவனிடம் வினவினார்.

பாண்டவர்களும், திருதராஷ்டிரரின் மகன்களும் ஒரே குடும்பத்தைச் சேர்ந்தவர்கள். ஆயினும், திருதராஷ்டிரரின் உள் மனம் இங்கு வெளிப்படுத்தப்பட்டுள்ளது. வேண்டுமென்றே அவர் தன்னுடைய மகன்களை மட்டும் குரு வம்சத்தினர் என்று பாராட்டி, பாண்டவர்களை வம்சத்தின் மரபுரிமையிலிருந்து பிரித்துப் பேசுகிறார். இதன் மூலம் திருதராஷ்டிரருக்கு தன் சகோதரனின் மகன்களிடம் உள்ள உறவின் பிரத்தியேக நிலையை ஒருவர் புரிந்துகொள்ளலாம். நெல் வயலில் தேவையற்ற களைகள் பிடுங்கி எறியப்படுவதைப் போல், தர்மத்தின் தந்தையான ஸ்ரீ கிருஷ்ணர் பங்கு கொண்ட குருக்ஷேத்திரம் என்னும் புனிதமான நிலத்தில், தேவையற்ற களைகளான திருதராஷ்டிரர் மகன் துரியோதனனும் பிறரும் ஒழிக்கப்பட்டு, முற்றிலும் தர்மத்திற்கு உட்பட்ட யுதிஷ்டிரரின் தலைமையில் பகவானால் நல்லாட்சி நிலைநாட்டப்படும் என்பது இந்த விஷயத்தின் ஆரம்பத்திலிருந்தே எதிர்பார்க்கப்படுகிறது. சரித்திர மற்றும் வேத முக்கியத்துவங்களைத் தவிர, இதுவே *த₄ர்மக்ஷேத்ரே, குருக்ஷேத்ரே* என்னும் சொற்களின் கருத்தாகும்.

ஸ்லோகம் 2

सञ्जय उवाच

दृष्ट्वा तु पाण्डवानीकं व्यूढं दुर्योधनस्तदा ।
आचार्यमुपसङ्गम्य राजा वचनमब्रवीत् ॥ २ ॥

ஸஞ்ஜய உவாச

த்$_3$ரு'ஷ்ட்வா து பாண்ட$_3$வானீகம்' வ்யூட$_4$ம்' து$_3$ர்யோத$_4$னஸ் ததா$_3$
ஆசார்யம் உபஸங்க$_3$ம்ய ராஜா வசனம் அப்$_3$ரவீத்

ஸஞ்ஜய: *உவாச*—சஞ்ஜயன் கூறினான்; *த்$_3$ரு'ஷ்ட்வா*—பார்த்த பின்; *து*—ஆனால்; *பாண்ட$_3$வ-அனீகம்*—பாண்டவர்களின் போர் வீரர்கள்; *வ்யூட$_4$ம்*—வியூகமாய் அணிவகுக்கப்பட்டிருந்த; *து$_3$ர்யோத$_4$ன:*—அரசன் துரியோதனன்; *ததா$_3$*—அந்த நேரத்தில்; *ஆசார்யம்*—ஆச்சாரியர்; *உபஸங்க$_3$ம்ய*—அணுகி; *ராஜா*—மன்னன்; *வசனம்*—வார்த்தைகள்; *அப்$_3$ரவீத்*—பேசினான்.

சஞ்ஜயன் கூறினான்: மன்னரே, பாண்டுவின் மகன்களால் அணிவகுக்கப்பட்ட படையை மேற்பார்வையிட்ட பிறகு, மன்னன் துரியோதனன் தன் ஆச்சாரியரை அணுகிப் பின்வருமாறு கூறினான்.

பொருளுரை: திருதராஷ்டிரர் பிறவியிலிருந்தே பார்வையில்லாதவர். துரதிர்ஷ்டவசமாக அவருக்கு ஆன்மீகப் பார்வையும் இல்லை. தனது மகன்களும் தர்மத்தின் விஷயத்தில் தனக்கு சமமான குருடர்கள்

என்பதும், பிறவியிலிருந்தே நல்லவர்களான பாண்டவர்களுடன் அவர்கள் உடன்பாடு செய்துகொள்ளப் போவதில்லை என்பதும் அவருக்கு உறுதியாகத் தெரிந்திருந்தது. இருந்தும், புனிதத் தலத்தின் தாக்கத்தினால் அவர் சந்தேகம் கொண்டார். போர்க்கள நிலைமையைப் பற்றிய அவரது வினாவின் உள்நோக்கத்தை சஞ்ஜயனால் புரிந்துகொள்ள முடிந்தது. ஏங்கும் மன்னனுக்கு உற்சாகமூட்ட விரும்பிய சஞ்ஜயன், அவரது மைந்தர்கள் போர்க்களத்தின் புனிதத் தன்மையால் பாதிக்கப்பட்டு சமாதானம் ஏதும் செய்துகொள்ளப் போவதில்லை என்பதை உறுதி செய்தான். எனவே, 'பாண்டவர்களின் படை பலத்தைப் பார்வையிட்ட துரியோதனன் உடனேயே தன் தளபதியான துரோணாசாரியரிடம் சென்று உண்மை நிலையை உரைக்கலானான்' என்று மன்னரிடம் தெரிவித்தான் சஞ்ஜயன். துரியோதனன் 'மன்னன்' என்று குறிப்பிடப்பட்டாலும் நிலைமையின் முக்கியத்துவத்தை உணர்ந்து, தளபதியிடம் போக வேண்டியிருந்தது. எனவே, அரசியல்வாதியாக இருப்பதற்கு அவன் பொருத்தமானவனே. துரியோதனன் ராஜதந்திரமாக நடந்து கொண்டாலும், பாண்டவர்களின் சேனையைக் கண்டதால் ஏற்பட்ட பயத்தை அவனால் மறைக்க இயலாமல் போயிற்று.

ஸ்லோகம் 3

पश्यैतां पाण्डुपुत्राणामाचार्य महतीं चमूम् ।
व्यूढां द्रुपदपुत्रेण तव शिष्येण धीमता ॥ ३ ॥

பஷ்$_2$யைதாம்' பாண்டு$_3$-புத்ராணாம் ஆசார்ய மஹதீம்' சமூம்
வ்யூடா$_4$ம்' த்$_3$ருபத$_3$-புத்ரேண தவ ஷி$_2$ஷ்யேண தீ$_4$மதா

பஷ்$_2$ய—பாருங்கள்; *ஏதாம்*—இந்த; *பாண்டு$_3$–புத்ராணாம்*—பாண்டுவின் புதல்வர்கள்; *ஆசார்ய*—ஆச்சாரியரே; *மஹதீம்*—மாபெரும்; *சமூம்*—போர்ப் படைகள்; *வ்யூடா$_4$ம்*—அணிவகுக்கப்பட்ட; *த்$_3$ருபத$_3$–புத்ரேண*—துருபதரின் புதல்வனால்; *தவ*—உமது; *ஷி$_2$ஷ்யேண*—சீடன்; *தீ$_4$–மதா*—மிகவும் புத்திசாலி.

ஆச்சாரியரே, துருபத குமாரனான உங்கள் புத்திசாலி சீடனால் நேர்த்தியாக அணிவகுக்கப்பட்ட, பாண்டு புத்திரர்களின் மாபெரும் படையைப் பாருங்கள்.

பொருளுரை: சிறந்த அந்தணத் தளபதியான துரோணாசாரியரின் குறைகளை, சிறந்த ராஜதந்திரியான துரியோதனன் சுட்டிக்காட்ட விரும்பினான். அர்ஜுனனின் மனைவி திரௌபதியின் தந்தையான துருபத மன்னனுடன் துரோணாசாரியருக்கு சில அரசியல் விரோதம் இருந்து வந்தது. அவ்விரோதத்தின் விளைவாக, துருபதன் ஒரு

பெரிய யாகத்தைச் செய்து துரோணாசாரியரைக் கொல்லும் சக்தி பெற்ற மகனை வரமாகப் பெற்றிருந்தான். துரோணர் இதை மிக நன்றாக அறிந்திருந்தபோதிலும், துருபதன் மகனான திருஷ்டத்யும்னன் தன்னிடம் போர் கல்விக்காக ஒப்படைக்கப்பட்ட போது, அந்தணருக்கே உரிய தாராள மனப்பான்மையுடன் போர் தந்திரத்தின் இரகசியங்கள் அனைத்தையும் அவனுக்குக் கற்பித்தார். தற்போது குருக்ஷேத்திரப் போர்க்களத்தில் திருஷ்டத்யும்னன் பாண்டவர்களின் தரப்பில் உள்ளான். துரோணாசாரியரிடமிருந்து போர்க் கலையை கற்றிருந்த அவனே, பாண்டவர்களின் சேனையை அணி வகுத்திருந்தான். துரோணாசாரியர் எச்சரிக்கையாகவும் விட்டுக் கொடுக்காமலும் போர்புரிய வேண்டும் என்பதற்காக, துரியோதனன் அவரது இந்தத் தவறைச் சுட்டிக்காட்டுகிறான். அன்பிற்குரிய இதர மாணவர்களான பாண்டவர்களிடமும் அவர் தயை காட்டாமல் போரிட வேண்டுமென்பதையும் அவன் இதன் மூலம் சுட்டிக்காட்ட விரும்புகிறான். குறிப்பாக, அர்ஜுனன் அவருக்கு மிகமிக பிரியமான திறமைசாலி மாணவனாவான். இதனால் ஏற்படும் கருணை, போரில் தோல்விக்கு வழிவகுக்கும் என்று துரியோதனன் எச்சரிக்கின்றான்.

ஸ்லோகம் 4

अत्र शूरा महेष्वासा भीमार्जुनसमा युधि ।
युयुधानो विराटश्च द्रुपदश्च महारथः ॥ ४॥

அத்ர ஷூ$_2$ரா மஹேஷ்வ்-ஆஸா பீ$_4$மார்ஜுன-ஸமா யுதி$_4$
யுயுதா$_4$னோ விராடஷ்$_2$ ச த்$_3$ருபத$_3$ஷ்$_2$ ச மஹா-ரத:$_2$

அத்ர—அங்கு; *ஷூ$_2$ரா:*—வீரர்கள்; *மஹா-இஷு-ஆஸா:*—பலமுள்ள வில்லாளிகள்; *பீ$_4$ம-அர்ஜுன*—பீமனுக்கும் அர்ஜுனனுக்கும்; *ஸமா:*—சமமான; *யுதி$_4$*—போரில்; *யுயுதா$_4$ன:*—யுயுதானன்; *விராட:*—விராடன்; *ச*—மேலும்; *த்$_3$ருபத:$_3$*—துருபதன்; *ச*—மற்றும்; *மஹா-ரத:$_2$*—மாபெரும் வீரர்.

அந்த சேனையில் பீமனுக்கும் அர்ஜுனனுக்கும் சமமான வில்லாளிகள் பலரும் இருக்கின்றனர்: யுயுதானன், விராடன், துருபதன் போன்ற மாபெரும் வீரர்கள் உள்ளனர்.

பொருளுரை: துரோணாசாரியரின் மிகச்சிறந்த போர் வலிமைக்கு முன் திருஷ்டத்யும்னன் முக்கியத் தடையாக இல்லாவிட்டாலும், இதர வீரர்கள் பலர் பயத்திற்கு காரணமாக இருந்தனர். வெற்றியின் பாதையில் பெரும் தடைக்கற்களாக அவர்களை இங்கு துரியோதனன் குறிப்பிடுகிறான்; ஏனெனில், அவர்கள் ஒவ்வொருவரும் பீமனையும்

அர்ஜுனனையும் போலவே எதிர்க்கப்பட முடியாதவர்கள். பீம அர்ஜுனரின் பலத்தை நன்கறிந்த துரியோதனன், மற்றவர்களை அவர்களுடன் ஒப்பிட்டான்.

ஸ்லோகம் 5

धृष्टकेतुश्चेकितानः काशिराजश्च वीर्यवान् ।
पुरुजित्कुन्तिभोजश्च शैब्यश्च नरपुङ्गवः ॥ ५ ॥

த்$_4$ரு'ஷ்டகேதுஷ்$_2$ சேகிதான: காஷி$_2$ராஜஷ்$_2$ ச வீர்யவான்
புருஜித் குந்திபோ$_4$ஜஷ்$_2$ ச ஷை$_2$ப்$_3$யஷ்$_2$ ச நர-புங்க$_3$வ:

த்$_4$ரு'ஷ்டகேது:—திருஷ்டகேது; *சேகிதான:*—சேகிதானன்; *காஷி$_2$ராஜ:*—காசிராஜன்; *ச*—மேலும்; *வீர்ய-வான்*—பலமிக்க; *புருஜித்*—புருஜித்; *குந்திபோ$_4$ஜ:*—குந்திபோஜன்; *ச*—மேலும்; *ஷை$_2$ப்$_3$ய:*—ஷைப்யன்; *ச*—மேலும்; *நர-புங்க$_3$வ:*—மனித சமுதாயத்தின் சிறந்த வீரர்கள்.

மேலும், திருஷ்டகேது, சேகிதானன், காசிராஜன், புருஜித், குந்திபோஜன், ஷைப்யன் போன்ற சிறந்த பலமிக்க போர் வீரர்கள் பலரும் உள்ளனர்.

ஸ்லோகம் 6

युधामन्युश्च विक्रान्त उत्तमौजाश्च वीर्यवान् ।
सौभद्रो द्रौपदेयाश्च सर्व एव महारथाः ॥ ६ ॥

யுதா$_4$மன்யுஷ்$_2$ ச விக்ராந்த உத்தமௌஜாஷ்$_2$ ச வீர்யவான்
ஸௌப$_4$த்$_3$ரோ த்$_3$ரௌபதே$_3$யாஷ்$_2$ ச ஸர்வ ஏவ மஹா-ரதா:$_2$

யுதா$_4$மன்யு:—யுதாமன்யு; *ச*—மேலும்; *விக்ராந்த:*—பலமுள்ள; *உத்தமௌஜா:*—உத்தமௌஜன்; *ச*—மேலும்; *வீர்ய-வான்*—பலமிக்க; *ஸௌப$_4$த்$_3$ர:*—சுபத்ரையின் புதல்வன்; *த்$_3$ரௌபதே$_3$யா:*—திரௌபதியின் புதல்வர்கள்; *ச*—மேலும்; *ஸர்வே*—எல்லா; *ஏவ*—நிச்சயமாக; *மஹா-ரதா:$_2$*—மாபெரும் ரத வீரர்கள்.

வீரனான யுதாமன்யு, பலமுள்ள உத்தமௌஜன், சுபத்ரையின் புதல்வன் மற்றும் திரௌபதியின் குமாரர்களும் இருக்கின்றனர். இப்படை வீரர்கள் அனைவரும் மாபெரும் ரத வீரர்கள்.

ஸ்லோகம் 7

अस्माकं तु विशिष्टा ये तान्निबोध द्विजोत्तम ।
नायका मम सैन्यस्य संज्ञार्थं तान्ब्रवीमि ते ॥ ७ ॥

அஸ்மாகம்' து விஷி$_2$ஷ்டா யே தான் நிபோ$_3$த$_4$ த்$_3$விஜோத்தம
நாயகா மம ஸைன்யஸ்ய ஸம்'ஜ்ஞார்த$_2$ம்' தான் ப்$_3$ரவீமி தே

அஸ்மாகம்—நம்முடைய; *து*—ஆனால்; *விஷி$_2$ஷ்டா:*—விசேஷ பலமுள்ள; *யே*—யார்; *தான்*—அவர்களை; *நிபோ$_3$த$_4$*—கவனியுங்கள்; *த்$_3$விஜ-உத்தம*—பிராமணரில் சிறந்தவரே; *நாயகா:*—நாயகர்கள்; *மம*—என்னுடைய; *ஸைன்யஸ்ய*—படை வீரர்களின்; *ஸம்ஜ்ஞார்த$_2$ம்*—அறிவதற்காக; *தான்*—அவர்கள்; *ப்$_3$ரவீமி*—கூறுகிறேன்; *தே*—உங்களிடம்.

ஆனால், பிராமணரில் சிறந்தவரே, தாங்கள் தெரிந்து கொள்வதற்காக எனது சேனையை வழிநடத்தும் தகுதி வாய்ந்த நாயகர்களைப் பற்றியும் தங்களிடம் கூறுகிறேன்.

ஸ்லோகம் 8

भवान्भीष्मश्च कर्णश्च कृपश्च समितिञ्जयः ।
अश्वत्थामा विकर्णश्च सौमदत्तिस्तथैव च ॥ ८ ॥

ப$_4$வான் பீ$_4$ஷ்மஷ்$_2$ ச கர்ணஷ்$_2$ ச க்ரு'பஷ்$_2$ ச ஸமிதிம்'-ஜய:
அஷ்$_2$வத்தா$_2$மா விகர்ணஷ்$_2$ ச ஸௌமத$_3$த்திஸ் ததை$_2$வ ச

ப$_4$வான்—தாங்கள்; *பீ$_4$ஷ்ம:*—பாட்டனார் பீஷ்மர்; *ச*—மற்றும்; *கர்ண:*—கர்ணன்; *ச*—மேலும்; *க்ரு'ப:*—கிருபாசாரியர்; *ச*—மேலும்; *ஸமிதிம்-ஜய:*—போரில் எப்போதும் வெற்றி பெறும்; *அஷ்$_2$வத்தா$_2$மா*—அஷ்வத்தாமன்; *விகர்ண:*—விகர்ணன்; *ச*—மேலும்; *ஸௌமத$_3$த்தி:*—சோமதத்தனின் குமாரன்; *ததா$_2$*—மேலும்; *ஏவ*—நிச்சயமாக; *ச*—மற்றும்.

மரியாதைக்குரிய தாங்கள், பீஷ்மர், கர்ணன், கிருபாசாரியர், அஷ்வத்தாமன், விகர்ணன் மற்றும் சோமதத்தனின் குமாரனான பூரிஷ்ரவன் முதலியோர், போரில் எப்போதும் வெற்றி காண்பவர்களே.

பொருளுரை: எப்போதும் வெற்றியையே அடையும் தன்னிகரற்ற மாவீரர்கள் அனைவரையும் துரியோதனன் குறிப்பிட்டான். விகர்ணன் துரியோதனனின் தம்பிகளில் ஒருவன், அஷ்வத்தாமன் துரோணரின் புதல்வனாவான், மற்றும் பாலீக நாட்டு மன்னனான சோமதத்தனின் மகனே பூரிஷ்ரவன் (அல்லது ஸௌமதத்தி). மன்னர் பாண்டுவை குந்தி மணம் செய்வதற்கு முன் பிறந்த கர்ணன், அர்ஜுனனுக்கு சகோதரனாவான். கிருபாசாரியரின் சகோதரியை மணந்தவர் துரோணாசாரியர்.

ஸ்லோகம் 9

अन्ये च बहवः शुरा मदर्थे त्यक्तजीविताः ।
नानाशस्त्रप्रहरणाः सर्वे युद्धविशारदाः ॥ ९ ॥

அன்யே ச ப$_3$ஹவ: ஷூ$_2$ரா மத்$_3$-அர்தே$_2$ த்யக்த-ஜீவிதா:
நானா-ஷ$_2$ஸ்த்ர-ப்ரஹரணா: ஸர்வே யுத்$_3$த$_4$-விஷா$_2$ரதா:$_3$

அன்யே—பிறர்; *ச*—மேலும்; *ப$_3$ஹவ:*—பெரும் எண்ணிக்கையில்; *ஷூ$_2$ரா:*—மாவீரர்கள்; *மத்-அர்தே$_3$*—எனக்காக; *த்யக்த-ஜீவிதா:*—உயிரை விட தயாராக; *நானா*—பல்வேறு; *ஷ$_2$ஸ்த்ர*—ஆயுதங்கள்; *ப்ரஹரணா:*—உடைய; *ஸர்வே*—அவர்களெல்லாம்; *யுத்$_3$த$_4$-விஷா$_2$ரதா:$_3$*—யுத்தத்தில் வல்லுநர்கள்.

எனக்காக உயிரையும் கொடுக்கக்கூடிய எண்ணற்ற மாவீரர்கள் பலரும் உள்ளனர். யுத்தத்தில் வல்லுநர்களான அவர்கள் அனைவரும் பலவிதமான ஆயுதங்களுடன் தயாராக உள்ளனர்.

பொருளுரை: ஜயத்ரதன், கிருதவர்மன், சல்லியன் போன்றோர் துரியோதனனுக்காக உயிரையும் இழக்கத் துணிந்தவர்கள். வேறுவிதமாகச் சொன்னால், பாவியான துரியோதனனின் தரப்பில் சேர்ந்ததன் பயனாக, இவர்கள் அனைவரும் குருக்ஷேத்திரப் போர்க்களத்தில் இறக்கப்போவது ஏற்கனவே முடிவாகிவிட்டது. இருப்பினும், மேற்கூறப்பட்ட தனது நண்பர்களின் கூட்டு பலத்தால் தனது வெற்றி நிச்சயமே என்று துரியோதனன் எண்ணுகிறான்.

ஸ்லோகம் 10

अपर्याप्तं तदस्माकं बलं भीष्माभिरक्षितम् ।
पर्याप्तं त्विदमेतेषां बलं भीमाभिरक्षितम् ॥ १० ॥

அபர்யாப்தம்' தத்$_3$ அஸ்மாகம்' ப$_3$லம்' பீ$_4$ஷ்மாபி$_4$ரக்ஷிதம்
பர்யாப்தம்' த்வ் இத$_3$ம் ஏதேஷாம்' ப$_3$லம்' பீ$_4$மாபி$_4$ரக்ஷிதம்

அபர்யாப்தம்—அளக்கவியலாத; *தத்$_3$*—அந்த; *அஸ்மாகம்*—நமது; *ப$_3$லம்*—பலம்; *பீ$_4$ஷ்ம*—பாட்டனாரான பீஷ்மரால்; *அபி$_4$ரக்ஷிதம்*—சிறப்பாய் பாதுகாக்கப்பட்ட; *பர்யாப்தம்*—அளவிடக்கூடிய; *து*—ஆனால்; *இத$_3$ம்*—இவையனைத்தும்; *ஏதேஷாம்*—பாண்டவர்களின்; *ப$_3$லம்*—பலம்; *பீ$_4$ம*—பீமனால்; *அபி$_4$ரக்ஷிதம்*—கவனமாய் பாதுகாக்கப்பட்ட.

பாட்டனார் பீஷ்மரால் சிறப்பாக பாதுகாக்கப்பட்ட நமது பலம் அளக்கவியலாதது. ஆனால் பீமனால் கவனமாக பாதுகாக்கப்பட்ட பாண்டவ சேனையோ அளவிடக்கூடியதே.

பொருளுரை: இங்கு துரியோதனன் சேனைகளின் பலத்தை ஒப்பிட்டு மதிப்பிடுகிறான். மிகவும் அனுபவமிக்க படைத் தளபதியான பாட்டனார் பீஷ்மரால் பாதுகாக்கப்படுவதால், தனது படையின் பலம் அளவிட இயலாதது என்று எண்ணுகிறான். அதே சமயம், பீஷ்மரின் முன்பு தூசி போன்றவனும் குறைந்த அனுபவமுள்ள தளபதியுமான பீமனால் பாதுகாக்கப்படும் பாண்டவ சேனையின் பலம் அளக்கக்கூடியதாகும். துரியோதனன் எப்போதுமே பீமனிடம்

பொறாமை கொண்டிருந்தான்; ஏனெனில், தான் ஒருவேளை மடிய வேண்டியிருந்தால், பீமன் மட்டுமே தன்னைக் கொல்வான் என்பதை அறிந்திருந்தான். அதே சமயம், பன்மடங்கு உயர்ந்த தளபதி பீஷ்மர், தனது தரப்பில் போர் புரிவதால் தனக்கு வெற்றி கிட்டும் என்று அவன் உறுதியாக நம்புகிறான். போரில் தான் வெற்றி வாகை சூடுவது உறுதி என்பதே அவனது முடிவான தீர்மானமாகும்.

ஸ்லோகம் 11

अयनेषु च सर्वेषु यथाभागमवस्थिताः ।
भीष्ममेवाभिरक्षन्तु भवन्तः सर्व एव हि ॥११॥

அயனேஷு ச ஸர்வேஷு யதா₂-பா₄க₃ம் அவஸ்தி₂தா:
பீ₄ஷ்மம் ஏவாபி₄ரக்ஷந்து ப₄வந்த: ஸர்வ ஏவ ஹி

அயனேஷு—முக்கியப் போர் முனைகளில்; *ச*—மேலும்; *ஸர்வேஷு*—எங்கும்; *யதா₂–பா₄க₃ம்*—பலவிதங்களில் ஏற்பாடு செய்யப்பட்டுள்ளபடி; *அவஸ்தி₂தா:*—இருந்தபடியே; *பீ₄ஷ்மம்*—பாட்டனார் பீஷ்மருக்கு; *ஏவ*—நிச்சயமாக; *அபி₄ரக்ஷந்து*—பாதுகாப்பளிக்க வேண்டும்; *ப₄வந்த:*—நீங்கள்; *ஸர்வே*—அனைவரும்; *ஏவ ஹி*—நிச்சயமாக.

படை அணிவகுப்பின் நுழைவாயிலில் தத்தமது போர் முனைகளில் இருந்தபடியே நீங்கள் அனைவரும் பாட்டனார் பீஷ்மருக்கு முழுப் பாதுகாப்பளிக்க வேண்டும்.

பொருளுரை: பீஷ்மரது ஆற்றலைப் புகழ்ந்த துரியோதனன், மற்றவர்கள் தங்களுக்குக் குறைவான முக்கியத்துவமளிக்கப்பட்டதாக எண்ணிவிடுவார்களோ என்று நினைத்து, தமது வழக்கமான ராஜதந்திர பாணியில் மேற்கண்டவாறு கூறி நிலைமையைச் சரிகட்ட முயல்கிறான். பீஷ்மர் ஐயமின்றி மாபெரும் போர் வீரரே, ஆனாலும் அவரது முதுமையைக் கருதி, எல்லாக் கோணங்களிலிருந்தும் அவரது பாதுகாப்பை ஒவ்வொருவரும் நினைக்க வேண்டுமென்பதை துரியோதனன் வலியுறுத்தினான். அவர் களத்தில் இறங்கி ஒரேபுறத்தில் போரிடுவதை எதிரிகள் பயன்படுத்திக் கொண்டு விடலாமல்லவா? எனவே, மற்ற மாவீரர்கள் தங்களது இடத்தை விட்டு நகர்ந்து, வியூகத்தை எதிரிகள் உடைக்க வழிவிடக் கூடாதென்று அவன் எச்சரித்தான். குரு வம்சத்தினரின் வெற்றி பீஷ்ம தேவரையே சார்ந்திருக்கிறது என்பதை அவன் ஐயமற உணர்ந்திருந்தான். பற்பல பெருந்தலைவர்கள் கூடியிருந்த சபையில், அர்ஜுனனின் மனைவியான திரௌபதி, உடைகளைக் களைந்து நிர்வாணமாகும்படி பலவந்தப்படுத்தப்பட்டாள். அப்போது ஆதரவற்ற நிலையில் பீஷ்மரிடமும், துரோணரிடமும் நீதிக்காக

முறையிட்டபோது அவர்கள் ஒரு வார்த்தைகூடப் பேசாமல் இருந்தனர். எனவே, போரில் அவர்களது முழு ஒத்துழைப்பைப் பற்றி துரியோதனனுக்கு மிகுந்த நம்பிக்கை யிருந்தது. இவ்விரு போர்த் தலைவர்களும், பாண்டவர்களிடம் பாசம் கொண்டவர்கள் என்பதை அவன் அறிந்திருந்தபோதிலும், சூதாட்டத்தின்போது நடந்து கொண்டதைப்போல, தற்போதும் அப்பாசத்தினை முற்றிலும் துறந்து விடுவார்கள் என்று எதிர்பார்க்கிறான்.

ஸ்லோகம் 12

तस्य सञ्जनयन्हर्षं कुरुवृद्धः पितामहः ।
सिंहनादं विनद्योच्चैः शङ्खं दध्मौ प्रतापवान् ॥ १२ ॥

தஸ்ய ஸஞ்ஜனயன் ஹர்ஷம்' குரு-வ்ரு'த்$_3$த:$_4$ பிதாமஹ:
ஸிம்'ஹ-நாத$_3$ம்' வினத்$_3$யோச்சை: ஷ$_2$ங்க$_2$ம்' த$_3$த்$_4$மௌ ப்ரதாபவான்

தஸ்ய—அவனது; *ஸஞ்ஜனயன்*—அதிகரிக்கின்ற; *ஹர்ஷம்*—மகிழ்ச்சி; *குரு-வ்ரு'த்$_3$த:$_4$*—குரு வம்சத்தின் முதியவர் (பீஷ்மர்); *பிதாமஹ:*—பாட்டனார்; *ஸிம்ஹ-நாத$_3$ம்*—சிங்கத்தைப் போன்ற கர்ஜனை ஒலி; *வினத்$_3$ய*—அதிர்வடைந்து; *உச்சை:*—மிக சத்தமாக; *ஷ$_2$ங்க$_2$ம்*—சங்கு; *த$_3$த்$_4$மௌ*—ஊதினார்; *ப்ரதாப-வான்*—பெரும் வீரர்.

பின்னர், குரு வம்சத்தின் மாபெரும் வீரரும், பாட்டனாருமான பீஷ்மர், தனது சங்கை சிங்க கர்ஜனை போன்று உரக்க ஊதி துரியோதனனுக்கு மகிழ்ச்சியைக் கொடுத்தார்.

பொருளுரை: பேரனான துரியோதனனின் உள்மனதைப் புரிந்து கொண்ட குரு வம்சப் பெரியவரான பீஷ்மர் அவனிடம் தனக்குள்ள இயற்கையான பரிவினால், தனது சங்கை உரக்க முழங்கி (சிங்கம் போன்ற தனது நிலைக்குத் தகுந்தாற் போல), அவனுக்கு மகிழ்ச்சியூட்ட முயன்றார். மேலும், பரம புருஷ பகவானான கிருஷ்ணர் எதிர்தரப்பில் இருந்ததால், போரில் துரியோதனன் வெற்றி பெறுவதற்கான வாய்ப்பேதுமில்லை என்பதை சங்கொலி மூலம் மறைமுகமாக, பரிதாபத்திற்குரிய தனது பேரனுக்கு உணர்த்தினார். இருப்பினும், போர் புரிவது தனது கடமை என்பதால், அதற்காக எல்லாவித துயரத்தையும் ஏற்கத் துணிந்தவர் பீஷ்மர்.

ஸ்லோகம் 13

ततः शङ्खाश्च भेर्यश्च पणवानकगोमुखाः ।
सहसैवाभ्यहन्यन्त स शब्दस्तुमुलोऽभवत् ॥ १३ ॥

தத: ஷ$_2$ங்கா$_2$ஷ்$_2$ ச பே$_4$ர்யஷ்$_2$ ச பணவானக-கோ$_3$முகா:$_2$
ஸஹஸைவாப்$_4$யஹன்யந்த ஸ ஷ$_2$ப்$_3$த$_3$ஸ் துமுலோ 'ப$_4$வத்

தத:—அதன் பிறகு; *ஷ$_2$ங்கா:$_2$*—சங்குகள்; *ச*—மேலும்; *பே$_4$ர்ய:*—மத்தளங்கள்; *ச*—மேலும்; *பணவ-ஆனக*—தாரைகளும் முரசுகளும்; *கோ$_3$-முகா:$_2$*—கொம்புகள்; *ஸஹஸா*—உடனே; *ஏவ*—நிச்சயமாய்; *அப்$_4$யஹன்யந்த*—ஒரே சமயத்தில் ஒலித்தன; *ஸ:*—அந்த; *ஷ$_2$ப்$_3$த:$_3$*—ஒருமித்த சப்தம்; *துமுல:*—கிளர்ச்சி; *அப$_4$வத்*—உண்டாயிற்று.

அதன்பின், சங்குகள், மத்தளங்கள், முரசுகள், கொம்புகள், தாரைகள் என அனைத்தும் ஒரே சமயத்தில் முழங்க, அப்பேரொலி மிகவும் பயங்கரமாக இருந்தது.

ஸ்லோகம் 14

ततः श्वेतैर्हयैर्युक्ते महति स्यन्दने स्थितौ ।
माधवः पाण्डवश्चैव दिव्यौ शङ्खौ प्रदध्मतुः ॥ १४ ॥

தத: ஷ$_2$வேதைர் ஹயைர் யுக்தே மஹதி ஸ்யந்த$_3$னே ஸ்தி$_2$தௌ
மாத$_4$வ: பாண்ட$_3$வஷ்$_2$ சைவ தி$_3$வ்யௌ ஷ$_2$ங்கௌ$_2$ ப்ரத$_3$த்$_4$மது:

தத:—அதன் பிறகு; *ஷ$_2$வேதை:*—வெண்மையான; *ஹயை:*—குதிரைகள்; *யுக்தே*—பூட்டிய; *மஹதி*—மிகச்சிறந்த; *ஸ்யந்த$_3$னே*—ரதத்தில்; *ஸ்தி$_2$தௌ*—நிலைபெற்ற; *மாத$_4$வ:*—கிருஷ்ணர் (செல்வத் திருமகளின் கணவர்); *பாண்ட$_3$வ:*—அர்ஜுனன் (பாண்டுவின் மகன்); *ச*—மேலும்; *ஏவ*—நிச்சயமாய்; *தி$_3$வ்யௌ*—தெய்வீக; *ஷ$_2$ங்கௌ$_2$*—சங்குகளை; *ப்ரத$_3$த்$_4$மது:*—முழங்கினர்.

மறுதரப்பில், வெள்ளைக் குதிரைகள் பூட்டிய மிகச்சிறந்த ரதத்தில் அமர்ந்திருந்த பகவான் கிருஷ்ணரும், அர்ஜுனனும் தங்களது தெய்வீக சங்குகளை முழங்கினர்.

பொருளுரை: பீஷ்மதேவரால் ஒலிக்கப்பட்ட சங்குடன் ஒப்பிடுகையில், ஸ்ரீ கிருஷ்ண அர்ஜுனர்களின் கைகளிலிருந்த சங்குகள் திவ்யமானவை என வர்ணிக்கப்படுகின்றன. கிருஷ்ணர் பாண்டவர்களின் தரப்பிலிருந்ததால், எதிர்தரப்பினருக்கு வெற்றி கிடைக்குமென்ற நம்பிக்கைக்கு இடமேயில்லை என்பதை தெய்வீக சங்குகளின் முழக்கம் சுட்டிக்காட்டுகிறது. *ஜயஸ் து பாண்டு$_3$-புத்ராணாம் யேஷாம் பக்ஷே ஜனார்த$_3$ன:* பாண்டவர்களைப் போன்று, பகவான் கிருஷ்ணரோடு எப்போதும் நல்லுறவு கொள்பவர்களுக்கே வெற்றி. பகவான் எங்கிருந்தாலும் அங்கே செல்வத் திருமகளும் (இலட்சுமியும்) உள்ளார்; ஏனெனில், இலட்சுமி தன் நாயகனை விட்டு என்றும் பிரிந்து வாழ்வதில்லை. எனவே, பகவான் விஷ்ணுவின் (கிருஷ்ணரின்) திவ்ய சங்கொலியின் முழக்கம், வெற்றியும் செல்வமும் அர்ஜுனனுக்காக காத்துக் கொண்டுள்ளன என்பதைச் சுட்டிக்காட்டுகின்றது. மேலும், இவ்விரு நண்பர்களும்

அமர்ந்திருந்த ரதம் அக்னி தேவரால் பரிசளிக்கப்பட்டதாகும். மூவுலகில் எங்கு சென்றாலும் எல்லா திசைகளையும் வெல்லக்கூடிய ஆற்றலை அந்த ரதம் பெற்றிருந்தது.

ஸ்லோகம் 15

पाञ्चजन्यं हृषीकेशो देवदत्तं धनञ्जयः ।
पौण्ड्रं दध्मौ महाशङ्खं भीमकर्मा वृकोदरः ॥ १५ ॥

பாஞ்சஜன்யம்' ஹ்ரு'ஷீகேஷோ$_2$ தே$_3$வத$_3$த்தம்' த$_4$னஞ்ஜய:
பௌண்ட்$_3$ரம்' த$_3$த்$_4$மௌ மஹா-ஷ$_2$ங்க$_2$ம்' பீ$_4$ம-கர்மா வ்ரு'கோத$_3$ர:

பாஞ்சஜன்யம்—பாஞ்சஜன்யம் எனும் சங்கு; *ஹ்ரு'ஷீக-ஈஷ:$_2$*—ரிஷிகேசர் (பக்தர்களின் புலன்களை வழிநடத்தும் பகவான் ஸ்ரீ கிருஷ்ணர்); *தே$_3$வத$_3$த்தம்*—தேவதத்தம் எனும் சங்கு; *த$_4$னம்-ஜய:*—தனஞ்ஜயன் (செல்வத்தை வெல்பவனான அர்ஜுனன்); *பௌண்ட்$_3$ரம்*—பௌண்ட்ரம் எனும் சங்கு; *த$_3$த்$_4$மௌ*—முழங்கினார்கள்; *மஹா-ஷ$_2$ங்க$_2$ம்*—அச்சமூட்டும் சங்கு; *பீ$_4$ம-கர்மா*—வீர தீரச் செயல்களைப் புரிபவனான; *வ்ரு'க-உத$_3$ர:*—பெருந்தீனிக்காரன் (பீமன்).

பகவான் கிருஷ்ணர் பாஞ்சஜன்யம் எனும் தனது சங்கை முழங்கினார்; அர்ஜுனன் தேவதத்தம் எனும் சங்கையும், பெருந் தீனிக்காரனும் வீர தீர சாகசங்களைப் புரிபவனுமான பீமன் பௌண்ட்ரம் எனும் அச்சமூட்டும் சங்கையும் முழங்கினர்.

பொருளுரை: பகவான் கிருஷ்ணர், இங்கு ரிஷிகேசர் என்றழைக்கப்படுகிறார்; ஏனெனில், அவரே அனைத்து புலன்களின் உரிமையாளராவார். உயிர்வாழிகள் கிருஷ்ணரின் அம்சம் என்பதால், அவர்களின் புலன்களும் கிருஷ்ணரது புலன்களின் அம்சங்களே. ஜீவாத்மாவிடம் புலன்கள் உண்டு என்பதை ஏற்றுக்கொள்ள இயலாத அருவவாதிகள், அவர்களை புலன்களற்றவர்களாக (அருவமான வர்களாக) வர்ணிப்பதற்கு எப்போதும் ஏக்கம் கொண்டுள்ளனர். எல்லா உயிர்வாழிகளின் இதயத்திலும் அமர்ந்துள்ள இறைவன் அவர்களின் புலன்களை வழிநடத்துகிறார். ஆனால் அவரது வழிகாட்டுதல், ஜீவனின் சரணாகதியைப் பொறுத்ததே. ஒரு தூய பக்தனின் விஷயத்தில், பகவானே அவனது புலன்களை நேரடியாகக் கட்டுப்படுத்துகிறார். இங்கே குருக்ஷேத்திர யுத்தகளத்தில் அர்ஜுனனின் தெய்வீகப் புலன்களை நேரடியாகக் கட்டுப்படுத்து வதால், அவர் ரிஷிகேசர் என்ற குறிப்பிட்ட பெயரால் இங்கு அழைக்கப்படுகிறார். தனது பலதரப்பட்ட செயல்களுக்கேற்ப பகவானுக்கு பல்வேறு திருநாமங்கள் உண்டு. உதாரணமாக, மது என்னும் அரக்கனைக் கொன்றதால் அவருக்கு மதுசூதனர் என்று

பெயர்; புலன்களுக்கும் பசுக்களுக்கும் இன்பம் தருவதால் அவருக்கு கோவிந்தர் என்று பெயர்; வசுதேவரின் புதல்வனாகத் தோன்றியதால் அவருக்கு வாஸுதேவர் என்று பெயர்; தேவகியை அன்னையாக ஏற்றதால் அவருக்கு தேவகி–நந்தனர் என்று பெயர்; விருந்தாவனத்தில் யசோதைக்கு தனது பால்ய லீலையின் பாக்கியத்தை அளித்ததால், அவருக்கு யசோத–நந்தனர் என்று பெயர்; நண்பனான அர்ஜுனனுக்கு தேரோட்டியதால், பார்த்தசாரதி என்று பெயர். இதுபோல குருக்ஷேத்திரப் போர்க்களத்தில் அர்ஜுனனை வழிநடத்தியதால், ரிஷிகேசர் என்ற பெயரும் அவருக்கு உண்டு.

இந்த ஸ்லோகத்தில், அர்ஜுனன், தனஞ்ஜயன் என்று அழைக்கப்படு கிறான். ஏனெனில், பல்வேறு யாகங்களைச் செய்வதற்குப் பணம் தேவைப்பட்டபோது, அவன் அதிகமான செல்வத்தைச் சேகரித்து தனது அண்ணனுக்கு உதவினான். அதுபோலவே, பெருமளவில் உணவு உட்கொள்வது மட்டுமின்றி அரக்கனான இடும்பனைக் கொல்லுதல் போன்ற சாகசச் செயல்களைப் புரிவதால், பீமன், விருகோதரன் என்று அழைக்கப்படுகிறான். எனவே, பாண்டவர் தரப்பில் பகவானிலிருந்து தொடங்கி பல்வேறு வீரர்கள் முழங்கிய சங்கொலிகள், போர் வீரர்களுக்கு மிகுந்த உற்சாகத்தை அளித்தன. மறுதரப்பிலோ இதுபோன்ற சிறப்புகள் ஏதுமில்லை, பரம வழிகாட்டியான பகவான் கிருஷ்ணரும் அவர்கள் பக்கமில்லை, செல்வத் திருமகளும் இல்லை. எனவே, அவர்கள் தோல்வியடைவது முன்கூட்டியே தீர்மானிக்கப்படுகிறது. சங்கொலியின் முழக்கங்கள் இச்செய்தியையே தெரிவிக்கின்றன.

ஸ்லோகங்கள் 16–18

अनन्तविजयं राजा कुन्तीपुत्रो युधिष्ठिरः ।
नकुलः सहदेवश्च सुघोषमणिपुष्पकौ ॥ १६ ॥
काश्यश्च परमेष्वासः शिखण्डी च महारथः ।
धृष्टद्युम्नो विराटश्च सात्यकिश्चापराजितः ॥ १७ ॥
द्रुपदो द्रौपदेयाश्च सर्वशः पृथिवीपते ।
सौभद्रश्च महाबाहुः शङ्खान्दध्मुः पृथक्पृथक् ॥ १८ ॥

அனந்தவிஜயம்' ராஜா குந்தீ-புத்ரோ யுதி$_4$ஷ்டி$_2$ர:
நகுல: ஸஹதே$_3$வஷ்$_2$ ச ஸுகோ$_4$ஷ-மணிபுஷ்பகௌ
காஷ்$_2$யஷ்$_2$ ச பரமேஷ்வாஸ: ஷி$_2$க$_2$ண்டீ$_3$ ச மஹா-ரத:$_2$
த்$_4$ரு'ஷ்டத்$_3$யும்னோ விராடஷ்$_2$ ச ஸாத்யகிஷ்$_2$ சாபராஜித:
த்$_3$ருபதோ$_3$ த்$_3$ரௌபதே$_3$யாஷ்$_2$ ச ஸர்வஷ: ப்ரு'தி$_2$வீ-பதே
ஸௌப$_4$த்$_3$ரஷ்$_2$ ச மஹா-பா$_3$ஹு: ஷ$_2$ங்கா$_2$ன் த$_3$த்$_4$மு: ப்ரு'த$_2$க் ப்ரு'த$_2$க்

அனந்த-விஜயம்—அனந்த விஜயம் எனும் சங்கு; *ராஜா*—ராஜா; *குந்தீ-புத்ர:*—குந்தியின் புதல்வன்; *யுதி$_4$ஷ்டி$_2$ர:*—யுதிஷ்டிரன்; *நகுல:*—நகுலன்; *ஸஹ தே$_3$வ:*—சகாதேவன்; *ச*—மேலும்; *ஸுகோ$_4$ஷ-மணிபுஷ்பகௌ*—சுகோஷம், மணிபுஷ்பகமென்ற பெயருடைய சங்குகள்; *காஷ்$_2$ய:*—காசி (வாரணாசி) மன்னன்; *ச*—மற்றும்; *பரம-இஷு ஆஸ:*—பெரும் வில்லாளி; *ஷி$_2$க$_2$ண்டீ$_3$*—சிகண்டி; *ச*—மற்றும்; *மஹா-ரத:$_2$*—ஆயிரக்கணக்கான வர்களுடன் தனியாக நின்று போரிடக்கூடியவன்; *த்$_4$ரு'ஷ்டத்$_3$யும்ன:*—திருஷ்டத்யும்னன் (துருபத மன்னனின் குமாரன்); *விராட:*—விராடன் (பாண்டவர்கள் மறைந்து வாழ்ந்தபோது இடமளித்த இளவரசன்); *ச*—மற்றும்; *ஸாத்யகி:*—சாத்யகி (யுயுதானன், பகவான் கிருஷ்ணரின் தேரோட்டி); *ச*—மேலும்; *அபராஜித:*—என்றும் வெல்ல முடியாத; *த்$_3$ருபத:$_3$*—பாஞ்சால மன்னன் துருபதன்; *த்$_3$ரௌபதே$_3$யா:*—திரௌபதியின் புதல்வர்கள்; *ச*—மேலும்; *ஸர்வஷ:$_2$*—எல்லாரும்; *ப்ரு'தி$_2$வீ-பதே*—அரசனே; *ஸௌப$_4$த்$_3$ர:*—அபிமன்யு (சுபத்ரையின் மகன்); *ச*—மேலும்; *மஹா-பா$_3$ஹு:*—பெரும் பலம் பெற்ற; *ஷ$_2$ங்கா$_2$ன்*—சங்குகள்; *த$_3$த்$_4$மு:*—முழங்கினர்; *ப்ரு'த$_2$க் ப்ரு'த$_2$க்*—ஒவ்வொருவரும் தனியாக.

குந்தியின் புதல்வரான மன்னர் யுதிஷ்டிரர் அனந்த விஜயம் எனும் சங்கையும், நகுலனும், சகாதேவனும் சுகோஷம், மணிபுஷ்பகம் எனும் சங்குகளையும் முழங்கினர். பெரும் வில்லாளியான காசி ராஜன், பெரும் வீரரான சிகண்டி, திருஷ்டத்யும்னன், விராடன், வெல்லவியலாத சாத்யகி, துருபதன், திரௌபதியின் புதல்வர்கள் மற்றும் மாவீரனான சுபத்ரையின் மகனைப் போன்ற பலரும் தத்தமது சங்குகளை முழங்கினார்கள், மன்னரே.

பொருளுரை: பாண்டவர்களை எதிர்த்து, தன் மைந்தர்களை அரியணை ஏற்றுவதற்காக மன்னர் திருதராஷ்டிரர் மேற்கொண்ட அறிவற்ற கொள்கை மெச்சத்தக்கதல்ல என்பதை சஞ்ஜயன் மிகவும் சாமர்த்தியமாக மன்னரிடம் சுட்டிக்காட்டுகிறான். குரு வம்சம் முழுவதும் அந்த மாபெரும் போரில் அழியப்போவதை அறிகுறிகள் தெளிவாகக் காட்டிவிட்டன. பெரியவரான பீஷ்மர் முதல் அபிமன்யுவைப் போன்ற பேரப் பிள்ளைகள் மற்றும் உலகின் பல்வேறு நாட்டு மன்னர்கள் வரை, அங்கு கூடியிருந்த, அனைவரும் அழிக்கப்பட்டனர். தம் மைந்தர்கள் பின்பற்றிய கொள்கைகளை ஊக்குவித்த திருதராஷ்டிரரே அம்மாபெரும் நாசத்திற்கு காரணமானார்.

ஸ்லோகம் 19

स घोषो धार्तराष्ट्राणां हृदयानि व्यदारयत् ।
नभश्च पृथिवीं चैव तुमुलोऽभ्यनुनादयन् ॥ १९ ॥

ஸ கோ₄ஷோ தா₄ர்தராஷ்ட்ராணாம்' ஹ்ரு'த₃யானி வ்யதா₃ரயத்
நப₄ஷ்₂ ச ப்ரு'தி₂வீம்' சைவ துமுலோ 'ப்₄யனுனாத₃யன்

ஸ:—அந்த; *கோ₄ஷ:*—முழக்கம்; *தா₄ர்தராஷ்ட்ராணாம்*—திருதராஷ்டிரருடைய பிள்ளைகளின்; *ஹ்ரு'த₃யானி*—இதயங்கள்; *வ்யதா₃ரயத்*—சிதறின; *நப:₄*—வானம்; *ச*—மேலும்; *ப்ரு'தி₂வீம்*—பூமி; *ச*—மேலும்; *ஏவ*—நிச்சயமாக; *துமுல:*—நடுங்கின; *அப்₄யனுநாத₃யன்*—எதிரொலியால்.

பல்வேறு சங்கொலிகளின் முழக்கம் பேரொலியாக எழுந்து பூமியும் வானமும் நடுங்குமாறு எதிரொலிக்க, திருதராஷ்டிரரின் மகன்களுடைய இதயங்கள் சிதறிப் போயின.

பொருளுரை: பீஷ்மரும், துரியோதனன் தரப்பிலிருந்த பிறரும் தத்தமது சங்குகளை ஒலித்தபோது, பாண்டவர் தரப்பில் இதயச் சிதறல் எதுவும் ஏற்படவில்லை. அதுபோன்று எதுவும் குறிப்பிடப்பட வில்லை. ஆனால் பாண்டவ படையினரது சங்கொலியால் திருதராஷ்டிர புதல்வர்களின் இதயங்கள் சிதறின என்று இந்த ஸ்லோகத்தில் பிரத்யேகமாக வர்ணிக்கப்பட்டுள்ளது. பாண்டவர்களது திறனும், பகவான் கிருஷ்ணரிடம் அவர்கள் வைத்திருந்த நம்பிக்கையுமே இதற்கு காரணமாகும். மாபெரும் நாசத்திற்கு இடையிலும், முழுமுதற் கடவுளிடம் தஞ்சம் கொண்டிருப்போர் அச்சமுற வேண்டியதே இல்லை.

ஸ்லோகம் 20

अथ व्यवस्थितान्दृष्ट्वा धार्तराष्ट्रान्कपिध्वजः ।
प्रवृत्ते शस्त्रसम्पाते धनुरुद्यम्य पाण्डवः ।
हृषीकेशं तदा वाक्यमिदमाह महीपते ॥ २० ॥

அத₂ வ்யவஸ்தி₂தான் த்₃ரு'ஷ்ட்வா தா₄ர்தராஷ்ட்ரான் கபி-த்₄வஜ:
ப்ரவ்ரு'த்தே ஷ₂ஸ்த்ர-ஸம்பாதே த₄னுர் உத்₃யம்ய பாண்ட₃வ:
ஹ்ரு'ஷீகேஷ₂ம்' ததா₃ வாக்யம் இத₃ம் ஆஹ மஹீ-பதே

அத₂—அதன் பின்; *வ்யவஸ்தி₂தான்*—நிலைபெற்ற; *த்₃ரு'ஷ்ட்வா*—பார்த்து; *தா₄ர்தராஷ்ட்ரான்*—திருதராஷ்டிரரின் புதல்வர்கள்; *கபி-த்₄வஜ:*—அனுமானின் கொடியைத் தாங்கியவன்; *ப்ரவ்ரு'த்தே*—ஈடுபட தயாராக; *ஷ₂ஸ்த்ர-ஸம்பாதே*—அம்புகள் எய்ய; *த₄னு:*—வில்; *உத்₃யம்ய*—எடுத்து; *பாண்ட₃வ:*—பாண்டுவின் மகன் (அர்ஜுனன்); *ஹ்ரு'ஷீகேஷ₂ம்*—பகவான் கிருஷ்ணரிடம்; *ததா₃*—அச்சமயத்தில்; *வாக்யம்*—வார்த்தைகள்; *இத₃ம்*—இவ்வாறு; *ஆஹ*—கூறினான்; *மஹீபதே*—மன்னரே.

அச்சமயத்தில், அனுமானின் கொடியைத் தாங்கிய தேரில் அமர்ந்திருந்த பாண்டுவின் மகன் அர்ஜுனன், தனது வில்லை

ஏந்தி அம்புகள் எய்ய தயாரானான். மன்னரே, அணிவகுக்கப்பட்ட படையில் திருதராஷ்டிரரின் மைந்தர்களைக் கண்டவுடன், பகவான் ஸ்ரீ கிருஷ்ணரை நோக்கி அர்ஜுனன் பின்வருமாறு கூறினான்.

பொருளுரை: போர் தொடங்க உள்ளது. பகவான் ஸ்ரீ கிருஷ்ணரின் நேரடி வழிகாட்டலின்படி (எதிர்பார்க்காத அளவில்) நல்ல முறையில் அணிவகுக்கப்பட்ட பாண்டவர்களது படை பலத்தைக் கண்டு, திருதராஷ்டிர புதல்வர்களின் நம்பிக்கை ஏறக்குறைய சிதைவடைந்து விட்டதை மேற்கண்ட உரையிலிருந்து அறிகிறோம். அர்ஜுனனின் கொடியிலுள்ள அனுமானின் சின்னம் வெற்றியின் மற்றோர் அறிகுறியாயிற்று. ஏனெனில், இராமருக்கும் இராவணனுக்கும் நடைபெற்ற யுத்தத்தில், அனுமான் இராமரின் தரப்பில் ஒத்துழைத்தார், இராமர் வெற்றிவாகை சூடினார். தற்போது அர்ஜுனனின் ரதத்தில் இராமரும் அனுமானும் அவனுக்கு உதவுவதற்காக வீற்றுள்ளனர். பகவான் கிருஷ்ணர், சாக்ஷாத் இராமரே, மேலும், எங்கெல்லாம் இராமர் உள்ளாரோ, அங்கெல்லாம் அவரது நித்திய சேவகனான அனுமானும், நித்ய நாயகியும் செல்வத் திருமகளான சீதையும் வீற்றிருப்பர். எனவே, எத்தகு எதிரியையும் கண்டு பயப்பட வேண்டிய அவசியம் அர்ஜுனனுக்கு இல்லை. எல்லாவற்றிற்கும் மேலாக புலன்களின் அதிபதியான பகவான் ஸ்ரீ கிருஷ்ணர் அவனுக்கு வழிகாட்ட உள்ளார். எனவே, போரை இயக்கத் தேவையான நல்லறிவுரைகள் அர்ஜுனனுக்கு எளிமையாகக் கிட்டும். பகவானால் அவரது நித்திய பக்தனுக்காக ஏற்பாடு செய்யப்பட்டுள்ள இந்த மங்கல சூழ்நிலைகள், வெற்றி உறுதி என்பதை தெளிவுபடுத்தும் சின்னங்களாகும்.

ஸ்லோகங்கள் 21–22

अर्जुन उवाच
सेनयोरुभयोर्मध्ये रथं स्थापय मेऽच्युत ।
यावदेतान्निरीक्षेऽहं योद्धुकामानवस्थितान् ॥ २१ ॥
कैर्मया सह योद्धव्यमस्मिन्रणसमुद्यमे ॥ २२ ॥

அர்ஜுன உவாச
ஸேனயோர் உப₄யோர் மத்₄யே ரத₂ம்' ஸ்தா₂பய மே 'ச்யுத
யாவத்₃ ஏதான் நிரீக்ஷே 'ஹம்' யோத்₃து₄-காமான் அவஸ்தி₂தான்
கைர் மயா ஸஹ யோத்₃த₄வ்யம் அஸ்மின் ரண-ஸமுத்₃யமே

அர்ஜுன: உவாச—அர்ஜுனன் கூறினான்; *ஸேனயோ:*—சேனைகளுக்கு; *உப₄யோ:*—இரண்டு; *மத்₄யே*—மத்தியில்; *ரத₂ம்*—தேர்; *ஸ்தா₂பய*—தயவுசெய்து நிறுத்துங்கள்; *மே*—என்னுடைய; *அச்யுத*—

வீழ்ச்சியடையாதவரே; *யாவத்*—முடிந்தவரை; *ஏதான்*—இவர்களை எல்லாம்; *நிரீக்ஷே*—பார்க்கும்படி; *அஹம்*—நான்; *யோத்$_3$து$_4$-காமான்*—சண்டையிட விருப்பம் கொண்டுள்ள; *அவஸ்தி$_2$தான்*—போர்க்களத்தில் அணிவகுத்துள்ள; *கை:*—யாருடன்; *மயா*—என்னால்; *ஸஹ*—இணைந்து; *யோத்$_3$த$_4$வ்யம்*—சண்டையிட வேண்டும்; *அஸ்மின்*—இந்த; *ரண*—போர்; *ஸமுத்$_3$யமே*—முயற்சியில்.

அர்ஜுனன் கூறினான்: வீழ்ச்சியடையாதவரே, போர் புரியும் ஆவலுடன் இங்கே கூடியுள்ளவர்களில், எவர்களோடு நான் இந்த மாபெரும் போரில் ஈடுபட வேண்டும் என்பதைப் பார்க்கும்படி, தயவுசெய்து எனது ரதத்தை இரு சேனைகளுக்கு மத்தியில் நிறுத்தவும்.

பொருளுரை: பகவான் ஸ்ரீ கிருஷ்ணர் புருஷோத்தமரான முழுமுதற் கடவுள் என்றபோதிலும் தனது காரணமற்ற கருணையால் தன் நண்பனின் சேவையில் ஈடுபட்டிருந்தார். தனது பக்தர்களிடம் தனக்குள்ள பிரியத்தில் அவர் என்றுமே தவறுவதில்லை என்பதால், இங்கு அச்யுத (வீழ்ச்சியடையாதவர்) என்று அழைக்கப்படுகிறார். தேரோட்டி என்ற நிலையில் அர்ஜுனனது ஆணைகளை அவர் நிறைவேற்றியாக வேண்டும் என்பதால், அவர் அதற்குத் தயங்கவில்லை. அவர் அச்யுத என்று அழைக்கப்படுகிறார். தனது பக்தனுக்காக தேரோட்டியின் நிலையை அவர் ஏற்றுக் கொண்டிருந்தாலும், அவரது உன்னத நிலைக்கு இழிவு ஏதும் ஏற்படவில்லை. எல்லாச் சூழ்நிலைகளிலும் அவர் புருஷோத்தமரான முழுமுதற் கடவுள், புலன்களின் அதிபதியான ரிஷிகேசர். பகவானுக்கும் அவரது சேவகனுக்கும் இடையே உள்ள உறவு திவ்யமானதும் மிகச் சுவையானதுமாகும். சேவகன் எப்போதுமே பகவானுக்கு ஏதாவது சேவை செய்யக் காத்துக் கொண்டிருக்கிறான். பகவானோ பக்தனுக்கு சேவை செய்யும் வாய்ப்பை எப்போதும் எதிர்நோக்குகிறார். தான் மற்றவர்களுக்கு ஆணையிடும் நிலையில் இருப்பதைக் காட்டிலும், தனது தூய பக்தன் தனக்கு ஆணையிடும் நிலையை ஏற்றுக்கொள்வதில் பகவான் பேரின்பம் காண்கிறார். அவரே எஜமானர் என்பதால், அனைவரும் அவரது ஆணைக்குக் கீழ்ப்பட்டவர்கள், அவருக்கு ஆணையிடுமளவிற்கு அவரைவிட உயர்நிலையில் எவரும் இல்லை. எந்தச் சூழ்நிலையிலும் வீழ்ச்சியடை யாதவர் என்றபோதிலும், தூய பக்தன் தனக்கு ஆணையிடுவதைக் காணும்போது திவ்யமான இன்பத்தை அனுபவிக்கின்றார்.

பகவானின் தூய பக்தனான அர்ஜுனன், தன் தாயாதிகளிடமும் சகோதரர்களிடமும் போர் புரிய விரும்பவில்லை. ஆனால் எவ்வித

சமாதானத்திற்கும் இணங்காத துரியோதனனின் பிடிவாதத்தாலேயே அவன் போர்க்களத்திற்கு வர நேர்ந்தது. எனவே, போர்க்களத்தின் தலைவர்கள் யார் என்பதைக் காண அவன் பேராவல் கொண்டிருந்தான். போர்க்களத்தில் சமாதான முயற்சி என்ற கேள்விக்கே இடமில்லை என்றாலும், அவர்களை மீண்டும் பார்க்கவும், தேவையற்ற இந்தப் போரில் ஈடுபட அவர்கள் எந்த அளவுக்கு தயாராக இருந்தனர் என்பதைப் பார்க்கவும் அவன் விரும்புகிறான்.

ஸ்லோகம் 23

योत्स्यमानानवेक्षेऽहं य एतेऽत्र समागताः ।
धार्तराष्ट्रस्य दुर्बुद्धेर्युद्धे प्रियचिकीर्षवः ॥ २३ ॥

யோத்ஸ்யமானான் அவேக்ஷே 'ஹம்' ய ஏதே 'த்ர ஸமாக₃தா:
தா₄ர்தராஷ்ட்ரஸ்ய து₃ர்பு₃த்₃தே₄ர் யுத்₃தே₄ ப்ரிய-சிகீர்ஷவ:

யோத்ஸ்யமானான்—போர் புரியப் போகிறவர்கள்; *அவேக்ஷே*—நான் பார்க்கட்டும்; *அஹம்*—நான்; *யே*—யார்; *ஏதே*—அவர்கள்; *அத்ர*—இங்கே; *ஸமாக₃தா:*—கூடியுள்ள; *தா₄ர்தராஷ்ட்ரஸ்ய*—திருதராஷ்டிரரின் மகனை; *து₃ர்பு₃த்₃தே:₄*—கெட்ட புத்தியுடைய; *யுத்₃தே₄*—போரில்; *ப்ரிய*—நன்மை; *சிகீர்ஷவ:*—விரும்பி.

கெட்ட புத்தியுடைய, திருதராஷ்டிரரின் மகனை மகிழ்விக்கும் விருப்பத்தோடு, இங்கு போர் புரிய வந்திருப்பவர்களை நான் பார்க்க வேண்டும்.

பொருளுரை: தனது தந்தை திருதராஷ்டிரருடன் கூட்டுச் சேர்ந்து, பாண்டவர்களின் அரசை சதித்திட்டங்களால் ஆக்கிரமிக்க துரியோதனன் விரும்பினான் என்பது அனைவரும் அறிந்த இரகசியமாகும். எனவே, துரியோதனன் தரப்பில் இணைந்தவர்கள் அனைவரும் ஒரே குட்டையில் ஊறிய மட்டைகளாகவே இருக்க வேண்டும். போர்க்களத்தில் போர் தொடங்குவதற்கு முன் அத்தகையவர்கள் யார் என்பதை அர்ஜுனன் காண விரும்பினானே தவிர, அவர்களோடு அமைதிப் பேச்சுவார்த்தை நடத்தும் எண்ணம் அவனுக்கு இல்லை. கிருஷ்ணர் அருகில் அமர்ந்திருந்ததால் வெற்றியில் அர்ஜுனனுக்கு முழு நம்பிக்கை இருந்தது. இருப்பினும், தான் சந்திக்க உள்ள படையின் பலத்தை மதிப்பிடுவதற்காக அவர்களைக் காண விரும்பினான்.

ஸ்லோகம் 24

सञ्जय उवाच
एवमुक्तो हृषीकेशो गुडाकेशेन भारत ।
सेनयोरुभयोर्मध्ये स्थापयित्वा रथोत्तमम् ॥ २४ ॥

ஸஞ்ஜய உவாச

ஏவம் உக்தோ ஹ்ரு'ஷீகேஷோ$_2$ கு$_3$டா$_3$கேஷே$_2$ன பா$_4$ரத

ஸேனயோர் உப$_4$யோர் மத்$_4$யே ஸ்தா$_2$பயித்வா ரதோ$_2$த்தமம்

ஸஞ்ஜய உவாச—சஞ்ஜயன் கூறினான்; *ஏவம்*—இவ்வாறு; *உக்த:*—அழைத்து; *ஹ்ரு'ஷீகேஷ:$_2$*—பகவான் கிருஷ்ணர்; *கு$_3$டா$_3$கேஷே$_2$ன*—அர்ஜுனனால்; *பா$_4$ரத*—பரத குலத்தோனே; *ஸேனயோ:*—சேனைகளின்; *உப$_4$யோ:*—இருதரப்பு; *மத்$_4$யே*—மத்தியில்; *ஸ்தா$_2$பயித்வா*—நிறுத்தி; *ரத$_2$-உத்தமம்*—உத்தம ரதம்.

சஞ்ஜயன் கூறினான்: பரத குலத்தவரே, அர்ஜுனன் இவ்வாறு கூறியவுடன், பகவான் கிருஷ்ணர் அவனது உத்தம ரதத்தை இருதரப்பு சேனைகளுக்கு மத்தியில் கொண்டு நிறுத்தினார்.

பொருளுரை: இந்த ஸ்லோகத்தில் அர்ஜுனன் குடாகேசன் என்று அழைக்கப்படுகிறான். *குடா$_3$கா* என்றால் உறக்கம். உறக்கத்தை வெல்பவன் குடாகேசன் என்று அழைக்கப்படுகிறான். உறக்கம் என்றால் அறியாமை என்றும் பொருள். கிருஷ்ணருடனான தனது நட்பால் தூக்கத்தையும் அறியாமையையும் அர்ஜுனன் வென்றிருந்தான். கிருஷ்ணரின் மிகச்சிறந்த பக்தன் என்பதால், அவனால் ஒரு கணமும் கிருஷ்ணரை மறக்க முடியாது. ஏனெனில், இதுவே பக்தனின் இயற்கையாகும். உணர்விலும் சரி, உறக்கத்திலும் சரி, பக்தனால் கிருஷ்ணரது நாமம், ரூபம், குணம் மற்றும் லீலைகளை நினைப்பதிலிருந்து ஒருபோதும் விடுபட்டிருக்க முடியாது. இவ்வாறாக, கிருஷ்ண பக்தன், கிருஷ்ணரைப் பற்றி நினைப்பதன் மூலமாக, உறக்கத்தையும் அறியாமையையும் வெல்ல முடியும். இதுவே கிருஷ்ண உணர்வு அல்லது ஸமாதி என்று அறியப்படுகிறது. எல்லா உயிர்களின் புலன்களையும் மனதையும் வழிநடத்தும் ரிஷிகேசர் என்பதால், சேனைகளின் நடுவே தேரை நிறுத்தச் சொல்லும் அர்ஜுனனின் நோக்கத்தை கிருஷ்ணரால் புரிந்துகொள்ள முடிந்தது. அவ்வாறு தேரை நிறுத்திய அவர், பின்வருமாறு பேசினார்.

ஸ்லோகம் 25

भीष्मद्रोणप्रमुखतः सर्वेषां च महीक्षिताम् ।

उवाच पार्थ पश्यैतान्समवेतान्कुरूनिति ॥ २५ ॥

பீ$_4$ஷ்ம-த்$_3$ரோண-ப்ரமுக$_2$த: ஸர்வேஷாம்' ச மஹீ-க்ஷிதாம்

உவாச பார்த$_2$ பஷ்$_2$யைதான் ஸமவேதான் குரூன் இதி

பீ$_4$ஷ்ம—பாட்டனார் பீஷ்மர்; *த்$_3$ரோண*—ஆச்சாரியர் துரோணர்; *ப்ரமுக$_2$த:*—முன்னிலையில்; *ஸர்வேஷாம்*—எல்லா; *ச*—மற்றும்; *மஹீ-க்ஷிதாம்*—உலகத் தலைவர்கள்; *உவாச*—கூறினார்; *பார்த$_2$*—பிருதாவின்

மகனே; *பஷ்₂ய*—பார்; *ஏதான்*—எல்லாரையும்; *ஸமவேதான்*—கூடியுள்ள; *குரூன்*—குரு வம்சத்தினர்; *இதி*—இவ்வாறு.

பீஷ்மர், துரோணர் மற்றும் உலகத் தலைவர்களின் முன்னிலையில், "பார்த்தா, இங்கு கூடியிருக்கும் குரு வம்சத்தினரைப் பார்" என்று பகவான் கூறினார்.

பொருளுரை: எல்லா உயிர்களின் பரமாத்மாவான பகவான் கிருஷ்ணரால் அர்ஜுனனின் மனதில் நடந்து கொண்டிருந்ததைப் புரிந்துகொள்ள முடிந்தது. இங்கு உபயோகப்படுத்தப்பட்டுள்ள ரிஷிகேசர் என்னும் சொல், அவர் 'அனைத்தையும் அறிபவர்' என்பதைக் குறிக்கிறது. அதுபோலவே பார்த்தன் பிருதாவின் (குந்தியின்) மகன், என்னும் சொல்லால் அர்ஜுனனைக் குறிப்பிடுவதும் மிகவும் முக்கியத்துவம் வாய்ந்ததாகும். அர்ஜுனன், தனது தந்தை வசுதேவரின் சகோதரியான பிருதாவின் மைந்தன் என்பதால், தான் அவனது தேரோட்டியாக இருப்பதற்கு ஒப்புக் கொண்டதை, நண்பர் என்ற முறையில் கூற விரும்பினார் கிருஷ்ணர். அவ்வாறிருக்க இப்போது, "குரு வம்சத்தினரைப் பார்" என்று அவர் கூறுவதன் பொருள் என்ன? அர்ஜுனன் அங்கேயே போர் புரியாமல் நின்றுவிட விரும்பினானா? தனது அத்தை பிருதாவின் மகனிடத்தில் இதுபோன்ற செயல்களை கிருஷ்ணர் ஒருபோதும் எதிர்பார்க்கவில்லை. அர்ஜுனனின் மனம் இங்கே பகவானால் நகைச்சுவை கலந்த முறையில் கண்டறியப்பட்டுள்ளது.

ஸ்லோகம் 26

तत्रापश्यत्स्थितान्पार्थः पितॄनथ पितामहान् ।
आचार्यान्मातुलान्भ्रातॄन्पुत्रान्पौत्रान्सखींस्तथा ।
श्वशुरान्सुहृदश्चैव सेनयोरुभयोरपि ॥ २६ ॥

தத்ராபஷ்₂யத் ஸ்தி₂தான் பார்த:₂ பித்ரூ'ன் அத₂ பிதாமஹான்
ஆசார்யான் மாதுலான் ப்₄ராத்ரூ'ன் புத்ரான் பௌத்ரான் ஸகீ₂ம்'ஸ் ததா₂
ஷ்₂வஷு₂ரான் ஸுஹ்ரு'த்₃ஷ்₂ சைவ ஸேனயோர் உப₄யோர் அபி

தத்ர—அங்கே; *அபஷ்₂யத்*—காண முடிந்தது; *ஸ்தி₂தான்*—நின்று கொண்டு; *பார்த:₂*—அர்ஜுனன்; *பித்ரூன்*—தந்தையர்; *அத₂*—மேலும்; *பிதாமஹான்*—பாட்டனார்கள்; *ஆசார்யான்*—ஆச்சாரியர்கள்; *மாதுலான்*—மாமாக்கள்; *ப்₄ராத்ரூன்*—சகோதரர்கள்; *புத்ரான்*—மகன்கள்; *பௌத்ரான்*—பேரன்கள்; *ஸகீ₂ன்*—நண்பர்கள்; *ததா₂*—கூட; *ஷ்₂வஷு₂ரான்*—மாமனார்கள்; *ஸுஹ்ரு'த:₃*—நலன் விரும்பிகள்; *ச*—மற்றும்; *ஏவ*—நிச்சயமாக; *ஸேனயோ:*—சேனைகளின்; *உப₄யோ:*—இருதரப்பிலும்; *அபி*—உட்பட.

போர்க்களத்தின் இருதரப்புச் சேனைகளின் நடுவே நின்றபடி, தந்தைமார்கள், பாட்டனார்கள், ஆச்சாரியர்கள், மாமன்கள், சகோதரர்கள், மகன்கள், பேரன்கள், நண்பர்கள், மாமனார்கள், மற்றும் பல நலன் விரும்பிகளும் கூடியிருப்பதை அர்ஜுனனால் பார்க்க முடிந்தது.

பொருளுரை: போர்க்களத்தில் எல்லாவிதமான உறவினரையும் அர்ஜுனனால் காண முடிந்தது. பூரிஷ்ரவன் போன்ற தனது தந்தையின் தலைமுறையைச் சார்ந்தவர்களையும், பீஷ்மர், சோமதத்தர் போன்ற பாட்டனார்களையும், துரோணாசாரியர், கிருபாசாரியர் போன்ற ஆச்சாரியர்களையும், சல்லியன், சகுனி போன்ற மாமாக்களையும், துரியோதனன் போன்ற சகோதரர்களையும், லக்ஷ்மணன் போன்ற மகன்களையும், அஸ்வத்தாமன் போன்ற நண்பர்களையும், கிருதவர்மன் போன்ற நலன் விரும்பிகளையும் கண்டான். அவனது நண்பர்கள் பலர் அடங்கிய படைகளையும் அவனால் காண முடிந்தது.

ஸ்லோகம் 27

तान्समीक्ष्य स कौन्तेयः सर्वान्बन्धूनवस्थितान् ।
कृपया परयाविष्टो विषीदन्निदमब्रवीत् ॥ २७ ॥

தான் ஸமீக்ஷ்ய ஸ கௌந்தேய: ஸர்வான் ப$_3$ந்தூ$_3$ன் அவஸ்தி$_2$தான்
க்ரு'பயா பரயாவிஷ்டோ விஷீத$_3$ன்ன் இத$_3$ம் அப்$_3$ரவீத்

தான்—அவர்கள் அனைவரையும்; *ஸமீக்ஷ்ய*—கண்டபின்; *ஸ:*—அவன்; *கௌந்தேய:*—குந்தியின் மகன்; *ஸர்வான்*—எல்லாவித; *ப$_3$ந்தூ$_4$ன்*—உறவினர்கள்; *அவஸ்தி$_2$தான்*—நிலைபெற்ற; *க்ரு'பய*—கருணையுடன்; *பரயா*—உயர்ந்த; *ஆவிஷ்ட:*—மூழ்கி; *விஷீத$_3$ன்*—கவலை கொண்டு; *இத$_3$ம்*—இவ்வாறாக; *அப்$_3$ரவீத்*—கூறினான்.

குந்தி மகனான அர்ஜுனன் பலதரப்பட்ட நண்பர்களையும், உறவினர்களையும் பார்வையிட்டபோது, கருணையில் மூழ்கி இவ்வாறு கூறினான்.

ஸ்லோகம் 28

अर्जुन उवाच
दृष्ट्वेमं स्वजनं कृष्ण युयुत्सुं समुपस्थितम् ।
सीदन्ति मम गात्राणि मुखं च परिशुष्यति ॥ २८ ॥

அர்ஜுன உவாச
த்$_3$ரு'ஷ்ட்வேமம்' ஸ்வ-ஜனம்' க்ரு'ஷ்ண யுயுத்ஸும்' ஸமுபஸ்தி$_2$தம்
ஸீத$_3$ந்தி மம கா$_3$த்ராணி முக$_2$ம்' ச பரிஷு$_2$ஷ்யதி

அர்ஜுன உவாச—அர்ஜுனன் கூறினான்; *த்$_3$ரு'ஷ்ட்வா*—பார்த்தபின்; *இமம்*—இவர்கள் எல்லாரையும்; *ஸ்வ-ஜனம்*—உறவினர்கள்; *க்ரு'ஷ்ண*—கிருஷ்ணரே; *யுயுத்ஸும்*—போரிடும் எண்ணத்துடன்; *ஸமுபஸ்தி$_2$தம்*—கூடியுள்ள; *ஸீத$_3$ந்தி*—நடுங்குகிறது; *மம*—எனது; *கா$_3$த்ராணி*—உடல் அங்கங்கள்; *முக$_2$ம்*—வாய்; *ச*—மேலும்; *பரிஷு$_2$ஷ்யதி*—உலர்கிறது.

அர்ஜுனன் கூறினான்: எனதன்பு கிருஷ்ணரே, போரிடும் உணர்வுடன் என் முன் கூடியுள்ள எனது நண்பர்களையும், உறவினர்களையும் கண்டு, என் உடல் அங்கங்கள் நடுங்கி, வாய் உலர்வதை உணர்கிறேன்.

பொருளுரை: தேவர்களிடம் (தெய்வீகமானவர்களிடம்) காணக் கூடிய அனைத்து நற்குணங்களையும், நேர்மையான இறை பக்தியுடைய எந்த மனிதனிடமும் காண முடியும். அதே சமயம், தெய்வ பக்தியற்ற ஒருவன், கல்வி, பண்பாடு முதலியவற்றில் முன்னேறியவனாக இருப்பினும், தெய்வீக குணங்கள் அவனிடம் இருக்காது. எனவே, தனது உறவினர்களையும் நண்பர்களையும் போர்க்களத்தில் கண்ட அர்ஜுனன், தங்களுக்குள் சண்டையிட முடிவு செய்திருந்த அவர்களின் மீதான இரக்கத்தால் மூழ்கிப் போனான். தனது வீரர்களைப் பொறுத்தவரை ஆரம்பத்திலிருந்தே அவன் அவர்களிடம் இரக்கம் கொண்டிருந்தான். ஆயினும் தற்போது எதிர்தரப்பு வீரர்களிடம்கூட, அவர்களது நிச்சயமான மரணத்தை எண்ணி மிகவும் இரக்கப்படுகிறான். இவ்வாறு சிந்திக்கும்போது, அவனது உடல் அங்கங்கள் நடுங்கி, வாய் உலர்ந்து போகிறது. மற்றவர்களின் போரிடும் எண்ணத்தைக் கண்டு அவன் ஏறக்குறைய பெரும் ஆச்சரியமுற்றான். உண்மையில் வம்சம் முழுவதுமே, அவனுடன் இரத்த சம்பந்தம் உள்ள உறவினர்கள் அனைவருமே, அவனுடன் போர் புரிய வந்திருந்தனர். இஃது அன்பான பக்தனான அர்ஜுனனை மூழ்கடித்தது. இங்கு கூறப்படாதபோதிலும், அவனது உடல் அங்கங்கள் நடுங்கி வாய் உலர்ந்ததோடு மட்டுமின்றி, இரக்கத்தால் அழவும் செய்தான் என்பதை நாம் மனக் கண்ணில் எளிமையாகக் காண முடியும். அர்ஜுனனிடம் காணப்பட்ட இதுபோன்ற அறிகுறிகள் பலவீனத்தினால் அல்ல, இறைவனின் தூய பக்தனுக்கே உரிய மென்மையான இதயத்தினாலேயே. எனவே, ஸ்ரீமத் பாகவதத்தில் (5.18.12) பின்வருமாறு கூறப்பட்டுள்ளது:

யஸ்யாஸ்தி ப$_4$க்திர் ப$_4$க$_3$வத்யகிஞ்சனா
ஸர்வைர் கு$_3$ணைஸ் தத்ர ஸமாஸதே ஸுரா:
ஹராவ் அப$_4$க்தஸ்ய குதோ மஹத்$_3$-கு$_3$ணா
மனோ-ரதே$_2$னாஸதி தா$_4$வதோ ப$_3$ஹி:

"பகவானிடம் சலனமற்ற பக்தியில் ஈடுபட்டுள்ளவனிடம் தேவர்களிடமுள்ள எல்லா நற்குணங்களும் பொதிந்திருக்கும். ஆனால் பகவானின் பக்தனாக இல்லாதவனிடமோ மதிப்பற்ற பௌதிக குணங்களே இருக்கும்; ஏனெனில், அவன் எப்போதும் மனத் தேரில் பயணம் செய்பவனும் கவர்ச்சி மிக்க பௌதிக சக்தியால் நிச்சயம் கவரப்படக்கூடியவனும் ஆவான்."

ஸ்லோகம் 29

वेपथुश्च शरीरे मे रोमहर्षश्च जायते ।
गाण्डीवं स्रंसते हस्तात्त्वक्चैव परिदह्यते ॥ २९ ॥

வேபது$_2$ஷ்$_2$ ச ஷ$_2$ரீரே மே ரோம-ஹர்ஷஷ்$_2$ ச ஜாயதே
கா$_3$ண்டீ$_3$வம்' ஸ்ரம்'ஸதே ஹஸ்தாத் த்வக் சைவ பரித$_3$ஹ்யதே

வேபது:$_2$—உடல் நடுக்கம்; *ச*—மற்றும்; *ஷ$_2$ரீரே*—உடலில்; *மே*—எனது; *ரோம-ஹர்ஷ:*—மயிர்க்கூச்சம்; *ச*—மேலும்; *ஜாயதே*—உண்டாகிறது; *கா$_3$ண்டீ$_3$வம்*—காண்டீபம் (அர்ஜுனனின் வில்); *ஸ்ரம்ஸதே*—நழுவுகிறது; *ஹஸ்தாத்*—கையிலிருந்து; *த்வக்*—தோல்; *ச*—மேலும்; *ஏவ*—நிச்சயமாக; *பரித$_3$ஹ்யதே*—எரிகின்றது.

என் உடல் முழுவதும் நடுங்குகின்றது, மயிர்க்கூச்செறிகின்றது, என் வில்லான காண்டீபம் கையிலிருந்து நழுவுகின்றது, தோல் எரிகின்றது.

பொருளுரை: இரு விதமான உடல் நடுக்கமும் இரு விதமான மயிர்க்கூச்சமும் உண்டு. இந்தச் சின்னங்கள், மிகுந்த ஆன்மீக பரவசத்தினாலோ, பௌதிகச் சூழ்நிலையின் பெரும் பயத்தினாலோ ஏற்படுபவை. தெய்வீக உணர்வு பெற்ற நிலையில் பயம் என்பதே கிடையாது. அர்ஜுனனுடைய தற்போதைய நிலையில் ஏற்படும் அறிகுறிகள், உயிர் நஷ்டத்தை உத்தேசித்த பௌதிக பயத்தால் ஏற்பட்டவையே. மற்ற அறிகுறிகளிலிருந்து இது தெளிவாகத் தெரிகிறது; தனது புகழ்பெற்ற வில்லான காண்டீபத்தை நழுவவிடும் அளவிற்கு பொறுமை இழந்துள்ளான், உள்ளே அவனது இதயம் எரிந்ததால் தோல் எரிவதுபோல உணர்ந்தான். இவையனைத்தும் வாழ்வைப் பற்றிய பௌதிக உணர்வால் ஏற்படுபவையாகும்.

ஸ்லோகம் 30

न च शक्नोम्यवस्थातुं भ्रमतीव च मे मनः ।
निमित्तानि च पश्यामि विपरीतानि केशव ॥ ३० ॥

ந ச ஷ$_2$க்னோம்யவஸ்தா$_2$தும்' ப்$_4$ரமதீவ ச மே மன:
நிமித்தானி ச பஷ்$_2$யாமி விபரீதானி கேஷ$_2$வ

ந—இல்லை; *ச*—மேலும்; *ஷ$_2$க்னோமி*—என்னால் முடிய; *அவஸ்தா$_2$தும்*—இருக்க; *ப்$_4$ரமதி*—மறக்கின்றது; *இவ*—போல; *ச*—மேலும்; *மே*—எனது; *மன:*—மனம்; *நிமித்தானி*—சகுனங்கள்; *ச*—மேலும்; *பஷ்$_2$யாமி*—காண்கிறேன்; *விபரீதானி*—விபரீதமான; *கேஷ$_2$வ*—கேசி என்ற அரக்கனை அழித்தவரே (கிருஷ்ணரே).

இனியும் என்னால் இங்கு நிற்க முடியாது. என் மனம் குழம்பி என்னையே மறக்கின்றேன். கேசி என்ற அரக்கனை அழித்தவரே, கிருஷ்ணரே, கெட்ட சகுனங்களையே நான் காண்கிறேன்.

பொருளுரை: பொறுமையிழந்த அர்ஜுனனால் போர்க்களத்தில் நிற்க முடியவில்லை, மனம் பலவீனமுற்றதால் தன்னையே மறக்கலானான். ஜடப் பொருட்களின் மீதான அளவுகடந்த பற்றுதல், ஒருவனை குழம்பிய நிலைக்கு இட்டுச் செல்லும். *ப$_4$யம் த்$_3$விதீயாபி$_4$னிவேஷ$_2$த: ஸ்யாத்* (பாகவதம் 11.2.37): இத்தகைய பயமும் மனநிலையின் இழப்பும் பௌதிக நிலைகளால் மிகவும் பாதிக்கப்பட்டவர்களிடம் உண்டாகிறது. போர்க்களத்தில் அர்ஜுனன் துக்ககரமான விளைவுகளை மட்டுமே கண்டான்—எதிரிகளைத் தோற்கடித்து வெற்றி பெறுவதிலும் அவன் மகிழ்ச்சியடைய மாட்டான். *நிமித்தானி விபரீதானி* என்னும் சொற்கள் மிக முக்கியமானவை. எதிர்பார்ப்புகளில் ஏமாற்றத்தையே காணும் மனிதன், “நான் ஏன் இங்கு இருக்கிறேன்?” என்று எண்ணுகிறான். ஒவ்வொருவரும் தன்னிலும் தன் சுயநலத்திலும் ஆர்வமுடையவர்களாக உள்ளனர். யாருமே பரமனின் மீது ஆர்வம் காட்டுவது இல்லை. கிருஷ்ணரின் ஏற்பாட்டினால், அர்ஜுனன் தனது உண்மையான சுயநலனை அறியாததுபோலத் தோற்றமளிக்கிறான். ஒருவரது உண்மையான சுயநலன் விஷ்ணுவிடம், கிருஷ்ணரிடம் உள்ளது. கட்டுண்ட ஆத்மா இதனை மறந்திருப்பதால் உலகத் துன்பங்களால் அவதியுறுகின்றான். இப்போரில் பெறப்படும் வெற்றி, தனக்கு துக்கத்தையே கொடுக்கும் என்று எண்ணுகிறான் அர்ஜுனன்.

ஸ்லோகம் 31

न च श्रेयोऽनुपश्यामि हत्वा स्वजनमाहवे ।
न काङ्क्षे विजयं कृष्ण न च राज्यं सुखानि च ॥ ३१ ॥

ந ச ஷ்$_2$ரேயோ 'னுபஷ்$_2$யாமி ஹத்வா ஸ்வ-ஜனம் ஆஹவே
ந காங்க்ஷே விஜயம்' க்ரு'ஷ்ண ந ச ராஜ்யம்' ஸுகா$_2$னி ச

ந—இல்லை; *ச*—மற்றும்; *ஷ்$_2$ரேய:*—நன்மை; *அனுபஷ்$_2$யாமி*—நான் காண்பது; *ஹத்வா*—கொன்று; *ஸ்வ-ஜனம்*—சொந்த உறவினர்கள்; *ஆஹவே*—போரில்; *ந*—இல்லை; *காங்க்ஷே*—விரும்புகிறேன்; *விஜயம்*—

வெற்றி; *க்ரு'ஷ்ண*—கிருஷ்ணரே; *ந*—இல்லை; *ச*—மேலும்; *ராஜ்யம்*—ராஜ்ஜியம்; *ஸுகா₂னி*—அதன் இன்பம்; *ச*—மற்றும்.

சொந்த உறவினரை இப்போரில் கொல்வதால் என்ன நன்மை வருமென்பதை என்னால் காண முடியவில்லை. எனதன்பு கிருஷ்ணரே! இதில் பெறக்கூடிய வெற்றியையோ, ராஜ்ஜியத்தையோ, இன்பத்தையோ நான் விரும்பவில்லை.

பொருளுரை: ஒருவனது உண்மையான சுயநலன் விஷ்ணுவிடம் (கிருஷ்ணரிடம்) உள்ளது என்பதை அறியாத கட்டுண்ட ஜீவன்கள், மகிழ்ச்சியை எதிர்பார்த்து உடலோடு சம்பந்தப்பட்ட உறவுமுறைகளால் கவரப்படுகின்றனர். இத்தகு குருட்டு வாழ்வில், உலக இன்பங்களுக்கான காரணத்தைக்கூட மறந்து விடுகின்றனர். சத்திரியனுக்கு உரித்தான நீதிக் கோட்பாடுகளை அர்ஜுனன் மறந்து விட்டதாகத் தெரிகிறது. போர் முனையில் மரணமடையும் சத்திரியன், ஆன்மீகப் பண்பாட்டில் முழுமையாக ஈடுபட்டிருக்கும் துறவி—இவ்விரண்டு மனிதர்களுமே, மாபெரும் சக்தியுடைய ஒளி வீசும் சூரிய கிரகத்தில் புகும் தகுதியுடையவர்கள் என்று கூறப்படுகின்றது. தனது உறவினர்களை மட்டுமன்றி எதிரிகளைக்கூட கொல்லத் தயங்குகிறான் அர்ஜுனன். பசியில்லாதவன் சமைக்க விரும்பாததைப் போல, உறவினரைக் கொல்வதால் வாழ்வில் மகிழ்விருக்காது என்பதை அறிந்த அர்ஜுனன் போர் புரிய விரும்பவில்லை. வனத்திற்குச் சென்று விரக்தியில் தனிமையான வாழ்க்கை வாழ அவன் தற்போது முடிவு செய்துள்ளான். ஆனால் சத்திரியன் என்ற முறையில் அவனுக்கென்று ஓர் அரசாங்கம் அவசியமாகும்; ஏனெனில், வேறு எந்தத் தொழிலிலும் சத்திரியர்கள் ஈடுபட முடியாது. அர்ஜுனன் நாட்டை ஆள்வதற்கான ஒரே வாய்ப்பு, தனது தாயாதி சகோதரர்களிடம் சண்டையிட்டு, தந்தை வழி வரும் அரசை திரும்பப் பெற்றுக்கொள்வதே. ஆனால் அதைச் செய்ய அவன் விரும்பவில்லை. எனவே, காட்டிற்குச் சென்று விரக்தியில் தனியாக வாழ்வதற்கே தன்னைத் தகுதியுள்ளவனாக எண்ணுகிறான்.

ஸ்லோகங்கள் 32–35

किं नो राज्येन गोविन्द किं भोगैर्जीवितेन वा ।
येषामर्थे काङ्क्षितं नो राज्यं भोगाः सुखानि च ॥ ३२॥
त इमेऽवस्थिता युद्धे प्राणांस्त्यक्त्वा धनानि च ।
आचार्याः पितरः पुत्रास्तथैव च पितामहाः ॥ ३३ ॥
मातुलाः श्वशुराः पौत्राः श्यालाः सम्बन्धिनस्तथा ।
एतान्न हन्तुमिच्छामि घ्नतोऽपि मधुसूदन ॥ ३४॥

अपि त्रैलोक्यराज्यस्य हेतोः किं नु महीकृते ।
निहत्य धार्तराष्ट्रान्नः का प्रीतिः स्याज्जनार्दन ॥ ३५ ॥

கிம்' நோ ராஜ்யேன கோ$_3$விந்த$_3$ கிம்' போ$_4$கை$_3$ர் ஜீவிதேன வா
யேஷாம் அர்தே$_2$ காங்க்ஷிதம்' நோ ராஜ்யம் போ$_4$கா:$_3$ ஸுகா$_2$னி ச
த இமே 'வஸ்தி$_2$தா யுத்$_3$தே$_4$ ப்ராணாம்'ஸ் த்யக்த்வா த$_4$னானி ச
ஆசார்யா: பிதர: புத்ராஸ் ததை$_2$வ ச பிதாமஹா:

மாதுலா: ஷ்$_2$வஷு$_2$ரா: பௌத்ரா: ஷ்$_2$யாலா: ஸம்ப$_3$ந்தி$_3$னஸ் ததா$_2$
ஏதான் ந ஹந்தும் இச்சா$_2$மி க்$_4$னதோ 'பி மது$_4$ஸூத$_3$ன

அபி த்ரைலோக்ய-ராஜ்யஸ்ய ஹேதோ: கிம்' நு மஹீ-க்ரு'தே
நிஹத்ய தா$_4$ர்தராஷ்ட்ரான் ந: கா ப்ரீதி: ஸ்யாஜ் ஜனார்த$_3$ன

கிம்—என்ன பலன்; *ந:*—நமக்கு; *ராஜ்யேன*—ஆட்சியினால்; *கோ$_3$விந்த$_3$*—கிருஷ்ணரே; *கிம்*—என்ன; *போ$_4$கை:$_3$*—இன்பம்; *ஜீவிதேன*—வாழ்வதால்; *வா*—அல்லது; *யேஷாம்*—யாருக்காக; *அர்தே$_2$*—பொருட்டாக; *காங்க்ஷிதம்*—விரும்பி; *ந:*—நம்மால்; *ராஜ்யம்*—ஆட்சி; *போ$_4$கா:$_3$*—உலகின்பம்; *ஸுகா$_2$னி*—எல்லா மகிழ்வும்; *ச*—மற்றும்; *தே*—அவர்களெல்லாம்; *இமே*—இந்த; *அவஸ்தி$_2$தா:*—நிலைபெற்ற; *யுத்$_3$தே$_4$*—இப்போர்க்களத்தில்; *ப்ராணான்*—உயிர்களை; *த்யக்த்வா*—விட்டு; *த$_4$னானி*—செல்வங்களை; *ச*—மேலும்; *ஆசார்ய:*—ஆச்சாரியர்கள்; *பிதர:*—தந்தையர்; *புத்ரா:*—மகன்கள்; *ததா$_2$*—மட்டுமின்றி மேலும்; *ஏவ*—நிச்சயமாக; *ச*—மேலும்; *பிதாமஹா:*—பாட்டனார்கள்; *மாதுலா:*—தாய் மாமன்கள்; *ஷ்$_2$வஷு$_2$ரா:*—மாமனார்கள்; *பௌத்ரா:*—பேரன்கள்; *ஷ்$_2$யாலா:*—மைத்துனன்கள்; *சம்ப$_3$ந்தி$_4$ன:*—உறவினர்கள்; *ததா$_2$*—உடன்; *ஏதான்*—இவர்களெல்லாம்; *ந*—என்றுமில்லை; *ஹந்தும்*—கொல்ல; *இச்சா$_2$மி*—எனக்கு விருப்பம்; *க்$_4$னத:*—கொல்லப்படுவதால்; *அபி*—கூட; *மது$_4$ஸூத$_3$ன*—மது என்ற அரக்கனைக் கொன்றவரே (கிருஷ்ணரே); *அபி*—ஆனாலும் கூட; *த்ரை-லோக்ய*—மூவுலகிற்குள்; *ராஜ்யஸ்ய*—ஆட்சிக்காக; *ஹேதோ:*—மாற்றத்தில்; *கிம் நு*—சொல்வதற்கு என்ன இருக்கின்றது; *மஹீ-க்ரு'தே*—நாட்டிற்காக; *நிஹத்யா*—கொலை புரிந்து; *தா$_4$ர்தராஷ்ட்ரான்*—திருதராஷ்டிரரின் புதல்வர்கள்; *ந:*—நமது; *கா*—என்ன; *ப்ரீதி:*—இன்பம்; *ஸ்யாத்*—இருக்கப் போகிறது; *ஜனார்த$_3$ன*—எல்லா உயிர்களையும் பாதுகாப்பவரே.

கோவிந்தரே! ஆட்சி, மகிழ்ச்சி மற்றும் வாழ்க்கையையே கூட யாருக்காக நாம் விரும்புகிறோமோ, அவர்களே இப்போர்க்களத்தில் அணிவகுத்திருக்க, அவற்றை அடைவதால் என்ன பலன் வரப் போகின்றது? மதுசூதனரே, ஆச்சாரியர்கள், தந்தையர், பிள்ளைகள், பாட்டனார்கள், மாமன்கள், மாமனார்கள், பேரன்கள்,

மைத்துனர்கள் மற்றும் இதர உறவினர்கள் அனைவரும் தங்கள் வாழ்வையும் செல்வத்தையும் இழக்க தயாராக என் முன் நின்றிருக்க, அவர்கள் என்னைக் கொல்லலாம் என்ற பட்சத்திலும் நான் ஏன் அவர்களைக் கொல்ல விரும்ப வேண்டும்? உயிர்களையெல்லாம் காப்பவரே, இந்த பூமி ஒருபுறமிருக்கட்டும், மூவுலகம் கிடைப்பதாயினும், நான் இவர்களுடன் போர் புரிய தயாராக இல்லை. திருதராஷ்டிரரின் மகன்களைக் கொல்வதால் நாம் எவ்வித ஆனந்தத்தை அனுபவிக்கப் போகிறோம்.

பொருளுரை: கிருஷ்ணரை அர்ஜுனன் 'கோவிந்தர்' என்றழைத்தான். ஏனெனில், அவரே புலன்களுக்கும், பசுக்களுக்கும் இன்பமளிப்பவர். இந்த விசேஷமான வார்த்தையை உபயோகிப்பதன் மூலம், தனது புலன்களை எது திருப்தி செய்யும் என்பதை கிருஷ்ணர் புரிந்துகொள்ள வேண்டும் என்பதை அர்ஜுனன் குறிப்பிடுகிறான். ஆனால் கோவிந்தர், நமது புலன்களை திருப்தி செய்வதற்காக அல்ல. நாம் கோவிந்தரது புலன்களை திருப்தி செய்ய முயன்றால், நமது சொந்தப் புலன்கள் தாமாகவே திருப்தியடைகின்றன. ஜட வாழ்வில் ஒவ்வொருவரும் தத்தமது புலன்களை திருப்தி செய்ய விரும்புகின்றனர், மேலும், அத்திருப்திக்கு தேவையானவற்றை கடவுள் அளிக்க வேண்டுமென்று விரும்புகின்றனர். ஜீவன்களின் தகுதிக்கேற்றவாறு அவர்களது புலன்களை இறைவன் திருப்தி செய்வாரேயன்றி, அவர்கள் பேராசைப்படுமளவிற்கு அல்ல. ஆனால் ஒருவன் மாற்று வழியைப் பின்பற்றும்போது—அதாவது, தன் சுயப் புலன்களை திருப்தி செய்ய விரும்பாமல், கோவிந்தரின் புலன்களை திருப்தி செய்ய முயலும்போது—கோவிந்தரின் கருணையால், ஜீவனின் எல்லா ஆசைகளும் நிறைவேறுகின்றன. அர்ஜுனனுக்கு குலத்தினரோடும் உறவினரோடுமுள்ள ஆழமான பாசம், அவர்கள் மீது இயற்கையாகவே அவனுக்குள்ள இரக்கத்தால் இங்கே சற்று வெளிப்படுகிறது. எனவே, அவன் போர் புரிய தயாராக இல்லை. தனது செல்வத்தை நண்பர்களிடமும், உறவினர்களிடமும் காட்ட அனைவரும் விரும்புவர். ஆனால், போர்க்களத்தில் அனைத்து உறவினர்களும், நண்பர்களும் கொல்லப்பட்டபின், வெற்றியினால் தனக்கு வரும் செல்வத்தைப் பகிர்ந்துகொள்ள முடியாது என அச்சமுற்றான் அர்ஜுனன். உலக வாழ்வின் ஒரு சிறந்த உதாரணம் இது. தெய்வீக வாழ்வோ இதிலிருந்து வேறுபட்டதாகும். பக்தன் இறைவனின் விருப்பங்களை திருப்தி செய்ய விரும்புபவன் என்பதால், அவர் விருப்பப்பட்டால், அவரது சேவைக்காக எல்லா விதமான செல்வத்தையும் ஏற்றுக்கொள்ள முடியும்; அவர்

விரும்பாவிடில் ஒரு பைசாவையும் ஏற்கக் கூடாது. அர்ஜுனன் தன் உறவினர்களைக் கொல்ல விரும்பவில்லை. அப்படியே அவர்களைக் கொல்லும் அவசியமிருந்தால் கிருஷ்ணர் தாமே அவர்களைக் கொல்லட்டும் என்று விரும்பினான். போர்க்களத்திற்கு வரும் முன்னரே அவர்கள் எல்லாரையும் கிருஷ்ணர் கொன்று விட்டார் என்பதையும், தான் வெறும் கருவியாக செயல்பட வேண்டியவனே என்பதையும் அவன் அறியவில்லை. அவ்வுண்மையை பின்வரும் அத்தியாயங்களில் காணலாம். இறைவனின் இயல்பான பக்தனான அர்ஜுனன், விஷமிகளான சகோதரர்களை எதிர்க்க விரும்பவில்லையாயினும், அவர்கள் கொல்லப்பட வேண்டும் என்பது பகவானின் திட்டம். தவறு செய்பவனை பகவானின் பக்தன் பழி வாங்குவதில்லை, ஆனால் (தீயவர்களால்) பக்தனுக்குச் செய்யப்படும் கொடுமைகளை பகவான் சகித்துக்கொள்வதில்லை. தனக்குத் தீங்கிழைப்பவரைக்கூட பகவான் மன்னிக்கலாம், ஆனால் தனது பக்தர்களுக்குத் தீங்கிழைப்பவர் எவரையும் அவர் மன்னிப்பதே இல்லை. எனவே, அர்ஜுனன் மன்னிக்க விரும்பியபோதிலும், தீயவரை அழிப்பதில் பகவான் தீர்மானமாக இருந்தார்.

ஸ்லோகம் 36

पापमेवाश्रयेदस्मान्हत्वैतानाततायिन: ।
तस्मान्नार्हा वयं हन्तुं धार्तराष्ट्रान्सबान्धवान् ।
स्वजनं हि कथं हत्वा सुखिन: स्याम माधव ॥ ३६ ॥

பாபம் ஏவாஷ்$_2$ரயேத்$_3$ அஸ்மான் ஹத்வைதான் ஆததாயின:
தஸ்மான் நார்ஹா வயம்' ஹந்தும்' தா$_4$ர்தராஷ்ட்ரான் ஸ-பா$_3$ந்த$_4$வான்
ஸ்வ-ஜனம்' ஹி கத$_2$ம்' ஹத்வா ஸுகி$_2$ன: ஸ்யாம மாத$_4$வ

பாபம்—பாவங்கள்; *ஏவ*—நிச்சயமாக; *ஆஷ்$_2$ரேயத்*—வந்தடையும்; *அஸ்மான்*—நம்மை; *ஹத்வா*—கொல்வதால்; *ஏதான்*—இவர்களையெல்லாம்; *ஆததாயின:*—அக்கிரமக்காரர்கள்; *தஸ்மாத்*—அதனால்; *ந*—என்றுமில்லை; *அர்ஹா:*—தகுதியுடைய; *வயம்*—நாம்; *ஹந்தும்*—கொல்ல; *தா$_4$ர்தராஷ்ட்ரான்*—திருதராஷ்டிரரின் மகன்கள்; *ஸபா$_3$ந்த$_4$வான்*—நண்பர்களுடன்; *ஸ்வ-ஜனம்*—உறவினர்கள்; *ஹி*—நிச்சயமாக; *கத$_2$ம்*—எவ்வாறு; *ஹத்வா*—கொல்வதால்; *ஸுகி$_2$ன:*—மகிழ்ச்சி; *ஸ்யாம*—நாம் அடைவோம்; *மாத$_4$வ*—செல்வத் திருமகளின் நாயகரே (கிருஷ்ணரே).

இத்தகைய அக்கிரமக்காரர்களைக் கொல்வதால் நமக்கு பாவமே வந்து சேரும். எனவே, திருதராஷ்டிரர் மகன்களையும், நமது நண்பர்களையும் கொல்லுதல் நமக்குச் சரியானதல்ல. செல்வத்

திருமகளின் கணவரே, கிருஷ்ணரே! நமது சொந்த உறவினரைக் கொலை செய்து விட்டு நாம் எவ்வாறு மகிழ்ச்சியடைய முடியும்? இதனால் நமக்கென்ன இலாபம்?

பொருளுரை: வேத விதிகளின்படி, அக்கிரமக்காரர்கள் ஆறு வகையினர்: (1) விஷம் கொடுப்பவர், (2) வீட்டிற்கு நெருப்புவைப்பவர், (3) பயங்கர ஆயுதங்களால் தாக்குபவர், (4) செல்வத்தைக் கொள்ளையடிப்பவர், (5) பிறர் நிலத்தை ஆக்கிரமிப்பவர், மற்றும் (6) பிறர் மனைவியை கடத்திச் செல்பவர். இந்த அக்கிரமக்காரர்களை உடனே கொல்லலாம், அதனால் பாவம் ஏதுமில்லை. இவ்வாறு அக்கிரமக்காரர்களைக் கொல்லுதல் எல்லா சாதாரண மனிதர்களுக்கும் பொருந்தும், ஆனால் அர்ஜுனன் சாதாரண மனிதனல்ல. அவன் குணத்தால் சாதுவாக இருந்ததால், அவர்களிடம் நற்குணங்களோடு உறவுகொள்ள நினைத்தான். இருப்பினும், இவ்வாறான சாதுத்தனம் ஒரு சத்திரியனுக்கு உரியதல்ல. ஆட்சியில் இருக்கும் பொறுப்பான மனிதன் சாதுவின் குணங்களுடன் இருக்க வேண்டும் என்றபோதிலும், கோழையாக இருக்கக் கூடாது. உதாரணமாக, பகவான் இராமரிடம் சாதுவின் குணங்கள் பொதிந்திருந்த காரணத்தினால், இன்றும் மக்கள் அவரது அரசாங்கத்தில் (இராம ராஜ்ஜியத்தில்) வாழ விரும்புகின்றனர். ஆனால் பகவான் இராமர் ஒருபோதும் கோழைத்தனத்தைக் காட்டவில்லை. இராமரின் மனைவி சீதையைக் கடத்திச் சென்ற இராவணன் அவருக்கு அக்கிரமம் இழைத்தவனாவான். அதனால் அவர் அவனுக்கு உலக சரித்திரத்தில் இணையற்ற, தேவையான பாடத்தை நன்கு கற்பித்தார். இருப்பினும், அர்ஜுனனின் விஷயத்தில் அக்கிரமக்காரர்கள் வித்தியாசமானவர்கள்—சொந்த பாட்டனார், சொந்த ஆச்சாரியர், நண்பர்கள், மகன்கள், பேரன்கள் முதலியோர்— என்பதைக் கருத வேண்டும். அதனால் அவர்களின் மீது சாதாரண அக்கிரமக்காரர்களின் மீது தீவிர நடவடிக்கை எடுப்பதைப் போல செயல்படக் கூடாது என்று அர்ஜுனன் எண்ணினான். அதற்கும் மேலாக, சாதுக்கள் மன்னிக்க வேண்டும் என அறிவுறுத்தப்படுகின்றனர். எந்த அரசியல் அவசர நிலையையும் விட சாதுக்களைப் பொறுத்தவரையில் இத்தகைய அறிவுரைகளே முக்கியமானவை. அரசியல் காரணங்களுக்காக சொந்த உறவினர்களைக் கொல்வதைக் காட்டிலும், நற்குணத்தையும் தர்மத்தையும் அடிப்படையாகக் கொண்டு அவர்களை மன்னித்துவிடுதல் சிறந்தது என்று எண்ணினான் அர்ஜுனன். தற்காலிகமான உடல் சுகத்திற்காகக் கொலை செய்வதை அவன் இலாபமென்று கருதவில்லை. ராஜ்ஜியங்களும், அவற்றினால்

பெறப்படும் சுகங்களும் நிலையானவை அல்ல. அவ்வாறிருக்க உறவினரைக் கொல்வதன் மூலம் தனது சுய வாழ்க்கைக்கும் நித்திய விடுதலைக்கும் ஏன் ஆபத்தைத் தேடிக்கொள்ள வேண்டும்? இவ்விஷயத்தில் "மாதவ" அல்லது 'செல்வத் திருமகளின் கணவர்' என்று கிருஷ்ணரை அர்ஜுனன் அழைப்பதும் மிக முக்கியமானதாகும். செல்வத் திருமகளின் கணவரான அவர், இறுதியில் துரதிர்ஷ்டத்தைக் கொடுக்கக்கூடிய செயலைச் செய்யும்படித் தன்னைத் தூண்டக் கூடாது என்று அர்ஜுனன் சுட்டிக்காட்ட விரும்புகிறான். கிருஷ்ணரோ யாருக்குமே துரதிர்ஷ்டத்தைக் கொடுப்பவரல்ல என்பதால், அவரது பக்தர்கள் விஷயத்தில் சொல்ல வேண்டிய தேவையே இல்லை.

ஸ்லோகங்கள் 37–38

यद्यप्येते न पश्यन्ति लोभोपहतचेतसः ।
कुलक्षयकृतं दोषं मित्रद्रोहे च पातकम् ॥ ३७॥
कथं न ज्ञेयमस्माभिः पापादस्मान्निवर्तितुम् ।
कुलक्षयकृतं दोषं प्रपश्यद्भिर्जनार्दन ॥ ३८॥

யத்$_3$யப்யேதே ந பஷ்$_2$யந்தி லோபோ$_4$பஹத-சேதஸ:
குல-க்ஷய-க்ரு'தம்' தோ$_3$ஷம்' மித்ர-த்$_3$ரோஹே ச பாதகம்

கத$_2$ம்' ந ஜ்ஞேயம் அஸ்மாபி:$_4$ பாபாத்$_3$ அஸ்மான் நிவர்திதும்
குல-க்ஷய-க்ரு'தம்' தோ$_3$ஷம்' ப்ரபஷ்$_2$யத்$_3$பி$_4$ர் ஜனார்த$_3$ன

யதி$_3$—இருந்தால்; *அபி*—கூட; *ஏதே*—அவர்கள்; *ந*—இல்லை; *பஷ்$_2$யந்தி*—பார்க்க; *லோப$_4$*—பேராசையால்; *உபஹத*—வெல்லப்பட்ட; *சேதஸ:*—இதயங்கள்; *குல-க்ஷய*—குலத்தை அழிப்பதில்; *க்ரு'தம்*—செய்த; *தோ$_3$ஷம்*—தீங்கு; *மித்ர-த்$_3$ரோஹே*—நண்பர்களுக்கு துரோகம்; *ச*—மேலும்; *பாதகம்*—பாவ விளைவுகள்; *கத$_2$ம்*—ஏன்; *ந*—இல்லை; *ஜ்ஞேயம்*—இதை அறிய; *அஸ்மாபி:$_4$*—நம்மால்; *பாபாத்*—பாவங்களிலிருந்து; *அஸ்மாத்*—இவர்கள்; *நிவர்திதும்*—விடுபட; *குல-க்ஷய*—குலநாசத்தால்; *க்ரு'தம்*—செய்த; *தோ$_3$ஷம்*—குற்றம்; *ப்ரபஷ்$_2$ யத்$_3$பி:$_4$*—காணக் கூடியவர்களால்; *ஜனார்த$_3$ன*—கிருஷ்ணரே.

ஜனார்தனரே! பேராசையால் இதயத்தை இழந்த இம்மனிதர்கள், நண்பர்களுக்கு துரோகம் செய்வதையும் குலநாசம் செய்வதையும் பாவம் என்று அறியவில்லை. ஆனால் அவற்றைக் குற்றம் என்று அறிந்த நாம், ஏன் இப்பாவச் செயல்களில் ஈடுபட வேண்டும்?

பொருளுரை: போட்டியாளர்களால் சூதாட்டத்திற்கோ, போருக்கோ அறைகூவப்பட்டால் சத்திரியன் மறுக்கக் கூடாது. எனவே, இந்த நியதிப்படி, துரியோதனனின் கும்பலால் சவால் விடப்பட்டிருக்கும் அர்ஜுனன், போரை மறுக்க முடியாது. இதன் தொடர்பில், இத்தகைய

சவாலின் விளைவுகளைக் காண முடியாமல் மறுதரப்பினர் குருடர்களாக இருப்பதாகக் கருதினான் அர்ஜுனன். அதே சமயம், இதன் தீய விளைவுகளைக் காணக்கூடிய அர்ஜுனனால் இச்சவாலை ஏற்க முடியவில்லை. விளைவு நன்மையாக இருக்கும் பட்சத்தில் மட்டுமே கடமையால் ஒருவனைக் கட்டுப்படுத்த முடியும். விளைவு தீயதாக இருந்தால் கடமையால் எவரையும் கட்டிப்போட முடியாது. இதுபோன்ற நன்மை தீமைகள் எல்லாவற்றையும் சிந்தித்துப் பார்த்த அர்ஜுனன், போர் புரிவதில்லை என்று முடிவு செய்தான்.

ஸ்லோகம் 39

कुलक्षये प्रणश्यन्ति कुलधर्माः सनातनाः ।
धर्मे नष्टे कुलं कृत्स्नमधर्मोऽभिभवत्युत ॥ ३९ ॥

குல-க்ஷயே ப்ரணஷ்$_2$யந்தி குல-த$_4$ர்மா: ஸநாதனா:
த$_4$ர்மே நஷ்டே குலம்' க்ரு'த்ஸ்னம் அத$_4$ர்மோ 'பி$_4$ப$_4$வத்யுத

குல-க்ஷயே—குலத்தை அழிப்பதில்; *ப்ரணஷ்$_2$யந்தி*—அழிவடைகிறது; *குல-த$_4$ர்மா:*—குல தர்மங்கள்; *ஸநாதனா:*—நித்தியமான; *த$_4$ர்மே*—தர்மத்தில்; *நஷ்டே*—நஷ்டத்தில்; *குலம்*—குலம்; *க்ரு'த்ஸ்னம்*—மொத்தமாக; *அத$_4$ர்ம:*—அதர்மம்; *அபி$_4$ப$_4$வதி*—மாற்றமடைகிறது; *யுத*—கூறப்படுகின்றது.

குலம் அழிவடைவதால் நித்தியமான குல தர்மம் கெடுகின்றது. இதனால் வம்சத்தில் மீந்திருப்பவர்கள் அதர்மங்களில் ஈடுபடுவார்கள்.

பொருளுரை: வர்ணாஷ்ரம வழிமுறையில், குடும்ப அங்கத்தினர்கள் முறையாக வளர்ந்து, ஆன்மீகத் தகுதிகளைப் பெறுவதற்காக பல்வேறு அறப்பழக்கங்கள் உண்டு. பிறப்பு முதல் இறப்பு வரை செய்யப்படக்கூடிய இதுபோன்ற தூய்மைப்படுத்தும் சடங்குகளுக்குப் பெரியோரே பொறுப்பு. ஆனால் மூத்தோர் மரணமடைந்தால் இதுபோன்ற தூய்மைப்படுத்தும் குலப் பண்பாடுகள் நின்று விடலாம், எஞ்சியிருக்கும் இளைய தலைமுறை அதர்மச் செயல்களில் ஈடுபட்டு ஆன்மீக விடுதலைக்கான தங்கள் வாய்ப்பை இழக்கலாம். எனவே, எந்த நோக்கத்திற்காகவும் குலத்தின் முதியோர்களை அழித்தல் கூடாது.

ஸ்லோகம் 40

अधर्माभिभवात्कृष्ण प्रदुष्यन्ति कुलस्त्रियः ।
स्त्रीषु दुष्टासु वार्ष्णेय जायते वर्णसङ्करः ॥ ४० ॥

அத$_4$ர்மாபி$_4$ப$_4$வாத் க்ரு'ஷ்ண ப்ரது$_3$ஷ்யந்தி குல-ஸ்த்ரிய:
ஸ்த்ரீஷு து$_3$ஷ்டாஸு வார்ஷ்ணேய ஜாயதே வர்ண-ஸங்கர:

அத₄ர்ம:—அதர்மம்; *அபி₄ப₄வாத்*—உச்சமடைவதால்; *க்ரு'ஷ்ண*—கிருஷ்ணரே; *ப்ரது₃ஷ்யந்தி*—களங்கமடைகின்றனர்; *குல-ஸ்திரிய:*—குடும்பப் பெண்கள்; *ஸ்த்ரீஷு*—பெண்மை; *து₃ஷ்டாஸு*—களங்கமடைவதால்; *வார்ஷ்ணேய*—விருஷ்ணி குலத்தவரே; *ஜாயதே*—இவ்வாறு ஆகிறது; *வர்ண-ஸங்கர:*—தேவையற்ற சந்ததி.

கிருஷ்ணரே, குலத்தில் அதர்மம் தலையெடுக்கும்போது, குடும்பப் பெண்கள் களங்கமடைகின்றனர்; பெண்மையின் சீரழிவால், விருஷ்ணி குலத்தவரே! தேவையற்ற சந்ததி உண்டாகிறது.

பொருளுரை: வாழ்வில், அமைதி, வளம், ஆன்மீக முன்னேற்றம் ஆகியவற்றிற்கான ஆதாரம், மனித சமுதாயத்தில் நன்மக்கள் இருப்பதாகும். நன்மக்கள் தழைத்தோங்குவதன் மூலம், நாட்டிலும், சமூகத்திலும் ஆன்மீக முன்னேற்றம் ஏற்படும். அதற்குத் தகுந்தாற் போல, வர்ணாஷ்ரம தர்மத்தின் கொள்கைகள் வடிவமைக்கப் பட்டுள்ளன. இத்தகு சமுதாயம், அதன் பெண்குலத்தின் கற்பையும் நம்பகத் தன்மையையும் பொறுத்திருக்கிறது. குழந்தைகளைத் தவறாக வழிநடத்துதல் எளிது, அதுபோலவே பெண்களும் எளிதில் வீழ்ச்சியடையும் சுபாவம் உடையவர்கள். எனவே, குழந்தைகளுக்கும் பெண்களுக்கும், குடும்பத்தின் மூத்த உறுப்பினர்களின் பாதுகாப்புத் தேவை. பல்வேறு அறச்செயல்களில் ஈடுபடுத்தப்படுவதன் மூலம், பெண்கள் கற்புக்குப் புறம்பானத் தவறான உறவுகளை வளர்த்துக்கொள்ள (சோரம் போக) மாட்டார்கள். சாணக்கிய பண்டிதரின் கூற்றுப்படி பெண்கள் அறிவாளிகள் அல்ல, அதனால் நம்பகமானவர்களுமல்ல. எனவே, அவர்களை எப்போதும் பலவிதமான அறம் சார்ந்த குலப் பண்பாடுகளில் ஈடுபடுத்த வேண்டும். அதன் மூலம், அவர்களது கற்பும், பக்தியும் வர்ணாஷ்ரம முறையில் பங்கேற்கத்தக்க நல்ல சமுதாயத்தைத் தோற்றுவிக்கும். இத்தகு வர்ணாஷ்ரம தர்மம் சீர்குலையும்போது, இயற்கையாகவே பெண்கள் ஆண்களுடன் கலந்து செயல்படுவதற்கான சுதந்திரத்தைப் பெறுகின்றனர். இதனால் பெண்களின் கற்புநிலை இழக்கப்பட்டு தவறான உறவுகள் தோன்றி, தேவையற்ற சந்ததிகள் என்னும் அபாயத்தை உண்டு பண்ணுகின்றன. பொறுப்பற்ற ஆண்களும் சமுதாயத்தில் சோரத்தை (கள்ளத் தொடர்புகளை) பெருக்குகின்றனர். இதனால் மனித சமுதாயத்தில் தேவையற்ற குழந்தைகள் தோன்றி, போர், தொற்றுவியாதிகள் முதலிய அபாயங்களை ஏற்படுத்துகின்றனர்.

ஸ்லோகம் 41

सङ्करो नरकायैव कुलघ्नानां कुलस्य च ।
पतन्ति पितरो ह्येषां लुप्तपिण्डोदकक्रियाः ॥ ४१॥

ஸங்கரோ நரகாயைவ குல-க்$_4$னானாம்' குலஸ்ய ச
பதந்தி பிதரோ ஹ்யேஷாம்' லுப்த-பிண்டோ$_3$த$_3$க-க்ரியா:

ஸங்கர:—அத்தகு தேவையற்ற ஜனம்; *நரகாய*—நரக வாழ்விற்கு; *ஏவ*—நிச்சயமாக; *குல-க்$_4$நானாம்*—குலநாசம் செய்தவர்களின்; *குலஸ்ய*—குடும்பத்தின்; *ச*—மேலும்; *பதந்தி*—இழிவடைகின்றன; *பிதர:*—முன்னோர்; *ஹி*—நிச்சயமாக; *ஏஷாம்*—அவர்களின்; *லுப்த*—நின்று; *பிண்ட$_3$*—பிண்டம்; *உத$_3$க*—நீர்; *க்ரியா:*—கருமம்.

தேவையற்ற ஜனத்தொகைப் பெருக்கம், குடும்பத்திற்கும் குடும்பப் பண்பாட்டை அழிப்போருக்கும் நிச்சயமாக நரக நிலையை ஏற்படுத்துகிறது. அது போன்ற சீர்குலைந்த குலங்களின் முன்னோர்கள் வீழ்ச்சியடைகின்றனர்; ஏனெனில், அவர்களுக்கு பிண்டமும் நீரும் அளிக்கக்கூடிய நிகழ்ச்சிகள் நடப்பதில்லை.

பொருளுரை: பலன்நோக்குச் செயல்களின் சட்டதிட்டங்களின்படி, குடும்பத்தின் முன்னோருக்கு உணவும், நீரும் அளிக்கும் கருமத்தைச் செய்ய வேண்டும். இந்தச் சடங்கு விஷ்ணுவை வழிபடுவதன் மூலம் நடத்தப்படுவதாகும். ஏனெனில், விஷ்ணுவின் பிரசாதத்தை உண்பது ஒருவனை எல்லா பாவங்களிலிருந்தும் விடுவிக்கக்கூடியது. சில வேளைகளில் முன்னோர்கள் பல பாவச் செயல்களின் விளைவுகளால் துயரப்பட்டுக் கொண்டிருக்கலாம், சிலர் ஸ்தூல உடலை அடைய முடியாமல், தங்களது சூட்சும உடலிலே பேய்களாக அலைந்து கொண்டிருக்கலாம். வாரிசுகளின் மூலம் முன்னோர்களுக்கு பிரசாதம் அளிக்கப்படும்போது, அவர்கள் பல்வேறு விதமான துன்ப வாழ்விலிருந்தும் பேய் போன்ற நிலைகளிலிருந்தும் விடுபடு கின்றனர். இவ்வாறு முன்னோருக்கு உதவுதல், குலப் பண்பாடாகும். பக்தித் தொண்டில் ஈடுபடாதவர்கள், இது போன்ற சடங்குகளைச் செய்தாக வேண்டும். பக்தித் தொண்டைப் பின்பற்றி வாழ்பவர்கள் இத்தகு செயல்களைச் செய்ய வேண்டியதில்லை. பக்தித் தொண்டை எளிமையாக நிறைவேற்றுவதன் மூலமே, பல்லாயிரக்கணக்கான முன்னோரை எல்லாத் துன்பங்களிலிருந்தும் ஒருவனால் விடுவிக்க முடியும். பாகவதத்தில் (11.5.41) பின்வருமாறு கூறப்பட்டுள்ளது:

தே$_3$வர்ஷி-பூ$_4$தாப்த-நரு'ணாம்' பித்ரூ'ணாம்'
ந கிங்கரோ நாயம் ரு'ணீ ச ராஜன்
ஸர்வாத்மனா ய: ஷ$_2$ரணம்' ஷ$_2$ரண்யம்'
க$_3$தோ முகுந்த$_3$ம்' பரிஹ்ரு'த்ய கர்தம்

“எல்லா கடமைகளையும் விட்டொழித்து, முக்தி அளிப்பவரான முகுந்தனின் பாதகமலங்களில் சரணடைந்து, தீவிர பக்தித் தொண்டு புரிபவர், தேவர்களுக்கோ, முனிவர்களுக்கோ, மற்ற உயிர்களுக்கோ, குடும்ப அங்கத்தினர்களுக்கோ மனித குலத்திற்கோ முன்னோருக்கோ எவ்விதத்திலும் கடன்படுவதில்லை.” புருஷோத்தமரான முழுமுதற் கடவுளுக்கு பக்தித் தொண்டு செய்வதன் மூலம், இதுபோன்ற கடமைகள் அனைத்தும் தாமாகவே நிறைவேற்றப்பட்டு விடுகின்றன.

ஸ்லோகம் 42

दोषैरेतैः कुलघ्नानां वर्णसङ्करकारकैः ।
उत्साद्यन्ते जातिधर्माः कुलधर्माश्च शाश्वताः ॥ ४२ ॥

தோ$_3$ஷைர் ஏதை: குல-க்$_4$நானாம்' வர்ண-ஸங்கர-காரகை:
உத்ஸாத்$_3$யந்தே ஜாதி-த$_4$ர்மா: குல-த$_4$ர்மாஷ்$_2$ ச ஷா$_2$ஷ்$_2$வதா:

தோ$_3$ஷை:—இதுபோன்ற தோஷங்களால்; *ஏதை:*—இவையெல்லாம்; *குல–க்$_4$நானாம்*—குலநாசம் செய்தவர்; *வர்ண–ஸங்கர*—தேவையற்ற குழந்தைகள்; *காரகை:*—செய்பவர்களால்; *உத்ஸாத்$_3$யந்தே*—அழிவுக்கு காரணமாக; *ஜாதி–த$_4$ர்மா:*—ஜாதி தர்மம்; *குல–த$_4$ர்மா:*—குல தர்மம்; *ச*—மேலும்; *ஷா$_2$ஷ்$_2$வதா:*—நித்தியமான.

குடும்பப் பண்பாட்டை அழித்து, தேவையற்ற குழந்தைகளைத் தோற்றுவிக்கும் தீயவர்களின் செயல்களால், அனைத்து வித ஜாதி தர்மங்களும் குல தர்மங்களும் அழிவுறுகின்றன.

பொருளுரை: வர்ணாஷ்ரம தர்மம் அல்லது ஸநாதன தர்மத்தின்படி, மனித சமுதாயத்தின் நான்கு பிரிவுகளுக்கும், ஜாதி தர்மங்களும் குல தர்மங்களும் வகுக்கப்பட்டுள்ளன, இவை மனிதனின் இறுதி விடுதலைக்காக அமைக்கப்பட்டுள்ளன. எனவே, ஸநாதன தர்மப் பண்பாட்டினை சிதைக்கும் பொறுப்பற்ற சமூகத் தலைவர்கள், அச்சமூகத்தில் குழப்பத்தை உண்டாக்க, மக்கள் வாழ்வின் இலட்சியமான விஷ்ணுவை மறந்துவிடுகின்றனர். இத்தகு தலைவர்கள் குருடர்கள் என்று அழைக்கப்படுகின்றனர். இவர்களைப் பின்பற்றும் மக்கள் நிச்சயமாகக் குழப்பத்தையே அடைவார்கள்.

ஸ்லோகம் 43

उत्सन्नकुलधर्माणां मनुष्याणां जनार्दन ।
नरके नियतं वासो भवतीत्यनुशुश्रुम ॥ ४३ ॥

உத்ஸன்ன-குல-த$_4$ர்மாணாம்' மனுஷ்யாணாம்' ஜனார்த$_3$ன
நரகே நியதம்' வாஸோ ப$_4$வதீத்யனுஷு$_2$ஷ்$_2$ரும

உத்ஸன்ன—கெடுக்கப்பட்ட; *குல-த₄ர்மாணாம்*—குல தர்மத்தை உடையவரின்; *மனுஷ்யாணாம்*—அத்தகு மனிதர்; *ஜனார்த₃ன*—கிருஷ்ணரே; *நரகே*—நரகத்தில்; *நியதம்*—எப்போதும்; *வாஸ:*—இருப்பு; *ப₄வதி*—ஆகின்றது; *இதி*—இவ்வாறாக; *அனுஶு₂ஷ்₂ரும*—சீடப் பரம்பரை வாயிலாகக் கேட்டுள்ளேன்.

மக்களைக் காக்கும் கிருஷ்ணரே! குல தர்மத்தைக் கெடுப்பவர் எப்போதும் நரகத்தில் வாழ்வதாக நான் சீடப் பரம்பரை வாயிலாகக் கேட்டுள்ளேன்.

பொருளுரை: அர்ஜுனன் அதிகாரபூர்வமானவர்களிடம் கேட்டதை அடிப்படையாக வைத்து வாதிடுகிறான், தனது சுய அனுபவத்தை வைத்தல்ல. இதுவே உண்மை அறிவைப் பெறும் வழி. அறிவில் ஏற்கனவே நிலைபெற்றிருக்கும் ஒருவரை அணுகாமல், உண்மையான அறிவை அடைய முடியாது. வர்ணாஷ்ரம சமுதாயத்தின்படி, மரணத்திற்கு முன் ஒருவன் தான் செய்த பாவ காரியங்களுக்கு பிராயசித்தம் செய்தாக வேண்டும். எப்போதும் பாவச் செயல்களில் ஈடுபட்டிருப்பவன், பிராயசித்தம் என்று கூறப்படும் சடங்கினை உபயோகப்படுத்திக்கொள்ள வேண்டும். இவ்வாறு செய்யாவிடில், பாவச் செயல்களின் விளைவுகளை அனுபவிப்பதற்காக அவன் நரகத்திற்குச் செல்வது நிச்சயம்.

ஸ்லோகம் 44

अहो बत महत्पापं कर्तुं व्यवसिता वयम् ।
यद्राज्यसुखलोभेन हन्तुं स्वजनमुद्यताः ॥ ४४ ॥

அஹோ ப₃த மஹத் பாபம்' கர்தும்' வ்யவஸிதா வயம்
யத்₃ ராஜ்ய-ஸுக₂-லோபே₄ன ஹந்தும்' ஸ்வ-ஜனம் உத்₃யதா:

அஹோ—ஐயகோ; *ப₃த*—என்ன வினோதம்; *மஹத்*—பெரும்; *பாபம்*—பாவங்கள்; *கர்தும்*—செய்ய; *வ்யவஸிதா*—முடிவு செய்தோம்; *வயம்*—நாம்; *யத்*—அதனால்; *ராஜ்ய-ஸுக₂-லோபே₄ன*—ராஜ்ஜிய சுகத்திற்கான பேராசையால் உந்தப்பட்டு; *ஹந்தும்*—கொலை செய்ய; *ஸ்வ-ஜனம்*—உறவினர்; *உத்₃யதா:*—முயற்சி.

ஐயகோ! மாபெரும் பாவங்களைச் செய்ய நாம் துணிந்துள்ளோமே, ராஜ்ஜிய சுகத்தை அனுபவிக்கும் ஆசையால் உந்தப்பட்டு, சொந்த உறவினர்களையும் கொல்ல முனைந்து விட்டோம்.

பொருளுரை: சுயநல நோக்கத்தால் தூண்டப்பட்டவன், தனது சொந்த தாய் தந்தையரையோ, உடன் பிறந்தவரையோ கொல்வது போன்ற பாவச் செயல்களைச் செய்யத் துணியலாம். உலகச்

சரித்திரத்தில் இதுபோன்ற பல சம்பவங்கள் உள்ளன. ஆனால் அர்ஜுனன், சாதுவின் குணங்கள் நிரம்பிய பகவானின் பக்தன் என்பதால், நீதிக் கோட்பாடுகளை எப்போதும் கருத்தில் கொள்கிறான்; எனவே, இவ்வாறான செயல்களைத் தவிர்க்க முனைப்புடன் உள்ளான்.

ஸ்லோகம் 45

यदि मामप्रतीकारमशस्त्रं शस्त्रपाणयः ।
धार्तराष्ट्रा रणे हन्युस्तन्मे क्षेमतरं भवेत् ॥ ४५ ॥

யதி$_3$ மாம் அப்ரதீகாரம் அஷ$_2$ஸ்த்ரம்' ஷ$_2$ஸ்த்ர-பாணய:
தா$_4$ர்தராஷ்ட்ரா ரணே ஹன்யுஸ் தன் மே க்ஷேமதரம்' ப$_4$வேத்

யதி$_3$—இருப்பினும்; *மாம்*—என்னிடம்; *அப்ரதீகாரம்*—எதிர்ப்பின்றி; *அஷ$_2$ஸ்த்ரம்*—ஆயுதமின்றி; *ஷ$_2$ஸ்த்ர பாணய:*—ஆயுதமுடையோர்; *தா$_4$ர்தராஷ்ட்ரா:*—திருதராஷ்டிரரின் மகன்கள்; *ரணே*—போர்க்களத்தில்; *ஹன்யு:*—கொல்லட்டும்; *தத்*—அது; *மே*—எனக்கு; *க்ஷேம-தரம்*—அதிக நன்மை பயப்பதாக; *ப$_4$வேத்*—ஆகிவிடும்.

ஆயுதமின்றியும், எதிர்த்துப் போரிடாமலும் இருக்கின்ற என்னை, ஆயுதம் தாங்கிய திருதராஷ்டிரரின் மகன்கள் போரில் கொன்றால், அஃது எனக்கு அதிக நன்மையைக் கொடுக்கும்.

பொருளுரை: சத்திரியப் போர் நெறிகளின்படி, ஆயுதமற்ற, போரை விரும்பாத எதிரியை தாக்கக் கூடாது. அத்தகு கடினமான முறையில் தனது எதிரி தன்னைத் தாக்கினாலும், போர் புரிவதில்லை என்று அர்ஜுனன் தீர்மானித்தான். அவனது எதிர்த்தரப்பினரோ போருக்காக எந்த அளவு ஆயத்தமாக இருந்தனர் என்பதை அவன் கருதவில்லை. இவையாவும், மென்மையான மனதுடன் கூடிய (பகவானின்) மிகச்சிறந்த பக்தனாக இருப்பவனின் அறிகுறிகளாகும்.

ஸ்லோகம் 46

सञ्जय उवाच
एवमुक्त्वार्जुनः सङ्ख्ये रथोपस्थ उपाविशत् ।
विसृज्य सशरं चापं शोकसंविग्नमानसः ॥ ४६ ॥

ஸஞ்ஜய உவாச

ஏவம் உக்த்வார்ஜுன: ஸங்க்$_2$யே ரதோ$_2$பஸ்த$_2$ உபாவிஷ$_2$த்
விஸ்ரு'ஜ்ய ஸ-ஷ$_2$ரம்' சாபம்' ஷோ$_2$க-ஸம்'விக்$_3$ன-மானஸ:

ஸஞ்ஜய: உவாச—சஞ்ஜயன் கூறினான்; *ஏவம்*—இவ்வாறாக; *உக்த்வா*—சொல்லி; *அர்ஜுன:*—அர்ஜுனன்; *ஸங்க்$_2$யே*—போர்க்களத்தில்; *ரதோ$_2$*—

ரதத்தின்; *பஸ்த$_2$*—இருக்கையில்; *உபாவிஷ$_2$த்*—மீண்டும் அமர்ந்தான்; *விஸ்ரு'ஜ்ய*—தனியே எறிந்து; *ஸ-ஷ$_2$ரம்*—அம்புகளுடன்; *சாபம்*—வில்; *ஷோ$_2$க*—சோகத்தால்; *ஸம்விக்$_3$ன*—துன்பப்பட்டு; *மானஸ:*—மனதிற்குள்.

சஞ்ஜயன் கூறினான்: போர்க்களத்தில் இவ்வாறு பேசிய அர்ஜுனன், தனது வில்லையும் அம்புகளையும் ஒருபுறம் எறிந்து விட்டு ரதத்தில் அமர்ந்துவிட்டான். அவனது மனம் சோகத்தால் மூழ்கியுள்ளது.

பொருளுரை: தனது எதிரியின் சூழ்நிலையைப் பார்வையிடும்போது, அர்ஜுனன் தேரில் நின்று கொண்டிருந்தான். ஆனால் சோகத்தால் மிகவும் பாதிக்கப்பட்டதனால், வில்லையும் அம்புகளையும் ஒருபுறமாக எறிந்துவிட்டு மீண்டும் அமர்ந்து விட்டான். பகவானின் பக்தித் தொண்டில், இத்தகைய மென்மையான அன்புள்ளம் கொண்டவர், ஆத்ம ஞானம் பெறத் தகுதியுடையவராவார்.

ஸ்ரீமத் பகவத் கீதையின் "குருக்ஷேத்திரப் போர்க்களத்தில் படைகளை கவனித்தல்" என்னும் முதலாம் அத்தியாயத்திற்கான பக்திவேதாந்த பொருளுரைகள் இத்துடன் நிறைவடைகின்றன.

அத்தியாயம் இரண்டு

கீதையின் உட்பொருள் சுருக்கம்

ஸ்லோகம் 1

सञ्जय उवाच

तं तथा कृपयाविष्टमश्रुपूर्णाकुलेक्षणम् ।
विषीदन्तमिदं वाक्यमुवाच मधुसूदनः ॥ १ ॥

ஸஞ்ஜய உவாச

தம்' ததா$_2$ க்ரு'பயாவிஷ்டம் அஷ்$_2$ரு-பூர்ணாகுலேக்ஷணம்
விஷீத$_3$ந்தம் இத$_3$ம்' வாக்யம் உவாச மது$_4$ஸூத$_3$ன:

ஸஞ்ஜய உவாச—சஞ்ஜயன் கூறினான்; *தம்*—அர்ஜுனனிடம்; *ததா$_2$*—இவ்வாறாக; *க்ரு'பயா*—இரக்கத்தால்; *ஆவிஷ்டம்*—நிறைந்து; *அஷ்$_2$ரு-பூர்ண-ஆகுல*—கண்ணீர நிறைந்து; *ஈக்ஷணம்*—கண்கள்; *விஷீத$_3$ந்தம்*—கவலை கொண்டு; *இத$_3$ம்*—இந்த; *வாக்யம்*—சொற்களை; *உவாச*—கூறினார்; *மது$_4$-ஸூத$_3$ன:*—மது எனும் அரக்கனை அழித்தவர்.

சஞ்ஜயன் கூறினான்: அர்ஜுனன், இரக்கத்தினால் மூழ்கி, மனம் பலவீனமடைந்து, கண்களில் கண்ணீர் மல்கிய நிலையில் இருப்பதைக் கண்ட மதுசூதனரான கிருஷ்ணர் பின்வருமாறு கூறினார்.

பொருளுரை: பௌதிக இரக்கம், கவலை, கண்ணீர் ஆகியவை, தன்னைப் (ஆத்மாவைப்) பற்றிய உண்மையை அறியாததன் அறிகுறிகளாகும். நித்தியமான ஆத்மாவிற்காக இரக்கம் கொள்வதே தன்னையுணர்வதாகும். இந்த ஸ்லோகத்தில் *மதுஸூதன* என்னும் சொல் மிகவும் முக்கியத்துவம் வாய்ந்ததாகும். பகவான் கிருஷ்ணர் மது எனும் அரக்கனைக் கொன்றவர். எனவே, தன் கடமையை நிறைவேற்றுவதில் ஏற்பட்டுள்ள தவறான கருத்து எனும் அரக்கனை அவர் கொல்ல வேண்டுமென அர்ஜுனன் விரும்பினான். எங்கு இரக்கம் காட்ட வேண்டும் என்பது எவருக்கும் தெரிவதில்லை. நீரில் மூழ்கும் மனிதனின் ஆடைக்காகப் பரிதாபப்படுவது அர்த்தமற்றதாகும். அறியாமைக் கடலில் விழுந்த மனிதனின் வெளிப்புற உடையைக் (ஸ்தூல உடலைக்) காப்பதால் மட்டும் அம்மனிதனைக் காப்பாற்றிவிட முடியாது. இதைத் தெரிந்துகொள்ளாமல், வெளிப்புற ஆடைக்காகக் கவலைப்படுபவன், சூத்திரன். அதாவது தேவையின்றி வருந்துபவன் என்று அழைக்கப்படுகிறான். அர்ஜுனன் ஒரு சத்திரியன், அவனிடம்

இத்தகைய நடத்தை எதிர்பார்க்கப்படவில்லை. இருப்பினும், அறியாமையில் உள்ள மனிதனின் கவலையைப் போக்க பகவான் கிருஷ்ணரால் முடியும். இக்காரணத்திற்காகத்தான் அவர் பகவத் கீதையைப் பாடினார். உயர் அதிகாரியான பகவான் ஸ்ரீ கிருஷ்ணரால் விளக்கப்பட்டுள்ள இவ்வத்தியாயம், ஜடவுடல், ஆத்மா ஆகியவற்றைப் பற்றிய பகுத்தறிவைக் கொண்டு தன்னுணர்வு அடையும் முறையைக் கற்பிக்கின்றது. எவ்வித பலனின் மீதும் பற்றுதல் கொள்ளாமல், தன்னைப் பற்றிய உண்மையான கருத்தில் நிலைபெற்றிருப்பவனுக்கு இத்தகு தன்னுணர்வு சாத்தியமாகும்.

ஸ்லோகம் 2

श्रीभगवानुवाच

कुतस्त्वा कश्मलमिदं विषमे समुपस्थितम् ।
अनार्यजुष्टमस्वर्ग्यमकीर्तिकरमर्जुन ॥ २ ॥

ஸ்ரீ-ப$_4$க$_3$வான் உவாச

குதஸ் த்வா கஷ்$_2$மலம் இத$_3$ம்' விஷமே ஸமுபஸ்தி$_2$தம்
அனார்ய-ஜுஷ்டம் அஸ்வர்க்$_3$யம் அகீர்தி-கரம் அர்ஜுன

ஸ்ரீ-ப$_4$க$_3$வான் உவாச—புருஷோத்தமரான முழுமுதற் கடவுள் கூறினார்; *குத:*—எங்கிருந்து; *த்வா*—உன்னிடம்; *கஷ்$_2$மலம்*—அழுக்கு; *இத$_3$ம்*—இந்தக் கவலை; *விஷமே*—இந்த நெருக்கடி நேரத்தில்; *ஸமுபஸ்தி$_2$தம்*—வந்தது; *அனார்ய*—வாழ்வின் நோக்கமறியாதோர்; *ஜுஷ்டம்*—பயிற்சி செய்யப்படும்; *அஸ்வர்க்$_3$யம்*—மேலுலகங்களுக்கு கொண்டு செல்லாதது; *அகீர்த்தி*—அவமானம்; *கரம்*—காரணம்; *அர்ஜுன*—அர்ஜுனனே.

புருஷோத்தமரான முழுமுதற் கடவுள் கூறினார்: அன்புள்ள அர்ஜுனனே! உன்னிடம் இதுபோன்ற களங்கங்கள் எங்கிருந்து வந்தன? வாழ்வின் மதிப்பை அறிந்த மனிதனுக்கு இவை தகுதியற்றவை. இவை மேலுலகங்களுக்குக் கொண்டு செல்வதில்லை, அவமானத்தையே கொடுக்கின்றன.

பொருளுரை: கிருஷ்ணர் என்றாலும் புருஷோத்தமரான முழுமுதற் கடவுள் (பகவான்) என்றாலும் ஒருவரே. எனவே, ஸ்ரீ கிருஷ்ணர், கீதை முழுவதும் 'பகவான்' என்றே அழைக்கப்படுகிறார். பகவான் என்பது பூரண உண்மையின் இறுதி நிலையைக் குறிக்கும். பிரம்மன் (அருவமாக எங்கும் நிறைந்திருக்கும் தன்மை); பரமாத்மா (எல்லா உயிர்களின் இதயத்திலும் வசிக்கும் முழுமுதற் கடவுளின் ரூபம்); பகவான் (புருஷோத்தமரான முழுமுதற் கடவுள், ஸ்ரீ கிருஷ்ணர்) ஆகிய மூன்று நிலைகளில் பூரண உண்மை உணரப்படுகின்றது.

ஸ்ரீமத் பாகவதத்தில் (1.2.11) பூரண உண்மையைப் பற்றிய இக்கருத்து பின்வருமாறு விளக்கப்பட்டுள்ளது:

வத$_3$ந்தி தத் தத்த்வ-வித$_3$ஸ் தத்த்வம்' யஜ் ஜ்ஞானம் அத்$_3$வயம்
ப்$_3$ரஹ்மேதி பரமாத்மேதி ப$_4$க$_3$வான் இதி ஷ$_2$ப்$_3$த்$_3$யதே

"பூரண உண்மை, அதனை அறிபவரால் மூன்று நிலைகளில் உணரப்படுகின்றது. அவை மூன்றும் ஏறக்குறைய ஒன்றே. பூரண உண்மையின் அந்நிலைகள், பிரம்மன், பரமாத்மா, பகவான் என்று அறியப்படுகின்றன."

இம்மூன்று தெய்வீக நிலைகளை சூரியனை உதாரணமாகக் கொண்டு விளக்கலாம். சூரியனுக்கும் மூன்று வெவ்வேறு தோற்றங்கள் உண்டு—சூரிய ஒளி, சூரியனின் மேற்பரப்பு, சூரிய கிரகம். சூரிய ஒளியை மட்டும் கற்பவன் ஆரம்ப நிலை மாணவன். சூரியனின் மேற்பரப்பை புரிந்துகொள்பவன் இடை நிலையில் உள்ளான். சூரிய கிரகத்திற்கே செல்லக்கூடியவன் உயர் நிலையைச் சேர்ந்தவன். அகிலமெங்கும் பரவியிருக்கும் சூரிய ஒளி, கண்களைப் பறிக்கும் பிரகாசத்துடன் உருவம் ஏதுமின்றி விளங்குகின்றது—சூரிய ஒளியின் இத்தகு தன்மையை அறிவதால் திருப்தியடையும் சாதாரண மாணவனை, பூரண உண்மையின் 'பிரம்மன்' நிலையை மட்டும் உணரக் கூடியவரோடு ஒப்பிடலாம். சூரிய வட்டத்தை அறியும் மாணவன், அந்நிலையிலிருந்து சற்று முன்னேறியவனாவான்—அவனை பூரண உண்மையின் பரமாத்மா தோற்றத்தை அறிபவனுடன் ஒப்பிடலாம். சூரிய கிரகத்தின் இதயத்தினுள் நுழையக்கூடிய மாணவனை, பூரண உண்மையின் உன்னத நிலையான வியக்தித்துவத்தை உணருபவருக்கு ஒப்பிடப்படலாம். எனவே, பூரண உண்மையை அறிவதில் ஈடுபட்டுள்ள அனைத்து மாணவர்களும் ஒரே விஷயத்தை அறிய முயல்கின்றனர் என்றபோதிலும், அப்பூரண உண்மையின் 'பகவான்' நிலையை உணரக்கூடிய பக்தர்களே அனைத்து ஆன்மீகவாதிகளிலும் உயர்ந்தவராவர். சூரிய ஒளி, சூரிய வட்டம், சூரிய கிரகத்தின் உட்செயல்கள் ஆகியவை ஒன்றையொன்று பிரிக்க முடியாதவை—இருப்பினும், இம்மூன்று வெவ்வேறு தன்மையினை உணரும் மாணவர்கள், சம நிலையில் இருப்பவர்கள் அல்ல.

'பகவான்' எனும் சமஸ்கிருத சொல் வியாஸதேவரின் தந்தையும் அங்கீகாரம் பெற்றவருமான பராசர முனிவரால் விளக்கப்பட்டுள்ளது. செல்வம், புகழ், பலம், அழகு, அறிவு மற்றும் தியாகம் இவற்றை முழுமையாக உடைய பரம புருஷரே 'பகவான்' என்று

அழைக்கப்படுகிறார். செல்வம், புகழ், பலம், அழகு, அறிவு மற்றும் தியாகம் ஆகியவற்றை அதிகமாக உடைய நபர்கள் பலர் இவ்வுலகில் உள்ளனர். ஆனால் எவருமே அனைத்து செல்வம், அனைத்து பலம் என அனைத்தையும் உடையவராக தன்னைக் கூறிக்கொள்ள முடியாது. கிருஷ்ணர் மட்டுமே இவ்வாறு பிரகடனம் செய்ய முடியும், ஏனெனில், அவரே பரம புருஷ பகவான். பிரம்மா, சிவபெருமான் அல்லது நாராயணர் உட்பட எந்த உயிர்வாழியிடமும் கிருஷ்ணரிடம் இருப்பதைப் போன்ற முழுமையான ஐஸ்வர்யங்கள் கிடையாது. எனவே, பிரம்ம சம்ஹிதையில், பிரம்மதேவர் பகவான் கிருஷ்ணரை ஆதி புருஷராக, முழுமுதற் கடவுளாக முடிவு செய்துள்ளார். அவருக்கு இணையாகவோ, உயர்வாகவோ எவரும் இல்லை. அவரே கோவிந்தர் என்று அறியப்படும் ஆதி புருஷர், பகவான். மேலும், அவரே எல்லா காரணங்களுக்கும் உன்னத காரணமானவர்:

ஈஷ்$_2$வர: பரம: க்ரு'ஷ்ண: ஸச்-சித்$_3$-ஆனந்த$_3$-விக்$_3$ரஹ:
அனாதி$_3$ர் ஆதி$_3$ர் கோ$_3$விந்த:$_3$ ஸர்வ-காரண-காரணம்

“பகவானின் குணங்களை உடைய நபர்கள் பலர் உள்ளனர். ஆனால் எவராலும் மிஞ்ச முடியாதவரான கிருஷ்ணரே அவர்களில் உயர்ந்தவர். அவரே பரம புருஷர்; மேலும், அவரது உடல், நித்தியமான, அறிவு நிரம்பிய, ஆனந்தமயமானதாகும். ஆரம்பமும் முடிவும் இல்லாத அந்த கோவிந்தரே, எல்லா காரணங்களுக்கும் காரணமாக விளங்குபவர்.” (பிரம்ம சம்ஹிதை 5.1)

பாகவதத்திலும் பரம புருஷ பகவானின் பற்பல அவதாரங்களின் பட்டியல் காணப்படுகின்றது. ஆனால் ஸ்ரீ கிருஷ்ணரே மூல முழுமுதற் கடவுளாக வர்ணிக்கப்படுகிறார். அவரிடமிருந்தே பற்பல அவதாரங்களும் முழுமுதற் கடவுளின் பல்வேறு ரூபங்களும் வெளிவருகின்றன.

ஏதே சாம்'ஷ$_2$-கலா: பும்'ஸ: க்ரு'ஷ்ணஸ் து ப$_4$க$_3$வான் ஸ்வயம்
இந்த்$_3$ராரி-வ்யாகுலம்' லோகம்' ம்ரு'ட$_3$யந்தி யுகே$_3$ யுகே$_3$

“இத்துடன் கொடுக்கப்பட்டுள்ள கடவுளது அவதாரங்களின் பட்டியல்கள் அனைத்தும், முழுமுதற் கடவுளின் சுய அம்சங்களோ, சுய அம்சங்களின் அம்சங்களோதான். ஆனால் கிருஷ்ணரே புருஷோத்தமரான முழுமுதற் கடவுள் ஆவார்.” (பாகவதம் 1.3.28)

எனவே, கிருஷ்ணரே மூல முழுமுதற் கடவுளும் பூரண உண்மையுமாவார். அருவ பிரம்மனுக்கும் பரமாத்மாவிற்கும் அவரே மூலம்.

புருஷோத்தமரான முழுமுதற் கடவுள் தன் முன் வீற்றிருக்கும்போது, உறவினருக்கான அர்ஜுனனின் ஏக்கம் நிச்சயமாக ஏற்றுக்கொள்ள முடியாததாகும். எனவே, கிருஷ்ணர் *குத:* "எங்கிருந்து" எனும் வார்த்தையின் மூலம் தனது வியப்பைக் காட்டுகிறார். ஆரியர்கள் என்றறியப்படும் நாகரிகமுடைய மனித குலத்தைச் சேர்ந்தவர்களிட மிருந்து இதுபோன்ற களங்கங்கள் ஒருபோதும் எதிர்பார்க்கப்படுவ தில்லை. மனித வாழ்வின் மதிப்பை உணர்ந்து, ஆன்மீகத் தன்னுணர்வை அடிப்படையாகக் கொண்ட நாகரிகத்தை உடையோர் ஆரியர் என்று அழைக்கப்படுகின்றனர். பௌதிகக் கருத்தை அடிப்படையாகக் கொண்டு வாழ்க்கை நடத்துவோருக்கு, வாழ்வின் உண்மையான குறிக்கோள், பூரண உண்மையான விஷ்ணுவை, பகவானை உணர்வதே என்பது தெரியாது. மேலும், இவர்கள் ஜட உலகின் வெளித் தோற்றங்களால் கவரப்பட்டுள்ளதால், முக்தி என்றால் என்ன என்பதை அறிவதில்லை. பௌதிக பந்தத்திலிருந்து முக்தி பெறுவதைப் பற்றிய அறிவில்லாதோர், "ஆரியர் அல்லாதோர்" என்று அழைக்கப்படுகின்றனர். அர்ஜுனன் சத்திரியனாக இருந்தபோதிலும், போர் செய்ய மறுப்பதன் மூலம் தனக்குரிய கடமைகளிலிருந்து விலகிக் கொண்டிருந்தான். இத்தகு கோழைத்தனம் ஆரியர் அல்லாதோருக்கு உரித்தானதென்று விளக்கப் பட்டுள்ளது. இவ்வாறு கடமையிலிருந்து விலகுவது, ஆன்மீக வாழ்வின் முன்னேற்றத்திற்கு உதவாதது மட்டுமல்ல, இவ்வுலகிலும் புகழ் பெறுவதற்கான வாய்ப்பைத் தராது. உறவினர்களுக்கான அர்ஜுனனின் பெயரளவு இரக்கம், பகவான் கிருஷ்ணரால் அனுமதிக்கப்படவில்லை.

ஸ்லோகம் 3

क्लैब्यं मा स्म गमः पार्थ नैतत्त्वय्युपपद्यते ।
क्षुद्रं हृदयदौर्बल्यं त्यक्त्वोत्तिष्ठ परन्तप ॥ ३ ॥

க்லைப்$_3$யம்' மா ஸ்ம க$_3$ம: பார்த$_2$ நைதத் த்வய்யுபபத்$_3$யதே
க்ஷுத்$_3$ரம்' ஹ்ரு'த$_3$ய-தௌ$_3$ர்ப$_3$ல்யம்' த்யக்த்வோத்திஷ்ட$_2$ பரந்தப

க்லைப்$_3$யம்—ஆண்மையின்மை; *மா ஸ்ம*—இல்லை; *க$_3$ம:*—அடைதல்; *பார்த$_2$*—பிருதாவின் மைந்தனே; *ந*—ஒருபோதும் இல்லை; *ஏதத்*—இதுபோல; *த்வயி*—உனக்கு; *உபபத்$_3$யதே*—பொருத்தமானதல்ல; *க்ஷுத்$_3$ரம்*—அற்பமான; *ஹ்ரு'த$_3$ய*—இதயம்; *தௌ$_3$ர்ப$_3$ல்யம்*—பலவீனம்; *த்யக்த்வா*—கைவிட்டு; *உத்திஷ்ட$_2$*—எழுவாய்; *பரம்-தப*—எதிரிகளைத் தவிக்கச் செய்பவனே.

பிருதாவின் மகனே, இதுபோன்ற ஆண்மையற்ற நிலைக்கு இடம் கொடுக்காதே. இஃது உனக்கு பொருத்தமானதல்ல. இதுபோன்ற

அற்பமான இதய பலவீனத்தைக் கைவிட்டு, எதிரிகளைத் தவிக்கச் செய்பவனே! எழுவாயாக.

பொருளுரை: அர்ஜுனன் இங்கு பிருதாவின் மகனே என்று அழைக்கப்படுகிறான். பிருதா, கிருஷ்ணரின் தந்தை வசுதேவரின் தங்கையாவார். எனவே, அர்ஜுனனுக்கும் கிருஷ்ணருக்கும் இரத்த சம்பந்தம் உள்ளது. சத்திரியனின் மகன் போர்புரிய மறுத்தால், அவன் பெயரளவு சத்திரியனே. பிராமணனின் மகன் கெட்ட வழியில் நடந்தால், அவன் பெயரளவு பிராமணனே. இத்தகு சத்திரியர்களும் பிராமணர்களும், தமது தந்தையரின் உபயோகமற்ற மக்களே; எனவே, அர்ஜுனன் சத்திரியரின் உபயோகமற்ற மகனாக ஆவதை கிருஷ்ணர் விரும்பவில்லை. அர்ஜுனன் கிருஷ்ணரின் மிக நெருங்கிய நண்பன்; மேலும், கிருஷ்ணரே தேரில் நேரடியாக அவனுக்கு வழிகாட்டிக் கொண்டிருந்தார். இதுபோன்ற வாய்ப்புகளுக் கிடையே அர்ஜுனன் போரைத் துறந்தால், அச்செயல் அவனது புகழைக் கெடுத்துவிடும். எனவே, அர்ஜுனனிடம் உள்ள இத்தகைய மனப்பான்மை, அவனுக்குப் பொருத்தமானதல்ல என்று கிருஷ்ணர் கூறுகிறார். பெரு மதிப்பிற்குரிய பீஷ்மரிடமும், உறவினர்களிடமும் பெருந்தன்மை காட்ட வேண்டும் என்ற மனப்பான்மையில், தான் போரைத் துறப்பதாக அர்ஜுனன் வாதிடலாம். ஆனால் அத்தகைய பெருந்தன்மையினை இதய பலவீனமாக கிருஷ்ணர் கருதுகிறார். இத்தகைய பொய்யான பெருந்தன்மை எவ்வித அதிகாரிகளாலும் ஏற்கப்படுவதில்லை. எனவே, ஸ்ரீ கிருஷ்ணரின் வழிகாட்டுதலின்கீழ், இதுபோன்ற பெருந்தன்மை அல்லது பெயரளவிலான அகிம்சையை அர்ஜுனனைப் போன்ற நபர்கள் துறந்தாக வேண்டும்.

ஸ்லோகம் 4

अर्जुन उवाच
कथं भीष्ममहं सङ्ख्ये द्रोणं च मधुसूदन ।
इषुभिः प्रतियोत्स्यामि पूजार्हावरिसूदन ॥ ४॥

அர்ஜுன உவாச

கத₂ம்' பீ₄ஷ்மம் அஹம்' ஸங்க்₂யே த்₃ரோணம்' ச மது₄ஸூத₃ன
இஷுபி:₄ ப்ரதியோத்ஸ்யாமி பூஜார்ஹாவ் அரி-ஸூத₃ன

அர்ஜுன: உவாச—அர்ஜுனன் கூறினான்; *கத₂ம்*—எப்படி; *பீ₄ஷ்மம்*—பீஷ்மர்; *அஹம்*—நான்; *ஸங்க்₂யே*—போரில்; *த்₃ரோணம்*—துரோணர்; *ச*—மேலும்; *மது₄-ஸூத₃ன*—மது என்னும் அரக்கனைக் கொன்றவரே; *இஷுபி:₄*—அம்புகளால்; *ப்ரதியோத்ஸ்யாமி*—எதிர்ப்பேன்; *பூஜா-அர்ஹௌ*—பூஜைக்கு உரியவர்களை; *அரி-ஸூத₃ன*—எதிரிகளை அழிப்பவரே.

அர்ஜுனன் கூறினான்: எதிரிகளைக் கொல்பவரே, மது எனும் அரக்கனை அழித்தவரே, எனது பூஜைக்கு உரியவர்களான பீஷ்மர், துரோணர் முதலியோரை போரில் எவ்வாறு என்னால் எதிர்த்து தாக்க முடியும்?

பொருளுரை: மதிப்பிற்குரிய பெரியோர்களான பாட்டனார் பீஷ்மரும், ஆசிரியர் துரோணாசாரியரும் எப்போதும் வழிபாட்டிற்கு உரியவர்கள். அவர்கள் தாக்கினாலும்கூட அவர்களை எதிர்த்துத் தாக்கக் கூடாது. பெரியவர்களுடன் வார்த்தைகளால் கூட சண்டையிடாமலிருப்பது பண்பாடாகும். சில சமயம் அவர்கள் கொடூரமாக நடந்து கொண்டாலும் கூட அவர்களைக் கொடூரமாக நடத்தக் கூடாது. அவ்வாறிருக்க, அர்ஜுனனால் எப்படி அவர்களை எதிர்த்துத் தாக்க முடியும்? கிருஷ்ணர் அவரது பாட்டனாரான உக்ரசேனரையோ, ஆசிரியரான சாந்திபனி முனிவரையோ எதிர்த்துத் தாக்குவாரா? இவையே அர்ஜுனனால் கிருஷ்ணரின் முன்பு வைக்கப்பட்ட சில தர்க்கங்களாகும்.

ஸ்லோகம் 5

गुरूनहत्वा हि महानुभावान् श्रेयो भोक्तुं भैक्ष्यमपीह लोके ।
हत्वार्थकामांस्तु गुरूनिहैव भुञ्जीय भोगान्रुधिरप्रदिग्धान् ॥ ५ ॥

கு$_3$ரூன் அஹத்வா ஹி மஹானுபா$_4$வான்
ஷ்$_2$ரேயோ போ$_4$க்தும்' பை$_4$க்ஷ்யம் அபீஹ லோகே
ஹத்வார்த$_2$-காமாம்'ஸ் து கு$_3$ரூன் இஹைவ
பு$_4$ஞ்ஜீய போ$_4$கா$_3$ன் ருதி$_4$ர-ப்ரதி$_3$க்$_3$தா$_4$ன்

கு$_3$ரூன்—பெரியோர்; *அஹத்வா*—கொல்லாமல்; *ஹி*—உறுதியாக; *மஹா-அனுபா$_4$வான்*—மஹாத்மாக்கள்; *ஷ்$_2$ரேய:*—சிறந்தது; *போ$_4$க்தும்*—வாழ்வை அனுபவித்தல்; *பை$_4$க்ஷ்யம்*—பிச்சையெடுத்து; *அபி*—கூட; *இஹ*—இவ்வாழ்வில்; *லோகே*—இவ்வுலகில்; *ஹத்வா*—கொன்று; *அர்த$_2$*—இலாபம்; *காமான்*—ஆசைப்பட்டு; *து*—ஆனால்; *கு$_3$ரூன்*—பெரியோர்; *இஹ*—இவ்வுலகில்; *ஏவ*—நிச்சயமாக; *பு$_3$ஞ்ஜீய*—அனுபவிக்க வேண்டிய; *போ$_4$கா$_3$ன்*—இன்பங்கள்; *ருதி$_4$ர*—இரத்தம்; *ப்ரதி$_3$க்$_3$தா$_4$ன்*—கறை படிந்த.

மஹாத்மாக்களான எனது ஆச்சாரியர்களின் வாழ்வை அழித்து, நான் வாழ்வதை விட இவ்வுலகில் பிச்சையெடுத்து வாழ்வதே மேல். உலக இலாபங்களை விரும்பும்போதிலும், அவர்கள் பெரியோர்களே. அவர்கள் கொல்லப்பட்டால், நாம் அனுபவிப்பவை அனைத்திலும் இரத்தக் கறை படிந்திருக்கும்.

பொருளுரை: சாஸ்திர நியமங்களின்படி பகுத்தறிவை இழந்து வெறுக்கத்தக்கச் செயல்களில் ஈடுபடும் ஆசிரியர் நிராகரிக்கப்பட வேண்டியவர். துரியோதனன் செய்யும் நிதி உதவியின் காரணத்தால், பீஷ்மரும், துரோணரும் அவனுக்கு சாதகமாகச் செயல்பட நேர்ந்தது. உண்மையில், வெறும் நிதி உதவியை அடிப்படையாகக் கொண்டு, அத்தகைய நிலையை அவர்கள் ஏற்றிருக்கக் கூடாது. இச்சூழ்நிலையில், அவர்கள் ஆசிரியருக்குரிய மதிப்பை இழந்து விட்டனர். ஆனால் அர்ஜுனனோ அவர்களை இன்னும் பெரியவர்களாகவே கருதுவதால், அவர்களைக் கொன்று பௌதிக இலாபங்களை அனுபவிப்பது, இரத்தக் கறை படிந்து அழுகியதை அனுபவிப்பதாகும் என்று எண்ணுகிறான்.

ஸ்லோகம் 6

न चैतद्विद्मः कतरन्नो गरीयो यद्वा जयेम यदि वा नो जयेयुः ।
यानेव हत्वा न जिजीविषामस्तेऽवस्थिताः प्रमुखे धार्तराष्ट्राः ॥ ६ ॥

ந சைதத்$_3$ வித்$_3$ம: கதரன் நோ க$_3$ரீயோ
யத்$_3$ வா ஜயேம யதி$_3$ வா நோ ஜயேயு:
யான் ஏவ ஹத்வா ந ஜிஜீவிஷாமஸ்
தே 'வஸ்தி$_2$தா: ப்ரமுகே$_2$ தா$_4$ர்தராஷ்ட்ரா:

ந—இல்லை; *ச*—மேலும்; *ஏதத்*—இந்த; *வித்$_3$ம:*—நமக்குத் தெரியுமா; *கதரத்*—எது; *ந:*—நமக்கு; *க$_3$ரீயா:*—சிறந்தது; *யத்$_3$வா*—எது; *ஜயேம*—நாம் வெல்லலாம்; *யதி$_3$*—அதுவாகில்; *வா*—அல்லது; *ந:*—நாம்; *ஜயேயு:*—அவர்கள் வெல்லுதல்; *யான்*—இவர்களை; *ஏவ*—நிச்சயமாக; *ஹத்வா*—கொல்வதால்; *ந*—ஒருபோதும் இல்லை; *ஜிஜீவிஷாம:*—நாம் வாழ விரும்புவோம்; *தே*—அவர்களெல்லாம்; *அவஸ்தி$_2$தா:*—அமைந்துள்ள; *ப்ரமுகே$_2$*—முன்னிலையில்; *தா$_4$ர்தராஷ்ட்ரா:*—திருதராஷ்டிரரின் மகன்கள்.

அவர்களை நாம் வெல்வதா அவர்களால் வெல்லப்படுவதா, எது சிறந்ததென்று நாம் அறியோம். யாரைக் கொன்றால் நாம் வாழ விரும்பமாட்டோமோ, அந்த திருதராஷ்டிரரின் மகன்கள், இப்பொழுது நம் முன்பு போர்க்களத்தில் நிற்கின்றனர்.

பொருளுரை: போர் புரிவது சத்திரியரின் கடமை என்றபோதிலும், தேவையற்ற சண்டையில் ஈடுபட வேண்டுமா, அல்லது விலகி நின்று யாசித்துப் பிழைக்க வேண்டுமா—இஃது அர்ஜுனனுக்குத் தெரியவில்லை. எதிரியை வெல்லவில்லையெனில், அவன் பிழைப்பதற்கான ஒரே வழி, பிச்சை எடுப்பதே. எந்தத் தரப்பினரும் வெற்றி வாகை சூடலாம் என்பதால், வெற்றி அவனுக்கு நிச்சயமல்ல. நீதி பாண்டவர்களின் தரப்பில் இருந்ததால், வெற்றி அவர்களுக்காகக்

காத்திருப்பதாக ஏற்றுக் கொண்டாலும், திருதராஷ்டிரரின் மகன்கள் போரில் இறந்துவிட்டால், அவர்களை இழந்து வாழ்வது கடினமே. இச்சூழ்நிலை அவர்களுக்கு மற்றொரு தோல்வியே. அர்ஜுனனால் கருத்தில் கொள்ளப்பட்ட இவ்விஷயங்கள், அவன் சிறந்த பக்தன் மட்டுமல்ல, அறிவு சான்றவன், மனதையும், புலன்களையும் கட்டுப்பாட்டில் வைத்திருப்பவன் என்பதை நிரூபிக்கின்றன. அரச குலத்தில் பிறந்திருந்தும், பிச்சை எடுத்து வாழ அவன் விரும்பியது, அவனது பற்றற்ற தன்மையைக் காட்டுகின்றது. இத்தகைய குணங்களுடன் இணைந்து, ஸ்ரீ கிருஷ்ணரின் (அவனது குருவின்) அறிவுரைகளில் அவனுக்கிருந்த நம்பிக்கை அவனை நற்பண்புள்ள சான்றோனாகக் காட்டுகிறது. அர்ஜுனன் முக்தி பெறுவதற்குத் தகுதி வாய்ந்தவன் என்பது முடிவு. புலன்களைக் கட்டுப்படுத்தாமல், ஞானத்தின் தளத்தை அடைவதற்கு வாய்ப்பில்லை. ஞானமும் பக்தியும் இல்லையேல், முக்தியடையும் வாய்ப்பும் இல்லை. அர்ஜுனன் இத்தகைய தகுதிகளைப் பெற்றிருந்தான். அவனது இச்சிறப்புத் தகுதிகள், பௌதிக உறவைச் சார்ந்த அவனது மாபெரும் தகுதிகளை மிஞ்சுவதாக அமைந்துள்ளது.

ஸ்லோகம் 7

कार्पण्यदोषोपहतस्वभावः पृच्छामि त्वां धर्मसम्मूढचेताः ।
यच्छ्रेयः स्यान्निश्चितं ब्रूहि तन्मे शिष्यस्तेऽहं शाधि मां त्वां प्रपन्नम् ॥ ७॥

கார்பண்ய-தோ$_3$ஷோபஹத-ஸ்வபா$_4$வ:
ப்ரு'ச்சா$_2$மி த்வாம்' த$_4$ர்ம-ஸம்மூட$_4$-சேதா:
யச் ச்$_2$ரேய: ஸ்யான் நிஷ்$_2$சிதம்' ப்$_3$ரூஹி தன் மே
ஷி$_2$ஷ்யஸ் தே 'ஹம்' ஷா$_2$தி$_4$ மாம்' த்வாம்' ப்ரபன்னம்

கார்பண்ய—கருமித்தனம்; *தோ$_3$ஷ*—பலவீனம்; *உபஹத*—தாக்கப்பட்டு; *ஸ்வபா$_4$வ*—குணங்கள்; *ப்ரு'ச்சா$_2$மி*—வினவுகிறேன்; *த்வாம்*—உம்மிடம்; *த$_4$ர்ம*—தர்மம்; *ஸம்மூட$_4$*—குழம்பி; *சேத:*—இதயத்தில்; *யத்*—எதை; *ஷ்$_2$ரேய:*—சாலச் சிறந்தது; *ஸ்யாத்*—ஆகும்; *நிஷ்$_2$சிதம்*—நிச்சயமாக; *ப்$_3$ரூஹி*—கூறுவீராக; *தத்*—அதை; *மே*—எனக்கு; *ஷி$_2$ஷ்ய:*—சீடன்; *தே*—உமது; *அஹம்*—நான்; *ஷா$_2$தி$_4$*—அறிவுறுத்துங்கள்; *மாம்*—எனக்கு; *த்வாம்*—உம்மிடம்; *ப்ரபன்னம்*—சரணடைந்தேன்.

இப்போது நான் என் கடமையைப் பற்றிக் குழப்பமடைந்து, கருமித்தனமான பலவீனத்தால் என் இயல்புகளையெல்லாம் இழந்துவிட்டேன். இந்நிலையில் எனக்கு நல்லது எது என்று நிச்சயமாக கூறும்படி உம்மை வேண்டிக்கொள்கிறேன். இப்போது உம்மிடம் சரணடைந்த சீடன் நான். அருள்கூர்ந்து எனக்கு அறிவுரை கூறுவீராக.

பொருளுரை: இயற்கையின் ஏற்பாட்டின்படி, பௌதிகச் செயல்களைச் செய்யும்போது அனைவரும் குழப்பத்தையே சந்திக்கின்றனர். ஒவ்வொரு அடியிலும் குழப்பங்கள் உள்ளன. எனவே, அங்கீகாரம் பெற்ற ஆன்மீக குருவை அணுக வேண்டுமென்று வலியுறுத்தப்படுகிறது. வாழ்வின் பலனை நிறைவேற்றுவதற்கு அவர் வழிகாட்டுவார். நமது விருப்பம் இல்லாமலேயே வாழ்வில் குழப்பங்கள் வருகின்றன, அவற்றிலிருந்து விடுபட அங்கீகரிக்கப்பட்ட ஆன்மீக குருவை அணுகுமாறு எல்லா வேத இலக்கியங்களும் நம்மை அறிவுறுத்துகின்றன. இத்தகு குழப்பங்கள் காட்டுத் தீயைப் போன்று, யாராலும் பற்றவைக்கப்படாமல் கொழுந்துவிட்டு எரிகின்றன. குழப்பங்களை நாம் விரும்பாதபோதிலும், வாழ்வின் குழப்பங்கள் தானாகத் தோன்றுகின்றன—இதுவே உலக இயல்பு. எவரும் தீயை விரும்பவில்லை, இருந்தும் நெருப்பு தோன்றுகிறது, அதனால் குழப்பமும் உண்டாகிறது. அதுபோலவே, வாழ்வின் குழப்பங்கள் நாம் விரும்பாமலேயே தானாகத் தோன்றுகின்றன. எனவேதான், வாழ்வின் குழப்பங்களைத் தீர்ப்பதற்கும் தீர்வின் விஞ்ஞானத்தைப் புரிந்துகொள்வதற்கும், சீடப் பரம்பரையில் வரும் ஆன்மீக குருவை அணுக வேண்டுமென வேதங்கள் நமக்கு அறிவுரை கூறுகின்றன. அங்கீகரிக்கப்பட்ட ஆன்மீக குருவை உடையவர் அனைத்தையும் அறிந்தவராகவே இருப்பார். எனவே, உலகக் குழப்பங்களிலேயே தொடர்ந்து இருக்காமல், ஆன்மீக குருவை அணுக வேண்டும். இதுவே இந்த ஸ்லோகத்தின் பொருளாகும்.

பௌதிகக் குழப்பங்களுடன் வாழும் மனிதன் யார்? வாழ்வின் பிரச்சனைகளைப் புரிந்துகொள்ளாதவனே அவ்வாறு இருப்பான். *ப்$_3$ருஹத்$_3$–ஆரண்யக* உபநிஷத்தில் (3.8.10) குழம்பிய மனிதன் *(க்ருபண)* பின்வருமாறு விளக்கப்படுகிறான்: *யோ வா ஏதத்$_3$–அக்ஷரம் கா$_3$ர்க்$_3$ யவிதித்$_3$வாஸ்மால் லோகாத் ப்ரைதி ஸ க்ருபண:* "மனிதனாகப் பிறந்தபோதிலும், வாழ்வின் பிரச்சனைகளைத் தீர்க்காமல், தன்னை உணரும் விஞ்ஞானத்தைக் கற்காமல், நாய்களையும் பூனைகளையும் போல் உலகை விட்டுச் செல்லும் மனிதன் கருமியாவான்." வாழ்வின் பிரச்சனைகளைத் தீர்ப்பதற்காக இம்மனிதப் பிறவியைப் பயன்படுத்துபவனுக்கு, இது மாபெரும் வரமாகும்; எனவே, இவ்வாய்ப்பினை ஒழுங்காகப் பயன்படுத்தாதவன் கருமி என்று அறியப்படுகிறான். மறுபுறத்தில், வாழ்வின் அனைத்து பிரச்சனைகளையும் தீர்ப்பதற்காக இவ்வுடலைப் பயன்படுத்தும் புத்திசாலி, பிராமணன் எனப்படுகிறான். *ய ஏதத்$_3$–அக்ஷரம் கா$_3$ர்கி$_3$ விதி$_3$த் வாஸ்மால் லோகாத் ப்ரைதி ஸ ப்$_3$ராஹ்மண:.*

குடும்பம், சமூகம், தேசம் போன்றவற்றின் மீது (பௌதிக வாழ்வின் அடிப்படையில்) அளவற்ற பற்று கொண்டிருப்பதால், *க்ருபணர்* என்னும் கருமிகள் தங்கள் நேரத்தை வீணடிக்கின்றனர். பெரும்பாலான மக்கள், "தோல் வியாதியின்" அடிப்படையில் குடும்ப வாழ்வில் (மனைவி, குழந்தைகள், உறவினர் என) பற்றுதல் கொண்டுள்ளனர். கருமி, குடும்ப உறுப்பினர்களை மரணத்திலிருந்து தன்னால் காப்பாற்றி விட முடியும் என்று எண்ணுகிறான். அல்லது குடும்பமோ, சமுதாயமோ, மரணப் பிடியிலிருந்து தன்னைக் காப்பாற்றும் என்று எண்ணுகிறான். இந்த குடும்பப் பற்றுதல் கீழ்நிலை மிருகங்களிலும் காணப்படுகின்றது—அவையும் தமது குட்டிகளைப் பாதுகாக்கின்றன. குடும்ப உறுப்பினர்களின் மீதான தனது பற்றுதலும், அவர்களை மரணத்திலிருந்து காப்பாற்ற வேண்டும் என்ற விருப்பமுமே, தனது குழப்பங்களின் காரணம் என்பதை அறிவாளியான அர்ஜுனனால் புரிந்துகொள்ள முடிந்தது. போரிடுவதற்கான தனது கடமை காத்துக் கொண்டிருந்ததை அறிந்தபோதிலும், கருமித்தனமான பலவீனத்தால் அவனால் கடமைகளைச் செயலாற்ற முடியவில்லை. எனவே, பரம ஆன்மீக குருவான பகவான் கிருஷ்ணரிடம், ஒரு தீர்வைக் கொடுக்குமாறு வேண்டுகிறான் அர்ஜுனன். அவன் கிருஷ்ணரிடம் தன்னை ஒரு சீடனாக அர்ப்பணிக்கிறான், நட்புப் பேச்சுக்களை நிறுத்த விரும்புகிறான். ஆசிரியருக்கும் சீடனுக்கும் இடையிலான பேச்சு மிகவும் முக்கியத்துவம் வாய்ந்ததால், அங்கீகரிக்கப்பட்ட ஆன்மீக குருவிடம் தற்போது மிக கவனமாகப் பேச விரும்புகிறான் அர்ஜுனன். பகவத் கீதையின் விஞ்ஞானத்திற்கு மூல ஆன்மீக குரு கிருஷ்ணரே. கீதையைப் புரிந்துகொள்வதற்கான முதல் மாணவன் அர்ஜுனன். பகவத் கீதையை அர்ஜுனன் எப்படி புரிந்துகொள்கிறான் என்பது கீதையிலே கூறப்பட்டுள்ளது. இருந்தும் மூடர்களான பௌதிக பண்டிதர்கள், "கிருஷ்ணரிடம் சரணடைய தேவையில்லை, கிருஷ்ணருக்குள் இருக்கும் பிறப்பற்ற ஒன்றிடம் சரணடைய வேண்டும்" என்றெல்லாம் பிதற்றுகின்றனர். கிருஷ்ணரின் அகத்திற்கும் புறத்திற்கும் பேதமில்லை. இதனை அறியாமல், பகவத் கீதையைப் புரிந்துகொள்ள முயல்பவன் மாபெரும் முட்டாள்.

ஸ்லோகம் 8

न हि प्रपश्यामि ममापनुद्याद्-यच्छोकमुच्छोषणमिन्द्रियाणाम् ।
अवाप्य भूमावसपत्नमृद्धं राज्यं सुराणामपि चाधिपत्यम् ॥ ८ ॥

ந ஹி ப்ரபஷ்$_2$யாமி மமாபனுத்$_3$யாத்$_3$
யச் சோ$_2$கம் உச்சோ$_2$ஷணம் இந்த்$_3$ரியாணாம்
அவாப்ய பூ$_4$மாவ் அஸபத்னம் ரு'த்$_3$த$_4$ம்'
ராஜ்யம்' ஸுராணாம் அபி சாதி$_4$பத்யம்

ந—இல்லை; *ஹி*—நிச்சயமாக; *ப்ரபஷ்$_2$யாமி*—காண்கிறேன்; *மம*—என்னுடைய; *அபனுத்$_3$யாத்*—தீர்க்கக் கூடியது; *யத்*—எதுவோ அதை; *ஷோ$_2$கம்*—சோகம்; *உச்சோ$_2$ஷணம்*—வறட்டும்; *இந்த்$_3$ரியாணாம்*—புலன்களில்; *அவாப்ய*—பெற்று; *பூ$_4$மௌ*—பூமியில்; *அஸபத்னம்*—எதிரியற்று; *ரு'த்$_3$த$_4$ம்*—வளமான; *ராஜ்யம்*—ராஜ்ஜியம்; *ஸுராணாம்*—தேவர்களில்; *அபி*—கூட; *ச*—மேலும்; *அதி$_4$பத்யம்*—அதிபதியாக.

புலன்களை வறட்டுகின்ற இந்த சோகத்தைப் போக்க எந்த வழியையும் என்னால் காண முடியவில்லை. மேலுலகில் அதிபதியாக இருக்கும் தேவர்களைப் போல, எவ்வித எதிரியும் இல்லாத வளமான ராஜ்ஜியத்தை இப்பூவுலகில் அடையப் பெற்றாலும், இந்த சோக நிலையினை என்னால் அகற்ற முடியாது.

பொருளுரை: அறநெறிகள் மற்றும் நீதிக் கோட்பாடுகளின் ஞானத்தை ஆதாரமாகக் கொண்டு, பல தர்க்கங்களை அர்ஜுனன் முன்வைத்தபோதிலும், ஆன்மீக குருவின் (பகவான் ஸ்ரீ கிருஷ்ணரின்) உதவியின்றி அவனுடைய உண்மையான பிரச்சனைக்குத் தீர்வு காண முடியவில்லை என்று தெரிகிறது. அவனது இருப்பையே வறட்டிக் கொண்டிருந்த பிரச்சனைகளுக்குத் தீர்வு காண சிற்றறிவு உபயோகமற்றது என்பதையும், பகவான் கிருஷ்ணரைப் போன்ற ஆன்மீக குருவின் உதவியில்லாமல் அத்தகு குழப்பங்களுக்குத் தீர்வு காண்பது இயலாது என்பதையும், அர்ஜுனனால் புரிந்துகொள்ள முடிந்தது. கல்வியறிவு, ஞானம், பெரும் பதவி இவையெல்லாம் வாழ்வின் சிக்கலைத் தீர்க்க சற்றும் உபயோகமற்றவையே; கிருஷ்ணரைப் போன்ற ஆன்மீக குரு மட்டுமே இதில் உதவ முடியும். எனவே, நூறு சதவீதம் கிருஷ்ண உணர்வில் இருக்கும் குருவே, அங்கீகாரம் பெற்ற ஆன்மீக குரு—ஏனெனில், அவரால் மட்டுமே வாழ்வின் சிக்கல்களைத் தீர்க்க முடியும். சமுதாய நிலைகள் எப்படி இருப்பினும், கிருஷ்ண உணர்வு பற்றிய விஞ்ஞானத்தில் வல்லுநராக இருப்பவர், அங்கீகரிக்கப்பட்ட ஆன்மீக குரு என்று பகவான் சைதன்யர் கூறியுள்ளார்.

கிபா$_3$ விப்ர, கிபா$_3$ ந்யாஸீ, ஷூ$_2$த்$_3$ர கேனே நய
யேஇ க்ரு'ஷ்ண-தத்த்வ-வேத்தா, ஸேஇ 'கு$_3$ரு' ஹய

"ஒருவன் *விப்ரனோ* (வேத ஞானத்தைக் கற்றறிந்த பண்டிதர்), தாழ்ந்த குலத்தில் பிறந்தவனோ, துறவியோ—அது பொருட்டல்ல; கிருஷ்ணரைப் பற்றிய தத்துவத்தில் வல்லுநராக இருந்தால், அவரே பக்குவமும், தகுதியும் பெற்ற ஆன்மீக குரு ஆவார்." (சைதன்ய சரிதாம்ருதம், மத்திய லீலை, 8.128) எனவே, கிருஷ்ணரைப் பற்றிய விஞ்ஞானத்தில் வல்லுநராக ஆகாமல், எவரும் அங்கீகாரம் பெற்ற

ஆன்மீக குருவாக இருக்க முடியாது. வேத இலக்கியங்களில் மேலும் கூறப்பட்டுள்ளதாவது:

ஷட்-கர்ம-நிபுணோ விப்ரோ மந்த்ர-தந்த்ர-விஷா$_2$ரத:$_3$
அவைஷ்ணவோ கு$_3$ருர் ந ஸ்யாத்$_3$ வைஷ்ணவ: ஷ்$_2$வ-பசோ கு$_3$ரு:

"வேத ஞானத்தின் அனைத்து விஷயங்களிலும் நிபுணனாகத் திகழும் கற்றறிந்த பிராமணன், வைஷ்ணவனாக இல்லாவிடில் (கிருஷ்ண உணர்வு பற்றிய தத்துவத்தை அறியாவிடில்), அவன் குருவாகத் தகுதியற்றவன். கிருஷ்ண உணர்வுடன் வைஷ்ணவனாக இருப்பவன், இழி குலத்தில் பிறந்திருந்தாலும் ஆன்மீக குருவாகலாம்." (பத்ம புராணம்)

பொருளாதார முன்னேற்றத்தாலும், செல்வத்தைச் சேர்த்து வைப்பதாலும், பௌதிக உலகின் சிக்கல்களான, பிறப்பு, இறப்பு, முதுமை, நோய் ஆகியவற்றை முறியடிக்க முடியாது. உலகின் பல பாகங்களில் செல்வம் நிறைந்த, பொருளாதார முன்னேற்றமடைந்த, வாழ்க்கை வசதிகள் எல்லாம் பொருந்திய நாடுகள் பல உள்ளன. எனினும் பௌதிக வாழ்வின் பிரச்சனைகள் அங்கும் காணப்படுகின்றன. மக்கள் பல்வேறு வழிகளில் அமைதியைத் தேடுகின்றனர். ஆனால் கிருஷ்ண உணர்விலுள்ள, கிருஷ்ணரால் அங்கீகரிக்கப்பட்ட நேரடி பிரதிநிதியின் மூலமாக, கிருஷ்ணரையோ, பகவத் கீதை, ஸ்ரீமத் பாகவதத்தையோ (கிருஷ்ணரைப் பற்றிய விஞ்ஞானம் அடங்கிய நூல்களையோ), அணுகினால் மட்டுமே, உண்மையான இன்பத்தை அவர்களால் அடைய முடியும்.

குடும்பம், சமூகம், நாடு மற்றும் உலகம் சார்ந்த கவலைகளை, பொருளாதார முன்னேற்றத்தாலும் வாழ்க்கை வசதிகளாலும் தீர்த்துவிட முடியாது. அவ்வாறு தீர்த்துவிட முடியும் என்றால், "பூவுலகின் எதிரியற்ற ராஜ்ஜியமோ ஸ்வர்க லோகங்களிலுள்ள தேவர்களைப் போன்ற அதிகாரத் தன்மையோ, என் கவலைகளைத் தீர்க்காது" என்று அர்ஜுனன் கூறியிருக்க மாட்டான். அவன் கிருஷ்ண உணர்வில் தஞ்சம் புகுந்துள்ளான், இதுவே அமைதிக்கும், ஒற்றுமைக்கும் சரியான வழியாகும். பொருளாதார முன்னேற்றமும் உலகை ஆளும் தன்மையும், ஜட இயற்கையின் சீற்றத்தினால் எக்கணமும் அழிவடையலாம். இப்போது மனிதன் நிலவில் இடம் தேடுவதைப்போல, உயர் கிரகத்துக்கு உயர்ச்சி பெறுவதும்கூட ஒரே அடியில் அழிவடையலாம். பகவத் கீதை இதனை உறுதி செய்கின்றது: *க்ஷீணே புண்யே மர்த்ய–லோகம் விஷ$_2$ந்தி*, "புண்ணியச் செயல்களின் பலன் தீர்ந்தவுடன், இன்பத்தின் உச்சியிலிருந்து கீழ்த்தரமான

வாழ்விற்கு விழுகின்றனர்." உலகின் பல அரசியல்வாதிகள் இவ்வாறு வீழ்ச்சியடைந்துள்ளனர். இதுபோன்ற வீழ்ச்சிகள் மேன்மேலும் கவலைக்கே இடமளிக்கின்றன.

எனவே, கவலைகளை நாம் நன்முறையில் களைய விரும்பினால், (அர்ஜுனனைப் போல்) நாமும் கிருஷ்ணரிடம் சரணடைய வேண்டும். அர்ஜுனன் தனது பிரச்சனைக்கு நிச்சயமான தீர்வினை அடைவதற்காக கிருஷ்ணரை அணுகினான். இதுவே கிருஷ்ண உணர்வின் வழியாகும்.

ஸ்லோகம் 9

सञ्जय उवाच

एवमुक्त्वा हृषीकेशं गुडाकेशः परन्तपः ।
न योत्स्य इति गोविन्दमुक्त्वा तूष्णीं बभूव ह ॥ ९ ॥

ஸஞ்ஜய உவாச

ஏவம் உக்த்வா ஹ்ரு'ஷீகேஷ$_2$ம்' கு$_3$டா$_3$கேஷ:$_2$ பரந்தப:
ந யோத்ஸ்ய இதி கோ$_3$விந்த$_3$ம் உக்த்வா தூஷ்ணீம்' ப$_3$பூ$_4$வ ஹ

ஸஞ்ஜய உவாச—சஞ்ஜயன் கூறினான்; *ஏவம்*—இவ்வாறு; *உக்த்வா*—கூறி; *ஹ்ரு'ஷீகேஷ$_2$ம்*—புலன்களின் அதிபதியான கிருஷ்ணரிடம்; *கு$_3$டா$_3$கேஷ:$_2$*—அறியாமையை வென்றவன், அர்ஜுனன்; *பரந்தப:*—எதிரிகளைத் தவிக்கச் செய்பவன்; *ந யோத்ஸ்யே*—போரிடமாட்டேன்; *இதி*—இவ்வாறு; *கோ$_3$விந்த$_3$ம்*—புலன்களுக்கு இன்பம் அளிப்பவரான கிருஷ்ணரிடம்; *உக்த்வா*—கூறி; *தூஷ்ணீம்*—அமைதி; *ப$_3$பூ$_4$வ*—ஆகிவிட்டான்; *ஹ*—நிச்சயமாக.

சஞ்ஜயன் கூறினான்: இவ்வாறு கூறிய பின், எதிரிகளைத் தவிக்கச் செய்பவனான அர்ஜுனன், "கோவிந்தா, நான் போரிட மாட்டேன்" என்று கூறி அமைதியாகி விட்டான்.

பொருளுரை: போரிடாமல் அர்ஜுனன் களத்திலிருந்து விலகிச் சென்று பிச்சை எடுத்துப் பிழைக்கப் போவதாக எண்ணி திருதராஷ்டிரர் மிகவும் மகிழ்வடைந்திருக்கலாம். ஆனால் அர்ஜுனனை 'எதிரிகளைக் கொல்லும் திறமையுடையவன்' (*பரந்தப:*) என்று குறிப்பிடுவதன் மூலம் சஞ்ஜயன் மீண்டும் அவரை சோகத்தில் ஆழ்த்தினான். அர்ஜுனன், குடும்பப் பற்றுதலினால் தற்போது பொய்யான துன்பத்தில் மயங்கியுள்ளபோதிலும், பரம ஆன்மீக குருவான கிருஷ்ணரிடம் சீடனாக சரணடைந்துள்ளான். குடும்பப் பற்றுதலால் ஏற்பட்ட பொய்யான ஏக்கத்திலிருந்து விரைவில் விடுபட்டு, தன்னுணர்வின் பக்குவமான ஞானத்தால் (கிருஷ்ண

உணர்வினால்) தெளிவு பெற்று, அர்ஜுனன் போரிடப் போவது உறுதி என்பதையே இது காட்டுகிறது. அர்ஜுனன் கிருஷ்ணரால் தெளிவு பெறப் போவதால், திருதராஷ்டிரரின் மகிழ்ச்சி நீடிக்காது, இறுதியில் அர்ஜுனன் போரிடுவான்.

ஸ்லோகம் 10

तमुवाच हृषीकेशः प्रहसन्निव भारत ।
सेनयोरुभयोर्मध्ये विषीदन्तमिदं वचः ॥ १० ॥

தம் உவாச ஹ்ரு'ஷீகேஷ:$_2$ ப்ரஹஸன்ன் இவ பா$_4$ரத
ஸேனயோர் உப$_4$யோர் மத்$_4$யே விஷீத$_3$ந்தம் இத$_3$ம்' வச:

தம்—அவனிடம்; *உவாச*—கூறினார்; *ஹ்ரு'ஷீகேஷ:$_2$*—புலன்களின் அதிபதி, கிருஷ்ணர்; *ப்ரஹஸன்*—புன்சிரிப்புடன்; *இவ*—இதே போல்; *பா$_4$ரத*—பரத குலத் தோன்றலே, திருதராஷ்டிரனே; *ஸேனயோ:*—படைகளின்; *உப$_4$யோ:*—இரு தரப்பு; *மத்$_4$யே*—மத்தியில்; *விஷீத$_3$ந்தம்*—கவலைப்படுபவனிடம்; *இத$_3$ம்*—பின்வரும்; *வச:*—சொற்களை.

பரத குலத் தோன்றலே! அச்சமயத்தில், இரு தரப்புச் சேனைகளுக்கு மத்தியில், துயரத்தால் பாதிக்கப்பட்டிருந்த அர்ஜுனனிடம், கிருஷ்ணர் புன்சிரிப்புடன் பின்வருமாறு கூறினார்.

பொருளுரை: ரிஷிகேஷர், குடாகேஷன் ஆகிய இரு நெருங்கிய நண்பர்களிடையே இவ்விவாதம் நடைபெற்றுக் கொண்டிருந்தது. நண்பர்கள் என்ற முறையில் அவர்கள் இருவரும் சமமானவர்கள். எனினும், அவர்களில் ஒருவன் தானாகவே மற்றவரின் சீடனானான். ஒரு நண்பன் சீடனாவதற்கு முன்வந்ததால் கிருஷ்ணர் புன்முறுவல் செய்தார். எல்லாருக்கும் பகவானாகத் திகழும் அவர், எல்லாருடைய தலைவராக, எப்போதுமே எல்லாரையும்விட உயர் நிலையில் இருப்பவர். இருப்பினும், நண்பராக, மகனாக, அல்லது காதலுக்குரியவராக, ஏதேனும் ஒரு பக்தன் அவரை ஏற்க விரும்பினால், அதற்கு அன்புடன் இசைகிறார். ஆனால் ஆசிரியராக ஏற்கப்பட்ட உடனேயே, அந்நிலையைத் தாங்கி ஆசிரியருக்குத் தேவையான கணத்துடன் சீடனிடம் பேசினார். குருவிற்கும், சீடனுக்கும் இடையேயான உரையாடல் இரு தரப்புச் சேனைகளுக்கு மத்தியில் வெளிப்படையாக நடந்தது—இஃது எல்லாருக்கும் பயனளிப்பதற்காகவே என்று தோன்றுகிறது. எனவே, பகவத் கீதையின் உபதேசங்கள் ஒரு குறிப்பிட்ட மனிதருக்கோ, சமூகத்திற்கோ, குலத்திற்கோ மட்டும் உரித்தானதல்ல, அனைவருக்கும் உரியதாகும். நண்பர்களும் எதிரிகளும்கூட அவற்றைக் கேட்கும் சம உரிமை கொண்டுள்ளனர்.

ஸ்லோகம் 11

श्रीभगवानुवाच
अशोच्यानन्वशोचस्त्वं प्रज्ञावादांश्च भाषसे ।
गतासूनगतासूंश्च नानुशोचन्ति पण्डिता: ॥ ११ ॥

ஸ்ரீ-ப$_4$க$_3$வான் உவாச

அஷோ$_2$ச்யான் அன்வஷோ$_2$சஸ் த்வம்'
ப்ரஜ்ஞா-வாதா$_3$ம்'ஷ்$_2$ ச பா$_4$ஷஸே
க$_3$தாஸூன் அக$_3$தாஸூம்'ஷ்$_2$ ச
நானுஷோ$_2$சந்தி பண்டி$_3$தா:

ஸ்ரீ-ப$_4$க$_3$வான் உவாச—புருஷோத்தமரான முழுமுதற் கடவுள் கூறினார்; *அஷோ$_2$ச்யான்*—கவலைப்பட வேண்டாதவற்றிற்காக; *அன்வஷோ$_2$ச:*—கவலைப்படுகிறாய்; *த்வம்*—நீ; *ப்ரஜ்ஞா-வாதா$_3$ன்*—அறிவாளித்தனமான வாதங்கள்; *ச*—மேலும்; *பா$_4$ஷஸே*—பேசுகையில்; *க$_3$த*—இழந்த; *அஸூன்*—வாழ்வு; *அக$_3$த*—இழக்காத; *அஸூன்*—வாழ்வு; *ச*—மேலும்; *ந*—ஒருபோதும் இல்லை; *அனுஷோ$_2$சந்தி*—கவலைப்படுதல்; *பண்டி$_3$தா:*—அறிஞர்.

புருஷோத்தமரான முழுமுதற் கடவுள் கூறினார்: அறிவாளியைப் போல பேசும் அதே சமயத்தில், கவலைப்பட வேண்டாதவற்றிற்காக நீ கவலைப்படுகிறாய். அறிஞர்கள் வாழ்பவர்களுக்காகவோ மாண்டவர்களுக்காகவோ வருந்துவதில்லை.

பொருளுரை: உடனடியாக ஆசிரியரின் நிலையை ஏற்ற பகவான், மாணவனை 'முட்டாள்' என்று மறைமுகமாக அழைத்துக் கண்டிக்கின்றார். "நீ அறிவாளியைப் போலப் பேசுகிறாய். ஆனால், உடல் என்றால் என்ன, ஆத்மா என்றால் என்ன என்பதை அறிந்த உண்மையான அறிஞன், உடலின் எந்த நிலைக்கும், உயிரோடு இருந்தாலும், இறந்தாலும், வருந்துவதில்லை" என்று கூறினார். பின்வரும் அத்தியாயங்களில் விளக்க இருப்பதைப் போல, அறிவு என்றாலே ஜடம், ஆத்மா, மற்றும் இவற்றின் ஆளுநரை அறிவதுதான். அரசியல், சமூக நியதிகளைக் காட்டிலும் அறநெறிகளுக்கு அதிக முக்கியத்துவம் கொடுக்கப்பட வேண்டும் என்று அர்ஜுனன் வாதாடினான். ஆனால் ஜடம், ஆத்மா, பரம புருஷனைப் பற்றிய அறிவு ஆகியவை அற நியதிகளைக் காட்டிலும் முக்கியத்துவம் வாய்ந்தவை என்பதை அவன் அறியவில்லை. இவ்வறிவு போதுமான அளவில் இல்லாதபோது, அவன் தன்னை பெரும் அறிஞனாக காட்டிக் கொண்டிருக்கக் கூடாது. அவன் பெரும் அறிஞன் அல்ல என்ற காரணத்தால், கவலைப்பட வேண்டாதவற்றிற்காகக்

கவலைப்பட்டுக் கொண்டிருந்தான். பிறந்த இவ்வுடல், இன்றோ நாளையோ அழிய வேண்டியதே; எனவே, இவ்வுடல் ஆத்மாவைப் போல அவ்வளவு முக்கியமானதல்ல. இதை அறிபவனே உண்மை அறிஞன், இத்தகைய அறிஞன் ஜட உடலின் எந்த நிலைக்கும் வருந்துவதில்லை.

ஸ்லோகம் 12

न त्वेवाहं जातु नासं न त्वं नेमे जनाधिपाः ।
न चैव न भविष्यामः सर्वे वयमतः परम् ॥ १२ ॥

ந த்வேவாஹம்' ஜாது நாஸம்' ந த்வம்' நேமே ஜனாதி$_4$பா:
ந சைவ ந ப$_4$விஷ்யாம: ஸர்வே வயம் அத: பரம்

ந—என்றுமில்லை; *து*—ஆனால்; *ஏவ*—நிச்சயமாக; *அஹம்*—நான்; *ஜாது*—எக்காலத்திலும்; *ந*—என்றுமில்லை; *ஆஸம்*—இருந்து; *ந*—இல்லை; *த்வம்*—நீ; *ந*—இல்லை; *இமே*—இவ்வெல்லா; *ஜன-அதி$_4$ப:*—மன்னர்கள்; *ந*—என்றுமில்லை; *ச*—மேலும்; *ஏவ*—நிச்சயமாக; *ந*—இல்லை; *ப$_4$விஷ்யாம:*—இனி இருப்போம்; *ஸர்வே வயம்*—நாம் அனைவரும்; *அத: பரம்*—இனிமேல்.

நானோ, நீயோ, இம்மன்னர்களோ இல்லாமலிருந்த காலம் எதுவுமில்லை. எதிர்காலத்திலும் நம்மில் எவரும் இல்லாமலிருக்கப் போவதுமில்லை.

பொருளுரை: *கட$_2$* உபநிஷத், *ஷ்$_2$வேதாஷ்$_2$வதர* உபநிஷத் போன்ற வேதங்களில், எண்ணற்ற ஜீவன்களை அவர்களின் தனிப்பட்ட செயல்களையும் விளைவுகளையும் அடிப்படையாகக் கொண்டு, பரம புருஷ பகவான் பல்வேறு நிலைகளில் பராமரித்து வருகின்றார் என்று கூறப்பட்டுள்ளது. அதே பரம புருஷ பகவான், தனது விரிவங்கத்தின் மூலமாக, ஒவ்வொரு ஜீவனின் இதயத்திலும் வாழ்கிறார். உள்ளும் புறமும், அந்தப் பரம்பொருளை காணும் சாதுக்களே முழுமையான, நித்தியமான அமைதியை அடைகின்றனர்.

நித்யோ நித்யானாம்' சேதனஷ்$_2$ சேதனானாம்
ஏகோ ப$_3$ஹூனாம்' யோ வித$_3$தா$_4$தி காமான்
தம் ஆத்ம-ஸ்த$_2$ம்' யே 'நுபஷ்$_2$யந்தி தீ$_4$ராஸ்
தேஷாம்' ஷா$_2$ந்தி: ஷா$_2$ஷ்$_2$வதீ நேதரேஷாம்

(*கட$_2$* உபநிஷத் 2.2.13)

அர்ஜுனனுக்குக் கொடுக்கப்பட்ட அதே வேத உண்மை, குறைவான அறிவுள்ளபோதிலும், தன்னை பண்டிதனாகக் காட்டிக்கொள்ளும்

உலக மக்கள் அனைவருக்கும் கொடுக்கப்படுகிறது. கிருஷ்ணர், அர்ஜுனன், கூடியிருந்த மன்னர்கள் என அனைவருமே நித்தியமான தனி நபர்கள் என்றும், கட்டுண்ட நிலையிலும் சரி, முக்தி பெற்ற நிலையிலும் சரி, ஜீவன்களை நித்தியமாகப் பாதுகாப்பவன் தானே என்றும், பகவான் கிருஷ்ணரே இங்குத் தெளிவாகக் கூறியுள்ளார். புருஷோத்தமரான முழுமுதற் கடவுள் தனித்துவம் வாய்ந்த உன்னத நபர். அவரது நித்தியத் தோழனான அர்ஜுனன் மட்டுமின்றி, அங்கு கூடியிருந்த அனைத்து மன்னர்களும் தனித்துவம் வாய்ந்த நித்தியமான நபர்களே. அவர்கள் இதற்கு முன் தனித்துவம் இல்லாமல் இருந்தார்கள் என்பதோ, வருங்காலத்தில் அவர்கள் நித்திய நபர்களாக இருக்க மாட்டார்கள் என்பதோ இல்லை. அவர்களது தனித்துவம் கடந்தகாலத்தில் இருந்தது, எவ்விதத் தடையுமின்றி எதிர்காலத்திலும் இருக்கும். எனவே, எவருக்காகவும் கவலைப்பட வேண்டிய காரணம் இல்லை.

மாயையால் மூடப்பட்டிருக்கும் தனித்துவம் கொண்ட ஆத்மா, முக்திக்குப்பின், அருவ பிரம்மனில் கலந்து, தனது தனித்துவத்தை இழந்துவிடுகிறான் என்னும் மாயாவாதக் கொள்கை, உன்னத அதிகாரியான பகவான் கிருஷ்ணரால் இங்கு ஏற்கப்படவில்லை. மேலும், தனித்துவம் கட்டுண்ட நிலையின் காரணமாக உணரப்படுகின்றது என்னும் கொள்கையும் இங்கு ஏற்கப்படவில்லை. தனது தனித்துவம் மட்டுமின்றி எல்லா ஜீவன்களின் தனித்துவமும், எதிர்காலத்திலும்கூட நித்தியமாகத் தொடரும் என்று கிருஷ்ணர் இங்கே தெளிவாகக் கூறுகிறார். இஃது உபநிஷதங்களிலும் உறுதி செய்யப்பட்டுள்ளது. கிருஷ்ணர் மாயைக்கு உட்படாதவர் என்பதால் அவரது இக்கருத்து அதிகாரபூர்வமானதாகும். தனித்துவம் உண்மையில்லை என்றால், கிருஷ்ணர் 'எதிர்காலத்திலும்' என்று கூறி இவ்வளவு வலியுறுத்தியிருக்கமாட்டார். கிருஷ்ணரால் பேசப்பட்ட தனித்துவம் ஆன்மீகமானதல்ல, பௌதிகமானதே என்று மாயாவாதிகள் வாதிடலாம். இத்தனித்துவம் பௌதிகமானது என்ற வாதத்தை ஏற்றுக் கொண்டால், கிருஷ்ணரின் தனித்துவத்தை எவ்வாறு வேறுபடுத்துவது? கடந்தகாலத்தில் தனது தனித் தன்மையை உறுதிப்படுத்திய கிருஷ்ணர் வருங்காலத்திலும் தனது தனித்தன்மையை உறுதிப்படுத்துகிறார். பலவிதங்களில் அவர் தனது தனித்துவத்தை உறுதிப்படுத்தியுள்ளதோடு அருவ பிரம்மன் தனக்குக் கீழானது என்றும் அறிவித்துள்ளார். கிருஷ்ணர் தனது ஆன்மீகத் தனித் தன்மையை எப்போதும் தக்கவைத்துள்ளார்; தனிப்பட்ட உணர்வுடைய சாதாரண கட்டுண்ட ஆத்மாவாக அவரை

ஏற்றால், அவரது பகவத் கீதை அதிகாரபூர்வமான சாஸ்திரமாகாது. நான்கு குறைபாடுகளுடைய சாதாரண மனிதனால், கேட்கத் தகுந்த எந்த விஷயத்தையும் கற்பிக்க முடியாது. கீதை அத்தகைய குறைபாடுகளுடைய இலக்கியங்களுக்கு மேம்பட்டது. எந்த ஜடப் புத்தகமும் பகவத் கீதைக்கு இணையாகாது. ஒருவன் கிருஷ்ணரை சாதாரண மனிதனாக ஏற்கும்பொழுது, கீதை தனது எல்லா முக்கியத்துவத்தையும் இழந்துவிடுகிறது. இந்த ஸ்லோகத்தில் குறிப்பிட்டுள்ள பன்மை "மரபு" என்றும் அது உடலைக் குறிப்பது என்றும் மாயாவாதிகள் வாதிடுகின்றனர். ஆனால், இந்த ஸ்லோகத்திற்கு முந்தைய ஸ்லோகத்தில் இதைப் போன்ற உடல் உணர்வு கண்டிக்கப்பட்டுள்ளது. உயிர்வாழிகளின் உடல் சார்ந்த கருத்துக்களைக் கண்டித்த பிறகு, கிருஷ்ணர் எவ்வாறு மீண்டும் உடல் சார்ந்த மரபு நிலையிலிருந்து பேசுவார்? எனவே, தனித்துவம் ஆன்மீகத் தளத்தின் அடிப்படையிலானது. பெரும் ஆச்சாரியர்களான ஸ்ரீ இராமானுஜர் போன்றோரால் இஃது உறுதி செய்யப்பட்டுள்ளது. இந்த ஆன்மீகத் தனித்துவம் பகவானின் பக்தர்களாலேயே அறியப்படுகின்றது என கீதையில் பல இடங்களில் தெளிவாக விளக்கப்பட்டுள்ளது. கிருஷ்ணர், பரம புருஷ பகவானாக இருப்பதைக் கண்டு, அவர் மீது பொறாமை கொள்பவர்கள், இந்த மாபெரும் இலக்கியத்தை உண்மையாக அணுக இயலாது. பக்தியற்ற நபர்கள் கீதையை அணுகும் விதம், வண்டுகள் தேன் பாட்டிலை நக்குவதைப் போலாகும். பாட்டிலைத் திறக்கும்வரை ஒருவன் உள்ளிருக்கும் தேனின் சுவையைப் பெற முடியாது. அதுபோலவே பகவத் கீதையின் உள் இரகசியம் பக்தர்களால் மட்டுமே அறியக் கூடியது, வேறு எவரும் இதனைச் சுவைக்க முடியாது. இஃது இப்புத்தகத்தின் நான்காம் அத்தியாயத்தில் கூறப்பட்டுள்ளது. கடவுள் இருப்பதைக் கண்டு பொறாமை கொள்பவர்களால் கீதையைத் தொடக்கூட முடியாது. எனவே, கீதைக்கு மாயாவாதிகள் அளிக்கும் விளக்கம், முழு உண்மையிலிருந்து முற்றிலும் விலகிச் செல்லக் கூடிய விளக்கமாகும். கீதைக்கு மாயாவாதிகள் கொடுத்த பாஷ்யங்களை (விளக்கவுரைகளை) படிக்காமல் இருக்கும்படி நம்மைத் தடுக்கும் பகவான் சைதன்யர், மாயாவாத தத்துவத்தை ஏற்பவர் கீதையின் உண்மையான இரகசியத்தை புரிந்துகொள்வதற்கான எல்லாத் திறன்களையும் இழந்து விடுகிறார் என்று எச்சரித்துள்ளார். தனித்தன்மை நாம் காணும் உலகைக் குறிக்குமாயின், இறைவன் கற்பிக்க வேண்டியத் தேவையில்லை. கடவுள் மற்றும் தனிப்பட்ட ஆத்மாவின் பன்மைத் தன்மை நித்திய உண்மையாகும், இது மேலே கூறியபடி வேதங்களாலும் உறுதி செய்யப்பட்டுள்ளது.

ஸ்லோகம் 13

देहिनोऽस्मिन्यथा देहे कौमारं यौवनं जरा ।
तथा देहान्तरप्राप्तिर्धीरस्तत्र न मुह्यति ॥ १३ ॥

தே₃ஹினோ 'ஸ்மின் யதா₂ தே₃ஹே கௌமாரம்' யௌவனம்' ஜரா
ததா₂ தே₃ஹாந்தர-ப்ராப்திர் தீ₄ரஸ் தத்ர ந முஹ்யதி

தே₃ஹின:—உடல்பெற்றவன்; *அஸ்மின்*—இந்த; *யதா₂*—அதனால்; *தே₃ஹே*—உடலில்; *கௌமாரம்*—சிறுவயது; *யௌவனம்*—இளமை; *ஜரா*—முதுமை; *ததா₂*—அதுபோலவே; *தே₃ஹ-அந்தர*—உடல் மாறுவதும்; *ப்ராப்தி:*—அடைதல்; *தீ₄ர*—நிதான புத்தியுடையவர்; *தத்ர*—அதைப்பற்றி; *ந*—என்றுமில்லை; *முஹ்யதி*—மயங்குதல்.

தேகத்தை உடையவனின் உடல், சிறுவயது, இளமை, முதுமை என்று கடந்துசெல்வதைப் போல, ஆத்மா, மரணத்தின்போது வேறு உடலுக்கு மாற்றம் பெறுகின்றது. நிதான புத்தியுடையவர் இதுபோன்ற மாற்றத்தால் திகைப்பதில்லை.

பொருளுரை: ஒவ்வொரு உயிர்வாழியும் தனித்தனி ஆத்மா என்பதால், ஒவ்வொருவரும் தனது உடலை ஒவ்வொரு கணமும் மாற்றிக் கொண்டே இருக்கின்றனர். சில நேரங்களில் சிறுவனைப் போலவும் சில நேரங்களில் இளைஞனைப் போலவும் இன்னும் சில நேரங்களில் முதியோனைப் போலவும் அவன் தோன்றுகிறான். இருப்பினும், ஆத்மா, எவ்வித மாற்றமும் அடையாமல் அப்படியே இருக்கின்றான். அந்த தனி ஆத்மா, இறுதியில் மரணத்தின்போது, உடலை மாற்றி வேறொரு உடலில் புகுகின்றான். அடுத்த பிறவியில் வேறு உடலை அடையப்போவது உறுதி (அவ்வுடல் பௌதிகமாகவோ ஆன்மீகமாகவோ இருக்கலாம்) என்பதால், அர்ஜுனன் தனக்கு பிரியமான துரோணர், பீஷ்மர் போன்றோரின் மரணத்திற்காகக்கூட வருந்தத் தேவையில்லை. மாறாக, அவர்கள் பழைய உடலிலிருந்து புதிய உடலுக்கு புதிய சக்தியுடன் மாறுவதை (இளமையாவதை) எண்ணி அவன் மகிழவே வேண்டும். இத்தகு உடல் மாற்றங்கள், தனது வாழ்வில் செய்த செயல்களுக்கேற்ப, பலதரப்பட்ட இன்ப துன்பங்களை அடைய ஒருவனுக்கு உதவுகின்றன. எனவே, நல்லாத்மாக்களான பீஷ்மரும், துரோணரும், மறு வாழ்வில் நிச்சயமாக ஆன்மீக உடல்களை அடையப் போகிறார்கள், அல்லது குறைந்தபட்சம் பௌதிக நிலையின் உயர் இன்பங்களை அனுபவிப்பதற்காக, ஸ்வர்க லோகத்தின் உடல்களை அடைவார்கள். எனவே, எந்தச் சூழ்நிலையிலும் கவலைப்பட காரணமில்லை.

தனி ஆத்மா, பரமாத்மா மற்றும் இயற்கை (பௌதிக மற்றும் ஆன்மீக இயற்கை இரண்டும்) ஆகியவற்றின் நிலையை பக்குவமாக அறிந்தவன் *தீ₄ர* அல்லது நிதான புத்தியுடையவன் என்று அழைக்கப்படுகிறான். அத்தகு மனிதன் உடல்களின் மாற்றத்தால் ஒருபோதும் மயங்குவதில்லை.

ஆத்மாக்கள் அனைத்தும் ஒன்றே என்னும் மாயாவாதக் கருத்தை ஏற்க முடியாது; ஏனெனில், ஆத்மாவை சிறு துண்டுகளாக வெட்ட முடியாதது. அவ்வாறு ஆத்மாக்கள் அனைத்தும் பல்வேறு தனிப்பட்ட துண்டுகளாக வெட்டப்பட்டவை என்று எடுத்துக் கொண்டால், அஃது 'உன்னத ஆத்மா மாற்றமடையாதது' என்னும் கொள்கைக்கு எதிராக அமையும். மேலும், பரமன் துண்டிக்கப்படக்கூடியது, மாற்றமடையக் கூடியது, என்றாகி விடும். கீதையில் உறுதி செய்யப்பட்டுள்ளபடி, பரமனின் அம்சங்கள் நித்தியமானவை (ஸநாதன), க்ஷரா என்ற பெயரால் அறியப்படுகின்றன; அதாவது அவை பௌதிக இயற்கையில் விழுந்து விடும் தன்மையுடையவை. அம்சங்கள் நித்தியமாக அம்சங்களே—முக்திக்குப் பின்னும், தனி ஆத்மா அம்சமாகவே திகழும். இருப்பினும், முக்தியடைந்தபின், அவன் பரம புருஷ பகவானுடன், ஆனந்தமும் அறிவும் நிறைந்த நித்திய வாழ்வை வாழ்கிறான். ஒவ்வொரு தனிப்பட்ட உயிர்வாழியின் உடலிலும் வீற்றிருக்கும் பரமாத்மாவிற்கு, பிரதிபலிப்புக் கொள்கையை உபயோகப்படுத்த முடியும். அவர் தனிப்பட்ட ஆத்மாவிலிருந்து வேறுபட்டவர். வானம் நீரில் பிரதிபலிக்கப்படும் போது சூரியன், சந்திரன் மற்றும் நட்சத்திரங்களும் பிரதிபலிக்கின்றன. நட்சத்திரங்களை உயிர்வாழிகளுக்கும், சூரியனையோ சந்திரனையோ முழுமுதற் கடவுளுக்கும் ஒப்பிடப்படலாம். அர்ஜுனனால் பிரதிநிதிக்கப்படும் தனிப்பட்ட அம்சமான ஆத்மாவும், பரமாத்மாவாக விளங்கும் முழுமுதற் கடவுள் ஸ்ரீ கிருஷ்ணரும், ஒரே நிலையை உடையவர்கள் அல்ல—இது நான்காம் அத்தியாயத்தின் தொடக்கத்தில் தெளிவாகும். அர்ஜுனன் கிருஷ்ணருக்கு சமமானவர் என்றாலோ, கிருஷ்ணர் அர்ஜுனனைவிட உயர்ந்தவர் அல்ல என்றாலோ, கற்பிப்பவர், கற்பவன் என்னும் அவர்களது உறவு அர்த்தமற்றதாகிவிடும். அவர்கள் இருவருமே அறியாமை சக்தியில் (மாயையில்) மயங்கக் கூடியவர்கள் என்றால், ஒருவர் கற்பிக்க, மற்றவர் கற்றுக்கொள்ளும் அவசியமே இல்லை. அத்தகைய உபதேசங்கள் பயனற்றவை; ஏனெனில், மாயையினால் பிணைக்கப் பட்டுள்ள எவரும் அதிகாரம் பெற்ற ஆசிரியராக முடியாது. எனவே, மாயையால் மயக்கப்படும் மறதியுடைய ஆத்மாவான அர்ஜுனன்

எனும் உயிர்வாழியைக் காட்டிலும், முழுமுதற் கடவுளான பகவான் கிருஷ்ணர் உயர்வானவர் என்பது ஏற்கப்பட்டாக வேண்டும்.

ஸ்லோகம் 14

मात्रास्पर्शास्तु कौन्तेय शीतोष्णसुखदुःखदाः ।
आगमापायिनोऽनित्यास्तांस्तितिक्षस्व भारत ॥ १४ ॥

மாத்ரா-ஸ்பர்ஷா$_2$ஸ் து கௌந்தேய ஷீ$_2$தோஷ்ண-ஸுக$_2$-து:$_3$க$_2$-தா:$_3$
ஆக$_3$மாபாயினோ 'னித்யாஸ் தாம்'ஸ் திதிக்ஷஸ்வ பா$_4$ரத

மாத்ரா-ஸ்பர்ஷா:$_2$—புலன்மய உணர்வு; *து*—மட்டுமே; *கௌந்தேய*—குந்தியின் மகனே; *ஷீ$_2$த*—குளிர்; *உஷ்ண*—கோடை; *ஸுக$_2$*—சுகம்; *து:$_3$க$_2$*—துக்கம்; *தா:$_3$*—தருவது; *ஆக$_3$ம*—தோன்றுகின்ற; *அபாயின:*—மறைகின்ற; *அநித்யா:*—நிலையற்ற; *தான்*—அவற்றையெல்லாம்; *திதிக்ஷஸ்வ*—பொறுத்துக்கொள்ள முயற்சி செய்; *பா$_4$ரத*—பரத குலத் தோன்றலே.

குந்தியின் மகனே, இன்ப துன்பங்களின் நிலையற்ற தோற்றமும் காலப் போக்கில் ஏற்படும் அவற்றின் மறைவும், கோடையும் குளிரும் பருவ காலத்தில் தோன்றி மறைவதைப் போன்றதாகும். புலன்களின் உணர்வாலேயே அவை எழுகின்றன; எனவே, பரத குலத் தோன்றலே, இவற்றால் பாதிக்கப்படாமல், பொறுத்துக் கொள்ளக் கற்றுக்கொள்.

பொருளுரை: கடமையை முறையாகச் செயலாற்றுகையில் நிலையற்ற இன்ப துன்பங்கள் தோன்றி மறைவதைப் பொறுத்துக் கொள்ள ஒருவன் கற்றுக்கொள்ள வேண்டும். வேத நியதிப்படி ஒருவன் *மாக$_4$* (மார்கழி, தை) மாதத்திலும் அதிகாலையில் நீராடுதல் அவசியம். அச்சமயத்தில் குளிர் அதிகமாக இருக்கும்போதிலும், மத நியமங்களைக் கடைப்பிடிப்பவன் குளிப்பதற்குத் தயங்குவதில்லை. அதுபோல, கோடையின் வெப்பம் மிகுந்த காலமான சித்திரை, வைகாசி மாதங்களிலும் சமையலறையில் நுழைந்து சமைப்பதற்குப் பெண் தயங்குவதில்லை. பருவ கால அசௌகரியங்களுக்கு இடையிலும் தனது கடமையை ஒருவன் செய்தாக வேண்டும். அதுபோல, சத்திரியனின் தர்மம் போரிடுதல் என்பதால், உறவினர் அல்லது நண்பருடன் போரிட வேண்டியிருப்பினும், தனக்கு விதிக்கப்பட்ட கடமையிலிருந்து அவன் பிறழக் கூடாது. ஞானத்தின் தளத்திற்குத் தன்னை உயர்த்திக்கொள்வதற்கு ஒருவன் தர்மத்தின் சட்டதிட்டங்களை பின்பற்றியே ஆக வேண்டும்; ஏனெனில், ஞானத்தினாலும் பக்தியினாலும் மட்டுமே மாயையின் (அறியாமையின்) பிடியிலிருந்து விடுதலை பெற முடியும்.

அர்ஜுனனுக்குக் கொடுக்கப்பட்ட இரண்டு பெயர்களும் முக்கியத்துவம் வாய்ந்தவை. 'கௌந்தேய' என்றழைப்பது தாயின் வழியில் அவனுக்கு இருந்த இரத்த சம்பந்தத்தையும், 'பாரத' என்றழைப்பது தந்தை வழியில் அவனுக்கு இருக்கும் பெரும் சிறப்பையும் குறிக்கின்றது. இரு வழியிலும் அவன் மிகச்சிறந்த குலப்பெருமை உடையவன். அத்தகு குலப்பெருமை கடமையை ஒழுங்காக நிறைவேற்றும் பொறுப்பைக் கொடுக்கின்றது; எனவே, அவனால் போரைப் புறக்கணிக்கவே முடியாது.

ஸ்லோகம் 15

यं हि न व्यथयन्त्येते पुरुषं पुरुषर्षभ ।
समदु:खसुखं धीरं सोऽमृतत्वाय कल्पते ॥ १५ ॥

யம்' ஹி ந வ்யத$_2$யந்த்யேதே புருஷம்' புருஷர்ஷப$_4$
ஸம-து:$_3$க$_2$-ஸுக$_2$ம்' தீ$_4$ரம்' ஸோ 'ம்ரு'தத்வாய கல்பதே

யம்—எவனொருவன்; *ஹி*—நிச்சயமாக; *ந*—என்றுமில்லை; *வ்யத$_2$யந்தி*—கவலை தருவது; *ஏதே*—இவையெல்லாம்; *புருஷம்*—ஒருவனுக்கு; *புருஷ-ருஷப$_4$*—மனிதரில் சிறந்தவனே; *ஸம*—மாறாத; *து:$_3$க$_2$*—கவலை; *ஸுக$_2$ம்*—மகிழ்ச்சி; *தீ$_4$ரம்*—பொறுமையாக; *ஸ:*—அவனே; *அம்ரு'தத்வாய*—விடுதலைக்கு; *கல்பதே*—தகுதி பெற்றவனாகக் கருதப்படுகிறான்.

மனிதரில் சிறந்தோனே (அர்ஜுனனே), இன்ப துன்பங்களால் பாதிக்கப்படாதவனும் இவ்விரண்டு நிலைகளிலும் தன்னிலை மாறாது இருப்பவனுமே, நிச்சயமாக விடுதலைக்குத் தகுதி பெற்றவனாக இருக்கிறான்.

பொருளுரை: ஆன்மீக உணர்வின் முன்னேற்ற நிலைகளை அடைவதில் ஸ்திரமான மனஉறுதியுடையவனும், இன்ப துன்பங்களின் பலமான தாக்குதலை சமமாகப் பொறுத்துக் கொள்ளக்கூடியவனுமான ஒருவன் முக்திக்குத் தகுதியுடையவன் ஆவான். வர்ணாஷ்ரம தர்மத்தின் நான்காவது நிலையான துறவு (சந்நியாச) நிலை, மிகவும் கவனமாக இருக்க வேண்டிய கடினமான நிலையாகும். ஆயினும், தன் வாழ்வைப் பக்குவப்படுத்திக் கொள்வதில் விருப்பமுடையவன், எல்லா சிரமங்களுக்கு இடையிலும் நிச்சயமாக சந்நியாசத்தை ஏற்றுக்கொள்கிறான். இச்சிரமங்கள் பொதுவாக, குடும்ப உறவுகளைத் துண்டிப்பதாலும் மனைவி மக்களின் உறவை விட்டு விடுவதாலும் எழக்கூடியவை. ஆனால் இச்சிரமங்களை பொறுத்துக்கொள்ள முடிந்தால், அவனது ஆன்ம உணர்வுப் பாதை நிச்சயமாக முழுமை பெறுகிறது. அதுபோல,

குடும்பத்தினருடனும் அன்பிற்கு உரித்தானவர்களுடனும் போர் புரிதல் கடினமானதே என்றபோதிலும், அர்ஜுனன் (சத்திரியன் என்ற முறையில் தனது கடமைகளை ஆற்ற வேண்டியவன்), அதனை உறுதியுடன் செயலாற்ற முயலும்படி அறிவுறுத்தப்படுகிறான். பகவான் சைதன்யர் தனது இருபத்துநான்காம் வயதில் சந்நியாசம் ஏற்றுக் கொண்டபோது, அவரையே நம்பியிருந்த இளம் மனைவியையும் முதிர்ந்த தாயையும் கவனிப்பதற்கு யாரும் இல்லை. இருப்பினும், உயர்ந்த நோக்கத்திற்காக சந்நியாசம் ஏற்ற அவர், உயர்ந்த கடமைகளை நிலையாகச் செயலாற்றினார். இதுவே ஜட பந்தத்திலிருந்து முக்தி பெறுவதற்கான வழி.

ஸ்லோகம் 16

नासतो विद्यते भावो नाभावो विद्यते सतः ।
उभयोरपि दृष्टोऽन्तस्त्वनयोस्तत्त्वदर्शिभिः ॥ १६ ॥

நாஸதோ வித்$_3$யதே பா$_4$வோ நாபா$_4$வோ வித்$_3$யதே ஸத:
உப$_4$யோர் அபி த்$_3$ரு'ஷ்டோ 'ந்தஸ் த்வனயோஸ் தத்த்வ-த$_3$ர்ஷி$_2$பி:$_4$

ந—என்றுமில்லை; *அஸத:*—இல்லாத; *வித்$_3$யதே*—உள்ளது; *பா$_4$வ:*—நீடிக்கின்ற; *ந*—என்றுமில்லை; *அபா$_4$வ:*—மாறுகின்ற குணம்; *வித்$_3$யதே*—இருக்கின்றது; *ஸத:*—நித்யமானதன்; *உப$_4$யோ:*—இவ்விரண்டில்; *அபி*—மிகவும்; *த்$_3$ரு'ஷ்ட:*—கண்டுள்ளவன்; *அந்த:*—முடிவு; *து*—ஆனால்; *அனயோ:*—அவற்றில்; *தத்த்வ*—உண்மையை; *த$_3$ர்ஷி$_2$பி:$_4$*—கண்டவர்களால்.

உண்மையைக் கண்டவர்கள், நிலையற்றதற்கு (உடலுக்கு) நீடிப்பும், நித்தியமானதற்கு (ஆத்மாவிற்கு) மாற்றமும் இல்லை என்று முடிவு செய்துள்ளனர். இவை இரண்டின் இயற்கையையும் ஆராய்ந்தே அவர்கள் இதைத் தீர்மானித்துள்ளனர்.

பொருளுரை: மாறும் உடலுக்கு நீடிப்பில்லை. நவீன மருத்துவ விஞ்ஞானமும்கூட பல்வேறு உயிரணுக்களின் செயல்கள் மற்றும் விளைவுகளால், உடல் எப்போதும் மாற்றமடைந்து கொண்டிருக்கிறது என்பதை ஏற்றுக்கொள்கிறது. அம்மாற்றத்தினாலேயே உடலில் வளர்ச்சியும் முதுமையும் ஏற்படுகின்றது. ஆனால் உடல் மற்றும் மனதின் பல்வேறு மாற்றங்களுக்கு இடையிலும், ஆத்மா மாறாமல் நிலையாக இருக்கின்றது. இதுவே ஜடத்திற்கும் ஆன்மீகத்திற்கும் இடையிலான வேறுபாடாகும். உடல் இயற்கையாகவே என்றும் மாறிக் கொண்டுள்ளது; ஆத்மா இயற்கையாகவே நித்தியமானது. உண்மையைக் கண்ட எல்லா வகுப்பினராலும் (அருவவாதிகளாலும் உருவவாதிகளாலும்) இம்முடிவு உறுதி செய்யப்பட்டுள்ளது. விஷ்ணு

புராணத்தில் (2.12.38), விஷ்ணுவும் அவரது இருப்பிடங்களும், சுய ஒளி பெற்ற ஆன்மீகத் தன்மையுடையவை (*ஜ்யோதீம்ஷி விஷ்ணுர் பு*$_4$*வனானி விஷ்ணு:*) என்று கூறப்பட்டுள்ளது. நிலையானவை, நிலையற்றவை என்ற சொற்கள் ஆன்மீகத்தையும் ஜடத்தையும் குறிக்கின்றன. உண்மையைக் கண்ட அனைவருடைய கருத்தும் இதுவே.

அறியாமையின் ஆதிக்கத்தால் மயங்கியுள்ள உயிர்வாழிகளுக்கு, பகவான் அளிக்கும் அறிவுரையின் தொடக்கம் இதுவே. வந்தனைக்கு உரியவர், வந்தனை செய்பவர் இவர்களுக்கு இடையிலான நித்திய உறவை மீண்டும் நிலைநிறுத்துவதும், புருஷோத்தமரான முழுமுதற் கடவுளுக்கும் அவரது அம்சங்களான உயிர்வாழிகளுக்கும் இடையிலான வேறுபாட்டை உணர்வதே அறியாமையைக் களைவதாகும். தன்னைப் பற்றி ஆராய்வதாலும், தனக்கும் கடவுளுக்கும் உள்ள உறவை முழுமைக்கும் பகுதிக்கும் இடையிலான உறவாக உணர்வதனாலும், பரமத்தின் இயற்கையைப் புரிந்துகொள்ள முடியும். வேதாந்த சூத்திரத்திலும் ஸ்ரீமத் பாகவதத்திலும், தோன்றக் கூடியவை அனைத்தின் மூலமும் பரமனே என்று ஏற்றுக்கொள்ளப் பட்டுள்ளது. அவ்வாறு தோன்றக்கூடியவை, உயர்ந்த இயற்கை, தாழ்ந்த இயற்கை என்று அறியப்படுகின்றன. ஏழாம் அத்தியாயத்தில் வெளிப்படுத்தப்பட்டிருப்பதைப் போல, உயிர்வாழிகள் உயர்ந்த இயற்கையைச் சேர்ந்தவர்கள். சக்தியின் உரிமையாளருக்கும் (சக்திமானுக்கும்) சக்திக்கும் வேறுபாடு இல்லை என்றபோதிலும், சக்திமான் உயர்ந்தவராகவும் சக்தி அல்லது இயற்கை அவருக்கு கீழ்ப்பட்டதாகவும் ஏற்கப்படுகின்றது. எனவே, உயிர்வாழிகள் முழுமுதற் கடவுளுக்கு என்றும் கீழ்ப்பட்டவர்கள், கற்பவர் கற்பிப்பவருக்கும், சேவகன் தலைவனுக்கும் கீழ்ப்படிவதைப் போல. இத்தகைய தெளிவான ஞானம், அறியாமையினால் கவரப்பட்ட நிலையில் சாத்தியமற்றதாகும். அத்தகு அறியாமையை விரட்டுவதற் காகவும் எல்லா உயிர்வாழிகளையும் (எக்காலத்திற்கும்) தெளிவு படுத்துவதற்காகவும், பகவான் பகவத் கீதையைக் கற்பிக்கின்றார்.

ஸ்லோகம் 17

अविनाशि तु तद्विद्धि येन सर्वमिदं ततम् ।
विनाशमव्ययस्यास्य न कश्चित्कर्तुमर्हति ॥ १७॥

அவினாஷி$_2$ *து தத்*$_3$ *வித்*$_3$*தி*$_4$ *யேன ஸர்வம் இத*$_3$*ம்' ததம்*
வினாஷ$_2$*ம் அவ்யயஸ்யாஸ்ய ந கஷ்*$_2$*சித் கர்தும் அர்ஹதி*

அவினாஷி$_2$—அழிக்க இயலாதது; *து*—ஆயின்; *தத்*—அது; *வித்*$_3$*தி*$_4$—அறிவாய்; *யேன*—எதனால்; *ஸர்வம்*—உடல் முழுவதும்; *இத*$_3$*ம்*—இது;

ததம்—பரவியுள்ளது; *வினாஷ₂ம்*—அழிவு; *அவ்யயஸ்ய*—அழிவற்றதன்; *அஸ்ய*—அதன்; *நகஷ்₂சித்*—யாருமில்லை; *கர்தும்*—செய்ய; *அர்ஹதி*—கூடியவர்.

உடல் முழுவதும் பரவியிருப்பதை அழிவற்றதென்று நீ அறிய வேண்டும். அந்த அழிவற்ற ஆத்மாவைக் கொல்லக்கூடியவர் எவருமில்லை.

பொருளுரை: உடல் முழுவதும் பரவியுள்ள ஆத்மாவின் உண்மை இயல்பை இந்த ஸ்லோகம் மேலும் தெளிவாக விளக்குகின்றது. உடல் முழுவதும் உணர்வு பரவியிருப்பதை அனைவரும் அறிந்துகொள்ள முடியும். உடலின் ஒரு பகுதியிலோ உடல் முழுவதுமோ ஏற்படும் இன்ப துன்பங்களை அனைவரும் உணர்கின்றனர். இவ்வாறு பரவியுள்ள உணர்வு, ஒருவனின் சொந்த சரீரம் என்ற வரம்பிற்கு உட்பட்டது. ஓர் உடலின் இன்ப துன்பங்கள் மற்றவர்களுக்குத் தெரியாது. எனவே, ஒவ்வோர் உடலும் தனி ஆத்மாவை உடையதாகும்; மேலும், ஆத்மா இருப்பதை தனிப்பட்ட உணர்வின் மூலம் அறியலாம். ஆத்மாவின் அளவு, ஒரு முடியின் நுனியில் பத்தாயிரத்தில் ஒரு பங்கு என்று வர்ணிக்கப்பட்டுள்ளது. ஷ்₂வேதாஷ்₂வதர உபநிஷத் (5.9) இதனை உறுதிப்படுத்துகின்றது:

பா₃லாக்₃ர-ஷ₂த-பா₄க₃ஸ்ய ஷ₂ததா₄ கல்பிதஸ்ய ச
பா₄கோ₃ ஜீவ: ஸ விஜ்ஞேய: ஸ சானந்த்யாய கல்பதே

“ஒரு முடியின் மேல் பாகம் நூறாகப் பிரிக்கப்பட்டு, அவ்வாறு பிரிக்கப்பட்ட முடியானது மீண்டும் நூறு பிரிவுகளாக ஆக்கப்பட்டால், அந்த உட்பிரிவு ஒன்று எவ்வளவு இருக்குமோ, அதுவே ஆத்மாவின் அளவாகும்.” இதே கருத்து பின்வரும் ஸ்லோகத்திலும் கொடுக்கப் பட்டுள்ளது.

கேஷா₂க்₃ர-ஷ₂த-பா₄க₃ஸ்ய ஷ₂தாம்'ஷ:₂ ஸாத்₃ரு'ஷா₂த்மக:
ஜீவ: ஸூக்ஷ்ம-ஸ்வரூபோ 'யம்' ஸங்க்₂யாதீதோ ஹி சித்-கண:

“எண்ணிலடங்காத ஆத்மாக்கள் உள்ளன, அதன் அளவு முடியின் நுனியில் பத்தாயிரத்தில் ஒரு பங்கென அளவிடப்பட்டுள்ளது.”

எனவே, ஆன்மீக ஆத்மா என்னும் நுண்ணிய துகள் (ஆன்மீக அணு) ஜட அணுக்களைக் காட்டிலும் சிறியதாகும். இத்தகைய ஆன்மீக அணுக்கள் எண்ணற்றவை. இந்த மிகச்சிறிய ஆன்மீகப் பொறியே ஜடவுடலின் ஆதாரமாகும். சக்தி வாய்ந்த மருந்தின் ஆதிக்கம் உடல் முழுவதும் பரவுவதைப் போல, ஆன்மீகப் பொறியின் ஆதிக்கம் உடல் முழுவதும் பரவியுள்ளது. ஆன்மீக ஆத்மா உடல் முழுவதும் இவ்வாறு

பரவியிருப்பது உணர்வின் மூலம் அறியப்படுகின்றது. இவ்வுணர்வே ஆத்மா இருப்பதற்கு ஆதாரமாகும். உணர்வற்ற ஜடவுடல் வெறும் பிணமே என்பதை சாதாரண பாமரனும் அறிவான்; எவ்வித ஜட முறையினாலும் பிணத்தினுள் இவ்வுணர்வை மீண்டும் புதுப்பிக்க முடியாது. எனவே, உணர்வென்பது ஜடப் பொருட்களின் கலவையினால் தோன்றுவதல்ல, ஆன்மீக ஆத்மாவினால் ஏற்படுவதே. *முண்ட$_3$க* உபநிஷத்தில் (3.1.9) அணு ஆத்மாவின் அளவு மேலும் விளக்கப்படுகிறது:

ஏஷோ 'ணுர் ஆத்மா சேதஸா வேதி$_3$தவ்யோ
யஸ்மின் ப்ராண: பஞ்சதா$_4$ ஸம்'விவேஷ$_2$
ப்ராணைஷ்$_2$ சித்தம்' ஸர்வம் ஓதம்' ப்ரஜானாம்'
யஸ்மின் விஷு$_2$த்$_3$தே$_4$ விப$_4$வத்யேஷ ஆத்மா

"அணு அளவிலான ஆத்மா, பக்குவமான அறிவால் காணப்படக்கூடியதாகும். இந்த அணு ஆத்மா ஐந்துவிதமான காற்றில் (*ப்ராண, அபான, வ்யான, ஸமான, உதா$_3$ன*) மிதந்தவண்ணம் இதயத்துள் அமைந்துள்ளது; உடல் பெற்ற ஜீவாத்மாக்களின் உடல் முழுவதும் தனது ஆதிக்கத்தைச் செலுத்துகின்றது. இந்த ஐந்து வகையான ஜட காற்றுகளின் களங்கத்திலிருந்து ஆத்மா தூய்மை யடைந்தவுடன், அதன் ஆன்மீக ஆதிக்கம் வெளிப்படுகின்றது."

பல்வேறு வகையான ஆசனங்களின் உதவியுடன், ஆத்மாவைச் சூழ்ந்துள்ள ஐந்து வாயுக்களைக் கட்டுப்படுத்துவதே ஹட யோகமாகும். எவ்வித ஜட பலனையும் எதிர்பாராமல், ஜடச் சூழ்நிலை என்னும் பிணைப்பிலிருந்து நுண்மையான ஆத்மாவை முக்தி பெறச் செய்வதற்காகவே ஹட யோகம் பயிலப்படுகிறது.

ஆன்மீக ஆத்மாவின் நிலை என்ன என்பதை எல்லா வேதங்களும் தெரிவிக்கின்றன. மேலும், அறிவுள்ள எந்த மனிதனாலும் இதனை அனுபவப் பூர்வமாக உணர முடியும். அறிவிழந்த மனிதனே இந்த ஆத்மாவை எங்கும் நிறைந்த விஷ்ணு தத்துவமாக எண்ணுவான்.

ஆன்மீக ஆத்மாவின் தாக்கம் ஒரு குறிப்பிட்ட சரீரம் முழுவதும் பரவியிருக்கும். ஒவ்வொரு உயிர்வாழியின் இதயத்திலும் ஆன்மீக ஆத்மா அமைந்துள்ளதாக *முண்ட$_3$க* உபநிஷத் கூறுகின்றது. இவ்வணு ஆத்மாவின் அளவு, ஜட விஞ்ஞானிகளின் ஆய்வு சக்திக்கு எட்டாமல் இருப்பதால், அவர்களில் சிலர் ஆத்மா என்பதே கிடையாது என முட்டாள்தனமாக முடிவு செய்கின்றனர். தனிப்பட்ட அணு ஆத்மா, பரமாத்மாவுடன் இணைந்து இதயத்தில் நிச்சயமாக இருக்கின்றது; எனவே, உடலின் இயக்கத்திற்குத் தேவையான எல்லா

சக்திகளும் உடலின் இப்பகுதியிலிருந்தே (இதயத்திலிருந்தே) உருவாகின்றன. நுரையீரலில் இருந்து ஆக்ஸிஜனைக் கொண்டு வரும் இரத்த அணுக்கள், ஆத்மாவிடமிருந்தே சக்தி பெறுகின்றன. ஆத்மா தனது நிலையிலிருந்து அகன்றவுடன் இரத்த ஓட்டம் நின்று விடுகிறது. இரத்த சிவப்பு அணுக்களின் முக்கியத்துவத்தை மருத்துவ விஞ்ஞானம் ஏற்கின்றது. ஆனால் சக்தியின் உற்பத்தி மூலம், ஆத்மா என்பதை இவ்விஞ்ஞானம் காண இயலாமல் இருக்கின்றது. இருப்பினும், இதயமே உடலின் எல்லா சக்திகளின் இருப்பிடம் என்பதை மருத்துவ விஞ்ஞானம் ஏற்றுக் கொண்டுதான் இருக்கின்றது.

ஆன்மீக முழுமையின் அணுவைப் போன்ற இத்தகு பகுதிகள், சூரிய ஒளியின் மூலக்கூறுகளுடன் ஒப்பிடப்படுகின்றன. சூரியக் கதிரில் எண்ணற்ற ஒளி வீசும் மூலக்கூறுகள் இருப்பதைப் போல, முழுமுதற் கடவுளின் நுண்ணிய பகுதிகளான ஆத்மாக்கள், அவரது *ப்ரபா$_3$* அல்லது உயர்ந்த சக்தியைச் சேர்ந்த அணு ஒளிப் பொறிகளாகும். எனவே, வேத ஞானத்தைப் பின்பற்றுபவனும் சரி, நவீன அறிவியலைப் பின்பற்றுபவனும் சரி, உடலில் ஆன்மீக ஆத்மா இருப்பதை மறுக்க முடியாது. ஆத்மாவைப் பற்றிய விஞ்ஞானம் முழுமுதற் கடவுளால் பகவத் கீதையில் தெளிவாக விளக்கப் பட்டுள்ளது.

ஸ்லோகம் 18

अन्तवन्त इमे देहा नित्यस्योक्ताः शरीरिणः ।
अनाशिनोऽप्रमेयस्य तस्माद्युध्यस्व भारत ॥ १८ ॥

அந்தவந்த இமே தே$_3$ஹா நித்யஸ்யோக்தா: ஷ$_2$ரீரிண:
அனாஷி$_2$னோ 'ப்ரமேயஸ்ய தஸ்மாத்$_3$ யுத்$_4$யஸ்வ பா$_4$ரத

அந்த-வந்த—அழியக்கூடிய; *இமே*—இவையெல்லாம்; *தே$_3$ஹா:*—ஜட உடல்கள்; *நித்யஸ்ய*—நித்தியமான நிலையுடையவை; *உக்தா:*—என்று கூறப்பட்ட; *ஷ$_2$ரீரிண:*—உடலில் வாழ்பவர்கள்; *அனாஷி$_2$ன:*—ஒருபோதும் அழிவற்ற; *அப்ரமேயஸ்ய*—அளவிட முடியாத; *தஸ்மாத்*—எனவே; *யுத்$_4$யஸ்வ*—போரிடு; *பா$_4$ரத*—பரத குலத் தோன்றலே.

அழிவற்ற, அளக்கமுடியாத, நித்தியமான உயிர்வாழியின் இந்த ஜடவுடல் அழியப்போவது உறுதி. எனவே, பரத குலத் தோன்றலே! போரிடுவாயாக.

பொருளுரை: ஜட உடலின் இயற்கை அழியக்கூடியதாகும். இஃது உடனேயே அழியலாம், அல்லது நூறு வருடங்களுக்குப்பின் அழியலாம்; காலம் மட்டுமே மாறுபடலாம். காலவரையின்றி அதனைப் பாதுகாப்பதற்கு வாய்ப்பே இல்லை. ஆனால் ஆத்மாவோ

எதிரியால் பார்க்கக்கூட இயலாதபடி மிகவும் சிறியது, அது கொல்லப்படுவது என்ற பேச்சுக்கே இடமில்லை. முந்தைய ஸ்லோகத்தில் குறிப்பிட்டபடி, அதன் அளவை எவ்வாறு கணக்கிடுவது என்றுகூட எவருக்கும் எக்கருத்தும் இல்லை, அந்த அளவிற்கு ஆத்மா மிகவும் சிறியதாக உள்ளது. எனவே, இருவகையில் பார்த்தாலும் கவலைக்கு இடமில்லை; ஏனெனில், உயிர்வாழியைக் கொல்ல முடியாது, ஜட உடலை (நாம் விரும்பும் காலம் வரை காப்பாற்ற) நிரந்தரமாகப் பாதுகாக்க இயலாது. பூரண ஆத்மாவின் நுண்ணியத்துகளான ஜீவாத்மா, தனது செயல்களுக்கேற்ப இந்த ஜடவுடலைப் பெறுகின்றான்; எனவே, அவன் அறநெறிகளைப் பின்பற்றுவது அவசியம். பரம ஒளியின் அம்சம் என்பதால், உயிர்வாழியும் ஒளியே என்று வேதாந்த சூத்திரத்தில் குணப்படுத்தப் பட்டுள்ளது. கதிரவனின் ஒளி, அண்டம் முழுவதையும் பாதுகாப்பதைப் போல, ஆத்மாவின் ஒளி இந்த ஜடவுடலைப் பாதுகாக்கின்றது. ஜீவாத்மா இந்த ஜடவுடலை விட்டு அகன்றவுடனேயே, உடல் சீரழியத் தொடங்குகின்றது; எனவே, உடலைப் பாதுகாப்பது ஜீவாத்மாவே. வெறும் உடல் முக்கியத்துவ மற்றது. ஜடப் பொருளான உடலை அடிப்படையாகக் கொண்டு, தர்மத்தை தியாகம் செய்ய வேண்டாமென்றும், போரிடும்படியும் அர்ஜுனன் அறிவுறுத்தப்படுகிறான்.

ஸ்லோகம் 19

य एनं वेत्ति हन्तारं यश्चैनं मन्यते हतम् ।
उभौ तौ न विजानीतो नायं हन्ति न हन्यते ॥ १९ ॥

ய ஏனம்' வேத்தி ஹந்தாரம்' யஷ்$_2$ சைனம்' மன்யதே ஹதம்
உபௌ$_4$ தௌ ந விஜானீதோ நாயம்' ஹந்தி ந ஹன்யதே

ய:—எவனொருவன்; *ஏனம்*—இந்த (ஆத்மாவை); *வேத்தி*—அறிபவர்; *ஹந்தாரம்*—கொல்பவன்; *ய:*—எவனொருவன்; *ச*—மேலும்; *ஏனம்*—இந்த; *மன்யதே*—எண்ணுகிறான்; *ஹதம்*—கொல்லப்படுகின்றது; *உபௌ$_4$*—இருவருமே; *தௌ*—அந்த; *ந*—இல்லை; *விஜானீத:*—அறிவு; *ந*—என்றுமில்லை; *அயம்*—இந்த (ஆத்மா); *ஹந்தி*—கொலை செய்வதோ; *ந*—இல்லை; *ஹன்யதே*—கொல்லப்படுவதோ.

ஜீவாத்மாவை, கொல்பவனாக நினைப்பவனும் கொல்லப்படு பவனாக நினைப்பவனும், அறிவில்லாதவன் ஆவான்; ஏனெனில், ஆத்மா கொலை செய்வதோ கொல்லப்படுவதோ இல்லை.

பொருளுரை: உயிர்வாழியின் உடலை கொடிய ஆயுதங்களைக் கொண்டு தாக்கும்போதும், உடலினுள் இருக்கும் ஜீவாத்மா

கொல்லப்படுவதில்லை என்பதை அறிய வேண்டும். எவ்வித ஜட ஆயுதத்தாலும் கொல்ல முடியாதபடி ஆன்மீக ஆத்மா மிகவும் சிறியது—இது பின்வரும் ஸ்லோகங்களில் தெளிவுபெறும். ஆத்மாவின் உண்மைநிலை ஆன்மீகமயமானது என்பதால், அது கொல்லப்படக் கூடியதன்று. கொல்லப்படுவது, அல்லது கொல்லப் படுவதாக நினைக்கப்படுவது உடல் மட்டுமே. இருப்பினும், இக்கருத்து உடலைக் கொல்வதை எவ்விதத்திலும் அங்கீகரிக்க வில்லை. *மா ஹிம்ஸ்யாத் ஸர்வ பூ$_4$தானி*—எவருக்கும் ஒருபோதும் தீங்கு செய்யாதே என்பது வேத வாக்கியம். ஆத்மா அழிவதில்லை என்ற கருத்து மிருகவதையை ஊக்குவிப்பதுமல்ல. அதிகாரமின்றி கொலை செய்வது வெறுக்கத்தக்கதும், நாட்டின் சட்டத்தாலும் கடவுளின் சட்டத்தாலும் தண்டனைக்கு உரியதுமாகும். அர்ஜுனனோ தர்மத்தின் அடிப்படையில் போரில் ஈடுபட்டுள்ளான், மனம்போன போக்கில் அல்ல.

ஸ்லோகம் 20

न जायते म्रियते वा कदाचिन्नायं भूत्वा भविता वा न भूयः ।
अजो नित्यः शाश्वतोऽयं पुराणो न हन्यते हन्यमाने शरीरे ॥ २० ॥

ந ஜாயதே ம்ரியதே வா கதா$_3$சின்
நாயம்' பூ$_4$த்வா ப$_4$விதா வா ந பூ$_4$ய:
அஜோ நித்ய: ஷா$_2$ஷ்$_2$வதோ 'யம்' புராணோ
ந ஹன்யதே ஹன்யமானே ஷ$_2$ரீரே

ந—என்றுமில்லை; *ஜாயதே*—பிறப்பு; *ம்ரியதே*—இறப்பு; *வா*—அல்லது; *கதா$_3$சித்*—எக்காலத்திலும் (இறந்த, நிகழ், எதிர்); *ந*—என்றுமில்லை; *அயம்*—இந்த; *பூ$_4$த்வா*—தோன்றியது; *ப$_4$விதா*—தோன்றும்; *வா*—அல்லது; *ந*—கிடையாது; *பூ$_4$ய:*—மீண்டும் தோன்றுவது; *அஜ:*—பிறப்பற்றவன்; *நித்ய:*—நித்தியமானவன்; *ஷா$_2$ஷ்$_2$வத:*—என்றும் நிலைத்திருப்பவன்; *அயம்*—இந்த; *புராண:*—மிகப் பழமையானவன்; *ந*—இல்லை; *ஹன்யதே*—கொல்லப்படுவது; *ஹன்யமானே*—கொல்லப்படும்போது; *ஷ$_2$ரீரே*—உடல்.

ஆத்மாவிற்கு எக்காலத்திலும் பிறப்போ, இறப்போ கிடையாது. அவன் தோன்றியவனும் அல்ல, தோன்றுபவனும் அல்ல, தோன்றக்கூடியவனும் அல்ல. அவன் பிறப்பற்றவன், நித்திய மானவன், என்றும் நிலைத்திருப்பவன், மிகவும் பழமையானவன். உடல் கொல்லப்படும்போது அவன் கொல்லப்படுவதில்லை.

பொருளுரை: பரமாத்மாவின் சிறிய அணு போன்ற நுண்ணிய பகுதியும் குணத்தால் அவரைப் போன்றதே. உடல் மாற்றமடைகின்றது,

ஜீவாத்மாவோ மாற்றமடைவதில்லை. சிலசமயங்களில் ஆத்மா, நிலையானது (*கூட–ஸ்த$_2$*) என்று சொல்லப்படுகின்றது. உடல் ஆறு விதமான மாற்றங்களுக்கு உட்பட்டது. தாயின் உடலிலுள்ள கருப்பையிலிருந்து அது பிறவி எடுத்து, சிலகாலம் தங்கி, வளர்ந்து, சில பலன்களை உற்பத்தி செய்து, படிப்படியாகத் தேய்ந்து, கடைசியில் உணர்வற்று மறைந்து போகின்றது. இருப்பினும், ஆத்மா இத்தகைய மாற்றங்களுக்கு உட்படுவதில்லை. ஆத்மா பிறப்பது கிடையாது; இருப்பினும், அவன் உடலை ஏற்பதால் அவ்வுடல் பிறக்கின்றது. ஆத்மா அங்கே பிறப்பதுமில்லை, இறப்பதுமில்லை. பிறப்புள்ள எதற்கும் மரணமும் உண்டு. ஆத்மா பிறப்பற்றவன் என்பதால், அவனுக்கு இறந்த, நிகழ், எதிர்காலங்களும் கிடையாது. அவன் நித்தியமானவன், என்றும் நிலைத்திருப்பவன், மிகப் பழமையானவன்—அதாவது, அவன் தோன்றியதாக நாம் சரித்திரத்தில் எங்கும் காண முடியாது. ஆனால் உடல் சார்ந்த எண்ணத்தில் மூழ்கியுள்ள மக்கள், ஆத்மாவின் பிறப்பையும் வரலாற்றையும் வினவுகின்றனர். உடல் முதுமையடைவதைப் போல, ஆத்மா ஒருபோதும் முதுமையடைவதில்லை. எனவேதான் முதியோன் என்று அழைக்கப்படுபவனும்கூட, தனது குழந்தைப்பருவம், அல்லது இளமையில் இருந்த அதே உணர்வை உணர்கிறான். உடலின் மாற்றங்கள் ஆத்மாவைப் பாதிப்பதில்லை. ஒரு மரத்தைப் போன்றோ, மற்ற எந்த ஜடப் பொருளைப் போன்றோ, ஆத்மா சீரழிவதில்லை. ஆத்மாவினால் உற்பத்தி செய்யப்படும் பொருட்களும் கிடையாது. உடலின் உற்பத்தி பொருட்களான குழந்தைகள் வெவ்வேறு ஆத்மாக்களே; உடலை ஏற்றுக் கொண்டுள்ளதால் ஒரு குறிப்பிட்ட மனிதனின் குழந்தைகளாகத் தோன்றுகின்றனர். ஆத்மா இருப்பதால்தான் உடல் வளர்கின்றது. ஆனால் ஆத்மாவிற்கு சந்ததியோ மாற்றமோ இல்லவேயில்லை. எனவே, ஆத்மா, உடலின் ஆறுவித மாற்றங்களிலிருந்து விடுபட்டதாகும்.

கட$_2$ உபநிஷத்திலும் (1.2.18) இதே போன்ற ஒரு செய்யுளைக் காண்கிறோம்.

ந ஜாயதே ம்ரியதே வா விபஷ்$_2$சின்
நாயம்' குதஷ்$_2$சின் ந ப$_3$பூ$_4$வ கஷ்$_2$சித்
அஜோ நித்ய: ஷா$_2$ஷ்$_2$வதோ 'யம்' புராணோ
ந ஹன்யதே ஹன்யமானே ஷ$_2$ரீரே

இதன் பொருளும் விளக்கமும் கீதையில் உள்ளதைப் போன்றதே. அறிவு நிரம்பியவன் எனும் பொருள்படக்கூடிய *விபஷ்$_2$சித்* என்னும் ஒரு சொல் மட்டுமே இங்கு விசேஷமாகச் சேர்க்கப்பட்டுள்ளது.

ஆத்மா எப்போதும் அறிவும் உணர்வும் நிரம்பியவன். எனவே, உணர்வே ஆத்மாவின் அறிகுறியாகும். இதயத்தினுள் அமைந்துள்ள ஆத்மாவை ஒருவனால் காண முடியாவிட்டாலும், உணர்வு இருப்பதன் மூலமாக ஆத்மா இருப்பதை எளிமையாகப் புரிந்துகொள்ளலாம். சில சமயம் மேகக் கூட்டத்தாலோ, வேறு ஏதேனும் காரணத்தாலோ, வானிலிருக்கும் சூரியனை நம்மால் காண முடிவதில்லை; இருப்பினும், அதன் ஒளி எப்போதும் இருப்பதால், அது பகல் நேரம் என்பதை நாம் தெரிந்துகொள்கிறோம். விடியற்காலையில் வானில் சற்று ஒளி தோன்றியவுடன், சூரியன் வானில் இருப்பதை நாம் உணர்கிறோம். அதுபோல, எல்லா உடல்களிலும்—மனிதனோ மிருகமோ—ஏதாவது ஒரு வகையில் உணர்வு காணப்படுவதால் ஆத்மாவின் இருப்பை புரிந்துகொள்ள முடிகிறது. இருப்பினும் ஆத்மாவின் இந்த உணர்வு, பரமனின் உணர்விலிருந்து வேறுபட்டது; ஏனெனில், பரமனின் உன்னத உணர்வு, இறந்த, நிகழ், மற்றும் எதிர்காலத்தைப் பற்றிய பூரண அறிவுடையதாகும். தனி ஜீவாத்மாவின் உணர்வு மறதியுடையது. அவன் தனது உண்மையான இயற்கையை மறந்திருக்கும்போது, கிருஷ்ணரின் உயர்ந்த உபதேசங்களிலிருந்து தெளிவும், அறிவும் பெறுகிறான். ஆனால், கிருஷ்ணர் அத்தகைய மறதியுள்ள ஆத்மா அல்ல. அவர் மறதியுடையவராக இருந்தால், கீதையிலுள்ள அவரது அறிவுரைகள் பயனற்றதாகும்.

ஆத்மா இரு வகைப்படும்—ஒன்று, நுண்ணியத் துகளைப் போன்ற ஆத்மா (*அணு-ஆத்மா*), மற்றது பரமாத்மா (*விபு$_4$-ஆத்மா*). இதுவும் பின்வருமாறு *கட$_2$* உபநிஷத்தில் (1.2.20) உறுதி செய்யப்பட்டுள்ளது:

அணோர் அணீயான் மஹதோ மஹீயான்
ஆத்மாஸ்ய ஜந்தோர் நிஹிதோ கு$_3$ஹாயாம்
தம் அக்ரது: பஷ்$_2$யதி வீத-ஷோ$_2$கோ
தா$_4$து: ப்ரஸாதா$_3$ன் மஹிமானம் ஆத்மன:

"பரமாத்மா, அணு ஆத்மா (ஜீவாத்மா) இருவருமே உடல் எனப்படும் ஒரே மரத்தில் ஒரே இதயத்தில்தான் வசிக்கின்றனர். எல்லா ஜட ஆசைகளிலிருந்தும் கவலைகளிலிருந்தும் விடுபட்டவன் மட்டுமே, பரமாத்மாவின் கருணையால், ஆத்மாவின் புகழைப் புரிந்துகொள்ள முடியும்." பின்வரும் அத்தியாயங்களில் விளக்கப்படுவதைப் போல, கிருஷ்ணரே பரமாத்மாவிற்கு மூலமாவார். அணு ஆத்மாவான அர்ஜுனன், தன் உண்மை இயல்பை மறந்த நிலையில் உள்ளான்; எனவே, கிருஷ்ணராலோ, அவரால் அங்கீகரிக்கப்பட்ட பிரதிநிதியாலோ (ஆன்மீக குருவாலோ) அவன் தெளிவடைய வேண்டும்.

ஸ்லோகம் 21

वेदाविनाशिनं नित्यं य एनमजमव्ययम् ।
कथं स पुरुषः पार्थ कं घातयति हन्ति कम् ॥ २१ ॥

வேதா$_3$வினாஷி$_2$னம்' நித்யம்' ய ஏனம் அஜம் அவ்யயம்
கத$_2$ம்' ஸ புருஷ: பார்த$_2$ கம்' கா$_4$தயதி ஹந்தி கம்

வேத$_3$—அறிந்த; *அவினாஷி$_2$னம்*—அழிவற்றவன்; *நித்யம்*—நித்தியமானவன்; *ய:*—யாரொருவன்; *ஏனம்*—இந்த (ஆத்மா); *அஜம்*—பிறப்பற்றவன்; *அவ்யயம்*—மாற்றமில்லாதவன்; *கத$_2$ம்*—எப்படி; *ஸ:*—அந்த; *புருஷ:*—நபர்; *பார்த$_2$*—பார்த்தனே (அர்ஜுனனே); *கம்*—யாரை; *கா$_4$தயதி*—துன்புறுத்த காரணம்; *ஹந்தி*—கொலை புரிவது; *கம்*—யாரை.

பார்த்தனே, ஆத்மா அழிவற்றவன், நித்தியமானவன், பிறப்பற்றவன், மாற்றமில்லாதவன் என்பதை எவனொருவன் அறிந்துள்ளானோ, அவன் கொல்லப்படுவதோ, கொலை செய்ய காரணமாவதோ எப்படி?

பொருளுரை: ஒவ்வொரு பொருளுக்கும் அதன் பக்குவமான உபயோகம் உண்டு. பூரண அறிவில் நிலைபெற்றவன், எதை, எங்கு உபயோகிப்பதால் அதன் தகுந்த உபயோகம் கிடைக்கும் என்பதை அறிவான். அதுபோலவே, வன்முறைக்கும் ஓர் உபயோகம் உண்டு. வன்முறையை எப்படி உபயோகப்படுத்துவது என்பது அறிவுடைய நபரைப் பொறுத்தது. நீதிபதி கொலைக் குற்றம் செய்தவனுக்கு மரண தண்டனை விதித்தாலும், அவரைக் குறை கூற முடியாது; ஏனெனில், அவர் நீதி நெறிகளின் அடிப்படையில்தான் குற்றவாளியின் மீது வன்முறையை உபயோகித்தார். மனித சமுதாயத்தின் சட்ட புத்தகமான மனு சம்ஹிதையில், கொலை செய்தவனுக்கு மரண தண்டனை கொடுக்கப்பட வேண்டும் என்று கூறப்பட்டுள்ளது. அப்போதுதான் அவன் தான் செய்த மாபெரும் பாவத்திற்கு மறுபிறவியில் துன்புற மாட்டான். எனவே, கொலையாளியை மன்னர் தூக்கிலிடுவது நன்மை தரும் செயலே. அதுபோலவே, போர் புரிவதற்கான கட்டளை கிருஷ்ணரால் இடப்படும்போது, அத்தகு வன்முறை உன்னத நீதிக்காகவே என்று நாம் முடிவு செய்ய வேண்டும். கிருஷ்ணருக்காகப் போர் புரிவதன் மூலம் இழைக்கப்படும் வன்முறை, வன்முறையே அல்ல; ஏனெனில், மனிதன் (ஆத்மா) எந்தச் சூழ்நிலையிலும் கொல்லப்பட முடியாதவன்; மேலும், நீதியைக் காப்பதற்காக வன்முறையும் அனுமதிக்கப்படுகிறது. இதனை நன்கறிந்த அர்ஜுனன், கிருஷ்ணரின் அறிவுரைகளைப் பின்பற்றியாக வேண்டும். அறுவை சிகிச்சையானது நோயாளியைக்

கொல்வதற்காக அல்ல, குணப்படுத்துவதற்காகவே. எனவே, அர்ஜுனனால் கிருஷ்ணரின் கட்டளைப்படி நடைபெறும் இப்போர் முழு அறிவுடன் நடக்கப்போவதால், எவ்வித பாவ விளைவும் இதில் சாத்தியமில்லை.

ஸ்லோகம் 22

वासांसि जीर्णानि यथा विहाय नवानि गृह्णाति नरोऽपराणि ।
तथा शरीराणि विहाय जीर्णान्यन्यानि संयाति नवानि देही ॥ २२ ॥

வாஸாம்'ஸி ஜீர்ணானி யதா$_2$ விஹாய
நவானி க்$_3$ரு'ஹ்ணாதி நரோ 'பராணி
ததா$_2$ ஷ$_2$ரீராணி விஹாய ஜீர்ணான்ய்
அன்யானி ஸம்'யாதி நவானி தே$_3$ஹீ

வாஸாம்ஸி—உடைகள்; *ஜீர்ணானி*—பழைய நைந்த; *யதா$_2$*—அதுபோல; *விஹாய*—புறக்கணித்து; *நவானி*—புதிய ஆடைகள்; *க்$_3$ரு'ஹ்ணாதி*—ஏற்பது; *நர:*—மனிதன்; *அபராணி*—மற்றவை; *ததா$_2$*—அதுபோலவே; *ஷ$_2$ரீராணி*—உடல்கள்; *விஹாய*—விட்டு; *ஜீர்ணானி*—பழைய, பலனற்ற; *அன்யானி*—வேறு; *ஸம்யாதி*—ஏற்றுக்கொள்கிறான்; *நவானி*—புதியவற்றை; *தே$_3$ஹீ*—உடல் பெற்றவன்.

பழைய ஆடைகளைப் புறக்கணித்து, புதிய ஆடைகளை ஒருவன் அணிவதைப் போன்றே, பழைய, உபயோகமற்ற உடல்களை நீக்கி, புதிய உடல்களை ஆத்மா ஏற்கின்றது.

பொருளுரை: தனிப்பட்ட அணு ஆத்மாவின் உடல் மாற்றம் ஏற்றுக்கொள்ளப்பட்ட உண்மையாகும். இதயத்திலிருந்து வரும் சக்தியின் உற்பத்தி ஸ்தானத்தை விளக்க இயலாதபோதிலும், ஆத்மா இருப்பதை நம்பாதவர்களான நவீன விஞ்ஞானிகளும் கூட, குழந்தைப் பருவத்திலிருந்து மாணவப் பருவத்திற்கும், மாணவப் பருவத்திலிருந்து இளமைக்கும், இளமையிலிருந்து முதுமைக்கும் உடல் தொடர்ந்து மாறுவதை ஏற்க வேண்டியுள்ளது. முதுமைக்குப் பின், இந்த மாற்றம் வேறு ஓர் உடலுக்கு மாற்றப்படுகின்றது. இது முன்னரே வேறொரு ஸ்லோகத்தில் (2.13) விளக்கப்பட்டது.

தனிப்பட்ட அணு ஆத்மா, மற்றொரு உடலுக்கு மாற்றமடைவது பரமாத்மாவின் கருணையாலேயே சாத்தியமாகிறது. ஒரு நண்பன் மற்றொரு நண்பனின் விருப்பங்களை பூர்த்தி செய்வதைப் போல, பரமாத்மா அணு ஆத்மாவின் விருப்பங்களை பூர்த்தி செய்கிறார். *முண்ட$_3$க* உபநிஷத், *ஷ$_2$வேதாஷ$_2$வதர* உபநிஷத் போன்ற வேத நூல்கள், ஆத்மாவையும் பரமாத்மாவையும், ஒரே மரத்தில் அமர்ந்திருக்கும் இரு தோழப் பறவைகளுக்கு ஒப்பிடுகின்றன.

அப்பறவைகளில் ஒன்று (தனி அணு ஆத்மா) மரத்தின் கனிகளை உண்கின்றது, மற்றதோ (கிருஷ்ணர்) தனது தோழனை வெறுமே நோக்கிக் கொண்டிருக்கிறது. குணத்தால் ஒரே மாதிரியான இவ்விரண்டு பறவைகளில், ஒரு பறவை ஜடவுடல் எனும் மரத்தின் பழங்களால் கவரப்பட்டுள்ளது; மற்ற பறவையோ தனது நண்பனின் செயல்களை வெறுமே நோக்கிக் கொண்டுள்ளது. கிருஷ்ணர் சாட்சிப் பறவை, அர்ஜுனன் உண்ணும் பறவை. அவர்கள் நண்பர்களே என்றபோதிலும், அவர்களில் ஒருவர் எஜமானரும் மற்றவர் சேவகனுமாவர். இந்த உறவினை அணு ஆத்மா மறந்துவிடுவதே, மரம் விட்டு மரம் அல்லது உடல் விட்டு உடல் என்று அவன் தனது நிலையை மாற்றிக்கொள்வதற்கு காரணமாகிறது. ஜீவ பறவை, ஜடவுடல் எனும் மரத்தில் மிகவும் கடினமாகப் போராடிக் கொண்டுள்ளான். எனினும், அறிவுரைகளைப் பெறும் நோக்கத்துடன் தானே முன்வந்து கிருஷ்ணரிடம் சரணடைந்த அர்ஜுனனைப் போல, தொண்டனான ஜீவ பறவை தனக்கு அருகிலுள்ள பறவையை உன்னத ஆன்மீக குருவாக ஏற்கும்போது, உடனடியாக எல்லாக் கவலைகளிலிருந்தும் அவன் விடுபடுகின்றான். *முண்ட$_3$க* உபநிஷத் (3.1.2), *ஷ்$_2$வேதாஷ்$_2$வதர* உபநிஷத் (4.7) இரண்டுமே இதை உறுதிப்படுத்துகின்றன.

ஸமானே வ்ரு'க்ஷே புருஷோ நிமக்$_3$னோ
'நீஷ$_2$யா ஷோ$_2$சதி முஹ்யமான:
ஜுஷ்டம்' யதா$_3$ பஷ்$_2$யத்யன்யம் ஈஷ$_2$ம்
அஸ்ய மஹிமானம் இதி வீத-ஷோ$_2$க:

"இரு பறவைகளும் ஒரே மரத்தில் இருப்பினும், உண்ணும் பறவை, மரத்தின் பழங்களை அனுபவிப்பவன் என்பதால், கவலையாலும் ஏக்கத்தாலும் பீடிக்கப்பட்டுள்ளான். ஆயினும், பகவானான தன் நண்பனை நோக்கி, ஏதாவது ஒரு வகையில் தனது முகத்தைத் திருப்பி, அவரது புகழைப் புரிந்து கொண்டால், துக்கத்திலுள்ள இப்பறவை உடனேயே எல்லாக் கவலைகளிலிருந்தும் விடுபடுகின்றது." தனது நித்திய நண்பனான கிருஷ்ணரை நோக்கி இப்போது முகம் திருப்பியுள்ள அர்ஜுனன், அவரிடமிருந்து பகவத் கீதையைப் புரிந்து கொண்டு வருகிறான். இப்படியாக கிருஷ்ணரிட மிருந்து கேட்பதன் மூலம், அவரது உன்னதப் பெருமைகளை அறிந்து கவலையிலிருந்து விடுபட முடியும்.

வயதான பாட்டனார் மற்றும் ஆசிரியரின் உடல் மாற்றத்திற்காகக் கவலைப்பட வேண்டாமென அர்ஜுனன் இங்கு பகவானால் அறிவுறுத்தப்படுகிறான். அவர்களது உடல்கள் அறப்போரில்

கொல்லப்படுவதால், பற்பல பிறவிகளில் செய்த செயல்களின் விளைவுகளிலிருந்து அவர்கள் உடனேயே தூய்மை பெறுவர்; எனவே, அர்ஜுனன் மகிழ்ச்சியடையவே வேண்டும். யாகத்திலோ, அறப் போரிலோ தனது வாழ்வை இழப்பவர், உடல் சார்ந்த விளைவுகளிலிருந்து விடுபட்டு உடனேயே உயர் வாழ்விற்கு ஏற்றம் பெறுகின்றனர். எனவே, அர்ஜுனனின் கவலைக்கு காரணமே இல்லை.

ஸ்லோகம் 23

नैनं छिन्दन्ति शस्त्राणि नैनं दहति पावकः ।
न चैनं क्लेदयन्त्यापो न शोषयति मारुतः ॥ २३ ॥

நைனம்' சி$_2$ந்த$_3$ந்தி ஷ$_2$ஸ்த்ராணி நைனம்' த$_3$ஹதி பாவக:
ந சைனம்' க்லேத$_3$யந்த்யாபோ ந ஷோ$_2$ஷயதி மாருத:

ந—என்றுமில்லை; *ஏனம்*—இந்த ஆத்மாவுக்கு; *சி$_2$ந்த$_3$ந்தி*—துண்டுகளாக வெட்டுதல்; *ஷ$_2$ஸ்த்ராணி*—ஆயுதங்கள்; *ந*—என்றுமில்லை; *ஏனம்*—இந்த ஆத்மாவை; *த$_3$ஹதி*—எரித்தல்; *பாவக:*—நெருப்பு; *ந*—என்றுமில்லை; *ச*—மற்றும்; *ஏனம்*—இந்த ஆத்மாவுக்கு; *க்லேத$_3$யந்தி*—ஈரமாகுதல்; *ஆப:*—நீர்; *ந*—என்றுமில்லை; *ஷோ$_2$ஷயதி*—உலர்தல்; *மாருத:*—வீசும் காற்று.

ஆத்மா எந்த ஆயுதத்தாலும் துண்டிக்கப்பட முடியாததும், நெருப்பால் எரிக்கப்பட முடியாததும், நீரால் நனைக்கப்பட முடியாததும், வீசும் காற்றால் உலர்த்தப்பட முடியாததுமாகும்.

பொருளுரை: வாள், நெருப்பு ஆயுதம், மழை ஆயுதம், புயல் ஆயுதம், போன்ற பலதரப்பட்ட ஆயுதங்களாலும், ஆத்மாவைக் கொல்ல முடியாது. நவீன காலத்தில் உபயோகப்படுத்தப்படும் நெருப்பு ஆயுதங்களைத் தவிர, நிலம், நீர், காற்று, ஆகாயம் மற்றும் பலவற்றினால் உருவாக்கப்பட்ட ஆயுதங்கள் அக்காலத்தில் இருந்தனவென்று தெரிகிறது. நவீன யுகத்தின் அணு ஆயுதங்களும் நெருப்பு ஆயுதங்களாக இனம் பிரிக்கப்படுகின்றன; ஆனால், முந்தைய காலகட்டத்தில் பௌதிக இயற்கையின் (பஞ்ச பூதங்களின்) அனைத்துப் பொருட்களைக் கொண்டும் ஆயுதங்கள் தயாரிக்கப்பட்டன. நெருப்பு ஆயுதங்கள், நீர் ஆயுதங்களால் எதிர்க்கப்பட்டன, இவற்றை நவீன விஞ்ஞானம் அறியாது. புயல் ஆயுதங்களைப் பற்றிய அறிவும் நவீன விஞ்ஞானிகளுக்குக் கிடையாது. அத்தகு எல்லா ஆயுதங்களைக் கொண்டும் (எந்த விஞ்ஞானக் கருவிகளின் மூலமாகவும்), ஆத்மாவை துண்டுகளாக வெட்டவோ அழிக்கவோ முடியாது.

தனிப்பட்ட ஆத்மா அறியாமையினால் உருவானது என்றும், அதன் பின்னர் மாயையின் சக்தியால் கவரப்பட்டது என்றும் கூறக்கூடிய மாயாவாதியினால், அஃது எவ்வாறு என்பதை விளக்க முடியாது. உன்னத ஆத்மாவிலிருந்து தனிப்பட்ட ஆத்மாக்களைத் துண்டிப்பது அசாத்தியமானதாகும்; உண்மையில், தனிப்பட்ட ஆத்மாக்கள் நித்தியமாகவே உன்னத ஆத்மாவின் பிரிக்கப்பட்ட பகுதிகளாகும். தனிப்பட்ட அணு ஆத்மா நித்தியமாகவே அணு ஆத்மா (*ஸநாதன*) என்பதால், அவர்கள் மாயையின் சக்தியால் கவரப்படக் கூடியவர்கள்; இவ்வாறாக அவர்கள் முழுமுதற் கடவுளின் உறவிலிருந்து பிரிந்து விட்டனர். இது, நெருப்புப் பொறிகள் குணத்தால் நெருப்பினைப் போல இருந்தாலும், நெருப்பிலிருந்து வெளிப்பட்ட பின்னர் அணைந்து விடுவதைப் போன்றதாகும். முழுமுதற் கடவுளின் பிரிந்த அம்சங்களாக, வராஹ புராணம் ஆத்மாக்களை வர்ணிக்கின்றது. பகவத் கீதையின்படியும் ஆத்மாவின் தன்மை அதுவே. எனவே, மாயையிலிருந்து விடுபட்ட முக்தி பெற்ற நிலையில்கூட ஜீவாத்மா தனது தனித்துவத்தை இழப்பதில்லை—இஃது அர்ஜுனனுக்கு பகவான் அளித்த அறிவுரைகளிலிருந்து தெளிவாகின்றது. கிருஷ்ணரிடமிருந்து பெறப்பட்ட ஞானத்தினால், அர்ஜுனன் முக்தி அடைந்தபோதிலும், அவன் கிருஷ்ணருடன் ஒன்றாகிவிடவில்லை.

ஸ்லோகம் 24

अच्छेद्योऽयमदाह्योऽयमक्लेद्योऽशोष्य एव च ।
नित्यः सर्वगतः स्थाणुरचलोऽयं सनातनः ॥ २४॥

அச்சே$_{2}$த்$_{3}$யோ 'யம் அதா$_{3}$ஹ்யோ 'யம்
அக்லேத்$_{3}$யோ 'ஷோ$_{2}$ஷ்ய ஏவ ச
நித்ய: ஸர்வ-க$_{3}$த: ஸ்தா$_{2}$ணுர்
அசலோ 'யம்' ஸநாதன:

அச்சே$_{2}$த்$_{3}$ய:—வெட்ட முடியாதவன்; *அயம்*—இந்த ஆத்மா; *அதா$_{3}$ஹ்ய*—எரிக்க முடியாதவன்; *அயம்*—இந்த ஆத்மா; *அக்லேத்$_{3}$ய:*—கரைக்க முடியாதவன்; *அஷோ$_{2}$ஷ்ய:*—உலர்த்த முடியாதவன்; *ஏவ*—நிச்சயமாக; *ச*—மேலும்; *நித்ய:*—நித்தியமானவன்; *ஸர்வக$_{3}$த:*—எங்கும் நிறைந்தவன்; *ஸ்தா$_{2}$ணு:*—மாற்ற இயலாதவன்; *அசல:*—அசைக்க முடியாதவன்; *அயம்*—இந்த ஆத்மா; *ஸநாதன:*—நித்தியமாக மாற்றமின்றி இருப்பவன்.

ஜீவாத்மாவை வெட்ட முடியாது, கரைக்க முடியாது, எரிக்கவோ, உலர்த்தவோ முடியாது. அவன் நித்தியமானவன், எங்கும் நிறைந்தவன், மாற்ற இயலாதவன், அசைக்க முடியாதவன், நித்தியமாக மாற்றமின்றி இருப்பவன்.

பொருளுரை: அணு ஆத்மாவின் (ஜீவாத்மாவின்) இக்குணங்கள் அனைத்தும், அவன் முழு ஆத்மாவின் (பகவானின்) நித்தியமான அணு அங்கம் என்பதையும், எவ்வித மாற்றமுமின்றி அவ்வாறான அணுவாகவே அவன் என்றும் இருக்கிறான் என்பதையும் நிச்சயமாக உறுதி செய்கின்றன. அத்வைத கொள்கை இவ்விஷயத்தில் சற்றும் பொருந்தாது; ஏனெனில், தனி ஆத்மாக்கள் ஒன்றோடொன்று கலந்துவிடுவது என்பது ஒருபோதும் நடக்கக்கூடியதன்று. ஜடக் களங்கங்களிலிருந்து தூய்மைப்பட்டவுடன், அணு ஆத்மா முழுமுதற் கடவுளின் (பிரகாசிக்கும்) ஒளிக் கதிர்களில் ஓர் ஆன்மீகப் பொறியாக வசிக்க விரும்பலாம்; ஆனால் அறிவுள்ள ஆத்மாக்கள், பரம புருஷ பகவானுடன் உறவாடுவதற்காக ஆன்மீக கிரகங்களை அடைகின்றனர்.

கடவுளால் படைக்கப்பட்ட எல்லா இடங்களிலும் ஜீவாத்மாக்கள் நிறைந்திருப்பதால், *ஸர்வ-க₃தா* ("எங்கும் நிறைந்தவன்") எனும் சொல் முக்கியத்துவம் வாய்ந்ததாகும். ஜீவாத்மாக்கள், நிலத்திலும் நீரிலும் காற்றிலும் பூமிக்கு அடியிலும், ஏன் நெருப்பிலும்கூட வாழ்கின்றனர். ஆத்மாக்கள் நெருப்பில் கொல்லப்படுகின்றனர் என்ற நம்பிக்கையை ஏற்க முடியாது; ஏனெனில், ஆத்மா நெருப்பினால் எரிக்கப்பட முடியாதது என்று இங்கே தெளிவாகக் கூறப்பட்டுள்ளது. எனவே, சூரிய கிரகத்திலும், அங்கு வாழ்வதற்கேற்ற உடலைக் கொண்ட ஜீவாத்மாக்கள் இருக்கின்றனர் என்பதில் ஐயமேதும் இல்லை. சூரிய கிரகத்தில் உயிர்வாழிகள் இல்லையெனில், *ஸர்வ-க₃தா* (எங்கும் நிறைந்தவன்) என்னும் சொல் பொருளற்றதாகி விடும்.

ஸ்லோகம் 25

अव्यक्तोऽयमचिन्त्योऽयमविकार्योऽयमुच्यते ।
तस्मादेवं विदित्वैनं नानुशोचितुमर्हसि ॥ २५ ॥

அவ்யக்தோ 'யம் அசிந்த்யோ 'யம் அவிகார்யோ 'யம் உச்யதே
தஸ்மாத்₃ ஏவம்' விதி₃த்வைனம்' நானுஷோ₂சிதும் அர்ஹஸி

அவ்யக்த:—பார்வைக்கு எட்டாதவன்; *அயம்*—இந்த ஆத்மா; *அசிந்தய:*—சிந்தனைக்கு அப்பாற்பட்டவன்; *அயம்*—இந்த ஆத்மா; *அவிகார்ய:*—மாற்றமில்லாதவன்; *அயம்*—இந்த ஆத்மா; *உச்யதே*—கூறப்படுகின்றது; *தஸ்மாத்*—எனவே; *ஏவம்*—இதுபோல; *விதி₃த்வா*—அதை நன்கறிந்து; *ஏனம்*—இந்த ஆத்மா; *ந*—இல்லை; *அனுஷோ₂சிதும்*—கவலைப்பட; *அர்ஹஸி*—நீ தக்கவன்.

ஆத்மா பார்வைக்கு புலப்படாதவன், சிந்தனைக்கு அப்பாற் பட்டவன்; மேலும், மாற்ற முடியாதவன் என்று கூறப்படுகிறது. இதனை நன்கறிந்து, நீ உடலுக்காக வருத்தப்படக் கூடாது.

பொருளுரை: முன்பே கூறியபடி, ஆத்மாவின் அளவு நமது பௌதிகக் கணிதத்தின்படி மிகச்சிறியதாகும், மிகவும் சக்தி வாய்ந்த நுண்பொருள் நோக்கியாலும் அவனைக் காண முடியாது; எனவே, அவன் பார்வைக்குப் புலப்படாதவன் என்று அழைக்கப்பட்டுள்ளான். ஆத்மாவின் இருப்பைப் பொறுத்த வரை, ஸ்ருதி எனப்படும் வேத அறிவின் வாயிலாக அன்றி, பரிசோதனை மூலமாக எவராலும் நிரூபிக்க முடியாது. ஆத்மா இருப்பது அனுபவத்தால் உணரப்பட்டாலும்கூட, அதனைப் புரிந்துகொள்வதற்கு வேறு வழி ஏதும் இல்லாததால், வேத உண்மையை நாம் ஏற்றுக் கொண்டாக வேண்டும். உயர் அதிகாரிகள் கூறியதை மட்டும் அடிப்படையாகக் கொண்டு, நாம் பல்வேறு விஷயங்களை ஏற்றுக் கொண்டுள்ளோம். தாயின் அதிகாரத்தின் அடிப்படையில், தந்தை இருப்பதை எவராலும் மறுக்க முடியாது. தாயின் அத்தாட்சியைத் தவிர, தந்தை யார் என்பதைத் தெரிந்துகொள்ள வேறு வழியேதும் இல்லை. அதுபோல, ஆத்மாவைப் புரிந்துகொள்வதற்கு வேதங்களைக் கற்பதைத் தவிர வேறு வழி கிடையாது. வேறுவிதமாகக் கூறினால், ஆத்மா, மனிதனின் ஆராய்ச்சி அறிவிற்கு எட்டாததாகும். அஃது உணர்வுடையதாகும்—இந்த உணர்வும் வேத வாக்கே, நாம் இதை ஏற்றாக வேண்டும். உடல் மாற்றமடைவதைப் போல, ஆத்மா மாற்றமடைவது இல்லை. நித்தியமாக மாற்றமில்லாத ஆத்மா, எல்லையற்ற பரமாத்மாவுடன் ஒப்பிடுகையில், என்றுமே அணுவாகத் திகழ்கிறான். பரமாத்மா எல்லையற்றவர், ஜீவாத்மாவோ எல்லைக்கு உட்பட்டவன் (மிகச் சிறியவன்). எனவே, மிகச்சிறிய மாற்றமில்லாத ஜீவாத்மா, எல்லையற்ற ஆத்மாவுடன் (பரம புருஷ பகவானுடன்) ஒருபோதும் சமமாகிவிட முடியாது. ஆத்மாவைப் பற்றிய கருத்துக்களை ஆணித்தரமாக உறுதிப்படுத்துவதற்காக, இக்கொள்கை, வேதங்களில் வெவ்வேறு விதத்தில் மீண்டும்மீண்டும் கூறப்பட்டுள்ளது. ஒரு விஷயத்தைத் தவறின்றி தெளிவாகப் புரிந்துகொள்வதற்காக, அதனை மீண்டும்மீண்டும் உரைப்பது அவசியமாகிறது.

ஸ்லோகம் 26

अथ चैनं नित्यजातं नित्यं वा मन्यसे मृतम् ।
तथापि त्वं महाबाहो नैनं शोचितुमर्हसि ॥ २६ ॥

அத$_2$ சைனம்' நித்ய-ஜாதம்' நித்யம்' வா மன்யஸே ம்ரு'தம்
ததா$_2$பி த்வம்' மஹா-பா$_3$ஹோ நைனம்' ஷோ$_2$சிதும் அர்ஹஸி

அத$_2$—இருப்பினும்; *ச*—மேலும்; *ஏனம்*—இந்த ஆத்மா; *நித்ய-ஜாதம்*—எப்போதும் பிறந்து கொண்டேயிருப்பவன்; *நித்யம்*—என்றுமே; *வா*—அவ்வாறே; *மன்யஸே*—நீ இவ்வாறு நினைத்து; *ம்ரு'தம்*—இறந்து

கொண்டேயிருப்பவன்; *ததா₂* அபி—ஆனாலும்; *த்வம்*—நீ; *மஹா-பா₃ஹோ*—பலம் பொருந்திய புயங்களை உடையோனே; *ந*—இல்லை; *ஏனம்*—ஆத்மாவைப் பற்றி; *ஷோ₂சிதும்*—கவலைப்பட; *அர்ஹஸி*—தகுதி.

இருப்பினும், ஆத்மா (அல்லது வாழ்வின் அறிகுறிகள் எப்போதும் பிறந்து இறந்து கொண்டிருப்பதாக நீ எண்ணினாலும், பலம் பொருந்திய புயங்களை உடையோனே, நீ கவலைப்படுவதற்கு காரணம் ஏதுமில்லை.

பொருளுரை: உடலிற்கு வெளியே ஆத்மாவிற்குத் தனிப்பட்ட வாழ்வு இல்லை என்று நம்பக்கூடிய (ஏறக்குறைய புத்த மதத்தினரைப் போன்ற) ஒரு வகையான தத்துவவாதிகள் உண்டு. பகவான் கிருஷ்ணர் பகவத் கீதையை உபதேசித்த காலகட்டத்திலும், அதுபோன்ற தத்துவவாதிகள் இருந்தனர் என்றும் *லோகாயதிகள்* மற்றும் *வைபா₄ஷிகள்* என்று அவர்கள் அழைக்கப்பட்டார்கள் என்றும் தெரிகிறது. அத்தகு தத்துவவாதிகள், ஜடப் பொருட்கள் ஒரு பக்குவமான நிலையை அடையும்போது, அவற்றின் கலவையால் உயிரின் அறிகுறிகள் தோன்றுகின்றன என்ற கருத்தை ஏற்றுக் கொண்டிருந்தனர். தற்காலத்தின் ஜட விஞ்ஞானிகளும், ஜட தத்துவவாதிகளும் அவ்வாறே எண்ணுகின்றனர். அவர்களின் கருத்துப்படி, உடல் என்பது சில இயற்பியல் பொருட்களின் கலப்புப் பொருள்; மேலும், ஒரு காலக் கட்டத்தில் இந்த இயற்பியல் பொருட்கள், வேதியியல் பொருட்களுடன் இணையும்போது உயிருக்கான அறிகுறிகள் தோன்றுகின்றன. மனித வர்க்கத்தைப் பற்றிய ஆராய்ச்சிகள் (ஆந்த்ரோபாலஜி) அனைத்தும், இத்தத்துவத்தை அடிப்படையாகக் கொண்டவை. அமெரிக்காவில் தற்போது பிரபலமாகி வரும் பற்பல போலி மதங்களும் இத்தத்துவத்தை ஏற்றுள்ளன, பக்தியற்ற நீலிஸ்டிக் (அனைத்து ஆன்மீக இயக்கங்களும் மோசமானவை என்று நம்பக்கூடிய) புத்த மதத்தைச் சேர்ந்தவர்களும் அவ்வாறே எண்ணுகின்றனர்.

வைபா₃ஷிக தத்துவவாதிகளைப் போல், அர்ஜுனன் ஆத்மா இருப்பதை நம்பாமல் இருந்தாலும், கவலைப்படுவதற்கு காரணம் ஏதுமில்லை. இரசாயன பொருட்களின் அழிவிற்காக எவரும் கவலைப்பட்டுக் கொண்டு தன் கடமைகளைப் புறக்கணிக்க மாட்டார்கள். மறுபுறம், எதிரியை வெற்றி காண்பதற்காக, நவீன விஞ்ஞானத்திலும் நவீன விஞ்ஞானத்தின் அடிப்படையிலான போரிலும், டன் கணக்கில் இரசாயனங்கள் விரயம் செய்யப்படுகின்றன. *வைபா₃ஷிக* கொள்கையின்படி, உடல் அழியும்போதே ஆத்மா என்றழைக்கப்படும் பொருளும் அழிந்துவிடுகின்றது. எனவே, அணு

ஆத்மா உள்ளது என்ற வேதங்களின் முடிவை ஏற்றாலும் சரி, ஆத்மா இருப்பதை நம்பாவிட்டாலும் சரி, அர்ஜுனன் கவலைப்பட காரணம் ஏதுமில்லை. இக்கொள்கையின்படி, ஆயிரக்கணக்கான உயிர்வாழிகள் ஜடப் பொருளிலிருந்து கணந்தோறும் தோன்றி, அவ்வாறே அழிந்தும்வருகின்றன; எனவே, இதுபோன்ற சம்பவத்திற்காக வருந்தத் தேவையில்லை. மேலும், மறுபிறவி என்ற பிரச்சனையே இல்லாததால், பாட்டனாரையும் ஆச்சாரியரையும் கொல்வதால் ஏற்படும் பாவ விளைவுகளை எண்ணி வருந்த வேண்டிய தேவையும் இல்லை. அதே சமயம், அர்ஜுனனை, *மஹா-பா$_3$ஹு* (பலம் பொருந்திய புயங்களை உடையவனே) என்று கிண்டலுடன் அழைக்கிறார் கிருஷ்ணர்; ஏனெனில், அர்ஜுனன், வேத ஞானத்தைப் புறக்கணிக்கும் கொள்கையான *வைபா$_3$ஷிகத்தை* ஏற்றுக் கொண்டிருந்தவன் அல்லன். சத்திரியன் என்ற நிலையில் அர்ஜுனன் வேதப் பண்பாட்டைச் சேர்ந்தவன், அதன் கொள்கைகளைப் பின்பற்றுதல் அவனுக்கு இன்றியமையாததாகும்.

ஸ்லோகம் 27

जातस्य हि ध्रुवो मृत्युर्ध्रुवं जन्म मृतस्य च ।
तस्मादपरिहार्येऽर्थे न त्वं शोचितुमर्हसि ॥ २७॥

ஜாதஸ்ய ஹி த்$_4$ருவோ ம்ரு'த்யுர் த்$_4$ருவம்' ஜன்ம ம்ரு'தஸ்ய ச
தஸ்மாத்$_3$ அபரிஹார்யே 'ர்தே$_2$ ந த்வம்' ஷோ$_2$சிதும் அர்ஹஸி

ஜாதஸ்ய—பிறந்தவன்; *ஹி*—நிச்சயமாய்; *த்$_4$ருவ:*—உண்மை; *ம்ரு'த்யு:*—மரணம்; *த்$_4$ருவம்*—அதுவும் உண்மை; *ஜன்ம*—பிறப்பு; *ம்ருதஸ்ய*—இறந்தவனின்; *ச*—மேலும்; *தஸ்மாத்*—எனவே; *அபரிஹார்யே*—தவிர்க்க முடியாதது; *அர்தே$_2$*—பற்றிய பொருளில்; *ந*—வேண்டாம்; *த்வம்*—நீ; *ஷோ$_2$சிதும்*—கவலைப்பட; *அர்ஹஸி*—தகுதி.

பிறந்தவன் எவனுக்கும் மரணம் நிச்சயம், மரணமடைந்தவன் மீண்டும் பிறப்பதும் நிச்சயமே. எனவே, தவிர்க்க முடியாத உன் கடமைகளைச் செயலாற்றுவதில், நீ கவலைப்படக் கூடாது.

பொருளுரை: வாழ்வில் ஒருவன் செய்யும் செயல்களுக்கேற்ப அவன் மறுபிறவி எடுத்தாக வேண்டும். மேலும், ஒரு முறை செயல்களை முடித்தப் பின், மீண்டும் பிறப்பதற்காக இறந்தாக வேண்டும். இவ்வாறு முக்தியின்றி, பிறப்பும் இறப்பும் ஒன்றன்பின் ஒன்றாகத் தொடர்ந்த வண்ணம் உள்ளன. எனினும், பிறப்பும் இறப்பும் தொடர்கின்றன என்ற கருத்து, கொலை, மிருகவதை, போர் முதலிய தேவையற்ற செயல்களை ஆதரிப்பதில்லை. அதே நேரத்தில், சட்டம்

ஒழுங்கைக் காப்பாற்றுவதற்காக, வன்முறையும் போரும் மனித சமுதாயத்தில் தவிர்க்க முடியாதவை.

பகவானின் விருப்பமான குருக்ஷேத்திரப் போர் தவிர்க்க முடியாததாகும்; மேலும், நேர்மைக்காகப் போரிடுவது சத்திரியனின் கடமை. தனக்குரிய கடமையைச் செய்வதில், உறவினரின் இழப்புக்காக அர்ஜுனன் ஏன் கவலைப்படவோ ஐயப்படவோ வேண்டும்? சட்டத்தை மீற அவனுக்கு உரிமையில்லை; ஏனெனில், அவ்வாறு செய்தால் அவன் மிகவும் பயந்து கொண்டிருந்த பாவ விளைவுகளை அவன் அடைந்தாக வேண்டும். தனக்குரிய கடமையை புறக்கணிப்பதால் தனது உறவினரது மரணத்தை அவன் நிறுத்த முடியாது என்பது மட்டுமல்ல, தவறான முடிவை எடுத்ததற்காக இழிந்தவனாகி விடுவான்.

ஸ்லோகம் 28

अव्यक्तादीनि भूतानि व्यक्तमध्यानि भारत ।
अव्यक्तनिधनान्येव तत्र का परिदेवना ॥ २८ ॥

அவ்யக்தாதீ₃னி பூ₄தானி வ்யக்த-மத்₄யானி பா₄ரத
அவ்யக்த-நித₄னான்யேவ தத்ர கா பரிதே₃வனா

அவ்யக்த-ஆதீ₃னி—ஆரம்பத்தில் தோற்றமற்று; *பூ₄தானி*—படைக்கப்பட்டவையெல்லாம்; *வ்யக்த*—தோன்றுகின்றன; *மத்₄யானி*—இடையில்; *பா₄ரத*—பரத குலத் தோன்றலே; *அவ்யக்த*—தோற்றமற்ற; *நித₄னானி*—அழியும்போது; *ஏவ*—இவையெல்லாம் அதுபோன்றதே; *தத்ர*—எனவே; *கா*—என்ன; *பரிதே₃வனா*—கவலை.

படைக்கப்பட்ட எல்லா உயிரினங்களும் ஆரம்பத்தில் தோன்றாமல் இருந்தன, இடையில் தோன்றுகின்றன, இறுதியில் அழிக்கப்படும்போது மீண்டும் மறைகின்றன. எனவே, ஏன் கவலைப்பட வேண்டும்?

பொருளுரை: ஆத்மா இருப்பதை நம்புவோர், ஆத்மா இருப்பதை நம்பாதோர் என இருவகையான கொள்கையினரை ஏற்றாலும், எவ்விதத்திலும் கவலைப்பட காரணமேயில்லை. ஆத்மாவை நம்பாதவர்கள், வேத ஞானத்தைப் பின்பற்றுபவர்களால் நாத்திகர்கள் என்று அழைக்கப்படுகின்றனர். இருப்பினும், விவாதத்திற்காக நாத்திகக் கொள்கையை நாம் ஏற்றுக் கொண்டாலும் கவலைப்பட காரணமே இல்லை. ஆத்மாவின் தனித்தன்மை ஒருபுறமிருக்க, ஜடப் பொருட்கள் படைப்பிற்கு முன் தோற்றமற்று இருக்கின்றன. தோற்றமற்ற இந்த நுண்நிலையிலிருந்துதான் தோற்றம் வெளிப்படுகின்றது—ஆகாயத்திலிருந்து காற்று உருவாக்கப்பட்டது;

காற்றிலிருந்து நெருப்பு உருவாக்கப்பட்டது; நெருப்பிலிருந்து நீர் உருவாக்கப்பட்டது; மேலும் நீரிலிருந்து நிலம் உருவாக்கப்பட்டது என்பதைக் கொண்டு இதனை உணரலாம். உதாரணமாக நிலத்திலிருந்து தோற்றுவிக்கப்பட்ட ஒரு வானுயர்ந்த கட்டிடத்தை எடுத்துக்கொள்ளுங்கள். அஃது இடிக்கப்பட்டால் அதன் தோற்றம் மீண்டும் மறைந்து, இறுதி நிலையில் அணுக்களாக மாறுகின்றது. சக்திப் பாதுகாப்பின் நியதி எப்போதும் இருக்கின்றது, ஆனால் காலப்போக்கில் பொருட்கள் தோன்றி மறைகின்றன என்பதே வேறுபாடு. எனவே, தோற்றமோ மறைவோ, கவலைக்கு என்ன காரணம்? மறைவு நிலையிலும்கூட பொருட்கள் இழக்கப்படுவதில்லை. முதலிலும் முடிவிலும் எல்லா மூலகங்களும் தோன்றாத நிலையில் உள்ளன, இடையில் மட்டுமே அவை தோன்றுகின்றன. எனவே, இதில் எவ்விதமான உண்மையான வேற்றுமையும் இல்லை.

ஆனால், ஜட உடல்கள் காலப்போக்கில் அழியக்கூடியவை (*அந்தவந்த இமே தே₃ஹா:*), ஆத்மாவோ நித்தியமானது (*நித்யஸ்யோக்தா: ஷ₂ரீரிண:*) என்னும் வேத முடிவை நாம் ஏற்போமானால், இந்த உடல் ஓர் உடையைப் போன்றதே என்பதை நாம் எப்போதும் நினைவிற்கொள்ள வேண்டும். எனவே, உடை மாற்றத்திற்காக கவலைப்படுவது ஏன்? நித்தியமான ஆத்மாவுடன் ஒப்பிடுகையில் ஜடவுடலுக்கு உண்மை வாழ்வு இல்லை. இஃது ஒரு கனவைப் போன்றது. கனவில் நாம் வானில் பறப்பதாகவோ, மன்னர் போலத் தேரில் அமர்ந்திருப்பதாகவோ காணலாம். ஆனால், விழித்தெழுந்தவுடனேயே நாம் வானிலும் இல்லை, தேரில் அமர்ந்திருக்கவும் இல்லை என்பதை அறிவோம். ஜடவுடலின் நிலையில்லாத் தன்மையை ஆதாரமாகக் கொண்டு, வேத அறிவு தன்னுணர்வை ஊக்குவிக்கின்றது. எனவே, ஒருவன் ஆத்மா இருப்பதை நம்பினாலும் சரி, நம்பாவிட்டாலும் சரி, எந்தச் சூழ்நிலையிலும் உடலின் அழிவிற்காகக் கவலைப்பட காரணம் ஏதுமில்லை.

ஸ்லோகம் 29

आश्चर्यवत्पश्यति कश्चिदेनमाश्चर्यवद्वदति तथैव चान्यः ।
आश्चर्यवच्चैनमन्यः शृणोति श्रुत्वाप्येनं वेद न चैव कश्चित् ॥ २९ ॥

ஆஷ₂சர்ய-வத் பஷ₂யதி கஷ₂சித₃ ஏனம்
ஆஷ₂சர்ய-வத₃ வத₃தி ததை₂வ சான்ய:
ஆஷ₂சர்ய-வச் சைனம் அன்ய: ஷ₂ரு'ணோதி
ஷ₂ருத்வாப்யேனம்' வேத₃ ந சைவ கஷ₂சித்

ஆஷ்$_2$சர்ய-வத்—ஆச்சரியமானதாக; *பஷ்$_2$யதி*—காண்கின்றனர்; *கஷ்$_2$சித்*—சிலர்; *ஏனம்*—இந்த ஆத்மாவை; *ஆஷ்$_2$சர்ய-வத்*—ஆச்சரியமானதாக; *வத$_3$தி*—பேசுகின்றனர்; *ததா$_2$*—இவ்வாறு; *ஏவ*—நிச்சயமாக; *ச*—மேலும்; *அன்ய:*—பிறர்; *ஆஷ்$_2$சர்ய-வத்*—அதுபோலவே ஆச்சரியமானதாக; *ச*—மேலும்; *ஏனம்*—இந்த ஆத்மாவை; *அன்ய:*—பிறர்; *ஷ்$_2$ரு'ணோதி*—கேட்கின்றனர்; *ஷ்$_2$ரு'த்வா*—அவ்வாறு கேட்ட; *அபி*—பின்னும்; *ஏனம்*—இந்த ஆத்மாவை; *வேத$_3$*—அறிபவர்; *ந*—ஒருபோதும் இல்லை; *ச*—மேலும்; *ஏவ*—நிச்சயமாக; *கஷ்$_2$சித்*—எவருமே.

சிலர் ஆத்மாவை ஆச்சரியமாகப் பார்க்கின்றனர், சிலர் அவனை ஆச்சரியமானவனாக வர்ணிக்கின்றனர், மேலும் சிலர் அவனை ஆச்சரியமானவனாகக் கேட்கின்றனர். வேறு சிலரோ, அவனைப் பற்றிக் கேட்ட பின்னும், அவனைப் புரிந்துகொள்ள இயலாதவராக உள்ளனர்.

பொருளுரை: *கீ$_3$தோபநிஷத்$_3$* பெரும்பாலும் உபநிஷதங்களை அடிப்படையாகக் கொண்டது என்பதால், இதே கருத்தை *கட$_2$* உபநிஷத்திலும் (1.2.7) காண்பதில் அதிசயம் இல்லை:

ஷ்$_2$ரவணயாபி ப$_3$ஹுபி$_4$ர் யோ ந லப்$_4$ய:
ஷ்$_2$ரு'ண்வந்தோ 'பி ப$_3$ஹவோ யம்' ந வித்$_3$யு:
ஆஷ்$_2$சர்யோ வக்தா குஷ$_2$லோ 'ஸ்ய லப்$_3$தா$_4$
ஆஷ்$_2$சர்யோ 'ஸ்ய ஜ்ஞாதா குஷ$_2$லானுஷி$_2$ஷ்ட:

மிகப்பெரிய மிருகத்தின் உடலுக்குள்ளும், மிகப்பெரிய ஆல மரத்தின் உடலுக்குள்ளும், (கோடிக்கணக்கானவை இணைந்து ஓர் அங்குல இடத்தையே அடைக்கக்கூடிய) நுண்கிருமிகளின் உடலுக்குள்ளும் அணு ஆத்மா உள்ளது என்னும் உண்மை, நிச்சயமாக மிகவும் ஆச்சரியத்திற்கு உரியதாகும். அண்டத்தின் முதல் உயிர்வாழியான பிரம்மாவிற்கே பாடங்களைக் கூறிய பெரும் அதிகாரியால் விளக்கப்பட்டிருந்தும்கூட, போதிய அறிவற்றவர்களாலும் தவமற்ற மனிதர்களாலும், தனி அணு பொறியான ஆத்மாவின் விநோதங்களைப் புரிந்துகொள்ள முடியாது. பௌதிகக் கருத்துக்களில் மயங்கி யிருப்பதால், இக்கால மக்களில் பலருக்கும், நுண்ணியமான ஒரு பொருள் எவ்வாறு மிகச்சிறந்ததாகவும் அளவில் சிறியதாகவும் இருக்க முடியும் என்பதை கற்பனை செய்துகூடப் பார்க்க முடிவதில்லை. எனவே, ஆத்மா என்னும் உண்மையை அதன் நிலையிலோ, விவரிக்கப்படும் விதத்திலோ, மக்கள் மிக விநோதமாகக் காண்கின்றனர். தன்னை உணராமல் செயலாற்றப்படும் அனைத்துச் செயல்களும் வாழ்க்கைப் போராட்டத்தின் இறுதியில்

தோற்கடிக்கப்படுவது உண்மை என்றபோதிலும், பௌதிக சக்தியால் மதிமயக்கப்பட்ட மக்கள், புலனுகர்ச்சியைப் பெறுவதற்கானச் செயல்களில் ஊன்றியிருக்கும் காரணத்தால், தன்னை உணர்ந்து கொள்வதற்கான வினாக்களை எழுப்புவதற்குப் போதிய நேரமற்ற வராகி விடுகின்றனர். ஆத்மாவைப் பற்றி எண்ணுவதன் மூலம் பௌதிகத் துயரங்களுக்குத் தீர்வு காண முடியும் என்ற கருத்தே இவர்களிடம் இல்லை.

ஆத்மாவைப் பற்றிக் கேட்பதில் விருப்பமுடைய சிலர், சத்சங்கங்களுக்குச் சென்று உபன்யாசங்களைக் கேட்டாலும்கூட அறியாமையின் காரணத்தால் அணு ஆத்மாவும் பரமாத்மாவும் ஒன்றே (அளவில் வேறுபட்டிருப்பதைக் கருத்தில் கொள்ளாமல்) என்று ஏற்றுக்கொள்ளும்படி தவறாக வழிகாட்டப்படுகின்றனர். பரமாத்மா மற்றும் அணு ஆத்மாவின் நிலை, அவர்களுக்குரிய செயல்கள் மற்றும் உறவுகள், அவர்களைப் பற்றிய முக்கிய மற்றும் நுண்விவரங்களை முறையாகத் தெரிந்துள்ள ஒரு மனிதரைக் காண்பது மிகக்கடினமாகும். மேலும், ஆத்ம ஞானத்தின் மூலம் முழுப் பலனை அடைந்து, அதன் நிலையை பலகோணங்களிலிருந்து விளக்கக்கூடிய மனிதரைக் காண்பது அதைவிடக் கடினம். இருப்பினும், ஆத்மா பற்றிய தத்துவத்தை எவ்வாறேனும் ஒருவனால் அறிந்துகொள்ள முடிந்தால், அவனது வாழ்க்கை வெற்றி அடைந்தது எனலாம்.

ஆத்மா பற்றிய விஷயங்களைப் புரிந்துகொள்வதற்கான மிக எளிய வழிமுறை, மற்ற கொள்கைகளின் மூலம் விலகிச் செல்லாமல் மாபெரும் அதிகாரம் பெற்ற பகவான் கிருஷ்ணரால் உபதேசிக்கப்பட்ட பகவத் கீதையின் கூற்றுக்களை ஏற்பதே. ஆனால், கிருஷ்ணரை புருஷோத்தமரான முழுமுதற் கடவுளாக ஏற்பதற்கு இப்பிறவியிலோ, முற்பிறவியிலோ, பெரும் தியாகங்களும், தவங்களும் புரிந்திருக்க வேண்டும். இருப்பினும், ஒரு தூய பக்தரின் காரணமற்ற கருணையினால், கிருஷ்ணரை உள்ளவாறு புரிந்துகொள்ள முடியும், வேறு எவ்வழியிலும் அது சாத்தியமல்ல.

ஸ்லோகம் 30

देही नित्यमवध्योऽयं देहे सर्वस्य भारत ।
तस्मात्सर्वाणि भूतानि न त्वं शोचितुमर्हसि ॥ ३० ॥

தே₃ஹீ நித்யம் அவத்₄யோ 'யம்' தே₃ஹே ஸர்வஸ்ய பா₄ரத
தஸ்மாத் ஸர்வாணி பூ₄தானி ந த்வம்' ஷோ₂சிதும் அர்ஹஸி

தே$_3$ஹி—பௌதிக உடலின் உரிமையாளன்; *நித்யம்*—நித்தியமாக; *அவத்$_4$ய:*—கொல்லப்பட முடியாதவன்; *அயம்*—இவ்வாத்மா; *தே$_3$ஹே*—உடலில்; *ஸர்வஸ்ய*—எல்லாரது; *பா$_4$ரத*—பரத குலத் தோன்றலே; *தஸ்மாத்*—எனவே; *ஸர்வாணி*—எல்லா; *பூ$_4$தானி*—(பிறந்த) உயிர்வாழிகள்; *ந*—ஒருபோதும் இல்லை; *த்வம்*—நீ; *ஷோ$_2$சிதும்*—கவலைப்பட; *அர்ஹஸி*—தகுதி.

பரத குலத் தோன்றலே! உடலில் உறைபவன் ஒருபோதும் அழிக்கப்பட முடியாதவன். எனவே, எந்த உயிர்வாழிக்காகவும் நீ வருந்த வேண்டிய தேவையில்லை.

பொருளுரை: அழிவற்ற ஆத்மாவைப் பற்றிய விளக்கத்தை இத்துடன் முடிக்கின்றார் பகவான். அழிவற்ற ஆத்மாவைப் பல விதமாக விளக்கியதன் மூலம், உடல் தற்காலிகமானதென்றும் ஆத்மா நித்தியமானதென்றும், பகவான் கிருஷ்ணர் நிலைநிறுத்தியுள்ளார். எனவே, தனது பாட்டனாரும் ஆசிரியரும் (பீஷ்மரும் துரோணரும்), போரில் இறந்துவிடுவார்கள் என்ற பயத்தினால், சத்திரியனான அர்ஜுனன் தனது கடமையை புறக்கணிக்கக் கூடாது. ஆத்மா என்று ஒருபொருள் இல்லையென்றோ, இரசாயனப் பொருட்களைக் கலப்பதன் விளைவாக, ஒரு குறிப்பிட்ட சூழ்நிலையில் (முதிர்ச்சி பெற்ற சூழ்நிலையில்), உயிருக்கான அறிகுறிகள் தோன்றுகின்றன என்றோ, வீணாக கற்பனை செய்து கொண்டிராமல், ஸ்ரீ கிருஷ்ணரின் அதிகாரத்தன்மையை ஏற்று ஜடவுடலிலிருந்து வேறுபட்டதான ஆத்மா என ஒன்றிருப்பதை நம்ப வேண்டும். ஆத்மா நித்தியமானது என்றபோதிலும் வன்முறை ஆதரிக்கப்படுவதில்லை. அதே சமயம், போரின் சமயத்தில் வன்முறைக்கான தேவையிருப்பதால், அது மறுக்கப்படுவதும் இல்லை. எனினும், அத்தேவையானது கடவுளின் அனுமதியைக் கொண்டு நிர்ணயிக்கப்படுகிறது, மனம் போன போக்கில் செயலாற்றக் கூடாது.

ஸ்லோகம் 31

स्वधर्ममपि चावेक्ष्य न विकम्पितुमर्हसि ।
धर्म्याद्धि युद्धाच्छ्रेयोऽन्यत्क्षत्रियस्य न विद्यते ॥ ३१ ॥

ஸ்வ-த$_4$ர்மம் அபி சாவேக்ஷ்ய ந விகம்பிதும் அர்ஹஸி
த$_4$ர்ம்யாத்$_3$ தி$_4$ யுத்$_3$தா$_4$ச் ச்$_2$ரேயோ 'ன்யத் க்ஷத்ரியஸ்ய ந வித்$_3$யதே

ஸ்வ–த$_4$ர்மம்—ஒருவனுக்குரிய சுய தர்மங்கள்; *அபி*—கூட; *ச*—அவற்றையும்; *அவேக்ஷ்ய*—எண்ணி; *ந*—என்றுமில்லை; *விகம்பிதும்*—தயங்க; *அர்ஹஸி*—உனக்குத் தகுதி; *த$_4$ர்ம்யாத்*—தர்மத்திற்காக; *ஹி*—நிச்சயமாக; *யுத்$_3$தா$_4$த்*—போரிடுதலைக் காட்டிலும்; *ஷ்$_2$ரேய:*—சிறந்த

கடமை; *அன்யத்*—வேறேதும்; *க்ஷத்ரியஸ்ய*—சத்திரியனுக்கு; *ந*—இல்லை; *வித்₃யதே*—இருப்பது.

சத்திரியன் என்ற முறையில் உனக்கென்று உரிய கடமையைப் பற்றிக் கருதும்போது, தர்மத்தின் கொள்கைகளுக்காகப் போர் புரிவதைக் காட்டிலும் வேறு சிறந்த கடமை உனக்கில்லை. எனவே, தயங்கத் தேவையில்லை.

பொருளுரை: சமுதாய அமைப்பின் நான்கு பிரிவுகளில், சிறப்பான நிர்வாகத்திற்காக இருக்கக்கூடிய இரண்டாம் பிரிவினர் சத்திரியர் என்று அழைக்கப்படுகின்றனர். *க்ஷத்* என்றால் தீங்கு என்றும் *த்ராயதே* என்றால் பாதுகாப்பளிப்பது என்றும் பொருள். தீங்கிலிருந்து பாதுகாப்பவர் சத்திரியர் என்று அழைக்கப்படுகிறார். சத்திரியர்கள் காடுகளில் வேட்டையாடுவதற்குப் பயிற்சி அளிக்கப்படுகின்றனர். சத்திரியன் காட்டிற்குச் சென்று, புலியிடம் நேருக்கு நேர் சவால் விட்டு, தனது கத்தியைக் கொண்டு அதனுடன் சண்டையிடுவான். புலி கொல்லப்பட்டவுடன் அரச மரியாதையுடன் அஃது அடக்கம் செய்யப்படும். ஜெய்ப்பூர் அரச வம்சத்தினரால் இவ்வழக்கம் இன்றும் அனுஷ்டிக்கப்படுகிறது. சவால்விட்டு கொலை புரிவதில் சத்திரியர்களுக்கு விசேஷ பயிற்சி அளிக்கப்படுகிறது; ஏனெனில், தர்மத்தின் அடிப்படையிலான போர் சில நேரங்களில் அவசியமாகிறது. எனவே, சந்நியாசம் என்றழைக்கப்படும் துறவு வாழ்வை நேரடியாக ஏற்றுக்கொள்வது சத்திரியனுக்கு உரியதன்று. அரசியலில் அகிம்சை என்பது ஒரு தந்திரமேயொழிய, கொள்கையோ உண்மை நியதியோ ஆக முடியாது. அறநெறி நூல்களில் பின்வருமாறு கூறப்பட்டுள்ளது:

ஆஹவேஷு மிதோ₂ 'ந்யோன்யம்' ஜிகா₄ம்'ஸந்தோ மஹீ-க்ஷித:
யுத்₃த₄மானா: பரம்' ஷ₂க்த்யா ஸ்வர்க₃ம்' யாந்த்யபராங்-முகா:₂

யஜ்ஞேஷு பஷ₂வோ ப்₃ரஹ்மன் ஹன்யந்தே ஸததம்' த்₃விஜை:
ஸம்'ஸ்க்ரு'தா: கில மந்த்ரைஷ்₂ ச தே 'பி ஸ்வர்க₃ம் அவாப்னுவன்

"யாகத்தில் விலங்குகளைப் பலியிடும் அந்தணன் ஸ்வர்க லோகங்களை அடைவதுபோல, சத்திரியனானவன், தன் மீது பொறாமை கொண்ட மன்னனை எதிர்த்துப் போர் புரிவதால் மரணத்திற்குப் பின் ஸ்வர்க லோகங்களை அடையும் தகுதியைப் பெறுகிறான்." எனவே, யாகத் தீயில் மிருகங்களைக் கொல்வதோ, அறநியதிப்படி போர்க்களத்தில் கொலை புரிவதோ, வன்முறையாகக் கருதப்படக் கூடாது; ஏனெனில், இச்செயல்களின் அறக் கொள்கைகளால் எல்லாரும் நன்மையே அடைகின்றனர். ஓர் இனத்திலிருந்து மற்றொரு இனத்திற்குப் படிப்படியாகச் செல்லாமல்,

யாகத்தில் பலியிடப்படும் மிருகம் உடனேயே மனிதப் பிறவியைப் அடைகின்றது. அதனைப்பலியிடும் அந்தணரும் மேலுலகங்களை அடைகின்றனர். அதுபோல, போர்க்களத்தில் உயிரை விடும் சத்திரியரும் மேலுலகங்களை அடைகின்றனர்.

இருவிதமான கடமைகள் (*ஸ்வ-த₄ர்மங்கள்*) இருக்கின்றன. முக்தியடையாதவன், தான் பெற்றுள்ள உடலைச் சார்ந்த கடமைகளை அறக் கொள்கைகளின் அடிப்படையில் முக்தி பெறுவதற்காகச் செயலாற்ற வேண்டும். முக்தி பெற்றப்பின், அவனது *ஸ்வ-த₄ர்மம்* (கடமை), உடல் சார்ந்த வாழ்வை அடிப்படையாகக் கொள்ளாமல், ஆன்மீகமாக மாறிவிடுகின்றது. உடல் சார்ந்த வாழ்வில் அந்தணருக்கும் சத்திரியருக்கும் சில குறிப்பிட்ட கடமைகள் உள்ளன, அவை தவிர்க்க முடியாதவை. *ஸ்வ-த₄ர்ம*மென்பது கடவுளால் விதிக்கப்படுவதாகும், இது நான்காம் அத்தியாயத்தில் விளக்கப்படும். உடலின் தளத்தில், ஒருவனது *ஸ்வ-த₄ர்மம்*, வர்ணாஷ்ரம தர்மம் (மனிதனின் ஆன்மீக அறிவுக்கான படிக்கல்) என்று அறியப்படுகிறது. மனித கலாச்சாரம் வர்ணாஷ்ரம தர்மத்திலிருந்துதான் (அவரவருடைய உடலின் இயற்கையைப் பொறுத்த கடமைகளிலிருந்துதான்) தொடங்குகின்றது. எந்தத் துறையாக இருந்தாலும், உயர் அதிகாரிகளின் வழிகாட்டலின்படி தனக்குரிய கடமைகளை நிறைவேற்றுவதன் மூலம், ஒருவன் வாழ்வின் உயர்ந்த நிலைக்குத் தன்னை உயர்த்திக்கொள்ள முடியும்.

ஸ்லோகம் 32

यदृच्छया चोपपन्नं स्वर्गद्वारमपावृतम् ।
सुखिनः क्षत्रियाः पार्थ लभन्ते युद्धमीदृशम् ॥ ३२ ॥

யத்₃ரு'ச்ச₂யா சோபபன்னம்' ஸ்வர்க₃-த்₃வாரம் அபாவ்ரு'தம்
ஸுகி₂ன: க்ஷத்ரியா: பார்த₂ லப₄ந்தே யுத்₃த₄ம் ஈத்₃ரு'ஷ₂ம்

யத்₃ரு'ச்ச₂யா—தானாகவே; *ச*—மேலும்; *உபபன்னம்*—வந்த; *ஸ்வர்க₃*—ஸ்வர்கத்தின்; *த்₃வாரம்*—வாயில்; *அபாவ்ருதம்*—திறந்து கிடக்கும்; *ஸுகி₂ன*—மிக்க மகிழும்; *க்ஷத்ரியா:*—அரச குலத்தோர்; *பார்த₂*—பிருதாவின் மகனே; *லப₄ந்தே*—பெறுகின்றனர்; *யுத்₃த₄ம்*—போர்; *ஈத்₃ரு'ஷ₂ம்*—இதுபோன்ற.

பார்த்தனே, வலியவரும் போர் வாய்ப்புகள் ஸ்வர்க லோகத்தின் கதவுகளைத் திறந்து விடுவதால், அவற்றைப் பெறும் அரச குலத்தோர் மகிழ்கின்றனர்.

பொருளுரை: "இப்போரில் நான் நன்மையேதும் காணவில்லை. இது நிரந்தரமாக நரகத்தில் வசிப்பதற்கு வழிவகுக்கும்," என்று கூறிய

அர்ஜுனனின் மனப்பான்மையை, உலகின் பரம குருவான பகவான் கிருஷ்ணர் கண்டிக்கின்றார். அர்ஜுனனின் இதுபோன்ற வார்த்தைகள் அறியாமையின் காரணமாக எழுந்தவை. தனக்குரிய கடமையை ஆற்ற வேண்டிய நேரத்தில் அகிம்சையை கடைப்பிடிக்க விரும்பினான் அர்ஜுனன். போர்க்களத்தில் நின்று கொண்டிருக்கும் சத்திரியன், அகிம்சையை கடைப்பிடிக்கப் போவதாகக் கூறினால் அது முட்டாள்களின் கொள்கையாகும். வியாஸதேவரின் தந்தையும் பெரும் முனிவருமான பராசரரால் இயற்றப்பட்ட பராசர ஸ்மிருதி எனும் அற நியமத்தில் பின்வருமாறு கூறப்பட்டுள்ளது:

க்ஷத்ரியோ ஹி ப்ரஜா ரக்ஷன் ஷ$_2$ஸ்த்ர-பாணி: ப்ரத$_3$ண்ட$_3$யன்
நிர்ஜித்ய பர-ஸைன்யாதி$_3$ க்ஷிதிம்' த$_4$ர்மேண பாலயேத்

"எல்லாவிதமான துயரங்களிலிருந்தும் குடிமக்களைக் காப்பது சத்திரியனின் கடமை என்பதால், சட்டம் ஒழுங்கைக் காப்பாற்று வதற்காக, சில சமயங்களில், அவன் வன்முறையைக் கையாள வேண்டும். பொறாமை எண்ணம் கொண்ட மன்னர்களின் படைவீரர்களை வென்று, உலகம் முழுக்க தர்மத்தின் அடிப்படையில் அவன் ஆட்சி செலுத்த வேண்டும்."

எப்படிப் பார்த்தாலும் சண்டையிலிருந்து விலக அர்ஜுனனுக்கு காரணமேதும் இல்லை. தனது எதிரிகளை வென்றால் அரசை அனுபவிப்பான்; போரில் இறந்தாலோ, அவனுக்காகவே திறந்திருக்கும் கதவுகளின் மூலம் மேலுலகில் பிரவேசிப்பான். எந்த விதத்தில் பார்த்தாலும், போரிடுதல் அவனுக்கு நன்மையே.

ஸ்லோகம் 33

अथ चेत्त्वमिमं धर्म्यं सङ्ग्रामं न करिष्यसि ।
ततः स्वधर्मं कीर्तिं च हित्वा पापमवाप्स्यसि ॥ ३३ ॥

அத$_2$ சேத் த்வம் இமம்' த$_4$ர்ம்யம்' ஸங்க்$_3$ராமம்' ந கரிஷ்யஸி
தத: ஸ்வ-த$_4$ர்மம்' கீர்திம்' ச ஹித்வா பாபம் அவாப்ஸ்யஸி

அத$_2$—எனவே; *சேத்*—எனில்; *த்வம்*—நீ; *இமம்*—இந்த; *த$_4$ர்ம்யம்*—அறக்கடமை; *ஸங்க்$_3$ராமம்*—போரிடுதல்; *ந*—இல்லையெனில்; *கரிஷ்யஸி*—செய்ய; *தத:*—பின்; *ஸ்வ-த$_4$ர்மம்*—உனது தர்மம்; *கீர்திம்*—புகழ்; *ச*—மேலும்; *ஹித்வா*—இழத்தல்; *பாபம்*—பாவ விளைவு; *அவாப்ஸ்யஸி*—அடைவாய்.

எனவே, போரிடுதல் என்னும் இந்த தர்மத்தின் கடமையில் நீ ஈடுபடாவிட்டால், உன்னுடைய கடமையிலிருந்து தவறிய தற்கான பாவ விளைவுகளை நிச்சயமாகப் பெறுவதோடு, சிறந்த போர் வீரனெனும் புகழையும் இழப்பாய்.

பொருளுரை: அர்ஜுனன் ஒரு புகழ்பெற்ற போர்வீரன். சிவபெருமான் உள்ளிட்ட பல தேவர்களுடன் சண்டையிட்டு பெரும் புகழ் பெற்றிருந்தான். வேடனின் உடையில் தோன்றிய சிவபெருமானுடன் போரிட்டு அவரைத் தோற்கடித்து மகிழ்வுறச் செய்ததால், *பாஷு₂பத* எனும் அஸ்திரத்தைப் பரிசாகப் பெற்றிருந்தான். அவன் ஒரு சிறந்த போர் வீரன் என்பதை எல்லாரும் அறிவர். துரோணாசாரியரும் அவனுக்கு வரமளித்து, ஆசிரியரையும் கொல்லக்கூடிய சிறப்பான ஆயுதத்தை பரிசளித்திருந்தார். தனது தந்தையான ஸ்வர்க மன்னன் இந்திரன் உட்பட பல அதிகாரிகளிடமிருந்தும் அவன் தனது போர்த் திறனுக்கான தகுதிச் சான்றுகளைப் பெற்றிருந்தான். ஆனால் அவன் போரைப் புறக்கணித்தால், தன் கடமையிலிருந்து தவறுவது மட்டுமன்றி, தனது புகழையும் நற்பெயரையும் இழந்து நரகத்திற்கு செல்ல தயாராவான். வேறுவிதமாகச் சொன்னால், போரிலிருந்து பின்வாங்குவதால் அவன் நரகத்தை அடைவான், போர் புரிவதால் அல்ல.

ஸ்லோகம் 34

अकीर्तिं चापि भूतानि कथयिष्यन्ति तेऽव्ययाम् ।
सम्भावितस्य चाकीर्तिर्मरणादतिरिच्यते ॥ ३४॥

அகீர்திம்' சாபி பூ$_4$தானி கத$_2$யிஷ்யந்தி தே'வ்யயாம்
ஸம்பா$_4$விதஸ்ய சாகீர்திர் மரணாத்$_3$ அதிரிச்யதே

அகீர்திம்—இகழ்ச்சி; *ச*—மேலும்; *அபி*—அதற்கு மேலாக; *பூ$_4$தானி*—மக்களெல்லாம்; *கத$_2$யிஷ்யந்தி*—பேசுவர்; *தே*—உன்னைப் பற்றி; *அவ்யயாம்*—என்றென்றும்; *ஸம்பா$_4$விதஸ்ய*—மதிக்கத்தக்க ஒருவனுக்கு; *ச*—மற்றும்; *அகீர்தி:*—அவமானம்; *மரணாத்*—மரணத்தை விட; *அதிரிச்யதே*—மேற்பட்டது (கொடியது).

மக்கள் உன்னை எப்போதும் இகழ்ந்து பேசிக் கொண்டிருப்பர். மதிக்கத்தக்க ஒருவனுக்கு அவமானம் மரணத்தைவிட மோசமானது.

பொருளுரை: அர்ஜுனனுக்கு நண்பராகவும் தத்துவ ஆலோசகராகவும் விளங்கக்கூடிய பகவான் கிருஷ்ணர், போரிட மறுக்கும் அர்ஜுனனின் எண்ணத்தைப் பற்றிய தனது முடிவான தீர்ப்பைக் கொடுக்கிறார். பகவான் கூறுகிறார், "அர்ஜுனனே, போர் தொடங்கும் முன்பே நீ போர்க்களத்தை விட்டு விலகினால், மக்கள் உன்னைக் கோழையென தூற்றுவார்கள். மக்கள் அவதூறு செய்தாலும் கவலையில்லை, நான் போர்க்களத்தை விட்டு ஓடி எனது உயிரைக் காப்பாற்றிக்கொள்வேன் என்று நீ நினைத்தால், அதைவிட போரில் இறப்பதே மேலென்று

நான் அறிவுறுத்துவேன். உன்னைப் போன்ற மரியாதைக்குரிய மனிதனுக்கு, அவமானம் இறப்பதைவிட மோசமானது. எனவே, உயிருக்கு பயந்து நீ ஓடக் கூடாது, போரில் உயிரிழப்பதே மேல். இஃது, எனது நட்பைத் தவறாக உபயோகித்ததால் வரும் அவமானம், சமுதாயத்தில் உன் பெருமையை இழத்தல் ஆகியவற்றிலிருந்து உன்னைக் காக்கும்."

எனவே, போரில் பின்வாங்குவதைவிட போரிட்டு மரணமடைவதே அர்ஜுனனுக்குச் சிறந்தது—இதுவே, பகவானின் இறுதித் தீர்ப்பாகும்.

ஸ்லோகம் 35

भयाद्रणादुपरतं मंस्यन्ते त्वां महारथाः ।
येषां च त्वं बहुमतो भूत्वा यास्यसि लाघवम् ॥ ३५ ॥

ப$_4$யாத்$_3$ ரணாத்$_3$ உபரதம்' மம்'ஸ்யந்தே த்வாம்' மஹா-ரதா:$_2$
யேஷாம்' ச த்வம்' ப$_3$ஹு-மதோ பூ$_4$த்வா யாஸ்யஸி லாக$_4$வம்

ப$_4$யாத்$_3$—பயத்தால்; *ரணாத்*—போர்க்களத்திலிருந்து; *உபரதம்*—விலகி விட்டதாக; *மம்ஸ்யந்தே*—எண்ணுவர்; *த்வாம்*—நீ; *மஹா-ரதா:$_2$*—மிகச்சிறந்த போர் தலைவர்கள்; *யேஷாம்*—அவர்களில்; *ச*—மேலும்; *த்வம்*—நீ; *ப$_3$ஹு-மத:*—பெருமதிப்பு; *பூ$_4$த்வா*—ஆவாய்; *யாஸ்யஸி*—இழப்பாய்; *லாக$_4$வம்*—மதிப்பிழந்த.

உன்னுடைய பெயரிலும் புகழிலும் பெருமதிப்பு கொண்டி ருக்கும் மிகச்சிறந்த போர் தலைவர்கள், நீ பயத்தால் போர்க்களத்தை விட்டு விலகிவிட்டதாக எண்ணி, உன்னை முக்கியத்துவமற்ற வனாகக் கருதுவர்.

பொருளுரை: அர்ஜுனனுக்குத் தனது தீர்ப்பைத் தொடர்ந்து வழங்குகிறார் ஸ்ரீ கிருஷ்ணர், "சகோதரர்கள், பாட்டனார் ஆகியோரின் மீதான கருணையால் நீ போர்க்களத்தை விட்டுச் சென்றதாக, துரியோதனன், கர்ணன் போன்ற மாவீரர்கள் எண்ணுவர் என்று எண்ணாதே. உனது உயிருக்குப் பயந்து ஓடினாய் என்றே எண்ணுவர். இவ்விதமாக உன்னைப் பற்றி அவர்கள் கொண்டிருக்கும் பெருமதிப்பு முற்றிலும் வீணாகிவிடும்."

ஸ்லோகம் 36

अवाच्यवादांश्च बहून्वदिष्यन्ति तवाहिताः ।
निन्दन्तस्तव सामर्थ्यं ततो दुःखतरं नु किम् ॥ ३६ ॥

அவாச்ய-வாதா$_3$ம்'ஷ்$_2$ ச ப$_3$ஹூன் வதி$_3$ஷ்யந்தி தவாஹிதா:
நிந்த$_3$ந்தஸ் தவ ஸாமர்த்$_2$யம்' ததோ து:$_3$க$_2$தரம்' நு கிம்

அவாச்ய—அன்பில்லாத; *வாதா₃ன்*—வார்த்தைகள்; *ச*—மேலும்; *ப₃ஹூன்*—பல; *வதி₃ஷ்யந்தி*—கூறுவர்; *தவ*—உன்னுடைய; *அஹிதா:*—எதிரிகள்; *நிந்த₃ந்த:*—நிந்திக்கும்போது; *தவ*—உன்னுடைய; *ஸாமர்த்₂யம்*—திறமை; *தத:*—அதை விட; *து:₃க₂-தரம்*—மிகத் துன்பம் தரும்; *நு*—நிச்சயமாக; *கிம்*—வேறு என்ன உள்ளது.

அன்பில்லாத வார்த்தைகள் பலவற்றைக் கூறி உனது எதிரிகள் உனது திறமையை நிந்திப்பர். அதைவிட மிகுந்த துன்பம் தரக்கூடியது வேறு என்ன இருக்க முடியும்?

பொருளுரை: திடீரென்று கருணைக்காக ஏக்கக் குரல் எழுப்பிய அர்ஜுனனைக் கண்டு வியப்புற்ற பகவான் கிருஷ்ணர், அவனது இரக்கம் ஆரியருக்குரியதல்ல என்று முதலில் சுட்டிக்காட்டினார். தற்போது மேலும் பல வார்த்தைகளால், அர்ஜுனனின் பெயரளவிலான இரக்கத்திற்கு எதிரான தமது கூற்றை அவர் நிரூபித்திருக்கிறார்.

ஸ்லோகம் 37

हतो वा प्राप्स्यसि स्वर्गं जित्वा वा भोक्ष्यसे महीम् ।
तस्मादुत्तिष्ठ कौन्तेय युद्धाय कृतनिश्चयः ॥ ३७ ॥

ஹதோ வா ப்ராப்ஸ்யஸி ஸ்வர்க₃ம்' ஜித்வா வா போ₄க்ஷ்யஸே மஹீம்
தஸ்மாத்₃ உத்திஷ்ட₂ கௌந்தேய யுத்₃தா₄ய க்ரு'த-நிஷ்₂சய:

ஹத: வா—கொல்லப்பட்டாலோ; *ப்ராப்ஸ்யஸி*—அடைவாய்; *ஸ்வர்க₃ம்*—ஸ்வர்கத்தை; *ஜித்வா வா*—வெற்றி பெற்றாலோ; *போ₄க்ஷ்யஸே*—அனுபவிப்பாய்; *மஹீம்*—இவ்வுலகை; *தஸ் மாத்*—எனவே; *உத்திஷ்ட₂*—எழுவாய்; *கௌந்தேய*—குந்தியின் மகனே; *யுத்₃தா₄ய*—போரிட; *க்ரு'த*—உறுதிகொள்; *நிஷ்₂சய:*—நிச்சயமாக.

குந்தியின் மகனே, போர்க்களத்தில் நீ கொல்லப்பட்டால் ஸ்வர்கத்தை அடையலாம், வெற்றி பெற்றால் இவ்வுலகினை அனுபவிக்கலாம். எனவே, உறுதியுடன் எழுந்து போர் புரிவாயாக.

பொருளுரை: அர்ஜுனனின் படை வெற்றி பெறுவதென்பது நிச்சயமில்லாவிட்டாலும்கூட, அவன் போர் புரிந்தாக வேண்டும்; ஏனெனில், போர்க்களத்தில் கொல்லப்பட்டாலும் அவன் ஸ்வர்கத்திற்கு உயர்த்தப்படுவான்.

ஸ்லோகம் 38

सुखदु:खे समे कृत्वा लाभालाभौ जयाजयौ ।
ततो युद्धाय युज्यस्व नैवं पापमवाप्स्यसि ॥ ३८ ॥

ஸுக$_2$-து:$_3$கே$_2$ ஸமே க்ரு'த்வா லாபா$_4$லாபௌ$_4$ ஜயாஜயௌ
ததோ யுத்$_3$தா$_4$ய யுஜ்யஸ்வ நைவம்' பாபம் அவாப்ஸ்யஸி

ஸுக$_2$—இன்பம்; *து:$_3$கே$_2$*—துன்பம்; *ஸமே*—சமமாக; *க்ரு'த்வா*—கருதி; *லாப$_4$-அலாபௌ$_4$*—இலாப நஷ்டங்களில்; *ஜய-அஜயௌ*—வெற்றி தோல்விகளில்; *தத:*—அதன்பின்; *யுத்$_3$தா$_4$ய*—போருக்காக; *யுஜ்யஸ்வ*—ஈடுபடு (போரிடுவாய்); *ந*—என்றுமில்லை; *ஏவம்*—இவ்வழியில்; *பாபம்*—பாவ விளைவு; *அவாப்ஸ்யஸி*—நீ அடைவது.

இன்ப துன்பம், இலாப நஷ்டம், வெற்றி தோல்வி, இவற்றைக் கருதாது போருக்காகப் போர் புரிவாயாக—அவ்வாறு செயலாற்றினால், என்றும் நீ பாவ விளைவுகளை அடைய மாட்டாய்.

பொருளுரை: தற்போது பகவான் கிருஷ்ணர், அர்ஜுனன் போருக்காகப் போர் புரிய வேண்டுமென நேரடியாகக் கூறுகிறார்; ஏனெனில், கிருஷ்ணர் இப்போரினை விரும்புகிறார். கிருஷ்ண உணர்வின் செயல்களில் இன்ப துன்பம், இலாப நஷ்டம், வெற்றி தோல்வி, இவை கருத்தில் கொள்ளப்படுவதில்லை. அனைத்தும் கிருஷ்ணருக்காகச் செய்யப்பட வேண்டும் என்பது உன்னத உணர்வாகும்; எனவே, பௌதிகச் செயல்களின் விளைவுகள் இங்கு இல்லை. ஸத்வ குணத்திலோ, ரஜோ குணத்திலோ, ஒருவன் தனது புலனுகர்ச்சிக்காகச் செயல்பட்டால், நல்ல அல்லது தீய வினைகளுக்கு உட்பட்டேயாக வேண்டும். ஆனால் கிருஷ்ண உணர்வின் செயல்களில் தன்னை முழுமையாக அர்ப்பணித்தவன், அதன்பின், சாதாரணச் செயலின் நியதிப்படி யாருக்கும் கடன்பட்டவனாகவோ கடமைபட்டவனாகவோ இருப்பதில்லை. ஸ்ரீமத் பாகவதம் (11.5.4) கூறுகிறது:

தே$_3$வர்ஷி-பூ$_4$தாப்த-ந்ரு'ணாம்' பித்ரூ'ணாம்'
ந கிங்கரோ நாயம் ரு'ணீ ச ராஜன்
ஸர்வாத்மனா ய: ஷ$_2$ரணம்' ஷ$_2$ரண்யம்'
க$_3$தோ முகுந்த$_3$ம்' பரிஹ்ரு'த்ய கர்தம்

"எல்லாக் கடமைகளையும் விட்டுவிட்டு முகுந்தனான கிருஷ்ணரிடம் எவனொருவன் முழுமையாக சரணடைகின்றானோ, அவன், தேவர்கள், முனிவர்கள், பொதுமக்கள், உறவினர், மனித சமுதாயம், முன்னோர், என எவருக்குமே கடமைப்பட்டவனோ கடன்பட்டவனோ ஆக மாட்டான்." இந்த மறைமுகக் குறிப்பே கிருஷ்ணரால் அர்ஜுனனுக்கு இந்த ஸ்லோகத்தில் கொடுக்கப்பட்டுள்ளது பின்வரும் ஸ்லோகங்களில் இது மிகத் தெளிவாக விளக்கப்படும்.

ஸ்லோகம் 39

एषा तेऽभिहिता साङ्‌ख्ये बुद्धिर्योगे त्विमां शृणु ।
बुद्ध्या युक्तो यया पार्थ कर्मबन्धं प्रहास्यसि ॥ ३९ ॥

ஏஷா தே 'பி$_4$ஹிதா ஸாங்க்$_2$யே பு$_3$த்$_3$தி$_4$ர் யோகே$_3$ த்விமாம்' ஷ்$_2$ரு'ணு
பு$_3$த்$_3$த்$_4$யா யுக்தோ யயா பார்த$_2$ கர்ம-ப$_3$ந்த$_4$ம்' ப்ரஹாஸ்யஸி

ஏஷா—இவையெல்லாம்; *தே*—உனக்கு; *அபி$_4$ஹிதா*—விவரித்தேன்; *ஸாங்க்$_2$யே*—ஆய்வு அறிவால்; *பு$_3$த்$_3$தி:$_4$*—அறிவு; *யோகே$_3$*—பலனை எதிர்பார்க்காமல் செயல்படுதல்; *து*—ஆனால்; *இமாம்*—இந்த; *ஷ்$_2$ரு'ணு*—கேள்; *பு$_3$த்$_3$த்$_4$யா*—அறிவால்; *யுக்த:*—இணைக்கப்பட்ட; *யயா*—எதனால்; *பார்த$_2$*—பிருதாவின் மகனே; *கர்ம-ப$_3$ந்த$_4$ம்*—கர்ம பந்தம்; *ப்ரஹாஸ்யஸி*—விடுதலை பெறுவாய்.

ஸாங்கிய தத்துவத்தின் ஆய்வறிவை உனக்கு இதுவரை விளக்கினேன். பலனை எதிர்பாராமல் ஒருவன் செய்யும் யோகத்தைப் பற்றிய அறிவை, இப்போது கேள். பிருதாவின் மகனே, இந்த அறிவோடு செயல்பட்டால், கர்ம பந்தத்திலிருந்து நீயே உன்னை விலக்கிக்கொள்ள முடியும்.

பொருளுரை: வேத அகராதியான *நிருக்தி*யின்படி, ஸாங்கிய என்றால் பொருட்களை விரிவாக விளக்குவது என்று பொருள். இஃது ஆத்மாவின் உண்மை இயல்பை விளக்கும் தத்துவத்தைக் குறிப்பதாகும். யோகம் புலனடக்கத்தை உள்ளடக்கியது. போரிட மறுத்த அர்ஜுனனின் நோக்கம் புலனுகர்ச்சியை அடிப்படையாகக் கொண்டது. அர்ஜுனன் தனது முக்கியக் கடமையை மறந்து போரிலிருந்து விலக விரும்பினான்; ஏனெனில், திருதராஷ்டிரரின் பிள்ளைகளான தனது சகோதரர்களை வெல்வதால் கிடைக்கும் ராஜ போகத்தைவிட, உறவினரையும், நண்பர்களையும் கொல்லாமல் இருப்பதால் தான் மிகவும் மகிழ்வடையக்கூடுமென்று அவன் எண்ணினான். இருவிதங்களிலும் அடிப்படைக் கொள்கை புலனுகர்ச்சியே. அவர்களை வெல்வதால் அடையும் மகிழ்ச்சி, அவர்கள் உயிர் வாழ்வதைக் காண்பதால் அடையும் மகிழ்ச்சி இரண்டுமே சுய புலனுகர்வை அடிப்படையாகக் கொண்டதாகும்; ஏனெனில், இவற்றில் பகுத்தறிவும், கடமையும் இழக்கப்படுகின்றன. எனவே, அர்ஜுனன் தனது பாட்டனாரின் உடலைக் கொல்வதால், அவரது ஆத்மாவைக் கொல்வதில்லை என விளக்க விரும்பினார் கிருஷ்ணர். மேலும், தான் (பகவான்) உட்பட அனைத்து தனி நபர்களும் நித்தியமாக தனிநபர்களே; அவர்கள் கடந்தகாலத்திலும் தனி நபர்களாகவே இருந்தனர், தற்போதும் தனி நபர்களாகவே

இருக்கின்றனர், எதிர்காலத்திலும் தனி நபர்களாகவே இருப்பார்கள்; ஏனெனில், நாமெல்லாரும் நித்தியமாகத் தனித்தனி ஆத்மாக்களே என்பதையும் அவர் விளக்கினார். உடையைப் போன்றிருக்கும் நமது பௌதிக உடல்களை மட்டுமே நாம் பல விதங்களில் மாற்றிக் கொண்டுள்ளோம், ஆனால் நமது தனித்தன்மை, பௌதிக உடையின் பந்தத்திலிருந்து நாம் விடுதலை பெற்றபின்னும் நம்முடன் இருக்கும். ஆத்மாவையும் உடலையும் பற்றிய ஆராய்ச்சி அறிவு, பகவான் கிருஷ்ணரால் தெள்ளத் தெளிவாக விளக்கப்பட்டுள்ளது. பல்வேறு கோணங்களிலிருந்து நோக்கியதால் பெறப்பட்ட ஆத்மா மற்றும் உடலைப் பற்றிய அறிவு, (*நிருக்தி* அகராதியின்படி) *ஸாங்க்$_2$ய* என்று இங்கே உரைக்கப்படுகிறது. இங்கு விவரிக்கப் பட்டுள்ள ஸாங்கியத்திற்கும் நாத்திகக் கபிலரது ஸாங்கியத்திற்கும் எவ்வித தொடர்பும் இல்லை. போலிக் கபிலரது ஸாங்கியத்திற்கு வெகு காலத்திற்கு முன்பே பகவான் கிருஷ்ணரின் அவதாரமான கபிலதேவரால் அவரது தாய் தேவஹூதிக்கு ஸ்ரீமத் பாகவதத்தில் ஸாங்கிய தத்துவம் விரித்துரைக்கப்பட்டது. பரம பிரபுவான *புருஷர்* இயக்கமுடையவர் என்றும் *ப்ரக்ரு'தியை* ஏறிட்டுப் பார்ப்பதால் அவர் படைக்கின்றாரென்றும் அவரால் தெளிவாக விளக்கப்பட்டுள்ளது. இது வேதங்களிலும் கீதையிலும் ஏற்றுக்கொள்ளப்பட்டுள்ளது. பகவான் தனது எளிமையான பார்வையின் மூலமாகவே, அணுவைப் போன்ற தனி ஆத்மாக்களை *ப்ரக்ரு'தியில்* (இயற்கையில்) கருவுறச் செய்ததாக, வேதங்களிலுள்ள விளக்கம் குறிப்பிடுகின்றது. இந்தத் தனி ஆத்மாக்கள் அனைவரும் ஜடவுலகில் புலனுகர்ச்சிக்காக உழைக்கின்றனர், ஜட சக்தியின் மயக்கத்தால் அவர்கள் தம்மை அனுபவிப்பாளராகக் கருதுகின்றனர். இந்த மனப்பான்மை, முக்தி என்னும் இறுதிக் கருத்திலும் தொடர்கிறது; ஆத்மா பரமனுடன் ஒன்றாகிவிட எண்ணுகிறான். இதுவே (புலனுகர்ச்சி என்னும்) மாயையின் கடைசி ஆயுதமாகும். இதுபோன்று பற்பல வாழ்வில் புலனுகர்ச்சிச் செயல்களில் ஈடுபட்ட பின்னர், வாஸுதேவரான பகவான் கிருஷ்ணரிடம் மஹாத்மா ஒருவன் சரணடைகிறான், அதன் மூலம் பூரண உண்மைக்கான அவனது தேடல் பூர்த்தியடைகின்றது.

கிருஷ்ணரிடம் சரணடைந்த அர்ஜுனன், அதன் மூலம், ஏற்கனவே அவரைத் தனது ஆன்மீக குருவாக ஏற்றுக் கொண்டுவிட்டான்: *ஷி$_2$ஷ்யஸ் தே 'ஹம் ஷா$_2$தி$_4$ மாம் த்வம் ப்ரபன்னம்*. எனவே, கிருஷ்ணர் இப்போது அவனிடம், *பு$_3$த்$_3$தி$_4$-யோக$_3$ம்,* அல்லது *கர்ம-யோக$_3$ம்,* அல்லது வேறுவிதமாகச் சொன்னால், பகவானின் திருப்திக்காக மட்டும் பக்தித் தொண்டு புரியும் வழிமுறையைக் கூறப்

போகிறார். பரமாத்மாவாக எல்லாருடைய இதயத்திலும் அமர்ந்திருக்கும் பகவானுடன் நேரடியாகக் கொள்ளப்படும் தொடர்பே *பு$_4$த்$_3$தி$_4$-யோக$_3$ம்* என்று பத்தாம் அத்தியாயத்தின் பத்தாவது ஸ்லோகத்தில் தெளிவாக விளக்கப்பட்டுள்ளது. ஆனால், பக்தித் தொண்டு இல்லையெனில், இத்தகு தொடர்பு சாத்தியமல்ல. எனவே, பக்தியுடன் பகவானின் உன்னத அன்புத் தொண்டில் ஈடுபட்டிருப்பவன், அதாவது கிருஷ்ண உணர்விலிருப்பவன், இந்த *பு$_4$த்$_3$தி$_4$-யோக$_3$* நிலையை பகவானின் சிறப்பான கருணையால் அடைகிறான். எனவே, தெய்வீக அன்பினால் எப்போதும் பக்தித் தொண்டில் ஈடுபட்டிருப்பவர்களுக்கு மட்டும், பிரேம பக்தியின் தூய அறிவினை தானே வழங்குவதாக பகவான் கூறுகிறார். இவ்விதமாக, பக்தனொருவன் என்றும் ஆனந்தமயமான இறைவனின் திருநாட்டில் அவரை எளிதாகச் சென்றடையலாம்.

எனவே, புத்தி யோகம் என்று ஸ்லோகத்தில் கூறப்படுவது பகவானின் பக்தித் தொண்டேயாகும். போலிக் கபிலரால் இயற்றப்பட்ட நாத்திக ஸாங்கிய யோகத்திற்கும், இங்கு கூறப்படும் ஸாங்கியத்திற்கும் எவ்வித தொடர்பும் இல்லை. எனவே, இங்கு குறிப்பிடப்படும் ஸாங்கிய யோகத்திற்கும் நாத்திகக் கபிலருக்கும் தொடர்புள்ளது என்று தவறாக எவரும் புரிந்துகொள்ளக் கூடாது. மேலும், அச்சமயத்தில் அந்த நாத்திக தத்துவம் ஆதிக்கமுடையதாகவும் இல்லை; இறையற்ற தத்துவ கற்பனைகளைக் குறிப்பிட பகவான் கிருஷ்ணர் விரும்பவும் மாட்டார். உண்மையான ஸாங்கிய தத்துவம் ஸ்ரீமத் பாகவதத்தில் பகவான் கபிலரால் விளக்கப்பட்டுள்ளது. இருப்பினும் அந்த ஸாங்கியமும் இப்போதைய விஷயத்திற்கு சம்பந்தமில்லாததாகும். இங்கு ஸாங்கியம் என்றால் உடல் மற்றும் ஆத்மாவைப் பற்றிய ஆய்வறிவென்று பொருள். புத்தி யோகம் அல்லது பக்தி யோகத்தின் நிலைக்கு அர்ஜுனனைக் கொண்டு வரவே பகவான் கிருஷ்ணர் ஆத்மாவைப் பற்றிய ஆய்வறிவு விளக்கத்தைச் செய்தார். எனவே, பாகவதத்தில் கூறப்பட்டிருக்கும் பகவான் கபிலரின் ஸாங்கியமும், பகவான் ஸ்ரீ கிருஷ்ணரின் ஸாங்கியமும் ஒன்றே. அவையெல்லாம் பக்தி யோகமே. எனவே, குறைவான அறிவுடையவர்கள் மட்டுமே, ஸாங்கிய யோகத்திற்கும் பக்தி யோகத்திற்கும் வேறுபாடு காண்பார்கள் என்று பகவான் கிருஷ்ணர் கூறியுள்ளார். (*ஸாங்க்$_2$ய-யோகௌ$_3$ ப்ருத$_2$க்$_3$ பா$_3$லா: ப்ரவத$_3$ந்தி ந பண்டிதா:*).

நாத்திக ஸாங்கிய யோகத்திற்கும், பக்தி யோகத்திற்கும் எவ்வித சம்பந்தமும் இல்லை என்றபோதிலும், புத்தியில்லாதவர்கள் சிலர்

கீதையில் நாத்திக ஸாங்கிய யோகம் குறிப்பிடப்பட்டிருப்பதாகக் கூறுகின்றனர்.

முழு அறிவுடனும், ஆனந்தத்துடனும், கிருஷ்ண உணர்வில் ஆற்றப்படும் பக்தித் தொண்டே புத்தி யோகம் என்பதை ஒருவன் புரிந்துகொள்ள வேண்டும். எவ்வளவு கடினமானதாயினும் பகவானின் திருப்திக்காக மட்டும் செயலாற்றுபவன், புத்தி யோகத்தின் கொள்கைப்படி செயலாற்றுபவனாகிறான், அவன் எப்போதும் திவ்யமான ஆனந்த நிலையில் திளைத்திருக்கிறான். அத்தகு திவ்யமான ஈடுபாட்டினால், எல்லா தெய்வீக ஞானத்தையும் பகவானின் கருணையால் அவன் தானாக அடையப் பெறுகிறான். எனவே, அறிவைப் பெற தனி முயற்சிகளைச் செய்யாமலேயே அவனது முக்தி இதிலேயே பூரணம் பெறுகிறது. பலன் கருதும் செயல்களுக்கும், (குறிப்பாக குடும்ப அல்லது ஜட சுகத்தின் விளைவுகளுக்காக புலனுகர்ச்சியில் செயல்படுவதற்கும்), கிருஷ்ண உணர்வில் செயல்படுவதற்கும் அதிக வேறுபாடுகள் உண்டு. எனவே, புத்தி யோகம் என்பது நாம் செய்யும் செயலின் தெய்வீக குணமேயாகும்.

ஸ்லோகம் 40

नेहाभिक्रमनाशोऽस्ति प्रत्यवायो न विद्यते ।
स्वल्पमप्यस्य धर्मस्य त्रायते महतो भयात् ॥ ४० ॥

நேஹாபி₄க்ரம-நாஷோ₂ 'ஸ்தி ப்ரத்யவாயோ ந வித்₃யதே
ஸ்வ்-அல்பம் அப்யஸ்ய த₄ர்மஸ்ய த்ராயதே மஹதோ ப₄யாத்

ந—இல்லை; *இஹ*—இந்த யோக; *அபி₄க்ரம*—முயற்சியில்; *நாஷ:₂*—இழப்பு; *அஸ்தி*—இங்கு; *ப்ரத்யவாய:*—குறைவு; *ந*—என்றுமில்லை; *வித்₃யதே*—இதில்; *ஸ்வல்பம்*—சிறிதே; *அபி*—ஆயினும்; *அஸ்ய*—இதில்; *த₄ர்மஸ்ய*—கடமையின்; *த்ராயதே*—விடுவிக்கிறது; *மஹத:*—மாபெரும்; *ப₄யாத்*—பயத்திலிருந்து.

இம்முயற்சியில் குறைவோ, இழப்போ இல்லை. இவ்வழியில் சிறிது முன்னேற்றமும், மிகப் பயங்கரமான பயத்திலிருந்து ஒருவனைக் காக்கும்.

பொருளுரை: கிருஷ்ண உணர்வில் செயல்படுதல், அதாவது, புலனுகர்ச்சியின் எதிர்பார்ப்புகளின்றி கிருஷ்ணரின் நலனுக்காக செயலாற்றுதல் என்பது செயலின் மிகவுயர்ந்த தெய்வீக குணமாகும். இதுபோன்ற செயலின் ஒரு சிறு ஆரம்பம்கூட எந்தத் தடையையும் காண்பதில்லை, அந்த சிறு ஆரம்பம் எந்நிலையிலும் இழக்கப்படுவது மில்லை. பௌதிகத் தளத்தில், தொடங்கப்பட்ட செயல் முடிவு

பெற்றாக வேண்டும். இல்லையேல் அனைத்து முயற்சியும் வீணாகிவிடுகிறது. ஆனால், கிருஷ்ண உணர்வில் தொடங்கப்பட்ட எல்லா செயல்களும், முடிவு பெறாவிடினும்கூட, நிரந்தரப் பலனைக் கொடுக்கும். எனவே, கிருஷ்ண உணர்வில் செய்யப்படும் செயல் முற்றுப் பெறாவிடினும், அதைச் செயலாற்றுபவருக்கு எவ்வித இழப்பும் இல்லை. கிருஷ்ண உணர்வில் ஒரு சதவீதம் செயல்பட்டாலும் நிரந்தர விளைவு உண்டு, நீங்கள் மீண்டும் இரண்டாவது சதவீதத்திலிருந்து தொடங்கலாம். ஆனால் ஜடச் செயல்களிலோ நூறு சதவீதம் வெற்றி இல்லாவிடில், ஓர் இலாபமுமில்லை. அஜாமிளன் தன் கடமையை கிருஷ்ண உணர்வில் சிறு அளவே செய்தான். எனினும், பகவானின் கருணையால் இறுதியில் நூறு சதவீத பலனை அடைந்தான். இது சம்பந்தமாக ஸ்ரீமத் பாகவதத்தில் (1.5.17) நல்ல ஸ்லோகம் ஒன்று இருக்கிறது:

த்யக்த்வா ஸ்வ-த$_4$ர்மம்' சரணாம்பு$_3$ஜம்' ஹரேர்
ப$_4$ஜன்ன் அபக்வோ 'த$_2$ பதேத் ததோ யதி$_3$
யத்ர க்வ வாப$_4$த்$_3$ரம் அபூ$_4$த்$_3$ அமுஷ்ய கிம்'
கோ வார்த$_2$ ஆப்தோ 'ப$_4$ஜதாம்' ஸ்வ-த$_4$ர்மத:

"தன்னுடைய கடமைகளை விட்டுவிட்டு கிருஷ்ண உணர்வில் செயல்படத் தொடங்கியவன், தனது செயலை சரிவர முடிக்காமல் வீழ்ச்சியடைந்தாலும், அவனுக்கு என்ன நஷ்டம்? ஜடச் செயல்களை நன்றாகச் செய்பவன், அதில் என்ன பலனை அடைய முடியும்?" அல்லது, கிறிஸ்துவர் கூறுவதுபோல, "தனது நித்திய ஆத்மாவை இழப்பவன், இவ்வுலகம் முழுவதையும் பெறுவதன் பலன் என்ன?"

ஜடச் செயல்களும் வினைகளும் உடலுடன் முடிந்து போகின்றன. ஆனால் கிருஷ்ண உணர்வில் செய்யப்படும் செயல்கள், உடலை விட்ட பின்னும் ஒருவனை மீண்டும் பக்திக்கு கொண்டுவருகின்றன. உயர்வு பெற மற்றொரு வாய்ப்பாக, (குறைந்தபட்சம்) சிறந்த பண்பாடுடைய அந்தணர் குடும்பத்திலோ, செல்வம் நிறைந்த குடும்பத்திலோ பிறக்கும் வாய்ப்பு ஒருவனுக்கு நிச்சயம். கிருஷ்ண உணர்வில் செய்யப்படும் செயல்களின் தன்னிகரற்ற தன்மை இதுவே.

ஸ்லோகம் 41

व्यवसायात्मिका बुद्धिरेकेह कुरुनन्दन ।
बहुशाखा ह्यनन्ताश्च बुद्धयोऽव्यवसायिनाम् ॥ ४१ ॥

வ்யவஸாயாத்மிகா பு$_3$த்$_3$தி$_4$ர் ஏகேஹ குரு-நந்த$_3$ன
ப$_3$ஹு-ஷா$_2$கா$_2$ ஹ்யனந்தாஷ்$_2$ ச பு$_3$த்$_3$த$_4$யோ 'வ்யவஸாயினாம்

வ்யவஸாய-ஆத்மிகா—கிருஷ்ண உணர்வில் திடமான உறுதி; *பு$_3$த்$_3$தி:$_4$*—புத்தி; *ஏகா*—ஒன்றே; *இஹ*—இவ்வுலகில்; *குரு-நந்த$_3$ன*—குருக்களின் செல்வனே; *ப$_3$ஹுஷா$_2$கா:$_2$*—பல கிளைகளைக் கொண்ட; *ஹி*—நிச்சயமாக; *அனந்தா:*—எல்லையற்ற; *ச*—மேலும்; *பு$_3$த்$_3$த$_4$ய:*—புத்தி; *அவ்யவ ஸாயினாம்*—கிருஷ்ண உணர்வில்லாதவர்களின்.

இவ்வழியிலுள்ளோர் தங்களது குறிக்கோளில் திடமான உறுதியுடன் இருப்பர், இவர்களது இலட்சியம் ஒன்றே. குரு வம்சத்தின் செல்வனே, உறுதியற்றவரது அறிவோ பல கிளைகளைக் கொண்டது.

பொருளுரை: கிருஷ்ண உணர்வினால் வாழ்வின் மிகவுயர்ந்த பக்குவநிலைக்கு ஒருவர் உயர்த்தப்படுவார் என்னும் திடமான நம்பிக்கை, *வ்யவஸாயாத்மிகா பு$_4$த்$_3$தி$_4$* எனப்படுகிறது. சைதன்ய சரிதாம்ருதம் (மத்திய லீலை 22.62) கூறுகின்றது:

'ஷ்$_2$ரத்$_3$தா$_4$'-ஷ$_2$ப்$_3$தே$_3$-விஷ்$_2$வாஸ கஹே ஸுத்$_3$ரி'ட$_4$ நிஷ்$_2$சய
க்ரு'ஷ்ணே ப$_4$க்தி கைலே ஸர்வ-கர்ம க்ரு'த ஹய

நம்பிக்கை என்றால் மிகச்சிறந்த ஒன்றின் மீதான அசையாத விசுவாசம். ஒருவன் கிருஷ்ண உணர்வின் கடமைகளில் ஈடுபட்டிருக்கும்போது குலப் பழக்கங்கள், தேசியம், மானிடம், முதலிய கடமைகளுடன் ஜடவுலகில் உறவுகொள்ள வேண்டிய தேவையில்லை. கடந்தகால நற்செயல் அல்லது தீய செயல்களின் விளைவே பலனை நோக்கிச் செய்யும் செயல்களாகும். ஒருவனது கிருஷ்ண உணர்வு எழுச்சி பெற்றவுடன், அவன் தனது செயல்களின் நல்விளைவுகளுக்காக முயற்சி செய்ய வேண்டிய தேவை இல்லை. அவன் கிருஷ்ண உணர்வில் நிலைபெற்று விட்டால், அவனது எல்லா செயல்களும் பூரணத்தளத்தில் இருக்கும்; ஏனெனில், அச்செயல்கள் நன்மை, தீமை எனும் இரட்டைகளுக்கு உட்பட்டவை யல்ல. வாழ்வின் ஜடக் கருத்துக்களைத் துறப்பதே கிருஷ்ண உணர்வின் மிகவுயர்ந்த பக்குவநிலையாகும். கிருஷ்ண உணர்வில் முன்னேற்றம் பெறும்போது இந்நிலை தானாக அடையப்படும்.

கிருஷ்ண உணர்விலிருப்பவன், ஞானத்தை அடிப்படையாகக் கொண்டு தனது நோக்கத்தில் திடமான உறுதியுடன் உள்ளான். *வாஸுதே$_3$வ: ஸர்வம் இதி ஸ மஹாத்மா ஸு-து$_3$ர்லப:$_4$*—வாஸுதேவனான கிருஷ்ணரே, எல்லா காரணங்களுக்கும் காரணமானவர் என்பதைப் பக்குவமாக அறிந்துள்ள கிருஷ்ண உணர்விலிருப்பவன், அரிதான மஹாத்மாவாவான். வேரில் நீருற்றும்போது, கிளை, காய், பழம் என எல்லாவற்றிற்கும் தானாக நீர் வினியோகமடைவதைப் போலவே, கிருஷ்ண உணர்வில்

செயல்படுவதன் மூலம், குடும்பம், சமூகம், தேசம், மனிதகுலம் மற்றும் தனக்கும் என எல்லாருக்குமே, ஒருவன் மிகவுயர்ந்த சேவையைச் செய்கிறான். அவனது செயல்களால் கிருஷ்ணர் திருப்தியுற்றால், எல்லாருமே திருப்தியடைவார்கள்.

கிருஷ்ணரால் அங்கீகரிக்கப்பட்ட பிரதிநிதியான ஆன்மீக குருவின் மேற்பார்வையில், கிருஷ்ண உணர்வின் தொண்டுகளை நன்முறையில் பயிற்சி செய்ய முடியும். சீடனின் தன்மையை அறிந்த ஆன்மீக குரு, கிருஷ்ண உணர்வில் செயல்படுவதற்கு அவனுக்கு வழிகாட்டுகின்றார். எனவே, கிருஷ்ண உணர்வில் சான்றோனாக வேண்டுமானால், உறுதியோடு செயல்பட்டு, கிருஷ்ணரின் பிரதிநிதியிடம் கீழ்படிந்து, அந்த அங்கீகரிக்கப்பட்ட ஆன்மீக குருவின் கட்டளைகளை வாழ்வின் குறிக்கோளாக ஏற்றுக்கொள்ள வேண்டும். ஸ்ரீல விஸ்வநாத சக்ரவர்த்தி தாகூர், குருதேவருக்கான தனது பிரபலமான பிரார்த்தனையில் பின்வருமாறு அறிவுறுத்துகிறார்:

யஸ்ய ப்ரஸாதா$_3$த்$_3$ ப$_4$க$_3$வத்-ப்ரஸாதோ$_3$
யஸ்யாப்ரஸாதா$_3$ன் ந க$_3$தி: குதோ 'பி
த்$_4$யாயன் ஸ்துவம்'ஸ் தஸ்ய யஷ$_2$ஸ் த்ரி-ஸந்த்$_3$யம்'
வந்தே$_3$ கு$_3$ரோ: ஸ்ரீ-சரணாரவிந்த$_3$ம்

"ஆன்மீக குருவின் திருப்தியால் புருஷோத்தமரான முழுமுதற் கடவுள் திருப்தியடைகிறார். ஆன்மீக குருவை திருப்தி செய்யாமல் கிருஷ்ண உணர்வெனும் தளத்திற்கு உயர வாய்ப்பே கிடையாது. எனவே, எனது ஆன்மீக குருவை தியானித்து, தினம் மும்முறை துதித்து, என்னுடைய மரியாதைக்குரிய வணக்கங்களை அவருக்கு அர்ப்பணிக்கின்றேன்."

இந்த முழு வழிமுறையும், உடல் என்னும் உணர்விற்கு அப்பாற்பட்ட பக்குவமான ஆத்ம ஞானத்தை அடிப்படையாகக் கொண்டதாகும். இந்த ஆத்ம ஞானம் ஏட்டளவில் இல்லாமல், நடைமுறையில் (பலன்நோக்குச் செயல்களின் வடிவில் தோன்றும் புலனுகர்ச்சிக்கான விருப்பம் கொஞ்சமும் இல்லாமல்) இருக்க வேண்டும். உறுதியான மனமில்லாதவன், பலவிதமான பலன்நோக்குச் செயல்களினால், இப்பாதையிலிருந்து விலகி விடுகிறான்.

ஸ்லோகங்கள் 42–43

यामिमां पुष्पितां वाचं प्रवदन्त्यविपश्चितः ।
वेदवादरताः पार्थ नान्यदस्तीति वादिनः ॥ ४२ ॥
कामात्मानः स्वर्गपरा जन्मकर्मफलप्रदाम् ।
क्रियाविशेषबहुलां भोगैश्वर्यगतिं प्रति ॥ ४३ ॥

யாம் இமாம்' புஷ்பிதாம்' வாசம்' ப்ரவத$_3$ந்த்யவிபஷ்$_2$சித:
வேத$_3$-வாத$_3$-ரதா: பார்த$_2$ நான்யத்$_3$ அஸ்தீதி வாதி$_3$ன:

காமாத்மான: ஸ்வர்க$_3$-பரா ஜன்ம-கர்ம-ப$_2$ல-ப்ரதா$_3$ம்
க்ரியா-விஷே$_2$ஷ-ப$_3$ஹுலாம்' போ$_4$கை$_3$ஷ்$_2$வர்ய-க$_3$திம்' ப்ரதி

யாம்-இமாம்—இவ்வெல்லா; *புஷ்பிதாம்*—மலர் போன்ற; *வாசம்*—சொற்கள்; *ப்ரவத$_3$ந்தி*—கூறுகின்றன; *அவிபஷ்$_2$சித:*—சிற்றறிவுடையோர்; *வேத$_3$–வாத$_3$–ரதா:*—வேதங்களைப் பின்பற்றுவோர் என கூறப்படுபவர்; *பார்த$_2$*—பிருதாவின் மகனே; *ந*—என்றுமில்லை; *அன்யத்*—வேறேதும்; *அஸ்தி*—உள்ளது; *இதி*—இவ்வாறாக; *வாதி$_3$ன:*—வாதிடுபவர்கள்; *காம–ஆத்மான:*—புலனுகர்ச்சியை விரும்பி; *ஸ்வர்க$_3$–பரா:*—ஸ்வர்கத்தை அடைய எண்ணுவோர்; *ஜன்ம–கர்ம–ப$_2$லப்ரதா$_3$ம்*—நற்பிறவியையும் இதர பலன்களையும் விளைவுகளாக அளிக்கும்; *க்ரியா விஷே$_2$ஷ*—ஆடம்பரமான சடங்குகள்; *ப$_3$ஹுலாம்*—பற்பல; *போ$_4$க*—புலனுகர்ச்சியில்; *ஐஷ்$_2$வர்ய*—செல்வம்; *க$_3$திம்*—முன்னேற்றம்; *ப்ரதி*—நோக்கி..

சிற்றறிவுடைய மனிதர்கள் வேதங்களின் மலர்ச் சொற்களால் கவரப்படுகிறார்கள். இவ்வாக்கியங்கள், ஸ்வர்க லோகங்களுக்கு ஏற்றம் பெறுதல், நற்பிறவி அடைதல், பதவி பெறுதல் போன்ற பலன்களை வழங்கும் பற்பல செயல்களைப் பரிந்துரைக்கின்றன. புலனுகர்ச்சியையும் செல்வமிகு வாழ்வையும் விரும்புபவர், இதைவிட உயர்ந்தது ஏதுமில்லை என்று கூறுகின்றனர்.

பொருளுரை: பொதுவாக மக்கள் மந்த புத்தியுடையவர்களாக உள்ளனர். தங்களது அறியாமையால், வேதங்களின் கர்ம காண்டப் பகுதிகளில் கூறப்பட்டுள்ள பலன்நோக்குச் செயல்களின் மீது அதிக பற்றுதல் கொண்டுள்ளனர். மதுவும் மங்கையும், மயக்கும் செல்வமும் நிறைந்த ஸ்வர்கத்தில், வாழ்வை புலனுகர்ச்சியின் மூலம் அனுபவிப்பதைவிட வேறெதையும் அவர்கள் விரும்புவதில்லை. ஸ்வர்க லோகங்களுக்கு ஏற்றம் பெறுவதற்கான பல்வேறு யாகங்கள், குறிப்பாக *ஜ்யோதிஷ்டோம* யாகங்கள், வேதங்களில் சிபாரிசு செய்யப்பட்டுள்ளன. உண்மையில், மேலுலகங்களுக்கு ஏற்றம் பெற விரும்புவோர் இந்த யாகங்களைச் செய்தே தீர வேண்டுமென்று வேதங்களில் கூறப்பட்டுள்ளது: எனவே, சிற்றறிவுடைய மக்கள், வேத ஞானத்தின் நோக்கமே இதுதான் என்று எண்ணுகின்றனர். இத்தகைய அனுபவமற்ற மனிதர்களுக்கு கிருஷ்ண உணர்வின் செயல்களில் உறுதியாக நிலைபெறுதல் மிகவும் கடினம். முட்டாள்கள், விஷ மரப் பூக்களின் விளைவுகளை அறியாமல், அதன் மீது கவர்ச்சியடைவதைப் போல, பகுத்தறிவற்ற மக்கள் ஸ்வர்க ஐஸ்வர்யங்களாலும் அதன் புலனுகர்ச்சியாலும் கவரப்பட்டுள்ளனர்.

வேதங்களின் கர்ம காண்டப் பகுதிகளில், *அபாம ஸோமம் அம்ருதா அபூ$_4$ம*, மற்றும் *அக்ஷய்யம் ஹ வை சாதுர்மாஸ்ய–யாஜின: ஸுக்ரு'தம் ப$_4$வதி* என்று கூறப்பட்டுள்ளது. அதாவது, நான்கு மாத (*சாதுர்மாஸ்ய*) விரதத்தைக் கடைப்பிடிப்பவர், அமரத்துவம், ஸோம ரஸ பானத்தைக் குடித்தல், நிரந்தர மகிழ்ச்சி ஆகியவற்றை அடைவதற்குத் தகுதியுடையவராகிறார்கள் என்று கூறப்பட்டுள்ளது. இப்பூவுலகிலும், பலமுள்ளவனாகவும் புலனுகர்ச்சியை அனுபவிக்கத் தகுதியுடையவனாகவும் மாறுவதற்காக, சிலர் ஸோம ரஸத்தை அடைய பேராவல் கொள்கின்றனர். இத்தகு நபர்களுக்கு பௌதிக பந்தத்திலிருந்து முக்தியடைவதில் நம்பிக்கை இல்லை, வேதத்தில் குறிப்பிடப் பட்டுள்ள ஆடம்பரமான யாகங்களை மிகவும் விரும்புகின்றனர். புலனின்ப பிரியர்களாக விளங்கும் இவர்கள், பொதுவாக வாழ்வின் ஸ்வர்க போகங்களைத் தவிர வேறெதையும் விரும்புவதில்லை. *நந்த$_3$ன–கானன* என்னும் பூங்காக்களில், அழகுமிகு தேவதைப் பெண்களுடன் உறவாடவும், ஸோம ரஸ பானத்தை அளவற்று அருந்தவும், மேலுலகங்களில் வசதிகள் உள்ளது என்பது அறிந்ததே. இத்தகைய உடல் சுகங்கள் புலனின்பமே; எனவே, அத்தகு நிலையற்ற பௌதிக சுகத்தின் மீது அளவற்ற பற்றுதல் கொண்டிருப்போர் மட்டும், பௌதிக உலகின் ஆளுநராக அங்கே வாழ்கின்றனர்.

ஸ்லோகம் 44

भोगैश्वर्यप्रसक्तानां तयापहृतचेतसाम् ।
व्यवसायात्मिका बुद्धिः समाधौ न विधीयते ॥ ४४॥

போ$_4$கை$_3$ஷ்$_2$வர்ய-ப்ரஸக்தானாம்' தயாபஹ்ரு'த-சேதஸாம்
வ்யவஸாயாத்மிகா பு$_3$த்$_3$தி:$_4$ ஸமாதௌ$_4$ ந விதீ$_4$யதே

போ$_4$க$_3$—பௌதிக இன்பத்தில்; *ஐஷ்$_2$வர்ய*—செல்வம்; *ப்ரஸக்தானாம்*—பற்றுதல் உடையவர்களுக்கு; *தயா*—இது போன்றவற்றால்; *அபஹ்ரு'த-சேதஸாம்*—மனம் மயங்கியவர்; *வ்யவஸாய-ஆத்மிகா*—திடமான உறுதி; *பு$_3$த்$_3$தி:$_4$*—கடவுளின் பக்தித் தொண்டு; *ஸமாதெ$_4$ள*—கட்டுப்பட்ட மனதில்; *ந*—என்றுமில்லை; *விதீ$_4$யதே*—உண்டாவது.

புலனின்பத்திலும் பௌதிகச் செல்வத்திலும் மிகுந்த பற்றுதல் கொண்டு, அதனால் மயங்கி உள்ளவர்களின் மனதில், முழுமுதற் கடவுளின் பக்தித் தொண்டிற்கான திடமான உறுதி உண்டாவதில்லை.

பொருளுரை: *ஸமாதி* என்றால் "நிலைத்த மனம்" என்று பொருள். *நிருக்தி* எனும் வேத அகராதி கூறுகின்றது, *ஸம்யக்$_3$–ஆதீ$_4$யதே*

'ஸ்மின்ன்–ஆத்ம–தத்த்வ–யாதா₂த்ம்யம்—"மனம் தன்னுணர்வில் நிலைநிறுத்தப்படும்போது, அந்நிலை *ஸமாதி* எனப்படுகிறது." பௌதிக புலனின்பத்தில் விருப்பம் கொண்டு, அத்தகு தற்காலிகப் பொருட்களில் மயங்கியுள்ளவர்களுக்கு ஸமாதி என்பது ஒருபோதும் சாத்தியமல்ல. ஜட சக்தியின் ஆதிக்கத்தால் அவர்கள் ஏறக்குறைய புறக்கணிக்கப்பட்டிருக்கின்றனர்.

ஸ்லோகம் 45

त्रैगुण्यविषया वेदा निस्त्रैगुण्यो भवार्जुन ।
निर्द्वन्द्वो नित्यसत्त्वस्थो निर्योगक्षेम आत्मवान् ॥ ४५ ॥

த்ரை-கு₃ண்ய-விஷயா வேதா₃ நிஸ்த்ரை-கு₃ண்யோ ப₄வார்ஜுன
நிர்த்₃வந்த்₃வோ நித்ய-ஸத்த்வ-ஸ்தோ₂ நிர்யோக₃-க்ஷேம ஆத்மவான்

த்ரை கு₃ண்ய—ஜட இயற்கையின் மூன்று குணங்கள் பற்றிய; *விஷயா:*—விஷயங்கள்; *வேதா:₃*—வேத இலக்கியங்கள்; *நிஸ்த்ரை-கு₃ண்ய*—ஜட இயற்கையின் மூன்று குணங்களுக்கு மேற்பட்ட; *ப₄வ*—ஆவாய்; *அர்ஜுன*—அர்ஜுனனே; *நிர்த்₃வந்த்₃வ:*—இருமைகள் அற்ற; *நித்ய-ஸத்த்வ-ஸ்தோ₂*—தூய ஆன்மீக நிலையில்; *நிர்யோக₃-க்ஷேம*—அடைதல், காத்தல் எனும் எண்ணங்களிலிருந்து விடுபெற்ற; *ஆத்ம-வான்*—தன்னில் நிலைபெற்ற.

வேதங்கள், பொதுவாக பௌதிக இயற்கையின் முக்குணங்களைப் பற்றியவை. அர்ஜுனா, இம்மூன்று குணங்களுக்கு அப்பாற்பட்டவனாக ஆவாயாக. எல்லா இருமைகளிலிருந்தும் விடுபட்டு, பொருட்களை அடைதல், பாதுகாத்தல் ஆகிய கவலைகளிலிருந்தும் விடுபட்டு, தன்னில் நிலைபெறுவாயாக.

பொருளுரை: பௌதிகச் செயல்கள் அனைத்தும், மூன்று இயற்கை குணங்களின் செயல்களையும் வினைகளையும் கொண்டவை. பலன்களை எதிர்பார்த்துச் செய்யப்படும் அச்செயல்கள், ஜடவுலகில் பந்தத்தை உண்டாக்கக்கூடியவை. புலனுகர்ச்சித் தளத்திலிருந்து தெய்வீகத் தளத்திற்கு பொதுமக்களை படிப்படியாக உயர்த்துவதற்காகவே வேதங்களில் பலன்நோக்குச் செயல்கள் விவரிக்கப்பட்டுள்ளன. பகவான் கிருஷ்ணரின் நண்பனும் சீடனுமான அர்ஜுனன், *ப்₃ரஹ்ம ஜிஜ்ஞாஸா* (பிரம்மனைப் பற்றிய வினாக்கள்) என்று தொடங்கும், வேதாந்த தத்துவத்தின் உன்னத நிலைக்கு உயருமாறு அறிவுறுத்தப்படுகிறான். ஜடவுலகிலுள்ள எல்லா ஜீவன்களும் வாழ்க்கைப் போராட்டத்தில் மிகவும் கஷ்டப்பட்டுக் கொண்டிருக்கின்றனர். இவ்வுலகைப் படைத்தபின், எவ்வாறு வாழ்வது, எவ்வாறு ஜடச் சிக்கலிலிருந்து விடுபடுவது என்று

உபதேசிக்கும் வேத ஞானத்தை அவர்களுக்காக அளித்தார் கடவுள். கர்ம காண்டம் எனப்படும் புலனுகர்ச்சி செயல்களைப் பற்றிய அத்தியாயம் முடிந்த பின், உபநிஷதங்களின் வடிவில் ஆன்மீகத்தை உணர்வதற்கான வாய்ப்பு வழங்கப்படுகிறது. ஐந்தாவது வேதமெனும் மஹாபாரதத்தின் ஒரு பகுதியாக பகவத் கீதை இருப்பதைப் போலவே, உபநிஷதங்கள் பல்வேறு வேதங்களின் பகுதிகளாகும். உபநிஷதங்களே தெய்வீக வாழ்வின் தொடக்கமாகும்.

இவ்வுடல் இருக்கும்வரை, பௌதிக குணங்களின் செயல்களும் விளைவுகளும் இருக்கும். இன்ப துன்பங்கள், வெப்பம், குளிர் போன்ற இரட்டைத் தன்மைகளை சகித்துக்கொள்ள ஒருவன் பயில வேண்டும். இதுபோன்ற இரட்டைத் தன்மைகளை சகித்துக் கொள்வதால், இலாப நஷ்டத்திற்கான கவலைகளிலிருந்து விடுதலை பெறுகிறான். கிருஷ்ணரின் நல்லெண்ணத்தை முழுமையாகச் சார்ந்து, முழு கிருஷ்ண உணர்வில் இருக்கும்போது, இந்த தெய்வீக நிலை கிட்டுகிறது.

ஸ்லோகம் 46

यावानर्थ उदपाने सर्वत: सम्प्लुतोदके ।
तावान्सर्वेषु वेदेषु ब्राह्मणस्य विजानत: ॥ ४६ ॥

யாவான் அர்த$_2$ உத$_3$பானே ஸர்வத: ஸம்ப்லுதோத$_3$கே
தாவான் ஸர்வேஷு வேதே$_3$ஷு ப்$_3$ராஹ்மணஸ்ய விஜானத:

யாவான்—அவை எல்லாம்; *அர்த:$_2$*—பலன்கள்; *உத$_3$-பானே*—நீர்க் கிணற்றில்; *ஸர்வத:*—எல்லா வகையிலும்; *ஸம்ப்லுத—உத$_3$கே*—ஒரு பெரும் நீர்த் தேக்கத்தில்; *தாவான்*—அதுபோல; *ஸர்வேஷு*—எல்லாவற்றிலும்; *வேதே$_3$ஷு*—வேத இலக்கியங்கள்; *ப்$_3$ராஹ்மணஸ்ய*—பரபிரம்மனை அறிந்தவர்களில்; *விஜானத:*—முழு அறிவு பெற்றவன்.

சிறு கிணற்றால் பூர்த்தி செய்யப்படும் தேவைகள் அனைத்தும், பெரும் நீர்த்தேக்கத்தால் உடனே பூர்த்தி செய்யப்படும். அது போலவே, வேதங்களின் நோக்கங்களெல்லாம் அவற்றிற்குப் பின்னால் உள்ள நோக்கங்களை அறிந்தவனால் அடையப் பெறும்.

பொருளுரை: வேத இலக்கியங்களின் கர்ம காண்டப் பகுதிகளில் குறிப்பிடப்பட்டுள்ள சடங்குகளும், யாகங்களும், தன்னுணர்வை படிப்படியாக அடைவதற்கு ஊக்குவிக்கின்றன. தன்னுணர்வின் நோக்கம் பகவத் கீதையின் பதினைந்தாம் அத்தியாயத்தில் (15.15) மிகத் தெளிவாகக் கூறப்பட்டுள்ளது: வேதங்களைப் பயிலுவதன் நோக்கம், அனைத்திற்கும் மூல காரணமான பகவான் கிருஷ்ணரை அறிவதுதான். எனவே, தன்னுணர்வு என்றால் கிருஷ்ணரையும்

அவருடனான உறவையும் புரிந்துகொள்வதாகும். கிருஷ்ணருக்கும் உயிர்வாழிகளுக்கும் இடையிலுள்ள உறவு, பகவத் கீதையின் பதினைந்தாம் அத்தியாயத்தில் (15.7) குறிப்பிடப்பட்டுள்ளது. உயிர்வாழிகள் கிருஷ்ணருடைய அம்சங்கள்; எனவே, கிருஷ்ண உணர்வைப் புதுப்பித்துக்கொள்வதே வேத ஞானத்தில் அவர்கள் அடையும் மிகவுயர்ந்த பக்குவநிலையாகும். இது பின்வருமாறு ஸ்ரீமத் பாகவதத்தில் (3.33.7) உறுதி செய்யப்பட்டுள்ளது:

அஹோ ப$_3$த ஷ்$_2$வ-பசோ 'தோ க$_3$ரீயான்
யஜ்-ஜிஹ்வாக்$_3$ரே வர்ததே நாம துப்$_4$யம்
தேபுஸ் தபஸ் தே ஜுஹுவு: ஸஸ்னுர் ஆர்யா
ப்$_3$ரஹ்மானூசுர் நாம க்$_3$ரு'ணந்தி யே தே

"எம்பெருமானே, நாயுண்ணும் சண்டாளனைப் போன்ற இழிவான குலத்தில் பிறந்திருப்பினும், உமது நாமத்தை சொல்பவன், தன்னுணர்வின் மிகவுயர்ந்த நிலையில் இருக்கிறான். அத்தகையவன், ஏற்கனவே எல்லா புனித தலங்களில் நீராடி, எல்லா வேத இலக்கியங்களையும் பன்முறை கற்று, வேத சடங்குகளின்படி எல்லாவித யாகங்களையும் தவங்களையும் செய்து முடித்தவனாகவே இருக்க வேண்டும். அத்தகையோன் ஆரிய பரம்பரையில் மிகச்சிறந்தவனாகக் கருதப்படுகிறான்."

எனவே, சடங்குகளில் மட்டும் பற்றுதல் கொள்ளாமல், வேதங்களின் குறிக்கோளைப் புரிந்துகொள்ளுமளவிற்கு ஒருவன் புத்திசாலியாக இருக்க வேண்டும். மேலும், ஸ்வர்க லோகங்களுக்கு ஏற்றம் பெற்று புலனுகர்ச்சியை அதிகளவில் அடைவதற்கும் விரும்பக் கூடாது. இந்த யுகத்தின் சாதாரண மனிதன், வேத சடங்குகளின் சட்டதிட்டங்களைப் பின்பற்றுவதோ, வேதாந்தம் மற்றும் உபநிஷதங்களை முழுமை யாகப் படிப்பதோ இயலாத காரியமாகும். வேத நோக்கங்களைச் செயலாற்ற மிகுந்த காலமும், சக்தியும், ஞானமும், செல்வமும் தேவை. இந்த யுகத்தில் இது மிகமிகக் கடினம். ஆயினும், வீழ்ச்சியடைந்த ஆத்மாக்கள் அனைவரையும் விடுவிக்க வந்த பகவான் சைதன்யரால் சிபாரிசு செய்யப்பட்டபடி, கடவுளின் புனித நாமங்களை கீர்த்தனம் செய்வதன் மூலம், வேதப் பண்பாட்டின் மிகச்சிறந்த நோக்கம் பூர்த்தியடைகின்றது. "வேதாந்த தத்துவங்களைப் பயிலாமல் மந்த மதி கொண்டு உணர்ச்சிவயப்படும் கூட்டத்தினரைப் போல், ஏன் பகவானின் புனித நாமங்களை மட்டும் பாடுகின்றீர்?" என்று பகவான் சைதன்யரை பிரகாசானந்த சரஸ்வதி எனும் மாபெரும் வேத பண்டிதர் வினவியபோது, "நான் ஒரு மாபெரும் முட்டாள் என்பதைக் கண்டறிந்த எனது ஆன்மீக குரு,

வெறுமனே பகவான் கிருஷ்ணரின் புனித நாமத்தை கீர்த்தனம் செய்யச் சொல்லியுள்ளார்" என்று பதிலுரைத்தார் பகவான் சைதன்யர். அவ்வாறே செய்த அவர், பித்தனைப் போன்று பரவசத்தில் மூழ்கிவிட்டார். இந்த கலி யுகத்தில் பெரும்பாலான மக்கள் முட்டாள்களாக இருப்பதால், வேதாந்த தத்துவங்களைப் புரிந்துகொள்ளும் அளவிற்கு கல்வியறிவு அவர்களிடம் இல்லை; குற்றமின்றி புனித நாமங்களை கீர்த்தனம் செய்வதால் வேதாந்த தத்துவங்களின் சிறந்த நோக்கம் பூர்த்தியடைகின்றது. வேத ஞானத்தின் இறுதிச் சொல் வேதாந்தமாகும். வேதாந்த தத்துவத்தை இயற்றியவரும் அதனை அறிபவரும் பகவான் கிருஷ்ணரே; மேலும், பகவானின் புனித நாமத்தை உச்சரிப்பதால் பேரின்பமடையும் மஹாத்மாவே மிகவுயர்ந்த வேதாந்தி ஆவார். இதுவே, எல்லா வேத இரகசியங்களின் இறுதி நோக்கமாகும்.

ஸ்லோகம் 47

कर्मण्येवाधिकारस्ते मा फलेषु कदाचन ।
मा कर्मफलहेतुर्भूर्मा ते सङ्गोऽस्त्वकर्मणि ॥४७॥

கர்மண்யேவாதி$_4$காரஸ் தே மா ப$_2$லேஷு கதா$_3$சன
மா கர்ம-ப$_2$ல-ஹேதுர் பூ$_4$ர் மா தே ஸங்கோ$_3$ 'ஸ்த்வ் அகர்மணி

கர்மணி—விதிக்கப்பட்ட கடமைகளில்; *ஏவ*—நிச்சயமாக; *அதி$_4$கார:*—அதிகாரம்; *தே*—உனக்கு; *மா*—என்றுமில்லை; *ப$_2$லேஷு*—பலன்களில்; *கதா$_3$சன*—எவ்வேளையிலும்; *மா*—என்றுமில்லை; *கர்ம ப$_2$ல*—செயல்களின் பலன்களில்; *ஹேது:*—காரணம்; *பூ:$_4$*—ஆவது; *மா*—என்றுமில்லை; *தே*—உனக்கு; *ஸங்க:$_3$*—பற்றுதல்; *அஸ்து*—இருப்பது; *அகர்மணி*—விதிக்கப்பட்ட கடமைகளைச் செய்யாமல்.

உனக்கு விதிக்கப்பட்ட கடமையைச் செய்ய மட்டுமே உனக்கு அதிகாரம் உண்டு, ஆனால் செயல்களின் பலன்களில் உனக்கு அதிகாரமில்லை. உனது செயல்களின் விளைவுகளுக்கு உன்னையே காரணமாக ஒருபோதும் எண்ணாதே. கடமையைச் செய்யாமலிருக்க ஒருபோதும் பற்றுதல் கொள்ளாதே.

பொருளுரை: இங்கு மூன்று விஷயங்கள் உள்ளன: விதிக்கப்பட்ட கடமைகள், தீய செயல்கள், மற்றும் செயலற்ற தன்மை. பௌதிக இயற்கையின் குணத்திற்குத் தகுந்தாற்போல செய்யப்படும் செயல்கள், விதிக்கப்பட்ட கடமைகள் எனப்படும். அதிகாரியின் ஒப்புதலின்றி செய்யப்படும் செயல்கள் தீய செயல்களாகும். தனக்கென்று உரிய கடமைகளை செய்யாதிருப்பது செயலற்ற தன்மை. செயலற்று இருக்காமல், பலனை எதிர்பார்க்காமல்

தனக்குரிய கடமைகளைச் செய்யுமாறு அர்ஜுனனை பகவான் அறிவுறுத்துகிறார். பலன்களில் விருப்பமுடையவன் அச்செயல்களுக்கு காரணமாகி விடுகிறான், அச்செயல்களின் விளைவுகளால் இன்ப துன்பத்தை அடைகிறான்.

விதிக்கப்பட்ட கடமைகளை மூன்று வகையாகப் பிரிக்கலாம்: தினசரிச் செயல்கள், அவசரச் செயல்கள், விருப்பச் செயல்கள். சாஸ்திர விதிகளுக்கு ஏற்ப, பலனை எதிர்பார்க்காமல் கடமையாகச் செய்யப்படும் தினசரிச் செயல்கள், ஸத்வ குணத்தில் செயலாற்றப் படுபவை. பலன்களைத் தரும் செயல்கள் பந்தப்படுவதற்கு காரணமாகின்றன; எனவே, அத்தகு செயல்கள் நல்லதல்ல. விதிக்கப்பட்ட கடமைகளில் ஒவ்வொருவருக்கும் முழு உரிமை உண்டு. எனினும், பலனில் பற்றுதல் கொள்ளாமல் செயலாற்ற வேண்டும். இதுபோன்று பற்றின்றி செயலாற்றப்படும் கடமைகள் ஐயமின்றி ஒருவனை முக்தியின் பாதையில் கொண்டு செல்கின்றன.

எனவே, பலனில் பற்றுகொள்ளாமல் கடமைக்காகப் போர் புரியும்படி அர்ஜுனன் பகவானால் அறிவுறுத்தப்படுகிறான். போரில் பங்கு கொள்ள மறுக்கும் அர்ஜுனனின் தன்மையும் ஒருவித பற்றுதலே. இத்தகு பற்றுதல் விடுதலையின் பாதைக்கு என்றுமே ஒருவனை அழைத்துச் செல்வதில்லை. நல்லதாகத் தோன்றினாலும் சரி, கெட்டதாகத் தோன்றினாலும் சரி, பற்றுதல் பந்தத்திற்கு காரணமாகிறது. செயலற்று இருப்பதோ பாவமாகும். எனவே, கடமைக்காக போரிடுவதே அர்ஜுனனுக்கு விடுதலை தரக்கூடிய மங்கலகரமான பாதையாகும்.

ஸ்லோகம் 48

योगस्थः कुरु कर्माणि सङ्गं त्यक्त्वा धनञ्जय ।
सिद्ध्यसिद्ध्योः समो भूत्वा समत्वं योग उच्यते ॥ ४८ ॥

யோக$_3$-ஸ்த:$_2$ குரு கர்மாணி ஸங்க$_3$ம்' த்யக்த்வா த$_4$னஞ்ஜய
ஸித்$_3$த்$_4$யஸித்$_3$த்$_4$யோ: ஸமோ பூ$_4$த்வா ஸமத்வம்' யோக$_3$ உச்யதே

யோக$_3$ஸ்த:$_2$—யோகத்தில் நிலைபெற்று; *குரு*—செயலாற்று; *கர்மாணி*—உன்னுடைய கடமைகள்; *ஸங்க$_3$ம்*—பற்றுதல்; *த்யக்த் வா*—கைவிட்டு; *த$_4$னஞ்ஜய*—தனஞ்ஜயனே (அர்ஜுனனே); *ஸித்$_3$தி$_4$-அஸித்$_3$த்$_4$யோ:*—வெற்றி தோல்வியில்; *ஸம:*—சமமாக; *பூ$_4$த்வா*—ஆகி; *ஸமத்வம்*—சமத்துவம்; *யோக:$_3$*—யோகம்; *உச்யதே*—கூறப்படுகின்றது.

அர்ஜுனா, வெற்றி தோல்வியில் பற்றுதல் கொள்ளாமல், உனது கடமையை சமநிலையுடன் செய்வாயாக. இதுபோன்ற சமத்துவமே யோகம் என்று அறியப்படுகின்றது.

பொருளுரை: அர்ஜுனன், யோகத்தில் செயலாற்ற வேண்டுமென்று கிருஷ்ணர் கூறுகிறார். யோகம் என்றால் என்ன? யோகம் என்றால், எப்போதும் தொந்தரவு கொடுக்கும் புலன்களைக் கட்டுப்படுத்தி, மனதை முழுமுதற் கடவுளின் மீது நிலைநிறுத்துவதாகும். முழுமுதற் கடவுள் யார்? கிருஷ்ணரே முழுமுதற் கடவுள். அவரே போரிடச் சொல்லும்போது போரின் விளைவுகளில் அர்ஜுனன் செய்யக்கூடியது ஒன்றுமே இல்லை. வெற்றியோ தோல்வியோ, அஃது அவரைச் சேர்ந்தது. அவரின் கட்டளைகளை மட்டும் நிறைவேற்றுமாறு அர்ஜுனன் அறிவுறுத்தப்படுகிறான். அவரின் கட்டளைகளைப் பின்பற்றுவதே உண்மையான யோகம்—கிருஷ்ண உணர்வெனும் பயிற்சியில் இது பயிலப்படுகிறது. கிருஷ்ண உணர்வால் மட்டுமே 'தான் உரிமையாளன்' என்ற உணர்வை விட்டொழிக்க முடியும். ஒருவன் கிருஷ்ணரின் தொண்டனாக ஆக வேண்டும், அல்லது கிருஷ்ணரின் தொண்டனுக்குத் தொண்டனாக ஆக வேண்டும். இதுவே கிருஷ்ண உணர்வில் முறையான கடமைகளைச் செய்யச் சரியான வழி. யோகத்தில் செயலாற்ற இது மட்டுமே உதவும்.

சத்திரியனான அர்ஜுனன், வர்ணாஷ்ரம தர்மத்தைச் சார்ந்தவன். விஷ்ணு புராணத்தில் வர்ணாஷ்ரம தர்மத்தின் முழு நோக்கமும் விஷ்ணுவை திருப்திப்படுத்துவதே என்று கூறப்பட்டுள்ளது. ஒருவன் தன்னை திருப்தி செய்தல் என்னும் ஜடவுலக விதிக்கு மாறாக, கிருஷ்ணரை திருப்தி செய்வதில் ஈடுபட வேண்டும். கிருஷ்ணரை திருப்தி செய்யாவிடில், வர்ணாஷ்ரம தர்மத்தின் கொள்கைகளை முறையாகக் கடைப்பிடிக்க முடியாது. எனவே, கிருஷ்ணருடைய கட்டளையின்படி செயல்படுமாறு அர்ஜுனன் மறைமுகமாக இங்கே அறிவுறுத்தப்படுகிறான்.

ஸ்லோகம் 49

दूरेण ह्यवरं कर्म बुद्धियोगाद्धनञ्जय ।
बुद्धौ शरणमन्विच्छ कृपणाः फलहेतवः ॥ ४९ ॥

தூ$_3$ரேண ஹ்யவரம்' கர்ம பு$_3$த்$_3$தி$_4$-யோகா$_3$த்$_3$ த$_4$னஞ்ஜய
பு$_3$த்$_3$தௌ$_4$ ஷ$_2$ரணம் அன்விச்ச$_2$ க்ரு'பணா: ப$_2$ல-ஹேதவ:

தூ$_3$ரேண—வெகு தொலைவில் புறக்கணித்து; *ஹி*—நிச்சயமாய்; *அவரம்*—மோசமான; *கர்ம*—செயல்கள்; *பு$_3$த்$_3$தி$_4$-யோகா$_3$த்$_3$*—கிருஷ்ண உணர்வின் பலத்தில்; *த$_4$னஞ்ஜய*—செல்வத்தை வெல்பவனே; *பு$_3$த்$_3$தௌ$_4$ள*—அத்தகு உணர்வில்; *ஷ$_2$ரணம்*—முழு சரணாகதி; *அன்விச்ச$_2$*—முயற்சிக்கும்; *க்ரு'பணா:*—கஞ்சர்கள்; *ப$_2$ல-ஹேதவ:*—பலனை விரும்புவோர்.

தனஞ்ஜயா, அனைத்து மோசமான செயல்களையும் பக்தித் தொண்டின் உதவியினால் தூரமாக வைத்து விட்டு, சரணடை வாயாக. தமது செயல்களின் பலனை அனுபவிக்க விரும்புபவர் கஞ்சர்களேயாவார்கள்.

பொருளுரை: பகவானின் நித்தியத் தொண்டன் எனும் தனது ஸ்வரூப நிலையை உண்மையாகப் புரிந்து கொண்டவன், கிருஷ்ண உணர்வற்ற இதர செயல்கள் அனைத்தையும் துறக்கின்றான். ஏற்கனவே விளக்கியபடி, புத்தி யோகம் என்றால் பகவானுக்குச் செய்யப்படும் திவ்யமான அன்புத் தொண்டே. அத்தகு பக்தித் தொண்டே உயிர்வாழிகளின் சிறந்த செயலாகும். கஞ்சர்கள் மட்டுமே தங்களது செயல்களின் விளைவுகளை அனுபவிக்க ஆவல் கொண்டு, மீண்டும் பௌதிக பந்தத்தில் சிக்குகின்றனர். கிருஷ்ண உணர்வின் செயல்களைத் தவிர மற்ற அனைத்து செயல்களும், பிறப்பு இறப்பு என்னும் சுழலில் உயிர்வாழியை தொடர்ந்து பந்தப்படுத்துகின்றன. எனவே, செயல்களுக்கு காரணமாக இருக்க வேண்டுமென்று ஒருபோதும் விரும்பக் கூடாது. எல்லா காரியங்களும் கிருஷ்ண உணர்வுடன் கிருஷ்ணருக்காக மட்டுமே செய்யப்பட வேண்டும். நல்ல அதிர்ஷ்டத்தாலோ கடின உழைப்பாலோ பெறப்பட்ட சிறந்த செல்வங்களை எவ்வாறு உபயோகிப்பது என்று கஞ்சர்களுக்குத் தெரியாது. ஒருவன் தனது சக்திகள் அனைத்தையும் கிருஷ்ண உணர்வில் செலவிட வேண்டும், அஃது அவனது வாழ்வை வெற்றிகரமானதாக்கும். கஞ்சர்களைப் போன்ற துரதிர்ஷ்டசாலி மக்கள் தங்களது மனித சக்தியை பகவானின் தொண்டில் ஈடுபடுத்தாமல் விரயப்படுத்துகின்றனர்.

ஸ்லோகம் 50

बुद्धियुक्तो जहातीह उभे सुकृतदुष्कृते ।
तस्माद्योगाय युज्यस्व योगः कर्मसु कौशलम् ॥ ५० ॥

பு₃த்₃தி₄-யுக்தோ ஜஹாதீஹ உபே₄ ஸுக்ரு'த-து₃ஷ்க்ரு'தே
தஸ்மாத்₃ யோகா₃ய யுஜ்யஸ்வ யோக:₃ கர்மஸு கௌஶ₂லம்

பு₃த்₃தி₄-யுக்த:—பக்தித் தொண்டில் ஈடுபட்டிருப்பவர்; *ஜஹாதி*—தப்ப இயலும்; *இஹ*—இவ்வாழ்வில்; *உபே₄*—இரண்டிலும்; *ஸுக்ரு'த-து₃ஷ்க்ரு'தே*—நல்ல, தீய விளைவுகள்; *தஸ்மாத்*—எனவே; *யோகா₃ய*—பக்தித் தொண்டிற்காக; *யுஜ்யஸ்வ*—ஈடுபடு; *யோக:₃*—கிருஷ்ண உணர்வு; *கர்மஸு*—எல்லாச் செயல்களிலும்; *கௌஶ₂லம்*—கலை.

பக்தித் தொண்டில் ஈடுபட்டுள்ளவன், இந்த வாழ்விலேயே, நல்ல, தீய செயல்களின் விளைவுகளிலிருந்து தப்புகின்றான்.

எனவே, எல்லாச் செயல்களிலும் சிறந்ததான யோகத்திற்காகப் பாடுபடுவாயாக.

பொருளுரை: நினைவுக்கெட்டாத காலத்திலிருந்தே ஜீவாத்மாக்கள் தங்களது நல்ல, தீய செயல்களின் பலவித வினைகளைச் சேர்த்து வைத்துக் கொண்டுள்ளனர். இதனால், தமது ஸ்வரூப நிலை என்ன என்பது தெரியாமல் தவிக்கின்றனர். பகவான் ஸ்ரீ கிருஷ்ணரிடம் முழுமையாக சரணடைந்து, பிறவிதோறும் சங்கிலித்தொடர் போன்று பாதித்துக் கொண்டுள்ள செயல் மற்றும் வினைகளிலிருந்து விடுபட்டு, முக்தி பெறுமாறு அறிவுறுத்தக்கூடிய பகவத் கீதையினால், ஒருவனது அறியாமையை அகற்றிவிட முடியும். எனவே, செயல்களின் விளைவுகளைத் தூய்மைப்படுத்தும் வழிமுறையான கிருஷ்ண உணர்வில் செயலாற்றுமாறு அர்ஜுனன் அறிவுறுத்தப்படுகிறான்.

ஸ்லோகம் 51

कर्मजं बुद्धियुक्ता हि फलं त्यक्त्वा मनीषिणः ।
जन्मबन्धविनिर्मुक्ताः पदं गच्छन्त्यनामयम् ॥ ५१ ॥

கர்ம-ஜம்' பு$_3$த்$_3$தி$_4$-யுக்தா ஹி ப$_2$லம்' த்யக்த்வா மனீஷிண:
ஜன்ம-ப$_3$ந்த$_4$-வினிர்முக்தா: பத$_3$ம்' க$_3$ச்ச$_2$ந்த்யனாமயம்

கர்ம-ஜம்—பலன்நோக்குச் செயல்களால்; *பு$_3$த்$_3$தி$_4$-யுக்தா:*—பக்தித் தொண்டில் ஈடுபட்டு; *ஹி*—நிச்சயமாக; *ப$_2$லம்*—பலன்களை; *த்யக்த்வா*—கைவிட்டு; *மனீஷிண:*—சிறந்த முனிவர்கள் (பக்தர்கள்); *ஜன்ம-ப$_3$ந்த$_4$*—பிறப்பு இறப்பின் பந்தம்; *வினிர்முக்தா:*—முக்தி பெற்ற; *பத$_3$ம்*—நிலை; *க$_3$ச்ச$_2$ந்தி*—அடைகின்றனர்; *அனாமயம்*—துன்பங்களற்ற.

இவ்விதமாக பக்தித் தொண்டில் ஈடுபட்டு, சிறந்த முனிவர்கள் (பக்தர்கள்), பௌதிக உலகின் செயல்களின் வினைகளிலிருந்து தங்களை விடுவித்துக் கொண்டுள்ளனர். இவ்வழியில், அவர்கள் பிறப்பு இறப்பின் பந்தத்திலிருந்து விடுபட்டு எல்லாத் துன்பங்களுக்கும் அப்பாற்பட்ட நிலையை (முழுமுதற் கடவுளிடம் திரும்பிச் செல்வதன் மூலம்) அடைகின்றனர்.

பொருளுரை: முக்தி பெற்ற உயிர்வாழிகள், பௌதிகத் துயரங்களே இல்லாத இடத்தைச் சார்ந்தவர்கள். பாகவதம் (10.14.58) கூறுகின்றது:

ஸமாஷ்ரிதா யே பத$_3$-பல்லவ-ப்லவம்'
மஹத்-பத$_3$ம்' புண்ய-யஷோ$_2$ முராரே:
ப$_4$வாம்பு$_3$தி$_4$ர் வத்ஸ-பத$_3$ம்' பரம்' பத$_3$ம்'
பத$_3$ம்' பத$_3$ம்' யத்$_3$ விபதா$_3$ம்' ந தேஷாம்

"முக்தியை அளிப்பவரும், முகுந்தன் என்னும் பெயர் பெற்றவரும், பிரபஞ்சத் தோற்றத்தின் அடைக்கலமுமான பகவானின் பாத கமலங்கள் என்னும் படகை ஏற்றுக் கொண்டவனுக்கு, பௌதிக உலகம் என்னும் பெருங்கடல், கன்றின் குளம்பில் தேங்கிய நீரைப் போன்றதாகும். அவனது நோக்கம் பௌதிக துன்பங்களற்ற வைகுண்டமே (பரமபதமே)—ஒவ்வொரு அடியிலும் அபாயம் இருக்கக்கூடிய இடமல்ல."

இவ்வுலகம், ஒவ்வொரு அடியிலும் அபாயங்கள் நிறைந்த துன்பகரமான இடம் என்பதை அறியாமையினால் ஒருவன் அறிவதில்லை. அதன் காரணத்தினாலேயே, சிற்றறிவுடையோர், செயல்களின் பலன்கள் தங்களை மகிழ்விக்கும் எனக் கருதி பலன்நோக்குச் செயல்களின் மூலம் சூழ்நிலையை சரி செய்ய முயல்கின்றனர். முழு பிரபஞ்சத்திலும் உள்ள எவ்வித பௌதிக உடலும் துயரற்ற வாழ்வைத் தர இயலாது என்பதை அவர்கள் அறிவதில்லை. வாழ்வின் துயரங்களான பிறப்பு, இறப்பு, முதுமை, நோய் ஆகியவை பௌதிக உலகம் முழுவதும் உள்ளன. ஆனால் பகவானது நித்தியத் தொண்டன் எனும் தனது உண்மையான ஸ்வரூபத்தையும், பகவானுடைய உன்னத நிலையையும் அறிந்தவன், அவரது திவ்யமான அன்புத் தொண்டில் ஈடுபடுகின்றான். இதன் மூலம், வைகுண்ட லோகங்களுக்குச் செல்லத் தகுதியுடையவனா கிறான். அங்கே துன்பமயமான பௌதிக வாழ்க்கையோ, காலம் மற்றும் மரணத்தின் தாக்கமோ இல்லை. தனது ஸ்வரூப நிலையை உணர்வது என்றால் பகவானுடைய தன்னிகரற்ற உயர் நிலையையும் அறிவது என்று பொருள். ஜீவாத்மாவின் நிலையும், கடவுளின் நிலையும் ஒன்றே என்று தவறாக நினைப்பவன், இருளில் இருப்பதாக அறியப்பட வேண்டும். இதனால் அவன் பக்தித் தொண்டில் ஈடுபட முடியாது. தன்னையே எஜமானனாக நினைக்கும் அவன், பிறப்பு இறப்பின் தொடர்ச்சிக்கு வழிவகுத்துக் கொள்கிறான். ஆனால் தனது நிலை 'தொண்டு புரிவது' என்பதை உணர்பவன், இறைத் தொண்டிற்குத் தன் வாழ்வை மாற்றிக்கொள்வதன் மூலம், உடனேயே வைகுண்ட லோகத்திற்குச் செல்லத் தகுதி பெறுகிறான். இறைவனுக்காக தொண்டாற்றுவதே கர்ம யோகம், அல்லது புத்தி யோகம், அல்லது எளிமையாகச் சொன்னால் பக்தித் தொண்டு என்று அறியப்படுகிறது.

ஸ்லோகம் 52

यदा ते मोहकलिलं बुद्धिर्व्यतितरिष्यति ।
तदा गन्तासि निर्वेदं श्रोतव्यस्य श्रुतस्य च ॥ ५२ ॥

யதா₃ தே மோஹ-கலிலம்' பு₃த்₃தி₄ர் வ்யதிதரிஷ்யதி
ததா₃ க₃ந்தாஸி நிர்வேத₃ம்' ஷ்₂ரோதவ்யஸ்ய ஷ்₂ருதஸ்ய ச

யதா₃—எப்பொழுது; *தே*—உனது; *மோஹ*—மயக்கமெனும்; *கலிலம்*—அடர்ந்த காடு; *பு₃த்₃தி:₄*—அறிவோடு செய்யப்படும் உன்னத தொண்டு; *வ்யதிதரிஷ்யதி*—கடக்கின்றதோ; *ததா₃*—அப்போது; *க₃ந்தா அஸி*—நீ ஆவாய்; *நிர்வேத₃ம்*—சமநிலை; *ஷ்₂ரோதவ்யஸ்ய*—கேட்க வேண்டியவை; *ஷ்₂ருதஸ்ய*—முன்னரே கேட்டவை; *ச*—மற்றும்.

எப்போது உன் அறிவு, மயக்கம் எனும் இவ்வடர்ந்த காட்டை தாண்டி விடுகிறதோ, அப்போது, இதுவரை கேட்டவை, இனி கேட்க வேண்டியவை இவற்றின் மீது நீ சமநிலையுடையவனாகி விடுவாய்.

பொருளுரை: பகவானின் அன்புத் தொண்டில் ஈடுபட்டதால், வேத சடங்குகளின் மீது பற்றுதலை இழந்ததற்கு, பல சிறந்த பக்தர்களின் வாழ்வில் பற்பல நல்ல உதாரணங்கள் உள்ளன. கிருஷ்ணரையும் அவருடனான தனது உறவையும் முறையாகப் புரிந்து கொண்டவன், இயற்கையாகவே பலன்நோக்குச் சடங்குகளில் கொஞ்சம்கூட பற்றில்லாதவனாகி விடுகிறான், அனுபவம் வாய்ந்த பிராமணனாக இருந்தாலும்கூட. பக்தர்களின் பரம்பரையில் வந்த ஆச்சாரியரும் மாபெரும் பக்தருமான ஸ்ரீ மாதவேந்திரபுரி கூறுகிறார்:

ஸந்த்₃யா-வந்த₃ன ப₄த்₃ரம் அஸ்து ப₄வதோ போ:₄ ஸ்நான துப்₄யம்' நமோ
போ₄ தே₃வா: பிதரஷ்₂ ச தர்பண-விதௌ₄ நாஹம்' க்ஷம: க்ஷம்யதாம்
யத்ர க்வாபி நிஷத்₃ய யாத₃வ-குலோத்தம்'ஸஸ்ய கம்'ஸ-த்₃விஷ:
ஸ்மாரம்' ஸ்மாரம் அக₄ம்' ஹராமி தத்₃ அலம்' மன்யே கிம் அன்யேன மே

"என்னுடைய சந்தியா வந்தனமே, நீ வாழ்க. ஸ்நானமே, உனக்கு எனது வணக்கம். தேவர்களே, முன்னோர்களே, உங்களுக்கு முறையான வந்தனை செய்யாததற்காக என்னை மன்னியுங்கள். தற்போது, நான் எங்கு அமர்ந்தாலும், கம்சனின் விரோதியான யது குலத்தின் உத்தமரை (கிருஷ்ணரை) நினைவிற்கொள்ள முடிகின்றது. இதன் மூலம் எல்லா பாவங்களிலிருந்தும் என்னை நான் விடுவித்துக்கொள்ள இயலும். இதுவே எனக்குப் போதுமானது என்று நான் எண்ணுகின்றேன்."

தினமும் மும்முறை பிரார்த்தனை செய்தல் (சந்தியா வந்தனம்), அதிகாலையில் குளித்தல், முன்னோர்களுக்கும் பிறருக்கும் வணக்கம் செலுத்துதல் போன்ற வேதச் சடங்குகளும் கிரியைகளும், ஆரம்பநிலையில் உள்ளவர்களுக்கு மிகவும் இன்றியமையாதவை. ஆயினும், முழுமையான கிருஷ்ண உணர்வில் இருந்து, அவரது

திவ்யமான அன்புத் தொண்டில் ஈடுபடுபவர், இதுபோன்ற கட்டுப்பாட்டு விதிகளில் பற்றுக் கொள்வதில்லை; ஏனெனில், அவர் ஏற்கனவே பக்குவநிலையை அடைந்து விட்டார். பரம புருஷரான ஸ்ரீ கிருஷ்ணருக்கு கைங்கரியம் செய்வதால் அறிவின் உயர் தளத்தை அடைந்தவன், வேத நூல்களில் விதிக்கப்பட்ட தவங்களையும் தியாகங்களையும் இனிமேல் செயலாற்ற வேண்டியதில்லை. வேதங்களின் நோக்கம் பகவான் ஸ்ரீ கிருஷ்ணரை அடைவதுதான் என்பதை உணராமல் சடங்குகளில் ஈடுபடுபவன், அதன் மூலம் தனது நேரத்தை வீணடிக்கிறான். கிருஷ்ண உணர்விலிருப்பவன், *ஷ$_2$ப்$_3$த$_3$ ப்$_3$ரஹ்மத்தின்*, அதாவது வேத, உபநிஷதங்களின், எல்லையைத் தாண்டி விடுகிறான்.

ஸ்லோகம் 53

श्रुतिविप्रतिपन्ना ते यदा स्थास्यति निश्चला ।
समाधावचला बुद्धिस्तदा योगमवाप्स्यसि ॥ ५३ ॥

ஷ$_2$ருதி-விப்ரதிபன்னா தே யதா$_3$ ஸ்தா$_2$ஸ்யதி நிஷ்$_2$சலா
ஸமாதா$_4$வ் அசலா பு$_3$த்$_3$தி$_4$ஸ் ததா$_3$ யோக$_3$ம் அவாப்ஸ்யஸி

ஷ$_2$ருதி—வேதங்களின்; *விப்ரதிபன்னா*—பலன்களின் விளைவுகளால் பாதிக்கப்படாத; *தே*—உனது; *யதா$_3$*—எப்போது; *ஸ்தா$_2$ஸ்யதி*—நிலைபெறுகிறதோ; *நிஷ்$_2$சல*—அசைவற்று; *ஸமாதௌ$_4$*—திவ்யமான உணர்வில் (கிருஷ்ண உணர்வில்); *அசலா*—உறுதியான; *பு$_3$த்$_3$தி:$_4$*—அறிவு; *ததா$_3$*—அவ்வேளையில்; *யோக$_3$ம்*—தன்னுணர்வை; *அவாப்ஸ்யஸி*—அடைவாய்.

எப்போது உன் மனம் வேதங்களின் மலர்சொற்களால் கவரப்படாத நிலையை அடைகிறதோ, எப்போது அது தன்னுணர்வின் ஸமாதியில் நிலைத்திருக்கின்றதோ, அப்போது நீ தெய்வீக உணர்வை அடைந்து விட்டவனாவாய்.

பொருளுரை: ஒருவர் ஸமாதியில் இருக்கிறார் என்றால் அவர் கிருஷ்ண உணர்வை முழுமையாக அறிந்தவர் என்பதே பொருள். அதாவது, முழு ஸமாதி நிலையை அடைந்தவர், பிரம்மன், பரமாத்மா, பகவான் ஆகிய மூன்று நிலையையும் உணர்ந்தவராவார். "நான் கிருஷ்ணரின் நித்திய தொண்டன், கிருஷ்ண உணர்வின் கடமைகளைச் செய்வதே எனது ஒரே பணி" என்பதை உணர்வதே தன்னுணர்வின் மிகவுயர்ந்த பக்குவநிலையாகும். கிருஷ்ண உணர்வுடையவன் (பகவானின் ஸ்திரமான பக்தன்), வேதங்களின் மலர்ச் சொற்களில் மயங்குவதோ, ஸ்வர்க லோகத்தை அடைவதற்கான பலன்நோக்குச் செயல்களில் ஈடுபடுவதோ கூடாது. அவன்,

கிருஷ்ணருடன் நேரடித் தொடர்பில் உள்ளதால், அந்த தெய்வீக நிலையில் கிருஷ்ணரின் ஆணைகளைப் புரிந்துகொள்ள முடியும். அத்தகு செயல்களால் உயர்ந்த பலனை அடைந்து, முதிர்ந்த அறிவைப் பெறுவது நிச்சயம். கிருஷ்ணரது (அல்லது அவரது பிரதிநிதியான ஆன்மீக குருவின்) கட்டளைகளை நிறைவேற்றினால் அதுவே போதுமானதாகும்.

ஸ்லோகம் 54

अर्जुन उवाच
स्थितप्रज्ञस्य का भाषा समाधिस्थस्य केशव ।
स्थितधी: किं प्रभाषेत किमासीत व्रजेत किम् ॥ ५४॥

அர்ஜுன உவாச
ஸ்தி$_2$த-ப்ரஜ்ஞஸ்ய கா பா$_4$ஷா ஸமாதி$_4$-ஸ்த$_2$ஸ்ய கேஷ$_2$வ
ஸ்தி$_2$த-தீ:$_4$ கிம்' ப்ரபா$_4$ஷேத கிம் ஆஸீத வ்ரஜேத கிம்

அர்ஜுன: உவாச—அர்ஜுனன் கூறினான்; *ஸ்தி$_2$த–ப்ரஜ்ஞஸ்ய*—நிலைத்த கிருஷ்ண உணர்வில் உறுதி பெற்றவன்; *கா*—என்ன; *பா$_4$ஷா*—மொழி; *ஸமாதி$_4$–ஸ்த$_2$ஸ்ய*—ஸமாதியில் நிலைபெற்றோன்; *கேஷ$_2$வ*—கிருஷ்ணர்; *ஸ்தி$_2$த–தீ:$_4$*—கிருஷ்ண உணர்வில் நிலைபெற்றோன்; *கிம்*—என்ன; *ப்ரபா$_4$ஷேத*—பேசுவான்; *கிம்*—எவ்வாறு; *ஆஸீத*—இருப்பான்; *வ்ரஜேத*—நடப்பான்; *கிம்*—எவ்வாறு.

அர்ஜுனன் வினவினான்: தெய்வீக உணர்வில் இவ்வாறு நிலை பெற்றவனின் அறிகுறிகள் யாவை? அவனது மொழி என்ன? எவ்வாறு பேசுவான்? எப்படி அமருவான், எப்படி நடப்பான்?

பொருளுரை: ஒவ்வொரு மனிதனின் நிலைக்கேற்ப சில அறிகுறிகள் காணப்படுவதைப் போல, கிருஷ்ண பக்தியுடையவனுக்கும், பேச்சு, நடத்தை, எண்ணம், உணர்வு போன்ற பல குறிப்பிட்ட இயல்புகள் உண்டு. எவ்வாறு ஒரு செல்வந்தன் சில அறிகுறிகளால் செல்வமுடையவன் என்றும், நோயாளி சில அறிகுறிகளால் நோயுற்றவன் என்றும், சான்றோன் சில அறிகுறிகளால் கற்றறிந்தவன் என்றும் அறியப்படுகிறார்களோ, அதுபோல கிருஷ்ணரின் தெய்வீக உணர்வில் இருப்பவனின் செயல்களிலும் சில குறிப்பிட்ட அறிகுறிகள் உண்டு. அவனது முக்கிய அறிகுறிகளை பகவத் கீதையிலிருந்து அறிந்துகொள்ளலாம். கிருஷ்ண உணர்வுடையவன் எவ்வாறு பேசுகிறான் என்பது மிகவும் முக்கியமானது; ஏனெனில், பேச்சு என்பது எந்தவொரு மனிதனுக்கும் முக்கியமான குணமாகும். பேசாமல் இருக்கும்வரை முட்டாளைக் கண்டுபிடிக்க முடியாது என்று கூறப்படுகிறது. நன்றாக உடையணிந்த முட்டாள் தன் வாயைத்

திறக்காத வரை, அவன் எப்படிப்பட்டவன் என்பதை அறிய முடியாது என்பது நிச்சயமே. ஆனால் அவன் பேசத் தொடங்கியவுடன், தான் யார் என்பதைக் காட்ட ஆரம்பித்துவிடுகிறான். கிருஷ்ண பக்தனின் முதல் அறிகுறி என்னவென்றால் அவன் கிருஷ்ணரைப் பற்றியும் அவர் சம்பந்தப்பட்ட விஷயங்களைப் பற்றியும் மட்டுமே பேசுவான். கீழே விளக்கப்படும் மற்ற அறிகுறிகள் தானாக வெளிப்படும்.

ஸ்லோகம் 55

श्रीभगवानुवाच

प्रजहाति यदा कामान्सर्वान्पार्थ मनोगतान् ।
आत्मन्येवात्मना तुष्टः स्थितप्रज्ञस्तदोच्यते ॥ ५५ ॥

ஸ்ரீ-ப$_4$க$_3$வான் உவாச

ப்ரஜஹாதி யதா$_3$ காமான் ஸர்வான் பார்த$_2$ மனோ-க$_3$தான்
ஆத்மன்யேவாத்மனா துஷ்ட: ஸ்தி$_2$த-ப்ரஜ்ஞஸ் ததோ$_3$ச்யதே

ஸ்ரீ-ப$_4$க$_3$வான் உவாச—புருஷோத்தமராகிய முழுமுதற் கடவுள் கூறினார்; *ப்ரஜஹாதி*—துறந்து; *யதா$_3$*—எப்போது; *காமான்*—புலனுகர்ச்சிக்கான ஆசைகள்; *ஸர்வான்*—எல்லாவிதமான; *பார்த$_2$*—பிருதாவின் மைந்தனே; *மன:-க$_3$தான்*—மன கற்பனையின்; *ஆத்மனி*—ஆத்மாவின் தூய நிலையில்; *ஏவ*—நிச்சயமாக; *ஆத்மனா*—தூய்மையான மனதால்; *துஷ்ட:*—திருப்தியடைந்து; *ஸ்தி$_2$த-ப்ரஜ்ஞ*—திவ்யமாக நிலைபெற்ற; *ததா$_3$*—அச்சமயத்தில்; *உச்யதே*—கூறப்படுகிறான்.

புருஷோத்தமராகிய முழுமுதற் கடவுள் கூறினார்: பார்த்தனே, எப்போது ஒருவன் தனது மன கற்பனையினால் எழும் புலனுகர்ச்சிக்கான எல்லா ஆசைகளையும் துறந்து, தூய்மையடைந்த மனதுடன் தன்னில் திருப்தியடைகின்றானோ, அப்போது அவன் தெய்வீக உணர்வில் நிலைபெற்றவனாக அறியப்படுகிறான்.

பொருளுரை: கிருஷ்ண உணர்வில் (இறைவனின் பக்தித் தொண்டில்) முழுமையாக நிலைபெற்றிருப்பவர், பெரும் முனிவர்களது நற்குணங்கள் எல்லாவற்றையும் பெறுகின்றனர்; ஆனால் இத்தகு தெய்வீக நிலையில் நிலைபெறாதவனோ, தனது சொந்த மன கற்பனைகளைச் சார்ந்திருப்பது உறுதி என்பதால், எவ்வித நற்குணங்களும் அவனிடம் இருப்பதற்கு வாய்ப்பு இல்லை என்று ஸ்ரீமத் பாகவதம் உறுதிப்படுத்துகிறது. எனவே, மன கற்பனைகளால் எழும் புலனுகர்ச்சிக்கான ஆசைகள் அனைத்தையும் துறந்தாக வேண்டும் என்பது இங்கு சரியாகக் கூறப்பட்டுள்ளது. இந்த புலனிச்சைகளை செயற்கையாகத் துறக்க முடியாது. ஆனால்

கிருஷ்ண பக்தியில் ஈடுபட்டால், பெரும் முயற்சிகள் ஏதுமின்றி புலனிச்சைகள் தானாகவே அடங்கிவிடுகின்றன. எனவே, தெய்வீக உணர்வு நிலைக்கு முன்னேற இந்த பக்தித் தொண்டு உடனடியாக உதவும் என்பதால், தயக்கமின்றி கிருஷ்ண பக்தியில் ஈடுபட வேண்டும். தன்னை முழுமுதற் கடவுளின் நித்தியத் தொண்டனாக அறிவதன் மூலம், மிக முன்னேறிய ஆத்மா தன்னில் திருப்தியுற்று வாழ்கிறான். அத்தகு தெய்வீக நிலையை அடைந்தோருக்கு, கீழ்த்தரமான ஜட உணர்விலிருந்து எழக்கூடிய சிற்றின்பப் பற்றுக்கள் ஏதுமில்லை. மாறாக, முழுமுதற் கடவுளின் நித்திய சேவை என்னும் தனது இயல்பான நிலையில் அவன் எப்போதும் மகிழ்ச்சியாக உள்ளான்.

ஸ்லோகம் 56

दुःखेष्वनुद्विग्नमनाः सुखेषु विगतस्पृहः ।
वीतरागभयक्रोधः स्थितधीर्मुनिरुच्यते ॥ ५६ ॥

து:$_3$கே$_2$ஷ்வ் அனுத்$_3$விக்$_3$ன-மனா: ஸுகே$_2$ஷு விக$_3$த-ஸ்ப்ரு'ஹ:
வீத-ராக$_3$-ப$_4$ய-க்ரோத:$_4$ ஸ்தி$_2$த-தீ$_4$ர் முனிர் உச்யதே

து:$_3$க்கே$_2$ஷு—மூவகைத் துன்பங்களில்; *அனுத்$_3$விக்$_3$ன-மனா:*—மனதில் பாதிப்படையாமல்; *ஸுகே$_2$ஷு*—இன்பத்தில்; *விக$_3$த-ஸ்ப்ரு'ஹ:*—விருப்பமின்றி; *வீத*—விடுபட்டு; *ராக$_3$*—பற்று; *ப$_4$ய*—பயம்; *க்ரோத:$_4$*—கோபம்; *ஸ்தி$_2$த-தீ:$_4$*—மனம் நிலைபெற்றவன்; *முனி:*—முனிவன்; *உச்யதே*—அழைக்கப்படுகின்றான்.

மூவகைத் துன்பங்களால் பாதிக்கப்படாத மனம் உடையவனும், இன்பத்தில் மிக்க மகிழாதவனும், பற்றுதல், பயம், கோபம் இவற்றிலிருந்து விடுபட்டவனுமான ஒருவன், 'நிலைத்த மனமுடைய முனிவன்' என்று அழைக்கப்படுகிறான்.

பொருளுரை: *முனி* என்னும் சொல், எந்தவொரு முடிவுக்கும் வராமல் பற்பல அனுமானத்தில் மனதை ஈடுபடுத்துபவன் என்று பொருள்படும். ஒவ்வொரு *முனி*க்கும் வேறுபட்ட கண்ணோட்டம் உண்டு, ஒரு *முனி* மற்ற *முனி*களிடமிருந்து வேறுபடாவிட்டால், அவரை *முனி* என்று அழைப்பதில் அர்த்தமில்லை என்று சொல்லப்படுகிறது. *நாஸாவ் ருஷிர் யஸ்ய மதம் நபி$_4$ன்னம்* (மஹாபாரதம், வன–பர்வம் 313.117). ஆனால் *ஸ்தி$_2$த–தீ$_4$ர் முனி* என்று பகவானால் இங்கே கூறப்படுவோர், சாதாரண முனிவரிடமிருந்து வேறுபட்டவர். கற்பனைக் கருத்துக்களை உருவாக்கும் தொழிலைக் கைவிட்டுவிட்டதால், *ஸ்தி$_2$த–தீ$_4$ர் முனி* எப்போதும் கிருஷ்ண உணர்வில் இருக்கின்றார். அவர் *ப்ரஷா$_2$ந்த–நிஹ்ஷே$_2$ஷ–மனோ–*

ரதா$_{2}$ந்தர (*ஸ்தோத்ர–ரத்ன* 43) என்று அறியப்படுகிறார். அதாவது, மன அனுமானத்தின் நிலைகளைக் கடந்து, வாஸுதேவரான பகவான் ஸ்ரீ கிருஷ்ணரே எல்லாம் (*வாஸுதே$_{3}$வ: ஸர்வம் இதி ஸ மஹாத்மா ஸு–து$_{3}$ர்லப:$_{4}$*) என்ற முடிவுக்கு வந்துவிட்டவர் என்று பொருள். இத்தகையவரே நிலைத்த மனமுடைய முனிவராவார். கிருஷ்ண உணர்வில் முழுமையாக இருக்கும் இத்தகையோன், மூவகைத் துன்பங்களின் கொடூர தாக்குதலுக்கு மத்தியிலும் சஞ்சலமடைவதில்லை; ஏனெனில், அவன் எல்லாத் துன்பங்களையும் கடவுளின் கருணையாக எண்ணி ஏற்றுக்கொள்கிறான். மேலும், தன்னுடைய முந்தைய பாவங்களுக்காக தான் இன்னும் அதிகம் துன்பப்பட வேண்டும் என்றும், கடவுளின் கருணையால் தனது துயரங்கள் பெருமளவில் குறைக்கப்பட்டுவிட்டதென்றும் எண்ணுகிறான். அதுபோலவே, அவன் மகிழ்ச்சியாக இருக்கும்போது, மகிழ்ச்சியை அனுபவிக்க தன்னைத் தகுதியற்றவனாகக் கருதி, அதற்கான பெருமைகள் அனைத்தையும் கடவுளுக்கு அளிக்கின்றான். மேலும், கடவுளின் கருணையினாலேயே இத்தகைய வசதியான சூழ்நிலையில் அவருக்கு சிறப்பான சேவையைத் தன்னால் செய்ய முடிகின்றது என்று உணர்கிறான். இறைவனின் தொண்டில் எப்போதும் துணிவுடனும் விழிப்புணர்ச்சியுடனும் செயலாற்றுகிறான், பற்றினாலும் துறவினாலும் அவன் பாதிக்கப்படுவதில்லை. தனது புலனுகர்ச்சிக்காக பொருட்களை ஏற்றுக்கொள்வது 'பற்றுதல்' எனப்படும். அத்தகு புலனிச்சையின் பற்றிலிருந்து விலகுதல் 'துறவு' எனப்படும். ஆனால் கிருஷ்ண உணர்வில் நிலைபெற்றவனுக்கு பற்றுதலும் இல்லை, துறவும் இல்லை; ஏனெனில், அவனது வாழ்க்கை இறைவனின் தொண்டில் அர்ப்பணிக்கப்பட்டுள்ளது. எனவே, தனது முயற்சிகள் வெற்றி பெறாதபோது, அவன் கொஞ்சம்கூட கோபமடைவதில்லை. வெற்றியோ தோல்வியோ, கிருஷ்ண உணர்விலுள்ளவன் தனது உறுதியில் எப்போதும் நிலையாக உள்ளான்.

ஸ்லோகம் 57

यः सर्वत्रानभिस्नेहस्तत्तत्प्राप्य शुभाशुभम् ।
नाभिनन्दति न द्वेष्टि तस्य प्रज्ञा प्रतिष्ठिता ॥ ५७ ॥

ய: ஸர்வத்ரானபி$_{4}$ஸ்னேஹஸ் தத் தத் ப்ராப்ய ஷு$_{2}$பா$_{4}$ஷு$_{2}$ப$_{4}$ம்
நாபி$_{4}$னந்த$_{3}$தி ந த்$_{3}$வேஷ்டி தஸ்ய ப்ரஜ்ஞா ப்ரதிஷ்டி$_{2}$தா

ய:—எவனொருவன்; *ஸர்வத்ர*—எங்கும்; *அனபி$_{4}$ஸ்னேஹ:*—பற்றுதல் இன்றி; *தத்*—எவை; *தத்*—அவை; *ப்ராப்ய*—அடைந்து; *ஷு$_{2}$ப$_{4}$*—நன்மை; *அஷு$_{2}$ப$_{4}$ம்*—தீமை; *ந*—என்றுமில்லை; *அபி$_{4}$னந்த$_{3}$தி*—புகழ்கிறான்; *ந*—

என்றுமில்லை; *த்₃வேஷ்டி*—பொறாமை கொள்வது; *தஸ்ய*—அவனுடைய; *ப்ரஜ்ஞா*—பக்குவ அறிவு; *ப்ரதிஷ்டி₂தா*—நிலைபெற்று.

இப்பௌதிக உலகில், எவனொருவன் நன்மை தீமைகளை அடையும்போது அவற்றால் பாதிக்கப்படாமல், அவற்றை புகழாமலும் இகழாமலும் இருக்கின்றானோ, அவன் பக்குவ அறிவில் நிலைபெற்றவனாவான்.

பொருளுரை: உலகில் நல்லதோ கெட்டதோ, எப்போதுமே ஏதாவதொரு கிளர்ச்சி இருந்து கொண்டுதான் இருக்கும். இதுபோன்ற பௌதிகக் கிளர்ச்சிகளால் சஞ்சலமடையாத, நன்மை தீமைகளால் பாதிக்கப்படாதவன், கிருஷ்ண உணர்வில் நிலைத்திருப்பதாக அறியப்படுகிறான். இவ்வுலகம் இரட்டைத் தன்மைகளால் நிறைந்திருப்பதால், இப்பௌதிக உலகில் இருக்கும்வரை நன்மை தீமைகளுக்கான வாய்ப்பு எப்போதும் இருக்கும். ஆனால் கிருஷ்ண உணர்வில் நிலைபெற்றவன், நன்மை தீமைகளால் பாதிப்படைவதில்லை; ஏனெனில், அவன் நன்மையின் பூரண ரூபமாகிய கிருஷ்ணரிடம் மட்டும் அக்கறை செலுத்துகிறான். கிருஷ்ணரில் ஆழ்ந்த இத்தகு உணர்வு, அவனை ஸமாதி என்னும் பக்குவமான தெய்வீக நிலையில் வைக்கின்றது.

ஸ்லோகம் 58

यदा संहरते चायं कूर्मोऽङ्गानीव सर्वशः ।
इन्द्रियाणीन्द्रियार्थेभ्यस्तस्य प्रज्ञा प्रतिष्ठिता ॥ ५८ ॥

யதா₃ ஸம்'ஹரதே சாயம்' கூர்மோ 'ங்கா₃னீவ ஸர்வஷ:₂
இந்த்₃ரியாணீந்த்₃ரியார்தே₂ப்₄யஸ் தஸ்ய ப்ரஜ்ஞா ப்ரதிஷ்டி₂தா

யதா—எப்போது; *ஸம்ஹரதே*—இழுத்துக்கொள்கிறது; *ச*—மேலும்; *அயம்*—அது; *கூர்ம:*—ஆமை; *அங்கா₃னி*—அங்கங்கள்; *இவ*—போல; *ஸர்வஷ:₂*—சேர்த்து; *இந்த்₃ரியாணி*—புலன்கள்; *இந்த்₃ரிய-அர்த்தே₂ப்₄ய:*—புலனுகர்ச்சிப் பொருட்களிலிருந்து; *தஸ்ய*—அவனது; *ப்ரஜ்ஞா*—உணர்வு; *ப்ரதிஷ்டி₂தா*—நிலைபெற்றது.

ஆமை தன் அங்கங்களைக் கூட்டிற்குள் இழுத்துக்கொள்வதைப் போல, எவனொருவன் தன் புலன்களைப் புலனுகர்ச்சிப் பொருட்களிலிருந்து விலக்கிக்கொள்கிறானோ, அவன் பக்குவ உணர்வில் நிலைபெற்றவனாவான்.

பொருளுரை: யோகி, பக்தன் அல்லது தன்னுணர்வு பெற்றவனால், தனது எண்ணத்திற்கு ஏற்ப புலன்களைக் கட்டுப்படுத்த இயலும், இதுவே அவனுக்கானத் தேர்வு. பெரும்பாலான மக்கள் புலன்களுக்கு

அடிமையாகியுள்ள காரணத்தால், புலன்களின் வழிகாட்டலின்படிச் செயல்படுகின்றனர். யோகியானவன் எப்படி நிலைபெற்றுள்ளான் என்ற வினாவிற்கான விடை இங்கே உள்ளது. புலன்கள் விஷ பாம்புகளுக்கு ஒப்பானவை. அவை எவ்வித கட்டுப்பாடுமின்றி தன்னிச்சையாக இயங்க விரும்புகின்றன. யோகி அல்லது பக்தனானவன், ஒரு பாம்பாட்டியினைப் போன்று இப்பாம்புகளைக் கட்டுப்படுத்தும் பலமுடையவனாக இருக்க வேண்டும். அவை சுதந்திரமாக இயங்க அவன் என்றுமே அனுமதிப்பதில்லை. செய்யக்கூடிய செயல்கள், செய்யக் கூடாத செயல்கள் என்று பல விதிகள் சாஸ்திரங்களில் கொடுக்கப்பட்டுள்ளன. இந்த விதிமுறை களைப் பின்பற்றி புலனின்பத்திலிருந்து தன்னை விலக்கிக்கொள்ள இயலாவிடில், கிருஷ்ண உணர்வில் நிலைபெறுதல் சாத்தியமல்ல. இங்கே கொடுக்கப்பட்டுள்ள ஆமையின் உதாரணம் மிகச்சிறந்ததாகும். ஆமையினால் தனது புலன்களை எந்நேரத்திலும் உள்ளிழுத்துக் கொள்ளவும், குறிப்பிட்ட தேவைக்காக எந்நேரத்திலும் மீண்டும் வெளிக்காட்டவும் முடியும். அதுபோலவே கிருஷ்ண உணர்வில் இருப்பவர்களின் புலன்கள், இறைவனின் தொண்டில் சில குறிப்பிட்ட செயல்களுக்காக மட்டும் உபயோகப்படுத்தப்பட்டு, மற்ற நேரங்களில் கட்டுப்படுத்தப்படுகின்றன. தன்னுடைய புலன்களை சுய திருப்திக்கான செயல்களில் ஈடுபடுத்தாமல், இறைவனின் தொண்டில் ஈடுபடுத்துமாறு அர்ஜுனன் இங்கு அறிவுறுத்தப் படுகிறான். புலன்களை உள்ளிழுத்துக்கொள்ளும் ஆமையின் உதாரணம், எப்போதும் இறைவனின் தொண்டில் புலன்களை உபயோகப்படுத்துவதை விளக்குகின்றது.

ஸ்லோகம் 59

विषया विनिवर्तन्ते निराहारस्य देहिनः ।
रसवर्जं रसोऽप्यस्य परं दृष्ट्वा निवर्तते ॥ ५९ ॥

விஷயா வினிவர்தந்தே நிராஹாரஸ்ய தே₃ஹின:
ரஸ-வர்ஜம்' ரஸோ 'ப்யஸ்ய பரம்' த்₃ரு'ஷ்ட்வா நிவர்ததே

விஷயா:—புலனுகர்ச்சிப் பொருட்கள்; *வினிவர்தந்தே*—விலகியிருக்க பயிற்சி கொண்டு; *நிராஹாரஸ்ய*—மறுப்பு கட்டுப்பாடுகளால்; *தே₃ஹின:*—உடலை உடையவன்; *ரஸ-வர்ஜம்*—சுவையை விட்டொழித்து; *ரஸ:*—இன்பத்தைப் பற்றிய எண்ணம்; *அபி*—இருப்பினும்; *அஸ்ய*—அவனது; *பரம்*—உயர்ந்தவற்றை; *த்₃ரு'ஷ்ட்வா*—அனுபவிப்பதால்; *நிவர்த்ததே*—முற்றுப் பெறுகின்றது.

உடல் பெற்ற ஆத்மாவை புலனின்பத்திலிருந்து கட்டுப்படுத்தி னாலும், புலனுகர்ச்சிப் பொருட்களுக்கான சுவை அப்படியே

இருக்கும். ஆனால் புலனின்ப ஈடுபாடுகளை உயர்ந்த சுவையினால் ஒழிப்பவன், தனது உணர்வில் நிலைபெற்றுள்ளான்.

பொருளுரை: தெய்வீகத்தில் நிலைபெறாமல் புலனின்பத்தை நிறுத்தி விட இயலாது. சட்டதிட்டங்களைக் கொண்டு ஒருவனை புலனின்பத்திலிருந்து விலக்கிவைப்பது, நோயுற்றவனை சில உணவுப் பொருட்களை உண்ணாமல் கட்டுப்படுத்துவதைப் போலாகும். நோயாளி அத்தகைய தடையை விரும்பவும் இல்லை, உணவுப் பொருட்களுக்கான தனது சுவையை இழக்கவும் இல்லை. அதுபோல, *யம, நியம, ஆஸன, ப்ராணாயாம, ப்ரத்யாஹார, தா$_4$ரணா, த்$_4$யான,* மற்றும் இதர வழிமுறைகளைக் கொண்ட அஷ்டாங்க யோகத்தைப் போன்ற ஆன்மீகப் பயிற்சிகளின் மூலம் புலன்களை அடக்குதல், உயர்ந்த ஞானமில்லாமல் சிற்றறிவுடன் செயல்படு பவர்களுக்குச் சிபாரிசு செய்யப்பட்டுள்ளது. ஆனால் கிருஷ்ண பக்தியில் முன்னேற்றமடைந்து, முழுமுதற் கடவுள் கிருஷ்ணரின் அழகை ருசித்தவனுக்கு, உயிரற்ற பௌதிக பொருட்களின் மீது எவ்வித ருசியும் இருக்காது. எனவே, சிற்றறிவுடன் ஆரம்ப நிலையில் இருப்பவர்களுக்கு ஆன்மீக வாழ்வில் முன்னேறுவதற்குக் கட்டுப்பாடுகள் உள்ளன. ஆனால் இத்தகைய தடைகள், கிருஷ்ண உணர்விற்கான உண்மையான சுவையை வளர்க்கும் வரை மட்டுமே பயன்படுபவை. எப்போது ஒருவன் உண்மையில் கிருஷ்ண உணர்வை அடைகின்றானோ, அப்போது அவன் பௌதிகப் பொருட்களுக்கான தனது சுவையைத் தானாக இழந்து விடுகிறான்.

ஸ்லோகம் 60

यततो ह्यपि कौन्तेय पुरुषस्य विपश्चितः ।
इन्द्रियाणि प्रमाथीनि हरन्ति प्रसभं मनः ॥ ६० ॥

யததோ ஹ்யபி கௌந்தேய புருஷஸ்ய விபஷ்$_2$சித:
இந்த்$_3$ரியாணி ப்ரமாதீ$_2$னி ஹரந்தி ப்ரஸப$_4$ம்' மன:

யதத:—முயற்சி செய்கையில்; *ஹி*—நிச்சயமாக; *அபி*—இருந்தும்கூட; *கௌந்தேய*—குந்தியின் மகனே; *புருஷஸ்ய*—மனிதனின்; *விபஷ்$_2$சித:*—பகுத்தறிவு நிறைந்த; *இந்த்$_3$ரியாணி*—புலன்கள்; *ப்ரமாதீ$_2$னி*—கிளர்ச்சியூட்டும்; *ஹரந்தி*—பலவந்தமாக; *ப்ரஸப$_4$ம்*—வலுக்கட்டாயமாக; *மன:*—மனதை.

அர்ஜுனா, கட்டுப்படுத்த முயலும் பகுத்தறிவுடைய மனிதனின் மனதையும், பலவந்தமாக இழுத்துச் செல்லுமளவிற்குப் புலன்கள் சக்தி வாய்ந்ததும் அடங்காததுமாகும்.

பொருளுரை: கற்றறிந்த முனிவர்கள், தத்துவவாதிகள், ஆன்மீகவாதிகள் என்று பலரும் புலன்களை வெற்றிகொள்ள முயல்கின்றனர். ஆனால் தங்களது முயற்சிகளுக்கு மத்தியிலும், மனக் கிளர்ச்சியின் காரணமாக, இவர்களில் மிகச்சிறந்தவர்களும் பௌதிகப் புலனின்பத்திற்கு இரையாகி விடுகின்றனர். கடுமையான தவத்தையும் யோகப் பயிற்சியையும் மேற்கொண்டு புலன்களை அடக்க முயன்ற, பக்குவமான யோகியும் சிறந்த முனிவருமான விஸ்வாமித்திரர் மேனகையினால் பாலுறவு வாழ்விற்கு அழைத்துச் செல்லப்பட்டார். உலக சரித்திரத்தில் இதுபோன்ற பல சம்பவங்கள் இருப்பது உண்மையே. எனவே, பூரண கிருஷ்ண உணர்வின்றி புலன்களையும் மனதையும் கட்டுப்படுத்துதல் மிகமிக கடினமாகும். மனதை கிருஷ்ணரில் ஈடுபடுத்தாமல், இதுபோன்ற ஜட விவகாரங்களை நிறுத்துவது இயலாது. இதற்கான நடைமுறை உதாரணம், மிகச்சிறந்த சாதுவும் பக்தருமான ஸ்ரீ யாமுனாசாரியரால் கூறப்பட்டுள்ளது:

யத்$_3$-அவதி$_4$ மம சேத: க்ரு'ஷ்ண-பாதா$_3$ரவிந்தே$_3$
நவ-நவ-ரஸ-தா$_4$மன்யுத்$_3$யதம்' ரந்தும் ஆஸீத்
தத்$_3$-அவதி$_4$ ப$_3$த நாரீ-ஸங்க$_3$மே ஸ்மர்யமானே
ப$_4$வதி முக$_2$-விகார: ஸுஷ்டு$_2$ நிஷ்டீ$_2$வனம்' ச

"பகவான் ஸ்ரீ கிருஷ்ணரின் பாத கமலங்களின் தொண்டில் என் மனம் ஈடுபட்டிருப்பதால், என்றும் புதுமையாகத் திகழும் தெய்வீக இன்பத்தை நான் அனுபவித்துக் கொண்டுள்ளேன். பெண்களுடனான பாலுறவு வாழ்வினை நான் எப்போதாவது எண்ணினால், உடனே என் முகத்தை அதிலிருந்து திருப்பி அவ்வெண்ணத்தின் மீது நான் காறி உமிழ்கிறேன்."

தானாகவே பௌதிக இன்பம் சுவையற்றுப் போகுமளவிற்கு, கிருஷ்ண பக்தி உன்னதமான சுவையுடையதாகும். சத்தான உணவுப் பொருட்களை போதுமான அளவு உண்பதன் மூலம், பசியிலிருப்பவன் தன் பசியைத் தீர்த்துக்கொள்வதைப் போன்றது இது. மனம் கிருஷ்ண உணர்வில் ஈடுபட்டிருந்ததால், மாமன்னர் அம்பரீஷரால் பெரும் யோகியான துர்வாஸ முனிவரையும் வெல்ல முடிந்தது (*ஸ வை மன: க்ரு'ஷ்ண–பதா$_3$ரவிந்த$_3$யோர் வசாம்ஸி வைகுண்ட$_2$–கு$_3$ணானு வர்ணனே*).

ஸ்லோகம் 61

तानि सर्वाणि संयम्य युक्त आसीत मत्परः ।
वशे हि यस्येन्द्रियाणि तस्य प्रज्ञा प्रतिष्ठिता ॥ ६१ ॥

தானி ஸர்வாணி ஸம்'யம்ய யுக்த ஆஸீத மத்-பர:
வஷே$_2$ ஹி யஸ்யேந்த்$_3$ரியாணி தஸ்ய ப்ரஜ்ஞா ப்ரதிஷ்டி$_2$தா

தானி—எவரது புலன்கள்; *ஸர்வாணி*—அனைத்தும்; *ஸம்யம்ய*—அடக்கப்பட்டனவோ; *யுக்த:*—ஈடுபட்டதால்; *ஆஸீத*—நிலைபெற்று; *மத்-பர:*—எனது உறவில்; *வஷே$_2$*—முழுமையாக; *ஹி*—நிச்சயமாக; *யஸ்ய*—எவனது; *இந்த்$_3$ரியாணி*—புலன்கள்; *தஸ்ய*—அவனது; *ப்ரஜ்ஞா*—உணர்வு; *ப்ரதிஷ்டி$_2$தா*—நிலைபெறுகின்றது.

புலன்களை அடக்கி, அவற்றை முழுக் கட்டுப்பாட்டில் வைத்து, தனது உணர்வை என்னில் நிறுத்துபவன், நிலைத்த அறிவுடையவன் என்று அறியப்படுகிறான்.

பொருளுரை: யோகத்தின் உயர்ந்த நிலை கிருஷ்ண உணர்வே என்று இந்த ஸ்லோகத்தில் தெளிவாகக் கூறப்பட்டுள்ளது. மேலும், ஒருவன் கிருஷ்ண உணர்வில் இல்லாவிட்டால் புலன்களைக் கட்டுப்படுத்துவது சாத்தியமல்ல. முன்னரே கூறியது போல, மாமுனிவரான துர்வாஸர், மன்னர் அம்பரீஷருடன் கலகம் ஒன்றை ஏற்படுத்தினார். வீண் கர்வத்தால் கோபம் கொண்ட துர்வாஸ முனிவரால் தனது புலன்களைக் கட்டுப்படுத்த இயலவில்லை. மறு புறத்தில், துர்வாஸரைப் போன்ற யோக சக்திகள் இல்லாதபோதிலும், பகவானுடைய பக்தராகத் திகழ்ந்த மன்னர், முனிவரின் அநீதிகளையெல்லாம் அமைதியுடன் சகித்துக் கொண்டதன் மூலம் வெற்றிகண்டார். ஸ்ரீமத் பாகவதத்தில் (9.4.18–20) கூறியுள்ள கீழ்க்காணும் குணங்களைப் பெற்றிருந்ததால், மன்னர் அம்பரீஷரால் தனது புலன்களைக் கட்டுப்படுத்த முடிந்தது:

ஸ வை மன: க்ரு'ஷ்ண-பதா$_3$ரவிந்த$_3$யோர்
வசாம்'ஸி வைகுண்ட$_2$-கு$_3$ணானுவர்ணனே
கரௌ ஹரேர் மந்தி$_3$ர-மார்ஜனாதி$_3$ஷு
ஷ்$_2$ருதிம்' சகாராச்யுத-ஸத்-கதோ$_2$த$_3$யே

முகுந்த$_3$-லிங்கா$_3$லய-த$_3$ர்ஷ$_2$னே த்$_3$ரு'ஷௌ$_2$
தத்$_3$-ப்$_4$ரு'த்ய-கா$_3$த்ர-ஸ்பர்ஷே$_2$ 'ங்க$_3$-ஸங்க$_3$மம்
க்$_4$ராணம்' ச தத்-பாத$_3$-ஸரோஜ-ஸௌரபே$_4$
ஸ்ரீமத்-துலஸ்யா ரஸனாம்' தத்$_3$-அர்பிதே

பாதௌ$_3$ ஹரே: க்ஷேத்ர-பதா$_3$னுஸர்பணே
ஷி$_2$ரோ ஹ்ரு'ஷீகேஷ$_2$-பதா$_3$பி$_4$வந்த$_3$னே
காமம்' ச தா$_3$ஸ்யே ந து காம-காம்யயா
யதோ$_2$த்தம-ஷ்$_2$லோக-ஜனாஷ்$_2$ரயா ரதி:

"மன்னர் அம்பரீஷர், தனது மனதை கிருஷ்ணரின் தாமரைத் திருவடிகளில் நிலைநிறுத்தினார், வார்த்தைகளை பகவானின் திருநாட்டை (வைகுண்டத்தை) வர்ணிப்பதிலும், தனது கரங்களை பகவானின் ஆலயத்தைத் தூய்மைப்படுத்துவதிலும், தனது கண்களை பகவானின் ரூபத்தைக் காண்பதிலும், தனது உடலை பக்தர்களின் உடலைத் தொடுவதிலும், தனது மூக்கினை பகவானின் தாமரைப் பாதங்களுக்கு அர்ப்பணித்த மலர்களை முகர்வதிலும், தனது நாவினை அவருக்கு அர்ப்பணித்த துளசியை சுவைப்பதிலும், தனது பாதங்களை அவரது ஆலயம் அமைந்த புனிதத் தலங்களுக்கு யாத்திரை செல்வதிலும், தனது தலையை பகவானுக்கு நமஸ்காரம் செய்வதிலும், தனது ஆசைகளை அவரது எண்ணங்களை பூர்த்தி செய்வதிலும் ஈடுபடுத்தினார்... இந்த குணங்களே அவரை இறைவனின் *மத்–பர* பக்தனாக ஆவதற்குத் தகுதியுடையவராக்கின."

மத்–பர என்னும் சொல் இங்கே மிகவும் முக்கியமானதாகும். ஒருவன் எப்படி *மத்–பர* நிலையை அடைவது என்பது மன்னர் அம்பரீஷரின் வாழ்வில் விளக்கப்பட்டுள்ளது. *மத்–பர* பக்தர்களின் பரம்பரையில் வந்த சிறந்த பண்டிதரும் ஆச்சாரியருமான ஸ்ரீல பலதேவ வித்யாபூஷணர் கூறுகிறார், *மத்$_3$–ப$_4$க்தி–ப்ரபா$_4$வேன ஸர்வேந்த்$_3$ரிய–விஜய–பூர்விகா ஸ்வாத்ம–த்$_3$ருஷ்டி: ஸுலபே$_4$தி பா$_4$வ:* "கிருஷ்ண பக்தித் தொண்டின் பலத்தினால் மட்டுமே புலன்களை முழுமையாகக் கட்டுப்படுத்த முடியும்." சில சமயங்களில் நெருப்பின் உதாரணமும் கொடுக்கப்படுவதுண்டு: "கொழுந்து விட்டெரியும் நெருப்பு, ஓர் அறையிலுள்ள அனைத்தையும் எரித்து விடுவதைப் போல, யோகியின் இதயத்தில் அமர்ந்துள்ள பகவான் விஷ்ணு, எல்லாக் களங்கங்களையும் எரித்து விடுகிறார்." யோக சூத்திரமும் விஷ்ணுவின் மீது தியானிப்பதையே அறிவுறுத்துகிறது, சூன்யத்தின் மேலல்ல. விஷ்ணுவைத் தவிர, வேறு ஏதாவதொன்றின் மீது தியானம் செய்யும் பெயரளவு யோகிகள், ஏதோ மாயக் கண்ணாடியைத் தேடுவதில் தங்கள் நேரத்தை விரயம் செய்கின்றனர். பரம புருஷ பகவானுக்கு பக்தி செய்து நாம் கிருஷ்ண உணர்வுடையவராக இருக்க வேண்டும். இதுவே உண்மையான யோகத்தின் இலட்சியமாகும்.

ஸ்லோகம் 62

ध्यायतो विषयान्पुंसः सङ्गस्तेषूपजायते ।
सङ्गात्सञ्जायते कामः कामात्क्रोधोऽभिजायते ॥ ६२ ॥

த்$_4$யாயதோ விஷயான் பும்'ஸ: ஸங்க$_3$ஸ் தேஷூபஜாயதே
ஸங்கா$_3$த் ஸஞ்ஜாயதே காம: காமாத் க்ரோதோ$_4$ 'பி$_4$ஜாயதே

த்₄யாயத:—சிந்திக்கும்போது; *விஷயான்*—புலன்நோக்கு பொருட்கள்; *பும்ஸ:*—மனிதனின்; *ஸங்க:₃*—பற்றுதல்; *தேஷு*—புலன்நோக்குப் பொருட்களில்; *உபஜாயதே*—வளர்கின்றது; *ஸங்கா₃த்*—பற்றுதலில் இருந்து; *ஸஞ்ஜாயதே*—வளர்கின்றது; *காம*—காமம்; *காமாத்*—காமத்திலிருந்து; *க்ரோத:*—கோபம்; *அபி₄ஜாயதே*—தோன்றுகின்றது.

புலன்நோக்குப் பொருட்களை சிந்திப்பதால், மனிதன் அதன் மேல் பற்றுதலை வளர்த்துக்கொள்கிறான். அந்தப் பற்றுதலில் இருந்து காமமும், காமத்திலிருந்து கோபமும் தோன்றுகின்றன.

பொருளுரை: கிருஷ்ண உணர்வில் இல்லாதவன், புலன்நோக்குப் பொருட்களைப் பற்றி சிந்திக்கும்போது, பௌதிக ஆசைகளுக்கு உட்படுத்தப்படுகின்றான். புலன்களுக்கு ஈடுபாடு அவசியம்; எனவே, பகவானின் திவ்யமான அன்புத் தொண்டில் ஈடுபடுத்தப்படாவிடில், புலன்கள் ஜடத் தொண்டில் ஈடுபாட்டைத் தேடுவது நிச்சயம். இந்த பௌதிக உலகில் சிவபெருமானும் பிரம்மதேவரும்கூட—மேலுலகின் பிற தேவர்களைப் பற்றிக் கூற வேண்டியதேயில்லை—புலன்நோக்குப் பொருட்களின் ஆதிக்கத்தால் பாதிக்கப்படக்கூடியவர்களே. இந்த ஜடச் சிக்கலிலிருந்து விடுபெற ஒரே வழி கிருஷ்ண உணர்வைப் பெறுவதாகும். சிவபெருமான் ஆழ்ந்த தியானத்தில் இருந்தபோது, பார்வதி புலனின்பத்திற்காக அவரை சஞ்சலப்படுத்தினார். அவரும் இணங்க, அதன் விளைவாக கார்த்திகேயன் பிறந்தார். ஆனால், பகவானின் இளம் பக்தரான ஹரிதாஸ் தாகூர், மாயா தேவியின் அவதாரத்தால் இதே போன்று தூண்டப்பட்டபோது, பகவான் கிருஷ்ணரிடமிருந்த கலப்படமற்ற பக்தியால் அச்சோதனையில் எளிமையாக வெற்றி பெற்றார். முன் கூறப்பட்ட யாமுனாசாரியரின் ஸ்லோகத்தின்படி, இறைவனின் உண்மையான பக்தன், அவருடனான உறவில் ஆன்மீக ஆனந்தத்தின் உயர் ருசியை அனுபவிக்கிறான்; எனவே, பௌதிகப் புலனின்பத்தை முற்றிலுமாகத் துறந்துவிடுகிறான். இதுவே வெற்றியின் இரகசியமாகும். கிருஷ்ண உணர்வில் இல்லாதவன், செயற்கையாகத் தனது புலன்களை எவ்வளவுக் கட்டுப்படுத்தினாலும், இறுதியில் நிச்சயமாகத் தோல்வியடைவான்; ஏனெனில், புலனின்பத்தின் மிகச்சிறிய எண்ணமும் இச்சைகளை திருப்தி செய்யும்படி அவனைத் தூண்டிவிட்டு விடும்.

ஸ்லோகம் 63

क्रोधाद्भवति सम्मोहः सम्मोहात्स्मृतिविभ्रमः ।
स्मृतिभ्रंशाद् बुद्धिनाशो बुद्धिनाशात्प्रणश्यति ॥ ६३ ॥

க்ரோதா$_4$த்$_3$ ப$_4$வதி ஸம்மோஹ: ஸம்மோஹாத் ஸ்ம்ரு'தி-விப்$_4$ரம:
ஸ்ம்ரு'தி-ப்$_4$ரம்'ஷா$_2$த்$_3$ பு$_3$த்$_3$தி$_4$-நாஷோ$_2$ பு$_3$த்$_3$தி$_4$-நாஷா$_2$த் ப்ரணஷ்$_2$யதி

க்ரோதா$_4$த்$_3$—கோபத்திலிருந்து; *ப$_4$வதி*—ஏற்படுகிறது; *ஸம்மோஹ:*—பூரண மயக்கம்; *ஸம்மோஹாத்*—மயக்கத்தினால்; *ஸ்ம்ரு'தி*—நினைவின்; *விப்$_4$ரம:*—நிலை இழுப்பு; *ஸ்ம்ரு'தி-ப்$_4$ரம்ஷா$_2$த்*—நினைவு குழம்பிய பின்; *பு$_3$த்$_3$தி$_4$-நாஷ:$_2$*—அறிவு இழப்பு; *பு$_3$த்$_3$தி$_4$-நாஷா$_2$த்*—அறிவு இழப்பிலிருந்து; *ப்ரணஷ்$_2$யதி*—வீழ்ச்சியடைகிறான்.

கோபத்திலிருந்து பூரண மயக்கமும், மயக்கத்தினால் நினைவு நிலை இழப்பும் ஏற்படுகின்றன. நினைவு குழம்புவதால் அறிவு இழக்கப்படுகிறது, அறிவு இழக்கப்பட்டவுடன், ஒருவன் மீண்டும் ஜட வாழ்க்கையில் வீழ்கிறான்.

பொருளுரை: ஸ்ரீல ரூப கோஸ்வாமி பின்வருமாறு நமக்கு வழிகாட்டியுள்ளார் (பக்தி ரஸாம்ருத சிந்து 1.2.258):

ப்ராபஞ்சிகதயா பு$_3$த்$_4$யா ஹரி-ஸம்ப$_3$ந்தி$_3$-வஸ்துன:
முமுக்ஷுபி:$_4$ பரித்யாகோ$_3$ வைராக்$_3$யம்' ப$_2$ல்கு$_3$ கத்$_2$யதே

கிருஷ்ண உணர்வை விருத்தி செய்தவன், எல்லா பொருட்களையும் இறைவனின் சேவையில் உபயோகப்படுத்த முடியும் என்பதை அறிவான். கிருஷ்ண உணர்வைப் பற்றிய அறிவு இல்லாதவர்கள், ஜடப் பொருட்களை தவிர்ப்பதற்கு செயற்கையாக முயல்கின்றனர்; அதன் விளைவாக, பௌதிக பந்தத்திலிருந்து அவர்கள் முக்தி பெற விரும்பினாலும், துறவின் பக்குவநிலையை அவர்கள் அடையவில்லை. அதே சமயம், கிருஷ்ண உணர்விலுள்ள பக்தன், எல்லாப் பொருட்களையும் இறைவனின் தொண்டில் எப்படி உபயோகப்படுத்துவது என்பதை அறிவான்; எனவே, பௌதிக உணர்விற்கு அவன் பலியாகி விடுவதில்லை. உதாரணமாக, அருவவாதியைப் பொறுத்தவரை, இறைவன் (பூரண உண்மை) அருவமானவராக இருப்பதால், அவரால் உண்ண முடியாது. எனவே, நல்ல உணவுப் பொருட்களைத் தவிர்க்க விரும்புகிறான் அருவவாதி. ஆனால், கிருஷ்ணரே எல்லாவற்றையும் அனுபவிக்கக்கூடிய பரம ஆளுநர் என்பதையும், பக்தியுடன் அர்ப்பணம் செய்தால் அளிக்கப்படும் எல்லா உணவுப் பொருட்களையும் அவர் மகிழ்வுடன் உட்கொள்கிறார் என்பதையும் பக்தன் அறிவான். எனவே, பகவானுக்கு நல்ல உணவுப் பொருட்களைப் படைத்தபின், அவரது மீதியை பிரசாதமாக பக்தன் ஏற்றுக்கொள்கிறான். இவ்விதமாக அனைத்தும் ஆன்மீகப்படுத்தப்படுவதால் வீழ்ச்சிக்கான அபாயம் இல்லை. பக்தன் கிருஷ்ண உணர்வுடன் பிரசாதத்தை ஏற்றுக்கொள்கிறான், பக்தன்

அல்லாதவனோ அதை வெறும் ஜடப் பொருளாக எண்ணி ஒதுக்குகிறான். எனவே, தனது செயற்கையான துறவினால், அருவவாதியால் வாழ்வை அனுபவிக்க முடிவதில்லை. இதன் காரணத்தால் ஒரு சிறு மனக் கிளர்ச்சியும் அவனை பௌதிகச் சுழலின் அடித்தளத்திற்கு ஆழ்த்தி விடுகின்றது. அத்தகு ஆத்மா, முக்தியின் நிலைவரை உயர்ந்தாலும்கூட பக்தித் தொண்டின் உதவி இல்லாததால், மீண்டும் வீழ்ச்சியடைவதாகக் கூறப்படுகின்றது.

ஸ்லோகம் 64

रागद्वेषविमुक्तैस्तु विषयानिन्द्रियैश्चरन् ।
आत्मवश्यैर्विधेयात्मा प्रसादमधिगच्छति ॥ ६४॥

ராக$_3$-த்$_3$வேஷ-விமுக்தைஸ் து விஷயான் இந்த்$_3$ரியைஷ்$_2$ சரன்
ஆத்ம-வஷ்$_2$யைர் விதே$_4$யாத்மா ப்ரஸாத$_3$ம் அதி$_4$க$_3$ச்ச$_2$தி

ராக$_3$—விருப்பு; *த்$_3$வேஷ*—வெறுப்பு; *விமுக்தை*—இவற்றிலிருந்து விடுபட்டவன்; *து*—ஆனால்; *விஷயான்*—புலன்நுகர்வுப் பொருட்கள்; *இந்த்$_3$ரியை:*—புலன்களால்; *சரன்*—செயல்பட்டு; *ஆத்ம-வஷ்$_2$யை*—அடக்கக் கூடியவன்; *விதே$_4$ய-ஆத்மா*—விடுதலைக்கான விதிகளைப் பின்பற்றுபவன்; *ப்ரஸாத$_3$ம்*—இறைவனின் கருணை; *அதி$_4$க$_3$ச்ச$_2$தி*—அடைகிறான்.

எல்லாவிதமான விருப்பு வெறுப்புகளிலிருந்தும் விடுபட்டு, விடுதலைக்கான விதிகளால் புலன்களைக் கட்டுப்படுத்துபவன், கடவுளின் முழு கருணையை அடைய முடியும்.

பொருளுரை: ஒருவன் சில செயற்கையான வழிமுறைகளின் மூலம் புலன்களை பலவந்தமாகக் கட்டுப்படுத்தினாலும், பகவானின் திவ்யமான தொண்டில் புலன்களை ஈடுபடுத்தாத வரை வீழ்ச்சியடைவதற்கு எல்லா வாய்ப்புகளும் உண்டு என்பது ஏற்கனவே விளக்கப்பட்டது. பூரண கிருஷ்ண உணர்வில் உள்ளவன், புலன்களின் நிலையில் இருப்பதுபோலத் தோன்றினாலும், கிருஷ்ண உணர்வின் காரணத்தால் புலன்நுகர்வுச் செயல்களில் அவனுக்குப்பற்றில்லை. கிருஷ்ண பக்தன் கிருஷ்ணரது திருப்தியை மட்டுமே கருத்தில் கொள்கிறான், வேறு எதையும் கருத்தில் கொள்வதில்லை. எனவே, அவன் எல்லா விருப்பு வெறுப்புகளுக்கும் அப்பாற்பட்டவன். விரும்பத்தகாத செயல் என்று கருதப்படும் எந்தச் செயலையும், கிருஷ்ணர் விருப்பப்பட்டால், பக்தனால் செய்ய முடியும்; மேலும், தனது சொந்த திருப்திக்கு விரும்பத்தக்க செயல் என்று கருதப்படும் செயலைக்கூட, கிருஷ்ணர் விரும்பாவிடில், அவன் செய்ய மாட்டான். எனவே, கிருஷ்ணரின் வழிகாட்டலின்படி மட்டும் நடப்பதால்,

செயல்படுவதும் செயல்படாமல் இருப்பதும் அவனது கட்டுப்பாட்டில் உள்ளது. பகவானின் காரணமற்ற கருணையே இத்தகு உணர்விற்கு காரணமாகும். புலனுகர்ச்சியில் பற்றுக் கொண்டுள்ளபோதும், பக்தனால் இக்கருணையைப் பெற முடியும்.

ஸ்லோகம் 65

प्रसादे सर्वदुःखानां हानिरस्योपजायते ।
प्रसन्नचेतसो ह्याशु बुद्धिः पर्यवतिष्ठते ॥ ६५ ॥

ப்ரஸாதே$_3$ ஸர்வ-து:$_3$கா$_2$னாம்' ஹானிர் அஸ்யோபஜாயதே
ப்ரஸன்ன-சேதஸோ ஹ்யாஷு$_2$ பு$_3$த்$_3$தி:$_4$ பர்யவதிஷ்ட$_2$தே

ப்ரஸாதே$_3$—இறைவனின் காரணமற்ற கருணையைப் பெற்றால்; *ஸர்வ*—எல்லாம்; *து:$_3$கா$_2$னாம்*—துக்கங்கள்; *ஹானி:*—அழிவு; *அஸ்ய*—அவனது; *உபஜாயதே*—உண்டாகிறது; *ப்ரஸன்ன-சேதஸ:*—சந்தோஷ மனம் கொண்ட; *ஹி*—நிச்சயமாக; *ஆஷு$_2$*—வெகு விரைவில்; *பு$_3$த்$_3$தி:$_4$*—அறிவு; *பரி*—போதுமான அளவு; *அவதிஷ்ட$_2$தே*—நிலைபெறுகிறது.

இவ்வாறு (கிருஷ்ண உணர்வில்) திருப்தியுற்றவனுக்கு, ஜட உலகின் மூவகைத் துன்பங்களால் பாதிப்பு ஏற்படுவதில்லை. இத்தகைய திருப்தியுற்ற உணர்வில், அவனது புத்தி வெகு விரைவில் நிலைபெறுகின்றது.

ஸ்லோகம் 66

नास्ति बुद्धिरयुक्तस्य न चायुक्तस्य भावना ।
न चाभावयतः शान्तिरशान्तस्य कुतः सुखम् ॥ ६६ ॥

நாஸ்தி பு$_3$த்$_3$தி$_4$ர் அயுக்தஸ்ய ந சாயுக்தஸ்ய பா$_4$வனா
ந சாபா$_4$வயத: ஷா$_2$ந்திர் அஷா$_2$ந்தஸ்ய குத: ஸுக$_2$ம்

ந அஸ்தி—இருக்க முடியாது; *பு$_3$த்$_3$தி:$_4$*—உன்னத அறிவு; *அயுக்தஸ்ய*—(கிருஷ்ண உணர்வுடன்) தொடர்பில் இல்லாதவன்; *ந*—இல்லை; *ச*—மேலும்; *அயுக்தஸ்ய*—கிருஷ்ண உணர்வில்லாதவன்; *பா$_4$வனா*—நிலைத்த மனம் (ஆனந்தத்தில்); *ந*—இல்லை; *ச*—மேலும்; *அபா$_4$வயத:*—நிலைபெறாதவன்; *ஷா$_2$ந்தி:*—அமைதி; *அஷா$_2$ந்தஸ்ய*—அமைதியில்லாவிடில்; *குத:*—எங்கே; *ஸுக$_2$ம்*—ஆனந்தம்.

பரமனின் (கிருஷ்ண உணர்வின் மூலமாக) தொடர்பின்றி, தெய்வீக அறிவையோ கட்டுப்பாடான மனதையோ அடைய முடியாது. இவையின்றி அமைதிக்கு வழியில்லை. அமைதி இல்லாவிடில் ஆனந்தம் எவ்வாறு உண்டாகும்?

பொருளுரை: ஒருவன் கிருஷ்ண உணர்வில் இல்லாவிடில், அவன் அமைதியடைய முடியாது. கிருஷ்ணரே எல்லா யாகங்களாலும்

தவங்களாலும் வரும் நற்பயனை அனுபவிப்பவர், அவரே எல்லா அகிலங்களுக்கும் உரிமையாளர், அவரே எல்லா ஜீவாத்மாக்களின் உண்மை நண்பர் என்பதைப் புரிந்து கொண்டால் மட்டுமே, ஒருவனால் உண்மையான அமைதியை அடைய முடியும் என்பது ஐந்தாம் அத்தியாயத்தில் (5.29) உறுதி செய்யப்பட்டுள்ளது. எனவே, ஒருவன் கிருஷ்ண உணர்வில் இல்லாவிடில், அவனது மனதில் இறுதியான குறிக்கோள் எதுவும் இருக்க முடியாது. இறுதி நோக்கத்தை அறியாததால்தான் குழப்பம் ஏற்படுகின்றது. கிருஷ்ணரே அனுபவிப்பாளர், உரிமையாளர், அனைவருக்கும், அனைத்திற்கும் நண்பர் என்பதை உறுதியாக அறிந்தவனின் மனம் நிலைபெற்று அமைதியைக் கொடுக்கிறது. எனவே, ஒருவன் அமைதியும், ஆன்மீக முன்னேற்றமும் அடைந்திருப்பதாக காட்டிக் கொண்டாலும், கிருஷ்ணருடன் உறவு இல்லையெனில், அவன் அமைதியின்றி எப்போதும் துயரத்திலேயே இருப்பான் என்பது நிச்சயமே. கிருஷ்ணருடன் உறவு கொள்வதால் மட்டுமே அடையக்கூடிய அமைதியான நிலையே கிருஷ்ண பக்தியின் தோற்றமாகும்.

ஸ்லோகம் 67

इन्द्रियाणां हि चरतां यन्मनोऽनुविधीयते ।
तदस्य हरति प्रज्ञां वायुर्नावमिवाम्भसि ॥ ६७॥

இந்த்$_3$ரியாணாம்' ஹி சரதாம்' யன் மனோ 'னுவிதீ$_4$யதே
தத்$_3$ அஸ்ய ஹரதி ப்ரஜ்ஞாம்' வாயுர் நாவம் இவாம்ப$_4$ஸி

இந்த்$_3$ரியாணாம்—புலன்களின்; *ஹி*—நிச்சயமாக; *சரதாம்*—அலைபாயும் போது; *யத்*—எதனுடன்; *மன:*—மனம்; *அனுவிதீ$_4$யதே*—நிலையாக ஈடுபடுகிறது; *தத்*—அது; *அஸ்ய*—அவனது; *ஹரத*—இழுத்துச் செல்கிறது; *ப்ரஜ்ஞாம்*—அறிவு; *வாயு:*—காற்று; *நாவம்*—படகு; *இவ*—போல; *அம்ப$_4$ஸி*—நீரில்.

நீரின் மீதுள்ள படகை கடுங்காற்று அடித்துச் செல்வதைப் போல, அலைபாயும் புலன்களில் ஏதேனும் ஒன்றின் மீது மனம் ஈர்க்கப்பட்டு விட்டால், அந்த ஒரே ஒரு புலன் கூட மனிதனின் அறிவை இழுத்துச் சென்றுவிடும்.

பொருளுரை: இறைவனின் தொண்டில் எல்லாப் புலன்களும் ஈடுபடுத்தப்படாவிடில், புலனின்பத்தில் ஈடுபட்டிருக்கும் ஒரே ஒரு புலன் கூட தெய்வீக முன்னேற்றத்தின் பாதையிலிருந்து பக்தனை விலக்கக்கூடும். மன்னர் அம்பரீஷரின் வாழ்வில் விளக்கப்பட்டுள்ளது போல, எல்லாப் புலன்களும் கிருஷ்ண பக்தியில் ஈடுபடுத்தப்பட

வேண்டும்; ஏனெனில், மனதைக் கட்டுப்படுத்த இதுவே சரியான முறையாகும்.

ஸ்லோகம் 68

तस्माद्यस्य महाबाहो निगृहीतानि सर्वशः ।
इन्द्रियाणीन्द्रियार्थेभ्यस्तस्य प्रज्ञा प्रतिष्ठिता ॥ ६८ ॥

தஸ்மாத்$_3$ யஸ்ய மஹா-பா$_3$ஹோ நிக்$_3$ரு'ஹீதானி ஸர்வஷ:$_2$
இந்த்$_3$ரியாணீந்த்$_3$ரியார்தே$_2$ப்$_4$யஸ் தஸ்ய ப்ரஜ்ஞா ப்ரதிஷ்டி$_2$தா

தஸ்மாத்—எனவே; *யஸ்ய*—ஒருவனது; *மஹா-பா$_3$ஹோ*—பலம் பொருந்திய புயங்களை உடையவனே; *நிக்$_3$ரு'ஹீதானி*—கட்டுப்படுத்தப்பட்ட; *ஸர்வஷ:$_2$*—முழுவதுமாக; *இந்த்$_3$ரியாணி*—புலன்கள்; *இந்த்$_3$ரிய-அர்த்தே$_2$ப்$_4$ய:*—புலனுகர்ச்சிப் பொருட்களிலிருந்து; *தஸ்ய*—அவனது; *ப்ரஜ்ஞா*—அறிவு; *ப்ரதிஷ்டி$_2$தா*—நிலைபெற்றது.

எனவே, பலம் பொருந்திய புயங்களை உடையவனே, எவனுடைய புலன்கள் புலனுகர்ச்சிப் பொருட்களிலிருந்து முற்றுமாக விலக்கப்பட்டுள்ளதோ, அவன் நிச்சயமாக நிலைத்த அறிவுடையவனாகின்றான்.

பொருளுரை: அனைத்துப் புலன்களையும் பகவானுடைய அன்புத் தொண்டில் ஈடுபடுத்துவதன் (கிருஷ்ண உணர்வின்) மூலமாக மட்டுமே புலனின்பத்திற்கான உந்துதல்களை ஒருவனால் கட்டுப்படுத்த முடியும். எதிரிகளை உயர்ந்த சக்தியைக் கொண்டு வெற்றிகொள்வதைப் போல, புலன்களையும் வெற்றிகொள்ள வேண்டும்—ஆனால் மனித முயற்சியால் அல்ல, மாறாக புலன்களை இறைவனின் தொண்டில் ஈடுபடுத்துவதன் மூலமாக. கிருஷ்ண உணர்வால் மட்டுமே ஒருவனது அறிவு உண்மையில் நிலைபெறுகிறது என்பதையும் இக்கலையை அங்கீகரிக்கப்பட்ட ஆன்மீக குருவின் வழிகாட்டலின் கீழ் பயிற்சி செய்ய வேண்டும் என்பதையும் எவனொருவன் அறிந்துள்ளானோ, அவன் முக்திக்குத் தகுந்தவன், அவனே *ஸாத$_4$கன்,* என்று அழைக்கப்படுகிறான்.

ஸ்லோகம் 69

या निशा सर्वभूतानां तस्यां जागर्ति संयमी ।
यस्यां जाग्रति भूतानि सा निशा पश्यतो मुनेः ॥ ६९ ॥

யா நிஷா$_2$ ஸர்வ-பூ$_4$தானாம்' தஸ்யாம்' ஜாக$_3$ர்தி ஸம்'யமீ
யஸ்யாம்' ஜாக்$_3$ரதி பூ$_4$தானி ஸா நிஷா$_2$ பஷ்$_2$யதோ முனே:

யா—எது; *நிஷா$_2$*—இரவோ; *ஸர்வ*—எல்லாம்; *பூ$_4$தானாம்*—உயிர்வாழிகளுக்கு; *தஸ்யாம்*—அதில்; *ஜாக$_3$ர்தி*—விழித்திருக்கிறான்;

ஸம்யமி—சுயக் கட்டுப்பாடு உள்ளவன்; *யஸ்யாம்*—எதில்; *ஜாக்₃ரதி*—விழித்திருக்கின்றன; *பூ₄தானி*—எல்லா உயிர்களும்; *ஸா*—அதுவே; *நிஷா₂*—இரவு; *பஷ்₂யத:*—ஆய்ந்தறிகின்ற; *முனே:*—முனிவன்.

எல்லா உயிர்களுக்கும் எது இரவோ, அது சுயக் கட்டுப்பாடு உள்ளவனுக்கு விழித்தெழும் நேரமாகும். எல்லா உயிர்களுக்கும் எது விழித்தெழும் நேரமோ, அது ஆய்வறிவு கொண்ட முனிவனுக்கு இரவாகின்றது.

பொருளுரை: இருவிதமான அறிஞர்கள் உள்ளனர். ஒருவகை அறிஞர், புலனுகர்ச்சிக்கான லௌகீகச் செயல்களில் அறிவு பெற்றவர்; மற்றவரோ, தன்னுணர்வை வளர்ப்பதில் ஆர்வமுடன் இருப்பவர். சிந்தனையுடைய மனிதரின் (ஆய்ந்தறியும் முனிவரின்) செயல்கள், ஜடத்தில் ஆழ்ந்திருக்கும் மனிதர்களுக்கு இரவாகும். தன்னுணர்வைப் பற்றிய அறியாமையினால், அத்தகு இரவில் பௌதிகவாதிகள் உறங்கிக்கிடக்கின்றனர். ஆய்ந்தறியும் முனிவர், பௌதிகவாதிகளின் 'இரவில்' விழிப்புடன் இருக்கிறார். ஆன்மீகப் பண்பாட்டின் படிப்படியான முன்னேற்றத்தால், அம்முனிவர் தெய்வீக ஆனந்தத்தை அடைகிறார். ஆனால், தன்னுணர்வு விஷயங்களில் உறங்கிக் கொண்டுள்ள பௌதிகவாதியோ, புலனின்பத்தைப் பற்றிய பற்பல கனவுகளுடன், சில சமயம் மகிழ்ச்சியையும் சில சமயம் துயரத்தையும், தனது உறக்க நிலையில் உணர்கிறான். ஆய்ந்தறியும் முனிவர், இத்தகு பௌதிக இன்ப துன்பங்களில் ஒருபோதும் பாதிப்படைவதில்லை. ஜட விளைவுகளால் பாதிக்கப்படாமல் தன்னுணர்விற்கான தனது செயல்களில் முன்னேறுகிறார்.

ஸ்லோகம் 70

आपूर्यमाणमचलप्रतिष्ठं समुद्रमापः प्रविशन्ति यद्वत् ।
तद्वत्कामा यं प्रविशन्ति सर्वे स शान्तिमाप्नोति न कामकामी ॥ ७० ॥

ஆபூர்யமாணம் அசல-ப்ரதிஷ்ட₂ம்'
ஸமுத்₃ரம் ஆப: ப்ரவிஷ₂ந்தி யத்₃வத்
தத்₃வத் காமா யம்' ப்ரவிஷ₂ந்தி ஸர்வே
ஸ ஷா₂ந்திம் ஆப்னோதி ந காம-காமீ

ஆபூர்யமாணம்—என்றும் நிறைந்த; *அசல-ப்ரதிஷ்ட₂ம்*—உறுதியாக நிலைத்த; *ஸமுத்₃ரம்*—கடல்; *ஆப:*—நீர்; *ப்ரவிஷ₂ந்தி*—புகுந்து; *யத்₃வத்*—உள்ளபடி; *தத்₃வத்*—அதுபோல; *காம:*—ஆசைகள்; *யம்*—எவரிடம்; *ப்ரவிஷ₂ந்தி*—புகுந்து; *ஸர்வே*—எல்லா; *ஸ:*—அம்மனிதன்; *ஷா₂ந்திம்*—அமைதி; *ஆப்னோதி*—அடைகிறான்; *ந*—அல்ல; *காம-காமீ*—ஆசைகளை பூர்த்தி செய்ய விரும்புபவன்.

நதிகள் கடலில் வந்து கலந்தாலும், கடல் மாறுவதில்லை. அது போல தடையின்றி வரும் ஆசைகளால் பாதிக்கப்படாதவன் மட்டுமே அமைதியை அடைய முடியும். அத்தகு ஆசைகளை நிறைவேற்றிக்கொள்ள விரும்புபவனல்ல.

பொருளுரை: பெருங்கடலில் எப்போதும் நீர் நிரம்பியிருந்தாலும், மழைக்காலத்தில் குறிப்பாக மேன்மேலும் நீரால் நிரம்புகின்றது. ஆயினும் கடல் எப்போதும் போல நிலையாக உள்ளது; கிளர்ச்சியடைவதோ, தனது கரையைத் தாண்டுவதோ இல்லை. கிருஷ்ண உணர்வில் நிலைபெற்றவனின் விஷயத்திலும் இஃது உண்மையாகிறது. ஜடவுடல் இருக்கும் வரை புலனுகர்ச்சிக்கான ஆசைகள் தொடர்ந்து கொண்டுதான் இருக்கும். தனது பூரண நிலையால், பக்தன் இத்தகு ஆசைகளால் பாதிக்கப்படுவதில்லை. கிருஷ்ண பக்தனுக்கு எதுவும் தேவையில்லை; ஏனெனில், அவனது எல்லா பௌதிகத் தேவைகளையும் இறைவனே பூர்த்தி செய்கிறார். எனவே, அவன் தன்னில் முழுமையுடைய கடலைப் போன்றவன். கடலில் நதிகள் பாய்வதைப் போல அவனிடமும் ஆசைகள் வரலாம். ஆனால் புலனுகர்ச்சிக்கான ஆசைகளால் சற்றும் கிளர்ச்சியடையாமல், அவன் தனது செயல்களில் உறுதி கொண்டுள்ளான். இதுவே கிருஷ்ண உணர்வில் உள்ளவனுக்கான சான்றாகும்—ஆசைகள் இருக்கும்போதிலும், பௌதிகப் புலனுகர்ச்சிக்கான எல்லா விருப்பத்தையும் அவன் இழந்துள்ளான். இறைவனின் திவ்யமான அன்புத் தொண்டில் திருப்தியுற்று இருப்பதால், கடலைப் போன்று நிலையாக இருந்து, அவனால் அமைதியை முழுமையாக அனுபவிக்க முடிகின்றது. முக்தியை விரும்புவோர் உட்பட (பௌதிக வெற்றியைப் பற்றி என்ன சொல்வது), மற்றவர் அனைவருமே ஒருபோதும் அமைதியை அடைவதில்லை. பலன்களை விரும்பி செயலாற்றுவோர், முக்தியை விரும்புவோர், யோகிகள் (சித்திகளை விரும்புவோர்) என எல்லாருமே திருப்தியடையாத ஆசைகளினால் மகிழ்ச்சியின்றி உள்ளனர். ஆனால் கிருஷ்ண பக்தனோ இறைவனின் தொண்டில் மகிழ்ச்சியாக உள்ளான், அவனிடம் நிறைவேற்றிக்கொள்வதற்கென்று எவ்வித ஆசையும் இல்லை. பந்தமாகக் கருதப்படும் பௌதிக உலகிலிருந்து முக்தி பெறுவதற்கும், அவன் ஆசைப்படுவதில்லை. எந்த பௌதிக ஆசையும் இல்லாததால், கிருஷ்ண பக்தர்கள் அமைதியின் பக்குவநிலையில் உள்ளனர்.

ஸ்லோகம் 71

विहाय कामान्यः सर्वान्पुमांश्चरति निःस्पृहः ।
निर्ममो निरहङ्कारः स शान्तिमधिगच्छति ॥ ७१ ॥

விஹாய காமான் ய: ஸர்வான் புமாம்'ஷ்$_2$ சரதி நி:ஸ்ப்ரு'ஹ:
நிர்மமோ நிரஹங்கார: ஸ ஷா$_2$ந்திம் அதி$_4$க$_3$ச்ச$_2$தி

விஹாய—விட்டுவிட்டு; *காமான்*—புலனுகர்ச்சிக்கான பௌதிக ஆசைகள்; *ய:*—எவன்; *ஸர்வான்*—எல்லா; *புமான்*—ஒருவன்; *சரதி*—வாழ்கிறான்; *நி:ஸ்ப்ரு'ஹ:*—ஆசைகளின்றி; *நிர்மம:*—உரிமையாளன் என்ற உணர்வின்றி; *நிரஹங்கார:*—அஹங்காரமின்றி; *ஸ:*—அவன்; *ஷா$_2$ந்திம்*—பக்குவமான அமைதி; *அதி$_4$க$_3$ச்ச$_2$தி*—அடைகிறான்.

புலனுகர்ச்சிக்கான எல்லா விருப்பங்களைத் துறந்தவனும், ஆசைகள் இல்லாதவனும், உரிமையாளன் என்னும் எல்லா உணர்வுகளைத் துறந்திருப்பவனும், அஹங்காரம் இல்லாதவனுமான ஒருவனே உண்மை அமைதியை அடைய முடியும்.

பொருளுரை: விருப்பங்களைத் துறப்பது என்றால், புலனுகர்ச்சிக்காக எதையும் விரும்பாமல் இருப்பது என்று பொருள். வேறுவிதமாகக் கூறினால், கிருஷ்ண உணர்வை அடைவதற்கான விருப்பமே, விருப்பமற்ற நிலையாகும். இந்த ஜடவுடலே தான் என்று தவறாகக் கருதாமல், இவ்வுலகின் எந்தப் பொருளுக்கும் தவறான உரிமை கொண்டாடாமல், தன்னை கிருஷ்ணரின் நித்தியத் தொண்டனாக உணர்ந்துகொள்வதே கிருஷ்ண உணர்வின் பக்குவமான நிலையாகும். இவ்வாறு பக்குவமாக நிலைபெற்றவன், கிருஷ்ணரே அனைத்திற்கும் உரிமையாளர் என்றும், அனைத்தையும் அவரது திருப்திக்காக உபயோகப்படுத்த வேண்டும் என்றும் அறிவான். அர்ஜுனன் தனது சுயப் புலனுகர்ச்சிக்காக போரிட மறுத்தான். ஆனால் பூரண கிருஷ்ண உணர்வை அடைந்தபோது, அவன் போரிட வேண்டும் என்பதை கிருஷ்ணர் விரும்பியதால், போரில் ஈடுபட்டான். தனக்காகப் போரிடுவதற்கு அவனுக்கு விருப்பம் இல்லாவிட்டாலும், கிருஷ்ணருக்காக என்பதால் தனது முழுத் திறமையையும் உபயோகித்து போர் புரிந்தான். கிருஷ்ணரை திருப்திப்படுத்த விரும்புவதே உண்மையில் ஆசைகளற்ற நிலையாகும். ஆசைகளை செயற்கையாக அழிக்க முயல்வது ஆசையற்ற நிலையாகாது. விருப்பங்களும், அறிவும் இன்றி இருக்க ஜீவனால் முடியாது. ஆனால் அந்த ஆசைகளின் தன்மையை மட்டும் மாற்ற வேண்டும். பௌதிகத்தில் பற்றுதல் இல்லாமல் திகழ்பவன், எல்லாம் கிருஷ்ணருக்குச் சொந்தமானவை (*ஈஷா$_2$வாஸ்யம்–இத$_3$ம் ஸர்வம்*) என்பதை அறிந்து, எதன் மீதும் தவறாக உரிமை கொண்டாட மாட்டான். இந்த திவ்யமான ஞானம் தன்னுணர்வை அடிப்படையாகக் கொண்டது. அதாவது, ஒவ்வொரு உயிர்வாழியின் ஆன்மீக அடையாளம், கிருஷ்ணரின் நித்திய அம்சம் என்றும், உயிர்வாழியின்

நித்தியமான நிலை ஒருபோதும் கிருஷ்ணருக்கு சமமானதோ உயர்ந்ததோ அல்ல என்றும் நன்றாக அறிந்திருப்பதாகும். கிருஷ்ண உணர்வை இவ்வாறு புரிந்துகொள்வதே உண்மையான அமைதிக்கு அடிப்படையாகும்.

ஸ்லோகம் 72

एषा ब्राह्मी स्थितिः पार्थ नैनां प्राप्य विमुह्यति ।
स्थित्वास्यामन्तकालेऽपि ब्रह्मनिर्वाणमृच्छति ॥ ७२ ॥

ஏஷா ப்$_3$ராஹ்மீ ஸ்தி$_2$தி: பார்த$_2$ நைனாம்' ப்ராப்ய விமுஹ்யதி
ஸ்தி$_2$த்வாஸ்யாம் அந்த-காலே 'பி ப்$_3$ரஹ்ம-நிர்வாணம் ரு'ச்ச$_2$தி

ஏஷா—இந்த; *ப்$_3$ராஹ்மி*—ஆன்மீக; *ஸ்தி$_2$தி:*—நிலை; *பார்த$_2$*—பிருதாவின் மகனே; *ந*—என்றுமில்லை; *ஏனாம்*—இந்த; *ப்ராப்ய*—அடைந்து; *விமுஹ்யதி*—ஒருவன் குழம்புகிறான்; *ஸ்தி$_2$த்வா*—இவ்வாறு நிலைபெற்று; *அஸ்யாம்*—இதில்; *அந்த-காலே*—வாழ்வின் இறுதி காலத்தில்; *அபி*—கூட; *ப்$_3$ரஹ்ம-நிர்வாணம்*—இறைவனின் ஆன்மீகத் திருநாட்டை; *ரு'ச்ச$_2$தி*—அடைகிறான்.

இதுவே ஆன்மீகமான தெய்வீக வாழ்விற்கு வழி. இதனை அடைந்த மனிதன் குழப்பமடைவதில்லை. இந்த நிலையை தனது மரணத் தறுவாயில் அடைபவனும்கூட, இறைவனின் திருநாட்டிற்குள் நுழைகிறான்.

பொருளுரை: தெய்வீக வாழ்வான கிருஷ்ண உணர்வினை ஒருவன் ஒரே கணத்திலும் அடையலாம், இலட்சக்கணக்கான பிறவிகளுக்குப் பின்னும் கூட அடையாமல் இருக்கலாம். உண்மையை அறிந்து, ஏற்றுக்கொள்வதைப் பொறுத்ததே அது. கட்வாங்க மன்னர், தனது மரணத்திற்குச் சில வினாடிகளுக்கு முன் கிருஷ்ணரிடம் சரணடைந்ததன் விளைவாக இந்நிலையை அடைந்தார். *நிர்வாண* என்றால் பௌதிக வாழ்க்கைக்கு முற்றுப்புள்ளி வைப்பதாகும். புத்த மதக் கொள்கையின்படி, பௌதிக வாழ்க்கை முடிவுற்ற பின்னர் சூன்யம் மட்டுமே உள்ளது என்கின்றனர், ஆனால் பகவத் கீதையோ வேறுவிதமாகக் கூறுகின்றது. இப்பௌதிக வாழ்க்கை முடிவுற்றப் பின்பு தான் உண்மையான வாழ்வு தொடங்குகிறது. பௌதிகவாதியைப் பொறுத்தவரை, "இந்த பௌதிக வாழ்வை முடித்தாக வேண்டும்" என்பதை அறிவது போதுமானதாகும். ஆனால் ஆன்மீகமாக முன்னேற்றமடைந்தவருக்கோ இவ்வாழ்விற்குப்பின் வேறொரு உயர் வாழ்வு உண்டு. இவ்வாழ்வை முடிக்கும் முன்னேயேகூட, அதிர்ஷ்டவசமாக ஒருவன் கிருஷ்ண உணர்வை அடைந்துவிட்டால், உடனே அவன் *ப்$_3$ரஹ்ம-நிர்வாண* நிலையை அடைந்து விடுகிறான்.

இறைவனின் திருநாட்டிற்கும் அவரது பக்தித் தொண்டிற்கும் வேறுபாடு கிடையாது. இவை இரண்டுமே பூரணத் தளத்தில் இருப்பதால் கடவுளின் திவ்யமான அன்புத் தொண்டில் ஈடுபடுவது என்றாலே அவரது திருநாட்டை அடைந்து வாழ்வது போலத்தான். ஜடவுலகின் செயல்கள் புலனுகர்ச்சிக்கானவை, ஆனால் ஆன்மீக உலகின் செயல்களோ கிருஷ்ண உணர்வுச் செயல்களாகும். கிருஷ்ண உணர்வை அடைதல், இவ்வுலக வாழ்விலேயே உடனடியாக பிரம்மனை அடைவதாகும். எனவே, கிருஷ்ண உணர்வில் நிலைபெற்றிருப்பவன் ஏற்கனவே இறைவனின் திருநாட்டை அடைந்தவனாவான்.

பிரம்மம், ஜடத்திற்கு நேர்மாறானதாகும். எனவே, *ப்₃ராஹ்மி ஸ்தி₂தி* என்றால் 'ஜடச் செயல்களின் தளத்திலல்ல' என்று பொருள். இறைவனுக்கான பக்தித் தொண்டு, முக்தி பெற்ற நிலையாக பகவத் கீதையில் ஏற்றுக்கொள்ளப்படுகிறது (*ஸ கு₃ணான் ஸமதீத்யைதான் ப்₃ரஹ்ம-பூ₄யாய கல்பதே*). எனவே, பௌதிக பந்தத்திலிருந்து விடுபடுவதே *ப்₃ராஹ்மி ஸ்தி₂தி* எனப்படுவதாகும்.

ஸ்ரீல பக்தி வினோத தாகூர், பகவத் கீதையின் இந்த இரண்டாவது அத்தியாயத்தினை மொத்த பகவத் கீதையின் சுருக்கமாக வர்ணித்துள்ளார். பகவத் கீதையில், கர்ம யோகம், ஞான யோகம், பக்தி யோகம் ஆகிய விஷயங்கள் கூறப்பட்டுள்ளன. இரண்டாவது அத்தியாயத்தில், கர்ம யோகமும் ஞான யோகமும் தெளிவாக விளக்கப்பட்டுள்ளன; பக்தி யோகத்தைப் பற்றிய சிறு குறிப்பும் தரப்பட்டுள்ளது. எனவே, இது முழு கீதையின் சுருக்கமாகும்.

ஸ்ரீமத் பகவத் கீதையின் "கீதையின் உட்பொருள் சுருக்கம்" என்னும் இரண்டாம் அத்தியாயத்திற்கான பக்திவேதாந்த பொருளுரைகள் இத்துடன் நிறைவடைகின்றன.

அத்தியாயம் மூன்று

கர்ம யோகம்

ஸ்லோகம் 1

अर्जुन उवाच

ज्यायसी चेत्कर्मणस्ते मता बुद्धिर्जनार्दन ।
तत्किं कर्मणि घोरे मां नियोजयसि केशव ॥ १ ॥

அர்ஜுன உவாச

ஜ்யாயஸீ சேத் கர்மணஸ் தே மதா பு$_3$த்$_3$தி$_4$ர் ஜனார்த$_3$ன
தத் கிம்' கர்மணி கோ$_4$ரே மாம்' நியோஜயஸி கேஷ$_2$வ

அர்ஜுன: உவாச—அர்ஜுனன் கூறினான்; *ஜ்யாயஸீ*—சிறந்தது; *சேத்*—இருந்தால்; *கர்மண:*—பலன்நோக்குச் செயல்களைவிட; *தே*—தங்களால்; *மதா*—அபிப்பிராயம்; *பு$_3$த்$_3$தி:$_4$*—புத்தி; *ஜனார்த$_3$ன*—கிருஷ்ண; *தத்*—எனவே; *கிம்*—ஏன்; *கர்மணி*—செயலில்; *கோ$_4$ரே*—கோரமான; *மாம்*—என்னை; *நியோஜயஸி*—ஈடுபடுத்துகிறாய்; *கேஷ$_2$வ*—கேசவனே.

அர்ஜுனன் கூறினான்: ஜனார்தனனே, கேசவனே, பலன்நோக்குச் செயல்களைவிட புத்தி சிறந்தது என்றால், கோரமான இப்போரில் தாங்கள் என்னை பலவந்தமாக ஈடுபடுத்துவது ஏன்?

பொருளுரை: முந்தைய அத்தியாயத்தில், ஜடத் துன்பம் என்னும் பெருங்கடலிலிருந்து தனது உற்ற நண்பனான அர்ஜுனனைக் காப்பாற்றுவதற்காக, புருஷோத்தமரான முழுமுதற் கடவுள் ஸ்ரீ கிருஷ்ணர், ஆத்மாவின் இயற்கையைப் பற்றி மிக விளக்கமாக உரைத்தார். புத்தி யோகம் அல்லது கிருஷ்ண உணர்வே தன்னுணர்விற்கான வழியாக சிபாரிசு செய்யப்பட்டது. சில சமயங்களில் கிருஷ்ண உணர்வானது செயலற்ற சோம்பல் நிலையாகத் தவறாகப் புரிந்துகொள்ளப்படுகிறது. அத்தகு தவறான எண்ணத்திலுள்ள சிலர், பகவான் கிருஷ்ணரின் திருநாமங்களை ஜபித்து, பூரண கிருஷ்ண உணர்வு நிலையை அடைவதற்காக தனிமையான இடத்திற்குச் செல்ல விரும்புகின்றனர். ஆனால் கிருஷ்ண உணர்வின் தத்துவத்தில் பயிற்சி பெறாது, தனிமையான இடத்தில் கிருஷ்ணரின் திருநாமங்களை ஜபிப்பது விரும்பத்தக்கதல்ல. அத்தகைய தனிமையான இடத்தில், அறியாத அப்பாவி மக்களிடமிருந்து மலிவான மரியாதையை ஒருவன் பெறலாம். சுறுசுறுப்பான வாழ்விலிருந்து ஓய்வுபெற்று தனிமையான இடத்தில்

தவங்களைச் செய்வதே புத்தி யோகம் (புத்தியைக் கொண்டு ஆன்மீக முன்னேற்றம் அடைதல்) எனப்படும் கிருஷ்ண உணர்வு என்று அர்ஜுனனும் தவறாக எண்ணினான். வேறுவிதமாகக் கூறினால், கிருஷ்ண உணர்வினை சாக்காக வைத்து, போரிடுவதிலிருந்து சாமர்த்தியமாக தப்பிக்க விரும்பினான். ஆனால் நேர்மையான சீடனாக இருந்ததால், இந்த விஷயத்தை குருவிடம் சமர்ப்பித்து, தான் என்ன செய்ய வேண்டுமென்பதை அவரிடம் வினவுகிறான். அர்ஜுனனின் வினாவிற்கு விடையளிக்கும் விதத்தில், ஸ்ரீ கிருஷ்ணர் கர்ம யோகம் (கிருஷ்ண உணர்வில் செயல்படுதல்) என்பதை இந்த மூன்றாம் அத்தியாயத்தில் விளக்குகிறார்.

ஸ்லோகம் 2

व्यामिश्रेणेव वाक्येन बुद्धिं मोहयसीव मे ।
तदेकं वद निश्चित्य येन श्रेयोऽहमाप्नुयाम् ॥ २ ॥

வ்யாமிஷ்$_2$ரேணேவ வாக்யேன பு$_3$த்$_3$தி$_4$ம்' மோஹயஸீவ மே
தத்$_3$ ஏகம்' வத$_3$ நிஷ்$_2$சித்ய யேன ஷ்$_2$ரேயோ 'ஹம் ஆப்னுயாம்

வ்யாமிஷ்$_2$ரேண—இரு பொருள்படும்; *இவ*—நிச்சயமாக; *வாக்யேன*—வாக்கியங்கள்; *பு$_3$த்$_3$தி$_4$ம்*—புத்தி; *மோஹயஸி*—தாங்கள் மயக்குகின்றீர்; *இவ*—நிச்சயமாக; *மே*—என்னுடைய; *தத்*—எனவே; *ஏகம்*—ஒன்றை; *வத$_3$*—தயவுசெய்து கூறுவீர்; *நிஷ்$_2$சித்ய*—நிச்சயமாக; *யேன*—எதனால்; *ஷ்$_2$ரேய:*—உண்மைப் பலன்; *அஹம்*—நான்; *ஆப்னுயாம்*—அடையலாம்.

இரண்டு வழிகளை ஒன்று போலக் கூறும் உமது அறிவுரையால், எனது புத்தி பேதலிக்கின்றது. எனவே, எனக்கு மிகவும் நன்மையானது எது என்பதை முடிவாகக் கூறுவீராக.

பொருளுரை: பகவத் கீதைக்கு ஒரு முன்னுரையைப் போன்ற முந்தைய அத்தியாயத்தில், ஸாங்கிய யோகம், புத்தி யோகம், புத்தியைக் கொண்டு புலன்களை அடக்குதல், பலன் கருதாது செயல்படுதல், புதியவரின் நிலை முதலிய பல்வேறு பாதைகள் விளக்கப்பட்டன. இவையனைத்தும் எவ்விதத் தெளிவான வரைமுறையுமின்றி கூறப்பட்டன. புரிந்துகொள்வதற்கும், செயல்படு வதற்கும், முறைப்படுத்தப்பட்ட ஒரு வழிமுறை அவசியமாகும். எனவே, குழப்புவதைப் போலத் தெரியும் இவ்விஷயங்களை, பிழைகள் ஏதுமின்றி சாதாரண மக்களும் ஏற்றுக்கொள்ள வேண்டும் என்பதற்காகத் தெளிவுபடுத்த விரும்புகிறான் அர்ஜுனன். வார்த்தை ஜாலத்தால் அர்ஜுனனைக் குழப்ப வேண்டுமென்ற எண்ணம் கிருஷ்ணருக்குக் கிடையாது என்றபோதிலும், கிருஷ்ண உணர்வை எவ்வாறு பின்பற்றுவது (செயல்களைத் துறப்பதா அல்லது

உற்சாகத்துடன் செயலாற்றுவதா) என்பதை அர்ஜுனனால் புரிந்து கொள்ள முடியவில்லை. வேறுவிதமாகக் கூறினால், தனது வினாக்களின் மூலம், பகவத் கீதையின் இரகசியத்தைப் புரிந்து கொள்ள விரும்பும் எல்லா மாணவர்களுக்கும், கிருஷ்ண உணர்வின் பாதையைச் சீரமைத்துக் கொடுக்கிறான் அர்ஜுனன்.

ஸ்லோகம் 3

श्रीभगवानुवाच

लोकेऽस्मिन्द्विविधा निष्ठा पुरा प्रोक्ता मयानघ ।
ज्ञानयोगेन साङ्ख्यानां कर्मयोगेन योगिनाम् ॥ ३ ॥

ஸ்ரீ-ப$_4$க$_3$வான் உவாச

லோகே 'ஸ்மின் த்$_3$வி-விதா$_4$ நிஷ்டா$_2$ புரா ப்ரோக்தா மயாநக$_4$

ஜ்ஞான-யோகே$_3$ன ஸாங்க்$_2$யானாம்' கர்ம-யோகே$_3$ன யோகி$_3$னாம்

ஸ்ரீ-ப$_4$க$_3$வான் உவாச—புருஷோத்தமரான முழுமுதற் கடவுள் கூறினார்; *லோகே*—உலகில்; *அஸ்மின்*—இந்த; *த்$_3$வி-விதா$_4$*—இருவிதமான; *நிஷ்டா$_2$*—நம்பிக்கை; *புரா*—முன்னரே; *ப்ரோக்தா*—கூறப்பட்டது; *மயா*—என்னால்; *அனக$_4$*—பாவமற்றவனே; *ஜ்ஞான-யோகே$_3$ன*—ஞானம் என்னும் இணைப்பு முறையால்; *ஸாங்க்$_2$யானாம்*—ஸாங்கிய தத்துவவாதிகளின்; *கர்ம-யோகே$_3$ன*—பக்தி என்னும் இணைப்பு முறையில்; *யோகி$_3$னாம்*—பக்தர்களது.

புருஷோத்தமரான முழுமுதற் கடவுள் கூறினார்: பாவங்களற்ற அர்ஜுனனே, இருவகையான மனிதர்கள் தன்னுணர்விற்காக முயல்வதாக நான் முன்பே விளக்கினேன். சிலர் ஸாங்கிய தத்துவ சிந்தனைகளாலும், பிறர் பக்தித் தொண்டினாலும், தன்னுணர்வினை அடைய முயல்கின்றனர்.

பொருளுரை: இரண்டாம் அத்தியாயத்தின் 39வது ஸ்லோகத்தில், ஸாங்கிய யோகம், கர்ம யோகம் (புத்தி யோகம்) ஆகிய இரண்டு வழிமுறைகளை இறைவன் விளக்கினார். இவற்றையே இங்கு மேலும் தெளிவாக எடுத்துரைக்கிறார். ஜடத்தின் இயற்கையையும் ஆன்மாவின் இயற்கையையும் ஆய்வு செய்யக்கூடிய வழிமுறை ஸாங்கிய யோகம் என்று அறியப்படுகிறது; ஆராய்ச்சியின் மூலம் பெறப்படும் ஞானம் மற்றும் தத்துவத்தின் அடிப்படையில், ஆழமாக சிந்தித்துப் புரிந்துகொள்ள விரும்புபவர்களுக்கு இம்முறை உரித்தானதாகும். மற்ற வகையினரோ இரண்டாம் அத்தியாயத்தின் 61வது ஸ்லோகத்தில் கூறியுள்ளபடி, கிருஷ்ண உணர்வில் செயலாற்றுகின்றனர்; மேலும், 39வது ஸ்லோகத்தில், புத்தி யோகம் எனப்படும் கிருஷ்ண உணர்வின் கொள்கைகளின்படி செயலாற்று

வதால், செயல்களின் பந்தத்திலிருந்து விடுபடலாமென்று இறைவன் கூறியுள்ளார். அதுமட்டுமின்றி, இம்முறையில் எவ்வித குற்றமும் இல்லை. இதே கொள்கை மேலும் தெளிவாக 61வது ஸ்லோகத்தில் விளக்கப்பட்டுள்ளது—புத்தி யோகம் என்றால் பரமனின் மீது (குறிப்பாக கிருஷ்ணரின் மீது) பூரணமாகச் சார்ந்திருப்பதாகும். இவ்வழியில் எல்லாப் புலன்களையும் சுலபமாகக் கட்டுப்படுத்த முடியும். எனவே, இரண்டு யோகங்களும், மதத்தையும் தத்துவ ஞானத்தையும் போல ஒன்றுக்கொன்று தொடர்புடையவை. தத்துவமற்ற மதம் வெறும் மன எழுச்சியே, சில சமயங்களில் மத வெறியாகவும் அறியப்படுகிறது. மதமற்ற தத்துவம் வெறும் மன கற்பனையாகும். இரண்டின் இறுதி நோக்கமும் ஸ்ரீ கிருஷ்ணரே; ஏனெனில், பூரண உண்மையைத் தேடி அலையும் தத்துவ ஞானிகளும் இறுதியில், கிருஷ்ண உணர்வையே அடைகின்றனர் என்று பகவத் கீதையில் கூறப்பட்டுள்ளது. பரமாத்மாவுடன் ஆத்மாவின் உண்மையான உறவு என்ன என்பதைப் புரிந்து கொள்வதற்காகவே மொத்த வழிமுறையும் கொடுக்கப்பட்டுள்ளது. தத்துவ சிந்தனையின் மூலம் படிப்படியாக கிருஷ்ண உணர்வினை அடைதல் மறைமுகமான வழிமுறையாகும், ஆனால் புத்தி யோகத்தின் மூலம் அனைத்தையும் கிருஷ்ணருடன் கிருஷ்ண உணர்வில் இணைத்தல் நேரடியான வழி முறையாகும். இவ்விரண்டு வழிகளில் கிருஷ்ண உணர்வு வழியே சிறந்தது; ஏனெனில், இது தத்துவப் பயிற்சிகளைச் சார்ந்து புலன்களைத் தூய்மைப்படுத்துவதில்லை, கிருஷ்ண உணர்வே தூய்மைப்படுத்தும் முறைதான். பக்தித் தொண்டு என்னும் நேர்வழி, சுலபமானதும் சிறந்ததுமாகும்.

ஸ்லோகம் 4

न कर्मणामनारम्भान्नैष्कर्म्यं पुरुषोऽश्नुते ।
न च सन्न्यसनादेव सिद्धिं समधिगच्छति ॥ ४॥

ந கர்மணாம் அனாரம்பா$_4$ன் நைஷ்கர்ம்யம்' புருஷோ 'ஷ்$_2$னுதே
ந ச ஸன்ன்யஸனாத்$_3$ ஏவ ஸித்$_3$தி$_4$ம்' ஸமதி$_4$க$_3$ச்ச$_2$தி

ந—இல்லை; *கர்மணாம்*—விதிக்கப்பட்ட கடமைகளை; *அனாரம்பா$_4$த்*—செயலாற்றாமல்; *நைஷ்கர்ம்யம்*—விளைவுகளிலிருந்து விடுதலை; *புருஷ:*—மனிதன்; *அஷ்$_2$னுதே*—அடைகிறான்; *ந*—இல்லை; *ச*—மற்றும்; *ஸன்ன்யஸனாத்*—துறவால்; *ஏவ*—வெறுமே; *ஸித்$_3$தி$_4$ம்*—வெற்றி; *ஸமதி$_4$க$_3$ச்ச$_2$தி*—அடைகிறான்.

செயல்களிலிருந்து விலகிக்கொள்வதால் விளைவுகளிலிருந்து ஒருவன் விடுதலை பெற முடியாது. துறவால் மட்டும் பக்குவமடைதல் என்பதும் இயலாததாகும்.

பொருளுரை: லௌகீக மனிதனின் இதயத்தைத் தூய்மைப் படுத்துவதற்காகப் பல்வேறு கடமைகள் விதிக்கப்பட்டுள்ளன. இத்தகு கடமைகளைச் செய்து தூய்மையடைந்த பின்புதான் துறவு வாழ்வை மேற்கொள்ள முடியும். தூய்மையடையாமல், திடீரென்று வாழ்வின் நான்காம் நிலையான சந்நியாசத்தை ஏற்றுக்கொள்வதால் யாரும் வெற்றி பெற்று விட முடியாது. பலன்நோக்குச் செயல்களி லிருந்து ஓய்வுபெற்று சந்நியாசத்தை ஏற்றுக்கொள்வதால், ஒருவன் நாராயணரின் நிலைக்கு உடனடியாக வந்து விடுவதாக ஸாங்கிய தத்துவவாதிகள் எண்ணுகின்றனர். ஆனால் பகவான் கிருஷ்ணர் இக்கொள்கையை ஏற்றுக்கொள்ளவில்லை. இதயம் தூய்மையடையாத நிலையில் ஏற்கப்படும் சந்நியாசம், சமூகத்திற்குத் தொல்லையையே ஏற்படுத்தும். அதே சமயத்தில், இறைவனுடைய திவ்யமான தொண்டில் ஈடுபடுபவன், தனக்கு விதிக்கப்பட்ட கடமைகளைச் செயலாற்றவில்லையெனினும், ஆன்மீகத்தில் எந்த அளவிற்கு முன்னேறியுள்ளானோ, அந்த அளவிற்கு இறைவனால் ஏற்றுக் கொள்ளப்படுகின்றான் (புத்தி யோகம்). *ஸ்வல்பம்-அப்யஸ்ய த₄ர்மஸ்ய த்ராயதே மஹதோ ப₄யாத்.* இத்தகு கொள்கையில் ஆற்றப்படும் மிகச்சிறிய செயலும், மாபெரும் கஷ்டங்களை வெற்றிகொள்ள உதவும்.

ஸ்லோகம் 5

न हि कश्चित्क्षणमपि जातु तिष्ठत्यकर्मकृत् ।
कार्यते ह्यवश: कर्म सर्व: प्रकृतिजैर्गुणै: ॥ ५ ॥

ந ஹி கஷ்₂சித் க்ஷணம் அபி ஜாது திஷ்ட₂த்யகர்ம-க்ரு'த்
கார்யதே ஹ்யவஷ:₂ கர்ம ஸர்வ: ப்ரக்ரு'தி-ஜைர் கு₃ணை:

ந—இல்லை; *ஹி*—நிச்சயமாக; *கஷ்₂சித்*—யாருமே; *க்ஷணம்*—ஒரு கணம்; *அபி*—கூட; *ஜாது*—எவ்வேளையிலும்; *திஷ்ட₂தி*—இருப்பது; *அகர்ம-க்ரு'த்*—ஒன்றும் செய்யாமல்; *கார்யதே*—வற்புறுத்தப்படுகின்றனர்; *ஹி*—நிச்சயமாக; *அவஷ:₂*—சுதந்திரமின்றி; *கர்ம*—செயல்; *ஸர்வ:*—எல்லாம்; *ப்ரக்ரு'தி-ஜை:*—பௌதிக இயற்கையிலிருந்து தோன்றிய; *கு₃ணை:*—குணங்களால்.

பௌதிக இயற்கையிடமிருந்து பெறப்பட்ட குணங்களுக்குத் தகுந்தாற்போல, ஒவ்வொருவரும் சுதந்திரம் ஏதுமின்றி செயல்படுவதற்கு வற்புறுத்தப்படுகின்றனர். எனவே, ஒரு கணம்கூட செயல்கள் எதையும் செய்யாமல் இருப்பது எவருக்கும் சாத்தியமல்ல.

பொருளுரை: உடல் பெற்ற வாழ்வில் மட்டுமல்ல, ஆத்மாவின் இயல்பே எப்போதும் இயங்கிக் கொண்டிருப்பதாகும். ஆத்மா இல்லாவிடில் ஜடவுடல் நகர முடியாது. ஆத்மா, எப்போதும் இயங்கிக் கொண்டிருப்பதும், ஒரு கணம் கூட நிறுத்த முடியாததுமாகும். அத்தகு ஆத்மாவினால் இயக்கப்படக்கூடிய ஓர் உயிரற்ற வாகனமே உடல். எனவே, கிருஷ்ண உணர்வின் நற்செயல்களில் ஆத்மா ஈடுபடுத்தப்பட வேண்டும், இல்லையெனில் அது மாயா சக்தியினால் ஆணையிடப்படும் செயல்களில் ஈடுபடுத்தப்பட்டுவிடும். ஜட இயற்கையின் உறவால், ஆத்மா பௌதிக குணங்களைப் பெறுகின்றது. இதுபோன்ற பாதிப்புகளிலிருந்து ஆத்மாவைத் தூய்மைப்படுத்து வதற்காக, சாஸ்திரங்களில் விதிக்கப்பட்டுள்ள கடமைகளைச் செய்தல் அவசியமாகும். ஆனால், ஆத்மா தனது இயற்கையான செயலான கிருஷ்ண உணர்வில் ஈடுபடுத்தப்பட்டால், அவனால் செய்ய முடிந்தவை அனைத்தும் நன்மையே. ஸ்ரீமத் பாகவதம் (1.5.17) இதனை உறுதிப்படுத்துகின்றது:

த்யக்த்வா ஸ்வ-த$_4$ர்மம்' சரணாம்பு$_3$ஜம்' ஹரேர்
ப$_4$ஜன்ன் அபக்வோ 'த$_2$ பதேத் ததோ யதி$_3$
யத்ர க்வ வாப$_4$த்$_3$ரம் அபூ$_4$த்$_3$ அமுஷ்ய கிம்'
கோ வார்த$_2$ ஆப்தோ 'ப$_4$ஜதாம்' ஸ்வ-த$_4$ர்மத:

"கிருஷ்ண உணர்வை ஏற்றுக் கொண்டவன், சாஸ்திரங்களில் விதிக்கப்பட்டுள்ள கடமைகளைக் கடைப்பிடிக்காமல் இருந்தாலும், பக்தித் தொண்டை சரிவர பயிற்சி செய்யாவிட்டாலும், தன் நிலையிலிருந்து வீழ்ச்சியடைந்தாலும், நஷ்டமோ தீமையோ அவனுக்கில்லை. ஆனால், கிருஷ்ண உணர்வை அடையாமல், சாஸ்திரங்களில் கொடுக்கப்பட்டுள்ள தூய்மைப்படுத்தும் சடங்குகளை எல்லாம் நல்ல முறையில் செய்தாலும், அவற்றால் ஒருவனுக்கு என்ன பலன்?" கிருஷ்ண உணர்வின் இந்நிலையை அடைய, தூய்மைப்படுத்தும் முறை இன்றியமையாததாகும். எனவே, சந்நியாசம் அல்லது எந்த தூய்மைப்படுத்தும் முறையுமே, இறுதி நோக்கமான கிருஷ்ண உணர்வை அடைவதற்கு உதவி செய்வதற்காகத்தான். கிருஷ்ண உணர்வை அடையவில்லையெனில், அனைத்தும் தோல்வியாகவே கருதப்படுகின்றன.

ஸ்லோகம் 6

कर्मेन्द्रियाणि संयम्य य आस्ते मनसा स्मरन् ।
इन्द्रियार्थान्विमूढात्मा मिथ्याचारः स उच्यते ॥ ६ ॥

கர்மேந்த்$_3$ரியாணி ஸம்'யம்ய ய ஆஸ்தே மனஸா ஸ்மரன்
இந்த்$_3$ரியார்தா$_2$ன் விமூடா$_4$த்மா மித்$_2$யாசார: ஸ உச்யதே

கர்ம-இந்த்$_3$ரியாணி—ஐந்து செயற் புலன்களை; *ஸம்யம்ய*—கட்டுப்படுத்தி; *ய:*—எவனொருவன்; *ஆஸ்தே*—இருக்கிறானோ; *மனஸா*—மனதால்; *ஸ்மரன்*—எண்ணிக்கொண்டு; *இந்த்$_3$ரிய-அர்தா$_2$ன்*—புலனுகர்ச்சிப் பொருட்கள்; *விமூட$_4$*—முட்டாள்; *ஆத்மா*—ஆத்மா; *மித்$_2$யா-ஆசார:*—பொய்யான நடத்தையுடையவன் (போலி மனிதன்); *ஸ:*—அவன்; *உச்யதே*—அழைக்கப்படுகின்றான்.

புலன்களின் செயல்களைக் கட்டுப்படுத்தி, அதே சமயம் புலனின்பப் பொருட்களில் மனதை அலைபாய விடுபவன், தன்னையே முட்டாளாக்கிக்கொள்கிறான். அவன் போலி மனிதன் என்று அழைக்கப்படுகின்றான்.

பொருளுரை: கிருஷ்ண உணர்வில் செயலாற்ற மறுத்து, தியானம் செய்வதாக நடித்துக் கொண்டு உண்மையில் மனதில் புலனின்பத்தைப் பற்றி எண்ணிக் கொண்டுள்ள போலிகள் பலர் உண்டு. தங்களைப் பின்பற்றும் வசதியான மக்களைத் தவறாக வழிநடத்துவதற்காக, இத்தகைய போலிகள் சில நேரங்களில் வறட்டு தத்துவங்களைப் பேசுவதுண்டு. ஆனால் ஸ்லோகத்தில் அத்தகையவர்கள் மாபெரும் ஏமாற்றுக்காரர்களாக வர்ணிக்கப்படுகின்றனர். தனது தகுதிக்கேற்ற சமூக நிலையை ஏற்று, ஒருவன் புலனின்பத்தை அனுபவிக்கலாம். அவன் அந்நிலைக்குரிய சட்டதிட்டங்களை ஒழுங்காகப் பின்பற்றினால், தன்னைத் தூய்மைப் படுத்திக் கொண்டு படிப்படியாக முன்னேற வாய்ப்புள்ளது. ஆனால் மனதில் புலனுகர்ச்சிப் பொருட்களைத் தேடிக் கொண்டு, வெளியே யோகியாகப் போலி வேடம் போடுபவன், சில சமயங்களில் தத்துவங்களைப் பேசினாலும், மாபெரும் ஏமாற்றுக்காரனாகக் கருதப்பட வேண்டும். அத்தகைய மனிதனின் ஞானம் சற்றும் உபயோகமற்றது; ஏனெனில், அந்த பாவியின் ஞானம் இறைவனின் மயக்கும் சக்தியால் அடித்துக் கொண்டுச் செல்லப்படுகின்றது. இத்தகு போலியின் மனம் எப்போதும் களங்கம் நிறைந்திருப்பதால், அவனது தியான யோக நாடகங்களுக்கு எவ்வித நன்மதிப்புமில்லை.

ஸ்லோகம் 7

यस्त्विन्द्रियाणि मनसा नियम्यारभतेऽर्जुन ।
कर्मेन्द्रियैः कर्मयोगमसक्तः स विशिष्यते ॥ ७॥

யஸ் த்வ் இந்த்$_3$ரியாணி மனஸா நியம்யாரப$_4$தே 'ர்ஜுன
கர்மேந்த்$_3$ரியை: கர்ம-யோக$_3$ம் அஸக்த: ஸ விஷி$_2$ஷ்யதே

ய:—யாரொருவன்; *து*—ஆனால்; *இந்த்$_3$ரியாணி*—புலன்களை; *மனஸா*—மனதால்; *நியம்ய*—நியமங்களுக்கு உட்படுத்துகின்றானோ; *ஆரப$_4$தே*—

தொடங்குகிறான்; *அர்ஜுன*—அர்ஜுனனே; *கர்ம-இந்த்$_3$ரியை:*—செயற்புலன்களால்; *கர்ம-யோக$_3$ம்*—பக்தி; *அஸக்த:*—பற்றின்றி; *ஸ:*—அவன்; *விஷி$_2$ஷ்யதே*—மிக உயர்ந்தவன்.

அதே சமயத்தில், செயலாற்றும் புலன்களை மனதால் கட்டுப்படுத்தி, பற்றின்றி கர்ம யோகத்தில் (கிருஷ்ண உணர்வில்) செயல்படும் நேர்மையான மனிதன், மிக உயர்ந்தவனாவான்.

பொருளுரை: கட்டுப்பாடற்ற வாழ்க்கையையும், புலனின்பத்தையும் விரும்பக்கூடிய போலித் துறவியாக வாழ்வதைவிட, தனக்குரிய தொழிலைச் செய்த வண்ணம், பௌதிக பந்தத்திலிருந்து விடுபட்டு இறைவனின் திருநாட்டை அடைவது எனும் வாழ்வின் குறிக்கோளை நிறைவேற்றுதல் சிறந்ததாகும். சுயநலனின் முதன்மையான குறிக்கோள் (*ஸ்வார்த$_2$ க$_3$தி*) விஷ்ணுவை அடைவதேயாகும். வர்ணாஷ்ரம முறையின் வர்ணங்களும், ஆஷ்ரமங்களும், வாழ்வின் இந்த நோக்கத்தை நாம் அடைவதற்காகவே அமைக்கப்பட்டுள்ளன. கிருஷ்ணருக்குச் சீரான முறையில் தொண்டு புரிவதன் மூலம், குடும்ப வாழ்வில் இருப்பவர்களும், இந்த இலட்சியத்தை அடையலாம். சாஸ்திரங்களில் பரிந்துரைக்கப்பட்டுள்ளபடி கட்டுப்பாடான வாழ்க்கை வாழ்ந்து, பற்றின்றி தனது தொழில்களைச் செய்வதன் மூலம், ஒருவன் தன்னுணர்வுப் பாதையில் முன்னேற்றத்தைக் காணலாம். இம்முறையைப் பின்பற்றும் நேர்மையான நபர், ஆன்மீக வாழ்வு வாழ்வதாக படம் காட்டிக் கொண்டு அறியாத மக்களை ஏமாற்றும் போலிகளைவிட பன்மடங்கு சிறப்பான நிலையில் உள்ளார். வெறும் வயிற்றுப் பிழைப்பிற்காக யோகம் செய்யக்கூடிய போலி யோகியைவிட, வீதியைத் துப்புரவு செய்யும் நேர்மையான சுத்திகரிப்புத் தொழிலாளி பன்மடங்கு மேலானவர்.

ஸ்லோகம் 8

नियतं कुरु कर्म त्वं कर्म ज्यायो ह्यकर्मण: ।
शरीरयात्रापि च ते न प्रसिद्ध्येदकर्मण: ॥८॥

நியதம்' குரு கர்ம த்வம்' கர்ம ஜ்யாயோ ஹ்யகர்மண:
ஷ$_2$ரீர-யாத்ராபி ச தே ந ப்ரஸித்$_4$யேத்$_3$ அகர்மண:

நியதம்—நியமிக்கப்பட்ட; *குரு*—செய்; *கர்ம*—கடமைகள்; *த்வம்*—நீ; *கர்ம*—செயல்; *ஜ்யாய:*—சிறந்தது; *ஹி*—நிச்சயமாக; *அகர்மண:*—செயலற்ற நிலையை விட; *ஷ$_2$ரீர*—உடலின்; *யாத்ரா*—பராமரிப்பு; *அபி*—ஆயினும்; *ச*—மேலும்; *தே*—உனது; *ந*—என்றுமில்லை; *ப்ரஸித்$_3$த்$_4$யேத்*—நடப்பதில்லை; *அகர்மண:*—செயலின்றி.

உனக்கு விதிக்கப்பட்ட கடமைகளைச் செய்வாயாக. செயலாற்றாமல் இருப்பதைவிட இது சிறந்ததாகும். செயலின்றி இருப்பவனால் தனது உடலைக்கூடப் பாதுகாக்க முடியாது.

பொருளுரை: பெருங்குடியில் பிறந்ததாகச் சொல்லிக் கொண்டு போலி தியானத்தில் காலம் கழிப்பவர்களும், ஆன்மீக முன்னேற்றத்திற்காக எல்லாவற்றையும் துறந்துவிட்டதாக பொய் வேடம் போடும் பிழைப்பாளர்களும் பலருண்டு. அர்ஜுனன் ஒரு போலியாவதை பகவான் கிருஷ்ணர் விரும்பவில்லை. சத்திரியர்களுக் கென்று விதிக்கப்பட்ட கடமைகளை அர்ஜுனன் செய்ய வேண்டுமென்று பகவான் விரும்புகிறார். அர்ஜுனன் போர்த் தலைவனாகவும், இல்லறத்தானாகவும் திகழ்ந்ததால், தன்னுடைய நிலையிலேயே இருந்து, கிருஹஸ்த சத்திரியனுக்குரிய தர்மங்களை நிறைவேற்றுவதே அவனுக்கு மிகச்சிறந்ததாகும். அத்தகைய செயல்கள் லௌகீக மனிதனின் இதயத்தை படிப்படியாகத் தூய்மையாக்கி, ஜடக் களங்கங்களிலிருந்து அவனை விடுவிக்கின்றன. வயிற்றுப் பிழைப்பிற்காக துறவினை ஏற்பதை, பகவானாலோ, வேறு எந்த மத நூல்களாலோ ஏற்றுக்கொள்ளப்படுவதில்லை. எல்லா வற்றிற்கும் மேல், உடலையும் ஆத்மாவையும் சேர்த்து வைத்துக் கொள்வதற்காகவாவது செயலாற்றுதல் இன்றியமையாததாகும். ஜட இயல்புகளைத் தூய்மைப்படுத்தாத வரை தான்தோன்றித்தனமாகத் தொழிலைத் துறப்பது பயனற்றது. ஜடவுலகிலுள்ள அனைவரிடமும் பௌதிக இயற்கையை அடக்கியாள வேண்டுமென்ற அசுத்தமான சுபாவம் (புலனுகர்ச்சிக்கான சுபாவம்) உண்டு. இத்தகைய அசுத்தமான சுபாவங்கள் தூய்மைப்படுத்தப்பட வேண்டும். இவ்வாறாக, விதிக்கப்பட்ட கடமைகளின் மூலம் தூய்மையடையாமல், செயல்களைத் துறந்து மற்றவர்களின் செலவில் வாழும் பெயரளவிலான ஆன்மீகவாதியாவதற்கு, எவரும் ஒருபோதும் முயலக் கூடாது.

ஸ்லோகம் 9

यज्ञार्थात्कर्मणोऽन्यत्र लोकोऽयं कर्मबन्धनः ।
तदर्थं कर्म कौन्तेय मुक्तसङ्गः समाचर ॥ ९ ॥

யஜ்ஞார்தா₂த் கர்மணோ 'ன்யத்ர லோகோ 'யம்' கர்ம-ப₃ந்த₄ன:
தத₃-அர்த₂ம்' கர்ம கௌந்தேய முக்த-ஸங்க:₃ ஸமாசர

யஜ்ஞ-அர்தா₂த்—யாகத்திற்காக (விஷ்ணுவிற்காக) மட்டும் செய்யப்படும்; *கர்மண:*—செயல்கள்; *அன்யத்ர*—மற்றபடி; *லோக:*—உலகம்; *அயம்*—இந்த; *கர்ம-ப₃ந்த₄ன:*—செயல்களினால் பந்தப்படுதல்;

தத்—அவரது; அர்த்தம்—திருப்திக்காக; கர்ம—செயல்; கௌந்தேய—
குந்தியின் மகனே; முக்த-ஸங்க:₃—இணைப்பிலிருந்து விடுதலை
யடைந்து; ஸமாசர—பக்குவமாகச் செய்.

**விஷ்ணுவிற்கு அர்ப்பணமாக செய்யப்படும் செயல்கள் மட்டுமே
நிறைவேற்றப்பட வேண்டும், மற்ற செயல்கள் இந்த பௌதிக
உலகத்தோடு பந்தப்படுத்துபவை. எனவே, குந்தியின் மகனே,
உனக்கு விதிக்கப்பட்ட கடமைகளை அவரது திருப்திக்காகச்செய்.
இவ்விதமாக நீ எப்போதும் பந்தத்திலிருந்து விடுபட்டு வாழ்வாய்.**

பொருளுரை: வெறுமனே உடலைப் பேணுவதற்காகவாவது ஒருவன்
செயலாற்ற வேண்டும் என்பதால், குறிப்பிட்ட சமூக நிலைக்கும்
குணத்திற்கும் தகுந்தாற் போல, குறிப்பிட்ட கடமைகள்
விதிக்கப்பட்டுள்ளன. இதன் மூலம் அனைவரும் தங்களது
நோக்கத்தை நிறைவேற்றிக்கொள்ள முடியும். *யஜ்ஞம்* என்றால்
பகவான் விஷ்ணு என்றும், யாகச் சடங்குகள் என்றும் பொருள்படும்.
உண்மையில் எல்லா யாகச் சடங்குகளும் பகவான் விஷ்ணுவை
திருப்தி செய்வதற்கானவையே. *யஜ்ஞோ வை விஷ்ணு:* என
வேதங்கள் கூறுகின்றன. வேறுவிதமாகக் கூறினால், யாகங்களைச்
செய்வதாலும் சரி, நேரடியாக பகவான் விஷ்ணுவிற்கு ஆன்மீகத்
தொண்டு செய்வதாலும் சரி, ஒரே குறிக்கோள் நிறைவேற்றப்படு
கின்றது. இந்த ஸ்லோகத்தில் கூறியுள்ளபடி, கிருஷ்ண உணர்வு
என்பது யாகங்களைச் செய்வதற்கு சமமானதாகும். வர்ணாஷ்ரம
தர்மத்தின் நோக்கமும் பகவான் விஷ்ணுவை திருப்தி செய்வதே.
வர்ணாஷ்ரமாசாரவதா புருஷேண பர: புமான்/ விஷ்ணுர் ஆராத்₄யதே
(விஷ்ணு புராணம் 3.8.8).

எனவே, விஷ்ணுவின் திருப்திக்காக ஒருவன் செயலாற்ற வேண்டும்.
இதைத் தவிர செய்யப்படக்கூடிய மற்ற எல்லாச் செயல்களும்
பந்தத்திற்கு காரணமாகவே அமையும். நல்ல, தீய செயல்கள்
இரண்டுமே விளைவுகளைக் கொடுப்பவை, எத்தகு வினையும்
செய்பவனை பந்தப்படுத்திவிடும். எனவே, கிருஷ்ணரை (அல்லது
விஷ்ணுவை) திருப்திப்படுத்துவதற்காக கிருஷ்ண உணர்வோடு
செயலாற்ற வேண்டும். அவ்வாறு செயல்களைச் செய்பவன் முக்தி
பெற்ற நிலையில் இருக்கிறான். இதுவே செயலாற்றுவதிலுள்ள
பெருங்கலையாகும். மேலும், இவ்வழிமுறையின் ஆரம்பத்தில்
மிகச்சிறந்த வழிகாட்டுதல் தேவை. எனவே, கிருஷ்ண பக்தரின்
திறமையான வழிகாட்டுதலின்படியோ, பகவான் கிருஷ்ணரின் நேரடி
உபதேசத்தின்படியோ (அர்ஜுனனுக்குக் கிடைத்த வாய்ப்பைப்
போல), கவனமாகச் செயலாற்ற வேண்டும். புலனுகர்ச்சிக்காக

ஒன்றும் செய்யப்படக் கூடாது, அனைத்தும் பகவானுக்காகவே செய்யப்பட வேண்டும். இந்த வழிமுறை, செயல்களின் விளைவுகளிலிருந்து ஒருவனைப் பாதுகாப்பது மட்டுமின்றி, படிப்படியாக பகவானின் திவ்யமான அன்புத் தொண்டிற்கு அவனை உயர்த்துகிறது. அத்தகைய தொண்டினால் மட்டுமே ஒருவன் இறைவனின் திருநாட்டிற்கு உயர்வு பெற முடியும்.

ஸ்லோகம் 10

सहयज्ञाः प्रजाः सृष्ट्वा पुरोवाच प्रजापतिः ।
अनेन प्रसविष्यध्वमेष वोऽस्त्विष्टकामधुक् ॥ १० ॥

ஸஹ-யஜ்ஞா: ப்ரஜா: ஸ்ரு'ஷ்ட்வா புரோவாச ப்ரஜாபதி:
அனேன ப்ரஸவிஷ்யத்$_4$வம் ஏஷ வோ 'ஸ்த்விஷ்ட-காம-து$_4$க்

ஸஹ—கூட; *யஜ்ஞ:*—யாகங்கள்; *ப்ரஜா:*—குலங்கள்; *ஸ்ரு'ஷ்ட்வா*—படைத்து; *புரா*—பழங்காலத்தில்; *உவாச*—கூறினார்; *ப்ரஜாபதி:*—உயிர்வாழிகளின் இறைவன்; *அனேன*—இதனால்; *ப்ரஸவிஷ்யத்$_4$வம்*—மேன்மேலும் செல்வச் செழிப்புடன் இருக்க; *ஏஷ:*—இந்த; *வ:*—உங்களது; *அஸ்து*—இருக்கட்டும்; *இஷ்ட*—எல்லா விருப்பங்களையும்; *காம-து$_4$க்*—அளிப்பவர்.

படைப்பின் ஆரம்பத்தில், மனித குலங்களையும், தேவர்களையும், விஷ்ணுவிற்கான யாகங்களுடன் சேர்த்து அனுப்பிய பிரஜாபதி, "யாகங்களைச் செய்து சுகமாக இருங்கள்; ஏனெனில், மகிழ்ச்சியான வாழ்விற்கும் முக்திக்கும் தேவையான அனைத்தும் இந்த யாகங்களால் அடையப் பெறும்" என்று கூறி அவர்களை ஆசீர்வதித்தார்.

பொருளுரை: பகவான் விஷ்ணுவால் உண்டாக்கப்பட்ட இப்பௌதிக உலகம், முழுமுதற் கடவுளின் திருநாட்டிற்குத் திரும்பிச் செல்ல கட்டுண்ட ஆத்மாக்களுக்கு அளிக்கப்பட்டுள்ள ஒரு வாய்ப்பாகும். பரம புருஷ பகவான் கிருஷ்ணருடனான (அல்லது விஷ்ணுவுடனான) தங்களது உறவை மறந்த காரணத்தால், ஜடவுலகிலுள்ள அனைத்து உயிர்வாழிகளும் பௌதிக இயற்கையால் கட்டுப்படுத்தப்பட்டுள்ளனர். *வேதை$_3$ஷ்$_2$ ச ஸர்வைர் அஹம் ஏவ வேத்$_4$ய:* என்று பகவத் கீதையில் கூறியுள்ளபடி, இந்த நித்தியமான உறவைப் புரிந்துகொள்ள நமக்கு உதவவே வேதக் கொள்கைகள் இருக்கின்றன. வேதங்களின் நோக்கம் கிருஷ்ணரைப் புரிந்துகொள்வதே என்பதை அவரே கூறுகிறார். வேதங்களில், *பதிம் விஷ்$_2$வஸ்யாத்மேஷ்$_2$வரம்* என்று கூறப்பட்டுள்ளது. எனவே, எல்லா ஜீவராசிகளுக்கும் பரம புருஷ பகவானான விஷ்ணுவே இறைவனாவார். ஸ்ரீமத் பாகவதத்திலும்

(2.4.20) ஸ்ரீல சுகதேவ கோஸ்வாமி, *பதி* என்னும் வார்த்தையைக் கொண்டு பகவானை பல வழிகளில் விவரிக்கின்றார்:

ஷ்$_2$ரிய: பதிர் யஜ்ஞ-பதி: ப்ரஜா-பதிர்
தி$_4$யாம்' பதிர் லோக-பதிர் த$_4$ரா-பதி:
பதிர் க$_3$திஷ்$_2$ சாந்த$_4$க-வ்ரு'ஷ்ணி-ஸாத்வதாம்'
ப்ரஸீத$_3$தாம்' மே ப$_4$க$_3$வான் ஸதாம்' பதி:

ப்ரஜாபதி என்பது பகவான் விஷ்ணுவைக் குறிக்கும், அவரே எல்லா ஜீவன்களுக்கும் எல்லா உலகங்களுக்கும் எல்லா அழகிற்கும் இறைவன், எல்லாரையும் காப்பவர். விஷ்ணுவின் திருப்திக்காக யாகங்களைச் செய்வதன் மூலம், கட்டுண்ட ஆத்மாக்கள், இவ்வுலகில் இருக்கும்வரை கவலைகளின்றி மிகவும் சௌகரியமாக வாழ்ந்து, பின்னர் தற்போதைய பௌதிக உடலை விட்ட பின் இறைவனின் திருநாட்டை அடைய முடியும். அத்தகைய யாகங்களை எப்படிச் செய்வது என்பதைக் கற்றுக்கொள்ளும் வகையில் இறைவன் இவ்வுலகினைப் படைத்துள்ளார். கட்டுண்ட ஆத்மாக்களுக்காக வடிவமைக்கப்பட்டுள்ள நிகழ்ச்சி இதுவே. யாகங்களைச் செய்வதால், கட்டுண்ட ஜீவன்கள் கொஞ்சம் கொஞ்சமாக கிருஷ்ண உணர்வுடையவராகி, எல்லா வகையிலும் தெய்வீகமாகின்றனர். தற்போதைய கலி யுகத்தில், *ஸங்கீர்தன–யஜ்ஞம்* (பகவானின் திருநாமங்களைப் பாடுதல்) வேத சாஸ்திரங்களில் சிபாரிசு செய்யப்பட்டுள்ளது. இந்த யுகத்தைச் சேர்ந்த எல்லா மனிதர்களையும் விடுவிப்பதற்காக, இந்த திவ்யமான வழிமுறை பகவான் சைதன்யரால் அறிமுகப்படுத்தப்பட்டது. கிருஷ்ண உணர்வும், ஸங்கீர்த்தன யாகமும் ஒன்றோடொன்று நன்றாக ஒத்துப் போகக் கூடியவை. பகவான் கிருஷ்ணரின் பக்த ரூபம் (பகவான் சைதன்யர்) ஸ்ரீமத் பாகவதத்தில் (11.5.32), ஸங்கீர்த்தன யாகத்தின் முக்கியக் குறிப்புடன் பின்வருமாறு கூறப்பட்டுள்ளது:

க்ரு'ஷ்ண-வர்ணம்' த்விஷாக்ரு'ஷ்ணம்'
ஸாங்கோ$_3$பாங்கா$_3$ஸ்த்ர-பார்ஷத$_3$ம்
யஜ்ஞை: ஸங்கீர்தன-ப்ராயைர்
யஜந்தி ஹி ஸு-மேத$_4$ஸ:

"இக்கலி யுகத்தில், தனது சகாக்களுடன் தோன்றும் பகவானை, போதுமான நல்லறிவு படைத்தோர் ஸங்கீர்த்தன யாகத்தினால் வழிபடுவர்." வேத இலக்கியங்களில் பரிந்துரைக்கப்பட்டுள்ள மற்ற யாகங்களைச் செய்தல், தற்போதைய கலி யுகத்தில் எளிதல்ல. ஆனால் ஸங்கீர்த்தன யாகமோ மிக எளிதாகவும், எல்லா

நோக்கங்களுக்கும் உகந்ததாகவும் உள்ளது. இது பகவத் கீதையிலும் (9.14) சிபாரிசு செய்யப்பட்டுள்ளது.

ஸ்லோகம் 11

देवान्भावयतानेन ते देवा भावयन्तु वः ।
परस्परं भावयन्तः श्रेयः परमवाप्स्यथ ॥ ११ ॥

தே$_3$வான் பா$_4$வயதானேன தே தே$_3$வா பா$_4$வயந்து வ:
பரஸ்பரம்' பா$_4$வயந்த: ஷ்$_2$ரேய: பரம் அவாப்ஸ்யத$_2$

தே$_3$வான்—தேவர்கள்; *பா$_4$வயதா*—மகிழ்வடைந்து; *அனேன*—இந்த யாகங்களால்; *தே*—அந்த; *தே$_3$வா:*—தேவர்கள்; *பா$_4$வயந்து*—மகிழ்விப்பர்; *வ:*—உங்களை; *பரஸ்பரம்*—ஒருவரையொருவர்; *பா$_4$வயந்த:*—மகிழ்வித்து; *ஷ்$_2$ரேய:*—நலத்தை; *பரம்*—உயர்ந்த; *அவாப்ஸ்யத$_2$*—நீங்கள் அடைவீர்கள்.

யாகங்களால் மகிழ்ச்சியடையும் தேவர்கள் உங்களையும் மகிழ்விப்பர். மனிதர்களுக்கும் தேவர்களுக்கும் இடையேயான இத்தகு ஒத்துழைப்பினால், அனைவரும் உயர்ந்த நலமுடன் வாழலாம்.

பொருளுரை: தேவர்கள், இப்பெளதிக உலகின் விவகாரங்களை நிர்வகிப்பதற்காக சக்தியளிக்கப்பட்டவர்கள். ஒவ்வொரு உயிர்வாழியின், உடலையும் ஆத்மாவையும் தக்க வைப்பதற்குத் தேவையான காற்று, ஒளி, நீர், மற்றும் பலவற்றை விநியோகிக்க வேண்டிய பொறுப்பு அவர்களிடம் ஒப்படைக்கப்பட்டுள்ளது. இந்த எண்ணிலடங்காத உதவியாளர்களான தேவர்கள் அனைவரும், பரம புருஷ பகவானின் உடலிலுள்ள பல்வேறு பாகங்களாவர். அவர்களது இன்ப, துன்பங்கள் மனிதரால் நடத்தப்படும் யாகங்களைப் பொறுத்தது. சில யாகங்கள் குறிப்பிட்ட தேவர்களை திருப்தி செய்வதற்காகச் செய்யப்படுபவை. இருப்பினும், அத்தகைய யாகங்களிலும், பகவான் விஷ்ணுவே முதன்மையானவராக வழிபடப்படுகிறார். எல்லாவித யாகங்களையும் அனுபவிப்பவர் கிருஷ்ணரே என்பது பகவத் கீதையிலும் கூறப்பட்டுள்ளது: *போ$_4$க்தாரம் யஜ்ஞ-தபஸாம்.* எனவே, எல்லா யாகங்களின் இறுதிக் குறிக்கோள், *யஜ்ஞ-பதி*யை திருப்திப் படுத்துவதேயாகும். இத்தகு யாகங்கள் முறையாக நடத்தப்பட்டால், வெவ்வேறு துறைக்கு பொறுப்பேற்றுள்ள தேவர்கள் அனைவரும் மகிழ்வடைவர், இயற்கையின் தேவைகளுக்கு பஞ்சம் என்பதே இருக்காது.

யாகங்களைச் செய்வதால் சில உப விளைவுகள் ஏற்படுகின்றன என்றபோதிலும், இறுதியில் யாகங்கள் பெளதிக பந்தத்திலிருந்து

முக்தி கொடுப்பதற்கு உண்டானவையே. யாகங்களைச் செய்வதால் எல்லாச் செயல்களும் தூய்மையடைகின்றன என்று வேதங்களில் கூறப்பட்டுள்ளது: *ஆஹார-ஷு$_2$த்$_3$தௌ$_4$ ஸத்த்வ-ஷு$_2$த்$_3$தி:$_4$ ஸத்த்வ-ஷு$_2$த்$_3$தௌ$_4$ த்$_4$ருவா ஸ்ம்ருதி: ஸ்ம்ருதி-லம்பே$_4$ ஸர்வ-க்$_3$ரந்தீ$_2$னாம் விப்ரமோக்ஷ:.* யாகம் செய்வதால் உணவு தூய்மையடைகிறது, தூய்மையான உணவை உட்கொள்வதால் வாழ்க்கை தூய்மையாகிறது, தூய்மையான வாழ்வினால் ஞாபகத்தைக் கொடுக்கும் நுண்ணிய திசுக்கள் தூய்மையடைகின்றன. மேலும் ஞாபகம் புனிதமடைந்த பின்பு, ஒருவன் முக்தியின் பாதையைப் பற்றி நினைக்க முடியும். இவையெல்லாம் ஒன்றுசேர்ந்து, தற்கால சமுதாயத்தின் அவசியத் தேவையான கிருஷ்ண உணர்விற்கு வழிகாட்டுகின்றன.

ஸ்லோகம் 12

इष्टान्भोगान्हि वो देवा दास्यन्ते यज्ञभाविताः ।
तैर्दत्तानप्रदायैभ्यो यो भुङ्क्ते स्तेन एव सः ॥ १२ ॥

இஷ்டான் போ$_4$கா$_3$ன் ஹி வோ தே$_3$வா தா$_3$ஸ்யந்தே யஜ்ஞ-பா$_4$விதா:
தைர் த$_3$த்தான் அப்ரதா$_3$யைப்$_4$யோ யோ பு$_4$ங்க்தே ஸ்தேன ஏவ ஸ:

இஷ்டான்—ஆசைப்பட்ட; *போ$_4$கா$_3$ன்*—வாழ்க்கைத் தேவைகள்; *ஹி*—நிச்சயமாக; *வ:*—உங்களுக்கு; *தே$_3$வ:*—தேவர்கள்; *தா$_3$ஸ்யந்தே*—அளிப்பர்; *யஜ்ஞ-பா$_4$விதா:*—யாகங்களால் திருப்தியடைந்து; *தை:*—அவர்களால்; *த$_3$த்தான்*—அளிக்கப்பட்டதை; *அப்ரதா$_3$ய*—படைக்காமல்; *ஏப்$_4$ய:*—அந்த தேவர்களுக்கு; *ய:*—எவனொருவன்; *பு$_4$ங்க்தே*—அனுபவிக்கின்றானோ; *ஸ்தேன:*—திருடன்; *ஏவ*—நிச்சயமாக; *ஸ:*—அவன்.

பல்வேறு வாழ்க்கைத் தேவைகளின் அதிகாரிகளான தேவர்கள், யாகங்களால் திருப்தியடைந்து உங்களுக்கு வேண்டியவற்றை யெல்லாம் அளிக்கின்றனர். இத்தகு அன்பளிப்புகளை பதிலுக்கு அவர்களுக்குப் படைக்காமல் அனுபவிப்பவன் நிச்சயமாக திருடனேயாவான்.

பொருளுரை: பரம புருஷ பகவானான விஷ்ணுவின் சார்பில் வாழ்க்கைத் தேவைகளை வழங்கும் அதிகாரிகளே தேவர்கள். எனவே, நியமிக்கப்பட்ட யாகங்களின் மூலம் அவர்கள் திருப்திப்படுத்தப்பட வேண்டும். வெவ்வேறு வகையான தேவர்களுக்கு வெவ்வேறு வகையான யாகங்கள் வேதங்களில் பரிந்துரைக்கப்பட்டுள்ளன. ஆனால், இறுதியில் எல்லா யாகங்களும், புருஷோத்தமரான முழுமுதற் கடவுள் விஷ்ணுவிற்கு அர்ப்பணிக்கப்படுகின்றன.

முழுமுதற் கடவுளைப் பற்றி புரிந்துகொள்ள முடியாதவர்களுக்கு, தேவர்களுக்கான யாகங்கள் விதிக்கப்பட்டுள்ளன. மக்களின் பலதரப்பட்ட குணங்களுக்கேற்ப பல்வேறு வகையான யாகங்கள் வேதங்களில் பரிந்துரைக்கப்பட்டுள்ளன. தேவர்களை வழிபடுவதும்கூட மனிதர்களின் வெவ்வேறு குணங்களுக்கு ஏற்பவே. உதாரணமாக, மாமிசம் உண்பவர்களுக்கு, இயற்கையின் கோரசக்தி உருவமான காளியை வழிபடுவதும், வழிபாட்டுத் தளத்தில் மிருகபலி கொடுப்பதும் பரிந்துரைக்கப்பட்டுள்ளன. ஆனால் ஸத்வ குணத்தில் இருப்பவர்களுக்கு, விஷ்ணுவை வழிபடும் திவ்யமான முறை பரிந்துரைக்கப்படுகிறது. ஆனால் மொத்தத்தில் எல்லா யாகங்களுமே படிப்படியாக திவ்ய நிலைக்கு ஏற்றம் பெறும் நோக்கத்துடன் ஏற்பட்டவையாகும். சாதாரண மக்களுக்கு, குறைந்தபட்சம் *பஞ்ச-மஹா-யஜ்ஞம்* எனப்படும் ஐந்து முக்கிய யாகங்கள் இன்றியமையாதவையாகும்.

மனித சமுதாயம் வாழ்வதற்குத் தேவையானவை அனைத்தும், இறைவனின் பிரதிநிதிகளான தேவர்களாலேயே அளிக்கப்படுகின்றன என்பதை அறிவது அவசியம். யாரும் எதையும் உண்டாக்க முடியாது. உதாரணத்திற்கு, மனித சமுதாயத்தின் உணவுப் பொருட்களை எடுத்துக்கொள்ளுங்கள். ஸத்வ குணத்தில் உள்ளவர்களுக்கான தானியங்கள், பழங்கள், காய்கறிகள், பால், சர்க்கரை முதலியவை மட்டுமின்றி, அசைவ உணவு உண்பவர்களுக்கான புலால் உட்பட எதுவும் மனிதரால் படைக்கப்படுவது அல்ல. மேலும், வெப்பம், ஒளி, நீர், காற்று போன்ற வாழ்க்கைத் தேவைகளும் மனித சமுதாயத்தால் படைக்கப்பட முடியாதவை. பரம புருஷரான இறைவன் இல்லையெனில், வேண்டிய சூரிய ஒளி, மதியொளி, மழை, தென்றல் என எதுவுமே இருக்க முடியாது. இவையின்றி மனிதன் வாழ இயலாது. நமது வாழ்வு இறைவனால் அளிக்கப்படும் பொருட்களை நம்பி இருப்பது மிகத் தெளிவு. நமது உற்பத்தித் தொழிற்சாலைகளுக்குத் தேவையான உலோகங்கள், கந்தகம், பாதரஸம், மாங்கனீஸ் மற்றும் பல எண்ணற்ற கச்சாப் பொருட்களும் கூட பகவானால் வழங்கப்படுவதேயாகும். ஜட வாழ்வின் போராட்டங்களிலிருந்து முக்தி பெறுவது என்னும் இறுதிக் குறிக்கோளுக்கு வழிவகுக்கும் தன்னுணர்வை அடைவதற்காக, இறைவனின் பிரதிநிதிகளால் விநியோகிக்கப்படும் பல்வேறு பொருட்களை சரிவர பயன்படுத்தி, நாம் நமது உடலை ஆரோக்கியமாக வைத்துக்கொள்ள வேண்டும். வாழ்வின் குறிக்கோள் யாகங்களைச் செய்வதால் அடையப்படுகிறது. மனித வாழ்வின்

குறிக்கோளை மறந்து, பகவானின் பிரதிநிதிகளால் அளிக்கப்படும் பொருட்களை புலனுகர்ச்சிகளுக்காக (படைப்பின் குறிக்கோள் அதுவல்ல என்றபோதிலும்) ஏற்று, பௌதிகவாழ்வில் மேன்மேலும் சிக்கிக் கொண்டால், நிச்சயமாக நாம் திருடர்களாகிவிடுகிறோம். அதனால் பௌதிக இயற்கையின் சட்டத்தால் தண்டிக்கப்படுகிறோம். திருடர்களின் சமுதாயம் ஒருபோதும் மகிழ்ச்சியாக இருக்க முடியாது; ஏனெனில், அவர்களது வாழ்வில் குறிக்கோள் எதுவுமில்லை. பௌதிகத் திருடர்களின் வாழ்வில் எவ்வித இறுதிக் குறிக்கோளும் கிடையாது. யாகங்களைச் செய்வதற்கான அறிவில்லாத அத்தகையோர், புலனின்பத்தால் மட்டுமே வழிநடத்தப்படுகின்றனர். இருப்பினும், பகவான் சைதன்யரால் தொடக்கி வைக்கப்பட்ட ஸங்கீர்த்தன யாகம், கிருஷ்ண உணர்வின் கொள்கைகளை ஏற்றுக்கொள்ள முன்வரும் அனைவரும் பயிற்சி செய்யக்கூடிய, மிக எளிமையான யாகமாகும்.

ஸ்லோகம் 13

यज्ञशिष्टाशिनः सन्तो मुच्यन्ते सर्वकिल्बिषैः ।
भुञ्जते ते त्वघं पापा ये पचन्त्यात्मकारणात् ॥ १३ ॥

யஜ்ஞ-ஷி$_2$ஷ்டாஷி$_2$ன: ஸந்தோ முச்யந்தே ஸர்வ-கில்பி$_3$ஷை:
பு$_4$ஞ்ஜதே தே த்வ் அக$_4$ம்' பாபா யே பசந்த்யாத்ம-காரணாத்

யஜ்ஞ-ஷி$_2$ஷ்ட—யாக மீதியை; *அஷி$_2$ன:*—உண்போர்; *ஸந்த:*—பக்தர்கள்; *முச்யந்தே*—விடுபடுகின்றனர்; *ஸர்வ*—எல்லா விதமான; *கில்பிஷை:*—பாவங்களிலிருந்து; *பு$_4$ஞ்ஜதே*—அனுபவிக்கும்; *தே*—அவர்கள்; *து*—ஆனால்; *அக$_4$ம்*—கொடிய பாவங்கள்; *பாபா:*—பாவிகள்; *யே*—யார்; *பசந்தி*—உணவு தயாரிப்பவர்; *ஆத்ம-காரணாத்*—புலனின்பத்திற்காக.

யாகத்தில் அர்ப்பணிக்கப்பட்ட உணவை உண்பதால், பகவானின் பக்தர்கள் எல்லாவிதமான பாவங்களிலிருந்தும் விடுபடுகிறார்கள். தங்களது சுய புலனின்பத்திற்காக உணவு தயாரிப்பவர்கள், பாவத்தையே உண்கிறார்கள்.

பொருளுரை: கிருஷ்ண உணர்விலிருப்பவர் (பரம புருஷரின் பக்தர்) *ஸந்தஸ்* என்று அழைக்கப்படுகின்றனர். பிரம்ம சம்ஹிதையில் (5.38) கூறப்பட்டிருப்பதுபோல, அவர்கள் எப்போதும் இறைவனின் மீது காதல் கொண்டவர்கள்: *ப்ரேமாஞ்ஜன-ச்சு$_2$ரித-ப$_4$க்தி-விலோசனேன ஸந்த: ஸதை$_3$வ ஹ்ருத$_3$யேஷு விலோகயந்தி.* பரம புருஷ பகவானுடன் காதல் கொண்டவர்கள் *ஸந்தஸ்* என்று அழைக்கப்படுகின்றனர். இறைவனான கோவிந்தர் (எல்லா

இன்பங்களையும் தருபவர்), அல்லது முகுந்தன் (முக்தி அளிப்பவர்), அல்லது ஸ்ரீ கிருஷ்ணருக்கு (மிக வசீகரமானவர்) முதலில் படைக்காமல் அவர்கள் எதையும் ஏற்றுக்கொள்ள மாட்டார்கள். எனவே, இத்தகு பக்தர்கள் எப்போதுமே ஸ்ரவணம், கீர்த்தனம், ஸ்மரணம், அர்ச்சனம் போன்ற பக்தி நெறிகளின் மூலம் யாகங்களைச் செய்கின்றனர். ஜட உலகின் எல்லா விதமான பாவத் தொடர்புகளின் களங்கங்களிலிருந்தும் இந்த யாகங்கள் அவர்களைக் காப்பாற்றுகின்றன. நாவின் ருசிக்காக உணவு சமைக்கும் மற்றவர்களோ, திருடர்கள் மட்டுமல்ல, பாவத்தை உண்பவர்களுமாவர். பாவியாகவும் திருடனாகவும் இருப்பவன் எப்படி மகிழ்ச்சியடைய முடியும்? எனவே, மக்கள் எல்லாவிதத்திலும் மகிழ்ச்சியாக வாழ வேண்டுமெனில், பூரண கிருஷ்ண உணர்வோடு ஸங்கீர்த்தன யாகம் செய்யும் எளிய முறை கற்றுத் தரப்பட வேண்டும். இல்லையேல் உலகில் அமைதியோ, இன்பமோ இருக்க முடியாது.

ஸ்லோகம் 14

अन्नाद्भवन्ति भूतानि पर्जन्यादन्नसम्भवः ।
यज्ञाद्भवति पर्जन्यो यज्ञः कर्मसमुद्भवः ॥ १४ ॥

அன்னாத்$_3$ ப$_4$வந்தி பூ$_4$தானி பர்ஜன்யாத்$_3$ அன்ன-ஸம்ப$_4$வ:
யஜ்ஞாத்$_3$ ப$_4$வதி பர்ஜன்யோ யஜ்ஞ: கர்ம-ஸமுத்$_3$ப$_4$வ:

அன்னாத்—தானியங்களிலிருந்து; *ப$_4$வந்தி*—வளர்கின்றன; *பூ$_4$தானி*—பௌதிக உடல்கள்; *பர்ஜன்யாத்*—மழையிலிருந்து; *அன்ன*—உணவு தானியங்கள்; *ஸம்ப$_4$வ:*—உண்டாக்கப்படுகின்றன; *யஜ்ஞாத்*—யாகங்களைச் செய்வதிலிருந்து; *ப$_4$வதி*—சாத்தியமாகிறது; *பர்ஜன்ய:*—மழை; *யஜ்ஞ:*—யாகங்கள்; *கர்ம*—விதிக்கப்பட்ட கடமைகள்; *ஸமுத்$_3$ப$_4$வ:*—பிறந்த.

மழையால் தோற்றுவிக்கப்படும் தானியங்களால் எல்லா ஜீவன்களின் உடல்களும் வாழ்கின்றன. யாகத்தால் மழையும், விதிக்கப்பட்ட கடமைகளால் யாகமும் உண்டாக்கப்படுகின்றன.

பொருளுரை: பகவத் கீதையின் மிகச்சிறந்த கருத்துரையாளரான ஸ்ரீல பலதேவ வித்யாபூஷணர் கூறுகிறார்: *யே இந்த்$_3$ராத்$_3$-யங்க$_3$தயாவஸ்தி$_2$தம் யஜ்ஞும் ஸர்வேஷ்$_2$வரம் விஷ்ணும் அப்$_4$யர்ச்ய தச்-சே$_2$ஷம் அஷ்$_2$னந்தி தேன தத்$_3$ தே$_3$ஹ-யாத்ராம் ஸம்பாத$_3$யந்தி, தே ஸந்த: ஸர்வேஷ்$_2$வரஸ்ய யஜ்ஞ-புருஷஸ்ய ப$_4$க்தா: ஸர்வ-கில்பி$_3$ஷைர் அனாதி$_3$-கால-விவ்ருத்$_3$தை$_4$ர் ஆத்மானுப$_4$வ-ப்ரதிப$_3$ந்த$_4$கைர் நிகி$_2$லை: பாபைர் விமுச்யந்தே.* எல்லா யாகங்களையும் அனுபவிக்கும் நபர் அல்லது *யஜ்ஞ-புருஷர்* என்று

அறியப்படும் முழுமுதற் கடவுளே எல்லா தேவர்களுக்கும் தலைவராவார். உடலின் அங்கங்கள் உடல் மொத்தத்திற்கும் சேவை செய்வதைப் போல தேவர்கள் அனைவரும் பகவானுக்கு சேவை செய்கின்றனர். இந்திரன், சந்திரன், வருணன் முதலிய தேவர்கள் உலக விவகாரங்களை நிர்வாகம் செய்வதற்காக இறைவனால் நியமிக்கப்பட்ட அதிகாரிகளாவர். அவர்களை மகிழ்விப்பதற்காகவும், காற்று, ஒளி, நீர் முதலானவற்றை அவர்களிடமிருந்து பெற்று உணவு தானியங்களை உற்பத்தி செய்வதற்காகவும், வேதங்கள் யாகங்களை விதித்துள்ளன. பகவான் கிருஷ்ணரை வழிபடும்போது, அவரது வெவ்வேறு அங்கங்களான தேவர்களும் தானாகவே வழிபடப்படுகின்றனர்; எனவே, தேவர்களைத் தனியாக வழிபடும் அவசியம் ஏதுமில்லை. இதன் காரணத்தால், கிருஷ்ண உணர்வி லுள்ள பக்தர்கள், உணவை கிருஷ்ணருக்குப் படைத்தபின் உட்கொள்கின்றனர். இஃது உடலை ஆன்மீகத்தில் வளப்படுத்துகின்றது. இத்தகு செயலால், உடலின் பழைய பாவ விளைவுகள் அழிவது மட்டுமின்றி, ஜட இயற்கையின் எல்லாக் களங்கங்களிலிருந்தும் பூரண பாதுகாப்பு ஏற்படுகிறது. தொற்று வியாதி வேகமாகப் பரவும்போது, தடுப்பு மருந்து உட்கொள்வதால் ஒருவன் அதன் தாக்கத்திலிருந்து தப்ப முடிகிறது. அதுபோலவே பகவான் விஷ்ணுவிற்கு அர்ப்பணம் செய்த உணவை நாம் உட்கொள்ளும்போது ஜட பாதிப்பை எதிர்ப்பதற்குத் தேவையான சக்தி கிடைக்கிறது. இதைப் பின்பற்றுபவர்கள் இறைவனின் பக்தர்கள் என்று அழைக்கப்படுகின்றனர். எனவே, கிருஷ்ணருக்கு அர்ப்பணம் செய்யப்பட்ட உணவை மட்டுமே உண்ணும் கிருஷ்ண பக்தர், ஆன்மீகத் தன்னுணர்வின் முன்னேற்றப் பாதையில் தடங்கல்களாக உள்ள (முந்தைய) ஜட பாதிப்புகளை வெல்ல முடியும். மறு பக்கத்தில், இவ்வாறு செய்யாதவன் தனது பாவச் செயல்களின் அளவை அதிகரித்துக் கொண்டே சென்று, இவற்றின் விளைவுகளை அனுபவிப்பதற்காக நாய், பன்றி போன்ற உடல்களை மறு பிறவியில் அடைகின்றான். இப்பௌதிக உலகம் முழுக்க முழுக்க களங்கங்கள் நிறைந்தது. பகவான் விஷ்ணுவின் பிரசாதத்தை உட்கொண்டு எதிர்ப்பு சக்தியை வளர்த்தவர், இதன் தாக்குதல்களிலிருந்து பாதுகாக்கப்படுகிறார். இம்முறையைப் பின்பற்றாதவரோ களங்கங்களுக்கு உட்படுத்தப்படுகிறார்.

தானியங்களும், காய்கறிகளுமே உணவுப் பொருட்களாகும். மனிதன் பலவிதமான தானியங்களையும், காய்கறிகளையும் பழங்களையும் உட்கொள்கிறான். மிருகங்களோ, புல், இலை, தானியக் கழிவுகள்

மற்றும் காய்கறிக் கழிவுகள் முதலியவற்றை உண்கின்றன. மாமிசம் உண்ணும் பழக்கம் உடையவர்களும், மிருகங்களை உண்பதற்குத் தாவரங்களின் உற்பத்தியையே நம்பியிருக்க வேண்டும். எனவே, இறுதியில் பார்த்தால், நாம் மிகப்பெரிய தொழிற்சாலைகளை நம்பி வாழ்வதில்லை, விவசாய நிலத்தையே நம்பி வாழ்கிறோம். இத்தகு விவசாய உற்பத்தி, தேவையான அளவு மழையை நம்பியுள்ளது. இந்த மழை, தேவர்களான இந்திரன், சூரியன், சந்திரன் போன்றவர்களால் கட்டுப்படுத்தப்படுகிறது. அவர்கள் அனைவரும் பகவானின் தொண்டர்களே. யாகங்களால் இறைவனை திருப்தி செய்ய முடியும்; எனவே, இவற்றைச் செய்யாதவன் பஞ்சத்தையே காண்பான்—இஃது இயற்கையின் நியதி. எனவே, யாகங்கள், குறிப்பாக இந்த யுகத்திற்கு பரிந்துரைக்கப்பட்டுள்ள ஸங்கீர்த்தன யாகத்தை, நமது உணவுப் பற்றாக் குறையைத் தீர்ப்பதற்காகவாவது செய்தேயாக வேண்டும்.

ஸ்லோகம் 15

कर्म ब्रह्मोद्भवं विद्धि ब्रह्माक्षरसमुद्भवम् ।
तस्मात्सर्वगतं ब्रह्म नित्यं यज्ञे प्रतिष्ठितम् ॥ १५ ॥

கர்ம ப்$_3$ரஹ்மோத்$_3$ப$_4$வம்' வித்$_3$தி$_4$ ப்$_3$ரஹ்மாக்ஷர-ஸமுத்$_3$ப$_4$வம்
தஸ்மாத் ஸர்வ-க$_3$தம்' ப்$_3$ரஹ்ம நித்யம்' யஜ்ஞே ப்ரதிஷ்டி$_2$தம்

கர்ம—செயல்; *ப்$_3$ரஹ்ம*—வேதங்களிலிருந்து; *உத்$_3$ப$_4$வம்*—உண்டாகிறது; *வித்$_3$தி$_4$*—நீ அறிய வேண்டும்; *ப்$_3$ரஹ்ம*—வேதங்கள்; *அக்ஷர*—பரபிரம்மனிலிருந்து (முழுமுதற் கடவுளிடமிருந்து); *ஸமுத்$_3$ப$_4$வம்*—நேரடியாகத் தோன்றுகின்றன; *தஸ்மாத்*—எனவே; *ஸர்வ-க$_3$தம்*—எங்கும் நிறைந்துள்ள; *ப்$_3$ரஹ்ம*—உன்னதம்; *நித்யம்*—நித்தியமாக; *யஜ்ஞே*—யாகத்தில்; *ப்ரதிஷ்டி$_2$தம்*—வீற்றுள்ளார்.

விதிக்கப்பட்ட கடமைகள் வேதங்களை அடிப்படையாகக் கொண்டவை. வேதங்கள் நேரடியாக முழுமுதற் கடவுளிடமிருந்து தோன்றியவை. எனவே, எங்கும் பரவியுள்ள முழுமுதற் கடவுள், எல்லா யாகங்களிலும் நித்தியமாக வீற்றுள்ளார்.

பொருளுரை: *யஜ்ஞார்த$_2$ கர்மம்*, அதாவது கிருஷ்ணரின் திருப்திக்காக செயலாற்றுவதன் தேவை, இந்த ஸ்லோகத்தில் மிகவும் வலியுறுத்தப்பட்டுள்ளது. நாம் *யஜ்ஞ-புருஷரான* விஷ்ணுவை திருப்திப்படுத்துவதற்காகச் செயலாற்ற வேண்டுமெனில், பிரம்மன் எனப்படும் திவ்யமான வேதங்களின் வழிகாட்டுதலை நாம் கண்டறிய வேண்டும். வேதங்களே நமது செயல்களுக்கான வழிகாட்டிகளாகும். வேதங்களின் வழிகாட்டுதலின்றி செய்யப்படும் செயல்கள்

அனைத்தும் *விகர்மங்கள்,* அதாவது அங்கீகரிக்கப்படாத செயல்கள் அல்லது பாவச் செயல்கள் எனப்படும். எனவே, செயல்களின் விளைவுகளிலிருந்து தப்பிக்க, ஒருவன் எப்போதும் வேதங்களின் வழிகாட்டுதலை ஏற்றுக்கொள்ள வேண்டும். சாதாரண வாழ்வில் எவ்வாறு நாட்டின் சட்டங்களுக்கு உட்பட்டு செயலாற்ற வேண்டியுள்ளதோ, அதே போல இறைவனின் உயர் விதிகளுக்கேற்ப ஒருவன் செயலாற்ற வேண்டும். வேதங்களில் அளிக்கப்பட்டுள்ள வழிமுறைகள் முழுமுதற் கடவுளின் மூச்சிலிருந்து நேரடியாகத் தோன்றியவை. *அஸ்ய மஹதோ பூ$_4$தஸ்ய நிஷ்$_2$வஸிதம் ஏதத்$_3$–யத்$_3$ ரிக்$_3$–வேதோ$_3$ யஜுர்–வேத:$_3$ ஸாம–வேதோ$_3$ 'த$_2$ர்வாங்கி$_3$ரஸ:* "நான்கு வேதங்களான ரிக், யஜுர், ஸாம, மற்றும் அதர்வ வேதங்கள் புருஷோத்தமரான முழுமுதற் கடவுளின் மூச்சிலிருந்து தோன்றியவை." (*ப்$_3$ருஹத்$_3$–ஆரண்யக* உபநிஷத் 4.5.11) சர்வ சக்தி பொருந்தியவரான கடவுள், மூச்சாலும் பேசும் வல்லமையுடையவர். தனது ஒவ்வொரு புலன்களாலும் மற்ற எல்லாப் புலன்களின் செயல்களையும் செய்யும் தனிப்பெரும் வல்லமை இறைவனுக்கு உண்டு என்பதை பிரம்ம சம்ஹிதை விவரிக்கின்றது. வேறுவிதமாகக் கூறினால், மூச்சால் பேசவும் கண்களால் கருவூட்டவும் அவருக்கு வல்லமை உண்டு. உண்மையில், தனது கண்களால் பௌதிக இயற்கையைப் பார்த்ததன் மூலமாக, ஜீவன்களை அதனுள் அவர் கருவுறச் செய்ததாக கூறப்பட்டுள்ளது. இயற்கையின் வயிற்றில் உயிர்களைக் கருத்தரிக்கச் செய்த பிறகு, கட்டுண்ட அவ்வுயிர்கள் முழுமுதற் கடவுளின் திருநாட்டிற்குத் திரும்பிச் செல்வதற்கான வழிமுறைகளையும் வேதங்களில் விவரித்தார் இறைவன். பௌதிக இயற்கையின் வசப்பட்டுள்ள கட்டுண்ட ஆத்மாக்கள் அனைவரும் புலனின்பத்தை மிகவும் விரும்புகின்றனர் என்பதை நாம் எப்போதும் நினைவிற்கொள்ள வேண்டும். ஆனால், திரிபடைந்த நமது இச்சைகளையெல்லாம் பூர்த்தி செய்து, இன்பம் என்று நினைப்பவற்றை எல்லாம் அனுபவித்துத் தீர்த்த பின்னர், கடவுளிடம் திரும்பும்படியாக வேத விதிகள் அமைக்கப்பட்டுள்ளன. கட்டுண்ட ஆத்மாக்கள் முக்தியடைவதற்கு இஃது ஒரு வாய்ப்பாகும்; எனவே, கட்டுண்ட ஆத்மாக்கள் அனைவரும் கிருஷ்ண உணர்வுடையவர்களாகி, *யஜ்ஞ* வழிமுறையைப் பின்பற்ற முயல வேண்டும். இதுவரை வேத நெறிகளைப் பின்பற்றாமல் இருந்தவர்களும், கிருஷ்ண உணர்வின் கொள்கைகளை ஏற்றுக்கொள்ளலாம், அதன் தளத்திலிருந்து வேத யாகங்கள் அல்லது கர்மங்களை செயலாற்ற முடியும்.

ஸ்லோகம் 16

एवं प्रवर्तितं चक्रं नानुवर्तयतीह यः ।
अघायुरिन्द्रियारामो मोघं पार्थ स जीवति ॥ १६ ॥

ஏவம்' ப்ரவர்திதம்' சக்ரம்' நானுவர்தயதீஹ ய:
அகா$_4$யுர் இந்த்$_3$ரியாராமோ மோக$_4$ம்' பார்த$_2$ ஸ ஜீவதி

ஏவம்—இவ்வாறாக; *ப்ரவர்திதம்*—வேதங்களில் நிலைநாட்டப்பட்ட; *சக்ரம்*—சக்கரம்; *ந*—இல்லை; *அனுவர்தயதி*—கடைப்பிடித்தல்; *இஹ*—இவ்வாழ்வில்; *ய:*—யாரொருவர்; *அக$_4$-ஆயு:*—பாவம் நிறைந்த வாழ்வு வாழ்பவன்; *இந்த்$_3$ரிய-ஆராம:*—புலனுகர்ச்சியில் திருப்தியுற்று; *மோக$_4$ம்*—பலனின்றி; *பார்த$_2$*—பிருதாவின் மகனே (அர்ஜுனா); *ஸ:*—அவன்; *ஜீவதி*—வாழ்கிறான்.

எனதன்பு அர்ஜுனா, வேதங்களில் விதிக்கப்பட்டுள்ள இத்தகைய யாக சக்கரத்தை இம்மனித வாழ்வில் கடைப் பிடிக்காதவன், முற்றிலும் பாவகரமான வாழ்க்கை வாழ்கிறான். புலன்களின் திருப்திக்காக மட்டும் வாழ்பவனின் வாழ்வு பலனற்றதாகும்.

பொருளுரை: "கடினமாக உழைத்து புலனின்பம் அனுபவியுங்கள்" என்னும் பண வெறியர்களின் கொள்கை இறைவனால் இங்கு கண்டிக்கப்படுகிறது. எனவே, இப்பௌதிக உலகில் அனுபவிக்க விரும்புவோர், முந்தைய ஸ்லோகங்களில் கூறப்பட்ட யாக சக்கரத்தைக் கடைப்பிடிப்பது மிகவும் இன்றியமையாததாகும். இத்தகு ஒழுங்குமுறைகளைக் கடைப்பிடிக்காதவனின் வாழ்க்கை மேன்மேலும் இழிந்து அபாயகரமான நிலையை அடைகிறது. இயற்கையின் ஏற்பாட்டின்படி, இந்த மனித உடல் தன்னுணர்விற்காக உண்டானதாகும். கர்ம யோகம், ஞான யோகம், பக்தி யோகம் எனும் மூன்று வழிகளில் ஏதேனும் ஒரு வழியைப் பின்பற்றி, தன்னுணர்வை அடையலாம். நன்மை தீமைகளைக் கடந்து வாழும் ஆன்மீகவாதிகள், விதிக்கப்பட்ட யாகங்களை உறுதியுடன் செய்ய வேண்டிய அவசியமில்லை; ஆனால் புலனுகர்ச்சியில் ஈடுபட்டிருப்பவர்கள், மேற்கூறிய யாகச் சுழற்சியை பின்பற்றி தங்களைத் தூய்மைப்படுத்திக் கொள்வது அவசியம். பல்வேறு விதமான செயல்கள் உண்டு. கிருஷ்ண சிந்தனையில் இல்லாத நபர்கள், புலன்களின் சிந்தனையில் ஈடுபடுபவர் என்பது நிச்சயம்; எனவே, புண்ணியங்களைச் செய்வது அவர்களுக்கு அவசியத் தேவையாகும். புலன்களின் சிந்தனையில் உள்ளவர்கள், அச்செயல்களின் விளைவுகளில் சிக்கிக்கொள்ளாமல் தங்களது ஆசைகளை பூர்த்தி செய்துகொள்ளும் விதத்தில் இந்த யாகங்கள் அமைக்கப்பட்டுள்ளன. உலகம் வளம் பெறுவது நமது

சொந்த முயற்சியாலல்ல, அது, பின்னணியில் இருக்கும் முழுமுதற் கடவுள் செய்து தரும் ஏற்பாட்டினைப் பொறுத்ததாகும். இந்த ஏற்பாடுகள் தேவர்களால் நேரடியாகச் செயலாற்றப்படுகின்றன. எனவே, ஒரு குறிப்பிட்ட தேவரை மையமாகக் கொண்ட யாகங்கள் வேதங்களில் விதிக்கப்பட்டுள்ளன. இது மறைமுகமான கிருஷ்ண உணர்வுப் பயிற்சியாகும்; ஏனெனில், யாகங்களைச் செய்பவன் பக்குவமடையும்போது, அவன் கிருஷ்ண உணர்வை அடைவது உறுதி. ஆயினும், இது போன்ற யாகங்களைச் செய்தும் ஒருவன் கிருஷ்ண உணர்வை அடையவில்லையெனில், இவை வெறும் புண்ணியச் செயல்களாகவே கருதப்படும். எனவே, ஒருவன் தனது முன்னேற்றத்தை புண்ணியச் செயலுடன் நிறுத்திக்கொள்ளக் கூடாது, அதனைத் தாண்டி கிருஷ்ண உணர்வினை அடைய வேண்டும்.

ஸ்லோகம் 17

यस्त्वात्मरतिरेव स्यादात्मतृप्तश्च मानवः ।
आत्मन्येव च सन्तुष्टस्तस्य कार्यं न विद्यते ॥ १७ ॥

யஸ் த்வ் ஆத்ம-ரதிர் ஏவ ஸ்யாத்$_3$ ஆத்ம-த்ரு'ப்தஷ்$_2$ ச மானவ:
ஆத்மன்யேவ ச ஸந்துஷ்டஸ் தஸ்ய கார்யம்' ந வித்$_3$யதே

ய:—யாரொருவன்; *து*—ஆனால்; *ஆத்ம-ரதி:*—தன்னில் மகிழ்கிறானோ; *ஏவ*—நிச்சயமாக; *ஸ்யாத்*—இருக்கிறான்; *ஆத்ம-த்ரு'ப்த:*—ஆத்ம திருப்தியுற்று; *ச*—மேலும்; *மானவ:*—மனிதன்; *ஆத்மனி*—தன்னில்; *ஏவ*—மட்டும்; *ச*—மேலும்; *ஸந்துஷ்ட:*—பூரணமாக இருத்தல்; *தஸ்ய*—அவனுக்கு; *கார்யம்*—கடமை; *ந*—இல்லை; *வித்$_3$யதே*—இருப்பது.

ஆனால், மனிதப் பிறவியை தன்னுணர்விற்காக உபயோகித்து, தன்னில் மகிழ்ந்து, தன்னிலே திருப்தி கொண்டு, தன்னில் பூரணமாக இருப்பவனுக்குக் கடமைகள் ஏதுமில்லை.

பொருளுரை: கிருஷ்ண உணர்வில் முழுமையடைந்த, கிருஷ்ண உணர்வுச் செயல்களிலேயே பூரண திருப்தியடைந்த நபர்களுக்கு வேறு எவ்விதக் கடமையும் இல்லை. கிருஷ்ண உணர்வில் ஈடுபடுவதன் மூலம், (பல்லாயிரக்கணக்கான யாகங்களைச் செய்வதற்கு ஈடாக) உள்ளிருக்கும் எல்லாக் களங்கங்களும் உடனடியாகத் தூய்மையடைகின்றன. இவ்விதமாக உணர்வைத் தூய்மைப்படுத்துபவன், பரத்துடனான தனது நித்திய உறவில் அசையாத நம்பிக்கைக்கொள்கிறான். இவ்வாறாக அவனது செயல்கள் இறைவனின் கருணையால் ஆத்ம திருப்தியைக் கொடுக்கின்றன. எனவே, அவன் வேத விதிகளுக்குக் கடன்பட்டவனல்ல. இத்தகு

கிருஷ்ண பக்தனுக்கு, பௌதிகச் செயல்களில் கொஞ்சம்கூட விருப்பம் கிடையாது. மேலும், மது, மாது போன்ற மதி மயக்கும் பௌதிகப் பொருட்களில் அவன் ஆனந்தம் பெறுவதில்லை.

ஸ்லோகம் 18

नैव तस्य कृतेनार्थो नाकृतेनेह कश्चन ।
न चास्य सर्वभूतेषु कश्चिदर्थव्यपाश्रयः ॥ १८ ॥

நைவ தஸ்ய க்ரு'தேனார்தோ$_2$ நாக்ரு'தேனேஹ கஷ்$_2$சன
ந சாஸ்ய ஸர்வ-பூ$_4$தேஷு கஷ்$_2$சித்$_3$ அர்த$_2$-வ்யபாஷ்$_2$ரய:

ந—என்றுமில்லை; *ஏவ*—நிச்சயமாக; *தஸ்ய*—அவனது; *க்ரு'தேன*—கடமையைச் செய்வதால்; *அர்த:$_2$*—நோக்கம்; *ந*—இல்லை; *அக்ரு'தேன*—கடமையைச் செய்யாதிருத்தல்; *இஹ*—இவ்வுலகில்; *கஷ்$_2$சன*—ஏதாயினும்; *ந*—என்றுமில்லை; *ச*—மேலும்; *அஸ்ய*—அவனது; *ஸர்வ-பூ$_4$தேஷு*—எல்லா உயிர்களிலும்; *கஷ்$_2$சித்$_3$*—ஏதாவது; *அர்த$_2$*—நோக்கம்; *வ்யபாஷ்$_2$ரய:*—அடைக்கலம் புகுதல்.

தன்னை உணர்ந்தவனுக்கு, விதிக்கப்பட்ட கடமைகளைச் செய்வதால் அடைய வேண்டிய நோக்கம் ஏதுமில்லை, இத்தகைய கடமைகளைச் செய்யாதிருக்கும் அவசியமும் இல்லை, மற்ற ஜீவன்களை எதற்கும் நம்பியிருக்க வேண்டியதும் இல்லை.

பொருளுரை: கிருஷ்ண பக்தியின் செயல்களைத் தவிர வேறு எந்த விதிக்கப்பட்ட கடமையையும், தன்னை உணர்ந்தவர் செய்ய வேண்டியதில்லை. கிருஷ்ண பக்தி செயலற்ற நிலையல்ல, இது பின்வரும் ஸ்லோகங்களில் விளக்கப்படும். கிருஷ்ண பக்தன், வேறு எந்த நபரிடமும் (மனிதரானாலும் சரி, தேவரானாலும் சரி) தஞ்சமடைவதில்லை. கிருஷ்ண உணர்வில் அவன் என்ன செய்கின்றானோ, அதுவே அவனது கடமைகளை ஆற்றப் போதுமானதாகும்.

ஸ்லோகம் 19

तस्मादसक्तः सततं कार्यं कर्म समाचर ।
असक्तो ह्याचरन्कर्म परमाप्नोति पूरुषः ॥ १९ ॥

தஸ்மாத்$_3$ அஸக்த: ஸததம்' கார்யம்' கர்ம ஸமாசர
அஸக்தோ ஹ்யாசரன் கர்ம பரம் ஆப்னோதி பூருஷ:

தஸ்மாத்—எனவே; *அஸக்த:*—பற்றின்றி; *ஸததம்*—எப்போதும்; *கார்யம்*—கடமையாக; *கர்ம*—செயலை; *ஸமாசர*—செய்வாயாக; *அஸக்த:*—பற்றின்மையோடு; *ஹி*—நிச்சயமாக; *ஆசரன்*—செய்வதால்; *கர்ம*—செயல்; *பரம்*—பரத்தை; *ஆப்னோதி*—அடைகிறான்; *பூருஷ:*—மனிதன்.

எனவே, செயலின் பலன்களில் பற்றுதல் கொள்ளாமல், கடமைக்காகச் செயல்படுவாயாக. பற்றின்றிச் செயலாற்றுவதால் ஒருவன் பரத்தை அடைகிறான்.

பொருளுரை: பக்தர்களைப் பொறுத்தவரை பரம் என்பது பரம புருஷரான முழுமுதற் கடவுளைக் குறிக்கும்; அருவவாதிகளைப் பொறுத்தவரை பரம் என்பது முக்தியைக் குறிக்கும். எனவே, தக்க வழிகாட்டியின் கீழ் பலனில் பற்றற்று கிருஷ்ண உணர்வில் கிருஷ்ணருக்காகச் செயல்படுபவன், நிச்சயமாக வாழ்வின் உன்னத இலக்கை நோக்கி முன்னேறுகிறான். குருக்ஷேத்திரப் போர்க்களத்தில், கிருஷ்ணருக்காக போரிட வேண்டுமென்று அர்ஜுனன் அறிவுறுத்தப்படுகிறான்; ஏனெனில், அவன் போரிட வேண்டுமென்பது கிருஷ்ணரின் விருப்பம். நல்லவனாகவும் அகிம்சாவாதியாகவும் வாழ நினைப்பதும் சுயப் பற்றுதலேயாகும். ஆனால் பரமனுக்காகச் செயல்படுதல், பலனில் பற்றின்றிச் செயல்படுவதாகும். புருஷோத்தமரான முழுமுதற் கடவுள் ஸ்ரீ கிருஷ்ணரால் சிபாரிசு செய்யப்படும் உயர் பக்குவநிலை இதுவே.

நியமிக்கப்பட்ட யாகங்கள் உட்பட பல்வேறு வேதச் சடங்குகள், புலனுகர்ச்சியினால் ஏற்பட்ட பாவங்களைத் தூய்மைப்படுத்துவதற்காகச் செய்யப்படுகின்றன. ஆனால் கிருஷ்ண உணர்வின் செயல்கள், நல்ல தீய செயல்களுக்கு அப்பாற்பட்டதாகும். பலனில் எவ்விதப் பற்றுமில்லாத கிருஷ்ண பக்தன், கிருஷ்ணருக்காக மட்டுமே செயல்படுகின்றான். அவன் எல்லாச் செயல்களிலும் ஈடுபட்டுள்ளபோதிலும் முற்றிலும் பற்றற்றவனே.

ஸ்லோகம் 20

कर्मणैव हि संसिद्धिमास्थिता जनकादय: ।
लोकसङ्ग्रहमेवापि सम्पश्यन्कर्तुमर्हसि ॥ २० ॥

கர்மணைவ ஹி ஸம்'ஸித்$_3$தி$_4$ம் ஆஸ்தி$_2$தா ஜனகாத$_3$ய:
லோக-ஸங்க்$_3$ரஹம் ஏவாபி ஸம்பஷ்$_2$யன் கர்தும் அர்ஹஸி

கர்மணா—செயலால்; *ஏவ*—கூட; *ஹி*—நிச்சயமாக; *ஸம்ஸித்$_3$தி$_4$ம்*—பக்குவத்தில்; *ஆஸ்தி$_2$தா:*—நிலைபெற்றனர்; *ஜனக-ஆத$_3$ய:*—ஜனகரைப் போன்ற மன்னர்கள்; *லோக-ஸங்க்$_3$ரஹம்*—பொதுமக்கள்; *ஏவ அபி*—மேலும்; *ஸம்பஷ்$_2$யன்*—கருதி; *கர்தும்*—செயல்பட; *அர்ஹஸி*—வேண்டியவன் நீ.

ஜனகரைப் போன்ற மன்னர்களும் நியமிக்கப்பட்ட கடமைகளைச் செய்ததன் மூலமாகவே பக்குவமடைந்தனர். எனவே,

பொதுமக்களுக்கு அறிவூட்டுவதற்காகவாவது நீ உன்னுடைய கடமையைச் செய்தாக வேண்டும்.

பொருளுரை: ஜனகரைப் போன்ற மன்னர்கள் தன்னுணர்வு பெற்ற ஆத்மாக்கள். எனவே, வேதங்களில் விதிக்கப்பட்டுள்ள கடமைகளைச் செயலாற்ற வேண்டிய தேவை அவர்களுக்கு இல்லை. இருப்பினும், பொதுமக்களுக்கு ஓர் எடுத்துக்காட்டாக விளங்கும் பொருட்டு அவர்களும் தங்களது கடமைகளைச் செய்தனர். ஜனகர், சீதையின் தந்தையும் பகவான் ஸ்ரீ இராமரின் மாமனாருமாவார். பகவானின் பெரும் பக்தர் என்பதால், அவர் திவ்யமான நிலையில் வீற்றிருந்தார். ஆனால் மிதிலையின் (இந்தியாவின் பீகார் மாநிலத்தின் ஓர் உட்பிரிவு) மன்னராக இருந்ததால், விதிக்கப்பட்ட கடமைகளை செயலாற்றுவது எப்படி என்பதைத் தனது குடிமக்களுக்குக் கற்றுத்தர வேண்டியிருந்தது. பகவான் கிருஷ்ணருக்கும், அவரது நித்திய நண்பனான அர்ஜுனனுக்கும், குருக்ஷேத்திர போர்க்களத்தில் போரிடுவதற்கான எந்தவொரு தேவையும் இல்லை. இருப்பினும், நல்ல பேச்சு வார்த்தைகள் தோல்வியுறும்போது, போர் அவசியமானது என்பதை மக்களுக்குக் கற்பிப்பதற்காக, அவர்கள் போரிட்டனர். குருக்ஷேத்திர யுத்தத்திற்கு முன், போரைத் தவிர்ப்பதற்கான எல்லாவித முயற்சிகளும் (பரம புருஷ பகவானாலும்) மேற்கொள்ளப் பட்டன. ஆனால் எதிர் தரப்பினர் போரிடுவதில் உறுதியுடன் இருந்தனர். எனவே, இதுபோன்ற நேர்மையான காரணத்திற்காக போரிடுவது அவசியமானதாகும். கிருஷ்ண உணர்வில் நிலைபெற்றவனுக்கு உலகில் எவ்வித விருப்பமும் இல்லாதபோதும், பொது மக்கள் எவ்வாறு வாழ வேண்டும், எவ்வாறு செயலாற்ற வேண்டும் என்பதை அறிவுறுத்தும் நோக்கத்தோடு அவன் தொடர்ந்து செயலாற்றுகிறான். கிருஷ்ண உணர்வில் அனுபவம் பெற்றவர்கள், மக்கள் தங்களைப் பின்பற்றும் விதத்தில் செயலாற்ற முடியும். இதைப் பின்வரும் ஸ்லோகம் விளக்குகின்றது.

ஸ்லோகம் 21

यद्यदाचरति श्रेष्ठस्तत्तदेवेतरो जनः ।
स यत्प्रमाणं कुरुते लोकस्तदनुवर्तते ॥ २१ ॥

யத்$_3$ யத்$_3$ ஆசரதி ஷ்$_2$ரேஷ்ட$_2$ஸ் தத் தத்$_3$ ஏவேதரோ ஜன:
ஸ யத் ப்ரமாணம்' குருதே லோகஸ் தத்$_3$ அனுவர்ததே

யத் யத்—எதையெல்லாம்; *ஆசரதி*—செய்கின்றானோ; *ஷ்$_2$ரேஷ்ட:$_2$*—மரியாதைக்குரிய தலைவர்; *தத்*—அதையே; *தத்*—அதை மட்டுமே; *ஏவ*—நிச்சயமாக; *இதர:*—பொது; *ஜன:*—மக்கள்; *ஸ:*—அவன்; *யத்*—

எதனை; *ப்ரமாணம்*—உதாரணமாக; *குருதே*—செய்கின்றானோ; *லோக:*—உலகம் முழுதும்; *தத்*—அதையே; *அனுவர்ததே*—பின்பற்றுகிறது.

பெரிய மனிதன் எத்தகைய செயல்களைச் செய்கின்றானோ, அதையே பொதுமக்களும் பின்பற்றுகின்றனர். தன் செயல்களால் எந்தத் தரத்தை அவன் உவமை அமைத்துக் காட்டுகின்றானோ அதையே உலகம் முழுவதும் பின்பற்றுகின்றது.

பொருளுரை: தன்னுடைய சுய நடத்தையின் மூலம் மற்றவர்களுக்கு வழிகாட்டக்கூடியத் தலைவன், பொதுமக்களுக்கு எப்போதும் தேவை. புகை பிடிக்கக் கூடிய தலைவன், புகை பிடிக்கக் கூடாது என்று மக்களிடம் கற்பிக்க இயலாது. கல்வி கற்பிக்கத் தொடங்கும் முன்னரே, ஆசிரியரின் நடத்தை முறையானதாக இருக்க வேண்டும் என்று பகவான் சைதன்யர் கூறியுள்ளார். அவ்வாறு கற்பிப்பவரே, ஆச்சாரியர், அதாவது உன்னதமான ஆசிரியர் என்று அழைக்கப்படுகிறார். எனவே, பொதுமக்களுக்குக் கல்வி கற்பிக்கும் ஆசிரியர், சாஸ்திரங்களின் கொள்கைகளைக் கடைப்பிடித்தாக வேண்டும். உண்மையான வேத நூல்களின் கொள்கைகளுக்கு எதிரான விதிகளை ஆசிரியரால் உருவாக்க முடியாது. மனு சம்ஹிதையைப் போன்ற வேத நூல்கள், மனித சமுதாயத்தினரால் பின்பற்றப்பட வேண்டிய தரமான புத்தகங்களாகக் கருதப்படுகின்றன. எனவே, ஒரு தலைவனின் போதனைகள் அத்தகைய தரமான சாஸ்திரங்களின் கொள்கைகளை அடிப்படையாக வைத்தே அமைய வேண்டும். தன்னை முன்னேற்றிக்கொள்ள விரும்புபவன், பெரும் ஆசிரியர்களால் பயிற்சி செய்யப்பட்டபடி முறையான விதிகளைக் கடைப்பிடித்தாக வேண்டும். பெரும் பக்தர்களது அடிச்சுவடுகளைப் பின்பற்றிச் செயலாற்றுவதே ஆன்மீக உணர்வுப் பாதையில் முன்னேறுவதற்கான வழி என்பதை ஸ்ரீமத் பாகவதமும் உறுதி செய்கின்றது. மன்னர், நாட்டின் தலைவர், தந்தை, பள்ளி ஆசிரியர் ஆகியோர் அனைவரும் இயற்கையாகவே கபடமற்ற பொதுமக்களுக்குத் தலைவர்களாகக் கருதப்படுகிறார்கள். தங்களைச் சார்ந்திருப்போரை கரையேற்றும் பொறுப்பு இத்தகைய இயற்கையான தலைவர்களுக்கு உண்டு; எனவே, சிறப்பான இந்நூல்களில் வழங்கப்பட்டுள்ள நீதி மற்றும் ஆன்மீக நியமங்களை, இதுபோன்றோர் நன்றாக உணர்ந்திருக்க வேண்டும்.

ஸ்லோகம் 22

न मे पार्थास्ति कर्तव्यं त्रिषु लोकेषु किञ्चन ।
नानवाप्तमवाप्तव्यं वर्त एव च कर्मणि ॥ २२॥

ந மே பார்தா₂ஸ்தி கர்தவ்யம்' த்ரிஷு லோகேஷு கிஞ்சன
நானவாப்தம் அவாப்தவ்யம்' வர்த ஏவ ச கர்மணி

ந—ஏதுமில்லை; *மே*—எனது; *பார்த₂*—பிருதாவின் மகனே; *அஸ்தி*—இருக்கிறது; *கர்தவ்யம்*—விதிக்கப்பட்ட கடமை; *த்ரிஷு*—மூன்று; *லோகேஷு*—உலகங்களிலும்; *கிஞ்சன*—எதுவும்; *ந*—இல்லை; *அனவாப்தம்*—தேவையானது; *அவாப்தவ்யம்*—அடைய வேண்டியது; *வர்த*—ஈடுபட்டுள்ளேன்; *ஏவ*—நிச்சயமாக; *ச*—மேலும்; *கர்மணி* விதிக்கப்பட்டக் கடமையில்.

பிருதாவின் மகனே, மூவுலகங்களிலும் நான் செய்ய வேண்டிய கடமை ஏதுமில்லை. எனக்குத் தேவையோ, நான் அடைய வேண்டியதோ ஏதுமில்லை. இருந்தும் நான் விதிக்கப்பட்டக் கடமைகளில் ஈடுபட்டுள்ளேன்.

பொருளுரை: வேத நூல்களில் புருஷோத்தமரான முழுமுதற் கடவுள் பின்வருமாறு வர்ணிக்கப்படுகின்றார்:

தம் ஈஷ்₂வராணாம்' பரமம்' மஹேஷ்₂வரம்'
தம்' தே₃வதானாம்' பரமம்' ச தை₃வதம்
பதிம்' பதீனாம்' பரமம்' பரஸ்தாத்₃
விதா₃ம தே₃வம்' பு₄வனேஷ₂ம் ஈட்₃யம்

ந தஸ்ய கார்யம்' கரணம்' ச வித்₃யதே
ந தத்-ஸமஷ்₂ சாப்₄யதி₄கஷ்₂ ச த்₃ருஷ்₂யதே
பராஸ்ய ஷ₂க்திர் விவிதை₄வ ஷ₂ரூயதே
ஸ்வாபா₄விகீ ஜ்ஞான-ப₃ல-க்ரியா ச

"முழுமுதற் கடவுளே ஆள்பவரையெல்லாம் ஆள்பவரும், பற்பல உலக நாயகர்களுக்கெல்லாம் தலை சிறந்த நாயகருமாவார். அனைவரும் அவரது கட்டுப்பாட்டில் உள்ளனர். எல்லா ஜீவன்களும் முழுமுதற் கடவுளிடமிருந்து ஒரு குறிப்பிட்ட சக்தியைப் பெற்றுள்ளனர், அவர்கள் யாருமே பரம புருஷர்களல்ல. இயக்குநருக்கெல்லாம் இயக்குநரான அவர் எல்லா தேவர்களாலும் வணங்கப்படுகிறார். எனவே, பௌதிகத் தலைவர்கள், கட்டுப்படுத்து பவர்கள் என எல்லாரையும்விட அவர் திவ்யமானவர், அனைவராலும் வழிபடப்படுபவர். அவரைவிட உயர்ந்தவர் எவரும் இல்லை, அவரே எல்லா காரணங்களுக்கும் காரணமாவார்.

"பகவானின் ரூபம் சாதாரண ஜீவராசிகளைப் போன்றதல்ல. அவரது ஆத்மாவுக்கும் உடலுக்கும் எவ்வித வேறுபாடுமில்லை. அவர் பூரணமானவர். அவரது புலன்கள் அனைத்தும் திவ்யமானவை.

அவரது எந்தப் புலனும் பிற புலன்களது செயல்களைச் சிறப்பாகச் செய்யக்கூடியவை. அவரது திறன்கள் எண்ணற்றவை, அவரது அரிய செயல்கள் இயற்கையாக நடைபெறுகின்றன." (*ஷ்$_2$வேதாஷ்$_2$வதர* உபநிஷத் 6.7.8)

எல்லா ஐஸ்வர்யங்களும் பரம புருஷ பகவானிடம் பூரணமாக இருப்பதாலும், அவை பூரண உண்மை நிலையில் இருப்பதாலும், அவருக்கென்று செய்ய வேண்டிய கடமை ஏதுமில்லை. செயலினால் பலனை அடைய வேண்டியவனுக்கே செய்ய வேண்டிய கடமைகள் உண்டு. ஆனால் மூவுலகிலும் அடைய வேண்டியது எதுவும் இல்லாதவருக்கு எந்தக் கடமையும் இல்லை. இருந்தும்கூட சத்திரியர்களின் தலைவர் என்ற முறையில் பகவான் கிருஷ்ணர் குருக்ஷேத்திரப் போர்க்களத்தில் ஈடுபடுகிறார்; ஏனெனில், துயரத்தில் இருப்போருக்கு பாதுகாப்பு கொடுப்பது சத்திரியரின் கடமையாகும். பகவான் சாஸ்திரங்களின் நியமங்களுக்கு மேம்பட்டவர் என்ற போதிலும், சாஸ்திரங்களை மீறும்படியான செயல்கள் எதையும் அவர் செய்வதில்லை.

ஸ்லோகம் 23

यदि ह्यहं न वर्तेयं जातु कर्मण्यतन्द्रितः ।
मम वर्त्मानुवर्तन्ते मनुष्याः पार्थ सर्वशः ॥ २३ ॥

யதி$_3$ ஹ்யஹம்' ந வர்தேயம்' ஜாது கர்மண்யதந்த்$_3$ரித:
மம வர்த்மானுவர்தந்தே மனுஷ்யா: பார்த$_2$ ஸர்வஷ:$_2$

யதி$_3$—ஆயினும்; *ஹி*—நிச்சயமாய்; *அஹம்*—நான்; *ந*—இல்லையேல்; *வர்தேயம்*—ஈடுபட; *ஜாது*—எப்போதும்; *கர்மணி*—விதிக்கப்பட்ட கடமைகளைச் செயலாற்றுவதில்; *அதந்த்$_3$ரித:*—பெரும் கவனத்தோடு; *மம*—என்னுடைய; *வர்த்ம*—பாதை; *அனுவர்தந்தே*—பின்பற்றும்; *மனுஷ்யா:*—மனிதரெல்லாம்; *பார்த$_2$*—பிருதாவின் மகனே; *ஸர்வஷ:$_2$*—எல்லாவிதத்திலும்.

ஏனெனில், விதிக்கப்பட்ட கடமைகளை கவனத்துடன் செயலாற்ற நான் எப்பொழுதாவது தவறினால், மனிதரெல்லாம் நிச்சயமாக என் பாதையையே பின்பற்றுவர்.

பொருளுரை: ஆன்மீக வாழ்வின் முன்னேற்றத்திற்கு சமுதாயத்தில் அமைதி இருக்க வேண்டியது அவசியம். இதற்காக ஒவ்வொரு பண்புள்ள மனிதனுக்கும் சில குடும்ப நியதிகள், பழக்கங்கள் உண்டு. இத்தகு சட்டதிட்டங்கள் கட்டுண்ட ஜீவன்களுக்கானவையே தவிர, பகவான் கிருஷ்ணருக்கானவை அல்ல. இருப்பினும், தர்மத்தின் கொள்கைகளை நிலைநிறுத்த அவதரித்த காரணத்தால்,

பரிந்துரைக்கப்பட்ட நியமங்களை கிருஷ்ணரும் பின்பற்றினார். மாபெரும் அதிகாரம் பொருந்தியவரான அவரே இக்கடமைகளைச் செய்யாவிடில், பொதுமக்களும் அவரது அடிச்சுவடுகளைப் பின்பற்றுவர். கிருஹஸ்தன் என்ற முறையில் வீட்டிலும் வெளியிலும் செய்ய வேண்டிய அறக்கடமைகள் எல்லாவற்றையும் பகவான் ஸ்ரீ கிருஷ்ணர் செய்ததாக, ஸ்ரீமத் பாகவதத்திலிருந்து நாம் அறிகிறோம்.

ஸ்லோகம் 24

उत्सीदेयुरिमे लोका न कुर्यां कर्म चेदहम् ।
सङ्करस्य च कर्ता स्यामुपहन्यामिमाः प्रजाः ॥ २४॥

உத்ஸீதே$_3$யுர் இமே லோகா ந குர்யாம்' கர்ம சேத்$_3$ அஹம்
ஸங்கரஸ்ய ச கர்தா ஸ்யாம் உபஹன்யாம் இமா: ப்ரஜா:

உத்ஸீதே$_3$யு:—சீரழிந்துவிடும்; *இமே*—இவ்வெல்லா; *லோகா:*—உலகங்கள்; *ந*—இல்லை; *குர்யாம்*—நான் செய்ய; *கர்ம*—விதிக்கப்பட்ட கடமைகள்; *சேத்*—ஆயின்; *அஹம்*—நான்; *ஸங்கரஸ்ய*—தேவையற்ற ஜனத்தொகையை; *ச*—மேலும்; *கர்தா*—படைப்பவன்; *ஸ்யாம்*—ஆவேன்; *உபஹன்யாம்*—அழிந்துவிடும்; *இமா:*—இவ்வெல்லா; *ப்ரஜா:*—உயிர்வாழிகள்.

நான் விதிக்கப்பட்ட கடமைகளைச் செய்யாவிடில், இந்த உலகங்களெல்லாம் சீரழிந்துவிடும். தேவையற்ற ஜனங்கள் தோன்றுவதற்கு காரணமாகிவிடுவேன். அதன் மூலம் எல்லா உயிர்வாழிகளின் அமைதியையும் அழித்தவனாகி விடுவேன்.

பொருளுரை: பொது சமூகத்தின் அமைதியைக் கெடுக்கும் தேவையற்ற ஜனத்தொகை, *வர்ண-ஸங்கர* எனப்படும். இத்தகு சமுதாயத் தொல்லைகளைத் தடுக்க, சட்டதிட்டங்கள் கொடுக்கப்பட்டுள்ளன. அதன் மூலம் அமைதியையும் முறையான ஒழுங்கையும் தானாகவே பெறக்கூடிய மக்கள், ஆன்மீக வாழ்வில் முன்னேறுகின்றனர். இத்தகு முக்கிய செயல்களின் தேவையையும் மதிப்பையும் காப்பதற்காக, பகவான் ஸ்ரீ கிருஷ்ணர் தான் அவதரிக்கும்போது, தானே சட்டதிட்டங்களை நிலைநிறுத்துகிறார். பகவானே எல்லா உயிர்வாழிகளின் தந்தையாவார். உயிர்வாழிகள் வழிதவறி நடந்தால், அதற்கான பொறுப்பு மறைமுகமாக பகவானைச் சென்றடைகிறது. எனவே, நீதி நியமங்கள் சீர்குலைந்துள்ள நேரங்களில் பகவான் தாமே அவதரித்து சமூகத்தை சீர்திருத்துகிறார். நாம் பகவானைப் பின்பற்ற வேண்டும் என்றபோதிலும் அவரைப் போல் நகல் செய்ய முயலக் கூடாது என்பதை நாம் நினைவிற்கொள்ள வேண்டும். பின்பற்றுவதும் நகல் செய்வதும் சமமல்ல. குழந்தைப்

பருவத்தில் பகவான் கோவர்த்தன மலையை தூக்கியதை நாம் நகல் செய்ய முடியாது. எந்த மனிதனுக்கும் இஃது இயலாத காரியம். அவரை நகல் செய்ய முயலாமல், அவரது உபதேசங்களைப் பின்பற்றவே நாம் முயல வேண்டும். ஸ்ரீமத் பாகவதம் (10.33.30–31) இதனை உறுதிப்படுத்துகிறது:

நைதத் ஸமாசரேஜ் ஜாது மனஸாபி ஹ்யனீஷ்₂வர:
வினஷ்₂யத்யாசரன் மௌட்₄யாத்₃ யதா₂ருத்₃ரோ 'ப்₃தி₄ஜம்' விஷம்
ஈஷ்₂வராணாம்' வச: ஸத்யம்' ததை₂வாசரிதம்' க்வசித்தே
ஷாம்' யத் ஸ்வ-வசோ-யுக்தம்' பு₃த்₃தி₄மாம்'ஸ் தத் ஸமாசரேத்

"பகவான் மற்றும் அவரால் சக்தியளிக்கப்பட்ட தொண்டர்களது அறிவுரைகளை ஒருவன் பின்பற்ற வேண்டும். அவர்களது அறிவுரைகள் நமக்கு மிகுந்த நன்மையளிக்கக் கூடியவை. புத்திசாலி மனிதனால் அவற்றை அறிவுறுத்தப்பட்டபடி பின்பற்ற முடியும். இருப்பினும் இவர்களுடைய செயல்களை நகல் செய்யாதபடி மிக கவனமாக இருக்க வேண்டும். சிவபெருமானை நகல் செய்வதாக எண்ணி விஷத்தைக் குடிக்க முயலக் கூடாது."

சூரிய சந்திரர்களின் இயக்கத்தையும் கட்டுப்படுத்தக்கூடிய ஈஸ்வரர்களின் நிலை, உயர்ந்த நிலை என்பதை நாம் எப்போதும் எண்ணிப் பார்க்க வேண்டும். இத்தகு சக்தியின்றி, உயர் சக்தி கொண்ட ஈஸ்வரர்களை நகல் செய்ய முடியாது. கடல் போல் திரண்ட விஷத்தை சிவபெருமான் குடித்தார், ஆனால் சாதாரண மனிதன் ஒரு துளியை உட்கொண்டாலும் இறப்பது நிச்சயம். சிவபெருமானின் செயல்களை நகல் செய்வதால் மரணத்தை விரைவாக அழைக்கிறோம் என்பதை மறந்து, கஞ்சா போன்ற போதையூட்டும் பொருட்களை உட்கொள்வதன் மூலம் சிவபெருமானை நகல் செய்யும் சில போலி சிவபக்தர்களும் உண்டு. இதுபோல, கோவர்த்தன மலையைத் தூக்குவதில் தமது இயலாமையை மறந்த சில போலி கிருஷ்ண பக்தர்களும், பகவானின் பிரேம நடனமான ராஸ லீலையை நகல் செய்ய விரும்புகின்றனர். எனவே, சக்தி வாய்ந்தவர்களை நகல் செய்வதைக் கைவிட்டு, அவர்களது அறிவுரைகளைக் கடைப் பிடிப்பதே சிறந்தது; தகுதியின்றி அவர்களது இடத்தில் அமர முயல்வதும் தவறு. முழுமுதற் கடவுளின் சக்தி சற்றும் இல்லாத பல "அவதாரங்கள்" நடமாடிக் கொண்டுள்ளனர்.

ஸ்லோகம் 25

सक्ताः कर्मण्यविद्वांसो यथा कुर्वन्ति भारत ।
कुर्याद्विद्वांस्तथासक्तश्चिकीर्षुर्लोकसङ्ग्रहम् ॥ २५ ॥

ஸக்தா: கர்மண்யவித்$_3$வாம்'ஸோ யதா$_2$ குர்வந்தி பா$_4$ரத
குர்யாத்$_3$ வித்$_3$வாம்'ஸ் ததா$_2$ஸக்தஷ்$_2$ சிகீர்ஷுர் லோக-ஸங்க்$_3$ரஹம்

ஸக்தா:—பற்றுக்கொண்டு; *கர்மணி*—விதிக்கப்பட்ட கடமைகளில்; *அவித்$_3$வாம்ஸ:*—அறியாதோர்; *யதா$_2$*—அதுபோல; *குர்வந்தி*—செய்கின்றனர்; *பா$_4$ரத*—பரத குலத் தோன்றலே; *குர்யாத்*—செய்தாக வேண்டும்; *வித்$_3$வான்*—அறிஞர்; *ததா$_2$*—இவ்வாறே; *அஸக்த:*—பற்றற்று; *சிகீர்ஷு:*—வழிநடத்தும் விருப்பத்துடன்; *லோக-ஸங்க்$_3$ரஹம்*—பொதுமக்களை.

பலனில் பற்றுதல் கொண்டுள்ள அறிவற்றவன் தனது கடமையைச் செய்வதைப் போலவே, அறிஞரும் கடமையைச் செயலாற்றலாம்; ஆனால் பற்றுதல் ஏதுமின்றி, பொதுமக்களை சரியான பாதையில் வழிநடத்துவதற்காகவே அது செய்யப்படுகிறது.

பொருளுரை: கிருஷ்ண உணர்விலிருப்பவரும் கிருஷ்ண உணர்வில் இல்லாதவரும் தங்களது விருப்பங்களின் அடிப்படையில் வேறுபடுத்தப்படுகின்றனர். கிருஷ்ண உணர்விலிருப்பவன் தனது கிருஷ்ண உணர்விற்கு உதவாத எந்தச் செயலையும் செய்வதில்லை. பௌதிகச் செயல்களில் அளவுக்கதிகமாக பற்று கொண்டுள்ள அறிவற்றவனைப் போலவே, கிருஷ்ண பக்தனும் செயல்படுவதாகத் தோன்றலாம்; ஆனால் அறிவற்றவர் தனது புலனுகர்ச்சியின் திருப்திக்காக செயல்படுகிறார், கிருஷ்ண உணர்வினரோ பகவானின் திருப்திக்காக மட்டுமே செயல்படுகிறார். எனவே, எவ்வாறு செயலாற்றுவது என்பதையும், செயல்களின் பலன்களை எவ்வாறு கிருஷ்ண உணர்வில் ஈடுபடுத்துவது என்பதையும், கிருஷ்ண பக்தர்கள் மக்களுக்குக் காட்ட வேண்டியது அவசியமாகும்.

ஸ்லோகம் 26

न बुद्धिभेदं जनयेदज्ञानां कर्मसङ्गिनाम् ।
जोषयेत्सर्वकर्माणि विद्वान्युक्तः समाचरन् ॥ २६ ॥

ந பு$_3$த்$_3$தி$_4$-பே$_4$த$_3$ம்' ஜனயேத்$_3$ அஜ்ஞானாம்' கர்ம-ஸங்கி$_3$னாம்
ஜோஷயேத் ஸர்வ-கர்மாணி வித்$_3$வான் யுக்த: ஸமாசரன்

ந—இல்லை; *பு$_3$த்$_3$தி$_4$-பே$_4$த$_3$ம்*—அறிவைக் குழப்புதல்; *ஜனயேத்*—அவன் செய்ய வேண்டும்; *அஜ்ஞானாம்*—முட்டாளின்; *கர்ம-ஸங்கி$_3$னாம்*—பலன்நோக்குச் செயல்களில் பற்றுள்ளோர்; *ஜோஷயேத்*—அவன் இணைக்க வேண்டும்; *ஸர்வ*—எல்லா; *கர்மாணி*—செயல்; *வித்$_3$வான்*—வித்வான்; *யுக்த:*—ஈடுபடுத்தி; *ஸமாசரன்*—பயின்று.

விதிக்கப்பட்ட கடமைகளின் பலன்களில் பற்றுக் கொண்டுள்ள அறிவற்றவர்களின் மனதை, அறிஞர்கள் குழப்பக் கூடாது;

செயலிலிருந்து விலகுவதற்கு ஊக்குவிக்கக் கூடாது. மாறாக, பக்தி உணர்வுடன் செயல்படுவதன் மூலம், எல்லாவித செயல்களிலும் (கிருஷ்ண உணர்வின் படிப்படியான முன்னேற்றத்திற்காக) அவர்களை ஈடுபடுத்த வேண்டும்.

பொருளுரை: *வேதைஷ் ச ஸர்வைர் அஹம் ஏவ வேத்ய:.* இதுவே எல்லா வேதச் சடங்குகளின் இறுதியாகும். எல்லா சடங்குகளும், எல்லா யாகங்களும், உலகச் செயல்களை எவ்வாறு நடத்துவதெனும் விதிமுறைகள் உள்ளிட்ட வேதத்தில் கூறப்பட்ட எல்லா விஷயங்களும், வாழ்வின் இறுதி நோக்கமான கிருஷ்ணரைப் புரிந்துகொள்வதற்காகவே. ஆனால் கட்டுண்ட ஆத்மாக்களுக்குப் புலனுகர்ச்சியைத் தவிர வேறு எதுவும் தெரியாது என்பதால், அவர்கள் அந்த எல்லைவரை மட்டுமே வேதங்களைப் பயில்கின்றனர். ஆனால் வேதச் சடங்குகளின்படி ஒழுங்குபடுத்தப்பட்ட புலனுகர்ச்சியினாலும் பலன்நோக்குச் செயல்களாலும், ஒருவன் படிப்படியாக கிருஷ்ண உணர்விற்கு உயர்த்தப்படுகிறான். எனவே, கிருஷ்ண உணர்வில் தன்னையுணர்ந்த ஆத்மா, மற்றவர்களது செயல்களிலும் அறிவிலும் குழப்பம் உண்டாக்கக் கூடாது; மாறாக, எல்லா செயல்களின் பலனையும் கிருஷ்ணரின் சேவையில் எவ்வாறு ஈடுபடுத்துவது என்பதை நடை முறையில் வாழ்ந்து காட்ட வேண்டும். எவ்வாறு வாழ வேண்டும், எவ்வாறு நடக்க வேண்டும் என்பதை, புலனுகர்ச்சிக்காக உழைக்கும் அறிவற்ற மனிதனும் அறிந்துகொள்ளும் வகையில் கிருஷ்ண உணர்வுடைய அறிஞன் வாழ வேண்டும். அறிவற்றவனின் செயல்களைத் தொந்தரவு செய்யக் கூடாது என்றபோதிலும், சிறிதே கிருஷ்ண உணர்வை வளர்த்த ஒருவனை, மற்ற வேத வழிமுறைகளை எதிர்பார்த்துக் காத்திருக்காமல், நேரடியாக இறைவனின் தொண்டில் ஈடுபடுத்தி விடலாம். இத்தகைய அதிர்ஷ்டசாலி மனிதனுக்கு வேதச் சடங்குகளைப் பின்பற்ற வேண்டிய அவசியம் இல்லை; ஏனெனில், நியமிக்கப்பட்ட கடமைகளைக் கடைப்பிடிப்பதால் பெறப்படும் எல்லா பலன்களையும், கிருஷ்ண உணர்வில் நேரடியாக ஈடுபடுவதன் மூலம் அடைய முடியும்.

ஸ்லோகம் 27

प्रकृतेः क्रियमाणानि गुणैः कर्माणि सर्वशः ।
अहङ्कारविमूढात्मा कर्ताहमिति मन्यते ॥ २७॥

ப்ரக்ரு'தே: க்ரியமாணானி குணை: கர்மாணி ஸர்வஷ:
அஹங்கார-விமூடாத்மா கர்தாஹம் இதி மன்யதே

ப்ரக்ரு'தே:—ஜட இயற்கையின்; *க்ரியமாணானி*—செய்யப்படும்; *கு₃ணை:*—குணங்களினால்; *கர்மாணி*—செயல்கள்; *ஸர்வஷ:₂*—எல்லா விதமான; *அஹங்கார-விமூட₄*—அஹங்காரத்தினால் குழம்பிய; *ஆத்மா*—ஆன்மீக ஆத்மா; *கர்தா*—செய்பவன்; *அஹம்*—நானே; *இதி*—என்று; *மன்யதே*—எண்ணுகிறான்.

அஹங்காரத்தினால் பாதிக்கப்பட்டு மயங்கிய ஆத்மா, பௌதிக இயற்கையின் முக்குணங்களால் நடைபெறும் செயல்களுக்குத் தன்னையே கர்த்தா என்று எண்ணிக்கொள்கிறான்.

பொருளுரை: கிருஷ்ண உணர்விலிருப்பவன், ஜட உணர்விலிருப்பவன், இந்த இருவகையான மனிதர்களும் ஒரே மாதிரியான செயல்களை செயலாற்றும்போது, அவர்கள் இருவரும் ஒரே தளத்தில் இருப்பதுபோலத் தோன்றும்; ஆனால், அவர்களது நிலைமையில் மாபெரும் வேறுபாடு உண்டு. ஜட உணர்விலிருப்பவன் அஹங்காரத்தின் காரணத்தால், "எல்லாவற்றையும் நானே செய்கிறேன்" என்று உறுதியாக நம்பிக் கொண்டுள்ளான். உடல் எனனும் இயந்திரம், முழுமுதற் கடவுளின் மேற்பார்வையில் இயங்கும் ஜட இயற்கையினால் உண்டாக்கப்படுகிறது என்பதை அவன் அறிவதில்லை. இறுதியில் தான் கிருஷ்ணரின் கட்டுப்பாட்டிற்குள் இருக்கிறேன் என்பதைப் பற்றிய அறிவு அந்த ஜடவாதிக்கு இல்லை. அஹங்காரத்தில் இருக்கும் அவன் எல்லாச் செயல்களையும் தானே சுதந்திரமாகச் செய்வதாக எண்ணிக்கொள்கிறான், இதுவே அவனது அறியாமையின் சின்னமாகும். முழுமுதற் கடவுளின் ஆணைக்கு உட்பட்ட ஜட இயற்கையின் படைப்பே தனது ஸ்தூல, சூட்சும உடல்கள் என்றும், ஆகவே தனது உடல் மற்றும் மனதின் செயல்கள் யாவும் கிருஷ்ண உணர்வில் கிருஷ்ணரின் சேவையிலேயே ஈடுபடுத்தப்பட வேண்டும் என்பதையும் அவன் அறிவதில்லை. பரம புருஷ பகவானே ஜடவுடலின் புலன்களுக்கு அதிபதி (ரிஷிகேசர்) என்பதையும், தனது புலன்களை நீண்டகாலமாக புலனுகர்ச்சியில் ஈடுபடுத்தியதன் காரணத்தால், அஹங்காரத்தால் மயக்கப்பட்டு கிருஷ்ணருடனான நித்தியமான உறவை மறந்துள்ளேன் என்பதையும், அறிவற்றவன் நினைவு கொள்வதில்லை.

ஸ்லோகம் 28

तत्त्ववित्तु महाबाहो गुणकर्मविभागयो: ।
गुणा गुणेषु वर्तन्त इति मत्वा न सज्जते ॥ २८ ॥

தத்த்வ-வித் து மஹா-பா₃ஹோ கு₃ண-கர்ம-விபா₄க₃யோ:
கு₃ணா கு₃ணேஷு வர்தந்த இதி மத்வா ந ஸஜ்ஜதே

தத்த்வ-வித்—பூரண சத்தியத்தை அறிந்தவர்; *து*—ஆனால்; *மஹா-பா₃ஹோ*—பலம் பொருந்திய புஜங்களை உடையோனே; *கு₃ண-கர்ம*—பௌதிக தாக்கத்திற்கு உட்பட்ட செயல்கள்; *விபா₄க₃யோ:*—வேறுபாடுகள்; *கு₃ணா:*—புலன்கள்; *கு₃ணேஷு*—புலனுகர்ச்சியில்; *வர்தந்தே*—ஈடுபடுத்தப்பட்டுள்ளது; *இதி*—இவ்வாறாக; *மத்வா*—எண்ணி; *ந*—ஒருபோதும் இல்லை; *ஸஜ்ஜதே*—பற்றுக்கொள்வது.

பலம் பொருந்திய புஜங்களை உடையோனே, பக்தியில் செயல்படுதல் மற்றும் பலனை நோக்கிச் செயல்படுதல் இவற்றின் வேறுபாட்டை நன்கு அறிந்திருப்பதால், பூரண உண்மையின் ஞானமுடையவன், புலன்களிலும் புலனுகர்ச்சியிலும் தன்னை ஈடுபடுத்திக்கொள்வதில்லை.

பொருளுரை: பூரண உண்மையை அறிந்தவன், பௌதிகத் தொடர்பில் தனது இழிநிலையைப் பற்றி நன்கு உணர்ந்தவனாக உள்ளான். தான் புருஷோத்தமரான முழுமுதற் கடவுள் கிருஷ்ணரின் அம்சம் என்பதையும் ஜடப் படைப்பிற்குள் இருக்க வேண்டியவனல்ல என்பதையும் அவன் அறிவான். "நித்தியமான, ஆனந்தமயமான, அறிவு நிரம்பிய பரமனின் அம்சமே நான்" என்னும் தனது உண்மையான அடையாளத்தை அவன் அறிவான். மேலும், எவ்வாறோ ஜட வாழ்க்கையில் சிறைப்பட்டிருப்பதையும் உணர்கிறான். தனது உண்மையான நிலையில், தனது எல்லாச் செயல்களையும் பரம புருஷ பகவானான கிருஷ்ணருடைய பக்தித் தொண்டில் அவன் இணைக்க வேண்டும். எனவே, அவன் கிருஷ்ண உணர்வின் செயல்களில் ஈடுபட்டு, சந்தர்ப்பவசமான நிலையற்ற ஜடப் புலன்களின் செயல்களில் இயற்கையாகவே பற்றில்லாதவனாகி விடுகிறான். தனது ஜட வாழ்க்கை பகவானின் உயர் ஆட்சிக்குக் கட்டுப்பட்டுள்ளது என்பதை அறிந்து, எவ்விதமான பௌதிக விளைவுகளாலும் அவன் பாதிக்கப்படுவதில்லை, அவ்விளைவுகளை கடவுளின் கருணையாகக் கருதுகிறான். ஸ்ரீமத் பாகவதத்தின்படி, பிரம்மன், பரமாத்மா, பரம புருஷ பகவான் ஆகிய மூன்று நிலைகளில் பூரண உண்மையை அறிபவன், பரமனுடனான தனது உறவின் உண்மை நிலையையும் அறிந்திருப்பதால் *தத்த்வ-வித்* என்று அறியப்படுகிறான்.

ஸ்லோகம் 29

प्रकृतेर्गुणसम्मूढाः सज्जन्ते गुणकर्मसु ।
तानकृत्स्नविदो मन्दान्कृत्स्नविन्न विचालयेत् ॥ २९ ॥

ப்ரக்ரு'தேர் கு₃ண-ஸம்மூடா:₄ ஸஜ்ஜந்தே கு₃ண-கர்மஸு
தான் அக்ரு'த்ஸ்ன-விதோ₃ மந்தா₃ன் க்ரு'த்ஸ்ன-வின் ந விசாலயேத்

ப்ரக்ரு'தே:—ஜட இயற்கையின்; *கு₃ண*—குணங்களால்; *ஸம்மூடா:₄*—பௌதிக அடையாளத்தால் முட்டாளானவன்; *ஸஜ்ஜந்தே*—அவர்கள் ஈடுபடுபவர்களாகின்றனர்; *கு₃ண-கர்மஸு*—ஜடச் செயல்களில்; *தான்*—அந்த; *அக்ரு'த்ஸ்ன-வித:₃*—சிற்றறிவினர்; *மன்தா₃ன்*—தன்னுணர்வை அறிவதில் சோம்பல்படுபவர்; *க்ரு'த்ஸ்ன-வித்*—உண்மை ஞானத்தில் இருப்பவன்; *ந*—கூடாது; *விசாலயேத்*—கிளர்ச்சியடைய முயற்சி செய்ய.

ஜட இயற்கையின் குணங்களால் மதிமயங்கிய அறிவற்றோர், லௌகீகச் செயல்களில் முழுமையாக ஈடுபட்டு பற்றுடையோராக ஆகின்றனர். குறைவான அறிவுடன் செய்யப்படுவதால் இத்தகைய கடமைகள் கீழ்த்தரமானவை என்றபோதிலும், அறிவுடையோர் அவர்களை நிலைபிறழச் செய்யக் கூடாது.

பொருளுரை: தங்களை ஜட உணர்வோடு தவறாக அடையாளம் காணக்கூடிய அறிவற்ற மனிதர்கள், பல்வேறு பௌதிகப் பட்டங்களையும் ஏற்றுக்கொள்கின்றனர். இவ்வுடல் ஜட இயற்கையினால் அளிக்கப்பட்ட பரிசாகும். உடலைப் பற்றிய உணர்வில் அளவு கடந்து லயித்திருப்பவன், *மந்த₃* (ஆத்மாவை அறியாத சோம்பேறி) என்று அழைக்கப்படுகிறான். அறிவற்ற மனிதர்கள் உடலையே தானென்று எண்ணிக் கொண்டுள்ளனர்; உடலுடன் தொடர்புடையவர்களை உறவினர்களாக ஏற்றுக் கொள்கின்றனர். எந்த ஊரில் உடல் பிறவியெடுத்ததோ அஃது அவர்களுக்கு வந்தனைக்குரியதாகும், ஒப்புக்குச் செய்யப்படும் மதச் சடங்குகளே இறுதியானவை என்று கருதுகின்றனர். பௌதிக பட்டங்களுடன் விளங்கும் இத்தகைய மனிதர்கள், சமூகத் தொண்டு, தேசத் தொண்டு, பொதுநலத் தொண்டு ஆகிய செயல்களையே விரும்பிச் செய்கின்றனர். இத்தகைய பட்டங்களால் வசீகரிக்கப்பட்ட வர்கள் எப்போதும் ஜடத்தில் மும்முரமாக உள்ளனர். அவர்களைப் பொறுத்தவரை ஆன்மீக உணர்வு என்பது வெறும் கற்பனை கதையே; எனவே, அவர்களுக்கு இதில் விருப்பமில்லை. ஆன்ம வாழ்வில் ஒளியூட்டப்பட்டவர்கள், இதுபோல பௌதிகத்தில் ஆழமாக வீழ்ந்துள்ள மக்களைத் தொந்தரவு செய்யக் கூடாது. ஒருவனது சொந்த ஆன்மீகச் செயல்களை அமைதியாகச் செய்வதே சிறந்தது. மதி மயக்கம் கொண்டோர் அகிம்சை மற்றும் இதர பௌதிக நற்செயல்களில் (வாழ்வின் அடிப்படை நீதிக் கொள்கைகளில்) ஈடுபடுத்தப்படலாம்.

அறிவற்றவர்களால் கிருஷ்ண உணர்வின் செயல்களைப் பாராட்ட முடியாது. எனவே, அவர்களைத் தொந்தரவு செய்து மதிப்புமிக்க நேரத்தை வீணடிக்க வேண்டாமென்று பகவான் கிருஷ்ணர் நமக்கு அறிவுரை கூறுகிறார். ஆயினும் பகவானின் நோக்கத்தை அறிந்த அவரது பக்தர்கள் அவரைவிட கருணைமிக்கவர்கள். கிருஷ்ண உணர்வில் ஈடுபடுவதே மனிதர்களின் அத்தியாவசியத் தேவை என்பதை அறிந்த கிருஷ்ண பக்தர்கள், அறிவற்ற மனிதரையும் இதில் ஈடுபடுத்துவது உட்பட, எல்லாவித அபாயகரமான முயற்சிகளையும் மேற்கொள்கின்றனர்.

ஸ்லோகம் 30

मयि सर्वाणि कर्माणि सन्न्यस्याध्यात्मचेतसा ।
निराशीर्निर्ममो भूत्वा युध्यस्व विगतज्वरः ॥ ३० ॥

மயி ஸர்வாணி கர்மாணி ஸன்ன்யஸ்யாத்$_4$யாத்ம-சேதஸா
நிராஷீ$_2$ர் நிர்மமோ பூ$_4$த்வா யுத்$_4$யஸ்வ விக$_3$த-ஜ்வர:

மயி—என்னிடம்; *ஸர்வாணி*—எல்லா விதமான; *கர்மாணி*—செயல்கள்; *ஸன்ன்யஸ்ய*—முழுவதுமாக விட்டொழித்து; *அத்$_4$யாத்ம*—தன்னைப் பற்றிய முழு அறிவுடன்; *சேதஸா*—உணர்வினால்; *நிராஷீ:$_2$*—பலனில் விருப்பம் இல்லாமல்; *நிர்மம:*—உரிமை உணர்வின்றி; *பூ$_4$த்வா*—இவ்வாறாக; *யுத்$_4$யஸ்வ*—போரிடுவாய்; *விக$_3$த-ஜ்வர:*—மனத்தளர்ச்சியை விட்டு.

எனவே, அர்ஜுனா! என்னைப் பற்றிய முழு அறிவுடன், உனது எல்லாச் செயல்களையும் எனக்கு அர்ப்பணித்து, பலனில் ஆசைகளின்றி, உரிமையுணர்வையும் மனத்தளர்ச்சியையும் கைவிட்டுப் போரிடுவாயாக.

பொருளுரை: பகவத் கீதையின் நோக்கத்தை இந்த ஸ்லோகம் தெளிவாகக் குறிப்பிடுகின்றது. தன்னுடைய கடமைகளை இராணுவ ஒழுங்குமுறை போல் சீராக நிறைவேற்றுவதற்கு, முழுமையான கிருஷ்ண உணர்வை அடைய வேண்டுமென்று பகவான் அறிவுறுத்துகின்றார். இத்தகு கட்டளைகள் நமது செயல்களைச் சற்று கடினமானதாக்கலாம்; இருப்பினும் கிருஷ்ணரின் மீது நம்பிக்கை வைத்து கடமைகளை ஆற்ற வேண்டும். ஏனெனில், இதுவே ஜீவாத்மாவின் ஸ்வரூப நிலையாகும். பரம புருஷரின் ஒத்துழைப்பின்றி ஜீவன்கள் மகிழ்ச்சியுடன் இருக்க முடியாது; ஏனெனில், இறைவனின் விருப்பங்களுக்கு இணங்கி நடப்பதே ஜீவன்களின் நித்திய ஸ்வரூபமாகும். எனவே, ஓர் இராணுவ சேனையின் தலைவர் கட்டளையிடுவதைப் போன்று, பகவான் ஸ்ரீ

கிருஷ்ணர் அர்ஜுனனுக்குக் கட்டளையிடுகிறார். ஒருவன் பரம புருஷரின் நல்விருப்பத்திற்காக எல்லாவற்றையும் தியாகம் செய்யும் அதே நேரத்தில், விதிக்கப்பட்ட கடமைகளை சொந்தம் கொண்டாடாமல் நிறைவேற்ற வேண்டும். கடவுளின் கட்டளையைப் பற்றி யோசிக்க வேண்டிய அவசியம் அர்ஜுனனுக்கு இல்லை; அவன் அவரது கட்டளைகளை நிறைவேற்ற வேண்டும், அவ்வளவே. முழுமுதற் கடவுள் எல்லா ஆத்மாக்களுக்கும் ஆத்மாவாக இருக்கிறார்; எனவே, சுயநோக்கம் ஏதுமின்றி பரமாத்மாவை முழுமையாகச் சார்ந்திருப்பவன், அதாவது கிருஷ்ண உணர்வில் முழுமையாக இருப்பவன், *அத்$_4$யாத்ம-சேதஸ்* என்று அறியப்படுகிறான். *நிராஷீ:$_2$* என்றால் பலன்கள் எதையும் எதிர்பார்க்காமல் தலைவனின் கட்டளைப்படி நடப்பதாகும். ஒரு கணக்காளர் தனது முதலாளிக்காக கோடிக்கணக்கான ரூபாய்களை எண்ணினாலும், அதில் ஒரு காசைக்கூட தனக்குரியதாக உரிமை கொள்வதில்லை. இதுபோல உலகிலுள்ள எதுவும் எந்தவொரு தனி மனிதனுக்கும் உரியதல்ல என்றும், எல்லாம் முழுமுதற் கடவுளுக்குச் சொந்தமானவை என்றும் ஒருவன் உணர வேண்டும். இதுவே *மயி* (எனக்காக) என்ற சொல்லின் உண்மையான பொருளாகும். அத்தகு கிருஷ்ண உணர்வில் செயல்படும்போது, ஒருவன் எதையும் தன்னுடையதாக எண்ணுவதில்லை என்பது நிச்சயமே. இந்த உணர்வே *நிர்மம* (எதுவும் எனதல்ல) என்று அறியப்படுகிறது. மேலும், இத்தகைய கடுமையான கட்டளைகள், உடலின் அடிப்படையிலான பெயரளவு உறவினர்களைப் பற்றி சிந்திக்காமல் தரப்படுவதாகும். இவற்றை நிறைவேற்றுவதில் ஏதேனும் தயக்கம் இருந்தால், அத்தயக்கம் தூக்கி எறியப்பட வேண்டும். இவ்விதமாக ஒருவன் *விக$_3$த-ஜ்வர* அல்லது காய்ச்சல் மனப்பான்மையிலிருந்து விடுபட்டவன் அல்லது மனத்தளர்ச்சிகளிலிருந்து விடுபட்டவனாகலாம். ஒவ்வொருவரின் குணத்திற்கும் நிலைக்கும் ஏற்ப, குறிப்பிட்ட கடமைகள் நிறைவேற்றப்பட வேண்டும்; மேலும், மேலே விவரிக்கப்பட்டது போல இவ்வெல்லாக் கடமைகளும் முழு கிருஷ்ண உணர்வுடன் நிறைவேற்றப்படலாம். இஃது ஒருவனை முக்திக்கான முன்னேற்றப் பாதையில் இட்டுச் செல்லும்.

ஸ்லோகம் 31

ये मे मतमिदं नित्यमनुतिष्ठन्ति मानवाः ।
श्रद्धावन्तोऽनसूयन्तो मुच्यन्ते तेऽपि कर्मभिः ॥ ३१ ॥

யே மே மதம் இத$_3$ம்' நித்யம் அனுதிஷ்ட$_2$ந்தி மானவா:
ஷ்$_2$ரத்$_3$தா$_4$வந்தோ 'னஸூயந்தோ முச்யந்தே தே 'பி கர்மபி:$_4$

யே—எவனொருவன்;   மே—என்னுடைய;   மதம்—கட்டளைகளை;
இதஜ்ம்—இந்த;   நித்யம்—நித்திய   செயலாக;   அனுதிஷ்டஜந்தி—
நிறைவேற்றுகிறானோ;   மானவா:—மனிதர்கள்;   ஷ்ஜரத்தஜா4-வந்த:—
நம்பிக்கையுடனும், பக்தியுடனும்; அனஸூயந்த:—பொறாமையின்றி;
முச்யந்தே—விடுதலை பெறுவான்; தே—அவையனைத்தும்; அபி—
கூட; கர்மபி:4—பலன்நோக்குச் செயல்களின் பந்தத்திலிருந்து.

யாரெல்லாம் என்னுடைய இந்த அறிவுரைகளின்படி தங்களது
கடமைகளை நிறைவேற்றுகிறார்களோ, யாரெல்லாம் இவற்றை
பொறாமையின்றி   நம்பிக்கையுடன்   பின்பற்றுகிறார்களோ,
அவர்கள்   பலன்நோக்குச்   செயல்களின்   பந்தத்திலிருந்து
விடுதலை அடைகின்றனர்.

பொருளுரை: பரம புருஷரான பகவான் ஸ்ரீ கிருஷ்ணரின்
கட்டளையே, வேத ஞானம் எல்லாவற்றின் சாரம் என்பதால், அது
நித்தியமான உண்மையாகும். வேதங்கள் நித்தியமானவை,
அதுபோலவே கிருஷ்ண உணர்வின் இந்த உண்மையும்
நித்தியமானதாகும். ஒருவன் இறைவனிடம் பொறாமையின்றி
இத்தகைய கட்டளைகளில் நம்பிக்கைகொள்ள வேண்டும். பகவான்
ஸ்ரீ கிருஷ்ணரிடம் நம்பிக்கையில்லாத பல எண்ணற்ற தத்துவவாதிகள்
கீதைக்கு உரை எழுதுகின்றனர். செயல்களின் விளைவுகள் எனும்
பந்தத்திலிருந்து இவர்கள் விடுதலை பெறப்போவதேயில்லை. அதே
சமயம், இறைவனின் சட்டங்களில் அசையாத நம்பிக்கையுடைய
சாதாரண மனிதனும், கர்ம விதிகளின் விலங்குகளிலிருந்து விடுபட
முடியும். கிருஷ்ண உணர்வின் ஆரம்பத்தில் இறைவனின்
ஆணைகளை முழுமையாக நிறைவேற்றுவதற்கு இயலாவிடினும்,
தோல்வியையும் நம்பிக்கையின்மையையும் கருதாது, எதிர்ப்பின்றி
இக்கொள்கைகளை பின்பற்றி உழைப்பதால், தூய கிருஷ்ண உணர்வு
நிலைக்கு உயர்வு பெறுவது நிச்சயம்.

ஸ்லோகம் 32

ये त्वेतदभ्यसूयन्तो नानुतिष्ठन्ति मे मतम् ।
सर्वज्ञानविमूढांस्तान्विद्धि नष्टानचेतस ॥ ३२॥

யே த்வ் ஏதத்3 அப்4யஸூயந்தோ நானுதிஷ்டஜந்தி மே மதம்
ஸர்வ-ஜ்ஞான-விமூடாஜம்'ஸ் தான் வித்3தி4 நஷ்டான் அசேதஸ:

யே—எவர்; து—இருப்பினும்; ஏதத்—இந்த; அப்4யஸூயந்த:—பொறாமை
யால்; ந—இல்லையோ; அனுதிஷ்டஜந்தி—முறையாகச் செய்வது; மே—
என்னுடைய; மதம்—அறிவுரைகள்; ஸர்வ-ஜ்ஞான—எல்லா வகை
ஞானத்திலும்; விமூடா4ன்—அடிமட்ட முட்டாள்; தான்—அவர்கள்;

வித்₃தி₄—தெளிவாக அறிவாயாக; *நஷ்டான்*—நஷ்டமடைந்து; *அசேதஸ:*—கிருஷ்ண உணர்வின்றி.

ஆனால், யாரொருவன் பொறாமையினால் இந்த அறிவுரைகளை அவமதித்து, அவற்றை முறையாகப் பின்பற்றத் தவறுகிறானோ, அவன், எவ்வித ஞானமும் இல்லாதவனாக, முட்டாளாக, பக்குவமடைவதற்கான முயற்சிகள் அனைத்திலும் நஷ்டம் அடைந்தவனாகக் கருதப்படுகிறான்.

பொருளுரை: கிருஷ்ண உணர்வில் இல்லாமலிருப்பதன் தவறு இங்கே தெளிவாகக் கூறப்பட்டுள்ளது. உயர் ஆளுநரின் ஆணையை மீறி நடப்பவனுக்கு எவ்வாறு தண்டனை அளிக்கப்படுகிறதோ, அதே போன்று புருஷோத்தமரான முழுமுதற் கடவுளின் ஆணையை மீறுபவர்களுக்கும் தண்டனை உண்டு. அவ்வாறு கீழ்ப்படியாத மனிதன், எவ்வளவு பெரிய நபராக இருந்தாலும், தனது சூன்யமான இதயத்தினால், தன்னைப் பற்றியும் பரபிரம்மனைப் பற்றியும் பரமாத்மாவைப் பற்றியும் பகவானைப் பற்றியும் அறிவதில்லை. எனவே, வாழ்வின் பக்குவநிலையை அடைய அவனுக்கு கதியே இல்லை.

ஸ்லோகம் 33

सदृशं चेष्टते स्वस्याः प्रकृतेर्ज्ञानवानपि ।
प्रकृतिं यान्ति भूतानि निग्रहः किं करिष्यति ॥ ३३॥

ஸத்₃ரு'ஷ₂ம்' சேஷ்டதே ஸ்வஸ்யா: ப்ரக்ரு'தேர் ஜ்ஞானவான் அபி
ப்ரக்ரு'திம்' யாந்தி பூ₄தானி நிக்₃ரஹ: கிம்' கரிஷ்யதி

ஸத்₃ரு'ஷ₂ம்—தகுந்தாற்போல; *சேஷ்டதே*—முயல்கிறான்; *ஸ்வஸ்யா:*—சுயமாக; *ப்ரக்ரு'தே:*—இயற்கையின் குணங்கள்; *ஜ்ஞான-வான்*—சான்றோன்; *அபி*—இருந்தாலும்; *ப்ரக்ரு'திம்*—இயற்கை; *யாந்தி*—கீழ்ப்பட்டு; *பூ₄தானி*—எல்லா உயிரினங்களும்; *நிக்₃ரஹ:*—அடக்குமுறை; *கிம்*—என்ன; *கரிஷ்யதி*—செய்யக்கூடும்.

ஒவ்வொருவரும் முக்குணங்களிலிருந்து பெறப்பட்ட இயற்கையையே பின்பற்றுவதால், அறிவுசான்ற ஞானியும் தனது சுய இயற்கையின்படியே செயல்படுகிறான். அடக்குமுறையினால் எதனைச் சாதிக்க முடியும்?

பொருளுரை: ஏழாம் அத்தியாயத்தில் (7.14) பகவான் உறுதி செய்துள்ளபடி, கிருஷ்ண உணர்வின் திவ்யமான தளத்தில் நிலைபெறும்வரை, பௌதிக இயற்கை குணங்களின் தாக்கத் திலிருந்து விடுபட இயலாது. எனவே, (ஜட ரீதியில்) மிகவுயர்ந்த

கல்வி பெற்றவனுக்குக்கூட, வெறும் ஏட்டறிவினாலோ, உடலிலிருந்து ஆத்மாவைப் பிரிப்பதனாலோ, மாயையின் பிடியிலிருந்து விடுபடுவது என்பது இயலாததாகும். இவ்விஞ்ஞானத்தில் மிகவும் தேறியவனாக வெளியே காட்டிக் கொண்டு, உள்ளே தனிப்பட்ட முறையில், கடக்கவியலாத குறிப்பிட்ட இயற்கை குணங்களின் முழுக் கட்டுப்பாட்டிற்குள் சிக்குண்டிருக்கும் பெயரளவு ஆன்மீகிகள் பலர் உண்டு. ஒருவன் பெரியபெரிய பட்டப்படிப்பு படித்திருக்கலாம்; ஆனால் ஜட இயற்கையுடனான தனது நீண்ட காலத் தொடர்பின் காரணமாக பந்தத்திலேயே இருக்கின்றான். தனது பௌதிக வாழ்வின் காரணமாக, விதிக்கப்பட்ட கடமைகளில் ஒருவன் ஈடுபட்டிருந்தாலும், பௌதிக பிணைப்பிலிருந்து வெளிவருவதற்கு கிருஷ்ண உணர்வு உதவுகின்றது. எனவே, கிருஷ்ண உணர்வில் முழுமையாக இல்லாதவன், தனது தொழிற் கடமைகளை விட்டுவிடக் கூடாது. தனக்கு விதிக்கப்பட்ட கடமைகளை திடீரென விட்டுவிட்டு, பெயரளவில் யோகியாகவோ ஆன்மீகியாகவோ செயற்கையாக ஆவதற்கு எவரும் முயலக் கூடாது. தனது நிலையிலேயே இருந்து, கிருஷ்ண உணர்வை உயர்ந்த பயிற்சியின் மூலம் அடைய முயல்வது சிறந்ததாகும். இவ்விதமாக, கிருஷ்ணருடைய மாயையின் பிணைப்பிலிருந்து விடுபடலாம்.

ஸ்லோகம் 34

इन्द्रियस्येन्द्रियस्यार्थे रागद्वेषौ व्यवस्थितौ ।
तयोर्न वशमागच्छेत्तौ ह्यस्य परिपन्थिनौ ॥ ३४॥

இந்த்$_3$ரியஸ்யேந்த்$_3$ரியஸ்யார்தே$_2$ ராக$_3$-த்$_3$வேஷௌ வ்யவஸ்தி$_2$தௌ
தயோர் ந வஷ$_2$ம் ஆக$_3$ச்சே$_2$த் தௌ ஹ்யஸ்ய பரிபந்தி$_2$னௌ

இந்த்$_3$ரியஸ்ய—புலன்களின்; *இந்த்$_3$ரியஸ்ய அர்தே$_2$*—புலனுகர்ச்சிப் பொருட்களில்; *ராக$_3$*—விருப்பு; *த்$_3$வேஷௌ*—வெறுப்பு; *வ்யவஸ்தி$_2$தௌ*—கட்டுப்பாட்டில் உட்படுத்தப்பட்டு; *தயோ:*—அவற்றில்; *ந*—என்றுமில்லை; *வஷ$_2$ம்*—கட்டுப்பாடு; *ஆக$_3$ச்சே$_2$த்*—ஒருவன் வந்துவிடுவது; *தௌ*—அவை; *ஹி*—நிச்சயமாக; *அஸ்ய*—அவனது; *பரிபந்தி$_2$னௌ*—தடைக்கற்களாக.

புலன்கள் மற்றும் புலனுகர்ச்சிப் பொருட்களின் மீதான விருப்பு வெறுப்புகளை ஒழுங்குபடுத்துவதற்கு விதிமுறைகள் உள்ளன. அத்தகு விருப்பு வெறுப்புகளின் கட்டுப்பாட்டில் ஒருவன் வந்து விடக் கூடாது; ஏனெனில், தன்னுணர்வுப் பாதையில் இவை தடைக் கற்களாகும்.

பொருளுரை: கிருஷ்ண உணர்வில் இருப்பவர்களுக்கு பௌதிக புலனுகர்ச்சியில் ஈடுபடுவதற்கான விருப்பம் இயற்கையிலேயே இல்லை. ஆனால் அத்தகு உணர்வில் இல்லாதவர்கள், சாஸ்திரங்களின் சட்ட திட்டங்களைப் பின்பற்றியாக வேண்டும். கட்டுப்பாடற்ற புலனுகர்ச்சியே பௌதிகப் பிணைப்பிற்கு காரணமாகும், ஆனால் சாஸ்திரங்களின் சட்டதிட்டங்களைப் பின்பற்றுபவன் புலன் விஷயங்களினால் பிணைக்கப்படுவதில்லை. உதாரணமாக, கட்டுண்ட ஆத்மாவிற்கு காம சுகம் தேவைப்படுகின்றது; எனவே, திருமண முடிச்சு என்னும் உரிமத்தின் மூலம் அஃது அனுமதிக்கப்படுகின்றது. மனைவியைத் தவிர வேறு பெண்ணுடன் பாலுறவு கொள்வதை சாஸ்திர விதிகள் தடை செய்கின்றன. அவளைத் தவிர மற்ற அனைத்துப் பெண்களையும் ஒருவன் தனது தாயைப் போல பாவிக்க வேண்டும். ஆனால் இத்தகு கட்டளைகளுக்கு மத்தியிலும், பிற பெண்களுடன் உடலுறவு கொள்வதில் மனிதன் விருப்பமுடையவனாகவே உள்ளான். இத்தகு இயல்புகள் வேரறுக்கப்படவேண்டும்; இல்லையேல், தன்னுணர்வுப் பாதையில் இவை தடைக் கற்களாகிவிடும். ஜடவுடல் இருக்கும்வரை, அதன் தேவைகள் அனுமதிக்கப்படுகின்றன, ஆனால் அவை சட்டதிட்டங்களுக்கு உட்பட்டவை. இருப்பினும் அத்தகு அனுமதிகளையும் விதிமுறைகளையும் நம்பிக் கொண்டிருக்காமல், இந்தச் சட்டதிட்டங்களை பற்றுதல் ஏதுமின்றி பின்பற்ற வேண்டும்; ஏனெனில், அற்புதமான சாலையிலும் விபத்துகள் நேர வாய்ப்புகள் இருப்பதுபோல, சாஸ்திர விதிகளின் அடிப்படையிலான புலனுகர்ச்சியும் ஒருவனை தவறான வழிக்கு இட்டுச் சென்றுவிடலாம். மிகவும் கவனமாகப் பராமரிக்கப்பட்ட பாதுகாப்பு நிறைந்த சாலையிலும், "அபாயமே இருக்காது" என்று எவரும் உறுதி கூற முடியாது. பௌதிக உறவின் காரணமாக, புலன்களை அனுபவிப்பதற்கான எண்ணம் நீண்ட நெடுங்காலமாக இருந்து வந்துள்ளது. எனவே, ஒழுங்குபடுத்தப்பட்ட புலனின்பத்திலும் வீழ்ச்சிக்கான எல்லா வாய்ப்புகளும் உண்டு; எனவே, அத்தகைய ஒழுங்குபடுத்தப்பட்ட புலனின்பத்தின் மீதான பற்றுதலையும், சகலவித முயற்சிகளின் மூலம் தவிர்க்க வேண்டும். ஆயினும், கிருஷ்ண உணர்வின் (எப்போதும் கிருஷ்ணருக்கு அன்புத் தொண்டாற்றுவதன்) மீதான பற்றுதல், ஒருவனை எல்லாவித புலனின்பச் செயல்களிலிருந்தும் விடுவிப்பதால், வாழ்வின் எந்நிலையிலும் கிருஷ்ண உணர்வினைத் துறப்பதற்கு ஒருவன் முயலக் கூடாது. புலன்களின் மீதான எல்லாவித பற்றுதலையும்

துறப்பதன் இறுதி நோக்கம், கிருஷ்ண உணர்வின் தளத்தில் நிலைபெறுவதுதான்.

ஸ்லோகம் 35

श्रेयान्स्वधर्मो विगुणः परधर्मात्स्वनुष्ठितात् ।
स्वधर्मे निधनं श्रेयः परधर्मो भयावहः ॥ ३५ ॥

ஷ்$_2$ரேயான் ஸ்வ-த$_4$ர்மோ விகு$_3$ண: பர-த$_4$ர்மாத் ஸ்வ்-அனுஷ்டி$_2$தாத்
ஸ்வ-த$_4$ர்மே நித$_4$னம்' ஷ்$_2$ரேய: பர-த$_4$ர்மோ ப$_4$யாவஹ:

ஷ்$_2$ரேயான்—மிக நன்று; *ஸ்வ-த$_4$ர்ம:*—ஒருவனுக்கென்று விதிக்கப் பட்டுள்ள கடமைகள்; *விகு$_3$ண:*—குற்றங்கள் இருந்தாலும்; *பர-த$_4$ர்மாத்*—மற்றவர்களுக்கு விதிக்கப்பட்டுள்ள கடமைகளை விட; *ஸ்வனுஷ்டி$_2$தாத்*—நன்றாகச் செய்வதில்; *ஸ்வ-த$_4$ர்மே*—ஒருவனுக்கு என்று விதிக்கப்பட்டுள்ள கடமைகளில்; *நித$_4$னம்*—அழிவு; *ஷ்$_2$ரேய:*—நன்று; *பர-த$_4$ர்ம:*—பிறருக்கு பரிந்துரைக்கப்பட்டுள்ள கடமைகள்; *ப$_4$ய-ஆவஹ:*—அபாயகரமானது.

பிறருடைய கடமைகளை நன்றாகச் செய்வதைவிட, குற்றங்கள் இருப்பினும் தனக்கென்று விதிக்கப்பட்ட கடமைகளைச் செய்வது சிறந்தது. பிறருடைய பாதையைப் பின்பற்றுதல் அபாயகரமானது என்பதால், பிறரது கடமைகளில் ஈடுபடுவதை விட, தனக்கென்று உள்ள கடமையைச் செய்யும்போது அழிவடைவதும் சிறந்ததாகும்.

பொருளுரை: எனவே, பிறருக்காக விதிக்கப்பட்ட கடமைகளை செய்வதைவிட, தனக்கென்று விதிக்கப்பட்ட கடமைகளை பூரண கிருஷ்ண உணர்வுடன் நிறைவேற்ற வேண்டும். இயற்கை குணத்தை அடிப்படையாகக் கொண்டு, மனம் மற்றும் உடலின் நிலைக்கு ஏற்ப விதிக்கப்படும் கடமைகள், "பௌதிகக் கடமைகள்" எனப்படும். கிருஷ்ணருக்கு திவ்யமான தொண்டு செய்வதற்காக ஆன்மீக குருவால் கட்டளையிடப்படுபவை, "ஆன்மீகக் கடமைகள்" எனப்படும். ஆனால் பௌதிகமானாலும் சரி, ஆன்மீகமானாலும் சரி, பிறருக்கு விதிக்கப்பட்ட கடமைகளை நகல் செய்வதைவிட, தனக்கு விதிக்கப்பட்ட கடமைகளை மரணம்வரை இடைவிடாது நிறைவேற்றுவதில் உறுதிகொள்ள வேண்டும். ஆன்மீகத் தளத்தில் செய்யப்படும் கடமைகளும் பௌதிகத் தளத்தில் செய்யப்படும் கடமைகளும் வேறுபடலாம், ஆனால் அதிகாரியின் வழிகாட்டலைப் பின்பற்றுதல் என்னும் கொள்கை, செயலாற்றுவோருக்கு நல்லதாகும். ஒருவன் இயற்கை குணங்களின் கட்டுப்பாட்டில் இருக்கும்போது, பிறரை நகல் செய்யாமல் தன்னுடைய குறிப்பிட்ட நிலைக்கேற்ப விதிக்கப்பட்டுள்ள விதிகளைப் பின்பற்ற வேண்டும். உதாரணமாக,

ஸத்வ குணத்திலுள்ள பிராமணன் அகிம்சாவாதியாக உள்ளான், ரஜோ குணத்திலுள்ள சத்திரியன் ஹிம்சையில் ஈடுபட அனுமதிக்கப்படு கிறான். எனவே, அகிம்சையின் கொள்கைகளைக் கடைப் பிடிக்கும் பிராமணனை நகல் செய்வதைக் காட்டிலும், ஹிம்சையின் விதிமுறைகளைக் கடைப்பிடிப்பதால் அழிந்து போனாலும், அது சத்திரியனுக்குச் சிறந்ததாகும். ஒவ்வொருவரும் படிப்படியான வழிமுறையின் மூலம் தனது இதயத்தை தூய்மைப்படுத்த வேண்டுமேயொழிய, திடீரென்று அல்ல. இருப்பினும், பௌதிக இயற்கையின் குணங்களைக் கடந்து கிருஷ்ண உணர்வில் நிலைபெற்றுவிட்டால், அங்கீகரிக்கப்பட்ட ஆன்மீக குருவின் வழிகாட்டலின்படி, ஒருவன் எதை வேண்டுமானாலும் எப்படி வேண்டுமானாலும் செய்யலாம். கிருஷ்ண உணர்வின் அந்த பூரண நிலையில், சத்திரியன் பிராமணனைப் போலவும், பிராமணன் சத்திரியனைப் போலவும் செயலாற்றலாம். அந்த திவ்யமான தளத்தில், ஜடவுலகின் வேறுபாடுகளுக்கு இடமில்லை. உதாரணமாக, விஸ்வாமித்திரர் சத்திரியராக இருந்தும் பிற்காலத்தில் அந்தணராகவும், பரசுராமர் அந்தணராக இருந்தும் பிற்காலத்தில் சத்திரியராகவும் செயலாற்றியுள்ளனர். திவ்யமான நிலையில் நிலைபெற்றிருந்ததால், அவர்களால் இதுபோன்று செய்ய முடிந்தது. ஆனால் ஜடத்தளத்தில் இருக்கும்வரை, ஒருவன் பௌதிக இயற்கையின் குணங்களுக்கு ஏற்ற தனது கடமைகளை செயலாற்ற வேண்டும். அதே சமயம், அவன் கிருஷ்ண உணர்வில் முழு கவனத்துடன் இருக்க வேண்டியது அவசியம்.

ஸ்லோகம் 36

अर्जुन उवाच

अथ केन प्रयुक्तोऽयं पापं चरति पूरुषः ।
अनिच्छन्नपि वार्ष्णेय बलादिव नियोजितः ॥ ३६ ॥

அர்ஜுன உவாச

அத₂ கேன ப்ரயுக்தோ 'யம்' பாபம்' சரதி பூருஷ:
அனிச்ச₂ன்ன் அபி வார்ஷ்ணேய ப₃லாத்₃ இவ நியோஜித:

அர்ஜுன: உவாச—அர்ஜுனன் கூறினான்; *அத₂*—இருப்பின்; *கேன*—எதனால்; *ப்ரயுக்த:*—தூண்டப்படுகிறான்; *அயம்*—ஒருவன்; *பாபம்*—பாவங்கள்; *சரதி*—செய்கிறான்; *பூருஷ:*—மனிதன்; *அனிச்ச₂ன்*—விருப்பமின்றி; *அபி*—இருந்தாலும்; *வார்ஷ்ணேய*—விருஷ்ணி குலத்தவரே; *ப₃லாத்*—பலவந்தமாக; *இவ*—போல; *நியோஜித:*—ஈடுபடுத்தப்படுவது.

அர்ஜுனன் கூறினான்: விருஷ்ணி குலத்தவரே! விருப்பமில்லா விட்டாலும், பலவந்தமாக ஈடுபடுத்தப்படுவதுபோல, ஒருவன் பாவ காரியங்களைச் செய்ய எதனால் தூண்டப்படுகிறான்?

பொருளுரை: பரமனின் அம்சமாகிய உயிர்வாழி, உண்மையில் ஆன்மீகமானவனும், தூய்மையானவனும், எல்லா ஜடக் களங்கங்களி லிருந்து விடுபட்டவனும் ஆவான். எனவே, இயற்கையாகவே பௌதிக உலகின் பாவங்களுக்கு அவன் உட்படுத்தப்பட வேண்டியவனல்ல. ஆனால் அவன் ஜட இயற்கையுடன் தொடர்புகொள்ளும்போது, பற்பல பாவ வழிகளில், சில சமயங்களில் தனது விருப்பத்திற்கு எதிராகவும், தயக்கமின்றி செயல்படுகிறான். எனவே, அர்ஜுனனின் இவ்வினா உயிர்வாழிகளின் திரிந்த இயல்பிற்கு மிகவும் பொருத்தமானதாகும். சில சமயங்களில் உயிர்வாழி பாவம் செய்ய விரும்பாத நிலையிலும்கூட, கட்டாயப்படுத்தப்படுகிறான். இருப்பினும், அத்தகு செயல்கள் உள்ளிருக்கும் பரமாத்மாவினால் தூண்டப்படுபவை அல்ல, வேறொரு காரணத்தால் நிகழ்பவை. அந்த காரணத்தினை பின்வரும் ஸ்லோகத்தில் விளக்குகிறார் இறைவன்.

ஸ்லோகம் 37

श्रीभगवानुवाच

काम एष क्रोध एष रजोगुणसमुद्भव: ।
महाशनो महापाप्मा विद्ध्येनमिह वैरिणम् ॥ ३७ ॥

ஸ்ரீ-ப$_4$க$_3$வான் உவாச

காம ஏஷ க்ரோத$_4$ ஏஷ ரஜோ-கு$_3$ண-ஸமுத்$_3$ப$_4$வ:
மஹாஷ$_2$னோ மஹா-பாப்மா வித்$_3$த்$_4$யேனம் இஹ வைரிணம்

ஸ்ரீ-ப$_4$க$_3$வான் உவாச—புருஷோத்தமரான முழுமுதற் கடவுள் கூறினார்; *காம*—காமம்; *ஏஷ:*—இந்த; *க்ரோத:$_4$*—கோபம்; *ஏஷ:*—இந்த; *ரஜ: கு$_3$ண*—ரஜோ குணம்; *ஸமுத்$_3$ப$_4$வ:*—பிறக்கும்; *மஹா–அஷ$_2$ன:*—எல்லாவற்றையும் அழிக்கும்; *மஹா–பாப்மா*—மகா பாவம்; *வித்$_3$தி$_4$*—அறிவாய்; *ஏனம்*—இது; *இஹ*—பௌதிக உலகில்; *வைரிணம்*—மாபெரும் எதிரி.

புருஷோத்தமரான முழுமுதற் கடவுள் கூறினார்: அர்ஜுனா, காமமே இதற்கு காரணம். ரஜோ குணத்தில் உற்பத்தியாகி, பின்னர் கோபமாக உருவெடுக்கும் இஃது இவ்வுலகின் எல்லாவற்றையும் அழிக்கும் பாவகரமான எதிரியாகும்.

பொருளுரை: ஜடப் படைப்புடன் உயிர்வாழி தொடர்பு கொள்ளும்போது, ரஜோ குணத்தின் சம்பந்தத்தால், கிருஷ்ணரின் மீதான அவனது நித்திய அன்பு, காமமாகத் திரிபடைகிறது. வேறுவிதமாகக் கூறினால், புளிப்புடன் சேர்ந்த பால் தயிராகத் திரிவதுபோல, இறைவனின் மீதான அன்பு காமமாகத் திரிந்து விடுகிறது. காமம் திருப்தியடையாதபோது கோபமாக மாறுகிறது; கோபம் அறியாமையாக மாறுகிறது; அறியாமையினால் பௌதிக வாழ்க்கை தொடர்கிறது. எனவே, ஜீவனின் மாபெரும் எதிரி காமமேயாகும், மேலும், காமமே தூய்மையான ஆத்மாவை ஜடவுலகில் சிக்குண்டு உழல வைக்கின்றது. தமோ குணத்தின் வெளித் தோற்றமே கோபம்; இத்தகைய குணங்கள் கோபத்தைப் போன்ற இதர செயல்களின் மூலம் வெளிப்படுகின்றன. ஒழுக்கமான வாழ்க்கை மற்றும் செயல்களின் மூலம், ரஜோ குணமானது தமோ குணத்திற்கு இழிந்துவிடாமல், ஸத்வ குணத்திற்கு உயர்த்தப்பட வேண்டும். அவ்வாறு செய்தால், ஆன்மீகப் பற்றுதலின் காரணமாக, கோபமெனும் இழிநிலையை அடைவதிலிருந்து ஒருவனைக் காப்பாற்ற முடியும்.

என்றும் அதிகரித்துக் கொண்டிருக்கும் தனது ஆன்மீக ஆனந்தத்திற்காக, பரம புருஷ பகவான் தன்னைப் பல்வேறு ரூபங்களில் வியாபித்துள்ளார். ஜீவன்கள் அந்த ஆன்மீக ஆனந்தத்தின் அம்சங்கள். அவர்களுக்கும் சற்று சுதந்திரம் உண்டு; ஆனால் தங்களது சுதந்திரத்தைத் தவறாகப் பயன்படுத்துவதால், அவர்களது சேவை செய்யும் மனப்பான்மை, புலனின்பத்திற்கான எண்ணமாக மாற்றமடைந்து, காமத்தின் வசப்படுகின்றனர். கட்டுண்ட ஆத்மாக்கள் தங்களது இத்தகு காம எண்ணங்களை பூர்த்தி செய்துகொள்வதற்கும், அத்தகு காமவயப்பட்ட செயல்களை நீண்ட காலமாகச் செய்து முழுமையாகக் குழம்பியிருக்கும்போது தங்களது உண்மை நிலையைப் பற்றி வினவி அறிந்துகொள்வதற்கும், வசதி செய்வதற்காக இந்த ஜடவுலகம் கடவுளால் படைக்கப்பட்டுள்ளது.

அத்தகு வினாவே வேதாந்த சூத்திரத்தின் ஆரம்பமாகும், *அதா$_2$தோ ப்$_3$ரஹ்ம ஜிஜ்ஞாஸா*—பிரம்மனைப் பற்றி வினவ வேண்டும். அந்த பிரம்மன், ஸ்ரீமத் பாகவதத்தில், *ஜன்மாத்$_3$-யஸ்ய யதோ 'ன்வயாத்$_3$ இதரதஷ்$_2$ ச*—"பரபிரம்மனே அனைத்திற்கும் மூலம்" என்று வர்ணிக்கப்படுகின்றது. அதாவது, காமத்தின் மூலமும் பரபிரம்மனிடமே உள்ளது. எனவே, காமத்தை பரபிரம்மனிடம் செலுத்தும் அன்பாக மாற்றிவிட்டால், அல்லது கிருஷ்ண உணர்வாக மாற்றிவிட்டால்—வேறுவிதமாகக் கூறினால், எல்லாவற்றையும்

கிருஷ்ணருக்காகவே விரும்பினால்—அப்போது காமத்தையும் கோபத்தையும் ஆன்மீகப்படுத்திவிட முடியும். இராமபிரானின் சிறந்த சேவகரான ஹனுமான், இராவணனின் தங்க நகரத்தை எரித்ததன் மூலம் தனது கோபத்தை வெளிக்காட்டினார். ஆனால் அவ்வாறு செய்ததால் அவர் பகவானின் மாபெரும் பக்தரானார். இங்கு பகவத் கீதையிலும், "என்னை திருப்திப்படுத்துவதற்காக உனது எதிரிகளின் மீது உனது கோபத்தை உபயோகப்படுத்து" என்று அர்ஜுனனிடம் பகவான் வலியுறுத்துகிறார். எனவே, காமமும், கோபமும் கிருஷ்ண உணர்வில் ஈடுபடும்போது, நமது எதிரிகளாக அல்லாமல் நண்பர்களாக மாறி விடுகின்றன.

ஸ்லோகம் 38

धूमेनाव्रियते वह्निर्यथादर्शो मलेन च ।
यथोल्बेनावृतो गर्भस्तथा तेनेदमावृतम् ॥ ३८ ॥

தூ$_4$மேனாவ்ரியதே வஹ்னிர் யதா$_2$த$_3$ர்ஷோ$_2$ மலேன ச
யதோ$_2$ல்பே$_3$னாவ்ரு'தோ க$_3$ர்ப$_4$ஸ் ததா$_2$ தேனேத$_3$ம் ஆவ்ரு'தம்

தூ$_4$மேன—புகையால்; *ஆவ்ரியதே*—மறைக்கப்படுவது; *வஹ்னி:*—நெருப்பு; *யதா$_2$*—போலவே; *ஆத$_3$ர்ஷ:$_2$*—கண்ணாடி; *மலேன*—தூசியால்; *ச*—மேலும்; *யதா$_2$*—போலவே; *உல்பே$_3$ன*—கருப்பையால்; *ஆவ்ரு'த:*—மறைக்கப்படுவது; *க$_3$ர்ப:$_4$*—கரு; *ததா$_2$*—அதே போல; *தேன*—இந்தக் காமத்தால்; *இத$_3$ம்*—இது; *ஆவ்ருதம்*—மறைக்கப்படுகின்றது.

எவ்வாறு நெருப்பு புகையாலும், கண்ணாடி தூசியாலும், கரு கருப்பையாலும் மறைக்கப்பட்டுள்ளதோ, அவ்வாறே, காமத்தின் பல்வேறு நிலைகளினால் உயிர்வாழிகளும் மறைக்கப்பட்டுள்ளனர்.

பொருளுரை: உயிர்வாழிகளின் தூய உணர்வு, மூன்று வகையான நிலைகளினால் மறைக்கப்பட்டுள்ளதால் தனது பொலிவை இழந்துள்ளது. நெருப்பு புகையினாலும், கண்ணாடி தூசியினாலும், கரு கருப்பையினாலும் மறைக்கப்பட்டிருப்பது போல, காமமும் தனது பல்வேறு தோற்றங்களின் மூலம் உயிர்வாழியை மறைத்துக் கொண்டுள்ளது. காமம் புகைக்கு ஒப்பிடப்படும்போது, உயிர்வாழியாகிய நெருப்பினை நம்மால் காண முடியும் என்பதை உணர வேண்டும். வேறுவிதமாகக் கூறினால், ஆத்மா தனது கிருஷ்ண உணர்வை சிறிதளவு வெளிக்காட்டும் நிலை, புகையினால் மூடப்பட்டிருக்கும் நெருப்பைப் போன்றதாகும். நெருப்பின்றி புகை இல்லை என்றபோதிலும், ஆரம்ப நிலையில் நெருப்பினைக் காண முடிவதில்லை. இந்நிலை கிருஷ்ண உணர்வின் ஆரம்பநிலையைப் போன்றதாகும். கண்ணாடியில் உள்ள தூசியானது, பற்பல ஆன்மீக

வழிகளினால் மனக் கண்ணாடியைத் தூய்மைப்படுத்தும் முறையினைக் குறிக்கின்றது. இறைவனின் திருநாமங்களை உச்சரிப்பதே மிகச்சிறந்த வழிமுறையாகும். கருப்பையிலுள்ள குழந்தை அசையக்கூட முடியாதபடி இருப்பதால், கருப்பையால் மூடப்பட்ட கருவின் உதாரணம் கதியற்ற நிலையைக் குறிப்பதாகும். இதுபோன்ற வாழ்க்கையை மரங்களின் வாழ்க்கையுடன் ஒப்பிடலாம். மரங்களும் உயிர்வாழிகளே, ஆனால் அளவுகடந்த காமத்தின் காரணத்தால், அந்த ஜீவன்கள் ஏறக்குறைய முற்றிலும் உணர்வற்ற இத்தகு வாழ்நிலையில் வைக்கப்பட்டுள்ளனர். தூசி படிந்த கண்ணாடி, பறவைகளுக்கும் மிருகங்களுக்கும் ஒப்பிடப்படுகிறது; புகையினால் மறைக்கப்பட்டுள்ள நெருப்பு மனிதருடன் ஒப்பிடப்படுகிறது. மனித உடலில், ஜீவன் தனது கிருஷ்ண உணர்வை சற்று புதுப்பித்துக்கொள்ளலாம், அதில் முன்னேற்றம் கண்டால், ஆன்மீக வாழ்வெனும் நெருப்பினைத் தூண்ட முடியும். நெருப்பை மூடும் புகையினை சரியாகக் கையாளுவதன் மூலம், நெருப்பைக் கொழுந்து விட்டு எரியச் செய்யலாம். எனவே, ஜட வாழ்க்கை என்னும் பிணைப்பிலிருந்து தப்பிப்பதற்கு, இம்மனிதப் பிறவி ஜீவனுக்குக் கிடைக்கும் ஓர் அரிய வாய்ப்பாகும். இத்தகைய மனித வாழ்வில், திறன்மிகு வழிகாட்டியின் கீழ், கிருஷ்ண உணர்வை விருத்தி செய்துகொள்வதன் மூலம், காமம் எனப்படும் எதிரியை வெல்ல முடியும்.

ஸ்லோகம் 39

आवृतं ज्ञानमेतेन ज्ञानिनो नित्यवैरिणा ।
कामरूपेण कौन्तेय दुष्पूरेणानलेन च ॥ ३९ ॥

ஆவ்ரு'தம்' ஜ்ஞானம் ஏதேன ஜ்ஞானினோ நித்ய-வைரிணா
காம-ரூபேண கௌந்தேய து₃ஷ்பூரேணானலேன ச

ஆவ்ரு'தம்—மறைக்கப்பட்ட; *ஜ்ஞானம்*—தூய உணர்வு; *ஏதேன*—இதனால்; *ஜ்ஞானின:*—அறிபவனின்; *நித்ய-வைரிணா*—நித்திய எதிரியால்; *காம-ரூபேண*—காமத்தின் வடிவில்; *கௌந்தேய*—குந்தி மகனே; *து₃ஷ்பூரேண*—என்றும் திருப்தி பெறாத; *அனலேன*—நெருப்பால்; *ச*—மேலும்.

இவ்வாறாக அறிவுடைய ஜீவனின் தூய உணர்வு, என்றும் திருப்தியடையாததும், நெருப்பு போன்று எரிவதுமான காமத்தின் உருவிலான அவனது நித்திய எதிரியால் மறைக்கப்படுகின்றது.

பொருளுரை: தொடர்ந்து எரிபொருளை இடுவதால் எவ்வாறு நெருப்பை அணைக்க முடியாதோ, அவ்வாறே எவ்வளவுதான்

புலனின்பம் அனுபவித்தாலும் காமத்தை திருப்திப்படுத்த முடியாது என்று மனு-ஸ்மிருதியில் கூறப்பட்டுள்ளது. பௌதிக உலகின் எல்லாச் செயல்களின் மையம் பாலுறவே. எனவே, இப்பௌதிக உலகம், *மைது$_2$ன்ய-ஆகா$_3$ர,* "பாலுறவு வாழ்வின் சங்கிலி" என்று கூறப்படுகிறது. சாதாரண சிறைச்சாலையில், கைதிகள் கம்பிகளைக் கொண்ட அறையில் அடைக்கப்படுகின்றனர், அதுபோலவே கடவுளின் சட்டங்களை மீறும் குற்றவாளிகள், உடலுறவு என்னும் விலங்கினால் பூட்டப்பட்டுள்ளனர். புலனின்பத்தை அடிப்படையாகக் கொண்ட நாகரிக முன்னேற்றம், ஜீவனின் பௌதிக வாழ்க்கையை அதிகரிக்கின்றது. எனவே, ஜடவுலகிற்குள் ஜீவனைச் சிறைப்படுத்தும் அறியாமையின் அடையாளமே இந்த காமம். ஒருவன் புலனின்பத்தில் ஈடுபடும்போது, ஒருவித சுகத்தை அனுபவிப்பதுபோலத் தோன்றலாம். ஆனால், சுகம் போன்ற அந்த உணர்வு, உண்மையில் புலனின்பம் பெறுபவரின் பரம எதிரியாகும்.

ஸ்லோகம் 40

इन्द्रियाणि मनो बुद्धिरस्याधिष्ठानमुच्यते ।
एतैर्विमोहयत्येष ज्ञानमावृत्य देहिनम् ॥४०॥

இந்த்$_3$ரியாணி மனோ பு$_3$த்$_3$தி$_4$ர் அஸ்யாதி$_4$ஷ்டா$_2$னம் உச்யதே
ஏதைர் விமோஹயத்யேஷ ஜ்ஞானம் ஆவ்ருʼத்ய தே$_3$ஹினம்

இந்த்$_3$ரியாணி—புலன்கள்; *மன:*—மனம்; *பு$_3$த்$_3$தி:$_4$*—புத்தி; *அஸ்ய*—இந்த காமத்தின்; *அதி$_4$ஷ்டா$_2$னம்*—அமரும் இடம்; *உச்யதே*—அழைக்கப்படுகின்றது; *ஏதை:*—இவ்வெல்லாவற்றினால்; *விமோஹயதி*—மயக்குகின்றன; *யேஷ:*—இந்த காமம்; *ஜ்ஞானம்*—அறிவு; *ஆவ்ருʼத்ய*—மறைக்கின்ற; *தே$_3$ஹினம்*—உடலை உடையவனின்.

புலன்கள், மனம், புத்தி ஆகியவை காமம் அமரக்கூடிய இடங்களாகும். இவற்றின் மூலம், ஜீவனின் உண்மையறிவை மறைத்து காமம் அவனை மயக்குகின்றது.

பொருளுரை: கட்டுண்ட ஆத்மாவின் உடலில் பல்வேறு முக்கியமான இடங்களை எதிரி கைப்பற்றியுள்ளான். எனவே, எதிரியை வெல்ல விரும்புபவன், அவனை எங்கு கண்டுபிடிப்பது என்பதை தெரிந்துகொள்வதற்காக, பகவான் கிருஷ்ணர் அத்தகு இடங்களை இங்குச் சுட்டிக்காட்டுகிறார். புலன்களின் எல்லாச் செயல்களுக்கும் மனமே மையமாகும். எனவே, புலனின்பப் பொருட்களைப் பற்றி நாம் கேட்கும்போது, புலனுகர்ச்சிக்கான எல்லா எண்ணங்களுக்கும் மனம் இருப்பிடமாகிவிடுகிறது. இதன் விளைவால், மனமும் புலன்களும்

காமத்தின் உறைவிடமாகிவிடுகின்றன. அடுத்தபடியாக இத்தகு காம எண்ணங்களுக்கு "புத்தி" என்னும் பிரிவு தலைநகரமாகின்றது. புத்தி, ஆத்மாவிற்கு மிக நெருங்கிய அண்டை வீட்டுக்காரன். காம வயப்பட்ட புத்தி, அஹங்காரத்தைப் பெறுவதற்கும் ஜடத்துடன் (மனம், புலன்கள் இவற்றுடன்) தன்னை அடையாளம் காண்பதற்கும் ஆத்மாவை வசீகரிக்கிறது. இதனால் ஜடப் புலன்களை அனுபவிப்பதில் ஆத்மா அடிமையாகிவிடுகிறான். அதனை உண்மை இன்பமாக எண்ணிக்கொள்கிறான். ஆத்மாவின் இத்தகு தவறான அடையாளம், ஸ்ரீமத் பாகவதத்தில் (10.84.13) மிக அழகாக விளக்கப்பட்டுள்ளது:

யஸ்யாத்ம-பு$_3$த்$_3$தி:$_4$ குணபே த்ரி-தா$_4$துகே
ஸ்வ-தீ:$_4$ கலத்ராதி$_3$ஷு பௌ$_4$ம இஜ்ய-தீ:$_4$
யத்-தீர்த$_2$-பு$_3$த்$_3$தி:$_4$ ஸலிலே ந கர்ஹிசிஜ்
ஜனேஷ்வ் அபி$_4$ஜ்ஞேஷு ஸ ஏவ கோ$_3$-க$_2$ர:

"மூன்று பொருட்களால் ஆன இந்த உடலுடன் தன்னை அடையாளம் காணக்கூடியவனும், இவ்வுடலிலிருந்து தோன்றியவர்களை உறவினர் என்று கருதுபவனும், பிறந்த நிலத்தை வந்தனைக்கு உரியதாக எண்ணுபவனும், உன்னத ஞானமுடைய மனிதர்களை சந்திக்காமல் நீராடுவதற்காக மட்டும் புண்ணியத் தலங்களுக்குச் செல்பவனும், ஒரு கழுதையைப் போன்றோ பசுவைப் போன்றோ கருதப்பட வேண்டியவனாவான்."

ஸ்லோகம் 41

तस्मात्त्वमिन्द्रियाण्यादौ नियम्य भरतर्षभ ।
पाप्मानं प्रजहि ह्येनं ज्ञानविज्ञाननाशनम् ॥ ४१ ॥

தஸ்மாத் த்வம் இந்த்$_3$ரியாண்யாதௌ$_3$ நியம்ய ப$_4$ரதர்ஷப$_4$
பாப்மானம்' ப்ரஜஹி ஹ்யேனம்' ஜ்ஞான-விஜ்ஞான-நாஷ$_2$னம்

தஸ்மாத்—எனவே; *த்வம்*—நீ; *இந்த்$_3$ரியாணி*—புலன்கள்; *ஆதௌ$_3$*—ஆரம்பத்தில்; *நியம்ய*—ஒழுங்குபடுத்தி; *ப$_4$ரத-ருஷப$_4$*—பரத குலத்தோரில் தலைசிறந்தவனே; *பாப்மானம்*—பாவத்தின் பெரும் சின்னம்; *ப்ரஜஹி*—களைந்துவிடு; *ஹி*—நிச்சயமாக; *ஏனம்*—இந்த; *ஜ்ஞான*—அறிவின்; *விஜ்ஞான*—தூய ஆத்மாவின் விஞ்ஞானத்தையும்; *நாஷ$_2$னம்*—அழிப்பவர்.

எனவே, பரத குலத்தோரில் தலைசிறந்த அர்ஜுனா, புலன்களை ஒழுங்குபடுத்துவதால் பாவத்தின் பெரும் சின்னமான இந்த காமத்தை ஆரம்பத்திலேயே அடக்கி, ஞானத்தையும்

தன்னுணர்வையும் அழிக்கும் இந்த எதிரியை அறவே ஒழித்து விடுவாயாக.

பொருளுரை: தன்னுணர்விற்கான உந்துதலையும், ஆத்ம ஞானத்தையும் அழிக்கக்கூடிய காமம் எனப்படும் மாபெரும் பாவகரமான விரோதியை வெற்றிகொள்வதற்கு, ஒருவன் தனது புலன்களை ஆரம்பத்திலேயே நெறிப்படுத்த வேண்டும் என்று அர்ஜுனனுக்கு அறிவுறுத்துகிறார் பகவான். தான் அல்லாதவற்றிலிருந்து தன்னைப் பிரித்தறிதல் (வேறுவிதமாகக் கூறினால், ஆத்மா என்பது உடலைக் குறிப்பதல்ல என்பதை அறிதல்), ஞானம் எனப்படும். ஆத்மாவினுடைய உண்மை நிலையையும் பரமாத்மாவுடனான அவனது உறவையும் பற்றிய விசேஷ அறிவு, விஞ்ஞானம் எனப்படும். இவ்வாறே ஸ்ரீமத் பாகவதத்தில் (2.9.31) விளக்கப்பட்டுள்ளது:

ஜ்ஞானம்' பரம-கு₃ஹ்யம்' மே யத்₃ விஜ்ஞான-ஸமன்விதம்
ஸ-ரஹஸ்யம்' தத்₃-அங்க₃ம்' ச க்₃ரு'ஹாண க₃தி₃தம்' மயா

"ஆத்மா, பரமாத்மாவைப் பற்றிய ஞானம், மிக இரகசியமானதும், மனித அறிவிற்கு எட்டாததும் ஆகும். ஆனால் அத்தகு ஞானமும் விஞ்ஞானமும் அவற்றின் பலதரப்பட்ட கருத்துக்களுடன் பகவானால் விளக்கப்படும்போது அவற்றை புரிந்துகொள்ள முடியும்." ஆத்மாவைப் பற்றிய அத்தகு பொதுவான ஞானத்தையும், விசேஷ ஞானத்தையும் பகவத் கீதை நமக்கு வழங்குகின்றது. ஜீவாத்மாக்கள் இறைவனின் அம்சம் என்பதால், அவர்கள் அவருக்கு சேவை செய்ய வேண்டியவர்கள். அந்த உணர்வே 'கிருஷ்ண உணர்வு' எனப்படும். எனவே, வாழ்வின் ஆரம்பத்திலிருந்தே கிருஷ்ண உணர்வினைப் பயின்று, அதன் மூலம் முழுமையான கிருஷ்ண பக்தனாகி அதற்கேற்ப செயல்பட வேண்டும்.

எல்லா உயிர்வாழிகளிடமும் இயற்கையாகவே இருக்கக்கூடிய இறையன்பின் திரிந்த பிம்பமே காமம். ஆனால், ஒருவன் ஆரம்பத்திலிருந்தே கிருஷ்ண உணர்வில் பயிற்சி பெற்றால், அவனது இயற்கையான இறையன்பு காமமாக சிதைந்து போக முடியாது. இறையன்பு காமமாகச் சிதைந்துவிட்டால், அதனை சுயநிலைக்குத் திருப்புவது மிகக் கடினமாகும். அவ்வாறு இருப்பினும், பக்தித் தொண்டின் ஒழுக்க நெறிகளைக் கடைபிடிப்பதன் மூலம், தாமதமாகத் தொடங்கியவரும் கடவுளின் காதலராக ஆகிவிடுமளவுக்கு, கிருஷ்ண உணர்வு, சக்தி நிறைந்ததாக இருக்கிறது. எனவே, வாழ்வின் எந்தக் கட்டத்தில் இருந்தாலும்

(அல்லது இதன் அவசரத்தை உணர்ந்த கட்டத்திலிருந்து), இறைவனின் பக்தித் தொண்டில் (கிருஷ்ண உணர்வில்) புலன்களை ஒழுங்குபடுத்தத் தொடங்கி, காமத்தை பகவத் பிரேமையாக (இறையன்பாக) மாற்ற முடியும். இதுவே, மனித வாழ்வின் மிகவுயர்ந்த பக்குவநிலையாகும்.

ஸ்லோகம் 42

इन्द्रियाणि पराण्याहुरिन्द्रियेभ्यः परं मनः ।
मनसस्तु परा बुद्धिर्यो बुद्धेः परतस्तु सः ॥ ४२ ॥

இந்த்$_3$ரியாணி பராண்யாஹுர் இந்த்$_3$ரியேப்$_4$ய: பரம்' மன:
மனஸஸ் து பரா பு$_3$த்$_3$தி$_4$ர் யோ பு$_3$த்$_3$தே:$_4$ பரதஸ் து ஸ:

இந்த்$_3$ரியாணி—புலன்கள்; *பராணி*—உயர்ந்தவை; *ஆஹு:*—கூறப்படுகின்றது; *இந்த்$_3$ரியேப்$_4$ய:*—புலன்களைவிட; *பரம்*—உயர்ந்தது; *மன:*—மனம்; *மனஸ:*—மனதைவிட; *து*—மேலும்; *பரா*—உயர்ந்தது; *பு$_3$த்$_3$தி:$_4$*—புத்தி; *ய:*—யார்; *பு$_3$த்$_3$தே:$_4$*—புத்தியைவிட; *பரத:*—உயர்ந்தது; *து*—ஆனால்; *ஸ:*—அவன்.

செயலாற்றக்கூடிய புலன்கள், ஜடப்பொருளைவிட உயர்ந்தவை; மனம் புலன்களைவிட உயர்ந்தது; புத்தி மனதைவிடவும் உயர்ந்தது; மேலும், அவனோ (ஆத்மாவோ) புத்தியைவிடவும் உயர்ந்தவன்.

பொருளுரை: புலன்கள், பல்வேறு காமச் செயல்களின் வாயில்கள். காமம் உடலினுள் தேக்கி வைக்கப்பட்டுள்ளபோதிலும், புலன்களின் மூலம் வெளியேற்றப்படுகின்றது. எனவே, ஒட்டு மொத்தமாகப் பார்த்தால் உடலை விட புலன்கள் உயர்ந்தவை. உயர்ந்த உணர்வான கிருஷ்ண உணர்வில் இருக்கும்போது, இந்த வாயில்கள் வேலை செய்வதில்லை. கிருஷ்ண உணர்வில், ஆத்மா பரம புருஷ பகவானுடன் நேரடியாகத் தொடர்பு கொள்கிறான். எனவே, இங்கு விவரித்த உடல் இயக்கங்களின் வரிசை இறுதியாக பரமாத்மாவில் முடிவடைகின்றது. புலன்களின் இயக்கமே உடலின் இயக்கம் எனப்படுகிறது, புலன்களை நிறுத்துதல் என்றால் எல்லா உடல் இயக்கங்களையும் நிறுத்துவதாகும். ஆனால் மனமோ இயக்கத்திலேயே இருப்பதால், உடல் அமைதியாகவும் ஓய்வாகவும் இருந்தாலும், மனம் (கனவில் இயங்குவதைப் போல) இயங்கிக் கொண்டே இருக்கும். ஆயினும், மனதிற்கு மேல் புத்தியின் உறுதி அமைந்துள்ளது; புத்திக்கு மேல் ஆத்மா அமைந்துள்ளது. எனவே, பகவானின் தொண்டில் ஆத்மா நேரடியாக ஈடுபடும்போது, கீழ்நிலையிலுள்ள புத்தி, மனம், புலன்கள் என அனைத்தும்

தானாகவே ஈடுபடும். *கட$_2$* உபநிஷத்தில் இதே போன்று ஒரு கருத்து உள்ளது. அங்கே, புலனுகர்ச்சிப் பொருட்கள் புலன்களைவிட உயர்ந்தவை என்றும், மனம் புலனுகர்ச்சிப் பொருட்களைவிட உயர்ந்தது என்றும் குறிப்பிடப்பட்டுள்ளது. எனவே, மனதை இறைவனின் பக்தித் தொண்டில் தொடர்ந்து ஈடுபடுத்திவிட்டால், புலன்கள் வேறு விஷயங்களில் ஈடுபடுத்தப்படுவதற்கு வாய்ப்பே இல்லை. இத்தகு மனப்பான்மை ஏற்கனவே விளக்கப்பட்டுள்ளது. *பரம் த்$_3$ருஷ்ட்வா நிவர்ததே.* இறைவனின் உன்னதத் தொண்டில் மனம் ஈடுபடுத்தப்பட்டால், அது கீழான செயல்களில் ஈடுபடுத்தப்படுவதற்கு வாய்ப்பில்லை. *கட$_2$* உபநிஷத், ஆத்மாவை *மஹான்* (சிறந்தவன்) என்று வர்ணிக்கின்றது. எனவே, புலன் விஷயங்கள், புலன்கள், மனம், புத்தி இவை எல்லாவற்றையும்விட ஆத்மா உயர்ந்ததாகும். எனவே, ஆத்மாவின் ஸ்வரூபத்தை (உண்மை நிலையை) நேரடியாகப் புரிந்துகொள்வதே அனைத்து பிரச்சனை களுக்கும் தீர்வாகும்.

புத்தியை உபயோகப்படுத்தி ஆத்மாவின் ஸ்வரூபத்தை ஆராய வேண்டும், பின்னர் மனதை எப்போதும் கிருஷ்ண உணர்வில் ஈடுபடுத்த வேண்டும். இஃது எல்லா பிரச்சனைகளையும் தீர்க்கும். ஆன்மீகத்தில் ஆரம்ப நிலையில் உள்ளவன், புலனுகர்ச்சிப் பொருட்களிலிருந்து விலகியிருக்குமாறு அறிவுறுத்தப்படுகிறான். ஆனால் அதுமட்டுமின்றி, ஒருவன் தனது மனதை புத்தியை உபயோகித்து உறுதிப்படுத்த வேண்டும். பரம புருஷ பகவானிடம் பூரணமாக சரணடைந்து, புத்தியுடன் மனதை கிருஷ்ண உணர்வில் ஈடுபடுத்தினால், மனம் தானாகவே வலுவடைவது மட்டுமின்றி, பாம்புகளைப் போல வலுவுடையப் புலன்கள், பல் பிடுங்கிய பாம்புகளைப் போல பாதிப்பு இல்லாதவையாகிவிடுகின்றன. ஆனால், ஆத்மாவானது புத்தி, மனம், புலன்கள் ஆகியவற்றிற்கு எஜமானனாக உள்ளபோதிலும், கிருஷ்ண உணர்வில் கிருஷ்ணருடனான உறவில் அது வலிமை பெறாவிடில், மனக்கிளர்ச்சியால் இழிந்துவிடும் வாய்ப்பு அதிகமாக உள்ளது.

ஸ்லோகம் 43

एवं बुद्धेः परं बुद्ध्वा संस्तभ्यात्मानमात्मना ।
जहि शत्रुं महाबाहो कामरूपं दुरासदम् ॥ ४३ ॥

ஏவம்' பு$_3$த்$_3$தே:$_4$ பரம்' பு$_3$த்$_3$த்$_4$வா ஸம்'ஸ்தப்$_4$யாத்மானம் ஆத்மனா
ஜஹி ஷ$_2$த்ரும்' மஹா-பா$_3$ஹோ காம-ரூபம்' து$_3$ராஸத$_3$ம்

ஏவம்—இவ்வாறு; *பு₃த்₃தே:₄*—புத்தியைவிட; *பரம்*—உயர்ந்ததை; *பு₃த்₃த்₄வா*—அறிந்து; *ஸம்ஸ்தப்₄ய*—நிலைநிறுத்தி; *ஆத்மானம்*—மனம்; *ஆத்மனா*—தெளிவான புத்தியினால்; *ஜஹி*—வெற்றிகொள்; *ஷ₂த்ரும்*—எதிரி; *மஹா-பா₃ஹோ*—பலம் பொருந்திய புயங்களை உடையோனே; *காம-ரூபம்*—காமத்தின் உருவிலுள்ள; *து₃ராஸத₃ம்*—வெல்ல முடியாத.

இவ்வாறாக, ஜடப் புலன்கள், மனம், புத்தி ஆகியவற்றைவிட உயர்ந்தவனாக தன்னை உணர்ந்து, பலம் பொருந்திய புயங்களை உடைய அர்ஜுனா, தெளிவான ஆன்மீக புத்தியினால் (கிருஷ்ண உணர்வினால்) மனதை உறுதிப்படுத்தி, காமம் எனப்படும் திருப்திப்படுத்த முடியாத எதிரியை ஆன்மீக பலத்தினால் வெற்றிகொள்ள வேண்டும்.

பொருளுரை: கீதையின் இந்த மூன்றாம் அத்தியாயம், உருவற்ற சூன்யத்தை இறுதி இலட்சியமாகக்கொள்ளாமல், தான் பரம புருஷ பகவானுடைய நித்தியத் தொண்டன் என்பதை அறியும் கிருஷ்ண உணர்வினை முடிவாகச் சுட்டிக்காட்டுகிறது. பௌதிக வாழ்வில், காம உந்துதல்களாலும், ஜட இயற்கையின் வளங்களை அடக்கியாளும் ஆசையாலும், ஒருவன் நிச்சயமாக வசப்படுத்தப்படுகிறான். அதிகாரத்தன்மைக்கான ஆசைகளும் புலனுகர்ச்சிக்கான ஆசைகளும் கட்டுண்ட ஆத்மாவின் பரம எதிரிகளாகும்; ஆனால் கிருஷ்ண உணர்வின் பலத்தால், ஜடப் புலன்கள், மனம், புத்தி ஆகியவற்றை கட்டுப்படுத்த முடியும். தொழிலையும், விதிக்கப்பட்ட கடமை களையும், திடீரென விட்டுவிடத் தேவையில்லை; மாறாக, படிப்படியாக கிருஷ்ண உணர்வை அபிவிருத்தி செய்துகொள்வதன் மூலம், தனது ஸ்வரூபத்தை நோக்கிச் செலுத்தப்படும் ஸ்திரமான புத்தியினால், பௌதிகப் புலன்களாலும் மனதாலும் பாதிக்கப்படாத திவ்யமான தளத்தில் நிலைபெற முடியும். இதுவே இந்த அத்தியாயத்தின் சாரமாகும். பக்குவமற்ற ஜட வாழ்க்கையை வாழ்ந்து கொண்டுள்ள நிலையில், தத்துவ அனுமானமோ, (பெயரளவிலான யோகாசன பயிற்சிகளைக் கொண்டு) புலன்களைக் கட்டுப்படுத்து வதற்கான செயற்கையான முயற்சியோ, ஆன்மீக வாழ்வில் மனிதனுக்கு ஒருபோதும் உதவ முடியாது. உயர்ந்த புத்தியைக் கொண்டு அவன் கிருஷ்ண உணர்வில் பயிற்சி பெற வேண்டும்.

ஸ்ரீமத் பகவத் கீதையின் "கிருஷ்ண உணர்வில் விதிக்கப்பட்ட கடமைகளைச் செய்தல்" அல்லது "கர்ம யோகம்" என்னும் மூன்றாம் அத்தியாயத்திற்கான பக்திவேதாந்த பொருளுரைகள் இத்துடன் நிறைவடைகின்றன.

அத்தியாயம் நான்கு

உன்னத அறிவு

ஸ்லோகம் 1

श्रीभगवानुवाच

इमं विवस्वते योगं प्रोक्तवानहमव्ययम् ।
विवस्वान्मनवे प्राह मनुरिक्ष्वाकवेऽब्रवीत् ॥ १ ॥

ஸ்ரீ-ப₄க₃வான் உவாச

இமம்' விவஸ்வதே யோக₃ம்' ப்ரோக்தவான் அஹம் அவ்யயம்
விவஸ்வான் மனவே ப்ராஹ மனுர் இக்ஷ்வாகவே 'ப்₃ரவீத்

ஸ்ரீ-ப₄க₃வான் உவாச—புருஷோத்தமரான முழுமுதற் கடவுள் கூறினார்; *இமம்*—இதை; *விவஸ்வதே*—சூரியதேவனுக்கு; *யோக₃ம்*—பரமனுடன் ஒருவனது உறவு பற்றிய விஞ்ஞானம்; *ப்ரோக்தவான்*—உபதேசித்தேன்; *அஹம்*—நான்; *அவ்யயம்*—அழிவற்ற; *விவஸ்வான்*—விவஸ்வான் (சூரிய தேவனின் பெயர்); *மனவே*—மனித குலத்தின் தந்தைக்கு (வைவஸ்வத என்னும் பெயர் கொண்டவர்); *ப்ராஹ*—கூறினார்; *மனு:*—மனித குலத்தின் தந்தை; *இக்ஷ்வாகவே*—இக்ஷ்வாகு மன்னனுக்கு; *அப்₃ரவீத்*—கூறினார்.

புருஷோத்தமரான முழுமுதற் கடவுள் ஸ்ரீ கிருஷ்ணர் கூறினார்: அழிவற்ற இந்த யோக விஞ்ஞானத்தை நான் சூரியதேவனான விவஸ்வானுக்கு உபதேசித்தேன். விவஸ்வான் மனித குலத் தந்தையான மனுவுக்கும், மனு, இக்ஷ்வாகு மன்னனுக்கும் இதனை முறையே உபதேசித்தனர்.

பொருளுரை: பகவத் கீதை, சூரிய கிரகத்திலிருந்து தொடங்கி, அனைத்து கிரகங்களின் மன்னர்களுக்கும், பன்நெடுங்காலத்திற்கு முன்பே உபதேசிக்கப்பட்டது என்ற சரித்திரத்தை இங்கு நாம் காண்கிறோம். எல்லா கிரகங்களின் மன்னர்களும் குடிமக்களைக் காக்க வேண்டியவர்கள்; எனவே, மக்களை ஆள்வதற்காகவும் அவர்களை காமம் என்னும் பௌதிக பந்தத்திலிருந்து பாதுகாப்பதற்காகவும், அரச குலத்தோர் அனைவரும் பகவத் கீதையின் விஞ்ஞானத்தை அறிந்துகொள்வது அவசியம். முழுமுதற் கடவுளுடன் நித்திய உறவை வளர்க்கக்கூடிய ஆன்மீக ஞானத்தைப் பயில்வதே மனிதப் பிறவியின் நோக்கமாகும். மேலும், எல்லா கிரகங்களிலும், எல்லா நாட்டிலும் உள்ள, அனைத்து தலைவர்களும்

கல்வி, பண்பாடு, மற்றும் பக்தியின் மூலம் குடிமக்களுக்கு இந்த ஞானத்தைக் கற்றுத் தர கடமைப்பட்டுள்ளார்கள். வேறுவிதமாகக் கூறினால், எல்லா தேசத் தலைவர்களும் கிருஷ்ண உணர்வின் விஞ்ஞானத்தைப் பரப்புவதற்குக் கடமைப்பட்டுள்ளார்கள். அதன் மூலம், மனிதப் பிறவியின் வாய்ப்பை பயன்படுத்திக்கொள்ளும் மக்கள், இம்மாபெரும் விஞ்ஞானத்தினால் வெற்றிப் பாதையில் முன்னேறுவர்.

இந்த யுகத்தின் சூரியதேவனுக்கு, விவஸ்வான் (சூரியனின் மன்னன்) என்று பெயர். சூரிய குடும்பத்திலுள்ள அனைத்து கிரகங்களுக்கும் சூரியனே மூலமாகும். பிரம்ம சம்ஹிதையில் (5.52) கூறப்பட்டுள்ளது:

யச்-சக்ஷுர் ஏஷ ஸவிதா ஸகல-க்$_3$ரஹாணாம்'
ராஜா ஸமஸ்த-ஸுர-மூர்திர் அஷே$_2$ஷ-தேஜா:
யஸ்யாஜ்ஞயா ப்$_4$ரமதி ஸம்ப்$_4$ரு'த-கால-சக்ரோ
கோ$_3$விந்த$_3$ம் ஆதி$_3$-புருஷம்' தம் அஹம்' ப$_4$ஜாமி

பிரம்மா கூறினார்: "முழுமுதற் கடவுளும் ஆதி புருஷருமான கோவிந்தரை நான் வணங்குகிறேன். எல்லாக் கிரகங்களுக்கும் தலைவனான சூரியன் அளவற்ற சக்தியையும், உஷ்ணத்தையும் இவருடைய கட்டளைக்கேற்பவே பெற்றுள்ளான். பகவானின் கண்ணை பிரதிநிதிக்கும் இந்த சூரியன், அவரது கட்டளைக்குப் படிந்து தனது பாதையில் சுற்றிக் கொண்டுள்ளான்."

வெப்பமும், ஒளியும் தருவதன் மூலம் கிரகங்களைக் கட்டுப்படுத்தி, அனைத்து கிரகங்களுக்கும் மன்னனாக விளங்கும் சூரியனை, சூரியதேவன் (தற்போதைய சூரியதேவனின் பெயர் விவஸ்வான்) ஆட்சி செய்துவருகிறான். கிருஷ்ணரது ஆணைப்படியே அவன் சுழன்று கொண்டுள்ளான். பகவத் கீதையின் விஞ்ஞானத்தைப் புரிந்துகொள்ளும் முதல் மாணவனாக பகவான் கிருஷ்ணர் விவஸ்வானை ஆக்கினார். எனவே, பகவத் கீதை அற்பமான ஏட்டுக் கல்வி அறிஞருக்கான கற்பனைக் காவியமல்ல, நினைவுக்கெட்டாத காலத்திலிருந்து கீழிறங்கி வரும் ஞானத்திற்கான தரமான புத்தகமாகும்.

கீதையின் வரலாற்றை மஹாபாரதத்தில் (*ஷா$_2$ந்தி–பர்வ* 348.51–52) பின்வருமாறு நாம் காண முடியும்:

த்ரேதா-யுகா$_3$தௌ$_3$ ச ததோ விவஸ்வான் மனவே த$_3$தௌ$_3$
மனுஷ்$_2$ ச லோக-ப்$_4$ரு'த்ய்-அர்த$_2$ம்' ஸுதாயேக்ஷ்வாகவே த$_3$தௌ$_3$
இக்ஷ்வாகுணா ச கதி$_2$தோ வ்யாப்ய லோகான் அவஸ்தி$_2$த:

"திரேதா யுகத்தின் ஆரம்பத்தில், பகவானுடனான உறவு பற்றிய இந்த விஞ்ஞானம் விவஸ்வானால் மனுவிற்கு வழங்கப்பட்டது. மனித குலத்தின் தந்தையான மனு, தனது மகனும் பூலோகத்தின் மன்னனும், ஸ்ரீ இராமர் அவதரித்த ரகு வம்சத்தின் முன்னோடியுமான, மன்னன் இக்ஷ்வாகுவிற்கு இதனை அளித்தார்." எனவே, மனித சமுதாயத்தில் இக்ஷ்வாகுவின் காலத்திலிருந்தே பகவத் கீதை இருந்து வந்துள்ளது.

4,32,000 வருடங்கள் நீடிக்கும் கலி யுகத்தில் நாம் தற்போது ஐயாயிரம் வருடங்களை மட்டுமே கடந்துள்ளோம். கலி யுகத்திற்கு முந்தைய யுகம் துவாபர யுகம் (8,00,000 வருடங்கள்), அதற்கு முந்தைய யுகம் திரேதா யுகம் (1,200,000 வருடங்கள்). இவ்விதமாக சுமார் 2,005,000 வருடங்களுக்கு முன்பே, தனது சீடனும் மகனுமான பூலோக மன்னன் இக்ஷ்வாகுவிற்கு மனு இதனைக் கூறியுள்ளார். தற்போதைய மனுவின் ஆயுட்காலம் 305,300,000 வருடங்கள் என கணக்கிடப்பட்டுள்ளது, அதில் 120,400,000 வருடங்கள் கழிந்துள்ளன. மனுவின் பிறப்பிற்கு முன்பே, பகவானால் அவரது சீடனும் சூரியதேவனுமான விவஸ்வானுக்கு கீதை கூறப்பட்டதை ஏற்றுக்கொள்ளும் நிலையில், ஏறத்தாழ 12,04,00,000 வருடங்களுக்கு முன் கீதை உபதேசிக்கப் பட்டதாக கணக்கிடலாம். மனித சமுதாயத்திலோ இஃது இருபது இலட்சம் வருடங்களுக்கு மேல் வழக்கில் இருந்து வந்துள்ளது. ஏறத்தாழ 5000 வருடங்களுக்கு முன் அர்ஜுனனிடம் பகவான் இதனை மீண்டும் உபதேசித்தார். கீதையின் கூற்றின்படியும், கீதையை உரைத்த பகவான் ஸ்ரீ கிருஷ்ணரின் கூற்றின்படியும், இதுவே கீதையின் சரித்திரம் பற்றிய தோராயமான கணக்கீடு. விவஸ்வான் சூரிய வம்ச சத்திரியர்களின் தந்தை என்பதால் பகவத் கீதை அவருக்கு வழங்கப்பட்டது. முழுமுதற் கடவுளால் கூறப்பட்டதால், இந்த பகவத் கீதை வேதங்களுக்கு சமமான ஞானம், *அபௌருஷேய,* மனித சக்திக்கு அப்பாற்பட்ட தெய்வீக ஞானம் எனப்படும். வேதக் கட்டளைகள் மனித வியாக்கியானமின்றி உள்ளது உள்ளபடி ஏற்றுக்கொள்ளப்படுவதைப் போல, கீதையும் பௌதிக வியாக்கியானங்களின்றி ஏற்றுக்கொள்ளப்பட வேண்டும். வீண் வாதம் செய்யும் ஏட்டறிஞர்கள் தங்களது சுய வழியில் கீதையைப் பற்றி கற்பனை செய்யலாம், ஆனால் அஃது உண்மையான பகவத் கீதையாகாது. எனவே, கீதையை சீடப் பரம்பரையின் மூலம் உள்ளது உள்ளபடி ஏற்றுக்கொள்ள வேண்டும். பகவான் இதனை சூரியதேவனுக்கும், சூரியதேவன் தனது மகனான மனுவிற்கும், மனு தன் மகன் இக்ஷ்வாகுவிற்கும் இதனை உபதேசித்ததாக இங்கு விளக்கப்பட்டுள்ளது.

ஸ்லோகம் 2

एवं परम्पराप्राप्तमिमं राजर्षयो विदुः ।
स कालेनेह महता योगो नष्टः परन्तप ॥ २ ॥

ஏவம்' பரம்பரா-ப்ராப்தம் இமம்' ராஜர்ஷயோ விது:$_3$
ஸ காலேனேஹ மஹதா யோகோ$_3$ நஷ்ட: பரந்தப

ஏவம்—இவ்வாறாக; *பரம்பரா*—சீடத்தொடரில்; *ப்ராப்தம்*—பெறப்பட்டு வந்த; *இமம்*—இவ்விஞ்ஞானம்; *ராஜ-ருஷய:*—புனித மன்னர்கள்; *விது:$_3$*—அறியப்பட்டது; *ஸ:*—அவ்வறிவு; *காலேன*—காலப்போக்கில்; *இஹ*—இவ்வுலகில்; *மஹதா*—மிகச்சிறந்த; *யோக:$_3$*—பரத்துடனான ஒருவனது உறவு பற்றிய விஞ்ஞானம்; *நஷ்ட:*—சிதைந்துவிட்டது; *பரந்தப*—எதிரிகளை ஒடுக்கும் அர்ஜுனா.

உன்னதமான இவ்விஞ்ஞானம் சீடர்களின் சங்கிலித் தொடர் மூலமாகப் பெறப்பட்டு, அவ்வாறே புனிதமான மன்னர்களால் உணரப்பட்டது. ஆனால், காலப்போக்கில் அத்தொடர் விட்டுப் போகவே, இவ்விஞ்ஞானம் மறைந்துவிட்டதை போலத் தோன்றுகின்றது.

பொருளுரை: பகவத் கீதை குறிப்பாக புனிதமான மன்னர்களுக்காக என்பது இங்கு தெளிவாகக் கூறப்படுகிறது; ஏனெனில், மக்களை ஆட்சி செய்வதற்கு கீதையின் நோக்கத்தை அவர்கள் நடைமுறைப்படுத்துவது அவசியம். எவருக்கும் உபயோகமற்ற வகையில் பகவத் கீதையின் மதிப்பைக் குறைத்து, தனது மனம்போன போக்கில் பலவித விளக்கவுரைகளை உற்பத்தி செய்யும் அசுரர்களுக்கானது அல்ல பகவத் கீதை என்பது நிச்சயமே. கொஞ்சமும் சிந்தனையற்ற கருத்துரையாளர்களின் உள் நோக்கத்தினால், உண்மை நோக்கம் சிதைவுற்ற காரணத்தால், சீடத்தொடரை மீண்டும் நிலைநிறுத்த வேண்டிய அவசியம் உடனடியாக எழுந்தது. ஐயாயிரம் ஆண்டுகளுக்கு முன்பு, சீடத் தொடர் சிதைவுற்றதை கண்டறிந்த பகவான் கிருஷ்ணர், "கீதையின் நோக்கம் மறைந்துவிட்டதைப் போலத் தோன்றுகின்றது" என்று அறிவித்தார். அதுபோலவே, தற்காலத்திலும் கீதைக்கு பல்வேறு விளக்கவுரைகள் (முக்கியமாக ஆங்கிலத்தில்) இருப்பினும், பெரும்பாலும் அவற்றில் எதுவுமே அங்கீகரிக்கப்பட்ட சீடத்தொடரைச் சார்ந்தவை அல்ல. பற்பல ஏட்டறிஞர்கள் எண்ணற்ற விளக்கவுரைகளை வழங்கியுள்ளனர்; ஆனால், அவை ஸ்ரீ கிருஷ்ணரின் வார்த்தைகளைக் கொண்டுச் செய்யப்படும் நல்ல வியாபாரமாக இருப்பினும், பெரும்பாலும் கிருஷ்ணரை பரம புருஷ பகவானாக ஏற்பதில்லை. இந்த உணர்வு அசுரத்தனமானதாகும்; ஏனெனில்,

அசுரர்களே கடவுளின் சொத்தை அனுபவிக்கும் அதே நேரத்தில், அவரை நம்பாதவர்களாகவும் இருக்கின்றனர். சீடப் பரம்பரையின் மூலம் பெறப்பட்டதை உள்ளது உள்ளபடி வழங்கக் கூடிய கீதையின் ஆங்கிலப் பதிப்பிற்கு (இத்தமிழ் நூலின் மூல நூல்) மிகுந்த அவசியம் இருப்பதால், அந்த பெரும் தேவையை பூர்த்தி செய்ய இங்கு முயற்சி செய்யப்பட்டுள்ளது. பகவத் கீதை 'உள்ளது உள்ளபடி' ஏற்கப்பட்டால் மனித குலத்திற்கு அது மாபெரும் வரப்பிரசாதமாகும்; ஆனால், அதனை தத்துவ அனுமானத்தின் காவியமாக ஏற்பது, வெறும் கால விரயமே.

ஸ்லோகம் 3

स एवायं मया तेऽद्य योगः प्रोक्तः पुरातनः ।
भक्तोऽसि मे सखा चेति रहस्यं ह्येतदुत्तमम् ॥ ३ ॥

ஸ ஏவாயம்' மயா தே 'த்$_3$ய யோக:$_3$ ப்ரோக்த: புராதன:
ப$_4$க்தோ 'ஸி மே ஸகா$_2$ சேதி ரஹஸ்யம்' ஹ்யேதத்$_3$ உத்தமம்

ஸ:—அதே; *ஏவ*—நிச்சயமாக; *அயம்*—இது; *மயா*—என்னால்; *தே*—உனக்கு; *அத்$_3$ய*—இன்று; *யோக:$_3$*—யோக விஞ்ஞானம்; *ப்ரோக்த:*—சொல்லப்படுகிறது; *புராதன:*—மிகவும் பழைய; *ப$_4$க்த:*—பக்தர்; *அஸி*—நீ இருக்கிறாய்; *மே*—எனது; *ஸகா$_2$*—நண்பன்; *ச*—மேலும்; *இதி*—எனவே; *ரஹஸ்யம்*—இரகசியம்; *ஹி*—நிச்சயமாக; *ஏதத்$_3$*—இந்த; *உத்தமம்*—உத்தமம்.

பரமனுடன் உறவு கொள்வதைப் பற்றிய அதே பழம்பெரும் விஞ்ஞானத்தை நான் இன்று உனக்கு எடுத்துரைத்துள்ளேன்; ஏனெனில், நீ எனது பக்தனும் நண்பனுமாதலால் இந்த விஞ்ஞானத்தின் உத்தம இரகசியத்தை உன்னால் புரிந்துகொள்ள முடியும்.

பொருளுரை: பக்தன், அசுரன் என இரு வகையான மனிதர்கள் உள்ளனர். தனது பக்தன் என்ற காரணத்தால் இம்மாபெரும் விஞ்ஞானத்தைப் பெறுவதற்கு, அர்ஜுனனைத் தேர்ந்தெடுத்தார் பகவான், ஆனால் இந்த மாபெரும் விஞ்ஞான இரகசியத்தை அசுரர்களால் புரிந்துகொள்ள முடியாது. ஞானத்தின் சிறந்த புத்தகமான இந்த பகவத் கீதையை பலர் வெளியிட்டுள்ளனர்; அவற்றில் சில பக்தர்களால் உரை எழுதப்பட்டவை, மற்றவை அசுரர்களால் உரை எழுதப்பட்டவை. பக்தர்களால் எழுதப்பட்ட உரைகள் உண்மையானவை, அசுரர்களால் எழுதப்பட்டவையோ சற்றும் உபயோகமற்றவை. அர்ஜுனன் ஸ்ரீ கிருஷ்ணரை பரம புருஷ பகவானாக ஏற்றுக்கொள்கிறான், அர்ஜுனனின் அடிச்சுவட்டைப்

பின்பற்றி எழுதப்படும் எந்த உரையும் இப்பெரும் விஞ்ஞான நூலுக்குச் செய்யப்படும் உண்மையான பக்தித் தொண்டாகும். ஆனால் அசுரர்களோ பகவான் கிருஷ்ணரை உள்ளபடி ஏற்பதில்லை. மாறாக, அவர்கள் கிருஷ்ணரைப் பற்றி கற்பனைகளைப் புனைந்து, கீதையைப் படிக்கும் பொதுமக்களை கிருஷ்ணரது உபதேசத்திலிருந்து வழி தவறி அழைத்துச் செல்கின்றனர். அத்தகைய தவறான பாதைகளைப் பற்றிய எச்சரிக்கை இங்கே கொடுக்கப்பட்டுள்ளது. எனவே, அர்ஜுனனிடமிருந்து வரும் சீடத் தொடரைப் பின்பற்ற முயல வேண்டும், இவ்வாறு ஸ்ரீமத் பகவத் கீதை என்னும் இந்த மாபெரும் விஞ்ஞானத்தால் பயனடையலாம்.

ஸ்லோகம் 4

अर्जुन उवाच
अपरं भवतो जन्म परं जन्म विवस्वतः ।
कथमेतद्विजानीयां त्वमादौ प्रोक्तवानिति ॥ ४॥

அர்ஜுன உவாச
அபரம்' ப$_4$வதோ ஜன்ம பரம்' ஜன்ம விவஸ்வத:
கத$_2$ம் ஏதத்$_3$ விஜானீயாம்' த்வம் ஆதௌ$_3$ ப்ரோக்தவான் இதி

அர்ஜுன உவாச—அர்ஜுனன் கூறினான்; *அபரம்*—பிற்காலத்தைச் சேர்ந்தது; *ப$_4$வத*—தங்களது; *ஜன்ம*—பிறப்பு; *பரம்*—உயர்ந்தது; *ஜன்ம*—பிறப்பு; *விவஸ்வத:*—சூரியதேவனுடைய; *கத$_2$ம்*—எவ்வாறு; *ஏதத்$_3$*—இதை; *விஜானீயாம்*—நான் புரிந்துகொள்வது; *த்வம்*—தாங்கள்; *ஆதௌ$_3$*—ஆரம்பத்தில்; *ப்ரோக்தவான்*—உபதேசித்ததை; *இதி*—இவ்வாறாக.

அர்ஜுனன் வினவினான்: சூரியதேவனான விவஸ்வான் பிறப்பால் தங்களைவிடப் பெரியவர். தாங்கள் அவருக்கு இவ்விஞ்ஞானத்தை ஆரம்பத்திலேயே உபதேசித்தீர்கள் என்பதை எவ்வாறு நான் புரிந்துகொள்வது?

பொருளுரை: பகவானின் பக்தனாகிய அர்ஜுனன், கிருஷ்ணரது மொழிகளை நம்ப முடியாமல் இருப்பது சாத்தியமா? உண்மை என்னவெனில், அர்ஜுனன் தனக்காக இந்த வினாவை எழுப்பவில்லை. பரம புருஷ பகவானின் மீது நம்பிக்கை இல்லாதவர்களுக்காகவும், கிருஷ்ணர் பரம புருஷ பகவானாக ஏற்றுக்கொள்ளப்பட வேண்டும் என்ற கருத்தை விரும்பாத அசுரர்களுக்காகவும் இவ்வினாவை எழுப்புகிறான். முழுமுதற் கடவுளான கிருஷ்ணரைப் பற்றி அறியாததுபோல வினவிய அர்ஜுனன், கிருஷ்ணரே பரம புருஷ பகவான், அவரே அனைத்திற்கும் மூலம், அவரே உன்னதத்தின்

இறுதி நிலை என்பதைப் பக்குவமாக அறிந்திருந்தான் என்பது பத்தாம் அத்தியாயத்தில் தெளிவாக விளங்கும். அதே சமயத்தில் இப்பூவுலகில் தேவகியின் மைந்தனாக கிருஷ்ணர் தோன்றியதும் உண்மையே. அவ்வாறு தோன்றியபோதும், அவர் எவ்வாறு அதே நித்திய மூல புருஷராகவும் பரம புருஷ பகவானாகவுமே திகழ்ந்தார் என்பதை சாதாரண மனிதனால் புரிந்துகொள்ள முடியாது. எனவே, இவ்விஷயத்தை அதிகாரபூர்வமாக பகவானே கூறிவிடட்டும் என்பதற்காக அவரிடமே வினவினான் அர்ஜுனன். இப்போது மட்டுமல்ல, நினைவுக்கெட்டாத காலந்தொட்டே கிருஷ்ணரே பரம அதிகாரி என்பது அகிலம் முழுவதும் ஏற்றுக்கொள்ளப்பட்ட விஷயம், அசுரர்கள் மட்டுமே அவரை நிராகரிப்பர். இருப்பினும், கிருஷ்ணரே அனைவராலும் ஏற்றுக்கொள்ளப்பட்ட அதிகாரி என்பதால், அர்ஜுனன் இவ்வினாவை அவரிடமே முன்வைக்கிறான்—இதன் மூலம், கிருஷ்ணரே தன்னைப் பற்றி விளக்குவார்; இல்லையேல், எப்போதும் கிருஷ்ணரை இழிவுபடுத்த முயலும் அசுரர்களுக்கும் அசுர நண்பர்களுக்கும் தகுந்தாற் போல, சில அசுரர்கள் கிருஷ்ணரைப் பற்றி தவறானத் தகவல்களைக் கொடுத்துவிடுவர். ஒவ்வொருவரும் தத்தம் சுய நன்மையைக் கருதியாவது கிருஷ்ண விஞ்ஞானத்தை அறிந்துகொள்வது இன்றியமையாததாகும். எனவே, கிருஷ்ணரே அவரைப் பற்றிக் கூறுவது அனைத்து உலகங்களுக்கும் நன்மை பயப்பதாகும். கிருஷ்ணர் தன்னைப் பற்றிக் கூறக்கூடிய விளக்கங்கள், அசுரர்களுக்கு வினோதமாகத் தெரியலாம்; ஏனெனில், அவர்கள் கிருஷ்ணரைத் தங்களது கண்ணோட்டத்திலேயே எப்போதும் எடைபோடுகின்றனர்—ஆனால் பக்தர்களோ கிருஷ்ணர் தன்னைப் பற்றிக் கூறும் விஷயங்களை இதயபூர்வமாக வரவேற்கின்றனர். அவரைப் பற்றி மேன்மேலும் அறிவதில் எப்போதும் அளவில்லா ஆர்வம் கொண்டிருப்பதால், அவர்கள் கிருஷ்ணரின் இத்தகு அதிகாரபூர்வமான சொற்களை வழிபடுகின்றனர். கிருஷ்ணரை சாதாரண மனிதனாக எண்ணும் நாத்திகர்கள்—கிருஷ்ணர் மனித சக்திக்கு அப்பாற்பட்டவர், ஆனந்தமும், அறிவும் நிறைந்த நித்திய ரூபமுடையவர் (*ஸச்–சித்$_3$–ஆனந்த$_3$–விக்$_3$ரஹ*), திவ்யமானவர், ஜட இயற்கை குணங்களின் ஆதிக்கத்திற்கு அப்பாற்பட்டவர், காலம், இடம் ஆகியவற்றின் பாதிப்புகளைக் கடந்தவர்—முதலியவற்றை கீதையின் மூலம் அறிந்துகொள்ளலாம். அர்ஜுனனைப் போன்ற கிருஷ்ண பக்தர், கிருஷ்ணரின் திவ்யமான நிலையைப் பற்றிய குழப்பங்களுக்கெல்லாம் அப்பாற்பட்டவர் என்பதில் ஐயமில்லை. கிருஷ்ணரை ஜட இயற்கையின் குணங்களுக்கு உட்பட்ட சாதாரண மனிதனாகக் கருதும் நாத்திகர்களின் மனப்பான்மையை

முறியடிப்பதற்காகச் செய்யப்பட்ட முயற்சியே, பக்தனான அர்ஜுனனால் பகவானின் முன்பு எழுப்பப்பட்ட இவ்வினாவாகும்.

ஸ்லோகம் 5

श्रीभगवानुवाच
बहूनि मे व्यतीतानि जन्मानि तव चार्जुन ।
तान्यहं वेद सर्वाणि न त्वं वेत्थ परन्तप ॥ ५ ॥

ஸ்ரீ-ப$_4$க$_3$வான் உவாச
ப$_3$ஹூனி மே வ்யதீதானி ஜன்மானி தவ சார்ஜுன
தான்யஹம்' வேத$_3$ ஸர்வாணி ந த்வம்' வேத்த$_2$ பரந்தப

ஸ்ரீ-ப$_4$க$_3$வான் உவாச—புருஷோத்தமரான முழுமுதற் கடவுள் கூறினார்; *ப$_3$ஹூனி*—பற்பல; *மே*—என்னுடைய; *வ்யதீதானி*—கடந்து சென்று விட்டன; *ஜன்மானி*—பிறவிகள்; *தவ ச*—உன்னுடையவையும்; *அர்ஜுன*—அர்ஜுனனே; *தானி*—அவற்றை; *அஹம்*—நான்; *வேத$_3$*—அறிவேன்; *ஸர்வாணி*—முழுமையாக; *ந*—இல்லை; *த்வம்*—நீயோ; *வேத்த$_2$*—அறிய; *பரந்தப*—எதிரிகளை தவிக்கச் செய்பவனே.

புருஷோத்தமரான முழுமுதற் கடவுள் கூறினார்: நானும் நீயும் பற்பல பிறவிகளைக் கடந்துள்ளோம். என்னால் அவை எல்லா வற்றையும் நினைவுகொள்ள முடியும்; ஆனால், எதிரிகளைத் தவிக்கச் செய்பவனே! அஃது உன்னால் முடியாது.

பொருளுரை: பிரம்ம சம்ஹிதையில் (5.33) பகவானுடைய பற்பல அவதாரங்களைப் பற்றிய தகவலை நாம் காணலாம். அங்கு பின்வருமாறு கூறப்பட்டுள்ளது:

அத்$_3$வைதம் அச்யுதம் அனாதி$_3$ம் அனந்த-ரூபம்
ஆத்$_3$யம்' புராண-புருஷம்' நவ-யௌவனம்' ச
வேதே$_3$ஷு து$_3$ர்லப$_4$ம் அது$_3$ர்லப$_4$ம் ஆத்ம-ப$_4$க்தௌ
கோ$_3$விந்த$_3$ம் ஆதி$_3$-புருஷம்' தம் அஹம்' ப$_4$ஜாமி

"எண்ணிலடங்காத ரூபங்களில் விரிவடைந்துள்ளபோதிலும், அதே மூல நபராக, பழமையானவராக, பொங்கும் இளமையுடன் விளங்கும், பரம புருஷ பகவானான கோவிந்தரை (கிருஷ்ணரை) நான் வணங்குகிறேன். வேத பண்டிதர்களில் சிறந்தவர்களாலும் புரிந்துகொள்ளப்பட முடியாத, அவரது அறிவும் ஆனந்தமும் நிறைந்த நித்திய ரூபங்கள், களங்கமற்ற தூய பக்தர்களால் எப்போதும் சுலபமாக அடையப்படுகின்றன."

பிரம்ம சம்ஹிதையில் (5.39) மேலும் கூறப்பட்டுள்ளது:

ராமாதி$_3$-மூர்திஷு கலா-நியமேன திஷ்ட$_2$ன்
நானாவதாரம் அகரோத்$_3$ பு$_4$வனேஷு கிந்து
க்ரு'ஷ்ண: ஸ்வயம்' ஸமப$_4$வத் பரம: புமான் யோ
கோ$_3$விந்த$_3$ம் ஆதி$_3$-புருஷம்' தம் அஹம்' ப$_4$ஜாமி

"இராமர், நரசிம்மர் முதலிய எண்ணற்ற அவதாரங்களாகவும், பல உப அவதாரங்களாகவும் எப்போதும் நிலைபெற்றுள்ளபோதிலும், ஸ்வயமாகவும் அவதரிக்கும் மூல முழுமுதற் கடவுளான கிருஷ்ணரை, பரம புருஷ பகவானான கோவிந்தரை நான் வழிபடுகிறேன்."

தனக்கு இணையானவர் எவரும் இல்லாதபோதிலும், இறைவன் எண்ணற்ற ரூபங்களில் தோற்றமளிப்பதாக வேதங்களிலும் கூறப்பட்டுள்ளது. நிறத்தைப் பலவாறாக மாற்றிக் கொண்டாலும் தன்மை மாறாத வைடூரியக் கல்லைப் போன்றவர் கடவுள். இந்த எண்ணற்ற ரூபங்கள் களங்கமற்ற தூய பக்தர்களால் புரிந்துகொள்ளப்பட முடியும், வேதங்களைப் படிப்பதனால் அல்ல (*வேதே$_3$ஷு து$_3$ர்லப$_4$ம் அது$_3$ர்லப$_4$ம் ஆத்ம-ப$_4$க்தௌ*). அர்ஜுனனைப் போன்ற பக்தர்கள் கடவுளின் நித்தியமான தோழர்கள். பகவான் எப்போதெல்லாம் அவதரிக்கின்றாரோ, அப்போதெல்லாம் அவரது பக்த நண்பர்களும் அவருக்கு பல்வேறு விதங்களில் தொண்டாற்றுவதற்காக அவருடன் தோன்றுகின்றனர். அர்ஜுனனும் அத்தகு பக்தர்களில் ஒருவன். பல கோடி வருடங்களுக்கு முன்பு, பகவத் கீதையை சூரிய தேவனான விவஸ்வானுக்கு, பகவான் கிருஷ்ணர் உபதேசித்தபோது அர்ஜுனனும் வேறு வடிவில் அவருடனே இருந்துள்ளான் என்பது இந்த ஸ்லோகத்திலிருந்து தெரிகின்றது. ஆனால் பகவானுக்கும் அர்ஜுனனுக்கும் உள்ள வேறுபாடு என்னவெனில், பகவானால் அந்நிகழ்ச்சியை நினைவுகூர முடிந்தது, ஆனால் அர்ஜுனனால் அதை நினைவுகூர முடியவில்லை. இதுவே முழுமுதற் கடவுளுக்கும் அவரது அம்சமான உயிர்வாழிக்கும் உள்ள வேறுபாடாகும். எதிரிகளைத் தவிக்கச் செய்யும் பலமுள்ள வீரன் என்று இங்கு அர்ஜுனன் அழைக்கப்பட்டாலும், தனது முந்தைய பிறவிகளில் என்ன நிகழ்ந்தது என்பதை நினைவுபடுத்திக்கொள்ள அவனால் முடியவில்லை. எனவே, ஒரு ஜீவாத்மா, பௌதிக மதிப்பில் எவ்வளவுதான் உயர்ந்தவனாகத் திகழ்ந்தாலும், பரம புருஷருக்கு அவன் என்றுமே ஈடாக முடியாது. பகவானின் நிரந்தர தோழனான எவனும், நிச்சயமாக முக்திபெற்ற ஆத்மாவே; இருப்பினும், அவன் என்றுமே பகவானுக்கு இணையாக முடியாது. பிரம்ம சம்ஹிதையில், பகவான் வீழ்ச்சியடையாதவர் (*அச்யுத*) என்று வர்ணிக்கப்படுகிறார்; அதாவது, பௌதிகத்துடன் தொடர்பு கொண்டாலும், தன்னை

ஒருபோதும் அவர் மறப்பதில்லை. எனவே, அர்ஜுனனைப் போன்ற முக்தி பெற்ற ஆத்மாவாக இருப்பினும், ஜீவாத்மா ஒருபோதும் எல்லா விதங்களிலும் இறைவனுக்கு சமமாக முடியாது. பகவானின் பக்தனாக உள்ளபோதிலும், அர்ஜுனன் சில சமயங்களில் அவரது இயற்கையை மறக்கிறான்; ஆனால் தெய்வீக கருணையின் மூலம் இறைவனது வீழ்ச்சியற்ற நிலையை பக்தனால் உடனடியாகப் புரிந்துகொள்ள முடியும், ஆனால் பக்தியற்றவனும் அசுரனும் அவரது திவ்யமான இயற்கையைப் புரிந்துகொள்வது சாத்தியமல்ல. எனவே, கீதையில் உள்ள இந்த விளக்கங்களை அசுர மூளைகளினால் புரிந்துகொள்ள முடியாது. கிருஷ்ணர், அர்ஜுனன் என இருவருமே இயற்கையில் நித்தியமானவர்கள் என்றபோதிலும், பல கோடி வருடங்களுக்கு முன்பு செய்த செயல்கள் பகவானுக்கு ஞாபகமிருக்க, அர்ஜுனனால் அவற்றை நினைவிற்கொள்ள முடியவில்லை. தனது உடல் மாற்றத்தின் காரணத்தால் ஜீவாத்மா எல்லாவற்றையும் மறக்கின்றான் என்பதையும், பகவான் தனது ஸச்சிதானந்த உடலை மாற்றுவதில்லை என்பதால் அவர் நினைவு கொண்டுள்ளார் என்பதையும், நாம் இங்கு கவனிக்கலாம். அவர் *அத்$_3$வைத,* அவருக்கும் அவரது உடலுக்கும் வேறுபாடு இல்லாதவர் என்று அழைக்கப்படுகிறார். அவருடன் தொடர்புடைய அனைத்தும் ஆன்மீகமானதாகும், ஆனால் கட்டுண்ட ஆத்மாவோ தனது ஜடவுடலிலிருந்து வேறுபட்டவன். பகவானுக்கும் அவரது உடலுக்கும் வேறுபாடில்லை என்பதால், அவர் பௌதிக மேடைக்கு இறங்கி வந்தாலும், அவரது நிலை சாதாரண உயிர்வாழியிடமிருந்து எப்போதும் வேறுபட்டதாகும். இறைவனது உன்னத இயற்கையை அசுரர்களால் புரிந்துகொள்ள முடியாது. பகவானே இதனைப் பின்வரும் ஸ்லோகத்தில் விளக்குகிறார்.

ஸ்லோகம் 6

अजोऽपि सन्नव्ययात्मा भूतानामीश्वरोऽपि सन् ।
प्रकृतिं स्वामधिष्ठाय सम्भवाम्यात्ममायया ॥ ६ ॥

அஜோ'பி ஸன்ன் அவ்யயாத்மா பூ$_4$தானாம் ஈஷ்$_2$வரோ'பி ஸன்
ப்ரக்ரு'திம்' ஸ்வாம் அதி$_4$ஷ்டா$_2$ய ஸம்ப$_4$வாம்யாத்ம-மாயயா

அஜ:—பிறப்பற்றவன்; *அபி*—இருப்பினும்; *ஸன்*—அவ்வாறு; *அவ்யய*—அழிவற்ற; *ஆத்மா*—உடல்; *பூ$_4$ தானாம்*—பிறப்பவரெல்லாம்; *ஈஷ்$_2$வர:*—முழுமுதற் கடவுள்; *அபி*—இருந்தும்; *ஸன்*—அவ்வாறிருந்தும்; *ப்ரக்ரு'திம்*—உன்னத உருவில்; *ஸ்வாம்*—என்னுடைய; *அதி$_4$ஷ்டா$_2$ய*—அவ்வாறு நிலைபெற்று; *ஸம்ப$_4$வாமி*—தோன்றுகிறேன்; *ஆத்ம-மாயயா*—எனது அந்தரங்க சக்தியால்.

நான் பிறப்பற்றவனாக இருந்தாலும், எனது திவ்யமான உடல் அழிவற்றதாக இருந்தாலும், உயிர்வாழிகள் அனைவருக்கும் நானே இறைவனாக இருந்தாலும், நான் எனது சுயமான திவ்ய உருவில் ஒவ்வொரு யுகத்திலும் தோன்றுகின்றேன்.

பொருளுரை: பகவான் தனது பிறப்பின் விசேஷத் தன்மையைப் பற்றி இங்கே கூறியுள்ளார்: சாதாரண மனிதனைப் போலத் தோன்றினாலும், தனது பற்பல முந்தைய "பிறவிகள்" அனைத்தையும் அவர் நினைவில் வைத்துள்ளார். சாதாரண மனிதனால் சில மணி நேரத்திற்கு முன்பு தான் என்ன செய்தேன் என்பதைக்கூட நினைவிற்கொள்ள முடியாது. யாரிடமாவது, "நேற்று இதே நேரம் நீங்கள் என்ன செய்து கொண்டிருந்தீர்கள்?" என்று வினவினால், உடனடியாக பதிலளிப்பது சாதாரண மனிதனுக்கு மிகக் கடினம். தனது நினைவைக் குடைந்து யோசித்த பின்னரே, முந்தைய நாளின் இதே நேரத்தில் தான் செய்த காரியத்தை அவரால் கூற இயலும். நிலைமை இவ்வாறு உள்ளபோதிலும், சிலர் தம்மையே கடவுள் என்றும் கிருஷ்ணர் என்றும் தைரியமாகக் கூறிக்கொள்கின்றனர். இது போன்ற அர்த்தமற்றப் பேச்சுகளை நம்பி ஏமாறக் கூடாது. மேலும், பகவான் இங்கே தனது *ப்ரக்ரு'தியைப்* (ரூபத்தைப்) பற்றியும் கூறுகிறார். *ப்ரக்ரு'தி* என்றால் "இயற்கை" என்றும் *ஸ்வரூபம்* (சுய உருவம்) என்றும் பொருள்படும். தான் தனது சுய உடலிலேயே தோன்றுவதாக பகவான் கூறுகிறார். சாதாரண ஜீவாத்மா உடல்களை மாற்றுவதைப் போல், பகவான் தமது உடலை மாற்றுவதில்லை. கட்டுண்ட ஆத்மாவிற்கு இப்பிறவியில் ஒருவிதமான உடலும், மறுபிறவியில் வேறுவிதமான உடலும் உள்ளது. இந்த ஜடவுலகில் ஜீவாத்மாவிற்கு நிரந்தரமான உடலேதும் கிடையாது, அவன் உடல் விட்டு உடல் மாறியே ஆகவேண்டும். ஆனால், இறைவனுக்கோ அவ்வாறல்ல. எப்போது அவர் தோன்றினாலும், தனது அந்தரங்க சக்தியால் தனது சுய உடலிலேயே தோன்றுகிறார். வேறுவிதமாகச் சொன்னால், ஸ்ரீ கிருஷ்ணர் இப்பூவுலகில் தோன்றும்போது தனது சுயமான நித்திய உருவில், இரு கைகளுடன் புல்லாங்குழலை ஏந்தியவாறு தோன்றுகிறார். பௌதிக உலகினால் களங்கமடையாத தனது நித்தியமான உண்மையுருவில் அவர் தோன்றுகிறார். தனது திவ்யமான உருவில் தோன்றினாலும் அகிலத்தின் நாயகனாக இருந்தாலும், சாதாரண ஒரு ஜீவாத்மா பிறப்பதைப் போலவே அவரும் பிறப்பதாகத் தோன்றுகின்றது. பகவான் கிருஷ்ணரின் உடல் பௌதிக உடலைப் போன்று அழிவுறுவது இல்லை என்றபோதிலும், அவர் குழந்தைப் பருவத்திலிருந்து பால்ய பருவத்திற்கும், பால்ய

பருவத்திலிருந்து இளமைப் பருவத்திற்கும் வளர்ந்ததைப் போலத் தோன்றுகிறது. ஆனால் ஆச்சரியம் என்னவெனில், அவர் இளமையைக் கடந்துச் செல்வதில்லை. குருக்ஷேத்திரப் போரின்போது, வீட்டில் அவருக்கு பேரக் குழந்தைகள் பலர் இருந்தனர்; வேறுவிதமாகச் சொன்னால், உலகக் கணக்குப்படி அவர் மிக முதியவராக இருந்திருக்க வேண்டும். ஆனால் இருபது, இருபத்தைந்து வயது இளைஞனாகவே அவர் அப்போதும் தோன்றினார். கிருஷ்ணரை வயதான நபராக நாம் எந்தச் சித்திரத்திலும் ஒருபோதும் கண்டதில்லை; ஏனெனில், அவர், படைப்பின் கடந்த, நிகழ், எதிர்காலங்களின் பழம்பெரும் நபராக இருந்தாலும், நம்மைப் போன்று ஒருபோதும் முதுமையடைவதில்லை. அவரது உடலோ, அறிவோ ஒருபோதும் தளர்ச்சியுறுவதோ, மாற்றமடைவதோ இல்லை. எனவே, பௌதிக உலகில் இருந்தாலும், அவர் பிறப்பற்றவர், அறிவும் ஆனந்தமும் நிறைந்த நித்திய ரூபமுடையவர், தனது திவ்யமான உடலிலும் அறிவிலும் மாற்றமில்லாதவர் என்பது தெளிவாகும். உண்மையில் அவரது தோற்றமும் மறைவும், சூரியன் உதித்து நம் முன் சில மணி நேரம் காட்சியளித்து, பிறகு நம் பார்வையிலிருந்து மறைகின்றதே, அது போன்றதே. சூரியன் நமது பார்வையில் இல்லாதபோது அஸ்தமித்துவிட்டதாகவும், பார்வைக்கு வரும்போது உதிப்பதாகவும் நாம் எண்ணுகின்றோம். ஆனால், சூரியன் எப்போதும் தனது நிலையில் ஸ்திரமாக உள்ளது; நமது குறைபாடுள்ள, திறனற்ற புலன்களாலேயே வானில் சூரியனின் தோற்றத்தையும் மறைவையும் நாம் கணக்கிடுகிறோம். பகவான் கிருஷ்ணருடைய தோற்றமும், மறைவும் சாதாரண ஜீவாத்மாவிடமிருந்து முற்றிலும் வேறுபட்டவை; எனவே, பகவான் தனது அந்தரங்க சக்தியின் உதவியால், ஸச்சிதானந்த வடிவில் வீற்றுள்ளார் என்பதும், ஜட இயற்கையால் என்றுமே களங்கமடையாதவர் என்பதும் நிரூபணமாகின்றது. பரம புருஷ பகவான் பிறப்பற்றவராக உள்ளபோதிலும், எண்ணற்ற தோற்றங்களில் அவர் பிறப்பதைப் போன்று தோன்றுகிறார் என்பதை வேதங்களும் உறுதிப்படுத்துகின்றன. இறைவன் பிறப்பதுபோலத் தோற்றமளித்தாலும் அவரது உடல் மாற்றமில்லாதது என்பதை வேத வழி வந்த நூல்களும் உறுதி செய்கின்றன. கிருஷ்ணர் நான்கு கரங்களைக் கொண்ட நாராயணரின் உருவில், ஆறு ஐஸ்வர்யங்களும் முழுமையாகப் பொருந்தியபடி, தனது தாயின் முன்பு தோன்றியதாக பாகவதத்தில் கூறப்பட்டுள்ளது. தனது நித்திய மூல ரூபத்தில் அவர் தோன்றியது, உயிர்வாழிகளுக்கு அவரளித்த காரணமற்ற கருணையேயாகும்; இதன் மூலம் உயிர்வாழிகள் முழுமுதற் கடவுளின்

மீது, உள்ளது உள்ளபடி எவ்வித மன அனுமானமும் இன்றி (அருவவாதிகள் பகவானின் ரூபத்தைப் பற்றித் தவறாக நினைப்பதுபோலன்றி) தியானிக்க முடியும். *மாயா* அல்லது *ஆத்ம-மாயா* என்னும் வார்த்தை, *விஷ்$_2$வ-கோஷ$_2$* அகராதியின்படி பகவானின் காரணமற்ற கருணையைக் குறிக்கின்றது. பகவான் தனது முந்தைய தோற்றங்களையும், மறைவுகளையும் முற்றிலும் உணர்பவராக உள்ளார், ஆனால் சாதாரண ஜீவாத்மாவோ வேறு உடலை அடைந்தவுடன் தனது முந்தைய உடலைப் பற்றிய அனைத்தையும் மறந்துவிடுகிறான். கிருஷ்ணரே எல்லா உயிர்வாழிகளுக்கும் இறைவனாவார். ஏனெனில், அவர் இப்பூவுலகில் இருந்தபோது மனித சக்திக்கு அப்பாற்பட்ட அதிசயமான பெருஞ்செயல்கள் பலவற்றைச் செய்தார். எனவே, தனக்கும் தனது உருவத்திற்கும், அல்லது தனது குணத்திற்கும் உடலுக்கும், எவ்வித வேறுபாடும் இல்லாத பூரண உண்மையாக பகவான் எப்போதும் விளங்குகிறார் என்பது தெளிவு. இப்போது, அவர் இவ்வுலகில் தோன்றி மறைவதற்கான காரணம் என்ன என்ற வினா எழலாம். இஃது அடுத்த ஸ்லோகத்தில் விளக்கப்படுகின்றது.

ஸ்லோகம் 7

यदा यदा हि धर्मस्य ग्लानिर्भवति भारत ।
अभ्युत्थानमधर्मस्य तदात्मानं सृजाम्यहम् ॥ ७ ॥

யதா$_3$ யதா$_3$ ஹி த$_4$ர்மஸ்ய க்$_3$லானிர் ப$_4$வதி பா$_4$ரத
அப்$_4$யுத்தா$_2$னம் அத$_4$ர்மஸ்ய ததா$_3$த்மானம்' ஸ்ரு'ஜாம்யஹம்

யதா$_3$ யதா$_3$—எப்போதெல்லாம் எங்கெல்லாம்; *ஹி*—நிச்சயமாக; *த$_4$ர்மஸ்ய*—தர்மத்தின்; *க்$_3$லானி:*—சீர்குலைவு; *ப$_4$வதி*—ஏற்படுகின்றதோ; *பா$_4$ரத*—பரத குலத் தோன்றலே; *அப்$_4$யுத்தா$_2$னம்*—ஆதிக்கம்; *அத$_4$ர்மஸ்ய*—அதர்மத்தின்; *ததா$_3$*—அச்சமயத்தில்; *ஆத்மானம்*—சுயமாக; *ஸ்ரு'ஜாமி*—தோன்றுகின்றேன்; *அஹம்*—நான்.

எப்போதெல்லாம் எங்கெல்லாம் தர்மம் சீர்குலைந்து அதர்மம் ஆதிக்கம் செலுத்துகின்றதோ, பரத குலத் தோன்றலே, அப்போதெல்லாம் நான் தோன்றுகின்றேன்.

பொருளுரை: *ஸ்ருஜாமி* என்னும் சொல் இங்கு முக்கியமானதாகும். *ஸ்ருஜாமி* என்ற சொல்லை படைப்பு எனும் பொருளில் உபயோகிக்க முடியாது. ஏனெனில், பகவானது அனைத்து ரூபங்களும் நித்தியமானவை என்பதால், அவரது உடலுக்குப் படைப்பு என்பதே கிடையாது என்பது முந்தைய ஸ்லோகத்திலேயே விளக்கப்பட்டது. எனவே, *ஸ்ருஜாமி* என்பது பகவான் தனது சுயஉருவில்

தோன்றுவதைக்குறிக்கும். பிரம்மாவின் பகலில் ஏழாவது மனுவின் இருபத்தெட்டாவது யுகத்தில், துவாபர யுகத்தின் இறுதி என்ற ஒரு வரையறையின்படி பகவான் தோன்றினாலும், அவர் இத்தகு சட்ட திட்டங்களுக்கு உட்பட வேண்டிய அவசியம் ஏதுமில்லை; ஏனெனில், தனது விருப்பப்படி எந்த வழியிலும் செயல்பட அவருக்கு பூரண சுதந்திரம் உண்டு. எனவே, உண்மையான தர்மம் மறைந்து அதர்மம் ஆதிக்கம் செலுத்தும்போது, அவர் தனது சுயவிருப்பத்தால் தோன்றுகிறார். தர்மத்தின் நியதிகள் வேதங்களில் விதிக்கப் பட்டுள்ளன. வேத விதிகளை ஒருவன் முறையாகச் செயலாற்ற மறுக்கும்போது அஃது அதர்மமாகிவிடுகிறது. பாகவதத்தில் இக்கொள்கைகள் கடவுளின் சட்டங்கள் என்று வர்ணிக்கப்பட்டுள்ளன. கடவுளால் மட்டுமே தர்மத்தை உருவாக்க முடியும். மேலும், வேதங்கள் முதன் முதலில் பிரம்மாவின் இதயத்தில் பகவானால் உபதேசிக்கப்பட்டவையாக ஏற்றுக்கொள்ளப்படுகின்றன. எனவே, தர்மத்தின் கொள்கைகள் பரம புருஷ பகவானின் நேரடிக் கட்டளைகளாகும் (த4ர்மம் து ஸாக்ஷாத்3 ப4க3வத்-ப்ரணீதம்). இக்கொள்கைகள் பகவத் கீதை முழுவதும் தெளிவாகக் குறிப்பிடப்பட்டுள்ளன. அத்தகு கொள்கைகளை முழுமுதற் கடவுளின் ஆணையின்படி நிலைநிறுத்துவதே வேதங்களின் குறிக்கோளாகும்; மேலும், தர்மத்தின் மிகவுயர்ந்த கொள்கை தன்னிடம் சரணடைவதேயன்றி வேறொன்றுமில்லை என்பதை கீதையின் முடிவில் பகவான் நேரடியாக ஆணையிடுகிறார். வேதக் கொள்கைகள், அவரிடம் முழுமையாக சரணடைவதை நோக்கி ஒருவனைக் கொண்டு செல்கின்றன; அக்கொள்கைகள் அசுரர்களால் துன்புறுத்தப்படும்போது பகவான் தோன்றுகிறார். லௌகீகம் மிகவும் தீவிரமாகி, லௌகீகவாதிகள் வேத நியதிகளைத் தங்களது சுயநலனுக்காக துஷ்பிரயோகம் செய்தபோது தோன்றிய கிருஷ்ணரின் அவதாரமே புத்தர் என்பதை நாம் பாகவதத்திலிருந்து அறிகிறோம். சில குறிப்பிட்ட நோக்கத்தை அடையும் பொருட்டு, மிருக பலியில் ஈடுபடுவோருக்குப் பற்பல சட்டதிட்டங்களும் விதிமுறைகளும் வேதங்களில் கொடுக்கப்பட்டுள்ளன; இருப்பினும், அசுர எண்ணம் கொண்ட மக்கள் வேத விதிமுறைகளைக் கண்டுகொள்ளாமல் மிருகபலியில் ஈடுபட்டனர். அந்த அபத்தத்தைத் தடுப்பதற்காகவும், வேதக் கொள்கையான அகிம்சையை நிலைநிறுத்துவதற்காகவும், புத்தர் தோன்றினார். எனவே, பகவானின் ஒவ்வொரு குறிப்பிட்ட அவதாரத்திலும் குறிப்பிட்ட நோக்கம் உண்டு, இவையனைத்தும் சாஸ்திரங்களில் விளக்கப்பட்டுள்ளன. சாஸ்திரங்களில் குறிப்பிடப் படாத எவரையும் அவதாரமாக ஏற்றுக்கொள்ளக் கூடாது. பாரத

மண்ணில் மட்டுமே பகவான் தோன்றுகிறார் என்பதும் உண்மையல்ல. அவர் விரும்பும்போது, எங்கு வேண்டுமானாலும் அவரால் தோன்ற முடியும். ஒவ்வொரு அவதாரத்திலும் அந்த குறிப்பிட்ட சந்தர்ப்பத்திலுள்ள குறிப்பிட்ட மக்கள் புரிந்துகொள்ளக் கூடிய அளவிற்கு தர்மத்தைப் பற்றி அவர் உபதேசிக்கின்றார். ஆனால் நோக்கம் ஒன்றே—தர்ம நியதிக்குக் கீழ்ப்படிந்து இறையுணர்வுடன் வாழ்வதற்கு மக்களை வழிநடத்துதல் என்பதே அது. சில சமயங்களில் அவர் தாமே வருகிறார், சில சமயங்களில் அவரால் அங்கீகரிக்கப்பட்ட பிரதிநிதியை மகன் அல்லது சேவகனின் வடிவில் அனுப்புகிறார், அல்லது சில சமயங்களில் அவரே மறைக்கப்பட்ட உருவில் தோன்றுகிறார்.

அர்ஜுனனுக்கு உபதேசிக்கப்பட்ட பகவத் கீதையின் கொள்கைகள் மற்ற உயர்ந்த மக்களுக்கும் உரித்தானதாகும்; ஏனெனில், உலகின் பிற பகுதிகளைச் சேர்ந்த சாதாரண மக்களைவிட அவன் மிகவும் முன்னேறியவன். இரண்டும் இரண்டும் நான்கு என்பது ஆரம்பப் பள்ளிக்கூடத்திலும் சரி, மேம்பட்ட கணிதப் பயிற்சிக்கூடத்திலும் சரி, மாறாத உண்மையாகும். இருப்பினும், கணிதத்தில் ஆரம்பக் கல்வியும், உயர் கல்வியும் உள்ளது. எனவே, பகவானின் எல்லா அவதாரங்களிலும் ஒரே கொள்கை கற்பிக்கப்பட்டாலும் சந்தர்ப்பங்களுக்கு ஏற்ப அவற்றில் ஆரம்ப, உயர் தரங்கள் உண்டு. பின்னால் விளக்கப்படுவதுபோல, தர்மத்தின் உயர் கொள்கைகள், சமுதாய வாழ்வின் நான்கு வர்ணங்களையும் நான்கு ஆஷ்ரமங்களையும் ஏற்பதிலிருந்து ஆரம்பமாகின்றன. கிருஷ்ண உணர்வை எல்லா இடங்களிலும் எழுப்புவதே அனைத்து அவதாரங்களின் இறுதி நோக்கமாகும். இந்த உணர்வு வெவ்வேறு சூழ்நிலைக்குத் தகுந்தாற் போல, சில சமயங்களில் தோன்றும், சில சமயங்களில் தோன்றாது.

ஸ்லோகம் 8

परित्राणाय साधूनां विनाशाय च दुष्कृताम् ।
धर्मसंस्थापनार्थाय सम्भवामि युगे युगे ॥ ८ ॥

பரித்ராணாய ஸாதூ$_4$னாம்' வினாஷா$_2$ய ச து$_3$ஷ்க்ரு'தாம்
த$_4$ர்ம-ஸம்'ஸ்தா$_2$பனார்தா$_2$ய ஸம்ப$_4$வாமி யுகே$_3$ யுகே$_3$

பரித்ராணாய—காப்பதற்காக; *ஸாதூ$_4$னாம்*—பக்தர்களை; *வினா ஷா$_2$ய*—அழிப்பதற்காக; *ச*—மற்றும்; *து$_3$ஷ்க்ரு'தாம்*—துஷ்டர்களை; *த$_4$ர்ம*—தர்மத்தின் கொள்கைகளை; *ஸம்ஸ்தா$_2$பன-அர்தா$_2$ய*—மீண்டும் நிலைநிறுத்த; *ஸம்ப$_4$வாமி*—தோன்றுகிறேன்; *யுகே$_3$ யுகே$_3$*—யுகந்தோறும்.

பக்தர்களைக் காத்து, துஷ்டர்களை அழித்து, தர்மத்தின் கொள்கைகளை மீண்டும் நிலைநிறுத்துவதற்காக, நானே யுகந்தோறும் தோன்றுகிறேன்.

பொருளுரை: பகவத் கீதையின்படி, *ஸாது$_4$* என்றால் கிருஷ்ண உணர்வுடையவனைக் குறிக்கும். ஒருவன் தர்மத்தைக் கடைபிடிக்காததுபோலத் தோன்றினாலும், கிருஷ்ண உணர்வின் தகுதிகளை முழுமையாகப் பெற்றிருந்தால், அவனை *ஸாது$_4$* என்று அறிந்துகொள்ள வேண்டும். *து$_3$ஷ்க்ரு'தாம்* என்னும் சொல் கிருஷ்ண உணர்வை அலட்சியம் செய்பவனைக் குறிக்கின்றது. இத்தகைய துஷ்டர்கள் (*து$_3$ஷ்க்ரு'தாம்*) பௌதிக கல்வியினால் அலங்கரிக்கப் பட்டிருந்தாலும், முட்டாள்களாகவும் மனிதரில் கடைநிலையில் உள்ளவர்களாகவும் வர்ணிக்கப்படுகின்றனர்; அதே சமயம் கல்வியறிவும் உயர் பண்பாடும் இல்லாதவனாக இருந்தாலும், நூறு சதவிகிதம் கிருஷ்ண உணர்வில் ஈடுபட்டிருப்பவன், சாதுவாக ஏற்றுக்கொள்ளப்படுகிறான். நாத்திகர்களைப் பொறுத்தவரை, கம்சன், இராவணன் போன்ற அசுரர்களை அவர் வதம் செய்கிறார் என்றபோதிலும், அவர்களை அழிப்பதற்காகத் தோன்ற வேண்டிய அவசியம் முழுமுதற் கடவுளுக்கு இல்லை. அசுரர்களை அழிக்கும் திறன்வாய்ந்த பிரதிநிதிகள் பலர் அவரிடம் உள்ளனர். எனவே, அசுரர்களால் எப்போதும் தொல்லைக்கு உள்ளாக்கப்படும் தனது களங்கமற்ற பக்தர்களின் மகிழ்ச்சிக்காகவே பகவான் தோன்றுகின்றார். தனது சொந்த உறவினராக இருந்தாலும், அசுரன் பக்தனுக்குத் தொல்லை தருகிறான். ஹிரண்யகசிபுவின் மகனாக இருந்தபோதிலும், பிரகலாத மஹாராஜர் தனது தந்தையினால் மாபெரும் துன்பத்திற்கு உள்ளானார்; கிருஷ்ணர் தங்களது மகனாக பிறக்கப் போகிறார் என்ற காரணத்தால் தேவகியும் (கம்சனின் சகோதரி, கிருஷ்ணரின் தாய்) அவரது கணவர் வசுதேவரும், கம்சனால் தொல்லைக்கு உட்படுத்தப்பட்டனர். எனவே, கம்சனைக் கொல்வதற்காக என்பதைவிட தேவகியைக் காப்பதற்காகவே ஸ்ரீ கிருஷ்ணர் தோன்றினார், ஆனால் இவையிரண்டும் ஒரே சமயத்தில் நடத்தப்பட்டன. எனவேதான், பக்தர்களை விடுவிக்கவும், துஷ்டர்களை அழிக்கவும் பல்வேறு அவதாரங்களில் பகவான் தோன்றுவதாக இங்கு கூறப்பட்டுள்ளது.

கிருஷ்ணதாஸ கவிராஜரின் சைதன்ய சரிதாம்ருதத்திலுள்ள (மத்திய லீலை 20.263–264) பின்வரும் ஸ்லோகங்கள், அவதார தத்துவங்களைச் சுருக்கமாகக் கூறுகின்றன:

ஸ்ரு'ஷ்டி-ஹேது யேஇ மூர்தி ப்ரபஞ்சே அவதரே
ஸேஇ ஈஷ்$_2$வர-மூர்தி 'வதார' நாம த$_4$ரே

மாயாதீத பரவ்யோமே ஸபா$_3$ர அவஸ்தா$_2$ன
விஷ்$_2$வே அவதரி' த$_4$ரே 'வதார' நாம

"ஜடவுலகில் தோன்றுவதற்காக, முழுமுதற் கடவுள் தனது திருநாட்டிலிருந்து கீழிறங்கி வருகிறார். அவ்வாறு அவர் தோன்றும்போது, 'அவதாரம்' என்று அழைக்கப்படுகிறார். ஆன்மீக உலகில் நிரந்தரமாக உள்ள இந்த ரூபங்கள், பௌதிகப் படைப்பிற்குள் தோன்றும்போது 'அவதாரம்' என்ற பெயரைப் பெறுகின்றனர்."

புருஷ அவதாரங்கள், குண அவதாரங்கள், லீலா அவதாரங்கள், சக்தியாவேஷ அவதாரங்கள், மன்வந்தர அவதாரங்கள், யுக அவதாரங்கள் என்று பல்வேறு அவதாரங்கள் உள்ளன—அகில மெங்கும் குறிப்பிட்ட நேரத்தில் அவர்கள் தோன்றுகின்றனர். ஆயினும், பகவான் கிருஷ்ணரே எல்லா அவதாரங்களின் மூல புருஷராவார். தனது விருந்தாவன லீலைகளைக் காண்பதற்குப் பேராவல் கொண்டிருந்த தூய பக்தர்களின் ஏக்கத்தைத் தீர்ப்பது என்னும் முக்கிய நோக்கத்திற்காக பகவான் ஸ்ரீ கிருஷ்ணர் தோன்றுகிறார். எனவே, கிருஷ்ண அவதாரத்தின் முக்கிய காரணம், அவரது களங்கமற்ற பக்தர்களை திருப்தி செய்வதேயாகும்.

பகவான் ஒவ்வொரு யுகத்திலும் தானே அவதரிப்பதாகக் கூறுகிறார். இக்கூற்று கலி யுகத்திலும் அவர் அவதரிப்பதைக் காட்டுகின்றது. ஸ்ரீமத் பாகவதத்தில் கூறியுள்ளபடி, ஸங்கீர்த்தன இயக்கத்தின் மூலம், அதாவது, நிறைய மக்களுடன் இணைந்து திருநாமத்தை பாடுவதன் மூலம், கிருஷ்ண வழிபாட்டையும் கிருஷ்ண உணர்வையும் பாரதம் முழுக்க பிரச்சாரம் செய்த பகவான் சைதன்ய மஹாபிரபுவே இக்கலி யுகத்தின் அவதாரமாவார். இந்த ஸங்கீர்த்தன கலாசாரம், ஒவ்வொரு நகரத்திலும் ஒவ்வொரு கிராமத்திலும் பரவுமென்று அவர் முன்னரே கூறியிருந்தார். முழுமுதற் கடவுள் ஸ்ரீ கிருஷ்ணரின் அவதாரமான சைதன்யரைப் பற்றிய விளக்கங்கள், உபநிஷதங்கள், மஹாபாரதம், பாகவதம் போன்ற வேத நூல்களின் இரகசியமான பகுதிகளில், நேரடியாக அல்லாமல் மறைமுகமாக கொடுக்கப்பட்டுள்ளன. ஸ்ரீ கிருஷ்ணரின் பக்தர்கள், சைதன்யரின் ஸங்கீர்த்தன இயக்கத்தால் மிகவும் கவரப்படுகின்றனர். இந்த அவதாரத்தில் பகவான் துஷ்டர்களைக் கொல்வதில்லை, மாறாக தனது காரணமற்ற கருணையின் மூலம் அவர்களை விடுவிக்கின்றார்.

ஸ்லோகம் 9

जन्म कर्म च मे दिव्यमेवं यो वेत्ति तत्त्वतः ।
त्यक्त्वा देहं पुनर्जन्म नैति मामेति सोऽर्जुन ॥ ९ ॥

ஜன்ம கர்ம ச மே தி₃வ்யம் ஏவம்' யோ வேத்தி தத்த்வத:
த்யக்த்வா தே₃ஹம்' புனர் ஜன்ம நைதி மாம் ஏதி ஸோ 'ர்ஜுன

ஜன்ம—பிறப்பு; *கர்ம*—செயல்; *ச*—மேலும்; *மே*—எனது; *தி₃வ்யம்*—திவ்யமானது; *ஏவம்*—இவ்வாறாக; *ய:*—எவனொருவன்; *வேத்தி*—அறிகிறானோ; *தத்த்வத:*—உண்மையில்; *த்யக்த்வா*—நீத்தபின்; *தே₃ஹம்*—இந்த உடலை; *புன:*—மீண்டும்; *ஜன்ம*—பிறப்பு; *ந*—இல்லை; *ஏதி*—அடைவது; *மாம்*—என்னிடம்; *ஏதி*—அடைவது; *ஸ:*—அவன்; *அர்ஜுனா*—அர்ஜுனனே.

எனது தோற்றமும் செயல்களும் திவ்யமானவை என்பதை எவனொருவன் அறிகின்றானோ, அவன் இந்த உடலைவிட்ட பின், மீண்டும் இப்பௌதிக உலகில் பிறவி எடுப்பதில்லை. அர்ஜுனா, அவன் எனது நித்திய உலகை அடைகின்றான்.

பொருளுரை: பகவான் தனது திவ்யமான லோகத்திலிருந்து இறங்கி வருவதைப் பற்றி ஏற்கனவே ஆறாவது ஸ்லோகத்தில் விளக்கப்பட்டது. பரம புருஷ பகவானின் பிறப்பைப் பற்றிய இவ்வுண்மையை அறிந்தவன், பௌதிக பந்தத்திலிருந்து விடுதலை பெற்றவனாவான்; எனவே, அவன் தனது தற்போதைய பௌதிக உடலை நீத்தவுடன், இறைவனின் திருநாட்டிற்குத் திரும்புகிறான். பௌதிக பந்தத்திலிருந்து ஆத்மா விடுதலை பெறுவது எளிதானதே அல்ல. அருவவாதிகளும் யோகிகளும் பற்பல துன்பத்திற்கும் பிறவிகளுக்கும் பிறகே முக்தியடைகின்றனர். இறைவனின் பிரம்மஜோதியில் கலக்கும் அவர்களது முக்தியும் முழுமையானதல்ல, இப்பௌதிக உலகிற்கு மீண்டும் திரும்பும் அபாயம் அவர்களுக்கு உண்டு. ஆனால் இறைவனின் உடல் மற்றும் செயல்களின் தெய்வீக இயற்கையை அறிந்துள்ள பக்தன், இவ்வுடலை நீத்த பின் இறைவனின் திருநாட்டை அடைவதுடன், இப்பௌதிக உலகிற்கு மீண்டும் திரும்பி வரும் அபாயத்திலிருந்து விடுபடுகின்றான். பிரம்ம சம்ஹிதையில் (5.33) கடவுளுக்கு பற்பல ரூபங்களும் அவதாரங்களும் இருப்பதாக விளக்கப்பட்டுள்ளது: *அத்₃வைதம் அச்யுதம் அனாதி₃ம் அனந்த-ரூபம்.* இறைவனுக்கு அனேக தெய்வீக ரூபங்கள் இருப்பினும், அவர்கள் அனைவரும் ஒரே முழுமுதற் கடவுளே. பௌதிக அறிஞர்களாலும், அனுபவத்தை நம்பும் தத்துவஞானிகளாலும் இதனை கிரகித்துக்கொள்ள இயலாதபோதிலும், இந்த உண்மை

உறுதியான நம்பிக்கையுடன் புரிந்துகொள்ளப்பட வேண்டும். வேதத்தில் (*புருஷ–போ$_3$தி$_4$னி* உபநிஷத்தில்) கூறப்பட்டுள்ளபடி:

ஏகோ தே$_3$வோ நித்ய-லீலானுரக்தோ
ப$_4$க்த-வ்யாபீ ஹ்ரு'த்$_3$யந்தர்-ஆத்மா

"ஒரே பரம புருஷ பகவான் தனது களங்கமற்ற பக்தர்களுடன் பற்பல தெய்வீக ரூபங்களின் மூலம் நித்தியமாக லீலை புரிகின்றார்." இதே வேதக் கருத்து கீதையின் இந்த ஸ்லோகத்தில் பகவானாலும் உறுதி செய்யப்பட்டுள்ளது. இவ்வுண்மையை வேதங்கள் மற்றும் பரம புருஷ பகவானின் அதிகார பலத்தால் ஏற்றுக்கொள்பவனும், தத்துவ அனுமானங்களில் காலத்தை வீணடிக்காதவனும், முக்தியின் உயர்ந்த பக்குவநிலையை அடைகின்றான். இவ்வுண்மையை நம்பிக்கையுடன் ஏற்பதால், ஒருவன் சந்தேகமின்றி முக்தியடைகின்றான். *தத் த்வம் அஸி* எனும் வேதக் கருத்து இவ்விஷயத்தில் பொருந்தும். பகவான் கிருஷ்ணரை பரமனாக ஏற்பவன், அல்லது அவரிடம் சென்று, "நீரே பரபிரம்மன், பரம புருஷ பகவான்" என்று கூறுபவன், உடனே முக்தி பெறுவது நிச்சயம். இதன் விளைவாக, அவன் பகவானுடனான தெய்வீக உறவில் நுழைவது உறுதி. வேறுவிதமாகக் கூறினால், இத்தகு நம்பிக்கையுடைய பக்தன் பக்குவநிலையை அடைகிறான். இது பின்வரும் வேத வாக்கியத்தால் உறுதிப்படுத்தப்படுகின்றது:

தம் ஏவ விதி$_3$த்வாதி ம்ரு'த்யும் ஏதி
நான்ய: பந்தா$_2$ வித்$_3$யதே 'யனாய

"பரம புருஷ பகவானைப் பற்றி அறிவதால், ஒருவன் பிறப்பு இறப்பிலிருந்து விடுபட்டு முக்தியின் பக்குவநிலையை அடைய முடியும். இப்பக்குவத்தை அடைவதற்கு வேறு எந்த வழியும் இல்லை." (*ஷ்$_2$வேதாஷ்$_2$வதர* உபநிஷத் 3.8) பகவான் கிருஷ்ணரை பரம புருஷ பகவானாக அறியாதவர்கள் தமோ குணத்தில் உள்ளனர்; தேன் பாட்டிலை வெளியிலிருந்து நக்குவதைப் போல, தங்களது ஜடப் புலமையினால் பகவத் கீதைக்கு விளக்கமளிக்கும் அத்தகு தமோ குண மக்கள், முக்தி பெறுவது சாத்தியமல்ல—இதுவே "வேறு வழியில்லை" என்று மேலே கூறப்பட்டதன் பொருளாகும். அனுபவத்தை நம்பும் இத்தகு தத்துவவாதிகள், ஜடவுலகில் மிகவுயர்ந்த பதவிகளைப் பெற்றாலும், முக்திக்குத் தகுதியுடையவர்கள் அல்லர். இத்தகு கர்வமிகு ஏட்டறிஞர்கள், கிருஷ்ண பக்தரின் காரணமற்ற கருணைக்காக காத்திருக்க வேண்டியதுதான். எனவே, நம்பிக்கையுடனும் அறிவுடனும் கிருஷ்ண உணர்வை வளர்த்து பக்குவமடைவது அவசியம்.

ஸ்லோகம் 10

वीतरागभयक्रोधा मन्मया मामुपाश्रिताः ।
बहवो ज्ञानतपसा पूता मद्भावमागताः ॥ १० ॥

வீத-ராக$_3$-ப$_4$ய-க்ரோதா$_4$ மன்-மயா மாம் உபாஷ்$_2$ரிதா:
ப$_3$ஹவோ ஜ்ஞான-தபஸா பூதா மத்$_3$-பா$_4$வம் ஆக$_3$தா:

வீத—விடுபட்டு; *ராக$_3$*—பற்றுதல்; *ப$_4$ய*—பயம்; *க்ரோதா:$_4$*—கோபம்; *மத்-மயா*—முழுதும் என்னில்; *மாம்*—என்னில்; *உபாஷ்$_2$ரிதா:*—முழுக்க நிலைபெற்று; *ப$_3$ஹவ:*—பலர்; *ஜ்ஞான*—ஞானம்; *தபஸா*—தவத்தால்; *பூதா:*—தூய்மைபெற்று; *மத்-பா$_4$வம்*—என் மீதான திவ்யமான அன்பினை; *ஆக$_3$தா:*—அடைந்துள்ளனர்.

பற்றுதல், பயம், கோபம் இவற்றிலிருந்து விடுபட்டு, முழுதும் என்னில்லயித்து, என்னை சரணடைந்த பற்பல நபர்கள் என்னைப் பற்றிய அறிவால் இதற்கு முன் தூய்மையடைந்துள்ளனர். இவ்வாறாக, அவர்கள் எல்லாரும் என் மீது திவ்யமான அன்புடையவர்களாயினர்.

பொருளுரை: மேலே கூறப்பட்டுள்ளபடி, பௌதிகத்தால் அதிகமாக பாதிக்கப்பட்டுள்ளவன், பரம பூரண உண்மையின் வியக்தித்துவத்தைப் புரிந்துகொள்வது மிகவும் கடினமாகும். உடலைச் சார்ந்த வாழ்வில் பற்றுக் கொண்டுள்ள மக்கள், பரமன் எவ்வாறு ஒரு நபராக இருக்க முடியும் என்பதை அறிவது ஏறக்குறைய அசாத்தியமாகும்; ஏனெனில் அவர்கள் அந்த அளவிற்கு பௌதிகத்தில் மூழ்கியுள்ளனர். பூரண அறிவுடனும் நித்தியமான ஆனந்தத்துடனும் அழிவற்ற திவ்யமான உடல் ஒன்று இருக்கக் கூடும் என்பதை இத்தகைய பௌதிகவாதியினால் கற்பனை செய்துகூடப் பார்க்க முடியாது. பௌதிகக் கண்ணோட்டத்தில், உடல் அழிவிற்கு உட்பட்டது, அறியாமை நிறைந்தது, துன்பமயமானது. எனவே, சாதாரண மக்களிடம் பகவானின் தனிப்பட்ட ரூபத்தைப் பற்றிக் கூறும்போதும், அவர்கள் அதே உடல் உணர்வையே மனதில் கொண்டுள்ளனர். ஜட உணர்வில் இருக்கும் அத்தகு மக்கள், பிரம்மாண்டமான பௌதிகத் தோற்றத்தையே கடவுளாக நினைக்கின்றனர்; எனவே, கடவுளுக்கு உருவமில்லை என்று கூறுகின்றனர். ஜடத்தில் மூழ்கியிருக்கும் காரணத்தால், "முக்திக்குப் பிறகும் தனித்தன்மையைத் தக்கவைத்துக்கொள்ளலாம்" என்னும் கருத்து அவர்களை அச்சமூட்டுகின்றது. தனித்தன்மையும் வியக்தித்துவமும் ஆன்மீக வாழ்விலும் உண்டு என்பதை அவர்கள் செவியுறும்போது, மீண்டும் வியக்திகளாவதை எண்ணி அச்சமுற்று, அருவ சூன்யத்தில் ஐக்கியமாகிவிட விரும்புவது இயற்கையே.

ஆத்மாக்களை கடலில் கலந்துவிடும் நீர்க்குமிழிகளுக்கு அவர்கள் ஒப்பிடுகின்றனர். வியக்தித்துவமின்றி அடையக்கூடிய ஆன்மீக நிலையின் உச்சப்பக்குவம் அவ்வளவே. ஆன்மீக வாழ்வின் பக்குவ ஞான மில்லாத, பயம் கொண்ட நிலை இது. இதுமட்டுமின்றி, ஆன்மீக நிலை என்று ஒன்றிருப்பதையே புரிந்துகொள்ள முடியாத பலரும் உண்டு. பற்பல கொள்கைகளாலும் வெவ்வேறு தத்துவ அனுமானங்களின் முரண்பாடுகளாலும், மிகுந்த குழப்பமுற்ற இவர்கள் வெறுப்பும் கோபமும் கொண்டு, உயர்ந்த காரணம் எதுவும் கிடையாது, அனைத்தும் இறுதியில் சூன்யமே என்று முட்டாள்தனமாக முடிவெடுக்கின்றனர். இத்தகைய மக்கள் நோயுற்ற வாழ்க்கை வாழ்கின்றனர். சிலர் பௌதிகத்தில் அதிகப் பற்றுதல் கொண்டிருப்பதால் ஆன்மீக வாழ்வைக் கண்டுகொள்வதில்லை; சிலர் உயர் ஆன்மீக மூலத்துடன் இரண்டறக் கலக்க விரும்புகின்றனர்; வேறு சிலர் பலவித ஆன்மீக அனுமானங்களினால் விரக்தியுற்று கோபமடைந்து எதையுமே நம்பாதவர்களாக உள்ளனர். இந்த கடைசி வகுப்பைச் சேர்ந்தவர்கள் போதைப் பொருட்களிடம் தஞ்சமடைகின்றனர். இவர்களது உணர்ச்சிப் பூர்வமான கற்பனைகள் சில சமயங்களில் ஆன்மீக தரிசனங்களாக ஏற்கப்படுகின்றன. ஆன்மீக வாழ்வைப் புறக்கணித்தல், ஆன்மீகத் தனித்துவத்தைக் கண்டு பயப்படுதல், விரக்தியான வாழ்வினால் எழும் சூன்யத்திற்கான எண்ணம்—பற்றுதலின் இம்மூன்று நிலைகளிலிருந்து விடுபட வேண்டும். ஜட நோக்கம் கொண்ட வாழ்வின் இந்த மூன்று நிலைகளிலிருந்து விடுபட, பக்தித் தொண்டின் விதிகளையும், ஒழுங்குமுறைகளையும், அங்கீகரிக்கப்பட்ட ஆன்மீக குருவின் வழிகாட்டலின்படி, கடைபிடித்து பகவானிடம் முழுமையாகத் தஞ்சமடைய வேண்டும். பக்தித் தொண்டின் இறுதி நிலை *பா$_4$வ* இறைவனின் மீதான திவ்யமான அன்பு என்று அறியப்படுகின்றது.

பக்தித் தொண்டு குறித்த விஞ்ஞானத்தை விளக்கும் பக்தி ரஸாம்ருத சிந்து (1.4.15–16) எனும் நூலின்படி:

ஆதௌ$_3$ ஷ்$_2$ரத்$_3$தா$_4$ தத: ஸாது$_4$- ஸங்கோ$_3$ 'த$_2$ ப$_4$ஜன-க்ரியா
ததோ 'நர்த$_2$-நிவ்ரு'த்தி: ஸ்யாத் ததோ நிஷ்டா$_2$ ருசிஸ் தத:

அதா$_2$ஸக்திஸ் ததோ பா$_4$வஸ் தத: ப்ரேமாப்$_4$யுத$_3$ஞ்சதி
ஸாத$_4$கானாம் அயம்' ப்ரேம்ண: ப்ராது$_3$ர்பா$_4$வே ப$_4$வேத் க்ரம:

"முதலில் ஒருவன் தன்னுணர்வுக்கான ஆரம்ப ஆவலைப் பெற்றிருக்க வேண்டும். இஃது அவனை ஆன்மீகத்தில் முன்னேறியவர்களுடன் உறவுகொள்ள முயற்சிக்கும் நிலைக்குக் கொண்டுவரும். அடுத்த

நிலையில், உயர்ந்த ஆன்மீக குருவிடம் தீட்சை பெறும் ஆரம்ப நிலை பக்தன், அவரது கண்காணிப்பின்கீழ் பக்தித் தொண்டினைத் தொடங்குகிறான். ஆன்மீக குருவின் வழிகாட்டலின் கீழ் பக்தித் தொண்டைச் செயலாற்றுவதால், ஒருவன் வாழ்வின் எல்லா ஜடப் பற்றுதல்களிலிருந்தும் விடுபட்டு, தன்னுணர்வில் உறுதிபெற்று, பூரண புருஷோத்தமரான பகவான் ஸ்ரீ கிருஷ்ணரைப் பற்றிக் கேட்பதில் ருசியைக் காண்கிறான். இந்த ருசி, அவனைக் கிருஷ்ண உணர்வின் மீது பற்றுதல் கொள்ளும் நிலைக்குக் கொண்டுச் செல்கிறது. அந்நிலை முதிர்ச்சி பெறும்போது, திவ்யமான இறையன்பின் ஆரம்ப நிலையான பா4வ நிலையை அடைகிறான். அந்த இறையன்பின் உண்மையான நிலையே பிரேமை எனப்படும், அதுவே வாழ்வின் மிகவுயர்ந்த பக்குவநிலையாகும்." அந்த பிரேமை நிலையில், ஒருவன் இறைவனின் அன்புத் தொண்டில் இடையறாது ஈடுபட்டுள்ளான். எனவே, அங்கீகரிக்கப்பட்ட ஆன்மீக குருவின் வழிகாட்டலின் கீழ் பக்தித் தொண்டினைப் பயிற்சி செய்வதால், எல்லாவிதமான பௌதிகப்பற்றுதல், ஆன்மீகத் தனித்துவத்தைக் கண்ட பயம், சூன்யவாத தத்துவத்தினால் எழும் விரக்தி ஆகியவற்றிலிருந்து விடுபட்டு உன்னத நிலையை அடைய முடியும். அதன்பின் இறுதியில் பரம புருஷரின் திருநாட்டைச் சென்றடையலாம்.

ஸ்லோகம் 11

ये यथा मां प्रपद्यन्ते तांस्तथैव भजाम्यहम् ।
मम वर्त्मानुवर्तन्ते मनुष्याः पार्थ सर्वशः ॥ ११॥

யே யதா2 மாம் ப்ரபத்3யந்தே தாம்ஸ் ததை2வ ப4ஜாம்—யஹம்
மம வர்த்மானுவர்தந்தே மனுஷ்யா: பார்த2 ஸர்வஷ:2

யே—எல்லாரும்; யதா2—எவ்வாறு; மாம்—என்னிடம்; ப்ரபத்3 யந்தே—சரணடைகின்றனரோ; தான்—அவர்களிடம்; ததா2—அவ்வாறே; ஏவ—நிச்சயமாக; ப4ஜாமி—பலனளிக்கின்றேன்; அஹம்—நான்; மம—எனது; வர்த்ம—பாதை; அனுவர்தந்தே—பின்பற்றுகின்றனர்; மனுஷ்யா:—எல்லா மனிதர்களும்; பார்த2—பிருதாவின் மகனே; ஸர்வஷ:2—எல்லாவிதத்திலும்.

என்னிடம் சரணடைவதற்கு ஏற்றாற் போல, நான் அனைவருக்கும் பலனளிக்கின்றேன். பிருதாவின் மகனே, எல்லா விதத்திலும் அனைவரும் என் வழியையே பின்பற்றுகின்றனர்.

பொருளுரை: ஒவ்வொருவரும் கிருஷ்ணரை அவரது பல்வேறு தோற்றங்களின் மூலம் தேடிக் கொண்டுள்ளனர். பரம புருஷ பகவானான கிருஷ்ணர், அவரது உருவமற்ற பிரம்மஜோதியாகவும்

அணுத் துகள்கள் உட்பட எல்லாவற்றிலும் வீற்றிருக்கும் பரமாத்மாவாகவும் ஓரளவிற்கு உணரப்படுகின்றார். ஆனால் தனது தூய பக்தரால் மட்டுமே கிருஷ்ணர் முழுமையாக உணரப்படுகிறார். எனவே, ஒவ்வொருவரது உணர்விற்கும் அவரே இலட்சியமாதலால், தத்தம் ஆவலுக்கேற்ப உறவாடுவதில் ஒவ்வொருவரும் திருப்தியடைகின்றனர். திவ்யமான உலகிலும் தனது தூய பக்தர்களுடன் அவரவர்களது விருப்பத்திற்கு ஏற்ப திவ்யமான மனப்பான்மையுடன் உறவாடுகிறார். ஒரு பக்தர் கிருஷ்ணரை உன்னத எஜமானராகவும், மற்றவர் தனது நெருங்கிய தோழனாகவும், மற்றொருவர் தனது மகனாகவும், மேலும் ஒருவர் தனது காதலனாகவும் விரும்பலாம். தன்னிடம் அவர்களுக்கு உள்ள ஆழ்ந்த அன்பிற்கேற்ப, அவர் எல்லா பக்தர்களுக்கும் பாகுபாடின்றி பலனளிக்கின்றார். பௌதிக உலகிலும் இதே போன்ற உணர்வு பரிமாற்றங்கள் உண்டு. வழிபடுவோருக்கு ஏற்ப பல்வேறு வழிகளில் பகவான் சரிசமமாக பரிமாற்றம் செய்கின்றார். தூய பக்தர்கள் ஆன்மீக உலகிலும் சரி, இப்பௌதிக உலகிலும் சரி, பகவானுடன் நேரடியாக உறவு கொண்டு கைங்கர்யம் செய்வதால், அவரது அன்புத் தொண்டில் திவ்யமான ஆனந்தத்தை அடைகின்றனர். தங்களது தனித்துவத்தை இழந்து ஆன்மீகத் தற்கொலை செய்துகொள்ள விரும்பும் அருவவாதிகளுக்கும் (தனது தேஜஸில் அவர்களை கிரகித்துக்கொள்வதன் மூலமாக) கிருஷ்ணர் உதவுகின்றார். இத்தகு அருவவாதிகள் ஆனந்தமயமான முழுமுதற் கடவுளின் நித்திய உருவத்தை ஏற்க மறுக்கின்றனர்; எனவே, தங்களது தனித்துவத்தை அழித்துக் கொண்ட இவர்களால், இறைவனின் திவ்யமான கைங்கர்யத்தில் ஆனந்தத்தை அனுபவிக்க இயலாது. இவர்களில் சிலர், அருவ நிலையிலும் ஸ்திரமாக வசிக்க இயலாமல், செயல்களுக்கான தங்களது ஆழமான விருப்பங்களை வெளிக்காட்ட மீண்டும் பௌதிகத் தளத்திற்கு திரும்பிவிடுகின்றனர். ஆன்மீக உலகங்களில் இவர்கள் அனுமதிக்கப்படுவதில்லை, பதிலாக, இப்பௌதிக உலகில் செயல்பட மீண்டும் வாய்ப்பளிக்கப்படுகிறது. பலனை எதிர்பார்த்து விதிக்கப்பட்ட கடமைகளைச் செய்பவர்களுக்கு, யாகங்களின் இறைவன் என்ற முறையில், அதற்கு உண்டான பலனை அளிக்கிறார் பகவான். மேலும், சித்திகளை நாடும் யோகிகளுக்கு அத்தகு சக்திகள் அளிக்கப்படுகின்றன. வேறுவிதமாகக் கூறினால், வெற்றி பெற விரும்பும் அனைவருமே அவரது கருணையை நம்பியுள்ளனர். பலவிதமான ஆன்மீக முறைகள் அனைத்தும் ஒரே பாதையில் அடையப்படும் வெற்றியின் வெவ்வேறு நிலைகளாகும். எனவே, கிருஷ்ண உணர்வு என்னும் உயர்ந்த பக்குவத்தை வந்தடையும் வரை, மற்றெல்லா பயற்சிகளும் பூரணமற்றவை. இது

ஸ்ரீமத் பாகவதத்தில் (2.3.10) கூறப்பட்டுள்ளது:

அகாம: ஸர்வ-காமோ வா மோக்ஷ-காம உதா$_3$ர-தீ:$_4$
தீவ்ரேண ப$_4$க்தி-யோகே$_3$ன யஜேத புருஷம்' பரம்

“ஒருவன் ஆசையற்றவனாக (பக்தனின் நிலை), எல்லாவித பலன்தரும் விளைவுகளில் ஆசையுடையவனாக, அல்லது முக்தியை விரும்புபவனாக இருந்தாலும், பக்குவத்தின் உன்னத நிலையான கிருஷ்ண உணர்வை அடைவதற்காக, எல்லா முயற்சிகளுடன் பரம புருஷ பகவானை வழிபட முயற்சிக்க வேண்டும்.”

ஸ்லோகம் 12

काङ्क्षन्तः कर्मणां सिद्धिं यजन्त इह देवताः ।
क्षिप्रं हि मानुषे लोके सिद्धिर्भवति कर्मजा ॥ १२ ॥

காங்க்ஷந்த: கர்மணாம் ஸித்$_3$தி$_4$ம் யஜந்த இஹ தே$_3$வதா:
க்ஷிப்ரம் ஹி மானுஷே லோகே ஸித்$_3$தி$_4$ர் ப$_4$வதி கர்ம-ஜா

காங்க்ஷந்த:—விரும்பும்; *கர்மணாம்*—பலன்நோக்குச் செயல்களில்; *ஸித்$_3$தி$_4$ம்*—பக்குவம்; *யஜந்தே*—அவர்கள் யாகங்களால் வழிபடுகின்றனர்; *இஹ*—இந்த ஜட உலகில்; *தே$_3$வதா:*—தேவர்கள்; *க்ஷிப்ரம்*—வெகு விரைவில்; *ஹி*—நிச்சயமாக; *மானுஷே*—மனித சமுதாயத்தில்; *லோகே*—இவ்வுலகினுள்; *ஸித்$_3$தி:$_4$*—வெற்றி; *ப$_4$வதி*—அடைகின்றனர்; *கர்மஜா*—பலன்நோக்குச் செயல்களால்.

பலன் தரும் செயல்களில் வெற்றியை விரும்பும் இவ்வுலக மனிதர்கள் தேவர்களை வழிபடுகின்றனர். இவ்வுலகில் இத்தகு செயல்களுக்கு விரைவில் பலன்கள் கிடைப்பது உண்மையே.

பொருளுரை: இப்பௌதிக உலகின் தேவர்களைப் பற்றி மாபெரும் தவறான எண்ணம் நிலவிக் கொண்டுள்ளது. அறிவில் குன்றியவர்கள் (மாபெரும் பண்டிதர்களாக அறியப்படும்போதிலும்) தேவர்களை முழுமுதற் கடவுளின் பல்வேறு ரூபங்களாகக் கருதுகின்றனர். ஆனால், உண்மையில் தேவர்கள் பகவானின் பல்வேறு ரூபங்களல்ல; மாறாக, பகவானின் பல்வேறு அம்சங்கள். கடவுள் ஒருவரே, ஆனால் அவரது அம்சங்கள் பற்பல. வேதங்கள் *நித்யோ நித்யானாம்,* கடவுள் ஒருவரே என்று கூறுகின்றன. *ஈஷ்$_2$வர: பரம: கிருஷ்ண:.* கிருஷ்ணர் மட்டுமே பரம புருஷ பகவான், தேவர்களோ இப்பௌதிக உலகை பராமரிப்பதற்காக சக்தியளிக்கப்பட்டவர்கள். பௌதிக சக்தியின் பல நிலைகளில் விளங்கும் இந்த தேவர்கள் அனைவரும் ஜீவாத்மாக்களே (*நித்யானாம்*). இவர்கள் முழுமுதற் கடவுளான நாராயணர், விஷ்ணு, அல்லது கிருஷ்ணருக்கு இணையாக முடியாது. முழுமுதற்

கடவுளையும் தேவர்களையும் ஒரே தளத்தில் எண்ணுபவன் நாத்திகன் (*பாஷண்டீ₃*) என்று அழைக்கப்படுகிறான். பிரம்மா, சிவன் போன்ற மாபெரும் தேவர்களைக்கூட முழுமுதற் கடவுளுடன் ஒப்பிட முடியாது. உண்மையில், பிரம்மா, சிவன் போன்ற தேவர்களும் பகவானை வழிபடுகின்றனர் (*ஷி₂வ-விரிஞ்சி-நுதம்*). மேலும், மனிதனைக் கடவுளாகக் கருதும் கொள்கைகளாலும் (anthromor-phism), மிருகங்களை வழிபடும் கொள்கைகளாலும் (zoomorphism) பாதிக்கப்பட்ட முட்டாள் மக்கள், மனிதத் தலைவர்கள் பலரை வணங்குவது கவனிக்கத்தக்கதாகும். *இஹ தே₃வதா:* என்பது இப்பௌதிக உலகின் சக்தி வாய்ந்த மனிதனையோ தேவரையோகுறிக்கும். ஆனால் பரம புருஷ பகவானான நாராயணர், விஷ்ணு, அல்லது கிருஷ்ணர் இவ்வுலகைச் சேர்ந்தவரல்ல. அவர் பௌதிகப் படைப்பிற்கு அப்பாற்பட்டவர். அருவவாதிகளின் தலைவரான ஸ்ரீபாத சங்கராசாரியரும், நாராயணர் (கிருஷ்ணர்) பௌதிகப் படைப்பிற்கு அப்பாற்பட்டவர் என்பதை ஆமோதிக்கின்றார். எனினும், உடனடிப் பலன்களை விரும்பும் முட்டாள்கள் (*ஹ்ருத-ஜ்ஞான*), தேவர்களை வழிபடுகின்றனர். அதனால் பலன்களையும் பெறுகின்றனர்; ஆனால், அடையப்பட்ட பலன்கள் தற்காலிகமானவை என்பதையும் மதி குன்றியவர்களுக்கானது என்பதையும் அவர்கள் அறிவதில்லை. அறிவுள்ள மனிதன் கிருஷ்ண உணர்வில் உள்ளான். உடனடித் தற்காலிகத் தேவைக்காக, முக்கியத்துவமற்ற தேவர்களை அணுக வேண்டிய அவசியம் அவனுக்கு இல்லை. இப்பௌதிக உலகின் தேவர்களும், அவர்களை வழிபடுபவர்களும், உலகம் அழியும்போது அழிந்துவிடுவர். தேவர்களால் வழங்கப்படும் வரங்கள் பௌதிகமானதும் தற்காலிகமானதுமாகும். பௌதிக உலகங்களும் அவற்றில் வசிப்போரும் (தேவர்கள் மற்றும் அவர்களை வழிபடுவோர் உட்பட), பிரபஞ்சக் கடலின் நீர்க்குமிழிகளைப் போன்றவர்கள். இருந்தும், மனித சமுதாயம், நிலம், குடும்பம், மகிழ்ச்சி தரும் பொருட்கள் போன்ற தற்காலிகமான பௌதிக செல்வங்களைச் சேர்ப்பதற்கு பித்துப்பிடித்து அலைகின்றது. இத்தகைய நிலையற்ற செல்வங்களைப் பெற விரும்பும் மக்கள், தேவர்களையோ இவ்வுலகின் பலம் பெற்ற தலைவர்களையோ வழிபடுகின்றனர். ஓர் அரசியல் தலைவரை வழிபட்டு அரசாங்கத்தில் மந்திரி பதவி கிடைத்தாலே, அதை மாபெரும் வரப்பிரசாதமாக எண்ணுகிறான் மனிதன். எனவே, தற்காலிக வரங்களைப் பெறுவதற்காக, தலைவர்களையும் பெரும் புள்ளிகளையும் விழுந்துவிழுந்து வணங்குகின்றனர்; அதன் மூலம் பலனும் அடைகின்றனர். பௌதிக வாழ்வின் துன்பங்களுக்கு நிரந்தர தீர்வளிக்கக்கூடிய கிருஷ்ண உணர்வில் இத்தகு முட்டாள்கள்

விருப்பம் காட்டுவதில்லை. இவர்கள் அனைவரும் புலனின்பத்தை விரும்புபவர்களே; புலனுகர்ச்சிக்கான சிற்சில வசதிகளைப் பெறும் ஆசையில், சக்தி பெற்ற ஜீவாத்மாக்களான தேவர்களை வழிபடுகின்றனர். கிருஷ்ண உணர்வில் ஆர்வம் காட்டும் மக்கள் அரிது என்பதை இச்சுலோகம் குறிப்பிடுகின்றது பெரும்பாலான மக்கள் பௌதிக இன்பத்தில் நாட்டமுடையவர்கள்; எனவே, சக்தி வாய்ந்த மற்றொரு ஜீவாத்மாவை வழிபடுகின்றனர்.

ஸ்லோகம் 13

चातुर्वर्ण्यं मया सृष्टं गुणकर्मविभागशः ।
तस्य कर्तारमपि मां विद्ध्यकर्तारमव्ययम् ॥ १३ ॥

சாதுர் வர்ண்யம் மயா ஸ்ருஷ்டம் கு$_3$ண-கர்ம-விபா$_4$க$_3$ஷ:$_2$
தஸ்ய கர்தாரம் அபி மாம் வித்$_3$த்$_4$-யகர்த்தாரம் அவ்யயம்

சாது:-வர்ண்யம்—மனித சமூகத்தின் நான்கு பிரிவுகள்; *மயா*—என்னால்; *ஸ்ருஷ்டம்*—படைக்கப்பட்டன; *கு$_3$ண*—குணம்; *கர்ம*—செயல்; *விபா$_4$க$_3$ஷ:$_2$*—பிரிவுகளாய்; *தஸ்ய*—அதன்; *கர்தாரம்*—தந்தையாக; *அபி*—இருந்தும்; *மாம்*—நான்; *வித்$_3$தி$_4$*—நீ அறிவாயாக; *அகர்தாரம்*—செய்யாதவனாக; *அவ்யயம்*—மாறுதலற்ற.

மூன்றுவித இயற்கை குணங்களுக்கும், அவற்றின் செயல்களுக்கும் ஏற்ப, மனித சமூகத்தின் நால்வகைப் பிரிவுகள் என்னால் ஏற்படுத்தப்பட்டன. இம்முறையைப் படைத்தவன் நானேயாயினும் மாற்றமற்ற என்னைச் செயல்களுக்கு அப்பாற்பட்டவனாக அறிந்துகொள்.

பொருளுரை: கடவுளே எல்லாவற்றையும் படைப்பவர். எல்லாம் அவரிடமிருந்தே பிறந்தன, எல்லாம் அவரிலேயே லயிக்கின்றன, அழிவிற்குப் பின் எல்லாம் அவரிலேயே தங்குகின்றன. எனவே, சமூக நிலையின் நான்கு பிரிவுகளுக்கும் அவரே படைப்பாளி. இதில் முதற் பிரிவு, ஸத்வ குணத்தில் நிலைபெற்றுள்ள, பிராமணர் என்றழைக்கப்படும் அறிஞர் குலத்தோர். அடுத்தது, சத்திரியர் என்றழைக்கப்படும் ரஜோ குணத்தில் நிலைபெற்றுள்ள ஆளும் குலத்தோர். வைசியர்கள் என்றழைக்கப்படும் வியாபாரிகள், ரஜோ குணமும் தமோ குணமும் கலந்த குணமுடையோர். தொழிலாளர்களான சூத்திரர்கள் தமோ குணத்தில் உள்ளனர். மனித குலத்தின் இந்நான்கு பிரிவுகளைப் படைத்தவராயினும்கூட, பகவான் கிருஷ்ணர் இவற்றில் எந்தப் பிரிவையும் சேர்ந்தவரல்ல; ஏனெனில், அவர் மனித சமுதாயத்தின் கட்டுண்ட ஆத்மாக்களில் ஒருவரல்ல. மனித சமுதாயம் மிருக சமுதாயத்தைப் போன்றதே;

ஆனால், மிருக நிலையிலிருந்து மனிதரை உயர்த்தி, அவர்களிடம் கிருஷ்ண உணர்வை முறையாக வளர்ப்பதற்காக, மேற்கூறிய பிரிவுகள் பகவானால் படைக்கப்பட்டுள்ளன. ஒரு குறிப்பிட்ட செயலைச் செய்வதில் மனிதனுக்கு இருக்கும் நாட்டம், அவன் பெற்றுள்ள ஜட இயற்கையின் குணத்தைப் பொறுத்தது. குணங்களுக்கேற்ப செய்யப்படும் செயல்களின் அறிகுறிகள், இந்நூலின் பதினெட்டாம் அத்தியாயத்தில் விளக்கப்பட்டுள்ளன. அவ்வாறு இருப்பினும், கிருஷ்ண உணர்வில் இருப்பவன் பிராமணனைவிட உயர்ந்தவனாவான். பிராமணர் என்று அழைக்கப்படுவோர் பரம பூரண உண்மையான பிரம்மனை அறிந்திருக்க வேண்டும் என்றபோதிலும், இவர்களில் பெரும்பாலோர் பகவான் ஸ்ரீ கிருஷ்ணரின் அருவ பிரம்மனையே நாடுகின்றனர். ஆனால், பிரம்மனின் எல்லைக்கு உட்பட்ட ஞானத்தைக் கடந்து, பரம புருஷ பகவானான ஸ்ரீ கிருஷ்ணரைப் பற்றிய ஞானத்தை அடைந்தவர், கிருஷ்ண உணர்வில் உள்ளவர் அல்லது வைஷ்ணவர் என்று அழைக்கப்படுகிறார். கிருஷ்ண உணர்வு என்பது இராமர், நரசிம்மர், வராஹர் போன்ற சுய விரிவங்கங்களைப் பற்றிய அறிவையும் உள்ளடக்கியதாகும். கிருஷ்ணர் மனித சமுதாயத்தின் நான்கு பிரிவுகளுக்கு அப்பாற்பட்டவர் என்பதால், கிருஷ்ண உணர்வில் இருப்பவனும் மனித சமுதாயத்தின் எல்லாப் பிரிவுகளுக்கும் (சமூகம், நாடு, அல்லது இனம் என்று எப்படிப் பிரித்தாலும், அதற்கு) அப்பாற்பட்டவனாவான்.

ஸ்லோகம் 14

न मां कर्माणि लिम्पन्ति न मे कर्मफले स्पृहा ।
इति मां योऽभिजानाति कर्मभिर्न स बध्यते ॥ १४॥

ந மாம் கர்மாணி லிம்பந்தி ந மே கர்ம-ப$_2$லே ஸ்ப்ருஹா
இதி மாம் யோ 'பி$_4$ஜானாதி கர்மபி$_4$ர் ந ஸ ப$_3$த்$_4$யதே

ந—இல்லை; *மாம்*—என்னை; *கர்மாணி*—எல்லாவிதமான செயல்கள்; *லிம்பந்தி*—பாதிப்பது; *ந*—இல்லை; *மே*—எனது; *கர்ம-ப$_2$லே*—பலன்நோக்குச் செயல்களில்; *ஸ்ப்ருஹா*—ஆவல்; *இதி*—இவ்வாறாக; *மாம்*—என்னை; *ய:*—எவனொருவன்; *அபி$_4$ஜானாதி*—அறிகின்றானோ; *கர்மபி:$_4$*—அத்தகைய செயலின் விளைவுகளால்; *ந*—இல்லை; *ஸ:*—அவன்; *ப$_3$த்$_4$யதே*—பந்தப்படுவது.

என்னைப் பாதிக்கும் செயல் எதுவும் இல்லை; செயல்களின் பலன்களை நான் விரும்புவதும் இல்லை. என்னைப் பற்றிய இவ்வுண்மையை அறிபவனும் செயல்களின் விளைவுகளால் பந்தப்படுவதில்லை.

பொருளுரை: அரசன் தவறிழைக்க முடியாது அல்லது நாட்டின் சட்டங்களுக்கு அரசன் உட்பட்டவனல்ல என்று பௌதிக உலகின் சட்டங்கள் கூறுகின்றன. அதுபோலவே, பௌதிக உலகின் படைப்பாளியாக இருந்தும், இறைவன் இவ்வுலகச் செயல்களால் பாதிக்கப்படுவதில்லை. அவர் படைக்கின்றார், இருப்பினும் படைப்பிலிருந்து தனித்து விளங்குகின்றார். ஆனால் ஜீவாத்மாக்களோ ஜடவுலகை ஆளும் தமது தன்மையின் காரணத்தால், பௌதிகச் செயல்களின் கர்ம விளைவுகளால் கட்டுண்டுவிடுகின்றனர். ஒரு நிறுவனத்தின் முதலாளி, தனது தொழிலாளர்கள் செய்யும் (சரியான அல்லது தவறான) செயல்களுக்குப் பொறுப்பாளியல்ல, பொறுப்பு தொழிலாளர்களுடையதே. புலனுகர்ச்சிக்கான தத்தமது செயல்களில் உயிர்வாழிகள் ஈடுபடுகின்றனர், அவை இறைவனால் பலவந்தப்படுத்தப்படுபவையல்ல. புலனுகர்ச்சியின் அபிவிருத்திக்காக இவ்வுலகச் செயல்களில் ஈடுபட்டுள்ள ஜீவாத்மாக்கள், மரணத்திற்குப் பின் ஸ்வர்க சுகத்தை அடைய விரும்புகின்றனர். ஆனால் தன்னில் பூரணமாக விளங்கும் பகவான், ஸ்வர்கத்தில் கிடைக்கும் பெயரளவிலான சுகத்தினால் கவரப்படுவதில்லை. ஸ்வர்கத்திலுள்ள தேவர்கள் அவரது தொண்டர்களே. தொழிலாளர்கள் விரும்பக்கூடிய கீழ்த்தரமான சுகங்களை முதலாளி விரும்புவதேயில்லை. பௌதிகச் செயல், விளைவுகளிலிருந்து தனித்திருக்கிறார் கடவுள். உதாரணமாக, தாவரங்களின் வளர்ச்சி மழையின்றி சாத்தியமல்ல என்றபோதிலும், உலகில் வளரும் பல்வகை தாவர இனங்களுக்கு மழை பொறுப்பல்ல. இவ்வுண்மையை வேத ஸ்மிருதி பின்வருமாறு உறுதி செய்கின்றது:

நிமித்த-மாத்ரம் ஏவாஸௌ ஸ்ரு'ஜ்யானாம்' ஸர்க$_3$-கர்மணி
ப்ரதா$_4$ன-காரணீ-பூ$_4$தா யதோ வை ஸ்ரு'ஜ்ய-ஷ$_2$க்தய:

“பௌதிகப் படைப்பிற்கு, கடவுள் பரம காரணம் மட்டுமே. அதற்கான உடனடி காரணம், பிரபஞ்சத் தோற்றத்தைக் காணச் செய்யும் பௌதிக இயற்கையே.” தேவர்கள், மனிதர்கள், கீழ்நிலை மிருகங்கள் என உயிர்வாழிகள் பல்வேறு வகையில் படைக்கப்பட்டுள்ளனர், மேலும் அவர்கள் அனைவரும் தங்களது முந்தைய பாவ புண்ணியங்களின் விளைவுகளை அனுபவிக்க வேண்டியவர்கள். அவர்களது செயல்களுக்கு வேண்டிய தக்க வசதிகளையும் இயற்கை குணங்களின் விதிகளையும் மட்டுமே கடவுள் செய்து கொடுக்கிறார். ஆனால் அவர்களது முந்தைய அல்லது தற்போதைய செயல்களுக்கு அவர் ஒருபோதும் பொறுப்பல்ல. வேதாந்த சூத்திரத்தில் (2.1.34) இது உறுதி செய்யப்படுகிறது, *வைஷாம்ய–நைர்க்$_4$ருண்யே ந ஸாபேக்ஷத்வாத்*—கடவுள் ஒருபோதும் எந்த ஜீவாத்மாவுக்கும்

பாரபட்சம் பார்க்காதவர். தனது சொந்த செயல்களுக்கு உயிர்வாழியே பொறுப்பு. கடவுள், தனது வெளிப்புற சக்தியான பௌதிக இயற்கையின் வாயிலாக உயிர்வாழிகளுக்கு வசதிகளை மட்டுமே செய்து கொடுக்கின்றார். கர்ம (பலன்நோக்குச் செயல்களின்) நியதிகளின் இந்த இரகசியங்களைத் தெளிவாக அறிபவர், தனது செயல்களின் விளைவுகளால் பாதிக்கப்படுவதில்லை. வேறுவிதமாகக் கூறினால், கடவுளின் இந்த உன்னத இயற்கையை உணர்பவன், கிருஷ்ண உணர்வில் அனுபவம் வாய்ந்தவனாவான்; எனவே, அவன் ஒருபோதும் கர்ம நியதிகளுக்கு உட்பட்டவனல்ல. கடவுளின் உன்னத இயற்கையை உணராமல், அவரது செயல்களும் சாதாரண உயிர்வாழிகளைப் போல பலனைக் கருதி செய்யப்படுபவை என எண்ணுபவன், பலன்களின் விளைவுகளில் சிக்கிக்கொள்வது உறுதி. ஆனால் பரம உண்மையை அறிபவன் கிருஷ்ண உணர்வில் நிலைபெற்ற முக்தி பெற்ற ஆத்மாவாவான்.

ஸ்லோகம் 15

एवं ज्ञात्वा कृतं कर्म पूर्वैरपि मुमुक्षुभिः ।
कुरु कर्मैव तस्मात्त्वं पूर्वैः पूर्वतरं कृतम् ॥ १५ ॥

ஏவம் ஜ்ஞாத்வா க்ரு'தம் கர்ம பூர்வைர் அபி முமுக்ஷுபி:₄
குரு கர்மைவ தஸ்மாத் த்வம் பூர்வை: பூர்வதரம் க்ரு'தம்

ஏவம்—இவ்விதமாக; ஜ்ஞாத்வா—நன்கறிந்து; க்ரு'தம்—செய்தனர்; கர்ம—செயல்; பூர்வை:—முந்தைய அதிகாரிகளால்; அபி—உண்மையில்; முமுக்ஷுபி:₄—முக்தி பெற்றவர்; குரு—செய்வாயாக; கர்ம—நியமிக்கப்பட்ட கடமைகள்; ஏவ—நிச்சயமாக; தஸ்மாத்—எனவே; த்வம்—நீ; பூர்வை:—முன்னோரால்; பூர்வ–தரம்—முற்காலத்தில்; க்ரு'தம்—செய்யப்பட்டதுபோல்.

முற்காலத்தில் விடுதலை பெற்ற ஆத்மாக்கள் எல்லாரும், என்னுடைய உன்னத இயற்கையை உணர்ந்தவண்ணம் செயல்பட்டனர். எனவே, அவர்களது அடிச்சுவட்டைப் பின்பற்றி நீயும் உனது கடமைகளைச் செய்ய வேண்டும்.

பொருளுரை: இருவிதமான மனிதர்கள் உள்ளனர். ஒருவரது இதயம் அசுத்தமான பௌதிக விஷயங்களால் நிரம்பியுள்ளது, மற்றவர் பௌதிகத்திலிருந்து விடுபட்டுள்ளார். கிருஷ்ண உணர்வு இவ்விரு மனிதருக்கும் நன்மையளிக்கும். களங்கமுற்றவர், கிருஷ்ண உணர்வின் வழிமுறையை ஏற்று, பக்தித் தொண்டின் ஒழுக்க நெறிகளைப் பின்பற்றி, படிப்படியாகத் தூய்மையடையலாம். ஏற்கனவே களங்கங்களிலிருந்து தூய்மையடைந்தோர், தொடர்ந்து

கிருஷ்ண உணர்வில் செயலாற்றுவதன் மூலம், மற்றவர்கள் அவர்களைப் பின்பற்றுவதற்கும், அதனால் பலனடைவதற்கும் உதவலாம். முட்டாள்களும் கிருஷ்ண உணர்விற்கு புதியவர்களும், கிருஷ்ண உணர்வின் ஞானத்தைப் பெறாமல் செயல்களிலிருந்து ஓய்வு பெற விரும்புகின்றனர். போர்க்களத்தின் செயல்களிலிருந்து ஓய்வுபெற விரும்பிய அர்ஜுனனின் விருப்பத்தை பகவான் ஏற்றுக்கொள்ளவில்லை. எவ்வாறு செயல்படுவது என்பதை மட்டுமே ஒருவன் அறிந்துகொள்ள வேண்டும். கிருஷ்ண உணர்வின் செயல்களிலிருந்து ஓய்வுபெற்றுத் தனியே அமர்ந்து கிருஷ்ண உணர்வில் இருப்பது போன்று பாவனை செய்தல், கிருஷ்ணரின் திருப்திக்கான செயல்களில் ஈடுபடுவதைவிட முக்கியத்துவம் குன்றியதாகும். முன்பே குறிப்பிடப்பட்ட சூரியதேவன் விவஸ்வானைப் போன்ற, பகவானின் முந்தைய சீடர்களின் அடிச்சுவட்டைப் பின்பற்றி கிருஷ்ண உணர்வில் செயலாற்றுமாறு அர்ஜுனன் இங்கு அறிவுறுத்தப்படுகிறான். முழுமுதற் கடவுள், தனது முந்தைய செயல்கள் மட்டுமின்றி, இதற்கு முன் கிருஷ்ண உணர்வில் செயலாற்றிய அனைவரைப் பற்றியும் அனைத்தையும் அறிவார். எனவே, பல கோடி வருடங்களுக்கு முன் தன்னிடமிருந்து இக்கலையைக் கற்ற சூரியதேவனைப் பின்பற்றுமாறு பரிந்து ரைக்கின்றார். பகவான் கிருஷ்ணரால் நியமிக்கப்பட்ட கடமைகளை நிறைவேற்றுவதில் ஈடுபட்ட இத்தகு சீடர்கள், முக்தி பெற்றவர்களாக இங்குக் குறிப்பிடப்படுகின்றனர்.

ஸ்லோகம் 16

किं कर्म किमकर्मेति कवयोऽप्यत्र मोहिताः ।
तत्ते कर्म प्रवक्ष्यामि यज्ज्ञात्वा मोक्ष्यसेऽशुभात् ॥ १६ ॥

கிம் கர்ம கிம் அகர்மேதி கவயோ 'ப்யத்ர மோஹிதா:
தத் தே கர்ம ப்ரவக்ஷ்யாமி யஜ் ஜ்ஞாத்வா மோக்ஷ்யஸே 'ஷு$_2$பா$_4$த்

கிம்—எது; *கர்ம*—செயல்; *கிம்*—எது; *அகர்ம*—செயலற்றது; *இதி*—என்று; *கவய:*—அறிவுடையோர்; *அபி*—கூட; *அத்ர*—இவ்விஷயத்தில்; *மோஹிதா:*—குழம்பியுள்ளனர்; *தத்*—அதை; *தே*—உனக்கு; *கர்ம*—செயல்; *ப்ரவக்ஷ்யாமி*—விளக்குகிறேன்; *யத்*—எதை; *ஜ்ஞாத்வா*—அறிவதால்; *மோக்ஷ்யஸே*—முக்தியடைவாய்; *அஷு$_2$பா$_4$த்*—துரதிர்ஷ்டத்திலிருந்து.

அறிவுடையோரும் எது கர்மம் (செயல்), எது அகர்மம் (செய லின்மை) என்பதில் குழம்புகின்றனர். கர்மா என்பது என்ன என்பதை நான் இப்போது உனக்கு விளக்குகிறேன். இதை அறிவதால் எல்லா துரதிர்ஷ்டத்திலிருந்தும் நீ விடுதலை பெறுவாய்.

பொருளுரை: கிருஷ்ண உணர்வின் செயல்கள் அங்கீகாரம் பெற்ற முந்தைய பக்தர்களின் உதாரணத்தைப் பின்பற்றி செய்யப்பட வேண்டும். இது பதினைந்தாவது ஸ்லோகத்தில் பரிந்துரைக்கப்பட்டுள்ளது. இத்தகைய செயல்களை தன்னிச்சைப்படி ஏன் செயலாற்றக் கூடாது என்பது பின்வரும் ஸ்லோகத்தில் விளக்கப்படும்.

இவ்வத்தியாயத்தின் ஆரம்பத்தில் விளக்கியபடி, கிருஷ்ண உணர்வில் செயலாற்ற வேண்டுமெனில், குரு சீடப் பரம்பரையில் வரும் அதிகாரம் பெற்ற நபரின் தலைமையைப் பின்பற்ற வேண்டும். கிருஷ்ண உணர்வின் வழிமுறை, முதலில் சூரியதேவனுக்கு உபதேசிக்கப்பட்டு, சூரியதேவனால் மனுவிற்கும், மனுவினால் இக்ஷ்வாகுவுக்கும் உபதேசிக்கப்பட்டது. இவ்வாறு புராதன காலத்திலிருந்தே இவ்வழிமுறை உலகில் நிலவிவந்துள்ளது. எனவே, சீடத் தொடரில் வரும் முந்தைய அதிகாரிகளின் அடிச்சுவட்டை ஒருவன் பின்பற்ற வேண்டும். இல்லாவிடில் மிகுந்த புத்திசாலி மனிதனும் கிருஷ்ண உணர்விற்கான சீரிய செயல் எது என்பதில் குழப்பமடையக்கூடும். இதற்காகத்தான் கிருஷ்ண உணர்வை தாமே நேரடியாக அர்ஜுனனுக்கு உபதேசம் செய்வதற்கு முடிவு செய்தார் பகவான். அர்ஜுனன் பகவானிடமிருந்து நேரடி உபதேசத்தைப் பெற்றதால், அர்ஜுனனின் அடிச்சுவட்டைப் பின்பற்றுவோர் நிச்சயமாக குழப்பமடைவதில்லை.

பக்குவமற்ற பரிசோதனைகளின் மூலம் தர்மத்தின் வழிகளை எவரும் உறுதிப்படுத்த முடியாதென்று கூறப்பட்டுள்ளது. உண்மையில் தர்மத்தின் நெறிகளை பகவான் மட்டுமே விதிக்க முடியும். *த₄ர்மம் து ஸாக்ஷாத்₃ ப₄க₃வத்-ப்ரணீதம்* (பாகவதம் 6.3.19). பக்குவமற்ற அனுமானத்தினால் யாரும் தர்மத்தின் கொள்கைகளை புதிதாக உண்டு பண்ண முடியாது. பிரம்மா, சிவன், நாரதர், மனு, குமாரர்கள், கபிலர், பிரகலாதர், பீஷ்மர், சுகதேவ கோஸ்வாமி, எமராஜர், ஜனகர், பலி மஹாராஜர் போன்ற மாபெரும் அதிகாரிகளின் அடிச்சுவட்டைப் பின்பற்ற வேண்டும். மன அனுமானத்தினால் தர்மத்தையோ தன்னுணர்வையோ எவராலும் உறுதியாக உணர முடியாது. எனவே, பக்தர்களின் மீதான தனது காரணமற்ற கருணையால், கர்மா என்றால் என்ன, அகர்மம் என்றால் என்ன என்பதை அர்ஜுனனுக்கு பகவான் நேரடியாக உபதேசிக்கிறார். கிருஷ்ண உணர்வில் செய்யப்படும் செயல்கள் மட்டுமே பௌதிக பந்தத்திலிருந்து ஒருவனை விடுவிக்கும்.

ஸ்லோகம் 17

कर्मणो ह्यपि बोद्धव्यं बोद्धव्यं च विकर्मण: ।
अकर्मणश्च बोद्धव्यं गहना कर्मणो गति: ॥ १७ ॥

கர்மணோ ஹ்யபி போ$_3$த்$_3$த$_4$வ்யம்' போ$_3$த்$_3$த$_4$வ்யம்' ச விகர்மண:
அகர்மணஷ்$_2$ ச போ$_3$த்$_3$த$_4$வ்யம்' க$_3$ஹனா கர்மணோ க$_3$தி:

கர்மண—செயலின்; *ஹி*—நிச்சயமாக; *அபி*—கூட; *போ$_3$த்$_3$த$_4$வ்யம்*—அறியப்பட வேண்டும்; *போ$_3$த்$_3$த$_4$வ்யம்*—அறியப்பட வேண்டும்; *ச*—மேலும்; *விகர்மண:*—தடை செய்யப்பட்ட செயல்கள்; *அகர்மண:*—செயலின்மை; *ச*—மேலும்; *போ$_3$த்$_3$த$_4$வ்யம்*—அறியப்பட வேண்டும்; *க$_3$ஹனா*—மிகக் கடினம்; *கர்மண:*—செயலின்; *க$_3$தி:*—நுழைதல்.

செயல்களின் நுணுக்கங்களை உணர்வது மிகக் கடினம். எனவே, கர்மம் (செயல்) என்பது என்ன, விகர்மம் (தடை செய்யப்பட்ட செயல்) என்பது என்ன, அகர்மம் (செயலின்மை) என்பது என்ன என்பதை தெளிவாக அறிந்துகொள்ள வேண்டும்.

பொருளுரை: பௌதிக பந்தத்திலிருந்து விடுபடுவதற்கான உண்மையான ஆர்வம் ஒருவனிடம் இருந்தால், கர்மம், அகர்மம், மற்றும் விகர்மம் என்பனவற்றின் வேறுபாட்டை அவன் தெளிவாக உணர வேண்டும். இது மிகவும் கடினமான விஷயம் என்பதால், கர்மம், அகர்மம், மற்றும் விகர்மத்தை ஆய்ந்து அறிவதில் ஒருவன் முழு முனைப்புடன் தன்னை ஈடுபடுத்த வேண்டும். கிருஷ்ண உணர்வையும் குணங்களுக்கேற்ற அதன் செயல்களையும் அறிந்து கொள்ள, தனக்கும் கடவுளுக்கும் உள்ள உறவினை அறிய வேண்டும். அதாவது, ஒவ்வொரு உயிர்வாழியும் இறைவனின் நித்திய சேவகன் என்பதையும், அனைவரும் கிருஷ்ண உணர்வில் செயலாற்ற வேண்டியவர்கள் என்பதையும், அறிவுடையோன் தெளிவாக அறிவான். பகவத் கீதை முழுவதும் இந்த முடிவை நோக்கியே நம்மை அழைத்துச் செல்கின்றது. இந்த முடிவிற்கும் இதனைச் சார்ந்த செயல்களுக்கும் எதிரான எல்லா முடிவுகளும், விகர்மங்கள், அல்லது தடை செய்யப்பட்ட செயல்களாகும். இவற்றையெல்லாம் புரிந்து கொள்ள ஒருவன் கிருஷ்ண உணர்வின் அதிகாரிகளோடு தொடர்பு கொண்டு அவர்களிடமிருந்து இரகசியத்தை அறிய வேண்டும். இவ்வாறு அறிவது பகவானிடமிருந்து நேரடியாக கற்பதைப் போன்றதே. இல்லாவிடில், மிகச்சிறந்த அறிவாளியும் குழப்பமடைவான்.

ஸ்லோகம் 18

कर्मण्यकर्म य: पश्येदकर्मणि च कर्म य: ।
स बुद्धिमान्मनुष्येषु स युक्त: कृत्स्नकर्मकृत् ॥ १८ ॥

கர்மண்யகர்ம ய: பஷ்$_2$யேத்$_3$ அகர்மணி ச கர்ம ய:
ஸ புத்$_3$தி$_4$மான் மனுஷ்யேஷு ஸ யுக்த: க்ரு'த்ஸ்ன-கர்ம-க்ரு'த்

கர்மணி—செயலில்; *அகர்ம*—செயலின்மை; *ய:*—யாரொருவன்; *பஷ்$_2$யேத்*—காண்கிறானோ; *அகர்மணி*—செயலின்மையில்; *ச*—மேலும்; *கர்ம*—பலன்நோக்குச் செயல்களை; *ய:*—யாரொருவன்; *ஸ:*—அவன்; *பு$_3$த்$_3$தி$_4$-மான்*—அறிவாளி; *மனுஷ்யேஷு*—மனித சமுதாயத்தில்; *ஸ:*—அவன்; *யுக்த:*—உன்னத நிலையில் உள்ளான்; *க்ரு'த்ஸ்ன-கர்ம-க்ரு'த்*—எல்லாச் செயல்களில் ஈடுபட்டிருந்தாலும்.

கர்மத்தில் அகர்மத்தையும், அகர்மத்தில் கர்மத்தையும் காண்பவனே மனிதரில் அறிவுடையவனாகிறான். எல்லாவிதச் செயல்களில் ஈடுபட்டிருந்தாலும் அவன் உன்னத நிலையில் நிலைபெற்றுள்ளான்.

பொருளுரை: கிருஷ்ண உணர்வில் செயல்படுபவன் இயற்கையாகவே கர்ம பந்தத்திலிருந்து விடுபட்டுள்ளான். அவனுடைய செயல்களனைத்தும் கிருஷ்ணருக்காகவே செய்யப்படுகின்றன; எனவே, அவன் செயல்களின் பலன்களால் இன்புறுவதோ, துன்புறுவதோ இல்லை. இதனால் அவன் கிருஷ்ணருக்காக எல்லாவிதச் செயல்களில் ஈடுபட்டிருந்தாலும், மனித சமுதாயத்தில் புத்திசாலியாகக் கருதப்படுகிறான். அகர்மம் என்றால் விளைவுகளைக் கொடுக்காத செயல்கள் என்று பொருள். பலன்நோக்குச் செயல்கள் தன்னுணர்வுப் பாதையில் தடைக்கற்களாக இருக்கும் என்ற பயத்தால், அருவவாதி எல்லா செயல்களையும் அறவே கைவிடுகின்றான். ஆனால் பரம புருஷ பகவானின் நித்தியத் தொண்டன் என்னும் தனது நிலையை நன்றாக அறிந்த உருவவாதியோ, தன்னைக் கிருஷ்ண உணர்வின் செயல்களில் ஈடுபடுத்திக்கொள்கிறான். அனைத்தும் கிருஷ்ணருக்காகச் செய்யப்படுவதால், இத்தகுத் தொண்டினைச் செய்வதில் அவனுக்கு திவ்யமான ஆனந்தம் கிடைக்கின்றது. இம்முறையில் ஈடுபட்டிருப்பவர்கள் சொந்த புலனுகர்ச்சியில் விருப்பமற்றவர்கள் என்று அறியப்படுகின்றனர். கிருஷ்ணரின் நித்தியத் தொண்டன் என்னும் உணர்வு, செயலின் எல்லாவிதமான விளைவுகளிலிருந்தும் ஒருவனை பாதிக்கப்படாமல் காக்கின்றது.

ஸ்லோகம் 19

यस्य सर्वे समारम्भाः कामसङ्कल्पवर्जिताः ।
ज्ञानाग्निदग्धकर्माणं तमाहुः पण्डितं बुधाः ॥ १९ ॥

யஸ்ய ஸர்வே ஸமாரம்பா:$_4$ காம-ஸங்கல்ப-வர்ஜிதா:
ஜ்ஞாநாக்$_3$னி-த$_3$க்$_3$த$_4$-கர்மாணம்' தம் ஆஹு: பண்டி$_3$தம்' பு$_3$தா:$_4$

யஸ்ய—எவனது; *ஸர்வே*—எல்லாவிதமான; *ஸமாரம்பா:$_4$*—முயற்சிகள்; *காம*—புலனுகர்ச்சிக்கான ஆசையின் அடிப்படையில்; *ஸங்கல்ப*—மனஉறுதி; *வர்ஜிதா:*—இல்லாமலிருக்கிறதோ; *ஜ்ஞான*—பக்குவமான அறிவு எனும்; *அக்$_3$னி*—நெருப்பால்; *த$_3$க்$_3$த$_4$*—எரிக்கப்பட்டு; *கர்மாணம்*—எவனது செயல்; *தம்*—அவனை; *ஆஹு:*—கூறுகின்றனர்; *பண்டி$_3$தம்*—பண்டிதன்; *பு$_3$தா:$_4$*—அறிந்தவர்கள்.

யாருடைய முயற்சிகள் அனைத்தும் புலனுகர்ச்சியிலிருந்து விடுபட்டுள்ளதோ, அவன் பண்டிதனாக அறியப்படுகிறான். அத்தகையவன், பக்குவமான அறிவு என்னும் நெருப்பால் செயல்களின் விளைவுகளைச் சுட்டெரித்தவன் என்று சாதுக்களால் கருதப்படுகிறான்.

பொருளுரை: கிருஷ்ண பக்தனின் செயல்களை பூரண அறிவுடையோர் மட்டுமே புரிந்துகொள்ள முடியும். கிருஷ்ண பக்தன் புலனுகர்ச்சிக்கான எல்லாவித விருப்பங்களிலிருந்தும் விடு பட்டுள்ளான்; எனவே, "பரம புருஷ பகவானின் நித்தியத் தொண்டனாக இருப்பதே எனது ஸ்வரூப நிலை" என்னும் பக்குவ அறிவால், அவன் தனது செயல்களின் விளைவுகளை எரித்துவிட்டவனாகக் கருதப்பட வேண்டும். ஞானத்தின் இத்தகு பக்குவநிலையை அடைந்தவன் உண்மையான பண்டிதனாவான். இறைவனுடனான நித்தியத் தொண்டினைப் பற்றிய இவ்வறிவினை வளர்ப்பது நெருப்பிற்கு ஒப்பிடப்படுகிறது. இத்தகு நெருப்பினை தூண்டிவிட்டால் போதும், செயலின் எல்லா விளைவுகளையும் அஃது எரித்துவிடும்.

ஸ்லோகம் 20

त्यक्त्वा कर्मफलासङ्गं नित्यतृप्तो निराश्रयः ।
कर्मण्यभिप्रवृत्तोऽपि नैव किञ्चित्करोति सः ॥ २० ॥

த்யக்த்வா கர்ம-ப$_2$லாஸங்க$_3$ம்' நித்ய-த்ரு'ப்தோ நிராஷ்$_2$ரய:
கர்மண்யபி$_4$ப்ரவ்ரு'த்தோ 'பி நைவ கிஞ்சித் கரோதி ஸ:

த்யக்த்வா—துறந்து; *கர்ம-ப$_2$ல-ஆஸங்க$_3$ம்*—பலன்களின் மீதான பற்றை; *நித்ய*—எப்போதும்; *த்ரு'ப்த:*—திருப்தியுற்று; *நிராஷ்$_2$ரய:*—எதையும் சாராமல்; *கர்மணி*—செயலில்; *அபி$_4$ப்ரவ் ரு'த்த:*—முழுமையாக ஈடுபட்டு; *அபி*—இருந்தும்; *ந*—இல்லை; *ஏவ*—நிச்சயமாக; *கிஞ்சித்*—ஏதும்; *கரோதி*—செய்வது; *ஸ:*—அவன்.

தனது செயல்களின் பலன்களின் மீதான எல்லாப் பற்றுதலையும் துறந்து, எப்போதும் திருப்தியுற்று சுதந்திரமாக விளங்கும் அவன்,

எல்லாவித செயல்களில் ஈடுபட்டிருந்தாலும் எந்த (பலன்நோக்கு) செயலையும் செய்வதில்லை.

பொருளுரை: ஒருவன் எல்லாவற்றையும் கிருஷ்ணருக்காக கிருஷ்ண உணர்வில் செய்யும்போது மட்டுமே செயல்களின் பந்தங்களிலிருந்து விடுதலை பெறுவது சாத்தியமாகும். கிருஷ்ண பக்தன் பரம புருஷ பகவானிடமுள்ள தூய அன்பில் செயல்படுவதால், செயலின் பலன்களில் அவனுக்கு எவ்விதக் கவர்ச்சியும் இல்லை. அனைத்தையும் கிருஷ்ணரிடம் ஒப்படைத்துவிட்டதால், அவன் தனது சுய பராமரிப்பையும் பொருட்படுத்துவதில்லை. மேலும், சொத்துக்களைச் சேர்ப்பதற்கோ, ஏற்கனவே தன்னிடம் உள்ள சொத்துக்களைப் பாதுகாப்பதற்கோ, அவன் கவலைப்படுவதில்லை. தன் கடமையை தன்னால் இயன்ற வரை திறமையாகச் செய்துவிட்டு அனைத்தையும் கிருஷ்ணரிடம் விட்டு விடுகின்றான். இத்தகு பற்றற்ற மனிதன் நல்ல, தீய விளைவுகளிலிருந்து எப்போதும் விடுபட்டுள்ளான்; எனவே, அவன் எதையும் செய்யாதது போலவேயாகிறது. இதுவே அகர்மா அல்லது பலன் விளைவுகளற்ற செயல் என்பதன் அறிகுறியாகும். எனவே, கிருஷ்ண உணர்வின் செயலைத் தவிர மற்ற செயல்கள் அனைத்தும், செய்பவனை பந்தப்படுத்துவதால் (முன்னரே விளக்கியது போல) அவை விகர்மா எனப்படும்.

ஸ்லோகம் 21

निराशीर्यतचित्तात्मा त्यक्तसर्वपरिग्रहः ।
शारीरं केवलं कर्म कुर्वन्नाप्नोति किल्बिषम् ॥ २१ ॥

நிராஷீ₂ர் யத-சித்தாத்மா த்யக்த-ஸர்வ-பரிக்₃ரஹ:
ஷா₂ரீரம்' கேவலம்' கர்ம குர்வன் நாப்னோதி கில்பி₃ஷம்

நிராஷீ:₂—பலனுக்கான விருப்பமின்றி; *யத*—கட்டுப்படுத் தப்பட்ட; *சித்த-ஆத்மா*—மனமும் அறிவும்; *த்யக்த*—துறந்து; *ஸர்வ*—எல்லா; *பரிக்₃ரஹ:*—சொத்துரிமை எண்ணம்; *ஷா₂ரீரம்*—உடலை ஆத்மாவுடன் தக்கவைத்துக்கொள்ள; *கேவலம்*—மட்டுமே; *கர்ம*—செயல்; *குர்வன்*—செய்வதால்; *ந*—என்றுமில்லை; *ஆப்னோதி*—ஏற்பது; *கில்பி₃ஷம்*—பாவ விளைவுகளை.

இத்தகு உணர்வுடையோன் மனமும், அறிவும் முழுமையாகக் கட்டுப்படுத்தப்பட்ட நிலையில், தனது சொத்துக்களின் மீதான உரிமையுணர்வுகளை முழுமையாகத் துறந்து, வாழ்வின் அவசியத் தேவைகளுக்காக மட்டுமே செயலாற்றுகின்றான். இவ்வாறு செயல் படுவதால், அவன் பாவ விளைவுகளால் பாதிக்கப்படுவதில்லை.

பொருளுரை: கிருஷ்ண பக்தன் தனது செயல்களில் நல்ல, தீய விளைவுகள் எதையும் எதிர்பார்ப்பதில்லை. அவனது மனமும், அறிவும் முழுமையான கட்டுப்பாட்டில் உள்ளது. "நான் பரமனின் அம்சம் என்பதால், என்னால் செய்யப்படும் செயல்கள், உண்மையில் என்னால் செய்யப்படுபவையல்ல, என் மூலமாக பரமனால் செய்யப்படும் செயல்களே" என்பதை அவன் அறிவான். கை நகரும்போது அது கையின் சுய விருப்பத்தினால் அல்ல; முழு உடலின் முயற்சியினாலேயே அது நகருகிறது. சுயப் புலனுகர்ச்சியில் ஆர்வமில்லாத கிருஷ்ண பக்தன், எப்போதும் பரமனின் ஆவலுடன் இணைந்துள்ளான். ஓர் இயந்திரத்தின் பாகத்தைப் போல அவன் செயல்படுகிறான். இயந்திரத்தின் பகுதி எவ்வாறு எண்ணையிடப்பட்டு, சுத்தமாக்கப்பட்டு பராமரிக்கப்படுகிறதோ, அதுபோல கிருஷ்ண பக்தனும் (பகவானின் திவ்யமான தொண்டில் ஈடுபடுவதற்காக) தனது செயல்களால் தன்னைப் பராமரித்துக்கொள்கிறான். எனவே, அவன் தனது முயற்சிகளின் விளைவுகளால் பாதிக்கப்படுவதில்லை. ஒரு மிருகத்தைப் போல, அவனது உடல்கூட அவனுக்குச் சொந்தமானது கிடையாது. மிருகத்தின் சொந்தக்காரன் சில சமயங்களில் தனது மிருகத்தைக் கொடூரமாகக் கொன்றாலும் அஃது எதிர்ப்பதில்லை. உண்மையில் அதற்கு சுதந்திரம் ஏதுமில்லை. தன்னுணர்வில் முழுமையாக ஈடுபட்டுள்ள கிருஷ்ண பக்தனுக்கு எந்த பௌதிகப் பொருளின் மீதும் பொய்யுரிமை கொண்டாடுவதற்கு நேரமில்லை. உடலையும் ஆத்மாவையும் தக்கவைத்துக்கொள்வதற்காக அநியாயமான வழிகளில் செல்வம் சேர்க்கும் அவசியமும் அவனுக்கில்லை. எனவே, இத்தகு பௌதிக பாவங்களால் அவன் களங்கமடைவதில்லை. தனது செயல்களின் எல்லா விளைவுகளிலிருந்தும் அவன் விடுதலை பெற்றவனாவான்.

ஸ்லோகம் 22

यदृच्छालाभसन्तुष्टो द्वन्द्वातीतो विमत्सरः ।
समः सिद्धावसिद्धौ च कृत्वापि न निबध्यते ॥ २२ ॥

யத்$_3$ரு'ச்சா$_2$-லாப$_4$-ஸந்துஷ்டோ த்$_3$வந்த்$_3$வாதீதோ விமத்ஸர:
ஸம: ஸித்$_3$தா$_4$வ் அஸித்$_3$தௌ$_4$ ச க்ரு'த்வாபி ந நிப$_3$த்$_4$யதே

யத்$_3$ரு'ச்சா$_2$—தானாக; *லாப$_4$*—லாபத்தில்; *ஸந்துஷ்ட:*—திருப்தியுற்று; *த்$_3$வந்த்$_3$வ*—இருமை; *அதீத:*—கடந்து; *விமத்ஸர:*—பொறாமையிலிருந்து விடுபட்டு; *ஸம:*—நிலையாக; *ஸித்$_3$தௌ$_4$*—வெற்றியில்; *அஸித்$_3$தௌ$_4$*—தோல்வியில்; *ச*—கூட; *க்ரு'த்வா*—செயலாற்றி; *அபி*—இருப்பினும்; *ந*—இல்லை; *நிப$_3$த்$_4$ யதே*—பாதிக்கப்படுவது.

எவனொருவன் தானாக வரும் இலாபத்தில் திருப்தியடைந்து, இருமையிலிருந்து விடுபட்டு, பொறாமையற்று, வெற்றி தோல்விகளில் நிலைத்துச் செயலாற்றுகின்றானோ, அவன் செயல்களைச் செய்யும்போதிலும், ஒருபோதும் பாதிக்கப்படு வதில்லை.

பொருளுரை: கிருஷ்ண பக்தன் தனது உடலைப் பராமரிப்ப தற்காகக்கூட பெருமுயற்சி ஏதும் செய்வதில்லை. தானாக அடையப்படும் இலாபங்களில் அவன் திருப்தி கொள்கிறான். அவன் கடன் வாங்குவதுமில்லை, யாசிப்பதுமில்லை, ஆனால் தனது சக்திக்கேற்றவாறு நியாயமாக உழைத்து, தனது நேர்மையான வேலையினால் கிடைப்பதை வைத்து திருப்தியடைகின்றான். எனவே, அவன் தனது வாழ்வில் சுதந்திரமாக உள்ளான். மற்றவர்களது சேவை கிருஷ்ணருக்கான தனது சேவையில் தடையாக இருப்பதை அவன் அனுமதிப்பதில்லை. இருப்பினும், அவன் கிருஷ்ணரின் தொண்டிற்காக, பௌதிக உலகின் இருமைகளால் பாதிக்கப்படாமல், எந்தவொரு செயலிலும் பங்கேற்க முடியும். வெப்பம் குளிர், இன்பம் துன்பம் போன்றவற்றால் ஜடவுலகின் இருமைகள் உணரப் படுகின்றன. கிருஷ்ண பக்தன் இருமைக்கு அப்பாற்பட்டவன்; ஏனெனில், கிருஷ்ணரின் திருப்திக்காக அவன் எதையும் செய்யத் தயங்குவதில்லை. எனவே, அவன் வெற்றி தோல்வி இரண்டிலும் ஸ்திரமாக உள்ளான். உன்னத அறிவில் முழுமையடையும்போது இந்த அறிகுறிகளைக் காணலாம்.

ஸ்லோகம் 23

गतसङ्गस्य मुक्तस्य ज्ञानावस्थितचेतसः ।
यज्ञायाचरतः कर्म समग्रं प्रविलीयते ॥ २३ ॥

க₃த-ஸங்க₃ஸ்ய முக்தஸ்ய ஜ்ஞானாவஸ்தி₂த-சேதஸ:
யஜ்ஞாயாசரத: கர்ம ஸமக்₃ரம்' ப்ரவிலீயதே

க₃த-ஸங்க₃ஸ்ய—ஜட இயற்கை குணங்களில் பற்றுதல் கொள்ளாமல்; *முக்தஸ்ய*—முக்தி பெற்ற; *ஜ்ஞான-அவஸ்தி₂த*—ஞானத்தில் நிலைபெற்று; *சேதஸ:*—எவனது அறிவு; *யஜ்ஞாய*—யாகத்தின் (கிருஷ்ணரின்) திருப்திக்காக; *ஆசரத:*—செயலாற்றி; *கர்ம*—செயல்; *ஸமக்₃ரம்*—பூரணத்தில்; *ப்ரவிலீயதே*—முழுமையாக கலந்துவிடுகிறான்.

ஜட இயற்கை குணங்களில் பற்றற்று, திவ்ய ஞானத்தில் நிலைபெற்றவனின் செயல், முழுமையாக உன்னதத்தில் கலந்து விடுகின்றது.

பொருளுரை: பூரண கிருஷ்ண உணர்வை அடைந்தவன், எல்லா இருமைகளிலிருந்தும் விடுபட்டு, பௌதிக குணங்களின் களங்கங்களிலிருந்தும் விடுபடுகிறான். கிருஷ்ணருடனான தனது உறவின் ஸ்வரூப நிலையை அவன் அறிந்திருப்பதால், அவனால் முக்தியடைய முடியும். இதனால், அவனது மனம் கிருஷ்ணரின் நினைவிலிருந்து விலகுவதில்லை. இதனைத் தொடர்ந்து, அவன் எதைச் செய்தாலும் மூல விஷ்ணுவான கிருஷ்ணருக்காகவே செய்கிறான். எனவே, அவனது செயல்கள் அனைத்தும் யாகங்களே; ஏனெனில், பரம புருஷரான விஷ்ணுவை (கிருஷ்ணரை) திருப்திப்படுத்துவதற்காகச் செய்யப்படுவதுதான் யாகம். இத்தகு செயல்கள் எல்லாவற்றின் விளைவுகளும் நிச்சயமாக உன்னதத்தில் கலந்துவிடுவதால், அவன் ஜட விளைவுகளால் பாதிக்கப்படுவதில்லை.

ஸ்லோகம் 24

ब्रह्मार्पणं ब्रह्म हविर्ब्रह्माग्नौ ब्रह्मणा हुतम् ।
ब्रह्मैव तेन गन्तव्यं ब्रह्मकर्मसमाधिना ॥ २४॥

ப்₃ரஹ்மார்பணம்' ப்₃ரஹ்ம ஹவிர் ப்₃ரஹ்மாக்₃னௌ ப்₃ரஹ்மணா ஹுதம்
ப்₃ரஹ்மைவ தேன க₃ந்தவ்யம்' ப்₃ரஹ்ம-கர்ம-ஸமாதி₄னா

ப்₃ரஹ்ம—இயற்கையில் ஆன்மீகமான; *அர்பணம்*—அர்ப்பணம்; *ப்₃ரஹ்ம*—பரமன்; *ஹவி:*—நெய்; *ப்₃ரஹ்ம*—ஆன்மீக; *அக்₃னௌ*—நெருப்பு என்னும் முடிவில்; *ப்₃ரஹ்மணா*—ஆன்மீக ஆத்மாவால்; *ஹுதம்*—கொடுக்கப்படுவது; *ப்₃ரஹ்ம*—ஆன்மீக உலகம்; *ஏவ*—நிச்சயமாக; *தேன*—அவனால்; *க₃ந்தவ்யம்*—அடையப்படுவது; *ப்₃ரஹ்ம*—ஆன்மீக; *கர்ம*—செயல்களில்; *ஸமாதி₄னா*—ஸமாதியில்.

கிருஷ்ண உணர்வில் முழுமையாக ஆழ்ந்திருப்பவன், நிச்சயமாக ஆன்மீக உலகை அடைவான்; ஏனெனில், அவன் ஆன்மீக செயல்களுக்காகத் தன்னை முழுமையாக சமர்ப்பித்துள்ளான். பிரம்மனை இலக்காகக் கொண்ட இச்செயல்கள் அதே ஆன்மீக இயற்கையின் மூலம் அர்ப்பணிக்கப்படுவதாகும்.

பொருளுரை: கிருஷ்ண பக்தியின் செயல்கள் எவ்வாறு இறுதியில் ஆன்மீக இலக்கை நோக்கிக் கொண்டுச் செல்கின்றன என்பது இங்கே விளக்கப்பட்டுள்ளது. கிருஷ்ண பக்தியில் பல்வேறு செயல்கள் உள்ளன. அவை பின்வரும் ஸ்லோகங்களில் விளக்கப்படும். ஆனால் தற்போது கிருஷ்ண உணர்வின் அடிப்படைக் கொள்கை மட்டும் விளக்கப்பட்டுள்ளது. பௌதிகக் களங்கத்தினால் பந்தப்பட்டுள்ள கட்டுண்ட ஆத்மா, ஜடச் சூழ்நிலையில் செயலாற்றுவது நிச்சயம்.

இருப்பினும், அத்தகு சூழ்நிலையிலிருந்து அவன் வெளியேற வேண்டும். கட்டுண்ட ஆத்மா பௌதிகச் சூழ்நிலையிலிருந்து வெளியேறும் முறையே கிருஷ்ண உணர்வாகும். உதாரணமாக, அளவுக்கு அதிகமாக பால் பொருட்களை உட்கொண்டதால் வயிற்றைக் கெடுத்துக் கொண்டு துன்புறும் ஒரு நோயாளி, மற்றொரு பால் பொருளான தயிரின் மூலம் குணப்படுத்தப்படுகிறான். இங்கே கீதையில் கூறப்பட்டுள்ளது போல், ஜடத்தில் மூழ்கியுள்ள கட்டுண்ட ஆத்மாவை கிருஷ்ண உணர்வினால் குணப்படுத்த முடியும். இந்த வழிமுறை பொதுவாக *யஜ்ஞ*, அல்லது விஷ்ணுவின் (கிருஷ்ணரின்) திருப்திக்காக மட்டும் செயலாற்றப்படும் செயல்கள் (யாகங்கள்) எனப்படும். ஜடவுலகின் செயல்கள் எந்த அளவிற்கு விஷ்ணுவிற்காக மட்டும் (கிருஷ்ண உணர்வில்) செய்யப்படுகின்றனவோ, அந்த அளவுக்கு சூழ்நிலை ஆன்மீகமயமாக்கப்படுகிறது. *ப்₃ரஹ்ம* (பிரம்மன்) என்ற வார்த்தைக்கு "ஆன்மீகம்" என்று பொருள். இறைவன் ஆன்மீகமானவர், அவரது திவ்யமான உடலிலிருந்து வரும் ஒளிக்கதிர்கள் பிரம்மஜோதி, அவரது ஆன்மீக தேஜஸ் என்று அறியப்படுகின்றது. இருப்பவை அனைத்தும் இந்த பிரம்மஜோதியிலேயே நிலைபெற்றுள்ளன. ஆனால் இந்த ஜோதியானது, மாயையினாலோ புலனுகர்ச்சியினாலோ மறைக்கப்படும்போது அது பௌதிகம் எனப்படும். இந்த பௌதிகத் திரையினை கிருஷ்ண உணர்வால் உடனடியாக அகற்றிவிட முடியும். இவ்விதமாக, கிருஷ்ண உணர்வில் அர்ப்பணிக்கப்படும் பொருள், அந்த அர்ப்பணத்தை ஏற்றுக்கொள்பவர், அர்ப்பணிப்பதற்கான வழிமுறை, அர்ப்பணம் செய்பவர், மற்றும் அர்ப்பணத்தின் விளைவு—இவையெல்லாம் சேர்ந்ததே பிரம்மன் அல்லது பூரண உண்மை எனப்படும். பூரண உண்மை, மாயையால் மறைக்கப்படும்போது, பௌதிகம் என்று கூறப்படுகிறது. பூரண உண்மையின் தொண்டில் பௌதிகம் பயன்படுத்தப்படும்போது, அது தனது ஆன்மீக உணர்வை மீண்டும் அடைகின்றது. மாயையில் உள்ள உணர்வை பிரம்மனிடம் (பரமனிடம்) மாற்றும் வழிமுறையே கிருஷ்ண உணர்வு. மனம் கிருஷ்ண உணர்வில் முழுமையாக ஆழ்ந்திருக்கும் நிலை ஸமாதி எனப்படும். இத்தகு உன்னத உணர்வில் செய்யப்படும் அனைத்துச் செயல்களும் *யஜ்ஞ* (பரமனுக்காகச் செய்யப்படும் யாகம்) என்று கூறப்படுகின்றன. இத்தகு ஆன்மீக உணர்வில், அர்ப்பணிப்பவர், உதவியாக இருப்பவை, செலவிடப்படுவது, யாகத்தைச் செய்பவர் (யாகத்தின் தலைவர்), விளைவு (இறுதி இலாபம்)—இவையனைத்தும் பூரணமான பரபிரம்மனில் ஒன்றாகிவிடுகின்றன. இதுவே கிருஷ்ண உணர்வின் வழிமுறையாகும்.

ஸ்லோகம் 25

दैवमेवापरे यज्ञं योगिनः पर्युपासते ।
ब्रह्माग्नावपरे यज्ञं यज्ञेनैवोपजुह्वति ॥ २५ ॥

தை₃வம் ஏவாபரே யஜ்ஞம்' யோகி₃ன: பர்யுபாஸதே
ப்₃ரஹ்மாக்₃னாவ் அபரே யஜ்ஞம்' யஜ்ஞேனைவோபஜுஹ்வதி

தை₃வம்—தேவர்களை வழிபடுவதில்; *ஏவ*—இதுபோன்று; *அபரே*—மற்ற சிலர்; *யஜ்ஞம்*—யாகங்கள்; *யோகி₃ன*—யோகிகள்; *பர்யுபாஸதே*—சீராக வணங்குகின்றனர்; *ப்₃ரஹ்ம*—பூரண உண்மை; *அக்₃னௌ*—நெருப்பில்; *அபரே*—வேறு சிலர்; *யஜ்ஞம்*—யாகம்; *யஜ்ஞேன*—யாகத்தால்; *ஏவ*—இவ்வாறு; *உபஜுஹ்வதி*—அளிக்கின்றனர்.

சில யோகிகள் பல்வேறு யாகங்களை அர்ப்பணிப்பதன் மூலம் தேவர்களை பக்குவமாக வழிபடுகின்றனர். சிலர் பரபிரம்மன் எனும் நெருப்பில் யாகங்களை அர்ப்பணிக்கின்றனர்.

பொருளுரை: மேலே குறிப்பிட்டபடி, கிருஷ்ண உணர்வில் கடமைகளைச் செய்பவன் பக்குவப்பட்ட யோகி அல்லது முதல்தர யோகி என்று அழைக்கப்படுகிறான். ஆனால், தேவர்களின் வழிபாட்டில் இதுபோன்ற யாகங்களைச் செய்பவரும், பரபிரம்மனை (இறைவனின் அருவத் தன்மையை) நோக்கி இத்தகு யாகங்களைச் செய்பவரும் உண்டு. எனவே, பல தரப்பட்ட பிரிவுகளுக்கேற்ப பல தரப்பட்ட யாகங்கள் உள்ளன. பல்வேறு மக்களால் செய்யப்படும் பல்வேறு தரப்பட்ட யாகங்களை மேலோட்டமாகப் பார்க்கும்போது மட்டுமே, அவை பல வகைப்பட்டவை. உண்மையில், யாகம் என்றாலே, முழுமுதற் கடவுளான விஷ்ணுவை திருப்திப்படுத்துவது மட்டுமே, அவர் *யஜ்ஞ* என்றும் அறியப்படுகிறார். பல்வேறு வகையான யாகங்களை, உலகச் சொத்துக்களை தியாகம் செய்யும் யாகங்கள், உன்னத ஞானத்தை நோக்கிச் செய்யப்படும் யாகங்கள் என இரண்டு முக்கியப் பிரிவுகளாகப் பிரிக்கலாம். கிருஷ்ண உணர்வினர் முழுமுதற் கடவுளின் திருப்திக்காக எல்லா உலகச் சொத்துக்களையும் துறக்கின்றனர்; பிறரோ, தற்காலிக பௌதிக சுகத்தை விரும்பி, இந்திரன், சூரியன் போன்ற தேவர்களின் திருப்திக்காக உலகச் சொத்துக்களைத் துறக்கின்றனர். மேலும், அருவவாதிகளோ, அருவ பிரம்மனில் கலப்பதன் மூலம் தங்களது தனித்துவத்தை தியாகம் செய்கின்றனர். அகிலத்தின் இயக்கத்திற்குத் தேவையான வெப்பம், நீர், ஒளி முதலியவற்றைப் பராமரிப்பதற்காகவும் மேற்பார்வையிடுவதற்காகவும் பரம புருஷரால் நியமிக்கப்பட்ட சக்திவாய்ந்த ஜீவன்களே தேவர்கள். பௌதிக இலாபங்களை

விரும்புவோர், வேதச் சடங்குகளின்படி பல்வேறு யாகங்களைச் செய்து தேவர்களை வழிபடுகின்றனர். அவர்கள் *ப₃ஹு-ஈஷ்₂வர வாதீ₃*, பல கடவுள்கள் இருப்பதாக நம்புவோர் எனப்படுவர். ஆனால், பூரண உண்மையின் அருவ நிலையை வழிபட்டு தேவர்களின் ரூபங்களை நிரந்தரமற்றதாகக் கருதி ஒதுக்குவோர், தங்களது தனித்துவத்தை உன்னத நெருப்பில் தியாகம் செய்து, பரத்துடன் கலப்பதன் மூலம் தனித்தன்மையை முடித்துக்கொள்கின்றனர். இத்தகு அருவவாதிகள், பரமனின் உன்னத இயற்கையைப் புரிந்துகொள்வதற்கான தத்துவ அனுமானத்தில் தங்களது நேரத்தை தியாகம் செய்கின்றனர். வேறுவிதமாகக் கூறினால், பலன் நோக்கிச் செயல்படும் கர்மவாதிகள், பௌதிக சுகத்திற்காக உலக உரிமைகளை தியாகம் செய்கின்றனர். அருவவாதியோ, பரத்துடன் ஒன்றாகக் கலப்பதற்காகத் தனது பௌதிக அடையாளங்களை தியாகம் செய்கிறான். அருவவாதிகளுக்கு, பரபிரம்மனே யாகம், தங்களது தனித்துவமே அந்த யாகத்தில் அர்ப்பணிக்கப்படும் பொருள். இஃது இவ்வாறு உள்ளபோதிலும், அர்ஜுனனைப் போன்ற கிருஷ்ண பக்தன் கிருஷ்ணரின் திருப்திக்காக எல்லாவற்றையும் தியாகம் செய்கிறான். அவனது பௌதிக சொத்துக்கள் மட்டுமின்றி தன்னையே முழுமையாக—எல்லாவற்றையும்—அவன் கிருஷ்ணருக்காக தியாகம் செய்கிறான். இவ்வாறாக, அவனே முதல்தர யோகியாவான்; ஆனால் அவன் தனது தனித்துவத்தை இழப்பதில்லை.

ஸ்லோகம் 26

श्रोत्रादीनीन्द्रियाण्यन्ये संयमाग्निषु जुह्वति ।
शब्दादीन्विषयानन्य इन्द्रियाग्निषु जुह्वति ॥ २६॥

ஷ்₂ரோத்ராதீ₃னீந்த்₃ரியாண்யன்யே ஸம்'யமாக்₃னிஷு ஜுஹ்வதி
ஷ₂ப்₃தா₃தீ₃ன் விஷயான் அன்ய இந்த்₃ரியாக்₃னிஷு ஜுஹ்வதி

ஷ்₂ரோத்ர-ஆதீ₃னி—கேட்கும் முறையைப் போன்ற; *இந்த்₃ரியாணி*—புலன்கள்; *அன்யே*—பிறர்; *ஸம்யம*—அடக்கத்தால்; *அக்₃னிஷு*—நெருப்பில்; *ஜுஹ்வதி*—அர்ப்பணிக்கின்றனர்; *ஷ₂ப்₃த₃-ஆதீ₃ன்*—சப்தம் முதலான; *விஷயான்*—புலனுகர்ச்சிப் பொருட்கள்; *அன்யே*—பிறர்; *இந்த்₃ரிய*—புலன்களின்; *அக்₃னிஷு*—நெருப்பில்; *ஜுஹ்வதி*—அர்ப்பணிக்கின்றனர்.

மனக் கட்டுப்பாடு என்னும் நெருப்பில் சிலர் (களங்கமற்ற பிரம்மசாரிகள்) புலன்களையும், கேட்கும் முறையையும் அர்ப்பணிக்கின்றனர். மற்றும் சிலர் (ஒழுக்கமான குடும்பஸ்தர்கள்) புலன்கள் என்னும் நெருப்பில் புலனுகர்ச்சிப் பொருட்களை அர்ப்பணிக்கின்றனர்.

பொருளுரை: மனித சமுதாயத்தின் நான்கு பிரிவினர்களான, பிரம்மசாரி, கிருஹஸ்தன், வானபிரஸ்தன், சந்நியாசி ஆகிய அனைவரும் பக்குவமான யோகிகளாகவும் ஆன்மீகவாதிகளாகவும் ஆக வேண்டியவர்கள். மனித வாழ்க்கை மிருகங்களைப் போல புலனுகர்ச்சியினால் சுகம் அனுபவிப்பதற்கானதல்ல; எனவே, ஒருவனை ஆன்மீக வாழ்வில் பக்குவப்படுத்தும் பொருட்டு மனித சமுதாயத்தில் இந்நான்கு பிரிவுகள் நிறுவப்பட்டுள்ளன. மாணவர்களான பிரம்மசாரிகள் அங்கீகரிக்கப்பட்ட ஆன்மீக குருவின் கவனிப்பில் புலனுகர்ச்சியைத் துறந்து மனதைக் கட்டுப்படுத்துகின்றனர். கிருஷ்ண உணர்வுடன் சம்பந்தமானவற்றை மட்டுமே பிரம்மசாரி , கேட்கின்றான்; புரிந்துகொள்வதற்கான அடிப்படைக் கொள்கை கேட்டலே என்பதால், தூய பிரம்மசாரி *ஹரேர் நாமானுகீர்தனத்தில்,* பகவானின் புகழைப் பாடுவதிலும் கேட்பதிலும் முழுமையாக ஈடுபட்டுள்ளான். பௌதிக ஒலியதிர்வுகளிலிருந்து தன்னை விலக்கிக்கொள்ளும் அவன், தனது கேட்கும் திறனை ஹரே கிருஷ்ண, ஹரே கிருஷ்ண என்னும் திவ்ய ஒலியதிர்வை கேட்பதில் ஈடுபடுத்துகிறான். அதுபோலவே புலனுகர்ச்சிக்கான உரிமத்தைப் பெற்றுள்ள குடும்பஸ்தர்கள், அத்தகு செயல்களில் மிகுந்த கட்டுப்பாடுடன் ஈடுபடுகின்றனர். உடலுறவு, போதைப் பொருட்கள், அசைவ உணவு என்பன மனித சமூகத்திலுள்ள பொதுவான இயல்புகள் என்றபோதிலும், ஒழுக்கமான கிருஹஸ்தன் கட்டுப்பாடற்ற உடலுறவிலோ இதர புலனுகர்ச்சிகளிலோ ஈடுபடுவதில்லை. எனவேதான், பண்பாடுடைய எல்லா மனித சமூகத்திலும் அறவாழ்வின் கொள்கைகளை அடிப்படையாகக் கொண்டு திருமணம் செய்விக்கப்படுகின்றது; ஏனெனில், இதுவே காம உணர்வை நெறிப்படுத்துவதற்கான சிறந்த வழியாகும். ஒழுக்கமான குடும்பஸ்தன் புலனுகர்ச்சிக்கான தனது இயற்கையான உந்துதலை, உயர்ந்த உன்னத வாழ்விற்காக தியாகம் செய்வதால், அத்தகைய கட்டுப்படுத்தப்பட்ட பற்றற்ற உடலுறவும் ஒருவித யாகமேயாகும்.

ஸ்லோகம் 27

सर्वाणीन्द्रियकर्माणि प्राणकर्माणि चापरे ।
आत्मसंयमयोगाग्नौ जुह्वति ज्ञानदीपिते ॥ २७॥

ஸர்வாணீந்த்$_3$ரிய-கர்மாணி ப்ராண-கர்மாணி சாபரே
ஆத்ம-ஸம்'யம-யோகாக்$_3$னௌ ஜுஹ்வதி ஜ்ஞான-தீ$_3$பிதே

ஸர்வாணி—எல்லா; *இந்த்$_3$ரிய*—புலன்கள்; *கர்மாணி*—செயல்கள்; *ப்ராண-கர்மாணி*—உயிர் மூச்சின் செயல்கள்; *ச*—மேலும்; *அபரே*—சிலர்; *ஆத்ம-ஸம்யம*—மனதை அடக்கி; *யோக$_3$*—இணைப்பு முறை;

அக்$_3$னௌ—நெருப்பில்; *ஜுஹ்வதி*—அர்ப்பணிக்கின்றனர்; *ஜ்ஞான-தீ$_3$பிதே*—தன்னுணர்விற்கான உந்துதலால்.

மனதையும் புலன்களையும் கட்டுப்படுத்துவதன் மூலம் தன்னுணர்வை அடைய விரும்புவோர், புலன்களின் இயக்கங்களையும் பிராணனின் இயக்கங்களையும், அடக்கப்பட்ட மனமெனும் நெருப்பில் அர்ப்பணிக்கின்றனர்.

பொருளுரை: இங்கு பதஞ்ஜலியினால் கற்றுத் தரப்பட்ட யோக முறை குறிப்பிடப்படுகிறது. பதஞ்ஜலியின் யோக சூத்திரத்தில், ஆத்மாவானது, *ப்ரத்யக்$_3$–ஆத்மா* என்றும் *பராக்$_3$–ஆத்மா* என்றும் கூறப்படுகிறது. ஆத்மா புலனுகர்ச்சியில் பற்றுதல் கொண்டிருக்கும் வரை அது *பராக்$_3$–ஆத்மா* எனப்படும், ஆனால் அதே ஆத்மா புலனின்பத்திலிருந்து விடுபட்ட உடனே *ப்ரத்யக்$_3$–ஆத்மா* எனப்படும். ஆத்மாவானது உடலினுள் உள்ள பத்து வகையான வாயுக்களின் இயக்கங்களுக்கு உட்படுத்தப்பட்டது என்பது சுவாசப் பயிற்சிகளால் உணரப்படுகிறது. பதஞ்ஜலியின் யோக முறை உடலின் காற்று இயக்கங்களைப் பக்குவமான பயிற்சிகளால் எவ்வாறு கட்டுப்படுத்துவது என்பதைக் கற்றுத் தருகின்றது. இதன் மூலம், வாயுவின் இயக்கங்கள் அனைத்தும் பௌதிகப்பற்றுதலிலிருந்து ஆத்மாவை தூய்மைப்படுத்துவதற்கு சாதகமானவையாகின்றன. இந்த யோக முறையின் இறுதி நோக்கம் *ப்ரத்யக்$_3$–ஆத்மாவே*. இத்தகு *ப்ரத்யக்$_3$–ஆத்மா* ஜட செயல்களிலிருந்து விலகிக் கொண்டவன். புலன்கள் புலனின்ப பொருட்களுடன் உறவு கொள்கின்றன; உதாரணமாக, காது கேட்பதற்கும், கண்கள் பார்ப்பதற்கும், மூக்கு நுகர்வதற்கும், நாக்கு சுவைப்பதற்கும் கைகள் தொடுவதற்கும் என எல்லாப் புலன்களும் ஆத்ம சம்பந்தமற்ற இயக்கங்களில் ஈடுபட்டுள்ளன. இவை *ப்ராண–வாயுவின்* இயக்கங்கள் என்று அறியப்படுகின்றன. *அபான–வாயு* கீழ்நோக்கி இயங்குகின்றது, *வ்யான–வாயு* சுருங்கி விரிவதற்கு உதவுகின்றது, *ஸமான–வாயு* சமநிலைக்கு உதவுகின்றது, *உதா$_3$ன–வாயு* மேல்நோக்கி இயங்குகின்றது—ஒருவன் அறிஞனாகும்போது இவை அனைத்தையும் தன்னுணர்வைத் தேடுவதில் ஈடுபடுத்துகின்றான்.

ஸ்லோகம் 28

द्रव्ययज्ञास्तपोयज्ञा योगयज्ञास्तथापरे ।
स्वाध्यायज्ञानयज्ञाश्च यतयः संशितव्रताः ॥ २८ ॥

த்$_3$ரவ்ய-யஜ்ஞாஸ் தபோ-யஜ்ஞா யோக$_3$-யஜ்ஞாஸ் ததா$_2$பரே
ஸ்வாத்$_4$யாய-ஜ்ஞான-யஜ்ஞாஷ்$_2$ ச யதய: ஸம்'ஷி$_2$த-வ்ரதா:

த்₃ரவ்ய-யஜ்ஞா:—உடைமைகளைத் துறக்கும் யாகம்; *தப:-யஜ்ஞா:*—தவங்களின் யாகம்; *யோக₃-யஜ்ஞா:*—அஷ்டாங்க யோக யாகம்; *ததா₂*—இவ்வாறாக; *அபரே*—பிறர்; *ஸ்வாத்₄யாய*—வேதங்களைப் பயிலும் யாகம்; *ஜ்ஞான-யஜ்ஞா:*—உன்னத அறிவில் முன்னேறும் யாகம்; *ச*—மற்றும்; *யதய:*—அறிவொளி பெற்றோர்; *ஸம்ஷி₂த-வ்ரதா:*—கடும் விரதங்களை மேற்கொண்டவர்.

கடும் விரதங்களை ஏற்றுக் கொண்டு, சிலர் தங்களது உடமைகளை தியாகம் செய்வதால் ஞான ஒளி பெறுகின்றனர், மற்றவர்களோ, கடுமையான தவங்கள், அஷ்டாங்க யோகப் பயிற்சி, அல்லது உன்னத ஞானத்தில் முன்னேற்றம் பெறுவதற்காக வேதங்களைக் கற்றல் ஆகிய முறைகளால் ஞான ஒளி பெறுகின்றனர்.

பொருளுரை: இந்த யாகங்கள் பல்வேறு பிரிவுகளாக பிரிக்கப்படலாம். பல்வேறு விதமான தானங்களின் மூலம் தனது சொத்துக்களை தியாகம் செய்பவர்கள் பலர் உண்டு. இந்தியாவில், செல்வந்தர்களான வியாபாரிகளும், அரச குலத்தோரும், தர்மசாலை, அன்னதானச் சத்திரம், விருந்தினர் விடுதி, அனாதை இல்லம், வேதக் கல்விக்கூடம் போன்ற பற்பல தொண்டு நிறுவனங்களை ஏற்படுத்துகின்றனர். பிற நாடுகளிலும், மருத்துவமனைகள், முதியோர் இல்லம், மற்றும் ஏழைகளுக்கு உணவு, கல்வி, மருத்துவ வசதி முதலியவற்றை இலவசமாக வழங்குவோர் என பல்வேறு தொண்டு நிறுவனங்கள் உண்டு. இத்தகு சமூகத் தொண்டுகள் அனைத்தும் *த்₃ரவ்யமய-யஜ்ஞ* எனப்படும். மேலும், வாழ்வின் உயர்நிலைக்கு ஏற்றம் பெறுவதற்காகவோ, பிரபஞ்சத்தினுள் உள்ள உயர் லோகங்களுக்கு ஏற்றம் பெறுவதற்காகவோ, *சந்த்₃ராயண, சாதுர்மாஸ்ய* போன்ற பலதரப்பட்ட தவங்களை விரும்பி மேற்கொள்வோரும் உண்டு. இத்தகைய விரதங்கள், கடும் விதிகளுடனும், வாக்குறுதியுடனும் செயலாற்றப்படுபவை. உதாரணமாக, *சாதுர்மாஸ்ய* என்னும் நான்கு மாத (ஜூலை முதல் அக்டோபர் வரை) விரதத்தைப் பின்பற்றுவோர், அச்சமயத்தில் சவரம் செய்வதில்லை, சில குறிப்பிட்ட உணவுப் பொருட்களை உண்பதில்லை, ஒரு நாளைக்கு ஒரு முறைக்கு மேல் உண்பதில்லை, வீட்டை விட்டு விலகுவதில்லை. வாழ்வின் வசதிகளை தியாகம் செய்யும் இத்தகு யாகங்கள் *தபோமய-யஜ்ஞ* எனப்படும். இருப்பினும் வேறு சிலரோ, (பூரணத்தில் கலப்பதற்காக) பதஞ்ஜலி யோகம், *ஹட₂* யோகம், (குறிப்பிட்ட பக்குவத்தை அடைவதற்காக) அஷ்டாங்க யோகம் போன்ற பல்வேறு யோகப் பயிற்சிகளில் ஈடுபடுகின்றனர். மற்றும் சிலர் எல்லா புண்ணிய ஸ்தலங்களுக்கும் யாத்திரை செல்கின்றனர். இத்தகு பயிற்சிகள்

அனைத்தும் *யோக$_3$-யஜ்ஞ,* பௌதிக உலகில் குறிப்பிட்ட பக்குவத்தை அடைவதற்காக செய்யப்படும் யாகங்கள் எனப்படுகின்றன. வேறு சிலர், பல்வேறு வேத நூல்களை குறிப்பாக உபநிஷதங்கள், வேதாந்த சூத்திரங்கள், ஸாங்கிய தத்துவங்கள் போன்றவற்றைப் படிப்பதில் தங்களை ஈடுபடுத்துகின்றனர். இவையனைத்தும் *ஸ்வாத்$_4$யாய-யஜ்ஞ,* கல்வி எனும் யாகத்தில் ஈடுபடுதல் எனப்படுகின்றன. இந்த யோகிகள் அனைவரும் பல்வேறு வகையான யாகங்களில் நம்பிக்கையுடன் ஈடுபட்டு, வாழ்வின் உயர்நிலையை விரும்புகின்றனர். இருப்பினும், கிருஷ்ண உணர்வோ இவற்றிலிருந்து முற்றிலும் மாறுபட்டது; ஏனெனில், அது முழுமுதற் கடவுளுக்கு நேரடியாகத் தொண்டாற்றுவதாகும். மேற்கூறிய எந்த யாகங்களினாலும் கிருஷ்ண உணர்வை அடைய முடியாது. பகவானுடைய கருணையினாலும், அவரால் அங்கீகரிக்கப்பட்ட பக்தரின் கருணையினாலும் மட்டுமே கிருஷ்ண உணர்வை அடைய முடியும். எனவே, கிருஷ்ண உணர்வு திவ்யமானதாகும்.

ஸ்லோகம் 29

अपाने जुह्वति प्राणं प्राणेऽपानं तथापरे ।
प्राणापानगती रुद्ध्वा प्राणायामपरायणा: ।
अपरे नियताहारा: प्राणान्प्राणेषु जुह्वति ॥ २९ ॥

அபானே ஜுஹ்வதி ப்ராணம்' ப்ராணே 'பானம்' ததா$_2$பரே
ப்ராணாபான-க$_3$தீ ருத்$_3$த்$_4$வா ப்ராணாயாம-பராயணா:
அபரே நியதாஹாரா: ப்ராணான் ப்ராணேஷு ஜுஹ்வதி

அபானே—கீழ்நோக்கி இயங்கும் வாயுவில்; *ஜுஹ்வதி*—அர்ப்பணிக்கின்றனர்; *ப்ராணம்*—வெளிச் செல்லும் வாயு; *ப்ராணே*—வெளிச் செல்லும் வாயுவில்; *அபானம்*—கீழ்நோக்கிச் செல்லும் வாயு; *ததா$_2$*—மேலும்கூட; *அபரே*—வேறு சிலர்; *ப்ராண*—வெளிச் செல்லும் வாயு; *அபான*—கீழ்நோக்கிச் செல்லும் வாயு; *க$_3$தீ*—இயக்கம்; *ருத்$_3$த்$_4$வா*—அடக்கி; *ப்ராண-ஆயாம*—சுவாசக் காற்றை நிறுத்துவதால் அடையும் ஸமாதி; *பராயணா:*—ஈடுபடுகின்றனர்; *அபரே*—சிலர்; *நியத*—கட்டுப்படுத்தி; *ஆஹாரா:*—உண்ணுதல்; *ப்ராணான்*—வெளிச் செல்லும் வாயு; *ப்ராணேஷு*—வெளிச் செல்லும் வாயுவில்; *ஜுஹ்வதி*—அர்ப்பணிக்கின்றனர்.

ஸமாதியில் இருப்பதற்காக சுவாசக் கட்டுப்பாட்டுப் பயிற்சிகளில் ஈடுபாடு கொண்டுள்ள சிலர், உட்சுவாசத்தில் வெளிச் சுவாசத்தின் இயக்கத்தையும், வெளிச் சுவாசத்தில் உட்சுவாசத்தின் இயக்கத்தையும் நிறுத்தும் முறையைப் பயின்று, இறுதியில் சுவாசத்தை முழுமையாக அடக்கி ஸமாதியில் நிலைபெறுகின்றனர்.

வேறு சிலர், உணவுக் கட்டுப்பாடுகளை மேற்கொண்டு வெளிச் சுவாசத்தையே யாகமாக அர்ப்பணிக்கின்றனர்.

பொருளுரை: சுவாசத்தைக் கட்டுப்படுத்தும் இந்த வழிமுறை பிராணாயாமம் என்று அறியப்படுகின்றது. ஆரம்பத்தில் இது *ஹட$_2$* யோகப் பயிற்சியின் மூலம் பல்வேறு ஆசனங்களைக் கொண்டு பயிலப்படுகின்றது. இவையனைத்தும் புலன்களை அடக்குவதற்காகவும் ஆன்மீக உணர்வில் முன்னேற்றமடைவதற்காகவும், சிபாரிசு செய்யப்படுபவை. இப்பயிற்சி, உடலிலுள்ள வாயுக்களைக் கட்டுப்படுத்தி அவற்றின் பாதைகளின் திசைகளை மாற்றுவதை உள்ளடக்கியது. *அபான வாயு* கீழ்நோக்கியும், *ப்ராண வாயு* மேல்நோக்கியும் செல்கின்றன. பிராணாயாமத்தைப் பயிலும் யோகி, எதிர்முகமாக சுவாசித்து இவ்வியக்கங்கள் *பூரக* எனும் சமநிலையை அடையும் வரை பயில்கின்றான். வெளிச் சுவாசத்தை உட்சுவாசத்திற்கு அர்ப்பணித்தல் *ரேசக* எனப்படும். இரு காற்று இயக்கங்களும் முழுமையாக நிறுத்தப்படும்போது, ஒருவன் *கும்ப$_4$க* யோகத்தில் இருப்பதாக சொல்லப்படுகிறது. *கும்ப$_4$க* யோகப் பயிற்சியின் மூலம், ஒருவன் தன் ஆயுளை (ஆன்மீக உணர்வில் பக்குவமடைவதற்காக) நீட்டிக்க முடியும். புத்திசாலி யோகி மற்றொரு வாழ்க்கைக்காக காத்திராமல், ஒரே வாழ்வில் பக்குவமடைய விரும்புகிறான். எனவே, *கும்ப$_4$க* யோகத்தைப் பயிலும் யோகி, தனது வாழ்வைப் பற்பல வருடங்கள் நீட்டித்துக்கொள்கிறான். இருப்பினும், கிருஷ்ண பக்தன், பகவானின் திவ்யமான அன்புத் தொண்டில் ஈடுபட்டிருப்பதால், தானாகவே புலனடக்கம் உடையவனாக உள்ளான். கிருஷ்ண சேவையில் எப்போதும் ஈடுபட்டுள்ள அவனது புலன்கள், வேறு விஷயங்களில் ஈடுபட வாய்ப்பே இல்லை. எனவே, வாழ்வின் முடிவில் அவன் பகவான் கிருஷ்ணரின் திவ்ய லோகத்திற்கு இயற்கையாகவே மாற்றப்படுகிறான்; இதனால் தனது ஆயுட்காலத்தை நீட்டிப்பதற்கு அவன் முயல்வதில்லை. பகவத் கீதையில் (14.26) கூறப்பட்டுள்ளது போல, அவன் உடனடியாக முக்தியின் நிலைக்கு உயர்த்தப்படுகின்றான்:

மாம்' ச யோ 'வ்யபி$_4$சாரேண ப$_4$க்தி-யோகே$_3$ன ஸேவதே
ஸ கு$_3$ணான் ஸமதீத்யைதான் ப்$_3$ரஹ்ம-பூ$_4$யாய கல்பதே

"பகவானுக்கான கலப்பற்ற பக்தித் தொண்டில் ஈடுபடுபவன், பௌதிக இயற்கையின் குணங்களைக் கடந்து உடனடியாக முக்தியின் தளத்திற்கு உயர்த்தப்படுகிறான்." கிருஷ்ண உணர்வினன் திவ்யமான நிலையில் தொடங்கி, அதே உணர்வில்

நிலைபெறுகின்றான். எனவே, அவன் வீழ்ச்சியடைவதில்லை, இறுதியில் தாமதமின்றி பகவானின் உலகத்திற்குள் பிரவேசிக்கின்றான். உணவுக் கட்டுப்பாடு என்னும் பயிற்சி, கிருஷ்ண பிரசாதத்தை (முதலில் பகவானுக்கு படைக்கப்பட்ட உணவினை) மட்டுமே உட்கொள்வதால் தானாக வந்துவிடுகின்றது. உணவினைக் குறைத்தல் புலன் கட்டுப்பாட்டிற்கு மிகவும் பயன்படுவதாகும். புலனடக்கம் இல்லையேல், பௌதிக பந்தத்திலிருந்து விடுபடுவது சாத்தியமல்ல.

ஸ்லோகம் 30

सर्वेऽप्येते यज्ञविदो यज्ञक्षपितकल्मषाः ।
यज्ञशिष्टामृतभुजो यान्ति ब्रह्म सनातनम् ॥ ३० ॥

ஸர்வே 'ப்யேதே யஜ்ஞ-விதோ$_3$ யஜ்ஞ-க்ஷபித-கல்மஷா:
யஜ்ஞ-ஷி$_2$ஷ்டாம்ரு'த-பு$_4$ஜோ யாந்தி ப்$_3$ரஹ்ம ஸநாதனம்

ஸர்வே—எல்லா; *அபி*—வேறாகத் தோன்றினும்; *ஏதே*—இவை; *யஜ்ஞ-வித:$_3$*—யாகங்களின் நோக்கத்தை உணர்ந்தவருக்கு; *யஜ்ஞ-க்ஷபித*—யாகங்களினால் தூய்மைப்படுத்தப்பட்டு; *கல்மஷா:*—பாவ விளைவு களிலிருந்து; *யஜ்ஞ-ஷி$_2$ஷ்ட*—இத்தகு யாகங்களைச் செய்வதன் விளைவால்; *அம்ரு'த-பு$_4$ஜ:*—அத்தகு அமுதத்தைப் பருகியவர்; *யாந்தி*—அணுகுகின்றனர்; *ப்$_3$ரஹ்ம*—பரமன்; *ஸநாதனம்*—நித்தியமான சூழ்நிலை.

யாகத்தின் பொருளை அறிந்து செயல்படும் இவர்கள் அனைவரும், பாவ விளைவுகளிலிருந்து தூய்மை பெற்று, இத்தகு யாகங்களின் பலன்களை அமுதமாகப் பருகி, பரமமான நித்திய நிலையை நோக்கி முன்னேறுகின்றனர்.

பொருளுரை: முன்பு விளக்கப்பட்ட பலவிதமான யாகங்களின் (உரிமைகளைத் துறத்தல், வேதங்கள் அல்லது தத்துவக் கொள்கைகளைப் படித்தல், யோகப் பயிற்சி ஆகியவற்றின்) பொதுவான குறிக்கோள் புலன்களைக் கட்டுப்படுத்துவதாகும். ஜட இருப்பின் மூல காரணம் புலனுகர்ச்சியே; எனவே, ஒருவன் புலனுகர்ச்சியின் தளத்தில் உள்ள வரை, ஞானம், ஆனந்த வாழ்வு ஆகியவை பூரணமாக உள்ள நித்தியமான தளத்திற்கு உயர்வு பெறுவதற்கான வாய்ப்பே இல்லை. அந்தத் தளம் நித்தியமான நிலையில், அல்லது பிரம்மன் சூழ்நிலையில் வசிப்பதாகும். மேலே குறிப்பிட்ட எல்லா யாகங்களும், பௌதிக வாழ்வின் எல்லா பாவ விளைவுகளிலிருந்தும் தூய்மை பெற உதவுகின்றன. வாழ்வின் இத்தகைய முன்னேற்றத்தால், ஒருவன் தற்போதைய வாழ்வில் ஆனந்தமாகச் செல்வச் செழிப்புடன் வாழ்வது மட்டுமின்றி,

இறுதியில், அருவ பிரம்மஜோதியில் கலப்பதன் மூலமாகவோ, பூரண புருஷோத்தமரான கிருஷ்ணருடன் உறவு கொள்வதன் மூலமாகவோ, இறைவனின் நித்திய உலகை அடைகின்றான்.

ஸ்லோகம் 31

नायं लोकोऽस्त्ययज्ञस्य कुतोऽन्य: कुरुसत्तम ॥ ३१ ॥

நாயம்' லோகோ 'ஸ்த்யயஜ்ஞஸ்ய குதோ 'ன்ய: குரு-ஸத்தம

ந—என்றுமில்லை; *அயம்*—இந்த; *லோக:*—உலகம்; *அஸ்தி*—இருக்கிறது; *அயஜ்ஞஸ்ய*—யாகங்களைச் செய்யாமல் இருப்பவனுக்கு; *குத:*—எங்கே; *அன்ய:*—மற்ற; *குரு-ஸத்தம*—குருக்களில் சிறந்தோனே.

குருவம்சத்தில் சிறந்தவனே, எவரும் யாகங்களின்றி இவ்வுலகிலோ இவ்வாழ்விலோ மகிழ்ச்சியுடன் வாழ முடியாது: மறு உலகைப் பற்றி என்ன கூற முடியும்?

பொருளுரை: பௌதிக வாழ்வில் ஒருவன் எந்த உடலில் இருந்தாலும், அஃது அவனது உண்மை நிலையின் அறியாமையே. வேறுவிதமாகச் சொன்னால், பல்வேறு பாவங்களின் விளைவுகளாலேயே நாம் இந்த ஜடவுலகில் வாழ்ந்து கொண்டுள்ளோம். அறியாமையே பாவ வாழ்விற்கான காரணம், பாவ வாழ்வே ஜட இருப்பில் நாம் உழல்வதற்கான காரணம். மனித வாழ்வு இப்பிணைப்பிலிருந்து விடுபடுவதற்கான ஒரே வாய்ப்பாகும். எனவேதான், வேதங்கள், அறம், பொருள், இன்பம், இறுதியில் துயரத்திலிருந்து முழுமையாக விடுபடுதல் என்னும் பாதையைச் சுட்டிக்காட்டுவதன் மூலம் தப்பிப்பதற்கு நமக்கு வாய்ப்பளிக்கின்றன. மேலே குறிப்பிடப்பட்ட பல்வேறு யாகங்களைச் செய்யும் தர்மத்தின் பாதை, நமது பொருளாதார பிரச்சனைகளைத் தானாகத் தீர்க்கின்றது. யாகங்களைச் செய்வதால், நமக்கு வேண்டிய அளவு உணவுப் பொருட்கள், பால் முதலியவற்றை (இன்று அதிகமாகிவிட்டதாகக் கூறப்படும் ஜனத்தொகை பெருக்கத்திற்கு மத்தியிலும்) நாம் பெற முடியும். உடலின் தேவைகள் பூர்த்தி செய்யப்பட்டவுடன், அடுத்தபடியாக, புலன்களை திருப்தி செய்தல் இயற்கையே. எனவே, புலனுகர்ச்சியை ஒழுங்குபடுத்துவதற்காக புனிதமான திருமண வாழ்வை வேதங்கள் சிபாரிசு செய்கின்றன. இவ்வாறு படிப்படியாக ஒருவன் பௌதிக பந்தத்திலிருந்து விடுதலை பெறும் நிலைக்கு உயர்த்தப்படுகிறான், முக்தியின் பக்குவநிலை முழுமுதற் கடவுளுடன் தொடர்பு கொள்வதாகும். இவ்வாறாக மேலே விவரிக்கப்பட்டபடி பக்குவநிலை அடையப்படுகிறது. அடுத்ததாக, வேதங்களின்படி யாகங்கள் செய்வதில் ஒருவனுக்கு விருப்பம் இல்லாவிடில், அவன் எவ்வாறு

இவ்வுடலில் மகிழ்ச்சியான வாழ்வை எதிர்பார்க்க முடியும், வேறு உடல் மற்றும் வேறு உலகத்தைப் பற்றி என்ன சொல்வது? பல்வேறு ஸ்வர்க லோகங்களில், பௌதிக சுகங்கள் பல்வேறு தரத்தில் உள்ளன. யாகங்களைச் செய்வதில் ஈடுபட்டோருக்கு அவ்வெல்லா லோகங்களிலும் அளவிடமுடியாத சுகங்கள் உள்ளன. ஆனால், மனிதனால் அடையக்கூடிய மகிழ்ச்சியிலேயே உயர்ந்தது, கிருஷ்ண உணர்வைப் பயிற்சி செய்து ஆன்மீக உலகங்களுக்கு ஏற்றம் பெறுவதே. எனவே, பௌதிக வாழ்வின் எல்லா பிரச்சனைகளுக்கும், கிருஷ்ண உணர்வின் அடிப்படையிலான வாழ்வே நிரந்தரத் தீர்வாகும்.

ஸ்லோகம் 32

एवं बहुविधा यज्ञा वितता ब्रह्मणो मुखे ।
कर्मजान्विद्धि तान्सर्वानेवं ज्ञात्वा विमोक्ष्यसे ॥ ३२ ॥

ஏவம்' ப$_3$ஹு-விதா$_4$ யஜ்ஞா விததா ப்$_3$ரஹ்மணோ முகே$_2$
கர்ம-ஜான் வித்$_3$தி$_4$ தான் ஸர்வான் ஏவம்' ஜ்ஞாத்வா விமோக்ஷ்யஸே

ஏவம்—இவ்வாறு; *ப$_3$ஹு–விதா:$_4$*—பல்வகையான; *யஜ்ஞா:*—யாகங்கள்; *விததா:*—பரந்துள்ளன; *ப்$_3$ரஹ்மண:*—வேதங்களின்; *முகே$_2$*—வாயினால்; *கர்ம–ஜான்*—செயலினால் பிறந்த; *வித்$_3$தி$_4$*—நீ அறிய வேண்டும்; *தான்*—அவை; *ஸர்வான்*—எல்லாம்; *ஏவம்*—இவ்வாறாக; *ஞாத்வா*—அறிந்து; *விமோக்ஷ யஸே*—நீ முக்தியடைவாய்.

பலதரப்பட்ட இந்த யாகங்கள் அனைத்தும் வேதங்களில் அங்கீகரிக்கப்பட்டவை, இவை பல்வேறு விதமான செயல் களிலிருந்து பிறந்தவை. இவற்றை இவ்விதமாக அறிவதால் நீ முக்தியடைவாய்.

பொருளுரை: பலதரப்பட்ட மக்களுக்கு ஏற்ப, மேலே கூறியுள்ளபடி பலவிதமான யாகங்கள் வேதங்களில் குறிப்பிடப்பட்டுள்ளன. மனிதர்கள் உடல் சார்ந்த கருத்தில் ஆழமாக மூழ்கியிருப்பதால், இந்த யாகங்கள் உடலினாலோ மனதினாலோ புத்தியினாலோ செய்யப்படும் விதத்தில் வடிவமைக்கப்பட்டுள்ளன. ஆனால் அனைத்தும் இறுதியில் உடலிலிருந்து முக்தியைக் கொடுப்பதற்கானவையே. இது தற்போது இறைவனின் திருவாயால் இங்கே உறுதி செய்யப்பட்டுள்ளது.

ஸ்லோகம் 33

श्रेयान्द्रव्यमयाद्यज्ञाज्ज्ञानयज्ञ: परन्तप ।
सर्वं कर्माखिलं पार्थ ज्ञाने परिसमाप्यते ॥ ३३ ॥

ஷ்$_2$ரேயான் த்$_3$ரவ்ய-மயாத்$_3$ யஜ்ஞாஜ் ஜ்ஞான-யஜ்ஞ: பரந்தப
ஸர்வம்' கர்மாகி$_2$லம்' பார்த$_2$ ஜ்ஞானே பரிஸமாப்யதே

ஷ்$_2$ரேயான்—சிறந்தது; *த்$_3$ரவ்ய-மயாத்$_3$*—பௌதிக உரிமைகளின்; *யஜ்ஞாத்*—யாகத்தைவிட; *ஜ்ஞான-யஜ்ஞ:*—ஞான யாகம்; *பரந்தப*—எதிரிகளைத் தவிக்கச் செய்வோனே; *ஸர்வம்*—எல்லா; *கர்ம*—செயல்கள்; *அகி$_2$லம்*—மொத்தமாக; *பார்த$_2$*—பிருதாவின் மகனே; *ஜ்ஞானே*—ஞானத்தில்; *பரிஸமாப்யதே*—முற்றுப் பெறுகின்றன.

எதிரிகளைத் தவிக்கச் செய்பவனே, ஞான யாகம் பொருட்களை யாகம் செய்வதைவிடச் சிறந்தது. பிருதாவின் மகனே, அது மட்டுமின்றி, எல்லாச் செயல்களின் யாகமும் தெய்வீக ஞானத்திலேயே முற்றுப் பெறுகின்றன.

பொருளுரை: எல்லா யாகங்களின் நோக்கமும் ஞானத்தின் பூரண நிலையை அடைந்து பௌதிகத் துன்பங்களிலிருந்து விடுபட்டு, இறுதியில் முழுமுதற் கடவுளுக்கு திவ்யமான அன்புத் தொண்டாற்றுவதே. இருப்பினும், இத்தகு யாகங்கள் அனைத்திலும் ஓர் இரகசியம் உண்டு, இதனை அறிதல் அவசியம். செய்பவனின் நம்பிக்கைக்கு ஏற்ப யாகங்கள் சில சமயங்களில் வெவ்வேறு உருவங்களை ஏற்கின்றன. ஒருவனது நம்பிக்கை திவ்ய ஞானத்தின் நிலையை அடையும்போது, உடைமைகளை தியாகம் செய்பவனைவிட அவன் முன்னேறியவனாகக் கருதப்படுகிறான்; ஏனெனில், ஞானமின்றி ஜட நிலையிலிருந்து செய்யப்படும் யாகங்கள், ஆன்மீக நன்மைகளை அளிப்பதில்லை. உண்மை ஞானம், திவ்ய ஞானத்தின் உன்னத நிலையான கிருஷ்ண உணர்வில் முற்றுப் பெறுகின்றது. ஞானமில்லாத யாகங்கள் வெறும் பௌதிகச் செயல்களே. இருப்பினும், அவர்கள் திவ்ய ஞானத்தின் நிலைக்கு உயர்த்தப்படும்போது, இச்செயல்கள் அனைத்தும் ஆன்மீகத் தளத்தை அடைகின்றன. உணர்வின் வேறுபாடுகளுக்கேற்ப, யாகங்கள் சில சமயங்களில் *கர்ம-காண்ட$_3$* (பலன்நோக்குச் செயல்கள்) என்றும், சில சமயங்களில் *ஜ்ஞான-காண்ட$_3$* (உண்மை ஆய்வின் ஞானம்) என்றும் அறியப்படுகின்றன. ஞானத்தை நோக்கமாகக்கொள்வதே சிறந்ததாகும்.

ஸ்லோகம் 34

तद्विद्धि प्रणिपातेन परिप्रश्नेन सेवया ।
उपदेक्ष्यन्ति ते ज्ञानं ज्ञानिनस्तत्त्वदर्शिनः ॥ ३४॥

தத்$_3$ வித்$_3$தி$_4$ ப்ரணிபாதேன பரிப்ரஷ்$_2$னேன ஸேவயா
உபதே$_3$க்ஷ்யந்தி தே ஜ்ஞானம்' ஜ்ஞானினஸ் தத்த்வ-த$_3$ர்ஷி$_2$ன:

தத்—பல்வேறு யாகங்களின் அந்த ஞானம்; *வித்$_3$தி$_4$*—புரிந்துகொள்ள முயற்சி செய்; *ப்ரணிபாதேன*—ஆன்மீக குருவை அணுகி; *பரிப்ரஷ்$_2$னேன*—அடக்கமான வினாக்களால்; *ஸேவயா*—சேவை செய்வதால்; *உபதே$_3$க்ஷ்யந்தி*—அவர்கள் உபதேசிப்பர்; *தே*—உனக்கு; *ஜ்ஞானம்*—ஞானத்தை; *ஜ்ஞானின:*—தன்னுணர்வடைந்தோர்; *தத்த்வ*—உண்மையை; *த$_3$ர்ஷி$_2$ன*—கண்டோர்.

ஆன்மீக குருவை அணுகி உண்மையை அறிய முயற்சி செய். அடக்கத்துடன் அவரிடம் வினாக்களை எழுப்பி அவருக்குத் தொண்டு செய். உண்மையைக் கண்டவர்களான தன்னுணர்வு பெற்ற ஆத்மாக்கள் உனக்கு ஞானத்தை அளிக்க முடியும்.

பொருளுரை: ஆன்மீக உணர்வுப் பாதை சந்தேகமின்றி கடினமானதாகும். எனவே, தன்னிடமிருந்து தொடங்கி வரும் சீடப் பரம்பரையைச் சார்ந்த அங்கீகரிக்கப்பட்ட ஆன்மீக குருவை அணுகுமாறு பகவான் நம்மை அறிவுறுத்துகிறார். சீடப் பரம்பரையின் கொள்கையைப் பின்பற்றாத எவரும் அங்கீகாரம் பெற்ற ஆன்மீக குருவாக முடியாது. பகவானே மூல குருவாவார். சீடப் பரம்பரையில் உள்ளவர் பகவானின் செய்தியை உள்ளது உள்ளபடி தனது சீடனுக்குக் கொடுக்க இயலும். சில அறிவற்ற போலிகள் தமது சொந்த முறைகளை உண்டாக்குகின்றனர். ஆனால் எவரும் அதன் மூலம் ஆன்மீகத்தை உணர முடியாது. பாகவதம் (6.3.19) சொல்கிறது, *த$_4$ர்மம் து ஸாக்ஷாத்$_3$ ப$_4$க$_3$வத்-ப்ரணீதம்*—தர்மத்தின் பாதை பகவானால் நேரடியாக பிரகடனப்படுத்தப்படுவதாகும். எனவே, மன அனுமானமோ வறட்டு விவாதமோ ஒருவனை நல்வழிக்கு கொண்டு வர உதவாது. ஞானத்தை வளர்க்கும் புத்தகங்களைக்கூடத் தானாக சுதந்திரமாகப் படிப்பதன் மூலம் எவரும் ஆன்மீக வாழ்வில் முன்னேற முடியாது. ஞானத்தை அடைவதற்கு நேர்மையான ஆன்மீக குருவை அணுக வேண்டும். அத்தகு ஆன்மீக குருவை பூரண சரணாகதியுடன் ஏற்று, பொய் கௌரவங்களை நீக்கி, கீழ்நிலை சேவகனாக அவருக்குத் தொண்டாற்ற வேண்டும். தன்னுணர்வு பெற்ற ஆன்மீக குருவின் திருப்தியே ஆன்மீக வாழ்வில் முன்னேறுவதற்குரிய இரகசியமாகும். வினவுவதும், பணிவுடன் இருப்பதும், ஆன்மீகத்தைப் புரிந்துகொள்வதற்கு நல்லுதவியாக அமையும். பணிவும் தொண்டும் இல்லாவிடில் ஆன்மீக குருவிடம் எழுப்பப்படும் வினாக்கள் எவ்விதப் பலனையும் தராது. ஒருவன் ஆன்மீக குருவின் சோதனைகளில் வெற்றி பெறக்கூடியவனாக இருக்க வேண்டும். சீடனிடம் நேர்மையான ஆவலைக் காணும் ஆன்மீக குரு, அவனை நேர்மையான ஆன்மீக ஞானத்தினால் தானாகவே ஆசிர்வதிக்கின்றார்.

இந்த ஸ்லோகத்தில், குருட்டுத்தனமாகப் பின்பற்றுவதும், குதர்க்கமான வினாக்களை எழுப்புவதும் கண்டிக்கப்பட்டுள்ளன. ஆன்மீக குருவிடமிருந்து அடக்கத்துடன் கேட்பது என்பது மட்டுமின்றி, தனது தொண்டு, பணிவு, வினாக்கள் ஆகியவற்றின் மூலம் அவரிடமிருந்து தெளிவான அறிவைப் பெற வேண்டும். நேர்மையான ஆன்மீக குரு இயற்கையாகவே தன் சீடனிடம் மிகவும் அன்புடையவர். எனவே, மாணவன் அடக்கத்துடன் எப்போதும் தொண்டு செய்ய தயாராக இருக்கும்போது, ஞானத்தின் பரிமாற்றமும், வினாக்களும் பக்குவமடைகின்றன.

ஸ்லோகம் 35

यज्ज्ञात्वा न पुनर्मोहमेवं यास्यसि पाण्डव ।
येन भूतान्यशेषाणि द्रक्ष्यस्यात्मन्यथो मयि ॥ ३५ ॥

யஜ் ஜ்ஞாத்வா ந புனர் மோஹம் ஏவம்' யாஸ்யஸி பாண்ட$_3$வ
யேன பூ$_4$தான்யஷே$_2$ஷாணி த்$_3$ரக்ஷ்யஸ்யாத்மன்யதோ$_2$ மயி

யத்—எதை; *ஜ்ஞாத்வா*—அறிவதால்; *ந*—என்றுமில்லை; *புன:*—மீண்டும்; *மோஹம்*—மயக்கம்; *ஏவம்*—இது போன்ற; *யாஸ்யஸி*—நீ செல்வாய்; *பாண்ட$_3$வ*—பாண்டுவின் மகனே; *யேன*—எதனால்; *பூ$_4$தானி*—உயிர்வாழிகள்; *அஷே$_2$ஷாணி*—எல்லா; *த்$_3$ரக்ஷ்யஸி*—நீ காண்பாய்; *ஆத்மனி*—பரமாத்மாவில்; *அத$_2$ உ*—அல்லது வேறுவிதமாகச் சொன்னால்; *மயி*—என்னில்.

இவ்வாறு தன்னுணர்வடைந்த ஆத்மாவிடமிருந்து உண்மை ஞானத்தைப் பெற்றபின், நீ மீண்டும் மயக்கத்தில் விழ மாட்டாய். ஏனெனில், இந்த ஞானத்தின் மூலம், எல்லா உயிரினங்களையும் பரமனின் பாகமாக, வேறுவிதமாகக் கூறினால் என்னுடையதாக நீ காண்பாய்.

பொருளுரை: தன்னுணர்வு பெற்ற ஆத்மாவிடமிருந்து (உண்மையை உள்ளபடி அறிந்தவரிடமிருந்து) ஞானத்தைப் பெறுவதன் பலன், எல்லா ஜீவன்களும் பூரண புருஷோத்தமரான பகவான் ஸ்ரீ கிருஷ்ணரின் அம்சங்களே என்ற அறிவைப் பெறுவதாகும். கிருஷ்ணரிலிருந்து தனித்து வாழ்வதாக நினைக்கக் கூடிய எண்ணம் *மாயா* (*மா*—இல்லை, *யா*—இது) என்று அறியப்படுகிறது. கிருஷ்ணரிடம் நமக்கு ஆக வேண்டியது ஒன்றும் இல்லை, கிருஷ்ணர் மிகச்சிறந்த வரலாற்று நபர், அருவமான பிரம்மனே பூரண சத்தியம் என்றெல்லாம் சிலர் எண்ணுகின்றனர். உண்மையில், பகவத் கீதையில் சொல்லப்பட்டுள்ளதுபோல, கிருஷ்ணரின் உடலிலிருந்து வரும் ஒளியே அருவப் பிரம்மனாகும். பரம புருஷ பகவானான

கிருஷ்ணரே எல்லாவற்றிற்கும் காரணமாவார். பிரம்ம சம்ஹிதையில், கிருஷ்ணரே எல்லா காரணங்களுக்கும் காரணமான பரம புருஷ பகவான் என்பது தெளிவாகக் கூறப்பட்டுள்ளது. இலட்சக்கணக்கான அவதாரங்களும் அவரின் பல்வேறு விரிவுகளே. அதுபோலவே, ஜீவன்களும் கிருஷ்ணரின் விரிவுகளே. பல்வேறு விதத்தில் விரிவடையும் கிருஷ்ணர், தனது தனித்தன்மையை இழந்துவிடுவதாக மாயாவாதிகள் தவறாக எண்ணுகின்றனர். இத்தகு எண்ணம் ஜட ரீதியிலானது. ஒரு பொருளை பல்வேறு பின்னப் பகுதிகளாகப் பிரித்தால், அப்பொருள் தனது முந்தைய நிலையை இழந்துவிடுவதென்பது பௌதிக உலகில் நமது அனுபவமாகும். ஆனால் பூரணம் என்றால், ஒன்றுடன் ஒன்றைச் சேர்த்தாலும் ஒன்று, ஒன்றிலிருந்து ஒன்றை நீக்கினாலும் ஒன்றே என்பதை மாயாவாதிகள் புரிந்துகொள்ளத் தவறுகின்றனர். அதுவே பூரண உலகின் நியதியாகும்.

பூரணத்தின் விஞ்ஞானத்தில் நமக்கு போதிய அறிவு இல்லாததால், நாம் தற்போது மாயையினால் மயக்கப்பட்டுள்ளோம்; எனவே, நாம் நம்மை கிருஷ்ணரிடமிருந்து வேறுபட்டவர்களாக நினைக்கிறோம். கிருஷ்ணரின் பிரிந்த பகுதிகளே என்றபோதிலும், நாம் அவரிடமிருந்து வேறுபட்டவர்கள் அல்ல. உயிரினங்களின் உடலில் உள்ள வேறு பாடுகள் மாயையே (உண்மையில் இல்லாதவையே). நாம் அனைவரும் கிருஷ்ணரை திருப்திப்படுத்துவதற்காக உள்ளோம். கிருஷ்ணருடனான நித்தியமான ஆன்மீக உறவைவிட, உறவினர்களுடனான தனது தற்காலிகமான உடல் சம்பந்தமான உறவை மிக முக்கியமானதாக அர்ஜுனன் எண்ணியதற்கு மாயையே காரணம். கிருஷ்ணரின் நித்திய சேவகனான ஆத்மா அவரிடமிருந்து பிரிக்கப்பட முடியாதவன், அவன் அவரிடமிருந்து தனித்திருப்பதாக நினைப்பது மாயை—இந்த முடிவையே கீதையின் மொத்த உபதேசங்களும் நோக்கமாகக் கொண்டுள்ளன. பரமனின் தனிப்பட்ட அம்சங்களான உயிர்வாழிகளுக்கு சில கடமைகள் உண்டு. நினைவுக் கெட்டாத காலத்திலிருந்து அந்தக் கடமையை மறந்துள்ள காரணத்தால், மனிதர்கள், மிருகங்கள், தேவர்கள் போன்ற பற்பல உடல்களில் அவர்கள் தங்கியுள்ளனர். பகவானுடைய திவ்யமான அன்புத் தொண்டினை மறந்துள்ளதால், இத்தகு உடல் வேறுபாடுகள் எழுகின்றன. ஆனால் கிருஷ்ண உணர்வின் மூலமாக, திவ்யமான அன்புத் தொண்டில் ஈடுபடுத்தப்படும்போது, ஒருவன் இம்மயக்கத்திலிருந்து உடனடியாக விடுதலை அடைகிறான். இத்தகு தூய ஞானத்தை அங்கீகரிக்கப்பட்ட ஆன்மீக குருவிடமிருந்து

மட்டுமே அடைய முடியும்; அதன் மூலம், ஆத்மா கிருஷ்ணருக்கு சமமானவன் என்னும் மயக்கத்தினைத் தவிர்க்க முடியும். உன்னத ஆத்மாவான கிருஷ்ணரே எல்லா உயிரினங்களையும் பாதுகாப்பவர், அப்பாதுகாப்பினை கைவிட்ட உயிர்வாழிகள் பௌதிக சக்தியினால் மயக்கப்பட்டு தம்மைத் தனிப்பட்டவர்களாக கற்பனை செய்கின்றனர்—இவற்றை அறிவதே பக்குவமான ஞானமாகும். பல்வேறு பௌதிக அடையாளங்களில் மயங்கிய இத்தகு ஆத்மாக்கள் கிருஷ்ணரை மறந்துவிடுகின்றனர். இருப்பினும், இத்தகு மயங்கிய ஆத்மாக்கள் கிருஷ்ண உணர்வில் நிலைபெற்றுவிட்டால், அவர்கள் முக்தியின் பாதையில் உள்ளவர்களாக புரிந்துகொள்ளப்பட வேண்டும். இது ஸ்ரீமத் பாகவதத்திலும் (2.10.6) உறுதி செய்யப்பட்டுள்ளது, *முக்திர் ஹித்வான்யதா$_2$-ரூபம் ஸ்வரூபேண வ்யவஸ்தி$_2$தி:.* முக்தி என்றால் கிருஷ்ணரின் நித்திய சேவகன் என்னும் தனது ஸ்வரூபத்தில் நிலைபெற்றிருப்பதாகும்.

ஸ்லோகம் 36

अपि चेदसि पापेभ्यः सर्वेभ्यः पापकृत्तमः ।
सर्वं ज्ञानप्लवेनैव वृजिनं सन्तरिष्यसि ॥ ३६ ॥

அபி சேத்$_3$ அஸி பாபேப்$_4$ய: ஸர்வேப்$_4$ய: பாப-க்ரு'த்-தம:
ஸர்வம்' ஜ்ஞான-ப்லவேனைவ வ்ரு'ஜினம்' ஸந்தரிஷ்யஸி

அபி—கூட; *சேத்*—ஆயின்; *அஸி*—நீ; *பாபேப்$_4$ய:*—பாவிகளில்; *ஸர்வேப்$_4$ய*—எல்லாரிலும்; *பாப-க்ரு'த்-தம:*—பெரும் பாவி; *ஸர்வம்*—அவ்வெல்லா பாவ விளைவுகளையும்; *ஜ்ஞான-ப்லவேன*—உன்னதமான ஞானம் என்னும் படகால்; *ஏவ*—நிச்சயமாக; *வ்ரு'ஜினம்*—துன்பக் கடல்; *ஸந்தரிஷ்யஸி*—நீ முழுதும் கடந்து விடுவாய்.

பாவிகளில் எல்லாம் பெரும் பாவியாக நீ கருதப்பட்டாலும் உன்னதமான ஞானமெனும் படகில் நீ நிலைபெற்றுவிட்டால், உன்னால் துன்பக் கடலைக் கடந்துவிட முடியும்.

பொருளுரை: கிருஷ்ணருடனான ஸ்வரூப நிலையை அறிதல் மிகவும் நல்லது; ஏனெனில், அறியாமைக் கடலில் நடக்கும் வாழ்வுப் போராட்டத்திலிருந்து இஃது ஒருவனை உடனடியாக உயர்த்தி விடுகிறது. இந்த ஜடவுலகம் சில சமயம் அறியாமைக் கடலுக்கும், சில சமயம் காட்டுத் தீயிற்கும் உவமிக்கப்படுகின்றது. எவ்வளவுதான் நன்றாக நீச்சல் அறிந்தவனாயினும், கடலில் அவனது போராட்டம் கடினமானதாகும். தத்தளிக்கும் மனிதனை கடலிலிருந்து காக்க யாரேனும் முன்வந்தால், அவனே மிகச்சிறந்த காப்பாளன். பரம புருஷ பகவானிடமிருந்து பெறப்படும் பக்குவமான ஞானமே முக்திக்கான

வழி. கிருஷ்ண உணர்வு எனும் படகு மிக எளியதும் மிகச்சிறந்ததும் ஆகும்.

ஸ்லோகம் 37

यथैधांसि समिद्धोऽग्निर्भस्मसात्कुरुतेऽर्जुन ।
ज्ञानाग्निः सर्वकर्माणि भस्मसात्कुरुते तथा ॥ ३७ ॥

யதை₂தா₄ம்'ஸி ஸமித்₃தோ₄ 'க்₃னிர் ப₄ஸ்ம-ஸாத் குருதே 'ர்ஜுன
ஜ்ஞாநாக்₃னி: ஸர்வ-கர்மாணி ப₄ஸ்ம-ஸாத் குருதே ததா₂

யதா₂—போல; *ஏதா₄ம்ஸி*—விறகு; *ஸமித்₃த:₄*—எரிகின்ற; *அக்₃னி:*—நெருப்பு; *ப₄ஸ்ம-ஸாத்*—சாம்பல்; *குருதே*—மாற்றுவது; *அர்ஜுன*—அர்ஜுனா; *ஜ்ஞான-அக்₃னி:*—ஞான நெருப்பு; *ஸர்வ-கர்மாணி*—பௌதிகச் செயல்களின் எல்லா விளைவுகளையும்; *ப₄ஸ்ம-ஸாத்*—சாம்பலாக; *குருதே*—அது மாற்றுகின்றது; *ததா₂*—அதுபோலவே.

கொழுந்துவிட்டு எரியும் நெருப்பு விறகை சாம்பலாக்குவதைப் போல, அர்ஜுனா, ஞான நெருப்பானது ஜடச் செயல்களின் விளைவுகளை எல்லாம் சாம்பலாக்கிவிடுகின்றது.

பொருளுரை: ஆத்மா, பரமாத்மா, மற்றும் இவர்களுடனான உறவு இவற்றைப் பற்றிய பக்குவமான அறிவு இங்கு நெருப்பிற்கு ஒப்பிடப்படுகிறது. இந்த நெருப்பு தீயச் செயல்களின் விளைவுகளை மட்டும் எரிப்பதோடு அல்லாமல், நற்செயல்களின் விளைவுகளையும் கூட சாம்பலாக்கிவிடுகின்றது. உருவாகிக் கொண்டிருக்கும் விளைவுகள், பழுத்துக்கொண்டிருக்கும் விளைவுகள், தற்போது அனுபவித்துக் கொண்டிருக்கும் விளைவுகள், எதிர்பார்க்கப்படும் விளைவுகள் என விளைவுகளில் பல நிலைகள் உள்ளன. ஜீவாத்மாவின் ஸ்வரூபத்தைப் பற்றிய ஞானம் இவ்விளைவுகள் அனைத்தையும் எரித்து சாம்பலாக்கி விடுகின்றது. ஒருவன் பூரண ஞானத்தில் இருக்கும்போது, தோன்றிய விளைவுகள், தோன்றாத விளைவுகள் என எல்லாமே எரிக்கப்பட்டுவிடுகின்றன. *உபே₄ உஹைவைஷ ஏதே தரத்-யம்ருத: ஸாத்₄-வஸாதூ₄னீ,* "செயல்களின் பாவ புண்ணியங்கள் இரண்டையும் ஒருவன் வெற்றி கொள்கிறான்" என்று வேதம் (*ப்₃ருஹத்₃-ஆரண்யக* உபநிஷத் 4.4.22) கூறுகின்றது.

ஸ்லோகம் 38

न हि ज्ञानेन सदृशं पवित्रमिह विद्यते ।
तत्स्वयं योगसंसिद्धः कालेनात्मनि विन्दति ॥ ३८ ॥

ந ஹி ஜ்ஞானேன ஸத்₃ரு'ஷ₂ம்' பவித்ரம் இஹ வித்₃யதே
தத் ஸ்வயம்' யோக₃-ஸம்'ஸித்₃த:₄ காலேனாத்மனி விந்த₃தி

ந—இல்லை; *ஹி*—நிச்சயமாக; *ஜ்ஞானேன*—ஞானத்துடன்; *ஸத்$_3$ரு'ஷ$_2$ம்*—ஒப்பிடுகையில்; *பவித்ரம்*—புனிதமானது; *இஹ*—இவ்வுலகில்; *வித்$_3$யதே*—இருக்கின்றது; *தத்*—அது; *ஸ்வயம்*—தானே; *யோக$_3$*—பக்தியில்; *ஸம்ஸித்$_3$த:$_4$*—பக்குவமடைந்தவன்; *காலேன*—காலப்போக்கில்; *ஆத்மனி*—தன்னில்; *விந்த$_3$தி*—அனுபவிக்கிறான்.

இவ்வுலகில் உன்னத ஞானத்தைப் போல சிறந்ததும், தூய்மையானதும் வேறொன்றும் இல்லை. இத்தகு ஞானமே எல்லா யோகங்களின் முற்றிய பழமாகும். பக்தித் தொண்டின் பயிற்சியினால் இதனை அடைந்தவன், காலப்போக்கில் இந்த ஞானத்தை தன்னில் அனுபவிக்கிறான்.

பொருளுரை: உன்னத ஞானத்தைப் பற்றி நாம் பேசுகையில், ஆன்மீக உணர்வின் அடிப்படையில் பேசுகின்றோம். உன்னத ஞானத்தைப் போன்று தூய்மையானதும் சிறந்ததும் வேறெதுவும் இல்லை. அறியாமையே நமது பிணைப்பிற்கு காரணம், ஞானமே நமது முக்திக்கு காரணம். இந்த ஞானம் பக்தித் தொண்டின் பழுத்த பழமாகும். உன்னத ஞானத்தில் நிலைபெறும்போது, அமைதியை வேறெங்கும் தேட வேண்டிய அவசியம் இல்லை; ஏனெனில், ஒருவன் அமைதியை தன்னிலேயே அனுபவிக்கின்றான். வேறுவிதமாகக் கூறினால், ஞானமும் அமைதியும் கிருஷ்ண உணர்வில் முற்றுப் பெறுகின்றன. இதுவே கீதையின் இறுதி முடிவு.

ஸ்லோகம் 39

श्रद्धावाँल्लभते ज्ञानं तत्परः संयतेन्द्रियः ।
ज्ञानं लब्ध्वा परां शान्तिमचिरेणाधिगच्छति ॥ ३९ ॥

ஷ்$_2$ரத்$_3$தா$_4$வாங்ல் லப$_4$தே ஜ்ஞானம்' தத்-பர: ஸம்'யதேந்த்$_3$ரிய:
ஜ்ஞானம்' லப்$_3$த்$_4$வா பராம்' ஷா$_2$ந்திம் அசிரேணாதி$_4$க$_3$ச்ச$_2$தி

ஷ்$_2$ரத்$_3$தா$_4$-வான்—நம்பிக்கையுடையோன்; *லப$_4$தே*—அடைகிறான்; *ஜ்ஞானம்*—ஞானம்; *தத்-பர:*—அதில் மிகுந்த பற்று கொண்டு; *ஸம்யத*—கட்டுப்படுத்தப்பட்ட; *இந்த்$_3$ரிய:*—புலன்கள்; *ஜ்ஞானம்*—ஞானம்; *லப்$_3$த்$_4$வா*—அடைந்ததால்; *பராம்*—பரம; *ஷா$_2$ந்திம்*—அமைதி; *அசிரேண*—வெகு விரைவில்; *அதி$_4$க$_3$ச்ச$_2$தி*—அடைகிறான்.

உன்னத ஞானத்திற்காகத் தன்னை அர்ப்பணித்து புலன்களை அடக்கக்கூடிய நம்பிக்கையுடைய மனிதன், அந்த ஞானத்தை அடையத் தகுதி வாய்ந்தவனாவான். அதனை அடைந்தபின், வெகு விரைவில் பரம ஆன்மீக அமைதியை அவன் அடைகிறான்.

பொருளுரை: கிருஷ்ண உணர்வின் ஞானம், கிருஷ்ணரின் மீது திடமான நம்பிக்கையுடையவனால் அடையப்படுகிறது. கிருஷ்ண உணர்வில் செயல்படுவதால் உயர்ந்த பக்குவத்தை அடைய முடியும் என்று எண்ணுபவன் *ஷ்$_2$ரத்$_3$தா$_4$வான்* (நம்பிக்கையுடையோன்) எனப்படுகிறான். இதயத்தை எல்லா பௌதிகக் களங்கத்திலிருந்தும் தூய்மைப்படுத்தக்கூடிய, ஹரே கிருஷ்ண, ஹரே கிருஷ்ண, கிருஷ்ண கிருஷ்ண, ஹரே ஹரே/ ஹரே ராம, ஹரே ராம, ராம ராம, ஹரே ஹரே எனும் மந்திரத்தை உச்சரிப்பதாலும், பக்தித் தொண்டினை பயிற்சி செய்வதாலும், இந்த நம்பிக்கை அடையப்படுகின்றது. இது மட்டுமின்றி, புலன்களையும் கட்டுப்படுத்தியாக வேண்டும். கிருஷ்ணரின் மீது நம்பிக்கை கொண்டு புலன்களை அடக்குபவன், தாமதமின்றி கிருஷ்ண உணர்வின் ஞானத்தில் எளிதாக பக்குவத்தை அடைய முடியும்.

ஸ்லோகம் 40

अज्ञश्चाश्रद्दधानश्च संशयात्मा विनश्यति ।
नायं लोकोऽस्ति न परो न सुखं संशयात्मनः ॥ ४० ॥

அஜ்ஞஷ்$_2$ சாஷ்$_2$ரத்$_3$த$_3$தா$_4$னஷ்$_2$ ச ஸம்'ஷ$_2$யாத்மா வினஷ்$_2$யதி
நாயம்' லோகோ 'ஸ்தி ந பரோ ந ஸுக$_2$ம்' ஸம்'ஷ$_2$யாத்மன:

அஜ்ஞ:—தரமான சாஸ்திர ஞானம் இல்லாத முட்டாள்; *ச*—மேலும்; *அஷ்$_2$ரத்$_3$த$_3$தா$_4$ன:*—சாஸ்திரங்களில் நம்பிக்கையற்ற; *ச*—மேலும்; *ஸம்ஷ$_2$ய*—சந்தேகங்கள்; *ஆத்மா*—ஒருவன்; *வினஷ்$_2$யதி*—வீழ்ச்சியடைகிறான்; *ந*—என்றுமில்லை; *அயம்*—இந்த; *லோக:*—உலகம்; *அஸ்தி*—இருக்கிறது; *ந*—என்றுமில்லை; *பர:*—மறுவாழ்வில்; *ந*—இல்லை; *ஸுக$_2$ம்*—இன்பம்; *ஸம்ஷ$_2$ய*—சந்தேகம்; *ஆத்மன:*—மனிதனின்.

ஆனால், சாஸ்திரங்களை சந்தேகிக்கும் நம்பிக்கையற்ற முட்டாள் மனிதர்கள், இறையுணர்வை அடைவதில்லை; அவர்கள் வீழ்ச்சியடைகின்றனர். ஐயமுள்ள ஆத்மாவிற்கு இவ்வுலகிலோ மறுவுலகிலோ இன்பம் இல்லை.

பொருளுரை: தரமான, அதிகாரபூர்வமான சாஸ்திரங்களில் பகவத் கீதையே மிகச்சிறந்ததாகும். மிருகங்களைப் போல இருக்கும் மனிதர்களுக்கு சாஸ்திரத்தின் மீது நம்பிக்கையோ சாஸ்திர ஞானமோ இல்லை; சிலர், சாஸ்திரங்களைப் பற்றி அறிந்திருந்தாலும், அவற்றின் சில பகுதிகளை மேற்கோள் காட்ட முடிந்தாலும், அச்சொற்களில் அவர்களுக்கு நம்பிக்கை இல்லை. வேறு சிலர், பகவத் கீதையைப் போன்ற சாஸ்திரங்களில் நம்பிக்கை வைத்திருந்தாலும், புருஷோத்தமரான பகவான் ஸ்ரீ கிருஷ்ணரின் வழிபாட்டில் நம்பிக்கை

கொள்வதில்லை. அத்தகைய நபர்கள் கிருஷ்ண உணர்வில் நிலைத்திருக்க இயலாது. அவர்கள் வீழ்ச்சியடைகின்றனர். மேலே குறிப்பிடப்பட்ட நபர்களில், நம்பிக்கையின்றி எப்போதும் சந்தேகத்தில் உழல்பவர்கள், எவ்வித முன்னேற்றமும் அடைவதில்லை. கடவுளிடமும், அவரது சொற்களிலும் நம்பிக்கையற்ற மனிதர்கள், இவ்வுலகிலோ மறு உலகிலோ எந்த நன்மையும் அடைவதில்லை. அவர்களுக்கு சுகம் என்பதே இல்லை என்று கூறலாம். எனவே, சாஸ்திரங்களில் கொடுக்கப்பட்டுள்ள கொள்கைகளை நம்பிக்கையுடன் பின்பற்றி, ஞானத்தின் நிலைக்கு உயர்வு பெற வேண்டும். இந்த ஞானம் மட்டுமே ஆன்மீக விஷயங்களைப் புரிந்துகொள்வதற்கான உன்னத தளத்திற்கு ஒருவனை உயர்த்தக்கூடியது. வேறுவிதமாகக் கூறினால், சந்தேகமுடைய நபர்களுக்கு ஆன்மீக விடுதலைக்கான வாய்ப்பு சிறிதும் இல்லை. எனவே, சீடப் பரம்பரையில் வரும் சிறந்த ஆச்சாரியர்களின் அடிச்சுவட்டைப் பின்பற்றி, வெற்றியடைய வேண்டும்.

ஸ்லோகம் 41

योगसन्न्यस्तकर्माणं ज्ञानसञ्छिन्नसंशयम् ।
आत्मवन्तं न कर्माणि निबध्नन्ति धनञ्जय ॥ ४१ ॥

யோக$_3$-ஸன்ன்யஸ்த-கர்மாணம்' ஜ்ஞான-ஸஞ்சி$_2$ன்ன-ஸம்'ஷ$_2$யம்
ஆத்மவந்தம்' ந கர்மாணி நிப$_3$த்$_4$னந்தி த$_4$னஞ்ஜய

யோக$_3$—கர்ம யோகத்தில் செய்யப்படும் பக்தித் தொண்டினால்; *ஸன்ன்யஸ்த*—துறந்தவன்; *கர்மாணம்*—செயல்களின் பலன்களை; *ஜ்ஞான*—ஞானத்தினால்; *ஸஞ்சி$_2$ன்ன*—துண்டித்துவிடு; *ஸம்ஷ$_2$யம்*—சந்தேகங்கள்; *ஆத்ம-வந்தம்*—தன்னில் நிலைபெற்று; *ந*—என்றுமில்லை; *கர்மாணி*—செயல்கள்; *நிப$_3$த்$_4$னந்தி*—கட்டுப்படுத்துகின்றன; *த$_4$னஞ்ஜய*—செல்வத்தை வெல்வோனே.

எவனொருவன் தனது செயல்களின் பலனைத் துறந்து பக்தித் தொண்டில் ஈடுபடுகின்றானோ, எவனொருவனது சந்தேகங்கள் உன்னத ஞானத்தால் நீக்கப்பட்டுவிட்டனவோ, அவன் தன்னில் நிலைபெற்றிருப்பது உறுதி. செல்வத்தை வெல்வோனே, இவ்வாறாக அவன் செயல்களின் விளைவுகளால் பந்தப்படுவதில்லை.

பொருளுரை: பரம புருஷ பகவானால் உபதேசிக்கப்பட்டபடி, பகவத் கீதையின் அறிவுரைகளைப் பின்பற்றுபவன் உன்னத ஞானத்தின் கருணையால் எல்லா வித சந்தேகங்களிலிருந்தும் விடுபடுகிறான்.

முழு கிருஷ்ண உணர்வில் இருக்கும் பகவானின் அம்சமான அவன், ஏற்கனவே தன்னுணர்வில் நிலைபெற்றுள்ளான். எனவே, அவன் சந்தேகமின்றி செயல்களின் பந்தத்திற்கு அப்பாற்பட்டவன்.

ஸ்லோகம் 42

तस्मादज्ञानसम्भूतं हृत्स्थं ज्ञानासिनात्मनः ।
छित्त्वैनं संशयं योगमातिष्ठोत्तिष्ठ भारत ॥ ४२ ॥

தஸ்மாத்$_3$ அஜ்ஞான-ஸம்பூ$_4$தம்' ஹ்ரு'த்-ஸ்த$_2$ம்' ஜ்ஞானாஸினாத்மன:
சி$_2$த்த்வைனம்' ஸம்'ஷ$_2$யம்' யோக$_3$ம் ஆதிஷ்டோ$_2$த்திஷ்ட$_2$ பா$_4$ரத

தஸ்மாத்—எனவே; *அஜ்ஞான-ஸம்பூ$_4$தம்*—அறியாமையினால் பிறந்த; *ஹ்ரு'த்-ஸ்த$_2$ம்*—இதயத்தில் நிலைபெற்றுள்ள; *ஜ்ஞான*—ஞானம்; *அஸினா*—ஆயுதத்தால்; *ஆத்மன:*—தனது; *சி$_2$த்வா*—துண்டித்து; *ஏனம்*—இந்த; *ஸம்ஷ$_2$யம்*—சந்தேகம்; *யோக$_3$ம்*—யோகத்தில்; *ஆதிஷ்ட$_2$*—நிலைபெற்று; *உத்திஷ்ட$_2$*—போரிட எழு; *பா$_4$ரத*—பரத குலத் தோன்றலே.

எனவே, அறியாமையால் உன் இதயத்தில் எழுந்த ஐயங்கள் ஞானமெனும் ஆயுதத்தால் அழிக்கப்பட வேண்டும். யோக கவசம் பூண்டு, பரத குலத்தவனே, எழுந்து போர் புரிவாயாக.

பொருளுரை: இவ்வத்தியாயத்தில் கூறப்பட்டிருக்கும் யோக முறை, *ஸநாதன* யோகம் அல்லது ஆத்மாக்களால் செய்யப்படும் நித்திய செயல்கள் எனப்படும். இந்த யோகத்தில் இருவகையான யாகங்கள் கூறப்படுகின்றன: ஒன்று பௌதிக உடைமைகளைத் துறக்கும் யாகம், மற்றது ஆத்ம ஞானத்தின் யாகம் (இது தூய ஆன்மீகச் செயலாகும்). உடைமைகளைத் துறக்கும் யாகத்தை ஆன்மீக உணர்வுடன் இணைக்காவிடில், அத்தகு யாகம் பௌதிகமானதாகி விடும். ஆனால் அவற்றை ஆன்மீக நோக்கத்துடன் பக்தித் தொண்டாகச் செய்தால், அந்த யாகம் பக்குவமடைகிறது. நாம் ஆன்மீகச் செயல்களுக்கு வரும்போது, தனது ஸ்வரூப நிலையை அறிதல், பரம புருஷ பகவானைப் பற்றிய உண்மையை அறிதல் என இவையும் இரண்டு விதமாகப் பிரிக்கப்படுவதைக் காண்கிறோம். பகவத் கீதையை உள்ளபடி பின்பற்றுபவன் ஆன்மீக அறிவின் இந்த இரு பிரிவுகளை மிக எளிமையாக உணரலாம். அவனுக்கு, தான் இறைவனின் அம்சம் என்ற பக்குவமான ஞானத்தை அறிவதில் எந்தச் சிக்கலும் இல்லை. இந்த ஞானம் பகவானின் திவ்யமான செயல்களை எளிதாகப் புரிந்துகொள்ள உதவுவதால், மிகவும் நன்மை பயப்பதாகும். இவ்வத்தியாயத்தின் ஆரம்பத்தில் பரம புருஷ பகவானே தனது உன்னதமான செயல்களை விவரித்தார். கீதையின் அறிவுரைகளை உணராதவன் நம்பிக்கை அற்றவனாவான், அவன்

இறைவனால் தனக்கு அளிக்கப்பட்ட சிறு சுதந்திரத்தை தவறாக உபயோகிக்கின்றான். இத்தகு அறிவுரைகளைப் பெற்றும், எல்லாவற்றையும் அறிந்த பரம புருஷ பகவானின் நித்தியமான ஆனந்தமயமான இயற்கையை புரிந்துகொள்ளாதவன் நிச்சயமாக முதல்தர முட்டாளே. கிருஷ்ண உணர்வின் கொள்கைகளை படிப்படியாக ஏற்றுக்கொள்வதன் மூலம் அறியாமையை அகற்ற முடியும். தேவர்களுக்கான யாகங்கள், பிரம்மனுக்கான யாகம், பிரம்மசரியம், குடும்ப வாழ்க்கை, புலனடக்கம், அஷ்டாங்க யோகப் பயிற்சி, தவம், பௌதிக உடைமைகளைத் துறத்தல், வேதங்களைப் படித்தல், வர்ணாஷ்ரம தர்மம் எனப்படும் சமூக அமைப்பில் பங்கு பெறுவதால் செய்யப்படும் யாகங்கள் என பல்வேறு யாகங்களின் மூலம் கிருஷ்ண உணர்வு எழுப்பப்படுகின்றது. யாகங்களாக அறியப்படும் இவையனைத்தும் ஒழுக்கப்படுத்தும் செயல்களை அடிப்படையாகக் கொண்டவை. ஆனால், இச்செயல்கள் எல்லாவற்றின் முக்கிய உள்நோக்கம் தன்னுணர்வேயாகும். அந்த இலட்சியத்தைத் தேடுபவனே பகவத் கீதையின் உண்மையான மாணவன்; ஆனால், கிருஷ்ணரின் அதிகாரத்தை சந்தேகிப்பவன் வீழ்ச்சியடைகிறான். எனவே, பகவத் கீதை, அல்லது வேறு எந்த சாஸ்திரமானாலும், அதனை அங்கீகரிக்கப்பட்ட ஆன்மீக குருவிடம் சரணடைந்து, தொண்டு செய்து பயில வேண்டுமென்று அறிவுறுத்தப்படுகிறான். அனாதி காலத்திலிருந்து வரும் சீடப் பரம்பரையைச் சேர்ந்தவரே அங்கீகரிக்கப்பட்ட ஆன்மீக குருவாவார். கோடிக்கணக்கான வருடங்களுக்கு முன்பு சூரிய தேவனுக்கு உபதேசிக்கப்பட்டு இன்றுவரை பூவுலகில் இருந்துவரும் இந்த பகவானின் கட்டளைகளிலிருந்து அவர் சிறிதும் பிறழ்வதே இல்லை. எனவே, பகவத் கீதையின் பாதையை கீதையிலேயே கூறியுள்ளபடி பின்பற்ற வேண்டும். தனது சொந்த நோக்கங்களுக்காக கீதையின் உண்மையான பாதையிலிருந்து விலகியுள்ள சுயநலம் கொண்டவர்களிடம் எச்சரிக்கையாக இருக்க வேண்டும். நிச்சயமாக கிருஷ்ணரே பரம புருஷர், அவரது செயல்கள் அனைத்தும் திவ்யமானவை. இதை அறிபவன் பகவத் கீதையைப் படிக்கும் ஆரம்ப நிலையிலேயே முக்தி பெற்ற ஆத்மாவாவான்.

ஸ்ரீமத் பகவத் கீதையின் "உன்னத அறிவு" என்னும் நான்காம் அத்தியாயத்திற்கான பக்திவேதாந்த பொருளுரைகள் இத்துடன் நிறைவடைகின்றன.

அத்தியாயம் ஐந்து

கர்ம யோகம்—கிருஷ்ண உணர்வில் செயல்

ஸ்லோகம் 1

अर्जुन उवाच

सन्न्यासं कर्मणां कृष्ण पुनर्योगं च शंससि ।
यच्छ्रेय एतयोरेकं तन्मे ब्रूहि सुनिश्चितम् ॥ १ ॥

அர்ஜுன உவாச

ஸன்ன்யாஸம்' கர்மணாம்' க்ரு'ஷ்ண புனர் யோக$_3$ம்' ச ஷ$_2$ம்'ஸஸி
யச் ச்$_2$ரேய ஏதயோர் ஏகம்' தன் மே ப்$_3$ரூஹி ஸு-நிஷ்$_2$சிதம்

அர்ஜுன: உவாச—அர்ஜுனன் கூறினான்; *ஸன்ன்யாஸம்*—துறவு; *கர்மணாம்*—எல்லா செயல்களிலும்; *க்ரு'ஷ்ண*—கிருஷ்ணரே; *புன:*—மீண்டும்; *யோக$_3$ம்*—பக்தித் தொண்டு; *ச*—மேலும்; *ஷ$_2$ம்ஸஸி*—நீர் போற்றுகின்றீர்; *யத்*—எது; *ஷ்$_2$ரேய:*—மிகுந்த நலனைத் தருவது; *ஏதயோ:*—இவையிரண்டில்; *ஏகம்*—ஒன்று; *தத்*—அதை; *மே*—எனக்கு; *ப்$_3$ரூஹி*—விளக்குவீராக; *ஸு-நிஷ்$_2$சிதம்*—தெளிவாக.

அர்ஜுனன் கூறினான்: கிருஷ்ணரே, முதலில் செயலைத் துறக்கவும் பின்னர் பக்தியுடன் செயலாற்றவும் பரிந்துரைத்துள்ளீர். இவையிரண்டில் சிறந்த நன்மையைத் தருவது எது என்பதை தயவுசெய்து தெளிவாக விளக்குவீராக.

பொருளுரை: பகவத் கீதையின் இந்த ஐந்தாம் அத்தியாயத்தில், வறட்டு மன அனுமானத்தைவிட பக்தித் தொண்டில் செயலாற்றுவதே சிறந்தது என்கிறார் பகவான். வறட்டு மன அனுமானத்தைவிட பக்தித் தொண்டு எளிதானது; ஏனெனில், இயற்கையிலேயே திவ்யமான இஃது ஒருவனை விளைவுகளிலிருந்து விடுவிக்கின்றது. இரண்டாம் அத்தியாயத்தில், ஆத்மாவைப் பற்றிய ஆரம்ப அறிவும், ஜடவுடலில் அதன் பிணைப்பும் விளக்கப்பட்டது. புத்தி யோகம் எனப்படும் பக்தித் தொண்டின் மூலம், இந்த பௌதிக பந்தத்திலிருந்து வெளியேறுவது எப்படி என்பதும் அங்கே விளக்கப்பட்டது. மூன்றாம் அத்தியாயத்தில், ஞானத்தின் தளத்தில் நிலைபெற்றவனுக்கு செய்ய வேண்டிய கடமைகள் ஏதுமில்லை என்று விளக்கப்பட்டது. நான்காம் அத்தியாயத்தில், எல்லாவிதமான யாகச் செயல்களும், ஞானத்தில்

முற்றுப் பெறுவதாக அர்ஜுனனிடம் கூறினார் பகவான். இருப்பினும், நான்காம் அத்தியாயத்தின் இறுதியில், பக்குவமான ஞானத்தில் நிலைபெற்று, எழுந்து போரிடுவாயாக என்று அர்ஜுனனை அறிவுறுத்தினார் பகவான். இவ்வாறாக, பக்தியுடன் செயலாற்று வதையும், ஞானத்தில் செயலின்மையையும் ஒரே நேரத்தில் வலியுறுத்திய கிருஷ்ணர், அர்ஜுனனைக் குழப்பி அவனது மனஉறுதியைக் குலைத்துவிட்டார். புலன்களால் செய்யப்படும் அனைத்து செயல்களையும் முற்றிலுமாக நிறுத்திவிடுவதே ஞானத்தின் துறவு என்று அர்ஜுனன் எண்ணிக் கொண்டிருந்தான். ஆனால், பக்தித் தொண்டில் செயலாற்றினால், செயல் நிறுத்தப்படுவது எங்ஙனம்? வேறுவிதமாகக் கூறினால், அர்ஜுனனைப் பொறுத்த வரையில் செயலும் துறவும் ஒன்றுக்கொன்று ஒத்துப்போகாதவையாகத் தோன்றுவதால், சந்நியாசம் (ஞானத்துடனான துறவு) என்றால் எல்லாவிதமான செயல்களிலிருந்தும் முழுமையாக விடுபட்டிருப்பது என்று எண்ணுகிறான். முழு ஞானத்துடன் செயல்படுதல் விளைவுகளுக்கு அப்பாற்பட்டது என்பதால், அது செயலின்மைக்கு ஒப்பானது என்பதை அர்ஜுனன் அறியவில்லை போலத் தோன்றுகின்றது. எனவே, செயலை முற்றிலும் துறந்துவிடுவதா, அல்லது முழு அறிவுடன் செயல்படுவதா என்று வினவுகிறான் அர்ஜுனன்.

ஸ்லோகம் 2

श्रीभगवानुवाच

सन्न्यासः कर्मयोगश्च निःश्रेयसकरावुभौ ।
तयोस्तु कर्मसन्न्यासात्कर्मयोगो विशिष्यते ॥ २॥

ஸ்ரீ-ப$_4$க$_3$வான் உவாச

ஸன்ன்யாஸ: கர்ம-யோக$_3$ஷ்$_2$ ச நி:ஷ்$_2$ரேயஸ-கராவ் உபௌ$_4$
தயோஸ் து கர்ம-ஸன்ன்யாஸாத் கர்ம-யோகோ$_3$ விஷி$_2$ஷ்யதே

ஸ்ரீ-ப$_4$க$_3$வான் உவாச—புருஷோத்தமரான முழுமுதற் கடவுள் கூறினார்; *ஸன்ன்யாஸ:*—செயலைத்துறத்தல்; *கர்ம-யோக:$_3$*—பக்தியில் செயலாற்றல்; *ச*—மேலும்; *நி:ஷ்$_2$ரேயஸ-கரௌ*—முக்தியின் பாதையை நோக்கிச் செலுத்தும்; *உபௌ$_4$*—இரண்டுமே; *தயோ:*—இவையிரண்டில்; *து*—ஆனால்; *கர்ம-ஸன்ன்யாஸாத்*—பலன்நோக்குச் செயல்களைத் துறப்பதை விட; *கர்ம-யோக:$_3$*—பக்தியுடன் செயல்படுவது; *விஷி$_2$ஷ்யதே*—சிறந்தது.

புருஷோத்தமராகிய முழுமுதற் கடவுள் பதிலுரைத்தார்: செயலைத்துறத்தல், பக்தியுடன் செயல்படுதல் இரண்டுமே

முக்திக்கு ஏற்றதாகும். ஆனால் இவையிரண்டில், செயலைத் துறப்பதைவிட பக்தித் தொண்டில் செயல்படுவது சிறந்ததாகும்.

பொருளுரை: (புலனுகர்ச்சியைத் தேடும்) பலன்நோக்குச் செயல்களே பௌதிக பந்தத்திற்கு காரணமாகும். உடல் சௌகரியத்தின் தரத்தை அதிகரிக்கும் நோக்கத்துடன் செய்யப்படக்கூடிய செயல்களில் ஒருவன் ஈடுபட்டிருக்கும் வரை, அவன் பல்வேறு வகையான உடல்களை மாற்றுவதும், அதனால் பௌதிக பந்தத்தை நீட்டித்துக்கொள்வதும் உறுதியாகும். ஸ்ரீமத் பாகவதம் (5.5.4–6) இதனைப் பின்வருமாறு உறுதிப்படுத்துகிறது:

நூனம்' ப்ரமத்த: குருதே விகர்ம
யத்$_3$ இந்த்$_3$ரிய-ப்ரீதய ஆப்ரு'ணோதி
ந ஸாது$_4$ மன்யே யத ஆத்மனோ 'யம்
அஸன்ன் அபி க்லேஷ$_2$-த$_3$ ஆஸ தே$_3$ஹ:

பராப$_4$வஸ் தாவத்$_3$ அபோ$_3$த$_4$-ஜாதோ
யாவன் ந ஜிஜ்ஞாஸத ஆத்ம-தத்த்வம்
யாவத் க்ரியாஸ் தாவத்$_3$ இத$_3$ம்' மனோ வை
கர்மாத்மகம்' யேன ஷ$_2$ரீர-ப$_3$ந்த:$_3$

ஏவம்' மன: கர்ம-வஷ$_2$ம்' ப்ரயுங்க்தே
அவித்$_3$யயாத்மன்யுபதீ$_4$யமானே
ப்ரீதிர் ந யாவன் மயி வாஸுதே$_3$வே
ந முச்யதே தே$_3$ஹ-யோகே$_3$ன தாவத்

"மக்கள் புலனுகர்ச்சியில் பித்துப் பிடித்து அலைகின்றனர். கடந்தகாலத்தில் செய்த பலன்நோக்குச் செயல்களின் விளைவே, முழுக்கமுழுக்க துன்பத்துடன் கூடிய தற்போதைய உடல் என்பதை அவர்கள் அறியவில்லை. இவ்வுடல் தற்காலிகமானது என்றாலும், பல்வேறு விதங்களில் இஃது எப்போதும் தொல்லை கொடுத்துக் கொண்டுள்ளது. எனவே, புலனுகர்ச்சிக்காகச் செயலாற்றுவது நல்லதல்ல. ஒருவன் தனது உண்மை நிலையினைப் பற்றி வினவாத வரை, அவனது வாழ்க்கை தோல்வியுற்றதாகக் கருதப்படுகிறது. அவன் அந்த உண்மை நிலையினை அறிந்துகொள்ளாத வரை, பலன்நோக்குச் செயல்களை (புலனுகர்ச்சிக்காக) செய்தாக வேண்டும். மேலும், புலனுகர்ச்சி என்னும் உணர்வில் ஒருவன் மூழ்கியுள்ள வரை, அவன் தனது உடல்களை மாற்றிக் கொண்டுதான் இருக்க வேண்டும். மனமானது பலன்நோக்குச் செயல்களில் மூழ்கியிருந்தாலும் சரி, அறியாமையினால் பாதிக்கப்பட்டிருந்தாலும்

சரி, வாஸுதேவரின் பக்தித் தொண்டின் மீதான அன்பை வளர்த்தல் அவசியம். அவ்வாறு செய்தால் மட்டுமே பௌதிக வாழ்க்கை என்னும் பிணைப்பிலிருந்து வெளியேற வாய்ப்பு கிட்டும்."

எனவே, முக்தியடைவதற்கு ஞானம் (தான் இந்த ஜட உடலல்ல, ஆன்மீக ஆத்மா என்ற அறிவு) மட்டும் போதுமானதல்ல. ஆன்மீக ஆத்மா என்ற நிலையில் செயலாற்ற வேண்டும்; இல்லையேல், பௌதிக பிணைப்பிலிருந்து தப்பிக்க முடியாது. கிருஷ்ண உணர்வில் செய்யப்படும் செயல்கள், பலனை நோக்கிச் செய்யப்படுபவையல்ல. முழு ஞானத்துடன் செய்யப்படும் அச்செயல்கள், உண்மை ஞானத்தின் முன்னேற்றப் பாதையை பலப்படுத்துகின்றன. ஆனால் கிருஷ்ண உணர்வில் ஈடுபடாமல், வெறுமனே பலன்நோக்குச் செயல்களைத் துறக்கக்கூடிய கட்டுண்ட ஆத்மாவின் இதயம் உண்மையில் தூய்மையடையாது. அவ்வாறு இதயம் தூய்மை யடையாத காரணத்தால், அவன் மீண்டும் பலன்நோக்குத் தளத்தில் செயல்பட வேண்டிவரும். மறுபுறம், கிருஷ்ண உணர்வில் செய்யப்படும் செயல்கள், பலன்நோக்குச் செயல்களின் விளைவு களிலிருந்து ஒருவனை தானாக விடுபடச் செய்வதால், அவன் பௌதிகத் தளத்திற்கு இறங்கி வர வேண்டிய அவசியமில்லை. எனவே, கிருஷ்ண உணர்வில் செயல்படுவது, எக்கணமும் வீழ்ச்சியடையலாம் என்ற அபாயத்துடன் கூடிய துறவைக் காட்டிலும், எப்போதும் மேலானதேயாகும். ஸ்ரீல ரூப கோஸ்வாமி தனது பக்தி ரஸாம்ருத சிந்துவில் (1.2.258) உறுதி செய்துள்ளபடி, கிருஷ்ண உணர்வற்ற துறவு பூரணமானதல்ல:

ப்ராபஞ்சிகதயா பு$_3$த்$_3$த்$_4$யா ஹரி-ஸம்ப$_3$ந்தி$_3$-வஸ்துன:
முமுக்ஷுபி:$_4$ பரித்யாகோ$_3$ வைராக்$_3$யம்' ப$_2$ல்கு$_3$ கத்$_2$யதே

"முக்தியடைய விரும்பும் நபர்கள், பரம புருஷ பகவானுடன் தொடர்புடைய பொருட்களை பௌதிகமானவையாக எண்ணி துறக்கின்றனர்; எனவே, அவர்களது துறவு முழுமையானதல்ல என்று கூறப்படுகிறது." இருக்கக்கூடிய அனைத்தும் இறைவனுக்குச் சொந்தமானது என்பதால், யாரும் எதன் மீதும் உரிமை கொண்டாடக் கூடாது என்னும் ஞானத்துடன் கூடிய துறவு முழுமையானதாகும். உண்மையில் யாருக்கும் எதுவும் சொந்தமில்லை என்பதை ஒருவன் உணர வேண்டும். அவ்வாறு உணர்ந்த பின்னர், துறவு என்ற கேள்விக்கு எங்கு இடம்? அனைத்தும் கிருஷ்ணருடைய சொத்து என்பதை அறிபவன், எப்போதுமே துறவில் நிலைபெற்றுள்ளான். அனைத்தும் கிருஷ்ணருக்குச் சொந்தமானது என்பதால்,

அனைத்தையும் அவரது தொண்டில் ஈடுபடுத்த வேண்டும். கிருஷ்ண உணர்வில் செய்யப்படும் இத்தகு பக்குவமான செயல், மாயாவாத பள்ளியைச் சார்ந்த சந்நியாசியின் எத்தகைய செயற்கையான துறவையும்விட, பன்மடங்குச் சிறந்ததாகும்.

ஸ்லோகம் 3

ज्ञेयः स नित्यसन्न्यासी यो न द्वेष्टि न काङ्क्षति ।
निर्द्वन्द्वो हि महाबाहो सुखं बन्धात्प्रमुच्यते ॥ ३ ॥

ஜ்ஞேய: ஸ நித்ய-ஸன்ன்யாஸீ யோ ந த்$_3$வேஷ்டி ந காங்க்ஷதி
நிர்த்$_3$வந்த்$_3$வோ ஹி மஹா-பா$_3$ஹோ ஸுக$_2$ம்' ப$_3$ந்தா$_4$த் ப்ரமுச்யதே

ஜ்ஞேய:—அறியப்பட வேண்டும்; *ஸ:*—அவன்; *நித்ய*—எப்போதும்; *ஸன்ன்யாஸீ*—சந்நியாசி; *ய:*—எவனொருவன்; *ந*—ஒருபோதும் இல்லை; *த்$_3$வேஷ்டி*—வெறுப்பது; *ந*—இல்லை; *காங்க்ஷதி*—விரும்புவது; *நிர்த்$_3$வந்த்$_3$வ:*—எல்லா இருமைகளிலிருந்தும் விடுபட்டு; *ஹி*—நிச்சயமாக; *மஹா-பா$_3$ஹோ*—பலம் பொருந்திய புயங்களை உடையோனே; *ஸுக$_2$ம்*—இன்பமாக; *ப$_3$ந்தா$_4$த்*—பந்தங்களிலிருந்து; *ப்ரமுச்யதே*—முழுமையாக முக்தியடைகிறான்.

எவனொருவன் தனது செயல்களின் விளைவுகளில் விருப்பு வெறுப்பு அற்றவனோ, அவனே நிரந்தரமான சந்நியாசியாவான். பலம் பொருந்திய புயங்களை உடைய அர்ஜுனா, எல்லா இருமைகளிலிருந்தும் விடுபட்டுள்ள அத்தகையோன், பௌதிக பந்தங்களை எளிதில் வென்று, முழுமையாக முக்தியடைகிறான்.

பொருளுரை: கிருஷ்ண உணர்வில் முழுமையாக உள்ளவன், எப்போதும் சந்நியாசியாவான்; ஏனெனில், தன் செயல்களின் விளைவுகளின் மீது அவனுக்கு விருப்பமும் இல்லை, வெறுப்பும் இல்லை. இறைவனின் திவ்யமான அன்புத் தொண்டிற்குத் தன்னை அர்ப்பணித்துவிட்ட இத்தகு துறவி, கிருஷ்ணருடனான தனது உறவில் தன்னுடைய ஸ்வரூப நிலையை அறிந்துள்ள காரணத்தால், அவனே ஞானத்தில் முழுமை பெற்றவனாவான். கிருஷ்ணரே முழுமை என்பதையும், தான் அவரது மிகச்சிறிய பகுதி என்பதையும் அவன் நன்கறிவான். இத்தகு ஞானம் குணத்திலும் அளவிலும் சரியாக இருப்பதால், அது பக்குவமானதாகும். கிருஷ்ணரையும் ஆத்மாவையும் சமமாகக் கருதும் கருத்து தவறானதாகும்; ஏனெனில், பகுதி என்றுமே முழுமைக்கு சமமாகிவிட முடியாது. ஒருவன் குணத்தில் ஒன்றுபட்டுள்ளபோதிலும், அளவில் வேறுபடுகிறான் என்னும் ஞானம், தன்னில் பூரண நிலையை அடைய (ஏக்கமும், ஏமாற்றமும் அற்ற பூரண நிலையை அடைய) வழிகாட்டக்கூடிய

திவ்யமான ஞானமாகும். அவனது மனதில் இருமைக்கு இடமேயில்லை; ஏனெனில், அவன் எதைச் செய்தாலும், அதை கிருஷ்ணருக்காகவே செய்கிறான். இவ்வாறு இருமைகளின் தளத்திலிருந்து விடுபட்டுள்ள அவன், இந்த ஜட உலகில் உள்ளபோதிலும் முக்தியடைந்த ஆத்மாவாவான்.

ஸ்லோகம் 4

साङ्ख्ययोगौ पृथग्बालाः प्रवदन्ति न पण्डिताः ।
एकमप्यास्थितः सम्यगुभयोर्विन्दते फलम् ॥ ४॥

ஸாங்க்$_2$ய-யோகௌ$_3$ ப்ரு'த$_2$க்$_3$ பா$_3$லா: ப்ரவத$_3$ந்தி ந பண்டி$_3$தா:
ஏகம் அப்யாஸ்தி$_2$த: ஸம்யக்$_3$ உப$_4$யோர் விந்த$_3$தே ப$_2$லம்

ஸாங்க்$_2$ய—ஜட உலகின் ஆய்வறிவு; *யோகௌ$_3$*—பக்தித் தொண்டில் செயல்; *ப்ரு'த$_2$க்*—வெவ்வேறு; *பா$_3$லா:*—சிற்றறிவினர்; *ப்ரவத$_3$ந்தி*—பேசுகின்றனர்; *ந*—என்றுமில்லை; *பண்டி$_3$தா:*—பண்டிதர்கள்; *ஏகம்*—ஒன்றில்; *அபி*—இருப்பினும்; *ஆஸ்தி$_2$த:*—நிலைபெற்று; *ஸம்யக்*—பூரணமாக; *உப$_4$யோ*—இரண்டின்; *விந்த$_3$தே*—அனுபவிக்கின்றனர்; *ப$_2$லம்*—விளைவு.

பக்தித் தொண்டு (கர்ம யோகம்) ஜட உலகின் ஆய்வு அறிவிலிருந்து (ஸாங்கிய யோகத்திலிருந்து) வேறுபட்டது என்று அறிவற்றோரே பேசுவர். எவனொருவன் தன்னை இவ்விரண்டு பாதைகளில் எதேனும் ஒன்றில் முழுமையாக ஈடுபடுத்துகிறானோ, அவன் இரண்டின் பலனையும் அடைகிறான் என்று உண்மையான பண்டிதர்கள் கூறுகின்றனர்.

பொருளுரை: படைப்பின் ஆத்மாவைக் கண்டறிவதே ஸாங்கிய யோகத்தின் (ஜடவுலகினைப் பற்றிய ஆய்வறிவின்) நோக்கமாகும். விஷ்ணு அல்லது பரமாத்மாவே, ஜட உலகின் ஆத்மாவாவார். பகவானுக்குச் செய்யப்படும் பக்தித் தொண்டு பரமாத்மாவிற்கான தொண்டையும் உள்ளடக்கியதாகும். ஒரு வழிமுறை மரத்தின் வேரைக் கண்டுபிடிப்பதாகும், மற்றதோ அதற்கு நீரூற்றுவதாகும். ஸாங்கிய தத்துவத்தின் உண்மையான மாணவன், ஜட உலகின் வேரான விஷ்ணுவைக் கண்டுபிடித்து, அதன்பின் பக்குவமான ஞானத்துடன் தன்னை அவரது தொண்டில் ஈடுபடுத்துகிறான். எனவே, சுருக்கமாகச் சொன்னால், இரண்டு முறைகளுக்கும் வேறுபாடு இல்லை; ஏனெனில், இரண்டுமே விஷ்ணுவை இலக்காகக் கொண்டவை. இறுதி இலக்கை அறியாதவரே ஸாங்கிய யோகமும் கர்ம யோகமும் ஒன்றல்ல என்று கூறுவர், ஆனால் அறிவுடையோர் இந்த வெவ்வேறு வழிமுறைகளின் ஒரே நோக்கத்தை அறிவர்.

ஸ்லோகம் 5

यत्साङ्‌ख्यैः प्राप्यते स्थानं तद्योगैरपि गम्यते ।
एकं साङ्‌ख्यं च योगं च यः पश्यति स पश्यति ॥ ५ ॥

யத் ஸாங்க்$_2$யை: ப்ராப்யதே ஸ்தா$_2$னம்' தத்$_3$ யோகைர் அபி க$_3$ம்யதே
ஏகம்' ஸாங்க்$_2$யம்' ச யோக$_3$ம்' ச ய: பஷ்$_2$யதி ஸ பஷ்$_2$யதி

யத்—எது; *ஸாங்க்$_2$யை:*—ஸாங்கிய தத்துவத்தால்; *ப்ராப்யதே*—அடையப்படுகிறதோ; *ஸ்தா$_2$னம்*—நிலை; *தத்*—அது; *யோகை:*—பக்தித் தொண்டால்; *அபி*—கூட; *க$_3$ம்யதே*—அடையலாம்; *ஏகம்*—ஒன்று; *ஸாங்க்$_2$யம்*—ஆய்வறிவு; *ச*—மேலும்; *யோக$_3$ம்*—பக்தியில் செயல்; *ச*—மேலும்; *ய:*—எவனொருவன்; *பஷ்$_2$யதி*—காண்கிறானோ; *ஸ:*—அவனே; *பஷ்$_2$யதி*—உண்மையில் காண்கிறான்.

எவனொருவன், ஸாங்கிய யோகத்தினால் அடையக்கூடிய அதே நிலை பக்தித் தொண்டினாலும் அடையக்கூடியதே என்பதை அறிந்து, ஸாங்கிய யோகத்தையும் பக்தித் தொண்டையும் சமநிலையில் காண்கிறானோ, அவனே உள்ளதை உள்ளபடிக் காண்பவனாவான்.

பொருளுரை: தத்துவ ஆராய்ச்சியின் உண்மை நோக்கம் வாழ்வின் இறுதி இலக்கை கண்டறிவதே. வாழ்வின் இறுதி இலக்கு தன்னுணர்வே என்பதால், இவ்விரண்டு வழிகளால் அடையப்படும் முடிவுகளுக்கிடையில் வேறுபாடு இல்லை. ஸாங்கிய தத்துவ ஆய்வினால், ஆத்மா இந்த ஜடவுலகின் அம்சம் அல்ல, மாறாக பரம ஆன்மீகப் பூரணத்தின் அம்சம் என்ற முடிவிற்கு ஒருவன் வருகிறான். எனவே, ஆன்மீக ஆத்மா ஜடவுலகில் ஆற்ற வேண்டிய செயல் ஏதுமில்லை; அவனது செயல்கள் பரமனுடன் ஏதாவதொரு வகையில் தொடர்புடையதாக இருக்க வேண்டும். எப்போது அவன் கிருஷ்ண உணர்வில் செயல்படுகின்றானோ, அப்போது அவன் தனது உண்மையான ஸ்வரூப நிலையில் அமைந்துள்ளான். ஸாங்கிய யோகமெனும் முதல் பயிற்சியில், அவன் ஜடத்தின் மீதுள்ள பற்றுக்களை விட்டொழிக்க வேண்டும்; பக்தி யோக முறையிலோ அவன் கிருஷ்ண பக்திச் செயல்களில் பற்றுதல்கொள்ள வேண்டும். மேலோட்டமாகப் பார்த்தால், ஒரு வழிமுறை துறவையும் மற்றொரு வழிமுறை பற்றுதலையும் உட்படுத்துவதாகத் தோன்றினாலும், உண்மையில் இரு வழிகளும் ஒன்றே. ஜடத்தின் மீதான துறவும் கிருஷ்ணரின் மீதான உறவும் ஒன்றே. இதைக் காணக்கூடியவன் பொருட்களை உள்ளது உள்ளபடி காண்கிறான்.

ஸ்லோகம் 6

सन्न्यासस्तु महाबाहो दुःखमाप्तुमयोगतः ।
योगयुक्तो मुनिर्ब्रह्म न चिरेणाधिगच्छति ॥ ६ ॥

ஸன்ன்யாஸஸ் து மஹா-பா$_3$ஹோ து:$_3$க$_2$ம் ஆப்தும் அயோக$_3$த:
யோக$_3$-யுக்தோ முனிர் ப்$_3$ரஹ்ம ந சிரேணாதி$_4$க$_3$ச்ச$_2$தி

ஸன்ன்யாஸ:—துறவு வாழ்க்கை; *து*—ஆனால்; *மஹா-பா$_3$ஹோ*—பலம் பொருந்திய புயங்களை உடையவனே; *து:$_3$க$_2$ம்*—துக்கம்; *ஆப்தும்*—மிகுந்தது; *அயோக$_3$த:*—பக்தித் தொண்டு இல்லாமல்; *யோக$_3$-யுக்த:*—பக்தித் தொண்டில் ஈடுபட்டவன்; *முனி*—சிந்திப்பவன்; *ப்$_3$ரஹ்ம*—பரம்பொருளை; *ந சிரேண*—தாமதமின்றி; *அதி$_4$க$_3$ச்ச$_2$தி*—அடைகின்றான்.

இறைவனின் பக்தித் தொண்டில் ஈடுபடாமல், வெறுமனே எல்லாச் செயல்களையும் துறப்பது ஒருவனை மகிழ்விக்காது. ஆனால் பக்தித் தொண்டில் ஈடுபட்டுள்ள சிந்தனையுடைய மனிதன், தாமதமின்றி பரம்பொருளை அடைய முடியும்.

பொருளுரை: இருவகையான சந்நியாசிகள் துறவு வாழ்வில் ஈடுபட்டுள்ளனர். மாயாவாத சந்நியாசிகள் ஸாங்கிய தத்துவத்தைப் படிப்பதிலும், வைஷ்ணவ சந்நியாசிகள் வேதாந்த சூத்திரத்திற்கு முறையான விளக்கம் கொடுக்கக்கூடிய பாகவத தத்துவத்தைப் படிப்பதிலும் ஈடுபட்டுள்ளனர். மாயாவாத சந்நியாசிகளும் வேதாந்த சூத்திரத்தைப் படிக்கின்றனர், ஆனால் அவர்கள் சங்கராசாரியரால் எழுதப்பட்ட *ஷா$_2$ரீரிக-பா$_4$ஷ்ய* எனப்படும் உரையைப் படிக்கின்றனர். பாகவத பள்ளியின் மாணவர்கள் பஞ்சராத்ர நெறிகளின்படி இறைவனின் பக்தித் தொண்டில் ஈடுபடுவதால், வைஷ்ணவ சந்நியாசிகளுக்கு பகவானின் திவ்யமான தொண்டில் பலதரப்பட்ட ஈடுபாடுகள் உள்ளன. வைஷ்ணவ சந்நியாசிகளைப் பொறுத்த வரையில், அவர்களுக்கும் பௌதிகச் செயல்களுக்கும் எந்தத் தொடர்பும் இல்லை என்றபோதிலும், அவர்கள் இறைவனின் பக்தித் தொண்டில் பற்பல செயல்களைச் செய்கின்றனர். ஆனால் ஸாங்கிய, வேதாந்த கல்வியிலும், அனுமானத்திலும் ஈடுபடும் மாயாவாத சந்நியாசிகளால் இறைவனின் திவ்யமான தொண்டினைச் சுவைக்க முடியாது. அவர்களின் ஆய்வுகள் மிகவும் கடினமானதால், சில நேரங்களில் அவர்கள் பிரம்மனைப் பற்றிய கற்பனைகளில் களைப்புற்று, முறையான அறிவின்றி பாகவதத்திடம் தஞ்சமடைகின்றனர். விளைவு—இவர்களது பாகவதக் கல்வி தொல்லை அளிப்பதாகிவிடுகிறது. மாயாவாத சந்நியாசிகளின் செயற்கையான வறட்டு கற்பனைகளும் அருவவாத விளக்கங்களும் சற்றும் பயனற்றவையாகி விடுகின்றன. பக்தித் தொண்டில்

ஈடுபட்டுள்ள வைஷ்ணவ சந்நியாசிகளோ, தங்களது திவ்யமான கடமைகளை ஆற்றுவதில் ஆனந்தத்துடன் உள்ளனர்; மேலும், இறுதியில் இறைவனின் திருநாட்டை அடைவதற்கான உத்திர வாதமும் அவர்களிடம் உள்ளது. மாயாவாத சந்நியாசிகள், சில சமயங்களில் தன்னுணர்வுப் பாதையிலிருந்து வீழ்ச்சியடைந்து, மக்கள் தொண்டு, சமூக சேவை போன்ற பௌதிகச் செயல்களில் மீண்டும் நுழைகின்றனர்; அச்செயல்கள் பௌதிக ஈடுபாடுகளே. எனவே, எது பிரம்மன், எது பிரம்மனல்ல என்பதைப் பற்றிய வறட்டு கற்பனைகளில் ஈடுபட்டிருக்கும் சந்நியாசிகள் பற்பல பிறவிகளுக்குப் பின் கிருஷ்ண பக்திக்கு வரலாம் என்றபோதிலும், அவர்களைக் காட்டிலும், கிருஷ்ண பக்தியின் செயல்களில் ஈடுபட்டுள்ள வைஷ்ணவர்கள், நன்நிலையில் உள்ளனர் என்பதே முடிவு.

ஸ்லோகம் 7

योगयुक्तो विशुद्धात्मा विजितात्मा जितेन्द्रियः ।
सर्वभूतात्मभूतात्मा कुर्वन्नपि न लिप्यते ॥ ७ ॥

யோக₃-யுக்தோ விஷு₂த்₃தா₄த்மா விஜிதாத்மா ஜிதேந்த்₃ரிய:
ஸர்வ-பூ₄தாத்ம-பூ₄தாத்மா குர்வன்ன் அபி ந லிப்யதே

யோக₃-யுக்த:—பக்தித் தொண்டில் ஈடுபட்டு; *விஷு₂த்₃த₄-ஆத்மா*—தூய்மையடைந்த ஆத்மா; *விஜித-ஆத்மா*—தன்னைக் கட்டுப்படுத்தி; *ஜித-இந்த்₃ரிய*—புலன்களைக் கட்டுப்படுத்தி; *ஸர்வபூ₄த*—எல்லா உயிர்வாழிகளுக்கும்; *ஆத்ம-பூ₄த-ஆத்மா*—கருணையுடைய; *குர்வன் அபி*—செயலில் ஈடுபட்டிருந்தாலும்; *ந*—என்றுமில்லை; *லிப்யதே*—பந்தப்படுவது.

மனதையும், புலன்களையும் கட்டுப்படுத்தி பக்தியுடன் செயல்படும் தூய ஆத்மா, அனைவருக்கும் பிரியமானவன்; அனைவரும் அவனுக்கு பிரியமானவர்கள். எப்போதும் செயலில் ஈடுபட்டுள்ளபோதிலும், அத்தகு மனிதன் பந்தப்படுவதில்லை.

பொருளுரை: முக்தியின் பாதையிலிருக்கும் கிருஷ்ண உணர்வினன், அனைத்து உயிர்வாழிகளுக்கும் மிகவும் பிரியமானவன்; மேலும், அனைத்து உயிர்களும் அவனுக்கு பிரியமானவை. இஃது அவனது கிருஷ்ண உணர்வினாலேயே சாத்தியமாகிறது. ஒரு மரத்தின் இலைகளையும், கிளைகளையும் அதிலிருந்து தனியாகப் பிரித்துப் பார்க்க இயலாததைப் போல், கிருஷ்ண உணர்வினனால் எந்த உயிரையும் கிருஷ்ணரிடமிருந்து தனியாகப் பிரித்துப் பார்க்க முடியாது. மரத்தின் வேருக்கு நீரூற்றினால் அஃது எல்லா இலைகளுக்கும் கிளைகளுக்கும் விநியோகிக்கப்படும் என்றும்,

வயிற்றிற்கு உணவு வழங்குவதால் சக்தியானது தானாகவே உடல் முழுவதும் விநியோகிக்கப்படும் என்றும் அவன் நன்றாக அறிவான். அனைவருக்கும் சேவகனாக விளங்குவதால், கிருஷ்ண உணர்வினன் அனைவருக்கும் பிரியமானவன். மேலும், அனைவரும் அவனது செயலால் திருப்தியடைவதால், அவனது உணர்வு தூய்மையாக உள்ளது. அவனது உணர்வு தூய்மையாக இருப்பதால், அவனது மனம் முழுமையாகக் கட்டுப்படுத்தப்பட்டுள்ளது. மேலும், அவனது மனம் கட்டுப்படுத்தப்பட்டுள்ளதால், அவனது புலன்களும் கட்டுப் படுத்தப்பட்டுள்ளன. அவனது மனம் எப்போதும் கிருஷ்ணரின் மீது நிலைத்திருப்பதால், கிருஷ்ணரிடமிருந்து அவன் விலகுவதற்கு வாய்ப்பே இல்லை. மேலும், இறைத் தொண்டைத் தவிர பிற ஜட விஷயங்களில் அவன் தனது புலன்களை ஈடுபடுத்துவான் என்பதற்கும் வாய்ப்பில்லை. கிருஷ்ணருடன் தொர்புடைய விஷயங்களைத் தவிர பிற விஷயங்களை அவன் கேட்க விரும்புவதில்லை; கிருஷ்ணருக்கு அர்ப்பணிக்கப்படாத எதையும் அவன் உண்ண விரும்புவதில்லை; மேலும், கிருஷ்ணருடன் சம்பந்தப்படாத எந்த இடத்திற்கும் அவன் போக ஆசைப்படுவதில்லை. எனவே, அவனது புலன்கள் கட்டுப்படுத்தப்பட்டுள்ளன. புலன்களைக் கட்டுப்படுத்தியவன் யாருக்கும் தீங்கிழைக்க முடியாது. "அப்படியெனில், அர்ஜுனன் (போரில்) மற்றவர்களுக்கு தீங்கிழைக்கவில்லையா? அப்போது அவன் கிருஷ்ண உணர்வில் இருக்கவில்லையா?" என்று ஒருவர் வினவலாம். மேலோட்டமாக மட்டுமே அர்ஜுனன் தீங்கிழைத்தான்; ஏனெனில், (ஏற்கனவே இரண்டாம் அத்தியாயத்தில் விளக்கப்பட்டபடி) ஆத்மாவை கொல்ல முடியாது என்பதால், போர்க்களத்தில் குழுமியிருந்த அனைவரும் தங்களது தனித்தன்மையுடன் தொடர்ந்து வாழப் போகிறார்கள். எனவே, ஆத்ம ரீதியில், குருக்ஷேத்திரப் போர்க்களத்தில் எவரும் கொல்லப்படவில்லை. அங்கே பிரத்யேகமாக வீற்றிருந்த கிருஷ்ணரின் ஆணைப்படி அவர்களது ஆடைகள் மட்டுமே மாற்றப்பட்டன. எனவே, குருக்ஷேத்திரப் போர்க்களத்தில் அர்ஜுனன் போரிட்டபோது, உண்மையில் அவன் போர் புரியவில்லை; அவன் பூரண கிருஷ்ண உணர்வுடன், கிருஷ்ணரது கட்டளைகளை நிறைவேற்றிக் கொண்டிருந்தான். அத்தகு மனிதன் தனது கர்ம விளைவுகளால் ஒருபோதும் பந்தப்படுவதில்லை.

ஸ்லோகங்கள் 8–9

नैव किञ्चित्करोमीति युक्तो मन्येत तत्त्ववित् ।
पश्यञ्शृण्वन्स्पृशञ्जिघ्रन्नश्नन्गच्छन्स्वपन्श्वसन् ॥ ८ ॥

प्रलपन्विसृजन्गृह्णन्नुन्मिषन्निमिषन्नपि ।
इन्द्रियाणीन्द्रियार्थेषु वर्तन्त इति धारयन् ॥ ९ ॥

நைவ கிஞ்சித் கரோமீதி
யுக்தோ மன்யேத தத்த்வ-வித்
பஷ்$_2$யஞ் ஷ்$_2$ரு'ண்வன் ஸ்ப்ரு'ஷ$_2$ஞ் ஜிக்$_4$ரன்ன்
அஷ்$_2$னன் க$_3$ச்ச$_2$ன் ஸ்வபன் ஷ்$_2$வஸன்
ப்ரலபன் விஸ்ரு'ஜந் க்$_3$ரு'ஹ்ணன்ன் உன்மிஷன் நிமிஷன்ன் அபி
இந்த்$_3$ரியாணீந்த்$_3$ரியார்தே$_2$ஷு வர்தந்த இதி தா$_4$ரயன்

ந—என்றுமில்லை; *ஏவ*—நிச்சயமாக; *கிஞ்சித்*—எதுவுமே; *கரோமி*—செய்கிறேன்; *இதி*—என்று; *யுக்த:*—தெய்வீக உணர்வில் ஈடுபட்டு; *மன்யேத*—எண்ணுகிறான்; *தத்த்வ-வித்*—உண்மையை அறிந்தவன்; *பஷ்$_2$யன்*—பார்த்தல்; *ஷ்$_2$ரு'ண்வன்*—கேட்டல்; *ஸ்பர்ஷ$_2$ன்*—தொடுதல்; *ஜிக்$_4$ரன்*—நுகர்தல்; *அஷ்$_2$னன்*—உண்ணுதல்; *க$_3$ச்ச$_2$ன்*—செல்லுதல்; *ஸ்வபன்*—கனவு காணல்; *ஷ்$_2$வஸன்*—சுவாசித்தல்; *ப்ரலபன்*—பேசுதல்; *விஸ்ருஜன்*—துறத்தல்; *க்$_3$ருஹ்ணன்*—ஏற்றல்; *உன்மிஷன்*—திறத்தல்; *நிமிஷன்*—மூடுதல்; *அபி*—இருப்பினும்; *இந்த்$_3$ரியாணி*—புலன்கள்; *இந்த்$_3$ரிய-அர்தே$_2$ஷு*—புலனுகர்ச்சியில்; *வர்தந்தே*—அவர்கள் ஈடுபட்டிருக்கட்டும் என்று; *இதி*—இவ்வாறாக; *தா$_4$ரயன்*—எண்ணுதல்.

தெய்வீக உணர்வில் இருப்பவன், பார்த்தல், கேட்டல், தொடுதல், நுகர்தல், உண்ணுதல், செல்லுதல், உறங்குதல், சுவாசித்தல் ஆகியவற்றில் ஈடுபட்டிருப்பினும், உண்மையில் தான் ஒன்றுமே செய்வதில்லை என்பதை எப்போதும் தனக்குள் அறிந்துள்ளான். ஏனெனில், பேசும்போதும், கழிக்கும்போதும், ஏற்றுக்கொள்ளும் போதும், கண்களை மூடித் திறக்கும்போதும், ஜடப் புலன்களே அவற்றின் விஷயங்களுடன் ஈடுபடுகின்றன என்றும், அவற்றிலிருந்து தான் வேறுபட்டவன் என்றும், அவன் எப்போதும் அறிகின்றான்.

பொருளுரை: செய்யப்படும் செயல்கள் அனைத்தும், செய்பவன், செயல், சூழ்நிலை, முயற்சி, அதிர்ஷ்டம் என்னும் ஐந்து உடனடி மற்றும் மறைமுக காரணங்களை அடிப்படையாகக் கொண்டவை. தனது நிலையில் தூய்மையாக இருக்கும் கிருஷ்ண உணர்வினனுக்கு எந்தச் செயலுடனும் எவ்விதத் தொடர்பும் இல்லை. ஏனெனில், அவன் கிருஷ்ணரது திவ்யமான அன்புத் தொண்டில் ஈடுபட்டுள்ளான். அவன் தனது உடலாலும், புலன்களாலும் செயல்படுவது போலத் தோன்றினாலும், ஆன்மீகத்தில் ஈடுபடுவதே தனது உண்மையான நிலை என்பதை அவன் எப்போதும் நினைவில் வைத்துள்ளான்.

ஒருவன் ஜட உணர்வில் இருக்கும்போது, புலன்கள் புலனுகர்ச்சியில் ஈடுபடுத்தப்படுகின்றன, கிருஷ்ண உணர்விலோ அவை கிருஷ்ணரின் புலன்களை திருப்திப்படுத்துவதில் ஈடுபடுத்தப் படுகின்றன. எனவே, கிருஷ்ண உணர்வினன் புலன்களின் விஷயங்களில் ஈடுபட்டிருப்பது போலத் தோன்றினாலும், அவன் எப்போதும் சுதந்திரமானவனே. பார்த்தல், கேட்டல் போன்றவை ஞான இந்திரியங்களின் செயல்களாகும்; நகர்தல், பேசுதல், கழித்தல் போன்றவை கர்ம இந்திரியங்களின் செயல்களாகும். புலன்களின் செயல்களால் கிருஷ்ண உணர்வினன் ஒருபோதும் பாதிக்கப்படு வதில்லை. தன்னை கடவுளின் நிரந்தரத் தொண்டனாக அவன் அறிந்துள்ளதால், இறைவனின் தொண்டினைத் தவிர வேறு எதையும் அவனால் செய்ய முடியாது.

ஸ்லோகம் 10

ब्रह्मण्याधाय कर्माणि सङ्गं त्यक्त्वा करोति यः ।
लिप्यते न स पापेन पद्मपत्रमिवाम्भसा ॥ १० ॥

ப்$_3$ரஹ்மண்யாதா$_4$ய கர்மாணி ஸங்க$_3$ம்' த்யக்த்வா கரோதி ய:
லிப்யதே ந ஸ பாபேன பத்$_3$ம-பத்ரம் இவாம்ப$_4$ஸா

ப்$_3$ரஹ்மணி—பரம புருஷ பகவானுக்கு; *ஆதா$_4$ய*—சார்ந்து; *கர்மாணி*—எல்லாச் செயல்களும்; *ஸங்க$_3$ம்*—பற்றுதல்; *த்யக்த்வா*—துறந்து; *கரோதி*—செய்கிறான்; *ய:*—எவன்; *லிப்யதே*—பாதிக்கப்படுதல்; *ந*—என்றுமில்லை; *ஸ:*—அவன்; *பாபேன*—பாவத்தால்; *பத்$_3$ம-பத்ரம்*—தாமரை இலை; *இவ*—போல; *அம்ப$_4$ஸா*—நீரினால்.

பற்றின்றி தனது கடமைகளைச் செய்து பலன்களை பரம புருஷ பகவானுக்கு அர்ப்பணிப்பவன், தாமரை இலை எவ்வாறு நீரால் தீண்டப்படுவதில்லையோ, அதுபோல பாவ விளைவுகளால் தீண்டப்படுவதில்லை.

பொருளுரை: இங்கே *ப்$_3$ரஹ்மணி* என்றால் கிருஷ்ண உணர்வில் என்று பொருள். முக்குணங்களின் மொத்தக் கலவை *ப்ரதா$_4$ன* என்று அறியப்படுகிறது, அதன் வெளிப்பாடே இந்த ஜடவுலகம். *ஸர்வம் ஹ்யேதத்$_3$ ப்$_3$ரஹ்ம* (*மாண்டூ$_3$க்ய* உபநிஷத்), *தஸ்மாத்$_3$ ஏதத்$_3$ ப்$_3$ரஹ்ம நாம-ரூபம் அன்னம் ச ஜாயதே* (*முண்ட$_3$க* உபநிஷத் 1.1.9), எனும் வேத வாக்கியங்களும், *மம யோனிர் மஹத்$_3$ ப்$_3$ரஹ்ம* எனும் பகவத் கீதையின் (14.3) வாக்கியமும் இவ்வுலகில் இருப்பவை அனைத்தும் பிரம்மனின் புறத் தோற்றங்களே என்று குறிப்பிடுகின்றன. மேலும், விளைவுகள் வெவ்வேறு விதத்தில் தோன்றியுள்ளபோதிலும், அவை காரணத்திலிருந்து வேறுபடாதவை. அனைத்தும்

பரபிரம்மனான கிருஷ்ணருடன் தொடர்புடையதே என்றும், அதனால் அனைத்தும் அவருக்கு மட்டுமே சொந்தமானவை என்றும் ஈஷோப நிஷத்தில் கூறப்பட்டுள்ளது. எல்லாம் கிருஷ்ணருக்குச் சொந்தமானவை என்றும், அவரே எல்லாவற்றிற்கும் உரிமையாளர் என்றும், அதன் காரணத்தால் அனைத்தும் அவருடைய தொண்டில் ஈடுபடுத்தப்பட வேண்டும் என்றும், எவனொருவன் பக்குவமாக அறிகின்றானோ, அவன் இயற்கையாகவே தனது செயல்களின் (புண்ணியமானாலும் சரி, பாவமானாலும் சரி) விளைவுகளால் பாதிக்கப்படாதவன் ஆகின்றான். ஒரு குறிப்பிட்ட வகையான செயலைச் செய்வதற்காக இறைவனால் அளிக்கப்பட்ட பரிசான இந்த ஜடவுடலையும் நாம் கிருஷ்ண உணர்வில் ஈடுபடுத்த முடியும். நீரிலேயே இருந்தாலும் தாமரை இலை நனையாமல் இருப்பதைப் போல, கிருஷ்ண உணர்வில் ஈடுபடுத்தப்படும் உடலும் பாவ விளைவுகளின் களங்கத்திற்கு அப்பாற்பட்டதாகும். பகவானும் கீதையில் (3.30) கூறுகிறார், *மயி ஸர்வாணி கர்மாணி ஸன்ன்யஸ்ய*—“எல்லாச் செயல்களையும் என்னிடம் (கிருஷ்ணரிடம்) ஒப்படை.” எனவே, முடிவு என்னவெனில், கிருஷ்ண உணர்வற்றவன் ஜடவுடல் மற்றும் புலன்களின் அடிப்படையில் செயலாற்றுகிறான்; ஆனால் கிருஷ்ண உணர்வினனோ, உடல் கிருஷ்ணருடைய சொத்து என்பதால், அது கிருஷ்ணருடைய சேவையில் ஈடுபடுத்தப்பட வேண்டும் என்ற ஞானத்துடன் செயல்படுகிறான்.

ஸ்லோகம் 11

कायेन मनसा बुद्ध्या केवलैरिन्द्रियैरपि ।
योगिनः कर्म कुर्वन्ति सङ्गं त्यक्त्वात्मशुद्धये ॥ ११ ॥

காயேன மனஸா பு$_3$த்$_3$த்$_4$யா கேவலைர் இந்த்$_3$ரியைர் அபி
யோகி$_3$ன: கர்ம குர்வந்தி ஸங்க$_3$ம்' த்யக்த்வாத்ம-ஷு$_2$த்$_3$த$_4$யே

காயேன—உடலால்; *மனஸா*—மனதால்; *பு$_3$த்$_3$த்$_4$யா*—புத்தியால்; *கேவலை:*—தூய்மையுற்று; *இந்த்$_3$ரியை:*—புலன்களால்; *அபி*—கூட; *யோகி$_3$ன:*—கிருஷ்ண உணர்வினர்; *கர்ம*—செயல்கள்; *குர்வந்தி*—செய்கின்றனர்; *ஸங்க$_3$ம்*—பற்றுதல்; *த்யக்த்வா*—துறந்து; *ஆத்மா*—ஆத்மா; *ஷு$_2$த்$_3$த$_4$யே*—தூய்மைப்படுத்தும் நோக்கத்துடன்.

பற்றுதலைத் துறந்த யோகிகள், தூய்மையடைய வேண்டும் என்ற ஒரே நோக்கத்துடன், உடல், மனம், புத்தி மற்றும் புலன்களால்கூட செயல்படுகின்றனர்.

பொருளுரை: ஒருவன் கிருஷ்ணரது புலன்களை திருப்தி செய்வதற்காக கிருஷ்ண உணர்வில் செயலாற்றும்போது, உடல்,

மனம், அறிவு, அல்லது புலன்களால்கூட செய்யப்படும் அனைத்து செயல்களும் ஜடக் களங்கங்களிலிருந்து தூய்மையடைகின்றன. கிருஷ்ண பக்தனது செயல்களிலிருந்து எவ்வித ஜட விளைவுகளும் ஏற்படுவதில்லை. எனவே, *ஸத்₃ ஆசார* எனப்படும் தூய்மைப் படுத்தப்பட்ட செயல்கள், கிருஷ்ண உணர்வில் செயல்படுவதால் எளிதாக நிறைவேற்றப்படுகின்றன. பக்தி ரஸாம்ருத சிந்து (1.2.187) எனும் தனது நூலில் ஸ்ரீ ரூப கோஸ்வாமி பின்வருமாறு கூறுகிறார்:

ஈஹா யஸ்ய ஹரேர் தா₃ஸ்யே கர்மணா மனஸா கி₃ரா
நிகி₂லாஸ்வ் அப்யவஸ்தா₂ஸு ஜீவன்-முக்த: ஸ உச்யதே

"தனது உடல், மனம், அறிவு, மற்றும் சொற்களின் மூலம் கிருஷ்ண உணர்வில் (கிருஷ்ணரின் தொண்டில்) ஈடுபட்டுள்ளவன், பெயரளவிலான பௌதிகச் செயல்களைச் செய்யும்போதிலும், *ஜீவன்-முக்த* (பௌதிக உலகிலும் முக்தி பெற்ற நிலையில் வாழ்பவன்) என்று அழைக்கப்படுகிறான். தன்னை இந்த பௌதிக உடல் என்றோ, உடல் தனக்குச் சொந்தமானது என்றோ, அவன் நம்புவதில்லை என்பதால், அவனிடம் அஹங்காரம் இல்லை. தான் இந்த உடலல்ல என்றும், இவ்வுடல் தனக்குச் சொந்தமானதல்ல என்றும் அவன் அறிவான். அவன் கிருஷ்ணருக்குச் சொந்தமானவன், அவனது உடலும் கிருஷ்ணருக்குச் சொந்தமானதே. உடல், மனம், புத்தி, வார்த்தைகள், வாழ்க்கை, செல்வம் என தன்னிடம் உள்ள அனைத்தையும் கிருஷ்ணரின் தொண்டில் ஈடுபடுத்தும்போது, அவன் உடனடியாக கிருஷ்ணருடன் இணைந்தவனாகிறான். தான் இந்த உடலே என்பனவற்றை நம்பச் செய்யும் அஹங்காரத்திலிருந்து விடுபட்டுள்ள அவன், கிருஷ்ணருடன் ஒன்றியுள்ளான். இதுவே கிருஷ்ண உணர்வின் பக்குவநிலையாகும்.

ஸ்லோகம் 12

युक्तः कर्मफलं त्यक्त्वा शान्तिमाप्नोति नैष्ठिकीम् ।
अयुक्तः कामकारेण फले सक्तो निबध्यते ॥ १२ ॥

யுக்த: கர்ம-ப₂லம்' த்யக்த்வா ஷா₂ந்திம் ஆப்னோதி நைஷ்டி₂கீம்
அயுக்த: காம-காரேண ப₂லே ஸக்தோ நிப₃த்₄யதே

யுக்த:—பக்தித் தொண்டில் ஈடுபட்டவன்; *கர்ம ப₂லம்*—எல்லா செயல்களின் பலன்கள்; *த்யக்த்வா*—துறந்து; *ஷா₂ந்திம்*—பூரண அமைதி; *ஆப்னோதி*—அடைகிறான்; *நைஷ்டி₂கீம்*—அசைவற்ற; *அயுக்த:*—கிருஷ்ண உணர்வில் இல்லாதவன்; *காம-காரேண*—செயலின் பலனை அனுபவிக்க விரும்புவதால்; *ப₂லே*—பலன்களில்; *ஸக்தோ*—பற்று கொண்டு; *நிப₃த்₄யதே*—பந்தப்படுகிறான்.

பக்தியில் உறுதியாக உள்ள ஆத்மா, எல்லாச் செயல்களின் பலனையும் எனக்கே அர்ப்பணிப்பதால், பூரண அமைதியை அடைகிறான்; ஆனால் தெய்வீகத்துடன் இணையாதவனோ, தனது முயற்சியின் பலனை அனுபவிக்கும் பேராசையால் பந்தப்படுகிறான்.

பொருளுரை: கிருஷ்ண உணர்வில் இருப்பவனுக்கும் உடல் உணர்வில் இருப்பவனுக்கும் உள்ள வேறுபாடு என்னவெனில், கிருஷ்ண உணர்வினன் கிருஷ்ணரிடமும், உடல் உணர்வினன் தனது செயல்களின் பலன்களிலும் பற்றுதல் கொண்டிருப்பதே. கிருஷ்ணரிடம் பற்றுதல் கொண்டு அவருக்காக செயல்படுபவன், நிச்சயமாக முக்தி அடைந்தவனாவான். அவன் தனது செயல்களின் பலனில் எவ்வித ஏக்கமும் கொள்வதில்லை. இருமையின் உணர்வில் செயல்படுவதே, அதாவது பூரண சத்தியத்தின் ஞானமின்றி செயல்படுவதே, செயலின் பலன்களின் மீதான ஏக்கத்திற்கு காரணம் என்று பாகவதத்தில் விளக்கப்பட்டுள்ளது. புருஷோத்தமரான கிருஷ்ணரே பரம பூரண உண்மை. கிருஷ்ண உணர்வில் இருமை கிடையாது. இருப்பவை எல்லாமே கிருஷ்ண சக்தியின் படைப்பே, கிருஷ்ணர் நன்மையின் உருவம். எனவே, கிருஷ்ண உணர்வின் செயல்கள் பூரண தளத்தில் செய்யப்படுபவை; திவ்யமான அச்செயல்களுக்கு பௌதிக விளைவுகள்கிடையாது. இதனால் ஒருவன் கிருஷ்ண உணர்வில் அமைதி நிறைந்தவனாக உள்ளான். ஆனால் புலனுகர்ச்சிக்கான இலாபக்கணக்கில் மூழ்கியவன் அந்த அமைதியினைப் பெற முடியாது. கிருஷ்ணருக்குப் புறம்பே எதுவுமில்லை என்பதே அமைதி மற்றும் அச்சமின்மையின் தளம்—இதனை உணர்வதே கிருஷ்ண உணர்வின் இரகசியமாகும்.

ஸ்லோகம் 13

सर्वकर्माणि मनसा सन्न्यस्यास्ते सुखं वशी ।
नवद्वारे पुरे देही नैव कुर्वन्न कारयन् ॥ १३ ॥

ஸர்வ-கர்மாணி மனஸா ஸன்ன்யஸ்யாஸ்தே ஸுக$_2$ம்' வஷீ$_2$
நவ-த்$_3$வாரே புரே தே$_3$ஹீ நைவ குர்வன் ந காரயன்

ஸர்வ—எல்லா; *கர்மாணி*—செயல்கள்; *மனஸா*—மனதால்; *ஸன்ன்யஸ்ய*—துறந்து; *ஆஸ்தே*—இருக்கிறான்; *ஸுக$_2$ம்*—சுகத்தில்; *வஷீ$_2$*—வசப்படுத்தியவன்; *நவ-த்$_3$வாரே*—ஒன்பது கதவுகளைக் கொண்ட இடத்தில்; *புரே*—நகரில்; *தே$_3$ஹீ*—உடலையுடைய ஆத்மா; *ந*—என்றுமில்லை; *ஏவ*—நிச்சயமாக; *குர்வன்*—எதையும் செய்வது; *ந*—இல்லை; *காரயன்*—நடப்பதற்கு காரணமாவது.

உடலையுடைய ஆத்மா, தனது இயற்கையைக் கட்டுப்படுத்தி, மனதால் எல்லாச் செயல்களையும் துறந்துவிடும்போது, செய்யாமலும் செயலுக்கு காரணமாகாமலும் ஒன்பது கதவுகளைக் கொண்ட நகரில் (பௌதிக உடலில்) இன்பமாக வசிக்கின்றான்.

பொருளுரை: உடலை அடைந்த ஆத்மா ஒன்பது கதவுகளைக் கொண்ட நகரில் வசிக்கின்றான். உடலின் (உடல் என்னும் நகரத்தின்) செயல்கள் அதன் குறிப்பிட்ட இயற்கை குணங்களால் தாமாகவே நடத்தப்படுகின்றன. ஆத்மா உடலின் நிபந்தனைகளுக்கு உட்பட்டுள்ளபோதிலும், அவன் விரும்பினால், அந்த நியதிகளுக்கு அப்பாற்பட்டு விளங்க முடியும். தனது உயர் இயற்கையை மறந்திருப்பதால் மட்டுமே, அவன் தன்னை பௌதிக உடலாக எண்ணித் துன்பங்களுக்கு ஆளாகின்றான். கிருஷ்ண உணர்வின் மூலம், அவன் தனது உண்மை நிலையைப் புதுப்பித்து, உடல் என்னும் சிறையிலிருந்து வெளிவர இயலும். எனவே, கிருஷ்ண உணர்வை ஏற்றுக் கொண்டவுடன் உடல் சார்ந்த செயல்களிலிருந்து ஒருவன் முழுமையாக விடுபடுகின்றான். அவனுடைய எண்ணங்கள் மாற்றப்பட்டு, கட்டுப்பாடுகளுடன் கூடிய வாழ்வில், ஒன்பது வாயில்கள் கொண்ட நகரில் இன்பமாக வாழ்கிறான். ஒன்பது வாயில்கள் பின்வருமாறு விளக்கப்படுகின்றன:

நவ-த்$_3$வாரே புரே தே$_3$ஹீ ஹம்'ஸோ லேலாயதே ப$_3$ஹி:
வஷீ$_2$ ஸர்வஸ்ய லோகஸ்ய ஸ்தா$_2$வரஸ்ய சரஸ்ய ச

"உயிர்வாழியின் உடலில் வாழும் பரம புருஷ பகவான், பிரபஞ்சம் எங்கிலும் உள்ள உயிர்வாழிகளைக் கட்டுப்படுத்துபவர். உடல் ஒன்பது வாயில்களை (இரு கண்கள், இரு காதுகள், இரு நாசித் துவாரங்கள், வாய், ஆசனவாய், பாலுறுப்பு ஆகியவற்றை) உடையது. கட்டுண்ட நிலையில் உள்ள உயிர்வாழி, தன்னை உடலுடன் அடையாளம் காண்கிறான். ஆனால் அவன் தனக்குள்ளிருக்கும் இறைவனுடன் தன்னை அடையாளம் காணும்போது, உடலினுள் உள்ளபோதிலும் இறைவனைப் போல சுதந்திரமானவன் ஆகின்றான்." (*ஷ்$_2$வேதாஷ்$_2$வதர* உபநிஷத் 3.18)

எனவே, கிருஷ்ண உணர்வினன், ஜடவுடலின் அகச் செயல்கள், புறச் செயல்கள் இரண்டிலிருந்தும் விடுதலை பெற்றவனாவான்.

ஸ்லோகம் 14

न कर्तृत्वं न कर्माणि लोकस्य सृजति प्रभुः ।
न कर्मफलसंयोगं स्वभावस्तु प्रवर्तते ॥ १४॥

ந கர்த்ரு'த்வம்' ந கர்மாணி லோகஸ்ய ஸ்ரு'ஜதி ப்ரபு:$_4$
ந கர்ம-ப$_2$ல-ஸம்'யோக$_3$ம்' ஸ்வபா$_4$வஸ் து ப்ரவர்ததே

ந—என்றுமில்லை; *கர்த்ரு'த்வம்*—உரிமை; *ந*—இல்லை; *கர்மாணி*—செயல்கள்; *லோகஸ்ய*—உலகினரின்; *ஸ்ருஜதி*—படைத்தல்; *ப்ரபு:$_4$*—உடலெனும் நகரத்தின் நாயகன்; *ந*—இல்லை; *கர்ம-ப$_2$ல*—செயல்களின் பலன்கள்; *ஸம்யோக$_3$ம்*—இணைப்பு; *ஸ்வபா$_4$வ:*—ஜட இயற்கையின் குணங்கள்; *து*—ஆனால்; *ப்ரவர்ததே*—செயல்படுகின்றன.

உடல் என்னும் நகரத்தின் நாயகனான ஆத்மா, செயல்களை உண்டாக்குவதில்லை, செயல்படுமாறு மக்களைத் தூண்டுவது மில்லை, செயல்களின் பலன்களையும் உண்டாக்குவதில்லை. இவையெல்லாம் ஜட இயற்கையின் குணங்களால் செயலாற்றப் படுபவையே.

பொருளுரை: முழுமுதற் கடவுளின் சக்திகளில் (இயற்கையில்) ஒன்றான உயிர்வாழி, அவரது கீழ்நிலை இயற்கையான ஜடத்திலிருந்து வேறுபட்டவன் என்பது பின்வரும் ஏழாம் அத்தியாயத்தில் விளக்கப்படும். உயர் இயற்கையான ஆத்மா, நினைவிற்கெட்டாத காலத்திலிருந்து எப்படியோ ஜட இயற்கையின் தொடர்பில் உள்ளது. பலதரப்பட்ட செயல்களுக்கும் அவற்றின் எதிர் விளைவுகளுக்கும், உயிர்வாழியின் தற்காலிக சரீரமே (ஜடத்தின் தளமே) காரணம். இத்தகு கட்டுண்ட சூழ்நிலையில் வாழ்பவன், (அறியாமையினால்) தன்னை உடலெனக் கருதி தனது உடலால் செய்யும் செயல்களின் விளைவுகளால் துன்பப்படுகிறான். நினைவிற்கெட்டாத காலத்தி லிருந்து சேர்த்து வைத்துள்ள அறியாமையே, உடல் சார்ந்த சுக துக்கங்களுக்கு காரணம். உயிர்வாழி உடலின் செயல்களிலிருந்து விடுபட்ட உடனே, விளைவுகளிலிருந்தும் விடுபடுகிறான். உடல் என்னும் நகரத்தில் வசிக்கும்வரை, அவன் அதன் நாயகனாகத் தோன்றுகிறான்; ஆனால் உண்மையில் அவன் உடலின் உரிமையாளனும் அல்ல, அதன் செயல்களையும் விளைவுகளையும் கட்டுப்படுத்துபவனும் அல்ல. அவன் பௌதிகக் கடலின் நடுவே வாழ்க்கையெனும் போராட்டத்தில் தத்தளித்துக் கொண்டிருப்பவன். தன்னை அலைக் கழிக்கக்கூடிய கடலின் அலைகளை அவனால் கட்டுப்படுத்த முடியவில்லை. நீரிலிருந்து கரையேறுவதற்கு திவ்யமான கிருஷ்ண உணர்வே சிறந்த தீர்வாகும். இது மட்டுமே அவனை எல்லா சிக்கல்களிலிருந்தும் காக்கும்.

ஸ்லோகம் 15

नादत्ते कस्यचित्पापं न चैव सुकृतं विभुः ।
अज्ञानेनावृतं ज्ञानं तेन मुह्यन्ति जन्तवः ॥ १५ ॥

நாத₃த்தே கஸ்யசித் பாபம்' ந சைவ ஸுக்ரு'தம்' விபு:₄
அஜ்ஞானேனாவ்ரு'தம்' ஜ்ஞானம்' தேன முஹ்யந்தி ஜந்தவ:

ந—என்றுமில்லை; *ஆத₃த்தே*—ஏற்பது; *கஸ்யசித்*—எவருடைய; *பாபம்*—பாவத்தையும்; *ந*—இல்லை; *ச*—மேலும்; *ஏவ*—நிச்சயமாக; *ஸு-க்ரு'தம்*—புண்ணியச் செயல்கள்; *விபு:₄*—பரம புருஷர்; *அஜ்ஞானேன*—அறியாமையால்; *ஆவ்ரு'தம்*—மறைக்கப்பட்டு; *ஜ்ஞானம்*—ஞானம்; *தேன*—அதனால்; *முஹ்யந்தி*—மயங்குகின்றனர்; *ஜந்தவ*—உயிர்வாழிகள்.

அச்செயலின் பாவ புண்ணியத்தை பரம புருஷரும் ஏற்பதில்லை. ஜீவனின் உண்மை ஞானம் அறியாமையினால் மறைக்கப் பட்டுள்ளது. இந்த அறியாமையே ஆத்மாவின் மயக்கத்திற்கு காரணமாகும்.

பொருளுரை: *விபு₄* எனும் சமஸ்கிருத வார்த்தைக்கு, அளவற்ற ஞானம், செல்வம், வலிமை, புகழ், அழகு, துறவு ஆகியவை நிரம்பிய பரம புருஷர் என்று பொருள். அவர் பாவ புண்ணியங்களால் பாதிக்கப்படாமல் தன்னில் திருப்தியுடையவராக விளங்குகிறார். எந்தவொரு ஆத்மாவின் குறிப்பிட்ட சூழ்நிலையையும் அவர் உண்டாக்குவதில்லை, ஆனால் அறியாமையால் மயங்கிய ஆத்மா, வாழ்வின் குறிப்பிட்ட சூழ்நிலையில் வைக்கப்பட விரும்புகிறான், இவ்வாறாக அவனுடைய செயல்களும் விளைவுகளும் சங்கிலித் தொடரைப் போலத் தொடங்குகின்றன. உயர் இயற்கையான ஆத்மா, ஞானம் நிறைந்தவனாவான். இருப்பினும், அவனது சக்தி ஓர் எல்லைக்கு உட்பட்டதால், அவன் அறியாமையால் பாதிக்கப்படக் கூடியவன். பகவான் சர்வசக்தி உடையவர், ஆனால் ஆத்மா அப்படிப்பட்டவனல்ல. கடவுள் *விபு₄* (அளவற்ற ஞானம் உடையவர்), ஆனால் ஆத்மாவோ அணுவைப் போன்றவன். ஆத்மாவிடம் உயிர் சக்தி இருப்பதால், தனது சுய விருப்பப்படி ஆசைப்படுவதற்கான தகுதி அவனிடம் உள்ளது. அந்த ஆசை சர்வசக்தியுடைய பகவானால் மட்டுமே நிறைவேற்றப்படும். எனவே, உயிர்வாழி தனது விருப்பங்களால் மயக்கப்பட்டிருக்கும்போது, அவ்விருப்பங்களை நிறைவேற்றிக்கொள்ள இறைவன் அனுமதிக்கின்றார். ஆனால், ஆத்மாவின் விருப்பத்தால் உண்டான ஒரு சூழ்நிலையின் செயல்களுக்கும் விளைவுகளுக்கும் கடவுள் என்றும் பொறுப்பாளி அல்ல. மயங்கிய நிலையில் உடலில் வசிக்கும் ஆத்மா, தன்னை பௌதிக உடலுடன் அடையாளம் காண்பதால், வாழ்வின் நிலையற்ற இன்ப துன்பங்களுக்கு உட்படுகிறான். மலரின் அருகில் இருப்பதால் அதன் நறுமணத்தை நுகர இயல்வதுபோல, பரமாத்மாவாக எப்போதுமே ஆத்மாவுடன் இருக்கும் இறைவனால், தனிப்பட்ட

ஆத்மாவின் விருப்பங்களை அறிய முடியும். ஆசையே ஆத்மாவை கட்டுண்டிருக்கச் செய்யும் சூட்சும ரூபம். ஆத்மாவின் தகுதிக்கேற்ப கடவுள் அவனது ஆசைகளை நிறைவேற்றுகிறார்: மனிதன் விரும்புகிறான், இறைவன் நடத்துகிறார். தனது ஆசைகளை நிறைவேற்றும் சர்வ சக்தி தனிப்பட்ட ஆத்மாவிடம் இல்லை. ஆனால் கடவுளால் எல்லா ஆசைகளையும் நிறைவேற்ற இயலும்; அனைவருக்கும் சமமாக விளங்கும் கடவுள், சிறிதளவு சுதந்திரத்தையுடைய ஆத்மாவின் ஆசைகளில் தலையிடுவதில்லை. இருப்பினும், யாரேனும் கிருஷ்ணரை விரும்பினால், அவனின் மீது தனிக்கவனம் செலுத்தக்கூடிய பகவான், அவன் தன்னை வந்தடைவதற்கும், நித்திய ஆனந்தத்துடன் வாழ்வதற்கு ஆசைப்படுவதற்கும் உற்சாகப்படுத்துகிறார். எனவே, வேத வாக்கியம் உறுதி செய்கின்றது, *ஏஷ உஹ்–யேவ ஸாது$_4$ கர்ம காரயதி தம் யம்–ஏப்$_4$யோ லோகேப்$_4$ய உன்னிநீஷதே. ஏஷ உ ஏவா ஸாது$_4$ கர்ம காரயதி யம் அதோ$_4$ நிநீஷதே*—"உயிர்வாழிகள் ஏற்றம் பெறுவதற்காக கடவுள் அவர்களை புண்ணிய காரியங்களில் ஈடுபடுத்துகிறார். நரகத்திற்குச் செல்வதற்காக அவர்களை கடவுள் பாவ காரியங்களில் ஈடுபடுத்துகிறார்." (*கௌஷீதகீ உபநிஷத்* 3.8)

அஜ்ஞோ ஜந்துர் அனீஷோ$_2$'யம் ஆத்மன: ஸுக$_2$-து:$_3$க$_2$யோ:
ஈஷ்$_2$வர-ப்ரேரிதோ க$_3$ச்சே$_2$த் ஸ்வர்க$_3$ம்' வாஷ்$_2$வ் அப்$_4$ரம் ஏவ ச

"ஆத்மா தனது சுக துக்கத்திற்கு இறைவனை முழுமையாகச் சார்ந்துள்ளான். மேகம் காற்றினால் விரட்டப்படுவதைப் போல, இறைவனின் இச்சையால் அவன் ஸ்வர்கத்திற்கோ நரகத்திற்கோ போகலாம்."

எனவே, உடல் பெற்ற ஆத்மா, தனது நினைவிற்கெட்டாத காலத்தில் கிருஷ்ண உணர்வைத் தவிர்ப்பதற்கு எழுந்த ஆசையினால், தனது சொந்த மயக்கத்திற்கு காரணமாகிறான். விளைவு—நித்தியமான ஆனந்த அறிவுடன் விளங்க வேண்டிய அவன், "இறைவனுக்குத் தொண்டாற்றல்" என்னும் தனது ஸ்வரூபத்தை அற்பத்தனத்தால் மறந்து, மாயையினால் சிறைப்படுத்தப்பட்டுள்ளான். மேலும், அறியாமையின் ஆதிக்கத்தால் தனது கட்டுண்ட நிலைக்கு இறைவனே காரணம் என்றும் நினைக்கின்றான். வேதாந்த சூத்திரமும் (2.1.34) இதை உறுதி செய்கின்றது: *வைஷம்ய–நைர்க்$_4$ருண்யே ந ஸாபேக்ஷத்வாத் ததா$_2$ ஹி தர்ஷ$_2$யதி*—"இறைவன் விருப்பு வெறுப்புடன் இருப்பதாகத் தோன்றினாலும், அவர் யாரையும் வெறுப்பதும் இல்லை, விரும்புவதும் இல்லை."

ஸ்லோகம் 16

ज्ञानेन तु तदज्ञानं येषां नाशितमात्मनः ।
तेषामादित्यवज्ज्ञानं प्रकाशयति तत्परम् ॥ १६ ॥

ஜ்ஞானேன து தத்₃ அஜ்ஞானம்' யேஷாம்' நாஷி₂தம் ஆத்மன:
தேஷாம் ஆதி₃த்ய-வஜ் ஜ்ஞானம்' ப்ரகாஷ₂யதி தத் பரம்

ஜ்ஞானேன—ஞானத்தால்; *து*—ஆனால்; *தத்*—அது; *அஜ்ஞானம்*—அஞ்ஞானம்; *யேஷாம்*—எவரது; *நாஷி₂தம்*—அழிக்கப்படுகிறது; *ஆத்மன:*—ஆத்மாவின்; *தேஷாம்*—அவற்றின்; *ஆதி₃த்ய-வத்*—உதயமாகும் சூரியனைப்போல; *ஜ்ஞானம்*—ஞானம்; *ப்ரகாஷ₂யதி*—வெளிப்படுத்தப்படுகிறது; *தத் பரம்*—கிருஷ்ண உணர்வு.

இருப்பினும், அஞ்ஞானத்தை அழிக்கும் ஞானத்தால் ஒருவன் தெளிவடையும்போது, பகல் நேரத்தில் சூரியன் எல்லாவற்றையும் வெளிச்சப்படுத்துவதைப் போல, அவனது ஞானம் எல்லா வற்றையும் வெளிப்படுத்துகின்றது.

பொருளுரை: கிருஷ்ணரை மறந்தவர்கள் குழப்பத்தில் இருப்பது நிச்சயம், ஆனால் கிருஷ்ண உணர்வில் உள்ளவர்கள் குழம்புவதே இல்லை. *ஸர்வம் ஜ்ஞான-ப்லவேன, ஜ்ஞானாக்னி: ஸர்வ-கர்மாணி* என்றும் *ந ஹி ஜ்ஞானேன ஸத்₃ருஷ₂ம்* என்றும் பகவத் கீதையில் கூறப்பட்டுள்ளது. ஞானத்திற்கு எப்போதும் உயர் மதிப்பு அளிக்கப்படுகிறது. அந்த ஞானம் என்பது என்ன? ஏழாம் அத்தியாயம் 19வது ஸ்லோகத்தில் கூறப்பட்டுள்ளதுபோல, கிருஷ்ணரிடம் சரணடையும் போதே பக்குவ ஞானம் அடையப்படுகின்றது: *ப₃ஹூனாம் ஜன்மனாம் அந்தே ஜ்ஞானவான் மாம் ப்ரபத்₃யதே.* பற்பல பிறவிகளைக் கடந்தபின், ஞானத்தில் பக்குவமடைந்தவன் கிருஷ்ணரிடம் சரணடையும்போது, அதாவது கிருஷ்ண உணர்வினை அடையும்போது, பகலில் சூரியனால் எல்லாம் வெளிப்படுத்தப் படுவதுபோல, அனைத்தும் அவனுக்கு வெளிப்படுத்தப்படுகின்றது. உயிர்வாழி பலவிதங்களில் மயக்கப்பட்டுள்ளான். உதாரணமாக, சற்றும் அறிவின்றி அவன் தன்னையே கடவுளாக எண்ணும்போது, உண்மையில் அறியாமையின் இறுதி வலையில் வீழ்கிறான். ஆத்மாவே கடவுள் எனில், அவன் எவ்வாறு மயக்கத்திற்கு உட்படுவான்? கடவுள் மாயையில் மயங்குவாரா? அப்படியெனில் மாயை கடவுளைவிட வலிமை வாய்ந்ததாகிவிடும். பக்குவமான கிருஷ்ண உணர்வில் நிலைபெற்றுள்ள நபரிடமிருந்து மட்டுமே உண்மை ஞானத்தை அடைய முடியும். எனவே, அத்தகு அங்கீகரிக்கப்பட்ட ஆன்மீக குருவைத் தேடி, அவரின் கீழ் கிருஷ்ண

உணர்வினைப் பயில வேண்டும். சூரியன் இருளை விரட்டுவதைப் போல, கிருஷ்ண உணர்வு மாயையை விரட்டி விடும். தான் இந்த உடலல்ல, உடலுக்கு அப்பாற்பட்ட திவ்யமான ஆத்மா என்னும் முழு ஞானத்தில் ஒருவன் இருந்தாலும், ஆத்மாவையும் பரமாத்மாவையும் பகுத்தறிவது அவனுக்கு சாத்தியமில்லாத செயலாக இருக்கலாம். இருப்பினும், அவன் கிருஷ்ண உணர்விலுள்ள, அங்கீகரிக்கப்பட்ட பக்குவமான குருவிடம் தஞ்சமடைந்து விட்டால், அனைத்தையும் நன்றாக அறிய முடியும். கடவுளையும் கடவுளுடனான தனது உறவையும், கடவுளுடைய பிரதிநிதியை சந்தித்தால்தான் அறிய இயலும். அவரிடம் கடவுளைப் பற்றிய ஞானம் இருப்பதால், கடவுளுக்கு சாதாரணமாகச் செய்யப்படும் எல்லா மரியாதையும் அவருக்குச் செலுத்தப்படும்போதிலும், கடவுளின் பிரதிநிதியான அவர் தன்னை ஒருபோதும் கடவுள் என்று கூறிக்கொள்ளமாட்டார். கடவுளுக்கும் ஆத்மாவுக்கும் உள்ள வேறுபாட்டை கற்றல் வேண்டும். எனவேதான், பகவான் ஸ்ரீ கிருஷ்ணர் இரண்டாம் அத்தியாயத்தில் (2.12) ஒவ்வொரு ஆத்மாவும் தனித்தன்மை உடையவன் என்றும், தானும் தனித்தன்மை உடையவன் என்றும் கூறினார். அவர்கள் இறந்தகாலத்திலும் தனி நபர்கள், நிகழ்காலத்திலும் தனி நபர்கள், எதிர்காலத்திலும், முக்திக்குப் பிறகும் தனிநபர்களே. இரவில் நாம் எல்லாவற்றையும் ஒன்றாகக் காண்கிறோம்; ஆனால், பகலில் சூரியன் வானில் உள்ளபோது, ஒவ்வொன்றின் உண்மை நிலையும் புலப்படுகிறது. தனித்தன்மையுடன் கூடிய ஆன்மீக வாழ்வை உணர்வதே உண்மை ஞானமாகும்.

ஸ்லோகம் 17

तद्बुद्धयस्तदात्मानस्तन्निष्ठास्तत्परायणाः ।
गच्छन्त्यपुनरावृत्तिं ज्ञाननिर्धूतकल्मषाः ॥ १७ ॥

தத்$_3$-பு$_3$த்$_3$த$_4$யஸ் தத்$_3$-ஆத்மானஸ் தன்-நிஷ்டா$_2$ஸ் தத்-பராயணா:
க$_3$ச்ச$_2$ந்த்யபுனர்-ஆவ்ரு'த்திம்' ஜ்ஞான-நிர்தூ$_4$த-கல்மஷா:

தத்–பு$_3$த்$_3$த$_4$ய:—பரத்தில் புத்தியை நிலைநிறுத்தியவன்; *தத–ஆத்மான:*—பரத்தில் மனத்தை நிலைநிறுத்தியவன்; *தத்–நிஷ்டா:$_2$*—பரத்தில் மட்டுமே நம்பிக்கை உடையவன்; *தத்–பராயணா:*—அவரிடம் பூரணமாக சரணடைந்தவன்; *க$_3$ச்ச$_2$ந்தி*—செல்கின்றான்; *அபுன:–ஆவ்ரு'த்திம்*—முக்திக்கு; *ஜ்ஞான*—ஞானத்தால்; *நிர்தூ$_4$த*—தூய்மையடைந்து; *கல்மஷா:*—களங்கங்கள்.

எப்போது ஒருவனது புத்தி, மனம், நம்பிக்கை, புகலிடம் என அனைத்தும் பரத்தில் நிலைநிறுத்தப்படுகிறதோ, அப்போது,

பூரண ஞானத்தினால், அவன் தனது களங்கங்களிலிருந்து முற்றிலும் தூய்மையடைந்து, விடுதலைப் பாதையில் நேராக முன்னேறுகிறான்.

பொருளுரை: திவ்யமான பரதத்துவம் பகவான் கிருஷ்ணரே. மொத்த பகவத் கீதையும் "கிருஷ்ணரே பரம புருஷ பகவான்" என்னும் அறிவிப்பை மையமாகக் கொண்டதாகும். எல்லா வேத இலக்கியங்களின் விளக்கமும் இதுவே. பரத்தை அறிந்தவர்களால், பரம உண்மையான *பர-தத்தவ* என்பது, பிரம்மன், பரமாத்மா, பகவான் என்று பரமனை அறிபவர்களால் புரிந்துகொள்ளப்படுகிறது. பூரணத்தின் இறுதிச் சொல், பகவான் எனப்படும் புருஷோத்தமராகிய முழுமுதற் கடவுளே. அவரை மிஞ்சியவர் யாருமில்லை. பகவானே கூறுகிறார், *மத்த: பரதரம் நான்யத் கிஞ்சித்$_3$ அஸ்தி த$_4$னஞ்ஜய.* அருவ பிரம்மனைத் தாங்குவதும் கிருஷ்ணரே: *ப்$_3$ரஹ்மணோ ஹி ப்ரதிஷ்டா$_2$ஹம்.* எனவே, எல்லா வழிகளிலும் கிருஷ்ணரே பரதத்துவம். எவனொருவனது மனம், புத்தி, நம்பிக்கை, புகலிடம் ஆகியவை எப்போதும் கிருஷ்ணரிடம் உள்ளதோ, வேறுவிதமாகக் கூறினால், எவனொருவன் கிருஷ்ண உணர்வில் முழுமையாக உள்ளானோ, அவன் சந்தேகமின்றி எல்லாவித களங்கங்களும் நீக்கப்பட்டு, பரதத்துவத்தைப் பற்றிய அனைத்திலும் பூரண ஞானத்துடன் உள்ளான். கிருஷ்ணரிடம் இருமை (ஒரே சமயத்தில் அடையாளமும் தனித்தன்மையும்) உள்ளது என்பதை முழுமையாகப் புரிந்து கொண்டுள்ள கிருஷ்ண பக்தன், அத்தகைய திவ்யமான ஞானத்தினால் சக்தியளிக்கப்பட்டு, விடுதலைப் பாதையில் தளர்வின்றி முன்னேற முடியும்.

ஸ்லோகம் 18

विद्याविनयसम्पन्ने ब्राह्मणे गवि हस्तिनि ।
शुनि चैव श्वपाके च पण्डिताः समदर्शिनः ॥ १८ ॥

வித்$_3$யா-வினய-ஸம்பன்னே ப்$_3$ராஹ்மணே க$_3$வி ஹஸ்தினி
ஷு$_2$னி சைவ ஷ்$_2$வ-பாகே ச பண்டி$_3$தா: ஸம-த$_3$ர்ஷி$_2$ன:

வித்$_3$யா—கல்வி; *வினய*—அடக்கம்; *ஸம்பன்னே*—முழுதும் அடங்கிய; *ப்$_3$ராஹ்மணே*—பிராமணனில்; *க$_3$வி*—பசுவில்; *ஹஸ்தினி*—யானையில்; *ஷு$_2$னி*—நாயில்; *ச*—கூட; *ஏவ*—நிச்சயமாக; *ஷ்$_2$வ-பாகே*—நாயைத் தின்பவன் (கீழ் ஜாதி); *ச*—முறையே; *பண்டி$_3$தா:*—பண்டிதர்கள்; *ஸம-த$_3$ர்ஷி$_2$ன:*—சம நோக்கில் காண்கிறார்கள்.

அடக்கமுள்ள பண்டிதர்கள் தங்களது உண்மை ஞானத்தின் வாயிலாக, கற்றறிந்த தன்னடக்கமுள்ள பிராமணன், பசு, யானை,

நாய், நாயைத் தின்பவன் (கீழ் ஜாதி) என அனைவரையும் சம நோக்கில் காண்கின்றனர்.

பொருளுரை: உயிரின வேறுபாடுகளையும், ஜாதி வேறுபாடுகளையும் கிருஷ்ண பக்தன் காண்பதில்லை. சமூக ரீதியில், பிராமணனும் கீழ் ஜாதியினனும் வேறுபட்டவர்கள்; உயிரின ரீதியில், நாய், பசு, யானை ஆகியவை வேறுபட்டவை; ஆனால் உடலின் இதுபோன்ற வேற்றுமைகள் கற்றறிந்த ஆன்மீகவாதியின் கண்ணோட்டத்தில் அர்த்தமற்றவை. ஆன்மீகவாதிகளின் அத்தகு பார்வை பரமனுடன் அவர்களுக்கு உள்ள உறவினால் சாத்தியமாகின்றது; ஏனெனில், பரம புருஷர் தனது விரிவங்கமான பரமாத்மாவின் உருவில் அனைவரின் இதயத்திலும் வீற்றுள்ளார். பரமனைப் பற்றிய இந்த ஞானமே உண்மையான ஞானமாகும். பல்வேறு இனங்களைச் சார்ந்த அல்லது பல்வேறு ஜாதிகளைச் சார்ந்த உடல்களைப் பொறுத்தவரை, கடவுள் எல்லாரிடமும் சமமான அன்புடையவராக இருக்கிறார்; ஏனெனில், அவர் எல்லா ஜீவன்களையும் தனது நண்பனாக நடத்துகிறார். இருப்பினும், ஜீவனின் எல்லாச் சூழ்நிலைகளிலும் அவர் பரமாத்மா வாகவே உள்ளார். பிராமணனின் உடலும் கீழ் ஜாதியினனது உடலும் ஒன்றல்ல என்றபோதிலும், கடவுள், பிராமணனின் உடலிலும் கீழ் ஜாதியினனின் உடலிலும் பரமாத்மாவாக வீற்றுள்ளார். ஜட இயற்கையின் பல்வேறு குணங்களின் பலதரப்பட்ட பௌதிகப் படைப்புகளே உடல்கள், ஆனால் உடலினுள் உள்ள ஆத்மாவும், பரமாத்மாவும் ஒரே ஆன்மீக குணத்தை உடையவர்கள். குணத்தில் ஆத்மாவுக்கும், பரமாத்மாவுக்கும் உள்ள ஒற்றுமை, அளவில் அவர்களை சமமாக்குவதில்லை; ஏனெனில், தனிப்பட்ட ஆத்மா ஒரு குறிப்பிட்ட உடலில் மட்டுமே உள்ளான் பரமாத்மாவோ அனைவரது உடலிலும் வீற்றுள்ளார். கிருஷ்ண பக்தன் இதனை முழுமையாக அறிந்துள்ளான்; எனவே, அவனே உண்மையான பண்டிதனும் சமநோக்கு உடையவனும் ஆவான். பரமாத்மா, ஆத்மா இருவருமே, உணர்வுடையவர்கள், நித்தியமானவர்கள், ஆனந்தமயமானவர்கள்—இதுவே இவர்களிடையே உள்ள ஒற்றுமை. ஆனால் வேறுபாடு என்னவெனில், தனிப்பட்ட ஆத்மா தனது உடலை மட்டுமே உணரக்கூடியவன், பரமாத்மாவோ எல்லா உடல்களையும் உணரக்கூடியவர். வேற்றுமை பார்க்காமல் பரமாத்மா எல்லா உடல்களிலும் வீற்றுள்ளார்.

ஸ்லோகம் 19

इहैव तैर्जित: सर्गो येषां साम्ये स्थितं मन: ।
निर्दोषं हि समं ब्रह्म तस्माद्ब्रह्मणि ते स्थिता: ॥ १९ ॥

இஹைவ தைர் ஜித: ஸர்கோ₃ யேஷாம்' ஸாம்யே ஸ்தி₂தம்' மன:
நிர்தோ₃ஷம்' ஹி ஸமம்' ப்₃ரஹ்ம தஸ்மாத்₃ ப்₃ரஹ்மணி தே ஸ்தி₂தா:

இஹ—இவ்வாழ்வில்; *ஏவ*—நிச்சயமாக; *தை:*—அவர்களால்; *ஜித:*—வெல்லப்பட்டு; *ஸர்க:₃*—பிறப்பும் இறப்பும்; *யேஷாம்*—அவர்களது; *ஸாம்யே*—சமநோக்கில்; *ஸ்தி₂தம்*—நிலைபெற்று; *மன:*—மனம்; *நிர்தோ₃ஷம்*—தோஷமில்லாத; *ஹி*—நிச்சயமாக; *ஸமம்*—சமத்துவத்தில்; *ப்₃ரஹ்ம*—பிரம்மனைப் போன்று; *தஸ்மாத்*—எனவே; *ப்₃ரஹ்மணி*—பிரம்மனில்; *தே*—அவர்கள்; *ஸ்தி₂தா:*—நிலைபெற்றுள்ளனர்.

ஒருமையிலும், சமத்துவத்திலும் மனதை நிலைநிறுத்தியவர்கள், பிறப்பு இறப்பின் நியதிகளை ஏற்கனவே வென்று விட்டனர். பிரம்மனைப் போன்றே தோஷமற்று இருப்பதால், அவர்கள் ஏற்கனவே பிரம்மனில் நிலைபெற்றவர்கள்.

பொருளுரை: மேலே கூறப்பட்டது போன்று, மனதில் சம நிலையுடன் இருப்பது தன்னுணர்வின் அறிகுறியாகும். அத்தகு நிலையை உண்மையில் அடைந்தவர்கள், ஜட நியதிகளைக் கடந்தவர்களாக (குறிப்பாக பிறப்பு இறப்பைக் கடந்தவர்களாக) கருதப்பட வேண்டும். ஒருவன் தன்னை உடலுடன் அடையாளம் காணும் வரை, அவன் கட்டுண்ட ஆத்மாவாக கருதப்படுகிறான். ஆனால் தன்னுணர்வின் மூலம், சமத்துவத் தளத்திற்கு உயர்த்தப்பட்டவுடன், அவன் கட்டுண்ட வாழ்விலிருந்து முக்தியடைகிறான். வேறுவிதமாகக் கூறினால், இப்பௌதிக உலகில் மீண்டும் பிறக்க வேண்டிய தேவை அவனுக்கு இல்லை, ஆனால் தனது மரணத்திற்குப் பின் ஆன்மீக வானில் அவன் நுழைய முடியும். விருப்பு வெறுப்பு அற்றவரான, கடவுளுக்கு தோஷம் கிடையாது. அதுபோலவே, விருப்பு வெறுப்புகளில் இருந்து விடுபடும்போது உயிர்வாழியும் தோஷ மற்றவனாகி, ஆன்மீக வானில் நுழையத் தகுதி வாய்ந்தவனாகிறான். இத்தகையோர் ஏற்கனவே முக்தியடைந்தவர்களாகக் கருதப்பட வேண்டும். இவர்களது அறிகுறிகள் கீழே விளக்கப்படுகின்றன.

ஸ்லோகம் 20

न प्रहृष्येत्प्रियं प्राप्य नोद्विजेत्प्राप्य चाप्रियम् ।
स्थिरबुद्धिरसम्मूढो ब्रह्मविद्ब्रह्मणि स्थितः ॥ २० ॥

ந ப்ரஹ்ரு'ஷ்யேத் ப்ரியம்' ப்ராப்ய நோத்₃விஜேத் ப்ராப்ய சாப்ரியம்
ஸ்தி₂ர-பு₃த்₃தி₄ர் அஸம்மூடோ₄ ப்₃ரஹ்ம-வித்₃ ப்₃ரஹ்மணி ஸ்தி₂த:

ந—என்றுமில்லை; *ப்ரஹ்ரு'ஷ்யேத்*—மகிழ்வது; *ப்ரியம்*—விருப்பமுள்ள; *ப்ராப்ய*—அடைவதால்; *ந*—இல்லை; *உத்₃விஜேத்*—மனக் கிளர்ச்சி யடைவது; *ப்ராப்ய*—அடைவதால்; *ச*—மேலும்; *அப்ரியம்*—

விருப்பமில்லாத; *ஸ்தி$_2$ர பு$_3$த்$_3$தி:$_4$*—ஸ்திர புத்தியுடைய; *அஸம்மூட:$_4$*—மயங்காத; *ப்$_3$ரஹ்ம-வித்$_3$*—பிரம்மனைப் பக்குவமாக அறிந்தவன்; *ப்$_3$ரஹ்மணி*—பிரம்மனில்; *ஸ்தி$_2$த:*—நிலைபெற்றுள்ளான்.

எவனொருவன் விரும்பியவற்றை அடைவதால் மகிழ்வும், விரும்பாதவற்றை பெறுவதால் துயரமும் அடைவதில்லையோ, எவனொருவன் ஸ்திர புத்தியுடனும், மயங்காமலும், இறை விஞ்ஞானத்தை அறிந்தவனாகவும் உள்ளானோ, அவன் ஏற்கனவே பிரம்மனில் நிலைபெற்றவனாவான்.

பொருளுரை: தன்னை உணர்ந்த நபரின் அறிகுறிகள் இங்கு கொடுக்கப்பட்டுள்ளன. முதல் அறிகுறி என்னவெனில், "உடலே நான்" என்னும் தவறான அடையாளத்தில் அவன் மயங்குவதில்லை. தான் இவ்வுடலல்ல என்றும், பரம புருஷ பகவானின் நுண்ணியப் பகுதி என்றும், அவன் மிகவும் பக்குவமாக அறிந்துள்ளான். எனவே, அவன் தன் உடலுடன் தொடர்புடைய ஏதாவதொன்றை அடையும்போது மகிழ்வதோ, சிலவற்றை இழக்கும்போது வருந்துவதோ இல்லை. மனதின் இத்தகு உறுதியான நிலை, *ஸ்திர பு$_3$த்$_3$தி$_4$* அல்லது நிலைத்த அறிவு எனப்படுகிறது. எனவே, அவன் ஸ்தூல உடலே ஆத்மா என்று தவறாக எண்ணி மயங்குவதும் இல்லை; ஜட உடலே நிரந்தரம் என்று எண்ணி ஆத்மாவின் இருப்பை மறப்பதும் இல்லை. இந்த ஞானத்தின் மூலமாக, பரம உண்மையின் பூரண விஞ்ஞானத்தை அறியும் தளத்திற்கு (அதாவது, பிரம்மன், பரமாத்மா, மற்றும் பகவானை அறியும் தளத்திற்கு) அவன் உயர்த்தப்படுகிறான். 'பரமனுடன் எல்லா விதத்திலும் சமமாகிவிடலாம்' எனும் தவறான முயற்சியில் ஈடுபடாத அவன், தனது ஸ்வரூப நிலையை பரிபக்குவமாக அறிந்துள்ளான். இதுவே பிரம்மனை உணர்தல் அல்லது தன்னை உணர்தல் எனப்படும். இத்தகு நிலையான உணர்வே கிருஷ்ண உணர்வு எனப்படுகிறது.

ஸ்லோகம் 21

बाह्यस्पर्शेष्वसक्तात्मा विन्दत्यात्मनि यत्सुखम् ।
स ब्रह्मयोगयुक्तात्मा सुखमक्षयमश्नुते ॥ २१ ॥

பா$_3$ஹ்ய-ஸ்பர்ஷே$_2$ஷ்வ் அஸக்தாத்மா விந்த$_3$த்யாத்மனி யத் ஸுக$_2$ம்
ஸ ப்$_3$ரஹ்ம-யோக$_3$-யுக்தாத்மா ஸுக$_2$ம் அக்ஷயம் அஷ்$_2$னுதே

பா$_3$ஹ்ய-ஸ்பர்ஷே$_2$ஷு—புற புலனின்பத்தில்; *அஸக்த-ஆத்மா*—பற்றுதல் அற்றவன்; *விந்த$_3$தி*—இன்புறுகிறான்; *ஆத்மனி*—ஆத்மாவில்; *யத்*—எதுவோ; *ஸுக$_2$ம்*—சுகத்தை; *ஸ:*—அவன்; *ப்$_3$ரஹ்ம-யோக$_3$*—பிரம்ம

யோகத்தால்; *யுக்த–ஆத்மா*—தன்னிறைவு கொண்டு; *ஸுக$_2$ம்*—சுகம்; *அக்ஷயம்*—அளவற்ற; *அஷ்$_2$னுதே*—அனுபவிக்கிறான்.

இத்தகு முக்திபெற்ற ஆத்மா ஜடப் புலனின்பங்களால் கவரப்படுவதில்லை, ஆனால் (ஸமாதி நிலையில்) எப்போதும் தன்னுள்ளே சுகத்தை அனுபவிக்கின்றான். இவ்விதமாக, பரத்தை தியானிப்பதால் தன்னுணர்வு உடையோன் எல்லையற்ற சுகத்தை அனுபவிக்கின்றான்.

பொருளுரை: மிகச்சிறந்த கிருஷ்ண பக்தரான யாமுனாசாரியர் கூறுகிறார்:

யத்$_3$-அவதி$_4$ மம சேத: க்ரு'ஷ்ண-பாதா$_3$ரவிந்தே$_3$
நவ-நவ-ரஸ-தா$_4$மன்யுத்$_3$யதம்' ரந்தும் ஆஸீத்
தத்$_3$-அவதி$_4$ ப$_3$த நாரீ-ஸங்க$_3$மே ஸ்மர்யமானே
ப$_4$வதி முக$_2$-விகார: ஸுஷ்டு$_2$ நிஷ்டீ$_2$வனம்' ச

"ஸ்ரீ கிருஷ்ணரின் திவ்யமான அன்புத் தொண்டில் ஈடுபட்ட பிறகு, அவரில் புதுப்புது ரஸங்களை உணரும் நான், காம சுகத்தைப் பற்றி எண்ணும் போதெல்லாம் அந்நினைவின் மீது காறி உமிழ்கிறேன். மேலும், என் உதடுகள் வெறுப்பினால் நெளிகின்றன." பிரம்ம யோகத்தில் (கிருஷ்ண உணர்வில்) இருப்பவன், ஜடப் புலனின்பத்திற்கான சுவையை முற்றிலும் இழக்கும் அளவிற்கு இறைவனின் அன்புத் தொண்டில் மூழ்கியுள்ளான். ஜடத்தைப் பொறுத்தவரையில் காம சுகமே மிகவுயர்ந்த சுகமாகும். முழு உலகமும் அந்த மயக்கத்தில்தான் சுழன்று கொண்டுள்ளது. இந்த நோக்கம் இல்லையேல் லௌகீக மனிதனால் செயல்பட முடியாது. ஆனால், காம சுகத்தைத் தவிர்க்கும் கிருஷ்ண பக்தன், அஃது இல்லாமலே முழுத் திறனுடன் செயலாற்ற முடியும். இதுவே ஆன்மீக உணர்விற்கான சோதனையாகும். ஆன்மீகமும், காம சுகமும் வெவ்வேறு துருவங்கள். முக்தியடைந்த ஆத்மாவாக இருப்பதால், கிருஷ்ண பக்தன் எவ்வித புலனின்பத்தாலும் கவரப்படுவதில்லை.

ஸ்லோகம் 22

ये हि संस्पर्शजा भोगा दुःखयोनय एव ते ।
आद्यन्तवन्तः कौन्तेय न तेषु रमते बुधः ॥ २२ ॥

யே ஹி ஸம்'ஸ்பர்ஷ$_2$-ஜா போ$_4$கா$_3$ து:$_3$க$_2$-யோனய ஏவ தே
ஆத்$_3$ய்-அந்தவந்த: கௌந்தேய ந தேஷு ரமதே பு$_3$த:$_4$

யே—அவர்கள்; *ஹி*—நிச்சயமாக; *ஸம்ஸ்பர்ஷ$_2$–ஜா*—ஜடப் புலன்களின் தொடர்பினால்; *போ$_4$கா$_3$*—இன்பம்; *து:$_3$க$_2$*—துன்பம்; *யோனய:*—

மூலமான; *ஏவ*—நிச்சயமாக; *தே*—அவை; *ஆதி$_3$*—முதல்; *அந்த*—முடிவு; *வந்த:*—உட்பட்டவை; *கௌந்தேய*—குந்தியின் மகனே; *ந*—என்றுமில்லை; *தேஷு*—அவற்றில்; *ரமதே*—மகிழ்வடைவது; *பு$_3$த:$_4$*—புத்தியுடையோர்.

ஜடப் புலன்களின் தொடர்பினால் வரும் இன்பம், துன்பங்களுக்கு காரணமாக இருப்பதால், அறிவுடையோன் அதில் பங்கு கொள்வதில்லை. குந்தியின் மகனே, இத்தகு இன்பங்களுக்கு ஆரம்பமும், முடிவும் இருப்பதால், அறிவுடையோன் இவற்றினால் மகிழ்ச்சியடைவதில்லை.

பொருளுரை: பௌதிக புலன்களின் தொடர்பால் உண்டாகும் பௌதிக புலனின்பங்கள், தற்காலிகமானதாகும்; ஏனெனில், உடலே தற்காலிகமானதுதானே. முக்தி பெற்ற ஆத்மா நிலையற்ற எதிலும் ஆர்வம் கொள்வதில்லை. திவ்யமான ஆனந்தத்தின் மகிழ்ச்சியினை நன்றாக அறிந்துள்ள முக்தி பெற்ற ஆத்மா, பொய்யான இன்பத்தைத் துய்ப்பதற்கு எவ்வாறு சம்மதிக்க முடியும்? பத்ம புராணத்தில் பின்வருமாறு கூறப்படுகிறது:

ரமந்தே யோகி$_3$னோ 'நந்தே ஸத்யானந்தே$_3$ சித்$_3$-ஆத்மனி
இதி ராம-பதே$_3$னாஸௌ பரம்' ப்$_3$ரஹ்மாபி$_4$தீ$_4$யதே

"யோகிகள் பூரண உண்மையிடமிருந்து அளவற்ற இன்பத்தை அடைகின்றனர். எனவே, பரம பூரண உண்மையான முழுமுதற் கடவுள், ராம என்றும் அறியப்படுகின்றார்."

ஸ்ரீமத் பாகவதத்திலும் (5.5.1) பின்வருமாறு கூறப்படுகின்றது:

நாயம்' தே$_3$ஹோ தே$_3$ஹ-பா$_4$ஜாம்' ந்ரு'-லோகே
கஷ்டான் காமான் அர்ஹதே விட்$_3$-பு$_4$ஜாம்' யே
தபோ தி$_3$வ்யம்' புத்ரகா யேன ஸத்த்வம்'
ஷு$_2$த்$_3$த்$_4$யேத்$_3$ யஸ்மாத்$_3$ ப்$_3$ரஹ்ம-ஸௌக்$_2$யம்' த்வ் அனந்தம்

"எனதன்பு மகன்களே, புலனின்பத்திற்காக கடினமாக உழைக்க வேண்டிய அவசியம் இம்மனிதப் பிறவியில் இல்லை; மலத்தை உண்ணும் பன்றிக்குக் கூட இவ்வின்பம் கிடைக்கத்தானே செய்கின்றது. மாறாக, இவ்வாழ்வில் நீங்கள் தவங்களைப் புரிந்து உங்களது நிலையைத் தூய்மைப்படுத்த வேண்டும். அதன் பலனாக அளவற்ற திவ்யமான ஆனந்தத்தை உங்களால் அனுபவிக்க முடியும்."

எனவே, உண்மையான யோகிகளும் கற்றறிந்த ஆன்மீகிகளும், பௌதிக வாழ்வின் சுழற்சிக்கு காரணமாக விளங்கும்

புலனின்பங்களால் கவரப்படுவதில்லை. ஒருவன் எந்த அளவிற்கு ஜட இன்பங்களில் மயங்குகின்றானோ, அந்த அளவிற்கு அவன் ஜடத் துன்பங்களால் சூழப்படுவான்.

ஸ்லோகம் 23

शक्नोतीहैव यः सोढुं प्राक्शरीरविमोक्षणात् ।
कामक्रोधोद्भवं वेगं स युक्तः स सुखी नरः ॥ २३ ॥

ஷ$_2$க்னோதீஹைவ ய: ஸோடு$_4$ம்' ப்ராக் ஷ$_2$ரீர-விமோக்ஷணாத்
காம-க்ரோதோ$_4$த்$_3$ப$_4$வம்' வேக$_3$ம்' ஸ யுக்த: ஸ ஸுகீ$_2$ நர:

ஷ$_2$க்னோதி—செய்ய முடியும்; *இஹ ஏவ*—இந்த உடலில்; *ய:*—எவனொருவன்; *ஸோடு$_4$ம்*—பொறுத்துக்கொள்ள; *ப்ராக்*—முன்; *ஷ$_2$ரீர*—உடல்; *விமோக்ஷணாத்*—விடுவதற்கு; *காம*—காமம்; *க்ரோத$_4$*—கோபம்; *உத்$_3$ப$_4$வம்*—இருந்து உண்டாகின்ற; *வேக$_3$ம்*—உந்துதல்; *ஸ:*—அவன்; *யுக்த:*—மெய்மறந்த நிலையில்; *ஸ:*—அவன்; *ஸுகீ$_2$*—சுகமான; *நர:*—மனிதன்.

ஒருவனால் தனது தற்போதைய உடலை நீக்கும் முன்பு, ஜடப் புலன்களின் உந்துதல்களைப் பொறுத்துக் கொண்டு, காமத்தையும் கோபத்தையும் கட்டுப்படுத்த முடிந்தால், அவன் நன்கு நிலைபெற்றவனாவான்; இவ்வுலகிலேயே அவன் மகிழ்ச்சியுடன் இருப்பான்.

பொருளுரை: தன்னுணர்வுப் பாதையில் நிலையான முன்னேற்றம் பெற விரும்பினால், பௌதிகப் புலன்களின் உந்துதல்களைக் கட்டுப்படுத்த அவசியம் முயல வேண்டும். பேச்சின் உந்துதல், கோபத்தின் உந்துதல், மனதின் உந்துதல், வயிற்றின் உந்துதல், பாலுறுப்பின் உந்துதல், நாக்கின் உந்துதல் என பல்வேறு உந்துதல்கள் உள்ளன. இந்த பல்வேறு புலன்கள் மற்றும் மனதின் உந்துதல்களைக் கட்டுப்படுத்துபவன் *கோ$_3$ஸ்வாமி* அல்லது *ஸ்வாமி* என்று அழைக்கப்படுகிறான். இத்தகு கோஸ்வாமிகள் புலன்களின் உந்துதல்களிலிருந்து முற்றிலும் விடுபட்டு பூரண கட்டுப்பாட்டுடன் கூடிய வாழ்க்கை வாழ்கின்றனர். திருப்தியுறாத பௌதிக ஆசைகள் கோபத்தை உண்டாக்குகின்றன; அதனால், மனம், கண்கள், மார்பு ஆகியவை கிளர்ச்சியடைகின்றன. எனவே, இவ்வுடலை விடும் முன்பே, இந்த உந்துதல்களை அடக்குவதற்குப் பயிற்சி செய்ய வேண்டும். இதைச் செய்யக்கூடியவன், தன்னை உணர்ந்தவனாக அறியப்படுகிறான், அவன் தன்னுணர்வின் தளத்தில் மகிழ்ச்சியாக உள்ளான். ஆசையையும், கோபத்தையும் அடக்க பெருமுயற்சி செய்ய வேண்டியது ஓர் ஆன்மீகவாதியின் கடமையாகும்.

ஸ்லோகம் 24

योऽन्तःसुखोऽन्तरारामस्तथान्तर्ज्योतिरेव यः ।
स योगी ब्रह्मनिर्वाणं ब्रह्मभूतोऽधिगच्छति ॥ २४ ॥

யோ 'ந்த:-ஸுகோ$_2$ 'ந்தர்-ஆராமஸ் ததா$_2$ந்தர்-ஜ்யோதிர் ஏவ ய:
ஸ யோகீ$_3$ ப்$_3$ரஹ்ம-நிர்வாணம்' ப்$_3$ரஹ்ம-பூ$_4$தோ 'தி$_4$க$_3$ச்ச$_2$தி

ய—எவனொருவன்; *அந்த:-ஸுக:$_2$*—தனக்குள் சுகமாக; *அந்த:-ஆராம:*—தனக்குள் செயல்பட்டு இன்புறுதல்; *ததா$_2$*—கூட; *அந்த:-ஜ்யோதி:*—தனக்குள் பார்ப்பவன்; *ஏவ*—நிச்சயமாக; *ய:*—எவனொருவன்; *ஸ:*—அவன்; *யோகீ$_3$*—யோகி; *ப்$_3$ரஹ்ம-நிர்வாணம்*—பரத்தில் முக்தி; *ப்$_3$ரஹ்ம-பூ$_4$த:*—தன்னுணர்ந்த நிலையில்; *அதி$_4$க$_3$ச்ச$_2$தி*—அடைகின்றான்..

எவனொருவன் தனக்குள் சுகமாக உள்ளானோ, தனக்குள் செயல்பட்டு இன்புறுகின்றானோ, தனக்குள் பார்வையை செலுத்துகின்றானோ, அவனே உண்மையில் பக்குவமான யோகியாவான். அவன் பரத்தில் முக்தி பெற்று பரத்தையே அடைகின்றான்.

பொருளுரை: தனக்குள் இன்பத்தைக் காணவில்லையெனில், மேலோட்டமான இன்பத்தைத் தரும் வெளிப்புறச் செயல்களிலிருந்து எவ்வாறு ஓய்வு பெற முடியும்? முக்தி பெற்றவன் உண்மையான அனுபவத்தினால் மகிழ்ச்சியை சுகிக்கிறான். எனவே, அவனால் எங்கு வேண்டுமானாலும் தனியாக அமைதியாக அமர்ந்து, வாழ்வின் செயல்களை தனக்குள் அனுபவிக்க முடியும். அத்தகு முக்தி பெற்றவனுக்கு வெளிப்புறத்திலுள்ள பௌதிக சுகத்தில் இனிமேல் ஆசையில்லை. இந்நிலையே *ப்$_3$ரஹ்ம-பூ$_4$த* என்று அறியப்படுகிறது. இந்நிலையை அடைந்தவன் முழுமுதற் கடவுளிடம் திரும்பிச் செல்வது நிச்சயம்.

ஸ்லோகம் 25

लभन्ते ब्रह्मनिर्वाणमृषयः क्षीणकल्मषाः ।
छिन्नद्वैधा यतात्मानः सर्वभूतहिते रताः ॥ २५ ॥

லப$_4$ந்தே ப்$_3$ரஹ்ம-நிர்வாணம் ரு'ஷய: க்ஷீண-கல்மஷா:
சி$_2$ன்ன-த்$_3$வைதா$_4$ யதாத்மான: ஸர்வ-பூ$_4$த-ஹிதே ரதா:

லப$_4$ந்தே—அடைகின்றான்; *ப்$_3$ரஹ்ம-நிர்வாணம்*—பரத்தில் முக்தி; *ரு'ஷய:*—தனக்குள் செயல்படுவோர்; *க்ஷீண-கல்மஷா:*—எல்லா பாவங்களிலிருந்தும் விடுபட்டவன்; *சி$_2$ன்ன*—கிழித்தெறிந்து; *த்$_3$வைதா:$_4$*—இருமை; *யத-ஆத்மான:*—தன்னுணர்வில் ஈடுபட்டவன்;

ஸர்வ-பூ₄த—எல்லா உயிர்களின்; *ஹிதே*—நல சேவையில்; *ரதா:*—ஈடுபடுகின்றான்.

யாரெல்லாம் சந்தேகத்தினால் எழும் இருமைகளுக்கு அப்பாற்பட்டுள்ளனரோ, மனதை உள்நோக்கி ஈடுபடுத்தி யுள்ளனரோ, மற்ற உயிர்வாழிகளின் நலனிற்காக பாடுபடுவதில் எப்போதும் முனைப்புடன் உள்ளனரோ, எல்லா பாவங்களிலிருந்தும் விடுபட்டுள்ளனரோ, அவர்கள் பரத்தில் முக்தியடைகின்றனர்.

பொருளுரை: கிருஷ்ண பக்தியில் முழுமையாக ஈடுபட்டுள்ளவனை மட்டுமே, "உலகிலுள்ள எல்லா உயிர்வாழிகளுக்கும் நற்பணி செய்பவன்" என்று கூற முடியும். எல்லாவற்றின் மூலம் கிருஷ்ணரே எனும் ஞானத்தை எப்போது ஒருவன் உண்மையாக அடைகின்றானோ, அப்போது அத்தகு உணர்வில் செயல்படும்போது, அவன் அனைவருக்காகவும் செயலாற்றுகிறான். கிருஷ்ணரே பரம அனுபவிப்பாளர், பரம உரிமையாளர், பரம நண்பர் என்பதை மறந்துள்ளதே மனித குலத்தின் துன்பங்களுக்கு காரணம். எனவே, மனித குலத்தினிடையே இவ்வுணர்வை புதுப்பிப்பதற்காகச் செய்யப்படும் செயலே மிகவுயர்ந்த சமூக சேவையாகும். பரத்தில் முக்தியடைந்தவனாக இல்லாத நிலையில், ஒருவனால் இத்தகு முதல்தர சமூக நலத் தொண்டில் ஈடுபட முடியாது. கிருஷ்ண பக்தனுக்கு அவரது ஒப்புயர்வற்ற நிலையில் எவ்வித சந்தேகமும் இல்லை. எல்லா பாவங்களிலிருந்தும் விடுபட்டிருப்பதால், அவனிடம் எந்த சந்தேகமும் கிடையாது. இதுவே தெய்வீக அன்பின் நிலையாகும்.

மனித சமுதாயத்திற்கு உடல் சம்பந்தமான தொண்டுகளை மட்டும் செய்வதில் ஈடுபட்டுள்ளவன், உண்மையில் எவருக்குமே உதவி செய்ய முடியாது. வெளிப்புற உடலுக்கும், மனதிற்கும் தரப்படும் தற்காலிக நிம்மதி திருப்திகரமானதல்ல. முழுமுதற் கடவுளுடனான உறவை மறந்திருப்பதே, வாழ்க்கைப் போராட்டத்தின் துன்பங்களுக்கான மூல காரணம் என்பதை அறிய வேண்டும். கிருஷ்ணருடனான தனது உறவை முழுமையாக உணர்ந்தவன், ஜடவுலகில் வசிக்கும்போதிலும் முக்தி பெற்ற ஆத்மாவாவான்.

ஸ்லோகம் 26

कामक्रोधविमुक्तानां यतीनां यतचेतसाम् ।
अभितो ब्रह्मनिर्वाणं वर्तते विदितात्मनाम् ॥ २६ ॥

காம-க்ரோத₄-விமுக்தானாம் யதீனாம் யத-சேதஸாம்
அபி₄தோ ப்₃ரஹ்ம-நிர்வாணம் வர்ததே விதி₃தாத்மனாம்

காம—காமத்திலிருந்து; *க்ரோத$_4$*—கோபம்; *விமுக்தானாம்*—முக்தியடைந்தவர்களில்; *யதீனாம்*—புனிதமானவர்களில்; *யத-சேதஸாம்*—மனதை முழுவதும் அடக்கியவரில்; *அபி$_4$த:*—வெகு விரைவில் உறுதி செய்யப்படுகிறான்; *ப்$_3$ரஹ்ம-நிர்வாணம்*—பரத்தில் முக்தி; *வர்ததே*—உண்டென்று; *விதி$_3$த-ஆத்மனாம்*—தன்னுணர்வை அடைந்தோரில்.

யாரெல்லாம் கோபத்திலிருந்தும் எல்லா பௌதிக ஆசைகளிலிருந்தும் விடுபட்டுள்ளனரோ, தன்னுணர்வும் தன்னொழுக்கமும் நிறைந்து பக்குவத்தை அடைவதற்காகத் தொடர்ந்து முயல்கின்றனரோ, அவர்கள், கூடிய விரைவில் பரத்தில் முக்தியடைவது உறுதி.

பொருளுரை: முக்தியை அடைவதற்காகத் தொடர்ந்து பாடுபடும் சாதுக்களில் கிருஷ்ண பக்தனே மிகச்சிறந்தவனாவான். இவ்வுண்மையினை பாகவதம் (4.22.39) பின்வருமாறு உறுதி செய்கின்றது:

யத்-பாத$_3$-பங்கஜ-பலாஷ$_2$-விலாஸ-ப$_4$க்த்யா
கர்மாஷ$_2$யம்' க்$_3$ரதி$_2$தம் உத்$_3$க்$_3$ரத$_2$யந்தி ஸந்த:
தத்$_3$வன் ந ரிக்த-மதயோ யதயோ 'பி ருத்$_3$த$_4$-
ஸ்ரோதோ-க$_3$ணாஸ் தம் அரணம்' ப$_4$ஜ வாஸுதே$_3$வம்

"பக்தித் தொண்டின் மூலம் பரம புருஷ பகவானான வாஸுதேவரை வழிபட முயற்சி செய். பலன்நோக்குச் செயல்களுக்கான ஆழமான ஆசைகளை வேரறுத்து, இறைவனின் பாத கமலங்களுக்கு சேவை செய்து, திவ்யமான ஆனந்தத்தில் ஆழ்ந்திருக்கும் பக்தர்கள், தங்களது புலன்களின் உந்துதல்களை திறம்பட கட்டுப்படுத்துகின்றனர். ஆனால், மிகச்சிறந்த சாதுக்களாலும், அதுபோன்று கட்டுப்படுத்துவது சாத்தியமல்ல." செயலின் பலனை அனுபவிப்பதற்கான ஆசைகளைக் கட்டுப்படுத்த, மிகச்சிறந்த சாதுக்களும் பெருமுயற்சி செய்கின்றனர்; ஆனால் அவர்களுக்கும் கடினமாகத் திகழுமளவிற்கு, இவ்விருப்பங்கள் கட்டுண்ட ஆத்மாவினுள் மிகவும் ஆழமாக வேரூன்றியுள்ளன. கிருஷ்ண உணர்வின் மூலம் இடையறாது பக்தித் தொண்டில் ஈடுபட்டு, தன்னுணர்வில் பக்குவமடைந்துள்ள கிருஷ்ண பக்தன், வெகு விரைவில் பரத்தில் முக்தியடைகிறான். தன்னுணர்வின் முழு ஞானத்தையுடைய அவன், எப்போதுமே ஸமாதி நிலையிலிருக்கிறான். ஓர் உதாரணம் கூறுவோமானால்:

த$_3$ர்ஷ$_2$ன-த்$_4$யான-ஸம்'ஸ்பர்ஷை$_2$ர் மத்ஸ்ய-கூர்ம-விஹங்க$_3$மா:
ஸ்வான்யபத்யானி புஷ்ணந்தி ததா$_2$ஹம் அபி பத்$_3$ம-ஜ

“மீன் பார்வையாலும், ஆமை தியானத்தாலும், பறவைகள் தொடுவதாலும் தங்களது குழந்தைகளை வளர்க்கின்றன. பத்மஜனே, அதுபோன்றே நானும் செய்கிறேன்.”

மீன் தனது குஞ்சுகளைப் பார்வையாலேயே வளர்க்கின்றது. ஆமை அதன் குட்டிகளை தியானத்தினால் வளர்க்கின்றது. ஆமையின் முட்டைகள் கரையில் இருக்க, நீரினுள் இருக்கும் ஆமை அம்முட்டைகளின் மீது தியானம் செய்கின்றது. அதுபோலவே, கிருஷ்ண உணர்விலுள்ள பக்தன், இறைவனின் இடத்தை விட்டு வெகு தொலைவில் இருந்தாலும், கிருஷ்ண உணர்வில் ஈடுபடுவதன் மூலம் அவரை இடையறாது எண்ணி, தன்னை அவ்விடத்திற்கு உயர்த்திக்கொள்ள முடியும். அவன் ஜடத் துன்பங்களின் வலியினை உணர்வதில்லை. இந்நிலை *ப்$_3$ரஹ்ம நிர்வாணம்* (பரத்தில் இடையறாது லயித்திருப்பதால் ஜடத் துயரங்கள் மறைந்துள்ள நிலை) எனப்படுகிறது.

ஸ்லோகங்கள் 27–28

स्पर्शान्कृत्वा बहिर्बाह्यांश्चक्षुश्चैवान्तरे भ्रुवोः ।
प्राणापानौ समौ कृत्वा नासाभ्यन्तरचारिणौ ॥ २७॥
यतेन्द्रियमनोबुद्धिर्मुनिर्मोक्षपरायणः ।
विगतेच्छाभयक्रोधो यः सदा मुक्त एव सः ॥ २८ ॥

ஸ்பர்ஷா$_2$ன் க்ரு'த்வா ப$_3$ஹிர் பா$_3$ஹ்யாம்ஷ்$_2$
சக்ஷுஷ்$_2$ சைவாந்தரே ப்$_4$ருவோ:
ப்ராணாபானௌ ஸமௌ க்ரு'த்வா
நாஸாப்$_4$யந்தர–சாரிணௌ

யதேந்த்$_3$ரிய–மனோ–பு$_3$த்$_3$தி$_4$ர் முனிர் மோக்ஷ–பராயண:
விக$_3$தேச்சா$_2$–ப$_4$ய–க்ரோதோ$_4$ ய: ஸதா$_3$ முக்த ஏவ ஸ:

ஸ்பர்ஷா$_2$ன்—சப்தம் முதலான புலன் விஷயங்கள்; *க்ரு'த்வா*—வைத்து; *ப$_3$ஹி:*—வெளியில்; *பா$_3$ஹ்யான்*—தேவையற்ற; *சக்ஷு:*—கண்கள்; *ச*—மேலும்; *ஏவ*—நிச்சயமாக; *அந்தரே*—மத்தியில்; *ப்$_4$ருவோ*—புருவங்கள்; *ப்ராண–அபானௌ*—மேல்நோக்கி இயங்கும் காற்றும், கீழ்நோக்கி இயங்கும் காற்றும்; *ஸமௌ*—நிறுத்தலில்; *க்ரு'த்வா*—வைத்து; *நாஸ-அப்$_4$யந்தர*—நாசித் துவாரங்களுக்குள்; *சாரிணௌ*—வீசும்; *யத*—கட்டுப்படுத்தப்பட்ட; *இந்த்$_3$ரிய*—புலன்கள்; *மன:*—மனம்; *பு$_3$த்$_3$தி:$_4$*—புத்தி; *முனி*—ஆன்மீகவாதி; *மோக்ஷ*—முக்திக்கு; *பராயண*—தீர்மானிக்கப்பட்டு; *விக$_3$த*—விலக்கி; *இச்சா$_2$*—ஆசைகள்; *ப$_4$ய*—பயம்; *க்ரோத$_4$*—கோபம்; *ய:*—எவனொருவன்; *ஸதா$_3$*—எப்போதும்; *முக்த:*—முக்தி பெற்றவன்; *ஏவ*—நிச்சயமாக; *ஸ:*—அவன்.

எல்லாப் புறப்புலன் விஷயங்களையும் வெளியே நிறுத்தி, புருவ மத்தியில் கண்களையும் பார்வையையும் நிறுத்தி, நாசிக்குள் உள், வெளி சுவாசங்களை நிறுத்தி, மனம், புலன்கள், அறிவு இவற்றைக் கட்டுப்படுத்தக்கூடிய முக்தியை விரும்பும் ஆன்மீகவாதி, ஆசை, பயம், கோபம் இவற்றிலிருந்து விடுபடுகிறான். எப்போதும் இந்நிலையில் இருப்பவன் நிச்சயமாக முக்தியடைந்தவனே.

பொருளுரை: கிருஷ்ண உணர்வில் ஈடுபடுபவன், உடனடியாகத் தனது ஆன்மீக நிலையைப் புரிந்துகொள்ள முடியும், பின்னர் பக்தித் தொண்டின் மூலம் அவன் முழுமுதற் கடவுளையும் அறிய முடியும். பக்தித் தொண்டில் நன்றாக நிலைபெறுபவன், திவ்யமான நிலையை அடைந்து, தனது செயல்களின் மத்தியில் பகவானின் இருப்பை உணரும் தகுதியைப் பெறுகிறான். இந்நிலையே பரத்தில் முக்தியடைதல் எனப்படுகின்றது.

பரத்தில் முக்தியடைவதற்கான வழிமுறைகளை விவரித்தபிறகு, *யம, நியம, ஆஸன, ப்ராணாயாம, ப்ரத்யாஹார, தா$_4$ரணா, த்$_4$யான, ஸமாதி$_4$* எனும் எட்டு நிலைகளைக் கொண்ட *அஷ்டாங்க$_3$* யோகம் என்னும் யோகப் பயிற்சியின் மூலம் எவ்வாறு அந்நிலையை அடைய முடியும் என்பதை அர்ஜுனனுக்கு விளக்குகிறார் பகவான். ஆறாம் அத்தியாயத்தில் தெள்ளத் தெளிவாக விவரிக்கப்படக்கூடிய இந்த யோக வழிமுறை, இந்த ஐந்தாம் அத்தியாயத்தின் இறுதியில் சுருக்கமாக விளக்கப்பட்டுள்ளது. கேட்டல், தொடுதல், பார்த்தல், சுவைத்தல், முகர்தல் எனும் புலன் விஷயங்களை யோகப் பயிற்சியின் *ப்ரத்யாஹார* எனும் முறையின் மூலம் வெளியே நிறுத்தி, பார்வையை புருவ மத்தியில் வைத்து கண்களை பாதி மூடிய நிலையில், மூக்கின் நுனியில் கவனத்தை நிறுத்த வேண்டும். முழுவதுமாகக் கண்களை மூடுவதில் எந்த இலாபமும் இல்லை; ஏனெனில், உறங்கிவிட நல்ல வாய்ப்பு உண்டு. முழுவதும் கண்களைத்திறந்து கொண்டிருப்பதும் பலனற்றது; ஏனெனில், புலனின்பப் பொருட்களால் கவரப் படுவதற்கான அபாயம் உள்ளது. உடலினுள் மேலும் கீழும் இயங்கும் காற்றை சமப்படுத்துவதால், சுவாசமானது நாசிக்குள் கட்டுப்படுத்தப் படுகிறது. இத்தகு யோகத்தைப் பயில்வதால், புலன் கட்டுப்பாட்டை அடைந்து, வெளியிலுள்ள புலனின்பப் பொருட்களைத் தவிர்த்து, பரத்தில் முக்தியடைவதற்குத் தன்னை தயார்படுத்த முடியும்.

எல்லாவித பயம் மற்றும் கோபத்திலிருந்தும் விடுபட்டு, திவ்யமான தளத்தில் பரமாத்மாவின் இருப்பை உணர்வதற்கு இந்த யோக முறை உதவுகின்றது.   வேறுவிதமாகக்   கூறினால்,   யோகத்தின்

கொள்கைகளை நிறைவேற்றுவதற்கு கிருஷ்ண உணர்வே மிக எளிமையான வழி. இஃது அடுத்த அத்தியாயத்தில் தெளிவாக விளக்கப்படும். சதா சர்வ காலமும் பக்தித் தொண்டில் ஈடுபட்டிருப்பதால், இதர ஈடுபாடுகளில் தனது புலன்களை இழக்கும் ஆபத்து கிருஷ்ண உணர்வினனுக்கு இல்லை. அஷ்டாங்க யோகத்தைவிட புலன்களை அடக்குவதற்கு இதுவே சிறந்த வழியாகும்.

ஸ்லோகம் 29

भोक्तारं यज्ञतपसां सर्वलोकमहेश्वरम् ।
सुहृदं सर्वभूतानां ज्ञात्वा मां शान्तिमृच्छति ॥ २९ ॥

போ$_4$க்தாரம்' யஜ்ஞ-தபஸாம்' ஸர்வ-லோக-மஹேஷ்$_2$வரம்
ஸுஹ்ரு'த$_3$ம்' ஸர்வ-பூ$_4$தானாம்' ஜ்ஞாத்வா மாம்' ஷா$_2$ந்திம் ரு'ச்ச$_2$தி

போ$_4$க்தாரம்—அனுபவிப்பவன்; *யஜ்ஞ*—யாகங்கள்; *தபஸாம்*—தவங்கள்; *ஸர்வ-லோக*—எல்லா லோகங்களும் அங்குள்ள தேவர்களும்; *மஹா-ஈஷ்$_2$வரம்*—உயர் அதிகாரி; *ஸு-ஹ்ரு'த$_3$ம்*—உற்ற நண்பன்; *ஸர்வ*—எல்லா; *பூ$_4$தானாம்*—உயிர்வாழிகள்; *ஜ்ஞாத்வா*—என்று அறிந்து; *மாம்*—என்னை (பகவான் கிருஷ்ணர்); *ஷா$_2$ந்திம்*—உலகத் துன்பங்களிலிருந்து விடுதலை; *ரு'ச்ச$_2$தி*—அடைகிறான்.

நானே, எல்லா யாகங்களையும் தவங்களையும் இறுதியில் அனுபவிப்பவன் என்றும், எல்லா லோகங்களையும் தேவர்களையும் கட்டுப்படுத்துபவன் என்றும், எல்லா உயிர்வாழிகளின் உற்ற நண்பன் என்றும் அறிந்து, என்னைப் பற்றிய முழு உணர்வில் இருப்பவன், ஜடத் துயரங்களிலிருந்து விடுபட்டு அமைதி அடைகிறான்.

பொருளுரை: மாயா சக்தியின் பிடியில் சிக்கியுள்ள அனைத்து கட்டுண்ட ஆத்மாக்களும், பௌதிக உலகில் அமைதியைத் தேடுகின்றனர். ஆனால் பகவத் கீதையின் இப்பிரிவில் கூறப்பட்டிருக்கும் 'அமைதிக்கான வழி' என்ன என்பது அவர்களுக்குத் தெரியவில்லை. அமைதிக்கான மிகச்சிறந்த வழி இதுவே: மனிதனின் எல்லாச் செயல்களையும் அனுபவிப்பவர் பகவான் கிருஷ்ணரே; அவரே எல்லா லோகங்களுக்கும் தேவர்களுக்கும் உரிமையாளர் என்பதால், மனிதர்கள் அவரது திவ்ய சேவைக்காக அனைத்தையும் அர்ப்பணிக்க வேண்டும். அவரைவிட உயர்ந்தவர் எவருமில்லை. தேவர்களில் தலைசிறந்தவர்களான சிவபெருமானையும் பிரம்ம தேவரையும்விட, அவரே சிறந்தவர். வேதங்களில் (*ஷ்$_2$வேதாஷ்$_2$வதர* உபநிஷத் 6.7), முழுமுதற் கடவுள், *தம் ஈஷ்$_2$வராணாம் பரமம்*

மஹேஷ்$_2$வரம் என்று வர்ணிக்கப்படுகிறார். மாயையின் மயக்கத்தால், காணும் எல்லாவற்றிற்கும் தானே எஜமானன் என்று ஜீவன்கள் எண்ணினாலும், உண்மையில் அவர்கள் இறைவனின் ஜட சக்தியால் ஆளப்படுகின்றனர். பகவானே ஜட இயற்கையின் எஜமானர், கட்டுண்ட ஆத்மாக்களோ ஜட இயற்கையின் கடுமையான சட்டங்களுக்கு உட்பட்டவர்கள். இந்த அப்பட்டமான உண்மையினை உணராத வரை, தனிப்பட்ட முறையிலோ பலபேர் ஒன்று கூடியோ, இவ்வுலகில் அமைதியைக் காண்பது சாத்தியமில்லை. இதுவே கிருஷ்ண உணர்வில் அறியப்படுவதாகும்: பகவான் கிருஷ்ணரே பரம அதிகாரி, மாபெரும் தேவர்கள் உட்பட எல்லா ஜீவன்களும் அவரது சேவகர்களே. பூரண கிருஷ்ண உணர்வில் மட்டுமே பக்குவமான அமைதியை அடைய இயலும்.

கர்ம யோகம் என்ற பெயரால் பொதுவாக அறியப்படும் இந்த ஐந்தாம் அத்தியாயம், கிருஷ்ண உணர்வின் பயிற்சி விவரமாகும். கர்ம யோகம் எவ்வாறு முக்தியளிக்க முடியும் என்ற கற்பனைக் கேள்விக்கு இங்கு பதில் கூறப்பட்டுள்ளது. கிருஷ்ண உணர்வில் செயலாற்றுவது என்றால் பகவான் கிருஷ்ணரே உயர்ந்த ஆளுநர் என்ற முழு ஞானத்துடன் செயலாற்றுவதாகும். இத்தகைய செயல், திவ்ய ஞானத்திலிருந்து வேறுபட்டதல்ல. நேரடியான கிருஷ்ண உணர்வு 'பக்தி யோகம்' எனப்படும். ஞான யோகம் என்பது பக்தி யோகத்திற்கு இட்டுச் செல்லும் பாதையாகும். பரம உண்மையுடனான ஒருவனது உறவைப் பற்றிய முழு ஞானத்துடன் செயல்படுவதே கிருஷ்ண உணர்வாகும். மேலும், புருஷோத்தமரான முழுமுதற் கடவுள் கிருஷ்ணரைப் பற்றிய முழு ஞானமே அந்த உணர்வின் பக்குவநிலையாகும். கடவுளின் மிகச்சிறிய அம்சமான ஆத்மா, அவரது நித்தியத் தொண்டனாவான். ஆத்மா மாயையை ஆட்சி செய்ய விரும்பும்போது, அதனுடன் அவன் தொடர்பு கொள்கிறான்; இதுவே அவனது பல்வேறு துயரங்களுக்கு காரணம். அவன் ஜடத்துடன் தொடர்பு கொண்டுள்ள வரை, அதன் தேவைகளுக்காகச் செயலாற்றுதல் அவசியம். இருப்பினும், ஜடத்தின் எல்லைக்குள் இருக்கும்போதிலும், கிருஷ்ண உணர்வானது ஒருவனை ஆன்மீக வாழ்விற்குக் கொண்டு வருகிறது; ஏனெனில், ஜடவுலகில் பயிற்சி செய்யப்படும்போதிலும் ஆன்மீக வாழ்வினை இஃது எழுச்சி பெறச் செய்கின்றது. ஒருவன் எந்த அளவிற்கு இதில் முன்னேறியுள்ளானோ, அந்த அளவிற்கு அவன் ஜடத்தின் பிணைப்பிலிருந்து விடுபட்டுள்ளான். கடவுள் யாரிடமும் பாரபட்சம் பார்ப்பதில்லை. கிருஷ்ண உணர்வில் அவன் செய்யும் கடமைகளைப் பொறுத்ததே

அவனது பலன்கள். அக்கடமைகள் புலன்களை அடக்குவதற்கும், கோபம், ஆசை ஆகியவற்றின் தாக்குதலை வெல்வதற்கும் உதவியாக அமைகின்றன. மேற்கூறிய எழுச்சிகளை அடக்கி, கிருஷ்ண உணர்வில் நிலையாக நிற்பவன், உண்மையில் *ப்₃ரஹ்ம–நிர்வாண* எனும் திவ்யமான நிலையில் உள்ளான். கிருஷ்ண உணர்வை பயிற்சி செய்யும்போது, தானாகவே அஷ்டாங்க யோக முறையும் பயிற்சி செய்யப்படுகிறது; ஏனெனில், யோக முறையின் இறுதி நோக்கம் பக்தியினால் எளிமையாக அடையப்படுகின்றது. அஷ்டாங்க யோக முறையில், *யம, நியம, ஆஸன, ப்ராணாயாம, ப்ரத்யாஹார, தா₄ரணா, த்₄யான, ஸமாதி₄* என்னும் படிப்படியான வழியில் முன்னேற்றம் அடையப்படுகிறது. ஆனால் பக்தித் தொண்டின் பக்குவத்துடன் ஒப்பிடும்போது, இவை ஒரு முன்னுரையைப் போன்றவை. பக்தித் தொண்டு மட்டுமே மனிதனுக்கு அமைதியை நல்கும். பக்தியே வாழ்வின் மிக உன்னதமான பக்குவநிலையாகும்.

ஸ்ரீமத் பகவத் கீதையின் "கர்ம யோகம்—கிருஷ்ண உணர்வில் செயல்" என்னும் ஐந்தாம் அத்தியாயத்திற்கான பக்திவேதாந்த பொருளுரைகள் இத்துடன் நிறைவடைகின்றன.

அத்தியாயம் ஆறு

தியான யோகம்

ஸ்லோகம் 1

श्रीभगवानुवाच

अनाश्रित: कर्मफलं कार्यं कर्म करोति य: ।
स सन्न्यासी च योगी च न निरग्निर्न चाक्रिय: ॥ १ ॥

ஸ்ரீ-ப$_4$க$_3$வான் உவாச

அனாஷ்$_2$ரித: கர்ம-ப$_2$லம்' கார்யம்' கர்ம கரோதி ய:
ஸ ஸன்ன்யாஸீ ச யோகீ$_3$ ச ந நிரக்$_3$னிர் ந சாக்ரிய:

ஸ்ரீ-ப$_4$க$_3$வான் உவாச—பகவான் கூறினார்; *அனாஷ்$_2$ரித:*—அடைக்கலமின்றி; *கர்ம-ப$_2$லம்*—செயலின் பலன்; *கார்யம்*—கடமை; *கர்ம*—செயல்; *கரோதி*—செய்பவன்; *ய:*—எவனொருவன்; *ஸ:*—அவன்; *ஸன்ன்யாஸீ*—துறவி; *ச*—மேலும்; *யோகீ$_3$*—யோகி; *ச*—மேலும்; *ந*—இல்லை; *நி:*—இல்லாத; *அக்$_3$னி:*—நெருப்பு; *ந*—இல்லை; *ச*—மேலும்; *அக்ரிய:*—கடமையின்றி.

புருஷோத்தமரான முழுமுதற் கடவுள் கூறினார்: செயலின் பலன்களில் பற்றற்று, கடமைக்காகச் செயலாற்றுபவனே சந்நியாசியும், உண்மையான யோகியுமாகிறானே தவிர, வேள்வி நெருப்பை மூட்டாதவனும், செயலற்றவனுமல்ல.

பொருளுரை: இந்த அத்தியாயத்தில், எட்டு அங்கங்களைக் கொண்ட அஷ்டாங்க யோகத்தினை, மனதையும் புலன்களையும் அடக்குவதற்கான வழியாக பகவான் விளக்குகிறார். ஆனால் இம்முறை சாதாரண மக்களுக்கு (குறிப்பாக இக்கலி யுகத்தில்) மிகவும் கடினமானதாகும். இவ்வத்தியாயத்தில் அஷ்டாங்க யோக முறை விளக்கப்பட்டிருப்பினும், கிருஷ்ண உணர்வில் செயலாற்றுதலே (கர்ம யோகமே) சிறந்தது என்று கடவுள் வலியுறுத்துகிறார். தனது குடும்பத்தையும், அவர்களது உடைமைகளையும், பாதுகாப்பதற்காகவே உலகிலுள்ள அனைவரும் செயல்படுகின்றனர். ஆனால் சுயநலனின்றி (அது தனிப்பட்ட இலாபமாகவும் இருக்கலாம், விரிவடைந்த இலாபமாகவும் இருக்கலாம்) செயலாற்றுவோர் யாருமில்லை. செயலின் பலன்களை அனுபவிக்கும் நோக்கத்தைத் தவிர்த்து கிருஷ்ண உணர்வில் செயல்படுவதே பக்குவமானதாகும். கிருஷ்ண உணர்வில்

செயல்படுதல் என்பது ஒவ்வோர் உயிர்வாழியின் கடமையாகும்; ஏனெனில், உண்மையில் அனைவருமே பகவானது அம்சங்கள். உடலின் அங்கங்கள், முழு உடலின் திருப்திக்காக செயல்படுகின்றன; அவை தமது சுய திருப்திக்காக செயல்படாமல், முழு உடலின் திருப்திக்காக பணியாற்றுகின்றன. அதுபோலவே, தனது சுய திருப்திக்காக செயல்படாமல் பகவானின் திருப்திக்காக மட்டுமே செயலாற்றுபவன், பக்குவமான சந்நியாசியும் பக்குவமான யோகியுமாவான்.

சந்நியாசிகள் சில சமயம் எல்லா பௌதிகக் கடமைகளிலிருந்தும் தாம் விடுதலை பெற்றுவிட்டதாக செயற்கையாக எண்ணிக் கொள்வதால், *அக்$_3$னி ஹோத்ர யஜ்ஞுங்கள்* செய்வதை விட்டுவிடு கின்றனர். ஆனால் உண்மையில் அவர்களும் சுயநலவாதிகளே; ஏனெனில், அவர்களின் குறிக்கோள் அருவ பிரம்மனுடன் ஒன்றாகுவதே. இத்தகைய விருப்பம் சாதாரண பௌதிக விருப்பங்களைவிடச் சிறந்தது என்றபோதிலும், இது சுயநலமற்ற விருப்பம்கிடையாது. அதுபோல, எல்லா உலகச் செயல்களையும் நிறுத்திவிட்டு பாதி மூடிய கண்களுடன் யோகப் பயிற்சி செய்யும் யோகியும், தனது சுயநலத்திற்காக ஏதோ ஒரு திருப்தியை நாடுகிறான். ஆனால் கிருஷ்ண உணர்வில் செயல்படுபவன், எவ்வித சுயநல நோக்கமுமின்றி பூரணத்தின் திருப்திக்காகவே செயலாற்றுகிறான். கிருஷ்ண பக்தனுக்கு சுய திருப்தியில் எவ்வித அக்கறையும் இல்லை. கிருஷ்ணரது திருப்தியையே அவன் வெற்றியாகக் கருதுகிறான். எனவே, அவனே பக்குவமான சந்நியாசியும், பக்குவமான யோகியுமாவான். சந்நியாசத்தின் மிகவுயர்ந்த நிலைக்கு இலக்கணமாகத் திகழும் பகவான் சைதன்யர், பின்வருமாறு பிரார்த்தனை செய்கிறார்:

ந த$_4$னம்' ந ஜனம்' ந ஸுந்த$_3$ரீம்' கவிதாம்' வா ஜக$_3$த்$_3$-ஈஷ$_2$ காமயே
மம ஜன்மனி ஜன்மனீஷ்$_2$வரே ப$_4$வதாத்$_3$ ப$_4$க்திர் அஹைதுகீ த்வயி

"எல்லாம் வல்ல பெருமானே, பொருள் சேர்க்கும் ஆசை எனக்கில்லை அழகிய பெண்களை அனுபவிக்கும் ஆசையும் எனக்கில்லை. என்னைப் பின்பற்றுவோரும் எனக்கு வேண்டாம். பிறவிதோறும் உமக்கு பக்தித் தொண்டு ஆற்றுவதற்கான காரணமற்ற கருணையையே நான் விரும்புகிறேன்."

ஸ்லோகம் 2

यं सन्न्यासमिति प्राहुर्योगं तं विद्धि पाण्डव ।
न ह्यसन्न्यस्तसङ्कल्पो योगी भवति कश्चन ॥ २ ॥

யம்' ஸன்ன்யாஸம் இதி ப்ராஹுர் யோக$_3$ம்' தம்' வித்$_3$தி$_4$ பாண்ட$_3$வ
ந ஹ்யஸன்ன்யஸ்த-ஸங்கல்போ யோகீ$_3$ ப$_4$வதி கஷ்$_2$சன

யம்—எது; *ஸன்ன்யாஸம்*—துறவு; *இதி*—இவ்வாறாக; *ப்ராஹு:*—கூறுகின்றனரோ; *யோக$_3$ம்*—பரத்துடன் இணைத்தல்; *தம்*—அதை; *வித்$_3$தி$_4$*—நீ அறிய வேண்டும்; *பாண்ட$_3$வ*—பாண்டுவின் மகனே; *ந*—என்றுமில்லை; *ஹி*—நிச்சயமாக; *அஸன்ன்யஸ்த*—துறக்காமல்; *ஸங்கல்ப:*—சுய திருப்திக்கான விருப்பம்; *யோகீ$_3$*—யோகி; *ப$_4$வதி*—ஆவது; *கஷ்$_2$சன*—எவருமே.

பாண்டுவின் மகனே, புலனுகர்ச்சிக்கான இச்சைகளைத் துறக்காத எவனுமே யோகியாக முடியாது என்பதால், துறவு என்று அறியப்படுவதும், யோகமும் (பரமனுடனான தொடர்பும்) ஒன்றே என்பதை நீ அறிய வேண்டும்.

பொருளுரை: தான் ஓர் ஆத்மா என்பதை உணர்ந்த நிலையில் செயல்படுவதே, உண்மையான *ஸன்ன்யாஸ-யோக$_3$* அல்லது பக்தி எனப்படும். ஆத்மாவிற்கென்று தனிப்பட்ட சுதந்திரமான அடையாளம் கிடையாது. ஆத்மா முழுமுதற் கடவுளின் நடுநிலை சக்தியாகும். பௌதிக சக்தியால் பிணைக்கப்பட்டிருக்கும்போது அவன் கட்டுண்ட ஆத்மாவாக அறியப்படுகிறான். கிருஷ்ண உணர்வில் இருக்கும்போது (ஆன்மீக சக்தியில் இருக்கும்போது) அவன் தனது உண்மையான இயற்கையான வாழ்வில் உள்ளான். எனவே, முழு ஞானத்தில் இருப்பவன், எல்லாவித ஜடப் புலனுகர்ச்சியையும் அறவே நிறுத்திவிடுகிறான், அதாவது, எல்லாவித புலனின்பச் செயல்களையும் துறந்து விடுகிறான். பௌதிகப் பற்றுதலிலிருந்து புலன்களை விலக்கும் யோகிகளால் இது பயிலப்படுகிறது. ஆனால் கிருஷ்ண உணர்வினனுக்கு, கிருஷ்ணரின் தேவைக்காக அல்லாமல், வேறெதிலும் புலன்களை ஈடுபடுத்தும் வாய்ப்பே இல்லை. எனவே, கிருஷ்ண உணர்வுடையோன் ஒரே சமயத்தில் சந்நியாசியும் யோகியுமாவான். ஞான யோக முறையில் பரிந்துரைக்கப்படும் ஞானமும், யோக வழிமுறையில் பரிந்துரைக்கப்படும் புலனடக்கமும், கிருஷ்ண உணர்வில் தானாகவே நிறைவேற்றப்படுகின்றன. சுயநல இயற்கையைக் கொண்ட செயல்களைத் துறக்காத வரை, ஞானமும் யோகமும் பலனற்றவை. ஜீவாத்மா, தனது சுயநல ஆசைகள் அனைத்தையும் முழுமையாகத் துறந்து பரத்தை திருப்திப்படுத்த வேண்டும் என்பதே உண்மையான குறிக்கோளாகும். கிருஷ்ண உணர்வினன் எவ்விதமான சுய இன்பத்திற்கும் ஆசைப்படுவதில்லை. அவன் எப்போதும் முழுமுதற் கடவுளின் இன்பத்திற்காகவே செயல்படுகிறான். முழுமுதற் கடவுளைப் பற்றி அறியாதவனோ, சுய

திருப்தியில் ஈடுபட்டாக வேண்டும்; ஏனெனில், செயலின்மை என்ற தளத்தில் யாரும் இருக்க முடியாது. கிருஷ்ண உணர்வின் பயிற்சியினால் எல்லாக் குறிக்கோளும் பக்குவமாக நிறைவேற்றப் படுகின்றன.

ஸ்லோகம் 3

आरुरुक्षोर्मुनेर्योगं कर्म कारणमुच्यते ।
योगारूढस्य तस्यैव शमः कारणमुच्यते ॥ ३ ॥

ஆருருக்ஷோர் முனேர் யோக₃ம்' கர்ம காரணம் உச்யதே
யோகா₃ரூட₄ஸ்ய தஸ்யைவ ஷ₂ம: காரணம் உச்யதே

ஆருருக்ஷோ:—யோகத்தைத் தொடங்கியவன்; *முனே*—முனிவனின்; *யோக₃ம்*—அஷ்டாங்க யோகம்; *கர்ம*—செயல்; *காரணம்*—காரணம்; *உச்யதே*—கூறப்படுகின்றது; *யோக₃*—அஷ்டாங்க யோகம்; *ஆரூட₄ஸ்ய*—அடைந்தவன்; *தஸ்ய*—அவனது; *ஏவ*—நிச்சயமாக; *ஷ₂ம*—எல்லா பௌதிகச் செயல்களின் துறவு; *காரணம்*—காரணம்; *உச்யதே*—கூறப்படுகின்றது.

அஷ்டாங்க யோக முறையின் புது மாணவனுக்கு, செயலே, 'வழி' யாகக் கூறப்படுகின்றது. ஆனால் யோகத்தில் முன்னேறியவனுக்கு, ஜடச் செயல்களைத் துறத்தலே, 'வழி' யாகக் கூறப்படுகின்றது.

பொருளுரை: பரத்துடன் ஒருவனை இணைக்கும் முறையே யோகம் எனப்படுகிறது. இதனை உன்னதமான ஆன்மீக உணர்வை அடைவதற்கான ஏணியுடன் ஒப்பிடலாம். இந்த ஏணியானது, ஜீவனின் தாழ்ந்த பௌதிக நிலையில் தொடங்கி, தூய ஆன்மீக வாழ்வில் பக்குவமான தன்னுணர்வைப் பெறும் நிலைவரை உயர்கின்றது. வெவ்வேறு ஏற்றங்களுக்கேற்ப இந்த ஏணியின் பல்வேறு படிகள் பல்வேறு பெயர்களால் அறியப்படுகின்றன. ஆனால் மொத்தமாக முழு ஏணியும் சேர்ந்து யோகம் என்று அறியப்படுகின்றது. இதனை ஞான யோகம், தியான யோகம், பக்தி யோகம் என்று மூன்று பகுதிகளாகப் பிரிக்கலாம். இந்த ஏணியின் ஆரம்பம் *யோகா₃ருருக்ஷு* நிலை எனவும், மிகவுயர்ந்த படி *யோகா₃ரூட₄* எனவும் அறியப்படுகின்றன.

அஷ்டாங்க யோக முறையில், பலவித ஆசனங்களின் உதவியுடன் (இவை ஏறக்குறைய உடற்பயிற்சிகளே), வாழ்க்கையையும், பயிற்சியையும் ஒழுங்குபடுத்தி, தியானத்தில் நுழைவதற்குச் செய்யப்படும் ஆரம்ப கால முயற்சிகள் அனைத்தும், பலன்நோக்குச் செயல்களாகவே கருதப்படுகின்றன. இத்தகு செயல்கள், மனதின்

பக்குவமான சமநிலைக்கு வழிகாட்டுவதன் மூலம், புலன்களைக் கட்டுப்படுத்த உதவுகின்றன. ஒருவன் தியானப் பயிற்சியில் வெற்றிபெறும்போது, தொல்லை தரும் மன இயக்கங்கள் அனைத்தையும் முற்றிலுமாக நிறுத்திவிடுகிறான்.

இருப்பினும், கிருஷ்ண பக்தனைப் பொறுத்தவரையில், அவன் எப்போதுமே கிருஷ்ணரை நினைத்துக் கொண்டுள்ளதால், ஆரம்பத்திலிருந்தே தியானத்தின் தளத்தில் நிலைபெற்றுள்ளான். மேலும், கிருஷ்ணரின் தொண்டில் தொடர்ந்து ஈடுபட்டிருப்பதால், அவன் எல்லா ஜடச் செயல்களையும் முற்றிலும் நிறுத்தி விட்டவனாகவே கருதப்படுகிறான்.

ஸ்லோகம் 4

यदा हि नेन्द्रियार्थेषु न कर्मस्वनुषज्जते ।
सर्वसङ्कल्पसन्न्यासी योगारूढस्तदोच्यते ॥ ४॥

யதா$_3$ ஹி நேந்த்$_3$ரியார்தே$_2$ஷு ந கர்மஸ்வ் அனுஷஜ்ஜதே
ஸர்வ-ஸங்கல்ப-ஸன்ன்யாஸீ யோகா$_3$ரூட$_4$ஸ் ததோ$_3$ச்யதே

யதா$_3$—எப்போது; *ஹி*—நிச்சயமாக; *ந*—இல்லை; *இந்த்$_3$ரிய -அர்தே$_2$ஷு*—புலனுகர்ச்சியில்; *ந*—என்றுமில்லை; *கர்மஸு*—பலன்நோக்குச் செயல்களில்; *அனுஷஜ்ஜதே*—தேவைப்படுவதற்கான அவசியம்; *ஸர்வ-ஸங்கல்ப*—எல்லா பௌதிக இச்சைகளையும்; *ஸன்ன்யாஸீ*—துறப்பவன்; *யோக$_3$-ஆரூட:$_4$*—யோகத்தில் உயர்ந்தவன்; *ததா$_3$*—அப்போது; *உச்யதே*—கூறப்படுகிறான்.

எப்போது ஒருவன் பலன்நோக்குச் செயல்களிலும், புலனுகர்ச்சியிலும் ஈடுபடாமல், எல்லா பௌதிக ஆசைகளையும் துறந்த நிலையில் உள்ளானோ, அப்போது அவன் யோகத்தில் உயர்ந்தவனாகக் கூறப்படுகிறான்.

பொருளுரை: பகவானின் திவ்யமான அன்புத் தொண்டில் முழுமையாக ஈடுபடும்போது, ஒருவன் தன்னில் திருப்தியுற்று விளங்குவதால், பலன்நோக்குச் செயல்களிலோ, புலனுகர்ச்சியிலோ அவன் ஈடுபடுவதில்லை. இல்லாவிடில், கண்டிப்பாக அவன் புலனுகர்ச்சியில் ஈடுபட்டுத்தான் ஆக வேண்டும்; ஏனெனில், செயலின்றி வாழ்தல் அசாத்தியமானதாகும். கிருஷ்ண உணர்வில் இல்லாவிடில், ஒருவன் குறுகிய சுயநலச் செயல்களிலோ, விரிந்த சுயநலச் செயல்களிலோ ஈடுபட்டாக வேண்டும். ஆனால், கிருஷ்ணரது திருப்திக்காக எந்தச் செயலையும் செய்யக்கூடிய கிருஷ்ண உணர்வினன், அதன் மூலம் புலனுகர்ச்சியிலிருந்து முற்றிலும் விலகியுள்ளான். இத்தகு உணர்வற்றவனோ, யோக

ஏணியின் உச்சிப்படிக்கு உயர்த்தப்படுவதற்கு முன்பு, ஜட இச்சைகளிலிருந்து தப்ப இயந்திரத்தனமாக முயல வேண்டும்.

ஸ்லோகம் 5

उद्धरेदात्मनात्मानं नात्मानमवसादयेत् ।
आत्मैव ह्यात्मनो बन्धुरात्मैव रिपुरात्मनः ॥ ५ ॥

உத்$_3$த$_4$ரேத்$_3$ ஆத்மனாத்மானம்' நாத்மானம் அவஸாத$_3$யேத்
ஆத்மைவ ஹ்யாத்மனோ ப$_3$ந்து$_3$ர் ஆத்மைவ ரிபுர் ஆத்மன:

உத்$_3$த$_4$ரேத்—விடுதலை செய்ய வேண்டும்; *ஆத்மனா*—மனதால்; *ஆத்மானம்*—கட்டுண்ட ஆத்மா; *ந*—என்றுமில்லை; *ஆத்மானம்*—கட்டுண்ட ஆத்மா; *அவஸாத$_3$யேத்*—இழி நிலையை அடையச் செய்ய; *ஆத்மா*—மனம்; *ஏவ*—நிச்சயமாக; *ஹி*—ஐயமின்றி; *ஆத்மன:*—கட்டுண்ட ஆத்மாவின்; *ப$_3$ந்து:$_4$*—நண்பன்; *ஆத்மா*—மனம்; *ஏவ*—நிச்சயமாக; *ரிபு:*—எதிரி; *ஆத்மன:*—கட்டுண்ட ஆத்மாவின்.

மனதின் உதவியுடன் ஒருவன் தன்னை உயர்த்திக்கொள்ள வேண்டுமேயொழிய தாழ்த்திக்கொள்ளக் கூடாது. மனமே கட்டுண்ட ஆத்மாவின் நண்பனும் எதிரியுமாவான்.

பொருளுரை: *ஆத்மா* எனும் சொல், உபயோகிக்கப்படும் இடத்திற்கு ஏற்ப உடல், மனம், ஆத்மா என வெவ்வேறு பொருள்படும். யோக முறையில், கட்டுண்ட ஆத்மாவும், மனமும் மிகவும் முக்கியமானவை. யோகப் பயிற்சியின் மையம் மனமே என்பதால், இங்கே *ஆத்மா* என்பது மனதைக் குறிக்கின்றது. யோகப் பயிற்சியின் நோக்கம், மனதைக் கட்டுப்படுத்துவதும் புலனின்பப் பொருட்களின் மீதான பற்றிலிருந்து அதனை விலக்குவதுமாகும். அறியாமை எனும் சகதியிலிருந்து கட்டுண்ட ஆத்மாவை விடுவிக்கும் வகையில் மனதைப் பயிற்சி செய்ய வேண்டும் என்று இங்கே வலியுறுத்தப்பட்டுள்ளது. ஜட வாழ்வில் உள்ளவன் மனதின் ஆதிக்கத்திற்கும் புலன்களின் ஆதிக்கத்திற்கும் உட்பட்டவன். உண்மை என்னவெனில், ஜட இயற்கையை ஆள விரும்பும் அஹங்காரத்துடன் மனம் இணைந்துள்ளதால், தூய ஆத்மா இப்பௌதிக உலகில் சிக்கியுள்ளது. எனவே, ஜட இயற்கையின் பளபளப்பினால் கவரப்படாதவாறு மனம் பயிற்சியளிக்கப்பட வேண்டும். அதன் மூலம், கட்டுண்ட ஆத்மாவை காப்பாற்றலாம். புலனின்பப் பொருட்களின் கவர்ச்சியினால் ஒருவன் தன்னை இழிவுபடுத்திக்கொள்ளக் கூடாது. ஒருவன் எந்த அளவிற்கு புலனின்பப் பொருட்களால் கவரப்படுகிறானோ, அந்த அளவிற்கு அவன் ஜட வாழ்வில் பிணைக்கப்படுகிறான். இப்பிணைப்பிலிருந்து

விடுபட மனதை கிருஷ்ண உணர்வில் ஈடுபடுத்துவதே மிகச்சிறந்த வழியாகும். இதனை நிச்சயமாகச் செய்ய வேண்டும் என்று வலியுறுத்துவதற்காக, *ஹி* எனும் சொல் இங்கு உபயோகப் படுத்தப்பட்டுள்ளது. மேலும் பின்வருமாறும் கூறப்பட்டுள்ளது:

மன ஏவ மனுஷ்யாணாம்' காரணம்' ப$_3$ந்த$_4$-மோக்ஷயோ:
ப$_3$ந்தா$_4$ய விஷயாஸங்கோ$_3$ முக்த்யை நிர்விஷயம்' மன:

"மனிதனின் பந்தத்திற்கும் மோக்ஷத்திற்கும் மனமே காரணம். புலனின்பப் பொருட்களில் ஆழ்ந்துள்ள மனம் பந்தத்திற்கும், அவற்றிலிருந்து விலக்கப்பட்ட மனம் மோக்ஷத்திற்கும் காரணமாகின்றன." (*அம்ருத-பி$_3$ந்து$_3$ உபநிஷத்$_2$*) எனவே, கிருஷ்ண உணர்வில் எப்போதும் ஈடுபடுத்தப்பட்டுள்ள மனம் உன்னத மோக்ஷத்திற்கு காரணமாகின்றது.

ஸ்லோகம் 6

बन्धुरात्मात्मनस्तस्य येनात्मैवात्मना जितः ।
अनात्मनस्तु शत्रुत्वे वर्तेतात्मैव शत्रुवत् ॥ ६ ॥

ப$_3$ந்து$_3$ர் ஆத்மாத்மனஸ் தஸ்ய யேனாத்மைவாத்மனா ஜித:
அனாத்மனஸ் து ஷ$_2$த்ருத்வே வர்தேதாத்மைவ ஷ$_2$த்ரு-வத்

ப$_3$ந்து:$_4$—நண்பன்; *ஆத்மா*—மனம்; *ஆத்மன:*—ஜீவனின்; *தஸ்ய*—அவனது; *யேன*—எதனால்; *ஆத்மா*—மனம்; *ஏவ*—நிச்சயமாக; *ஆத்மனா*—ஜீவனால்; *ஜித:*—வெல்லப்பட்ட; *அனாத்மன:*—மனதைக் கட்டுப்படுத்தத் தவறியவனின்; *து*—ஆனால்; *ஷ$_2$த்ருத்வே*—விரோதத்தினால்; *வர்தேத*—அமைகின்றது; *ஆத்மா ஏவ*—அந்த மனமே; *ஷ$_2$த்ருவத்*—விரோதியாக.

மனதை வென்றவனுக்கு மனமே சிறந்த நண்பனாகும்; ஆனால் அவ்வாறு செய்யத் தவறுபவனுக்கோ, அதுவே மிகப்பெரிய விரோதியாகும்.

பொருளுரை: மனதை நண்பனாகச் செயல்படும்படி (மனிதனின் குறிக்கோளை நிறைவேற்றிக்கொள்ள) கட்டுப்படுத்துவதே அஷ்டாங்க யோகப் பயிற்சியின் நோக்கமாகும். மனம் கட்டுப்படுத்தப்படவில்லையெனில், வெறுமே வெளி காட்சிக்காகச் செய்யப்படும் யோகம் பலனற்ற கால விரயமே. மனதை அடக்க முடியாதவன் எப்போதும் மிகப்பெரிய விரோதியுடன் வாழ்கிறான். இதனால் அவனது வாழ்வும் நோக்கமும் பாழாகின்றன. உயர்ந்தவரின் கட்டளைகளைச் செயலாற்றுவதே ஜீவனின் ஆதார நிலையாகும். மனம் வெல்லப்படாத எதிரியாக இருக்கும் வரை, காமம், கோபம், பேராசை, மோகம் போன்றவற்றின் கட்டளைகளுக்கு ஒருவன்

கீழ்ப்படிய வேண்டியதுதான். ஆனால் மனம் வெல்லப்பட்டுவிட்டபின், அனைவரது இதயத்திலும் பரமாத்மாவாக வீற்றுள்ள முழுமுதற் கடவுளின் ஆணைகளை நிறைவேற்ற அவன் தானாகவே முன் வருவான். உண்மையான யோகப் பயிற்சி, இதயத்தினுள் உள்ள பரமாத்மாவை சந்தித்து, அவரது வழிகாட்டுதலை பின்பற்றுவதையும் உள்ளடக்கியதாகும். கிருஷ்ண உணர்வை நேரடியாக மேற்கொள்பவனுக்கு, பகவானின் கட்டளைகளிடம் முழுமையாக சரணடைவது என்னும் தன்மை தானாக வந்தடைகிறது.

ஸ்லோகம் 7

जितात्मनः प्रशान्तस्य परमात्मा समाहितः ।
शीतोष्णसुखदुःखेषु तथा मानापमानयोः ॥ ७ ॥

ஜிதாத்மன: ப்ரஷா$_2$ந்தஸ்ய பரமாத்மா ஸமாஹித:
ஷீ$_2$தோஷ்ண-ஸுக$_2$-து:$_3$கே$_2$ஷு ததா$_2$ மானாபமானயோ:

ஜித-ஆத்மன:—மனதை வென்றவனின்; *ப்ரஷா$_2$ந்தஸ்ய*—மனதின் மீதான கட்டுப்பாட்டினால் சாந்தியடைந்தவன்; *பரம-ஆத்மா*—பரமாத்மா; *ஸமாஹித:*—முழுமையாய் அடையப்பட்டு; *ஷீ$_2$த*—குளிர்; *உஷ்ண*—வெப்பம்; *ஸுக$_2$*—சுகம்; *து:$_3$கே$_2$ஷு*—துக்கத்திலும்; *ததா$_2$*—மேலும்; *மான*—மானம்; *அபமானயோ:*—அவமானத்திலும்.

மனதை வென்றவன், அமைதியை அடைந்து விட்டதால், பரமாத்மா அவனுக்கு ஏற்கனவே அடையப்பட்டுவிடுகின்றார். அத்தகு மனிதனுக்கு இன்ப துன்பம், குளிர் வெப்பம், மான அவமானம் எல்லாம் சமமே.

பொருளுரை: உண்மையில், எல்லா ஜீவன்களும், பரமாத்மாவாக அனைவரது இதயத்திலும் வீற்றுள்ள பரம புருஷ பகவானின் ஆணைகளுக்குக் கட்டுப்பட்டு நடக்க வேண்டியவர்கள். ஒருவனது மனம் வெளிப்புற மாயா சக்தியால் வழிதவறும்போது, அவன் ஜடச் செயல்களில் பிணைக்கப்படுகிறான். எனவே, ஏதேனும் ஒரு யோக முறையினால் அவனது மனம் கட்டுப்படுத்தப்பட்ட உடன், அவன் இலட்சியத்தை அடைந்தவனாகக் கருதப்பட வேண்டும். ஒவ்வொருவரும் உயர்ந்தவரின் ஆணைக்குக் கட்டுப்பட்டேயாக வேண்டும். உயர் இயற்கையில் மனம் நிலைபெறும்போது, பகவானின் ஆணைகளுக்கு உட்படுவதைத் தவிர ஒருவனுக்கு வேறு வழியில்லை. மனம் ஏதேனும் ஓர் உயர் ஆணையை ஏற்று, அதன்படி நடக்க வேண்டும். மனதை அடக்குவதன் விளைவு என்னவெனில், அது தானாகவே பரமாத்மாவின் ஆணைகளுக்குக் கீழ்படிந்துவிடும். இத்தகு திவ்யமான நிலை, கிருஷ்ண உணர்வில்

உடனடியாக அடையப்படுவதால், பகவானின் பக்தன், ஜட வாழ்வின் இருமைகளான இன்ப துன்பம், குளிர் வெப்பம் போன்றவற்றால் பாதிக்கப்படுவதில்லை. இந்நிலையே உண்மையில் ஸமாதி (பரமனில் ஆழ்ந்திருத்தல்) எனப்படும்.

ஸ்லோகம் 8

ज्ञानविज्ञानतृप्तात्मा कूटस्थो विजितेन्द्रिय: ।
युक्त इत्युच्यते योगी समलोष्टाश्मकाञ्चन: ॥ ८ ॥

ஜ்ஞான-விஜ்ஞான-த்ரு'ப்தாத்மா கூட-ஸ்தோ$_2$ விஜிதேந்த்$_3$ரிய:
யுக்த இத்யுச்யதே யோகீ$_3$ ஸம-லோஷ்ட்ராஷ்$_2$ம-காஞ்சன:

ஜ்ஞான—பெற்ற ஞானத்தாலும்; *விஜ்ஞான*—உணர்ந்த ஞானத்தாலும்; *த்ரு'ப்த*—திருப்தியுற்ற; *ஆத்மா*—ஆத்மா; *கூட-ஸ்த:$_2$*—ஆன்மீகத்தில் நிலைத்து; *விஜித-இந்த்$_3$ரிய:*—புலனடக்கத்துடன்; *யுக்த:*—தன்னுணர்வுக்குத் தக்கவனாய்; *இதி*—இவ்வாறாக; *உச்யதே*—கூறப்படுகிறது; *யோகீ$_3$*—யோகி; *ஸம*—சமநிலை கொண்டவன்; *லோஷ்ட்ர*—கூழாங்கற்கள்; *அஷ்$_2$ம*—கற்கள்; *காஞ்சன:*—தங்கம்.

ஒருவன் ஞானத்தினாலும், விஞ்ஞானத்தினாலும் (அனுபவ ஞானத்தினாலும்) முழு திருப்தியடையும்போது, அவன் தன்னுணர்வில் நிலைபெற்றவன் என்றும், யோகி என்றும் அழைக்கப்படுகிறான். அத்தகையோன் உன்னதத்தில் நிலைபெற்று தன்னடக்கத்துடன் உள்ளான். கூழாங்கற்களோ, கற்களோ, தங்கமோ, அவன் அனைத்தையும் சமமாகக் காண்கிறான்.

பொருளுரை: பரம உண்மையை உணராத புத்தக அறிவு வீணானதாகும். இது பின்வருமாறு கூறப்படுகின்றது:

அத: ஸ்ரீ-க்ரு'ஷ்ண-நாமாதி$_3$ ந ப$_4$வேத்$_3$ க்$_3$ராஹ்யம் இந்த்$_3$ரியை:
ஸேவோன்முகே$_2$ ஹி ஜிஹ்வாதௌ$_3$ ஸ்வயம் ஏவ ஸ்பு$_2$ரத்யத:$_3$

"ஜடத்தினால் களங்கமுற்ற தனது புலன்களைக் கொண்டு, ஸ்ரீ கிருஷ்ணரின் நாமம், ரூபம், குணம், லீலை ஆகியவற்றின் திவ்யமான இயற்கையை எவராலும் உணர முடியாது. திவ்யமான பகவத் சேவையில் ஆன்மீக நிறைவை அடையும்போது மட்டுமே, பகவானின் நாமம், ரூபம், குணம், லீலை ஆகியவை ஒருவனுக்குத் தாமாக வெளிப்படுத்தப்படுகின்றன." (பக்தி ரஸாம்ருத சிந்து 1.2.234)

இந்த பகவத் கீதை கிருஷ்ண உணர்வைப் பற்றிய விஞ்ஞானமாகும். வெறும் ஏட்டறிவினால் யாரும் கிருஷ்ண உணர்வை அடைய முடியாது. ஒருவன் தூய உணர்வுடையவருடன் பழகுமளவிற்கு

அதிர்ஷ்டம் நிறைந்தவனாக இருக்க வேண்டும். தூய பக்தித் தொண்டினால் திருப்தியுற்று விளங்கும் கிருஷ்ண உணர்வுடைய நபர், கிருஷ்ணரின் அருளினால் அனுபவ ஞானத்துடன் உள்ளார். அனுபவ ஞானத்தினால் ஒருவன் பக்குவமடைகிறான். திவ்ய ஞானத்தை உடையவன் தனது நம்பிக்கையில் திடமாக இருக்க முடியும்; ஆனால் வெறும் ஏட்டறிவினை உடையவன், எளிதில் மயங்குவதுடன் மேலோட்டமான முரண்பாடுகளால் குழப்பமும் அடைகிறான். கிருஷ்ணரிடம் சரணடைந்து தன்னை உணர்ந்துள்ள ஆத்மா மட்டுமே, உண்மையில் தன்னடக்கம் உடையவனாவான். பௌதிக ஏட்டுக் கல்வியுடன் அவனுக்கு எந்தத் தொடர்பும் இல்லாததால் அவன் திவ்யமானவனாவான். பிறருக்குத் தங்கமாகத் தோன்றும் ஏட்டறிவும் மன அனுமானமும், அவனைப் பொறுத்த வரையில், கூழாங்கற்கள் அல்லது கற்களைவிட உயர்ந்தவை கிடையாது.

ஸ்லோகம் 9

सुहृन्मित्रार्युदासीनमध्यस्थद्वेष्यबन्धुषु ।
साधुष्वपि च पापेषु समबुद्धिर्विशिष्यते ॥ ९ ॥

ஸுஹ்ருʼன்-மித்ரார்ய்-உதா$_3$ஸீன- மத்$_4$யஸ்த$_2$-த்$_3$வேஷ்ய-ப$_3$ந்து$_3$ஷு
ஸாது$_4$ஷ்வ் அபி ச பாபேஷு ஸம-பு$_3$த்$_3$தி$_4$ர் விஷி$_2$ஷ்யதே

ஸு-ஹ்ருʼத்—இயற்கையான நலன் விரும்பி; *மித்ர*—நண்பர்கள்; *அரி*—விரோதிகள்; *உதா$_3$ஸீன*—நடுநிலையில் இருப்போன்; *மத்$_4$யஸ்த$_2$*—சமாதானம் செய்வோர்; *த்$_3$வேஷ்ய*—பொறாமை கொண்டோர்; *ப$_3$ந்து$_4$ஷு*—உறவினர்கள் அல்லது நலன் விரும்பிகள்; *ஸாது$_4$ஷு*—சாதுக்களிடமும்; *அபி*—அதுபோன்றே; *ச*—மேலும்; *பாபேஷு*—பாவிகளிடமும்; *ஸம-பு$_3$த்$_3$தி:$_4$*—சம புத்தியுடையவன்; *விஷி$_2$ஷ்யதே*—மிகவும் முன்னேறியவன்.

நேர்மையான நலன் விரும்பிகள், பாசத்துடன் நன்மை செய்வோர், நடுநிலை கொண்டோர், சமாதானம் செய்வோர், பொறாமை கொண்டோர், நண்பர்கள், எதிரிகள், சாதுக்கள், பாவிகள் என அனைவரையும் சமமான மனதுடன் நடத்துபவன், மேலும் முன்னேறியவனாகக் கருதப்படுகிறான்.

ஸ்லோகம் 10

योगी युञ्जीत सततमात्मानं रहसि स्थितः ।
एकाकी यतचित्तात्मा निराशीरपरिग्रहः ॥ १० ॥

யோகீ$_3$ யுஞ்ஜீத ஸததம் ஆத்மானம்' ரஹஸி ஸ்தி$_2$த:
ஏகாகீ யத-சித்தாத்மா நிராஷீ$_2$ர் அபரிக்$_3$ரஹ:

யோகீ₃—ஆன்மீகவாதி; *யுஞ்ஜீத*—கிருஷ்ண உணர்வில் கவனம் செலுத்த வேண்டும்; *ஸததம்*—எப்போதும்; *ஆத்மானம்*—தன்னை (உடல், மனம், ஆன்மாவினால்); *ரஹஸி*—தனியிடத்தில்; *ஸ்தி₂த:*—இவ்வாறு நிலைபெற்று; *ஏகாகீ*—தனியே; *யத-சித்த-ஆத்மா*—எப்போதும் மனதில் கவனமாக; *நிராஷீ:₂*—வேறு எதனாலும் கவரப்படாமல்; *அபரிக்₃ரஹ:*—உரிமை உணர்விலிருந்து விடுபட்டு.

யோகியானவன் தனது உடல், மனம் மற்றும் ஆத்மாவினை பரமனின் தொடர்பில் எப்போதும் ஈடுபடுத்த வேண்டும்; அவன் தனிமையான இடத்தில் தனியே வசித்து, மனதை கவனத்துடன் எப்போதும் கட்டுப்படுத்த வேண்டும். அவன் உரிமை உணர்வுகளிலிருந்தும் ஆசைகளிலிருந்தும் விடுபட்டிருக்க வேண்டும்.

பொருளுரை: பிரம்மன், பரமாத்மா, பரம புருஷ பகவான் என்னும் மூன்று நிலைகளில் கிருஷ்ணர் உணரப்படுகிறார். கிருஷ்ண உணர்வு என்றால் பகவானின் திவ்யமான அன்புத் தொண்டில் எப்போதும் ஈடுபட்டிருப்பதாகும். ஆனால் அருவ பிரம்மனிடமோ, உள்ளிருக்கும் பரமாத்மாவிடமோ பற்றுதல் கொண்டுள்ளவர்களும், ஒருவகையில் கிருஷ்ண உணர்வினரே. ஏனெனில், கிருஷ்ணரின் ஆன்மீக ஒளிக்கதிரே அருவப் பிரம்மன், எங்கும் பரவியிருக்கும் கிருஷ்ணரின் விரிவங்கமே பரமாத்மா. இவ்வாறாக அருவவாதியும் யோகியும்கூட மறைமுகமாக கிருஷ்ண உணர்வில் இருப்பவர்களே. பிரம்மன் மற்றும் பரமாத்மாவின் பொருளை அறிந்திருப்பதால், கிருஷ்ண உணர்வில் நேரடியாக ஈடுபட்டிருக்கும் பக்தன் தலைசிறந்த ஆன்மீகவாதி யாவான். பூரண உண்மையைப் பற்றிய அவனது ஞானம் பக்குவமானதாகும், ஆனால் அருவவாதியும் தியான யோகியும் பக்குவமற்ற கிருஷ்ண உணர்வில் உள்ளனர்.

இருப்பினும், என்றோ ஒருநாள் இவர்கள் உயர்ந்த பக்குவநிலையை அடையக்கூடும் என்பதால், இவர்கள் எல்லாருமே தங்களது குறிப்பிட்ட முயற்சிகளில் இடையறாது ஈடுபட்டிருக்கும்படி இங்கு உபதேசிக்கப்படுகின்றனர். ஆன்மீகவாதியின் முதல் கடமை மனதை எப்போதும் கிருஷ்ணரில் நிலைநிறுத்துவதாகும். எப்போதும் கிருஷ்ணரை நினைக்க வேண்டும், அவரை ஒரு கணமும் மறக்கக் கூடாது. பரமனில் மனத்தை ஒருமுகப்படுத்துதல் ஸமாதி எனப்படுகிறது. மனதை ஒருமுகப்படுத்த, எப்போதும் தனியிடத்தில் வசித்து, வெளிப்புற பொருட்களின் தொல்லைகளைத் தவிர்க்க வேண்டும். தனது ஆன்மீக உணர்வுகளுக்குச் சாதகமானவற்றை ஏற்று, பாதகமானவற்றை தவிர்ப்பதில் மிகவும் கவனமாக இருக்க

வேண்டும். மேலும், பக்குவமான மன உறுதியுடன், தன்னை உரிமையுணர்வினுள் பந்தப்படுத்தும் தேவையற்ற ஜடப் பொருட்களுக்காக ஏங்கக் கூடாது.

கிருஷ்ண உணர்வில் நேரடியாக ஈடுபடும்போது, இந்த பக்குவங்களும், எச்சரிக்கைகளும் உரிய முறையில் நிறைவேற்றப்படுகின்றன. ஏனெனில், 'தனது' எனும் உணர்வை தியாகம் செய்வதே நேரடி கிருஷ்ண உணர்வு என்பதால், ஜட உரிமையுணர்வுக்கான வாய்ப்புகள் மிகவும் குறைவு. ஸ்ரீல ரூப கோஸ்வாமி கிருஷ்ண உணர்வினைப் பின்வருமாறு வகைப்படுத்துகின்றார்:

அனாஸக்தஸ்ய விஷயான் யதா₂ர்ஹம் உபயுஞ்ஜத:
நிர்ப₃ந்த:₃ க்ரு'ஷ்ண-ஸம்ப₃ந்தே₃ யுக்தம்' வைராக்₃யம் உச்யதே

ப்ராபஞ்சிகதயா பு₃த்₃த்₄யா ஹரி-ஸம்ப₃ந்தி₃-வஸ்துன:
முமுக்ஷுபி:₄ பரித்யாகோ₃ வைராக்₃யம்' ப₂ல்கு₃ கத்₂யதே

"ஒருவன் எதிலும் பற்றுதல்கொள்ளாமல், அதே சமயம் கிருஷ்ணருடன் தொடர்புடைய அனைத்தையும் ஏற்றுக்கொள்ளும்போது, அவன் உரிமை உணர்வுகளுக்கு அப்பாற்பட்ட நிலையில் உள்ளான். மறுபுறம், கிருஷ்ணருடனான சம்பந்தத்தை அறிந்துகொள்ளாமல் எல்லாவற்றையும் துறப்பவன், துறவில் முழுமை பெற்றவனல்ல." (பக்தி ரஸாம்ருத சிந்து 1.2.255–256)

அனைத்தும் கிருஷ்ணருக்குச் சொந்தமானவை என்பதை கிருஷ்ண உணர்வினன் நன்றாக அறிந்துள்ளதால், தன்னுடைய சொத்து என்னும் எண்ணத்திலிருந்து அவன் எப்போதும் விடுபட்டுள்ளான். இதனால் தனக்காக எதையும் அடைவதற்கு அவன் ஏங்குவதில்லை. கிருஷ்ண உணர்விற்குச் சாதகமானவற்றை எவ்வாறு ஏற்பது, பாதகமானவற்றை எவ்வாறு நிராகரிப்பது என்பதை அவன் அறிவான். அவன் எப்போதும் திவ்யமானவன் என்பதால், எப்போதுமே ஜட விஷயங்களிலிருந்து விலகியுள்ளான். கிருஷ்ண உணர்வில் இல்லாதவருடன் அவனுக்குச் செய்வதற்கு ஒன்றும் இல்லை என்பதால், அவன் எப்போதுமே தனியாக இருக்கிறான். எனவே, கிருஷ்ண உணர்வில் இருப்பவனே பக்குவமான யோகியாவான்.

ஸ்லோகங்கள் 11–12

शुचौ देशे प्रतिष्ठाप्य स्थिरमासनमात्मनः ।
नात्युच्छ्रितं नातिनीचं चैलाजिनकुशोत्तरम् ॥ ११ ॥
तत्रैकाग्रं मनः कृत्वा यतचित्तेन्द्रियक्रियः ।
उपविश्यासने युञ्ज्याद्योगमात्मविशुद्धये ॥ १२ ॥

ஷு₂செள தே₃ஷே₂ ப்ரதிஷ்டா₂ப்ய ஸ்தி₂ரம் ஆஸனம் ஆத்மன:
நாத்ய்-உச்ச்₂ரிதம்' நாதி-நீசம்' சைலாஜின-குஷோ₂த்தரம்
தத்ரைகாக்₃ரம்' மன: க்ரு'த்வா யத-சித்தேந்த்₃ரிய-க்ரிய:
உபவிஷ்₂யாஸனே யுஞ்ஜ்யாத்₃ யோக₃ம் ஆத்ம-விஷு₂த்₃த₄யே

ஷு₂செள—தூய்மையான; *தே₃ஷே₂*—இடத்தில்; *ப்ரதிஷ்டா₂ப்ய*—அமைத்த; *ஸ்தி₂ரம்*—நிலையான; *ஆஸனம்*—ஆசனத்தில்; *ஆத்மன:*—தன்னையே சார்ந்து; *ந*—அல்லாத; *அதி*—மிக; *உச்ச்₂ரிதம்*—உயரமோ; *ந*—அல்லாத; *அதி*—மிக; *நீசம்*—தாழ்வோ; *சைல-அஜின*—மென்மையான துணியும், மான் தோலும்; *குஷ₂*—தர்ப்பைப்புல்; *உத்தரம்*—மூடி; *தத்ர*—இவற்றின் மேல்; *ஏக-அக்₃ரம்*—ஒருமுகமான; *மன:*—மனதோடு; *க்ரு'த்வா*—இவ்வாறு அமர்ந்து; *யத-சித்த*—மனதை அடக்கி; *இந்த்₃ரிய*—புலன்கள்; *க்ரிய:*—செயல்கள்; *உபவிஷ்₂ய*—அமர்ந்து; *ஆஸனே*—ஆசனத்தில்; *யுஞ்ஜ்யாத்*—பயில வேண்டும்; *யோக₃ம்*—யோகப் பயிற்சியை; *ஆத்மா*—இதயத்தை; *விஷு₂த்₃த₄யே*—தூய்மைபடுத்து வதற்காக.

யோகத்தைப் பயில, தனிமையான இடத்திற்குச் சென்று, நிலத்தில் தர்பைப்புல்லைப் பரப்பி, அதனை மான் தோலாலும் மென்மையான துணியினாலும் மறைக்க வேண்டும். இந்த ஆசனம் மிக உயரமாகவோ, தாழ்வாகவோ இல்லாமல் புனிதமான இடத்தில் அமைந்திருக்க வேண்டும். பின்னர், இதன் மேல் ஸ்திரமாக அமர்ந்து, மனம், புலன்கள் மற்றும் செயல்களைக் கட்டுப்படுத்தி, மனதை ஒருமுகப்படுத்தி, இதயத்தைத் தூய்மைபடுத்துவதற்காக யோகியானவன் யோகத்தைப் பயில வேண்டும்.

பொருளுரை: “புனிதமான இடம்” என்பது புண்ணிய யாத்திரைத் தலங்களைக் குறிக்கின்றது. இந்தியாவில் யோகிகள் அனைவரும் (ஆன்மீகர்களும், பக்தர்களும்) வீட்டை விட்டு வெளியேறி, கங்கை, யமுனை போன்ற புண்ணிய நதிகள் ஓடும் பிரயாகை, மதுரா, விருந்தாவனம், ரிஷிகேஷ், ஹரித்வார் போன்ற புனிதத் தலங்களை அடைந்து, தனிமையில் யோகத்தைப் பயில்கின்றனர். ஆனால் இஃது அனைவருக்கும் சாத்தியமானதல்ல, குறிப்பாக மேலை நாட்டினருக்கு. மாநகரங்களில் இயங்கும் பெயரளவிலான யோகா மையங்கள், பௌதிக இலாபத்தைச் சேர்ப்பதில் வேண்டுமானால் வெற்றி பெறலாமே தவிர, உண்மையான யோகப் பயிற்சிக்கு சற்றும் தகுதியற்றவை. தொல்லையிலிருந்து விடுபட்ட மனமும் தன்னடக்கமும் இல்லாத நபர் தியானத்தைப் பயில முடியாது. மேலும், தற்போதைய கலி யுகத்தில், மக்கள் குறைந்த ஆயுளுடனும்,

ஆன்மீகத்தில் நாட்டமில்லாமலும், எப்போதும் பற்பல கவலைகளுடனும் வாழ்கின்றனர். எனவேதான், *ப்$_3$ருஹன் நாரதீ$_3$ய* புராணத்தில், ஆன்மீகத்தை உணர்வதற்கான ஒரே வழி இறைவனின் திருநாமத்தை உச்சரிப்பதே என்று கூறப்பட்டுள்ளது:

ஹரேர் நாம ஹரேர் நாம ஹரேர் நாமைவ கேவலம்
கலௌ நாஸ்த்யேவ நாஸ்த்யேவ நாஸ்த்யேவ க$_3$திர் அன்யதா$_2$

"போலித்தனமும், சச்சரவும் நிறைந்த இக்கலி யுகத்தில், விடுதலைக்கான ஒரே வழி இறைவனின் திருநாமத்தை உச்சரிப்பதே. இதைத் தவிர வேறு கதியில்லை, வேறு கதியில்லை, வேறு கதியில்லை."

ஸ்லோகங்கள் 13–14

समं कायशिरोग्रीवं धारयन्नचलं स्थिरः ।
सम्प्रेक्ष्य नासिकाग्रं स्वं दिशश्चानवलोकयन् ॥ १३ ॥
प्रशान्तात्मा विगतभीर्ब्रह्मचारिव्रते स्थितः ।
मनः संयम्य मच्चित्तो युक्त आसीत मत्परः ॥ १४ ॥

ஸமம்' காய-ஷி$_2$ரோ-க்$_3$ரீவம்' தா$_4$ரயன்ன் அசலம்' ஸ்தி$_2$ர:
ஸம்ப்ரேக்ஷ்ய நாஸிகாக்$_3$ரம்' ஸ்வம்' தி$_3$ஷ$_2$ஷ்$_2$ சானவலோகயன்

ப்ரஷா$_2$ந்தாத்மா விக$_3$த-பீ$_4$ர் ப்$_3$ரஹ்மசாரி-வ்ரதே ஸ்தி$_2$த:
மன: ஸம்'யம்ய மச்-சித்தோ யுக்த ஆஸீத மத்-பர:

ஸமம்—நேராக; *காய*—உடல்; *ஷி$_2$ர:*—தலை; *க்$_3$ரீவம்*—கழுத்து; *தா$_4$ரயன்*—நிறுத்தி; *அசலம்*—அசையாமல்; *ஸ்தி$_2$ர:*—ஸ்திரமாக; *ஸம்ப்ரேக்ஷ்ய*—பார்வை; *நாஸிக*—மூக்கின்; *அக்$_3$ரம்*—நுனியில்; *ஸ்வம்*—தனது; *திஷ:$_2$*—எல்லா திசைகளில்; *ச*—மேலும்; *அனவலோகயன்*—பார்க்காமல்; *ப்ரஷா$_2$ந்த*—கிளர்ச்சியின்றி; *ஆத்மா*—மனம்; *விக$_3$த-பீ:$_4$*—பயமின்றி; *ப்$_3$ரஹ்மசாரி-வ்ரதே*—பிரம்மசரிய விரதத்துடன்; *ஸ்தி$_2$த:*—நிலையுற்று; *மன:*—மனதை; *ஸம்யம்ய*—முழுமையாக அடக்கி; *மத்*—என்னிடம் (கிருஷ்ணரிடம்); *சித்த:*—மனதை ஒருமுகப்படுத்தி; *யுக்த:*—உண்மையான யோகி; *ஆஸீத*—அமர வேண்டும்; *மத்*—என்னை; *பர:*—இறுதி இலட்சியம்.

தனது உடல், கழுத்து மற்றும் தலையை நேராக வைத்தமர்ந்து நாசி நுனியை ஸ்திரமாக நோக்க வேண்டும். இவ்வாறாக, கிளர்ச்சியற்ற, அடக்கப்பட்ட மனதோடு, பயமின்றி, பிரம்மசரிய விரதத்துடன், இதயத்தினுள் உள்ள என்மீது தியானம் செய்து, என்னையே வாழ்வின் இறுதிக் குறிக்கோளாக நிலைநிறுத்த வேண்டும்.

பொருளுரை: நான்கு கரங்கள் கொண்ட விஷ்ணுவின் உருவில், எல்லாரின் இதயத்திலும் வீற்றுள்ள பரமாத்மாவான கிருஷ்ணரை அறிவதே வாழ்வின் இலட்சியமாகும். விஷ்ணுவின் இந்த பரமாத்மா உருவைத் தேடிக் காண்பதே யோகப் பயிற்சியின் உண்மை நோக்கம், வேறெந்த நோக்கமும் கிடையாது. ஒவ்வொருவரது இதயத்திலும் வீற்றிருக்கும் *விஷ்ணு—மூர்த்தி,* கிருஷ்ணரின் விரிவங்கமே. இந்த *விஷ்ணு—மூர்த்தியை* உணரும் நோக்கமின்றி, போலியான யோகத்தில் ஈடுபட்டிருப்பவன் நிச்சயமாக நேரத்தை வீணடிக்கின்றான். கிருஷ்ணரே வாழ்வின் இறுதிக் குறிக்கோள். இதயத்தினுள் அமைந்துள்ள *விஷ்ணு—மூர்த்தி,* யோகப் பயிற்சியின் பொருளாவார். இதயத்தில் அமைந்துள்ள இந்த *விஷ்ணு—மூர்த்தியைக்* காண்பதற்கு, ஒருவன் பாலுறவு வாழ்விலிருந்து அறவே விலகியிருக்க வேண்டும்; எனவே, அவன் வீட்டைவிட்டு விலகி, மேற்கூறியபடி அமர்ந்து தனியிடத்தில் வசிக்க வேண்டும். தினமும் வீட்டிலோ, வெளியிலோ உடலுறவை அனுபவித்துக் கொண்டு, போலியான யோக வகுப்புகளில் பங்கு கொள்பவன் யோகியாகி விட முடியாது. ஒருவன் மனதைக் கட்டுப்படுத்தவும், எல்லாவித புலனுகர்ச்சிகளைத் (இவற்றில் பாலுறவே தலையாயதாகும்) தவிர்க்கவும், பயிற்சி செய்ய வேண்டும். பெரும் முனிவர் யஜ்ஞவல்கியரால் எழுதப்பட்ட பிரம்மசரிய விதிகளில் பின்வருமாறு கூறப்பட்டுள்ளது:

> கர்மணா மனஸா வாசா ஸர்வாவஸ்தா₂ஸு ஸர்வதா₃
> ஸர்வத்ர மைது₂ன-த்யாகோ₃ ப்₃ரஹ்மசர்யம்' ப்ரசக்ஷதே

"எல்லாச் சூழ்நிலைகளிலும் எல்லா இடங்களிலும் எல்லா நேரங்களிலும், ஒருவன் தனது செயல், பேச்சு, மற்றும் மனதால் பாலுறவில் ஈடுபடுவதைத் தடுக்க பிரம்மசரிய விரதம் உதவுகின்றது." பாலுறவில் ஈடுபட்டிருப்பவன் எவனும் முறையான யோகத்தைப் பயில முடியாது. எனவே, உடலுறவு பற்றி அறியாதபோதே, சிறு வயதிலிருந்தே பிரம்மசரியம் கற்றுக் கொடுக்கப்படுகின்றது. ஐந்து வயதை எட்டிய குழந்தைகள் குருகுலத்திற்கு அனுப்பப்படுகின்றனர்; அங்கே குருவின் ஆசிரமத்தில், அந்த இளம் சிறுவர்கள் பிரம்மசாரிகளாவதற்குத் தேவையான கடுமையான ஒழுக்கத்துடன் குருவினால் கற்றுக் கொடுக்கப்படுகின்றனர். அத்தகு பயிற்சியின்றி எவரும் எந்த யோகத்திலும் (தியானத்திலோ, ஞானத்திலோ, பக்தியிலோ) முன்னேற்றமடைய முடியாது. இருப்பினும், திருமண வாழ்வின் சட்ட திட்டங்களைக் கடைப்பிடித்து, தன் மனைவியுடன் மட்டுமே உறவு கொள்பவனும் (அந்த உறவிலும் கட்டுப்பாடுகள் உண்டு) பிரம்மசாரி என்றே அழைக்கப்படுகிறான். இத்தகு

கட்டுப்பாடுடைய இல்லற பிரம்மசாரியினை, பக்தி மார்க்கத்தில் ஏற்றுக்கொள்ள முடியும். ஆனால் ஞான மார்க்கத்திலும் தியான மார்க்கத்திலும் இல்லற பிரம்மசாரிகளுக்கு அனுமதிகூட கிடையாது. அம்முறைகளில் பாலுறவு வாழ்வினை முற்றிலும் நிறுத்துதல் இன்றியமையாததாகும், அதில் விட்டுக் கொடுப்பதற்கு வாய்ப்பில்லை. பக்தி மார்க்கத்திலோ, இல்லற பிரம்மசாரி கட்டுப்படுத்தப்பட்ட பாலுறவிற்கு அனுமதிக்கப்படுகிறான்; ஏனெனில், இறைவனின் உயர் சேவையில் அவனை ஈடுபடுத்தும் பக்தி மார்க்கம், காம வாழ்வின் மீதான அவனது பற்றுதலை தானாக நீக்கச் செய்யும் அளவிற்கு சக்தி வாய்ந்ததாகும். பகவத் கீதையில் (2.59) கூறப்பட்டுள்ளது:

விஷயா வினிவர்தந்தே நிராஹாரஸ்ய தே₃ஹின:
ரஸ-வர்ஜம்' ரஸோ 'ப்யஸ்ய பரம்' த்₃ரு'ஷ்ட்வா நிவர்ததே

சொந்த முயற்சியின் மூலம் புலனுகர்ச்சியிலிருந்து விலகுமாறு மற்றவர்கள் வற்புறுத்தப்படுகையில், பகவானின் பக்தன் உயர் சுவையின் காரணத்தால் இயற்கையாகவே விலகி நிற்கிறான். பக்தனைத் தவிர வேறு எவருக்கும் அந்த உயர்ந்த சுவையைப் பற்றிய அறிவு கிடையாது.

விக₃த-பீ:₄. கிருஷ்ண உணர்வில் முழுமையாக இல்லாதவன், பயமின்றி இருத்தல் இயலாதது. கட்டுண்ட ஆத்மாவின் ஞாபகம் திரிபடைந்திருப்பதால் (கிருஷ்ணருடனான தனது நித்திய உறவை மறந்திருப்பதால்), அவனிடம் பயம் உள்ளது. பாகவதம் (11.2.37) கூறுகின்றது, *ப₄யம் த்₃விதீயா-பி₄நிவேஷ₂த: ஸ்யாத்₃ ஈஷா₂த்₃ அபேதஸ்ய விபர்யயோ 'ஸ்ம்ருதி:.* கிருஷ்ண உணர்வே அச்சமற்ற நிலைக்கான ஒரே அடிப்படை. எனவே, பக்குவமான பயிற்சி கிருஷ்ண பக்தனுக்கு எளிதானதாகும். மேலும், யோகப் பயிற்சியின் இறுதி இலட்சியம் இதயத்தில் உள்ள இறைவனைக் காண்பதே என்பதால், கிருஷ்ண உணர்வினன் எல்லா யோகிகளிலும் தலைசிறந்த யோகியாகிறான். இங்கே கூறப்பட்டுள்ள யோகத்தின் கொள்கைகள், இன்றைய நாட்களில் பிரபலமாக விளங்கும், பெயரளவு யோகா மையங்களின் கொள்கைகளிலிருந்து வேறுபட்டவையாகும்.

ஸ்லோகம் 15

युञ्जन्नेवं सदात्मानं योगी नियतमानसः ।
शान्तिं निर्वाणपरमां मत्संस्थामधिगच्छति ॥ १५ ॥

யுஞ்ஜன்ன் ஏவம்' ஸதா₃த்மானம்' யோகீ₃ நியத-மானஸ:
ஷா₂ந்திம்' நிர்வாண-பரமாம்' மத்-ஸம்'ஸ்தா₂ம் அதி₄க₃ச்ச₂தி

யுஞ்ஜன்—பயிற்சி செய்து; *ஏவம்*—மேற்கூறியபடி; *ஸதா₃*—இடையறாது; *ஆத்மானம்*—உடல், மனம் மற்றும் ஆத்மா; *யோகீ₃*—யோகி; *நியத-மானஸ:*—கட்டுப்பட்ட மனதுடன்; *ஷா₂ந்திம்*—அமைதி; *நிர்வாண-பரமாம்*—ஜட இருப்பின் முடிவு; *மத்-ஸம்ஸ்தா₂ம்*—ஆன்மீக வானை (இறைவனின் திருநாட்டை); *அதி₄க₃ச்ச₂தி*—அடைகிறான்.

இவ்வாறாக, உடல், மனம் மற்றும் செயல்களை இடையறாது கட்டுப்படுத்தப் பழகிய யோகி, தனது ஒழுங்குபடுத்தப்பட்ட மனதுடன் பௌதிக வாழ்வைக் களைந்து இறைவனின் திருநாட்டை (கிருஷ்ண லோகத்தை) அடைகிறான்.

பொருளுரை: யோகம் பயில்வதன் இறுதிக் குறிக்கோள் இங்கே தெளிவாக விளக்கப்பட்டுள்ளது. யோகப் பயிற்சி என்பது எந்தவொரு ஜட வசதியையும் அடைவதற்காக அல்ல; ஜட வாழ்க்கையை முற்றிலுமாகக் களைவதற்கே. ஆரோக்கியமான வாழ்வைத் தேடுபவனும், ஜட வாழ்வின் பக்குவநிலையை விரும்புபவனும், பகவத் கீதையில் யோகியாக ஏற்றுக்கொள்ளப்படவில்லை. மேலும், பௌதிக வாழ்வைக் களைவது என்றால் "சூன்யத்தில் நுழைவது" என்று கூறுவதும் கற்பனையே. இறைவனின் படைப்பினுள் சூன்யம் என்பதே கிடையாது. உண்மை என்னவெனில், பௌதிக வாழ்வைக்களைவதன் மூலம், ஒருவன் ஆன்மீக வானில், இறைவனின் உலகை அடைகிறான். இறைவனின் உலகம், சூரியனுக்கோ சந்திரனுக்கோ மின்சாரத்திற்கோ அவசியம் இல்லாத இடம் என்பதும் பகவத் கீதையில் தெளிவாக விளக்கப்பட்டுள்ளது. ஜட வானில் இருக்கும் சூரியனைப் போல, ஆன்மீக உலகில் உள்ள எல்லா கிரகங்களுமே சுய ஒளி கொண்டவை. இறைவனின் இராஜ்ஜியம் எல்லா இடங்களிலும் உள்ளபோதிலும், ஆன்மீக உலகும் அதனைச் சார்ந்த கிரகங்களும் *பரம் தா₄ம* (உன்னதமான தலங்கள்) என்று அறியப்படுகின்றன.

பகவான் கிருஷ்ணர், இங்கே தன்னைப் பற்றித் தானே தெளிவாகக் (*மத்-சித்த:, மத்-பர:, மத்-ஸ்தா₂னம்*) கூறியுள்ளார்; அவ்வாறே அவரை அறியும் பக்குவப்பட்ட பூரண யோகி, இறுதியில் கோலோக விருந்தாவனம் என்றழைக்கப்படும் அவரது உன்னத திருநாட்டினை, கிருஷ்ண லோகத்தை அடைய முடியும். பிரம்ம சம்ஹிதையில் (5.37) தெளிவாகக் கூறப்பட்டுள்ளது, *கோ₃லோக ஏவ நிவஸத்-யகிலாத்ம-பூ₄த:*—இறைவன் எப்போதும் கோலோகம் எனப்படும் தனது உலகில் வசித்தாலும், தனது உயர்ந்த ஆன்மீக சக்தியின் மூலம், அவரே எங்கும் நிறைந்திருக்கும் பிரம்மனாகவும் இதயத்தினுள் உள்ள பரமாத்மாவாகவும் விளங்குகிறார். கிருஷ்ணரையும் அவரது

சுயவிரிவான விஷ்ணுவையும் பூரணமாக அறியாமல், ஆன்மீக வானை (வைகுண்டத்தை) அடைவதோ, இறைவனின் நித்திய உலகினுள் (கோலோக விருந்தாவனத்தினுள்) நுழைவதோ எவருக்கும் இயலாததாகும். எனவே, கிருஷ்ண உணர்வில் செயல்படுபவனது மனம் எப்போதும் கிருஷ்ண லீலைகளில் ஆழ்ந்துள்ளதால் (*ஸ வை மன: க்ரு'ஷ்ண-பதா$_3$ரவிந்த$_3$யோ:*), அவனே பக்குவமான யோகியாவான். வேதங்களிலும் (*ஷ்$_2$வேதாஷ்$_2$வதர உபநிஷத்* 3.8) நாம் இதையே கற்கிறோம், *தம் ஏவ விதி$_3$த்வாதி ம்ருத்யும் ஏதி*—"பரம புருஷ பகவானான கிருஷ்ணரைப் புரிந்து கொண்டால் மட்டுமே, பிறப்பு, இறப்பு எனும் பாதையினைக் கடக்க முடியும்." வேறுவிதமாகக் கூறினால், யோகத்தின் பக்குவநிலை என்பது, ஜட வாழ்விலிருந்து முழு விடுதலை அடைவதேயன்றி, அறியாத மக்களை முட்டாளாக்குவதற்கான உடற்பயிற்சி வித்தைகளோ, மாய தந்திரங்களோ அல்ல.

ஸ்லோகம் 16

नात्यश्नतस्तु योगोऽस्ति न चैकान्तमनश्नतः ।
न चातिस्वप्नशीलस्य जाग्रतो नैव चार्जुन ॥ १६ ॥

நாத்யஷ்$_2$னதஸ் 'து யோகோ$_3$ 'ஸ்தி ந சைகாந்தம் அனஷ்$_2$னத:
ந சாதி-ஸ்வப்ன-ஷீ$_2$லஸ்ய ஜாக்$_3$ரதோ நைவ சார்ஜுன

ந—என்றுமில்லை; *அதி*—மிக அதிகமாக; *அஷ்$_2$னத:*—உண்பவனின்; *து*—ஆனால்; *யோக:$_3$*—பரத்துடன் இணைவு; *அஸ்தி*—அமைகிறது; *ந*—இல்லை; *ச*—மேலும்; *ஏகாந்தம்*—எதையுமே; *அனஷ்$_2$னத:*—உண்ணாமல் விரதம் இருப்பவன்; *ந*—இல்லை; *ச*—மேலும்; *அதி*—மிக அதிகமாக; *ஸ்வப்ன-ஷீ$_2$லஸ்ய*—உறங்குபவன்; *ஜாக்$_3$ரத:*—அதிகமாக விழித்திருப்பவன்; *ந*—இல்லை; *ஏவ*—என்றும்; *ச*—மேலும்; *அர்ஜுன*—அர்ஜுனா.

அர்ஜுனா, எவனொருவன் மிக அதிகமாக அல்லது மிகக் குறைவாக உண்கின்றானோ, மிக அதிகமாக அல்லது மிகக் குறைவாக உறங்குகின்றானோ, அத்தகையோன் யோகி யாவதற்கான வாய்ப்பே இல்லை.

பொருளுரை: உணவையும், உறக்கத்தையும் ஒழுங்குபடுத்த வேண்டுமென்று இங்கு யோகிகளுக்கு பரிந்துரைக்கப்படுகிறது. அதிகமாக உண்பது என்றால் ஆத்மாவையும் உடலையும் சேர்ந்து வைக்க எவ்வளவு தேவையோ அதற்கு மேல் உண்பதாகும். தானியங்கள், காய்கறிகள், பழங்கள், பால் போன்றவை தேவையான அளவில் கிடைப்பதால், மிருகங்களை உண்ண வேண்டிய அவசியம் மனிதனுக்கு இல்லை. பகவத் கீதையின்படி இத்தகு எளிய உணவு

ஸத்வ குணமாகக் கருதப்படுகிறது. மாமிச உணவு தமோ குணத்தில் உள்ளவர்களுக்கானது. எனவே, மாமிச உணவு, மது அருந்துதல், புகைப்பிடித்தல், பகவானுக்குப் படைக்காத உணவினை உண்ணுதல் போன்றவற்றில் ஈடுபடுவோர், களங்கமான பொருட்களையே உண்பதால், பாவ விளைவுகளால் துன்பப்படுவர். *பு$_4$ஞ்ஜதே தே த்வக$_4$ம் பாபா யே பசன்த்யாத்ம–காரணாத்.* எவனொருவன் புலனின்பத்திற்காக உண்கின்றானோ, தனக்காக சமைக்கின்றானோ, தனது உணவை கிருஷ்ணருக்கு அர்ப்பணிக்கவில்லையோ, அத்தகையோன் பாவத்தையே உண்கின்றான். பாவத்தை உண்பவனும் தனக்காக ஒதுக்கப்பட்டதைவிட அதிகமாக உண்பவனும், யோகத்தை பக்குவமாகச் செய்ய முடியாது. கிருஷ்ணருக்கு நைவேத்யம் செய்யப்பட்ட உணவை மட்டுமே உண்பது மிகச்சிறந்ததாகும். கிருஷ்ண உணர்வில் இருப்பவன், கிருஷ்ணருக்கு முதலில் அர்ப்பணிக்கப்படாத எதையும் உண்பதில்லை. எனவே, கிருஷ்ண உணர்வினன் மட்டுமே யோகப் பயிற்சியில் பக்குவத்தை அடைய முடியும். தானே சொந்தமாக ஏற்படுத்திய விரதங்களை மேற்கொண்டு, செயற்கையான முறையில் உணவைத் துறப்பவன், யோகியாக முடியாது. கிருஷ்ண உணர்வினன், சாஸ்திரங்களில் பரிந்துரைக்கப்பட்டுள்ள விரதங்களை மேற்கொள் கிறான். அவன் தேவைக்கு அதிகமாக விரதம் இருப்பதோ, உண்பதோ கிடையாது என்பதால், யோகப் பயிற்சிக்கு தகுதி வாய்ந்தவனாவான். அளவுக்கு அதிகமாக உண்பவன், உறங்கும்போது அதிகமான கனவுகளைக் காண்பான், இதனால் அவன் அளவுக்கதிகமாக உறங்க நேரிடுகிறது. தினசரி ஆறு மணி நேரத்திற்கு மேல் உறங்கக் கூடாது. இருபத்துநான்கு மணி நேரத்தில் ஆறு மணி நேரத்திற்கு மேல் உறங்குபவன், நிச்சயமாக தமோ குணத்தினால் பாதிக்கப்பட்டுள்ளான். தமோ குணத்தில் இருப்பவன் சோம்பேறியாகவும், அளவு கடந்து உறங்குபவனாகவும் இருப்பான். அத்தகையோன் யோகத்தைப் பயில முடியாது.

ஸ்லோகம் 17

युक्ताहारविहारस्य युक्तचेष्टस्य कर्मसु ।
युक्तस्वप्नावबोधस्य योगो भवति दुःखहा ॥ १७ ॥

யுக்தாஹார-விஹாரஸ்ய யுக்த-சேஷ்டஸ்ய கர்மஸு
யுக்த-ஸ்வப்னாவபோ$_3$த$_4$ஸ்ய யோகோ$_3$ ப$_4$வதி து:$_3$க$_2$-ஹா

யுக்த—நெறிப்படுத்தப்பட்ட; *ஆஹார*—உணவு முறை; *விஹாரஸ்ய*—கேளிக்கை; *யுக்த*—நெறிப்படுத்தப்பட்ட; *சேஷ்டஸ்ய*—பராமரிப்பிற்காக உழைப்பவனின்; *கர்மஸு*—கடமைகளை ஆற்றுவதில்; *யுக்த*—

நெறிப்படுத்தப்பட்ட; *ஸ்வப்ன-அவபோ$_3$த$_4$ஸ்ய*—உறக்கமும், விழிப்பும்; *யோக:$_3$*—யோகப் பயிற்சி; *ப$_4$வதி*—ஆகின்றது; *து:$_3$க$_2$-ஹா*—துன்பங்களை நீக்கி.

உண்ணுதல், உறங்குதல், உழைத்தல், கேளிக்கை ஆகிய பழக்கங்களை நெறிப்படுத்தியவன், யோகப் பயிற்சியின் மூலமாக எல்லாத் துன்பங்களையும் பெருமளவில் நீக்கிவிட முடியும்.

பொருளுரை: உண்ணுதல், உறங்குதல், உடலுறவு கொள்ளுதல், தற்காத்துக்கொள்ளுதல்—இந்நான்கும் உடலின் உந்துதல்களாகும். இவற்றிற்கான தேவையற்ற கடின உழைப்பு, யோகப் பயிற்சியின் முன்னேற்றத்தைத் தடுத்து விடும். உண்ணுதலைப் பொறுத்தவரை, புனிதப்படுத்தப்பட்ட உணவினை (பிரசாதத்தினை) மட்டும் ஏற்பதற்கு ஒருவன் பழகிவிட்டால், அதனை எளிதாக நெறிப்படுத்திவிடலாம். பகவத் கீதையின்படி (9.26) பகவான் கிருஷ்ணருக்கு, காய்கறிகள், பூக்கள், பழங்கள், தானியங்கள், பால் போன்றவற்றை அர்ப்பணிக்கலாம். இவ்விதமாக, மனிதர்களுக்குத் தேவையில்லாத உணவை (ஸத்வ குணத்தில் இல்லாத உணவை) தவிர்ப்பதற்கு கிருஷ்ண உணர்வினன் இயற்கையாகவே பழகிவிடுகிறான். உறக்கத்தைப் பொறுத்தவரை, கிருஷ்ண உணர்வினன், பக்தித் தொண்டில் உள்ள தனது கடமைகளைச் செய்வதில் எப்போதும் முனைப்புடன் இருப்பதால் தேவையற்ற உறக்கத்தில் செலவிடப்படும் சிறிது நேரத்தையும் பெரும் நஷ்டமாகக் கருதுகிறான். *அவ்யர்த$_2$-காலத்வம்*—தனது வாழ்வின் ஒரு நிமிடத்தைகூட இறைவனின் தொண்டில் ஈடுபடாமல் கழிப்பதை கிருஷ்ண பக்தனால் தாங்க முடியாது. எனவே, அவனது தூக்கம் மிகவும் குறைவாகவே இருக்கும். இவ்விஷயத்தில் அவனுக்கு முன்மாதிரியாக விளங்கும் ஸ்ரீல ரூப கோஸ்வாமி, சதாசர்வகாலமும் கிருஷ்ணரின் தொண்டில் ஈடுபட்டிருந்ததால் இரண்டு மணி நேரமே உறங்கினார், அதுவும் சில நேரங்களில் கிடையாது. ஹரிதாஸ் தாகூர், தனது ஜபமாலையில் தினமும் மூன்று இலட்சம் திருநாமங்களை ஜபிக்காமல் உறங்க மாட்டார், பிரசாதத்தையும்கூட ஏற்க மாட்டார். உழைப்பைப் பொறுத்தவரை, கிருஷ்ண பக்தன், கிருஷ்ணரின் விருப்பத்துடன் தொடர்பில்லாத எதையும் செய்வதில்லை, இதனால் அவனது உழைப்பு புலனுகர்ச்சியிலிருந்து விடுபட்டு, எப்போதும் நெறிப்படுத்தப்பட்டுள்ளது. புலனுகர்ச்சி என்னும் கேள்விக்கே இடமில்லை என்பதால், கிருஷ்ண பக்தனுக்கு பௌதிக ஓய்வு என்பதே கிடையாது. இவ்வாறாக, தனது உழைப்பு, பேச்சு, உறக்கம், விழித்துள்ள நிலை, மற்றும் எல்லாவிதமான உடல் இயக்கங்களையும்

நெறிப்படுத்தியுள்ள கிருஷ்ண பக்தனுக்கு, எவ்விதமான பௌதிகத் துன்பமும் இல்லை.

ஸ்லோகம் 18

यदा विनियतं चित्तमात्मन्येवावतिष्ठते ।
निस्पृहः सर्वकामेभ्यो युक्त इत्युच्यते तदा ॥ १८ ॥

யதா$_3$ வினியதம்' சித்தம் ஆத்மன்யேவாவதிஷ்ட$_2$தே
நிஸ்ப்ரு'ஹ: ஸர்வ-காமேப்$_4$யோ யுக்த இத்யுச்யதே ததா$_3$

யதா$_3$—எப்போது; *வினியதம்*—முறையாக ஒழுங்குபடுத்தப்பட்டு; *சித்தம்*—மனமும் அதன் இயக்கங்களும்; *ஆத்மனி*—உன்னதத்தில்; *ஏவ*—நிச்சயமாக; *அவதிஷ்ட$_2$தே*—நிலைபெறுகின்றது; *நிஸ்ப்ரு'ஹ:*—ஆசை இல்லாத; *ஸர்வ*—எல்லாவித; *காமேப்$_4$ய*—பௌதிக புலனுகர்ச்சி; *யுக்த*—யோகத்தில் நிலைபெற்று; *இதி*—இவ்வாறு; *உச்யதே*—கூறப்படுகின்றது; *ததா$_3$*—அவ்வேளையில்.

யோகியானவன், யோகப் பயிற்சியின் மூலமாக தனது மனதின் செயல்களை ஒழுங்குபடுத்தி, எல்லா ஜட ஆசைகளிலிருந்தும் விடுபட்டு, உன்னதத்தில் நிலைபெறும்போது, யோகத்தில் நன்கு நிலைபெற்றவனாகக் கூறப்படுகின்றான்.

பொருளுரை: யோகி, காமத்தை முதன்மையாகக் கொண்ட எல்லா ஜட இச்சைகளையும் துறந்துள்ளான் என்பதன் அடிப்படையில், அவனது செயல்கள், சாதாரண மனிதனின் செயல்களிலிருந்து வேறுபடுகின்றன. எவ்வித ஜட ஆசையும் தன்னை இனிமேல் தொந்தரவு செய்யாத அளவில், பக்குவமான யோகி மனதின் செயல்களை ஒழுங்குபடுத்தியுள்ளான். ஸ்ரீமத் பாகவதத்தில் (9.4.18–20) கூறியுள்ளபடி, இந்த பக்குவநிலை கிருஷ்ண பக்தனால் இயற்கையாகவே அடையப்படுகின்றது:

ஸ வை மன: க்ரு'ஷ்ண-பதா$_3$ரவிந்த$_3$யோர்
வசாம்'ஸி வைகுண்ட$_2$-கு$_3$ணானுவர்ணனே
கரௌ ஹரேர் மந்தி$_3$ர-மார்ஜனாதி$_3$ஷு
ஷ்$_2$ருதிம்' சகாராச்யுத-ஸத்-கதோ$_2$த$_3$யே

முகுந்த$_3$-லிங்கா$_3$லய-த$_3$ர்ஷ$_2$னே த்$_3$ரு'ஷௌ$_2$
தத்$_3$-ப்$_4$ரு'த்ய-கா$_3$த்ர-ஸ்பர்ஷே$_2$ 'ங்க$_3$-ஸங்க$_3$மம்
க்$_4$ராணம்' ச தத்-பாத$_3$-ஸரோஜ-ஸௌரபே$_4$
ஸ்ரீமத்-துலஸ்யா ரஸனாம்' தத்$_3$-அர்பிதே

பாதௌ$_3$ ஹரே: க்ஷேத்ர-பதா$_3$னுஸர்பணே
ஷி$_2$ரோ ஹ்ரு'ஷீகேஷ$_2$-பதா$_3$பி$_4$வந்த$_3$னே

காமம்' ச தா₃ஸ்யே ந து காம-காம்யயா
யதோ₂த்தம-ஷ்₂லோக-ஜனாஷ்₂ரயா ரதி:

"மன்னர் அம்பரீஷர் முதலாவதாகத் தன் மனதை பகவான் கிருஷ்ணரின் தாமரைத் திருவடிகளில் ஈடுபடுத்தினார்; பின்னர், ஒன்றன்பின் ஒன்றாக, தனது வார்த்தைகளை பகவானின் திவ்ய குணங்களை வர்ணிப்பதிலும், தனது கைகளை பகவானின் ஆலயத்தைத் துடைப்பதிலும், தனது காதுகளை பகவானின் லீலைகளைக் கேட்பதிலும், தனது கண்களை பகவானின் திவ்ய ரூபத்தை தரிசிப்பதிலும், தனது உடலை பக்தர்களது உடல்களைத் தொடுவதிலும், தனது நுகரும் தன்மையினை பகவானுக்கு அர்ப்பணித்த தாமரை மலர்களை நுகர்வதிலும், தனது நாவை பகவானுக்கு அர்ப்பணிக்கப்பட்ட துளசி இலைகளை சுவைப்பதிலும், தனது கால்களை புனித ஸ்தலங்களுக்கும் பகவானது கோயிலுக்கும் செல்வதிலும், தனது தலையை பகவானை வணங்குவதிலும், தனது விருப்பங்களை பகவானது விருப்பத்தை நிறைவேற்றுவதிலும் ஈடுபடுத்தினார். இவ்வெல்லா திவ்யமான செயல்களும் தூய பக்தனுக்கு உரியவை."

அருவவாதப் பாதையைப் பின்பற்றுவோருக்கு இந்த திவ்யமான நிலையை விளக்குவது கடினமாக இருக்கலாம்; ஆனால் இந்நிலை கிருஷ்ண பக்தனுக்கு மிகவும் எளிதானதாகவும் நடைமுறைக்கு உதவுவதாகவும் உள்ளது என்பது, அம்பரீஷ மன்னரைப் பற்றி மேலே குறிப்பிட்ட விளக்கத்திலிருந்து தெளிவாகிறது. நிலையான ஸ்மரணத்தின் மூலம், பகவானின் தாமரைத் திருவடிகளில் மனதை நிலைநிறுத்தாவிடில், இத்தகைய திவ்யமான செயல்களை நடைமுறைப்படுத்த முடியாது. எனவே, பகவானின் பக்தித் தொண்டில் செய்யப்படும் இத்தகு செயல்கள் *அர்சனம்* (எல்லா புலன்களையும் கடவுளின் தொண்டில் ஈடுபடுத்துவது) என்று கூறப்படுகின்றன. புலன்களுக்கும் மனதிற்கும் செயல்கள் அவசியம், செயலற்ற நிலை சாத்தியமல்ல. எனவே, சாதாரண மக்களுக்கு (குறிப்பாக, துறவு நிலையில் இல்லாதவர்களுக்கு) மேற்கூறியபடி, மனதையும் புலன்களையும் திவ்யமான முறையில் ஈடுபடுத்துவதே, ஆன்மீக முன்னேற்றத்திற்கான பக்குவமான முறையாகும். இதுவே பகவத் கீதையில் *யுக்த* என்று கூறப்படுகின்றது.

ஸ்லோகம் 19

यथा दीपो निवातस्थो नेङ्गते सोपमा स्मृता ।
योगिनो यतचित्तस्य युञ्जतो योगमात्मनः ॥ १९ ॥

யதா$_2$ தீ$_3$போ நிவாத-ஸ்தோ$_2$ நேங்க$_3$தே ஸோபமா ஸ்ம்ரு'தா
யோகி$_3$னோ யத-சித்தஸ்ய யுஞ்ஜதோ யோக$_3$ம் ஆத்மன:

யதா$_2$—எவ்வாறு; *தீ$_3$ப:*—தீபம்; *நிவாத-ஸ்த:*—காற்று வீசாத இடத்தில்; *ந*—இல்லை; *இங்க$_3$தே*—அசைவது; *ஸா*—இந்த; *உபமா*—ஒப்பீடு; *ஸ்ம்ரு'தா*—கருதப்படுகின்றது; *யோகி$_3$ன:*—யோகியின்; *யத-சித்தஸ்ய*—கட்டுப்படுத்தப்பட்ட மனதை உடையவன்; *யுஞ்ஜத:*—இடையறாது ஈடுபடுத்தப்படுகிறது; *யோக$_3$ம்*—தியானத்தில்; *ஆத்மன:*—தெய்வீகத்தின்.

காற்று வீசாத இடத்திலுள்ள தீபம், அசையாமல் இருப்பதைப் போல, மனதை அடக்கிய யோகியும், திவ்யமான ஆத்மாவின் மீதான தனது தியானத்தில் எப்போதும் ஸ்திரமாக உள்ளான்.

பொருளுரை: தனது வந்தனைக்குரிய பகவானை இடையறாது தியானித்து, திவ்யமான நிலையில் எப்போதும் மூழ்கியுள்ள உண்மையான கிருஷ்ண பக்தன், காற்று வீசாத இடத்திலுள்ள தீபத்தைப் போன்று ஸ்திரமாக உள்ளான்.

ஸ்லோகங்கள் 20–23

यत्रोपरमते चित्तं निरुद्धं योगसेवया ।
यत्र चैवात्मनात्मानं पश्यन्नात्मनि तुष्यति ॥ २० ॥
सुखमात्यन्तिकं यत्तद्बुद्धिग्राह्यमतीन्द्रियम् ।
वेत्ति यत्र न चैवायं स्थितश्चलति तत्त्वतः ॥ २१ ॥
यं लब्ध्वा चापरं लाभं मन्यते नाधिकं ततः ।
यस्मिन्स्थितो न दुःखेन गुरुणापि विचाल्यते ॥ २२ ॥
तं विद्याद्दुःखसंयोगवियोगं योगसंज्ञितम् ॥ २३ ॥

யத்ரோபரமதே சித்தம்' நிருத்$_3$த$_4$ம்' யோக$_3$-ஸேவயா
யத்ர சைவாத்மனாத்மானம்' பஷ்$_2$யன்ன் ஆத்மனி துஷ்யதி

ஸுக$_2$ம் ஆத்யந்திகம்' யத் தத்$_3$ பு$_3$த்$_3$தி$_4$-க்$_3$ராஹ்யம் அதீந்த்$_3$ரியம்
வேத்தி யத்ர ந சைவாயம்' ஸ்தி$_2$தஷ்$_2$ சலதி தத்த்வத:

யம்' லப்$_3$த்$_4$வா சாபரம்' லாப$_4$ம்' மன்யதே நாதி$_4$கம்' தத:
யஸ்மின் ஸ்தி$_2$தோ ந து:$_3$கே$_2$ன கு$_3$ருணாபி விசால்யதே

தம்' வித்$_3$யாத்$_3$ து:$_3$க$_2$-ஸம்'யோக$_3$- வியோக$_3$ம்' யோக$_3$-ஸம்'ஜ்ஞிதம்

யத்ர—அத்தகு நிலையில்; *உபரமதே*—நிறுத்து (உன்னத ஆனந்தத்தை உணர்வதால்); *சித்தம்*—மனதின் செயல்கள்; *நிருத்$_3$த$_4$ம்*—ஜடத்திலிருந்து விலகி; *யோக$_3$-ஸேவயா*—யோகப் பயிற்சியால்; *யத்ர*—எதில்; *ச*—மேலும்; *ஏவ*—நிச்சயமாக; *ஆத்மனா*—தூய மனதால்; *ஆத்மானம்*—

ஆத்மா; *பஷ்$_2$யன்*—நிலையை உணர்ந்து; *ஆத்மனி*—ஆத்மாவில்; *துஷ்யதி*—ஒருவன் திருப்தி அடைகிறான்; *ஸுக$_2$ம்*—இன்பம்; *ஆத்யந்திகம்*—பரம; *யத்*—எதில்; *தத்*—அது; *பு$_3$த்$_3$தி$_4$*—அறிவு; *க்$_3$ராஹ்யம்*—ஏற்கக்கூடிய; *அதீந்த்$_3$ரியம்*—திவ்யமான; *வேத்தி*—அறிகிறான்; *யத்ர*—எதில்; *ந*—என்றுமில்லை; *ச*—மேலும்; *ஏவ*—நிச்சயமாக; *அயம்*—அவன்; *ஸ்தி$_2$த:*—நிலைபெற்று; *சலதி*—அசைவது; *தத்த்வத:*—உண்மையிலிருந்து; *யம்*—எதை; *லப்$_3$த்$_4$வா*—அடைவதால்; *ச*—மேலும்; *அபரம்*—வேறொன்றை; *லாப$_4$ம்*—இலாபமாக; *மன்யதே*—கருதுவது; *ந*—என்றுமில்லை; *அதி$_4$கம்*—அதிகம்; *தத:*—அதைவிட; *யஸ்மின்*—எதில்; *ஸ்தி$_2$த:*—நிலைபெற்று; *ந*—என்றுமில்லை; *து:$_3$கே$_2$ன*—துன்பங்களால்; *கு$_3$ருணா அபி*—மிகக் கடினமானதாயினும்கூட; *விசால்யதே*—பாதிக்கப்படுவது; *தம்*—அது; *வித்$_3$யாத்*—நீ அறிய வேண்டும்; *து:$_3$க$_2$*—*ஸம்யோக$_3$*—ஜடத் தொடர்பின் துயரங்கள்; *வியோக$_3$ம்*—புறக்கணிப்பு; *யோக$_3$-ஸம்ஜ்ஞிதம்*—யோகத்தின் ஆழ்நிலை எனப்படுகிறது.

ஸமாதி என்றழைக்கப்படும் பக்குவநிலையில், மனம் யோகப் பயிற்சியின் மூலமாக, ஜட செயல்களிலிருந்து முழுமையாக விலக்கப்படுகிறது. தூய மனதால் தன்னைக் கண்டு, தன்னில் இன்பத்தை அனுபவிப்பதற்கு ஒருவனிடம் உள்ள திறனிலிருந்து இப்பக்குவநிலையை உணரலாம். அந்த இன்ப நிலையில், அவன் திவ்யமான புலன்களின் மூலம் எல்லையற்ற திவ்யமான ஆனந்தத்தை அனுபவிக்கிறான். இவ்வாறு நிலைபெற்றவன், உண்மையிலிருந்து என்றும் வழுவுவதில்லை, இதைவிட உயர்ந்த இலாபம் ஏதுமில்லை என்று நினைக்கிறான். அத்தகு நிலையில் அமைந்தவன், மாபெரும் துயரங்களுக்கு மத்தியிலும் ஒருபோதும் அசைக்கப்படுவதில்லை. இதுவே ஜடத் தொடர்பினால் எழும் எல்லாத் துன்பங்களிலிருந்தும் பெறப்படும் உண்மையான விடுதலையாகும்.

பொருளுரை: யோகத்தைப் பயில்வதால், பௌதிக எண்ணங் களிலிருந்து ஒருவன் படிப்படியாக விடுபடுகிறான். யோக நெறியின் முக்கிய விளைவு இதுவே. இதன் பிறகு, திவ்யமான மனதையும் புத்தியையும் கொண்டு, (தன்னை பரமாத்மாவுடன் சமமாகக் கருதும் களங்கங்கள் ஏதுமின்றி) பரமாத்மாவை உணரும் யோகி, ஸமாதியில் நிலைபெறுகிறான். யோகப் பயிற்சி ஏறக்குறைய பதஞ்ஜலி முறையின் கொள்கைகளை அடிப்படையாகக் கொண்டது. சில அங்கீகரிக் கப்படாத கருத்துரையாளர்கள் ஆத்மாவை பரமாத்மா வோடு சமப்படுத்த முயல்கின்றனர், ஒருமைவாதிகள் அதனையே

முக்தியாகக் கருதுகின்றனர், ஆனால் பதஞ்ஜலி யோக முறையின் உண்மை நோக்கத்தை அவர்கள் அறிவதில்லை. பதஞ்ஜலி முறையில் திவ்யமான ஆனந்தம் ஏற்றுக்கொள்ளப்படுகிறது, ஆனால் தங்களது ஒருமைக் கொள்கை பாதிக்கப்படும் என்ற பயத்தால், ஒருமைவாதிகள் இந்த திவ்யமான ஆனந்தத்தை ஏற்பதில்லை. அறிவிற்கும் அறிபவனுக்கும் உள்ள வேற்றுமை அத்வைதிகளால் ஏற்கப்படுவதில்லை. ஆனால் இந்த ஸ்லோகத்தில் திவ்யமான புலன்களால் அனுபவிக்கப்படும் திவ்யமான ஆனந்தம் ஏற்கப் படுகின்றது. யோக முறையின் புகழ்பெற்ற அறிஞரான பதஞ்ஜலி முனிவராலும் இது வலியுறுத்தப்படுகிறது. மாமுனிவரான அவர் தனது யோக சூத்திரத்தில் (3.34), *புருஷார்த$_2$-ஷூ$_2$ன்யானாம் கு$_3$ணானாம் ப்ரதிப்ரஸவ: கைவல்யம் ஸ்வரூப-ப்ரதிஷ்டா$_2$ வா சிதி-ஷ$_2$க்திர் இதி* என்று அறிவிக்கின்றார்.

இந்த *சிதி-ஷ$_2$க்தி* எனப்படும் அந்தரங்க சக்தி திவ்யமானது. *புருஷார்த$_2$* என்றால் பௌதிக அறம், பொருள், இன்பம், இறுதியில் பரத்துடன் ஒன்றாவதற்கான முயற்சி ஆகியவற்றைக் குறிக்கும். "பரத்துடன் ஒன்றாவதே" *கைவல்யம்* என்று ஒருமைவாதிகள் கூறுகின்றனர். ஆனால் பதஞ்ஜலியின் கருத்துப்படி, *கைவல்யம்* என்பது ஜீவன் தனது ஸ்வரூபத்தை உணருவதற்கு உதவும் அந்தரங்க (திவ்யமான) சக்தியைக் குறிக்கும். பகவான் சைதன்யரின் சொற்களின்படி, இந்நிலை *சேதோ-த$_3$ர்பண-மார்ஜனம்* (மனமெனும் அசுத்தமான கண்ணாடியினைத் தூய்மைப்படுத்துதல்) எனப்படுகிறது. இந்தத் தூய்மையே உண்மையான முக்தியாகும் (*ப$_4$வ-மஹா-தா$_3$வாக்$_3$னி-நிர்வாபனம்*). *நிர்வாண* எனும் ஆரம்ப நிலை கொள்கையும் இக்கருத்துடன் ஒத்துப்போகின்றது. பாகவதத்தில் (2.10.6) இது, *ஸ்வரூபேண வ்யவஸ்தி$_2$தி:* என்று கூறப்படுகின்றது. பகவத் கீதையும் இந்நிலையினை இந்த ஸ்லோகத்தில் உறுதி செய்கின்றது.

நிர்வாணத்திற்குப் (ஜட வாழ்வை நிறுத்திய) பிறகே, ஆன்மீக செயல்கள் (கிருஷ்ண உணர்வு எனப்படும் பகவானுக்கான பக்தித் தொண்டு) தோன்றும். இது பாகவதத்தின் வார்த்தையில், *ஸ்வரூபேண வ்யவஸ்தி$_2$தி:* "ஜீவனின் உண்மை வாழ்வு இதுவே" என்று கூறப்படுகிறது. ஆன்மீக வாழ்க்கை பௌதிகம் எனும் நோயினால் பாதிக்கப்படும்போது அது மாயை எனப்படும். இத்தகு பௌதிக நோயிலிருந்து முக்தி பெறும்போது, ஜீவனின் உண்மையான நித்திய நிலை (தனித்தன்மை) அழிவதில்லை. பதஞ்ஜலியும் *கைவல்யம் ஸ்வரூப-ப்ரதிஷ்டா$_2$ வா சிதி-ஷ$_2$க்திர் இதி* என்னும் தனது கூற்றினால்

இதனை ஒப்புக்கொள்கிறார். திவ்ய ஆனந்தமான இந்த *சிதி-ஷ$_2$க்தி*யே உண்மையான வாழ்வாகும். வேதாந்த சூத்திரத்தில் (1.1.12) இஃது *ஆனந்த$_3$-மயோ'ப்$_4$யாஸாத்* என்று உறுதி செய்யப்படுகின்றது. இந்த இயற்கையான திவ்ய ஆனந்தமே யோகத்தின் இறுதி இலட்சியமாகும், இது பக்தி யோகத்தின் மூலம் எளிதாக அடையப்படுகின்றது. பக்தி யோகம் பகவத் கீதையின் ஏழாம் அத்தியாயத்தில் விரிவாக விளக்கப்படும்.

இவ்வத்தியாயத்தில் விளக்கப்பட்டுள்ள யோக முறையில், *ஸம்ப்ரஜ்ஞாத-ஸமாதி$_4$*, *அஸம்ப்ரஜ்ஞாத-ஸமாதி$_4$* என இரு வகையான ஸமாதிகள் உள்ளன. ஒருவன் பல்வேறு தத்துவ ஆராய்ச்சிகளின் மூலம் திவ்யமான தளத்தில் நிலைபெறும்போது, அவன் *ஸம்ப்ரஜ்ஞாத-ஸமாதி$_4$*யை அடைந்து விட்டதாக கூறப்படுகிறான். *அஸம்ப்ரஜ்ஞாத-ஸமாதி$_4$*யை அடைந்த பின்னர் பௌதிக இன்பங்களுடன் ஒருவனுக்கு எவ்வித தொடர்பும் இருக்காது; ஏனெனில், புலன்களால் விளையும் எல்லாவித சுகங்களையும் அவன் கடந்துவிட்டான். இத்தகு திவ்ய நிலையில் ஒருமுறை நிலைபெற்றுவிட்ட யோகி, அதன்பின் இதிலிருந்து என்றும் அசைக்கப்படுவதில்லை. இந்நிலையை அடைய முடியாத யோகி தோல்வி கண்டவனே. பல்வேறு புலனின்பத்தை உள்ளடக்கிய இக்கால (பெயரளவு) யோக முறைகள், இதற்கு முரண்பாடாக உள்ளன. போதையிலும் உடலுறவிலும் ஈடுபடும் யோகி, கேலிக்குரியவனாவான். யோகப் பயிற்சியின் சித்திகளால் கவரப்படும் யோகிகளும் பக்குவமற்ற நிலையிலேயே உள்ளனர். யோகத்தின் ஜட விளைவுகளால் கவரப்படும் யோகிகள், இந்த ஸ்லோகத்தில் கூறப்பட்டுள்ள பக்குவநிலையை அடைய முடியாது. எனவே, உடற்பயிற்சிக் கேளிக்கைகளிலும், சித்திகளிலும் ஈடுபடுவோர், யோகத்தின் இலட்சியம் அதனால் இழக்கப்படுவதை அறிய வேண்டும்.

கிருஷ்ண உணர்வே கலி யுகத்திற்கு ஏற்ற, மிகச்சிறந்த, குழப்பத்தை விளைவிக்காத யோகப் பயிற்சியாகும். கிருஷ்ண பக்தன் தனது தொழிலில் இன்பமாக இருப்பதால், வேறு எந்த இன்பத்திலும் ஆர்வம் காட்டுவதில்லை. ஹட யோக, தியான யோக, ஞான யோக பயிற்சிகளில் நிறைய தொல்லைகள் உள்ளன, அதிலும் குறிப்பாக போலித்தனம் நிறைந்த தற்போதைய யுகத்தில். ஆனால் கர்ம யோகத்திலும், பக்தி யோகத்திலும் இத்தகு பிரச்சனைகள் ஏதுமில்லை.

ஜடவுடல் இருக்கும்வரை, உண்ணுதல், உறங்குதல், உடலுறவு கொள்ளுதல், தற்காத்துக்கொள்ளுதல் எனும் உடலின் உந்துதல்களை

சந்தித்துதான் ஆக வேண்டும். ஆனால் தூய பக்தி யோகத்தில் இருப்பவன் (கிருஷ்ண உணர்வினன்) உடலின் உந்துதல்களை சந்திக்கும்போது, அவன் தனது புலன்களைத் தூண்டுவதில்லை. மாறாக, வாழ்க்கைக்கான அத்தியாவசியத் தேவையை மட்டும் ஏற்றுக் கொண்டு, மோசமான நிலையையும் சாதகமாக்கிக் கொண்டு, கிருஷ்ண உணர்வில் திவ்யமான ஆனந்தத்தை அனுபவிக்கின்றான். அவ்வப்போது நடக்கும் விபத்துகள், வியாதிகள், பஞ்சம், மிக நெருங்கிய உறவினரது மரணம் ஆகியவற்றை அவன் கண்டு கொள்வதில்லை, ஆனால் பக்தி யோகத்தின் (கிருஷ்ண உணர்வின்) கடமைகளில் அவன் எப்போதும் கவனத்துடன் உள்ளான். விபத்துகள் கடமையிலிருந்து அவனைப் பிறழச் செய்வதில்லை. பகவத் கீதையில் (2.14) கூறியுள்ளபடி, *ஆக$_3$மாபாயினோ 'நித்யஸ் தாம்ஸ் திதிக்ஷஸ்வ பா$_4$ரத*. அவ்வப்போது வரும் இத்தகு நிகழ்ச்சிகளை அவன் பொறுத்துக்கொள்கிறான்; ஏனெனில், இவை வந்து போகக்கூடியவை என்றும், தனது கடமைகளை பாதிக்காதவை என்றும், அவன் அறிவான். இவ்விதமாக அவன் யோகப் பயிற்சியில் உயர்ந்த பக்குவநிலையை அடைகிறான்.

ஸ்லோகம் 24

स निश्चयेन योक्तव्यो योगोऽनिर्विण्णचेतसा ।
सङ्कल्पप्रभवान्कामांस्त्यक्त्वा सर्वानशेषतः ।
मनसैवेन्द्रियग्रामं विनियम्य समन्ततः ॥ २४॥

ஸ நிஷ்$_2$சயேன யோக்தவ்யோ யோகோ$_3$ 'னிர்விண்ண-சேதஸா
ஸங்கல்ப-ப்ரப$_4$வான் காமாம்'ஸ் த்யக்த்வா ஸர்வான் அஷே$_2$ஷத:
மனஸைவேந்த்$_3$ரிய-க்$_3$ராமம்' வினியம்ய ஸமந்தத:

ஸ:—அந்த; *நிஷ்$_2$சயேன*—திடமான மனவுறுதியுடன்; *யோக்தவ்ய:*—பயிற்சி செய்யப்பட வேண்டும்; *யோக:*—யோகம்; *அநிர்விண்ண-சேதஸா*—சிறிதும் மாற்றமின்றி; *ஸங்கல்ப*—மன அனுமானத்தினால்; *ப்ரப$_4$வான்*—பிறந்த; *காமான்*—ஜட ஆசைகளை; *த்யக்த்வா*—துறந்து; *ஸர்வான்*—எல்லா; *அஷே$_2$ஷத:*—முழுமையாக; *மனஸா*—மனதால்; *ஏவ*—நிச்சயமாக; *இந்த்$_3$ரிய-க்$_3$ராமம்*—புலன்கள் முழுவதும்; *வினியம்ய*—நெறிப்படுத்தி; *ஸமந்தத:*—எல்லா பக்கங்களிலிருந்தும்.

யோகப் பயிற்சியில் உறுதியுடனும் நம்பிக்கையுடனும் பாதையிலிருந்து பிறழாமலும் ஈடுபட வேண்டும். மன அனுமானத்தினால் பிறந்த எல்லா ஜட ஆசைகளையும் துறந்து, எல்லா பக்கங்களிலிருந்தும் அனைத்துப் புலன்களையும் மனதால் அடக்க வேண்டும்.

பொருளுரை: யோகப் பயிற்சியாளன் மனவுறுதியுடனும், பாதையிலிருந்து பிறழாமல் பொறுமையுடனும், யோகத்தைக் கடைப்பிடிக்க வேண்டும். இறுதியில் அடையப்படும் வெற்றியில் நம்பிக்கை கொண்டு, மிக்க பொறுமையுடன், வெற்றியடைவதில் ஏற்படும் தாமதத்தினால் தளர்ச்சியடையாது, இவ்வழியில் முன்னேற வேண்டும். உறுதியான பயிற்சியாளனுக்கு வெற்றி நிச்சயம். பக்தி யோகத்தைப் பற்றி ரூப கோஸ்வாமி கூறுகிறார்:

உத்ஸாஹான் நிஷ்$_2$சயாத்$_3$ தை$_4$ர்யாத் தத்-தத்-கர்ம-ப்ரவர்தனாத்
ஸங்க$_3$-த்யாகா$_3$த் ஸதோ வ்ரு'த்தே: ஷட்$_3$பி$_4$ர் ப$_4$க்தி: ப்ரஸித்$_4$யதி

"இதயப் பூர்வமான உற்சாகம், பொறுமை, உறுதி, பக்தர்களின் சங்கம், விதிக்கப்பட்ட கடமைகளை ஆற்றுதல், ஸத்வ குணச் செயல்களில் இடையறாது ஈடுபடுதல் இவற்றின் மூலம் பக்தி யோக முறையை வெற்றிகரமாகப் பின்பற்றலாம்." (உபதேஷாம்ருதம் 3)

உறுதியைப் பொறுத்தவரை, கடலின் அலைகளால் தனது முட்டைகளை இழந்த குருவியின் உதாரணத்தைப் பின்பற்ற வேண்டும். ஒரு குருவி கடற்கரையில் முட்டைகளை இட்டது, ஆனால் பெருங்கடல் அம்முட்டைகளைத் தனது அலைகளால் இழுத்துச் சென்றுவிட்டது. மிகுந்த வருத்தமுற்ற குருவி, தனது முட்டைகளைத் திருப்பித் தரும்படி கடலிடம் வேண்டியது. அம்முறையீட்டினை கடல் கண்டுகொள்ளவேயில்லை. எனவே, குருவி கடலை வற்றச் செய்வது என்று முடிவு செய்தது. தனது சின்னஞ்சிறு அலகால் கடல் நீரை வெளியேற்ற ஆரம்பித்தது. அதன் இயலாத உறுதியைக் கண்டு எல்லாரும் சிரித்தனர். இச்செய்தி பரவ, இறுதியில் விஷ்ணுவின் மாபெரும் பறவை வாகனமான கருடன் இதனைக் கேட்டார். தனது சிறிய சகோதரிப் பறவையின் மீது கருணை கொண்ட அவர், குருவியைக் காண வந்தார். சிறு குருவியின் உறுதியினால் மனமகிழ்ந்த கருடன், உதவி செய்வதாக வாக்களித்தார். இவ்வாறாக, உடனடியாகக் குருவியின் முட்டைகளைத் திருப்பித் தரும்படியும் இல்லாவிடில் குருவியின் செயலைத் தான் செய்துவிடுவேன் என்றும் கருடன் கடலை எச்சரித்தார். கடல் பயந்துபோய் குருவியின் முட்டைகளைத் திருப்பிக் கொடுத்தது. இவ்வாறாக கருடனின் கருணையினால் குருவி மகிழ்வுற்றது.

அதுபோல, யோகப் பயிற்சி, குறிப்பாக கிருஷ்ண உணர்வில் செய்யப்படும் பக்தி யோகம், மிகவும் கடினமாகத் தோன்றலாம். ஆனால் யாரேனும் மிக்க உறுதியுடன் கொள்கைகளைப் பின்பற்றினால், கடவுள் நிச்சயமாக உதவுவார்; ஏனெனில், தனக்கு உதவிக்கொள்பவனுக்குக் கடவுள் உதவுகிறார்.

ஸ்லோகம் 25

शनैः शनैरुपरमेद्बुद्ध्या धृतिगृहीतया ।
आत्मसंस्थं मनः कृत्वा न किञ्चिदपि चिन्तयेत् ॥ २५ ॥

ஷ₂னை: ஷ₂னைர் உபரமேத்₃ பு₃த்₃த்₄யா த்₄ரு'தி-க்₃ரு'ஹீதயா
ஆத்ம-ஸம்'ஸ்த₂ம்' மன: க்ரு'த்வா ந கிஞ்சித்₃ அபி சிந்தயேத்

ஷ₂னை:—மெல்ல; *ஷ₂னை:*—மெல்ல; *உபரமேத்₃*—விலகியிருக்க வேண்டும்; *பு₃த்₃த்₄யா*—புத்தியால்; *த்₄ரு'தி-க்₃ருஹீதயா*—உறுதியுடன் மேற்கொண்டு; *ஆத்ம-ஸம்ஸ்த₂ம்*—ஆத்மாவில் நிலைபெற்று; *மன:*—மனம்; *க்ரு'த்வா*—உருவாக்கி; *ந*—இல்லை; *கிஞ்சித்₃*—எதுவும்; *அபி*—கூட; *சிந்தயேத்*—சிந்தனை செய்ய.

வலுவான நம்பிக்கையுடன் கூடிய புத்தியின் மூலம், படிப்படியாக ஸமாதியில் நிலைபெற வேண்டும். இவ்வாறு மனம் தன்னில் மட்டுமே நிலைப்படுத்தப்பட்டு வேறெதையும் சிந்திக்காமல் இருக்க வேண்டும்.

பொருளுரை: வலுவான நம்பிக்கையினாலும் புத்தியினாலும், ஒருவன் புலன்களின் செயல்களைப் படிப்படியாக நிறுத்த வேண்டும். இது *ப்ரத்யா-ஹார* எனப்படும். உறுதி, தியானம், புலனடக்கம் ஆகியவற்றால் கட்டுப்படுத்தப்பட்ட மனம், ஸமாதியில் நிலைபெற்றாக வேண்டும். அந்நிலையில், ஜட வாழ்வில் வீழ்வதற்கான அபாயம் சிறிதும் கிடையாது. வேறுவிதமாகக் கூறினால், ஜடவுடல் இருக்கும் வரை ஜடத்துடன் தொடர்பு கொண்டுள்ளபோதிலும், புலனுகர்ச்சியைப் பற்றி சிந்திக்கக் கூடாது. பரமாத்மாவின் இன்பத்தை தவிர வேறு இன்பம் எதையும் எண்ணக் கூடாது. கிருஷ்ண உணர்வை நேரடியாகப் பயில்வதால் இந்நிலை எளிதாக அடையப்படும்.

ஸ்லோகம் 26

यतो यतो निश्चलति मनश्चञ्चलमस्थिरम् ।
ततस्ततो नियम्यैतदात्मन्येव वशं नयेत् ॥ २६ ॥

யதோ யதோ நிஷ்₂சலதி மனஷ்₂ சஞ்சலம் அஸ்தி₂ரம்
ததஸ் ததோ நியம்யைதத்₃ ஆத்மன்யேவ வஷ₂ம்' நயேத்

யத: யத:—எங்கெல்லாம்; *நிஷ்₂சலதி*—மிகவும் கிளர்ச்சியடைகின்றதோ; *மன:*—மனம்; *சஞ்சலம்*—சஞ்சலம்; *அஸ்தி₂ரம்*—ஸ்திரமின்றி; *தத: தத:*—அங்கிருந்து; *நியம்ய*—ஒழுங்குபடுத்தி; *ஏதத்*—இந்த; *ஆத்மனி*—ஆத்மாவில்; *ஏவ*—நிச்சயமாக; *வஷ₂ம்*—கட்டுப்பாட்டில்; *நயேத்*—கொண்டு வர வேண்டும்.

மனம் தனது சஞ்சலமான நிலையற்ற தன்மையால் எங்கெல்லாம் சஞ்சரிக்கின்றதோ, அங்கிருந்தெல்லாம் மனதை இழுத்து மீண்டும் தன் கட்டுப்பாட்டிற்குள் கொண்டு வர வேண்டும்.

பொருளுரை: மனதின் இயற்கை சஞ்சலமானதும், நிலையற்றதுமாகும். ஆனால் தன்னுணர்வு அடைந்த யோகி மனதைக் கட்டுப்படுத்த வேண்டும், மனதினால் கட்டுப்படுத்தப்படக் கூடாது. மனதை (அதன் மூலம் புலன்களையும்) கட்டுப்படுத்துபவன், கோஸ்வாமி அல்லது ஸ்வாமி என்று அழைக்கப்படுகிறான், மனதால் கட்டுப்படுத்தப்படுபவன் *கோ₃-தா₃ஸ* (புலன்களின் தாஸன்) என்று அழைக்கப்படுகிறான். புலனின்பத்தின் தரம் கோஸ்வாமிக்குத் தெரியும். திவ்யமான புலனின்பத்தில், புலன்கள் ரிஷிகேசரின் (புலன்களின் உன்னத உரிமையாளரான கிருஷ்ணரின்) சேவையில் ஈடுபடுத்தப்படுகின்றன. தூய்மையாக்கப்பட்ட புலன்களின் மூலம் கிருஷ்ணருக்குத் தொண்டு செய்வதே கிருஷ்ண உணர்வாகும். இதுவே புலன்களை முழுக் கட்டுப்பாட்டிற்குள் கொண்டுவரும் வழியாகும். யோகப் பயிற்சியின் உன்னத பக்குவநிலை இதுவே, இதைவிட உயர்ந்தது வேறேதும் உண்டோ?

ஸ்லோகம் 27

प्रशान्तमनसं ह्येनं योगिनं सुखमुत्तमम् ।
उपैति शान्तरजसं ब्रह्मभूतमकल्मषम् ॥ २७ ॥

ப்ரஷா₂ந்த-மனஸம்' ஹ்யேனம்' யோகி₃னம்' ஸுக₂ம் உத்தமம்
உபைதி ஷா₂ந்த-ரஜஸம்' ப்₃ரஹ்ம-பூ₄தம் அகல்மஷம்

ப்ரஷா₂ந்த—அமைதியான (கிருஷ்ணரின் தாமரைத் திருவடிகளில் நிலை நிறுத்திய); *மனஸம்*—மனம்; *ஹி*—நிச்சயமாக; *ஏனம்*—இந்த; *யோகி₃னம்*—யோகி; *ஸுக₂ம்*—சுகம்; *உத்தமம்*—உத்தமம்; *உபைதி*—அடைகிறான்; *ஷா₂ந்த-ரஜஸம்*—ரஜோ குணம் சாந்தப்படுத்தப்பட்ட; *ப்₃ரஹ்ம-பூ₄தம்*—பிரம்மனுடன் அடையாளப்படுத்திக்கொள்ளும் முக்தி; *அகல்மஷம்*—எல்லா பழைய களங்கங்களிலிருந்தும் விடுபெற்று.

என் மீது மனதை நிறுத்திய யோகி நிச்சயமாக உத்தம சுகம் எனும் உயர் பக்குவத்தை அடைகிறான். ரஜோ குணத்தைக் கடந்த அவன், பிரம்மனிடம் உள்ள தனது குண ஒற்றுமையை உணர்வதன் மூலம் தனது முந்தைய செயல்களின் விளைவுகளிலிருந்து விடுபடுகிறான்.

பொருளுரை: பௌதிகக் களங்கத்திலிருந்து விடுபட்டு இறைவனின் திவ்யமான தொண்டில் ஈடுபடுவதே *ப்₃ரஹ்ம-பூ₄த* நிலையாகும்.

மத்$_3$-ப$_4$க்திம் லப$_4$தே பராம் (பகவத் கீதை 18.54). மனம் பகவானின் தாமரைத் திருவடிகளில் நிலைபெறாத வரை, ஒருவன் பிரம்மனின் குணத்தில் நிலைபெற முடியாது. *ஸ வை மன: க்ரு'ஷ்ண-பாதா$_3$ரவிந்த$_3$யோ:.* இறைவனின் திவ்யமான அன்புத் தொண்டில் எப்பொழுதும் ஈடுபட்டிருப்பது (கிருஷ்ண உணர்விலிருப்பது), உண்மையில் எல்லா ஜடக் களங்கங்களிலிருந்தும் ரஜோ குணத்திலிருந்தும் விடுபட்ட நிலையாகும்.

ஸ்லோகம் 28

युञ्जन्नेवं सदात्मानं योगी विगतकल्मषः ।
सुखेन ब्रह्मसंस्पर्शमत्यन्तं सुखमश्नुते ॥ २८ ॥

யுஞ்ஜன்ன் ஏவம்' ஸதா$_3$த்மானம்' யோகீ$_3$ விக$_3$த-கல்மஷ:
ஸுகே$_2$ன ப்$_3$ரஹ்ம-ஸம்'ஸ்பர்ஷ$_2$ம் அத்யந்தம்' ஸுக$_2$ம் அஷ்$_2$னுதே

யுஞ்ஜன்—யோகப் பயிற்சியில் ஈடுபட்டு; *ஏவம்*—இவ்வாறாக; *ஸதா$_3$*—எப்போதும்; *ஆத்மானம்*—ஆத்மாவில்; *யோகீ$_3$*—பரமாத்மாவுடன் தொடர்புடையவன்; *விக$_3$த:*—விடுதலை; *கல்மஷ:*—எல்லா ஜடக் களங்கங்கள்; *ஸுகே$_2$ன*—திவ்யமான சுகத்தில்; *ப்$_3$ரஹ்ம-ஸம்ஸ்பர்ஷ$_2$ம்*—பிரம்மனுடன் நித்தியத் தொடர்பு கொண்டிருப்பதால்; *அத்யந்தம்*—உன்னதமான; *ஸுக$_2$ம்*—சுகத்தை; *அஷ்$_2$னுதே*—அடைகிறான்.

இவ்வாறாக, சுயக் கட்டுப்பாடுடைய யோகி, இடைவிடாத யோகப் பயிற்சியினால், எல்லா ஜடக் களங்கத்திலிருந்தும் விடுபட்டு, இறைவனின் திவ்யமான அன்புத் தொண்டில் பக்குவமான சுகத்தின் உன்னத நிலையை அடைகிறான்.

பொருளுரை: தன்னை உணர்வது என்றால் பகவானுடன் தனது உண்மை உறவு என்ன என்பதை அறிவதாகும். பரமனின் அம்சமான தனிப்பட்ட ஆத்மாவின் உண்மை நிலை, இறைவனுக்கு தெய்வீகத் தொண்டு புரிவதாகும். பரத்துடனான இத்தகு திவ்ய உறவே *ப்$_3$ரஹ்ம-ஸம்ஸ்பர்ஷ$_2$* என்று அறியப்படுகிறது.

ஸ்லோகம் 29

सर्वभूतस्थमात्मानं सर्वभूतानि चात्मनि ।
ईक्षते योगयुक्तात्मा सर्वत्र समदर्शनः ॥ २९ ॥

ஸர்வ-பூ$_4$த-ஸ்த$_2$ம் ஆத்மானம்' ஸர்வ-பூ$_4$தானி சாத்மனி
ஈக்ஷதே யோக$_3$-யுக்தாத்மா ஸர்வத்ர ஸம-த$_3$ர்ஷ$_2$ன:

ஸர்வ-பூ$_4$த-ஸ்த$_2$ம்—எல்லா உயிர்களிலும் உள்ள; *ஆத்மானம்*—பரமாத்மா; *ஸர்வ*—எல்லா; *பூ$_4$தானி*—உயிர்களும்; *ச*—மேலும்; *ஆத்மனி*—ஆத்மாவில்; *ஈக்ஷதே*—பார்ப்பவன்; *யோக$_3$-யுக்த-ஆத்மா*—கிருஷ்ண

உணர்வில் இணைக்கப்பட்டவன்; *ஸர்வத்ர*—எங்கும்; *ஸம-த₃ர்ஷ₂ன:*—சமமாகக் காண்கிறான்.

உண்மை யோகி, என்னை எல்லா உயிர்களிலும், என்னில் எல்லா உயிர்களையும் காண்கிறான். உண்மையில், தன்னுணர்வுடையவன் பரம புருஷரான என்னையே எங்கும் காண்கிறான்.

பொருளுரை: கிருஷ்ண உணர்விலுள்ள யோகியே பக்குவமான பார்வையாளன்; ஏனெனில், பரமனான கிருஷ்ணர் எல்லாரின் இதயத்திலும் பரமாத்மாவாக வீற்றிருப்பதை அவன் காண்கின்றான். *ஈஷ்₂வர: ஸர்வ-பூ₄தானாம் ஹ்ருத்₃-தே₃ஷே₂ 'ர்ஜுன திஷ்ட₂தி.* இறைவன் தனது பரமாத்ம ரூபத்தின் மூலம், பிராமணன், நாய் என இருவரின் இதயத்திலும் உறைகின்றார். பகவான் எப்போதும் திவ்யமானவர் என்பதையும், அவர் நாயுடன் இருந்தாலும் பிராமணனுடன் இருந்தாலும் பௌதிகத்தால் பாதிக்கப்படுவதில்லை என்பதையும் பக்குவமான யோகி அறிவான். இதுவே பகவானின் உன்னதமான சமத்துவ நிலை. தனிப்பட்ட ஆத்மா குறிப்பிட்ட இதயத்தில் மட்டுமே உள்ளது, எல்லாருடைய இதயத்திலும் அல்ல. ஆத்மாவுக்கும் பரமாத்மாவுக்கும் உள்ள வேறுபாடு இதுவே. யோகப் பயிற்சியில் உண்மையாக ஈடுபடாத எவரும் இவ்வாறு தெளிவாகக் காண முடியாது. கிருஷ்ண உணர்வினன், கடவுளை நம்புபவனின் இதயத்திலும் நம்பாதவனின் இதயத்திலும் அவரைக் காண முடியும். இது ஸ்மிருதியில் பின்வருமாறு உறுதி செய்யப்படுகிறது: *ஆதத்வாச் ச மாத்ருத்வாத்₃ ஆத்மா ஹி பரமோ ஹரி:* எல்லா உயிர்வாழிகளின் மூலமான பகவான், தாய் அல்லது பாதுகாவலரைப் போன்றவர். குழந்தைகள் எல்லாரிடமும் தாய் நடுநிலையில் இருப்பதுபோல, உன்னதத் தந்தையான (அல்லது தாயான) பகவானும் சமமாக நடந்து கொள்கிறார். எனவே, பரமாத்மா எப்போதும் எல்லா உயிர்வாழிகளிலும் வீற்றுள்ளார்.

எல்லா உயிர்வாழிகளின் வெளிப்புறம்கூட கடவுளின் சக்தியில்தான் அமைந்துள்ளது. ஏழாம் அத்தியாயத்தில் விளக்கப் படப்போவதைப் போல, கடவுளுக்கு ஆன்மீக (உயர்ந்த) சக்தி, பௌதிக (தாழ்ந்த) சக்தி என இரண்டு முக்கியமான சக்திகள் உள்ளன. ஆத்மா, உயர்ந்த சக்தியைச் சேர்ந்ததாக இருப்பினும், தாழ்ந்த சக்தியினால் கட்டுப்படுத்தப்படக்கூடியது; ஆத்மா எப்போதும் இறைவனின் சக்தியில்தான் இருந்தாக வேண்டும். எல்லா உயிர்வாழியும் அவரின் ஏதாவதொரு சக்தியில் நிலைபெற்றுள்ளனர்.

யோகி சமநோக்குடன் காண்கிறான்; ஏனெனில், ஒவ்வொரு ஜீவனும் தனது கர்ம விளைவுக்கு ஏற்றாற்போல பற்பல சூழ்நிலைகளில்

செயல்பட்டாலும், அனைவரும் எல்லா சூழ்நிலைகளிலும் இறைவனின் சேவகர்களே என்பதை அவன் காண்கிறான். ஜட சக்தியில் இருக்கும்போது, உயிர்வாழி ஜடப் புலன்களுக்கு சேவை செய்கிறான்; ஆன்மீக சக்தியில் இருக்கும்போது, அவன் நேரடியாக முழுமுதற் கடவுளுக்கு சேவை செய்கிறான். இருவிதத்திலும் ஆத்மா இறைவனின் தொண்டனே. இந்த சமநோக்குப் பார்வை கிருஷ்ண பக்தனிடம் பூரணமாக உள்ளது.

ஸ்லோகம் 30

यो मां पश्यति सर्वत्र सर्वं च मयि पश्यति ।
तस्याहं न प्रणश्यामि स च मे न प्रणश्यति ॥ ३० ॥

யோ மாம்' பஷ்₂யதி ஸர்வத்ர ஸர்வம்' ச மயி பஷ்₂யதி
தஸ்யாஹம்' ந ப்ரணஷ்₂யாமி ஸ ச மே ந ப்ரணஷ்₂யதி

ய:—யாராயினும்; மாம்—என்னை; பஷ்₂யதி—காண்கிறானோ; ஸர்வத்ர—எங்கும்; ஸர்வம்—எதிலும்; ச—மேலும்; மயி—என்னில்; பஷ்₂யதி—காண்கிறான்; தஸ்ய—அவனுக்கு; அஹம்—நான்; ந—இல்லை; ப்ரணஷ்₂யாமி—இழந்துபோவது; ஸ:—அவன்; ச—மேலும்; மே—எனக்கு; ந—இல்லை; ப்ரணஷ்₂யதி—இழப்பது.

என்னை எல்லா இடங்களிலும், எல்லாவற்றையும் என்னிலும் காண்பவன் என்னை ஒருபோதும் இழப்பதில்லை. நானும் அவனை ஒருபோதும் இழப்பதில்லை.

பொருளுரை: கிருஷ்ண பக்தன், கிருஷ்ணரை எங்கும் காண்பதும், கிருஷ்ணரில் எல்லாவற்றையும் காண்பதும் நிச்சயமே. ஜட இயற்கையின் தனித்தனித் தோற்றங்களை அவன் காண்பதுபோல இருந்தாலும், எல்லாம் கிருஷ்ண சக்தியின் தோற்றங்களே என்பதை அறிந்து, ஒவ்வொன்றிலும் அவன் கிருஷ்ணரை உணர்கிறான். கிருஷ்ணரின்றி எதுவுமே இருக்க முடியாது, கிருஷ்ணரே எல்லாவற்றின் இறைவன்—இதுவே கிருஷ்ண உணர்வின் அடிப்படைக் கொள்கையாகும். கிருஷ்ண உணர்வு கிருஷ்ணரின் மீதான அன்பை வளர்ப்பதாகும்—இது ஜடத்திலிருந்து முக்தியடைவதை விட உயர்ந்த நிலையாகும். தன்னுணர்விற்கு அப்பாற்பட்ட கிருஷ்ண உணர்வின் இந்நிலையில், பக்தனுக்கு கிருஷ்ணரே எல்லாமாகிவிடுவதாலும், பக்தன் கிருஷ்ணரின் மீதான அன்பில் முழுமையடைவதாலும், பக்தன் கிருஷ்ணருடன் ஒன்றாகிவிடுவதாகக் கூறலாம். பின்னர், கிருஷ்ணருக்கும், பக்தனுக்கும் இடையே ஒரு நெருங்கிய உறவு தொடங்குகிறது. அந்நிலையில் ஜீவனை அழிக்கவோ, பக்தனின் பார்வையிலிருந்து

பரம புருஷரை விலக்கவோ இயலாது. கிருஷ்ணரில் கலப்பது ஆன்மீக அழிவாகும். பக்தன் அத்தகு அபாயத்தை ஏற்பதில்லை. பிரம்ம சம்ஹிதையில் (5.38) கூறப்பட்டுள்ளது:

ப்ரேமாஞ்ஜன-ச்சு$_2$ரித-ப$_4$க்தி-விலோசனேன
ஸந்த: ஸதை$_3$வ ஹ்ரு'த$_3$யேஷு விலோகயந்தி
யம்' ஷ்$_2$யாமஸுந்த$_3$ரம் அசிந்த்ய-கு$_3$ண-ஸ்வரூபம்'
கோ$_3$விந்த$_3$ம் ஆதி$_3$-புருஷம்' தம் அஹம்' ப$_4$ஜாமி

"பிரேமை என்னும் மையினால் அலங்கரிக்கப்பட்ட பக்தரின் கண்களால் எப்போதும் காணப்படும் ஆதி புருஷரான கோவிந்தரை நான் வணங்குகிறேன். பக்தரின் இதயத்தில் வீற்றுள்ள அவர், தனது நித்தியமான சியாமசுந்தர ரூபத்தில் எப்போதும் காணப்படுகிறார்."

இந்த நிலையிலுள்ள பக்தனின் பார்வையை விட்டு பகவான் விலகுவதில்லை, பக்தனும் அவரது தரிசனத்தை இழப்பதில்லை. இறைவனை இதயத்தினுள் பரமாத்மாவாகக் காணும் யோகியின் விஷயத்திலும் இதுவே உண்மை. தூய பக்தனாக மாறக்கூடிய இத்தகு யோகி, தனக்குள் இறைவனைக் காணாமல் ஒரு கணமும் வாழ முடியாதவனாகிவிடுகிறான்.

ஸ்லோகம் 31

सर्वभूतस्थितं यो मां भजत्येकत्वमास्थितः ।
सर्वथा वर्तमानोऽपि स योगी मयि वर्तते ॥ ३१ ॥

ஸர்வ-பூ$_4$த-ஸ்தி$_2$தம்' யோ மாம்' ப$_4$ஜத்யேகத்வம் ஆஸ்தி$_2$த:
ஸர்வதா$_2$ வர்தமானோ 'பி ஸ யோகீ$_3$ மயி வர்ததே

ஸர்வ-பூ$_4$த-ஸ்தி$_2$தம்—எல்லாரது இதயத்திலும் உறைந்துள்ள; *ய:*—எவனொருவன்; *மாம்*—எனக்கு; *ப$_4$ஜதி*—பக்தியுடன் சேவை செய்கிறானோ; *ஏகத்வம்*—ஒருமையில்; *ஆஸ்தி$_2$த:*—நிலைபெற்று; *ஸர்வதா$_2$*—எல்லா விதங்களிலும்; *வர்த-மான:*—நிலைபெற்று; *அபி*—இருந்தும்; *ஸ:*—அவன்; *யோகீ$_3$*—ஆன்மீகி; *மயி*—என்னில்; *வர்ததே*—நிலைக்கிறான்.

பரமாத்மாவின் தொண்டில் ஈடுபடும் அத்தகு யோகி, நானும் பரமாத்மாவும் ஒருவரே என்பதை அறிந்து, எல்லா சூழ்நிலைகளிலும் எப்போதும் என்னில் நிலைக்கிறான்.

பொருளுரை: பரமாத்மாவின் மீது தியானம் செய்யப் பழகும் யோகி, தனக்குள் கிருஷ்ணரது விரிவங்கமான விஷ்ணுவை நான்கு கைகளுடன் சங்கு, சக்கரம், கதை, தாமரை ஆகியவற்றை ஏந்திய

உருவில் காண்கிறான். விஷ்ணு, கிருஷ்ணரிலிருந்து வேறுபட்டவரல்ல என்பதை யோகி அறிய வேண்டும். கிருஷ்ணர், பரமாத்மாவின் ரூபத்தில் எல்லாரது இதயத்திலும் உள்ளார். எண்ணற்ற உயிர்வாழிகளின் இதயங்களில் வசிக்கும் எண்ணற்ற பரமாத்மாவிற்கு இடையில் எவ்வித வேற்றுமையும் இல்லை. மேலும், எப்போதும் கிருஷ்ணருடைய திவ்யமான அன்புத் தொண்டில் ஈடுபட்டிருக்கும் பக்தனுக்கும், பரமாத்மாவை தியானிப்பதில் ஈடுபட்டிருக்கும் பக்குவமான யோகிக்கும் வேற்றுமை இல்லை. கிருஷ்ண உணர்விலுள்ள யோகி, தனது ஜட இருப்பிற்காக வெவ்வேறு செயல்களில் ஈடுபட்டிருந்தாலும், எப்போதும் கிருஷ்ணரில் நிலைத்தவனாக உள்ளான். இது ஸ்ரீல ரூப கோஸ்வாமியின் பக்தி ரஸாம்ருத சிந்துவில் (1.2.187) உறுதி செய்யப்பட்டுள்ளது. *நிகி$_2$லாஷ்–வப்–யவஸ்தா$_2$ஸு ஜீவன்–முக்த: ஸ உச்யதே.* கிருஷ்ண உணர்வில் எப்போதும் செயல்படும் பக்தன் இயற்கையாகவே முக்தி பெற்ற நிலையில் உள்ளான். நாரத பஞ்சராத்ரத்தில் இது பின்வருமாறு உறுதி செய்யப்பட்டுள்ளது:

தி$_3$க்-காலாத்$_3$ய்-அனவச்சி$_2$ன்னே க்ரு'ஷ்ணே சேதோ விதா$_4$ய ச
தன்-மயோ ப$_4$வதி க்ஷிப்ரம்' ஜீவோ ப்$_3$ரஹ்மணி யோஜயேத்

“காலத்திற்கும் இடத்திற்கும் அப்பாற்பட்ட கிருஷ்ணர் எங்கும் பரவியுள்ளார். அவரது திவ்ய ரூபத்தில் கவனம் செலுத்துபவன், அவரது நினைவில் மூழ்கி, பின்னர் அவருடனான திவ்யமான உறவைப் பெறும் ஆனந்த நிலையை அடைகிறான்.”

யோகப் பயிற்சியின் உன்னதமான பக்குவநிலை கிருஷ்ண உணர்வே. கிருஷ்ணர் எல்லாரின் இதயத்திலும் பரமாத்மாவாக உள்ளார் எனும் அறிவு, யோகியை குற்றமற்றவனாக்கிவிடுகிறது. பகவானது இந்த அசிந்திய சக்தியை வேதங்கள் (*கோ$_3$பால–தாபனீ* உபநிஷத் 1.21) பின்வருமாறு உறுதி செய்கின்றன: *ஏகோ 'பி ஸன் ப$_3$ஹுதா$_4$யோ 'வபா$_4$தி.* “இறைவன் ஒருவரே என்றபோதிலும், எண்ணற்ற இதயங்களில் அவர் பலராக வீற்றுள்ளார். இதுபோலவே, ஸ்மிருதி சாஸ்திரத்திலும் கூறப்பட்டுள்ளது:

ஏக ஏவ பரோ விஷ்ணு: ஸர்வ-வ்யாபீ ந ஸம்'ஷ$_2$ய:
ஐஷ்$_2$வர்யாத்$_3$ ரூபம் ஏகம்' ச ஸூர்ய-வத் ப$_3$ஹுதே$_4$யதே

“விஷ்ணு ஒருவரே என்றபோதிலும், அவர் எங்கும் நிறைந்துள்ளார். சூரியன் எவ்வாறு ஒரே சமயத்தில் பல இடங்களில் தோற்றமளிக்கிறதோ, அதுபோல, தனது அசிந்திய சக்தியால்,

தனக்கென்று ஒரு ரூபம் உள்ளபோதிலும், பகவான் விஷ்ணு எல்லா இடங்களிலும் வீற்றுள்ளார்."

ஸ்லோகம் 32

आत्मौपम्येन सर्वत्र समं पश्यति योऽर्जुन ।
सुखं वा यदि वा दुःखं स योगी परमो मतः ॥ ३२ ॥

ஆத்மௌபம்யேன ஸர்வத்ர ஸமம்' பஷ்$_2$யதி யோ 'ர்ஜுன
ஸுக$_2$ம்' வா யதி$_3$ வா து:$_3$க$_2$ம்' ஸ யோகீ$_3$ பரமோ மத:

ஆத்ம—ஆத்மா; *ஔபம்யேன*—ஒப்பீட்டால்; *ஸர்வத்ர*—எங்கும்; *ஸமம்*—சமத்துவம்; *பஷ்$_2$யதி*—காண்கிறான்; *ய:*—எவனொருவன்; *அர்ஜுனா*—அர்ஜுனனே; *ஸுக$_2$ம்*—சுகம்; *வா*—அல்லது; *யதி$_3$*—ஆனால்; *வா*—அல்லது; *து:$_3$க$_2$ம்*—துக்கம்; *ஸ:*—அத்தகு; *யோகீ$_3$*—யோகி; *பரம:*—பரம; *மத:*—கருதப்படுகிறான்.

அர்ஜுனா, எவனொருவன் எல்லா உயிர்களுடைய சுக துக்கங்களை தன்னுடன் ஒப்பிட்டுக் காண்கிறானோ, அவன் பரம யோகியாகக் கருதப்படுகிறான்.

பொருளுரை: கிருஷ்ண உணர்வில் இருப்பவனே பரம யோகியாவான்; அவன் தனது சுய அனுபவத்தால் எல்லாருடைய சுக துக்கத்தையும் அறிவான். உயிர்வாழி துன்பப்படுவதற்கான காரணம், இறைவனு டனான தனது உறவை மறந்திருப்பதே. மேலும், மகிழ்ச்சிக்கான காரணம், கிருஷ்ணரே மனிதனின் எல்லாச் செயல்களுக்கும் உன்னத அனுபவிப்பாளர், கிருஷ்ணரே எல்லா நாடுகளுக்கும் கிரகங்களுக்கும் உரிமையாளர், கிருஷ்ணரே எல்லா உயிர்வாழிகளின் உற்ற நண்பன் என்பனவற்றை அறிவதே. உயிர்வாழி கிருஷ்ணருடனான தனது உறவை மறந்ததன் காரணத்தால், ஜட இயற்கையின் குணங்களால் கட்டுப்படுத்தப்பட்டு, மூவகைத் துன்பங்களுக்கு உட்படுத்தப்படு கிறான் என்பதை பக்குவமான யோகி அறிவான். மேலும், தான் மகிழ்ச்சியாக இருப்பதால் கிருஷ்ண உணர்வினன், கிருஷ்ணரைப் பற்றிய ஞானத்தை எல்லா இடங்களிலும் விநியோகிக்க முயல்கிறான். பக்குவமான யோகி கிருஷ்ண உணர்வை அடைவதன் முக்கியத்துவத்தை பிரச்சாரம் செய்ய முயல்வதால், அவனே உலகிலேயே மிகச்சிறந்த வள்ளலும், பகவானின் மிக நெருங்கிய தொண்டனும் ஆவான். *ந ச தஸ்மான் மனுஷ்யேஷு கஷ்$_2$சின் மே ப்ரிய-க்ரு'த்தம:* (பகவத் கீதை 18.69). அதாவது, இறைவனின் பக்தன் மற்ற உயிர்வாழிகளின் நலனை எப்போதும் விரும்புவதால், அவன் எல்லாருக்கும் உற்ற நண்பனாக உள்ளான். அவனே சிறந்த யோகியாவான்; ஏனெனில், அவன் தனது சுய இலாபத்திற்காக

யோகத்தில் பக்குவமடைய விரும்பாமல், பிறருக்காகவும் முயல்கிறான். அவன் சக உயிர்வாழிகளிடம் பொறாமை கொள்வதில்லை. தனது சுய முன்னேற்றத்தை மட்டும் விரும்பும் யோகிக்கும், இறைவனின் தூய பக்தனுக்கும் உள்ள வேற்றுமை இதுவே. பக்குவமான தியானத்திற்காக தனியிடத்திற்குச் செல்லும் யோகி, ஒவ்வொரு மனிதனையும் கிருஷ்ண உணர்வினை நோக்கித் திருப்புவதற்கு தன்னால் இயன்றவரை முயலும் பக்தனைப் போன்று பக்குவம் அடைந்தவனல்ல.

ஸ்லோகம் 33

अर्जुन उवाच

योऽयं योगस्त्वया प्रोक्तः साम्येन मधुसूदन ।
एतस्याहं न पश्यामि चञ्चलत्वात्स्थितिं स्थिराम् ॥ ३३ ॥

அர்ஜுன உவாச

யோ 'யம்' யோக$_3$ஸ் த்வயா ப்ரோக்த: ஸாம்யேன மது$_4$ஸூத$_3$ன
ஏதஸ்யாஹம்' ந பஷ்$_2$யாமி சஞ்சலத்வாத் ஸ்தி$_2$திம்' ஸ்தி$_2$ராம்

அர்ஜுன: உவாச—அர்ஜுனன் கூறினான்; *ய: அயம்*—இம்முறை; *யோக:$_3$*—யோகம்; *த்வயா*—உம்மால்; *ப்ரோக்த:*—விவரிக்கப்பட்ட; *ஸாம்யேன*—பொதுவாக; *மது$_4$-ஸூத$_3$ன*—மது எனும் அரக்கனை அழித்தவரே; *ஏதஸ்ய*—இதன்; *அஹம்*—நான்; *ந*—இல்லை; *பஷ்$_2$யாமி*—பார்க்க; *சஞ்சலத்-வாத்*—சஞ்சலத்தினால்; *ஸ்தி$_2$திம்*—சூழ்நிலை; *ஸ்தி$_2$ராம்*—ஸ்திரமான.

அர்ஜுனன் கூறினான்: மதுசூதனரே, மனம் நிலையற்றதும் அமைதியற்றதும் ஆனதால், நீங்கள் இப்போது கூறிய யோக முறையானது நடைமுறைக்கு ஒத்துவராததாகவும், தாங்க முடியாததுமாகத் தோன்றுகிறது.

பொருளுரை: பகவான் கிருஷ்ணரால் அர்ஜுனனிடம் விவரிக்கப்பட்ட, *ஷு$_2$சௌ தே$_3$ஷே$_2$* என்று தொடங்கி *யோகீ$_3$* பரம என்று முடியும் யோக முறை, இயலாததாகக் கருதி அர்ஜுனனால் இங்கு நிராகரிக்கப்படுகின்றது. ஒரு சாதாரண மனிதன், வீட்டைவிட்டு வெளியேறி, மலையிலோ காட்டிலோ உள்ள தனியிடத்திற்குச் சென்று யோகத்தைப் பயில்வதென்பது இக்கலி யுகத்தில் இயலாத காரியமாகும். தற்போதைய யுகத்தில், குன்றிய ஆயுளை கழிப்பதே கடும் போராட்டமாக விளங்குகிறது. எளிமையான, நடைமுறைக்கு ஒத்துவரக்கூடிய தன்னுணர்வு பயிற்சிகளிலேயே மக்களுக்கு அக்கறை இல்லாதபோது, வாழும் முறை, அமரும் விதம், இடத் தேர்வு, ஜட ஈடுபாடுகளிலிருந்து விடுபட்ட மனம் போன்ற

விதிகளைக் கொண்ட கடினமான யோக முறையைப் பற்றிக் கேட்பானேன்? நடைமுறையை உணர்ந்த மனிதன் என்ற முறையில், பற்பல வழிகளில் தனக்கு சாதகமான வாய்ப்புகள் இருந்தபோதிலும், இந்த யோக முறையை பின்பற்றுவதை அசாத்தியமாகக் கருதினான் அர்ஜுனன். அரச குடும்பத்தைச் சேர்ந்தவனான அவன், பற்பல நற்குணங்களை உடையவன்: அவன் மாபெரும் போர் வீரன், நீண்ட வாழ் நாளை உடையவன், எல்லாவற்றிற்கும் மேலாக பரம புருஷ பகவான் ஸ்ரீ கிருஷ்ணரின் நெருங்கிய நண்பன். நம்மிடம் தற்போது இருப்பதைவிட, ஐயாயிரம் வருடங்களுக்கு முன்பு பன்மடங்கு வசதிகளைப் பெற்றிருந்தும், அர்ஜுனன் இந்த யோக முறையை ஏற்க மறுத்தான். உண்மையில், அவன் இந்த யோக முறையை பயிற்சி செய்ததாக நாம் சரித்திரத்திலும் காண முடிவதில்லை. எனவே, இக்கலி யுகத்தில் இம்முறை பொதுவாக அசாத்தியமானதாக கருதப்படவேண்டும். சில குறிப்பிட்ட, விசேஷமான மனிதர்களுக்கு வேண்டுமானால் இது சாத்தியமாகலாம், ஆனால் சாதாரண மக்களுக்கு இஃது இயலாத காரியமாகும். ஐயாயிரம் வருடங்களுக்கு முன்பே இந்நிலை என்றால், தற்காலத்தைப் பற்றிச் சொல்லவும் வேண்டுமோ? பெயரளவு மையங்களிலும், சங்கத்திலும் இந்த யோகப் பயிற்சியை நகல் செய்பவர்கள், வசதியுடையவராயினும், காலத்தை வீணடிப்பவர்களே. அவர்கள் உண்மையான குறிக்கோளை சற்றும் அறியாதவர்களாக உள்ளனர்.

ஸ்லோகம் 34

चञ्चलं हि मनः कृष्ण प्रमाथि बलवद्दृढम् ।
तस्याहं निग्रहं मन्ये वायोरिव सुदुष्करम् ॥ ३४॥

சஞ்சலம்' ஹி மன: க்ரு'ஷ்ண ப்ரமாதி$_2$ *ப*$_3$*லவத்*$_3$ *த்*$_3$*ரு'ட*$_4$*ம்*
தஸ்யாஹம்' நிக்$_3$*ரஹம்' மன்யே வாயோர் இவ ஸு-து*$_3$*ஷ்கரம்*

சஞ்சலம்—சஞ்சலமானது; *ஹி*—நிச்சயமாக; *மன:*—மனம்; *க்ரு'ஷ்ண*—கிருஷ்ணரே; *ப்ரமாதி*$_2$—கிளர்ச்சி கொள்வது; *ப*$_3$*ல-வத்*$_3$—பலமானது; *த்*$_3$*ருட*$_4$*ம்*—அடங்காதது; *தஸ்ய*—அதன்; *அஹம்*—நான்; *நிக்*$_3$*ரஹம்*—அடக்குவது; *மன்யே*—எண்ணுகிறேன்; *வாயோ:*—வீசும் காற்றை; *இவ*—போல; *ஸுது*$_3$*ஷ்கரம்*—கடினமானது.

கிருஷ்ணரே, மனம் அமைதியற்றதும், குழப்பம் நிறைந்ததும், அடங்காததும், சக்தி மிகுந்ததுமாயிற்றே. வீசும் காற்றை அடக்குவதைவிட மனதை அடக்குவது கடினமானதாக எனக்குத் தோன்றுகின்றது.

பொருளுரை: மனமானது புத்திக்குப் படிந்து இருக்க வேண்டும் என்றபோதிலும், சில சமயங்களில் புத்தியையும் வென்று விடுமளவிற்கு, மனம் மிகவும் பலமானதாகவும், அடங்காததாகவும் விளங்குகின்றது. நடைமுறை உலகில் பற்பல எதிர் சக்திகளை சமாளிக்க வேண்டிய மனிதனுக்கு, மனதை அடக்குவது நிச்சயமாக மிகவும் கடினமான செயலே. எதிரிக்கும் நண்பனுக்கும் சமமான மனோநிலையை செயற்கையாக உருவாக்கிக்கொள்ளலாமே தவிர, இறுதியில் எந்த உலக மனிதனாலும் அவ்வாறு செய்ய முடியாது; ஏனெனில், வீசும் காற்றை அடக்குவதைவிட இது கடினமானதாகும். வேத இலக்கியங்களில் (*கட$_2$* உபநிஷத் 1.3.34) கூறப்பட்டுள்ளது:

ஆத்மானம்' ரதி$_2$னம்' வித்$_3$தி$_4$ ஷ$_2$ரீரம்' ரத$_2$ம் ஏவ ச
பு$_3$த்$_3$தி$_4$ம்' து ஸாரதி$_2$ம்' வித்$_3$தி$_4$ மன: ப்ரக்$_3$ரஹம் ஏவ ச

இந்த்$_3$ரியாணி ஹயான் ஆஹுர் விஷயாம்'ஸ் தேஷு கோ$_3$சரான்
ஆத்மேந்த்$_3$ரிய-மனோ-யுக்தம்' போ$_4$க்தேத்யாஹுர் மனீஷிண:

“ஜடவுடல் எனும் ரதத்தில், பயணியாக ஆத்மாவும், சாரதியாக புத்தியும், ஒட்டும் உபகரணமாக மனமும், குதிரைகளாக புலன்களும் உள்ளன. இவ்வாறு மனம் மற்றும் புலன்களின் சேர்க்கையால், ஆத்மா இன்ப துன்பத்தை அடைகிறான். பெரும் சிந்தனையாளர்கள் இவ்வாறே எண்ணுகின்றனர்.” மனம் புத்தியினால் வழிகாட்டப்பட வேண்டும், ஆனால் சில சமயங்களில் மோசமான வியாதி சிறப்பான மருந்தையும் வென்று விடுவதைப் போல, பலமானதும் அடங்காததுமான மனம் ஒருவனது சுய புத்தியையும் அடிக்கடி வென்றுவிடுகிறது. இத்தகு பலமிக்க மனம் யோகப் பயிற்சியால் கட்டுப்படுத்தப்பட வேண்டும், ஆனால் அர்ஜுனனைப் போன்ற சாதாரண மனிதனுக்கு இஃது என்றும் அசாத்தியமே. அப்படியிருக்க நவீன மனிதனைப் பற்றி நாம் என்ன சொல்ல முடியும்? இங்கு கூறப்பட்டிருக்கும் உவமை பொருத்தமானது: வீசும் காற்றை யாராலும் கட்டுப்படுத்த முடியாது. குழம்பிய மனதைக் கட்டுப்படுத்துவது அதை விடக் கடினமானதாகும். பகவான் சைதன்யரால் கூறப்பட்டபடி, மனதைக் கட்டுப்படுத்த எளிதான வழி, முக்திக்கு மிகவும் உகந்த “ஹரே கிருஷ்ண” மஹாமந்திரத்தைப் பணிவோடு ஜபிப்பதுதான். பரிந்துரைக்கப்படும் வழிமுறை, *ஸ வை மன: க்ரு'ஷ்ண பதா$_3$ரவிந்த$_3$யோ:*—மனதை முழுவதுமாக கிருஷ்ணரில் ஈடுபடுத்த வேண்டும். இதன்பின் மட்டுமே கிளர்ச்சியூட்டும் ஈடுபாடுகளிலிருந்து மனம் விடுபட முடியும்.

ஸ்லோகம் 35

श्रीभगवानुवाच
असंशयं महाबाहो मनो दुर्निग्रहं चलम् ।
अभ्यासेन तु कौन्तेय वैराग्येण च गृह्यते ॥ ३५ ॥

ஸ்ரீ-ப$_4$க$_3$வான் உவாச
அஸம்'ஷ$_2$யம்' மஹா-பா$_3$ஹோ மனோ து$_3$ர்நிக்$_3$ரஹம்' சலம்
அப்$_4$யாஸேன து கௌந்தேய வைராக்$_3$யேண ச க்$_3$ரு'ஹ்யதே

ஸ்ரீ-ப$_4$க$_3$வான் உவாச—புருஷோத்தமரான முழுமுதற் கடவுள் கூறினார்; *அஸம்ஷ$_2$யம்*—சந்தேகமின்றி; *மஹா-பா$_3$ஹோ*—பலம் பொருந்திய புயங்களை உடையவனே; *மன:*—மனம்; *து$_3$ர்நிக்$_3$ரஹம்*—அடக்கக் கடினமானது; *சலம்*—சஞ்சலமானது; *அப்$_4$யாஸேன*—பயிற்சியினால்; *து*—ஆனால்; *கௌந்தேய*—குந்தியின் மகனே; *வைராக்$_3$யேண*—பற்றின்மையினால்; *ச*—மேலும்; *க்$_3$ரு'ஹ்யதே*—கட்டுப்படுத்தக்கூடியது.

பகவான் ஸ்ரீ கிருஷ்ணர் கூறினார்: பலம் பொருந்திய புயங்களை உடைய குந்தியின் மகனே, அமைதியற்ற மனதை அடக்குவது சந்தேகமின்றி மிகவும் கடினமே. ஆனால் தகுந்த பயிற்சியினாலும், பற்றின்மையாலும் அது சாத்தியமாகும்.

பொருளுரை: அடங்காத மனதைக் கட்டுப்படுத்துவது சிரமம் எனும் அர்ஜுனனின் கூற்று, முழுமுதற் கடவுளால் ஏற்றுக்கொள்ளப் பட்டுள்ளது. ஆனால், அதே சமயத்தில் பயிற்சியினாலும், பற்றின்மையாலும் அது சாத்தியம் என்கிறார் அவர். அஃது என்ன பயிற்சி? புனித ஸ்தலத்தில் வசித்தல், பரமாத்மாவின் மீது மனதைச் செலுத்துதல், புலன்களையும் மனதையும் அடக்குதல், பிரம்மசரியத்தைப் பின்பற்றுதல், தனிமையாக இருத்தல் போன்ற கடுமையான சட்டதிட்டங்களை தற்காலத்தில் யாராலும் கடைபிடிக்க முடியாது. ஆனால் கிருஷ்ண உணர்வின் ஒன்பது விதமான பக்தித் தொண்டில் ஈடுபட முடியும். இந்த ஒன்பது பக்தி நெறிகளில் முதலாவதும், முக்கியமானதும், கிருஷ்ணரைப் பற்றிக் கேட்பதாகும். எல்லாக் களங்கத்திலிருந்தும் மனதை விடுவிக்க, இஃது ஒரு சக்திவாய்ந்த திவ்யமான வழிமுறையாகும். கிருஷ்ணரைப்பற்றி எந்த அளவிற்கு ஒருவன் கேட்கின்றானோ, அந்த அளவிற்கு, கிருஷ்ணரிடமிருந்து மனதைப் பிரிக்கும் விஷயங்களிலிருந்து விடுபட்டு அவன் தெளிவடைகிறான். இறைவனுக்கு பக்தி செய்யாத செயல்களிலிருந்து மனதை விலக்குவதால், எளிதாக *வைராக்$_3$யத்தை* (பற்றின்மையை) கற்க முடியும். *வைராக்$_3$ய* என்றால் மனதை பௌதிகத்திலிருந்து விடுத்து ஆன்மீகத்தில் ஈடுபடுத்துவதாகும்.

அருவவாத ஆன்மீகத் துறவைக் காட்டிலும் மனதை கிருஷ்ணரிடம் பற்றுதல் கொள்ளச் செய்தல் எளிதானதாகும். கிருஷ்ணரைப் பற்றிக் கேட்பவன் இயற்கையாகவே பரமாத்மாவின் மீது பற்றுதல் கொள்வதால், இது நடைமுறைக்கு உகந்ததாகும். இந்தப் பற்றே *பரேஷா$_2$னுப$_4$வ* (ஆன்மீக திருப்தி) என்று அறியப்படுகிறது. இது பசிமிக்கவன் தான் உண்ணும் ஒவ்வொரு கவளத்திலும் திருப்தியடைவதைப் போன்றதாகும். பசியுடன் உள்ளவன், எந்த அளவிற்கு உண்கின்றானோ, அந்த அளவிற்கு திருப்தியும், பலமும் பெறுகிறான். அதுபோலவே, பக்தித் தொண்டை நிறைவேற்றுவதால், மனம் ஜடப் பொருட்களிலிருந்து விடுபட, ஒருவன் திவ்யமான திருப்தியை உணர்கிறான். இது நல்ல மருத்துவ சிகிச்சையின் மூலமும், முறையான உணவின் மூலமும், நோயை குணப்படுத்துவதைப் போன்றதாகும். எனவே, பைத்தியம் பிடித்த மனதிற்கான சிறந்த மருந்து பகவான் கிருஷ்ணரின் திவ்யமான லீலைகளைக் கேட்பதாகும், மேலும், துன்பப்படும் நோயாளிக்கான உகந்த உணவு கிருஷ்ணருக்குப் படைக்கப்பட்ட உணவை உண்பதாகும். இந்த மருத்துவமே கிருஷ்ண உணர்வின் வழிமுறையாகும்.

ஸ்லோகம் 36

असंयतात्मना योगो दुष्प्राप इति मे मतिः ।
वश्यात्मना तु यतता शक्योऽवाप्तुमुपायतः ॥ ३६ ॥

அஸம்'யதாத்மனா யோகோ$_3$ து$_3$ஷ்ப்ராப இதி மே மதி:
வஷ்$_2$யாத்மனா து யததா ஷ$_2$க்யோ 'வாப்தும் உபாயத:

அஸம்யதா—கட்டுப்படாத; *ஆத்மனா*—மனதால்; *யோக:*—தன்னுணர்வு; *து$_3$ஷ்ப்ராப:*—அடைவது கடினமாகிறது; *இதி*—இவ்வாறாக; *மே*—எனது; *மதி:*—அபிப்பிராயம்; *வஷ்$_2$ய*—கட்டுப்பட்ட; *ஆத்மனா*—மனதால்; *து*—ஆனால்; *யததா*—முயற்சி செய்கையில்; *ஷ$_2$க்ய*—நடைமுறையில்; *அவாப்தும்*—அடைவதற்கு; *உபாயத:*—சரியான வழி.

கட்டுப்படாத மனதைக் கொண்டவனுக்கு தன்னை உணர்தல் கடினமானச் செயலாகும். ஆனால் மனதைக் கட்டுப்படுத்தி, சரியான வழியில் முயல்பவனுக்கு வெற்றி நிச்சயம். இதுவே என் அபிப்பிராயம்.

பொருளுரை: பௌதிக ஈடுபாடுகளிலிருந்து மனதை விடுவிப்பதற்கான சரியான மருத்துவத்தை ஏற்காதவன், தன்னுணர்வில் வெற்றி அடைவது கடினம் என்று பரம புருஷ பகவான் அறிவிக்கிறார். மனதை பௌதிக இன்பங்களில் ஈடுபடுத்திய

வண்ணம் யோகத்தை பயில முயல்வது, விறகின் மீது நீரை ஊற்றிய வண்ணம் நெருப்பை மூட்ட முயல்வது போன்றதாகும். மனதைக் கட்டுப்படுத்தாமல் யோகத்தைப் பயில்வது கால விரயமே. அத்தகு யோக காட்சி பௌதிக இலாபத்தை உண்டாக்கலாம், ஆனால் ஆன்மீக உணர்வைப் பொறுத்தவரை அது பயனற்றதாகும். எனவே, பகவானின் திவ்யமான அன்புத் தொண்டில் இடையறாது ஈடுபடுவதன் மூலம் மனதைக் கட்டுப்படுத்த வேண்டும். கிருஷ்ண உணர்வில் ஈடுபடா தவன், மனதை நிலையாகக் கட்டுப்படுத்த முடியாது. கிருஷ்ண உணர்வினன் எவ்வித தனிப்பட்ட முயற்சியும் இன்றி யோகப் பயிற்சியின் பலனை எளிதாக அடைகிறான். ஆனால் யோகத்தைப் பயில்பவன் கிருஷ்ண உணர்வின்றி வெற்றியடைவது என்பது இயலாததாகும்.

ஸ்லோகம் 37

अर्जुन उवाच

अयतिः श्रद्धयोपेतो योगाच्चलितमानसः ।
अप्राप्य योगसंसिद्धिं कां गतिं कृष्ण गच्छति ॥ ३७॥

அர்ஜுன உவாச

அயதி: ஷ்$_2$ரத்$_3$த$_4$யோபேதோ யோகா$_3$ச் சலித-மானஸ:
அப்ராப்ய யோக$_3$-ஸம்'ஸித்$_3$தி$_4$ம்' காம்' க$_3$திம்' க்ரு'ஷ்ண க$_3$ச்ச$_2$தி

அர்ஜுன: உவாச—அர்ஜுனன் கூறினான்; *அயதி:*—வெற்றியடையாத ஆன்மீகி; *ஷ்$_2$ரத்$_3$த$_4$யா*—நம்பிக்கையுடன்; *உபேத:*—ஈடுபட்ட; *யோகா$_3$த்*—யோகப் பாதையிலிருந்து; *சலித*—விலகிய; *மானஸ:*—அத்தகு மனம் உடையவன்; *அப்ராப்ய*—அடையத் தவறிய; *யோக$_3$-ஸம்ஸித்$_3$தி$_4$ம்*—யோகத்தின் உயர் பக்குவநிலையை; *காம்*—எந்த; *க$_3$திம்*—கதியை; *க்ரு'ஷ்ண*—கிருஷ்ணரே; *க$_3$ச்ச$_2$தி*—அடைகிறான்.

அர்ஜுனன் வினவினான்: கிருஷ்ணரே, தன்னுணர்வுப் பாதையினை நம்பிக்கையுடன் ஆரம்பத்தில் மேற்கொண்டு, பிறகு உலக எண்ணங்களினால் அதனை நிறுத்திவிடுபவன், யோகத்தின் பக்குவநிலையை அடைவதில்லை. அத்தகு வெற்றியடையாத ஆன்மீகியின் கதி என்ன?

பொருளுரை: தன்னுணர்விற்கான பாதை (யோகம்) பகவத் கீதையில் விளக்கப்பட்டுள்ளது. "உயிர்வாழி இந்த ஜட உடலல்ல, இதிலிருந்து வேறுபட்டவன்; மேலும், ஜீவனின் மகிழ்ச்சி, நித்தியமான வாழ்வு, ஆனந்தம், ஞானம் ஆகியவற்றைப் பெறுவதில்தான் உள்ளது" என்பதே தன்னுணர்விற்கான அடிப்படைக் கொள்கையாகும். இவை உடல், மனம் இரண்டிற்கும் அப்பாற்பட்டவை. ஞான யோகம்,

அஷ்டாங்க யோகம், பக்தி யோகம் எனும் மூன்று வழிகளில் தன்னுணர்வு தேடப்படுகிறது. இம்முறைகள் எல்லாவற்றிலும், ஜீவனின் ஸ்வரூப நிலை, இறைவனுடன் அவனது தொடர்பு, மற்றும் இழந்த உறவை மீண்டும் நிலைநாட்டி கிருஷ்ண உணர்வின் மிக உயர்ந்த பக்குவநிலையை அடைவதற்கான செயல்கள் ஆகியவற்றை ஒருவன் அறிந்துணர வேண்டும். மேற்கூறிய மூன்று முறைகளில் எதனைப் பின்பற்றினாலும், பரம இலட்சியத்தை விரைவாகவோ தாமதமாகவோ அடைவது நிச்சயம். ஆன்மீகப் பாதையிலான சிறிய முயற்சியும் விடுதலைக் கான பெரும் நம்பிக்கையை அளிக்கும் என்ற கருத்து பகவானால் இரண்டாம் அத்தியாயத்தில் உறுதி செய்யப்பட்டது. இந்த மூன்று வழிகளில், பக்தி யோகமே கடவுளை உணர்வதற்கான நேரடியான வழி என்பதால், இதுவே இக்காலத்திற்கு மிகவும் பொருத்தமானதாகும். இக்கருத்தின் உத்திரவாதத்தை இரண்டாம் முறையாகப் பெறும் எண்ணத்துடன், அர்ஜுனன் கிருஷ்ண ருடைய முந்தைய கூற்றை மீண்டும் உறுதிப்படுத்தும்படி இங்கு வினவுகிறான். ஒருவன் தன்னுணர்வுப் பாதையை மிக்க முனைப்புடன் ஏற்கலாம்; ஆனால், தற்போதைய காலகட்டத்தில், ஞானத்தை விருத்தி செய்யும் முறையும், அஷ்டாங்க யோகப் பயிற்சியும் மிகவும் கடினமானவையாகும். எனவே, தொடர்ந்த முயற்சிகளின் மத்தியிலும் பல்வேறு காரணங்களினால் ஒருவன் தோல்வியடையலாம். முதலாவதாக, வழிமுறையைப் பின்பற்றுவதில் அவன் போதிய தீவிரம் இல்லாதவனாக இருக்கலாம். ஆன்மீகப் பாதையைப் பின்பற்றுவதென்பது ஏறக்குறைய மாயா சக்திக்கு எதிராக போர் தொடுப்பதாகும். எனவே, மாயையின் பிடியிலிருந்து ஒருவன் தப்பிக்க முயற்சிக்கும்போதெல்லாம், பயிற்சியாளனை பல்வேறு கவர்ச்சிகளினால் அவள் தோற்கடிக்க முயல்கிறாள். கட்டுண்ட ஆத்மா ஜட சக்தியின் குணங்களினால் ஏற்கனவே கவரப்பட்டுள்ளது; எனவே, ஆன்மீக ஒழுங்கு முறைகளைப் பின்பற்றும் பட்சத்திலும், குணங்களினால் மீண்டும் கவரப்படுவதற்கான வாய்ப்புகள் உள்ளன. இது *யோகாச்சலித-மானஸ:* (ஆன்மீகப் பாதையிலிருந்துவிலகுதல்) என்று அறியப் படுகிறது. தன்னுணர்வுப் பாதையிலிருந்து விலகுவதன் விளைவுகளை அறிவதில் அர்ஜுனன் ஆவலாக உள்ளான்.

ஸ்லோகம் 38

कच्चिन्नोभयविभ्रष्टश्छिन्नाभ्रमिव नश्यति ।
अप्रतिष्ठो महाबाहो विमूढो ब्रह्मण: पथि ॥ ३८ ॥

கச்சின் நோப$_4$*ய-விப்*$_4$*ரஷ்டஷ்*$_2$ *சி*$_2$*ன்னாப்*$_4$*ரம் இவ நஷ்*$_2$*யதி*
அப்ரதிஷ்டோ$_2$ *மஹா-பா*$_3$*ஹோ விமூடோ*$_4$ *ப்*$_3$*ரஹ்மண: பதி*$_2$

கச்சித்—எதிலும்; *ந*—இல்லாமல்; *உப*$_4$*ய*—இரண்டில்; *விப்*$_4$*ரஷ்ட:*—விலகி; *சி*$_2$*ன்ன*—சிதறிய; *அப்*$_4$*ரம்*—மேகம்; *இவ*—போல; *நஷ்*$_2$*யதி*—அழிகிறான்; *அப்ரதிஷ்ட:*$_2$—எந்த நிலையிலும் இன்றி; *மஹா–பா*$_3$*ஹோ*—பலம் பொருந்திய புயங்களை உடைய கிருஷ்ணரே; *விமூட:*$_4$—மயங்கிய; *ப்*$_3$*ரஹ்மண:*—ஆன்மீக; *பதி*$_2$—பாதையில்.

பலம் பொருந்திய புயங்களை உடைய கிருஷ்ணரே, ஆன்மீகப் பாதையிலிருந்து மயங்கிய அத்தகு மனிதன், ஆன்மீகத்திலும் வெற்றியடையாமல், பௌதிகத்திலும் வெற்றியடையாமல், சிதறிய மேகம் போன்று எங்கும் இடமின்றி அழிந்து விடுவதில்லையா?

பொருளுரை: முன்னேற இரண்டு வழிகள் உள்ளன. பௌதிகவாதிகளுக்கு ஆன்மீகத்தில் ஓர் அக்கறையுமில்லை; எனவே, அவர்கள் பொருளாதார முன்னேற்றத்தினால் அடையும் பௌதிக சுகத்திலோ, பொருத்தமான செயல்களினால் மேலுலகங்களுக்கு ஏற்றம் பெறுவதிலோ மிகவும் ஆவலுடையவர்களாக உள்ளனர். ஒருவன் ஆன்மீகப் பாதையை ஏற்றுக்கொள்ளும்போது, அவன் எல்லா ஜடச் செயல்களுக்கும் முற்றுப் புள்ளி வைத்து, எல்லாவிதமான பெயரளவு பௌதிக சுகங்களையும் தியாகம் செய்தாக வேண்டும். எனவே, ஆன்மீகப் பயிற்சியாளன் தோல்வியுற்றால், அவன் இருவழிகளையும் இழப்பது போலத் தோன்றுகிறது; வேறுவிதமாகக் கூறினால், அவன் ஜட சுகங்களையும் அனுபவிக்க முடியாது. ஆன்மீக வெற்றியையும் அனுபவிக்க முடியாது. அவன் சிதறிய மேகத்தைப் போன்று நிலையற்றவனாக உள்ளான். சில சமயங்களில் ஒரு மேகம் சிறு மேகத்தை விட்டுப் பிரிந்து பெரிய மேகத்துடன் சேர்கின்றது. ஆனால் அது பெரிய மேகத்தை அடைய முடியாவிடில், காற்றால் அடித்துச் செல்லப்பட்டு, பெருவானில் ஒன்றுமில்லாமல் போய்விடுகிறது. பிரம்மன், பரமாத்மா, பகவான் ஆகிய தோற்றங்களில் உள்ள முழுமுதற் கடவுளின் அம்சமே தான் என்பதை அறிவதற்கு உதவும் திவ்யமான ஆன்மீகப் பாதை, *ப்*$_3$*ரஹ்மண: பதி*$_2$ எனப்படுகிறது. பகவான் ஸ்ரீ கிருஷ்ணரே பரம பூரண உண்மையின் முழுத் தோற்றமாவார்; எனவே, அப்பரம புருஷரிடம் சரணடைந்தவன் வெற்றிகரமான ஆன்மீகியாவான். வாழ்வின் இக்குறிக்கோளை, பிரம்மனை உணர்வதன் மூலமாகவும் பரமாத்மாவை உணர்வதன் மூலமாகவும் அடைய வேண்டுமெனில், அதற்குப் பற்பல பிறவிகளாகும் (*ப*$_3$*ஹூனாம் ஜன்மனாம்–அந்தே*). எனவே, ஆன்மீக

உணர்விற்கான தலைசிறந்த பாதை, பக்தி யோகம் (கிருஷ்ண உணர்வு) எனப்படும் நேரடிப் பாதையே.

ஸ்லோகம் 39

एतन्मे संशयं कृष्ण छेत्तुमर्हस्यशेषतः ।
त्वदन्यः संशयस्यास्य छेत्ता न ह्युपपद्यते ॥ ३९ ॥

ஏதன் மே ஸம்'ஷ₂யம்' க்ரு'ஷ்ண சே₂த்தும் அர்ஹஸ்யஷே₂ஷத:
த்வத்₃-அன்ய: ஸம்'ஷ₂யஸ்யாஸ்ய சே₂த்தா ந ஹ்யுபபத்₃யதே

ஏதத்—இதுவே; *மே*—எனது; *ஸம்ஷ₂யம்*—சந்தேகம்; *க்ரு'ஷ்ண*—கிருஷ்ணரே; *சே₂த்தும்*—களைய; *அர்ஹஸி*—உம்மை வேண்டுகிறேன்; *அஷே₂ஷத:*—முழுமையாக; *த்வத்*—உங்களை விட; *அன்ய*—வேறு எவரும்; *ஸம்ஷ₂யஸ்ய*—சந்தேகத்தை; *அஸ்ய:*—இந்த; *சே₂த்தா*—நீக்குபவர்; *ந*—ஒருபோதும் இல்லை; *ஹி*—நிச்சயமாக; *உபபத்₃யதே*—காண்பதற்கு.

கிருஷ்ணரே, இதுவே என் சந்தேகம். இதை முழுமையாகத் தீர்க்குமாறு உம்மைக் வேண்டிக்கொள்கிறேன். உம்மையன்றி இந்த சந்தேகத்தை நீக்கக்கூடிய வேறு எவரையும் நான் காணவில்லை.

பொருளுரை: கடந்தகாலம், நிகழ்காலம், மற்றும் வருங்காலத்தை முற்றிலும் அறிந்தவர் கிருஷ்ணரே. பகவத் கீதையின் ஆரம்பத்தில், "எல்லா ஜீவன்களும் கடந்தகாலத்தில் தனித் தன்மையுடன் வாழ்ந்தனர், தற்போதும் அப்படியே உள்ளனர், வருங்காலத்திலும் (பௌதிக பிணைப்பிலிருந்து முக்தியடைந்த பின்னும்) அவர்கள் தங்களது தனித்தன்மையை தக்கவைத்துக் கொண்டுதான் இருப்பர்" என்று பகவான் கூறினார். எனவே, தனிப்பட்ட ஜீவனின் வருங்காலத்தைப் பற்றிய வினாவிற்கு அவர் ஏற்கனவே விளக்கமளித்து விட்டார். இப்போது, வெற்றியடையாத ஆன்மீகிகளின் எதிர்காலத்தைப் பற்றி அறிய விரும்புகிறான் அர்ஜுனன். கிருஷ்ணருக்கு சமமானவரோ, அவரைவிட உயர்ந்தவரோ எவரும் இல்லை, மேலும், ஜட இயற்கையின் கருணையால் வாழும் பெயரளவிலான பெரும் சாதுக்களும் தத்துவவாதிகளும் அவருக்கு சமமாக முடியாது. எனவே, கிருஷ்ணரது தீர்ப்பே எல்லா சந்தேகங்களுக்கும் இறுதியான முழுமையான விடையாகும்; ஏனெனில், அவரே கடந்தகாலம், நிகழ்காலம், மற்றும் வருங்காலத்தினை முழுமையாக அறிந்தவர், ஆனால் யாரும் அவரை அறியார். கிருஷ்ணரும் கிருஷ்ண பக்தர்களும் மட்டுமே, எது என்ன என்பதை அறிய முடியும்.

ஸ்லோகம் 40

श्रीभगवानुवाच

पार्थ नैवेह नामुत्र विनाशस्तस्य विद्यते ।
न हि कल्याणकृत्कश्चिद्दुर्गतिं तात गच्छति ॥ ४० ॥

ஸ்ரீ-ப$_4$க$_3$வான் உவாச

பார்த$_2$ நைவேஹ நாமுத்ர வினாஷ$_2$ஸ் தஸ்ய வித்$_3$யதே
ந ஹி கல்யாண-க்ரு'த் கஷ்$_2$சித்$_3$ து$_3$ர்க$_3$திம்' தாத க$_3$ச்ச$_2$தி

ஸ்ரீ-ப$_4$க$_3$வான் உவாச—புருஷோத்தமரான முழுமுதற் கடவுள் கூறினார்; *பார்த$_2$*—பிருதாவின் மகனே; *ந ஏவ*—என்றுமே அவ்வாறில்லை; *இஹ*—இப்பௌதிக உலகில்; *ந*—என்றுமில்லை; *அமுத்ர*—மறுவாழ்வில்; *விநாஷ:$_2$*—அழிவு; *தஸ்ய*—அவனது; *வித்$_3$யதே*—இருக்கிறது; *ந*—என்றுமில்லை; *ஹி*—நிச்சயமாக; *கல்யாண-க்ரு'த்*—நற்செயல்களில் ஈடுபட்டவன்; *கஷ்$_2$சித்*—எவனும்; *து$_3$ர்க$_3$திம்*—இழிநிலையை; *தாத*—என் நண்பன்; *க$_3$ச்ச$_2$தி*—அடைவது.

புருஷோத்தமரான முழுமுதற் கடவுள் கூறினார்: பிருதாவின் மகனே! நற்செயல்களில் ஈடுபட்ட ஆன்மீகி இவ்வுலகிலோ பரவுலகிலோ அழிவை அடைவதில்லை. என் நண்பனே, நன்மையைச் செய்பவன் தீமையை அடைவதேயில்லை.

பொருளுரை: ஸ்ரீமத் பாகவதத்தில் (1.5.17) ஸ்ரீ நாரதமுனி வியாஸதேவருக்கு பின்வருமாறு உபதேசிக்கின்றார்:

த்யக்த்வா ஸ்வ-த$_4$ர்மம்' சரணாம்பு$_3$ஜம்' ஹரேர்
ப$_4$ஜன்ன் அபக்வோ 'த$_2$ பதேத் ததோ யதி$_3$
யத்ர க்வ வாப$_4$த்$_3$ரம் அபூ$_4$த்$_3$ அமுஷ்ய கிம்'
கோ வார்த$_2$ ஆப்தோ 'ப$_4$ஜதாம்' ஸ்வ-த$_4$ர்மத:

"எல்லா பௌதிக முன்னேற்றத்தையும் துறந்து யாரேனும் பரம புருஷ பகவானை சரணடைந்தால், அதில் நஷ்டமோ இழிவோ சிறிதும் இல்லை. அதே சமயம் பக்தியற்றவன் தனக்கு விதிக்கப்பட்ட கடமைகளில் முழுமையாக ஈடுபட்டாலும், அதில் எந்த இலாபமும் இல்லை." பௌதிக முன்னேற்றத்திற்கு, சாஸ்திரங்களின் அடிப்படையிலும் வழக்கத்தின் அடிப்படையிலும் பல்வேறு செயல்கள் உள்ளன. ஆன்மீகி, தனது எல்லா பௌதிகச் செயல்களையும் வாழ்வின் ஆன்மீக முன்னேற்றத்திற்காக (கிருஷ்ண உணர்விற்காக) தியாகம் செய்ய வேண்டும். கிருஷ்ண உணர்வில் முழுமையடைபவன், மிகவுயர்ந்த பக்குவநிலையை அடைகிறான்; ஆனால், அத்தகு பக்குவநிலையை அடையத் தவறியவன், பௌதிகம், ஆன்மீகம்

இரண்டையும் இழந்துவிடுகிறான் என்று சிலர் விவாதிக்கலாம். மேலும், விதிக்கப்பட்ட கடமைகளைச் செய்யாதவன் அதற்காகத் துன்பப்பட வேண்டும் என்று சாஸ்திரங்களில் கூறப்பட்டுள்ளது; எனவே, திவ்யமான செயல்களை முறையாக நிறைவேற்றத் தவறியவன், இவ்விளைவுகளுக்கு உட்பட்டவனாகிறான் என்றும் வாதிடலாம். ஆனால் வெற்றியடையாத ஆன்மீகி கவலைப்படத் தேவையில்லை என்று பாகவதம் உறுதி கூறுகின்றது. விதிக்கப்பட்டக் கடமைகளை முறையாக நிறைவேற்றாதவன் ஒருவேளை அதன் விளைவுகளுக்கு உட்படுத்தப்பட்டாலும், அவன் இழந்தவனல்ல; ஏனெனில், மங்கலகரமான கிருஷ்ண உணர்வு என்றும் மறக்கப்படுவதில்லை. எனவே, கிருஷ்ண உணர்வில் ஈடுபட்டவன், கீழான பிறவியை எடுத்தாலும் தொடர்ந்து கிருஷ்ண உணர்வில் ஈடுபடுவான். அதே சமயம் விதிக்கப்பட்ட கடமைகளை திடமாகக் கடைப்பிடிப்பவன், கிருஷ்ண உணர்வில் இல்லையெனில், மங்கலகரமான விளைவுகளை அடைவான் என்று உறுதியாக கூற முடியாது.

இதன் பொருள் பின்வருமாறு உணரப்படலாம். மனித குலம் இரண்டு பிரிவாகப் பிரிக்கப்படலாம்: நியமங்களைக் கடைப்பிடிப்போர், நியமங்களைக் கடைப்பிடிக்காதவர். மறுபிறவியைப் பற்றியோ ஆன்மீக முக்தியைப் பற்றியோ சிறிதும் அறிவின்றி மிருகங்களைப் போல புலனுகர்ச்சியில் மட்டுமே ஈடுபடுவோர் நியமங்களைக் கடைப்பிடிக்காதவர் எனப்படுகின்றனர். சாஸ்திரங்களில் விதிக்கப்பட்ட கடமைகளைப் பின்பற்றுவோர் நியமங்களைக் கடைப்பிடிப்போர் எனப்படுகின்றனர். நியமங்களைக் கடைபிடிக்காதவர்கள், நாகரிகமுடையவரானாலும், நாகரிகமற்றவரானாலும், படித்தவரானாலும், படிக்காதவரானாலும், பலமுடையோரானாலும் பலவீனரானாலும், அவர்கள் அனைவருமே மிருக குணங்கள் நிறைந்தவர்களாக உள்ளனர். மிருக குணங்களான உண்ணுதல், உறங்குதல், உடலுறவு கொள்ளுதல், தற்காத்துக்கொள்ளுதல் ஆகியவற்றை அனுபவித்து, எப்போதும் துன்பமயமான ஜட இருப்பில் தொடர்ந்து வாழ்வதால், அவர்களது செயல்கள் என்றுமே மங்கலமானவையல்ல. அதே சமயம், சாஸ்திர நியமங்களின்படி ஒழுங்குபடுத்தப்படுவோர், அதன் மூலம் படிப்படியாக கிருஷ்ண உணர்வில் எழுச்சி பெற்று, நிச்சயமாக வாழ்வில் முன்னேற்றமடைகின்றனர்.

மங்கலகரமான வழியைப் பின்பற்றுபவர்களை மேலும் மூன்று பிரிவுகளாகப் பிரிக்கலாம், (1) ஜட வாழ்வினை அனுபவித்த

வண்ணம் சாஸ்திரங்களின் சட்ட திட்டங்களைப் பின்பற்றுவோர், (2) ஜட வாழ்விலிருந்து இறுதி விடுதலையைத் தேடுவோர், (3) கிருஷ்ண உணர்வில் பக்தர்களாக இருப்போர். ஜட இன்பங்களுக்காக சாஸ்திரங்களின் சட்டதிட்டங்களைப் பின்பற்றுவோரை, புலனுகர்ச்சிக்கான பலனை எதிர்பார்த்து செயல்படுவோர் என்றும் அத்தகு பலன்கள் எதையும் எதிர்பார்க்காதவர் என்றும், மீண்டும் இரண்டு பிரிவுகளாகப் பிரிக்கலாம். புலனுகர்ச்சிக்கான பலனை எதிர்பார்ப்பவர்கள், உயர்ந்த வாழ்க்கைத் தரத்திற்கு—ஏன், உயர் கிரகங்களுக்குக்கூட ஏற்றம் பெறலாம்—ஆனாலும், ஜட வாழ்விலிருந்து அவர்கள் விடுபடுவதில்லை என்பதால், அவர்கள் பின்பற்றும் பாதை உண்மையில் மங்கலகரமானதல்ல. முக்தியை நோக்கி ஒருவனை வழிநடத்தும் செயல்கள் மட்டுமே மங்கல கரமானவை. உடலை அடிப்படையாகக் கொண்ட இந்த ஜட வாழ்விலிருந்து முக்தியடைவதை (தன்னுணர்வினை) இறுதிக் குறிக்கோளாகக்கொள்ளாத எந்தச் செயலும் சற்றும் மங்கல கரமானதல்ல. கிருஷ்ண உணர்வில் செய்யப்படும் செயல்கள் மட்டுமே மங்கலகரமான செயல்களாகும். கிருஷ்ண உணர்வுப் பாதையில் முன்னேற்றமடைவதற்காக எல்லா விதமான உடல் அசௌகரியங்களையும் விருப்பத்துடன் ஏற்பவன், கடுமையான தவங்களைப் புரியும் பக்குவமான ஆன்மீகவாதி என்று கூறப்படலாம். மேலும், அஷ்டாங்க யோகம், கிருஷ்ண உணர்வு எனும் இறுதி நிலையை நோக்கியே செயல்படுகின்றது என்பதால், அதுவும் மங்கலகரமானதே. இவ்விஷயத்தில் தன்னால் முடிந்த எல்லா முயற்சிகளையும் செய்பவன் இழிவைக் கண்டு பயப்படத் தேவையில்லை.

ஸ்லோகம் 41

प्राप्य पुण्यकृतां लोकानुषित्वा शाश्वतीः समाः ।
शुचीनां श्रीमतां गेहे योगभ्रष्टोऽभिजायते ॥ ४१ ॥

ப்ராப்ய புண்ய-க்ரு'தாம்' லோகான் உஷித்வா ஷா₂ஷ்₂வதீ: ஸமா:
ஷு₂சீனாம்' ஸ்ரீமதாம்' கே₃ஹே யோக₃-ப்₄ரஷ்டோ 'பி₄ஜாயதே

ப்ராப்ய—அடைந்த பிறகு; *புண்ய-க்ரு'தாம்*—புண்ணியங்களைச் செய்தவர்களின்; *லோகான்*—லோகங்களில்; *உஷித்வா*—வாழ்ந்த பிறகு; *ஷா₂ஷ்₂வதீ:*—பற்பல; *ஸமா:*—வருடங்கள்; *ஷு₂சீனாம்*—நல்லோரின்; *ஸ்ரீ-மதாம்*—செல்வந்தரின்; *கே₃ஹே*—இல்லத்தில்; *யோக₃-ப்₄ரஷ்ட*—தன்னுணர்வுப் பாதையிலிருந்து வீழ்ந்தவன்; *அபி₄ஜாயதே*—பிறவி எடுக்கின்றான்.

வெற்றியடையாத யோகி, புண்ணிய ஆத்மாக்களின் லோகங்களில் பற்பல வருடங்கள் அனுபவித்தபின், நல்லோரின் குடும்பத்தில், அல்லது பெரும் செல்வந்தரின் குடும்பத்தில் பிறக்கின்றான்.

பொருளுரை: சிறிய முன்னேற்றத்திற்குப் பின் வீழ்ச்சியுற்றோர், நீண்ட கால யோகப் பயிற்சிக்குப் பின் வீழ்ச்சியுற்றோர் என வெற்றியடையாத யோகிகளை இருவகையாகப் பிரிக்கலாம். குறுகியகாலப் பயிற்சிக்குப் பின் வீழ்ச்சியுறும் யோகி, புண்ணிய ஆத்மாக்கள் நுழைய அனுமதிக்கப்படும் உயர் லோகங்களுக்குச் செல்கிறான். அங்கே நீண்ட காலம் வாழ்ந்தபிறகு, நல்ல அந்தண வைஷ்ணவனின் குடும்பத்திலோ, பணக்கார வியாபாரிகளின் குடும்பத்திலோ பிறப்பதற்காக, மீண்டும் இவ்வுலகிற்கு அனுப்பப்படுகிறான்.

இந்த அத்தியாயத்தின் இறுதி ஸ்லோகத்தில் விளக்கப்படுவதைப் போல, யோகப் பயிற்சியின் உண்மையான குறிக்கோள், கிருஷ்ண உணர்வு எனும் உயர்ந்த பக்குவநிலையை அடைவதே. ஆனால் சிரமங்களுக்கு மத்தியிலும் தொடர்ந்து முயலாமல் ஜடக் கவர்ச்சியால் வீழ்ச்சியுற்றோர், கடவுளின் கருணையால் தங்களது பௌதிக நாட்டங்களை திருப்தி செய்துகொள்ள அனுமதிக்கப்படுகின்றனர். அதன்பின், நல்லறங் கொண்ட அல்லது செல்வம் மிகுந்த குடும்பங்களில் வசதியான வாழ்வு வாழ அவர்களுக்கு வாய்ப்பளிக்கப்படுகிறது. அத்தகு குடும்பங்களில் பிறந்தவர்கள், அவ்வசதிகளை உபயோகித்து பூரண கிருஷ்ண உணர்விற்குத் தம்மை உயர்த்திக்கொள்ள முயலலாம்.

ஸ்லோகம் 42

अथवा योगिनामेव कुले भवति धीमताम् ।
एतद्धि दुर्लभतरं लोके जन्म यदीदृशम् ॥ ४२ ॥

அத$_2$ வா யோகி$_3$னாம் ஏவ குலே ப$_4$வதி தீ$_4$மதாம்
ஏதத்$_3$ தி$_4$ து$_3$ர்லப$_4$தரம்' லோகே ஜன்ம யத்$_3$ ஈத்$_3$ரு'ஷ$_2$ம்

அத$_2$ வா—அல்லது; *யோகி$_3$னாம்*—கற்றறிந்த யோகிகளின்; *ஏவ*—நிச்சயமாக; *குலே*—குலத்தில்; *ப$_4$வதி*—பிறக்கிறான்; *தீ$_4$-மதாம்*—பெரும் அறிவுடையோர்; *ஏதத்*—இந்த; *ஹி*—நிச்சயமாக; *து$_3$ர்லப$_4$-தரம்*—மிகவும் அரிது; *லோகே*—இவ்வுலகில்; *ஜன்ம*—பிறவி; *யத்$_3$*—அந்த; *ஈத்$_3$ரு'ஷ$_2$ம்*—இதுபோன்ற.

அல்லது (நீண்ட கால யோகப் பயிற்சிக்குப் பின் வெற்றி அடையாதவர்) அறிவில் சிறந்து விளங்கும் ஆன்மீகிகளின்

குலத்தில் பிறப்பது உறுதி. இத்தகு பிறவி நிச்சயமாக இவ்வுலகில் மிக அரிதானதாகும்.

பொருளுரை: சிறந்த அறிவுடன் திகழும் யோகிகளின் (ஆன்மீகிகளின்) குலத்தில் பிறப்பது இங்கே புகழப்படுகின்றது; ஏனெனில், அத்தகு குடும்பத்தில் பிறக்கும் குழந்தை வாழ்வின் ஆரம்பத்திலிருந்தே ஆன்மீக ஊக்கத்தைப் பெறுகின்றான். அதிலும் குறிப்பாக, ஆச்சாரியர்கள் அல்லது கோஸ்வாமிகளின் குடும்பங்களுக்கு இது மிகவும் பொருந்தும். பண்பாட்டாலும், பயிற்சியாலும், மிகுந்த பக்தியுடனும் ஞானத்துடனும் விளங்கும் அத்தகு குடும்பங்களைச் சேர்ந்தவர்கள், ஆன்மீக குருவாகிறார்கள். இந்தியாவில் இத்தகு ஆச்சாரிய குடும்பங்கள் பல உள்ளன, ஆனால் போதிய கல்வியும், பயிற்சியும் இல்லாததால் அவர்கள் தற்போது மிகவும் சீர்குலைந்து விட்டனர். கடவுளின் கருணையால், பரம்பரை பரம்பரையாக ஆன்மீகிகளை உற்பத்தி செய்யும் குடும்பங்கள் இன்னும் இருக்கத்தான் செய்கின்றன. அத்தகு குடும்பங்களில் பிறப்பது நிச்சயமாக பெரும் பாக்கியமே. அதிர்ஷ்டவசமாக, எமது ஆன்மீக குருவான ஓம் விஷ்ணுபாத ஸ்ரீ ஸ்ரீமத் பக்திசித்தாந்த சரஸ்வதி கோஸ்வாமி மஹாராஜர் அவர்களும், அடியேனும் கடவுளின் கிருபையால் அத்தகு குடும்பங்களில் பிறக்கும் வாய்ப்பைப் பெற்றோம்; மேலும், நாங்கள் இருவருமே வாழ்வின் ஆரம்ப நாள்களிலிருந்தே பகவானின் பக்தித் தொண்டில் பயிற்சியளிக்கப்பட்டோம். பிற்காலத்தில், திவ்யமான ஏற்பாட்டின் அடிப்படையில் நாங்கள் சந்தித்தோம்.

ஸ்லோகம் 43

तत्र तं बुद्धिसंयोगं लभते पौर्वदेहिकम् ।
यतते च ततो भूयः संसिद्धौ कुरुनन्दन ॥ ४३ ॥

தத்ர தம்' பு$_3$த்$_3$தி$_4$-ஸம்'யோக$_3$ம்' லப$_4$தே பௌர்வ-தே$_3$ஹிகம்
யததே ச ததோ பூ$_4$ய: ஸம்'ஸித்$_3$தௌ$_4$ குரு-நந்த$_3$ன

தத்ர—அதன்பின்; *தம்*—அந்த; *பு$_3$த்$_3$தி$_4$-ஸம்யோக$_3$ம்*—அத்தகு புத்துணர்வு; *லப$_4$தே*—அடைகிறான்; *பௌர்வ-தே$_3$ஹிகம்*—முந்தைய உடலிலிருந்து; *யததே*—முயல்கிறான்; *ச*—மேலும்; *தத:*—அதன்பின்; *பூ$_4$ய:*—மீண்டும்; *ஸம்ஸித்$_3$தௌ$_4$*—பக்குவத்திற்காக; *குரு-நந்த$_3$ன*—குரு மைந்தனே.

குரு மைந்தனே, அத்தகு பிறவியை அடைபவன், தனது முந்தைய பிறவியின் திவ்ய உணர்வினை மீண்டும் பெற்று, பூரண

வெற்றியை அடைவதற்காக, அந்நிலையிலிருந்து மேலும் முன்னேற்றமடைய முயல்கின்றான்.

பொருளுரை: நல்ல பிராமண குடும்பத்தில் தனது மூன்றாவது பிறவியை எடுத்த பரத மன்னர், பூர்வீக திவ்ய உணர்வினை மீட்பதற்காக ஒருவர் நற்பிறவி எடுப்பார் என்பதற்குச் சிறந்த உதாரணமாவார். இவ்வுலகின் சக்ரவர்த்தியாகத் திகழ்ந்த பரத மன்னரின் காலத்திலிருந்து, இவ்வுலகம் தேவர்களால் *பா$_4$ரத-வர்ஷ* என்று அறியப்பட்டுவருகின்றது. அதற்குமுன் இஃது *இலாவ்ருத-வர்ஷ* என்று அறியப்பட்டு வந்தது. இந்த சக்ரவர்த்தி, ஆன்மீகப்பக்குவத்தை அடைவதற்காக, தனது இளம் வயதிலேயே கடமையிலிருந்து ஓய்வு பெற்றார், ஆனால் வெற்றியடையத் தவறினார். அதன் பின்னர், அவர் ஒரு நல்ல பிராமண குடும்பத்தில் பிறந்தார், எப்பொழுதும் தனியாகவும் எவருடனும் பேசாமலும் இருந்ததால், ஜட பரதர் என்று அறியப்பட்டார். பின்பு, இவர் ஒரு மிகப்பெரிய ஆன்மீகவாதி என்பது மன்னர் ரஹுகணரால் கண்டறியப்பட்டது. தெய்வீக முயற்சிகள் (யோகப் பயிற்சிகள்) எதுவும், என்றும் வீணாவதில்லை என்பதை இவருடைய வாழ்விலிருந்து அறியலாம். கிருஷ்ண உணர்வில் பூரண பக்குவத்தை அடைவதற்கான வாய்ப்பினை, பகவானின் கருணையால் ஆன்மீகவாதிகள் மீண்டும்மீண்டும் பெறுகின்றனர்.

ஸ்லோகம் 44

पूर्वाभ्यासेन तेनैव ह्रियते ह्यवशोऽपि सः ।
जिज्ञासुरपि योगस्य शब्दब्रह्मातिवर्तते ॥४४॥

பூர்வாப்$_4$யாஸேன தேனைவ ஹ்ரியதே ஹ்யவஷோ$_2$'பி ஸ:
ஜிஜ்ஞாஸுர் அபி யோக$_3$ஸ்ய ஷ$_2$ப்$_3$த$_3$-ப்$_3$ரஹ்மாதிவர்ததே

பூர்வ—பூர்வ; *அப்$_4$யாஸேன*—பயிற்சியால்; *தேன*—அதனால்; *ஏவ*—நிச்சயமாக; *ஹ்ரியதே*—கவரப்படுகிறான்; *ஹி*—உறுதியாக; *அவஷ:$_2$*—இயற்கையாக; *அபி*—மேலும்; *ஸ:*—அவன்; *ஜிஜ்ஞாஸு:*—அறிய விரும்பி; *அபி*—கூட; *யோக$_3$ஸ்ய*—யோகத்தின்; *ஷ$_2$ப்$_3$த$_3$-ப்$_3$ரஹ்ம*—சாஸ்திரங்களின் சடங்குக் கொள்கைகள்; *அதிவர்ததே*—உயர்கிறான்.

தனது பூர்வ ஜன்ம திவ்ய உணர்வின் காரணத்தால், யோகத்தின் கொள்கைகளை நாடாமலேயே, அவன் அவற்றால் இயற்கையாகக் கவரப்படுகிறான். அத்தகைய ஆர்வமுடைய ஆன்மீகி, எப்பொழுதும் சாஸ்திரங்களின் சடங்குகளிலிருந்து உயர்ந்து நிற்கிறான்.

பொருளுரை: முன்னேற்றமடைந்த யோகிகள் சாஸ்திரங்களின் சடங்குகளால் அதிகம் கவரப்படுவதில்லை; மாறாக, தங்களை யோகத்தின் மிகவுயர்ந்த பக்குவநிலையான பூரண கிருஷ்ண உணர்விற்கு உயர்த்தக் கூடிய யோகக் கொள்கைகளால் அவர்கள் இயற்கையாகவே கவரப்படுகின்றனர். ஸ்ரீமத் பாகவதத்தில் (3.33.7), முன்னேறிய ஆன்மீகவாதிகள் வேதச் சடங்குகளை அலட்சியப்படுத்துவதைப் பற்றிய விளக்கம் பின்வருமாறு கொடுக்கப்பட்டுள்ளது:

அஹோ ப$_3$த ஷ்$_2$வ-பசோ 'தோ க$_3$ரீயான்
யஜ்-ஜிஹ்வாக்$_3$ரே வர்ததே நாம துப்$_4$யம்
தேபுஸ் தபஸ் தே ஜுஹுவு: ஸஸ்னுர் ஆர்யா
ப்$_3$ரஹ்மானூசுர் நாம க்$_3$ரு'ணந்தி யே தே

"எம்பெருமானே! உமது திருநாமங்களை உச்சரிப்பவர்கள், நாயைத் தின்னும் குலத்தில் பிறந்தவர்களாக இருந்தாலும், ஆன்மீக வாழ்வில் மிகமிக முன்னேற்றம் அடைந்தவர்களாவர். இவ்வாறு நாம உச்சாடனம் செய்பவர்கள், எல்லாவிதமான தவங்களையும் யாகங்களையும் செய்து, எல்லா புண்ணிய ஸ்தலங்களிலும் நீராடி, எல்லா சாஸ்திரங்களையும் கற்றுணர்ந்தவர்கள் என்பதில் சந்தேகமேயில்லை."

ஹரிதாஸ் தாகூரை தனது முக்கிய சீடர்களில் ஒருவராக ஏற்றுக்கொண்ட பகவான் சைதன்யர், இதற்கான பிரபலமான உதாரணத்தைக் காட்டினார். ஹரிதாஸ் தாகூர் ஓர் இஸ்லாமிய குடும்பத்தில் பிறக்க நேரிட்டபோதிலும், ஹரே கிருஷ்ண, ஹரே கிருஷ்ண, கிருஷ்ண கிருஷ்ண, ஹரே ஹரே/ ஹரே ராம, ஹரே ராம, ராம ராம, ஹரே ஹரே, என்ற பகவானின் திருநாமத்தினை தினமும் மூன்று இலட்சம் முறை ஜபம் செய்வது எனும் தனது கொள்கையில் உறுதியுடன் இருந்த காரணத்தால், பகவான் சைதன்யர் அவரை *நாமாசாரியர்* என்னும் பதவிக்கு உயர்த்தினார். மேலும், இறைவனது திருநாமத்தை இடையறாது ஜபம் செய்ததால், அவர் தனது முந்தைய வாழ்வில் *ஷ$_2$ப்$_3$த$_3$–ப்$_3$ரஹ்ம* என்றறியப்படும் வேதங்களின் சடங்குகளையெல்லாம் செய்து முடித்தவராக கருதப்படுகிறார். எனவே, ஒருவன் தூய்மையடையாத வரை, கிருஷ்ண உணர்வின் கொள்கைகளை ஏற்பதோ, இறைவனின் திருநாமமான ஹரே கிருஷ்ண உச்சாடனத்தில் ஈடுபடுவதோ சாத்தியமல்ல.

ஸ்லோகம் 45

प्रयत्नाद्यतमानस्तु योगी संशुद्धकिल्बिषः ।
अनेकजन्मसंसिद्धस्ततो याति परां गतिम् ॥ ४५ ॥

ப்ரயத்நாத்$_3$ யதமானஸ் து யோகீ$_3$ ஸம்'ஷு$_2$த்$_3$த$_4$-கில்பி$_3$ஷ:
அநேக-ஜன்ம-ஸம்'ஸித்$_3$த$_4$ஸ் ததோ யாதி பராம்' க$_3$திம்

ப்ரயத்நாத்—கடுமையான பயிற்சியால்; *யதமான:*—முயல்பவன்; *து*—மேலும்; *யோகீ$_3$*—அத்தகு ஆன்மீகி; *ஸம்ஷு$_2$த்$_3$த$_4$*—கழுவப்பட்டு; *கில்பி$_3$ஷ:*—எல்லா வித பாவங்களும்; *அநேக*—அநேக; *ஜன்ம*—ஜன்மங்கள்; *ஸம் ஸித்$_3$த:$_4$*—இவ்வாறு பக்குவத்தையடைந்த; *தத:*—பின்; *யாதி*—அடைகிறான்; *பராம்*—பரம; *க$_3$திம்*—கதியை.

மேலும், முன்னேற்றம் பெறுவதற்கான தீவிர முயற்சியில் ஈடுபடும் யோகி, எல்லாக் களங்கங்களிலிருந்தும் தூய்மை பெற்று, இறுதியில் அநேக ஜன்மங்கள் பயின்ற பிறகு, பரம கதியை அடைகிறான்.

பொருளுரை: நல்லறம் கொண்ட, செல்வம் மிகுந்த, அல்லது புனிதமான குடும்பத்தில் பிறப்பவன், யோகப் பயிற்சியை மேற்கொள்வதற்கு தனக்குள்ள சாதகமான சூழ்நிலையை உணர்கிறான். எனவே, முற்றுப் பெறாத தனது செயலினை மனவுறுதியுடன் அவன் மீண்டும் தொடர்கிறான், அதன் மூலம், எல்லாவித பௌதிகக் களங்கங்களிலிருந்தும் அவன் தன்னை முழுமையாகத் தூய்மைப்படுத்திக்கொள்கிறான். இறுதியில், எப்போது அவன் எல்லாக் களங்கத்திலிருந்தும் விடுபடுகிறானோ, அப்போது அவன் பரம கதியை, கிருஷ்ண உணர்வை அடைகிறான். எல்லாக் களங்கத்திலிருந்தும் விடுபட்ட பக்குவமான நிலை கிருஷ்ண உணர்வே. இது பகவத் கீதையில் (7.28) உறுதி செய்யப்பட்டுள்ளது:

யேஷாம்' த்வ் அந்த-க$_3$தம்' பாபம்' ஜனானாம்' புண்ய-கர்மணாம்
தே த்$_3$வந்த்$_3$வ-மோஹ-நிர்முக்தா ப$_4$ஜந்தே மாம்' த்$_3$ரு'ட$_4$-வ்ரதா:

"பற்பல ஜன்மங்கள் புண்ணியம் செய்த பின், எல்லாக் களங்கங்களிலிருந்தும் மாயையின் எல்லா இருமைகளிலிருந்தும் முழுமையாக விடுபட்டவன், இறைவனின் திவ்யமான அன்புத் தொண்டில் ஈடுபடுபவனாகிறான்."

ஸ்லோகம் 46

तपस्विभ्योऽधिको योगी ज्ञानिभ्योऽपि मतोऽधिकः ।
कर्मिभ्यश्चाधिको योगी तस्माद्योगी भवार्जुन ॥ ४६ ॥

தபஸ்விப்₄யோ 'தி₄கோ யோகீ₃ ஜ்ஞானிப்₄யோ 'பி மதோ 'தி₄க:
கர்மிப்₄யஷ்₂ சாதி₄கோ யோகீ₃ தஸ்மாத்₃ யோகீ₃ ப₄வார்ஜுன

தபஸ்விப்₄ய:—தவம் புரிபவனைவிட; *அதி₄க*—சிறந்தவன்; *யோகீ₃*—யோகி; *ஜ்ஞானிப்₄ய:*—ஞானியைவிட; *அபி*—மேலும்; *மத:*—கருதப்படுகிறான்; *அதி₄க:*—சிறந்தவனாக; *கர்மிப்₄ய*—பலன்நோக்கிச் செயல்படுபவனைவிட; *ச*—மேலும்; *அதி₄க:*—சிறந்தவனாக; *யோகீ₃*—யோகி; *தஸ்மாத்₃*—எனவே; *யோகீ₃*—யோகி; *ப₄வ*—ஆவாயாக; *அர்ஜுன*—அர்ஜுனா.

தவம் புரிபவன், ஞானி, மற்றும் பலனை எதிர்பார்த்து செயல்படுபவனைக் காட்டிலும், யோகி சிறந்தவனாவான். எனவே, அர்ஜுனா, எல்லாச் சூழ்நிலைகளிலும் யோகியாக இருப்பாயாக.

பொருளுரை: யோகத்தைப் பற்றிப் பேசும்போது, நாம் நமது உணர்வினை பரம பூரண சத்தியத்துடன் இணைப்பதைப் பற்றிக் குறிப்பிடுகின்றோம். இணைப்பதற்கான வழிமுறை அதன் குறிப்பிட்ட பயிற்சியைப் பொறுத்து பல்வேறு பயிற்சியாளர்களால் வெவ்வேறு விதமாக பெயரிடப்பட்டுள்ளது. இந்த இணைப்பு முறை, பலன்நோக்குச் செயல்களால் நிறைந்திருக்கும்போது கர்ம யோகம் எனப்படுகிறது, ஞானத்தால் நிறைந்திருக்கும்போது ஞான யோகம் எனப்படுகிறது, முழுமுதற் கடவுளுடனான பக்தித் தொண்டினால் நிறைந்திருக்கும்போது பக்தி யோகம் எனப்படுகின்றது. எல்லா யோகங்களின் இறுதி பக்குவநிலை, பக்தி யோகம் எனப்படும் கிருஷ்ண உணர்வே, இஃது அடுத்த ஸ்லோகத்தில் விளக்கப்படும். இந்த ஸ்லோகத்தில் யோகத்தின் உன்னத நிலையை இறைவன் உறுதிப்படுத்தியுள்ளார், ஆனால் அது பக்தி யோகத்தை விட உயர்ந்தது என்று அவர் குறிப்பிடவில்லை. பக்தி யோகமே பூரண ஆன்மீக ஞானமாகும்; எனவே, வேறெதுவும் இதைவிட உயர்ந்ததாக முடியாது. ஆத்ம ஞானம் இல்லாத தவம் பக்குவமற்றதாகும். முழுமுதற் கடவுளிடம் சரணடையாத ஞானமும் பக்குவமற்றதாகும். மேலும், கிருஷ்ண உணர்வற்ற பலன்நோக்குச் செயல், வெறும் கால விரயமே. எனவே, இங்கு மிகவும் புகழப்படும் யோகப் பயிற்சி பக்தி யோகமேயாகும், இது பின்வரும் ஸ்லோகத்தில் மேலும் தெளிவாக விளக்கப்பட்டுள்ளது.

ஸ்லோகம் 47

योगिनामपि सर्वेषां मद्गतेनान्तरात्मना ।
श्रद्धावान्भजते यो मां स मे युक्ततमो मत: ॥ ४७॥

யோகி₃னாம் அபி ஸர்வேஷாம்' மத்₃-க₃தேனாந்தர்-ஆத்மனா
ஷ்₂ரத்₃தா₄வான் ப₄ஜதே யோ மாம்' ஸ மே யுக்ததமோ மத:

யோகி₃னாம்—யோகிகளில்; அபி—மேலும்; ஸர்வேஷாம்—எல்லாவித;
மத்₃-க₃தேன—என்னில் நிலைத்த, எப்போதும் என்னையே எண்ணிக்
கொண்டுள்ள; அந்த:-ஆத்மனா—தனக்குள்; ஷ்₂ரத்₃தா₄-வான்—முழு
நம்பிக்கையுடன்; ப₄ஜதே—திவ்யமான அன்புத் தொண்டுபுரிகிறான்;
ய:—எவனொருவன்; மாம்—எனக்கு (முழுமுதற் கடவுளுக்கு); ஸ:—
அவன்; மே—என்னால்; யுக்த-தம:—மிகச்சிறந்த யோகியாக; மத:—
கருதப்படுகிறான்.

**மேலும், எல்லா யோகிகளுக்கு மத்தியில், எவனொருவன் பெரும்
நம்பிக்கையுடன் எப்போதும் என்னில் நிலைத்து, தன்னுள்
என்னை எண்ணி, எனக்கு திவ்யமான அன்புத் தொண்டு
புரிகின்றானோ, அவனே யோகத்தில் என்னுடன் மிகவும்
நெருங்கியவனும் எல்லாரையும்விட உயர்ந்தவனும் ஆவான்.
இதுவே எனது அபிப்பிராயம்.**

பொருளுரை: ப₄ஜதே என்னும் சொல் இங்கு மிகவும்
முக்கியமானதாகும். ப₄ஜதே என்னும் சொல், ப₄ஜ் என்னும் வினைச்
சொல்லிலிருந்து வருவது. இவ்வினைச்சொல் 'சேவை' என்னும்
பொருளில் உபயோகிக்கப்படுவதாகும். "வழிபடுதல்" எனும் தமிழ்
சொல் ப₄ஜ் எனும் பொருளில் உபயோகப்படுத்த முடியாததாகும்.
வழிபடுதல் என்றால் தகுந்த நபருக்கு மதிப்பும் மரியாதையும்
அளித்து வணங்குவது என்று பொருள். ஆனால் அன்புடனும்,
நம்பிக்கையுடனும் தொண்டு புரிவது என்பது புருஷோத்தமரான
முழுமுதற் கடவுளுக்கு மட்டுமே உரியதாகும். ஒருவன் மதிப்புமிக்க
மனிதனையோ, தேவரையோ வழிபடாமல் இருக்க முடியும், அவனை
பண்பற்றவன் என்று அழைக்கலாம்; ஆனால் முழுமுதற் கடவுளுக்குத்
தொண்டு புரிவதை எவரும் தவிர்க்க முடியாது, அவ்வாறு
தவிர்ப்பவன் கடுமையான இகழ்ச்சிக்கு உள்ளாவான். ஒவ்வொரு
உயிர்வாழியும் பரம புருஷ பகவானின் அம்சம் என்பதால், அவர்கள்
ஒவ்வொருவரும் தங்களது ஸ்வரூப நிலையில் முழுமுதற் கடவுளுக்கு
தொண்டாற்ற கடமைப்பட்டவர்கள். இவ்வாறு செய்யத் தவறுபவன்
வீழ்ச்சியடைகிறான். பாகவதம் (11.5.3) இதனைப் பின்வருமாறு
உறுதிப்படுத்துகின்றது:

ய ஏஷாம்' புருஷம்' ஸாக்ஷாத்₃ ஆத்ம-ப்ரப₄வம் ஈஷ்₂வரம்
ந ப₄ஜந்த்யவஜானந்தி ஸ்தா₂னாத்₃ ப்₄ரஷ்டா: பதந்த்யத:₄

“எல்லா உயிர்வாழிகளின் மூலமான ஆதி புருஷருக்கு தொண்டு செய்வது எனும் தனது கடமையை நிராகரிப்பவன், எவனாக இருந்தாலும், அவன் நிச்சயமாக தனது ஸ்தானத்திலிருந்து வீழ்ச்சியடைவான்.”

இந்த ஸ்லோகத்திலும் *ப₄ஜந்தி* எனும் சொல் உபயோகிக்கப்பட்டுள்ளது. எனவே, *ப₄ஜந்தி* எனும் சொல் பரம புருஷ பகவானுக்கு மட்டுமே பொருந்துவதாகும், ஆனால் “வழிபடுதல்” எனும் சொல்லை தேவர்களுக்கோ, சாதாரண ஓர் உயிர்வாழிக்கோகூட உபயோகிக்கலாம். ஸ்ரீமத் பாகவதத்தின் இந்த ஸ்லோகத்தில் உபயோகிக்கப்பட்டுள்ள *அவஜானந்தி* எனும் சொல் பகவத் கீதையிலும் காணப்படுகின்றது. *அவஜானந்தி மாம் மூடா:₄*—“மூடர்களும் அயோக்கியர்களும் மட்டுமே புருஷோத்தமரான முழுமுதற் கடவுள் ஸ்ரீ கிருஷ்ணரை இழிந்துரைக்கின்றனர்.” பகவானுக்குத் தொண்டு செய்யும் மனப்பான்மை இல்லாத இத்தகு மூடர்கள், பகவத் கீதைக்கு வியாக்கியானம் எழுதத் தொடங்கிவிடுகின்றனர். இதன் காரணத்தால் *ப₄ஜந்தி* எனும் சொல்லுக்கும், “வழிபடுதல்” எனும் சொல்லுக்கும் உள்ள வேறுபாட்டை அவர்களால் முறையாகக் காண முடிவதில்லை.

எல்லா யோகப் பயிற்சிகளும் பக்தி யோகத்தில் நிறைவு பெறுகின்றன. மற்ற எல்லா யோகங்களும் பக்தி யோகத்தில் உள்ள பக்தி எனும் நிலைக்கு வருவதற்கான முறைகளேயாகும். யோகம் என்றால் உண்மையில் பக்தி யோகம்தான்; மற்ற யோகங்கள் அனைத்தும் பக்தி யோகம் எனும் இலக்கை நோக்கிய படிக்கற்களே. கர்ம யோகத்தில் தொடங்கி பக்தி யோகத்தில் முடியக்கூடிய ஆன்மீகத் தன்னுணர்வுப் பாதை மிகவும் நீண்டதாகும். பலனை எதிர்பார்க்காமல் செய்யப்படும் கர்ம யோகம் இப்பாதையின் ஆரம்பமாகும். கர்ம யோகம், ஞானத்திலும், துறவிலும் உயர்ச்சிபெறும்போது, அந்நிலை ஞான யோகம் என்று அறியப்படுகின்றது. ஞான யோகம், பல்வேறு உடல் நிலை முறைகளால் பரமாத்மா மீதான தியானத்தில் உயர்ச்சி பெற்று, மனம் அவரில் நிலைபெறும்போது, அந்நிலை அஷ்டாங்க யோகம் எனப்படுகின்றது. மேலும், எப்போது ஒருவன் அஷ்டாங்க யோகத்தையும் தாண்டி, பரம புருஷ பகவானான கிருஷ்ணரை அடைகின்றானோ, அந்த இறுதி நிலை பக்தி யோகம் என்று அறியப்படுகின்றது. உண்மையில், பக்தி யோகமே இறுதிக் குறிக்கோளாகும், ஆனால் பக்தி யோகத்தை நுண்மையாக ஆய்வதற்கு மற்ற யோகங்களையும் புரிந்துகொள்ள வேண்டும். எனவே, முன்னேற்றப் பாதையில் உள்ள யோகி, நித்தியமான நல்ல அதிர்ஷ்டமான பாதையில் உள்ளான். ஒரு குறிப்பிட்ட நிலையில்

பற்று கொண்டு, அந்நிலையிலிருந்து முன்னேற்றமடையாமல் இருக்கும் யோகி, அந்த குறிப்பிட்ட பெயரால் (கர்ம யோகி, ஞான யோகி, அல்லது, தியான யோகி, ராஜ யோகி, ஹட யோகி என பல பெயர்களில்) அழைக்கப்படுகின்றான். பக்தி யோக நிலைக்கு வருமளவிற்கு ஒருவன் அதிர்ஷ்டம் பெற்றிருந்தால், அவன் மற்ற யோகங்கள் அனைத்தையும் கடந்துவிட்டவனாக அறியப்பட வேண்டும் எனவே, கிருஷ்ண உணர்வே யோகத்தின் மிக உன்னத நிலையாகும். நாம் இமயமலை என்று குறிப்பிடும்போது உலகின் மிகவுயர்ந்த மலையைக் குறிப்பிடுகிறோம், அதில் மிகவுயர்ந்த சிகரமான எவரெஸ்ட், இறுதியாக கருதப்படுவது போல, யோகங்களில் உயர்ந்தது பக்தி யோகம்.

பக்தி யோகத்தின் பாதையில் கிருஷ்ண உணர்விற்கு வருவதற்கு ஒருவன் மிகவும் நல்லதிர்ஷ்டம் செய்திருக்க வேண்டும், இந்த பக்தி யோகத்தின் மூலம், வேதங்களின் வழிகாட்டுதலின் அடிப்படையில் அவன் நன்றாக நிலைபெற்று வாழ முடியும். ஒரு சீர்மிகு யோகி, சியாமசுந்தரர் என்று அழைக்கப்படும் கிருஷ்ணரின் மீது தனது கவனத்தை ஒருமுகப்படுத்த வேண்டும். அவர், தனது அழகிய மேக வர்ண திருமேனியுடனும், சூரியனைப் போன்று பிரகாசிக்கும் தாமரை முகத்துடனும், ஆபரணங்களுடனும், பிரகாசிக்கும் உடைகளுடனும், பூ மாலைகளால் அலங்கரிக்கப்பட்டும் காட்சியளிக்கின்றார். பிரம்மஜோதி என்றழைக்கப்படும் தனது பிரம்மாண்டமான தேஜஸின் மூலம் அவர் எல்லா திசைகளையும் பிரகாசப்படுத்துகிறார். அவர், இராமர், நரசிம்மர், வராஹர், பரம புருஷ பகவானான கிருஷ்ணர் முதலிய பல்வேறு ரூபங்களில் அவதரிக்கின்றார். அவர் சாதாரண மனிதனைப் போல அன்னை யசோதையின் மைந்தனாகத் தோன்றுகிறார். மேலும், கிருஷ்ணர், கோவிந்தர், வாசுதேவர் எனப் பல்வேறு பெயர்களால் அறியப்படுகிறார். அவரே பக்குவமான குழந்தை, கணவர், நண்பர், மற்றும் எஜமானர்; அவர் எல்லாவித வைபவங்களும், திவ்ய குணங்களும் நிரம்பப் பெற்றவர். பகவானின் இத்தகு இயல்புகளைப் பற்றிய பூரண உணர்வில் இருப்பவன், மிக உன்னதமான யோகி என்று அழைக்கப்படுகின்றான்.

யோகத்தின் இத்தகு உயர்ந்த பக்குவநிலை பக்தி யோகத்தில் மட்டுமே அடையப்படக்கூடியது. இஃது எல்லா வேத இலக்கியங்களிலும் உறுதி செய்யப்பட்டுள்ளது:

யஸ்ய தே$_3$வே பரா ப$_4$க்திர் யதா$_2$ தே$_3$வே ததா$_2$ கு$_3$ரௌ
தஸ்யைதே கதி$_2$தா ஹ்யர்தா:$_2$ ப்ரகாஷ$_2$ந்தே மஹாத்மன:

"இறைவனிடமும், ஆன்மீக குருவிடமும் அசையாத நம்பிக்கை யுடைய மஹாத்மாக்களுக்கு மட்டுமே, வேத ஞானத்தின் முக்கியக் கருத்துக்கள் அனைத்தும் தாமாகவே வெளிப்படுத்தப்படுகின்றன." (ஷ்2வேதாஷ்2வதர உபநிஷத் 6.23)

ப4க்திர் அஸ்ய ப4ஜனம் தத்3 இஹாமுத்ரோபாதி4–நைராஸ் யேனாமுஷ்மின் மன:–கல்பனம், ஏதத்3 ஏவ நைஷ்கர்ம்யம். "பக்தி என்றால், இப்பிறவி, மறுபிறவி இரண்டிற்குமான எல்லாவித ஜட இலாப ஆசைகளிலிலிருந்தும் விடுபட்டு, பகவானுக்கு அன்புத் தொண்டு புரிவதாகும். அத்தகு ஆசைகள் ஏதுமின்றி மனதை முழுமையாக பரம புருஷ பகவானிடம் அர்ப்பணிக்க வேண்டும். இதுவே நைஷ்கர்ம்ய என்பதன் நோக்கமாகும்." (கோ3பால–தாபனீ உபநிஷத் 1.15)

இவையே, யோக முறையின் மிகவுயர்ந்த பக்குவநிலையான பக்தியை (கிருஷ்ண உணர்வினை) செயலாற்றும் முறைகளில் சிலவாகும்.

ஸ்ரீமத் பகவத் கீதையின் "தியான யோகம்" என்னும் ஆறாம் அத்தியாயத்திற்கான பக்திவேதாந்த பொருளுரைகள் இத்துடன் நிறைவடைகின்றன.

அத்தியாயம் ஏழு

பூரணத்தின் ஞானம்

ஸ்லோகம் 1

श्रीभगवानुवाच

मय्यासक्तमनाः पार्थ योगं युञ्जन्मदाश्रयः ।
असंशयं समग्रं मां यथा ज्ञास्यसि तच्छृणु ॥ १ ॥

ஸ்ரீ–ப$_4$க$_3$வான் உவாச

மய்யாஸக்த-மனா: பார்த$_2$ யோக$_3$ம்' யுஞ்ஜன் மத்$_3$-ஆஷ்$_2$ரய:
அஸம்'ஷ$_2$யம்' ஸமக்$_3$ரம்' மாம்' யதா$_2$ ஜ்ஞாஸ்யஸி தச் ச்$_2$ரு'ணு

ஸ்ரீ–ப$_4$க$_3$வான் உவாச—முழுமுதற் கடவுள் கூறினார்; *மயி*—என்னிடம்; *ஆஸக்த–மனா:*—பற்றிய மனதுடன்; *பார்த$_2$*—பிருதாவின் மகனே; *யோக$_3$ம்*—யோகம்; *யுஞ்ஜன்*—இவ்வாறு பயின்று; *மத்–ஆஷ்$_2$ரய:*—எனது உணர்வில் (கிருஷ்ண உணர்வில்); *அஸம்ஷ$_2$யம்*—சந்தேகமின்றி; *ஸமக்$_3$ரம்*—முழுமையாக; *மாம்*—என்னை; *யதா$_2$*—எவ்வாறு; *ஜ்ஞாஸ்யஸி*—நீ அறியலாம்; *தத்*—அதை; *ஷ்$_2$ரு'ணு*—கேட்க முயல்வாயாக.

புருஷோத்தமரான முழுமுதற் கடவுள் கூறினார்: பிருதாவின் மகனே, என்னிடம் பற்றுதல் கொண்ட மனதுடன், என்னைப் பற்றிய முழு உணர்வில், யோகத்தைப் பயில்வதன் மூலம் என்னை நீ எவ்வாறு சந்தேகம் ஏதுமின்றி முழுமையாக அறிந்துகொள்ளலாம் என்பதை இனி கேட்பாயாக.

பொருளுரை: பகவத் கீதையின் இந்த ஏழாம் அத்தியாயத்தில் கிருஷ்ண உணர்வின் இயல்பு முழுமையாக விவரிக்கப்பட்டுள்ளது. கிருஷ்ணர் எல்லா வித ஐஸ்வர்யங்களையும் முழுமையாக உடையவர், அவர் எவ்வாறு அத்தகு ஐஸ்வர்யங்களை வெளிப்படுத்துகிறார் என்பது இங்கு விளக்கப்படுகின்றது. மேலும், கிருஷ்ணரிடம் பற்றுதல் கொள்ளக்கூடிய நான்கு வித அதிர்ஷ்டசாலிகளும், கிருஷ்ணரை ஒருபோதும் ஏற்காத நான்கு வித துரதிர்ஷ்டசாலிகளும், இவ்வத்தியாயத்தில் விவரிக்கப்பட்டுள்ளனர்.

பகவத் கீதையின் முதல் ஆறு அத்தியாயங்களில், உயிர்வாழி, ஓர் ஆன்மீக ஆத்மா என்றும், ஜடத்திற்கு அப்பாற்பட்டவன் என்றும், பலவித யோகப் பயிற்சிகளின் மூலம் தன்னுணர்வு நிலைக்கு தன்னை உயர்த்திக்கொள்ளும் தகுதி வாய்ந்தவன் என்றும்

விவரிக்கப்பட்டுள்ளான். ஆறாம் அத்தியாயத்தின் இறுதியில், கிருஷ்ணரின் மீது மனதை நிலைநிறுத்துவதே (வேறுவிதமாகக் கூறினால், கிருஷ்ண உணர்வே) எல்லா யோகங்களிலும் உயர்ந்தது என்று தெளிவாகக் கூறப்பட்டது. கிருஷ்ணரின் மீது மனதை நிலைநிறுத்துவதால் மட்டுமே பூரண உண்மையை முழுமையாக அறிய முடியுமே தவிர, வேறு விதங்களால் அல்ல. அருவ பிரம்மஜோதியையோ, இதயத்தில் வாழும் பரமாத்மாவையோ உணர்தல், பூரண உண்மையைப் பற்றிய பக்குவமான அறிவல்ல; ஏனெனில், அவை பூரண உண்மையின் ஒரு பகுதியே. பூரணமான விஞ்ஞான அறிவு கிருஷ்ணரே, மேலும், கிருஷ்ண உணர்வில் இருப்பவனுக்கு எல்லாம் வெளிப்படுத்தப்படுகின்றது. பூரண கிருஷ்ண உணர்வில் இருப்பவன், சந்தேகத்திற்கு அப்பாற்பட்ட உன்னத ஞானம் கிருஷ்ணரே என்பதை அறிவான். பல்வேறு விதமான யோக முறைகள் கிருஷ்ண உணர்வு என்னும் பாதையின் படிக்கட்டுகளே. கிருஷ்ண உணர்வினை நேரடியாக ஏற்பவன், பிரம்ம ஜோதியையும் பரமாத்மாவையும் தானாகவே முழுமையாக அறிகிறான். கிருஷ்ண உணர்வு என்னும் யோகத்தைப் பயில்வதன் மூலம், பூரண உண்மை, ஜீவாத்மாக்கள், ஜட இயற்கை, இவற்றின் உபகரணங்களுடன் கூடிய தோற்றங்கள் என, எல்லாவற்றையும் ஒருவன் அறிகின்றான்.

எனவே, யோகப் பயிற்சியினை ஆறாம் அத்தியாயத்தின் இறுதி ஸ்லோகத்தில் வழிகாட்டியுள்ளபடி தொடங்க வேண்டும். பரமனான கிருஷ்ணரின் மீது மனதை நிலைநிறுத்துவது, ஸ்ரவணத்தை முதலாவதாகவும் முக்கியமானதாகவும் கொண்ட ஒன்பது வித பக்தித் தொண்டு நெறிகளால் சாத்தியமாகின்றது. எனவேதான், பகவான், *தச் ச்ருணு*, "என்னிடமிருந்து கேள்" என்று அர்ஜுனனிடம் கூறுகிறார். கிருஷ்ணரைவிட உயர்ந்த அதிகாரி எவரும் இருக்க முடியாது; எனவே, அவரிடமிருந்து கேட்பதால் பக்குவமான கிருஷ்ண பக்தனாவதற்கான மாபெரும் வாய்ப்பினை ஒருவன் அடைகிறான். எனவே, கிருஷ்ணரிடமிருந்து நேரடியாகவோ, அவரது தூய பக்தரிடமிருந்தோ கேட்க வேண்டும்—ஏட்டுக் கல்வியால் தலைக்கனம் கொண்ட பக்தியற்ற நபரிடமிருந்து அல்ல.

பூரண உண்மையும் பரம புருஷ பகவானுமான கிருஷ்ணரைப் புரிந்துகொள்வதற்கான இந்த வழிமுறை, ஸ்ரீமத் பாகவதத்தின் முதல் ஸ்கந்தத்தின் இரண்டாம் அத்தியாயத்தில் பின்வருமாறு விளக்கப்பட்டுள்ளது:

ஷ்$_2$ரு'ண்வதாம்' ஸ்வ-கதா:$_2$ க்ரு'ஷ்ண: புண்ய-ஷ்$_2$ரவண-கீர்தன:
ஹ்ரு'த்$_3$யந்த:-ஸ்தோ$_2$ ஹ்யப$_4$த்$_3$ராணி விது$_4$னோதி ஸுஹ்ரு'த் ஸதாம்

நஷ்ட-ப்ராயேஷ்வ் அப$_4$த்$_3$ரேஷு நித்யம்' பா$_4$க$_3$வத-ஸேவயா
ப$_4$க$_3$வத்யுத்தம-ஷ்$_2$லோகே ப$_4$க்திர் ப$_4$வதி நைஷ்டி$_2$கீ
ததா$_3$ ரஜஸ்-தமோ-பா$_4$வா: காம-லோபா$_4$த$_3$யஷ்$_2$ ச யே
சேத ஏதைர் அனாவித்$_3$த$_4$ம்' ஸ்தி$_2$தம்' ஸத்த்வே ப்ரஸீத$_3$தி
ஏவம்' ப்ரஸன்ன-மனஸோ ப$_4$க$_3$வத்$_3$-ப$_4$க்தி-யோக$_3$த:
ப$_4$க$_3$வத்-தத்த்வ-விஜ்ஞானம்' முக்த-ஸங்க$_3$ஸ்ய ஜாயதே
பி$_4$த்$_3$யதே ஹ்ரு'த$_3$ய-க்$_3$ரந்தி$_2$ஷ்$_2$ சி$_2$த்$_3$யந்தே ஸர்வ-ஸம்'ஷ$_2$யா:
க்ஷீயந்தே சாஸ்ய கர்மாணி த்$_3$ரு'ஷ்ட ஏவாத்மனீஷ்$_2$வரே

"வேத இலக்கியங்களிலிருந்தோ, (பகவத் கீதை மூலமாக) கிருஷ்ணரிடமிருந்தோ நேரடியாகவோ, அவரைப் பற்றிக் கேட்பது மிகச்சிறந்த புண்ணியச் செயலாகும். எல்லாரது இதயங்களிலும் உறையும் பகவான் ஸ்ரீ கிருஷ்ணர், தன்னைப் பற்றி இவ்வாறு கேட்பதில் இடையறாது ஈடுபட்டுள்ள பக்தனிடம், மிகச்சிறந்த நண்பனைப் போன்று செயல்பட்டு அவனைத் தூய்மைப்படுத்துகிறார். இவ்விதமாக, தன்னுள் உறங்கிக் கொண்டிருக்கும் திவ்ய ஞானத்தை பக்தன் இயற்கையாகவே வளர்த்துக்கொள்கிறான். பாகவதத்திலிருந்தும், பக்தர்களிடமிருந்தும் கிருஷ்ணரைப் பற்றி மேன்மேலும் கேட்பதால், பகவானின் பக்தித் தொண்டில் அவன் உறுதியாக நிலைபெறுகிறான். பக்தித் தொண்டின் வளர்ச்சியினால் ரஜோ குணத்திலிருந்தும் தமோ குணத்திலிருந்தும் விடுபடுகிறான், அதன் மூலம் காமமும் பேராசையும் அழிவுறுகின்றன. இக்களங்கங்கள் கழுவப்பட்டவுடன், சாதகன் சுத்த ஸத்வ குணத்தில் நிலைபெற்று, பக்தித் தொண்டில் புத்துணர்வு கொண்டு, இறை விஞ்ஞானத்தை பக்குவமாக அறிகின்றான். இவ்வாறாக பக்தி யோகம் ஜடப் பற்று எனும் கடினமான முடிச்சை அறுத்து, *அஸம்ஷ$_2$யம்–ஸமக்$_3$ரம்,* பரம பூரண உண்மையான முழுமுதற் கடவுளை அறியும் நிலைக்கு, ஒருவனை உடனடியாக உயர்த்துகிறது." (பாகவதம் 1.2.17–21)

எனவே, கிருஷ்ணரிடமிருந்தோ, கிருஷ்ண உணர்விலுள்ள அவரது பக்தரிடமிருந்தோ கேட்பதால் மட்டுமே கிருஷ்ண விஞ்ஞானத்தை புரிந்துகொள்ள இயலும்.

ஸ்லோகம் 2

ज्ञानं तेऽहं सविज्ञानमिदं वक्ष्याम्यशेषत: ।
यज्ज्ञात्वा नेह भूयोऽन्यज्ज्ञातव्यमवशिष्यते ॥ २ ॥

ஜ்ஞானம்' தே 'ஹம்' ஸ-விஜ்ஞானம் இத$_3$ம்' வக்ஷ்யாம்யஷே$_2$ஷத:
யஜ் ஜ்ஞாத்வா நேஹ பூ$_4$யோ 'ன்யஜ் ஜ்ஞாதவ்யம் அவஷி$_2$ஷ்யதே

ஜ்ஞானம்—ஞானம் (புலன்களைக் கொண்டு அறியும் அசாதாரணமான அறிவு); *தே*—உனக்கு; *அஹம்*—நான்; *ஸ*—உடன்; *விஜ்ஞானம்*—விஞ்ஞானம் (ஆழமான தெய்வீக அறிவு); *இத$_3$ம்*—இந்த; *வக்ஷ்யாமி*—விளக்குகிறேன்; *அஷே$_2$ஷத:*—முழுவதும்; *யத்*—எதை; *ஜ்ஞாத்வா*—அறிவதால்; *ந*—இல்லை; *இஹ*—இவ்வுலகில்; *பூ$_4$ய:*—மேலும்; *அன்யத்*—ஏதும் அதிகமாக; *ஜ்ஞாதவ்யம்*—அறிய வேண்டியவை; *அவஷி$_2$ஷ்யதே*—மீதமிருப்பது.

தற்போது, சாதாரண அறிவையும், தெய்வீக அறிவையும் நான் உனக்கு முழுமையாக அறிவிக்கின்றேன். இதனை அறிந்தபின் நீ அறிய வேண்டியவை ஏதும் இருக்காது.

பொருளுரை: ஜடவுலகம், அதற்கு பின்னுள்ள ஆத்மா, இவ்விரண்டின் மூலம்—ஆகியவற்றை அறிவதே முழு அறிவாகும். இதுவே திவ்ய ஞானமாகும். இத்தகு அறிவு முறையை விளக்க விரும்புகிறார் பகவான்; ஏனெனில், அர்ஜுனன் கிருஷ்ணரின் அந்தரங்க பக்தனும் நண்பனும் ஆவான். நான்காம் அத்தியாயத்தின் ஆரம்பத்தில் இறைவனால் கொடுக்கப்பட்ட இவ்விளக்கம் இங்கு மீண்டும் உறுதி செய்யப்படுகின்றது: இறைவனிடமிருந்து நேரடியாக வரும் சீடத் தொடரின் மூலமாக மட்டுமே முழு அறிவை அடைய முடியும். எனவே, எல்லா காரணங்களுக்கும் காரணமாகவும் எல்லாவித யோகப் பயிற்சிகளின் தியானப் பொருளாகவும் விளங்கக்கூடிய அறிவின் மூலத்தை அறிந்துகொள்ளுமளவிற்கு புத்தியுடையவனாக ஒருவன் இருத்தல் வேண்டும். எல்லா காரணங்களுக்கும் காரணத்தை அறியும்போது, அறிய வேண்டியவை அனைத்தும் அறியப்பட்டு விடுகின்றன, மேலும் அறிய வேண்டியவைக் ஏதுமில்லை. வேதம் (*முண்ட$_3$க* உபநிஷத் 1.3) கூறுகின்றது, *கஸ்மின் நு ப$_4$க$_3$வோ விஜ்ஞாதே ஸர்வம்-இத$_3$ம் விஜ்ஞாதம் ப$_4$வதி.*

ஸ்லோகம் 3

मनुष्याणां सहस्त्रेषु कश्चिद्यतति सिद्धये ।
यततामपि सिद्धानां कश्चिन्मां वेत्ति तत्त्वत: ॥ ३ ॥

மனுஷ்யாணாம்' ஸஹஸ்ரேஷு கஷ்$_2$சித்$_3$ யததி ஸித்$_3$த$_4$யே
யததாம் அபி ஸித்$_3$தா$_4$னாம்' கஷ்$_2$சின் மாம்' வேத்தி தத்த்வத:

மனுஷ்யாணாம்—மனிதர்களில்; *ஸஹஸ்ரேஷு*—பல்லாயிரம்; *கஷ்$_2$சித்*—ஏதேனும் ஒருவன்; *யததி*—முயல்கிறான்; *ஸித்$_3$த$_4$யே*—பக்குவத்திற்காக; *யததாம்*—அவ்வாறு முயல்வோரில்; *அபி*—கூட; *ஸித்$_3$தா$_4$னாம்*—

பக்குவத்தை அடைந்தவரில்; *கஷ்₂சித்*—ஏதேனும் ஒருவன்; *மாம்*—என்னை; *வேத்தி*—அறிகிறான்; *தத்த்வத:*—உள்ளபடி.

ஆயிரமாயிரம் மனிதர்களில் யாரேனும் ஒருவன் பக்குவமடைய முயலலாம். அவ்வாறு பக்குவமடைந்தவர்களில்கூட யாரேனும் ஒருவனே என்னை உண்மையாக அறிகிறான்.

பொருளுரை: பலதரப்பட்ட மனிதர்கள் உள்ளனர். பல்லாயிரக் கணக்கான அத்தகு மனிதரில் யாரேனும் ஒருவரே ஆத்மா என்றால் என்ன, உடல் என்றால் என்ன, பூரண உண்மை என்றால் என்ன, முதலியவற்றை அறிவதற்கான திவ்ய உணர்வில் நாட்டம் கொள்கிறான். மனித சமுதாயம், உண்ணுதல், உறங்குதல், உடலுறவு கொள்ளுதல், தற்காத்துக்கொள்ளுதல் ஆகிய மிருக நிலையிலேயே பொதுவாக இருந்து வருகின்றது; ஆன்மீக ஞானத்தில் ஏறக்குறைய யாருக்குமே ஆர்வமில்லை. ஆத்மா, பரமாத்மா, மற்றும் அவற்றை உணர்வதற்கான ஞான யோகம், தியான யோகம், ஸாங்கிய யோகம் (ஜடத்திலிருந்து ஆத்மாவைப் பிரித்தறிதல்) முதலிய திவ்யமான ஞானத்தை வழங்கும் கீதையின் முதல் ஆறு அத்தியாயங்கள், அத்தகு திவ்ய ஞானத்தில் ஆர்வம் உடையவர்களுக்கானவை. இருப்பினும், கிருஷ்ண உணர்வில் இருப்பவர்களால் மட்டுமே கிருஷ்ணரை அறிய முடியும். மற்ற ஆன்மீகிகள் அருவ பிரம்மனை உணரலாம்; ஏனெனில், அது கிருஷ்ணரைப் புரிந்துகொள்வதை விட எளிதானது. கிருஷ்ணரே பரம புருஷர், அதே சமயத்தில் அவர் பிரம்ம ஞானத்திற்கும் பரமாத்ம ஞானத்திற்கும் அப்பாற்பட்டவர். யோகிகளும் ஞானிகளும் கிருஷ்ணரை அறியும் தமது முயற்சியில் குழப்பமடைகின்றனர். அத்வைதிகளில் தலைசிறந்தவரான ஸ்ரீபாத சங்கராசாரியர் தனது கீதை உரையில் கிருஷ்ணரே புருஷோத்தமரான முழுமுதற் கடவுள் என்பதை ஏற்றுக் கொண்டுள்ளபோதிலும், அவரைப் பின்பற்றுவோர் இக்கருத்தினை ஏற்பதில்லை; ஏனெனில், அருவ பிரம்மனைப் பற்றிய திவ்ய ஞானம் ஒருவனுக்கு இருந்தாலும் கிருஷ்ணரை அறிவது மிகவும் கடினமாகும்.

கிருஷ்ணரே பரம புருஷ பகவான், எல்லா காரணங்களுக்கும் காரணம், ஆதி புருஷரான கோவிந்தர். *ஈஷ்₂வர: பரம: க்ரு'ஷ்ண: ஸச்-சித்₃-ஆனந்த₃-விக்₃ரஹ:/ அனாதி₃ர் ஆதி₃ர் கோ₃விந்த:₃ ஸர்வ-காரண-காரணம்.* பக்தரல்லாதோர் அவரை அறிவது மிகவும் கடினம். அத்தகையோர் பக்தியின் பாதை மிக எளிதானது என்று கூறும்போதிலும், அவர்களால் இதனைப் பயிற்சி செய்ய முடியாது. பக்தரல்லாத அந்தப் பிரிவினர் அறிவிப்பதுபோல, பக்தியின் பாதை அவ்வளவு எளிதானதாக இருப்பின், அவர்கள் ஏன் கடினமான

பாதையை ஏற்க வேண்டும்? உண்மையில் பக்தியின் பாதை எளிதானதல்ல. பக்தியைப் பற்றிய அறிவற்ற, அங்கீகாரமற்ற சிலரால் பயிற்சி செய்யப்படும் பெயரளவு பக்தி வேண்டுமானால் எளிதானதாக இருக்கலாம்; ஆனால் விதிமுறைகளின்படி பயிற்சி செய்யப்படும்போது, அனுமானத்தில் வாழும் அறிஞர்களும் தத்துவவாதிகளும் பக்தியின் பாதையிலிருந்து விலகி விடுகின்றனர். தனது பக்தி ரஸாம்ருத ஸிந்துவில் (1.2.101) ஸ்ரீல ரூப கோஸ்வாமி எழுதுகிறார்:

ஷ்$_2$ருதி-ஸ்ம்ரு'தி-புராணாதி$_3$- பஞ்சராத்ர-விதி$_4$ம்' வினா
ஐகாந்திகீ ஹரேர் ப$_4$க்திர் உத்பாதாயைவ கல்பதே

"உபநிஷதங்கள், புராணங்கள், நாரத பஞ்சராத்ரம் முதலிய அங்கீகரிக்கப்பட்ட வேத சாஸ்திரங்களை அலட்சியப்படுத்திய நிலையில் செய்யப்படும் பக்தித் தொண்டு, சமுதாயத்தில் தேவையற்றத் தொந்தரவே."

பிரம்மனை உணர்ந்த அருவவாதியும், பரமாத்மாவை உணர்ந்த யோகியும், புருஷோத்தமரான முழுமுதற் கடவுள் ஸ்ரீ கிருஷ்ணரை யசோதையின் மைந்தனாகவோ, அர்ஜுனனின் தேரோட்டியாகவோ புரிந்துகொள்ள முடியாது. சிறந்த தேவர்களும் சில சமயங்களில் கிருஷ்ணரைப் பற்றிக் குழம்புகின்றனர் (*முஹ்யந்தி யத் ஸூரய:*). *மாம் து வேத$_3$ ந கஷ்$_2$சன:* "யாரும் என்னை உள்ளபடி அறிவதில்லை" என்கிறார் பகவான். அப்படியே எவரேனும் அவரை அறிந்திருந்தாலும், *ஸ மஹாத்மா ஸு-து$_3$ர்லப:* "அத்தகு மஹாத்மா மிகவும் அரிதானவர்." எனவே, மிகப்பெரிய பண்டிதனாக அல்லது தத்துவவாதியாக இருந்தாலும், பகவானுக்கான பக்தித் தொண்டினை பயிற்சி செய்யாவிடில், ஒருவன் கிருஷ்ணரை உள்ளபடி (*தத்த்வத:*) அறிய முடியாது. தூய பக்தர்கள் மட்டுமே கிருஷ்ணரின் அறிய இயலாத திவ்ய குணங்களில் சிலவற்றை—அவரே எல்லா காரணங்களுக்கும் காரணமாக விளங்குதல், அவரது சர்வசக்தி, ஐஸ்வர்யம், அவரது செல்வம், புகழ், பலம், அழகு, அறிவு, துறவு ஆகியவற்றை—அறிய முடியும்; ஏனெனில், கிருஷ்ணர் தமது பக்தர்களிடம் மிகவும் கருணை உடையவர். பிரம்ம ஞானத்தின் இறுதிச் சொல் அவரே. அவரது பக்தர்கள் மட்டுமே அவரை உள்ளபடி உணர முடியும். எனவேதான் கூறப்படுகிறது:

அத: ஸ்ரீ-க்ரு'ஷ்ண-நாமாதி$_3$ ந ப$_4$வேத்$_3$ க்$_3$ராஹ்யம் இந்த்$_3$ரியை:
ஸேவோன்முகே$_2$ ஹி ஜிஹ்வாதௌ$_3$ ஸ்வயம் ஏவ ஸ்பு$_2$ரத்யத:$_3$

"மழுங்கிய ஜடப் புலன்களைக் கொண்டு யாரும் கிருஷ்ணரை உள்ளபடி அறிய முடியாது. ஆனால் அவர் தனது பக்தர்களின்

திவ்யமான அன்புத் தொண்டினால் மகிழ்வுற்று, தன்னை அவர்களுக்கு வெளிப்படுத்துகிறார்." (பக்தி ரஸாம்ருத சிந்து 1.2.234)

ஸ்லோகம் 4

भूमिरापोऽनलो वायुः खं मनो बुद्धिरेव च ।
अहङ्कार इतीयं मे भिन्ना प्रकृतिरष्टधा ॥ ४॥

பூ$_4$மிர் ஆபோ 'னலோ வாயு: க$_2$ம்' மனோ பு$_3$த்$_3$தி$_4$ர் ஏவ ச
அஹங்கார இதீயம்' மே பி$_4$ன்னா ப்ரக்ரு'திர் அஷ்டதா$_4$

பூ$_4$மி—நிலம்; *ஆப:*—நீர்; *அனல:*—நெருப்பு; *வாயு:*—காற்று; *க$_2$ம்*—ஆகாயம்; *மன:*—மனம்; *பு$_3$த்$_3$தி:$_4$*—புத்தி; *ஏவ*—நிச்சயமாக; *ச*—மேலும்; *அஹங்கார:*—அஹங்காரம்; *இதி*—இவ்வாறு; *இயம்*—இவையெல்லாம்; *மே*—எனது; *பி$_4$ன்னா*—பிரிந்த; *ப்ரக்ரு'தி:*—சக்திகள்; *அஷ்டதா$_4$*—எட்டு.

நிலம், நீர், நெருப்பு, காற்று, ஆகாயம், மனம், புத்தி, அஹங்காரம்—இந்த எட்டும் சேர்ந்ததே எனது பிரிந்த ஜட சக்திகளாகும்.

பொருளுரை: இறை விஞ்ஞானமானது இறைவனையும், அவரது பல்வேறு சக்திகளையும் ஆராய்வதாகும். ஜட இயற்கை, *ப்ரக்ரு'தி* (பகவானது பல்வேறு புருஷ அவதாரங்களின் சக்தி) என்று அறியப்படுகிறது. *ஸாத்வத-தந்த்ரங்களில்* ஒன்றான நாரத பஞ்சராத்ரத்தில் இது பின்வருமாறு விளக்கப்பட்டுள்ளது:

விஷ்ணோஸ் து த்ரீணி ரூபாணி புருஷாக்$_2$யான்யதோ$_2$ விது:$_3$
ஏகம்' து மஹத: ஸ்ரஷ்ட்ரு' த்$_3$விதீயம்' த்வ் அண்ட$_3$-ஸம்'ஸ்தி$_2$தம்
த்ரு'தீயம்' ஸர்வ-பூ$_4$த-ஸ்த$_2$ம்' தானி ஜ்ஞாத்வா விமுச்யதே

"ஜடவுலகின் படைப்பிற்காக, பகவான் கிருஷ்ணர் மூன்று விஷ்ணு ரூபங்களாக விரிவடைகிறார். முதல் விரிவங்கமான மஹாவிஷ்ணு, *மஹத்-தத்த்வ* எனப்படும் மொத்த ஜட சக்தியைப் படைக்கின்றார். இரண்டாவது விரிவங்கமான கர்போதகஷாயி விஷ்ணு, எல்லா பிரபஞ்சத்தின் உள்ளும் நுழைந்து பல்வேறு வேறுபாடுகளை உண்டாக்குகின்றார். மூன்றாவது விரிவங்கமான க்ஷீரோதகஷாயி விஷ்ணு, பரமாத்மாவாக அனைத்து பிரபஞ்சத்தினுள்ளும் எல்லா இடங்களிலும் பரவியுள்ளார். அவர் அணுக்களுக்குள்ளும் இருக்கின்றார். இந்த மூன்று விஷ்ணுவையும் அறிபவர் எவரும் ஜடவுலக பந்தத்திலிருந்து முக்தி பெற முடியும்."

பகவானின் பல்வேறு சக்திகளில் ஒன்றே இந்த ஜடவுலகம், இஃது ஒரு தற்காலிகத் தோற்றமாகும். ஜடவுலகின் எல்லா செயல்களும் பகவான் கிருஷ்ணரின் விரிவங்கங்களான இந்த மூன்று விஷ்ணுவினால் நடத்தப்படுகின்றன. இந்த புருஷர்கள், அவதாரங்கள்

என்று அழைக்கப்படுகின்றனர். கடவுளின் (கிருஷ்ணரின்) விஞ்ஞானத்தை அறியாதவர், இந்த ஜடவுலகம் ஜீவாத்மாக்கள் அனுபவிப்பதற்காகவே என்றும், ஜீவாத்மாக்களே புருஷர்கள் (ஜட சக்தியின் காரணமும், அதிகாரிகளும், அனுபவிப்போரும்) என்றும் பொதுவாக எண்ணுகின்றனர். பகவத் கீதையின்படி இந்த நாத்திக முடிவு பொய்யானதாகும். தற்போதைய ஸ்லோகத்தில், கிருஷ்ணரே ஜடத் தோற்றத்தின் மூல காரணம் என்று கூறப்பட்டுள்ளது. ஸ்ரீமத் பாகவதமும் இதனை உறுதி செய்கின்றது. ஜடத் தோற்றத்தின் மூலக்கூறுகள் பகவானின் பிரிந்த சக்திகளாகும். அருவவாதிகளின் இறுதி இலக்கான பிரம்ம ஜோதியும், ஆன்மீக வானில் உள்ள ஓர் ஆன்மிக சக்தியே. வைகுண்ட லோகங்களில் உள்ளதைப் போன்ற ஆன்மீக வேறுபாடுகள் பிரம்ம ஜோதியில் இல்லை, அருவவாதிகள் இந்த பிரம்மஜோதியினை தங்களது இறுதியான நித்தியமான இலக்காகக் கருதுகின்றனர். எங்கும் பரவியிருக்கும் பரமாத்மாவும் *க்ஷீரோத₃கஷா₂யீ* விஷ்ணுவின் நிலையற்ற தோற்றமே. பரமாத்மா ஆன்மீக உலகில் நித்தியமாக தோற்றமளிப்பது இல்லை. எனவே, உண்மையான பூரண சத்தியம், புருஷோத்தமரான முழுமுதற் கடவுள் கிருஷ்ணரே. அவரே பூரண சக்தியுடையவர், பலதரப்பட்ட பிரிந்த சக்திகளையும் அந்தரங்க சக்திகளையும் உடையவர்.

ஜட சக்தியைப் பொறுத்தவரையில், மேலே குறிப்பிட்ட எட்டும் அதன் முக்கியத் தோற்றங்களாகும். இவற்றில் நிலம், நீர், நெருப்பு, காற்று, ஆகாயம் ஆகிய ஐந்தும் ஸ்தூல படைப்புகள் என்று அறியப்படுகின்றன, அவற்றினுள் ஐந்து புலன் விஷயங்களும் அடங்கும். அவற்றிலிருந்து ஒலி, தொடு உணர்வு, உருவம், சுவை, வாசனை ஆகியவை தோன்றுகின்றன. ஜட அறிவியலில் இந்த பத்து விஷயங்கள் மட்டுமே உள்ளன, வேறெதுவும் இல்லை. மனம், புத்தி, அஹங்காரம் ஆகிய மூன்றும் பௌதிகவாதிகளால் புறக்கணிக்கப் படுகின்றன. மனதின் செயல்களுடன் தொடர்புகொள்ளும் தத்துவவாதிகளின் அறிவும் பக்குவமானதல்ல; ஏனெனில், இறுதி மூலமான கிருஷ்ணரை அவர்கள் அறிவதில்லை. "நான்," "எனது," எனும் எண்ணமே ஜட வாழ்க்கைக்கு அடிப்படையாக அமைகின்றது—அஹங்காரம் என்று அறியப்படும் இந்த எண்ணம், ஜட இயக்கங்களுக்கான பத்து புலனுறுப்புகளை உள்ளடக்கியது. புத்தி என்பது *மஹத்-தத்த்வ* எனப்படும் மொத்த ஜடப் படைப்பினைக் குறிக்கின்றது. இவ்வாறாக, பகவானின் எட்டு பிரிந்த சக்திகளிலிருந்து ஜடவுலகின் இருபத்துநான்கு மூலகங்களும் தோன்றுகின்றன, இவையே நாத்திகத் தன்மை வாய்ந்த ஸாங்கிய தத்துவத்தின் கருப் பொருளாகும்; உண்மையில் கிருஷ்ணரின் சக்திகளிலிருந்து

தோன்றிய அவை அவரிடமிருந்து பிரிந்து இருக்கின்றன, ஆனால் குன்றிய அறிவுடைய நாத்திக ஸாங்கிய தத்துவவாதிகள், எல்லா காரணங்களுக்கும் காரணம் கிருஷ்ணரே என்பதை அறியார். பகவத் கீதையின்படி, ஸாங்கிய தத்துவத்தின் விவாத விஷயம், கிருஷ்ணரின் புற சக்தியின் தோற்றமே.

ஸ்லோகம் 5

अपरेयमितस्त्वन्यां प्रकृतिं विद्धि मे पराम् ।
जीवभूतां महाबाहो ययेदं धार्यते जगत् ॥ ५ ॥

அபரேயம் இதஸ் த்வ் அன்யாம்' ப்ரக்ரு'திம்' வித்$_3$தி$_4$ மே பராம்
ஜீவ-பூ$_4$தாம்' மஹா-பா$_3$ஹோ யயேத$_3$ம்' தா$_4$ர்யதே ஜக$_3$த்

அபரா—தாழ்ந்த; *இயம்*—இந்த; *இத:*—இதற்குப்பின்; *து*—ஆனால்; *அன்யாம்*—மற்றொரு; *ப்ரக்ரு'திம்*—சக்தி; *வித்$_3$தி$_4$*—அறிய முயல்வாயாக; *மே*—எனது; *பராம்*—உயர்ந்த; *ஜீவபூ$_4$தாம்*—ஜீவாத்மாக்கள்; *மஹா-பா$_3$ஹோ*—பலம் பொருந்திய புயங்களை உடையோனே; *யயா*—யாரால்; *இத$_3$ம்*—இந்த; *தா$_4$ர்யதே*—உபயோகிக்கப்படுவது; *ஜக$_3$த்*—ஜடவுலகம்.

பலம் பொருந்திய புயங்களை உடைய அர்ஜுனா! இதற்கு அப்பால், என்னுடைய உயர்ந்த சக்தி ஒன்று உள்ளது. இந்த தாழ்ந்த ஜட இயற்கையை சுயநலனிற்காக உபயோகிக்கக்கூடிய ஜீவாத்மாக்களை அஃது உள்ளடக்கியதாகும்.

பொருளுரை: ஜீவாத்மாக்கள் பரம புருஷரின் உயர் இயற்கையை (சக்தியை) சேர்ந்தவர்கள் என்பது இங்கே தெளிவாக கூறப்பட்டுள்ளது. நிலம், நீர், நெருப்பு, காற்று, ஆகாயம், மனம், புத்தி, அஹங்காரம் என பல்வேறு ரூபங்களில் தோன்றக்கூடிய ஜடமானது, கீழ்நிலை சக்தியாகும். (நிலம் முதலான) ஸ்தூலம், (மனம் முதலான) சூட்சுமம் ஆகிய ஜட இயற்கையின் இரண்டு படைப்புகளுமே தாழ்ந்த இயற்கையைச் சார்ந்தவை. இந்த தாழ்ந்த சக்தியினை பல்வேறு நோக்கங்களுக்காக உபயோகிக்கும் உயிர்வாழிகள், பரம புருஷரின் உயர் சக்தியைச் சார்ந்தவர்கள். இந்த உயர் சக்தியால்தான் ஜடவுலகம் முழுவதும் இயங்குகின்றது. உயர் சக்தியான ஜீவாத்மாவினால் இயக்கப்படாவிடில், செயல்படுவதற்கான சக்தி ஏதும் பிரபஞ்சத் தோற்றத்திடம் இருக்காது. சக்திகள் எப்போதும் சக்திமானால் கட்டுப்படுத்தப்படுபவை, எனவே உயிர்வாழிகள் எப்போதும் பகவானால் கட்டுப்படுத்தப்படுகின்றன—அவர்களுக்கு சுதந்திரமான வாழ்வு கிடையாது. அறிவற்ற மனிதர்கள் எண்ணுவதுபோல, உயிர்வாழிகளின் சக்தி ஒருபோதும் பகவானுடைய சக்திக்கு சமமானதல்ல. ஜீவாத்மாக்களுக்கும், இறைவனுக்கும் உள்ள

வேறுபாடு ஸ்ரீமத் பாகவதத்தில் (10.87.30) பின்வருமாறு விளக்கப்படுகின்றது:

அபரிமிதா த்$_4$ருவாஸ் தனு-ப்$_4$ரு'தோ யதி$_3$ ஸர்வ-க$_3$தாஸ்
தர்ஹி ந ஷா$_2$ஸ்யதேதி நியமோ த்$_4$ருவ நேதரதா$_2$
அஜனி ச யன்-மயம்' தத்$_3$ அவிமுச்ய நியந்த்ரு' ப$_4$வேத்
ஸமம் அனுஜானதாம்' யத்$_3$ அமதம்' மத-து$_3$ஷ்டதயா

"நித்தியமான பரமனே! உடலைப் பெற்ற ஜீவன்கள், உம்மைப் போன்று எங்கும் நிறைந்து நித்தியமானவர்களாக இருந்தால், உமது கட்டுப்பாட்டின் கீழ் இருக்க மாட்டார்கள். ஆனால் அவர்கள் உங்களது நுண்ணிய சக்திகளாக இருக்கும் காரணத்தால், உமது உன்னதக் கட்டுப்பாட்டிற்கு உட்படுகின்றனர். எனவே, உமது கட்டுப்பாட்டிற்கு சரணடைவதே ஜீவனின் உண்மையான முக்தியாகும், அந்த சரணாகதி அவர்களை மகிழ்விக்கும். அத்தகு ஸ்வரூப நிலையில் மட்டுமே அவர்கள் கட்டுப்படுத்துபவர்களாக இருக்க முடியும். எனவே, இறைவனும், ஜீவனும் எல்லாவிதங்களிலும் சமமானவர்கள் எனும் அத்வைத கொள்கையைப் பரப்பும் சிற்றறிவுடையோர், உண்மையில் தவறான, களங்கமான கருத்துக்களால் வழிநடத்தப் பட்டுள்ளனர்."

பரம புருஷரான கிருஷ்ணர் மட்டுமே கட்டுப்படுத்துபவர், மற்ற எல்லா ஜீவாத்மாக்களும் அவரால் கட்டுப்படுத்தப்படுபவர்கள். ஜீவாத்மாக்கள் அவரது உயர் சக்திகள்; ஏனெனில், குணத்தின் அடிப்படையில் அவர்கள் இறைவனுடன் சமமாக உள்ளனர், ஆனால் சக்தியின் அளவைப் பொறுத்தவரை அவர்கள் என்றுமே இறைவனுக்கு சமமானவர்கள் அல்லர். உயர் சக்தியான ஜீவாத்மா, தாழ்ந்த ஜட சக்திகளான ஸ்தூல, சூட்சும சக்திகளை உபயோகிக்கும்போது, தனது உண்மையான ஆன்மீக மனதையும் புத்தியையும் மறந்துவிடுகிறது. ஜீவாத்மாவின் மீதான ஜடத்தின் ஆதிக்கமே இம்மறதிக்கு காரணம். ஆனால் மாய சக்தியான ஜடத்தின் தாக்கத்திலிருந்து உயிர்வாழி விடுபடும்போது, அவன் முக்தி என்னும் நிலையை அடைகிறான். ஜட மயக்கத்தின் ஆதிக்கத்தால், தான் ஒரு ஜடப் பொருள் என்றும், ஜடச் சொத்துக்கள் அனைத்தும் தனது என்றும் அஹங்காரம் எண்ணுகின்றது. இறைவனுடன் எல்லா விதங்களிலும் ஒன்றாகிவிடலாம் என்ற எண்ணம் உட்பட, எல்லா பௌதிக கருத்திலிருந்தும் விடுபடும்போது, அவனது உண்மை நிலை உணரப்படுகிறது. எனவே, கிருஷ்ணரின் பற்பல சக்திகளில் ஒன்றே ஜீவாத்மா என்றும், அந்த ஜீவ சக்தி பௌதிகக் களங்கங்களிலிருந்து தூய்மையடைந்தவுடன் பூரண கிருஷ்ண

உணர்வினை (முக்தி நிலையை) அடைகின்றது என்றும் கீதை உறுதி கூறுவதாக முடிவாகக் கூற முடியும்.

ஸ்லோகம் 6

एतद्योनीनि भूतानि सर्वाणीत्युपधारय ।
अहं कृत्स्नस्य जगतः प्रभवः प्रलयस्तथा ॥ ६ ॥

ஏதத்$_3$-யோனீனி பூ$_4$தானி ஸர்வாணீத்யுபதா$_4$ரய
அஹம்' க்ரு'த்ஸ்னஸ்ய ஜக$_3$த: ப்ரப$_4$வ: ப்ரலயஸ் ததா$_2$

ஏதத்—இவ்விரண்டு இயற்கைகள்; *யோனீனி*—பிறப்பின் மூலம்; *பூ$_4$தானி*—எல்லாப் படைப்புகளும்; *ஸர்வாணி*—எல்லா; *இதி*—இவ்வாறு; *உபதா$_4$ரய*—அறிவாய்; *அஹம்*—நான்; *க்ரு'த்ஸ்னஸ்ய*—எல்லாம் அடங்கிய; *ஜக$_3$த:*—உலகின்; *ப்ரப$_4$வ:*—தோற்ற மூலம்; *ப்ரலய:*—அழிவு; *ததா$_2$*—அதுபோல.

படைக்கப்பட்டவை அனைத்தும் இந்த இரண்டு இயற்கையைச் சேர்ந்தவையே. இவ்வுலகில் ஜடமாகவும் ஆன்மீகமாகவும் இருப்பவை அனைத்திற்கும், ஆதியும் அந்தமும் நானே என்பதை நிச்சயமாக அறிவாயாக.

பொருளுரை: எவையெல்லாம் இருக்கின்றதோ, அவையனைத்தும் ஜடம் மற்றும் ஆத்மாவின் உற்பத்தி பொருட்களே. ஆத்மாவே படைப்பின் ஆதாரம், ஜடம் ஆத்மாவிலிருந்து படைக்கப்பட்டதாகும். ஆத்மா, ஜட வளர்ச்சியின் ஒரு குறிப்பிட்ட நிலையில் உண்டாக்கப்படுவதல்ல. மாறாக, ஜடவுலகம் ஆன்மீக சக்தியின் அடிப்படையில் படைக்கப்பட்டுள்ளது. ஆத்மா இருப்பதால்தான் ஜடவுடல் வளர்கின்றது. ஒரு குழந்தை பால்ய பருவத்திற்கும், பின்னர் இளமைப் பருவத்திற்கும் வளர்வதற்கு காரணம், உயர் சக்தியான ஆத்மா அதனுள் இருப்பதே. அதுபோலவே, மாபெரும் பிரபஞ்சத் தோற்றம் பரமாத்மாவான விஷ்ணுவினாலேயே வளர்கின்றது. இந்த மாபெரும் பிரபஞ்சத்தை உருவாக்க ஆத்மாவும் ஜடமும் இணைகின்றன, இவ்விரண்டும் இறைவனின் சக்திகளாகும்; மேலும், அவரே எல்லாவற்றிற்கும் மூல காரணமாவார். பகவானின் நுண்ணிய அம்சமான ஜீவன், வானுயர்ந்த கட்டிடம், பெரிய தொழிற்சாலை, அல்லது பெரிய நகரத்திற்குக் கூட காரணமாக அமையலாம், ஆனால் அவன் பெரிய பிரபஞ்சத்திற்கு காரணமாக இருக்க முடியாது. பெரிய பிரபஞ்சத்தின் காரணம், பெரிய ஆத்மாவான பரமாத்மாவே. பரமனான கிருஷ்ணரே, பெரிய ஆத்மா, சிறிய ஆத்மா இரண்டிற்கும் காரணமாவார். எனவே, அவரே எல்லா காரணங்களுக்கும் மூல காரணமாவார். இது *கட$_2$* உபநிஷத்திலும்

(2.2.13) உறுதி செய்யப்படுகிறது. *நித்யோ நித்யானாம் சேதனஷ்$_2$ சேதனானாம்.*

ஸ்லோகம் 7

मत्तः परतरं नान्यत्किञ्चिदस्ति धनञ्जय ।
मयि सर्वमिदं प्रोतं सूत्रे मणिगणा इव ॥ ७ ॥

மத்த: பரதரம்' நான்யத் கிஞ்சித்$_3$ அஸ்தி த$_4$னஞ்ஜய
மயி ஸர்வம் இத$_3$ம்' ப்ரோதம்' ஸூத்ரே மணி-க$_3$ணா இவ

மத்த:—என்னைவிட; *பர-தரம்*—உயர்ந்த; *ந*—இல்லை; *அன்யத் கிஞ்சித்*—வேறு எதுவும்; *அஸ்தி*—இருக்க; *த$_4$னஞ்ஜய*—செல்வத்தை வெல்வோனே; *மயி*—என்னில்; *ஸர்வம்*—எல்லாம்; *இத$_3$ம்*—நாம் காணும்; *ப்ரோதம்*—கோர்க்கப்பட்டு; *ஸூத்ரே*—நூலில்; *மணி-க$_3$ணா:*—முத்துக்கள்; *இவ*—போல.

செல்வத்தை வெல்வோனே, என்னைவிட உயர்ந்த உண்மை ஏதுமில்லை. நூலில் முத்துக்கள் கோர்க்கப்பட்டுள்ளதுபோல, அனைத்தும் என்னையே சார்ந்துள்ளன.

பொருளுரை: பரம்பொருள், உருவமா அருவமா என்பதைப் பற்றிய தர்க்கம் பொதுவாக இருந்து வருகிறது. பகவத் கீதையைப் பொறுத்தவரை பூரண உண்மை, புருஷோத்தமரான முழுமுதற் கடவுள் ஸ்ரீ கிருஷ்ணரே; இஃது ஒவ்வொரு படியிலும் உறுதி செய்யப்படுகின்றது. பூரண உண்மை ஒரு நபரே என்னும் கருத்து, இந்த ஸ்லோகத்தில் குறிப்பாக வலியுறுத்தப்பட்டுள்ளது. புருஷோத்தமராகிய கிருஷ்ணரே பரம உண்மை என்பது பிரம்ம ஸம்ஹிதையிலும் முடிவு செய்யப்பட்டுள்ளது: *ஈஷ்$_2$வர: பரம: க்ரு'ஷ்ண: ஸச்-சித்$_3$-ஆனந்த$_3$-விக்$_3$ரஹ:,* அதாவது, பரம பூரண உண்மை புருஷோத்தமராகிய பகவான் ஸ்ரீ கிருஷ்ணரே, அவரே ஆதி புருஷர், எல்லா ஆனந்தங்களின் இருப்பிடமான கோவிந்தர், பூரண ஆனந்தமும் அறிவும் நிரம்பிய நித்திய ரூபம். எல்லா காரணங்களுக்கும் காரணமான பரம புருஷரே பூரண உண்மை என்பதில் இந்த அதிகாரிகள் எவ்வித சந்தேகத்திற்கும் இடமளிக்கவில்லை. இருப்பினும், *ஷ்$_2$வேதாஷ்வதர* உபநிஷத்தில் (3.10) கொடுக்கப்பட்டுள்ள வேத வாக்கியத்தின் பலத்தில் அருவவாதி விவாதிக்கிறான்: *ததோ யத்$_3$-உத்தரதரம் தத்$_3$ அரூபம் அனாமயம்/ ய ஏதத்$_3$ விது$_3$ர் அம்ருதாஸ் தே ப$_4$வந்தி அதே$_2$தரே து:$_3$க$_2$ம் ஏவாபியந்தி.* "ஜடவுலகில், பிரபஞ்சத்தின் முதல் உயிர்வாழியான பிரம்மாவே தேவர்கள், மனிதர்கள், மற்றும் மிருகங்களுக்கு மத்தியில் பரமனாக கருதப்படுகிறார். ஆனால் பிரம்மாவிற்கு அப்பால், ஜட உருவம்

இல்லாத, அனைத்து ஜடக் களங்கத்திற்கும் அப்பாற்பட்ட உன்னதமானவர் உள்ளார். அவரைப் பற்றி அறிந்தவர்களும் உன்னதமானவர்களாகின்றனர்; ஆனால் அவரை அறியாதவர்களோ, ஜடவுலகின் துன்பங்களை அனுபவிக்கின்றனர்."

அரூபம் என்னும் சொல்லிற்கு, அருவவாதிகள் மிகுந்த முக்கியத்துவம் கொடுக்கின்றனர். ஆனால் இந்த *அரூபம்* உருவமற்றதல்ல. இது (மேலே மேற்கோள் காட்டப்பட்ட பிரம்ம சம்ஹிதையில் விளக்கப்பட்டுள்ளதைப் போல) ஆனந்தமும், அறிவும் நிரம்பிய திவ்யமான நித்திய ரூபத்தைக் குறிப்பிடுகின்றது. *ஷ்$_2$வேதாஷ்வதர* உபநிஷத்தின் மற்ற ஸ்லோகங்கள் (3.8–9) இதனைப் பின்வருமாறு உறுதி செய்கின்றன:

வேதா$_3$ஹம் ஏதம்' புருஷம்' மஹாந்தம்
ஆதி$_3$த்ய-வர்ணம்' தமஸ: பரஸ்தாத்
தம் ஏவ விதி$_3$த்வாதி ம்ரு'த்யும் ஏதி
நான்ய: பந்தா$_2$ வித்$_3$யதே 'யனாய

யஸ்மாத் பரம்' நாபரம் அஸ்தி கிஞ்சித்$_3$
யஸ்மான் நாணீயோ நோ ஜ்யாயோ 'ஸ்தி கிஞ்சித்
வ்ரு'க்ஷ இவ ஸ்தப்$_3$தோ$_4$ தி$_3$வி திஷ்ட$_2$த்யேகஸ்
தேனேத$_3$ம்' பூர்ணம்' புருஷேண ஸர்வம்

"ஜடக் கருத்துக்களின் இருளுக்கெல்லாம் அப்பாற்பட்ட திவ்யமான பரம புருஷ பகவானை நான் அறிவேன். அவரை அறிபவன் மட்டுமே பிறப்பு, இறப்பு எனும் பந்தத்தினைக் கடக்க முடியும். அந்த பரம புருஷரைப் பற்றிய இந்த ஞானத்தைவிட முக்திக்கு வேறு வழியில்லை."

"அந்த பரம புருஷரைவிட உயர்ந்த உண்மை ஏதுமில்லை; ஏனெனில், அவரே மிகவுயர்ந்தவர். அவர் மிகச்சிறியதைவிடச் சிறியவர், மிகப் பெரியதைவிடப் பெரியவர். அமைதியான மரத்தினைப் போன்று நிலைபெற்றுள்ள அவர், திவ்ய வானிற்கு ஒளியூட்டுகிறார், மரம் தனது வேர்களைப் பரப்புவதைப் போல அவர் தனது எண்ணற்ற சக்திகளைப் பரப்புகிறார்."

இந்த ஸ்லோகங்களிலிருந்து, ஜடம், ஆன்மீகம் எனும் இரண்டு சக்திகளைக் கொண்டு எங்கும் நிறைந்துள்ள பரம புருஷ பகவானே, பரம பூரண உண்மை என்பதை முடிவு செய்யலாம்.

ஸ்லோகம் 8

रसोऽहमप्सु कौन्तेय प्रभास्मि शशिसूर्ययोः ।
प्रणवः सर्ववेदेषु शब्दः खे पौरुषं नृषु ॥ ८ ॥

ரஸோ 'ஹம் அப்ஸு கௌந்தேய ப்ரபா$_4$ஸ்மி ஷ$_2$ஷி$_2$-ஸூர்யயோ:
ப்ரணவ: ஸர்வ-வேதே$_3$ஷு ஷ$_2$ப்$_3$த:$_3$ கே$_2$ பௌருஷம்' ந்ரு'ஷு

ரஸ:—சுவை; *அஹம்*—நான்; *அப்ஸு*—நீரின்; *கௌந்தேய*—குந்தியின் மகனே; *ப்ரபா$_4$*—ஒளி; *அஸ்மி*—நானே; *ஷ$_2$ஷி$_2$-ஸூர்யயோ:*—சந்திர சூரியர்களின்; *ப்ரணவ:*—அ-உ-ம் எனும் மூன்று எழுத்துக்கள் கொண்ட ஓம்; *ஸர்வ*—எல்லா; *வேதே$_3$ஷு*—வேதங்களில்; *ஷ$_2$ப்$_3$த:$_3$*—ஒலி; *கே$_2$*—வானில்; *பௌருஷம்*—திறமை; *ந்ரு'ஷு*—மனிதரில்.

குந்தியின் மகனே, நானே நீரின் சுவையும், சூரிய சந்திரர்களின் ஒளியும், வேத மந்திரங்களின் பிரணவ ஒலியுமாக (ஓம்) இருக்கின்றேன்; ஆகாயத்தில் சப்தமாகவும், மனிதரில் திறமையாகவும் இருப்பது நானே.

பொருளுரை: தனது பற்பல பௌதிக, ஆன்மீக சக்திகளின் மூலம் கடவுள் எங்கும் நிறைபவராக எவ்வாறு இருக்கிறார் என்பதை இந்த ஸ்லோகம் விளக்குகிறது. ஆரம்ப நிலையில், பரம புருஷர் அவரது பல்வேறு சக்திகளின் மூலம் அருவமாக உணரப்படுகிறார். எவ்வாறு சூரியனில் இருக்கும் தேவன், சூரிய ஒளி எனும் தனது சக்தியால் அறியப்படுகிறாரோ, அதுபோல தனது நித்திய இருப்பிடத்தில் இருக்கும் பகவான், தனது எங்கும் நிறைந்த, பரந்த சக்திகளால் அறியப்படுகிறார். நீரின் முக்கியத் தன்மை அதன் சுவையாகும். கடல் நீரைக் குடிப்பதற்கு எவரும் விரும்புவதில்லை; ஏனெனில், அதன் நற்சுவை உப்புடன் கலந்துள்ளது. நீரின் மீதான கவர்ச்சி அதன் நற்சுவையை அடிப்படையாகக் கொண்டது, அந்த நற்சுவை இறைவனின் பல்வேறு சக்திகளில் ஒன்று. கடவுள் நீரில் இருப்பதை அதன் சுவையிலிருந்து கண்டு கொள்கிறான் அருவவாதி; மனிதனின் தாகத்தைத் தணிக்க சுவையான நீரை அன்புடன் அளித்திருப்பதற்காக உருவவாதியும் (பக்தனும்) இறைவனைப் புகழ்கிறான். இதுவே பரத்தை அறியும் வழி. நடைமுறையில் பார்த்தால், உருவவாதத்திற்கும் அருவவாதத்திற்கும் மோதல் ஏதுமில்லை. கடவுளை உண்மையாக அறிந்தவன், அருவ கருத்து, உருவ கருத்து ஆகிய இரண்டும், அனைத்திலும் ஒருசேர அமைந்திருப்பதால் எவ்வித முரண்பாடும் இல்லை என்பதை அறிவான். எனவே, பகவான் சைதன்யர் மிகவுயர்ந்த கொள்கையான, “ஒரே சமயத்தில் ஒற்றுமையும் வேற்றுமையும்” என்னும் தனது *அசிந்த்ய பே$_4$த$_3$-அபே$_4$த$_3$* தத்துவத்தை நிறுவினார்.

சூரிய சந்திரர்களின் ஒளி, பகவானிடமிருந்து வரும் பேரொளியான பிரம்ம ஜோதியிலிருந்து வருவதே. மேலும், ஒவ்வொரு வேத மந்திரத்தின் ஆரம்பத்திலும் உள்ள திவ்ய ஒலியாகிய ஓம்காரம் (பிரணவ மந்திரம்), பரம புருஷரை அழைப்பதேயாகும். அருவவாதிகள், பரம புருஷரான கிருஷ்ணரை அவரது எண்ணிலடங்காத நாமங்களைக் கொண்டு அழைப்பதற்கு மிகவும் அஞ்சுவதால், திவ்ய ஒலியான ஓம்காரத்தினை உச்சரிக்க விரும்புகின்றனர். ஆனால் ஓம்காரம் என்பது கிருஷ்ணரின் ஒலி வடிவமே என்பதை அவர்கள் உணர்வதில்லை. கிருஷ்ண உணர்வின் எல்லை எங்கும் பரவியுள்ளது. கிருஷ்ண உணர்வை அறிபவன் பாக்கியவான். கிருஷ்ணரை அறியாதவர்கள் மயக்கத்தில் உள்ளனர்; எனவே, கிருஷ்ணரை அறிவது முக்தி, அவரை அறியாததோ பந்தப்பட்ட நிலை.

ஸ்லோகம் 9

पुण्यो गन्धः पृथिव्यां च तेजश्चास्मि विभावसौ ।
जीवनं सर्वभूतेषु तपश्चास्मि तपस्विषु ॥ ९ ॥

புண்யோ க$_3$ந்த:$_3$ ப்ரு'தி$_2$வ்யாம்' ச தேஜஷ்$_2$ சாஸ்மி விபா$_4$வஸௌ
ஜீவனம்' ஸர்வ-பூ$_4$தேஷு தபஷ்$_2$ சாஸ்மி தபஸ்விஷு

புண்ய:—மூலம்; *க$_3$ந்த:$_4$*—வாசனை; *ப்ரு'தி$_2$வ்யாம்*—நிலத்தில்; *ச*—மேலும்; *தேஜ:*—வெப்பம்; *ச*—மேலும்; *அஸ்மி*—நானே; *விபா$_4$வஸௌ*—நெருப்பில்; *ஜீவனம்*—வாழ்வு; *ஸர்வ*—எல்லா; *பூ$_4$தேஷு*—ஜீவன்களின்; *தப:*—தவம்; *ச*—மேலும்; *அஸ்மி*—நானே; *தபஸ்விஷு*—தவம் புரிவோரின்.

நிலத்தின் மூல நறுமணமும், நெருப்பின் வெப்பமும் நானே. உயிரினங்களின் உயிரும், தவம் புரிவோரின் தவமும் நானே.

பொருளுரை: புண்ய என்றால் சிதையாதது, ஆதி என்று பொருள். மலர், நிலம், நீர், நெருப்பு, காற்று என ஜடவுலகில் உள்ள எல்லாவற்றிலும் ஒரு குறிப்பிட்ட மணம் உண்டு. அவை அனைத்திலும் ஊடுருவியுள்ள, களங்கமற்ற உண்மையான மணம் கிருஷ்ணரே. அதுபோல எல்லாவற்றிற்கும் ஒரு குறிப்பிட்ட அடிப்படைச் சுவையும் உண்டு, இரசாயன பொருட்களைக் கலப்பதால் அச்சுவையை மாற்றிவிட முடியும். எனவே, அடிப்படை பொருட்கள் அனைத்திலும் ஒரு குறிப்பிட்ட நறுமணமும் சுவையும் உள்ளது. *விபா$_4$வஸு* என்றால் நெருப்பு. நெருப்பின்றி நம்மால் தொழிற்சாலைகளை இயக்க முடியாது, உணவினை சமைக்க முடியாது, பல தரப்பட்ட செயல்களையும் செய்ய முடியாது, அந்த நெருப்பு கிருஷ்ணரே. நெருப்பில் உள்ள வெப்பம் கிருஷ்ணரே. வேத

மருத்துவத்தின்படி, அஜீரணம் என்பது வயிற்றில் வெப்பம் குறைவாக இருப்பதால் உண்டாவதாகும். எனவே, உணவு செரிப்பதற்கும் நெருப்பு அவசியமாகிறது. நிலம், நீர், நெருப்பு, காற்று மற்றும் அனைத்து முக்கிய பொருட்கள், எல்லா ரசாயனங்கள் மற்றும் எல்லா ஜடப் பொருட்களும் கிருஷ்ணரைச் சார்ந்தே உள்ளன என்பதை நாம் கிருஷ்ண உணர்வின் மூலம் அறிகிறோம். மனிதனின் ஆயுட்காலமும் கிருஷ்ணரைச் சார்ந்தே உள்ளது. எனவே, கிருஷ்ணரின் கருணையால் மனிதன் தனது வாழ்நாளை நீடிக்கவோ குறைக்கவோ முடியும். இதிலிருந்து எல்லா துறைகளிலும் கிருஷ்ண உணர்வு செயல்படுவது தெளிவாகிறது.

ஸ்லோகம் 10

बीजं मां सर्वभूतानां विद्धि पार्थ सनातनम् ।
बुद्धिर्बुद्धिमतामस्मि तेजस्तेजस्विनामहम् ॥ १० ॥

பீ$_3$ஜம்' மாம்' ஸர்வ-பூ$_4$தானாம்' வித்$_3$தி$_4$ பார்த$_2$ ஸநாதனம்
பு$_3$த்$_3$தி$_4$ர் பு$_3$த்$_3$தி$_4$மதாம் அஸ்மி தேஜஸ் தேஜஸ்வினாம் அஹம்

பீ$_3$ஜம்—விதை; *மாம்*—என்னை; *ஸர்வ-பூ$_4$தானம்*—எல்லா உயிர்களின்; *வித்$_3$தி$_4$*—அறிய முயல்வாயாக; *பார்த$_2$*—பிருதாவின் மகனே; *ஸநாதனம்*—மூல; *பு$_3$த்$_3$தி$_4$*—புத்தி; *பு$_3$த்$_3$தி$_4$மதாம்*—புத்திசாலிகளின்; *அஸ்மி*—நானே; *தேஜ:*—பலம்; *தேஜஸ்வினாம்*—பலசாலிகளின்; *அஹம்*—நான்.

பிருதாவின் மகனே, எல்லா உயிரினங்களின் மூல விதையும், புத்திசாலிகளின் புத்தியும், பலசாலிகளின் பலமும் நானே என்பதை அறிவாயாக.

பொருளுரை: பீஜம் என்றால் விதை; கிருஷ்ணரே எல்லாவற்றிற்கும் விதை. அசையும், அசையாத நிலையில் பல்வேறு உயிர்வாழிகள் உள்ளனர். பறவை, மிருகம், மனிதன் முதலிய உயிரினங்கள் அசையக்கூடியவை; மரம், செடி முதலிய உயிரினங்கள் அசையாதவை, அவற்றால் நகர முடியாது, நிற்க மட்டுமே முடியும். எல்லா உயிரினங்களும் 84,00,000 வகையினுள் அடங்கும்; அவற்றில் சில அசைவன, சில அசையாதவை. இருப்பினும், அந்த அனைத்து உயிரினங்களின் வாழ்விற்கும் விதை கிருஷ்ணரே. பிரம்மன் எனப்படும் பரம பூரண உண்மையிடமிருந்தே அனைத்தும் தோன்றுவதாக வேத இலக்கியங்களில் *தைத்திரிய* உபநிஷத் (3.1) கூறப்பட்டுள்ளது: *யதோ வா இமானி பூ$_4$தானி* ஜாயந்தே. கிருஷ்ணரோ பரபிரம்மன். பிரம்மன் அருவமானது, பரபிரம்மனோ உருவமுடையவர். அருவ பிரம்மனின் ஆதாரம் உருவமே என்று பகவத் கீதையில் (14.27) கூறப்பட்டுள்ளது. *ப்ரஹ்மனோ ஹி ப்ரதிஷ்டாஹம்*. எனவே, ஆதியில் கிருஷ்ணரே எல்லாவற்றிற்கும் மூலமாவார். அவரே வேர்.

எவ்வாறு மரத்தின் வேர் மரம் முழுவதையும் பராமரிக்கின்றதோ, அதுபோல எல்லாவற்றிற்கும் மூல வேராகத் திகழும் கிருஷ்ணர் இந்த பௌதிகப் படைப்பினுள் உள்ள அனைத்தையும் பராமரிக்கின்றார். இது வேத இலக்கியத்திலும் (கட$_2$ உபநிஷத் 2.2.13) உறுதி செய்யப்பட்டுள்ளது:

நித்யோ நித்யானாம்' சேதனஷ்$_2$ சேதனானாம்
ஏகோ ப$_3$ஹூனாம்' யோ வித$_3$தா$_4$தி காமான்

"நித்தியமானவர்கள் அனைவரிலும் அவரே தலைசிறந்த நித்தியமானவர். உயிர்வாழிகள் அனைவரிலும் அவரே பரம உயிர்வாழி. அவர் மட்டுமே எல்லாருடைய வாழ்வையும் பராமரிக்கின்றார்." அறிவு இன்றி யாராலும் எதையும் செய்ய முடியாது; இங்கே, எல்லா அறிவிற்கும் தானே மூலம் என்று கிருஷ்ணர் கூறுகிறார். ஒருவன் அறிஞனாக இல்லாவிடில், புருஷோத்தமரான முழுமுதற் கடவுள் கிருஷ்ணரை அவனால் புரிந்துகொள்ள முடியாது.

ஸ்லோகம் 11

बलं बलवतां चाहं कामरागविवर्जितम् ।
धर्माविरुद्धो भूतेषु कामोऽस्मि भरतर्षभ ॥ ११ ॥

ப$_3$லம்' ப$_3$லவதாம்' சாஹம்' காம-ராக$_3$-விவர்ஜிதம்
த$_4$ர்மாவிருத்$_3$தோ$_4$ பூ$_4$தேஷு காமோ 'ஸ்மி ப$_4$ரதர்ஷப$_4$

ப$_3$லம்—பலம்; *ப$_3$லவதாம்*—பலசாலிகளின்; *ச*—மேலும்; *அஹம்*—நானே; *காம*—காமம்; *ராக$_3$*—பற்று; *விவர்ஜிதம்*—இல்லாத; *த$_4$ர்ம-அவிருத்$_3$த:$_4$*—தர்மத்திற்கு விரோதமில்லாத; *பூ$_4$தேஷு*—எல்லா உயிரினங்களிலும்; *காம:*—காமம்; *அஸ்மி*—நானே; *ப$_4$ரத-ருஷப$_4$*—பரதர்களின் தலைவனே.

பரதர்களின் தலைவா (அர்ஜுனா), காமமும் பற்றுதலும் அறவே இல்லாத பலசாலிகளின் பலம் நானே. தர்மத்தின் கொள்கைகளுக்கு விரோதமில்லாத காமமும் நானே.

பொருளுரை: பலசாலி மனிதனின் பலம், பலவீனர்களை பாதுகாக்க மட்டுமே உபயோகிக்கப்பட வேண்டும், அராஜகத்திற்காக அல்ல. அதுபோல, தர்மத்தின்படி, காம வாழ்க்கை என்பது குழந்தை பேற்றிற்காக மட்டுமேயன்றி, வேறு நோக்கங்களுக்காக அல்ல. அதன்பின் அக்குழந்தைகளை கிருஷ்ண பக்தர்களாக்குவது பெற்றோரின் பொறுப்பாகும்.

ஸ்லோகம் 12

ये चैव सात्त्विका भावा राजसास्तामसाश्च ये ।
मत्त एवेति तान्विद्धि न त्वहं तेषु ते मयि ॥ १२ ॥

யே சைவ ஸாத்த்விகா பா$_4$வா ராஜஸாஸ் தாமஸாஷ்$_2$ ச யே
மத்த ஏவேதி தான் வித்$_3$தி$_4$ ந த்வ் அஹம்' தேஷு தே மயி

யே—அவையனைத்தும்; *ச*—மேலும்; *ஏவ*—நிச்சயமாக; *ஸாத்த்விகா:*—ஸத்வ குணத்தில்; *பா$_4$வா:*—வாழ்க்கை நிலைகளும்; *ராஜஸ:*—ரஜோ குணத்தில்; *தாமஸ:*—தமோ குணத்தில்; *ச*—மேலும்; *யே*—அவையனைத்தும்; *மத்த:*—என்னிலிருந்து; *ஏவ*—நிச்சயமாக; *இதி*—இவ்வாறு; *தான்*—அவை; *வித்$_3$தி$_4$*—அறிய முயல்வாய்; *ந*—இல்லை; *து*—ஆனால்; *அஹம்*—நான்; *தேஷு*—அவற்றில்; *தே*—அவை; *மயி*—என்னில்.

ஸத்வம், ரஜஸ், தமஸ் இவற்றில் எந்த வாழ்க்கை நிலையானாலும், அவை எனது சக்தியால் படைக்கப்படுபவை என்பதை அறிவாயாக. ஒருவிதத்தில் நானே எல்லாம் என்றபோதிலும், நான் சுதந்திரமானவன். நான் ஜட இயற்கையின் குணங்களுக்கு உட்பட்டவனல்ல, மாறாக, அவை எனக்குள் அடக்கம்.

பொருளுரை: இவ்வுலகின் அனைத்து பௌதிகச் செயல்களும் ஜட இயற்கையின் முக்குணங்களால் நடத்தப்படும். ஜட இயற்கையின் குணங்கள் பரம புருஷரான கிருஷ்ணரிடமிருந்து தோன்றினாலும், அவர் இக்குணங்களுக்கு உட்பட்டவரல்ல. உதாரணமாக, நாட்டின் சட்டப்படி ஒருவன் தண்டிக்கப்படலாம், ஆனால் அச்சட்டத்தை விதிக்கும் மன்னன் அதற்கு உட்பட்டவனல்ல. அதுபோல, ஜட இயற்கையின் குணங்களான ஸத்வம், ரஜஸ், தமஸ் ஆகியவை பரம புருஷரான கிருஷ்ணரிடமிருந்து தோன்றினாலும், அவர் ஜட இயற்கைக்கு கட்டுப்பட்டவரல்ல. அதனால் அவர் *நிர்கு$_3$ண* (குணங்கள் அவரிடமிருந்து தோன்றினாலும், அதனால் பாதிக்கப்படாதவர்) எனப்படுகிறார். இது பரம புருஷ பகவானின் விசேஷ இயல்புகளில் ஒன்றாகும்.

ஸ்லோகம் 13

त्रिभिर्गुणमयैर्भावैरेभिः सर्वमिदं जगत् ।
मोहितं नाभिजानाति मामेभ्यः परमव्ययम् ॥ १३ ॥

த்ரிபி$_4$ர் கு$_3$ண-மயைர் பா$_4$வைர் ஏபி:$_4$ ஸர்வம் இத$_3$ம்' ஜக$_3$த்
மோஹிதம்' நாபி$_4$ஜாநாதி மாம் ஏப்$_4$ய: பரம் அவ்யயம்

த்ரிபி:$_4$—மூன்று; *கு$_3$ண-மயை:*—குணங்களை உடைய; *பா$_4$வை*—வாழ்க்கை நிலைகளால்; *ஏபி:$_4$*—இவையெல்லாம்; *ஸர்வம்*—முழு; *இத$_3$ம்*—இந்த; *ஜக$_3$த்*—பிரபஞ்சம்; *மோஹிதம்*—மயங்கி; *ந அபி$_4$ஜாநாதி*—அறிவதில்லை; *மாம்*—என்னை; *ஏப்$_4$ய*—இவற்றிற்கு மேலான; *பரம*—பரமமான; *அவ்யயம்*—அழிவற்ற.

(ஸத்வம், ரஜஸ், தமஸ் என்னும்) மூவகை குணங்களில் மயங்கியிருப்பதால், குணங்களுக்கு அப்பாற்பட்ட அழிவற்ற என்னை முழு உலகமும் அறியாது.

பொருளுரை: முழு உலகமும் ஜட இயற்கையின் முக்குணங்களால் ஆழமாகக் கவரப்பட்டுள்ளது. இம்மூன்று குணங்களில் மயங்கியவர்கள், பரம புருஷரான கிருஷ்ணர், ஜட இயற்கைக்கு அப்பாற்பட்டவர் என்பதை புரிந்துகொள்ள முடியாது.

ஜட இயற்கையின் தாக்கத்திலுள்ள ஒவ்வோர் உயிர்வாழியும் ஒரு குறிப்பிட்ட உடலைக் கொண்டுள்ளான்; மேலும், அவ்வுடலுக்கு ஏற்ற குறிப்பிட்ட மனநிலையையும் உயிரியல் செயல்களையும் கொண்டுள்ளான். ஜட இயற்கையின் முக்குணங்களில் செயல்படக் கூடிய மனிதர்கள், நான்கு வகைப்படுவர். ஸத்வ குணத்தில் முழுமையாக இருப்பவர்கள் பிராமணர்கள் என்றும், ரஜோ குணத்தில் முழுமையாக இருப்பவர்கள் சத்திரியர்கள் என்றும், ரஜோ குணமும் தமோ குணமும் கலந்து வாழ்பவர்கள் வைசியர்கள் என்றும், தமோ குணத்தில் முழுமையாக இருப்போர் சூத்திரர்கள் என்றும் அழைக்கப்படுகின்றனர். அதைவிட கீழ்நிலையில் உள்ளவர்கள், மிருகங்கள் அல்லது மிருக வாழ்வு வாழ்பவராவர். இருப்பினும், இந்த அடையாளங்கள் நிரந்தரமானவை அல்ல. நான் பிராமணன், சத்திரியன், வைசியன், என எப்படி இருந்தாலும், அந்த வாழ்வு நிரந்தரமானதல்ல. வாழ்க்கை தற்காலிகமானதாக இருக்கும் பட்சத்திலும், மறுபிறவியில் நாம் என்னவாக ஆகப் போகிறோம் என்பதை அறியாத பட்சத்திலும், நாம் மாயா சக்தியினால் பாதிக்கப்பட்டு உடலின் அடிப்படையில் வாழ்க்கை வாழ்ந்து வருகிறோம்; மேலும், இதனால் நாம் நம்மை அமெரிக்கன், இந்தியன், ரஷ்யன், அல்லது பிராமணன், இந்து, முஸ்லீம் என பலவாறாக எண்ணிக் கொண்டுள்ளோம். அது மட்டுமின்றி, ஜட இயற்கையின் குணங்களால் நாம் பந்தப்பட்டிருப்பதால், இந்த குணங்களுக்கெல்லாம் அப்பாற்பட்ட பரம புருஷ பகவானை மறந்துவிடுகிறோம். எனவேதான், இயற்கையின் முக்குணங்களால் மயக்கப்பட்ட உயிர்வாழிகள், இந்த ஜடத் திரைக்குப் பின்னால் பரம புருஷ பகவான் இருப்பதைப் புரிந்துகொள்வதில்லை என்று கூறுகிறார் பகவான் கிருஷ்ணர்.

மனிதர்கள், தேவர்கள், மிருகங்கள் என பலவிதமான உயிர்வாழிகள் உள்ளனர்—இவர்கள் அனைவருமே ஜட இயற்கையினால் பாதிக்கப்பட்டு, திவ்யமான பரம புருஷ பகவானை மறந்த நிலையில்

உள்ளனர். ரஜோ குணத்திலும் தமோ குணத்திலும் இருப்பவர்கள், ஏன் ஸத்வ குணத்தில் இருப்பவர்கள்கூட பூரண உண்மையின் அருவ பிரம்ம நிலையைக் கடந்துச் செல்ல முடியாது. அழகு, செல்வம், அறிவு, பலம், புகழ், துறவு ஆகியவற்றை முழுமையாகக் கொண்டுள்ள பரம புருஷரின் உருவத்தைக் கண்டு அவர்கள் குழம்புகின்றனர். ஸத்வ குணத்தில் இருப்பவர்களே புரிந்துகொள்ள முடியாதபோது ரஜோ குணத்திலும் தமோ குணத்திலும் உள்ளவர்களைப் பற்றி என்ன சொல்ல முடியும்? கிருஷ்ண உணர்வு, பௌதிக இயற்கையின் இம்மூன்று குணங்களுக்கும் மேற்பட்டது. கிருஷ்ண உணர்வில் முழுமையாக நிலைபெற்றவரே உண்மையில் முக்தி பெற்றவர்கள்.

ஸ்லோகம் 14

दैवी ह्येषा गुणमयी मम माया दुरत्यया ।
मामेव ये प्रपद्यन्ते मायामेतां तरन्ति ते ॥ १४॥

தைவீ ஹ்யேஷா கு₃ண-மயீ மம மாயா து₃ரத்யயா
மாம் ஏவ யே ப்ரபத்₃யந்தே மாயாம் ஏதாம்' தரந்தி தே

தை₃வீ—தெய்வீக; *ஹி*—நிச்சயமாக; *ஏஷ*—இந்த; *கு₃ண-மயீ*—ஜட இயற்கையின் முக்குணங்களாலான; *மம*—எனது; *மாயா*—சக்தி; *து₃ரத்யயா*—வெல்வது கடினமானது; *மாம்*—என்னிடம்; *ஏவ*—நிச்சயமாக; *யே*—எவர்கள்; *ப்ரபத்₃யந்தே*—சரணடைந்தவர்; *மாயாம்-ஏதாம்*—இந்த மயக்க சக்தி; *தரந்தி*—வெல்கின்றனர்; *தே*—அவர்கள்.

ஜட இயற்கையின் முக்குணங்களாலான எனது இந்த தெய்வீக சக்தி வெல்லுவதற்கரியது. ஆனால் என்னிடம் சரணடைந்தோர் இதனை எளிதில் கடக்கலாம்.

பொருளுரை: புருஷோத்தமரான முழுமுதற் கடவுள் எண்ணற்ற சக்திகளை உடையவர்; அவை அனைத்தும் தெய்வீகமானவை. உயிர்வாழிகளும் அத்தகைய சக்திகளில் ஒரு பாகமே என்பதால், அவர்களும் தெய்வீகமானவர்களே; இருப்பினும், ஜட சக்தியுடன் கொண்ட தொடர்பினால் அவர்களின் உண்மையான உயர்சக்தி மறைக்கப்பட்டுள்ளது. ஜட சக்தியினால் இவ்வாறு கவரப்பட்டுள்ளவன், அதன் ஆதிக்கத்தினை வெல்வது சாத்தியமல்ல. பரம புருஷ பகவானிடமிருந்து தோன்றுவதால், ஜட சக்தி, ஆன்மீக சக்தி ஆகிய இரண்டுமே நித்தியமானதாகும், இது முன்னரே கூறப்பட்டது. ஜீவாத்மாக்கள் பகவானின் நித்தியமான உயர்ந்த இயற்கையைச் சார்ந்தவர்கள், ஆனால் தாழ்ந்த இயற்கையினால் (ஜடத்தினால்) களங்கமடைந்துள்ளனர்; ஆதலால், அவர்களது மயக்கமும் நித்தியமானதாகும். எனவே, கட்டுண்ட ஆத்மா, *நித்ய-ப₃த்₃த₄*

(நித்தியமாக கட்டுண்டவன்) என்று அறியப்படுகிறான். "அவன் ஜட இயற்கையினுள் கட்டுண்ட நாள் இதுதான்" என்று எவராலும் அவனது வரலாற்றினைக் கண்டறிய முடியாது. ஆகவே, ஜட இயற்கை ஒரு கீழ்நிலை சக்தியாக இருந்தாலும், அது ஜீவாத்மாவினால் வெல்ல முடியாத உன்னத விருப்பத்தின் அடிப்படையில் செயல்படுவதால், அதன் பிணைப்பிலிருந்து ஓர் உயிர்வாழி விடுபடுவதென்பது மிகவும் கடினமானதாகும். ஜட சக்தி, அதன் தெய்வீக சம்பந்தத்தினாலும் தெய்வீக விருப்பத்தின்படி செயல்படுவதாலும், தாழ்ந்த சக்தி என்றபோதிலும் இங்கே தெய்வீக சக்தியாக வர்ணிக்கப்பட்டுள்ளது. கீழ்நிலை சக்தி என்றபோதிலும், தெய்வீக விருப்பத்தின் அடிப்படையில் செயல்படுவதால், ஜட இயற்கையானது இப்பிரபஞ்சத்தின் ஆக்கத்திலும், அழிவிலும் அற்புதமான முறையில் இயங்குகின்றது. வேதங்கள் இதனைப் பின்வருமாறு உறுதி செய்கின்றன: *மாயாம் து ப்ரக்ரு'திம் வித்₃யான் மாயினம் து மஹேஷ்₂வரம்.* "மாயை பொய்யானதோ, தற்காலிகமானதோ, இதன் பின்னணியில் மகேஸ்வரன் எனப்படும் பரம அதிகாரியும் பரம மந்திரவாதியுமான முழுமுதற் கடவுள் உள்ளார்." (ஷ்₂வேதாஷ்₂வதர உபநிஷத் 4.10)

கு₃ண எனும் சொல்லின் மற்றொரு பொருள் கயிறு; கட்டுண்ட ஆத்மா மாயையின் கயிறுகளால் இறுக்கமாகக் கட்டப்பட்டுள்ளது என்பதைப் புரிந்துகொள்ள வேண்டும். கைகளும் கால்களும் கட்டப்பட்ட மனிதன் தன்னைத் தானே விடுவித்துக்கொள்ள முடியாது—கட்டுப்படாத நபர் ஒருவரால் அவன் உதவப்பட வேண்டும். கட்டுண்டவன் மற்றொரு கட்டுண்ட நபருக்கு உதவ முடியாது என்பதால், காப்பாற்றுபவன் முக்தி பெற்றவனாக இருக்க வேண்டும். எனவே, பகவான் கிருஷ்ணர், அல்லது அவரது அங்கீகாரம் பெற்ற பிரதிநிதியான ஆன்மீக குரு மட்டுமே கட்டுண்ட ஆத்மாவினை விடுவிக்க முடியும். அத்தகு உயர் உதவியின்றி, பௌதிக இயற்கையின் பிணைப்புகளிலிருந்து எவரும் விடுதலை பெற முடியாது. கிருஷ்ண உணர்வு எனப்படும் பக்தித் தொண்டு, அத்தகு விடுதலையை அடைவதில் ஒருவனுக்கு உதவ முடியும். இந்த மயக்க சக்தியின் எஜமானர் என்ற முறையில், பகவான் கிருஷ்ணர், கட்டுண்ட ஆத்மாவினை விடுவிக்கும்படி தனது வெல்லவியலாத சக்தியிடம் கட்டளையிட முடியும். சரணடைந்த ஆத்மாவின் மீதான தனது காரணமற்ற கருணையாலும், தனது அன்புமிக்க மகனான ஜீவாத்மாவின் மீதான இயற்கையான பாசத்தாலும், இந்த விடுதலைக்கு அவர் கட்டளையிடுகிறார். எனவே, ஜட இயற்கையின் கடுமையான பிணைப்பிலிருந்து

விடுபடுவதற்கான ஒரே வழி, இறைவனின் தாமரைத் திருவடிகளில் சரணடைவதே.

மாம்–ஏவ எனும் சொற்களும் மிக முக்கியமானவை. *மாம்* எனும் சொல் கிருஷ்ணரை (விஷ்ணுவை) குறிக்கிறதே தவிர, பிரம்மா அல்லது சிவனை குறிப்பதல்ல. பிரம்மாவும் சிவனும் மிகவுயர்ந்த நபர்கள் என்றபோதிலும், ஏறக்குறைய விஷ்ணுவின் நிலையில் இருப்பவர்கள் என்றபோதிலும், ரஜோ, தமோ குணங்களின் அவதாரங்களான இவர்களால் கட்டுண்ட ஆத்மாவை மாயையின் பிணைப்பிலிருந்து விடுவிக்க முடியாது. வேறுவிதமாகக் கூறினால், பிரம்மாவும் சிவனும்கூட மாயையின் தாக்கத்தில் உள்ளவர்களே. விஷ்ணு மட்டுமே மாயையின் எஜமானர்; எனவே, அவர் மட்டுமே கட்டுண்ட ஆத்மாவினை விடுவிக்க முடியும். *தம் ஏவ விதி$_3$த்வா,* "கிருஷ்ணரை அறிந்தால் மட்டுமே முக்தி சாத்தியம்" எனும் வேத வாக்கியமும் (ஷ்$_2$வேதாஷ்$_2$வதர உபநிஷத் 3.8) இதனை உறுதி செய்கின்றது. விஷ்ணுவின் கருணையினால் மட்டுமே முக்தி சாத்தியமாகும் என்பதை சிவபெருமானும் உறுதி செய்கிறார். சிவபெருமான் கூறுகிறார், *முக்தி–ப்ரதா$_3$தா ஸர்வேஷாம் விஷ்ணுர்–ஏவ ந ஸம்ஷ$_2$ய:*— "எல்லாருக்கும் முக்தியளிக்கக் கூடியவர் விஷ்ணுவே என்பதில் எவ்வித சந்தேகமும் இல்லை."

ஸ்லோகம் 15

न मां दुष्कृतिनो मूढा: प्रपद्यन्ते नराधमा: ।
माययापहृतज्ञाना आसुरं भावमाश्रिता: ॥ १५ ॥

ந மாம்' து$_3$ஷ்க்ரு'தினோ மூடா:$_4$ ப்ரபத்$_3$யந்தே நராத$_4$மா:
மாயயாபஹ்ரு'த-ஜ்ஞானா ஆஸுரம்' பா$_4$வம் ஆஷ்$_2$ரிதா:

ந—இல்லை; *மாம்*—எனக்கு; *து$_3$ஷ்க்ரு'தின:*—துஷ்டர்கள்; *மூடா:$_4$*—முட்டாள்; *ப்ரபத்$_3$யந்தே*—சரணடைதல்; *நர–ஆத$_4$மா:*—மனிதரில் கீழோர்; *மாயயா*—மாயையால்; *அபஹ்ரு'த*—அபகரிக்கப்பட்ட; *ஜ்ஞான*—எவரது அறிவு; *ஆஸுரம்*—அசுர; *பா$_4$வம்*—தன்மை; *ஆஷ்$_2$ரிதா:*—கொண்டவர்.

சற்றும் அறிவற்ற மூடர்களும், மனிதரில் கடைநிலையோரும், மாயையால் அறிவு கவரப்பட்டவர்களும், அசுரரின் நாத்திகத் தன்மையை ஏற்றவர்களுமான துஷ்டர்கள் என்னிடம் சரணடைவதில்லை.

பொருளுரை: புருஷோத்தமரான பகவான் ஸ்ரீ கிருஷ்ணரின் தாமரைத் திருவடிகளில் சரணடைவதன் மூலம், ஜட இயற்கையின் கடும் விதிகளை எளிமையாக வெல்ல முடியும் என்று பகவத் கீதையில் கூறப்பட்டுள்ளது. இருப்பினும், எல்லாம் வல்ல முழுமுதற் கடவுள் ஸ்ரீ

கிருஷ்ணரின் தாமரைத் திருவடிகளில், கற்றறிந்த அறிஞர்கள், விஞ்ஞானிகள், தொழிலதிபர்கள், ஆட்சியாளர்கள், சாதாரண மக்களின் தலைவர்கள் ஏன் சரணடைவதில்லை? என்ற வினா இச்சமயத்தில் எழுகின்றது. மனித சமுதாயத்தின் தலைவர்கள் பலரும், பெரும் திட்டங்களுடன், பல்வேறு வருடங்களாக, பற்பல பிறவிகளில், பல்வேறு வழிகளில் முக்தியைத் (ஜட இயற்கையின் விதிகளிலிருந்து விடுதலையைத்) தேடுகின்றனர். ஆனால் அத்தகு விடுதலை, புருஷோத்தமரான முழுமுதற் கடவுளின் தாமரைத் திருவடிகளில் சரணடைவதன் மூலம் எளிமையாக அடையப்படக் கூடுமாயின், கடின உழைப்பாளிகளான இந்த புத்திசாலித் தலைவர்கள் இந்த எளிய முறையை ஏன் மேற்கொள்வதில்லை?

இந்த வினாவிற்கான விடை, கீதையில் மிகவும் தெளிவாக கொடுக்கப்பட்டுள்ளது. உண்மையான கல்வியைப் பெற்ற சமூகத் தலைவர்களான, பிரம்மா, சிவன், கபிலர், குமாரர்கள், மனு, வியாஸர், தேவலர், அஸிதர், ஜனகர், பிரகலாதர், பலி, அண்மைக் காலத்தைச் சேர்ந்த மத்வாசாரியர், இராமானுஜாசாரியர், ஸ்ரீ சைதன்யர் என பலரும், எல்லாம் வல்ல அதிகாரியான பரம புருஷரின் தாமரைத் திருவடிகளில் சரணடைகின்றனர். இவர்கள் தத்துவ ஞானிகள், அரசியல்வாதிகள், கல்வியாளர்கள், விஞ்ஞானிகள் என பல்வேறு பிரிவுகளைச் சேர்ந்தவர்கள். ஆனால் உண்மையானத் தகுதிகள் ஏதுமின்றி, பௌதிக நலன்களைப் பெறுவதற்காக, தன்னைத்தானே தத்துவஞானி, விஞ்ஞானி, கல்வியாளர், மன்னன் எனக் கூறிக்கொள்பவர்கள் பரம புருஷரின் பாதையினைப் (திட்டங்களை) பின்பற்றுவதில்லை. கடவுளைப் பற்றி சற்றும் அறிவில்லாத இவர்கள், பௌதிக வாழ்வின் பிரச்சனைகளைத் தீர்க்கும் வெற்று முயற்சிகளுடன், தங்களது சுய அறிவுத் திட்டங்களை உருவாக்கி, மேன்மேலும் சிக்கல்களை ஏற்படுத்துகின்றனர். ஜட இயற்கை மிகவும் சக்தி வாய்ந்தது என்பதால், நாத்திகர்களின் அங்கீகாரமற்ற திட்டங்களை எதிர்க்கவும், திட்டக் குழுவினரின் அறிவினைக் குழப்பவும் அதனால் முடியும்.

திட்டமிடும் நாத்திகர்கள் இங்கே *து₃ஷ்க்ரு'தின:* (துஷ்டர்கள், தீயோர்) எனும் சொல்லால் குறிப்பிடப்படுகின்றனர். *க்ரு'தீ* என்றால் புகழத்தக்க செயல்களைச் செய்தவர் என்று பொருள். திட்டமிடும் நாத்திகர்களும், சில சமயங்களில் மிகுந்த புத்திசாலிகளாகவும், புகழத்தக்க செயல்களை செய்பவராகவும் உள்ளனர். எந்த ஒரு மாபெரும் திட்டத்தை (நல்லதோ, கெட்டதோ) செயல்படுத்துவதற்கும் அறிவு அவசியம். ஆனால் நாத்திகன் தனது மூளையினை பரம

புருஷரின் திட்டத்தை எதிர்ப்பதற்காக உபயோகிப்பதால், அவனது அறிவும், முயற்சிகளும் தவறாக வழிநடத்தப்படுகின்றன; இதனைக் குறிக்கும் வகையில் அவன் *து₃ஷ்க்ரு'தீ* என்று அறியப்படுகின்றான்.

ஜட சக்தி பரம புருஷரின் முழுமையான வழிகாட்டுதலின் கீழ் இயங்குவதாக கீதையில் தெளிவாகக் கூறப்பட்டுள்ளது. அதற்கு சுய அதிகாரம் இல்லை. பொருளின் அசைவிற்கேற்ப நிழல் அசைவதுபோல, அது செயல்படுகிறது. இருப்பினும் ஜட சக்தி மிகவும் பலம் பொருந்தியதாகும். தெய்வ பக்தி இல்லாததால், ஜட இயற்கை எவ்வாறு செயல்படுகிறது என்பதை நாத்திகனால் புரிந்துகொள்ள முடியாது; பரம புருஷரின் திட்டத்தையும் அவனால் அறிய முடியாது. பௌதிக நிலையிலிருந்து பார்த்தால் ஹிரண்யகஷிபுவும் இராவணனும், மிகவும் கற்றறிந்த விஞ்ஞானிகளாக, தத்துவவாதிகளாக, மன்னர்களாக, கல்வியாளர் களாகத் தோன்றுவர்; இருப்பினும், அவர்களது திட்டங்கள் தரைமட்டமாக்கப்பட்டதைப் போல, ரஜோ, தமோ குணங்களிலும் மாயையிலும் இருக்கும் நாத்திகனது திட்டங்கள் அனைத்தும் தோல்வியடையும். இத்தகு *து₃ஷ்க்ரு'தீனர்கள்* (துஷ்டர்கள்) நான்கு வகையாகப் பிரிக்கப்படுகின்றனர்.

(1) மூடர்கள்: கடினமாக உழைக்கக்கூடிய சுமைதூக்கும் மிருகங்களைப் போல இவர்கள் முற்றிலும் முட்டாள்தனமானவர்கள். இவர்கள் தங்களது உழைப்பின் பலன்களை தாமே அனுபவிக்க விரும்புகின்றனர், அவற்றை கடவுளுடன் பகிர்ந்துகொள்ள விரும்புவதில்லை. சுமைதூக்கும் மிருகத்திற்கு சிறந்த உதாரணம் கழுதை. பணிவான அம்மிருகத்தினை அதன் எஜமானன் நன்றாக வேலை வாங்குகிறான். யாருக்காக இரவு பகலாக உழைக்கிறேன் என்பதுகூட அந்தக் கழுதைக்குத் தெரியாது. ஒரு கத்தைப் புல்லால் தனது வயிற்றை நிரப்புவதிலும், எஜமானன் அடித்துவிடுவானோ என்ற பயத்துடன் சற்றே உறங்குவதிலும், பலமுறை உதைபடும் அபாயத்திற்கு மத்தியிலும் தனது காமப் பசியை பெண் கழுதையுடன் இணைந்து தீர்த்துக்கொள்வதிலும், கழுதை திருப்தியுற்று வாழ்கின்றது. சில சமயங்களில் பாடவும் தத்துவம் பேசவும் செய்கிறது, ஆனால் அத்தகைய கனைப்பு பிறருக்குத் தொல்லையாகத்தான் உள்ளது. யாருக்காக உழைக்க வேண்டும் என்பதை அறியாமல், பலனை நோக்கிச் செயல்படும் முட்டாளின் நிலை இதுவே. கர்மா (செயல்) என்பது யாகத்திற்காகவே என்பதை அவன் அறிவதில்லை.

தானாக உண்டாக்கிய கடமைகளின் சுமையைத் தீர்க்க, இரவு பகலாக கடினமாக பாடுபடும் சிலர், ஜீவாத்மாவின் நித்தியத் தன்மையைப்

பற்றிக் கேட்பதற்கு தமக்கு நேரமில்லை என்று கூறுவதை நாம் அடிக்கடி கேட்கிறோம். தங்களது உழைப்பின் பலனில் ஒரு சிறு பகுதியையே அனுபவிக்கும் இந்த மூடர்கள், அழியக்கூடிய பௌதிக இலாபங்களே வாழ்வின் குறிக்கோள் என்று உள்ளனர். சில சமயங்களில், இவர்கள் உடலை வருத்தி, உறக்கமின்றி இரவு பகலாக உழைக்கின்றனர்; குடற்புண், அஜீரணம் முதலிய பிரச்சனைகளை சந்தித்தாலும், ஏறக்குறைய உணவே இன்றி உழைப்பதில் திருப்தியுறுகின்றனர்; பொய்யான எஜமானரின் நலனுக்காக இரவு பகலாக கடினமாக உழைப்பதில் ஆழ்ந்துள்ளனர். உண்மையான எஜமானரை அறியாத இந்த முட்டாள் உழைப்பாளிகள், பணப் பைத்தியம் பிடித்து அலைபவர்களுக்குத் தொண்டு செய்வதில் தங்களது விலை மதிப்புமிக்க காலத்தை வீணடிக்கின்றனர். துரதிர்ஷ்ட வசமாக, எல்லா எஜமானர்களின் பரம எஜமானரிடம் இவர்கள் ஒருபோதும் சரணடைவதில்லை; முறையான நபர்களிட மிருந்து அவரைப் பற்றிக் கேட்கவும் விரும்புவதில்லை. மனித கழிவுகளைத் தின்று வாழும் பன்றி, நெய்யாலும் சர்க்கரையாலும் செய்த இனிப்புகளை ஏற்பதில்லை. அதுபோல, நிலையற்ற ஜடவுலகின் புலனின்ப அலைகளைப் பற்றி சலிப்பின்றி கேட்கும் முட்டாள் உழைப்பாளி, ஜடவுலகினை இயக்கும் நித்தியமான சக்தியைப் பற்றிக் கேட்பதற்கு மிகவும் குறைந்த நேரமே உள்ளது என்பான்.

2. *து$_3$ஷ்க்ரு'தீனரின்* (துஷ்டர்களின்) மற்றொரு வகையினர் *நராத$_4$ம* (மனிதரில் கடைநிலையோர்) எனப்படுவோர். *நர* என்றால் மனிதன், *அத$_4$ம* என்றால் கடைநிலையைச் சேர்ந்தவர். 84 இலட்சம் உயிரின வகையில், நான்கு இலட்சம் மனித இனத்தினர் உள்ளனர். இவற்றில் நாகரிகமடையாத கீழ்நிலை மனிதர்களும் அடங்குவர். சமூகம், மதம் மற்றும் அரசியலில் ஒழுக்கமான கொள்கைகளை உடையவர்கள் நாகரிகமானவர்களாக கருதப்படுகின்றனர். சமூகத்திலும் அரசியலிலும் முன்னேற்றம் பெற்று, மதக் கோட்பாடுகள் இல்லாத மனிதர்கள், *நராத$_4$மர்களாகக்* கருதப்பட வேண்டும். மதக் கொள்கைகளை பின்பற்றுவதன் நோக்கம், பரம உண்மையையும் (கடவுளையும்) அவருடனான மனிதனின் உறவையும் அறிவதே. எனவே, கடவுளற்ற மதத்தினை மதமாக ஏற்க முடியாது. தன்னைவிட உயர்ந்த அதிகாரி யாருமில்லை என்றும், தாமே பரம உண்மை என்றும் கீதையில் பகவான் தெளிவாகக் கூறுகிறார். சகல சக்திகளும் பொருந்திய, பரம உண்மையான, புருஷோத்தமராகிய முழுமுதற் கடவுள் ஸ்ரீ கிருஷ்ணருடனான (இழக்கப்பட்ட) தனது நித்திய உறவை புத்துயிர் பெறச் செய்வதே நாகரிகமுடைய மனித வாழ்வின்

பொருள். இந்த வாய்ப்பினை இழப்பவன் எவனாயினும், அவன் நராத4ம எனப்படுகிறான். ஒரு குழந்தை தனது தாயின் கருப்பையினுள் (மிகவும் அசௌகரியமான சூழ்நிலையில்) இருக்கும்போது, அங்கிருந்து விடுபடுவதற்காக கடவுளைப் பிரார்த்திப்பதாகவும், வெளிவந்த உடன் அவரை மட்டும் வழிபடுவதாக உறுதி கூறுவதாகவும் நாம் சாஸ்திரங்களிலிருந்து அறிகிறோம். ஒவ்வோர் உயிர்வாழியும் கடவுளுடன் நித்தியமாக உறவு கொண்டிருப்பதால், கஷ்டம் வரும் காலத்தில் பகவானிடம் பிரார்த்தனை செய்வது அனைவருக்கும் இயற்கையான செயலாகும். ஆனால் கருவிலிருந்து வெளியே வந்தவுடன், மாயையினால் பாதிக்கப்படும் குழந்தை, தனது பிறப்பின் தொல்லைகளை மட்டுமின்றி, தன்னை விடுவித்தவரையும் மறந்துவிடுகிறது.

குழந்தைகளிடம் உறங்கிக் கொண்டுள்ள தெய்வீக உணர்வினை மீண்டும் எழச் செய்வது, பெற்றோரின் கடமையாகும். மதக் கொள்கைகளின் வழிகாட்டியான மனு–ஸ்மிருதி எனும் நூலில் பத்து விதமான தூய்மைப்படுத்தும் சடங்குகள் விதிக்கப்பட்டுள்ளன, இவை வர்ணாஷ்ரம முறையின்படி இறையுணர்வை எழுப்புவதற்கானவை. இருப்பினும், உலகின் எந்தப் பகுதியிலும் அந்த வழிமுறைகளில் எதுவும் ஒழுங்கான முறையில் தற்போது பின்பற்றப்படுவதில்லை. எனவே, தற்போதைய மக்களில் 99.9 சதவிகித மக்கள் நராத4மர்களேயாவர்.

ஜனத்தொகை முழுவதும் நராத4மர்களாகி விடும்போது, அவர்களது பெயரளவு கல்வியும் ஜட இயற்கையின் சக்தியால் உபயோகமற்றதாகின்றது. கீதையின் தரத்தின்படி, கற்றறிந்த அந்தணனையும், பசுவையும், யானையையும், நாயைத் தின்பவனையும் சமநிலையில் காண்பவனே படித்தவன். உண்மை பக்தனின் கண்ணோட்டம் இதுவே. தெய்வீக குருவாக அவதாரம் செய்த பகவான் ஸ்ரீ நித்யானந்த பிரபு, முற்றிலும் நராத4மர்களாக வாழ்ந்த ஜகாய், மதாய் என்ற சகோதரர்களை விடுவித்து, உண்மையான பக்தனின் கருணை எவ்வாறு கடைநிலை மனிதர்களின் மீதும் பொழியப்படுகிறது என்பதைக் காட்டினார். எனவே, புருஷோத்தமராகிய முழுமுதற் கடவுளால் நிராகரிக்கப்பட்ட நராத4மன், ஒரு பக்தரின் கருணையினால் மட்டுமே தனது ஆன்மீக வாழ்விற்கு புத்துயிரளிக்க முடியும்.

பாகவத தர்மத்தை (பக்தரின் செயல்களை) பரப்புவதில் ஈடுபட்டிருந்த ஸ்ரீ சைதன்ய மஹாபிரபு, முழுமுதற் கடவுளின் செய்தியை அடக்கத்துடன் கேட்க வேண்டும் என்று மக்களிடம்

பரிந்துரைக்கிறார். அந்தச் செய்தியின் சாரம் பகவத் கீதை. மனிதரில் கடைநிலையைச் சேர்ந்தோரும், பணிவுடன் கேட்பதன் மூலமாக விடுதலை பெற முடியும், ஆனால் துரதிர்ஷ்டவசமாக இவர்கள் இச்செய்திகளை காது கொடுத்து கேட்கவே மறுக்கும்போது, பரம புருஷரின் விருப்பத்திற்கேற்ப சரணடைவதைப் பற்றி என்ன சொல்ல முடியும்? மனித சமூகத்தின் கடைநிலையோராகிய *நராத₄மர்கள்,* மனிதனின் முக்கியக் கடமையினை விருப்பத்துடன் அலட்சியப் படுத்துகின்றனர்.

3. அடுத்த வகை *து₃ஷ்க்ரு'தீனர்கள், மாயயாபஹ்ருத-ஜ்ஞானா:* எனப்படுகின்றனர். அதாவது, ஜட சக்தியான மாயையின் தாக்கத்தினால் தங்களின் மேன்மையான அறிவை இழந்தவர்கள் என்று பொருள். இவர்கள் பெரும்பாலும் கல்வியறிவுடைய மாபெரும் தத்துவஞானிகள், கவிஞர்கள், இலக்கியவாதிகள், விஞ்ஞானிகள் முதலானோர்—ஆனால் மாயையின் தவறான வழிநடத்துதலால், இவர்கள் பரம புருஷருக்குக் கீழ்ப்படிவதில்லை.

தற்காலத்தில், *மாயயாபஹ்ருத-ஜ்ஞானிகளில்* பலர், பகவத் கீதையைப் படித்த பண்டிதர்களுக்கு மத்தியிலும் உள்ளனர். கீதையில், ஸ்ரீ கிருஷ்ணரே புருஷோத்தமரான முழுமுதற் கடவுள் என்பது, எளிமையான, சாதாரண மொழியில், தெளிவாகக் கூறப்பட்டுள்ளது. அவருக்கு சமமானவரோ, அவரைவிட உயர்ந்தவரோ எவருமில்லை. மனித சமுதாயத்தின் மூல தந்தையாகிய பிரம்மாவின் தந்தையாக அவர் குறிப்பிடப்பட்டுள்ளார். உண்மையில் பிரம்மாவின் தந்தை மட்டுமல்ல, எல்லா உயிரினங்களின் தந்தையும் ஸ்ரீ கிருஷ்ணரே என்று கூறப்பட்டுள்ளது. அவரே அருவ பிரம்மனுக்கும் பரமாத்மாவிற்கும் மூலம். எல்லா இடங்களிலும் இருக்கும் பரமாத்மா அவரது விரிவங்கமே. அவரே எல்லாவற்றிற்கும் மூலம் என்பதால், ஒவ்வொருவரும் அவரது தாமரைத் திருவடிகளில் சரணடையுமாறு அறிவுறுத்தப்படுகின்றனர். இத்தகைய தெளிவான கூற்றுகளுக்கு மத்தியில், *மாயயாபஹ்ருத-ஜ்ஞானிகள்* முழுமுதற் கடவுளின் வியக்தித்துவத்தை ஏளனம் செய்து, அவரையும் ஒரு சாதாரண மனிதனாகக் கருதுகின்றனர். மனித வாழ்வின் அற்புத ரூபம், பரம புருஷ பகவானின் நித்தியமான திவ்ய ரூபத்தின் அடிப்படையில் வடிவமைக்கப்பட்டுள்ளது என்பதை இவர்கள் அறியார்கள்.

குரு சீடப் பரம்பரையில் வராத, *மாயயாபஹ்ருத-ஜ்ஞானிகளால்* விளக்கமளிக்கப்பட்ட கீதையின் அங்கீகாரமற்ற கருத்துரைகள், ஆன்மீக உணர்வுப் பாதையின் தடைக்கற்களாகும். மயக்கத்திலுள்ள இந்த கருத்துரையாளர்கள் ஸ்ரீ கிருஷ்ணரின் தாமரைத் திருவடிகளில்

சரணடைவதில்லை, சரணடையுமாறு மற்றவர்களை அறிவுறுத்துவதுமில்லை.

4. *து₃ஷ்க்ரு'தீனரின்* இறுதி இனம், *ஆஸுரம் பா₄வம்-ஆஷ்₂ரித:*, அதாவது அசுரக் கொள்கைகளை உடையவர்கள். இத்தகையினர் வெளிப்படையான நாத்திகர்கள். இவர்களில் சிலர் முழுமுதற் கடவுள் ஜடவுலகில் வருவது அசாத்தியம் என்று வாதிடுகின்றனர், ஆனால் ஏன் அஃது அசாத்தியம் என்பதற்கு சரியான காரணம் கொடுக்க முடிவதில்லை. இன்னும் சிலர், கிருஷ்ணரை அருவ பிரம்மனுக்குக் கீழ்ப்பட்டவராக ஆக்குகின்றனர்—கீதையிலோ இதற்கு நேர்மாறாக அறிவிக்கப்பட்டுள்ளது. புருஷோத்தமரான முழுமுதற் கடவுளிடம் பொறாமை கொண்டுள்ள நாத்திகன், தனது மூளை எனும் தொழிற்சாலையில் தயாரான எண்ணற்ற போலி அவதாரங்களைக் காண்பிப்பான். முழுமுதற் கடவுளை எதிர்த்துப் பேசுவதையே தனது வாழ்வின் முக்கிய நோக்கமாகக் கொண்டுள்ள இத்தகு நபர்கள், ஸ்ரீ கிருஷ்ணரின் தாமரைத் திருவடிகளில் சரணடைய முடியாது.

தென்னிந்தியாவைச் சேர்ந்த ஸ்ரீ யாமுனாசாரியர் (ஆளவந்தார்), "எம்பெருமானே! உமது குணம், ரூபம், லீலைகள் அசாதாரணமாக உள்ளபோதிலும், ஸத்வ குணத்தைச் சார்ந்த எல்லா சாஸ்திரங்களிலும் உமது வியக்தித்துவம் உறுதி செய்யப்பட்டிருந்தும், தமது தெய்வீக குணங்களினாலும், திவ்யமான அறிவின் ஆழத்தினாலும் புகழ்பெற்று விளங்கும் ஆச்சாரியர்களால் ஏற்றுக்கொள்ளப்பட்டிருந்தும், நாத்திகக் கொள்கையை உடையவர்கள் உம்மைப் புரிந்துகொள்ள முடியாது" என்று கூறுகிறார்.

எனவே, (1) முழு முட்டாள்கள், (2) மனிதரில் கடைநிலையோர், (3) மாயையால் அறிவிழந்தவர்கள், (4) நாத்திகக் கொள்கையாளர் ஆகியோர் மேலே கூறப்பட்டுள்ளபடி, எல்லா சாஸ்திர அறிவுரைகளும் அதிகாரிகளின் உபதேசங்களும் இருந்தும், புருஷோத்தமரான முழுமுதற் கடவுளின் தாமரைத் திருவடிகளில் சரணடைவதில்லை.

ஸ்லோகம் 16

चतुर्विधा भजन्ते मां जनाः सुकृतिनोऽर्जुन ।
आर्तो जिज्ञासुरर्थार्थी ज्ञानी च भरतर्षभ ॥ १६ ॥

சதுர்-விதா₄ ப₄ஜந்தே மாம்' ஜனா: ஸு-க்ரு'தினோ 'ர்ஜுன
ஆர்தோ ஜிஜ்ஞாஸுர் அர்தா₂ர்தீ₂ ஜ்ஞானீ ச ப₄ரதர்ஷப₄

சது: விதா:₄—நான்கு விதமான; *ப₄ஜந்தே*—தொண்டு புரிகின்றனர்; *மாம்*—எனக்கு; *ஜனா:*—மனிதர்; *ஸு-க்ரு'தின:*—நல்லோர்; *அர்ஜுன*—

அர்ஜுனா; *ஆர்த:*—துயருற்றவன்; *ஜிஜ்ஞாஸு:*—கேள்வியுடையவன்; *அர்த$_2$-அர்தீ$_2$*—ஜட இலாபங்களை விரும்புபவன்; *ஜ்ஞானீ*—விஷயங்களை உள்ளபடி அறிந்தவன்; *ச*—மேலும்; *ப$_4$ரத-ருஷப$_4$*—பரத வம்சத்தில் சிறந்தவனே.

பரதர்களில் சிறந்தவனே, நான்கு விதமான நல்லோர் எனக்குத் தொண்டு புரிகின்றனர்—துயருற்றோர், செல்வத்தை விரும்புவோர், கேள்வியுடையோர், பூரணத்தின் அறிவைத் தேடுவோர் என்பவர் அவர்கள்.

பொருளுரை: துஷ்டர்களுக்கு எதிர்மாறான நல்லோர் (அறநெறிகளைப் பின்பற்றுவோர்), *ஸுக்ரு'தினர்* என்று அறியப் படுகின்றனர். சாஸ்திரங்களின் சட்டதிட்டங்களுக்குக் கீழ்ப்படியும் இவர்கள், நீதி மற்றும் சமூகச் சட்டங்களைக் கடைப்பிடித்து, பெரும்பாலும் முழுமுதற் கடவுளுக்கு பக்தி செய்பவர்களாவர். இவர்களில் நான்கு வகையினர் உண்டு—துயரத்தில் இருப்போர், பணத்தை விரும்புவோர், கேள்வியுடையோர், பூரண உண்மையின் அறிவைத் தேடுவோர். பல்வேறு சூழ்நிலைகளின் காரணத்தினால் இத்தகையோர் முழுமுதற் கடவுளுக்கு பக்தித் தொண்டாற்ற வருகின்றனர். தங்களது பக்தித் தொண்டின் மூலம் சில விருப்பங்களை பூர்த்தி செய்ய விரும்புவதால், இவர்கள் தூய பக்தர்கள் அல்ல. தூய பக்தித் தொண்டு ஜட இலாபத்திற்கான எவ்வித ஆசைகளும் இல்லாதது. பக்தி ரஸாம்ருத ஸிந்து (1.1.11) தூய பக்தியினை பின்வருமாறு விவரிக்கின்றது:

அன்யாபி$_4$லாஷிதா-ஷூ$_2$ன்யம்' ஜ்ஞான-கர்மாத்$_3$ய்-அனாவ்ரு'தம்
ஆனுகூல்யேன க்ரு'ஷ்ணானு- ஷீ$_2$லனம்' ப$_4$க்திர் உத்தமா

"பரம புருஷரான ஸ்ரீ கிருஷ்ணருக்கு, சாதகமான முறையில், எவ்வித இலாபத்தையும் எதிர்பார்க்காமல், பலன்நோக்குச் செயல்கள், தத்துவ கற்பனைகள் ஏதுமின்றி, திவ்யமான அன்புடன் தொண்டாற்ற வேண்டும். இதுவே தூய பக்தித் தொண்டு எனப்படுகிறது."

பக்தித் தொண்டிற்காக முழுமுதற் கடவுளை அணுகும் இந்த நான்கு வித நபர்கள், தூய பக்தர்களின் உறவினால் தூய்மையடைந்து, தாங்களும் தூய பக்தர்களாகி விடுகின்றனர். ஆனால் துஷ்டர்களைப் பொறுத்தவரையில், பக்தித் தொண்டு அவர்களுக்கு மிகவும் கடினமானது; ஏனெனில், அவர்களது வாழ்க்கை ஆன்மீக நோக்கங்கள் அற்றதும், நெறியற்றதும், சுயநலம் மிக்கதுமாகும். ஆனால் அவர்களில் சிலரும்கூட, தூய பக்தரது உறவைப் பெறும் நல்வாய்ப்பைப் பெற்றால், தூய பக்தராகி விட முடியும்.

பலன்நோக்குச் செயல்களில் எப்போதும் மும்முரமாக இருப்போர், ஜட வாழ்வில் துன்பங்களை அடையும்போது கடவுளிடம் வருகின்றனர். அச்சமயத்தில் தூய பக்தருடன் தொடர்பு கொள்வதன் மூலம், இவர்களும் இறைவனின் பக்தர்கள் ஆகின்றனர். சில சமயங்களில், வாழ்வில் வெறுப்புற்றவர்கள், தூய பக்தருடன் உறவு கொண்டு கடவுளைப் பற்றி அறிவதில் ஆர்வம் கொள்கின்றனர். அதுபோல, வறட்டு தத்துவவாதிகளும் தங்களது எல்லா அறிவுத் துறைகளிலும் வெறுப்புற்று, சில சமயங்களில் கடவுளைப் பற்றி அறிய விரும்பி, பக்தியுடன் தொண்டாற்றுவதற்காக முழுமுதற் கடவுளை வந்தடைகின்றனர். முழுமுதற் கடவுள் அல்லது அவரது தூய பக்தரின் கருணையினால், அருவ பிரம்மன், மற்றும் உள்ளத்தில் உறையும் பரமாத்மாவைப் பற்றிய ஞானத்தினைக் கடந்து, கடவுள் ஒரு நபர் என்ற கருத்திற்கு இவர்கள் உயர்வு பெறுகின்றனர். துன்பமுற்றவர், கேள்வியாளர், அறிவைத் தேடுவோர், செல்வத்தை வேண்டுவோர் ஆகிய நால்வரும், ஆன்மீக முன்னேற்றத்திற்கும் ஜட இலாபத்திற்கும் எவ்விதத் தொடர்பும் இல்லை என்பதை முழுமையாகப் புரிந்துகொண்டபின் தூய பக்தர்களாகின்றனர். இத்தகு தூய நிலையை அடையாமல், பகவானது திவ்யமான தொண்டில் ஈடுபட்டிருக்கும் பக்தர்கள், பலன்நோக்குச் செயல்கள், பௌதிக அறிவைத் தேடும் எண்ணம் முதலியவற்றினால் களங்கத்துடன் வாழ்கின்றனர். எனவே, தூய பக்தித் தொண்டினை அடைவதற்கு முன் இந்த நிலைகளையெல்லாம் கடந்தாக வேண்டும்.

ஸ்லோகம் 17

तेषां ज्ञानी नित्ययुक्त एकभक्तिर्विशिष्यते ।
प्रियो हि ज्ञानिनोऽत्यर्थमहं स च मम प्रियः ॥ १७॥

தேஷாம்' ஜ்ஞானீ நித்ய-யுக்த ஏக-ப₄க்திர் விஷி₂ஷ்யதே
ப்ரியோ ஹி ஜ்ஞானினோ 'த்யர்த₂ம் அஹம்' ஸ ச மம ப்ரிய:

தேஷாம்—இவர்களில்; ஜ்ஞானீ—முழு ஞானத்தை உடையவன்; நித்ய-யுக்த:—எப்போதும் ஈடுபட்டு; ஏக—மட்டும்; ப₄க்தி:—பக்தித் தொண்டில்; விஷி₂ஷ்யதே—விசேஷமானவன்; ப்ரிய:—பிரியமானவன்; ஹி—நிச்சயமாக; ஜ்ஞானின:—ஞானிக்கு; அத்யர்த₂ம்—மிகவும்; அஹம்—நான்; ஸ:—அவன்; ச—மேலும்; மம—எனக்கு; ப்ரிய:—பிரியமானவன்.

இவர்களில், முழு ஞானத்துடன் எப்போதும் தூய பக்தித் தொண்டில் ஈடுபட்டிருப்பவனே சிறந்தவன்; ஏனெனில், நான் அவனுக்கு மிகவும் பிரியமானவன், அவனும் எனக்கு மிகவும் பிரியமானவன்.

பொருளுரை: துயரத்தில் உள்ளோர், கேள்வியுடையோர், வறுமையால் வாடுவோர், பரம ஞானத்தைத் தேடுபவர் என அனைவருமே ஜட விருப்பங்களின் எல்லாக் களங்கத்திலிருந்தும் விடுபட்டு, தூய பக்தர்கள் ஆகலாம். ஆயினும், அவர்களில், எல்லா பௌதிக ஆசைகளிலிருந்தும் விடுபட்டு பூரண உண்மையை அறிந்தவன், உண்மையிலேயே தூய பக்தனாகின்றான். நான்கு வகையான மனிதரில், பூரண ஞானத்துடன் பக்தித் தொண்டில் ஈடுபட்டிருப்பவனே சிறந்தவன் என்று பகவான் கூறுகிறார். ஞானத்தை தேடும்போது, "நான் எனது பௌதிக உடலிலிருந்து வேறுபட்டவன்" என்பதை ஒருவன் உணர்கிறான்; அவன் மேலும் முன்னேறும்போது, அருவ பிரம்மனையும் பரமாத்மாவையும் பற்றிய ஞானத்தை அடைகிறான். அவன் முழுமையாக தூய்மையடையும் போது, கடவுளுக்கு நித்தியமாகத் தொண்டாற்றுவதே தனது உண்மையான ஸ்வரூப நிலை என்பதை அறிகிறான். கேள்வியுடையோன், துன்பத்தில் உள்ளவன், ஜட வசதிகளை அதிகரிக்க விரும்புபவன், ஞானமுடையவன் என அனைவருமே தூய பக்தர்களின் உறவினால் தூய்மையடைய முடியும். ஆனால், ஆரம்பநிலையில், முழுமுதற் கடவுளைப் பற்றிய பூரண ஞானத்துடன் பக்தித் தொண்டினை செயலாற்றுபவன், பகவானுக்கு மிகவும் பிரியமானவன். பரம புருஷ பகவானின் திவ்ய நிலையைப் பற்றிய தூய ஞானத்தை அடைந்தவன், ஜடக் களங்கங்கள் ஏதும் தொட முடியாதபடி பக்தித் தொண்டினால் பாதுகாக்கப்படுகிறான்.

ஸ்லோகம் 18

उदाराः सर्व एवैते ज्ञानी त्वात्मैव मे मतम् ।
आस्थितः स हि युक्तात्मा मामेवानुत्तमां गतिम् ॥१८॥

உதா₃ரா: ஸர்வ ஏவைதே ஜ்ஞானீ த்வ் ஆத்மைவ மே மதம்
ஆஸ்தி₂த: ஸ ஹி யுக்தாத்மா மாம் ஏவானுத்தமாம்' க₃திம்

உதா₃ரா:—உத்தமர்கள்; *ஸர்வே*—அனைவரும்; *ஏவ*—நிச்சயமாக; *ஏதே*—இந்த; *ஜ்ஞானீ*—ஞானி; *து*—ஆனால்; *ஆத்மா ஏவ*—என்னைப் போலவே; *மே*—எனது; *மதம்*—கருத்து; *ஆஸ்தி₂த:*—நிலைபெற்றவன்; *ஸ:*—அவன்; *ஹி*—நிச்சயமாக; *யுக்த-ஆத்மா*—பக்தித் தொண்டில் ஈடுபட்டு; *மாம்*—என்னில்; *ஏவ*—நிச்சயமாக; *அனுத்தமாம்*—மிகவும் உயர்ந்த; *க₃திம்*—இலக்கு.

இந்த பக்தர்கள் அனைவருமே சந்தேகமின்றி உத்தமர்கள்தான்; ஆயினும், என்னைப் பற்றிய ஞானத்தில் நிலைபெற்றுள்ளவனை, நான் என்னைப் போலவே கருதுகிறேன். அவன் எனது உன்னதத்

தொண்டில் ஈடுபட்டிருப்பதால், மிகவுயர்ந்த, பக்குவ இலக்கான என்னை அவன் அடைவது உறுதி.

பொருளுரை: அறிவிற்குன்றிய பக்தர்கள் பகவானுக்கு பிரியமானவர்கள் அல்ல என்று நாம் புரிந்துகொள்ளக் கூடாது. அனைவரும் உத்தமர்களே என்று குறிப்பிடுகிறார் பகவான். ஏனெனில், எந்த நோக்கமாக இருந்தாலும் பகவானிடம் வருபவர்கள் அனைவருமே *மஹாத்மா* (மிகச்சிறந்த ஆத்மா) என்று அழைக்கப்படுகின்றனர். பக்தித் தொண்டின் மூலம் சில பலன்களை விரும்பும் பக்தர்களையும் பகவான் ஏற்றுக்கொள்கிறார்; ஏனெனில், அங்கும் அன்புப் பரிமாற்றம் இருக்கின்றது. அவர்கள் இறைவனிடம் சில பௌதிக இலாபங்களை பாசத்துடன் வேண்டுகின்றனர். அப்பலன்களை அடைவதால் திருப்தியுற்று, பக்தித் தொண்டில் மேன்மேலும் முன்னேறுகின்றனர். இருப்பினும் பூரண ஞானத்துடன் இருக்கும் பக்தன், இறைவனுக்கு மிகவும் பிரியமானவனாகக் கருதப்படுகிறான். ஏனெனில், அவனது ஒரே நோக்கம், அன்புடனும் பக்தியுடனும் இறைவனுக்கு சேவை செய்வது மட்டுமே. அத்தகு பக்தனால் இறைவனின் தொடர்பின்றி (சேவையின்றி) ஒரு நொடியும் வாழ இயலாது. அதுபோலவே பரம புருஷரும் தனது பக்தர்களின் மீது மிகவும் பிரியமுடையவர், அவரை பக்தனிடமிருந்து பிரிக்க முடியாது.

ஸ்ரீமத் பாகவதத்தில் (9.4.68) இறைவன் கூறுகின்றார்:

ஸாத$_4$வோ ஹ்ரு'த$_3$யம்' மஹ்யம்' ஸாதூ$_4$னாம்' ஹ்ரு'த$_3$யம்' த்வஹம்
மத்$_3$-அன்யத் தே ந ஜானந்தி நாஹம்' தேப்$_4$யோ மனாக்$_3$ அபி

"பக்தர்கள் எப்போதும் எனது இதயத்தில் உள்ளனர், நான் எப்போதும் பக்தர்களின் இதயத்தில் உள்ளேன். பக்தனுக்கு என்னைத் தவிர வேறு எதுவும் தெரியாது, நானும் பக்தனை மறக்க முடியாது. எனக்கும் தூய பக்தர்களுக்கும் இடையே நெருங்கிய உறவு உண்டு. முழு அறிவுடன் விளங்கும் தூய பக்தர்கள் ஒருபோதும் ஆன்மீகத்தை விட்டு விலகுவதில்லை, எனவே அவர்கள் எனக்கு மிகவும் பிரியமானவர்கள்."

ஸ்லோகம் 19

बहूनां जन्मनामन्ते ज्ञानवान्मां प्रपद्यते ।
वासुदेवः सर्वमिति स महात्मा सुदुर्लभः ॥ १९ ॥

ப$_3$ஹூனாம்' ஜன்மனாம் அந்தே ஜ்ஞானவான் மாம்' ப்ரபத்$_3$யதே
வாஸுதே$_3$வ: ஸர்வம் இதி ஸ மஹாத்மா ஸு-து$_3$ர்லப:$_4$

ப$_3$ஹூனாம்—பற்பல; *ஜன்மனாம்*—பிறவிகளுக்கு; *அந்தே*—பிறகு; *ஜ்ஞான-வான்*—ஞானத்தில் முழுமை பெற்றவன்; *மாம்*—என்னிடம்;

ப்ரபத்₃யதே—சரணடைகிறான்; *வாஸுதே₃வ:*—பரம புருஷ பகவான், கிருஷ்ணர்; *ஸர்வம்*—எல்லாம்; *இதி*—இவ்வாறாக; *ஸ:*—அத்தகு; *மஹா-ஆத்மா*—மிகச்சிறந்த ஆத்மா; *ஸு-து₃ர்லப:₄*—காண்பதற்கு மிகவும் அரிதானவன்.

பற்பல பிறவிகளுக்குப் பின், உண்மையான அறிவுடையவன், எல்லா காரணங்களுக்கும் காரணமாக, எல்லாமாக என்னை அறிந்து, என்னிடம் சரணடைகிறான். அத்தகைய மஹாத்மா மிகவும் அரிதானவன்.

பொருளுரை: உயிர்வாழி, வேத சடங்குகளையும் பக்தித் தொண்டையும் செயலாற்றும்போது, ஆன்மீகத் தன்னுணர்வின் இறுதிக் குறிக்கோள் பரம புருஷ பகவானே எனும் தூய்மையான திவ்ய ஞானத்தினை, பற்பல பிறவிகளைக் கடந்தபின் அடைய முடியும். ஆன்மீக உணர்வின் ஆரம்ப நிலையில், லௌகீகப் பற்றை ஒருவன் துறக்க முயன்று கொண்டிருக்கும்போது, அருவவாத கொள்கையின் மீது சற்று பற்றுதல் கொள்ளலாம். ஆனால் மேன்மேலும் முன்னேற்றமடையும்போது, ஆன்மீக வாழ்விலும் செயல்கள் உள்ளன என்றும், அச்செயல்களே பக்தித் தொண்டு எனப்படுகின்றன என்றும், அவன் புரிந்துகொள்ள முடியும். அவ்வாறு உணர்ந்த பின்னர், அவன் பரம புருஷ பகவானிடம் பற்றுதல் கொண்டு, அவரிடம் சரணடைகிறான். பகவான் ஸ்ரீ கிருஷ்ணரின் கருணையே எல்லாம், அவரே எல்லா காரணங்களுக்கும் காரணம், அவரின்றி இந்த ஜடத் தோற்றம் செயல்படாது என்பனவற்றை அச்சமயத்தில் அவனால் புரிந்துகொள்ள முடியும். ஆன்மீக உலகிலுள்ள பல்வேறு வகையான குணம், ரூபம் முதலியவற்றின் திரிந்த பிரதிபலிப்பே இந்த ஜடவுலகம் என்பதையும், ஒவ்வொரு பொருளும் பரம புருஷரான கிருஷ்ணருடன் தொடர்புடையது என்பதையும் அவன் உணர்கிறான். இவ்விதமாக அனைத்தையும் வாஸுதேவரான ஸ்ரீ கிருஷ்ணரின் உறவிலேயே எண்ணுகிறான். வாஸுதேவரைப் பற்றிய இத்தகைய பரந்த கண்ணோட்டம், பரம புருஷரான ஸ்ரீ கிருஷ்ணரை உன்னத குறிக்கோளாக ஏற்று அவரிடம் சரணடைவதை துரிதப்படுத்துகிறது. இவ்வாறு சரணடைந்த மஹாத்மாக்கள் மிகவும் அரிதானவர்கள்.

இந்த ஸ்லோகம் *ஷ்₂வேதாஷ்₂வதர* உபநிஷத்தின் மூன்றாவது அத்தியாயத்தில் (14–15) மிகத் தெளிவாக விளக்கப்பட்டுள்ளது:

ஸஹஸ்ர-ஷீ₂ர்ஷா புருஷ: ஸஹஸ்ராக்ஷ: ஸஹஸ்ர-பாத்
ஸ பூ₄மிம்' விஷ்₂வதோ வ்ரு'த்வா- த்யாதிஷ்ட₂த்₃ த₃ஷா₂ங்கு₃லம்

புருஷ ஏவேத$_3$ம்' ஸர்வம்' யத்$_3$ பூ$_4$தம்' யச் ச ப$_4$வ்யம்
உதாம்ரு'தத்வஸ்யேஷா$_2$னோ யத்$_3$ அன்னேனாதிரோஹதி

சா$_2$ந்தோ$_3$க்$_3$ய உபநிஷத்தில் (5.1.15) கூறப்பட்டுள்ளது, *ந வை வாசோ ந சக்ஷூம்ஷி ந ஷ்$_2$ரோத்ராணி ந மனாம்ஸீத் யாசக்ஷதே ப்ராண இதி ஏவாசக்ஷதே ப்ராணோ ஹ்யேவைதானி ஸர்வாணி ப$_4$வந்தி*—"ஓர் உயிர்வாழியின் உடலில், பேசுவதற்கான சக்தியோ, பார்ப்பதற்கான சக்தியோ, கேட்பதற்கான சக்தியோ, நினைப்பதற்கான சக்தியோ முக்கியமல்ல; எல்லாச் செயல்களுக்கும் மையமாக விளங்கும் பிராணனே முக்கியம்." அதுபோலவே வாஸுதேவரான பரம புருஷ பகவான் ஸ்ரீ கிருஷ்ணரே அனைத்திலும் இருக்கும் முக்கியப் பொருள். பேசுவதற்கு, பார்ப்பதற்கு, கேட்பதற்கு, மனதின் செயல்களுக்கு என இவ்வுடலில் பற்பல சக்திகள் உள்ளன. ஆனால் பரம புருஷரின் தொடர்பு இல்லாவிடில், இவை முக்கியத்துவமற்றவை. எங்கும் நிறைந்து எல்லாமாக விளங்குவதால், பக்தர்கள் வாஸுதேவரிடம் முழு அறிவுடன் சரணடைகின்றனர் (பகவத் கீதை 7.17 மற்றும் 11.40 ஆகியவற்றை ஒப்பிட்டுப் பார்க்க).

ஸ்லோகம் 20

कामैस्तैस्तैर्हृतज्ञानाः प्रपद्यन्तेऽन्यदेवताः ।
तं तं नियममास्थाय प्रकृत्या नियताः स्वया ॥ २० ॥

காமைஸ் தைஸ் தைர் ஹ்ரு'த-ஜ்ஞானா: ப்ரபத்$_3$யந்தே 'ன்ய-தே$_3$வதா:
தம்' தம்' நியமம் ஆஸ்தா$_2$ய ப்ரக்ரு'த்யா நியதா: ஸ்வயா

காமை:—ஆசைகளால்; *தை: தை:*—பல்வேறு; *ஹ்ரு'த*—அலைக் கழிக்கப்பட்ட; *ஜ்ஞானா:*—ஞானம்; *ப்ரபத்$_3$யந்தே*—சரணடைகின்றனர்; *அன்ய*—பிறருக்கு; *தே$_3$வதா:*—தேவர்கள்; *தம் தம்*—அதற்கேற்ற; *நியமம்*—நியமங்களை; *ஆஸ்தா$_2$ய*—பின்பற்றி; *ப்ரக்ரு'த்யா*—இயற்கையாகவே; *நியதா*—கட்டுப்படுத்தப்பட்டு; *ஸ்வயா*—அவர்களது சுயமான.

ஜட ஆசைகளால் அறிவை இழந்தவர்கள், தேவர்களிடம் சரணடைந்து, தங்களது இயற்கைக்கு ஏற்ற வழிபாட்டு முறைகளையும் நியமங்களையும் பின்பற்றுகின்றனர்.

பொருளுரை: எல்லாவித ஜடக் களங்கத்திலிருந்தும் விடுபட்டவர்கள், பரம புருஷரிடம் சரணடைந்து அவரது பக்தித் தொண்டில் ஈடுபடுகின்றனர். ஜடக் களங்கங்கள் முற்றிலுமாகக் கழுவப்படாத வரை, அவர்கள் பக்தியற்றவர்களாகவே கருதப்படுகின்றனர். ஆனால், ஜட ஆசைகளுக்கு மத்தியிலும் பரம புருஷரிடம் அடைக்கலம் பெறுவோர், வெளிப்புற சக்தியால் அவ்வள வாக

கவரப்படுவதில்லை; சரியான இலக்கை அணுகுவதால் அவர்கள் விரைவிலேயே எல்லா லௌகீக ஆசைகளிலிருந்தும் விடுபடுகின்றனர். ஒருவன், தூய பக்தனாக அனைத்து ஜட ஆசைகளிலிருந்தும் விடுபட்டவனாக இருந்தாலும் சரி, ஜட ஆசைகள் நிறைந்தவனாக இருந்தாலும் சரி, ஜடக் களங்கத்திலிருந்து முக்தியை எதிர்பார்ப்பவனாக இருந்தாலும் சரி, அவன் வாஸுதேவரிடம் சரணடைந்து அவரையே வழிபட வேண்டும் என ஸ்ரீமத் பாகவதத்தில் (2.3.10) பரிந்துரைக்கப்பட்டுள்ளது:

அகாம: ஸர்வ-காமோ வா மோக்ஷ-காம உதா$_3$ர-தீ:$_4$
தீவ்ரேண ப$_4$க்தி-யோகே$_3$ன யஜேத புருஷம்' பரம்

ஆன்மீக உணர்வற்ற சிற்றறிவுடைய மக்கள், ஜட விருப்பங்களை வெகு விரைவில் பூர்த்தி செய்து கொள்வதற்காக தேவர்களை அணுகுகின்றனர். இயற்கையின் கீழ் குணங்களில் (ரஜோ, தமோ குணங்களில்) இருக்கும் இத்தகு மக்கள், பொதுவாக, பரம புருஷ பகவானிடம் செல்லாமல், பல்வேறு தேவர்களை வழிபடுகின்றனர். அத்தகு வழிபாட்டின் சட்டதிட்டங்களைக் கடைப்பிடிப்பதில் அவர்கள் திருப்தியடைகின்றனர். தேவர்களை வழிபடுவோர் அற்பமான ஆசைகளால் உந்தப்பட்டவர்களாவர், பரம இலக்கை அடைவது எவ்வாறு என்பதை அறியாதவர்கள். ஆனால் பரம புருஷரின் பக்தர்கள் வழிதவறுவதில்லை. பல்வேறு பலன்களுக்காக பற்பல தேவர்களை வழிபடும் முறை வேதங்களில் சிபாரிசு செய்யப்பட்டுள்ளதால் (உதாரணமாக, நோயுற்றவன் சூரியனை வழிபடும்படி பரிந்துரைக்கப்படுகிறான்), பரம புருஷரின் பக்தியில் ஈடுபடாதவர்கள், சில குறிப்பிட்ட நோக்கங்களுக்கு இறைவனைவிட தேவர்களே சிறந்தவர்கள் என எண்ணி விடுகின்றனர். ஆனால் பரம புருஷரான கிருஷ்ணரே அனைவருக்கும் எஜமானர் என்பதை தூய பக்தன் அறிவான். சைதன்ய சரிதாம்ருதத்தில் (ஆதி லீலை 5.142) கூறப்பட்டுள்ளது, *ஏகலே ஈஷ்$_2$வர க்ரு'ஷ்ண, ஆர ஸப$_3$ ப்$_4$ரு'த்ய*—"பரம புருஷ பகவானான கிருஷ்ணர் மட்டுமே எஜமானர், மற்றவர் அனைவரும் அவரது தொண்டர்கள்." எனவே, தூய பக்தன் தனது பௌதிகத் தேவைகளுக்காக என்றுமே தேவர்களிடம் செல்வதில்லை, அவன் பரம புருஷரையே நம்பியுள்ளான், அவர் எதைக் கொடுத்தாலும் அதில் அவன் திருப்தியடைகிறான்.

ஸ்லோகம் 21

यो यो यां यां तनुं भक्त: श्रद्धयार्चितुमिच्छति ।
तस्य तस्याचलां श्रद्धां तामेव विदधाम्यहम् ॥ २१ ॥

யோ யோ யாம்' யாம்' தனும்' ப$_4$க்த: ஷ்$_2$ரத்$_3$த$_4$யார்சிதும் இச்ச$_2$தி
தஸ்ய தஸ்யாசலாம்' ஷ்$_2$ரத்$_3$தா$_4$ம்' தாம் ஏவ வித$_3$தா$_4$ம்யஹம்

ய: ய:—யாராயினும்; *யாம் யாம்*—ஏதாகிலும்; *தனும்*—தேவனின் ரூபத்தில்; *ப$_4$க்த:*—பக்தன்; *ஷ்$_2$ரத்$_3$த$_4$யா*—நம்பிக்கையுடன்; *அர்சிதும்*—வழிபடுவதற்கு; *இச்ச$_2$தி*—விரும்புகின்றானோ; *தஸ்ய தஸ்ய*—அவனுக்கு; *அசலாம்*—உறுதியான; *ஷ்$_2$ரத்$_3$தா$_4$ம்*—நம்பிக்கை; *தாம்*—அவனுக்கு; *ஏவ*—நிச்சயமாக; *வித$_3$தா $_4$மி*—அளிக்கிறேன்; *அஹம்*—நான்.

எல்லாரது இதயத்திலும் நான் பரமாத்மாவாக இருக்கிறேன். தேவர்களை வழிபட வேண்டுமென ஒருவன் விரும்பும்போது, அந்த குறிப்பிட்ட தேவனிடம் பக்தி செய்வதற்கான அவனது நம்பிக்கையை நானே பலப்படுத்துகிறேன்.

பொருளுரை: கடவுள் அனைவருக்கும் சுதந்திரம் கொடுத்துள்ளார்; எனவே, தேவர்களிடமிருந்து ஜட இன்பத்திற்கான வசதிகளைப் பெற்று அவற்றை அனுபவிக்க விரும்பினால், எல்லாருடைய இதயங்களிலும் பரமாத்மாவாக வீற்றுள்ள பகவான் அதனை உணர்ந்து, அத்தகையவனுக்கு வசதிகளைச் செய்து கொடுக்கிறார். எல்லா உயிர்வாழிகளின் உன்னதத் தந்தையான பகவான், அவர்களது சுதந்திரத்தில் தலையிடுவதில்லை, ஆனால் அவர்களது லௌகீக விருப்பங்கள் பூர்த்தியாகும் வகையில் எல்லா வசதிகளையும் செய்து கொடுக்கிறார். சர்வ வல்லமையுடைய கடவுள், ஜடவுலகை அனுபவிப்பதற்கான வசதிகளைக் கொடுத்து, அதன் விளைவாக மாயையின் வலையில் உயிர்வாழிகளை விழச் செய்வது ஏன் என்று சிலர் வினவலாம். பதில் என்னவெனில், பரம புருஷர் (பரமாத்மா) இத்தகு வசதிகளைக் கொடுக்காவிடில், சுதந்திரம் என்பதற்கு அர்த்தமில்லை. எனவே, ஒவ்வொருவருக்கும், அவரவரின் விருப்பப்படி, பூரண சுதந்திரத்தைக் கொடுக்கிறார். ஆனால் அவரது இறுதி அறிவுரையை நாம் பகவத் கீதையில் காண்கிறோம்: ஒருவன் எல்லாவற்றையும் துறந்து முழுமையாக அவரிடம் சரணடைய வேண்டும். இதுவே மனிதனை மகிழ்விக்கும்.

சாதாரண உயிர்வாழிகள், தேவர்கள் இருவருமே பரம புருஷ பகவானின் விருப்பத்திற்குக் கீழ்ப்பட்டவர்கள்; எனவே, உயிர்வாழி தனது விருப்பத்தின் மூலம் மட்டும் தேவர்களை வழிபட முடியாது, தேவர்களாலும் பரமனின் விருப்பமின்றி எந்த வரத்தையும் அளிக்க முடியாது. முழுமுதற் கடவுளின் விருப்பமின்றி புல்லும் அசையாது என்று கூறுவர். பொதுவாக, ஜடவுலகில் துயரப்பட்டவர்கள், வேத இலக்கியங்களின் வழிகாட்டலின்படி, தேவர்களிடம் செல்கின்றனர். ஒரு குறிப்பிட்ட பொருளை விரும்புபவர் அதற்குரிய தேவரை

வழிபடுவர். உதாரணமாக, நோயுற்றவன் சூரியதேவனை வழிபடுமாறு பரிந்துரைக்கப்படுகிறான்; கல்வியை விரும்புபவன் கல்வியின் தேவதையான சரஸ்வதியை வழிபடலாம்; அழகான மனைவியை நாடுபவன் சிவபெருமானின் நாயகியான உமாவை வழிபடலாம். இவ்விதமாக, வேத சாஸ்திரங்களில் பல்வேறு தேவர்களை வழிபடுவதற்கான பல்வேறு முறைகள் சிபாரிசு செய்யப்பட்டுள்ளன. ஓர் உயிர்வாழி ஒரு குறிப்பிட்ட வசதியை அனுபவிக்க விரும்புவதால், அதற்கான குறிப்பிட்ட தேவரிடமிருந்து அந்த வரத்தினைப் பெறுவதற்கான பலமான ஆசையை பகவான் தூண்டுகிறார், அதன் மூலம் அவன் அவ்வரத்தினை வெற்றிகரமாக அடைகிறான். ஒரு குறிப்பிட்ட தேவரை நோக்கி ஓர் உயிர்வாழிக்கு இருக்கும் பக்தி மனப்பான்மையும் பரம புருஷரால் ஏற்படுத்தப் படுவதேயாகும். கிருஷ்ணரே பரம புருஷர், அவரே எல்லா உயிர்வாழிகளின் இதயத்திலும் வாழும் பரமாத்மா என்பதால், குறிப்பிட்ட தேவர்களை வழிபடுவதற்கான ஆர்வத்தை அவரே மனிதர்களுக்கு அளிக்கிறார், தேவர்களால் அத்தகு ஆர்வத்தினை ஏற்படுத்த முடியாது. பரம புருஷருடைய விஸ்வரூபத்தின் பல்வேறு அங்கங்களே தேவர்கள், எனவே அவர்களுக்கு சுதந்திரமில்லை. வேத சாஸ்திரத்தில் கூறப்பட்டுள்ளது, "பரம புருஷ பகவான், பரமாத்மாவின் உருவில் தேவர்களது இதயத்திலும் அமர்ந்துள்ளார்; எனவே, ஜீவாத்மாவின் ஆசைகளை பூர்த்தி செய்ய தேவர்கள் மூலமாக அவர் ஏற்பாடு செய்கின்றார். ஆனால் ஜீவாத்மா, தேவர்கள் ஆகிய இருவருமே பரமனின் விருப்பத்தைச் சார்ந்தவர்களே, சுதந்திரமானவர்கள் அல்ல."

ஸ்லோகம் 22

स तया श्रद्धया युक्तस्तस्याराधनमीहते ।
लभते च ततः कामान्मयैव विहितान्हि तान् ॥ २२ ॥

ஸ தயா ஷ்$_2$ரத்$_3$த$_4$யா யுக்தஸ் தஸ்யாராத$_4$னம் ஈஹதே
லப$_4$தே ச தத: காமான் மயைவ விஹிதான் ஹி தான்

ஸ:—அவன்; *தயா*—அத்துடன்; *ஷ்$_2$ரத்$_3$த$_4$யா*—நம்பிக்கையுடன்; *யுக்த:*—இணைந்து; *தஸ்ய*—அந்த தேவரது; *ஆராத$_4$னம்*—வழிபாடு; *ஈஹதே*—நாடுவதை; *லப$_4$தே*—அடைகிறான்; *ச*—மேலும்; *தத:*—அதிலிருந்து; *காமான்*—அவனது ஆசைகள்; *மயா*—என்னால்; *ஏவ*—மட்டுமே; *விஹிதான்*—ஏற்பாடு செய்யப்படுகிறது; *ஹி*—நிச்சயமாக; *தான்*—அவை.

இத்தகைய நம்பிக்கையுடன் இணைந்து, அவன் ஒரு குறிப்பிட்ட தேவரை வழிபட்டு, தனது ஆசைகளை பூர்த்தி செய்ய

முயல்கிறான். ஆனால் உண்மையில் இந்த நன்மைகளெல்லாம் என்னால் மட்டுமே அளிக்கப்படுபவையாகும்.

பொருளுரை: பரம புருஷருடைய அனுமதியின்றி தேவர்கள், தங்களது பக்தர்களுக்கு வரங்களை வழங்க முடியாது. எல்லாம் இறைவனது சொத்தே என்பதை உயிர்வாழிகள் மறக்கலாம், ஆனால் தேவர்கள் மறப்பதில்லை. எனவே, தேவர்களை வழிபடுவதும் விரும்பும் பலனை அடைவதும், தேவர்களால் அல்ல, பரம புருஷ பகவானின் ஏற்பாட்டில் நடப்பவையே. இதனை அறியாத சிற்றறிவுடைய உயிர்வாழி, சில நன்மைகளை வேண்டி முட்டாள்தனமாக தேவர்களை நாடுகிறான். ஆனால் தூய பக்தன், ஏதாவது தேவைப்படும்போது பரம புருஷரிடம் மட்டுமே வேண்டுகிறான். இருப்பினும், ஜட இலாபத்தினை வேண்டுவது தூய பக்தனுக்குரிய அடையாளமல்ல. பொதுவாக, உயிர்வாழி தனது காமத்தினை பூர்த்தி செய்வதில் பைத்தியமாக இருப்பதால், தேவர்களிடம் செல்கிறான். தேவையற்ற ஒன்றை விரும்பும் உயிர்வாழி, அவ்விருப்பம் பகவானால் நிறைவேற்றப்படாதபோது, தேவர்களிடம் செல்கிறான். பரம புருஷரை வழிபடும் அதே நேரத்தில், ஜட இன்பங்களையும் வேண்டுபவன், தனது ஆசைகளில் முரண்பாடு உடையவன் என்று சைதன்ய சரிதாம்ருதத்தில் கூறப்பட்டுள்ளது. பரம புருஷருக்கான பக்தித் தொண்டும், தேவர்களை வழிபடுவதும் ஒரே தளத்தில் இருக்க முடியாது; ஏனெனில், தேவர்களை வழிபடுவது பௌதிக நிலை, பரம புருஷருக்கான பக்தித் தொண்டோ பூரண ஆன்மீக நிலை.

முழுமுதற் கடவுளிடம் திரும்பிச் செல்ல விரும்பும் உயிர்வாழிக்கு, லௌகீக ஆசைகள் பெரும் தடைகளாகும். எனவே, பகவானின் தூய பக்தனுக்கு ஜட இலாபங்கள் அளிக்கப்படுவதில்லை. இதன் காரணத்தால், அத்தகு ஜட இலாபங்களை விரும்பும் சிற்றறிவுடைய உயிர்வாழிகள், பரம புருஷருடைய பக்தித் தொண்டில் ஈடுபடுவதற்குப் பதிலாக, ஜடவுலகின் தேவர்களை வழிபட விரும்புகின்றனர்.

ஸ்லோகம் 23

अन्तवत्तु फलं तेषां तद्भवत्यल्पमेधसाम् ।
देवान्देवयजो यान्ति मद्भक्ता यान्ति मामपि ॥ २३ ॥

அந்தவத் து ப$_2$லம்' தேஷாம்' தத்$_3$ ப$_4$வத்யல்ப-மேத$_4$ஸாம்

தே$_3$வான் தே$_3$வ-யஜோ யாந்தி மத்$_3$-ப$_4$க்தா யாந்தி மாம் அபி

அந்த-வத்—அழியக்கூடிய; *து*—ஆனால்; *ப$_2$லம்*—பழம்; *தேஷாம்*—அவர்களது; *தத்*—அந்த; *ப$_4$வதி*—ஆகின்றன; *அல்ப-மேத$_4$ஸாம்*—

சிற்றறிவு உடையோர்; *தே3வான்*—தேவர்களிடம்: *தே3வ-யஜ:*—
தேவர்களை வழிபடுவோர்; *யாந்தி*—செல்கின்றனர்; *மத்*—எனது;
ப4க்தா:—பக்தர்கள்; *யாந்தி*—அடைகின்றனர்; *மாம்*—என்னை; *அபி*—
மேலும்.

**தேவர்களை வழிபடும் சிற்றறிவு படைத்த மக்களது பலன்கள்,
தற்காலிகமானதும் ஓர் எல்லைக்கு உட்பட்டதுமாகும். தேவர்களை
வழிபடுவோர் தேவர்களின் உலகங்களுக்குச் செல்வர், ஆனால்
எனது பக்தர்கள் இறுதியில் எனது உன்னத உலகை அடைகின்றனர்.**

பொருளுரை: பகவத் கீதைக்குக் கருத்துரை செய்யும் சிலர்,
தேவர்களை வழிபடுவோரும் பரம புருஷரை அடையலாம் என்று
கூறுகின்றனர்; ஆனால் தேவர்களை வழிபடுவோர் பற்பல தேவர்கள்
வசிக்கும் பல்வேறு கிரகங்களை அடைகின்றனர் என்று இங்கே
தெளிவாகக் கூறப்பட்டுள்ளது. சூரிய தேவனை வழிபடுபவன்
சூரியனை அடைகிறான், சந்திரனை வழிபடுபவன் சந்திர லோகத்தை
அடைகிறான்; மேலும், எவரேனும் இந்திரனைப் போன்ற தேவரை
வழிபட விரும்பினால், அந்த குறிப்பிட்ட தேவரது கிரகத்தை அடைய
முடியும். எந்த தேவரை வழிபட்டாலும் சரி, அனைவரும் பரம புருஷ
பகவானை அடைகின்றனர் என்பது சரியல்ல. இக்கருத்து இங்கே
மறுக்கப்படுகின்றது; தேவர்களை வழிபடுவோர் பௌதிக உலகின்
பல்வேறு கிரகங்களை அடைகின்றனர், ஆனால் பரம புருஷரின்
பக்தர்கள் புருஷோத்தமரின் உன்னத லோகத்தை நேரடியாக
அடைகின்றனர்.

முழுமுதற் கடவுளுடைய உடலின் பற்பல அங்கங்களே தேவர்கள்
என்பதால், யாரை வழிபட்டாலும் ஒரே முடிவைத்தானே அடைய
வேண்டும் என்ற வினா எழலாம். ஆனால், உடலின் எந்தப் பகுதிக்கு
உணவளிக்கப்பட வேண்டும் என்பதை அறியாத அளவிற்கு,
தேவர்களை வழிபடுவோர் சிற்றறிவு உடையவர்களாக உள்ளனர்.
அவர்களில் சிலர், பல்வேறு உறுப்புகள் உள்ளன என்றும் உணவளிக்க
பற்பல வழிகள் உள்ளன என்றும் கூட சொல்லுமளவிற்கு,
முட்டாள்களாக உள்ளனர். அத்தகு வாதம் சற்றும் ஏற்க முடியாததாகும்.
கண்ணாலோ, காதாலோ உணவினை உட்கொள்ள யாரால் முடியும்?
பரம புருஷரது விஸ்வரூபத்தின் பற்பல உறுப்புக்களே தேவர்கள்
என்பதை அறியாத இத்தகு மக்கள், தங்களது அறியாமையின்
காரணத்தால், ஒவ்வொரு தேவரும் ஒரு தனிக் கடவுள் என்றும்
முழுமுதற் கடவுளுடைய போட்டியாளர் என்றும் நம்புகின்றனர்.

தேவர்கள் மட்டுமல்ல, சாதாரண உயிர்வாழிகளும்கூட முழுமுதற்
கடவுளுடைய பகுதிகளே. பிராமணர்கள் முழுமுதற் கடவுளது தலை

என்றும், சத்திரியர்கள் அவரது கைகள் என்றும், வைசியர்கள் அவரது இடுப்பு என்றும், சூத்திரர்கள் அவரது கால்கள் என்றும், ஒவ்வொருவரும் பல்வேறு விதத்தில் தொண்டாற்றுவதாகவும் ஸ்ரீமத் பாகவதத்தில் கூறப்பட்டுள்ளது. எந்த நிலையில் இருந்தாலும் சரி, தானும் தேவர்களும் பரம புருஷரது அம்சங்களே என்பதை எவனொருவன் அறிந்து கொள்கிறானோ, அவனது அறிவு பக்குவமானதாகும். ஆனால் இதனைப் புரிந்துகொள்ளாதவன், தேவர்கள் வசிக்கும் பற்பல கிரகங்களை அடைகிறான். அவன் செல்லும் இடம், பக்தன் அடையக்கூடிய இலக்கிலிருந்து வேறுபட்டதாகும்.

தேவர்களது வரங்களால் பெறப்படும் நன்மைகள் அனைத்தும் அழியக் கூடியவை; ஏனெனில், இந்த ஜடவுலகிலுள்ள கிரகங்கள், தேவர்கள், தேவர்களை வழிபடுவோர் என அனைத்துமே அழிவுக்கு உட்பட்டவை. எனவே, தேவர்களை வழிபடுவதால் பெறப்படும் பலன்கள் யாவும் அழியக் கூடியவை என்று மிகத் தெளிவாக இந்த ஸ்லோகத்தில் கூறப்பட்டுள்ளது, இதன் காரணத்தால் சிற்றறிவுடைய உயிர்வாழிகள் மட்டுமே அத்தகு வழிபாட்டில் ஈடுபடுகின்றனர். பரம புருஷரது பக்தித் தொண்டில், கிருஷ்ண உணர்வில் ஈடுபட்டிருக்கும் தூய பக்தர், ஞானம் நிறைந்த ஆனந்தமயமான நித்திய வாழ்வினை அடைவதால், தேவர்களை வழிபடும் சாதாரண நபருடைய வெற்றியிலிருந்து இவரது வெற்றி முற்றிலும் வேறுபட்டதாகும். முழுமுதற் கடவுள் எல்லையற்றவர்; அவரது ஆதரவு எல்லையற்றது; அவரது கருணை எல்லையற்றது. எனவே, தனது தூய பக்தர்களின் மீதான அவரது கருணையும் எல்லையற்றது.

ஸ்லோகம் 24

अव्यक्तं व्यक्तिमापन्नं मन्यन्ते मामबुद्धयः ।
परं भावमजानन्तो ममाव्ययमनुत्तमम् ॥ २४ ॥

அவ்யக்தம்' வ்யக்திம் ஆபன்னம்' மன்யந்தே மாம் அபு₃த்₃த₄ய:
பரம்' பா₄வம் அஜானந்தோ மமாவ்யயம் அனுத்தமம்

அவ்யக்தம்—தோன்றாத; *வ்யக்திம்*—வியக்தித்துவம்; *ஆபன்னம்*—அடைந்த; *மன்யந்தே*—எண்ணுகின்றனர்; *மாம்*—என்னை; *அபுத்₃த₄ய:*—சிற்றறிவு உடையோர்; *பரம்*—பரம; *பா₄வம்*—நிலையை; *அஜானந்த:*—அறியாமல்; *மம*—எனது; *அவ்யயம்*—அழிவற்ற; *அன்-உத்தமம்*—மிகவும் உயர்ந்தது.

என்னைப் பக்குவமாக அறியாத அறிவற்ற மனிதர்கள், கிருஷ்ணர் எனப்படும் பரம புருஷ பகவானாகிய நான், முன்னர் அருவமாக இருந்ததாகவும் தற்போது உருவத்தை ஏற்றிருப்பதாகவும்

எண்ணுகின்றனர். அவர்களது சிற்றறிவினால், அழிவற்றதும் மிகவுயர்ந்ததுமான எனது பரம இயற்கையைப் பற்றி அவர்கள் அறியார்.

பொருளுரை: தேவர்களை வழிபடுவோர் சிற்றறிவுடையோர் என்று ஏற்கனவே கூறப்பட்டது. இங்கே அருவவாதிகளும் அவ்வாறே வர்ணிக்கப்படுகின்றனர். பகவான் கிருஷ்ணர் அர்ஜுனனின் முன்பு தனது தனிப்பட்ட உருவத்துடன் இங்கே பேசிக் கொண்டுள்ள போதிலும், அறியாமையின் காரணத்தால், இறைவனுக்கு உண்மையில் உருவம் கிடையாது என்று அருவவாதிகள் வாதிக்கின்றனர். இராமானுஜாசாரியரது குரு பரம்பரையைச் சேர்ந்த மாபெரும் பக்தரான யாமுனாசாரியர், இது சம்பந்தமாக மிகவும் பொருத்தமான ஒன்றினை எழுதியுள்ளார். அவர் கூறுகிறார்,

த்வாம்' ஷீ$_2$ல-ரூப-சரிதை: பரம-ப்ரக்ரு'ஷ்டை:
ஸத்த்வேன ஸாத்த்விகதயா ப்ரப$_3$லைஷ்$_2$ ச ஷா$_2$ஸ்த்ரை:
ப்ரக்$_2$யாத-தை$_3$வ-பரமார்த$_2$-விதா$_3$ம்' மதைஷ்$_2$ ச
நைவாஸுர-ப்ரக்ரு'தய: ப்ரப$_4$வந்தி போ$_3$த்$_3$து$_4$ம்

"எம்பெருமானே, வியாஸதேவர், நாரதர் முதலிய பக்தர்கள், உம்மை முழுமுதற் கடவுளாக அறிகின்றனர். பல்வேறு வேத இலக்கியங்களை புரிந்துகொள்வதன் மூலம், உமது குணம், ரூபம், லீலைகளை அறிய முடியும்; அதன் மூலம் நீரே பரம புருஷ பகவான் என்பதையும் புரிந்துகொள்ளலாம். ஆனால் ரஜோ குணத்திலும் தமோ குணத்திலும் உள்ள அபக்தர்களான அசுரர்கள் உம்மைப் புரிந்துகொள்ள முடியாது. அவர்கள் உம்மைப் புரிந்துகொள்ள இயலாதவர்கள். வேதாந்தம், உபநிஷத், மற்றும் இதர வேத நூல்களை விவாதிப்பதில், அவர்கள் எவ்வளவுதான் திறமைசாலியாக இருப்பினும், பரம புருஷரான உம்மைப் புரிந்துகொள்வது அவர்களுக்கு சாத்தியமல்ல." (*ஸ்தோத்ர ரத்ன* 12)

வேதாந்த இலக்கியங்களைக் கற்பதால் மட்டும் முழுமுதற் கடவுளை அறிய முடியாது என்று பிரம்ம சம்ஹிதையில் கூறப்பட்டுள்ளது. முழுமுதற் கடவுளுடைய கருணையால் மட்டுமே அவரது வியக்தித்துவத்தை அறிந்துகொள்ள முடியும். எனவேதான், தேவர்களை வழிபடுவோர் மட்டும் சிற்றறிவு படைத்தவர்களல்ல, பகவானின் வியக்தித்துவத்தைப் புரிந்துகொள்ள இயலாமல், உண்மையான கிருஷ்ண உணர்வு சற்றுமின்றி, வேதாந்தம் மற்றும் வேத இலக்கியங்களைப் பற்றிய அனுமானத்தில் ஈடுபட்டுள்ள அபக்தர்களும் சிற்றறிவு படைத்தவர்களே என்று இந்த ஸ்லோகத்தில்

தெளிவாகக் கூறப்பட்டுள்ளது. 'பூரண உண்மை அருவமானது' எனும் கருத்தை உடையவர்கள் *அபு$_4$த்$_3$த$_4$ய:,* பூரண உண்மையின் இறுதி நிலையை அறியாதவர்கள், என்று அழைக்கப்படுகின்றனர். பரமனைப் பற்றிய உணர்வு, அருவ பிரம்மனில் தொடங்கி, பரமாத்ம நிலைக்கு உயர்வு பெறுகிறது—ஆனால் பூரண உண்மையின் இறுதிச் சொல் 'பகவான்' என்று ஸ்ரீமத் பாகவதத்தில் கூறப்பட்டுள்ளது. நவீன கால அருவவாதிகள், இவர்களைவிட மேலும் சிற்றறிவு படைத்தவர்கள்; ஏனெனில், கிருஷ்ணரே பரம புருஷ பகவான் என உறுதியுடன் கூறிய, அவர்களது தலைசிறந்த முன்னோரான சங்கராசாரியரையே அவர்கள் பின்பற்றுவதில்லை. எனவே, பரம உண்மையை அறியாத அருவவாதிகள், கிருஷ்ணர், தேவகி வசுதேவரின் புதல்வர் மட்டுமே, அல்லது ஓர் இளவரசர், அல்லது பலம் பொருந்திய ஒரு சாதாரண ஜீவாத்மா என்று கருதுகின்றனர். இதுவும் பகவத் கீதையில் (9.11) கண்டிக்கப்பட்டுள்ளது. *அவஜானந்தி மாம் மூடா$_4$ மானுஸீம் தனும் ஆஷ்$_2$ரிதம்*—முட்டாள்கள் மட்டுமே என்னை சாதாரண மனிதனாகக் கருதுவர்.

உண்மை என்னவென்றால், பக்தித் தொண்டு ஆற்றாமல், கிருஷ்ண உணர்வினை விருத்தி செய்யாமல், யாரும் கிருஷ்ணரைப் புரிந்துகொள்ள முடியாது. பாகவதம் (10.14.29) இதனை உறுதி செய்கின்றது:

அதா$_2$பி தே தே$_3$வ பதா$_3$ம்பு$_3$ஜ-த்$_3$வய-
ப்ரஸாத$_3$-லேஷா$_2$னுக்$_3$ரு'ஹீத ஏவ ஹி
ஜானாதி தத்த்வம்' ப$_4$க$_3$வன்-மஹிம்னோ
ந சான்ய ஏகோ 'பி சிரம்' விசின்வன்

"எம்பெருமானே, உமது தாமரைத் திருவடிகளின் கருணையை ஒருவன் சிறிதளவு பெற்றால், அவன் உமது வியக்தித்துவத்தின் மகத்துவத்தை புரிந்துகொள்ள முடியும். ஆனால், பரம புருஷ பகவானைப் பற்றி யூகிப்பவர்கள், பல வருடங்களாக தொடர்ந்து வேதங்களைப் படித்தாலும், உம்மை அறிய இயலாதவர்களாவர்." பரம புருஷ பகவானான கிருஷ்ணரது ரூபம், குணம், அல்லது நாமத்தின் மகிமைகளை, மன அனுமானத்தினாலும் வேத இலக்கியங்களை விவாதிப்பதாலும் புரிந்துகொள்ள முடியாது. அவரை பக்தித் தொண்டினால் மட்டுமே புரிந்துகொள்ள வேண்டும். ஹரே கிருஷ்ண, ஹரே கிருஷ்ண, கிருஷ்ண கிருஷ்ண, ஹரே ஹரே/ ஹரே ராம, ஹரே ராம, ராம ராம, ஹரே ஹரே என்ற மஹாமந்திர உச்சரிப்புடன் தொடங்கக்கூடிய கிருஷ்ண உணர்வில் பூரணமாக ஈடுபடும்போது, பரம புருஷ பகவானைப் புரிந்துகொள்ள முடியும். கிருஷ்ணரது உடல்

இந்த ஜட இயற்கையினால் ஆனது என்றும், அவரது லீலைகள், அவரது ரூபம் மற்றும் அனைத்தும் மாயை என்றும், பக்தியற்ற அருவவாதிகள் எண்ணுகின்றனர். இத்தகு அருவவாதிகள் *மாயாவாதி₃கள்* என்று அறியப்படுகின்றனர். இவர்கள் இறுதி உண்மையை அறியாதவர்கள்.

இருபதாவது ஸ்லோகம் மிகத் தெளிவாகக் கூறுகின்றது, *காமைஸ் தைஸ் தைர் ஹ்ருத-ஜ்ஞானா: ப்ரபத்₃யந்தே 'ன்ய-தே₃வதா:*—"காம இச்சையினால் குருடானவர்கள் பல்வேறு தேவர்களிடம் சரணடைகின்றனர்." பரம புருஷ பகவான் மட்டுமின்றி பல்வேறு தேவர்களும் உள்ளனர் என்பதும், அத்தகு தேவர்களுக்கென குறிப்பிட்ட லோகங்களும் பகவானுக்கென குறிப்பிட்ட லோகமும் உள்ளது என்பதும் பொதுவாக ஏற்றுக்கொள்ளப்படுகிறது. இருபத்தி மூன்றாம் ஸ்லோகத்தில் கூறப்பட்டுள்ளபடி, *தே₃வான் தே₃வ-யஜோ யாந்தி மத்₃-ப₄க்தா யாந்தி மாம் அபி*—தேவர்களை வழிபடுவோர் தேவர்களுடைய பல்வேறு லோகங்களை அடைகின்றனர், பகவான் கிருஷ்ணரின் பக்தர்கள் கிருஷ்ண லோகத்தை அடைகின்றனர். இக்கருத்து தெளிவாக கூறப்பட்டிருப்பினும், அருவவாதிகள், கடவுள் உருவமற்றவர் என்றும், இந்த உருவங்கள் அனைத்தும் கற்பனையானவை என்றும் கூறுகின்றனர். கீதையைப் படித்ததிலிருந்து தேவர்களும் அவர்களது லோகங்களும் அருவமானவை என்று தோன்றுகின்றதா? நிச்சயமாக, தேவர்களும் சரி, பரம புருஷ பகவானான கிருஷ்ணரும் சரி, அருவமானவர்கள் அல்ல. அவர்கள் அனைவரும் நபர்கள்; பகவான் கிருஷ்ணர் முழுமுதற் கடவுள், அவருக்கு சொந்த வாசஸ்தலம் உண்டு, அதுபோல தேவர்களுக்கும் தலங்கள் உண்டு.

எனவே, "இறுதி உண்மை அருவமானது, உருவம் அடையாளம் காண்பதற்கே" எனும் நிர்விசேஷக் கருத்து உண்மைக்குப் புறம்பானதாகும். உருவம் அடையாளமல்ல என்பது இங்கே தெளிவாகக் கூறப்பட்டுள்ளது. தேவர்களது ரூபங்களும் பரம புருஷரது ரூபமும் ஒரே சமயத்தில் இருக்கக் கூடியவை என்றும், பகவான் கிருஷ்ணர் *ஸச்-சித்₃-ஆனந்த₃*மயமானவர் (நித்தியமான ஆனந்த அறிவுடையவர்) என்றும், நாம் பகவத் கீதையிலிருந்து தெளிவாகப் புரிந்துகொள்ளலாம். மேலும், பரம பூரண உண்மை, இயற்கையிலேயே பூரண ஆனந்தம் உடையவர் (*ஆனந்த₃-மயோ 'ப்₄யா ஸாத்*) என்றும், எல்லையற்ற மங்கலகரமான குணங்களின் இருப்பிடம் அவரே என்றும், வேதங்களும் உறுதி செய்கின்றன. தான் பிறப்பற்றவன் (*அஜ*) என்றபோதிலும், தனது விருப்பப்படி

தோன்றுவதாக பகவான் கீதையில் கூறுகிறார். இத்தகு உண்மைகளே நாம் பகவத் கீதையிலிருந்து கற்றுக்கொள்ள வேண்டியவை. பரம புருஷ பகவான் எவ்வாறு அருவமாக இருக்க முடியும் என்பது நமக்குப் புரிவதில்லை; கீதையின் வார்த்தைகளைப் பொறுத்தவரை, அருவவாதிகளின் அடையாளக் கொள்கை பொய்யானதாகும். பரம பூரண உண்மையான பகவான் கிருஷ்ணருக்கு, ரூபமும் தனித்தன்மையும் உண்டு என்பது இந்த ஸ்லோகத்திலிருந்து மிகவும் தெளிவாகிறது.

ஸ்லோகம் 25

नाहं प्रकाशः सर्वस्य योगमायासमावृतः ।
मूढोऽयं नाभिजानाति लोको मामजमव्ययम् ॥ २५ ॥

நாஹம்' ப்ரகாஷ:$_2$ ஸர்வஸ்ய யோக$_3$-மாயா-ஸமாவ்ரு'த:
மூடோ$_4$ 'யம்' நாபி$_4$ஜானாதி லோகோ மாம் அஜம் அவ்யயம்

ந—இல்லை; *அஹம்*—நான்; *ப்ரகாஷ$_2$*—தோன்றுவது; *ஸர்வஸ்ய*—எல்லாருக்கும்; *யோக$_3$-மாயா*—அந்தரங்க சக்தியினால்; *ஸமா வ்ரு'த:*—மறைக்கப்பட்டு; *மூட:$_4$*—முட்டாள்; *அயம்*—இதை; *ந*—இல்லை; *அபி$_4$ஜானாதி*—அறிய முடியும்; *லோக:*—நபர்கள்; *மாம்*—என்னை; *அஜம்*—பிறப்பற்ற; *அவ்யயம்*—அழிவற்ற.

சிற்றறிவுடையோனுக்கும் முட்டாளுக்கும் நான் ஒருபோதும் தோன்றுவதில்லை. நான் எனது அந்தரங்க சக்தியால் மறைக்கப்பட்டுள்ளதால், நான் பிறப்பற்றவன், அழிவற்றவன் என்பதை இவர்கள் அறிவதில்லை.

பொருளுரை: கிருஷ்ணர் இவ்வுலகில் இருந்தபோது, அவர் அனைவரின் கண்களுக்கும் புலப்பட்டார்—அப்படி இருக்கையில் அவர் அனைவருக்கும் தோன்றுவதில்லை என்று எவ்வாறு கூற முடியும்? எனும் வாதம் எழலாம். ஆனால் உண்மை என்னவெனில், அவர் தன்னை எல்லாருக்கும் வெளிப்படுத்துவதில்லை. கிருஷ்ணர் இங்கே இருந்தபோது, அவரே பரம புருஷ பகவான் என்பதை ஒரு சிலரே புரிந்துகொள்ள முடிந்தது. குரு வம்சத்தினரின் சபையில், கிருஷ்ணரைத் தலைவராக தேர்ந்தெடுத்ததை எதிர்த்து சிசுபாலன் பேசியபோது, கிருஷ்ணரை ஆதரித்த பீஷ்மர், அவரே முழுமுதற் கடவுள் என்று பிரகடனம் செய்தார். அதுபோலவே, கிருஷ்ணர் மட்டுமே பரம புருஷர், அனைவரும் அல்ல என்பதை பாண்டவர்களும் வேறு சிலரும்கூட அறிந்திருந்தனர். பக்தர் அல்லாதவர்களுக்கும், சாதாரண மனிதனுக்கும் அவர் வெளிப்படுவதில்லை. எனவே, அவரது தூய பக்தர்களைத் தவிர, அனைவரும் அவரை தங்களைப்

போன்ற சாதாரண நபராகக் கருதுகின்றனர் என்று பகவத் கீதையில் கிருஷ்ணர் கூறுகிறார். அவர் தனது பக்தர்களுக்கு மட்டுமே ஆனந்தப் பெருங்கடலாக காட்சியளிக்கிறார். ஆனால் அறிவற்ற பக்தர்களுக்கு அவர் தனது அந்தரங்க சக்தியால் மறைக்கப்பட்டுள்ளார்.

ஸ்ரீமத் பாகவதத்தில் (1.8.19) குந்தி தேவியின் வந்தனையில், யோக மாயை எனும் திரையினால் பகவான் மறைக்கப்பட்டிருப்பதாகவும், சாதாரண மக்கள் அவரைப் புரிந்துகொள்ள முடியாது என்றும் கூறப்பட்டுள்ளது. இந்த யோக மாயை எனும் திரை ஈஷோபநிஷத்திலும் (மந்திரம் 15) உறுதி செய்யப்பட்டுள்ளது, அதில் ஒரு பக்தர் பிரார்த்திக்கிறார்:

ஹிரண்மயேன பாத்ரேண ஸத்யஸ்யாபிஹிதம்' முக$_2$ம்
தத் த்வம்' பூஷன்ன் அபாவ்ரு'ணு ஸத்ய-த$_4$ர்மாய த்$_3$ரு'ஷ்டயே

"எம்பெருமானே, அகிலங்களை எல்லாம் பராமரிப்பவர் நீரே, உமக்கு பக்தித் தொண்டு ஆற்றுவதே அறக் கொள்கைகளில் தலை சிறந்ததாகும். எனவே, என்னையும் பராமரிக்குமாறு உம்மிடம் வேண்டுகிறேன். உமது திவ்யமான ரூபம், யோக மாயையினால் மறைக்கப்பட்டுள்ளது. பிரம்மஜோதியே அந்தரங்க சக்தியின் திரையாகும். உமது *ஸச்–சித்$_3$–ஆனந்த$_3$–விக்$_3$ரஹத்தை* (நித்தியமான அறிவு நிறைந்த ஆனந்த ரூபத்தினை) காணவிடாமல் என்னைத் தடுக்கும் இந்தப் பேரொளியினை தயவுசெய்து விலக்குவீராக." ஆனந்தமும், அறிவும் நிறைந்த பரம புருஷ பகவானின் திவ்ய ரூபம், அவரது அந்தரங்க சக்தியான பிரம்மஜோதியினால் கவரப் பட்டுள்ளதால், அறிவில் குன்றியவர்களான அருவவாதிகள் பரமனைக் காண முடியாது.

ஸ்ரீமத் பாகவதத்திலும் (10.14.7), பிரம்மா பின்வருமாறு வேண்டுகிறார்: "பரம புருஷ பகவானே, பரமாத்மாவே, இரகசியங்களின் எஜமானரே! உமது சக்திகளையும் லீலைகளையும் கணக்கிட இவ்வுலகில் யாரால் முடியும்? நீர் எப்போதும் உமது அந்தரங்க சக்தியைப் பெருக்கிக் கொண்டிருப்பதால், உம்மை யாராலும் புரிந்துகொள்ள முடியாது. கற்றறிந்த விஞ்ஞானிகளும், அறிஞர்களும், ஜடவுலகத்தின் அணுக்களை வேண்டுமானால் கணக்கிட முடியும்; ஆனால் தங்களது கண்களுக்கு முன் இருந்தாலும், உமது சக்தியையும் குணங்களையும் அவர்களால் கணக்கிட இயலாது." பரம புருஷ பகவானான ஸ்ரீ கிருஷ்ணர் பிறப்பற்றவர் மட்டுமல்ல, அழிவற்றவரும் (*அவ்யய*) ஆவார். அவரது நித்திய ரூபம், அறிவும் ஆனந்தமும் நிறைந்தது, அவரது சக்திகள் அனைத்தும் அழிவற்றவை.

ஸ்லோகம் 26

वेदाहं समतीतानि वर्तमानानि चार्जुन ।
भविष्याणि च भूतानि मां तु वेद न कश्चन ॥ २६ ॥

வேதா₃ஹம்' ஸமதீதானி வர்தமானானி சார்ஜுன
ப₄விஷ்யாணி ச பூ₄தானி மாம்' து வேத₃ ந கஷ்₂சன

வேத₃—அறிவேன்; அஹம்—நான்; ஸமதீதானி—கடந்தகாலம்; வர்த-
மானானி—நிகழ்காலம்; ச—மேலும்; அர்ஜுன—அர்ஜுனனே;
ப₄விஷ்யாணி—எதிர்காலம்; ச—மேலும்; பூ₄தானி—எல்லா உயிர்
வாழிகளையும்; மாம்—என்னை; து—ஆனால்; வேத₃—அறிந்தவன்; ந—
இல்லை; கஷ்₂சன—யாரும்.

**அர்ஜுனனே, முழுமுதற் கடவுளான நான், கடந்தகாலத்தில்
நடந்தவை, தற்போது நடப்பவை, இனி நடக்க போகின்றவை
அனைத்தையும் அறிவேன். நான் எல்லா ஜீவாத்மாக்களையும்
நன்கறிவேன், ஆனால் என்னை அறிந்தவர் யாருமில்லை.**

பொருளுரை: இங்கே, உருவம், அருவத்தைப் பற்றிய வினா நன்றாக
விளக்கப்பட்டுள்ளது. அருவவாதிகள் கூறுவதுபோல பரம புருஷ
பகவான் ஸ்ரீ கிருஷ்ணரின் ரூபம் பௌதிகமானதாக, மாயையாக
இருந்தால், உயிர்வாழிகளைப் போல அவரும் தனது உடலை மாற்ற
வேண்டியிருக்கும், மேலும், அதன் மூலம் தனது கடந்தகால வாழ்வின்
நினைவுகள் அனைத்தையும் இழந்திருப்பார். ஜடவுடலில் வசிக்கும்
எவரும், தனது முற்பிறவியை நினைவிற்கொள்ளவோ, எதிர்கால
வாழ்வினை முன்னுரைக்கவோ, தனது தற்கால வாழ்வின்
விளைவுகளை அறியவோ இயலாது; எனவே, அவன் கடந்த, நிகழ்,
எதிர்காலத்தினை அறியாதவன். பௌதிகக் களங்கத்திலிருந்து
விடுபடாத வரை, இறந்த, நிகழ், எதிர்காலத்தினை எவரும் அறிய
இயலாது.

சாதாரண ஜீவாத்மாவைப் போலன்றி, கடந்தகாலத்தில் நடந்தவை,
தற்போது நடப்பவை, வருங்காலத்தில் நடக்கப் போகின்றவை ஆகிய
அனைத்தையும் முழுமையாக அறிவேன் என்று தெளிவாகக்
கூறுகிறார் பகவான் கிருஷ்ணர். நான்காம் அத்தியாயத்தில்,
கோடிக்கணக்கான வருடங்களுக்கு முன்பு சூரியதேவனான
விவஸ்வானுக்கு உபதேசித்ததை அவர் நினைவுகூர்வதை நாம்
கண்டோம். ஒவ்வோர் உயிர்வாழியின் இதயத்திலும் பரமாத்மாவாக
வீற்றிருப்பதால், கிருஷ்ணர் ஒவ்வோர் உயிர்வாழியையும் அறிவார்.
ஆனால், அவ்வாறு ஒவ்வொரு உயிர்வாழியிலும் பரமாத்மாவாக
வீற்றுள்ளபோதிலும், தனிப்பட்ட முறையில் பரம புருஷ பகவானாக

உள்ளபோதிலும், சிற்றறிவுடையவர்கள், அருவ பிரம்மனை அறிய முடிந்தாலும், ஸ்ரீ கிருஷ்ணரை பரம புருஷராக உணர முடியாது. நிச்சயமாக, ஸ்ரீ கிருஷ்ணரது திவ்யமான உடல் அழியக் கூடியதல்ல. அவர் சூரியனைப் போன்றவர், மாயை மேகத்தைப் போன்றது. சூரியன், மேகம், பற்பல நட்சத்திரங்கள், மற்றும் கிரகங்கள் இருப்பதை ஜடவுலகில் நாம் காண முடிகிறது. சில சமயங்களில், ஆகாயத்தில் உள்ள அனைத்தையும் மேகங்கள் தற்காலிகமாக மறைக்கலாம்; ஆனால் அத்தகு மறைவு நமது எல்லைக்கு உட்பட்ட பார்வையில் மட்டுமே. சூரியன், சந்திரன், மற்றும் நட்சத்திரங்கள் உண்மையில் மறைக்கப்படுவதில்லை. அதுபோல மாயையும் பரம புருஷரை மறைக்க முடியாது. தனது அந்தரங்க சக்தியினால் அவர் சிற்றறிவுடையோருக்குத் தோன்றுவதில்லை. இந்த அத்தியாயத்தின் மூன்றாவது ஸ்லோகத்தில் கூறப்பட்டபடி, கோடிக்கணக்கான மனிதரில் ஒரு சிலரே தங்களது மனிதப் பிறவியை பக்குவப்படுத்த முயல்கின்றனர், அவ்வாறு பக்குவமடைந்த ஆயிரக்கணக்கான மனிதரில் ஒருவரே பகவான் கிருஷ்ணரை சரியாகப் புரிந்துகொள்ள முடியும். அருவ பிரம்மனையோ, இதயவாசியான பரமாத்மாவையோ உணர்வதில் ஒருவன் பக்குவமடைந்திருந்தாலும், கிருஷ்ண உணர்வில் ஈடுபடாமல், ஸ்ரீ கிருஷ்ணரை முழுமுதற் கடவுளாக உணர்வது சாத்தியமற்றதாகும்.

ஸ்லோகம் 27

इच्छाद्वेषसमुत्थेन द्वन्द्वमोहेन भारत ।
सर्वभूतानि सम्मोहं सर्गे यान्ति परन्तप ॥ २७॥

இச்சா$_2$-த்$_3$வேஷ-ஸமுத்தே$_2$ன த்$_3$வந்த்$_3$வ-மோஹேன பா$_4$ரத
ஸர்வ-பூ$_4$தானி ஸம்மோஹம்' ஸர்கே$_3$ யாந்தி பரந்தப

இச்சா$_2$—விருப்பு; *த்$_3$வேஷ*—வெறுப்பு; *ஸமுத்தே$_2$ன*—எழக்கூடிய; *த்$_3$வந்த்$_3$வ*—இருமை; *மோஹேன*—மோகத்தினால், *பா$_4$ரத*—பரதகுலத் தோன்றலே, *ஸர்வ*—எல்லா; *பூ$_4$தானி*—உயிர்வாழிகள்; *ஸம்மோஹம்*—மயக்கத்தில்; *ஸர்கே$_3$*—பிறக்கும்போது; *யாந்தி*—செல்வன; *பரந்தப*—எதிரிகளை வெல்வோனே.

பரத குலத் தோன்றலே, எதிரிகளை வெல்வோனே! விருப்பு வெறுப்பினால் உண்டான இருமைகளில் மயங்கியுள்ள எல்லா உயிர்வாழிகளும், மிகுந்த குழப்பத்துடன் பிறந்துள்ளனர்.

பொருளுரை: தூய ஞானமான முழுமுதற் கடவுளுக்குக் கீழ்படிந்து செயல்படுவதே உயிர்வாழிகளின் உண்மையான ஸ்வரூப நிலையாகும். இந்த தூய ஞானத்திடமிருந்து பிரிவது எனும்

மயக்கத்தை ஒருவன் அடையும்போது, அவன் மாயையின் சக்தியால் கட்டுப்படுத்தப்பட்டு, பரம புருஷ பகவானைப் புரிந்துகொள்ள முடியாதவனாக ஆகிவிடுகிறான். மாயையின் சக்தி, விருப்பு வெறுப்பு எனும் இருமையில் தோன்றுகிறது. இந்த விருப்பு வெறுப்பின் காரணத்தினால், முழுமுதற் கடவுளுடன் ஐக்கியமாக விரும்பும் முட்டாள் மனிதன், பரம புருஷ பகவானான கிருஷ்ணரின் மீது பொறாமை கொள்கிறான். விருப்பு வெறுப்புகளால் களங்கமடையாத, மயங்காத தூய பக்தர்கள், பகவான் ஸ்ரீ கிருஷ்ணர் தனது அந்தரங்க சக்தியின் மூலம் தோன்றுகிறார் என்பதைப் புரிந்துகொள்ள முடியும், ஆனால் இருமையாலும் அறியாமையாலும் மயங்கியவர்கள், பரம புருஷ பகவான் ஜட சக்தியினால் படைக்கப்பட்டவர் என்று எண்ணுகின்றனர். இஃது அவர்களது துரதிர்ஷ்டம். இவ்வாறு மயங்கியவர்கள், இதற்கு அடையாளமாக, மான அவமானம், இன்ப துன்பம், ஆண் பெண், நல்லது கெட்டது, சுகம் துக்கம் முதலிய மயக்கங்களில் ஆழ்ந்து, "இவள் எனது மனைவி; இஃது எனது வீடு; நானே இந்த வீட்டின் தலைவன்; இந்த நாயகியின் கணவன் நானே" என்று எண்ணுகின்றனர். இதுவே மயக்கத்தின் இருமைகளாகும். இருமைகளால் இவ்வாறு மயங்கியவர்கள் முழு முட்டாள்கள் என்பதால், பரம புருஷ பகவானைப் புரிந்துகொள்ள முடியாது.

ஸ்லோகம் 28

येषां त्वन्तगतं पापं जनानां पुण्यकर्मणाम् ।
ते द्वन्द्वमोहनिर्मुक्ता भजन्ते मां दृढव्रताः ॥ २८ ॥

யேஷாம்' த்வ் அந்த-க₃தம்' பாபம்' ஜனானாம்' புண்ய-கர்மணாம்
தே த்₃வந்த்₃வ-மோஹ-நிர்முக்தா ப₄ஜந்தே மாம்' த்₃ரு'ட₄-வ்ரதா:

யேஷாம்—எவர்களது; *து*—ஆனால்; *அந்த-க₃தம்*—முழுமையாக ஒழிக்கப்பட்டுள்ளதோ; *பாபம்*—பாவங்கள்; *ஜனானாம்*—மனிதர்களின்; *புண்ய*—புண்ணிய; *கர்மணாம்*—முற்செயல்கள்; *தே*—அவர்கள்; *த்₃வந்த்₃வ*—இருமையின்; *மோஹ*—மயக்கத்திலிருந்து; *நிர்முக்தா*—விடுபட்டு; *ப₄ஜந்தே*—பக்தித் தொண்டில் ஈடுபடுகின்றனர்; *மாம்*—எனது; *த்₃ரு'ட₄-வ்ரதா:*—மன உறுதியுடன்.

முற்பிறவியிலும், இப்பிறவியிலும் புண்ணிய செயல்களில் ஈடுபட்டு, எவர்களது பாவ விளைவுகள் முழுமையாக ஒழிக்கப்பட்டுவிட்டதோ, எவர்கள் மயக்கத்தின் இருமையிலிருந்து பூரணமாக விடுபட்டுள்ளார்களோ, அவர்களே எனது பக்தித் தொண்டில் மனவுறுதியுடன் ஈடுபடுவர்.

பொருளுரை: திவ்யமான நிலைக்கு ஏற்றம் பெறத் தகுதி வாய்ந்தவர்களை இந்த ஸ்லோகம் சுட்டிக்காட்டுகிறது. பாவிகள், நாத்திகர்கள், முட்டாள்கள் மற்றும் வஞ்சகர்களுக்கு, விருப்பு வெறுப்பின் இருமையைக் கடப்பது மிகவும் கடினம். அறநெறிகளைப் பயிற்சி செய்து வாழ்வைக் கழித்தவர்கள், புண்ணியம் செய்தவர்கள், பாவ விளைவுகளை வென்றவர்கள் ஆகியோர் மட்டுமே, பக்தித் தொண்டினை ஏற்று, படிப்படியாக பரம புருஷ பகவானைப் பற்றிய தூய ஞானத்தினை அடைய முடியும். ஆன்மீகத் தளத்தில் நிலைபெறுவதற்கான வழிமுறை இதுவே. இத்தகு ஏற்றம், தூய பக்தர்களின் தொடர்பினால், கிருஷ்ண உணர்வின் மூலம் சாத்தியமாகும்; ஏனெனில், சிறந்த பக்தர்களின் சங்கத்தினால் மயக்கத்திலிருந்து விடுபட முடியும்.

ஸ்ரீமத் பாகவதத்தில் (5.5.2) கூறப்பட்டுள்ளபடி, உண்மையிலேயே ஒருவன் முக்தியை விரும்பினால், அவன் பக்தர்களுக்குத் தொண்டு செய்ய வேண்டும் (*மஹத்-ஸேவாம் த்$_3$வாரம் ஆஹுர் விமுக்தே:*); ஆனால் பௌதிகவாதிகளின் தொடர்பில் இருப்பவன், இருள் சூழ்ந்த இடத்தை நோக்கிச் செல்லும் பாதையில் உள்ளான் (*தமோ-த்$_3$வாரம் யோஷிதாம் ஸங்கி$_3$-ஸங்க$_3$ம்*). இவ்வுலகிலுள்ள கட்டுண்ட ஆத்மாக்களை மயக்கத்தில் இருந்து விடுவிப்பதற்காகவே பகவானின் அனைத்து பக்தர்களும் இப்பூவுலகில் பயணம் செய்கின்றனர். பரம புருஷருக்குக் கீழ்ப்படிந்து செயல்படுவதே தங்களது ஸ்வரூப நிலை என்பதை மறந்திருப்பது, கடவுளின் சட்டத்தைக் கடுமையாக மீறுவதாகும் என்பதை அருவவாதிகள் அறிவதில்லை. தனது ஸ்வரூப நிலையில் மீண்டும் நிலைபெறாத வரை, முழுமுதற் கடவுளைப் புரிந்துகொள்வதோ, மன உறுதியுடன் அவரது திவ்யமான அன்புத் தொண்டில் முழுமையாக ஈடுபடுவதோ, சாத்தியம் இல்லாததாகும்.

ஸ்லோகம் 29

जरामरणमोक्षाय मामाश्रित्य यतन्ति ये ।
ते ब्रह्म तद्विदु: कृत्स्नमध्यात्मं कर्म चाखिलम् ॥ २९ ॥

ஜரா-மரண-மோக்ஷாய மாம் ஆஷ்$_2$ரித்ய யதந்தி யே
தே ப்$_3$ரஹ்ம தத்$_3$ விது:$_3$ க்ரு'த்ஸ்னம் அத்$_4$யாத்மம்' கர்ம சாகி$_2$லம்

ஜரா—முதுமை; *மரண*—மரணத்திலிருந்து; *மோக்ஷாய*—மோக்ஷம் வேண்டி; *மாம்*—என்னிடம்; *ஆஷ்$_2$ரித்ய*—அடைக்கலம் புகுந்து; *யதந்தி*—முயல்கின்றனர்; *யே*—அவர்கள் எல்லோரும்; *தே*—அத்தகையோர்; *ப்$_3$ரஹ்ம*—பிரம்மன்; *தத்*—உண்மையில்; *விது:$_3$*—அவர்கள் அறிவார்கள்;

க்ரு'த்ஸ்னம்—அனைத்தையும்;   அத்₄யாத்மன்—திவ்யமான;   கர்ம—
செயல்கள்; ச—கூட; அகி₂லம்—முழுமையாக.

**முதுமையிலிருந்தும், மரணத்திலிருந்தும் விடுபட முயலும்
அறிவுடையோர், பக்தித் தொண்டின் மூலம் என்னிடம்
அடைக்கலம் புகுகின்றனர். திவ்யமானச் செயல்களைப் பற்றிய
அனைத்தையும் அறிவதால், அவர்கள் உண்மையில் பிரம்மனே.**

பொருளுரை: பிறப்பு, இறப்பு, முதுமை, நோய் ஆகியவை இந்த ஜட
உடலைத்தான் பாதிக்கின்றன, ஆன்மீக உடலை அல்ல. ஆன்மீக
உடலுக்கு பிறப்பு, இறப்பு, முதுமை, நோய் ஆகியவை கிடையாது;
எனவே, ஆன்மீக உடலைப் பெற்று, பரம புருஷ பகவானின்
தோழர்களில் ஒருவனாக ஆகி, நித்தியமான பக்தித் தொண்டில்
ஈடுபட்டிருப்பவன், உண்மையில் முக்தி பெற்றவனாவான். *அஹம்
ப்³ரஹ்மாஸ்மி*—நான் பிரம்மன். தன்னை பிரம்மனாக (ஆன்மீக
ஆத்மாவாக) ஒருவன் உணர வேண்டும் என்று கூறப்படுகின்றது.
வாழ்வின் இந்த பிரம்ம ஞானம், இந்த ஸ்லோகத்தின்படி, பக்தித்
தொண்டிலும் உள்ளது. தூய பக்தர்கள் பிரம்மனின் தளத்தில்
திவ்யமாக நிலைபெற்றுள்ளனர்; மேலும், திவ்யமான செயல்கள்
அனைத்தையும் அவர்கள் அறிவர்.

பகவானின் திவ்யமான தொண்டில் தங்களை ஈடுபடுத்தும் நான்கு
வித தூய்மையற்ற பக்தர்கள், தாங்கள் விரும்பிய குறிக்கோளை
அடைகின்றனர். மேலும், முழுமுதற் கடவுளின் கருணையினால்,
பூரண கிருஷ்ண உணர்வை அடையும்போது, அவர்கள் பரம
புருஷருடனான   ஆன்மீக   உறவினை   உண்மையில்
அனுபவிக்கின்றனர். ஆனால், தேவர்களை வழிபடுவோர், முழுமுதற்
கடவுளின் உன்னத லோகத்தை ஒருபோதும் அடைவதில்லை.
பிரம்மனை உணர்ந்த சிற்றறிவு படைத்தோரும், கோலோக
விருந்தாவனம் எனப்படும் கிருஷ்ணரது உன்னதமான லோகத்தை
அடைய முடியாது. செயல்களை கிருஷ்ண உணர்வுடன்
செயலாற்றுவோர் மட்டுமே (*மாம் ஆஷ்₂ரித்ய*) பிரம்மன் என்று
அழைக்கப்படத் தகுதியுடையவர்கள்; ஏனெனில், அவர்கள் கிருஷ்ண
லோகத்தை   அடைவதற்கான   உண்மையான   முயற்சியில்
ஈடுபட்டுள்ளனர். அத்தகையோருக்கு கிருஷ்ணரைப் பற்றிய
சந்தேகங்கள் ஏதும் கிடையாது என்பதால், அவர்களே உண்மையான
பிரம்மன்.

பகவானின் விக்ரஹத்தை வழிபடுவதில் ஈடுபட்டுள்ளோரும்,
பௌதிக பந்தத்திலிருந்து முக்தி பெறுவதற்காக பகவானின் மீது

தியானம் செய்பவர்களும் கூட, பகவானின் கருணையால், பிரம்மன், அதி$_4$பூ$_4$த முதலியவற்றின் பொருளை அறிய முடியும். பகவான் இதனை அடுத்த அத்தியாயத்தில் விளக்குகிறார்.

ஸ்லோகம் 30

साधिभूताधिदैवं मां साधियज्ञं च ये विदु: ।
प्रयाणकालेऽपि च मां ते विदुर्युक्तचेतस: ॥ ३० ॥

ஸாதி$_4$பூ$_4$தாதி$_4$தை$_3$வம்' மாம்' ஸாதி$_4$யஜ்ஞம்' ச யே விது:$_3$
ப்ரயாண-காலே 'பி ச மாம்' தே விது$_3$ர் யுக்த-சேதஸ:

ஸ-ஆதி$_4$பூ$_4$த—மேலும், பௌதிகத் தோற்றத்தினை ஆள்பவனாக; *ஆதி$_4$தை$_3$வம்*—எல்லா தேவர்களையும் ஆள்பவனாக; *மாம்*—என்னை; *ஸ-ஆதி$_4$யஜ்ஞம்*—மற்றும் எல்லா யாகங்களையும் ஆள்பவனாக; *ச*—மேலும்; *யே*—எவர்கள்; *விது:$_3$*—அறிகின்றனர்; *ப்ரயாண*—மரண; *காலே*—காலத்தில்; *அபி*—கூட; *ச*—மேலும்; *மாம்*—என்னை; *தே*—அவர்கள்; *விது:$_3$*—அறிகின்றனர்; *யுக்த-சேதஸ:*—அவர்களது மனம் என்னில் ஈடுபட்டு.

பௌதிகத் தோற்றம், தேவர்கள் மற்றும் எல்லாவித யாகங்களை ஆள்பவனாகவும், பரம புருஷனாகவும், என்னை அறிந்து, என்னைப் பற்றிய உணர்வுடன் இருப்பவர்கள், மரண நேரத்திலும்கூட பரம புருஷ பகவானான என்னை அறிய முடியும்.

பொருளுரை: கிருஷ்ண உணர்வில் செயல்படுவோர், பரம புருஷ பகவானை முழுமையாகப் புரிந்துகொள்ளுதல் எனும் பாதையிலிருந்து ஒருபோதும் விலகுவதில்லை. கிருஷ்ண உணர்வின் திவ்யமான தொடர்பில், பரம புருஷர் எவ்வாறு பிரபஞ்சத் தோற்றத்தையும், தேவர்களையும் ஆட்சி செய்கிறார் என்பதைப் புரிந்துகொள்ள முடியும். படிப்படியாக, இத்தகைய திவ்யமான உறவின் விளைவாக, ஒருவன் பரம புருஷ பகவானின் மீது பூரண நம்பிக்கையைப் பெறுகிறான், அத்தகு கிருஷ்ண பக்தனால் இறக்கும் தறுவாயில் கிருஷ்ணரை மறக்க முடியாது. இவ்வாறாக, அவன் இயல்பாகவே பரமபுருஷரின் வாசஸ்தலமான கோலோக விருந்தாவனத்திற்கு உயர்வு பெறுகிறான்.

இந்த ஏழாம் அத்தியாயம், எவ்வாறு பூரண கிருஷ்ண உணர்வினை அடைய முடியும் என்பதை முக்கியமாக விளக்குகின்றது. கிருஷ்ண உணர்வின் ஆரம்பம், கிருஷ்ண பக்தர்களுடன் தொடர்பு கொள்வதாகும். அத்தகு உறவு ஆன்மீகமானது என்பதால், உடனே அஃது ஒருவனை பரம புருஷருடனான நேரடித் தொடர்பில் இணைத்துவிடுகின்றது. பின்னர், கிருஷ்ணரின் கருணையால்

அவரே புருஷோத்தமரான முழுமுதற் கடவுள் என்பதைப் புரிந்துகொள்ளலாம். அதே சமயத்தில், உயிர்வாழியின் ஸ்வரூப நிலையையும், எவ்வாறு அவன் கிருஷ்ணரை மறந்து ஜட செயல்களில் பந்தப்பட்டுள்ளான் என்பதையும், முறையாகப் புரிந்துகொள்ள முடியும். நல்லுறவின் மூலம் கிருஷ்ண உணர்வினை படிப்படியாக வளர்த்து, கிருஷ்ணரை மறந்ததாலேயே ஜட இயற்கையின் நியதிகளில் தான் சிறைப்பட வேண்டியதாயிற்று என்பதை ஜீவாத்மா அறிய முடியும். மேலும், கிருஷ்ண உணர்வினை மீண்டும் பெறுவதற்கான ஓர் அரிய வாய்ப்பே இந்த மனிதப் பிறவி என்பதையும், இதனை பரம புருஷரின் காரணமற்ற கருணையைப் பெறுவதற்கு உபயோகிக்க வேண்டும் என்பதையும் அவன் புரிந்துகொள்ள முடியும்.

துயரத்திலுள்ள மனிதன், கேள்வியுடைய மனிதன், பௌதிகப் பொருட்களுக்கான தேவையுடைய மனிதன், பிரம்ம ஞானம், பரமாத்ம ஞானம், பிறப்பு, இறப்பு, முதுமை, நோயிலிருந்து விடுதலை, மற்றும் முழுமுதற் கடவுளை வழிபடுதல் முதலிய பல்வேறு விஷயங்கள் இந்த அத்தியாயத்தில் விவாதிக்கப்பட்டுள்ளன. இருப்பினும், எவனொருவன் கிருஷ்ண உணர்வில் உண்மையான ஏற்றம் பெற்றுள்ளானோ, அவன் பல்வேறு வழிமுறைகளை கண்டு கொள்வதில்லை. அவன் கிருஷ்ண உணர்வின் செயல்களில் தன்னை நேரடியாக எளிமையாக ஈடுபடுத்திக்கொள்வதன் மூலம், பகவான் கிருஷ்ணருடைய நித்தியத் தொண்டன் எனும் தனது ஸ்வரூப நிலையை அடைகிறான். அத்தகு நிலையில், தூய பக்தித் தொண்டில் முழுமுதற் கடவுளைப் பற்றிக் கேட்பதிலும், அவரைப் புகழ்வதிலும் அவன் ஆனந்தமடைகின்றான். இவ்வாறு செய்வதன் மூலம், தனது நோக்கங்கள் அனைத்தும் நிறைவேறிவிடும் என்பதில் அவன் திடமான நம்பிக்கை கொண்டுள்ளான். இந்த உறுதியான நம்பிக்கை த்3ருட4-வ்ரத எனப்படுகிறது—பக்தி யோகம் அல்லது திவ்யமான அன்புத் தொண்டின் தொடக்கம் இதுவே. இதுவே எல்லா சாஸ்திரங்களின் தீர்ப்பாகும். அந்த உறுதியான முடிவின் சாரமே இந்த ஏழாம் அத்தியாயம்.

ஸ்ரீமத் பகவத் கீதையின் "பூரணத்தின் ஞானம்" என்னும் ஏழாம் அத்தியாயத்திற்கான பக்திவேதாந்த பொருளுரைகள் இத்துடன் நிறைவடைகின்றன.

அத்தியாயம் எட்டு

பரத்தை அடைதல்

ஸ்லோகம் 1

अर्जुन उवाच

किं तद्ब्रह्म किमध्यात्मं किं कर्म पुरुषोत्तम ।
अधिभूतं च किं प्रोक्तमधिदैवं किमुच्यते ॥ १ ॥

அர்ஜுன உவாச

கிம்' தத்$_3$ ப்$_3$ரஹ்ம கிம் அத்$_4$யாத்மம்' கிம்' கர்ம புருஷோத்தம
அதி$_4$பூ$_4$தம்' ச கிம்' ப்ரோக்தம் அதி$_4$தை$_3$வம்' கிம் உச்யதே

அர்ஜுன: உவாச—அர்ஜுனன் கூறினான்; *கிம்*—என்ன; *தத்*—அது; *ப்$_3$ரஹ்ம*—பிரம்மன்; *கிம்*—என்ன; *அத்$_4$யாத்மம்*—ஆத்மா; *கிம்*—என்ன; *கர்ம*—பலன்நோக்குச் செயல்கள்; *புருஷ-உத்தம*—உத்தம புருஷரே; *அதி$_4$பூ$_4$தம்*—ஜடத் தோற்றம்; *ச*—மேலும்; *கிம்*—என்ன; *ப்ரோக்தம்*—அறியப்படுவது; *அதி$_4$தை$_3$வம்*—தேவர்கள்; *கிம்*—என்ன; *உச்யதே*—அறியப்படுவது.

அர்ஜுனன் வினவினான்: எம்பெருமானே, உத்தம புருஷரே, பிரம்மன் என்பது என்ன? அத்யாத்மம் என்பது என்ன? பலன்நோக்குச் செயல்கள் யாவை? இந்த ஜடத்தோற்றம் என்ன? தேவர்கள் யாவர்? இவற்றை தயவுசெய்து எனக்கு விளக்குவீராக.

பொருளுரை: இந்த அத்தியாயத்தில் "பிரம்மன் என்பது என்ன?" என்பதில் தொடங்கிய அர்ஜுனனின் பல்வேறு வினாக்களுக்கு பகவான் கிருஷ்ணர் விடையளிக்கிறார். மேலும், கர்மா (பலன்நோக்குச் செயல்கள்), யோகம் கலந்த பக்தித் தொண்டு, தூய பக்தித் தொண்டு ஆகியவற்றையும் பகவான் விளக்குகிறார். பிரம்மன், பரமாத்மா, பகவான் ஆகிய நிலைகளில் பரம பூரண உண்மை அறியப்படுவதாக ஸ்ரீமத் பாகவதம் விளக்குகின்றது. அதுமட்டுமின்றி, தனிப்பட்ட உயிர்வாழியும் பிரம்மன் என்று அறியப்படுகிறான். அர்ஜுனன் ஆத்மாவைப் பற்றியும் வினவுகிறான்—ஆத்மா என்பது உடல், ஆத்மா மற்றும் மனதையும் குறிக்கும். வேத அகராதியின்படி, ஆத்மா என்பது மனம், ஆத்மா, உடல் மற்றும் புலன்களையும்கூட குறிக்கும்.

அர்ஜுனன் முழுமுதற் கடவுளை புருஷோத்தமர் (உத்தம புருஷர்) என்று அழைக்கிறான். இதன் மூலம், அவன் தனது வினாக்களை ஒரு சாதாரண நண்பனிடம் முன்வைப்பது போலன்றி, கிருஷ்ணரே

உறுதியான விடைகளைக் கொடுக்கக்கூடிய உயர் அதிகாரியான முழுமுதற் கடவுள் என்பதை அறிந்து வினவுகிறான் என நாம் புரிந்துகொள்ளலாம்.

ஸ்லோகம் 2

अधियज्ञः कथं कोऽत्र देहेऽस्मिन्मधुसूदन ।
प्रयाणकाले च कथं ज्ञेयोऽसि नियतात्मभिः ॥ २ ॥

அதி₄யஜ்ஞ: கத₂ம்' கோ 'த்ர தே₃ஹே 'ஸ்மின் மது₄ஸூத₃ன
ப்ரயாண-காலே ச கத₂ம்' ஜ்ஞேயோ 'ஸி நியதாத்மபி:₄

அதி₄யஜ்ஞ:—யாகங்களின் இறைவன்; *கத₂ம்*—எவ்வாறு; *க:*—யார்; *அத்ர*—இங்கே; *தே₃ஹே*—உடலில்; *அஸ்மின்*—இந்த; *மது₄ஸூத₃ன*—மதுசூதனரே; *ப்ரயாண-காலே*—இறக்கும் நேரத்தில்; *ச*—மேலும்; *கத₂ம்*—எவ்வாறு; *ஜ்ஞேய: அஸி*—உம்மை அறிய முடியும்; *நியத-ஆத்மபி:₄*—புலனடக்கம் உடையோரால்.

மதுசூதனரே! யாகங்களின் இறைவன் யார்? உடலில் அவர் எவ்வாறு வசிக்கின்றார்? பக்தித் தொண்டில் ஈடுபடுவோர் உம்மை மரணக் காலத்தில் எவ்வாறு அறிய முடியும்?

பொருளுரை: “யாகங்களின் இறைவன்” என்பது இந்திரன், விஷ்ணு என இருவருக்கும் பொருந்தும். பிரம்மா, சிவன் உட்பட்ட முக்கிய தேவர்களின் தலைவர் விஷ்ணு; நிர்வாகப் பொறுப்பிலுள்ள தேவர்களின் தலைவன் இந்திரன். இந்திரன், விஷ்ணு ஆகிய இருவருமே யாகங்களின் மூலம் வழிபடப்படுகின்றனர். ஆனால், யாகங்களின் உண்மையான இறைவன் யார் என்றும், ஜீவாத்மாவின் உடலிலே இறைவன் எவ்வாறு உறைகின்றார் என்பதையும் அர்ஜுனன் இங்கே வினவுகிறான்.

இங்கே அர்ஜுனன் பகவானை “மதுசூதனர்” என்று அழைக்கின்றான்; ஏனெனில், கிருஷ்ணர் மது என்னும் அரக்கனை ஒருமுறை அழித்தார். சந்தேகத் தன்மையை உடைய இவ்வினாக்கள், கிருஷ்ண பக்தனான அர்ஜுனனின் மனதில் உண்மையில் எழுந்திருக்கவே கூடாது. எனவே, இவ்வினாக்கள் அசுரர்களைப் போன்றவை. கிருஷ்ணர் அசுரர்களை அழிப்பதில் வல்லவர் என்பதால், தனது மனதில் எழுந்துள்ள அரக்க சந்தேகங்களை அவர் அழிக்கட்டும் என்ற எண்ணத்துடன், அர்ஜுனன் அவரை இங்கே மதுசூதனர் என்று அழைக்கின்றான்.

மேலும், *ப்ரயாண-காலே* எனும் சொல் இந்த ஸ்லோகத்தில் மிகவும் முக்கியமானதாகும்; ஏனெனில், வாழ்வில் நாம் செய்பவை அனைத்தும்

மரணத்தின்போது பரிசோதிக்கப்படும். எப்போதும் கிருஷ்ண உணர்வில் ஈடுபட்டுள்ளவர்களைப் பற்றி அறிந்துகொள்ள அர்ஜுனன் பேராவல் கொண்டான். இறுதி நேரத்தில் அவர்களது நிலை எப்படி இருக்கும்? மரண நேரத்தில் உடலின் எல்லா இயக்கங்களும் தடைபடுவதோடு, மனமும் தனது பக்குவநிலையை இழந்து விடுகிறது. இவ்வாறு உடலின் சூழ்நிலைகளால் பாதிக்கப்பட்டவன், முழுமுதற் கடவுளை நினைவிற்கொள்ள இயலாமல் போகலாம். பெரும் பக்தரான மன்னர் குலசேகரர் வேண்டுகிறார், "எம்பெருமானே, தற்போது நான் ஆரோக்கியமாக உள்ளேன். நான் உடனடியாக இறப்பது சிறந்ததாகும்; ஏனெனில், அன்னம் போன்ற எனது மனம் உமது பாதத் தாமரைகளின் தண்டில் நுழைவதில் மகிழ்ச்சி அடையும்." நீரில் வாழும் அன்னப்பறவை, தாமரை மலர்களைக் குத்துவதில் இன்புறுகிறது; அதன் விளையாட்டான விருப்பம் தாமரையினுள் நுழைவதாகும். மன்னர் குலசேகரர் இறைவனிடம் கூறுகிறார், "தற்போது எனது மனம் சஞ்சலமின்றி உள்ளது, மேலும், நான் ஆரோக்கியமாக உள்ளேன். தங்களது தாமரைத் திருவடிகளை எண்ணியபடி உடனடியாக மரணமடைந்தால், நான் தங்களுக்குச் செய்த பக்தித் தொண்டு பக்குவமடையும் என்பதை உறுதியாக நம்புகிறேன். ஆனால் இயற்கையான மரணத்திற்காக நான் காத்திருந்தால், பின்னர் என்ன நடக்கும் என்பது எனக்குத் தெரியாது; ஏனெனில், அச்சமயத்தில் உடலின் இயக்கங்கள் தடைபட்டுவிடும், எனது தொண்டை அடைபட்டுவிடும், உமது திருநாமங்களை உச்சரிக்க இயலுமா என்று தெரியவில்லை. நான் உடனடியாக இறப்பதே சாலச் சிறந்தது." அத்தகு நேரத்தில் எவ்வாறு ஒருவன் தனது மனதை கிருஷ்ணரின் தாமரைத் திருவடிகளில் நிலைநிறுத்த முடியும் என்பதே அர்ஜுனனின் வினாவாகும்.

ஸ்லோகம் 3

श्रीभगवानुवाच

अक्षरं ब्रह्म परमं स्वभावोऽध्यात्ममुच्यते ।

भूतभावोद्भवकरो विसर्गः कर्मसंज्ञितः ॥ ३ ॥

ஸ்ரீ-ப$_4$க$_3$வான் உவாச

அக்ஷரம்' ப்$_3$ரஹ்ம பரமம்' ஸ்வபா$_4$வோ 'த்$_4$யாத்மம் உச்யதே

பூ$_4$த-பா$_4$வோத்$_3$ப$_4$வ-கரோ விஸர்க:$_3$ கர்ம-ஸம்'ஜ்ஞித:

ஸ்ரீ-ப$_4$க$_3$வான் உவாச—புருஷோத்தமரான முழுமுதற் கடவுள் கூறினார்; *அக்ஷரம்*—அழிவற்ற; *ப்$_3$ரஹ்ம*—பிரம்மன்; *பரமம்*—பரமமான; *ஸ்வபா$_4$வ:*—நித்தியமான இயற்கை; *அத்$_4$யாத்மம்*—ஆத்மா; *உச்யதே*—

என்றழைக்கப்படுகின்றது; *பூ$_4$த–பா $_4$வ–உத்$_3$ப$_4$வ–கர:*—உயிர்வாழிகளின் ஜடவுடல்களை உண்டாக்குதல்; *விஸர்க:$_3$*—படைப்பு; *கர்ம*—பலன்நோக்குச் செயல்கள்; *ஸம்ஜ்ஞித:*—என்று அறியப்படுகிறது.

புருஷோத்தமரான முழுமுதற் கடவுள் கூறினார்: அழிவற்ற உன்னதமான உயிர்வாழி பிரம்மன் என்றும், அதன் நித்தியமான இயற்கை, அத்யாத்ம என்றும் அறியப்படுகிறது. ஜீவாத்மாவின் ஜடவுடலை வளர்க்கும் செயல்கள், கர்மா (பலன்நோக்குச் செயல்கள்) என்று அறியப்படுகின்றன.

பொருளுரை: பிரம்மன் நித்தியமாக இருப்பதும் அழிவற்றதுமாகும்; இதன் தன்மை ஒருபோதும் மாறுவதில்லை. ஆனால் பிரம்மனுக்கு மேல் பரபிரம்மன் உள்ளார். பிரம்மன் என்பது ஜீவாத்மாவைக் குறிக்கும், பரபிரம்மன் என்பது பரம புருஷ பகவானைக் குறிக்கும். இந்த ஜடவுலகில் ஜீவாத்மாவினால் ஏற்கப்பட்டுள்ள நிலை, அதன் உண்மையான நிலையிலிருந்து வேறுபட்டதாகும். ஜீவாத்மா, ஜடவுணர்வில் இருக்கும்போது, ஜடத்தின் எஜமானனாக மாற முயல்வது அவனது இயற்கையாகும், ஆனால் கிருஷ்ண உணர்வு எனப்படும் ஆன்மீக உணர்வில், பரமனுக்குத் தொண்டு செய்வதே அவனது நிலையாகும். உயிர்வாழி ஜடவுணர்வில் இருக்கும்போது, அவன் ஜடவுலகில் பல்வேறு உடல்களை எடுத்தாக வேண்டும். இதுவே கர்மா, அதாவது, ஜட உணர்வின் உந்துதலால் படைக்கப்படுபவை எனப்படுகிறது.

உயிர்வாழி, வேத இலக்கியங்களில், ஜீவாத்மா என்றும் பிரம்மன் என்றும் கூறப்படுகிறான். ஆனால் அவன் ஒருபோதும் பரபிரம்மன் என்று கூறப்படுவதில்லை. ஜீவாத்மா பற்பல நிலைகளை ஏற்கிறான்—சில நேரங்களில், இருண்ட ஜட இயற்கையினுள் கலந்து தன்னை ஜடமாக அடையாளம் காண்கின்றான்; வேறு சில நேரங்களில், அவன் தன்னை உயர்ந்த ஆன்மீக இயற்கையுடன் அடையாளம் காண்கிறான். எனவே, அவன் பரம புருஷ பகவானின் நடுநிலை சக்தி என்று அறியப்படுகிறான். ஜடம் மற்றும் ஆன்மீகத்தின் மீதான அவனது அடையாளத்தைப் பொறுத்து, அவன் ஜடவுடல் அல்லது ஆன்மீக உடலை அடைகிறான். ஜட இயற்கையில் அவன் 84,00,000 வாழ்வினங்களில் ஏதேனும் ஒன்றின் வடிவில் பிறக்கலாம், ஆனால் ஆன்மீக இயற்கையில் அவனுக்கு ஓர் உடல் மட்டுமே. ஜட இயற்கையில், மனிதன், தேவன், மிருகம், பறவை என பற்பல உடல்களில் ஏதேனும் ஒன்றில் அவன் தனது கர்மத்திற்கேற்ப பிறவி எடுக்கிறான். சில நேரங்களில், ஜடவுலகின் ஸ்வர்க

லோகங்களை அடைய, அவன் யாகம் புரிகிறான்; ஆனால் தனது புண்ணியம் தீர்ந்தவுடன், மீண்டும் மனித உருவில் பூமிக்குத் திரும்புகிறான். இந்த வழிமுறை கர்மா எனப்படுகிறது.

வேத யாகத்தின் வழிமுறை *சா$_2$ந்தோ$_3$க்$_3$ய* உபநிஷத்தில் விளக்கப்பட்டுள்ளது. யாக சாலையில், ஐந்து வித பொருட்கள் ஐந்து வித நெருப்பில் அர்ப்பணிக்கப்படுகின்றன. ஸ்வர்க லோகங்கள், மேகங்கள், பூமி, ஆண், பெண் ஆகியவை ஐந்து வித நெருப்பாகக் கருதப்படுகின்றன. நம்பிக்கை, சந்திரனில் அனுபவிப்பவன், மழை, தானியங்கள், விந்து ஆகியவை ஐந்து விதமான யாக அர்ப்பணங்களாகக் கருதப்படுகின்றன.

யாக வழிமுறை பின்வருமாறு செயல்படுகிறது: குறிப்பிட்ட ஸ்வர்க லோகத்தை அடையும் நோக்கத்துடன், அதற்குரிய குறிப்பிட்ட யாகங்களைச் செய்யும் உயிர்வாழி, அதன் விளைவாக அந்த லோகத்தை அடைகிறான். ஆனால் யாகங்களின் பலன் தீர்ந்தவுடன், மழையின் மூலமாக அவன் பூமியை வந்தடைகிறான். அத்தகு ஜீவாத்மா, தானியங்களின் உருவை எடுக்க, அந்த தானியங்கள் மனிதனால் உண்ணப்பட்டு விந்துவாக மாற்றமடைகிறது, அதன் மூலம் பெண் கருவுறுகிறாள். இவ்வாறாக மீண்டும் மனிதப் பிறவியை அடையும் உயிர்வாழி, மீண்டும் யாகம் செய்கிறான்—வாழ்க்கைச் சக்கரம் சுழன்று கொண்டே உள்ளது. ஆனால் இத்தகு யாகங்களைத் தவிர்க்கும் கிருஷ்ண பக்தன், கிருஷ்ண உணர்வில் நேரடியாக ஈடுபட்டு, இறைவனிடம் திரும்பிச் செல்ல தன்னை தயார்படுத்திக்கொள்கிறான்.

பகவத் கீதைக்கு விளக்கவுரை வழங்கும் அருவவாதிகள், பிரம்மன், ஜடவுலகில் ஜீவாத்மாவின் உருவை எடுப்பதாக அறிவின்றி கருதுகின்றனர், மேலும், கீதையின் பதினைந்தாம் அத்தியாயத்தின் ஏழாவது ஸ்லோகத்தினை இதற்கு சான்றாக குறிப்பிடுகின்றனர். ஆனால் அந்த ஸ்லோகத்திலோ, "என்னுடைய நித்தியமான நுண்ணிய அங்கம்" என்று ஜீவாத்மாவைக் குறிப்பிடுகிறார் பகவான். கடவுளின் நுண்ணிய அம்சமான உயிர்வாழி, பௌதிக உலகினுள் வீழ்வதற்கு வாய்ப்புள்ளது, ஆனால் பரம புருஷர் (*அச்யுத*) ஒருபோதும் வீழ்ச்சியடைவதில்லை. எனவே, பரபிரம்மன் ஜீவாத்மாவாக உருவெடுப்பதாகக் கூறும் கற்பனை ஏற்கத்தக்கதல்ல. வேத இலக்கியங்களில், பிரம்மன் (ஜீவாத்மா) பரபிரம்மனிடமிருந்து (பரம புருஷரிடமிருந்து) வேறுபடுத்தப்பட்டுள்ளது என்பதை நினைவிற்கொள்வது அவசியமாகும்.

ஸ்லோகம் 4

अधिभूतं क्षरो भावः पुरुषश्चाधिदैवतम् ।
अधियज्ञोऽहमेवात्र देहे देहभृतां वर ॥ ४॥

அதி$_4$பூ$_4$தம்' க்ஷரோ பா$_4$வ: புருஷஷ்$_2$ சாதி$_4$தை$_3$வதம்
அதி$_4$யஜ்ஞோ 'ஹம் ஏவாத்ர தே$_3$ஹே தே$_3$ஹ-ப்$_4$ரு'தாம்' வர

அதி$_4$பூ$_4$தம்—பௌதிகத் தோற்றம்; *க்ஷர:*—தொடர்ந்து மாறுவது; *பா$_4$வ:*—இயற்கை; *புருஷ:*—சூரிய சந்திரர்கள் உட்பட எல்லா தேவர்களையும் உள்ளடக்கிய விஸ்வரூபம்; *ச*—மேலும்; *அதி$_4$தை$_3$வதம்*—அதிதைவம் எனப்படுகிறது; *அதி$_4$யஜ்ஞ:*—பரமாத்மா; *அஹம்*—நான் (கிருஷ்ணர்); *ஏவ*—நிச்சயமாக; *அத்ர*—இதில்; *தே$_3$ஹே*—உடல்; *தே$_3$ஹ-ப்$_4$ரு'தாம்*—உடலை உடையவர்களில்; *வர*—சிறந்தவனே.

உடல் பெற்ற ஆத்மாக்களில் சிறந்தவனே! எப்போதும் மாறிக் கொண்டுள்ள பௌதிக இயற்கை, அதி$_4$பூத$_4$ எனப்படும். சூரியன், சந்திரன் முதலிய தேவர்கள் அனைவரும் அடங்கிய பகவானின் விஸ்வரூபம் அதி$_4$தை$_3$வ எனப்படும். மேலும், உடல் பெற்ற அனைத்து ஜீவன்களின் இதயத்திலும் பரமாத்மாவாக வீற்றிருக்கும் பரம புருஷனாகிய நான், அதி$_4$யஜ்ஞ (யாகத்தின் இறைவன்) என்று அறியப்படுகிறேன்.

பொருளுரை: ஜட இயற்கை தொடர்ந்து மாறிக்கொண்டே உள்ளது. ஜட உடல்கள் பொதுவாக ஆறு நிலைகளைக் கடக்கின்றன: பிறக்கின்றன, வளர்கின்றன, சிறிது காலம் வாழ்கின்றன, இனவிருத்தி செய்கின்றன, தளர்கின்றன, பின்னர் அழிகின்றன. இத்தகு ஜட இயற்கையே *அதி$_4$பூத$_4$* எனப்படும். ஒரு குறிப்பிட்ட நிலையில் ஆக்கப்பட்டு, மற்றொரு நிலையில் இஃது அழிக்கப்படுகிறது. எல்லா தேவர்களையும் அவர்களது பல்வேறு கிரகங்களையும் உள்ளடக்கிய பரம புருஷரின் விஸ்வரூபம், *அதி$_4$தை$_3$வத* எனப்படுகிறது. பகவான் கிருஷ்ணரின் விரிவங்கமான பரமாத்மா, தனிப்பட்ட ஆத்மாவுடன் இணைந்து உடலில் வசிக்கின்றார். *அதி$_4$யஜ்ஞ* என்று அறியப்படும் பரமாத்மா, இதயத்தில் வீற்றுள்ளார். இந்த ஸ்லோகத்தின் கருத்தில் *ஏவ* எனும் சொல் மிக முக்கியமானதாகும்; ஏனெனில், பரமாத்மா தன்னிடமிருந்து வேறானவரல்ல என்பதை பகவான் இச்சொல்லின் மூலம் வலியுறுத்துகிறார். பரமாத்மாவின் உருவில் தனிப்பட்ட ஆத்மாவுடன் அமர்ந்திருக்கும் பரம புருஷ பகவான், ஆத்மாவின் செயல்களுக்கு சாட்சியாகவும், அதன் பலதரப்பட்ட உணர்வுகளுக்கு ஆதாரமாகவும் விளங்குகிறார். சுதந்திரமாகச் செயல்படுவதற்கான வாய்ப்பை தனிப்பட்ட ஆத்மாவிற்கு வழங்கும் பரமாத்மா, அவனது

செயல்களுக்கு சாட்சியாக விளங்குகிறார். பரம புருஷரின் இத்தகு பல்வேறு தோற்றங்களின் செயல்கள் அனைத்தும், இறைவனின் திவ்யமான தொண்டில் ஈடுபட்டிருக்கும் தூய பக்தனுக்குத் தாமாகவே தெளிவாகின்றன. பரம புருஷரை அவரது பரமாத்ம ரூபத்தில் அணுக இயலாத ஆரம்ப நிலை ஆன்மீகவாதி, *அதி₄தை₃வத* என்று அறியப்படும் விஸ்வரூபத்தை தியானிக்கிறான். கால்கள் கீழ்நிலை கிரகங்களாகவும், கண்கள் சூரிய சந்திரர்களாகவும், தலை மேலுலகங்களாகவும் கருதப்படும் விஸ்வரூபத்தை (விராட புருஷரை) தியானிக்குமாறு ஆரம்ப நிலை ஆன்மீகவாதி அறிவுறுத்தப்படுகிறான்.

ஸ்லோகம் 5

अन्तकाले च मामेव स्मरन्मुक्त्वा कलेवरम् ।
यः प्रयाति स मद्भावं याति नास्त्यत्र संशयः ॥ ५ ॥

அந்த-காலே ச மாம் ஏவ ஸ்மரன் முக்த்வா கலேவரம்
ய: ப்ரயாதி ஸ மத்₃-பா₄வம்' யாதி நாஸ்த்யத்ர ஸம்'ஷ₂ய:

அந்த-காலே—வாழ்வின் இறுதி காலத்தில்; *ச*—கூட; *மாம்*—என்னை; *ஏவ*—நிச்சயமாக; *ஸ்மரன்*—நினைத்துக் கொண்டு; *முக்த்வா*—விடுபவன்; *கலேவரம்*—உடலை; *ய:*—எவனொருவன்; *ப்ரயாதி*—செல்கிறான்; *ஸ:*—அவன்; *மத்-பா₄வம்*—என்னுடைய இயற்கையை; *யாதி*—அடைகிறான்; *ந*—இல்லை; *அஸ்தி*—இதில்; *அத்ர*—இங்கே; *ஸம்ஷ₂ய:*—சந்தேகம்.

மேலும், தனது வாழ்வின் இறுதி காலத்தில், யாராவது என்னை மட்டும் எண்ணிக் கொண்டு உடலை விட்டால், உடனடியாக அவன் என்னுடைய இயற்கையை அடைகிறான். இதில் சிறிதும் சந்தேகம் இல்லை.

பொருளுரை: இந்த ஸ்லோகத்தில் கிருஷ்ண உணர்வின் முக்கியத்துவம் வலியுறுத்தப்பட்டுள்ளது. கிருஷ்ண உணர்வுடன் தனது உடலை நீக்கும் எவரும், உடனடியாக பரம புருஷரின் திவ்யமான இயற்கைக்கு மாற்றப்படுகின்றனர். பரம புருஷர் தூய்மையானவற்றில் தூய்மையானவர் ஆவார். எனவே, தொடர்ந்து கிருஷ்ண உணர்வில் இருப்பவரும் தூய்மையானவற்றில் தூய்மையானவர் ஆவார். *ஸ்மரன்* ("நினைவிற்கொள்ளுதல்") எனும் சொல் முக்கியமானதாகும். பக்தித் தொண்டின் மூலம் கிருஷ்ண உணர்வை பயிற்சி செய்யாத, தூய்மையற்ற ஆத்மாவிற்கு கிருஷ்ணரது நினைவு சாத்தியமல்ல. எனவே, கிருஷ்ண உணர்வை வாழ்வின் ஆரம்பத்திலிருந்தே பயிற்சி செய்ய வேண்டும். தனது வாழ்வின்

இறுதியில் வெற்றியை அடைய ஒருவன் விரும்பினால், கிருஷ்ணரை நினைக்கும் வழிமுறை இன்றியமையாததாகும். எனவே, ஹரே கிருஷ்ண, ஹரே கிருஷ்ண, கிருஷ்ண கிருஷ்ண, ஹரே ஹரே/ ஹரே ராம, ஹரே ராம, ராம ராம, ஹரே ஹரே எனும் மஹாமந்திரத்தை தொடர்ந்து இடைவிடாமல் ஜபிக்க வேண்டும். மரத்தைப் போல பணிவாக இருக்க வேண்டும் (*தரோர் இவ ஸஹிஷ்ணுனா*) என்று பகவான் சைதன்யர் அறிவுறுத்தியுள்ளார். ஹரே கிருஷ்ண ஜபம் செய்பவனுக்கு பல்வேறு தடைகள் இருக்கலாம். இருப்பினும், அத்தடைகளை பொறுத்துக் கொண்டு, ஹரே கிருஷ்ண, ஹரே கிருஷ்ண, கிருஷ்ண கிருஷ்ண, ஹரே ஹரே/ ஹரே ராம, ஹரே ராம, ராம ராம, ஹரே ஹரே என்று தொடர்ந்து ஜபம் செய்ய வேண்டும். இதன் மூலம், அவன் தனது வாழ்வின் இறுதியில் கிருஷ்ண உணர்வின் முழுப்பலனை அடைய முடியும்.

ஸ்லோகம் 6

यं यं वापि स्मरन्भावं त्यजत्यन्ते कलेवरम् ।
तं तमेवैति कौन्तेय सदा तद्भावभावितः ॥ ६ ॥

யம்' யம்' வாபி ஸ்மரன் பா$_4$வம்' த்யஜத்யந்தே கலேவரம்
தம்' தம் ஏவைதி கௌந்தேய ஸதா$_3$ தத்$_3$-பா$_4$வ-பா$_4$வித:

யம் யம்—எதுவாக; *வா அபி*—இருந்தாலும்; *ஸ்மரன்*—எண்ணிக் கொண்டு; *பா$_4$வம்*—இயற்கை; *த்யஜதி*—விடுபவன்; *அந்தே*—இறுதியில்; *கலேவரம்*—இவ்வுடல்; *தம் தம்*—அதுபோன்ற; *ஏவ*—நிச்சயமாக; *ஏதி*—அடைகிறான்; *கௌந்தேய*—குந்தியின் மகனே; *ஸதா$_3$*—எப்போதும்; *தத்*—அந்த; *பா$_4$வ*—வாழ்வு நிலை; *பா$_4$வித:*—எண்ணிக் கொண்டு.

ஒருவன் தனது உடலை விடும்போது எந்த நிலையை எண்ணுகின்றானோ, குந்தியின் மகனே ஐயமின்றி அந்நிலையை அவன் அடைகிறான்.

பொருளுரை: மரணம் எனும் சிக்கலான நேரத்தில், ஒருவன் தனது இயற்கையை மாற்றிக்கொள்வதற்கான வழிமுறை இங்கே விளக்கப்பட்டுள்ளது. தனது வாழ்வின் இறுதியில் கிருஷ்ணரை எண்ணியவாறு உடலை விடுபவன், பரம புருஷரின் திவ்யமான இயற்கையை அடைகிறான், ஆனால் கிருஷ்ணரைத் தவிர வேறு எதையாவது எண்ணுபவன், அத்தகு திவ்யமான நிலையை அடைவதில்லை. இக்கருத்தினை நாம் மிக்க கவனத்துடன் குறித்துக்கொள்ள வேண்டும். சரியான மனநிலையுடன் மரணமடைவது எவ்வாறு? பரத மன்னர், மிகச்சிறந்த நபராக விளங்கியபோதிலும், தனது வாழ்வின் இறுதியில் ஒரு மானை

எண்ணியதன் விளைவால், தனது மறுபிறவியில் மானின் உடலை ஏற்க நேர்ந்தது. மானாக இருந்தும் தனது முந்தைய செயல்களை அவரால் நினைவுகொள்ள முடிந்தது; இருப்பினும், விலங்கின் உடல் விலங்கு உடல்தானே. ஒருவன் தனது வாழ்நாளில் எத்தகு சிந்தனைகளுடன் விளங்குகிறானோ, அச்சிந்தனைகள் அனைத்தும் ஒருங்கிணைந்து மரண நேரத்தில் அவனுடைய சிந்தனையை வடிவமைக்கின்றன என்பது நிச்சயம், இதனால் ஒருவனது தற்போதைய வாழ்வே அவனது அடுத்த வாழ்வை நிர்ணயிப்பதாகும். ஒருவன் தனது தற்போதைய வாழ்வை ஸத்வ குணத்தில் வாழ்ந்து கிருஷ்ணரை எப்போதும் எண்ணிக் கொண்டிருந்தால், தனது வாழ்வின் இறுதியில் கிருஷ்ணரை எண்ணுவது அவனுக்கு சாத்தியமாகும். அத்தகு எண்ணம், கிருஷ்ணரின் திவ்யமான இயற்கைக்கு மாற்றமடைய உதவும். ஒருவன் கிருஷ்ணரது தொண்டில் திவ்யமாக ஈடுபட்டிருந்தால், அவனது அடுத்த உடல் திவ்யமாக (ஆன்மீகமாக) இருக்கும், பௌதிகமாக இருக்காது. எனவே, ஹரே கிருஷ்ண, ஹரே கிருஷ்ண, கிருஷ்ண கிருஷ்ண, ஹரே ஹரே/ ஹரே ராம, ஹரே ராம, ராம ராம, ஹரே ஹரே எனும் உச்சாடனமே, ஒருவன் தனது வாழ்வின் இறுதியில், தனது நிலையை வெற்றிகரமாக மாற்றிக்கொள்வதற்கான மிகச்சிறந்த வழியாகும்.

ஸ்லோகம் 7

तस्मात्सर्वेषु कालेषु मामनुस्मर युध्य च ।
मय्यर्पितमनोबुद्धिर्मामेवैष्यस्यसंशय: ॥ ७ ॥

தஸ்மாத் ஸர்வேஷு காலேஷு மாம் அனுஸ்மர யுத்$_4$ய ச
மய்யர்பித-மனோ-பு$_3$த்$_3$தி$_4$ர் மாம் ஏவைஷ்யஸ்யஸம்'ஷ$_2$ய:

தஸ்மாத்—எனவே; *ஸர்வேஷு*—எல்லா; *காலேஷு*—நேரத்திலும்; *மாம்*—என்னை; *அனுஸ்மர*—எண்ணிக் கொண்டு; *யுத்$_4$ய*—போரிடு; *ச*—மேலும்; *மயி*—என்னிடம்; *அர்பித*—சரணடைந்த; *மன:*—மனம்; *பு$_3$த்$_3$தி:$_4$*—புத்தி; *மாம்*—என்னை; *ஏவ*—நிச்சயமாக; *ஏஷ்யஸி*—அடைவாய்; *அஸம்ஷ$_2$ய:*—ஐயமில்லை.

எனவே, அர்ஜுனா, என்னை இந்த (கிருஷ்ண) உருவில் எப்போதும் எண்ணிக் கொண்டு, அதே சமயம் உனக்கு விதிக்கப்பட்ட கடமையான போரிடுதலையும் செய்வாயாக. உன்னுடைய செயல்களை எனக்கு அர்ப்பணித்து, உன்னுடைய மனதையும் புத்தியையும் என்னில் நிலைநிறுத்துவதன் மூலம், நீ என்னையே அடைவாய் என்பதில் ஐயமில்லை.

பொருளுரை: அர்ஜுனனுக்குக் கொடுக்கப்பட்ட இந்த அறிவுரை, பௌதிகச் செயல்களில் ஈடுபட்டிருக்கும் எல்லா மனிதர்களுக்கும் மிக முக்கியமானதாகும். விதிக்கப்பட்ட கடமையையும், தொழிலையும் விட்டுவிடும்படி கடவுள் கூறவில்லை. அவற்றை தொடர்ந்து செய்து கொண்டே, ஹரே கிருஷ்ண உச்சாடனத்தின் மூலம் கிருஷ்ணரை நினைக்க முடியும். இஃது ஒருவனை பௌதிகக் களங்கங்களிலிருந்து தூய்மைப்படுத்தி, அவனது மனதையும் புத்தியையும் கிருஷ்ணரில் ஈடுபடுத்தும். கிருஷ்ணரின் திருநாம உச்சாடனத்தின் மூலம், உன்னத லோகமான கிருஷ்ண லோகத்திற்கு ஒருவன் மாற்றப்படுவான் என்பதில் எவ்வித சந்தேகமும் இல்லை.

ஸ்லோகம் 8

अभ्यासयोगयुक्तेन चेतसा नान्यगामिना ।
परमं पुरुषं दिव्यं याति पार्थानुचिन्तयन् ॥ ८ ॥

அப்$_4$யாஸ-யோக$_3$-யுக்தேன சேதஸா நான்ய-கா$_3$மினா
பரமம்' புருஷம்' தி$_3$வ்யம்' யாதி பார்தா$_2$னுசிந்தயன்

அப்$_4$யாஸ—பயிற்சி; *யோக$_3$-யுக்தேன*—தியானத்தில் ஈடுபட்டு; *சேதஸா*—மனதாலும் புத்தியினாலும்; *ந அன்ய கா$_3$மினா*—அதிலிருந்து சற்றும் பிறழாமல்; *பரமம்*—பரம; *புருஷம்*—புருஷர்; *தி$_3$வ்யம்*—திவ்யமான; *யாதி*—அடைகிறான்; *பார்தா$_2$*—பிருதாவின் மகனே; *அனுசிந்தயன்*—இடையறாது எண்ணி.

பரம புருஷ பகவானாக என்னை தியானித்து, எப்போதும் தனது மனதை என்னை நினைப்பதில் ஈடுபடுத்தி, இவ்வழியிலிருந்து சற்றும் பிறழாது பயிற்சி செய்பவன், பார்த்தனே, நிச்சயமாக என்னை அடைகிறான்.

பொருளுரை: இந்த ஸ்லோகத்தில் தன்னை நினைப்பது எவ்வளவு முக்கியமானது என்பதை வலியுறுத்துகிறார் பகவான் கிருஷ்ணர். ஹரே கிருஷ்ண மஹாமந்திர உச்சாடனத்தின் மூலம் கிருஷ்ணரைப் பற்றிய நினைவு மீண்டும் எழுப்பப்படுகிறது. பரம புருஷரின் ஒலி அதிர்வினைக் கேட்பதும் உச்சரிப்பதுவுமான இந்த வழிமுறையில், காது, நாக்கு மற்றும் மனமும் ஈடுபடுத்தப்படுகின்றன. இந்த உன்னதமான தியான முறையினை பயிற்சி செய்வது மிகவும் எளிதானதாகும். மேலும், இவ்வழிமுறை பரம புருஷரை அடைய உதவுகின்றது. *புருஷம்* என்றால் அனுபவிப்பாளர். உயிர்வாழிகள், இறைவனின் நடுநிலை சக்தியைச் சேர்ந்தவர்கள் என்றபோதிலும், பௌதிகத்தின் களங்கத்தில் உள்ளனர். தங்களையே அனுபவிப்பாளராக எண்ணிக் கொண்டுள்ளபோதிலும், அவர்கள்

பரம அனுபவிப்பாளர் அல்ல. நாராயணர், வாஸுதேவர் முதலிய பல்வேறு தோற்றங்களாகவும் விரிவுகளாகவும் விளங்கும் பரம புருஷ பகவானே பரம அனுபவிப்பாளர் என்பது இங்கே தெளிவாகக் கூறப்பட்டுள்ளது.

ஒரு பக்தன், வந்தனைக்கு உரியவரான பரம புருஷரை அவரது எந்த உருவிலும்—நாராயணர், கிருஷ்ணர், இராமர் என எந்த உருவிலும்—ஹரே கிருஷ்ண உச்சாடனத்தின் மூலம் இடையறாது நினைவிற்கொள்ள முடியும். இப்பயிற்சி அவனைத் தூய்மைப்படுத்தும்; மேலும், தனது இடையறாத உச்சாடனத்தின் விளைவால், வாழ்வின் இறுதியில் அவன் இறைவனின் திருநாட்டிற்கு மாற்றப்படுகிறான். யோகப் பயிற்சி என்பது உள்ளிருக்கும் பரமாத்மாவின் மீது தியானிப்பதாகும்; அதுபோலவே, ஹரே கிருஷ்ண உச்சாடனத்தின் மூலம் ஒருவன் எப்போதும் தனது மனதை பரம புருஷரின் மீது நிலைநிறுத்துகிறான். மனம் சஞ்சலமானது என்பதால், கிருஷ்ணரை நினைப்பதற்கு அதனை வற்புறுத்துவது அவசியமாகும். இவ்விஷயத்தில் அடிக்கடி கொடுக்கப்படும் ஓர் உதாரணம், பட்டுப்பூச்சி ஆகவேண்டுமென்ற விருப்பத்தினால் ஒரே வாழ்வில் பட்டுப்பூச்சியாக மாற்றம் பெறும் கம்பளிப்பூச்சியாகும். அதுபோலவே, நாம் கிருஷ்ணரை இடையறாது நினைத்தால், வாழ்வின் இறுதியில், நாம் அவரைப் போன்ற உடலமைப்பை பெறுவது உறுதி.

ஸ்லோகம் 9

कविं पुराणमनुशासितारमणोरणीयांसमनुस्मरेद्यः ।
सर्वस्यधातारमचिन्त्यरूपमादित्यवर्णं तमसः परस्तात् ॥ ९ ॥

கவிம்' புராணம் அனுஷா₂ஸிதாரம்
அணோர் அணீயாம்'ஸம் அனுஸ்மரேத்₃ ய:
ஸர்வஸ்ய தா₄தாரம் அசிந்த்ய-ரூபம்
ஆதி₃த்ய-வர்ணம்' தமஸ: பரஸ்தாத்

கவிம்—எல்லாமறிந்தவர்; *புராணம்*—மிகப் பழமையானவர்; *அனுஷா₂ஸிதாரம்*—கட்டுப்படுத்துபவர்; *அணோ:*—அணுவை விட; *அணீயாம்ஸம்*—சிறியவர்; *அனுஸ்மரேத்₃*—எப்போதும் நினைத்து; *ய:*—எவனொருவன்; *ஸர்வஸ்ய*—எல்லாவற்றையும்; *தா₄தாரம்*—பராமரிப்பவர்; *அசிந்த்ய*—புரிந்துகொள்ள இயலாத; *ரூபம்*—ரூபம்; *ஆதி₃த்ய-வர்ணம்*—சூரியனைப் போன்ற நிறம் உடையவர்; *தம:*—இருளிற்கு; *பரஸ்தாத்*—உன்னதமானவர்.

எல்லாமறிந்தவர், மிகப் பழமையானவர், கட்டுப்படுத்துபவர், அணுவைவிடச் சிறியவர், எல்லாவற்றையும் பராமரிப்பவர், எல்லா

பௌதிகக் கருத்துக்களுக்கும் அப்பாற்பட்டவர், புரிந்துகொள்ள முடியாதவர், ரூபமுடைய நபர், சூரியனைப் போன்று பிரகாசமானவர், ஜட இயற்கையைக் கடந்த உன்னதமானவர் என்று பரம புருஷரை ஒருவன் தியானம் செய்ய வேண்டும்.

பொருளுரை: பரம புருஷரை நினைப்பதற்கான வழிமுறை இங்கே கொடுக்கப்பட்டுள்ளது. இதில் முதன்மையான விஷயம் என்ன வெனில், கடவுள் சூன்யமானவரோ, உருவமற்றவரோ அல்ல என்பதுதான். உருவற்ற, சூன்யத்தினை எவரும் தியானம் செய்ய முடியாது. அது மிகவும் கடினமானதாகும். ஆனால், கிருஷ்ணரை தியானிக்கும் முறை மிகவும் எளிதானது என்று இங்கே தெளிவாகக் கூறப்பட்டுள்ளது. எல்லாவற்றிலும் முதலான கருத்து, பகவான் ஒரு புருஷர் (நபர்) என்பதே—நாம் இராமர் எனும் நபரையும் கிருஷ்ணர் எனும் நபரையும்தான் நினைக்கிறோம். ஒருவர் இராமரை நினைத்தாலும் சரி, கிருஷ்ணரை நினைத்தாலும் சரி, அவர் எப்படிப்பட்டவர் என்பதை பகவத் கீதையின் இந்த ஸ்லோகம் விளக்குகின்றது. பகவான் கவி என்று அழைக்கப்படுகிறார், அதாவது, அவர் கடந்த, நிகழ், எதிர்காலத்தினை அறிந்தவர் என்பதால், எல்லாம் அறிந்தவராவார். அவர் மிகப் பழமையான நபர்; ஏனெனில், அவரே எல்லாவற்றிற்கும் மூலம்; அனைத்தும் அவரிடமிருந்து தோன்றியவையே. அவரே பிரபஞ்சத்தைக் கட்டுப்படுத்தும் உயர் அதிகாரியும், மனித குலத்தைப் பாதுகாத்து வழிகாட்டுபவருமாவார். சிறியவற்றிலெல்லாம் சிறியவரும் அவரே. ஜீவாத்மாவின் அளவு முடியின் நுனியில் பத்தாயிரத்தில் ஒரு பங்காகும், ஆனால் பகவானோ அதன் இதயத்தினுள்ளும் நுழையுமளவிற்கு நம்மால் எண்ணிப் பார்க்க முடியாதபடி சிறியவராக விளங்குகிறார். எனவே, அவர் சிறியவற்றிலெல்லாம் சிறியவர் என்று அழைக்கப்படுகிறார். முழுமுதற் கடவுள் என்பதால், அவர் ஓர் அணுவிற்குள்ளும் சரி, மிகச்சிறிய உயிர்வாழியின் இதயத்தினுள்ளும் சரி, பரமாத்மாவாக நுழைந்து அவனைக் கட்டுப்படுத்த முடியும். அவ்வளவு சிறியவராக இருந்தும், அவர் எங்கும் பரவி எல்லாவற்றையும் பாதுகாக்கிறார். அவரால்தான் இந்த கிரக மண்டலங்கள் அனைத்தும் தாங்கப்படுகின்றன. இத்தகு பெரிய கிரகங்கள் எவ்வாறு காற்றில் மிதக்கின்றன என்பதைக் கண்டு நாம் அடிக்கடி வியப்புறுகிறோம். பரம புருஷர் தனது *அசிந்த்ய சக்தியின்* மூலம், இப்பெரும் கிரகங்களையும், ஒளி மண்டலங்களையும் தாங்குகிறார் என்று இங்கே கூறப்பட்டுள்ளது. *அசிந்த்ய* (புரிந்துகொள்ள இயலாத) எனும் சொல் இங்கு மிகவும் முக்கியமானதாகும். கடவுளின் சக்தி நமது

கருத்துக்களுக்கு அப்பாற்பட்டது, நமது எண்ணங்களின் எல்லைகளைக் கடந்தது; எனவே, அவரது சக்தி *அசிந்த்ய* என்றழைக்கப்படுகிறது. இக்கருத்தினை எதிர்த்து வாதிட யாரால் முடியும்? இந்த ஜடவுலகில் பரவியிருப்பினும், அவர் இதற்கு அப்பாற்பட்டவராக உள்ளார். ஆன்மீக உலகுடன் ஒப்பிடும்போது துச்சமாக விளங்கும் இந்த பௌதிக உலகத்தை அறிந்துகொள்வதே நம்மால் இயலாதபோது, இதற்கு அப்பாற்பட்டதை அறிந்து கொள்வது எங்ஙனம்? *அசிந்த்ய* என்றால், இந்த ஜடவுலகிற்கு அப்பாற்பட்டது; நமது வாதங்கள், நியாயங்கள் மற்றும் தத்துவ அனுமானத்தினால் தொட முடியாதது; எளிதில் புரிந்துகொள்ள முடியாதது என்று பொருள். எனவே, புத்திசாலி நபர்கள், பயனற்ற வாதங்களையும் கற்பனைகளையும் விட்டுவிட்டு, வேதங்கள், பகவத் கீதை, ஸ்ரீமத் பாகவதம் முதலிய சாஸ்திரங்களின் கூற்றினை ஏற்று, அவற்றில் வரையறுக்கப்பட்டுள்ள கொள்கைகளைக் கடைபிடிக்க வேண்டும். இதுவே புரிந்துகொள்வதற்கான பாதையாகும்.

ஸ்லோகம் 10

प्रयाणकाले मनसाचलेन भक्त्या युक्तो योगबलेन चैव ।
भ्रुवोर्मध्ये प्राणमावेश्य सम्यक्स तं परं पुरुषमुपैति दिव्यम् ॥ १० ॥

ப்ரயாண-காலே மனஸாசலேன
ப₄க்த்யா யுக்தோ யோக₃-ப₃லேன சைவ
ப்₄ருவோர் மத்₄யே ப்ராணம் ஆவேஷ்₂ய ஸம்யக்
ஸ தம்' பரம்' புருஷம் உபைதி தி₃வ்யம்

ப்ரயாண-காலே—இறக்கும் நேரத்தில்; *மனஸா*—மனதால்; *அசலேன*—பிறழாது; *ப₄க்த்யா*—முழு பக்தியுடன்; *யுக்த:*—ஈடுபட்டு; *யோக₃-ப₃லேன*—யோக சக்தியின் பலத்தால்; *ச*—மேலும்; *ஏவ*—நிச்சயமாக; *ப்₄ருவோ:*—இரு புருவங்களுக்கு; *மத்₄யே*—மத்தியில்; *ப்ராணம்*—உயிர்மூச்சு; *ஆவேஷ்₂ய*—நிறுத்தி; *ஸம்யக்*—முழுமையாக; *ஸ:*—அவன்; *தம்*—அந்த; *பரம*—பரம; *புருஷம்*—புருஷரை; *உபைதி*—அடைகிறான்; *தி₃வ்யம்*—ஆன்மீக உலகில்.

எவனொருவன், இறக்கும் தறுவாயில், தனது உயிர் மூச்சை புருவங்களுக்கு மத்தியில் நிறுத்தி, யோக பலத்தினால், பிறழாத மனதுடனும், முழு பக்தியுடனும், பரம புருஷரை நினைப்பதில் ஈடுபட்டுள்ளானோ, அவன் நிச்சயமாக பரம புருஷ பகவானை அடைவான்.

பொருளுரை: இறக்கும் நேரத்தில் மனதை பரம புருஷ பகவானின் மீது பக்தியுடன் நிலைநிறுத்த வேண்டும் என்று மிகத் தெளிவாக

இங்கு கூறப்பட்டுள்ளது. யோகப் பயிற்சி பெற்றவர்கள், உயிர் மூச்சை புருவங்களுக்கு மத்தியில் (*ஆஜ்ஞா-சக்ரத்திற்கு*) எழுப்ப வேண்டும் என்று பரிந்துரைக்கப்பட்டுள்ளது. ஆறு சக்கரங்களின் மீது தியானம் செய்யக்கூடிய *ஷட்-சக்ர-யோக$_3$ப்* பயிற்சி இங்கே அறிவுறுத்தப் பட்டுள்ளது. தூய பக்தன் இத்தகு யோகத்தினை பயிற்சி செய்வதில்லை. இருப்பினும், எப்போதும் கிருஷ்ண உணர்வில் ஈடு பட்டுள்ளதால், பரம புருஷ பகவானின் கருணையால் அவன் அவரை நினைக்க முடியும். இது பதினான்காம் ஸ்லோகத்தில் விளக்கப்படும்.

யோக$_3$-ப$_3$லேன எனும் சொல் இந்த ஸ்லோகத்தில் மிக முக்கியமானதாகும்; ஏனெனில், யோகப் பயிற்சியின்றி—*ஷட்-சக்ர-யோக$_3$*மானாலும் சரி, பக்தி யோகமானாலும் சரி—இறக்கும் நேரத்தில் இத்தகு தெய்வீக நினைவை அடைவது சாத்தியமல்ல. மரணத்தின்போது திடீரென்று பரம புருஷரை நினைக்க முடியாது; ஏதேனும் ஒரு யோக வழிமுறையை, குறிப்பாக பக்தி யோக வழிமுறையை பயிற்சி செய்திருக்க வேண்டும். மரணத்தின்போது, ஒருவனது மனம் மிகவும் சஞ்சலமாக இருக்கும் என்பதால், திவ்யமான இந்த யோகப் பயிற்சியை, அவன் தனது வாழ்விலேயே பயிற்சி செய்ய வேண்டும்.

ஸ்லோகம் 11

यदक्षरं वेदविदो वदन्ति विशन्ति यद्यतयो वीतरागाः ।
यदिच्छन्तो ब्रह्मचर्यं चरन्ति तत्ते पदं सङ्ग्रहेण प्रवक्ष्ये ॥ ११ ॥

யத்$_3$ அக்ஷரம்' வேத$_3$-விதோ$_3$ வத$_3$ந்தி
விஷ$_2$ந்தி யத்$_3$ யதயோ வீத-ராகா:$_3$
யத்$_3$ இச்ச$_2$ந்தோ ப்$_3$ரஹ்மசர்யம்' சரந்தி
தத் தே பத$_3$ம்' ஸங்க்$_3$ரஹேண ப்ரவக்ஷ்யே

யத்—அந்த; *அக்ஷரம்*—ஓம்காரம்; *வேத$_3$-வித:$_3$*—வேதங்களை அறிந்தவன்; *வத$_3$ந்தி*—கூறுகின்றனர்; *விஷ$_2$ந்தி*—நுழைவது; *யத்*—எதில்; *யதய:*—பெரும் முனிவர்கள்; *வீத-ராகா:$_3$*—துறவில்; *யத்*—எதை; *இச்ச$_2$ந்த:*—விரும்பி; *ப்$_3$ரஹ்மசர்யம்*—பிரம்மசர்யத்தை; *சரந்தி*—பயிற்சி; *தத்*—அதை; *தே*—உனக்கு; *பத$_3$ம்*—நிலையை; *ஸங்க்$_3$ரஹேண*—சுருக்கமாக; *ப்ரவக்ஷ்யே*—விளக்குகிறேன்.

வேதங்களைக் கற்றவர்களும், ஓம்காரத்தை உச்சரிப்பவர்களும், துறவில் சிறந்த முனிவர்களும், பிரம்மனில் நுழைகின்றனர். இத்தகு பக்குவத்தை விரும்புபவன் பிரம்மசர்யத்தைக் கடைப்பிடிக்கிறான். முக்தியடைவதற்கான இம்முறையை தற்போது நான் உனக்கு சுருக்கமாக விளக்குகிறேன்.

பொருளுரை: புருவங்களுக்கு மத்தியில் உயிர் மூச்சை நிறுத்தக்கூடிய ஷட்–சக்ர–யோகப் பயிற்சியினை பகவான் ஸ்ரீ கிருஷ்ணர் அர்ஜுனனிடம் பரிந்துரைத்தார். ஷட்–சக்ர–யோகத்தை எவ்வாறு பயிற்சி செய்வது என்பது அர்ஜுனனுக்கு தெரியாமல் இருக்கலாம் என்பதால், அவ்வழிமுறையினை பின்வரும் ஸ்லோகங்களில் விளக்குகிறார் பகவான். பிரம்மன் தன்னிகரற்றது என்றபோதிலும், பற்பல தோற்றங்களையும் நிலைகளையும் உடையது என்று பகவான் கூறுகிறார். குறிப்பாக, அருவவாதிகள் அக்ஷர எனப்படும் ஓம்காரத்தினை பிரம்மனாகக் கருதுகின்றனர். துறவறம் பூண்டுள்ள சாதுக்கள் செல்லக்கூடிய அருவ பிரம்மனைப் பற்றி கிருஷ்ணர் இங்கே விளக்குகிறார்.

வேதக் கல்வி முறையில், பூரண பிரம்மசாரியாக ஆன்மீக குருவுடன் வாழ்வதன் மூலம், மாணவர்களுக்கு ஆரம்பத்திலிருந்தே, ஓம்காரத்தினை உச்சரிப்பதற்கான பயிற்சியும், இறுதி இலக்கான அருவ பிரம்மனைப் பற்றிய ஞானமும் அளிக்கப்படுகின்றது. இவ்விதமாக அவர்கள் பிரம்மனின் இரண்டு நிலைகளை உணர்கின்றனர். இப்பயிற்சி, மாணவர்களது ஆன்மீக முன்னேற்றத்திற்கு மிகவும் இன்றியமையாதது. ஆனால் இத்தகு பிரம்மசர்ய வாழ்க்கை தற்காலத்தில் முற்றிலும் சாத்தியமில்லாததாகும். மாணவப் பருவத்தின் தொடக்கத்திலிருந்தே பிரம்மசர்யத்தைப் பின்பற்றுவதற்கான வாய்ப்பு சற்றும் இல்லாத அளவில், உலக சமுதாய அமைப்பு மாறிவிட்டது. உலகெங்கும் பற்பல அறிவுத் துறைகளை உடைய கல்வி நிலையங்கள் பல உள்ளன. ஆனால் பிரம்மசர்ய நெறிகளில் மாணவர்களைப் பயிற்றுவிக்கக் கூடிய அதிகாரம் பெற்ற நிறுவனம் ஒன்று கூட இல்லை. பிரம்மசர்யத்தைப் பயிற்சி செய்யாத வரையில் ஆன்மீக வாழ்வில் முன்னேற்றம் பெறுவது மிகக் கடினமாகும். எனவேதான், கலி யுகத்திற்கான சாஸ்திர வழிகாட்டுதலின்படி, ஹரே கிருஷ்ண, ஹரே கிருஷ்ண, கிருஷ்ண கிருஷ்ண, ஹரே ஹரே/ ஹரே ராம, ஹரே ராம, ராம ராம, ஹரே ஹரே, எனும் பகவான் கிருஷ்ணரின் திருநாம உச்சாடனத்தைத் தவிர முழுமுதற் கடவுளை உணர்வதற்கு வேறு எந்த வழிமுறையும் கிடையாது என்று பகவான் சைதன்யர் அறிவித்துள்ளார்.

ஸ்லோகம் 12

सर्वद्वाराणि संयम्य मनो हृदि निरुध्य च ।
मूर्ध्न्याधायात्मनः प्राणमास्थितो योगधारणाम् ॥ १२ ॥

ஸர்வ-த்³வாராணி ஸம்'யம்ய மனோ ஹ்ரு'தி³ நிருத்⁴ய ச
மூர்த்⁴ன்யாதா⁴யாத்மன: ப்ராணம் ஆஸ்தி²தோ யோக³-தா⁴ரணாம்

ஸர்வ-த்³வாராணி—உடலின் எல்லாக் கதவுகளையும்; *ஸம்யம்ய*—
அடக்கி; *மன:*—மனதை; *ஹ்ரு'தி³*—இதயத்தில்; *நிருத்⁴ய*—நிறுத்தி; *ச*—
கூட; *மூர்த்⁴னி*—தலையில்; *ஆதா⁴ய*—நிறுத்தி; *ஆத்மன:*—ஆத்மாவை;
ப்ராணம்—உயிர் மூச்சு; *ஆஸ்தி²த:*—நிறுத்தி; *யோக³-தா⁴ரணாம்*—யோக
நிலையில்.

**புலன்களின் எல்லா ஈடுபாடுகளிலிருந்தும் விடுபட்டிருப்பதே
யோகநிலை; புலன்களின் எல்லா கதவுகளையும் மூடி, மனதை
இதயத்திலும் உயிர் மூச்சை தலை உச்சியிலும் நிறுத்தி, ஒருவன்
யோகத்தில் தன்னை நிலைநிறுத்துகிறான்.**

பொருளுரை: யோகத்தை இங்கு அறிவுறுத்தப்பட்டுள்ளதைப்
போன்று பயிற்சி செய்ய விரும்புபவன், புலனின்பங்களின் கதவுகள்
அனைத்தையும் முதலில் அடைக்க வேண்டும். இப்பயிற்சி
ப்ரத்யாஹார எனப்படும். புலன்களை புலனின்ப விஷயங்களிலிருந்து
விலக்குதல் எனப்படும். அறிவைச் சேர்க்கும் புலன்களான, கண்,
காது, மூக்கு, நாக்கு, தோல் ஆகியவற்றை முழுமையாகக்
கட்டுப்படுத்த வேண்டும், புலனின்பத்தில் ஈடுபடுவதற்கு அவற்றை
அனுமதிக்கக் கூடாது. இவ்விதமாக, மனம் இதயத்திலுள்ள
பரமாத்மாவின் மீது ஒருநிலைப்படுகிறது, உயிர் மூச்சு உச்சந்தலைக்கு
ஏற்றப்படுகிறது. இந்த வழிமுறை ஆறாம் அத்தியாயத்தில் விரிவாக
விளக்கப்பட்டது. ஆனால் முன்பே கூறியபடி, இந்த யுகத்தில்
இவ்வழிமுறை நடைமுறைக்கு சாத்தியமானதல்ல. மிகச்சிறந்த
வழிமுறை கிருஷ்ண பக்தியே. எப்போதும் தன் மனதை பக்தித்
தொண்டில் கிருஷ்ணரின் மீது நிலைநிறுத்த முடிந்தால், ஸமாதி
என்று அறியப்படும் சஞ்சலமற்ற திவ்யமான ஆழ்நிலையில்
நிலைப்பது மிகவும் எளிதானதாகும்.

ஸ்லோகம் 13

ॐ इत्येकाक्षरं ब्रह्म व्याहरन्मामनुस्मरन् ।
य: प्रयाति त्यजन्देहं स याति परमां गतिम् ॥ १३ ॥

ஓம்' இத்யேகாக்ஷரம்' ப்³ரஹ்ம வ்யாஹரன் மாம் அனுஸ்மரன்
ய: ப்ரயாதி த்யஜன் தே³ஹம்' ஸ யாதி பரமாம்' க³திம்

ஓம்—ஓம்காரம்; *இதி*—எனும்; *ஏக-அக்ஷரம்*—ஒரு சப்தம்; *ப்³ரஹ்ம*—
பூரணம்; *வ்யாஹரன்*—உச்சரித்து; *மாம்*—என்னை (கிருஷ்ணரை);
அனுஸ்மரன்—எண்ணி; *ய:*—எவனொருவன்; *ப்ரயாதி*—விடுகிறானோ;

த்யஜன்—துறந்து; *தே₃ஹம்*—இவ்வுடல்; *ஸ:*—அவன்; *யாதி*—அடைகின்றான்; *பரமாம்*—பரம; *க₃திம்*—கதியை.

இந்த யோகப் பயிற்சியில் நிலைபெற்ற பிறகு, ஓம் எனும் புனித பிரணவத்தை உச்சரித்து, பரம புருஷ பகவானை எண்ணிக் கொண்டு உடலை விடுபவன், நிச்சயமாக ஆன்மீக கிரகங்களை அடைவான்.

பொருளுரை: ஓம், பிரம்மன், பகவான் கிருஷ்ணர் ஆகியவற்றிற்கு இடையில் வேறுபாடில்லை என்பது இங்கேத் தெளிவாகக் கூறப்பட்டுள்ளது. கிருஷ்ணரது அருவ ஒலியே ஓம், ஆனால் ஹரே கிருஷ்ண எனும் சப்தத்தினுள் ஓம்காரமும் அடங்கியுள்ளது. இந்த யுகத்தில் ஹரே கிருஷ்ண மந்திரத்தை உச்சரிப்பதே பரிந்துரைக்கப்படுகிறது என்பது தெளிவு. எனவே, ஹரே கிருஷ்ண, ஹரே கிருஷ்ண, கிருஷ்ண கிருஷ்ண, ஹரே ஹரே/ ஹரே ராம, ஹரே ராம, ராம ராம, ஹரே ஹரே என்று உச்சரித்துக் கொண்டு ஒருவன் தனது உடலை நீத்தால், அவனது பயிற்சியின் தன்மையைப் பொறுத்து, அவன் ஆன்மீக கிரகங்களில் ஒன்றை அடைவது உறுதி. கிருஷ்ண பக்தர்கள், கோலோக விருந்தாவனம் எனப்படும் கிருஷ்ண லோகத்தை அடைகின்றனர். உருவத்தை வழிபடுபவர்களுக்கு ஆன்மீக வானிலுள்ள வைகுண்டம் என்று கூறப்படும் எண்ணிலடங்காத இதர கிரகங்களும் உண்டு, ஆனால் அருவவாதிகள் பிரம்மஜோதியிலேயே தங்கிவிடுகின்றனர்.

ஸ்லோகம் 14

अनन्यचेताः सततं यो मां स्मरति नित्यशः ।
तस्याहं सुलभः पार्थ नित्ययुक्तस्य योगिनः ॥ १४॥

அனன்ய-சேதா: ஸததம்' யோ மாம்' ஸ்மரதி நித்யஷ:₂
தஸ்யாஹம்' ஸுலப:₄ பார்த₂ நித்ய-யுக்தஸ்ய யோகி₃ன:

அனன்ய-சேதா:—பிறழாத மனதுடன்; *ஸததம்*—எப்போதும்; *ய:*—எவனொருவன்; *மாம்*—என்னை (கிருஷ்ணரை); *ஸ்மரதி*—எண்ணுகின்றானோ; *நித்யஷ:₂*—எப்போதும்; *தஸ்ய*—அவனுக்கு; *அஹம்*—நான்; *ஸு-லப:₄*—அடைவதற்கு மிக எளிதானவன்; *பார்த₂*—பிருதாவின் மகனே; *நித்ய*—எப்போதும்; *யுக்தஸ்ய*—ஈடுபட்ட; *யோகி₃ன:*—பக்தனின்.

பிருதாவின் மகனே! பிறழாத மனதுடன் என்னை எப்போதும் நினைப்பவன், சுலபமாக என்னை அடைகிறான்; ஏனெனில், அவன் பக்தித் தொண்டில் இடையறாது ஈடுபட்டுள்ளான்.

பொருளுரை: களங்கமற்ற பக்தர்களால் அடையப்படும் இறுதி இலக்கு இந்த ஸ்லோகத்தில் தெளிவாக விளக்கப்பட்டுள்ளது, இவர்கள் பக்தி யோகத்தின் மூலம் பரம புருஷ பகவானுக்குத் தொண்டு செய்கிறார்கள். நான்கு விதமான பக்தர்களை முன்பு கண்டோம்—துயரத்தில் இருப்போர், கேள்வியுடையோர், உலக இலாபங்களை விரும்புவோர், மற்றும் கற்பனை தத்துவவாதிகள். மேலும், முக்தியடைவதற்கான பல்வேறு வழிகளும் விளக்கப்பட்டன: கர்ம யோகம், ஞான யோகம் மற்றும் ஹட யோகம். இந்த யோக வழிமுறைகளின் கொள்கையில் சற்று பக்தியும் உள்ளது, ஆனால் ஞானமோ, கர்மமோ, ஹட யோகமோ கலக்காத தூய்மையான பக்தி யோகத்தினை இந்த ஸ்லோகம் குறிப்பிடுகிறது. *அனன்ய-சேதா:* எனும் வார்த்தையில் குறிப்பிடப்பட்டுள்ளதுபோல, தூய பக்தி யோகத்தில், பக்தன் கிருஷ்ணரைத் தவிர வேறு எதையும் விரும்புவதில்லை. ஸ்வர்க லோகங்களுக்கு ஏற்றம் பெறவோ, பிரம்மஜோதியுடன் ஒன்றறக் கலக்கவோ, மோக்ஷம் பெறவோ, பௌதிக பந்தத்திலிருந்து முக்தியடையவோ தூய பக்தன் விரும்புவதில்லை. அவன் எதற்கும் ஆசைப்படுவதில்லை. சைதன்ய சரிதாம்ருதத்தில், தூய பக்தன், *நிஷ்காம,* சுயநலம் ஏதும் இல்லாதவன் என்று வர்ணிக்கப்படுகிறான். பக்குவமான அமைதி அவனுக்கு மட்டுமே சொந்தமானது, சுய இலாபங்களை விரும்புபவர்களுக்கு அல்ல. கர்ம யோகி, ஞான யோகி அல்லது ஹட யோகியும் தனக்கென்று சொந்த ஆசைகளைக் கொண்டுள்ளான், ஆனால் பக்குவமான பக்தனோ பரம புருஷ பகவானை திருப்தி செய்வதைத் தவிர வேறு எந்த ஆசையும் இல்லாதவன். எனவேதான், தன்னிடம் அசையாத பக்தியுடையவன் தன்னை எளிதில் அடைவதாகக் கூறுகிறார் பகவான்.

கிருஷ்ணரின் பல்வேறு ரூபங்களில், ஏதேனும் ஒரு ரூபத்திற்கான பக்தித் தொண்டில் தூய பக்தன் எப்போதும் ஈடுபட்டுள்ளான். இராமர், நரசிம்மர் முதலிய பல்வேறு விரிவுகளாகவும் அவதாரங்களாகவும் கிருஷ்ணர் விளங்குகிறார். ஒரு பக்தன், பரம புருஷரின் இந்த தெய்வீக ரூபங்களில் ஏதேனும் ஒன்றைத் தேர்ந்தெடுத்து, அன்புத் தொண்டின் மூலம் தனது மனதை அவரின் மீது பதியவைக்கலாம். அத்தகு பக்தன், மற்ற யோகப் பயிற்சியாளர்களை பாதிக்கும் எந்த பிரச்சனையையும் சந்திப்பதில்லை. பக்தி யோகம் மிகவும் எளிதானதும், தூய்மையானதும் பயிற்சி செய்ய சுலபமானதும் ஆகும். ஹரே கிருஷ்ண உச்சாடனத்தின் மூலம், இதனை எளிமையாகத் தொடங்கலாம். கடவுள் அனைவரின் மீதும் கருணை வாய்ந்தவர்,

இருப்பினும், நாம் முன்னரே விளக்கியதுபோல, என்றும் பிறழாது எப்போதும் தனக்கு சேவை செய்யும் பக்தர்களிடம் அவர் தனிக்கவனம் செலுத்துகிறார். பகவான் பல்வேறு வழிகளில் அப்பக்தனுக்கு உதவுகிறார். வேதங்களில் (*கட₂* உபநிஷத் 1.2.23) கூறப் பட்டுள்ளதுபோல, *யம்-ஏவைஸ வ்ருணுதே தேன லப்₄யஸ்/ தஸ்யைஷ ஆத்மா விவ்ருணுதே தனும் ஸ்வாம்*—எவனொருவன் முழுமையாக சரணடைந்து, பரம புருஷரின் பக்தித் தொண்டில் ஈடுபட்டுள்ளானோ, அவன் பரம புருஷரை உண்மையாகப் புரிந்துகொள்ள முடியும். மேலும் பகவத் கீதையில் (10.10) கூறப்பட்டுள்ளது போல, *த₃தா₃மி பு₃த்₃தி₄-யோக₃ம் தம்*—பக்தனுக்குத் தேவையான புத்தியினை பகவானே வழங்குகிறார்; அதன் மூலம், பக்தனால் பகவானை அவரது ஆன்மீக உலகில் இறுதியாக அடைய முடியும்.

தூய பக்தனின் விசேஷ குணம் என்னவெனில், இடம், நேரம் கருதாமல் எப்போதும், அவன் கிருஷ்ணரை மட்டும் பிறழாது எண்ணிக் கொண்டுள்ளான். இதில் எந்தவொரு தொல்லையும் இருக்கக் கூடாது. அவன் தனது சேவையை எங்கும் எப்போதும் செயலாற்ற முடியும். விருந்தாவனத்தைப் போன்ற, பகவான் வசித்த புண்ணிய ஸ்தலங்களுக்குச் சென்று, அங்குதான் பக்தன் வாழ வேண்டும் என்று சிலர் கூறுகின்றனர்; ஆனால் ஒரு தூய பக்தன் எங்கு வேண்டுமானாலும் வாழ முடியும். அவ்வாறு வாழ்ந்து, தனது பக்தித் தொண்டின் மூலம் விருந்தாவனத்தின் சூழ்நிலையை அங்கேயே உருவாக்க முடியும். "என் பிரபுவே, தாங்கள் எங்கு உள்ளீரோ, அங்கே விருந்தாவனம் உள்ளது" என்று ஸ்ரீ அத்வைதர் பகவான் சைதன்யரிடம் கூறியுள்ளார்.

"எப்போதும்," "தொடர்ந்து," அல்லது "தினமும்" என்று பொருள்படக் கூடிய *ஸததம், நித்யஷ:₂* ஆகிய வார்த்தைகளில் குறிப்பிடப்பட்டுள்ளதைப் போல, தூய பக்தன் எப்போதும் கிருஷ்ணரை நினைத்து அவரை தியானிக்கின்றான். பகவானை எளிதில் அடையக்கூடிய தூய பக்தனின் குணங்கள் இதுவே. பக்தி யோகமே எல்லா முறைகளைவிட உயர்ந்த முறையாக கீதையில் பரிந்துரைக்கப்பட்டுள்ளது. பொதுவாக, பக்தி யோகிகள் ஐந்து விதத்தில் ஈடுபட்டுள்ளனர். (1) *ஷா₂ந்த* பக்தர், பக்தித் தொண்டில் சாந்தமாக ஈடுபட்டுள்ளவர். (2) *தா₃ஸ்ய* பக்தர், பக்தித் தொண்டில் சேவகனாக ஈடுபட்டுள்ளவர். (3) *ஸக்₂ய* பக்தர், நண்பனாக ஈடுபட்டுள்ளவர். (4) *வாத்ஸல்ய* பக்தர், பெற்றோராக ஈடுபட்டுள்ளவர். (5) *மாது₄ர்ய* பக்தர், பரம புருஷரின் காதலராக

ஈடுபட்டுள்ளவர். இத்தகு வழிகளில் ஏதேனும் ஒன்றின் மூலம், முழுமுதற் கடவுளின் திவ்யமான அன்புத் தொண்டில் இடையறாது எப்போதும் ஈடுபட்டுள்ள தூய பக்தன், பரம புருஷரை மறக்க முடியாது என்பதால், அவரை அடைவது அவனுக்கு மிகவும் எளிதாகின்றது. தூய பக்தனால் ஒரு கணம் கூட பரம புருஷரை மறக்க முடியாது, அதுபோல பகவானாலும் தனது தூய பக்தனை ஒரு கணமும் மறக்க முடியாது. இதுவே ஹரே கிருஷ்ண, ஹரே கிருஷ்ண, கிருஷ்ண கிருஷ்ண, ஹரே ஹரே/ ஹரே ராம, ஹரே ராம, ராம ராம, ஹரே ஹரே எனும் மஹாமந்திரத்தை உச்சரிக்கும் கிருஷ்ண உணர்வு முறையின் மிகச்சிறந்த வரப் பிரசாதமாகும்.

ஸ்லோகம் 15

मामुपेत्य पुनर्जन्म दुःखालयमशाश्वतम् ।
नाप्नुवन्ति महात्मानः संसिद्धिं परमां गताः ॥ १५ ॥

மாம் உபேத்ய புனர் ஜன்ம து:$_{3}$கா$_{2}$லயம் அஷா$_{2}$ஷ்$_{2}$வதம்
நாப்னுவந்தி மஹாத்மான: ஸம்'ஸித்$_{3}$தி$_{4}$ம்' பரமாம்' க$_{3}$தா:

மாம்—என்னை; *உபேத்ய*—அடைந்து; *புன:*—மீண்டும்; *ஜன்ம*—பிறவி; *து:$_{3}$க$_{2}$-ஆலயம்*—துக்கத்தின் இடம்; *அஷா$_{2}$ஷ்$_{2}$வதம்*—தற்காலிகமானது; *ந*—என்றுமில்லை; *ஆப்னுவந்தி*—அடைதல்; *மஹா-ஆத்மன:*—மஹாத்மாக்கள்; *ஸம்ஸித்$_{3}$தி$_{4}$ம்*—பக்குவம்; *பரமாம்*—பரம; *க$_{3}$தா:*—அடைந்து.

பக்தியில் யோகிகளான மஹாத்மாக்கள் என்னை அடைந்த பிறகு, முற்றிலும் துன்பம் நிறைந்த இந்த தற்காலிகமான உலகத்திற்குத் திரும்பி வருவதே இல்லை; ஏனெனில், அவர்கள் மிகவுயர்ந்த பக்குவத்தை அடைந்துவிட்டனர்.

பொருளுரை: இந்த தற்காலிகமான ஜடவுலகம், பிறப்பு, இறப்பு, முதுமை, நோய் என்னும் துன்பங்களால் நிறைந்துள்ளது. எனவே, மிகவுயர்ந்த பக்குவநிலையை அடைந்து, கோலோக விருந்தாவனம் எனப்படும் கிருஷ்ண லோகத்தை அடைபவன், இயற்கையாகவே இங்கு திரும்பி வர விரும்புவதில்லை. அந்த பரம உலகத்தினை வேத சாஸ்திரங்கள், *அவ்யக்த, அக்ஷர* மற்றும் *பரமா க$_{3}$தி* என்று விளக்குகின்றன; வேறுவிதமாகக் கூறினால், அந்த உலகம், நமது பௌதிகப் பார்வைக்கு அப்பாற்பட்டது, வர்ணிக்க இயலாதது, ஆனால் மஹாத்மாக்கள் அடையும் மிகவுயர்ந்த இலக்கு அதுவே. தன்னையுணர்ந்த ஆத்மாக்களிடமிருந்து தெய்வீகச் செய்திகளை பெறும் மஹாத்மாக்கள், படிப்படியாக கிருஷ்ண உணர்வில் பக்தித் தொண்டை விருத்தி செய்கின்றனர். மேலும், பௌதிக உலகின் எந்த

லோகத்திற்கும் உயர்வு பெற அவர்கள் விரும்புவதில்லை. அது மட்டுமின்றி ஆன்மீக உலகத்திற்கு மாற்றம் பெறுவதற்கான விருப்பமும் அவர்களிடம் இல்லை, அந்த அளவிற்கு அவர்கள் திவ்யமான தொண்டில் மூழ்கியுள்ளனர். கிருஷ்ணரது உறவையும் கிருஷ்ணரையும் தவிர அவர்களுக்கு வேறொன்றும் தேவையில்லை. இதுவே வாழ்வின் மிகவுயர்ந்த பக்குவநிலையாகும். இந்த ஸ்லோகம், பரம புருஷரான கிருஷ்ணரது பக்தர்களை குறிப்பிட்டுச் சொல்கின்றது. கிருஷ்ண உணர்விலுள்ள இந்த பக்தர்கள் வாழ்வின் மிகவுயர்ந்த பக்குவநிலையை அடைகின்றனர். வேறுவிதமாகக் கூறினால், அவர்கள் மிகவுயர்ந்த ஆத்மாக்கள் ஆவர்.

ஸ்லோகம் 16

आब्रह्मभुवनाल्लोकाः पुनरावर्तिनोऽर्जुन ।
मामुपेत्य तु कौन्तेय पुनर्जन्म न विद्यते ॥ १६ ॥

ஆ-ப்$_3$ரஹ்ம-பு$_4$வனால் லோகா: புனர் ஆவர்தினோ 'ர்ஜுன
மாம் உபேத்ய து கௌந்தேய புனர் ஜன்ம ந வித்$_3$யதே

ஆ-ப்$_3$ரஹ்ம-பு$_4$வனாத்—பிரம்மலோகம் வரை; *லோகா:*—லோகங்கள்; *புன:*—மீண்டும்; *ஆவர்தின:*—திரும்புதல்; *அர்ஜுன*—அர்ஜுனா; *மாம்*—என்னிடம்; *உபேத்ய*—அடைந்து; *து*—ஆனால்; *கௌந்தேய*—குந்தியின் மகனே; *புன: ஜன்ம*—மறுபிறவி; *ந*—என்றுமில்லை; *வித்$_3$யதே*—எடுக்க வேண்டியது.

ஜடவுலகின் மிகவுயர்ந்த லோகத்திலிருந்து மிகவும் தாழ்ந்த லோகம் வரை, அனைத்தும் பிறப்பும், இறப்பும் மாறி மாறி நடைபெறும் துன்பம் நிறைந்த இடங்களே. ஆனால், குந்தியின் மகனே, என்னுடைய இடத்தை அடைபவன் என்றும் மறுபிறவி எடுப்பதில்லை.

பொருளுரை: கர்ம யோகி, ஞான யோகி, ஹட யோகி முதலிய எல்லாவித யோகிகளும், காலப்போக்கில் பக்தி யோகம் எனப்படும் கிருஷ்ண உணர்வின் பக்குவநிலையை அடைந்தாக வேண்டும். அதன் பின்னரே, அவர்கள் கிருஷ்ணரது தெய்வீக இருப்பிடத்தை அடையவும், திரும்பி வராமல் இருக்கவும் முடியும். ஜடவுலகின் மிகவுயர்ந்த லோகங்களான தேவலோகங்களை அடைபவரும், மீண்டும் பிறப்பு இறப்பிற்கு உட்படுகின்றனர். எவ்வாறு பூவுலகில் உள்ளோர் உயர் உலகங்களுக்கு ஏற்றம் பெறுகின்றனரோ, அதுபோலவே, பிரம்மலோகம், சந்திரலோகம் மற்றும் இந்திரலோகத்தைச் சேர்ந்தவர்களும் பூவுலகிற்கு வீழ்ச்சியடைகின்றனர். *சா$_2$ந்தோ$_3$க்$_3$ய* உபநிஷத்தில் பரிந்துரைக்கப்

பட்டுள்ள *பஞ்சாக்₃னி-வித்₃யா* எனும் யாகம், பிரம்ம லோகத்தை அடைவதற்கு உதவும். ஆனாலும், பிரம்ம லோகத்தில் அவன் கிருஷ்ண உணர்வை வளர்த்துக்கொள்ளாவிடில், மீண்டும் அவன் பூவுலகிற்கு திரும்ப வேண்டியதுதான். மேலுலகங்களில், கிருஷ்ண உணர்வைப் பயிற்சி செய்து முன்னேற்றம் அடைபவர்கள், படிப்படியாக மேன்மேலும் உயர்ந்த லோகங்களை அடைந்து, இறுதியில் பிரபஞ்சத்தின் பிரளயத்தின்போது நித்தியமான ஆன்மீக உலகிற்கு மாற்றப்படுகின்றனர். பலதேவ வித்யாபூஷணர், பகவத் கீதைக்கான தனது விளக்கவுரையில் கீழ்வரும் ஸ்லோகத்தினை மேற்கோள் காட்டுகிறார்:

ப்₃ரஹ்மணா ஸஹ தே ஸர்வே ஸம்ப்ராப்தே ப்ரதிஸஞ்சரே
பரஸ்யாந்தே க்ரு'தாத்மான: ப்ரவிஷ₂ந்தி பரம்' பத₃ம்

"இந்த ஜடவுலகம் அழிக்கப்படும்போது, இடையறாது கிருஷ்ண உணர்வில் ஈடுபட்டுள்ள பிரம்மாவும், அவரது பக்தர்களும் ஆன்மீக உலகிற்கு மாற்றப்படுகின்றனர். மேலும், அவர்களது குறிப்பிட்ட விருப்பத்திற்கு ஏற்ப, குறிப்பிட்ட ஆன்மீக கிரகங்களை அடைகின்றனர்."

ஸ்லோகம் 17

सहस्त्रयुगपर्यन्तमहर्यद्ब्रह्मणो विदुः ।
रात्रिं युगसहस्त्रान्तां तेऽहोरात्रविदो जनाः ॥ १७॥

ஸஹஸ்ர-யுக₃-பர்யந்தம் அஹர் யத்₃ ப்₃ரஹ்மணோ விது:₃
ராத்ரிம்' யுக₃-ஸஹஸ்ராந்தாம்' தே 'ஹோ-ராத்ர-விதோ₃ ஜனா:

ஸஹஸ்ர—ஆயிரம்; *யுக₃*—யுகங்கள்; *பர்யந்தம்*—உள்ளிட்ட; *அஹ:*—பகல்; *யத்*—அந்த; *ப்₃ரஹ்மண:*—பிரம்மாவின்; *விது:₃*—அறிவாய்; *ராத்ரிம்*—இரவு; *யுக₃*—யுகங்கள்; *ஸஹஸ்ர-அந்தாம்*—அதுபோல, ஆயிரத்தின் இறுதியில்; *தே*—அவர்கள்; *அஹ:-ராத்ர*—இரவும் பகலும்; *வித:₃*—அறிகின்றனர்; *ஜனா:*—மக்கள்.

மனிதக் கணக்கின்படி ஆயிரம் யுகங்களைக் கொண்ட காலம் பிரம்மாவின் ஒரு பகலாகும்; அவரது இரவின் காலமும் அது போன்று நீண்டதே.

பொருளுரை: பௌதிக பிரபஞ்சத்தின் காலம் எல்லைக்கு உட்பட்டதாகும். இது *கல்பங்களின்* சுழற்சியாகத் தோற்றமளிக்கிறது. *கல்ப* என்பது பிரம்மாவின் ஒரு பகல். ஸத்ய, திரேதா, துவாபர, கலி எனும் நான்கு யுகங்கள், ஆயிரம் முறை சுழலும்போது அது பிரம்மாவின் ஒரு பகலாகும். புண்ணியம், விவேகம் மற்றும் தர்மத்தை

அடிப்படையாகக் கொண்ட ஸத்ய யுகத்தில் அறியாமையும் பாவமும் கிடையாது. அது 17,28,000 வருடங்கள் நீடிக்கக் கூடியது. திரேதா யுகத்தில் பாவங்கள் ஆரம்பமாயின, அது 12,96,000 வருடங்கள் நீடிக்கின்றது. துவாபர யுகத்தில் புண்ணியமும் தர்மமும் மேலும் சீர்குலைய, பாவங்கள் மேலோங்குகின்றன, அந்த யுகம் 8,64,000 வருடங்கள் நீடித்தது. இறுதியாக கலி யுகத்தில் (கடந்த 5000 வருடங்களாக நாம் அனுபவித்து வரும் யுகத்தில்) போர், அறியாமை, அதர்மம், மற்றும் பாவங்கள் அதிகரித்து, உண்மையான புண்ணியம் என்பது ஏறக்குறைய அழிந்துவிடுகிறது. இந்த யுகம் 4,32,000 வருடங்கள் நீடிக்கின்றது. பாவங்கள் அதிகரித்து எல்லை மீறிப்போகும்போது, கலி யுகத்தின் இறுதியில் கல்கியாக அவதாரம் எடுக்கும் முழுமுதற் கடவுள், அசுரர்களை அழித்து, பக்தரைக் காத்து, மீண்டும் ஸத்ய யுகத்தைத் தொடக்குகிறார். பின்னர், மீண்டும் அதே சுழற்சி தொடர்ந்து நடைபெறும். இந்த நான்கு யுகங்கள் ஆயிரம் முறை சுழலும்போது, அது பிரம்மாவின் ஒரு பகலாகும், அவரது இரவும் அதுபோன்றதே. இவ்வாறு நூறு வருடங்கள் வாழும் பிரம்மா, அதன்பின் இறக்கின்றார். இந்த "நூறு வருடங்கள்" பூலோகக் கணக்கின்படி 3,11,04,000 கோடி வருடங்களாகும். இவ்வாறு, பிரம்மாவின் வாழ்நாள் வினோதமாக, முடிவில்லாததுபோலத் தோன்றினாலும், நித்திய வாழ்வுடன் ஒப்பிடும்போது, இது மின்னலைப் போன்ற குறுகிய காலமே. அட்லாண்டிக் கடலின் நீர்க்குமிழிகளைப் போல, காரணக் கடலில் எண்ணற்ற பிரம்மாக்கள் தோன்றி மறைகின்றனர். பிரம்மாவும் அவரது படைப்பும், பௌதிக பிரபஞ்சத்தின் பகுதிகள் என்பதால், அவை எப்போதும் மாற்றத்திற்கு உட்பட்டவை.

பிரம்மா உட்பட ஜடவுலகைச் சார்ந்த அனைவரும், பிறப்பு, இறப்பு, முதுமை, வியாதிக்கு உட்பட்டவர்களே. இருப்பினும், இந்த பிரபஞ்சத்தை நிர்வகிப்பதன் மூலம், பரம புருஷருடைய நேரடித் தொண்டில் ஈடுபட்டிருக்கும் பிரம்மா, அதனால் உடனடியாக முக்தியடைகிறார். உயர்ந்த சந்நியாசிகள், பிரம்ம லோகம் என்றழைக்கப்படும் பிரம்மாவின் குறிப்பிட்ட உலகினை அடைகின்றனர். ஜடவுலகின் மிகவுயர்ந்த கிரகமான அந்த பிரம்ம லோகம், உயர் கிரகங்களான ஸ்வர்க லோகங்கள் அழிந்த பிறகும் நிலைத்திருப்பதாகும். ஆனால், காலப் போக்கில் பிரம்மாவும் பிரம்மலோகவாசிகளும், ஜட இயற்கையின் சட்டப்படி, மரணத்திற்கு உட்பட்டவர்களே.

ஸ்லோகம் 18

अव्यक्ताद्व्यक्तय: सर्वा: प्रभवन्त्यहरागमे ।
रात्र्यागमे प्रलीयन्ते तत्रैवाव्यक्तसंज्ञके ॥ १८ ॥

அவ்யக்தாத்$_3$ வ்யக்தய: ஸர்வா: ப்ரப$_4$வந்த்யஹர்-ஆக$_3$மே
ராத்ர்ய்-ஆக$_3$மே ப்ரலீயந்தே தத்ரைவாவ்யக்த-ஸம்'ஜ்ஞகே

அவ்யக்தாத்—தோற்றமற்ற நிலையிலிருந்து; *வ்யக்தய:*—ஜீவாத்மாக்கள்; *ஸர்வா:*—எல்லா; *ப்ரப$_4$வந்தி*—தோன்றுகின்றனர்; *அஹ:-ஆக$_3$மே*—பகலின் ஆரம்பத்தில்; *ராத்ரி–ஆக$_3$மே*—இரவின் தொடக்கத்தில்; *ப்ரலீயந்தே*—அழிக்கப்படுகின்றன; *தத்ர*—அதில்; *ஏவ*—நிச்சயமாக; *அவ்யக்த*—தோற்றமற்ற; *ஸம்ஜ்ஞகே*—அறியப்படும்.

பிரம்மாவின் பகல் தோன்றும்போது எல்லா ஜீவாத்மாக்களும் அவ்யக்த நிலையிலிருந்து தோன்றுகின்றனர். பின்னர், இரவு வந்தவுடன் அவர்கள் மீண்டும் அவ்யக்தத்துடன் இணைந்து விடுகின்றனர்.

ஸ்லோகம் 19

भूतग्राम: स एवायं भूत्वा भूत्वा प्रलीयते ।
रात्र्यागमेऽवश: पार्थ प्रभवत्यहरागमे ॥ १९ ॥

பூ$_4$த-க்$_3$ராம: ஸ ஏவாயம்' பூ$_4$த்வா பூ$_4$த்வா ப்ரலீயதே
ராத்ர்ய்-ஆக$_3$மே 'வஷ:$_2$ பார்த$_2$ ப்ரப$_4$வத்யஹர்-ஆக$_3$மே

பூ$_4$த–க்$_3$ராம:—ஜீவாத்மாக்களின் தொகுப்பு; *ஸ:*—அவர்கள்; *ஏவ*—நிச்சயமாக; *அயம்*—இந்த; *பூ$_4$த்வா பூ$_4$த்வா*—மீண்டும்மீண்டும் பிறந்து; *ப்ரலீயதே*—அழிகின்றனர்; *ராத்ரி*—இரவு; *ஆக$_3$மே*—வரும்போது; *அவஷ:$_2$*—தாமாகவே; *பார்த$_2$*—பிருதாவின் மகனே; *ப்ரப$_4$வதி*—தோன்றுகின்றனர்; *அஹ:*—பகல் நேரம்; *ஆக$_3$மே*—வரும்போது.

மீண்டும்மீண்டும், பிரம்மாவின் பகல் வரும்போது, இந்த ஜீவாத்மாக்கள் தோன்றுகின்றனர், பிரம்மாவின் இரவு வரும்போது இவர்கள் அனாதரவாக அழிக்கப்படுகின்றனர்.

பொருளுரை: இந்த ஜட உலகிலேயே வசிக்க விரும்பும் சிற்றறிவுடையோர், உயர் கிரகங்களுக்கு ஏற்றம் பெறலாம், ஆனால் மீண்டும் இந்த பூலோகத்திற்கு வந்தாக வேண்டும். பிரம்மாவின் பகல் நேரத்தில் அவர்கள் பௌதிக உலகின் உயர்ந்த, தாழ்ந்த கிரகங்களில் தங்களது செயல்களை வெளிப்படுத்தலாம், ஆனால் பிரம்மாவின் இரவு வந்ததும் அவர்கள் அனைவரும் அழிக்கப்படுகின்றனர். பகலில் பௌதிகச் செயல்களுக்காக இவர்கள் பல்வேறு உடல்களை பெறுகின்றனர், இரவில் உடல்கள் ஏதுமின்றி

விஷ்ணுவின் உடலில் இயக்கமற்று இருக்கின்றனர். பிறகு பிரம்மாவின் பகல் தொடங்கியதும் மீண்டும் தோன்றுகின்றனர். பூ4த்வா பூ4த்வா ப்ரலீயதே, பகலில் தோன்றும் இவர்கள் மீண்டும் இரவில் அழிக்கப்படுகின்றனர். இறுதியில், பிரம்மாவின் வாழ்வு முடிவுறும்போது, இவர்கள் அனைவரும் அழிக்கப்பட்டு, கோடிக்கணக்கான வருடங்கள் தோன்றாமல் இருக்கின்றனர். பிரம்மா மீண்டும் பிறக்கும்போது, இவர்கள் மீண்டும் தோன்றுகின்றனர். இவ்விதமாக ஜடவுலகின் மாய சக்தியால் இவர்கள் கவரப்பட்டுள்ளனர். ஆனால், கிருஷ்ண உணர்வை ஏற்றுக்கொள்ளும் புத்திசாலி நபர்கள், ஹரே கிருஷ்ண, ஹரே கிருஷ்ண, கிருஷ்ண கிருஷ்ண, ஹரே ஹரே/ ஹரே ராம, ஹரே ராம, ராம ராம, ஹரே ஹரே என்று உச்சரிப்பதன் மூலம், தங்களது மனிதப் பிறவியை பகவானது பக்தித் தொண்டில் முழுமையாகப் பயன்படுத்துகின்றனர். இவ்வாறாக, இப்பிறவியிலேயே கிருஷ்ணரது ஆன்மீக உலகிற்கு தங்களை மாற்றிக்கொள்பவர்கள், நித்தியமான ஆனந்த வாழ்வினையும் மறுபிறவி இல்லாத நிலையையும் அங்கு அடைகின்றனர்.

ஸ்லோகம் 20

परस्तस्मात्तु भावोऽन्योऽव्यक्तोऽव्यक्तात्सनातनः ।
यः स सर्वेषु भूतेषु नश्यत्सु न विनश्यति ॥ २० ॥

பரஸ் தஸ்மாத் து பா4வோ 'ன்யோ 'வ்யக்தோ 'வ்யக்தாத் ஸநாதன:
ய: ஸ ஸர்வேஷு பூ4தேஷு நஷ்2யத்ஸு ந வினஷ்2யதி

பர:—பரம; *தஸ்மாத்*—இதற்கு; *து*—ஆனால்; *பா4வ:*—இயற்கை; *அன்ய:*—வேறு; *அவ்யக்த:*—தோன்றாத; *அவ்யக்தாத்*—தோன்றாததற்கு; *ஸநாதன:*—நித்தியமான; *ய: ஸ:*—எதுவோ; *ஸர்வேஷு*—எல்லா; *பூ4தேஷு*—தோற்றம்; *நஷ்2யத்ஸு*—அழிக்கப்படுவது; *ந*—இல்லை; *வினஷ்2யதி*—அழிவடைவது.

இருப்பினும், தோன்றி மறையும் இந்த ஜடத்திற்கு அப்பால், நித்தியமானதும் திவ்யமானதுமான மற்றொரு தோன்றாத இயற்கை உள்ளது. அது பரமமானது, என்றும் அழிவடையாதது. இவ்வுலகிலுள்ள அனைத்தும் அழிவடையும்போதும், அப்பகுதி அழிவதில்லை.

பொருளுரை: கிருஷ்ணரது உயர் ஆன்மீக சக்தி, திவ்யமானதும் நித்தியமானதுமாகும். பிரம்மாவின் பகலிலும், இரவிலும் தோன்றி அழியும் இந்த ஜட இயற்கையின் மாற்றங்களுக்கெல்லாம் அஃது அப்பாற்பட்டதாகும். கிருஷ்ணரது உயர்சக்தி, ஜட இயற்கையின்

தன்மைகளுக்கு முற்றிலும் எதிரானது. உயர்ந்த சக்தியும் தாழ்ந்த சக்தியும் ஏழாம் அத்தியாயத்தில் விளக்கப்பட்டன.

ஸ்லோகம் 21

अव्यक्तोऽक्षर इत्युक्तस्तमाहुः परमां गतिम् ।
यं प्राप्य न निवर्तन्ते तद्धाम परमं मम ॥ २१ ॥

அவ்யக்தோ 'க்ஷர இத்யுக்தஸ் தம் ஆஹு: பரமாம்' க₃திம்
யம்' ப்ராப்ய ந நிவர்தந்தே தத்₃ தா₄ம பரமம்' மம

அவ்யக்த:—தோற்றமற்ற; *அக்ஷர*—அழிவற்ற; *இதி*—இவ்வாறாக; *உக்த:*—கூறப்படும்; *தம்*—அந்த; *ஆஹு:*—அறியப்பட்ட; *பரமாம்*—பரம; *க₃திம்*—கதி; *யம்*—எதை; *ப்ராப்ய*—அடைந்தபின்; *ந*—என்றும் இல்லை; *நிவர்த்தந்தே*—திரும்பி வருவது; *தத்*—அந்த; *தா₄ம*—இருப்பிடம்; *பரமம்*—பரம; *மம*—எனது.

எதனை தோற்றமற்றதாகவும், அழிவற்றதாகவும் வேதாந்திகள் கூறுகின்றனரோ, எது பரம கதியாக அறியப்படுகின்றதோ, எந்த இடத்தை அடைந்தவன் மீண்டும் திரும்பி வருவதில்லையோ, அதுவே எனது உன்னத இருப்பிடம்.

பொருளுரை: முழுமுதற் கடவுள் ஸ்ரீ கிருஷ்ணரின் உன்னத இருப்பிடம், எல்லா விருப்பங்களையும் பூர்த்தி செய்யக்கூடிய இடமாக (*சிந்தாமணி தா₄ம*) பிரம்ம சம்ஹிதையில் வர்ணிக்கப்பட்டுள்ளது. கோலோக விருந்தாவனம் என்று அறியப்படும் கிருஷ்ணரின் இந்த பரம இருப்பிடம், சிந்தாமணிக் கற்களால் செய்யப்பட்ட மாளிகைகளை உடையது. விரும்பும் உணவினை வழங்கும் கற்பக மரங்களும், அளவின்றி பால் சுரக்கும் சுரபிப் பசுக்களும் அங்கு உள்ளன. அந்த உன்னத இருப்பிடத்தில் பல்லாயிரக்கணக்கான இலட்சுமிகளினால் பகவான் சேவை செய்யப்படுகிறார். கோவிந்தர் என்று அழைக்கப்படும் ஆதி புருஷரான அவரே எல்லா காரணங்களுக்கும் காரணமாவார். பகவான் புல்லாங்குழலை ஊதும் பழக்கமுடையவர் (*வேணும் க்வணந்தம்*). அவரது திவ்யமான ரூபம் அனைத்து உலகையும் கவரக்கூடியதாகும்—அவரது கண்கள் தாமரை இதழ்களைப் போன்றவை, அவரது மேனி நிறம், மேகத்தின் நிறத்தைப் போன்றது. அவரது உடலழகு கோடிக்கணக்கான மன்மதர்களை மிஞ்சுவதாக அமைகிறது. அவர் மஞ்சள் நிற உடையுடுத்தி, கழுத்தில் மாலை அணிந்து, தலையில் மயில் தோகையை அணிந்துள்ளார். ஆன்மீக உலகின் தலைசிறந்த உலகமும், தனது சொந்த இருப்பிடமுமான, கோலோக விருந்தாவனத்தைப் பற்றிய ஒரு சிறு குறிப்பினை மட்டுமே பகவான் கீதையில் கொடுத்துள்ளார். விரிவான விளக்கங்கள்

பிரம்ம சம்ஹிதையில் கொடுக்கப்பட்டுள்ளன. வேத இலக்கியங்கள் (கட$_2$ உபநிஷத் 1.3.11), முழுமுதற் கடவுளின் இருப்பிடத்தைவிட உயர்ந்தது வேறு ஏதும் இல்லை என்றும், அதுவே பரம கதி என்றும் கூறுகின்றன (*புருஷான் ந பரம் கிஞ்சித் ஸா காஷ்டா$_2$ பரமா க$_3$தி:*). அதனை அடைந்தவன், ஒருபோதும் ஜடவுலகிற்குத் திரும்புவதில்லை. கிருஷ்ணரும் அவரது உன்னத இருப்பிடமும் வேறுபட்டவை அல்ல; ஏனெனில், அவை ஒரே குணத்தை உடையவை. ஆன்மீக வானிலுள்ள இந்த உன்னதமான கோலோக விருந்தாவனத்தின் மாதிரி ஒன்று, பூவுலகில், டில்லிக்குத் தொண்ணூறு மைல் தென்கிழக்கே அமைந்துள்ளது. கிருஷ்ணர் இவ்வுலகில் அவதரித்தபோது, இந்தியாவிலுள்ள மதுரா மாவட்டத்தின், 84 சதுர மைல் நிலப்பரப்பினைக் கொண்ட விருந்தாவனம் எனும் இந்த இடத்தில்தான் தனது லீலைகளைச் செய்தார்.

ஸ்லோகம் 22

पुरुषः स परः पार्थ भक्त्या लभ्यस्त्वनन्यया ।
यस्यान्तःस्थानि भूतानि येन सर्वमिदं ततम् ॥ २२ ॥

புருஷ: ஸ பர: பார்த$_2$ ப$_4$க்த்யா லப்$_4$யஸ் த்வ் அனன்யயா
யஸ்யாந்த:-ஸ்தா$_2$னி பூ$_4$தானி யேன ஸர்வம் இத$_3$ம்' ததம்

புருஷ:—புருஷர்; *ஸ:*—அவர்; *பர:*—எல்லாரிலும் சிறந்தவரான பரமன்; *பார்த$_2$*—பிருதாவின் மகனே; *ப$_4$க்த்யா*—பக்தித் தொண்டால்; *லப்$_4$ய:*—அடைய முடியும்; *து*—ஆனால்; *அனன்யயா*—களங்கமற்ற, பிறழாத; *யஸ்ய*—எவரது; *அந்த: ஸ்தா$_2$னி*—உள்ளே; *பூ$_4$தானி*—இந்த ஜடத் தோற்றங்கள் எல்லாம்; *யேன*—யாரால்; *ஸர்வம்*—எல்லா; *இத$_3$ம்*—நாம் கண்டவை எல்லாம்; *ததம்*—பரவியுள்ளது.

எல்லாரிலும் சிறந்தவரான, பரம புருஷ பகவானை களங்கமற்ற பக்தியினால் அடைய முடியும். அவர் தனது இருப்பிடத்தில் வசிக்கும்போதிலும், எங்கும் நிறைந்தவராக உள்ளார், மேலும், அனைத்தும் அவரினுள் அமைந்துள்ளது.

பொருளுரை: எந்த உன்னத இலக்கை அடைந்தபின் திரும்பி வர வேண்டியதில்லையோ, அது பரம புருஷரான கிருஷ்ணரின் உன்னத இருப்பிடம் என்பது இங்கே தெளிவாகக் கூறப்பட்டுள்ளது. பிரம்ம சம்ஹிதை, இந்த உன்னத இருப்பிடத்தை, *ஆனந்த$_3$-சின்மய-ரஸ*, பூரண ஆன்மீக ஆனந்தம் நிறைந்த இடம் என்று வர்ணிக்கின்றது. அங்குள்ள பலதரப்பட்ட குணங்கள், ரூபங்கள் முதலியவை அனைத்தும் ஆன்மீக ஆனந்தத்தின் தன்மையை உடையவை, ஜடம்

என்று அங்கு எதுவும் கிடையாது. அத்தகு பல்வேறு தோற்றங்கள் யாவும் பரம புருஷருடைய ஆன்மீக விரிவே; ஏனெனில், ஏழாம் அத்தியாயத்தில் விவரிக்கப்பட்டுள்ளபடி, ஆன்மீக உலகிலுள்ள அனைத்தும் ஆன்மீக சக்தியால் ஆனவை. எப்போதும் தனது உன்னத இருப்பிடத்தில் வீற்றுள்ள பகவான், தனது ஜட சக்தியின் மூலம் ஜடவுலகின் எல்லா இடங்களிலும் பரவியுள்ளார். இவ்வாறு, அவர் தனது ஆன்மீக மற்றும் பௌதிக சக்திகளின் மூலம், ஆன்மீக உலகிலும் பௌதிக உலகிலும் பரவியுள்ளதால், எங்கும் பரவியுள்ளவராக அறியப்படுகிறார். *யஸ்யாந்த:-ஸ்தா$_2$னி* என்றால், அனைத்தும் அவரினுள் (அதாவது, அவரது ஆன்மீக அல்லது பௌதிக சக்தியினுள்) அடக்கம் என்று பொருள்.

கிருஷ்ணருடைய உன்னத இருப்பிடத்தையோ, எண்ணற்ற வைகுண்ட உலகையோ அடைவதென்பது பக்தித் தொண்டினால் மட்டுமே சாத்தியம் என்பது இங்கே *ப$_4$க்த்யா* எனும் சொல்லின் மூலம் தெளிவாகக் குறிப்பிடப்பட்டுள்ளது. அந்த உன்னத இருப்பிடத்தை அடைய வேறு எந்த வழிமுறையும் உதவாது. வேதங்களும் (*கோ$_3$பால-தாபனீ* உபநிஷத் 1.21), உன்னத இருப்பிடத்தைப் பற்றியும் பரம புருஷ பகவானைப் பற்றியும் விளக்குகின்றன. *ஏகோ வஷீ$_2$ ஸர்வ-க:$_3$ க்ரு'ஷ்ண:.* அவ்வுலகில் ஒரே ஒரு பரம புருஷ பகவான் உள்ளார், அவரது பெயர் கிருஷ்ணர். கருணையின் பொக்கிஷமான அவர் அங்கே வீற்றுள்ளபோதிலும், கோடிக்கணக்கான சுய ரூபங்களாகவும் விரிவடைந்துள்ளார். பலதரப்பட்ட கனிகள், பூக்கள், மற்றும் இலைகளை வழங்கும் மரத்திற்கு, வேதங்கள் பகவானை ஒப்பிடுகின்றன. நான்கு கைகளுடன் வைகுண்ட கிரகங்களில் வீற்றிருக்கும் அவரது சுய விரிவுகள், புருஷோத்தமர், திரிவிக்கிரமர், கேசவர், மாதவர், அனிருத்தர், ரிஷிகேசர், ஸங்கர்ஷணர், பிரத்யும்னர், ஸ்ரீதரர், வாஸுதேவர், தாமோதரர், ஜனார்தனர், நாராயணர், வாமனர், பத்மநாபர் என்று பல்வேறு நாமங்களால் அறியப்படுகின்றனர்.

பகவான் தனது உன்னத இருப்பிடமான கோலோக விருந்தாவனத்தில் எப்போதும் வீற்றுள்ளபோதிலும், அவர் எங்கும் பரவியுள்ளதால் அனைத்தும் முறையாகச் செயல்படுகிறது என்பதை பிரம்ம சம்ஹிதையும் (5.37) உறுதி செய்கின்றது. (*கோ$_3$லோக ஏவ நிவஸத்-யகி$_2$லாத்ம-பூ$_4$த:*). வேதங்களில் (*ஷ்$_2$வேதாஷ்வதர* உபநிஷத் 6.8) கூறப்பட்டுள்ளது போல, *பராஸ்ய ஷ$_2$க்திர் விவிதை$_4$வ ஷ்$_2$ரூயதே/ ஸ்வாபா$_4$விகீ ஜ்ஞான-ப$_3$ல-க்ரியா ச*—முழுமுதற் கடவுள் மிகத் தொலைவில் இருந்தாலும், பிரபஞ்சத் தோற்றத்திலுள்ள

அனைத்தையும் பிழையின்றி நடத்திச் செல்லுமளவிற்கு அவரது சக்திகள் பலம் வாய்ந்தவையாக உள்ளன.

ஸ்லோகம் 23

यत्र काले त्वनावृत्तिमावृत्तिं चैव योगिन: ।
प्रयाता यान्ति तं कालं वक्ष्यामि भरतर्षभ ॥ २३॥

யத்ர காலே த்வ் அனாவ்ரு'த்திம் ஆவ்ரு'த்திம்' சைவ யோகி₃ன:
ப்ரயாதா யாந்தி தம்' காலம்' வக்ஷ்யாமி ப₄ரதர்ஷப₄

யத்ர—எந்த; காலே—காலம்; து—மேலும்; அனாவ்ரு'த்திம்—மீண்டும் வராத; ஆவ்ருத்திம்—மீண்டும் வருகின்ற; ச—மேலும்; ஏவ—நிச்சயமாக; யோகி₃ன:—பற்பல யோகிகள்; ப்ரயாதா:—சென்றபின்; யாந்தி—அடைகின்றனர்; தம்—அந்த; காலம்—காலம்; வக்ஷ்யாமி—விவரிக்கிறேன்; ப₄ரத-ருஷப₄—பரதர்களில் சிறந்தவனே.

பரதர்களில் சிறந்தவனே! எந்த எந்த நேரங்களில் இவ்வுலகை விட்டுச் செல்லும் யோகி, மீண்டும் வருகிறான் அல்லது வராது போகிறான் என்பதைப் பற்றி நான் இப்போது உனக்கு விளக்குகிறேன்.

பொருளுரை: பரம புருஷரிடம் பூரணமாக சரணடைந்துள்ள களங்கமற்ற பக்தர்கள், எப்போது, எந்த முறையில் தங்களது உடலை நீப்பது என்பதைப் பற்றியெல்லாம் கவலைப்படுவதில்லை. அனைத்தையும் கிருஷ்ணரின் கையில் ஒப்படைத்துவிடுவதால், அவர்கள் மிக எளிதாக, ஆனந்தமாக இறைவனிடம் திரும்பி விடுகின்றனர். ஆனால் களங்கமற்ற பக்தியை மேற்கொள்ளாமல், கர்ம யோகம், ஞான யோகம், ஹட யோகம் முதலிய ஆன்மீகத் தன்னுணர்வு முறைகளை நம்பியிருப்பவர்கள், பிறப்பு இறப்பின் உலகிற்குத் திரும்பி வருவோமா இல்லையா என்பதை உறுதி செய்ய, ஒரு குறிப்பிட்ட நேரத்தில் உடலை விடுவது அவசியமாகும்.

யோகி பக்குவமானவனாக இருந்தால், இவ்வுலகை நீப்பதற்கான இடத்தையும் சூழ்நிலையையும் அவனே தேர்ந்தெடுத்துக்கொள்ள முடியும். ஆனால் அவன் நிபுணனாக இல்லாவிடில், அவனது வெற்றி (அவன் உடலை விடும் நேரம்) அதிர்ஷ்டத்தை அடிப்படையாகக் கொண்டது. உடலை நீத்து மீண்டும் திரும்பிவராமல் இருப்பதற்கான பொருத்தமான நேரம் பின்வரும் ஸ்லோகங்களில் பகவானால் விளக்கப்படுகின்றது. ஆச்சாரியர் பலதேவ வித்யாபூஷணரின் கருத்துப்படி, இங்கு உபயோகிக்கப்பட்டுள்ள கால எனும் சமஸ்கிருதச் சொல், காலத்தின் அதிபதியான காலதேவனைக் குறிக்கின்றது.

ஸ்லோகம் 24

अग्निर्ज्योतिरहः शुक्लः षण्मासा उत्तरायणम् ।
तत्रप्रयाता गच्छन्ति ब्रह्म ब्रह्मविदोजनाः ॥ २४ ॥

அக்$_3$னிர் ஜ்யோதிர் அஹ: ஷு$_2$க்ல: ஷண்-மாஸா உத்தராயணம்
தத்ர ப்ரயாதா க$_3$ச்ச$_2$ந்தி ப்$_3$ரஹ்ம ப்$_3$ரஹ்ம-விதோ$_3$ ஜனா:

அக்$_3$னி:—நெருப்பு; *ஜ்யோதி:*—ஒளி; *அஹ:*—பகல்; *ஷு$_2$க்ல:*—வளர்பிறை; *ஷட்-மாஸா:*—ஆறு மாதங்கள்; *உத்தர-அயணம்*—சூரியன் வடக்கு நோக்கிச் செல்லும்போது; *தத்ர*—அங்கே; *ப்ரயாதா:*—உடலை விடுபவன்; *க$_3$ச்ச$_2$ந்தி*—செல்கிறான்; *ப்$_3$ரஹ்ம*—பிரம்மன்; *ப்$_3$ரஹ்ம-வித:$_3$*—பிரம்மனை அறிந்த; *ஜனா:*—நபர்கள்.

பரபிரம்மனை அறிந்தவர்கள், அக்னி தேவனின் ஆதிக்கத்தில், ஒளியில், பகலின் நல்ல நேரத்தில், வளர்பிறை உள்ள இரு வாரங்களில், சூரியன் வடக்கு நோக்கிச் செல்லும் ஆறு மாதங்களில், இவ்வுலகைவிட்டுச் சென்று அந்த பரமனை அடைகின்றனர்.

பொருளுரை: நெருப்பு, ஒளி, பகல், வளர்பிறை முதலியவற்றைக் குறிப்பிடும்போது, ஆத்மாவின் பயணத்தினை ஏற்பாடு செய்யும் தேவர்கள் இதற்குப் பின்னால் உள்ளனர் என்பதைப் புரிந்துகொள்ள வேண்டும். மரணத்தின்போது, மனம் ஒருவனை புதிய வாழ்வின் பாதையில் கொண்டுச் செல்கின்றது. மேலே கூறப்பட்ட காலங்களில், திட்டப்படியோ, தற்செயலாகவோ ஒருவன் உடலை நீத்தால், அவன் அருவ பிரம்மஜோதியை அடைவது சாத்தியம். உடலை நீக்குவதற்கான நேரத்தையும் இடத்தையும் (யோகப் பயிற்சியில் முன்னேறிய யோகிகளால்) ஏற்பாடு செய்ய முடியும். மற்றவர்களால் இவற்றைக் கட்டுப்படுத்த முடியாது—அவர்கள் மங்கலகரமான நேரத்தில் தற்செயலாக உடலை நீக்க நேர்ந்தால், பிறப்பு இறப்பின் சுழற்சிக்குத் திரும்ப மாட்டார்கள், ஆனால் அவ்வாறு நேராவிடில், மீண்டும் பிறப்பதற்கான எல்லா வாய்ப்புகளும் உண்டு. ஆனால், கிருஷ்ண உணர்விலுள்ள தூய பக்தனுக்கு, திரும்பி வருவதற்கான பயம் இல்லை—சுப வேளையோ, அசுப வேளையோ, தற்செயலாகவோ, ஏற்பாட்டின் அடிப்படையிலோ, எப்போது வேண்டுமானாலும் அவன் தனது உடலை விடலாம்.

ஸ்லோகம் 25

धूमो रात्रिस्तथा कृष्णः षण्मासा दक्षिणायनम् ।
तत्र चान्द्रमसं ज्योतिर्योगी प्राप्य निवर्तते ॥ २५ ॥

தூ₄மோ ராத்ரிஸ் ததா₂ க்ரு'ஷ்ண: ஷண்-மாஸா த₃க்ஷிணாயனம்
தத்ர சாந்த்₃ரமஸம்' ஜ்யோதிர் யோகீ₃ ப்ராப்ய நிவர்ததே

தூ₄ம—புகை; *ராத்ரி:*—இரவு; *ததா₂*—மேலும்; *க்ரு'ஷ்ண:*—தேய்பிறை; *ஷட்-மாஸா:*—ஆறு மாதங்கள்; *த₃க்ஷிண-அயனம்*—சூரியன் தெற்கு நோக்கிச் செல்லும் காலம்; *தத்ர*—அங்கே; *சாந்த்₃ர-மஸம்*—சந்திர லோகம்; *ஜ்யோதி:*—ஒளி; *யோகீ₃*—யோகி; *ப்ராப்ய*—அடையும்; *நிவர்ததே*—மீண்டும் வருகிறான்.

புகையிலும், இரவிலும், தேய்பிறையிலும், சூரியன் தெற்கு நோக்கிச் செல்லும் ஆறு மாதங்களிலும், இவ்வுலகை விட்டுச் செல்லும் யோகிகள், சந்திர லோகத்தை அடைந்து மீண்டும் திரும்பி வருகின்றனர்.

பொருளுரை: ஸ்ரீமத் பாகவதத்தின் மூன்றாவது ஸ்கந்தத்தில், பலன்நோக்குச் செயல்களிலும் யாகங்களிலும் நிபுணராக விளங்கும் பூலோகவாசிகள், மரணத்தின்போது சந்திர லோகத்தை அடைகின்றனர் என்று கபில முனி கூறுகிறார். இவ்வாறு உயர்வுபெறும் ஆத்மாக்கள், தேவர்களின் கணக்குப்படி 10,000 வருடங்கள் சந்திரனில் வாழ்ந்து, ஸோம ரஸத்தை அருந்தி வாழ்வை அனுபவிக்கின்றனர். காலப்போக்கில், இவர்கள் பூவுலகிற்கு திரும்புகின்றனர். நமது ஜடப் புலன்களால் காண முடியாவிட்டாலும், உயர் வகுப்பைச் சேர்ந்த ஆத்மாக்கள் சந்திரனில் உள்ளனர் என்பதை இதன் மூலம் அறிகிறோம்.

ஸ்லோகம் 26

शुक्लकृष्णे गती ह्येते जगतः शाश्वते मते ।
एकया यात्यनावृत्तिमन्ययावर्तते पुनः ॥ २६ ॥

ஷு₂க்ல-க்ரு'ஷ்ணே க₃தீ ஹ்யேதே ஜக₃த: ஷா₂ஷ்₂வதே மதே
ஏகயா யாத்யனாவ்ரு'த்திம் அன்யயாவர்ததே புன:

ஷு₂க்ல—ஒளி; *க்ரு'ஷ்ணே*—இருள்; *க₃தீ*—உடலை விடும் வழிகள்; *ஹி*—நிச்சயமாக; *ஏதே*—இந்த இரண்டு; *ஜக₃த:*—பௌதிக உலகின்; *ஷா₂ஷ்₂வதே*—வேதங்களின்; *மதே*—கருத்தில்; *ஏகயா*—ஒருவழியில்; *யாதி*—செல்கின்றவன்; *அனாவ்ரு'த்திம்*—திரும்புவதில்லை; *அன்யயா*—மறுவழியில்; *ஆவர்ததே*—திரும்புகின்றான்; *புன:*—மீண்டும்.

வேதக் கருத்தின்படி, இந்த உலகிலிருந்து செல்வதற்கு இரண்டு வழிகள் உள்ளன—ஒன்று ஒளியில், மற்றது இருளில். ஒளியில் உடலை விடுபவன் திரும்பி வருவதில்லை; ஆனால் இருளில் உடலை விடுபவனோ திரும்பி வருகிறான்.

பொருளுரை: செல்வதைப் பற்றியும், திரும்பி வருவதைப் பற்றியுமான இதே விளக்கம், ஆச்சாரியர் பலதேவ வித்யாபூஷணரால் *சா₂ந்தோ₃க்₃ய* உபநிஷத்திலிருந்து (5.10.3–5) மேற்கோள் காட்டப்பட்டுள்ளது. பலன்நோக்குச் செயல்களில் ஈடுபட்டுள்ள வர்களும் தத்துவ அனுமானிகளும், நினைவிற்கு எட்டாத காலமாக வருவதும் போவதுமாக உள்ளனர். உண்மையில் அவர்கள் மோக்ஷமடைவதில்லை; ஏனெனில், அவர்கள் கிருஷ்ணரிடம் சரணடைவதில்லை.

ஸ்லோகம் 27

नैते सृती पार्थ जानन्योगी मुह्यति कश्चन ।
तस्मात्सर्वेषु कालेषु योगयुक्तो भवार्जुन ॥ २७॥

நைதே ஸ்ரு'தீ பார்த₂ ஜானன் யோகீ₃ முஹ்யதி கஷ்₂சன
தஸ்மாத் ஸர்வேஷு காலேஷு யோக₃-யுக்தோ ப₄வார்ஜுன

ந—இல்லை; *ஏதே*—இவ்விரண்டு; *ஸ்ரு'தீ*—விதமான வழிகள்; *பார்த₂*—பிருதாவின் மகனே; *ஜானன்*—அவன் அறிந்திருந்தாலும்; *யோகீ₃*—இறைவனின் பக்தர்; *முஹ்யதி*—குழம்புவது; *கஷ்₂சன*—சிறிதும்; *தஸ்மாத்*—எனவே; *ஸர்வேஷு காலேஷு*—எப்போதும்; *யோக₃-யுக்த*—கிருஷ்ண உணர்வில் ஈடுபடுபவனாக; *ப₄வ*—ஆவாயாக; *அர்ஜுன*—அர்ஜுனா.

அர்ஜுனா, இவ்விரண்டு பாதைகளையும் அறிந்துள்ள பக்தர்கள், ஒருபோதும் குழப்பமடைவதில்லை. எனவே, எப்போதும் பக்தியில் நிலைபெறுவாயாக.

பொருளுரை: ஜடவுடலை விடும்போது, ஆத்மா மேற்கொள்ளக்கூடிய பல்வேறு பாதைகளினால் சஞ்சலமடையக் கூடாது என்று கிருஷ்ணர் இங்கே அர்ஜுனனுக்கு அறிவுரை கூறுகிறார். பரம புருஷரின் பக்தன், எவ்வாறு தனது உடலை விடுவது (ஏற்பாட்டின்படியா அல்லது தற்செயலாகவா) என்பதைப் பற்றிக் கவலைப்படக் கூடாது. பக்தன், கிருஷ்ண உணர்வில் திடமாக நிலைபெற்று, ஹரே கிருஷ்ண உச்சாடனம் செய்ய வேண்டும். இந்த இரண்டு பாதைகளையும் பற்றிய கவலை, தொல்லை நிறைந்தது என்பதை அவன் அறிய வேண்டும். கிருஷ்ண உணர்வில் ஆழ்ந்திருப்பதற்கான சிறந்த வழி எப்போதும் அவரது தொண்டில் இணைந்திருப்பதுதான், இதன் மூலம் ஆன்மீக உலகிற்கான ஒருவனது பாதை, பாதுகாப்பானதாக, நிச்சயமானதாக, நேரடியானதாக அமையும். *யோக₃-யுக்த* என்னும் சொல் இந்த ஸ்லோகத்தில் மிக முக்கியமானதாகும். யோகத்தில் உறுதியாக இருப்பவன், தனது எல்லா செயல்களுக்கு மத்தியிலும்

கிருஷ்ண உணர்வில் ஈடுபட்டுள்ளான். ஸ்ரீ ரூப கோஸ்வாமி அறிவுறுத்துகிறார், *அனாஸக்தஸ்ய விஷயான் யதா₂ர்ஹம்-உபயுஞ்ஜத:*—ஜடச் செயல்களில் எவ்வித பற்றுதலும் இன்றி, எல்லாச் செயல்களையும் கிருஷ்ணருக்காகச் செய்ய வேண்டும். *யுக்த-வைராக்₃ய* எனப்படும் இம்முறையின் மூலம், ஒருவன் பக்குவமடைகிறான். அவ்வாறு பக்குவமடையும் பக்தன், மேற்குறிப்பிட்ட விவரங்களால் சஞ்சலமடைவதில்லை; ஏனெனில், ஆன்மீக உலகிற்கான தனது பாதை, பக்தித் தொண்டின் மூலம் உத்தரவாதம் செய்யப்பட்டுள்ளதை அவன் அறிவான்.

ஸ்லோகம் 28

वेदेषु यज्ञेषु तपःसु चैवदानेषु यत्पुण्यफलं प्रदिष्टम् ।
अत्येति तत्सर्वमिदं विदित्वायोगी परं स्थानमुपैति चाद्यम् ॥ २८ ॥

வேதே₃ஷு யஜ்ஞேஷு தப:ஸு சைவ
தா₃னேஷு யத் புண்ய-ப₂லம்' ப்ரதி₃ஷ்டம்
அத்யேதி தத் ஸர்வம் இத₃ம்' விதி₃த்வா
யோகீ₃ பரம்' ஸ்தா₂னம் உபைதி சாத்₃யம்

வேதே₃ஷு—வேதங்களைப் படிப்பதால்; *யஜ்ஞேஷு*—யாகங்கள் புரிவதால்; *தப:ஸு*—பற்பல தவங்களை மேற்கொள்வதால்; *ச*—மேலும்; *ஏவ*—நிச்சயமாக; *தா₃னேஷு*—தானம் செய்வதால்; *யத்*—எந்த; *புண்ய-ப₂லம்*—புண்ணிய பலன்; *ப்ரதி₃ஷ்டம்*—குறிப்பிடப்பட்டுள்ளதோ; *அத்யேதி*—தாண்டிவிடுகிறது; *தத் ஸர்வம்*—அவற்றை எல்லாம்; *இத₃ம்*—இது; *விதி₃த்வா*—அறிவதால்; *யோகீ₃*—பக்தன்; *பரம்*—பரம; *ஸ்தா₂னம்*—இடத்தை; *உபைதி*—அடைகிறான்; *ச*—மேலும்; *ஆத்₃யம்*—ஆதி.

பக்தித் தொண்டின் பாதையை ஏற்பவன், வேதங்களைப் படித்தல், யாகங்களைச் செய்தல், தவம் புரிதல், தானம் கொடுத்தல், கர்ம, ஞானப் பாதைகளை மேற்கொள்ளுதல் ஆகியவற்றால் அடையப்படும் பலன்களை இழப்பதில்லை. பக்தித் தொண்டை செய்வதன் மூலமாகவே இவையனைத்தையும் பெற்று, இறுதியில் நித்தியமான உன்னத இடத்தை அவன் அடைகிறான்.

பொருளுரை: கிருஷ்ண உணர்வையும் பக்தித் தொண்டையும் முக்கியமாக விளக்கக்கூடிய, ஏழு மற்றும் எட்டாம் அத்தியாயங்களின் சுருக்கமே இந்த ஸ்லோகம். ஒருவன் ஆன்மீக குருவின் பொறுப்பில் வாழும்போது, அவரது வழிகாட்டுதலின்கீழ் வேதங்களைக் கற்று, பற்பல தவங்களையும் விரதங்களையும் மேற்கொள்ள வேண்டும். ஒரு பிரம்மசாரி, ஆன்மீக குருவின் இல்லத்தில் சேவகனைப் போல வாழ்ந்து, வீடு வீடாக யாசித்து, கிடைப்பவை அனைத்தையும்

ஆன்மீக குருவிடம் சமர்ப்பிக்க வேண்டும். குருவின் கட்டளைப்படியே அவன் உணவு உண்ண வேண்டும், ஏதேனும் ஒரு நாள் குரு அவனை உண்பதற்கு அழைக்காவிடில், அவன் விரதம் இருக்கிறான். பிரம்மசரியத்தை அனுஷ்டிப்பதற்கான சில வைதிக நியமங்கள் இவை.

குறைந்தபட்சம் ஐந்து முதல் இருபது வயதுவரை குருவிடம் வேதங்களைக் கற்றுக்கொள்ளும் மாணவன், குணத்தில் பக்குவ மானவனாக ஆகிறான். வேதங்களைக் கற்பதென்பது, சாய்வு நாற்காலியில் அமர்ந்து கற்பனை செய்பவர்களது பொழுது போக்கிற்காக அல்ல. மாறாக, குணங்களை வடிவமைப்பதற்காகவே. இப்பயிற்சிக்குப் பின்னர், குடும்ப வாழ்வினுள் நுழைவதற்கும், திருமணம் செய்து கொள்வதற்கும் ஒரு பிரம்மசாரி அனுமதிக்கப்படுகிறான். அவன் கிருஹஸ்தனாக இருக்கும்போது, ஞானத்தை விருத்தி செய்ய பற்பல யாகங்களைச் செய்ய வேண்டும். அதுமட்டுமின்றி, நாடு, காலம் மற்றும் நபரைப் பொறுத்து தானமும் வழங்க வேண்டும். ஸத்வ குணத்தில் செய்யப்படும் தானம், ரஜோ குணத்தில் செய்யப்படும் தானம், தமோ குணத்தில் செய்யப்படும் தானம் ஆகியவை பகவத் கீதையில் விளக்கப்பட்டுள்ளன—அதன் அடிப்படையில் அவன் தானமளிக்க வேண்டும். பின்னர், குடும்ப வாழ்விலிருந்து ஓய்வு பெற்று, வானபிரஸ்தத்தை ஏற்று, வனங்களில் வாழ்தல், மரப்பட்டைகளை உடையாக அணிதல், சவரம் செய்யாது இருத்தல் முதலிய பற்பல தவங்களை மேற்கொள்ள வேண்டும். பிரம்மசர்ய, கிருஹஸ்த, வானபிரஸ்த, இறுதியாக சந்நியாச ஆஸ்ரமம் ஆகியவற்றின் விதிகளைப் பின்பற்றுவதன் மூலம், ஒருவன் வாழ்வின் பக்குவநிலைக்கு ஏற்றம் பெறுகிறான். அவர்களில் சிலர் ஸ்வர்க லோகங்களுக்கு ஏற்றமடைகின்றனர்; அதைவிட முன்னேறியவர்கள், ஆன்மீக வானில் (பிரம்மஜோதியிலோ, வைகுண்ட உலகங்களிலோ, கிருஷ்ண லோகத்திலோ) முக்தியடைகின்றனர். இதுவே வேத இலக்கியங்களில் வழிவகுக்கப்பட்டுள்ள பாதையாகும்.

இருப்பினும், கிருஷ்ண உணர்வின் மகத்துவம் என்னவெனில், பக்தித் தொண்டில் ஈடுபடுவதன் மூலம், பற்பல ஆஸ்ரமங்களின் சடங்குகள் அனைத்தையும் ஒரே அடியில் கடந்து விட முடியும்.

பகவத் கீதையின் இந்த அத்தியாயத்திலும், ஏழாம் அத்தியாயத்திலும் கிருஷ்ணர் கொடுத்துள்ள உபதேசங்களை அவசியம் புரிந்துகொள்ள வேண்டும் என்பதை *இத₃ம் விதி₃த்வா* எனும் சொற்கள் குறிப்பிடுகின்றன. இந்த அத்தியாயங்களை ஏட்டுக் கல்வி அல்லது

மன அனுமானத்தின் மூலமாக அறிந்துகொள்ள முயலாமல், தூய பக்தர்களின் சங்கத்தில் கேட்டறிய வேண்டும். ஏழாம் அத்தியாயம் முதல் பன்னிரண்டாம் அத்தியாயம் வரை கீதையின் ஸாரமாகும். முதலில் உள்ள ஆறு அத்தியாயங்களும் இறுதியில் உள்ள ஆறு அத்தியாயங்களும், நடுவில் உள்ள ஆறு அத்தியாயத்திற்கு மூடிகளாக உள்ளன; நடுவிலுள்ள இந்த அத்தியாயங்கள் பகவானால் சிறப்பாக பாதுகாக்கப்பட்டுள்ளன. பக்தர்களின் உறவால் பகவத் கீதையை (குறிப்பாக நடுவில் உள்ள ஆறு அத்தியாயங்களைப்) புரிந்துகொள்ளும் நல்லதிர்ஷ்டத்தை ஒருவன் பெற்றால், உடனடியாக அவனது வாழ்வு, தவங்கள், யாகங்கள், தானங்கள், தத்துவங்கள் என எல்லாவற்றிற்கும் அப்பாற்பட்டு புகழத்தக்கதாக மாறிவிடும். ஏனெனில், இந்த செயல்களின் எல்லா பலன்களையும் ஒருவன் கிருஷ்ண உணர்வின் மூலம் எளிமையாக அடைந்துவிடுகிறான்.

பகவத் கீதையின் மீது சற்று நம்பிக்கை உடையவன், பகவத் கீதையை பக்தனிடமிருந்து மட்டுமே கேட்க வேண்டும். ஏனெனில், நான்காம் அத்தியாயத்தின் ஆரம்பத்தில், பகவத் கீதையை பக்தர்களால் மட்டுமே புரிந்துகொள்ள முடியும், வேறு எவரும் பகவத் கீதையின் குறிக்கோளை பக்குவமாகப் புரிந்துகொள்ள முடியாது என்று தெளிவாகக் கூறப்பட்டுள்ளது. எனவே, பகவத் கீதையை கிருஷ்ண பக்தனிடமிருந்து கேட்க வேண்டும், மன அனுமானி களிடமிருந்து அல்ல. இது நம்பிக்கையின் சின்னமாகும். பக்தனைத் தேடுபவன், அதிர்ஷ்டவசமாக பக்தனது உறவைப் பெறும்போது, பகவத் கீதையை உண்மையாகப் படிக்கவும் புரிந்துகொள்ளவும் தொடங்குகிறான். பக்தர்களின் சங்கத்தில் முன்னேற்றம் பெறும்போது, அவனது பக்தித் தொண்டு நிலைபெறுகிறது. இந்தத் தொண்டு, கிருஷ்ணர், கிருஷ்ணரது நாமம், ரூபம், குணம், லீலை மற்றும் இதர விஷயங்களைப் பற்றிய சந்தேகங்களையும் நீக்கிவிடுகிறது. இந்த சந்தேகங்கள் பக்குவமாக நீக்கப்பட்ட பிறகு, ஒருவன் தனது படிப்பில் தீவிரமடைகிறான். பின்னர், பகவத் கீதையைப் படிப்பது இன்பமயமாகி, எப்போதும் கிருஷ்ண உணர்விலிருக்கும் நிலையை அடைகிறான். முன்னேறிய நிலையில், அவன் கிருஷ்ணரின் மீதான பூரண அன்பினைப் பெறுகிறான். வாழ்வின் இந்த மிகவுயர்ந்த பக்குவநிலை, ஆன்மீக வானிலுள்ள கிருஷ்ணரின் இருப்பிடமான கோலோக விருந்தாவனத்திற்கு பக்தனைக் கொண்டு செல்கிறது, அங்கே பக்தன் நித்தியமாக என்றும் மகிழ்ச்சியுடன் வாழ்கிறான்.

ஸ்ரீமத் பகவத் கீதையின் "பரத்தை அடைதல்" என்னும் எட்டாம் அத்தியாயத்திற்கான பக்திவேதாந்த பொருளுரைகள் இத்துடன் நிறைவடைகின்றன.

அத்தியாயம் ஒன்பது

மிக இரகசியமான அறிவு

ஸ்லோகம் 1

श्रीभगवानुवाच
इदं तु ते गुह्यतमं प्रवक्ष्याम्यनसूयवे ।
ज्ञानं विज्ञानसहितं यज्ज्ञात्वा मोक्ष्यसेऽशुभात् ॥ १ ॥

ஸ்ரீ-ப₄க₃வான் உவாச

இத₃ம்' து தே கு₃ஹ்யதமம்' ப்ரவக்ஷ்யாம்யனஸூயவே

ஜ்ஞானம்' விஜ்ஞான-ஸஹிதம்' யஜ் ஜ்ஞாத்வா மோக்ஷ்யஸே 'ஷு₂பா₄த்

ஸ்ரீ-ப₄க₃வான் உவாச—புருஷோத்தமரான முழுமுதற் கடவுள் கூறினார்; *இத₃ம்*—இந்த; *து*—ஆனால்; *தே*—உனக்கு; *கு₃ஹ்ய-தமம்*—மிக இரகசியமான; *ப்ரவக்ஷ்யாமி*—கூறுகின்றேன்; *அனஸூயவே*—பொறாமையற்ற; *ஜ்ஞானம்*—அறிவு; *விஜ்ஞான*—அனுபவ அறிவு; *ஸஹிதம்*—உடன்; *யத்*—எதனை; *ஜ்ஞாத்வா*—அறிவதால்; *மோக்ஷ்யஸே*—விடுதலையடைவாய்; *அஷு₂பா₄த்*—துன்பமயமான இந்த ஜட வாழ்விலிருந்து.

புருஷோத்தமரான முழுமுதற் கடவுள் கூறினார்: எனதன்பு அர்ஜுனா! நீ என்றுமே என்னிடம் பொறாமை கொள்ளாதவன் என்பதால், எதனை அறிவதால் ஜடவுலகின் துன்பங்களிலிருந்து விடுதலை அடைவாயோ, அந்த மிக இரகசியமான ஞானத்தையும், விஞ்ஞானத்தையும் உனக்கு நான் அளிக்கிறேன்.

பொருளுரை: பரம புருஷரைப் பற்றிக் கேட்கக்கேட்க பக்தன் மேன்மேலும் அறிவொளி பெறுகிறான். செவியுறுதல் என்னும் இவ்வழிமுறை ஸ்ரீமத் பாகவதத்தில் பரிந்துரைக்கப்பட்டுள்ளது: "பரம புருஷ பகவானைப் பற்றிய செய்திகள் மிகவும் சக்தி வாய்ந்தவை. அந்த சக்திகளை உணர்ந்தறிய பக்தர்களின் மத்தியில் முழுமுதற் கடவுளைப் பற்றிய விஷயங்களை விவாதிக்க வேண்டும். இஃது ஓர் அனுபவ ஞானம் என்பதால், ஏட்டுக் கல்வியாளரது சங்கத்தினாலோ, மன அனுமானிகளின் சங்கத்தினாலோ இதனை அடைய முடியாது."

பக்தர்கள் பரம புருஷரின் தொண்டில் இடையறாது ஈடுபட்டுள்ளனர். அவ்வாறு கிருஷ்ண உணர்வில் ஈடுபட்டுள்ள ஒரு குறிப்பிட்ட பக்தனின் மனநிலையையும், நேர்மையையும் நன்றாக அறிந்த பகவான், பக்தர்களின் சங்கத்தில் கிருஷ்ண விஞ்ஞானத்தினைப்

புரிந்துகொள்வதற்கான அறிவை அவனுக்கு வழங்குகிறார். கிருஷ்ணரைப் பற்றிய உரையாடல்கள் மிகவும் சக்தி வாய்ந்தவை. அதிர்ஷ்டமுடைய ஒருவன், பக்தர்களின் சகவாசத்தைப் பெற்று ஞானத்தை கிரகித்துக்கொள்ள முயன்றால், ஆன்மீக அனுபவத்தை நோக்கி அவன் நிச்சயமாக முன்னேற்றமடைவான். தனது திறன்மிக்க தொண்டில் மேன்மேலும் உயர்வடைய அர்ஜுனனை உற்சாகப்படுத்துவதற்காக, இதுவரை தாம் கூறிய எல்லாவற்றையும் விட, அதிக இரகசியமான விஷயங்களை இந்த ஒன்பதாம் அத்தியாயத்தில் விவரிக்கின்றார் பகவான்.

பகவத் கீதையின் தொடக்கமான முதல் அத்தியாயம், இந்நூலின் மற்றப் பகுதிகளுக்கு ஏறக்குறைய ஒரு முன்னுரையைப் போன்றது; இரண்டாம் அத்தியாயத்திலும் மூன்றாம் அத்தியாயத்திலும் விவரிக்கப்பட்ட ஆன்மீக ஞானம் "இரகசியமானது" எனப்படுகிறது. ஏழாம் அத்தியாயத்திலும், எட்டாம் அத்தியாயத்திலும் விவாதிக்கப்பட்ட பக்தித் தொண்டைப் பற்றிய விஷயங்கள், கிருஷ்ண உணர்வின் ஞானத்தை நல்குவதால், "மிக இரகசியமானது" எனப்படுகிறது. ஆனால் ஒன்பதாம் அத்தியாயத்தில் விளக்கப்பட்டுள்ள விஷயங்கள், களங்கமற்ற தூய பக்தியைப் பற்றியவை. எனவே, இது "மிகமிக இரகசியமானது, இரகசியங்களின் உத்தமம்" என்று அறியப்படுகிறது. கிருஷ்ணரைப் பற்றிய உத்தம இரகசிய ஞானத்தில் நிலைபெற்றுள்ளவன் இயற்கையாகவே திவ்யமானவன்; எனவே, அவன் ஜடவுலகில் இருந்தாலும் ஜடத் துயரங்கள் எதுவும் அவனுக்கு இல்லை. பக்தி ரஸாம்ருத சிந்துவில், முழுமுதற் கடவுளுக்கு அன்புத் தொண்டு புரிவதற்கான நேர்மையான விருப்பமுடையவன் பௌதிக வாழ்வின் கட்டுண்ட நிலையில் இருந்தாலும், முக்தியடைந் தவனாகவே கருதப்பட வேண்டும் என்று கூறப்பட்டுள்ளது. அதுபோலவே, பகவத் கீதையின் பத்தாம் அத்தியாயத்திலும், பக்தித் தொண்டில் ஈடுபட்டுள்ள அனைவருமே முக்தி அடைந்தவர்கள் என்று கூறப்பட்டுள்ளதைக் காணலாம்.

இந்த முதல் ஸ்லோகம் விசேஷ முக்கியத்துவம் கொண்டது. *இதம் ஜ்ஞானம்* (இந்த ஞானம்) என்னும் வார்த்தைகள், செவியுறுதல், கூறுதல், நினைவிற்கொள்ளுதல், பாத சேவை செய்தல், வழிபடுதல், வந்தனை செய்தல், சேவகனாகத் தொண்டு செய்தல், நட்புறவு கொள்ளுதல், எல்லாவற்றையும் அர்ப்பணித்தல் எனும் ஒன்பது வித செயல்கள் அடங்கிய தூய பக்தித் தொண்டினைக் குறிக்கின்றது. பக்தித் தொண்டின் இந்த ஒன்பது முறைகளைப் பயிற்சி செய்பவன், கிருஷ்ண உணர்வில் (ஆன்மீக உணர்வில்) ஏற்றமடைகிறான். இதன்

மூலம் அவனது இதயம் பௌதிகக் களங்கங்களிலிருந்து தூய்மையடைந்து, அவனால் கிருஷ்ணரைப் பற்றிய விஞ்ஞானத்தைப் புரிந்துகொள்ள முடியும். ஜீவாத்மா ஜடமல்ல என்பதை மட்டும் புரிந்துகொள்வது போதாது. இதனை ஆன்மீகத் தன்னுணர்வின் ஆரம்பமாக ஏற்றுக்கொள்ளலாம், ஆனால், உடலின் செயல்களுக்கும், தான் இந்த உடலல்ல என்பதை உணர்ந்தவனின் ஆன்மீகச் செயல்களுக்கும் உள்ள வேறுபாட்டைக் கண்டறிதல் அவசியம்.

பரம புருஷ பகவானின் ஐஸ்வர்யங்கள், அவரது பல்வேறு சக்திகள், உயர்ந்த, தாழ்ந்த இயற்கைகள், மற்றும் இந்த ஜடத் தோற்றத்தினைப் பற்றி நாம் ஏழாம் அத்தியாயத்தில் ஏற்கனவே விவாதித்தோம். இனி ஒன்பதாம் அத்தியாயத்தில் பகவானின் பெருமைகள் விளக்கப்படும்.

இந்த ஸ்லோகத்தில் உள்ள *அனஸூயவே* எனும் சமஸ்கிருதச் சொல்லும் மிக முக்கியமானதாகும். கீதையின் உரையாசிரியர்கள், மிகச்சிறந்த கல்விமான்களாக உள்ளபோதிலும், பொதுவாக புருஷோத்தமரான முழுமுதற் கடவுள் கிருஷ்ணரின் மீது பொறாமையுடையவர்களாக உள்ளனர். மிகவும் தேர்ந்த பேராசிரியர்களும் பகவத் கீதைக்கு தவறான கருத்துரைகளை எழுதுகின்றனர். அவர்கள் கிருஷ்ணரின் மீது பொறாமை கொண்டிருப்பதால், அவர்களது கருத்துரைகள் பயனற்றவை. பகவானின் பக்தர்களால் வழங்கப்படும் கருத்துரைகள் அங்கீகாரம் பெற்றவை. பொறாமையுடையவன் எவனும் பகவத் கீதையை விளக்கவோ, கிருஷ்ணரைப் பற்றிய தெளிவான அறிவை வழங்கவோ இயலாது. கிருஷ்ணரை அறியாமலேயே அவரது நடத்தையை விமர்சனம் செய்பவன் முட்டாள். எனவே, அத்தகு கருத்துரைகளை மிகுந்த கவனத்துடன் தவிர்த்து விட வேண்டும். கிருஷ்ணர், புருஷோத்தமரான முழுமுதற் கடவுள், தூய்மையான திவ்ய புருஷர் என்பதைப் புரிந்துகொள்பவருக்கு இவ்வத்தியாயங்கள் மிகுந்த நன்மை பயக்கும்.

ஸ்லோகம் 2

राजविद्या राजगुह्यं पवित्रमिदमुत्तमम् ।
प्रत्यक्षावगमं धर्म्यं सुसुखं कर्तुमव्ययम् ॥ २॥

ராஜ-வித்$_3$யா ராஜ-கு$_3$ஹ்யம்' பவித்ரம் இத$_3$ம் உத்தமம்
ப்ரத்யக்ஷாவக$_3$மம்' த$_4$ர்ம்யம்' ஸு-ஸுக$_2$ம்' கர்தும் அவ்யயம்

ராஜ—வித்$_3$யா—கல்வியின் அரசன்; *ராஜ—கு$_3$ஹ்யம்*—இரகசியமான ஞானத்தின் அரசன்; *பவித்ரம்*—மிகத் தூய்மையானது; *இத$_3$ம்*—இந்த; *உத்தமம்*—உத்தமமானது; *ப்ரத்யக்ஷ*—நேரடி அனுபவத்தால்; *அவக$_3$மம்*—

புரிந்துகொள்ளக்கூடியது; *தர்ம்யம்—அறக்கொள்கை; ஸு-ஸுகம்—* மிகுந்த இன்பத்துடன்; *கர்தும்—செயலாற்றுவது; அவ்யயம்—*என்றும் அழிவற்றது.

இந்த அறிவு, கல்வியின் அரசனும், எல்லா இரகசியங்களிலும் மிக இரகசியமானதும், மிகத் தூய்மையானதுமாகும். தன்னுணர்வின் அனுபவத்தை நேரடியாக அளிப்பதால் இதுவே தர்மத்தின் பக்குவநிலையாகும். இஃது அழிவற்றதும், பேரின்பத்துடன் செயலாற்றுப்படுவதும் ஆகும்.

பொருளுரை: பகவத் கீதையின் இந்த அத்தியாயம், இதற்கு முன்னர் விளக்கப்பட்ட கொள்கைகளுக்கும், தத்துவங்களுக்கும் சாரமாக திகழ்வதால், இஃது "அறிவின் அரசன்" என்று அறியப்படுகின்றது. இந்தியாவில் ஏழு முக்கியமான தத்துவஞானிகள் உள்ளனர்: கௌதமர், கணாதர், கபிலர், யஜ்ஞுவல்கியர், சாண்டில்யர், வைஷ்வானரர், இறுதியாக வேதாந்த சூத்திரத்தை இயற்றிய வியாஸதேவர். எனவே, தத்துவத்தின் (திவ்ய ஞானத்தின்) துறையில் அறிவிற்குப் பஞ்சமே இல்லை. வேதங்களையும் பல்வேறு தத்துவங்களையும் கற்பதால் பெறப்படும் ஞானத்தின் சாரமாக விளங்கும் இந்த ஒன்பதாம் அத்தியாயத்தினை "அறிவின் அரசன்" என்று பகவான் இங்கே குறிப்பிடுகிறார். இதுவே இரகசியங்களில் உத்தமமானது, ஏனெனில், இரகசியமான அறிவு (திவ்யமான அறிவு) என்பது உடலுக்கும் ஆத்மாவிற்கும் உள்ள வேறுபாட்டை புரிந்துகொள்வதை உள்ளடக்கியது. அத்தகு இரகசிய அறிவு பக்தித் தொண்டினை எட்டும்போது, அஃது "அறிவின் அரசனாக" கருதப்படுகிறது.

பொதுவாக, இந்த இரகசிய அறிவு மக்களுக்கு கற்பிக்கப்படுவதில்லை. அவர்கள் வெளிப்புற அறிவை மட்டுமே பெறுகின்றனர். கல்வி என்பதைப் பொறுத்தவரை, பொதுவாக, அரசியல், சமூகவியல், பௌதிகம், இரசாயனம், கணிதம், வானவியல், பொறியியல் முதலிய பற்பல துறைகளில் மக்கள் ஆழ்ந்துள்ளனர். உலகெங்கிலும் பற்பல கல்வித் துறைகளும், மிகப்பெரிய பல்கலைக்கழகங்களும் உள்ளன. ஆனால், துரதிர்ஷ்டவசமாக ஆத்ம விஞ்ஞானத்தைக் கற்றுக் கொடுப்பதற்கு, கல்வி நிறுவனமோ பல்கலைக் கழகமோ இல்லை. இருப்பினும், ஆத்மாவே உடலின் மிக முக்கியப் பகுதி; ஆத்மா இல்லாவிடில் உடலுக்கு எவ்வித மதிப்பும் இல்லை. ஆனால், முக்கியத்துவம் வாய்ந்த ஆத்மாவினை கவனிக்காமல், மக்கள் தங்களது உடல் சார்ந்த வாழ்க்கைத் தேவைகளை பெரிதும் வலியுறுத்துகின்றனர்.

பகவத் கீதை, இரண்டாம் அத்தியாயத்திலிருந்தே ஆத்மாவின் முக்கியத்துவத்தை வலியுறுத்துகின்றது. அதன் ஆரம்பத்திலேயே, உடல் அழியக்கூடியதென்றும் ஆத்மா அழிவற்றதென்றும் பகவான் கூறுகின்றார் (*அந்தவந்த இமே தே₃ஹா நித்யஸ்யோக்தா: ஷ₂ரீரின:*). ஆத்மா உடலிலிருந்து வேறுபட்டது; அது மாற்றமடையாத, அழிக்கவியலாத, நித்தியமான இயற்கையை உடையது என்பதை அறிந்துகொள்வது ஞானத்தின் இரகசியமான பகுதியாகும். இருப்பினும், ஆத்மாவின் செயல்களைப் பற்றிய எந்தவொரு விவரமும் இதில் இல்லை. சில சமயங்களில், "ஆத்மா உடலிலிருந்து வேறுபட்டது; உடல் அழியும்போது, அல்லது உடலிலிருந்து முக்தியடையும்போது, ஆத்மா செயல்கள் ஏதுமின்றி அருவமாகி விடுகிறது" என்று மக்கள் கருதுகின்றனர். ஆனால் அஃது உண்மையல்ல. உடலினுள் எப்போதும் செயல்பட்டுக் கொண்டுள்ள ஆத்மா, முக்திபெற்றபின் எவ்வாறு செயலின்றி இருக்க முடியும்? ஆத்மா எப்போதும் செயல்படக்கூடியதாகும். அது நித்தியமானது என்பதால், அதன் செயல்படும் தன்மையும் நித்தியமானதாகவே இருக்கும். ஆன்மீக உலகில் ஆத்மாவினால் செய்யப்படும் செயல்கள், ஆன்மீக ஞானத்தின் மிக இரகசியமான பகுதியாகும். எனவே, ஆத்மாவின் அத்தகு செயல்கள், எல்லா ஞானத்திலும் மிக இரகசியமானதாக, அறிவின் அரசனாக இங்கு குறிப்பிடப்படுகின்றது.

வேத இலக்கியங்களில் விளக்கப்பட்டுள்ளபடி, இந்த ஞானமே எல்லா செயல்களின் மிகத் தூய்மையான உருவமாகும். மனிதனின் பாவச் செயல்கள், பாவங்களுக்கு மேல் பாவங்கள் செய்வதன் விளைவுகளே என்று பத்ம புராணத்தில் ஆய்வு செய்யப்பட்டுள்ளது. பலன்நோக்குச் செயல்களில் ஈடுபட்டுள்ளவர்கள், பாவ விளைவுகளின் பல்வேறு நிலைகளாலும் ரூபங்களாலும் பந்தப்பட்டுள்ளனர். உதாரணமாக, ஒரு குறிப்பிட்ட மரத்தின் விதையை விதைத்தால், அந்த மரம் உடனே வளர்வதில்லை; அதற்குச் சிறிது காலம் ஆகின்றது. முதலில் அது துளிர்விடும், சிறிய செடியாகும், பிறகு மரமாக வளர்ந்து, பூக்களையும் பழங்களையும் கொடுக்கும். அப்போது, அந்த மரத்தின் விதையை விதைத்தவர்கள், அதன் பூக்களையும் பழத்தையும் அனுபவிக்கின்றனர். அதுபோல, மனிதன் பாவச் செயலைச் செய்யும்போது, அது விதையைப் போன்று வளர்வதற்கு நேரமாகின்றது. அதில் பற்பல நிலைகள் உள்ளன. மனிதன் தனது பாவச் செயல்களை ஏற்கனவே நிறுத்தியிருக்கலாம், ஆனால் முந்தைய பாவச் செயலின் பழங்கள் (விளைவுகள்) இன்னும் அனுபவிக்கப்பட வேண்டியவை. சில பாவங்கள் இன்னும் விதை வடிவிலேயே உள்ளன, மற்றவை வளர்ந்து

பழங்களைக் கொடுக்கின்றன, அப்பழங்களை நாம் துன்பமாகவும் வலியாகவும் அனுபவிக்கிறோம்.

ஏழாம் அத்தியாயத்தின் இருபத்தெட்டாவது ஸ்லோகத்தில் விளக்கப்பட்டுள்ளபடி, எல்லா பாவச் செயல்களின் விளைவுகளையும் முழுமையாக ஒழித்து, புண்ணியச் செயல்களில் முழுமையாக ஈடுபட்டு, இந்த ஜடவுலகின் இருமைகளிலிருந்து விடுபட்டவன், புருஷோத்தமரான முழுமுதற் கடவுள் ஸ்ரீ கிருஷ்ணரின் பக்தித் தொண்டில் ஈடுபடுகிறான். வேறுவிதமாகக் கூறினால், பரம புருஷரின் பக்தித் தொண்டில் உண்மையாக ஈடுபட்டுள்ளவர்கள், ஏற்கனவே எல்லா விளைவுகளிலிருந்தும் விடுதலை பெற்றவர்கள். இக்கருத்து பத்ம புராணத்தில் உறுதி செய்யப்பட்டுள்ளது:

அப்ராரப்$_3$த$_4$-ப$_2$லம்' பாபம்' கூடம்' பீ$_3$ஜம்' ப$_2$லோன்முக$_2$ம்
க்ரமேணைவ ப்ரலீயேத விஷ்ணு-ப$_4$க்தி-ரதாத்மனாம்

பரம புருஷ பகவானின் பக்தித் தொண்டில் ஈடுபட்டவர்களுக்கு, பழுத்தவை, காத்திருப்பவை, விதையாக உள்ளவை என எல்லா பாவ விளைவுகளும் படிப்படியாக அழிந்துவிடுகின்றன. எனவே, பக்தித் தொண்டின் தூய்மைப்படுத்தும் சக்தி மிகவும் வலிமை வாய்ந்தது, இது *பவித்ரம்–உத்தமம்,* மிகவும் தூய்மையானது எனப்படுகின்றது. *உத்தம* என்றால் மிக உயர்ந்தது என்று பொருள். *தமஸ்* என்றால் இருள் அல்லது ஜடவுலகத்தைக் குறிக்கும், *உத்தம* என்றால் ஜடச் செயல்களைவிட உயர்ந்தது என்று பொருள். பக்தர்கள் சாதாரண நபர்களைப் போன்று செயல்படுவதாக சில சமயங்களில் தோன்றினாலும், பக்தியின் செயல்களை உலகாயுத செயல்களுக்கு சமமாக ஒருபோதும் கருதக் கூடாது. பக்தித் தொண்டில் அனுபவம் உள்ளவன், அச்செயல்கள் பௌதிகமானவை அல்ல என்பதை அறிவான். அவையாவும், ஜட இயற்கையின் குணங்களினால் களங்கமடையாத, ஆன்மீகமயமான செயல்களாகும்.

பலன்களை நேரடியாக உணருமளவிற்கு, பக்தித் தொண்டின் செயல்கள் மிகவும் பக்குவமானவை என்று கூறப்பட்டுள்ளது. இதன் நேரடிப் பலனை உண்மையாகவே உணர முடியும், இதில் நமக்கு அனுபவமும் உள்ளது. கிருஷ்ணரின் திருநாமங்களை (ஹரே கிருஷ்ண, ஹரே கிருஷ்ண, கிருஷ்ண கிருஷ்ண, ஹரே ஹரே/ ஹரே ராம, ஹரே ராம, ராம ராம, ஹரே ஹரே என்று) உச்சரிப்பவர், அப்ராதமின்றி உச்சரிக்கும்போது திவ்ய ஆனந்தத்தை உணர்கிறார். மேலும் வெகு விரைவில் எல்லாவித ஜட மாசுக்களிலிருந்தும் தூய்மையடைகிறார். இது நடைமுறையில் நாம் கண்ட உண்மை. மேலும், கேட்பதோடு மட்டுமின்றி பக்தித் தொண்டின் செய்தியைப்

பரப்ப ஒருவன் முயன்றால், அல்லது கிருஷ்ண உணர்வின் பொதுநலச் செயல்களுக்கு உதவுவதில் தன்னை ஈடுபடுத்தினால், அவன் படிப்படியாக ஆன்மீக முன்னேற்றத்தை உணர முடியும். ஆன்மீக வாழ்வின் இந்த முன்னேற்றம் எந்தவிதமான முந்தைய தகுதியையோ கல்வியையோ பொறுத்ததல்ல; இந்த வழிமுறையில் எளிமையாக ஈடுபடுவதன் மூலம் ஒருவன் தூய்மையடைகிறான், அந்த அளவிற்கு இந்த வழிமுறை மிகவும் தூய்மையானதாகும்.

இதே கருத்து வேதாந்த சூத்திரத்தில் (3.2.26) பின்வரும் சொற்களால் விளக்கப்பட்டுள்ளது: *ப்ரகாஷ$_2$ஷ்$_2$ ச கர்மண்-யப்$_4$யாஸாத்.* “பக்தித் தொண்டின் செயல்களில் ஈடுபடுபவன் சந்தேகமின்றி சான்றோனாகுகிறான். பக்தித் தொண்டு அத்தகு சக்தி வாய்ந்தது.” நாரதரின் முந்தைய பிறவியிலிருந்து இதற்கான நடைமுறை உதாரணத்தை நாம் காண முடியும், அப்பிறவியில் அவர் ஒரு வேலைக்காரியின் மகனாக இருந்தார்; கல்வி கற்றவரும் இல்லை, பெரும் குடும்பத்தில் பிறந்தவரும் இல்லை. ஆனால் சிறந்த பக்தர்களின் சேவையில் அவரது அன்னை ஈடுபட்டிருக்கையில், நாரதரும் அதில் ஈடுபடுவார். சில சமயங்களில், அன்னை இல்லாத நேரங்களில் அவரே அந்த சிறந்த பக்தர்களுக்கு சேவை செய்வார். இதை நாரதரே கூறுகின்றார்,

உச்சி$_2$ஷ்ட-லேபான் அனுமோதி$_3$தோ த்$_3$விஜை:
ஸக்ரு'த் ஸ்ம பு$_4$ஞ்ஜே தத்$_3$-அபாஸ்த-கில்பி$_3$ஷ:
ஏவம்' ப்ரவ்ரு'த்தஸ்ய விஷு$_2$த்$_3$த$_4$-சேதஸஸ்
தத்$_3$-த$_4$ர்ம ஏவாத்ம-ருசி: ப்ரஜாயதே

ஸ்ரீமத் பாகவதத்திலுள்ள (1.5.25) இந்த ஸ்லோகத்தில் நாரதர் தனது முந்தைய பிறவியைப் பற்றி தன்னுடைய சீடரான வியாஸதேவரிடம் விளக்குகிறார். அந்த தூய பக்தர்கள் நான்கு மாதம் தங்கியிருந்தபோது, சிறுவனான நாரதர், அவர்களுக்கு சேவை செய்து அவர்களுடன் நெருங்கிய உறவை வளர்த்தார். சில நேரங்களில் அந்த சாதுக்கள் உணவின் மீதியை தட்டிலேயே விட்டுச் செல்வர், அந்த தட்டுகளை கழுவும் சிறுவன், உணவின் மீதியை சுவைக்க விரும்பினான். அதற்காக அவன் அச்சிறந்த பக்தர்களின் அனுமதியைக் கோரினான், அவர்களும் உணவின் மீதியை நாரதரிடம் கொடுத்தனர், இதன் விளைவாக எல்லா பாவ விளைவுகளிலிருந்தும் விடுபட்டான். அவ்வாறு தொடர்ந்து உண்டு வந்தபோது, சிறுவனும் அந்த சாதுக்களைப் போன்ற தூய்மையான இதயத்தைப் படிப்படியாகப் பெற்றான். ஸ்ரவணம் மற்றும் கீர்த்தனத்தின் மூலம் இடையறாத பக்தித் தொண்டின் சுவையை அந்த பெரும் பக்தர்கள் அனுபவித்துக்

கொண்டிருந்தனர். நாரதரும் அதே சுவையை படிப்படியாக வளர்த்துக் கொண்டார். நாரதர் மேலும் கூறுகிறார்,

தத்ரான்வஹம்' க்ரு'ஷ்ண-கதா:$_2$ ப்ரகா$_3$யதாம்
அனுக்$_3$ரஹேணாஷ்$_2$ரு'ணவம்' மனோ-ஹரா:
தா: ஷ்$_2$ரத்$_3$த$_4$யா மே 'நு-பத$_3$ம்' விஷ்$_2$ரு'ண்வத:
ப்ரியஷ்$_2$ரவஸ்யங்க$_3$ மமாப$_4$வத்$_3$ ருசி:

சாதுக்களுடன் உறவு கொண்டதால், பகவானின் புகழைக் கேட்பதற்கும் பாடுவதற்கும் நாரதர் ருசியைப் பெற்றார், மேலும் பக்தித் தொண்டிற்கான பேராவலையும் வளர்த்துக் கொண்டார். எனவே, வேதாந்த சூத்திரத்தில் விளக்கப்பட்டபடி, *ப்ரகாஷ$_2$ஷ்$_2$ ச கர்மண்–யப்$_4$யாஸாத்*—ஒருவன் பக்தித் தொண்டின் செயல்களில் ஈடுபட்டிருந்தால், அவனுக்கு அனைத்தும் தாமாகவே தெளிவாகி, அவற்றைப் புரிந்துகொள்கிறான். இதுவே, *ப்ரத்யக்ஷ*, நேரடியான அனுபவம் என்று கூறப்படுகிறது.

த$_4$ர்ம்யம் என்றால் “தர்மத்தின் பாதை” என்று பொருள். நாரதர் உண்மையில் ஒரு வேலைக்காரியின் மகனாக இருந்தார். பள்ளி செல்லும் வாய்ப்பு அவருக்கு இல்லை. அவர் வெறுமனே தனது தாய்க்கு உதவி செய்து வந்தார், அதிர்ஷ்டவசமாக அவரது தாய் சில பக்தர்களுக்கு சேவை செய்ய நேர்ந்தது. அந்த வாய்ப்பைப் பெற்ற மகன் நாரதரும் பக்தர்களின் உறவால், தர்மத்தின் மிகவுயர்ந்த குறிக்கோளை அடைந்தார். ஸ்ரீமத் பாகவதத்தில் குறிப்பிட்டுள்ளபடி, பக்தித் தொண்டே தர்மத்தின் மிகவுயர்ந்த குறிக்கோளாகும் (*ஸ வை பும்ஸாம் பரோ த$_4$ர்மோ யதோ ப$_4$க்திர் அதோ$_4$க்ஷஜே*). பக்தித் தொண்டினை அடைவதே தர்மத்தின் மிகவுயர்ந்த பக்குவநிலை என்பதை சாதாரண தர்மத்தை பின்பற்றுவோர் பொதுவாக அறிவதில்லை. எட்டாம் அத்தியாயத்தின் கடைசி ஸ்லோகத்தில் நாம் விவாதித்தபடி (*வேதே$_3$ஷு யஜ்ஞேஷு தப:ஷு சைவ*), தன்னுணர்விற்கு வேத ஞானம் அவசியமாகும். ஆனால் இங்கே, குருகுலத்திற்கு ஒருபோதும் செல்லாதபோதிலும், வேதக் கொள்கைகளில் தேர்ச்சி பெறாதபோதிலும், நாரதர் வேதக் கல்வியின் மிகவுயர்ந்த பலன்களை அடைந்தார். தர்மத்தின் கொள்கைகளை முறையாகச் செயலாற்றாதபோதிலும், மிகவுயர்ந்த பக்குவநிலைக்கு ஒருவனை உயர்த்துமளவிற்கு, இந்த வழிமுறை மிகவும் சக்தி வாய்ந்ததாகும். இஃது எவ்வாறு சாத்தியமாகும்? இதுவும் வேத இலக்கியங்களில் உறுதி செய்யப்பட்டுள்ளது: *ஆசார்யவான் புருஷோ வேத$_3$*. கல்வியறிவு இல்லாதவனாக இருந்தாலும், வேதங்களை ஒருபோதும் படிக்காதவனாக இருந்தாலும், பெரும் ஆச்சாரியர்களுடன்

தொடர்பு கொள்பவன், தன்னை உணர்வதற்குத் தேவையான எல்லா ஞானத்தையும் அடைந்து விடுகிறான்.

பக்தித் தொண்டின் வழிமுறை மிகவும் மகிழ்ச்சிகரமானதாகும் (*ஸுஸுகம்*). ஏன்? பக்தித் தொண்டு, *ஷ்ரவணம் கீர்தனம் விஷ்ணோ:*, என்பதை உள்ளடக்கியதால், பகவானின் பெருமைகளைப் பற்றிய கீர்த்தனங்களையும், திவ்ய ஞானத்தைப் பற்றி அங்கீகரிக்கப்பட்ட ஆச்சாரியர்களால் வழங்கப்படும் தத்துவ சொற்பொழிவுகளையும் ஒருவன் எளிமையாகக் கேட்கலாம். அமர்ந்த நிலையிலேயே அவன் கற்றுக்கொள்ளலாம்; பின்னர் பகவானுக்குப் படைக்கப்பட்ட அருமையான அறுசுவை உணவை உண்ணலாம். பக்தித் தொண்டு ஒவ்வொரு நிலையிலும் இன்பமயமானது. மிகவும் வறுமையான நிலையிலும் பக்தித் தொண்டினை செயலாற்ற முடியும். பகவான் கூறுகிறார், *பத்ரம் புஷ்பம் ப₂லம் தோயம்*—பக்தன் எதைப் படைத்தாலும், அதனை ஏற்றுக்கொள்ள அவர் தயாராக உள்ளார், எந்தப் பொருள் என்பது பொருட்டல்ல. உலகின் எல்லா பகுதிகளிலும் கிடைக்கக்கூடிய இலை, பூ, சிறு பழம், நீர் என்பனவற்றை சமுதாயத்தின் எந்த நிலையிலுள்ள நபரும் அர்ப்பணிக்க முடியும். அதனை அன்புடன் சமர்ப்பிக்கும்போது பகவான் அதனை ஏற்றுக்கொள்கிறார். சரித்திரத்தில் இதற்குப் பல சான்றுகள் உள்ளன. பகவானின் தாமரைத் திருவடிகளில் சமர்ப்பிக்கப்பட்ட துளசி இலைகளைச் சுவைத்ததால், ஸனத் குமாரரைப் போன்ற மாமுனிவர்கள் மிகச்சிறந்த பக்தர்களாயினர். எனவே, பக்தியின் வழிமுறை மிகவும் சிறந்ததாகும், இதனை மகிழ்ச்சியுடன் செயலாற்ற முடியும். பொருட்கள் படைக்கப்படும்போது, கடவுள், அதிலுள்ள அன்பை மட்டுமே ஏற்றுக்கொள்கிறார்.

பக்தித் தொண்டு நித்தியமானது என்று இங்கே கூறப்பட்டுள்ளது. இது மாயாவாத தத்துவஞானிகள் கூறுவது போன்றதல்ல. அவர்களும் சில சமயங்களில் பெயரளவிலான பக்தித் தொண்டினை ஏற்கின்றனர்; இருப்பினும், "முக்தி பெறும் வரை பக்தித் தொண்டினைத் தொடரலாம், ஆனால் இறுதியில் முக்தியடைந்தவுடன் நாமும் கடவுளுடன் ஒன்றாகி விடுவோம்" எனும் கருத்தைக் கொண்டுள்ளனர். இத்தகைய தற்காலிகமான சந்தர்ப்பவாத பக்தித் தொண்டினை தூய பக்தித் தொண்டாக ஏற்றுக்கொள்ள முடியாது. உண்மையான பக்தித் தொண்டு முக்திக்குப் பின்னும் தொடர்கிறது. பக்தன், கடவுளின் இராஜ்ஜியத்திலுள்ள ஆன்மீக கிரகத்திற்குச் செல்லும்போது, அங்கும் பரம புருஷரின் தொண்டில் ஈடுபடுகிறான். அவன் பரம புருஷருடன் ஒன்றாகி விட முயல்வதில்லை.

பகவத் கீதையில் காண இருப்பதைப் போல, உண்மையான பக்தித் தொண்டு முக்திக்குப் பிறகுதான் தொடங்குகின்றது. ஒருவன் முக்தி அடைந்த பிறகு, பிரம்மனில் நிலைபெற்றிருக்கும்போது (*ப்$_3$ரஹ்ம-பூ$_4$த*), அவனது பக்தித் தொண்டு ஆரம்பமாகிறது (*ஸம: ஸர்வேஷு பூ$_4$தேஷு மத்$_3$-ப$_4$க்திம் லப$_4$தே பராம்*). கர்ம யோகம், ஞான யோகம், அஷ்டாங்க யோகம் போன்ற எந்த யோகப் பயிற்சியினாலும், யாரும் பரம புருஷ பகவானை அறிந்துகொள்ள முடியாது. அந்த யோக முறைகளின் மூலம் பக்தி யோகத்தை நோக்கிச் சற்று முன்னேறலாம், ஆனால் பக்தித் தொண்டின் நிலைக்கு வராமல், புருஷோத்தமரான முழுமுதற் கடவுளை எவரும் புரிந்துகொள்ள முடியாது. பக்தித் தொண்டின் வழிமுறையைப் பின்பற்றி, குறிப்பாக ஸ்ரீமத் பாகவதம், பகவத் கீதை போன்றவற்றை தன்னையுணர்ந்த ஆத்மாக்களிடமிருந்து கேட்டு தூய்மையடையும்போது, அவனால் கிருஷ்ணரின் (கடவுளின்) விஞ்ஞானத்தை புரிந்துகொள்ள முடியும் என்று ஸ்ரீமத் பாகவதத்திலும் உறுதி செய்யப்பட்டுள்ளது. *ஏவம் ப்ரஸன்ன-மனஸோ ப$_4$க$_3$வத்-ப$_4$க்தி யோக$_3$த:.* ஒருவனது இதயம் எப்போது எல்லா அபத்தங்களிலிருந்தும் தூய்மையடைகிறதோ, அப்போது கடவுள் என்றால் என்ன என்பதை அவன் புரிந்துகொள்ள முடியும். இவ்வாறாக, கிருஷ்ண உணர்வு எனப்படும் பக்தித் தொண்டு, எல்லாவித கல்விக்கும் எல்லாவித இரகசியமான அறிவிற்கும் அரசனாக விளங்குகின்றது. இதுவே தர்மத்தின் மிகத் தூய்மையான ரூபம், கஷ்டமின்றி மகிழ்ச்சியுடன் நிறைவேற்றப்படக்கூடியது. எனவே, அனைவரும் இதனை ஏற்றுக்கொள்ள வேண்டும்.

ஸ்லோகம் 3

अश्रद्दधानाः पुरुषा धर्मस्यास्य परन्तप ।
अप्राप्य मां निवर्तन्ते मृत्युसंसारवर्त्मनि ॥ ३ ॥

அஷ்$_2$ரத்$_3$த$_3$தா$_4$னா: புருஷா த$_4$ர்மஸ்யாஸ்ய பரந்தப
அப்ராப்ய மாம்' நிவர்தந்தே ம்ரு'த்யு-ஸம்'ஸார-வர்த்மனி

அஷ்$_2$ரத்$_3$த$_3$தா$_4$னா:—நம்பிக்கையற்ற; *புருஷா:*—நபர்கள்; *த$_4$ர்மஸ்ய*—தர்மத்தை நோக்கி; *அஸ்ய*—இந்த; *பரந்தப*—எதிரிகளைக் கொல்பவனே; *அப்ராப்ய*—அடையாமல்; *மாம்*—என்னை; *நிவர்தந்தே*—திரும்பி வருகின்றனர்; *ம்ரு'த்யு*—மரணம்; *ஸம்ஸார*—ஜட வாழ்க்கை; *வர்த்மனி*—பாதையில்.

எதிரிகளை வெல்வோனே, இந்த பக்தித் தொண்டில் நம்பிக்கையற்றவர்கள் என்னை அடைய முடியாது. எனவே,

அவர்கள் இந்த பௌதிக உலகின் பிறப்பு, இறப்பு பாதைக்கே திரும்பி வருகின்றனர்.

பொருளுரை: நம்பிக்கையற்றவன் பக்தித் தொண்டினை அடைய முடியாது; இதுவே இந்த ஸ்லோகத்தின் பொருள். பக்தர்களின் சங்கத்தினால் நம்பிக்கை உண்டாகின்றது. துரதிர்ஷ்டசாலி மக்கள், மிகச்சிறந்த நபர்களிடமிருந்து வேத இலக்கியங்களின் எல்லா சான்றுகளையும் கேட்ட பின்னும் கடவுளின் மீது நம்பிக்கை கொள்வதில்லை. தயக்கமுடைய அவர்கள், பக்தித் தொண்டில் நிலைத்து நிற்க முடியாது. இவ்வாறாக, நம்பிக்கை என்பது கிருஷ்ண உணர்வில் முன்னேற்றமடைவதற்கு மிக முக்கியத் தேவையாகும். பரம புருஷரான ஸ்ரீ கிருஷ்ணருக்குத் தொண்டு செய்வதாலேயே எல்லாப் பக்குவங்களையும் அடைய முடியும் என்னும் பூரண மனவுறுதியே 'நம்பிக்கை' என்று சைதன்ய சரிதாம்ருதத்தில் கூறப்பட்டுள்ளது. இதுவே உண்மையான நம்பிக்கையாகும். ஸ்ரீமத் பாகவதத்தில் (4.31.14) கூறப்பட்டுள்ளதைப் போல,

யதா$_2$ தரோர் மூல-நிஷேசனேன
த்ரு'ப்யந்தி தத்-ஸ்கந்த$_4$-பு$_4$ஜோபஷா$_2$கா:$_2$
ப்ராணோபஹாராச் ச யதே$_2$ந்த்$_3$ரியாணாம்'
ததை$_2$வ ஸர்வார்ஹணம் அச்யுதேஜ்யா

"மரத்தின் வேருக்கு நீருற்றுவதன் மூலம், அதன் கிளைகளும் இலைகளும் திருப்தியடைகின்றன, வயிற்றுக்கு உணவூட்டுவதன் மூலம் உடலின் எல்லாப் புலன்களும் திருப்தியடைகின்றன. அதுபோல, பரம புருஷரின் திவ்யமான தொண்டில் ஈடுபடுவதன் மூலம், எல்லா தேவர்களும் எல்லா உயிரினங்களும் தாமாகவே திருப்தியடைகின்றன." எனவே, பகவத் கீதையைப் படித்தபின், இதர ஈடுபாடுகள் அனைத்தையும் விட்டுவிட்டு, பரம புருஷரும் புருஷோத்தமருமான கிருஷ்ணரின் தொண்டில் ஈடுபட வேண்டும் என்னும் முடிவிற்கு வர வேண்டும். வாழ்வின் இந்த தத்துவத்தில் ஒருவனுக்கு முழு திருப்தியிருந்தால், அதுவே நம்பிக்கை எனப்படும்.

அந்த நம்பிக்கையை வளர்ப்பதே கிருஷ்ண பக்தியாகும். மூன்று விதமான கிருஷ்ண பக்தர்கள் உள்ளனர். நம்பிக்கையற்றவர்கள் மூன்றாவது பிரிவைச் சேர்ந்தவர்கள். அவர்கள் வெளிப்புறமாக பக்தித் தொண்டில் ஈடுபட்டிருந்தாலும், உன்னதமான பக்குவநிலையை அவர்களால் அடைய முடியாது. சில காலத்திற்குப் பிறகு, பெரும்பாலும் அவர்கள் தவறிவிடுவர். பக்தித் தொண்டில் ஈடுபட்டுள்ளபோதிலும், முழு நம்பிக்கையும் உறுதியும் இல்லாததால்,

கிருஷ்ண உணர்வைத் தொடர்வது அவர்களுக்கு மிகவும் கடினம். எங்களது ஆன்மீக பொதுநலச் செயல்களின்போது, இதில் எமக்குச் சுய அனுபவமுள்ளது. கிருஷ்ண உணர்விற்கு வரும் சிலர், ஏதாவது உள்நோக்கத்துடன் இதில் ஈடுபடுகின்றனர்; தங்களது பொருளாதாரம் சற்று வளம் பெற்றவுடன் பக்தியை விட்டுவிட்டு தங்களது பழைய வழிகளுக்கே சென்று விடுகின்றனர். நம்பிக்கையால் மட்டுமே கிருஷ்ண உணர்வில் முன்னேற்றமடைய முடியும். நம்பிக்கையின் வளர்ச்சியைப் பொறுத்தவரையில், பக்தித் தொண்டின் சாஸ்திரங்களை நன்றாக அறிந்தவன் திடமான நம்பிக்கையை அடைகிறான், அவன் முதல் நிலை பக்தன் என்று அறியப்படுகிறான். இரண்டாம் வகுப்பினர், பக்தி சாஸ்திரங்களைப் புரிந்துகொள்வதில் அவ்வளவு தேர்ச்சி பெறாவிடினும், கிருஷ்ணருக்குத் தொண்டு செய்வதே (கிருஷ்ண பக்தியே) சிறந்தது என்னும் கருத்தில் இயற்கையாகவே உறுதியான நம்பிக்கையுடன் செயல்படுவர். இவர்கள் மூன்றாம் வகுப்பினரைவிட உயர்ந்தவர்கள். மூன்றாம் வகுப்பினரிடம் சாஸ்திரங்களின் பக்குவ ஞானமோ, நல்ல நம்பிக்கையோ இல்லை, ஆனால் பக்தர்களின் சங்கத்தினாலும், எளிமையான மனதினாலும், பக்தித் தொண்டினைப் பின்பற்ற முயல்கின்றனர். கிருஷ்ண பக்தியில் மூன்றாம் நிலையில் இருப்பவன், வீழ்ச்சியடைவதற்கு வாய்ப்புள்ளது, ஆனால் இரண்டாம் நிலையில் இருப்பவன் வீழ்ச்சியடைவதில்லை, முதல் நிலை கிருஷ்ண பக்தன் வீழ்ச்சியடைவதற்கான வாய்ப்பே இல்லை. முதல் நிலையில் உள்ளவன், முன்னேற்றமடைந்து இறுதியில் இலக்கை அடைவது உறுதி. கிருஷ்ண பக்தியின் மூன்றாம் நிலையில் இருப்பவனைப் பொறுத்தவரை, கிருஷ்ணருக்கான பக்தித் தொண்டு மிகவும் நல்லது என்னும் நம்பிக்கை அவனிடம் உள்ளபோதிலும், ஸ்ரீமத் பாகவதம், பகவத் கீதை முதலிய சாஸ்திரங்களின் மூலம் பெறப்படும் கிருஷ்ணரைப் பற்றிய அறிவு அவனிடம் இல்லை. கிருஷ்ண உணர்வின் மூன்றாம் நிலையிலுள்ள இவர்கள், சில சமயங்களில், கர்ம யோகத்திலும் ஞான யோகத்திலும் நாட்டம் கொண்டிருப்பர், சில சமயங்களில் சஞ்சலமாக இருப்பர், ஆனால் கர்மயோகம், ஞான யோகம் இவற்றின் பாதிப்பு நீக்கப்பட்டவுடனேயே, அவர்கள் கிருஷ்ண உணர்வின் இரண்டாம் நிலையையும், முதல் நிலையையும் அடைகின்றனர். கிருஷ்ணரின் மீதான நம்பிக்கையும் மூன்று நிலைகளாகப் பிரிக்கப்பட்டு ஸ்ரீமத் பாகவதத்தில் விளக்கப்பட்டுள்ளது. முதல் தரப் பற்றுதல், இரண்டாம் தரப் பற்றுதல், மூன்றாம் தரப் பற்றுதல் ஆகியவை ஸ்ரீமத் பாகவதத்தின் பதினொன்றாம் ஸ்கந்தத்தில் விளக்கப்பட்டுள்ளன. கிருஷ்ணரைப் பற்றியும், பக்தித் தொண்டின் மேன்மையைப் பற்றியும்

கேட்டறிந்த பின்னும், நம்பிக்கையின்றி, இதனை வெற்றுப் புகழ்ச்சியாக எண்ணுபவர்கள், பக்தித் தொண்டில் ஈடுபட்டிருப்பது போலக் காணப்பட்டாலும், இப்பாதையினை மிகவும் கடினமாக உணர்கின்றனர். அத்தகையோருக்கு பக்குவமடைவதில் சிறு எதிர்பார்ப்பே உள்ளது. இவ்வாறாக, பக்தித் தொண்டை நிறைவேற்றுவதில் 'நம்பிக்கை' மிகவும் முக்கிய பங்கு வகிக்கின்றது.

ஸ்லோகம் 4

मया ततमिदं सर्वं जगदव्यक्तमूर्तिना ।
मत्स्थानि सर्वभूतानि न चाहं तेष्ववस्थितः ॥ ४॥

மயா ததம் இத$_3$ம்' ஸர்வம்' ஜக$_3$த்$_3$ அவ்யக்த-மூர்தினா
மத்-ஸ்தா$_2$னி ஸர்வ-பூ$_4$தானி ந சாஹம்' தேஷ்வவஸ்தி$_2$த:

மயா—என்னால்; *ததம்*—பரந்து; *இத$_3$ம்*—இந்த; *ஸர்வம்*—எல்லா; *ஜக$_3$த்*—பிரபஞ்சத் தோற்றம்; *அவ்யக்த-மூர்தினா*—தோன்றாத உருவில்; *மத்-ஸ்தா$_2$னி*—என்னில்; *ஸர்வ-பூ$_4$தானி*—எல்லா ஆத்மாக்களும்; *ந*—இல்லை; *ச*—மேலும்; *அஹம்*—நான்; *தேஷு*—அவற்றில்; *அவஸ்தி$_2$த:*—அமைந்து.

நான் எனது தோன்றாத உருவின் மூலம் இந்த அகிலம் முழுவதும் பரவியுள்ளேன். எல்லா ஜீவன்களும் என்னில் இருக்கின்றன; ஆனால் அவர்களில் நான் இல்லை.

பொருளுரை: பரம புருஷ பகவானை ஜடப் புலன்களைக் கொண்டு உணர முடியாது. பக்தி ரஸாம்ருத சிந்துவில் (1.2.234) கூறப்பட்டுள்ளது,

அத: ஸ்ரீ-க்ரு'ஷ்ண-நாமாதி$_3$ ந ப$_4$வேத்$_3$ க்$_3$ராஹ்யம் இந்த்$_3$ரியை:
ஸேவோன்முகே$_2$ ஹி ஜிஹ்வாதௌ$_3$ ஸ்வயம் ஏவ ஸ்பு$_2$ரத்யத:$_3$

பகவான் ஸ்ரீ கிருஷ்ணரின் நாமம், புகழ், லீலை முதலியவற்றை ஜடப் புலன்களால் புரிந்துகொள்ள முடியாது. தகுந்த வழிகாட்டலின் கீழ் தூய பக்தித் தொண்டில் ஈடுபட்டுள்ளவனுக்கு மட்டுமே அவர் வெளிப்படுகிறார். பிரம்ம சம்ஹிதையில் (5.38) கூறப்பட்டுள்ளது, *ப்ரேமாஞ்ஜன-ச்சு$_2$ரித-ப$_4$க்தி-விலோசனேன ஸந்த: ஸதை$_3$வ ஹ்ருத$_3$யேஷு விலோகயந்தி*—பரம புருஷ பகவானான கோவிந்தரின் மீது திவ்யமான அன்பினை வளர்த்தவர்கள், அவரை எப்போதும் தனக்குள்ளும் வெளியிலும் காண முடியும். இதனால் சாதாரண மக்களுக்கு அவர் தெரிவதில்லை. அவர் எங்கும் நிறைந்து, எல்லாவற்றிலும் நுழைந்திருப்பவராயினும், ஜடப் புலன்களால் அவரை அறிய முடியாது என்று இங்கே கூறப்பட்டுள்ளது. *அவ்யக்த-மூர்தினா* எனும் சொல்லின் மூலம் இஃது இங்கே குறிப்பிடப்பட்டுள்ளது.

ஆனால் உண்மை என்னவெனில், அவரை நாம் காண முடியாவிட்டாலும், எல்லாம் அவரையே சார்ந்துள்ளன. இந்த ஜட பிரபஞ்சத் தோற்றம் முழுவதுமே, அவரது உயர்ந்த ஆன்மீக சக்தியும் தாழ்ந்த ஜட சக்தியும் இணைந்த கலவையே என்பதை நாம் ஏழாம் அத்தியாயத்தில் விவாதித்தோம். சூரிய ஒளி அண்டமெங்கும் பரவியிருப்பதுபோல, இறைவனின் சக்தியும் படைப்பு முழுவதும் பரவியுள்ளது, அனைத்தும் அவரது சக்தியால் தாங்கப்பட்டுள்ளன.

இருப்பினும், அவர் எங்கும் பரவியிருப்பதால் தனது தனித்தன்மையை இழந்துவிட்டதாக முடிவு செய்யக் கூடாது. அத்தகு வாதத்தை முறியடிக்க, "நான் எங்கும் உள்ளேன், அனைத்தும் என்னில் உள்ளன, ஆனாலும் நான் விலகியுள்ளேன்" என்கிறார் பகவான். உதாரணமாக, மன்னன் தனது சக்தியின் தோற்றமான அரசாங்கத்தை ஆள்கிறான். பல்வேறு அரசாங்கத் துறைகளும் மன்னனின் சக்தியே, ஒவ்வொரு துறையும் மன்னனின் சக்தியைச் சார்ந்துள்ளன. இருந்தாலும், மன்னன் தனிப்பட்ட முறையில் ஒவ்வொரு துறையிலும் இருக்க வேண்டும் என்று எதிர்பார்க்க முடியாது. இஃது ஒரு பண்படாத உதாரணமாகும். இதுபோலவே, நாம் காணும் தோற்றங்கள் மட்டுமின்றி, இந்த ஜடவுலகத்திலும் ஆன்மீக உலகத்திலும் இருப்பவை அனைத்தும், பரம புருஷ பகவானின் சக்தியைச் சார்ந்துள்ளன. அவரது சக்தியின் பரவலால் படைப்பு உண்டாகின்றது. பகவத் கீதையில் கூறப்பட்டுள்ளதுபோல, *விஷ்டப்$_4$யாஹம் இத$_3$ம் க்ரு'த்ஸ்னம்*—தமது பல்வேறு சக்திகளின் விரிவால், பகவான் எங்கும் நிறைந்துள்ளார்.

ஸ்லோகம் 5

न च मत्स्थानि भूतानि पश्य मे योगमैश्वरम् ।
भूतभृन्न च भूतस्थो ममात्मा भूतभावनः ॥ ५ ॥

ந ச மத்-ஸ்தா$_2$னி பூ$_4$தானி பஷ்$_2$ய மே யோக$_3$ம் ஐஷ்$_2$வரம்
பூ$_4$த-ப்$_4$ரு'ன் ந ச பூ$_4$த-ஸ்தோ$_2$ மமாத்மா பூ$_4$த-பா$_4$வன:

ந—என்றுமில்லை; *ச*—மேலும்; *மத்-ஸ்தா$_2$னி*—என்னில் நிலைபெற்று; *பூ$_4$தானி*—படைப்பு முழுதும்; *பஷ்$_2$ய*—காண்பாயாக; *மே*—எனது; *யோக$_3$ம் ஐஷ்$_2$வரம்*—புரிந்துகொள்ள முடியாத யோக சக்தி; *பூ$_4$த-ப்$_4$ரு'த்*—எல்லா ஜீவன்களின் பாதுகாவலர்; *ந*—என்றுமில்லை; *ச*—மேலும்; *பூ$_4$த-ஸ்த:$_2$*—பிரபஞ்சத் தோற்றத்தில்; *மம*—எனது; *ஆத்மா*—ஆத்மா; *பூ$_4$த-பா$_4$வன:*—எல்லாத் தோற்றங்களின் மூலமான.

இருப்பினும், படைக்கப்பட்டவை எல்லாம் என்னில் நிலைபெற்றிருக்கவில்லை. எனது யோகத்தின் ஐஸ்வர்யத்தைப்

பார்! நானே எல்லா உயிரினங்களையும் காப்பவன் என்றபோதிலும், எங்கும் நிறைந்துள்ளவன் என்றபோதிலும், நான் இந்த பிரபஞ்சத் தோற்றத்தின் ஒரு பகுதி அல்ல, ஏனெனில் நானே படைப்பின் மூல காரணம்.

பொருளுரை: அனைத்தும் தன்னில் நிலைபெற்றிருப்பதாகக் கூறுகிறார் பகவான் (*மத்-ஸ்தா₂னி ஸர்வ-பூ₄தானி*). இதைத் தவறாகப் புரிந்துகொள்ளக் கூடாது. இந்த ஜடத் தோற்றத்தின் பராமரிப்பிலும், பாதுகாப்பிலும் அவர் நேரடியாகத் தொடர்பு கொள்வதில்லை. தனது தோள்களில் கோளத்தைத் தாங்கிக் கொண்டுள்ள 'அட்லஸ்' சித்திரத்தை நாம் சில நேரங்களில் காண்கிறோம், மாபெரும் பூமியைத் தாங்கியுள்ள அவன் மிகவும் சோர்வாகத் தெரிகிறான். படைக்கப்பட்ட இவ்வகிலத்தினை தாங்கிக் கொண்டுள்ள கிருஷ்ணரது செயலை அத்தகு சித்திரத்துடன் ஒப்பிடக் கூடாது. எல்லாம் தன்னைச் சார்ந்திருந்தும், தான் அவற்றிலிருந்து விலகியிருப்பதாக கிருஷ்ணர் கூறுகிறார். கிரக மண்டலங்கள் வானில் மிதந்து கொண்டுள்ளன. அந்த வானம் பரம புருஷரின் சக்தியே. ஆனால் அவர் வானிலிருந்து வேறுபட்டவர், வேறுவிதமாக நிலைபெற்றுள்ளார். எனவேதான், "அனைத்தும் எனது அசிந்திய சக்தியில் அமைந்திருந்தும், பரம புருஷ பகவானான நான் அவற்றிலிருந்து தனித்தே விளங்குகிறேன்" என்று பகவான் கூறுகிறார். இதுவே சிந்தனைக்கு அப்பாற்பட்ட இறைவனின் வைபவமாகும்.

வேத அகராதியான நிருக்தியில், *யுஜ்யதே 'னேன து₃ர்க₄டேஷு கார்யேஷு*, "பரம புருஷர், தனது சக்திகளின் மூலம் சிந்தனைக்கெட்டாத அற்புதமான லீலைகளைப் புரிகிறார்" என்று கூறுப்பட்டுள்ளது. அவர் பல்வேறு திறன்வாய்ந்த சக்திகளைக் கொண்டுள்ளார், அவரது சங்கல்பமே சத்தியமாகும். இவ்விதமாக பரம புருஷ பகவானை புரிந்துகொள்ள வேண்டும். நாம் ஏதேனும் செய்ய நினைக்கலாம், ஆனால் அதில் பற்பல இடையூறுகள் இருக்கும், சில சமயங்களில் நாம் நினைப்பதை செய்ய முடியாமலும் போகலாம். ஆனால் கிருஷ்ணர் எதையாவது செய்ய வேண்டும் என்று நினைத்தால், அவரது விருப்பம் மட்டும்போதும், அனைத்தும் பக்குவமாக நிறைவேறிவிடும், அஃது எவ்வாறு நடந்தது என்றுகூட கற்பனை செய்ய முடியாது. பகவானே இந்த உண்மையை விளக்குகிறார், "நானே ஜடத் தோற்றம் முழுவதையும் பாதுகாத்து பராமரிக்கும்போதிலும், நான் அதனைத் தொடுவதில்லை." அவரது பரம இச்சை போதும், அந்த இச்சையாலேயே அனைத்தும்

படைக்கப்படுகின்றது, அனைத்தும் பாதுகாக்கப்படுகின்றது, அனைத்தும் பராமரிக்கப்படுகின்றது, மற்றும் அனைத்தும் அழிக்கப்படுகின்றது. அவருக்கும் அவரது மனதிற்கும் இடையே (நமக்கும் நமது தற்போதைய ஜட மனதிற்கும் இடையில் இருப்பது போன்று) எவ்வித வேறுபாடும் இல்லை. ஏனெனில் அவர் பூரண ஆத்மா. பகவான் ஒரே சமயத்தில் அனைத்திலும் வீற்றுள்ளார், இருப்பினும் அவர் எவ்வாறு தனிப்பட்ட நபராகவும் விளங்குகிறார் என்பதை சாதாரண மனிதன் புரிந்துகொள்ள முடியாது. அவர் இந்த ஜடத் தோற்றத்திலிருந்து வேறுபட்டவராக இருந்தும், எல்லாம் அவரையே சார்ந்துள்ளன. இதுவே இங்கு *யோக$_3$ம்-ஐஷ்$_2$வரம்,* பரம புருஷ பகவானுடைய யோக சக்தி என்று விளக்கப்பட்டுள்ளது.

ஸ்லோகம் 6

यथाकाशस्थितो नित्यं वायुः सर्वत्रगो महान् ।
तथा सर्वाणि भूतानि मत्स्थानीत्युपधारय ॥ ६ ॥

யதா$_2$காஷ$_2$-ஸ்தி$_2$தோ நித்யம்' வாயு: ஸர்வத்ர-கோ$_3$ மஹான்
ததா$_2$ ஸர்வாணி பூ$_4$தானி மத்-ஸ்தா$_2$னீத்யுபதா$_4$ரய

யதா$_2$—எவ்வாறு; *ஆகாஷ$_2$-ஸ்தி$_2$த:*—ஆகாயத்தில் நிலைபெற்று; *நித்யம்*—எப்போதும்; *வாயு:*—காற்று; *ஸர்வத்ர-க:$_3$*—எங்கும் வீசிக்கொண்டு; *மஹான்*—பெரும்; *ததா$_2$*—அதுபோலவே; *ஸர்வாணி பூ$_4$தானி*—படைப்புகள் அனைத்தும்; *மத்-ஸ்தா$_2$னீ*—என்னில் நிலைபெற்று; *இதி*—இவ்வாறு; *உபதா$_4$ரய*—புரிந்துகொள்ள முயற்சி செய்.

எங்கும் வீசிக் கொண்டுள்ள பலத்தக் காற்று, எவ்வாறு எப்போதும் ஆகாயத்தினுள் உள்ளதோ, அதுபோலவே படைக்கப்பட்டவை அனைத்தும் என்னில் அமைந்துள்ளதை அறிவாயாக.

பொருளுரை: இந்த பிரம்மாண்டமான ஜடப் படைப்பு எவ்வாறு இறைவனில் அமைந்துள்ளது என்பது சாதாரண மனிதனின் சிந்தனைக்கு எட்டாததாகும். ஆனால் நாம் இதைப் புரிந்துகொள்ள உதவும்படி இறைவன் இங்கு ஓர் உதாரணத்தைக் கொடுக்கிறார். நாம் காணக்கூடிய தோற்றங்களில் மிகப்பெரியது ஆகாயமே. அந்த ஆகாயத்தினுள் உள்ள மிகப்பெரிய பிரபஞ்சத் தோற்றம் காற்று. காற்றின் அசைவுகளே அனைத்து அசைவுகளையும் உண்டாக்குகின்றன. காற்று பிரம்மாண்டமாக உள்ளபோதிலும், அஃது ஆகாயத்தினுள் அமைந்துள்ளது; ஆகாயத்தின் எல்லைகளைத் தாண்டுவதில்லை. அதுபோல, அற்புதமான பிரபஞ்சத் தோற்றம் முழுதும் இறைவனின் பரம இச்சையாலேயே இயங்குகின்றன.

அனைத்தும் அவரது பரம இச்சைக்கு கட்டுப்பட்டுள்ளன. பரம புருஷ பகவானின் விருப்பமின்றி ஒரு புல்லும் அசையாது என்பதை அனைவரும் அறிவர். எல்லாம் அவரது விருப்பப்படியே நடக்கின்றன: அவரது விருப்பப்படியே அனைத்தும் படைக்கப்படுகின்றன, அனைத்தும் காக்கப்படுகின்றன, அனைத்தும் அழிக்கப்படுகின்றன. இருப்பினும், அவர் அனைத்திலிருந்தும் விலகியிருக்கிறார், காற்றின் செயல்களிலிருந்து ஆகாயம் தனித்து விளங்குவதைப் போல.

யத்$_3$-பீ$_4$ஷா வாத: பவதே, "பரம புருஷருக்கு பயந்தே காற்று வீசுகின்றது" என்று உபநிஷத் (*தைத்திரீய* உபநிஷத் 2.8.1) கூறுகின்றது. *ப்$_3$ருஹத்$_3$-ஆரண்யக* உபநிஷத்தில் (3.8.9) கூறப்பட்டுள்ளது, *ஏதஸ்ய வா அக்ஷரஸ்ய ப்ரஷா$_2$ஸனே கா$_3$ர்கி ஸூர்ய-சந்த்$_3$ரமஸௌ வித்$_4$ருதௌ திஷ்ட$_2$த ஏதஸ்ய வா அக்ஷரஸ்ய ப்ரஷா$_2$ஸனே கா$_3$ர்கி த்$_3$யாவ்-ஆப்ருதி$_2$வ்யௌ வித்$_4$ருதௌ திஷ்ட$_2$த:.* "பரம புருஷ பகவானின் மேற்பார்வையில், அவரது உன்னத கட்டளையின்படி சந்திரன், சூரியன் மற்றும் இதர பெரும் கிரகங்களும் இயங்குகின்றன." பிரம்ம சம்ஹிதையில் (5.52) கூறப்பட்டுள்ளது,

யச்-சக்ஷுர் ஏஷ ஸவிதா ஸகல-க்$_3$ரஹாணாம்'
ராஜா ஸமஸ்த-ஸுர-மூர்திர் அஷே$_2$ஷ-தேஜா:
யஸ்யாஜ்ஞயா ப்$_4$ரமதி ஸம்ப்$_4$ரு'த-கால-சக்ரோ
கோ$_3$விந்த$_3$ம் ஆதி$_3$-புருஷம்' தம் அஹம்' ப$_4$ஜாமி

இது சூரியனின் இயக்கத்தைப் பற்றிய விளக்கம். சூரியன் பரம புருஷரின் கண்களில் ஒன்று என்றும், வெப்பத்தையும் ஒளியையும் தரும் அளவற்ற சக்தியுடையது என்றும், கோவிந்தரின் உன்னத விருப்பம் மற்றும் கட்டளையின்படி அது தனது பாதையில் இயங்குவதாகவும் வர்ணிக்கப்பட்டுள்ளது. எனவே, நமது கண்களுக்கு மிகவும் அற்புதமாகவும், பிரம்மாண்டமாகவும் தோன்றும் இந்த ஜடத் தோற்றம், பரம புருஷ பகவானின் முழு கட்டுப்பாட்டில் உள்ளது என்பதற்கான ஆதாரங்களை நாம் வேத இலக்கியங்களில் காண முடிகிறது. இந்த அத்தியாயத்தின் பின்வரும் ஸ்லோகங்களில் இது மேலும் விளக்கப்படும்.

ஸ்லோகம் 7

सर्वभूतानि कौन्तेय प्रकृतिं यान्ति मामिकाम् ।
कल्पक्षये पुनस्तानि कल्पादौ विसृजाम्यहम् ॥ ७॥

ஸர்வ-பூ$_4$தானி கௌந்தேய ப்ரக்ரு'திம்' யாந்தி மாமிகாம்
கல்ப-க்ஷயே புனஸ் தானி கல்பாதௌ$_3$ விஸ்ரு'ஜாம்யஹம்

ஸர்வ-பூ$_4$தானி—படைக்கப்பட்ட எல்லா உயிர்களும்; *கௌந்தேய*—குந்தியின் மகனே; *ப்ரக்ரு'திம்*—இயற்கையில்; *யாந்தி*—நுழைகின்றன; *மாமிகாம்*—எனது; *கல்ப-க்ஷயே*—கல்பத்தின் முடிவில்; *புன:*—மீண்டும்; *தானி*—இவை அனைத்தையும்; *கல்ப-ஆதௌ$_3$*—கல்பத்தின் ஆரம்பத்தில்; *விஸ்ரு'ஜாமி*—படைக்கின்றேன்; *அஹம்*—நான்.

குந்தியின் மகனே, கல்பத்தின் முடிவில் ஜடத் தோற்றம் முழுவதும் எனது இயற்கையில் நுழைகின்றன. அடுத்த கல்பத்தின் ஆரம்பத்தில், எனது சக்தியின் மூலம் நானே அவற்றை மீண்டும் படைக்கின்றேன்.

பொருளுரை: இந்த ஜடத் தோற்றத்தின் படைத்தல், காத்தல், அழித்தல் ஆகியவை பரம புருஷரின் உன்னத விருப்பத்தை முழுமையாகச் சார்ந்துள்ளன. "கல்பத்தின் முடிவில்" என்றால் பிரம்மாவின் மரணத்தின்போது என்று பொருள். நூறு வருடங்கள் வாழக்கூடிய பிரம்மாவின் ஒரு பகல் நமது பூவுலகக் கணக்கில் 430,00,00,000 வருடங்களாகும். அவரது இரவும் அதே போன்ற நீண்ட காலமாகும். அத்தகு பகலையும் இரவுகளையும் கொண்ட முப்பது நாட்கள் அவரது ஒரு மாதம். அதுபோன்ற பன்னிரண்டு மாதங்களைக் கொண்டது அவரது ஒரு வருடம். அத்தகு நூறு வருடங்களுக்குப் பிறகு, பிரம்மா இறக்கும்போது, பிரளயம் உண்டாகின்றது; அதாவது, பரம புருஷரால் தோற்றுவிக்கப்பட்ட சக்தி மீண்டும் அவரினுள் ஒடுங்குகின்றது. மீண்டும் பிரபஞ்சத்தைத் தோற்றுவிப்பதற்கான தேவை உண்டாகும்போது, அவரது இச்சையால் அதுவும் நடைபெறுகின்றது. *ப$_3$ஹு ஸ்யாம்*—"நான் ஒருவனேயாயினும் பலவாக ஆனேன்" என்பது வேத வாக்கு (*சா$_2$ந்தோ$_3$க்$_3$ய* உபநிஷத் 6.2.3). அவர் தன்னை இந்த ஜட சக்தியில் விரித்துக்கொள்ளும்போது, முழு பிரபஞ்சமும் மீண்டும் படைக்கப்படுகின்றது.

ஸ்லோகம் 8

प्रकृतिं स्वामवष्टभ्य विसृजामि पुनः पुनः ।
भूतग्राममिमं कृत्स्नमवशं प्रकृतेर्वशात् ॥ ८ ॥

ப்ரக்ரு'திம்' ஸ்வாம் அவஷ்டப்$_4$ய விஸ்ரு'ஜாமி புன: புன:
பூ$_4$த-க்$_3$ராமம் இமம்' க்ரு'த்ஸ்னம் அவஷ$_2$ம்' ப்ரக்ரு'தேர் வஷா$_2$த்

ப்ரக்ரு'திம்—ஜட இயற்கை; *ஸ்வாம்*—எனது சுய; *அவஷ்டப்$_4$ய*—நுழைகின்றது; *விஸ்ரு'ஜாமி*—படைக்கின்றேன்; *புன: புன:*—மீண்டும்மீண்டும்; *பூ$_4$த-க்$_3$ராமம்*—பிரபஞ்ச தோற்றமெல்லாம்; *இமம்*—இந்த; *க்ரு'த்ஸ்னம்*—முழு; *அவஷ$_2$ம்*—தாமாகவே; *ப்ரக்ரு'தே:*—இயற்கையின் உந்துதலால்; *வஷா$_2$த்*—கட்டுப்பட்டு.

பிரபஞ்சத் தோற்றம் முழுவதும் எனக்குக் கீழ்ப்பட்டது. எனது விருப்பப்படி அது மீண்டும்மீண்டும் தானாகப் படைக்கப்பட்டு, இறுதியில் எனது விருப்பப்படி அழிக்கப்படுகின்றது.

பொருளுரை: பரம புருஷ பகவானின் தாழ்ந்த சக்தியின் தோற்றமே இந்த ஜடவுலகம். இதனை பல முறை விளக்கியுள்ளோம். படைப்பின்போது, ஜட சக்தி *மஹத்-தத்த்வமாக* விடுவிக்கப் படுகின்றது, பகவானின் முதல் புருஷ அவதாரமான மஹாவிஷ்ணு அதனுள் நுழைகிறார். காரணக் கடலில் படுத்துக் கொண்டிருக்கும் அவர், தமது சுவாசத்தின்போது எண்ணற்ற அண்டங்களை படைக்கின்றார், அவை ஒவ்வொன்றிலும் அவர் மீண்டும் கர்போதகஷாயி விஷ்ணுவாக நுழைகின்றார். ஒவ்வொரு பிரபஞ்சமும் இப்படித்தான் படைக்கப்படுகிறது. அவர் மீண்டும் க்ஷீரோதகஷாயி விஷ்ணுவாக விரிவடைகிறார். அந்த விஷ்ணு மிகவும் நுண்ணிய அணுவிற்குள்ளும் நுழைகின்றார். அவர் எல்லாவற்றிலும் நுழைகின்றார் என்ற இவ்வுண்மை இங்கே விளக்கப்பட்டுள்ளது.

ஜீவாத்மாக்களைப் பொறுத்தவரை, அவர்கள் இந்த ஜட இயற்கையினுள் கருவூட்டப்படுகின்றனர், தமது முந்தைய செயல்களின் அடிப்படையில் பல்வேறு நிலைகளை அடைகின்றனர். இதன் மூலம் ஜடவுலகின் செயல்கள் தொடங்குகின்றன. இவ்வாறாக, பல்வேறு உயிரினங்களின் இயக்கங்கள் படைப்பின் ஆரம்ப காலத்திலேயே தொடங்குகின்றன. அவை பரிணமிப்பவை அல்ல. பிரபஞ்சம் படைக்கப்பட்டபோதே பல்வேறு உயிரினங்களும் உடனடியாக படைக்கப்பட்டன. மனிதர்கள், மிருகங்கள், பறவைகள் என அனைத்தும் ஒரே நேரத்தில் படைக்கப்படுகின்றன; ஏனெனில், முந்தைய பிரளயத்தின்போது குறிப்பிட்ட ஜீவாத்மாவின் விருப்பம் என்னவோ, அதற்கேற்ப அவன் மீண்டும் தோன்றுகின்றான். படைப்பில் ஜீவாத்மாக்களுக்கு எவ்வித பங்கும் இல்லை என்பதை *அவஷம்* எனும் வார்த்தை தெளிவாகக் குறிப்பிடுகிறது. முந்தைய படைப்பின் முந்தைய வாழ்வில் ஜீவாத்மாவின் நிலை என்னவோ, அந்நிலை மீண்டும் வெளிப்படுகின்றது. அவரது விருப்பம் போதும், இவையனைத்தும் தானாக நடந்தேறிவிடும். இதுவே பரம புருஷ பகவானின் அசிந்திய சக்தியாகும். பற்பல உயிரினங்களைப் படைத்தபின், அவருக்கு உயிரினங்களுடன் எவ்விதத் தொடர்புமில்லை. பல்வேறு உயிர்வாழிகளின் விருப்பங்களை பூர்த்தி செய்வதற்காகவே இவ்வுலகம் படைக்கப்படுகிறது; எனவே, இறைவன் இதில் ஈடுபடுவதில்லை.

ஸ்லோகம் 9

न च मां तानि कर्माणि निबध्नन्ति धनञ्जय ।
उदासीनवदासीनमसक्तं तेषु कर्मसु ॥ ९ ॥

ந ச மாம்' தானி கர்மாணி நிப$_3$த்$_4$னந்தி த$_4$னஞ்ஜய
உதா$_3$ஸீன-வத்$_3$ ஆஸீனம் அஸக்தம்' தேஷு கர்மஸு

ந—இல்லை; *ச*—மேலும்; *மாம்*—என்னை; *தானி*—அவ்வெல்லா; *கர்மாணி*—செயல்கள்; *நிப$_3$த்$_4$னந்தி*—பந்தப்படுத்துவது; *த$_4$னஞ்ஜய*—செல்வத்தை வெல்வோனே; *உதா$_3$ஸீ-வத்*—நடுநிலையில்; *ஆஸீனம்*—அமைந்து; *அஸக்தம்*—பற்றின்றி; *தேஷு*—அந்த; *கர்மஸு*—செயல்களில்.

தனஞ்ஜயனே! இச்செயல்கள் எதுவும் என்னை பந்தப்படுத்த முடியாது. நடுநிலையில் அமைந்துள்ள நான், இந்த பௌதிகச் செயல்களிலிருந்து எப்போதும் விலகியே உள்ளேன்.

பொருளுரை: இந்த ஸ்லோகத்தின் அடிப்படையில், பரம புருஷ பகவான் செயலற்றவர் என்று யாரும் எண்ணிவிடக் கூடாது. அவரது ஆன்மீக உலகில் அவர் எப்பொழுதும் செயல்பட்டுக் கொண்டுள்ளார். பிரம்ம சம்ஹிதையில் (5.6) கூறப்பட்டுள்ளது, *ஆத்மாராமஸ்ய தஸ்யாஸ்தி ப்ரக்ரு'த்யா ந ஸமாக$_3$ம:*—“தனது நித்தியமான ஆனந்தமயமான ஆன்மீகச் செயல்களில் அவர் எப்போதும் ஆழ்ந்துள்ளார். ஆனால் ஜடச் செயல்களைப் பொறுத்தவரையில் அவர் செய்ய வேண்டியது எதுவுமில்லை.” ஜடச் செயல்கள் அவரது பல்வேறு சக்திகளால் நடத்தப்படுகின்றன. படைக்கப்பட்ட இவ்வுலகின் ஜடச் செயல்களில் பகவான் எப்போதும் நடுநிலையில் உள்ளார். இந்த நடுநிலை, *உதா$_3$ஸீன-வத்* எனும் சொல்லின் மூலம் இங்கு விளக்கப்பட்டுள்ளது. ஜடவுலகின் ஒவ்வொரு மிகச்சிறிய விஷயத்தின் மீதும் அவரதுக் கட்டுப்பாடு உள்ளது என்றபோதிலும், அவர் நடுநிலை வகிக்கின்றார். தனது இருக்கையில் அமர்ந்துள்ள உயர் நீதிமன்ற நீதிபதியை இதற்கு உதாரணமாகக் கூறலாம். அவரது கட்டளையின்படி பல விஷயங்கள் நடக்கின்றன—சிலருக்கு மரண தண்டனை வழங்கப்படுகிறது, சிலர் சிறையில் அடைக்கப்படுகின்றனர், சிலர் பெரும் செல்வத்தைப் பெறுகின்றனர்—இருப்பினும் அவர் நடுநிலையில் உள்ளார். இலாபத்திலும் நஷ்டத்திலும் அவருக்கு எந்தப் பங்கும் இல்லை. அதுபோலவே, எல்லா செயல்களிலும் தனக்கு அதிகாரம் உள்ளபோதிலும், கடவுள் எப்போதும் நடுநிலை வகிப்பவர். வேதாந்த சூத்திரத்தில் (2.1.34) கூறப்பட்டுள்ளது, *வைஷம்ய-நைர்க்$_4$ரு'ஸ்யே ந,* அவர் ஜடவுலகின் இருமையில் இருப்பதில்லை, அந்த இருமைகளுக்கு அப்பாற்பட்டவர். இந்த ஜடவுலகினை படைப்பதிலும், அழிப்பதிலும்கூட அவருக்கு பற்றுதல்

இல்லை. ஜீவாத்மாக்கள் தமது முந்தைய செயல்களுக்கு ஏற்ப பல்வேறு இனங்களில் பலவிதமான உடலை அடைகின்றனர், இதில் கடவுள் தலையிடுவதில்லை.

ஸ்லோகம் 10

मयाध्यक्षेण प्रकृतिः सूयते सचराचरम् ।
हेतुनानेन कौन्तेय जगद्विपरिवर्तते ॥ १० ॥

மயாத்₄யக்ஷேண ப்ரக்ரு'தி: ஸூயதே ஸ-சராசரம்
ஹேதுனானேன கௌந்தேய ஜகத்₃ விபரிவர்ததே

மயா—எனது; *அத்₄யக்ஷேண*—மேற்பார்வையில்; *ப்ரக்ரு'தி:*—ஜட இயற்கை; *ஸூயதே*—தோன்றுகின்றது; *ஸ*—இரண்டும்; *சர-அசரம்*—அசைகின்ற, அசையாத; *ஹேதுனா*—காரணத்தால்; *அனேன*—இந்த; *கௌந்தேய*—குந்தியின் மகனே; *ஜகத்*—பிரபஞ்சத் தோற்றம்; *விபரிவர்ததே*—செயல்படுகின்றது.

குந்தியின் மகனே, எனது சக்திகளில் ஒன்றான இந்த ஜட இயற்கை, எனது மேற்பார்வையில் செயல்பட்டு, அசைகின்ற மற்றும் அசையாதவற்றை எல்லாம் உண்டாக்குகின்றது. அதன் ஆணைப்படி, இந்தத் தோற்றம் மீண்டும்மீண்டும் படைக்கப்பட்டு அழிக்கப்படுகின்றது.

பொருளுரை: ஜடவுலகின் எல்லா செயல்களிலிருந்தும் விலகியுள்ளபோதிலும், முழுமுதற் கடவுள் உன்னத இயக்குநராக உள்ளார் என்பது இங்கு தெளிவாகக் கூறப்பட்டுள்ளது. இந்த ஜடத் தோற்றத்தின் பின்னணியும், உயர் இச்சையும் பரம புருஷரே, இருப்பினும், நிர்வாகம் ஜட இயற்கையாலேயே நடத்தப்படுகின்றது. பற்பல உருவங்களிலும் இனங்களிலும் இருக்கும் எல்லா ஜீவாத்மாக்களுக்கும் தானே தந்தை என்று பகவத் கீதையில் கிருஷ்ணரும் கூறுகிறார். தாயின் கருப்பையில் குழந்தைக்கான விதையை அளிப்பவர் தந்தை. அதுபோலவே, முழுமுதற் கடவுள் தனது பார்வையின் மூலம் எல்லா ஜீவாத்மாக்களையும் ஜட இயற்கையின் கருப்பையில் விதைக்கிறார். அந்த உயிர்வாழிகள் தங்களது முந்தைய விருப்பத்திற்கும் செயல்களுக்கும் ஏற்ப, பற்பல உருவங்களிலும் இனங்களிலும் வெளிவருகின்றனர். பரம புருஷரது பார்வையின் கீழ் பிறந்தாலும், இந்த ஜீவாத்மாக்கள் அனைவரும் தங்களது முற்செயல்களுக்கும் விருப்பங்களுக்கும் ஏற்பவே பலவிதமான உடல்களை அடைகின்றனர். எனவே, பகவானுக்கும் ஜடவுலகத்திற்கும் நேரடித் தொடர்பு இல்லை. அவர் ஜட இயற்கையின் மீது தனது பார்வையை மட்டுமே செலுத்துகிறார்,

அந்தப் பார்வையினால் ஜட இயற்கை இயக்கம் பெற்றவுடன், அனைத்தும் படைக்கப்படுகின்றன. பரம புருஷர் ஜட இயற்கையின் மீது தனது பார்வையை செலுத்துவதால், இதில் அவருக்கும் பங்குள்ளது என்பதில் ஐயமில்லை, ஆனால் இதில் அவருக்கு நேரடியான பங்கு எதுவுமில்லை. ஸ்ம்ருதியில் பின்வரும் உதாரணம் கொடுக்கப்பட்டுள்ளது: வாசனையுள்ள மலர் முன்னிருந்தால், அதன் மணம் நுகரும் சக்தியினால் உணரப்படுகின்றது. இருப்பினும் நுகர்ச்சியும், மலரும் ஒன்றிலிருந்து ஒன்று வேறுபட்டவை. இதே போன்ற தொடர்பு, ஜடவுலகத்திற்கும் பரம புருஷ பகவானுக்குமிடையே உள்ளது; இந்த ஜடவுலகில் அவர் செய்ய வேண்டியது எதுவுமில்லை, எனினும் தமது பார்வையினால் படைத்து, ஏற்பாடு செய்கிறார். சுருக்கமாகச் சொன்னால், பரம புருஷ பகவானின் மேற்பார்வையின்றி ஜட இயற்கையால் ஒன்றும் செய்ய முடியாது. இருந்தும் முழுமுதற் கடவுள் எல்லா ஜடச் செயல்களிலிருந்தும் விலகியிருக்கிறார்.

ஸ்லோகம் 11

अवजानन्ति मां मूढा मानुषीं तनुमाश्रितम् ।
परं भावमजानन्तो मम भूतमहेश्वरम् ॥ ११ ॥

அவஜானந்தி மாம்' மூடா$_4$ மானுஷீம்' தனும் ஆஷ்$_2$ரிதம்
பரம்' பா$_4$வம் அஜானந்தோ மம பூ$_4$த-மஹேஷ்$_2$வரம்

அவஜானந்தி—ஏளனம் செய்கின்றனர்; *மாம்*—என்னை; *மூடா:$_4$*—முட்டாள்கள்; *மானுஷீம்*—மனித உருவில்; *தனும்*—உடல்; *ஆஷ்$_2$ரிதம்*—ஏற்று; *பரம்*—பரம; *பா$_4$வம்*—இயற்கையை; *அஜானந்த:*—அறியாமல்; *மம*—எனது; *பூ$_4$த*—இருப்பவை அனைத்திற்கும்; *மஹா-ஈஷ்$_2$வரம்*—உன்னத உரிமையாளர்.

மனித உருவில் நான் தோன்றும்போது முட்டாள்கள் என்னை ஏளனம் செய்கின்றனர். எனது பரம இயற்கையை, அதாவது, இருப்பவை அனைத்திற்கும் நானே உன்னத உரிமையாளன் என்பதை அவர்கள் அறியார்கள்.

பொருளுரை: மனிதரைப் போலத் தோற்றமளித்தாலும், பரம புருஷ பகவான் சாதாரண மனிதரல்ல என்பது இவ்வத்தியாயத்தின் முந்தைய ஸ்லோகங்களுக்கான விளக்கங்களின் மூலம் தெளிவாக்கப்பட்டது. படைத்தல், காத்தல், அழித்தல் ஆகியவற்றை நடத்தும் பரம புருஷ பகவான் சாதாரண மனிதனாக இருக்க முடியாது. இருந்தும் கிருஷ்ணர் ஒரு பலம் பொருந்திய மனிதரே, மனிதர்களுக்கு மேலானவர் அல்ல என்று கருதும் மூடர்கள் பலர் உள்ளனர்.

உண்மையில், பிரம்ம சம்ஹிதையில் கூறியுள்ளபடி (*ஈஷ்₂வர: பரம: க்ரு'ஷ்ண:*), அவரே ஆதி புருஷர், அவரே முழுமுதற் கடவுள்.

ஈஷ்₂வரர்கள் (ஆளுநர்கள்) பலர் உள்ளனர், ஒருவரைவிட மற்றவர் சிறந்தவராக உள்ளனர். ஜடவுலகின் சாதாரண நிர்வாகத்தில், நாம் ஓர் அலுவலரைக் காண்கிறோம். அவருக்குமேல் காரியதரிசி, அவருக்கு மேல் மந்திரி, அவருக்குமேல் பிரதமர் என இருக்கின்றனர். அவர்களில் ஒவ்வொருவரும் ஆள்பவர்களே, இருப்பினும் ஒருவர் மற்றவரால் ஆளப்படுகிறார். கிருஷ்ணரே பரம ஆளுநர் என்று பிரம்ம சம்ஹிதையில் கூறப்பட்டுள்ளது. ஜடவுலகிலும், ஆன்மீக உலகிலும் ஆளுநர்கள் பலர் உள்ளனர் என்பதில் ஐயமில்லை. ஆனால் கிருஷ்ணரே பரம ஆளுநர் (*ஈஷ்₂வர: பரம: க்ரு'ஷ்ண:*), அவரது உடல், ஜடக் கலப்பற்ற ஸச்சிதானந்தமாகும்.

முந்தைய ஸ்லோகங்களில் கூறப்பட்ட அற்புதமான செயல்களை ஜடவுடல்கள் செய்ய முடியாது. கடவுளின் உடல், நித்தியமானது, ஆனந்தமானது, மற்றும் அறிவு நிறைந்தது. அவர் ஒரு சாதாரண மனிதரல்ல என்றபோதிலும், மூடர்கள் அவரை ஏளனம் செய்து சாதாரண மனிதராகக் கருதுகின்றனர். அவரது உடல் இங்கு *மானுஷீம்* என்று கூறப்படுகிறது; ஏனெனில், அவர் ஒரு மனிதரைப் போல, அர்ஜுனனின் நண்பரைப் போல, குருக்ஷேத்திர யுத்தத்தில் கலந்து கொண்டுள்ள ஓர் அரசியல்வாதியைப் போலச் செயல்படுகிறார். பலவிதங்களில் அவர் ஒரு சாதாரண மனிதரைப் போலச் செயல்படுகிறார், ஆனால் உண்மையில், அவரது உடல் *ஸச்-சித்₃-ஆனந்த₃-விக்₃ரஹ*—நித்தியமான ஆனந்தமும் அறிவும் பூரணமாக உடையதாகும். வேத மொழியிலும் இஃது உறுதி செய்யப்பட்டுள்ளது. *ஸச்-சித்₃-ஆனந்த₃-ரூபாய க்ரு'ஷ்ணாய*—"நித்தியமான அறிவுடன் ஆனந்த ரூபமாக விளங்கும் பரம புருஷ பகவான் கிருஷ்ணருக்கு எனது பணிவான வந்தனைகள்." (*கோ₃பால–தாபனீ* உபநிஷத் 1.1) வேத மொழியில் மற்றும் பல வர்ணனைகளும் உள்ளன. *தம்–ஏகம் கோ₃விந்த₃ம்*, "புலன்களுக்கும் பசுக்களுக்கும் இன்பமளிக்கும் கோவிந்தர் நீரே." *ஸச்-சித்₃-ஆனந்த₃-விக்₃ரஹம்*, "மேலும், உமது உடல் திவ்யமானது, நித்தியமானது, ஆனந்தமயமானது, பூரண அறிவுடையது." (*கோ₃பால–தாபனீ* உபநிஷத் 1.35)

பகவான் கிருஷ்ணரின் திருமேனியானது, பூரண ஆனந்தம், அறிவு முதலிய திவ்ய குணங்களுடன் உள்ளபோதிலும், பகவத் கீதைக்கு விளக்கமளிக்கும் கருத்துரையாளர்களும் பெயரளவு அறிஞர்களும் கிருஷ்ணரை சாதாரண மனிதராக ஏளனம் செய்கின்றனர். தனது முற்கால நற்செயல்களின் விளைவுகளால், அறிஞன் ஒருவன்

அறிவுடைய மனிதனாகப் பிறந்திருக்கலாம். ஆனால் ஸ்ரீ கிருஷ்ணரைப் பற்றிய கருத்து அவனது அறிவுப் பற்றாக்குறையைக் காட்டுகின்றது. எனவே, அத்தகையவன் மூடன் என்று அழைக்கப்படுகின்றான்; ஏனெனில், முட்டாள்கள் மட்டுமே கிருஷ்ணரை சாதாரண மனிதராகக் கருதுவர். பரம புருஷரின் இரகசியமான செயல்களையும் அவரது பல்வேறு சக்திகளையும் அறியாத முட்டாள்கள் மட்டுமே, கிருஷ்ணரை சாதாரண மனிதராகக் கருதுவர். அவரது உடல் பூரண அறிவும் ஆனந்தமும் நிரம்பியது என்பதையும், இருப்பவை அனைத்திற்கும் அவரே உரிமையாளர் என்பதையும், அவரால் எவருக்கும் முக்தி கொடுக்க முடியும் என்பதையும் அவர்கள் அறியார்கள். கிருஷ்ணர் பற்பல திவ்யமான குணங்களின் பொக்கிஷம் என்பதை அறியாததால், அவர்கள் அவரை இழிந்துரைக்கின்றனர்.

பரம புருஷ பகவான் இந்த ஜடவுலகில் தோன்றுவது அவரது அந்தரங்க சக்தியின் தோற்றமே என்பதையும் அவர்கள் அறியார்கள். அவர் இந்த ஜட சக்தியின் எஜமானர். ஜட சக்தி மிகவும் சக்திவாய்ந்ததாக இருந்தாலும், அது தனது கட்டுப்பாட்டில் உள்ளது என்றும், தன்னிடம் சரணடையும் எவரையும் அந்த ஜட சக்தியின் பிடியிலிருந்து தன்னால் விடுவிக்கமுடியும் என்றும் கிருஷ்ணர் அறிவிப்பதை நாம் பல்வேறு இடங்களில் விளக்கியுள்ளோம் (*மம மாயா து₃ரத்யயா*). கிருஷ்ணரிடம் சரணடையும் ஆத்மாவினால் ஜட சக்தியின் ஆதிக்கத்திலிருந்து விடுபட முடியுமென்றால், இந்த முழு பிரபஞ்சத்தையும் படைத்து, காத்து, அழிக்கக்கூடிய பரம புருஷர் எவ்வாறு நம்மைப் போன்ற ஜடவுடலை உடையவராக இருக்க முடியும்? எனவே, கிருஷ்ணரைப் பற்றிய அத்தகு கருத்து முழு முட்டாள்தனமாகும். சாதாரண மனிதரைப் போலத் தோன்றும் முழுமுதற் கடவுள் ஸ்ரீ கிருஷ்ணர், மிகச்சிறிய அணுவிலிருந்து மிகவும் பிரம்மாண்டமான விராட தோற்றம் வரை அனைத்தையும் கட்டுப்படுத்துகிறார் என்பதை மூடர்களால் சிந்திக்க இயலாது. மிகப்பெரியதும் மிக நுண்ணியதும், அவர்களது சிந்தனைக்கு அப்பாற்பட்டதாகும். எனவே, மனிதரைப் போன்ற ஓர் உருவம், அளவற்றதையும் நுண்ணியதையும் ஒரே சமயத்தில் கட்டுப் படுத்துவதை அவர்களால் கற்பனை செய்யவும் முடியாது. எல்லையற்றதையும், எல்லைக்கு உட்பட்டவற்றையும், எல்லாவற்றையும் அவர் ஆள்பவராயிருந்தாலும், இந்த தோற்றங்களிலிருந்து அவர் விலகியுள்ளார். மிகப்பெரியதையும் மிகச்சிறியதையும் ஒரே சமயத்தில் கட்டுப்படுத்தும்போதிலும், அவர் அவற்றிலிருந்து விலகியிருக்க முடியும்—இதுவே, அவருடைய

திவ்யமான அசிந்திய சக்தி, *யோக$_3$ம் ஐஷ்$_2$வரம்* எனப்படுகிறது. மனிதனைப் போலத் தோற்றமளிக்கும் கிருஷ்ணரால் எவ்வாறு மிகப் பெரியதையும், மிகச்சிறியதையும் கட்டுப்படுத்த முடியும் என்பதை மூடர்களால் கற்பனை செய்து பார்க்க முடியாது; இருப்பினும், கிருஷ்ணரே பரம புருஷ பகவான் என்பதை அறிந்த தூய பக்தர்கள் இதை ஏற்கின்றனர். அவரே பகவான் என்பதால், தூய பக்தர்கள் அவரிடம் முழுமையாகச் சரணடைந்து, அவரது பக்தித் தொண்டில், கிருஷ்ண உணர்வில் ஈடுபடுகின்றனர்.

மனிதரைப் போல கடவுள் தோன்றுவது குறித்து, அருவவாதிகளுக்கும், உருவவாதிகளுக்கும் இடையே பல்வேறு கருத்து வேறுபாடுகள் உள்ளன. ஆனால், கிருஷ்ண விஞ்ஞானத்தைப் புரிந்துகொள்வதற்கான அதிகாரபூர்வமான நூல்களான பகவத் கீதையையும், ஸ்ரீமத் பாகவதத்தையும் அணுகினால், கிருஷ்ணரே பரம புருஷ பகவான் என்பதை நாம் அறிய முடியும். இவ்வுலகில் சாதாரண மனிதரைப் போலத் தோன்றினாலும், அவர் சாதாரண மனிதரல்ல. ஸ்ரீமத் பாகவதத்தின், முதல் ஸ்கந்தம், முதல் அத்தியாயத்தில் சௌனகரை தலைவராகக் கொண்ட சாதுக்கள், கிருஷ்ணரது செயல்களைப் பற்றி வினவுகையில்,

க்ரு'தவான் கில கர்மாணி ஸஹ ராமேண கேஷ$_2$வ:
அதி-மர்த்யானி ப$_4$க$_3$வான் கூ$_3$ட:$_4$ கபட-மானுஷ:

"புருஷோத்தமரான முழுமுதற் கடவுள் ஸ்ரீ கிருஷ்ணர், பலராமருடன் இணைந்து மனிதரைப் போல விளையாடினார், அத்தகைய வேடத்தில் மனித சக்திக்கு மீறிய செயல்கள் பலவற்றை அவர் நிகழ்த்தினார்." (பாகவதம் 1.1.20) மனிதரைப் போன்ற பகவானின் தோற்றம் மூடர்களைக் குழப்புகின்றது. இப்பூமியில் அவதரித்தபோது கிருஷ்ணர் செய்த அற்புதமான லீலைகளை எந்த மனிதனாலும் செய்ய முடியாது. கிருஷ்ணர் தனது தாய் தந்தையரான தேவகி, வசுதேவரின் முன்பு தோன்றியபோது நான்கு கரங்களுடன் தோன்றினார், ஆனால் அவர்களது பிரார்த்தனைகளுக்குப் பின் தன்னை சாதாரண குழந்தையாக மாற்றிக் கொண்டார். *ப$_3$பூ$_4$வ ப்ராக்ரு'த: ஷி$_2$ஷு:$_2$*, அவர் ஒரு சாதாரண குழந்தையாக, சாதாரண மனிதராக மாறினார் என்று பாகவதத்தில் (10.3.46) கூறப்பட்டுள்ளது. சாதாரண மனிதரைப் போன்ற கடவுளின் தோற்றமும், அவரது திவ்ய உடலின் ஒரு தன்மையே என்பது இங்கு மீண்டும் குறிப்பிடப்பட்டுள்ளது. பகவத் கீதையின் பதினொன்றாம் அத்தியாயத்தில், நான்கு புஜங்களையுடைய கிருஷ்ணரது உருவைக் காண அர்ஜுனன் பிரார்த்தனை செய்ததாகக் கூறப்பட்டுள்ளது

(*தேனைவ ரூபேண சதுர்-பு$_4$ஜேன*). இந்த ரூபத்தைக் காட்டிய பின்னர், அர்ஜுனனின் வேண்டுகோளின்படி, கிருஷ்ணர் மீண்டும் மனிதரைப் போன்ற தனது சுய உருவிற்குத் திரும்பினார் (*மானுஷம் ரூபம்*). பரம புருஷரின் இத்தகு பலதரப்பட்ட தன்மைகள், நிச்சயமாக சாதாரண மனிதனுக்கு உரித்தானதல்ல.

மாயாவாத தத்துவங்களால் பாதிக்கப்பட்டு, கிருஷ்ணரை ஏளனம் செய்யும் சிலர், கிருஷ்ணர் சாதாரண மனிதரே என்பதை நிரூபிக்க, ஸ்ரீமத் பாகவதத்தின் (3.29.21) பின்வரும் ஸ்லோகத்தை மேற்கோள் காட்டுகின்றனர். *அஹம் ஸர்வேஷு பூ$_4$தேஷு பூ$_4$தாத்மாவஸ்தி$_2$த: ஸதா:$_3$* "பரம்பொருள் எல்லா ஜீவாத்மாக்களிலும் உள்ளது." கிருஷ்ணரை இழிந்துரைக்கும் அங்கீகாரமற்ற நபர்களின் விளக்கங்களைப் பின்பற்றாமல், ஜீவ கோஸ்வாமி, விஸ்வநாத சக்ரவர்த்தி தாகூர் முதலிய வைஷ்ணவ ஆச்சாரியர்களிடமிருந்து இந்தக் குறிப்பிட்ட ஸ்லோகத்தை நாம் அறிந்துகொள்வது சிறந்தது. கிருஷ்ணர் தனது சுய விரிவான பரமாத்மாவின் ரூபத்தில், அசையக்கூடிய மற்றும் அசையாத இனங்கள் எல்லாவற்றிலும் வீற்றுள்ளார்; எனவே, கோவிலிலுள்ள *அர்சா-மூர்த்தியிடம்* மட்டும் கவனம் செலுத்தி, பிற உயிரினங்களுக்கு மதிப்புக் கொடுக்காத ஆரம்ப நிலை பக்தர்களின் அர்ச்சா விக்ரஹ வழிபாடு பயனற்றது என்று இந்த ஸ்லோகத்தை விளக்குகிறார் ஜீவகோஸ்வாமி. பக்தர்கள் மூன்று வகைப்படுவர். ஆரம்ப நிலையிலுள்ள பக்தர்கள், மற்ற பக்தர்களின் மீது காட்டும் கவனத்தை விட, கோவிலில் உள்ள விக்ரஹத்தின் மீது அதிக கவனம் காட்டுகின்றனர். இத்தகு மனோநிலை திருத்தப்பட வேண்டுமென்று எச்சரிக்கிறார் விஸ்வநாத சக்ரவர்த்தி தாகூர். கிருஷ்ணர் ஒவ்வொருவரது இதயத்திலும் பரமாத்மாவாக வீற்றுள்ளதால், ஒரு பக்தன் ஒவ்வோர் உடலையும் பரம புருஷரின் கோவிலாகக் காண வேண்டும். அத்தகு பக்தன், பகவானின் ஆலயத்திற்குக் கொடுக்கும் அதே மதிப்பை பரமாத்மா வாழும் ஒவ்வோர் உடலுக்கும் வழங்குகின்றான். எனவே, ஒவ்வொருவருக்கும் முறையான மரியாதை வழங்கப்பட வேண்டும், எவரையும் அலட்சியம் செய்யக் கூடாது.

ஆலய வழிபாட்டை ஏளனம் செய்யும் அருவவாதிகள் பலர் உள்ளனர். கடவுள் எல்லா இடத்திலும் இருப்பதால், ஆலய வழிபாட்டிற்குள் ஏன் ஒருவன் தன்னைக் கட்டுப்படுத்திக்கொள்ள வேண்டும் என்று அவர்கள் கூறுகின்றனர். ஆனால், கடவுள் எல்லா இடத்திலும் இருந்தால், ஆலயத்திலும் அர்ச்சா விக்ரஹத்திலும் அவர் இல்லையா? அருவவாதியும், உருவவாதியும் ஒருவரையொருவர் முடிவின்றி

சண்டையிட்டுக்கொள்வர் என்றபோதிலும், கிருஷ்ண உணர்வில் உள்ள பக்குவமான பக்தன், கிருஷ்ணர் பரம புருஷராக உள்ளபோதிலும், பிரம்ம சம்ஹிதையில் உறுதி செய்யப்பட்டுள்ளபடி, அவர் எங்கும் பரவியுள்ளார் என்பதை நன்கறிவான். கிருஷ்ணரது சொந்த இருப்பிடம் கோலோக விருந்தாவனம் என்றபோதிலும், அவர் எப்போதும் அங்கே வசிக்கிறார் என்றபோதிலும், தனது பல்வேறு சக்திகளின் மூலமும் தனது சுய விரிவுகளின் மூலமும், அவர் படைப்பின் (ஆன்மீகம், பௌதிகம் இரண்டின்) எல்லா இடங்களிலும் வீற்றுள்ளார்.)

ஸ்லோகம் 12

मोघाशा मोघकर्माणो मोघज्ञाना विचेतसः ।
राक्षसीमासुरीं चैव प्रकृतिं मोहिनीं श्रिताः ॥ १२ ॥

மோகா$_4$ஷா$_2$ மோக$_4$-கர்மாணோ மோக$_4$-ஜ்ஞானா விசேதஸ:
ராக்ஷஸீம் ஆஸுரீம்' சைவ ப்ரக்ரு'திம்' மோஹினீம்' ஷ்$_2$ரிதா:

மோக$_4$–ஆஷா:$_2$—ஆசைகளால் மயங்கியவர்கள்; *மோக$_4$–கர்மாண:*—பலன்நோக்குச் செயல்களால் மயங்கியவர்கள்; *மோக$_4$–ஜ்ஞானா:*—ஞானத்தினால் மயங்கியவர்கள்; *விசேதஸ:*—குழம்பியவர்கள்; *ராக்ஷஸீம்*—ராட்சசமான; *ஆஸுரீம்*—அசுரத்தனமான, நாத்திகமான; *ச*—மேலும்; *ஏவ*—நிச்சயமாக; *ப்ரக்ரு'திம்*—இயற்கை; *மோஹினீம்*—மயக்குகின்ற; *ஷ்$_2$ரிதா:*—அடைக்கலம் கொண்டு.

இவ்வாறு குழம்பியவர்கள், ராட்சசத்தனமான கருத்துக்களாலும் நாத்திகக் கருத்துக்களாலும் கவரப்படுகின்றனர். அத்தகு மயங்கிய நிலையில், அவர்களது முக்திக்கான ஆவல்கள், பலன்நோக்குச் செயல்கள், அறிவுப் பயிற்சிகள் ஆகிய அனைத்தும் தோல்வியடைகின்றன.

பொருளுரை: தங்களை பக்தித் தொண்டிலும் கிருஷ்ண உணர்விலும் இருப்பவர்களாக எண்ணிக் கொண்டு, இதயத்தில் முழுமுதற் கடவுளான ஸ்ரீ கிருஷ்ணரை பூரண சத்தியமாக இன்னும் ஏற்றுக்கொள்ளாத பக்தர்கள் பலர் உண்டு. முழுமுதற் கடவுளிடம் திரும்பிச் செல்லுதல் என்னும் பழத்தை அவர்கள் என்றும் சுவைக்க முடியாது. அதுபோல, பலன்களை எதிர்நோக்கி புண்ணிய செயல்களில் ஈடுபட்டுள்ளவர்களும், இந்த பௌதிக பந்தத்திலிருந்து முக்தியடைய விரும்புபவர்களும், ஒருபோதும் வெற்றியடைய மாட்டார்கள்; ஏனெனில், அவர்கள் பரம புருஷ பகவானான கிருஷ்ணரை இழிந்துரைக்கின்றனர். வேறுவிதமாகக் கூறினால், கிருஷ்ணரை ஏளனம் செய்பவர்கள், அசுரர்களாகவும்

நாத்திகர்களாகவும் கருதப்படுகின்றனர். பகவத் கீதையின் ஏழாம் அத்தியாயத்தில் கூறியுள்ளபடி, துஷ்டர்களான இத்தகு அசுரர்கள், கிருஷ்ணரிடம் ஒருபோதும் சரணடைவதில்லை. எனவே, பூரண சத்தியத்தை அடைவதற்கான அவர்களது மன அனுமானங்கள், சாதாரண ஜீவாத்மாவும் கிருஷ்ணரும் ஒன்றே என்னும் தவறான முடிவிற்கு அவர்களைக் கொண்டு வருகின்றது. இத்தகு தவறான நம்பிக்கையால், மனிதனின் உடல் தற்போது ஜட இயற்கையால் வெறுமே மூடப்பட்டிருப்பதாகவும், இந்த ஜடவுடலிலிருந்து விடுபட்டவுடனே அவனுக்கும் கடவுளுக்கும் எந்த வேறுபாடும் இல்லை என்றும் எண்ணுகின்றனர். கிருஷ்ணருடன் ஒன்றாகி விடுவதற்கான இம்முயற்சி, மயக்கத்தின் காரணத்தால் தோல்வியையே தரும். நாத்திகமும் அசுர கலாசாரமும் கொண்ட இத்தகு ஆன்மீக அறிவு என்றும் பயனற்றது. இதுவே இந்த ஸ்லோகத்தின் உட்பொருள். வேதாந்த சூத்திரம், உபநிஷத் முதலிய வேத சாஸ்திரங்களின் மூலம் இத்தகைய நபர்களால் வளர்க்கப்படும் அறிவு, எப்போதும் தோல்வியிலேயே முடியும்.

எனவே, புருஷோத்தமரான முழுமுதற் கடவுள் ஸ்ரீ கிருஷ்ணரை சாதாரண மனிதராகக் கருதுவது மிகப்பெரிய குற்றம். அவ்வாறு கருதுபவர்கள், நிச்சயமாகக் குழப்பத்திலேயே இருப்பர்; ஏனெனில், அவர்களால் கிருஷ்ணருடைய நித்தியமான ரூபத்தை புரிந்துகொள்ள முடியாது. *ப்$_3$ருஹத்$_3$–விஷ்ணு–ஸ்ம்ருதியில்* தெளிவாகக் கூறப் பட்டுள்ளது:

யோ வேத்தி பௌ$_4$திகம்' தே$_3$ஹம்' க்ரு'ஷ்ணஸ்ய பரமாத்மன:
ஸ ஸர்வஸ்மாத்$_3$ ப$_3$ஹிஷ்-கார்ய: ஷ்$_2$ரௌத-ஸ்மார்த-விதா$_4$னத:
முக$_2$ம்' தஸ்யாவலோக்யாபி ஸ-சேலம்' ஸ்னானம் ஆசரேத்

"கிருஷ்ணரது தேகத்தை பௌதிகமாகக் கருதுபவன், ஸ்ருதி, ஸ்ம்ருதியின் சடங்குகள் மற்றும் செயல்களிலிருந்து விரட்டியடிக்கப்பட வேண்டும். யாரேனும் அத்தகையவனது முகத்தை தற்செயலாகக் காண நேரிட்டால், அப்பாதிப்பிலிருந்து தடுத்துக் கொள்வதற்காக உடனே அவன் கங்கையில் நீராட வேண்டும்." புருஷோத்தமரான முழுமுதற் கடவுள் ஸ்ரீ கிருஷ்ணரிடம் உள்ள பொறாமையின் காரணத்தால், மக்கள் அவரை கேலி செய்கின்றனர். அத்தகையவர்களின் வருங்காலம், நாத்திகத் தன்மையும், அசுர குணமும் கொண்ட இனங்களில் மீண்டும்மீண்டும் பிறவி எடுப்பதே. அவர்களது உண்மையறிவு என்றென்றும் மயக்கத்திலேயே இருக்கும், படிப்படியாக அவர்கள் படைப்பின் இருண்ட பகுதிகளுக்கு இழிவடைவார்கள்.

ஸ்லோகம் 13

महात्मानस्तु मां पार्थ दैवीं प्रकृतिमाश्रिताः ।
भजन्त्यनन्यमनसो ज्ञात्वा भूतादिमव्ययम् ॥ १३ ॥

மஹாத்மானஸ் து மாம்' பார்த$_2$ தை$_3$வீம்' ப்ரக்ரு'திம் ஆஷ்$_2$ரிதா:
ப$_4$ஜந்த்யனன்ய-மனஸோ ஜ்ஞாத்வா பூ$_4$தாதி$_3$ம் அவ்யயம்

மஹா–ஆத்மான:—மஹாத்மாக்கள்; *து*—ஆனால்; *மாம்*—என்னிடம்; *பார்த$_2$*—பிருதாவின் மகனே; *தை$_3$வீம்*—தெய்வீக; *ப்ரக்ரு'திம்*—இயற்கை; *ஆஷ்$_2$ரிதா:*—அடைக்கலம் கொண்டு; *ப$_4$ஜந்தி*—தொண்டு செய்கின்றனர்; *அனன்ய–மனஸ:*—பிறழாத மனதுடன்; *ஜ்ஞாத்வா*—அறிந்து; *பூ$_4$த*—படைப்பின்; *ஆதி$_3$ம்*—ஆதி (மூலம்); *அவ்யயம்*—அழிவற்ற.

பிருதாவின் மகனே! குழப்பமடையாத மஹாத்மாக்களோ தெய்வீக இயற்கையின் பாதுகாப்பில் உள்ளனர். அவர்கள், பரம புருஷ பகவானான என்னை, ஆதிபுருஷனாகவும் அழிவற்றவனாகவும் அறிந்து, எனது பக்தித் தொண்டில் பூரணமாக ஈடுபட்டுள்ளனர்.

பொருளுரை: *மஹாத்மா* என்பதன் பொருள் இந்த ஸ்லோகத்தில் தெளிவாகக் கொடுக்கப்பட்டுள்ளது. *மஹாத்மாவின்* முதல் அறிகுறி என்னவெனில், அவர் தெய்வீக இயற்கையில் நிலைபெற்றவர். அவர் ஜட இயற்கையின் கட்டுப்பாட்டில் இல்லை. இஃது எவ்வாறு சாத்தியம்? புருஷோத்தமரான முழுமுதற் கடவுள் ஸ்ரீ கிருஷ்ணரிடம் சரணடைபவன், ஜட இயற்கையின் கட்டுப்பாட்டிலிருந்து உடனடியாக விடுதலை பெறுகிறான் என்று ஏழாம் அத்தியாயத்தில் விளக்கப்பட்டது. அதுவே தகுதி. பரம புருஷ பகவானிடம் ஆத்ம சமர்ப்பணம் செய்பவன், உடனடியாக ஜட சக்தியின் கட்டுப்பாட்டிலிருந்து விடுபடுகிறான். இதுவே அடிப்படைக் கொள்கையாகும். நடுநிலை சக்தி என்பதால், ஜட இயற்கையின் கட்டுப்பாட்டிலிருந்து விடுபட்டவுடனே, ஆத்மா ஆன்மீக இயற்கையின் வழிகாட்டுதலில் வைக்கப்படுகிறான். ஆன்மீக இயற்கையின் இந்த வழிகாட்டுதல், *தை$_3$வீ ப்ரக்ரு'தி,* தெய்வீக இயற்கை என்று அறியப்படுகிறது. எனவே, புருஷோத்தமரான முழுமுதற் கடவுளிடம் சரணடைவதன் மூலம் ஒருவன் ஏற்றம் பெறும்போது, அவன் மஹாத்மாவின் நிலையை அடைகிறான்.

மஹாத்மா தனது கவனத்தை கிருஷ்ணரிடமிருந்து திசை திருப்புவதில்லை; ஏனெனில், கிருஷ்ணரே எல்லா காரணங்களுக்கும் காரணமான ஆதி புருஷர் என்பதை அவன் அறிவான். இதில் எந்த சந்தேகமும் இல்லை. இத்தகு மஹாத்மா, தூய பக்தர்களான இதர மஹாத்மாக்களுடைய உறவில் முன்னேற்றம் பெறுகிறான். தூய

பக்தர்கள் கிருஷ்ணரது இதர ரூபத்திலும், அதாவது, நான்கு கைகளைக் கொண்ட மஹாவிஷ்ணு போன்ற ரூபத்திலும் கூடக் கவரப்படுவதில்லை. அவர்கள் இரண்டு கைகளுடன் திகழும் கிருஷ்ணரது உருவத்தால் மட்டுமே கவரப்படுகின்றனர். கிருஷ்ணரது பிற உருவங்களாலேயே கவரப்படாத பட்சத்தில், தேவர்களின் உருவத்தையோ மனிதனின் உருவத்தையோ அவர்கள் நிச்சயமாகக் கருத்தில் கொள்வதில்லை, கிருஷ்ண உணர்வில் கிருஷ்ணரை மட்டுமே தியானிக்கின்றனர். அவர்கள் எப்போதும் கிருஷ்ண உணர்வில் பகவானது வழுவாதத் தொண்டில் ஈடுபட்டுள்ளனர்.

ஸ்லோகம் 14

सततं कीर्तयन्तो मां यतन्तश्च दृढव्रताः ।
नमस्यन्तश्च मां भक्त्या नित्ययुक्ता उपासते ॥ १४ ॥

ஸததம்' கீர்தயந்தோ மாம்' யதந்தஷ்$_2$ ச த்$_3$ரு'ட$_4$-வ்ரதா:
நமஸ்யந்தஷ்$_2$ ச மாம்' ப$_4$க்த்யா நித்ய-யுக்தா உபாஸதே

ஸததம்—எப்போதும்; *கீர்தயந்த:*—கீர்த்தனம் செய்தபடி; *மாம்*—என்னை; *யதந்த:*—முழுதும் முயன்று; *ச*—மேலும்; *த்$_3$ரு'ட$_4$-வ்ரதா:*—திடமான உறுதியுடன்; *நமஸ்யந்த:*—வந்தனை செய்தபடி; *ச*—மேலும்; *மாம்*—என்னை; *ப$_4$க்த்யா*—பக்தியுடன்; *நித்ய-யுக்தா:*—நித்தியமாக ஈடுபடுகின்றனர்; *உபாஸதே*—வழிபாட்டில்.

எப்போதும் எனது புகழை கீர்த்தனம் செய்து கொண்டு, திடமான உறுதியுடன் முயன்று கொண்டு, எனக்கு வந்தனை செய்தபடி, இந்த மஹாத்மாக்கள் பக்தியுடன் நித்தியமாக என்னை வழிபடுகின்றனர்.

பொருளுரை: ஒரு சாதாரண மனிதனை முத்திரை குத்துவதன் மூலம், மஹாத்மாவை உற்பத்தி செய்ய முடியாது. அவரது அறிகுறிகள் இங்கே விளக்கப்பட்டுள்ளன: மஹாத்மா, புருஷோத்தமரான முழுமுதற் கடவுள் ஸ்ரீ கிருஷ்ணரின் புகழை கீர்த்தனம் செய்வதில் எப்போதும் ஈடுபட்டுள்ளார். அவர் வேறு எதையும் செய்வதில்லை. அவர் எப்போதும் பகவானைப் புகழ்வதிலேயே ஈடுபட்டுள்ளார். வேறுவிதமாகக் கூறினால், அவர் அருவவாதியல்ல. புகழ்வது என்ற கேள்வி எழும்போது, ஒருவன் பரம புருஷரை, அவரது புனித நாமம், அவரது நித்திய ரூபம், அவரது திவ்யமான குணங்கள், மற்றும் அவரது விசேஷமான லீலைகளைக் கொண்டு புகழ வேண்டும். ஒருவன் இவை அனைத்தையும் புகழ வேண்டும்; எனவே, மஹாத்மா என்பவர் பரம புருஷ பகவானிடம் பற்றுடையவராக இருப்பார்.

பரம புருஷரின் அருவ நிலையில், அதாவது பிரம்மஜோதியில் பற்றுதல் உடையவர், பகவத் கீதையில் மஹாத்மாவாக விவரிக்கப்படவில்லை. அத்தகையவர் அடுத்த ஸ்லோகத்தில் வேறுவிதமாக விளக்கப்படுகின்றனர். ஒரு மஹாத்மா, ஸ்ரீமத் பாகவதத்தில் பரிந்துரைக்கப்பட்டுள்ளபடி, விஷ்ணுவைப் பற்றிச் செவியுறுதல், பாடுதல் முதலிய பக்தித் தொண்டின் பல்வேறு செயல்களில் எப்போதும் ஈடுபட்டுள்ளார், அவர் தேவர்களின் தொண்டிலோ, மனிதனின் தொண்டிலோ ஈடுபடுவதில்லை. இதுவே பக்தி: *ஷ்$_2$ரவணம் கீர்தனம் விஷ்ணோ:* மற்றும் *ஸ்மரணம்,* பகவானை நினைவிற்கொள்ளுதல். அத்தகு மஹாத்மாவின் இறுதி இலக்கு, ஐந்து திவ்யமான ரஸங்களில் ஏதேனும் ஒன்றில் பரம புருஷ பகவானுடன் உறவு கொள்வதேயாகும், அந்த இலக்கை அடைவதில் அவர் திடமான உறுதியுடன் உள்ளார். அந்த வெற்றியை அடைவதற்காக, அவர் தனது மனம், உடல், பேச்சு என எல்லாவற்றையும், எல்லா செயல்களையும் பரம புருஷரான ஸ்ரீ கிருஷ்ணரின் தொண்டில் ஈடுபடுத்துகிறார். இதுவே முழுமையான கிருஷ்ண உணர்வு என்று அறியப்படுகிறது.

பக்தித் தொண்டில் *வ்ரதா* என்றழைக்கப்படும் சில செயல்கள் உள்ளன. பிறையின் பதினொன்றாம் நாளான ஏகாதசியன்றும், பகவானின் அவதார நாள்களிலும் இந்த விரதங்கள் பின்பற்றப்படுகின்றன. திவ்யமான உலகில் புருஷோத்தமரான முழுமுதற் கடவுளுடன் உறவு கொள்வதில் கருத்துள்ளவர்களுக்காக, பெரும் ஆச்சாரியர்கள் இந்த விதிகளையெல்லாம் வகுத்துள்ளனர். மஹாத்மாக்கள் இந்த விதிகளை மிகுந்த கவனத்துடன் கடைப்பிடிப்பதால், விரும்பிய பலனை அடைவது உறுதி.

இந்த அத்தியாயத்தின் இரண்டாம் ஸ்லோகத்தில் விளக்கியபடி, இந்த பக்தித் தொண்டு எளியது மட்டுமல்ல, மகிழ்ச்சியான மனதுடன் நிறைவேற்றக் கூடியதுமாகும். மிகக் கடுமையான தவங்களுக்கும் விரதங்களுக்கும் அவசியம் இல்லை. திறமை வாய்ந்த ஆன்மீக குருவால் வழிநடத்தப்பட்டு, குடும்பஸ்தனாகவோ, பிரம்மசாரியாகவோ, சந்நியாசியாகவோ, எந்த நிலையிலும் ஒருவன் பக்தித் தொண்டில் வாழ முடியும்; உலகின் எந்த பகுதியிலும் எந்த நிலையிலும் அவன் பரம புருஷ பகவானுக்கு பக்தித் தொண்டாற்ற முடியும், இவ்விதமாக அவன் உண்மையான மஹாத்மா ஆகலாம்.

ஸ்லோகம் 15

ज्ञानयज्ञेन चाप्यन्ये यजन्तो मामुपासते ।
एकत्वेन पृथक्त्वेन बहुधा विश्वतोमुखम् ॥ १५ ॥

ஜ்ஞான-யஜ்ஞேன சாப்யன்யே யஜந்தோ மாம் உபாஸதே
ஏகத்வேன ப்ருதக்த்வேன ப³ஹுதா⁴ விஷ்வதோ-முகம்

ஜ்ஞான-யஜ்ஞேன—அறிவை விருத்தி செய்து கொள்வதால்; *ச*—மேலும்; *அபி*—நிச்சயமாக; *அன்யே*—பிறர்; *யஜந்த:*—அர்ப்பணித்து; *மாம்*—என்னை; *உபாஸதே*—வழிபடுகின்றனர்; *ஏகத்வேன*—ஒருமையில்; *ப்ருதக்த்வேன*—இருமையில்; *ப³ஹுதா⁴*—பன்மையில்; *விஷ்வத:-முகம்*—விஸ்வரூபத்தில்.

ஞான யாகத்தில் ஈடுபட்டிருக்கும் பிறர், பரம புருஷரை, தன்னிகரற்றவராகவும், பலரில் வேறுபட்டவராகவும், விஸ்வ ரூபத்திலும் வழிபடுகின்றனர்.

பொருளுரை: இந்த ஸ்லோகம் முந்தைய ஸ்லோகங்களின் சுருக்கமாகும். தூய்மையான கிருஷ்ண உணர்வில் ஈடுபட்டு கிருஷ்ணரைத் தவிர வேறு எதையும் அறியாதவர்கள் மஹாத்மாக்கள் என்றும், மஹாத்மாவின் நிலையில் இல்லாத பிற மனிதர்களும் கிருஷ்ணரை பல்வேறு வழிகளில் வழிபடுகின்றனர் என்றும் அர்ஜுனனிடம் கூறுகிறார் பகவான். மஹாத்மாவின் நிலையில் இல்லாத சிலர் ஏற்கனவே விவரிக்கப்பட்டனர்: துன்பத்தில் உள்ளவர், ஏழ்மையால் தவிப்பவர், கேள்வியுடையவர், மற்றும் ஞானத்தை விருத்தி செய்வதில் ஈடுபட்டுள்ளவர். ஆனால் இவர்களைவிட கீழான நிலையில் மேலும் மூன்று வித நபர்கள் உண்டு: (1) தன்னை இறைவனுக்கு சமமாகக் கருதி தன்னையே வழிபடுபவன், (2) ஏதேனும் ஓர் உருவத்தை இறைவனாக கற்பனை செய்து அதனை வழிபடுபவன், (3) பரம புருஷ பகவானின் விஸ்வரூபத்தை ஏற்று அதனை வழிபடுபவன். மேற்கூறிய மூவரில், தன்னையே இறைவனாக எண்ணிக் கொண்டு, தன்னையே சூன்யமாக எண்ணிக் கொண்டு, தன்னையே வழிபடுபவர்கள் மிகவும் தாழ்ந்தவர்களாவர். இத்தகு மக்களே அதிக அளவில் உள்ளனர். தம்மைத் தாமே இறைவனாக எண்ணும் இவர்கள், அந்த மனோநிலையில் தம்மையே வழிபடுகின்றனர். இதுவும் தெய்வ வழிபாட்டின் ஒருவிதமே. ஏனெனில் தான் இந்த ஜட உடலல்ல, ஆன்மீக ஆத்மா என்பதை அவர்களால் அறிந்துகொள்ள முடியும். குறைந்தபட்சம் அத்தகு உணர்வாவது மேலோங்கியிருக்கிறதே. அருவவாதிகள் இறைவனை இவ்விதத்தில் வழிபடுகின்றனர். தேவர்களை வழிபடுவோர் இரண்டாம் வகுப்பினர்; இவர்கள் தங்களது கற்பனையால் எல்லா உருவத்தையும் இறைவனின் உருவமாகக் கருதுகின்றனர். மூன்றாம் வகுப்பினர், இந்த ஜடவுலகத் தோற்றத்திற்கு அப்பால் எதையும் சிந்திக்க முடியாதவர்கள். அவர்கள் இந்த உலகமே உயர்ந்தது என்று

கருதி அதனை வழிபடுகின்றனர். உலகமும் பகவானின் ஓர் உருவமே.

ஸ்லோகம் 16

अहं क्रतुरहं यज्ञः स्वधाहमहमौषधम् ।
मन्त्रोऽहमहमेवाज्यमहमग्निरहं हुतम् ॥ १६ ॥

அஹம்' க்ரதுர் அஹம்' யஜ்ஞ: ஸ்வதா₄ஹம் அஹம் ஔஷத₄ம்
மந்த்ரோ 'ஹம் அஹம் ஏவாஜ்யம் அஹம் அக்₃னிர் அஹம்' ஹுதம்

அஹம்—நான்; *க்ரது:*—சடங்கு; *அஹம்*—நான்; *யஜ்ஞ:*—யாகம்; *ஸ்வதா₄*—முன்னோருக்கு அளிக்கப்படும் பொருள்; *அஹம்*—நான்; *அஹம்*—நான்; *ஔஷத₄ம்*—மூலிகை; *மந்த்ர:*—மந்திரம்; *அஹம்*—நான்; *அஹம்*—நான்; *ஏவ*—நிச்சயமாக; *ஆஜ்யம்*—நெய்; *அஹம்*—நான்; *அக்₃னி:*—நெருப்பு; *அஹம்*—நான்; *ஹுதம்*—படைக்கப்படும் பொருள்.

ஆனால், சடங்கும் நானே, யாகமும் நானே, முன்னோருக்குப் படைக்கப்படும் பொருளும் நானே, நோய் தீர்க்கும் மூலிகையும் நானே, தெய்வீகமான மந்திரமும் நானே. நானே நெய், நானே அக்னி, நானே படைக்கப்படும் பொருள்.

பொருளுரை: *ஜ்யோதிஷ்டோம* என்று அறியப்படும் வேத சடங்கு கிருஷ்ணரே; மேலும், கிருஷ்ணரே ஸ்ம்ருதியில் குறிப்பிடப்பட்டுள்ள *மஹா-யஜ்ஞம்* ஆவார். நெய்யின் உருவில் ஒருவிதமான மூலிகையாகக் கருதப்படும் பித்ரு லோகத்தின் நிவேதனப் படைப்புகள் அல்லது பித்ரு லோகத்தை திருப்திப்படுத்துவதற்காக செய்யப்படும் யாகமும் ஸ்ரீ கிருஷ்ணரே. இதன் தொடர்பாக உச்சரிக்கப்படும் மந்திரங்களும் கிருஷ்ணரே. யாகங்களில் அர்ப்பணம் செய்வதற்காக பால் பொருட்களைக் கொண்டு தயாரிக்கப்படும் பல்வேறு உபயோகப் பொருட்களும் கிருஷ்ணரே. நெருப்பு, பஞ்ச பூதங்களில் ஒன்றாக விளங்குவதால், அது கிருஷ்ணரின் பிரிந்த சக்தியாகக் கருதப்படுகிறது; அத்தகு நெருப்பும் கிருஷ்ணரே. வேறுவிதமாகக் கூறினால், வேதங்களின் கர்ம காண்ட பகுதியில் சிபாரிசு செய்யப்பட்டுள்ள வைதீக யாகங்கள் மொத்தத்தில் ஸ்ரீ கிருஷ்ணரே. அதாவது, கிருஷ்ணருக்கு பக்தித் தொண்டு செய்பவர்கள், வேதங்களில் சிபாரிசு செய்யப்பட்டுள்ள எல்லா யாகங்களையும் செய்து முடித்தவர்களாக கருதப்பட வேண்டும்.

ஸ்லோகம் 17

पिताहमस्य जगतो माता धाता पितामहः ।
वेद्यं पवित्रम् ॐकार ऋक् साम यजुरेव च ॥ १७॥

பிதாஹம் அஸ்ய ஜகதோ மாதா தாதா பிதாமஹ:
வேத்யம்' பவித்ரம் ஓம்'கார ரு'க் ஸாம யஜுர் ஏவ ச

பிதா—தந்தை; *அஹம்*—நான்; *அஸ்ய*—இதன்; *ஜகத:*—அகிலத்தின்; *மாதா*—தாய்; *தாதா*—காப்போன்; *பிதாமஹ:*—தாத்தா; *வேத்யம்*—அறியப்பட வேண்டியது எதுவோ அது; *பவித்ரம்*—தூய்மைப்படுத்துவது; *ஓம்-கார*—ஓம் என்னும் சொல்; *ரு'க்*—ரிக் வேதம்; *ஸாம*—ஸாம வேதம்; *யஜு:*—யஜுர் வேதம்; *ஏவ*—நிச்சயமாக; *ச*—மேலும்.

இந்த அகிலத்தின் தந்தையும் தாயும் காப்பவனும் பாட்டனாரும் நானே. அறியப்பட வேண்டிய பொருளும், தூய்மைப்படுத்தும் பொருளும், 'ஓம்' என்னும் மந்திரமும் நானே. ரிக், ஸாம, யஜுர் வேதங்களும் நானே.

பொருளுரை: அசையும், அசையாத பிரபஞ்சத் தோற்றம் முழுவதும் கிருஷ்ணருடைய சக்தியின் பல்வேறு செயல்களின் மூலம் படைக்கப்படுகின்றன. ஜடவுலகில் நாம் பல்வேறு உயிர்வாழிகளுடன் பல்வேறு உறவுகளை வளர்த்துக்கொள்கிறோம், உண்மையில் அந்த உயிர்வாழிகள் அனைவரும் கிருஷ்ணரின் நடுநிலை சக்தியே; *ப்ரக்ரு'தியின்* படைப்பில் அவர்களில் சிலர் தந்தையாகவும், தாயாகவும், பாட்டனாராகவும், படைப்பவராகவும் தோன்றுகின்றனர், ஆனால் உண்மையில் அவர்கள் எல்லாரும் கிருஷ்ணரின் அம்சங்களே. இதன் அடிப்படையில், நமக்குத் தாயாகவும் தந்தையாகவும் தோன்றும் இந்த உயிர்வாழிகள் கிருஷ்ணரே. இந்த ஸ்லோகத்தில் *தாதா* எனும் சொல், படைப்பவனைக் குறிக்கின்றது. நமது தாய் தந்தையர் மட்டும் கிருஷ்ணருடைய அம்சங்கள் அல்ல, படைப்பாளி, பாட்டனார், பாட்டி என அனைவரும் கிருஷ்ணரே. உண்மையில், கிருஷ்ணருடைய அம்சமாக விளங்குவதால் எல்லா ஜீவாத்மாக்களும் கிருஷ்ணரே. எனவே, எல்லா வேதங்களும் கிருஷ்ணரை மட்டுமே நோக்கமாகக் கொண்டுள்ளன. வேதங்களின் மூலமாக நாம் எதையெல்லாம் அறிய விரும்புகின்றோமோ, அவை கிருஷ்ணரைப் புரிந்துகொள்வதற்கான பாதையின் முன்னேற்றப் படிகளேத் தவிர வேறல்ல. அதிலும் முக்கியமாக, நமது ஸ்வரூப நிலையை தூய்மைப்படுத்த உதவும் வேத அறிவு கிருஷ்ணரைக் குறிக்கும். அதுபோல வேதக் கொள்கைகளைப் புரிந்துகொள்வதற்கு ஆவலாக இருக்கும் உயிர்வாழியும் கிருஷ்ணரின் அம்சமே; எனவே அதுவும் கிருஷ்ணரே. எல்லா வேத மந்திரங்களிலும் இருக்கக்கூடிய, *ப்ரணவ* என்று அறியப்படும் *ஓம்* என்னும் தெய்வீகமான சப்தமும் கிருஷ்ணரே. ஸாம, யஜுர், ரிக், அதர்வ ஆகிய நான்கு வேதத்தில் காணப்படும்

மந்திரங்களில் பிரணவம் அல்லது ஓம்காரம் மிகவும் முக்கியமானதாக இருப்பதால், அதுவும் கிருஷ்ணரே.

ஸ்லோகம் 18

गतिर्भर्ता प्रभुः साक्षी निवासः शरणं सुहृत् ।
प्रभवः प्रलयः स्थानं निधानं बीजमव्ययम् ॥ १८ ॥

க₃திர் ப₄ர்தா ப்ரபு:₄ ஸாக்ஷீ நிவாஸ: ஷ₂ரணம்' ஸுஹ்ரு'த்
ப்ரப₄வ: ப்ரலய: ஸ்தா₂னம்' நிதா₄னம்' பீ₃ஜம் அவ்யயம்

க₃தி:—இலக்கு; *ப₄ர்தா*—காப்பவன்; *ப்ரபு:₄*—இறைவன்; *ஸாக்ஷீ*—சாட்சி; *நிவாஸ:*—வசிப்பிடம்; *ஷ₂ரணம்*—ஷரணம்; *ஸு-ஹ்ரு'த*—மிகவும் நெருங்கிய நண்பன்; *ப்ரப₄வ:*—படைப்பு; *ப்ரலய:*—அழிவு; *ஸ்தா₂னம்*—நிலை; *நிதா₄னம்*—தங்குமிடம்; *பீ₃ஜம்*—விதை; *அவ்யயம்*—அழிவற்ற.

நானே இலக்கு, காப்பவன், தலைவன், சாட்சி, வசிப்பிடம், அடைக்கலம், மற்றும் மிக நெருங்கிய நண்பன். நானே படைப்பு, அழிவு, எல்லாவற்றின் ஆதாரம், தங்குமிடம், மற்றும் நித்தியமான விதையும் ஆவேன்.

பொருளுரை: *க₃தி* என்றால் நாம் செல்ல விரும்பும் இலக்கு. ஆனால் இறுதி இலக்கு கிருஷ்ணரே, மக்கள் இதை அறியாமல் இருந்தாலும் சரி. கிருஷ்ணரை அறியாதவன் தவறாக வழிநடத்தப்பட்டவன், அவனுடைய பெயரளவு முன்னேற்றம் முழுமையானதல்ல. சில நேரங்களில் பொய்யானதாகவும் அமைகின்றது. தேவர்களை இறுதி இலக்காகக் கருதுபவர் பலருண்டு. அவர்கள் அக்குறிப்பிட்ட இலக்கை அடைவதற்காக, கடுமையான விதிமுறைகளைப் பின்பற்றி, சந்திர லோகம், சூரிய லோகம், இந்திர லோகம், மஹர் லோகம் முதலிய பல்வேறு லோகங்களை அடைகின்றனர். ஆனால் கிருஷ்ணரின் படைப்புகளான இந்த லோகங்கள் அனைத்தும், ஒரே சமயத்தில் கிருஷ்ணராகவும், கிருஷ்ணர் அல்லாமலும் இருக்கின்றன. கிருஷ்ணருடைய சக்தியின் தோற்றங்கள் என்பதால் இவை கிருஷ்ணரே; ஆனால் உண்மையில் இவை கிருஷ்ணரை உணரும் பாதையில் ஒரு முன்னேற்றப்படியாகவே உதவுகின்றன. கிருஷ்ணரின் பல்வேறு சக்திகளை அணுகுவது என்பது கிருஷ்ணரை மறைமுகமாக அணுகுவதாகும். கிருஷ்ணரை நேரடியாக அணுகினால், அது நேரத்தையும் சக்தியையும் மிச்சப்படுத்தும். உதாரணமாக, கட்டிடத்தின் உச்சிக்கு மின்தூக்கியின் உதவியால் செல்ல முடியுமெனில், எதற்காக படியேறிச் செல்ல வேண்டும்? அனைத்தும் கிருஷ்ணரின் சக்தியால் தாங்கப்பட்டுள்ளன; எனவே, கிருஷ்ணருடைய அடைக்கலமின்றி எதுவும் இருக்க முடியாது.

எல்லாம் கிருஷ்ணருக்குச் சொந்தமானவை என்பதாலும், எல்லாம் கிருஷ்ணருடைய சக்தியால் நிலைத்துள்ளன என்பதாலும், அவரே உன்னதத் தலைவர். அனைவரது இதயத்திலும் இருப்பதால் கிருஷ்ணரே பரம சாட்சி. நாம் வாழும் வீடு, நாடு, உலகம் என அனைத்தும் கிருஷ்ணரே. கிருஷ்ணரே சரணடைவதற்குத் தகுந்த இறுதி இலக்கு; எனவே, ஒருவன் தனது துன்பத்தை போக்குவதற்காக அல்லது தனது பாதுகாப்பிற்காக கிருஷ்ணரிடம் சரணடைய வேண்டும். மேலும், நமக்குப் பாதுகாப்பு தேவைப்படும்போது, அந்தப் பாதுகாப்பினை ஓர் உயிர் சக்தியினால் மட்டுமே வழங்க இயலும் என்பதை நாம் அறிந்திருக்க வேண்டும். கிருஷ்ணரே பரம உயிர்வாழி. மேலும், கிருஷ்ணரே நமது தலைமுறையின் மூலம், அதாவது பரம தந்தை என்பதால், யாரும் கிருஷ்ணரைவிட சிறந்த நண்பனாக இருக்க முடியாது, யாரும் கிருஷ்ணரை விட சிறந்த நலன் விரும்பியாகவும் இருக்க முடியாது. கிருஷ்ணரே படைப்பின் ஆதி மூலம். பிரளயத்திற்குப் பின் அனைத்தும் அவரில்தான் தங்குகின்றன. இவ்வாறாக, கிருஷ்ணரே எல்லா காரணங்களுக்கும் நித்திய காரணமாக விளங்குகிறார்.

ஸ்லோகம் 19

तपाम्यहमहं वर्षं निगृह्णाम्युत्सृजामि च ।
अमृतं चैव मृत्युश्च सदसच्चाहमर्जुन ॥ १९ ॥

தபாம்யஹம் அஹம்' வர்ஷம்' நிக்$_3$ரு'ஹ்ணாம்யுத்ஸ்ரு'ஜாமி ச
அம்ரு'தம்' சைவ ம்ரு'த்யுஷ்$_2$ ச ஸத்$_3$ அஸச் சாஹம் அர்ஜுன

தபாமி—வெப்பத்தைக் கொடுப்பவன்; *அஹம்*—நான்; *அஹம்*—நான்; *வர்ஷம்*—மழை; *நிக்$_3$ரு'ஹ்ணாமி*—தடுப்பவன்; *உத்ஸ்ரு'ஜாமி*—கொடுப்பவன்; *ச*—மேலும்; *அம்ரு'தம்*—நித்தியம்; *ச*—மேலும்; *ஏவ*—நிச்சயமாக; *ம்ரு'த்யு:*—மரணம்; *ச*—மேலும்; *ஸத்*—சேதனம்; *அஸத்*—ஜடம்; *ச*—மேலும்; *அஹம்*—நான்; *அர்ஜுன*—அர்ஜுனா.

அர்ஜுனா, நானே வெப்பத்தைக் கொடுப்பவன். மழையைத் தடுப்பவனும் கொடுப்பவனும் நானே. நித்தியமும் நானே, மரண உருவமும் நானே. ஜடம், சேதனம் இரண்டும் என்னில் உள்ளன.

பொருளுரை: கிருஷ்ணர், தனது பல்வேறு சக்திகளின் மூலம், மின்சாரம் மற்றும் சூரியனைக் கொண்டு, வெப்பத்தையும் வெளிச்சத்தையும் பரவச் செய்கிறார். கோடைக் காலத்தில் வானிலிருந்து வரும் மழைப் பொழிவை நிறுத்துவது கிருஷ்ணரே, மேலும் மழைக்காலத்தில் தொடர்மழையை பொழியச் செய்வதும் அவரே. நமது ஆயுளை நீட்டித்து நம்மைப் பாதுகாக்கும் சக்தியும்

கிருஷ்ணரே, வாழ்வின் இறுதியில் நம்மை மரணமாக சந்திப்பவரும் அவரே. கிருஷ்ணருடைய இத்தகு பல்வேறு சக்திகளை ஆய்வதிலிருந்து, கிருஷ்ணரைப் பொறுத்தவரையில் ஜடத்திற்கும் சேதனத்திற்கும் வேறுபாடு இல்லை என்பதை அறியலாம். வேறுவிதமாகச் சொன்னால், ஜடமும் சேதனமும் அவரே. எனவே, கிருஷ்ண உணர்வில் முன்னேற்றமடைந்தவன், இத்தகு வேறுபாடுகளைக் காண்பதில்லை. அவன் எல்லாவற்றிலும் கிருஷ்ணரை மட்டுமே காண்கின்றான்.

கிருஷ்ணரே ஜடமும், சேதனமும் என்பதால், எல்லா ஜடப் படைப்புகளையும் உள்ளடக்கிய பிரம்மாண்டமான விஸ்வரூபமும் கிருஷ்ணரே. அதே பரம புருஷ பகவான், விருந்தாவனத்தில் இருகரங்களுடன் சியாமசுந்தர ரூபத்தில் புல்லாங்குழலை ஊதியபடி லீலைகள் புரிந்து வருகிறார்.

ஸ்லோகம் 20

त्रैविद्या मां सोमपा: पूतपापा यज्ञैरिष्ट्वा स्वर्गतिं प्रार्थयन्ते ।
ते पुण्यमासाद्य सुरेन्द्रलोकमश्नन्ति दिव्यान्दिवि देवभोगान् ॥ २० ॥

த்ரை-வித்$_3$யா மாம்' ஸோம-பா: பூத-பாபா
யஜ்ஞைர் இஷ்ட்வா ஸ்வர்-க$_3$திம்' ப்ரார்த$_2$யந்தே
தே புண்யம் ஆஸாத்$_3$ய ஸுரேந்த்$_3$ர-லோகம்
அஷ்$_2$னந்தி தி$_3$வ்யான் தி$_3$வி தே$_3$வ-போ$_4$கா$_3$ன்

த்ரை-வித்$_3$யா—மூன்று வேதங்களை அறிவோர்; *மாம்*—என்னை; *ஸோம-பா:*—ஸோம ரஸத்தைக் குடிப்பவர்கள்; *பூத*—தூய்மையடைந்து; *பாபா:*—பாவங்களிலிருந்து; *யஜ்ஞை:*—யாகங்களால்; *இஷ்ட்வா*—வழிபட்டு; *ஸ்வ-க$_3$திம்*—ஸ்வர்கத்தின் பாதை; *ப்ரார்த$_2$யந்தே*—வழிபடுகின்றனர்; *தே*—அவர்கள்; *புண்யம்*—புண்ணியம்; *ஆஸாத்$_3$ய*—அடைந்து; *ஸுர-இந்த்$_3$ர*—இந்திரனின்; *லோகம்*—உலகம்; *அஷ்$_2$னந்தி*—அனுபவிக்கின்றனர்; *தி$_3$வ்யான்*—தெய்வீகமான; *தி$_3$வி*—ஸ்வர்கத்தில்; *தே$_3$வ-போ$_4$கா$_3$ன்*—தேவ சுகங்கள்.

ஸ்வர்க லோகத்தை அடைவதற்காக, வேதங்களைப் பயின்று ஸோம ரஸத்தை அருந்துபவர்கள், என்னை மறைமுகமாக வழிபடுகின்றனர். இதன் மூலமாக அவர்கள் பாவ விளைவுகளிலிருந்து தூய்மையடைந்து, புண்ணியமான இந்திர லோகத்தில் பிறவியெடுத்து, அங்கே தேவ சுகங்களை அனுபவிக்கின்றனர்.

பொருளுரை: *த்ரை-வித்$_3$யா:* என்னும் சொல், ஸாம, யஜுர், ரிக் ஆகிய மூன்று வேதங்களைக் குறிக்கும். இந்த மூன்று வேதங்களைக்

கற்றறிந்த பிராமணன் *த்ரிவேதி$_3$* என்று அழைக்கப்படுகின்றான். இத்தகு வேத ஞானத்தின் மீது பற்றுதல் உடையவன், சமூகத்தில் மதிக்கப்படுகிறான். துரதிர்ஷ்டவசமாக, வேத வல்லுநர்களில் பலர், வேதங்களைக் கற்பதன் இறுதி நோக்கத்தை அறியாமல் உள்ளனர். எனவே, "*த்ரிவேதி$_3$களின்* இறுதி இலக்கு நானே," என்று கிருஷ்ணர் இங்கே பிரகடனம் செய்கிறார். உண்மையான *த்ரிவேதி$_3$கள்*, கிருஷ்ணரின் பாத கமலங்களில் அடைக்கலம் பெற்று, அவரை திருப்தி செய்வதற்காக தூய பக்தித் தொண்டில் ஈடுபடுகின்றனர். ஹரே கிருஷ்ண மந்திரத்தை உச்சரிப்பதுடன் இணைந்து, கிருஷ்ணரை உண்மையாக அறிவதற்கு முயலும்போது பக்தித் தொண்டு ஆரம்பமாகின்றது. ஆனால், துரதிர்ஷ்டவசமாக, வேதங்களை மேலோட்டமாக அறியும் சீடர்கள், இந்திரன், சந்திரன் முதலான பல்வேறு தேவர்களுக்கு யாகம் செய்வதில் மிகுந்த ஆர்வம் கொள்கின்றனர். அத்தகு முயற்சி, தேவ வழிபாட்டில் உள்ளவர்களை இயற்கையின் தாழ்ந்த குணங்களின் களங்கத்திலிருந்து தூய்மைப்படுத்துகின்றது. மேலும், அவர்கள் மஹர் லோகம், ஜன லோகம், தப லோகம் முதலிய ஸ்வர்க லோகங்களுக்கு ஏற்றம் பெறுகின்றனர். அதுபோன்ற உயர் உலகங்களில் நிலைபெற்றவன், இந்த உலகத்தில் கிடைக்கும் இன்பத்தைவிட, பல்லாயிரம் மடங்கு உயர்ந்த புலனின்பத்தை அடையலாம்.

ஸ்லோகம் 21

ते तं भुक्त्वा स्वर्गलोकं विशालं क्षीणे पुण्ये मर्त्यलोकं विशन्ति ।
एवं त्रयीधर्ममनुप्रपन्ना गतागतं कामकामा लभन्ते ॥ २१ ॥

தே தம்' பு$_4$க்த்வா ஸ்வர்க$_3$-லோகம்' விஷா$_2$லம்'
க்ஷீணே புண்யே மர்த்ய-லோகம்' விஷ$_2$ந்தி
ஏவம்' த்ரயீ-த$_4$ர்மம் அனுப்ரபன்னா
க$_3$தாக$_3$தம்' காம-காமா லப$_4$ந்தே

தே—அவர்கள்; *தம்*—அந்த; *பு$_4$க்த்வா*—சுகிக்கின்ற; *ஸ்வர்க$_3$-லோகம்*—ஸ்வர்க லோகம்; *விஷா$_2$லம்*—பரந்த; *க்ஷீணே*—தீர்ந்தபின்; *புண்யே*—புண்ணியங்கள்; *மர்த்ய-லோகம்*—மரண உலகத்திற்கு; *விஷ$_2$ந்தி*—வீழ்கின்றனர்; *ஏவம்*—இவ்வாறாக; *த்ரயீ*—மூன்று வேதங்களின்; *த$_4$ர்மம்*—தர்மத்தை; *அனுப்ரபன்னா:*—கடைப்பிடித்து; *க$_3$த-ஆக$_3$தம்*—பிறப்பு, இறப்பு; *காம-காமா:*—புலனின்பங்களை நாடி; *லப$_4$ந்தே*—அடைகின்றனர்.

ஸ்வர்க லோகத்தில் அத்தகு பரந்த சுகத்தை அனுபவித்துவிட்டு, தங்களது புண்ணியங்களின் பலன்கள் தீர்ந்தவுடன், அவர்கள்

மீண்டும் இந்த மரண உலகில் வீழ்கின்றனர். இவ்வாறாக, புலனின்பத்திற்காக வேத தர்மத்தைக் கடைப்பிடிப்பவர்கள், பிறப்பு இறப்பினையே அடைகின்றனர்.

பொருளுரை: மேலுலகங்களுக்கு உயர்வு பெறுபவன், நீண்ட ஆயுளையும், புலனின்பத்திற்கான சிறந்த வசதிகளையும் அனுபவிக்கிறான்; இருப்பினும், அவன் அங்கே நிரந்தரமாக வாழ அனுமதிக்கப்படுவதில்லை. புண்ணியச் செயல்களின் பலன்கள் தீர்ந்த பிறகு, அவன் மீண்டும் இந்த பூமிக்கே திருப்பி அனுப்பப்படுகிறான். வேதாந்த சூத்திரத்தில் கொடுக்கப்பட்டுள்ள (*ஜன்மாத்$_3$யஸ்ய யத:*) ஞானத்தின் பக்குவத்தை அடையாதவன், வேறுவிதமாகக் கூறினால், எல்லா காரணங்களுக்கும் காரணம் கிருஷ்ணரே என்பதைப் புரிந்துகொள்ளத் தவறியவன், வாழ்வின் இறுதி நோக்கத்தை அடைவதில் குழப்பமடைந்து, மேலுலகங்களுக்கு ஏற்றம் பெறுவது பின்னர் மீண்டும் கீழே வருவது என்னும் சுழலில் அகப்பட்டுக்கொள்கிறான். அவனது நிலை இராட்டினத்தில் அமர்ந்திருப்பதைப் போன்றதாகும். சில நேரங்களில் மேலே செல்கிறான், சில நேரங்களில் கீழே வருகிறான். மீண்டும் கீழே வருவதற்கான வாய்ப்பில்லாத ஆன்மீக உலகிற்கு ஏற்றம் பெறுவதற்குப் பதிலாக, உயர்ந்த லோகத்திலும் தாழ்ந்த லோகத்திலும் பிறப்பு, இறப்பின் சுழற்சியில் சிக்கிக் கொண்டுள்ளான் என்பதே இதன் பொருளாகும். துன்பமயமான இந்த ஜடவுலகிற்கு மீண்டும் திரும்பாமல், ஆன்மீக உலகை அடைந்து, ஆனந்தமும், அறிவும் நிறைந்த நித்திய வாழ்வைப் பெறுவதே ஒருவனுக்குச் சாலச் சிறந்ததாகும்.

ஸ்லோகம் 22

अनन्याश्चिन्तयन्तो मां ये जनाः पर्युपासते ।
तेषां नित्याभियुक्तानां योगक्षेमं वहाम्यहम् ॥ २२ ॥

அனன்யாஷ்$_2$ சிந்தயந்தோ மாம்' யே ஜனா: பர்யுபாஸதே
தேஷாம்' நித்யாபி$_4$யுக்தானாம்' யோக$_3$-க்ஷேமம்' வஹாம்யஹம்

அனன்யா:—வேறு குறிக்கோள் இன்றி; *சிந்தயந்த:*—ஒருமுகப்படுத்தி; *மாம்*—என்னை; *யே*—எந்த; *ஜனா:*—ஜனங்கள்; *பர்யுபாஸதே*—முறையாக வழிபடுகின்றனரோ; *தேஷாம்*—அவர்களுக்கு; *நித்ய*—நித்தியமாக; *அபி$_4$யுக்தானாம்*—பக்தியில் நிலைபெற்று; *யோக$_3$*—தேவைகள்; *க்ஷேமம்*—பாதுகாப்பு; *வஹாமி*—அளிக்கின்றேன்; *அஹம்*—நான்.

ஆனால் எனது திவ்ய ரூபத்தின் மீது தியானம் செய்துகொண்டு, களங்கமற்ற (அனன்ய) பக்தியுடன் என்னை நித்தியமாக

வழிபடுபவர்களுக்கோ, அவர்களுக்கு வேண்டியவற்றைக் கொடுத்தும், அவர்களிடம் இருப்பவற்றை காத்தும் நான் பாலிக்கின்றேன்.

பொருளுரை: கிருஷ்ண உணர்வின்றி ஒரு நொடியும் வாழ இயலாதவன், செவியுறுதல், கூறுதல், நினைத்தல், பிரார்த்தனை செய்தல், வழிபடுதல், பகவானின் தாமரைத் திருவடிகளுக்குத் தொண்டு செய்தல், இதர தொண்டுகளைப் புரிதல், நட்பு கொள்ளுதல், பூரணமாக பகவானிடம் சரணடைதல் என்னும் பக்தித் தொண்டுகளில் ஈடுபட்டுள்ளதால், இருபத்துநான்கு மணி நேரமும் கிருஷ்ணரைத் தவிர வேறு எதையும் நினைக்க இயலாதவனாக உள்ளான். மங்கலகரமானதும் ஆன்மீக சக்தியால் நிறைந்ததுமான இச்செயல்கள், பரம புருஷ பகவானுடன் உறவு கொள்வதே தனது ஒரே விருப்பம் எனும் நிலைக்கு பக்தனை தன்னுணர்வில் பக்குவமடையச் செய்கின்றன. அத்தகு பக்தன் கடினமின்றி பகவானை அணுகுகிறான் என்பதில் ஐயமில்லை. இதுவே *யோக$_3$* என்று அறியப்படுகின்றது. பகவானின் கருணையினால், இத்தகு பக்தன் ஜட வாழ்விற்கு ஒருபோதும் திரும்புவதில்லை. *க்ஷேம* என்பது பகவானின் கருணையான பாதுகாப்பினைக் குறிக்கின்றது. கிருஷ்ண உணர்வை அடைய பக்தனுக்கு பகவான் உதவி செய்கிறார், அவன் பூரண கிருஷ்ண உணர்வை அடையும்போது, துன்பமயமான கண்டுண்ட வாழ்வில் மீண்டும் வீழ்ச்சியடையாமல் பகவான் அவனைப் பாதுகாக்கிறார்.

ஸ்லோகம் 23

येऽप्यन्यदेवताभक्ता यजन्ते श्रद्धयान्विताः ।
तेऽपि मामेव कौन्तेय यजन्त्यविधिपूर्वकम् ॥ २३ ॥

யே 'ப்யன்ய-தே$_3$வதா-ப$_4$க்தா யஜந்தே ஷ்$_2$ரத்$_3$த$_4$யான்விதா:
தே 'பி மாம் ஏவ கௌந்தேய யஜந்த்யவிதி$_4$-பூர்வகம்

யே—யார்; *அபி*—கூட; *அன்ய*—மற்ற; *தே$_3$வதா*—தேவர்களை; *ப$_4$க்தா:*—பக்தர்கள்; *யஜந்தே*—வழிபடும்; *ஷ்$_2$ரத்$_3$த$_4$ய-அன்விதா:*—நம்பிக்கையுடன்; *தே*—அவர்கள்; *அபி*—கூட; *மாம்*—என்னை; *ஏவ*—மட்டுமே; *கௌந்தேய*—குந்தியின் மகனே; *யஜந்தி*—வழிபடுகின்றனர்; *அவிதி$_4$-பூர்வகம்*—தவறான வழியில்.

மற்ற தேவர்களை நம்பிக்கையோடு வணங்கும் பக்தர்கள், உண்மையில் என்னை மட்டுமே வழிபடுகின்றனர். குந்தியின் மகனே! ஆனால் அத்தகு வழிபாடு தவறான வழியில் செய்யப்படுவதாகும்.

பொருளுரை: “தேவர்களை வழிபடுவது மறைமுகமாக என்னை வழிபடுவதே என்றபோதிலும், அத்தகு வழிபாட்டில் ஈடுபட்டுள்ளவர்கள் அறிவாளிகள் அல்ல” என்று கிருஷ்ணர் கூறுகின்றார். உதாரணமாக, மரத்தின் வேரை விட்டுவிட்டு இலைகளிலும் கிளைகளிலும் ஒருவன் நீர் ஊற்றினால், அவன் அச்செயலை போதுமான அறிவின்றி செய்வதாக, அல்லது விதிகளைக் கடைப்பிடிக்காமல் செய்வதாக ஏற்க வேண்டும். அதுபோல, வயிற்றிற்கு உணவளிக்காமல் உடலின் பல்வேறு உறுப்புகளுக்கு சேவை செய்வதும் முட்டாள்தனமாகும். பரம புருஷ பகவானின் அரசாங்கத்தில் அதிகாரிகளாகவும், இயக்குநர்களாகவும் செயல்படுபவர்களே தேவர்கள். அரசாங்கத்தால் இயற்றப்பட்ட சட்டத்தைக் கடைப்பிடிக்க வேண்டுமேயொழிய, அதிகாரிகளாலும் இயக்குநர்களாலும் விதிக்கப்பட்டதை அல்ல. அதுபோல, ஒவ்வொருவரும் முழுமுதற் கடவுளையே வழிபட வேண்டும். அத்தகு வழிபாடு, இறைவனின் பல்வேறு அதிகாரிகளையும், இயக்குநர்களையும் தாமாகவே திருப்தி செய்யும். அதிகாரிகளும் இயக்குநர்களும் அரசின் பிரதிநிதிகளாக செயல்படுகின்றனர், அவர்களுக்கு இலஞ்சம் கொடுப்பது சட்ட விரோதமாகும். அதுவே இங்கு *அவிதி₄-பூர்வகம்* என்று குறிப்பிடப்பட்டுள்ளது. வேறுவிதமாகக் கூறினால், அவசியமின்றி தேவர்களை வழிபடுவதை கிருஷ்ணர் அனுமதிப்பதில்லை.

ஸ்லோகம் 24

अहं हि सर्वयज्ञानां भोक्ता च प्रभुरेव च ।
न तु मामभिजानन्ति तत्त्वेनातश्च्यवन्ति ते ॥ २४॥

அஹம்' ஹி ஸர்வ-யஜ்ஞானாம்' போ$_4$க்தா ச ப்ரபு$_4$ர் ஏவ ச
ந து மாம் அபி$_4$ஜானந்தி தத்த்வேனாதஷ்$_2$ ச்யவந்தி தே

அஹம்—நான்; *ஹி*—நிச்சயமாக; *ஸர்வ*—எல்லா; *யஜ்ஞானாம்*—யாகங்களையும்; *போ$_4$க்தா*—அனுபவிப்பவன்; *ச*—மேலும்; *ப்ரபு:$_4$-ஏவ*—தலைவனும்; *ச*—மேலும்; *ந*—இல்லை; *து*—ஆனால்; *மாம்*—என்னை; *அபி$_4$ஜானந்தி*—அறிகிறார்கள்; *தத்த்வேன*—உண்மையில்; *அத:*—எனவே; *ச்யவந்தி*—வீழ்ச்சியடைகின்றனர்; *தே*—அவர்கள்.

எல்லா யாகங்களின் தலைவனும் அனுபவிப்பாளனும் நானே. எனவே, எனது உண்மையான தெய்வீக இயற்கையை அங்கீகரிக்காதவர்கள் வீழ்ச்சியடைகிறார்கள்.

பொருளுரை: வேத இலக்கியங்களில் பல்வேறு வகையான யாகங்கள் சிபாரிசு செய்யப்பட்டுள்ளன, ஆனால் உண்மையில் அவையனைத்தும்

முழுமுதற் கடவுளை திருப்தி செய்வதற்காகவே என்பது இங்கே மிகத் தெளிவாக கூறப்பட்டுள்ளது. *யஜ்ஞ* என்றால் விஷ்ணு. பகவத் கீதையின் மூன்றாவது அத்தியாயத்தில், *யஜ்ஞ* எனப்படும் விஷ்ணுவை திருப்தி செய்வதற்காகவே செயல்பட வேண்டும் என்று தெளிவாக கூறப்பட்டது. மனிதப் பண்பாட்டின் பக்குவநிலையான வர்ணாஷ்ரம தர்மம், விஷ்ணுவை திருப்தி செய்வதற்காகவே ஏற்பட்டது. எனவே, "உன்னத தலைவனான நானே எல்லா யாகங்களையும் அனுபவிப்பவன்," என்று இந்த ஸ்லோகத்தில் கிருஷ்ணர் கூறுகிறார். இருப்பினும், இந்த உண்மையை அறியாத சிற்றறிவாளர்கள், தற்காலிக இலாபங்களுக்காக தேவர்களை வழிபடுகின்றனர். இதனால், அவர்கள் ஜட வாழ்வில் வீழ்ச்சியடைகின்றனர். விரும்பிய இலக்கை அடைவதில்லை. இருப்பினும், எவரேனும் தனது ஜட ஆசையை நிறைவேற்ற விரும்பினால், அதனை பரம புருஷரிடமே பிரார்த்தனை செய்வது சிறந்தது (அது தூய்மையான பக்தியாக இல்லாமல் இருந்தாலும் கூட). இவ்விதமாக அவன் விரும்பியப் பலனை அடைய முடியும்.

ஸ்லோகம் 25

यान्ति देवव्रता देवान्पितॄन्यान्ति पितृव्रताः ।
भूतानि यान्ति भूतेज्या यान्ति मद्याजिनोऽपि माम् ॥ २५ ॥

யாந்தி தே₃வ-வ்ரதா தே₃வான் பித்ரூ'ன் யாந்தி பித்ரு'-வ்ரதா:
பூ₄தானி யாந்தி பூ₄தேஜ்யா யாந்தி மத்₃-யாஜினோ 'பி மாம்

யாந்தி—செல்கின்றனர்; *தே₃வ-வ்ரதா:*—தேவர்களை வழிபடுபவர்கள்; *தே₃வான்*—தேவர்களிடம்; *பித்ரூ'ன்*—முன்னோர்களிடம்; *யாந்தி*—செல்கின்றனர்; *பித்ரு'-வ்ரதா:*—முன்னோர்களை வழிபடுபவர்கள்; *பூ₄தானி*—பூதங்களிடம்; *யாந்தி*—செல்கின்றனர்; *பூ₄த-இஜ்யா:*—பூதங்களை வழிபடுபவர்கள்; *யாந்தி*—செல்கின்றனர்; *மத்*—எனது; *யாஜின:*—பக்தர்கள்; *அபி*—ஆனால்; *மாம்*—என்னிடம்.

தேவர்களை வழிபடுபவர்கள் தேவர்களிடையே பிறப்பர்; முன்னோர்களை வழிபடுபவர்கள் முன்னோர்களிடம் செல்வர்; பூதங்களை வழிபடுபவர்கள் பூதங்களிடையே பிறப்பர்; மேலும், என்னை வழிபடுபவர்கள் என்னுடனே வாழ்வர்.

பொருளுரை: யாரேனும் சந்திரன், சூரியன் அல்லது வேறு ஏதேனும் லோகத்திற்குச் செல்ல விரும்பினால், அந்த குறிப்பிட்ட நோக்கத்திற்காக சிபாரிசு செய்யப்பட்டுள்ள வேதக் கொள்கைகளைப் பின்பற்றி அந்த இலக்கை அடையலாம்; *த₃ர்ஷ₂-பௌர்ணமாஷீ₂* போன்ற வேத வழிமுறைகள் இதற்கு உதவுகின்றன. இத்தகு

வழிமுறைகள் வேதங்களின் கர்ம காண்ட பகுதிகளில் விரிவாக விளக்கப்பட்டுள்ளன, பல்வேறு ஸ்வர்க லோகங்களில் வீற்றுள்ள பற்பல தேவர்களை வழிபடுவதை அவை சிபாரிசு செய்கின்றன. அதுபோல ஒரு குறிப்பிட்ட யாகத்தை செய்து, பித்ரு லோகத்தை அடையலாம். அதுபோலவே, பற்பல பூத லோகங்களுக்கும் செல்ல முடியும், அங்கு ஒருவன் யக்ஷனாக, ராக்ஷசனாக, அல்லது பிசாசாக ஆகலாம். பிசாசு வழிபாடு, "கருப்புக் கலை" அல்லது "கருப்பு வித்தை" எனப்படுகிறது. இந்தக் கலையை பலர் பயிற்சி செய்கின்றனர், அவர்கள் அதனை ஆன்மீகமாகக் கருதுகின்றனர், ஆனால் அச்செயல்கள் முழுமையான பௌதிகச் செயல்களே. அதுபோலவே, புருஷோத்தமரான முழுமுதற் கடவுளை மட்டும் வழிபடும் தூய பக்தன், வைகுண்டத்தையும் கிருஷ்ண லோகத்தையும் சந்தேகமின்றி அடைகின்றான். தேவர்களை வழிபடுவதால் ஸ்வர்க லோகத்தையும், பித்ருக்களை வழிபடுவதால் பித்ரு லோகத்தையும், கருப்புக் கலையை பயிற்சி செய்வதால் பூதங்களின் லோகத்தையும் அடைய முடியும் என்றால், தூய பக்தன், கிருஷ்ணர் அல்லது விஷ்ணுவின் லோகத்தை ஏன் அடைய முடியாது? என்னும் கருத்தை இந்த முக்கியமான ஸ்லோகத்திலிருந்து மிக எளிமையாக புரிந்துகொள்ளலாம். துரதிர்ஷ்டவசமாக, கிருஷ்ணரும் விஷ்ணுவும் வாழக்கூடிய அந்த தன்னிகரற்ற லோகத்தைப் பற்றியத் தகவல் பலருக்குத் தெரிவதில்லை, அதனை அறியாத மக்கள் வீழ்ச்சியடைகின்றனர். அருவவாதிகளும்கூட பிரம்மஜோதியிலிருந்து வீழ்ச்சியடைகின்றனர். எனவே, ஹரே கிருஷ்ண மந்திரத்தை உச்சரிப்பதன் மூலம் அனைவரும் தங்கள் வாழ்வை பக்குவப்படுத்திக் கொண்டு எளிமையாக முழுமுதற் கடவுளின் திருநாட்டிற்குத் திரும்பிச் செல்லலாம் என்னும் தன்னிகரற்ற செய்தியை, மனித சமுதாயம் முழுவதற்கும், இந்த கிருஷ்ண பக்தி இயக்கம் பரப்பிக் கொண்டுள்ளது.

ஸ்லோகம் 26

पत्रं पुष्पं फलं तोयं यो मे भक्त्या प्रयच्छति ।
तदहं भक्त्युपहृतमश्नामि प्रयतात्मनः ॥ २६ ॥

பத்ரம்' புஷ்பம்' ப$_2$லம்' தோயம்' யோ மே ப$_4$க்த்யா ப்ரயச்ச$_2$தி
தத்$_3$ அஹம்' ப$_4$க்த்யபஹ்ரு'தம் அஷ்$_2$னாமி ப்ரயதாத்மன:

பத்ரம்—இலை; *புஷ்பம்*—பூ; *ப$_2$லம்*—பழம்; *தோயம்*—நீர்; *ய:*—யாரேனும்; *மே*—எனக்கு; *ப$_4$க்த்யா*—பக்தியுடன்; *ப்ரயச்ச$_2$தி*—படைக்கின்றானோ; *தத்*—அதை; *அஹம்*—நான்; *ப$_4$க்தி-உபஹ்ரு'தம்*—பக்தியுடன்

படைக்கப்பட்ட; *அஷ்$_2$னாமி*—ஏற்கின்றேன்; *ப்ரயத–ஆத்மன:*—தூய மனமுடையவனிடமிருந்து.

அன்புடனும் பக்தியுடனும் ஒருவன் எனக்கு இலையோ, பூவோ, பழமோ, நீரோ அளித்தால் அதனை நான் ஏற்கின்றேன்.

பொருளுரை: கிருஷ்ண உணர்வில் ஈடுபடுவது புத்திசாலி மனிதனுக்கு அவசியமானதாகும். அவன் பகவானின் திவ்யமான அன்புத் தொண்டில் ஈடுபடுவதன் மூலம், ஆனந்தமயமான நித்திய உலகில் நிரந்தர மகிழ்ச்சியை அடைய முடியும். அத்தகு வியக்கத்தக்க பலனை அடைவதற்கான வழிமுறை மிகவும் எளிமையானதாகும்; எந்தத் தகுதியும் இல்லாமல், ஏழைகளில் ஏழையாக விளங்குபவனும் இதனைப் பயிற்சி செய்ய முடியும். இதற்குத் தேவையான ஒரே தகுதி பகவானின் தூய பக்தனாக இருக்க வேண்டும் என்பது மட்டுமே. ஒருவன் யார் என்பதோ, அவனது நிலை என்ன என்பதோ பொருட்டல்ல. ஒரு இலையோ, சற்று நீரோ, பழமோ, நேர்மையான அன்புடன் பரம புருஷருக்குப் படைக்கப்படும்போது, அதனால் திருப்தியுற்று அவர் அதனை ஏற்றுக்கொள்கிறார்—இந்த வழிமுறை இவ்வளவு எளிதானதாகும். இவ்வாறாக இஃது அகிலம் முழுவதும் பொருந்தக்கூடியதாகவும் எளிமையானதாகவும் இருப்பதால், கிருஷ்ண உணர்வை ஏற்பதில் யாருக்கும் எந்தத் தடையும் இருக்க முடியாது. இந்த எளிமையான வழிமுறையின் மூலம் கிருஷ்ண உணர்வை பயிற்சி செய்து, நித்தியம், ஆனந்தம் மற்றும் அறிவு நிரம்பிய மிகவுயர்ந்த பக்குவமான வாழ்வை அடைவதற்கு விரும்பாத முட்டாள் யார்? கிருஷ்ணர் அன்பான சேவையை மட்டுமே விரும்புகிறார், வேறு எதையும் அல்ல. கிருஷ்ணர் தனது தூய பக்தனிடமிருந்து ஒரு சிறு பூவைக்கூட ஏற்றுக்கொள்கிறார். பக்தனல்லாதவனிடமிருந்து அவர் எந்தப் படைப்பையும் ஏற்பதில்லை. அவர் தன்னில் முழுமையானவர் என்பதால், யாரிடமிருந்தும் அவருக்கு எந்தத் தேவையும் இல்லை, இருப்பினும் அன்பையும் பாசத்தையும் பகிர்ந்து கொள்வதற்காக தனது பக்தன் படைப்பவற்றை ஏற்றுக்கொள்கிறார். கிருஷ்ண உணர்வை வளர்ப்பதே வாழ்வின் மிகவுயர்ந்த பக்குவநிலை. கிருஷ்ணரை அணுகுவதற்கான ஒரே வழி பக்தித் தொண்டே என்பதை வலுவாக வலியுறுத்துவதற்காக *ப$_4$க்தி* என்னும் சொல் இந்த ஸ்லோகத்தில் இருமுறை உபயோகிக்கப்பட்டுள்ளது. பிராமணன், பண்டிதன், மிகப்பெரிய செல்வந்தன், சிறந்த தத்துவவாதி முதலிய இதர நிலைகள், படைப்பவற்றை ஏற்கும்படி கிருஷ்ணரைத் தூண்ட முடியாது. பக்தி என்னும் அடிப்படைக் கொள்கை இல்லாவிடில்,

யாராக இருந்தாலும் எந்தப் பொருளாக இருந்தாலும் அதனை ஏற்கும்படி பகவானைத் தூண்ட முடியாது. பக்தி ஒருபோதும் காரணத்தை உடையது அல்ல. வழிமுறை நித்தியமானது. இது பூரணத்தின் தொண்டில் செய்யப்படும் நேரடிச் செயலாகும்.

தன்னையே பரம அனுபவிப்பாளனாக, ஆதி புருஷனாக, எல்லா யாகப் படைப்புகளின் நோக்கமாக நிலைநாட்டிய பகவான் கிருஷ்ணர், எத்தகைய யாகம் தனக்கு அர்ப்பணிக்கப்பட வேண்டும் என்பது குறித்து தனது விருப்பத்தை இங்கு வெளிப்படுத்துகிறார். ஒருவன் பரமனின் பக்தித் தொண்டில் ஈடுபட்டு தன்னைத் தூய்மைப்படுத்த விரும்பினால், (பகவானுக்கான திவ்யமான அன்புத் தொண்டு என்னும்) வாழ்வின் குறிக்கோளை அடைய விரும்பினால், அவன் பகவான் தன்னிடமிருந்து என்ன விரும்புகிறார் என்பதைக் கண்டறிய வேண்டும். கிருஷ்ணரிடம் அன்பு செலுத்துபவன், அவர் எதை விரும்பினாலும் அதனை அளிப்பான்; ஆனால் அவர் விரும்பாத, கேட்காத பொருட்களைத் தவிர்ப்பான். எனவே, மாமிசம், மீன், முட்டை என்பன போன்றவற்றை கிருஷ்ணருக்குப் படைக்கக் கூடாது. அவர் அத்தகு பொருட்களை விரும்பியிருந்தால், அவ்வாறு கூறியிருப்பார். மாறாக, அவர், இலை, பழம், பூ, நீர் ஆகியவை கொடுக்கப்பட வேண்டும் என்று இங்கே தெளிவான வேண்டுகோள் விடுக்கிறார். "அவ்வாறு படைக்கப்படும் பொருட்களை நான் ஏற்றுக்கொள்கிறேன்" என்றும் கிருஷ்ணர் கூறுகிறார். எனவே, மாமிசம், மீன், முட்டை என்பன போன்றவற்றை கிருஷ்ணர் ஏற்க மாட்டார் என்பதை நாம் புரிந்துகொள்ள வேண்டியது அவசியம். காய்கறிகள், தானியங்கள், பழங்கள், பால், நீர் ஆகியவை மனிதனுக்குத் தகுந்த உணவாகும்; மேலும், கிருஷ்ணராலேயே பரிந்துரைக்கப்படுபவை. இவற்றைத் தவிர நாம் உண்ணக்கூடிய மற்ற எந்தப் பொருளையும் அவர் ஏற்க மாட்டார்; எனவே, அத்தகு பொருட்களை அவருக்குப் படைக்க முடியாது. மீறி, அவற்றை நாம் அவருக்குப் படைத்தால், அன்புடன் கலந்த பக்தியின் தளத்தை நம்மால் அடைய முடியாது.

மூன்றாம் அத்தியாயம், பதிமூன்றாவது ஸ்லோகத்தில், யாகத்தின் பிரசாதம் மட்டுமே தூய்மையானது என்றும், வாழ்வில் முன்னேற்றமடைய விரும்புபவர்களுக்கும் பௌதிக பந்தத்திலிருந்து முக்தி பெற விரும்புபவர்களுக்கும் அதுவே ஏற்றது என்றும் ஸ்ரீ கிருஷ்ணர் விளக்குகின்றார். அதே ஸ்லோகத்தில், தங்களது உணவுப் பொருட்களைப் படைக்காமல் உண்பவர்கள் பாவத்தையே உண்கிறார்கள் என்றும் கூறுகிறார். வேறுவிதமாகக் கூறினால்,

அவர்கள் உண்ணும் ஒவ்வொரு கவளமும், ஜட இயற்கையின் சிக்கல்களில் அவர்களது ஈடுபாட்டினை மேலும் ஆழப்படுத்துகின்றது. ஆனால் எளிமையான, சுவையான தாவர உணவுப் பொருட்களை தயார் செய்து, பகவான் ஸ்ரீ கிருஷ்ணரது விக்ரஹம் அல்லது படத்தின் முன்பு வைத்து, வணங்கி, அந்த எளிய படைப்பினை ஏற்றுக்கொள்ளும்படி அவரிடம் பிரார்த்தனை செய்வது, வாழ்வின் நிலையான முன்னேற்றத்திற்கும், உடலைத் தூய்மை செய்வதற்கும், நல்ல சிந்தனைக்கும் வழிவகுக்கும் நுண்மையான மூளை திசுக்களை உண்டாக்குவதற்கும் நிச்சயமாக உதவுகின்றது. எல்லாவற்றிற்கும் மேலாக, படைக்கப்படும் பொருள் அன்புடன் படைக்கப்பட வேண்டும். இருப்பவை அனைத்திற்கும் உரிமையாளர் கிருஷ்ணரே என்பதால் அவருக்கு எந்தவித உணவும் தேவையில்லை; இருப்பினும், அவரை இவ்வழியில் திருப்தி செய்ய விரும்பும் ஒருவனது படையலை அவர் ஏற்றுக்கொள்கிறார். தயாரிக்கும்போதும், படைக்கும்போதும், பரிமாறும்போதும் அதிலுள்ள முக்கியமான விஷயம், அச்செயல் கிருஷ்ணருக்காக அன்புடன் செய்யப்பட வேண்டும் என்பதே.

பரம உண்மை புலன்களற்றது என்னும் கருத்துடைய அருவவாதிகள், பகவத் கீதையின் இந்த ஸ்லோகத்தைப் புரிந்துகொள்ளவே முடியாது. பகவத் கீதையை உரைக்கும் கிருஷ்ணரின் குணங்கள் பௌதிகமானவை என்பதற்கு ஒரு சான்றாக, அல்லது ஓர் உவமையாக மட்டுமே அவர்கள் இந்த ஸ்லோகத்தினைக் கருதுகின்றனர். ஆனால், உண்மையில், முழுமுதற் கடவுளான கிருஷ்ணருக்குப் புலன்கள் உண்டு; மேலும், அவருடைய புலன்கள் மாற்றத்தக்கவை என்றும் கூறப்பட்டுள்ளது, அதாவது, அவரது ஒரு குறிப்பிட்ட புலன் வேறொரு புலனின் செயலைச் செய்ய முடியும். கிருஷ்ணர் பூரணமானவர் என்று கூறுவதன் பொருள் இதுவே. அவர் புலனற்றவராக இருந்தால், எல்லா வைபவங்களையும் உடையவர் என்று அவரை கூறுவது சாத்தியமல்ல. ஏழாவது அத்தியாயத்தில், உயிர்வாழிகளை ஜட இயற்கையில் தானே கருவூட்டுவதாக கிருஷ்ணர் விளக்கியுள்ளார். அவர் அச்செயலை ஜட இயற்கையின் மீது தனது பார்வையை செலுத்துவதன் மூலமாகவே நிறைவேற்றுகிறார். எனவே, தற்போதைய விஷயத்தில், பக்தன் தனது அன்பான சொற்களுடன் உணவுப் பொருட்களை படைக்கும்போது, கிருஷ்ணர் அச்சொற்களைக் கேட்கின்றார்; இவ்வாறு கேட்பதற்கும், சுவைத்து உண்பதற்கும் எவ்வித வேறுபாடும் இல்லை. கிருஷ்ணர் பூரணமான நிலையிலிருப்பதால், அவரது கேட்கும் செயல், உண்ணுவதிலிருந்தும் சுவைப்பதிலிருந்தும்

மாறுபட்டதல்ல என்னும் இக்கருத்து வலியுறுத்தப்பட வேண்டும். கிருஷ்ணர் தன்னை எவ்வாறு விளக்குகின்றாரோ, அதனை அப்படியே எவ்வித தவறான கருத்துரையும் இல்லாமல் ஏற்றுக்கொள்ளும் பக்தன் மட்டுமே, பரம பூரண உண்மையினால் உணவை உட்கொண்டு அதனை அனுபவிக்க முடியும் என்பதைப் புரிந்துகொள்ள முடியும்.

ஸ்லோகம் 27

यत्करोषि यदश्नासि यजुहोषि ददासि यत् ।
यत्तपस्यसिकौन्तेयतत्कुरुष्व मदर्पणम् ॥ २७॥

யத் கரோஷி யத்$_3$ அஷ்$_2$னாஸி யஜ் ஜுஹோஷி த$_3$தா$_3$ஸி யத்
யத் தபஸ்யஸி கௌந்தேய தத் குருஷ்வ மத்$_3$-அர்பணம்

யத்—எதையெல்லாம்; *கரோஷி*—செய்கின்றாயோ; *யத்*—எதையெல்லாம்; *அஷ்$_2$னாஸி*—உண்கின்றாயோ; *யத்*—எதை யெல்லாம்; *ஜுஹோஷி*—படைக்கின்றாயோ; *த$_3$தா$_3$ஸி*—கொடுக்கின்றாயோ; *யத்*—எதையெல்லாம்; *யத்*—எந்த; *தபஸ்யஸி*—தவங்களை செய்கின்றாயோ; *கௌந்தேய*—குந்தியின் மகனே; *தத்*—அதை; *குருஷ்வ*—செய்; *மத்*—எனக்கு; *அர்பணம்*—அர்ப்பணமாக.

குந்தியின் மகனே, எதையெல்லாம் நீ செய்கின்றாயோ, எதையெல்லாம் நீ உண்கின்றாயோ, எதையெல்லாம் நீ படைக்கின்றாயோ, எதையெல்லாம் நீ கொடுக்கின்றாயோ, எந்த தவங்களையெல்லாம் நீ செய்கின்றாயோ, அதனை எனக்கு அர்ப்பணமாகச் செய்வாயாக.

பொருளுரை: இவ்வாறாக, எந்தச் சூழ்நிலையிலும் கிருஷ்ணரை மறக்காதவாறு, தமது வாழ்வை வடிவமைத்துக்கொள்வது ஒவ்வொருவரின் கடமையாகும். உடலையும் ஆத்மாவையும் பாதுகாப்பதற்காக அனைவரும் வேலை செய்தாக வேண்டும்; கிருஷ்ணர், அவருக்காக வேலை செய்ய வேண்டும் என்று இங்கே பரிந்துரைக்கின்றார். வாழ்வதற்காக ஒவ்வொருவரும் ஏதேனும் உண்ண வேண்டும்; அவன் கிருஷ்ணருக்குப் படைக்கப்பட்ட பிரசாதத்தை ஏற்றுக்கொள்ளலாம். நாகரிகமுடைய எந்த மனிதனும் சில மதச் சடங்குகளை செய்ய வேண்டும்; எனவே, "அதனை எனக்காகச் செய்வாயாக" என்று கிருஷ்ணர் பரிந்துரைக்கிறார், இதுவே *அர்சன* என்று அறியப்படுகிறது. எதையாவது தானம் செய்யும் இயல்பு அனைவரிடமும் உள்ளது, "அதை எனக்குக் கொடு" என்று கிருஷ்ணர் இங்கே கூறுகின்றார். அதாவது, தேவைக்கு மேல் இருக்கும் செல்வம் முழுவதும் கிருஷ்ண பக்தி இயக்கத்தைப் பரப்புவதற்காக உபயோகப்படுத்தப்பட வேண்டும். தற்காலத்தில், மக்கள் தியான

யோகத்தை மிகவும் விரும்புகின்றனர், ஆனால் அஃது இந்த யுகத்திற்கு ஒத்து வராததாகும். மாறாக, யாரேனும் இருபத்துநான்கு மணி நேரமும் தனது ஜபமாலையில் ஹரே கிருஷ்ண மந்திரத்தை ஜபம் செய்வதன் மூலம் தியானத்தை பயிற்சி செய்தால், பகவத் கீதையின் ஆறாம் அத்தியாயத்தில் உறுதி செய்யப்பட்டுள்ளபடி, அவன் நிச்சயமாக மிகச்சிறந்த யோகியாவான்.

ஸ்லோகம் 28

शुभाशुभफलैरेवं मोक्ष्यसे कर्मबन्धनैः ।
सन्न्यासयोगयुक्तात्मा विमुक्तो मामुपैष्यसि ॥ २८ ॥

ஷு$_{2}$பா$_{4}$ஷு$_{2}$ப$_{4}$-ப$_{2}$லைர் ஏவம்' மோக்ஷ்யஸே கர்ம-ப$_{3}$ந்த$_{4}$னை:
ஸன்ன்யாஸ-யோக$_{3}$-யுக்தாத்மா விமுக்தோ மாம் உபைஷ்யஸி

ஷு$_{2}$ப$_{4}$—நல்ல; *அஷு$_{2}$ப$_{4}$*—தீய; *ப$_{2}$லை:*—பலன்கள்; *ஏவம்*—இவ்வாறு; *மோக்ஷ்யஸே*—நீ விடுபடுவாய்; *கர்ம*—கர்ம; *ப$_{3}$ந்த$_{4}$னை:*—பந்தத்திலிருந்து; *ஸன்ன்யாஸ*—சந்நியாசத்தின்; *யோக$_{3}$*—யோகம்; *யுக்த-ஆத்மா*—மனதை நிலைப்படுத்திய; *விமுக்த:*—முக்தி பெற்று; *மாம்*—என்னை; *உபைஷ்யஸி*—நீ அடைவாய்.

இவ்விதமாக, நீ கர்ம பந்தங்களிலிருந்தும், அதன் நல்ல தீய விளைவுகளிலிருந்தும் விடுபடுவாய். சந்நியாசத்தின் இந்த கொள்கையின் மூலம் உனது மனதை என்னில் பதியச் செய்வதால், நீ முக்தி பெற்று என்னிடமே வருவாய்.

பொருளுரை: உயர்ந்த வழிகாட்டுதலின்படி கிருஷ்ண உணர்வில் செயல்படுபவன், *யுக்த* என்று கூறப்படுகிறான். ஆன்மீக மொழியில் இது *யுக்த-வைராக்$_{3}$ய* எனப்படும். இது ரூப கோஸ்வாமியால் (பக்தி ரஸாம்ருத சிந்து, 1.2.255) பின்வருமாறு தெளிவாக விளக்கப் பட்டுள்ளது:

அனாஸக்தஸ்ய விஷயான் யதா$_{2}$ர்ஹம் உபயுஞ்ஜத:
நிர்ப$_{3}$ந்த:$_{3}$ க்ரு'ஷ்ண-ஸம்ப$_{3}$ந்தே$_{3}$ யுக்தம்' வைராக்$_{3}$யம் உச்யதே

"இந்த ஜடவுலகில் நாம் இருக்கும் வரை செயலாற்றியே ஆக வேண்டும்; செயலை நிறுத்த முடியாது. எனவே, செயல்களின் பலன்களை கிருஷ்ணருக்கு அர்ப்பணிக்க வேண்டும், அதுவே *யுக்த-வைராக்$_{3}$யம்* எனப்படும்." உண்மைத் துறவின் இத்தகு செயல்கள் மனக் கண்ணாடியைத் தூய்மைப்படுத்துகின்றன. மேலும், இதனைப் பயிற்சி செய்பவன் படிப்படியாக ஆன்மீக உணர்வில் முன்னேற்றமடைந்து புருஷோத்தமரான முழுமுதற் கடவுளிடம் பூரணமாக சரணடைகிறான். இதன் மூலம் இறுதியில் அவன்

முக்தியடைகிறான், அவனது முக்தியின் தன்மையும் குறிப்பிடப்பட்டுள்ளது. அவன் பிரம்மஜோதியில் கலப்பதில்லை. மாறாக பரம புருஷரின் லோகத்திற்குச் செல்கிறான். இது தெளிவாக இங்கே விளக்கப்பட்டுள்ளது: *மாம் உபைஷ்யஸி,* "அவன் என்னிடம் வருகின்றான்," அதாவது முழுமுதற் கடவுளின் திருநாட்டிற்குத் திரும்பிச் செல்கின்றான். முக்தி ஐந்து வகைப்படும்; எப்போதும் பரம புருஷரின் வழிகாட்டுதலின்படி வாழும் பக்தன், இந்த உடலை விட்ட பிறகு முழுமுதற் கடவுளிடம் திரும்பிச் சென்று, அந்த பரம புருஷரின் உறவில் நேரடியாக ஈடுபடும் அளவிற்கு உயர்வு பெறுகிறான் என்று இங்கே கூறப்பட்டுள்ளது.

பகவானுடைய தொண்டில் தனது வாழ்வை அர்ப்பணிப்பதைத் தவிர, வேறு எந்த விருப்பமும் இல்லாதவன், உண்மையில் சந்நியாசியாவான். அத்தகு மனிதன், எப்போதும் தன்னை பகவானின் நித்தியத் தொண்டனாகவும், பகவானின் உன்னத விருப்பத்தைச் சார்ந்து வாழ்பவனாகவும் எண்ணுகின்றான். எனவே, எதையெல்லாம் அவன் செய்கின்றானோ, அதையெல்லாம் அவன் பகவானுக்காகச் செய்கின்றான். எந்தச் செயலை அவன் செய்தாலும், அதனை பகவானின் தொண்டாக செய்கின்றான். வேதங்களில் கூறப்பட்டுள்ள பலன்நோக்குச் செயல்களுக்கும், விதிக்கப்பட்ட கடமைகளுக்கும் அவன் முக்கியத்துவம் அளிப்பதில்லை. வேதங்களில் கொடுக்கப் பட்டுள்ள கடமைகளை நிறைவேற்றுவது சாதாரண மக்களுக்கு அவசியமானதாகும். ஆனால் இறைவனுடைய தொண்டில் பூரணமாக ஈடுபட்டுள்ள பக்தன், சில சமயங்களில் வேதங்களில் விதிக்கப்பட்டுள்ள கடமைகளுக்கு எதிராகச் செயல்படுவதாகத் தோன்றினாலும், அஃது உண்மையல்ல.

எனவேதான், தூய பக்தனின் திட்டங்களையும், செயல்களையும் புரிந்துகொள்ள மிகச்சிறந்த அறிஞனாலும் முடியாது என்று வைஷ்ணவ சான்றோர்களால் கூறப்பட்டுள்ளது. *தாண்ர வாக்ய, க்ரியா, முத்₃ரா, விஜ்ஞேஹ நா புஜ்ஹயா* (சைதன்ய சரிதாம்ருதம், மத்திய லீலை 23.39). எப்போதும் இறைவனுடைய சேவையில் ஈடுபட்டுள்ளவன், அல்லது எப்போதும் இறைவனுக்கு எவ்வாறு சேவை செய்வது என்பதைப் பற்றி எண்ணிக் கொண்டும் திட்டமிட்டுக் கொண்டும் இருப்பவன், தனது தற்போதைய நிலையிலேயே முழுமையாக முக்தியடைந்தவனாக கருதப்பட வேண்டும், வருங்காலத்தில் அவன் முழுமுதற் கடவுளின் திருநாட்டிற்குத் திரும்பிச் செல்வது நிச்சயம். கிருஷ்ணர் எல்லா ஜட

விமர்சனங்களுக்கும் அப்பாற்பட்டு விளங்குவதைப் போல, பக்தனும் எல்லாவித விமர்சனங்களுக்கும் அப்பாற்பட்டவன்.

ஸ்லோகம் 29

समोऽहं सर्वभूतेषु न मे द्वेष्योऽस्ति न प्रियः ।
ये भजन्ति तु मां भक्त्या मयि ते तेषु चाप्यहम् ॥ २९ ॥

ஸமோ 'ஹம்' ஸர்வ-பூ$_4$தேஷு ந மே த்$_3$வேஷ்யோ 'ஸ்தி ந ப்ரிய:
யே ப$_4$ஜந்தி து மாம்' ப$_4$க்த்யா மயி தே தேஷு சாப்யஹம்

ஸம:—சமமானவன்; *அஹம்*—நான்; *ஸர்வ-பூ$_4$தேஷு*—எல்லா உயிரினங்களுக்கும்; *ந*—யாருமில்லை; *மே*—எனக்கு; *த்$_3$வேஷ்ய:*—வெறுக்கின்ற; *அஸ்தி*—இருக்கின்றனர்; *ந*—இல்லை; *ப்ரிய:*—பிரியமான; *யே*—யாரொருவர்; *ப$_4$ஜந்தி*—திவ்யமான தொண்டில் ஈடுபட்டவர்; *து*—ஆயினும்; *மாம்*—எனக்கு; *ப$_4$க்த்யா*—பக்தியில்; *மயி*—என்னில் உள்ளனர்; *தே*—அத்தகையோர்; *தேஷு*—அவர்களில்; *ச*—கூட; *அபி*—நிச்சயமாக; *அஹம்*—நான்.

நான் யாரிடமும் பொறாமை கொள்வதோ, பாரபட்சம் காட்டுவதோ இல்லை. நான் அனைவருக்கும் சமமானவன். ஆயினும் பக்தியுடன் எனக்கு அன்புத் தொண்டு புரிபவன் யாராயினும், அவன் எனது நண்பன். அவன் என்னில் இருக்கிறான். நானும் அவனுக்கு நண்பனாகிறேன்.

பொருளுரை: கிருஷ்ணர் எல்லாருக்கும் சமமானவர், அவருக்கு விசேஷமான நண்பர் எவரும் இல்லை என்றால், அவருடைய திவ்யமான தொண்டில் எப்போதும் ஈடுபட்டுள்ள பக்தர்களிடம் அவர் விசேஷ கவனம் செலுத்துவது ஏன்? என ஒருவர் வினவலாம். ஆனால் இது பாரபட்சம் அல்ல, இயற்கையானது. இவ்வுலகில் கொடை வள்ளலாக விளங்கும் மனிதன், தன்னுடைய குழந்தைகளிடத்தில் விசேஷ கவனம் செலுத்துகிறான். எந்த உருவத்தில் இருந்தாலும் எல்லா உயிர்வாழிகளும் தனது மகன்களே என்று கூறும் பகவான், ஒவ்வொருவரின் வாழ்க்கைத் தேவைகளை தாராளமாக அளிக்கிறார். பாறை, நிலம், நீர் முதலிய வேறுபாடு ஏதுமின்றி எல்லா இடங்களிலும் மழையைப் பொழியும் மேகத்தைப் போன்றவர் அவர். இருப்பினும், தனது பக்தர்களிடம் தனிக்கவனம் செலுத்துகின்றார். எப்போதும் கிருஷ்ண உணர்வில் இருக்கும் அத்தகு பக்தர்கள், கிருஷ்ணரில் திவ்யமாக நிலைபெற்றிருப்பதாக இங்கே குறிப்பிடப்பட்டுள்ளது. "கிருஷ்ண உணர்வு" எனும் சொல், அத்தகு உணர்வில் இருப்பவர்கள் கிருஷ்ணரில் நிலைபெற்று ஜீவன் முக்தர்களாக வாழ்கின்றனர் என்பதைக் குறிக்கின்றது. *மயி தே,* "அவர்கள் என்னில் உள்ளனர்"

என்று பகவான் இங்கே மிகத் தெளிவாகக் கூறியுள்ளார். எனவே, பகவானும் அவர்களிடம் உள்ளார் என்பது இயற்கையே. இதுவே அன்புப் பரிமாற்றம். *யே யதா₂ மாம் ப்ரபத்₃யந்தே தாம்ஸ் ததை₂வ ப₄ஜாம்-யஹம்,* "யாரொருவன் என்னிடம் சரணடைகிறானோ, அவனது சரணாகதிக்கு ஏற்ப அவனை கவனிக்கிறேன்" என்ற வரிகளும் இதே கருத்தை விளக்குகின்றன. இறைவன், பக்தன்—இருவருமே உணர்வுடையவர்கள் என்பதால் இத்தகு திவ்யமான அன்புப் பரிமாற்றம் சாத்தியமாகின்றது. தங்க மோதிரத்தில் வைரத்தை பதிக்கும்போது அது மிகவும் அழகாகத் தோன்றுகிறது. தங்கம் புகழ் பெறுகின்றது, அதே சமயத்தில் வைரமும் புகழப்படுகிறது. பகவானும் உயிர்வாழியும் நித்தியமாக ஜொலிக்கக்கூடியவர்கள், இருப்பினும், பரம புருஷரின் தொண்டில் உயிர்வாழி நாட்டம் பெறும்போது, அவன் தங்கத்தைப் போன்று தோன்றுகிறான். இறைவன் வைரம் என்பதால், இந்த சேர்க்கை மிகவும் அருமையானதாகும். உயிர்வாழிகள் தங்களது தூய நிலையில், 'பக்தர்கள்' என்று அழைக்கப்படுகின்றனர். பரம புருஷர் தனது பக்தர்களின் பக்தனாக ஆகிறார். பக்தனுக்கும் பகவானுக்கும் இடையில் இத்தகு அன்புப் பரிமாற்றம் இல்லையெனில், உருவவாத தத்துவத்திற்கு இடமே இல்லை. அருவவாதக் கொள்கையில், பரமனுக்கும் உயிர்வாழிக்கும் இடையில் எவ்வித அன்புப் பரிமாற்றமும் கிடையாது, ஆனால் உருவவாத தத்துவத்தில் அந்தப் பரிமாற்றம் உண்டு.

பகவான் கற்பக மரத்தைப் போன்றவர் என்றும் அவரிடமிருந்து எதை விரும்பினாலும் அதனை அவர் வழங்குகிறார் என்றும் அடிக்கடி உதாரணம் கொடுக்கப்படுகின்றது. இருப்பினும் இங்கே கொடுக்கப்பட்டுள்ள விளக்கம் மேலும் பூரணமானதாகும். பகவான் தனது பக்தர்களிடம் தனி கவனம் செலுத்துகிறார் என்று இங்கே கூறப்பட்டுள்ளது. இது பக்தர்களின் மீது பகவான் காட்டும் விசேஷ கருணையாகும். இறைவனின் இத்தகு உறவுப் பரிமாற்றத்தினை கர்ம விதிகளுக்கு உட்பட்டதாகக் கருதக் கூடாது. இந்தப் பரிமாற்றம், பகவானும் அவரது பக்தர்களும் செயல்படும் திவ்ய நிலையைச் சார்ந்ததாகும். பகவானுக்குச் செய்யப்படும் பக்தித் தொண்டு இந்த ஜடவுலகின் செயலல்ல; நித்தியமும் ஆனந்தமும் பூரண அறிவும் ஆதிக்கம் செலுத்தும் ஆன்மீக உலகைச் சேர்ந்ததாகும்.

ஸ்லோகம் 30

अपि चेत्सुदुराचारो भजते मामनन्यभाक् ।
साधुरेव स मन्तव्यः सम्यग्व्यवसितो हि सः ॥ ३० ॥

அபி சேத் ஸு-து$_3$ராசாரோ ப$_4$ஜதே மாம் அனன்ய-பா$_4$க்
ஸாது$_4$ர் ஏவ ஸ மந்தவ்ய: ஸம்யக்$_3$ வ்யவஸிதோ ஹி ஸ:

அபி—இருந்தும்; *சேத்*—கூட; *ஸு-து$_3$ராசார:*—மிகவும் மோசமான செயல்களைச் செய்பவன்; *ப$_4$ஜதே*—பக்தித் தொண்டில் ஈடுபட்டு; *மாம்*—எனக்கு; *அனன்ய-பா$_4$க்*—பிறழாமல்; *ஸாது:$_4$*—சாது; *ஏவ*—நிச்சயமாக; *ஸ:*—அவன்; *மந்தவ்ய:*—கருதப்பட வேண்டும்; *ஸம்யக்*—முழுமையாக; *வ்யவஸித:*—தீர்மானத்தில் திடமாக; *ஹி*—நிச்சயமாக; *ஸ:*—அவன்.

ஒருவன் மிகவும் மோசமான செயலைச் செய்தாலும், அவன் பக்தித் தொண்டில் பிறழாது ஈடுபட்டிருந்தால், அவனை சாதுவாகவே கருத வேண்டும்; ஏனெனில், அவன் தனது தீர்மானத்தில் திடமாக உள்ளான்.

பொருளுரை: இந்த ஸ்லோகத்திலுள்ள *ஸு-து$_3$ராசார:* என்னும் சொல் மிகவும் முக்கியமானதாகும். இச்சொல்லை நாம் சரியாகப் புரிந்துகொள்ள வேண்டும். உயிர்வாழி கட்டுண்ட நிலையில் இருக்கும்போது, அவனுக்கு இரண்டு விதமான செயல்கள் உண்டு: ஒன்று கட்டுண்ட செயல்கள், மற்றது திவ்யமான செயல்கள். கட்டுண்ட வாழ்வின் காரணத்தினால், இந்த உடலைப் பாதுகாப்பதற்காகவும், சமூகம் மற்றும் நாட்டின் சட்டங்களைப் பின்பற்றுவதற்காகவும், பக்தர்கள்கூட பல்வேறு பௌதிகச் செயல்களில் ஈடுபட வேண்டியுள்ளது. அத்தகுச் செயல்கள் கட்டுண்ட செயல்கள் எனப்படுகின்றன. இதைத் தவிர, தனது ஆன்மீக இயற்கையை முற்றிலும் உணர்ந்து, கிருஷ்ண உணர்வில் (பகவானின் பக்தித் தொண்டில்) ஈடுபடும்போதும், உயிர்வாழிகளுக்குச் செயல்கள் உண்டு, அச்செயல்கள் திவ்யமானச் செயல்கள் எனப்படும். ஸ்வரூப நிலையில் ஆற்றப்படும் இச்செயல்கள் பக்தித் தொண்டு என்றும் அறியப்படுகின்றன. தற்போதைய கட்டுண்ட நிலையில், உடலைச் சார்ந்த கட்டுண்ட செயல்களும் பக்தித் தொண்டும், சில சமயங்களில் ஒன்றையொன்று ஒத்துப்போகும். ஆனால், சில நேரங்களில் இச்செயல்கள் ஒன்றுக்கொன்று எதிராகவும் அமையலாம். தனக்கு நன்மை பயக்கும் சூழ்நிலையை சிதைக்கக்கூடிய எந்த செயலையும் செய்யாமல் இருப்பதில், பக்தன் இயன்ற வரை எச்சரிக்கையுடன் உள்ளான். தனது செயல்களின் பக்குவநிலை, கிருஷ்ண பக்தியின் முன்னேற்றத்தை அடிப்படையாகக் கொண்டது என்பதை அவன் அறிவான். இருப்பினும், சமூகம் மற்றும் அரசியலின் பார்வையில் மிகவும் மோசமானதாகக் கருதப்படும் சில செயல்களை கிருஷ்ண பக்தன் சில

சமயங்களில் செய்யக் கூடும். ஆனால் அத்தகு தற்காலிகமான வீழ்ச்சி அவனை தகுதியற்றவனாக்கி விடுவதில்லை. பரம புருஷருடைய திவ்யமான தொண்டில் மனபூர்வமாக ஈடுபட்டுள்ளவன், வீழ்ச்சியடைய நேரிட்டால், அவனது இதயத்திலேயே வீற்றுள்ள இறைவன், அவனைத் தூய்மைப்படுத்தி மோசமான செயலை மன்னிக்கிறார் என்று ஸ்ரீமத் பாகவதத்தில் கூறப்பட்டுள்ளது. பகவானின் தொண்டில் முழுமையாக ஈடுபட்டுள்ள யோகியும் சில நேரங்களில் அகப்பட்டுக்கொள்ளுமளவிற்கு, ஜட சக்தி பலமுடையதாகும்; ஆனால் கிருஷ்ண உணர்வோ, எப்போதாவது நிகழும் அத்தகு வீழ்ச்சியினை உடனடியாக சீர்திருத்துமளவிற்கு பலமுடையதாகும். எனவே, பக்தித் தொண்டு என்னும் வழிமுறை எப்போதும் வெற்றியைக் கொடுக்கும். சீரான பாதையிலிருந்து எதிர்பாராமல் நிகழும் வீழ்ச்சிக்காக யாரும் ஒருபோதும் பக்தனை ஏளனம் செய்யக் கூடாது. ஏனெனில், அடுத்த ஸ்லோகத்தில் விளக்கப்பட்டுள்ளதுபோல, எப்போதாவது நிகழும் இத்தகு வீழ்ச்சிகள் காலப்போக்கில், அதாவது பக்தன் கிருஷ்ண உணர்வில் முழுமையாக நிலைபெற்றவுடன், நிறுத்தப்பட்டுவிடும்.

எனவே, கிருஷ்ண உணர்வைப் பயிற்சி செய்து, ஹரே கிருஷ்ண, ஹரே கிருஷ்ண, கிருஷ்ண கிருஷ்ண, ஹரே ஹரே/ ஹரே ராம, ஹரே ராம, ராம ராம, ஹரே ஹரே என்று உச்சரிப்பதில் மனவுறுதியுடன் ஈடுபட்டுள்ளவன், சில சந்தர்ப்பம் அல்லது விபத்தினால் வீழ்ச்சியுற்றவனாகத் தோன்றினாலும், திவ்ய நிலையில் உள்ளவனாகவே கருதப்பட வேண்டும். *ஸாது$_3$ர் ஏவ,* "அவன் ஒரு சாது" என்னும் சொற்கள், மிகவும் வலியுறுத்திப் பேசப்பட்டுள்ளன. எதிர்பாராத வீழ்ச்சிக்காக பக்தனை ஏளனம் செய்யக் கூடாது; அவன் வீழ்ச்சியுற்றிருந்தாலும் சாதுவாகவே கருதப்பட வேண்டும்—இது பக்தரல்லாதவர்களுக்கு அளிக்கப்படும் எச்சரிக்கையாகும். மேலும் *மந்தவ்ய:* எனும் சொல், அதை விட அதிகமாக வலியுறுத்தப்பட்டுள்ளது. இவ்விதியை பின்பற்றாமல், பக்தனது எதிர்பாராத வீழ்ச்சிக்காக அவனை நிந்திப்பவன், பரம புருஷரின் கட்டளையை மீறுகிறான். பக்தனுடைய ஒரே தகுதி, உறுதியுடனும் பிரத்தியேகமாகவும் பக்தித் தொண்டில் ஈடுபடுவது மட்டுமே.

நரசிம்ம புராணத்தில் பின்வரும் ஸ்லோகம் கொடுக்கப்பட்டுள்ளது:

ப$_4$க$_3$வதி ச ஹராவ் அனன்ய-சேதா
ப்$_4$ரு'ஷ$_2$-மலினோ 'பி விராஜதே மனுஷ்ய:
ந ஹி ஷ$_2$ஷ$_2$-கலுஷ-ச்ச$_2$பி:$_3$ கதா$_3$சித்
திமிர-பராப$_4$வதாம் உபைதி சந்த்$_3$ர:

இதன் அர்த்தம் என்னவெனில், பகவானின் பக்தித் தொண்டில் முழுமையாக ஈடுபட்டுள்ளவன், சில நேரங்களில் மிக மோசமான செயல்களில் ஈடுபடுவது போலத் தோன்றினாலும், அவனது செயல்கள், முயலின் உருவில் சந்திரனில் காணப்படும் களங்கத்தைப் போன்று கருதப்பட வேண்டும். அத்தகு களங்கங்கள் நிலவின் ஒளிக்குத் தடையாக அமைவதில்லை. அதுபோலவே, தனது நற்குணத்தின் பாதையிலிருந்து எதிர்பாராமல் வீழ்ச்சியடையும் பக்தன், மோசமானவனாகக் கருதப்படுவதில்லை.

அதே சமயத்தில், திவ்யமான பக்தித் தொண்டில் இருக்கும் பக்தன் எல்லாவிதமான மோசமான வழிகளிலும் செயல்படலாம் என்று தவறாகப் புரிந்துகொள்ளக் கூடாது; பலம் வாய்ந்த ஜடத் தொடர்பின் சக்தியினால் நிகழும் விபத்தினை மட்டுமே இந்த ஸ்லோகம் குறிக்கின்றது. பக்தித் தொண்டு என்பது ஏறக்குறைய மாயைக்கு எதிரான போராகும். மாயையிடம் போரிடுவதற்கு போதிய வலிமை ஒருவனிடம் இல்லாத வரை, எதிர்பாராத வீழ்ச்சிகள் நிகழலாம். ஆனால் அவன் போதிய வலிமையை, பெறும்போது, முன்னரே விளக்கப்பட்டதுபோல, அவன் வீழ்ச்சிகளுக்கு உட்படுவதில்லை. இந்த ஸ்லோகத்தை சாதகமாக ஏற்றுக் கொண்டு, அபத்தங்களைச் செய்பவன் தன்னை ஒரு பக்தனாக எண்ணிக்கொள்ளக் கூடாது. ஒருவன் பக்தித் தொண்டின் மூலம் தனது நடத்தையை அபிவிருத்தி செய்யவில்லையெனில், அவன் ஓர் உயர்ந்த பக்தனல்ல என்பதைப் புரிந்துகொள்ள வேண்டும்.

ஸ்லோகம் 31

क्षिप्रं भवति धर्मात्मा शश्वच्छान्तिं निगच्छति ।
कौन्तेय प्रतिजानीहि न मे भक्तः प्रणश्यति ॥ ३१ ॥

க்ஷிப்ரம்' ப$_4$வதி த$_4$ர்மாத்மா ஷ$_2$ஷ்$_2$வச்-சா$_2$ந்திம்' நிக$_3$ச்ச$_2$தி
கௌந்தேய ப்ரதிஜானீஹி ந மே ப$_4$க்த: ப்ரணஷ்$_2$யதி

க்ஷிப்ரம்—வெகு விரைவில்; *ப$_4$வதி*—ஆகிறான்; *த$_4$ர்ம-ஆத்மா*—தர்மத்தின்படி செயல்படுபவன்; *ஷ$_2$ஷ்$_2$வத்-சா$_2$ந்திம்*—நித்திய அமைதியை; *நிக$_3$ச்ச$_2$தி*—அடைகின்றான்; *கௌந்தேய*—குந்தியின் மகனே; *ப்ரதிஜானீஹி*—அறிவிப்பாய்; *ந*—இல்லை; *மே*—எனது; *ப$_4$க்த:*—பக்தன்; *ப்ரணஷ்$_2$யதி*—அழிவது.

அவன் வெகு விரைவில் தர்மாத்மாவாகி, நித்தியமான அமைதியை அடைகின்றான். குந்தியின் மகனே, எனது பக்தன் என்றும் அழிவதில்லை என்பதை தைரியமாக அறிவிப்பாயாக.

பொருளுரை: இதைத் தவறாகப் புரிந்துகொள்ளக் கூடாது. "தீங்கிழைக்கும் செயல்களில் ஈடுபட்டிருப்பவன் எனது பக்தனாக முடியாது" என்று ஏழாம் அத்தியாயத்தில் இறைவன் கூறினார். அதே சமயத்தில் எவனொருவன் இறைவனுக்கு பக்தி செலுத்தவில்லையோ, அவனிடம் எவ்வித நற்குணமும் இருக்க முடியாது. எனவே, தற்போது எழும் வினா என்னவெனில், மோசமான செயல்களில் ஈடுபடுபவன்—எதிர்பாராமல் ஈடுபட்டாலும் சரி, விருப்பத்துடன் ஈடுபட்டாலும் சரி—எவ்வாறு தூய பக்தனாக இருக்க முடியும்? இவ்வினா இத்தருணத்தில் மிகவும் பொருத்தமானதாகும். பகவானின் பக்தித் தொண்டிற்கு என்றுமே வராதவர்கள் என்று ஏழாம் அத்தியாயத்தில் கூறப்பட்ட துஷ்டர்களிடம், ஸ்ரீமத் பாகவதத்தின்படி எந்த நற்குணமும் இருக்க முடியாது. பொதுவாக, ஒன்பது வித பக்தித் தொண்டில் ஈடுபட்டுள்ள பக்தன், தனது இதயத்திலுள்ள எல்லா ஜடக் களங்கங்களையும் தூய்மைப்படுத்துகிறான். அவன் புருஷோத்தமரான முழுமுதற் கடவுளை தனது இதயத்தில் வைப்பதால், பாவத்தின் களங்கங்கள் அனைத்தும் இயற்கையாகவே கழுவப்பட்டு விடும். பரம புருஷரைப் பற்றிய தொடர்ந்த சிந்தனை, இயற்கையாகவே அவனைத் தூய்மைப்படுத்துகின்றது. வேதங்களின்படி, ஒருவன் தனது உயர் நிலையிலிருந்து வீழ்ச்சியடைந்தால், அவன் தன்னைத் தூய்மைப்படுத்திக்கொள்ள பற்பல சடங்குகளைச் செய்தாக வேண்டும். ஆனால் இங்கே அத்தகு கட்டுப்பாடு இல்லை; ஏனெனில், புருஷோத்தமரான முழுமுதற் கடவுளை நினைப்பதன் காரணத்தால், பக்தனின் இதயத்தில் தூய்மைப்படுத்தும் முறை ஏற்கனவே உள்ளது. எனவே, ஹரே கிருஷ்ண, ஹரேகிருஷ்ண, கிருஷ்ண கிருஷ்ண, ஹரே ஹரே/ ஹரே ராம, ஹரே ராம, ராம ராம, ஹரே ஹரே என்னும் ஜபம் நிறுத்தாமல் தொடரப்பட வேண்டும். எதிர்பாராத வீழ்ச்சிகளிலிருந்து இது பக்தனைப் பாதுகாக்கும். இவ்வாறாக, அவன் எல்லாவித ஜடக் களங்கத்திலிருந்தும் நித்தியமாக விடுபட்டு வாழ்வான்.

ஸ்லோகம் 32

मां हि पार्थ व्यपाश्रित्य येऽपि स्युः पापयोनयः ।
स्त्रियो वैश्यास्तथा शूद्रास्तेऽपि यान्ति परां गतिम् ॥ ३२ ॥

மாம்' ஹி பார்த$_2$ வ்யபாஷ்$_2$ரித்ய
யே 'பி ஸ்யு: பாப-யோனய:
ஸ்த்ரியோ வைஷ்$_2$யாஸ் ததா$_2$ ஷூ$_2$த்$_3$ராஸ்
தே 'பி யாந்தி பராம்' க$_3$திம்

மாம்—என்னிடம்; *ஹி*—நிச்சயமாக; *பார்த$_2$*—பிருதாவின் மகனே; *வ்யபாஷ்$_2$ரித்ய*—சரணடைந்து; *யே*—யாராக; *அபி*—இருந்தாலும்; *ஸ்யு:*—

கூட; *பாப-யோனய:*—இழி குலத்தில் பிறந்த; *ஸ்த்ரிய:*—பெண்கள்; *வைஷ்$_2$யா:*—வைசியர்கள்; *ததா$_2$*—கூட; *ஷூ$_2$த்$_3$ரா:*—சூத்திரர்கள்; *தே அபி*—அவர்கள் கூட; *யாந்தி*—அடைவர்; *பராம்*—பரம; *க$_3$திம்*—இலக்கை.

பிருதாவின் மகனே! பெண்கள், வைசியர்கள், சூத்திரர்கள் என கீழ் குலத்தைச் சார்ந்தவர்கள் யாராக இருந்தாலும், என்னிடம் சரணடைபவர்கள் பரமகதியை அடைய முடியும்.

பொருளுரை: பக்தித் தொண்டில், உயர்ந்த, தாழ்ந்த வகுப்பைச் சார்ந்த மக்களிடையே எவ்வித வேறுபாடும் இல்லை என்பது இங்கே தெளிவாக பரம புருஷரால் அறிவிக்கப்பட்டுள்ளது. வாழ்வின் ஜடப் பார்வையில் இத்தகு வேறுபாடுகள் உண்டு, ஆனால் பகவானின் திவ்யமான அன்புத் தொண்டில் ஈடுபட்டிருப்பவனுக்கு இவை கிடையாது. எல்லாரும் பரமகதியை (உன்னத இலக்கை) அடையத் தகுதியுடையவர்களே. ஸ்ரீமத் பாகவதத்தில் (2.4.18), தூய பக்தனுடைய தொடர்பால், தாழ்ந்தவர்களான சண்டாளர்களும் (நாயை உண்பவர்களும்) தூய்மையடைய முடியும் என்று கூறப்பட்டுள்ளது. எனவே, உயர்ந்த, தாழ்ந்த இனத்தைச் சேர்ந்த மனிதனும் முன்னேறுமளவிற்கு, தூய பக்தரின் வழிகாட்டுதலும் பக்தித் தொண்டும் வலிமை வாய்ந்தவை; எல்லாரும் இதனைப் பயிற்சி செய்யலாம். தூய பக்தனிடம் தஞ்சமடையும் சாதாரணமான மனிதனும், தகுந்த வழிகாட்டுதலால் தூய்மையடைய முடியும். பௌதிக இயற்கையின் பல்வேறு குணங்களுக்கு ஏற்றவாறு மனிதர்கள் பிரிக்கப்படுகின்றனர்: ஸத்வ குணத்தைச் சேர்ந்தவர்கள் (பிராமணர்கள்), ரஜோ குணத்தைச் சேர்ந்தவர்கள் (சத்திரியர்கள்), ரஜோ குணமும் தமோ குணமும் கலந்தவர்கள் (வைசியர்கள்), மற்றும் தமோ குணத்தில் உள்ளவர்கள் (சூத்திரர்கள்). இவர்களை விட கீழ்நிலையில் உள்ளவர்கள், சண்டாளர்கள் என்று அழைக்கப்படுகின்றனர், அவர்கள் பாவப்பட்ட குடும்பத்தில் பிறந்தவர்கள். பொதுவாக, பாவப்பட்ட குடும்பத்தில் பிறப்பவர்களின் உறவினை உயர் வகுப்பினர் ஏற்பதில்லை. ஆனால், பக்தித் தொண்டு மிகவும் வலிமையானதாகும்—பரம புருஷரின் தூய பக்தர், இழிந்த வகுப்பைச் சேர்ந்த எல்லா மக்களுக்கும் வாழ்வின் மிகவுயர்ந்த பக்குவத்தை அளிக்க முடியும். கிருஷ்ணரிடம் தஞ்சமடையும்போது மட்டுமே இது சாத்தியமாகும். *வ்யபாஷ்$_2$ரித்ய* என்னும் சொல்லால் குறிப்பிடப்பட்டுள்ளதுபோல, கிருஷ்ணரிடம் முழுமையாக சரணடைய வேண்டும். பின்னர், அவன் சிறந்த ஞானிகளையும் யோகிகளையும்விட மிகவும் சிறந்தவனாக ஆகலாம்.

ஸ்லோகம் 33

किं पुनर्ब्राह्मणाः पुण्या भक्ता राजर्षयस्तथा ।
अनित्यमसुखं लोकमिमं प्राप्य भजस्व माम् ॥ ३३ ॥

கிம்' புனர் ப்$_3$ராஹ்மணா: புண்யா ப$_4$க்தா ராஜர்ஷயஸ் ததா$_2$
அநித்யம் அஸுக$_2$ம்' லோகம் இமம்' ப்ராப்ய ப$_4$ஜஸ்வ மாம்

கிம்—எவ்வளவு; *புன:*—மீண்டும்; *ப்$_3$ராஹ்மணா:*—பிராமணர்கள்; *புண்யா:*—புண்ணியமான; *ப$_4$க்தா*—பக்தர்கள்; *ராஜ-ருஷய:*—புனிதமான மன்னர்கள்; *ததா$_2$*—கூட; *அநித்யம்*—தற்காலிகமான; *அஸுக$_2$ம்*—துன்பமிக்க; *லோகம்*—உலகம்; *இமம்*—இதை; *ப்ராப்ய*—அடைந்து; *ப$_4$ஜஸ்வ*—அன்புத் தொண்டில் ஈடுபட்டு; *மாம்*—என்னிடம்.

இவ்வாறிருக்க, புண்ணியமான பிராமணர்கள், பக்தர்கள், மற்றும் புனிதமான அரசர்களைப் பற்றிச் சொல்வதற்கு என்ன உள்ளது? எனவே, துன்பம் வாய்ந்த இந்த தற்காலிக உலகை அடைந்த நீ, எனது அன்புத் தொண்டில் ஈடுபடுவாயாக.

பொருளுரை: இந்த ஜடவுலக மக்களிடையே பிரிவுகள் உள்ளபோதிலும், இந்த உலகம் யாருக்குமே மகிழ்ச்சியான இடமல்ல. இங்கே தெளிவாகக் கூறப்பட்டுள்ளதுபோல், *அநித்யம் அஸுக$_2$ம் லோகம்,* இந்த உலகம் தற்காலிகமானதும் துன்பங்கள் நிறைந்ததுமாகும், நல்லறிவுள்ள எவனும் இங்கே வாழமாட்டான். இந்த உலகம், தற்காலிகமானது என்றும் துன்பம் நிறைந்தது என்றும் பரம புருஷ பகவானாலேயே வர்ணிக்கப்படுகிறது. சில தத்துவவாதிகள், குறிப்பாக மாயாவாதிகள், இவ்வுலகம் பொய்யானது என்று கூறுகின்றனர். ஆனால் இவ்வுலகம் பொய்யானதல்ல, தற்காலிகமானது என்பதை நாம் பகவத் கீதையிலிருந்து புரிந்துகொள்ளலாம். தற்காலிகமானது என்பதற்கும், பொய்யானது என்பதற்கும் வேறுபாடு உண்டு. இந்த உலகம் தற்காலிகமானது, ஆனால் நித்தியமான உலகம் ஒன்று உள்ளது. இந்த உலகம் துன்பமயமானது, ஆனால் அந்த உலகம் நித்தியமானதும், ஆனந்தமயமானதுமாகும்.

அர்ஜுனன் புனிதமான அரச குடும்பத்தில் பிறந்தவன். பகவான் அவனிடமும் கூறுகிறார், "என்னுடைய பக்தித் தொண்டை ஏற்று, வெகு விரைவில் என்னுடைய திருநாட்டிற்குத் திரும்பி வருவாயாக." துன்பத்தின் இருப்பிடமான இந்த தற்காலிக உலகில் யாருமே வசிக்கக் கூடாது. ஒவ்வொருவரும் பரம புருஷ பகவானுடன் தன்னை அரவணைத்துக் கொண்டு நித்தியமான ஆனந்தத்தை அடையலாம். பரம புருஷருக்கான பக்தித் தொண்டு மட்டுமே, எல்லா தரப்பட்ட

மக்களின் எல்லாவித பிரச்சனைகளையும் தீர்க்கக்கூடிய ஒரே வழியாகும். எனவே, ஒவ்வொருவரும் கிருஷ்ண உணர்வை ஏற்று தன்னுடைய வாழ்வைப் பக்குவப்படுத்திக்கொள்ள வேண்டும்.

ஸ்லோகம் 34

मन्मना भव मद्भक्तो मद्याजी मां नमस्कुरु ।
मामेवैष्यसि युक्त्वैवमात्मानं मत्परायणः ॥ ३४ ॥

மன்-மனா ப$_4$வ மத்$_3$-ப$_4$க்தோ மத்$_3$-யாஜீ மாம்' நமஸ்குரு
மாம் ஏவைஷ்யஸி யுக்த்வைவம் ஆத்மானம்' மத்-பராயண:

மத்-மனா:—எப்பொழுதும் என்னை சிந்தித்துக் கொண்டு; *ப$_4$வ*—ஆவாயாக; *மத்*—எனது; *ப$_4$க்த:*—பக்தன்; *மத்*—என்னை; *யாஜீ*—வழிபடுபவன்; *மாம்*—எனக்கு; *நமஸ்குரு*—வந்தனை செய்; *மாம்*—என்னிடம்; *ஏவ*—முழுமையாக; *ஏஷ்யஸி*—வருவாய்; *யுக்த்வா*—ஆழ்ந்து ஈடுபட்டு; *ஏவம்*—இவ்வாறாக; *ஆத்மானம்*—உனது ஆத்மா; *மத்-பராயண:*—எனக்குப் பக்தி செய்து.

உனது மனதை எப்பொழுதும் என்னைப் பற்றி சிந்திப்பதில் ஈடுபடுத்தி, எனது பக்தனாகி, எனக்கு வந்தனை செய்து, என்னை வழிபடுவாயாக. இவ்வாறாக, என்னில் முழுமையாக லயித்து, நிச்சயமாக நீ என்னிடமே வருவாய்.

பொருளுரை: களங்கமான இந்த ஜடவுலகின் பந்தத்திலிருந்து விடுபடுவதற்கான ஒரே வழி கிருஷ்ண உணர்வே என்பது இந்த ஸ்லோகத்தில் தெளிவாகச் சுட்டிக்காட்டப்பட்டுள்ளது. எல்லாவித பக்தித் தொண்டும் புருஷோத்தமரான முழுமுதற் கடவுள் ஸ்ரீ கிருஷ்ணருக்குச் செய்யப்பட வேண்டும் என்ற கருத்து இங்கே தெளிவாகக் கூறப்பட்டுள்ளபோதிலும், சில சமயங்களில் யோக்கிய மற்ற கருத்துரையாளர்கள் அதனை சிதைத்துவிடுகின்றனர். துரதிர்ஷ்டவசமாக, அந்த யோக்கியமற்ற கருத்துரையாளர்கள், படிப்பவர்களின் மனதினை சாத்தியமில்லாத வழிகளுக்குத் திருப்புகின்றனர். கிருஷ்ணருக்கும் அவரது மனதிற்கும் எவ்வித வேறுபாடும் இல்லை என்பதை இத்தகு கருத்துரையாளர்கள் அறிவதில்லை. கிருஷ்ணர் சாதாரண நபரல்ல; அவரே பூரண உண்மை. அவர், அவரது உடல், அவரது மனம் அனைத்தும் ஒன்றே, அனைத்தும் பூரணமானதே. *தே$_3$ஹ-தே$_3$ஹி-விபே$_4$தோ$_3$ 'யம் நேஷ்$_2$வரே வித்$_3$யதே க்வசித்* என்று கூர்ம புராணத்தில் கூறப்பட்டுள்ளதை, சைதன்ய சரிதாம்ருதத்திற்கான (ஆதி லீலை, ஐந்தாம் அத்தியாயம், ஸ்லோகங்கள் 41–48) தனது *அனுபா$_4$ஷ்ய* உரையில் பக்திசித்தாந்த சரஸ்வதி கோஸ்வாமி மேற்கோள்

காட்டியுள்ளார். இதன் பொருள், பரம புருஷரான கிருஷ்ணருக்கும் அவரது உடலுக்கும் எந்த வேறுபாடும் இல்லை என்பதாகும். ஆனால், கிருஷ்ணரைப் பற்றிய இந்த விஞ்ஞானத்தை அறியாத கருத்துரையாளர்கள், கிருஷ்ணரை மறைத்து, அவரது வியக்தித்துவத்தை அவரது மனம் அல்லது உடலிலிருந்து பிரிக்கின்றனர். இது கிருஷ்ண விஞ்ஞானத்தைப் பற்றிய முழு அறியாமை என்றபோதிலும், மக்களை இவ்வாறு திசைத் திருப்புவதில் சிலர் இலாபம் பெறுகின்றனர்.

அசுர இயல்பு கொண்ட சிலரும் கிருஷ்ணரைப் பற்றி எண்ணுகின்றனர். ஆனால் கிருஷ்ணரின் மாமனான கம்சனைப் போல பொறாமையுடன் நினைக்கின்றனர். கம்சனும் கிருஷ்ணரை எப்போதும் எண்ணிக் கொண்டிருந்தான். ஆனால் அவன் கிருஷ்ணரை தனது எதிரியாக எண்ணினான். கிருஷ்ணர் எப்போது தன்னைக் கொல்ல வருவார் என்று திகைத்தபடி அவன் எப்போதும் பயத்துடன் இருந்தான். அத்தகு சிந்தனை நமக்கு உதவாது. கிருஷ்ணரை அன்புடன் நினைக்க வேண்டும். அதுவே பக்தி. கிருஷ்ணரைப் பற்றிய ஞானத்தை தொடர்ந்து விருத்தி செய்ய வேண்டும். அவ்வாறு சாதகமாக விருத்தி செய்வது எப்படி? அங்கீகரிக்கப்பட்ட ஆசிரியரிடமிருந்து கற்க வேண்டும். கிருஷ்ணரே புருஷோத்தமரான முழுமுதற் கடவுள்; மேலும், அவரது உடல் ஜடமல்ல, நித்தியமும் அறிவும் நிறைந்த ஆனந்தமயமானது என்பதை நாம் பலமுறை விளக்கியுள்ளோம். கிருஷ்ணரை பற்றிய இத்தகு விளக்கம், ஒருவன் பக்தனாகுவதற்கு உதவும். மாறாக, தவறான மூலத்திலிருந்து கிருஷ்ணரை அறிய முயல்வது பயனற்றதாகும்.

எனவே, ஒருவன் தனது மனதை ஆதி ரூபமான ஸ்ரீ கிருஷ்ணரின் நித்திய உருவில் ஈடுபடுத்த வேண்டும்; கிருஷ்ணரே முழுமுதற் கடவுள் என்ற திடமான நம்பிக்கையுடன் அவரது வழிபாட்டில் அவன் தன்னை ஈடுபடுத்த வேண்டும். கிருஷ்ணரை வழிபடுவதற்காக இந்தியாவில் பல்லாயிரக்கணக்கான கோயில்கள் உள்ளன, அங்கே பக்தித் தொண்டு பயிற்சி செய்யப்பட்டு வருகின்றது. இத்தகு பயிற்சியின்போது, கிருஷ்ணரின் முன்பு விழுந்து வணக்கம் செலுத்த வேண்டும். விக்ரஹத்திற்கு முன்பு சிரம் தாழ்த்தி, ஒருவன் தனது மனதாலும், உடலாலும் செயல்களாலும் தன்னை ஈடுபடுத்த வேண்டும். அவன் கிருஷ்ணரின் மீது லயித்திருப்பதற்கு இஃது உதவும். இஃது அவனை கிருஷ்ண லோகத்திற்கு மாற்றுவதற்கும் உதவும். யோக்கியமற்ற கருத்துரையாளர்களால் யாரும் வழிதவறக் கூடாது. கிருஷ்ணரைப் பற்றிச் செவியுறுதல், கூறுதல் என

தொடங்கும் ஒன்பது விதமான பக்தித் தொண்டில் கட்டாயம் ஈடுபட வேண்டும். தூய பக்தித் தொண்டே மனித சமுதாயத்தின் உன்னதமான வெற்றியாகும்.

கற்பனை ஞானம், யோகம் மற்றும் பலன்நோக்குச் செயல்களிலிருந்து விடுபட்ட தூய பக்தித் தொண்டு, பகவத் கீதையின் ஏழாம் அத்தியாயத்திலும், எட்டாம் அத்தியாயத்திலும் விளக்கப்பட்டது. முற்றிலும் தூய்மையடையாதவர்கள், பகவானின் இதர இயல்புகளால், அதாவது, அருவ பிரம்மஜோதி அல்லது இதயத்திலுள்ள பரமாத்மா ஆகியவற்றால் கவரப்படலாம், ஆனால் தூய பக்தனோ பரம புருஷருடைய தொண்டில் நேரடியாக ஈடுபடுகிறான்.

கிருஷ்ணரைப் பற்றிய ஓர் அழகான பாடலில், தேவர்களை வழிபடுபவர்கள் மிகவும் அறிவற்றவர்கள் என்றும், கிருஷ்ணருடைய உன்னதமான கருணையை அவர்கள் ஒருபோதும் அடைய முடியாது என்றும் தெளிவாகக் கூறப்பட்டுள்ளது. தொடக்க நிலையிலுள்ள பக்தன், சில சமயம் சீரான நிலையிலிருந்து வீழ்ச்சியடையலாம், இருப்பினும், மற்ற தத்துவவாதிகள் மற்றும் யோகிகளைக் காட்டிலும் அவன் உயர்ந்தவனாகக் கருதப்பட வேண்டும். கிருஷ்ண உணர்வில் சதா சர்வ காலமும் ஈடுபட்டிருப்பவன், பக்குவமான சாது என்பதைப் புரிந்துகொள்ள வேண்டும். எதிர்பாராமல் நிகழும் அவனது பக்தியற்ற செயல்கள் விரைவில் அழிந்துவிடும்; மேலும், வெகு விரைவில் அவன் பூரண பக்குவத்தில் நிலைபெறுவான் என்பதில் சந்தேகமில்லை. முழுமுதற் கடவுள் தானே சுயமாக தனது தூய பக்தர்களை கவனித்துக்கொள்வதால், தூய பக்தன் வீழ்ச்சியடைவதற்கு எந்த வாய்ப்பும் இல்லை. எனவே, அறிவுள்ள மனிதன், கிருஷ்ண உணர்வின் வழிமுறையை நேரடியாக ஏற்று, இந்த ஜடவுலகிலும் ஆனந்தமாக வாழ முடியும். அவன் காலப்போக்கில் கிருஷ்ணரது உன்னத கருணையைப் பெறுவான்.

ஸ்ரீமத் பகவத் கீதையின் "மிக இரகசியமான அறிவு" என்னும் ஒன்பதாம் அத்தியாயத்திற்கான பக்திவேதாந்த பொருளுரைகள் இத்துடன் நிறைவடைகின்றன..

அத்தியாயம் பத்து

பூரணத்தின் வைபவம்

ஸ்லோகம் 1

श्रीभगवानुवाच
भूय एव महाबाहो शृणु मे परमं वचः ।
यत्तेऽहं प्रीयमाणाय वक्ष्यामि हितकाम्यया ॥ १ ॥

ஸ்ரீ–ப$_4$க$_3$வான் உவாச
பூ$_4$ய ஏவ மஹா-பா$_3$ஹோ ஷ்$_2$ரு'ணு மே பரமம்' வச:
யத் தே 'ஹம்' ப்ரீயமாணாய வக்ஷ்யாமி ஹித-காம்யயா

ஸ்ரீ–ப$_4$க$_3$வான் உவாச—புருஷோத்தமரான முழுமுதற் கடவுள் கூறினார்; *பூ$_4$ய:*—மீண்டும்; *ஏவ*—நிச்சயமாக; *மஹா-பா$_3$ஹோ*—பலம் பொருந்திய புஜங்களை உடையவனே; *ஷ்$_2$ரு'ணு*—கேட்பாயாக; *மே*—எனது; *பரமம்*—பரமமான; *வச:*—கூற்று; *யத்*—எதுவோ அது; *தே*—உனக்கு; *அஹம்*—நான்; *ப்ரீயமாணாய*—உன்னை பிரியமானவனாக எண்ணுவதால்; *வக்ஷ்யாமி*—கூறுகிறேன்; *ஹித-காம்யயா*—உன்னுடைய நன்மைக்காக.

புருஷோத்தமரான முழுமுதற் கடவுள் கூறினார்: பலம் பொருந்திய புஜங்களையுடைய அர்ஜுனா, நீ எனக்கு பிரியமான நண்பன் என்பதால், இதுவரை நான் விளக்கியதைக் காட்டிலும் சிறந்த ஞானத்தை தற்போது உன்னுடைய நலனிற்காக உரைக்கப் போகிறேன். இதனை மீண்டும் கேட்பாயாக.

பொருளுரை: *ப$_4$க$_3$வான்* எனும் சொல் பராசர முனிவரால் பின்வருமாறு விளக்கப்படுகின்றது: வலிமை, புகழ், செல்வம், அறிவு, அழகு, துறவு ஆகிய வைபவங்களை பூரணமாகப் பெற்றவர், *ப$_4$க$_3$வான்* அல்லது புருஷோத்தமரான முழுமுதற் கடவுள் என்று அழைக்கப்படுகிறார். இப்பூவுலகில் இருந்தபோது, கிருஷ்ணர் இந்த ஆறு வைபவங்களையும் பூரணமாக வெளிக்காட்டினார். எனவே, பராசர முனிவரைப் போன்ற மாபெரும் முனிவர்கள் கிருஷ்ணரை புருஷோத்தமரான முழுமுதற் கடவுளாக ஏற்றுக் கொண்டனர். தற்போது, தனது வைபவங்கள் மற்றும் செயல்களைப் பற்றிய மேலும் இரகசியமான ஞானத்தை கிருஷ்ணர் அர்ஜுனனுக்கு உபதேசிக்கிறார். ஏழாம் அத்தியாயத்தில் தொடங்கி, தன்னுடைய பல்வேறு சக்திகளையும், அவை எவ்வாறு இயங்குகின்றன என்பதையும் இறைவன் ஏற்கனவே விளக்கியுள்ளார். தற்போது இந்த

அத்தியாயத்தில், அவர் தன்னுடைய விசேஷமான வைபவங்களைப் பற்றி அர்ஜுனனுக்கு விளக்க உள்ளார். முந்தைய அத்தியாயத்தில், தன்னுடைய பல்வேறு சக்திகளைப் பற்றித் தெளிவாக விளக்கியதன் மூலம், பகவான் உறுதியான பக்தியை நிலைநிறுத்தினார். இந்த அத்தியாயத்தில், தன்னுடைய தோற்றங்களைப் பற்றியும் பல்வேறு வைபவங்களைப் பற்றியும் அவர் அர்ஜுனனிடம் மீண்டும் கூறுகிறார்.

எவ்வளவுக்கு அதிகமாக ஒருவன் முழுமுதற் கடவுளைப் பற்றிக் கேட்கின்றானோ, அந்த அளவிற்கு அவன் பக்தித் தொண்டில் நிலைபெறுகின்றான். ஒருவன் பக்தர்களின் சங்கத்தில் எப்போதும் இறைவனைப் பற்றிக் கேட்க வேண்டும்; இஃது அவனது பக்தித் தொண்டை சிறப்படையச் செய்யும். பக்த சமூகத்தினிடையே நடைபெறும் இத்தகு உரையாடல்கள், கிருஷ்ண உணர்வில் உண்மையான ஆர்வம் உள்ளவர்களின் மத்தியில் மட்டுமே சாத்தியமாகும். மற்றவர்கள் இத்தகு உரையாடல்களில் பங்கு பெற இயலாது. அர்ஜுனன் தனக்கு மிகவும் பிரியமானவன் என்பதால், அவனுடைய நன்மைக்காக இத்தகு உரையாடல்கள் நடக்கின்றன என்பதை பகவான் தெளிவாகக் கூறுகின்றார்.

ஸ்லோகம் 2

न मे विदु: सुरगणा: प्रभवं न महर्षय: ।
अहमादिर्हि देवानां महर्षीणां च सर्वश: ॥ २ ॥

ந மே விது:$_3$ ஸுர-க$_3$ணா: ப்ரப$_4$வம்' ந மஹர்ஷய:
அஹம் ஆதி$_3$ர் ஹி தே$_3$வானாம்' மஹர்ஷீணாம்' ச ஸர்வஷ:$_2$

ந—இல்லை; *மே*—எனது; *விது:$_3$*—அறிவது; *ஸுர-க$_3$ணா:*—தேவர்கள்; *ப்ரப$_4$வம்*—மூலம், வைபவங்களை; *ந*—என்றுமில்லை; *மஹா-ருஷய:*—மகா ரிஷிகள்; *அஹம்*—நான்; *ஆதி:$_3$*—ஆதி; *ஹி*—நிச்சயமாக; *தே$_3$வானாம்*—தேவர்களின்; *மஹா-ருஷீணாம்*—மகா ரிஷிகளின்; *ச*—கூட; *ஸர்வஷ:$_2$*—எல்லா விதங்களிலும்.

தேவர்களோ மகா ரிஷிகளோ கூட என்னுடைய வைபவங்களை அறிவதில்லை; ஏனெனில், எல்லா விதங்களிலும், தேவர்களுக்கும் ரிஷிகளுக்கும் நானே ஆதியாவேன்.

பொருளுரை: பிரம்ம சம்ஹிதையில் கூறப்பட்டுள்ளதுபோல பகவான் கிருஷ்ணரே ஆதி புருஷராவார். அவரைவிடச் சிறந்தவர் யாருமில்லை; அவரே எல்லா காரணங்களுக்கும் காரணம். மேலும், எல்லா தேவர்களுக்கும் ரிஷிகளுக்கும் காரணம் தானே என்று பகவானே இங்கு குறிப்பிடுகிறார். தேவர்களும் மகா ரிஷிகளும் கூட கிருஷ்ணரைப் புரிந்துகொள்ள முடியாது; அவர்களால் கிருஷ்ணரது

திருநாமம் அல்லது வியக்தித்துவத்தைக் கூடப் புரிந்துகொள்ள முடியாது. இவ்வாறு இருக்கையில், இந்தச் சிறு உலகைச் சேர்ந்த பெயரளவு அறிஞர்களின் நிலை என்ன? முழுமுதற் கடவுள் ஒரு சாதாரண மனிதனைப் போல இவ்வுலகிற்கு வந்து, அசாதாரணமான அற்புதச் செயல்களைச் செய்வது ஏன் என்பதை யாராலும் புரிந்துகொள்ள முடியாது. எனவே, கிருஷ்ணரைப் புரிந்து கொள்வதற்கானத் தகுதி, ஏட்டறிவு அல்ல என்பதை அறிய வேண்டும். தங்களது மன அனுமானத்தின் மூலம் கிருஷ்ணரைப் புரிந்துகொள்ள முயன்ற தேவர்களும் மகா ரிஷிகளும்கூட, அதில் தோல்வியையே அடைந்தனர். முழுமுதற் கடவுளைப் புரிந்துகொள்ள சிறந்த தேவர்களாலும் முடியாது என்று ஸ்ரீமத் பாகவதத்திலும் தெளிவாகக் கூறப்பட்டுள்ளது. அவர்கள் தங்களது பக்குவமற்ற புலன்களின் எல்லை வரை கற்பனை செய்யலாம்; ஆனால் கடவுள் அருவமானவர் என்றோ, ஜட இயற்கையின் முக்குணங்களால் தோற்றுவிக்கப்படாத 'ஏதோ ஒன்று' என்றோ, உண்மைக்குப் புறம்பான முடிவிற்குதான் வர முடியும், அல்லது மனதில் எதையாவது கற்பனை செய்துகொள்ளலாம்; ஆனால் அத்தகு முட்டாள்தனமான கற்பனைகளால் கிருஷ்ணரைப் புரிந்துகொள்வது சாத்தியமல்ல.

பூரண உண்மையை அறிய விரும்புபவனிடம், "முழுமுதற் கடவுளான நான் இதோ இருக்கிறேன். நானே பரமன்," என்று இங்கே பகவான் மறைமுகமாகக் கூறுகின்றார். இதனை அவன் அறிய வேண்டும். சிந்தனைக்கு எட்டாத இறைவன் தனிப்பட்ட நபராக வீற்றிருப்பதை ஒருவனால் புரிந்துகொள்ள முடியாவிட்டாலும், அவர் இருப்பது உண்மையே. முழு ஆனந்தம் மற்றும் பூரண அறிவுடன் நித்தியமாக விளங்கும் கிருஷ்ணரை, பகவத் கீதை மற்றும் ஸ்ரீமத் பாகவதத்தில் உள்ள அவரது உரைகளைக் கற்பதன் மூலம் நாம் உண்மையாகப் புரிந்துகொள்ள முடியும். கடவுள் என்பவர், "நம்மை ஆளும் ஒரு சக்தி" அல்லது "அருவமான பிரம்மன்" முதலிய கருத்துக்களை இறைவனின் தாழ்ந்த சக்தியில் இருப்பவர்களும் புரிந்துகொள்ள முடியும், ஆனால் திவ்யமான தளத்தில் நிலைபெறாத வரை, பரம புருஷ பகவானை அறிந்துகொள்ள முடியாது.

கிருஷ்ணரை அவருடைய உண்மையான நிலையில் பெரும்பாலான மனிதர்களால் புரிந்துகொள்ள முடியாது என்பதால், அத்தகு கற்பனையாளர்களையும் காப்பதற்காக தனது காரணமற்ற கருணையினால் அவர் கீழிறங்கி வருகிறார். இருந்தும், பரம புருஷரின் அசாதாரணமானச் செயல்களுக்கு மத்தியிலும், ஜட சக்தியினால் களங்கமடைந்துள்ள கற்பனையாளர்கள் அருவ பிரம்மனையே

பரமனாக எண்ணுகின்றனர். பரம புருஷரிடம் முழுமையாக சரணடைந்த பக்தர்கள் மட்டுமே, அந்த பரம புருஷ பகவானின் கருணையால், "கிருஷ்ணரே பரமன்" என்பதைப் புரிந்துகொள்ள முடியும். பகவானின் பக்தர்கள், "கடவுள் அருவ பிரம்மனாவார்" எனும் கருத்தினைக் கண்டுகொள்வதில்லை; அவர்களது நம்பிக்கையும் பக்தியும், பரம புருஷரிடம் சரணடையும் நிலைக்கு அவர்களை உடனடியாகக் கொண்டு வருகின்றன, மேலும் கிருஷ்ணரின் காரணமற்ற கருணையால், அவர்கள் கிருஷ்ணரைப் புரிந்துகொள்ள முடியும். வேறு எவரும் அவரைப் புரிந்துகொள்ள முடியாது. எனவே, ஆத்மா என்றால் என்ன என்பதையும், பரமன் யார் என்பதையும் பெரும் முனிவர்களும் ஒப்புக்கொள்கின்றனர். பரமன் என்று அறியப்படும் அவரே நமது வழிபாட்டிற்கு உரியவர் ஆவார்.

ஸ்லோகம் 3

यो मामजमनादिं च वेत्ति लोकमहेश्वरम् ।
असम्मूढः स मर्त्येषु सर्वपापैः प्रमुच्यते ॥ ३ ॥

யோ மாம் அஜம் அனாதி$_3$ம்' ச வேத்தி லோக-மஹேஷ்$_2$வரம்
அஸம்மூட:$_4$ ஸ மர்த்யேஷு ஸர்வ-பாபை: ப்ரமுச்யதே

ய:—யாராயினும்; *மாம்*—என்னை; *அஜம்*—பிறப்பற்ற; *அனாதி$_3$ம்*—ஆதியற்ற; *ச*—மேலும்; *வேத்தி*—அறிகிறானோ; *லோக*—உலகங்களின்; *மஹேஷ்$_2$வரம்*—பரம ஆளுநர்; *அஸம்மூட:$_4$*—குழப்பமடையாத; *ஸ:*—அவன்; *மர்த்யேஷு*—மரணத்திற்கு உட்பட்டவர்களின் மத்தியில்; *ஸர்வ-பாபை:*—எல்லாவித பாவ விளைவுகளிலிருந்தும்; *ப்ரமுச்யதே*—விடுதலை பெறுகிறான்.

எவனொருவன், என்னைப் பிறப்பற்றவனாகவும், ஆரம்பம் அற்றவனாகவும், எல்லா உலகங்களின் இறைவனாகவும் அறிகின்றானோ, மனிதர்களிடையே குழப்பமற்றவனான அவன் மட்டுமே, எல்லா பாவங்களிலிருந்தும் விடுதலை பெறுகிறான்.

பொருளுரை: ஏழாம் அத்தியாயத்தில் (7.3) கூறப்பட்டுள்ளபடி, *மனுஷ் யாணாம் ஸஹஸ்ரேஷு கஷ்$_2$சித்$_3$ யததி ஸித்$_3$த$_4$யே*—ஆன்மீக உணர்வின் தளத்திற்குத் தம்மை உயர்த்திக்கொள்ள முயல்பவர்கள் சாதாரண மனிதர்கள் அல்ல; ஆன்ம உணர்வினைப் பற்றிய சற்றும் அறிவற்ற கோடிக்கணக்கான சாதாரண மனிதர்களைவிட அவர்கள் மிகவும் உயர்ந்தவர்கள். ஆனால், தமது ஆன்மீக நிலையைப் புரிந்துகொள்ள உண்மையிலேயே முயலும் அத்தகு சிறந்த மனிதர்களில், கிருஷ்ணரே பரம புருஷ பகவான், அவரே எல்லாவற்றின் உரிமையாளர், அவர் பிறப்பற்றவர் என்னும் அறிவு

நிலையை வந்தடைபவனே, ஆன்மீக உணர்வை அடைந்தவர்களில் மிகவும் வெற்றி பெற்றவனாவான். கிருஷ்ணருடைய உன்னத நிலையை முழுமையாக அறிந்த அந்த நிலையில் மட்டுமே, ஒருவன் எல்லா பாவ விளைவுகளிலிருந்தும் முழுமையாக விடுபட முடியும்.

"பிறப்பற்ற" எனும் பொருள் தரக்கூடிய *அஜ* எனும் சொல் பகவானைக் குறிக்க இங்கே உபயோகிக்கப்பட்டுள்ளது; ஆனால் இரண்டாம் அத்தியாயத்தில் *அஜ* எனும் சொல்லினால் விளக்கப்படும் உயிர்வாழிகளிடமிருந்து அவர் வேறுபட்டவர். ஜடப் பற்றுதலினால் பிறந்து இறந்து கொண்டிருக்கும் உயிர்வாழிகளிலிருந்து, பகவான் வேறுபட்டவர். கட்டுண்ட ஆத்மாக்களின் உடல்கள் மாறுதலுக்கு உட்பட்டவை, ஆனால் அவருடைய உடலோ மாறுதலற்றது. அவர் இந்த ஜடவுலகிற்கு வரும்போதுகூட அதே பிறப்பற்றவராகத்தான் வருகின்றார்; எனவேதான், பகவான் தனது உயர்ந்த சக்தியான அந்தரங்க சக்தியினால் எப்போதும் தோன்றுகிறார் என்றும், தாழ்ந்த சக்தியான ஜட சக்தியினால் அல்ல என்றும் நான்காம் அத்தியாயத்தில் கூறப்பட்டது.

இந்த ஸ்லோகத்திலுள்ள *வேத்தி லோக மஹேஷ்$_2$வரம்* எனும் சொற்கள், பிரபஞ்சத்திலுள்ள எல்லா லோகங்களுக்கும் பரம உரிமையாளர் பகவான் கிருஷ்ணரே என்பதை ஒருவன் அறிய வேண்டும் என்று குறிப்பிடுகின்றன. படைப்பிற்கு முன்பிலிருந்தே இருக்கும் அவர், தனது படைப்பிலிருந்து வேறுபட்டவர். தேவர்கள் அனைவரும் இந்த ஜடவுலகில் படைக்கப்பட்டவர்களே, ஆனால் கிருஷ்ணரைப் பொறுத்தவரையில், அவர் படைக்கப்படவில்லை என்று கூறப்பட்டுள்ளது; எனவே, பிரம்மா, சிவன் முதலிய மாபெரும் தேவர்களிடமிருந்தும் கிருஷ்ணர் வேறுபட்டவர். மேலும், பிரம்மா, சிவன் உட்பட எல்லா தேவர்களையும் படைத்தவர் அவரே என்பதால், எல்லா உலகங்களின் பரம ஆளுநர் அவரே.

எனவே, ஸ்ரீ கிருஷ்ணர் படைக்கப்பட்ட எல்லாவற்றிலிருந்தும் வேறுபட்டவர், அவரை இவ்வாறு உள்ளபடி அறிபவன் எல்லா பாவ விளைவுகளிலிருந்தும் உடனடியாக விடுபடுகிறான். பரம புருஷரைப் பற்றிய அறிவினை அடைவதற்கு, ஒருவன் எல்லா பாவ விளைவுகளிலிருந்தும் விடுபட்டிருக்க வேண்டும். பகவத் கீதையில் கூறப்பட்டிருப்பதுபோல, பக்தித் தொண்டால் மட்டுமே அவரைப் புரிந்துகொள்ள முடியும், வேறு எந்த வழியாலும் அல்ல.

கிருஷ்ணரை சாதாரண மனிதராக அறிய ஒருவன் முயலக் கூடாது. முட்டாள்கள் மட்டுமே அவரை சாதாரண மனிதராக எண்ணுகின்றனர்

என்று முன்பே கூறப்பட்டது. அதே கருத்து இங்கு வேறுவிதமாகக் கூறப்பட்டுள்ளது: முட்டாளாக இல்லாத மனிதன், அதாவது பகவானுடைய உண்மையான நிலையைப் புரிந்துகொள்ளும் அளவிற்கு புத்தியுடையவன், எல்லா பாவ விளைவுகளிலிருந்தும் எப்போதும் விடுபட்டவனாவான்.

கிருஷ்ணர் தேவகியின் மைந்தனாக அறியப்படும் பட்சத்தில், அவர் பிறப்பற்றவராவது எங்ஙனம்? இதுவும் ஸ்ரீமத் பாகவதத்தில் விளக்கப்பட்டுள்ளது: அவர் தேவகி, வசுதேவரின் முன்பு தோன்றியபோது, சாதாரணக் குழந்தையைப் போலப் பிறக்கவில்லை; முதலில் தனது மூல ரூபத்தில் தோன்றி, பின்னர் அவர் தன்னை சாதாரணக் குழந்தையைப் போல மாற்றிக் கொண்டார்.

கிருஷ்ணருடைய வழிகாட்டுதலின்கீழ் செய்யப்படும் அனைத்துச் செயல்களும் தெய்வீகமானவை. அச்செயல்கள் ஜட விளைவுகளால் களங்கமடைவது இல்லை. ஜடச் செயல்கள், மங்கலகரமானவை, அமங்கலமானவை என்று பிரிக்கப்படுகின்றன. ஆனால் இவ்வுலகிலுள்ள அத்தகு கருத்து ஏறக்குறைய மன அனுமானமே; ஏனெனில், இந்த ஜடவுலகில் மங்கலகரமானவை என்று எதுவும் கிடையாது. ஜட இயற்கை முழுதும் அமங்கலமானவையே என்பதால், அனைத்துமே அமங்கலமானதுதான். சிலவற்றை மங்கலகரமானதாகக் கருதுவது நமது கற்பனையே. உண்மையான மங்கலம் என்பது, பூரண பக்தியுடனும் சேவை மனப்பான்மையுடனும் கிருஷ்ண உணர்வில் செய்யப்படும் செயல்களைப் பொருத்ததாகும். எனவே, நமது செயல்கள் மங்கலகரமானதாக அமைய வேண்டும் என்றால், நாம் பரம புருஷருடைய வழிகாட்டுதலின்கீழ் செயல்பட வேண்டும். அத்தகு வழிகாட்டுதல்களை ஸ்ரீமத் பாகவதம், பகவத் கீதை முதலிய அங்கீகரிக்கப்பட்ட நூல்களிலிருந்தும், நேர்மையான ஆன்மீக குருவிடமிருந்தும் பெறலாம். பரம புருஷரின் பிரதிநிதி என்பதால், ஆன்மீக குருவின் வழிகாட்டுதல் பகவானின் நேரடி வழிகாட்டுதலேயாகும். ஆன்மீக குரு, சாதுக்கள், சாஸ்திரங்கள் ஆகிய மூன்றின் வழிகாட்டுதலும் ஒன்றே. இந்த மூன்று மூலங்களிடையே எவ்வித முரண்பாடும் கிடையாது. இத்தகு வழிகாட்டுதலின்கீழ் செய்யப்படும் எல்லாச் செயல்களும், இந்த ஜடவுலகின் பாவ புண்ணியத்திலிருந்து விடுபட்டவையாகும். செயல்களைச் செய்வதில் பக்தனிடமுள்ள திவ்யமான மனப்பான்மை உண்மையான துறவாகும், இதுவே சந்நியாசம். பகவத் கீதையின் ஆறாம் அத்தியாயத்தின் முதலாவது ஸ்லோகத்தில் கூறப்பட்டுள்ளதைப் போல, எவனொருவன் பரம புருஷரால் ஆணையிடப்பட்டதன்

காரணத்தால் தனது கடமையில் ஈடுபட்டுள்ளானோ, எவனொருவன் தனது செயல்களின் பலன்களில் தஞ்சமடைவதில்லையோ (*அனாஷ்$_2$ரித: கர்ம-ப$_2$லம்*), அவனே உண்மையான துறவியாவான். பரம புருஷரின் வழிகாட்டுதலின்கீழ் செயல்படுபவனே, உண்மையான சந்நியாசியும் யோகியும் ஆவான், வெறுமே சந்நியாச உடையைத் தாங்கிக் கொண்டு போலி யோகியாக இருப்பவன் அல்ல.

ஸ்லோகங்கள் 4–5

बुद्धिर्ज्ञानमसम्मोहः क्षमा सत्यं दमः शमः ।
सुखं दुःखं भवोऽभावो भयं चाभयमेव च ॥ ४॥
अहिंसा समता तुष्टिस्तपो दानं यशोऽयशः ।
भवन्ति भावा भूतानां मत्त एव पृथग्विधाः ॥ ५॥

பு$_3$த்$_3$தி$_4$ர் ஜ்ஞானம் அஸம்மோஹ: க்ஷமா ஸத்யம்' த$_3$ம: ஷ$_2$ம:
ஸுக$_2$ம்' து:$_3$க$_2$ம்' ப$_4$வோ 'பா$_4$வோ ப$_4$யம்' சாப$_4$யம் ஏவ ச
அஹிம்'ஸா ஸமதா துஷ்டிஸ் தபோ தா$_3$னம்' யஷோ$_2$ 'யஷ:$_2$
ப$_4$வந்தி பா$_4$வா பூ$_4$தானாம்' மத்த ஏவ ப்ரு'த$_2$க்$_3$-விதா:$_4$

பு$_3$த்$_3$தி:$_4$—புத்தி; *ஜ்ஞானம்*—ஞானம்; *அஸம்மோஹ:*—ஐயத்திலிருந்து விடுபட்டு; *க்ஷமா*—மன்னித்தல்; *ஸத்யம்*—வாய்மை; *த$_3$ம:*—புலனடக்கம்; *ஷ$_2$ம:*—மன அடக்கம்; *ஸுக$_2$ம்*—சுகம்; *து:$_3$க$_2$ம்*—துக்கம்; *ப$_4$வ:*—பிறப்பு; *அபா$_4$வ:*—இறப்பு; *ப$_4$யம்*—பயம்; *ச*—மேலும்; *அப$_4$யம்*—அச்சமின்மை; *ஏவ*—கூட; *ச*—மேலும்; *அஹிம்ஸா*—அகிம்சை; *ஸமதா*—சமத்துவம்; *துஷ்டி:*—திருப்தி; *தப:*—தவம்; *தா$_3$னம்*—தானம்; *யஷ:$_2$*—புகழ்; *அயஷ:$_2$*—இகழ்ச்சி; *ப$_4$வந்தி*—தோன்றுகின்ற; *பா$_4$வா:*—இயற்கைகள்; *பூ$_4$தானாம்*—உயிரினங்களின்; *மத்த:*—என்னிடமிருந்து; *ஏவ*—நிச்சயமாக; *ப்ரு'த$_2$க்$_3$-விதா:$_4$*—பல்வேறு விதமாக அமைக்கப்பட்டு.

புத்தி, ஞானம், ஐயத்திலிருந்தும் மயக்கத்திலிருந்தும் விடுதலை, மன்னித்தல், வாய்மை, புலனடக்கம், மன அடக்கம், சுகம், துக்கம், பிறப்பு, இறப்பு, அச்சம், அச்சமின்மை, அகிம்சை, சமத்துவம், திருப்தி, தவம், தானம், புகழ் மற்றும் இகழ்ச்சி—என உயிர்வாழிகளிடம் காணப்படும் பல்வேறு குணங்கள் அனைத்தும் என்னால் படைக்கப்பட்டவையே.

பொருளுரை: நல்லவையோ, தீயவையோ, உயிரினங்களின் பல்வேறு குணங்கள் எல்லாம் கிருஷ்ணரால் படைக்கப்பட்டவையே. அவை இங்கே விவரிக்கப்பட்டுள்ளன.

புத்தி என்பது, விஷயங்களை அதன் முறையான கண்ணோட்டத்தில் ஆராய்ந்து அறியும் சக்தியைக் குறிக்கும். ஞானம் (அறிவு) என்பது, ஜடம் என்றால் என்ன, ஆன்மா என்றால் என்ன, என்பதைப்

புரிந்துகொள்வதைக் குறிக்கும். பல்கலைக்கழகத்தில் பெறப்படும் சாதாரண அறிவு, ஜடத்துடன் மட்டுமே தொடர்புடையதாக உள்ளது; அதனால் அஃது இங்கே ஞானமாக ஏற்றுக்கொள்ளப்படவில்லை. ஞானம் என்றால் ஜடத்திற்கும் ஆன்மாவிற்கும் உள்ள வேறுபாட்டை அறிவதாகும். நவீனக் கல்வி முறையில், ஆத்மாவைப் பற்றிய அறிவு இல்லை, ஜடப் பொருட்களிலும், உடல் தேவைகளிலும் மட்டுமே அவர்கள் கவனம் செலுத்துகின்றனர். எனவே, பல்கலைக்கழகத்தின் அறிவு முழுமையானது அல்ல.

அஸம்மோஹ, ஐயம் மற்றும் மயக்கத்திலிருந்து விடுதலை, ஒருவன் சந்தேகங்களைத் தாண்டி திவ்யமான தத்துவத்தைப் புரிந்துகொள்ளும்போது இந்நிலை அடையப்படுகின்றது. மெதுவாக, ஆனால் நிச்சயமாக அவன் மயக்கத்திலிருந்து விடுபடுகிறான். எதையும் கண்மூடித்தனமாக ஏற்றுக்கொள்ளக் கூடாது; அனைத்தையும் கவனத்துடனும் எச்சரிக்கையுடனும் மட்டுமே ஏற்றுக்கொள்ள வேண்டும். *க்ஷமா,* சகிப்புத்தன்மையும் மன்னிக்கும் தன்மையும், பயிற்சி செய்யப்பட வேண்டியதாகும். மற்றவர்கள் செய்யும் சிறு குற்றங்களை சகித்துக் கொண்டு அவற்றை மன்னிக்க வேண்டும். *ஸத்யம்,* வாய்மை என்றால், உண்மையை உள்ளது உள்ளபடி மற்றவர்களின் நன்மைக்காக எடுத்துரைப்பதாகும். உண்மைகளைத் திரித்து வழங்குதல் கூடாது. மற்றவர்களுக்கு பிரியமானதாக இருக்கும்போது மட்டுமே உண்மையைப் பேச வேண்டும் என்பது சமூகக் கருத்து. ஆனால் அது வாய்மையாகாது. ஒளிவு மறைவின்றி உண்மை பேசப்பட வேண்டும், அதனால் உண்மை என்ன என்பதை மற்றவர்கள் முறையாகப் புரிந்துகொள்ள முடியும். திருடனைத் 'திருடன்' என்று மக்கள் எச்சரிக்கும்போது, அதுவே உண்மை. சில நேரங்களில் உண்மை கசப்பாக இருந்தாலும், உண்மையைப் பேசுவதிலிருந்து பிறழக் கூடாது. பிறரது நன்மைக்காக உண்மையை உள்ளபடி வழங்குவதே வாய்மை. *ஸத்யம்* என்பதற்கான விளக்கம் இதுவே.

புலனடக்கம் என்றால் தேவையற்ற சொந்த இன்பத்திற்காக புலன்களை உபயோகப்படுத்தக் கூடாது என்று பொருள். புலன்களின் தக்கத் தேவைகளை திருப்தி செய்வதில் தடையேதும் இல்லை, ஆனால் தேவையற்ற புலனின்பம் ஆன்மீக முன்னேற்றத்திற்கு ஆபத்தை விளைவிக்கும். எனவே, தேவையற்ற உபயோகத்திலிருந்து புலன்களைத் தடுக்க வேண்டும். அதுபோலவே தேவையற்ற சிந்தனைகளிலிருந்து மனதையும் தடுக்க வேண்டும், இதுவே *ஷ$_2$ம* என்று அறியப்படுகின்றது. ஒருவன் தனது நேரத்தை செல்வத்தைக்

குவிப்பதைப் பற்றி சிந்திப்பதில் செலவிடக் கூடாது. இது சிந்தனை சக்தியைத் தவறாக உபயோகிப்பதாகும். மனித சமூகத்தின் முக்கியத் தேவையைப் புரிந்துகொள்வதிலும் அதனை அதிகாரபூர்வமாக எடுத்துரைப்பதிலும் மனதை உபயோகிக்க வேண்டும். உயர்ந்த சிந்தனையுடையவர்களான, சாதுக்கள், வேத நூல்களில் அதிகாரம் வாய்ந்தவர்கள் மற்றும் ஆன்மீக குருக்கள் ஆகியவர்களின் சங்கத்தில் சிந்திக்கும் திறனை அபிவிருத்தி செய்ய வேண்டும். சுகம் அல்லது மகிழ்ச்சியானது, கிருஷ்ண உணர்விற்கான ஆன்மீக ஞானத்தை வளர்ப்பதற்குச் சாதகமான செயல்களில் எப்போதும் கிடைக்கும். அதுபோலவே, கிருஷ்ண உணர்விற்கு பாதகமான செயல்கள் வலியைக் கொடுப்பவையாகவும், துன்பமளிப்பவையாகவும் இருக்கும். கிருஷ்ண உணர்வை விருத்தி செய்வதற்குச் சாதகமான அனைத்தும் ஏற்றுக்கொள்ளப்பட வேண்டும், பாதகமானவை எவையாயினும் நிராகரிக்கப்பட வேண்டும்.

ப4வ, பிறப்பு என்பது உடலைச் சார்ந்ததாகும். ஆத்மாவைப் பொறுத்த வரையில் பிறப்போ, இறப்போ இல்லை; இதனை நாம் பகவத் கீதையின் ஆரம்பத்திலேயே விவாதித்தோம். பிறப்பும் இறப்பும் ஜடவுலகில் ஒருவனது பந்தத்தைக் குறிப்பவை. பயம் என்பது எதிர்காலத்தைப் பற்றிய கவலையினால் வருவதாகும். கிருஷ்ண பக்தனுக்கு பயம் கிடையாது; ஏனெனில், தனது செயல்களின் மூலம் ஆன்மீக உலகமான முழுமுதற் கடவுளின் திருநாட்டிற்குத் திரும்பிச் சென்றுவிடுவேன் என்பதில் அவன் உறுதியுடன் உள்ளான். எனவே, அவனது எதிர்காலம் மிகவும் ஒளிமயமானதாகும். ஆனால் மற்றவர்களோ, தங்களது எதிர்காலம் எப்படி இருக்கும் என்பதை அறிவதில்லை; மறுபிறவியில் எப்படி இருப்போம் என்பதைப் பற்றி அவர்களுக்கு எந்த அறிவும் இல்லை. எனவே, அவர்கள் எப்போதும் கவலையுடனே உள்ளனர். கவலையிலிருந்து நாம் விடுபட விரும்பினால், கிருஷ்ணரைப் புரிந்துகொண்டு, கிருஷ்ண உணர்வில் எப்போதும் நிலைபெற்றிருப்பதே மிகச்சிறந்த வழியாகும். இவ்வாறாக நாம் எல்லா அச்சங்களிலிருந்தும் விடுபடுவோம். *ப4யம் த்3விதீயாபி4னிவேஷ2த: ஸ்யாத்*—மயக்க சக்தியில் மூழ்கியிருப்பதால் தான் அச்சம் தோன்றுகிறது என்று ஸ்ரீமத் பாகவதத்தில் (11.2.37) சொல்லப்பட்டுள்ளது. ஆனால், "நான் இந்த உடலல்ல, பரம புருஷ பகவானின் ஆன்மீகப் பகுதி" என்பதை உறுதியுடன் அறிந்து, மயக்க சக்தியிலிருந்து விடுபட்டு, முழுமுதற் கடவுளுக்கு திவ்யமான தொண்டு செய்பவன், பயப்படுவதற்கு ஒன்றும் இல்லை. அவனது எதிர்காலம் மிகவும் பிரகாசமானதாகும். எனவே, அச்சம் என்பது கிருஷ்ண உணர்வில் இல்லாதவர்களுடைய நிலையாகும். *அப4யம்,*

அச்சமின்மை என்பது கிருஷ்ண உணர்வில் இருப்பவனுக்கு மட்டுமே சாத்தியமானதாகும்.

அகிம்சை என்றால், பிறரைத் துன்பத்திலும், குழப்பத்திலும் ஆழ்த்தக் கூடிய எந்த செயலையும் செய்யாமலிருப்பதாகும். அரசியல்வாதிகள், சமூகவாதிகள், பெரும் வள்ளல்கள் முதலியோரால் வாக்குறுதி கொடுக்கப்படும் ஜடச் செயல்கள் நல்ல விளைவுகளைத் தருவதில்லை; ஏனெனில், அத்தகு அரசியல்வாதிகளிடமும் சமூக சேவகர்களிடமும் தெய்வீகப் பார்வை கிடையாது. மனித சமுதாயத்திற்கு உண்மையான நன்மை தரக்கூடியது என்ன என்பது அவர்களுக்குத் தெரியாது. மனித உடலை முறையாகப் பயன்படுத்தி பக்குவநிலையை அடைய மக்கள் பயிற்சியளிக்கப்பட வேண்டும், அதுவே அகிம்சை எனப்படும். மனித உடல் ஆன்மீக உணர்விற் கானதாகும். எனவே, அந்த முடிவிற்கு உதவாத அனைத்து இயக்கங்களும் கழகங்களும், மனித உடலிற்கு உண்மையில் ஹிம்சையையே அளிக்கின்றனர். பொது மக்களின் வருங்கால ஆன்மீக ஆனந்தத்திற்கு உதவும் செயல்கள் அகிம்சை எனப்படும்.

ஸமதா, சமத்துவம் என்பது, விருப்பு வெறுப்புகளிலிருந்து விடுபட்ட நிலையைக் குறிக்கும். மிகுந்த பற்றுதல், மிகுந்த துறவு இரண்டுமே விரும்பத்தக்கதல்ல. இந்த ஜடவுலகினை விருப்பு வெறுப்பின்றி ஏற்றுக்கொள்ள வேண்டும். கிருஷ்ண உணர்வின் முன்னேற்றத்திற்குச் சாதகமானவை அனைத்தும் ஏற்றுக்கொள்ளப்பட வேண்டும்; பாதகமானவை அனைத்தும் நிராகரிக்கப்பட வேண்டும். இதுவே, *ஸமதா,* சமத்துவம் எனப்படும். கிருஷ்ண பக்தன் எதையும் நிராகரிப்பதில்லை, எதையும் ஏற்றுக்கொள்வதும் இல்லை—கிருஷ்ண உணர்வினை செயல்படுத்துவதற்கு அஃது உபயோகமானதா என்பதைப் பொறுத்ததே அவனது முடிவு.

துஷ்டி, திருப்தி என்றால் தேவையற்ற செயல்களின் மூலம் ஜடப் பொருட்களை மேன்மேலும் சேர்க்க விரும்பக் கூடாது. பரம புருஷரின் கருணையால் கிடைத்ததைக் கொண்டு திருப்தியடைய வேண்டும். இதுவே *துஷ்டி* எனப்படும். *தபஸ்* என்றால் தவம். விடியற் காலையில் எழுந்து குளிப்பது முதலிய பல்வேறு வேத விதிமுறைகள் இங்கே பொருந்தும். விடியற்காலையில் எழுவது என்பது சிலநேரங்களில் கடினமாக இருக்கலாம், ஆனால் ஒருவன் தானாகவே விரும்பி ஏற்கக்கூடிய இத்தகு தொல்லைகள், தவங்கள் என்று கூறப்படுகின்றன. அதுபோலவே, மாதத்தின் சில குறிப்பிட்ட தினங்களில் விரதங்கள் பரிந்துரைக்கப்படுகின்றன. இத்தகு விரதங்களைப் பயிற்சி செய்வதில் ஒருவன் விருப்பமின்றி இருக்கலாம்,

ஆனால் கிருஷ்ண உணர்வின் விஞ்ஞானத்தில் முன்னேற்றம் பெறுவதற்கு அவன் உறுதியுடன் இருக்கும் காரணத்தால், உடல் ரீதியிலான இத்தகு தொல்லைகள் பரிந்துரைக்கப்படும்போது அவன் அவற்றை ஏற்றுக்கொள்கிறான். ஆனால், தேவையின்றியோ, வேத வழிமுறைகளுக்கு மாறாகவோ விரதம் இருக்கக் கூடாது. அரசியல் நோக்கங்களுக்காக உண்ணாவிரதம் இருப்பது தவறு; அத்தகு விரதம், பகவத் கீதையின்படி தமோ குணத்தைச் சேர்ந்ததாகும்; மேலும், ரஜோ அல்லது தமோ குணத்தில் செய்யப்படும் எந்தவொரு செயலும் ஆன்மீக முன்னேற்றத்திற்கு வழிகாட்டாது. ஸத்வ குணத்தில் செய்யப்படும் அனைத்து செயல்களும் ஒருவனை முன்னேற்றும்; வேத நெறிகளின்படியான விரதங்கள் ஆன்மீக ஞானத்தை அதிகரிக்கும்.

தானத்தைப் பொறுத்தவரையில், ஒருவன் தனது வருமானத்தில் ஐம்பது சதவீதத்தை சில நல்ல காரியங்களுக்காகக் கொடுக்க வேண்டும். அத்தகு நல்ல காரியம் என்ன? கிருஷ்ண உணர்வோடு செய்யப்படும் காரியங்களே நல்ல காரியங்கள். இவற்றை நல்ல காரியங்கள் என்று சொல்வதைவிட மிகச்சிறந்த நல்ல காரியங்கள் என்று சொல்லலாம். கிருஷ்ணர் நல்லவர் என்பதால், அவருக்காகச் செய்யப்படும் காரியங்களும் நல்லவையே. எனவே, தானம் என்பது கிருஷ்ண உணர்வில் ஈடுபட்டுள்ள நபருக்குக் கொடுக்கப்பட வேண்டும். வேத இலக்கியங்களின்படி, தானம் அந்தணர்களுக்குக் கொடுக்கப்படுவதாகும். வேத வழிமுறைகள் முறையாகப் பின்பற்றப்படாவிட்டாலும், இப்பயிற்சி இன்றும் வழக்கத்தில் உள்ளது. தானம் அந்தணர்களுக்கு வழங்கப்பட வேண்டும் என்று வலியுறுத்தப்படுகிறது. ஏன்? ஏனெனில், உயர்ந்த ஞானமான ஆன்மீக ஞானத்தை வளர்ப்பதில் அவர்கள் ஈடுபட்டுள்ளனர். ஒரு பிராமணன் தன் வாழ்நாள் முழுவதையும் பிரம்மனைப் புரிந்துகொள்வதற்காக அர்ப்பணிக்க வேண்டியவன். *ப்³ரஹ்ம ஜானாதீதி ப்³ராஹ்மண:—* பிரம்மனை அறிந்தவன் பிராமணன் என்று அழைக்கப்படுகிறான். இவ்வாறாக, உயர்ந்த ஆன்மீக சேவையில் எப்போதும் ஈடுபட்டுள்ள பிராமணர்களுக்கு, தங்களது வாழ்க்கைத் தேவைகளுக்காக வேலை செய்ய நேரமில்லை என்பதால், தானம் பிராமணர்களுக்கு வழங்கப்படுகிறது. வேத இலக்கியங்களின்படி, துறவறம் மேற் கொண்டுள்ள சந்நியாசிகளுக்கும் தானங்கள் வழங்கப்பட வேண்டும். சந்நியாசிகள் வீடுவீடாகச் சென்று யாசிக்கின்றனர், பணத்திற்காக அல்ல, தொண்டிற்காக. இல்லறத்தில் இருப்பவர்களை அறியாமையின் மயக்கத்திலிருந்து எழுப்புவதற்காக அவர்கள் வீடுவீடாக செல்வது மரபு. குடும்ப விஷயங்களில் ஈடுபட்டுள்ள இல்லறத்தினர், கிருஷ்ண

உணர்வை வளர்ப்பதே வாழ்வின் உண்மையான நோக்கம் என்பதை மறந்திருப்பதால், அவர்களின் இல்லங்களுக்கு யாசகர்களாகச் சென்று அவர்களை கிருஷ்ண உணர்வில் உற்சாகப்படுத்துவது சந்நியாசிகளின் கடமையாகும். விழித்தெழுந்து, மனித வாழ்வில் தான் பெற வேண்டியதை ஒருவன் அடைய வேண்டும் என்று வேதங்கள் கூறுகின்றன. அதற்கான ஞானமும் வழிமுறையும் சந்நியாசிகளால் வழங்கப்படுகின்றன; எனவே, தானம் என்பது, சந்நியாசிகள், அந்தணர்கள், மற்றும் நல்ல காரியங்களுக்கு மட்டுமே வழங்கப்பட வேண்டும், மனதிற்குத் தோன்றிய காரியங்களுக்கு அல்ல.

யஷ$_2$ஸ், புகழ், சிறந்த பக்தனே மிகவும் புகழ் பெற்றவன் எனும் பகவான் சைதன்யரின் கருத்திற்கு ஏற்ப ஒருவன் புகழ் பெற வேண்டும். அதுவே உண்மையான புகழ். ஒருவன் கிருஷ்ண உணர்வில் சிறந்த மனிதனாக ஆகி, அது மற்றவர்களால் அறியப்படும்போது, அவன் உண்மையானப் புகழைப் பெறுகிறான். அத்தகு புகழை அடையாதவன் இகழ்ச்சியுடையவனாவான்.

இத்தகு குணங்கள் இந்த அகிலம் முழுவதும்—மனித சமுதாயத்திலும், தேவர்களின் சமுதாயத்திலும், காணப்படுகின்றன. மற்ற லோகங்களில் காணப்படும் பல்வேறு விதமான மனிதர்களிடமும் இத்தகு குணங்கள் உள்ளன. கிருஷ்ண உணர்வில் முன்னேற்றமடைய விரும்புபவனுக்கு, இத்தகு குணங்கள் அனைத்தையும் கிருஷ்ணரே கொடுக்கிறார், இருப்பினும் அக்குணங்களை அவன் உள்ளிருந்து வளர்க்க வேண்டும். பரம புருஷரின் பக்தித் தொண்டில் ஈடுபட்டிருப்பவன், பரம புருஷரின் ஏற்பாட்டின்படி, எல்லா நற்குணங்களையும் வளர்த்துக்கொள்கிறான்.

நல்லவையோ, தீயவையோ, நாம் காணும் எல்லாவற்றின் மூலமும் கிருஷ்ணரே. கிருஷ்ணரிடம் இல்லாத எதுவும் இந்த ஜடவுலகில் தோன்ற முடியாது. இதுவே ஞானம்; ஒவ்வொன்றும் வெவ்வேறு விதமாக நிலைபெற்றிருந்தாலும், எல்லாம் கிருஷ்ணரிடமிருந்தே வெளிப்படுகின்றன என்பதை நாம் உணர வேண்டும்.

ஸ்லோகம் 6

महर्षय: सप्त पूर्वे चत्वारो मनवस्तथा ।
मद्भावा मानसा जाता येषां लोक इमा: प्रजा: ॥ ६ ॥

மஹர்ஷய: ஸப்த பூர்வே சத்வாரோ மனவஸ் ததா$_2$
மத்$_3$-பா$_4$வா மானஸா ஜாதா யேஷாம்' லோக இமா: ப்ரஜா:

மஹா-ருஷய:—மகா ரிஷிகள்; *ஸப்த*—ஏழு; *பூர்வே*—முன்பு; *சத்வார:*—நான்கு; *மனவ:*—மனுக்கள்; *ததா₂*—கூட; *மத்-பா₄வா:*—என்னால் பிறந்த; *மானஸா:*—மனதிலிருந்து; *ஜாதா:*—பிறந்தவர்கள்; *யேஷாம்*—அவர்களிலிருந்து; *லோகே*—உலகத்தில்; *இமா:*—இந்த எல்லா; *ப்ரஜா:*—மக்கள்.

ஏழு மகா ரிஷிகளும், அவர்களுக்கு முந்தைய நான்கு ரிஷிகளும், (மனித சமுதாயத்தைத் தோற்றுவித்தவர்களான) மனுக்களும், என்னிடமிருந்து, எனது மனதால் பிறந்தவர்களே. பல்வேறு லோகங்களில் வாழும் எல்லா உயிரினங்களும், அவர்களிடமிருந்து தோன்றியவையே.

பொருளுரை: அகிலத்திலுள்ள எல்லா மக்களின் பரம்பரையைப் பற்றிய ஒரு சுருக்கமான வரலாற்றினை பகவான் இங்கே வழங்குகிறார். ஹிரண்யகர்பா என்று அறியப்படும் பிரம்மதேவர், பரம புருஷரின் சக்தியிலிருந்து பிறந்த முதல் உயிர்வாழியாவார். ஸப்த ரிஷிகள் என்று அழைக்கப்படும் ஏழு மிகச்சிறந்த ரிஷிகளும், அவர்களுக்கு முன்பு ஸனகர், ஸனந்தர், ஸனாதனர் மற்றும் ஸனத்குமாரர் ஆகிய நான்கு மகா ரிஷிகளும், மற்றும் பதினான்கு மனுக்களும் பிரம்மாவிடமிருந்து தோன்றினர். மிகச்சிறந்த இந்த இருபத்தைந்து சாதுக்களும் அகிலத்திலுள்ள எல்லா உயிரினங்களுக்கும் முன்னோர்களாக (பிரஜாபதிகளாக) அறியப்படு கின்றனர். எண்ணற்ற அகிலங்கள் உள்ளன, ஒவ்வொரு அகிலத்திலும் எண்ணற்ற கிரகங்கள் உள்ளன, மேலும் ஒவ்வொரு கிரகமும் பல தரப்பட்ட பிரஜைகளால் நிரம்பியுள்ளது. அவர்கள் அனைவரும் இந்த இருபத்தைந்து முன்னோர்களிடமிருந்து பிறந்தவர்களே. படைப்பது எவ்வாறு என்பதை கிருஷ்ணருடைய கருணையால் உணர்வதற்கு முன்பு, பிரம்மதேவர் தேவர்களின் கணக்கில் ஆயிரம் வருடங்கள் தவம் புரிந்தார். பிறகு, பிரம்மாவிடமிருந்து ஸனகர், ஸனந்தர், ஸனாதனர் மற்றும் ஸனத்குமாரர் வந்தனர், பிறகு ருத்திரரும், அதன் பின்னர் ஏழு முனிவர்களும் வந்தனர். மேலும், இவ்விதமாக எல்லா பிராமணர்களும் சத்திரியர்களும் முழுமுதற் கடவுளின் சக்தியிலிருந்து பிறந்தனர். பிரம்மதேவர் "பிதாமஹர்", தாத்தா என்று அறியப்படு கின்றார், கிருஷ்ணரோ "பரபிதாமஹர்", தாத்தாவின் தந்தை என்று அறியப்படுகின்றார். இது பகவத் கீதையின் பதினொன்றாம் அத்தியாயத்தில் (11.39) கூறப்பட்டுள்ளது.

ஸ்லோகம் 7

एतां विभूतिं योगं च मम यो वेत्ति तत्त्वतः ।
सोऽविकल्पेन योगेन युज्यते नात्र संशयः ॥ ७॥

ஏதாம்' விபூ₄திம்' யோக₃ம்' ச மம யோ வேத்தி தத்த்வத:
ஸோ 'விகல்பேன யோக₃ன யுஜ்யதே நாத்ர ஸம்'ஷ₂ய:

ஏதாம்—இவ்வெல்லா; *விபூ₄திம்*—வைபவம்; *யோக₃ம்*—யோக சக்தி; *ச*—கூட; *மம*—எனது; *ய:*—யாரொருவன்; *வேத்தி*—அறிகின்றானோ; *தத்த்வத:*—உண்மையில்; *ஸ:*—அவன்; *அவிகல்பேன*—பிறழாத; *யோகே₃ன*—பக்தித் தொண்டில்; *யுஜ்யதே*—ஈடுபட்டுள்ளான்; *ந*—இல்லை; *அத்ர*—இதில்; *ஸம்ஷ₂ய:*—சந்தேகம்.

எனது இத்தகு வைபவத்தையும், யோக சக்தியையும் எவன் உண்மையாக அறிகின்றானோ, அவன் களங்கமற்ற பக்தித் தொண்டில் ஈடுபடுகின்றான்; இதில் சந்தேகம் இல்லை.

பொருளுரை: பரம புருஷ பகவானைப் பற்றிய ஞானம், ஆன்மீக பக்குவத்தின் மிகவுயர்ந்த சிகரமாகும். பரம புருஷரின் பல்வேறு வைபவங்களில் ஒருவனுக்கு திடமான நம்பிக்கை ஏற்படாத வரை, அவனால் பக்தித் தொண்டில் ஈடுபட இயலாது. 'கடவுள் பெரியவர்' என்பதை மக்கள் பொதுவாக அறிவர், ஆனால் கடவுள் எவ்வாறு பெரியவர் என்பதை அவர்கள் விவரமாக அறிவதில்லை. இங்கே அத்தகு விவரங்களைக் காணலாம். கடவுள் எவ்வாறு பெரியவர் என்பதை உண்மையில் ஒருவன் அறிந்தால், பின்னர் இயற்கையாகவே அவன் சரணடைந்த ஆத்மாவாக ஆகி, தன்னை பகவானின் பக்தித் தொண்டில் ஈடுபடுத்துகிறான். பரமனின் வைபவங்களை உண்மையாக அறியும்பொழுது, அவரிடம் சரணடைவதைத் தவிர மாற்று வழியில்லை. ஸ்ரீமத் பாகவதம், பகவத் கீதை முதலிய இலக்கியங்களின் வர்ணனைகளிலிருந்து இந்த உண்மை ஞானத்தைப் பெற முடியும்.

இந்த அகிலத்தின் நிர்வாகத்திற்காக, எல்லா கிரகங்களிலும் பல்வேறு தேவர்கள் உள்ளனர்; பிரம்மா, சிவபெருமான், நான்கு குமாரர்கள் மற்றும் இதர முன்னோர்கள் ஆகியோர் அத்தகு தேவர்களில் தலைமையானவர்களாவர். உலகத்தின் பிரஜைகளுக்கு பல்வேறு முன்னோர்கள் உள்ளனர். அவர்கள் அனைவரும் பரம புருஷரான கிருஷ்ணரிடமிருந்து பிறந்தவர்கள். முழுமுதற் கடவுளான கிருஷ்ணரே எல்லா முன்னோருக்கும் ஆதியான முன்னோராவார்.

இவை பரம புருஷரின் வைபவங்களில் ஒரு சிறு பகுதியே. ஒருவன் இவற்றில் திடமான நம்பிக்கையடையும்போது, அவன் எவ்வித சந்தேகமும் இன்றி சிறந்த நம்பிக்கையுடன் கிருஷ்ணரை ஏற்று, பக்தித் தொண்டில் ஈடுபடுகிறான். பகவானுக்கு அன்புடன் பக்தித் தொண்டு செய்வதில் ஒருவனது விருப்பத்தை அதிகரிப்பதற்கு,

இத்தகு குறிப்பிட்ட அறிவு அவசியம். கிருஷ்ணர் எவ்வாறு பெரியவர் என்பதை முழுமையாகப் புரிந்துகொள்வதில் அலட்சியம் காட்டக் கூடாது. ஏனெனில், கிருஷ்ணருடைய சிறப்பை அறிபவன் தீவிரமான பக்தித் தொண்டில் நிலைபெற முடியும்.

ஸ்லோகம் 8

अहं सर्वस्य प्रभवो मत्तः सर्वं प्रवर्तते ।
इति मत्वा भजन्ते मां बुधा भावसमन्विताः ॥ ८ ॥

அஹம்' ஸர்வஸ்ய ப்ரப$_4$வோ மத்த: ஸர்வம்' ப்ரவர்ததே
இதி மத்வா ப$_4$ஜந்தே மாம்' பு$_3$தா$_4$ பா$_4$வ-ஸமன்விதா:

அஹம்—நானே; *ஸர்வஸ்ய*—அனைத்தின்; *ப்ரப$_4$வ:*—உற்பத்தி மூலம்; *மத்த:*—என்னிடமிருந்தே; *ஸர்வம்*—எல்லாம்; *ப்ரவர்ததே:*—தோன்றுகின்றன; *இதி*—இதனை; *மத்வா*—அறிந்தவன்; *ப$_4$ஜந்தே*—பக்தனாகின்றான்; *மாம்*—எனக்கு; *பு$_3$தா:$_4$*—அறிவு சான்றவன்; *பா$_4$வ-ஸமன்விதா:*—மிகுந்த கவனத்தோடு.

ஜட, ஆன்மீக உலகங்கள் அனைத்திற்கும் மூலம் நானே. எல்லாம் என்னிடமிருந்தே தோன்றுகின்றன. இதனை நன்றாக அறிந்த அறிஞர்கள், எனது பக்தித் தொண்டில் ஈடுபட்டு, இதயபூர்வமாக என்னை வழிபடுகின்றனர்.

பொருளுரை: வேதங்களைப் பக்குவமாகக் கற்றறிந்த ஓர் அறிஞரும், சைதன்ய மஹாபிரபுவைப் போன்ற அதிகாரிகளிடமிருந்து விஷயங்களை அறிந்தவரும், அந்த உபதேசங்களை எவ்வாறு நடைமுறைப்படுத்துவது என்பதைப் புரிந்து கொண்டவரும் ஆன ஒருவர், ஜட ஆன்மீக உலகங்கள் எல்லாவற்றின் மூலம் கிருஷ்ணரே என்பதைப் புரிந்துகொள்ள முடியும். இதனை நன்றாக அறிந்துள்ள காரணத்தால், அவர் பரம புருஷரின் பக்தித் தொண்டில் திடமாக நிலைபெற முடியும். முட்டாள்களாலோ, அபத்தமான கருத்துரை களாலோ, அவரை பிறழச் செய்ய முடியாது. பிரம்மா, சிவன் மற்றும் அனைத்து தேவர்களுக்கும் கிருஷ்ணரே மூலம் என்பதை எல்லா வேத இலக்கியங்களும் ஒப்புக்கொள்கின்றன. அதர்வ வேதத்தில் (*கோ$_3$பால–தாபனீ உபநிஷத்* 1.24), *யோ ப்$_3$ரஹ்மாணம் வித$_3$தா$_4$தி பூர்வம் யோ வை வேதா$_3$ம்ஷ்$_2$ ச கா$_3$பயதி ஸ்ம க்ரு'ஷ்ண:*—"வேத ஞானத்தை பிரம்மாவிற்கு முதலில் உபதேசித்ததும், ஆதியில் அந்த வேத ஞானத்தை பரப்பியதும் கிருஷ்ணரே" என்று கூறப்பட்டுள்ளது. பின்னர் மீண்டும் *நாராயண உபநிஷத்தில்* (1), *அத$_2$ புருஷோ ஹ வை நாராயணோ 'காமயத பிரஜா: ஸ்ருஜேயேதி*—"பின்னர், பரம புருஷ பகவானான நாராயணர் உயிரினங்களைப் படைக்க

விரும்பினார்" என்று கூறப்பட்டுள்ளது. உபநிஷத் தொடர்ந்து கூறுகிறது, *நாராயணாத்$_3$ ப்$_3$ரஹ்மா ஜாயதே, நாராயணாத்$_3$ ப்ரஜாபதி: ப்ரஜாயதே, நாராயணாத்$_3$ இந்த்$_3$ரோ ஜாயதே, நாராயணாத்$_3$ அஷ்டௌ வஸவோ ஜாயந்தே, நாராயணாத்$_3$ ஏகாத$_3$ஷ$_2$ ருத்$_3$ரா ஜாயந்தே, நாராயணாத்$_3$ த்$_3$வாத$_3$ஷா$_2$தி$_3$த்யா:*—"நாராயணரிடமிருந்தே பிரம்மா பிறந்தார், நாராயணரிடமிருந்தே பிரஜாபதிகள் பிறந்தனர், இந்திரர் பிறந்தார், நாராயணரிடமிருந்தே எட்டு வசுக்கள் பிறந்தனர், நாராயணரிடமிருந்தே பதினொரு ருத்ரர்கள் பிறந்தனர், நாராயணரிடமிருந்தே பன்னிரண்டு ஆதித்யர்கள் பிறந்தனர்." நாராயணர் கிருஷ்ணரின் விரிவங்கமாவார்.

அதே வேதத்தில் (*நாராயண உபநிஷத்* 4), *ப்$_3$ரஹ்மண்யோ தே$_3$வகீ-புத்ர:*—"தேவகியின் மைந்தனான கிருஷ்ணரே முழுமுதற் கடவுள்" என்றும் கூறப்பட்டுள்ளது. மேலும், *ஏகோ வை நாராயண ஆஸீன் ந ப்$_3$ரஹ்மா ந ஈஷா$_2$னோ நாபோ நாக்$_3$னி-ஸமௌ நேமே த்$_3$யாவ்-ஆப்ருதி$_2$வீ ந நக்ஷத்ராணி ந ஸூர்ய:*—"படைப்பின் ஆரம்பத்தில் பரம புருஷரான நாராயணர் மட்டுமே இருந்தார். பிரம்மாவோ, சிவனோ, நீரோ, அக்னியோ, ஆகாயத்தில் சந்திரனோ, நட்சத்திரங்களோ, சூரியனோ இருக்கவில்லை." (*மஹா உபநிஷத்,* 1.1.2) பரம புருஷரின் நெற்றியிலிருந்து சிவபெருமான் பிறந்தார் என்றும் மஹா உபநிஷத்தில் கூறப்பட்டுள்ளது. எனவே, பிரம்மாவையும், சிவனையும் படைத்த பரம புருஷரே வழிபாட்டிற்கு உரியவர் என்று வேதங்கள் கூறுகின்றன. மஹாபாரதத்தின் *மோக்ஷ-த$_4$ர்ம* பகுதியில் கிருஷ்ணரே கூறுகிறார்,

ப்ரஜாபதிம்' ச ருத்$_3$ரம்' சாப்ய் அஹம் ஏவ ஸ்ரு'ஜாமி வை
தௌ ஹி மாம்' ந விஜானீதோ மம மாயா-விமோஹிதௌ

"பிரஜாபதிகள், சிவன் உட்பட அனைவரும் என்னால் படைக்கப்பட்டவர்களே. எனது மாயா சக்தியில் கவரப்பட்டிருப்பதால், அவர்களைப் படைத்தவன் நானே என்பதை அவர்கள் அறியாமலிருக்கிறார்கள்." வராஹ புராணத்திலும் சொல்லப்பட்டுள்ளது,

நாராயண: பரோ தே$_3$வஸ் தஸ்மாஜ் ஜாதஷ்$_2$ சதுர்முக:$_2$
தஸ்மாத்$_3$ ருத்$_3$ரோ 'ப$_4$வத்$_3$ தே$_3$வ: ஸ ச ஸர்வ-ஜ்ஞதாம்' க$_3$த:

"நாராயணரே முழுமுதற் கடவுள்; அவரிடமிருந்தே பிரம்மா பிறந்தார், பிரம்மாவிடமிருந்தே சிவன் பிறந்தார்."

படைப்புகள் அனைத்திற்கும் மூலம் பகவான் கிருஷ்ணரே. அவர் எல்லா காரணங்களுக்கும் காரணமாக அறியப்படுகிறார். "எல்லாம்

என்னிடமிருந்தே பிறந்தன என்பதால் நானே எல்லாவற்றின் மூல காரணம். அனைத்தும் எனக்கு கீழ்பட்டவை, எனக்கு மேற்பட்டு எவரும் இல்லை” என்று அவரே கூறுகிறார். கிருஷ்ணருக்கு மேற்பட்ட உன்னத ஆளுநர் எவரும் இல்லை. அங்கீகரிக்கப்பட்ட ஆன்மீக குருவின் மூலம் வேத சாஸ்திரங்களின் அடிப்படையில் கிருஷ்ணரை இவ்வாறு புரிந்துகொள்பவன், தன்னுடைய முழு பலத்தையும் கிருஷ்ண உணர்வில் ஈடுபடுத்தி, உண்மையான அறிஞனாகிறான். அவனுடன் ஒப்பிடும்போது, கிருஷ்ணரை முறையாக அறியாத அனைவருமே முட்டாள்கள்தான். முட்டாள்கள் மட்டுமே கிருஷ்ணரை ஒரு சாதாரண நபராகக் கருதுவர். கிருஷ்ண பக்தன் அத்தகு முட்டாள்களால் குழம்பக் கூடாது; பகவத் கீதையின் மீதான அங்கீகாரமற்ற விளக்கவுரைகளையும் கருத்துக்களையும் அறவே தவிர்த்து, உறுதியுடனும் திடமாகவும் கிருஷ்ண உணர்வில் முன்னேற வேண்டும்.

ஸ்லோகம் 9

मच्चित्ता मद्गतप्राणा बोधयन्तः परस्परम् ।
कथयन्तश्च मां नित्यं तुष्यन्ति च रमन्ति च ॥ ९ ॥

மச்-சித்தா மத்$_3$-க$_3$த-ப்ராணா போ$_3$த$_4$யந்த: பரஸ்பரம்
கத$_2$யந்தஷ்$_2$ ச மாம்' நித்யம்' துஷ்யந்தி ச ரமந்தி ச

மத்-சித்தா:—அவர்களுடைய மனதை என்னில் முழுமையாக ஈடுபடுத்தி; *மத்$_3$-க$_3$த-ப்ராணா:*—அவர்களுடைய வாழ்வை எனக்கு அர்ப்பணித்து; *போ$_3$த$_4$யந்த:*—போதித்துக் கொண்டு; *பரஸ்பரம்*—தங்களுக்குள்; *கத$_2$யந்த:*—பேசிக் கொண்டு; *ச*—மேலும்; *மாம்*—என்னைப் பற்றி; *நித்யம்*—நித்தியமாக; *துஷ்யந்தி*—திருப்தியடைகின்றனர்; *ச*—மேலும்; *ரமந்தி*—தெய்வீக ஆனந்தத்தை அனுபவிக்கின்றனர்; *ச*—மேலும்.

எனது தூய பக்தர்களின் சிந்தனைகள் என்னில் மூழ்கியுள்ளன, அவர்களது வாழ்க்கை எனது தொண்டிற்காக அர்ப்பணிக்கப் பட்டுள்ளது, மேலும், என்னைப் பற்றி தங்களுக்குள் உரையாடு வதிலும் ஒருவருக்கொருவர் உபதேசித்துக் கொள்வதிலும் இவர்கள் பெரும் திருப்தியும் ஆனந்தமும் அடைகின்றனர்.

பொருளுரை: தூய பக்தர்களின் இயல்புகள் இங்கே வர்ணிக்கப்பட்டுள்ளன, அவர்கள் தங்களை இறைவனின் திவ்யமான அன்புத் தொண்டில் முழுமையாக ஈடுபடுத்துகின்றனர். அவர்களது மனதை கிருஷ்ணரின் தாமரைத் திருவடிகளிலிருந்து திசைதிருப்ப முடியாது. அவர்களது உரையாடல்கள் அனைத்தும் ஆன்மீக விஷயங்களைப் பற்றியவை. தூய பக்தர்களின் அறிகுறிகள் இந்த

ஸ்லோகத்தில் மிகவும் தெளிவாகக் கொடுக்கப்பட்டுள்ளன. பரம புருஷரின் பக்தர்கள், அவரது குணங்களையும் லீலைகளையும் புகழ்வதில் தினசரி இருபத்துநான்கு மணி நேரமும் ஈடுபட்டுள்ளனர். அவர்களது இதயமும், ஆத்மாவும் சதா சர்வ காலமும் கிருஷ்ணரில் மூழ்கியுள்ளன, மேலும், அவரைப் பற்றி மற்ற பக்தர்களுடன் விவாதிப்பதில் அவர்கள் ஆனந்தமடைகின்றனர்.

பக்தித் தொண்டின் ஆரம்பநிலையில் உள்ளவர்கள், சேவை செய்வதன் மூலம் தெய்வீக ஆனந்தத்தை அடைகின்றனர்; அவர்கள் பக்குவநிலையை அடையும்போது, பகவத் பிரேமையில் உண்மையாக நிலைபெறுகின்றனர். அத்தகு திவ்யமான தளத்தில் நிலைபெற்றவுடன், இறைவன் தனது திருத்தலத்தில் வெளிப்படுத்தும் உன்னதமான பக்குவத்தை அவர்களால் அனுபவிக்க முடியும். பகவான் சைதன்யர், திவ்யமான பக்தித் தொண்டினை உயிர்வாழிகளின் இதயத்தில் விதைக்கப்படும் விதைக்கு ஒப்பிடுகிறார். பிரபஞ்சத்தின் பல்வேறு கிரகங்களில் எண்ணிலடங்காத உயிர்வாழிகள் சுற்றிக் கொண்டுள்ளனர், இவர்களில் மிகவும் சிலரே தூய பக்தரை சந்தித்து பக்தித் தொண்டைப் புரிந்துகொள்வதற்கான வாய்ப்பினைப் பெறக்கூடிய அதிர்ஷ்டசாலிகளாக இருப்பர். இந்த பக்தித் தொண்டு ஒரு விதையைப் போன்றது, இஃது உயிர்வாழியின் இதயத்தில் விதைக்கப்பட்டு, அவன், ஹரே கிருஷ்ண, ஹரே கிருஷ்ண, கிருஷ்ண கிருஷ்ண, ஹரே ஹரே/ ஹரே ராம, ஹரே ராம, ராம ராம, ஹரே ஹரே, என்று கேட்டுக் கொண்டும் சொல்லிக் கொண்டும் இருந்தால், தொடர்ந்து நீரூற்றுவதன் மூலம் ஒரு மரத்தின் விதை எவ்வாறு முளைக்குமோ அதுபோன்று பக்தியின் விதையும் முளைக்கும். பக்தித் தொண்டு என்னும் இந்த ஆன்மீகக் கொடி, படிப்படியாக வளர்ந்து ஜடவுலகின் திரையைக் கிழித்துக் கொண்டு, ஆன்மீக வானில் பிரம்மஜோதியின் பிரகாசத்தினுள் நுழைகிறது. ஆன்மீக வானின் மிகவுயர்ந்த கிரகமும் கிருஷ்ணருடைய பரம லோகமுமாகிய கோலோக விருந்தாவனத்தை அடையும் வரை, இக்கொடி தொடர்ந்து வளர்கின்றது. இறுதியில், கிருஷ்ணரின் தாமரைத் திருவடிகளில் அடைக்கலம் பெற்று, அங்கேயே அக்கொடி நித்திய வாழ்வு வாழ்கின்றது. ஒரு கொடி வளரும்போது பூக்களையும் பழங்களையும் படிப்படியாக வழங்குவதுபோல, பக்தித் தொண்டு என்னும் இக்கொடியும் பழங்களை உற்பத்தி செய்கின்றது; மேலும், ஸ்ரவணம், கீர்த்தனத்தின் மூலம் அதற்கு தொடர்ந்து நீரூற்றப்பட்டு வருகின்றது. பக்தித் தொண்டு என்னும் இக்கொடி, சைதன்ய சரிதாம்ருதத்தில்

(மத்திய லீலை, அத்தியாயம் 19) முழுமையாக விளக்கப்பட்டுள்ளது. அங்கே விளக்கப்பட்டுள்ளபடி, பரம புருஷரின் தாமரைத் திருவடிகளில் முழு தாவரமும் தஞ்சமடையும்போது, பக்தன் இறையன்பில் முழுமையாக ஆழ்ந்துவிடுகிறான்; அதன் பின்னர், நீரின்றி எவ்வாறு ஒரு மீனால் வாழ முடியாதோ, அதுபோன்று பரம புருஷரின் உறவின்றி ஒரு கணமும் வாழ முடியாத நிலையை அவன் அடைகிறான். அத்தகு நிலையில், பரம புருஷருடனான உறவினால், அவன் திவ்யமான குணங்களை உண்மையில் அடைகிறான்.

ஸ்ரீமத் பாகவதம், முழுமுதற் கடவுளுக்கும் அவரது பக்தர்களுக்கும் இடையேயான இத்தகு உறவினைப் பற்றிய வர்ணனைகளால் நிறைந்துள்ளது; எனவே, ஸ்ரீமத் பாகவதம் பக்தர்களுக்கு மிகவும் பிரியமானது, இது பாகவதத்திலேயே (12.13.18) சொல்லப்பட்டுள்ளது. *ஸ்ரீமத்$_3$–பா$_4$க$_3$வதம் புராணம் அமலம் யத்$_3$ வைஷ்ணவானாம் ப்ரியம்.* ஜடச் செயல்கள், பொருளாதார முன்னேற்றம், புலனுகர்ச்சி மற்றும் முக்தியைப் பற்றிய எந்த விளக்கமும் ஸ்ரீமத் பாகவதத்தில் கிடையாது. முழுமுதற் கடவுள் மற்றும் அவரது பக்தர்களுடைய திவ்யமான இயல்புகளை முழுமையாக வர்ணிக்கும் ஒரே காவியம் ஸ்ரீமத் பாகவதம் மட்டுமே. எனவே, கிருஷ்ண உணர்வில் முன்னேற்றம் பெற்ற ஆத்மாக்கள், இளைஞன் பெண்ணுடைய சங்கத்தில் ஆனந்தமடைவதைப் போல, திவ்யமான இலக்கியங்களைக் கேட்பதில் இடையறாது ஆனந்தம் அடைகின்றனர்.

ஸ்லோகம் 10

तेषां सततयुक्तानां भजतां प्रीतिपूर्वकम् ।
ददामि बुद्धियोगं तं येन मामुपयान्ति ते ॥ १० ॥

தேஷாம்' ஸதத-யுக்தானாம்' ப$_4$ஜதாம்' ப்ரீதி-பூர்வகம்
த$_3$தா$_3$மி பு$_3$த்$_3$தி$_4$-யோக$_3$ம்' தம்' யேன மாம் உபயாந்தி தே

தேஷாம்—அவர்களுக்கு; *ஸதத-யுக்தானாம்*—எப்போதும் ஈடுபட்டுள்ள; *ப$_4$ஜதாம்*—பக்தித் தொண்டு செய்வதில்; *ப்ரீதி-பூர்வகம்*—அன்பான பரவசத்துடன்; *த$_3$தா$_3$மி*—அளிக்கிறேன்; *பு$_3$த்$_3$தி$_4$-யோக$_3$ம்*—உண்மை அறிவை; *தம்*—அதை; *யேன*—எதனால்; *மாம்*—என்னிடம்; *உபயாந்தி*—வருகின்றனரோ; *தே*—அவர்கள்.

எனது அன்புத் தொண்டில் இடையறாது ஈடுபட்டுள்ளவர்களுக்கு, என்னிடம் வந்தடைவதற்குத் தேவையான அறிவை நானே வழங்குகிறேன்.

பொருளுரை: இந்த ஸ்லோகத்தில் "புத்தி யோகம்" எனும் சொல் மிகவும் முக்கியமானதாகும். இரண்டாம் அத்தியாயத்தில்

அர்ஜுனனுக்கு உபதேசிக்கும்போது, "நான் உனக்கு பற்பல விஷயங்களைக் கூறினேன், இப்போது புத்தி யோகத்தின் பாதையை உனக்கு உபதேசிக்கின்றேன்" என்று பகவான் கூறியது நமக்கு நினைவிருக்கலாம். அந்த புத்தி யோகம் இங்கே விளக்கப்படுகிறது. கிருஷ்ண உணர்வில் செயல்படுவதே புத்தி யோகம், அதுவே உன்னதமான புத்தி. புத்தி என்றால் அறிவு, யோகம் என்றால் ஆன்மீகச் செயல்கள் அல்லது ஆன்மீக முன்னேற்றம். முழுமுதற் கடவுளின் திருநாட்டிற்குத் திரும்பிச் செல்லும் முயற்சியுடன், பக்தித் தொண்டில், கிருஷ்ண உணர்வை பூரணமாக ஒருவன் ஏற்கும்பொழுது, அவனது செயல் புத்தி யோகம் எனப்படுகின்றது. வேறுவிதமாகக் கூறினால், இந்த ஜடவுலகின் பந்தத்திலிருந்து வெளியேறுவதற்கான வழிமுறை, புத்தி யோகம் எனப்படும். முன்னேற்றத்தின் இறுதி இலக்கு கிருஷ்ணரே. மக்கள் இதனை அறியார்கள்; எனவேதான், அங்கீகரிக்கப்பட்ட ஆன்மீக குரு மற்றும் பக்தர்களின் உறவு மிகவும் முக்கியமானது. கிருஷ்ணரே இலக்கு என்பதை அறிய வேண்டும், இலக்கினை நிர்ணயித்த பிறகு, முன்னேற்றத்தை நோக்கிய பயணம் படிப்படியாகச் செல்ல, இறுதியில் குறிக்கோள் அடையப்படுகிறது.

ஒருவன் தனது வாழ்வின் குறிக்கோளை அறிந்தும், பலன்நோக்குச் செயல்களில் மயங்கியிருந்தால், அவன் கர்ம யோகத்தில் செயல்படுகின்றான். எவனொருவன் கிருஷ்ணரே குறிக்கோள் என்பதை அறிந்தும், மன அனுமானத்தில் இன்பம் காண்கின்றானோ, அவன் ஞான யோகத்தில் செயல்படுபவன் ஆவான். குறிக்கோளை அறிந்து, கிருஷ்ண உணர்வினாலும், பக்தித் தொண்டினாலும் கிருஷ்ணரை முழுமையாக ஒருவன் நாடும்போது, அவன் பக்தி யோகம் அல்லது புத்தி யோகத்தில் செயல்படுபவன் ஆவான், இதுவே முழுமையான யோகமாகும். இந்த பூரணமான யோகமே வாழ்வின் மிகவுயர்ந்த பக்குவநிலையாகும்.

அங்கீகரிக்கப்பட்ட ஆன்மீக குருவைப் பெற்று, ஓர் ஆன்மீக இயக்கத்துடன் தன்னைத் தொடர்புபடுத்திக்கொள்ளும் மனிதனிடம் முன்னேற்றம் அடைவதற்குத் தேவையான புத்தி இல்லையெனில், உள்ளிருக்கும் கிருஷ்ணர் அவனுக்கு அறிவுரைகளை வழங்கி, அதன் மூலம் அவன் இறுதியில் எவ்வித சிரமமும் இன்றி தன்னை வந்தடைவதற்கு ஏற்பாடு செய்கிறார். அந்த நபர், தன்னை எப்போதும் கிருஷ்ண உணர்வில் ஈடுபடுத்தி, அன்புடனும் பக்தியுடனும் எல்லா விதமான சேவைகளையும் செய்ய வேண்டும்—இதுவே தகுதியாகும். அவன் கிருஷ்ணருக்காக ஏதாவது செயலைச் செய்ய வேண்டும், அச்செயல் அன்புடன் இருக்க வேண்டியது அவசியம். தன்னுணர்வுப்

பாதையில் முன்னேற்றம் அடைவதற்கு ஒரு பக்தனிடம் போதிய புத்தி இல்லாவிட்டாலும், அவன் பக்தித் தொண்டினை நேர்மையுடனும் பக்தியுடனும் செயலாற்றினால், முன்னேற்றம் பெற்று இறுதியில் தன்னை வந்தடைவதற்கான வாய்ப்பை பகவானே நல்குகிறார்.

ஸ்லோகம் 11

तेषामेवानुकम्पार्थमहमज्ञानजं तमः ।
नाशयाम्यात्मभावस्थो ज्ञानदीपेन भास्वता ॥ ११ ॥

தேஷாம் ஏவானுகம்பார்த₂ம் அஹம் அஜ்ஞான-ஜம்' தம:
நாஷ₂யாம்யாத்ம-பா₄வ-ஸ்தோ₂ ஜ்ஞான-தீ₃பேன பா₄ஸ்வதா

தேஷாம்—அவர்களுக்கு; *ஏவ*—நிச்சயமாக; *அனுகம்பா-அர்த₂ம்*—விசேஷ கருணையைக் காட்ட; *அஹம்*—நான்; *அஜ்ஞான-ஜம்*—அறியாமையின் காரணமாக; *தம:*—இருள்; *நாஷ₂யாமி*—அழிக்கின்றேன்; *ஆத்ம-பா₄வ*—அவர்களது இதயத்தில்; *ஸ்த:₂*—நிலைபெற்று; *ஜ்ஞான*—ஞானத்தின்; *தீ₃பேன*—தீபத்தினால்; *பா₄ஸ்வதா*—ஒளிவிடும்.

அவர்களிடம் விசேஷ கருணையைக் காட்டுவதற்காக, அவர்களது இதயத்தினுள் வசிக்கும் நான், அறியாமையினால் பிறந்த இருளை ஞானமெனும் சுடர்விடும் தீபத்தினால் அழிக்கின்றேன்.

பொருளுரை: காசியில், ஹரே கிருஷ்ண, ஹரே கிருஷ்ண, கிருஷ்ண கிருஷ்ண, ஹரே ஹரே/ ஹரே ராம, ஹரே ராம, ராம ராம, ஹரே ஹரே, என்னும் கீர்த்தனத்தினை பகவான் சைதன்யர் பரவலாக பிரச்சாரம் செய்தபோது, ஆயிரக்கணக்கான மக்கள் அவரைப் பின்தொடர்ந்தனர். அச்சமயத்தில் காசியின் மிகப் புகழ்பெற்ற பண்டிதரான பிரகாசானந்த சரஸ்வதி, பகவான் சைதன்யரை உணர்ச்சிவசப்பட்டவர் என்று ஏளனம் செய்தார். பெரும்பாலான பக்தர்கள் அறியாமையின் இருளில் இருப்பதாகவும், தத்துவபூர்வமாகப் பார்த்தால் இவர்கள் குழந்தையைப் போன்று உணர்ச்சிபூர்வமானவர்கள் என்றும், சில சமயங்களில் பக்தர்களை மாயாவாத தத்துவவாதிகள் நிந்திப்பது உண்டு. ஆனால் அஃது உண்மையல்ல. பக்தியின் தத்துவமே சிறந்தது என்று எடுத்துரைத்த மிகமிகச்சிறந்த அறிஞர்கள் பலர் உண்டு. பக்தன், அத்தகு அறிஞர்களின் புத்தகங்களையோ தனது ஆன்மீக குருவையோ முறையாகப் பயன்படுத்திக்கொள்ளாவிட்டாலும், அவன் தனது பக்தித் தொண்டில் நேர்மையுடன் இருந்தால், அவனது இதயத்தினுள் வீற்றிருக்கும் கிருஷ்ணரே அவனுக்கு உதவுகிறார். எனவே, கிருஷ்ண உணர்வில் ஈடுபட்டுள்ள நேர்மையான பக்தன், ஞானமற்றவனாக இருக்க முடியாது. அவன் பூரண கிருஷ்ண உணர்வுடன் பக்தித்

தொண்டினை செயலாற்ற வேண்டும்—இதுவே அவனுக்குத் தேவையான ஒரே தகுதி.

பகுத்தறிவு இன்றி தூய ஞானத்தைப் பெற முடியாது என்று மாயாவாத தத்துவவாதிகள் எண்ணுகின்றனர். அவர்களுக்காகவே பரம புருஷர் இந்த பதிலை அளிக்கின்றார். தூய பக்தித் தொண்டில் ஈடுபட்டிருப்பவர்கள், போதிய கல்வி மற்றும் வேதக் கொள்கைகளில் போதிய ஞானம் இல்லாதவர்களாக இருந்தாலும், இந்த ஸ்லோகத்தில் கூறப்பட்டுள்ளபடி, முழுமுதற் கடவுளே அவர்களுக்கு உதவி செய்கிறார்.

அனுமானத்தின் மூலம் பரம உண்மையினை, பூரண உண்மையினை, பரம புருஷ பகவானைப் புரிந்துகொள்வதற்கு எவ்வித வாய்ப்பும் இல்லை என்று அர்ஜுனனுக்குக் கூறுகின்றார் பகவான். ஏனெனில், பரம உண்மை மிகவும் உன்னதமானவர், வெறுமனே மனதால் முயல்வதன் மூலம், அவரைப் புரிந்துகொள்வதோ அடைவதோ சாத்தியமல்ல. கோடிக்கணக்கான வருடங்கள் மனிதன் கற்பனை செய்து கொண்டே போகலாம்; ஆனால் அவன் பக்தனாக இல்லாவிடில், பரம உண்மையை நேசிப்பவனாக இல்லாவிடில், கிருஷ்ணர் அல்லது பரம உண்மையை அவனால் ஒருபோதும் புரிந்துகொள்ள முடியாது. பக்தித் தொண்டினால் மட்டுமே பரம உண்மையான கிருஷ்ணர் திருப்தியுற்று, தனது அசிந்திய சக்தியின் மூலம் தூய பக்தனின் இதயத்தில் தன்னை வெளிப்படுத்துகிறார். தூய பக்தன் சதா சர்வ காலமும் கிருஷ்ணரை தனது இதயத்தில் தாங்கியுள்ளான்; சூரியனைப் போன்றவரான கிருஷ்ணர் இருப்பதால், அறியாமை என்னும் இருள் உடனடியாக அகற்றப்படுகிறது. தூய பக்தனுக்கு கிருஷ்ணரால் அளிக்கப்படும் விசேஷ கருணை இதுவே.

பல கோடி பிறவிகளாக ஜடத்துடன் தொடர்பு கொண்டதன் களங்கத்தினால், ஒருவனுடைய இதயம் ஜடத்தன்மை என்னும் தூசியினால் எப்போதும் கவரப்பட்டுள்ளது. ஆனால் அவன் பக்தித் தொண்டில் ஈடுபட்டு, இடையறாது ஹரே கிருஷ்ண ஜபம் செய்யும்போது, அந்த தூசியினை விரைவில் தூய்மைப்படுத்தி தூய ஞானத்தின் தளத்திற்கு உயர்வு பெறுகின்றான். இறுதி இலக்கான விஷ்ணுவினை, பக்தித் தொண்டினாலும் நாம ஸங்கீர்த்தனத்தாலும் மட்டுமே அடைய முடியுமேயொழிய, மன அனுமானத்தினாலோ வாதங்களாலோ அல்ல. தூய பக்தன் தனது வாழ்க்கையின் ஜடத் தேவைகளைப் பற்றிக் கவலைப்பட வேண்டியதில்லை, அவன் ஏங்கத் தேவையில்லை; ஏனெனில், அவன் தனது இதயத்திலுள்ள இருளை அகற்றும்போது, பக்தனின் பிரியமான பக்தித் தொண்டினால்

திருப்தியுறும் பரம புருஷர் தனது பக்தனுக்குத் தேவையானவை அனைத்தையும் தானே வழங்குகிறார். இதுவே பகவத் கீதையின் உபதேசங்களின் சாரமாகும். பகவத் கீதையைக் கற்பதனால், ஒருவன் பரம புருஷரிடம் முழுமையாக சரணடைந்த ஆத்மாவாக ஆகி, தன்னைத் தூய பக்தித் தொண்டில் ஈடுபடுத்துகிறான். பகவானே பொறுப்பேற்றுக்கொள்வதால், அவன் எல்லாவிதமான ஜட விருப்பங்களிலிருந்தும் முழுமையாக விடுதலையடைகிறான்.

ஸ்லோகங்கள் 12–13

अर्जुन उवाच

परं ब्रह्म परं धाम पवित्रं परमं भवान् ।
पुरुषं शाश्वतं दिव्यमादिदेवमजं विभुम् ॥ १२ ॥
आहुस्त्वामृषयः सर्वे देवर्षिर्नारदस्तथा ।
असितो देवलो व्यासः स्वयं चैव ब्रवीषि मे ॥ १३ ॥

அர்ஜுன உவாச

பரம்' ப்$_3$ரஹ்ம பரம்' தா$_4$ம பவித்ரம்' பரமம்' ப$_4$வான்
புருஷம்' ஷா$_2$ஷ்$_2$வதம்' தி$_3$வ்யம் ஆதி$_3$-தே$_3$வம் அஜம்' விபு$_4$ம்
ஆஹுஸ் த்வாம் ரு'ஷய: ஸர்வே தே$_3$வர்ஷிர் நாரத$_3$ஸ் ததா$_2$
அஸிதோ தே$_3$வலோ வ்யாஸ: ஸ்வயம்' சைவ ப்$_3$ரவீஷி மே

அர்ஜுன: உவாச—அர்ஜுனன் கூறினான்; *பரம்*—பரம; *ப்$_3$ரஹ்ம*—உண்மை; *பரம்*—பரம; *தா$_4$ம*—இருப்பிடம்; *பவித்ரம்*—தூய்மையானவர்; *பரமம்*—பரம; *ப$_4$வான்*—நீரே; *புருஷம்*—புருஷர்; *ஷா$_2$ஷ்$_2$வதம்*—நித்தியமானவர்; *தி$_3$வ்யம்*—திவ்யமானவர்; *ஆதி$_3$-தே$_3$வம்*—ஆதி தேவர்; *அஜம்*—பிறப்பற்றவர்; *விபு$_4$ம்*—மிகப் பெரியவர்; *ஆஹு:*—கூறுகின்றனர்; *த்வாம்*—உம்மை; *ரு'ஷய:*—ரிஷிகள்; *ஸர்வே*—எல்லா; *தே$_3$வ-ரு'ஷி:*—தேவர்களின் ரிஷியாகிய; *நாரத:$_3$*—நாரதர்; *ததா$_2$*—அவ்வாறே; *அஸித:*—அஸிதர்; *தே$_3$வல:*—தேவலர்; *வ்யாஸ:*—வியாஸர்; *ஸ்வயம்*—தாங்களே; *ச*—மேலும்; *ஏவ*—நிச்சயமாக; *ப்$_3$ரவீஷி*—விளக்குகின்றீர்; *மே*—எனக்கு.

அர்ஜுனன் கூறினான்: நீரே பரபிரம்மன், உன்னத இருப்பிடம், மிகவும் தூய்மையானவர், பரம சத்தியம். நீரே நித்தியமானவர், திவ்யமானவர், ஆதி தேவர், பிறப்பற்றவர், மிகப் பெரியவர். உம்மைப் பற்றிய இந்த உண்மையினை, நாரதர், அஸிதர், தேவலர், வியாஸர் முதலிய மிகச்சிறந்த ரிஷிகளும் உறுதி செய்துள்ளனர், இப்பொழுது நீரே இதனை எனக்கு அறிவித்துள்ளீர்.

பொருளுரை: தனிப்பட்ட ஆத்மாவிடமிருந்து பரமன் வேறுபட்டவர் என்னும் கருத்து இந்த இரு ஸ்லோகங்களில் தெளிவாகக்

கூறப்பட்டுள்ளது, அதைப் புரிந்துகொள்வதற்கான வாய்ப்பினை இந்த ஸ்லோகங்களின் மூலம் மாயாவாத தத்துவவாதிகளுக்கு பரம புருஷர் வழங்குகிறார். இந்த அத்தியாயத்தில் பகவத் கீதையின் மிக முக்கியமான நான்கு ஸ்லோகங்களைக் கேட்ட பிறகு, அர்ஜுனன் எல்லாவித சந்தேகத்திலிருந்தும் முழுமையாக விடுபட்டு கிருஷ்ணரை பரம புருஷ பகவானாக ஏற்றுக்கொள்கிறான். "நீரே பரபிரம்மன், புருஷோத்தமராகிய முழுமுதற் கடவுள்" என்று அவன் உடனடியாக தைரியமாக அறிவிக்கின்றான். 'அனைத்தையும் அனைவரையும் தோற்றுவிப்பவன் நானே' என்று கிருஷ்ணர் முன்பே கூறியுள்ளார். எல்லா தேவர்களும், எல்லா மனிதர்களும் அவரையே சார்ந்துள்ளனர். மனிதர்களும் தேவர்களும், அறியாமையின் காரணத்தால் தங்களை பூரணமானவர்கள் என்றும் பரம புருஷ பகவானிடமிருந்து சுதந்திரமானவர்கள் என்றும் எண்ணுகின்றனர். பக்தித் தொண்டு செய்வதன் மூலம் இந்த அறியாமை முற்றிலும் விலக்கப்படுகிறது. இதனை முந்தைய ஸ்லோகத்திலேயே பகவான் விளக்கினார். இங்கே, வேத விதிமுறைகளுக்கு ஏற்ப, அவருடைய கருணையால், அர்ஜுனன் அவரை பரம உண்மையாக ஏற்றுக்கொள்கிறான். கிருஷ்ணர் அர்ஜுனனுக்கு மிக நெருங்கிய நண்பர் என்பதால், அர்ஜுனன், பரம உண்மை என்றும், முழுமுதற் கடவுள் என்றும் அவரை முகஸ்துதியாகக் கூறுகிறான் என்று கருதக் கூடாது. இந்த இரு ஸ்லோகங்களில் அர்ஜுனனால் கூறப்படுபவை அனைத்தும், வேத வாக்கியங்களில் உறுதி செய்யப்பட்டுள்ளன. பரம புருஷருக்கு பக்தித் தொண்டு செய்பவர்கள் மட்டுமே அவரைப் புரிந்துகொள்ள முடியும் என்றும், மற்றவர்களால் முடியாது என்றும் வேத வாக்கியங்கள் உறுதி செய்கின்றன. இந்த ஸ்லோகங்களில் அர்ஜுனனால் பேசப்பட்ட ஒவ்வொரு வார்த்தையும் வேத இலக்கியங்களில் உறுதி செய்யப்பட்டுள்ளது.

அனைத்தும் பரபிரம்மனைச் சார்ந்துள்ளதாக *கேன* உபநிஷத்தில் கூறப்பட்டுள்ளது, மேலும், அனைத்தும் தன்னைச் சார்ந்துள்ளதாக கிருஷ்ணர் ஏற்கனவே விளக்கியுள்ளார். *முண்ட₃க* உபநிஷத், அனைத்தும் எவரைச் சார்ந்துள்ளதோ அந்த பரம புருஷரை, அவரைப் பற்றி எப்போதும் சிந்திப்பதன் மூலமாக மட்டுமே உணர முடியும் என்று உறுதி செய்கிறது. கிருஷ்ணரைப் பற்றிய அத்தகு நிரந்தர சிந்தனை, *ஸ்மரணம்* எனப்படும், இது பக்தித் தொண்டின் வழிகளில் ஒன்றாகும். கிருஷ்ணருக்கு பக்தித் தொண்டு செய்வதால் மட்டுமே, ஒருவன் தனது நிலையைப் புரிந்து கொண்டு, இந்த ஜடவுடலிலிருந்து விடுபட முடியும்.

வேதங்களில், தூய்மையானவர்களில் மிகத் தூய்மையானவர் என்று பரம புருஷர் ஏற்கப்படுகிறார். தூய்மையானவர்களில் மிகத் தூய்மையானவர் கிருஷ்ணரே என்பதைப் புரிந்துகொள்பவன், தனது பாவச் செயல்களில் இருந்து தூய்மையடையலாம். பரம புருஷரிடம் சரணடையாத வரை பாவச் செயல்களின் பாதிப்புகளிலிருந்து தப்ப முடியாது. கிருஷ்ணர் பவித்ரமானவர் என்ற அர்ஜுனனின் கூற்று, வேத இலக்கியங்களின் கூற்றுகளுக்கு ஏற்புடையதாகும். மேலும் நாரதரை தலைமையாகக் கொண்ட மிகச்சிறந்த சான்றோர்களும் இதனை உறுதி செய்துள்ளனர்.

கிருஷ்ணரே புருஷோத்தமரான முழுமுதற் கடவுள், ஒருவன் எப்போதும் அவரின் மீது தியானம் செய்து, அவருடனான திவ்யமான உறவினை அனுபவிக்க வேண்டும். அவரே உன்னதமான இருப்பிடம். உடல் தேவைகள், மற்றும் பிறப்பு இறப்பிலிருந்து அவர் விடுபட்டவர். அர்ஜுனன் மட்டும் இதனை உறுதி செய்யவில்லை, எல்லா வேத இலக்கியங்களும் புராணங்களும் சரித்திரங்களும் இதையே கூறுகின்றன. எல்லா வேத நூல்களிலும் கிருஷ்ணர் இவ்வாறே வர்ணிக்கப்பட்டுள்ளார். "நான் பிறப்பற்றவன் என்றபோதிலும், தர்மத்தை நிலைநிறுத்துவதற்காக இவ்வுலகில் தோன்றுகின்றேன்" என்று அவரே நான்காம் அத்தியாயத்தில் கூறுகின்றார். அவரே ஆதி புருஷர்; அவரே எல்லா காரணங்களுக்கும் காரணம் என்பதால், அவருக்கு எந்த காரணமும் இல்லை, அனைத்தும் அவரிடமிருந்து தோன்றுபவையே. இந்தப் பக்குவமான ஞானத்தை பரம புருஷரின் கருணையினால் மட்டுமே பெற முடியும்.

கிருஷ்ணரின் கருணையால் அர்ஜுனன் இங்கே தன்னை வெளிப்படுத்துகிறான். நாம் பகவத் கீதையைப் புரிந்துகொள்ள விரும்பினால், இந்த இரு ஸ்லோகங்களில் கூறப்பட்டுள்ள கருத்தை ஏற்றுக் கொண்டாக வேண்டும். இதுவே குரு சீடப் பரம்பரையை ஏற்றுக்கொள்ளுதல் எனப்படும். சீடப் பரம்பரையை பின்பற்றாதவன் பகவத் கீதையைப் புரிந்துகொள்ள முடியாது. இது பெயரளவிலான பட்டப் படிப்பினால் சாத்தியமல்ல. துரதிர்ஷ்டவசமாக, வேத நூல்களில் இவ்வளவு சான்றுகள் இருந்தும், தங்களது ஏட்டுக் கல்வியால் கர்வமுற்று இருப்பவர்கள், கிருஷ்ணர் ஒரு சாதாரண மனிதரே என்னும் கருத்தில் பிடிவாதத்துடன் உள்ளனர்.

ஸ்லோகம் 14

சர்வமேதத்ருதம் மன்யே யன்மாம் வதஸி கேஶவ ।
ந ஹி தே பகவந்வ்யக்திம் விதுர்தேவா ந தானவ: ॥ ௧௪॥

ஸர்வம் ஏதத்$_3$ ரு'தம்' மன்யே யன் மாம்' வத$_3$ஸி கேஷ$_2$வ
ந ஹி தே ப$_4$க$_3$வன் வ்யக்திம்' விது$_3$ர் தே$_3$வா ந தா$_3$னவா:

ஸர்வம்—அனைத்தையும்; *ஏதத்$_3$*—இந்த; *ரு'தம்*—உண்மையாக; *மன்யே*—ஏற்கின்றேன்; *யத்*—எவற்றை; *மாம்*—என்னிடம்; *வத$_3$ஸி*—நீர் கூறினீரோ; *கேஷ$_2$வ*—கிருஷ்ணரே; *ந*—இல்லை; *ஹி*—நிச்சயமாக; *தே*—உமது; *ப$_4$க$_3$வன்*—பகவானே; *வ்யக்திம்*—வியக்தித்துவத்தை; *விது:$_3$*—அறிதல்; *தே$_3$வா:*—தேவர்கள்; *ந*—இல்லை; *தா$_3$னவா:*—அசுரர்கள்.

கிருஷ்ணா, தாங்கள் எனக்குக் கூறியவற்றை எல்லாம் உண்மை என நான் முழுமையாக ஏற்கின்றேன். பகவானே, தேவர்களோ, அசுரர்களோ, உமது வியக்தித்துவத்தை அறிய முடியாது.

பொருளுரை: அசுரத் தன்மை கொண்டவர்களும் நம்பிக்கையற்ற நபர்களும், கிருஷ்ணரைப் புரிந்துகொள்ள முடியாது என்பதை அர்ஜுனன் இங்கே உறுதி செய்கின்றான். அவரைத் தேவர்களாலேயே அறிய முடியாதபோது, நவீன உலகின் பெயரளவு அறிஞர்களைப் பற்றி என்ன சொல்வது? பரம புருஷரின் கருணையினால், பரம உண்மை கிருஷ்ணரே என்றும், அவரே பக்குவமான நபர் என்றும், அர்ஜுனன் புரிந்து கொண்டான். எனவே, நாம் அர்ஜுனனின் பாதையைப் பின்பற்ற வேண்டும். பகவத் கீதைக்கு அர்ஜுனன் அதிகாரம் பெற்றவனாவான். நான்காம் அத்தியாயத்தில் விளக்கப்பட்டபடி, பகவத் கீதையைப் புரிந்துகொள்வதற்கான சீடப் பரம்பரை விடுபட்ட காரணத்தினால், தனது நெருங்கிய நண்பனாகவும் சிறந்த பக்தனாகவும் தன்னால் கருதப்பட்ட அர்ஜுனனின் மூலமாக மீண்டும் ஒரு சீடத்தொடரை கிருஷ்ணர் ஸ்தாபித்தார். எனவே, இந்த கீதோபநிஷத்திற்கான எமது அறிமுகத்தில் கூறப்பட்டுள்ளதுபோல், பகவத் கீதை பரம்பரை மூலமாகவே புரிந்துகொள்ளப்பட வேண்டும். சீடப் பரம்பரை இழக்கப்பட்டபோது, அதனை புதுப்பிப்பதற்காக அர்ஜுனன் தேர்ந்தெடுக்கப்பட்டான். கிருஷ்ணர் கூறியவை அனைத்தையும் முழுமையாக ஏற்றுக் கொண்ட அர்ஜுனனின் உதாரணத்தை நாமும் பின்பற்ற வேண்டும்; பின்னர், நாம் பகவத் கீதையின் சாரத்தை புரிந்துகொள்ள முடியும், அப்போதுதான் கிருஷ்ணரே புருஷோத்தமரான முழுமுதற் கடவுள் என்பதை நம்மால் புரிந்துகொள்ள முடியும்.

ஸ்லோகம் 15

स्वयमेवात्मनात्मानं वेत्थ त्वं पुरुषोत्तम ।
भूतभावन भूतेश देवदेव जगत्पते ॥ १५ ॥

ஸ்வயம் ஏவாத்மனாத்மானம்' வேத்த$_2$ த்வம்' புருஷோத்தம
பூ$_4$த-பா$_4$வன பூ$_4$தேஷ$_2$ தே$_3$வ-தே$_3$வ ஜக$_3$த்-பதே

ஸ்வயம்—சுயமாக; *ஏவ*—நிச்சயமாக; *ஆத்மனா*—உம்மாலேயே; *ஆத்மானம்*—உம்மை; *வேத்த$_2$*—அறிகின்றீர்; *த்வம்*—நீர்; *புருஷ-உத்தம*—புருஷர்களில் உத்தமரே; *பூ$_4$த-பா$_4$வன*—அனைத்திற்கும் மூலமே; *பூ$_4$த-ஈஷ$_2$*—அனைத்திற்கும் இறைவனே; *தே$_3$வ-தே$_3$வ*—தேவர்களின் தேவரே; *ஜக$_3$த்-பதே*—அகிலத்தின் இறைவனே.

உத்தம புருஷரே, அனைத்திற்கும் மூலமே, அனைவருக்கும் இறைவனே, தேவர்களின் தேவரே, அகிலத்தின் இறைவனே, உண்மையில், உமது சுய அந்தரங்க சக்தியின் மூலம் நீரே உம்மை அறிவீர்.

பொருளுரை: அர்ஜுனனையும் அவனைப் பின்பற்றுபவர்களையும் போன்று, பக்தித் தொண்டில் ஈடுபட்டு பரம புருஷருடன் உறவு கொண்டுள்ளவர்களால் மட்டுமே கிருஷ்ணரைப் புரிந்துகொள்ள முடியும். நாத்திக அல்லது அசுர எண்ணம் கொண்டவர்களால் அவரைப் புரிந்துகொள்ள முடியாது. பரம புருஷரிடமிருந்து ஒருவனை விலக்கிச் செல்லும் மன அனுமானம் மிகவும் மோசமான பாவமாகும். கிருஷ்ணரை அறியாதவன் பகவத் கீதைக்கு விளக்கமளிக்க முயலக் கூடாது. பகவத் கீதை கிருஷ்ணரால் உரைக்கப்பட்டதாகும், இது கிருஷ்ண விஞ்ஞானம் என்பதால், அர்ஜுனன் எவ்வாறு புரிந்து கொண்டானோ அவ்வாறே கிருஷ்ணரிடமிருந்து புரிந்துகொள்ளப்பட வேண்டும். இதனை நாத்திகர்களிடமிருந்து பெறுதல் கூடாது.

ஸ்ரீமத் பாகவதத்தில் (1.2.11) கூறப்பட்டுள்ளபடி,

வத$_3$ந்தி தத் தத்த்வ-வித$_3$ஸ் தத்த்வம்' யஜ் ஜ்ஞானம் அத்$_3$வயம்
ப்$_3$ரஹ்மேதி பரமாத்மேதி ப$_4$க$_3$வான் இதி ஷ$_2$ப்$_3$த்$_3$யதே

பரம உண்மை மூன்று விதங்களில் உணரப்படுகின்றது: அருவப் பிரம்மன், உள்ளிருக்கும் பரமாத்மா, இறுதியாக பரம புருஷ பகவான். எனவே, பரம உண்மையைப் புரிந்துகொள்பவன், அதன் இறுதி நிலையில் பரம புருஷ பகவானிடம் வருகின்றான். சாதாரண மனிதன் மட்டுமல்ல, அருவ பிரம்மனையோ உள்ளிருக்கும் பரமாத்மாவையோ உணர்ந்த முக்தி பெற்ற மனிதனும் கூட, பகவானின் வியக்தித்து வத்தை (அவர் ஒரு நபர் என்பதை) புரிந்துகொள்ள முடிவதில்லை. அத்தகு மனிதர்கள், கிருஷ்ணர் என்னும் நபரால் பேசப்பட்ட பகவத் கீதையின் ஸ்லோகங்களின் மூலம் பரம புருஷரை புரிந்துகொள்ள முயலலாம். சில சமயங்களில் அருவவாதிகள், கிருஷ்ணரை ஓர்

அதிகாரம் பொருந்திய நபராக அல்லது பகவானாக ஏற்கின்றனர். இருப்பினும், முக்தி பெற்ற நபர்களில் பலரும் கிருஷ்ணரை புருஷோத்தமராக, உத்தம புருஷராக அறிய முடியாது. எனவே, அர்ஜுனன் இங்கு அவரை புருஷோத்தமர் என்று அழைக்கிறான். மேலும், கிருஷ்ணரே எல்லா உயிர்வாழிகளின் தந்தை என்பதை ஒருவன் அறியாமல் இருக்கலாம் என்பதற்காக, அர்ஜுனன் அவரை *பூ$_4$த-பா$_4$வன* என்று அழைக்கிறான். எல்லா உயிர்வாழிகளின் தந்தையாக அவரை ஒருவன் அறிந்து கொண்டாலும், அவரே பரம ஆளுநர் என்பதை அறியாமல் இருக்கலாம்; எனவே, அவர் *பூ$_4$தேஷ$_2$,* எல்லாரையும் கட்டுப்படுத்தும் பரம ஆளுநர் என்று அழைக்கப் படுகிறார். மேலும், கிருஷ்ணரே எல்லா உயிர்வாழிகளின் பரம ஆளுநர் என்பதை ஒருவன் அறிந்திருந்தாலும், அவரே எல்லா தேவர்களுக்கும் மூலம் என்பதை அவன் அறியாமல் இருக்கலாம்; எனவே, அவர் *தே$_3$வதே$_3$வ,* எல்லா தேவர்களாலும் வணங்கப்படும் கடவுள் என்று அழைக்கப்படுகிறார். எல்லா தேவர்களாலும் வழிபடப்படும் கடவுள் அவரே என்பதை ஒருவன் அறிந்திருந்தாலும், அவரே எல்லாவற்றின் பரம உரிமையாளர் என்பதை அவன் அறியாமல் இருக்கலாம்; எனவே, அவர் *ஜக$_3$த்பதி* என்று அழைக்கப்படுகிறார். இவ்வாறாக, கிருஷ்ணரைப் பற்றிய உண்மை, அதனை உணர்ந்த அர்ஜுனனின் மூலம் இந்த ஸ்லோகத்தில் நிலை நிறுத்தப்படுகின்றது, கிருஷ்ணரை உள்ளபடி புரிந்துகொள்ள நாம் அர்ஜுனனின் அடிச்சுவடுகளைப் பின்பற்ற வேண்டும்.

ஸ்லோகம் 16

वक्तुमर्हस्यशेषेण दिव्या ह्यात्मविभूतयः ।
याभिर्विभूतिभिर्लोकानिमांस्त्वं व्याप्य तिष्ठसि ॥ १६ ॥

வக்தும் அர்ஹஸ்யஷே$_2$ஷேண தி$_3$வ்யா ஹ்யாத்ம-விபூ$_4$தய:
யாபி$_4$ர் விபூ$_4$திபி$_4$ர் லோகான் இமாம்'ஸ த்வம்' வ்யாப்ய திஷ்ட$_2$ஸி

வக்தும்—கூறுவதற்கு; *அர்ஹஸி*—நீங்கள் விரும்பினால்; *அஷே$_2$ஷேண*—விவரமாக; *தி$_3$வ்யா:*—திவ்யமான; *ஹி*—நிச்சயமாக; *ஆத்ம*—தங்களது சுய; *விபூ$_4$தய:*—வைபவங்கள்; *யாபி:$_4$*—எவற்றால்; *விபூ$_4$திபி:$_4$*—வைபவங்கள்; *லோகான்*—எல்லா உலகங்களிலும்; *இமான்*—இந்த; *த்வம்*—நீங்கள்; *வ்யாப்ய*—வியாபித்து; *திஷ்ட$_2$ஸி*—இருக்கின்றீர்.

எந்த வைபவங்களால் இந்த உலகம் முழுவதும் தாங்கள் வியாபித்து இருக்கின்றீர்களோ, தங்களுடைய அந்த திவ்யமான வைபவங்களை தயவுசெய்து எனக்கு விவரமாகக் கூறுங்கள்.

பொருளுரை: இந்த ஸ்லோகத்திலிருந்து, பரம புருஷ பகவான் கிருஷ்ணரைப் புரிந்துகொள்வதில் அர்ஜுனன் ஏற்கெனவே திருப்தி

அடைந்துள்ளான் என்பது தெரிகிறது. சுய அனுபவம், புத்தி, ஞானம் மற்றும் ஒரு மனிதனுக்குத் தேவையானவை அனைத்தையும் கிருஷ்ணரின் கருணையால் அர்ஜுனன் பெற்றிருந்தான், அவ்வெல்லா திறன்களையும் கொண்டு கிருஷ்ணரை பரம புருஷ பகவானாக அவன் புரிந்து கொண்டான். அவனுக்கு எந்த சந்தேகமும் இல்லை, இருப்பினும் அவரது எங்கும் வியாபித்திருக்கும் தன்மையை விளக்குமாறு அவன் கிருஷ்ணரிடம் வேண்டுகிறான். சாதாரண மக்கள், குறிப்பாக அருவவாதிகள், இறைவனின் எங்கும் வியாபித்திருக்கும் தன்மையை அறிவதில் அதிக ஆர்வம் காட்டுகின்றனர். எனவே, கிருஷ்ணர் எவ்வாறு தனது பல்வேறு சக்திகளின் மூலம் எல்லா இடங்களிலும் வியாபித்துள்ளார் என்று அர்ஜுனன் வினவுகிறான். இந்த வினா, சாதாரண மக்களின் சார்பாக அர்ஜுனனால் வினவப்பட்டது என்பதை அறிதல் அவசியம்.

ஸ்லோகம் 17

कथं विद्यामहं योगिंस्त्वां सदा परिचिन्तयन् ।
केषु केषु च भावेषु चिन्त्योऽसि भगवन्मया ॥ १७॥

கத$_2$ம்' வித்$_3$யாம் அஹம்' யோகி$_3$ம்'ஸ் த்வாம்' ஸதா$_3$ பரிசிந்தயன்
கேஷு கேஷு ச பா$_4$வேஷு சிந்த்யோ 'ஸி ப$_4$க$_3$வன் மயா

கத$_2$ம்—எவ்வாறு; *வித்$_3$யாம் அஹம்*—நான் அறியலாம்; *யோகி$_3$ன்*—உன்னத யோகியே; *த்வாம்*—உம்மை; *ஸதா$_3$*—எப்போதும்; *பரிசிந்தயன்*—எண்ணிக் கொண்டு; *கேஷு*—எந்த; *கேஷு*—எந்த; *ச*—மேலும்; *பா$_4$வேஷு*—இயல்புகள்; *சிந்த்ய: அஸி*—நீர் நினைவுகூரப்படலாம்; *ப$_4$க$_3$வன்*—பகவானே; *மயா*—என்னால்.

உன்னத யோகியாகிய கிருஷ்ணரே, நான் உம்மை இடையறாது நினைப்பதும் அறிவதும் எங்ஙனம்? பகவானே, வேறு எந்தெந்த உருவங்களில் உம்மை நினைவிற்கொள்ள முடியும்?

பொருளுரை: முந்தைய அத்தியாயத்தில் கூறப்பட்டபடி, பரம புருஷ பகவான் தனது யோக மாயையினால் மறைக்கப்பட்டுள்ளார். சரணடைந்த ஆத்மாக்களும் பக்தர்களும் மட்டுமே அவரைக் காண முடியும். தற்போது தனது நண்பரான கிருஷ்ணர், முழுமுதற் கடவுள் என்பதில் அர்ஜுனன் முழு நம்பிக்கையைப் பெற்று விட்டான்; இருப்பினும், எங்கும் பரவியிருக்கும் இறைவனை சாதாரண மனிதனும் புரிந்துகொள்வதற்கு உகந்த ஒரு வழிமுறையை அறிந்துகொள்ள விரும்புகிறான். கிருஷ்ணர், *யோக$_3$-மாயா* எனும் சக்தியினால் பாதுகாக்கப்பட்டுள்ளதால், அசுரர்கள், நாத்திகர்கள் உட்பட எந்த சாதாரண மனிதனும் அவரை அறிந்துகொள்வது

சாத்தியமல்ல. எனவே, அவர்களின் நன்மைக்காக இந்த வினாக்கள் அர்ஜுனனால் எழுப்பப்படுகின்றன. உயர்ந்த பக்தன் தான் புரிந்து கொண்டால் மட்டும் போதும் என்று விரும்புவதில்லை, மொத்த மனித சமுதாயமும் புரிந்துகொள்ள வேண்டும் என்று விரும்புகிறான். வைஷ்ணவனாக, பக்தனாக இருப்பதால், பரம புருஷரின் எங்கும் வியாபித்திருக்கும் தன்மையை சாதாரண மனிதனும் புரிந்து கொள்வதற்கு அர்ஜுனன் தனது கருணையால் வழிவகுக்கிறான். அவன் கிருஷ்ணரை *யோகி$_3$ன்* என்று சிறப்பாக அழைக்கின்றான்; ஏனெனில், ஸ்ரீ கிருஷ்ணரே *யோக$_3$-மாயா* எனும் சக்திக்கு எஜமானராவார், சாதாரண மனிதர்களிடம் அவரை மறைப்பதும் வெளிக்காட்டுவதும் அந்த சக்தியே. கிருஷ்ணரின் மீது அன்பில்லாத சாதாரண மனிதன், அவரை எப்போதும் எண்ணிக் கொண்டிருக்க முடியாது; எனவே, அவன் ஜட ரீதியில்தான் சிந்திக்க வேண்டும். இவ்வுலகிலுள்ள பௌதிகவாதிகளின் சிந்திக்கும் முறையினை அர்ஜுனன் கருத்தில் கொள்கிறான். *கேஷு கேஷு ச பா$_4$வேஷு* என்னும் வார்த்தைகள், ஜட இயற்கையைக் குறிப்பவை (*பா$_4$வ* என்றால் "பௌதிகப் பொருட்கள்"). ஜடவாதிகள் கிருஷ்ணரை ஆன்மீகமாகப் புரிந்துகொள்ள முடியாது; எனவே, கிருஷ்ணரின் பிரதிநிதித்துவங்களாக செயல்படும் ஜடப் பொருட்களில் மனதைச் செலுத்தி, அவர் அவற்றில் எவ்வாறு தோன்றுகிறார் என்பதை அறிய முயலுமாறு அவர்கள் அறிவுறுத்தப்படுகின்றனர்.

ஸ்லோகம் 18

विस्तरेणात्मनो योगं विभूतिं च जनार्दन ।
भूय: कथय तृप्तिर्हि शृण्वतो नास्ति मेऽमृतम् ॥ १८ ॥

விஸ்தரேணாத்மனோ யோக$_3$ம்' விபூ$_4$திம்' ச ஜனார்த$_3$ன
பூ$_4$ய: கத$_2$ய த்ரு'ப்திர் ஹி ஷ்$_2$ரு'ண்வதோ நாஸ்தி மே 'ம்ரு'தம்

விஸ்தரேண—விவரமாக; *ஆத்மன:*—உமது; *யோக$_3$ம்*—யோக சக்தி; *விபூ$_4$திம்*—வைபவங்கள்; *ச*—மேலும்; *ஜன-அர்த$_3$ன*—நாத்திகரை அழிப்பவரே; *பூ$_4$ய:*—மீண்டும்; *கத$_2$ய*—விளக்கவும்; *த்ரு'ப்தி:*—திருப்தி; *ஹி*—நிச்சயமாக; *ஷ்$_2$ருண்வத:*—கேட்டு; *ந அஸ்தி*—மேலும் இல்லை; *மே*—எனது; *அம்ருதம்*—அமிர்தம்.

ஜனார்தனா! உமது வைபவங்களின் யோக சக்தியைப் பற்றி தயவுசெய்து விவரமாகக் கூறவும். உம்மைப் பற்றிக் கேட்பதில் நான் ஒருபோதும் நிறைவடைவதில்லை. ஏனெனில், உம்மைப் பற்றி அதிகமாகக் கேட்கும்போது, உமது வார்த்தைகளின் அமிர்தத்தை நான் அதிகமாக சுவைக்க விரும்புகிறேன்.

பொருளுரை: இதே போன்ற கருத்தினை, நைமிசாரண்யத்தில் சௌனகர் தலைமையில் கூடிய ரிஷிகள் சூத கோஸ்வாமியிடம் கூறினர்,

வயம்' து ந வித்ரு'ப்யாம உத்தம-ஷ்$_2$லோக-விக்ரமே
யச் ச்$_2$ரு'ண்வதாம்' ரஸ-ஜ்ஞானாம்' ஸ்வாது$_3$ ஸ்வாது$_3$ பதே$_3$ பதே$_3$

"உத்தம ஸ்லோகங்களால் புகழப்படும் கிருஷ்ணரது திவ்ய லீலைகளை ஒருவன் தொடர்ந்து கேட்டாலும், அவன் ஒருபோதும் நிறைவடைவதில்லை. கிருஷ்ணரது திவ்யமான உறவில் நுழைந்தவர்கள், அவரது லீலைகளைப் பற்றிய வர்ணனைகளின் ஒவ்வொரு பதத்தையும் அனுபவிக்கின்றனர்." (ஸ்ரீமத் பாகவதம் 1.1.19) இவ்வாறாக கிருஷ்ணரைப் பற்றிக் கேட்பதில் அர்ஜுனன் ஆவலுடன் இருக்கின்றான். அதிலும் குறிப்பாக, எங்கும் நிறைந்த பரம புருஷராக அவர் எவ்வாறு இருக்கிறார் என்பதைப் பற்றி.

அமிர்தத்தைப் பொறுத்தவரை, கிருஷ்ணரைப் பற்றிய அனைத்து வர்ணனைகளும் அமிர்தம் போன்றதே. இந்த அமிர்தம் அனுபவத்தினால் உணரக்கூடியதாகும். நவீன நாவல்களும், கதைகளும் சரித்திரங்களும், இறைவனின் லீலைகளிலிருந்து வேறுபட்டவை; ஜடவுலக கதைகளைக் கேட்பதில் ஒருவன் சோர்வடையலாம், ஆனால் கிருஷ்ணரைப் பற்றிக் கேட்பதில் அவன் சோர்வடைவதே இல்லை. இந்த காரணத்தினால்தான் அகில உலகத்தின் வரலாறு முழுவதும் இறைவனின் அவதாரங்களைப் பற்றிய லீலைகளால் நிறைந்துள்ளது. பகவானின் பல்வேறு அவதார லீலைகளை எடுத்துரைக்கும் பழங்கால வரலாற்றுப் புத்தகங்களே புராணங்கள். இவ்விதமாக, படிக்கப்படும் விஷயம் மீண்டும்மீண்டும் படிக்கப்பட்டாலும் என்றும் புதிதாக விளங்குகின்றது.

ஸ்லோகம் 19

श्रीभगवानुवाच
हन्त ते कथयिष्यामि दिव्या ह्यात्मविभूतयः ।
प्राधान्यतः कुरुश्रेष्ठ नास्त्यन्तो विस्तरस्य मे ॥ १९॥

ஸ்ரீ-ப$_4$க$_3$வான் உவாச
ஹந்த தே கத$_2$யிஷ்யாமி தி$_3$வ்யா ஹ்யாத்ம-விபூ$_4$தய:
ப்ராதா$_4$ன்யத: குரு-ஷ்$_2$ரேஷ்ட$_2$ நாஸ்த்யந்தோ விஸ்தரஸ்ய மே

ஸ்ரீ-ப$_4$க$_3$வான் உவாச—புருஷோத்தமரான முழுமுதற் கடவுள் கூறினார்; *ஹந்த*—ஆம்; *தே*—உனக்கு; *கத$_2$யிஷ்யாமி*—கூறுகின்றேன்; *தி$_3$வ்யா:*—தெய்வீகமான; *ஹி*—நிச்சயமாக; *ஆத்ம-விபூ$_4$தய:*—எனது சுய வைபவங்கள்; *ப்ராதா$_4$ன்யத:*—முக்கியமான; *குரு-ஷ்$_2$ரேஷ்ட$_2$*—

குருக்களில் சிறந்தவனே; *ந அஸ்தி*—இல்லை; *அந்த:*—எல்லை; *விஸ்தரஸ்ய*—விரிவுக்கு; *மே*—எனது.

புருஷோத்தமரான முழுமுதற் கடவுள் கூறினார்: அப்படியே ஆகட்டும், நான் எனது தெய்வீகமான தோற்றங்களைப் பற்றி உனக்குக் கூறுகின்றேன். ஆனால் நான் முக்கியமானவற்றை மட்டுமே கூறப் போகின்றேன், ஏனெனில், அர்ஜுனா, எனது வைபவங்களோ எல்லையற்றவை.

பொருளுரை: கிருஷ்ணரது சிறப்பையும் அவரது வைபவங்களையும் அளவிடுவது சாத்தியமல்ல. ஜீவாத்மாவின் புலன்கள் எல்லைக்கு உட்பட்டவை, கிருஷ்ணருடைய செயல்களை முழுமையாகப் புரிந்துகொள்ள இவை அனுமதிப்பதில்லை. இருப்பினும், பக்தர்கள் கிருஷ்ணரைப் புரிந்துகொள்ள முயற்சிக்கின்றனர். ஆனால் வாழ்வின் ஏதோ ஒரு நிலையில், அல்லது வருங்காலத்தில் கிருஷ்ணரை முழுமையாகப் புரிந்துகொள்ளலாம் என்ற கருத்துடன் அல்ல. மாறாக, கிருஷ்ணரைப் பற்றிய அனைத்து விஷயங்களும் ஆனந்தம் தருபவையாக இருப்பதால், அவை பக்தர்களுக்கு அமிர்தத்தைப் போன்று தோன்றுகின்றன. இவ்வாறாக பக்தர்கள் அவற்றை அனுபவிக்கின்றனர். கிருஷ்ணரது வைபவங்களையும் அவரது பலதரப்பட்ட சக்திகளையும் பற்றி உரையாடுவதில் தூய பக்தர்கள் தெய்வீக ஆனந்தத்தை அடைகின்றனர். எனவே, அவற்றைக் கேட்கவும், விவாதிக்கவும் அவர்கள் விரும்புகின்றனர். தனது வைபவங்களின் எல்லைகளை ஜீவாத்மாக்களால் புரிந்துகொள்ள முடியாது என்பது கிருஷ்ணருக்குத் தெரியும்; எனவே, அவர் தனது பல்வேறு சக்திகளுள் முக்கியமானத் தோற்றங்களைப் பற்றி மட்டும் கூறுவதற்கு ஒப்புக் கொண்டார். *ப்ராதா₄ன்யத:* (பிரதானமான, முக்கியமான) எனும் சொல் மிகவும் முக்கியமானதாகும்; ஏனெனில், பரம புருஷரின் முக்கிய விளக்கங்களில் சிலவற்றை மட்டுமே நாம் புரிந்துகொள்ள முடியும், அவரது தன்மைகள் எல்லையற்றதாயிற்றே. அவற்றை முழுமையாகப் புரிந்துகொள்வது சாத்தியமல்ல. இந்த ஸ்லோகத்திலுள்ள *விபூ₄தி* எனும் சொல், இந்த முழு படைப்பினை கட்டுப்படுத்தக்கூடிய பகவானின் வைபவங்களைக் குறிக்கின்றது. *விபூ₄தி* என்பது தன்னிகரற்ற வைபவங்களைக் குறிக்கக் கூடியது என்று *அமர-கோஷ₂* அகராதியில் சொல்லப்பட்டுள்ளது.

முழுமுதற் கடவுளின் தன்னிகரற்ற வைபவங்களையோ, அவரது தெய்வீக சக்தியின் தோற்றங்களையோ அருவவாதியினால் புரிந்துகொள்ள முடியாது. ஜடவுலகம் மற்றும் ஆன்மீக உலகம்—இரண்டின் தோற்றத்திலும் அவரது சக்திகள் பரந்து காணப்படுகின்றன.

இனி, சாதாரண மனிதனால் எவற்றை நேரடியாக அறிய முடியுமோ அவற்றை கிருஷ்ணர் விவரிக்கின்றார். இவ்வாறாக அவரது பலதரப்பட்ட சக்திகளின் ஒரு பகுதி இங்கே விளக்கப்படுகின்றது.

ஸ்லோகம் 20

अहमात्मा गुडाकेश सर्वभूताशयस्थितः ।
अहमादिश्च मध्यं च भूतानामन्त एव च ॥ २० ॥

அஹம் ஆத்மா கு$_3$டா$_3$கேஷ$_2$ ஸர்வ-பூ$_4$தாஷ$_2$ய-ஸ்தி$_2$த:
அஹம் ஆதி$_3$ஷ்$_2$ ச மத்$_4$யம்' ச பூ$_4$தானாம் அந்த ஏவ ச

அஹம்—நான்; *ஆத்மா*—ஆத்மா; *கு$_3$டா$_3$கேஷ$_2$*—அர்ஜுனா; *ஸர்வ-பூ$_4$த*—எல்லா உயிர்களின்; *ஆஷ$_2$ய-ஸ்தி$_2$த:*—உள்ளிருக்கும்; *அஹம்*—நான்; *ஆதி:$_3$*—ஆரம்பம்; *ச*—மேலும்; *மத்$_4$யம்*—நடு; *ச*—மேலும்; *பூ$_4$தானாம்*—எல்லா உயிர்களின்; *அந்த:*—இறுதி; *ஏவ*—நிச்சயமாக; *ச*—மேலும்.

அர்ஜுனா, எல்லா உயிர்களின் இதயங்களிலும் வீற்றிருக்கும் பரமாத்மா நானே. எல்லா உயிர்களின் ஆரம்பமும் நடுவும் இறுதியும் நானே.

பொருளுரை: இந்த ஸ்லோகத்தில், *கு$_3$டா$_3$கேஷ$_2$*, அதாவது, "உறக்கம் என்னும் இருளை வென்றவன்" என்ற பெயரால் அர்ஜுனன் அழைக்கப்படுகிறான். அறியாமையின் இருளில் உறங்கிக் கொண்டிருப்பவர்களுக்கு, ஜடவுலகிலும் ஆன்மீக உலகிலும் பல்வேறு வழிகளில் பரம புருஷ பகவான் எவ்வாறு தோன்றுகிறார் என்பதைப் புரிந்துகொள்வது சாத்தியமல்ல. எனவே, கிருஷ்ணர் அர்ஜுனனை இவ்வாறு அழைத்தது முக்கியத்துவம் வாய்ந்ததாகும். அர்ஜுனன் அத்தகு இருளுக்கு அப்பாற்பட்டவன் என்பதால், தனது பல்வேறு வைபவங்களை விளக்க முழுமுதற் கடவுள் ஒப்புக் கொண்டார்.

தனது சொந்த விரிவங்கத்தின் மூலம், முழு பிரபஞ்ச படைப்பிற்கும் தானே ஆத்மாவாக விளங்குவதாக அர்ஜுனனிடம் கிருஷ்ணர் முதலில் தெரிவிக்கிறார். ஜடவுலகினை படைப்பதற்கு முன்பு, முழுமுதற் கடவுள் தனது சொந்த விரிவங்கத்தின் மூலம், புருஷ அவதாரத்தினை ஏற்றுக்கொள்கிறார், அவரிடமிருந்தே அனைத்தும் தொடங்கியது. எனவே, அவரே ஆத்மா, அதாவது, அகிலத்தின் மூலப் பொருளான மஹத் தத்துவத்தின் ஆத்மா. மொத்த ஜட சக்தி (*மஹத்-தத்த்வ*) படைப்பிற்கான காரணமல்ல; *மஹத்-தத்த்வ* எனப்படும் இந்த ஜட சக்தியினுள் மஹாவிஷ்ணு நுழைகின்றார். எனவே, அவரே ஆத்மா. படைக்கப்பட்ட உலகத்தில் மஹாவிஷ்ணு நுழையும்போது, மீண்டும் அவர் தன்னை விரிவுபடுத்தி, ஒவ்வோர் உயிர்வாழியிலும்

பரமாத்மாவாக நுழைகிறார். தனிப்பட்ட உயிர்வாழியின் உடலில் ஆன்மீகப் பொறி இருப்பதால்தான் அந்த உடல் வாழ்கின்றது என்பதை நாம் அறிவோம். அந்த ஆன்மீகப் பொறி இல்லாவிடில், உடல் வளர முடியாது. அதுபோலவே, பரமாத்மாவான கிருஷ்ணர் நுழையாவிடில், இந்த ஜடத் தோற்றம் வளர முடியாது. *ஸுபா$_3$ல* உபநிஷத்தில் கூறப்பட்டுள்ளது போல, *ப்ரக்ரு'த்யாதி$_3$–ஸர்வ–பூ$_4$தாந்தர்–யாமீ ஸர்வ–ஷே$_2$ஷீ ச நாராயண:*—"புருஷோத்தமரான முழுமுதற் கடவுள் படைக்கப்பட்ட எல்லா உலகங்களிலும் பரமாத்மாவாக வீற்றுள்ளார்."

ஸ்ரீமத் பாகவதத்தில் மூன்று புருஷ அவதாரங்கள் விளக்கப் பட்டுள்ளனர். *ஸாத்வத–தந்த்ரங்களில்* ஒன்றான நாரத பஞ்சராத்ரத்தில் அவர்கள் விளக்கப்பட்டுள்ளனர். *விஷ்ணோஸ் து த்ரீணி ரூபாணி புருஷாக்$_2$யான்–யதோ$_2$ விது:$_3$*—இந்த ஜடவுலகில், காரணோதகஷாயி விஷ்ணு, கர்போதகஷாயி விஷ்ணு, க்ஷீரோதகஷாயி விஷ்ணு ஆகிய மூன்று ரூபங்களில் முழுமுதற் கடவுள் தோன்றுகிறார். காரணோதக ஷாயி விஷ்ணு என்று அழைக்கப்படும் மஹாவிஷ்ணு, பிரம்ம ஸம்ஹிதையில் (5.47) விளக்கப்பட்டுள்ளார். *ய: காரணார்ணவ–ஜலே ப$_4$ஜதி ஸ்ம யோக$_3$–நித்$_3$ராம்*—எல்லா காரணங்களுக்கும் காரணமும் ஆதி புருஷருமான கிருஷ்ணர், மஹாவிஷ்ணுவாக காரணக் கடலில் படுத்துக் கொண்டுள்ளார். எனவே, முழுமுதற் கடவுளே இந்த பிரபஞ்சத்தின் ஆரம்பம், அவரே பிரபஞ்சத் தோற்றத்தின் பாதுகாவலர், மற்றும் எல்லா சக்திகளின் முடிவும் அவரே.

ஸ்லோகம் 21

आदित्यानामहं विष्णुर्ज्योतिषां रविरंशुमान् ।
मरीचिर्मरुतामस्मि नक्षत्राणामहं शशी ॥ २१ ॥

ஆதி$_3$த்யானாம் அஹம்' விஷ்ணுர்ஜ்யோ திஷாம்' ரவிர் அம்'ஷு$_2$மான்
மரீசிர் மருதாம் அஸ்மி நக்ஷத்ராணாம் அஹம்' ஷ$_2$ஷீ$_2$

ஆதி$_3$த்யானாம்—ஆதித்தியர்களில்; *அஹம்*—நான்; *விஷ்ணு:*—முழுமுதற் கடவுள்; *ஜ்யோதிஷாம்*—ஜோதிகளில்; *ரவி:*—சூரியன்; *அம்ஷு$_2$-மான்*—பிரகாசமான; *மரீசி:*—மரீசி; *மருதாம்*—மருத்துகளில்; *அஸ்மி*—நான்; *நக்ஷத்ராணாம்*—நட்சத்திரங்களில்; *அஹம்*—நான்; *ஷ$_2$ஷீ$_2$*—நிலவு.

ஆதித்தியர்களில் நான் விஷ்ணு; ஜோதிகளில் பிரகாசிக்கும் சூரியன்; மருத்துகளில் நான் மரீசி; நட்சத்திரங்களில் நான் நிலவு.

பொருளுரை: பன்னிரண்டு ஆதித்தியர்கள் உள்ளனர், அவர்களில் முதன்மையானவர் கிருஷ்ணரே. வானில் பிரகாசிக்கும் ஜோதிகளில் சூரியனே முதன்மையானது, பிரம்ம ஸம்ஹிதையில், முழுமுதற்

கடவுளுடைய ஒளிரும் கண்ணாக சூரியன் ஏற்கப்பட்டுள்ளது. ஆகாயத்தில் ஐம்பது விதமான காற்று வீசிக் கொண்டுள்ளது, அந்த காற்றினைக் கட்டுப்படுத்தும் தேவரான மரீசி, கிருஷ்ணரின் பிரதிநிதியாவார்.

நட்சத்திரங்களின் மத்தியில், இரவில் மிகவும் முக்கியமானதாகத் தோன்றுவதால் நிலவு கிருஷ்ணரின் பிரதிநிதியாகும். இந்த ஸ்லோகத்திலிருந்து, நிலவும் நட்சத்திரங்களில் ஒன்று என்றும், வானில் மின்னும் நட்சத்திரங்கள் சூரியனின் ஒளியை பிரதிபலிப்பவையே என்றும் தோன்றுகிறது. இப்பிரபஞ்சத்தில் அனேக சூரியன்கள் உள்ளன என்னும் கொள்கையினை வேத இலக்கியங்கள் ஏற்பதில்லை. ஒரே ஒரு சூரியன் மட்டுமே உள்ளது; சூரிய ஒளியின் பிரதிபலிப்பினால் நிலவு ஒளிர்கிறது; அதுபோலவே, மற்ற நட்சத்திரங்களும் ஒளிர்கின்றன. நிலவு நட்சத்திரங்களில் ஒன்று என்று பகவத் கீதை குறிப்பிடுவதால், இரவில் மின்னும் நட்சத்திரங்கள் சூரியன்கள் அல்ல, நிலவைப் போன்றவையே என்பதை நாம் அறிய வேண்டும்.

ஸ்லோகம் 22

वेदानां सामवेदोऽस्मि देवानामस्मि वासवः ।
इन्द्रियाणां मनश्चास्मि भूतानामस्मि चेतना ॥ २२ ॥

வேதா₃னாம்' ஸாம-வேதோ₃ 'ஸ்மி தே₃வானாம் அஸ்மி வாஸவ:
இந்த்₃ரியாணாம்' மனஷ்₂ சாஸ்மி பூ₄தானாம் அஸ்மி சேதனா

வேதா₃னாம்—வேதங்களில்; *ஸாம-வேத:₃*—ஸாம வேதம்; *அஸ்மி*—நான்; *தே₃வானாம்*—தேவர்களில்; *அஸ்மி*—நான்; *வாஸவ:*—ஸ்வர்க மன்னன்; *இந்த்₃ரியாணாம்*—புலன்களில்; *மன:*—மனம்; *ச*—மேலும்; *அஸ்மி*—நான்; *பூ₄தானாம்*—உயிர்வாழிகளில்; *அஸ்மி*—நான்; *சேதனா*—உயிர் சக்தி.

வேதங்களில் நான் ஸாம வேதம்; தேவர்களில் நான் ஸ்வர்க மன்னனான இந்திரன்; புலன்களில் நான் மனம்; உயிர்வாழிகளில் நான் உயிர் சக்தி (உணர்வு).

பொருளுரை: ஜடத்திற்கும், சேதனத்திற்கும் உள்ள வேறுபாடு என்ன வெனில், உயிர்வாழிகளிடம் உள்ள உணர்வு ஜடத்திடம் இல்லை; எனவே, இந்த உணர்வு உன்னதமானதும் நித்தியமானதும் ஆகும். ஜடக் கலவையால் உணர்வினை உற்பத்தி செய்ய முடியாது.

ஸ்லோகம் 23

रुद्राणां शङ्करश्चास्मि वित्तेशो यक्षरक्षसाम् ।
वसूनां पावकश्चास्मि मेरुः शिखरिणामहम् ॥ २३ ॥

ருத்$_3$ராணாம்' ஷ$_2$ங்கரஷ்$_2$ சாஸ்மி வித்தேஷோ$_2$ யக்ஷ-ரக்ஷஸாம்
வஸூனாம்' பாவகஷ்$_2$ சாஸ்மி மேரு: ஷி$_2$க$_2$ரிணாம் அஹம்

ருத்$_3$ராணாம்—ருத்ரர்களில்; *ஷ$_2$ங்கர:*—சிவபெருமான்; *ச*—மேலும்; *அஸ்மி*—நான்; *வித்த-ஈஷ:$_2$*—செல்வத்தின் அதிபதி; *யக்ஷ-ரக்ஷஸாம்*—யக்ஷர்களிலும், ராக்ஷசர்களிலும்; *வஸூனாம்*—வசுக்களில்; *பாவக:*—நெருப்பு; *ச*—மேலும்; *அஸ்மி*—நான்; *மேரு:*—மேரு; *ஷி$_2$க$_2$ரிணாம்*—மலைகளில்; *அஹம்*—நான்.

எல்லா ருத்திரர்களிலும் நான் சிவபெருமான்; யக்ஷ, ராக்ஷசர்களில் நான் செல்வத்தின் இறைவன் (குபேரன்); வசுக்களில் நான் நெருப்பு (அக்னி); மலைகளில் நான் மேரு.

பொருளுரை: பதினொரு ருத்திரர்கள் உள்ளனர், அவர்களில் சங்கரன் எனப்படும் சிவபெருமான் முக்கியமானவர். பிரபஞ்சத்தின் தமோ குண அதிகாரியாக விளங்கும் அவர், பரம புருஷரின் குண அவதாரமாவார். தேவர்களின் செல்வத்திற்கு அதிபதியாக விளங்கும், யக்ஷ ராக்ஷசர்களின் தலைவரான குபேரனும் பரம புருஷரின் பிரதிநிதியாவார். மேரு என்னும் மலை அதன் அருமையான இயற்கை வளத்திற்குப் புகழ் பெற்றதாகும்.

ஸ்லோகம் 24

पुरोधसां च मुख्यं मां विद्धि पार्थ बृहस्पतिम् ।
सेनानीनामहं स्कन्दः सरसामस्मि सागरः ॥ २४ ॥

புரோத$_4$ஸாம்' ச முக்$_2$யம்' மாம்' வித்$_3$தி$_4$ பார்த$_2$ ப்$_3$ரு'ஹஸ்பதிம்
ஸேனானீனாம் அஹம்' ஸ்கந்த:$_3$ ஸரஸாம் அஸ்மி ஸாக$_3$ர:

புரோத$_4$ஸாம்—புரோகிதர்களில்; *ச*—மேலும்; *முக்$_2$யம்*—முக்கியமான; *மாம்*—என்னை; *வித்$_3$தி$_4$*—புரிந்துகொள்வாயாக; *பார்த$_2$*—பிருதாவின் மகனே; *ப்$_3$ரு'ஹஸ்பதிம்*—பிருஹஸ்பதி; *ஸேனாநீனாம்*—சேனாதிபதிகளில்; *அஹம்*—நான்; *ஸ்கந்த:$_3$*—கார்த்திகேயன்; *ஸரஸாம்*—நீர்த் தேக்கங்களில்; *அஸ்மி*—நான்; *ஸாக$_3$ர:*—சமுத்திரம்.

அர்ஜுனா, புரோகிதர்களில், தலைவரான பிருஹஸ்பதியாக என்னை அறிந்துகொள். சேனாதிபதிகளில் நான் கார்த்திகேயன்; நீர்த் தேக்கங்களில் நான் சமுத்திரம்.

பொருளுரை: ஸ்வர்க லோகங்களில் வாழும் தேவர்களின் தலைவனான இந்திரன், ஸ்வர்கத்தின் மன்னனாக அறியப்படுகிறான். அவன் ஆட்சி செய்யும் லோகம் இந்திரலோகம் எனப்படுகிறது. பிருஹஸ்பதி இந்திரனின் புரோகிதர்; எல்லா மன்னர்களுக்கும் தலைவன் இந்திரன் என்பதால், எல்லா புரோகிதர்களுக்கும் தலைவர்

பிருஹஸ்பதியே. எல்லா மன்னர்களுக்கும் தலைவனாக இந்திரன் இருப்பதுபோலவே, சிவபெருமான், பார்வதியின் மைந்தனான கார்த்திகேயன் (முருகன்), எல்லா சேனாதிபதிகளுக்கும் தலைவனாக உள்ளார். நீர்த் தேக்கங்களில் சமுத்திரமே மிகவும் பெரியது. கிருஷ்ணருடைய இந்த பிரதிநிதிகள், அவரது சிறப்பினைப் பற்றிய ஒரு சிறு குறிப்பினை மட்டுமே வழங்குகின்றனர்.

ஸ்லோகம் 25

महर्षीणां भृगुरहं गिरामस्म्येकमक्षरम् ।
यज्ञानां जपयज्ञोऽस्मि स्थावराणां हिमालय: ॥ २५ ॥

மஹர்ஷீணாம்' ப்$_4$ரு'கு$_3$ர் அஹம்' கி$_3$ராம் அஸ்ம்யேகம் அக்ஷரம்
யஜ்ஞானாம்' ஜப-யஜ்ஞோ 'ஸ்மி ஸ்தா$_2$வராணாம்' ஹிமாலய:

மஹா-ருஷீணாம்—மகா ரிஷிகளில்; *ப்$_4$ரு'கு:$_3$*—பிருகு; *அஹம்*—நான்; *கி$_3$ராம்*—அதிர்வுகளில்; *அஸ்மி*—நான்; *ஏகம்-அக்ஷரம்*—பிரணவம்; *யஜ்ஞானாம்*—யாகங்களில்; *ஜப-யஜ்ஞ:*—ஜபம்; *அஸ்மி*—நான்; *ஸ்தா$_2$வராணாம்*—அசையாதவற்றில்; *ஹிமாலய:*—இமயமலை.

மகா ரிஷிகளில் நான் பிருகு; சப்தங்களில் நான் திவ்யமான ஓம்காரம்; யாகங்களில் நான் திருநாம ஜபம்; அசையாதனவற்றில் நான் இமயமலை.

பொருளுரை: அகிலத்தின் முதல் உயிர்வாழியான பிரம்மா, பல தரப்பட்ட உயிரினங்களின் உற்பத்திக்காக, பல மகன்களைப் படைத்தார். அத்தகு மைந்தர்களில், பிருகு மிகவும் சக்தி வாய்ந்த ரிஷியாவார். எல்லா தெய்வீக சப்தங்களில், ஓம் (ஓம்காரம்) கிருஷ்ணரைக் குறிக்கின்றது. எல்லா யாகங்களில், ஹரே கிருஷ்ண, ஹரே கிருஷ்ண, கிருஷ்ண கிருஷ்ண, ஹரே ஹரே/ ஹரே ராம, ஹரே ராம, ராம ராம, ஹரே ஹரே, என்னும் மந்திர ஜபமே கிருஷ்ணருடைய மிகத் தூய்மையான பிரதிநிதி. சில யாகங்களில் மிருக பலி பரிந்துரைக்கப்படுகிறது. ஆனால் ஹரே கிருஷ்ண, ஹரே கிருஷ்ண என்னும் யாகத்தில் ஜீவ ஹிம்சை என்ற கருத்திற்கே இடமில்லை. இது மிகவும் எளிதானதும், மிகவும் தூய்மையானதுமாகும். இவ்வுலகில் எவையெல்லாம் சிறந்தவையாக இருக்கின்றனவோ, அவையெல்லாம் கிருஷ்ணரின் பிரதிநிதிகளே. எனவே, உலகின் மிகச்சிறந்த மலையான இமயமலையும் அவருடைய பிரதிநிதியே. ஒரு முந்தைய ஸ்லோகத்தில், மேரு என்னும் மலை குறிப்பிடப்பட்டது, ஆனால் மேரு சில சமயங்களில் நகரக் கூடியது, இமயமலையோ நகராதது. எனவே, இமயமலை மேருவைவிடச் சிறந்தது.

ஸ்லோகம் 26

अश्वत्थः सर्ववृक्षाणां देवर्षीणां च नारदः ।
गन्धर्वाणां चित्ररथः सिद्धानां कपिलो मुनिः ॥ २६ ॥

அஷ்$_2$வத்த:$_2$ ஸர்வ-வ்ரு'க்ஷாணாம்' தே$_3$வர்ஷீணாம்' ச நாரத:$_3$
க$_3$ந்த$_4$ர்வாணாம்' சித்ரரத:$_2$ ஸித்$_3$தா$_4$னாம்' கபிலோ முனி:

அஷ்$_2$வத்த:$_2$—அரச மரம்; *ஸர்வ-வ்ரு'க்ஷாணாம்*—எல்லா மரங்களிலும்; *தே$_3$வ-ருஷீணாம்*—தேவ ரிஷிகளில்; *ச*—மேலும்; *நாரத:$_3$*—நாரதர்; *க$_3$ந்த$_4$ர்வாணாம்*—கந்தர்வர்களில் (கந்தர்வ லோக வாசிகளில்); *சித்ரரத:$_2$*—சித்ரரதன்; *ஸித்$_3$தா$_4$னாம்*—சித்தர்களில்; *கபில: முனி:*—கபில முனிவர்.

எல்லா மரங்களில் நான் அரச மரம்; தேவ ரிஷிகளில் நான் நாரதன்; கந்தர்வர்களில் நான் சித்ரரதன்; சித்தர்களில் நான் கபில முனி.

பொருளுரை: அரச மரம் (*அஷ்$_2$வத்த$_2$*) மிக உயரமான அழகான மரங்களில் ஒன்றாகும், இந்திய மக்கள் தங்களது தினசரி காலைச் சடங்குகளில் ஒன்றாக அரச மரத்தினை வழிபடுவது வழக்கம். தேவர்களாலும் வணங்கப்படும் தேவ ரிஷியான நாரதர், இந்த அகிலத்தின் மிகச்சிறந்த பக்தராகக் கருதப்படுகிறார். எனவே, பக்தன் என்ற முறையில் நாரதர் கிருஷ்ணரின் பிரதிநிதியாவார். மிகவும் அழகான பாடகர்கள் நிரம்பிய உலகம், கந்தர்வ லோகம். அங்குள்ள பாடகர்களில் மிகவும் சிறந்த பாடகர் சித்ரரதன். பக்குவமான உயிர்வாழிகளில் (சித்தர்களில்), தேவஹூதியின் மகனான கபிலர், கிருஷ்ணரின் பிரதிநிதியாவார். கிருஷ்ணரின் அவதாரமாகக் கருதப்படும் அவரது தத்துவம் ஸ்ரீமத் பாகவதத்தில் விளக்கப்பட்டுள்ளது. பிற்காலத்தில் வேறொரு கபிலர் மிகவும் பிரபலமடைந்தார், ஆனால் அவரது தத்துவம் நாத்திகமானது. எனவே, இந்த இருவருக்குமிடையே பெரும் வேறுபாடு உள்ளது.

ஸ்லோகம் 27

उच्चैःश्रवसमश्वानां विद्धि माममृतोद्भवम् ।
ऐरावतं गजेन्द्राणां नराणां च नराधिपम् ॥ २७ ॥

உச்சை:ஷ்$_2$ரவஸம் அஷ்$_2$வானாம்' வித்$_3$தி$_4$ மாம் அம்ரு'தோத்$_3$ப$_4$வம்
ஐராவதம்' க$_3$ஜேந்த்$_3$ராணாம்' நராணாம்' ச நராதி$_4$பம்

உச்சை:ஷ்$_2$ரவஸம்—உச்சைஷ்ரவா; *அஷ்$_2$வானாம்*—குதிரைகளில்; *வித்$_3$தி$_4$*—அறிவாயாக; *மாம்*—என்னை; *அம்ரு'த-உத்$_3$ப$_4$வம்*—கடலைக் கடைந்தபோது தோன்றிய; *ஐராவதம்*—ஐராவதம்; *க$_3$ஜ-இந்த்$_3$ராணாம்*—பட்டத்து யானைகளில்; *நராணாம்*—மனிதர்களில்; *ச*—மேலும்; *நர-அதி$_4$பம்*—மன்னன்.

குதிரைகளுள், அமிர்தத்திற்காகக் கடலை கடைந்தபோது தோன்றிய உச்சைஷ்ரவா என்று என்னை அறிவாயாக. பட்டத்து யானைகளில் நான் ஐராவதம்; மனிதர்களில் நான் மன்னன்.

பொருளுரை: அசுரர்களும், பக்தர்களான தேவர்களும் இணைந்து ஒரு முறை பாற்கடலைக் கடைவதில் ஈடுபட்டனர். அதில் அமிர்தமும் விஷமும் உண்டாயின, சிவபெருமான் விஷத்தை அருந்தினார். அமிர்தத்திலிருந்து பற்பல உயிரினங்கள் தோன்றின, அவற்றில் உச்சைஷ்ரவா எனும் பெயருடைய குதிரையும் ஒன்று. அமிர்தத்திலிருந்து உருவான மற்றொரு மிருகம், ஐராவதம் என்னும் பெயருடைய யானை. இந்த இரண்டு மிருகங்களும் அமிர்தத்திலிருந்து உற்பத்தியானதால் மிகவும் விசேஷமானவை, இவை கிருஷ்ணரின் பிரதிநிதிகள்.

மனிதர்களுள், மன்னர் கிருஷ்ணரின் பிரதிநிதியாவார்; ஏனெனில், கிருஷ்ணர் இந்த அகிலத்தைக் காப்பதுபோல, மன்னராக நியமிக்கப்பட்டவர்கள் தங்களது தெய்வீக தகுதிகளால் தங்களது நாட்டினைக் காப்பாற்றுகின்றனர். குடிமக்களின் நலனை எப்போதும் எண்ணிய மாமன்னர் யுதிஷ்டிரர், மாமன்னர் பரீக்ஷித், பகவான் இராமர் முதலிய மன்னர்கள் தர்மத்தின் வழியில் மிகச்சிறப்பாகச் செயல்பட்டனர். வேத இலக்கியத்தில், மன்னர் இறைவனின் பிரதிநிதியாகக் கருதப்படுகின்றார். இருப்பினும், தற்போதைய யுகத்தில், தர்மத்தின் கொள்கைகள் சிதைவுற்ற காரணத்தால், மன்னராட்சி சீரழிந்து தற்போது முற்றிலும் அழிக்கப்பட்டுவிட்டது. ஆனால், தர்மத்தைக் கடைபிடித்த மன்னர்களின் ஆட்சியில் மக்கள் மிகவும் மகிழ்ச்சியாக இருந்தனர் என்பது புரிந்துகொள்ளப்பட வேண்டும்.

ஸ்லோகம் 28

आयुधानामहं वज्रं धेनूनामस्मि कामधुक् ।
प्रजनश्चास्मि कन्दर्पः सर्पाणामस्मि वासुकिः ॥ २८ ॥

ஆயுதா$_4$னாம் அஹம்' வஜ்ரம்' தே$_4$னூனாம் அஸ்மி காமது$_4$க்
ப்ரஜனஷ்$_2$ சாஸ்மி கந்த$_3$ர்ப: ஸர்பாணாம் அஸ்மி வாஸுகி:

ஆயுதா$_4$னாம்—ஆயுதங்களில்; *அஹம்*—நான்; *வஜ்ரம்*—வஜ்ராயுதம் (இடி); *தே$_4$னூனாம்*—பசுக்களில்; *அஸ்மி*—நான்; *காம-து$_4$க்*—சுரபி பசு; *ப்ரஜன:*—இன விருத்தி செய்வதில்; *ச*—மேலும்; *அஸ்மி*—நான்; *கந்த$_3$ர்ப:*—மன்மதன்; *ஸர்பாணாம்*—சர்ப்பங்களில்; *அஸ்மி*—நான்; *வாஸுகி:*—வாஸுகி.

ஆயுதங்களில் நான் வஜ்ராயுதம்; பசுக்களில் நான் சுரபி; இனவிருத்தியாளர்களில் நான் காமதேவனான மன்மதன்; சர்ப்பங்களில் (பாம்புகளில்) நான் வாஸுகி.

பொருளுரை: மிகவும் சக்திவாய்ந்த ஆயுதமான வஜ்ராயுதம், கிருஷ்ணரது சக்தியின் பிரதிநிதி. ஆன்மீக வானிலுள்ள கிருஷ்ணலோகத்தில், எப்போது வேண்டுமானாலும் பால் கறக்கக் கூடியதும், வேண்டுமளவிற்கு பால் தரக் கூடியதுமான பசுக்கள் உள்ளன. அத்தகு பசுக்கள் இந்த ஜடவுலகில் இல்லை என்பது உண்மைதான், ஆனால் அவை கிருஷ்ணலோகத்தில் இருப்பதாகக் கூறப்பட்டுள்ளது. சுரபி எனப்படும் அத்தகு பசுக்கள் பலவற்றை கிருஷ்ணர் பராமரிக்கிறார். அவற்றை மேய்ப்பதில் அவர் ஈடுபட்டுள்ளார் என்றும் கூறப்பட்டுள்ளது. நல்லக் குழந்தைகளைத் தோற்றுவிப்பதற்கான காம இச்சையே கந்தர்பன்; எனவே, கந்தர்பனும் கிருஷ்ணரது பிரதிநிதி. சில சமயங்களில், புலனின்பத்திற்காக மட்டும் காம சுகம் ஈடுபடுத்தப்படுகின்றது, அத்தகு காமம் கிருஷ்ணரின் பிரதிநிதியல்ல. ஆனால், கந்தர்ப எனப்படும், நல்ல குழந்தைகளை உருவாக்குவதற்கான காமம், கிருஷ்ணரின் பிரதிநிதியாகும்.

ஸ்லோகம் 29

अनन्तश्चास्मि नागानां वरुणो यादसामहम् ।
पितॄणामर्यमा चास्मि यम: संयमतामहम् ॥२९॥

அனந்தஷ்₂ சாஸ்மி நாகா₃னாம்' வருணோ யாத₃ஸாம் அஹம்
பித்ரூ'ணாம் அர்யமா சாஸ்மி யம: ஸம்'யமதாம் அஹம்

அனந்த:—அனந்தன்; *ச*—மேலும்; *அஸ்மி*—நான்; *நாகா₃னாம்*—நாகங்களில்; *வருண:*—நீரைக் கட்டுப்படுத்தும் தேவனான வருணன்; *யாத₃ஸாம்*—நீர்வாழ் இனங்களில்; *அஹம்*—நான்; *பித்ரூ'ணாம்*—முன்னோர்களில்; *அர்யமா*—அர்யமா; *ச*—மேலும்; *அஸ்மி*—நான்; *யம:*—மரணத்தின் அதிபதி; *ஸம்யமதாம்*—நீதிபதிகளில்; *அஹம்*—நான்.

நாகங்களில் (பல தலையுடைய பாம்புகளில்) நான் அனந்தன்; நீர் வாழினங்களில் நான் வருண தேவன்; முன்னோர்களில் நான் அர்யமா; நீதிபதிகளில் நான் மரணத்தின் அதிபதியான எமன்.

பொருளுரை: பல தலைகளையுடைய நாகப் பாம்புகளில் அனந்தனும், நீர்வாழினங்களில் வருண தேவனும் சிறந்தவர்களாக உள்ளனர். இவர்கள் இருவரும் கிருஷ்ணரது பிரதிநிதிகள். மேலும், முன்னோர்களுக்கென்று ஓர் உலகம் உள்ளது, அதனை ஆட்சி செய்யும் அர்யமா என்பவரும் கிருஷ்ணரின் பிரதிநிதியாவார்.

தீயவர்களுக்கு தண்டனை கொடுப்பவர்கள் பலர் உண்டு, அவர்களில் எமனே தலைசிறந்தவர். எமலோகம் இந்த பூலோகத்திற்கு அருகில்தான் உள்ளது. மரணத்திற்குப் பின்னர் அங்கு கொண்டு செல்லப்படும் பாவிகளுக்கு, எமன் பலவித தண்டனைகளை வழங்குகிறார்.

ஸ்லோகம் 30

प्रह्लादश्चास्मि दैत्यानां कालः कलयतामहम् ।
मृगाणां च मृगेन्द्रोऽहं वैनतेयश्च पक्षिणाम् ॥ ३० ॥

ப்ரஹ்லாத₃ஷ்₂ சாஸ்மி தை₃த்யானாம்' கால: கலயதாம் அஹம்
ம்ரு'கா₃ணாம்' ச ம்ரு'கே₃ந்த்₃ரோ 'ஹம்' வைனதேயஷ்₂ ச பக்ஷிணாம்

ப்ரஹ்லாத:₃—பிரகலாதன்; *ச*—மேலும்; *அஸ்மி*—நான்; *தை₃த்யானாம்*—அசுரர்களில்; *கால:*—காலம்; *கலயதாம்*—அடக்குபவர்களில்; *அஹம்*—நான்; *ம்ரு'கா₃ணாம்*—மிருகங்களில்; *ச*—மேலும்; *ம்ரு'க₃-இந்த்₃ர:*—சிங்கம்; *அஹம்*—நான்; *வைனதேய:*—கருடன்; *ச*—மேலும்; *பக்ஷிணாம்*—பறவைகளில்.

தைத்ய அசுரர்களில், பக்தியில் சிறந்த பிரகலாதன் நான்; அடக்கி ஆள்பவற்றில் நான் காலம்; மிருகங்களில் நான் சிங்கம்; பறவைகளில் நான் கருடன்.

பொருளுரை: திதியும் அதிதியும் சகோதரிகள். அதிதியின் மைந்தர்கள் ஆதித்யர்கள் என்றும், திதியின் மைந்தர்கள் தைத்யர்கள் என்றும் அழைக்கப்படுகின்றனர். ஆதித்யர்கள் அனைவரும் இறைவனது பக்தர்கள்; தைத்யர்கள் அனைவரும் நாத்திகர்கள். பிரகலாதர், தைத்யர்களின் குடும்பத்தில் பிறந்தாலும், தன்னுடைய குழந்தைப் பருவத்திலிருந்தே மிகச்சிறந்த பக்தராகத் திகழ்ந்தார். அவரது பக்தித் தொண்டினாலும் தெய்வீக இயல்பாலும், கிருஷ்ணரின் பிரதிநிதியாக அவர் கருதப்படுகின்றார்.

பற்பல அடக்கியாளும் சக்திகள் உள்ளபோதிலும், ஜடவுலகிலுள்ள அனைத்தையும் கரைத்து விடுவது காலம்; எனவே, காலம் கிருஷ்ணரின் பிரதிநிதியாகும். பல மிருகங்களில் சிங்கமே மிகவும் சக்தி வாய்ந்ததும் உக்கிரமானதும் ஆகும். இலட்சக்கணக்கான பறவையினங்களில், விஷ்ணுவின் வாகனமான கருடனே மிகச்சிறந்த பறவையாகும்.

ஸ்லோகம் 31

पवनः पवतामस्मि रामः शस्त्रभृतामहम् ।
झषाणां मकरश्चास्मि स्रोतसामस्मि जाह्नवी ॥ ३१ ॥

பவன: பவதாம் அஸ்மி ராம: ஷ₂ஸ்த்ர-ப்₄ரு'தாம் அஹம்
ஜ₂ஷாணாம்' மகரஷ்₂ சாஸ்மி ஸ்ரோதஸாம் அஸ்மி ஜாஹ்நவீ

பவன:—வாயு; *பவதாம்*—தூய்மைப்படுத்துபவற்றில்; *அஸ்மி*—நான்; *ராம:*—இராமர்; *ஷ₂ஸ்த்ர-ப்₄ரு'தாம்*—ஆயுதம் தரித்தவர்களில்; *அஹம்*—நான்; *ஜ₂ஷாணாம்*—எல்லா மீன்களிலும்; *மகர:*—மகர மீன்; *ச*—மேலும்; *அஸ்மி*—நான்; *ஸ்ரோதஸாம்*—பாயும் நதிகளில்; *அஸ்மி*—நான்; *ஜாஹ்நவீ*—கங்கை.

தூய்மைப்படுத்துபவற்றில் நான் வாயு; ஆயுதம் தரித்தவர்களில் நான் இராமன்; மீன்களிலே நான் மகர மீன்; பாயும் நதிகளிலே நான் கங்கை.

பொருளுரை: மகர மீன், நீர்வாழினங்களில் மிகப்பெரியதும், நிச்சயமாக மனிதனுக்கு மிகவும் அபாயகரமானதுமாகும். எனவே, மகர மீன் கிருஷ்ணரின் பிரதிநிதியாகும்.

ஸ்லோகம் 32

सर्गाणामादिरन्तश्च मध्यं चैवाहमर्जुन ।
अध्यात्मविद्या विद्यानां वादः प्रवदतामहम् ॥ ३२॥

ஸர்கா₃ணாம் ஆதி₃ர் அந்தஷ்₂ ச மத்₄யம்' சைவாஹம் அர்ஜுன
அத்₄யாத்ம-வித்₃யா வித்₃யானாம்' வாத:₃ ப்ரவத₃தாம் அஹம்

ஸர்கா₃ணாம்—படைப்புகளில்; *ஆதி:₃*—ஆரம்பம்; *அந்த:*—இறுதி; *ச*—மேலும்; *மத்₄யம்*—நடு; *ச*—மேலும்; *ஏவ*—நிச்சயமாக; *அஹம்*—நான்; *அர்ஜுன*—அர்ஜுனா; *அத்₄யாத்ம-வித்₃யா*—ஆன்மீகக் கல்வி; *வித்₃யானாம்*—கல்விகளில்; *வாத:₃*—இயற்கையான முடிவு; *ப்ரவத₃தாம்*—விவாதங்களில்; *அஹம்*—நான்.

எல்லாப் படைப்புகளின் ஆதியும், அந்தமும், நடுவும் நானே. அர்ஜுனா, அறிவில் நான் ஆத்மாவைப் பற்றிய அறிவு; விவாதிப்போரில் நான் முடிவான உண்மை.

பொருளுரை: உலகம் படைக்கப்பட்டபோது, அனைத்து ஜட மூலகங்களும் முதலில் படைக்கப்பட்டன. முன்னரே விளக்கியபடி, இந்த ஜடத் தோற்றம் மஹாவிஷ்ணு, கர்போதகஷாயி விஷ்ணு மற்றும் க்ஷீரோதகஷாயி விஷ்ணுவினால் படைக்கப்பட்டு பராமரிக்கப் படுகின்றது, இறுதியில் சிவபெருமானால் அழிக்கப்படுகின்றது. பிரம்மா இரண்டாந்தரப் படைப்பாளி. படைத்தல், காத்தல், அழித்தல் ஆகியவற்றை செயல்படுத்தும் இவர்கள் பரம புருஷரின் குண அவதாரங்கள் ஆவர். எனவே, மொத்தப்படைப்பிற்கு, ஆரம்பமும், மத்தியும், இறுதியும் அவரே.

உயர்கல்வியை அடைவதற்கு பல தரப்பட்ட அறிவினை நல்கும் புத்தகங்கள் உள்ளன. அப்புத்தகங்கள், நான்கு வேதங்கள், ஆறு வேத அங்கங்கள், வேதாந்த சூத்திரம், நியாய சாஸ்திரம், தர்ம சாஸ்திரம், புராணங்கள் என பதினான்கு பிரிவுகளைக் கொண்டுள்ளன. இவற்றில், *அத்$_4$யாத்ம-வித்$_3$யாவை,* ஆன்மீக அறிவினை வழங்கும் புத்தகம்—குறிப்பாக வேதாந்த சூத்திரம்—கிருஷ்ணரின் பிரதி நிதியாகும்.

தர்க்கவாதிகளின் மத்தியில் பல்வேறு வாதங்கள் உள்ளன. ஒருவன் தன்னுடைய வாதத்தை ஆதரிப்பதற்காக காட்டும் ஆதாரம், எதிர்தரப்பினரையும் ஆதரிக்கும்போது, அது *ஜல்ப* எனப்படுகிறது. எதிர்தரப்பினரை எப்படியாவது தோற்கடிக்க முயல்வது, *வித$_3$ண்டா$_3$* எனப்படும். ஆனால் உண்மையான இறுதி முடிவு *வாத$_3$* என்று அறியப்படுகிறது. இந்த இறுதி உண்மை கிருஷ்ணரின் பிரதிநிதியாகும்.

ஸ்லோகம் 33

अक्षराणामकारोऽस्मि द्वन्द्वः सामासिकस्य च ।
अहमेवाक्षयः कालो धाताहं विश्वतोमुखः ॥ ३३ ॥

அக்ஷராணாம் அ-காரோ 'ஸ்மி த்$_3$வந்த்$_3$வ: ஸாமாஸிகஸ்ய ச
அஹம் ஏவாக்ஷய: காலோ தா$_4$தாஹம்' விஷ்$_2$வதோ-முக:$_2$

அக்ஷராணாம்—எழுத்துக்களில்; *அ-கார:*—முதல் எழுத்து; *அஸ்மி*—நான்; *த்$_3$வந்த்$_3$வ:*—இருமைச் சொல்; *ஸாமாஸிகஸ்ய*—கூட்டுச் சொற்களில்; *ச*—மேலும்; *அஹம்*—நான்; *ஏவ*—நிச்சயமாக; *அக்ஷய:*—நித்தியமான; *கால:*—காலம்; *தா$_4$தா*—படைப்பாளி; *அஹம்*—நான்; *விஷ்$_2$வத-முக:$_2$*—பிரம்மா.

எழுத்துக்களில் நான் முதல் எழுத்தாகிய 'அ'; கூட்டுச் சொற்களில் நான் த்வந்த்வ. தீராத காலமும் நானே; படைப்பாளிகளில் நான் பிரம்மா.

பொருளுரை: சமஸ்கிருத அகர வரிசையின் முதல் எழுத்தாகிய, *அ-காரம்* வேத இலக்கியத்தின் ஆரம்பமாகும். *அ-காரமின்றி* எதையும் உச்சரிக்க முடியாது; எனவே சப்தத்தின் ஆரம்பம் அதுவே. சமஸ்கிருதத்தில் பற்பல கூட்டுச் சொற்கள் உள்ளன, இவற்றில் *ராம-க்ரு'ஷ்ண* போன்ற சொற்கள், *த்$_3$வந்த்$_3$வ* என்று அறியப்படுகின்றன. *ராம-க்ரு'ஷ்ண* என்ற கூட்டுச் சொல்லில், *ராம, க்ரு'ஷ்ண* என்னும் சொற்கள் ஒரே வடிவைக் கொண்டுள்ளதால், அவை *த்$_3$வந்த்$_3$வ* என்று அறியப்படுகின்றன.

அழிப்பவர்கள் அனைவரிலும் இறுதியானது காலம்; ஏனெனில், காலம் அனைத்தையும் அழிக்கின்றது. காலப்போக்கில் தோன்றக்கூடிய மிகப்பெரிய நெருப்பு அனைத்தையும் அழித்துவிடும் என்பதால், காலம் கிருஷ்ணரது பிரதிநிதியாகும்.

படைப்பாளிகளாகத் திகழும் உயிர்வாழிகளில் நான்முக பிரம்மாவே முதன்மையானவர் என்பதால், அவர் பரம புருஷரான கிருஷ்ணரின் பிரதிநிதி.

ஸ்லோகம் 34

मृत्युः सर्वहरश्चाहमुद्भवश्च भविष्यताम् ।
कीर्तिः श्रीर्वाक्च नारीणां स्मृतिर्मेधा धृतिः क्षमा ॥ ३४॥

ம்ரு'த்யு: ஸர்வ-ஹரஷ்₂ சாஹம் உத்₃ப₄வஷ்₂ ச ப₄விஷ்யதாம்
கீர்தி: ஸ்ரீர் வாக் ச நாரீணாம்' ஸ்ம்ரு'திர் மேதா₄ த்₄ரு'தி: க்ஷமா

ம்ரு'த்யு:—மரணம்; ஸர்வ-ஹர:—அனைத்தையும் அழிக்கும்; ச—மேலும்; அஹம்—நான்; உத்₃ப₄வ:—உற்பத்தி; ச—மேலும்; ப₄விஷ்யதாம்—வருங்காலத் தோற்றங்கள்; கீர்தி:—புகழ்; ஸ்ரீ:—அழகு அல்லது ஐஸ்வர்யம்; வாக்—அழகிய பேச்சு; ச—மேலும்; நாரீணாம்—பெண்களின்; ஸ்ம்ரு'தி:—ஞாபக சக்தி; மேதா₄—அறிவு; த்₄ரு'தி:—திடம்; க்ஷமா—பொறுமை.

நானே எல்லாவற்றையும் அழிக்கும் மரணம்; உருவாகுபவை அனைத்திற்கும் உற்பத்தியாளனும் நானே. பெண்களில் புகழ், அதிர்ஷ்டம், அழகிய பேச்சு, ஞாபக சக்தி, அறிவு, உறுதி மற்றும் பொறுமையும் நானே.

பொருளுரை: மனிதன் பிறந்தவுடனேயே ஒவ்வொரு நொடியும் மரணமடைகிறான். இவ்வாறாக, மரணமானது எல்லா உயிர்வாழி களையும் ஒவ்வொரு கணமும் அழித்துக் கொண்டுள்ளது; ஆனால் அதன் இறுதித் தாக்குதலே பொதுவாக மரணம் என்று அறியப்படு கின்றது. அந்த மரணம் கிருஷ்ணரே. வருங்கால வளர்ச்சியைப் பொறுத்தவரையில், எல்லா உயிரினங்களும் ஆறு அடிப்படை மாற்றங்களை ஏற்கின்றன. அவை பிறக்கின்றன, வளர்கின்றன, சில காலம் வசிக்கின்றன, இனவிருத்தி செய்கின்றன, முதிர்கின்றன, இறுதியில் அழிகின்றன. இவற்றில் முதன்மையானது, கருவிலிருந்து வெளியில் வருவதாகும், அது கிருஷ்ணரே. அந்த முதல் தோற்றமே வருங்காலச் செயல்கள் அனைத்திற்கும் ஆரம்பம்.

இங்கே கொடுக்கப்பட்டுள்ள ஏழு இயல்புகள்—புகழ், அதிர்ஷ்டம், அழகிய பேச்சு, ஞாபக சக்தி, அறிவு, உறுதி, பொறுமை ஆகியவை—பெண்பாலாக கருதப்படுகின்றன. ஒருவன் இவற்றை முழுமையாக,

அல்லது இவற்றில் சிலவற்றை பெற்றிருந்தால், அவன் புகழத்தக்கவன் ஆகின்றான். ஒருவன் "நேர்மையான மனிதன்" என்ற பெயரைப் பெற்றால், அவனும் புகழத்தக்கவன் ஆவான். பக்குவமான மொழி என்பதால், சமஸ்கிருதம் மிகவும் புகழ்வாய்ந்தது. ஒரு விஷயத்தைப் படித்தப் பிறகு அதனை ஒருவனால் நினைவில் வைத்துக்கொள்ள முடிந்தால், அவன் நல்ல ஞாபக சக்தியுடன் (ஸ்ம்ருதியுடன்) அருளப்பட்டவனாகக் கருதப்படுகிறான். பல தரப்பட்ட விஷயங்களைப் பற்றிய பல்வேறு புத்தகங்களைப் படிப்பதற்கானத் திறன் மட்டுமின்றி, அவற்றைப் புரிந்துகொண்டு, தேவைப்படும்போது செயல்படுத்துவதற்கான திறன், அறிவு (*மேதா$_4$*) எனப்படும். ஸ்திரமற்ற நிலையிலிருந்து வெளிவருவதற்கான திறன், உறுதி அல்லது திடம் (*த்$_4$ருதி*) என்று அறியப்படுகிறது. முழுத் தகுதியையும் பெற்றவன், பணிவுடனும் பெருந்தன்மையுடனும் இருந்து, மகிழ்ச்சியில் துள்ளாமலும் துக்கத்தில் துவண்டுவிடாமலும் சமநிலையில் இருந்தால், அவன் பொறுமை (*க்ஷமா*) எனும் ஐஸ்வர்யத்தை பெற்றவனாவான்.

ஸ்லோகம் 35

बृहत्साम तथा साम्नां गायत्री छन्दसामहम् ।
मासानां मार्गशीर्षोऽहमृतूनां कुसुमाकर: ॥ ३५ ॥

ப்$_3$ரு'ஹத்-ஸாம ததா$_2$ ஸாம்னாம்' கா$_3$யத்ரீ ச$_2$ந்த$_3$ஸாம் அஹம்
மாஸானாம்' மார்க$_3$-ஷீ$_2$ர்ஷோ 'ஹம் ரு'தூனாம்' குஸுமாகர:

ப்$_3$ரு'ஹத்-ஸாம—பிருஹத் ஸாமம்; *ததா$_2$*—கூட; *ஸாம்னாம்*—ஸாம வேதப் பாடல்களில்; *கா$_3$யத்ரீ*—காயத்ரி மந்திரம்; *ச$_2$ந்த$_3$ஸாம்*—கவிதைகளில்; *அஹம்*—நான்; *மாஸானாம்*—மாதங்களில்; *மார்க$_3$-ஷீ$_2$ர்ஷ:*—மார்கஷீர்ஷ; *அஹம்*—நான்; *ரு'தூனாம்*—பருவங்களில்; *குஸும-ஆகர:*—வசந்தம்.

ஸாம வேத மந்திரங்களில் நான் ப்ருஹத் ஸாமம்; கவிதைகளில் நான் காயத்ரி; மாதங்களில் நான் மார்கஷீர்ஷ (நவம்பர்–டிசம்பர்); பருவங்களில் நான் மலர்கள் நிறைந்த வசந்தகாலம்.

பொருளுரை: "வேதங்களில் நான் ஸாம வேதம்" என்று பகவான் முன்னரே விளக்கினார். பல்வேறு தேவர்களால் இசைக்கப்படும் அழகிய பாடல்கள் நிறைந்தது ஸாம வேதம். அத்தகு பாடல்களில் ஒன்றான பிருஹத் ஸாமம், நள்ளிரவில் பாடப்படுவதும் இனிமையான ராகத்தை உடையதுமாகும்.

சமஸ்கிருதத்தில், கவிதையை ஒழுங்குபடுத்த பல்வேறு இலக்கண விதிகள் உள்ளன; அவை பெரும்பாலான நவீன காலக் கவிதைகளைப் போன்று எதுகை, மோனை இல்லாமல் மனம் போன போக்கில்

எழுதப்படுபவை அல்ல. சிறப்பு வாய்ந்த அத்தகு கவிதைகளில், தகுதிவாய்ந்த பிராமணர்களால் ஜபிக்கப்படும் காயத்ரி மந்திரம் மிகவும் பிரபலமானதாகும். காயத்ரி மந்திரம் ஸ்ரீமத் பாகவதத்திலும் குறிப்பிடப்பட்டுள்ளது. இஃது இறையுணர்வை அறிவதற்கான மந்திரம் என்பதால், பரம புருஷரின் பிரதிநிதியாகும். இந்த மந்திரம் ஆன்மீகத்தில் முன்னேறிய நபர்களுக்கானது, இதனை ஜபிப்பதில் வெற்றியடைபவன் இறைவனது தெய்வீக நிலையில் நுழையலாம். ஜட இயற்கை விதிகளின்படி ஸத்வ குணத்தின் தன்மைகளைப் பெற்று, ஒருவன் பக்குவமான நபராக நிலைத்திருக்கும்போது, அவன் காயத்ரி மந்திரத்தை ஜபிக்கும் தகுதியுடையவனாவான். வேத கலாசாரத்தில் மிகவும் முக்கியமானதான இந்த காயத்ரி மந்திரம், பிரம்மனின் சப்த அவதாரமாகக் கருதப்படுகின்றது. இது பிரம்மதேவரால் தொடங்கப்பட்டு, சீடப் பரம்பரையின் மூலம் உபதேசிக்கப்பட்டு வருகின்றது.

மார்கஷீர்ஷ மாதத்தின்போது (இந்தியாவில்) வயல்களில் அறுவடை செய்யப்பட்டு மக்கள் பெரு மகிழ்ச்சி அடைவதால், இந்த மாதம் மிகச்சிறந்த மாதமாகக் கருதப்படுகின்றது. பருவங்களில் சிறந்த வசந்தகாலம், உலகெங்கிலும் விரும்பப்படுகிறது; ஏனெனில், இது மிகவும் வெப்பமானதும் அல்ல, மிகவும் குளிரானதும் அல்ல, மேலும், பூக்களும் மரங்களும் இப்பருவத்தில் பூத்துக் குலுங்குகின்றன. கிருஷ்ணருடைய லீலைகள் சம்பந்தமான பற்பல உற்சவங்கள் வசந்தகாலத்தில் வருகின்றன; எனவே, பருவங்களில் மிகவும் மகிழ்ச்சியானதாகவும், முழுமுதற் கடவுள் கிருஷ்ணரின் பிரதிநிதியாகவும் இது கருதப்படுகின்றது.

ஸ்லோகம் 36

द्यूतं छलयतामस्मि तेजस्तेजस्विनामहम् ।
जयोऽस्मि व्यवसायोऽस्मि सत्त्वं सत्त्ववतामहम् ॥ ३६ ॥

த்₃யூதம்' ச₂லயதாம் அஸ்மி தேஜஸ் தேஜஸ்வினாம் அஹம்
ஜயோ 'ஸ்மி வ்யவஸாயோ 'ஸ்மி ஸத்த்வம்' ஸத்த்வவதாம் அஹம்

த்₃யூதம்—சூது; *ச₂லயதாம்*—ஏமாற்றுபவற்றில்; *அஸ்மி*—நான்; *தேஜ:*—தேஜஸ்; *தேஜஸ்வினாம்*—ஒளிர்பவற்றில்; *அஹம்*—நான்; *ஜய:*—வெற்றி; *அஸ்மி*—நான்; *வ்யவஸாய:*—சாகசம் அல்லது தீரச் செயல்; *அஸ்மி*—நான்; *ஸத்த்வம்*—வலிமை; *ஸத்வ-வதாம்*—பலம் பொருந்தியவர்களில்; *அஹம்*—நான்.

ஏமாற்றுபவற்றில் நான் சூது; ஒளிர்பவற்றில் நான் தேஜஸ். நானே வெற்றி, நானே தீரச் செயல், நானே பலவான்களின் பலம்.

பொருளுரை: அகிலமெங்கும் பலவிதமான ஏமாற்றுக்காரர்கள் உள்ளனர். ஏமாற்றும் முறைகள் எல்லாவற்றிலும் சூதே மிகச்சிறந்தது; எனவே, அது கிருஷ்ணரின் பிரதிநிதி. முழுமுதற் கடவுளான கிருஷ்ணர் எந்த சாதாரண மனிதனையும்விட தந்திரமாகச் செயல்பட முடியும். கிருஷ்ணர் ஒருவனை ஏமாற்ற முடிவு செய்தால், அவரது தந்திரத்திலிருந்து அவரை யாரும் மிஞ்ச முடியாது. இவ்வாறாக ஒரு வழியில் அல்ல, எல்லா வழிகளிலும் கிருஷ்ணர் சிறப்புடையவராக விளங்குகிறார்.

வெற்றியடைபவர்களின் வெற்றி அவரே. ஒளிர்பவையின் ஒளியும் அவரே. தனது சக்தியைக் (திறனைக்) காட்ட விரும்புபவர்களில், அவரே முதன்மையானவர். தீரச் செயல்கள் செய்பவர்களில், அவரே மிகப்பெரிய தீரர், பலவான்களின் மத்தியில் அவரே மிகப்பெரிய பலசாலி. கிருஷ்ணர் இந்த பூமியில் இருந்தபோது, அவரை பலத்தால் மிஞ்ச யாராலும் முடியவில்லை. தனது குழந்தைப் பருவத்திலேயே அவர் கோவர்தன மலையைத் தூக்கினார். ஏமாற்றுவதில் அவரை யாரும் மிஞ்ச முடியாது, ஒளியில் அவரை யாரும் மிஞ்ச முடியாது, வெற்றியில் அவரை யாரும் மிஞ்ச முடியாது, தீரச் செயல்களில் அவரை யாரும் மிஞ்ச முடியாது, வலிமையிலும் அவரை யாரும் மிஞ்ச முடியாது.

ஸ்லோகம் 37

वृष्णीनां वासुदेवोऽस्मि पाण्डवानां धनञ्जयः ।
मुनीनामप्यहं व्यासः कवीनामुशना कविः ॥ ३७॥

வ்ருஷ்ணீனாம் வாஸுதே₃வோ 'ஸ்மி பாண்ட₃வானாம்' த₄னஞ்ஜய:
முனீனாம் அப்யஹம்' வ்யாஸ: கவீனாம் உஷ₂னா கவி:

வ்ரு'ஷ்ணீனாம்—விருஷ்ணி குலத்தவர்களில்; *வாஸுதே₃வ:*—துவாரகை கிருஷ்ணர்; *அஸ்மி*—நான்; *பாண்ட₃வானாம்*—பாண்டவர்களில்; *த₄னஞ்ஜய:*—அர்ஜுனன்; *முனீனாம்*—முனிவர்களில்; *அபி*—மேலும்; *அஹம்*—நான்; *வ்யாஸ:*—வியாஸர், வேத இலக்கியங்களைத் தொகுத்தவர்; *கவீனாம்*—சிந்திப்பவர்களில்; *உஷ₂னா*—உஷனா; *கவி:*—சிந்திப்பவர்.

விருஷ்ணி குலத்தவர்களில் நான் வாசுதேவன்; பாண்டவர்களில் நான் அர்ஜுனன்; முனிவர்களில் நான் வியாஸர்; பெரும் சிந்தனையாளர்களில் நான் உஷனா.

பொருளுரை: பரம புருஷ பகவானின் மூல ரூபம் கிருஷ்ணரே; பலதேவர் கிருஷ்ணரின் முதல் விரிவங்கம். கிருஷ்ணர், பலராமர்—இருவருமே வசுதேவருடைய மைந்தர்களாகத் தோன்றியதால்,

இருவரையுமே வாசுதேவர் என்று அழைக்கலாம். மற்றொரு கண்ணோட்டத்தின்படி, கிருஷ்ணர் ஒருபோதும் விருந்தாவனத்தை விட்டு விலகுவதில்லை என்பதால், மற்ற இடங்களில் தோன்றும் கிருஷ்ணரின் ரூபங்கள் அனைத்தும் அவரது விரிவுகளே. கிருஷ்ணரின் முதல் விரிவங்கம் என்பதால், வாசுதேவர் கிருஷ்ணரிடமிருந்து வேறுபட்டவர் அல்ல. பகவத் கீதையின் இந்த ஸ்லோகத்திலுள்ள வாசுதேவர் எனும் பெயர் பலராமரைக் (பலதேவரைக்) குறிப்பிடுகிறது என்பதை புரிந்துகொள்ள வேண்டும்; ஏனெனில், எல்லா அவதாரங்களுக்கும் ஆதி மூலமாகிய பலதேவரே வாசுதேவருக்கும் மூலமாவார். பகவானது முதல் நிலை விரிவுகள் *ஸ்வாம்ஷ*$_2$ (சுய அம்சங்கள்) என்றும், அவரது இரண்டாம் நிலை விரிவுகள் *விபி*$_4$*ன்னாம்ஷ*$_2$ (பின்ன அம்சங்கள்) என்றும் அறியப்படுகின்றன.

பாண்டுவின் மைந்தர்களில், அர்ஜுனன், தனஞ்ஜயன் என்ற பெயரால் புகழ் பெற்றவன். மனிதர்களில் மிகச்சிறந்தவனான அவன் கிருஷ்ணருடைய பிரதிநிதியாவான். வேத ஞானத்தில் சான்றோராக விளங்கும் முனிவர்களில் வியாஸர் மிகச்சிறந்தவர்; ஏனெனில், இந்த கலி யுகத்தைச் சேர்ந்த சாதாரண மக்களும் புரிந்துகொள்ளும்படி, அவர் வேத ஞானத்தை பல்வேறு வழிகளில் விளக்கினார். மேலும், வியாஸர் கிருஷ்ணரின் ஓர் அவதாரமாக அறியப்படுகிறார்; எனவே, அவர் கிருஷ்ணருடைய பிரதிநிதி. எல்லா விஷயத்தையும் மிகவும் ஆழமாக சிந்திக்கக்கூடிய திறனுடையவர்கள் கவி எனப்படுகின்றனர். அத்தகு கவிகளில் ஒருவரான உஷனா (சுக்ராசாரியர்) அசுரர்களின் குருவாக விளங்கினார்; அவர் மிகச்சிறந்த அறிஞராகவும் வருங்காலத்தை யோசிக்கும் அரசியல்வாதியாகவும் திகழ்ந்தார். இவ்வாறாக, சுக்ராசாரியர் கிருஷ்ணரது வைபவத்தின் மற்றொரு பிரதிநிதியாவார்.

ஸ்லோகம் 38

दण्डो दमयतामस्मि नीतिरस्मि जिगीषताम् ।
मौनं चैवास्मि गुह्यानां ज्ञानं ज्ञानवतामहम् ॥ ३८ ॥

த$_3$*ண்டோ*$_3$ *த*$_3$*மயதாம் அஸ்மி நீதிர் அஸ்மி ஜிகீ*$_3$*ஷதாம்*
மௌனம்' சைவாஸ்மி கு$_3$*ஹ்யானாம்' ஜ்ஞானம்' ஜ்ஞானவதாம் அஹம்*

த$_3$*ண்ட:*$_3$—தண்டனை; *த*$_3$*மயதாம்*—அடக்கியாளும் முறைகளில்; *அஸ்மி*—நான்; *நீதி:*—நீதி; *அஸ்மி*—நான்; *ஜிகீ*$_3$*ஷதாம்*—வெற்றியை விரும்புபவர்களில்; *மௌனம்*—மௌனம்; *ச*—மேலும்; *ஏவ*—கூட; *அஸ்மி*—நான்; *கு*$_3$*ஹ்யானாம்*—இரகசியங்களில்; *ஜ்ஞானம்*—ஞானம்; *ஜ்ஞான-வதாம்*—ஞானிகளின்; *அஹம்*—நான்.

அடக்கியாளும் முறைகளில் நான் தண்டனை. வெற்றியை நாடுபவர்களில் நான் நீதி; இரகசியங்களில் நான் மௌனம்; ஞானிகளில் நான் ஞானம்.

பொருளுரை: அடக்கியாளும் முறைகள் பல உள்ளன, அவற்றில் மிக முக்கியமானது, தீயவர்களை வெட்டி வீழ்த்தும் முறையாகும். தீயவர்கள் தண்டிக்கப்படும்பொழுது, அந்த தண்டனை கிருஷ்ணரது பிரதிநிதி ஆகின்றது. தங்களது துறையில் வெற்றி பெற முயல்பவர்களுக்கு, வெற்றியை அடைவதற்கான முக்கியத் தேவை நீதி. கேட்டல், நினைத்தல், தியானித்தல் முதலிய இரகசியமான செயல்களில் மிகவும் முக்கியமானது மௌனம்; ஏனெனில், மௌனத்தால் ஒருவன் வெகு வேகமாக முன்னேறலாம். கடவுளுடைய உயர்ந்த மற்றும் தாழ்ந்த இயற்கையினை (ஆன்மீகம் மற்றும் ஜடத்தினை) பகுத்து அறியக் கூடியவன் ஞானி எனப்படுகிறான். அத்தகு ஞானம் கிருஷ்ணரே.

ஸ்லோகம் 39

यच्चापि सर्वभूतानां बीजं तदहमर्जुन ।
न तदस्ति विना यत्स्यान्मया भूतं चराचरम् ॥ ३९॥

யச் சாபி ஸர்வ-பூ$_4$தானாம்' பீ$_3$ஜம்' தத்$_3$ அஹம் அர்ஜுன
ந தத்$_3$ அஸ்தி வினா யத் ஸ்யான் மயா பூ$_4$தம்' சராசரம்

யத்—என்னவெல்லாம்; *ச*—மேலும்; *அபி*—இருக்குமோ; *ஸர்வ-பூ$_4$தானாம்*—எல்லாப் படைப்புகளின்; *பீ$_3$ஜம்*—விதை; *தத்*—அந்த; *அஹம்*—நான்; *அர்ஜுன*—அர்ஜுனா; *ந*—இல்லை; *தத்*—அது; *அஸ்தி*—அங்கு; *வினா*—இன்றி; *யத்*—எது; *ஸ்யாத்*—இருக்கின்றது; *மயா*—என்னால்; *பூ$_4$தம்*—படைக்கப்பட்ட உயிர்வாழிகள்; *சர-அசரம்*—அசைகின்ற, அசையாத.

மேலும், அர்ஜுனா, இருக்கும் எல்லா உயிர்வாழிகளையும் உற்பத்தி செய்யும் விதை நானே. அசைபவை மற்றும் அசையாதவற்றில் நான் இன்றி இருக்கக்கூடியது ஒன்றும் இல்லை.

பொருளுரை: அனைத்திற்கும் ஏதாவதொரு காரணம் உண்டு; படைப்பினைப் பொறுத்தவரையில் அதன் காரணம் (விதை) கிருஷ்ணரே. கிருஷ்ணருடைய சக்தியின்றி எதுவும் இருக்க முடியாது; எனவே, அவர் சர்வ சக்திமான் என்று கூறப்படுகின்றார். அவருடைய சக்தியின்றி, அசைவன மட்டுமின்றி அசையாதவையும் இருக்க முடியாது. ஏதேனும் ஒன்றினை கிருஷ்ணருடைய சக்தி அல்ல என்று எண்ணினால், அது *மாயா,* "எது இல்லையோ அது" எனப்படும்.

ஸ்லோகம் 40

नान्तोऽस्ति मम दिव्यानां विभूतीनां परन्तप ।
एष तूद्देशतः प्रोक्तो विभूतेर्विस्तरो मया ॥ ४० ॥

நாந்தோ 'ஸ்தி மம தி$_3$வ்யானாம்' விபூ$_4$தீனாம்' பரந்தப
ஏஷ தூத்$_3$தே$_3$ஷ$_2$த: ப்ரோக்தோ விபூ$_4$தேர் விஸ்தரோ மயா

ந—இல்லை; *அந்த:*—எல்லை; *அஸ்தி*—இருக்கின்றது; *மம*—எனது; *தி$_3$வ்யானாம்*—தெய்வீகமான; *விபூ$_4$தீனாம்*—வைபவங்கள்; *பரந்தப*—எதிரிகளை வெல்பவனே; *ஏஷ:*—இவையெல்லாம்; *து*—ஆனால்; *உத்$_3$தே$_3$ஷ$_2$த:*—உதாரணங்களாக; *ப்ரோக்த:*—பேசப்பட்டவை; *விபூ$_4$தே:*—வைபவங்களின்; *விஸ்தர:*—விரிந்த; *மயா*—என்னால்.

எதிரிகளை வெல்வோனே! என்னுடைய தெய்வீகத் தோற்றங்களுக்கு எல்லையே இல்லை. நான் உன்னிடம் கூறியவை அனைத்தும் எனது விரிவான வைபவங்களின் ஓர் உதாரணமே.

பொருளுரை: வேத இலக்கியங்களில் கூறப்பட்டுள்ளபடி, பகவானுடைய சக்திகளும் வைபவங்களும் பல்வேறு விதங்களில் அறியப்பட்டாலும், இத்தகு வைபவங்களுக்கு எல்லையே இல்லை; எனவே, வைபவங்களையும் சக்திகளையும் பூரணமாக விளக்குவது இயலாது. அர்ஜுனனின் ஆவலை திருப்தி செய்வதற்காகவே சில உதாரணங்கள் இங்கு விளக்கப்பட்டுள்ளன.

ஸ்லோகம் 41

यद्यद्विभूतिमत्सत्त्वं श्रीमदूर्जितमेव वा ।
तत्तदेवावगच्छ त्वं मम तेजोऽंशसम्भवम् ॥ ४१ ॥

யத்$_3$ யத்$_3$ விபூ$_4$திமத் ஸத்த்வம்' ஸ்ரீமத்$_3$ ஊர்ஜிதம் ஏவ வா
தத் தத்$_3$ ஏவாவக$_3$ச்ச$_2$ த்வம்' மம தேஜோ-'ம்'ஷ$_2$-ஸம்ப$_4$வம்

யத் யத்—என்னவெல்லாம்; *விபூ$_4$தி*—வைபவங்கள்; *மத்*—உள்ளனவோ; *ஸத்த்வம்*—இருப்பில்; *ஸ்ரீ-மத்*—அழகான; *ஊர்ஜிதம்*—புகழ் கொண்ட; *ஏவ*—நிச்சயமாக; *வா*—அல்லது; *தத் தத்*—அவையெல்லாம்; *ஏவ*—நிச்சயமாக; *அவக$_3$ச்ச$_2$*—அறிய வேண்டும்; *த்வம்*—நீ; *மம*—எனது; *தேஜ:*—தேஜஸின்; *அம்ஷ$_2$*—அம்சம்; *ஸம்ப$_4$வம்*—தோன்றிய.

அழகான, புகழத்தக்க வைபவங்கள் அனைத்தும், என்னுடைய தேஜஸின் சிறு பொறியிலிருந்து தோன்றுபவையே என்பதை அறிவாயாக.

பொருளுரை: ஆன்மீக உலகில் இருந்தாலும் சரி, பௌதிக உலகில் இருந்தாலும் சரி, புகழத்தக்கதாகவும் அழகாகவும் எவையெல்லாம்

உள்ளனவோ, அவையனைத்தும் கிருஷ்ணருடைய வைபவத்தின் சிறு தோற்றமே என்பது புரிந்துகொள்ளப்பட வேண்டும். தனிச்சிறப்பு வாய்ந்த அனைத்து ஐஸ்வர்யங்களும் கிருஷ்ணரது வைபவத்தின் பிரதிநிதியாகக் கருதப்பட வேண்டும்.

ஸ்லோகம் 42

अथवा बहुनैतेन किं ज्ञातेन तवार्जुन ।
विष्टभ्याहमिदं कृत्स्नमेकांशेन स्थितो जगत् ॥४२॥

அத$_2$ வா ப$_3$ஹுனைதேன கிம்' ஜ்ஞாதேன தவார்ஜுன
விஷ்டப்$_4$யாஹம் இத$_3$ம்' க்ரு'த்ஸ்னம் ஏகாம்'ஷே$_2$ன ஸ்தி$_2$தோ ஜக$_3$த்

அத$_2$ வா—அல்லது; *பஹுனா*—பற்பல; *ஏதேன*—இதுபோன்ற; *கிம்*—என்ன; *ஜ்ஞாதேன*—அறிவதால்; *தவ*—உனக்கு; *அர்ஜுன*—அர்ஜுனா; *விஷ்டப்$_4$ய*—நுழைந்து; *அஹம்*—நான்; *இத$_3$ம்*—இந்த; *க்ரு'த்ஸ்னம்*—அனைத்து; *ஏக*—ஒரு; *அம்ஷே$_2$ன*—பகுதியால்; *ஸ்தி$_2$த:*—நிலைபெற்ற; *ஜக$_3$த்*—அகிலம்.

ஆனால், இதனை விவரமாக அறிவதன் தேவை என்ன அர்ஜுனா? என்னுடைய சிறு அம்சத்தின் மூலமாக, நான் இந்த பிரபஞ்சம் முழுவதிலும் புகுந்து அதனைத் தாங்குகின்றேன்.

பொருளுரை: எல்லாப் பொருட்களிலும் நுழைந்திருக்கும் பரமாத்மாவாக, முழுமுதற் கடவுள் ஜட பிரபஞ்சங்கள் முழுவதிலும் அறியப்படுகிறார். பொருட்கள் எவ்வாறு தங்களது நிலையில் சீரும் சிறப்புமாக விளங்குகின்றன என்பதை அறிந்து கொள்வதில் அர்த்தமில்லை என்று இங்கே அர்ஜுனனிடம் பகவான் கூறுகிறார். பரமாத்மாவின் உருவில், கிருஷ்ணர் எல்லாப் பொருட்களிலும் நுழைந்திருப்பதால் மட்டுமே, அவை இருக்கின்றன என்பதை அவன் அறிந்துகொள்ள வேண்டும். பகவான், மிகப்பெரிய உயிர்வாழியான பிரம்மாவிலிருந்து சின்னஞ்சிறு எறும்பு வரை, அனைத்திலும் நுழைந்து அவற்றை பாதுகாக்கின்றார், அவரால் மட்டுமே இவையனைத்தும் நிலைத்துள்ளன.

எந்த தேவரை வழிபட்டாலும் அது பரம புருஷ பகவான் அல்லது பரம இலக்கினை நோக்கிக் கொண்டு செல்லும் என்ற கருத்தினை எப்போதும் முன்வைத்துக் கொண்டுள்ள மிஷன் ஒன்று உள்ளது. ஆனால் தேவர்களை வழிபடுவது இங்கே முற்றிலுமாக நிராகரிக்கப்பட்டுள்ளது; ஏனெனில், பிரம்மா, சிவன் முதலிய மாபெரும் தேவர்களும் முழுமுதற் கடவுளுடைய வைபவத்தின் சிறு பகுதியே. பிறந்தவர்கள் அனைவருக்கும் அவரே மூலம், அவரைவிடச் சிறந்தவர் எவரும் இல்லை. அவர் *அஸமோர்த்$_4$வ* என்று

அழைக்கப்படுகிறார்; அவரைவிட உயர்ந்தவர் எவரும் இல்லை, அவருக்கு சமமானவரும் எவரும் இல்லை என்பதே இதன் பொருள். எவனொருவன், முழுமுதற் கடவுளான கிருஷ்ணரை, பிரம்மா, சிவன் உட்பட, தேவர்களுக்கு சமமாகக் கருதுகின்றானோ, அவன் உடனடியாக நாத்திகனாகி விடுவதாக பத்ம புராணத்தில் கூறப்பட்டுள்ளது. மாறாக, கிருஷ்ண சக்தியின் விரிவுகளையும், வைபவங்களையும் பற்றிய பல்வேறு விவரங்களை ஆழமாகப் படித்தால், அவன் பகவான் ஸ்ரீ கிருஷ்ணரது நிலையை சந்தேகமின்றிப் புரிந்துகொண்டு, தனது மனதை கிருஷ்ணருடைய வழிபாட்டில் பிறழாது நிலைநிறுத்த முடியும். பகவானின் சுய விரிவாகிய பரமாத்மா, எல்லாவற்றிலும் நுழைந்துள்ளதால், அவர் எங்கும் பரவியிருப்பவராக அறியப்படுகிறார். எனவே, தூய பக்தர்கள் தங்களது மனதை பூரண பக்தித் தொண்டில் கிருஷ்ண உணர்வில் ஒருமுகப்படுத்துகின்றனர், இதன் மூலம் அவர்கள் எப்பொழுதும் திவ்யமான தளத்தில் உள்ளனர். இந்த அத்தியாயத்தின் எட்டு முதல் பதினொன்று வரையிலான ஸ்லோகங்களில், கிருஷ்ண வழிபாடும் பக்தித் தொண்டும் மிகத் தெளிவாக குறிப்பிடப்பட்டுள்ளது. இதுவே தூய பக்தித் தொண்டின் பாதையாகும். பரம புருஷ பகவானுடனான உறவில் எவ்வாறு ஒருவன் உயர்ந்த பக்குவத்தை அடையலாம் என்பது இந்த அத்தியாயத்தில் தெளிவாக விளக்கப்பட்டுள்ளது. கிருஷ்ணரிலிருந்து வரும் சீடப் பரம்பரையின் சிறந்த ஆச்சாரியர்களில் ஒருவரான ஸ்ரீல பலதேவ வித்யாபூஷணர், இந்த அத்தியாயத்திற்கான தனது கருத்துரையை பின்வருமாறு நிறைவு செய்கிறார்,

யச்-ச$_2$க்தி-லேஷா$_2$த் ஸூர்யாத்$_3$யா
ப$_4$வந்த்யத்ய்-உக்$_3$ர-தேஜஸ:
யத்$_3$-அம்'ஷே$_2$ன த்$_4$ரு'தம்' விஷ்$_2$வம்'
ஸ க்ரு'ஷ்ணோ த$_3$ஷ$_2$மே 'ர்ச்யதே

சக்தி வாய்ந்த சூரியன் தனது சக்தியை பகவான் கிருஷ்ணரது சக்தியிடமிருந்து பெறுகின்றது; மேலும், அவர் தனது அம்சத்தின் மூலமாகவே முழு உலகையும் பராமரித்து வருகிறார். எனவே, அந்த பகவான் ஸ்ரீ கிருஷ்ணரே வழிபாட்டிற்கு உரியவர்.

ஸ்ரீமத் பகவத் கீதையின் "பூரணத்தின் வைபவம்" என்னும் பத்தாம் அத்தியாயத்திற்கான பக்திவேதாந்த பொருளுரைகள் இத்துடன் நிறைவடைகின்றன.

அத்தியாயம் பதினொன்று

விஸ்வரூபம்

ஸ்லோகம் 1

अर्जुन उवाच

मदनुग्रहाय परमं गुह्यमध्यात्मसंज्ञितम् ।
यत्त्वयोक्तं वचस्तेन मोहोऽयं विगतो मम ॥ १ ॥

அர்ஜுன உவாச

மத்₃-அநுக்₃ரஹாய பரமம்' கு₃ஹ்யம் அத்₄யாத்ம-ஸம்'ஜ்ஞிதம்
யத் த்வயோக்தம்' வசஸ் தேன மோஹோ 'யம்' விக₃தோ மம

அர்ஜுன: *உவாச*—அர்ஜுனன் கூறினான்; *மத்-அநுக்₃ரஹாய*—எனக்கு கருணை காட்டுவதற்காக; *பரமம்*—பரம; *கு₃ஹ்யம்*—இரகசியம்; *அத்₄யாத்ம*—ஆன்மீக; *ஸம்ஜ்ஞிதம்*—விஷயத்தில்; *யத்*—எவை; *த்வயா*—உம்மால்; *உக்தம்*—கூறப்பட்டனவோ; *வச:*—சொற்கள்; *தேன*—அவற்றால்; *மோஹ:*—மயக்கம்; *அயம்*—இந்த; *விக₃த:*—விலகிவிட்டது; *மம*—எனது.

அர்ஜுனன் கூறினான்: ஆன்மீகம் சம்பந்தமான பரம இரகசியங்களை அன்புடன் எனக்கு வழங்கியுள்ளீர். தங்களது இத்தகு அறிவுரைகளைக் கேட்டதால், இப்போது எனது மயக்கம் தெளிந்து விட்டது.

பொருளுரை: கிருஷ்ணரே எல்லா காரணங்களுக்கும் காரணம் என்பதை இந்த அத்தியாயம் தெளிவாகக் காட்டுகின்றது. பௌதிக பிரபஞ்சங்களைத் தோற்றுவிக்கும் மஹாவிஷ்ணுவிற்கும் அவரே மூல காரணம். கிருஷ்ணர் ஓர் அவதாரமல்ல; அவரே எல்லா அவதாரங்களுக்கும் மூலம். இது முந்தைய அத்தியாயத்தில் முழுமையாக விளக்கப்பட்டது.

இப்போது அர்ஜுனனைப் பொறுத்தவரையில், அவன் தனது மயக்கம் தெளிந்துவிட்டது என்று கூறுகின்றான். இதன் பொருள் என்னவெனில், கிருஷ்ணரை ஒரு சாதாரண மனிதனாகவோ, தனது நண்பனாகவோ இனிமேல் அர்ஜுனன் நினைக்கப் போவதில்லை; மாறாக, எல்லாவற்றிற்கும் மூலமாக எண்ணுகின்றான். கிருஷ்ணரைப் போன்ற சிறந்த நண்பரைப் பெற்றிருப்பதால், அர்ஜுனன் மிகுந்த உற்சாகமும் பெருமிதமும் கொள்கிறான். ஆனால், எல்லாவற்றிற்கும் கிருஷ்ணரே மூலம் என்பதை தான் ஏற்றுக் கொண்டாலும், பிறர் இதனை ஏற்காமல் இருக்கலாம் என்று அவன் இப்பொழுது

எண்ணுகின்றான். எனவே, கிருஷ்ணருடைய தெய்வீகத் தன்மையை அனைவரின் மத்தியிலும் நிலைநிறுத்துவதற்காக, விஸ்வரூபத்தைக் காட்டும்படி கிருஷ்ணரிடம் அவன் இந்த அத்தியாயத்தில் வேண்டுகிறான். உண்மையில், ஒருவன் விஸ்வரூபத்தைப் பார்க்கும்போது, அர்ஜுனனைப் போன்று அச்சமுறுகிறான். ஆனால் கருணையின் உருவாகிய கிருஷ்ணர், இதனைக் காட்டிய பிறகு தன்னை மீண்டும் தனது சுய உருவத்திற்கு மாற்றிக்கொள்கிறார். "நான் உனது நன்மைக்காகவே உன்னிடம் பேசிக் கொண்டுள்ளேன்" என்று கிருஷ்ணர் பலமுறை கூறியவற்றை அர்ஜுனன் ஏற்றுக்கொள்கிறான். மேலும், தனக்கு நிகழ்பவை அனைத்தும் கிருஷ்ணரின் கருணையாலேயே என்பதையும் அர்ஜுனன் ஏற்றுக்கொள்கிறான். எல்லா காரணங்களுக்கும் காரணம் கிருஷ்ணரே என்றும், அவரே எல்லாருடைய இதயத்திலும் பரமாத்மாவாக வீற்றுள்ளார் என்றும் அர்ஜுனன் தற்பொழுது முழு நம்பிக்கை வைத்துள்ளான்.

ஸ்லோகம் 2

भवाप्ययौ हि भूतानां श्रुतौ विस्तरशो मया ।
त्वत्तः कमलपत्राक्ष माहात्म्यमपि चाव्ययम् ॥ २ ॥

ப4வாப்யயௌ ஹி பூ4தானாம்' ஷ்2ருதௌ விஸ்தரஷோ2 மயா
த்வத்த: கமல-பத்ராக்ஷ மாஹாத்ம்யம் அபி சாவ்யயம்

ப4வ—தோற்றம்; அப்யயௌ—மறைவு; ஹி—நிச்சயமாக; பூ4தானாம்—எல்லா உயிர்களின்; ஷ்2ருதௌ—கேட்கப்பட்டது; விஸ்தரஷ:2—விவரமாக; மயா—என்னால்; த்வத்த:—உம்மிடமிருந்து; கமல-பத்ர-அக்ஷ—தாமரைக் கண்களை உடையவரே; மாஹாத்ம்யம்—பெருமைகள்; அபி—கூட; ச—மேலும்; அவ்யயம்—முடிவற்ற.

தாமரைக் கண்களை உடையவரே! ஒவ்வோர் உயிர்வாழியின் தோற்றம் மற்றும் மறைவினைப் பற்றி உம்மிடமிருந்து விவரமாகக் கேட்ட நான், தற்போது உமது அழிவற்ற பெருமைகளை உணர்ந்துள்ளேன்.

பொருளுரை: "தாமரைக் கண்களை உடையவர்" (கிருஷ்ணருடைய கண்கள் தாமரை மலரின் இதழ்களைப் போன்று தோன்றுகின்றன) என்று பகவான் கிருஷ்ணரை அர்ஜுனன் மகிழ்ச்சியுடன் அழைக்கின்றான். ஏனெனில், முந்தைய அத்தியாயம் ஒன்றில், அஹம் க்ரு'த்ஸ்னஸ்ய ஜக3த: ப்ரப4வ: ப்ரலயஸ் ததா—"இந்த மொத்த ஜடவுலகத்தின் தோற்றம் மற்றும் மறைவிற்கான மூலம் நானே" என்று கிருஷ்ணர் அவனிடம் உறுதியளித்திருந்தார். பின்னர்,

இதனைப் பற்றிய விளக்கங்களை அவன் பகவானிடமிருந்து விவரமாகக் கேட்டறிந்தான். எல்லாவிதமான தோற்றம் மற்றும் மறைவிற்கு மூலமாக உள்ளபோதிலும், கிருஷ்ணர் அவற்றிலிருந்து தனியாக விளங்குகிறார் என்பதையும் அர்ஜுனன் அறிவான். ஏனெனில், தான் எல்லா இடங்களிலும் பரவியுள்ளபோதிலும், அவ்வெல்லா இடங்களிலும் தனிப்பட்ட முறையில் இல்லை என்பதை பகவான் ஒன்பதாம் அத்தியாயத்தில் கூறினார். கிருஷ்ணரது அத்தகு அசிந்திய சக்தியை முழுமையாகப் புரிந்து கொண்டதாக அர்ஜுனன் இங்கு ஒப்புக்கொள்கிறான்.

ஸ்லோகம் 3

एवमेतद्यथात्थ त्वमात्मानं परमेश्वर ।
द्रष्टुमिच्छामि ते रूपमैश्वरं पुरुषोत्तम ॥ ३ ॥

ஏவம் ஏதத்$_3$ யதா$_2$த்த$_2$ த்வம் ஆத்மானம்' பரமேஷ்$_2$வர
த்$_3$ரஷ்டும் இச்சா$_2$மி தே ரூபம் ஐஷ்$_2$வரம்' புருஷோத்தம

ஏவம்—இவ்வாறு; *ஏதத்*—இந்த; *யதா$_2$*—உள்ளது உள்ளபடி; *ஆத்த$_2$*—பேசிய பின்; *த்வம்*—நீங்கள்; *ஆத்மானம்*—தாங்களே; *பரம-ஈஷ்$_2$வர*—முழுமுதற் கடவுளே; *த்$_3$ரஷ்டும்*—காண்பதற்கு; *இச்சா$_2$மி*—விரும்புகின்றேன்; *தே*—உங்களுடைய; *ரூபம்*—உருவம்; *ஐஷ்$_2$வரம்*—ஐஸ்வர்யம்; *புருஷ-உத்தம*—உத்தம புருஷரே.

உத்தம புருஷரே, உன்னத உருவே! நான் தங்களை தங்களுடைய உண்மை நிலையில் என் முன் காண்கின்றேன் என்றபோதிலும், தங்களைப் பற்றி தாங்களே விளக்கியபடி, இந்த பிரபஞ்சத் தோற்றத்திற்குள் தாங்கள் எவ்வாறு உட்புகுந்து உள்ளீர் என்பதைக் காண நான் விரும்புகின்றேன். உமது அந்த ஐஸ்வர்ய ரூபத்தினைக் காண நான் ஆவலுடன் உள்ளேன்.

பொருளுரை: "நான் எனது சுய விரிவினால் நுழைந்த காரணத்தினால் தான், இந்த ஜடவுலகம் படைக்கப்பட்டு, செயல்கள் நடைபெற்று வருகின்றன" என்று பகவான் கூறினார். இப்போது அர்ஜுனனைப் பொறுத்தவரையில், கிருஷ்ணருடைய உரைகளால் அவன் உற்சாகமடைந்துள்ளான், இருப்பினும், கிருஷ்ணர் ஒரு சாதாரண நபரே என்று எதிர்காலத்தில் சிலர் நினைக்கலாம் என்பதற்காக, அவர்களிடம் நம்பிக்கையை ஊட்டும் பொருட்டு, பிரபஞ்சத்தினுள் செயல்படும்போதிலும் பகவான் எவ்வாறு அதிலிருந்து விடுபட்டும் உள்ளார் என்பதை அவன் அவரது விஸ்வரூபத்தின் மூலமாகப் பார்க்க விரும்பினான். அர்ஜுனன் இறைவனை *புருஷோத்தம* என்று அழைப்பதும் மிக முக்கியமானதாகும். கிருஷ்ணரே பரம புருஷ

பகவான் என்பதால், அவர் அர்ஜுனனுக்குள்ளும் வீற்றுள்ளார்; எனவே, அர்ஜுனனின் விருப்பத்தை அவர் அறிவார், தன்னை தனது தனிப்பட்ட உருவாகிய கிருஷ்ணரின் வடிவில் காண்பதில் அவன் பூரண திருப்தியுடன் இருப்பதால், தனது விஸ்வரூபத்தைக் காண்பதில் அவனுக்கென்று தனிப்பட்ட விருப்பம் ஏதும் இல்லை என்பதை அவரால் புரிந்துகொள்ள முடிந்தது. ஆனால் மற்றவர்களிடம் நம்பிக்கையை ஊட்டுவதற்காகவே, அர்ஜுனன் விஸ்வரூபத்தைக் காண விரும்புகின்றான் என்பதையும் அவரால் புரிந்துகொள்ள முடிந்தது. கிருஷ்ணருடைய உரைகளை சோதனை செய்து உறுதி செய்வதற்கான தனிப்பட்ட விருப்பம் அர்ஜுனனிடம் கிடையாது. தங்களைத் தாங்களே பகவானின் அவதாரம் என்று விளம்பரப் படுத்திக்கொள்ளும் பல போலிகள் வருங்காலத்தில் வருவார்கள் என்பதால், கடவுள் என்பவர் விஸ்வரூபத்தைக் காட்டக் கூடியவராக இருக்க வேண்டும் என்பதை நிர்ணயிப்பதற்காகவும், அர்ஜுனன் விஸ்வரூபத்தைக் காண விரும்புகிறான் என்றும் பகவானால் உணர்ந்துகொள்ள முடிந்தது. எனவே, மக்கள் மிகவும் எச்சரிக்கையுடன் இருக்க வேண்டும்; தன்னையே கிருஷ்ணர் என்று கூறிக்கொள்பவன், அந்தக் கூற்றினை மக்கள் மத்தியில் நிரூபிப்பதற்காக விஸ்வரூபத்தைக் காட்டுவதற்கு தயாராக இருக்க வேண்டும்.

ஸ்லோகம் 4

मन्यसे यदि तच्छक्यं मया द्रष्टुमिति प्रभो ।
योगेश्वर ततो मे त्वं दर्शयात्मानमव्ययम् ॥ ४॥

மன்யஸே யதி$_3$ தச் ச$_2$க்யம்' மயா த்$_3$ரஷ்டும் இதி ப்ரபோ$_4$
யோகே$_3$ஷ்$_2$வர ததோ மே த்வம்' த$_3$ர்ஷ$_2$யாத்மானம் அவ்யயம்

மன்யஸே யதி$_3$—நீங்கள் நினைத்தால்; *தத்*—அந்த; *ஷ$_2$க்யம்*—சாத்தியமாகும்; *மயா*—என்னால்; *த்$_3$ரஷ்டும்*—காண; *இதி*—இவ்வாறு; *ப்ரபோ$_4$*—இறைவா; *யோக$_3$-ஈஷ்$_2$வர*—எல்லா யோக சக்திகளின் இறைவனே; *தத:*—பிறகு; *மே*—எனக்கு; *த்வம்*—நீங்கள்; *த$_3$ர்ஷ$_2$ய*—காட்டும்; *ஆத்மானம்*—தங்களை; *அவ்யயம்*—நித்திய.

உமது விஸ்வரூபத்தை என்னால் பார்க்க முடியும் என்று தாங்கள் நினைத்தால், எம்பெருமானே, எல்லா யோக சக்திகளின் இறைவனே, அந்த எல்லையற்ற விஸ்வரூபத்தை எனக்குக் காட்டியருளும்.

பொருளுரை: முழுமுதற் கடவுளான கிருஷ்ணரை ஜடப் புலன்களைக் கொண்டு காண்பதோ கேட்பதோ புரிந்துகொள்வதோ உணர்வதோ இயலாது என்றும், அதே சமயத்தில் நாவிலிருந்து தொடங்கும்

இறைவனது திவ்யமான அன்புத் தொண்டில் ஈடுபட்டிருந்தால், பகவானே தன்னை வெளிப்படுத்துவார், அப்போது அவரைக் காண முடியும் என்றும் கூறப்பட்டுள்ளது. ஒவ்வோர் உயிர்வாழியும் ஓர் ஆன்மீகப் பொறியே என்பதால், பரம புருஷரைப் பார்ப்பதோ, புரிந்துகொள்வதோ சாத்தியமல்ல. பக்தனான அர்ஜுனன், தனது கற்பனையின் பலத்தை நம்பவில்லை; மாறாக, உயிர்வாழியான தனது எல்லைகளை ஒப்புக்கொண்டு, கிருஷ்ணரது அளக்கவியலாத தன்மையை ஆமோதிக்கின்றான். ஓர் உயிர்வாழி, எல்லையும் வரம்புமற்ற நபரைப் புரிந்துகொள்வது சாத்தியமல்ல என்பதை அர்ஜுனன் அறிந்திருந்தான். ஆனால் அந்த எல்லையற்ற நபர் தன்னைத்தானே வெளிப்படுத்தும்போது, அத்தகு எல்லையற்ற கருணையால் அவரது எல்லையற்ற தன்மையைப் புரிந்துகொள்ள முடியும். இறைவன், நமது சிந்தனைக்கு அப்பாற்பட்ட சக்திகளை உடையவர் என்பதால், *யோகே₃ஷ்₂வர* எனும் சொல்லும் இங்கே மிகவும் முக்கியமானதாகும். அவர் எல்லையற்றவர் என்றபோதிலும், அவரே விரும்பினால், தனது கருணையின் மூலம் தன்னை வெளிக்காட்ட முடியும். எனவே, அத்தகு புரிந்துகொள்ள இயலாத கிருஷ்ணரின் கருணையை யாசிக்கிறான் அர்ஜுனன். அவன் கிருஷ்ணருக்குக் கட்டளை கொடுக்கவில்லை. கிருஷ்ண உணர்வில் பூரணமாகச் சரணடைந்து, பக்தித் தொண்டில் ஒருவன் ஈடுபடாத வரையில், தன்னை வெளிப்படுத்துவதற்கான அவசியம் கிருஷ்ணருக்கு இல்லை. எனவே, தங்களது மன அனுமானத்தின் பலத்தை நம்பியிருக்கும் மனிதர்கள், கிருஷ்ணரைக் காண்பது சாத்தியமல்ல.

ஸ்லோகம் 5

श्रीभगवानुवाच

पश्य मे पार्थ रूपाणि शतशोऽथ सहस्रशः ।
नानाविधानि दिव्यानि नानावर्णाकृतीनि च ॥ ५ ॥

ஸ்ரீ-ப₄க₃வான் உவாச

பஷ்₂ய மே பார்த₂ ரூபாணி ஷ₂தஷோ₂ 'த₂ ஸஹஸ்ரஷ:₂

நானா-விதா₄னி தி₃வ்யானி நானா-வர்ணாக்ரு'தீனி ச

ஸ்ரீ-ப₄க₃வான் உவாச—புருஷோத்தமரான முழுமுதற் கடவுள் கூறினார்; *பஷ்₂ய*—காண்பாயாக; *மே*—எனது; *பார்த₂*—பிருதாவின் மகனே; *ரூபாணி*—உருவங்கள்; *ஷ₂தஷ:₂*—நூற்றுக்கணக்கான; *அத₂*—மேலும்; *ஸஹஸ்ரஷ:₂*—ஆயிரக்கணக்கான; *நானா*—பலதரப்பட்ட; *விதா₄னி*—பலவிதமான; *தி₃வ்யானி*—திவ்யமான; *நானா*—பலதரப்பட்ட; *வர்ண*—வர்ணங்கள்; *ஆக்ரு'தீனி*—உருவங்கள்; *ச*—மேலும்.

புருஷோத்தமரான முழுமுதற் கடவுள் கூறினார்: பிருதாவின் மகனே, எனதன்பு அர்ஜுனா, இலட்சக்கணக்கான வடிவில் பலதரப்பட்ட நிறத்துடன் தோன்றும் எனது பல வகையான திவ்ய ரூபத்தினை, எனது வைபவத்தினை இப்போது காண்பாயாக.

பொருளுரை: கிருஷ்ணரை அவரது விஸ்வரூபத்தில் பார்க்க விரும்பினான் அர்ஜுனன். அந்த விஸ்வரூபம், திவ்யமான ரூபம் என்றபோதிலும், பிரபஞ்சத்தின் தோற்றத்திற்காக உண்டானதாகும்; எனவே, இந்த ஜட இயற்கையின் நிலையற்ற காலத்திற்கு அஃது உட்பட்டதாகும். ஜட இயற்கை தோன்றி மறைவதைப் போலவே, கிருஷ்ணருடைய இந்த விஸ்வரூபமும் தோன்றி மறையக் கூடியதாகும். ஆன்மீக வானில் நித்தியமாக நிலைபெற்றுள்ள கிருஷ்ணரது மற்ற உருவங்களைப் போன்றது அல்ல இது. ஒரு பக்தனைப் பொறுத்தவரை, விஸ்வரூபத்தைக் காண வேண்டிய ஆவல் அவனிடம் இல்லை, ஆனால் கிருஷ்ணரை இவ்வாறு காண அர்ஜுனன் விரும்பியதால் கிருஷ்ணர் இந்த ரூபத்தை அவனுக்குக் காட்டுகின்றார். இந்த விஸ்வரூபம் எந்தவொரு சாதாரண மனிதனாலும் காணப்படக் கூடியது அல்ல. இதைக் காண்பதற்கான சக்தியைக் கிருஷ்ணர்தான் அளிக்க வேண்டும்.

ஸ்லோகம் 6

पश्यादित्यान्वसून्रुद्रानश्विनौ मरुतस्तथा ।
बहून्यदृष्टपूर्वाणि पश्याश्चर्याणि भारत ॥ ६ ॥

பஷ்$_2$யாதி$_3$த்யான் வஸூன் ருத்$_3$ரான் அஷ்$_2$வினௌ மருதஸ் ததா$_2$
ப$_3$ஹூன்யத்$_3$ரு'ஷ்ட-பூர்வாணி பஷ்$_2$யாஷ்$_2$சர்யாணி பா$_4$ரத

பஷ்$_2$ய—காண்பாயாக; *ஆதி$_3$த்யான்*—அதிதியின் பன்னிரண்டு மைந்தர்கள்; *வஸூன்*—எட்டு வசுக்கள்; *ருத்$_3$ரான்*—ருத்திரரின் பதினொன்று உருவங்கள்; *அஷ்$_2$வினௌ*—இரண்டு அஸ்வினிகள்; *மருத:*—நாற்பத்தி ஒன்பது மருத்துகள் (வாயு தேவர்கள்); *ததா$_2$*—மேலும்; *ப$_3$ஹூனி*—பற்பல; *அத்$_3$ரு'ஷ்ட*—நீ கண்டிராத; *பூர்வாணி*—இதற்கு முன்பு; *பஷ்$_2$ய*—பார்; *ஆஷ்$_2$சர்யாணி*—ஆச்சரியமான அனைத்தையும்; *பா$_4$ரத*—பாரதர்களில் சிறந்தவனே.

பாரதர்களில் சிறந்தவனே, ஆதித்தியர்கள், வசுக்கள், ருத்திரர்கள், அஸ்வினி குமாரர்கள் மற்றும் இதர தேவர்கள் அனைவரையும் இங்கே பார். இதற்கு முன்பு யாரும் கண்டிராத, கேட்டிராத பல ஆச்சரியமான விஷயங்களையும் பார்.

பொருளுரை: அர்ஜுனன் கிருஷ்ணருடைய நெருங்கிய நண்பனும், அறிஞர்களில் மிகவும் முன்னேற்றம் அடைந்தவனும் ஆவான்.

இருப்பினும், கிருஷ்ணரைப் பற்றிய அனைத்தையும் அவன் அறிந்திருக்கவில்லை, அது சாத்தியமல்ல. இந்த உருவங்களையும், தோற்றங்களையும், மனிதர்கள் கண்டதும் இல்லை, கேட்டதும் இல்லை என்று இங்கே குறிப்பிடப்பட்டுள்ளது. இப்போது அத்தகு அற்புத உருவங்களை கிருஷ்ணர் வெளிப்படுத்துகிறார்.

ஸ்லோகம் 7

इहैकस्थं जगत्कृत्स्नं पश्याद्य सचराचरम् ।
ममदेहे गुडाकेश यच्चान्यद्द्रष्टुमिच्छसि ॥ ७॥

இஹைக-ஸ்த$_2$ம்' ஜக$_3$த் க்ரு'த்ஸ்னம்' பஷ்$_2$யாத்$_3$ய ஸ-சராசரம்
மம தே$_3$ஹே கு$_3$டா$_3$கேஷ$_2$ யச் சான்யத்$_3$ த்$_3$ரஷ்டும் இச்ச$_2$ஸி

இஹ—இதில்; *ஏக-ஸ்த$_2$ம்*—ஒரு இடத்தில்; *ஜக$_3$த்*—அகிலம்; *க்ரு'த்ஸ்னம்*—முழுமையாக; *பஷ்$_2$ய*—பார்; *அத்$_3$ய*—உடனடியாக; *ஸ*—உடன்; *சர*—அசைகின்ற; *அசரம்*—அசையாத; *மம*—எனது; *தே$_3$ஹே*—இந்த உடலில்; *கு$_3$டா$_3$கேஷ$_2$*—அர்ஜுனா; *யத்*—அந்த; *ச*—மேலும்; *அன்யத்*—இதர; *த்$_3$ரஷ்டும்*—காண்பதற்கு; *இச்ச$_2$ஸி*—நீ விரும்பு கின்றாயோ.

அர்ஜுனா, நீ பார்க்க விரும்புபவை அனைத்தையும், எனது இந்த உடலில் உடனடியாகப் பார்! இப்போது நீ விரும்புபவை மட்டுமின்றி, எதிர்காலத்தில் நீ எதையெல்லாம் காண விரும்புவாயோ, அவை அனைத்தையும் இந்த விஸ்வரூபம் உனக்குக் காட்டும். அசைகின்றவை, அசையாதவை—அனைத்தும் ஒரே இடத்தில் இங்கே முழுமையாக உள்ளன.

பொருளுரை: ஓரிடத்தில் அமர்ந்து கொண்டு முழு உலகத்தையும் காண யாராலும் முடியாது. மிகவும் முன்னேற்றமடைந்த விஞ்ஞானியும், உலகின் மற்ற பாகங்களில் நடப்பதை அறிய முடியாது. ஆனால் அர்ஜுனனைப் போன்ற பக்தர்கள், உலகின் எல்லாப் பகுதிகளிலும் நடப்பவை அனைத்தையும் காண முடியும். இறந்தகாலம், நிகழ்காலம், எதிர்காலம் என அர்ஜுனன் எதைக் காண விரும்பினாலும், அதனைக் காண்பதற்கான சக்தியை கிருஷ்ணர் அவனுக்குக் கொடுக்கிறார். இவ்வாறாக, கிருஷ்ணருடைய கருணையால் அர்ஜுனன் எல்லாவற்றையும் காண முடிகின்றது.

ஸ்லோகம் 8

न तु मां शक्यसे द्रष्टुमनेनैव स्वचक्षुषा ।
दिव्यं ददामि ते चक्षुः पश्य मे योगमैश्वरम् ॥ ८॥

ந து மாம்' ஷ$_2$க்யஸே த்$_3$ரஷ்டும் அனேனைவ ஸ்வ-சக்ஷுஷா
தி$_3$வ்யம்' த$_3$தா$_3$மி தே சக்ஷு: பஷ்$_2$ய மே யோக$_3$ம் ஐஷ்$_2$வரம்

ந—என்றுமில்லை; து—ஆனால்; *மாம்*—என்னை; *ஷ$_2$க்யஸே*—முடியும்; *த்$_3$ரஷ்டும்*—காண; *அனேன*—இதனால்; *ஏவ*—நிச்சயமாக; *ஸ்வ-சக்ஷுஷா*—உனது சொந்த கண்களால்; *தி$_3$வ்யம்*—திவ்யமான; *த$_3$தா$_3$மி*—அளிக்கின்றேன்; *தே*—உனக்கு; *சக்ஷு:*—கண்கள்; *பஷ்$_2$ய*—காண; *மே*—எனது; *யோக$_3$ம்-ஐஷ்$_2$வரம்*—யோக சக்தியின் ஐஸ்வர்யம்.

ஆனால் உன்னுடைய தற்போதைய கண்களால் என்னை நீ காண முடியாது. எனவே, நான் உனக்கு திவ்யமான கண்களைத் தருகிறேன். எனது யோகத்தின் ஐஸ்வர்யத்தைப் பார்.

பொருளுரை: இரண்டு கரங்களுடன் இருக்கும் கிருஷ்ணரைத் தவிர வேறு எந்த உருவத்திலும் அவரைக் காண தூய பக்தன் விரும்புவதில்லை; அவரது விஸ்வரூபத்தை அவரது கருணையால் காணும் பக்தன், அதனை மனதால் காணவில்லை, ஆன்மீகக் கண்களால் காண்கின்றான். கிருஷ்ணரது விஸ்வரூபத்தைக் காண, அர்ஜுனன் தனது மனதை மாற்றிக்கொள்ளும்படி கூறப்படவில்லை, பார்வையை மட்டுமே மாற்றிக்கொள்ளும்படி அறிவுறுத்தப்பட்டான். கிருஷ்ணருடைய விஸ்வரூபம் அவ்வளவு முக்கியமானதல்ல; இது பின்வரும் ஸ்லோகங்களிலிருந்து தெளிவாகும். இருந்தும், அர்ஜுனன் அதைக் காண விரும்பியதன் காரணத்தால், அந்த விஸ்வரூபத்தைக் காண்பதற்குத் தேவையான பார்வையை இறைவன் அவனுக்குக் கொடுக்கின்றார்.

கிருஷ்ணருடன் திவ்யமான உறவில் முறையாக நிலைபெற்றிருக்கும் பக்தர்கள், அவருடனான அன்புப் பரிமாற்றத்தினால் கவரப்படுகின்றனர். அவர்கள் ஜட ஐஸ்வர்யங்களால் கவரப்படுவதில்லை. கிருஷ்ணரது நண்பர்கள், பெற்றோர்கள் மற்றும் அவரது தோழிகளும், கிருஷ்ணர் தனது ஐஸ்வர்யத்தை காட்ட வேண்டும் என்று ஒருபோதும் விரும்பவில்லை. கிருஷ்ணரே பரம புருஷ பகவான் என்பதைக்கூட அறியாத அளவிற்கு அவர்கள் தூய அன்பில் மூழ்கியுள்ளனர். தங்களது அன்புப் பரிமாற்றத்தின் காரணமாக, கிருஷ்ணரே முழுமுதற் கடவுள் என்பதை அவர்கள் மறந்துவிடுகின்றனர். கிருஷ்ணருடன் விளையாடிய ஆயர்குலச் சிறுவர்கள் அனைவரும் மிகச்சிறந்த புண்ணிய ஆத்மாக்கள் என்றும், பற்பல பிறவிகளுக்குப் பின்னரே அவர்களால் அவ்வாறு கிருஷ்ணருடன் விளையாட முடிகின்றது என்றும் ஸ்ரீமத் பாகவதத்தில் குறிப்பிடப்பட்டுள்ளது. அச்சிறுவர்கள், கிருஷ்ணரே முழுமுதற் கடவுள் என்பதை அறியார்கள். அவர்கள் கிருஷ்ணரை தங்களது

பிரியமான நண்பனாகவே கருதுகின்றனர். எனவே, சுகதேவ கோஸ்வாமி பின்வரும் ஸ்லோகத்தினைக் கூறுகிறார்:

இத்த₂ம்' ஸதாம்' ப்₃ரஹ்ம-ஸுகா₂னுபூ₄த்யா
தா₃ஸ்யம்' க₃தானாம்' பர-தை₃வதேன
மாயாஷ்₂ரிதானாம்' நர-தா₃ரகேண
ஸாகம்' விஜஹ்ரு: க்ரு'த-புண்ய-புஞ்ஜா:

"சாதுக்களால் அருவ பிரம்மனாகவும், பக்தர்களால் பரம புருஷ பகவானாகவும், சாதாரண மனிதர்களால் ஜட இயற்கையின் படைப்பாகவும் கருதப்படும் முழுமுதற் கடவுள் இதோ இங்கே இருக்கிறார். பரம புருஷ பகவானுடன் தற்போது விளையாடும் இந்தச் சிறுவர்கள், தங்களது முந்தைய பிறவிகளில் பற்பல புண்ணியங்களைச் செய்தவர்கள்." (ஸ்ரீமத் பாகவதம் 10.12.11)

கருத்து என்னவெனில், விஸ்வரூபத்தைக் காண்பதில் பக்தனுக்கு எந்த விருப்பமும் கிடையாது, இருப்பினும் அர்ஜுனன் அதனைக் காண விரும்பினான்; ஏனெனில், கிருஷ்ணர் வெறுமனே ஏட்டளவிலும் தத்துவபூர்வமாகவும் மட்டுமே தன்னை முழுமுதற் கடவுளாக எடுத்துக்காட்டினார் என்று இல்லாமல், அவர் உண்மையிலேயே தன்னை அர்ஜுனனிடம் காட்டினார் என்பதை வருங்கால மக்கள் புரிந்துகொள்ள வேண்டும் என்பதற்காக, கிருஷ்ணர் கூறிய உண்மைகளை கண்களால் காண விரும்பினான் அர்ஜுனன். அவனே சீடப் பரம்பரையின் முதல் சீடன் என்பதால், கிருஷ்ணரின் உரைகளை அவன் உறுதி செய்தாக வேண்டும். பரம புருஷ பகவானான கிருஷ்ணரைப் புரிந்துகொள்வதில் உண்மையான ஆர்வம் கொண்டு அர்ஜுனனுடைய அடிச்சுவட்டை பின்பற்றுபவர்கள், தானே பரமன் என்பதை கிருஷ்ணர் வெறும் வார்த்தைகளால் மட்டும் கூறாமல் தன்னையே பரமனாக அர்ஜுனனுக்கு உண்மையிலேயே வெளிப்படுத்தினார் என்பதைப் புரிந்துகொள்ள வேண்டும்.

பகவான் தனது விஸ்வரூபத்தைக் காண்பதற்குத் தேவையான சக்தியை அர்ஜுனனுக்குக் கொடுத்தார். ஏனெனில், முன்பே நாம் விளக்கியபடி, அதனைக் காண்பதற்கான தனிப்பட்ட விருப்பம் அர்ஜுனனிடம் இல்லை என்பதை அவர் அறிவார்.

ஸ்லோகம் 9

सञ्जय उवाच
एवमुक्त्वा ततो राजन्महायोगेश्वरो हरिः ।
दर्शयामास पार्थाय परमं रूपमैश्वरम् ॥ ९ ॥

ஸஞ்ஜய உவாச

ஏவம் உக்த்வா ததோ ராஜன் மஹா-யோகேஸ்$_2$வரோ ஹரி:

த$_3$ர்ஷ$_2$யாம் ஆஸ பார்தா$_2$ய பரமம்' ரூபம் ஐஷ்$_2$வரம்

ஸஞ்ஜய: உவாச—சஞ்ஜயன் கூறினான்; *ஏவம்*—இவ்வாறு; *உக்த்வா*—கூறிய; *தத:*—பின்; *ராஜன்*—மன்னனே; *மஹா-யோகேஸ்$_2$வர:*—மிகவும் வலிமை வாய்ந்த யோகி; *ஹரி:*—முழுமுதற் கடவுளான கிருஷ்ணர்; *த$_3$ர்ஷ$_2$யாம் ஆஸ*—காட்டினார்; *பார்தா$_2$ய*—அர்ஜுனனுக்கு; *பரமம்*—பரம; *ரூபம் ஐஷ்$_2$வரம்*—விஸ்வரூபம்.

சஞ்ஜயன் கூறினான்: மன்னா, இவ்வாறு கூறிய பின்னர், எல்லா யோக சக்திகளுக்கும் இறைவனாக விளங்கும் முழுமுதற் கடவுள், தமது விஸ்வரூபத்தை அர்ஜுனனுக்குக் காட்டினார்.

ஸ்லோகங்கள் 10–11

अनेकवक्त्रनयनमनेकाद्भुतदर्शनम् ।
अनेकदिव्याभरणं दिव्यानेकोद्यतायुधम् ॥ १० ॥
दिव्यमाल्याम्बरधरं दिव्यगन्धानुलेपनम् ।
सर्वाश्चर्यमयं देवमनन्तं विश्वतोमुखम् ॥ ११ ॥

அனேக-வக்த்ர-நயனம் அனேகாத்$_3$பு$_4$த-த$_3$ர்ஷ$_2$னம்

அனேக-தி$_3$வ்யாப$_4$ரணம்' தி$_3$வ்யானேகோத்$_3$யதாயுத$_4$ம்

தி$_3$வ்ய-மால்யாம்ப$_3$ர-த$_4$ரம்' தி$_3$வ்ய-க$_3$ந்தா$_4$னுலேபனம்

ஸர்வாஷ்$_2$சர்ய-மயம்' தே$_3$வம் அனந்தம்' விஷ்$_2$வதோ-முக$_2$ம்

அனேக—பல்வேறு; *வக்த்ர*—வாய்கள்; *நயனம்*—கண்கள்; *அனேக*—பல்வேறு; *அத்$_3$பு$_4$த*—அற்புதமான; *த$_3$ர்ஷ$_2$னம்*—காட்சிகள்; *அனேக*—பற்பல; *திவ்ய*—திவ்யமான; *ஆப$_4$ரணம்*—ஆபரணங்கள்; *தி$_3$வ்ய*—திவ்யமான; *அனேக*—பல்வேறு; *உத்$_3$யத*—தாங்கிய; *ஆயுத$_4$ம்*—ஆயுதங்கள்; *தி$_3$வ்ய*—திவ்யமான; *மால்ய*—மாலைகள்; *அம்ப$_3$ர*—ஆடைகள்; *த$_4$ரம்*—அணிந்து; *தி$_3$வ்ய*—திவ்யமான; *க$_3$ந்த$_4$*—வாசனை; *அனுலேபனம்*—தரிக்கப்பட்ட; *ஸர்வ*—எல்லா; *ஆஷ்$_2$சர்ய-மயம்*—ஆச்சரியமான; *தே$_3$வம்*—ஒளிர்கின்ற; *அனந்தம்*—எல்லையற்ற; *விஷ்$_2$வத:-முக$_2$ம்*—எங்கும் நிறைந்தது.

அந்த விஸ்வரூபத்தில், அனேகக் கண்களையும் அனேக வாய்களையும், அனேக அற்புதமான தரிசனங்களையும் அர்ஜுனன் கண்டான். பற்பல தெய்வீகமான ஆபரணங்களால் அலங்கரிக்கப்பட்டிருந்த அந்த ரூபம், திவ்யமான ஆயுதங்கள் பலவற்றை தாங்கியிருந்தது. தெய்வீகமான மாலைகளையும், ஆடைகளையும் அணிந்திருந்த அவரது உடலில், பல்வேறு

திவ்யமான வாசனைப் பொருட்கள் பூசப்பட்டிருந்தது. அவையனைத்தும், அற்புதமாக, பிரகாசமாக, எல்லையற்றதாக, எங்கும் பரவிக் காணப்பட்டது.

பொருளுரை: இந்த இரு ஸ்லோகங்களில், *அனேக* எனும் சொல் மீண்டும்மீண்டும் இருப்பதைப் பார்க்கும்போது, அர்ஜுனனால் காணப்பட்ட கைகள், வாய்கள், கால்கள் மற்றும் இதர தோற்றங்களை அளவிடவே முடியாது என்று தெரிகிறது. அந்தத் தோற்றங்கள் அகிலமெங்கும் பரந்துள்ளபோதிலும், ஒரே இடத்தில் அமர்ந்திருந்த அர்ஜுனன், இறைவனின் கருணையால் அவற்றைக் காண முடிந்தது. இது கிருஷ்ணரின் அசிந்திய சக்தியினால் சாத்தியமானது.

ஸ்லோகம் 12

दिवि सूर्यसहस्रस्य भवेद्युगपदुत्थिता ।
यदि भा: सदृशी सा स्याद्भासस्तस्य महात्मन: ॥ १२ ॥

தி$_3$வி ஸூர்ய-ஸஹஸ்ரஸ்ய ப$_4$வேத்$_3$ யுக$_3$பத்$_3$ உத்தி$_2$தா
யதி$_3$ பா:$_4$ ஸத்$_3$ரு'ஷீ$_2$ ஸா ஸ்யாத்$_3$ பா$_4$ஸஸ் தஸ்ய மஹாத்மன:

தி$_3$வி—ஆகாயத்தில்; *ஸூர்ய*—சூரியன்; *ஸஹஸ்ரஸ்ய*—பல்லாயிரக் கணக்கான; *ப$_4$வேத்$_3$*—இருப்பதுபோல; *யுக$_3$பத்*—ஒரே சமயத்தில்; *உத்தி$_2$தா*—உதித்தன; *யதி$_3$*—ஆனால்; *பா:$_4$*—ஒளி; *ஸத்$_3$ரு'ஷீ$_2$*—அதுபோல; *ஸா*—அந்த; *ஸ்யாத்*—இருக்கலாம்; *பா$_4$ஸ:*—வெளிச்சம்; *தஸ்ய*—அவரது; *மஹா-ஆத்மன:*—மிகச்சிறந்த பகவான்.

ஆகாயத்தில் பல்லாயிரக்கணக்கான சூரியன்கள், ஒரே சமயத்தில் உதயமானால், அஃது அந்த பரம புருஷருடைய விஸ்வரூப ஜோதிக்கு ஒருவேளை சமமாகலாம்.

பொருளுரை: அர்ஜுனன் கண்டது விவரிக்கப்பட முடியாததாக இருந்தது. இருப்பினும் அந்த சிறப்பான காட்சியின் ஒரு மனச்சித்திரத்தை சஞ்ஜயன் திருதராஷ்டிரருக்குக் கொடுக்க முயல்கிறான். சஞ்ஜயன், திருதராஷ்டிரர்—இருவருமே அந்த இடத்தில் இல்லை, இருப்பினும், வியாஸரது கருணையால் நடப்பவற்றை எல்லாம் சஞ்ஜயனால் காண முடிந்தது. எனவே, விஸ்வரூப காட்சியை, திருதராஷ்டிரர் கற்பனை செய்து (ஓரளவு) புரிந்துகொள்வதற்காக, அதனைப் பல்லாயிரக்கணக்கான சூரியன் களுடன் ஒப்பிட்டுக் கூறுகின்றான்.

ஸ்லோகம் 13

तत्रैकस्थं जगत्कृत्स्नं प्रविभक्तमनेकधा ।
अपश्यद्देवदेवस्य शरीरे पाण्डवस्तदा ॥ १३ ॥

தத்ரைக-ஸ்த₂ம்' ஜக₃த் க்ரு'த்ஸ்னம்' ப்ரவிப₄க்தம் அனேகதா₄
அபஷ்₂யத்₃ தே₃வ-தே₃வஸ்ய ஷ₂ரீரே பாண்ட₃வஸ் ததா₃

தத்ர—அங்கே; ஏக-ஸ்த₂ம்—ஒரே இடத்தில்; ஜக₃த்—அகிலம்;
க்ரு'த்ஸ்னம்—முழுமையாக; ப்ரவிப₄க்தம்—பிரிந்திருந்த; அனேகதா₄—
பல்வேறு விதமாக; அபஷ்₂யத்₃—காண முடிந்தது; தே₃வ-தே₃வஸ்ய—
முழுமுதற் கடவுளின்; ஷ₂ரீரே—விஸ்வரூபத்தில்; பாண்ட₃வ:—
அர்ஜுனன்; ததா₃—அச்சமயத்தில்.

**அச்சமயத்தில், இறைவனுடைய விஸ்வரூபத்தில், பற்பல
ஆயிரங்களாகப் பிரிந்திருந்த அகிலத்தின் பல்வேறு விஸ்தாரங்
களையெல்லாம் ஒரே இடத்தில் அர்ஜுனனால் காண முடிந்தது.**

பொருளுரை: தத்ர (அங்கே) எனும் சொல் இங்கே மிகவும்
முக்கியமானது. அர்ஜுனன் விஸ்வரூபத்தைக் கண்டபோது,
கிருஷ்ணரும், அர்ஜுனனும் (இருவருமே) ரதத்தில் அமர்ந்திருந்தனர்
என்பதை இது குறிக்கின்றது. அந்த ரூபத்தைக் காண்பதற்கான
சிறப்புப் பார்வையை கிருஷ்ணர் அர்ஜுனனுக்கு மட்டும்
கொடுத்ததால், போர்க்களத்தில் இருந்த மற்றவர்களால் இதனைக்
காண முடியவில்லை. கிருஷ்ணரின் உடலில் பல்லாயிரக்கணக்கான
லோகங்களை அர்ஜுனனால் காண முடிந்தது. பற்பல பிரபஞ்சங்களும்
பற்பல லோகங்களும் இருப்பதை நாம் வேத இலக்கியங்களிலிருந்து
அறிகிறோம். அவற்றில் சில கிரகங்கள் மண்ணாலும், சில கிரகங்கள்
பொன்னாலும், சில கிரகங்கள் மணிகளாலும், சில கிரகங்கள் மிகப்
பெரியவையாகவும், சில கிரகங்கள் சிறியவையாகவும், மற்றும் பல
கிரகங்கள் பல்வேறு வகையிலும் உருவாக்கப்பட்டுள்ளன. தனது
ரதத்தில் அமர்ந்தபடியே, அர்ஜுனனால் இவையனைத்தையும் காண
முடிந்தது. ஆனால், அர்ஜுனனுக்கும் கிருஷ்ணருக்கும் இடையே
என்ன நடந்து கொண்டிருந்தது என்பதை வேறு யாரும்
புரிந்துகொள்ள முடியவில்லை.

ஸ்லோகம் 14

तत: स विस्मयाविष्टो हृष्टरोमा धनञ्जय: ।
प्रणम्य शिरसा देवं कृताञ्जलिरभाषत ॥ १४ ॥

தத: ஸ விஸ்மயாவிஷ்டோ ஹ்ரு'ஷ்ட-ரோமா த₄னஞ்ஜய:
ப்ரணம்ய ஷி₂ரஸா தே₃வம்' க்ரு'தாஞ்ஜலிர் அபா₄ஷத

தத:—அதன்பின்; ஸ:—அவன்; விஸ்மய-ஆவிஷ்ட:—வியப்பினால்
மூழ்கி; ஹ்ரு'ஷ்ட-ரோமா—பரவசத்தால் அவனது உடலெங்கும்
மயிர்க்கூச்சலுடன்; த₄னஞ்ஜய:—அர்ஜுனன்; ப்ரணம்ய—வணங்கிக்

கொண்டு; *ஷி₂ரஸா*—தலையால்; *தே₃வம்*—முழுமுதற் கடவுளுக்கு; *க்ரு'த-அஞ்ஜலி*—கூப்பிய கரங்களுடன்; *அபா₄ஷத*—பேசத் தொடங்கினான்.

பின்னர், வியப்பிலும் குழப்பத்திலும் மூழ்கிய அர்ஜுனன், தனது உடலில் மயிர்க்கூச்செறிய, சிரம் தாழ்த்தி வணங்கியபடி, கூப்பிய கரங்களுடன் முழுமுதற் கடவுளிடம் பிரார்த்தனை செய்யத் தொடங்கினான்.

பொருளுரை: தெய்வீக காட்சி காட்டப்பட்ட உடனேயே, கிருஷ்ணருக்கும், அர்ஜுனனுக்கும் இடையேயான உறவு மாறுகின்றது. முன்பு, கிருஷ்ணருக்கும், அர்ஜுனனுக்கும் இடையில் நட்புறவு இருந்தது. ஆனால் விஸ்வரூபத்தைக் கண்ட பிறகு, பெரும் மரியாதையுடன் கூப்பிய கரங்களுடன் கிருஷ்ணரை சிரம் தாழ்த்தி வணங்கும் அர்ஜுனன், அவரிடம் பிரார்த்தனை செய்கின்றான். இவ்வாறாக, அர்ஜுனனின் உறவு, நட்பை அடிப்படையாகக் கொண்ட உறவிலிருந்து (*ஸக்₂ய* ரஸத்திலிருந்து), வியப்பை அடிப்படையாகக் கொண்ட உறவாக (*அத்₃பு₄த* ரஸமாக) மாறுகின்றது. சிறந்த பக்தர்கள் கிருஷ்ணரை எல்லா உறவுகளின் (ரஸங்களின்) உறைவிடமாகக் காண்கின்றனர். சாஸ்திரங்களில் பன்னிரண்டு விதமான அடிப்படை உறவுகள் விளக்கப்பட்டுள்ளன, அவை அனைத்தும் கிருஷ்ணரில் காணப்படுகின்றன. இரண்டு உயிர்வாழிகளுக்கு இடையேயான உறவு, தேவர்களுக்கு இடையேயான உறவு, அல்லது பரம புருஷருக்கும், அவரது பக்தர்களுக்கும் இடையேயான உறவு என எல்லாவித உறவுப் பரிமாற்றங்களின் பெருங்கடலாக கிருஷ்ணர் விளங்குகிறார் என்றும் கூறப்பட்டுள்ளது.

அர்ஜுனன் இங்கே *அத்₃பு₄த* ரஸத்தால் ஊக்குவிக்கப்பட்டுள்ளான். இதன் காரணத்தால், நன்னடத்தையையும் அமைதியையும் சுபாவமாகக் கொண்ட அர்ஜுனன், பரவசத்தினால் மூழ்கி, உடலிலுள்ள மயிர்கள் கூச்செறிய, கூப்பிய கரங்களுடன் முழுமுதற் கடவுளை வணங்கியபடி பிரார்த்தனை செய்யத் தொடங்குகிறான். அவன் பயப்படவில்லை என்பதையும், பரம புருஷருடைய அற்புதங்களால் பாதிக்கப்பட்டுள்ளான் என்பதையும் கவனிக்க வேண்டும். உடனடி விளைவு, வியப்பு (*அத்₃பு₄த* ரஸம்). அன்புடன் கூடிய அர்ஜுனனின் இயற்கையான நட்புறவு, வியப்பினால் நிறைந்துவிடவே, அவன் இவ்வாறு நடந்து கொள்கிறான்.

ஸ்லோகம் 15

अर्जुन उवाच

पश्यामि देवांस्तव देव देहे सर्वांस्तथा भूतविशेषसङ्घान् ।
ब्रह्माणमीशं कमलासनस्थमृषींश्च सर्वानुरगांश्च दिव्यान् ॥ १५ ॥

அர்ஜுன உவாச

பஷ்$_2$யாமி தே$_3$வாம்'ஸ் தவ தே$_3$வ தே$_3$ஹே
ஸர்வாம்'ஸ் ததா$_2$ பூ$_4$த-விஷே$_2$ஷ-ஸங்கா$_4$ன்
ப்$_3$ரஹ்மாணம் ஈஷ$_2$ம்' கமலாஸன-ஸ்த$_2$ம்
ரு'ஷீம்'ஷ்$_2$ ச ஸர்வான் உரகா$_3$ம்'ஷ்$_2$ ச தி$_3$வ்யான்

அர்ஜுன: உவாச—அர்ஜுனன் கூறினான்; *பஷ்$_2$யாமி*—காண்கிறேன்; *தே$_3$வான்*—எல்லா தேவர்களையும்; *தவ*—உமது; *தே$_3$வ*—இறைவா; *தே$_3$ஹே*—உடலில்; *ஸர்வான்*—எல்லா; *ததா$_2$*—கூட; *பூ$_4$த*—உயிர் வாழிகள்; *விஷே$_2$ஷ-ஸங்கா$_4$ன்*—விசேஷமாகக் கூடிய; *ப்$_3$ரஹ்மாணம்*—பிரம்மதேவர்; *ஈஷ$_2$ம்*—சிவபெருமான்; *கமல-ஆஸன-ஸ்த$_2$ம்*—தாமரை மலரில் அமர்ந்த; *ரு'ஷீன்*—ரிஷிகள்; *ச*—மேலும்; *ஸர்வான்*—எல்லா; *உரகா$_3$ன்*—நாகங்கள்; *ச*—மேலும்; *தி$_3$வ்யான்*—திவ்யமான.

அர்ஜுனன் கூறினான்: எனது அன்பிற்குரிய இறைவனே, கிருஷ்ணா! எல்லா தேவர்களும், பற்பல இதர உயிரினங்களும் உமது உடலில் சிறப்பாக வீற்றிருப்பதை நான் காண்கிறேன். தாமரை மலரில் அமர்ந்துள்ள பிரம்மதேவர், சிவபெருமான், பல்வேறு ரிஷிகள் மற்றும் திவ்யமான நாகங்களையும் நான் காண்கின்றேன்.

பொருளுரை: அகிலத்திலுள்ள அனைத்தையும் அர்ஜுனன் காண்கிறான் என்பதால், அகிலத்தின் முதல் படைப்பாகிய பிரம்மாவையும், அகிலத்தின் கீழ்ப்பகுதியில் கர்போதகஷாயி விஷ்ணு படுத்திருக்கக்கூடிய திவ்யமான நாகத்தையும் அவன் காண்கிறான். படுக்கையாக விளங்கும் அந்த நாகம், வாசுகி என்று அழைக்கப்படுகிறது. வாசுகி என்று அறியப்படும் வேறு பல நாகங்களும் உள்ளன. தாமரை மலரைப் போன்று விளங்குவதும், அகிலத்தின் முதல் உயிர்வாழியான பிரம்மதேவர் வசிக்கக் கூடியதுமான, பிரபஞ்சத்தின் மிகவுயர்ந்த லோகம் முதல், கர்போதகஷாயி விஷ்ணு வரை அனைத்தையும் அர்ஜுனனால் காண முடிந்தது. அதாவது, தனது ரதத்திலேயே (ஒரே இடத்தில்) அமர்ந்திருந்த அர்ஜுனனால், ஆரம்பம் முதல் இறுதி வரை எல்லாவற்றையும் காண முடிந்தது. முழுமுதற் கடவுள் கிருஷ்ணரின் கருணையால் மட்டுமே அது சாத்தியமானது.

ஸ்லோகம் 16

अनेकबाहूदरवक्त्रनेत्रं पश्यामि त्वां सर्वतोऽनन्तरूपम् ।
नान्तं न मध्यं न पुनस्तवादिं पश्यामि विश्वेश्वर विश्वरूप ॥ १६ ॥

அனேக-பா$_3$ஹூத$_3$ர-வக்த்ர-நேத்ரம்'
பஷ்$_2$யாமி த்வாம்' ஸர்வதோ 'னந்த-ரூபம்
நாந்தம்' ந மத்$_4$யம்' ந புனஸ் தவாதி$_3$ம்'
பஷ்$_2$யாமி விஷ்$_2$வேஷ்$_2$வர விஷ்$_2$வ-ரூப

அனேக—பற்பல; *பா$_3$ஹூ*—கைகள்; *உத$_3$ர*—வயிறுகள்; *வக்த்ர*—வாய்கள்; *நேத்ரம்*—கண்கள்; *பஷ்$_2$யாமி*—காண்கிறேன்; *த்வாம்*—உமக்கு; *ஸர்வத:*—எல்லாப் புறங்களினின்றும்; *அனந்த-ரூபம்*—எண்ணிலடங்காத உருவங்கள்; *ந அந்தம்*—முடிவு இல்லை; *ந மத்$_4$யம்*—நடு இல்லை; *ந புன:*—மீண்டும் இல்லை; *தவ*—உமது; *ஆதி$_3$ம்*—ஆரம்பம்; *பஷ்$_2$யாமி*—காண்கிறேன்; *விஷ்$_2$வேஷ்$_2$வர*—அகிலத்தின் இறைவனே; *விஷ்$_2$வ-ரூப*—விஸ்வரூபமே.

உலகத்தின் இறைவனே, விஸ்வரூபமே, நான் உமது உடலில் பற்பல கைகளும், வயிறுகளும், வாய்களும், கண்களும், எல்லையற்று எங்கும் பரவியிருப்பதைக் காண்கிறேன். உம்மில் நான் ஆதியையோ, நடுவையோ, முடிவையோ காணவில்லை.

பொருளுரை: முழுமுதற் கடவுளான கிருஷ்ணர் எல்லையற்றவர் என்பதால், அவர் மூலமாக எல்லாவற்றையும் காண முடிந்தது.

ஸ்லோகம் 17

किरीटिनं गदिनं चक्रिणं च तेजोराशिं सर्वतो दीप्तिमन्तम् ।
पश्यामि त्वां दुर्निरीक्ष्यं समन्ताद्दीप्तानलार्कद्युतिमप्रमेयम् ॥ १७ ॥

கிரீடினம்' க$_3$தி$_3$னம்' சக்ரிணம்' ச
தேஜோ-ராஷி$_2$ம்' ஸர்வதோ தீ$_3$ப்திமந்தம்
பஷ்$_2$யாமி த்வாம்' து$_3$ர்னிரீக்ஷ்யம்' ஸமந்தாத்$_3$
தீ$_3$ப்தானலார்க-த்$_3$யுதிம் அப்ரமேயம்

கிரீடினம்—மகுடங்களுடன்; *க$_3$தி$_3$னம்*—கதைகளுடன்; *சக்ரிணம்*—சக்கரங்களுடன்; *ச*—மேலும்; *தேஜ:ராஷி$_2$ம்*—பிரகாசமான ஜோதி; *ஸர்வத:*—எல்லாத் திக்குகளிலும்; *தீ$_3$ப்தி-மந்தம்*—ஒளிர்ந்து கொண்டு; *பஷ்$_2$யாமி*—காண்கிறேன்; *த்வாம்*—உம்மை; *து$_3$ர்னிரீக்ஷ்யம்*—காணக் கடினமான; *ஸமந்தாத்*—எங்கும்; *தீ$_3$ப்த-அனல*—கொதிக்கும் நெருப்பு; *அர்க*—சூரியன்; *த்$_3$யுதிம்*—சூரிய ஒளி; *அப்ரமேயம்*—அளக்கவியலாத.

அளக்க முடியாத சூரிய ஒளி அல்லது கொழுந்துவிட்டு எரியும் நெருப்பினைப் போன்று, எல்லா திசைகளிலும் பிரகாசமாக

விளங்கும் ஜோதியினால், உமது உருவத்தை பார்ப்பதற்குக் கடினமாக உள்ளது. இருப்பினும், பற்பல மகுடங்கள், கதைகள் மற்றும் சக்கரங்களால் அலங்கரிக்கப்பட்டுள்ள உமது உருவம், எல்லா இடங்களிலும் பிரகாசமாக விளங்குகின்றது.

ஸ்லோகம் 18

त्वमक्षरं परमं वेदितव्यं त्वमस्य विश्वस्य परं निधानम् ।
त्वमव्ययः शाश्वतधर्मगोप्ता सनातनस्त्वं पुरुषो मतो मे ॥ १८॥

த்வம் அக்ஷரம்' பரமம்' வேதி$_3$தவ்யம்'
த்வம் அஸ்ய விஷ்$_2$வஸ்ய பரம்' நிதா$_4$னம்
த்வம் அவ்யய: ஷா$_2$ஷ்$_2$வத-த$_4$ர்ம-கோ$_3$ப்தா
ஸநாதனஸ் த்வம்' புருஷோ மதோ மே

த்வம்—நீர்; *அக்ஷரம்*—வீழ்ச்சியடையாத; *பரமம்*—பரமன்; *வேதி$_3$தவ்யம்*—புரிந்துகொள்ளப்பட வேண்டியவர்; *த்வம்*—நீர்; *அஸ்ய*—இந்த; *விஷ்$_2$வஸ்ய*—அகிலத்தின்; *பரம்*—பரமன்; *நிதா$_4$னம்*—ஆதாரம்; *த்வம்*—நீரே; *அவ்யய:*—அழிவற்ற; *ஷா$_2$ஷ்$_2$வத-த$_4$ர்ம-கோ$_3$ப்தா*—தர்மத்தின் நித்திய பாதுகாவலர்; *ஸநாதன:*—நித்திய; *த்வம்*—நீர்; *புருஷ:*—புருஷர், கடவுள்; *மத: மே*—இஃது எனது அபிப்பிராயம்.

அறிய வேண்டியவைகளில் முதன்மையானவர் நீரே; எல்லா அகிலங்களுக்கும் இறுதி ஆதாரம் நீரே. நீர் அழிவற்றவர், மிகப் பழமையானவர், தர்மத்தின் நித்திய பாதுகாவலர் மற்றும் புருஷோத்தமராகிய முழுமுதற் கடவுள். இதுவே எனது அபிப்பிராயம்.

ஸ்லோகம் 19

अनादिमध्यान्तमनन्तवीर्यमनन्तबाहुं शशिसूर्यनेत्रम् ।
पश्यामि त्वां दीप्तहुताशवक्त्रं स्वतेजसा विश्वमिदं तपन्तम् ॥ १९॥

அனாதி$_3$-மத்$_4$யாந்தம் அனந்த-வீர்யம்
அனந்த-பா$_3$ஹும்' ஷ$_2$ஷி$_2$-ஸூர்ய-நேத்ரம்
பஷ்$_2$யாமி த்வாம்' தீ$_3$ப்த-ஹுதாஷ$_2$-வக்த்ரம்'
ஸ்வ-தேஜஸா விஷ்$_2$வம் இத$_3$ம்' தபந்தம்

அனாதி$_3$—ஆரம்பமில்லாத; *மத்$_4$ய*—நடு; *அந்தம்*—இறுதி; *அனந்த*—அளவிட முடியாத; *வீர்யம்*—பெருமைமிகு; *அனந்த*—அளவிட முடியாத; *பா$_3$ஹும்*—கைகள்; *ஷ$_2$ஷி$_2$*—சந்திரன்; *ஸூர்ய*—சூரியன்; *நேத்ரம்*—கண்கள்; *பஷ்$_2$யாமி*—காண்கிறேன்; *த்வாம்*—நீர்; *தீ$_3$ப்த*—எரிகின்ற; *ஹுதாஷ$_2$-வக்த்ரம்*—உமது வாயிலிருந்து வெளிவரும் நெருப்பு; *ஸ்வ-தேஜஸா*—உமது தேஜஸால்; *விஷ்$_2$வம்*—அகிலம்; *இத$_3$ம்*—இந்த; *தபந்தம்*—வெப்பம்.

நீர் ஆரம்பமும் நடுவும் இறுதியும் இல்லாதவர். உமது பெருமை அளவிட முடியாதது, தங்களது கைகள் அளவிட முடியாதவை, சூரியனும், சந்திரனும் உமது கண்கள். உமது வாயிலிருந்து வெளிவரும் நெருப்பு ஜுவாலையையும், உமது சுய தேஜஸால் இந்த அகிலம் முழுவதையும் தாங்கள் எரிப்பதையும் நான் காண்கின்றேன்.

பொருளுரை: முழுமுதற் கடவுளின் ஆறு வைபவங்களுக்கு எல்லையே இல்லை. இங்கு மட்டுமின்றி, பல இடங்களில், சொன்ன விஷயங்களே மீண்டும் சொல்லப்பட்டுள்ளது, ஆனால் சாஸ்திரங் களின்படி, கிருஷ்ணருடைய பெருமைகள் மீண்டும்மீண்டும் கூறப்பட்டால், அஃது இலக்கிய பலவீனம் ஆகாது. ஒரு மனிதன் குழம்பும்போதும் ஆச்சரியப்படும்போதும் பரவசப்படும்போதும், ஒரே விஷயத்தை பல முறை கூறுவது சகஜம் என்று கூறப்பட்டுள்ளது. எனவே, இது தவறல்ல.

ஸ்லோகம் 20

द्यावापृथिव्योरिदमन्तरं हि व्याप्तं त्वयैकेन दिशश्च सर्वाः ।
दृष्ट्वाद्भुतं रूपमुग्रं तवेदं लोकत्रयं प्रव्यथितं महात्मन् ॥ २० ॥

த்$_3$யாவ் ஆ-ப்ரு'தி$_2$வ்யோர் இத$_3$ம் அந்தரம்' ஹி
வ்யாப்தம்' த்வயைகேன தி$_3$ஷ$_2$ஷ்$_2$ ச ஸர்வா:
த்$_3$ரு'ஷ்ட்வாத்$_3$பு$_4$தம்' ரூபம் உக்$_3$ரம்' தவேத$_3$ம்'
லோக-த்ரயம்' ப்ரவ்யதி$_2$தம்' மஹாத்மன்

த்$_3$யௌ—வானிலிருந்து; *ஆ-ப்ரு'தி$_2$வ்யோ:*—பூமி வரை; *இத$_3$ம்*—இதற்கு; *அந்தரம்*—இடையிலும்; *ஹி*—நிச்சயமாக; *வ்யாப்தம்*—வியாபித்துள்ளீர்; *த்வயா*—தாங்கள்; *ஏகேன*—ஒருவரே; *தி$_3$ஷ:$_2$*—திசைகளில்; *ச*—மேலும்; *ஸர்வா:*—எல்லா; *த்$_3$ரு'ஷ்ட்வா*—காண்பதால்; *அத்$_3$பு$_4$தம்*—அற்புதமான; *ரூபம்*—ரூபம்; *உக்$_3$ரம்*—பயங்கரமான; *தவ*—உமது; *இத$_3$ம்*—இந்த; *லோக*—லோகம்; *த்ரயம்*—மூன்று; *ப்ரவ்யதி$_2$தம்*—குழம்பியுள்ளது; *மஹா-ஆத்மன்*—மஹாத்மாவே.

தாங்கள், ஒருவரே என்றபோதிலும், வானம், பூமி, மற்றும் இரண்டிற்கும் இடைப்பட்ட இடம் என எல்லா திசைகளிலும் வியாபித்துள்ளீர். மஹாத்மாவே! இந்த அற்புதமான உக்கிர ரூபத்தைக் கண்டு, மூவுலகமும் குழம்பியுள்ளது.

பொருளுரை: *த்$_3$யாவ்-ஆ-ப்ருதி$_2$வ்யோ:* (ஸ்வர்கத்திற்கும் பூமிக்கும் இடைப்பட்ட பகுதி) மற்றும் *லோக-த்ரயம்* (மூவுலகங்கள்) ஆகிய சொற்கள் இந்த ஸ்லோகத்தில் மிகவும் முக்கியமானவை. ஏனெனில்,

இறைவனுடைய இந்த விஸ்வரூபத்தை அர்ஜுனன் மட்டுமன்றி, பிற லோகங்களில் வசிப்பவர்களும் பார்த்தனர் என்று தோன்றுகிறது. அர்ஜுனன் விஸ்வரூபத்தைப் பார்த்தது ஒரு கனவல்ல. பகவானால் தெய்வீகப் பார்வையளிக்கப்பட்ட அனைவரும் போர்க்களத்தில் அவரது விஸ்வரூபத்தைக் கண்டனர்.

ஸ்லோகம் 21

अमी हि त्वां सुरसङ्घा विशन्ति केचिद्भीताः प्राञ्जलयो गृणन्ति ।
स्वस्तीत्युक्त्वा महर्षिसिद्धसङ्घाः स्तुवन्ति त्वां स्तुतिभिः पुष्कलाभिः ॥ २१ ॥

அமீ ஹி த்வாம்' ஸுர-ஸங்கா$_4$ விஷ$_2$ந்தி
கேசித்$_3$ பீ$_4$தா: ப்ராஞ்ஜலயோ க்$_3$ரு'ணந்தி
ஸ்வஸ்தீத்யுக்த்வா மஹர்ஷி-ஸித்$_3$த$_4$-ஸங்கா:$_4$
ஸ்துவந்தி த்வாம்' ஸ்துதிபி:$_4$ புஷ்கலாபி:$_4$

அமீ—அனைவரும்; *ஹி*—நிச்சயமாக; *த்வாம்*—உம்மில்; *ஸுர-ஸங்கா:$_4$*—தேவர்கள்; *விஷ$_2$ந்தி*—நுழைகின்றனர்; *கேசித்*—அவர்களில் சிலர்; *பீ$_4$தா:*—பயத்தினால்; *ப்ராஞ்ஜலய:*—கூப்பிய கரங்களுடன்; *க்$_3$ரு'ணந்தி*—பிரார்த்தனை செய்கின்றனர்; *ஸ்வஸ்தி*—அமைதி; *இதி*—என்று; *உக்த்வா*—கூறிக்கொண்டு; *மஹா-ரிஷி*—மகா ரிஷிகள்; *ஸித்$_3$த$_4$-ஸங்கா:$_4$*—சித்தர்கள்; *ஸ்துவந்தி*—மந்திரங்களைப் பாடுகின்றனர்; *த்வாம்*—உமக்கு; *ஸ்துதிபி:$_4$*—பிரார்த்தனைகளுடன்; *புஷ்கலாபி:$_4$*—வேத மந்திரங்கள்.

தேவர்கள் அனைவரும் உம்மிடம் சரணடைந்து, உம்மில் புகுந்து கொண்டுள்ளனர். அவர்களில் சிலர் மிகவும் அச்சமுற்று, கூப்பிய கரங்களுடன் பிரார்த்தனை செய்கின்றனர். மகா ரிஷிகளும் சித்தர்களும் "அமைதி!" என்று கதறியபடி, வேத மந்திரங்களைப் பாடி உம்மிடம் பிரார்த்தனை செய்கின்றனர்.

பொருளுரை: விஸ்வரூபத்தின் பயங்கரத் தோற்றத்தையும், அதன் ஒளிரும் ஜோதியையும் கண்டு அச்சமுற்று, எல்லா கிரகத்திலுள்ள தேவர்களும் பாதுகாப்பிற்காக பிரார்த்தனை செய்தனர்.

ஸ்லோகம் 22

रुद्रादित्या वसवो ये च साध्या विश्वेऽश्विनौ मरुतश्चोष्मपाश्च ।
गन्धर्वयक्षासुरसिद्धसङ्घा वीक्षन्ते त्वां विस्मिताश्चैव सर्वे ॥ २२ ॥

ருத்$_3$ராதி$_3$த்யா வஸவோ யே ச ஸாத்$_4$யா
விஷ்$_2$வே 'ஷ்$_2$வினௌ மருதஷ்$_2$ சோஷ்மபாஷ்$_2$ ச
க$_3$ந்த$_4$ர்வ-யக்ஷாஸுர-ஸித்$_3$த$_4$-ஸங்கா$_4$
வீக்ஷந்தே த்வாம்' விஸ்மிதாஷ்$_2$ சைவ ஸர்வே

ருத்$_3$ர—சிவபெருமானின் பல்வேறு தோற்றங்கள்; *ஆதி$_3$த்யா:*—ஆதித்தியர்கள்; *வஸவ:*—வசுக்கள்; *யே*—அவர்கள் அனைவரும்; *ச*—மேலும்; *ஸாத்$_4$யா:*—ஸாத்தியர்கள்; *விஷ்$_2$வே*—விஷ்வதேவர்கள்; *அஷ்$_2$வினௌ*—அஸ்வினி குமாரர்கள்; *மருத:*—மருத்துக்கள்; *ச*—மேலும்; *உஷ்ம-பா:*—முன்னோர்கள்; *ச*—மேலும்; *க$_3$ந்த$_4$ர்வ*—கந்தர்வர்கள்; *யக்ஷ*—யக்ஷர்கள்; *அஸுர*—அசுரர்கள்; *ஸித்$_3$த$_4$*—ஸித்தர்கள்; *ஸங்கா:$_4$*—கூட்டங்கள்; *வீக்ஷந்தே*—காண்கின்றனர்; *த்வாம்*—உம்மை; *விஷ்மிதா:*—வியப்புடன்; *ச*—மேலும்; *ஏவ*—நிச்சயமாக; *ஸர்வே*—எல்லாரும்.

சிவபெருமானின் பல்வேறு தோற்றங்கள், ஆதித்தியர்கள், வசுக்கள், ஸாத்தியர்கள், விஷ்வதேவர்கள், இரு அஸ்வினிகள், மருத்துக்கள், முன்னோர்கள், கந்தர்வர்கள், யக்ஷர்கள், அசுரர்கள், சித்தர்கள் என அனைவரும் உம்மை வியப்புடன் பார்த்துக் கொண்டுள்ளனர்.

ஸ்லோகம் 23

रूपं महत्ते बहुवक्त्रनेत्रं महाबाहो बहुबाहूरुपादम् ।
बहूदरं बहुदंष्ट्राकरालं दृष्ट्वा लोकाः प्रव्यथितास्तथाहम् ॥ २३॥

ரூபம்' மஹத் தே ப$_3$ஹு-வக்த்ர-நேத்ரம்'
மஹா-பா$_3$ஹோ ப$_3$ஹு-பா$_3$ஹூரு-பாத$_3$ம்
ப$_3$ஹூத$_3$ரம்' ப$_3$ஹு-த$_3$ம்'ஷ்ட்ரா-கராலம்'
த்$_3$ரு'ஷ்ட்வா லோகா: ப்ரவ்யதி$_2$தாஸ் ததா$_2$ஹம்

ரூபம்—உருவம்; *மஹத்*—மிகச்சிறந்த; *தே*—உமது; *ப$_3$ஹு*—பற்பல; *வக்த்ர*—முகங்கள்; *நேத்ரம்*—கண்கள்; *மஹா-பா$_3$ஹோ*—வலிமையான புயங்களை உடையவரே; *ப$_3$ஹு*—பல; *பா$_3$ஹு*—கைகள்; *ஊரு*—தொடைகள்; *பாத$_3$ம்*—கால்கள்; *ப$_3$ஹு-உத$_3$ரம்*—பற்பல வயிறுகள்; *ப$_3$ஹு-த$_3$ம்ஷ்ட்ரா*—பற்பல பற்கள்; *கராலம்*—பயங்கரமான; *த்$_3$ரு'ஷ்ட்வா*—கண்டு; *லோகா:*—எல்லா உலகங்களும்; *ப்ரவ்யதி$_2$தா:*—குழம்பி இருக்கின்றன; *ததா$_2$*—அதுபோல; *அஹம்*—நானும்.

வலிமையான புயங்களை உடையவரே, உமது பற்பல முகங்கள், கண்கள், கைகள், வயிறுகள், கால்கள், மற்றும் உமது பற்பல பயங்கரமான பற்களைக் கண்டு, தேவர்கள் உட்பட உலகிலுள்ள அனைவரும் குழம்பியுள்ளனர். அவர்களைப் போலவே நானும் குழம்பியுள்ளேன்.

ஸ்லோகம் 24

नभःस्पृशं दीप्तमनेकवर्णं व्यात्ताननं दीप्तविशालनेत्रम् ।
दृष्ट्वा हि त्वां प्रव्यथितान्तरात्मा धृतिं न विन्दामि शमं च विष्णो ॥ २४॥

நப:$_4$-ஸ்ப்ரு'ஷ$_2$ம்' தீ$_3$ப்தம் அனேக-வர்ணம்'
வ்யாத்தானனம்' தீ$_3$ப்த-விஷா$_2$ல-நேத்ரம்
த்$_3$ரு'ஷ்ட்வா ஹி த்வாம்' ப்ரவ்யதி$_2$தாந்தர்-ஆத்மா
த்$_4$ரு'திம்' ந விந்தா$_3$மி ஷ$_2$மம்' ச விஷ்ணோ

நப:$_4$–ஸ்ப்ரு'ஷ$_2$ம்—வானைத்தொடும்; *தீ$_3$ப்தம்*—ஒளிர்கின்ற; *அனேக*—பல; *வர்ணம்*—நிறம்; *வ்யாத்த*—திறந்த; *ஆனனம்*—வாய்கள்; *தீ$_3$ப்த*—ஒளிர்கின்ற; *விஷா$_2$ல*—மிகவும் பரந்த; *நேத்ரம்*—கண்கள்; *த்$_3$ரு'ஷ்ட்வா*—கண்டு; *ஹி*—நிச்சயமாக; *த்வாம்*—நீர்; *ப்ரவ்யதி$_2$தா*—குழம்பி; *அந்த:*—உள்ளே; *ஆத்மா*—ஆத்மா; *த்$_4$ரு'திம்*—திடமாக; *ந*—இல்லை; *விந்தா$_3$மி*—உடையவனாய்; *ஷ$_2$மம்*—மனதின் சமநிலை; *ச*—மேலும்; *விஷ்ணோ*—விஷ்ணுவே.

எங்கும் நிறைந்த விஷ்ணுவே! வானத்தைத் தொடும் உமது பற்பல ஒளிரும் நிறங்கள், திறந்த வாய்கள், மற்றும் பிரகாசிக்கக் கூடிய விசாலமான கண்களுடன் உம்மை நான் காணும்போது, எனது மனம் பயத்தினால் குழம்புகின்றது. எனது மனதின் சமநிலையை தக்கவைப்பது இனிமேல் என்னால் இயலாது.

ஸ்லோகம் 25

दंष्ट्राकरालानि च ते मुखानि दृष्ट्वैव कालानलसन्निभानि ।
दिशो न जाने न लभे च शर्म प्रसीद देवेश जगन्निवास ॥ २५ ॥

த$_3$ம்'ஷ்ட்ரா-கராலானி ச தே முகா$_2$னி
த்$_3$ரு'ஷ்ட்வைவ காலானல-ஸன்னிபா$_4$னி
தி$_3$ஷோ$_2$ ந ஜானே ந லபே$_4$ ச ஷ$_2$ர்ம
ப்ரஸீத$_3$ தே$_3$வேஷ$_2$ ஜக$_3$ன்-நிவாஸ

த$_3$ம்ஷ்ட்ரா—பற்கள்; *கராலானி*—பயங்கரமான; *ச*—மேலும்; *தே*—உமது; *முகா$_2$னி*—முகங்கள்; *த்$_3$ரு'ஷ்ட்வா*—கண்டு; *ஏவ*—இவ்வாறு; *கால-அனல*—காலத்தின் இறுதியில் உலகினை அழிக்கும் நெருப்பு; *ஸன்னிபா$_4$னி*—போல; *திஷ$_2$*—திசைகள்; *ந*—இல்லை; *ஜானே*—அறிவது; *ந*—இல்லை; *லபே$_4$*—அடைவது; *ச*—மேலும்; *ஷ$_2$ர்ம*—கருணை; *ப்ரஸீத$_3$*—மகிழ்வீராக; *தே$_3$வ-ஈச*—தேவர்களின் இறைவனே; *ஜகத்-நிவாஸ*—உலகங்களின் அடைக்கலமே.

தேவர்களின் இறைவனே! உலகங்களின் அடைக்கலமே, என்னிடம் கருணை காட்டுங்கள். கால நெருப்பினைப் போன்ற உமது முகங்களையும், பயங்கரமான பற்களையும், கண்டபின் எனது மனதை நிலைநிறுத்த முடியவில்லை. எல்லா திசைகளிலும் நான் குழம்பியுள்ளேன்.

ஸ்லோகங்கள் 26–27

अमी च त्वां धृतराष्ट्रस्य पुत्राः सर्वे सहैवावनिपालसङ्घैः ।
भीष्मो द्रोणः सूतपुत्रस्तथासौ सहास्मदीयैरपि योधमुख्यैः ॥ २६ ॥
वक्त्राणि ते त्वरमाणा विशन्ति दंष्ट्राकरालानि भयानकानि ।
केचिद्विलग्ना दशनान्तरेषु सन्दृश्यन्ते चूर्णितैरुत्तमाङ्गैः ॥ २७ ॥

அமீ ச த்வாம்' த்$_4$ரு'தராஷ்ட்ரஸ்ய புத்ரா:
ஸர்வே ஸஹைவாவனி-பால-ஸங்கை:$_4$
பீ$_4$ஷ்மோ த்$_3$ரோண: ஸூத-புத்ரஸ் ததா$_2$ஸௌ
ஸஹாஸ்மதீ$_3$யைர் அபி யோத$_4$-முக்$_2$யை:

வக்த்ராணி தே த்வரமாணா விஷ$_2$ந்தி
த$_3$ம்'ஷ்ட்ரா-கராலானி ப$_4$யானகானி
கேசித்$_3$ விலக்$_3$னா த$_3$ஷ$_2$னாந்தரேஷு
ஸந்த்$_3$ரு'ஷ்$_2$யந்தே சூர்ணிதைர் உத்தமாங்கை:$_3$

அமீ—இவர்கள் அனைவரையும்; *ச*—மேலும்; *த்வாம்*—நீர்; *த்$_4$ரு'தராஷ்ட்ரஸ்ய*—திருதராஷ்டிரரின்; *புத்ரா:*—மைந்தர்கள்; *ஸர்வே*—எல்லாம்; *ஸஹ*—உடன்; *ஏவ*—நிச்சயமாக; *அவனி-பால*—போர்புரியும் மன்னர்கள்; *ஸங்கை:$_4$*—கூட்டம்; *பீ$_4$ஷ்ம:*—பீஷ்மதேவர்; *த்$_3$ரோண:*—துரோணாசாரியர்; *ஸூத-புத்ர:*—கர்ணன்; *ததா$_2$*—மேலும்; *அஸௌ*—அந்த; *ஸஹ*—கூட; *அஸ்மதீ$_3$யை:*—நமது; *அபி*—மேலும்; *யோத$_4$-முக்$_2$யை:*—போர் வீரர்களில் முக்கியமானவர்கள்; *வக்த்ராணி*—வாய்கள்; *தே*—உமது; *த்வரமாணா:*—அவசரமாக; *விஷ$_2$ந்தி*—நுழைகின்றனர்; *த$_3$ம்ஷ்ட்ரா*—பற்கள்; *கராலானி*—கொடிய; *ப$_4$யானகானி*—அச்சமூட்டுகின்ற; *கேசித்$_3$*—அவர்களில் சிலர்; *விலக்$_3$னா:*—தாக்கப்பட்டு; *த$_3$ஷ$_2$ன-அந்தரேஷு*—பற்களுக்கிடையே; *ஸந்த்$_3$ரு'ஷ்$_2$யந்தே*—காணப்படுகின்றனர்; *சூர்ணிதை:*—பொடியாக்கப்பட்டு; *உத்தம-அங்கை:$_3$*—தலைகள்.

தனது கூட்டத்தைச் சேர்ந்த மன்னர்களுடன் திருதராஷ்டிரரின் எல்லா புத்திரர்கள், பீஷ்மர், துரோணர், கர்ணன் மற்றும் நமது முக்கிய வீரர்களும் உம்முடைய வாய்களுக்குள்ளே விரைந்து நுழைகின்றனர். அவர்களில் சிலர் உமது பற்களுக்கிடையே நசுக்கப்படுவதையும் நான் காண்கிறேன்.

பொருளுரை: எவற்றைக் காண்பதற்கு அர்ஜுனன் மிகவும் ஆர்வமாக இருப்பானோ, அந்த விஷயங்களைக் காட்டுவதாக முந்தைய ஸ்லோகம் ஒன்றில் இறைவன் வாக்களித்திருந்தார். இப்பொழுது, எதிர்த்தரப்பின் தலைவர்கள் (பீஷ்மர், துரோணர், கர்ணன் மற்றும் திருதராஷ்ட்டிரரின் எல்லா மகன்கள்), அவர்களது வீரர்கள் மற்றும்

தனது தரப்பு வீரர்கள் என அனைவரும் அழிக்கப்படுவதை அர்ஜுனன் காண்கிறான். ஏறக்குறைய குருக்ஷேத்திரத்தில் கூடியுள்ள அனைவரும் கொல்லப்பட்டு, அர்ஜுனன் வெற்றி வாகை சூடுவான் என்பதை இது குறிக்கின்றது. கர்ணனும், வெல்ல முடியாதவரான பீஷ்மரும்கூட அழிக்கப்படுவர் என்று இங்கே குறிப்பிடப்பட்டுள்ளது. பீஷ்மரைப் போன்ற எதிர்தரப்பு மாவீரர்கள் மட்டுமின்றி, அர்ஜுனனின் தரப்பைச் சேர்ந்த மாவீரர்களில் சிலரும் அழிக்கப்படுவார்கள்.

ஸ்லோகம் 28

यथा नदीनां बहवोऽम्बुवेगाः समुद्रमेवाभिमुखा द्रवन्ति ।
तथातवामी नरलोकवीरा विशन्ति वक्त्राण्यभिविज्वलन्ति ॥ २८ ॥

யதா$_2$ நதீ$_3$னாம்' ப$_3$ஹவோ 'ம்பு$_3$-வேகா:$_3$
ஸமுத்$_3$ரம் ஏவாபி$_4$முகா$_2$ த்$_3$ரவந்தி
ததா$_2$ தவாமீ நர-லோக-வீரா
விஷ$_2$ந்தி வக்த்ராண்யபி$_4$விஜ்வலந்தி

யதா$_2$—போல; *நதீ$_3$னாம்*—நதிகளின்; *ப$_3$ஹவ:*—பல்வேறு; *அம்பு$_3$-வேகா:$_3$*—நீரின் அலைகள்; *ஸமுத்$_3$ரம்*—கடல்; *ஏவ*—நிச்சயமாக; *அபி$_4$முகா:$_2$*—நோக்கி; *த்$_3$ரவந்தி*—பாய்கின்றன; *ததா$_2$*—அதுபோல; *தவ*—உமது; *அமீ*—இவர்கள் எல்லாம்; *நர-லோக-வீரா:*—மனித சமூகத்தின் மன்னர்கள்; *விஷ$_2$ந்தி*—நுழைகின்றனர்; *வக்த்ராணி*—வாய்கள்; *அபி$_4$விஜ்வலந்தி*—எரிகின்ற.

நதிகளின் பல்வேறு அலைகள் கடலை நோக்கிச் செல்வது போல, இந்த மாவீரர்கள் அனைவரும் எரிகின்ற உமது வாய்களுக்குள் நுழைகின்றனர்.

ஸ்லோகம் 29

यथा प्रदीप्तं ज्वलनं पतङ्गा विशन्ति नाशाय समृद्धवेगाः ।
तथैव नाशाय विशन्ति लोकास्तवापि वक्त्राणि समृद्धवेगाः ॥ २९ ॥

யதா$_2$ ப்ரதீ$_3$ப்தம்' ஜ்வலனம்' பதங்கா$_3$
விஷ$_2$ந்தி நாஷா$_2$ய ஸம்ரு'த்$_3$த$_4$-வேகா:$_3$
ததை$_2$வ நாஷா$_2$ய விஷ$_2$ந்தி லோகாஸ்
தவாபி வக்த்ராணி ஸம்ரு'த்$_3$த$_4$-வேகா:$_3$

யதா$_2$—போல; *ப்ரதீ$_3$ப்தம்*—எரியும்; *ஜ்வலனம்*—நெருப்பு; *பதங்கா:$_3$*—விட்டில் பூச்சி; *விஷ$_2$ந்தி*—நுழைகின்றன; *நாஷா$_2$ய*—அழிவிற்காக; *ஸம்ரு'த்$_3$த$_4$*—முழு; *வேகா:$_3$*—வேகம்; *ததா ஏவ*—அதுபோலவே; *நாஷா$_2$ய*—அழிவிற்காக; *விஷ$_2$ந்தி*—நுழைகின்றனர்; *லோகா:*—எல்லா மக்களும்; *தவ*—உமது; *அபி*—மேலும்; *வக்த்ராணி*—வாய்கள்; *ஸம்ரு'த்$_3$த$_4$-வேகா:$_3$*—முழு வேகத்துடன்.

கொழுந்து விட்டு எரியும் நெருப்பில் அழிவை நோக்கி நுழையும் விட்டில் பூச்சிகளைப் போல, எல்லா மக்களும் உமது வாய்களில் முழு வேகத்துடன் நுழைவதை நான் காண்கிறேன்.

ஸ்லோகம் 30

लेलिह्यसे ग्रसमानः समन्ताल्लोकान्समग्रान्वदनैर्ज्वलद्भिः ।
तेजोभिरापूर्य जगत्समग्रं भासस्तवोग्राः प्रतपन्ति विष्णो ॥ ३० ॥

லேலிஹ்யஸே க்$_3$ரஸமான: ஸமந்தால்
லோகான் ஸமக்$_3$ரான் வத$_3$னைர் ஜ்வலத்$_3$பி:$_4$
தேஜோபி$_4$ர் ஆபூர்ய ஜக$_3$த் ஸமக்$_3$ரம்'
பா$_4$ஸஸ் தவோக்$_3$ரா: ப்ரதபந்தி விஷ்ணோ

லேலிஹ்யஸே—நக்கிக் கொண்டு; *க்$_3$ரஸமான:*—விழுங்கிக் கொண்டு; *ஸமந்தாத்*—எல்லாத் திசைகளிலிருந்தும்; *லோகான்*—மக்கள்; *ஸமக்$_3$ரான்*—அனைவரும்; *வத$_3$னை:*—வாய்களால்; *ஜ்வலத்$_3$பி:$_4$*—எரிகின்ற; *தேஜோபி:$_4$*—தேஜஸினால்; *ஆபூர்ய*—நிரப்பியுள்ள; *ஜக$_3$த்*—அகிலம்; *ஸமக்$_3$ரம்*—எல்லாம்; *பா$_4$ஸ:*—கதிர்கள்; *தவ*—உமது; *உக்$_3$ரா:*—பயங்கரமான; *ப்ரதபந்தி*—தகிக்கின்ற; *விஷ்ணோ*—எங்கும் நிறைந்த இறைவனே.

விஷ்ணுவே, கொழுந்து விட்டெரியும் உமது வாய்களின் மூலம் எல்லா திசைகளிலும் உள்ள மக்கள் அனைவரையும் தாங்கள் விழுங்கிக் கொண்டுள்ளதை நான் காண்கிறேன். உமது தேஜஸினால் அகிலம் முழுவதையும் நிறைத்துக் கொண்டு, உக்கிரமான தகிக்கக்கூடிய கதிர்களுடன் தாங்கள் வீற்றுள்ளீர்.

ஸ்லோகம் 31

आख्याहि मे को भवानुग्ररूपो नमोऽस्तु ते देववर प्रसीद ।
विज्ञातुमिच्छामि भवन्तमाद्यं न हि प्रजानामि तव प्रवृत्तिम् ॥ ३१ ॥

ஆக்$_2$யாஹி மே கோ ப$_4$வான் உக்$_3$ர-ரூபோ
நமோ 'ஸ்து தே தே$_3$வ-வர ப்ரஸீத$_3$
விஜ்ஞாதும் இச்சா$_2$மி ப$_4$வந்தம் ஆத்$_3$யம்'
ந ஹி ப்ரஜானாமி தவ ப்ரவ்ரு'த்திம்

ஆக்$_2$யாஹி—தயவுசெய்து விளக்குங்கள்; *மே*—எனக்கு; *க:*—யார்; *ப$_4$வான்*—நீங்கள்; *உக்$_3$ர-ரூப*—உக்கிரமான ரூபம்; *நம: அஸ்து*—வணக்கங்கள்; *தே*—உமக்கு; *தே$_3$வ-வர*—தேவர்களில் சிறந்தவரே; *ப்ரஸீத$_3$*—கருணை காட்டுங்கள்; *விஜ்ஞாதும்*—அறிவதற்கு; *இச்சா$_2$மி*—விரும்புகிறேன்; *ப$_4$வந்தம்*—உம்மை; *ஆத்ய$_3$ம்*—ஆரம்பம்; *ந*—இல்லை; *ஹி*—நிச்சயமாக; *ப்ரஜானாமி*—அறியலாமா; *தவ*—உமது; *ப்ரவ்ரு'த்திம்*—நோக்கம்.

தேவர்களின் இறைவனே! உக்கிரமான ரூபமே, தாங்கள் யார் என்பதை தயவுசெய்து எனக்குக் கூறும். உமக்கு எனது வணக்கங்கள்; என்னிடம் கருணை காட்டும். தாங்களே ஆதி புருஷர். உங்களது நோக்கம் என்ன என்பதை அறியாததால், அதைத் தெரிந்துகொள்ள நான் விரும்புகிறேன்.

ஸ்லோகம் 32

श्रीभगवानुवाच

कालोऽस्मि लोकक्षयकृत्प्रवृद्धो लोकान्समाहर्तुमिह प्रवृत्तः ।
ऋतेऽपि त्वां न भविष्यन्ति सर्वे येऽवस्थिताःप्रत्यनीकेषुयोधाः ॥ ३२ ॥

ஸ்ரீ-ப$_4$க$_3$வான் உவாச

காலோ ’ஸ்மி லோக-க்ஷய-க்ரு’த் ப்ரவ்ரு’த்$_3$தோ$_4$
லோகான் ஸமாஹர்தும் இஹ ப்ரவ்ரு’த்த:
ரு’தே ’பி த்வாம்’ ந ப$_4$விஷ்யந்தி ஸர்வே
யே ’வஸ்தி$_2$தா: ப்ரத்யனீகேஷு யோதா:$_4$

ஸ்ரீ-ப$_4$க$_3$வான் உவாச—முழுமுதற் கடவுள் கூறினார்; *கால:*—காலம்; *அஸ்மி*—நான்; *லோக*—உலகங்களை; *க்ஷய-க்ரு’த்*—அழிப்பவன்; *ப்ரவ்ருத்$_3$த:$_4$*—மிகப் பெரியவன்; *லோகான்*—மக்கள் அனைவரையும்; *ஸமாஹர்தும்*—அழிப்பதில்; *இஹ*—இவ்வுலகிலுள்ள; *ப்ரவ்ரு’த்த:*—ஈடுபட்டுள்ளேன்; *ரு’தே*—தவிர; *அபி*—கூட; *த்வாம்*—உங்களை; *ந*—இல்லை; *ப$_4$விஷ்யந்தி*—இருக்கப்போவது; *ஸர்வே*—எல்லா; *யே*—யாரெல்லாம்; *அவஸ் தி$_2$தா:*—இருப்பவர்கள்; *ப்ரதி-அனீகேஷு*—எதிர்தரப்பில்; *யோதா:$_4$*—வீரர்கள்.

புருஷோத்தமரான முழுமுதற் கடவுள் கூறினார்: காலம் நான், உலகங்களை அழிப்பவற்றில் மிகப்பெரியவன், எல்லா மக்களையும் அழிப்பதற்காக நான் வந்துள்ளேன். உங்களைத் தவிர (பாண்டவர்களைத் தவிர) இரு தரப்பிலும் உள்ள எல்லா வீரர்களும் அழிக்கப்படுவர்.

பொருளுரை: தன்னுடைய நண்பர் என்றும், புருஷோத்தமராகிய முழுமுதற் கடவுள் என்றும் கிருஷ்ணரை அர்ஜுனன் அறிந்திருந்தான். இருப்பினும், அவரால் தோற்றுவிக்கப்பட்ட பற்பல உருவங்களைப் பார்த்து அவன் குழம்பியுள்ளான். எனவே, இத்தகு அழிவு சக்தியின் உண்மையான நோக்கம் என்ன என்று அவன் வினவுகிறான். வேதங்களில் எழுதப்பட்டுள்ளபடி, பிராமணர்கள் உட்பட அனைவரையும் அழிக்கக்கூடியது பரம உண்மை. *கட$_2$* உபநிஷத்தில் கூறப்பட்டுள்ளபடி (1.2.25),

யஸ்ய ப்$_3$ரஹ்ம ச க்ஷத்ரம்' ச உபே$_4$ ப$_4$வத ஓத$_3$ன:
ம்ரு'த்யுர் யஸ்யோபஸேசனம்' க இத்தா$_2$ வேத$_3$ யத்ர ஸ:

பிராமணர்கள், சத்திரியர்கள் மற்றும் அனைவருமே, காலப்போக்கில் பரமனால் உணவைப் போன்று விழுங்கப்படுகின்றனர். பரம புருஷரின் அந்த உருவம் எல்லாவற்றையும் அழிக்கும் பேருருவம். எல்லாவற்றையும் அழிக்கும் அந்த கால ரூபத்தில் கிருஷ்ணர் தன்னை இங்கு வெளிப்படுத்துகிறார். பாண்டவர்கள் சிலரைத் தவிர, போர்க்களத்தில் இருந்த அனைவருமே அவரால் அழிக்கப்படுவர். அர்ஜுனன் போர்புரிவதில் நாட்டமின்றி இருந்தான்; போர் புரியாமல் இருப்பது சிறந்தது என்றும், அதனைத் தவிர்த்து விட்டால் விரக்திக்கு இடமிருக்காது என்றும் அவன் எண்ணினான். அவனது எண்ணத்திற்கு பதில் கூறும் விதத்தில், "நீ போரிடாமல் இருந்தாலும், இங்குள்ள அனைவரும் அழியப் போகிறார்கள், இதுவே எனது திட்டம்" என்று பகவான் கூறுகிறார். போரிடுவதை அர்ஜுனன் நிறுத்தினால், அவர்கள் வேறு விதத்தில் மரணமடையப் போகிறார்கள். எனவே, அவன் போரிடாவிட்டாலும், மரணத்தைத் தடுக்க முடியாது. உண்மை என்னவெனில், அவர்கள் அனைவரும் ஏற்கனவே இறந்துவிட்டனர். காலம் என்பது அழிவாகும், பரம புருஷரின் இச்சைப்படி எல்லா படைப்புகளும் காலப் போக்கில் அழிக்கப்படுகின்றன. இதுவே இயற்கையின் சட்டம்.

ஸ்லோகம் 33

तस्मात्त्वमुत्तिष्ठ यशो लभस्व जित्वा शत्रून्भुङ्क्ष्व राज्यं समृद्धम् ।
मयैवैते निहताः पूर्वमेव निमित्तमात्रं भव सव्यसाचिन् ॥ ३३ ॥

தஸ்மாத் த்வம் உத்திஷ்ட$_2$ யஷோ$_2$ லப$_4$ஸ்வ
ஜித்வா ஷ$_2$த்ரூன் பு$_4$ங்க்ஷ்வ ராஜ்யம்' ஸம்ரு'த்$_3$த$_4$ம்
மயைவைதே நிஹதா: பூர்வம் ஏவ
நிமித்த-மாத்ரம்' ப$_4$வ ஸவ்ய-ஸாசின்

தஸ்மாத்—எனவே; *த்வம்*—நீ; *உத்திஷ்ட$_2$*—எழு; *யஷ:$_2$*—புகழ்; *லப$_4$ஸ்வ*—இலாபமடை; *ஜித்வா*—வென்று; *ஷ$_2$த்ரூன்*—எதிரிகளை; *பு$_4$ங்க்ஷ்வ*—அனுபவி; *ராஜ்யம்*—ராஜ்ஜியத்தை; *ஸம்ரு'த்$_3$த$_4$ம்*—வளமான; *மயா*—என்னால்; *ஏவ*—நிச்சயமாக; *ஏதே*—இவர்களெல்லாம்; *நிஹதா:*—கொல்லப்பட்டுவிட்டனர்; *பூர்வம் ஏவ*—ஏற்பாட்டின்படி; *நிமித்த-மாத்ரம்*—காரணமாக மட்டும்; *ப$_4$வ*—ஆவாயாக; *ஸவ்ய-ஸாசின்*—ஸவ்யஸாசியே.

எனவே, எழுந்து போரிட தயாராகு. உனது எதிரிகளை வென்று, புகழுடன் வளமான அரசினை அனுபவிப்பாயாக. எனது

ஏற்பாட்டால் இவர்கள் அனைவரும் ஏற்கனவே மரணத்தைக் கண்டுவிட்டனர். எனவே, ஸவ்யஸாசியே! போரில் ஒரு கருவியாக மட்டும் செயல்படுவாயாக.

பொருளுரை: “*ஸவ்ய-ஸாசின்*” எனும் சொல், போர்க்களத்தில் மிகவும் திறமையாக அம்பு எய்தக் கூடியவனைக் குறிக்கின்றது; எனவே, தனது எதிரிகளைக் கொல்வதற்கான அம்புகளை செலுத்துவதில் நிபுணனாகத் திகழும் அர்ஜுனன் இப்பெயரினால் அழைக்கப் படுகின்றான். *நிமித்த-மாத்ரம்,* “கருவியாக ஆவாயாக” எனும் சொல்லும் மிக முக்கியமானது. முழு உலகமும் முழுமுதற் கடவுளின் திட்டப்படி இயங்கி வருகின்றது. போதிய அறிவில்லாத முட்டாள் மக்கள் மட்டுமே, இயற்கை திட்டமின்றி இயங்குவதாகவும் உலகிலுள்ள அனைத்தும் தானாகத் தோன்றியதாகவும் எண்ணு கின்றனர். பெயரளவு விஞ்ஞானிகள் பலர், படைப்பினைப் பற்றிக் கருத்துக் கூறும்போது, ‘இப்படி இருந்திருக்கலாம்,’ ‘அப்படி இருக்கலாம்’ என்றெல்லாம் கூறுகின்றனர். ஆனால், ‘இருக்கலாம்,’ ‘இருந்திருக்கலாம்’ என்ற கேள்விக்கே இடமில்லை. இந்த ஜடவுலகில் ஒரு குறிப்பிட்ட திட்டம் நிறைவேற்றப்பட்டுவருகின்றது. அந்தத் திட்டம் என்ன? கட்டுண்ட ஆத்மாக்கள் முழுமுதற் கடவுளின் திருநாட்டிற்குத் திரும்பிச் செல்வதற்கான ஒரு வாய்ப்பே இந்த பிரபஞ்சத் தோற்றம். அவர்கள் இந்த ஜட இயற்கையை கட்டுப்படுத்த முயன்று வருகின்றனர், அத்தகு அதிகார மனப்பான்மை இருக்கும்வரை அவர்கள் கட்டுண்ட வாழ்விலேயே செயல்படுவர். ஆனால் பரம புருஷரின் திட்டத்தைப்புரிந்து கொண்டு, கிருஷ்ண உணர்வை வளர்ப்பவன் மிகவும் புத்திசாலியாவான். பிரபஞ்சத் தோற்றத்தின் படைப்பும் அழிவும், இறைவனின் பரம ஆணையின் கீழ் செயல்படுகிறது. இவ்வாறாக, குருக்ஷேத்திரப் போரும் இறைவனின் திட்டப்படியே நடக்கின்றது. அர்ஜுனன் போரிட மறுத்தான், ஆனால் பரமபுருஷரின் விருப்பத்தின் அடிப்படையில் அவன் போரிட வேண்டும் என்று வலியுறுத்தப்படுகிறான். அப்போது அவன் மகிழ்ச்சியாக வாழ முடியும். ஒருவன் பூரண கிருஷ்ண உணர்வுடன் தனது வாழ்வை பகவானின் திவ்யமான தொண்டிற்காக அர்ப்பணித்தால், அவன் பக்குவமானவன் ஆவான்.

ஸ்லோகம் 34

द्रोणं च भीष्मं च जयद्रथं च कर्णं तथान्यानपि योधवीरान् ।
मया हतांस्त्वं जहि माव्यथिष्ठा युध्यस्व जेतासि रणे सपत्नान् ॥ ३४ ॥

த்$_3$ரோணம்' ச பீ$_4$ஷ்மம்' ச ஜயத்$_3$ரத$_2$ம்' ச
கர்ணம்' ததா$_2$ன்யான் அபி யோத$_4$-வீரான்

மயா ஹதாம்'ஸ் த்வம்' ஜஹி மா வ்யதி$_2$ஷ்டா$_2$
யுத்$_4$யஸ்வ ஜேதாஸி ரணே ஸபத்னான்

த்$_3$ரோணம் ச—துரோணரும்; *பீ$_4$ஷ்மம் ச*—பீஷ்மரும்; *ஜயத்$_3$ரத$_2$ம் ச*—ஜயத்ரதனும்; *கர்ணம்*—கர்ணன்; *ததா$_2$*—மேலும்; *அன்யான்*—பிறர்; *அபி*—நிச்சயமாக; *யோத$_4$-வீரான்*—பெரும் போர்வீரர்கள்; *மயா*—என்னால்; *ஹதான்*—ஏற்கனவே கொல்லப்பட்டுவிட்டனர்; *த்வம்*—நீ; *ஜஹி*—அழிப்பது; *மா*—இல்லை; *வ்யதி$_2$ஷ்டா:$_2$*—குழப்பமடைய; *யுத்$_4$யஸ்வ*—போரிடு; *ஜேதா அஸி*—நீ வெற்றி பெறுவாய்; *ரணே*—போரில்; *ஸபத்னான்*—எதிரிகளை.

துரோணர், பீஷ்மர், ஜயத்ரதன், கர்ணன் மற்றும் இதர மாவீரர்கள் அனைவரும் ஏற்கனவே என்னால் அழிக்கப்பட்டு விட்டனர். எனவே, அவர்களைக் கொல்வதால் கவலைப்பட வேண்டாம். வெறுமனே போரிடுவாயாக, உனது எதிரிகளை நீ போரில் வீழ்த்திவிடுவாய்.

பொருளுரை: ஒவ்வொரு திட்டமும் முழுமுதற் கடவுளாலேயே உருவாக்கப்படுகிறது; இருப்பினும், அந்தத் திட்டத்தை செயல்படுத்தியதற்கான பெருமையை தனது பக்தர்களுக்கு வழங்க அவர் விரும்புகின்றார். அவரது விருப்பப்படி அவரது திட்டங்களை நிறைவேற்றும் பக்தர்களிடம் அவர் மிகவும் அன்புடனும், கருணையுடனும் உள்ளார். எனவே, ஒவ்வொருவரும் கிருஷ்ண உணர்வில் செயல்பட்டு, ஆன்மீக குருவின் மூலமாக முழுமுதற் கடவுளை புரிந்துகொள்ளும்படி தமது வாழ்வை வடிவமைக்க வேண்டும். முழுமுதற் கடவுளின் திட்டங்களை அவரது கருணையால் புரிந்துகொள்ள முடியும், அவரது பக்தர்களின் திட்டங்களும் அவருடைய திட்டங்களைப் போன்றதே. அத்தகு திட்டங்களைப் பின்பற்றி, தனது வாழ்க்கைப் போராட்டத்தில் ஒருவன் வெற்றிபெற வேண்டும்.

ஸ்லோகம் 35

सञ्जय उवाच
एतच्छ्रुत्वा वचनं केशवस्य कृताञ्जलिर्वेपमान: किरीटी ।
नमस्कृत्वा भूय एवाह कृष्णं सगद्गदं भीतभीत: प्रणम्य ॥ ३५ ॥

ஸஞ்ஜய உவாச

ஏதச் ச்$_2$ருத்வா வசனம்' கேஷ$_2$வஸ்ய
க்ரு'தாஞ்ஜலிர் வேபமான: கிரீடீ
நமஸ்க்ரு'த்வா பூ$_4$ய ஏவாஹ க்ரு'ஷ்ணம்'
ஸ-க$_3$த்$_3$க$_3$த$_3$ம்' பீ$_4$த-பீ$_4$த: ப்ரணம்ய

ஸஞ்ஜய: உவாச—சஞ்ஜயன் கூறினான்; *ஏதத்*—இவ்வாறு; *ஷ்$_2$ருத்வா*—கேட்ட; *வசனம்*—உரையாடல்; *கேஷ$_2$வஸ்ய*—கிருஷ்ணரின்; *க்ரு'த-அஞ்ஜலி:*—கூப்பிய கரங்களுடன்; *வேபமான:*—நடுங்கிக் கொண்டு; *கிரீடீ*—அர்ஜுனன்; *நமஸ்-க்ரு'த்வா*—வணங்கிக் கொண்டு; *பூ$_4$ய:*—மீண்டும்; *ஏவ*—மேலும்; *ஆஹ*—கூறினான்; *க்ரு'ஷ்ணம்*—கிருஷ்ணரிடம்; *ஸ-க$_3$த்$_3$க$_3$த$_3$ம்*—தழுதழுத்த குரலுடன்; *பீ$_4$த-பீ$_4$த:*—மிகுந்த பயத்துடன்; *ப்ரணம்ய*—வணங்கினான்.

திருதராஷ்டிரரிடம் சஞ்சயன் கூறினான்: மன்னா, முழுமுதற் கடவுளிடமிருந்து இத்தகு உரையைக் கேட்ட அர்ஜுனன், கூப்பிய கரங்களுடன் நடுங்கியபடி மீண்டும்மீண்டும் அவரை வணங்கினான். மிகுந்த பயத்துடன் குரல் தழுதழுத்த வண்ணம் அவன் கிருஷ்ணரிடம் பின்வருமாறு கூறத் தொடங்கினான்.

பொருளுரை: முன்னரே நாம் விளக்கியபடி, பரம புருஷ பகவானின் விஸ்வரூபத்தின் சூழ்நிலையை கவனித்த அர்ஜுனன், வியப்பில் ஆழ்ந்துள்ளான்; எனவே, அவன் தனது மரியாதை கலந்த வணக்கங்களை மீண்டும்மீண்டும் கிருஷ்ணருக்கு அர்ப்பணிக்கின்றான். தற்போது, அவன் ஒரு நண்பனைப் போலன்றி, வியப்பினால் ஆழ்ந்துள்ள பக்தனைப் போல நா தழுதழுத்தபடி பிரார்த்தனை செய்யத் தொடங்குகிறான்.

ஸ்லோகம் 36

अर्जुन उवाच

स्थाने हृषीकेश तव प्रकीर्त्या जगत्प्रहृष्यत्यनुरज्यते च ।
रक्षांसि भीतानि दिशो द्रवन्ति सर्वे नमस्यन्ति च सिद्धसङ्घाः ॥ ३६ ॥

அர்ஜுன உவாச

ஸ்தா$_2$னே ஹ்ரு'ஷீகேஷ$_2$ தவ ப்ரகீர்த்யா
ஜக$_3$த் ப்ரஹ்ரு'ஷ்யத்யனுரஜ்யதே ச
ரக்ஷாம்'ஸி பீ$_4$தானி தி$_3$ஷோ$_2$ த்$_3$ரவந்தி
ஸர்வே நமஸ்யந்தி ச ஸித்$_3$த$_4$-ஸங்கா:$_4$

அர்ஜுன: உவாச—அர்ஜுனன் கூறினான்; *ஸ்தா$_2$னே*—சரியாக; *ஹ்ரு'ஷீக-ஈஷ$_2$*—புலன்களின் உரிமையாளரே; *தவ*—உமது; *ப்ரகீர்த்யா*—பெருமைகளால்; *ஜக$_3$த்*—முழு உலகமும்; *ப்ரஹ்ருஷ்யதி*—மகிழ்கின்றனர்; *அனுரஜ்யதே*—பற்றுதல் கொண்டு; *ச*—மேலும்; *ரக்ஷாம்ஸி*—அசுரர்கள்; *பீ$_4$தானி*—பயத்தினால்; *தி$_3$ஷ:$_2$*—எல்லாத் திசைகளிலும்; *த்$_3$ரவந்தி*—பறக்கின்றனர்; *ஸர்வே*—அனைவரும்; *நமஸ்யந்தி*—வந்தனை செய்து கொண்டு; *ச*—மேலும்; *ஸித்$_3$த$_4$-ஸங்கா:$_4$*—சித்தர்கள்.

அர்ஜுனன் கூறினான்: புலன்களின் அதிபதியே! உமது திருநாமத்தைக் கேட்பதால் உலகம் ஆனந்தம் அடைகின்றது. அதன் மூலம் அனைவரும் உம்மிடம் பற்றுதல் கொள்கின்றனர். சித்தர்கள் மரியாதையுடன் உம்மை வணங்கும் அதேசமயத்தில், அசுரர்கள் அச்சமுற்று இங்குமங்கும் ஓடுகின்றனர். இவையனைத்தும் சிறப்பாக நடைபெறுகின்றன.

பொருளுரை: குருக்ஷேத்திரப் போரின் விளைவுகளை கிருஷ்ணரிடமிருந்து கேட்ட அர்ஜுனன், மிகவும் தெளிவுற்றான்; பரம புருஷ பகவானின் மிகச்சிறந்த பக்தனும் நண்பனுமான அவன், கிருஷ்ணரால் செய்யப்படும் அனைத்து செயல்களும் சரியானவை என்று கூறுகிறான். கிருஷ்ணரே பாதுகாப்பாளர், அவரே பக்தர்களின் வந்தனைக்கு உரியவர், மற்றும் அவரே அசுரர்களை அழிப்பவர் என்பதை அர்ஜுனன் உறுதிப்படுத்துகிறான். அவரது செயல்கள் அனைத்தும் எல்லாருக்கும் நன்மை தருபவை. குருக்ஷேத்திரப் போர் முடிவு செய்யப்பட்டதிலிருந்து, விண்வெளியில் உள்ள பற்பல தேவர்கள், சித்தர்கள், இதர அறிஞர்கள் என அனைவரும், கிருஷ்ணர் அந்த போர்க்களத்தில் இருப்பதால், போரை ஆர்வத்துடன் கவனித்து வருகின்றனர் என்பதை அர்ஜுனன் இங்கே புரிந்து கொண்டான். இறைவனுடைய விஸ்வரூபத்தை அர்ஜுனன் பார்த்தபொழுது, தேவர்கள் அதில் ஆனந்தமடைந்தனர், ஆனால் பகவான் புகழப்பட்டபோது அசுரர்களாலும், நாத்திகர்களாலும் அதனைப் பொறுத்துக்கொள்ள முடியவில்லை. எல்லாவற்றையும் அழிக்கும் முழுமுதற் கடவுளின் கால ரூபத்தைக் கண்டதால் ஏற்பட்ட இயற்கையான பயத்தால், அவர்கள் ஓடினர். கிருஷ்ணர், பக்தர்களை மட்டுமல்லாது நாத்திகர்களை நடத்தும் முறையும் அர்ஜுனனால் புகழப்படுகின்றது. இறைவனால் செய்யப்படுபவை அனைத்தும் எல்லாருக்குமே நன்மையைத் தரும் என்பதை அறிந்துள்ள பக்தன், எல்லா சூழ்நிலையிலும் இறைவனைப் புகழ்கிறான்.

ஸ்லோகம் 37

कस्माच्च ते न नमेरन्महात्मन् गरीयसे ब्रह्मणोऽप्यादिकर्त्रे ।
अनन्त देवेश जगन्निवास त्वमक्षरं सदसत्तत्परं यत् ॥ ३७॥

கஸ்மாச் ச தே ந நமேரன் மஹாத்மன்
க₃ரீயஸே ப்₃ரஹ்மணோ 'ப்யாதி₃-கர்த்ரே
அனந்த தே₃வேஷ₂ ஜக₃ன்-நிவாஸ
த்வம் அக்ஷரம்' ஸத்₃-அஸத் தத் பரம்' யத்

கஸ்மாத்—ஏன்; *ச*—மேலும்; *தே*—உம்மிடம்; *ந*—இல்லை; *நமேரன்*—தக்க வணக்கங்களை சமர்ப்பிக்க; *மஹா-ஆத்மன்*—மிகப் பெரியவரே; *க₃ரீயஸே*—சிறந்தவர்; *ப்₃ரஹ்மண:*—பிரம்மாவை விட; *அபி*—இருந்தும்; *ஆதி₃-கர்த்ரே*—முதல் படைப்பாளருக்கு; *அனந்த*—எல்லையற்ற; *தே₃வ-ஈஷ₂*—தேவர்களின் தேவரே; *ஜக₃த்-நிவாஸ*—அகிலத்தின் அடைக்கலமே; *த்வம்*—நீங்கள்; *அக்ஷரம்*—அழிவற்ற; *ஸத்-அஸத்*—காரணம், விளைவு; *தத் பரம்*—பரமமான; *யத்*—ஏனெனில்.

மஹாத்மாவே, பிரம்மாவைவிடச் சிறந்தவரே! நீங்களே ஆதி படைப்பாளர். எனவே, அவர்கள் மரியாதை கலந்த வணக்கங்களை ஏன் உங்களுக்கு செலுத்தக் கூடாது? எல்லையற்றவரே, தேவர்களின் தேவனே, அகிலத்தின் அடைக்கலமே! தாங்கள் அழிவற்றவர், எல்லா காரணங்களுக்கும் காரணம், இந்த ஜடத் தோற்றத்திற்கு அப்பாற்பட்டவர்.

பொருளுரை: இத்தகைய பிரார்த்தனையின் மூலம், கிருஷ்ணரே அனைவராலும் வழிபடப்பட வேண்டியவர் என்பதை அர்ஜுனன் குறிப்பிடுகின்றான். அவர் எங்கும் பரவியுள்ளார், எல்லா ஆத்மாக்களின் ஆத்மாவாக விளங்குகிறார். அர்ஜுனன் கிருஷ்ணரை *மஹாத்மா,* மிகவும் தாராள மனப்பான்மை உடையவர் என்றும் எல்லையற்றவர் என்றும் அழைக்கிறான். *அனந்த* என்னும் சொல், முழுமுதற் கடவுளின் ஆதிக்கத்தாலும் சக்தியாலும் கவரப்படாதது எதுவும் இல்லை என்பதைக் குறிக்கின்றது. *தே₃வேஷ₂* என்றால், அவரே எல்லா தேவர்களையும் கட்டுப்படுத்துபவர் என்றும் எல்லாரையும்விட உயர்ந்தவர் என்றும் பொருள். அவரே முழு உலகத்திற்கும் அடைக்கலமாவார். கிருஷ்ணரைவிடச் சிறந்தவர்கள் யாருமே இல்லை என்பதால், எல்லா சித்தர்களும் சக்திவாய்ந்த தேவர்களும் தங்களது மரியாதை கலந்த வணக்கங்களை அவருக்கு சமர்ப்பிப்பது பொருத்தமாக இருக்கும் என்று அர்ஜுனன் எண்ணுகிறான். அதிலும் முக்கியமாக, கிருஷ்ணர் பிரம்மாவை விட உயர்ந்தவர் என்று குறிப்பிடுகிறான்; ஏனெனில், பிரம்மாவைப் படைத்தவர் அவரே. பிரம்மா, கிருஷ்ணரின் ஓர் அங்க விரிவாகிய கர்போதகஷாயி விஷ்ணுவின் தொப்புள் கொடியிலிருந்து உருவான தாமரையில் பிறந்தவர்; எனவே, பிரம்மாவும், பிரம்மாவிலிருந்து பிறந்த சிவபெருமானும், மற்றும் இதர தேவர்கள் அனைவரும் தத்தமது மரியாதை கலந்த வணக்கங்களை அவருக்கு அர்ப்பணிக்க வேண்டும். சிவபெருமான், பிரம்மா மற்றும் இதர சக்தி வாய்ந்த தேவர்களால் பகவான் வணங்கப்படுகிறார் என்று ஸ்ரீமத் பாகவதத்தில் கூறப்பட்டுள்ளது. *அக்ஷரம்* என்னும் சொல் மிகவும் முக்கியமானது;

ஏனெனில், இந்த ஜடப் படைப்பு அழிவிற்கு உட்பட்டது, ஆனால் இறைவன் இந்த ஜடப் படைப்பிற்கு மேம்பட்டவர். அவரே எல்லா காரணங்களுக்கும் காரணம் என்பதால், ஜட இயற்கைக்குள் இருக்கும் கட்டுண்ட ஆத்மாக்கள் மட்டுமின்றி, மொத்த ஜடத் தோற்றத்தையும் விட அவர் உயர்ந்தவர். எனவே எல்லாவற்றிலும் சிறந்த அவரே முழுமுதற் கடவுள்.

ஸ்லோகம் 38

त्वमादिदेवः पुरुषः पुराणस्त्वमस्य विश्वस्य परं निधानम् ।
वेत्तासि वेद्यं च परं च धाम त्वया ततं विश्वमनन्तरूप ॥ ३८ ॥

த்வம் ஆதி$_3$-தே$_3$வ: புருஷ: புராணஸ்
த்வம் அஸ்ய விஷ்$_2$வஸ்ய பரம்' நிதா$_4$னம்
வேத்தாஸி வேத்$_3$யம்' ச பரம்' ச தா$_4$ம
த்வயா ததம்' விஷ்$_2$வம் அனந்த-ரூப

த்வம்—நீர்; *ஆதி$_3$-தே$_3$வ:*—ஆதிதேவர்; *புருஷ:*—புருஷர்; *புராண:*—பழையவர்; *த்வம்*—நீர்; *அஸ்ய*—இந்த; *விஷ்$_2$வஸ்ய*—அகிலத்தின்; *பரம்*—பரமமான; *நிதா$_4$னம்*—அடைக்கலம்; *வேத்தா*—அறிபவர்; *அஸி*—நீர்; *வேத்$_3$யம்*—அறியப்படுபவர்; *ச*—மேலும்; *பரம்*—பரமமான; *ச*—மேலும்; *தா$_4$ம*—அடைக்கலம்; *த்வயா*—உம்மால்; *ததம்*—நுழையப்பட்டு; *விஷ்$_2$வம்*—அகிலம்; *அனந்த-ரூப*—எல்லையற்ற ரூபமே.

நீரே ஆதி தேவர், புருஷர், மிகவும் பழமையானவர், படைக்கப்பட்ட இந்த உலகத்தின் இறுதி அடைக்கலம். அனைத்தையும் அறிந்தவரும், அறியப்பட வேண்டியவரும் நீரே. பௌதிக குணங்களுக்கு அப்பாற்பட்ட உன்னத அடைக்கலம் நீரே. எல்லையற்ற ரூபமே! பிரபஞ்சத் தோற்றம் முழுவதும் தாங்கள் பரவியுள்ளீர்.

பொருளுரை: அனைத்தும் முழுமுதற் கடவுளைச் சார்ந்துள்ளதால், அவரே அனைத்திற்கும் இறுதி அடைக்கலம். *நிதா$_4$னம்* என்றால், பிரம்மஜோதி உட்பட அனைத்துமே புருஷோத்தமரான முழுமுதற் கடவுள் கிருஷ்ணரையே சார்ந்துள்ளன என்று பொருள். இவ்வுலகில் நடப்பவை அனைத்தையும் அறிந்தவர் அவரே, மேலும், அறிவிற்கு ஏதேனும் முடிவு இருந்தால், அவரே அவ்வெல்லா அறிவின் இறுதியாவார்; எனவே, அறிபவரும் அறியப்பட வேண்டியரும் அவரே. எங்கும் பரவியிருப்பதால் அவரே அறிவின் இலக்கு. அவரே ஆன்மீக உலகிற்கான காரணம் என்பதால், அவர் பரமமானவர். தெய்வீக உலகின் தலைசிறந்த நபரும் அவரே.

ஸ்லோகம் 39

वायुर्यमोऽग्निर्वरुण: शशाङ्क: प्रजापतिस्त्वं प्रपितामहश्च ।
नमो नमस्तेऽस्तु सहस्रकृत्व: पुनश्च भूयोऽपि नमो नमस्ते ॥ ३९ ॥

வாயுர் யமோ 'க்$_3$னிர் வருண: ஷ$_2$ஷா$_2$ங்க:
ப்ரஜாபதிஸ் த்வம்' ப்ரபிதாமஹஷ்$_2$ ச
நமோ நமஸ் தே 'ஸ்து ஸஹஸ்ர-க்ரு'த்வ:
புனஷ்$_2$ ச பூ$_4$யோ 'பி நமோ நமஸ் தே

வாயு:—வாயு; *யம:*—எமன்; *அக்$_3$னி:*—அக்னி; *வருண:*—வருணன்; *ஷ$_2$ஷ$_2$-அங்க:*—சந்திரன்; *ப்ரஜாபதி:*—பிரம்மா; *த்வம்*—நீர்; *ப்ரபிதாமஹ:*—பிதாமகனின் தந்தை; *ச*—மேலும்; *நம:*—எனது வணக்கங்கள்; *நம:*—மீண்டும் எனது வணக்கங்கள்; *தே*—உமக்கு; *அஸ்து*—இருக்கட்டும்; *ஸஹஸ்ர-க்ரு'த்வ:*—ஆயிரம் முறைகள்; *புன: ச*—மீண்டும்; *பூ$_4$ய:*—மீண்டும்; *அபி*—கூட; *நம:*—எனது வணக்கங்கள்; *நம: தே*—உமக்கு எனது வணக்கங்கள்.

நீரே வாயு, நீரே எமன்! நீரே அக்னி, நீரே வருணன், நீரே சந்திரன். முதல் உயிர்வாழியான பிரம்மாவும் நீரே, அந்த பிதாமகனின் தந்தையும் நீரே. எனவே, எனது மரியாதை கலந்த வணக்கங்களை உமக்கு ஆயிரமாயிரம் முறைகள் மீண்டும்மீண்டும் நான் சமர்ப்பிக்கின்றேன்.

பொருளுரை: எங்கும் நிறைந்திருக்கும் காற்று எல்லா தேவர்களையும்விட மிகவும் முக்கியமான பிரதிநிதி என்பதால், இறைவன் இங்கு வாயு என்றழைக்கப்படுகிறார். மேலும், கிருஷ்ணரை அர்ஜுனன் *ப்ரபிதாமஹ* (பிதாமகனின் தந்தை) என்றும் அழைக்கின்றான். ஏனெனில் அவரே பிரபஞ்சத்தின் முதல் உயிர்வாழியான பிரம்மாவின் தந்தையாவார்.

ஸ்லோகம் 40

नम: पुरस्तादथ पृष्ठतस्ते नमोऽस्तु ते सर्वत एव सर्व ।
अनन्तवीर्यामितविक्रमस्त्वं सर्वं समाप्नोषि ततोऽसि सर्व: ॥ ४० ॥

நம: புரஸ்தாத்$_3$ அத$_2$ ப்ரு'ஷ்ட$_2$தஸ் தே
நமோ 'ஸ்து தே ஸர்வத ஏவ ஸர்வ
அனந்த-வீர்யாமித-விக்ரமஸ் த்வம்'
ஸர்வம்' ஸமாப்னோஷி ததோ 'ஸி ஸர்வ:

நம:—வணங்குகின்றேன்; *புரஸ்தாத்*—முன்னிருந்து; *அத$_2$*—மேலும்; *ப்ரு'ஷ்ட$_2$த:*—பின்னிருந்து; *தே*—உம்மை; *நம: அஸ்து*—எனது வணக்கங்களை சமர்ப்பிக்கின்றேன்; *தே*—உமக்கு; *ஸர்வத:*—எல்லா

திக்குகளிலிருந்தும்; *ஏவ*—உண்மையில்; *ஸர்வ*—ஏனெனில் நீரே எல்லாம்; *அனந்த-வீர்ய*—எல்லையற்ற சக்தி; *அமித-விக்ரம:*—எல்லையற்ற வலிமை; *த்வம்*—நீர்; *ஸர்வம்*—எல்லாம்; *ஸமாப்னோஷி*—நிறைகின்றீர்; *தத:*—எனவே; *அஸி*—நீங்களே; *ஸர்வ:*—எல்லாம்.

முன்னிருந்தும், பின்னிருந்தும், எல்லாத் திக்குகளில் இருந்தும் உமக்கு வணக்கங்கள்! எல்லையற்ற சக்தியே, எல்லையற்ற வலிமையின் இறைவன் நீரே! தாங்கள் எங்கும் பரவியிருப்பதால் நீரே எல்லாம்!

பொருளுரை: தனது நண்பரான கிருஷ்ணரின் மீதான அன்புப் பரவசத்தினால் அர்ஜுனன் அவருக்கு எல்லாத் திக்குகளிலிருந்தும் வணக்கம் செலுத்துகின்றான். எல்லா சக்திகள் மற்றும் வலிமைகளுக்கு எஜமானராகவும் போர்க்களத்தில் கூடியிருந்த எல்லா மாவீரர்களைவிட உயர்ந்தவராகவும் கிருஷ்ணரை அவன் ஏற்றுக்கொள்கிறான். விஷ்ணு புராணத்தில் கூறப்பட்டுள்ளது (1.9.69):

யோ 'யம்' தவாக₃தோ தே₃வ ஸமீபம்' தே₃வதா-க₃ண:
ஸ த்வம் ஏவ ஜகு₃த்-ஸ்ரஷ்டா யத: ஸர்வ-க₃தோ ப₄வான்

"புருஷோத்தமரான முழுமுதற் கடவுளே! தங்களுக்கு முன் வருபவர், யாராக இருந்தாலும் தேவராக இருந்தாலும், அவர் தங்களால் படைக்கப்பட்டவரே."

ஸ்லோகங்கள் 41–42

सखेति मत्वा प्रसभं यदुक्तं हे कृष्ण हे यादव हे सखेति ।
अजानता महिमानं तवेदं मया प्रमादात्प्रणयेन वापि ॥ ४१ ॥
यच्चावहासार्थमसत्कृतोऽसि विहारशय्यासनभोजनेषु ।
एकोऽथ वाप्यच्युत तत्समक्षं तत्क्षामये त्वामहमप्रमेयम् ॥ ४२ ॥

ஸகே₂தி மத்வா ப்ரஸப₄ம்' யத்₃ உக்தம்'
ஹே க்ரு'ஷ்ண ஹே யாத₃வ ஹே ஸகே₂தி
அஜானதா மஹிமானம்' தவேத₃ம்'
மயா ப்ரமாதா₃த் ப்ரணயேன வாபி

யச் சாவஹாஸார்த₂ம் அஸத்-க்ரு'தோ 'ஸி
விஹார-ஷ₂ய்யாஸன-போ₄ஜனேஷு
ஏகோ 'த₂ வாப்யச்யுத தத்-ஸமக்ஷம்'
தத் க்ஷாமயே த்வாம் அஹம் அப்ரமேயம்

ஸகா₂—நண்பன்; *இதி*—என்று; *மத்வா*—எண்ணிக் கொண்டு; *ப்ரஸப₄ம்*—அகந்தையுடன்; *யத்*—என்னவெல்லாம்; *உக்தம்*—கூறப்பட்ட; *ஹே க்ரு'ஷ்ண*—கிருஷ்ணா; *ஹே யாத₃வ*—யாதவா; *ஹே ஸகே₂*—

என்னருமை நண்பனே; *இதி*—என்று; *அஜானதா*—அறியாமல்; *மஹிமானம்*—பெருமைகளை; *தவ*—உமது; *இத₃ம்*—இந்த; *மயா*—என்னால்; *ப்ரமாதா₃த்*—முட்டாள் தனத்தினால்; *ப்ரணயேன*—அன்பினால்; *வா அபி*—இருக்கலாம்; *யத்*—என்னென்ன; *ச*—மேலும்; *அவஹாஸ-அர்த₂ம்*—கேளிக்கையாக; *அஸத்-க்ரு'த:*—மரியாதையின்றி; *அஸி*—நீங்கள்; *விஹார*—இளைப்பாறியபோது; *ஷ₂ய்யா*—படுத்திருந்தபோது; *ஆஸன*—அமர்ந்திருந்தபோது; *போ₄ஜனேஷு*—அல்லது உடன் உணவருந்தியபோது; *ஏக:*—தனியாக; *அத₂ வா*—அல்லது; *அபி*—மேலும்; *அச்யுத*—இழிவற்றவரே; *தத்-ஸமக்ஷம்*—சமமானவர்கள் மத்தியில்; *தத்*—அவற்றிற்காக; *க்ஷமயே*—மன்னிப்பை வேண்டுகிறேன்; *த்வாம்*—தங்களிடமிருந்து; *அஹம்*—நான்; *அப்ரமேயம்*—அளவிட இயலாத.

உம்மை எனது நண்பன் என்று எண்ணிக்கொண்டு, உமது பெருமைகளை அறியாமல் "கிருஷ்ணா," "யாதவா," "நண்பனே" என்றெல்லாம் நான் உம்மை அகந்தையுடன் அழைத்துள்ளேன். பித்தத்தினாலோ, பிரேமையினாலோ நான் செய்தவை அனைத்தையும் தயவுசெய்து மன்னிக்கவும். பொழுதுபோக்கான கேளிக்கையின்போதும், ஒரே படுக்கையில் இளைப்பாறியபோதும், அல்லது உடன் அமர்ந்து உணவருந்தியபோதும், நான் தங்களை சில சமயங்களில் தனியாகவும், சில சமயங்களில் நண்பர்களுக்கு மத்தியிலும் அவமரியாதை செய்துள்ளேன். இழிவடையாதவரே! இத்தகைய குற்றங்களுக்காக தயவுசெய்து என்னை மன்னிப்பீராக.

பொருளுரை: விஸ்வரூபமாக அர்ஜுனனின் முன்பு கிருஷ்ணர் தோன்றியபோதிலும், அவருடனான தனது நட்புறவினை அர்ஜுனன் ஞாபகம் வைத்துள்ளான்; எனவே, நட்புறவினால் எழுந்த பற்பல சாதாரண நடத்தைகளுக்காக அவன் கிருஷ்ணரிடம் மன்னிப்பை வேண்டுகிறான். தனது நெருங்கிய நண்பன் என்ற முறையில் கிருஷ்ணர் விளக்கியபோதிலும், அவர் அத்தகு விஸ்வரூபத்தை எடுக்க முடியும் என்பதை அர்ஜுனன் அறியவில்லை என்பதை அவனே ஒப்புக்கொள்கிறான். கிருஷ்ணருடைய வைபவங்களை மதிக்காமல், அவரை "நண்பனே," "கிருஷ்ணா," "யாதவா" என்று அழைத்ததன் மூலம், எத்தனை முறை அவரை அவமரியாதை செய்திருக்கலாம் என்பதை அர்ஜுனன் அறியவில்லை. இருப்பினும், அத்தகு வைபவங்களுக்கு மத்தியிலும், அர்ஜுனனுடன் நண்பனாக விளையாடும் அளவிற்கு, கிருஷ்ணர் கருணை வாய்ந்தவராக உள்ளார். இதுவே பக்தனுக்கும் பகவானுக்கும் இடையேயான திவ்யமான அன்புப் பரிமாற்றமாகும். உயிர்வாழிக்கும், கிருஷ்ணருக்கும்

இடையேயான உறவு நித்தியமானதாகும்; இந்த உறவு மறக்கக்கூடியதல்ல என்பதை நாம் அர்ஜுனனின் நடத்தையிலிருந்து புரிந்துகொள்ளலாம். கிருஷ்ணரது வைபவத்தை விஸ்வரூபத்தில் கண்டபோதிலும், அவருடனான தனது நட்புறவை, அர்ஜுனனால் மறக்க முடியவில்லை.

ஸ்லோகம் 43

पितासि लोकस्य चराचरस्य त्वमस्य पूज्यश्च गुरुर्गरीयान् ।
न त्वत्समोऽस्त्यभ्यधिकः कुतोऽन्यो लोकत्रयेऽप्यप्रतिमप्रभाव ॥ ४३ ॥

பிதாஸி லோகஸ்ய சராசரஸ்ய
த்வம் அஸ்ய பூஜ்யஷ்$_2$ ச கு$_3$ருர் க$_3$ரீயான்
ந த்வத்-ஸமோ 'ஸ்த்யப்$_4$யதி$_4$க: குதோ 'ன்யோ
லோக-த்ரயே 'ப்யப்ரதிம-ப்ரபா$_4$வ

பிதா—தந்தை; *அஸி*—நீங்கள்; *லோகஸ்ய*—உலகம் முழுவதற்கும்; *சர*—அசைகின்ற; *அசரஸ்ய*—அசையாத; *த்வம்*—நீங்கள்; *அஸ்ய*—இந்த; *பூஜ்ய:*—வழிபாட்டிற்குரிய; *ச*—மேலும்; *கு$_3$ரு:*—குரு; *க$_3$ரீயான்*—புகழத்தக்க; *ந*—இல்லை; *த்வத்-ஸம*—உமக்கு சமமாக; *அஸ்தி*—இருக்க; *அப்$_4$யதி$_4$க:*—உயர்ந்த; *குத:*—எவ்வாறு சாத்தியம்; *அன்ய:*—மற்ற; *லோக-த்ரயே*—மூவுலகங்களில்; *அபி*—மேலும்; *அப்ரதிம-ப்ரபா$_4$வ*—அளவிட முடியாத வலிமையே.

இந்த பிரபஞ்சத் தோற்றத்திலுள்ள அசைகின்ற, அசையாத அனைத்திற்கும் தாங்களே தந்தை. வழிபாட்டிற்கு உரியவர்களில் முதன்மையானவரும், பரம ஆன்மீக குருவும் நீரே. உமக்கு சமமாகவோ, உம்முடன் ஒன்றாகவோ யாரும் ஆக முடியாது. அவ்வாறு இருக்கையில், அளவற்ற சக்தியின் இறைவனே, இந்த மூவுலகில் உம்மைவிட உயர்ந்தவர் யார் இருக்க முடியும்?

பொருளுரை: ஒரு தந்தை தனது மைந்தனால் வணங்கப்படுவதுபோல, பரம புருஷ பகவானான கிருஷ்ணரும் வழிபாட்டிற்குரியவர். அவரே ஆன்மீக குரு, ஏனெனில், பிரம்மாவிற்கு ஆதியில் வேத ஞானத்தைக் கொடுத்தவரும், தற்போது அர்ஜுனனுக்குப் பகவத் கீதையை உபதேசிப்பவரும் அவரே; ஆதலால் அவரே ஆன்மீகத்தின் ஆதி குரு, மேலும், தற்போதைய காலக்கட்டத்தில் அங்கீகரிக்கப்பட்ட ஆன்மீக குரு என்பவர், கிருஷ்ணரிலிருந்து தொடங்கும் சீடப் பரம்பரையின் வழியில் வருபவராக இருக்க வேண்டும். கிருஷ்ணருடைய பிரதிநிதியாக இல்லாமல், திவ்யமான விஷயங்களைக் கற்றுத் தரும் ஆசிரியராகவோ ஆன்மீக குருவாகவோ எவருமே ஆக முடியாது.

இறைவன் எல்லா விதத்திலும் வணங்கப்படுகிறார். அவர் அளவிட முடியாத சிறப்பை உடையவர். புருஷோத்தமரான முழுமுதற் கடவுள் ஸ்ரீ கிருஷ்ணரைவிடச் சிறந்தவர் யாரும் இருக்க முடியாது; ஏனெனில், ஆன்மீக மற்றும் பௌதிகத் தோற்றங்கள் இரண்டிலுமே கிருஷ்ணருக்கு சமமானவரோ, உயர்ந்தவரோ யாருமில்லை. அனைவரும் அவருக்குக் கீழ் இருப்பவர்களே. அவரை மிஞ்ச யாராலும் முடியாது. இது *ஷ்$_2$வேதாஷ்$_2$வதர* உபநிஷத்தில் (6.8) கூறப்பட்டுள்ளது:

ந தஸ்ய கார்யம்' கரணம்' ச வித்$_3$யதே
ந தத்-ஸமஷ்$_2$ சாப்$_4$யதி$_4$கஷ்$_2$ ச த்$_3$ரு'ஷ்$_2$யதே

முழுமுதற் கடவுளான கிருஷ்ணருக்கு சாதாரண மனிதனைப் போன்ற புலன்களும் உடலும் உண்டு, ஆனால் அவரைப் பொறுத்தவரையில், அவரது புலன்கள், உடல், மனம் ஆகியவற்றிலிருந்து அவர் வேறுபட்டவர் அல்ல. அவரைப் பக்குவமாக அறியாத முட்டாள்கள், அவரது ஆத்மா, மனம், இதயம் மற்றும் அனைத்திலிருந்தும் அவர் வேறுபட்டவர் என்று கூறுகின்றனர். கிருஷ்ணர் பூரணமானவர் என்பதால் அவரது செயல்களும் சக்திகளும் உன்னதமானவை. கிருஷ்ணருடைய புலன்கள் நமது புலன்களைப் போன்றதல்ல என்றபோதிலும், அவரால் புலன்சார்ந்த எல்லா செயல்களையும் செய்ய முடியும் என்றும் கூறப்பட்டுள்ளது; எனவே, அவரது புலன்கள் எல்லைக்கு உட்பட்டவையோ, பக்குவமற்றவையோ அல்ல. அவரைவிடப் பெரியவராக யாரும் இருக்க முடியாது, அவருக்கு சமமாகவும் யாரும் இருக்க முடியாது, அனைவரும் அவரைவிடத் தாழ்ந்தவர்களே.

பரம புருஷருடைய அறிவு, பலம், செயல்கள் என அனைத்துமே திவ்யமானவை. பகவத் கீதையில் (4.9) கூறப்பட்டுள்ளபடி:

ஜன்ம கர்ம ச மே தி$_3$வ்யம் ஏவம்' யோ வேத்தி தத்த்வத:
த்யக்த்வா தே$_3$ஹம்' புனர் ஜன்ம நைதி மாம் ஏதி ஸோ 'ர்ஜுன

கிருஷ்ணருடைய திவ்யமான உடல், செயல்கள், அவரது பக்குவநிலை ஆகியவற்றை யாரொருவன் அறிகின்றானோ, அவன் தனது உடலை விட்ட பின் அவரைச் சென்றடைகிறான், துன்பமயமான இந்த உலகிற்கு அவன் மீண்டும் வருவதில்லை. எனவே, கிருஷ்ணருடைய செயல்கள் மற்றவர்களது செயல்களைக் காட்டிலும் வேறுபட்டவை என்பதை அறிய வேண்டும். கிருஷ்ணரது கொள்கைகளைப் பின்பற்றுவதே சிறந்த வழிமுறையாகும், இஃது ஒருவனைப் பக்குவப்படுத்தும். கிருஷ்ணருடைய எஜமானர் என்று எவரும்

இல்லை என்றும், அனைவரும் அவரது சேவகர்களே என்றும் கூறப்பட்டுள்ளது. இது சைதன்ய சரிதாம்ருதத்தில் (ஆதி லீலை 5.142) உறுதி செய்யப்பட்டுள்ளது, *ஏகலே ஈஷ$_2$வர க்ரு'ஷ்ண, ஆர ஸப$_3$ ப்$_4$ருத்ய*—கிருஷ்ணர் மட்டுமே கடவுள், மற்றவர்கள் அனைவரும் அவருடைய சேவகர்கள். ஒவ்வொருவரும் அவரது ஆணைப்படி செயல்படுகின்றனர். அவரதுக் கட்டளையை மீறக்கூடியவர் எவரும் இல்லை. அவரது மேற்பார்வையின் கீழ் இருப்பதால், ஒவ்வொருவரும் அவரது வழிகாட்டுதலின்படி இயங்கிக் கொண்டுள்ளனர். பிரம்ம சம்ஹிதையில் கூறியுள்ளபடி, அவரே எல்லா காரணங்களுக்கும் காரணமாவார்.

ஸ்லோகம் 44

तस्मात्प्रणम्य प्रणिधाय कायं प्रसादये त्वामहमीशमीड्यम् ।
पितेव पुत्रस्य सखेव सख्युः प्रियः प्रियायार्हसि देव सोढुम् ॥ ४४ ॥

தஸ்மாத் ப்ரணம்ய ப்ரணிதா$_4$ய காயம்'
ப்ரஸாத$_3$யே த்வாம் அஹம் ஈஷ$_2$ம் ஈட்$_3$யம்
பிதேவ புத்ரஸ்ய ஸகே$_2$வ ஸக்$_2$யு:
ப்ரிய: ப்ரியாயார்ஹஸி தே$_3$வ ஸோடு$_4$ம்

தஸ்மாத்—எனவே; *ப்ரணம்ய*—வணக்கங்களை சமர்ப்பிக்க; *ப்ரணிதா$_4$ய*—கீழே விழுந்து; *காயம்*—உடல்; *ப்ரஸாத$_3$யே*—கருணையை வேண்டி; *த்வாம்*—உம்மிடம்; *அஹம்*—நான்; *ஈஷ$_2$ம்*—பரம புருஷரிடம்; *ஈட்$_3$யம்*—வந்தனைக்குரிய; *பிதா இவ*—தந்தையைப் போன்று; *புத்ரஸ்ய*—மகனுடன்; *ஸகா$_2$ இவ*—நண்பனைப் போன்று; *ஸக்$_2$யு:*—நண்பனிடம்; *ப்ரிய:*—பிரியமானவன்; *ப்ரியாயா:*—பிரியமானவளிடம்; *அர்ஹஸி*—தாங்கள்; *தே$_3$வ*—என் இறைவனே; *ஸோடு$_4$ம்*—பொறுத்துக்கொள்ள வேண்டும்.

ஒவ்வோர் உயிர்வாழியாலும் வணங்கப்பட வேண்டிய பரம புருஷர் நீரே. எனவே, நான் எனது மரியாதைக்குரிய வணக்கங்களை கீழே விழுந்து சமர்ப்பித்து உமது கருணையை வேண்டுகிறேன். எவ்வாறு தந்தை தனது மகனுடைய குற்றங்களையும், நண்பன் நண்பனுடைய குற்றங்களையும், கணவன் மனைவியினுடைய குற்றங்களையும் பொறுத்துக்கொள்கிறார்களோ, அதுபோல, என்னுடைய தவறுகள் அனைத்தையும் தாங்கள் பொறுத்து அருள்வீராக.

பொருளுரை: கிருஷ்ண பக்தர்கள் கிருஷ்ணருடன் பல்வேறு விதங்களில் உறவு கொள்கின்றனர்; கிருஷ்ணரை மகனாகவோ, கணவராகவோ, நண்பராகவோ, எஜமானராகவோ கருதலாம்.

கிருஷ்ணரும், அர்ஜுனனும் நட்பினால் இணைக்கப்பட்டுள்ளனர். தந்தை பொறுத்துக்கொள்வதுபோல, கணவன் பொறுத்துக் கொள்வதுபோல, எஜமானர் பொறுத்துக்கொள்வது போல, கிருஷ்ணரும் பொறுத்துக்கொள்கிறார்.

ஸ்லோகம் 45

अदृष्टपूर्वं हृषितोऽस्मि दृष्ट्वा भयेन च प्रव्यथितं मनो मे ।
तदेव मे दर्शय देव रूपं प्रसीद देवेश जगन्निवास ॥ ४५ ॥

அத்$_3$ரு'ஷ்ட-பூர்வம்' ஹ்ரு'ஷிதோ 'ஸ்மி த்$_3$ரு'ஷ்ட்வா
ப$_4$யேன ச ப்ரவ்யதி$_2$தம்' மனோ மே
தத்$_3$ ஏவ மே த$_3$ர்ஷ$_2$ய தே$_3$வ ரூபம்'
ப்ரஸீத$_3$ தே$_3$வேஷ$_2$ ஜக$_3$ன்-நிவாஸ

அத்$_3$ரு'ஷ்ட-பூர்வம்—இதற்கு முன்பு காணாத; *ஹ்ரு'ஷித:*—மனமகிழ்ந்து; *அஸ்மி*—நான்; *த்$_3$ரு'ஷ்ட்வா*—பார்த்து; *ப$_4$யேன*—பயத்தால்; *ச*—மேலும்; *ப்ரவ்யதி$_2$தம்*—குழம்பி; *மன:*—மனம்; *மே*—எனது; *தத்*—அந்த; *ஏவ*—நிச்சயமாக; *மே*—எனக்கு; *த$_3$ர்ஷ$_2$ய*—காண்பிக்கவும்; *தே$_3$வ*—இறைவனே; *ரூபம்*—உருவம்; *ப்ரஸீத$_3$*—கருணைகொள்ளும்; *தே$_3$வ-ஈஷ$_2$*—தேவர்களின் இறைவனே; *ஜக$_3$த்-நிவாஸ*—அகிலத்தின் அடைக்கலமே.

இதுவரை நான் என்றுமே கண்டிராத விஸ்வரூபத்தைப் பார்த்த பிறகு, நான் மிகவும் மகிழ்ச்சியடைகிறேன், ஆனால் அதே சமயத்தில் பயத்தினால் எனது மனம் குழம்புகின்றது. எனவே, தேவர்களின் இறைவனே, அகிலத்தின் அடைக்கலமே! என் மீது கருணைக் காட்டி மீண்டும் தங்களது தெய்வீக ரூபத்தைக் காட்டி அருள்புரிவீராக.

பொருளுரை: அர்ஜுனன் எப்போதும் கிருஷ்ணருடன் நெருக்கமாக உள்ளான்; ஏனெனில், அவன் அவருக்கு மிகவும் பிரியமான நண்பன். மேலும், ஒரு பிரியமான நண்பன் தனது நண்பனின் வைபவத்தைக் கண்டு மனம் மகிழ்வதுபோல, தனது நண்பரான கிருஷ்ணரே பரம புருஷ பகவான் என்பதிலும், அவரால் இத்தகு அற்புதமான விஸ்வரூபத்தைக் காட்ட முடியும் என்பதிலும் அர்ஜுனன் மிகவும் மகிழ்ச்சியுற்றான். ஆனால் அதே சமயத்தில், அந்த விஸ்வரூபத்தைப் பார்த்த பின்னர் தனது களங்கமற்ற நட்பினால் கிருஷ்ணருக்கு பற்பல அபராதங்களைத் தான் இழைத்துவிட்டதாக பயப்படுகின்றான். அத்தகு பயத்திற்கு காரணம் ஏதும் இல்லை என்றபோதிலும், அவனது மனம் பயத்தால் குழம்பியுள்ளது. எனவே, நாராயண ரூபத்தைக் காட்டும்படி அர்ஜுனன் கிருஷ்ணரிடம் வேண்டுகிறான், ஏனெனில்

அவரால் எந்த ரூபத்தையும் எடுக்க முடியும். இந்த பௌதிக உலகம் எவ்வாறு தற்காலிகமானதோ, அவ்வாறே இந்த விஸ்வரூபமும் பௌதிகமானதும் தற்காலிகமானதும் ஆகும். ஆனால் வைகுண்ட லோகங்களில் அவர் தனது தெய்வீக ரூபத்தில் நான்கு கரங்களுடன் நாராயணராக விளங்குகிறார். ஆன்மீக வானில் எண்ணற்ற லோகங்கள் இருக்கின்றன, கிருஷ்ணர் தனது விரிவங்கத்தின் மூலம் அவை ஒவ்வொன்றிலும் வெவ்வேறு பெயர்களுடன் வீற்றுள்ளார். இவ்வாறாக வைகுண்ட லோகங்களில் தோன்றியுள்ள ரூபங்களில் ஒன்றினைக் காண அர்ஜுனன் விருப்பப்பட்டான். ஒவ்வொரு வைகுண்ட லோகத்திலும் நாராயணரின் ரூபம் நான்கு கரங்களுடன் உள்ளபோதிலும், அந்த நான்கு கரங்களில், சங்கு, சக்கரம், கதை, மற்றும் தாமரையை அவர் தாங்கியுள்ள விதம் வேறுபடுகின்றது. இந்த நான்கு சின்னங்களை நான்கு கரங்களில் வைத்திருப்பதன் அடிப்படையில், நாராயணருக்கு வெவ்வேறு பெயர்கள் உள்ளன. இந்த ரூபங்களுக்கும் கிருஷ்ணருக்கும் வேறுபாடில்லை என்பதால், நான்கு கரங்களையுடைய ரூபத்தைக் காட்டுமாறு அர்ஜுனன் வேண்டுகிறான்.

ஸ்லோகம் 46

किरीटिनं गदिनं चक्रहस्तमिच्छामि त्वां द्रष्टुमहं तथैव ।
तेनैव रूपेण चतुर्भुजेन सहस्रबाहो भव विश्वमूर्ते ॥ ४६ ॥

கிரீடினம்' க$_3$தி$_3$னம்' சக்ர-ஹஸ்தம்
இச்சா$_2$மி த்வாம்' த்$_3$ரஷ்டும் அஹம்' ததை$_2$வ
தேனைவ ரூபேண சதுர்-பு$_4$ஜேன
ஸஹஸ்ர-பா$_3$ஹோ ப$_4$வ விஷ்$_2$வ-மூர்தே

கிரீடினம்—மகுடத்துடன்; *க$_3$தி$_3$னம்*—கதையுடன்; *சக்ர-ஹஸ்தம்*—கையில் சக்கரத்துடன்; *இச்சா$_2$மி*—விரும்புகின்றேன்; *த்வாம்*—உம்மை; *த்$_3$ரஷ்டும்*—காண; *அஹம்*—நான்; *ததா$_2$ ஏவ*—அவ்வாறு; *தேன ஏவ*—அந்த; *ரூபேண*—ரூபத்தில்; *சது:-பு$_4$ஜேன*—நான்கு கரங்களுடைய; *ஸஹஸ்ர-பா$_3$ஹோ*—ஆயிரம் கைகளுடையவரே; *ப$_4$வ*—ஆகுங்கள்; *விஷ்$_2$வ-மூர்தே*—விஸ்வரூபமே.

விஸ்வரூபமே! ஆயிரம் கரங்களுடைய இறைவனே! தலையில் மகுடத்துடனும் கைகளில் சங்கு, சக்கரம், கதை மற்றும் தாமரை மலருடனும் விளங்கும் உமது நான்கு கை உருவில் உம்மைக் காண நான் விரும்புகிறேன். உம்மை அந்த ரூபத்தில் காண நான் பேராவல் கொண்டுள்ளேன்.

பொருளுரை: பிரம்ம சம்ஹிதையில் (5.39), *ராமாதி$_3$-மூர்திஷு கலா-நியமேன திஷ்ட$_2$ன்*—இறைவன் ஆயிரக்கணக்கான உருவங்களில் நித்தியமாக வீற்றுள்ளார் என்றும், இராமர், நரசிம்மர், நாராயணர் போன்ற உருவங்கள் அவற்றில் முக்கியமானவை என்றும் கூறப்பட்டுள்ளது. ஆன்மீக உலகில் எண்ணிலடங்காத உருவங்கள் உள்ளன. ஆனால் முழுமுதற் கடவுளின் அத்தகு உருவங்கள் அனைத்திற்கும் கிருஷ்ணரே மூலம் என்பதையும், அவரே இந்த விஸ்வரூபத்தினை தற்காலிகமாக ஏற்றுள்ளார் என்பதையும் அர்ஜுனன் அறிந்திருந்தான். எனவே, அவரது ஆன்மீக ரூபமான நாராயண உருவத்தைக் காண அவன் தற்போது வேண்டுகின்றான். பரம புருஷ பகவானின் மூல ரூபம் கிருஷ்ணரே என்றும், அவரிடமிருந்தே மற்ற அனைத்து விஷ்ணு ரூபங்களும் தோன்றின என்றும், ஸ்ரீமத் பாகவதத்தில் கூறியிருப்பதை இந்த ஸ்லோகம் உறுதிப்படுத்துகிறது. அவர் தனது சுய விரிவுகளிலிருந்து வேறுபட்டவர் அல்ல; அவரது எண்ணற்ற உருவங்கள் எல்லாவற்றிலும் அவர் இறைவனாகவே விளங்குகிறார். மேலும், தனது எல்லா ரூபத்திலும் அவர் இளைஞனைப் போன்ற பொலிவுடன் விளங்குகின்றார். இதுவே புருஷோத்தமரான முழுமுதற் கடவுளின் நித்தியமானத் தோற்றம். கிருஷ்ணரை அறிபவன், ஜடவுலகின் களங்கங்கள் எல்லாவற்றிலிருந்தும் உடனே விடுபடுகின்றான்.

ஸ்லோகம் 47

श्रीभगवानुवाच

मया प्रसन्नेन तवार्जुनेदं रूपं परं दर्शितमात्मयोगात् ।
तेजोमयं विश्वमनन्तमाद्यं यन्मे त्वदन्येन न दृष्टपूर्वम् ॥ ४७ ॥

ஸ்ரீ-ப$_4$க$_3$வான் உவாச
மயா ப்ரஸன்னேன தவார்ஜுனேத$_3$ம்'
ரூபம்' பரம்' த$_3$ர்ஷி$_2$தம் ஆத்ம-யோகா$_3$த்
தேஜோ-மயம்' விஷ்$_2$வம் அனந்தம் ஆத்$_3$யம்'
யன் மே த்வத்$_3$ அன்யேன ந த்$_3$ரு'ஷ்ட-பூர்வம்

ஸ்ரீ-ப$_4$க$_3$வான் உவாச—புருஷோத்தமரான முழுமுதற் கடவுள் கூறினார்; *மயா*—என்னால்; *ப்ரஸன்னேன*—மகிழ்வுடன்; *தவ*—உனக்கு; *அர்ஜுன*—அர்ஜுனா; *இத$_3$ம்*—இந்த; *ரூபம்*—உருவம்; *பரம்*—தெய்வீகமான; *த$_3$ர்ஷி$_2$தம்*—காட்டப்பட்ட; *ஆத்ம-யோகா$_3$த்*—எனது அந்தரங்க சக்தியால்; *தேஜ: மயம்*—ஒளிமிக்க; *விஷ்$_2$வம்*—முழு உலகம்; *அனந்தம்*—எல்லையற்ற; *ஆத்$_3$யம்*—மூலம்; *யத்*—எது; *மே*—எனது; *த்வத் அன்யேன*—உன்னைத் தவிர; *ந த்$_3$ரு'ஷ்ட-பூர்வம்*—யாரும் முன்பு கண்டதில்லை.

புருஷோத்தமரான முழுமுதற் கடவுள் கூறினார்: எனதன்பு அர்ஜுனா, எனது அந்தரங்க சக்தியின் மூலம் இந்த தெய்வீகமான விஸ்வரூபத்தை நான் இந்த உலகத்தினுள் மகிழ்வுடன் காண்பித்தேன். எல்லையற்றதும், பிரகாசம் மிக்கதுமான இந்த ஆதி ரூபத்தை, இதற்கு முன் உன்னைத் தவிர வேறு யாரும் கண்டதில்லை.

பொருளுரை: அர்ஜுனன் பரம புருஷரின் விஸ்வரூபத்தைக் காண விரும்பினான்; எனவே, தனது நண்பனான அர்ஜுனனின் மீதான கருணையால், பிரகாசமும், வைபவமும் நிறைந்த தனது விஸ்வரூபத்தை பகவான் கிருஷ்ணர் காட்டினார். இந்த ரூபம் சூரியனைப் போன்று பிரகாசத்துடன் இருந்தது, அதன் பல்வேறு முகங்கள் விரைவாக மாறிக் கொண்டிருந்தன. தமது நண்பனான அர்ஜுனனின் விருப்பத்தைப் பூர்த்தி செய்வதற்காக மட்டுமே கிருஷ்ணர் இந்த ரூபத்தைக் காட்டினார். இது மனிதனின் கற்பனைக்கெட்டாத அந்தரங்க சக்தியின் மூலம் கிருஷ்ணரால் தோற்றுவிக்கப்பட்டது. இறைவனின் இந்த ரூபத்தை அர்ஜுனனுக்கு முன் வேறு யாரும் பார்த்ததில்லை. ஆனால் அர்ஜுனனுக்கு இந்த உருவம் காட்டப்பட்டதால், ஸ்வர்க லோகங்களிலும் விண்வெளியின் இதர கிரகங்களிலும் இருந்த மற்ற பக்தர்களாலும் இதனைக் காண முடிந்தது. இதற்கு முன் அவர்கள் இதைக் கண்டதில்லை, ஆனால் அர்ஜுனனின் உதவியால் அவர்களாலும் காண முடிந்தது. வேறுவிதமாகக் கூறினால், அர்ஜுனனுக்குக் காட்டப்பட்ட விஸ்வரூபத்தை கிருஷ்ணரின் கருணையால் இதர பக்தர்கள் (சீடர்கள்) அனைவராலும் காண முடிந்தது. துரியோதனனிடம் கிருஷ்ணர் சமாதானத்திற்காக தூதுச் சென்றபோது, துரதிர்ஷ்டவசமாக அவன் சமாதானக் கோரிக்கையை ஏற்கவில்லை; அச்சமயத்தில் கிருஷ்ணர் துரியோதனனுக்கு விஸ்வரூபத்தைக் காட்டியதாக ஒருவர் கருத்துரைத்துள்ளார். ஆனால் உண்மை என்னவெனில், தனது விஸ்வரூபத்தின் ஒரு பகுதியை மட்டுமே கிருஷ்ணர் அப்போது வெளிப்படுத்தினார். அத்தகு ரூபங்களெல்லாம் அர்ஜுனனுக்குக் காட்டப்பட்ட ரூபத்திலிருந்து மாறுபட்டவை. இந்த உருவத்தை இதற்கு முன் வேறு எவரும் கண்டதில்லை என்று இங்கே மிகத் தெளிவாகக் கூறப்பட்டுள்ளது.

ஸ்லோகம் 48

न वेदयज्ञाध्ययनैर्न दानैर्न च क्रियाभिर्न तपोभिरुग्रैः ।
एवंरूपः शक्य अहं नृलोके द्रष्टुं त्वदन्येन कुरुप्रवीर ॥ ४८ ॥

ந வேத₃-யஜ்ஞாத்₄யயனைர் ந தா₃னைர்
ந ச க்ரியாபி₄ர் ந தபோபி₄ர் உக்₃ரை:
ஏவம்'-ரூப: ஷ₂க்ய அஹம்' ந்ரு'-லோகே
த்₃ரஷ்டும்' த்வத்₃ அன்யேன குரு-ப்ரவீர

ந—இல்லை; *வேத₃-யஜ்ஞ*—யாகத்தால்; *அத்₄யயனை:*—அல்லது வேதக் கல்வியால்; *ந*—இல்லை; *தா₃னை:*—தானத்தினால்; *ந*—இல்லை: *ச*—மேலும்; *க்ரியாபி:₄*—புண்ணியச் செயல்களால்; *ந*—இல்லை; *தபோபி:₄*—கடும் தவங்களால்; *உக்₃ரை:*—கடுமையான; *ஏவம்-ரூப:*—இந்த உருவில்; *ஷ₂க்ய:*—முடியும்; *அஹம்*—நான்; *ந்ரு'-லோகே*—இந்த ஜடவுலகில்; *த்₃ரஷ்டும்*—காண்பதற்கு; *த்வத்*—உன்னைவிட; *அன்யேன*—மற்றவரால்; *குரு-ப்ரவீர*—குரு வம்ச வீரர்களில் சிறந்தவனே.

குரு வம்ச வீரர்களில் சிறந்தவனே! எனது இந்த விஸ்வரூபத்தை உனக்கு முன் யாரும், என்றும், கண்டதில்லை. ஏனெனில், வேதங்களைப் படிப்பதாலோ, யாகங்களைச் செய்வதாலோ, தானங்களாலோ, புண்ணியச் செயல்களாலோ, கடும் தவங்களாலோ, எனது இந்த உருவத்தை ஜடவுலகில் காண்பது என்பது இயலாததாகும்.

பொருளுரை: இங்கு தெய்வீகப் பார்வை என்பதைத் தெளிவாகப் புரிந்துகொள்ள வேண்டும். இத்தகு தெய்வீகப் பார்வையை யாரால் பெற முடியும்? தெய்வீகமென்றால் திவ்யமானது என்று பொருள். தேவர்களைப் போன்ற தெய்வீக நிலையை அடையாமல், ஒருவன் தெய்வீகப் பார்வையை அடைய முடியாது. தேவர்கள் என்றால் யார்? வேத இலக்கியங்களில், பகவான் விஷ்ணுவின் பக்தர்களே தேவர்கள் என்று குறிப்பிடப்பட்டுள்ளது (*விஷ்ணு-ப₄க்த: ஸ்ம்ருதோ தை₃வ:*). விஷ்ணுவின் மேல் நம்பிக்கையில்லாத நாத்திகர்கள், அல்லது கிருஷ்ணரின் அருவப் பகுதியையே பரம்பொருளாக எண்ணுபவர்கள், தெய்வீகப் பார்வையை பெற முடியாது. கிருஷ்ணரை இகழ்பவர்கள் தெய்வீகப் பார்வையுடன் இருப்பது சாத்தியமல்ல. தெய்வீக நிலையை அடையாமல் தெய்வீகப் பார்வையை அடைய முடியாது. வேறு விதமாகக் கூறினால், தெய்வீகப் பார்வையுடைய மற்ற நபர்களும், அர்ஜுனனைப் போன்று பார்க்க முடியும்.

விஸ்வரூபத்தைப் பற்றிய வர்ணனை பகவத் கீதையில் கொடுக்கப்பட்டுள்ளது. அர்ஜுனனுக்கு முன் இந்த விவரங்கள் யாருக்கும் தெரியாது; ஆனால் தற்போது, இந்த நிகழ்ச்சிக்குப் பின், விஸ்வரூபத்தைப் பற்றிய தகவல்கள் சிலவற்றை ஒருவன் அறிய முடியும். உண்மையிலேயே தெய்வீக நிலையில் இருப்பவர்கள்,

இறைவனுடைய விஸ்வரூபத்தைக் காண முடியும். ஆனால் கிருஷ்ணரது தூய பக்தனாக ஆகாமல் தெய்வீக நிலையை அடைய முடியாது. இருப்பினும், உண்மையான தெய்வீக இயல்பில் இருப்பவர்களும், தெய்வீகப் பார்வையை உடையவர்களுமான பக்தர்களோ இறைவனின் விஸ்வரூபத்தைக் காண்பதில் அவ்வளவு விருப்பமுடையவர்கள் அல்ல. அர்ஜுனன், பகவான் கிருஷ்ணரை நான்கு கரங்களுடன் விஷ்ணுவின் ரூபத்தில் காண விரும்பினான் என்பதும், விஸ்வரூபத்தைக் கண்டதால் உண்மையில் அச்சமுற்று இருந்தான் என்பதும் முந்தைய ஸ்லோகத்தில் விவரிக்கப்பட்டது.

இந்த ஸ்லோகத்தில் வேத$_3$-யஜ்ஞாத்$_4$யயனை: போன்ற சில முக்கியமான சொற்கள் உள்ளன. இச்சொல், வேத இலக்கியங்களையும் யாக நெறிகளையும் கற்பதைக் குறிக்கின்றது. வேதம் என்றால், நான்கு வேதங்கள் (ரிக், யஜூர், ஸாம, அதர்வ), பதினெட்டு புராணங்கள், உபநிஷதங்கள், வேதாந்த சூத்திரம் முதலிய எல்லாவித வேத இலக்கியங்களையும் குறிக்கும். இவற்றை ஒருவன் வீட்டிலோ, வேறு எங்கோ கூட கற்கலாம். அதுபோலவே, யாக நெறிகளைக் கற்பதற்கு, கல்ப சூத்திரங்கள், மீமாம்ஸா சூத்திரங்கள் என சூத்திரங்கள் உள்ளன. தா$_3$னை: எனும் சொல், பொருத்தமான நபர்களுக்கு, அதாவது, இறைவனின் திவ்யமான அன்புத் தொண்டில் ஈடுபட்டிருக்கும் அந்தணர்கள், வைஷ்ணவர்கள் முதலியோருக்கு தானம் வழங்குவதைக் குறிக்கும். அதுபோல, "புண்ணியச் செயல்கள்" என்பது, பல்வேறு ஜாதிகளுக்கேற்ப நியமிக்கப்பட்டுள்ள கடமைகளையும் அக்$_3$னி-ஹோத்ரம் முதலியவற்றையும் குறிக்கின்றது. மேலும், உடல் ரீதியிலான கஷ்டங்களை விரும்பி ஏற்பது, தபஸ்ய எனப்படும். எனவே, உடலின் கஷ்டங்களை ஏற்றல், தானமளித்தல், வேதங்களைக் கற்றல் முதலிய பல செயல்களை ஒருவன் செய்யலாம்—ஆனால் அவன் அர்ஜுனனைப் போன்ற பக்தனாக இல்லாவிடில், விஸ்வரூபத்தைக் காண்பது சாத்தியமல்ல. அருவவாதிகள் இறைவனது விஸ்வரூபத்தைக் காண்பதாக கற்பனை செய்து கொண்டிருக்கின்றனர். ஆனால் அருவவாதிகள் பக்தர்கள் அல்ல என்பதை நாம் பகவத் கீதையிலிருந்து புரிந்துகொள்கிறோம். எனவே, அவர்களால் இறைவனது விஸ்வரூபத்தைக் காண இயலாது.

அவதாரங்களைப் படைக்கும் நபர்கள் பலர் இருக்கின்றனர். இவர்கள் சாதாரண மனிதனையும் அவதாரமாக அறிவிக்கின்றனர். ஆனால் இவையெல்லாம் முட்டாள்தனமே. பகவத் கீதையின் கொள்கைகளை நாம் பின்பற்ற வேண்டும், இல்லாவிடில் பக்குவமான ஆன்மீக ஞானத்தை அடைவது சாத்தியமல்ல. பகவத் கீதை, இறைவனைப்

பற்றிய விஞ்ஞானத்தின் ஆரம்பக் கல்வியாகக் கருதப்பட்டாலும், இது மிகவும் பக்குவமானதாக இருப்பதால், எது எப்படிப்பட்டது என்பதை பகுத்து அறிவதற்கு இது மிகவும் உதவுகின்றது. போலி அவதாரத்தைப் பின்பற்றுபவர்கள், இறைவனின் தெய்வீக அவதாரத்தை, விஸ்வரூபத்தை தாங்களும் பார்த்திருப்பதாகக் கூறலாம்; ஆனால் இதனை ஏற்றுக்கொள்ள முடியாது. ஏனெனில், கிருஷ்ணருடைய பக்தனாக ஆகாமல் இறைவனின் விஸ்வரூபத்தைக் காண முடியாது என்பது இங்கே மிகத் தெளிவாகக் கூறப்பட்டுள்ளது. எனவே, ஒருவன் முதலில் கிருஷ்ணரின் தூய பக்தனாக ஆக வேண்டும்; அதன்பின் தான் கண்ட விஸ்வரூபத்தை தன்னால் காட்ட முடியும் என்று அவன் அறிவிக்க முடியும். போலி அவதாரங்களையும், அந்த போலி அவதாரங்களைப் பின்பற்றுவோரையும் கிருஷ்ண பக்தனால் ஏற்றுக்கொள்ள முடியாது.

ஸ்லோகம் 49

मा ते व्यथा मा च विमूढभावो दृष्ट्वा रूपं घोरमीदृङ्ममेदम् ।
व्यपेतभीः प्रीतमनाः पुनस्त्वं तदेव मे रूपमिदं प्रपश्य ॥ ४९ ॥

மா தே வ்யதா$_2$ மா ச விமூட$_4$-பா$_4$வோ
த்$_3$ரு'ஷ்ட்வா ரூபம்' கோ$_4$ரம் ஈத்$_3$ரு'ங் மமேத$_3$ம்
வ்யபேத-பீ:$_4$ ப்ரீத-மனா: புனஸ் த்வம்'
தத்$_3$ ஏவ மே ரூபம் இத$_3$ம்' ப்ரபஷ்$_2$ய

மா—இல்லாமல் இருக்கட்டும்; *தே*—உனக்கு; *வ்யதா$_2$*—சிக்கல்; *மா*—இல்லாமல் இருக்கட்டும்; *ச*—மேலும்; *விமூட$_4$-பா$_4$வ:*—குழப்பம்; *த்$_3$ரு'ஷ்ட்வா*—காண்பதால்; *ரூபம்*—உருவம்; *கோ$_4$ரம்*—பயங்கரமான; *ஈத்$_3$ரு'க்*—இதுபோன்ற; *மம*—எனது; *இத$_3$ம்*—இந்த; *வ்யபேத-பீ:$_4$*—எல்லாவித பயத்திலிருந்தும் விடுபடுவாயாக; *ப்ரீத-மனா:*—மனதில் மகிழ்வுற்று; *புன:*—மீண்டும்; *த்வம்*—நீ; *தத்*—அந்த; *ஏவ*—இவ்வாறு; *மே*—எனது; *ரூபம்*—உருவம்; *இத$_3$ம்*—இந்த; *ப்ரபஷ்$_2$ய*—காண்பாயாக.

எனது இந்த கோரமான உருவத்தைக் கண்டு நீ மிகவும் பாதிக்கப்பட்டு குழம்பியுள்ளாய். இனி இது முடிவு பெறட்டும். என் பக்தனே, எல்லாக் குழப்பங்களிலிருந்தும் விடுபடுவாயாக. அமைதியான மனதுடன் நீ விரும்பும் உருவத்தை தற்போது நீ காணலாம்.

பொருளுரை: பகவத் கீதையின் ஆரம்பத்தில் தனது வந்தனைக்கு உரியவர்களான தாத்தா பீஷ்மரையும், குரு துரோணரையும் கொல்வதைப் பற்றி அர்ஜுனன் வருத்தப்பட்டான். ஆனால் தாத்தாவைக் கொல்வதைப் பற்றிய அச்சம் அவசியமானதல்ல என்று

கிருஷ்ணர் கூறினார். திருதராஷ்டிரரின் மகன்கள் குரு வம்ச சபையில் திரௌபதியை துகிலுரிக்க முயன்றபோது பீஷ்மரும், துரோணரும் அமைதியாக இருந்தனர், தங்களது கடமையில் அலட்சியமாக இருந்ததற்காக அவர்கள் கொல்லப்பட்டேயாக வேண்டும். நீதிக்குப் புறம்பான தங்களது செயல்களுக்காக அவர்கள் ஏற்கனவே கொல்லப்பட்டு விட்டனர் என்பதை அர்ஜுனனுக்குக் காட்டவே கிருஷ்ணர் விஸ்வரூபத்தைக் காட்டினார். பக்தர்கள் எப்போதும் அமைதியானவர்கள் என்பதாலும், அவர்களால் இத்தகு கொடிய செயல்களைச் செய்ய முடியாது என்பதாலும் விஸ்வரூபத்தின் தோற்றம் அர்ஜுனனுக்குக் காட்டப்பட்டது. விஸ்வரூபத்தைக் காட்டியதன் குறிக்கோள் தற்போது நிறைவுற்றது; நான்கு கரங்களையுடைய உருவத்தைக் காண அர்ஜுனன் விரும்பினான், கிருஷ்ணர் அதனையும் காட்டினார். அன்பான எண்ணங்களை விஸ்வரூபத்துடன் பரிமாறிக்கொள்ள முடியாது என்பதால், அதில் பக்தர்களுக்கு அவ்வளவு ஆவல் இல்லை. பக்தன் தனது வணக்கத்திற்கும், மரியாதைக்கும் உரிய எண்ணங்களை அர்ப்பணிக்க விரும்புகிறான், அல்லது இரு கரங்களுடன் கூடிய கிருஷ்ணரின் உருவைக் காண விரும்புகிறான். அதன் மூலம் அவன் புருஷோத்தமரான முழுமுதற் கடவுளுடன் அன்புத் தொண்டினைப் பரிமாறிக்கொள்ள முடியும்.

ஸ்லோகம் 50

सञ्जय उवाच

इत्यर्जुनं वासुदेवस्तथोक्त्वा स्वकं रूपं दर्शयामास भूयः ।
आश्वासयामास च भीतमेनं भूत्वा पुनः सौम्यवपुर्महात्मा ॥ ५० ॥

ஸஞ்ஜய உவாச

இத்யர்ஜுனம்' வாஸுதே$_3$வஸ் ததோ$_2$க்த்வா
ஸ்வகம்' ரூபம்' த$_3$ர்ஷ$_2$யாம் ஆஸ பூ$_4$ய:
ஆஷ்$_2$வாஸயாம் ஆஸ ச பீ$_4$தம் ஏனம்'
பூ$_4$த்வா புன: ஸௌம்ய-வபுர் மஹாத்மா

ஸஞ்ஜய: உவாச—சஞ்ஜயன் கூறினான்; *இதி*—இவ்வாறு; *அர்ஜுனம்*—அர்ஜுனனிடம்; *வாஸுதே$_3$வ:*—கிருஷ்ணர்; *ததா$_2$*—இவ்விதமாக; *உக்த்வா*—கூறிக் கொண்டு; *ஸ்வகம்*—தமது சுய; *ரூபம்*—உருவம்; *த$_3$ர்ஷ$_2$யம் ஆஸ*—காட்டினார்; *பூ$_4$ய:*—மீண்டும்; *ஆஷ்$_2$வாஸயம் ஆஸ*—உற்சாகப்படுத்தினார்; *ச*—மேலும்; *பீ$_4$தம்*—அச்சமுற்று இருந்த; *ஏனம்*—அவனை; *பூ$_4$த்வா*—ஆகி; *புன:*—மீண்டும்; *ஸௌம்ய வபு:*—அழகிய உருவம்; *மஹா-ஆத்மா*—மிகச்சிறந்தவர்.

திருதராஷ்டிரரிடம் சஞ்ஜயன் கூறினான்: புருஷோத்தமரான முழுமுதற் கடவுள் கிருஷ்ணர், அர்ஜுனனிடம் இவ்வாறு பேசிய பிறகு, நான்கு கரங்களை உடைய தனது சுய உருவையும் இறுதியில் இரண்டு கரங்களுடனான உருவையும் காட்டி, அச்சமுற்று இருந்த அர்ஜுனனை உற்சாகப்படுத்தினார்.

பொருளுரை: வசுதேவருக்கும் தேவகிக்கும் மைந்தனாக கிருஷ்ணர் தோன்றியபொழுது, முதலில் அவர் நான்கு கரங்களுடைய நாராயணராகத் தோன்றினார். ஆனால் அவர் தனது பெற்றோரால் வேண்டப்பட்டபோது, தன்னை சாதாரணக் குழந்தையைப் போன்று மாற்றிக் கொண்டார். அதுபோலவே, நான்கு கரங்களையுடைய ரூபத்தைக் காண்பதில் அர்ஜுனனுக்கு விருப்பம் இருக்காது என்பதை கிருஷ்ணர் அறிவார். இருப்பினும் நான்கு கரங்களையுடைய அத்தகு உருவத்தைக் காட்டும்படி அர்ஜுனன் வேண்டியதன் காரணத்தால், கிருஷ்ணர் அந்த உருவத்தை மீண்டும் காட்டி இறுதியில் தனது இரு கரங்களையுடைய உருவத்தைக் காட்டினார். *ஸௌம்ய-வபு:* எனும் சொல் மிகவும் முக்கியமானதாகும். *ஸௌம்ய-வபு:* என்றால் மிகவும் அழகிய உருவம் என்று பொருள்; இந்த உருவமே அழகில் மிகச்சிறந்ததாகும். கிருஷ்ணர் இவ்வுலகில் இருந்தபோது, அவரது அழகிய உருவினால் அனைவரும் எளிமையாகக் கவரப்பட்டனர். மேலும், கிருஷ்ணரே அகிலத்தின் இயக்குநர் என்பதால் தனது பக்தனான அர்ஜுனனின் பயத்தை அறவே ஒழித்து, மீண்டும் தனது அழகான கிருஷ்ண உருவத்தைக் காட்டினார். பிரம்ம சம்ஹிதையில் (5.38) கூறப்பட்டுள்ளது, *ப்ரேமாஞ்ஜன-ச்சு₂ரித-ப₄க்தி-விலோசனேன*—எவருடைய கண்கள் பிரேமை எனும் மையினால் அலங்கரிக்கப்பட்டுள்ளதோ, அத்தகைய நபர்களே ஸ்ரீ கிருஷ்ணரின் அழகிய உருவினைக் காண முடியும்.

ஸ்லோகம் 51

अर्जुन उवाच

दृष्ट्वेदं मानुषं रूपं तव सौम्यं जनार्दन ।
इदानीमस्मि संवृत्तः सचेताः प्रकृतिं गतः ॥५१॥

அர்ஜுன உவாச

த்₃ரு'ஷ்ட்வேத₃ம்' மானுஷம்' ரூபம்' தவ ஸௌம்யம்' ஜனார்த₃ன
இதா₃னீம் அஸ்மி ஸம்'வ்ரு'த்த: ஸ-சேதா: ப்ரக்ரு'திம்' க₃த:

அர்ஜுன: உவாச:—அர்ஜுனன் கூறினான்; *த்₃ரு'ஷ்ட்வா*—கண்டு; *இத₃ம்*—இந்த; *மானுஷம்*—மனித; *ரூபம்*—உருவம்; *தவ*—உமது; *ஸௌம்யம்*—மிகவும் அழகான; *ஜனார்த₃ன*—எதிரிகளை அழிப்பவரே;

இதா₃னீம்—இப்போது; *அஸ்மி*—நான்; *ஸம்வ்ரு'த்த:*—நிலைத்திருக்கிறேன்; *ஸ-சேதா:*—எனது உணர்வில்; *ப்ரக்ரு'திம்*—எனது சுய இயற்கையை; *க₃த:*—அடைந்துள்ளேன்.

கிருஷ்ணரை அவரது உண்மையான உருவில் கண்டபோது, அர்ஜுனன் கூறினான்: ஜனார்தனா! மனிதனைப் போன்று தோன்றக்கூடிய மிகவும் அழகான இந்த உருவத்தைக் கண்டு, எனது மனம் தற்போது அமைதியடைந்துள்ளது, நான் எனது சுய இயல்பினை மீண்டும் அடைந்துள்ளேன்.

பொருளுரை: இங்கே *மானுஷம் ரூபம்* எனும் சொற்கள், புருஷோத்தமரான முழுமுதற் கடவுளின் மூல ரூபம், இரு கரங்களை உடையதே என்பதை தெளிவாகக் காட்டுகின்றது. கிருஷ்ணரை சாதாரண மனிதராக எண்ணி ஏளனம் செய்பவர்கள், அவரது தெய்வீக இயல்பை அறியாத முட்டாள்கள் என்று இங்கே குறிப்பிடப்பட்டுள்ளது. கிருஷ்ணரை சாதாரண மனிதராகக் கருதினால், விஸ்வரூபத்தையும் அதன் பின்னர் நான்கு கரங்களுடைய நாராயண ரூபத்தையும் அவரால் எவ்வாறு காட்டியிருக்க முடியும்? அவரை சாதாரண மனிதராக எண்ணுபவனும், கிருஷ்ணருக்குள்ளே இருக்கும் அருவ பிரம்மனே பேசுகின்றது என்று கூறி படிப்பவரை தவறாக வழிநடத்துபவனும், மாபெரும் அநீதியை இழைப்பதாக பகவத் கீதையில் மிகத் தெளிவாகக் கூறப்பட்டுள்ளது. கிருஷ்ணர் தனது விஸ்வரூபத்தையும் நான்கு கரங்களையுடைய விஷ்ணு ரூபத்தையும் காட்டியது உண்மை. அவ்வாறிருக்க, அவர் எவ்வாறு சாதாரண மனிதனாக இருக்க முடியும்? தூய பக்தன், உண்மை என்ன என்பதை தெளிவாக அறிந்துள்ளதால், பகவத் கீதையின் மீதான தவறான கருத்துரைகளால் அவன் குழம்புவதில்லை. பகவத் கீதையின் மூல ஸ்லோகங்கள் சூரியனைப் போன்று தெளிவானவை; முட்டாள் கருத்துரையாளர்களின் விளக்கொளி அவற்றிக்குத் தேவையில்லை.

ஸ்லோகம் 52

श्रीभगवानुवाच
सुदुर्दर्शमिदं रूपं दृष्टवानसि यन्मम ।
देवा अप्यस्य रूपस्य नित्यं दर्शनकाङ्क्षिण: ॥५२॥

ஸ்ரீ-ப₄க₃வான் உவாச

ஸு-து₃ர்த₃ர்ஷ₂ம் இத₃ம்' ரூபம்' த்₃ரு'ஷ்டவான் அஸி யன் மம
தே₃வா அப்யஸ்ய ரூபஸ்ய நித்யம்' த₃ர்ஷ₂ன-காங்க்ஷிண:

ஸ்ரீ-ப₄க₃வான் உவாச—புருஷோத்தமரான முழுமுதற் கடவுள் கூறினார்; *ஸு-து₃ர்த₃ர்ஷ₂ம்*—காண்பதற்கு மிகவும் அரிதான; *இத₃ம்*—இந்த;

ரூபம்—உருவம்; *த்₃ருஷ்டவான்-அஸி*—நீ கண்டதைப்போல; *யத்*—எந்த; *மம*—எனது; *தே₃வா:*—தேவர்கள்; *அபி*—கூட; *அஸ்ய*—இதை; *ரூபஸ்ய*—உருவத்தின்; *நித்யம்*—நித்தியமாக; *த₃ர்ஷ₂ன-காங்க்ஷிண:*—காண விரும்புகின்றனர்.

புருஷோத்தமரான முழுமுதற் கடவுள் கூறினார்: எனதன்பு அர்ஜுனா, இப்போது நீ பார்க்கும் எனது இந்த உருவம் காண்பதற்கு மிகவும் அரிதானது. பிரியமான இந்த உருவத்தை தரிசிப்பதற்கான வாய்ப்பை தேவர்களும் எப்போதும் நாடுகின்றனர்.

பொருளுரை: இந்த அத்தியாயத்தின் நாற்பத்துஎட்டாவது ஸ்லோகத்தில் தமது விஸ்வரூபத் தோற்றத்தைக் காட்டிய பின்னர், பல்வேறு புண்ணிய செயல்கள், யாகங்கள் முதலியவற்றால் அத்தகு ரூபத்தைக் காண்பது சாத்தியமல்ல என்று பகவான் கிருஷ்ணர் அர்ஜுனனிடம் உரைத்தார். இனி இங்கே உபயோகிக்கப்பட்டிருக்கும் *ஸு-து₃ர்த₃ர்ஷ₂ம்* எனும் சொல், இரு கரங்களுடன் விளங்கும் கிருஷ்ணரின் ரூபம் விஸ்வரூபத்தை விட இரகசியமானது என்பதைக் குறிக்கின்றது. தவங்கள், வேதக் கல்வி, தத்துவ அனுமானம் முதலிய பல்வேறு செயல்களுடன் பக்தித் தொண்டினை சற்று இணைப்பதன் மூலம் கிருஷ்ணருடைய விஸ்வரூபத்தைக் காண்பது சாத்தியமாகலாம். ஆனால் அத்தகு முயற்சியில் சற்றேனும் பக்தியில்லாவிடில் அவனால் காண முடியாது; இஃது ஏற்கனவே விளக்கப்பட்டது. இருப்பினும், விஸ்வரூபத்திற்கு அப்பாற்பட்டு, இரு கரங்களுடன் விளங்கும் கிருஷ்ணரின் ரூபம், பிரம்மா, சிவபெருமான் முதலிய தேவர்களால்கூட காண்பதற்கு மிகவும் அரிதானதாகும். கிருஷ்ணரைக் காண்பதில் தேவர்கள் ஆவலாக உள்ளனர், இதற்கு ஸ்ரீமத் பாகவதத்தில் ஆதாரம் உள்ளது. கிருஷ்ணர் தனது தாயான தேவகியின் கர்ப்பத்தில் இருந்தபொழுது, ஸ்வர்க லோகத்திலிருந்த எல்லா தேவர்களும் கிருஷ்ணருடைய அதிசயமான உருவைக் காண வந்தனர். அச்சமயத்தில் அவர் அவர்களுக்கு தென்படவில்லை என்றபோதிலும், அவர்கள் அருமையான பிரார்த்தனைகளை செலுத்தினர். அவரைக் காண்பதற்காக காத்திருந்தனர். முட்டாள் மட்டுமே அவரை சாதாரண மனிதராக எண்ணி ஏளனம் செய்வான்; அவன் கிருஷ்ணரிடம் அன்றி அவருக்கு உள்ளே இருக்கும் அருவமான ஒன்றிற்கு தனது வணக்கங்களை செலுத்தலாம், ஆனால் இவையனைத்தும் அபத்தமான செயல்களே. இரண்டு கரங்களுடன் விளங்கும் கிருஷ்ணரின் ரூபத்தினைக் காண, பிரம்மா, சிவன் முதலிய தேவர்களும் விரும்புகிறார்கள்.

அவஜானந்தி மாம் மூடா₄ மானுஷீம் தனும் ஆஷ்₂ரிதம், கிருஷ்ணரை இகழும் முட்டாள்களுக்கு அவர் தென்படுவதில்லை என்பது பகவத் கீதையிலும் (9.11) உறுதி செய்யப்பட்டுள்ளது. கிருஷ்ணருடைய உடல், பூரண ஆன்மீகமயமானது, ஆனந்தம் நிறைந்தது, நித்தியமானது—இது பிரம்ம சம்ஹிதையிலும், பகவத் கீதையில் பகவான் கிருஷ்ணரால் நேரடியாகவும் நிச்சயப்படுத்தப்பட்டுள்ளது. அவரது உடல் ஒருபோதும் ஜடவுடலைப் போன்றது அல்ல. ஆனால் பகவத் கீதை அல்லது அதுபோன்ற இதர வேத இலக்கியங்களைப் படிப்பதன் மூலம் கிருஷ்ணரை ஆராய முயல்பவர்களுக்கு அவர் ஒரு கேள்விக்குறியே. ஜட வழிமுறையை உபயோகிப்பவன், கிருஷ்ணர் சரித்திரப் புகழ்பெற்ற நபர், தத்துவ ஞானி, ஆனால் சாதாரண மனிதரே என்று கருதுகின்றனர்; மேலும், அவர் மிகவும் சக்தி வாய்ந்தவர் என்றபோதிலும் ஜடவுடலை ஏற்க வேண்டியிருந்தது என்றும் எண்ணுகின்றனர். பரம உண்மை இறுதியில் அருவமானது என்பதே அவர்களது கருத்து; எனவே, உருவமில்லாத இறைவன், ஜட இயற்கையுடன் தொடர்பு கொண்டு உருவத்தை ஏற்றதாக அவர்கள் நினைக்கின்றனர். இது முழுமுதற் கடவுளை ஜட ரீதியில் கணக்கிடுவதாகும். வேறு சிலரின் கணக்கு அனுமானமாக உள்ளது. ஞானத்தை தேடுவோரும் கிருஷ்ணரைப் பற்றி அனுமானம் செய்கின்றனர், அவர்கள் கிருஷ்ணரைக் காட்டிலும் பரமனின் விஸ்வரூபத்தை முக்கியத்துவம் வாய்ந்ததாகக் கருதுகின்றனர். இவ்வாறாக, கிருஷ்ணருடைய தனிப்பட்ட ரூபத்தைக் காட்டிலும் அர்ஜுனனின் முன்பு தோன்றிய விஸ்வரூபமே முக்கியமானது என்று சிலர் எண்ணுகின்றனர். அவர்களைப் பொறுத்தவரை, முழுமுதற் கடவுளின் தனிப்பட்ட உருவம் கற்பனையானது. இறுதி நிலையில் பூரண உண்மை ஒரு நபரல்ல என்று அவர்கள் நம்புகின்றனர். ஆனால் பகவத் கீதையின் நான்காம் அத்தியாயத்தில் திவ்யமான முறை விவரிக்கப்பட்டுள்ளது: அதிகாரம் பொருந்திய நபர்களிடமிருந்து கிருஷ்ணரைப் பற்றிக் கேட்டறிய வேண்டும். இதுவே உண்மையான வேத வழிமுறை, வேத நெறியை முறையாகக் கடைப்பிடிப்பவர்கள் அங்கீகரிக்கப்பட்ட நபர்களிடமிருந்து கிருஷ்ணரைப் பற்றிக் கேட்கின்றனர். அவ்வாறு அவரைப் பற்றி மீண்டும்மீண்டும் கேட்பதன் மூலம் கிருஷ்ணர் மிகவும் பிரியமானவராக ஆகின்றார். நாம் முன்பே பலமுறை விவரித்தபடி கிருஷ்ணர் தனது யோக மாயை எனும் சக்தியினால் மறைக்கப்பட்டுள்ளார். யார் வேண்டுமானாலும் எவர் வேண்டுமானாலும் அவரைக் காண்பதோ உணர்வதோ சாத்தியமல்ல. கிருஷ்ணர் தன்னைத் தானே யாரிடம் வெளிப்படுத்துகிறாரோ, அவர் மட்டுமே அவரைக் காண முடியும்.

இது வேத இலக்கியத்திலும் உறுதி செய்யப்பட்டுள்ளது; ஒருவன் சரணடைந்த ஆத்மாவாக இருந்தால், அவனால் பூரண உண்மையை உண்மையிலேயே புரிந்துகொள்ள முடியும். கிருஷ்ண உணர்வில் தொடர்ந்து செயலாற்றுவதாலும் கிருஷ்ணருக்குச் செய்யும் பக்தித் தொண்டினாலும், ஒருவனது ஆன்மீகக் கண்கள் திறக்கப்படும்போது அவன் கிருஷ்ணரைக் காண முடியும். அத்தகு காட்சி தேவர்களுக்கும் சாத்தியமல்ல; எனவே, கிருஷ்ணரைப் புரிந்துகொள்வது தேவர்களுக்கும் கடினம். தேவர்களில் சிறந்தவர்கள், இரண்டு கரங்களுடன் விளங்கும் கிருஷ்ணரின் உருவைக் காண்பதற்கு எப்போதும் ஆவலுடன் உள்ளனர். கிருஷ்ணருடைய விஸ்வரூபத்தைக் காண்பது மிகமிகக் கடினம், எல்லாருக்கும் சாத்தியமில்லாதது; இருப்பினும், அவரை அவரது தனிப்பட்ட உருவில் சியாம சுந்தரராகப் புரிந்துகொள்வது என்பது அதைவிட கடினமானதாகும்—இதுவே முடிவு.

ஸ்லோகம் 53

नाहं वेदैर्न तपसा न दानेन न चेज्यया ।
शक्य एवंविधो द्रष्टुं दृष्टवानसि मां यथा ॥ ५३ ॥

நாஹம்' வேதை₃ர் ந தபஸா ந தா₃னேன ந சேஜ்யயா
ஷ₂க்ய ஏவம்'-விதோ₄ த்₃ரஷ்டும்' த்₃ரு'ஷ்டவான் அஸி மாம்' யதா₂

ந—என்றுமில்லை; *அஹம்*—நான்; *வேதை:₃*—வேதக் கல்வியால்; *ந*—என்றுமில்லை; *தபஸா*—கடுந்தவங்களால்; *ந*—என்றுமில்லை; *தா₃னேன*—தானத்தால்; *ந*—என்றுமில்லை; *ச*—மேலும்; *இஜ்யயா*—வழிபாட்டினால்; *ஷ₂க்ய*—இது சாத்தியம்; *ஏவம்-வித:₄*—இதுபோன்று; *த்₃ரஷ்டும்*—காண்பதற்கு; *த்₃ரு'ஷ்டவான்*—காண்கின்ற; *அஸி*—நீ; *மாம்*—என்னை; *யதா₂*—போல.

உனது தெய்வீகக் கண்களால் நீ காண்கின்ற இந்த உருவம், வேதங்களைக் கற்பதாலோ, கடுந்தவங்களைச் செய்வதாலோ, தானங்களைக் கொடுப்பதாலோ, வழிபாடு செய்வதாலோ புரிந்துகொள்ளப்படக் கூடியது அல்ல. என்னை உள்ளபடி உணர்வதற்கு இந்த வழிகள் உதவாது.

பொருளுரை: கிருஷ்ணர், தமது பெற்றோரான தேவகி, வசுதேவரின் முன்பு முதலில் நான்கு கரங்களை உடைய உருவத்தில் தோன்றினார், பின்னர் இரு கரங்களையுடைய உருவத்திற்குத் தம்மை மாற்றிக் கொண்டார். நாத்திகர்களாலும் பக்தித் தொண்டு அற்றவர்களாலும் இந்த இரகசியத்தைப் புரிந்துகொள்வது மிகவும் கடினம். ஏட்டுக் கல்வியில் பட்டம் பெறுவதற்காகவும், இலக்கண அறிவை

வளர்த்துக்கொள்வதற்காகவும், வேத இலக்கியங்களை படிப்பவர்கள் கிருஷ்ணரைப் புரிந்துகொள்வது சாத்தியமல்ல. கோவிலுக்குச் சென்று சடங்கினைப் போன்று வழிபாடு செய்பவர்களாலும் அவரைப் புரிந்துகொள்ள முடியாது. அவர்கள் கோவிலுக்கு விஜயம் செய்யலாம், ஆனால் கிருஷ்ணரை உள்ளபடி அவர்களால் புரிந்துகொள்ள முடியாது. அவரை பக்தித் தொண்டின் பாதையினால் மட்டுமே புரிந்துகொள்ள முடியும், இது பின்வரும் ஸ்லோகத்தில் கிருஷ்ணராலேயே விளக்கப்படுகின்றது.

ஸ்லோகம் 54

भक्त्या त्वनन्यया शक्य अहमेवंविधोऽर्जुन ।
ज्ञातुं द्रष्टुं च तत्त्वेन प्रवेष्टुं च परन्तप ॥ ५४॥

ப₄க்த்யா த்வனன்யயா ஷ₂க்ய அஹம் ஏவம்'-விதோ₄'ர்ஜுன
ஜ்ஞாதும்' த்₃ரஷ்டும்' ச தத்த்வேன ப்ரவேஷ்டும்' ச பரந்தப

ப₄க்த்யா—பக்தித் தொண்டால்; *து*—ஆனால்; *அனன்யயா*—பலன்நோக்குச் செயல்களாலும் கற்பனை ஞானத்தாலும் கலக்காத; *ஷ₂க்ய:*—முடியும்; *அஹம்*—நான்; *ஏவம்-வித:₄*—இதுபோன்று; *அர்ஜுன*—அர்ஜுனா; *ஜ்ஞாதும்*—அறிய; *த்₃ரஷ்டும்*—காண; *ச*—மேலும்; *தத்த்வேன*—உண்மையில்; *ப்ரவேஷ்டும்*—நுழைய; *ச*—மேலும்; *பரந்தப*—எதிரிகளை வெல்வோனே.

எனதன்பு அர்ஜுனா, உன் முன் நிற்கும் என்னை, கலப்பற்ற பக்தித் தொண்டினால் மட்டுமே இதுபோன்று நேரடியாகக் காணவும் புரிந்துகொள்ளவும் முடியும். இவ்வழியில் மட்டுமே என்னைப் பற்றிய உண்மையின் இரகசியங்களிலே உன்னால் நுழைய முடியும்.

பொருளுரை: கலப்பற்ற பக்தித் தொண்டினால் மட்டுமே கிருஷ்ணரைப் புரிந்துகொள்ள முடியும். இக்கருத்தினை அவர் இந்த ஸ்லோகத்தில் மிகவும் குறிப்பாக விளக்குகின்றார்; இவ்வாறு விளக்குவதன் மூலம், அனுமானத்தினால் பகவத் கீதையைப் புரிந்துகொள்ள முயலும் அங்கீகாரமற்ற கருத்துரையாளர்கள், தாம் வெறுமே காலத்தை விரயம் செய்து கொண்டிருக்கின்றோம் என்பதைப் புரிந்துகொள்வார்கள். கிருஷ்ணரையோ, அவர் தமது பெற்றோரிடமிருந்து நான்கு கரங்களையுடைய உருவில் தோன்றி, உடனேயே இரு கரங்களையுடைய உருவமாகத் தம்மை எவ்வாறு மாற்றிக் கொண்டார் என்பதையோ எவராலும் புரிந்துகொள்ள முடியாது. இத்தகு விஷயங்களை வேதங்களைப் படிப்பதாலோ, தத்துவ அனுமானத்தினாலோ புரிந்துகொள்வது மிகவும் கடினம்.

எனவே, இத்தகு விஷயங்களின் உண்மையினுள் நுழைவதோ, அவரைக் காண்பதோ எவராலும் இயலாது என்று இங்கே மிகத் தெளிவாகக் கூறப்பட்டுள்ளது. இருப்பினும், வேத இலக்கியத்தில் மிகுந்த அனுபவம் வாய்ந்த மாணவர்கள், வேத இலக்கியங்களின் மூலம் அவரைப் பற்பல வழிகளில் அறிய முடியும். பல்வேறு விதிகளும் கட்டுப்பாடுகளும் உள்ளன, ஒருவன் கிருஷ்ணரைப் புரிந்துகொள்ள விரும்பினால், அங்கீகரிக்கப்பட்ட இலக்கியங்களில் கொடுக்கப்பட்டுள்ள கட்டுப்பாட்டு விதிகளைக் கடைப்பிடிக்க வேண்டும். அத்தகு கொள்கையின் அடிப்படையில் ஒருவன் தவம் புரியலாம். உதாரணமாக, தீவிரமான தவங்களை மேற்கொள்ள, கிருஷ்ணர் தோன்றிய நாளான ஜென்மாஷ்டமி அன்றும், இரண்டு ஏகாதசி தினங்களிலும் (பௌர்ணமிக்குப் பின்வரும் பதினொன்றாவது நாள், அமாவாசைக்குப் பின்வரும் பதினொன்றாவது நாள்) விரதம் இருக்க வேண்டும். தானத்தைப் பொறுத்தவரை, கிருஷ்ண தத்துவத்தினை (கிருஷ்ண உணர்வினை) உலகெங்கும் பரப்புவதற்காக கிருஷ்ணரின் தொண்டில் ஈடுபட்டுள்ள கிருஷ்ண பக்தர்களுக்கு அஃது அளிக்கப்பட வேண்டும் என்பது தெளிவு. கிருஷ்ண உணர்வு இச்சமூகத்திற்கு ஒரு மிகப்பெரிய வரப்பிரசாதமாகும். தானம் வழங்குபவர்களிலேயே மிகவும் கருணை வாய்ந்தவர் என்று பகவான் சைதன்யரை ரூப கோஸ்வாமி பாராட்டுகிறார்; ஏனெனில், எளிதில் அடைய முடியாத கிருஷ்ண பிரேமையினை அவர் அனைவருக்கும் தாராளமாக விநியோகித்தார். எனவே, எவரேனும் தனது பணத்தில் ஒரு சிறு பங்கினை கிருஷ்ண உணர்வினை விநியோகிப்பதில் ஈடுபட்டுள்ள நபர்களிடம் கொடுத்தால், கிருஷ்ண உணர்வினை பரப்புவதற்காகக் கொடுக்கப்பட்ட அந்த தானம் உலகிலேயே மிகச்சிறந்த தானமாகக் கருதப்படுகிறது. மேலும், ஆலய வழிபாட்டினை (இந்தியாவிலுள்ள கோயில்களில் பெரும்பாலும் விஷ்ணு அல்லது கிருஷ்ணருடைய விக்ரஹங்கள் இருக்கின்றன) விதிமுறைப்படி மேற்கொள்பவன், பரம புருஷ பகவானுக்கு மரியாதையுடன் வழிபாடு செய்வதால், முன்னேறுவதற்கான வாய்ப்பைப் பெறுகிறான். இறைவனின் பக்தித் தொண்டின் ஆரம்ப நிலையில் இருப்பவர்களுக்கு ஆலய வழிபாடு அத்தியாவசியமானதாகும், இது வேத இலக்கியத்திலும் (ஷ்$_2$வேதாஷ்$_2$வதர உபநிஷத் 6.23) உறுதிப்படுத்தப்பட்டுள்ளது.

யஸ்ய தே$_3$வே பரா ப$_4$க்திர் யதா$_2$ தே$_3$வே ததா$_2$ கு$_3$ரௌ
தஸ்யைதே கதி$_2$தா ஹ்யர்தா:$_2$ ப்ரகாஷ$_2$ந்தே மஹாத்மன:

எவனொருவன், ஆன்மீக குருவினால் வழிநடத்தப்பட்டு, முழுமுதற் கடவுளிடம் நிலையான பக்தியையும் அதே போன்ற அசையாத நம்பிக்கையை ஆன்மீக குருவிடமும் வைத்திருப்பவனுக்கு முழுமுதற் கடவுள் தன்னை வெளிப்படுத்துகிறார், அப்போது அவனால் அவரைக் காண முடியும். கிருஷ்ணரை மன அனுமானத்தின் மூலம் புரிந்துகொள்ள இயலாது. அங்கீகரிக்கப்பட்ட ஆன்மீக குருவின் கீழ் முறையான பயிற்சி பெறாதவன், கிருஷ்ணரைப் புரிந்துகொள்ளத் தொடங்குவதுகூட அசாத்தியமே. கிருஷ்ணரைப் புரிந்துகொள்ள, வேறு எந்த வழிமுறையையும் உபயோகிக்க முடியாது, பரிந்துரைக்க முடியாது. மேலும் அவை வெற்றியைக் கொடுக்காது என்பதை விசேஷமாகக் குறிக்க இங்கே *து* எனும் சொல் உபயோகிக்கப் பட்டுள்ளது.

இரு கரங்களுடனும், நான்கு கரங்களுடனும் இருக்கும் கிருஷ்ணருடைய தனிப்பட்ட உருவங்கள் காண்பதற்கு மிகவும் அரிதானவை, *ஸு-து₃ர்த₃ர்ஷ₂ம்* என்று விளக்கப்பட்டுள்ளன. அத்தகு உருவங்கள், அர்ஜுனனுக்குக் காட்டப்பட்ட தற்காலிகமான விஸ்வரூபத்திலிருந்து முற்றிலும் வேறுபட்டவை. நான்கு கரங்களையுடைய நாராயணரின் உருவமும் இரு கரங்களையுடைய கிருஷ்ணரின் உருவமும் நித்தியமானவை, திவ்யமானவை; ஆனால், அர்ஜுனனுக்குக் காட்டப்பட்ட விஸ்வரூபமோ தற்காலிகமானது. *த்வத்₃ அன்யேன ந த்₃ருஷ்ட-பூர்வம்* (ஸ்லோகம் 47) எனும் சொற்கள், அர்ஜுனனுக்கு முன் இந்த விஸ்வரூபத்தை யாருமே கண்டதில்லை என்பதைக் குறிக்கின்றன. அது மட்டுமின்றி, பக்தர்களிடையே அதைக் காட்ட வேண்டிய அவசியம் இருக்கவில்லை என்பதையும் சுட்டிக்காட்டுகின்றன. அர்ஜுனனின் வேண்டுகோளுக்கேற்ப, கிருஷ்ணரால் அவ்வுருவம் காட்டப்பட்டது—இதன் மூலம் எதிர்காலத்தில் தன்னைக் கடவுளின் அவதாரம் என்று கூறிக்கொள்வோரிடம், மக்கள், விஸ்வரூபத்தைக் காட்டுமாறு கோரிக்கை விடுக்க முடியும்.

முந்தைய ஸ்லோகத்தில் மீண்டும்மீண்டும் உபயோகிக்கப்பட்ட *ந* என்னும் சொல், வேத சாஸ்திரங்களில் பட்டக் கல்வி பெறுவது போன்ற சிறப்புத் தகுதிகளால் ஒருவன் மிகவும் கர்வம் கொள்ளக் கூடாது என்பதைக் குறிப்பிடுகிறது. கிருஷ்ணருக்கான பக்தித் தொண்டினை ஏற்க வேண்டியது அவசியம். அப்போது மட்டுமே பகவத் கீதைக்கு உரை எழுத ஒருவன் முயற்சிக்கலாம்.

விஸ்வரூபத்தைக் காட்டிய பிறகு, நான்கு கரங்களையுடைய நாராயண ரூபத்தைக் காட்டிய கிருஷ்ணர், பின்னர் இரு கரங்களுடன் தன்னுடைய சுய இயற்கைத் தோற்றத்திற்கு மாறினார். வேத சாஸ்திரங்களில் குறிப்பிடப்பட்டுள்ள நான்கு கரங்களையுடைய உருவங்களும் இதர உருவங்களும், இரு கரங்களுடன் விளங்கும் ஆதி புருஷரான கிருஷ்ணரிடமிருந்து தோன்றுபவையே என்பதை இது சுட்டிக்காட்டுகின்றது. எல்லா விரிவுகளுக்கும் மூலம் அவரே. இந்த ரூபங்களுக்கு மத்தியிலும் கிருஷ்ணர் தன்னிகரற்றவராக சிறப்பாக விளங்குகிறார், அவ்வாறு இருக்கையில் அருவவாத கருத்தைப் பற்றி என்ன சொல்வது. கிருஷ்ணரின் நான்கு கரங்களையுடைய உருவங்களைப் பொறுத்தவரை, ஏறக்குறைய கிருஷ்ணரைப் போலவே தோன்றும் மஹாவிஷ்ணுவும் (காரணக் கடலிலே சயனிப்பவரும், எவருடைய சுவாசத்திலிருந்து எண்ணற்ற அகிலங்கள் வெளிவந்து உட்புகுகின்றனவோ அந்த நான்கு கரங்களுடைய உருவமும்) பரம புருஷருடைய ஒரு விரிவே. பிரம்ம சம்ஹிதையில் (5.48) கூறப்பட்டுள்ளபடி,

யஸ்யைக-நிஷ்$_2$வஸித-காலம் அதா$_2$வலம்ப்$_3$ய
ஜீவந்தி லோம-வில-ஜா ஜக$_3$த்$_3$-அண்ட$_3$-நாதா:$_2$
விஷ்ணுர் மஹான் ஸ இஹ யஸ்ய கலா-விஷே$_2$ஷோ
கோ$_3$விந்த$_3$ம் ஆதி$_3$-புருஷம்' தம் அஹம்' ப$_4$ஜாமி

"எந்த மஹாவிஷ்ணுவினுள் எண்ணிலடங்காத பிரபஞ்சங்கள் அனைத்தும் உட்புகுந்து, மீண்டும் அவரது சுவாசத்தின் மூலமாக எளிமையாக படைக்கப்படுகின்றனவோ, அவர் கிருஷ்ணரின் முதல்நிலை விரிவங்கமாவார். எனவே, எல்லா காரணங்களுக்கும் காரணமான கோவிந்தரை, கிருஷ்ணரை நான் வழிபடுகின்றேன்." எனவே, நித்தியமான ஆனந்தத்துடனும் அறிவுடனும் விளங்கும் புருஷோத்தமரான முழுமுதற் கடவுள் கிருஷ்ணரின் தனிப்பட்ட உருவை நாம் வழிபட வேண்டும் என்பதே முடிவு. அவரே விஷ்ணுவின் எல்லா உருவங்களுக்கும் மூலம், அவரே எல்லா அவதாரங்களுக்கும் மூலம், மேலும், பகவத் கீதையில் உறுதிப்படுத்தியுள்ளபடி அவரே முழுமுதற் கடவுளின் மூல ரூபம்.

வேத இலக்கியத்தில் (*கோ$_3$பால–தாபனீ* உபநிஷத் 1.1) பின்வரும் ஸ்லோகம் காணப்படுகிறது:

ஸச்-சித்$_3$-ஆனந்த$_3$-ரூபாய க்ரு'ஷ்ணாயாக்லிஷ்ட-காரிணே
நமோ வேதா$_3$ந்த-வேத்$_3$யாய கு$_3$ரவே பு$_3$த்$_3$தி$_4$-ஸாக்ஷிணே

"அறிவும் ஆனந்தமும் நிறைந்த நித்திய ரூபமான கிருஷ்ணருக்கு நான் எனது மரியாதைக்குரிய வணக்கங்களை அர்ப்பணிக்கின்றேன். அவரை அறிவது வேதங்களை அறிவதாகும், அவரே பரம ஆன்மீக குரு; எனவே, நான் அவரை வணங்குகின்றேன்." அதன் பின்னர் கூறப்பட்டுள்ளது, *க்ரு'ஷ்ணோ வை பரமம் தை₃வதம்*—"கிருஷ்ணரே பரம புருஷ பகவான்." (கோ₃பால–தாபனீ உபநிஷத் 1.3) *ஏகோ வஷீ₂ ஸர்வ–க:₃ க்ரு'ஷ்ண ஈட்₃ய:*—"அந்த கிருஷ்ணர் ஒருவரே பரம புருஷ பகவான், அவரே வழிபாட்டிற்குரியவர்." *ஏகோ 'பி ஸன் பஹுதா₄ யோ 'வபா₄தி*—"கிருஷ்ணர் ஒருவரே, ஆனால் அவர் எண்ணிலடங்காத உருவிலும் பலதரப்பட்ட அவதாரத்திலும் தோற்றமளிக்கிறார்." (கோ₃பால–தாபனீ உபநிஷத் 1.21)

பிரம்ம சம்ஹிதை (5.1) கூறுகின்றது,

> *ஈஷ்₂வர: பரம: க்ரு'ஷ்ண: ஸச்–சித்₃ஆனந்த₃–விக்₃ரஹ:*
> *அனாதி₃ர் ஆதி₃ர் கோ₃விந்த:₃ ஸர்வ–காரண–காரணம்*

"அறிவும் ஆனந்தமும் நிறைந்த நித்தியமான உடலையுடைய கிருஷ்ணரே பரம புருஷ பகவான். அவரே அனைத்திற்கும் ஆரம்பம் என்பதால் அவருக்கு ஆரம்பம் கிடையாது. அவரே எல்லா காரணங்களுக்கும் காரணமாவார்."

மற்றொரு இடத்தில் கூறப்பட்டுள்ளது, *யத்ராவதீர்ணம் க்ரு'ஷ்ணாக்₂யம் பரம் ப்₃ரஹ்ம நராக்ரு'தி*—"பரம பூரண உண்மை ஒரு நபரே, அவரது பெயர் கிருஷ்ணர், மேலும் அவர் சில சமயங்களில் இவ்வுலகிற்கும் இறங்கி வருகின்றார்." அதுபோலவே, பரம புருஷ பகவானின் பல்வேறு அவதாரங்களைப் பற்றிய வர்ணனை ஸ்ரீமத் பாகவதத்திலும் காணப்படுகிறது, அந்தப் பட்டியலில் கிருஷ்ணரின் பெயரும் இடம் பெற்றுள்ளது. இருப்பினும், கிருஷ்ணர் இறைவனுடைய அவதாரம் அல்ல என்றும் அவரே ஸ்வயம் பகவான் என்றும் கூறப்பட்டுள்ளது (*ஏதே சாம்ஷ₂–கலா: பும்ஸ: க்ரு'ஷ்ணஸ் து ப₄க₃வான் ஸ்வயம்*).

அது போல, *மத்த: பரதரம் நான்யத்*—"என்னுடைய தெய்வீக உருவாகிய இந்த கிருஷ்ண ரூபத்தைவிட உயர்ந்தது எதுவும் இல்லை," என்று பகவத் கீதையில் பகவான் கூறுகிறார். பகவத் கீதையின் மற்றொரு இடத்தில், *அஹம் ஆதி₃ர் ஹி தே₃வானாம்*—"எல்லா தேவர்களின் மூலம் நானே" என்றும் அவர் கூறுகின்றார். மேலும், பகவத் கீதையை கிருஷ்ணரிடமிருந்து புரிந்து கொண்ட அர்ஜுனனும் இதே கருத்தினை பின்வரும் சொற்களினால் உறுதி செய்கின்றான்: *பரம் ப்₃ரஹ்ம பரம் தா₄ம பவித்ரம் பரமம் ப₄வான்,*

"தாங்களே பரம புருஷ பகவான், பூரண உண்மை, எல்லாவற்றின் அடைக்கலம் என்று நான் தற்போது முழுமையாகப் புரிந்து கொண்டேன்." எனவே, கிருஷ்ணர் அர்ஜுனனுக்குக் காட்டிய விஸ்வரூபம் இறைவனுடைய மூல உருவம் அல்ல. கிருஷ்ண உருவமே ஆதி உருவம். ஆயிரமாயிரம் தலைகளும், கைகளும் உடைய அந்த விஸ்வரூபம், இறைவனிடம் அன்பில்லாத நபர்களின் கவனத்தைக் கவர்வதற்காகவே தோற்றுவிக்கப்பட்டது. அஃது இறைவனுடைய உண்மை உருவம் அல்ல.

இறைவனுடன் பல்வேறு விதமான தெய்வீக உறவில் அன்புடன் ஈடுபடும் தூய பக்தர்களுக்கு விஸ்வரூபம் கவர்ச்சிகரமானது அல்ல. முழுமுதற் கடவுள் தனது மூல ரூபமாகிய கிருஷ்ணரின் உருவில் திவ்யமான அன்பினை பரிமாறிக்கொள்கிறார். எனவே, கிருஷ்ணருடன் மிகவும் நெருக்கமாகப் பழகும் நண்பனான அர்ஜுனனுக்கு விஸ்வரூபம் மகிழ்ச்சியளிக்கவில்லை; மாறாக, அச்சமூட்டியது. கிருஷ்ணருடைய நித்திய நண்பனான அர்ஜுனனுக்கு தெய்வீகக் கண்கள் இருந்திருக்க வேண்டும்; அவன் சாதாரணமான மனிதன் அல்ல. எனவே, அவன் விஸ்வரூபத்தினால் கவரப்படவில்லை. பலன்நோக்குச் செயல்களின் மூலம் தம்மை உயர்த்திக்கொள்வதில் ஈடுபட்டுள்ள நபர்களுக்கு இந்த உருவம் மிகவும் அற்புதமாகத் தோன்றலாம், ஆனால் பக்தித் தொண்டில் ஈடுபட்டுள்ளவர்களுக்கோ இரு கரங்களையுடைய கிருஷ்ணரின் உருவமே மிகவும் பிரியமானது.

ஸ்லோகம் 55

मत्कर्मकृन्मत्परमो मद्भक्तः सङ्गवर्जितः ।
निर्वैरः सर्वभूतेषु यः स मामेति पाण्डव ॥ ५५ ॥

மத்-கர்ம-க்ரு'ன் மத்-பரமோ மத்3-ப4க்த: ஸங்க3-வர்ஜித:
நிர்வைர: ஸர்வ-பூ4தேஷு ய: ஸ மாம் ஏதி பாண்ட3வ

மத்-கர்ம-க்ரு'த்—என்னுடைய செயல்களில் ஈடுபட்டு; மத்-பரம:—என்னை பரமனாக அறிந்து; மத்-ப4க்த:—எனது பக்தித் தொண்டில் ஈடுபட்டு; ஸங்க3-வர்ஜித:—பலன்நோக்குச் செயல்கள் மற்றும் மன அனுமானத்தின் களங்கத்திலிருந்து விடுபட்டு; நிர்வைர:—எதிரியற்று; ஸர்வ-பூ4தேஷு—எல்லா உயிர்களிடத்தும்; ய:—யாரொருவன்; ஸ:—அவன்; மாம்—என்னிடம்; ஏதி—வருகின்றான்; பாண்ட3வ—பாண்டுவின் மைந்தனே.

எனதன்பு அர்ஜுனா, எவனொருவன், எனது தூய பக்தித் தொண்டில் ஈடுபட்டுள்ளானோ, பலன்நோக்குச் செயல்கள்

மற்றும் மன அனுமானத்தின் களங்கங்களிலிருந்து முற்றிலும் விடுபட்டுள்ளானோ, எனக்காக செயல்படுகிறானோ, என்னை தனது வாழ்வின் பரம இலக்காக வைத்துள்ளானோ, மற்றும் எல்லா உயிர்களிடத்திலும் நண்பனாக உள்ளானோ, அவன் நிச்சயமாக என்னை வந்தடைகின்றான்.

பொருளுரை: பகவானின் எல்லா ரூபங்களிலும் உயர்ந்தவராக விளங்கும் கிருஷ்ணரை ஆன்மீக வானிலுள்ள கிருஷ்ண லோகத்தில் அணுகுவதற்கும், அந்த உத்தம புருஷருடன் நெருக்கமான உறவு கொள்வதற்கும் எவரேனும் விரும்பினால், அந்த பரமனாலேயே இங்கே கூறப்பட்டுள்ள வழிமுறையை ஏற்றுக்கொள்வது அவசியம். எனவே, இந்த ஸ்லோகம் பகவத் கீதையின் சாரமாகக் கருதப்படுகின்றது. உண்மையான வாழ்க்கையான ஆன்மீக வாழ்வைப்பற்றி அறியாமல், இயற்கையை ஆதிக்கம் செலுத்தும் நோக்கத்தோடு ஜடவுலகில் ஈடுபட்டுள்ள கட்டுண்ட ஆத்மாக்களுக்கான நூல் பகவத் கீதை. ஆன்மீகமான பரம புருஷருடனான நித்திய உறவைப் பற்றியும், ஆன்மீக இருப்பைப் பற்றியும், ஒருவன் புரிந்துகொள்வதற்கு பகவத் கீதை வழிகாட்டுகின்றது. மேலும், முழுமுதற் கடவுளின் திருநாட்டிற்குத் திரும்பிச் செல்வது எப்படி என்பதையும் அது கற்றுத் தருகின்றது. ஒருவன் தனது ஆன்மீகச் செயல்களில் வெற்றியடைவதற்கான வழிமுறை தற்போது இந்த ஸ்லோகத்தில் தெளிவாக விளக்கப்பட்டுள்ளது: பக்தித் தொண்டே அந்த வழிமுறையாகும்.

செயலைப் பொறுத்தவரை, ஒருவன் தனது முழு சக்தியையும் கிருஷ்ண உணர்வின் செயல்களுக்கு மாற்ற வேண்டும். பக்தி ரஸாம்ருத சிந்துவில் (1.2.255) கூறப்பட்டுள்ளபடி,

அனாஸக்தஸ்ய விஷயான் யதா₂ர்ஹம் உபயுஞ்ஜத:
நிர்ப₃ந்த:₃ க்ரு'ஷ்ண-ஸம்ப₃ந்தே₃ யுக்தம்' வைராக்₃யம் உச்யதே

கிருஷ்ணருடன் தொடர்பில்லாத எந்தச் செயலையும் யாரும் செய்யக் கூடாது. இதுவே *க்ரு'ஷ்ண-கர்ம* என்று கூறப்படுகின்றது. ஒருவன் பல்வேறு செயல்களில் ஈடுபட்டிருக்கலாம், ஆனால் தனது செயல்களின் விளைவில் அவனுக்கு பற்றுதல் இருக்கக் கூடாது; பலனை அவருக்கு அர்ப்பணிக்க வேண்டும். உதாரணமாக, ஒருவன் வியாபாரத்தில் ஈடுபட்டிருக்கலாம். ஆனால் அச்செயலை கிருஷ்ண உணர்வாக மாற்றுவதற்கு அவன் கிருஷ்ணருக்காக வியாபாரம் செய்ய வேண்டும். வியாபாரத்தின் உரிமையாளர் கிருஷ்ணர் என்றால், வியாபாரத்தின் இலாபத்தையும் கிருஷ்ணரே அனுபவிக்க

வேண்டும். ஒரு வியாபாரியிடம் இலட்சக்கணக்கான ரூபாய் இருந்து, அவன் அவை அனைத்தையும் கிருஷ்ணருக்கு அர்ப்பணிக்க வேண்டிய தேவையிருந்தால், அவன் அவ்வாறு செய்ய வேண்டும். இதுவே கிருஷ்ணருக்காகச் செயல்படுவதாகும். தனது புலனின்பத்திற்காக மாபெரும் மாளிகையை கட்டுவதற்குப் பதிலாக, கிருஷ்ணருக்காக ஓர் அருமையான ஆலயத்தைக் கட்ட வேண்டும். அங்கே கிருஷ்ணரின் விக்ரஹத்தை பிரதிஷ்டை செய்து, பக்தித் தொண்டிற்கான அங்கீகரிக்கப்பட்ட புத்தகங்களில் கொடுக்கப் பட்டுள்ளபடி, விக்ரஹ சேவைக்கு ஏற்பாடு செய்ய வேண்டும். இவை அனைத்துமே க்ரு'ஷ்ண–கர்ம. தனது செயலின் விளைவுகளில் பற்றுதல் இருக்கக் கூடாது, ஆனால் பலனை கிருஷ்ணருக்கு அர்ப்பணிக்க வேண்டும். மேலும், கிருஷ்ணருக்குப் படைக்கப்பட்ட உணவை அவன் பிரசாதமாக ஏற்றுக்கொள்ள வேண்டும். ஒருவன் கிருஷ்ணருக்காக மாபெரும் கட்டிடத்தைக் கட்டி அதில் விக்ரஹத்தை பிரதிஷ்டை செய்தால், அக்கட்டிடத்தில் அவன் வாழ்வதற்கு எவ்வித தடையும் இல்லை இருப்பினும், அக்கட்டிடத்தின் உரிமையாளர் கிருஷ்ணரே என்பது புரிந்துகொள்ளப்பட வேண்டும். இதுவே கிருஷ்ண உணர்வு எனப்படும். ஒருவனால் கிருஷ்ணருக்குக் கோயில் கட்ட இயலாவிடில், அவன் கிருஷ்ணருடைய கோயிலை தூய்மைப்படுத்துவதில் தன்னை ஈடுபடுத்தலாம்; அதுவே க்ரு'ஷ்ண கர்ம எனப்படும். ஒரு நந்தவனத்தை உண்டாக்கலாம். இந்தியாவில் ஏழை மனிதனிடமும் சற்று நிலம் உண்டு, அவ்வாறு நிலமுள்ளவன் அதில் தோட்டம் வளர்த்து கிருஷ்ணருக்கு மலர்களை அர்ப்பணிப்பதற்கு அதனை உபயோகிக்கலாம். துளசி இலைகள் மிகவும் முக்கியமானவை என்பதால், துளசிச் செடிகளை நடலாம், பகவத் கீதையில் கிருஷ்ணரே இதனை சிபாரிசு செய்துள்ளார். *பத்ரம் புஷ்பம் ப₂லம் தோயம்.* இலை, பூ, பழம், அல்லது சிறிது நீர் ஆகியவற்றை தனக்கு அர்ப்பணிக்க வேண்டும் என்று கிருஷ்ணர் விரும்புகின்றார்—அவ்வாறு அர்ப்பணிக்கப்படும்போது அவர் திருப்தியடைகின்றார். இந்த இலை முக்கியமாக துளசி இலையைக் குறிக்கின்றது. எனவே, துளசிச் செடியை வளர்த்து நீர் ஊற்றலாம். இவ்வாறாக மிகவும் ஏழ்மையான மனிதனும் கிருஷ்ணரின் தொண்டில் ஈடுபட முடியும். கிருஷ்ணருக்காக செயல்படுவது எவ்வாறு என்பதை விளக்குவதற்காக இந்த உதாரணங்கள் அளிக்கப்பட்டன.

மத்–பரம: என்னும் சொல், கிருஷ்ணருடன் அவரது ஆன்மீக உலகில் உறவு கொள்வதே வாழ்வின் உயர்ந்த பக்குவமாகக் கருதுபவனைக் குறிக்கின்றது. அத்தகு மனிதன், சந்திர லோகம், சூரிய லோகம்,

ஸ்வர்க லோகம் முதலிய உயர் லோகங்களுக்கு ஏற்றம் பெற விரும்புவதில்லை, இந்த பிரபஞ்சத்தின் மிகவுயர்ந்த கிரகமான பிரம்ம லோகத்திற்குச் செல்லவும் அவன் விரும்புவதில்லை. அவற்றில் அவனுக்கு எவ்வித நாட்டமும் இல்லை. ஆன்மீக உலகிற்கு மாற்றமடைவதில் மட்டுமே அவன் நாட்டமுடையவனாக இருக்கின்றான். ஆன்மீக வானிலும் கூட, பிரகாசமான பிரம்மஜோதியில் ஐக்கியமாவதில் அவன் திருப்தியடைவதில்லை; ஏனெனில், கிருஷ்ண லோகம் என்றும் கோலோக விருந்தாவனம் என்றும் அறியப்படும் மிகவுயர்ந்த ஆன்மீக கிரகத்தினுள் நுழைய அவன் விரும்புகின்றான். அந்த கிரகத்தைப் பற்றிய முழு அறிவு அவனிடம் உள்ளதால், வேறு எதிலும் அவன் நாட்டம் கொள்வதில்லை. *மத்$_3$-ப$_4$க்த:* எனும் சொல்லால் சுட்டிக்காட்டப்பட்டுள்ளபடி, அவன் பக்தித் தொண்டில் முழுமையாக ஈடுபட்டுள்ளான். அதிலும் குறிப்பாக, செவியுறுதல், கூறுதல், நினைவில் வைத்தல், வழிபடுதல், இறைவனின் தாமரைத் திருவடிகளுக்கு சேவை செய்தல், பிரார்த்தனை செய்தல், இறைவனின் ஆணைகளை நிறைவேற்றுதல், அவருடன் நட்பு கொள்ளுதல், எல்லாவற்றையும் அவருக்கே அர்ப்பணித்தல் ஆகிய பக்தித் தொண்டின் ஒன்பது முறைகளை அவன் கடைப்பிடிக்கின்றான். பக்தியின் இந்த ஒன்பது முறைகளிலும் ஒருவன் ஈடுபடலாம், அல்லது எட்டு, ஏழு, குறைந்த பட்சம் ஒன்றிலாவது ஈடுபடலாம். இது நிச்சயமாக அவனைப் பக்குவப்படுத்தும்.

ஸங்க$_3$-வர்ஜித: எனும் வார்த்தை மிகவும் முக்கியமானது. கிருஷ்ணருக்கு எதிரான நபர்களின் சங்கத்திலிருந்து ஒருவன் தன்னை விலக்கிக்கொள்ள வேண்டும். நாத்திகர்கள் மட்டும் கிருஷ்ணருக்கு எதிரானவர்கள் அல்ல, பலன்நோக்குச் செயல்கள் மற்றும் மன அனுமானத்தில் கவரப்பட்டுள்ளவர்களும் கிருஷ்ணரின் எதிரிகளே. எனவே, பக்தியின் தூய வடிவம் பக்தி ரஸாம்ருத சிந்துவில் (1.1.11) பின்வருமாறு வர்ணிக்கப்பட்டுள்ளது:

அன்யாபி$_4$லாஷிதா-ஷூ$_2$ன்யம்' ஜ்ஞான-கர்மாத்$_3$யனாவ்ரு'தம்
ஆனுகூல்யேன க்ரு'ஷ்ணானு- ஷீ$_2$லனம்' ப$_4$க்திர் உத்தமா

எவரேனும் களங்கமற்ற பக்தித் தொண்டில் ஈடுபட விரும்பினால், அவர் எல்லாவிதமான ஜடக் களங்கங்களிலிருந்தும் விடுபட்டிருக்க வேண்டும் என்று ஸ்ரீல ரூப கோஸ்வாமி இந்த ஸ்லோகத்தில் தெளிவாகக் குறிப்பிடுகின்றார். பலன்நோக்குச் செயல்களிலும் மன அனுமானத்திலும் மயங்கிய நபர்களின் உறவிலிருந்து அவன் விடுபட்டிருக்க வேண்டும். அத்தகு தேவையற்ற உறவுகளிலிருந்தும்

பௌதிக ஆசைகளின் களங்கத்திலிருந்தும் விடுபடும்போது, ஒருவன் கிருஷ்ணருக்குச் சாதகமான ஞானத்தை வளர்த்துக்கொள்கிறான், அதுவே தூய பக்தித் தொண்டு என்று அறியப்படுகின்றது. *ஆனுகூல்யஸ்ய ஸங்கல்ப: ப்ராதிகூல்யஸ்ய வர்ஜனம்* (ஹரி பக்தி விலாஸ் 11.676). ஒருவன் சாதகமான விதத்தில் கிருஷ்ணரை நினைக்க வேண்டும், சாதகமான முறையில் அவருக்காகச் செயல்பட வேண்டும், பாதகமாக அல்ல. கம்சன் கிருஷ்ணருடைய எதிரிகளில் ஒருவன். கிருஷ்ணருடைய பிறப்பின் ஆரம்பத்திலிருந்தே கம்சன் பல்வேறு வழிகளில் அவரைக் கொல்லத் திட்டமிட்டான். ஆனால் அவனுக்கு எப்பொழுதும் தோல்வியே கிட்டியதால், அவன் எல்லா நேரங்களிலும் கிருஷ்ணரையே எண்ணிக்கொண்டிருந்தான். இவ்வாறாக, வேலை செய்யும்போதும், உண்ணும்போதும், உறங்கும்போதும், அவன் எல்லா விதத்திலும் கிருஷ்ண உணர்வுடன் இருந்தான். ஆனால் அத்தகு கிருஷ்ண உணர்வு சாதகமானதல்ல. எனவே, இருபத்துநான்கு மணி நேரமும் கிருஷ்ணரையே எண்ணிக் கொண்டிருந்தபோதிலும், கம்சன் அசுரனாகக் கருதப்பட்டான். மேலும், அவன் இறுதியில் கிருஷ்ணரால் கொல்லப்பட்டான். கிருஷ்ணரால் கொல்லப்படுபவன் யாராக இருந்தாலும் அவன் உடனடியாக முக்தியடைகிறான் என்பது உண்மையே. இருப்பினும் தூய பக்தர்களின் இலட்சியம் அதுவல்ல. தூய பக்தன் முக்தியைக்கூட விரும்புவதில்லை. உயர்ந்த வாசஸ்தலமான கோலோக விருந்தாவனத்திற்கு ஏற்றம் பெறுவதற்கும் அவன் விரும்புவதில்லை. அவனுடைய ஒரே குறிக்கோள், எங்கிருந்தாலும் கிருஷ்ணருக்கு சேவை செய்ய வேண்டும் என்பதே.

கிருஷ்ண பக்தன் அனைவருக்கும் நண்பனாக உள்ளான். எனவே, அவனுக்கு எதிரிகள் கிடையாது (*நிர்வைர:*) என்று இங்கே கூறப்பட்டுள்ளது. இஃது எவ்வாறு? கிருஷ்ண உணர்வில் நிலைபெற்றுள்ள பக்தன், கிருஷ்ணருக்குச் செய்யப்படும் பக்தித் தொண்டு மட்டுமே வாழ்வின் எல்லா பிரச்சனைகளிலிருந்தும் ஒருவனை விடுவிக்க முடியும் என்பதை அறிவான். அவனுக்கு இதில் சுய அனுபவம் உள்ளது. எனவே, கிருஷ்ண உணர்வு எனும் இந்த வழிமுறையை மனித சமூகத்தில் அறிமுகப்படுத்த அவன் விரும்புகின்றான். இறையுணர்வைப் பரப்புவதற்காகத் தமது வாழ்வில் அபாயங்களை எதிர் கொண்ட பக்தர்கள் பலரின் உதாரணங்கள் சரித்திரத்தில் காணப்படுகின்றன. ஒரு நல்ல உதாரணம் இயேசு கிறிஸ்து. அவர் பக்தர் அல்லாதவர்களால் சிலுவையில்

அறையப்பட்டபோதிலும், இறையுணர்வைப் பரப்புவதற்காக தமது வாழ்வை தியாகம் செய்தவர். அவர் கொல்லப்பட்டார் என்று எண்ணுவது மேலோட்டமான எண்ணமே என்பதில் சந்தேகமில்லை. அதுபோலவே, இந்தியாவிலும், ஹரிதாஸ தாகூர், பிரகலாத மஹாராஜர் என பல உதாரண புருஷர்கள் உள்ளனர். அவர்கள் அத்தகு அபாயங்களை மேற்கொண்டது ஏன்? ஏனெனில், அவர்கள் கிருஷ்ண உணர்வைப் பரப்ப விரும்பினர், அச்செயல் மிகவும் கடினமானதாகும். ஒரு மனிதன் துன்புறுகிறான் என்றால், கிருஷ்ணருடனான தனது நித்திய உறவை அவன் மறந்திருப்பதே அதற்கு காரணம் என்பதை கிருஷ்ண பக்தன் அறிகின்றான். எனவே, எல்லா பௌதிக பிரச்சனைகளிலிருந்தும் மனித இனத்தை விடுவிப்பதே, மனித சமுதாயத்திற்கு ஒருவன் ஆற்றக்கூடிய மிகப்பெரிய நற்பணியாகும். தூய பக்தன் இறைவனின் சேவையில் இவ்வாறாக ஈடுபட்டுள்ளான். எல்லாவித அபாயங்களையும் கிருஷ்ணருக்காக மேற்கொண்டு, கிருஷ்ண சேவையில் ஈடுபட்டுள்ள பக்தர்களின் மீது அவர் எவ்வளவு கருணையுடன் இருப்பார் என்பதை தற்போது நம்மால் கற்பனை செய்ய முடியும். எனவே, அத்தகையோர் தமது உடலை நீத்தப்பின் உன்னதமான லோகத்தை அடைவார்கள் என்பது நிச்சயம். சுருக்கமாகக் கூறினால், தற்காலிகத் தோற்றமான விஸ்வரூபம், எல்லாவற்றையும் அழிக்கும் கால ரூபம், மற்றும் நான்கு கரங்களையுடைய விஷ்ணு ரூபம் உட்பட அனைத்து ரூபங்களும் கிருஷ்ணரால் காட்டப்பட்டன. எனவே, இவ்வெல்லாத் தோற்றங்களுக்கும் மூலம் கிருஷ்ணரே. கிருஷ்ணர், விஷ்ணுவிட மிருந்து தோன்றியவர், அல்லது மூல விஸ்வரூபத் திடமிருந்து தோன்றியவர் என்பது உண்மையல்ல. எல்லா ரூபங்களுக்கும் கிருஷ்ணரே மூலம். விஷ்ணு நூற்றுக்கணக்கான ஆயிரக்கணக்கான ரூபங்களில் உள்ளார், இருப்பினும், இரு கரங்களுடன் விளங்கும் மூல ரூபமாகிய சியாமசுந்தர ரூபத்தைவிட கிருஷ்ணரின் வேறு எந்த ரூபமும் ஒரு பக்தனுக்கு முக்கியமானதல்ல. கிருஷ்ணருடைய சியாமசுந்தர ரூபத்திடம் தமது அன்பினாலும் பக்தியினாலும் பற்றுதல் உடையவர்கள், அவரை எப்போதும் தங்களது இதயத்தினுள் காண்கின்றனர் என்றும் வேறு எதையும் அவர்களால் காண இயலாது என்றும் பிரம்ம சம்ஹிதையில் கூறப்பட்டுள்ளது. எனவே, கிருஷ்ணருடைய உருவமே முக்கியமானது, அவரே முதன்மையானவர்—இதுவே இந்த பதினொன்றாம் அத்தியாயத்தின் பொருள் என்பதைப் புரிந்துகொள்ள வேண்டும்.

ஸ்ரீமத் பகவத் கீதையின் "விஸ்வரூபம்" என்னும் பதினொன்றாம் அத்தியாயத்திற்கான பக்திவேதாந்த பொருளுரைகள் இத்துடன் நிறைவடைகின்றன.

அத்தியாயம் பன்னிரண்டு

பக்தித் தொண்டு

ஸ்லோகம் 1

अर्जुन उवाच

एवं सततयुक्ता ये भक्तास्त्वां पर्युपासते ।
ये चाप्यक्षरमव्यक्तं तेषां के योगवित्तमा: ॥ १ ॥

அர்ஜுன உவாச

ஏவம்' ஸதத-யுக்தா யே ப₄க்தாஸ் த்வாம்' பர்யுபாஸதே

யே சாப்யக்ஷரம் அவ்யக்தம்' தேஷாம்' கே யோக₃-வித்தமா:

அர்ஜுன: உவாச—அர்ஜுனன் கூறினான்; *ஏவம்*—இவ்வாறு; *ஸதத*—எப்போதும்; *யுக்தா:*—ஈடுபட்டு; *யே*—எவர்; *ப₄க்தா:*—பக்தர்கள்; *த்வாம்*—உம்மை; *பர்யுபாஸதே*—முறையாக வழிபடுகின்றனர்; *யே*—அவர்கள்; *ச*—கூட; *அபி*—மீண்டும்; *அக்ஷரம்*—புலன்களுக்கு அப்பாற்பட்ட; *அவ்யக்தம்*—தோன்றாத; *தேஷாம்*—அவர்களில்; *கே*—யார்; *யோக₃-வித்-தமா:*—யோகத்தில் மிகவும் பக்குவமானவன்.

அர்ஜுனன் வினவினான்: மிகவும் பக்குவமானவர்களாகக் கருதப்படுபவர்கள் யார்? எப்போதும் உமது பக்தித் தொண்டில் முறையாக ஈடுபட்டிருப்பவர்களா? அல்லது தோன்றாத அருவ பிரம்மனை வழிபடுபவர்களா?

பொருளுரை: தனது தனிப்பட்ட உருவம், அருவம், மற்றும் விஸ்வரூபத்தை விளக்கிய கிருஷ்ணர், எல்லாவித பக்தர்கள் மற்றும் யோகிகளைப் பற்றியும் விவரித்துள்ளார். ஆன்மீகவாதிகள் பொதுவாக இரு பிரிவுகளாகப் பிரிக்கப்படலாம். அருவவாதிகள் ஒரு பிரிவினர், உருவத்தை வழிபடுவோர் மற்றொரு பிரிவினர். உருவத்தை வழிபடும் பக்தன் தனது முழு சக்தியுடன் பரம புருஷரின் சேவையில் தன்னை ஈடுபடுத்துகிறான். அருவவாதியும் தன்னை ஈடுபடுத்துகிறான், ஆனால் கிருஷ்ணருடைய நேரடி சேவையில் அல்லாமல், தோன்றாத அருவ பிரம்மனின் மீதான தியானத்தில் அவன் தன்னை ஈடுபடுத்துகின்றான்.

பூரண உண்மையை உணர்வதற்கான பல்வேறு வழிமுறைகளில் பக்தி யோகமே உயர்ந்தது என்பதை நாம் இந்த அத்தியாயத்தில் காணலாம். புருஷோத்தமரான முழுமுதற் கடவுளுடன் உறவுகொள்ள

ஒருவன் விரும்பினால், அவன் பக்தித் தொண்டை ஏற்க வேண்டியது அவசியம்.

பரம புருஷரை பக்தித் தொண்டின் மூலம் நேரடியாக வழிபடுவோர் உருவவாதிகள் எனப்படுவர். அருவ பிரம்மனின் மீதான தியானத்தில் தன்னை ஈடுபடுத்துவோர் அருவவாதிகள் எனப்படுவர். இவற்றில் எந்த நிலை சிறந்தது என்ற வினாவை அர்ஜுனன் இங்கே எழுப்புகின்றான். பூரண உண்மையை உணர்வதற்குப் பல்வேறு வழிகள் இருப்பினும், தனக்குச் செய்யப்படும் பக்தித் தொண்டே (பக்தி யோகமே) எல்லாவற்றையும் விட உயர்ந்தது என்று இந்த அத்தியாயத்தில் கிருஷ்ணர் நமக்குச் சுட்டிக்காட்டுகின்றார். இறைவனுடன் தொடர்பு கொள்வதற்கான மிகவும் நேரடியான, எளிமையான வழிமுறை இதுவே.

பகவத் கீதையின் இரண்டாம் அத்தியாயத்தில், உயிர்வாழி ஒரு ஜடவுடல் அல்ல என்றும், ஆன்மீகமான பொறி என்றும் பரம புருஷர் விளக்கினார். மேலும், பரம உண்மையே ஆன்மீக முழுமையாகும். ஏழாம் அத்தியாயத்தில், பூரண உண்மையின் அம்சமே உயிர்வாழி என்பதை உரைத்த இறைவன், அந்த உயிர்வாழி தனது கவனத்தை பூரணத்திடம் முழுமையாகத் திருப்ப வேண்டும் என்று சிபாரிசு செய்தார். பின்னர் மீண்டும் எட்டாம் அத்தியாயத்தில், தனது உடலை விடும் நேரத்தில் கிருஷ்ணரை எண்ணுபவன் யாராக இருந்தாலும், அவன் ஆன்மீக வானிலுள்ள கிருஷ்ணருடைய உலகத்திற்கு உடனடியாக மாற்றப்படுகின்றான் என்று கூறப்பட்டது. மேலும், ஆறாம் அத்தியாயத்தின் இறுதியில், எப்போதும் தனக்குள் கிருஷ்ணரை சிந்தித்துக் கொண்டிருப்பவனே எல்லா யோகிகளைக் காட்டிலும் மிகவும் பக்குவமானவனாகக் கருதப்படுகின்றான் என்று இறைவன் தெளிவாகக் கூறினார். எனவே, கிருஷ்ணரின் தனிப்பட்ட உருவின் மீது பற்றுதல் கொள்ள வேண்டும் என்பதே ஒவ்வோர் அத்தியாயத்தின் முடிவாகும், அத்தகு பற்றுதலே ஆன்மீக உணர்வின் மிகவுயர்ந்த நிலையாகும்.

அவ்வாறு இருப்பினும், கிருஷ்ணரின் தனிப்பட்ட உருவின் மீது பற்றுதல் கொள்ளாத நபர்களும் இருக்கின்றனர். பற்றின்மையில் திடமாக இருக்கும் அவர்கள், பகவத் கீதைக்கான விளக்கவுரையிலும் கூட மக்களை கிருஷ்ணரிடமிருந்து திசைத் திருப்பி அவர்களது பக்தியை அருவ பிரம்மனிடம் செலுத்தும்படிச் செய்ய விரும்புகின்றனர். அத்தகு நபர்கள், புலன்களுக்கு அப்பாற்பட்டதும் தோன்றாததுமான பூரண உண்மையின் அருவத் தன்மையின் மீது தியானம் செய்வதைத் தேர்ந்தெடுக்கின்றனர்.

இவ்வாறு, ஆன்மீகவாதிகளில் இரு வகையினர் இருப்பது உண்மையே. இந்த இரு வழிமுறைகளில் எது எளிமையானது என்பதையும் இரு வகுப்பினரில் யார் மிகவும் பக்குவமானவர் என்பதையும் தனது வினாவின் மூலம் தெளிவுபடுத்த அர்ஜுனன் முயல்கின்றான். வேறுவிதமாகக் கூறினால், கிருஷ்ணருடைய தனிப்பட்ட உருவில் பற்றுதல் கொண்டுள்ள அர்ஜுனன் தனது சொந்த நிலையைத் தெளிவுபடுத்திக்கொள்கிறான். தனது நிலை பாதுகாப்பானதா என்பதை அறிய விரும்புகின்றான். இந்த ஜடவுலகிலும் சரி, பரம புருஷரின் ஆன்மீக உலகிலும் சரி, அருவத் தோற்றத்தின் மீது தியானம் செய்வது கடினமானதாகும். உண்மையில், பூரண உண்மையின் அருவத் தன்மையை பக்குவமாக உணர்வது இயலாததாகும். எனவே, "இத்தகு கால விரயத்தின் பயன் என்ன?" என்று அர்ஜுனன் கூற விரும்புகின்றான். கிருஷ்ணரின் தனிப்பட்ட உருவத்திடம் பற்றுதல் கொள்வதே சாலச்சிறந்தது; ஏனெனில், அதன் மூலம் ஒரே சமயத்தில் மற்ற எல்லா உருவத்தையும் புரிந்துகொள்ள முடியும். மேலும், கிருஷ்ணரின் மீதான தனது அன்பிற்கு எந்தத் தொந்தரவும் இருக்காது என்பதை அர்ஜுனன் பதினொன்றாம் அத்தியாயத்தில் உணர்ந்தான். அர்ஜுனனால் கிருஷ்ணரிடம் வினவப்பட்ட இந்த முக்கிய வினா, பூரண உண்மையைப் பற்றிய அருவக் கருத்திற்கும், உருவக் கருத்திற்கும் இடையிலான வேறுபாட்டைத் தெளிவுபடுத்தும்.

ஸ்லோகம் 2

श्रीभगवानुवाच

मय्यावेश्य मनो ये मां नित्ययुक्ता उपासते ।
श्रद्धया परयोपेतास्ते मे युक्ततमा मताः ॥ २ ॥

ஸ்ரீ-ப$_4$க$_3$வான் உவாச

மய்யாவேஷ்$_2$ய மனோ யே மாம்' நித்ய-யுக்தா உபாஸதே
ஷ்$_2$ரத்$_3$த$_4$யா பரயோபேதாஸ் தே மே யுக்ததமா மதா:

ஸ்ரீ-ப$_4$க$_3$வான் உவாச—புருஷோத்தமரான முழுமுதற் கடவுள் கூறினார்; *மயி*—என் மீது; *ஆவேஷ்$_2$ய*—நிலைநிறுத்தி; *மன:*—மனதை; *யே*—எவரெல்லாம்; *மாம்*—என்னிடம்; *நித்ய*—எப்போதும்; *யுக்தா:*—ஈடுபட்டு; *உபாஸதே*—வழிபடுகின்றானோ; *ஷ்$_2$ரத்$_3$த$_4$யா*—நம்பிக்கையுடன்; *பரயா*—திவ்யமான; *உபேதா:*—அளிக்க; *தே*—அவர்கள்; *மே*—என்னால்; *யுக்த-தமா:*—யோகத்தில் மிகவும் பக்குவமானவராக; *மதா:*—கருதப்படுகிறார்கள்.

புருஷோத்தமரான முழுமுதற் கடவுள் கூறினார்: எனது தனிப்பட்ட உருவின் மீது மனதை நிலைநிறுத்தி, திவ்யமான நம்பிக்கையுடன்

எப்போதும் எனது வழிபாட்டில் ஈடுபட்டிருப்பவர்கள் மிகவும் பக்குவமானவர்களாக என்னால் கருதப்படுகிறார்கள்.

பொருளுரை: எவனொருவன் தனது தனிப்பட்ட உருவத்தின் மீது மனதை நிலைநிறுத்தி, பக்தியுடனும் நம்பிக்கையுடனும் தன்னை வழிபடுகின்றானோ, அவனே யோகத்தில் மிகவும் சிறந்தவனாகக் கருதப்பட வேண்டும் என்று கிருஷ்ணர் மிகத் தெளிவாக அர்ஜுனனின் வினாவிற்கு இங்கு விடையளிக்கின்றார். இத்தகு கிருஷ்ண உணர்வில் இருப்பவனுக்கு ஜடச் செயல்கள் எதுவும் கிடையாது; ஏனெனில், அனைத்தும் கிருஷ்ணருக்காகச் செய்யப் படுகின்றன. தூய பக்தன் சதா சர்வ காலமும் செயலில் ஈடுபட்டுள்ளான்—சில நேரங்களில் அவன் ஜபம் செய்கின்றான், சில நேரங்களில் கிருஷ்ணரைப் பற்றிய நூல்களைப் படிக்கவோ கேட்கவோ செய்கின்றான், சில நேரங்களில் பிரசாதம் சமைக்கின்றான், சில நேரங்களில் கிருஷ்ணருக்காக ஏதேனும் வாங்குவதற்குச் சந்தைக்குச் செல்கின்றான், சில நேரங்களில் கோயிலை தூய்மை செய்கின்றான். பாத்திரங்களைக் கழுவுகின்றான்—இவ்வாறாக அவன் எதைச் செய்தாலும் சரி, தனது செயல்களை கிருஷ்ணருக்கென அர்ப்பணிக்காமல் நொடிப் பொழுதையும் கழிப்பதில்லை. இத்தகு செயல் பூரண சமாதியில் இருப்பதாகும்.

ஸ்லோகங்கள் 3–4

ये त्वक्षरमनिर्देश्यमव्यक्तं पर्युपासते ।
सर्वत्रगमचिन्त्यं च कूटस्थमचलं ध्रुवम् ॥ ३ ॥
सन्नियम्येन्द्रियग्रामं सर्वत्र समबुद्धयः ।
ते प्राप्नुवन्ति मामेव सर्वभूतहिते रताः ॥ ४ ॥

யே த்வக்ஷரம் அனிர்தே₃ஷ்₂யம் அவ்யக்தம்' பர்யுபாஸதே
ஸர்வத்ர-க₃ம் அசிந்த்யம்' ச கூட-ஸ்த₂ம் அசலம்' த்₄ருவம்

ஸன்னியம்யேந்த்₃ரிய-க்₃ராமம்' ஸர்வத்ர ஸம-பு₃த்₃த₄ய:
தே ப்ராப்னுவந்தி மாம் ஏவ ஸர்வ-பூ₄த-ஹிதே ரதா:

யே—யாரெல்லாம்; *து*—ஆனால்; *அக்ஷரம்*—புலன்களுக்கு அப்பாற்பட்ட; *அனிர்தே₃ஷ்₂யம்*—நிச்சயமற்ற; *அவ்யக்தம்*—தோன்றாத; *பர்யுபாஸதே*—வழிபாட்டில் முழுமையாக ஈடுபடுகின்றவர்; *ஸர்வத்ர-க₃ம்*—எங்கும் நிறைந்த; *அசிந்த்யம்*—புரிந்துகொள்ள முடியாத; *ச*—மேலும்; *கூட-ஸ்த₂ம்*—மாறாத; *அசலம்*—அசைவற்ற; *த்₄ருவம்*—நிலையான; *ஸன்னியம்ய*—அடக்கிய; *இந்த்₃ரிய-க்₃ராமம்*—எல்லா புலன்கள்; *ஸர்வத்ர*—எங்கும்; *ஸம-பு₃த்₃த₄ய:*—சம நோக்குடையவராய்; *தே*—அவர்கள்; *ப்ராப்னுவந்தி*—அடைகின்றனர்; *மாம்*—என்னை; *ஏவ*—

நிச்சயமாக; *ஸர்வ-பூ₄த-ஹிதே*—எல்லா உயிர்வாழிகளின் நன்மையில்; *ரதா:*—ஈடுபட்டு.

ஆனால், தோற்றமளிக்காததும், புலனுணர்விற்கு அப்பாற்பட்டு இருப்பதும், எங்கும் நிறைந்ததும், சிந்தனைக்கு எட்டாததும், மாற்றமில்லாததும், நிலையானதும், அசைவற்றதுமான பூரண உண்மையின் அருவத் தன்மையை முழுமையாக வழிபடுபவர்கள், பல்வேறு புலன்களைக் கட்டுப்படுத்தி, எல்லாரிடமும் சம நோக்குடன் பழகி, அனைவருக்கும் நன்மை தரும் செயல்களில் ஈடுபட்டு, இறுதியில் என்னை அடைகின்றனர்.

பொருளுரை: பரம புருஷ பகவானை நேரடியாக வழிபடாமல், அதே இலக்கினை மறைமுகமான வழிமுறையின் மூலம் அடைய முயல்பவர்களும் இறுதியில் அந்த இலக்கான ஸ்ரீ கிருஷ்ணரை அடைகின்றனர். "பற்பல பிறவிகளுக்குப் பிறகு அறிவுள்ள மனிதன், வாஸுதேவனே எல்லாம் என்று அறிந்து என்னிடம் அடைக்கலம் புகுகின்றான்." பற்பல பிறவிகளுக்குப் பிறகு பூரண ஞானத்தை ஒருவன் அடையும்பொழுது, அவன் பகவான் கிருஷ்ணரிடம் சரணடைகின்றான். இந்த ஸ்லோகத்தில் குறிப்பிடப்பட்டிருக்கும் முறையில் இறைவனை அணுகுபவன், புலன்களைக் கட்டுப்படுத்த வேண்டும், எல்லாருக்கும் தொண்டு செய்ய வேண்டும், மற்றும் எல்லா உயிர்களுக்கும் நன்மை தரும் செயல்களில் ஈடுபட வேண்டும். ஒருவன் பகவான் கிருஷ்ணரை அணுக வேண்டும் என்பதையும், அவ்வாறு இல்லாவிடில் பக்குவமான உணர்வு சாத்தியமல்ல என்பதையும் இதிலிருந்து ஊகிக்க முடியும். பெரும்பாலும் அவன் கிருஷ்ணரிடம் பூரணமாக சரணடைவதற்கு முன்பு ஏராளமான தவங்களை மேற்கொள்ள வேண்டும்.

தனிப்பட்ட உயிர்வாழியினுள் பரமாத்மாவை உணர்வதற்கு, பார்த்தல், கேட்டல், சுவைத்தல், இயங்குதல் முதலிய புலன் சார்ந்த செயல்கள் அனைத்தையும் நிறுத்தி விட வேண்டும். அதன் பின்னர், பரமாத்மா எங்கும் நிறைந்திருப்பதை அவன் புரிந்துகொள்கிறான். இதனை உணர்ந்த அவன், எந்த உயிரிடமும் பொறாமை கொள்வதில்லை—அவன் மனிதனுக்கும் மிருகத்திற்கும் எந்த வேறுபாட்டையும் காண்பதில்லை; ஏனெனில், அவன் ஆத்மாவை மட்டுமே காண்கின்றான், வெளித் தோற்றத்தை அல்ல. ஆனால், சாதாரண மனிதனைப் பொறுத்தவரையில், அருவ நிலையை உணரும் இந்த வழிமுறை மிகவும் கடினமானதாகும்.

ஸ்லோகம் 5

क्लेशोऽधिकतरस्तेषामव्यक्तासक्तचेतसाम् ।
अव्यक्ता हि गतिर्दुःखं देहवद्भिरवाप्यते ॥ ५ ॥

க்லேஷோ$_2$ 'தி$_4$க-தரஸ் தேஷாம் அவ்யக்தாஸக்த-சேதஸாம்
அவ்யக்தா ஹி க$_3$திர் து:$_3$க$_2$ம்' தே$_3$ஹவத்$_3$பி$_4$ர் அவாப்யதே

க்லேஷ:$_2$—கடினம்; *அதி$_4$க-தரஹ:*—மிகவும்; *தேஷாம்*—அவற்றில்; *அவ்யக்த*—அருவத்தில்; *ஆஸக்த*—பற்றுக் கொண்டு; *சேதஸாம்*—எவர்களது மனம்; *அவ்யக்தா*—அருவத்தில்; *ஹி*—நிச்சயமாக; *க$_3$தி:*—முன்னேற்றம்; *து:$_3$க$_2$ம்*—கடினத்துடன்; *தே$_3$ஹ-வத்$_3$பி:$_4$*—உடலை உடையவரால்; *அவாப்யதே*—அடையப்படுகிறது.

எவரது மனம், பரமனின் தோன்றாத அருவத்தன்மையிடம் பற்றுதல் கொண்டுள்ளதோ, அவர்களது வளர்ச்சி மிகவும் கடினமானதாகும். அவ்வழியில் முன்னேற்றம் காண்பது உடலை உடையவர்களுக்கு எப்போதும் சிரமமானதாகும்.

பொருளுரை: சிந்தனைக்கு எட்டாததும் தோன்றாததுமான பரம புருஷரின் அருவத் தன்மையின் பாதையை பின்பற்றும் ஆன்மீகவாதிகள், ஞான யோகிகள் என்று அழைக்கப்படுகின்றனர். பகவானின் பக்தித் தொண்டில் ஈடுபட்டு கிருஷ்ண உணர்வில் முழுமையாக இருப்பவர்கள், பக்தி யோகிகள் என்று அழைக்கப்படுகின்றனர். இங்கே ஞான யோகத்திற்கும், பக்தி யோகத்திற்கும் இடையிலான வேறுபாடு மிகத் தெளிவாக வெளிப்படுத்தப்பட்டுள்ளது. ஞான யோக வழிமுறை, இறுதியில் அதே இலக்கிற்குத்தான் ஒருவனைக் கொண்டு வரும் என்றபோதிலும், அது மிகவும் கடினமான முறையாகும். ஆனால் முழுமுதற் கடவுளின் நேரடித் தொண்டில் ஈடுபடும் பக்தி யோகப் பாதை, உடலையுடைய ஆத்மாவிற்கு மிகவும் இயற்கையானதும் எளிமையானதுமாகும். நினைவிற்கெட்டாத காலத்திலிருந்து பல்வேறு உடல்களைப் பெற்று வந்துள்ள ஜீவாத்மாவினால் "தான் இந்த உடலல்ல" என்பதை ஏட்டறிவின் மூலம் புரிந்துகொள்வது மிகவும் கடினம். பக்தி யோகி, கிருஷ்ணரது விக்ரஹத்தினை வழிபாட்டிற்குரியதாக ஏற்கிறான். அதன் மூலம், உடல் சார்ந்த எண்ணங்களை மனதில் தாங்கியுள்ள மனிதனும் ஆன்மீகத்தில் ஈடுபட முடியும். பரம புருஷ பகவானை அவரது ரூபத்தின் மூலம் கோவிலில் வழிபடுவது சிலையை வழிபடுவதாகாது. *ஸகு$_3$ண* வழிபாடு (பரமனை குணங்களுடன் வழிபடுதல்), *நிர்கு$_3$ண* வழிபாடு (குணங்களற்ற பரமனை வழிபடுதல்) ஆகிய இரண்டிற்குமான ஆதாரங்கள் வேத

இலக்கியங்களில் உள்ளன. ஆலயத்திற்குள் விக்ரஹத்தை வழிபடுதல் *ஸகு₃ண* வழிபாடாகும், ஏனெனில், பகவான் பௌதிக குணங்களின் மூலம் அங்கே தோற்றமளிக்கின்றார். கல், மரம், ஓவியம் முதலிய பௌதிக குணங்களின் மூலம் தோற்றமளிக்கும்போதிலும், பகவானது ரூபம் உண்மையில் பௌதிகமல்ல. இது பரம புருஷரின் பூரணத் தன்மையாகும்.

பண்படாத உதாரணம் ஒன்று இங்கு கொடுக்கப்படலாம். தெருவிலே நாம் சில தபால் பெட்டிகளை பார்க்கிறோம். நமது கடிதங்களை அந்தப் பெட்டிகளில் இட்டால், அவை செல்ல வேண்டிய இடத்திற்கு எவ்விதமான சிரமமும் இன்றி இயற்கையாகவே செல்கின்றன. ஆனால் ஏதாவதொரு பழைய பெட்டியிலோ, அஞ்சலகத்தால் வைக்கப்படாத ஒரு போலிப் பெட்டியிலோ நமது கடிதத்தை இட்டால், அது போய் சேராது. அதுபோலவே *அர்சா-விக்₃ரஹம்* இறைவனது அதிகாரபூர்வமான தோற்றமாகும். இந்த *அர்சா-விக்₃ரஹம்* பரம புருஷருடைய ஓர் அவதாரம். இவ்வுருவத்தின் மூலமாக இறைவன் சேவையை ஏற்றுக்கொள்கிறார். அவர் சர்வ சக்திமான், அனைத்து சக்திகளும் உடையவர்; எனவே, கட்டுண்ட வாழ்விலிருக்கும் மனிதனின் வசதிக்காக, அவர் தனது *அர்சா-விக்₃ரஹ* அவதாரத்தின் மூலம் பக்தனுடைய சேவைகளை ஏற்றுக்கொள்கிறார்.

எனவே, பக்தனைப் பொறுத்தவரையில், பகவானை நேரடியாகவும் உடனடியாகவும் அணுகுவதில் சிரமம் ஏதும் இல்லை, ஆனால் ஆன்மீகத் தன்னுணர்விற்காக அருவத் தன்மையை பின்பற்றுபவர்களது வழி மிகவும் சிரமமானதாகும். அத்தகையோர் உபநிஷதங்கள் போன்ற வேத இலக்கியங்களின் மூலமாக பரமனின் தோன்றாத தன்மையினைப் புரிந்துகொள்ள வேண்டும், வேத மொழியினைக் கற்று எல்லையற்ற உணர்வுகளைப் புரிந்துகொள்ள வேண்டும். மேலும், இவையனைத்தையும் உணரவும் வேண்டும். இது சாதாரண மனிதனுக்கு அவ்வளவு சுலபமானது அல்ல. மாறாக, கிருஷ்ண உணர்வில் இருப்பவன், அங்கீகரிக்கப்பட்ட ஆன்மீக குருவின் வழிகாட்டுதலைப் பின்பற்றுதல், விக்ரஹத்தினை நெறிப்படி வழிபடுதல், இறைவனது பெருமைகளைக் கேட்டல், இறைவனுக்குப் படைக்கப்பட்ட உணவுப் பொருட்களை பிரசாதமாக உண்ணுதல் என்பன போன்ற எளிமையான வழிமுறைகளின் மூலம் பக்தித் தொண்டில் ஈடுபட்டு பரம புருஷ பகவானை மிகவும் சுலபமாக உணர்ந்துகொள்கிறான். அருவவாதிகள், இறுதியில் பூரண உண்மையை உணராமல் போகலாம் என்ற அபாயம்

இருக்கும்போதிலும், மிகவும் கடினமான பாதையை அவசியமின்றி பின்பற்றுகின்றனர் என்பதில் எவ்வித ஐயமுமில்லை. ஆனால் பக்தனோ, எவ்வித அபாயமோ, சிக்கலோ, கடினமோ இன்றி முழுமுதற் கடவுளை நேரடியாக அணுகுகின்றான். இதே போன்ற ஒரு ஸ்லோகம் ஸ்ரீமத் பாகவதத்திலும் உள்ளது. புருஷோத்தமரான முழுமுதற் கடவுளிடம் சரணடைவதே இறுதி நிலை (அந்த சரணாகதி *ப₄க்தி* என்று அறியப்படுகின்றது), ஆனால் அதை விடுத்து, பிரம்மன் எது, பிரம்மன் அல்லாதது எது என்பதைப் புரிந்துகொள்ளும் சிரமத்தை ஏற்று, வாழ்நாள் முழுவதையும் ஒருவன் கழித்தால், அதன் விளைவு துன்பமயமானதே என்று அங்கே கூறப்பட்டுள்ளது. எனவே, தன்னுணர்விற்கான இந்தக் கடினமான பாதையின் இறுதி பலன் நிச்சயமானதல்ல என்பதால், ஒருவன் இப்பாதையினை ஏற்கக் கூடாது என்று இங்கே அறிவுறுத்தப் படுகின்றான்.

ஓர் உயிர்வாழியின் (ஜீவாத்மாவின்) தனித்தன்மை நித்தியமானதாகும். அவன் ஆன்மீக முழுமையுடன் ஐக்கியமாக விரும்பினால், அவன் தனது சுய இயற்கையின், நித்தியத் தன்மை, அறிவுத் தன்மை ஆகியவற்றை உணரலாமேத் தவிர ஆனந்தம் என்னும் தன்மையினை உணர முடியாது. ஞான யோக வழிமுறையில் மிகவும் தேர்ச்சி பெற்ற அத்தகு ஆன்மீகவாதி, ஏதேனும் ஒரு பக்தனின் கருணையைப் பெற்றால், பக்தி யோகத்தின் நிலைக்கு வந்தடைய முடியும். அப்போதுகூட, அவனது நீண்ட கால அருவவாத பயிற்சி, அவனுக்கு தொல்லையாகவே அமைகின்றது; ஏனெனில், அவனால் அக்கருத்தினை முழுமையாக கைவிட முடியாது. எனவே, உடலையுடைய ஆத்மாவைப் பொறுத்தவரையில், பயிற்சியின் போதும் சரி, உணர்ந்த பிறகும் சரி, *அவ்யக்தம்* (அருவத் தன்மை) அவனுக்கு எப்போதும் தொல்லையே. உயிருள்ள ஒவ்வொரு ஜீவாத்மாவிற்கும் சற்று சுதந்திரம் உள்ளது, அருவத் தன்மையினை உணர்வது தனது ஆனந்தமயமான ஆன்மீக இயல்பிற்கு எதிரானது என்பதை அவன் தெளிவாக அறிய வேண்டும். இம்முறையை யாரும் ஏற்கக் கூடாது. ஏனெனில், பக்தித் தொண்டில் ஒருவனை முழுமையாக ஈடுபடுத்தும் கிருஷ்ண உணர்வே ஒவ்வொரு தனிப்பட்ட உயிர்வாழிக்கும் மிகச்சிறந்த வழிமுறையாகும். இந்த பக்தித் தொண்டினை ஒருவன் அலட்சியப்படுத்த விரும்பினால், அவன் நாத்திகனாக மாறிவிடும் அபாயம் உள்ளது. எனவே, சிந்தனைக்கு எட்டாததும் புலன்களுக்கு அப்பாற்பட்டதுமான அருவத் தன்மையின் மீது கவனத்தைச் செலுத்தும் வழிமுறை, இந்த

ஸ்லோகத்தில் ஏற்கனவே விளக்கப்பட்டபடி, என்றுமே ஊக்குவிக்கப்படக் கூடாது. அதிலும் குறிப்பாக இந்த் கலி யுகத்தில். பகவான் ஸ்ரீ கிருஷ்ணர் இம்முறையை சிபாரிசு செய்யவில்லை.

ஸ்லோகங்கள் 6–7

ये तु सर्वाणि कर्माणि मयि सन्न्यस्य मत्पराः ।
अनन्येनैव योगेन मां ध्यायन्त उपासते ॥ ६ ॥
तेषामहं समुद्धर्ता मृत्युसंसारसागरात् ।
भवामि न चिरात्पार्थ मय्यावेशितचेतसाम् ॥ ७ ॥

யே து ஸர்வாணி கர்மாணி மயி ஸன்ன்யஸ்ய மத்-பரா:
அனன்யேனைவ யோகே$_3$ன மாம்' த்$_4$யாயந்த உபாஸதே

தேஷாம் அஹம்' ஸமுத்$_3$த$_4$ர்தா ம்ரு'த்யு-ஸம்'ஸார-ஸாக$_3$ராத்
ப$_4$வாமி ந சிராத் பார்த$_2$ மய்யாவேஷி$_2$த-சேதஸாம்

யே—எவரெல்லாம்; *து*—ஆனால்; *ஸர்வாணி*—எல்லா; *கர்மாணி*—செயல்கள்; *மயி*—என்னிடம்; *ஸன்ன்யஸ்ய*—துறந்து; *மத்-பரா:*—என்னிடம் பற்றுதல் கொண்டு; *அனன்யேன*—பிறழாது; *ஏவ*—நிச்சயமாக; *யோகே$_3$ன*—அத்தகு பக்தி யோகப் பயிற்சியினால்; *மாம்*—என் மீது; *த்$_4$யாயந்த:*—தியானத்துடன்; *உபாஸதே*—வழிபடுகிறார்கள்; *தேஷாம்*—அவர்களை; *அஹம்*—நான்; *ஸமுத்$_3$த$_4$ர்தா*—விடுதலை செய்பவன்; *ம்ரு'த்யு*—மரணம்; *ஸம்ஸார*—ஜட இருப்பின்; *ஸாக$_3$ராத்*—கடலிலிருந்து; *ப$_4$வாமி*—ஆகிறேன்; *ந*—இல்லை; *சிராத்*—நீண்ட காலத்திற்குப் பிறகு; *பார்த$_2$*—பிருதாவின் மகனே; *மயி*—என் மீது; *ஆவேஷி$_2$த*—நிலைபெற்ற; *சேதஸாம்*—எவரது மனம்.

ஆனால், தங்களது எல்லாச் செயல்களையும் எனக்காக துறந்து, பிறழாமல் என் மீது பக்தி செலுத்தி, எனது பக்தித் தொண்டில் ஈடுபட்டு, எப்போதும் என் மீது தியானம் செய்து, தங்களது மனதை என்னில் நிறுத்தி, எவரெல்லாம் என்னை வழிபடுகிறார்களோ, பிருதாவின் மகனே! அவர்களை பிறப்பு, இறப்பு என்னும் கடலிலிருந்து உடனடியாக காப்பாற்றுபவனாக நான் இருக்கிறேன்.

பொருளுரை: ஜட இருப்பிலிருந்து வெகு விரைவில் பகவானாலேயே விடுவிக்கப்படும் பக்தர்கள் மிகவும் அதிர்ஷ்டசாலிகள் என்று இங்கே உறுதியாகக் கூறப்பட்டுள்ளது. தூய பக்தித் தொண்டில் ஈடுபடுபவன், இறைவன் மிகப்பெரியவர் என்பதையும் ஜீவாத்மா அவருக்குக் கீழ்படிந்தவன் என்பதையும் உணரும் நிலைக்கு வருகின்றான். ஜீவாத்மாவின் கடமை இறைவனுக்குத் தொண்டாற்றுவதாகும், இல்லாவிடில் அவன் மாயைக்குத் தொண்டாற்ற வேண்டிவரும்.

முன்னரே கூறப்பட்டதுபோல, பரம புருஷரை பக்தித் தொண்டினால் மட்டுமே புரிந்துகொள்ள முடியும். எனவே, பக்தியில் ஒருவன் முழுமையாக ஈடுபட வேண்டும். கிருஷ்ணரை அடைவதற்கு ஒருவன் தனது மனதை அவரின் மீது முற்றிலும் நிலைநிறுத்த வேண்டும். கிருஷ்ணருக்காக மட்டுமே செயற்பட வேண்டும். எவ்விதமான செயலில் அவன் ஈடுபட்டுள்ளான் என்பது முக்கியமல்ல, ஆனால் அச்செயல் கிருஷ்ணருக்காக செய்யப்பட வேண்டும். இதுவே பக்தித் தொண்டின் தரம். புருஷோத்தமரான முழுமுதற் கடவுளை திருப்தியுறச் செய்வதைத் தவிர வேறு எந்த பலனையும் பக்தன் அடைய விரும்புவது இல்லை. அவனது வாழ்வின் குறிக்கோள் கிருஷ்ணரை மகிழ்விப்பதே, குருக்ஷேத்திர போர்க்களத்தில் அர்ஜுனன் செய்ததைப் போல, கிருஷ்ணரது திருப்திக்காக எல்லாவற்றையும் தியாகம் செய்ய பக்தனால் முடியும். இந்த வழிமுறை மிகவும் சுலபமானதாகும்: ஒருவன் தனது கடமையில் ஈடுபட்டிருக்கும் அதே சமயத்தில், ஹரே கிருஷ்ண, ஹரே கிருஷ்ண, கிருஷ்ண கிருஷ்ண, ஹரே ஹரே/ ஹரே ராம, ஹரே ராம, ராம ராம, ஹரே ஹரே என்னும் கீர்த்தனத்தில் ஈடுபடலாம். இத்தகு திவ்யமான கீர்த்தனம் பக்தனை பரம புருஷ பகவானிடம் கவர்ந்திழுக்கின்றது.

இவ்வாறு ஈடுபட்டிருக்கும் தூய பக்தனை ஜட வாழ்வின் கடலிலிருந்து தாமதமின்றி தாமே விடுவிப்பதாக முழுமுதற் கடவுள் இங்கே உறுதி அளிக்கிறார். யோகப் பயிற்சியில் முன்னேற்ற மடைந்தவர்கள் யோக வழிமுறையின் மூலம் தமது ஆத்மாவை தாங்கள் விரும்பும் எந்த கிரகத்திற்கு வேண்டுமானாலும் மாற்றிக்கொள்ள முடியும். மற்றவர்களோ இதர வழிமுறைகளை அணுகுகின்றனர், ஆனால் பக்தனைப் பொறுத்தவரையில், இறைவன் தாமாக வந்து அவனை ஏற்றுக்கொள்கின்றார் என்பது இங்கே மிகவும் தெளிவாகக் கூறப்படுகின்றது. ஆன்மீக வெளிக்குத் தன்னை மாற்றிக்கொள்ள, மிகுந்த அனுபவசாலியாக வேண்டும் என்று எண்ணி காத்திருக்க வேண்டிய அவசியம் பக்தனுக்கு இல்லை.

வராஹ புராணத்தில் பின்வரும் ஸ்லோகம் காணப்படுகின்றது:

நயாமி பரமம்' ஸ்தா$_2$னம் அர்சிர்-ஆதி$_3$-க$_3$திம்' வினா
க$_3$ருட$_3$-ஸ்கந்த$_4$ம் ஆரோப்ய யதே$_2$ச்ச$_2$ம் அனிவாரித:

இந்த ஸ்லோகத்தின் பொருள் என்னவெனில், ஒரு பக்தன் தனது ஆத்மாவை ஆன்மீக லோகங்களுக்கு மாற்றிக்கொள்ள, அஷ்டாங்க யோகத்தைப் பயில வேண்டிய அவசியம் இல்லை. பக்தனுக்கான பொறுப்பினை முழுமுதற் கடவுள் தானே ஏற்றுக்கொள்கிறார். "நானே

விடுவிப்பவனாக ஆகிறேன்” என்று அவர் இங்கே தெளிவாகக் கூறுகிறார். தனது பெற்றோரால் முழுமையாக கவனிக்கப்படும் குழந்தையின் நிலை பாதுகாப்பானதாகும். அதுபோல, ஒரு பக்தன் தன்னை பிற கிரகங்களுக்கு மாற்றிக்கொள்ள யோகப் பயிற்சியினை மேற்கொள்ள வேண்டிய அவசியம் இல்லை. மாறாக, பெரும் கருணையுடன் கருட வாகனத்தில் விரைந்து வரும் முழுமுதற் கடவுள், பக்தனை ஜட வாழ்விலிருந்து உடனடியாக விடுதலை செய்கின்றார். கடலில் விழுந்த மனிதன், மிகக் கடுமையாக முயன்றாலும் சரி, நீந்துவதில் மிகத் திறமைசாலியாக இருந்தாலும் சரி, அவனால் தன்னைக் காப்பாற்றிக்கொள்ள முடியாது. ஆனால் யாரேனும் அங்கு வந்து அவனை நீரிலிருந்து தூக்கினால், அவன் எளிதில் காப்பாற்றப்படுவான். அதுபோலவே, பகவான் தனது பக்தனை ஜட வாழ்விலிருந்து உயர்த்துகிறார். ஒருவன் கிருஷ்ண உணர்வின் சுலபமான வழிமுறையை எளிமையாகக் கடைப்பிடித்து, தன்னை பக்தித் தொண்டில் முழுமையாக ஈடுபடுத்த வேண்டும். ஒவ்வொரு புத்திசாலி மனிதனும் இதர வழிமுறைகளை விட்டுவிட்டு பக்தித் தொண்டினை எப்போதும் தேர்ந்தெடுக்க வேண்டும். நாராயணீயத்தில் இது பின்வருமாறு உறுதி செய்யப்படுகின்றது:

யா வை ஸாத$_4$ன-ஸம்பத்தி: புருஷார்த$_2$-சதுஷ்டயே
தயா வினா தத்$_3$ ஆப்னோதி நரோ நாராயணாஷ்$_2$ரய:

இந்த ஸ்லோகத்தின் பொருள், ஒருவன் பலன்நோக்குச் செயல்களின் பல்வேறு முறைகளிலோ, மன அனுமானத்தின் மூலம் அறிவை விருத்தி செய்வதிலோ ஈடுபடக் கூடாது. பல்வேறு யோக முறைகள், அனுமானம், சடங்குகள், யாகங்கள், தானங்கள் மற்றும் இதர வழிமுறைகளால் அடையப்படும் அனைத்து நன்மைகளையும் முழுமுதற் கடவுளிடம் பக்தி செலுத்துபவன் தானாக அடைய முடியும். இதுவே பக்தித் தொண்டின் விசேஷமான வரப் பிரசாதமாகும்.

ஹரே கிருஷ்ண, ஹரே கிருஷ்ண, கிருஷ்ண கிருஷ்ண, ஹரே ஹரே/ ஹரே ராம, ஹரே ராம, ராம ராம, ஹரே ஹரே என்ற கிருஷ்ணரின் திருநாமத்தினை எளிமையாக உச்சரிப்பதன் மூலம், பகவானின் பக்தன் சுலபமாகவும், மகிழ்வுடனும் பரம இலக்கை அணுக முடியும். ஆனால் வேறு எந்த அறநெறிகளாலும் அத்தகு இலக்கினை அணுகுதல் இயலாததாகும்.

பகவத் கீதையின் முடிவு பதினெட்டாம் அத்தியாயத்தில் கூறப்பட்டுள்ளது:

ஸர்வ-த₄ர்மான் பரித்யஜ்ய மாம் ஏகம்' ஷ₂ரணம்' வ்ரஜ
அஹம்' த்வாம்' ஸர்வ-பாபேப்₄யோ மோக்ஷயிஷ்யாமி மா ஷு₂ச:

ஒருவன் தன்னுணர்விற்கான இதர வழிமுறைகள் எல்லாவற்றையும் துறந்து, கிருஷ்ண உணர்வில் எளிமையாக பக்தித் தொண்டாற்ற வேண்டும். இது வாழ்வின் உன்னதப் பக்குவத்தை அடைய உதவும். அவன் தனது கடந்தகால வாழ்வின் பாவச் செயல்களை கருத்தில் கொள்ள வேண்டிய அவசியம் இல்லை; ஏனெனில், அவனுக்கான முழுப் பொறுப்பையும் பகவானே ஏற்றுக்கொள்கிறார். எனவே, ஆன்மீகத் தன்னுணர்வில் தன்னைத் தானே விடுவித்துக்கொள்ளும் வீணான முயற்சிகளில் ஒருவன் ஈடுபடக் கூடாது. சர்வ வல்லமை பொருந்திய முழுமுதற் கடவுள் ஸ்ரீ கிருஷ்ணரிடம் ஒவ்வொருவரும் தஞ்சமடைய வேண்டும். இதுவே வாழ்வின் உன்னதமான பக்குவநிலையாகும்.

ஸ்லோகம் 8

मय्येव मन आधत्स्व मयि बुद्धिं निवेशय ।
निवसिष्यसि मय्येव अत ऊर्ध्वं न संशयः ॥ ८ ॥

மய்யேவ மன ஆத₄த்ஸ்வ மயி பு₃த்₃தி₄ம்' நிவேஷ₂ய
நிவஸிஷ்யஸி மய்யேவ அத ஊர்த்₄வம்' ந ஸம்'ஷ₂ய:

மயி—என் மீது; *ஏவ*—நிச்சயமாக; *மன:*—மனதை; *ஆத₄த்ஸ்வ*—நிறுத்தி; *மயி*—என் மீது; *பு₃த்₃தி₄ம்*—அறிவு; *நிவேஷ₂ய*—செலுத்தி; *நிவஸிஷ்யஸி*—நீ வாழ்வாய்; *மயி*—என்னில்; *ஏவ*—நிச்சயமாக; *அத: ஊர்த்₄வம்*—அதில்; *ந*—என்றுமில்லை; *ஸம்ஷ₂ய:*—சந்தேகம்.

முழுமுதற் கடவுளான என்மீது உனது மனதை நிறுத்தி, உன்னுடைய முழு அறிவையும் என்னில் ஈடுபடுத்துவாயாக. இவ்வாறு நீ எப்போதும் என்னிலேயே வாழ்வாய் என்பதில் ஐயமில்லை.

பொருளுரை: பகவான் ஸ்ரீ கிருஷ்ணரின் பக்தித் தொண்டில் ஈடுபட்டிருப்பவன், அவருடன் நேரடியான உறவில் வாழ்கிறான். எனவே, ஆரம்பத்திலிருந்தே அவனது நிலை தெய்வீகமானது என்பதில் ஐயமில்லை. பக்தன் பௌதிகத் தளத்தில் வாழ்வதில்லை—அவன் கிருஷ்ணரில் வாழ்கிறான். இறைவனின் திருநாமத்திற்கும் இறைவனுக்கும் வேறுபாடு இல்லை; எனவே, பக்தன் ஹரே கிருஷ்ண ஜபம் செய்யும்போது, கிருஷ்ணரும் அவரது அந்தரங்க சக்தியும் அவனது நாவில் நடனமாடுகின்றனர். அவன் கிருஷ்ணருக்கு உணவு படைக்கும்போது, கிருஷ்ணர் அந்த உணவுப் பொருட்களை

நேரடியாக ஏற்றுக்கொள்கிறார்; மேலும், அவரது பிரசாதத்தை உண்ணும் பக்தன், கிருஷ்ணமயமாகின்றான். கிருஷ்ணருக்குத் தொண்டு செய்யும் இந்த வழிமுறை, பகவத் கீதையிலும் இதர வேத இலக்கியங்களிலும் பரிந்துரைக்கப்பட்டுள்ளது; இருப்பினும், இத்தகு தொண்டில் ஈடுபடாதவன், இஃது எவ்வாறு சாத்தியம் என்பதைப் புரிந்துகொள்ள இயலாது.

ஸ்லோகம் 9

अथ चित्तं समाधातुं न शक्नोषि मयि स्थिरम् ।
अभ्यासयोगेन ततो मामिच्छाप्तुं धनञ्जय ॥ ९ ॥

அத₂ சித்தம்' ஸமாதா₄தும்' ந ஷ₂க்னோஷி மயி ஸ்தி₂ரம்
அப்₄யாஸ-யோகே₃ன ததோ மாம் இச்சா₂ப்தும்' த₄னஞ்ஜய

அத₂—இருப்பின், எனவே; *சித்தம்*—மனதை; *ஸமாதா₄தும்*—நிலைநிறுத்த; *ந*—இல்லை; *ஷ₂க்னோஷி*—இயல; *மயி*—என் மீது; *ஸ்தி₂ரம்*—ஸ்திரமாக; *அப்₄யாஸ-யோகே₃ன*—பக்தித் தொண்டின் பயிற்சியினால்; *தத:*—பின்னர்; *மாம்*—என்னை; *இச்சா₂*—விருப்பம்; *ஆப்தும்*—அடைய; *த₄னம்-ஜய*—செல்வத்தை வெல்வோனே, அர்ஜுனா.

செல்வத்தை வெல்பவனான எனதன்பு அர்ஜுனா! உனது மனதை என்மீது பிறழாது நிலைநிறுத்த முடியாவிடில், பக்தி யோகத்தின் ஒழுக்க நெறிகளைப் பின்பற்றுவாயாக. என்னை அடைவதற்கான விருப்பத்தினை இதன் மூலம் விருத்தி செய்வாயாக.

பொருளுரை: இந்த ஸ்லோகத்தில் பக்தி யோகத்தின் இரண்டு வழி முறைகள் குறிப்பிடப்பட்டுள்ளன. முதல் வழிமுறை, தெய்வீக அன்பினால் பரம புருஷ பகவானான ஸ்ரீ கிருஷ்ணரின் மீது பற்றுதலை உண்மையாக வளர்த்துக் கொண்ட நபர்களுக்கானது. அடுத்த வழிமுறை, பரம புருஷரின் மீது அத்தகு திவ்யமான அன்பையும் பற்றுதலையும் வளர்த்துக்கொள்ளாத நபர்களுக்கானது. இந்த இரண்டாம் நிலையினருக்கு, பல்வேறு விதிமுறைகள் பரிந்துரைக்கப்படுகின்றன. அத்தகு விதிகளைப் பின்பற்றுபவன், இறுதியில் கிருஷ்ணரின் மீதான பற்றுதலை அடையும் நிலைக்கு உயர்த்தப்படுவான்.

பக்தி யோகம் புலன்களைத் தூய்மைப்படுத்துவதாகும். தற்சமயத்தில் புலனுகர்ச்சியில் ஈடுபட்டிருப்பதால், ஜட வாழ்வின் புலன்கள் எப்போதும் களங்கமுற்றுள்ளன. ஆனால் பக்தி யோகப் பயிற்சியினால் இப்புலன்களை தூய்மைப்படுத்த முடியும். மேலும், தூய்மைப் படுத்தப்பட்ட நிலையில் அவை இறைவனின் நேரடித் தொடர்பினை

அடைகின்றன. இந்த ஜட வாழ்வில், நான் ஏதேனும் ஓர் எஜமானரின் தொண்டில் ஈடுபட்டிருக்கலாம், ஆனால் நான் எனது எஜமானருக்குச் செய்யும் தொண்டு உண்மையான அன்பினால் அல்ல. பணம் பெறுவதற்காக மட்டுமே நான் தொண்டு செய்கிறேன். மேலும், அந்த எஜமானரிடமும் அன்பு கிடையாது; அவர் என்னிடமிருந்து தொண்டினைப் பெற்று சம்பளம் தருகின்றார். அன்பு என்ற வினாவிற்கு இடமே இல்லை. ஆனால் ஆன்மீக வாழ்விலோ, ஒருவன் தூய அன்பின் நிலைக்கு உயர்த்தப்பட வேண்டியது அவசியம். அன்பின் அத்தகு நிலையினை, நமது தற்போதைய புலன்களை வைத்து செய்யப்படும் பக்தித் தொண்டு என்னும் பயிற்சியின் மூலம் அடையலாம்.

இறைவனின் மீதான அன்பு தற்போது ஒவ்வொருவரது இதயத்திலும் உறங்கிக் கொண்டுள்ளது. அங்குள்ள அந்த இறையன்பு பல்வேறு வழிகளில் வெளிப்படுத்தப்படுகிறது, ஆனால் அது ஜடத் தொடர்பினால் களங்கமடைந்துள்ளது. தற்போது, ஜடத் தொடர்பிலுள்ள இதயம் தூய்மைப்படுத்தப்பட வேண்டும்; மேலும், உறங்கிக் கொண்டுள்ள கிருஷ்ணரின் மீதான அன்பு மீண்டும் எழுப்பப்பட வேண்டும். இதுவே மொத்த வழிமுறை.

பக்தி யோகத்தின் ஒழுக்க நெறிகளைப் பயிற்சி செய்ய விரும்புபவன், திறமை வாய்ந்த ஆன்மீக குருவின் வழிகாட்டுதலின் கீழ் சில விதிகளைப் பின்பற்ற வேண்டும்: அதிகாலையில் எழ வேண்டும், குளித்து, கோவிலுக்குச் சென்று, பிரார்த்தனைகள் செய்து, ஹரே கிருஷ்ண ஜபம் செய்ய வேண்டும். பிறகு விக்ரஹத்திற்கு அர்ப்பணிப்பதற்காக மலர்களைச் சேகரிக்க வேண்டும், விக்ரஹத்திற்கு நைவேத்தியம் செய்வதற்காக உணவுப் பொருட்களை சமைக்க வேண்டும், பிரசாதம் ஏற்றுக்கொள்ள வேண்டும் மற்றும் பற்பல செயல்களைச் செய்ய வேண்டும். அவன் பின்பற்ற வேண்டிய சட்ட திட்டங்கள் பல உள்ளன. மேலும், அவன் தூய பக்தர்களிடமிருந்து பகவத் கீதையையும் ஸ்ரீமத் பாகவதத்தையும் எப்போதும் கேட்க வேண்டும். இந்தப் பயிற்சியின் மூலம் யார் வேண்டுமானாலும் இறையன்பு நிலைக்கு உயர்வு பெற முடியும், அதன் பின்னர் இறைவனின் ஆன்மீக ராஜ்ஜியத்திற்கான தனது முன்னேற்றத்தில் அவன் உறுதியுடன் இருக்கலாம். ஒழுக்க நெறிகளின் கீழ், ஆன்மீக குருவின் வழிகாட்டுதலில் செய்யப்படும் இந்த பக்தி யோகப் பயிற்சி, நிச்சயமாக ஒருவனை இறையன்பு நிலைக்குக் கொண்டு வரும்.

ஸ்லோகம் 10

अभ्यासेऽप्यसमर्थोऽसि मत्कर्मपरमो भव ।
मदर्थमपि कर्माणि कुर्वन्सिद्धिमवाप्स्यसि ॥ १० ॥

அப்$_4$யாஸே 'ப்யஸமர்தோ$_2$ 'ஸி மத்-கர்ம-பரமோ ப$_4$வ
மத்$_3$-அர்த$_2$ம் அபி கர்மாணி குர்வன் ஸித்$_3$தி$_4$ம் அவாப்ஸ்யஸி

அப்$_4$யாஸே—பயிற்சியில்; *அபி*—இருப்பினும்; *அஸமர்த:$_2$*—இயலாதவனாக; *அஸி*—நீ; *மத்-கர்ம*—எனது செயல்; *பரம*—அர்ப்பணித்து; *ப$_4$வ*—ஆவாய்; *மத்-அர்த$_2$ம்*—எனக்காக; *அபி*—இருந்தும்; *கர்மாணி*—செயல்களை; *குர்வன்*—செய்வதால்; *ஸித்$_3$தி$_4$ம்*—பக்குவத்தை; *அவாப்ஸ்யஸி*—அடைவாய்.

பக்தி யோகத்தின் விதிகளை உன்னால் பயிற்சி செய்ய முடியாவிடில், எனக்காக மட்டும் செயலாற்ற முயல்வாயாக. ஏனெனில், எனக்காக செயல்படுவதன் மூலம் நீ பக்குவநிலைக்கு வந்தடைவாய்.

பொருளுரை: பக்தி யோகத்தின் ஒழுக்க நெறிகளை ஆன்மீக குருவின் வழிகாட்டுதலின் கீழ் பயிற்சி செய்ய இயலாதவன்கூட, முழுமுதற் கடவுளுக்காகச் செயல்படுவதன் மூலம் பக்குவநிலைக்கு உயர்வு பெற முடியும். அத்தகு செயலை எவ்வாறு செய்வது என்பது பதினொன்றாம் அத்தியாயத்தின் 55வது ஸ்லோகத்தில் ஏற்கனவே விளக்கப்பட்டது. ஒருவன் கிருஷ்ண பக்திக்கான பிரச்சாரத்தின் மீது அனுதாபமுடையவனாக இருக்க வேண்டும். பல்வேறு பக்தர்கள் கிருஷ்ண உணர்வை பிரச்சாரம் செய்வதில் ஈடுபட்டுள்ளனர், அவர்களுக்கு உதவி தேவை. எனவே, பக்தி யோகத்தின் ஒழுக்க நெறிகளை ஒருவனால் நேரடியாகப் பயிற்சி செய்ய இயலாவிடினும், அவன் அத்தகு செயல்களுக்கு உதவி செய்ய முயலலாம். எந்தவொரு முயற்சிக்கும் நிலம், பணம், நிர்வாகம் மற்றும் தொழிலாளர்கள் அவசியம். உதாரணமாக, ஒருவன் வியாபாரம் செய்ய விரும்பினால், தங்குவதற்கான இடம், உபயோகத்திற்கான முதலீடு, உழைப்பாளிகள், வளர்ச்சியடைய ஒரு நிர்வாகம் ஆகியவை அவனுக்குத் தேவைப்படுகின்றன; அதுபோலவே, கிருஷ்ணருடைய தொண்டிற்கும் இவை தேவைப்படுகின்றன. ஒரே வேறுபாடு என்னவெனில், ஜடவுலகில் ஒருவன் புலனுகர்ச்சிக்காகச் செயலாற்றுகின்றான். ஆனால், அதே செயலினை கிருஷ்ணரின் திருப்திக்காகவும் செய்ய முடியும், அஃது ஆன்மீகச் செயலாகிவிடும். ஒருவனிடம் போதுமான பணம் இருந்தால், அவன் கிருஷ்ண உணர்வைப் பரப்புவதற்கான ஓர் அலுவலகத்தையோ கோவிலையோ

கட்டுவதில் உதவி செய்யலாம், அல்லது புத்தகங்களை வெளியிடுவதற்கு உதவலாம். செயல்களில் பல்வேறு துறைகள் உள்ளன, ஒருவன் இச்செயல்களில் ஆர்வமுடையவனாக இருக்க வேண்டும். ஒருவனால் தனது செயல்களின் பலன்களை தியாகம் செய்ய முடியாவிடினும், அவன் தனது வருமானத்தில் ஒரு சிறு பங்கையாவது கிருஷ்ண உணர்வை பிரச்சாரம் செய்வதற்காக தியாகம் செய்யலாம். கிருஷ்ண உணர்வின் நோக்கத்திற்காக ஒருவன் தானாக முன்வந்து செய்யும் தொண்டு, இறையன்பின் உயர்நிலைக்கு ஏற்றம் பெற அவனுக்கு உதவியாக இருக்கும், அதன் பின்னர் அவன் பக்குவமடைகிறான்.

ஸ்லோகம் 11

अथैतदप्यशक्तोऽसि कर्तुं मद्योगमाश्रितः ।
सर्वकर्मफलत्यागं ततः कुरु यतात्मवान् ॥ ११ ॥

அதை$_2$தத்$_3$ அப்யஷ$_2$க்தோ 'ஸி கர்தும்' மத்$_3$-யோக$_3$ம் ஆஷ்$_2$ரித:
ஸர்வ-கர்ம-ப$_2$ல-த்யாக$_3$ம்' தத: குரு யதாத்மவான்

அத$_2$—இருப்பினும்; *ஏதத்*—இதை; *அபி*—கூட; *அஷ$_2$க்த*—முடியாவிட்டால்; *அஸி*—உன்னால்; *கர்தும்*—செய்ய; *மத்*—என்னிடம்; *யோக$_3$ம்*—பக்தித் தொண்டில்; *ஆஷ்$_2$ரித:*—அடைக்கலம் கொண்டு; *ஸர்வ-கர்ம*—எல்லாச் செயல்களின்; *ப$_2$ல*—பலன்களையும்; *த்யாக$_3$ம்*—தியாகம்; *தத:*—பின்னர்; *குரு*—செய்; *யத-ஆத்ம-வான்*—ஆத்மாவில் நிலைபெற்று.

ஆனால், என்னைப் பற்றிய இத்தகு உணர்விலும் உன்னால் செயலாற்ற முடியாவிடில், உனது செயலின் எல்லா விளைவுகளையும் தியாகம் செய்து, ஆத்மாவில் நிலைபெற முயற்சி செய்.

பொருளுரை: சமூகம், குடும்பம், அல்லது மத காரணங்களினாலோ, வேறு சில சிரமங்களினாலோ, ஒருவனால் கிருஷ்ண உணர்வின் செயல்களுக்கு ஆதரவு தரக்கூட இயலாமல் இருக்கலாம். கிருஷ்ண உணர்வின் செயல்களில் அவன் தன்னை நேரடியாக இணைத்துக் கொண்டால், குடும்ப உறுப்பினர்கள் அதற்கு எதிர்ப்பு தெரிவிக்கலாம், அல்லது இதர கஷ்டங்கள் இருக்கலாம். அத்தகு பிரச்சனைகளை உடையவன், தனது செயல்களின் மூலம் சேர்த்து வைத்துள்ள பலன்களை ஏதேனும் நற்காரணத்திற்காக தியாகம் செய்ய வேண்டும் என்று அறிவுறுத்தப்படுகிறான். அதற்கான வழிமுறைகள் வேதங்களில் கொடுக்கப்பட்டுள்ளன. ஒருவன் தனது முந்தைய செயல்களின் பலன்களை அர்ப்பணிப்பதற்குத் தகுந்த சடங்குகள்,

யாகங்கள், மற்றும் புண்ணியத்தைக் கொடுக்கும் சிறப்புவாய்ந்த நிகழ்ச்சிகளைப் பற்றிய பல்வேறு விளக்கங்கள் வேதங்களில் உள்ளன. இவ்வாறாக அவன் படிப்படியாக ஞானத்தின் நிலைக்கு உயர்வு பெற முடியும். கிருஷ்ண உணர்வின் செயல்களில் ஆர்வம் இல்லாதவன்கூட, தான் பாடுபட்டு சம்பாதித்ததன் பலனை, மருத்துவமனைகளுக்கு அல்லது ஏதேனும் சமூக நிறுவனங்களுக்கு தானமாக கொடுப்பதை நம்மால் காண முடிகின்றது. அதுவும் இங்கே சிபாரிசு செய்யப்படுகின்றது; ஏனெனில், தனது செயல்களின் பலன்களைத் துறப்பது என்னும் பயிற்சியினால் அவன் தனது மனதை படிப்படியாகத் தூய்மைப்படுத்திக்கொள்வது உறுதி, மேலும், மனதின் அத்தகு தூய்மையான நிலையில் அவன் கிருஷ்ண உணர்வினைப் புரிந்துகொள்ளும் நிலைக்கு வருகின்றான். கிருஷ்ண உணர்வு வேறு எந்த அனுபவத்தையும் சார்ந்தது அல்ல, மேலும் மனதினைத் தூய்மைப்படுத்த கிருஷ்ண உணர்வே போதுமானது என்பது உண்மைதான், இருப்பினும், கிருஷ்ண உணர்வினை ஏற்றுக்கொள்வதில் ஏதேனும் இடையூறுகள் இருப்பின், அவன் தனது செயல்களின் பலன்களை தியாகம் செய்ய முயலலாம். இதன் அடிப்படையில், சமூகத் தொண்டு, குலத் தொண்டு, தேசத் தொண்டு, தேசத்திற்காக தியாகம் செய்தல் முதலியவற்றையும் ஏற்கலாம், அவற்றின் மூலம் ஏதேனும் ஒருநாள் அவன் முழுமுதற் கடவுளுக்குத் தூய பக்தித் தொண்டு செய்யும் நிலைக்கு வந்தடைய முடியும். பகவத் கீதையில் (18.46), *யத: ப்ரவ்ருத்திர் பூ$_4$தானாம்*— உன்னத காரணத்திற்காக தியாகம் செய்ய விரும்புபவன், கிருஷ்ணரே உன்னத காரணம் என்பதை அறியாமல் இருந்தாலும், தியாக வழிமுறையின் மூலம் படிப்படியாக கிருஷ்ணரே உன்னத காரணம் என்பதை உணரும் நிலைக்கு வந்தடைகிறான் என்று கூறப்பட்டுள்ளதை நாம் காண்கிறோம்.

ஸ்லோகம் 12

श्रेयो हि ज्ञानमभ्यासाज्ज्ञानाद्ध्यानं विशिष्यते ।
ध्यानात्कर्मफलत्यागस्त्यागाच्छान्तिरनन्तरम् ॥ १२ ॥

ஷ்$_2$ரேயோ ஹி ஜ்ஞானம் அப்$_4$யாஸாஜ்
ஜ்ஞானாத்$_3$ த்$_4$யானம்' விஷி$_2$ஷ்யதே
த்$_4$யானாத் கர்ம-ப$_2$ல-த்யாக$_3$ஸ்
த்யாகா$_3$ச் சா$_2$ந்திர் அனந்தரம்

ஷ்$_2$ரேய:—சிறந்தது; *ஹி*—நிச்சயமாக; *ஜ்ஞானம்*—ஞானம்; *அப்$_4$யாஸாத்*—பயில்வதைவிட; *ஜ்ஞானாத்*—ஞானத்தைவிட; *த்$_4$யானம்*—தியானம்; *விஷி$_2$ஷ்யதே*—விசேஷமாகக் கருதப்படுகின்றது; *த்$_4$யானாத்*—

தியானத்தை விட; *கர்ம-ப$_2$ல-த்யாக*—கர்மத்தின் பலன்களை தியாகம் செய்தல்; *த்யாகாத்$_3$*—அத்தகு தியாகத்தினால்; *ஷா$_2$ந்தி*—அமைதி; *அனந்தரம்*—அதன்பின்.

இப்பயிற்சியினை உன்னால் ஏற்றுக்கொள்ள முடியாவிடில், ஞானத்தை விருத்தி செய்வதில் உன்னை ஈடுபடுத்திக்கொள். இருப்பினும், ஞானத்தைவிட தியானம் சிறந்தது, மேலும், தியானத்தைவிட செயல்களின் பலன்களை தியாகம் செய்தல் சிறந்தது. ஏனெனில், இத்தகு தியாகத்தினால் மன அமைதியை அடைய முடியும்.

பொருளுரை: முந்தைய ஸ்லோகங்களில் குறிப்பிட்டபடி பக்தித் தொண்டில் இரு வகையுண்டு: ஒழுக்க நெறிகளை கொண்ட வழிமுறை, மற்றும் முழுமுதற் கடவுளின் மீதான அன்பில் முழுமையான பற்றுதல் கொண்ட வழிமுறை. கிருஷ்ண உணர்வின் அத்தகு கொள்கைகளை முறையாகப் பின்பற்ற இயலாதவர்கள், ஞானத்தை விருத்தி செய்வது சிறந்தது. ஏனெனில், ஞானத்தினால் ஒருவன் தனது உண்மையான நிலையினைப் புரிந்துகொள்ள முடியும். ஞானம், படிப்படியாக தியானத்தின் நிலைக்கு வழிவகுக்கும். தியானத்தின் மூலம் பரம புருஷ பகவானை படிப்படியாகப் புரிந்துகொள்ள முடியும். பக்தித் தொண்டில் ஈடுபட முடியாதவனுக்கு, தன்னையே பரமனாகப் புரிந்துகொள்ளக்கூடிய தியான வழிமுறைகள் உகந்ததாகும். அத்தகு தியானத்தினையும் அவனால் செய்ய முடியாவிடில், பிராமணர்கள், சத்திரியர்கள், வைசியர்கள், சூத்திரர்கள் என்ற பிரிவுகளின் அடிப்படையில் வேத இலக்கியங்களில் வலியுறுத்தப்பட்டுள்ள கடமைகளை அவன் நிறைவேற்றியாக வேண்டும், இக்கடமைகளை பகவத் கீதையின் இறுதி அத்தியாயத்தில் நாம் காணலாம். ஆனால் எல்லா நிலைகளிலும், ஒருவன் தனது உழைப்பின் பலன்களை தியாகம் செய்தாக வேண்டும்; அதாவது தனது கர்மத்தின் பலனை ஏதேனும் நற்காரியத்திற்காக ஈடுபடுத்துதல் அவசியம்.

சுருக்கமாகச் சொன்னால், உன்னத இலக்கான பரம புருஷ பகவானை அடைவதற்கு இரண்டு வழிமுறைகள் உள்ளன: ஒன்று படிப்படியான வழிமுறை, மற்றொன்று நேரடியான வழிமுறை. கிருஷ்ண உணர்வில் செய்யப்படும் பக்தித் தொண்டு நேரடியான வழிமுறை, மேலும் தனது செயல்களின் பலன்களைத் துறப்பது மறைமுக வழிமுறை. அத்தகு மறைமுக வழிமுறையின் மூலம், ஞானத்தின் தளத்திற்கு வர முடியும், பின்னர் தியானத்தின் நிலை, அதன் பின்னர் பரமாத்மாவினை

உணரும் நிலை, இறுதியில் பரம புருஷ பகவானை உணரும் நிலையை அடைய முடியும். இத்தகு படிப்படியான வழிமுறையினையோ நேரடியான வழிமுறையினையோ ஒருவன் ஏற்றுக்கொள்ளலாம். நேரடியான வழிமுறை எல்லாருக்கும் சாத்தியமானதல்ல; எனவே, மறைமுகமான வழிமுறையும் நன்றே. இருப்பினும், இத்தகு மறைமுகமான வழிமுறை அர்ஜுனனுக்கு சிபாரிசு செய்யப்படவில்லை என்பதைப் புரிந்துகொள்ள வேண்டும்; ஏனெனில், அர்ஜுனன் ஏற்கனவே பகவானின் அன்புத் தொண்டில் நிலைபெற்றுள்ளான். இத்தகு நிலையில் இல்லாதவர்களுக்காகவே மற்ற வழிமுறைகள் உள்ளன; தியாகம், ஞானம், தியானம், பிரம்மன் மற்றும் பரமாத்மாவினை உணர்தல் ஆகிய வழிமுறைகள் அவர்களால் பின்பற்றப்பட வேண்டும். ஆனால் பகவத் கீதையைப் பொறுத்தவரையில், நேரடியான வழிமுறையே வலியுறுத்தப் பட்டுள்ளது. ஒவ்வொருவரும் நேரடியான வழிமுறையினை ஏற்று, பரம புருஷ பகவானான கிருஷ்ணரிடம் சரணடையுமாறு அறிவுறுத்தப்படுகின்றனர்.

ஸ்லோகங்கள் 13–14

अद्वेष्टा सर्वभूतानां मैत्रः करुण एव च ।
निर्ममो निरहङ्कारः समदुःखसुखः क्षमी ॥ १३ ॥
सन्तुष्टः सततं योगी यतात्मा दृढनिश्चयः ।
मय्यर्पितमनोबुद्धिर्यो मद्भक्तः स मे प्रियः ॥ १४ ॥

அத்$_3$வேஷ்டா ஸர்வ-பூ$_4$தானாம்' மைத்ர: கருண ஏவ ச
நிர்மமோ நிரஹங்கார: ஸம-து:$_3$க$_2$-ஸுக:$_2$ க்ஷமீ
ஸந்துஷ்ட: ஸததம்' யோகீ$_3$ யதாத்மா த்$_3$ரு'ட$_4$-நிஷ்$_2$சய:
மய்யர்பித-மனோ-பு$_3$த்$_3$தி$_4$ர் யோ மத்$_3$-ப$_4$க்த: ஸ மே ப்ரிய:

அத்$_3$வேஷ்டா—பொறாமையற்ற; *ஸர்வ-பூ$_4$தானாம்*—எல்லா உயிர்கள் இடத்திலும்; *மைத்ர:*—நட்புடன்; *கருண:*—அன்புடன்; *ஏவ*—நிச்சயமாக; *ச*—மேலும்; *நிர்மம:*—உரிமையாளர் என்ற உணர்வின்றி; *நிரஹங்கார:*—அஹங்காரம் இன்றி; *ஸம*—சமமாக; *து:$_3$க$_2$*—துன்பத்திலும்; *ஸுக:$_2$*—இன்பத்திலும்; *க்ஷமீ*—மன்னித்து; *ஸந்துஷ்ட:*—திருப்தியுடன்; *ஸததம்*—எப்போதும்; *யோகீ$_3$*—பக்தியில் ஈடுபட்டுள்ளவன்; *யத-ஆத்மா*—சுய கட்டுப்பாடு; *த்$_3$ரு'ட$_4$-நிஷ்$_2$சய*—உறுதியுடன்; *மயி*—என் மீது; *அர்பித*—ஈடுபடுத்தி; *மன:*—மனதை; *பு$_3$த்$_3$தி:$_4$*—புத்தியுடன்; *ய:*—எவனொருவன்; *மத்-ப$_4$க்த:*—எனது பக்தன்; *ஸ:*—அவன்; *மே*—எனக்கு; *ப்ரிய:*—பிரியமானவன்.

எவனொருவன், பொறாமை இல்லாதவனாக, எல்லா உயிர்களுக்கும் அன்பான நண்பனாக, தன்னை உரிமையாளனாகக் கருதாதவனாக, அஹங்காரத்திலிருந்து விடுபட்டவனாக, இன்ப துன்பங்களில் சமநிலையுடையவனாக, சகிப்புத் தன்மையுடன் எப்போதும் திருப்தியுற்று சுயக் கட்டுப்பாடு உடையவனாக, தனது மனதையும் புத்தியையும் என்னில் நிலைநிறுத்தி உறுதியுடன் பக்தித் தொண்டில் ஈடுபட்டுள்ளானோ, என்னுடைய அத்தகு பக்தன் எனக்கு மிகவும் பிரியமானவன்.

பொருளுரை: மீண்டும் தூய பக்தித் தொண்டின் விஷயத்திற்கு வரும் இறைவன், இந்த இரு ஸ்லோகங்களில் தூய பக்தனின் தெய்வீக குணங்களை விவரிக்கின்றார். ஒரு தூய பக்தன் எந்தச் சூழ்நிலையிலும் சஞ்சலமடைவதில்லை. யார் மீதும் அவன் பொறாமை கொள்வதும் இல்லை. தனது எதிரிக்கு எதிரியாகவும் அவன் ஆவதில்லை; "எனது சொந்த கர்ம வினையினால் இந்த நபர் எனக்கு எதிரியாகச் செயல்படுகிறார். எனவே, அவரை எதிர்ப்பதைவிட துன்பப்படுவதே சிறந்தது." என்று பக்தன் நினைக்கின்றான். ஸ்ரீமத் பாகவதத்தில் (10.14.8), தத் தே 'னுகம்பாம் ஸு-ஸமீக்ஷ்யமாணோ பு4ஞ்ஜான ஏவாத்ம-க்ரு'தம் விபாகம், என்று கூறப்பட்டுள்ளது. பக்தன் எப்போதெல்லாம் துயரத்தில் உள்ளானோ, சிக்கலில் வீழ்ந்துவிட்டானோ, அப்போதெல்லாம் அவன் அவற்றை தன் மீதான இறைவனின் கருணையாக எண்ணுகின்றான். "நான் தற்போது துன்பப்படுவதைக் காட்டிலும் பன்மடங்கு அதிகமாக துன்பத்தைக் கொடுக்கவல்ல எனது முந்தைய பாவ வினைகளுக்கு நன்றி. நான் அனுபவிக்க வேண்டிய தண்டனைகள் அனைத்தையும் நான் அடையாமல் இருப்பதற்கு முழுமுதற் கடவுளின் கருணையே காரணம். அந்த பரம புருஷ பகவானின் கருணையினால் நான் மிகவும் குறைவான துன்பத்தையே பெற்றுள்ளேன்," என்று அவன் நினைக்கின்றான். எனவே, பல்வேறு துன்பமிக்க சூழ்நிலைகளிலும் பக்தன் அமைதியாகவும் பொறுமையாகவும் இருக்கின்றான். மேலும், பக்தனானவன் தனது எதிரி உட்பட அனைவரிடமும் எப்போதும் அன்புடையவனாகவே உள்ளான். நிர்மம என்றால் உடலைச் சார்ந்த வலிகளுக்கும் துன்பங்களுக்கும் பக்தன் அதிக முக்கியத்துவம் கொடுப்பது இல்லை என்று பொருள் (ஏனெனில், தான் இந்த ஜட உடலல்ல என்பதை அவன் பக்குவமாக அறிந்துள்ளான்). பக்தன் தன்னை உடலுடன் அடையாளம் கொள்ளாத காரணத்தினால், அவன் அஹங்காரத்திலிருந்து விடுபட்டு, இன்ப துன்பத்தில் சமநிலையுடன் உள்ளான். சகிப்புத் தன்மையுடைய அவன், முழுமுதற் கடவுளின்

கருணையினால் என்ன வருகின்றதோ அதைக் கொண்டு திருப்தியடைகிறான். பெரும் சிரமத்துடன் அடையப்படும் பொருட்களுக்காக அவன் முயல்வதில்லை; எனவே, எப்போதும் மகிழ்ச்சியாக உள்ளான். ஆன்மீக குருவிடமிருந்து பெறப்பட்ட அறிவுரைகளில் நிலைபெற்றிருப்பதால், அவன் பரிபூரணமான யோகியாவான், மேலும் அவனது புலன்கள் கட்டுப்படுத்தப் பட்டிருப்பதால் அவன் உறுதியுடன் உள்ளான். பக்தித் தொண்டின் நிலைத்த உறுதியிலிருந்து அவனை யாரும் விலக்க முடியாது என்பதால், தவறான வாதங்களினால் அவன் அடித்துச் செல்லப்படுவதில்லை. கிருஷ்ணரே நித்தியமான பகவான் என்பதில் அவன் முழு உணர்வுடன் இருப்பதால் யாரும் அவனுக்குத் தொல்லை கொடுக்க முடியாது. இத்தகு தகுதிகள் அனைத்தும் மனதையும் புத்தியையும் முழுமுதற் கடவுளின் மீது முழுமையாக பதியச் செய்வதற்கு அவனுக்கு உதவும். பக்தித் தொண்டின் இத்தகு உயர்நிலை ஐயமின்றி மிகவும் அரிதானதே, இருப்பினும் பக்தித் தொண்டின் ஒழுக்க நெறிகளைப் பின்பற்றுவதன் மூலம் அத்தகு உயர்நிலையில் பக்தன் நிலைபெறுகின்றான். இதுமட்டுமின்றி, பூரண கிருஷ்ண உணர்வில் ஆற்றப்படும் தனது பக்தனின் செயல்கள் தனக்கு எப்போதும் மகிழ்ச்சியைக் கொடுப்பதால், அத்தகு பக்தன் தனக்கு மிகவும் பிரியமானவன் என்று பகவான் கூறுகின்றார்.

ஸ்லோகம் 15

यस्मान्नोद्विजते लोको लोकान्नोद्विजते च यः ।
हर्षामर्षभयोद्वेगैर्मुक्तो यः स च मे प्रियः ॥ १५ ॥

யஸ்மான் நோத்₃விஜதே லோகோ லோகான் நோத்₃விஜதே ச ய:
ஹர்ஷாமர்ஷ-ப₄யோத்₃வேகை₃ர் முக்தோ ய: ஸ ச மே ப்ரிய:

யஸ்மாத்—யாரிடமிருந்து; *ந*—என்றுமில்லை; *உத்₃விஜதே*—சஞ்சலமடைவது; *லோக:*—மக்கள்; *லோகாத்*—மக்களிடமிருந்து; *ந*—என்றுமில்லை; *உத்₃விஜதே*—சஞ்சலமடைவது; *ச*—மேலும்; *ய:*—யாராயினும்; *ஹர்ஷ*—இன்பம்; *அமர்ஷ*—துன்பம்; *ப₄ய*—பயம்; *உத்₃வேகை:₃*—கவலை; *முக்த:*—விடுபட்டு; *ய:*—எவன்; *ஸ:*—யாராயினும்; *ச*—மேலும்; *மே*—எனக்கு; *ப்ரிய:*—மிகவும் பிரியமானவன்.

யாருக்கும் தொல்லை கொடுக்காமல், யாராலும் தொந்தரவு செய்யப்படாமல், இன்பம், துன்பம், பயம் மற்றும் ஏக்கத்தில் சமநிலையுடன் எவனொருவன் இருக்கின்றானோ அவன் எனக்கு மிகவும் பிரியமானவன்.

பொருளுரை: பக்தனின் குணங்களில் மேலும் சில இங்கு விவரிக்கப்படுகின்றன. இத்தகு பக்தனால் யாருமே கஷ்டம், ஏக்கம், பயம் அல்லது அதிருப்திக்கு உள்ளாவதில்லை. பக்தன் எல்லாரிடமும் அன்புடையவன் என்பதால் பிறரை கவலைக்கு உள்ளாக்கும் விதத்தில் அவன் செயலாற்றுவதில்லை. அதே சமயத்தில் ஒரு பக்தனை கவலைக்கு உள்ளாக்குவதற்கு பிறர் முயன்றால், அதனால் அவன் பாதிக்கப்படுவதில்லை. பகவானின் கருணையினால், வெளித் தொல்லைகள் எதனாலும் பாதிக்கப்படாதவாறு, பக்தன் பயிற்சி பெற்றுள்ளான். உண்மையில் பார்த்தால், பக்தனானவன் எப்போதும் கிருஷ்ண உணர்வில் மூழ்கி பக்தித் தொண்டில் ஈடுபட்டிருப்பதன் காரணத்தினால், இத்தகைய பௌதிகச் சூழ்நிலைகள் அவனை அசைக்க முடியாது. ஜடவாழ்வில் இருப்பவன், பொதுவாக தனது புலனுகர்ச்சிக்கும் உடலுக்கும் ஏதேனும் ஒன்று கிடைத்தால் மிகவும் மகிழ்ச்சி அடைகிறான், ஆனால் தன்னிடம் இல்லாத ஒன்றை மற்றவர்கள் தங்களது புலனுகர்ச்சிக்காக வைத்திருப்பதை பார்க்கும்போது, வருத்தப்படும் அவன் பொறாமை கொள்கிறான். ஏதேனும் எதிரியிடமிருந்து தான் பழிவாங்கப்படப் போவதை எதிர்பார்க்கும்போது, அவன் பயந்த நிலையில் இருக்கின்றான். மேலும், எதையேனும் அவனால் வெற்றிகரமாக நடத்த முடியாவிடில் மிகவும் சோர்வடைந்து விடுகின்றான். ஆனால் எப்போதும் இத்தகு தொந்தரவுகளுக்கு அப்பாற்பட்டு விளங்கும் பக்தன், கிருஷ்ணருக்கு மிகவும் பிரியமானவன் ஆவான்.

ஸ்லோகம் 16

अनपेक्षः शुचिर्दक्ष उदासीनो गतव्यथः ।
सर्वारम्भपरित्यागी यो मद्भक्तः स मे प्रियः ॥ १६ ॥

அனபேக்ஷ: ஷு$_2$சிர் த$_3$க்ஷ உதா$_3$ஸீனோ க$_3$த-வ்யத:$_2$
ஸர்வாரம்ப$_4$-பரித்யாகீ$_3$ யோ மத்$_3$-ப$_4$க்த: ஸ மே ப்ரிய:

அனபேக்ஷ:—நடுநிலை; *ஷு$_2$சி:*—தூய்மை; *த$_3$க்ஷ:*—நிபுணன்; *உதா$_3$ஸீன:*—கவலையிலிருந்து விடுபட்டு; *க$_3$த-வ்யத:$_2$*—எல்லாத் துன்பங்களினின்றும் விடுபட்டு; *ஸர்வ-ஆரம்ப$_4$*—எல்லா முயற்சிகளிலும்; *பரித்யாகீ$_3$*—துறப்பவன்; *ய:*—யாராயினும்; *மத்-ப$_4$க்த:*—எனது பக்தன்; *ஸ:*—அவன்; *மே*—எனக்கு; *ப்ரிய:*—மிகவும் பிரியமானவன்.

எவனொருவன், சாதாரணச் செயல்களைச் சார்ந்து வாழாமல், தூய்மையாக, நிபுணனாக, கவலைகளின்றி, எல்லாவித வலிகளிலிருந்தும் விடுபட்டவனாக, ஏதேனும் பலனுக்காக

முயலாதவனாக உள்ளானோ, எனது அத்தகு பக்தன் எனக்கு மிகவும் பிரியமானவன்.

பொருளுரை: ஒரு பக்தனுக்கு பணம் கொடுக்கப்படலாம், ஆனால் அதனை அடைய அவன் பெருமுயற்சி செய்தல் கூடாது. கடவுளின் கருணையால் பணம் தானாக அவனிடம் வந்தால், அவன் சஞ்சலமடைவதில்லை. இயல்பாகவே ஒரு நாளில் இருமுறை நீராடும் பக்தன், பக்தித் தொண்டை நிறைவேற்றுவதற்காக அதிகாலையில் எழுகின்றான். இவ்வாறாக, அவனது உள்ளும், புறமும் இயற்கையாகவே தூய்மையாக உள்ளது. வாழ்வின் அனைத்து செயல்களின் நோக்கத்தை முழுமையாக அறிந்திருப்பதாலும், அங்கீகரிக்கப்பட்ட சாஸ்திரங்களின் மீது முழு நம்பிக்கை கொண்டிருப்பதாலும், பக்தன் எப்போதும் நிபுணனாகக் கருதப்படுகிறான். பக்தன் எந்தவொரு அணியிலும் ஒருபோதும் பங்கு பெறுவதில்லை; எனவே, அவன் கவலையற்றவன். பக்தன் என்றும் வலிகளிலிருந்து விடுபட்டுள்ளான், ஏனெனில் அவன் எல்லாவித அடையாளங்களிலிருந்தும் விலகியுள்ளான்; தனது உடல் ஓர் அடையாளம் என்பதை அறிந்துள்ள அவன், உடலுக்கு வலி வரும்போது அதனைப் பொருட்படுத்துவதில்லை. தூய பக்தன், பக்தித் தொண்டின் கொள்கைகளுக்குப் புறம்பானவற்றை செய்வதற்கு முயல்வதில்லை. உதாரணமாக, பெரிய கட்டிடத்தினை கட்டுவதற்கு பெரும் சக்தி தேவை; அத்தகு தொழில் பக்தித் தொண்டில் முன்னேற்றம் அடைவதற்கு தனக்கு உதவாது என்றால், பக்தன் அவற்றில் ஈடுபடுவதில்லை. இறைவனுக்காக அவன் ஓர் ஆலயம் கட்டலாம், அதற்காக அவன் பலதரப்பட்ட கவலைகளுக்கு உட்படலாம், ஆனால் தனது சொந்த உறவுகளுக்காக பெரிய வீட்டினை அவன் கட்டுவதில்லை.

ஸ்லோகம் 17

यो न हृष्यति न द्वेष्टि न शोचति न काङ्क्षति ।
शुभाशुभपरित्यागी भक्तिमान्यः स मे प्रियः ॥ १७ ॥

யோ ந ஹ்ரு'ஷ்யதி ந த்$_3$வேஷ்டி ந ஷோ$_2$சதி ந காங்க்ஷதி
ஷு$_2$பா$_4$ஷு$_2$ப$_4$-பரித்யாகீ$_3$ ப$_4$க்திமான் ய: ஸ மே ப்ரிய:

ய:—எவனொருவன்; *ந*—என்றுமில்லை; *ஹ்ரு'ஷ்யதி*—மகிழ்வதோ; *ந*—என்றுமில்லை; *த்$_3$வேஷ்டி*—ஆழ்ந்த துக்கமடைவதோ; *ந*—என்றுமில்லை; *ஷோ$_2$சதி*—புலம்புவதோ; *ந*—என்றுமில்லை; *காங்க்ஷதி*—ஏங்குவதோ; *ஷு$_2$ப$_4$*—மங்கலமான; *அஷு$_2$ப$_4$*—அமங்கலமான;

பரித்யாகீ$_3$—துறப்பவன்; *ப$_4$க்தி-மான்*—பக்திமான்; *ய:*—எவனொருவன்; *ஸ:*—அவன்; *மே*—எனக்கு; *ப்ரிய:*—பிரியமானவன்.

எவனொருவன் ஒருபோதும் மகிழ்வதில்லையோ, துன்பப்படுவதில்லையோ, புலம்புவதில்லையோ, ஆசைப்படுவதில்லையோ, மேலும் எவனொருவன் மங்கலமானவை, அமங்கலமானவை ஆகிய இரண்டையும் துறக்கின்றானோ—அத்தகு பக்திமான் எனக்கு மிகவும் பிரியமானவன்.

பொருளுரை: ஒரு தூய பக்தன் ஜடத்தின் இலாப நஷ்டத்தினால் இன்பமடைவதோ, துன்பமடைவதோ இல்லை, மகனையோ சீடனையோ அடைவதில் அவன் மிகுந்த ஏக்கம் கொள்வதில்லை, மேலும் அவர்களை அடையாததால் துன்பப்படுவதும் இல்லை. தனக்கு பிரியமான ஏதேனும் ஒன்றை இழந்துவிட்டால், அவன் புலம்புவதில்லை. அதுபோல தான் விரும்பியதை பெறாவிட்டாலும், அவன் துன்பப்படுவதில்லை. எல்லா விதமான மங்கலமான, அமங்கலமான மற்றும் பாவச் செயல்களின் பார்வைக்கு அவன் அப்பாற்பட்டவன். முழுமுதற் கடவுளின் திருப்திக்காக எந்த விதமான அபாயத்தையும் சந்திக்க அவன் தயாராக உள்ளான். பக்தித் தொண்டை ஆற்றுவதில் அவனுக்கு எந்தவொரு தடங்கலும் கிடையாது. அத்தகு பக்தன் கிருஷ்ணருக்கு மிகவும் பிரியமானவன்.

ஸ்லோகங்கள் 18–19

समः शत्रौ च मित्रे च तथा मानापमानयोः ।
शीतोष्णसुखदुःखेषु समः सङ्गविवर्जितः ॥ १८ ॥
तुल्यनिन्दास्तुतिर्मौनी सन्तुष्टो येन केनचित् ।
अनिकेतः स्थिरमतिर्भक्तिमान्मे प्रियो नरः ॥ १९ ॥

ஸம: ஷ$_2$த்ரௌ ச மித்ரே ச ததா$_2$ மானாபமானயோ:
ஷீ$_2$தோஷ்ண-ஸுக$_2$-து:$_3$கே$_2$ஷு ஸம: ஸங்க$_3$-விவர்ஜித:

துல்ய-நிந்தா$_3$-ஸ்துதிர் மௌனீ ஸந்துஷ்டோ யேன கேனசித்
அனிகேத: ஸ்தி$_2$ர-மதிர் ப$_4$க்திமான் மே ப்ரியோ நர:

ஸம:—சமமாக; *ஷ$_2$த்ரௌ*—எதிரியிடம்; *ச*—மேலும்; *மித்ரே*—நண்பனிடம்; *ச*—மேலும்; *ததா$_2$*—அவ்வாறு; *மான*—மானம்; *அபமானயோ:*—அவமானம்; *ஷீ$_2$த*—குளிர்; *உஷ்ண*—வெப்பம்; *ஸுக$_2$*—இன்பம்; *து:$_3$கே$_2$ஷு*—துன்பம்; *ஸம:*—சமமாக; *ஸங்க$_3$-விவர்ஜித*—எல்லாத் தொடர்புகளிலிருந்தும் விடுபட்டு; *துல்ய*—சமமான; *நிந்தா$_3$*—இகழ்ச்சி; *ஸ்துதி:*—புகழ்ச்சி; *மௌனீ*—மௌனம்; *ஸந்துஷ்ட:*—திருப்திபெற்ற; *யேன கேனசித்*—ஏதாவதுடன்; *அனிகேத:*—

தங்குமிடமற்ற; *ஸ்தி₂ர*—நிலையான; *மதி:*—உறுதி; *ப₄க்தி-மான்*—பக்தியில் ஈடுபட்டுள்ளவன்; *மே*—எனக்கு; *ப்ரிய:*—பிரியமான; *நர:*—மனிதன்.

எவனொருவன், நண்பர்களையும் எதிரிகளையும் சமமாக பாவித்து, மான அவமானம், இன்ப துன்பம், வெப்பம் குளிர், புகழ்ச்சி, இகழ்ச்சி, ஆகியவற்றில் நடுநிலை வகித்து, களங்கம் தரும் தொடர்புகளிலிருந்து எப்போதும் விடுபட்டு, மௌனமாக, எதனைக் கொண்டும் திருப்தியுற்று, தங்குமிடத்திற்காகக் கவலைப்படாமல், அறிவில் நிலைபெற்று பக்தித் தொண்டில் ஈடுபட்டுள்ளானோ—அத்தகு மனிதன் எனக்கு மிகவும் பிரியமானவன்.

பொருளுரை: பக்தன் எல்லாவிதத் தீய தொடர்புகளிலிருந்தும் எப்போதும் விடுபட்டுள்ளான். சில நேரங்களில் ஒருவன் புகழப்படுகின்றான், சில நேரங்களில் அவன் இகழப்படுகின்றான்; இதுவே மனித சமூகத்தின் இயற்கை. ஆனால் இத்தகைய செயற்கையான புகழ்ச்சி இகழ்ச்சி, மற்றும் இன்ப துன்பத்திற்கு பக்தன் எப்போதும் அப்பாற்பட்டவன். அவன் மிகவும் பொறுமையுடையவன். கிருஷ்ணருடைய விஷயங்களைத் தவிர வேறு எதையும் அவன் பேசுவதில்லை; எனவே, அவன் மௌனமானவன் என்று கூறப்படுகின்றான். மௌனம் என்றால் பேசக் கூடாது என்று அர்த்தம் அல்ல; மௌனம் என்றால் அபத்தமானவற்றைப் பேசக் கூடாது என்றே அர்த்தம். தேவையான வற்றை மட்டுமே பேச வேண்டும், முழுமுதற் கடவுளின் திருப்திக்காக பேசப்படும் பேச்சு பக்தனுக்கு மிகவும் அத்தியாவசியமானதாகும். பக்தன் எல்லா சூழ்நிலைகளிலும் மகிழ்ச்சியாக உள்ளான்; சில சமயங்களில் அவன் சுவையான உணவைப் பெறலாம், சில சமயங்களில் அவை கிடைக்காமல் போகலாம், ஆனால் அவன் திருப்தியுடனே உள்ளான். தங்கும் வசதிக்காகவும் அவன் கவலைப்படுவதில்லை. சில சமயங்களில் அவன் மரத்தடியில் வசிக்கலாம், சில சமயங்களில் மிகவும் வசதியான மாளிகையில் வசிக்கலாம்; இரண்டினாலும் அவன் கவரப்படுவதில்லை. அவன் ஸ்திரமானவன் (நிலைபெற்றவன்) என்று அழைக்கப்படுகின்றான்; ஏனெனில், அவன் தனது அறிவிலும் உறுதியிலும் ஸ்திரமாக உள்ளான். பக்தனுடைய குணங்களைப் பற்றிய வர்ணனைகளில் சில விஷயம் மீண்டும்மீண்டும் குறிப்பிடப்பட்டிருப்பதை நாம் காணலாம். பக்தன் இத்தகு குணங்கள் அனைத்தையும் அடைந்தேயாக வேண்டும் என்ற உண்மையை வலியுறுத்துவதற்காகவே அவ்வாறு

குறிப்பிடப்பட்டுள்ளன. நற்குணங்கள் இல்லாமல் ஒருவனால் தூய பக்தனாக முடியாது. *ஹராவ் அப$_4$க்தஸ்ய குதோ மஹத்$_3$-கு$_3$ணா:*—பக்தனல்லாதவனிடம் எந்த நற்குணமும் கிடையாது. பக்தனாக அறியப்பட விரும்புபவன் நற்குணங்களை விருத்தி செய்துகொள்ள வேண்டும். இக்குணங்களை அடைவதற்காக பக்தன் தனிப்பட்ட முறையில் முயல்வது இல்லை என்பது உண்மையே, கிருஷ்ண உணர்விலும் பக்தித் தொண்டிலும் ஈடுபடுவதன் மூலம் இக்குணங்கள் தானாகவே அவனிடம் வளருகின்றன.

ஸ்லோகம் 20

ये तु धर्मामृतमिदं यथोक्तं पर्युपासते ।
श्रद्दधाना मत्परमा भक्तास्तेऽतीव मे प्रिया: ॥ २० ॥

யே து த$_4$ர்மாம்ரு'தம் இத$_3$ம்' யதோ$_2$க்தம்' பர்யுபாஸதே
ஷ்$_2$ரத்$_3$த$_3$தா$_4$னா மத்-பரமா ப$_4$க்தாஸ் தே 'தீவ மே ப்ரியா:

யே—யாரெல்லாம்; *து*—ஆனால்; *த$_4$ர்ம*—தர்மத்தின்; *அம்ரு'தம்*—அமிர்தம்; *இத$_3$ம்*—இந்த; *யதா$_2$*—போல; *உக்தம்*—கூறப்பட்டுள்ளது; *பர்யுபாஸதே*—முழுமையாக ஈடுபட்டு; *ஷ்$_2$ரத்$_3$த$_3$தா$_4$னா*—நம்பிக்கையுடன்; *மத்-பரமா:*—முழுமுதற் கடவுளான என்னையே எல்லாமாக ஏற்று; *ப$_4$க்தா:*—பக்தர்கள்; *தே*—அவர்கள்; *அதீவ*—மிகமிக; *மே*—எனக்கு; *ப்ரியா:*—பிரியமானவர்கள்.

பக்தித் தொண்டு என்னும் இந்த அழிவற்ற பாதையைப் பின்பற்றி, என்னை பரம இலக்காக வைத்து நம்பிக்கையுடன் தன்னை ஈடுபடுத்துபவர்கள், எனக்கு மிகமிக பிரியமானவர்கள்.

பொருளுரை: இந்த அத்தியாயத்தில், இரண்டாவது ஸ்லோகத்திலிருந்து இறுதி வரை—*மய்-யாவேஷ்$_2$ய மனோ யே மாம்* ("மனதை என்னில் நிலைநிறுத்து வாயாக") என்பதிலிருந்து *யே து த$_4$ர்மாம்ருதம் இத$_3$ம்* (நித்தியமான இந்த தர்மம்) என்பது வரை—தன்னை அணுகுவதற்கான தெய்வீகத் தொண்டின் வழிமுறையினை முழுமுதற் கடவுள் விளக்கியுள்ளார். அத்தகு வழிமுறைகள் இறைவனுக்கு மிகவும் பிரியமானது, அவற்றில் ஈடுபட்டிருப்பவனை அவர் ஏற்றுக்கொள்கிறார். அருவ பிரம்மனின் பாதையில் ஈடுபட்டிருப்பவன் சிறந்தவனா? அல்லது பரம புருஷ பகவானின் தனிப்பட்ட தொண்டில் ஈடுபட்டிருப்பவன் சிறந்தவனா? என்று அர்ஜுனனால் எழுப்பப்பட்ட வினாவிற்கு, பரம புருஷ பகவானுக்கு பக்தித் தொண்டாற்றுவதே ஆன்மீகத் தன்னுணர்வு பெறுவதற்கான எல்லா வழிமுறைகளிலும் மிகச்சிறந்தது என்பதில் எவ்வித சந்தேகமும் இல்லை என்று பகவான் தெள்ளத்தெளிவாக அவனிடம்

பதிலளித்தார். வேறுவிதமாகக் கூறினால், நல்ல சங்கத்தின் மூலம் ஒருவன் தூய பக்தித் தொண்டிற்கான பற்றுதலை வளர்த்துக் கொள்கிறான் என்றும், அதன் பின்னர் அங்கீகரிக்கப்பட்ட ஆன்மீக குருவை ஏற்று, அவரிடமிருந்து கேட்டு, கீர்த்தனம் செய்து, பக்தித் தொண்டின் ஒழுக்க நெறிகளை நம்பிக்கை, பற்றுதல், மற்றும் பக்தியுடன் கடைபிடித்து, பகவானின் திவ்யமான தொண்டில் அவன் ஈடுபடுபவனாகின்றான் என்றும் இந்த அத்தியாயத்தில் முடிவு செய்யப்பட்டுள்ளது. பக்தித் தொண்டின் பாதையே இந்த அத்தியாயத்தில் சிபாரிசு செய்யப்பட்டுள்ளது; எனவே, பரம புருஷ பகவானை அடைவதற்கு, தன்னுணர்வைப் பெறுவதற்கு, பூரணமான ஒரே வழிமுறை பக்தித் தொண்டே என்பதில் எவ்வித ஐயமும் இல்லை. இந்த அத்தியாயத்தில் விவரிக்கப்பட்டுள்ள பரம பூரண உண்மையைப் பற்றிய அருவக் கருத்து, தன்னுணர்விற்காக ஒருவன் சரணாகதி அடையும் நிலை வரை மட்டுமே சிபாரிசு செய்யப்படுகின்றது. வேறுவிதமாகக் கூறினால், தூய பக்தனுடன் சங்கம் கொள்வதற்கான வாய்ப்பினை ஒருவன் அடையாத வரை, அருவக் கருத்து பலன்தரக் கூடியதாக அமையலாம். பூரண உண்மையைப் பற்றிய அருவக் கருத்தில், ஒருவன் பலன்களை எதிர்பாராமல் செயலாற்றுகின்றான், தியானம் செய்கிறான், மற்றும் ஜடத்தையும் ஆத்மாவையும் புரிந்துகொள்வதற்கான ஞானத்தை விருத்தி செய்கிறான். தூய பக்தனின் சங்கம் கிடைக்காத வரையில் இந்த அருவக் கருத்து அவசியமானதாகும். அதிர்ஷ்டவசமாக, தூய பக்தித் தொண்டில், கிருஷ்ண உணர்வில் ஈடுபடும் ஆவலை ஒருவன் நேரடியாக விருத்தி செய்து கொண்டால், ஆன்மீக உணர்வின் முன்னேற்றத்திற்காக படிப்படியாக செல்ல வேண்டிய அவசியம் அவனுக்கு இல்லை. பகவத் கீதையின் நடுவிலுள்ள ஆறு அத்தியாயங்களில் விவரிக்கப்பட்டுள்ளபடி, பக்தித் தொண்டே மிகவும் உகந்ததாகும். உடலையும் ஆத்மாவையும் சேர்த்துவைக்கும் பொருட்களுக்காக ஒருவன் கவலைப்பட வேண்டிய அவசியம் இல்லை; ஏனெனில், இறைவனுடைய கருணையால் அனைத்தும் தானாகவே கிடைக்கும்.

ஸ்ரீமத் பகவத் கீதையின் "பக்தித் தொண்டு" என்னும் பன்னிரண்டாம் அத்தியாயத்திற்கான பக்திவேதாந்த பொருளுரைகள் இத்துடன் நிறைவடைகின்றன.

அத்தியாயம் பதிமூன்று

இயற்கையும், அனுபவிப்பவனும், உணர்வும்

ஸ்லோகங்கள் 1–2

अर्जुन उवाच

प्रकृतिं पुरुषं चैव क्षेत्रं क्षेत्रज्ञमेव च ।
एतद्वेदितुमिच्छामि ज्ञानं ज्ञेयं च केशव ॥ १ ॥

श्रीभगवानुवाच

इदं शरीरं कौन्तेय क्षेत्रमित्यभिधीयते ।
एतद्यो वेत्ति तं प्राहुः क्षेत्रज्ञ इति तद्विदः ॥ २ ॥

அர்ஜுன உவாச

ப்ரக்ரு'திம்' புருஷம்' சைவ க்ஷேத்ரம்' க்ஷேத்ர-ஜ்ஞம் ஏவ ச
ஏதத்$_3$ வேதி$_3$தும் இச்சா$_2$மி ஜ்ஞானம்' ஜ்ஞேயம்' ச கேஷ$_2$வ

ஸ்ரீ-ப$_4$க$_3$வான் உவாச

இத$_3$ம்' ஷ$_2$ரீரம்' கௌந்தேய க்ஷேத்ரம் இத்யபி$_4$தீ$_4$யதே
ஏதத்$_3$ யோ வேத்தி தம்' ப்ராஹு: க்ஷேத்ர-ஜ்ஞ இதி தத்$_3$-வித:$_3$

அர்ஜுன: உவாச—அர்ஜுனன் கூறினான்; *ப்ரக்ரு'திம்*—இயற்கை; *புருஷம்*—அனுபவிப்பவன்; *ச*—மற்றும்; *ஏவ*—நிச்சயமாக; *க்ஷேத்ரம்*—களம்; *க்ஷேத்ரஜ்ஞம்*—களத்தை அறிபவன்; *ஏவ*—நிச்சயமாக; *ச*—மேலும்; *ஏதத்*—இவற்றையெல்லாம்; *வேதி$_3$தும்*—புரிந்துகொள்ள; *இச்சா$_2$மி*—விரும்புகின்றேன்; *ஜ்ஞானம்*—அறிவு; *ஜ்ஞேயம்*—அறியப்படும் பொருள்; *ச*—மேலும்; *கேஷ$_2$வ*—கிருஷ்ணரே; *ஸ்ரீ-ப$_4$க$_3$வான் உவாச*—முழுமுதற் கடவுள் கூறினார்; *இத$_3$ம்*—இந்த; *ஷ$_2$ரீரம்*—உடல்; *கௌந்தேய*—குந்தியின் மகனே; *க்ஷேத்ரம்*—களம்; *இதி*—என்று; *அபி$_4$தீ$_4$யதே*—அறியப்படுகின்றது; *ஏதத்*—இதை; *ய:*—எவனொருவன்; *வேத்தி*—அறிகின்றானோ; *தம்*—அவன்; *ப்ராஹு:*—அறியப்படுகின்றான்; *க்ஷேத்ரஜ்ஞ*—களத்தை அறிபவன்; *இதி*—இவ்வாறு; *தத்-வித:$_3$*—இதை அறிந்தவர்கள்.

அர்ஜுனன் கூறினான்: எனதன்பு கிருஷ்ணரே, இயற்கை (பிரக்ருதி), அனுபவிப்பவன் (புருஷ), களம் (க்ஷேத்ர), களத்தை அறிபவன் (க்ஷேத்ரஜ்ஞ), அறிவு (ஜ்ஞானம்), அறியப்படும் பொருள் (ஜ்ஞேயம்) ஆகியவற்றைப் பற்றி நான் தெரிந்துகொள்ள விரும்புகின்றேன்.

புருஷோத்தமரான முழுமுதற் கடவுள் கூறினார்: குந்தியின் மகனே, இந்த உடல், களம் (க்ஷேத்ர) என்று அறியப்படுகின்றது. இவ்வுடலை அறிபவன், களத்தை அறிபவன் (க்ஷேத்ரஜ்ஞ) என்று அறியப்படுகிறான்.

பொருளுரை: ப்ரக்ரு'தி (இயற்கை), புருஷ (அனுபவிப்பவன்), க்ஷேத்ர (களம்), க்ஷேத்ரஜ்ஞ (களத்தை அறிபவன்), ஜ்ஞானம் (அறிவு), ஜ்ஞேயம் (அறியப்படும் பொருள்) ஆகியவற்றைப் பற்றி அறிவதில் அர்ஜுனன் ஆவலாக இருந்தான். இவற்றைப் பற்றி எல்லாம் அவன் வினவியபோது, உடலே 'களம்' என்று அறியப்படுவதாகவும், உடலை அறிபவன் 'களத்தை அறிபவன்' என்று அறியப்படுவதாகவும் கிருஷ்ணர் கூறியுள்ளார். கட்டுண்ட ஆத்மாவின் செயல்களுக்கு களமாக விளங்குவது உடலே. ஜட வாழ்வினுள் பிணைக்கப்பட்டுள்ள ஆத்மா, ஜட இயற்கையின் மீது ஆதிக்கம் செலுத்த முயல்கின்றான். எனவே, ஜட இயற்கையினை ஆட்சி செய்வதற்கு உண்டான தனது தகுதிக்கு ஏற்றாற்போல அவன் 'செயலின் களத்தினைப்' பெறுகின்றான். அத்தகு 'செயலின் களமே' உடல் எனப்படும். இனி, உடல் என்றால் என்ன? உடல் என்பது புலன்களினால் ஆனது. புலனின்பத்தை அனுபவிக்க விரும்பும் கட்டுண்ட ஆத்மாவிற்கு, அத்தகு புலனுகர்ச்சிக்கான அவனது தகுதியின் அடிப்படையில், செயலின் களமாக ஓர் உடல் வழங்கப்படுகின்றது. எனவே, உடலானது க்ஷேத்ர, கட்டுண்ட ஆத்மாவின் செயல்களுக்கான களம் என்று அறியப்படுகின்றது. அடுத்ததாக, களத்தை அறிபவன், ''க்ஷேத்ரஜ்ஞ'' எனப்படுகிறான், அவன் தன்னை உடலாக அடையாளம் கொள்ளக் கூடாது. களத்திற்கும் களத்தை அறிபவனுக்கும், அதாவது உடலுக்கும் உடலை அறிபவனுக்கும் இடையிலான வேறுபாட்டை புரிந்துகொள்வது மிகக் கடினமல்ல. குழந்தைப் பருவத்திலிருந்து முதுமை வரை தனது உடல் பற்பல மாற்றங்களை அடைகின்றது என்றபோதிலும், தான் மாறாமல் இருப்பதை யார் வேண்டுமானாலும் சிந்தித்துப் பார்க்கலாம். எனவே, செயலின் களத்தை அறிபவனுக்கும் அந்த செயல்கள் நடைபெறும் களத்திற்கும் இடையே வேறுபாடு உண்டு. இவ்வாறாக, கட்டுண்ட நிலையில் வாழும் ஆத்மா, தான் உடலிலிருந்து வேறுபட்டவன் என்பதைப் புரிந்துகொள்ளலாம். இஃது ஆரம்பத்திலேயே விவரிக்கப்பட்டது—தேஹினோ 'ஸ்மின்— அதாவது, உயிர்வாழி உடலுக்குள் உள்ளான் என்றும், உடலானது குழந்தைப் பருவத்திலிருந்து பால்யத்திற்கும், பால்யத்திலிருந்து இளமைக்கும், இளமையிலிருந்து முதுமைக்கும் மாறிக் கொண்டே

இருக்கின்றது என்றும், உடலின் உரிமையாளன் அத்தகு உடல் மாற்றத்தினை அறிகின்றான் என்றும் முன்னரே விவரிக்கப்பட்டது. உடலின் உரிமையாளனே *க்ஷேத்ரஜ்ஞ* என்பது தெளிவு. சில சமயங்களில், "நான் மகிழ்ச்சியுடன் உள்ளேன்," "நான் மனிதன்," "நான் நாய்," "நான் பூனை," என்று நாம் நினைக்கின்றோம். இவையனைத்தும் அறிபவனின் உடலைப் பற்றிய அடையாளங்கள். ஆனால் அறிபவனோ உடலிலிருந்து வேறுபட்டவன். ஆடைகளைப் போன்று பற்பல பொருட்களை நாம் உபயோகித்தாலும், உபயோகிக்கப்படும் பொருட்களிலிருந்து நாம் வேறுபட்டவர்கள் என்பதை நாம் அறிவோம். அதுபோலவே, சற்று சிந்தித்துப் பார்த்தால், நாம் உடலிலிருந்து வேறுபட்டவர்கள் என்பதையும் புரிந்துகொள்ளலாம். நானோ, நீயோ, உடலையுடைய யாராக இருந்தாலும், அவன் *க்ஷேத்ரஜ்ஞ* என்று அறியப்படுகின்றான், உடலானது *க்ஷேத்ர,* செயல்களின் களம் என்று அறியப்படுகின்றது.

பகவத் கீதையின் முதல் ஆறு அத்தியாயங்களில், உடலை அறிபவனைப் (உயிர்வாழியைப்) பற்றியும், எந்த நிலையினால் அவன் முழுமுதற் கடவுளைப் புரிந்துகொள்ள முடியும் என்பதைப் பற்றியும் விவரிக்கப்பட்டது. கீதையின் நடுவிலுள்ள ஆறு அத்தியாயங்களில், பரம புருஷ பகவானைப் பற்றியும், தனிப்பட்ட ஆத்மாவிற்கும், பரமாத்மாவிற்கும் இடையிலுள்ள பக்தித் தொண்டின் அடிப்படையிலான உறவைப் பற்றியும் விவரிக்கப்பட்டது. பரம புருஷ பகவானின் உன்னதமான நிலையும், அவருக்குக் கீழ்ப்பட்டு இருப்பது என்னும் தனிப்பட்ட ஆத்மாவின் நிலையும், அந்த அத்தியாயங்களில் தெளிவாக விளக்கப்பட்டன. உயிர்வாழிகள் எல்லாச் சூழ்நிலையிலும் கீழ்ப்பட்டவர்களே. ஆனால் தங்களது மறதியினால் அவர்கள் துன்புறுகின்றனர். புண்ணியச் செயல்களினால் தெளிவு பெறும்போது, அவர்கள் பல்வேறு நிலைகளில்—துன்புற்றவர்களாக, செல்வத்தை நாடுபவர்களாக, கேள்வி யுடையவர்களாக, ஞானத்தைத் தேடுபவர்களாக—முழுமுதற் கடவுளை அணுகுகின்றனர். இதுவும் விவரிக்கப்பட்டது. இனி, பதிமூன்றாம் அத்தியாயத்துடன் ஆரம்பித்து, உயிர்வாழி எவ்வாறு ஜட இயற்கையின் தொடர்பில் வருகின்றான் என்றும், பலன்நோக்குச் செயல்கள், ஞானத்தை விருத்தி செய்தல், பக்தித் தொண்டாற்றுதல் என பல்வேறு வழிமுறைகளின் மூலம் அவன் எவ்வாறு முழுமுதற் கடவுளினால் விடுவிக்கப்படுகின்றான் என்றும் விளக்கப்படுகின்றன. உயிர்வாழி, ஜடவுடலிலிருந்து முற்றிலும் வேறுபட்டவன் என்றபோதிலும், அவன் எவ்வாறோ தொடர்பு கொண்டு விடுகின்றான். இதுவும் விளக்கப்பட்டுள்ளது.

ஸ்லோகம் 3

क्षेत्रज्ञं चापि मां विद्धि सर्वक्षेत्रेषु भारत ।
क्षेत्रक्षेत्रज्ञयोर्ज्ञानं यत्तज्ज्ञानं मतं मम ॥ ३ ॥

க்ஷேத்ர-ஜ்ஞம்' சாபி மாம்' வித்$_3$தி$_4$ ஸர்வ-க்ஷேத்ரேஷு பா$_4$ரத
க்ஷேத்ர-க்ஷேத்ரஜ்ஞயோர் ஜ்ஞானம்' யத் தஜ் ஜ்ஞானம்' மதம்' மம

க்ஷேத்ர-ஜ்ஞம்—களத்தை அறிபவன்; *ச*—மற்றும்; *அபி*—நிச்சயமாக; *மாம்*—என்னை; *வித்$_3$தி$_4$*—அறிவாய்; *ஸர்வ*—எல்லா; *க்ஷேத்ரேஷு*—உடல்களங்களிலும்; *பா$_4$ரத*—பரதனின் மகனே; *க்ஷேத்ர*—செயல்களின் களம் (உடல்); *க்ஷேத்ர-ஜ்ஞயோ*—களத்தை அறிபவனும்; *ஜ்ஞானம்*—அறிவு; *யத்*—எந்த; *தத்*—அந்த; *ஜ்ஞானம்*—அறிவு; *மதம்*—அபிப்பிராயம்; *மம*—எனது.

பரத குலத் தோன்றலே! நானும் எல்லா உடல்களிலும் அறிபவனாக உள்ளேன் என்பதைப் புரிந்துகொள். உடலையும், அதனை அறிபவனையும் புரிந்துகொள்வதே ஞானம் என்று அறியப் படுகின்றது. இதுவே எனது அபிப்பிராயம்.

பொருளுரை: உடல், உடலை அறிபவன், ஆத்மா, பரமாத்மா ஆகியவற்றை நாம் விவாதிக்கும்போது, பகவான், ஜீவாத்மா, ஜடம் என்று மூன்று வேறுபட்ட தலைப்புகளை நாம் கற்க வேண்டும் என்பதைக் காண முடியும். செயலின் களம் ஒவ்வொன்றிலும், அதாவது ஒவ்வொரு உடலிலும் இரண்டு ஆத்மாக்கள் உள்ளனர்: ஜீவாத்மா, பரமாத்மா. பரம புருஷ பகவானான கிருஷ்ணரின் சுய விரிவங்கமே பரமாத்மா என்பதால், "நானும் அறிபவனாக உள்ளேன், ஆனால் நான் மட்டுமே அறிபவன் அல்ல. நான் அறிபவர்களில் உயர்ந்தவன், ஒவ்வொருவரது உடலிலும் பரமாத்மாவாக வசிக்கின்றேன்" என்று கிருஷ்ணர் கூறுகிறார்.

எவனொருவன், பகவத் கீதையை அடிப்படையாக வைத்து, செயலின் களத்தைப் பற்றியும் அக்களத்தை அறிபவனைப் பற்றியும் நுண்ணியமாக அறிந்துகொள்கின்றானோ, அவன் ஞானத்தை அடைய முடியும்.

"தனிப்பட்ட உடல் (களம்) ஒவ்வொன்றிலும் நான் அறிபவனாக உள்ளேன்" என்று பகவான் கூறுகின்றார். ஜீவாத்மா தனது சொந்த உடலைப் பற்றி அறிந்திருக்கலாம், ஆனால் மற்ற உடல்களைப் பற்றிய அறிவு அவனிடம் இல்லை. பரமாத்மாவாக எல்லாரது உடல்களிலும் வீற்றிருக்கும் பரம புருஷ பகவான், எல்லா உடல்களைப் பற்றிய அனைத்தையும் அறிபவர். பலதரப்பட்ட வாழ்வினங்களின் பல்வேறு உடல்கள் அனைத்தையும் அவர்

அறிவார். குடிமகன் தன்னுடைய சிறு நிலத்தைப் பற்றிய அனைத்தையும் அறிந்திருக்கலாம், ஆனால் மன்னனோ தனது மாளிகையை மட்டுமின்றி தனிப்பட்ட ஒவ்வொரு குடிமகனுக்கும் சொந்தமான அனைத்து சொத்துக்களையும் அறிந்துள்ளான். அதுபோலவே, ஒருவன் தனிப்பட்ட உடலின் உரிமையாளனாக இருக்கலாம், ஆனால் பகவானோ எல்லா உடல்களுக்கும் உரிமையாளர். மன்னனே நாட்டின் உண்மையான உரிமையாளன், குடிமகனோ இரண்டாம் நிலை உரிமையாளன். அதுபோல, முழுமுதற் கடவுளே எல்லா உடல்களின் பரம உரிமையாளர்.

உடல் புலன்களினால் ஆனது. முழுமுதற் கடவுள், ரிஷிகேசர், "புலன்களைக் கட்டுப்படுத்துபவர்" என்று அறியப்படுகின்றார். மன்னனே நாட்டின் நடவடிக்கைகளை உண்மையில் கட்டுப்படுத்துகின்றான், குடிமக்கள் இரண்டாம் நிலையில் மட்டுமே கட்டுப்படுத்துகின்றனர்; அதுபோல, புலன்களை உண்மையாக கட்டுப்படுத்துபவர் முழுமுதற் கடவுளே. "நானும் அறிபவனாக உள்ளேன்" என்று பகவான் கூறுகின்றார். அறிபவர்களில் அவரே உயர்ந்தவர் என்பதே இதன் பொருள்; ஜீவாத்மா தனது குறிப்பிட்ட உடலை மட்டுமே அறிகின்றான். வேத இலக்கியத்தில் பின்வருமாறு கூறப்பட்டுள்ளது:

க்ஷேத்ராணி ஹி ஷ$_2$ரீராணி பீ$_3$ஜம்' சாபி ஷு$_2$பா$_4$ஷு$_2$பே$_4$
தானி வேத்தி ஸ யோகா$_3$த்மா தத: க்ஷேத்ர-ஜ்ஞ உச்யதே

இந்த உடல் *க்ஷேத்ர* என்று அறியப்படுகின்றது, உடலின் உரிமையாளனும் முழுமுதற் கடவுளும் இந்த உடலுக்குள் வசிக்கின்றனர்; முழுமுதற் கடவுள், உடலையும் அந்த உடலின் உரிமையாளனையும் அறிவார். எனவே, எல்லாக் களங்களையும் அறிபவர் என்று அவர் கூறப்படுகிறார். செயல்களின் களம், செயல்களை அறியும் நபர், செயல்களை அறியும் உன்னத நபர் ஆகியவற்றிற்கு இடையிலான வேறுபாடு பின்வருமாறு விவரிக்கப்படுகின்றது. உடலின் உண்மையான நிலை, ஜீவாத்மாவின் உண்மையான நிலை, பரமாத்மாவின் உண்மையான நிலை ஆகியவற்றைப் பற்றிய பக்குவமான அறிவு, வேத இலக்கியத்தில் ஞானம் என்று அறியப்படுகின்றது. இதுவே கிருஷ்ணருடைய அபிப்பிராயம். ஆத்மாவும் பரமாத்மாவும், ஒரே சமயத்தில் சமமாகவும் வேறுபட்டும் உள்ளனர் என்பதைப் புரிந்துகொள்வதே ஞானம். எவனொருவன் செயல்களின் களத்தையும் செயலை அறிபவனையும் புரிந்துகொள்ளவில்லையோ, அவன் பக்குவ ஞானத்தில் இல்லை. *ப்ரக்ரு'தி* (இயற்கை), *புருஷ* (இயற்கையை அனுபவிப்பவன்),

ஈஷ்₂வர (இயற்கையினையும் ஜீவாத்மாவினையும் கட்டுப்படுத்தி ஆட்சி செய்யும் ஆளுநர்) ஆகியவற்றின் நிலைகளை புரிந்துகொள்ள வேண்டும். வெவ்வேறு திறன்களுடைய இம்மூன்றையும் குழப்பிக்கொள்ளக் கூடாது. ஓவியன், ஓவியம், ஓவியப் பலகை ஆகியவற்றைக் குழப்பிக்கொள்ளக் கூடாது. இயற்கை என்பது செயல்களின் களமான இந்த ஜடவுலகமாகும், ஜீவாத்மா என்பது அந்த இயற்கையை அனுபவிப்பவனைக் குறிக்கும். மேலும், இவர்கள் இருவரையும் கட்டுப்படுத்தும் உன்னத அதிகாரி ஈஷ்₂வர (முழுமுதற் கடவுள்) எனப்படுகிறார். வேத மொழியில் (ஷ்₂வேதாஷ்₂வதர உபநிஷத் 1.12), போ₄க்தா போ₄க்₃யம் ப்ரேரிதாரம் ச மத்வா/ ஸர்வம் ப்ரோக்தம் த்ரி–வித₄ம் ப்₃ரஹ்மம் ஏதத் என்று கூறப்பட்டுள்ளது. பிரம்மன் என்பதைப் பற்றி மூன்று கருத்துகள் உள்ளன: செயல்களின் களமாக விளங்கும் ப்ரக்ரு'தி (இயற்கை), பிரம்மன் எனப்படுகிறது, அந்த ஜட இயற்கையை கட்டுப்படுத்த முயலும் ஜீவாத்மாவும் பிரம்மன் எனப்படுகிறான், அது மட்டுமின்றி, இந்த இரண்டினையும் கட்டுப்படுத்தும் உன்னத நபரும் பிரம்மன் எனப்படுகிறார், உண்மையில் அவர் மட்டுமே கட்டுப்படுத்துபவர்.

இரண்டு வகையான அறிபவர்களில், ஒருவர் தவறுகளுக்கு அப்பாற்பட்டவர் என்றும் மற்றவர் தவறிழைக்கக் கூடியவர் என்றும் இந்த அத்தியாயத்தில் விளக்கப்படும். ஒருவர் எஜமானர், மற்றவனோ அவருக்குக் கீழ்பட்டவன். களத்தை அறியும் இந்த இரு நபர்களையும் சமமாகவும் ஒன்றாகவும் கருதுபவன், "செயல்களின் களத்தை அறிபவனாக நானும் இருக்கின்றேன்" என்று இங்கே மிகத் தெளிவாகக் கூறுகின்ற பரம புருஷ பகவானுடன் முரண்படுகின்றான். கயிற்றினை பாம்பு என்று தவறாகப் புரிந்துகொள்பவன் ஞானமுடையவன் அல்ல. வெவ்வேறு விதமான உடல்கள் உள்ளன. மேலும் அந்த உடல்களின் உரிமையாளர்களும் வேறுபட்டவர்கள். ஜட இயற்கையின் மீது ஆதிக்கம் செலுத்தும் திறன் ஒவ்வொரு ஜீவாத்மாவிற்கும் வேறுபட்டு இருப்பதால், வெவ்வேறான உடல்கள் உள்ளன. ஆனால் அங்கே அத்தகு உடல்களைக் கட்டுப்படுத்துபவராக பரமனும் வீற்றுள்ளார். உடல்களின் மொத்த எண்ணிக்கையைக் குறிக்கும் ச என்னும் சொல் மிகவும் முக்கியமானது. இதுவே ஸ்ரீல பலதேவ வித்யாபூஷணரின் கருத்தாகும். ஒவ்வொரு உடலிலும் ஜீவாத்மாவின் அருகில் பரமாத்மாவாக வீற்றிருப்பவர் கிருஷ்ணரே. மேலும், செயல்களின் களம், வரம்பிற்கு உட்பட்ட அனுபவிப்பாளன் ஆகிய இரண்டையும் கட்டுப்படுத்துபவர் பரமாத்மாவே என்பதை அறிவதே உண்மையான ஞானம் என்று கிருஷ்ணர் இங்கே மிகத் தெளிவாகக் கூறுகின்றார்.

ஸ்லோகம் 4

तत्क्षेत्रं यच्च यादृक्च यद्विकारि यतश्च यत् ।
स च यो यत्प्रभावश्च तत्समासेन मे शृणु ॥ ४ ॥

தத் க்ஷேத்ரம்' யச் ச யாத்$_3$ரு'க் ச யத்$_3$-விகாரி யதஷ்$_2$ ச யத்
ஸ ச யோ யத்-ப்ரபா$_4$வஷ்$_2$ ச தத் ஸமாஸேன மே ஷ்$_2$ரு'ணு

தத்—அந்த; *க்ஷேத்ரம்*—செயல்களின் களம்; *யத்*—என்ன; *ச*—மற்றும்; *யாத்$_3$ரு'க்*—உள்ளது உள்ளபடி; *ச*—மற்றும்; *யத்*—எது; *விகாரி*—மாறுகின்றது; *யத:*—எதிலிருந்து; *ச*—மற்றும்; *யத்*—என்ன; *ஸ:*—அவன்; *ச*—மற்றும்; *ய:*—யார்; *யத்*—என்ன; *ப்ரபா$_4$வ:*—செல்வாக்கு; *ச*—மற்றும்; *தத்*—அதை; *ஸமாஸேன*—சுருக்கமாக; *மே*—என்னிடமிருந்து; *ஷ்$_2$ரு'ணு*—கேள்.

செயல்களின் களம் எவ்வாறு அமைக்கப்பட்டுள்ளது, அதன் மாற்றங்கள் யாவை, அஃது எப்போது உண்டாக்கப்படுகின்றது, செயல்களின் களத்தை அறிபவன் யார், அவனது செல்வாக்குகள் யாவை, என்பதைப் பற்றிய எனது சுருக்கமான உரையை இனிக் கேட்பாயாக.

பொருளுரை: செயல்களின் களத்தையும், செயல்களின் களத்தை அறிபவனையும், அவர்களது உண்மையான நிலையின் அடிப்படையில் இறைவன் இங்கு விவரிக்கின்றார். இவ்வுடல், எவ்வாறு உருவாக்கப்பட்டது, எந்தப் பொருட்களால் உண்டாக்கப் பட்டது, யாருடைய கட்டுப்பாட்டின் கீழ் செயல்படுகின்றது, உடலில் மாற்றங்கள் நிகழ்வது எங்ஙனம், அம்மாற்றங்கள் எங்கிருந்து வருகின்றன, அதற்கான காரணங்கள் யாவை, ஜீவாத்மாவின் இறுதி இலக்கு என்ன, ஜீவாத்மாவின் உண்மையான ரூபம் என்ன, ஆகியவற்றை ஒருவன் அறிய வேண்டும். மேலும், தனிப்பட்ட ஜீவாத்மாவிற்கும் பரமாத்மாவிற்கும் இடையிலான வேறுபாடு, அவர்களது வெவ்வேறு செல்வாக்குகள், சக்திகள், இதுபோன்று பலவற்றையும் அவன் அறிந்துகொள்ள வேண்டும். பரம புருஷ பகவானால் கொடுக்கப்பட்டுள்ள விளக்கத்தின் அடிப்படையில் ஒருவன் நேரடியாக இந்த பகவத் கீதையைப் புரிந்துகொள்ள வேண்டும். அப்போது அனைத்தும் அவனுக்கு விளக்கப்படும். இருப்பினும், எல்லாருடைய உடலிலும் வீற்றிருக்கும் பரம புருஷ பகவானை தனிப்பட்ட ஜீவாத்மாவுடன் சமமாகக் கருதிவிடக் கூடாது என்பதில் கவனமாக இருக்க வேண்டும். அது சக்தியுடைய நபரையும் சக்தியற்ற நபரையும் சமப்படுத்துவதைப் போன்றது.

ஸ்லோகம் 5

ऋषिभिर्बहुधा गीतं छन्दोभिर्विविधैः पृथक् ।
ब्रह्मसूत्रपदैश्चैव हेतुमद्भिर्विनिश्चितैः ॥ ५ ॥

ரு'ஷிபி₄ர் ப₃ஹுதா₄ கீ₃தம்' ச₂ந்தோ₃பி₄ர் விவிதை:₄ ப்ரு'த₂க்
ப்₃ரஹ்ம-ஸூத்ர-பதை₃ஷ்₂ சைவ ஹேதுமத்₃பி₄ர் வினிஷ்₂சிதை:

ரு'ஷிபி:₄—அறிவிற் சிறந்த முனிவர்களால்; *ப₃ஹுதா₄*—பல வழிகளில்; *கீ₃தம்*—விளக்கப்பட்டுள்ளது; *ச₂ந்தோ₃பி:₄*—வேத மந்திரங்களால்; *விவிதை:₄*—பல்வேறு; *ப்ருத₂க்*—பலவாறு; *ப்₃ரஹ்ம-ஸூத்ர*—வேதாந்தத்தின்; *பதை:₃*—பதங்களினால்; *ச*—மற்றும்; *ஏவ*—நிச்சயமாக; *ஹேது-மத்₃பி:₄*—காரணம் மற்றும் விளைவுகளுடன்; *வினிஷ்₂சிதை:*—மிகவும் நிச்சயமான.

செயல்களின் களம் மற்றும் செயல்களை அறிபவனைப் பற்றிய அறிவு, பற்பல முனிவர்களினால் பல்வேறு வேத நூல்களில் விரிவாக விளக்கப்பட்டுள்ளது. குறிப்பாக வேதாந்த சூத்திரத்தின் பதங்களில், காரணம் மற்றும் விளைவுகளுடன் இவை மிகவும் நுணுக்கமாக விளக்கப்பட்டுள்ளன.

பொருளுரை: இந்த ஞானத்தை விளக்குவதில் மிகவுயர்ந்த அதிகாரி, பரம புருஷ பகவானான கிருஷ்ணரே. இருப்பினும், கற்றறிந்த பண்டிதர்களும், தரமான அதிகாரிகளும், முந்தைய அதிகாரிகளிடமிருந்து எப்போதும் பிரமாணம் வழங்குவது வழக்கம். மிகுந்த சர்ச்சைக்கு இடமளிக்கக்கூடிய, ஆத்மாவிற்கும் பரமாத்மாவிற்கும் இடையிலான ஒற்றுமை, வேற்றுமையைப் பற்றிய கருத்தினை, பிரமாணமாக ஏற்றுக்கொள்ளப்படுகின்ற சாஸ்திரமான வேதாந்தத்தினை மேற்கோள்காட்டி கிருஷ்ணர் விளக்குகின்றார். முதலில், "இக்கருத்து பற்பல ரிஷிகளை அடிப்படையாகக் கொண்டது" என்று அவர் கூறுகிறார். ரிஷிகளைப் பொறுத்தவரை (அவரே ஒரு ரிஷி என்றபோதிலும்), வேதாந்த சூத்திரத்தின் ஆசிரியரான வியாஸதேவர் மகாரிஷிகளில் ஒருவர், வேதாந்த சூத்திரத்தில் இருமைத் தன்மை தெளிவாக விளக்கப்பட்டுள்ளது. மேலும், மற்றொரு மகாமுனிவரான வியாஸரின் தந்தை பராசரர் தனது அற நூல்களில் எழுதுகின்றார், *அஹம் த்வம் ச ததா₂ன்யே...* "நான், நீ, மற்றும் எல்லா உயிரினங்கள் உட்பட நாம் அனைவரும் ஜடவுடலில் இருந்தாலும் திவ்யமானவர்கள். நாம் தற்போது நமது பல்வேறு கர்மத்தின் அடிப்படையில், ஜட இயற்கையின் முக்குணங்களுக்குள் விழுந்துள்ளோம். அதன்படி, சிலர் உயர்ந்த நிலையிலும் சிலர் தாழ்ந்த இயற்கையிலும் உள்ளனர்.

அறியாமையினால் காணப்படும் இயற்கையின் உயர்வு தாழ்வுகள், எண்ணற்ற உயிர்வாழிகளில் தோற்றுவிக்கப்படுகின்றன. ஆனால், தவறுகளுக்கு அப்பாற்பட்ட பரமாத்மாவோ இயற்கையின் முக்குணங்களால் களங்கமடையாமல் திவ்யமான நிலையில் உள்ளார்." மேலும், மூலவேதங்களில், குறிப்பாக *கட$_2$* உபநிஷத்தில், ஆத்மா, பரமாத்மா, உடல் ஆகியவற்றிற்கு இடையிலான வேறுபாடு குறிப்பிடப்பட்டுள்ளது. பல்வேறு முனிவர்கள் இக்கருத்தினை விளக்கியுள்ளபோதிலும், பராசரர் அவர்களில் முக்கியமானவராகக் கருதப்படுகிறார்.

சந்தோ$_3$பி:$_4$ என்னும் சொல் பல்வேறு வேத இலக்கியங்களைக் குறிக்கும். உதாரணமாக, யஜுர் வேதத்தின் பிரிவான *தைத்திரீய* உபநிஷத்தில், இயற்கை, ஜீவாத்மா, பரம புருஷ பகவான் ஆகியவை விளக்கப்பட்டுள்ளன.

முன்னரே குறிப்பிட்டதுபோல, *க்ஷேத்ர* என்பது செயல்களின் களத்தைக் குறிக்கும், மேலும், தனிப்பட்ட உயிர்வாழி, பரம உயிர்வாழி என *க்ஷேத்ர-ஜ்ஞ*வில் இரு வகையினர் உண்டு. *ப்$_3$ரஹ்ம புச்ச$_2$ம் ப்ரதிஷ்டா$_2$* என்று *தைத்திரீய* உபநிஷத்தில் (2.9) கூறப்பட்டுள்ளது. முழுமுதற் கடவுளின் சக்தி *அன்ன-மய* (உணவைச் சார்ந்து வாழுதல்) எனும் ரூபத்தில் தோன்றுகின்றது. இது பரமனை பௌதிகமாக உணர்வதாகும். பரம பூரண உண்மையினை உணவின் மூலமாக உணர்ந்த பின்னர், *ப்ராண-மய* எனும் நிலையில், ஒருவன் உயிரின் அறிகுறிகளில் (உயிரினங்களில்) பரம உண்மையினை உணர்கிறான். *ஜ்ஞான-மய* எனப்படும் அடுத்த நிலையில், உயிரின் அறிகுறிகளைத் தாண்டி, எண்ணுதல், உணர்தல், விரும்புதல் என்பனவற்றின் மூலம் உணர்கின்றான். அதன் பின், *விஜ்ஞான-மய* எனப்படும் பிரம்மனை உணரும் நிலையில், உயிர்வாழியின் மனமும் உயிரின் அறிகுறிகளும், உயிர்வாழியிலிருந்து பிரித்து அறியப்படுகின்றன. அடுத்து, *ஆனந்த$_3$-மய* எனப்படும் உன்னத நிலையில், பூரண ஆனந்தமயமான தன்மை உணரப்படுகின்றது. இவ்வாறு பிரம்மனை உணர்வதில் ஐந்து நிலைகள் உள்ளன, அவை *ப்$_3$ரஹ்ம-புச்ச$_2$ம்* என்று கூறப்படுகின்றன. இவற்றில் முதல் மூன்று நிலைகளான, *அன்ன-மய, ப்ராண-மய, ஜ்ஞான-மய* ஆகியவை, உயிர்வாழிகளின் செயல்களின் களங்களைப் பற்றியவை. செயல்களின் இத்தகு எல்லாக் களங்களுக்கும் அப்பாற்பட்டவர் முழுமுதற் கடவுள், அவர் *ஆனந்த$_3$-மய* என்று அழைக்கப்படுகிறார். *ஆனந்த$_3$-மயோ 'ப்$_4$யாஸாத்*, அதாவது, பரம புருஷ பகவான் ஆனந்தமயமான தன்மையை உடையவர் என்று வேதாந்த சூத்திரம்

பரமனை விவரிக்கின்றது. தன்னுடைய தெய்வீக ஆனந்தத்தை அனுபவிக்க, அவர், *விஜ்ஞான–மய, ப்ராண–மய, ஜ்ஞான–மய, அன்ன–மய* என்று தன்னை விரித்துக்கொள்கின்றார். செயல்களின் களத்தில் உயிர்வாழி அனுபவிப்பவனாகக் கருதப்படுகின்றான், *ஆனந்த$_3$–மய* அவனிடமிருந்து வேறுபட்டவர். அதாவது, உயிர்வாழி தன்னை *ஆனந்த$_3$–மயத்துடன்* இணைப்பதில் இன்பம் காண முடிவு செய்யும்பொழுது, அவன் பக்குவம் அடைகின்றான் என்பது பொருள். இதுவே, களத்தை அறியும் உன்னத நபர் (முழுமுதற் கடவுள்), அவருக்குக் கீழ்ப்பட்ட அறிஞன் (ஜீவாத்மா), செயற்களத்தின் இயற்கை ஆகியவற்றைப் பற்றிய உண்மையான காட்சியாகும். வேதாந்த சூத்திரம் எனப்படும் பிரம்ம சூத்திரத்தில், இத்தகு உண்மையினை ஒருவன் கண்டறிய வேண்டும்.

காரணம் மற்றும் விளைவுகளின் அடிப்படையில் பிரம்ம சூத்திரத்தின் பதங்கள் மிகவும் அருமையாக வடிவமைக்கப்பட்டுள்ளன என்று இங்கு குறிப்பிடப்பட்டுள்ளது. அத்தகு சூத்திரங்களில் சில, *ந வியத்$_3$ அஷ்$_2$ருதே:* (2.3.2), *நாத்மா ஷ்$_2$ருதே:* (2.3.18), *பராத் து தச்–சு$_2$ருதே:* (2.3.40). முதல் சூத்திரம் செயல்களின் களத்தையும், இரண்டாவது சூத்திரம் ஜீவாத்மாவையும், மூன்றாவது சூத்திரம் அனைத்து தோற்றங்களிலும் உன்னதமாக விளங்கும் முழுமுதற் கடவுளையும் குறிக்கின்றன.

ஸ்லோகங்கள் 6–7

महाभूतान्यहङ्कारो बुद्धिरव्यक्तमेव च ।
इन्द्रियाणि दशैकं च पञ्च चेन्द्रियगोचराः ॥ ६ ॥
इच्छा द्वेषः सुखं दुःखं सङ्घातश्चेतना धृतिः ।
एतत्क्षेत्रं समासेन सविकारमुदाहृतम् ॥ ७ ॥

மஹா-பூ$_4$தான்யஹங்காரோ புத்$_3$தி$_4$ர் அவ்யக்தம் ஏவ ச
இந்த்$_3$ரியாணி த$_3$ஷை$_2$கம்' ச பஞ்ச சேந்த்$_3$ரிய-கோ$_3$சரா:

இச்சா$_2$ த்$_3$வேஷ: ஸுக$_2$ம்' து:$_3$க$_2$ம்' ஸங்கா$_4$தஷ்$_2$ சேதனா த்$_4$ரு'தி:
ஏதத் க்ஷேத்ரம்' ஸமாஸேன ஸ-விகாரம் உதா$_3$ஹ்ரு'தம்

மஹா–பூ$_4$தானி—பெரும் மூலப்பொருட்கள்; *அஹங்கார:*—அஹங்காரம்; *பு$_3$த்$_3$தி:$_4$*—புத்தி; *அவ்யக்தம்*—தோன்றாதது; *ஏவ*—நிச்சயமாக; *ச*—மற்றும்; *இந்த்$_3$ரியாணி*—புலன்கள்; *த$_3$ஷ$_2$–ஏகம்*—பதினொன்று; *ச*—மேலும்; *பஞ்ச*—ஐந்து; *ச*—கூட; *இந்த்$_3$ரிய–கோ$_3$–சரா:*—புலன்களின் பொருட்கள்; *இச்சா$_2$*—விருப்பம்; *த்$_3$வேஷ:*—வெறுப்பு; *ஸுக$_2$ம்*—இன்பம்; *து:$_3$க$_2$ம்*—துன்பம்; *ஸங்கா$_4$த:*—மொத்த; *சேதனா*—உயிரின் அறிகுறிகள்; *த்$_4$ரு'தி:*—திட நம்பிக்கை; *ஏதத்*—இவையெல்லாம்; *க்ஷேத்ரம்*—

செயல்களின் களம்; *ஸமாஸேன*—சுருக்கமாக; *ஸ-விகாரம்*—மாறுபாடு களுடன்; *உதா₃ஹ்ரு'தம்*—உதாரணம் காட்டி விளக்கப்பட்டுள்ளன.

பஞ்சபூதம், அஹங்காரம், புத்தி, அவ்யக்தம், பத்து புலன்கள், மனம், ஐந்து புலன் பொருட்கள், விருப்பு, வெறுப்பு, இன்பம், துன்பம், சேர்க்கை, உயிரின் அறிகுறிகள், திட நம்பிக்கை—இவையெல்லாம் சுருக்கமாக செயல்களின் களம் மற்றும் அதன் மாறுபாடுகள் என்று கருதப்படுகின்றன.

பொருளுரை: மாமுனிவர்களின் அதிகாரபூர்வமான கருத்துகள், வேத மந்திரங்கள் மற்றும் வேதாந்த சூத்திரத்தின் பதங்களிலிருந்து, இவ்வுலகின் பாகங்களைப் பற்றி பின்வருமாறு புரிந்துகொள்ள முடியும். நிலம், நீர், நெருப்பு, காற்று, ஆகாயம் ஆகிய ஐந்தும், பஞ்சபூதம் (*மஹா-பூ₄த*) எனப்படுகின்றன. அதன் பின், அஹங்காரம், புத்தி, இயற்கையின் மூன்று குணங்களின் தோற்றமற்ற நிலை ஆகியவை உள்ளன. இவற்றைத் தொடர்ந்து, கண்கள், காதுகள், மூக்கு, நாக்கு, தோல் என ஞானத்தைப் பெறுவதற்கு ஐந்து புலன்கள் உள்ளன. பின்னர், குரல், கால்கள், கைகள், ஆசனவாய், பாலுறுப்பு என கர்மத்தை செய்வதற்கு ஐந்து புலன்கள் உள்ளன. புலன்களுக்கு அப்பால் மனம் உள்ளது. உள்ளிருக்கக் கூடிய அந்த மனம், உள்ளிருக்கும் புலன் என்று கூறப்படுகின்றது. எனவே, மனம் உட்பட, மொத்தம் பதினொன்று புலன்கள் உள்ளன. பின்னர், வாசனை, சுவை, உருவம், தொடு உணர்வு, ஒலி என ஐந்து புலன் பொருட்கள் உள்ளன. இந்த இருபத்துநான்கு மூலகங்களும் இணைந்து செயல்களின் களம் என்று அறியப்படுகின்றன. இந்த இருபத்துநான்கு விஷயங்களைப் பற்றி ஒருவன் ஆராய்ந்து கற்றால், செயலின் களத்தைப் பற்றி அவனால் மிகவும் நன்றாகப் புரிந்துகொள்ள முடியும். பிறகு, விருப்பு வெறுப்பு, இன்ப துன்பம் முதலிய மாறுபாடுகள் உள்ளன, இவை ஸ்தூல உடலில் பஞ்ச பூதங்களின் பிரதிநிதிகளாக உள்ளன. உணர்வின் மூலமாகவும் திடமான நம்பிக்கையின் மூலமாகவும் உணரப்படும் உயிரின் அறிகுறிகள், சூட்சும உடலின் (மனம், புத்தி, அஹங்காரத்தின்) தோற்றமாகும். செயல்களின் களம் இந்த சூட்சும மூலப் பொருட்களையும் உள்ளடக்கியதாகும்.

அஹங்காரத்தினை ஸ்தூலமான நிலையில் வெளிக் காட்டுவதே பஞ்ச பூதங்கள். அந்த அஹங்காரமானது, அதன் ஆரம்ப நிலையான *தாமஸ-பு₃த்₃தி₄யின்* (தமோ குண புத்தியின் அல்லது பௌதிக கருத்தின்) தோற்றமாகும். மேலும், *தாமஸ-பு₃த்₃தி₄யானது*, ஜட இயற்கையின் முக்குணங்களின் தோன்றாத நிலையின் தோற்றமாகும்.

ஜட இயற்கை குணங்களின் அத்தகு தோன்றாத நிலை *ப்ரதா$_4$ன* எனப்படும்.

இருபத்துநான்கு மூலப் பொருட்களை அவற்றின் மாறுபாடுகளுடன் விவரமாக அறிய விரும்புபவர், தத்துவங்களை மிகவும் விரிவாக கற்க வேண்டும். பகவத் கீதையில் இவை சுருக்கமாகவே கொடுக்கப்பட்டுள்ளன.

இவ்வெல்லா கூற்றுகளின் பிரதிநிதியான உடலில் ஆறு விதமான மாற்றங்கள் உண்டு: பிறக்கின்றது, வளர்கின்றது, சில காலம் இருக்கின்றது, உப பொருட்களை உற்பத்திச் செய்கின்றது, அழியத் தொடங்குகின்றது, இறுதி நிலையில் மறைகின்றது. எனவே, களம் என்பது நிலையற்ற ஜடப் பொருளே. இருப்பினும், களத்தை அறிபவனான அதன் உரிமையாளன் (*க்ஷேத்ர-ஜ்ஞ*) களத்திலிருந்து வேறுபட்டவன்.

ஸ்லோகங்கள் 8–12

अमानित्वमदम्भित्वमहिंसा क्षान्तिरार्जवम् ।
आचार्योपासनं शौचं स्थैर्यमात्मविनिग्रहः ॥ ८ ॥
इन्द्रियार्थेषु वैराग्यमनहङ्कार एव च ।
जन्ममृत्युजराव्याधिदुःखदोषानुदर्शनम् ॥ ९ ॥
असक्तिरनभिष्वङ्गः पुत्रदारगृहादिषु ।
नित्यं च समचित्तत्वमिष्टानिष्टोपपत्तिषु ॥ १० ॥
मयि चानन्ययोगेन भक्तिरव्यभिचारिणी ।
विविक्तदेशसेवित्वमरतिर्जनसंसदि ॥ ११ ॥
अध्यात्मज्ञाननित्यत्वं तत्त्वज्ञानार्थदर्शनम् ।
एतज्ज्ञानमिति प्रोक्तमज्ञानं यदतोऽन्यथा ॥ १२ ॥

அமானித்வம் அத$_3$ம்பி$_4$த்வம் அஹிம்'ஸா க்ஷாந்திர் ஆர்ஜவம்
ஆசார்யோபாஸனம்' ஷௌ$_2$சம்' ஸ்தை$_2$ர்யம் ஆத்ம-விநிக்$_3$ரஹ:

இந்த்$_3$ரியார்தே$_2$ஷு வைராக்$_3$யம் அனஹங்கார ஏவ ச
ஜன்ம-ம்ரு'த்யு-ஜரா-வ்யாதி$_4$- து:$_3$க$_2$-தோ$_3$ஷானுத$_3$ர்ஷ$_2$ணம்

அஸக்திர் அனபி$_4$ஷ்வங்க:$_3$ புத்ர-தா$_3$ர-க்$_3$ரு'ஹாதி$_3$ஷு
நித்யம்' ச ஸம-சித்தத்வம் இஷ்டானிஷ்டோபபத்திஷு

மயி சானன்ய-யோகே$_3$ன ப$_4$க்திர் அவ்யபி$_4$சாரிணீ
விவிக்த-தே$_3$ஷ$_2$-ஸேவித்வம் அரதிர் ஜன-ஸம்'ஸதி$_3$

அத்$_4$யாத்ம-ஜ்ஞான-நித்யத்வம்' தத்த்வ-ஜ்ஞானார்த$_2$-த$_3$ர்ஷ$_2$ணம்
ஏதஜ் ஜ்ஞானம் இதி ப்ரோக்தம் அஜ்ஞானம்' யத்$_3$ அதோ 'ன்யதா$_2$

அமானித்வம்—அடக்கம்; *அத$_3$ம்பி$_4$த்வம்*—கர்வமில்லாமை; *அஹிம்ஸா*—அகிம்சை; *க்ஷாந்தி:*—பொறுமை; *ஆர்ஜவம்*—எளிமை; *ஆசார்ய-உபாஸனம்*—அங்கீகரிக்கப்பட்ட ஆன்மீக குருவை அணுகுதல்; *ஷௌ$_2$சம்*—தூய்மை; *ஸ்தை$_2$ர்யம்*—தளராமை; *ஆத்ம-விநிக்$_3$ரஹ:*—சுயக் கட்டுப்பாடு; *இந்த்$_3$ரிய-அர்தே$_2$ஷு*—புலன்களின் விஷயத்தில்; *வைராக்$_3$யம்*—துறவு; *அனஹங்கார:*—அஹங்காரமின்றி இருத்தல்; *ஏவ*—நிச்சயமாக; *ச*—மேலும்; *ஜன்ம*—பிறப்பு; *ம்ரு'த்யு*—இறப்பு; *ஜரா*—முதுமை; *வ்யாதி$_4$*—நோய்; *து:$_3$க:$_2$*—துன்பம்; *தோ$_3$ஷ*—களங்கம்; *அனுத$_3$ர்ஷ$_2$னம்*—கவனித்துக் கொண்டு; *அஸக்தி:*—பற்றுதலின்றி; *அனபி$_4$ஷ்வங்க:$_3$*—தொடர்பின்றி; *புத்ர*—மகன்; *தா$_3$ர*—மனைவி; *க்$_3$ரு'ஹ-ஆதி$_3$ஷு*—வீடு முதலான; *நித்யம்*—நித்யமான; *ச*—மேலும்; *ஸம-சித்தத்வம்*—சமநிலையோடு; *இஷ்ட*—விருப்பத்திற்குரிய; *அனிஷ்ட*—வெறுப்பிற்குரிய; *உபபத்திஷு*—அடைவதால்; *மயி*—என்னிடம்; *ச*—மேலும்; *அனன்ய யோகே$_3$ன*—கலப்படமற்ற பக்தித் தொண்டால்; *ப$_4$க்தி:*—பக்தி; *அவ்யபி$_4$சாரிணீ*—இடைவிடாமல்; *விவிக்த*—தனியான; *தே$_3$ஷ$_2$*—இடம்; *ஸேவித்வம்*—விரும்பி; *அரதி:*—பற்றின்றி; *ஜன-ஸம்ஸதி$_3$*—பொதுமக்களிடம்; *அத்$_4$யாத்ம*—ஆத்மா பற்றிய; *ஜ்ஞான*—ஞானம்; *நித்யத்வம்*—நிலையான தன்மை; *தத்த்வ-ஜ்ஞான*—தத்துவ ஞானம்; *அர்த$_2$*—பொருளுக்காக; *த$_3$ர்ஷ$_2$னம்*—தத்துவம்; *ஏதத்*—இவையெல்லாம்; *ஜ்ஞானம்*—ஞானம்; *இதி*—இவ்வாறு; *ப்ரோக்தம்*—அறிவிக்கின்றேன்; *அஜ்ஞானம்*—அறியாமை; *யத்*—எது; *அத:$_3$*—இதிலிருந்து; *அன்யதா$_2$*—பிற.

அடக்கம்; கர்வமின்மை; அகிம்சை; பொறுமை; எளிமை; அங்கீகரிக்கப்பட்ட ஆன்மீக குருவை அணுகுதல்; தூய்மை; தளராமை; சுயக் கட்டுப்பாடு; புலனுகர்ச்சிப் பொருட்களைத் துறத்தல்; பொய் அஹங்காரம் இல்லாதிருத்தல்; பிறப்பு, இறப்பு, முதுமை, நோய் ஆகியவற்றின் துன்பத்தினை கவனித்தல்; குழந்தைகள், மனைவி, வீடு மற்றும் இதர பந்தத்திலிருந்து விடுபட்டு இருத்தல்; விருப்பு வெறுப்புகளில் சமநிலை; என் மீதான நித்தியமான களங்கமற்ற பக்தி; தனிமையான இடங்களில் வாழ விரும்புதல்; பொது மக்களிடமிருந்து விலகியிருத்தல்; ஆத்ம ஞானத்தின் முக்கியத்துவத்தை ஏற்றல்; பரம சத்தியத்தை அறிவதற்கான தத்துவ ஆய்வு—இவையனைத்தையும் நான் ஞானமாக அறிவிக்கின்றேன், இவற்றைத் தவிர மற்றவை அனைத்தும் அறியாமையே ஆகும்.

பொருளுரை: இங்கு விளக்கப்பட்டுள்ள ஞான முறையினை செயற் களத்தின் மூலக்கூறுகளுக்கு இடையிலான விளைவு என்று சிறுமதி

படைத்த நபர்கள் சில சமயங்களில் தவறாகப் புரிந்துகொள்கின்றனர். ஆனால் உண்மையில் இதுவே ஞானத்திற்கான சரியான வழிமுறையாகும். இவ்வழி முறையை ஏற்றுக் கொண்டால் மட்டுமே பூரண உண்மையை அணுகுவதற்கான வாய்ப்பு உண்டு. மேலே குறிப்பிட்டபடி, இவ்வழிமுறை இருபத்துநான்கு மூலக்கூறுகளுக்கு இடையிலான விளைவு அல்ல. உண்மையில், அந்த மூலக்கூறுகளின் பந்தத்திலிருந்து விடுபடுவதற்கு இதுவே வழியாகும். இவ்வுடல், இருபத்துநான்கு மூலக்கூறுகளால் உண்டாக்கப்பட்ட கூண்டினைப் போன்றது. இத்தகு உடலினால் கட்டுண்ட ஆத்மா பிணைக்கப்பட்டுள்ளது, இங்கு விவரிக்கப்பட்டுள்ள ஞான வழிமுறை அதிலிருந்து விடுபடுவதற்கு உண்டானதாகும். ஞான வழிமுறையாக இங்கு விளக்கப்பட்டவை அனைத்திலும் மிக முக்கியமானக் கருத்து, பதினொன்றாம் ஸ்லோகத்தின் முதல் வரியில் விளக்கப்பட்டுள்ளது. *மயி சானன்ய-யோகே₃ன ப₄க்திர் அவ்யபி₄சாரிணீ*—ஞானத்தின் வழிமுறை பகவானிடம் கலப்பற்ற பக்தித் தொண்டு செய்வதில் முற்றுப் பெறுகின்றது. எனவே, பகவானுடைய தெய்வீகத் தொண்டை அடையாவிடில், அல்லது அடைய முடியாவிடில், இதர பத்தொன்பது விஷயங்களுக்கு எவ்வித மதிப்பும் இல்லை. ஆனால் பூரண கிருஷ்ண உணர்வுடன் ஒருவன் பக்தித் தொண்டை ஏற்றால், இதர பத்தொன்பது விஷயங்களும் தாமாகவே அவனுக்குள் வளர்ச்சிபெறும். *யஸ்யாஸ்தி ப₄க்திர் ப₄க₃வத்-யகிஞ்சனா ஸர்வைர் கு₃ணைஸ் தத்ர ஸமாஸதே ஸுரா:* என்று ஸ்ரீமத் பாகவதத்தில் (5.18.12) கூறப்பட்டுள்ளது. பக்தித் தொண்டின் தளத்தை அடைந்தவனிடம் ஞானத்திற்கான அனைத்து நற்குணங்களும் வளரும். எட்டாவது ஸ்லோகத்தில் குறிப்பிட்டுள்ள, ஆன்மீக குருவை ஏற்றல் என்னும் கொள்கை அத்தியாவசியமானதாகும். பக்தித் தொண்டை ஏற்றுக்கொள்பவனுக்கும் அது மிகவும் முக்கியமானது. அங்கீகாரம் பெற்ற ஆன்மீக குருவை ஏற்கும்போது, ஒருவனது தெய்வீக வாழ்வு தொடங்குகின்றது. பரம புருஷ பகவானான ஸ்ரீ கிருஷ்ணர், ஞானத்தின் இத்தகு வழிமுறையே உண்மையான பாதை என்று தெளிவாகக் கூறுகின்றார். இதற்கு அப்பாற்பட்டு எதை யூகித்தாலும் அஃது அபத்தமானதாகும்.

இங்கே விளக்கப்பட்ட ஞானத்தின் விஷயங்கள் ஒவ்வொன்றும் பின்வருமாறு ஆய்ந்து அறியப்பட வேண்டும். அடக்கம் என்றால், பிறரால் மதிக்கப்படுவதில் திருப்தியடைய ஒருவன் ஆவலாக இருக்கக் கூடாது என்று பொருள். பௌதிகமயமான வாழ்க்கை, பிறரிடமிருந்து மரியாதையைப் பெற நம்மைத் தூண்டுகின்றது.

ஆனால் தான் இந்த உடலல்ல என்பதை அறிந்து, பக்குவ ஞானத்தில் இருக்கும் மனிதனின் கண்ணோட்டத்தில், மரியாதையும் சரி, அவமரியாதையும் சரி, இவ்வுடலைச் சார்ந்த அனைத்தும் உபயோக மற்றவை. வஞ்சகமான இந்த ஜட சக்தியின் பின் ஒருவன் ஆவலாக பறக்கக் கூடாது. மக்கள் தங்களது மதத்தின் அடிப்படையில் புகழ் பெற வேண்டும் என்பதில் மிகவும் ஆவலாக உள்ளனர். இதன் விளைவாக, சில சமயங்களில், மத நெறிகளைப் பற்றி புரிந்துகொள்ளாமல், மத நெறிகளை உண்மையில் பின்பற்றாத ஏதேனும் ஒரு கூட்டத்துடன் ஒருவன் இணைவதையும், அதன் பின்னர் தன்னை மத ஆலோசகனாக விளம்பரம் செய்துகொள்ள விரும்புவதையும் நாம் காண்கிறோம். ஆன்மீக விஞ்ஞானத்தின் உண்மையான மேம்பாட்டைப் பொறுத்தவரை, தான் எவ்வளவு முன்னேறியுள்ளோம் என்பதைக் காண ஒருவன் தன்னை சோதனை செய்து பார்க்க வேண்டும். இங்கு கொடுக்கப்பட்டுள்ள விஷயங்களை வைத்து அவன் தீர்மானிக்கலாம்.

அகிம்சை என்பது, உடலைக் கொல்லாமலிருப்பது அல்லது அழிக்காமலிருப்பது என்ற பொருளில் பொதுவாக உபயோகிக்கப் படுகின்றது. ஆனால் உண்மையில், அகிம்சை என்றால், பிறரை துன்பத்திற்கு உள்ளாக்காமல் இருப்பது என்று பொருள். பொதுவாக, பௌதிகமயமான வாழ்வு என்னும் அறியாமையினால், மக்கள் பிணைக்கப்பட்டுள்ளனர், இதனால் அவர்கள் இடையறாது ஜடத் துன்பங்களை அனுபவிக்கின்றனர். எனவே, ஆன்மீக ஞானத்தின் தளத்திற்கு ஒருவன் மக்களை உயர்த்தாவிடில், அவன் ஹிம்சையையே பயிற்சி செய்கிறான். மக்களிடம் உண்மையான ஞானத்தை விநியோகிப்பதற்கு ஒருவன் தன்னால் இயன்ற அளவு முயல வேண்டும், அதன் மூலம் மக்கள் தெளிவுபெற்று இந்த ஜடவுலக பந்தத்திலிருந்து விடுதலை பெற முடியும். இதுவே அகிம்சை எனப்படும்.

பொறுமை என்றால், மற்றவர்களிடமிருந்து அவ மரியாதையையும் நிந்தனையையும் தாங்கிக்கொள்ள பயிற்சி பெற்றவனாக இருக்க வேண்டும் என்று பொருள். ஆன்மீக ஞானத்தின் முன்னேற்றத்தில் ஒருவன் ஈடுபட்டிருந்தால், பிறரிடமிருந்து பற்பல நிந்தனைகளையும் அவமதிப்பையும் பெற வேண்டியிருக்கும். ஜட இயற்கையின் அமைப்பு இவ்வாறு இருப்பதால், இஃது எதிர்பார்க்கக்கூடியதே. ஆன்மீக ஞானத்தை வளர்ப்பதில் ஈடுபட்டிருந்த ஐந்து வயதுச் சிறுவனான பிரகலாதன் கூட, அவனது தந்தை அவனது பக்திக்கு விரோதியானபோது, பெரும் ஆபத்திற்கு உள்ளாக்கப்பட்டான். பற்பல

வழிகளில் அவனைக் கொலை செய்ய அவனது தந்தை முயன்றும்கூட, பிரகலாதன் அவரைப் பொறுத்துக் கொண்டான். எனவே, ஆன்மீக ஞானத்தில் முன்னேற்றமடைவதில் பற்பல தடங்கல் இருக்கலாம், ஆனால் நாம் பொறுமையுடன் இருந்து, நமது முன்னேற்றத்தை உறுதியுடன் தொடர வேண்டும்.

எளிமை என்றால், கபடத்தனம் இன்றி, தனது எதிரிக்குகூட உண்மையை வெளிப்படுத்தும் அளவிற்கு நேர்மையானவனாக இருக்க வேண்டும் என்று பொருள். ஆன்மீக குருவை ஏற்பதைப் பொறுத்தவரையில், அது மிகவும் அத்தியாவசியமானதாகும்; ஏனெனில், அங்கீகரிக்கப்பட்ட ஆன்மீக குருவின் உபதேசங்களின்றி ஆன்மீக விஞ்ஞானத்தில் முன்னேற்றம் காண முடியாது. ஒருவன் பூரண அடக்கத்துடன் ஆன்மீக குருவை அணுகி அவருக்கு எல்லா விதமான சேவைகளையும் அர்ப்பணிக்க வேண்டும், அதன் மூலம் அவர் திருப்தியடைந்து தனது ஆசிகளை சீடனுக்கு வழங்கும்படி நடந்துகொள்ள வேண்டும். அங்கீகரிக்கப்பட்ட ஆன்மீக குரு கிருஷ்ணருடைய பிரதிநிதி என்பதால், அவர் தனது சீடனுக்கு ஏதேனும் ஆசிகளை வழங்கினால், அஃது அந்த சீடனை உடனடியாக முன்னேற்றமடையச் செய்யும், அவன் ஒழுக்க நெறிகளைக் கடைப்பிடிக்காவிட்டாலும்கூட. வேறுவிதமாகக் கூறினால், எதிர்பார்ப்புகள் ஏதுமின்றி ஆன்மீக குருவிற்கு சேவை செய்பவனால் ஒழுக்க நெறிகளை சுலபமாகப் பின்பற்ற முடியும்.

தூய்மையுடன் இருத்தல், ஆன்மீக வாழ்வில் முன்னேறுவதற்கு மிகவும் அவசியமாகும். தூய்மையில் இரு வகையுண்டு: புறத் தூய்மை, அகத் தூய்மை. புறத் தூய்மை என்பது நீராடுவதைக் குறிக்கும், ஆனால் அகத் தூய்மைக்கு எப்போதும் கிருஷ்ணரையே நினைக்க வேண்டும், ஹரே கிருஷ்ண, ஹரே கிருஷ்ண, கிருஷ்ண கிருஷ்ண, ஹரே ஹரே/ ஹரே ராம, ஹரே ராம, ராம ராம, ஹரே ஹரே என்று உச்சரிக்க வேண்டும். இதுவரை சேர்த்து வைத்துள்ள கர்மவினை என்னும் அழுக்கினை இந்த வழிமுறை மனதிலிருந்து தூய்மை செய்கின்றது.

தளராமை என்றால், ஆன்மீக வாழ்வில் முன்னேற்றமடைவதில் மிகவும் உறுதியுள்ளவனாக இருக்க வேண்டும் என்று பொருள். இத்தகு மனவுறுதி இல்லாவிடில் போதிய அளவு முன்னேற்றமடைய முடியாது. சுயக் கட்டுப்பாடு என்றால், ஆன்மீக முன்னேற்றப் பாதைக்கு எதிரான எதையும் ஏற்கக் கூடாது என்று பொருள். இதை ஒருவன் பழக்கப்படுத்திக் கொண்டு, ஆன்மீக முன்னேற்றப்

பாதைக்கு எதிரான அனைத்தையும் புறக்கணிக்க வேண்டும். இதுவே உண்மையான துறவு. புலன்கள் மிகவும் வலிமையானவை, அவை எப்போதும் புலனின்பத்தைப் பெறுவதில் ஆர்வமாக உள்ளன. தேவையற்ற அத்தகு கோரிக்கைகளுக்கு உணவளிக்கக் கூடாது. உடலைத் தகுதியுடையதாக வைத்துக்கொள்ளும் அளவிற்கு மட்டுமே புலன்கள் திருப்திப்படுத்தப்பட வேண்டும், உடல் தகுதியுடன் இருந்தால் ஆன்மீக வாழ்க்கையின் முன்னேற்றத்திற்கான கடமைகளை சரிவர நிறைவேற்ற முடியும். மிக முக்கியமானதும் கட்டுப்படுத்த முடியாததுமான புலன், நாக்கு. ஒருவனால் நாக்கைக் கட்டுப்படுத்த முடிந்தால், பிறகு இதர புலன்களைக் கட்டுப்படுத்துவதற்கான சாத்தியம் உள்ளது. சுவைப்பதும் உச்சரிப்பதும் நாக்கின் செயல்கள். எனவே, நாக்கினை முறையாக ஒழுங்குபடுத்தி, கிருஷ்ணருக்குப் படைக்கப்பட்ட பிரசாதத்தினை சுவைப்பதிலும், ஹரே கிருஷ்ண மந்திரத்தை உச்சரிப்பதிலும் அதனை ஈடுபடுத்த வேண்டும். கண்களைப் பொறுத்தவரையில், கிருஷ்ணருடைய அழகிய ரூபத்தைத் தவிர வேறு எதையும் காண்பதற்கு அவற்றை அனுமதிக்கக் கூடாது. இது கண்களைக் கட்டுப்படுத்தும். அதுபோலவே, காதுகளை கிருஷ்ணரைப் பற்றிக் கேட்பதிலும் மூக்கினை கிருஷ்ணருக்கு அர்ப்பணிக்கப்பட்ட மலர்களை நுகர்வதிலும் ஈடுபடுத்த வேண்டும். இதுவே பக்தித் தொண்டின் வழிமுறையாகும். மேலும், பகவத் கீதையானது பக்தித் தொண்டின் விஞ்ஞானத்தினை மட்டுமே விளக்குகின்றது என்பதை இங்கிருந்து புரிந்துகொள்ளலாம். பகவத் கீதையின் முக்கியமான குறிக்கோள், ஒரே குறிக்கோள் பக்தித் தொண்டே. பகவத் கீதையின் அறிவற்ற கருத்துரையாளர்கள் வாசகரின் மனதை மற்ற விஷயங்களை நோக்கி திசைத்திருப்ப முயல்கின்றனர், ஆனால் பகவத் கீதையில் பக்தித் தொண்டைத் தவிர வேறு எந்த விஷயமும் கிடையாது.

பொய் அஹங்காரம் என்பது, தன்னை இந்த உடலாக ஏற்றுக்கொள்வதைக் குறிக்கும். "நான் இந்த உடலல்ல, ஆன்மீக ஆத்மா" என்பதைப் புரிந்துகொள்ளும்போது, ஒருவன் உண்மையான அஹங்காரத்தின் நிலைக்கு வருகின்றான். அஹங்காரம் எப்போதும் உள்ளது. பொய் அஹங்காரம் மட்டுமே கண்டனம் செய்யப்படுகின்றது, உண்மை அஹங்காரம் அல்ல. வேத இலக்கியத்தில் (*ப்3ருஹத்3- ஆரண்யக உபநிஷத் 1.4.10*), *அஹம் ப்3ரஹ்மாஸ்மி*, நான் பிரம்மன், நான் ஆன்மீகமயமானவன் என்று கூறப்பட்டுள்ளது. தன்னைப் பற்றிய "நான்" என்னும் இத்தகு தன்னுணர்வு, முக்தி பெற்ற நிலையிலும் கூட உள்ளது. "நான்" என்பதைப் பற்றிய உணர்வு,

அஹங்காரம் எனப்படும், ஆனால் "நான்" என்ற அந்த உணர்வினை பொய்யான உடலின் மீது செலுத்தும்போது, அஹங்காரம், பொய் அஹங்காரமாக மாறுகின்றது. அதே உணர்வினை உண்மையான விஷயத்தில் செலுத்தும்போது, அஃது உண்மை அஹங்காரம் ஆகின்றது. நம்முடைய அடையாளத்தினை (அஹங்காரத்தினை) நாம் விட்டுவிட வேண்டும் என்று சில தத்துவ ஞானிகள் கூறுகின்றனர், ஆனால் அத்தகு அடையாளத்தினை கைவிடுதல் சாத்தியமல்ல. அதே சமயத்தில், உடலுடனான பொய்யான அடையாளத்தினை விட்டுவிட வேண்டும் என்பதை நாங்களும் வலியுறுத்துகிறோம்.

பிறப்பு, இறப்பு, முதுமை, நோய் ஆகியவற்றை ஏற்பதன் துன்பத்தை புரிந்துகொள்ள வேண்டும். பிறப்பைப் பற்றிய விளக்கங்கள் பல்வேறு வேத இலக்கியங்களில் உள்ளன. ஸ்ரீமத் பாகவதத்தில், பிறக்காதவரின் உலகம், தாயின் கருப்பையில் இருக்கும் குழந்தையின் வாழ்வு, அதன் துன்பங்கள் முதலியவை மிக அற்புதமாக விவரிக்கப்பட்டுள்ளன. பிறப்பு துன்பமயமானது என்பதை மிகத் தெளிவாகப் புரிந்துகொள்ள வேண்டும். தாயின் கருவினுள் இருந்தபோது நாம் எவ்வளவு துன்பத்தை அனுபவித்தோம் என்பதை மறப்பதன் காரணத்தினால்தான், பிறப்பு இறப்பின் சூழற்சியிலிருந்து மீள்வதற்கான வழியை நாம் தேடாமல் உள்ளோம். அதுபோல, இறப்பின் சமயத்திலும் பல்வேறு விதமான துன்பங்கள் உள்ளன, இவையும் சாஸ்திரங்களில் குறிப்பிடப்பட்டுள்ளன. இவ்விஷயங்கள் விவாதிக்கப்பட வேண்டியவை. முதுமை, நோய் ஆகியவற்றைப் பொறுத்தவரையில், ஒவ்வொருவருக்கும் அவற்றில் சொந்த அனுபவம் உண்டு. நோயை யாரும் விரும்புவதில்லை, முதுமையையும் யாரும் விரும்புவதில்லை, ஆனால் இவற்றை தவிர்ப்பது சாத்தியமல்ல. பிறப்பு, இறப்பு, முதுமை, நோய் ஆகியவற்றின் துன்பங்களைக் கருத்தில் கொண்டு, ஜட வாழ்வின் மீது வெறுப்புக் கண்ணோட்டம் உடையவர்களாக நாம் மாறாத வரை, ஆன்மீக வாழ்வில் முன்னேற்றமடைவதற்கான ஊக்கம் நமக்குக் கிடைக்காது.

குழந்தைகள், மனைவி, வீடு ஆகியவற்றை துறப்பது என்பதைப் பொறுத்தவரை, அவற்றின் மீது பாசம் வைக்கக் கூடாது என்று பொருளல்ல. அவை இயற்கையாகவே பற்றுதலைக் கொடுக்கும் விஷயங்கள். ஆனால் அவை ஆன்மீக முன்னேற்றத்திற்குச் சாதகமாக இல்லாவிடில், ஒருவன் அவற்றின் மீது பற்றுதல் கொண்டிருக்கக் கூடாது. இல்லத்தை இனிமையாக வைத்திருக்க மிகச்சிறந்த வழி

கிருஷ்ண உணர்வே. இந்த கிருஷ்ண உணர்வு முறை மிகவும் எளிமையானது என்பதால், ஒருவன் பூரண கிருஷ்ண உணர்வில் இருந்தால், அவன் தனது இல்லத்தை இன்பமயமானதாக மாற்றலாம். அவன் செய்ய வேண்டியவை யாதெனில், ஹரே கிருஷ்ண, ஹரே கிருஷ்ண, கிருஷ்ண கிருஷ்ண, ஹரே ஹரே/ ஹரே ராம, ஹரே ராம, ராம ராம, ஹரே ஹரே என்று உச்சரிக்க வேண்டும், கிருஷ்ணருக்குப் படைக்கப்பட்ட உணவினை பிரசாதமாக ஏற்க வேண்டும், பகவத் கீதை, ஸ்ரீமத் பாகவதம் முதலிய நூல்களை விவாதிக்க வேண்டும், மற்றும் விக்ரஹ வழிபாட்டில் ஈடுபட வேண்டும். இந்நான்கு விஷயங்களும் அவனை மகிழ்விக்கும். இவ்வழியில் தனது குடும்ப அங்கத்தினர்களுக்கு ஒருவன் பயிற்சியளிக்க வேண்டும். காலையிலும், மாலையிலும் குடும்பத்தினர் அனைவரும் ஒன்றாக அமர்ந்து, ஹரே கிருஷ்ண, ஹரே கிருஷ்ண, கிருஷ்ண கிருஷ்ண, ஹரே ஹரே/ ஹரே ராம, ஹரே ராம, ராம ராம, ஹரே ஹரே என்று ஜபம் செய்யலாம். நான்கு கொள்கைகளைப் பின்பற்றி, கிருஷ்ண உணர்வினை இவ்வழியில் வளர்த்துக்கொள்ளும்படி, ஒருவன் தனது குடும்ப வாழ்வினை வடிவமைக்க முடிந்தால், அவன் குடும்ப வாழ்விலிருந்து துறவு வாழ்விற்கு மாற்றம் பெற அவசியமில்லை. ஆனால் குடும்ப வாழ்வானது ஆன்மீக முன்னேற்றத்திற்கு உகந்ததாக இல்லாமல், சாதகமற்றதாக இருந்தால், அது நிராகரிக்கப்பட வேண்டும். அர்ஜுனனைப் போல, கிருஷ்ணரை உணர்வதற்காகவும் அவருக்குத் தொண்டு செய்வதற்காகவும் அனைத்தையும் தியாகம் செய்ய வேண்டும். அர்ஜுனன் தனது குடும்பத்தினர்களைக் கொல்ல விரும்பவில்லை, ஆனால் தனது கிருஷ்ண உணர்விற்கு அவர்கள் தடங்கலாக உள்ளனர் என்பதைப் புரிந்து கொண்டவுடன், அவன் கிருஷ்ணரின் உபதேசத்தை ஏற்று, போர் புரிந்து, அவர்களைக் கொன்றான். எப்படியாயினும், குடும்ப வாழ்வின் இன்ப துன்பங்களை ஒருவன் துறந்தேயாக வேண்டும்; ஏனெனில், முழுமையான இன்பத்துடன் இருப்பதோ, முழுமையான துன்பத்துடன் இருப்பதோ, இவ்வுலகில் ஒருபோதும் சாத்தியமல்ல.

ஜட வாழ்வில் இன்பமும் துன்பமும் எப்போதும் தொடர்ந்து வரக் கூடியவை. பகவத் கீதையில் அறிவுறுத்தப்பட்டுள்ளபடி, அவற்றைப் பொறுத்துக்கொள்ள கற்க வேண்டும். வந்துபோகக் கூடியதான இன்பத்தையும் துன்பத்தையும் என்றுமே தடுக்க முடியாது. எனவே, பௌதிகமயமான வாழ்விலிருந்து ஒருவன் விலகியிருக்க வேண்டும், அதன் மூலம் இன்ப துன்பங்களில் சமநிலையுடையவனாக ஆக முடியும். பொதுவாக, நமக்கு விருப்பமானவற்றை அடையும்பொழுது

நாம் மிகவும் மகிழ்கின்றோம், நமக்கு விருப்பமற்ற எதையேனும் அடைந்துவிட்டால் துன்பப்படுகின்றோம். ஆனால் நாம் உண்மையிலேயே ஆன்மீக நிலையில் இருந்தால், இந்த விஷயங்கள் நம்மை பாதிக்காது. அத்தகு நிலையை அடைய சிதையாத பக்தித் தொண்டை நாம் பயிற்சி செய்ய வேண்டும். முறையான பாதையிலிருந்து பிறழாமல் கிருஷ்ணருக்கு பக்தித் தொண்டு செய்வது என்றால், ஒன்பதாம் அத்தியாயத்தின் இறுதி ஸ்லோகத்தில் விளக்கப்பட்டபடி, பக்தித் தொண்டின் ஒன்பது வழிமுறைகளான, கீர்த்தனம், ஸ்ரவணம், அர்ச்சனம், வந்தனம் முதலியவற்றில் ஒருவன் தன்னை ஈடுபடுத்திக்கொள்ள வேண்டும். இந்த வழிமுறையே பின்பற்றப்பட வேண்டியதாகும்.

ஆன்மீகமயமான வாழ்வை ஒருவன் ஏற்றுக்கொள்ளும்போது, இயற்கையாகவே அவன் பௌதிகவாதிகளுடன் சேர விரும்ப மாட்டான். அத்தகு உறவு அவனது சுபாவத்திற்கு எதிரானதாக அமையும். தேவையற்ற உறவுகள் இன்றி, தனியிடத்தில் வாழ்வதில் தன்னிடம் எவ்வளவு விருப்பம் உள்ளது என்பதைக் காண்பதன் மூலம் ஒருவன் தன்னைப் பரிசோதித்துக்கொள்ளலாம். அவசியமற்ற விளையாட்டுகள், திரைப்படத்திற்குச் செல்லுதல், ஏதேனும் சமூக விழாவில் கலந்து கொண்டு அனுபவித்தல் முதலியவற்றில் பக்தனுக்கு இயற்கையிலேயே சுவையேதும் இல்லை; ஏனெனில், அவையெல்லாம் வெறும் கால விரயமே என்பதை அவன் புரிந்து கொண்டுள்ளான். அடுத்ததாக, பல்வேறு ஆராய்ச்சியாளர்களும் தத்துவவாதிகளும், காம வாழ்வைப் பற்றியோ, இதர விஷயங்களைப் பற்றியோ ஆராய்ச்சி செய்கின்றனர், ஆனால் பகவத் கீதையின்படி அத்தகு ஆராய்ச்சிகளுக்கும் தத்துவ அனுமானங்களுக்கும் எவ்வித மதிப்பும் இல்லை. ஏறக்குறைய அவை அபத்தமானவை. பகவத் கீதையின்படி, தத்துவ ஆய்வுகளின் மூலம் ஆத்மாவின் இயற்கையைப் பற்றி ஒருவன் ஆராய்ச்சி செய்ய வேண்டும். அவன் தன்னைப் புரிந்துகொள்வதற்கான ஆராய்ச்சிகளை மேற்கொள்ள வேண்டும். அதுவே இங்கு சிபாரிசு செய்யப்பட்டுள்ளது.

தன்னுணர்வு அடைவதைப் பொறுத்தவரையில், பக்தி யோகமே நடைமுறைக்கு ஒத்துவரக் கூடியது என்று இங்கு தெளிவாகக் கூறப்பட்டுள்ளது. பக்தி என்ற வினா எழுந்த உடனேயே, பரமாத்மாவிற்கும் தனிப்பட்ட ஜீவாத்மாவிற்கும் இடையிலான உறவைக் கருத்தில் கொள்ளுதல் அவசியம். குறைந்தபட்சம், பக்தியின் கண்ணோட்டத்தில், தனிப்பட்ட ஜீவாத்மாவையும், பரமாத்மாவையும் ஒன்றாகக் கருத முடியாது. இங்கே தெளிவாக

குறிப்பிடப்பட்டுள்ளபடி பரமாத்மாவிற்கு ஜீவாத்மா செய்யும் தொண்டு நித்தியமானதாகும். எனவே, பக்தித் தொண்டு நித்தியமானதாகும். இத்தகு தத்துவத்தின் மீதான திட நம்பிக்கையில் ஒருவன் நிலைபெற்றிருக்க வேண்டும்.

ஸ்ரீமத் பாகவதத்தில் (1.2.11) இது விளக்கப்பட்டுள்ளது. *வத₃ந்தி தத் தத்த்வ-வித₃ஸ் தத்த்வம் யஜ் ஜ்ஞானம் அத்₃வயம்.* "பூரண சத்தியத்தை உண்மையாக உணர்ந்தவர்கள், பிரம்மன், பரமாத்மா, பகவான் ஆகிய மூன்று நிலைகளில் தன்னுணர்வு அடையப் படுகின்றது என்று அறிகின்றனர்." பூரண உண்மையை உணர்வதில், பகவான் என்பதே இறுதிச் சொல்; எனவே, முழுமுதற் கடவுளைப் புரிந்துகொள்ளும் தளத்திற்கு உயர்வு பெற்று, அவரது பக்தித் தொண்டில் ஒருவன் ஈடுபட வேண்டும். இதுவே ஞானத்தின் பக்குவநிலையாகும்.

அடக்கத்தைப் பயிற்சி செய்தல் என்ற நிலையில் தொடங்கி, புருஷோத்தமரான முழுமுதற் கடவுளை பரம உண்மையாக உணர்ந்து அறியும் நிலை வரை செல்லக்கூடிய இந்த வழிமுறை ஒரு கட்டிடத்தின் கீழ்த்தளத்திலிருந்து அதன் உச்சிக்குச் செல்லும் மாடிப்படியைப் போன்றது. இந்த படிக்கட்டின் மூலம், முதல் தளம், இரண்டாம் தளம், அல்லது மூன்றாவது தளத்தை பலர் அடைந்துள்ளனர், ஆனால் கிருஷ்ணரைப் புரிந்துகொள்ளுதல் என்னும் உச்சித்தளத்தை அடையாத வரை, அவன் ஞானத்தின் கீழ்நிலையிலேயே இருக்கின்றான். யாரேனும் இறைவனுடன் போட்டியிட்டுக் கொண்டு, அதே சமயத்தில் ஆன்மீக ஞானத்தில் முன்னேற்றமடையவும் விரும்பினால், அவன் விரக்தியடைவான். பணிவு என்பது இல்லாவிடில், புரிந்துகொள்ளுதல் என்பது சாத்தியமல்ல என்று இங்கு தெளிவாகக் கூறப்பட்டுள்ளது. தன்னையே கடவுளாக நினைத்தல், கர்வத்தின் மிகவுயர்ந்த நிலையாகும். ஜட இயற்கையின் கடுமையான சட்டங்களினால் ஜீவாத்மா எப்போதும் உதைபடுகிறான், இருப்பினும், அறியாமையின் காரணத்தினால், "நானே கடவுள்" என்று அவன் நினைக்கின்றான். எனவே, ஞானத்தின் தொடக்கம் *அமானித்வ,* பணிவுடன் இருத்தல். பணிவுடன் இருந்து, தான் முழுமுதற் கடவுளுக்குக் கீழ்ப்பட்டவன் என்பதை ஒருவன் அறிந்துகொள்ள வேண்டும். முழுமுதற் கடவுளுக்கு எதிராக, பணிவின்றி இருந்த காரணத்தால், அவன் ஜட இயற்கைக்குக் கீழ்ப்பட வேண்டியுள்ளது. இந்த உண்மையை அறிந்து இதில் பூரண நம்பிக்கை உள்ளவனாக ஒருவன் இருக்க வேண்டும்.

ஸ்லோகம் 13

ज्ञेयं यत्तत्प्रवक्ष्यामि यज्ज्ञात्वामृतमश्नुते ।
अनादिमत्परं ब्रह्म न सत्तन्नासदुच्यते ॥ १३ ॥

ஜ்ஞேயம்' யத் தத் ப்ரவக்ஷ்யாமி யஜ் ஜ்ஞாத்வாம்ரு'தம் அஷ்$_2$னுதே
அனாதி$_3$ மத்-பரம்' ப்$_3$ரஹ்ம ந ஸத் தன் நாஸத்$_3$ உச்யதே

ஜ்ஞேயம்—அறியப்படும் பொருள்; *யத்*—எது; *தத்*—அந்த; *ப்ரவக்ஷ்யாமி*—இப்போது விளக்குகின்றேன்; *யத்*—எதை; *ஜ்ஞாத்வா*—அறிவதால்; *அம்ரு'தம்*—அமிர்தம்; *அஷ்$_2$னுதே*—சுவைப்பாய்; *அனாதி$_3$*—ஆரம்பமற்ற; *மத்-பரம்*—எனக்குக் கீழ்ப்பட்ட; *ப்$_3$ரஹ்ம*—ஆத்மா; *ந*—அல்ல; *ஸத்*—காரணம்; *தத்*—அந்த; *ந*—அல்ல; *அஸத்*—விளைவு; *உச்யதே*—கூறப்படுகின்றது.

தற்போது, எதை அறிவதால் நீ அமிர்தத்தை சுவைப்பாயோ, அந்த அறியப்படும் பொருளை நான் உனக்கு விளக்குகின்றேன். ஆரம்பம் இல்லாததும், எனக்குக் கீழ்ப்பட்டதும், பிரம்மன், ஆத்மா என்று கூறப்படுவதுமான இது, ஜடவுலகின் காரணம் மற்றும் விளைவுகளுக்கு அப்பாற்பட்டு விளங்குகின்றது.

பொருளுரை: செயல்களின் களத்தையும், களத்தை அறிபவனையும் இறைவன் விளக்கிவிட்டார். மேலும், களத்தை அறிபவனை அறிந்துகொள்வதற்கான வழிமுறையையும் அவர் விளக்கிவிட்டார். தற்போது, அவர், ஞானத்தினால் அறியப்பட வேண்டியவற்றை, ஒன்றன்பின் ஒன்றாக (முதலில் ஆத்மா, பின்னர் பரமாத்மா என) விளக்குகின்றார். ஆத்மா, பரமாத்மாவைப் பற்றிய அறிவினால், ஒருவன் வாழ்வின் அமிர்தத்தைச் சுவைக்க முடியும். இரண்டாம் அத்தியாயத்தில் விளக்கப்பட்டபடி, உயிர்வாழி நித்தியமானவன். இஃது இங்கும் உறுதி செய்யப்பட்டுள்ளது. ஜீவாத்மாவிற்கு பிறந்த நாள் என்று எந்தவொரு குறிப்பிட்ட தினமும் கிடையாது. பரம புருஷரிடமிருந்து வெளிப்பட்ட ஜீவாத்மாவின் சரித்திரத்தை யாராலும் கண்டறிய முடியாது. எனவே, அஃது ஆரம்பம் இல்லாதது எனப்படும். வேத இலக்கியம் இதனை உறுதிசெய்கின்றது: *ந ஜாயதே ம்ரியதே வா விபஷ்$_2$சித்* (கட$_2$ உபநிஷத் 1.2.18). உடலை அறிபவன் என்றும் பிறப்பதில்லை, என்றும் இறப்பதில்லை, அவன் பூரண அறிவுடையவன்.

முழுமுதற் கடவுள் பரமாத்மாவாக உள்ளார் என்பது வேத இலக்கியத்திலும் (*ஷ்$_2$வேதாஷ்$_2$வதர* உபநிஷத் 6.16) கூறப்பட்டுள்ளது, *ப்ரதா$_4$ன-க்ஷேத்ரஜ்ஞ-பதிர் கு$_3$ணேஷ:$_2$*, உடலை அறிபவரில் முதன்மையானவராகவும் முக்குணங்களின்

எஜமானராகவும் விளங்குபவர் முழுமுதற் கடவுளே. ஸ்மிருதியில் கூறப்பட்டுள்ளது, *தா$_3$ஸ-பூ$_4$தோ ஹரேர் ஏவ நான்யஸ்வைவ கதா$_3$சன*. ஜீவாத்மாக்கள் பரம புருஷருடைய சேவையில் நித்தியமாக ஈடுபட்டுள்ளனர். இது பகவான் சைதன்யரின் போதனைகளிலும் உறுதி செய்யப்பட்டுள்ளது. எனவே, பிரம்மனைப் பற்றி இந்த ஸ்லோகத்தில் கொடுக்கப்பட்டுள்ள விவரங்கள் ஜீவாத்மாவைப் பற்றியதாகும். பிரம்மன் என்னும் சொல் உயிர்வாழியைப் பற்றிக் குறிப்பிடப்படும்பொழுது, அது *விஜ்ஞான-ப்$_3$ரஹ்ம* என்றும், *ஆனந்த$_3$-ப்$_3$ரஹ்ம* அல்ல என்றும் புரிந்துகொள்ளப்பட வேண்டும். *ஆனந்த$_3$-ப்$_3$ரஹ்ம* என்பது பரபிரம்மனான முழுமுதற் கடவுளைக் குறிக்கும்.

ஸ்லோகம் 14

सर्वत: पाणिपादं तत्सर्वतोऽक्षिशिरोमुखम् ।
सर्वत: श्रुतिमल्लोके सर्वमावृत्य तिष्ठति ॥ १४ ॥

ஸர்வத: பாணி-பாத$_3$ம்' தத் ஸர்வதோ 'க்ஷி-ஷி$_2$ரோ-முக$_2$ம்
ஸர்வத: ஷ்$_2$ருதிமல் லோகே ஸர்வம் ஆவ்ரு'த்ய திஷ்ட$_2$தி

ஸர்வத:—எங்கும்; *பாணி*—கரங்கள்; *பாத$_3$ம்*—கால்கள்; *தத்*—அந்த; *ஸர்வத:*—எங்கும்; *அக்ஷி*—கண்கள்; *ஷி$_2$ர:*—தலை; *முக$_2$ம்*—முகம்; *ஸர்வத:*—எங்கும்; *ஷ்$_2$ருதி-மத்*—காதுகள் இருக்கின்றன; *லோகே*—உலகத்தில்; *ஸர்வம்*—எல்லா; *ஆவ்ரு'த்ய*—திரையிட்டு; *திஷ்ட$_2$தி*—இருக்கின்றது.

அவரது கரங்கள், கால்கள், கண்கள், மற்றும் முகங்கள் எல்லா இடங்களிலும் உள்ளன. எல்லா இடங்களிலும் அவரது காதுகளும் உள்ளன. இவ்வாறாக எங்கும் வீற்றிருப்பவராக பரமாத்மா விளங்குகின்றார்.

பொருளுரை: சூரியன் தனது கதிர்களை எங்கும் பரப்பிய வண்ணம் இருப்பதைப் போல, புருஷோத்தமரான முழுமுதற் கடவுளும் (பரமாத்மாவும்) உள்ளார். எங்கும் வியாபித்திருக்கும் உருவில் அவர் இருக்கின்றார், மேலும், எல்லாத் தனிப்பட்ட உயிர்வாழிகளும் அவரில் இருக்கின்றனர், மாபெரும் ஆதி குருவான பிரம்மாவிலிருந்து தொடங்கி மிகச்சிறிய எறும்பு வரை அனைவரும் அவரில் உள்ளனர். எண்ணற்ற தலைகள், கால்கள், கரங்கள், கண்கள், மற்றும் எண்ணற்ற உயிர்வாழிகளும் இருக்கின்றனர். இவையெல்லாம் பரமாத்மாவின் மீதும் பரமாத்மாவிலும் உள்ளன. எனவே, பரமாத்மா எங்கும் நிறைந்தவர். தனிப்பட்ட ஆத்மாவினால், தனது கரங்கள், கால்கள், மற்றும் கண்கள் எங்குமிருப்பதாகக் கூற முடியாது. அது சாத்தியமல்ல.

அறியாமையின் காரணத்தினால் தனது கரங்களும் கால்களும் எல்லா இடங்களிலும் பரவியிருப்பதை தான் உணராமல் இருக்கின்றேன் என்றும், தக்க ஞானத்தை அடையும்பொழுது அந்த நிலைக்கு வந்துவிடலாம் என்றும் ஜீவாத்மா நினைத்தால், அவனது எண்ணம் முரண்பாடானதாகும். அதாவது, ஜட இயற்கையின் கட்டுப்பாட்டிற்குள் வந்த ஜீவாத்மா பரமனாக இருக்க முடியாது என்பதே இதன் பொருள். பரமன் தனிப்பட்ட ஜீவாத்மாவிலிருந்து வேறுபட்டவர். தனது கரத்தை எல்லையின்றி நீட்டிக்க அந்த பரமனால் முடியும்; ஜீவாத்மாவினால் அஃது இயலாது. தமக்கு பூவோ, பழமோ, சிறிது நீரோ யாரேனும் சமர்ப்பித்தால், அதை தாம் ஏற்றுக்கொள்வதாக பகவத் கீதையில் பகவான் கூறுகின்றார். பகவான் மிகவும் தூரத்தில் இருந்தால், எவ்வாறு அவரால் பொருட்களை ஏற்க முடியும்? இதுவே பகவானுடைய சர்வ வல்லமை: பூமியிலிருந்து மிகமிகத் தொலைவிலுள்ள தனது சொந்த லோகத்தில் அவர் வீற்றிருந்தாலும், யாரேனும் எதையாவது அர்ப்பணித்தால் அதை ஏற்பதற்கு தனது கரத்தை அவரால் நீட்டிக்க இயலும். இதுவே அவரது சக்தி. பிரம்ம சம்ஹிதையில் (5.37), *கோ$_3$லோக ஏவ நிவஸத்யகி$_2$லாத்ம-பூ$_4$த:*—அவர் தனது தெய்வீக உலகில் எப்போதும் லீலைகளில் ஈடுபட்டிருந்தாலும், எங்கும் பரவியுள்ளார் என்று கூறப்பட்டுள்ளது. ஜீவாத்மாவினால் தான் எங்கும் பரவியிருப்பதாக கூறிக்கொள்ள முடியாது. எனவே, இந்த ஸ்லோகம் முழுமுதற் கடவுளான பரமாத்மாவையே விவரிக்கின்றது, ஜீவாத்மாவை அல்ல.

ஸ்லோகம் 15

सर्वेन्द्रियगुणाभासं सर्वेन्द्रियविवर्जितम् ।
असक्तं सर्वभृच्चैव निर्गुणं गुणभोक्तृ च ॥ १५ ॥

ஸர்வேந்த்$_3$ரிய-கு$_3$ணாபா$_4$ஸம்' ஸர்வேந்த்$_3$ரிய-விவர்ஜிதம்
அஸக்தம்' ஸர்வ-ப்$_4$ரு'ச் சைவ நிர்கு$_3$ணம்' கு$_3$ண-போ$_4$க்த்ரு' ச

ஸர்வே—எல்லா; *இந்த்$_3$ரிய*—புலன்கள்; *கு$_3$ண*—குணங்கள்; *ஆபா$_4$ஸம்*—மூல காரணம்; *ஸர்வ*—எல்லா; *இந்த்$_3$ரிய*—புலன்கள்; *விவர்ஜிதம்*—இல்லாமல்; *அஸக்தம்*—பற்றின்றி; *ஸர்வ-ப்$_4$ரு'த்*—அனைவரையும் பராமரிப்பவர்; *ச*—மேலும்; *ஏவ*—நிச்சயமாக; *நிர்கு$_3$ணம்*—ஜட குணங்கள் இன்றி; *கு$_3$ண-போ$_4$க்த்ரு'*—குணங்களின் எஜமானர்; *ச*—மேலும்.

எல்லா புலன்களுக்கும் மூலகாரணம் பரமாத்மாவே, இருப்பினும் அவரிடம் புலன்கள் கிடையாது. அவரே எல்லா உயிர்வாழிகளையும் பராமரிப்பவர், இருப்பினும் அவர் பற்றற்றவராக உள்ளார். அவர் இயற்கையின் குணங்களுக்கு அப்பாற்பட்டவர், அதே சமயத்தில், ஜட இயற்கையின் எல்லா குணங்களுக்கும் அவரே எஜமானர்.

பொருளுரை: உயிர்வாழிகளின் எல்லாப் புலன்களுக்கும் பகவானே மூலம், இருப்பினும், உயிர்வாழிகளிடம் இருப்பதைப் போன்ற ஜடப் புலன்கள் அவரிடம் இல்லை. உண்மையில், தனிப்பட்ட ஆத்மாக்களும் ஆன்மீகப் புலன்களை உடையவர்களே, ஆனால் அப்புலன்கள் கட்டுண்ட வாழ்வின் காரணத்தினால் பௌதிக மூலக்கூறுகளால் மூடப்பட்டு, அவற்றின் செயல்கள் யாவும் ஜடத்தின் மூலமாக நிறைவேற்றப்படுகின்றன. பகவானின் புலன்கள் இதுபோன்று மூடப்படுபவை அல்ல. அவரது புலன்கள் தெய்வீகமானவை, எனவே *நிர்கு$_3$ண* என்று அழைக்கப்படுகிறார். *கு$_3$ண* என்பது ஜட இயற்கையின் குணங்களைக் குறிக்கும், ஆனால் அவரது புலன்கள் ஜடத்தின் திரைக்கு அப்பாற்பட்டவை. அவை நமது புலன்களைப் போன்றவை அல்ல, என்பது புரிந்துகொள்ளப்பட வேண்டும். புலன் சார்ந்த நமது இயக்கங்களுக்கு அவரே மூலம் என்றபோதிலும், அவரது தெய்வீகப் புலன்கள் களங்கமற்றவையாக உள்ளன. இது *ஷ்$_2$வேதாஷ்$_2$வதர* உபநிஷத்தின் (3.19), *அபாணி-பாதோ$_3$ ஜவனோ க்$_3$ரஹீதா* என்னும் ஸ்லோகத்தில் மிக அருமையாக விளக்கப்பட்டுள்ளது. பரம புருஷ பகவானிடம் களங்கமான பௌதிக கரங்கள் கிடையாது, ஆனால் யாகத்தில் அர்ப்பணிக்கப்படும் எதையும் ஏற்றுக்கொள்ளத்தக்க கைகளை அவர் கொண்டுள்ளார். இதுவே கட்டுண்ட ஆத்மாவிற்கும் பரமாத்மாவிற்கும் உள்ள வேறுபாடு. அவரிடம் ஜடக் கண்கள் இல்லை, ஆனால் கண்கள் உண்டு—இல்லாவிடில் அவரால் எப்படிப் பார்க்க முடியும்? கடந்தகாலம், நிகழ்காலம், எதிர்காலம் என எல்லாவற்றையும் அவர் காண்கின்றார். எல்லா உயிர்வாழிகளின் இதயத்திலும் அவர் வாழ்கின்றார், நாம் கடந்தகாலத்தில் செய்தவை யாவை, தற்போது செய்பவை யாவை, வருங்காலத்தில் நமக்காக காத்திருப்பவை யாவை என்று எல்லாவற்றையும் அவர் அறிகின்றார். இதுவும் பகவத் கீதையில் உறுதி செய்யப்பட்டுள்ளது: எல்லாவற்றையும் அவர் அறிகின்றார், ஆனால் யாரும் அவரை அறிவதில்லை. பகவானுக்கு நம்மைப் போன்ற கால்கள் இல்லை, ஆனாலும் அவர் விண்வெளி முழுதும் பயணம் செய்ய முடியும்; ஏனெனில், அவரிடம் ஆன்மீகக் கால்கள் உள்ளன என்று கூறப்பட்டுள்ளது. வேறுவிதமாகக் கூறினால், இறைவன் அருவமானவர் அல்ல; அவருக்கு கண்கள், கால்கள், கைகள் என எல்லாம் உண்டு, மேலும், அந்த பரம புருஷரின் அம்சங்களே நாம் என்பதால், நமக்கும் இவையெல்லாம் உண்டு. ஆனால் அவரது கரங்கள், கால்கள், கண்கள் மற்றும் புலன்கள், ஜட இயற்கையினால் களங்கமுற்றவை அல்ல.

பகவான் தோன்றும்போது தமது சுய உருவில் தமது அந்தரங்க சக்தியின் மூலம் தோன்றுகின்றார் என்பதை பகவத் கீதையும் உறுதி செய்கின்றது. ஜட சக்தியின் இறைவன் அவரே என்பதால், ஜட சக்தியினால் அவர் களங்கமுறுவதில்லை. அவரது பூரணத் தோற்றமும் ஆன்மீகமயமானது என்பதை நாம் வேத இலக்கியத்தில் காண்கிறோம். *ஸச்–சித்$_3$–ஆனந்த$_3$–விக்$_3$ரஹ* என்று அழைக்கப்படும் நித்திய உருவத்தை உடையவர் அவர். அவர் எல்லா வைபவங்களும் நிரம்பியவர். எல்லா செல்வங்களின் உரிமையாளரும், எல்லா சக்திகளின் எஜமானரும் அவரே. புத்தியில் தலைசிறந்தவரும், பூரண ஞானமுடையவரும் அவரே. இவை புருஷோத்தமரான முழுமுதற் கடவுளின் சில அறிகுறிகள். அவரே எல்லா உயிர்வாழிகளையும் பராமரிப்பவர், எல்லாச் செயல்களுக்கும் சாட்சியாக விளங்குபவர். வேத இலக்கியத்திலிருந்து நாம் புரிந்துகொண்டுள்ளபடி, முழுமுதற் கடவுள் எப்போதும் தெய்வீகமானவர். அவரது தலை, முகம், கரங்கள், அல்லது கால்களை நம்மால் காண முடியாவிட்டாலும், அவருக்கு இவை உண்டு. மேலும், தெய்வீக நிலைக்கு உயர்வு பெறும்போது நம்மால் பகவானுடைய உருவத்தைக் காண இயலும். ஜடத்தினால் களங்கமுற்றுள்ள புலன்களைக் கொண்டு, நம்மால் அவரது உருவத்தைக் காண முடியாது. எனவே, ஜடத்தினால் இன்னும் பாதிக்கப்பட்டுள்ளவர்களான அருவவாதிகளால் புருஷோத்தமரான முழுமுதற் கடவுளைப் புரிந்துகொள்ள முடியாது.

ஸ்லோகம் 16

बहिरन्तश्च भूतानामचरं चरमेव च ।
सूक्ष्मत्वात्तदविज्ञेयं दूरस्थं चान्तिके च तत् ॥ १६ ॥

ப$_3$ஹிர் அந்தஷ்$_2$ ச பூ$_4$தானாம் அசரம்' சரம் ஏவ ச
ஸூக்ஷ்மத்வாத் தத்$_3$ அவிஜ்ஞேயம்' தூ$_3$ர-ஸ்த$_2$ம்' சாந்திகே ச தத்

ப$_3$ஹி:—வெளியே; *அந்த:*—உள்ளே; *ச*—மேலும்; *பூ$_4$தானாம்*—எல்லா உயிர்வாழிகளின்; *அசரம்*—அசையாத; *சரம்*—அசைகின்ற; *ஏவ*—கூட; *ச*—மேலும்; *ஸூக்ஷ்மத்வாத்*—சூட்சுமமாக இருப்பதால்; *தத்*—அந்த; *அவிஜ்ஞேயம்*—அறிய முடியாத; *தூ$_3$ர-ஸ்த$_2$ம்*—வெகு தூரத்தில்; *ச*—மேலும்; *அந்திகே*—அருகில்; *ச*—மேலும்; *தத்*—அந்த.

பரம உண்மை, எல்லா உயிர்வாழிகளின் உள்ளும் புறமும் உள்ளார், அசைவன மற்றும் அசையாதவற்றிலும் உள்ளார். அவர் சூட்சுமமானவர் என்பதால், ஜடப் புலன்களின் வலிமையால் காண்பதற்கோ அறிவதற்கோ அப்பாற்பட்டவர். மிகமிகத் தொலைவில் இருப்பினும், அவர் அனைவரின் அருகிலும் உள்ளார்.

பொருளுரை: ஒவ்வொரு உயிர்வாழியின் உள்ளும் புறமும் பரம புருஷரான நாராயணர் வசிப்பதாக வேத இலக்கியத்திலிருந்து நாம் புரிந்துகொள்கிறோம். ஆன்மீக உலகங்கள், ஜட உலகங்கள் என இரண்டிலும் அவர் உள்ளார். அவர் வெகு தொலைவில் இருந்தாலும், நமக்கு அருகிலும் இருக்கின்றார். இவை வேத இலக்கியத்தின் கூற்றுக்கள். *ஆஸீனோ தூ$_3$ரம் வ்ரஜதி ஷ$_2$யானோ யாதி ஸர்வத:* (கட$_2$ உபநிஷத் 1.2.21). மேலும் அவர் எப்போதும் தெய்வீக ஆனந்தத்தில் ஆழ்ந்திருப்பதால், எவ்வாறு அவர் தமது முழு வைபவங்களை அனுபவிக்கின்றார் என்பதை நம்மால் புரிந்துகொள்ள இயலாது. இந்த ஜடப் புலன்களைக் கொண்டு அவரைக் காணவோ, புரிந்துகொள்ளவோ நம்மால் முடியாது. எனவே, நமது பௌதிக மனமோ, புலன்களோ அவரைப் புரிந்துகொள்வதில் உதவாது என்று வேத மொழியில் கூறப்பட்டுள்ளது. ஆனால், எவனொருவன் தனது மனதையும் புலன்களையும் பக்தித் தொண்டின் மூலம் கிருஷ்ண உணர்வைப் பயிற்சி செய்து தூய்மைப்படுத்திவிட்டானோ, அவனால் அவரை இடைவிடாமல் காண முடியும். இறைவனிடம் பிரேமையை விருத்தி செய்து கொண்ட பக்தன், அவரை இடையறாது காண இயலும் என்பது பிரம்ம சம்ஹிதையிலும் உறுதி செய்யப்பட்டுள்ளது. பக்தித் தொண்டினால் மட்டுமே அவரைக் காணவும் புரிந்துகொள்ளவும் முடியும் என்பது பகவத் கீதையிலும் (11.54) உறுதி செய்யப்பட்டுள்ளது. *ப$_4$க்த்யா த்வனன்யயா ஷ$_2$க்ய:.*

ஸ்லோகம் 17

अविभक्तं च भूतेषु विभक्तमिव च स्थितम् ।
भूतभर्तृ च तज्ज्ञेयं ग्रसिष्णु प्रभविष्णु च ॥ १७॥

அவிப$_4$க்தம்' ச பூ$_4$தேஷு விப$_4$க்தம் இவ ச ஸ்தி$_2$தம்
பூ$_4$த-ப$_4$ர்த்ரு' ச தஜ் ஜ்ஞேயம்' க்$_3$ரஸிஷ்ணு ப்ரப$_4$விஷ்ணு ச

அவிப$_4$க்தம்—பிரிவின்றி; *ச*—மேலும்; *பூ$_4$தேஷு*—எல்லா உயிர் வாழிகளிலும்; *விப$_4$க்தம்*—பிரிவுற்று; *இவ*—உள்ளதுபோல; *ச*—கூட; *ஸ்தி$_2$தம்*—நிலைபெற்று; *பூ$_4$த-ப$_4$ர்த்ரு'*—எல்லா உயிர்வாழிகளையும் காப்பவர்; *ச*—கூட; *தத்*—அந்த; *ஜ்ஞேயம்*—புரிந்துகொள்ளப்பட வேண்டும்; *க்$_3$ரஸிஷ்ணு*—அழிக்கிறார்; *ப்ரப$_4$-விஷ்ணு*—விருத்தி செய்கிறார்; *ச*—மேலும்.

எல்லா உயிர்களுக்குமிடையே பரமாத்மா பிரிந்திருப்பதாகத் தோன்றினாலும், அவர் ஒருபோதும் பிரிக்கப்பட முடியாதவர். அவர் ஒருவராகவே இருக்கின்றார். அவரே எல்லா உயிர்வாழிகளையும் காப்பவர் என்றபோதிலும், அழிப்பவரும்

விருத்தி செய்பவரும் அவரே என்பதைப் புரிந்துகொள்ள வேண்டும்.

பொருளுரை: இறைவன் ஒவ்வொருவரது இதயத்திலும் பரமாத்மாவாக வீற்றுள்ளார். இதனால் அவர் பிரிக்கப்பட்டு விட்டார் என்று அர்த்தமா? இல்லை. உண்மையில், அவர் ஒருவரே. சூரியனின் உதாரணம் கொடுக்கப்படுகின்றது; மதிய நேர சூரியன் தனது இடத்தில் வீற்றுள்ளது. ஆனால் ஐயாயிரம் மைல்களுக்கு எல்லா திசைகளிலும் சென்று, "சூரியன் எங்கே?" என்று யாரை வினவினாலும், அது தனது உச்சந்தலையில் பிரகாசிப்பதாகக் கூறுவர். பரமாத்மா பிரிக்கப்படாதவர் என்றபோதிலும் பிரிக்கப்பட்டவரைப் போன்று தோன்றுகிறார் என்பதைக் காட்டுவதற்காக வேத இலக்கியத்தில் இந்த உதாரணம் கொடுக்கப்படுகிறது. சூரியன் பல்வேறு இடங்களில் பற்பல நபர்களுக்குத் தோற்றமளிப்பதைப் போல, தமது சர்வ வல்லமையினால் ஒரே விஷ்ணு எல்லா இடங்களிலும் காணப்படுகின்றார் என்றும் வேத இலக்கியத்தில் கூறப்பட்டுள்ளது. மேலும், பரம புருஷர் எல்லா உயிர்களையும் காப்பவர் என்றபோதிலும், பிரளயத்தின்போது எல்லாவற்றையும் அவரே விழுங்குகின்றார் (அழிக்கின்றார்). "குருக்ஷேத்திரத்தில் கூடியுள்ள அனைத்துப் போர் வீரர்களையும் விழுங்குவதற்காக நான் வந்துள்ளேன்" என்று பதினொன்றாம் அத்தியாயத்தில் பகவான் கூறியபோது, இஃது உறுதி செய்யப்பட்டது. மேலும், அவர்களை காலத்தின் உருவில் விழுங்குவதாக அவர் குறிப்பிட்டார். அவரே அழிப்பவர், எல்லாரையும் கொல்பவர். படைப்பின்போது அவர் அனைவரையும் தங்களது உண்மை நிலையிலிருந்து விருத்தி செய்கின்றார், பின்னர் பிரளயத்தின்போது அவரே அவர்களை விழுங்குகின்றார். எல்லா உயிர்வாழிகளின் மூலமும், அவர்களது தங்குமிடமும் அவரே என்னும் உண்மையினை வேத பதங்கள் உறுதி செய்கின்றன. படைப்பிற்குப் பின், அவரது சர்வ வல்லமையில் அனைத்தும் தங்குகின்றன, பிரளயத்திற்குப் பின்னர் ஒவ்வொன்றும் அவரில் ஓய்வெடுக்கத் திரும்புகின்றன. இக்கருத்துகள் வேத மந்திரங்களால் உறுதி செய்யப்பட்டவை. *யதோ வா இமானி பூ$_4$தானி ஜாயந்தே யேனஜாதானி ஜீவந்தி யத் ப்ரயந்த்-யபி$_4$ஸம்-விஷ$_2$ந்தி தத்$_3$ ப்$_3$ரஹ்ம தத்$_3$ விஜிஜ்ஞாஸஸ்வ* (*தைத்திரீய உபநிஷத்* 3.1).

ஸ்லோகம் 18

ज्योतिषामपि तज्ज्योतिस्तमसः परमुच्यते ।
ज्ञानं ज्ञेयं ज्ञानगम्यं हृदि सर्वस्य विष्ठितम् ॥ १८ ॥

ஜ்யோதிஷாம் அபி தஜ் ஜ்யோதிஸ் தமஸ: பரம் உச்யதே
ஜ்ஞானம்' ஜ்ஞேயம்' ஜ்ஞான-க₃ம்யம்' ஹ்ரு'தி₃ ஸர்வஸ்ய விஷ்டி₂தம்

ஜ்யோதிஷாம்—பிரகாசிக்கின்ற பொருட்கள் எல்லாவற்றிலும்; *அபி*—கூட; *தத்*—அந்த; *ஜ்யோதி*—ஒளியின் மூலம்; *தமஸ:*—இருட்டு; *பரம்*—அப்பாற்பட்ட; *உச்யதே*—கூறப்படுகின்றது; *ஜ்ஞானம்*—அறிவு; *ஜ்ஞேயம்*—அறியப்படும் பொருள்; *ஜ்ஞான-க₃ம்யம்*—அறிவின் இலக்கு; *ஹ்ரு'தி₃*—இதயத்தில்; *ஸர்வஸ்ய*—ஒவ்வொருவரின்; *விஷ்டி₂தம்*—வீற்றுள்ளார்.

பிரகாசிக்கும் பொருட்கள் எல்லாவற்றிற்கும் மூலம் அவரே. அவர் ஜடத்தின் இருட்டிற்கு அப்பாற்பட்டவராகவும், தோன்றாதவராகவும் உள்ளார். அவரே அறிவாகவும், அறியப்படும் பொருளாகவும், அறிவின் இலக்காகவும் உள்ளார். அவர் ஒவ்வொருவருடைய இதயத்திலும் வீற்றுள்ளார்.

பொருளுரை: சூரியன், சந்திரன், நட்சத்திரங்கள் முதலிய பிரகாசிக்கும் பொருட்கள் எல்லாவற்றிலும் ஒளியின் மூலமாக இருப்பது பரம புருஷ பகவானான பரமாத்மாவே. பரம புருஷரிடமிருந்து வரும் தேஜஸின் காரணத்தினால், ஆன்மீக உலகில் சூரியனுக்கோ சந்திரனுக்கோ அவசியமில்லை என்பதை நாம் வேத இலக்கியத்தில் காண்கிறோம். இந்த ஜடவுலகில், பகவானுடைய தெய்வீக ஒளியான அந்த பிரம்மஜோதி, *மஹத்-தத்த்வ* எனப்படும் பௌதிக மூலக்கூறுகளால் மூடப்பட்டுள்ளது; எனவே, இந்த ஜடவுலகில், ஒளியைப் பெற சூரியன், சந்திரன், மின்சாரம் முதலியவற்றின் உதவி நமக்குத் தேவைப்படுகிறது. ஆனால் ஆன்மீக உலகில் இவற்றிற்கு அவசியமில்லை. அவரது பிரகாசிக்கும் ஜோதியினால் அனைத்தும் பிரகாசப்படுத்தப்படுகின்றன என்று வேத இலக்கியத்தில் தெளிவாகக் கூறப்பட்டுள்ளது. எனவே, அவரது நிலை இந்த ஜடவுலகைச் சார்ந்தது அல்ல என்பது தெளிவு. அவர் ஆன்மீக வெளியில், மிகமிகத் தொலைவிலுள்ள ஆன்மீக உலகில் உள்ளார். இதுவும் வேத இலக்கியத்தில் உறுதி செய்யப்பட்டுள்ளது. *ஆதி₃த்ய-வர்ணம் தமஸ: பரஸ்தாத்* (*ஷ்₂வேதாஷ்₂வதர* உபநிஷத் 3.8). அவர் சூரியனைப் போன்றவர், நித்தியமாக பிரகாசிப்பவர், ஆனால் இந்த ஜடவுலகின் இருட்டிற்கு மிகமிக அப்பாற்பட்டு விளங்குகிறார்.

அவரது ஞானம் திவ்யமானது. பிரம்மன், திவ்ய ஞானத்தின் களஞ்சியம் என்பதை வேத இலக்கியம் உறுதி செய்கின்றது. அந்த ஆன்மீக உலகத்திற்கு மாற்றம் பெற ஆவலுடன் இருப்பவனுக்கு, ஒவ்வொருவரது இதயத்திலும் வீற்றுள்ள பரமாத்மாவின் மூலம் ஞானம் வழங்கப்படுகின்றது. *தம் ஹ தே₃வம் ஆத்ம-பு₃த்₃தி₄-*

ப்ரகாஷ$_2$ம் முமுக்ஷுர் வை ஷ$_2$ரணம் அஹம் ப்ரபத்$_3$யே என்று ஒரு வேத மந்திரம் (*ஷ்$_2$வேதாஷ்$_2$வதர* உபநிஷத் 6.18) கூறுகின்றது. ஒருவனுக்கு முக்தியடைவதில் விருப்பம் இருந்தால், அவன் முழுமுதற் கடவுளிடம் சரணடைய வேண்டும். ஞானத்தின் இறுதி இலட்சியத்தைப் பொறுத்தவரையில், அதுவும் வேத இலக்கியத்தில் உறுதி செய்யப்பட்டுள்ளது, *தம் ஏவ விதி$_3$த்வாதி ம்ருத்யும் ஏதி.* "அவரை அறிவதால் மட்டுமே பிறப்பு, இறப்பின் எல்லைகளைக் கடக்க முடியும்." (*ஷ்$_2$வேதாஷ்$_2$வதர* உபநிஷத் 3.8)

ஒவ்வொருவருடைய இதயத்திலும் பரம ஆளுநராக அவர் வீற்றுள்ளார். அவரது கால்களும், கைகளும் எங்கும் பரந்துள்ளன, இவை ஜீவாத்மாவிற்கு பொருந்தாத தன்மைகள். எனவே, ஜீவாத்மா, பரமாத்மா என்று களத்தை அறிவோர் இருவர் உள்ளனர் என்பது ஏற்றுக்கொள்ளப்பட வேண்டும். சாதாரண மனிதனது கைகளும், கால்களும் ஓரிடத்தில் மட்டுமே உள்ளன, ஆனால் கிருஷ்ணருடைய கைகளும், கால்களும் எங்கும் பரந்துள்ளன. இது *ஷ்$_2$வேதாஷ்$_2$வதர* உபநிஷத்தில் (3.17) உறுதி செய்யப்பட்டுள்ளது: *ஸர்வஸ்ய ப்ரபு$_4$ம் ஈஷா$_2$ணம் ஸர்வஸ்ய ஷ$_2$ரணம் ப்$_3$ருஹத்.* அந்த பரம புருஷ பகவானான பரமாத்மாவே எல்லா உயிர்வாழிகளின் பிரபு (எஜமானர்); எனவே, எல்லா உயிர்வாழிகளுக்கும் இறுதியான புகலிடம் அவரே. பரமாத்மாவும் ஜீவாத்மாவும் எப்போதும் வேறுபட்டவர்கள் என்ற உண்மையை இதனால் யாராலும் மறுக்க முடியாது.

ஸ்லோகம் 19

इति क्षेत्रं तथा ज्ञानं ज्ञेयं चोक्तं समासतः ।
मद्भक्त एतद्विज्ञाय मद्भावायोपपद्यते ॥ १९ ॥

இதி க்ஷேத்ரம்' ததா$_2$ ஜ்ஞானம்' ஜ்ஞேயம்' சோக்தம்' ஸமாஸத:
மத்$_3$-ப$_4$க்த ஏதத்$_3$ விஜ்ஞாய மத்$_3$-பா$_4$வாயோபபத்$_3$யதே

இதி—இவ்வாறு; *க்ஷேத்ரம்*—செயல்களின் களம் (உடல்); *ததா$_2$*—கூட; *ஜ்ஞானம்*—அறிவு; *ஜ்ஞேயம்*—அறியப்படும் பொருள்; *ச*—மேலும்; *உக்தம்*—விவரிக்கப்பட்டுள்ளது; *ஸமாஸத:*—சுருக்கமாக; *மத்-ப$_4$க்த:*—எனது பக்தன்; *ஏதத்$_3$*—இவற்றையெல்லாம்; *விஜ்ஞாய*—புரிந்துகொண்ட பின்; *மத்-பா$_4$வாய*—என் இயற்கையை; *உபபத்$_3$யதே*—அடைகின்றான்.

இவ்வாறாக, செயல்களின் களம் (உடல், க்ஷேத்ர), அறிவு (ஜ்ஞானம்), அறியப்படும் பொருள் (ஜ்ஞேயம்) ஆகியவை சுருக்கமாக என்னால் விவரிக்கப்பட்டன. எனது பக்தர்கள் மட்டுமே இவற்றை முழுமையாகப் புரிந்துகொண்டு, எனது இயற்கையை அடைய முடியும்.

பொருளுரை: உடல், அறிவு, அறியப்படும் பொருள் ஆகியவற்றைப் பற்றி பகவான் சுருக்கமாக விவரித்துவிட்டார். இந்த அறிவு மூன்று விஷயங்களைப் பற்றியது: அறிபவன், அறியப்படக் கூடியது, அறிவதற்கான வழிமுறை. இம்மூன்றும் இணைந்து *விஜ்ஞான,* ஞானத்தைப் பெறுவதற்கான அறிவியல் என்று அறியப்படுகின்றது. பகவானின் களங்கமற்ற பக்தர்களால் பக்குவமான ஞானத்தினை நேரடியாகப் புரிந்துகொள்ள முடியும். மற்றவர்களால் புரிந்துகொள்ள முடியாது. இறுதி நிலையில் இம்மூன்றும் ஒன்றாகிவிடுகின்றன என்று ஒருமைவாதிகள் கூறுகின்றனர். ஆனால் பக்தர்கள் இதனை ஏற்பதில்லை. ஞானம், ஞானத்தை வளர்ப்பது என்றால், ஒருவன் தன்னை கிருஷ்ண உணர்வில் புரிந்துகொள்வது என்று பொருள். நாம் ஜட உணர்வினால் வழிநடத்தப்படுகின்றோம், ஆனால் நமது உணர்வுகள் அனைத்தையும் கிருஷ்ணரது செயல்களுக்கு மாற்றி, கிருஷ்ணரே எல்லாம் என்பதை உணர்ந்த பின்னர், நாம் உண்மையான ஞானத்தை அடைகின்றோம். வேறுவிதமாகக் கூறினால், ஞானம் என்பது, பக்தித் தொண்டைப் பக்குவமாகப் புரிந்துகொள்வதன் ஆரம்ப நிலையேயன்றி வேறு ஒன்றுமல்ல. பதினைந்தாம் அத்தியாயத்தில் இது மிகவும் தெளிவாக விளக்கப்படும்.

தற்போது சுருக்கமாகப் பார்த்தால், *மஹா-பூ$_4$தானி* என்று தொடங்கி *சேதனா த்$_4$ருதி:* என்று முடியும் ஆறாவது மற்றும் ஏழாவது ஸ்லோகங்கள், பௌதிக மூலக்கூறுகளையும், வாழ்வின் அறிகுறிகளின் சில தோற்றத்தைப் பற்றியும் ஆராய்ந்தன என்று நாம் புரிந்துகொள்ளலாம். இவை இணைந்து உடலை, அல்லது செயல்களின் களத்தை உருவாக்குகின்றன. ஸ்லோகங்கள் 8 முதல் 12 வரை, *அமானித்வம்* முதல் *தத்த்வ-ஜ்ஞானார்த$_2$-த$_3$ர்ஷ$_2$ணம்* வரை, களத்தை அறியும் இரண்டு வித நபர்களான ஆத்மா, பரமாத்மாவினை புரிந்துகொள்வதற்கான ஞானத்தின் வழிமுறை விவரிக்கப்பட்டது. பின்னர் ஸ்லோகங்கள் 13 முதல் 18 வரை, *அனாதி$_3$ மத்-பரம்* என்பது முதல் *ஹ்ருதி$_3$ ஸர்வஸ்ய விஷ்டி$_2$தம்* வரை, ஆத்மாவையும், பரமாத்மாவையும் (முழுமுதற் கடவுளை) விளக்குகின்றன.

இவ்வாறாக, மூன்று விஷயங்கள் இதுவரை விளக்கப்பட்டுள்ளன: செயல்களின் களம் (உடல்), புரிந்துகொள்வதற்கான வழிமுறை, மற்றும் ஆத்மாவும் பரமாத்மாவும். களங்கமற்ற பக்தர்கள் மட்டுமே இந்த மூன்று விஷயங்களைத் தெளிவாகப் புரிந்துகொள்ள முடியும் என்று இங்கு குறிப்பாக விளக்கப்பட்டுள்ளது. எனவே, பகவத் கீதை தனது முழுமையான பலனை பக்தர்களுக்கு கொடுக்கும்; அவர்களால் மட்டுமே உன்னத இலக்கான முழுமுதற் கடவுள் கிருஷ்ணரின்

இயற்கையை அடைய முடியும். வேறுவிதமாகக் கூறினால், பக்தர்கள் மட்டுமே பகவத் கீதையைப் புரிந்து கொண்டு விரும்பும் பலனை அடைய முடியும்.

ஸ்லோகம் 20

प्रकृतिं पुरुषं चैव विद्ध्यनादी उभावपि ।
विकारांश्च गुणांश्चैव विद्धि प्रकृतिसम्भवान् ॥ २० ॥

ப்ரக்ரு'திம்' புருஷம்' சைவ வித்$_3$த்$_4$யனாதீ$_3$ உபா$_4$வ் அபி
விகாராம்'ஷ்$_2$ ச கு$_3$ணாம்'ஷ்$_2$ சைவ வித்$_3$தி$_4$ ப்ரக்ரு'தி-ஸம்ப$_4$வான்

ப்ரக்ரு'திம்—ஜட இயற்கை; *புருஷம்*—உயிர்வாழிகள்; *ச*—மேலும்; *ஏவ*—நிச்சயமாக; *வித்$_3$தி$_4$*—நீ அறியவேண்டும்; *அனாதி*—ஆரம்பமில்லாத; *உபௌ*—இரண்டும்; *அபி*—கூட; *விகாரான்*—மாற்றங்கள்; *ச*—மேலும்; *கு$_3$ணான்*—இயற்கையின் முக்குணங்கள்; *ச*—மேலும்; *ஏவ*—நிச்சயமாக; *வித்$_3$தி$_4$*—அறிய வேண்டும்; *ப்ரக்ரு'தி*—ஜட இயற்கை; *ஸம்ப$_4$வான்*—உற்பத்தி செய்யப்பட்ட.

ஜட இயற்கையும் உயிர்வாழிகளும் ஆரம்பமற்றவை என்பதைப் புரிந்துகொள்ள வேண்டும். அவர்களது மாற்றங்களும், ஜடத்தின் குணங்களும், ஜட இயற்கையின் உற்பத்திப் பொருட்களே.

பொருளுரை: இந்த அத்தியாயத்தில் கொடுக்கப்பட்டுள்ள அறிவைக் கொண்டு, உடல் (செயல்களின் களம்), மற்றும் உடலை அறிபவர்களைப் பற்றி (ஜீவாத்மா, பரமாத்மாவைப் பற்றி) அறிய முடியும். செயல்களின் களமாகிய உடல், ஜட இயற்கையினால் ஆனது. உடலைப் பெற்று, அந்த உடலின் செயல்களை அனுபவித்துக் கொண்டுள்ள தனிப்பட்ட ஆத்மா, *புருஷ,* அல்லது ஜீவாத்மா எனப்படுகிறான். அறிபவர்களில் அவன் ஒருவன். மற்றொருவர் பரமாத்மா. ஜீவாத்மாவும், பரமாத்மாவும், பரம புருஷ பகவானின் வெவ்வேறு தோற்றங்கள் என்பதை புரிந்துகொள்ள வேண்டும். ஜீவாத்மா என்பது அவரது சக்தி எனும் பிரிவிலும், பரமாத்மா அவரது சுய விரிவு எனும் பிரிவிலும் உள்ளனர்.

ஜட இயற்கை, ஜீவாத்மா ஆகிய இரண்டுமே நித்தியமானவை. அதாவது, அவை படைப்பிற்கு முன்னும் இருந்தன. ஜடத் தோற்றமானது பகவானுடைய சக்தியிலிருந்து உண்டானதாகும், உயிர்வாழிகளும் அப்படிப்பட்டவர்களே. இருப்பினும், உயிர்வாழிகள் உயர்ந்த சக்தியைச் சேர்ந்தவர்கள். உயிர்வாழிகள், ஜட இயற்கை என இரண்டுமே இந்த பிரபஞ்சம் தோன்றுவதற்கு முன்பே இருந்தவை. ஜட இயற்கையானது பரம புருஷ பகவானான மஹாவிஷ்ணுவில் லயித்திருந்தது, தேவைப்படும்போது மஹத் தத்துவத்தின்

உதவியுடன் தோற்றுவிக்கப்படுகிறது. அதுபோல, உயிர்வாழிகளும் அவரில் இருந்தவர்களே, அவர்கள் கட்டுண்டிருப்பதால், பரம புருஷருக்குத் தொண்டாற்ற விரும்புவதில்லை. இதனால், அவர்கள் ஆன்மீக உலகத்திற்குள் நுழைய அனுமதிக்கப்படுவதில்லை. இருப்பினும், ஜட இயற்கை படைக்கப்படும்போது, அந்த உயிர்வாழிகள், இந்த ஜடவுலகில் செயல்பட்டு, ஆன்மீக உலகினுள் நுழைவதற்குத் தங்களை தயார் செய்துகொள்ள ஒரு வாய்ப்பு வழங்கப்படுகிறது. இதுவே இந்த ஜடப் படைப்பின் இரகசியம். உண்மையில் உயிர்வாழி பரம புருஷரின் ஆன்மீக அம்சமாகும், ஆனால் அவருக்கு எதிரான தன்மையின் காரணத்தினால், அவன் ஜட இயற்கையில் கட்டுண்டு இருக்கின்றான். உயர்ந்த வாழிகளான உயிர்வாழிகள் எவ்வாறு இந்த ஜட இயற்கையின் தொடர்பினுள் வந்தனர் என்பது அவ்வளவு முக்கியமல்ல. இருந்தாலும், அஃது எவ்வாறு, ஏன், நடைபெற்றது என்பதை பரம புருஷ பகவான் அறிவார். இந்த ஜட இயற்கையால் கவரப்பட்டவர்கள் வாழ்க்கைப் போராட்டத்தில் துன்பப்படுகின்றனர் என்று சாஸ்திரங்களில் பகவான் கூறுகின்றார். ஆனால் இங்குள்ள சில ஸ்லோகங்களின் மூலம் நாம் நிச்சயமாகத் தெரிந்துகொள்ள வேண்டியது என்னவெனில், முக்குணங்களினால் ஏற்படும் ஜட இயற்கையின் தாக்கமும், எல்லா மாற்றங்களும் ஜட இயற்கையின் படைப்புகளே. உயிர்வாழிகள் சம்பந்தப்பட்ட எல்லா மாற்றங்களும் வேறுபாடுகளும், உடலை அடிப்படையாகக் கொண்டவை. ஆத்மா என்பதன் அடிப்படையில், எல்லா உயிர்வாழிகளும் சமமானவரே.

ஸ்லோகம் 21

कार्यकारणकर्तृत्वे हेतुः प्रकृतिरुच्यते ।
पुरुषः सुखदुःखानां भोक्तृत्वे हेतुरुच्यते ॥ २१ ॥

கார்ய-காரண-கர்த்ரு'த்வே ஹேது: ப்ரக்ரு'திர் உச்யதே
புருஷ: ஸுக$_2$-து:$_3$கா$_2$னாம்' போ$_4$க்த்ரு'த்வே ஹேதுர் உச்யதே

கார்ய—செயல்; *காரண*—காரணம்; *கர்த்ரு'த்வே*—படைப்பின் விஷயத்தில்; *ஹேது:*—கருவி; *ப்ரக்ரு'தி:*—ஜட இயற்கை; *உச்யதே*—கூறப்படுகின்றது; *புருஷ:*—உயிர்வாழிகள்; *ஸுக$_2$*—இன்பம்; *து:$_3$கா$_2$னாம்*—மற்றும் துன்பம்; *போ$_4$க்த்ரு'த்வே*—அனுபவிப்பதில்; *ஹேது:*—கருவி; *உச்யதே*—கூறப்படுகின்றது.

எல்லா செயல்களுக்கும், விளைவுகளுக்கும் இயற்கையே காரணமாகக் கூறப்படுகிறது; இருப்பினும் இவ்வுலகின் பல்வேறு இன்ப துன்பங்களுக்கு உயிர்வாழியே காரணமாகக் கூறப் படுகின்றது.

பொருளுரை: உயிர்வாழிகளின் மத்தியில், உடல் மற்றும் புலன்களின் பல்வேறு தோற்றங்களுக்கு ஜட இயற்கையே காரணம். 84,00,000 வகையான வேறுபட்ட உயிரினங்கள் உள்ளன. இந்த வேறுபாடுகள் ஜட இயற்கையின் படைப்பாகும். குறிப்பிட்ட ஓர் உடலிலோ அல்லது மற்றதிலோ வாழ விரும்பும் உயிர்வாழியின் பல்வேறு புலனின்பங்களுக்கு ஏற்ப இவ்வுடல்கள் எழுகின்றன. அவன் பல்வேறு உடல்களில் வைக்கப்படும்பொழுது பல தரப்பட்ட இன்ப துன்பங்களை அனுபவிக்கின்றான். அவனது ஜட இன்பங்களும் துன்பங்களும் உடலுக்கு ஏற்படுபவை, அவனுக்கு ஏற்படுபவையல்ல, அவனது ஸ்வரூப நிலையில் ஆனந்தத்திற்குப் பஞ்சமேயில்லை; எனவே, அதுவே அவனது உண்மையான நிலை. ஜட இயற்கையின் மீது ஆதிக்கம் செலுத்துவதற்கான அவனது இச்சையினால், அவன் இந்த ஜடவுலகில் இருக்கின்றான். ஆன்மீக உலகில் அத்தகு விஷயம் எதுவும் கிடையாது. ஆன்மீக உலகம் தூய்மையானது, ஆனால் ஜடவுலகில் பல்வேறு விதமான இன்பங்களை உடலுக்குச் சேர்ப்பதற்காக ஒவ்வொருவரும் பெரும்பாடுபட்டுக் கொண்டுள்ளனர். உடலானது புலன்களின் விளைவே என்று கூறுவது மிகவும் தெளிவுபடுத்தக்கூடியதாக அமையும். புலன்களானது விருப்பத்தை பூர்த்தி செய்துகொள்வதற்கான கருவிகளே. உடலையும் கருவிகளான புலன்களையும் மொத்தமாகப் பார்த்தால், அவை ஜட இயற்கையினால் வழங்கப்படுபவை, மேலும், அடுத்த ஸ்லோகத்தில் தெளிவுபடுத்தப்படுவதுபோல, உயிர்வாழி, தனது முந்தைய விருப்பம் மற்றும் செயல்களுக்கு ஏற்ப, ஆசீர்வதிக்கப்பட்ட அல்லது சபிக்கப்பட்ட சூழ்நிலைகளைப் பெறுகின்றான். ஒருவனது விருப்பங்களுக்கும் செயல்களுக்கும் ஏற்ப, ஜட இயற்கை அவனை வேறுபட்ட இடங்களில் தங்க வைக்கின்றது. அத்தகு தங்குமிடங்களுக்கும் அதன் அடிப்படையிலான இன்ப துன்பங்களுக்கும் உயிர்வாழியே காரணமாவான். ஒரு குறிப்பிட்ட உடலில் வைக்கப்பட்டவுடன் அவன் இயற்கையின் கட்டுப்பாட்டிற்குள் வருகின்றான்; ஏனெனில், உடலானது ஜடப் பொருள் என்பதால், அது ஜட இயற்கையின் விதிகளுக்கு ஏற்ப செயல்பட்டாக வேண்டும். அந்த விதிகளை மாற்றுவதற்கு உயிர்வாழியிடம் சக்தி இல்லை. உதாரணமாக, ஓர் ஆத்மா நாயின் உடலில் வைக்கப்படுகின்றான் என்று வைத்துக்கொள்வோம். அவன் நாயின் உடலில் வைக்கப்பட்ட உடனேயே, நாயைப் போன்று செயல்பட வேண்டும். அவனால் வேறுவிதமாகச் செயல்பட முடியாது. மேலும், உயிர்வாழி ஒரு பன்றியின் உடலில் வைக்கப்பட்டால், அவன் மலத்தைத் தின்று வாழ்வதற்கும் பன்றியைப் போன்று செயல்படுவதற்கும்

வற்புறுத்தப்படுகின்றான். அதுபோல, அந்த உயிர்வாழி ஒரு தேவரின் உடலில் வைக்கப்பட்டால், அவ்வுடலுக்கு ஏற்பவே அவன் செயல்பட்டாக வேண்டும். இதுவே இயற்கையின் சட்டம். ஆனால் எல்லாச் சூழ்நிலைகளிலும் ஜீவாத்மாவுடன் பரமாத்மாவும் இருக்கின்றார். இது வேதங்களில் (*முண்ட₃க* உபநிஷத் 3.1.1) பின்வருமாறு விளக்கப்பட்டுள்ளது: *த்₃வா ஸுபர்ணா ஸயுஜா ஸகா₂ய:.* பரம புருஷர் உயிர்வாழியின் மீது மிகவும் கருணையுடையவராக இருப்பதால், பரமாத்மாவின் உருவில் அவர் எப்போதும், எல்லாச் சூழ்நிலைகளிலும் ஜீவாத்மாவுடன் இருக்கின்றார்.

ஸ்லோகம் 22

पुरुषः प्रकृतिस्थो हि भुङ्क्ते प्रकृतिजान्गुणान् ।
कारणं गुणसङ्गोऽस्य सदसद्योनिजन्मसु ॥ २२ ॥

புருஷ: ப்ரக்ரு'தி-ஸ்தோ₂ ஹி பு₄ங்க்தே ப்ரக்ரு'தி-ஜான் கு₃ணான்
காரணம்' கு₃ண-ஸங்கோ₃ 'ஸ்ய ஸத்₃-அஸத்₃-யோனி-ஜன்மஸு

புருஷ:—உயிர்வாழி; *ப்ரக்ரு'தி-ஸ்த:₂*—ஜட சக்தியில் நிலைபெற்று; *ஹி*—நிச்சயமாக; *பு₄ங்க்தே*—அனுபவிக்கின்றான்; *ப்ரக்ரு'தி-ஜான்*—ஜட இயற்கையினால் உருவாக்கப்பட்டு; *கு₃ணான்*—இயற்கையின் குணங்கள்; *காரணம்*—காரணம்; *கு₃ண-ஸங்க:₃*—இயற்கை குணங்களின் சங்கத்தினால்; *அஸ்ய*—உயிர்வாழியின்; *ஸத்-அஸத்*—நல்ல, தீய; *யோனி*—வாழ்வினங்களில்; *ஜன்மஸு*—பிறப்பில்.

இவ்வாறாக, ஜட இயற்கையிலுள்ள உயிர்வாழி, இயற்கையின் முக்குணங்களை அனுபவித்துக் கொண்டு, வாழ்வின் வழிகளை பின்பற்றுகின்றான். இவை ஜட இயற்கையின் தொடர்பினால் ஏற்படுபவை. இவ்வாறு பல்வேறு இனங்களில் அவன் நன்மை தீமைகளை சந்திக்கின்றான்.

பொருளுரை: உயிர்வாழிகள் எவ்வாறு ஓர் உடலிலிருந்து மற்றொரு உடலிற்கு மாற்றமடைகின்றனர் என்பதைப் பற்றி அறிந்துகொள்வதில் இந்த ஸ்லோகம் மிகவும் முக்கியமானதாகும். இரண்டாம் அத்தியாயத்தில், ஆடையை ஒருவன் மாற்றிக்கொள்வதுபோல, உயிர்வாழி ஓர் உடலிலிருந்து மற்றொரு உடலிற்கு மாற்றமடை கின்றான் என்று விளக்கப்பட்டது. ஜட வாழ்வின் மீதான அவனது பற்றுதலே இந்த உடை மாற்றத்திற்கு காரணம். இந்த பொய்யான தோற்றத்தினால் அவன் கவரப்பட்டுள்ள வரை, ஓர் உடலிலிருந்து மற்றொரு உடலிற்கு மாறுவதை அவன் தொடரத்தான் வேண்டும். ஜட இயற்கையின் மீது ஆதிக்கம் செலுத்துவதற்கான அவனது விருப்பத்தினால் அவன் இத்தகு விரும்பத்தகாத சூழ்நிலைகளில்

வைக்கப்படுகின்றான். பௌதிக ஆசைகளின் காரணத்தினால், ஆத்மா சில சமயம் தேவனாக, சில சமயம் மனிதனாக, சில சமயம் மிருகமாக, சில சமயம் பறவையாக, சில சமயம் புழுவாக, சில சமயம் நீர்வாழியாக, சில சமயம் புனிதமான மனிதனாக, சில சமயம் பூச்சியாகவும் பிறக்கின்றான். இது தொடர்ந்து கொண்டே இருக்கின்றது. இவ்வெல்லா நிலைகளிலும் உயிர்வாழி தன்னையே தனது சூழ்நிலைகளின் தலைவனாக எண்ணிக்கொள்கின்றான், இருப்பினும் அவன் ஜட இயற்கையின் ஆதிக்கத்திற்குக் கீழ்ப்பட்டவனே.

அவன் எவ்வாறு பல்வேறு உடல்களில் வைக்கப்படுகின்றான் என்பது இங்கே விளக்கப்பட்டுள்ளது. பல்வேறு இயற்கை குணங்களின் தொடர்பே இதற்கு காரணம். எனவே, ஒருவன் ஜட இயற்கையின் முக்குணங்களிலிருந்து உயர்வு பெற்று, தெய்வீக நிலையில் நிலைபெற வேண்டும். இதுவே கிருஷ்ண உணர்வு எனப்படும். ஒருவன் கிருஷ்ண உணர்வில் நிலைபெறாத வரை, ஓர் உடலிலிருந்து மற்றொரு உடலிற்கு மாறும்படி அவனது ஜட உணர்வு அவனை பலவந்தப்படுத்தும்; ஏனெனில், நினைவிற்கு எட்டாத காலம் முதல் அவனிடம் ஜட ஆசைகள் உள்ளன. ஆனால் அத்தகு விருப்பங்களை அவன் மாற்றிக்கொள்ளுதல் அவசியம். அதிகாரபூர்வமான மூலத்திடமிருந்து கேட்பதன் மூலம் மட்டுமே அந்த மாற்றம் சாத்தியமாகும். அர்ஜுனன் இங்கே மிகச்சிறந்த உதாரணமாக விளங்குகின்றான்: அவன் இறை விஞ்ஞானத்தை கிருஷ்ணரிடமிருந்து கேட்கின்றான். செவியுறுதல் என்னும் இந்த வழிமுறையிடம் உயிர்வாழி தன்னை ஒப்படைத்தால், ஜட இயற்கையின் மீது ஆதிக்கம் செலுத்துவதற்கான தனது நீண்ட கால விருப்பத்தினை அவன் இழக்க முடியும். ஆதிக்கம் செலுத்துவதற்கான தனது நீண்ட கால விருப்பத்தினைக் குறைப்பதற்குத் தகுந்தாற்போல, அவன் படிப்படியாக ஆன்மீக ஆனந்தத்தையும் அனுபவிக்கத் தொடங்குவான். பரம புருஷ பகவானின் தொடர்பில் அறிவைப் பெறும்போது, அதற்குத் தகுந்தாற்போல ஒருவன் நித்தியமான ஆனந்தமான வாழ்வை அனுபவிக்கின்றான் என்று ஒரு வேத மந்திரத்தில் கூறப்பட்டுள்ளது.

ஸ்லோகம் 23

उपद्रष्टानुमन्ता च भर्ता भोक्ता महेश्वरः ।
परमात्मेति चाप्युक्तो देहेऽस्मिन्पुरुषः परः ॥ २३ ॥

உபத்$_3$ரஷ்டானுமந்தா ச ப$_4$ர்தா போ$_4$க்தா மஹேஷ்$_2$வர:
பரமாத்மேதி சாப்யுக்தோ தே$_3$ஹே 'ஸ்மின் புருஷ: பர:

உபத்₃ரஷ்டா—மேற்பார்வை செய்பவர்; *அனுமந்தா—*அனுமதிப்பவர்;
*ச—*மேலும்; *ப₄ர்தா—*தலைவர்; *போ₄க்தா—*பரம அனுபவிப்பாளர்; *மஹா—
ஈஷ்₂வர:—*பரம புருஷர்; *பரமாத்மா—*பரமாத்மா; *இதி—*கூட; *ச—*மேலும்;
*அபி—*உண்மையில்; *யுக்த:—*கூறப்படுகின்றார்; *தே₃ஹே—*உடலில்;
*அஸ்மின்—*இந்த; *புருஷ:—*அனுபவிப்பாளர்; *பர:—*தெய்வீகமான.

**இருப்பினும், இவ்வுடலில் மற்றொருவரும் இருக்கின்றார், அவர்
தெய்வீக அனுபவிப்பாளர். அவரே இறைவன், பரம உரிமையாளர்.
மேற்பார்வையிட்டு அனுமதி வழங்குபவரும், பரமாத்மா என்று
அறியப்படுபவரும் அவரே.**

பொருளுரை: ஜீவாத்மாவுடன் எப்போதும் வீற்றிருக்கும் பரமாத்மா,
பரம புருஷரின் பிரதிநிதி என்று இங்கே குறிப்பிடப்பட்டுள்ளது. அவர்
சாதாரண உயிர்வாழி அல்ல. ஒருமை தத்துவவாதிகள், உடலை
அறிபவன் ஒருவனே என்று கருதுவதால், பரமாத்மாவிற்கும்
ஜீவாத்மாவிற்கும் வேறுபாடு இல்லை என்று நினைக்கின்றனர்.
இதனைத் தெளிவுபடுத்தும்படி, ஒவ்வோர் உடலிலும் பரமாத்மாவின்
உருவில் பிரதிநிதியாக வீற்றிருப்பது தாமே என்று இறைவன்
கூறுகின்றார். அவர் ஜீவாத்மாவிலிருந்து வேறுபட்டவர்; *பர,*
தெய்வீகமானவர் என்று அறியப்படுகின்றார். ஜீவாத்மா ஒரு
குறிப்பிட்ட களத்தின் செயல்களை அனுபவிக்கின்றான், ஆனால்
பரமாத்மா, எல்லைக்கு உட்பட்ட அனுபவிப்பாளராகவோ, உடலின்
செயல்களில் பங்கு கொள்பவராகவோ வீற்றிருப்பதில்லை; மாறாக,
அவர், சாட்சியாகவும் மேற்பார்வை செய்பவராகவும்
அனுமதிப்பவராகவும் பரம அனுபவிப்பாளராகவும் வீற்றுள்ளார்.
அவரது பெயர் பரமாத்மா, ஆத்மா அல்ல, மேலும் அவர்
தெய்வீகமானவர். ஆத்மாவும், பரமாத்மாவும் வெவ்வேறு நபர்கள்
என்பது முற்றிலும் தெளிவானதாகும். பரமாத்மாவின் கரங்களும்,
கால்களும் எங்கும் பரவியுள்ளன, ஆனால் ஜீவாத்மாவோ
அப்படிபட்டவன் அல்ல. மேலும், பரமாத்மாவே முழுமுதற் கடவுள்
என்பதால், ஜட இன்பத்தை விரும்பும் ஜீவாத்மாவின் ஆசைகளை
அனுமதிப்பதற்காக அவர் உள்ளேயே வீற்றுள்ளார். பரமாத்மாவின்
அனுமதியின்றி ஜீவாத்மாவினால் எதுவும் செய்ய முடியாது. ஜீவாத்மா,
பு₄க்த, காக்கப்படுபவன் என்றும், பகவான், *போ₄க்தா,* காப்பவர்
என்றும் அறியப்படுகின்றனர். எண்ணிலடங்காத உயிர்வாழிகள்
உள்ளனர், அவர் ஒரு நண்பனைப் போன்று அவர்களில் வசிக்கின்றார்.

உண்மை என்னவெனில், ஒவ்வொரு தனிப்பட்ட உயிர்வாழியும் பரம
புருஷரின் நித்தியமான அம்சம், அவர்கள் இருவரும் மிகவும்
நெருங்கிய நண்பர்களும்கூட. ஆனால் பகவானுடைய ஆணையை

மறுப்பதற்கும், இயற்கையை ஆதிக்கம் செலுத்தும் முயற்சியுடன் சுதந்திரமாகச் செயல்படுவதற்குமான இயல்பு உயிர்வாழியிடம் உள்ளது. அத்தகு இயல்பு அவனிடம் இருப்பதால், அவன் பரம புருஷரின் நடுத்தர சக்தி என்று அறியப்படுகின்றான். உயிர்வாழி, ஜட சக்தியிலும் இடம்பெற முடியும், ஆன்மீக சக்தியிலும் இடம்பெற முடியும். ஜட சக்தியினால் அவன் கட்டுப்படுத்தப்பட்டிருக்கும் வரை, அவனுடைய நண்பனாக பரமாத்மாவின் வடிவில் முழுமுதற் கடவுள் அவனுடன் வசிக்கின்றார். அவனை மீண்டும் ஆன்மீக சக்தியிடம் கொண்டு செல்வதே அவரது குறிக்கோள். ஆன்மீக சக்தியிடம் அவனை மீண்டும் அழைத்துச் செல்வதில் இறைவன் எப்போதும் விருப்பத்துடன் உள்ளார், ஆனால் தன்னிடமுள்ள சிறு சுதந்திரத்தின் காரணத்தினால், ஆன்மீக ஒளியின் உறவை தனிப்பட்ட உயிர்வாழி தொடர்ந்து புறக்கணித்து வருகின்றான். சுதந்திரத்தின் இந்தத் தவறான உபயோகமே கட்டுண்ட இயல்பில் அவனது ஜடத் துன்பத்திற்கு காரணமாகும். எனவே, இறைவன் உள்ளும் புறமும் இருந்து அவனுக்கு எப்போதும் அறிவுரை கொடுக்கின்றார். பகவத் கீதையில் கூறப்பட்டுள்ள அறிவுரைகள், அவரால் புறத்திலிருந்து கொடுக்கப்படுபவை; ஜடத் தளத்தில் செய்யப்படும் செயல்கள், உண்மையான இன்பத்திற்கு உதவிகரமாக அமையாது என்பதை அவனுக்கு உணர்த்த அவர் உள்ளிருந்தபடியும் முயல்கின்றார். "அவற்றைத் துறந்து, உனது நம்பிக்கையை என்னிடம் திருப்புவாயாக, நீ மகிழ்ச்சியுடன் இருப்பாய்," என்று அவர் கூறுகின்றார். இவ்வாறு பரமாத்மா அல்லது பரம புருஷ பகவானின் மீது தனது நம்பிக்கையை வைக்கும் புத்திசாலி மனிதன், அறிவு நிரம்பிய நித்திய வாழ்வின் ஆனந்தத்தினை நோக்கி முன்னேறத் தொடங்குகின்றான்.

ஸ்லோகம் 24

य एवं वेत्ति पुरुषं प्रकृतिं च गुणै: सह ।
सर्वथा वर्तमानोऽपि न स भूयोऽभिजायते ॥ २४॥

ய ஏவம்' வேத்தி புருஷம்' ப்ரக்ரு'திம்' ச கு₃ணை: ஸஹ ஸர்வதா₂ வர்தமானோ 'பி ந ஸ பூ₄யோ 'பி₄ஜாயதே

ய:—யாராயினும்; ஏவம்—இவ்வாறு; வேத்தி—புரிந்துகொள்கின்றானோ; புருஷம்—உயிர்வாழிகள்; ப்ரக்ரு'திம்—ஜட இயற்கை; ச—மேலும்; கு₃ணை:—ஜட இயற்கையின் குணங்கள்; ஸஹ—உடன்; ஸர்வதா₂—எல்லா வழிகளிலும்; வர்தமான:—அமைந்து; அபி—இருந்தும் கூட; ந—என்றுமில்லை; ஸ:—அவன்; பூ₄ய:—மீண்டும்; அபி₄ஜாயதே—பிறவியெடுப்பது.

ஜட இயற்கை, உயிர்வாழி, குணங்களுடனான இவற்றின் உறவு ஆகியவற்றைப் பற்றிய இந்த தத்துவத்தைப் புரிந்துகொள்பவன், நிச்சயமாக முக்தி அடைகின்றான். அவனது தற்போதைய நிலை எவ்வாறு இருந்தாலும் சரி, அவன் மீண்டும் இங்கே பிறவியெடுக்கப் போவதில்லை.

பொருளுரை: ஜட இயற்கை, பரமாத்மா, ஜீவாத்மா, மற்றும் இவர்களுக்கு இடையிலான தொடர்பு ஆகியவற்றைப் பற்றி ஒருவன் தெளிவாகப் புரிந்து கொண்டால், முக்தியடைவதற்குத் தகுதி பெற்று, அவன் ஆன்மீகச் சூழ்நிலைக்குத் திரும்புகின்றான், இந்த ஜட இயற்கைக்குத் திரும்பி வரும்படி அவன் பலவந்தப்படுத்தப்படுவது இல்லை. இதுவே ஞானத்தின் பலன். சந்தர்பவசத்தினால் ஜீவாத்மா இந்த ஜட வாழ்வில் வீழ்ந்துள்ளான் என்பதை புரிந்துகொள்வதே ஞானத்தின் நோக்கம். அதிகாரிகள், சாதுக்கள் மற்றும் ஆன்மீக குருவின் சங்கத்துடன் கூடிய தனது சுய முயற்சியினால் ஒருவன் தனது நிலையைப் புரிந்து கொண்டு, முழுமுதற் கடவுளால் விளக்கப்பட்டபடி பகவத் கீதையை அதன் உண்மையுருவில் புரிந்து கொண்டு, ஆன்மீக உணர்வான கிருஷ்ண உணர்விற்குத் திரும்ப வேண்டும். அதன் பின்னர், அவன் மீண்டும் இந்த ஜட நிலைக்கு ஒருபோதும் திரும்பி வர மாட்டான்; அறிவுடன் கூடிய ஆனந்தமயமான நித்திய வாழ்விற்காக அவன் ஆன்மீக உலகிற்கு மாற்றப்படுவான்.

ஸ்லோகம் 25

ध्यानेनात्मनि पश्यन्ति केचिदात्मानमात्मना ।
अन्ये साङ्ख्येन योगेन कर्मयोगेन चापरे ॥ २५ ॥

த்$_4$யானேனாத்மனி பஷ்$_2$யந்தி கேசித்$_3$ ஆத்மானம் ஆத்மனா
அன்யே ஸாங்க்$_2$யேன யோகே$_3$ன கர்ம-யோகே$_3$ன சாபரே

த்$_4$யானேன—தியானத்தால்; *ஆத்மனி*—தனக்குள்; *பஷ்$_2$யந்தி*—காண்கின்றனர்; *கேசித்*—சிலர்; *ஆத்மானம்*—பரமாத்மா; *ஆத்மனா*—மனதால்; *அன்யே*—பிறர்; *ஸாங்க்$_2$யேன*—தத்துவ விவாதங்களால்; *யோகே$_3$ன*—யோக முறையால்; *கர்ம-யோகே$_3$ன*—பலனை எதிர்பார்க்காத செயல்களால்; *ச*—மேலும்; *அபரே*—பிறர்.

தங்களுக்குள் இருக்கும் பரமாத்மாவினை, சிலர் தியானத்தினாலும், சிலர் ஞானத்தை வளர்ப்பதாலும், வேறு சிலர் பலனை எதிர்பாராது செயல்படுவதாலும் காண்கின்றனர்.

பொருளுரை: ஆன்ம உணர்வில் மனிதனுடைய ஆர்வத்தின் அடிப்படையில், கட்டுண்ட ஆத்மாக்களை இரு வகையாகப்

பிரிக்கலாம் என்று அர்ஜுனனிடம் இறைவன் தெரிவிக்கின்றார். நாத்திகர்கள், கடவுளைப் பற்றி எதையும் அறிவது அசாத்தியம் என்னும் கருத்துடையோர் (Agnostics), தொன்றுதொட்டுள்ள கொள்கைகளில் சந்தேகமுடையோர் (Skeptics) ஆகியோர் ஆன்மீக அறிவில் வெகுதொலைவில் உள்ளனர். ஆனால் இதர பிரிவைச் சார்ந்தவர்கள் ஆன்மீக வாழ்வை புரிந்துகொள்வதில் நம்பிக்கையுடன் உள்ளனர்; அவர்கள், ஆழ்உணர்வுடைய பக்தர்கள், தத்துவவாதிகள், பலன்களைத் துறந்த செயலாளிகள் என்று அழைக்கப்படுகின்றனர். ஒருமைக்கொள்கையினை நிலைநிறுத்த எப்போதும் முயலும் நபர்கள்கூட, நாத்திகர்கள் மற்றும் கடவுளை அறிவது அசாத்தியம் என்று நினைப்பவர்களுடன் (Agnostics) சேர்க்கப்பட வேண்டியவர்கள். வேறுவிதமாகக் கூறினால், பரம புருஷ பகவானின் பக்தர்கள் மட்டுமே ஆன்மீக அறிவிற்குத் தகுதியுடையவர்கள்; ஏனெனில், இந்த ஜட இயற்கைக்கு அப்பால் ஆன்மீக உலகமும் பரம புருஷ பகவானும் உள்ளனர் என்பதையும், அந்த பரம புருஷ பகவானே எங்கும் பரவியிருக்கும் இறைவனாகவும் எல்லாரிலும் வீற்றிருக்கும் பரமாத்மாவாகவும் விரிந்துள்ளார் என்பதையும் அவர்கள் புரிந்து கொண்டுள்ளனர். அதே சமயத்தில், பரம பூரண உண்மையினை ஞானத்தை விருத்தி செய்வதன் மூலம் புரிந்துகொள்ள முயலும் நபர்களையும், நம்பிக்கை உடையவர்களின் பிரிவில் இணைத்துக்கொள்ளலாம். அத்தகு ஸாங்கிய தத்துவவாதிகள் இந்த ஜட உலகத்தினை இருபத்துநான்கு மூலக்கூறுகளாக ஆராய்கின்றனர். மேலும் ஜீவாத்மாவினை இருபத்தைந்தாவது விஷயமாக வைக்கின்றனர். பௌதிக மூலக்கூறுகளுக்கு அப்பாற்பட்ட தனிப்பட்ட ஆத்மாவின் இயற்கையை அவர்களால் புரிந்துகொள்ள இயலும்போது, தனிப்பட்ட ஆத்மாவிற்கு அப்பால் பரம புருஷ பகவான் இருக்கின்றார் என்பதையும் அவர்களால் புரிந்துகொள்ள இயலும். அவர் இருபத்தாறாவது விஷயம். இவ்வாறு படிப்படியாக அவர்களும் கிருஷ்ண உணர்வில் பக்தித் தொண்டின் தரத்தினை வந்தடைகின்றனர். பலன்களை எதிர்பார்க்காமல் செயல்படுபவர்களும் தமது மனப்பான்மையில் பக்குவமானவர்கள். கிருஷ்ண உணர்வில் பக்தித் தொண்டின் தளத்திற்கு முன்னேற்றம் அடைவதற்கு அவர்களுக்கும் வாய்ப்பு வழங்கப்படுகின்றது. பரமாத்மாவினை தியானத்தின் மூலம் கண்டறிய முயலும் தூய உணர்வுடைய சில மக்கள், தமக்குள் பரமாத்மாவைக் கண்டவுடன் திவ்யமான தளத்தில் நிலைபெறுகின்றனர் என்று இங்கே கூறப்பட்டுள்ளது. அதுபோலவே, ஞானத்தை விருத்தி செய்வதன் மூலம் சிலர் பரமாத்மாவை புரிந்துகொள்ள முயல்கின்றனர். வேறு சிலர் ஹட யோக பயிற்சியின்

மூலம் பரம புருஷ பகவானை குழந்தைத்தனமான செயல்களினால் திருப்தி செய்ய முயல்கின்றனர்.

ஸ்லோகம் 26

अन्ये त्वेवमजानन्त: श्रुत्वान्येभ्य उपासते ।
तेऽपि चातितरन्त्येव मृत्युं श्रुतिपरायणा: ॥ २६ ॥

அன்யே த்வேவம் அஜானந்த: ஷ்$_2$ருத்வான்யேப்$_4$ய உபாஸதே
தே 'பி சாதிதரந்த்யேவ ம்ரு'த்யும்' ஷ்$_2$ருதி-பராயணா:

அன்யே—பிறர்; *து*—ஆனால்; *ஏவம்*—இவ்வாறு; *அஜானந்த*—ஆன்மீக அறிவு இன்றி; *ஷ்$_2$ருத்வா*—கேட்பதால்; *அன்யேப்$_4$ய:*—பிறரிடமிருந்து; *உபாஸதே*—வழிபடத் தொடங்குகின்றனர்; *தே*—அவர்கள்; *அபி*—கூட; *ச*—மேலும்; *அதிதரந்தி*—கடக்கின்றனர்; *ஏவ*—நிச்சயமாக; *ம்ரு'த்யும்*—மரணத்தின் வழி; *ஷ்$_2$ருதி-பராயணா:*—கேட்கும் முறையில் விருப்ப முற்று.

வேறு சிலர், ஆன்மீக ஞானத்தில் ஆழ்ந்த அனுபவம் இல்லாதபோதிலும், பிறரிடமிருந்து முழுமுதற் கடவுளைப் பற்றிக் கேட்டதன் அடிப்படையில் அவரை வழிபடத் தொடங்குகின்றனர். அதிகாரிகளிடமிருந்து கேட்பதற்கான தங்களது இயல்பின் காரணத்தால் அவர்களும் பிறப்பு இறப்பின் வழியினைக் கடந்து செல்கின்றனர்.

பொருளுரை: இந்த ஸ்லோகம் குறிப்பாக நவீன சமுதாயத்திற்கு மிகவும் ஏற்றதாகும்; ஏனெனில், நவீன சமுதாயத்தில் ஆன்மீக விஷயங்களைப் பற்றிய கல்வி எங்குமில்லை. மக்களில் சிலர் நாத்திகர்களாக, இறைவனைப் பற்றி அறிவது அசாத்தியம் என்று எண்ணுபவர்களாக, அல்லது தத்துவவாதிகளாகக் கூட இருக்கலாம், ஆனால் உண்மையில் தத்துவத்தைப் பற்றிய எந்த அறிவும் அவர்களிடம் இல்லை. சாதாரண மனிதனைப் பொறுத்தவரையில், அவன் நல்ல ஆத்மாவாக இருந்தால், செவியுறுதல் என்னும் வழிமுறையின் மூலம் முன்னேற்றமடைவதற்கான வாய்ப்பு அவனுக்கு உள்ளது. செவியுறுதல் முறை மிகவும் முக்கியமானதாகும். நவீன உலகில் கிருஷ்ண உணர்வை பிரச்சாரம் செய்த பகவான் சைதன்யர் கேட்பதற்கு மிகவும் முக்கியத்துவம் கொடுத்தார்; ஏனெனில், அதிகாரம் பொருந்திய நபர்களிடமிருந்து கேட்பதாலேயே, சாதாரண மனிதன் முன்னேற்றமடைந்துவிட முடியும்; அதிலும் குறிப்பாக, பகவான் சைதன்யர் உபதேசித்தபடி, ஹரே கிருஷ்ண, ஹரே கிருஷ்ண, கிருஷ்ண கிருஷ்ண, ஹரே ஹரே/ ஹரே ராம, ஹரே ராம, ராம ராம, ஹரே ஹரே என்னும் தெய்வீக சப்தத்தைக் கேட்க

வேண்டும். எனவே, தன்னையுணர்ந்த ஆத்மாக்களிடமிருந்து கேட்டறிவதற்கான நல்வாய்ப்பை எல்லா மனிதர்களும் பயன்படுத்திக் கொண்டு, படிப்படியாக அனைத்தையும் புரிந்துகொள்ள வேண்டும் என்று கூறப்படுகின்றது. அதன்பின், பகவானது வழிபாடு சந்தேகமின்றி நடைபெறும். தனது நிலையை மாற்றிக்கொள்ள வேண்டிய அவசியம் இந்த யுகத்தில் எவருக்கும் இல்லை என்றும், ஆனால் பூரண உண்மையினை கற்பனை ஆய்வுகளின் மூலம் புரிந்துகொள்வதற்கான முயற்சியினை விட்டொழிக்க வேண்டும் என்றும் பகவான் சைதன்யர் கூறியுள்ளார். முழுமுதற் கடவுளைப் பற்றிய ஞானம் எவரிடம் உள்ளதோ, அவரது தொண்டனாக ஆவதற்கு ஒருவன் கற்றுக்கொள்ள வேண்டும். தூய பக்தரிடம் அடைக்கலம் கொண்டு, தன்னுணர்வைப் பற்றி அவரிடமிருந்து கேட்டு, அவரது அடிச்சுவடுகளைப் பின்பற்றும் அளவிற்கு ஒருவன் அதிர்ஷ்டசாலியாக இருந்தால், அவன் படிப்படியாக தூய பக்தனின் தளத்திற்கு உயர்த்தப்படுவான். இந்த ஸ்லோகத்தில், செவியுறுதல் என்னும் வழிமுறை பலமாக பரிந்துரைக்கப்பட்டுள்ளது, இது மிகவும் பொருந்தக்கூடியதாகும். ஒரு சாதாரண மனிதன் பெரும்பாலும் (பெயரளவு) தத்துவவாதிகளைப் போன்று திறனுடையவனாக இல்லாமல் இருந்தாலும், அங்கீகரிக்கப்பட்ட நபரிடமிருந்து நம்பிக்கையுடன் செவியுறுதல் அவனுக்கு உதவியாக அமையும். அதன் மூலம் அவன் ஜட வாழ்வினைத் தாண்டி முழுமுதற் கடவுளின் திருநாட்டிற்குத் திரும்பிச் செல்ல முடியும்.

ஸ்லோகம் 27

यावत्सञ्जायते किञ्चित्सत्त्वं स्थावरजङ्गमम् ।
क्षेत्रक्षेत्रज्ञसंयोगात्तद्विद्धि भरतर्षभ ॥ २७॥

யாவத் ஸஞ்ஜாயதே கிஞ்சித் ஸத்த்வம்' ஸ்தா₂வர-ஜங்க₃மம்
க்ஷேத்ர-க்ஷேத்ரஜ்ஞ-ஸம்'யோகா₃த் தத்₃ வித்₃தி₄ ப₄ரதர்ஷப₄

யாவத்—என்னவெல்லாம்; ஸஞ்ஜாயதே—வருகின்றதோ; கிஞ்சித்— ஏதேனும்; ஸத்த்வம்—இருப்பு; ஸ்தா₂வர—அசைவற்ற; ஜங்க₃மம்— அசைகின்ற; க்ஷேத்ர—உடல்; க்ஷேத்ர-ஜ்ஞ—உடலை அறிபவன்; ஸம்யோகா₃த்—இடையிலான கலவை; தத் வித்₃தி₄—நீ அதை அறிய வேண்டும்; ப₄ரத-ருஷப₄—பாரதர்களின் தலைவனே.

பாரதர்களின் தலைவனே, அசைவன, அசையாதவை என எதையெல்லாம் நீ காண்கின்றாயோ, அவையெல்லாம் செயல்களின் களமும் களத்தை அறிபவனும் இணைந்த கலவையேயாகும்.

பொருளுரை: இந்த ஸ்லோகத்தில் ஜட இயற்கையும் உயிர்வாழியும் விளக்கப்பட்டுள்ளன, இவை இரண்டுமே பிரபஞ்சம் படைக்கப் படுவதற்கு முன்பிலிருந்தே இருக்கின்றன. என்னவெல்லாம் படைக்கப்படுகின்றனவோ, அவையெல்லாம் உயிர்வாழியும் ஜட இயற்கையும் கலந்த கலவையேயாகும். மரங்கள், மலைகள், குன்றுகள் என பல்வேறு அசையாதத் தோற்றங்கள் உள்ளன, அசையும் தோற்றங்களும் பல உள்ளன. ஆனால் அவையனைத்தும் உயர்ந்த இயற்கையான உயிர்வாழியும், ஜட இயற்கையும் கலந்த கலவையேயாகும். உயர் இயற்கையான உயிர்வாழியின் தொடர்பின்றி எதுவும் வளர இயலாது. ஜடத்திற்கும் உயர்ந்த இயற்கைக்கும் இடையிலான உறவு நித்தியமாகத் தொடர்கின்றது. இத்தொடர்பு முழுமுதற் கடவுளினால் நிறைவேற்றப்படுகிறது; எனவே, உயர்ந்த இயற்கை, தாழ்ந்த இயற்கை ஆகிய இரண்டையும் கட்டுப்படுத்துபவர் அவரே. ஜட இயற்கை அவரால் சிருஷ்டி செய்யப்படுகின்றது, இத்தகு ஜட இயற்கையில் உயர்ந்த இயற்கை வைக்கப்படுகின்றது. இவ்வாறாக இவ்வெல்லா செயல்களும் தோற்றங்களும் உண்டாகின்றன.

ஸ்லோகம் 28

समं सर्वेषु भूतेषु तिष्ठन्तं परमेश्वरम् ।
विनश्यत्स्वविनश्यन्तं यः पश्यति स पश्यति ॥ २८॥

ஸமம்' ஸர்வேஷு பூ₄தேஷு திஷ்ட₂ந்தம்' பரமேஷ்₂வரம்
வினஷ்₂யத்ஸ்வவினஷ்₂யந்தம்' ய: பஷ்₂யதி ஸ பஷ்₂யதி

ஸமம்—சமமாக; *ஸர்வேஷு*—எல்லா; *பூ₄தேஷு*—உயிர்வாழிகளிலும்; *திஷ்ட₂ந்தம்*—வசிக்கின்ற; *பரம-ஈஷ்₂வரம்*—பரமாத்மா; *வினஷ்₂யத்ஸு*—அழியக்கூடியவற்றில்; *அவினஷ்₂யந்தம்*—அழிவற்ற; *ய:*—எவனொருவன்; *பஷ்₂யதி*—காண்கின்றானோ; *ஸ:*—அவனே; *பஷ்₂யதி*—உண்மையில் காண்கின்றான்.

எல்லா உடல்களிலும் ஜீவாத்மாவுடன் இணைந்து பரமாத்மாவைக் காண்பவனும், அழியக்கூடிய உடலினுள் இருக்கும் ஆத்மாவும், பரமாத்மாவும் அழிவடைவதில்லை என்பதைப் புரிந்து கொள்பவனுமே, உண்மையில் காண்பவனாவான்.

பொருளுரை: நல்ல சங்கத்தின் மூலம், உடல், உடலின் உரிமையாளனான ஜீவாத்மா, ஜீவாத்மாவின் நண்பன் ஆகிய மூன்றினையும் முறையாகக் காணக்கூடியவன், உண்மையான ஞானத்தில் உள்ளான். ஆன்மீக விஷயங்களை உண்மையாக அறிந்தவரின் சங்கத்தினை ஒருவன் அடையாவிடில், அவனால் இந்த

மூன்று விஷயங்களைக்காண முடியாது. அத்தகு சங்கம் இல்லாதவர்கள் அறியாமையில் உள்ளனர்; அவர்கள் வெறுமனே உடலைக் காண்கின்றனர், உடல் அழிந்தவுடன் எல்லாம் முடிந்துவிட்டது என்று எண்ணுகின்றனர். ஆனால் உண்மை அதுவல்ல. உடலின் அழிவிற்குப் பிறகு, ஆத்மாவும் பரமாத்மாவும் பல்வேறு அசைகின்ற மற்றும் அசைவற்ற உருவங்களில் நித்தியமாகத் தொடர்கின்றனர். *பரமேஷ்$_2$வர* என்னும் சமஸ்கிருதச் சொல், சில சமயங்களில் "ஜீவாத்மா" என்று மொழி பெயர்க்கப்படுகின்றது. ஏனெனில், இந்த உடலின் எஜமானன் ஜீவாத்மாவே, மேலும், உடல் அழிவுற்ற பிறகு அவன் மற்றொரு உருவத்திற்கு மாறுகின்றான். இவ்வாறு அவனே எஜமானன். ஆனால் *பரமேஷ்$_2$வர* என்பது பரமாத்மாவைக் குறிக்கும் என்று மற்றவர்கள் விளக்குகின்றனர். எவ்வாறு இருப்பினும், ஆத்மா, பரமாத்மா ஆகிய இருவருமே தொடர்கின்றனர். அவர்கள் அழிக்கப்படுவதில்லை. இவ்விதமாக காணக்கூடியவன், என்ன நடக்கின்றது என்பதை உண்மையில் காண முடியும்.

ஸ்லோகம் 29

समं पश्यन्हि सर्वत्र समवस्थितमीश्वरम् ।
न हिनस्त्यात्मनात्मानं ततो याति परां गतिम् ॥ २९ ॥

ஸமம்' பஷ்$_2$யன் ஹி ஸர்வத்ர ஸமவஸ்தி$_2$தம் ஈஷ்$_2$வரம்
ந ஹினஸ்த்யாத்மனாத்மானம்' ததோ யாதி பராம்' க$_3$திம்

ஸமம்—சமமாக; *பஷ்$_2$யன்*—காண்கின்ற; *ஹி*—நிச்சயமாக; *ஸர்வத்ர*—எங்கும்; *ஸமவஸ்தி$_2$தம்*—சமமாக நிலைபெற்ற; *ஈஷ்$_2$வரம்*—பரமாத்மா; *ந*—இல்லை; *ஹினஸ்தி*—இழிவடைவது; *ஆத்மனா*—மனதால்; *ஆத்மானம்*—ஆத்மா; *தத:*—பின்னர்; *யாதி*—அடைகின்றான்; *பராம்*—தெய்வீகமான; *க$_3$திம்*—இலக்கை.

பரமாத்மா, எல்லா இடங்களிலும், எல்லா உயிர்வாழியிலும் சமமாக வீற்றிருப்பதைக் காண்பவன், தனது மனதால் தன்னை இழிவுபடுத்திக்கொள்வதில்லை. இவ்வாறு அவன் தெய்வீக இலக்கை அணுகுகின்றான்.

பொருளுரை: பௌதிக வாழ்வை ஏற்றுள்ள உயிர்வாழி, தனது ஆன்மீக வாழ்விலிருந்து மாறுபட்ட சூழ்நிலையில் நிலை பெற்றுள்ளான். ஆனால் கடவுள் தனது பரமாத்மா தோற்றத்தின் மூலம் எங்கும் வீற்றிருப்பதை ஒருவன் புரிந்து கொண்டால், அதாவது, பரம புருஷ பகவானின் இருப்பை ஒவ்வொரு ஜீவனிலும் ஒருவனால் காண முடிந்தால், இழிவான மனப்பான்மையின் மூலம் அவன் தன்னை இழிவடையச் செய்வது இல்லை. எனவே, படிப்படியாக

ஆன்மீக உலகிற்கு அவன் முன்னேற்றமடைகின்றான். பொதுவாக, மனம், புலன்களை திருப்தி செய்யும் முறைகளில் மயங்கியுள்ளது; ஆனால் அதே மனம் பரமாத்மாவை நோக்கி திரும்பும்போது, ஆன்மீகத்தைப் புரிந்துகொள்வதில் ஒருவன் முன்னேற்றமடைகிறான்.

ஸ்லோகம் 30

प्रकृत्यैव च कर्माणि क्रियमाणानि सर्वशः ।
यः पश्यति तथात्मानमकर्तारं स पश्यति ॥ ३० ॥

ப்ரக்ரு'த்யைவ ச கர்மாணி க்ரியமாணானி ஸர்வஷ:$_2$
ய: பஷ்$_2$யதி ததா$_2$த்மானம் அகர்தாரம்' ஸ பஷ்$_2$யதி

ப்ரக்ரு'த்யா—ஜட இயற்கையினால்; *ஏவ*—நிச்சயமாக; *ச*—மேலும்; *கர்மாணி*—செயல்கள்; *க்ரியமாணானி*—செய்யப்படுகின்றன; *ஸர்வஷ:$_2$*—எல்லா விதங்களிலும்; *ய:*—எவனொருவன்; *பஷ்$_2$யதி*—காண்கின்றான்; *ததா$_2$*—மேலும்; *ஆத்மானம்*—தன்னை; *அகர்தாரம்*—செய்யாதவனாக; *ஸ:*—அவன்; *பஷ்$_2$யதி*—பக்குவமாகக் காண்கின்றான்.

எவனொருவன், ஜட இயற்கையினால் படைக்கப்பட்ட உடலே எல்லாச் செயல்களையும் செய்கின்றது என்பதையும், ஆத்மா எதையும் செய்வதில்லை என்பதையும் காண்கின்றானோ, அவனே உண்மையில் காண்கின்றான்.

பொருளுரை: உடல், பரமாத்மாவின் மேற்பார்வையின் கீழ் ஜட இயற்கையினால் தயாரிக்கப்பட்டுள்ளது, மேலும், உடல் சம்பந்தமாக நடைபெறும் செயல்களில் எதுவும் அவனால் செய்யப்படுபவை அல்ல. இன்பத்திற்காகவோ, துன்பத்திற்காகவோ, என்னவெல்லாம் செய்ய வேண்டுமோ, அவற்றைச் செய்யும்படி உடலின் சுபாவம் ஒருவனை வற்புறுத்துகின்றது. இருப்பினும், ஆத்மாவானது உடலின் இத்தகு செயல்கள் எல்லாவற்றிற்கும் அப்பாற்பட்டதாகும். ஒருவனின் முந்தைய விருப்பங்களுக்கு ஏற்ப தற்போதைய உடல் வழங்கப்பட்டுள்ளது. இச்சைகளை பூர்த்தி செய்வதற்காகவே ஒருவனுக்கு உடல் கொடுக்கப்படுகின்றது, அவனும் அதற்கேற்ப செயல்படுகின்றான். அவனது ஆசைகளை பூர்த்தி செய்வதற்காக, பரம புருஷரால் வடிவமைக்கப்பட்ட இயந்திரமே இந்த உடல் என்று கூறலாம். ஆசைகளின் காரணத்தினால், ஒருவன் துன்புறுவதற்கான சூழ்நிலைகளிலோ, இன்புறுவதற்கான சூழ்நிலைகளிலோ வைக்கப்படுகின்றான். உயிர்வாழியைப் பற்றிய இந்த தெய்வீகப் பார்வை வளர்ச்சி பெறும்போது, அஃது ஒருவனை உடலின் செயல்களிலிருந்து பிரித்துவிடுகிறது. இத்தகு பார்வையுடையவன் உண்மையில் காண்பவனாகின்றான்.

ஸ்லோகம் 31

यदा भूतपृथग्भावमेकस्थमनुपश्यति ।
तत एव च विस्तारं ब्रह्म सम्पद्यते तदा ॥ ३१ ॥

யதா$_3$ பூ$_4$த-ப்ரு'த$_2$க்$_3$-பா$_4$வம் ஏக-ஸ்த$_2$ம் அனுபஷ்$_2$யதி
தத ஏவ ச விஸ்தாரம்' ப்$_3$ரஹ்ம ஸம்பத்$_3$யதே ததா$_3$

யதா$_3$—எப்போது; *பூ$_4$த*—உயிர்வாழிகளின்; *ப்ரு'த$_2$க்$_3$-பா$_4$வம்*—தனிப்பட்ட அடையாளங்கள்; *ஏக-ஸ்த$_2$ம்*—ஒன்றில் அமைந்திருப்பதை; *அனுபஷ்$_2$யதி*—அதிகாரிகளின் மூலமாகக் காண முயல்பவன்; *தத: ஏவ*—அதன்பின்; *ச*—மேலும்; *விஸ்தாரம்*—விரிந்த; *ப்$_3$ரஹ்ம*—பூரணம்; *ஸம்பத்$_3$யதே*—அவன் அடைகின்றான்; *ததா$_3$*—அச்சமயத்தில்.

அறிவுள்ள மனிதன், பல்வேறு ஜட உடல்களில் பல்வேறு தோற்றங்களைக் காண்பதை நிறுத்தி, உயிர்வாழிகள் எவ்வாறு எங்கும் பரந்துள்ளனர் என்பதை எப்போது காண்கின்றானோ, அப்போது அவன் பிரம்மன் உணர்வை அடைகின்றான்.

பொருளுரை: தனது பல்வேறு இச்சைகளின் காரணத்தினால் ஜீவாத்மா பற்பல உடல்களை ஏற்கின்றான் என்றும், உண்மையில் அவை ஆத்மாவிற்கு சொந்தமானவை அல்ல என்றும், எப்போது ஒருவன் காண்கின்றானோ, அப்போதே அவன் உண்மையில் காண்கின்றான். ஜடக் கருத்துடன் நாம் வாழ்க்கை வாழும்போது, சிலரை தேவராக, சிலரை மனிதனாக, நாயாக, பூனையாகக் காண்கின்றோம். இது பௌதிகப் பார்வை, உண்மையான பார்வையல்ல. இந்த ஜட வேறுபாடுகள், வாழ்வைப் பற்றிய ஜடக் கருத்துக்களினால் எழுபவை. ஜடவுடல் அழிவுற்ற பின்னர், ஆத்மா ஒன்றே. ஆன்மீக ஆத்மா, ஜட இயற்கையின் தொடர்பினால் பல்வேறு விதமான உடல்களை அடைகின்றது. இதை ஒருவன் காண இயலும்போது, அவன் ஆன்மீக கண்ணோட்டத்தை அடைகின்றான்; இவ்வாறாக, மனிதன், மிருகம், பெரியவன், சிறியவன் முதலிய வேறுபாடுகளிலிருந்து விடுபட்டு, உணர்வினைத் தூய்மைப்படுத்தி, ஆன்மீக அடையாளத்தினை கிருஷ்ண உணர்வில் அபிவிருத்தி செய்ய முடியும். அதன் பின்னர் ஒருவன் எவ்வாறு விஷயங்களைக் காண்பான் என்பது அடுத்த ஸ்லோகத்தில் விளக்கப்படும்.

ஸ்லோகம் 32

अनादित्वान्निर्गुणत्वात्परमात्मायमव्ययः ।
शरीरस्थोऽपि कौन्तेय न करोति न लिप्यते ॥ ३२ ॥

அனாதி$_3$த்வான் நிர்கு$_3$ணத்வாத் பரமாத்மாயம் அவ்யய:
ஷ$_2$ரீர-ஸ்தோ$_2$ 'பி கௌந்தேய ந கரோதி ந லிப்யதே

அனாதி₃த்வாத்—நித்தியமான தன்மையால்; *நிர்கு₃ணத்வாத்*—திவ்யமாக இருப்பதால்; *பரம*—ஜட இயற்கைக்கு அப்பாற்பட்ட; *ஆத்மா*—ஆத்மா; *அயம்*—இந்த; *அவ்யய*—அழிவற்ற; *ஷ₂ரீர-ஸ்த:₂*—உடலில் வீற்று; *அபி*—இருந்தாலும்; *கௌந்தேய*—குந்தியின் மகனே; *ந கரோதி*—எதையும் செய்வதில்லை; *ந லிப்யதே*—அவன் பந்தப்படுவதும் இல்லை.

நித்தியத்தின் பார்வையை உடையவர்கள், அழிவற்ற ஆத்மா தெய்வீகமானது, நித்தியமானது, இயற்கையின் குணங்களுக்கு அப்பாற்பட்டது என்பதைக் காண முடியும். ஜடவுடலின் தொடர்பில் இருந்தாலும்கூட, அர்ஜுனா! ஆத்மா எதையும் செய்வதோ பந்தப்படுவதோ இல்லை.

பொருளுரை: ஜடவுடல் பிறவி எடுப்பதால், உயிர்வாழியும் பிறப்பதாகத் தோன்றலாம், ஆனால் உண்மையில் உயிர்வாழி நித்தியமானவன்; அவன் பிறப்பற்றவன், ஜடவுடலில் இருந்தாலும் கூட அவன் நித்தியமானவனும் தெய்வீகமானவனும் ஆவான். எனவே, அவன் அழிக்கப்பட முடியாதவன். இயற்கையிலேயே அவன் ஆனந்தமயமானவன். அவன் தன்னை எந்த ஜடச் செயல்களிலும் ஈடுபடுத்திக்கொள்வதில்லை; எனவே, ஜடவுடல்களின் தொடர்பினால் ஆற்றப்படும் செயல்கள் அவனை பந்தப்படுத்துவதில்லை.

ஸ்லோகம் 33

यथा सर्वगतं सौक्ष्म्यादाकाशं नोपलिप्यते ।
सर्वत्रावस्थितो देहे तथात्मा नोपलिप्यते ॥ ३३ ॥

யதா₂ ஸர்வ-க₃தம்' ஸௌக்ஷ்ம்யாத்₃ ஆகாஷ₂ம்' நோபலிப்யதே
ஸர்வத்ராவஸ்தி₂தோ தே₃ஹே ததா₂த்மா நோபலிப்யதே

யதா₂—போல; *ஸர்வ-க₃தம்*—எங்கும் பரவியிருப்பதை; *ஸௌக்ஷ்ம்யாத்*—நுண்ணியமானதால்; *ஆகாஷ₂ம்*—ஆகாயம்; *ந*—என்றுமில்லை; *உபலிப்யதே*—கலப்பது; *ஸர்வத்ர*—எங்கும்; *அவஸ்தி₂த:*—நிலைபெற்று; *தே₃ஹே*—உடலில்; *ததா₂*—அது போல; *ஆத்மா*—ஆத்மா; *ந*—என்றும்; *உபலிப்யதே*—கலப்பது.

எங்கும் நிறைந்திருந்தாலும் தனது நுண்ணிய இயற்கையினால், ஆகாயம் எதனுடனும் கலக்காமல் இருக்கின்றது. அதுபோல, பிரம்மனின் பார்வையில் நிலைபெற்றுள்ள ஆத்மா, உடலில் அமைந்திருந்தாலும் உடலுடன் கலப்பதில்லை.

பொருளுரை: நீர், மண், மலம் மற்றும் என்னவெல்லாம் இருக்கின்றதோ எல்லாவற்றிலும் காற்று புகுகின்றது; இருப்பினும் அஃது எதனுடனும்

கலப்பதில்லை அதுபோலவே, உயிர்வாழி, பல்வேறு விதமான உடல்களில் அமைந்திருந்தாலும் தனது நுண்ணிய தன்மையினால் அவற்றிலிருந்து தனித்து விளங்குகின்றான். எனவே, ஆத்மா இவ்வுடலின் தொடர்பில் இருப்பது எவ்வாறு என்பதையும், உடல் அழிவுற்ற பின்னர் அவன் எவ்வாறு வெளியில் உள்ளான் என்பதையும் ஜடக் கண்களால் காண்பது சாத்தியமல்ல. ஜட விஞ்ஞானத்தில் இதை ஆய்ந்தறிய யாராலும் முடியாது.

ஸ்லோகம் 34

यथा प्रकाशयत्येक: कृत्स्नं लोकमिमं रवि: ।
क्षेत्रं क्षेत्री तथा कृत्स्नं प्रकाशयति भारत ॥ ३४॥

யதா$_2$ ப்ரகாஷ$_2$யத்யேக: க்ரு'த்ஸ்னம்' லோகம் இமம்' ரவி:
க்ஷேத்ரம்' க்ஷேத்ரீ ததா$_2$ க்ரு'த்ஸ்னம்' ப்ரகாஷ$_2$யதி பா$_4$ரத

யதா$_2$—போல; *ப்ரகாஷ$_2$யதி*—பிரகாசப்படுத்துவதை; *ஏக:*—ஒரு; *க்ரு'த்ஸ்னம்*—முழு; *லோகம்*—லோகம்; *இமம்*—இந்த; *ரவி:*—சூரியன்; *க்ஷேத்ரம்*—இவ்வுடல்; *க்ஷேத்ரீ*—ஆத்மா; *ததா$_2$*—அதுபோலவே; *க்ரு'த்ஸ்னம்*—எல்லாவற்றையும்; *ப்ரகாஷ$_2$யதி*—பிரகாசமாக்குகின்றது; *பா$_4$ரத*—பரதனின் மைந்தனே.

பரதனின் மைந்தனே! ஒரே ஒரு சூரியன் இந்த பிரபஞ்சம் முழுவதையும் பிரகாசமாக்குவதைப் போல, உடலினுள் இருக்கும் ஆத்மா, தனது உணர்வினால் உடல் முழுவதையும் பிரகாசப் படுத்துகின்றான்.

பொருளுரை: உணர்வைப் பற்றி பல்வேறு கொள்கைகள் இருக்கின்றன. இங்கே பகவத் கீதையில் சூரியனும் சூரியக் கதிர்களும் உதாரணமாகக் கொடுக்கப்பட்டுள்ளன. ஓரிடத்தில் அமைந்துள்ள சூரியன் அகிலம் முழுவதையும் பிரகாசப்படுத்துவதைப் போல, சிறு துகளாகிய ஆன்மீக ஆத்மா, உடலின் இதயத்தில் அமைந்திருந்தாலும் உணர்வின் மூலம் உடல் முழுவதையும் பிரகாசப்படுத்துகின்றது. எனவே, சூரியக்கதிர் அல்லது வெளிச்சமானது சூரியன் இருப்பதற்கு சாட்சியாக விளங்குவதைப் போல, உணர்வானது ஆத்மா இருப்பதற்கு சாட்சியாக விளங்குகின்றது. உடலில் ஆத்மா இருக்கும்பொழுது உணர்வானது உடல் முழுவதும் காணப்படுகின்றது, ஆத்மா உடலிலிருந்து நீங்கியவுடனேயே உணர்வு எதுவும் இருப்பதில்லை. அறிவுள்ள எந்த மனிதனாலும் இதனை எளிமையாகப் புரிந்துகொள்ள முடியும். எனவே, உணர்வு என்பது ஜடப் பொருட்களின் கலவையினால் உற்பத்தி செய்யப்படுவது அல்ல. அஃது ஆத்மாவின் அறிகுறியாகும். ஆத்மாவின் உணர்வும் பரம உணர்வும் தன்மையில்

ஒன்றாக இருப்பினும், ஆத்மாவின் உணர்வு பரமமானது அல்ல. ஏனெனில், ஒரு குறிப்பிட்ட உடலின் உணர்வும், மற்றொரு உடலின் உணர்வும், ஒன்றாக இருப்பதில்லை. ஆனால் ஜீவாத்மாவின் நண்பனாக எல்லா உடல்களிலும் வீற்றிருக்கும் பரமாத்மாவோ எல்லா உடல்களையும் உணர்கின்றார். இதுவே தனிப்பட்ட உணர்விற்கும் பரம உணர்விற்கும் இடையிலான வேறுபாடாகும்.

ஸ்லோகம் 35

क्षेत्रक्षेत्रज्ञयोरेवमन्तरं ज्ञानचक्षुषा ।
भूतप्रकृतिमोक्षं च ये विदुर्यान्ति ते परम् ॥ ३५ ॥

க்ஷேத்ர-க்ஷேத்ரஜ்ஞயோர் ஏவம் அந்தரம்' ஜ்ஞான-சக்ஷுஷா
பூ₄த-ப்ரக்ரு'தி-மோக்ஷம்' ச யே விது₃ர் யாந்தி தே பரம்

க்ஷேத்ர—உடலுக்கும்; *க்ஷேத்ர-ஜ்ஞயோ:*—உடலின் உரிமையாளனுக்கும்; *ஏவம்*—இவ்வாறு; *அந்தரம்*—வேறுபாடு; *ஜ்ஞான-சக்ஷுஷா*—ஞானத்தின் கண்ணோட்டத்தில்; *பூ₄த*—உயிர்வாழி; *ப்ரக்ரு'தி*—ஜட இயற்கையிலிருந்து; *மோக்ஷம்*—முக்தி; *ச*—மேலும்; *யே*—யாரெல்லாம்; *விது:₃*—அறிகின்றனரோ; *யாந்தி*—அணுகுகின்றனர்; *தே*—அவர்கள்; *பரம்*—பரமனை.

உடலுக்கும், உடலின் உரிமையாளனுக்கும் இடையிலான இந்த வேறுபாட்டை ஞானக் கண்களைக் கொண்டு அறிந்து, ஜட இயற்கையின் பந்தத்திலிருந்து முக்தி பெறுவதற்கான வழிமுறையையும் புரிந்துகொண்டவர்கள், பரம இலக்கினை அடைகின்றனர்.

பொருளுரை: இந்த பதிமூன்றாம் அத்தியாயத்தின் விளக்கம் யாதெனில், உடல், உடலின் உரிமையாளன், பரமாத்மா ஆகியவற்றிற்கு இடையிலான வேறுபாட்டை ஒருவன் புரிந்துகொள்ள வேண்டும் என்பதே. முக்திக்கான வழிமுறை, ஸ்லோகங்கள் எட்டிலிருந்து பன்னிரண்டு வரை எவ்வாறு விளக்கப்பட்டுள்ளதோ அதன்படி அங்கீகரிக்கப்பட வேண்டும். பின்னர் அவன் உன்னத இலக்கை நோக்கிச் செல்ல முடியும்.

நம்பிக்கையுள்ள மனிதன், முதலில் கடவுளைப் பற்றிக் கேட்பதற்கான ஒரு நல்ல சங்கத்தினைப் பெற்று, அதன் மூலம் படிப்படியாகத் தெளிவு பெற வேண்டும். அவன் ஆன்மீக குருவை ஏற்றுக் கொண்டால், ஜடத்திற்கும் ஆன்மாவிற்கும் இடையிலான வேறுபாட்டை அறிய அவன் கற்றுக்கொள்ள முடியும், அதுவே மேற்கொண்டு ஆன்மீக உணர்வைப் பெறுவதற்கு மைல்கல்லாக

அமைகின்றது. பல்வேறு அறிவுரைகளின் மூலம், ஆன்மீக குரு தனது சீடர்களுக்கு வாழ்வின் ஜடக் கண்ணோட்டத்திலிருந்து விடுபடக் கற்றுக் கொடுக்கின்றார். உதாரணமாக, பௌதிகக் கருத்துக்களிலிருந்து அர்ஜுனனை விடுவிப்பதற்காக பகவத் கீதையில் கிருஷ்ணர் உபதேசிப்பதை நாம் காண்கின்றோம்.

இந்த உடல் ஒரு ஜடப் பொருள் என்பதை ஒருவனால் புரிந்துகொள்ள முடியும்; உடலினை இருபத்துநான்கு மூலக்கூறுகளாக பிரித்தறிய முடியும். இது ஸ்தூல தோற்றமாகும். மனமும் மனதளவிலான விளைவுகளும் சூட்சும தோற்றமாகும். மேலும் இவற்றிற்கு இடையிலான விளைவுகளே வாழ்வின் அறிகுறிகளாக அமைகின்றன. ஆனால் இதற்கு அப்பாற்பட்ட நிலையில் ஆத்மா உள்ளான், பரமாத்மாவும் உள்ளார். இந்த ஜட உலகமானது, ஆத்மாவும் இருபத்துநான்கு மூலப்பொருட்களும் சேர்ந்த கலவையினால் இயங்குகின்றது. ஆத்மாவும் பௌதிக மூலக்கூறுகளும் இணைந்த கலவையே இந்த முழு ஜடத் தோற்றம் என்பதையும் பரமாத்மாவின் நிலையையும் யாரால் காண முடிகின்றதோ, அவன் ஆன்மீக உலகிற்கு மாற்றம் பெற தகுதியுடையவன் ஆகின்றான். இந்த விஷயங்கள் ஆழ்ந்து சிந்திப்பதற்கும், உணர்ந்து அறிவதற்குமானவை. ஆன்மீக குருவின் உதவியுடன் இந்த அத்தியாயத்தினை முழுமையாகப் புரிந்துகொள்வது அவசியம்.

ஸ்ரீமத் பகவத் கீதையின் "இயற்கை, அனுபவிப்பவன், மற்றும் உணர்வு" என்னும் பதிமூன்றாம் அத்தியாயத்திற்கான பக்திவேதாந்த பொருளுரைகள் இத்துடன் நிறைவடைகின்றன.

அத்தியாயம் பதினான்கு

ஜட இயற்கையின் முக்குணங்கள்

ஸ்லோகம் 1

श्रीभगवानुवाच
परं भूयः प्रवक्ष्यामि ज्ञानानां ज्ञानमुत्तमम् ।
यज्ज्ञात्वा मुनयः सर्वे परां सिद्धिमितो गताः ॥ १ ॥

ஸ்ரீ-ப$_4$க$_3$வான் உவாச

பரம்' பூ$_4$ய: ப்ரவக்ஷ்யாமி ஜ்ஞானானாம்' ஜ்ஞானம் உத்தமம்
யஜ் ஜ்ஞாத்வா முனய: ஸர்வே பராம்' ஸித்$_3$தி$_4$ம் இதோ க$_3$தா:

ஸ்ரீ-ப$_4$க$_3$வான் உவாச—புருஷோத்தமரான முழுமுதற் கடவுள் கூறினார்; *பரம்*—தெய்வீகமான; *பூ$_4$ய:*—மீண்டும்; *ப்ரவக்ஷ்யாமி*—கூறுவேன்; *ஜ்ஞானானாம்*—எல்லா ஞானங்களிலும்; *ஜ்ஞானம்*—ஞானம்; *உத்தமம்*—உயர்ந்ததான; *யத்*—எதை; *ஜ்ஞாத்வா*—அறிவதால்; *முனய:*—முனிவர்கள்; *ஸர்வே*—எல்லா; *பராம்*—தெய்வீகமான; *ஸித்$_3$தி$_4$ம்*—பக்குவத்தை; *இத:*—இவ்வுலகிலிருந்து; *க$_3$தா:*—அடைந்தனர்.

புருஷோத்தமரான முழுமுதற் கடவுள் கூறினார்: எல்லா ஞானங்களிலும் உயர்ந்ததான இந்த பரம ஞானத்தை நான் உனக்கு மீண்டும் கூறுகின்றேன். இதனை அறிந்த முனிவர்கள் அனைவரும் தெய்வீகமான பக்குவநிலையை அடைந்துள்ளனர்.

பொருளுரை: ஸ்ரீ கிருஷ்ணர், ஏழாம் அத்தியாயத்திலிருந்து பன்னிரண்டாம் அத்தியாயத்தின் இறுதி வரை, பூரண உண்மையான பரம புருஷ பகவானை விரிவாக வெளிப்படுத்தினார். தற்போது, அர்ஜுனனுக்கு மேலும் அறிவொளி கொடுக்கின்றார் பகவான். தத்துவ அனுமானத்தின் மூலமாக ஒருவன் இந்த அத்தியாயத்தைப் புரிந்து கொண்டால் அவன் பக்தித் தொண்டை புரிந்துகொள்ளும் நிலைக்கு வந்தடைவான். பதிமூன்றாம் அத்தியாயத்தில், பணிவுடன் ஞானத்தை வளர்ப்பதன் மூலம் பௌதிக பந்தத்திலிருந்து விடுதலை பெறலாம் என்று மிகத் தெளிவாக விளக்கப்பட்டது. உயிர்வாழி இந்த ஜடவுலகில் பந்தப்பட்டிருப்பதற்கு, இயற்கையின் குணங்களுடன் அவன் கொண்டுள்ள தொடர்பே காரணம் என்பதும் விளக்கப்பட்டுள்ளது. தற்போது, இந்த அத்தியாயத்தில், இயற்கையின் அத்தகு குணங்கள் யாவை, அவை எவ்வாறு செயல்படுகின்றன, அவை எவ்வாறு பந்தப்படுத்துகின்றன, அவை எவ்வாறு

முக்தியளிக்கின்றன என்பனவற்றை முழுமுதற் கடவுள் விளக்கு கின்றார். இந்த அத்தியாயத்தில் விளக்கப்பட்டுள்ள ஞானம், இதற்கு முந்தைய அத்தியாயங்களில் வழங்கப்பட்ட ஞானத்தைவிட உயர்ந்ததாக முழுமுதற் கடவுளால் அறிவிக்கப்பட்டுள்ளது. இந்த ஞானத்தைப் புரிந்துகொண்டதால், பற்பல பெரும் முனிவர்களும் பக்குவத்தை அடைந்து ஆன்மீக உலகிற்கு மாற்றமடைந்துள்ளனர். அதே ஞானத்தை மேலும் சிறந்த முறையில் பகவான் இப்போது விளக்குகின்றார். இதுவரை விளக்கப்பட்ட இதர ஞான முறைகள் எல்லாவற்றையும்விட இந்த ஞானம் மிகமிக உயர்ந்ததாகும், இதனை அறிந்த பலர் பக்குவநிலையை அடைந்துள்ளனர். இவ்வாறாக இந்த பதினான்காம் அத்தியாயத்தைப் புரிந்துகொள்பவன் பக்குவநிலையை அடைவான் என்பது எதிர்பார்க்கப்படுகின்றது.

ஸ்லோகம் 2

इदं ज्ञानमुपाश्रित्य मम साधर्म्यमागताः ।
सर्गेऽपि नोपजायन्ते प्रलये न व्यथन्ति च ॥ २॥

இத₃ம்' ஜ்ஞானம் உபாஷ்₂ரித்ய மம ஸாத₄ர்ம்யம் ஆக₃தா:
ஸர்கே₃ 'பி நோபஜாயந்தே ப்ரலயே ந வ்யத₂ந்தி ச

இத₃ம்—இந்த; *ஜ்ஞானம்*—ஞானம்; *உபாஷ்₂ரித்ய*—அடைக்கலம் கொண்டு; *மம*—எனது; *ஸாத₄ர்ம்யம்*—அதே இயற்கையை; *ஆக₃தா:*—அடைகின்றனர்; *ஸர்கே₃ அபி*—படைப்பிலும்; *ந*—என்றுமில்லை; *உபஜாயந்தே*—பிறப்பது; *ப்ரலயே*—பிரளயத்தில்; *ந*—இல்லை; *வ்யத₂ந்தி*—தொல்லையுறுவது; *ச*—மேலும்.

இந்த ஞானத்தில் நிலைபெறுவதால், ஒருவன் என்னைப் போன்ற தெய்வீக இயற்கையை அடைய முடியும். இவ்வாறு நிலைபெற்ற பின், அவன் படைப்பின்போது பிறப்பதோ, பிரளயத்தின்போது தொல்லையுறுவதோ இல்லை.

பொருளுரை: பக்குவமான தெய்வீக ஞானத்தைப் பெற்ற பிறகு, ஒருவன் தன்மையில் பரம புருஷ பகவானுக்கு சமமான நிலையை அடைகின்றான், பிறப்பு இறப்பின் சுழற்சியிலிருந்து விடுதலை பெறுகின்றான். இருப்பினும் "ஜீவாத்மா" என்னும் தனது தனித் தன்மையை அவன் இழப்பதில்லை. வேத இலக்கியங்களிலிருந்து புரிந்துகொள்வது யாதெனில், ஆன்மீக வெளியின் தெய்வீக லோகங்களை அடைந்த முக்தி பெற்ற ஆத்மாக்கள், முழுமுதற் கடவுளின் திவ்யமான அன்புத் தொண்டில் ஈடுபட்ட வண்ணம், எப்போதும் அவருடைய தாமரைத் திருவடிகளை தரிசித்துக் கொண்டுள்ளனர். எனவே, முக்திக்குப் பிறகும் பக்தர்கள் தங்களது தனித்தன்மையை இழப்பதில்லை.

பொதுவாக, ஜடவுலகில் நாம் பெறும் எல்லாவித அறிவும் ஜட இயற்கையின் முக்குணங்களால் களங்கமடைந்துள்ளன. இயற்கையின் முக்குணங்களால் களங்கப்படாத அறிவு, தெய்வீக ஞானம் எனப்படுகிறது. இந்த தெய்வீக ஞானத்தில் நிலைபெற்றவுடன், ஒருவன் பரம புருஷருக்கு சமமான தளத்தில் இருக்கின்றான். ஆன்மீக உலகைப் பற்றி சற்றும் அறிவில்லாத நபர்கள், ஜடவுடலின் ஜடச் செயல்களிலிருந்து விடுபட்டபின், அந்த ஆன்மீக அடையாளம் உருவமற்றதாக, எந்த வேறுபாடுகளும் அற்றதாக ஆகி விடுகின்றது என்ற கருத்தினைக் கொண்டுள்ளனர். ஆனால், இவ்வுலகில் ஜட வேறுபாடுகள் இருப்பதைப் போல ஆன்மீக உலகிலும் வேறுபாடுகள் இருக்கின்றன. இதைப் பற்றி அறியாதவர்கள், ஜட வேறுபாடுகள் ஆன்மீக இருப்பிற்கு எதிரானது என்று எண்ணுகின்றனர். ஆனால் உண்மை என்னவெனில், ஆன்மீக வெளியில், ஒருவன் ஆன்மீக உருவை அடைகின்றான். அங்கு ஆன்மீகச் செயல்கள் உள்ளன, மேலும் அங்குள்ள ஆன்மீகச் சூழ்நிலை, பக்தி வாழ்வு என்று கூறப்படுகின்றது. களங்கமற்றதாகக் கூறப்படும் அச்சூழ்நிலையில், ஒருவன் பரம புருஷருடன் குணத்தின் அடிப்படையில் சமமாக உள்ளான். அத்தகு ஞானத்தைப் பெற அனைத்து ஆன்மீக குணங்களையும் விருத்தி செய்து கொள்வது அவசியம். இவ்வாறு ஆன்மீக குணங்களை வளர்ப்பவன், ஜடவுலகின் படைப்பினாலோ, அழிவினாலோ பாதிக்கப்படுவதில்லை.

ஸ்லோகம் 3

मम योनिर्महद्ब्रह्म तस्मिन्गर्भं दधाम्यहम् ।
सम्भवः सर्वभूतानां ततो भवति भारत ॥ ३ ॥

மம யோனிர் மஹத்$_3$ ப்$_3$ரஹ்ம தஸ்மின் க$_3$ர்ப$_4$ம்' த$_3$தா$_4$ம்யஹம்
ஸம்ப$_4$வ: ஸர்வ-பூ$_4$தானாம்' ததோ ப$_4$வதி பா$_4$ரத

மம—எனது; *யோனி:*—கருவறை; *மஹத்*—மொத்த ஜட இருப்பு; *ப்$_3$ரஹ்ம*—பிரம்மன்; *தஸ்மின்*—அதில்; *க$_3$ர்ப$_4$ம்*—கர்ப்பத்தை; *த$_3$தா$_4$மி*—படைப்பது; *அஹம்*—நானே; *ஸம்ப$_4$வ:*—சாத்தியமாக்குவது; *ஸர்வ-பூ$_4$தானாம்*—எல்லா உயிர்வாழிகளின்; *தத:*—அதன் பின்; *ப$_4$வதி*—ஆகின்றன; *பா$_4$ரத*—பரதனின் மைந்தனே.

பரதனின் மைந்தனே, பிரம்மன் எனப்படும் மொத்த ஜட வஸ்துக்களும் ஒரு கருவறையாகும். அந்த பிரம்மனை கருவுறச் செய்து, அனைத்து ஜீவாத்மாக்களின் பிறப்பினையும் நானே சாத்தியமாக்குகின்றேன்.

பொருளுரை: உலகத்தைப் பற்றிய ஒரு விளக்கம் இங்குக் கொடுக்கப்பட்டுள்ளது: உடல் (க்ஷேத்ர), ஆன்மீக ஆத்மா (க்ஷேத்ர-ஜ்ஞ) ஆகியவற்றின் சேர்க்கையினால் உலகில் அனைத்தும் நடைபெறுகின்றன. ஜட இயற்கை மற்றும் உயிர்வாழியின் இத்தகு சேர்க்கையை பகவானே நிறைவேற்றுகிறார். மொத்த பிரபஞ்சத் தோற்றத்திற்கும் பூரண காரணமாக இருப்பது *மஹத்–தத்த்வ*; மேலும், இயற்கையின் முக்குணங்களை உள்ளடக்கிய அந்த பௌதிக காரணத்தின் மொத்த வஸ்துக்கள், சில சமயங்களில் பிரம்மன் என்று கூறப்படுகின்றன. பரம புருஷர், அந்த மொத்த வஸ்துக்களை கருவுறச் செய்கிறார். இவ்வாறாக எண்ணற்ற அகிலங்கள் சாத்தியமாகின்றன. *மஹத்–தத்த்வ* எனப்படும் இந்த மொத்த ஜட வஸ்துக்கள், வேத இலக்கியத்தில் (*முண்ட₃க* உபநிஷத் 1.1.19) பிரம்மன் என்று வர்ணிக்கப்படுகின்றது: *தஸ்மாத்₃ ஏதத்₃ ப்₃ரஹ்ம நாம–ரூபம் அன்னம் ச ஜாயதே.* அந்த பிரம்மனை உயிர்வாழிகளின் விதையைக் கொண்டு பரம புருஷர் கருவுறச் செய்கிறார். நிலம், நீர், நெருப்பு, மற்றும் காற்றிலிருந்து தொடங்கக்கூடிய இருபத்துநான்கு மூலக்கூறுகள் அனைத்தும் ஜட சக்தியாகும்; இவை இணைந்து, *மஹத்₃ ப்₃ரஹ்ம*, அதாவது பெரும் பிரம்மன் என்று அறியப்படும் ஜட இயற்கையை உண்டாக்குகின்றன. இதற்கு அப்பால் மற்றொரு உயர்ந்த இயற்கையான உயிர்வாழி உள்ளது என்பது ஏழாம் அத்தியாயத்தில் விளக்கப்பட்டது. அந்த உயர் இயற்கை, பரம புருஷ பகவானின் இச்சையினால் ஜட இயற்கையுடன் கலக்கின்றது, அதன் பின்னர், எல்லா உயிர்வாழிகளும் இந்த ஜட இயற்கையிலிருந்து பிறக்கின்றனர்.

தேள் தனது முட்டைகளை அரிசிக் குவியலின் மீது இடுகின்றது, அரிசியிலிருந்து தேள் பிறந்ததாகவும் சில சமயங்களில் கூறப்படுகின்றது. ஆனால் தேளுக்கான காரணம் அரிசியல்ல. உண்மையில், முட்டைகள் தாயினால் இடப்பட்டன. அதுபோலவே, உயிர்வாழிகளின் பிறப்பிற்கு ஜட இயற்கை காரணமல்ல. முழுமுதற் கடவுளால் விதை விதைக்கப்படுகின்றது, மேலும், அவர்கள் வெளிவரும்போது, ஜட இயற்கையின் படைப்புகளைப் போன்று தோன்றுகின்றனர். இவ்வாறாக, ஒவ்வொரு உயிர்வாழியும் தனது முந்தைய கர்மங்களுக்கு ஏற்ப, ஜட இயற்கையினால் படைக்கப்பட்ட ஒரு குறிப்பிட்ட உடலைப் பெற்றுள்ளனர். அதன் மூலம் அவர்கள் தங்களது பழைய செயல்களுக்குத் தகுந்தாற்போல இன்புறவோ, துன்புறவோ இயலும். இந்த ஜடவுலகில் உயிர்வாழிகளின் எல்லாத் தோற்றங்களுக்கும் இறைவனே காரணமாக இருக்கின்றார்.

ஸ்லோகம் 4

सर्वयोनिषु कौन्तेय मूर्तयः सम्भवन्ति याः ।
तासां ब्रह्म महद्योनिरहं बीजप्रदः पिता ॥ ४ ॥

ஸர்வ-யோனிஷு கௌந்தேய மூர்தய: ஸம்ப₄வந்தி யா:
தாஸாம்' ப்₃ரஹ்ம மஹத்₃ யோனிர் அஹம்' பீ₃ஜ-ப்ரத:₃ பிதா

ஸர்வ-யோனிஷு—எல்லா உயிரினங்களிலும்; *கௌந்தேய*—குந்தியின் மகனே; *மூர்தய:*—உருவங்கள்; *ஸம்ப₄வந்தி*—தோன்றுகின்றன; *யா:*—எவை; *தாஸாம்*—அவற்றில்; *ப்₃ரஹ்ம*—உன்னதமான; *மஹத் யோனி:*—ஜட வஸ்துக்களின் கருவறை; *அஹம்*—நான்; *பீ₃ஜ-ப்ரத:₃*—விதை அளிக்கின்ற; *பிதா*—தந்தை.

குந்தியின் மைந்தனே, எல்லா உயிரினங்களும் இவ்வுலகில் பிறப்பினால் சாத்தியமாக்கப்படுகின்றன; மேலும், நானே விதை அளிக்கும் தந்தை என்பதும் புரிந்துகொள்ளப்பட வேண்டும்.

பொருளுரை: புருஷோத்தமரான முழுமுதற் கடவுள் கிருஷ்ணரே எல்லா உயிர்வாழிகளுக்கும் உண்மையான தந்தை என்பது இந்த ஸ்லோகத்தில் மிகத் தெளிவாக விளக்கப்பட்டுள்ளது. ஜட இயற்கையும் ஆன்மீக இயற்கையும் சேர்ந்த சேர்க்கையே உயிர்வாழிகள். இவர்கள், இந்த கிரகத்தில் மட்டுமின்றி, எல்லா கிரகத்திலும், பிரம்மதேவர் வசிக்கும் மிகவுயர்ந்த கிரகத்திலும்கூட காணப்படுகின்றனர். உயிர்வாழிகள் எங்கும் இருக்கின்றனர்; நிலத்திற்குள் உள்ளனர், நீரினுள் உள்ளனர், நெருப்பிலும் உள்ளனர். இவையனைத்தும், ஜட இயற்கை என்னும் தாயினாலும், கிருஷ்ணருடைய விதையளிக்கும் முறையினாலும் தோன்றுகின்றன. ஜடவுலகத்தினுள் கருத்தரிக்கப்படும் உயிர்வாழிகள், தங்களது முந்தைய கர்மங்களுக்கேற்ப, படைப்பின்போது பல்வேறு வடிவங்களில் வெளிவருகின்றனர் என்பதே பொருள்.

ஸ்லோகம் 5

सत्त्वं रजस्तम इति गुणाः प्रकृतिसम्भवाः ।
निबध्नन्ति महाबाहो देहे देहिनमव्ययम् ॥ ५ ॥

ஸத்த்வம்' ரஜஸ் தம இதி கு₃ணா: ப்ரக்ரு'தி-ஸம்ப₄வா:
நிப₃த்₄னந்தி மஹா-பா₃ஹோ தே₃ஹே தே₃ஹினம் அவ்யயம்

ஸத்த்வம்—ஸத்வ குணம்; *ரஜ:*—ரஜோ குணம்; *தம:*—தமோ குணம்; *இதி*—இவ்வாறு; *கு₃ணா:*—குணங்கள்; *ப்ரக்ரு'தி*—ஜட இயற்கை; *ஸம்ப₄வா:*—உண்டாக்கப்பட்ட; *நிப₃த்₄னந்தி*—கட்டுப்பாட்டிற்கு உள்ளாக்குகின்றன; *மஹா-பா₃ஹோ*—பலம் பொருந்திய புஜங்களை

உடையவனே; *தே₃ஹே*—இந்த உடலில்; *தே₃ஹினம்*—உயிர்வாழி; *அவ்யயம்*—நித்தியமான.

ஜட இயற்கை, ஸத்வ குணம், ரஜோ குணம், தமோ குணம் ஆகிய முக்குணங்களால் ஆனது. பலம் பொருந்திய புஜங்களை உடைய அர்ஜுனா, நித்தியமான உயிர்வாழி, இயற்கையின் தொடர்பில் வரும்போது, இந்த குணங்களினால் கட்டுப்படுத்தப்படுகின்றான்.

பொருளுரை: திவ்யமான உயிர்வாழி, இந்த ஜட இயற்கையில் செய்ய வேண்டியது எதுவுமில்லை. இருப்பினும், அவன் ஜடவுலகின் கட்டுப்பாட்டிற்குள் வந்துள்ளதால், இயற்கையின் முக்குணங்களின் வசியத்திற்கு உட்பட்டு செயல்படுகின்றான். இயற்கையின் பல்வேறு நிலைகளுக்கு ஏற்ப, உயிர்வாழிகள் பல்வேறு விதமான உடல்களுடன் உள்ளனர்; எனவே, அத்தகு இயற்கைக்கு ஏற்ப செயற்படுமாறு அவர்கள் தூண்டப்படுகின்றனர். இதுவே பல்வேறு இன்ப துன்பங்களுக்கு காரணமாகும்.

ஸ்லோகம் 6

तत्र सत्त्वं निर्मलत्वात्प्रकाशकमनामयम् ।
सुखसङ्गेन बध्नाति ज्ञानसङ्गेन चानघ ॥ ६ ॥

தத்ர ஸத்த்வம்' நிர்மலத்வாத் ப்ரகாஷ₂கம் அனாமயம்
ஸுக₂-ஸங்கே₃ன ப₃த்₄னாதி ஜ்ஞான-ஸங்கே₃ன சானக₄

தத்ர—அவற்றில்; *ஸத்தவம்*—ஸத்வ குணம்; *நிர்மலத்வாத்*—ஜடவுலகில் மிகவும் தூய்மையாக இருப்பதால்; *ப்ரகாஷ₂கம்*—பிரகாசப்படுத்துகின்ற; *அனாமயம்*—பாவ விளைவுகள் ஏதுமில்லாத; *ஸுக₂*—இன்பத்தின்; *ஸங்கே₃ன*—தொடர்பினால்; *ப₃த்₄னாதி*—பந்தப்படுத்துகின்றது; *ஜ்ஞான*—ஞானத்தின்; *ஸங்கே₃ன*—தொடர்பினால்; *ச*—மேலும்; *அனக₄*—பாவமற்றவனே.

பாவமற்றவனே, மற்றவற்றைவிட தூய்மையானதான ஸத்வ குணம், பிரகாசப்படுத்துவதாகவும் எல்லா பாவ விளைவுகளிலிருந்தும் விடுவிப்பதாகவும் அமைகின்றது. இந்த குணத்தில் நிலைபெற்றவர்கள் இன்பத்தின் தொடர்பினாலும் ஞானத்தின் தொடர்பினாலும் பந்தப்பட்டுள்ளனர்.

பொருளுரை: ஜட இயற்கையினால் கட்டுப்படுத்தப்படும் உயிர்வாழிகளில் பல்வேறு வகையுண்டு. ஒருவன் மகிழ்ச்சியாகவும், அடுத்தவன் மிகவும் சுறுசுறுப்பாகவும், மற்றவன் உதவியற்றவனாகவும் உள்ளான். மனோ நிலையின் இத்தகு பல்வேறு தோற்றங்கள், இயற்கையினால் உயிர்வாழிகள் கட்டுண்டிருப்பதற்கு காரணமாக

அமைகின்றன. அவர்கள் வெவ்வேறு விதத்தில் கட்டுண்டிருப்பது எவ்வாறு என்பது பகவத் கீதையின் இப்பகுதியில் விளக்கப்பட்டுள்ளது. முதலில் ஸத்வ குணத்தைப் பற்றி எடுத்துரைக்கப்படுகிறது. இந்த ஜடவுலகில் ஸத்வ குணத்தை வளர்ப்பதன் பலன் என்னவெனில், மற்ற குணங்களினால் கட்டுண்டிருப்பவர்களைக் காட்டிலும் ஒருவன் அறிவுடையவனாக ஆகின்றான். ஸத்வ குணத்தில் உள்ள மனிதன் ஜடத் துன்பங்களால் அவ்வளவாக பாதிக்கப்படுவதில்லை, மேலும் ஜட அறிவில் தான் உயர்ந்த நிலையில் இருப்பதாக அவன் உணர்கிறான். ஸத்வ குணத்தில் நிலைபெற்றிருக்க வேண்டிய பிராமணன், இதற்கு பிரதிநிதியாக உள்ளான். ஸத்வ குணத்தில் இருப்பவன் ஏறக்குறைய தனது பாவ விளைவுகளிலிருந்து விடுபட்டுள்ளான் என்ற எண்ணம், அவனுக்கு ஓர் இன்பத்தை அளிக்கின்றது. உண்மையில், ஸத்வ குணம் என்றால், பெரும் அறிவு என்றும் பெரும் இன்பம் என்றும் வேத இலக்கியங்களில் கூறப்பட்டுள்ளது.

இங்குள்ள சிக்கல் என்னவெனில், ஓர் உயிர்வாழி ஸத்வ குணத்தில் நிலைபெறும்போது, அவன் மற்றவர்களைவிட அறிவில் முன்னேறியவனாகவும் சிறந்தவனாகவும் தன்னைக் கருதும் நிலைக்கு வருகின்றான். இவ்வாறு அவன் கட்டுண்டவனாகி விடுகிறான். விஞ்ஞானிகளும் தத்துவவாதிகளும் இதற்கு மிகச்சிறந்த உதாரணங்கள். ஒவ்வொருவரும் தங்களது அறிவினால் பெருமை கொண்டுள்ளனர்; மேலும், பொதுவாக அவர்கள் தங்களது வாழ்க்கைத்தரத்தை உயர்த்திக்கொள்வதால், ஒருவகையான பௌதிக சுகத்தை உணர்கின்றனர். கட்டுண்ட வாழ்வில் உணரப்படும் இந்த முன்னேறிய சுகம், அவர்களை ஜட இயற்கையின் ஸத்வ குணத்தினால் பந்தப்படுத்துகின்றது. இதனால் ஸத்வ குணத்தில் செயலாற்றுவதில் அவர்கள் மிகவும் கவரப்படுகின்றனர். அவ்வழியில் செயலாற்றுவதற்கு அவர்களுக்கு கவர்ச்சி இருக்கும் வரை, அவர்கள் இயற்கையின் குணங்களில் ஏதேனும் ஓர் உடலை எடுத்தாக வேண்டும். இவ்வாறாக ஆன்மீக உலகிற்கு மாற்றப்படுவதற்கோ, முக்தி பெறுவதற்கோ வாய்ப்பில்லாமல் ஆகிவிடுகின்றது. தத்துவவாதியாக, விஞ்ஞானியாக அல்லது கவிஞனாக தொடர்ந்து பிறவியெடுக்கும் அவன், பிறப்பு இறப்பு என்னும் அதே அசௌகரியத்தில் மீண்டும்மீண்டும் பிணைக்கப்படுகின்றான். ஆனால் ஜட சக்தியின் மயக்கத்தினால், அத்தகு வாழ்வு இன்பமயமானது என்று அவன் எண்ணுகின்றான்.

ஸ்லோகம் 7

रजो रागात्मकं विद्धि तृष्णासङ्गसमुद्भवम् ।
तन्निबध्नाति कौन्तेय कर्मसङ्गेन देहिनम् ॥ ७॥

ரஜோ ராகா₃த்மகம்' வித்₃தி₄ த்ரு'ஷ்ணா-ஸங்க₃-ஸமுத்₃ப₄வம்
தன் நிப₃த்₄னாதி கௌந்தேய கர்ம-ஸங்கே₃ன தே₃ஹினம்

ரஜ:—ரஜோ குணம்; ராக₃-ஆத்மகம்—ஆசை, அல்லது காமத்தினால் பிறந்த; வித்₃தி₄—அறிவாய்; த்ரு'ஷ்ணா—ஏக்கத்துடன்; ஸங்க₃—தொடர்பு; ஸமுத்₃ப₄வம்—உண்டானது; தத்—அது; நிப₃த்₄னாதி—பந்தப்படுத்துகிறது; கௌந்தேய—குந்தியின் மகனே; கர்ம-ஸங்கே₃ன—பலன்நோக்குச் செயலின் தொடர்பினால்; தே₃ஹினம்—உடலை உடையவன்.

குந்தியின் மகனே, எல்லையற்ற ஆசையாலும் ஏக்கத்தாலும் பிறந்த ரஜோ குணத்தின் காரணத்தினால், உடலையுடைய உயிர்வாழி, பௌதிக பலன்நோக்குச் செயல்களால் பந்தப் படுகின்றான்.

பொருளுரை: ஆணுக்கும், பெண்ணுக்கும் இடையிலுள்ள கவர்ச்சியில் ரஜோ குணத்தின் தன்மை வெளிப்படுகிறது. பெண்ணிடம் ஆணுக்கும், ஆணிடம் பெண்ணுக்கும் கவர்ச்சி இருக்கின்றது. இதுவே ரஜோ குணம் என்று கூறப்படுகின்றது. ரஜோ குணம் அதிகரிக்கும்போது, ஜட சுகத்திற்கான ஏக்கத்தை ஒருவன் வளர்த்துக்கொள்கிறான். அவன் புலனின்பத்தை அனுபவிக்க விரும்புகின்றான். புலனுகர்ச்சிக்காக, ரஜோ குணத்தில் இருக்கும் மனிதன், சமூகத்திலோ தேசத்திலோ சற்று அந்தஸ்தை விரும்புகின்றான். மேலும், நல்ல வீடு, மனைவி, குழந்தைகளுடன் அவன் ஒரு மகிழ்ச்சியான குடும்பத்தைப் பெற விரும்புகின்றான். இவையனைத்தும் ரஜோ குணத்தின் படைப்புகள். இந்த விஷயங்களில் ஏக்கமுற்று இருக்கும் வரை, ஒருவன் மிகவும் கடினமாக உழைக்க வேண்டும். எனவே, அவன் தனது செயல்களின் பலன்களில் தொடர்பு கொள்கின்றான் என்றும், இவ்வாறாக அச்செயல்களால் பந்தப்படுகின்றான் என்றும் இங்கே தெளிவாகக் கூறப்பட்டுள்ளது. தனது மனைவி, குழந்தைகள், மற்றும் சமூகத்தை திருப்திப்படுத்துவதற்காகவும், தனது கௌரவத்தைப் பாதுகாத்துக் கொள்வதற்காகவும், அவன் உழைக்க வேண்டும். எனவே, ஜடவுலகம் முழுவதும் ஏறக்குறைய ரஜோ குணத்தில்தான் இருக்கின்றது. ரஜோ குணத்தின் தரத்தில், நவீன நாகரிகம் முன்னேறியுள்ளதாக கருதப்படுகிறது. முன்பெல்லாம், ஸத்வ குணத்தில் இருப்பது முன்னேற்றமடைந்த நிலையாக கருதப்பட்டு வந்தது. ஸத்வ

குணத்தில் இருப்பவர்களுக்கே முக்தி இல்லை என்றால், ரஜோ குணத்தில் பந்தப்பட்டிருப்பவர்களைப் பற்றி என்ன சொல்வது?

ஸ்லோகம் 8

तमस्त्वज्ञानजं विद्धि मोहनं सर्वदेहिनाम् ।
प्रमादालस्यनिद्राभिस्तन्निबध्नाति भारत ॥ ८ ॥

தமஸ் த்வஜ்ஞான-ஜம்' வித்$_3$தி$_4$ மோஹனம்' ஸர்வ-தே$_3$ஹினாம்
ப்ரமாதா$_3$லஸ்ய-நித்$_3$ராபி$_4$ஸ் தன் நிப$_3$த்$_4$னாதி பா$_4$ரத

தம:—தமோ குணம்; *து*—ஆனால்; *அஜ்ஞான-ஜம்*—அறியாமையினால் பிறந்த; *வித்$_3$தி$_4$*—அறிவாய்; *மோஹனம்*—மயக்கம்; *ஸர்வ-தே$_3$ஹினாம்*—உடல்களையுடைய எல்லாரின்; *ப்ரமாத$_3$*—பைத்தியக்காரத்தனம்; *ஆலஸ்ய*—சோம்பல்; *நித்$_3$ராபி:$_4$*—உறக்கம்; *தத்*—அது; *நிப$_3$த்$_4$னாதி*—பந்தப்படுத்துகின்றது; *பா$_4$ரத*—பரதனின் மைந்தனே.

பரதனின் மைந்தனே! அறியாமையினால் பிறந்த தமோ குணம் உடலையுடைய எல்லா உயிர்வாழிகளையும் மயக்குகின்றது. கட்டுண்ட ஆத்மாவை பந்தப்படுத்தக்கூடிய, பைத்தியக்காரத் தனம், சோம்பல், உறக்கம் ஆகியவை இந்த குணத்தின் விளைவுகளாகும்.

பொருளுரை: இந்த ஸ்லோகத்தில் *து* என்னும் சொல்லின் குறிப்பிட்ட உபயோகம் மிகவும் முக்கியமானதாகும். அதாவது, உடலையுடைய ஆத்மாவின் மிகவும் விசித்திரமான தன்மையே இந்த தமோ குணம் என்று பொருள். தமோ குணம் ஸத்வ குணத்திற்கு நேர் எதிரானது. ஸத்வ குணத்தில், அறிவை விருத்தி செய்வதால், எது எப்படிப்பட்டது என்பதைப் புரிந்துகொள்ள முடியும், ஆனால் தமோ குணமோ அதற்கு நேர்மாறானது. தமோ குணத்தின் மயக்கத்தின் கீழ் இருக்கும் ஒவ்வொருவனும் பித்துப் பிடித்தவனாகின்றான், அத்தகு பைத்தியக்காரனால் எது எப்படிப்பட்டது என்பதைப் புரிந்துகொள்ள முடியாது. முன்னேற்றமடைவதற்குப் பதிலாக அவன் சீரழிகின்றான். வேத இலக்கியத்தில் தமோ குணத்தின் விளக்கம் பின்வருமாறு கூறப்பட்டுள்ளது: *வஸ்து-யாதா$_2$த்ம்ய-ஜ்ஞானாவரகம் விபர்யய-ஜ்ஞான-ஜனகம் தம:*—அறியாமையின் மயக்கத்தின் கீழ் இருப்பவன், விஷயத்தை உள்ளது உள்ளபடி புரிந்துகொள்ள முடியாது. உதாரணமாக, ஒவ்வொருவனும், தனது தாத்தா இறந்துவிட்டார், தானும் இறக்கப் போகின்றேன்; மனிதன் அமரனல்ல என்பனவற்றைக் காண முடியும். அவனால் பெற்றெடுக்கப்படும் குழந்தைகளும் மரணமடைவர். எனவே மரணம் நிச்சயமானது. இருந்தும், மக்கள் பணத்தைச் சேகரிப்பதில் பைத்தியமாக அலைகின்றனர், நித்தியமான

ஆத்மாவைக் கண்டுகொள்ளாமல் இரவு பகல் முழுவதும் மிகவும் கடினமாக உழைக்கின்றனர். இதுவே பைத்தியக்காரத்தனம். அவர்கள் தங்களது பித்துப் பிடித்த நிலையின் காரணத்தினால், ஆன்மீக அறிவில் முன்னேற்றமடையத் தயங்குகின்றனர். அத்தகு மக்கள் மிகவும் சோம்பேறிகளாவர். ஆன்மீக அறிவைப் பெறுவதற்கான சங்கத்திற்கு அவர்கள் அழைக்கப்படும்போது, அதில் அவர்கள் ஆர்வம் செலுத்துவதில்லை. ரஜோ குணத்தினால் ஆளப்படும் மனிதனிடம் இருக்கும் சுறுசுறுப்புகூட இவர்களிடம் இருப்பதில்லை. இவ்வாறு, தமோ குணத்தினால் கவரப்பட்டிருக்கும் மனிதனின் மற்றொரு அறிகுறி என்னவெனில், அவன் தேவைக்கு அதிகமாக உறங்குகின்றான். ஆறு மணி நேர உறக்கம் போதுமானது, ஆனால் தமோ குணத்தில் இருக்கும் மனிதனோ குறைந்தபட்சம் ஒரு நாளில் பத்து அல்லது பன்னிரண்டு மணி நேரம் உறங்குகின்றான். அத்தகு மனிதன் எப்போதும் உற்சாகமற்றவனாக, போதைப் பொருட்களிடமும், உறக்கத்திடமும் அடிமையுற்றவனாக இருக்கின்றான். தமோ குணத்தினால் கட்டுண்டிருக்கும் மனிதனின் அறிகுறிகள் இவை.

ஸ்லோகம் 9

सत्त्वं सुखे सञ्जयति रजः कर्मणि भारत ।
ज्ञानमावृत्य तु तमः प्रमादे सञ्जयत्युत ॥ ९ ॥

ஸத்த்வம்' ஸுகே$_2$ ஸஞ்ஜயதி ரஜ: கர்மணி பா$_4$ரத
ஜ்ஞானம் ஆவ்ரு'த்ய து தம: ப்ரமாதே$_3$ ஸஞ்ஜயத்யுத

ஸத்த்வம்—ஸத்வ குணம்; *ஸுகே$_2$*—இன்பத்தில்; *ஸஞ்ஜயதி*—பந்தப்படுத்துகின்றது; *ரஜ:*—ரஜோ குணம்; *கர்மணி*—பலன்நோக்குச் செயல்களினால்; *பா$_4$ரத*—பரதனின் மைந்தனே; *ஜ்ஞானம்*—ஞானம்; *ஆவ்ரு'த்ய*—கவரப்பட்ட; *து*—ஆனால்; *தம:*—தமோ குணம்; *ப்ரமாதே$_3$*—பித்தத்தில்; *ஸஞ்ஜயதி*—பந்தப்படுத்துகின்றது; *உத*—கூறப்படுகின்றது.

பரதனின் மைந்தனே! ஸத்வ குணம் இன்பத்தினாலும், ரஜோ குணம் செயல்களின் பலன்களினாலும் கட்டுப்படுத்துகின்றன; ஞானத்தை மறைக்கும் தமோ குணம், பைத்தியக்காரத் தனத்தினால் பந்தப்படுத்துகின்றது.

பொருளுரை: ஒரு தத்துவவாதி, விஞ்ஞானி அல்லது ஆசிரியர் எவ்வாறு ஒரு குறிப்பிட்ட அறிவுத்துறையில் ஈடுபட்டு அவ்வழியில் திருப்தி பெற முடியுமோ, அதுபோல ஸத்வ குணத்தில் இருப்பவன் தனது செயலால் அல்லது அறிவு ஆராய்ச்சியினால் திருப்தியடைகின்றான். ரஜோ குணத்தில் இருக்கும் மனிதன் பலன்நோக்குச் செயல்களில் ஈடுபடுகிறான்; அவன் தன்னால்

முடிந்த வரை பணத்தைச் சேகரித்து, நல்ல காரியங்களுக்காக செலவிடுகின்றான். சில சமயங்களில் மருத்துவமனைகளைத் திறப்பது, தர்ம ஸ்தாபனங்களுக்கு நன்கொடை கொடுப்பது முதலிய செயல்களில் ஈடுபட முயல்கிறான். இவை ரஜோ குணத்தின் அறிகுறிகள். தமோ குணமோ அறிவை மறைத்து விடுகிறது. ஒருவன் தமோ குணத்தில் செய்யும் செயல்கள், அவனுக்கோ பிறருக்கோ எந்த நன்மையையும் அளிப்பதில்லை.

ஸ்லோகம் 10

रजस्तमश्चाभिभूय सत्त्वं भवति भारत ।
रजः सत्त्वं तमश्चैव तमः सत्त्वं रजस्तथा ॥ १० ॥

ரஜஸ் தமஷ்$_2$ சாபி$_4$பூ$_4$ய ஸத்த்வம்' ப$_4$வதி பா$_4$ரத
ரஜ: ஸத்த்வம்' தமஷ்$_2$ சைவ தம: ஸத்த்வம்' ரஜஸ் ததா$_2$

ரஜ:—ரஜோ குணம்; *தம:*—தமோ குணம்; *ச*—மேலும்; *அபி$_4$பூ$_4$ய*—அடக்கி; *ஸத்த்வம்*—ஸத்வ குணம்; *ப$_4$வதி*—முக்கியமானதாகின்றது; *பா$_4$ரத*—பரதனின் மைந்தனே; *ரஜ:*—ரஜோ குணம்; *ஸத்த்வம்*—ஸத்வ குணம்; *தம:*—தமோ குணம்; *ச*—மேலும்; *ஏவ*—அதுபோல; *தம:*—தமோ குணம்; *ஸத்த்வம்*—ஸத்வ குணம்; *ரஜ:*—ரஜோ குணம்; *ததா$_2$*—இவ்வாறு.

பரதனின் மைந்தனே, ஸத்வ குணம், சில சமயங்களில் ரஜோ குணத்தையும் தமோ குணத்தையும் தோற்கடித்து மேலோங்கு கின்றது. சில சமயங்களில் ரஜோ குணம், ஸத்வ குணத்தையும் தமோ குணத்தையும் தோற்கடிக்கின்றது. மேலும் இதர சமயங்களில் தமோ குணம், ஸத்வ குணத்தையும் ரஜோ குணத்தையும் தோற்கடிக்கின்றது. இவ்வாறு உயர்நிலைக்கான போட்டி எப்போதும் நிலவுகின்றது.

பொருளுரை: ரஜோ குணம் முக்கியத்துவம் பெறும்போது ஸத்வ குணமும் தமோ குணமும் தோற்கடிக்கப்படுகின்றன. ஸத்வ குணம் முக்கியத்துவம் பெறும்போது ரஜோ குணமும் தமோ குணமும் தோற்கடிக்கப்படுகின்றன. மேலும், தமோ குணம் ஆதிக்கம் செலுத்தும்போது ரஜோ குணமும் ஸத்வ குணமும் தோற்கடிக்கப்படுகின்றன. இந்தப் போட்டி எப்போதும் தொடர்கின்றது. எனவே, கிருஷ்ண உணர்வில் முன்னேற்றம் பெறுவதில் உண்மையான ஆர்வமுடையவன் இந்த முக்குணங்களிலிருந்து உயர்வு பெற வேண்டும். ஒரு குறிப்பிட்ட குணத்தின் ஆதிக்கம், நடத்தை, செயல், உணவு முதலியவற்றின் மூலம் வெளிப்படுகின்றது. பின்வரும் அத்தியாயங்களில் அவையெல்லாம் விளக்கப்படும். ஆனால் ஒருவன் விரும்பினால், பயிற்சியின் மூலம் ஸத்வ குணத்தை

வளர்த்து, ரஜோ குணத்தையும் தமோ குணத்தையும் தோற்கடிக்க முடியும். அதுபோலவே அவன் ரஜோ குணத்தை வளர்த்து, ஸத்வ குணத்தையும் தமோ குணத்தையும் தோற்கடிக்க முடியும்; அல்லது தமோ குணத்தை வளர்த்து ஸத்வ குணத்தையும் ரஜோ குணத்தையும் தோற்கடிக்க முடியும். ஜட இயற்கையில் மூன்று குணங்கள் இருப்பினும், ஒருவன் உறுதியுடன் இருந்தால், அவன் ஸத்வ குணத்தால் ஆசிர்வதிக்கப்படுவான்; ஸத்வ குணத்தைத் தாண்டி சுத்த ஸத்வத்தில் அவன் நிலைபெற முடியும், இறை விஞ்ஞானத்தை புரிந்துகொள்ளக்கூடிய அத்தளம், "வாஸுதேவ தளம்" என்று அறியப்படும். குறிப்பிட்ட செயல்களின் வெளித் தோற்றத்தை வைத்து ஒருவன் எந்த குணத்தில் இருக்கின்றான் என்பதைப் புரிந்துகொள்ளலாம்.

ஸ்லோகம் 11

सर्वद्वारेषु देहेऽस्मिन्प्रकाश उपजायते ।
ज्ञानं यदा तदा विद्याद्विवृद्धं सत्त्वमित्युत ॥ ११ ॥

ஸர்வ-த்$_3$வாரேஷு தே$_3$ஹே 'ஸ்மின் ப்ரகாஷ$_2$ உபஜாயதே
ஜ்ஞானம்' யதா$_3$ ததா$_3$ வித்$_3$யாத்$_3$ விவ்ரு'த்$_3$த$_4$ம்' ஸத்த்வம் இத்யுத

ஸர்வ-த்$_3$வாரேஷு—எல்லாக் கதவுகளிலும்; *தே$_3$ஹே அஸ்மின்*—இந்த உடலில்; *ப்ரகாஷ:$_2$*—பிரகாசம்; *உபஜாயதே*—விருத்தியாகின்றது; *ஜ்ஞானம்*—ஞானம்; *யதா$_3$*—எப்போது; *ததா$_3$*—அப்போது; *வித்$_3$யாத்*—அறிய முடியும்; *விவ்ரு'த்$_3$த$_4$ம்*—அதிகமாகி; *ஸத்த்வம்*—ஸத்வ குணம்; *இதி உத*—இவ்வாறு கூறப்படுகின்றது.

உடலின் எல்லாக் கதவுகளும் ஞானத்தால் பிரகாசிக்கும்போது ஸத்வ குணத்தின் தோற்றத்தை அனுபவிக்க முடியும்.

பொருளுரை: உடலில் ஒன்பது கதவுகள் உள்ளன: இரு கண்கள், இரு காதுகள், இரு நாசித்துவாரங்கள், வாய், பாலுறுப்பு, ஆசன வாய். ஒவ்வொரு கதவிலும் ஸத்வ குணத்தின் அறிகுறி பிரகாசிக்கும்போது, ஒருவன் ஸத்வ குணத்தை வளர்த்துள்ளான் என்பது புரிந்து கொள்ளப்பட வேண்டும். ஸத்வ குணத்தில், பொருட்களைச் சரியான நிலையில் காண முடியும், சரியான நிலையில் கேட்க முடியும், சரியான நிலையில் சுவைக்கவும் முடியும். அவன் உள்ளும் புறமும் தூய்மையானவனாக ஆகின்றான். மகிழ்ச்சியின் அறிகுறிகள் ஒவ்வொரு கதவிலும் வளர்கின்றன. இதுவே ஸத்வ குணத்தின் நிலை.

ஸ்லோகம் 12

लोभः प्रवृत्तिरारम्भः कर्मणामशमः स्पृहा ।
रजस्येतानि जायन्ते विवृद्धे भरतर्षभ ॥ १२ ॥

லோப:₄ ப்ரவ்ரு'த்திர் ஆரம்ப:₄ கர்மணாம் அஷ₂ம: ஸ்ப்ரு'ஹா
ரஜஸ்யேதானி ஜாயந்தே விவ்ரு'த்₃தே₄ ப₄ரதர்ஷப₄

லோப:₄—பேராசை;   ப்ரவ்ரு'த்தி:—செயல்;   ஆரம்ப:₄—முயற்சி;
கர்மணாம்—செயல்களில்; அஷ₂ம:—கட்டுப்பாடற்ற; ஸ்ப்ரு'ஹா—ஆசை;
ரஜஸி—ரஜோ குணத்தில்; ஏதானி—இவையெல்லாம்; ஜாயந்தே—
வளர்கின்றன; விவ்ரு'த்₃தே₄—கூடுதலாக இருக்கும்போது; ப₄ரத-
ருஷப₄—பரத குலத்தின் தலைவனே.

**பரத குலத் தலைவனே! ரஜோ குணம் அதிகரிக்கும்போது, பெரும்
பற்றுதல், பலன்நோக்குச் செயல்கள், தீவிர முயற்சி, கட்டுப்பாடற்ற
ஆசை, மற்றும் ஏக்கத்தின் அறிகுறிகள் வளர்கின்றன.**

பொருளுரை: ரஜோ குணத்தில் இருப்பவன், தான் ஏற்கனவே
அடைந்துள்ள நிலையில் ஒருபோதும் திருப்தியடைவதில்லை; தனது
நிலையை உயர்த்திக்கொள்ள ஏங்குகிறான். வாழ்வதற்கான ஒரு
வீட்டைக் கட்ட அவன் விரும்பினால், ஏதோ அந்த வீட்டில்
நித்தியமாக வாழப் போவதைப் போல, அரண்மனை போன்ற
வீட்டினைக் கட்ட தன்னால் முடிந்த அளவு முயல்கிறான். மேலும்,
புலனுகர்ச்சிக்கான பெரும் ஏக்கத்தினை வளர்த்துக்கொள்கின்றான்.
புலனுகர்ச்சிக்கு எல்லையே கிடையாது. அவன், தனது
குடும்பத்தினருடன் இருப்பதற்கும், வீட்டிலேயே இருப்பதற்கும்,
புலனுகர்ச்சியில் தொடர்ந்து ஈடுபடுவதற்கும் எப்போதும்
விரும்புகின்றான். இதற்கு முடிவே கிடையாது. இந்த அறிகுறிகள்
யாவும் ரஜோ குணத்தின் இயல்புகள் என்பதைப் புரிந்துகொள்ள
வேண்டும்.

ஸ்லோகம் 13

अप्रकाशोऽप्रवृत्तिश्च प्रमादो मोह एव च ।
तमस्येतानि जायन्ते विवृद्धे कुरुनन्दन ॥ १३ ॥

அப்ரகாஷோ₂'ப்ரவ்ரு'த்திஷ்₂ ச ப்ரமாதோ₃ மோஹ ஏவ ச
தமஸ்யேதானி ஜாயந்தே விவ்ரு'த்₃தே₄ குரு-நந்த₃ன

அப்ரகாஷ:₂—இருள்; அப்ரவ்ரு'த்தி:—செயலற்றதன்மை; ச—மேலும்;
ப்ரமாத:₃—பைத்தியக்காரத்தனம்; மோஹ:—மயக்கம்; ஏவ—நிச்சயமாக;
ச—மேலும்; தமஸி—தமோ குணத்தின்; ஏதானி—இவையெல்லாம்;
ஜாயந்தே—தோன்றுகின்றன; விவ்ரு'த்₃தே₄—வளரும்போது; குரு-
நந்த₃ன—குருவின் மைந்தனே.

**குருவின் மைந்தனே! தமோ குணம் அதிகரிக்கும்போது, இருள்,
செயலற்ற தன்மை, பைத்தியக்காரத்தனம், மற்றும் மயக்கமும்
தோன்றுகின்றன.**

பொருளுரை: பிரகாசம் இல்லாதபோது, அங்கே அறிவு இல்லை. தமோ குணத்தில் இருப்பவன் ஒழுக்க நெறிகளின்படி செயலாற்றுவதில்லை; குறிக்கோள் ஏதுமின்றி அவன் தான்தோன்றித்தனமாகச் செயலாற்று கிறான். வேலை செய்வதற்கான திறன் இருந்தும், அவன் முயல்வதில்லை. இதுவே மயக்கம் என்று கூறப்படுகின்றது. உணர்வு இருக்கும்போதிலும், அவனது வாழ்வு செயலற்றதாகிவிடுகிறது. தமோ குணத்தில் இருப்பவனுடைய அறிகுறிகள் இவை.

ஸ்லோகம் 14

यदा सत्त्वे प्रवृद्धे तु प्रलयं याति देहभृत् ।
तदोत्तमविदां लोकानमलान्प्रतिपद्यते ॥ १४॥

யதா₃ ஸத்த்வே ப்ரவ்ருத்₃தே₄ து ப்ரலயம்' யாதி தே₃ஹ-ப்₄ருத்
ததோ₃த்தம-விதா₃ம்' லோகான் அமலான் ப்ரதிபத்₃யதே

யதா₃—எப்போது; *ஸத்த்வே*—ஸத்வ குணம்; *ப்ரவ்ருத்₃தே₄*—வளர்ச்சி பெற்று; *து*—ஆனால்; *ப்ரலயம்*—அழிவு; *யாதி*—செல்கின்றான்; *தே₃ஹ-ப்₄ருத்*—உடலையுடைய; *ததா*—அச்சமயத்தில்; *உத்தம-விதா₃ம்*—உத்தம சாதுக்களின்; *லோகான்*—உலகங்களை; *அமலான்*—தூய்மையான; *ப்ரதிபத்₃யதே*—அடைகின்றான்.

ஸத்வ குணத்தில் மரணமடையும்போது, ஒருவன் உன்னத சாதுக்கள் வசிக்கும் தூய்மையான உயர் லோகங்களை அடைகின்றான்.

பொருளுரை: ஸத்வ குணத்தில் இருப்பவன், பிரம்ம லோகம், ஜன லோகம் முதலிய உயர் லோகங்களை அடைந்து, அங்கே தேவர்களின் சுகத்தை அனுபவிக்கின்றான். *அமலான்* என்னும் சொல் மிகவும் முக்கியமானது; "ரஜோ குணத்திலிருந்தும் தமோ குணத்திலிருந்தும் விடுபட்டது" என்பது இதன் பொருள். அந்த குணங்கள் ஜடவுலகத்தின் களங்கங்களாகும் ஆனால் ஸத்வ குணம், ஜடவுலகில் இருப்பவற்றில் மிகவும் தூய்மையானதாகும். பலதரப்பட்ட உயிர்வாழிகளுக்காக பல்வேறு விதமான லோகங்கள் உள்ளன. ஸத்வ குணத்தில் மரணமடைபவர்கள், பெரும் முனிவர்களும், பெரும் பக்தர்களும் வாழ்கின்ற லோகங்களுக்கு உயர்வு பெறுகின்றனர்.

ஸ்லோகம் 15

रजसि प्रलयं गत्वा कर्मसङ्गिषु जायते ।
तथा प्रलीनस्तमसि मूढयोनिषु जायते ॥ १५॥

ரஜஸி ப்ரலயம்' க₃த்வா கர்ம-ஸங்கி₃ஷு ஜாயதே
ததா₂ ப்ரலீனஸ் தமஸி மூட₄-யோனிஷு ஜாயதே

ரஜஸி—ரஜோ குணத்தில்; *ப்ரலயம்*—அழிவு; *க₃த்வா*—அடைந்து; *கர்ம-ஸங்கி₃ஷு*—பலன்நோக்குச் செயல்களில் ஈடுபடுபவர்களின் தொடர்பில்; *ஜாயதே*—பிறக்கின்றான்; *ததா₂*—அதுபோல; *ப்ரலீன:*—அழிக்கப்பட்டு; *தமஸி*—தமோ குணத்தில; *மூட₄-யோனிஷு*—மிருக இனங்களில்; *ஜாயதே*—பிறக்கின்றான்.

ரஜோ குணத்தில் மரணமடையும்போது, ஒருவன் பலன்நோக்குச் செயல்களில் ஈடுபட்டிருப்பவர்களின் மத்தியில் பிறக்கின்றான். தமோ குணத்தில் மரணமடையும் போதோ, அவன் மிருக இனத்தில் பிறவியெடுக்கின்றான்.

பொருளுரை: ஆத்மா மனித வாழ்வின் தளத்தை வந்தடைந்து விட்டால் மீண்டும் கீழே செல்வதில்லை என்று சிலர் கருதுகின்றனர். இது சரியல்ல. இந்த ஸ்லோகத்தின்படி, தமோ குணத்தை ஒருவன் வளர்த்துக் கொண்டால், அவன் தனது மரணத்திற்குப் பிறகு மிருக இனங்களுக்குத் தாழ்த்தப்படுகின்றான். அங்கிருந்து மீண்டும் மனிதப் பிறவி எடுப்பதற்காக, பரிணாம வளர்ச்சியின் மூலம் அவன் தன்னை உயர்த்திக்கொள்ள வேண்டும். எனவே, மனிதனாக வாழ்வதில் உண்மையான கவனமுடையோர், ஸத்வ குணத்தை ஏற்றுக் கொண்டு, நல்ல சங்கத்தின் மூலம் குணங்களைக் கடந்து, கிருஷ்ண உணர்வில் நிலைபெற வேண்டும். இதுவே மனித வாழ்வின் குறிக்கோள். இல்லாவிடில், மீண்டும் மனித வாழ்வை அடைவது பற்றிய உத்திரவாதம் மனிதனுக்குக் கிடையாது.

ஸ்லோகம் 16

कर्मणः सुकृतस्याहुः सात्त्विकं निर्मलं फलम् ।
रजसस्तु फलं दुःखमज्ञानं तमसः फलम् ॥ १६ ॥

கர்மண: ஸுக்ரு'தஸ்யாஹு: ஸாத்த்விகம்' நிர்மலம்' ப₂லம்
ரஜஸஸ் து ப₂லம்' து:₃க₂ம் அஜ்ஞானம்' தமஸ: ப₂லம்

கர்மண:—செயலின்; *ஸு-க்ரு'தஸ்ய*—புண்ணிய; *ஆஹு:*—கூறப்படு கின்றது; *ஸாத்த்விகம்*—ஸத்வ குணத்தில்; *நிர்மலம்*—தூய்மைப்படுத்தப்பட்ட; *ப₂லம்*—விளைவு; *ரஜஸ:*—ரஜோ குணத்தின்; *து*—ஆனால்; *ப₂லம்*—விளைவு; *து:₃க₂ம்*—துக்கம்; *அஜ்ஞானம்*—அறியாமை; *தமஸ:*—தமோ குணத்தின்; *ப₂லம்*—விளைவு.

புண்ணியச் செயல்களின் விளைவுகள் தூய்மையானவை, அவை ஸத்வ குணத்தில் இருப்பதாகக் கூறப்படுகின்றது. ஆனால் ரஜோ குணத்தில் செய்யப்படும் செயல்கள் துக்கத்திலும், தமோ குணத்தில் செய்யப்படும் செயல்கள் முட்டாள்தனத்திலும் முடிகின்றன.

பொருளுரை: ஸத்வ குணத்தில் செய்யப்படும் புண்ணியச் செயல்கள் தூய்மையை விளைவிக்கின்றன. எனவே, மாயையிலிருந்து விடுபட்ட சாதுக்கள் மகிழ்ச்சியில் நிலைபெறுகின்றனர். ஆனால் ரஜோ குணத்தின் செயல்கள் துன்பமே உருவானவை. பௌதிக இன்பத்திற்காகச் செய்யப்படும் எந்தவொரு செயலும் தோல்வியுறுவது நிச்சயம். உதாரணமாக, வானுயர்ந்த கட்டிடம் ஒன்றினை ஒருவன் கட்ட விரும்பினால், அது கட்டப்படுவதற்கு முன்பு மக்கள் நிறையத் துன்பத்தை அனுபவிக்க வேண்டும். கட்டிடத்திற்காக செலவழிப்பவன் அத்தகு செல்வத்தைச் சேகரிக்க மிகவும் சிரமத்துடன் உழைக்க வேண்டும். மேலும், கட்டிடத்தை உருவாக்க வேலை செய்யும் மனிதர்கள், உடலால் மிகவும் பாடுபட வேண்டும். இத்தகு துயரங்கள் இருக்கின்றன. எனவேதான், ரஜோ குணத்தின் மயக்கத்தின் கீழ் செய்யப்படும் எல்லாச் செயல்களும் நிச்சயமாக பெருந்துன்பங்கள் நிறைந்தவை என்று பகவத் கீதை கூறுகின்றது. "என்னிடம் இந்த வீடு உள்ளது, என்னிடம் பணம் உள்ளது," என்ற பெயரளவிலான மனமகிழ்ச்சி வேண்டுமானால் சற்று இருக்கலாம். ஆனால் அஃது உண்மையான மகிழ்ச்சியல்ல.

தமோ குணத்தைப் பொறுத்தவரை, அதில் செயலாற்றுபவனிடம் அறிவு என்பதே இல்லை; அவனது செயல்கள், தற்போது துக்கத்தையும் பின்னர் மிருக வாழ்வினையும் அவனுக்கு விளைவிக்கின்றன. மிருக வாழ்க்கை எப்போதும் துன்பமயமானது, மயக்க சக்தியான மாயையின் கீழ் இருக்கும் மிருகம் அதனைப் புரிந்துகொள்வதில்லை என்றபோதிலும், அது துன்பமயமானதே. அப்பாவி மிருகங்களைக் கொல்வதும் தமோ குணத்தில் செய்யப்படுவதாகும். மிருகக் கொலையாளிகள், எதிர்காலத்தில் தங்களைக் கொல்வதற்கு ஏற்ற உடலை மிருகம் பெறப் போகின்றது என்பதை அறியார்கள். இதுவே இயற்கையின் சட்டம். மனித சமூகத்தில், ஒருவன் மற்றொரு மனிதனைக் கொன்றால் தூக்கிலிடப்படுகிறான். இது தேசத்தின் சட்டம். முழு உலகமும் பரம புருஷரின் கட்டுப்பாட்டில் இருப்பதை அறியாமையின் காரணத்தினால் மக்கள் காண்பதில்லை. ஒவ்வொரு உயிர்வாழியும் முழுமுதற் கடவுளின் மைந்தனே, ஒரு சிறு எறும்பு கொல்லப்படுவதைக்கூட அவர் பொறுத்துக்கொள்வதில்லை. அதற்கான விலையை கொடுத்தாக வேண்டும். எனவே, நாக்கின் சுவைக்காக மிருகங்களைக் கொல்லுதல் மிகவும் கீழ்த்தரமான அறியாமையாகும். இறைவன் பற்பல அருமையான பொருட்களை வழங்கியிருப்பதால், மிருகங்களைக் கொல்வதற்கான தேவை

மனிதர்களுக்கு கிடையாது. இருந்தும், ஒருவன் மாமிச உணவு உண்பதில் ஈடுபட்டால், அவன் அறியாமையில் செயல்படுகிறான் என்பதும், மிகவும் இருண்ட எதிர்காலத்தை உருவாக்கிக் கொண்டுள்ளான் என்பதும் புரிந்துகொள்ளப்பட வேண்டும். மிருக வதையின் பற்பல வகையில், பசுவைக் கொல்வது மிகவும் கொடூரமானது; ஏனெனில், பாலை வழங்கும் பசு நமக்கு எல்லாவித இன்பத்தையும் கொடுக்கின்றது. பசுவதை என்பது மிகமிக கீழ்த்தரமான அறியாமையாகும். வேத இலக்கியத்தில் (ரிக் வேதம் 9.46.4), கோ₃பி:₄ ப்ரீணித-மத்ஸரம் என்று கூறப்பட்டுள்ளது; அதாவது, பாலால் பூரண திருப்தியடைந்த மனிதன், பசுவைக் கொல்ல விரும்பினால் அது மிகவும் கொடூரமான அறியாமையாகும். வேத இலக்கியத்தில் பின்வருமாறு ஒரு பிரார்த்தனையும் இருக்கின்றது:

நமோ ப்₃ரஹ்மண்ய-தே₃வாய கோ₃-ப்₃ராஹ்மண-ஹிதாய ச
ஜக₃த்₃-தி₄தாய க்ரு'ஷ்ணாய கோ₃விந்தா₃ய நமோ நம:

"எம்பெருமானே, பசுக்களுக்கும் பிராமணர்களுக்கும் நலன்விரும்பி நீரே, மேலும், மொத்த மனித சமுதாயம் மற்றும் உலகத்தின் நலன்விரும்பியும் தாங்களே." (விஷ்ணு புராணம் 1.19.65) இதன் பொருள் என்னவெனில், பசுக்கள் மற்றும் அந்தணர்களின் பாதுகாப்பு இப்பிரார்த்தனையில் விசேஷமாகக் குறிப்பிடப்பட்டுள்ளது. அந்தணர்கள் ஆன்மீகக் கல்வியின் சின்னம், பசுக்களோ மிகவும் மதிப்புள்ள உணவின் சின்னம்; இவ்விரு உயிர்வாழிகளும், அதாவது, பிராமணர்களும் பசுக்களும் எல்லாவித பாதுகாப்பும் கொடுக்கப்பட வேண்டியவர்கள் அதுவே உண்மையான நாகரிக வளர்ச்சி. நவீன மனித சமுதாயத்தில், ஆன்மீக ஞானம் அலட்சியபடுத்தப்பட்டு பசுவதை ஊக்குவிக்கப்படுகின்றது. இதனால், மனித சமுதாயம் தவறான பாதையில் முன்னேறிக் கொண்டு, தனது சுய அழிவிற்கான வழியைக் கண்டு கொண்டு இருக்கின்றது என்பதை புரிந்துகொள்ள வேண்டும். எந்தவொரு நாகரிகம் தங்களது குடிமக்களை அடுத்த பிறவிகளில் மிருகங்களாக ஆகுமாறு வழிநடத்துகின்றதோ, அது நிச்சயமாக மனித நாகரிகம் அல்ல. தற்கால மனித நாகரிகம், ரஜோ குணத்தினாலும் தமோ குணத்தினாலும் அபாயகரமாக வழிதவறி நடத்தப்படுகின்றது என்பது உண்மையே. இது மிகவும் பயங்கரமான காலமாகும். மனித வர்க்கத்தை மாபெரும் அபாயத்திலிருந்து காப்பதற்காக, மிகவும் எளிய வழிமுறையான கிருஷ்ண உணர்வினை எல்லா நாடுகளும் கவனத்துடன் வழங்க முன்வர வேண்டும்.

ஸ்லோகம் 17

सत्त्वात्सञ्जायते ज्ञानं रजसो लोभ एव च ।
प्रमादमोहौ तमसो भवतोऽज्ञानमेव च ॥ १७॥

ஸத்த்வாத் ஸஞ்ஜாயதே ஜ்ஞானம்' ரஜஸோ லோப₄ ஏவ ச
ப்ரமாத₃மோஹௌ தமஸோ ப₄வதோ 'ஜ்ஞானம் ஏவ ச

ஸத்த்வாத்—ஸத்வ குணத்திலிருந்து; ஸஞ்ஜாயதே—வளர்கின்றது; ஜ்ஞானம்—ஞானம்; ரஜஸ:—ரஜோ குணத்திலிருந்து; லோப:₄—பேராசை; ஏவ—நிச்சயமாக; ச—மேலும்; ப்ரமாத₃—பைத்தியக்காரத்தனம்; மோஹௌ—மயக்கம்; தமஸ:—தமோ குணத்திலிருந்து; ப₄வத:—வளர்கின்றது; அஜ்ஞானம்—அறியாமை; ஏவ—நிச்சயமாக; ச—மேலும்.

ஸத்வ குணத்திலிருந்து உண்மை ஞானம் விருத்தியாகின்றது; ரஜோ குணத்திலிருந்து பேராசை விருத்தியாகின்றது; மேலும் தமோ குணத்திலிருந்தோ முட்டாள்தனம், பைத்தியக்காரத்தனம், மற்றும் மயக்கமும் விருத்தியாகின்றன.

பொருளுரை: தற்போதைய நாகரிகம் உயிர்வாழிகளுக்கு மிகவும் சாதகமற்றதாக இருப்பதால், கிருஷ்ண உணர்வு பரிந்துரைக்கப் படுகின்றது. கிருஷ்ண உணர்வின் மூலமாக, சமுதாயம் ஸத்வ குணத்தை வளர்த்துக்கொள்ள முடியும். ஸத்வ குணம் வளர்ச்சியடையும்போது, விஷயங்களை மக்கள் உள்ளது உள்ளபடிக் காண்பர். தமோ குணத்தில் இருக்கும் மக்கள் மிருகங்களைப் போன்றவர்கள், எதையும் தெளிவாகக் காண இயலாதவர்கள். உதாரணமாக, ஒரு மிருகத்தைக் கொல்வதால் அதே மிருகத்தின் மறுபிறவியில் தான் கொல்லப்படுவதற்கான வாய்ப்பினை ஏற்பதை, தமோ குணத்தில் இருக்கும் மக்கள் காண்பதில்லை. உண்மையான ஞானத்தைப் பற்றிய கல்வி மக்களிடம் இல்லாததால், அவர்கள் பொறுப்பற்றவர்களாகி விடுகின்றனர். இத்தகு பொறுப்பற்ற தன்மையை நிறுத்த, பொதுமக்களின் மத்தியில் ஸத்வ குணத்தை வளர்ப்பதற்கான கல்வி அவசியம். ஸத்வ குணத்தில் உண்மையானக் கல்வியை அவர்கள் பெறும்போது, பூரண ஞானத்தைப் பெற்று, விஷயங்களை உண்மையாக அறியும் அறிவாளிகளாகின்றனர். பிறகு மக்கள் மகிழ்ச்சியுடன் வளமாக இருப்பர். அத்தகு மக்கள் பெரும்பான்மையினராக இல்லாவிட்டாலும் சரி, மக்கள்தொகையின் ஒரு குறிப்பிட்ட பங்கினர் கிருஷ்ண உணர்வை வளர்த்துக் கொண்டு ஸத்வ குணத்தில் நிலைபெற்றால், உலகெங்கிலும் அமைதிக்கும் வளமைக்கும் வாய்ப்புள்ளது. இவ்வாறின்றி, ரஜோ குணத்திற்கும் தமோ குணத்திற்கும் உலகம் தன்னை அர்ப்பணித்து இருந்தால்,

அமைதியோ வளமோ இருக்க முடியாது. ரஜோ குணத்தில், மக்கள் பேராசை உடையவர்களாகின்றனர், புலனின்பத்திற்கான அவர்களது ஏக்கத்திற்கு எல்லையில்லை. புலனுகர்ச்சிக்குத் தேவையான வசதிகளும் அதற்கு வேண்டிய பணமும் ஒருவனிடம் இருந்தாலும்கூட, மகிழ்ச்சியோ மன அமைதியோ அங்கு இல்லை என்பதை யாராலும் காண முடியும். அவை சாத்தியமாவதில்லை, ஏனெனில் அவன் ரஜோ குணத்தில் உள்ளான். ஒருவனுக்கு மகிழ்ச்சி வேண்டுமெனில், அவனது பணம் அவனுக்கு உதவாது; கிருஷ்ண உணர்வைப் பயிற்சி செய்து அவன் ஸத்வ குணத்திற்குத் தன்னை உயர்த்திக்கொள்ள வேண்டும். ரஜோ குணத்தில் ஈடுபட்டிருக்கும் போது, ஒருவனது மனம் மகிழ்ச்சியின்றி இருப்பது மட்டுமல்ல, அவனது தொழிலும் வேலையும்கூட மிகவும் சிரமமானவை. தனது நிலையை தக்கவைத்துக்கொள்ள அவன் பல்வேறு திட்டங்களையும் வழிமுறைகளையும் கண்டுபிடித்து, போதுமான அளவு பணத்தைச் சேகரிக்க வேண்டும். இவையெல்லாம் துன்பமானவை. தமோ குணத்தில், மக்கள் பைத்தியமாகி விடுகின்றனர். தங்களது சூழ்நிலைகளால் வருத்தமுற்று, அவர்கள் போதைப் பொருட்களிடம் அடைக்கலம் கொள்கின்றனர், இவ்வாறு மேன்மேலும் அறியாமையில் மூழ்குகின்றனர். இவர்களது எதிர்காலம் மிகவும் இருளானது.

ஸ்லோகம் 18

ऊर्ध्वं गच्छन्ति सत्त्वस्था मध्ये तिष्ठन्ति राजसाः ।
जघन्यगुणवृत्तिस्था अधो गच्छन्ति तामसाः ॥ १८ ॥

ஊர்த்$_4$வம்' க$_3$ச்ச$_2$ந்தி ஸத்த்வ-ஸ்தா$_2$ மத்$_4$யே திஷ்ட$_2$ந்தி ராஜஸா:
ஜக$_4$ன்ய-கு$_3$ண-வ்ரு'த்தி-ஸ்தா$_2$ அதோ$_4$ க$_3$ச்ச$_2$ந்தி தாமஸா:

ஊர்த்$_4$வம்—மேல்நோக்கி; *க$_3$ச்ச$_2$ந்தி*—செல்கின்றனர்; *ஸத்த்வ-ஸ்தா:$_2$*—ஸத்வ குணத்தில் நிலைபெற்றவர்கள்; *மத்$_4$யே*—நடுவில்; *திஷ்ட$_2$ந்தி*—தங்குகின்றனர்; *ராஜஸா:*—ரஜோ குணத்தில் நிலைபெற்றவர்கள்; *ஜக$_4$ன்ய*—வெறுக்கத்தக்க; *கு$_3$ண*—குணம்; *வ்ரு'த்தி-ஸ்தா:$_2$*—எவரது தொழில்; *அத:$_4$*—கீழே; *க$_3$ச்ச$_2$ந்தி*—செல்கிறார்கள்; *தாமஸா:*—தமோ குணத்தில் இருப்பவர்கள்.

ஸத்வ குணத்தில் நிலைபெற்றவர்கள் படிப்படியாக உயர் லோகங்களுக்கு மேல்நோக்கிச் செல்கின்றனர்; ரஜோ குணத்தில் இருப்பவர்கள் பூவுலகங்களில் வாழ்கின்றனர்; மேலும், வெறுக்கத்தக்கதான தமோ குணத்தில் இருப்பவர்கள் நரக லோகங்களுக்குக் கீழ்நோக்கிச் செல்கின்றனர்.

பொருளுரை: இந்த ஸ்லோகத்தில், இயற்கையின் முக்குணங்களில் செயல்படுவதால் வரும் விளைவுகள் மிகத் தெளிவாகக் கொடுக்கப்பட்டுள்ளன. ஸ்வர்க லோகங்களை உள்ளடக்கிய உயர்நிலை கிரக அமைப்பு ஒன்று உள்ளது, அங்குள்ள அனைவருமே மிகவும் உயர்வு பெற்றவர்கள். ஸத்வ குணத்தின் வளர்ச்சிக்கு ஏற்ப, அங்குள்ள பல்வேறு கிரகங்களுக்கு உயிர்வாழி மாற்றப்படலாம். அவை அனைத்திலும் மிகவுயர்ந்த லோகம், ஸத்ய லோகம் அல்லது பிரம்ம லோகம் எனப்படும், அங்கு இப்பிரபஞ்சத்தின் மிக முக்கியத்துவம் வாய்ந்த நபரான பிரம்மதேவர் வசிக்கின்றார். பிரம்ம லோகத்தின் அற்புதமான வாழ்க்கைத் தரத்தை நம்மால் கணக்கிட இயலாது என்பதை ஏற்கனவே கண்டோம்; இருப்பினும், வாழ்வின் மிகவுயர்ந்த நிலையான ஸத்வ குணம், அத்தகு வாழ்விற்கு நம்மைக் கொண்டு செல்ல முடியும்.

ரஜோ குணம் கலப்படமுடையதாகும். இது ஸத்வ குணத்திற்கும் தமோ குணத்திற்கும் இடையில் உள்ளது. இந்த குணத்தில் இருப்பவன் எப்போதும் அதே குணத்தில் தூய்மையாக இருப்பதில்லை. அப்படியே அவன் ரஜோ குணத்தில் முழுமையாக இருந்தாலும், அவன் இவ்வுலகில் ஒரு மன்னனாக அல்லது பெரிய செல்வந்தனாக மட்டுமே இருப்பான். ஆனால் கலப்படம் இருக்கும் காரணத்தால், அவன் கீழ்நோக்கிச் செல்லவும் முடியும். ரஜோ குணத்திலோ தமோ குணத்திலோ இருக்கும் இப்பூவுலக மக்கள், இயந்திரங்களின் உதவியால் உயர் லோகங்களை வலுக்கட்டாயமாக அணுகுவது சாத்தியமல்ல. ரஜோ குணத்தில் இருப்பவன், மறுபிறவியில் பைத்திய மாவதற்கான வாய்ப்பும் உள்ளது.

மிகவும் தாழ்ந்த குணமான தமோ குணம், வெறுக்கத்தக்கதாக இங்கே விவரிக்கப்பட்டுள்ளது. தமோ குணத்தை வளர்ப்பதன் விளைவுகள் மிகமிக அபாயகரமானவை. ஜட இயற்கையிலேயே மிகவும் தாழ்ந்த குணம் இதுதான். மனித வர்க்கத்திற்குக் கீழே, பறவைகள், விலங்குகள், ஊர்வன, மரங்கள் என்பன போன்று எண்பது இலட்சம் உயிரினங்கள் இருக்கின்றன; தமோ குணத்தின் விருத்திக்கு ஏற்ப இத்தகு மோசமான நிலைகளுக்கு மக்கள் கொண்டுவரப்படுகின்றனர். *தாமஸா:* என்னும் சொல் இங்கே மிகவும் முக்கியமானது. உயர் குணங்களுக்கு ஏற்றம் பெறாமல் தொடர்ந்து தமோ குணத்திலேயே இருப்பவர்களை இச்சொல் குறிப்பிடுகின்றது. அவர்களது எதிர்காலம் மிகவும் இருளடைந்ததாகும்.

ரஜோ குணத்திலும் தமோ குணத்திலும் இருக்கும் மனிதர்கள் ஸத்வ குணத்திற்கு ஏற்றம் பெற ஒரு வாய்ப்பு உள்ளது, அந்த வழிமுறை

கிருஷ்ண உணர்வு என்று அறியப்படுகிறது. ஆனால் இந்த நல்வாய்ப்பை பயன்படுத்தாத நபர்கள் கீழ் குணங்களில் தொடர வேண்டியதுதான்.

ஸ்லோகம் 19

नान्यं गुणेभ्यः कर्तारं यदा द्रष्टानुपश्यति ।
गुणेभ्यश्च परं वेत्ति मद्भावं सोऽधिगच्छति ॥ १९ ॥

நான்யம்' கு₃ணேப்₄ய: கர்தாரம்' யதா₃ த்₃ரஷ்டானுபஷ்₂யதி
கு₃ணேப்₄யஷ்₂ ச பரம்' வேத்தி மத்₃-பா₄வம்' ஸோ 'தி₄க₃ச்ச₂தி

ந—இல்லை; அன்யம்—தவிர; கு₃ணேப்₄ய:—குணங்களை; கர்தாரம்—செய்பவன்; யதா₃—எப்போது; த்₃ரஷ்டா—காண்பவன்; அனுபஷ்₂யதி—முறையாகக் காண்கிறான்; கு₃ணேப்₄ய—இயற்கை குணங்களிலிருந்து; ச—மேலும்; பரம்—தெய்வீகமான; வேத்தி—அறிபவன்; மத்-பா₄வம்—எனது ஆன்மீக இயற்கைக்கு; ஸ:—அவன்; அதி₄க₃ச்ச₂தி—உயர்வு பெறுகின்றான்.

எல்லாச் செயல்களிலும், இயற்கையின் குணங்களைத் தவிர வேறு கர்த்தா யாரும் இல்லை என்பதையும், பரம புருஷர் இந்த இயற்கை குணங்களுக்கு அப்பாற்பட்டவர் என்பதையும் அறிந்து முறையாகக் காண்பவன், எனது ஆன்மீக இயற்கையை அடைகின்றான்.

பொருளுரை: முறையான ஆத்மாக்களிடமிருந்து கற்று, முறையாகப் புரிந்துகொள்வதால், ஜட இயற்கையின் குணங்களுடைய செயல்களைக் கடக்க முடியும். உண்மையான ஆன்மீக குரு கிருஷ்ணரே, அவர் இந்த ஆன்மீக ஞானத்தை அர்ஜுனனுக்கு உபதேசிக்கின்றார். அதுபோல, குணங்களின் செயல்களைப் பற்றிய இந்த விஞ்ஞானத்தை முழுமையான கிருஷ்ண உணர்வில் இருப்பவர்களிடமிருந்து ஒருவன் கற்றுக்கொள்ள வேண்டும். இல்லாவிடில் அவனது வாழ்வு வழிதவறிவிடும். அங்கீகரிக்கப்பட்ட ஆன்மீக குருவின் அறிவுரைகளால், ஓர் உயிர்வாழி, தனது ஆன்மீக நிலை, ஜடவுடல், புலன்கள், தான் சிறைப்பட்டிருப்பது எவ்வாறு, ஜட இயற்கையின் குணங்களினால் தான் மயங்கியிருப்பது எவ்வாறு என்பனவற்றை அறிந்துகொள்ள முடியும். இந்த குணங்களின் பிடியிலிருக்கும் அவன் உதவியற்றவனாக உள்ளான். ஆனால் அவன் தனது உண்மை நிலையை காண இயலும்போது, ஆன்மீக வாழ்விற்கான நம்பிக்கையைப் பெறுவதால், திவ்யமான தளத்தை அடைய முடியும். உண்மையில் பல்வேறு செயல்களின் கர்த்தா உயிர்வாழி அல்ல. ஜட இயற்கையின் சில குறிப்பிட்ட குணத்தினால் நடத்தப்படும் ஒரு குறிப்பிட்ட உடலில் அவன் இருப்பதால், அதற்குத்

தகுந்தபடி செயல்படுமாறு அவன் வலியுறுத்தப்படுகின்றான். ஆன்மீக அதிகாரியின் உதவி இல்லாத வரை, உண்மையில் தான் இருக்கும் நிலை என்ன என்பதை ஒருவனால் புரிந்துகொள்ள முடியாது. அங்கீகரிக்கப்பட்ட ஆன்மீக குருவின் சங்கத்தினால், அவன் தனது உண்மை நிலையைக் காண முடியும், அதனைப் புரிந்து கொண்டு அவன் முழுமையான கிருஷ்ண உணர்வில் நிலைபெற முடியும். கிருஷ்ண உணர்வில் இருப்பவன் ஜட இயற்கை குணங்களின் மயக்கத்திற்கு கட்டுப்படுவதில்லை. கிருஷ்ணரிடம் சரணடைந்தவன் ஜட இயற்கையின் செயல்களிலிருந்து விடுபட்டவன் என்று ஏற்கனவே ஏழாம் அத்தியாயத்தில் கூறப்பட்டது. விஷயங்களை உள்ளது உள்ளபடி காணும் திறன் படைத்தவனுக்கு, ஜட இயற்கையின் ஆதிக்கம் படிப்படியாக முடிவிற்கு வந்துவிடுகிறது.

ஸ்லோகம் 20

गुणानेतानतीत्य त्रीन्देही देहसमुद्भवान् ।
जन्ममृत्युजरादुःखैर्विमुक्तोऽमृतमश्नुते ॥ २० ॥

கு₃ணான் ஏதான் அதீத்ய த்ரீன் தே₃ஹீ தே₃ஹ-ஸமுத்₃ப₄வான்
ஜன்ம-ம்ரு'த்யு-ஜரா-து:₃கைர் விமுக்தோ 'ம்ரு'தம் அஷ்₂னுதே

கு₃ணான்—குணங்கள்; *ஏதான்*—இவையெல்லாம்; *அதீத்ய*—கடந்து; *த்ரீன்*—மூன்று; *தே₃ஹீ*—உடலை உடையவன்; *தே₃ஹ*—உடல்; *ஸமுத்₃ப₄வான்*—படைக்கப்பட்ட; *ஜன்ம*—பிறப்பு; *ம்ரு'த்யு*—இறப்பு; *ஜரா*—முதுமை; *து:₃கை₂*—துன்பங்கள்; *விமுக்த:*—விடுபட்டு; *அம்ரு'தம்*—அமிர்தம்; *அஷ்₂னுதே*—அனுபவிக்கின்றான்.

உடலை உடையவன், ஜடவுடலுடன் தொடர்புடைய இந்த மூன்று குணங்களிலிருந்து உயர்வு பெற முயலும்போது, பிறப்பு, இறப்பு, முதுமை, மற்றும் இவற்றின் துன்பங்களிலிருந்து விடுதலை பெற்று, இந்த வாழ்விலேயே அமிர்தத்தை சுவைக்க முடியும்.

பொருளுரை: இந்த உடலில் இருக்கும்போதே, முழுமையான கிருஷ்ண உணர்வுடன் திவ்யமான தளத்தில் ஒருவன் எவ்வாறு இருக்க முடியும் என்பது இந்த ஸ்லோகத்தில் விளக்கப்பட்டுள்ளது. *தே₃ஹீ* என்னும் சமஸ்கிருத சொல்லுக்கு "உடலை உடையவன்" என்று பொருள். ஒருவன் இந்த ஜடவுடலினுள் இருந்தாலும், ஆன்மீக ஞானத்தில் முன்னேறுவதால், ஜட இயற்கையின் ஆதிக்கத்திலிருந்து விடுபட முடியும். ஆன்மீக வாழ்வின் ஆனந்தத்தை இந்த உடலிலும்கூட அவனால் அனுபவிக்க முடியும், ஏனெனில் இந்த உடலை நீத்தப்பின் அவன் ஆன்மீக உலகிற்குச் செல்வது நிச்சயம். இருந்தும், இந்த உடலிலும், அவன் ஆன்மீக மகிழ்ச்சியை அனுபவிக்க

முடியும். வேறுவிதமாகக் கூறினால், கிருஷ்ண உணர்வில் செய்யப்படும் பக்தித் தொண்டு, பௌதிக பந்தத்தின் முக்திக்கான அறிகுறியாகும். இது பதினெட்டாம் அத்தியாயத்தில் விளக்கப்படும். ஜட இயற்கையின் ஆதிக்கத்திலிருந்து ஒருவன் விடுபடும்போது, அவன் பக்தித் தொண்டிற்கு வருகின்றான்.

ஸ்லோகம் 21

अर्जुन उवाच

कैर्लिङ्गैस्त्रीन्गुणानेतानतीतो भवति प्रभो ।
किमाचार: कथं चैतांस्त्रीन्गुणानतिवर्तते ॥ २१ ॥

அர்ஜுன உவாச:

கைர் லிங்கை$_3$ஸ் த்ரீன் கு$_3$ணான் ஏதான் அதீதோ ப$_4$வதி ப்ரபோ$_4$
கிம் ஆசார: கத$_2$ம்' சைதாம்'ஸ் த்ரீன் கு$_3$ணான் அதிவர்ததே

அர்ஜுன: உவாச—அர்ஜுனன் கூறினான்; *கை:*—எவற்றால்; *லிங்கை:$_3$*—அறிகுறிகள்; *த்ரீன்*—மூன்று; *கு$_3$ணான்*—குணங்கள்; *ஏதான்*—இவையெல்லாம்; *அதீத:*—உயர்ந்து; *ப$_4$வதி*—ஆகின்றான்; *ப்ரபோ$_4$*—எம்பெருமானே; *கிம்*—என்ன; *ஆசார:*—நடத்தை; *கத$_2$ம்*—எவ்வாறு; *ச*—மேலும்; *ஏதான்*—இந்த; *த்ரீன்*—மூன்று; *கு$_3$ணான்*—குணங்கள்; *அதிவர்ததே*—உயர்கின்றான்.

அர்ஜுனன் வினவினான்: எம்பெருமானே, இந்த மூன்று குணங்களைக் கடந்தவனை அறிவதற்கான அறிகுறிகள் யாவை? அவனது நடத்தைகள் யாவை? இயற்கை குணங்களிலிருந்து அவன் உயர்வு பெறுவது எவ்வாறு?

பொருளுரை: இந்த ஸ்லோகத்திலுள்ள அர்ஜுனனின் வினாக்கள் மிகவும் பொருத்தமானவை. இயற்கையின் குணங்களைக் கடந்துவிட்ட ஒருவனது தன்மைகளை அவன் அறிய விரும்புகின்றான். அத்தகு திவ்யமான நபரின் அறிகுறிகளைப் பற்றி அவன் முதலில் கேட்கின்றான்: ஜட இயற்கையின் குணங்களுடைய ஆதிக்கத்தை ஒருவர் ஏற்கனவே கடந்துவிட்டார் என்பதை எவ்வாறு புரிந்துகொள்ள முடியும்? இரண்டாவது வினா, அவன் எவ்வாறு வாழ்கின்றான், அவனது செயல்கள் யாவை? அவை ஒழுங்கானவையா ஒழுங்கற்றவையா? அடுத்ததாக, திவ்யமான இயற்கையை தான் அடைவதற்கான வழிமுறையை அர்ஜுனன் வினவுகின்றான். இது மிகவும் முக்கியமானதாகும். எப்போதும் தெய்வீகத்தில் நிலைபெற்றிருப்பதற்கான நேரடியான வழிமுறையை ஒருவன் அறியாவிடில், அறிகுறிகளைக் காட்டுவதற்கு சாத்தியம் இல்லை. எனவே, அர்ஜுனனால் எழுப்பப்பட்ட இவ்வினாக்கள் அனைத்தும்

மிகவும் முக்கியமானவை, பின்வரும் ஸ்லோகங்களில் இறைவன் அவற்றிற்கு விடை அளிக்கின்றார்.

ஸ்லோகங்கள் 22–25

श्रीभगवानुवाच

प्रकाशं च प्रवृत्तिं च मोहमेव च पाण्डव ।
न द्वेष्टि सम्प्रवृत्तानि न निवृत्तानि काङ्क्षति ॥ २२ ॥
उदासीनवदासीनो गुणैर्यो न विचाल्यते ।
गुणा वर्तन्त इत्येवं योऽवतिष्ठति नेङ्गते ॥ २३ ॥
समदुःखसुखः स्वस्थः समलोष्टाश्मकाञ्चनः ।
तुल्यप्रियाप्रियो धीरस्तुल्यनिन्दात्मसंस्तुतिः ॥ २४ ॥
मानापमानयोस्तुल्यस्तुल्यो मित्रारिपक्षयोः ।
सर्वारम्भपरित्यागी गुणातीतः स उच्यते ॥ २५ ॥

ஸ்ரீ–ப$_4$க$_3$வான் உவாச
ப்ரகாஷ$_2$ம்' ச ப்ரவ்ரு'த்திம்' ச மோஹம் ஏவ ச பாண்ட$_3$வ
ந த்$_3$வேஷ்டி ஸம்ப்ரவ்ரு'த்தானி ந நிவ்ரு'த்தானி காங்க்ஷதி

உதா$_3$ஸீன-வத்$_3$ ஆஸீனோ கு$_3$ணைர் யோ ந விசால்யதே
கு$_3$ணா வர்தந்த இத்யேவம்' யோ 'வதிஷ்ட$_2$தி நேங்க$_3$தே

ஸம-து:$_3$க$_2$-ஸுக:$_2$ ஸ்வ-ஸ்த:$_2$ ஸம-லோஷ்டாஷ்$_2$ம-காஞ்சன:
துல்ய-ப்ரியாப்ரியோ தீ$_4$ரஸ் துல்ய-நிந்தா$_3$த்ம-ஸம்'ஸ்துதி:

மானாபமானயோஸ் துல்யஸ் துல்யோ மித்ராரி-பக்ஷயோ:
ஸர்வாரம்ப$_4$-பரித்யாகீ$_3$ கு$_3$ணாதீத: ஸ உச்யதே

ஸ்ரீ–ப$_4$க$_3$வான் உவாச:—புருஷோத்தமரான முழுமுதற் கடவுள் கூறினார்; *ப்ரகாஷ$_2$ம்*—பிரகாசம்; *ச*—மேலும்; *ப்ரவ்ரு'த்திம்*—பற்றுதல்; *ச*—மேலும்; *மோஹம்*—மயக்கம்; *ஏவ ச*—அதுவும்; *பாண்ட$_3$வ*—பாண்டுவின் மகனே; *ந த்$_3$வேஷ்டி*—வெறுப்பதில்லை; *ஸ்ம்ப்ரவ்ரு'த்தானி*—வளர்ச்சி பெற்றிருந்தாலும்; *ந நிவ்ருத்தானி*—வளர்ச்சியை நிறுத்துவதில்லை; *காங்க்ஷதி*—விருப்பங்கள்; *உதா$_3$ஸீனவத்*—நடுநிலையைப் போல; *ஆஸீன:*—நிலைபெற்று; *கு$_3$ணை:*—குணங்களால்; *ய:*—எவனொருவன்; *ந*—இல்லை; *விசால்யதே*—கிளர்ச்சியுறுவது; *கு$_3$ணா:*—குணங்கள்; *வர்தந்தே*—செயல்படுகின்றன; *இதி ஏவம்*—இவ்வாறு அறிந்து; *ய:*—எவனொருவன்; *அவதிஷ்ட$_2$தி*—நிலைக்கின்றான்; *ந*—என்றுமில்லை; *இங்க$_3$தே*—சலனமான; *ஸம*—சமமாக; *து:$_3$க$_2$*—துன்பத்திலும்; *ஸுக:$_2$*—இன்பத்திலும்; *ஸ்வ-ஸ்த:$_2$*—தன்னில் நிலைபெற்று; *ஸம*—சமமாக; *லோஷ்ட*—மண்கட்டி; *அஷ்$_2$ம*—கல்; *காஞ்சன:*—தங்கம்; *துல்ய*—சமநோக்கத்துடன்; *ப்ரிய*—பிரியமான; *அப்ரிய*—பிரியமற்ற; *தீ$_4$ர:*—திடமாக; *துல்ய*—சமமாக; *நிந்தா$_3$*—இகழ்ச்சி; *ஆத்ம-ஸம்'ஸ்துதி:*—சுயப்

புகழ்ச்சி; மான—மானம்; அபமானயோ:—அவமானம்; துல்ய:—சமமாக; துல்ய:—சமமாக; மித்ர—நண்பன்; அரி—எதிரி; பக்ஷயோ:—கட்சிகளில்; ஸர்வ—எல்லா; ஆரம்ப:₄—முயற்சி; பரித்யாகீ₃—துறவி; கு₃ண—ஆதீத:—ஜட இயற்கையின் குணங்களிலிருந்து உயர்ந்தவனாக; ஸ:—அவன்; உச்யதே—கூறப்படுகின்றான்.

புருஷோத்தமரான முழுமுதற் கடவுள் கூறினார்: பாண்டுவின் மைந்தனே! பிரகாசம், பற்றுதல், மயக்கம் ஆகியவை தோன்றியிருக்கும்போது அவற்றை வெறுக்காதவனும், அவை மறைந்திருக்கும்போது அவற்றிற்காக ஏக்கமடையாதவனும்; இயற்கை குணங்களின் விளைவுகளுக்கு மத்தியில் ஸ்திரமாக, சஞ்சலமின்றி, நடுநிலையில், அப்பாற்பட்டு இருப்பவனும்; குணங்களே செயல்படுகின்றன என்பதை அறிபவனும்; தன்னில் நிலைபெற்று இன்பத்தையும் துன்பத்தையும் சமமாகக் கருதுபவனும்; மண்ணையும் கல்லையும் பொன்னையும் சமமாகக் காண்பவனும்; பிரியமானவற்றிலும் பிரியமற்றவற்றிலும் சமநிலை உடையவனும்; திடமானவனும், புகழ்ச்சி இகழ்ச்சி, மானம் அவமானம் ஆகியவற்றில் சமமாக நிலைபெற்றவனும்; நண்பனையும் எதிரியையும் சமமாக நடத்துபவனும்; எல்லா பலன்நோக்குச் செயல்களையும் துறந்தவனுமான மனிதன் இயற்கை குணங்களைக் கடந்தவனாகக் கூறப்படுகின்றான்.

பொருளுரை: அர்ஜுனன் மூன்று வேறுபட்ட வினாக்களை சமர்ப்பித்தான். பகவான் ஒன்றன்பின் ஒன்றாக அவற்றிற்குப் பதிலளிக்கின்றார். இந்த ஸ்லோகங்களில், தெய்வீகத்தில் நிலைபெற்றவன், யாரிடமும் பொறாமைகொள்வதில்லை என்றும் எதற்காகவும் ஏங்குவதில்லை என்றும் கிருஷ்ணர் முதலில் குறிப்பிடுகின்றார். ஜடவுடலைப் பெற்ற உயிர்வாழி, இந்த பௌதிக உலகில் வசிக்கும்போது, ஜட இயற்கையின் முக்குணங்களில் ஏதேனும் ஒன்றின் கட்டுப்பாட்டின் கீழ் உள்ளான் என்று புரிந்துகொள்ளப்படுகிறது. அவன் எப்போது உண்மையிலேயே உடலை விட்டு வெளியில் இருக்கின்றானோ, அப்போது அவன் ஜட இயற்கை குணங்களின் பிணைப்பிற்கு வெளியில் உள்ளான். ஆனால் ஜடவுடலை விட்டு வெளியில் இல்லாத வரை, அவன் நடுநிலை உடையவனாக இருக்க வேண்டும். அவன் தன்னை பகவானின் பக்தித் தொண்டில் ஈடுபடுத்த வேண்டும், அதன் மூலம் ஜடவுடலுடனான அவனது அடையாளம் தானாக மறைந்துவிடும். ஒருவன் ஜடவுடலின் உணர்வில் இருக்கும்பொழுது, புலன் நுகர்விற்காக மட்டுமே செயலாற்றுகிறான். ஆனால் உணர்வினை

கிருஷ்ணரிடம் மாற்றும்பொழுது, புலனுகர்ச்சி தானாகவே நின்றுவிடும். ஒருவனுக்கு இந்த ஜடவுடல் தேவையில்லை. ஜடவுடலின் ஆணைகளை அவன் ஏற்க வேண்டிய அவசியமும் இல்லை. பௌதிக குணங்களின் தன்மைகள் உடலின் மீது செயல்படத்தான் செய்யும், ஆனால் ஆத்மா என்ற முறையில் அவன் இத்தகு செயல்களிலிருந்து தனித்துள்ளான். அவன் தனித்து விளங்குவது எவ்வாறு? அவன் இந்த உடலை அனுபவிக்க விரும்புவதில்லை, உடலை விட்டு வெளியேறவும் விரும்புவதில்லை. இவ்வாறு, தெய்வீகத்தில் நிலைபெற்ற பக்தன் தானாகவே விடுதலை பெறுகின்றான். ஜட இயற்கை குணங்களின் ஆதிக்கத்திலிருந்து விடுபட அவன் முயல வேண்டிய அவசியம் இல்லை.

இரண்டாவது வினா, தெய்வீகத் தளத்தில் நிலைபெற்றவனின் செயல்களைப் பற்றியதாகும். பௌதிகத்தில் நிலைபெற்றவன் உடலுக்குக் கொடுக்கப்படும் பெயரளவிலான மான அவமானத்தினால் பாதிக்கப்படுகின்றான். ஆனால் தெய்வீகத்தில் நிலைபெற்றவனோ இத்தகு பொய்யான மான அவமானங்களால் பாதிக்கப்படுவதில்லை. கிருஷ்ண உணர்வில் அவன் தனது கடமையை ஆற்றுகின்றான், மற்றவன் தன்னை மதிக்கின்றானா அவமதிக்கின்றானா என்பதைப் பொருட்படுத்துவதில்லை. கிருஷ்ண உணர்விலான தனது கடமைக்குச் சாதகமான பொருட்களை அவன் ஏற்கின்றான், மற்றபடி கல்லோ பொன்னோ, எந்த ஜடப் பொருளும் அவனுக்குத் தேவையில்லை. கிருஷ்ண உணர்வை செயலாற்றுவதில் தனக்கு உதவி செய்யும் ஒவ்வொருவரையும் அவன் தனது பிரிய நண்பனாகக் கருதுகின்றான். மேலும், தனது பெயரளவிலான எதிரியை அவன் வெறுப்பதில்லை. நடுநிலை வகிக்கும் அவன் எல்லாவற்றையும் சமமாகக் காண்கிறான். ஏனெனில் ஜட வாழ்வில் தான் செய்ய வேண்டியது எதுவுமில்லை என்பதை அவன் மிகவும் நன்றாக அறிந்துள்ளான். சமூக, அரசியல் விஷயங்கள் அவனை பாதிப்பதில்லை, ஏனெனில் தற்காலிகமான எழுச்சிகள் மற்றும் தொல்லைகளின் நிலையைப் பற்றி அவன் அறிந்துள்ளான். தனது சொந்த நன்மைக்காக அவன் எந்த முயற்சியும் செய்வதில்லை. கிருஷ்ணருக்காக அவன் எந்த முயற்சியும் மேற்கொள்வான், ஆனால் தனது சுய நோக்கத்திற்காக முயல்வதில்லை. இத்தகு நடத்தையால் ஒருவன் தெய்வீகத்தில் உண்மையாக நிலைபெறுகின்றான்.

ஸ்லோகம் 26

मां च योऽव्यभिचारेण भक्तियोगेन सेवते ।
स गुणान्समतीत्यैतान्ब्रह्मभूयाय कल्पते ॥ २६ ॥

மாம்' ச யோ 'வ்யபி₄சாரேண ப₄க்தி-யோகே₃ன ஸேவதே
ஸ கு₃ணான் ஸமதீத்யைதான் ப்₃ரஹ்ம-பூ₄யாய கல்பதே

மாம்—என்னிடம்; ச—மேலும்; ய:—எவனொருவன்; அவ்யபி₄சாரேண—
தவறின்றி; ப₄க்தி-யோகே₃ன—பக்தித் தொண்டால்; ஸேவதே—
தொண்டு புரிகின்றானோ; ஸ:—அவன்; கு₃ணான்—ஜட இயற்கைக்
குணங்களை; ஸமதீத்ய—கடந்து; ஏதான்—இவையெல்லாம்; ப்₃ரஹ்ம-
பூ₄யாய—பிரம்மன் நிலைக்கு உயர்த்தப்படுகிறான்; கல்பதே—
ஆகின்றான்.

எந்தச் சூழ்நிலையிலும் தவறாமல், எனது பூரண பக்தித் தொண்டில் ஈடுபடுபவன், ஜட இயற்கையின் குணங்களை உடனடியாகக் கடந்து, பிரம்மன் நிலைக்கு வந்தடைகின்றான்.

பொருளுரை: தெய்வீக நிலையை அடைவதற்கான வழி என்ன? என்னும் அர்ஜுனனின் மூன்றாவது வினாவிற்கு இந்த ஸ்லோகம் விடையாகும். முன்னரே விளக்கியபடி, ஜடவுலகம் இயற்கை குணங்களின் மயக்கத்தின் கீழ் செயல்படுகின்றது. ஒருவன் இயற்கை குணங்களின் செயல்களினால் பாதிக்கப்படக் கூடாது; அத்தகு செயல்களில் தனது உணர்வை வைப்பதற்குப் பதிலாக, கிருஷ்ணருக்கான செயல்களிடம் அவன் தனது உணர்வை திசைத்திருப்ப வேண்டும். கிருஷ்ணருக்கான செயல்கள் பக்தி யோகம், அதாவது, எப்போதும் கிருஷ்ணருக்காக செயல்படுதல் எனப்படும். இது கிருஷ்ணரை மட்டுமின்றி, இராமர், நாராயணர் முதலிய அவரது பல்வேறு சுய விரிவுகளையும் உள்ளடக்கும். அவருடைய விரிவுகள் எண்ணற்றவை. கிருஷ்ணரின் ஏதாவதொரு ரூபத்தின் தொண்டில், அல்லது அவரது சுய விரிவின் தொண்டில் ஈடுபட்டிருப்பவன், தெய்வீகத்தில் நிலைபெற்றவனாகக் கருதப்பட வேண்டும். கிருஷ்ணருடைய எல்லா ரூபங்களும் திவ்யமானவை, ஆனந்தமயமானவை, அறிவு நிரம்பியவை மற்றும் நித்தியமானவை என்பதையும் கவனிக்க வேண்டும். அவர்கள் அனைவரும் ஸர்வ சக்திகளுடன் எல்லாவற்றையும் அறிந்தவர்களாக, எல்லா திவ்யமான குணங்களையும் தாங்கியவர்களாக உள்ளனர். எனவே, கிருஷ்ணரது தொண்டில் அல்லது அவரது சுய விரிவுகளின் தொண்டில், தவறாத உறுதியுடன் ஒருவன் தன்னை ஈடுபடுத்தினால், ஜட இயற்கையின் குணங்களை வெற்றி கொள்வது மிகவும் கடினமானது என்றபோதிலும், அவன் எளிதாக இவற்றைக் கடக்க முடியும். இஃது ஏழாம் அத்தியாயத்தில் ஏற்கனவே விளக்கப்பட்டது. கிருஷ்ணரிடம் சரணடைபவன் உடனடியாக ஜட இயற்கை குணங்களுடைய தாக்கத்திலிருந்து வெற்றி பெறுகின்றான். கிருஷ்ண உணர்வில்

இருத்தல் அல்லது பக்தித் தொண்டில் இருத்தல் என்றால், கிருஷ்ணருடன் சமநிலையை அடைதல் என்று பொருள். "அறிவுடனும் ஆனந்தத்துடனும் நித்தியமாக இருப்பதே எனது இயற்கை. தங்கத் துகள்கள் தங்கச் சுரங்கத்தின் அம்சங்கள் என்பதுபோல, ஆத்மாக்கள் என்னுடைய அம்சங்கள்" என்று பகவான் கூறுகிறார். எனவே, ஜீவாத்மா, தனது ஆன்மீக நிலையில், தங்கத்தைப் போன்றது, அதாவது கிருஷ்ணரைப் போன்ற தன்மையை உடையது. இருப்பினும் தனித்தன்மையில் உள்ள வேறுபாடு தொடர்கின்றது, இல்லாவிடில் பக்தி யோகம் என்ற வினாவிற்கே இடமில்லை. பக்தி யோகம் என்பது, இறைவன், பக்தன், இவர்களுக்கு இடையிலான அன்புப் பரிமாற்றம் ஆகிய மூன்றையும் உள்ளடக்கியது. எனவே, பரம புருஷ பகவான், ஜீவாத்மா ஆகிய இருவரிடமும் தனித்தன்மை உள்ளது, இல்லாவிடில் பக்தி யோகம் என்பதற்குப் பொருள் ஒன்றுமில்லை. இறைவனுக்கு சமமான திவ்யமானத் தளத்தில் ஒருவன் நிலைபெறவில்லை எனில், அவன் பரம புருஷருக்குத் தொண்டாற்ற முடியாது. மன்னனின் தனிப்பட்ட உதவியாளனாக வேண்டுமெனில், அதற்கேற்ற தகுதிகளைப் பெற்றிருக்க வேண்டும். அதுபோல, பிரம்மன் நிலை, அதாவது எல்லா ஜடக் களங்கங்களிலிருந்தும் விடுபட்ட நிலை, பரமனுக்குத் தொண்டாற்றுவதற்கான தகுதியாகும். வேத இலக்கியத்தில், *ப்$_3$ரஹ்மைவ ஸன் ப்$_3$ரஹ்மாப்-யேதி* என்று கூறப்பட்டுள்ளது. பிரம்மனாக ஆவதன் மூலம் பரபிரம்மனை அடைய முடியும். தன்மையில் ஒருவன் பிரம்மனுடன் ஒன்றாக வேண்டும் என்பதே இதன் பொருள். பிரம்மனாக ஆவதன் மூலம், ஒருவன் ஜீவாத்மா என்னும் தனது நித்தியமான பிரம்ம அடையாளத்தினை இழப்பதில்லை.

ஸ்லோகம் 27

ब्रह्मणो हि प्रतिष्ठाहममृतस्याव्ययस्य च ।
शाश्वतस्य च धर्मस्य सुखस्यैकान्तिकस्य च ॥ २७॥

ப்$_3$ரஹ்மணோ ஹி ப்ரதிஷ்டா$_2$ஹம் அம்ரு'தஸ்யாவ்யயஸ்ய ச
ஷா$_2$ஷ்$_2$வதஸ்ய ச த$_4$ர்மஸ்ய ஸுக$_2$ஸ்யைகாந்திகஸ்ய ச

ப்$_3$ரஹ்மண:—அருவ பிரம்மஜோதியின்; *ஹி*—நிச்சயமாக; *ப்ரதிஷ்டா$_2$*—ஆதாரம்; *அஹம்*—நானே; *அம்ரு'தஸ்ய*—மரணமற்ற; *அவ்யயஸ்ய*—அழிவற்ற; *ச*—மேலும்; *ஷா$_2$ஷ்$_2$வதஸ்ய*—நித்தியமான; *ச*—கூட; *த$_4$ர்மஸ்ய*—தர்மத்தின்; *ஸுக$_2$ஸ்ய*—இன்பத்தின்; *ஐகாந்திகஸ்ய*—இறுதி; *ச*—மேலும்.

மேலும், மரணமற்றதும், அழிவற்றதும், நித்தியமானதும், இறுதி இன்பத்தின் தர்மமுமான அருவ பிரம்மனின் ஆதாரம் நானே.

பொருளுரை: மரணமின்மை, அழிவின்மை, நித்தியம், இன்பம் ஆகியவை பிரம்மனின் ஸ்வரூபமாகும். பரம சத்தியத்தைப் பற்றிய திவ்ய உணர்வின் ஆரம்பம் பிரம்மன், இரண்டாம் நிலை (நடுநிலை) பரமாத்மா, இறுதி நிலை பரம புருஷ பகவான். எனவே, பரமாத்மாவும் அருவ பிரம்மனும், பரம புருஷ பகவானுக்குள் இருக்கின்றன. ஜட இயற்கை, பரம புருஷரின் தாழ்ந்த சக்தியின் தோற்றம் என்று ஏழாம் அத்தியாயத்தில் விளக்கப்பட்டது. அந்த தாழ்ந்த ஜட இயற்கையினை உயர்ந்த இயற்கையின் துகள்களைக் கொண்டு பகவான் கருவுறச் செய்கின்றார், ஜட இயற்கையில் ஆன்மீகத்தின் ஸ்பரிசம் அதுவே. இந்த ஜட இயற்கையினால் கட்டுண்டிருக்கும் ஜீவாத்மா ஆன்மீக ஞானத்தை வளர்க்கத் தொடங்கும்போது, ஜட வாழ்விலிருந்து தன்னை உயர்த்தி, படிப்படியாக பரம்பொருளைப் பற்றிய பிரம்மன் நிலையினை அடைகின்றான். பிரம்ம உணர்வு நிலையினை அடைதல், ஆன்மீகத் தன்னுணர்வின் முதற்படியாகும். பிரம்ம உணர்வை அடைந்தவன் ஜடத் தளத்தைவிட உயர்வு பெற்றுள்ளான், இருப்பினும் பிரம்ம உணர்வினால் அவன் உண்மையான பக்குவநிலையினை அடைவதில்லை. அவன் விரும்பினால், தொடர்ந்து பிரம்மன் நிலையில் இருந்து, பின்னர் படிப்படியாக பரமாத்மா உணர்வையும், பரம புருஷ பகவானைப் பற்றிய முழு உணர்வினையும் அடைய முடியும். இதற்கான பற்பல உதாரணங்கள் வேத இலக்கியத்தில் உள்ளன. பரம்பொருளைப் பற்றிய அருவ பிரம்ம கருத்தில் நிலைபெற்றிருந்த நான்கு குமாரர்கள், பின்னர் படிப்படியாக பக்தித் தொண்டின் தளத்திற்கு உயர்ந்தனர். அருவ பிரம்ம கருத்தினைத் தாண்டி தன்னை உயர்த்திக்கொள்ள இயலாதவன், வீழ்ச்சியடைவதற்கான அபாயம் உள்ளது. அருவ பிரம்ம நிலைக்கு ஒருவன் உயர்வு பெற்றாலும், அதிலிருந்து முன்னேற்றம் பெறாமல், பரம புருஷரைப் பற்றிய அறிவின்றி இருந்தால், அவனது புத்தி முழுமையாகத் தெளிவு பெறவில்லை என்று ஸ்ரீமத் பாகவதத்தில் கூறப்பட்டுள்ளது. எனவே, பிரம்மன் நிலைக்கு உயர்வு பெற்றாலும், இறைவனின் பக்தித் தொண்டில் ஈடுபடாவிடில், வீழ்ச்சியடையும் வாய்ப்பு உள்ளது. வேத மொழியில் இதுவும் கூறப்பட்டுள்ளது, *ரஸோ வை ஸ:, ரஸம் ஹ்யேவாயம் லப்3த்4வாநந்தீ3 ப4வதி*—"ரஸங்களின் இருப்பிடமான முழுமுதற் கடவுள் கிருஷ்ணரை ஒருவன் புரிந்துகொள்ளும்போது, உண்மையிலேயே அவன் தெய்வீக ஆனந்தமுடையவனாக

ஆகின்றான்." (தைத்திரீய உபநிஷத் 2.7.1) ஆறு வைபவங்களும் பரம புருஷரிடம் முழுமையாக உள்ளன, பக்தன் அவரை அணுகும்போது அந்த ஆறு வைபவங்களின் பரிமாற்றம் நடைபெறும். மன்னனின் சேவகன் ஏறக்குறைய மன்னனுக்கு சமமான இன்பத்தை அனுபவிக்கின்றான். எனவே, நித்திய இன்பம், அழிவற்ற இன்பம், நித்திய வாழ்வு ஆகியவை பக்தித் தொண்டுடன் கூடவே வருகின்றன. இதனால், பிரம்ம உணர்வு, நித்தியத்துவம், அல்லது அழிவற்றத் தன்மை ஆகியவை பக்தித் தொண்டில் உள்ளடங்கி உள்ளன. பக்தித் தொண்டில் ஈடுபட்டிருப்பவன் இவற்றை ஏற்கனவே பெற்றுள்ளான்.

இயற்கையில் பிரம்மனாக இருப்பினும், உயிர்வாழி ஜடவுலகின் மீது ஆதிக்கம் செலுத்த விரும்புவதால் வீழ்ச்சியடைகின்றான். அவனது ஸ்வரூப நிலையில், அவன் ஜட இயற்கையின் முக்குணங்களுக்கு அப்பாற்பட்டவன், ஆனால் ஜட இயற்கையுடனான தொடர்பு அவனை ஸத்வ, ரஜோ, தமோ ஆகிய பல்வேறு குணங்களில் பந்தப்படுத்துகின்றது. ஜடவுலகினை ஆதிக்கம் செலுத்துவதற்கான விருப்பம், இந்த முக்குணங்களின் தொடர்பினாலேயே இருக்கின்றது. பூரண கிருஷ்ண உணர்வுடன் பக்தித் தொண்டில் ஈடுபடுவதால், ஒருவன் உடனடியாக திவ்யமான தளத்தில் நிலைபெறுகிறான், ஜட இயற்கையை ஆளும் அவனது சட்ட விரோதமான விருப்பம் நீக்கப்பட்டு விடுகின்றது. எனவே, பக்தித் தொண்டை உணர்வதற்கு பரிந்துரைக்கப்படும் ஒன்பது வழிமுறைகளை, ஸ்ரவணம், கீர்த்தனம், மற்றும் ஸ்மரணத்துடன் தொடங்கும் வழிமுறையினை, பக்தர்களின் சங்கத்தில் பயிற்சி செய்ய வேண்டும். இத்தகு சங்கத்தினாலும் ஆன்மீக குருவின் தாக்கத்தினாலும், படிப்படியாக, ஆதிக்கம் செலுத்துவதற்கான ஜட ஆசை விலக்கப்பட்டு, இறைவனின் திவ்யமான அன்புத் தொண்டில் ஒருவன் உறுதியாக நிலைபெறுகிறான். இந்த முறை, இவ்வத்தியாயத்தின் இருபத்திரண்டாம் ஸ்லோகத்திலிருந்து இறுதி ஸ்லோகம் வரை அறிவுறுத்தப்பட்டுள்ளது. இறைவனுக்கு பக்தித் தொண்டு செய்வது மிகவும் எளிமையானது: ஒருவன் எப்போதும் இறைவனுடைய கைங்கர்யத்தில் ஈடுபட வேண்டும், விக்ரஹத்திற்குப் படைக்கப்பட்ட பிரசாதத்தினை உண்ண வேண்டும், இறைவனின் தாமரைத் திருவடிகளில் சமர்ப்பிக்கப்பட்ட மலர்களை நுகர வேண்டும், பகவான் தமது தெய்வீக லீலைகளை நடத்தி அருளிய இடங்களைக் காண வேண்டும், இறைவனின் பல்வேறு செயல்களையும் தனது பக்தர்களுடனான அவரது அன்புப் பரிமாற்றத்தையும் பற்றிப் படிக்க

வேண்டும், தெய்வீக சப்தமான, ஹரே கிருஷ்ண, ஹரே கிருஷ்ண, கிருஷ்ண கிருஷ்ண, ஹரே ஹரே/ ஹரே ராம, ஹரே ராம, ராம ராம, ஹரே ஹரே என்னும் மந்திரத்தை எப்போதும் உச்சரிக்க வேண்டும், மேலும், இறைவனும் அவரது பக்தர்களும் தோன்றிய நாள்களிலும் மறைந்த நாள்களிலும் விரதங்களை அனுசரிக்க வேண்டும். இத்தகு வழிமுறையைப் பின்பற்றுவதால் அவன் எல்லா ஜடச் செயல்களிலிருந்தும் முற்றிலும் விடுபடுகிறான். இவ்வாறு பிரம்மஜோதி அல்லது பிரம்ம உணர்வின் பல்வேறு தன்மைகளில் தன்னை நிலைநிறுத்தக்கூடியவன், பரம புருஷ பகவானுடன் குணத்தின் அடிப்படையில் சமமானவனாகின்றான்.

ஸ்ரீமத் பகவத் கீதையின் "ஜட இயற்கையின் முக்குணங்கள்" என்னும் பதினான்காம் அத்தியாயத்திற்கான பக்திவேதாந்த பொருளுரைகள் இத்துடன் நிறைவடைகின்றன.

அத்தியாயம் பதினைந்து

புருஷோத்தம யோகம்

ஸ்லோகம் 1

श्रीभगवानुवाच

ऊर्ध्वमूलमधःशाखमश्वत्थं प्राहुरव्ययम् ।
छन्दांसि यस्य पर्णानि यस्तं वेद स वेदवित् ॥ १ ॥

ஸ்ரீ-ப$_4$க$_3$வான் உவாச

ஊர்த்$_4$வ-மூலம் அத:$_4$-ஷா$_2$க$_2$ம் அஷ்$_2$வத்த$_2$ம்' ப்ராஹுர் அவ்யயம்
ச$_2$ந்தா$_3$ம்'ஸி யஸ்ய பர்ணானி யஸ் தம்' வேத$_3$ ஸ வேத$_3$-வித்

ஸ்ரீ-ப$_4$க$_3$வான் உவாச—புருஷோத்தமரான முழுமுதற் கடவுள் கூறினார்; *ஊர்த்$_4$வ-மூலம்*—மேலே வேர்களுடன்; *அத:$_4$*—கீழ் நோக்கிய; *ஷா$_2$க$_2$ம்*—கிளைகள்; *அஷ்$_2$வத்த$_2$ம்*—அரச மரம்; *ப்ராஹு:*—கூறப்படுகின்றது; *அவ்யயம்*—நித்தியமான; *ச$_2$ந்தா$_3$ம்ஸி*—வேத பதங்கள்; *யஸ்ய*—அதன்; *பர்ணானி*—இலைகள்; *ய:*—எவனொருவன்; *தம்*—அதை; *வேத$_3$*—அறிகின்றானோ; *ஸ:*—அவன்; *வேத$_3$-வித்*—வேதங்களை அறிந்தவன்.

புருஷோத்தமரான முழுமுதற் கடவுள் கூறினார்: மேல் நோக்கிய வேர்களையும் கீழ் நோக்கிய கிளைகளையும், வேத பதங்களை இலைகளாகவும் கொண்ட ஓர் அரச மரம் உள்ளது என்று கூறப்படுகின்றது. இம்மரத்தை அறிந்தவன் வேதங்களை அறிந்தவன்.

பொருளுரை: பக்தி யோகத்தின் முக்கியத்துவத்தை விளக்கிய பின்னர், "வேதங்ளைப் பற்றி என்ன கூறுகிறீர்?" என்று ஒருவர் வினவலாம். வேதக் கல்வியின் நோக்கம் கிருஷ்ணரைப் புரிந்து கொள்வதே என்று இந்த அத்தியாயத்தில் விளக்கப்படுகின்றது. எனவே, கிருஷ்ண உணர்வில், பக்தித் தொண்டில் ஈடுபட்டுள்ளவன், ஏற்கனவே வேதங்களை அறிந்தவன்.

ஜடவுலகின் பிணைப்புகள், ஓர் அரச மரத்திற்கு இங்கே ஒப்பிடப்பட்டுள்ளன. பலன்நோக்குச் செயல்களில் ஈடுபட்டிருப்ப வனைப் பொறுத்தவரை, அரச மரத்திற்கு முடிவே இல்லை. அவன் ஒரு கிளையிலிருந்து மற்ற கிளைக்கும் அதிலிருந்து வேறு ஒன்றுக்கும் என திரிந்து கொண்டுள்ளான். ஜடவுலகம் எனும் இந்த மரம் முடிவற்றது, இந்த மரத்திடம் பற்றுதல் கொண்டவனுக்கு முக்தி

பெற வாய்ப்பில்லை. ஒருவனை உயர்த்துவதற்கான வேத மந்திரங்கள், இம்மரத்தின் இலைகள் என்று கூறப்படுகின்றன. இதன் வேர்கள் மேல்நோக்கி வளர்கின்றன; ஏனெனில், இவ்வகிலத்தின் மிகவுயர்ந்த கிரகமான, பிரம்மா வசிக்கும் இடத்திலிருந்து அவை தொடங்குகின்றன. மாயையின் இந்த அழிவற்ற மரத்தை ஒருவன் புரிந்து கொண்டால், இதிலிருந்து அவன் வெளியேற முடியும்.

இந்த பந்தத்திலிருந்து விடுபடுவதற்கான வழிமுறையினை புரிந்துகொள்ளுதல் அவசியம். முந்தைய அத்தியாயங்களில் பௌதிக பந்தத்திலிருந்து வெளியேறுவதற்கான பற்பல வழிமுறைகள் விளக்கப்பட்டன. மேலும், பரம புருஷருக்கான பக்தித் தொண்டே மிகச்சிறந்த வழி என்பதையும் பதிமூன்றாம் அத்தியாயம் வரை நாம் கண்டோம். பக்தித் தொண்டின் அடிப்படைக் கொள்கை, ஜடச் செயல்களில் பற்றில்லாமல் இருப்பதும், இறைவனுடைய தெய்வீகத் தொண்டில் பற்றுதல் கொள்வதுமாகும். ஜடவுலகின் மீதான பற்றுதலை முறிக்கும் வழிமுறை இந்த அத்தியாயத்தின் ஆரம்பத்தில் விவாதிக்கப்படுகின்றது. ஜட வாழ்வின் வேரானது மேல்நோக்கி வளர்கின்றது. இந்த வேர், மொத்த ஜட வஸ்துக்களிலிருந்து, அதாவது, பிரபஞ்சத்தின் மிகவுயர்ந்த கிரகத்திலிருந்து தொடங்குகின்றது என்று பொருள். அங்கிருந்து பிரபஞ்சம் முழுவதிலும் விரிவடைகின்றது, விரிவடையும் கிளைகள் பல்வேறு கிரக அமைப்புகளை குறிக்கின்றன. அதன் பழங்கள், உயிர்வாழிகளின் செயல்களான, அறம், பொருள், இன்பம், வீடு ஆகியவற்றைக் குறிக்கின்றன.

அடுத்ததாக, கிளைகள் கீழும், வேர் மேலுமாக இருக்கும் மரத்தினுடைய அனுபவம் நமக்கு இந்த உலகில் இல்லை. இருப்பினும் அதுபோன்று ஒன்று உள்ளது. அத்தகு மரத்தினை நீர்த் தேக்கத்தின் அருகில் காண முடியும். கரையிலிருக்கும் மரங்கள், தங்களது கிளைகள் கீழேயும் வேர்கள் மேலேயுமாக நீரில் பிரதிபலிப்பதை நம்மால் காண முடியும். வேறுவிதமாகக் கூறினால், ஜடவுலகம் என்னும் இந்த மரம், ஆன்மீக உலகம் என்னும் உண்மையான மரத்தின் பிரதிபலிப்பாகும். மரத்தின் பிம்பம் நீரில் அமைந்திருப்பதைப் போல, ஆன்மீக உலகின் பிம்பம் ஆசையில் அமைந்துள்ளது. பிம்பமான ஜட ஒளியின் மீது விஷயங்கள் அமைந்திருப்பதற்கான காரணம், ஆசையே. ஜட வாழ்விலிருந்து வெளியேற விரும்புபவன், ஆய்வறிவின் மூலம் இந்த மரத்தைத் தெளிவாகப் புரிந்துகொள்ளுதல் அவசியம். அதன் பின்னர், இம்மரத்துடனான உறவை அவனால் துண்டிக்க முடியும்.

உண்மை மரத்தின் பிம்பமான இம்மரம், துல்லியமான நகல் ஆகும். ஆன்மீக உலகில் எல்லாம் இருக்கின்றன. அருவவாதிகள் இந்த ஜட மரத்தின் மூல வேராக பிரம்மனை எடுத்துக்கொள்கின்றனர். ஸாங்கிய தத்துவத்தின்படி, அந்த வேரிலிருந்து, பிரக்ருதி, புருஷர், மூன்று குணங்கள், பிறகு பஞ்ச மஹா பூதங்கள், அதன்பின் பத்து புலன்கள் (*த$_3$ஷே$_2$ந்த்$_3$ரிய*), மனம் என ஒவ்வொன்றாக வருகின்றன. இவ்வாறு மொத்த ஜடவுலகையும் அவர்கள் இருபத்துநான்கு மூலக்கூறுகளாகப் பிரிக்கின்றனர். எல்லாத் தோற்றங்களுக்கும் பிரம்மனை மையமாக எடுத்துக் கொண்டால், இந்த ஜடவுலகம் அந்த மையத்தின் 180 கோணங்கள் (டிகிரிகள்) கொண்ட தோற்றமே, மீதமுள்ள 180 கோணங்கள் ஆன்மீக உலகமாகும். ஜடவுலகம் ஒரு திரிபடைந்த பிம்பம் என்பதால், இங்குள்ள வேறுபாடுகள் ஆன்மீக உலகிலும் இருக்க வேண்டும், ஆனால் அங்கு அவை உண்மையானவை. *ப்ரக்ரு'தி* என்பது முழுமுதற் கடவுளின் வெளிப்புற சக்தி, *புருஷ* என்பது சாக்ஷாத் முழுமுதற் கடவுளே, இது பகவத் கீதையில் விளக்கப்பட்டுள்ளது. இந்தத் தோற்றம் பௌதிகமானது என்பதால், அது தற்காலிகமானதும்கூட. பிம்பம் என்பது தற்காலிகமானது, ஏனெனில் அது சில சமயங்களில் காணப்படுகிறது, சில சமயங்களில் காணப்படுவதில்லை. ஆனால் எதை அடிப்படையாக வைத்து இந்த பிம்பம் பிரதிபலிக்கப்படுகின்றதோ, அந்த மூலம் நித்தியமானது. உண்மையான மரத்தின் பௌதிக பிம்பம் வெட்டப்பட வேண்டும். வேதங்களை அறிந்தவன் என்று ஒருவனைக் குறிப்பிடும்பொழுது, அவன் இந்த ஜடவுலகின் பற்றுதலை எவ்வாறு துண்டிப்பது என்பதை அறிந்தவன் என்று எடுத்துக்கொள்ளப்பட வேண்டும். அந்த வழிமுறையை ஒருவன் அறிந்தால், அவன் உண்மையில் வேதங்களை அறிந்தவன். வேதங்களின் சடங்குகளால் கவரப்படுபவன், இம்மரத்தின் அழகான பச்சை இலைகளால் கவரப்படுபவனாகின்றான். உண்மையில், அவன் வேதங்களின் குறிக்கோளை சரியாக அறியவில்லை. முழுமுதற் கடவுளால் வெளிப்படுத்தப்பட்டுள்ளபடி, வேதங்களின் நோக்கம், பிம்பம் போன்ற இம்மரத்தை வெட்டிச் சாய்த்து ஆன்மீக உலகின் உண்மை மரத்தை அடைவதாகும்.

ஸ்லோகம் 2

अधश्चोर्ध्वं प्रसृतास्तस्य शाखा गुणप्रवृद्धा विषयप्रवालाः ।
अधश्च मूलान्यनुसन्ततानि कर्मानुबन्धीनि मनुष्यलोके ॥ २ ॥

அத$_4$ஷ்$_2$ சோர்த்$_4$வம்' ப்ரஸ்ரு'தாஸ் தஸ்ய ஷா$_2$கா$_2$
கு$_3$ண-ப்ரவ்ரு'த்$_3$தா$_4$ விஷய-ப்ரவாலா:

அத₄ஷ்₂ ச மூலான்யனுஸந்ததானி
கர்மானுப₃ந்தீ₃னி மனுஷ்ய-லோகே

அத:₄—கீழ்நோக்கிய; *ச*—மேலும்; *ஊர்த்₄வம்*—மேல்நோக்கிய; *ப்ரஸ்ரு'தா:*—விரிந்த; *தஸ்ய*—அதன்; *ஷா₂கா:₂*—கிளைகள்; *கு₃ண*—ஜட இயற்கையின் குணங்கள்; *ப்ரவ்ரு'த்₃தா:₄*—வளர்கின்றன; *விஷய*—புலன் விஷயங்கள்; *ப்ரவாலா:*—சிறு கிளைகள்; *அத:₄*—கீழ்நோக்கி; *ச*—மேலும்; *மூலானி*—வேர்கள்; *அனுஸந்ததானி*—விரிந்த; *கர்ம*—செயலில்; *அனுப₃ந்தீ₄னி*—பந்தப்படுத்துகின்றன; *மனுஷ்ய-லோகே*—மானிட உலகில்.

இம்மரத்தின் கிளைகள், ஜட இயற்கையின் முக்குணங்களால் வளப்படுத்தப்பட்டு, மேல்நோக்கியும் கீழ்நோக்கியும் விரிகின்றன. உபகிளைகள் புலனின்ப விஷயங்களாகும். இம்மரத்திலுள்ள கீழ்நோக்கிச் செல்லும் வேர்கள், பலன்நோக்குச் செயல்களால் பந்தப்படுத்தப்பட்டுள்ளன.

பொருளுரை: அரச மரத்தைப் பற்றிய வர்ணனை இங்கு மேலும் விவரிக்கப்பட்டுள்ளது. அதன் கிளைகள் எல்லாத் திக்குகளிலும் பரந்துள்ளன. கீழ்ப் பகுதிகளில், மனிதர்கள், மிருகங்கள், குதிரைகள், பசுக்கள், நாய்கள், பூனைகள் என ஜீவாத்மாக்களின் பலதரப்பட்ட தோற்றங்கள் இருக்கின்றன. இவை கிளைகளின் கீழ்ப்பகுதிகளில் நிலைபெற்றிருக்க, மேற்பகுதிகளிலோ, தேவர்கள், கந்தர்வர்களைப் போன்ற உயர்நிலை ஜீவன்கள் உள்ளனர். மரம் நீரால் வளப்படுத்தப்படுவதுபோல, இந்த மரம் ஜட இயற்கையின் முக்குணங்களால் வளப்படுத்தப்படுகின்றது. சில சமயங்களில், ஒரு நிலப்பகுதி மிகவும் பசுமையாக இருப்பதையும், வேறு நிலப்பகுதி போதிய நீரின்றி வறண்டிருப்பதையும் நாம் காண்கிறோம்; அதுபோல எங்கு எத்தகு குணம் அதிக அளவில் உள்ளதோ, அதன் அடிப்படையில் பல்வேறு இனங்கள் தோன்றுகின்றன.

மரத்தின் உபகிளைகள் புலனின்ப விஷயங்களாகக் கருதப்படுகின்றன. இயற்கையின் பல்வேறு குணங்களின் அபிவிருத்திக்கேற்ப நாம் பல்வேறு புலன்களை வளர்த்துக்கொள்கிறோம், அப்புலன்களால் நாம் பலதரப்பட்ட புலனின்ப விஷயங்களை அனுபவிக்கின்றோம். கிளைகளின் நுனியில், காது, மூக்கு, கண் முதலிய புலன்கள் உள்ளன, அவை பல்வேறு புலனின்ப விஷயங்களை அனுபவிப்பதில் பற்றுதல் கொண்டுள்ளன. சப்தம், உருவம், தொடு உணர்வு முதலிய புலனின்ப விஷயங்கள் உபகிளைகள். உபவேர்கள், பலதரப்பட்ட இன்பத்தினாலும், துன்பத்தினாலும் வரும் விருப்பு வெறுப்பினைக்

குறிக்கும். பாவ புண்ணியங்களுக்கான நாட்டங்கள், எல்லாத் திக்குகளிலும் பரவியிருக்கும் இந்த உபவேர்களிலிருந்து வளர்வதாகக் கருதப்படுகின்றன. மூல வேர் பிரம்ம லோகத்திலும், மற்ற வேர்கள் மானிட லோகத்திலும் உள்ளன. புண்ணிய செயல்களின் பலன்களை உயர் லோகங்களில் அனுபவித்த பிறகு, ஒருவன் இந்த பூவுலகத்திற்கு இறங்கி வந்து, மீண்டும் தனது கர்மத்தினை (உயர்வு பெறுவதற்கான பலன்நோக்குச் செயல்களை) புதுப்பிக்கின்றான். மானிடர்களின் இந்த உலகம், செயல்களின் களமாகக் கருதப்படுகின்றது.

ஸ்லோகங்கள் 3–4

न रूपमस्येह तथोपलभ्यते नान्तो न चादिर्न च सम्प्रतिष्ठा ।
अश्वत्थमेनं सुविरूढमूलमसङ्गशस्त्रेण दृढेन छित्त्वा ॥ ३ ॥
ततः पदं तत्परिमार्गितव्यं यस्मिन्गता न निवर्तन्ति भूयः ।
तमेव चाद्यं पुरुषं प्रपद्ये यतः प्रवृत्तिः प्रसृता पुराणी ॥ ४ ॥

ந ரூபம் அஸ்யேஹ ததோ$_2$பலப்$_4$யதே
நாந்தோ ந சாதி$_3$ர் ந ச ஸம்ப்ரதிஷ்டா$_2$
அஷ்$_2$வத்த$_2$ம் ஏனம்' ஸு-விரூட$_4$-மூலம்
அஸங்க$_3$-ஷ$_2$ஸ்த்ரேண த்$_3$ரு'டே$_4$ன சி$_2$த்த்வா

தத: பத$_3$ம்' தத் பரிமார்கி$_3$தவ்யம்'
யஸ்மின் க$_3$தா ந நிவர்தந்தி பூ$_4$ய:
தம் ஏவ சாத்$_3$யம்' புருஷம்' ப்ரபத்$_3$யே
யத: ப்ரவ்ரு'த்தி: ப்ரஸ்ரு'தா புராணீ

ந—இல்லை; *ரூபம்*—உருவம்; *அஸ்ய*—இந்த மரத்தின்; *இஹ*—இவ்வுலகில்; *ததா$_2$*—மேலும்; *உபலப்$_4$யதே*—காணப்பட கூடியது; *ந*—இல்லை; *அந்த:*—முடிவு; *ச*—மேலும்; *ஆதி:$_3$*—ஆரம்பம்; *ந*—இல்லை; *ச*—மேலும்; *ஸம்ப்ரதிஷ்டா$_2$*—அஸ்திவாரம்; *அஷ்$_2$வத்த$_2$ம்*—அரச மரம்; *ஏனம்*—இந்த; *ஸு-விருட$_4$*—உறுதியாக; *மூலம்*—வேர்விட்ட; *அஸங்க$_3$-ஷ$_2$ஸ்த்ரேண*—பற்றின்மை எனும் ஆயுதத்தால்; *த்$_3$ரு'டே$_3$ன*—பலமாக; *சி$_2$த்த்வா*—அறுப்பதால்; *தத:*—அதன் பின்; *பத$_3$ம்*—நிலை; *தத்*—அதன்; *பரிமார்கி$_3$தவ்யம்*—தேடப்பட வேண்டும்; *யஸ்மின்*—எங்கே; *க$_3$தா:*—சென்றபின்; *ந*—என்றுமில்லை; *நிவர்தந்தி*—அவர்கள் திரும்பி வருவது; *பூ$_4$ய:*—மீண்டும்; *தம்*—அவனுக்கு; *ஏவ*—நிச்சயமாக; *ச*—கூட; *ஆத்$_3$யம்*—மூல; *புருஷம்*—புருஷோத்தமரான பகவான்; *ப்ரபத்$_3$யே*—சரணடைந்து; *யத:*—யாரிடமிருந்து; *ப்ரவ்ரு'த்தி:*—தொடக்கம்; *ப்ரஸ்ரு'தா*—விரிவு; *புராணீ*—மிகப் பழைய.

இம்மரத்தின் உண்மை உருவம் இவ்வுலகில் காணப்படக் கூடியதல்ல. இஃது எங்கே முடிகின்றது, எங்கே தொடங்குகின்றது, அல்லது இதன் அஸ்திவாரம் எங்கே இருக்கின்றது என்பதை யாராலும் புரிந்துகொள்ள முடியாது. ஆனால் பலமாக வேரூன்றியுள்ள இந்த மரத்தை பற்றின்மை எனும் ஆயுதத்தால் உறுதியுடன் வெட்டிச் சாய்க்க வேண்டும். அதன் பின்னர், எங்கே செல்வதால் மீண்டும் திரும்பி வருவதில்லையோ, அந்த இடத்தை நாடி, அங்கே, யாரிடமிருந்து எல்லாம் தொடங்குகின்றதோ, யாரிடமிருந்து எல்லாம் விரிவடைகின்றதோ, அந்த பரம புருஷ பகவானிடம் சரணடைய வேண்டும்.

பொருளுரை: இந்த அரச மரத்தின் உண்மை உருவம், இந்த ஜடவுலகில் புரிந்துகொள்ளப்பட முடியாதது என்று இங்கு தெளிவாகக் கூறப்பட்டுள்ளது. வேர்கள் மேல்நோக்கி இருப்பதால் உண்மை மரத்தின் விரிவு மறுபக்கத்தில் இருக்கின்றது. ஒருவன் மரத்தின் பௌதிக விரிவுகளால் பிணைக்கப்படும்போது, மரம் எவ்வளவு தூரம் விரிந்துள்ளது என்பதையோ, இதன் ஆரம்பத்தையோ அவனால் காண முடியாது. இருப்பினும் இதன் காரணத்தை அவன் கண்டறிதல் அவசியம்: "நான் எனது தந்தையின் மகன், எனது தந்தை வேறு ஒருவரின் மகன்...." இவ்வாறு தேடுவதன் மூலம் ஒருவன் பிரம்மதேவரை அடைகிறான், அவர் கர்போதகசாயி விஷ்ணுவினால் உருவாக்கப்பட்டவர். இவ்வாறாக, இறுதியில் அவன் பரம புருஷ பகவானை அடைகிறான், இதுவே ஆராய்ச்சியின் முடிவு. இம்மரத்தின் மூலமான முழுமுதற் கடவுளை, அவரது பக்தியில் ஈடுபட்டிருக்கும் பக்தர்களின் சங்கத்தில் ஒருவன் ஆய்ந்தறிய வேண்டும். பிறகு, உண்மையின் பொய்யான பிம்பத்திலிருந்து அவன் படிப்படியாக விடுபடுகின்றான், மேலும், ஞானத்தினால் தொடர்பைத் துண்டித்துக் கொண்டு, உண்மையான மரத்தில் அவன் உண்மையிலேயே நிலைபெறுகின்றான்.

இவ்விஷயத்தில் அஸங்க$_3$ என்னும் சொல் மிகவும் முக்கியமானது; ஏனெனில், புலனுகர்ச்சிக்கான பற்றுதலும் ஜட இயற்கையின் மீது ஆதிக்கம் செலுத்துவதற்கான நாட்டமும் மிகவும் வலிமையானவை. எனவே, அங்கீகரிக்கப்பட்ட சாஸ்திரங்களை அடிப்படையாகக் கொண்ட ஆன்மீக விஞ்ஞானத்தை விவாதித்து, பற்றின்மையை கற்க வேண்டும், மேலும், ஞானத்தில் உண்மையாக வீற்றிருப்பவர் களிடமிருந்து கேட்க வேண்டும். பக்தர்களின் சங்கத்தில் நடைபெறும் இத்தகு விவாதங்களின் விளைவாக, ஒருவன் பரம புருஷ பகவானிடம் வருகின்றான். பின்னர் அவன் செய்ய வேண்டிய முதல்

பணி, அவரிடம் சரணடைவதாகும். எங்குச் செல்வதால் இந்தப் பொய்யான பிம்ப மரத்திற்கு ஒருபோதும் திரும்பி வருவதில்லையோ, அந்த இடத்தின் விவரம் இங்கே கொடுக்கப்பட்டுள்ளது. யாரிடமிருந்து அனைத்தும் தோன்றியதோ, அந்த நபர் புருஷோத்தமரான முழுமுதற் கடவுள் கிருஷ்ணரே. அந்த பரம புருஷரின் கருணையைப் பெறுவதற்கு அவரிடம் சரணடைந்தால் போதும். அந்த கருணையே, ஸ்ரவணம், கீர்த்தனம் முதலிய பக்தித் தொண்டினை ஆற்றுவதன் விளைவாகும். ஜடவுலகத்தின் விரிவாக்கத்திற்கு அவரே காரணம். ஏற்கனவே இஃது இறைவனாலேயே விளக்கப்பட்டது. *அஹம் ஸர்வஸ்ய ப்ரப$_4$வ:* "நானே எல்லாவற்றிற்கும் மூலம்." எனவே, பௌதிக வாழ்க்கை என்னும் பலமான ஆலமரத்தின் பந்தத்திலிருந்து வெளியேற, கிருஷ்ணரிடம் சரணடைய வேண்டும். கிருஷ்ணரிடம் சரணடைந்த உடனே, இந்த பௌதிக விரிவாக்கத்தின் மீது ஒருவன் தானாகவே பற்றற்றவனாகின்றான்.

ஸ்லோகம் 5

निर्मानमोहा जितसङ्गदोषा अध्यात्मनित्या विनिवृत्तकामाः ।
द्वन्द्वैर्विमुक्ताः सुखदुःखसंज्ञैर्गच्छन्त्यमूढाः पदमव्ययं तत् ॥ ५ ॥

நிர்மான-மோஹா ஜித-ஸங்க$_3$-தோ$_3$ஷா
அத்$_4$யாத்ம-நித்யா விநிவ்ரு'த்த-காமா:
த்$_3$வந்த்$_3$வைர் விமுக்தா: ஸுக$_2$-து:$_3$க$_2$-ஸம்'ஜ்ஞைர்
க$_3$ச்ச$_2$ந்த்யமூடா:$_4$ பத$_3$ம் அவ்யயம்' தத்

நிர்—இன்றி; *மான*—பொய் கௌரவம்; *மோஹா:*—மயக்கம்; *ஜித*—வென்று; *ஸங்க$_3$*—தொடர்பு; *தோ$_3$ஷா:*—தோஷங்கள்; *அத்$_4$யாத்ம*—ஆன்மீக அறிவில்; *நித்யா:*—நித்தியத்தில்; *விநிவ்ரு'த்த*—தொடர்பின்றி; *காமா:*—காமத்தின்; *த்$_3$வந்த்$_3$வை:*—இருமையிலிருந்து; *விமுக்தா:*—விடுதலை பெற்று; *ஸுக$_2$-து:$_3$க$_2$*—இன்ப துன்பம்; *ஸம்ஜ்ஞை:*—எனப்படும்; *க$_3$ச்ச$_2$ந்தி*—அடைகின்றனர்; *அமூடா:$_4$*—மயங்காத; *பத$_3$ம்*—நிலையை; *அவ்யயம்*—நித்தியமான; *தத்*—அந்த.

பொய் கௌரவம், மயக்கம், மற்றும் தவறான சங்கத்திலிருந்து விடுபட்டு, நித்தியத்தைப் புரிந்து கொண்டு, பௌதிக காமத்தை நிறுத்திவிட்டு, இன்ப துன்பம் என்னும் இருமையை ஒழித்து, மயக்கமுறாமல் இருப்பவர்கள், பரம புருஷரிடம் சரணடைவது எவ்வாறு என்பதை அறிந்து, அந்த நித்திய ராஜ்ஜியத்தை அடைகின்றனர்.

பொருளுரை: சரணடையும் முறை இங்கே மிக அருமையாக விவரிக்கப்பட்டுள்ளது. முதல் தகுதி என்னவெனில், கர்வத்தினால்

மயங்காமல் இருக்க வேண்டும். கட்டுண்ட ஆத்மா, ஜட இயற்கையின் எஜமானனாக தன்னையே எண்ணிக் கொண்டிருப்பதால், பரம புருஷ பகவானிடம் சரணடைவது அவனுக்கு மிகவும் கடினமாக உள்ளது. உண்மை அறிவை விருத்தி செய்து கொள்வதன் மூலம், ஜட இயற்கையின் எஜமானன் தான் அல்ல என்றும், பரம புருஷ பகவானே எஜமானர் என்றும் அவன் அறிய வேண்டும். கர்வத்தினால் உண்டாகும் மயக்கத்திலிருந்து அவன் விடுதலை பெறும்பொழுது, சரணடையும் முறையை தொடங்க முடியும். இந்த ஜடவுலகில் ஏதேனும் மரியாதையை எப்போதும் எதிர்பார்க்கும் நபரால் பரம புருஷரிடம் சரணடைய முடியாது. ஒருவன் இவ்வுலகிற்கு வந்து, சில காலம் தங்கி, பின்னர் சென்று விடுகிறான் என்றபோதிலும், அவன் தானே இவ்வுலகின் எஜமானன் என்ற முட்டாள்தனமான எண்ணத்தில் உள்ளான், இந்த அறியாமையே கர்வத்திற்கு காரணமாகும். இவ்வாறு எல்லா விஷயங்களையும் சிக்கலாக்கி, அவன் எப்போதும் தொல்லையிலேயே இருக்கின்றான். முழு உலகமும் இந்த எண்ணத்தின் கீழ் இயங்குகின்றது. இந்த பூமியினை, நிலத்தினை மனித சமுதாயத்திற்கு உரியது என்று மக்கள் கருதுகின்றனர், மேலும் இந்த பொய்யான எண்ணத்தின் கீழ் நிலத்தைப் பாகுபடுத்தி, தங்களையே உரிமையாளர்களாக ஆக்குகின்றனர். இவ்வுலகின் உரிமையாளர் மனித சமுதாயமே என்னும் நோக்கத்திலிருந்து ஒருவன் விடுபட வேண்டும். இத்தகு தவறான நோக்கத்திலிருந்து அவன் விடுபடும்போது, குடும்பப் பற்று, சமூகப் பற்று மற்றும் தேசப் பற்றினால் விளையும் தவறான தொடர்புகளிலிருந்து அவன் விடுதலை பெறுகின்றான். இத்தகு தவறான உறவுகள் ஒருவனை இந்த ஜடவுலகில் பிணைக்கின்றன. இவ்வாறு தவறான தொடர்புகளிலிருந்து விடுபட்ட பிறகு, அவன் ஆன்மீக ஞானத்தை வளர்க்க வேண்டும். உண்மையில் தன்னுடையது என்ன, தன்னுடையதல்லாதது என்ன என்ற ஞானத்தை அவன் விருத்தி செய்துகொள்ள வேண்டும். மேலும், அவன் விஷயங்களை உள்ளபடி புரிந்துகொள்ளும்போது, இன்ப துன்பம், சுகம் துக்கம் முதலிய எல்லா இருமைகளிலிருந்தும் அவன் விடுதலை பெறுகிறான், ஞானத்தில் முழுமை பெறுகின்றான்; அதன் பின் பரம புருஷ பகவானிடம் சரணடைவது அவனுக்கு சாத்தியமாகிறது.

ஸ்லோகம் 6

न तद्भासयते सूर्यो न शशाङ्को न पावकः ।
यद्गत्वा न निवर्तन्ते तद्धाम परमं मम ॥ ६ ॥

ந தத்³ பா⁴ஸயதே ஸூர்யோ ந ஷ²ஷா²ங்கோ ந பாவக:
யத்³ க³த்வா ந நிவர்தந்தே தத்³ தா⁴ம பரமம்' மம

ந—இல்லை; தத்—அந்த; பா⁴ஸயதே—பிரகாசப்படுத்துவது; ஸூர்ய:—
சூரியன்; ந—இல்லை; ஷ²ஷா²ங்க:—சந்திரன்; ந—இல்லை; பாவக:—
நெருப்பு, மின்சாரம்; யத்—எங்கே; க³த்வா—சென்றபின்; ந—ஒருபோதும்
இல்லை; நிவர்தந்தே—அவர்கள் திரும்பி வருவது; தத் தா⁴ம—அந்த
இருப்பிடம்; பரமம்—பரமம்; மம—எனது.

**எனது அந்த பரம வாசஸ்தலம் சூரியனாலோ, சந்திரனாலோ,
நெருப்பினாலோ, மின்சாரத்தாலோ ஒளியூட்டப்படுவது இல்லை.
அதனை அடைபவர்கள் ஒருபோதும் இந்த ஜடவுலகிற்குத்
திரும்புவதில்லை.**

பொருளுரை: புருஷோத்தமரான முழுமுதற் கடவுள் கிருஷ்ணரின்
வாசஸ்தலம் இங்கு விவரிக்கப்படுகின்றது. அந்த ஆன்மீக உலகம்,
கிருஷ்ண லோகம் என்றும் கோலோக விருந்தாவனம் என்றும்
அறியப்படுகின்றது. ஆன்மீக வானில், சூரிய ஒளி, சந்திர ஒளி,
நெருப்பு மற்றும் மின்சாரத்திற்கு அவசியம் இல்லை; ஏனெனில்,
அங்குள்ள எல்லா கிரகங்களும் சுயமாகவே பிரகாசமுடையவை.
இப்பிரபஞ்சத்தில், சுயமாக பிரகாசிக்கக்கூடிய கிரகமாக, சூரிய கிரகம்
மட்டுமே உள்ளது, ஆனால் ஆன்மீக வானிலுள்ள எல்லா கிரகங்களும்
சுயமாக பிரகாசிப்பவை. வைகுண்டங்கள் என்று அறியப்படும் அந்த
கிரகங்களின் பிரகாசமே பிரம்மஜோதி எனப்படும் பேரொளியாகும்.
உண்மையில், அந்த ஒளி கிருஷ்ணரின் லோகமான கோலோக
விருந்தாவனத்திலிருந்து வெளிவருகின்றது. ஒளிரும் அந்த
ஜோதியின் ஒரு பகுதி, மஹத் தத்துவத்தினால் (ஜடவுலகினால்)
மறைக்கப்பட்டுள்ளது. இதைத் தவிர, அந்த ஒளிரும் வானத்தின்
பெரும்பாலான பகுதி, வைகுண்டங்கள் என்று அறியப்படும் ஆன்மீக
கிரகங்களால் நிறைந்துள்ளது. அவற்றில் முதன்மையானது கோலோக
விருந்தாவனம்.

இந்த இருண்ட ஜடவுலகில் இருக்கும் வரை, ஜீவாத்மா கட்டுண்ட
வாழ்வில் உள்ளான். ஆனால் இந்த ஜடவுலகின் பொய்யான
திரிபடைந்த மரத்தை வெட்டிவிட்டு ஆன்மீக வானத்தை
அடைந்தவுடன் அவன் முக்தி பெறுகின்றான். பின்னர் அவன்
மீண்டும் இங்கு வருவதற்கான வாய்ப்பு இல்லை. கட்டுண்ட
வாழ்வில், உயிர்வாழி தன்னை இந்த ஜடவுலகின் எஜமானனாகக்
கருதுகின்றான், ஆனால் முக்திபெற்ற நிலையிலோ அவன் ஆன்மீக
ராஜ்ஜியத்தில் நுழைந்து பரம புருஷருடன் உறவு கொள்கின்றான்.

அங்கே அவன் நித்தியமான ஆனந்தம், நித்தியமான வாழ்வு, மற்றும் நித்தியமான ஞானத்தினை அனுபவிக்கின்றான்.

இத்தகவலைக் கேட்டு ஒருவன் கவரப்பட வேண்டும். அந்த நித்திய உலகத்திற்குத் தன்னை மாற்றிக்கொள்ளவும் உண்மையின் இந்த பொய்யான பிம்பத்திலிருந்து தன்னை விடுவித்துக்கொள்ளவும் அவன் ஆர்வத்துடன் இருக்க வேண்டும். இந்த ஜடவுலகில் மிகுந்த பற்றுக் கொண்டிருப்பவனுக்கு அந்த பற்றுதலைத் துண்டித்தல் மிகவும் கடினம்; ஆனால் அவன் கிருஷ்ண உணர்வை மேற்கொண்டால், படிப்படியாக பற்றின்மையை அடைவதற்கு வாய்ப்புள்ளது. கிருஷ்ண உணர்வில் இருக்கும் பக்தர்களுடன் அவன் தொடர்புகொள்ள வேண்டும். கிருஷ்ண உணர்விற்காக அர்ப்பணிக்கப்பட்ட ஓர் இயக்கத்தைத் தேடி, பக்தித் தொண்டினை செயலாற்றுவது எவ்வாறு என்பதைக் கற்க வேண்டும். இவ்வாறு ஜடவுலகின் மீதான தனது பற்றுதலை அவன் துண்டித்துக்கொள்ள முடியும். வெறும் காவி உடையை அணிவதால் ஜடவுலகின் கவர்ச்சியிலிருந்து விடுபட முடியாது. பகவானின் பக்தித் தொண்டில் பற்றுள்ளவனாக அவன் ஆக வேண்டியது அவசியம். எனவே, பன்னிரண்டாம் அத்தியாயத்தில் விவரிக்கப்பட்டுள்ள பக்தித் தொண்டே உண்மையான மரத்தின் இந்த பொய் பிம்பத்திலிருந்து வெளியேறுவதற்கான ஒரே வழி என்பதை அறிந்து, ஒருவன் அதனை மிகவும் தீவிரமாக ஏற்றுக்கொள்ள வேண்டும். இதர வழிமுறைகள் அனைத்திலும் உள்ள ஜட இயற்கையின் களங்கங்களைப் பற்றி பதினான்காம் அத்தியாயத்தில் விவரிக்கப்பட்டது. பக்தித் தொண்டு மட்டுமே பூரண தெய்வீகத் தன்மையை உடையதாக அங்கே விளக்கப்பட்டது.

பரமம் மம என்னும் சொற்கள் இங்கே மிகவும் முக்கியமானவை. உண்மையில் ஒவ்வொரு மூலைமுடுக்கும் பரம புருஷருடைய சொத்தாகும், ஆனால் ஆன்மீக உலகம் பரமமானது, ஆறு வைபவங்களைப் பூரணமாகக் கொண்டது. ஆன்மீக உலகில் சூரிய ஒளி, சந்திர ஒளி அல்லது நட்சத்திரங்களின் அவசியம் இல்லை (ந தத்ர ஸூர்யோ பா4தி ந சந்த்3ர-தாரகம்) என்று கட2 உபநிஷத்திலும் (2.2.15) கூறப்பட்டுள்ளது. ஏனெனில், ஆன்மீக வெளி முழுதும் பரம புருஷரின் அந்தரங்க சக்தியினால் பிரகாசப்படுத்தப்பட்டுள்ளது. சரணடைவதால் மட்டுமே அந்த பரம வாசஸ்தலம் அடையப்படக் கூடியது, வேறு வழிகளால் அல்ல.

ஸ்லோகம் 7

**ममैवांशो जीवलोके जीवभूत: सनातन: ।
मन:षष्ठानीन्द्रियाणि प्रकृतिस्थानि कर्षति ॥ ७॥**

மமைவாம்'ஷோ$_2$ ஜீவ-லோகே ஜீவ-பூ$_4$த: ஸநாதன:
மன:-ஷஷ்டா$_2$னீந்த்$_3$ரியாணி ப்ரக்ரு'தி-ஸ்தா$_2$னி கர்ஷதி

மம—எனது; *ஏவ*—நிச்சயமாக; *அம்ஷ:$_2$*—அம்சங்கள்; *ஜீவ-லோகே*—கட்டுண்ட வாழ்வின் உலகத்தில்; *ஜீவ-பூ$_4$த:*—கட்டுண்ட ஆத்மாக்கள்; *ஸநாதன:*—நித்தியமாக; *மன:*—மனம்; *ஷஷ்டா$_2$னி*—ஆறு; *இந்த்$_3$ரியாணி*—புலன்கள்; *ப்ரக்ரு'தி*—ஜட இயற்கையில்; *ஸ்தா$_2$னி*—நிலைபெற்று; *கர்ஷதி*—கடினமாகச் சிரமப்படுகின்றனர்.

இந்தக் கட்டுண்ட உலகில் இருக்கும் ஜீவாத்மாக்கள் எல்லாரும் எனது நித்தியமான அம்சங்களாவர். கட்டுண்ட வாழ்வின் காரணத்தால், மனம் உட்பட ஆறு புலன்களுடன் இவர்கள் மிகவும் கடினமாக சிரமப்படுகின்றனர்.

பொருளுரை: இந்த ஸ்லோகத்தில் ஜீவாத்மாவின் அடையாளம் மிகத் தெளிவாகக் கொடுக்கப்பட்டுள்ளது. ஜீவாத்மா, பரம புருஷரின் நித்தியமான அம்சமாகும். கட்டுண்ட வாழ்வில் அவன் தனித்தன்மையை ஏற்பதோ, பிறகு முக்தி பெற்ற நிலையில் இறைவனுடன் ஒன்றாகிவிடுவதோ அல்ல. நித்தியமாக அவன் அம்சமே. *ஸநாதன* என்று தெளிவாகக் கூறப்பட்டுள்ளது. வேதக் கருத்தின்படி பரம புருஷ பகவான் எண்ணற்ற ரூபங்களில் தன்னை விரிவுபடுத்தித் தோற்றமளிக்கின்றார். இவற்றில் முதல் நிலை விரிவுகள் "விஷ்ணு தத்துவம்" என்றும், இரண்டாம் நிலை விரிவுகள் "ஜீவ தத்துவம்" என்றும் அறியப்படுகின்றனர். வேறுவிதமாகக் கூறினால், விஷ்ணு தத்துவங்கள் சுய அம்சங்கள் என்றும் ஜீவாத்மாக்கள் பின்ன அம்சங்கள் என்றும் கூறப்படுகின்றனர். பகவான் இராமர், நரசிம்மதேவர், விஷ்ணுமூர்த்தி மற்றும் வைகுண்ட லோகங்களில் வீற்றிருக்கும் எண்ணற்ற உருவில், பகவான் தனது சுய விரிவுகளின் மூலம் தோன்றுகிறார். ஜீவாத்மாக்கள் எனப்படும் பின்ன விரிவுகள், அவரது நித்தியமான தொண்டர்கள். பரம புருஷ பகவானின் சுய விரிவுகள் ஒவ்வொருவருக்கும் எப்போதும் தனித் தன்மை இருக்கின்றது. அதுபோல, பின்ன விரிவுகளான ஜீவாத்மாக்களும் தங்களுக்கென்று தனித்தன்மை உடையவர்களாக இருக்கின்றனர். பரம புருஷரின் அம்சங்கள் என்பதால், ஜீவாத்மாக்கள் அவரின் குணங்களிலும் பங்குடையவர்களாக உள்ளனர், அத்தகு குணங்களில் சுதந்திரமும் ஒன்று. தனிப்பட்ட ஆத்மா என்ற விதத்தில்

ஒவ்வொரு உயிர்வாழியும், தனக்கென்று தனித்தன்மையையும் சிறிதளவு சுதந்திரத்தையும் பெற்றுள்ளனர். இந்த சுதந்திரத்தைத் தவறாக உபயோகிப்பதால் ஒருவன் கட்டுண்ட ஆத்மாவாக ஆகின்றான், இதே சுதந்திரத்தைச் சரியாக உபயோகிப்பதால் ஒருவன் எப்போதும் முக்தி பெற்ற நிலையில் உள்ளான். இரண்டு நிலைகளிலும் அவன் பரம புருஷரைப் போன்று தன்மையில் நித்தியமானவன். முக்தி பெற்ற நிலையில் அவன் ஜட வாழ்விலிருந்து விடுபட்டு, இறைவனுடைய தெய்வீகத் தொண்டில் ஈடுபட்டுள்ளான்; கட்டுண்ட வாழ்வில் அவன் ஜட இயற்கையின் குணங்களினால் ஆதிக்கம் செலுத்தப்பட்டு, இறைவனுடைய திவ்யமான அன்புத் தொண்டினை மறக்கின்றான். விளைவு, இந்த ஜடவுலகில் தனது வாழ்வை தக்கவைத்துக்கொள்ள அவன் மிகவும் கடினமாக சிரமப்பட வேண்டியுள்ளது.

மனிதர்கள், பூனைகள், மற்றும் நாய்கள் மட்டுமல்ல, ஜடவுலகின் மிகப் பெரிய அதிகாரிகளான பிரம்மா, சிவபெருமான், ஏன் விஷ்ணு உட்பட, எல்லா உயிர்வாழிகளும் பரம புருஷ பகவானின் அம்சங்களே. அவர்கள் அனைவரும் நித்தியமானவர்கள், தற்காலிகமான தோற்றங்கள் அல்ல. *கர்ஷதி* (சிரமப்படுதல், அல்லது கடினமாக உழைத்தல்) என்னும் சொல் மிகவும் முக்கியமானது. இரும்புச் சங்கிலிகளால் விலங்கிடப்பட்டிருப்பது போன்று கட்டுண்ட ஆத்மா பிணைக்கப்பட்டுள்ளான். அஹங்காரத்தினால் பந்தப்பட்டுள்ள அவனை இந்த ஜட வாழ்வில் இயங்கச் செய்யும் முக்கிய வஸ்து மனமே. மனம் ஸத்வ குணத்தில் இருக்கும்போது, அவனது செயல்கள் நல்லவையாக உள்ளன; மனம் ரஜோ குணத்தில் இருக்கும்போது, அவனது செயல்கள் தொல்லை கொடுப்பவையாக உள்ளன; மனம் தமோ குணத்தில் இருக்கும்போதோ, அவன் கீழ்நிலை உயிரினங்களுக்கு பிரயாணம் செய்கின்றான். அவ்வாறு இருப்பினும், மனதாலும் புலன்களாலும் ஆன ஜடவுடலினால் மறைக்கப்பட்டுள்ள கட்டுண்ட ஆத்மா முக்திபெறும்போது, அவனது ஜடவுடல் அழிவுற்று, ஆன்மீக உடல் அதன் தனிப்பட்ட தகுதிகளுடன் தோன்றுகின்றது என்பது இந்த ஸ்லோகத்திலிருந்து தெளிவாகிறது. *மாத்$_4$யந்தி$_3$நாயன–ஷ்$_2$ருதியில்* பின்வரும் தகவல் காணப்படுகின்றது: *ஸ வா ஏஷ ப்$_3$ரஹ்ம–நிஷ்ட$_2$ இத$_3$ம் ஷ$_2$ரீரம் மர்த்யம் அதிஸ்ருஜ்ய ப்$_3$ரஹ்மாபி$_4$ஸம்பத்$_3$ய ப்$_3$ரஹ்மணா பஷ்$_2$யதி ப்$_3$ரஹ்மணா ஷ்$_2$ருணோதி ப்$_3$ரஹ்மணைவேத$_3$ம் ஸர்வம் அனுப$_4$வதி.* இங்கு கூறப்பட்டுள்ளது என்னவெனில், உயிர்வாழி இந்த பௌதிக பந்தத்தினைக் கைவிட்டு ஆன்மீக உலகில் நுழையும்போது, அவன்

தனது ஆன்மீக உடலை மீண்டும் பெறுகின்றான், மேலும் அவன் தனது ஆன்மீக உடலில் புருஷோத்தமரான முழுமுதற் கடவுளை நேருக்கு நேர் காண முடியும். நேருக்கு நேராக அவரிடம் பேசவும் அவரிடமிருந்து கேட்கவும் அவரை உள்ளபடியே புரிந்துகொள்ளவும் அவனால் முடியும். ஸ்மிருதியிலிருந்தும் இதனைப் புரிந்துகொள்ள முடியும், *வஸந்தி யத்ர புருஷா: ஸர்வே வைகுண்ட$_2$-மூர்தய:*— ஆன்மீக உலகங்களில் வாழும் ஒவ்வொருவரும் புருஷோத்தமரான முழுமுதற் கடவுளைப் போன்ற உடல்களில் வாழ்கின்றனர். உடல் அமைப்பைப் பொறுத்தவரை, அம்சங்களான ஜீவாத்மாக்களுக்கும் விஷ்ணு மூர்த்தியின் விரிவுகளுக்கும் எந்த வேறுபாடும் இல்லை. வேறுவிதமாகக் கூறினால், புருஷோத்தமரான முழுமுதற் கடவுளின் கருணையால் முக்தியின்போது, உயிர்வாழி ஆன்மீக உடலைப் பெறுகின்றான்.

மமைவாம்ஷ:$_2$ ("பரம புருஷரின் அம்சங்கள்") என்னும் சொற்களும் மிக முக்கியமானவை. பரம புருஷரின் அம்சங்கள், உடைந்து போன ஜடப் பொருளின் பகுதிகளைப் போன்றவை அல்ல. ஆத்மாவை துண்டுகளாக வெட்ட முடியாது என்பதை நாம் ஏற்கனவே இரண்டாம் அத்தியாயத்தில் புரிந்து கொண்டோம். இந்த நுண்ணியப் பகுதியை ஜட ரீதியில் உணர முடியாது. துண்டுகளாக வெட்டப்பட்டு மீண்டும் ஒன்றாகச் சேர்க்கப்படும் ஜடப் பொருளைப் போன்றதல்ல ஆத்மா. அத்தகு கருத்து இங்கே பொருந்தாது, ஏனெனில் *ஸநாதன* ("நித்தியமான") எனும் சமஸ்கிருதச் சொல் இங்கு உபயோகிக்கப் பட்டுள்ளது. நுண்ணிய பகுதியும் நித்தியமானதே. இரண்டாம் அத்தியாயத்தின் ஆரம்பத்தில், ஒவ்வொரு தனிப்பட்ட உடலிலும் பரம புருஷரின் நுண்ணியப் பகுதி உள்ளது (*தே$_3$ஹினோ 'ஸ்மின் யதா$_2$ தே$_3$ஹே*) என்று கூறப்பட்டிருக்கின்றது. அந்த நுண்ணியப் பகுதி, பௌதிக பந்தத்திலிருந்து முக்தி பெறும்போது, ஆன்மீக வானிலுள்ள ஆன்மீக கிரகத்தில் தனது சுய ஆன்மீக உடலை மீண்டும் பெற்று, பரம புருஷரின் உறவை அனுபவிக்கின்றான். இருப்பினும், இங்கு புரிந்துகொள்ளப்படுவது என்னவெனில், தங்கத்தின் அம்சங்களும் தங்கமாக இருப்பது போல, பகவானின் நுண்ணிய அம்சங்களான உயிர்வாழிகளும் தன்மையில் அவரைப் போன்றவர்களே.

ஸ்லோகம் 8

शरीरं यदवाप्नोति यच्चाप्युत्क्रामतीश्वरः ।
गृहीत्वैतानि संयाति वायुर्गन्धानिवाशयात् ॥ ८ ॥

ஷ₂ரீரம்' யத்₃ அவாப்னோதி யச் சாப்யுத்க்ராமதீஷ₂வர:
க்₃ரு'ஹீத்வைதானி ஸம்'யாதி வாயுர் க₃ந்தா₄ன் இவாஷ₂யாத்

ஷ₂ரீரம்—உடல்; *யத்*—போல; *அவாப்னோதி*—அடைகின்றான்; *யத்*—போல; *ச அபி*—மேலும்; *உத்க்ராமதி*—துறந்து; *ஈஷ₂வர:*—உடலின் உரிமையாளன்; *க்₃ரு'ஹீத்வா*—பெற்று; *ஏதானி*—இவையெல்லாம்; *ஸம்'யாதி*—செல்கின்றது; *வாயு:*—காற்று; *க₃ந்தா₄ன்*—நறுமணம்; *இவ*—போல; *ஆஷ₂யாத்*—அவற்றின் மூலங்களிலிருந்து.

காற்று நறுமணத்தைத் தாங்கிச் செல்வதைப் போல, ஜடவுலகில் இருக்கும் உயிர்வாழி, ஓர் உடலிலிருந்து மற்றொரு உடலுக்கு வாழ்வின் பல்வேறு உணர்வுகளைச் சுமந்து செல்கிறான். இவ்வாறு, ஒருவகையான உடலைப் பெற்று, பின்னர் மீண்டும் வேறொரு உடலை ஏற்பதற்காக இதனைக் கைவிடுகிறான்.

பொருளுரை: உயிர்வாழி இங்கே *ஈஷ₂வர,* தனது உடலின் எஜமானன் என்று வர்ணிக்கப்பட்டுள்ளான். அவன் விரும்பினால் தனது உடலை உயர்நிலைக்கு மாற்றிக்கொள்ள முடியும், கீழ்நிலைக்கும் கொண்டு செல்ல முடியும். சிறிதளவு சுதந்திரம் உள்ளது. அவனது உடல் மாற்றம் அவனைப் பொறுத்ததே. அவன் எத்தகு உணர்வை உருவாக்கியுள்ளானோ, அந்த உணர்வு மரண நேரத்தில் அவனை அடுத்த உடலிற்குக் கொண்டுச் செல்கின்றது. அவன் பூனை அல்லது நாயைப் போன்ற உணர்வை வளர்த்திருந்தால், பூனை அல்லது நாயின் உடலிற்குச் செல்வது நிச்சயம். அதே சமயம் தெய்வீக குணங்களின் மீது அவன் தனது உணர்வை நிறுத்தியிருந்தால், தேவரின் உடலிற்கு அவன் மாறுவான். மேலும், அவன் கிருஷ்ண உணர்வில் இருந்தால், ஆன்மீக உலகிலுள்ள கிருஷ்ண லோகத்திற்கு மாற்றம் பெற்று கிருஷ்ணருடன் உறவு கொள்வான். உடல் அழிவுற்றப் பின் எல்லாம் முடிந்து விடுகின்றன என்பது பொய்யானக் கருத்தாகும். தனிப்பட்ட ஆத்மா ஓர் உடலிலிருந்து மற்றொரு உடலிற்கு மாறிக் கொண்டே உள்ளான். அவனுடைய தற்போதைய உடலும் செயல்களும் அவனது அடுத்த உடலுக்குப் பின்னணியாக அமைகின்றன. ஒருவன் கர்மத்தின் அடிப்படையில் பல்வேறு உடல்களை அடைகிறான், நாளடைவில் அவன் அந்த உடலை விட்டு வெளியேற வேண்டும். அடுத்த உடலுக்கான கருத்தினைத் தாங்கிச் செல்லும் சூட்சும உடல், மறுபிறவியில் மற்றொரு உடலை வளர்க்கின்றது என்று இங்கே கூறப்பட்டுள்ளது. ஓர் உடலிலிருந்து மறு உடலுக்கு மாற்றம் பெற்று, அந்த உடலில் இருக்கும்போது துன்பப்படும் இந்த வழிமுறை, *கர்ஷதி,* அல்லது வாழ்க்கைப் போராட்டம் என்று கூறப்படுகின்றது.

ஸ்லோகம் 9

श्रोत्रं चक्षुः स्पर्शनं च रसनं घ्राणमेव च ।
अधिष्ठाय मनश्चायं विषयानुपसेवते ॥ ९ ॥

ஷ்$_2$ரோத்ரம்' சக்ஷு: ஸ்பர்ஷ$_2$னம்' ச ரஸனம்' க்$_4$ராணம் ஏவ ச
அதி$_4$ஷ்டா$_2$ய மனஷ்$_2$ சாயம்' விஷயான் உபஸேவதே

ஷ்$_2$ரோத்ரம்—காதுகள்; *சக்ஷு:*—கண்கள்; *ஸ்பர்ஷ$_2$னம்*—தொடு உணர்வு; *ச*—மேலும்; *ரஸனம்*—நாக்கு; *க்$_4$ராணம்*—நுகரும் சக்தி; *ஏவ*—மேலும்; *ச*—மற்றும்; *அதி$_4$ஷ்டா$_2$ய*—நிலைபெற்று; *மன:*—மனதில்; *ச*—மேலும்; *அயம்*—அவன்; *விஷயான்*—புலனின்ப விஷயங்களை; *உபஸேவதே*—அனுபவிக்கின்றான்.

இவ்வாறு வேறொரு ஸ்தூல உடலைப் பெறும் உயிர்வாழி, மனதை மையமாகக் கொண்டுள்ள ஒரு குறிப்பிட்ட விதமான காது, கண், நாக்கு, மூக்கு, தொடு புலன் ஆகியவற்றை அடைகிறான். இதன் மூலம் குறிப்பிட்ட புலனின்ப விஷயங்களை அவன் அனுபவிக்கின்றான்.

பொருளுரை: வேறுவிதமாகக் கூறினால், ஜீவாத்மாவின் உணர்வானது நாய், பூனையின் குணங்களால் மாசுபடுமானால், அவன் தனது அடுத்த பிறவியில் நாய் அல்லது பூனையின் உடலை அடைந்து அனுபவிக்கின்றான். உணர்வு, அதன் உண்மை நிலையில் நீரைப் போன்று தூய்மையானதாகும். ஆனால் நீரை ஒரு குறிப்பிட்ட நிறத்துடன் கலந்தால், அது மாற்றமடைகின்றது. அதுபோல, தூய்மையாக இருக்கும் தூய ஆன்மீக ஆத்மாவின் உணர்வு, பௌதிக குணங்களின் தொடர்புகளுக்கேற்ப மாற்றமடைகின்றது. உண்மையான உணர்வு கிருஷ்ண உணர்வாகும். எனவே, ஒருவன் கிருஷ்ண உணர்வில் நிலைபெறும்போது, அவன் தனது தூய வாழ்வில் இருக்கின்றான். ஆனால் அவனது உணர்வு ஏதேனும் பௌதிக எண்ணங்களால் களங்கமுறும்போது, அடுத்த பிறவியில் அவன் அதற்கேற்ற உடலை அடைகிறான். மீண்டும் மனித உடலையே அவன் அடைவான் என்பது நிச்சயமல்ல; நாய், பூனை, பன்றி, தேவர் அல்லது 84,00,000 வகையான உயிரினங்களில் ஏதேனும் ஒன்றை அவன் பெறலாம்.

ஸ்லோகம் 10

उत्क्रामन्तं स्थितं वाऽपि भुञ्जानं वा गुणान्वितम् ।
विमूढा नानुपश्यन्ति पश्यन्ति ज्ञानचक्षुषः ॥ १० ॥

உத்க்ராமந்தம்' ஸ்தி$_2$தம்' வாபி பு$_4$ஞ்ஜானம்' வா கு$_3$ணான்விதம்
விமூடா$_4$ நானுபஷ்$_2$யந்தி பஷ்$_2$யந்தி ஜ்ஞான-சக்ஷுஷ:

உத்க்ராமந்தம்—உடலை நீத்து; *ஸ்தி₂தம்*—உடலில் நிலைபெற்று; *வா அபி*—அல்லது; *பு₄ஞ்ஜானம்*—அனுபவித்துக்கொண்டு; *வா*—அல்லது; *கு₃ண-அன்விதம்*—ஜட இயற்கை குணங்களின் மயக்கத்தின் கீழ்; *விமூடா:₄*—முட்டாள்கள்; *ந*—இல்லை; *அனுபஷ்₂யந்தி*—காண்பதற்கு; *பஷ்₂யந்தி*—காணலாம்; *ஜ்ஞான-சக்ஷுஷ:*—ஞானத்தின் கண்களைப் பெற்றவர்கள்.

முட்டாள்கள், உயிர்வாழி எவ்வாறு தனது உடலைக் கைவிடுகிறான் என்பதையோ, இயற்கை குணங்களின் மயக்கத்தின் கீழ் எத்தகு உடலை அவன் அனுபவித்துக் கொண்டுள்ளான் என்பதையோ புரிந்துகொள்ள முடியாது. ஆனால் யாருடைய கண்கள் ஞானத்தில் பயிற்சி பெற்றுள்ளதோ அவரால் இவையனைத்தையும் காண முடியும்.

பொருளுரை: *ஜ்ஞான-சக்ஷுஷ:* எனும் சொல் மிகவும் முக்கியமானது. ஞானம் இல்லாவிடில், எவ்வாறு உயிர்வாழி தனது தற்போதைய உடலைக் கைவிடுகிறான் என்பதையோ, எந்த விதமான உடலை அடுத்த பிறவியில் அடையப் போகிறான் என்பதையோ ஒருவனால் புரிந்துகொள்ள முடியாது; அது மட்டுமின்றி, தான் ஏன் ஒரு குறிப்பிட்ட உடலில் தற்போது வாழ்கிறேன் என்பதையும் அவனால் புரிந்துகொள்ள முடியாது. அங்கீகரிக்கப்பட்ட ஆன்மீக குருவிடமிருந்து கேட்டறிந்த சாஸ்திரங்கள் மற்றும் பகவத் கீதையிலிருந்து புரிந்துகொள்ளப்பட்ட பேரறிவு இதற்குத் தேவை. இவ்விஷயங்கள் அனைத்தையும் காண்பதற்கான பயிற்சி பெற்றவன் அதிர்ஷ்டசாலி. ஒவ்வொரு உயிர்வாழியும், குறிப்பிட்ட சூழ்நிலைகளில் தனது உடலை நீக்குகின்றான், குறிப்பிட்ட சூழ்நிலைகளில் வாழ்ந்து கொண்டுள்ளான், மற்றும் குறிப்பிட்ட சூழ்நிலைகளில் ஜட இயற்கையின் மயக்கத்தின் கீழ் அனுபவித்துக் கொண்டுள்ளான். இதன் விளைவாக, புலனின்பம் என்னும் மயக்கத்தின் கீழ் பலவிதமான இன்ப துன்பங்களில் அவன் துன்பப்பட்டுக் கொண்டுள்ளான். காமத்தினாலும் ஆசையினாலும் நித்தியமாக முட்டாளாக்கப்பட்ட நபர்கள், தங்களது உடல் மாற்றத்தையும் ஒரு குறிப்பிட்ட உடலில் தங்களது வாழ்வையும் பற்றி அறிவதற்கான எல்லா சக்திகளையும் இழக்கின்றனர். அவர்களால் இவற்றை பற்றி சிந்தித்துப் பார்க்கக்கூட முடியாது. ஆனால் ஆன்மீக ஞானத்தில் முதிர்ச்சி பெற்றோர், ஆத்மா உடலிலிருந்து வேறுபட்டவன் என்பதையும், அவன் தனது உடலை மாற்றி பல வழிகளில் அனுபவிக்கின்றான் என்பதையும் காண முடியும். இத்தகு அறிவில் உள்ளவன், கட்டுண்ட ஜீவன் எவ்வாறு இந்த ஜட வாழ்வில்

துன்புறுகின்றான் என்பதைப் புரிந்துகொள்ள முடியும். எனவே, கிருஷ்ண உணர்வில் மிகவும் முன்னேற்றம் அடைந்த நபர்கள், கட்டுண்ட மக்களின் வாழ்வு மிகவும் தொல்லை நிறைந்ததாக உள்ளது என்பதால், இந்த ஞானத்தினை பொதுமக்களுக்கு வழங்க தங்களால் இயன்றவரை முயல்கின்றனர். மக்கள் கட்டுண்ட வாழ்விலிருந்து விடுபட்டு, கிருஷ்ண உணர்வைப் பெற்று, ஆன்மீக உலகத்திற்குச் செல்லும்படி தம்மை விடுவித்துக்கொள்ள வேண்டும்.

ஸ்லோகம் 11

यतन्तो योगिनश्चैनं पश्यन्त्यात्मन्यवस्थितम् ।
यतन्तोऽप्यकृतात्मानो नैनं पश्यन्त्यचेतसः ॥ ११ ॥

யதந்தோ யோகி$_3$னஷ்$_2$ சைனம்' பஷ்$_2$யந்த்யாத்மன்யவஸ்தி$_2$தம்
யதந்தோ 'ப்யக்ரு'தாத்மானோ நைனம்' பஷ்$_2$யந்த்யசேதஸ:

யதந்த:—முயன்று கொண்டு; *யோகி$_3$ன:*—ஆன்மீகவாதிகள்; *ச*—மேலும்; *ஏனம்*—இதை; *பஷ்$_2$யந்தி*—காண இயலும்; *ஆத்மனி*—ஆத்மாவில்; *அவஸ்தி$_2$தம்*—நிலைபெற்று; *யதந்த:*—முயன்று கொண்டு; *அபி*—இருந்தாலும்; *அக்ரு'த-ஆத்மான:*—தன்னுணர்வு இல்லாதவர்கள்; *ந*—இல்லை; *ஏனம்*—இதை; *பஷ்$_2$யந்தி*—காண்பது; *அசேதஸ:*—வளர்ச்சியடையாத மனமுடையோர்.

தன்னுணர்வில் நிலைபெற்று முயற்சி செய்யும் ஆன்மீகவாதிகள் இவற்றையெல்லாம் தெளிவாகக் காண முடியும். ஆனால் வளர்ச்சி பெறாத மனமுடையவர்களும், தன்னுணர்வில் நிலைபெறாத வர்களும், முயன்றாலும்கூட என்ன நடக்கின்றது என்பதைக் காண இயலாது.

பொருளுரை: ஆன்மீகத் தன்னுணர்வுப் பாதையில் பல்வேறு ஆன்மீக வாதிகள் உள்ளனர். ஆனால் தன்னுணர்வில் நிலைபெறாத ஒருவன், உயிர்வாழியின் உடலில் மாற்றங்கள் நிகழ்வது எங்ஙனம் என்பதைக் காண இயலாது. *யோகி$_3$ன:* எனும் சொல் இவ்விஷயத்தில் முக்கியமானது. இன்றைய தினங்களில், பல்வேறு போலி யோகிகளும் பல்வேறு போலி யோக நிலையங்களும் உள்ளன, ஆனால் உண்மை என்னவெனில், தன்னுணர்வின் விஷயத்தில் இவர்கள் அனைவரும் குருடர்களே. வெறுமனே ஒருவகையான உடற்பயிற்சிகளில் மயங்கியுள்ள இவர்கள், உடல் நன்றாக வளர்க்கப்பட்டு ஆரோக்கியமாக இருந்தால் அதில் திருப்தி பெறுகின்றனர். இதைத் தவிர அவர்களுக்கு வேறு ஒன்றும் தெரிவதில்லை. இவர்கள் *யதந்தோ 'ப்-யக்ரு தாத்மான:* என்று அறியப்படுகின்றனர். பெயரளவிலான யோகப் பயிற்சியில் முயன்றாலும், அவர்கள் தன்னுணர்வு அடைந்தவர்கள்

அல்ல. அத்தகு மக்கள் ஆத்மாவின் உடல் மாற்றத்தினைப் புரிந்துகொள்ள முடியாது. ஆத்மா, உலகம், பரம புருஷர் ஆகியவற்றை உணர்ந்தவர்களும், உண்மையிலேயே யோக முறையில் இருப்பவர்களும் மட்டுமே—அதாவது, கிருஷ்ண உணர்வுடன் தூய பக்தித் தொண்டில் ஈடுபட்டிருக்கும் பக்தி யோகிகள் மட்டுமே—இவ்விஷயங்கள் எவ்வாறு நடைபெறுகின்றன என்பதைப் புரிந்துகொள்ள முடியும்.

ஸ்லோகம் 12

यदादित्यगतं तेजो जगद्भासयतेऽखिलम् ।
यच्चन्द्रमसि यच्चाग्नौ तत्तेजो विद्धि मामकम् ॥ १२ ॥

யத்$_3$ ஆதி$_3$த்ய-க$_3$தம்' தேஜோ ஜக$_3$த்$_3$ பா$_4$ஸயதே 'கி$_2$லம்
யச் சந்த்$_3$ரமஸி யச் சாக்$_3$னௌ தத் தேஜோ வித்$_3$தி$_4$ மாமகம்

யத்—எது; *ஆதி$_3$த்ய க$_3$தம்*—சூரிய ஒளியில்; *தேஜ:*—பிரகாசம்; *ஜக$_3$த்*—உலகம் முழுவதையும்; *பா$_4$ஸயதே*—பிரகாசப்படுத்துகின்றதோ; *அகி$_2$லம்*—முழுமையாக; *யத்*—எது; *சந்த்$_3$ரமஸி*—சந்திரனில்; *யத்*—எது; *ச*—மேலும்; *அக்$_3$னௌ*—நெருப்பில்; *தத்*—அந்த; *தேஜ:*—பிரகாசம்; *வித்$_3$தி$_4$*—புரிந்துகொள்; *மாமகம்*—என்னிடமிருந்து.

உலகம் முழுவதிலும் இருளை விலக்குகின்ற சூரியனின் பிரகாசம் என்னிடமிருந்தே வருகின்றது. மேலும், சந்திரனின் பிரகாசமும், நெருப்பின் பிரகாசமும்கூட என்னிடமிருந்தே வருகின்றன.

பொருளுரை: விஷயங்கள் எவ்வாறு நடைபெறுகின்றன என்பதை அறிவில்லாதவர்களால் புரிந்துகொள்ள முடியாது. இருப்பினும், இறைவன் இங்கு விளக்குபவற்றைப் புரிந்துகொள்வதால், ஒருவன் ஞானத்தில் நிலைபெற ஆரம்பிக்க முடியும். சூரியன், சந்திரன், நெருப்பு மற்றும் மின்சாரத்தினை அனைவரும் காண்கின்றனர். சூரியனின் பிரகாசம், சந்திரனின் பிரகாசம், நெருப்பு அல்லது மின்சாரத்தின் பிரகாசம் ஆகியவை புருஷோத்தமரான முழுமுதற் கடவுளிடமிருந்தே வருகின்றன என்பதைப் புரிந்துகொள்ள முயல வேண்டும், அவ்வளவே. வாழ்வைப் பற்றிய இத்தகு கருத்து, கிருஷ்ண உணர்வின் தொடக்கமாகும். இது ஜடவுலகிலுள்ள கட்டுண்ட ஆத்மாவின் முன்னேற்றத்திற்குப் பேருதவியாக அமையும். உயிர்வாழிகள் இயற்கையாகவே பரம புருஷரின் அம்சங்கள். அந்த அம்சங்கள் எவ்வாறு இறைவனின் திருநாட்டிற்குத் திரும்பிச் செல்ல முடியும் என்பதற்கான ஒரு சிறு குறிப்பை இங்கு அவரே வழங்குகின்றார்.

பிரபஞ்சம் முழுவதையும் சூரியனே பிரகாசப்படுத்துகின்றது என்பதை இந்த ஸ்லோகத்திலிருந்து நாம் புரிந்துகொள்ள முடியும். பற்பல பிரபஞ்சங்களும், பல்வேறு சூரியன், சந்திரன், கிரகங்களும் இருக்க, ஒரு பிரபஞ்சத்தில் ஒரு சூரியன் மட்டுமே உள்ளது. பகவத் கீதையில் (10.21) கூறப்பட்டுள்ளபடி சந்திரன் நட்சத்திரங்களில் ஒன்றாகும் (*நக்ஷத்ராணாம் அஹம் ஷ$_2$ஷீ$_2$*). சூரிய ஒளிக்கு காரணம், பரம புருஷருடைய ஆன்மீக வெளியில் இருக்கும் ஆன்மீக ஒளியே. சூரியன் உதித்தவுடன் மனிதனின் செயல்கள் தொடங்குகின்றன. மக்கள் உணவுப் பொருட்களை தயாரிக்க நெருப்பை மூட்டுகின்றனர், தொழிற்சாலை போன்றவற்றைத் தொடங்கவும் நெருப்பை மூட்டுகின்றனர். நெருப்பின் உதவியால் பற்பல காரியங்கள் செய்யப்படுகின்றன. எனவே, சூரிய உதயம், நெருப்பு, சந்திரனின் ஒளி ஆகியவை உயிர்வாழிகளுக்கு மிகவும் இன்பம் தருபவை. இவற்றின் உதவியின்றி எந்த உயிரினமும் வாழ முடியாது. எனவே, சூரியன், சந்திரன், நெருப்பு ஆகியவற்றின் ஒளியும் பிரகாசமும் புருஷோத்தமரான முழுமுதற் கடவுள் கிருஷ்ணரிடமிருந்தே தோன்றுகின்றன என்பதை புரிந்துகொள்ள முடிந்தால், ஒருவனது கிருஷ்ண உணர்வு ஆரம்பமாகும். சந்திரனின் ஒளியால் எல்லாக் காய்கறிகளும் வளப்படுத்தப்படுகின்றன. பரம புருஷ பகவானான கிருஷ்ணரது கருணையாலேயே தாங்கள் வாழ்கின்றோம் என்பதை மக்கள் எளிதில் புரிந்துகொள்ளும்படி நிலவொளி மிகவும் மகிழ்ச்சி தருவதாக இருக்கின்றது. அவருடைய கருணை இல்லாவிடில், சூரியன் இருக்க முடியாது, சந்திரன் இருக்க முடியாது, நெருப்பும் இருக்க முடியாது. சூரியன், சந்திரன், மற்றும் நெருப்பின் உதவியின்றி யாரும் வாழ முடியாது. இவை கட்டுண்ட ஆத்மாவில் கிருஷ்ண உணர்வை தூண்டக்கூடிய சில சிந்தனைகள் ஆகும்.

ஸ்லோகம் 13

गामाविश्य च भूतानि धारयाम्यहमोजसा ।
पुष्णामि चौषधीः सर्वाः सोमो भूत्वा रसात्मकः ॥ १३ ॥

கா$_3$ம் ஆவிஷ்$_2$ய ச பூ$_4$தானி தா$_4$ரயாம்யஹம் ஓஜஸா
புஷ்ணாமி ஸெளஷதீ:$_4$ ஸர்வா: ஸோமோ பூ$_4$த்வா ரஸாத்மக:

கா$_3$ம்—கிரகங்கள்; *ஆவிஷ்$_2$ய*—நுழைந்து; *ச*—மேலும்; *பூ$_4$தானி*—உயிர்வாழிகள்; *தா$_4$ரயாமி*—தாங்கிக் கொண்டுள்ளேன்; *அஹம்*—நான்; *ஓஜஸா*—எனது சக்தியால்; *புஷ்ணாமி*—வளப்படுத்துகின்றேன்; *ச*—மேலும்; *ஔஷதீ:$_4$*—காய்கறிகள்; *ஸர்வா:*—எல்லா; *ஸோம:*—சந்திரன்; *பூ$_4$த்வா*—ஆகி; *ரஸ-ஆத்மக:*—ரஸத்தை வழங்கி.

நான் ஒவ்வொரு கிரகத்திற்குள்ளும் நுழைகின்றேன், எனது சக்தியினால் அவை பாதையில் நிலைபெற்றுள்ளன. நான் சந்திரனாகி எல்லாக் காய்கறிகளுக்கும் வாழ்வு ரஸத்தை வழங்குகின்றேன்.

பொருளுரை: எல்லா கிரகங்களும் காற்றில் மிதப்பது இறைவனின் சக்தியினாலேயே என்பதை புரிந்துகொள்ள வேண்டும். இறைவன், ஒவ்வொரு அணுவிலும் ஒவ்வொரு கிரகத்திலும் ஒவ்வொரு உயிர்வாழியிலும் நுழைகின்றார். இது பிரம்ம சம்ஹிதையில் விளக்கப்பட்டுள்ளது. பரம புருஷ பகவானின் சுய விரிவுகளில் ஒருவரான பரமாத்மா, எல்லா கிரகங்கள், பிரபஞ்சங்கள், உயிர்வாழிகள், மற்றும் அணுக்களிலும்கூட நுழைவதாக அங்கு கூறப்பட்டுள்ளது. எனவே, அவர் நுழைவதால் அனைத்தும் முறையாகத் தோற்றுவிக்கப்படுகின்றன. உடலில் ஆத்மா இருக்கும்போது, மனிதன் நீரில் மிதக்க முடியும்; ஆனால் உடலை விட்டு அந்த உயிர் பிரிந்த பிறகு, அதாவது மரணத்திற்குப் பிறகு, உடல் மூழ்குகின்றது. உடல் அழுகிப் போன பிறகு குச்சிகளைப் போன்று அதுவும் மிதப்பது உண்மையே, ஆனால் மனிதன் மரணமடைந்த உடன், உடல் நீரில் மூழ்கிவிடும். அதுபோல, இவ்வெல்லா கிரகங்களும் விண்வெளியில் மிதக்கின்றன, இதற்கு காரணம் பரம புருஷ பகவானின் உன்னத சக்தி அந்த கிரகங்களினுள் நுழைந்திருப்பதே. அவரது சக்தி ஒவ்வொரு கிரகத்தையும் கைப்பிடி மண்ணைப் போன்று தாங்கிக் கொண்டுள்ளது. யாரேனும் கைப்பிடி மண்ணை பிடித்துக் கொண்டிருந்தால், மண் கீழே விழுவதற்கு சாத்தியம் இல்லை, ஆனால் அவன் அதனை காற்றில் விட்டெறிந்தால் அது கீழே விழுந்துவிடும். அதுபோலவே காற்றில் மிதந்து கொண்டுள்ள இந்த கிரகங்கள், உண்மையில் பரம புருஷரின் விஸ்வரூபத்தின் கைப்பிடியில் இருக்கின்றன. அவரது வலிமையினாலும் சக்தியினாலும், அசைகின்ற, அசையாத பொருட்கள் அனைத்தும் தத்தம் இடங்களில் நிலைத்துள்ளன. புருஷோத்தமரான முழுமுதற் கடவுளாலேயே சூரியன் பிரகாசிக்கின்றது என்றும் கிரகங்கள் நிலையாகத் தத்தம் பாதையில் செல்கின்றன என்றும் வேத மந்திரங்களில் கூறப்பட்டுள்ளன. அவரது உதவி இல்லாவிடில், காற்றில் வீசப்பட்ட மண்ணைப் போன்று எல்லா கிரகங்களும் சிதறிப்போய் அழிந்து விடும். அதுமட்டுமின்றி, புருஷோத்தமரான முழுமுதற் கடவுளாலேயே சந்திரன் எல்லா காய்கறிகளையும் வளப்படுத்துகின்றது. சந்திரனின் தாக்கத்தினால் காய்கறிகள் சுவை பெறுகின்றன. நிலவொளி இல்லாவிடில், காய்கறிகள் வளரவும் முடியாது, சுவை கொடுக்கவும் முடியாது. மனித

சமுதாயம், வசதியாக வாழ்ந்தபடி உணவுப் பொருட்களை அனுபவித்துக் கொண்டிருப்பதற்கு பரம புருஷரின் கருணையே காரணம். இல்லாவிடில் மனித சமுதாயம் உயிர் பிழைக்க முடியாது. *ரஸாத்மக:* எனும் சொல் மிகவும் முக்கியமானது. பரம புருஷருடைய கட்டுப்பாட்டில் சந்திரனுடைய ஆதிக்கத்தினால் எல்லாம் சுவையைப் பெறுகின்றன.

ஸ்லோகம் 14

अहं वैश्वानरो भूत्वा प्राणिनां देहमाश्रितः ।
प्राणापानसमायुक्तः पचाम्यन्नं चतुर्विधम् ॥ १४॥

அஹம்' வைஷ்$_2$வானரோ பூ$_4$த்வா ப்ராணினாம்' தே$_3$ஹம் ஆஷ்$_2$ரித:
ப்ராணாபான-ஸமாயுக்த: பசாம்யன்னம்' சதுர்-வித$_4$ம்

அஹம்—நான்; *வைஷ்$_2$வானர:*—ஜீரணிக்கும் நெருப்பான எனது விரிவங்கம்; *பூ$_4$த்வா*—ஆகி; *ப்ராணினாம்*—எல்லா உயிர்வாழிகளின்; *தே$_3$ஹம்*—உடலில்; *ஆஷ்$_2$ரித:*—நிலைபெற்று; *ப்ராண*—வெளியேறும் வாயு; *அபான*—கீழ்நோக்கிச் செல்லும் வாயு; *ஸமாயுக்த:*—சமமாகவைத்து; *பசாமி*—செரிக்கின்றேன்; *அன்னம்*—உணவை; *சது:-வித$_4$ம்*—நான்கு விதமான.

எல்லா உயிர்வாழிகளின் உடலிலும் ஜீரண நெருப்பாக இருக்கும் நான், உட்சுவாசக் காற்றுடனும் வெளிச்சுவாசக் காற்றுடனும் இணைந்து, நான்கு விதமான உணவைச் செரிக்கச் செய்கிறேன்.

பொருளுரை: ஆயுர்வேத சாஸ்திரத்தின்படி, உண்ணும் உணவைச் செரிக்கச் செய்யும் நெருப்பு ஒன்று வயிற்றில் இருக்கின்றது. இந்த நெருப்பு எரியாதபோது பசி இல்லை, இந்த நெருப்பு முறையாக எரியும்போது நமக்கு பசி எடுக்கின்றது. சில சமயங்களில் இந்த நெருப்பு சரியாக இல்லாதபோது, சிகிச்சை தேவைப்படுகின்றது. எல்லா நிலைகளிலும், இந்த நெருப்பு முழுமுதற் கடவுளின் பிரதிநிதியாகும். பிரம்மன் அல்லது பரம புருஷர் நெருப்பின் உருவில் வயிற்றினுள் இருப்பதாகவும், எல்லாவிதமான உணவுப் பொருட்களையும் அவர் செரிப்பதாகவும், வேத மந்திரங்களும் (*ப்$_3$ருஹத்$_3$–ஆரண்யக* உபநிஷத் 5.9.1) உறுதி செய்கின்றன (*அயம் அக்$_3$னிர் வைஷ்$_2$வானரோ யோ 'யம் அந்த: புருஷே யேனேத$_3$ம் அன்னம் பச்யதே*). எனவே, எல்லா விதமான உணவுப் பொருட்களைச் செரிப்பதிலும் அவர் உதவி செய்வதால், உண்ணும் விஷயத்தில்கூட உயிர்வாழி சுதந்திரமானவன் அல்ல. செரிப்பதில் பரம புருஷர் அவனுக்கு உதவி செய்யாவிடில், உண்பதற்கு சாத்தியமில்லை. இவ்வாறு அவரே உணவுப் பொருட்களை உண்டாக்கி, அவற்றை

செரிக்கவும் செய்கின்றார், அவரது கருணையால் நாம் வாழ்வை அனுபவிக்கின்றோம். வேதாந்த சூத்திரத்திலும் (1.2.27) இஃது உறுதி செய்யப்பட்டுள்ளது. *ஷ$_2$ப்$_3$தா$_3$தி$_3$ப்$_4$யோ 'ந்த: ப்ரதிஷ்டா$_2$னாச் ச*— இறைவன் சப்தத்தில் உள்ளார், உடலுக்குள் உள்ளார், காற்றினுள் உள்ளார், செரிக்கும் நெருப்பாக வயிற்றுக்குள்ளும் உள்ளார். நான்கு வித உணவுப் பொருட்கள் உள்ளன—அருந்தப்படுபவை, மெல்லப்படுபவை, நக்கப்படுபவை, உறிஞ்சப்படுபவை—இவை எல்லாவற்றையும் செரிக்கும் சக்தி இறைவனே.

ஸ்லோகம் 15

सर्वस्य चाहं हृदि सन्निविष्टो मत्तः स्मृतिर्ज्ञानमपोहनं च ।
वेदैश्च सर्वैरहमेव वेद्यो वेदान्तकृद्वेदविदेव चाहम् ॥ १५ ॥

ஸர்வஸ்ய சாஹம்' ஹ்ரு'தி$_3$ ஸன்னிவிஷ்டோ
மத்த: ஸ்ம்ரு'திர் ஜ்ஞானம் அபோஹனம்' ச
வேதை$_3$ஷ்$_2$ ச ஸர்வைர் அஹம் ஏவ வேத்$_3$யோ
வேதா$_3$ந்த-க்ரு'த்$_3$ வேத$_3$-வித்$_3$ ஏவ சாஹம்

ஸர்வஸ்ய—எல்லா உயிரினங்களின்; *ச*—கூட; *அஹம்*—நான்; *ஹ்ரு'தி$_3$*—இதயத்தில்; *ஸன்னிவிஷ்ட:*—வீற்றுள்ளேன்; *மத்த:*—என்னிடமிருந்து; *ஸ்ம்ரு'தி:*—ஞாபக சக்தி; *ஜ்ஞானம்*—அறிவு; *அபோஹனம்*—மறதி; *ச*—மற்றும்; *வேதை:$_3$*—வேதங்களால்; *ச*—மேலும்; *ஸர்வை:*—எல்லா; *அஹம்*—நானே; *ஏவ*—நிச்சயமாக; *வேத்$_3$ய:*—அறியப்பட வேண்டியவன்; *வேதா$_3$ந்த-க்ரு'த்$_3$*—வேதாந்தத்தை தொகுத்தவனும்; *வேத$_3$-வித்*—வேதங்களை அறிபவனும்; *ஏவ*—நிச்சயமாக; *ச*—கூட; *அஹம்*—நானே.

நான் அனைவரின் இதயத்திலும் வீற்றுள்ளேன், என்னிடமிருந்தே ஞாபக சக்தியும், அறிவும் மறதியும் உண்டாகின்றன. எல்லா வேதங்களாலும் அறியப்பட வேண்டியவன் நானே. உண்மையில், வேதாந்தத்தை தொகுத்தவனும், வேதங்களை அறிபவனும் நானே.

பொருளுரை: பரமாத்மாவின் உருவில் முழுமுதற் கடவுள் எல்லாரின் இதயத்திலும் வீற்றுள்ளார், அவரிடமிருந்தே எல்லாச் செயல்களும் தொடங்குகின்றன. உயிர்வாழி தனது முந்தைய பிறவியின் அனைத்து விஷயங்களையும் மறக்கின்றான், ஆனால் அவனது செயல்கள் எல்லாவற்றிற்கும் சாட்சியாக இருக்கின்ற பரம புருஷருடைய வழிநடத்தலுக்கு ஏற்ப அவன் மீண்டும் செயல்பட்டாக வேண்டும். அவன் தனது முந்தைய செயல்களுக்கேற்ப காரியங்களை தொடங்குகின்றான். தேவையான அறிவு அவனுக்கு வழங்கப்படுகிறது, ஞாபகசக்தியும் வழங்கப்படுகிறது, மேலும் அவன்

தனது முந்தைய பிறவியை மறக்கின்றான். இவ்வாறு இறைவன் எங்கும் நிறைந்தவராக மட்டுமின்றி, ஒவ்வொரு தனிப்பட்ட இதயத்திலும் உறைபவராக உள்ளார். பல்வேறு செயல்களுக்குப் பலன்களை வழங்குபவரும் அவரே. அருவ பிரம்மனாக, புருஷோத்தமரான முழுமுதற் கடவுளாக, மற்றும் இதயத்தில் உறையும் பரமாத்மாவாக வழிபடப்படுவது மட்டுமின்றி, வேதம் என்னும் அவதார ரூபத்திலும் அவர் வழிபடப்படுகிறார். மக்கள் தங்களது வாழ்வை சரியான முறையில் வடிவமைத்து, முழுமுதற் கடவுளின் திருநாட்டிற்குத் திரும்பிச் செல்வதற்கான நற்பாதையினை வேதங்கள் வழங்குகின்றன. அவை பரம புருஷ பகவான் கிருஷ்ணரைப் பற்றிய அறிவை நல்குகின்றன. கிருஷ்ணர் வியாஸதேவராக அவதரித்தபோது வேதாந்த சூத்திரத்தைத் தொகுத்தார். மேலும், வேதாந்த சூத்திரத்திற்கு வியாஸதேவரால் கொடுக்கப்பட்ட விளக்கவுரையான ஸ்ரீமத் பாகவதம், வேதாந்த சூத்திரத்தின் உண்மை அறிவை வழங்குகின்றது. முழுமுதற் கடவுள் கட்டுண்ட ஆத்மாக்களின் விடுதலைக்காக கருணையே வடிவாக உள்ளார்; அவர் உணவுப் பொருட்களை வழங்கி அவற்றைச் செரிக்கவும் செய்கின்றார், உயிர்வாழியின் செயல்களுக்கு சாட்சியாக உள்ளார், வேதங்களின் வடிவில் ஞானத்தை வழங்குகிறார், அது மட்டுமின்றி, பகவத் கீதையின் ஆசிரியராக பரம புருஷ பகவான் ஸ்ரீ கிருஷ்ணரின் வடிவிலும் ஞானத்தை வழங்குகிறார். அவரே கட்டுண்ட ஆத்மாவின் வந்தனைக்குரியவர். இவ்வாறாக, கடவுள் மிகவும் நல்லவர்; மிகவும் கருணை வாய்ந்தவர்.

அந்த: ப்ரவிஷ்ட: ஷா$_2$ஸ்தா ஜனானாம். உயிர்வாழி தனது தற்போதைய உடலை நீத்த உடனேயே அதனை மறந்துவிடுகிறான், ஆனால் முழுமுதற் கடவுளால் ஊக்குவிக்கப்பட்டு அவன் மீண்டும் தனது செயலைத் தொடங்குகின்றான். அவன் மறந்துவிட்டாலும் கூட முந்தைய பிறவியில் எங்கு விட்டானோ அங்கிருந்து மீண்டும் தனது செயலைப் புதுப்பித்துக்கொள்ள இறைவன் அவனுக்கு அறிவைக் கொடுக்கின்றார். இதயத்தில் வீற்றிருக்கும் பரம புருஷரின் ஆணைகளுக்கேற்ப, உயிர்வாழி இவ்வுலகில் இன்ப துன்பத்தை அடைகிறான் என்பது மட்டுமின்றி, அவரிடமிருந்து வேதங்களைப் புரிந்துகொள்வதற்கான வாய்ப்பையும் பெறுகின்றான். வேத ஞானத்தைப் புரிந்துகொள்வதில் ஒருவன் தீவிரமாக இருந்தால், கிருஷ்ணர் அவனுக்குத் தேவையான புத்தியை வழங்குவார். நாம் புரிந்துகொள்வதற்காக அவர் ஏன் வேத ஞானத்தை வழங்க வேண்டும்? ஏனெனில், ஒவ்வொரு உயிர்வாழியும் கிருஷ்ணரைப்

புரிந்துகொள்ள வேண்டியது அவசியம். வேத இலக்கியமும் இதனை உறுதி செய்கின்றது, *யோ 'ஸௌ ஸர்வைர் வேதைர்₃ கீ₃யதே.* நான்கு வேதங்களில் தொடங்கி, வேதாந்த சூத்திரம், உபநிஷதங்கள், புராணங்கள் என எல்லா வேத இலக்கியங்களிலும் பரம புருஷரின் பெருமைகள் கொண்டாடப்படுகின்றன. வேதச் சடங்குக்களை செய்வதாலும், வேதங்களின் தத்துவத்தை விவாதிப்பதாலும், பக்தித் தொண்டில் வழிபடுவதாலும் இறைவன் அடையப்படுகின்றார். எனவே, வேதங்களின் குறிக்கோள் கிருஷ்ணரைப் புரிந்துகொள்வதே. வேதங்கள் கிருஷ்ணரைப் புரிந்துகொள்வதற்கான பாதையையும் அவரை உணர்வதற்கான வழிமுறையையும் நமக்கு அளிக்கின்றன. இறுதி இலக்கு புருஷோத்தமரான முழுமுதற் கடவுளே. பின்வரும் சொற்களில் வேதாந்த சூத்திரம் (1.1.4) இதனை உறுதி செய்கின்றது: *தத் து ஸமன்வயாத்.* பக்குவநிலை மூன்று படிகளில் அடையப்படுகிறது. வேத இலக்கியங்களைப் புரிந்துகொள்வதால், ஒருவன் பரம புருஷ பகவானுக்கும் தனக்கும் உள்ள சம்பந்தத்தினை புரிந்துகொள்ள முடியும், பின்னர் பல்வேறு வழிமுறைகளை பயிற்சி செய்து அவன் அவரை அணுகுகிறான், மேலும் இறுதியில் பரம இலக்கான சாக்ஷாத் பரம புருஷ பகவானையே அவனால் அடைய முடியும். இந்த ஸ்லோகத்தில், வேதங்களின் நோக்கம், வேதங்களின் அறிவு, வேதங்களின் இலக்கு ஆகியவை தெளிவாக வரையறுக்கப்பட்டுள்ளன.

ஸ்லோகம் 16

द्वाविमौ पुरुषौ लोके क्षरश्चाक्षर एव च ।
क्षरः सर्वाणि भूतानि कूटस्थोऽक्षर उच्यते ॥ १६ ॥

த்₃வாவ் இமௌ புருஷௌ லோகே க்ஷரஷ்₂ சாக்ஷர ஏவ ச
க்ஷர: ஸர்வாணி பூ₄தானி கூட-ஸ்தோ₂ 'க்ஷர உச்யதே

த்₃வௌ—இரண்டு; *இமௌ*—இந்த; *புருஷௌ*—உயிர்வாழிகள்; *லோகே*—உலகில்; *க்ஷர:*—தவறிழைக்கக்கூடிய; *ச*—மேலும்; *அக்ஷர:*—தவறிழைக்காத; *ஏவ*—நிச்சயமாக; *ச*—மேலும்; *க்ஷர:*—தவறிழைக்கக் கூடிய; *ஸர்வாணி*—எல்லா; *பூ₄தானி*—உயிர்வாழிகள்; *கூட-ஸ்த:₂*—ஒருமையில்; *அக்ஷர:*—தவறிழைக்காத; *உச்யதே*—கூறப்படுகின்றது.

தவறக்கூடியவர்கள், தவறாதவர்கள் என இரண்டு விதமான ஜீவன்கள் உள்ளனர். ஜடவுலகில் உள்ள ஜீவன்கள் தவறக் கூடியவர்கள் என்றும், ஆன்மீக உலகில் உள்ளவர்கள் தவறாதவர்கள் என்றும் கூறப்படுகின்றனர்.

பொருளுரை: முன்பே விளக்கியபடி, வியாஸதேவராக அவதரித்த போது இறைவன் வேதாந்த சூத்திரத்தை இயற்றினார். இங்கே வேதாந்த சூத்திரத்தின் உட்பொருளை அவரே சுருக்கமாக வழங்குகின்றார். உயிர்வாழிகள் எண்ணற்றவர்கள், அவர்களை தவறக்கூடியவர்கள், தவறாதவர்கள் என இரண்டு பிரிவுகளாகப் பிரிக்கலாம் என்று அவர் கூறுகின்றார். ஜீவன்கள் புருஷோத்தமரான முழுமுதற் கடவுளின் நித்தியமான அம்சங்கள். அவர்கள் ஜடவுலகில் தொடர்புகொள்ளும்போது *ஜீவ-பூ₄தா* என்று கூறப்படுகின்றனர்; இங்கு கொடுக்கப்பட்டுள்ள *க்ஷர: ஸர்வாணி பூ₄தானி* என்னும் சமஸ்கிருதச் சொற்கள், இவர்கள் தவறக்கூடியவர்கள் என்ற பொருளைத்தருகின்றன. ஆனால், பரம புருஷ பகவானுடன் ஒன்றுபட்டவர்கள், தவறாதவர்கள் என்று கூறப்படுகின்றனர். ஒன்றுபட்டவர்கள் என்றால் தனித்தன்மை இல்லாதவர்கள் என்று பொருளல்ல, மாறாக ஒற்றுமையுடன் செயல்படுபவர்கள் என்பதே பொருள். படைப்பின் நோக்கத்திற்கு அவர்கள் எல்லாரும் ஒத்துழைக்கின்றனர். ஆன்மீக உலகில் படைப்பு என்னும் விஷயம் இல்லையென்பது உண்மையே, ஆனால் வேதாந்த சூத்திரத்தில், பரம புருஷ பகவானே எல்லாத் தோற்றங்களுக்கும் மூலம் என்று கூறப்பட்டிருப்பதால், இக்கருத்து விளக்கப்படுகின்றது.

புருஷோத்தமரான முழுமுதற் கடவுள் கிருஷ்ணருடைய கூற்றின்படி உயிர்வாழிகளில் இரு வகுப்பினர் உள்ளனர். வேதங்கள் இதற்கு ஆதாரம் கொடுக்கின்றன, எனவே இதைப் பற்றிய ஐயம் ஏதுமில்லை. மனம் மற்றும் ஐந்து புலன்களுடன் இவ்வுலகில் போராடிக் கொண்டிருக்கும் உயிர்வாழிகள், மாறிக் கொண்டே இருக்கும் ஜடவுடல்களை பெற்றுள்ளனர். ஓர் உயிர்வாழி கட்டுண்டு இருக்கும் வரை, அவனது உடல் ஜடத்தின் தொடர்பினால் மாறிக் கொண்டுள்ளது; ஜடம் மாற்றமடைவதால் உயிர்வாழியும் மாற்றமடைவதாகத் தோன்றுகின்றது. ஆனால் ஆன்மீக உலகிலுள்ள உடல் ஜடத்தினால் செய்யப்பட்டதல்ல, எனவே அதில் மாற்றம் ஏதும் இல்லை. ஜடவுலகிலுள்ள உயிர்வாழி ஆறு விதமான மாற்றங்களுக்கு உட்படுகின்றான்—பிறப்பு, வளர்ச்சி, இருப்பு, உற்பத்தி, சிதைவு மற்றும் மறைவு. இவை ஜடவுடலின் மாற்றங்களாகும். ஆனால் ஆன்மீக உலகில் உடல் மாற்றமடைவதில்லை; அங்கு முதுமை இல்லை, பிறப்பு இல்லை, இறப்பும் இல்லை. அங்கு அனைவரும் ஒன்றுபட்டு வாழ்கின்றனர். *க்ஷர: ஸர்வாணி பூ₄தானி*—ஜடத்துடன் தொடர்பு கொண்ட எந்த உயிர்வாழியும், அதாவது, படைக்கப்பட்ட முதல் உயிர்வாழியான பிரம்மாவிலிருந்து தொடங்கி சிறு எறும்பு

வரை ஒவ்வொருவரும், தமது உடலை மாற்றிக் கொண்டுள்ளனர்; எனவே இவர்கள் அனைவரும் தவறக்கூடியவர்கள். ஆனால் ஆன்மீக உலகில் இருப்பவர்களோ, எப்போதும் ஒன்றுபட்ட நிலையில் முக்தி பெற்றவர்களாக உள்ளனர்.

ஸ்லோகம் 17

उत्तमः पुरुषस्त्वन्यः परमात्मेत्युदाहृतः ।
यो लोकत्रयमाविश्य बिभर्त्यव्यय ईश्वरः ॥ १७ ॥

உத்தம: புருஷஸ் த்வன்ய: பரமாத்மேத்யுதா$_3$ஹ்ருʼத:
யோ லோக-த்ரயம் ஆவிஷ்$_2$ய பி$_3$ப$_4$ர்த்யவ்யய ஈஷ்$_2$வர:

உத்தம:—உத்தம; *புருஷ:*—புருஷர்; *து*—அனால்; *அன்ய:*—வேறு ஒருவர்; *பரம*—பரம; *ஆத்மா*—ஆத்மா; *இதி*—இவ்வாறு; *உதா$_3$ஹ்ருத:*—கூறப்படுகின்றது; *ய:*—யாரொருவர்; *லோக*—லோகத்தின்; *த்ரயம்*—மூன்று பிரிவுகளில்; *ஆவிஷ்$_2$ய*—நுழைந்து; *பி$_3$ப$_4$ர்தி*—காக்கின்றார்; *அவ்யய:*—முடிவுற்ற; *ஈஷ்$_2$வர:*—இறைவன்.

இந்த இருவருக்கும் அப்பாற்பட்டு உத்தம புருஷரான பரமாத்மா இருக்கின்றார். அழிவற்ற இறைவனான அவர், மூன்று உலகங்களுக்குள் நுழைந்து அவற்றைக் காக்கின்றார்.

பொருளுரை: இந்த ஸ்லோகத்தின் கருத்து, *கட$_2$* உபநிஷத் (2.2.13) மற்றும் *ஷ்$_2$வேதாஷ்$_2$வதர* உபநிஷத்தில் (6.13) மிக அருமையாக எடுத்துரைக்கப்பட்டுள்ளது. கட்டுண்ட உயிர்வாழிகள் சிலர், முக்தி பெற்ற உயிர்வாழிகள் சிலர், அத்தகு எண்ணிலடங்காத உயிர்வாழிகளுக்கு அப்பால் முழுமுதற் கடவுளான பரமாத்மா உள்ளார் என்று அங்கே தெளிவாகக் கூறப்பட்டுள்ளது. *நித்யோ நித்யானாம் சேதனஷ்$_2$ சேதனானாம்* என்று தொடங்கும் அந்த உபநிஷத் ஸ்லோகத்தின் விளக்கம் என்னவெனில், கட்டுண்ட, முக்தி பெற்ற என்று எல்லா உயிர்வாழிகளுக்குமிடையில், அவர்களைப் பராமரித்து, அவர்களது பல்வேறு செயல்களுக்கு ஏற்ப அனுபவிப்பதற்கான எல்லா வசதிகளையும் வழங்கக்கூடிய உன்னத புருஷர் ஒருவர் உள்ளார், அவரே பரம புருஷ பகவான். அந்த பரம புருஷ பகவான் ஒவ்வொருவருடைய இதயத்திலும் பரமாத்மாவாக வீற்றிருக்கிறார். அவரைப் புரிந்துகொள்ளக்கூடிய சான்றோன் மட்டுமே பக்குவமான அமைதியை அடையும் தகுதியுடையவன், மற்றவர்கள் அல்ல.

ஸ்லோகம் 18

यस्मात्क्षरमतीतोऽहमक्षरादपि चोत्तमः ।
अतोऽस्मि लोके वेदे च प्रथितः पुरुषोत्तमः ॥ १८ ॥

யஸ்மாத் க்ஷரம் அதீதோ 'ஹம் அக்ஷராத்$_3$ அபி சோத்தம:
அதோ 'ஸ்மி லோகே வேதே$_3$ ச ப்ரதி$_2$த: புருஷோத்தம:

யஸ்மாத்—ஏனெனில்; *க்ஷரம்*—தவறக்கூடியவர்கள்; *அதீத:*—திவ்யமான; *அஹம்*—நான்; *அக்ஷராத்*—தவறாதவர்களுக்கு; *அபி*—கூட; *ச*—மேலும்; *உத்தம:*—உத்தமமானவன்; *அத:*—எனவே; *அஸ்மி*—நான்; *லோகே*—இவ்வுலகில்; *வேதே$_3$*—வேத இலக்கியங்களில்; *ச*—மேலும்; *ப்ரதி$_2$த:*—கொண்டாடப்படுகிறேன்; *புருஷ-உத்தம:*—உத்தம புருஷனாக.

தவறக்கூடியவர்கள், தவறாதவர்கள் ஆகிய இருவருக்கும் அப்பாற்பட்டு நான் திவ்யமானவனாக இருப்பதாலும், நானே உத்தமமானவன் என்பதாலும், உலகிலும் வேதங்களிலும் நான் அந்த புருஷோத்தமனாகக் கொண்டாடப்படுகின்றேன்.

பொருளுரை: கட்டுண்ட ஆத்மாவும் சரி, முக்தி பெற்ற ஆத்மாவும் சரி, புருஷோத்தமரான முழுமுதற் கடவுள் கிருஷ்ணரை எவரும் மிஞ்ச இயலாது. எனவே, எல்லா புருஷர்களிலும் அவரே உன்னதமானவர். உயிர்வாழிகளும் பரம புருஷ பகவானும் தனிப்பட்டவர்கள் என்பது தற்போது தெளிவாகின்றது. வேற்றுமை என்னவெனில், உயிர்வாழிகள், கட்டுண்ட நிலையிலும் சரி, முக்தி பெற்ற நிலையிலும் சரி, பரம புருஷ பகவானின் அசிந்திய சக்திகளை அளவில் மிஞ்ச இயலாது. முழுமுதற் கடவுளும் உயிர்வாழிகளும் சமநிலையில் உள்ளவர்கள் அல்லது எல்லா விதத்திலும் சமமானவர்கள் என்று நினைப்பது தவறாகும். அவர்களுக்கு இடையில் எப்போதும் உயர்வு தாழ்வு உண்டு. *உத்தம* என்னும் சொல் மிகவும் முக்கியமானது. பரம புருஷ பகவானை யாராலும் மிஞ்ச முடியாது.

லோகே என்னும் சொல் "*புருஷ ஆக$_3$மத்தில்* (ஸ்மிருதி சாஸ்திரத்தில்)" என்னும் முக்கியமான பொருளைத் தருகின்றது. *நிருக்தி* அகராதியில் உறுதி செய்யப்பட்டுள்ளபடி, *லோக்யதே வேதா$_3$ர்தோ$_2$ 'னேன*—"வேதங்களின் குறிக்கோள் ஸ்மிருதி சாஸ்திரத்தில் விளக்கப் பட்டுள்ளது."

முழுமுதற் கடவுளின் பரமாத்மா என்னும் தன்மை வேதங்களிலும் விவரிக்கப்பட்டுள்ளது. பின்வரும் ஸ்லோகம் வேதங்களில் (*சா$_2$ந்தோ$_3$க்$_3$ய* உபநிஷத் 8.12.3) தோன்றுகிறது: *தாவத்$_3$ ஏஷ ஸம்ப்ரஸாதோ$_3$ 'ஸ்மாச் ச$_2$ரீராத் ஸமுத்தா$_2$ய பரம் ஜ்யோதி-ரூபம் ஸம்பத்$_3$ய ஸ்வேன ரூபேணாபி$_4$னிஷ் பத்$_3$யதே ஸ உத்தம: புருஷ:.* "உடலிலிருந்து வெளிவரும் பரமாத்மா அருவ பிரம்மஜோதியினுள் நுழைகிறார்; பின்னர், அவர் தனது ஆன்மீக அடையாளத்துடன் தனது ரூபத்தில் வீற்றுள்ளார். அந்த பரம்பொருள், பரம புருஷர் என்று

அழைக்கப்படுகிறார்." இதன் அர்த்தம் என்னவெனில், பரம புருஷர், பிரகாசத்தின் இறுதியாக விளங்கும் தனது ஆன்மீக தேஜஸை வெளிப்படுத்தி அதனைப் பரவச் செய்கின்றார். அந்த பரம புருஷர் எல்லாரின் இதயத்திலும் பரமாத்மாவின் உருவில் வீற்றுள்ளார். சத்யவதிக்கும் பராசரருக்கும் மகனாக அவதரித்த அவர், வியாஸதேவராக வேத ஞானத்தை விளக்குகிறார்.

ஸ்லோகம் 19

यो मामेवमसम्मूढो जानाति पुरुषोत्तमम् ।
स सर्वविद्भजति मां सर्वभावेन भारत ॥ १९ ॥

யோ மாம் ஏவம் அஸம்மூடோ$_4$ ஜானாதி புருஷோத்தமம்
ஸ ஸர்வ-வித்$_3$ ப$_4$ஜதி மாம்' ஸர்வ-பா$_4$வேன பா$_4$ரத

ய:—எவனொருவன்; *மாம்*—என்னை; *ஏவம்*—இவ்வாறு; *அஸம்மூடா:$_4$*—ஐயமின்றி; *ஜானாதி*—அறிகின்றானோ; *புருஷ-உத்தமம்*—புருஷோத்தமரான முழுமுதற் கடவுள்; *ஸ:*—அவன்; *ஸர்வ-வித்*—எல்லாவற்றையும் அறிபவனாகி; *ப$_4$ஜதி*—பக்தித் தொண்டு ஆற்றுகின்றான்; *மாம்*—எனக்கு; *ஸர்வ-பா$_4$வேன*—எல்லா விதத்திலும்; *பா$_4$ரத*—பரதனின் மைந்தனே.

எவனொருவன் என்னை பரம புருஷ பகவானாக ஐயமின்றி அறிகின்றானோ, அவன் எல்லாவற்றையும் அறிந்தவனாவான். எனவே, பரதனின் மைந்தனே, அவன் எனது பக்தித் தொண்டில் தன்னை முழுமையாக ஈடுபடுத்திக்கொள்கின்றான்.

பொருளுரை: உயிர்வாழிகள் மற்றும் பரம பூரண உண்மையின் ஸ்வரூப நிலையைப் பற்றி பற்பல தத்துவ அனுமானங்கள் இருக்கின்றன. தற்போது இந்த ஸ்லோகத்தில், பகவான் கிருஷ்ணரே புருஷோத்தமர் என்பதை அறிபவன் எல்லாவற்றையும் அறிபவன் என்று மிகத் தெளிவாக முழுமுதற் கடவுளே விளக்குகின்றார். பக்குவமற்ற அறிவாளி, பூரண உண்மையைப் பற்றி வெறும் கற்பனை செய்து கொண்டே போகின்றான்; ஆனால் பக்குவமான அறிஞனோ, தனது மதிப்புமிக்க நேரத்தை வீணடிக்காமல், பரம புருஷரின் பக்தித் தொண்டில், கிருஷ்ண உணர்வில் நேரடியாக ஈடுபடுகின்றான். பகவத் கீதை முழுவதும் இந்த உண்மை ஒவ்வொரு அடியிலும் ஆணித்தரமாக உறுதி செய்யப்படுகிறது. இருப்பினும், பகவத் கீதைக்கு விளக்கவுரை எழுதும் பற்பல பிடிவாதக் கருத்துரையாளர்கள், பரம பூரண உண்மையையும் உயிர்வாழிகளையும் ஒன்றாகவும் சமமாகவும் கருதுகின்றனர்.

வேத ஞானம், *ஷ்₂ருதி*, கேட்பதால் அறியப்படுவது என்று கூறப்படுகின்றது. உண்மையில், வேதங்களின் செய்தியை கிருஷ்ணரிடமிருந்தும் அதிகாரம் பொருந்திய அவரது பிரதிநிதிகளிடமிருந்தும் பெற வேண்டும். இங்கே எல்லாவற்றையும் மிக அருமையாக தரம் பிரித்து விளக்குகின்றார் கிருஷ்ணர். இத்தகு மூலத்திடமிருந்து ஒருவன் கேட்க வேண்டும். வெறும் பன்றிகளைப் போன்று கேட்டல் போதுமானதல்ல; அதிகாரிகளிடமிருந்து புரிந்துகொள்ளக்கூடியவனாக இருக்க வேண்டும். வெறும் ஏட்டளவில் கற்பனை செய்யக் கூடாது. உயிர்வாழிகள் எப்போதுமே புருஷோத்தமரான முழுமுதற் கடவுளுக்குக் கீழ்ப்படிந்தவர்கள் என்பதை அடக்கத்துடன் பகவத் கீதையிலிருந்து கேட்டறிய வேண்டும். எவனொருவன் இதனைப் புரிந்துகொள்ளக்கூடியவனோ, அவனே வேதங்களின் நோக்கத்தை அறிந்தவன்; வேறு யாரும் வேதங்களின் நோக்கத்தை அறியவில்லை—இதுவே முழுமுதற் கடவுளான ஸ்ரீ கிருஷ்ணரின் கருத்து.

ப₄ஜதி என்னும் சொல் மிகவும் விசேஷமானது. பரம புருஷரின் தொண்டு சம்பந்தமாக இச்சொல் பல இடங்களில் உபயோகிக்கப் பட்டுள்ளது. பகவானின் பக்தித் தொண்டில், பூரண கிருஷ்ண உணர்வில் ஒருவன் ஈடுபட்டிருந்தால், அவன் வேத ஞானம் முழுவதையும் புரிந்து கொண்டவனாக அறியப்பட வேண்டும். ஒருவன் கிருஷ்ணரின் பக்தித் தொண்டில் ஈடுபட்டிருந்தால், பரம பூரண உண்மையைப் புரிந்துகொள்வதற்கான வேறு எந்த ஆன்மீக வழிமுறையும் அவனுக்குத் தேவையில்லை என்று வைஷ்ணவ பரம்பரையில் கூறப்படுகின்றது. அவன் ஏற்கனவே பக்குவநிலைக்கு வந்துவிட்டான், ஏனெனில் அவன் பகவானின் பக்தித் தொண்டில் ஈடுபட்டுள்ளான். அறிவின் ஆரம்ப வழிமுறைகள் அனைத்தையும் அவன் கடந்துவிட்டான். ஆனால், யாரேனும் பல்லாயிரக்கணக்கான பிறவிகளில் கற்பனை செய்தபின்னும், "கிருஷ்ணரே முழுமுதற் கடவுள், நாம் அவரிடம் சரணடைய வேண்டும்" என்னும் கருத்தினை புரிந்துகொள்ளாவிடில், பற்பல வருடங்களாக, பிறவிகளாக அவன் செய்த கற்பனை விசாரங்கள் அனைத்தும் உபயோகமற்ற கால விரயமே.

ஸ்லோகம் 20

इति गुह्यतमं शास्त्रमिदमुक्तं मयानघ ।
एतद्बुद्ध्वा बुद्धिमान्स्यात्कृतकृत्यश्च भारत ॥ २० ॥

இதி கு₃ஹ்யதமம்' ஷா₂ஸ்த்ரம் இத₃ம் உக்தம்' மயானக₄
ஏதத்₃ பு₃த்₃த்₄வா பு₃த்₃தி₄மான் ஸ்யாத் க்ரு'த-க்ரு'த்யஷ்₂ ச பா₄ரத

இதி—இவ்வாறு; *கு₃ஹ்ய-தமம்*—மிகமிக இரகசியமான; *ஷா₂ஸ்த்ரம்*—சாஸ்திரம்; *இத₃ம்*—இது; *உக்தம்*—வெளிப்படுத்தப்பட்டது; *மயா*—என்னால்; *அனக₄*—பாவமற்றவனே; *ஏதத்*—இதை; *பு₃த்₃த்₄வா*—புரிந்து கொண்ட; *பு₃த்₃தி₄-மான்*—புத்தியுடையோன்; *ஸ்யாத்*—ஆகின்றான்; *க்ரு'த-க்ரு'த்ய:*—தனது முயற்சிகளில் மிகவும் பக்குவமானவனாக; *ச*—மேலும்; *பா₄ரத*—பரதனின் மைந்தனே.

வேத சாஸ்திரங்களின் மிகமிக இரகசியமான பகுதி இதுவே, பாவமற்றவனே, தற்போது என்னால் இது வெளிப்படுத்தப் பட்டுள்ளது. இதனைப் புரிந்துகொள்பவன் அறிஞனாவான், அவனது முயற்சிகள் பக்குவத்தை அறியும்.

பொருளுரை: இதுவே எல்லா சாஸ்திரங்களின் சாரம் என்று பகவான் இங்கே தெளிவாக விளக்குகின்றார். முழுமுதற் கடவுளால் கொடுக்கப்பட்டுள்ளது இதனை உள்ளது உள்ளபடி ஒருவன் புரிந்துகொள்ள வேண்டும். இவ்வாறு, அவன் திவ்ய ஞானத்தில், அறிவுடையவனாகவும் பக்குவமானவனாகவும் ஆகின்றான். வேறுவிதமாகக் கூறினால், பரம புருஷ பகவானின் இந்த தத்துவத்தைப் புரிந்து கொண்டு, அவரது திவ்யமான தொண்டில் ஈடுபடுவதால், ஒவ்வொருவரும் ஜட இயற்கை குணங்களின் எல்லா களங்கங்களிலிருந்தும் விடுதலை பெற முடியும். ஆன்மீகத்தைப் புரிந்துகொள்வதற்கான வழிமுறை பக்தித் தொண்டேயாகும். எங்கெல்லாம் பக்தித் தொண்டு இருக்கின்றதோ, அங்கே அதனுடன் ஜடக் களங்கங்கள் இருக்க முடியாது. பகவானுக்கான பக்தித் தொண்டும் சாக்ஷாத் பகவானும் ஒன்றே, ஏனெனில் இரண்டும் ஆன்மீகமானவை; பக்தித் தொண்டு, முழுமுதற் கடவுளின் அந்தரங்க சக்தியில் நடைபெறுகிறது. பகவானை சூரியனுக்கும், அறியாமையை இருளுக்கும் ஒப்பிடுகின்றனர். எங்கே சூரியன் இருக்கின்றதோ அங்கே இருளைப் பற்றிய கேள்விக்கு இடமே இல்லை. எனவே, அங்கீகரிக்கப்பட்ட ஆன்மீக குருவின் சரியான வழிநடத்தலின் கீழ் எங்கெல்லாம் பக்தித் தொண்டு ஆற்றப்படுகின்றதோ, அங்கு அறியாமையை பற்றிய கேள்விக்கே இடமில்லை.

இந்த கிருஷ்ண உணர்வினை ஒவ்வொருவரும் ஏற்று, பக்தித் தொண்டில் ஈடுபட்டு, அறிவுடையவனாகவும் தூய்மையான வனாகவும் ஆக வேண்டும். கிருஷ்ணரைப் புரிந்து கொண்டு பக்தித் தொண்டில் ஈடுபடும் இந்த நிலைக்கு வரவில்லையெனில், சாதாரண

மனிதனின் மதிப்பில் ஒருவன் எவ்வளவு பெரிய அறிஞனாக இருந்தாலும், அவன் பக்குவமான அறிவாளியல்ல.

அர்ஜுனனைக் குறிப்பதற்கான அனக₃ என்னும் சொல் மிகவும் விசேஷமானது. எல்லா பாவ விளைவுகளிலிருந்தும் விடுபடாவிடில் கிருஷ்ணரைப் புரிந்துகொள்வது கடினம் என்பதே, அனக₃, "பாவமற்றவனே," என்பதன் பொருளாகும். ஒருவன் எல்லாக் களங்கங்களிலிருந்தும், எல்லா பாவச் செயல்களிலிருந்தும் விடுபட வேண்டும்; பின்னரே அவனால் புரிந்துகொள்ள முடியும். ஆனால் பக்தித் தொண்டு தூய்மையும் சக்தியும் நிறைந்ததாக இருப்பதால், இதில் ஈடுபட்ட உடனேயே ஒருவன் தானாகவே பாவமற்ற நிலைக்கு வந்து விடுகின்றான்.

தூய பக்தர்களின் உறவில், பூரண கிருஷ்ண உணர்வில் ஒருவன் பக்தித் தொண்டு ஆற்றும்போது, அவன் அடியோடு அழிக்க வேண்டிய சில விஷயங்கள் உள்ளன. அவ்வாறு அவன் கடக்க வேண்டியவற்றில் மிகவும் முக்கியமானது இதய பலவீனம். முதல் வீழ்ச்சி, ஜட இயற்கையின் மீது ஆதிக்கம் செலுத்துவதற்கான விருப்பம். அந்த விருப்பத்தினால் ஒருவன் பரம புருஷரின் திவ்யமான அன்புத் தொண்டினை கைவிட்டு விடுகின்றான். இரண்டாவது இதய பலவீனம் என்னவெனில், ஜட இயற்கையின் மீது ஆதிக்கம் செலுத்துவதற்கான தன்மையை அவன் அதிகப்படுத்தும்போது, ஜடப் பொருட்களின் மீதும் அதன் உரிமையின் மீதும் அவன் பற்றுதல் கொள்கின்றான். ஜட வாழ்வின் பிரச்சனைகளுக்கு காரணம் இதயத்தின் இந்த பலவீனங்களேயாகும். இந்த அத்தியாயத்தின் முதல் ஐந்து ஸ்லோகங்கள், இந்த இதய பலவீனத்திலிருந்து ஒருவன் தன்னை விடுவித்துக்கொள்வதற்கான வழிமுறையை விளக்கின. மேலும், ஆறாவது ஸ்லோகத்திலிருந்து இறுதிவரை, அத்தியாயத்தின் மீதமுள்ள ஸ்லோகங்கள் புருஷோத்தம யோகத்தை விவாதிக்கின்றன.

ஸ்ரீமத் பகவத் கீதையின் "புருஷோத்தம யோகம்" என்னும் பதினைந்தாம் அத்தியாயத்திற்கான பக்திவேதாந்த பொருளுரைகள் இத்துடன் நிறைவடைகின்றன.

அத்தியாயம் பதினாறு

தெய்வீக மற்றும் அசுர இயல்புகள்

ஸ்லோகங்கள் 1–3

श्रीभगवानुवाच
अभयं सत्त्वसंशुद्धिर्ज्ञानयोगव्यवस्थितिः ।
दानं दमश्च यज्ञश्च स्वाध्यायस्तप आर्जवम् ॥ १ ॥
अहिंसा सत्यमक्रोधस्त्यागः शान्तिरपैशुनम् ।
दया भूतेष्वलोलुप्त्वं मार्दवं ह्रीरचापलम् ॥ २ ॥
तेजः क्षमा धृतिः शौचमद्रोहो नातिमानिता ।
भवन्ति सम्पदं दैवीमभिजातस्य भारत ॥ ३ ॥

ஶ்ரீ-ப$_4$க$_3$வான் உவாச
அப$_4$யம்' ஸத்த்வ-ஸம்'ஷு$_2$த்$_3$தி$_4$ர் ஜ்ஞான-யோக$_3$-வ்யவஸ்தி$_2$தி:
தா$_3$னம்' த$_3$மஷ்$_2$ ச யஜ்ஞஷ்$_2$ ச ஸ்வாத்$_4$யாயஸ் தப ஆர்ஜவம்

அஹிம்'ஸா ஸத்யம் அக்ரோத$_4$ஸ் த்யாக:$_3$ ஷா$_2$ந்திர் அபைஷு$_2$னம்
த$_3$யா பூ$_4$தேஷ்வலோலுப்த்வம்' மார்த$_3$வம்' ஹ்ரீர் அசாபலம்

தேஜ: க்ஷமா த்$_4$ரு'தி: ஷௌ$_2$சம் அத்$_3$ரோஹோ நாதி-மானிதா
ப$_4$வந்தி ஸம்பத$_3$ம்' தை$_3$வீம் அபி$_4$ஜாதஸ்ய பா$_4$ரத

ஶ்ரீ-ப$_4$க$_3$வான் உவாச—புருஷோத்தமரான முழுமுதற் கடவுள் கூறினார்; *அப$_4$யம்*—அச்சமின்மை; *ஸத்த்வ-ஸம்'ஷு$_2$த்$_3$தி:$_4$*—தனது இருப்பைத் தூய்மைப்படுத்துதல்; *ஜ்ஞான*—ஞானத்தினால்; *யோக$_3$*—இணைத்தலின்; *வ்யவஸ்தி$_2$தி:*—நிலை; *தா$_3$னம்*—தானம்; *த$_3$ம:*—மனதைக் கட்டுப்படுத்துதல்; *ச*—மற்றும்; *யஜ்ஞ:*—யாகம் செய்தல்; *ச*—மற்றும்; *ஸ்வாத்$_4$யாய:*—வேத இலக்கியங்களைக் கற்றல்; *தப:*—தவம்; *ஆர்ஜவம்*—எளிமை; *அஹிம்ஸா*—அகிம்சை; *ஸத்யம்*—வாய்மை; *அக்ரோத:*—கோபத்திலிருந்து விடுபட்ட தன்மை; *த்யாக:$_3$*—துறவு; *ஷா$_2$ந்தி:*—அமைதி; *அபைஷு$_2$னம்*—குற்றம் காண்பதில் விருப்பமின்மை; *த$_3$யா*—கருணை; *பூ$_4$தேஷு*—எல்லா உயிர்களிடத்தும்; *அலோலுப்த்வம்*—பேராசையிலிருந்து விடுபட்டதத்தன்மை; *மார்த$_3$வம்*—கண்ணியம்; *ஹ்ரீ:*—வெட்கம்; *அசாபலம்*—மனவுறுதி; *தேஜ:*—வீரம்; *க்ஷமா*—மன்னிக்கும் தன்மை; *த்$_4$ரு'தி:*—தைரியம்; *ஷௌ$_2$சம்*—தூய்மை; *அத்$_3$ரோஹ:*—பொறாமையின்மை; *ந*—இல்லாமல்; *அதி-மானிதா*—மதிப்பை எதிர்பார்த்தல்; *ப$_4$வந்தி*—ஆகின்றன; *ஸம்பத$_3$ம்*—குணங்கள்;

தை₃வீம்—தெய்வீக இயற்கையில்; *அபி₄ஜாதஸ்ய*—பிறந்தவனின்; *பா₄ரத*—பரதனின் மைந்தனே.

புருஷோத்தமரான முழுமுதற் கடவுள் கூறினார்: அச்சமின்மை, தனது நிலையைத் தூய்மைப்படுத்துதல், ஆன்மீக ஞானத்தை விருத்தி செய்தல், தானம், சுயக்கட்டுப்பாடு, யாகம் செய்தல், வேதங்களைக் கற்றல், தவம், எளிமை, அகிம்சை, வாய்மை, கோபத்திலிருந்து விடுபட்ட தன்மை, துறவு, சாந்தி, குற்றம் காண்பதில் விருப்பமின்மை, எல்லா உயிர்களின் மீதும் கருணை, பேராசையிலிருந்து விடுபட்ட தன்மை, கண்ணியம், வெட்கம், மனவுறுதி, வீரம், மன்னிக்கும் தன்மை, தைரியம், தூய்மை, பொறாமையின்மை, மரியாதையை எதிர்பார்க்காமல் இருத்தல் ஆகிய தெய்வீக குணங்கள், பரதனின் மைந்தனே! தெய்வீக இயல்புடைய உன்னதமான மனிதரைச் சார்ந்தவை.

பொருளுரை: பதினைந்தாம் அத்தியாயத்தின் ஆரம்பத்தில் ஜடவுலகம் என்னும் அரச மரம் விளக்கப்பட்டது. அதிலிருந்து வெளிவரும் உபவேர்கள் உயிர்வாழிகளின் மங்கலமான, அமங்கலமான செயல்களுக்கு ஒப்பிடப்பட்டன. தேவர்களையும் அசுரர்களையும் பற்றி ஒன்பதாம் அத்தியாயத்திலும் விளக்கப்பட்டது. வேதச் சடங்குகளின்படி, முக்திக்கான பாதையில் முன்னேற்றம் பெறுவதற்கு ஸத்வ குணத்தின் செயல்கள் மங்கலகரமானதாகக் கருதப்படுகின்றன. இத்தகு செயல்கள் *தை₃வீ ப்ரக்ரு'தி,* தெய்வீக இயற்கை என்று அறியப்படுகின்றன. தெய்வீக இயற்கையில் நிலைபெற்றவர்கள் முக்தியின் பாதையில் முன்னேற்றமடைகின்றனர். அதே சமயத்தில், ரஜோ குணத்திலும், தமோ குணத்திலும் செயலாற்றுபவர்களுக்கு முக்திக்கான வாய்ப்பு ஏதுமில்லை. அவர்கள் இந்த ஜடவுலகில் மனிதராகவே தொடர வேண்டும், அல்லது வீழ்ச்சியுற்று மிருக இனங்களுக்கோ அதை விட தாழ்ந்த இனங்களுக்கோ செல்ல வேண்டியிருக்கும். இந்த பதினாறாம் அத்தியாயத்தில் தெய்வீக இயற்கை மற்றும் அதன் குணங்கள், அசுர இயற்கை மற்றும் அதன் குணங்கள் ஆகிய இரண்டையும் பகவான் விளக்குகின்றார். இந்த குணங்களின் நன்மை தீமைகளையும் அவர் விளக்குகின்றார்.

தெய்வீக குணங்களுடன் அல்லது நாட்டங்களுடன் பிறந்தவனைக் குறிப்பதற்கு உபயோகிக்கப்பட்டுள்ள *அபி₄ஜாதஸ்ய* என்னும் சொல் மிகவும் முக்கியமானதாகும். தெய்வீக சூழ்நிலையில் குழந்தையைப் பெற்றெடுத்தல், *க₃ர்பா₄தா₄ன-ஸம்'ஸ்கார* என்று வேத சாஸ்திரங்களில்

அறியப்படுகின்றது. தெய்வீக குணங்களுடைய குழந்தையை பெற்றோர்கள் விரும்பினால், மனித இனத்தின் சமுதாய வாழ்விற்காக பரிந்துரைக்கப்பட்டுள்ள பத்துக் கொள்கைகளை அவர்கள் கடைப்பிடிக்க வேண்டும். நல்ல குழந்தையைப் பெற்றெடுப்பதற்கான காம வாழ்வும் கிருஷ்ணரே என்று நாம் முன்பே பகவத் கீதையில் கற்றுள்ளோம். கிருஷ்ண உணர்வில் உபயோகிக்கப்பட்டால் காம வாழ்க்கை கண்டிக்கப்படுவதில்லை. கிருஷ்ண உணர்வில் இருப்பவர்கள், குறைந்தபட்சம், நாய்களையும் பூனைகளையும் போன்று குழந்தைகளைப் பெற்றுக்கொள்ளக் கூடாது, மாறாக, குழந்தைகள் பிறந்த பின்னர், அவர்கள் கிருஷ்ண உணர்வை அடையும்படி அவர்களைப் பெற்றெடுக்க வேண்டும். அதுவே கிருஷ்ண உணர்வில் ஆழ்ந்திருக்கும் தாய் தந்தையருக்குப் பிறக்கும் குழந்தைகளின் நல்வாய்ப்பாகும்.

சமுதாயத்தினை அதன் வாழ்வின் அடிப்படையில் நான்கு பிரிவுகளாகவும் தொழிலின் அடிப்படையில் நான்கு பிரிவுகளாகவும் பிரிக்கும் அமைப்பு, வர்ணாஷ்ரம தர்மம் என்று அறியப்படுகிறது. இந்த வர்ணாஷ்ரம தர்மம் என்பது மனித சமுதாயத்தினை பிறப்பின் அடிப்படையில் பிரிப்பது அல்ல. இப்பிரிவுகள் கல்வித் தகுதிகளைப் பொறுத்தவை. இவை சமூகத்தை அமைதியுடன் வளமான நிலையில் வைப்பதற்கானவை. இங்கு விளக்கப்பட்டுள்ள குணங்கள், ஒரு மனிதனை ஆன்மீக அறிவில் முன்னேற்றம் பெறச் செய்து, அதன் மூலம் அவன் ஜடவுலகிலிருந்து முக்தி பெறுவதற்கு உதவும் தெய்வீக குணங்களாகும்.

வர்ணாஷ்ரம அமைப்பில், துறவு வாழ்வை ஏற்றுள்ள சந்நியாசி, மற்ற எல்லா சமூக நிலைகள் மற்றும் அமைப்பில் உள்ளவர்களுக்கு தலைவராக அல்லது ஆன்மீக குருவாக விளங்குகிறார். ஒரு பிராமணர், சமூகத்தின் இதர மூன்று பிரிவுகளான சத்திரியர், வைசியர் மற்றும் சூத்திரர்களின் ஆன்மீக குருவாகக் கருதப்படுகின்றார். ஆனால் அமைப்பின் தலைவராக விளங்கும் சந்நியாசி, பிராமணர்களுக்கும் ஆன்மீக குருவாவார். சந்நியாசியின் முதல் தகுதி, அச்சமின்மையாக இருக்க வேண்டும். ஏனெனில், சந்நியாசி, எந்த வித ஆதரவும் இன்றி, அல்லது ஆதரவுக்கான உத்திரவாதமின்றி, தனியாக இருக்க வேண்டும், பரம புருஷ பகவானுடைய கருணையை மட்டுமே அவர் நம்பியிருக்க வேண்டும். "என்னுடைய உறவுகளைத் துறந்த பின், என்னை யார் பாதுகாப்பர்?" என்று ஒருவன் எண்ணினால், அவன் துறவு நிலையை ஏற்கக் கூடாது. பரமாத்மாவின் உருவில் எப்போதுமே இதயத்தில் வீற்றிருக்கும் பரம புருஷ பகவானான

கிருஷ்ணர், எல்லாவற்றையும் பார்த்துக் கொண்டிருக்கிறார் என்பதிலும், ஒருவன் என்ன செய்ய விரும்புகின்றான் என்பதை அவர் எப்பொழுதும் அறிகின்றார் என்பதிலும் அவன் பூரண நம்பிக்கை கொண்டிருக்க வேண்டும். இவ்வாறு பரமாத்மாவான கிருஷ்ணர் தம்மிடம் சரணடைந்த ஆத்மாவை கவனித்துக்கொள்வார் என்பதில் அவன் முழு உறுதியுடன் இருக்க வேண்டும். "நான் ஒருபோதும் தனியாக இருப்பதில்லை. இருள் நிறைந்த வனப்பகுதியில் நான் வாழ்ந்தாலும் கிருஷ்ணர் என்னுடன் உள்ளார், அவர் எனக்கு எல்லாப் பாதுகாப்பையும் அளிப்பார்" என்று நினைக்க வேண்டும். இந்த உறுதியே *அப$_4$யம்*, அச்சமின்மை என்று கூறப்படுகிறது. துறவு வாழ்வில் இருப்பவருக்கு இத்தகு மனநிலை அவசியம்.

பின்னர், அவன் தனது நிலையை தூய்மைப்படுத்த வேண்டும். வாழ்வின் துறவு நிலையில் பின்பற்றப்பட வேண்டிய பற்பல சட்டதிட்டங்கள் உள்ளன. அவை எல்லாவற்றிலும் முக்கியமானதாக, பெண்ணுடனான நெருங்கிய உறவுகள் எல்லாவற்றையும் ஒரு சந்நியாசி தவிர்க்க வேண்டும். தனியிடத்தில் ஒரு பெண்ணுடன் பேசுவதற்குக்கூட அவர் தடுக்கப்படுகின்றார். சந்நியாசிகளுக்கு இலக்கணமாகத் திகழ்ந்த பகவான் சைதன்யர் புரியில் இருந்தபோது, அவரது பெண் பக்தர்கள் தங்களது மரியாதைகளை சமர்ப்பிக்கக்கூட அவருக்கு அருகில் நெருங்க முடியாது. தூரமான இடத்திலிருந்து விழுந்து வணங்குமாறு அவர்கள் அறிவுறுத்தப்பட்டனர். இது பெண் வர்க்கத்தின் மீதான வெறுப்பின் அடையாளமல்ல, மாறாக, பெண்களுடன் நெருங்கிய தொடர்புகொள்ளக் கூடாது என்று சந்நியாசியின் மீது விதிக்கப்பட்டுள்ள நெறிமுறையாகும். தனது நிலையைத் தூய்மைப்படுத்திக்கொள்வதற்காக ஒருவன் தனது வாழ்வின் குறிப்பிட்ட நிலைக்கு உரிய சட்டதிட்டங்களை பின்பற்றியே ஆக வேண்டும். ஒரு சந்நியாசியைப் பொறுத்தவரை, பெண்களுடனான நெருங்கியத் தொடர்பும், புலனுகர்ச்சிக்காக சொத்துக்களைச் சேகரிப்பதும் கடுமையாக தடை செய்யப்படுகின்றன. சீர்மிகு சந்நியாசியான பகவான் சைதன்யரின் வாழ்விலிருந்து, அவர் பெண்களின் விஷயத்தில் மிகவும் உறுதியுடன் இருந்தார் என்பதை நாம் அறியலாம். மிகவும் வீழ்ச்சியுற்ற கட்டுண்ட ஆத்மாக்களையும் ஏற்றுக்கொள்ளும் தாராள மனப்பான்மையுடையவர் என்று அவர் கருதப்பட்டாலும், பெண்களுடைய உறவு சம்பந்தமாக சந்நியாசிகளுக்குக் கொடுக்கப்பட்டுள்ள சட்டதிட்டங்களை அவர் உறுதியுடன் பின்பற்றினார். அவரது நெருக்கமான சகாக்களில் ஒருவரான சோட்டா ஹரிதாஸ், அவரது இதர நெருக்கமான அந்தரங்க

சகாக்களுடன் இணைந்து பகவான் சைதன்யரிடம் சங்கம் கொண்டிருந்தார். ஆனால் எப்படியோ ஒருமுறை சோட்டா ஹரிதாஸர் ஓர் இளம் பெண்ணை காம உணர்வுடன் பார்க்க நேர்ந்தது, உடனடியாக பகவான் சைதன்யர் அவரைத் தமது அந்தரங்க சகாக்களின் குழுவிலிருந்து விலக்கிவிட்டார்—அவ்வளவு உறுதியுடன் இருந்தார் பகவான் சைதன்யர். அவர் கூறினார், "ஜட இயற்கையின் பிணைப்பிலிருந்து விடுபட்டு ஆன்மீக இயல்பிற்குத் தன்னை உயர்த்திக் கொண்டு, முழுமுதற் கடவுளின் திருநாட்டிற்குத் திரும்பிச் செல்ல விருப்பமுடைய எவரும், பௌதிக சொத்துக்களையும் பெண்களையும் புலனின்பத்தின் எண்ணத்துடன் பார்க்கக் கூடாது. அவர்களை அனுபவிப்பது என்பதல்ல, புலனின்ப எண்ணத்துடன் அவர்களைப் பார்த்தல்கூட மிகவும் கண்டிக்கப்படுகிறது, அத்தகு தவறான ஆசைகளை அனுபவிப்பதற்கு முன்பு அந்த நபர் தற்கொலை செய்து கொள்வது சிறந்தது." இவையெல்லாம் தூய்மைப்படுத்திக்கொள்வதற்கான முறைகளாகும்.

அடுத்த விஷயம் *ஜ்ஞான-யோக$_3$-வ்யவஸ்தி$_2$தி*—அறிவை விருத்தி செய்வதில் ஈடுபடுவதாகும். ஆன்மீக முன்னேற்றம் என்னும் தங்களது உண்மை வாழ்வை மறந்துவிட்ட குடும்பஸ்தர்களுக்கும், மற்றவர்களுக்கும் ஞானத்தை விநியோகிப்பதே சந்நியாசியின் வாழ்வாகும். ஒரு சந்நியாசி தனது வாழ்க்கைக்காக வீடு வீடாகச் சென்று பிச்சை எடுக்க வேண்டும். இருப்பினும் அவர் ஒரு பிச்சைக்காரர் என்று பொருளல்ல. தெய்வீகத்தில் நிலைபெற்றுள்ள ஒருவனது குணங்களில் பணிவும் ஒன்றாகும், அத்தகு தாழ்வான அடக்கத்துடன் சந்நியாசி வீடு வீடாகச் செல்கிறார். உண்மையில் பிச்சையெடுக்கும் நோக்கத்துடன் அல்ல, மாறாக குடும்ப வாழ்வில் உள்ளவர்களைக் கண்டு அவர்களை கிருஷ்ண உணர்விற்கு எழுப்புவதற்காகவே. இதுவே சந்நியாசியின் கடமை. அவர் உண்மையான முன்னேற்றம் பெற்ற நபராகவும், தனது ஆன்மீக குருவால் கட்டளையிடப்பட்டவராகவும் இருந்தால், கிருஷ்ண உணர்வினை நியாயத்துடனும் முழு அறிவுடனும் அவர் பிரச்சாரம் செய்ய வேண்டும்; அவர் அவ்வளவு முன்னேற்றம் அடைந்தவராக இல்லாவிடில், சந்நியாச வாழ்வை ஏற்றிருக்கக் கூடாது. இருப்பினும், போதிய ஞானமின்றி ஒருவர் சந்நியாச வாழ்வை ஏற்றிருந்தாலும்கூட, அங்கீகரிக்கப்பட்ட ஆன்மீக குருவிடமிருந்து கேட்பதில் தன்னை முழுமையாக ஈடுபடுத்திக்கொள்வதன் மூலம் அவர் ஞானத்தை வளர்க்க முடியும். துறவு நிலையில் இருப்பவர், அல்லது ஒரு சந்நியாசி அச்சமின்மை, *ஸத்த்வ-ஸம்ஷு$_2$த்$_3$தி$_4$* (தூய்மை), மற்றும் ஞான யோகத்தில் (அறிவை வளர்ப்பதில்) நிலைபெற்றிருக்க வேண்டும்.

அடுத்த விஷயம் தானம். தானம் என்பது குடும்ப வாழ்வினருக்கானது. இவர்கள் நேர்மையான வழிகளில் தங்களது வாழ்க்கைக்கான வருமானத்தை சம்பாதித்து, அதன் பாதிப் பங்கினை உலகெங்கும் கிருஷ்ண உணர்வை பிரச்சாரம் செய்வதற்காகச் செலவிட வேண்டும். இப்பணியில் ஈடுபட்டிருக்கும் இயக்கங்களுக்கு இல்லறத்தோர் தானமளிக்க வேண்டும். தானம் சரியான நபர்களுக்குக் கொடுக்கப்பட வேண்டும். தானத்தில் பல வகை உண்டு—ஸத்வ, ரஜோ மற்றும் தமோ குணத்தில் செய்யப்படுபவை. இது பின்னர் விளக்கப்படும். ஸத்வ குணத்தின் தானம் சாஸ்திரங்களில் பரிந்துரைக்கப்பட்டுள்ளது, ஆனால் ரஜோ குணத்திலும் தமோ குணத்திலும் செய்யப்படும் தானங்கள் பரிந்துரைக்கப்படவில்லை; ஏனெனில், அவை வெறும் பண விரயமே. கிருஷ்ண உணர்வினை உலகெங்கும் பிரச்சாரம் செய்வதற்காக மட்டுமே தானம் கொடுக்கப்பட வேண்டும். அத்தகு தானம் ஸத்வ குணத்தைச் சார்ந்தது.

த₄ம (சுயக் கட்டுப்பாடு) என்பதைப் பொறுத்தவரை, இது தர்மத்தின் படி வாழும் அனைவருக்கும் உரியது, இருப்பினும் குறிப்பாக கிருஹஸ்தர்களுக்கானதாகும். கிருஹஸ்தனுக்கு மனைவி இருக்கும்போதிலும், அவன் தனது புலன்களை காம வாழ்வில் தேவையின்றி உபயோகிக்கக் கூடாது. இல்லறத்தாருக்கும் காம வாழ்வில் கட்டுப்பாடுகள் உள்ளன. குழந்தைகளைப் பெற்றுக் கொள்வதற்காக மட்டுமே அவர்கள் அதில் ஈடுபட வேண்டும். அவனுக்குக் குழந்தைகள் தேவையில்லை என்றால், அவன் மனைவியுடன் காம வாழ்வை அனுபவிக்கக் கூடாது. கருத்தடை முறைகள் அல்லது இதர கொடூர முறைகளின் மூலம் குழந்தைகளின் பிறப்பைத் தடுத்து, நவீன சமுதாயம் காம வாழ்வினை அனுபவிக்கின்றது. இது தெய்வீக குணமல்ல, அசுரத்தனம். யாரேனும் ஆன்மீக வாழ்வில் முன்னேற்றம் பெற விரும்பினால், இல்லறத்தானாக இருந்தாலும் சரி, அவன் தனது காம வாழ்வினைக் கட்டுப்படுத்துதல் அவசியம். கிருஷ்ணருக்குத் தொண்டு செய்வதற்கான நோக்கமின்றி அவன் குழந்தையைப் பெற்றுக்கொள்ளக் கூடாது. ஒருவனால் கிருஷ்ண உணர்வில் வளரப்போகும் குழந்தைகளைப் பெற்றுக் கொள்ள முடிந்தால், அவன் நூற்றுக்கணக்கான குழந்தைகளைப் பெறலாம். ஆனால் இந்தத் தகுதியின்றி வெறும் புலனின்பத்தில் ஈடுபடக் கூடாது.

இல்லறத்தவர்களால் செய்யப்படும் மற்றொரு செயல், யாகம்; ஏனெனில், யாகம் செய்வதற்கு பெருமளவில் பணம் தேவைப்படுகிறது. வாழ்வின் மற்ற நிலைகளில் இருப்பவர்களான

பிரம்மசாரிகள், வானபிரஸ்தர்கள், சந்நியாசிகளிடம் பணம் கிடையாது, அவர்கள் யாசித்து வாழ்பவர்கள். எனவே, பலவிதமான யாகங்களைச் செய்தல் குடும்பத்தினர்களுக்கானது. அவர்கள் வேத இலக்கியங்களில் விதிக்கப்பட்டிருக்கும் *அக்$_3$னி-ஹோத்ர* யாகம் முதலியவற்றைச் செய்ய வேண்டும். ஆனால் தற்சமயத்தில் இத்தகு யாகங்களை நடத்த பெருமளவில் செலவு செய்ய வேண்டியிருப்பதால், எந்த இல்லறத்தானும் இவற்றை செய்வது சாத்தியமல்ல. இந்த யுகத்திற்காகப் பரிந்துரைக்கப்பட்டுள்ள மிகச்சிறந்த யாகம், ஸங்கீர்த்தன யாகமாகும். ஹரே கிருஷ்ண, ஹரே கிருஷ்ண, கிருஷ்ண கிருஷ்ண, ஹரே ஹரே/ ஹரே ராம, ஹரே ராம, ராம ராம, ஹரே ஹரே எனும் இந்த ஸங்கீர்த்தன யாகம், மிகச்சிறந்த யாகமும் செலவுகளற்ற யாகமுமாகும்; இதை யார் வேண்டுமானாலும் ஏற்று பலன் பெறலாம். எனவே, தானம், புலனடக்கம், யாகம் செய்தல் ஆகிய இம்மூன்று விஷயங்களும் இல்லறத்தவர்களுக்கானவை.

அடுத்து *ஸ்வாத்$_4$யாய*, வேதக் கல்வி. இது பிரம்மசாரிகளுக்கானது (மாணவ வாழ்வினருக்கானது). பிரம்மசாரிகள் பெண்களுடன் எந்தவிதமான தொடர்பும் வைத்துக்கொள்ளக் கூடாது; அவர்கள் காமமற்ற வாழ்வு வாழ்ந்து, ஆன்மீக ஞானத்தை வளர்ப்பதற்காக வேத இலக்கியங்களைக் கற்பதில் தங்களது மனதை ஈடுபடுத்த வேண்டும். இதுவே *ஸ்வாத்$_4$யாய* எனப்படும்.

தபஸ் (தவம்) ஓய்வு பெற்ற வாழ்வினருக்கு (வானபிரஸ்தர்களுக்கு) உரியதாகும். ஒருவன் தனது வாழ்நாள் முழுவதும் இல்லறத்திலேயே இருக்கக் கூடாது; பிரம்மசர்யம், கிருஹஸ்தம், வானப்பிரஸ்தம், சந்நியாசம் என்று வாழ்வில் நான்கு பிரிவுகள் உள்ளன என்பதை எப்பொழுதும் நினைவிற்கொள்ள வேண்டும். எனவே, கிருஹஸ்த வாழ்விற்குப் பின்னர் ஒருவன் ஓய்வு பெற வேண்டும். ஒருவன் நூறு வருடங்கள் வாழ்வதாக இருந்தால், இருபத்தைந்து வருடங்களை மாணவ வாழ்விலும், இருபத்தைந்து வருடங்களை குடும்ப வாழ்விலும், இருபத்தைந்து வருடங்களை ஓய்வு பெற்ற வாழ்விலும், மீதமுள்ள இருபத்தைந்து வருடங்களை துறவு வாழ்விலும் கழிக்க வேண்டும். இவையே வேத தர்மத்தின் ஒழுங்கு நெறிகளாகும். குடும்ப வாழ்விலிருந்து ஓய்வு பெற்ற மனிதன், உடல், மனம், மற்றும் நாக்கின் தவங்களைப் புரிய வேண்டும். இதுவே *தபஸ்ய*. வர்ணாஷ்ரம தர்மத்தின் சமூகம் முழுவதும் தவம் புரிவதற்கானது. தவம் (*தபஸ்ய*) இல்லாவிடில், எந்த மனிதனும் முக்தியடைய முடியாது. "வாழ்வில் தவத்திற்கான எந்த அவசியமும் இல்லை, ஒருவன் கற்பனை செய்து கொண்டே சென்றால் எல்லாம் நன்றாகிவிடும்," என்னும் கொள்கை

வேத இலக்கியத்திலோ பகவத் கீதையிலோ பரிந்துரைக்கப்பட
வில்லை. பெருமளவில் சீடர்களைச் சேர்க்க முயலும் போலி
ஆன்மீகவாதிகள் இத்தகு கொள்கைகளை உற்பத்தி செய்கின்றனர்.
சட்டதிட்டங்களும் நெறிமுறைகளும் இருந்தால் மக்கள் கவரப்பட
மாட்டார்கள். எனவே, படம் காட்டுவதற்காக மதத்தின் பெயரில்
சீடர்களைப் பெற விரும்பும் நபர்கள் தங்களது சீடர்களின்
வாழ்க்கையிலும் சரி, தங்களது வாழ்க்கையிலும் சரி, எத்தகு
சட்டதிட்டங்களையும் விதிப்பதில்லை. ஆனால் அத்தகு முறைகள்
வேதங்களில் அனுமதிக்கப்படவில்லை.

எளிமை என்னும் பிராமண குணத்தைப் பொறுத்தவரை, இது ஒரு
குறிப்பிட்ட ஆஷ்ரமத்தை சேர்ந்தவர்களுக்காக அன்றி, பிரம்மசர்ய,
கிருஹஸ்த, வானப்பிரஸ்த, சந்நியாச ஆஷ்ரமங்களில் வாழும்
அனைவருக்கும் உரித்தானதாகும். ஒருவன் மிகவும் எளிமையாகவும்,
ஒளிவுமறைவின்றியும் வாழ வேண்டும்.

அகிம்சை என்றால் எந்த ஓர் உயிர்வாழியின் வாழ்க்கைப்
பரிணாமத்தையும் தடுக்காமல் இருப்பதாகும். உடல் கொல்லப்பட்ட
பிறகும் ஆன்மப் பொறி ஒருபோதும் மரணமடைவதில்லை என்பதன்
காரணத்தால், மிருகங்களைப் புலனுகர்ச்சிக்காக கொல்வதில் எந்தத்
தீங்கும் இல்லை என்று ஒருவன் எண்ணக் கூடாது. போதுமான அளவு
தானியங்கள், பழங்கள், பால் ஆகியவை இருக்கும்போதிலும்,
மிருகங்களை உண்பதில் மக்கள் மயங்கி உள்ளனர். மிருகங்களைக்
கொல்வதற்கு எந்த அவசியமும் இல்லை. இந்த விதி அனைவருக்கும்
பொருந்தக் கூடியது. வேறு வழியே இல்லை என்ற பட்சத்தில்,
மிருகத்தைக் கொல்லலாம், இருப்பினும் அது யாகத்தில்
சமர்ப்பிக்கப்பட வேண்டும். எப்படியானாலும், தேவையான அளவு
உணவு மனித சமுதாயத்தில் இருக்கும்போது, ஆன்மீக உணர்வில்
முன்னேற்றம் அடைய விரும்பும் நபர்கள், நிச்சயமாக மிருகங்களுக்குத்
தீங்கிழைக்கக் கூடாது. உண்மையான அகிம்சை என்றால், யாருக்கும்
தத்தமது வாழ்வின் முன்னேற்றத்தில் தொல்லை கொடுக்காமல்
இருப்பது என்று பொருள். மிருகங்கள், ஒருவகையான மிருக
இனத்திலிருந்து மற்றொன்றிற்கு மாறுவதால், அவை தமது வாழ்வின்
பரிணாம வளர்ச்சியில் முன்னேறிக் கொண்டுள்ளன. ஒரு குறிப்பிட்ட
மிருகம் கொல்லப்படும்போது, அதன் முன்னேற்றம் தடுக்கப்படுகிறது.
ஒரு குறிப்பிட்ட உடலிலுள்ள மிருகம், இத்தனை நாள்கள் அல்லது
இத்தனை வருடங்கள் அவ்வுடலில் தங்கியிருக்க வேண்டுமெனில்,
நேரம் வருவதற்கு முன் கொல்லப்பட்டால், அந்த மிருகம் மற்றொரு
இனத்திற்கு மாற்றம் பெறுவதற்குப் பதிலாக, தன்னுடைய எஞ்சிய

நாள்களை பூர்த்தி செய்வதற்காக அதே இனத்திற்கு மீண்டும் திரும்பி வர வேண்டும். எனவே, வெறும் நாவை திருப்தி செய்வதற்காக அவற்றின் முன்னேற்றம் தடுக்கப்படக் கூடாது. இதுவே அகிம்சை என்று கூறப்படுகிறது.

ஸத்யம். சுய நோக்கத்திற்காக ஒருவன் உண்மையைத் திரிக்கக் கூடாது என்பதே இச்சொல்லின் பொருள். வேத இலக்கியங்களில் சில கடினமான உரைகள் இருக்கின்றன. ஆனால் இவற்றின் பொருளையும் நோக்கத்தையும் அங்கீகரிக்கப்பட்ட ஆன்மீக குருவிடமிருந்து கற்றுக்கொள்ள வேண்டும். இதுவே வேதங்களைப் புரிந்துகொள்வதற்கான முறை. ஷ்₂ருதி என்றால் அதிகாரம் பெற்ற நபரிடமிருந்து கேட்டறியப்படுவது என்று பொருள். தனது சுயநோக்கத்திற்காக ஏதேனும் ஓர் அர்த்தத்தில் விளக்கம் கொடுக்கக் கூடாது. பகவத் கீதையின் மூல ஸ்லோகங்களுக்குத் தவறான அர்த்தம் கற்பிக்கும் கருத்துரையாளர்கள் பலர் உள்ளனர். சொல்லின் உண்மையான பொருள் விளக்கப்பட வேண்டும். அஃது அங்கீகரிக்கப்பட்ட ஆன்மீக குருவிடமிருந்து கற்றுக் கொண்டதாக இருக்க வேண்டும்.

அக்ரோத₄ என்றால், கோபத்தைக் கட்டுப்படுத்துதல் என்று பொருள். கிளர்ச்சிகளுக்கு மத்தியிலும் ஒருவன் பொறுமையுடன் இருக்க வேண்டும்; ஏனெனில், ஒருமுறை கோபப்பட்டாலும் அவனது உடல் முழுவதும் களங்கமடைகிறது. கோபம் என்பது ரஜோ குணம் மற்றும் காமத்தின் படைப்பாகும், எனவே, தெய்வீகத்தில் நிலைபெற்றவன் கோபத்திலிருந்து தன்னை பாதுகாக்க வேண்டும். *அபைஷு₂னம்* என்றால், அவசியமின்றி பிறரிடம் குற்றம் காணவோ, அவர்களைத் திருத்தவோ கூடாது என்று பொருள். திருடனைத் திருடன் என்று கூறுவது குற்றம் காண்பதல்ல என்பது உண்மையே, ஆனால் நேர்மையான மனிதனைத் திருடன் என்று கூறுவது ஆன்மீக வாழ்வில் முன்னேறிக் கொண்டிருப்பவனுக்கு மிகவும் ஆபத்தான தாகும். *ஹ்ரீ* என்றால், ஒருவன் மிகுந்த நாணத்துடன் இருக்க வேண்டும் என்றும், மோசமான செயல்களைச் செய்யக் கூடாது என்றும் பொருள். *அசாபலம்,* மனவுறுதி என்றால், ஒருவன் தனது முயற்சியில் கிளர்ச்சி அடையவோ, விரக்தி அடையவோ கூடாது என்று பொருள். சில முயற்சிகளில் தோல்வி இருக்கலாம், ஆனால் அதற்காக அவன் வருத்தப்படக் கூடாது; பொறுமையுடனும் உறுதியுடனும் முன்னேற்றம் காண வேண்டும்.

இங்குள்ள தேஜஸ் என்னும் சொல், சத்திரியர்களுக்கானதாகும். அவர்கள் எப்போதும் மிகவும் பலசாலிகளாக, பலவீனமானவர்களுக்குப்

பாதுகாப்புக் கொடுக்கக் கூடியவர்களாக இருக்க வேண்டும். அகிம்சைவாதிகளாகத் தங்களைக் காட்டிக்கொள்ளக் கூடாது. ஹிம்சை தேவைப்பட்டால் அவர்கள் அதனை வெளிப்படுத்த வேண்டும். இருப்பினும், தனது எதிரிகளைக் கட்டுப்படுத்தும் திறன் வாய்ந்தவன், குறிப்பிட்ட சூழ்நிலைகளின் கீழ் மன்னிப்பு வழங்கலாம். சிறிய குற்றங்களை அவன் மன்னிக்கலாம்.

ஷௌ$_2$சம் என்றால், தூய்மை என்று பொருள், மனதிலும் உடலிலும் மட்டுமின்றி தனது நடத்தைகளிலும் ஒருவன் தூய்மையாக இருக்க வேண்டும். இது முக்கியமாக வியாபாரிகளுக்கானது, அவர்கள் கருப்புச் சந்தையில் ஈடுபடக் கூடாது. *நாதி-மானிதா,* மரியாதையை எதிர்பார்க்காமல் இருத்தல். இது வேத நெறிகளின்படி நான்கு வர்ணங்களில் தாழ்ந்த பிரிவாகக் கருதப்படும் தொழிலாளி வகுப்பினரான சூத்திரர்களுக்கு ஏற்றது. அவர்கள் தேவையற்ற பெருமையும் கர்வமும் இன்றி தங்களது சுயநிலையில் இருக்க வேண்டும். சமூக நிலையை தக்க வைப்பதற்காக, உயர் வகுப்பினர்களுக்கு மதிப்பு கொடுத்தல் சூத்திரர்களின் கடமையாகும்.

இங்கே குறிப்பிடப்பட்டுள்ள இருபத்தாறு குணங்களும் தெய்வீக குணங்களாகும். பல்வேறு வர்ணம் மற்றும் ஆஷ்ரமத்திற்கு ஏற்றாற்போல, இவை விருத்தி செய்துகொள்ளப்பட வேண்டும். இதன் விளக்கம் என்னவெனில், ஜட சூழ்நிலைகள் துன்பமயமானவை என்றாலும், எல்லாப் பிரிவுகளைச் சேர்ந்த மனிதர்களாலும் இந்த குணங்கள் வளர்க்கப்பட்டால், பின்னர் படிப்படியாக ஆன்மீக உணர்வின் உயர்தளத்திற்கு உயர்வது சாத்தியம்.

ஸ்லோகம் 4

दम्भो दर्पोऽभिमानश्च क्रोध: पारुष्यमेव च ।
अज्ञानं चाभिजातस्य पार्थ सम्पदमासुरीम् ॥ ४॥

த$_3$ம்போ$_4$ த$_3$ர்போ 'பி$_4$மானஷ்$_2$ ச க்ரோத:$_4$ பாருஷ்யம் ஏவ ச
அஜ்ஞானம்' சாபி$_4$ஜாதஸ்ய பார்த$_2$ ஸம்பத$_3$ம் ஆஸுரீம்

த$_3$ம்ப:$_4$—தற்பெருமை; *த$_3$ர்ப:*—அகந்தை; *அபி$_4$மான:*—வீண் அபிமானம்; *ச*—மேலும்; *க்ரோத:$_4$*—கோபம்; *பாருஷ்யம்*—கொடூரம்; *ஏவ*—நிச்சயமாக; *ச*—மற்றும்; *அஜ்ஞானம்*—அறியாமை; *ச*—மற்றும்; *அபி$_4$ஜாதஸ்ய*—பிறந்தவனின்; *பார்த$_2$*—பிருதாவின் மைந்தனே; *ஸம்பத$_3$ம்*—குணங்கள்; *ஆஸுரீம்*—அசுர இயற்கையின்.

பிருதாவின் மைந்தனே! தற்பெருமை, அகந்தை, வீண் அபிமானம், கோபம், கொடூரம், அறியாமை ஆகியவை அசுர இயல்புடையவர்களின் குணங்களாகும்.

பொருளுரை: இந்த ஸ்லோகத்தில் நரகத்திற்கான ராஜ பாதை விவரிக்கப்பட்டுள்ளது. கொள்கைகளைப் பின்பற்றாவிடினும், ஆன்மீக ஞானத்தில் முன்னேற்றம் பெறுவதாகவும் தர்மத்தைப் பின்பற்றுவதாகவும் அசுரர்கள் வெறும் படம் காட்டுகின்றனர். ஓரளவு கல்வியையோ மிகுந்த செல்வத்தையோ அடைந்துவிட்டால், அவர்கள் எப்போதும் கர்வத்துடனும் அகந்தையுடனும் இருப்பர். மற்றவர்கள் தம்மை வழிபட வேண்டும் என்று அவர்கள் விரும்புகின்றனர், பிறரால் மதிக்கப்படுவதற்கான தகுதி அவர்களிடம் இல்லாவிடினும், மதிப்பளிக்கும்படி வற்புறுத்துகின்றனர். அவர்கள் அற்பமான விஷயங்களில் மிகவும் கோபமுற்று கொடூரமாகப் பேசுகின்றனர், கண்ணியமாக நடந்து கொள்வதில்லை. எதைச் செய்ய வேண்டும் எதைச் செய்யக் கூடாது என்பதை அவர்கள் அறிவதில்லை. தங்களது சொந்த விருப்பத்தின்படி, மனம் போன போக்கில் எதையும் செய்கின்றனர். எந்த ஓர் அதிகாரியையும் அவர்கள் ஏற்பதில்லை. தாயின் கருவில் அவர்களது உடல் தொடங்கியதிலிருந்து இந்த அசுர குணங்கள் உள்ளன. மேலும், அவர்கள் வளரும்போது இந்த குணங்களும் வளர்ந்து அமங்கலமான இத்தன்மைகளை வெளிப்படுத்துகின்றன.

ஸ்லோகம் 5

दैवी सम्पद्विमोक्षाय निबन्धायासुरी मता ।
मा शुचः सम्पदं दैवीमभिजातोऽसि पाण्डव ॥ ५ ॥

தை$_3$வீ ஸம்பத்$_3$ விமோக்ஷாய நிப$_3$ந்தா$_4$யாஸுரீ மதா
மா ஷு$_2$ச: ஸம்பத$_3$ம்' தை$_3$வீம் அபி$_4$ஜாதோ 'ஸி பாண்ட$_3$வ

தை$_3$வீ—தெய்வீகமான; *ஸம்பத்*—குணங்கள்; *விமோக்ஷாய*—முக்திக்கானவை; *நிப$_3$ந்தா$_4$ய*—பந்தப்படுத்துபவையாக; *ஆஸுரீ*—அசுர குணங்கள்; *மதா*—கருதப்படுகின்றன; *மா*—வேண்டாம்; *ஷு$_2$ச:*—கவலைப்பட; *ஸம்பத$_3$ம்*—இயற்கையுடன்; *தை$_3$வீம்*—தெய்வீக; *அபி$_4$ஜாத:*—பிறந்து; *அஸி*—நீ உள்ளாய்; *பாண்ட$_3$வ*—பாண்டுவின் மைந்தனே.

தெய்வீக குணங்கள் முக்தி தரக்கூடியவை, அசுர குணங்களோ பந்தப்படுத்துபவை. பாண்டுவின் மைந்தனே! கவலைப்படாதே, நீ தெய்வீக குணங்களுடன் பிறந்திருக்கிறாய்.

பொருளுரை: அர்ஜுனன் அசுர குணங்களுடன் பிறக்கவில்லை என்று கூறி பகவான் கிருஷ்ணர் அவனை உற்சாகப்படுத்துகிறார். அவன் போரின் நன்மை தீமைகளை கருத்தில் கொள்வதால், அதில் அவனது ஈடுபாடு அசுரத்தனமல்ல. மதிக்கத்தக்கவர்களான பீஷ்மர்,

துரோணர் முதலியோர் கொல்லப்பட வேண்டுமா இல்லையா என்பதை அவன் கருத்தில் கொண்டான். இதிலிருந்து கோபம், வீண் அபிமானம், அல்லது கொடூரத்தின் ஆதிக்கத்தின் கீழ் அவன் செயல்படவில்லை என்பது தெரிகின்றது. எனவே, அவன் அசுர குணத்தில் இல்லை. போரில் ஈடுபடும் சத்திரியனுக்கு, எதிரியின் மீது அம்புகளை எய்தல் தெய்வீகத் தன்மையாகக் கருதப்படுகிறது. அத்தகு கடமையிலிருந்து விலகுதல் அசுரத் தன்மையாகும். எனவே, அர்ஜுனனுக்குக் கவலைப்பட காரணம் ஏதுமில்லை. வாழ்வின் பல்வேறு நிலைகளுக்கென்று உள்ள ஒழுக்க நெறிகளை ஆற்றுபவன் எவனும் தெய்வீக குணத்தில் நிலைபெற்றுள்ளான்.

ஸ்லோகம் 6

द्वौ भूतसर्गौ लोकेऽस्मिन्दैव आसुर एव च ।
दैवो विस्तरशः प्रोक्त आसुरं पार्थ मे शृणु ॥ ६ ॥

த்$_3$வெள பூ$_4$த-ஸர்கௌ$_3$ லோகே 'ஸ்மின் தை$_3$வ ஆஸுர ஏவ ச
தை$_3$வோ விஸ்தரஷ:$_2$ ப்ரோக்த ஆஸுரம்' பார்த$_2$ மே ஷ்$_2$ரு'ணு

த்$_3$வெள—இரண்டு; *பூ$_4$த-ஸர்கௌ$_3$*—படைக்கப்பட்ட உயிர்வாழிகள்; *லோகே*—இவ்வுலகத்தில்; *அஸ்மின்*—இந்த; *தை$_3$வ:*—தெய்வீக மானவர்கள்; *ஆஸுர*—அசுரர்கள்; *ஏவ*—நிச்சயமாக; *ச*—மற்றும்; *தை$_3$வ:*—தெய்வீகமான; *விஸ்தரஷ:$_2$*—விவரமாக; *ப்ரோக்த:*—கூறினேன்; *ஆஸுரம்*—அசுரத்தனமான; *பார்த$_2$*—பிருதாவின் மைந்தனே; *மே*—என்னிடமிருந்து; *ஷ்$_2$ரு'ணு*—கேட்பாயாக.

பிருதாவின் மைந்தனே, இவ்வுலகிலுள்ள படைக்கப்பட்ட உயிர்வாழிகளில், தெய்வீகமானவர்கள், அசுரர்கள் என இரு வகையினர் உள்ளனர். தெய்வீக குணங்களைப் பற்றி ஏற்கனவே மிக விவரமாக உனக்கு விளக்கியுள்ளேன். இனி அசுரர்களின் குணங்களை என்னிடமிருந்து கேட்பாயாக.

பொருளுரை: அர்ஜுனன் தெய்வீக குணங்களுடன் பிறந்துள்ளான் என்பதை அவனிடம் உறுதி செய்த பின், பகவான் கிருஷ்ணர் தற்போது அசுரத்தனமான பாதையை விவரிக்கின்றார். கட்டுண்ட உயிர்வாழிகள் இவ்வுலகில் இரு பிரிவாகப் பிரிக்கப்படுகின்றனர். தெய்வீக குணங்களுடன் பிறந்தவர்கள் ஒழுக்கமான வாழ்வைப் பின்பற்றுகின்றனர்; அதாவது, சாஸ்திர நியமங்களுக்கும் அதிகாரிகளுக்கும் ஏற்ப அவர்கள் செயல்படுகின்றனர். அங்கீகாரம் பெற்ற சாஸ்திரங்களின் ஒளியில் ஒருவன் கடமையை ஆற்ற வேண்டும். இத்தகு மனப்பான்மை தெய்வீகமானதாகக் கூறப்படுகின்றது. சாஸ்திரங்களில் விதிக்கப்பட்டுள்ள ஒழுக்க

நெறிகளைப் பின்பற்றாமல், தனது மனம்போனபோக்கில் இயங்குபவன் அசுரத் தன்மையுடையவன் எனப்படுகின்றான். சாஸ்திரங்களின் ஒழுக்க நெறிகளுக்குக் கீழ்ப்படிதல் என்பதைத் தவிர, அசுரர்களையும், தேவர்களையும் நிர்ணயிப்பதற்கு வேறு எந்தத் தகுதிகளும் இல்லை. இவர்கள் இருவருமே பிரஜாபதியிடமிருந்து பிறந்தவர்கள் என்று வேத இலக்கியங்களில் குறிப்பிடப்பட்டுள்ளது; ஒரே வேற்றுமை என்னவெனில் ஒரு பிரிவினர் வேத நெறிகளுக்குக் கீழ்ப்படிகின்றனர், மற்றவர் கீழ்ப்படிவதில்லை.

ஸ்லோகம் 7

प्रवृत्तिं च निवृत्तिं च जना न विदुरासुराः ।
न शौचं नापि चाचारो न सत्यं तेषु विद्यते ॥ ७॥

ப்ரவ்ரு'த்திம்' ச நிவ்ரு'த்திம்' ச ஜனா ந விது₃ர் ஆஸுரா:
ந ஷௌ₂சம்' நாபி சாசாரோ ந ஸத்யம்' தேஷு வித்₃யதே

ப்ரவ்ரு'த்திம்—முறையான செயல்; *ச*—மற்றும்; *நிவ்ரு'த்திம்*—முறையற்ற செயல்; *ச*—மற்றும்; *ஜனா:*—நபர்கள்; *ந*—இல்லை; *விது:₃*—அறிவது; *ஆஸுரா:*—அசுர குணத்தில்; *ந*—இல்லை; *ஷௌ₂சம்*—தூய்மை; *ந*—இல்லை; *அபி*—கூட; *ச*—மேலும்; *ஆசார:*—நடத்தை; *ந*—இல்லை; *ஸத்யம்*—வாய்மை; *தேஷு*—அவர்களில்; *வித்₃யதே*—இருப்பது.

அசுரத்தன்மை உடையவர்கள், என்ன செய்ய வேண்டும் என்றும் என்ன செய்யக் கூடாது என்றும் அறிவதில்லை. தூய்மையோ, முறையான நடத்தையோ, வாய்மையோ அவர்களில் காணப்படுவதில்லை.

பொருளுரை: நாகரிகமுடைய ஒவ்வொரு மனித சமூகத்திலும் குறிப்பிட்ட சட்டதிட்டங்கள் தொன்றுதொட்டு பின்பற்றப்பட்டு வருகின்றன. அதிலும் குறிப்பாக, வேத நாகரிகத்தைப் பின்பற்று பவர்களும், நாகரிகமான மக்களில் மிகவும் முன்னேறியவர்களாக அறியப்படுபவர்களுமான ஆரியர்களின் மத்தியில், சாஸ்திர விதிகளைப் பின்பற்றாதவர்கள் அசுரர்களாகக் கருதப்படுகின்றனர். எனவே, அசுரர்கள் சாஸ்திர விதிகளை அறியாதவர்கள் என்றும், அவ்விதிகளைப் பின்பற்றுவதற்கான நாட்டமும் இல்லாதவர்கள் என்றும் இங்கே கூறப்பட்டுள்ளது. அவர்களில் பெரும்பாலான நபர்கள் இவ்விதிகளை அறியாதவர்கள்; சிலர் இவற்றை அறிந்திருந்தாலும்கூட, பின்பற்றுவதற்கான இயல்பில்லாதவர்களாக உள்ளனர். அவர்களிடம் நம்பிக்கை இல்லை, வேத நெறிகளின்படி செயல்படுவதற்கான விருப்பமும் இல்லை. அகத்திலும் சரி,

புறத்திலும் சரி, அசுரர்கள் தூய்மையில்லாதவர்கள். நீராடுதல், பற்களைத் துலக்குதல், சவரம் செய்தல், ஆடைகளை மாற்றுதல் முதலிய செயல்களின் மூலம் ஒருவன் எப்பொழுதும் உடலைத் தூய்மையாக வைத்துக்கொள்ள வேண்டும். அகத் தூய்மையைப் பொறுத்தவரை, இறைவனுடைய புனித நாமங்களை எப்பொழுதும் நினைவுகொள்ள வேண்டும். இவ்வாறு ஹரே கிருஷ்ண, ஹரே கிருஷ்ண, கிருஷ்ண கிருஷ்ண, ஹரே ஹரே/ ஹரே ராம, ஹரே ராம, ராம ராம, ஹரே ஹரே என்று உச்சரிக்க வேண்டும். அகம் மற்றும் புறத் தூய்மைக்கான இத்தகு விதிகளை அசுரர்கள் விரும்புவதும் இல்லை, பின்பற்றுவதும் இல்லை.

நடத்தையைப் பொறுத்தவரை, மனித இனத்தின் சட்ட புத்தகமான மனு சம்ஹிதை முதலியவற்றில், மனித நடத்தைக்கு வழிகாட்டும் பற்பல சட்டதிட்டங்கள் இருக்கின்றன. இன்றுவரை இந்துக்கள் மனு சம்ஹிதையைப் பின்பற்றி வருகின்றனர். சொத்துரிமைக்கான சட்டம் மற்றும் பல சட்டங்கள் இப்புத்தகத்திலிருந்து வரையறுக்கப்பட்டவை. பெண்களுக்கு சுதந்திரம் கொடுக்கப்படக் கூடாது என்று மனு சம்ஹிதையில் தெளிவாகக் கூறப்பட்டுள்ளது. இதன் பொருள், பெண்களை அடிமைகளாக வைத்திருக்க வேண்டும் என்பதல்ல, மாறாக அவர்கள் குழந்தைகளைப் போன்றவர்கள். குழந்தைகளுக்கு சுதந்திரம் கொடுக்கப்படுவதில்லை, ஆனால் அவர்கள் அடிமைகளாக இருக்க வேண்டும் என்று அர்த்தமில்லை. இத்தகு விதிகளை அசுரர்கள் தற்போது புறக்கணித்துவிட்டனர். ஆண்களுக்கு சமமாக பெண்களுக்கும் சுதந்திரம் கொடுக்கப்பட வேண்டும் என்று அவர்கள் எண்ணுகின்றனர். இருப்பினும், உலகத்தின் சமூக நிலையை இஃது ஒன்றும் விருத்தி செய்துவிடவில்லை. உண்மையில், வாழ்வின் ஒவ்வொரு நிலையிலும் பெண் பாதுகாக்கப்பட வேண்டியவள். அவள் தனது சிறு வயதில் தந்தையாலும், இளம் வயதில் கணவனாலும், முதுமையில் வளர்ந்த பிள்ளைகளாலும் பாதுகாக்கப்பட வேண்டும். மனு சம்ஹிதையின்படி இதுவே முறையான சமூக நடத்தை. ஆனால் நவீனக் கல்விமுறையோ, பெண்களின் வாழ்வைப் பற்றிய ஒரு கர்வமான கருத்தை செயற்கையாக வடிவமைத்துள்ளது. இதனால் திருமணம் என்பது தற்போது ஒரு கற்பனையாக ஆகி விட்டது. மேலும், பெண்களின் நன்நடத்தையும் தற்காலத்தில் நன்றாக இல்லை. இவ்வாறாக சமூகத்திற்கு நன்மை பயக்கும் நெறிகளை அசுரர்கள் ஏற்பதில்லை, மேலும், சிறந்த சாதுக்களின் அனுபவத்தையும், அவர்களால் வகுக்கப்பட்ட சட்டதிட்டங்களையும் அசுரர்கள் பின்பற்றாத காரணத்தால், அவர்களது சமூக நிலை மிகவும் துன்பமயமாக உள்ளது.

ஸ்லோகம் 8

असत्यमप्रतिष्ठं ते जगदाहुरनीश्वरम् ।
अपरस्परसम्भूतं किमन्यत्कामहैतुकम् ॥ ८ ॥

அஸத்யம் அப்ரதிஷ்ட₂ம்' தே ஜக₃த்₃ ஆஹுர் அனீஷ்₂வரம்
அபரஸ்பர-ஸம்பூ₄தம்' கிம் அன்யத் காம-ஹைதுகம்

அஸத்யம்—உண்மையற்றது; *அப்ரதிஷ்ட₂ம்*—ஆதாரமற்றது; *தே*—அவர்கள்; *ஜக₃த்*—இந்த பிரபஞ்சம்; *ஆஹு:*—கூறுகின்றனர்; *அனீஷ்₂வரம்*—கட்டுப்படுத்துபவர் இல்லாமல்; *அபரஸ்பர*—காரணமின்றி; *ஸம்பூ₄தம்*—தோன்றியது; *கிம் அன்யத்*—வேறு காரணம் எதுவும் இல்லை; *காம-ஹைதுகம்*—காமத்தின் காரணத்தினால் மட்டுமே.

அவர்கள், இவ்வுலகம் பொய்யென்றும், அஸ்திவாரம் இல்லாதது என்றும், கட்டுப்படுத்தும் கடவுள் எவரும் இல்லை என்றும் கூறுகின்றனர். காம இச்சையால் உண்டாக்கப்பட்டதாகவும், காமத்தைத் தவிர இதற்கு வேறு காரணம் இல்லை என்றும் அவர்கள் சொல்கின்றனர்.

பொருளுரை: இவ்வுலகம் மாய கற்பனையின் ஒரு தோற்றம் என்றும், காரணமும் விளைவும் இல்லாத, ஆள்பவர் இல்லாத, மற்றும் நோக்கம் இல்லாத இஃது, உண்மையானது அல்ல என்றும் அசுரத் தன்மையினர் முடிவு செய்கின்றனர். ஜடச் செயல்களாலும் அவற்றின் விளைவுகளாலும், சந்தர்ப்பவசத்தால் இந்த பிரபஞ்சம் தோன்றியது என்றும் அவர்கள் கூறுகின்றனர். இந்த உலகம் ஒரு குறிப்பிட்ட நோக்கத்திற்காக கடவுளால் படைக்கப்பட்டது என்று அவர்கள் எண்ணுவதில்லை. அவர்கள் தங்களது சுயக் கொள்கையை உருவாக்குகின்றனர்: "உலகம் தனது சுயவழியில் தானாகவே வந்துள்ளது, இதற்குப் பின்னால் கடவுள் ஒருவர் இருப்பதாக நம்புவதற்கு காரணம் ஏதும் இல்லை. ஜடத்திற்கும் ஆத்மாவிற்கும் வேறுபாடு இல்லை" என்று கருதும் அவர்கள் பரம ஆத்மாவையும் ஏற்பதில்லை. எல்லாம் வெறும் ஜடமே, இந்த முழு பிரபஞ்சமும் மாயையின் ஒரு படைப்பே. அவர்களைப் பொறுத்தவரை, அனைத்தும் சூன்யமாகும். மேலும், நமக்குத் தோன்றும் தோற்றங்கள் யாவும் நமது பார்வையிலுள்ள அறியாமையினால் காணப்படுகின்றன. தோற்றங்களில் உள்ள எல்லா வேறுபாடுகளையும் அவர்கள் அறியாமையின் காட்சியாக எடுத்துக்கொள்கின்றனர். "கனவில் நாம் பல்வேறு பொருட்களைப் படைக்கின்றோம், அவற்றிற்கு உண்மையான இருப்புகிடையாது; விழித்தெழுந்த உடன் நாம் கண்டது எல்லாமே கனவு தான் என்பதை அறிகின்றோம்" அதுபோலவே

இவ்வுலகின் படைப்புகள் என்று அவர்கள் எண்ணுகின்றனர். ஆனால் உண்மை என்னவெனில், வாழ்க்கை ஒரு கனவே என்று அசுரர்கள் கூறும்போதிலும், அந்தக் கனவை அனுபவிப்பதில் அவர்கள் மிகவும் திறமைசாலிகளாக இருக்கின்றனர். எனவே, ஞானத்தை அடைவதற்குப் பதிலாக தங்களது கனவுலகத்தில் மேன்மேலும் அவர்கள் சிக்கிக்கொள்கின்றனர். ஆணுக்கும், பெண்ணுக்கும் இடையிலான உடலுறவினால் குழந்தைப் பிறப்பதைப் போல, எந்த ஆத்மாவும் இன்றி இவ்வுலகம் தோன்றியுள்ளது என்றும் அவர்கள் முடிவு கட்டுகின்றனர். ஜடத்தின் கலவையினால் உயிர்வாழிகள் உண்டாக்கப்பட்டனர் என்பதும், ஆத்மா என்ற கேள்விக்கே இடமில்லை என்பதும் அவர்களது எண்ணமாகும். வியர்வையி லிருந்தும் இறந்துபோன உடலிலிருந்தும் காரணம் ஏதுமின்றி எவ்வாறு பல உயிரினங்கள் வெளிவருகின்றனவோ, அதுபோல பிரபஞ்சத் தோற்றத்தின் ஜடக் கலவைகளிலிருந்து முழு உலகமும் வெளிவந்துள்ளது. எனவே, இந்தப் படைப்பிற்கு ஜட இயற்கையே காரணம், வேறு எந்த காரணமும் இல்லை. பகவத் கீதையிலுள்ள கிருஷ்ணரின் வார்த்தைகளில் அவர்களுக்கு நம்பிக்கை இல்லை— *மயாத்$_4$யக்ஷேண ப்ரக்ரு'தி: ஸூயதே ஸ–சராசரம்.* "என்னுடைய வழிகாட்டலின் கீழ் இந்த முழு ஜடவுலகமும் இயங்கிக் கொண்டுள்ளது." வேறுவிதமாகக் கூறினால், உலகின் படைப்பைப் பற்றிய பக்குவமான அறிவு அசுரர்களிடையே இல்லை; அவர்களில் ஒவ்வொருவரும் தனக்குச் சொந்தமான ஒரு குறிப்பிட்ட கொள்கையை கொண்டுள்ளனர். அவர்களைப் பொறுத்தவரை, சாஸ்திரங்களைப் பற்றிய ஒருவரது விளக்கம், மற்றவரது விளக்கத்தைப் போன்றே நல்லதாகும்; ஏனெனில், சாஸ்திர வாக்குகளை முறையாகப் புரிந்துகொள்ள முடியும் என்பதை அவர்கள் நம்புவதில்லை.

ஸ்லோகம் 9

एतां दृष्टिमवष्टभ्य नष्टात्मानोऽल्पबुद्धयः ।
प्रभवन्त्युग्रकर्माणः क्षयाय जगतोऽहिताः ॥ ९ ॥

ஏதாம்' த்$_3$ரு'ஷ்டிம் அவஷ்டப்$_4$ய நஷ்டாத்மானோ 'ல்ப-பு$_3$த்$_3$த$_4$ய:
ப்ரப$_4$வந்த்யுக்$_3$ர-கர்மாண: க்ஷயாய ஜக$_3$தோ 'ஹிதா:

ஏதாம்—இந்த; *த்$_3$ரு'ஷ்டிம்*—பார்வையை; *அவஷ்டப்$_4$ய*—ஏற்றுக் கொண்டு; *நஷ்ட*—இழந்த; *ஆத்மான:*—தம்மை; *அல்ப-பு$_3$த்$_3$த$_4$ய:*—சிற்றறிவு உடையோர்; *ப்ரப$_4$வந்தி*—வளர்கின்றனர்; *உக்$_3$ர-கர்மாண:*—துன்பம் தரும் செயல்களில் ஈடுபட்டு; *க்ஷயாய*—அழிப்பதற்கான; *ஜக$_3$த:*—உலகத்தின்; *அஹிதா:*—பலனற்ற.

இத்தகு முடிவுகளைப் பின்பற்றி, அறிவில்லாதவர்களும் தம்மை இழந்தவர்களுமான அசுரர்கள், உலகத்தை அழிப்பதற்கான பலனற்ற கொடூரமான செயல்களில் ஈடுபடுகின்றனர்.

பொருளுரை: உலகத்தை அழிவிற்குக் கொண்டு செல்லும் செயல்களில் அசுரர்கள் ஈடுபட்டுள்ளனர். அவர்கள் "அற்ப புத்தியுடையவர்கள்" என்று இறைவன் இங்கே கூறுகின்றார். கடவுளைப் பற்றிய அறிவற்ற ஜடவாதிகள், தாங்கள் முன்னேறுவதாக எண்ணிக் கொண்டுள்ளனர். ஆனால் பகவத் கீதையின்படி, அவர்கள் புத்தியில்லாதவர்கள், துளியும் அறிவற்றவர்கள். இந்த ஜடவுலகை முடிந்தவரை அனுபவிக்க அவர்கள் முயல்கின்றனர், ஆதலால் புலனுகர்ச்சிக்காக ஏதேனும் ஒன்றைக் கண்டுபிடிப்பதில் அவர்கள் எப்பொழுதும் ஈடுபட்டுள்ளனர். இத்தகைய பௌதிக கண்டுபிடிப்புகள் மனித சமூகத்தின் முன்னேற்றமாகக் கருதப்படுகின்றன; ஆனால் அவற்றின் விளைவு, மக்கள் மேன்மேலும் வன்முறையாளர்களாகவும் கொடூரமானவர்களாகவும் வளர்கின்றனர், மிருகங்களிடமும் இதர மனிதர்களிடமும் கொடூரமாக நடந்து கொள்கின்றனர். மற்றவர்களிடம் எவ்வாறு நடந்துகொள்ள வேண்டும் என்பதைப் பற்றிய கருத்து அவர்களிடம் இல்லை. மிருகவதை அசுர மக்களிடையே மிகவும் பரவலாகக் காணப்படுகின்றது. இத்தகு மக்கள் உலகின் எதிரிகளாகக் கருதப்படுகின்றனர்; ஏனெனில், எல்லாருக்கும் அழிவைக் கொடுக்கும் ஏதேனும் ஒன்றை இவர்கள் இறுதியில் கண்டுபிடிக்கவோ, உண்டாக்கவோ செய்வர். உலகம் முழுவதும் தற்போது பெருமைபட்டுக்கொண்டுள்ள அணு ஆயுதக் கண்டுபிடிப்பினை இந்த ஸ்லோகம் மறைமுகமாக முன்னறிவிக்கின்றது. எந்த நேரத்திலும் போர் வரலாம், இந்த அணு ஆயுதங்கள் பெரும் நாசத்தை உண்டு பண்ணலாம். இத்தகு விஷயங்கள் உலகினை அழிப்பதற்காக மட்டுமே படைக்கப்பட்டுள்ளன, இஃது இங்கே சுட்டிக்காட்டப் படுகின்றது. இறையுணர்வு இல்லாததால், மனித சமூகத்தில் இத்தகு ஆயுதங்கள் கண்டுபிடிக்கப்படுகின்றன; இவை உலக அமைதிக்காகவோ வளமைக்காகவோ அல்ல.

ஸ்லோகம் 10

काममाश्रित्य दुष्पूरं दम्भमानमदान्विताः ।
मोहाद्गृहीत्वासद्ग्राहान्प्रवर्तन्तेऽशुचिव्रताः ॥ १० ॥

காமம் ஆஷ்$_2$ரித்ய து$_3$ஷ்பூரம்' த$_3$ம்ப$_4$-மான-மதா$_3$ன்விதா:
மோஹாத்$_3$ க்$_3$ரு'ஹீத்வாஸத்$_3$-க்$_3$ராஹான் ப்ரவர்தந்தே 'ஷு$_2$சி-வ்ரதா:

காமம்—காமத்திடம்; *ஆஷ்$_2$ரித்ய*—தஞ்சமடைந்து; *து$_3$ஷ்பூரம்*—திருப்தியடையாத; *த$_3$ம்ப$_4$*—தற்பெருமை; *மான*—பொய் கௌரவத்தின்; *மத$_3$-அன்விதா:*—உயர் அபிப்பிராயத்தில் மூழ்கி; *மோஹாத்*—மயக்கத்தால்; *க்$_3$ரு'ஹீத்வா*—ஏற்றுக் கொண்டு; *அஸத்*—நிரந்தரமற்ற; *க்$_3$ராஹான்*—விஷயங்களை; *ப்ரவர்தந்தே*—வளர்கின்றனர்; *அஷு$_2$சி*—தூய்மையற்ற; *வ்ரதா*—விரதம் கொண்டு.

அசுரத் தன்மையுடையவர்கள், திருப்தியடையாத காமத்திடம் தஞ்சமடைந்து, கர்வம் மற்றும் பொய் கௌரவத்தின் கவர்ச்சியில் மூழ்கி மயக்கப்பட்டுள்ளனர். எப்போதும் தூய்மையற்ற விரதங்களில் ஈடுபடும் அவர்கள் நிரந்தரமற்ற பொருட்களால் கவரப்படுகின்றனர்.

பொருளுரை: அசுர மனப்பான்மை இங்கே விவரிக்கப்படுகின்றது. அசுரர்களின் காமம் என்றும் திருப்தியடைவதில்லை. பௌதிக இன்பத்திற்கான திருப்தி செய்ய முடியாத தங்களது ஆசைகளை அவர்கள் மேன்மேலும் அதிகரித்துக் கொண்டே போவார்கள். நிரந்தரமற்ற விஷயங்களை ஏற்பதால் அவர்கள் எப்போதும் ஏக்கம் நிறைந்தவர்களாக உள்ளனர். இருப்பினும் மயக்கத்தினால் இத்தகு செயல்களில் தொடர்ந்து ஈடுபடுகின்றனர். அவர்களுக்கு அறிவு இல்லை, தவறான வழியில் முன்னோக்கிச் செல்கிறோம் என்பதைக் காண முடியாது. நிரந்தரமற்ற விஷயங்களை ஏற்கும் அத்தகு அசுர மக்கள் தங்களுக்கென ஒரு கடவுளை உருவாக்கி, தங்களது சொந்த மந்திரங்களைப் படைத்து, அவற்றை உச்சரிக்கவும் செய்கின்றனர். அதன் விளைவு என்னவெனில், காம சுகம், பௌதிக சொத்துக்களை குவித்தல் ஆகிய இரண்டு விஷயங்களில் அவர்கள் மேன்மேலும் கவரப்படுகின்றனர். *அஷு$_2$சி-வ்ரதா:,* "தூய்மையற்ற விரதங்கள்" என்னும் சொல் இவ்விஷயத்தில் மிகவும் குறிப்பிடத்தக்கதாகும். அத்தகு அசுர மக்கள், மது, மங்கை, சூது, மாமிச உணவு ஆகியவற்றால் மட்டுமே கவரப்படுகின்றனர்; இவையே அவர்களது *அஷு$_2$சி,* தூய்மையற்ற பழக்கங்களாகும். கர்வத்தாலும் பொய் கௌரவத்தாலும் தூண்டப்பட்டு, அவர்கள் வேத நெறிகளால் அங்கீகரிக்கப்படாத சில மதக் கொள்கைகளை உருவாக்குகின்றனர். இத்தகைய அசுரர்கள் உலகத்தில் மிகவும் வெறுக்கத்தக்கவர்களாக இருந்தாலும், செயற்கையான முறைகளால் உலகம் அவர்களுக்கு ஒரு பொய்யான மரியாதையை உண்டாக்குகின்றது. அவர்கள் நரகத்தை நோக்கிச் சென்றாலும் தம்மை மிகவும் முன்னேற்றம் அடைந்தவர்களாக எண்ணிக்கொள்கின்றனர்.

ஸ்லோகங்கள் 11–12

चिन्तामपरिमेयां च प्रलयान्तामुपाश्रिताः ।
कामोपभोगपरमा एतावदिति निश्चिताः ॥ ११ ॥
आशापाशशतैर्बद्धाः कामक्रोधपरायणाः ।
ईहन्ते कामभोगार्थमन्यायेनार्थसञ्चयान् ॥ १२ ॥

சிந்தாம் அபரிமேயாம்' ச ப்ரலயாந்தாம் உபாஷ்$_2$ரிதா:
காமோபபோ$_4$க$_3$-பரமா ஏதாவத்$_3$ இதி நிஷ்$_2$சிதா:

ஆஷா$_2$-பாஷ$_2$-ஷ$_2$தைர் ப$_3$த்$_3$தா:$_4$ காம-க்ரோத$_4$-பராயணா:
ஈஹந்தே காம-போ$_4$கா$_3$ர்த$_2$ம் அன்யாயேனார்த$_2$-ஸஞ்சயான்

சிந்தாம்—பயங்களும் கவலைகளும்; *அபரிமேயாம்*—அளவற்றவை; *ச*—மற்றும்; *ப்ரலய-அந்தம்*—மரணம் வரை; *உபாஷ்$_2$ரிதா:*—அடைக்கலம் கொண்டு; *காம-உபபோ$_4$க$_3$*—புலனுகர்ச்சி; *பரமா:*—வாழ்வின் மிகவுயர்ந்த குறிக்கோளாக; *ஏதாவத்*—இவ்வாறு; *இதி*—இவ்வழியில்; *நிஷ்$_2$சிதா:*—நிச்சயமாக; *ஆஷா$_2$-பாஷ$_2$*—ஆசைகள் என்னும் கயிறுகளால்; *ஷ$_2$தை:*—நூற்றுக்கணக்கான; *ப$_3$த்$_3$தா:$_4$*—பந்தப்பட்டு; *காம*—காமம்; *க்ரோத:$_4$*—கோபத்தின்; *பராயணா:*—மனோநிலையில் எப்போதும் நிலைபெற்று; *ஈஹந்தே*—அவர்கள் விரும்புகின்றனர்; *காம*—காமம்; *போ$_4$க:$_3$*—புலனின்பம்; *அர்த$_2$ம்*—நோக்கத்திற்காக; *அன்யாயேன*—அநியாயமாக; *அர்த$_2$*—செல்வத்தை; *ஸஞ்சயான்*—சேகரிக்கின்றனர்.

மனித நாகரிகத்தின் முக்கியத் தேவை புலன்களை திருப்தி செய்வதே என்று அவர்கள் நம்புகின்றனர். இவ்வாறாக வாழ்வின் இறுதிவரையுள்ள அவர்களது கவலைகள் அளக்க முடியாதவை. ஆசைகள் என்னும் நூற்றுக்கணக்கான கயிறுகளால் பந்தப்படுத்தப்பட்டு, காமத்திலும் கோபத்திலும் மூழ்கி, அவர்கள் புலனுகர்ச்சிக்காக அநியாயமான வழிகளில் செல்வத்தைச் சேகரிக்கின்றனர்.

பொருளுரை: புலனின்பமே வாழ்வின் இறுதிக் குறிக்கோள் என்று ஏற்கும் அசுரர்கள், அக்கருத்தினை மரணம்வரை தொடர்கின்றனர். மரணத்திற்குப் பிறகு வாழ்க்கை உள்ளது என்பதை அவர்கள் நம்புவதில்லை, ஒருவன் இவ்வுலகில் செய்யும் செயல்களுக்கு (கர்மத்திற்கு) ஏற்ப பல்வேறு விதமான உடல்களை அடைகின்றான் என்பதிலும் அவர்களுக்கு நம்பிக்கை இல்லை. வாழ்க்கைக்கான அவர்களது திட்டங்கள் எப்போதும் முடிவுறுவதில்லை, திட்டத்திற்கு மேல் திட்டம் தீட்டிக் கொண்டே செல்கின்றனர், இத்திட்டங்கள் எதுவும் ஒருபோதும் முடிவுறப் போவதில்லை. அத்தகைய அசுரத் தன்மையுடைய ஒருவரைப் பற்றிய சுய அனுபவம் எமக்கு உள்ளது,

அவர் மரணத் தறுவாயிலும்கூட, தனது வாழ்நாளை நான்கு வருடங்களாவது நீட்டிக்குமாறு மருத்துவரிடம் வேண்டினார். ஏனெனில் அவரது திட்டங்கள் இன்னும் முடிவு பெறவில்லை. வாழ்க்கையின் ஒரு கணத்தைக்கூட மருத்துவரால் நீட்டிக்க முடியாது என்பதை இத்தகு முட்டாள் மக்கள் அறிவதில்லை. கட்டளை வந்து விட்டால், மனிதனுடைய ஆசைக்கு இடமே இல்லை. ஒருவன் எவ்வளவு காலம் அனுபவிக்க வேண்டும் என்று விதிக்கப்பட்டுள்ளதோ, அதற்கு மேல் ஒரு நொடியைக்கூட இயற்கையின் சட்டங்கள் அனுமதிப்பதில்லை.

கடவுளின் மீதோ தன்னுள் இருக்கும் பரமாத்மாவின் மீதோ நம்பிக்கை இல்லாத அசுரத் தன்மையுடைய மனிதன், வெறும் புலனுகர்ச்சிக்காக எல்லாவிதமான பாவச் செயல்களையும் செய்கின்றான். தனது இதயத்திற்குள் ஒரு சாட்சி அமர்ந்திருப்பதை அவன் அறியான். அந்த பரமாத்மா தனிப்பட்ட ஆத்மாவின் செயல்களை கவனித்துக் கொண்டிருக்கின்றார். உபநிஷதங்களில் கூறப்பட்டிருப்பதைப் போல, ஒரு மரத்தில் இரண்டு பறவைகள் அமர்ந்துள்ளன; செயல்படும் பறவையான ஒன்று, கிளைகளின் கனியை உண்டு, இன்புறவோ துன்புறவோ செய்கின்றது. மற்றதோ சாட்சியாக இருக்கின்றது. ஆனால் அசுரத் தன்மையுடையவனுக்கு வேத இலக்கியங்களைப் பற்றிய அறிவு இல்லை, எந்த நம்பிக்கையும் இல்லை; எனவே விளைவுகளைப் பற்றி சிந்திக்காமல் புலனின்பத்திற்காக எதையும் செய்வதை அவன் சகஜமாக உணர்கிறான்.

ஸ்லோகங்கள் 13–15

इदमद्य मया लब्धमिमं प्राप्स्ये मनोरथम् ।
इदमस्तीदमपि मे भविष्यति पुनर्धनम् ॥ १३ ॥
असौ मया हतः शत्रुर्हनिष्ये चापरानपि ।
ईश्वरोऽहमहं भोगी सिद्धोऽहं बलवान्सुखी ॥ १४ ॥
आढ्योऽभिजनवानस्मि कोऽन्योऽस्ति सदृशो मया ।
यक्ष्ये दास्यामि मोदिष्य इत्यज्ञानविमोहिताः ॥ १५ ॥

இத$_3$ம் அத்$_3$ய மயா லப்$_3$த$_4$ம் இமம்' ப்ராப்ஸ்யே மனோரத$_2$ம்
இத$_3$ம் அஸ்தீத$_3$ம் அபி மே ப$_4$விஷ்யதி புனர் த$_4$னம்

அஸௌ மயா ஹத: ஷ$_2$த்ருர் ஹனிஷ்யே சாபரான் அபி
ஈஷ்$_2$வரோ 'ஹம் அஹம்' போ$_4$கீ$_3$ ஸித்$_3$தோ$_4$ 'ஹம்' ப$_3$லவான் ஸுகீ$_2$

ஆட்$_4$யோ 'பி$_4$ஜனவான் அஸ்மி கோ 'ன்யோ 'ஸ்தி ஸத்$_3$ரு'ஷோ$_2$ மயா
யக்ஷ்யே தா$_3$ஸ்யாமி மோதி$_3$ஷ்ய இத்யஜ்ஞான-விமோஹிதா:

இத₃ம்—இந்த; *அத்₃ய*—இன்று; *மயா*—என்னால்; *லப்₃த₄ம்*—அடையப்பட்டது; *இமம்*—இந்த; *ப்ராப்ஸ்யே*—அடைவேன்; *மன:-ரத₂ம்*—எனது ஆசைகளுக்கு ஏற்ப; *இத₃ம்*—இந்த; *அஸ்தி*—இருக்கின்றது; *இத₃ம்*—இந்த; *அபி*—கூட; *மே*—எனது; *ப₄விஷ்யதி*—எதிர்காலத்தில் அது அதிகமாகும்; *புன:*—மீண்டும்; *த₄னம்*—செல்வம்; *அஸௌ*—அதுவும்; *மயா*—என்னால்; *ஹத:*—கொல்லப்பட்டனர்; *ஷ₂த்ரு*—எதிரி; *ஹனிஷ்யே*—கொல்வேன்; *ச*—மேலும்; *அபரான்*—மற்றவர்கள்; *அபி*—நிச்சயமாக; *ஈஷ்₂வர:*—இறைவன்; *அஹம்*—நானே; *அஹம்*—நானே; *போ₄கீ₃*—அனுபவிப்பவன்; *ஸித்₃த:₄*—பக்குவமானவன்; *அஹம்*—நானே; *ப₃ல-வான்*—பலமுடையவன்; *ஸுகீ₂*—மகிழ்ச்சியானவன்; *ஆட்₄ய:*—செல்வமுடையவன்; *அபி₄ஜன-வான்*—செல்வச் செழிப்புமிக்க உறவினர்களால் சூழப்பட்டவன்; *அஸ்மி*—நானே; *க:*—யார்; *அன்ய*—வேற்று நபர்; *அஸ்தி*—இருக்கின்றனர்; *ஸத்₃ரு'ஷ:₂*—போல; *மயா*—என்னை; *யக்ஷ்யே*—யாகம் செய்வேன்; *தா₃ஸ்யாமி*—தானம் செய்வேன்; *மோதி₃ஷ்ய*—இன்பமாக இருப்பேன்; *இதி*—இவ்வாறு; *அஜ்ஞான*—அறியாமையால்; *விமோஹிதா:*—மயக்கப்பட்டு.

அசுரத் தன்மையுடையவன் எண்ணுகின்றான்: "இன்று என்னிடம் இவ்வளவு சொத்து உள்ளது, எனது திட்டங்களின்படி நான் நிறைய இலாபம் அடையப் போகின்றேன். தற்போது இவ்வளவு என்னுடையதாக இருக்கின்றது, எதிர்காலத்தில் இது மேன்மேலும் பெருகும். அவன் என்னுடைய எதிரி, அவனை நான் கொன்றுவிட்டேன், என்னுடைய மற்ற எதிரிகளும் கொல்லப்படுவர். நானே எல்லாவற்றின் இறைவன். நானே அனுபவிப்பாளன். நானே பக்குவமானவனும், பலமுடையவனும், மகிழ்ச்சியானவனும் ஆவேன். செல்வாக்குமிக்க உறவினர்களால் சூழப்பட்ட மிகப்பெரிய செல்வந்தன் நானே. என்னைப் போன்று சக்தியுடையவனும் மகிழ்பவனும் வேறு யாரும் இல்லை. நான் யாகங்கள் செய்வேன், தானங்கள் கொடுப்பேன், இவ்வாறு இன்பாக இருப்பேன்." இவ்விதமாக, அத்தகு மக்கள் அறியாமையினால் மயக்கப்பட்டுள்ளனர்.

ஸ்லோகம் 16

अनेकचित्तविभ्रान्ता मोहजालसमावृताः ।
प्रसक्ताः कामभोगेषु पतन्ति नरकेऽशुचौ ॥ १६ ॥

அனேக-சித்த-விப்₄ராந்தா மோஹ-ஜால-ஸமாவ்ரு'தா:
ப்ரஸக்தா: காம-போ₄கே₃ஷு பதந்தி நரகே 'ஷு₂சௌ

அனேக—எண்ணற்ற; *சித்த*—கவலைகளால்; *விப்₄ராந்தா:*—குழப்பமுற்று; *மோஹ*—மோகத்தின்; *ஜால*—வலையினால்; *ஸமாவ்ரு'தா:*—சூழப்பட்டு;

ப்ரஸக்தா:—பற்றுதல் கொண்டு; *காம-போ$_4$கே$_3$ஷு*—புலனுகர்ச்சியில்; *பதந்தி*—இழிகின்றனர்; *நரகே*—நரகத்திற்கு; *அஷு$_2$சௌ*—தூய்மையற்ற.

இவ்வாறு அநேக கவலைகளால் குழப்பமுற்று மோகத்தின் வலையினால் சூழப்பட்ட அவர்கள், புலனின்பத்தில் பலமான பற்றுடையவர்களாகி நரகத்தில் வீழ்ச்சியுறுகின்றனர்.

பொருளுரை: செல்வத்தைச் சேர்க்கும் தனது ஆசையின் எல்லையினை அசுரத் தன்மையுடையவன் அறிவதில்லை. அது வரம்பற்றதாகும். தன்னிடம் தற்போது இவ்வளவு செல்வம் உள்ளது என்றும், இருக்கும் செல்வத்தை மேன்மேலும் ஈடுபடுத்துவதற்கான திட்டங்கள் யாவை என்பதை மட்டுமே அவன் எண்ணுகின்றான். இதற்காக அவன் எந்த பாவகரமான வழியிலும் ஈடுபடத் தயங்குதில்லை, எனவே, அநியாயமான இன்பத்திற்காக அவன் கள்ளச் சந்தையில் ஈடுபடுகின்றான். அவனிடம் ஏற்கனவே இருக்கும் நிலம், குடும்பம், வீடு, மற்றும் வங்கியிருப்பினால் மிகவும் மயக்கப்பட்டு, அவற்றை அதிகரிப்பதற்காக அவன் எப்போதும் திட்டமிட்டுக் கொண்டுள்ளான். தனது சொந்த பலத்தில் நம்பிக்கைக் கொண்டுள்ள அவன், தன்னால் அடையப்படுபவை தனது கடந்தகால நற்செயல்களின் விளைவே என்பதை அறியாதவனாக இருக்கின்றான். இத்தகு விஷயங்களைச் சேகரிப்பதற்கு அவனுக்கு ஒரு வாய்ப்பு கொடுக்கப்பட்டுள்ளது, ஆனால் தனது முந்தைய காரணங்களைப் பற்றிய எந்த அறிவும் அவனிடம் இல்லை. தன்னுடைய பெரும் சொத்துக்கள் அனைத்திற்கும் தனது சொந்த முயற்சியே காரணம் என்று அவன் எண்ணிக் கொண்டுள்ளான். அசுரத் தன்மையினன் தனது சொந்த செயல்களின் வலிமையில் நம்பிக்கையுடன் இருக்கின்றான், கர்மத்தின் விதிகளை நம்புவதில்லை. கர்ம விதிகளின்படி, ஒரு மனிதன் உயர் குடும்பத்தில் பிறக்கிறான், அல்லது செல்வந்தனாக ஆகிறான், அல்லது மிகுந்த கல்வியறிவைப் பெறுகிறான், அல்லது மிகவும் அழகானவனாக இருக்கிறான்—இவை அவனால் முன்பு செய்யப்பட்ட நற்செயல்களின் விளைவுகளே. ஆனால் அசுரத் தன்மை உடையவனோ இவையெல்லாம் தற்செயலானவை என்றும், தனது சொந்த திறமையின் வலிமையால் சேர்க்கப்பட்டவை என்றும் எண்ணுகின்றான். பலதரப்பட்ட மக்கள், அழகு, மற்றும் கல்விக்குப் பின்னால் ஓர் ஏற்பாடு இருப்பதை அவன் உணர்வதில்லை. இத்தகு அசுரத் தன்மையுடைய மனிதனிடம் போட்டிக்கு வரும் எவனுமே அவனது எதிரியாகி விடுகிறான். அசுரத் தன்மையுடைய மக்கள் பலர் இருக்கின்றனர், இவர்களில் ஒவ்வொருவனும் மற்றொருவனுக்கு எதிரியே. இந்த விரோதம்

மேன்மேலும் ஆழமாகிக் கொண்டே செல்கின்றது—நபர்களுக்கு இடையில், பின்னர் குடும்பங்களுக்கு இடையில், சமூகங்களுக்கு இடையில் என்று இறுதியில் நாடுகளுக்கு இடையில் இந்த விரோதம் வளர்கின்றது. இவ்வாறு சச்சரவு, போர், மற்றும் விரோதங்கள் உலகெங்கும் தொடர்கின்றன.

மற்ற எல்லாருடைய தியாகத்தின் மூலம் தான் வாழலாம் என்று ஒவ்வொரு அசுரத் தன்மையினனும் நினைக்கின்றான். பொதுவாக அசுரத் தன்மையுடையவன் தன்னையே பரம புருஷ பகவானாக எண்ணுகின்றான். மேலும், அத்தகு சுபாவமுடையவன் தன்னைப் பின்பற்றுபவர்களிடம் பிரச்சாரம் செய்கிறான்: "கடவுளை நீங்கள் ஏன் எல்லா இடங்களிலும் தேடிக் கொண்டுள்ளீர்? நீங்களே கடவுள்! நீங்கள் எதை விரும்பினாலும் அதைச் செய்யலாம். கடவுளை நம்பாதீர், கடவுளைத் தூக்கியெறியுங்கள். கடவுள் இறந்து விட்டான்." இவையே அசுரர்களின் பிரச்சாரங்கள்.

தனக்கு சமமான அல்லது தன்னைவிட அதிகமான செல்வமும் செல்வாக்கும் உடைய நபர்களை அசுரத் தன்மையினன் கண்டாலும்கூட, தன்னைவிடச் செல்வந்தர் யாரும் இல்லை என்றும், தன்னைவிடச் செல்வாக்கு உடையவர் யாரும் அல்லர் என்றும் நினைக்கின்றான். உயர் கிரகங்களுக்கு ஏற்றம் பெறுவதைப் பொறுத்தவரை, யாகங்கள் செய்வதில் அவனுக்கு நம்பிக்கை இல்லை. தமது சுயமான முறையில் யாகங்களை உருவாக்கலாம் என்றும், ஏதேனும் இயந்திரங்களை தயார் செய்து எந்த உயர் கிரகங்களையும் சென்றடைய முடியும் என்றும் அசுரர்கள் எண்ணுகின்றனர். இத்தகைய அசுரத் தன்மையுடைய மனிதனுக்குச் சிறந்த உதாரணம் இராவணன். வேதங்களில் விதிக்கப்பட்டிருக்கும் யாகங்களைச் செய்யாமல், யார் வேண்டுமானாலும் ஸ்வர்க லோகங்களை அடைவதற்கு மாடிப்படியை ஏற்பாடு செய்து கொடுப்பதற்கான திட்டத்தை அவன் மக்களிடம் முன்வைத்தான். அதுபோல தற்போதைய யுகத்திலும் இத்தகு அசுர மனிதர்கள் இயந்திர அமைப்புகளின் மூலம் உயர் கிரகங்களைச் சென்றடைய கடுமையாக முயன்று வருகின்றனர். இவையெல்லாம் மயக்கத்தின் உதாரணங்கள். விளைவு என்னவெனில், தங்களை அறியாமலேயே இவர்கள் நரகத்தை நோக்கி நழுவிக் கொண்டுள்ளனர். மோஹ—ஜால என்னும் சமஸ்கிருதச் சொல் இங்கே மிகவும் முக்கியமானது. ஜால என்றால் "வலை"; வலையில் சிக்கிய மீன்களைப் போன்று, வெளியேறுவதற்கான வழியேதும் இவர்களுக்கு இல்லை.

ஸ்லோகம் 17

आत्मसम्भाविताः स्तब्धा धनमानमदान्विताः ।
यजन्ते नामयज्ञैस्ते दम्भेनाविधिपूर्वकम् ॥ १७ ॥

ஆத்ம-ஸம்பா$_4$விதா: ஸ்தப்$_3$தா$_4$ த$_4$ன-மான-மதா$_3$ன்விதா:
யஜந்தே நாம-யஜ்ஞைஸ் தே த$_3$ம்பே$_4$னாவிதி$_4$-பூர்வகம்

ஆத்ம-ஸம்பா$_4$விதா:—தன்னில் திருப்தியுற்று; *ஸ்தப்$_3$தா$_4$*—திமிர் கொண்டு; *த$_4$ன-மான*—செல்வம் மற்றும் பொய்க் கௌரவத்தின்; *மத$_3$*—மயக்கத்தில்; *அன்விதா*—மூழ்கி; *யஜந்தே*—யாகங்கள் செய்கின்றனர்; *நாம*—பெயரளவில் மட்டுமே; *யஜ்ஞை:*—யாகங்களுடன்; *தே*—அவர்கள்; *த$_3$ம்பே$_4$ன*—தற்பெருமையால்; *அவிதி$_4$-பூர்வகம்*—எந்த விதிகளையும் பின்பற்றாமல்.

செல்வத்தாலும் பொய் கௌரவத்தாலும் மயக்கப்பட்டு, தன்னில் திருப்தியுற்று எப்போதும் திமிருடன் விளங்கும் இவர்கள், சில சமயங்களில் எந்த சட்டதிட்டத்தையும் பின்பற்றாமல் பெயரளவில் கர்வத்துடன் யாகங்களைச் செய்கின்றனர்.

பொருளுரை: எந்த அதிகாரியையும் சாஸ்திரத்தையும் பொருட்படுத்தாமல், தங்களையே எல்லாமாக எண்ணிக் கொண்டுள்ள அசுரத் தன்மையினர், சில சமயங்களில் பெயரளவிலான மதச் சடங்குகளையும், யாகங்களையும் செய்கின்றனர். அதிகாரிகளின் மீது நம்பிக்கையில்லாததால் இவர்கள் மிகவும் திமிர் பிடித்தவர்களாக உள்ளனர். சிறிது செல்வத்தையும் பொய் கௌரவத்தையும் சேர்த்துக்கொள்வதால் உண்டாகும் மயக்கமே இதற்கு காரணம். சில சமயங்களில் இத்தகு அசுரர்கள் பிரச்சாரகர்களின் வேடத்தில், மக்களைத் தவறான வழியில் நடத்துகின்றனர்; மதச் சீர்த்திருத்தவாதிகளாக அல்லது இறைவனின் அவதாரங்களாக அறியப்படுபவர்களாகின்றனர். இவர்கள் யாகங்களைச் செய்வதாக படம் காட்டுகின்றனர், அல்லது தேவர்களை வழிபடுகின்றனர், அல்லது சுயமாக ஒரு கடவுளை தயார் செய்கின்றனர். பொதுமக்களோ இவர்களைக் கடவுளாக விளம்பரம் செய்து வழிபடுகின்றனர். மேலும், மதத்தின் நெறிகளிலும் ஆன்மீக ஞானத்திலும் முன்னேற்றம் அடைந்தவர்களாக, முட்டாள் மனிதர்களால் இவர்கள் கருதப்படுகின்றனர். இவர்கள் சந்நியாசிகள் அணியும் உடையை ஏற்று, அந்த உடையிலேயே எல்லா அபத்தமான செயல்களிலும் ஈடுபடுகின்றனர். உண்மையில், இவ்வுலகைத் துறந்தவன் பின்பற்ற வேண்டிய நெறிமுறைகள் நிறைய உள்ளன. ஆனால் அசுரர்களோ இத்தகு கட்டுப்பாடுகளை சிறிதும் கண்டுகொள்வதில்லை. எந்த

வழியை ஒருவன் உண்டாக்குகின்றானோ அஃது அவனது சொந்த வழி; அவன் ஒரு குறிப்பிட்ட வழியைத்தான் பின்பற்ற வேண்டும் என்று எதுவும் கிடையாது—இவ்வாறு அவர்கள் நினைக்கின்றனர். “சட்டதிட்டங்களை மதிக்காமல் இருத்தல்” என்று பொருள்படும் *அவிதி$_4$-பூர்வகம்* என்னும் சொல் இங்கு முக்கியமாக வலியுறுத்தப்பட்டுள்ளது. இவ்விஷயங்கள் எப்போதுமே அறியாமை மற்றும் மயக்கத்தினால் நடப்பவை.

ஸ்லோகம் 18

अहङ्कारं बलं दर्पं कामं क्रोधं च संश्रिताः ।
मामात्मपरदेहेषु प्रद्विषन्तोऽभ्यसूयकाः ॥ १८ ॥

அஹங்காரம்' ப$_3$லம்' த$_3$ர்பம்' காமம்' க்ரோத$_4$ம்' ச ஸம்'ஷ்$_2$ரிதா:
மாம் ஆத்ம-பர-தே$_3$ஹேஷு ப்ரத்$_3$விஷந்தோ 'ப்$_4$யஸூயகா:

அஹங்காரம்—அஹங்காரம்; *ப$_3$லம்*—பலம்; *த$_3$ர்பம்*—தற்பெருமை; *காமம்*—காமம்; *க்ரோத$_4$ம்*—கோபம்; *ச*—மேலும்; *ஸம்ஷ்$_2$ரிதா:*—அடைக்கலம் கொண்டு; *மாம்*—என்னை; *ஆத்ம*—அவர்களது சொந்த; *பர*—இதர; *தே$_3$ஹேஷு*—உடல்களில்; *ப்ரத்$_3$விஷந்த:*—நிந்திக்கின்றனர்; *அப்$_4$ய-ஸூயகா:*—பொறாமை.

அஹங்காரம், பலம், தற்பெருமை, காமம், மற்றும் கோபத்தில் மயங்கியுள்ள அசுரர்கள், தங்களது சொந்த உடல்களிலும் பிறருடைய உடல்களிலும் வீற்றுள்ள பரம புருஷ பகவானிடம் பொறாமை கொண்டு, உண்மை மதத்தினை நிந்திக்கின்றனர்.

பொருளுரை: எப்பொழுதும் இறைவனுடைய உயர்நிலைக்கு எதிராக இருக்கும் அசுரத் தன்மையுடைய நபர், சாஸ்திரங்களில் நம்பிக்கை கொள்வதில்லை. முழுமுதற் கடவுளின் இருப்பின் மீதும் சாஸ்திரங்களின் மீதும் அவன் பொறாமை கொண்டுள்ளான். இதற்கு காரணம் அவனது பெயரளவு கௌரவமும், அவன் சேர்த்து வைத்துள்ள செல்வத்தின் பலமுமேயாகும். தற்போதைய வாழ்வு அடுத்த வாழ்விற்கு தயார் செய்வதற்காக என்பதை அவன் அறிவதில்லை. இதனை அறியாததால், பிறரிடம் மட்டுமல்ல, அவன் தன் மீதும் பொறாமை கொண்டுள்ளான். பிறருடைய உடல்களுக்கு ஹிம்சை செய்வது மட்டுமின்றி தன்னுடைய உடலுக்கும் கூட அவன் ஹிம்சை புரிகின்றான். முழுமுதற் கடவுளின் பரம ஆட்சியை அவன் கண்டுகொள்வதில்லை; ஏனெனில், அவனுக்கு அறிவில்லை. சாஸ்திரங்களின் மீதும் முழுமுதற் கடவுளின் மீதும் பொறாமை கொண்டுள்ள அவன், கடவுளின் இருப்பிற்கு எதிராக பொய்யான வாதங்களை முன்வைக்கின்றான், சாஸ்திரங்களின் அதிகாரத்

தன்மையையும் மறுக்கின்றான். அவன் தன்னை சுதந்திரமானவனாகவும் எல்லா செயலிலும் வலிமை வாய்ந்தவனாகவும் எண்ணிக்கொள்கின்றான். பலம், பதவி அல்லது செல்வத்தில் தனக்கு சமமானவர் வேறு எவரும் இல்லை என்பதால், தான் எப்படி வேண்டுமானாலும் செயல்படலாம் என்றும், தன்னை யாரும் தடுக்க முடியாது என்றும் அவன் நினைக்கின்றான். அவனது புலனின்ப செயல்களின் முன்னேற்றத்தைத் தடுத்து நிறுத்தக்கூடிய எதிரி யாரேனும் அவனுக்கு இருந்தால், தனது பதவியின் மூலம் அவனை வீழ்த்தி விடத் திட்டங்கள் தீட்டுகின்றான்.

ஸ்லோகம் 19

तानहं द्विषतः क्रूरान्संसारेषु नराधमान् ।
क्षिपाम्यजस्रमशुभानासुरीष्वेव योनिषु ॥ १९ ॥

தான் அஹம்' த்$_3$விஷத: க்ரூரான் ஸம்'ஸாரேஷு நராத$_4$மான்
க்ஷிபாம்யஜஸ்ரம் அஶு$_2$பா$_4$ன் ஆஸுரீஷ்வேவ யோனிஷு

தான்—அவர்கள்; *அஹம்*—நான்; *த்$_3$விஷத:*—பொறாமை; *க்ரூரான்*—கருணையற்ற; *ஸம்'ஸாரேஷு*—ஜட வாழ்க்கை என்னும் கடலுக்குள்; *நர–அத$_4$மான்*—மனித இனத்தின் தாழ்ந்த வகுப்பில்; *க்ஷிபாமி*—வைக்கின்றேன்; *அஜஸ்ரம்*—நிரந்தரமாக; *அஶு$_2$பா$_4$ன்*—அமங்கலமான; *ஆஸுரீஷு*—அசுரத்தனமான; *ஏவ*—நிச்சயமாக; *யோனிஷு*—கர்ப்பங்களில்.

பொறாமையுடன் கருணையின்றி இருக்கும் இத்தகு கடைநிலை மனிதர்களை, ஜட வாழ்வு என்னும் கடலில் பல்வேறு அசுர இனங்களுக்குள் நான் நிரந்தரமாகத் தள்ளுகின்றேன்.

பொருளுரை: தனிப்பட்ட ஆத்மா ஒரு குறிப்பிட்ட உடலில் வைக்கப்படுவது பகவானின் இச்சைக்கு ஏற்பவே என்பது இந்த ஸ்லோகத்தில் மிகத் தெளிவாகச் சுட்டிக்காட்டப்பட்டுள்ளது. அசுரத்தனமான மனிதன் கடவுளின் உன்னதத் தன்மையை ஏற்காமல் இருக்கலாம், தனது சொந்த விருப்பப்படி செயல்படலாம்; ஆனால் அவனது அடுத்தப் பிறவி பரம புருஷ பகவானின் முடிவைச் சார்ந்தது, அவனது கையில் இல்லை—இதுவே உண்மை. ஸ்ரீமத் பாகவதத்தின் மூன்றாவது ஸ்கந்தத்தில், ஒரு தனிப்பட்ட ஆத்மா தனது மரணத்திற்குப் பின், உயர்ந்த சக்தியின் மேற்பார்வையின் கீழ் குறிப்பிட்ட தாயின் கருவில் வைக்கப்பட்டு, அங்கே ஒரு குறிப்பிட்ட விதமான உடலைப் பெறுகின்றான் என்று கூறப்பட்டுள்ளது. எனவேதான், மிருகங்கள், பூச்சிகள், மனிதர்கள் என்று பலதரப்பட்ட உயிரினங்களை நாம் ஜட வாழ்வில் காண்கின்றோம். இவையெல்லாம் பரம சக்தியால் ஏற்பாடு செய்யப்படுகின்றன, தற்செயலாக

நடப்பவை அல்ல. அசுரத் தன்மையுடையவர்களைப் பொறுத்த வரையில், அவர்கள் நிரந்தரமாக அசுரர்களின் கருவில் வைக்கப்படுகின்றனர் என்றும், தொடர்ந்து பொறாமையுடன் மனித இனத்தின் கடைநிலையில் இருப்பர் என்றும் இங்குத் தெளிவாகக் கூறப்பட்டுள்ளது. இத்தகு அசுரத் தன்மையுடைய மனித இனங்கள், எப்போதும், காமம் நிறைந்தவர்களாக, ஹிம்சை செய்பவர்களாக, வெறுப்பு நிறைந்தவர்களாக, தூய்மையற்றவர்களாகக் காணப்படுகின்றனர். காட்டிலுள்ள பலதரப்பட்ட வேடர்கள் அசுர வாழ்வினங்களைச் சேர்ந்தவர்களாகக் கருதப்படுகின்றனர்.

ஸ்லோகம் 20

आसुरीं योनिमापन्ना मूढा जन्मनिजन्मनि ।
मामप्राप्यैव कौन्तेय ततो यान्त्यधमां गतिम् ॥ २० ॥

ஆஸுரீம்' யோனிம் ஆபன்னா மூடா$_4$ ஜன்மனி ஜன்மனி
மாம் அப்ராப்யைவ கௌந்தேய ததோ யாந்த்யத$_4$மாம்' க$_3$திம்

ஆஸுரீம்—அசுரத்தனமான; *யோனிம்*—இனங்களை; *ஆபன்னா:*—பெற்று; *மூடா:$_4$*—முட்டாள்கள்; *ஜன்மனி ஜன்மனி*—பிறவி பிறவியாக; *மாம்*—என்னை; *அப்ராப்ய*—அடையாமல்; *ஏவ*—நிச்சயமாக; *கௌந்தேய*—குந்தியின் மகனே; *தத:*—அதன்பின்; *யாந்தி*—செல்கின்றனர்; *அத$_4$மாம்*—இழிவான; *க$_3$திம்*—இலக்கு.

குந்தியின் மகனே! அசுரத்தனமான வாழ்வினங்களில் மீண்டும் மீண்டும் பிறவியெடுக்கும் இத்தகையவர்கள், என்றுமே என்னை அடைய முடியாது. படிப்படியாக அவர்கள் மிகவும் வெறுக்கத்தக்க வாழ்வினங்களில் மூழ்குகின்றனர்.

பொருளுரை: இறைவன் கருணை நிறைந்தவர் என்பது அறிந்த விஷயம், ஆனால் அவர் அசுரர்களிடம் ஒருபோதும் கருணை காட்டுவதில்லை என்பதை நாம் இங்குக் காண்கின்றோம். அசுரர்கள் அத்தகு அசுர கர்ப்பங்களிலேயே பிறவிதோறும் வைக்கப்படுகின்றனர் என்றும், பரம புருஷருடைய கருணையைப் பெறாமல், அவர்கள் மேன்மேலும் கீழ்நோக்கிச் சென்று, இறுதியில் நாய்கள், பூனைகள், பன்றிகளைப் போன்ற உடல்களை அடைகின்றனர் என்றும், இங்கே மிகத் தெளிவாகக் கூறப்பட்டுள்ளது. இத்தகு அசுரர்கள் தங்களது வாழ்வின் எந்நிலையிலும் இறைவனின் கருணையைப் பெறுவதற்கு வாய்ப்பில்லை என்பதும் தெளிவாகக் கூறப்பட்டுள்ளது. இத்தகு நபர்கள் படிப்படியாக, நாய்கள் மற்றும் பன்றிகளின் நிலைக்கு மூழ்கிவிடுவர் என்று வேதங்களிலும் கூறப்பட்டுள்ளது. இத்தகு அசுரர்களிடம் இறைவன் கருணை காட்டுவதில்லை என்பதால்,

கடவுள் கருணை வாய்ந்தவர் என்று யாரும் விளம்பரப்படுத்தக் கூடாது என்ற வாதம் எழலாம். இந்த வினாவிற்கு விடையாக, பரம புருஷருக்கு யார் மீதும் வெறுப்பு கிடையாது என்பதை நாம் வேதாந்த சூத்திரத்தில் காண்கின்றோம். அசுரர்களை கீழான வாழ்வினங்களில் வைப்பதும், அவருடைய கருணையின் மற்றொரு உருவமே. சில சமயங்களில் அசுரர்கள் இறைவனால் கொல்லப்படுகின்றனர். அவ்வாறு கொல்லப்படுவதும் அவர்களுக்கு நன்மையே; ஏனெனில், முழுமுதற் கடவுளால் கொல்லப்படுபவர்கள் அனைவரும் முக்தியடை கின்றனர் என்பதை நாம் வேத இலக்கியங்களில் காண்கின்றோம். பற்பல அசுரர்களின் வரலாற்றில் இத்தகு சம்பவங்கள் உள்ளன— இராவணன், கம்சன், மற்றும் ஹிரண்யகஷிபுவைக் கொல்வதற்காக இறைவனே பல்வேறு அவதாரங்களில் அவர்களின் முன்பு தோன்றினார். இவ்வாறு இறைவனால் கொல்லப்படும் அளவிற்கு அசுரர்கள் அதிர்ஷ்டம் பெற்றிருந்தால், அவரது கருணை அவர்களுக்கும் காட்டப்படுகின்றது.

ஸ்லோகம் 21

त्रिविधं नरकस्येदं द्वारं नाशनमात्मनः ।
कामः क्रोधस्तथा लोभस्तस्मादेतत्त्रयं त्यजेत् ॥ २१ ॥

த்ரி-வித4ம்' நரகஸ்யேத3ம்' த்3வாரம்' நாஷ2னம் ஆத்மன:
காம: க்ரோத4ஸ் ததா2 லோப4ஸ் தஸ்மாத்3 ஏதத் த்ரயம்' த்யஜேத்

த்ரி-வித4ம்—மூன்று விதமான; நரகஸ்ய—நரகத்தின்; இத3ம்—இந்த; த்3வாரம்—கதவு; நாஷ2னம்—அழிக்கக்கூடிய; ஆத்மன:—ஆத்மாவை; காம:—காமம்; க்ரோத:4—கோபம்; ததா2—அதுபோன்றே; லோப:4— பேராசை; தஸ்மாத்—எனவே; ஏதத்—இந்த; த்ரயம்—மூன்றையும்; த்யஜேத்—ஒருவன் துறக்க வேண்டும்.

காமம், கோபம், பேராசை ஆகியவை நரகத்திற்குக் கொண்டுச் செல்லும் மூன்று கதவுகளாகும். இவை ஆத்மாவை அழிவுப் பாதையில் நடத்துவதால், ஒவ்வொரு அறிவுள்ள மனிதனும் இவற்றைத் துறக்க வேண்டும்.

பொருளுரை: அசுரத்தனமான வாழ்வின் ஆரம்பம் இங்கே விவரிக்கப்பட்டுள்ளது. தனது காமத்தை திருப்தி செய்ய ஒருவன் முயல்கின்றான், அவனால் அது முடியாதபோது, கோபமும் பேராசையும் எழுகின்றன. அசுரத்தனமான உயிரினங்களுக்கு வீழ்ச்சியடைய விரும்பாத அறிவுள்ள மனிதன், இந்த மூன்று விரோதிகளையும் துறப்பதற்கு முயல வேண்டும், இவை இந்த

பௌதிக பந்தத்திலிருந்து முக்தி பெறுவதற்கான எவ்வித வாய்ப்பும் இல்லாதபடி ஆத்மாவைக் கொல்லக்கூடியவை.

ஸ்லோகம் 22

एतैर्विमुक्तः कौन्तेय तमोद्वारैस्त्रिभिर्नरः ।
आचरत्यात्मनः श्रेयस्ततो याति परां गतिम् ॥ २२॥

ஏதைர் விமுக்த: கௌந்தேய தமோ-த்$_3$வாரைஸ் த்ரிபி$_4$ர் நர:
ஆசரத்யாத்மன: ஷ்$_2$ரேயஸ் ததோ யாதி பராம்' க$_3$திம்

ஏதை:—இவற்றிலிருந்து; *விமுக்த*—முக்தி பெற்ற; *கௌந்தேய*—குந்தியின் மகனே; *தம:-த்$_3$வாரை:*—அறியாமையின் கதவுகளிலிருந்து; *த்ரிபி:$_4$*—மூன்று விதமான; *நர:*—மனிதன்; *ஆசரதி*—ஆற்றுகின்றான்; *ஆத்மன:*—தனக்கு; *ஷ்$_2$ரேய:*—நன்மைதரும்; *தத:*—அதன்பின்; *யாதி*—அவன் செல்கின்றான்; *பராம்*—பரம; *க$_3$திம்*—இலக்கை.

குந்தியின் மகனே! நரகத்தின் இந்த மூன்று கதவுகளிலிருந்து தப்பிய மனிதன், தன்னுணர்விற்கு அனுகூலமான செயல்களைச் செய்து படிப்படியாக பரம இலக்கை அடைகின்றான்.

பொருளுரை: மனித வாழ்வின் மூன்று எதிரிகளான காமம், கோபம், பேராசை ஆகியவற்றிடம் ஒருவன் மிகவும் கவனமாக இருக்க வேண்டும். காமம், கோபம், மற்றும் பேராசையிலிருந்து ஒருவன் எந்த அளவிற்கு விடுபட்டுள்ளானோ, அந்த அளவிற்கு அவனது நிலை தூய்மையடைகின்றது. பின்னர் வேத இலக்கியத்தில் விதிக்கப்பட்டுள்ள சட்டதிட்டங்களை அவனால் பின்பற்ற முடியும். மனித வாழ்விற்கான ஒழுக்க நெறிகளைப் பின்பற்றி, ஒருவன் படிப்படியாக ஆன்மீக உணர்வின் தளத்திற்குத் தன்னை உயர்த்திக்கொள்கிறான். இத்தகு பயிற்சியின் மூலம் கிருஷ்ண உணர்வின் தளத்திற்கு உயர்வுபெறும் அளவிற்கு ஒருவன் அதிர்ஷ்டசாலியாக இருந்தால், அவனுக்கு வெற்றி நிச்சயம். வேத இலக்கியங்களில், தூய்மையின் தளத்தை ஒருவன் அடையும் பொருட்டு, செயல் மற்றும் விளைவின் பாதை பரிந்துரைக்கப் பட்டுள்ளது. முழு வழிமுறையும் காமம், பேராசை, மற்றும் கோபத்தைக் கைவிடுவதை அடிப்படையாகக் கொண்டதாகும். இந்த வழிமுறையைப் பற்றிய ஞானத்தை விருத்தி செய்து கொள்வதால், ஒருவன் தன்னுணர்வின் மிகவுயர்ந்த நிலைக்கு ஏற்றம் பெற முடியும்; இந்தத் தன்னுணர்வு பக்தித் தொண்டில் பக்குவமடைகின்றது. அந்த பக்தித் தொண்டில், கட்டுண்ட ஆத்மாவின் முக்தி உறுதி செய்யப்படுகிறது. எனவே, வேத வழிமுறையில், வர்ணம் மற்றும்

ஆஷ்ரமம் என்று அறியப்படும் சமூகத்தின் நான்கு பிரிவுகளும் வாழ்வின் நான்கு நிலைகளும் அமைக்கப்பட்டிருக்கின்றன. சமூகத்தின் பல்வேறு பிரிவுகளுக்கு (ஜாதிகளுக்கு) வெவ்வேறு சட்ட திட்டங்கள் இருக்கின்றன, ஒருவனால் இவற்றைப் பின்பற்ற முடிந்தால், அவன் தானாகவே ஆன்மீகத் தன்னுணர்வின் மிகவுயர்ந்த தளத்திற்கு ஏற்றம் பெறுவான். பிறகு ஐயமின்றி அவன் முக்தியடைய முடியும்.

ஸ்லோகம் 23

யः शास्त्रविधिमुत्सृज्य वर्तते कामकारतः ।
न स सिद्धिमवाप्नोति न सुखं न परां गतिम् ॥ २३ ॥

ய: ஷா$_2$*ஸ்த்ர-விதி*$_4$*ம் உத்ஸ்ரு'ஜ்ய வர்ததே காம-காரத:*
ந ஸ ஸித்$_3$*தி*$_4$*ம் அவாப்னோதி ந ஸுக*$_2$*ம்' ந பராம்' க*$_3$*திம்*

ய:—எவனொருவன்; *ஷா*$_2$*ஸ்த்ர-விதி*$_4$*ம்*—சாஸ்திரங்களின் விதிகளை; *உத்ஸ்ரு'ஜ்ய*—புறக்கணித்து; *வர்ததே*—இருப்பவன்; *காம-காரத:*—காமத்தினால் மனம்போன போக்கில் செயற்பட்டு; *ந*—இல்லை; *ஸ:*—அவன்; *ஸித்*$_3$*தி*$_4$*ம்*—பக்குவத்தை; *அவாப்னோதி*—அடைவது; *ந*—இல்லை; *ஸுக*$_2$*ம்*—இன்பம்; *ந*—இல்லை; *பராம்*—பரம; *க*$_3$*திம்*—பக்குவமான நிலை.

சாஸ்திர விதிகளைப் புறக்கணித்து தனது மனம்போன போக்கில் செயல்படுபவன், பக்குவத்தையோ சுகத்தையோ பரம இலக்கையோ அடைவதில்லை.

பொருளுரை: முன்பே விவரிக்கப்பட்டபடி, சாஸ்திரங்களின் விதிகள் மனித சமூகத்தின் பல்வேறு பிரிவுகளுக்கும் நிலைகளுக்கும் கொடுக்கப்பட்டுள்ளன. ஒவ்வொருவரும் இந்த சட்டதிட்டங்களை பின்பற்ற வேண்டுமென்று எதிர்பார்க்கப்படுகின்றனர். இவற்றைப் பின்பற்றாமல் தனது மனம்போன போக்கில் காமம், கோபம், மற்றும் பேராசையின்படி ஒருவன் செயல்பட்டால், அவன் தனது வாழ்வில் என்றுமே பக்குவமடைய முடியாது. வேறுவிதமாகக் கூறினால், ஒரு மனிதன் இவ்வெல்லா விஷயங்களையும் கொள்கையளவில் அறிந்தவனாக இருந்தாலும், தனது சொந்த வாழ்வில் இவற்றை ஈடுபடுத்தாத வரை அவன் மனித இனத்தின் கடைநிலையைச் சேர்ந்தவனாகவே அறியப்படுகின்றான். மனித வாழ்வில் உள்ள உயிர்வாழி, வாழ்வை உன்னதத் தளத்திற்கு உயர்த்துவதற்காகக் கொடுக்கப்பட்டுள்ள விதிகளைப் பின்பற்றுவான் என்றும், விவேகத்துடன் செயல்படுவான் என்றும் எதிர்பார்க்கப்படுகின்றான். ஆனால் அவ்விதிகளைப் பின்பற்றாவிடில், அவன் தன்னைத்

தாழ்த்திக்கொள்கின்றான். அதே சமயத்தில் அவன் இந்த சட்டதிட்டங்களை பின்பற்றினாலும், இறுதியில் முழுமுதற் கடவுளைப் பற்றிய அறிவின் தளத்தினை அடையாவிடில், அவனது அறிவு அனைத்தும் விரயமாகின்றது. அவ்வாறு அவன் முழுமுதற் கடவுள் இருப்பதை ஏற்றுக் கொண்டாலும், அந்த இறைவனின் தொண்டில் தன்னை ஈடுபடுத்தாவிடில், அவனது முயற்சிகள் வீணாகிவிடுகின்றன. எனவே, ஒருவன் தன்னை படிப்படியாக கிருஷ்ண உணர்வு மற்றும் பக்தித் தொண்டின் தளத்திற்கு உயர்த்திக்கொள்ளுதல் அவசியம்; அதன் பின்னரே அவன் பக்குவத்தின் மிகவுயர்ந்த நிலையை அடைய முடியும், இல்லையேல் முடியாது.

காம-காரத: என்னும் சொல் மிகவும் முக்கியமானது. தெரிந்தே விதிகளை மீறுபவன் காமத்தில் செயல்படுகின்றான். இது தடை செய்யப்பட்டுள்ளது என்பதை அவன் அறிகின்றான், இருந்தும் அவ்வழியில் செயல்படுகின்றான். இதுவே மனம்போன போக்கில் நடப்பது என்று அறியப்படுகின்றது. இதனைச் செய்ய வேண்டும் என்று அவன் அறிவான், இருந்தும் அவன் அதனைச் செய்வதில்லை; எனவே, மனம்போன போக்கில் நடப்பவன் என்று அவன் அறியப்படுகின்றான். இத்தகைய நபர்கள் முழுமுதற் கடவுளால் புறக்கணிக்கப்பட வேண்டியவர்கள். இவர்கள் மனித வாழ்வின் பக்குவத்தை அடைய முடியாது. மனித வாழ்க்கை, முக்கியமாக ஒருவனது இருப்பைத் தூய்மைப்படுத்திக்கொள்வதற்கானதாகும், சட்ட திட்டங்களைப் பின்பற்றாதவனால் தன்னைத் தூய்மைப் படுத்திக்கொள்ள முடியாது, சுகத்தின் உண்மையான தளத்தையும் அடைய முடியாது.

ஸ்லோகம் 24

तस्माच्छास्त्रं प्रमाणं ते कार्याकार्यव्यवस्थितौ ।
ज्ञात्वा शास्त्रविधानोक्तं कर्म कर्तुमिहार्हसि ॥ २४॥

தஸ்மாச் சா$_2$ஸ்த்ரம்' ப்ரமாணம்' தே கார்யாகார்ய-வ்யவஸ்தி$_2$தௌ
ஜ்ஞாத்வா ஷா$_2$ஸ்த்ர-விதா$_4$னோக்தம்' கர்ம கர்தும் இஹார்ஹஸி

தஸ்மாத்—எனவே; *ஷா$_2$ஸ்த்ரம்*—சாஸ்திரங்கள்; *ப்ரமாணம்*—சாட்சி; *தே*—உன்னுடைய; *கார்ய*—கடமை; *அகார்ய*—செய்யக் கூடாத செயல்கள்; *வ்யவஸ்தி$_2$தௌ*—முடிவு செய்வதில்; *ஜ்ஞாத்வா*—அறிந்து; *ஷா$_2$ஸ்த்ர*—சாஸ்திரத்தின்; *விதா$_4$ன*—விதிகள்; *உக்தம்*—உரைக்கப்பட்டுள்ளபடி; *கர்ம*—செயல்; *கர்தும்*—செய்ய; *இஹ*—இவ்வுலகில்; *அர்ஹஸி*—வேண்டும்.

எது கடமை என்றும் எது கடமையல்ல என்றும் சாஸ்திரங்களின் விதிகளால் ஒருவன் புரிந்துகொள்ள வேண்டும். படிப்படியாக ஏற்றம் பெறுவதற்கு இத்தகு சட்டதிட்டங்களை அறிந்து அவன் செயல்பட வேண்டும்.

பொருளுரை: பதினைந்தாம் அத்தியாயத்தில் கூறப்பட்டுள்ளபடி வேதங்களின் எல்லா சட்டதிட்டங்களும் கிருஷ்ணரை அறிவதற் கானவையே. பகவத் கீதையிலிருந்து ஒருவன் கிருஷ்ணரைப் புரிந்து கொண்டு கிருஷ்ண உணர்வில் நிலைபெற்று, பக்தித் தொண்டில் தன்னை ஈடுபடுத்தினால், அவன் வேத இலக்கியங்களால் அளிக்கப்படும் ஞானத்தின் மிகவுயர்ந்த பக்குவநிலையை அடைந்தவன் ஆவான். பகவான் சைதன்ய மஹாபிரபு இந்த வழிமுறையை மிகவும் எளிமையாக்கினார்: அவர் மக்களிடம் ஹரே கிருஷ்ண, ஹரே கிருஷ்ண, கிருஷ்ண கிருஷ்ண, ஹரே ஹரே/ ஹரே ராம, ஹரே ராம, ராம ராம, ஹரே ஹரே என்று உச்சரித்து, இறைவனுடைய பக்தித் தொண்டில் ஈடுபட்டு, விக்ரஹங்களுக்கு நைவேத்யம் செய்யப்பட்ட பிரசாதத்தினை உட்கொள்ளுமாறு மட்டுமே வேண்டினார். இத்தகு பக்திச் செயல்கள் அனைத்திலும் நேரடியாக ஈடுபட்டிருப்பவன், வேத இலக்கியங்கள் எல்லாவற்றையும் கற்றறிந்தவனாக அறியப்பட வேண்டும். அவன் பக்குவமான முடிவிற்கு வந்துள்ளான். கிருஷ்ண உணர்வில் இல்லாதவரும் பக்தித் தொண்டில் ஈடுபடாதவர்களுமான சாதாரண மனிதர்கள், என்ன செய்ய வேண்டும், என்ன செய்யக் கூடாது என்பதை வேத விதிமுறைகளை வைத்து முடிவு செய்ய வேண்டும். எந்த விதமான எதிர்வாதமும் இன்றி வேத விதிகளுக்கு ஏற்பச் செயல்பட வேண்டும். இதுவே "சாஸ்திரங்களின் விதிகளைப் பின்பற்றுதல்" என கூறப்படுகிறது. கட்டுண்ட ஆத்மாவில் காணப்படும் நான்கு முக்கிய குறைபாடுகளான, பக்குவமற்ற புலன்கள், ஏமாற்றும் இயல்பு, தவறு செய்தல், மாயையின் வசப்படுதல் ஆகியவற்றிற்கு அப்பாற்பட்டவை சாஸ்திரங்கள். கட்டுண்ட வாழ்வில் உள்ள இந்த நான்கு முக்கியக் குறைபாடுகள், சட்டதிட்டங்களை வகுக்கும் தகுதியை மனிதனிட மிருந்து நீக்கிவிடுகின்றன. எனவே, இந்த குறைபாடுகளுக்கு அப்பாற்பட்டு விளங்கும் சாஸ்திர விதிகள், எல்லா சாதுக்கள், ஆச்சாரியர்கள், மற்றும் மஹாத்மாக்களால் எந்த மாற்றமுமின்றி ஏற்றுக்கொள்ளப்படுகின்றன.

ஆன்மீக அறிவு சம்பந்தமாக இந்தியாவில் பற்பல குழுக்கள் உள்ளன, அவர்கள் பொதுவாக இரண்டாகப் பிரிக்கப்படுகின்றனர்: அருவவாதிகள், மற்றும் உருவவாதிகள். இருப்பினும் இந்த இரு

பிரிவினருமே வேதங்களின் கொள்கைகளுக்கு ஏற்ப தங்களது வாழ்வை நடத்துகின்றனர். சாஸ்திரங்களின் கொள்கைகளைப் பின்பற்றாமல் யாரும் பக்குவநிலைக்குத் தன்னை உயர்த்திக்கொள்ள முடியாது. எனவே, சாஸ்திரங்களின் நோக்கத்தை உண்மையிலேயே புரிந்துகொள்பவன் அதிர்ஷ்டசாலியாக கருதப்படுகின்றான்.

புருஷோத்தமரான முழுமுதற் கடவுளைப் புரிந்துகொள்ளும் கொள்கைகளுக்கு எதிரான வெறுப்பே மனித சமூகத்தின் எல்லாவித இழிவுகளுக்கும் காரணமாகும். மனித வாழ்வின் மிகப்பெரிய அபராதம் இதுவே. எனவே, பரம புருஷ பகவானின் ஜட சக்தியான மாயை மூன்று விதமான துன்பங்களின் உருவில் நமக்கு எப்பொழுதும் தொல்லை கொடுக்கின்றது. அந்த ஜட சக்தி இயற்கையின் முக்குணங்களால் ஆனது. முழுமுதற் கடவுளை அறிவதற்கான பாதை திறக்கப்படுவதற்கு முன், குறைந்தபட்சம் ஸத்வ குணத்திற்காவது ஒருவன் தன்னை உயர்த்திக்கொள்வது அவசியம். ஸத்வ குணத்தின் தரத்திற்கு உயர்வு பெறாதவன் ரஜோ குணத்திலும் தமோ குணத்திலுமே இருக்கின்றான், அவை அசுர வாழ்வினைக் கொடுப்பவை. ரஜோ குணத்திலும் தமோ குணத்திலும் இருப்பவர்கள், சாஸ்திரங்களை கேலி செய்கின்றனர், சாதுக்களை கேலி செய்கின்றனர், மேலும், பரம புருஷ பகவானை முறையாக அறிந்துகொள்ளும் வழிமுறையையும் கேலி செய்கின்றனர். அவர்கள் ஆன்மீக குருவின் அறிவுரைகளை மீறுகின்றனர், சாஸ்திர விதிகளைக் கண்டு கொள்வதில்லை. பக்தித் தொண்டின் பெருமைகளைக் கேட்டும்கூட அதில் அவர்கள் கவரப்படாமல் இருக்கின்றனர். உயர்வு பெறுவதற்கான சொந்த வழியை அவர்கள் தயார் செய்கின்றனர். இவை அசுரத்தனமான வாழ்விற்குக் கொண்டுச் செல்லக்கூடிய மனித சமூகத்தின் சில குறைபாடுகளாகும். இருப்பினும், பக்குவமடைவதற்கான பாதையின் மிகவுயர்ந்த நிலையை நோக்கி ஒருவனை இட்டுச் செல்லும். முறையான மற்றும் அங்கீகரிக்கப்பட்ட ஆன்மீக குருவினால் வழிநடத்தப்பட்டால், ஒருவனது வாழ்க்கை வெற்றிகரமானதாக ஆகிவிடும்.

ஸ்ரீமத் பகவத் கீதையின் "தெய்வீக மற்றும் அசுர இயல்புகள்" என்னும் பதினாறாம் அத்தியாயத்திற்கான பக்திவேதாந்த பொருளுரைகள் இத்துடன் நிறைவடைகின்றன.

அத்தியாயம் பதினேழு

நம்பிக்கையின் பிரிவுகள்

ஸ்லோகம் 1

अर्जुन उवाच

ये शास्त्रविधिमुत्सृज्य यजन्ते श्रद्धयान्विताः ।
तेषां निष्ठा तु का कृष्ण सत्त्वमाहो रजस्तमः ॥ १ ॥

அர்ஜுன உவாச

யே ஷா$_2$ஸ்த்ர-விதி$_4$ம் உத்ஸ்ரு'ஜ்ய யஜந்தே ஷ்$_2$ரத்$_3$த$_4$யான்விதா:
தேஷாம்' நிஷ்டா$_2$ து கா க்ரு'ஷ்ண ஸத்த்வம் ஆஹோ ரஜஸ் தம:

அர்ஜுன: உவாச—அர்ஜுனன் கூறினான்; *யே*—எவரெல்லாம்; *ஷா$_2$ஸ்த்ர-விதி$_4$ம்*—சாஸ்திர விதிகளை; *உத்ஸ்ரு'ஜ்ய*—கைவிட்டு; *யஜந்தே*—வழிபடுகின்றனர்; *ஷ்$_2$ரத்$_3$த$_4$யா*—முழு நம்பிக்கையுடன்; *அன்விதா:*—ஏற்று; *தேஷாம்*—அவர்களின்; *நிஷ்டா$_2$*—நம்பிக்கை; *து*—ஆனால்; *கா*—என்ன; *க்ரு'ஷ்ண*—கிருஷ்ணரே; *ஸத்த்வம்*—ஸத்வ குணத்தில்; *ஆஹோ*—அல்லது; *ரஜ:*—ரஜோ குணத்தில்; *தம:*—தமோ குணத்தில்.

அர்ஜுனன் வினவினான்: கிருஷ்ணரே! சாஸ்திரங்களின் விதிகளைப் பின்பற்றாமல், தங்களது கற்பனைக்கேற்ப வழிபடுபவர்களின் நிலை என்ன? அவர்கள் இருப்பது ஸத்வ குணத்திலா, ரஜோ குணத்திலா, தமோ குணத்திலா?

பொருளுரை: நான்காம் அத்தியாயம், முப்பத்தொன்பதாம் ஸ்லோகத்தில், ஒரு குறிப்பிட்ட வழிபாட்டு முறையில் நம்பிக்கை யுடையவன், படிப்படியாக ஞானத்தின் தளத்திற்கு உயர்வு பெற்று, அமைதியும் வளமும் உடைய மிகவுயர்ந்த பக்குவநிலையை அடைகின்றான் என்று கூறப்பட்டது. பதினாறாம் அத்தியாயத்தில், சாஸ்திரங்களில் விதிக்கப்பட்டுள்ள கொள்கைகளைப் பின்பற்றாதவன் அசுரன் என்றும், சாஸ்திர விதிகளை நம்பிக்கையுடன் பின்பற்றுபவன் தேவன் என்றும் முடிவு செய்யப்பட்டது. தற்போதைய கேள்வி என்னவெனில், சாஸ்திரங்களில் குறிப்பிடப்படாத சில விதிகளை எவரேனும் நம்பிக்கையுடன் பின்பற்றினால், அவரது நிலை என்ன? அர்ஜுனனின் இந்த சந்தேகம் கிருஷ்ணரால் தீர்க்கப்பட வேண்டும். ஒரு சாதாரண மனிதனைத் தேர்ந்தெடுத்து அவனை கடவுளாக்கி, தங்களது நம்பிக்கையை அவன் மீது வைத்து வழிபடுபவர்கள் எந்த குணத்தில் (ஸத்வ குணத்திலா, ரஜோ குணத்திலா, தமோ

குணத்திலா) இருக்கின்றனர்? அத்தகு மனிதர்கள் வாழ்வின் பக்குவநிலையை அடைகிறார்களா? உண்மை ஞானத்தில் நிலைபெறவும், உயர்ந்த பக்குவநிலைக்குத் தங்களை உயர்த்திக்கொள்ளவும் அவர்களால் முடியுமா? சாஸ்திரங்களின் சட்டதிட்டங்களைப் பின்பற்றாமல், ஏதேனும் ஒன்றில் நம்பிக்கை வைத்து தேவர்களையும் மனிதர்களையும் வழிபடுபவர்கள் தங்களது முயற்சியில் வெற்றியடைவார்களா? இவ்வினாக்களை அர்ஜுனன் கிருஷ்ணரிடம் முன்வைக்கின்றான்.

ஸ்லோகம் 2

श्रीभगवानुवाच

त्रिविधा भवति श्रद्धा देहिनां सा स्वभावजा ।
सात्त्विकी राजसी चैव तामसी चेति तां शृणु ॥ २॥

ஸ்ரீ-ப$_4$க$_3$வான் உவாச

த்ரி-விதா$_4$ ப$_4$வதி ஷ்$_2$ரத்$_3$தா$_4$ தே$_3$ஹினாம்' ஸா ஸ்வபா$_4$வ-ஜா
ஸாத்த்விகீ ராஜஸீ சைவ தாமஸீ சேதி தாம்' ஷ்$_2$ரு'ணு

ஸ்ரீ-ப$_4$க$_3$வான் உவாச—புருஷோத்தமரான முழுமுதற் கடவுள் கூறினார்; *த்ரி-விதா$_4$*—மூன்று வகையாக; *ப$_4$வதி*—ஆகின்றன; *ஷ்$_2$ரத்$_3$தா$_4$*—நம்பிக்கை; *தே$_3$ஹினாம்*—உடலை உடையவனின்; *ஸா*—அந்த; *ஸ்வ-பா$_4$வ-ஜா*—அவனது சுபாவத்திற்கு ஏற்ப; *ஸாத்த்விகீ*—ஸத்வ குணத்தில்; *ராஜஸீ*—ரஜோ குணத்தில்; *ச*—மேலும்; *ஏவ*—நிச்சயமாக; *தாமஸீ*—தமோ குணத்தில்; *ச*—மற்றும்; *இதி*—இவ்வாறு; *தாம்*—அவற்றை; *ஷ்$_2$ரு'ணு*—என்னிடமிருந்து கேள்.

புருஷோத்தமரான முழுமுதற் கடவுள் கூறினார்: உடல் பெற்ற ஆத்மாவின் சுபாவத்திற்கு ஏற்ப, அவனது நம்பிக்கை, ஸத்வ குணம், ரஜோ குணம், தமோ குணம் என்று மூன்று வகையாகப் பிரிக்கப்படலாம். இனி இவற்றைப் பற்றிக் கேட்பாயாக.

பொருளுரை: சாஸ்திரங்களின் சட்டதிட்டங்களை அறிந்தும், சோம்பேறித்தனத்தினால் அந்த சட்டதிட்டங்களை பின்பற்றாமல் இருப்பவர்கள் ஜட இயற்கையின் குணங்களால் ஆளப்படுகின்றனர். ஸத்வ, ரஜோ, அல்லது தமோ குணத்தின் அடிப்படையிலான தங்களது முந்தைய செயல்களின்படி, அவர்கள் ஒரு குறிப்பிட்ட சுபாவத்தை அடைகின்றனர். இயற்கையின் பல்வேறு குணங்களுடனான ஆத்மாவின் உறவு பன்னெடுங்காலமாக இருந்து வருகின்றது; ஜட இயற்கையுடன் ஆத்மா தொடர்பு கொண்ட காலத்திலிருந்து அதன் குணங்களுடனான தனது உறவிற்கு ஏற்ப அவன் பல்வேறு விதமான மனோநிலைகளை அடைகின்றான்.

ஆனால் அங்கீகாரம் பெற்ற ஆன்மீக குருவுடன் தொடர்பு கொண்டு அவரது விதிகளுக்கு உட்பட்டு வாழ்ந்தால், இந்த நிலையை மாற்ற முடியும். படிப்படியாக, தமோ குணத்திலிருந்து ஸத்வ குணத்திற்கு, அல்லது ரஜோ குணத்திலிருந்து ஸத்வ குணத்திற்கு ஒருவன் தனது நிலையை மாற்றிக்கொள்ள முடியும். முடிவு என்னவெனில், இயற்கையின் ஒரு குறிப்பிட்ட குணத்தின் மீதான குருட்டு நம்பிக்கை பக்குவமான நிலைக்கு உயர்ச்சி பெற ஒருவனுக்கு உதவாது. அங்கீகரிக்கப்பட்ட ஆன்மீக குருவின் உறவில், விஷயங்களை புத்தியுடன் அவன் கவனமாக ஏற்றுக்கொள்ள வேண்டும். இவ்வாறு அவன் தன்னுடைய நிலையை இயற்கையின் உயர்ந்த குணத்திற்கு மாற்றிக்கொள்ள முடியும்.

ஸ்லோகம் 3

सत्त्वानुरूपा सर्वस्य श्रद्धा भवति भारत ।
श्रद्धामयोऽयं पुरुषो यो यच्छ्रद्धः स एव सः ॥ ३ ॥

ஸத்த்வானுரூபா ஸர்வஸ்ய ஷ்$_2$ரத்$_3$தா$_4$ ப$_4$வதி பா$_4$ரத
ஷ்$_2$ரத்$_3$தா$_4$-மயோ 'யம்' புருஷோ யோ யச்-ச்$_2$ரத்$_3$த:$_4$ ஸ ஏவ ஸ:

ஸத்த்வ-அனுரூபா—இருப்பிற்கு ஏற்ப; *ஸர்வஸ்ய*—ஒவ்வொருவரின்; *ஷ்$_2$ரத்$_3$தா$_4$*—நம்பிக்கை; *ப$_4$வதி*—ஆகின்றது; *பா$_4$ரத*—பரதனின் மைந்தனே; *ஷ்$_2$ரத்$_3$தா$_4$*—நம்பிக்கை; *மயா*—முழு; *அயம்*—இந்த; *புருஷ:*—உயிர்வாழி; *ய:*—யார்; *யத்*—எந்த; *ஷ்$_2$ரத்$_3$த:$_4$*—நம்பிக்கை; *ஸ:*—இவ்வாறு; *ஏவ*—நிச்சயமாக; *ஸ:*—அவன்.

பரதனின் மைந்தனே! பல்வேறு இயற்கை குணங்களுக்குக் கீழான இருப்பிற்கு ஏற்ப ஒருவன் குறிப்பிட்ட நம்பிக்கையை விருத்தி செய்கிறான். உயிர்வாழி அவனுடைய குணங்களுக்கு ஏற்பவே ஒரு குறிப்பிட்ட நம்பிக்கையை உடையவனாகக் கூறப்படுகிறான்.

பொருளுரை: எப்படிப்பட்டவனாக இருந்தாலும், ஒவ்வொருவனிடமும் ஒரு குறிப்பிட்ட நம்பிக்கை உள்ளது. ஆனால் அவன் பெற்றுள்ள இயற்கைக்கு ஏற்ப, அந்த நம்பிக்கை ஸத்வம், ரஜஸ், அல்லது தமஸ் என்று கருதப்படுகின்றது. இவ்வாறு தனது குறிப்பிட்ட நம்பிக்கைக்கு ஏற்ப ஒருவன் சில குறிப்பிட்ட நபர்களுடன் உறவு கொள்கிறான். இருப்பினும், உண்மை என்னவெனில், பதினைந்தாம் அத்தியாயத்தில் கூறப்பட்டுள்ளபடி ஒவ்வொரு உயிர்வாழியும் அவனது உண்மையான நிலையில் முழுமுதற் கடவுளின் மிகச்சிறிய அம்சம். எனவே, அந்த உண்மை நிலையின்படி அவன் ஜட இயற்கையின் அனைத்து குணங்களுக்கும் அப்பாற்பட்டவன். ஆனால் பரம புருஷ பகவானுடனான தனது உறவை மறந்து, கட்டுண்ட வாழ்வில் ஜட

இயற்கையின் தொடர்பில் அவன் வரும்பொழுது, ஜட இயற்கையின் பல தரப்பட்ட உறவில் தனது சுய நிலையைத் தானே உருவாக்கிக்கொள்கிறான். இதனால் தோன்றும் செயற்கையான நம்பிக்கையும் வாழ்க்கையும் பௌதிகமானவையே. அவன் தனது வாழ்வை ஏதேனும் ஒரு கருத்தில் அல்லது ஓர் உணர்வில் நடத்தினாலும்கூட, உண்மையில் அவன் *நிர்கு$_3$ண,* அதாவது திவ்யமானவன் ஆவான். எனவே, ஒருவன் தன்னிடமுள்ள பௌதிகக் களங்கங்களிலிருந்து தூய்மையடைய வேண்டியது அவசியம், அதன் மூலம் முழுமுதற் கடவுளுடனான தனது உறவை அவன் மீண்டும் பெற முடியும். அத்தகு கிருஷ்ண உணர்வே அச்சமற்ற நிலைக்குத் திரும்பிச் செல்வதற்கான வழியாகும். ஒருவன் கிருஷ்ண உணர்வில் நிலைபெற்றிருந்தால், அப்பாதை பக்குவமான நிலைக்கு அவன் உயர்வு பெறுவதற்கு உத்திரவாதமானதாகும். தன்னுணர்விற்கான இப்பாதையை அவன் மேற்கொள்ளாவிடில், இயற்கை குணங்களின் ஆதிக்கத்தால் அவன் நடத்தப்படுவான் என்பது நிச்சயம்.

ஷ்$_2$ரத்$_3$தா$_4$, நம்பிக்கை என்னும் சொல் இந்த ஸ்லோகத்தில் மிகவும் முக்கியமானதாகும். *ஷ்$_2$ரத்$_3$தா$_4$* அல்லது நம்பிக்கை என்பது ஸத்வ குணத்திலிருந்து தோன்றுவதாகும். ஒருவனது நம்பிக்கை, ஏதேனும் ஒரு தேவனின் மீதோ, ஏதேனும் உண்டாக்கப்பட்ட கடவுளின் மீதோ, ஏதேனும் மன அனுமானத்தின் மீதோ இருக்கலாம். திடமான நம்பிக்கை என்பது, பௌதிகமயமான ஸத்வ குணச் செயல்களின் பலனாக ஏற்படுவதாகும். ஆனால் பௌதிகமயமான கட்டுண்ட வாழ்வில், எந்தவொரு செயலும் முழுமையாக தூய்மை பெற்றதல்ல. அவை கலப்படமானவை. அவை சுத்தமான ஸத்வ குணத்தில் இல்லை. சுத்த ஸத்வம் என்பது திவ்யமானது; அத்தகு தூய்மைப் படுத்தப்பட்ட ஸத்வ குணத்தில் பரம புருஷ பகவானின் இயற்கையைப் புரிந்துகொள்ள முடியும். ஒருவனுடைய நம்பிக்கை சுத்த ஸத்வத்தில் நிலைபெறாத வரை, அவனது நம்பிக்கை ஜட இயற்கையின் ஏதேனும் ஒரு குணத்தால் களங்கப்பட்டதாகவே இருக்கும். ஜட இயற்கையின் களங்கமுற்ற குணங்கள் இதயத்தை நோக்கி விரிவடைகின்றன. எனவே ஒரு குறிப்பிட்ட இயற்கை குணத்துடன் ஒருவனது இதயம் கொண்டுள்ள தொடர்பிற்கு ஏற்ப அவனது நம்பிக்கை நிலைபெறுகின்றது. அவனுடைய இதயம் ஸத்வ குணத்தில் இருந்தால், அவனுடைய நம்பிக்கையும் ஸத்வ குணத்தில் இருப்பதாக புரிந்துகொள்ளப்பட வேண்டும். அவனது இதயம் ரஜோ குணத்தில் இருந்தால், அவனது நம்பிக்கையும் ரஜோ குணத்தில் இருக்கின்றது. அவனது இதயம் இருள் நிறைந்த தமோ குணத்தில் இருந்தால், அவனது நம்பிக்கையும் அதே போன்ற களங்கத்துடன்

இருக்கின்றது. இவ்வாறு, இவ்வுலகில் பல்வேறு விதமான நம்பிக்கை இருப்பதை நாம் காண்கிறோம், மேலும் பல்வேறு விதமான நம்பிக்கைக்கு ஏற்ப பல்வேறு மதங்களும் இருக்கின்றன. மத நம்பிக்கையின் உண்மையானக் கொள்கை, சுத்த ஸத்வ குணத்தில் நிலைபெற்றுள்ளது; ஆனால் இதயம் களங்கமுற்றிருப்பதால் நாம் பல்வேறு வித மதக் கொள்கைகளைக் காண்கின்றோம். இவ்வாறு பல்வேறு வகையான நம்பிக்கைகளுக்கு ஏற்ப பல்வேறு விதமான வழிபாடுகள் இருக்கின்றன.

ஸ்லோகம் 4

यजन्ते सात्त्विका देवान्यक्षरक्षांसि राजसाः ।
प्रेतान्भूतगणांश्चान्ये यजन्ते तामसा जनाः ॥ ४ ॥

யஜந்தே ஸாத்த்விகா தே₃வான் யக்ஷ-ரக்ஷாம்'ஸி ராஜஸா:
ப்ரேதான் பூ₄த-க₃ணாம்'ஷ்₂ சான்யே யஜந்தே தாமஸா ஜனா:

யஜந்தே—வழிபடுகின்றனர்; *ஸாத்த்விகா:*—ஸத்வ குணத்தில் இருப்பவர்கள்; *தே₃வான்*—தேவர்களை; *யக்ஷ-ரக்ஷாம்ஸி*—அசுரர்களை; *ராஜஸா:*—ரஜோ குணத்தில் இருப்பவர்கள்; *ப்ரேதான்*—பேய்கள்; *பூ₄த-க₃ணான்*—பூத கணங்கள்; *ச*—மற்றும்; *அன்யே*—பிறர்; *யஜந்தே*—வழிபடுகின்றனர்; *தாமஸா:*—தமோ குணத்தில்; *ஜனா:*—மக்கள்.

ஸத்வ குணத்தில் இருக்கும் மனிதர்கள் தேவர்களை வழிபடுகின்றனர்; ரஜோ குணத்தில் இருப்பவர்கள் அசுரர்களை வழிபடுகின்றனர்; தமோ குணத்தில் இருப்பவர்களோ பேய்களையும் பூத கணங்களையும் வழிபடுகின்றனர்.

பொருளுரை: இந்த ஸ்லோகத்தில், வழிபடுபவர்களின் வெளிப்புற செயல்களின் அடிப்படையில் பரம புருஷ பகவான் அவர்களை பல்வேறு விதமாக விவரிக்கின்றார். சாஸ்திர விதிகளின்படி பரம புருஷ பகவான் மட்டுமே வழிபடத்தக்கவர். ஆனால் சாஸ்திர விதிகளை நன்கு அறியாத அல்லது அதில் நம்பிக்கையில்லா நபர்கள், ஜட இயற்கையின் குணங்களில் தங்களுடைய குறிப்பிட்ட நிலைகளுக்கு ஏற்ப பல்வேறு விஷயங்களை வழிபடுகின்றனர். ஸத்வ குணத்தில் இருப்பவர்கள் பொதுவாக தேவர்களை வழிபடுவர். தேவர்கள் என்றால் பிரம்மா, சிவன் உட்பட இந்திரன், சந்திரன், சூரியதேவன் போன்றவர்களைக் குறிக்கும். பல்வேறு தேவர்கள் உள்ளனர். ஸத்வ குணத்தில் இருப்பவர்கள் ஒரு குறிப்பிட்ட தேவரை ஒரு குறிப்பிட்ட நோக்கத்திற்காக வழிபடுகின்றனர். அதுபோலவே ரஜோ குணத்தில் இருப்பவர்கள் அசுரர்களை வழிபடுகின்றனர். இரண்டாம் உலகப் போரின்போது கல்கத்தாவிலிருந்த ஒரு மனிதன்,

போரின் காரணத்தால் கருப்புச் சந்தையில் ஈடுபட்டு பெருமளவு செல்வத்தைச் சேர்த்திருந்தான். அதற்கு நன்றி கூறும் முறையில் அவன் ஹிட்லரை வழிபட்டது என் நினைவில் உள்ளது. இவ்வாறு ரஜோ குணத்திலும் தமோ குணத்திலும் இருப்பவர்கள் பொதுவாக வலிமை வாய்ந்த மனிதனைக் கடவுளாகத் தேர்ந்தெடுக்கின்றனர். யாரை வேண்டுமானாலும் கடவுளாக வழிபடலாம் என்பதும், ஒரே பலன்களே அடையப்படும் என்பதும் அவர்களது எண்ணம்.

ரஜோ குணத்தில் இருப்பவர்கள் அத்தகு தெய்வங்களை உண்டாக்கி வழிபடுகிறார்கள் என்றும், இருளான தமோ குணத்தில் இருப்பவர்கள் இறந்துபோன ஆவிகளை வழிபடுகிறார்கள் என்றும் இங்கே தெளிவாக விளக்கப்பட்டுள்ளது. சில நேரங்களில் இறந்துபோன மனிதனின் சமாதியை மக்கள் வழிபடுகிறார்கள். உடலுறவு குறித்த தொண்டும் இருண்ட குணத்தைச் சார்ந்ததாகக் கருதப்படுகிறது. அதுபோல, இந்தியாவின் சில குக்கிராமங்களில் பேய்களை வழிபடும் சிலரும் இருக்கின்றனர். கீழ்நிலை மக்கள் சில நேரங்களில் காட்டிற்குச் செல்கின்றனர்; அங்கு ஏதேனும் ஒரு மரத்தில் பேய் வசிப்பதாக அவர்கள் அறிந்து கொண்டால், அந்த மரத்தை வழிபட்டு பலி கொடுப்பதை நாம் இந்தியாவில் கண்டுள்ளோம். இத்தகு பலதரப்பட்ட வழிபாடுகள் உண்மையில் தெய்வ வழிபாடு அல்ல. தெய்வ வழிபாடு என்பது சுத்த ஸத்வ குணத்தில் திவ்யமாக நிலைபெற்றுள்ள நபர்களுக்கானதாகும். ஸ்ரீமத் பாகவதத்தில் (4.3.23), *ஸத்த்வம் விஷு*$_2$*த்*$_3$*த*$_4$*ம் வாஸுதே*$_3$*வ-ஷ*$_2$*ப்*$_3$*தி*$_3$*தம்*—"சுத்த ஸத்வ குணத்தில் ஒருவன் நிலைபெறும்போது அவன் வாஸுதேவரை வழிபடுகின்றான்" என்று கூறப்பட்டுள்ளது. அதாவது, ஜட இயற்கையின் குணங்களி லிருந்து முழுமையாகத் தூய்மை பெற்று, திவ்யமான தளத்தில் நிலைபெறுபவர்கள் பரம புருஷ பகவானை வழிபட முடியும் என்பதாகும்.

அருவவாதிகள் ஸத்வ குணத்தில் நிலைபெற்றிருக்க வேண்டிய வர்கள், அவர்கள் ஐந்து தேவர்களை வழிபடுகின்றனர். அவர்கள் விஷ்ணுவைப் பற்றி சொந்த தத்துவத்தை உருவாக்கி அந்த விஷ்ணுவை வழிபடுகின்றனர். விஷ்ணு பரம புருஷ பகவானின் விரிவங்கமாவார், ஆனால் பரம புருஷ பகவானின் மீது உண்மையான நம்பிக்கை இல்லாத அருவவாதிகள், விஷ்ணுவின் உருவம் அருவ பிரம்மனின் மற்றொரு தோற்றம் என்று கற்பனை செய்து கொள்கின்றனர்; அதுபோல ரஜோ குணத்திலுள்ள அருவத்தின் உருவமே பிரம்மதேவர் என்றும் கற்பனை செய்கின்றனர். இவ்வாறு ஐந்து விதமான தெய்வங்கள் வழிபடத்தக்கவர்கள் என்று இவர்கள்

சில சமயங்களில் விவரிக்கின்றனர், இருப்பினும் அருவ பிரம்மனே உண்மையான சத்தியம் என்று அவர்கள் எண்ணுவதால் வழிபடத்தக்க எல்லா விஷயங்களையும் அவர்கள் இறுதியில் புறக்கணிக்கின்றனர். முடிவு என்னவெனில், தெய்வீக இயற்கையிலுள்ள நபர்களுடன் உறவு கொள்வதால் மட்டுமே, ஜட இயற்கையின் பல்வேறு குணங்களிலிருந்து ஒருவன் தன்னைத் தூய்மைப்படுத்திக்கொள்ள முடியும்.

ஸ்லோகங்கள் 5–6

अशास्त्रविहितं घोरं तप्यन्ते ये तपो जनाः ।
दम्भाहङ्कारसंयुक्ताः कामरागबलान्विताः ॥ ५ ॥
कर्षयन्तः शरीरस्थं भूतग्राममचेतसः ।
मां चैवान्तः शरीरस्थं तान्विद्ध्यासुरनिश्चयान् ॥ ६ ॥

அஷா$_2$ஸ்த்ர-விஹிதம்' கோ$_4$ரம்' தப்யந்தே யே தபோ ஜனா:
த$_3$ம்பா$_4$ஹங்கார-ஸம்'யுக்தா: காம-ராக$_3$-ப$_3$லான்விதா:
கர்ஷயந்த: ஷ$_2$ரீர-ஸ்த$_2$ம்' பூ$_4$த-க்$_3$ராமம் அசேதஸ:
மாம்' சைவாந்த: ஷ$_2$ரீர-ஸ்த$_2$ம்' தான் வித்$_3$த்$_4$யாஸுர-நிஷ்$_2$சயான்

அஷா$_2$ஸ்த்ர—சாஸ்திரத்தில் இல்லாத; *விஹிதம்*—காட்டப்பட்ட; *கோ$_4$ரம்*—பிறருக்குத் தீங்கிழைக்கும்; *தப்யந்தே*—மேற்கொள்கின்றனர்; *யே*—அவர்கள்; *தப:*—தவங்கள்; *ஜனா:*—மனிதர்கள்; *த$_3$ம்ப$_4$*—தற்பெருமை; *அஹங்கார:*—அஹங்காரம்; *ஸம்'யுக்தா:*—ஈடுபட்டு; *காம*—காமம்; *ராக$_3$*—பற்றுதல்; *ப$_3$ல*—பலத்தால்; *அன்விதா*—உந்தப்பட்டு; *கர்ஷயந்த:*—துன்புறுத்தி; *ஷ$_2$ரீர-ஸ்த$_2$ம்*—உடலினுள் அமைந்துள்ள; *பூ$_4$த-க்$_3$ராமம்*—ஜட மூலக்கூறுகளின் கலவை; *அசேதஸ:*—தவறான மனோநிலையால்; *மாம்*—எனக்கு; *ச*—மேலும்; *ஏவ*—நிச்சயமாக; *அந்த:*—உள்ளே; *ஷ$_2$ரீர-ஸ்த$_2$ம்*—உடலினுள் அமைந்துள்ள; *தான்*—அவர்கள்; *வித்$_3$தி$_4$*—அறியப்பட வேண்டும்; *அஸுர-நிஷ்$_2$சயான்*—அசுரர்களாக.

காமம் மற்றும் பற்றுதலின் பலவந்தத்தால் சாஸ்திரங்களில் பரிந்துரைக்கப்படாத கடுமையான தவங்களை தற்பெருமையுடனும் அஹங்காரத்துடனும் செய்பவர்கள், உடலின் ஜட மூலக்கூறுகளைத் துன்புறுத்துவது மட்டுமின்றி உள்ளே உறைந்துள்ள பரமாத்மாவையும் துன்புறுத்துகின்றனர். அத்தகு முட்டாள்கள் அசுரர்களாக அறியப்படுகின்றனர்.

பொருளுரை: சிலர் சாஸ்திர விதிகளில் குறிப்பிடப்படாத தவங்களையும் விரத நெறிகளையும் உற்பத்தி செய்கின்றனர். உதாரணமாக, ஏதேனும் அரசியல் உள்நோக்கத்தை நிறைவேற்றுவதற்காக உண்ணாவிரதம் இருப்பதுபோன்ற செயல்கள்

சாஸ்திர விதிகளில் குறிப்பிடப்படாதவை. சாஸ்திரங்களில், உண்ணாவிரதம் என்பது ஆன்மீக முன்னேற்றத்திற்காகப் பரிந்துரைக்கப்பட்டுள்ளது, சில அரசியல் நோக்கத்திற்காகவோ சமூக இலக்கிற்காகவோ அல்ல. அத்தகு விரதங்களை ஏற்பவர்கள் பகவத் கீதையின்படி நிச்சயமாக அசுரத் தன்மையுடையவர்கள். அவர்களது செயல்கள் சாஸ்திர விதிகளுக்கு எதிரானவை, மேலும், இவற்றால் பொது மக்களுக்கு எவ்வித நன்மையும் உண்டாகாது. உண்மையில், தற்பெருமை, அஹங்காரம், காமம், பௌதிக இன்பத்திற்கான பற்றுதல் ஆகியவற்றினால் இவர்கள் செயல்படுகின்றனர். இத்தகு செயல்களால் உடலை உருவாக்கியுள்ள ஜட மூலக்கூறுகளின் சேர்க்கை மட்டும் துன்புறுவதில்லை. உடலுக்குள் வாழ்கின்ற முழுமுதற் கடவுளும் துன்புறுகின்றார். அரசியலை குறிக்கோளாகக் கொண்ட அத்தகு விரதங்களும், தவங்களும் மற்றவர்களுக்கு மிகுந்த தொல்லை கொடுப்பது நிச்சயம். இவை வேத இலக்கியங்களில் குறிப்பிடப்படாதவை. தனது எதிரியையோ இதர கட்சியினரையோ இத்தகு முறையினால் தனது விருப்பத்திற்கு உடன்படும்படி வலியுறுத்தலாம் என்று அசுரத்தனமான மனிதன் நினைக்கலாம். ஆனால் சில சமயங்களில் இத்தகு விரதத்தினால் ஒருவன் மரணமடையவும் கூடும். இத்தகு செயல்களை பரம புருஷ பகவான் அனுமதிப்பதில்லை. மேலும், இவ்வாறு ஈடுபடுபவர்களை அசுரர்கள் என்று அவர் கூறுகின்றார். வேத சாஸ்திரங்களின் விதிகளுக்குக் கீழ்ப்படியாமல் செய்யப்படுவதால், இத்தகு ஆர்ப்பாட்டங்கள் முழுமுதற் கடவுளை அவமதிப்பதாகும். இந்த விஷயத்தில் அசேதஸ: என்னும் சொல் மிகவும் முக்கியமானதாகும். சரியான மனோநிலையில் இருப்பவர்கள் சாஸ்திர விதிகளுக்குக் கீழ்ப்படிதல் அவசியம். அத்தகு நிலையில் இல்லாதவர்கள் மட்டுமே சாஸ்திரங்களைப் புறக்கணித்து, அவற்றிற்குக் கீழ்ப்படியாமல், தங்களது சொந்த வழியில் தவங்களையும் விரதங்களையும் உற்பத்தி செய்வர். அசுரத் தன்மையுடைய மக்களின் இறுதி முடிவு முந்தைய அத்தியாயத்தில் கூறப்பட்டது, அதனை எப்போதும் நினைவிற்கொள்ள வேண்டும். இவர்களை அசுரத் தன்மையுடையவர்களின் கர்ப்பத்தில் பிறவி எடுக்கும்படி கடவுள் கட்டாயப்படுத்துகின்றார். இதன் விளைவாக, பிறவிதோறும் அவர்கள் அசுரக் கொள்கைகளை ஏற்று வாழ்ந்து, முழுமுதற் கடவுளுடனான உறவுகளை முற்றிலும் மறந்து விடுகின்றனர். அவ்வாறு இருப்பினும், வேத அறிவின் பாதையில் வழிநடத்தக்கூடிய ஓர் ஆன்மீக குருவினால் உபதேசிக்கப் படுமளவிற்கு அவர்கள் நல்லதிர்ஷ்டம் பெற்றால், இந்த பந்தத்தி லிருந்து விடுபட்டு இறுதியில் பரம இலக்கை அடைய முடியும்.

ஸ்லோகம் 7

आहारस्त्वपि सर्वस्य त्रिविधो भवति प्रियः ।
यज्ञस्तपस्तथा दानं तेषां भेदमिमं शृणु ॥ ७॥

ஆஹாரஸ் த்வபி ஸர்வஸ்ய த்ரி-விதோ$_4$ ப$_4$வதி ப்ரிய:
யஜ்ஞஸ் தபஸ் ததா$_2$ தா$_3$னம்' தேஷாம்' பே$_4$த$_3$ம் இமம்' ஷ்$_2$ரு'ணு

ஆஹார:—உணவு; *து*—நிச்சயமாக; *அபி*—கூட; *ஸர்வஸ்ய*—ஒவ்வொருவரது; *த்ரி-வித:$_4$*—மூன்று விதமாக; *ப$_4$வதி*—இருக்கின்றன; *ப்ரிய:*—பிரியமான; *யஜ்ஞ:*—யாகம்; *தப:*—தவம்; *ததா$_2$*—மற்றும்; *தா$_3$னம்*—தானம்; *தேஷாம்*—அவர்களின்; *பே$_4$த$_3$ம்*—வேறுபாடுகள்; *இமம்*—இந்த; *ஷ்$_2$ரு'ணு*—கேள்.

ஒவ்வொருவர் விரும்பும் உணவிலும்கூட ஜட இயற்கையின் முக்குணங்களுக்கு ஏற்ப மூன்று வகை உண்டு. இது யாகங்கள், தவங்கள், மற்றும் தானத்திற்கும் பொருந்தும். அவற்றிற்கு இடையிலான வேறுபாடுகளை தற்போது கேள்.

பொருளுரை: ஜட இயற்கை குணங்களின் பல்வேறு நிலைகளுக்கு ஏற்ப, உண்ணுதல், யாகங்களைச் செய்தல், தவங்கள் மற்றும் தானங்களில் வேறுபாடுகள் உள்ளன. இவையனைத்தும் ஒரே நிலையில் செய்யப்படுபவை அல்ல. எத்தகு செயல்கள் ஜட இயற்கையின் எத்தகு குணத்தைச் சார்ந்தவை என்பதை ஆராய்ந்து அறியக்கூடியவர்களே உண்மையில் விவேகம் உடையவர்கள்; எல்லாவிதமான யாகம், உணவு, அல்லது தானமும் ஒன்றே என்று கருதுபவர்களால் விவேகத்துடன் செயல்பட முடியாது, அவர்கள் முட்டாள்கள். சில அமைப்பின் தொண்டர்கள், தான் விரும்பும் எதையும் ஒருவன் செய்யலாம் என்றும் அதனால் பக்குவத்தை அடைய முடியும் என்றும் வாதம் செய்கின்றனர். ஆனால் அத்தகு முட்டாள் வழிகாட்டிகள் சாஸ்திரங்களின் வழிகாட்டுதலுக்கு ஏற்பச் செயல்படுவதில்லை. அவர்களே பாதைகளை உற்பத்தி செய்து பொதுமக்களை தவறாக வழிநடத்துகின்றனர்.

ஸ்லோகம் 8

आयुःसत्त्वबलारोग्यसुखप्रीतिविवर्धनाः ।
रस्याः स्निग्धाः स्थिरा हृद्या आहाराः सात्त्विकप्रियाः ॥ ८॥

ஆயு:-ஸத்த்வ-ப$_3$லாரோக்$_3$ய- ஸுக$_2$-ப்ரீதி-விவர்த$_4$னா:
ரஸ்யா: ஸ்நிக்$_3$தா:$_4$ ஸ்தி$_2$ரா ஹ்ரு'த்$_3$யா ஆஹாரா: ஸாத்த்விக-ப்ரியா:

ஆயு:—ஆயுள்; *ஸத்த்வ*—இருப்பு; *ப$_3$ல*—பலம்; *ஆரோக்$_3$ய*—ஆரோக்கியம்; *ஸுக$_2$*—சுகம்; *ப்ரீதி*—திருப்தி; *விவர்த$_4$னா:*—அதிகப்படுத்துகின்ற;

ரஸ்யா:—ரசம் உள்ள; *ஸ்நிக்$_3$தா$_4$*—கொழுப்புச் சத்து மிக்க; *ஸ்தி$_2$ரா:*—நீடித்திருக்கும்; *ஹ்ரு'த்$_3$யா:*—இதயத்திற்கு இதமான; *ஆஹார*—உணவு; *ஸாத்த்விகா*—ஸத்வ குணத்தில் இருப்பவனுக்கு; *ப்ரியா:*—பிரியமானது;.

ஆயுளை நீட்டித்து, வாழ்வைத் தூய்மைப்படுத்தி, பலம், ஆரோக்கியம், சுகம், மற்றும் திருப்தியைக் கொடுக்கும் உணவு, ஸத்வ குணத்தில் இருப்போருக்கு பிரியமானவை. இத்தகு உணவு ரசமுள்ளவையாக, கொழுப்புச் சத்தும், ஊட்டச் சத்தும் மிக்கவையாக, இதயத்திற்கு இதமளிப்பவையாக உள்ளன.

ஸ்லோகம் 9

कट्वम्ललवणात्युष्णतीक्ष्णरूक्षविदाहिनः ।
आहारा राजसस्येष्टा दुःखशोकामयप्रदाः ॥ ९ ॥

கட்வம்ல-லவணாத்யுஷ்ண- தீக்ஷ்ண-ரூக்ஷ-விதா$_3$ஹின:
ஆஹாரா ராஜஸஸ்யேஷ்டா து:$_3$க$_2$-ஷோ$_2$காமய-ப்ரதா:$_3$

கடு—கசப்பு; *அம்ல*—புளிப்பு; *லவணா*—உப்பு நிறைந்த; *அதி-உஷ்ண*—மிகவும் சூடான; *தீக்ஷ்ண*—காரமான; *ரூக்ஷ*—உலர்ந்த; *விதா$_3$ஹின:*—எரிகின்ற; *ஆஹார*—உணவு; *ராஜஸஸ்ய*—ரஜோ குணத்தில் இருப்பவனுக்கு; *இஷ்டா:*—விருப்பமானது; *து:$_3$க$_2$*—துன்பம்; *ஷோ$_2$க*—சோகம்; *ஆமய*—நோய்; *ப்ரதா:$_3$*—கொடுக்கக்கூடிய;.

மிகவும் கசப்பான, மிகவும் புளிப்பான, உப்பு நிறைந்த, சூடான, காரமான, உலர்ந்த, மற்றும் எரிகின்ற உணவுப் பொருட்கள் ரஜோ குணத்தில் இருப்பவர்களுக்கு விருப்பமானதாகும். இத்தகு உணவு, துன்பம், சோகம் மற்றும் நோயை உண்டாக்குகிறது.

ஸ்லோகம் 10

यातयामं गतरसं पूति पर्युषितं च यत् ।
उच्छिष्टमपि चामेध्यं भोजनं तामसप्रियम् ॥ १० ॥

யாத-யாமம்' க$_3$த-ரஸம்' பூதி பர்யுஷிதம்' ச யத்
உச்சி$_2$ஷ்டம் அபி சாமேத்$_4$யம்' போ$_4$ஜனம்' தாமஸ-ப்ரியம்

யாத-யாமம்—சாப்பிடுவதற்கு மூன்று மணி நேரம் முன்பு சமைக்கப்பட்ட உணவு; *க$_3$த-ரஸம்*—சுவையற்ற; *பூதி*—துர்நாற்றமுள்ள; *பர்யுஷிதம்*—ஊசிப்போன; *ச*—மற்றும்; *யத்*—எது; *உச்சி$_2$ஷ்டம்*—பிறரால் உண்ணப்பட்ட உணவின் மீதம்; *அபி*—கூட; *ச*—மற்றும்; *அமேத்$_4$யம்*—தீண்டத்தகாத; *போ$_4$ஜனம்*—உணவு; *தாமஸ*—தமோ குணத்தில் இருப்பவர்களுக்கு; *ப்ரியம்*—பிரியமானது.

உண்பதற்கு மூன்று மணி நேரத்திற்கு முன்பே சமைக்கப்பட்ட, சுவையற்ற, பழைய, ஊசிப்போன, எச்சில்பட்ட, தீண்டத்தகாத

பொருட்களைக் கொண்ட உணவு தமோ குணத்தில் உள்ள மக்களால் விரும்பப்படுகின்றன.

பொருளுரை: உணவின் நோக்கம், ஆயுளை நீட்டித்து, மனதை தூய்மைப்படுத்தி, உடல் பலத்தை வளப்படுத்துவதாகும். உணவின் ஒரே குறிக்கோள் இதுவே. கடந்தகாலத்தின் பெரும் முனிவர்கள், வாழ்நாளை அதிகரிக்கக் கூடியதும் உடல் ஆரோக்கியத்திற்கு உதவக்கூடியதுமான பால் பொருட்கள், சர்க்கரை, அரிசி, கோதுமை, பழங்கள், மற்றும் காய்கறிகளை உணவாகத் தேர்ந்தெடுத்தனர். இத்தகு உணவு ஸத்வ குணத்தில் இருப்பவர்களுக்கு மிகவும் பிரியமானது. சமைக்கப்பட்ட சோளம், வெல்லப்பாகு முதலிய இதர உணவு நேரடியாக உண்பதற்கு உகந்தவையாக இல்லாவிடினும், பால் அல்லது வேறு உணவுப் பொருட்களுடன் கலக்கப்பட்டு சுவையூட்டப்படுகின்றன. அதன் பின்னர் அவையும் ஸத்வ குணத்தில் இருப்பவையாகி விடுகின்றன. இந்த உணவுப் பொருட்கள் யாவும் இயற்கையிலேயே மிகவும் தூய்மையானவை. தீண்டத்தகாத பொருட்களான மது, மாமிசம் முதலியவற்றிலிருந்து இவை முற்றிலும் வேறுபட்டவை. எட்டாவது ஸ்லோகத்தில் குறிப்பிடப்பட்டுள்ள கொழுப்புச் சத்துமிக்க உணவிற்கும், மிருகங்களைக் கொல்வதால் அடையப்படும் கொழுப்பிற்கும் எந்தத் தொடர்பும் இல்லை. எல்லா உணவிலும் மிகச்சிறந்ததான பாலின் உருவில் மிருகத்தின் கொழுப்பு நமக்குக் கிடைக்கின்றது. பால், வெண்ணெய், பாலாடைக் கட்டி முதலிய பொருட்கள் மிருகத்தின் கொழுப்பை அப்பாவி மிருகங்களைக் கொல்வதற்கான தேவை ஏதுமின்றி வழங்குகின்றன. மிருகவதை நடைபெறுவதற்கு ஒரே காரணம் கொடூர மனப்பான்மையே. தேவையான கொழுப்புச்சத்தை பாலின் மூலமாகப் பெறுவது நாகரிகமான வழிமுறை. மிருகங்களைக் கொல்வது காட்டுமிராண்டித்தனம். பட்டாணி, பருப்பு, கோதுமை முதலியவற்றில் புரதச்சத்து தாராளமாக உள்ளது.

கசப்பான, உப்புக் கரிக்கின்ற, மிகவும் சூடான அல்லது மிளகாய் அதிகமாக சேர்க்கப்பட்ட உணவுப் பொருட்கள் வயிற்றிலுள்ள கபத்தைக் குறைத்து வியாதிக்கு வழிவகுப்பதால் துன்பத்தைக் கொடுக்கின்றன, இவை ரஜோ குணத்தின் உணவாகும். பழைய உணவு இருளான தமோ குணத்தைச் சேர்ந்தது; சாப்பிடுவதற்கு மூன்று மணி நேரத்திற்கு முன்பு சமைக்கப்பட்ட எந்த உணவும் (இறைவனுக்குப் படைக்கப்பட்ட பிரசாதத்தைத் தவிர) தமோ குணத்தில் இருப்பதாகவே கருதப்படுகின்றது. ஊசிப்போவதால் துர்நாற்றத்தைத் தரும் அத்தகு உணவு, தமோ குணத்தில் இருக்கும்

மக்களை அடிக்கடி கவருகின்றன. ஆனால் ஸத்வ குணத்தில் இருப்பவர்களை வெறுப்பூட்டுகின்றன.

எச்சில்பட்ட உணவு, முழுமுதற் கடவுளுக்கு முதலில் படைக்கப்பட்டவையாக இருந்தால், அல்லது சாதுக்களால் (குறிப்பாக ஆன்மீக குருவினால்) முதலில் உண்ணப்பட்டதாக இருந்தால் மட்டுமே ஏற்றுக்கொள்ளப்பட வேண்டும். இல்லாவிடில் எச்சில்பட்ட உணவு தமோ குணத்தைச் சேர்ந்ததாகக் கருதப்படுகிறது, அது தொற்று நோய்களை அதிகப்படுத்துகிறது. அத்தகு உணவு இருண்ட குணத்தில் இருப்பவர்களுக்கு மிகவும் சுவையானதாக இருந்தாலும், ஸத்வ குணத்தில் இருப்பவர்கள் அதனை விரும்புவதில்லை, தொடுவதுகூட இல்லை. பரம புருஷ பகவானுக்குப் படைக்கப்பட்ட பிரசாதமே மிகச்சிறந்த உணவாகும். காய்கறிகள், மாவு மற்றும் பாலினால் தயாரிக்கப்பட்ட உணவுப் பொருட்கள் பக்தியுடன் படைக்கப்படும்போது, அவற்றை தாம் ஏற்றுக்கொள்வதாக பரம புருஷ பகவான் பகவத் கீதையில் கூறுகிறார். *பத்ரம் புஷ்பம் ப$_2$லம் தோயம்.* பரம புருஷ பகவானால் ஏற்றுக்கொள்ளப்படும் பொருட்களில் பக்தியும், அன்புமே தலைசிறந்தவை என்பது உண்மையே. இருப்பினும் பிரசாதமானது ஒரு குறிப்பிட்ட விதத்தில் தயாரிக்கப்பட வேண்டும் என்றும் குறிப்பிடப்பட்டுள்ளது. சாஸ்திர விதிகளின்படி தயாரிக்கப்பட்டு பரம புருஷ பகவானுக்குப் படைக்கப்பட்ட பிரசாத உணவு, நீண்ட நெடுங்காலத்திற்கு முன்பு தயாரிக்கப் பட்டிருந்தாலும்கூட, ஏற்றுக்கொள்ளத்தக்கதாகும்; ஏனெனில், அது தெய்வீகமானதாகும். எனவே, உணவை களங்கமற்றதாக, சாப்பிடத்தக்கதாக, மற்றும் எல்லாருக்கும் சுவையானதாக மாற்ற, ஒருவன் அதனை பரம புருஷ பகவானுக்கு நைவேத்யம் செய்தல் அவசியம்.

ஸ்லோகம் 11

अफलाकाङ्क्षिभिर्यज्ञो विधिदिष्टो य इज्यते ।
यष्टव्यमेवेति मनः समाधाय स सात्त्विकः ॥ ११ ॥

அப$_2$லாகாங்க்ஷிபி$_4$ர் யஜ்ஞோ விதி$_4$-தி$_3$ஷ்டோ ய இஜ்யதே
யஷ்டவ்யம் ஏவேதி மன: ஸமாதா$_4$ய ஸ ஸாத்த்விக:

அப$_2$லா-காங்க்ஷிபி:$_4$—பலனுக்கான ஆசையிலிருந்து விடுபட்டவர்களால்; *யஜ்ஞ:*—யாகம்; *விதி$_4$-தி$_3$ஷ்ட:*—சாஸ்திர விதிகளின்படி; *ய:*—எந்த; *இஜ்யதே*—செய்யப்படுகின்றதோ; *யஷ்டவ்யம்*—செய்யப்பட வேண்டும்; *ஏவ*—நிச்சயமாக; *இதி*—இவ்வாறு; *மன:*—மனம்; *ஸமாதா$_4$ய*—நிலைநிறுத்தப்பட்டு; *ஸ:*—அது; *ஸாத்த்விக:*—ஸத்வ குணத்தில்.

சாஸ்திர விதிகளின்படி, கடமையை நிறைவேற்றுவதற்காக, பலனை எதிர்பார்க்காத நபர்களால் செய்யப்படும் யாகம், ஸத்வ குணத்தைச் சார்ந்ததாகும்.

பொருளுரை: மனதில் ஏதேனும் ஒரு நோக்கத்துடன் யாகம் செய்வது பொதுவான தன்மையாகும், ஆனால் அத்தகு ஆசைகள் ஏதுமின்றி யாகம் செய்யப்பட வேண்டும் என்று இங்கு கூறப்பட்டுள்ளது. அது கடமையை நிறைவேற்றுவதற்காகச் செய்யப்பட வேண்டும். கோயில்களிலோ தேவாலயங்களிலோ செய்யப்படும் சடங்குகளை உதாரணமாக எடுத்துக்கொள்வோம். அவை பெரும்பாலும் ஏதேனும் ஒரு பௌதிக இலாபத்தை நோக்கமாகக் கொண்டு செய்யப்படுகின்றன, எனவே அது ஸத்வ குணத்தில் செய்யப்படுவது அல்ல. ஒருவன் தன்னுடைய கடமையின் பொருட்டு கோவிலுக்கோ தேவாலயத்திற்கோ செல்ல வேண்டும், பரம புருஷ பகவானுக்கு மரியாதை செலுத்த வேண்டும், எந்தவொரு பௌதிக நன்மையையும் எதிர்பார்க்காமல் மலர்களையும் உணவுப் பொருட்களையும் அர்ப்பணிக்க வேண்டும். கடவுளை வழிபடுவதற்காக மட்டும் கோவிலுக்குச் செல்வதில் எந்தப் பலனும் இல்லை என்று ஒவ்வொருவரும் நினைக்கின்றனர். ஆனால் கடவுளைப் பொருளாதார நன்மைக்காக வழிபடுவதை சாஸ்திர விதிகள் பரிந்துரைப்பதில்லை. விக்ரஹத்திற்கு மரியாதை செலுத்துவதற்காக மட்டுமே அங்குச் செல்ல வேண்டும். இஃது அவனை ஸத்வ குணத்தில் வைக்கும். சாஸ்திர விதிகளுக்குக் கீழ்ப்படிவதும், பரம புருஷ பகவானிடம் மரியாதை செலுத்துவதும் ஒவ்வொரு நாகரிக மனிதனின் கடமையாகும்.

ஸ்லோகம் 12

अभिसन्धाय तु फलं दम्भार्थमपि चैव यत् ।
इज्यते भरतश्रेष्ठ तं यज्ञं विद्धि राजसम् ॥ १२ ॥

அபி$_4$ஸந்தா$_4$ய து ப$_2$லம்' த$_3$ம்பா$_4$ர்த$_2$ம் அபி சைவ யத்
இஜ்யதே ப$_4$ரத-ஷ்$_2$ரேஷ்ட$_2$ தம்' யஜ்ஞம்' வித்$_3$தி$_4$ ராஜஸம்

அபி$_4$ஸந்தா$_4$ய—விருப்பத்துடன்; *து*—ஆனால்; *ப$_2$லம்*—விளைவு; *த$_3$ம்ப$_4$*—தற்பெருமை; *அர்த$_2$ம்*—இலாபத்திற்காக; *அபி*—கூட; *ச*—மற்றும்; *ஏவ*—நிச்சயமாக; *யத்*—எது; *இஜ்யதே*—செய்யப்படுகின்றது; *ப$_4$ரத-ஷ்$_2$ரேஷ்ட$_2$*—பாரதர்களின் தலைவனே; *தம்*—அந்த; *யஜ்ஞம்*—யாகம்; *வித்$_3$தி$_4$*—அறிவாய்; *ராஜஸம்*—ரஜோ குணத்தில்.

ஆனால் ஏதேனும் பௌதிக நன்மையை அடைவதற்காக அல்லது தற்பெருமைக்காகச் செய்யப்படும் யாகம், பாரதர்களின் தலைவனே! ரஜோ குணத்தைச் சார்ந்தது என்பதை அறிவாயாக.

பொருளுரை: ஸ்வர்க லோகத்திற்கு உயர்வு பெறுவதற்காக அல்லது இவ்வுலகில் ஏதேனும் பௌதிக நன்மையைப் பெறுவதற்காக யாகங்களும் சடங்குகளும் சில சமயங்களில் செய்யப்படுகின்றன. அத்தகு யாகங்களும் சடங்குகளும் ரஜோ குணத்தைச் சார்ந்தவையாகக் கருதப்படுகின்றன.

ஸ்லோகம் 13

विधिहीनमसृष्टान्नं मन्त्रहीनमदक्षिणम् ।
श्रद्धाविरहितं यज्ञं तामसं परिचक्षते ॥ १३ ॥

விதி$_4$-ஹீனம் அஸ்ரு'ஷ்டான்னம்' மந்த்ர-ஹீனம் அத$_3$க்ஷிணம்
ஷ்$_2$ரத்$_3$தா$_4$-விரஹிதம்' யஜ்ஞம்' தாமஸம்' பரிசக்ஷதே

விதி$_4$-ஹீனம்—சாஸ்திர விதிகளின்றி; *அஸ்ரு'ஷ்ட-அன்னம்*—பிரசாத விநியோகமின்றி; *மந்த்ர-ஹீனம்*—வேத மந்திரங்களின் உச்சாடனமின்றி; *அத$_3$க்ஷிணம்*—புரோகிதர்களுக்கான தட்சணை இன்றி; *ஷ்$_2$ரத்$_3$தா$_4$*—நம்பிக்கை; *விரஹிதம்*—இல்லாத; *யஜ்ஞம்*—யாகம்; *தாமஸம்*—தமோ குணத்தில்; *பரிசக்ஷதே*—இருப்பதாகக் கருதப்படுகின்றது.

சாஸ்திர விதிகளை மதிக்காமல், பிரசாத விநியோகம் இன்றி, வேத மந்திரங்களின் உச்சாடனம் இன்றி, புரோகிதர்களுக்கான தட்சணை இன்றி, நம்பிக்கையும் இன்றி செய்யப்படும் யாகம், தமோ குணத்தைச் சார்ந்ததாகக் கருதப்படுகிறது.

பொருளுரை: இருள் நிறைந்த தமோ குணத்தில் உள்ள நம்பிக்கை உண்மையில் நம்பிக்கையே அல்ல. சில சமயங்களில் பணம் சேர்ப்பதற்காக மக்கள் சில தேவர்களை வழிபடுகின்றனர், பின்னர் சாஸ்திர விதிகளைப் புறக்கணித்து அப்பணத்தைப் புலனின்பச் செயல்களுக்காகச் செலவிடுகின்றனர். இத்தகு ஆடம்பர மதச் சடங்குகள் உண்மையானவையாக ஏற்கப்படுவதில்லை. இவையெல்லாம் தமோ குணத்தில் இருப்பவை; அசுரத் தனமான மனோநிலையை உண்டாக்கும் இவை மனித சமுதாயத்திற்கு எவ்விதமான நன்மையையும் அளிப்பதில்லை.

ஸ்லோகம் 14

देवद्विजगुरुप्राज्ञपूजनं शौचमार्जवम् ।
ब्रह्मचर्यमहिंसा च शारीरं तप उच्यते ॥ १४ ॥

தே$_3$வ-த்$_3$விஜ-கு$_3$ரு-ப்ராஜ்ஞ- பூஜனம்' ஷௌ$_2$சம் ஆர்ஜவம்
ப்$_3$ரஹ்மசர்யம் அஹிம்'ஸா ச ஷா$_2$ரீரம்' தப உச்யதே

தே$_3$வ—முழுமுதற் கடவுளின்; *த்$_3$விஜ*—பிராமணர்கள்; *கு$_3$ரு*—ஆன்மீக குரு; *ப்ராஜ்ஞ*—வழிபடத் தகுந்தவர்கள்; *பூஜனம்*—வழிபாடு; *ஷௌ$_2$சம்*—

தூய்மை; *ஆர்ஜவம்*—எளிமை; *ப்$_3$ரஹ்மசர்யம்*—பிரம்மசரியம்; *அஹிம்'ஸா*—அகிம்சை; *ச*—மேலும்; *ஷா$_2$ரீரம்*—உடல் சம்பந்தமான; *தப:*—தவம்; *உச்யதே*—ஆகக் கூறப்படுகின்றது.

முழுமுதற் கடவுள், பிராமணர்கள், ஆன்மீக குரு, பெரியோர்களான தாய் தந்தையர் ஆகியோரை வழிபடுதல், மற்றும் தூய்மை, எளிமை, பிரம்மசரியம், அகிம்சை முதலியவை உடலின் தவங்களாகும்.

பொருளுரை: முழுமுதற் கடவுள் பல்வேறு விதமான தவங்களை இங்கு விளக்குகின்றார். முதலில் அவர் உடலால் பயிற்சி செய்யப்படும் தவங்களை விளக்குகின்றார். கடவுள் அல்லது தேவர்கள், தகுதியுடைய பிராமணர்கள், ஆன்மீக குரு, தாய் தந்தையரைப் போன்ற பெரியவர்கள், வேத ஞானத்தில் சிறந்து விளங்கும் நபர்கள் ஆகியோருக்கு ஒருவன் மரியாதை செலுத்த வேண்டும், அல்லது மரியாதை செலுத்தக் கற்றுக்கொள்ள வேண்டும். அவர்களுக்குத் தக்க மரியாதை அளிக்கப்பட வேண்டும். ஒருவன் தன்னை உள்ளும் புறமும் தூய்மைப்படுத்திக்கொள்ள பயிற்சி செய்ய வேண்டும். மேலும் நடத்தையில் எளிமையாக இருப்பதற்கும் அவன் கற்றுக்கொள்ள வேண்டும். சாஸ்திர விதிகளில் அனுமதிக்கப்படாத எதையும் செய்யக் கூடாது. சாஸ்திரத்தின்படி உடலுறவு திருமண வாழ்வில் மட்டுமே அனுமதிக்கப்படுகின்றது, வேறுவிதமாக அல்ல; எனவே, அவன் திருமண வாழ்விற்குப் புறம்பான காம வாழ்வில் ஈடுபடக் கூடாது. இதுவே பிரம்மசரியம் என்று அறியப்படுகின்றது. இவை உடலை அடிப்படையாகக் கொண்ட தவங்களாகும்.

ஸ்லோகம் 15

अनुद्वेगकरं वाक्यं सत्यं प्रियहितं च यत् ।
स्वाध्यायाभ्यसनं चैव वाङ्मयं तप उच्यते ॥ १५ ॥

அனுத்$_3$வேக$_3$-கரம்' வாக்யம்' ஸத்யம்' ப்ரிய-ஹிதம்' ச யத்
ஸ்வாத்$_4$யாயாப்$_4$யஸனம்' சைவ வாங்-மயம்' தப உச்யதே

அனுத்$_3$வேக$_3$-கரம்—கிளர்ச்சி செய்யாத; *வாக்யம்*—வாக்கியங்கள்; *ஸத்யம்*—உண்மையான; *ப்ரிய*—பிரியமான; *ஹிதம்*—நன்மை தரக்கூடிய; *ச*—மேலும்; *யத்*—எந்த; *ஸ்வாத்$_4$யாய*—வேதக் கல்வி; *அப்$_4$யஸனம்*—பயிற்சி; *ச*—மற்றும்; *ஏவ*—நிச்சயமாக; *வாக்-மயம்*—வாக்கின்; *தப:*—தவம்; *உச்யதே*—கூறப்படுகின்றது.

உண்மையானதும் இனிமையானதும் நன்மையளிப்பதுமான பேச்சு, பிறரது மனதை துன்புறுத்தாத பேச்சு, வேத இலக்கியங்களை முறையாக உச்சரித்தல் ஆகியவை வாக்கின் தவங்களாகும்.

பொருளுரை: மற்றவர்களது மனம் கிளர்ச்சியடையும்படி ஒருவன் பேசக் கூடாது. ஓர் ஆசிரியர் தனது மாணவர்களுக்கு அறிவுரை வழங்கும்போது உண்மையைப் பேசலாம் என்பதில் சந்தேகமில்லை, இருப்பினும் அத்தகு ஆசிரியர் தனது மாணவர்கள் அல்லாத பிறரிடம் பேசும்போது அவர்களது மனதை துன்புறுத்தும்படி பேசக் கூடாது. இதுவே பேசுவதைப் பொறுத்த தவமாகும். இது மட்டுமின்றி அபத்தமாகவும் பேசக் கூடாது. ஆன்மீக வட்டாரத்தில் பேசும்போது, அவனது உரைகள் சாஸ்திரங்களால் ஆதரிக்கப்பட்டவையாக இருக்க வேண்டும். தான் கூறுவதை உறுதிப்படுத்த அவன் உடனடியாக சாஸ்திரங்களிலிருந்து மேற்கோள் காட்ட வேண்டும். அதே சமயத்தில், அத்தகு உரை கேட்பதற்கு இனிமையாகவும் இருக்க வேண்டும். அத்தகு உரையாடல்களால் ஒருவன் மிகச்சிறந்த நன்மையைப் பெற்று மனித சமுதாயத்தை உயர்த்த முடியும். எல்லையின்றி இருக்கும் வேத இலக்கியங்களைக் கற்க வேண்டும். இதுவே பேச்சின் தவமாகக் கூறப்படுகின்றது.

ஸ்லோகம் 16

मन:प्रसाद: सौम्यत्वं मौनमात्मविनिग्रह: ।
भावसंशुद्धिरित्येतत्तपो मानसमुच्यते ॥ १६ ॥

மன:-ப்ரஸாத:$_3$ ஸௌம்யத்வம்' மௌனம் ஆத்ம-விநிக்$_3$ரஹ:
பா$_4$வ-ஸம்'ஷு$_2$த்$_3$தி$_4$ர் இத்யேதத் தபோ மானஸம் உச்யதே

மன:-ப்ரஸாத:$_3$—மனதின் திருப்தி; *ஸௌம்யத்வம்*—பிறர் மீது வஞ்சனையின்றி; *மௌனம்*—மௌனம்; *ஆத்ம*—சுய; *விநிக்$_3$ரஹ:*—கட்டுப்பாடு; *பா$_4$வ*—இயற்கை; *ஸம்'ஷு$_2$த்$_3$தி:$_4$*—தூய்மை; *இதி*—இவ்வாறு; *ஏதத்*—இவை; *தப:*—தவம்; *மானஸம்*—மனதின்; *உச்யதே*—கூறப்படுகின்றன.

திருப்தி, எளிமை, மௌனம், சுயக் கட்டுப்பாடு, தனது இருப்பின் தூய்மை ஆகியவை மனதின் தவங்களாகும்.

பொருளுரை: மனதின் தவம் என்றால், அதனை புலனுகர்ச்சியிலிருந்து விடுவிப்பதாகும். பிறருக்கு நன்மை செய்வதைப் பற்றி எப்போதும் எண்ணும்படியாக மனம் பயிற்சி செய்யப்பட வேண்டும். மனதிற்கான மிகச்சிறந்த பயிற்சி அதன் எண்ணங்களை மௌனமாக வைப்பதாகும். ஒருவன் கிருஷ்ண உணர்விலிருந்து பிறழாமல் இருக்க வேண்டும், புலனுகர்ச்சியினை எப்போதும் தவிர்க்க வேண்டும். தனது இருப்பைத் தூய்மைப்படுத்துதல் என்றால் கிருஷ்ண உணர்வினனாவது என்று பொருள். மனதை புலனின்ப எண்ணங்களிலிருந்து விலக்குவதால் மட்டுமே அதனை திருப்திப்படுத்த முடியும். நாம் எந்த அளவிற்கு

புலனின்பத்தைப் பற்றி நினைக்கின்றோமோ, அந்த அளவிற்கு மனம் அதிருப்தி அடைகின்றது. தற்காலத்தில், புலனுகர்ச்சிக்கான பல்வேறு வழிகளில் நாம் நமது மனதை தேவையின்றி ஈடுபடுத்துகின்றோம்; எனவே, மனம் திருப்தியடைவதற்கான வாய்ப்பு ஏதும் இல்லை. இதற்கு மிகச்சிறந்த வழி, புராணங்கள், மஹாபாரதம் முதலிய திருப்தி கொடுக்கும் கதைகள் நிறைந்த வேத இலக்கியங்களை நோக்கி மனதைத் திருப்புவதாகும். அதிலுள்ள அறிவை உபயோகப்படுத்தி தூய்மை பெற முடியும். வஞ்சிக்கும் தன்மையிலிருந்து மனம் விடுபட வேண்டும், எல்லாருடைய நன்மையைப் பற்றியும் எண்ண வேண்டும். மௌனம் என்றால் எப்போதும் தன்னுணர்வைப் பற்றி சிந்திப்பது என்று பொருள். இவ்விதத்தில் கிருஷ்ண உணர்வில் இருப்பவன் பக்குவமான மௌனத்தைக் கடைப்பிடிக்கிறான். மனதைக் கட்டுப்படுத்துதல் என்றால் அதனை புலனுகர்ச்சியிலிருந்து விலக்குவதாகும். ஒருவன் தனது நடத்தையில் ஒளிவு மறைவின்றி இருப்பதன் மூலம் தனது நிலையைத் தூய்மைப்படுத்த முடியும். இந்த குணங்கள் எல்லாம் சேர்ந்து மன இயக்கங்களின் தவமாக ஆகின்றன.

ஸ்லோகம் 17

श्रद्धया परया तप्तं तपस्तत्त्रिविधं नरैः ।
अफलाकाङ्क्षिभिर्युक्तैः सात्त्विकं परिचक्षते ॥ १७ ॥

ஷ்$_2$ரத்$_3$த$_4$யா பரயா தப்தம்' தபஸ் தத் த்ரி-வித$_4$ம்' நரை:
அப$_2$லாகாங்க்ஷிபி$_4$ர் யுக்தை: ஸாத்த்விகம்' பரிசக்ஷதே

ஷ்$_2$ரத்$_3$த$_4$யா—நம்பிக்கையுடன்; *பரயா*—உன்னத; *தப்தம்*—ஆற்றப்படும்; *தப:*—தவம்; *தத்*—அந்த; *த்ரி-வித$_4$ம்*—மூன்று விதமான; *நரை:*—மனிதர்களால்; *அப$_2$ல-அகாங்க்ஷிபி:$_4$*—பலன்களுக்கான விருப்பமில்லாத; *யுக்தை:*—ஈடுபட்டுள்ளதாக; *ஸாத்த்விகம்*—ஸத்வ குணத்தில்; *பரிசக்ஷதே*—அறியப்படுகின்றன.

இந்த மூன்று வகையான தவங்கள், ஜட இலாபங்களை எதிர்பார்க்காமல், பரமனை திருப்தி செய்வதில் ஈடுபட்டுள்ள மனிதர்களால், உன்னத நம்பிக்கையுடன் செய்யப்படும்போது, ஸத்வ குணத்தின் தவங்கள் என்று அறியப்படுகின்றன.

ஸ்லோகம் 18

सत्कारमानपूजार्थं तपो दम्भेन चैव यत् ।
क्रियते तदिह प्रोक्तं राजसं चलमध्रुवम् ॥ १८ ॥

ஸத்கார-மான-பூஜார்த$_2$ம்' தபோ த$_3$ம்பே$_4$ன சைவ யத்
க்ரியதே தத்$_3$ இஹ ப்ரோக்தம்' ராஜஸம்' சலம் அத்$_4$ருவம்

ஸத்-கார—மரியாதை; *மான*—மானம்; *பூஜா*—வழிபாட்டினை; *அர்த$_2$ம்*—பெறுவதற்காக; *தப:*—தவம்; *த$_3$ம்பே$_4$ன*—தற்பெருமையுடன்; *ச*—மேலும்; *ஏவ*—நிச்சயமாக; *யத்*—எது; *க்ரியதே*—செய்யப்படுகின்றதோ; *தத்*—அது; *இஹ*—இவ்வுலகில்; *ப்ரோக்தம்*—கூறப்படுகின்றது; *ராஜஸம்*—ரஜோ குணத்தில்; *சலம்*—சஞ்சலமான; *அத்$_4$ருவம்*—தற்காலிகமான.

மானம், மரியாதை, மற்றும் வழிபாட்டைப் பெறுவதற்காக, தற்பெருமையுடன் செய்யப்படும் தவங்கள் ரஜோ குணத்தில் இருப்பவையாகக் கூறப்படுகின்றன. இவை சஞ்சலமானதும், தற்காலிகமானதும் ஆகும்.

பொருளுரை: சில சமயங்களில் மக்களைக் கவர்ந்து, அவர்களிடமிருந்து மதிப்பு, மரியாதை, மற்றும் வழிபாட்டைப் பெறுவதற்காக தவங்களும் சிரமங்களும் மேற்கொள்ளப்படுகின்றன. ரஜோ குணத்தில் இருப்பவர்கள், தமக்குக் கீழ்ப்பட்டவர்கள், தம்மை வழிபடுவதற்கும் தமது கால்களை கழுவி விடுவதற்கும் செல்வங்களை சமர்ப்பிப்பதற்கும் ஏற்பாடுகளைச் செய்கின்றனர். தவங்களைச் செய்வதால் உண்டாகும் இத்தகு செயற்கையான ஏற்பாடுகள் ரஜோ குணத்தில் இருப்பவையாகக் கருதப்படுகின்றன. இதன் விளைவுகள் தற்காலிகமானவை; சில காலத்திற்கு வேண்டுமானால் இவை தொடரலாம், ஆனால் நிரந்தரமானவை அல்ல.

ஸ்லோகம் 19

मूढग्राहेणात्मनो यत्पीडया क्रियते तपः ।
परस्योत्सादनार्थं वा तत्तामसमुदाहृतम् ॥ १९ ॥

மூட$_4$-க்$_3$ராஹேணாத்மனோ யத் பீட$_3$யா க்ரியதே தப:
பரஸ்யோத்ஸாத$_3$னார்த$_2$ம்' வா தத் தாமஸம் உதா$_3$ஹ்ரு'தம்

மூட$_4$—மூடத்தனமான; *க்$_3$ராஹேண*—முயற்சியுடன்; *ஆத்மன:*—தன்னை; *யத்*—எந்த; *பீட$_3$யா*—துன்புறுத்துவதால்; *க்ரியதே*—செய்யப்படுகின்றதோ; *தப:*—தவம்; *பரஸ்ய*—பிறருக்கு; *உத் ஸாத$_3$ன-அர்த$_2$ம்*—அழிவைக் கொடுப்பதற்காக; *வா*—அல்லது; *தத்*—அந்த; *தாமஸம்*—தமோ குணத்தில்; *உதா$_3$ஹ்ரு'தம்*—இருப்பதாகக் கூறப்படுகின்றது.

பிறரை அழிப்பதற்காகவோ துன்புறுத்துவதற்காகவோ, அல்லது தன்னையே வருத்திக் கொண்டு முட்டாள்தனமான முறையில் செய்யப்படும் தவங்கள், தமோ குணத்தில் இருப்பவையாகக் கருதப்படுகின்றன.

பொருளுரை: ஹிரண்யகஷிபுவைப் போன்ற அசுரர்கள் முட்டாள் தனமான தவங்களுக்கு உதாரணமாக விளங்குகின்றனர், அவன்

கடுமையான தவத்தினை மேற்கொண்டு, அமரத்துவத்தைப் பெற்று தேவர்களைக் கொல்ல விரும்பினான். இத்தகு விஷயங்களுக்காக அவன் பிரம்மாவை வழிபட்டான், ஆனால் இறுதியில் பரம புருஷ பகவானால் கொல்லப்பட்டான். அசாத்தியமான ஒன்றிற்காக தவங்களைப் புரிவது நிச்சயமாக தமோ குணத்தைச் சார்ந்ததாகும்.

ஸ்லோகம் 20

दातव्यमिति यद्दानं दीयतेऽनुपकारिणे ।
देशे काले च पात्रे च तद्दानं सात्त्विकं स्मृतम् ॥ २० ॥

தா₃தவ்யம் இதி யத்₃ தா₃னம்' தீ₃யதே 'னுபகாரிணே
தே₃ஷே₂ காலே ச பாத்ரே ச தத்₃ தா₃னம்' ஸாத்த்விகம்' ஸ்ம்ரு'தம்

தா₃தவ்யம்—கொடுக்கத்தக்க; *இதி*—இவ்வாறு; *யத்*—எந்த; *தா₃னம்*—தானம்; *தீ₃யதே*—கொடுக்கப்படுகின்றதோ; *அனுபகாரிணே*—பலனை எதிர்பாராமல்; *தே₃ஷே₂*—முறையான இடத்தில்; *காலே*—முறையான காலத்தில்; *ச*—மேலும்; *பாத்ரே*—தகுதியான நபருக்கு; *ச*—மேலும்; *தத்*—அந்த; *தா₃னம்*—தானம்; *ஸாத்த்விகம்*—ஸத்வ குணத்தில் இருப்பதாக; *ஸ்ம்ரு'தம்*—கருதப்படுகின்றது.

பலனை எதிர்பார்க்காமல், கடமையை நிறைவேற்றுவதற்காக, தகுந்த நபருக்கு, முறையான இடத்தில், முறையான காலத்தில் கொடுக்கப்படும் தானம், ஸத்வ குணத்தில் இருப்பதாகக் கருதப்படுகின்றது.

பொருளுரை: ஆன்மீகச் செயல்களில் ஈடுபட்டிருக்கும் நபருக்குக் கொடுக்கப்படும் தானம் வேத இலக்கியங்களில் பரிந்துரைக்கப் பட்டுள்ளது. பாகுபாடின்றி தானம் வழங்குவதற்கு எந்தப் பரிந்துரையும் இல்லை. ஆன்மீகப் பக்குவம் எப்போதும் கருத்தில் கொள்ளப்படுகிறது. எனவே, ஒரு புண்ணிய ஸ்தலத்தில் சூரிய அல்லது சந்திர கிரகணங்களின் சமயத்தில், அல்லது மாதத்தின் இறுதியில், அல்லது தகுதி வாய்ந்த ஒரு பிராமணனுக்கு, அல்லது ஒரு வைஷ்ணவனுக்கு (பக்தனுக்கு), அல்லது கோயில்களில் தானம் என்பது வழங்கப்பட வேண்டும் என்று சிபாரிசு செய்யப்படுகின்றது. அத்தகு தானங்கள் எந்தப் பலனையும் எதிர்பார்க்காமல் செய்யப்பட வேண்டும். சில சமயங்களில் இரக்கத்தின் காரணமாக ஏழைகளுக்கு தானம் வழங்கப்படுகின்றது. ஆனால் தானம் பெறுவதற்கான தகுதி அந்த ஏழை மனிதனிடம் இல்லாவிடில், அத்தகு தானத்தினால் எந்த ஆன்மீக முன்னேற்றமும் இருக்காது. வேறுவிதமாகக் கூறினால், பாகுபாடற்ற தானம் வேத இலக்கியங்களில் பரிந்துரைக்கப் படுவதில்லை.

ஸ்லோகம் 21

यत्तु प्रत्युपकारार्थं फलमुद्दिश्य वा पुनः ।
दीयते च परिक्लिष्टं तद्दानं राजसं स्मृतम् ॥ २१ ॥

யத் து ப்ரத்யுபகாரார்த₂ம்' ப₂லம் உத்₃தி₃ஷ்₂ய வா புன:
தீ₃யதே ச பரிக்லிஷ்டம்' தத்₃ தா₃னம்' ராஜஸம்' ஸ்ம்ரு'தம்

யத்—எந்த; *து*—ஆனால்; *ப்ரதி-உபகார-அர்த₂ம்*—பிரதி உபகாரத்தை எதிர்பார்த்து; *ப₂லம்*—பலனை; *உத்₃தி₃ஷ்₂ய*—விரும்பி; *வா*—அல்லது; *புன:*—மீண்டும்; *தீ₃யதே*—கொடுக்கப்படும்; *ச*—மேலும்; *பரிக்லிஷ்டம்*—விருப்பமின்றி; *தத்*—அந்த; *தா₃னம்*—தானம்; *ராஜஸம்*—ரஜோ குணத்தில்; *ஸ்ம்ரு'தம்*—இருப்பதாகப் புரிந்துகொள்ளப்படுகின்றது.

பிரதி உபகாரத்தை எதிர்பார்த்து, ஏதேனும் பலனை விரும்பி, அல்லது விருப்பமின்றி கொடுக்கப்படும் தானம், ரஜோ குணத்தில் இருப்பதாகக் கூறப்படுகின்றது.

பொருளுரை: தானம், சில சமயங்களில் ஸ்வர்க லோகத்திற்கு ஏற்றம் பெறுவதற்காக வழங்கப்படுகின்றது. வேறு சில சமயங்களில் மிகுந்த சிரமத்துடன் கொடுக்கப்படுகின்றது. தானமளித்த பின்னர், "நான் எதற்காக இவ்வளவு பணத்தை செலவழித்தேன்?" என்று எண்ணுகின்றான். சில சமயங்களில் பெரியோர்களின் வேண்டுதலால், கட்டாயத்தின் பேரில் தானம் வழங்கப்படுகின்றது. இத்தகு தானங்கள் ரஜோ குணத்தில் கொடுக்கப்படுபவையாகக் கருதப்படுகின்றன.

பல்வேறு தர்ம ஸ்தாபனங்கள், புலனுகர்ச்சியில் ஈடுபட்டிருக்கும் நிறுவனங்களுக்குத் தங்களது பரிசுகளை வழங்குகின்றன. அத்தகு தானங்கள் வேத சாஸ்திரத்தில் பரிந்துரைக்கப்படவில்லை. ஸத்வ குணத்திலான தானம் மட்டுமே சிபாரிசு செய்யப்பட்டுள்ளது.

ஸ்லோகம் 22

अदेशकाले यद्दानमपात्रेभ्यश्च दीयते ।
असत्कृतमवज्ञातं तत्तामसमुदाहृतम् ॥ २२ ॥

அதே₃ஷ₂-காலே யத்₃ தா₃னம் அபாத்ரேப்₄யஷ்₂ ச தீ₃யதே
அஸத்-க்ரு'தம் அவஜ்ஞாதம்' தத் தாமஸம் உதா₃ஹ்ரு'தம்

அதே₃ஷ₂—தூய்மையற்ற இடத்தில்; *காலே*—தூய்மையற்ற காலத்தில்; *யத்*—எந்த; *தா₃னம்*—தானம்; *அபாத்ரேப்₄ய:*—தகுதியற்ற நபர்களுக்கு; *ச*—மேலும்; *தீ₃யதே*—கொடுக்கப்படுகின்றதோ; *அஸத்-க்ரு'தம்*—மரியாதையின்றி; *அவஜ்ஞாதம்*—தக்க கவனமின்றி; *தத்*—அந்த; *தாமஸம்*—தமோ குணத்தில்; *உதா₃ஹ்ரு'தம்*—இருப்பதாகக் கூறப்படுகின்றது.

தூய்மையற்ற இடத்தில், முறையற்ற காலத்தில், தகுதியற்ற நபர்களுக்கு, அல்லது தக்க கவனமும் மரியாதையும் இன்றி வழங்கப்படும் தானம், தமோ குணத்தைச் சேர்ந்ததாக கூறப்படுகின்றது.

பொருளுரை: போதையிலும் சூதாட்டத்திலும் ஈடுபடுவதற்காகக் கொடுக்கப்படும் தானங்களுக்கு இங்கு ஊக்கம் தரப்படவில்லை. அத்தகு தானங்கள் தமோ குணத்தைச் சேர்ந்ததாகும். அவை நன்மை தருபவை அல்ல; மாறாக, பாவம் செய்யும் மக்கள் உற்சாகப் படுத்தப்படுகின்றனர். அதுபோல, தகுந்த நபருக்கு வழங்கப்படும் தானம், மரியாதையின்றியும் கவனமின்றியும் கொடுக்கப்பட்டால், அத்தகு தானமும் தமோ குணத்தில் இருப்பதாகவே கூறப்படுகின்றது.

ஸ்லோகம் 23

ॐ तत्सदिति निर्देशो ब्रह्मणस्त्रिविधः स्मृतः ।
ब्राह्मणास्तेन वेदाश्च यज्ञाश्च विहिताः पुरा ॥ २३ ॥

ஓம்' தத் ஸத்$_3$ இதி நிர்தே$_3$ஷோ$_2$ ப்$_3$ரஹ்மணஸ் த்ரி-வித:$_4$ ஸ்ம்ரு'த:
ப்$_3$ராஹ்மணாஸ் தேன வேதா$_3$ஷ்$_2$ ச யஜ்ஞாஷ்$_2$ ச விஹிதா: புரா

ஓம்—பரம்பொருளைக் குறிப்பிடும் ஒலி; *தத்*—அது; *ஸத்*—நித்தியமான; *இதி*—இவ்வாறு; *நிர்தே$_3$ஷ:$_2$*—குறிப்பிடுகின்றன; *ப்$_3$ரஹ்மண:*—பரம்பொருள்; *த்ரிவித:$_4$*—மூன்றுவிதமாக; *ஸ்ம்ரு'த:*—கருதப்படுகின்றது; *ப்$_3$ராஹ்மண:*—பிராமணர்கள்; *தேன*—அதனுடன்; *வேதா:$_3$*—வேத இலக்கியம்; *ச*—கூட; *யஜ்ஞா:*—யாகம்; *ச:*—மேலும்; *விஹிதா:*—உபயோகிக்கப்பட்டது; *புரா*—முன்பு.

படைப்பின் ஆரம்பத்திலிருந்தே, ஓம் தத் ஸத் என்னும் மூன்று சொற்கள் பரம பூரண உண்மையைக் குறிப்பிடுவதற்காக உபயோகப்படுத்தப்பட்டுவருகின்றன. இந்த மூன்று குறியீட்டுச் சொற்களும், வேத மந்திரங்களை உச்சரிக்கும்போதும் யாகங்களின்போதும் பரமனின் திருப்திக்காக பிராமணர்களால் உச்சரிக்கப்பட்டன.

பொருளுரை: தவம், யாகம், உணவுப் பொருட்கள், தானம் ஆகியவை மூன்று பிரிவுகளாக—ஸத்வ, ரஜோ, தமோ குணத்தை சார்ந்தவையாக—பிரிக்கப்பட்டிருக்கின்றன என்பது ஏற்கனவே விளக்கப்பட்டது. ஆனால் முதல் தரம், இரண்டாம் தரம், அல்லது மூன்றாம் தரம் என எப்படி இருந்தாலும் சரி, அவையனைத்தும் ஜட இயற்கையின் குணங்களால் களங்கமடைந்திருப்பதால் கட்டுண்டவையே. இருப்பினும், அவை பரம் பொருளை—ஓம் தத்

ஸத், நித்தியமான பரம புருஷ பகவானை—குறிக்கோளாக ஏற்கும்போது, ஆன்மீகத்தில் ஏற்றம் பெற உதவி செய்பவையாகி விடுகின்றன. இந்தக் குறிக்கோள் சாஸ்திர விதிகளில் சுட்டிக்காட்டப்பட்டுள்ளது. ஓம் தத் ஸத் என்னும் இந்த மூன்று சொற்கள் பூரண உண்மையான பரம புருஷ பகவானை முக்கியமாகக் குறிப்பிடுகின்றன. வேத மந்திரங்களில் ஓம் என்னும் சொல் எப்போதும் காணப்படுகின்றது.

சாஸ்திரங்களின் விதிகளைப் பின்பற்றாமல் செயல்படுபவன் பூரண உண்மையை அடைய முடியாது. அவன் ஏதேனும் தற்காலிகமான பலனைப் பெறுவான், வாழ்வின் இறுதி இலக்கை அடையமாட்டான். முடிவு என்னவெனில், தானம், யாகம், தவம் என யாவும் ஸத்வ குணத்தில் செய்யப்பட வேண்டும். ரஜோ குணத்திலோ, தமோ குணத்திலோ செய்யப்பட்டால், அவை கீழ்தரமானவை என்பது நிச்சயம். ஓம் தத் ஸத் என்னும் மூன்று சொற்களும் முழுமுதற் கடவுளின் திருநாமத்துடன் இணைந்து உச்சரிக்கப்படுகின்றன, உதாரணம், ஓம் தத்₃ விஷ்ணோ:. வேத மந்திரம், அல்லது முழுமுதற் கடவுளின் திருநாமம் எப்போதெல்லாம் உச்சரிக்கப்படுகின்றதோ, அப்போது அதனுடன் ஓம் சேர்க்கப்படுகின்றது. வேத இலக்கியம் என்பதற்கு இதுவே சான்று. இந்த மூன்று சொற்களும் வேதங்களிலிருந்து எடுக்கப்பட்டவை. ஓம் இத்–யேதத்₃ ப்₃ரஹ்மணோ நேதி₃ஷ்டம் நாம (ரிக் வேதம்) என்பது முதல் இலக்கைக் குறிக்கின்றது. பிறகு தத் த்வம் அஸி (சா₂ந்தோ₃க்₃ய உபநிஷத் 6.8.7) என்பது இரண்டாம் இலக்கைக் குறிக்கின்றது. மேலும், ஸத்₃ ஏவ ஸௌம்ய (சா₂ந்தோ₃க்₃ய உபநிஷத் 6.2.1) என்பது மூன்றாம் இலக்கைக் குறிக்கின்றது. இவை ஒன்றிணைந்து ஓம் தத் ஸத் ஆகின்றன. படைக்கப்பட்ட உயிர்வாழிகளில் முதன்மையானவரான பிரம்மா யாகங்களைச் செய்தபோது, முழுமுதற் கடவுளை இந்த மூன்று வார்த்தைகளைக் கொண்டு குறிப்பிட்டார். அதேக் கொள்கை சீடப் பரம்பரையில் எப்போதும் பின்பற்றப்பட்டுவருகின்றது. எனவே, இந்த ஸ்லோகம் மிகவும் முக்கியத்துவம் வாய்ந்தது. எனவே, செய்யப்படும் ஒவ்வொரு செயலும் ஓம் தத் ஸத், அல்லது பரம புருஷ பகவானுக்காக செய்யப்பட வேண்டும் என்று பகவத் கீதை பரிந்துரைக்கின்றது. தவம், தானம், மற்றும் யாகத்தினை இந்த மூன்று சொற்களுடன் ஒருவன் செய்யும்போது, அவன் கிருஷ்ண உணர்வில் செயல்படுகின்றான். முழுமுதற் கடவுளின் திருநாட்டிற்குத் திரும்பிச் செல்வதற்கு உதவக்கூடிய தெய்வீகச் செயல்களை விஞ்ஞான பூர்வமாகச் செயலாற்றுவதே கிருஷ்ண உணர்வாகும். இத்தகு தெய்வீக வழியில் செயல்படும்போது எந்தவிதமான இழப்பும் இல்லை.

ஸ்லோகம் 24

तस्माद् ॐ इत्युदाहृत्य यज्ञदानतपःक्रियाः ।
प्रवर्तन्ते विधानोक्ताः सततं ब्रह्मवादिनाम् ॥ २४॥

தஸ்மாத்$_3$ ஓம்' இத்யுதா$_3$ஹ்ரு'த்ய யஜ்ஞ-தா$_3$ன-தப:-க்ரியா:
ப்ரவர்தந்தே விதா$_4$னோக்தா: ஸததம்' ப்$_3$ரஹ்ம-வாதி$_3$னாம்

தஸ்மாத்—எனவே; *ஓம்*—ஓம் என்று தொடங்கி; *இதி*—இவ்வாறு; *உதா$_3$ஹ்ரு'த்ய*—குறிப்பிடப்படும்; *யஜ்ஞ:*—யாகம்; *தா$_3$ன*—தானம்; *தப:*—தவம்; *க்ரியா:*—செயல்கள்; *ப்ரவர்தந்தே*—ஆரம்பிக்கின்றனர்; *விதா$_4$ன-உக்தா:*—சாஸ்திர விதிகளுக்கு ஏற்ப; *ஸததம்*—எப்போதும்; *ப்$_3$ரஹ்ம-வாதி$_3$னாம்:*—ஆன்மீகவாதிகளின்.

எனவே, பரமனை அடைவதற்காக, சாஸ்திர விதிகளின்படி, யாகம், தானம், தவம் ஆகியவற்றை மேற்கொள்ளும் ஆன்மீகவாதிகள், அவற்றை ஓம் என்பதுடன் தொடங்குகின்றனர்.

பொருளுரை: *ஓம் தத்$_3$ விஷ்ணோ: பரமம் பத$_3$ம்* (ரிக் வேதம் 1.22.20). விஷ்ணுவின் தாமரைத் திருவடிகளே உன்னத பக்தியின் தளமாகும். எல்லாவற்றையும் பரம புருஷ பகவானுக்காகச் செய்தல், எல்லாச் செயல்களின் பக்குவத்தை உறுதிப்படுத்துகின்றது.

ஸ்லோகம் 25

तदित्यनभिसन्धाय फलं यज्ञतपःक्रियाः ।
दानक्रियाश्च विविधाः क्रियन्ते मोक्षकाङ्क्षिभिः ॥ २५॥

தத்$_3$ இத்யனபி$_4$ஸந்தா$_4$ய ப$_2$லம்' யஜ்ஞ-தப:-க்ரியா:
தா$_3$ன-க்ரியாஷ்$_2$ ச விவிதா:$_4$ க்ரியந்தே மோக்ஷ-காங்க்ஷிபி:$_4$

தத்:—அந்த; *இதி*—அவ்வாறு; *அனபி$_4$ஸந்தா$_4$ய*—விரும்பாமல்; *ப$_2$லம்*—பலனை; *யஜ்ஞ*—யாகம்; *தப:*—மற்றும் தவத்தின்; *க்ரியா:*—செயல்கள்; *தா$_3$ன*—தானத்தின்; *கிரியா:*—செயல்கள்; *ச:*—மேலும்; *விவிதா:$_4$*—பல்வேறு; *க்ரியந்தே*—செய்யப்படுகின்றன; *மோக்ஷ-காங்க்ஷிபி:$_4$*—உண்மையில் முக்தியை விரும்புபவர்களால்.

பலனை எதிர்பார்க்காமல், பல்வேறு வகையான யாகம், தவம், மற்றும் தானத்தினை தத் என்னும் சப்தத்துடன் மேற்கொள்ள வேண்டும். அத்தகு உன்னத செயல்களின் நோக்கம் பௌதிக பந்தத்திலிருந்து விடுபடுவதாகும்.

பொருளுரை: ஆன்மீக நிலைக்கு உயர்வு பெற வேண்டுமானால், ஒருவன் எந்தவிதமான பௌதிக இலாபத்திற்காகவும் செயல்படக் கூடாது. ஆன்மீக உலகமான முழுமுதற் கடவுளின் திருநாட்டிற்கு

மாற்றம் பெறும் உன்னத நோக்கத்துடன் மட்டுமே செயல்கள் செய்யப்பட வேண்டும்.

ஸ்லோகங்கள் 26–27

सद्भावे साधुभावे च सदित्येतत्प्रयुज्यते ।
प्रशस्ते कर्मणि तथा सच्छब्दः पार्थ युज्यते ॥ २६ ॥
यज्ञे तपसि दाने च स्थितिः सदिति चोच्यते ।
कर्म चैव तदर्थीयं सदित्येवाभिधीयते ॥ २७ ॥

ஸத்$_3$-பா$_4$வே ஸாது$_4$-பா$_4$வே ச ஸத்$_3$ இத்யேதத் ப்ரயுஜ்யதே
ப்ரஷ$_2$ஸ்தே கர்மணி ததா$_2$ ஸச்-ச$_2$ப்$_3$த:$_3$ பார்த$_2$ யுஜ்யதே

யஜ்ஞே தபஸி தா$_3$னே ச ஸ்தி$_2$தி: ஸத்$_3$ இதி சோச்யதே
கர்ம சைவ தத்$_3$-அர்தீ$_2$யம்' ஸத்$_3$ இத்யேவாபி$_4$தீ$_4$யதே

ஸத்-பா$_4$வே—பரமனின் இயல்பில்; *ஸாது$_4$-பா$_4$வே*—பக்தர்களின் இயல்பில்; *ச*—மேலும்; *ஸத்*—ஸத் என்னும் சொல்; *இதி*—இவ்வாறு; *ஏதத்*—இந்த; *ப்ரயுஜ்யதே*—பயன்படுத்தப்படுகின்றது; *ப்ரஷ$_2$ஸ்தே*—அங்கீகாரம் பெற்ற; *கர்மணி*—செயல்களில்; *ததா$_2$*—மற்றும்; *ஸத்-ஷ$_2$ப்$_3$த:$_3$*—ஸத் என்னும் சப்தம்; *பார்த$_2$*—பிருதாவின் மைந்தனே; *யுஜ்யதே*—பயன்படுத்தப்படுகின்றது; *யஜ்ஞே*—யாகத்தில்; *தபஸி*—தவத்தில்; *தா$_3$னே*—தானத்தில்; *ச*—மேலும்; *ஸ்தி$_2$தி:*—நிலைபெற்று; *ஸத்*—பரம்பொருள்; *இதி*—இவ்வாறு; *ச*—மற்றும்; *உச்யதே*—உச்சரிக்கப்படுகின்றது; *கர்ம*—செயல்; *ச*—மேலும்; *ஏவ*—நிச்சயமாக; *தத்*—அதற்காக; *அர்தீ$_2$யம்*—ஆனவை; *ஸத்*—பரம்பொருள்; *இதி*—இவ்வாறு; *ஏவ*—நிச்சயமாக; *அபி$_4$தீ$_4$யதே*—குறிப்பிடப்படுகின்றது.

பக்திமயமான யாகத்தின் நோக்கம், பூரண உண்மையே. இது ஸத் என்னும் சொல்லினால் குறிப்பிடப்படுகின்றது. பிருதாவின் மைந்தனே! அத்தகு யாகத்தை செய்பவரும் ஸத் எனப்படுகிறார். மேலும், பரம புருஷரை திருப்திப்படுத்துவதற்காகச் செய்யப்படும் யாகம், தவம், மற்றும் தானத்தின் செயல்களும் ஸத் என்று அறியப்படுகின்றன.

பொருளுரை: கருவாக உருவெடுக்கும் தருணத்திலிருந்து வாழ்வின் இறுதி வரை பல்வேறு தூய்மைப்படுத்தும் சடங்குகள் வேத இலக்கியங்களில் பரிந்துரைக்கப்பட்டுள்ளன, *ப்ரஷ$_2$ஸ்தே கர்மணி,* அதாவது "விதிக்கப்பட்ட கடமைகள்" என்னும் சொற்கள் அச்செயல்களைச் சுட்டிக்காட்டுகின்றன. அத்தகு தூய்மைப்படுத்தும் முறைகள் உயிர்வாழியின் இறுதி விடுதலைக்காக மேற்கொள்ளப் படுகின்றன. அச்செயல்கள் எல்லாவற்றிலும் *ஓம்' தத் ஸத்* என்று உச்சரிக்க வேண்டும் என்பது பரிந்துரைக்கப்படுகின்றது. *ஸத்$_3$*–

பா$_4$வே, ஸாது$_4$–பா$_4$வே என்னும் சொற்கள் திவ்யமான நிலையைச் சுட்டிக்காட்டுகின்றன. கிருஷ்ண உணர்வில் செயல்படுதல், *ஸத்த்வ* எனப்படுகிறது, மேலும் கிருஷ்ண உணர்வின் செயல்களில் முழுமையாக மூழ்கியிருப்பவர் சாது என்று அழைக்கப்படுகிறார். அத்தகு பக்தர்களின் உறவில் திவ்யமான விஷயங்கள் தெளிவடைகின்றன என்று ஸ்ரீமத் பாகவதத்தில் (3.25.25) கூறப்பட்டுள்ளது. *ஸதாம் ப்ரஸங்கா$_3$த்* என்னும் சொற்கள் உபயோகிக்கப்பட்டுள்ளன. ஸத்சங்கம் இல்லாமல், தெய்வீக ஞானத்தை அடைய முடியாது. ஒருவருக்கு தீட்சை அளிக்கும்பொழுது, அல்லது பூணூல் அணிவிக்கும்பொழுது, *ஓம்' தத் ஸத்* என்னும் சொற்கள் உச்சரிக்கப்படுகின்றன. அதுபோல, எல்லாவிதமான யாகங்களின் குறிக்கோள் *ஓம்' தத் ஸத்* எனப்படும் பரமனே. *தத்$_3$–அர்தீ$_2$யம்* என்னும் சொல், பரமனுடன் தொடர்புடைய எதற்கும் சேவைகளை அர்ப்பணிப்பதைக் குறிக்கும்—சமைத்தல், பகவானின் கோவிலில் உதவி செய்தல், அல்லது பகவானின் புகழைப் பரப்புவதற்கான வேறுவிதமான செயல்களைச் செய்தல் முதலியவற்றை இஃது உள்ளடக்கும். இவ்வாறாக, *ஓம்' தத் ஸத்* என்னும் இந்த உன்னதச் சொற்கள், எல்லாச் செயல்களையும் பக்குவப்படுத்தி, அவற்றை முழுமையாக்குவதற்காக பல்வேறு வழிகளில் உபயோகிக்கப்படுகின்றன.

ஸ்லோகம் 28

अश्रद्धया हुतं दत्तं तपस्तप्तं कृतं च यत् ।
असदित्युच्यते पार्थ न च तत्प्रेत्य नो इह ॥ २८॥

அஷ்$_2$ரத்$_3$த$_4$யா ஹுதம்' த$_3$த்தம்' தபஸ் தப்தம்' க்ரு'தம்' ச யத்
அஸத்$_3$ இத்யுச்யதே பார்த$_2$ ந ச தத் ப்ரேத்ய நோ இஹ

அஷ்$_2$ரத்$_3$த$_4$யா—நம்பிக்கையின்றி; *ஹுதம்*—யாகத்தில் அர்ப்பணிக்கப்படும்; *த$_3$த்தம்*—கொடுக்கப்பட்ட; *தப:*—தவம்; *தப்தம்*—நிறைவேற்றப்பட்ட; *க்ரு'தம்*—ஆற்றப்பட்ட; *ச*—மேலும்; *யத்*—எந்த; *அஸத்*—பொய்; *இதி*—இவ்வாறு; *உச்யதே*—கூறப்படுகின்றது; *பார்த$_2$*—பிருதாவின் மைந்தனே; *ந*—என்றுமில்லை; *ச*—மேலும்; *தத்*—அந்த; *ப்ரேத்ய*—மரணத்திற்குப் பிறகு; *ந உ*—இல்லை; *இஹ*—இந்த வாழ்வில்.

பிருதாவின் மைந்தனே! பரமனின் மீது நம்பிக்கையின்றி செய்யப்படும் யாகங்களும் தவங்களும் தானங்களும் நிலையற்றவை. அஸத் என்று அறியப்படும் இவை இப்பிறவியில் மட்டுமின்றி அடுத்த பிறவியிலும் பயனற்றவை.

பொருளுரை: உன்னதமான குறிக்கோளின்றி எதைச் செய்தாலும்—யாகம், தானம், அல்லது தவம் என்று எதுவாக இருந்தாலும்—அவை பயனற்றவை. எனவே, இந்த ஸ்லோகத்தில் அத்தகு செயல்கள் கேவலமானவையாக அறிவிக்கப்படுகின்றன. அனைத்துச் செயல்களும் கிருஷ்ண உணர்வில் பரமனுக்காகச் செய்யப்பட வேண்டும். அத்தகு நம்பிக்கையும் முறையான வழிகாட்டுதலும் இல்லையெனில், ஒருபோதும் பலனை அடைய முடியாது. எல்லா வேத சாஸ்திரங்களிலும் பரமனின் மீதான நம்பிக்கை அறிவுறுத்தப் படுகின்றது. அத்தகு வேத அறிவுரைகளைப் பின்பற்றுவதன் இறுதி நோக்கம் கிருஷ்ணரைப் புரிந்துகொள்வதாகும். இந்தக் கொள்கையைப் பின்பற்றாமல் யாரும் வெற்றியைப் பெற முடியாது. எனவே, அங்கீகரிக்கப்பட்ட ஆன்மீக குருவின் வழிகாட்டலின்படி ஆரம்பத்தி லிருந்தே கிருஷ்ண உணர்வில் செயலாற்றுதல் மிகச்சிறந்த பாதையாகும். எல்லாவற்றையும் வெற்றிகரமாக ஆக்குவதற்கு இதுவே வழியாகும்.

கட்டுண்ட நிலையில், தேவர்கள், பேய்கள், குபேரன் முதலிய யக்ஷர்களை வழிபடுவதில் மக்கள் மிகவும் ஆவலாக உள்ளனர். ஸத்வ குணம், ரஜோ குணத்தையும் தமோ குணத்தையும் விடச் சிறந்ததே, இருப்பினும் கிருஷ்ண உணர்வை நேரடியாக ஏற்றுக்கொள்பவன் ஜட இயற்கையின் மூன்று குணங்களுக்கும் அப்பாற்பட்டவன். படிப்படியாக உயர்வு பெறுவதற்கென்று வழிமுறை உள்ளபோதிலும், தூய பக்தர்களின் சங்கத்தினால், ஒருவன் நேரடியாக கிருஷ்ண உணர்வை மேற்கொண்டால், அதுவே மிகச்சிறந்த வழி. மேலும், இந்த அத்தியாயத்தில் அதுவே சிபாரிசு செய்யப்பட்டுள்ளது. இவ்வழியில் வெற்றி பெறுவதற்கு, முறையான ஆன்மீக குருவை முதலில் கண்டறிந்து அவரது வழிகாட்டுதலின் கீழ் பயிற்சி பெற வேண்டியது அவசியம். அதன் பின்னர் பரமனின் மீதான நம்பிக்கையை அடைய முடியும். அந்த நம்பிக்கை முழுமையாக வளர்ச்சி பெறும்பொழுது அதுவே பிரேமை (இறையன்பு) என்று அறியப்படுகின்றது. இந்த அன்பே உயிர்வாழிகளின் இறுதி இலக்காகும். எனவே, கிருஷ்ண உணர்வினை நேரடியாக ஏற்றுக்கொள்ளுதல் அவசியம். இதுவே இந்த பதினேழாம் அத்தியாயத்தின் கருத்தாகும்.

ஸ்ரீமத் பகவத் கீதையின் "நம்பிக்கையின் பிரிவுகள்" என்னும் பதினேழாம் அத்தியாயத்திற்கான பக்திவேதாந்த பொருளுரைகள் இத்துடன் நிறைவடைகின்றன.

அத்தியாயம் பதினெட்டு

முடிவு—துறவின் பக்குவம்

ஸ்லோகம் 1

अर्जुन उवाच
सन्न्यासस्य महाबाहो तत्त्वमिच्छामि वेदितुम् ।
त्यागस्य च हृषीकेश पृथक्केशिनिषूदन ॥ १ ॥

அர்ஜுன உவாச

ஸந்ந்யாஸஸ்ய மஹா-பா$_3$ஹோ தத்த்வம் இச்சா$_2$மி வேதி$_3$தும்

த்யாக$_3$ஸ்ய ச ஹ்ரு'ஷீகேஷ$_2$ ப்ரு'த$_2$க் கேஷி$_2$-நிஷூத$_3$ன

அர்ஜுன: உவாச—அர்ஜுனன் கூறினான்; *ஸந்ந்யாஸஸ்ய*—துறவறத்தின்; *மஹா-பா$_3$ஹோ*—பலம் பொருந்திய புயங்களை உடையவரே; *தத்த்வம்*—உண்மை; *இச்சா$_2$மி*—விரும்புகின்றேன்; *வேதி$_3$தும்*—புரிந்துகொள்ள; *த்யாக$_3$ஸ்ய*—துறவின்; *ச*—மற்றும்; *ஹ்ரு'ஷீகேஷ$_2$*—புலன்களின் அதிபதியே; *ப்ரு'த$_2$க்*—வெவ்வேறாக; *கேஷி$_2$-நிஷூத$_3$ன*—கேசி அசுரனைக் கொன்றவரே.

அர்ஜுனன் கூறினான்: பலம் பொருந்திய புயங்களை உடையவரே! தியாகம் மற்றும் சந்நியாசத்தின் நோக்கத்தைப் புரிந்துகொள்ள நான் விரும்புகிறேன், கேசி அசுரனைக் கொன்றவரே, புலன்களின் அதிபதியே!

பொருளுரை: உண்மையில், பகவத் கீதை பதினேழு அத்தியாயங்களில் நிறைவு பெறுகின்றது. பதினெட்டாம் அத்தியாயம், இதற்குமுன் விவாதிக்கப்பட்ட விஷயங்களின் சுருக்கமான ஒரு பகுதியாகும். பகவத் கீதையின் ஒவ்வொரு அத்தியாயத்திலும் பரம புருஷ பகவானுக்கு பக்தித் தொண்டாற்றுவதே வாழ்வின் இறுதி நோக்கம் என்பதை பகவான் கிருஷ்ணர் மிகவும் வலியுறுத்துகின்றார். இதே கருத்து, ஞானத்தின் மிகவும் இரகசியமான பாதையாக, பதினெட்டாம் அத்தியாயத்தில் சுருக்கமாகக் கொடுக்கப்பட்டுள்ளது. முதல் ஆறு அத்தியாயங்களில் பக்தித் தொண்டு வலியுறுத்தப்பட்டது: *யோகி$_3$நாம் அபி ஸர்வேஷாம்*...“யோகிகள் அல்லது ஆன்மீகவாதிகள் எல்லாரிலும், என்னை எப்போதும் தன்னுள் நினைப்பவனே மிகவும் சிறந்தவன்.” அடுத்த ஆறு அத்தியாயங்களில், தூய பக்தித் தொண்டு, அந்த தொண்டின் இயற்கை மற்றும் செயல்களும் விவாதிக்கப்பட்டன. மூன்றாவது ஆறு அத்தியாயங்களில், ஞானம், துறவு, ஜட இயற்கை

மற்றும் தெய்வீக இயற்கையின் செயல்கள், பக்தித் தொண்டு ஆகியவை விவரிக்கப்பட்டன. பரம புருஷரான விஷ்ணுவைக் குறிக்கும் ஓம் தத் ஸத் என்னும் சொற்களைக் கொண்டு, எல்லாச் செயல்களும் அந்த முழுமுதற் கடவுளின் தொடர்பில் செய்யப்பட வேண்டும் என்று முடிவு செய்யப்பட்டது. வாழ்வின் குறிக்கோள் பக்தித் தொண்டே என்றும் வேறு ஏதுமல்ல என்றும், பகவத் கீதையின் மூன்றாம் பகுதியில் காட்டப்பட்டது. இது முந்தைய ஆச்சாரியர்களையும் வேதாந்த சூத்திரம் எனப்படும் பிரம்ம சூத்திரத்தையும் பிரமாணமாகக் கொண்டு நிலைநிறுத்தப்பட்டது. வேதாந்த சூத்திரத்தின் ஞானம் தங்களுக்கு மட்டுமே உரியது என்று சில அருவவாதிகள் கருதுகின்றனர். ஆனால் வேதாந்த சூத்திரமோ உண்மையில் பக்தித் தொண்டை புரிந்துகொள்வதற்கானது; ஏனெனில், வேதாந்தத்தை தொகுத்தவரும் அதை அறிபவரும் பகவானே. இது பதினைந்தாம் அத்தியாயத்தில் விவரிக்கப்பட்டது. ஒவ்வொரு சாஸ்திரத்திலும் ஒவ்வொரு வேதத்திலும் பக்தித் தொண்டே குறிக்கோளாகும். இது பகவத் கீதையில் விளக்கப்பட்டுள்ளது.

இரண்டாம் அத்தியாயத்தில் முழு விஷயத்தின் சுருக்கம் விவரிக்கப்பட்டதைப்போல, பதினெட்டாம் அத்தியாயத்திலும் எல்லா உபதேசங்களின் சுருக்கம் கொடுக்கப்பட்டுள்ளது. துறவினை ஏற்பதும், ஜட இயற்கையின் மூன்று குணங்களுக்கு அப்பாற்பட்ட திவ்யமான நிலையை அடைவதுமே வாழ்வின் குறிக்கோள் என்றும் இங்குச் சுட்டிக்காட்டப்படுகின்றது. தியாகம், சந்நியாசம் என்னும் பகவத் கீதையின் இரண்டு வேறுபட்ட விஷயங்களை அர்ஜுனன் தெளிவுபடுத்திக்கொள்ள விரும்புகின்றான். எனவே இந்த இரு சொற்களின் பொருளை அவன் வினவுகின்றான்.

முழுமுதற் கடவுளை குறிப்பிடுவதற்கு இந்த ஸ்லோகத்தில் உபயோகிக்கப்பட்டுள்ள ரிஷிகேசர், கேசி–நிஷூதன என்னும் சொற்கள் முக்கியத்துவம் வாய்ந்தவை. மன அமைதியை அடைவதற்கு எப்போதும் நமக்கு உதவி புரியக்கூடிய, புலன்களின் அதிபதியான கிருஷ்ணரே ரிஷிகேசர். தான் சமநிலையுடன் இருப்பதற்காக எல்லாவற்றையும் சுருக்கமாக உரைக்குமாறு அர்ஜுனன் வேண்டுகின்றான். இன்னும் அவனிடம் சில ஐயங்கள் உள்ளன, ஐயங்கள் எப்போதும் அசுரர்களுக்கு ஒப்பிடப்படுகின்றன. எனவே, அர்ஜுனன் கிருஷ்ணரை கேசி–நிஷூதன என்று அழைக்கிறான். மிகவும் பலம் வாய்ந்த அசுரனான கேசி கிருஷ்ணரால் கொல்லப்பட்டவன்; தற்போது, ஐயம் எனும் அசுரனை கிருஷ்ணர் அழிப்பார் என்று அர்ஜுனன் எதிர்பார்க்கின்றான்.

ஸ்லோகம் 2

श्रीभगवानुवाच
काम्यानां कर्मणां न्यासं सन्यासं कवयो विदुः ।
सर्वकर्मफलत्यागं प्राहुस्त्यागं विचक्षणाः ॥ २ ॥

ஸ்ரீ-ப$_4$க$_3$வான் உவாச

காம்யானாம்' கர்மணாம்' ந்யாஸம்' ஸந்ந்யாஸம்' கவயோ விது:$_3$
ஸர்வ-கர்ம-ப$_2$ல-த்யாக$_3$ம்' ப்ராஹுஸ் த்யாக$_3$ம்' விசக்ஷணா:

ஸ்ரீ-ப$_4$க$_3$வான் உவாச—புருஷோத்தமரான முழுமுதற் கடவுள் கூறினார்; *காம்யானாம்*—ஆசையுடன்; *கர்மணாம்*—செயல்களின்; *ந்யாஸம்*—துறவு; *ஸந்ந்யாஸம்*—சந்நியாசம்; *கவய:*—சான்றோர்; *விது:$_3$*—அறிவர்; *ஸர்வ*—எல்லா; *கர்ம*—செயல்களின்; *ப$_2$ல*—பலன்களை; *த்யாக$_3$ம்*—துறப்பது; *ப்ராஹு:*—அறியப்படுகின்றது; *த்யாக$_3$ம்*—தியாகம்; *விசக்ஷணா:*—அனுபவசாலிகள்.

புருஷோத்தமரான முழுமுதற் கடவுள் கூறினார்: ஜட ஆசைகளை அடிப்படையாகக் கொண்ட செயல்களைத் துறத்தல், சந்நியாசம் என்று சான்றோர்களால் அறியப்படுகின்றது. மேலும், எல்லாச் செயல்களின் பலன்களைத் துறப்பதை தியாகம் என்று அறிஞர்கள் கூறுகின்றனர்.

பொருளுரை: பலன்களை எதிர்பார்த்துச் செய்யப்படும் செயல்கள் கைவிடப்பட வேண்டும். இதுவே பகவத் கீதையின் உபதேசம். ஆனால் முன்னேறிய ஆன்மீக ஞானத்திற்கு வழிகாட்டக்கூடிய செயல்களைத் துறக்கக் கூடாது. இது பின்வரும் ஸ்லோகங்களில் தெளிவாக்கப்படும். குறிப்பிட்ட நோக்கத்துடன் யாகங்கள் செய்வதற்கான வழிமுறைகள் வேத இலக்கியங்களில் கொடுக்கப் பட்டுள்ளன. நல்ல மகனைப் பெறுவதற்காக, அல்லது உயர் கிரகங்களுக்கு ஏற்றம் பெறுவதற்காக சில குறிப்பிட்ட யாகங்கள் உள்ளன, ஆனால் ஆசைகளால் தூண்டப்பட்ட யாகங்கள் நிறுத்தப்பட வேண்டும். இருப்பினும், இதயத்தைத் தூய்மைப்படுத்துவதற்கான, அல்லது ஆன்மீக விஞ்ஞானத்தில் முன்னேற்றம் பெறுவதற்கான யாகங்களை நிச்சயமாக துறக்கக் கூடாது.

ஸ்லோகம் 3

त्याज्यं दोषवदित्येके कर्म प्राहुर्मनीषिणः ।
यज्ञदानतपःकर्म न त्याज्यमिति चापरे ॥ ३ ॥

த்யாஜ்யம்' தோ$_3$ஷ-வத்$_3$ இத்யேகே கர்ம ப்ராஹுர் மனீஷிண:
யஜ்ஞ-தா$_3$ன-தப:-கர்ம ந த்யாஜ்யம் இதி சாபரே

த்யாஜ்யம்—துறக்கப்படுதல் அவசியம்; *தோ₃ஷ-வத்*—தோஷமாக; *இதி*—இவ்வாறு; *ஏகே:*—ஒரு பிரிவினர்; *கர்ம*—செயல்; *ப்ராஹு:*—கூறுகின்றனர்; *மனீஷிண:*—சிறந்த சிந்தனையாளர்கள்; *யஜ்ஞ*—யாகம்; *தா₃ன*—தானம்; *தப:*—மற்றும் தவத்தின்; *கர்ம*—செயல்கள்; *ந*—என்றுமில்லை; *த்யாஜ்யம்*—துறக்கப்படுவது; *இதி*—இவ்வாறு; *ச*—மேலும்; *அபரே*—பிறர்.

எல்லாவிதமான பலன்நோக்குச் செயல்களையும் தோஷமாக எண்ணி, அவற்றை துறக்க வேண்டும் என்று சில அறிஞர்கள் அறிவிக்கின்றனர்; இருப்பினும் யாகம், தானம், மற்றும் தவத்தின் செயல்களை என்றுமே கைவிடக் கூடாது என்று சில சாதுக்கள் கூறுகின்றனர்.

பொருளுரை: வேத இலக்கியங்களில் சர்ச்சைக்குரிய பற்பல செயல்கள் இருக்கின்றன. உதாரணமாக, யாகத்தில் ஒரு மிருகம் கொல்லப்படலாம் என்று கூறப்பட்டுள்ளது, இருப்பினும் மிருகங்களைக் கொல்வது முற்றிலும் வெறுக்கத்தக்கது என்று சிலர் வாதிடுகின்றனர். யாகங்களில் மிருகங்களைக் கொல்லுதல் வேத இலக்கியத்தில் பரிந்துரைக்கப்பட்டுள்ளபோதிலும், அந்த மிருகம் கொல்லப்படுவதாகக் கருதப்படுவதில்லை. யாகம் என்பது அந்த மிருகத்திற்கு புது வாழ்வு கொடுப்பதற்கானதாகும். யாகங்களில் கொல்லப்படும் மிருகம், சில சமயங்களில் புதியதொரு மிருக வாழ்விற்கும், வேறு சில சமயங்களில் மனித வாழ்விற்கும் உடனடியாக உயர்த்தப்படுகின்றது. ஆனால் முனிவர்களுக்கு இடையில் இதுகுறித்து வேறுபட்ட அபிப்பிராயங்கள் உள்ளன. மிருகவதை எப்போதுமே தவிர்க்கப்பட வேண்டும் என்று சிலரும், ஒரு குறிப்பிட்ட யாகத்திற்காக என்றால் அது நல்லது என்று வேறு சிலரும் கூறுகின்றனர். யாகத்தின் செயல்களைப் பற்றிய இத்தகு வேறுபட்ட அபிப்பிராயங்கள் அனைத்தும் தற்போது பகவானாலேயே விளக்கப்படுகின்றன.

ஸ்லோகம் 4

निश्चयं शृणु मे तत्र त्यागे भरतसत्तम ।
त्यागो हि पुरुषव्याघ्र त्रिविध: सम्प्रकीर्तित: ॥ ४॥

நிஷ்₂சயம்' ஷ்₂ரு'ணு மே தத்ர த்யாகே₃ ப₄ரத-ஸத்தம
த்யாகோ₃ ஹி புருஷ-வ்யாக்₄ர த்ரி-வித:₄ ஸம்ப்ரகீர்தித:

நிஷ்₂சயம்—நிச்சயமானதை; *ஷ்₂ரு'ணு*—கேள்; *மே*—என்னிடமிருந்து; *தத்ர*—அங்கே; *த்யாகே₃*—துறவின் விஷயத்தில்; *ப₄ரத-ஸத்-தம*—பாரதர்களில் சிறந்தவனே; *த்யாக:₃*—துறவு; *ஹி*—நிச்சயமாக; *புருஷ*–

வ்யாக்$_4$ர—மனிதர்களில் புலியைப் போன்றவனே; *த்ரி-வித:$_4$*—மூன்று விதமாக; *ஸம்ப்ரகீர்தித:*—அறிவிக்கப்படுகின்றன.

பாரதர்களில் சிறந்தவனே! தியாகத்தைப் பற்றிய எனது முடிவை தற்பொழுது கேள். மனிதர்களில் புலி போன்றவனே! சாஸ்திரங்களில் மூன்று விதமான தியாகம் அறிவிக்கப்பட்டுள்ளன.

பொருளுரை: தியாகத்தைப் பற்றி வேறுபட்ட அபிப்பிராயங்கள் உள்ளபோதிலும், பரம புருஷ பகவானான ஸ்ரீ கிருஷ்ணர் இங்கு தனது தீர்ப்பை வழங்குகின்றார், இஃது இறுதியானதாக ஏற்றுக்கொள்ளப்பட வேண்டும். வேதங்கள் இறைவனால் அளிக்கப்பட்ட பல்வேறு சட்டங்களேயாகும். இங்கு இறைவன் தாமே வீற்றுள்ளார், மேலும், அவரது வார்த்தை இறுதியானதாக ஏற்றுக்கொள்ளப்பட வேண்டும். தியாகத்தின் முறைகள், ஜட இயற்கையின் எத்தகு குணத்தில் அவை செய்யப்படுகின்றன என்பதைப் பொறுத்து கருதப்பட வேண்டும் என்று இறைவன் கூறுகின்றார்.

ஸ்லோகம் 5

यज्ञदानतपःकर्म न त्याज्यं कार्यमेव तत् ।
यज्ञो दानं तपश्चैव पावनानि मनीषिणाम् ॥ ५ ॥

யஜ்ஞ-தா$_3$ன-தப:-கர்ம ந த்யாஜ்யம்' கார்யம் ஏவ தத்
யஜ்ஞோ தா$_3$னம்' தபஷ்$_2$ சைவ பாவனானி மனீஷிணாம்

யஜ்ஞ—யாகம்; *தா$_3$ன*—தானம்; *தப:*—மற்றும் தவத்தின்; *கர்ம*—செயல்கள்; *ந*—என்றுமில்லை; *த்யாஜ்யம்*—துறக்கப்பட வேண்டியது; *கார்யம்*—செய்யப்பட வேண்டும்; *ஏவ*—நிச்சயமாக; *தத்*—அந்த; *யஜ்ஞ:*—யாகம்; *தா$_3$னம்*—தானம்; *தப:*—தவம்; *ச*—மேலும்; *ஏவ*—நிச்சயமாக; *பாவனானி*—தூய்மைப்படுத்துகின்ற; *மனீஷிணாம்*—சிறந்த ஆத்மாக்களைக்கூட.

யாகம், தானம், மற்றும் தவத்தின் செயல்களை என்றுமே துறக்கக் கூடாது; அவற்றை செய்ய வேண்டியது அவசியம். உண்மையில், யாகம், தானம், தவம் ஆகியவை மிகச்சிறந்த ஆத்மாக்களையும் கூட தூய்மைப்படுத்துகின்றன.

பொருளுரை: யோகிகள் மனித சமுதாயத்தின் முன்னேற்றத்திற்காகச் செயல்பட வேண்டும். மனிதனை ஆன்மீக வாழ்விற்கு முன்னேற்றுவதற்கு பற்பல தூய்மைப்படுத்தும் சடங்குகள் இருக்கின்றன. உதாரணமாக, திருமண விழா, இத்தகு யாகங்களில் ஒன்றாகக் கருதப்படுகின்றது. அது *விவாஹ-யஜ்ஞ* என்று அறியப்படுகின்றது. தனது குடும்ப உறவுகளைத் துறந்து, துறவற

வாழ்வு வாழ்ந்து வரும் ஒரு சந்நியாசி, திருமண விழாவை உற்சாகப்படுத்தலாமா? மனிதனின் நன்மைக்கான எந்தவொரு யாகமும் துறக்கப்படக் கூடாது என்று இங்கு இறைவன் கூறுகிறார். *விவாஹ-யஜ்ஞ* என்னும் திருமண விழா, மனிதனின் மனதை நெறிப்படுத்தி, ஆன்மீக முன்னேற்றத்திற்காக அம்மனதினை அமைதிப்படுத்துவதற்காக ஏற்பட்டது. இந்த திருமண வாழ்வு பெரும்பாலான மனிதர்களுக்கு, சந்நியாசிகளாலும் கூட உற்சாகப்படுத்தப்பட வேண்டும். சந்நியாசிகள் பெண்களுடன் ஒருபோதும் உறவுகொள்ளக் கூடாது, ஆனால் வாழ்வின் ஆரம்ப நிலையிலுள்ள ஓர் இளைஞன் திருமணச்சடங்கின் மூலம் மனைவியை ஏற்கக் கூடாது என்பது அதன் பொருள் அல்ல. பரிந்துரைக்கப்பட்டுள்ள யாகங்கள் அனைத்தும் பரம புருஷரை அடைவதற்காகவே. எனவே, ஆரம்ப நிலைகளில் இவற்றை துறக்கக் கூடாது. அதுபோல, தானம் கொடுப்பது இதயத்தை தூய்மைப்படுத்துவதற்கானது. தகுதியானவர் களுக்கு தானம் கொடுத்தால், முன்பே விளக்கப்பட்டபடி அஃது ஒருவனை ஆன்மீக வாழ்வில் முன்னேற்றமடையச்செய்யும்.

ஸ்லோகம் 6

एतान्यपि तु कर्माणि सङ्गं त्यक्त्वा फलानि च ।
कर्तव्यानीति मे पार्थ निश्चितं मतमुत्तमम् ॥ ६ ॥

ஏதான்யபி து கர்மாணி ஸங்க$_3$ம்' த்யக்த்வா ப$_2$லானி ச
கர்தவ்யானீதி மே பார்த$_2$ நிஷ்$_2$சிதம்' மதம் உத்தமம்

ஏதானி—இவையெல்லாம்; *அபி*—நிச்சயமாக; *து*—ஆனால்; *கர்மாணி*—செயல்கள்; *ஸங்க$_3$ம்*—தொடர்பு; *த்யக்த்வா*—துறந்து; *ப$_2$லானி*—விளைவுகளை; *ச*—மேலும்; *கர்தவ்யானி*—கடமையாக; *இதி*—இவ்வாறு; *மே*—எனது; *பார்த$_2$*—பிருதாவின் மகனே; *நிஷ்$_2$சிதம்*—நிச்சயமான; *மதம்*—அபிப்பிராயம்; *உத்தமம்*—மிகச்சிறந்த.

இத்தகு செயல்கள் அனைத்தும், பற்றுதலின்றி, எந்தப் பலனையும் எதிர்பார்க்காமல் செய்யப்பட வேண்டும். இவற்றை ஒரு கடமையாகச் செய்ய வேண்டும், பிருதாவின் மைந்தனே, இதுவே எனது முடிவான அபிப்பிராயம்.

பொருளுரை: எல்லா யாகங்களும் தூய்மைப்படுத்துபவை. இருப்பினும் இத்தகு செயல்களிலிருந்து ஒருவன் எந்தவிதமான பலனையும் எதிர்பார்க்கக் கூடாது. வேறுவிதமாகக் கூறினால், வாழ்வின் பௌதிக முன்னேற்றத்திற்கான எல்லா யாகங்களும் துறக்கப்பட வேண்டும், ஆனால் ஒருவனது வாழ்வைத் தூய்மைப்படுத்தி அவனை ஆன்மீகத் தளத்திற்கு உயர்த்தக் கூடிய

யாகங்கள் நிறுத்தப்படவே கூடாது. கிருஷ்ண உணர்விற்கு வழிநடத்தும் ஒவ்வொன்றும் ஊக்குவிக்கப்பட வேண்டும். பகவானின் பக்தித் தொண்டிற்கு இட்டுச் செல்லும் எந்தவொரு செயலும் ஏற்கப்பட வேண்டும் என்று ஸ்ரீமத் பாகவதத்திலும் கூறப்பட்டுள்ளது. இதுவே அறத்தின் மிகவுயர்ந்த தகுதியாகும். பகவானின் பக்தன், இறைவனுக்கு பக்தித் தொண்டு ஆற்றுவதில் தனக்கு உதவி செய்யக்கூடிய எந்தவொரு யாகம், தானம் அல்லது செயலையும் ஏற்றுக்கொள்ள வேண்டும்.

ஸ்லோகம் 7

नियतस्य तु सन्न्यासः कर्मणो नोपपद्यते ।
मोहात्तस्य परित्यागस्तामसः परिकीर्तितः ॥ ७ ॥

நியதஸ்ய து ஸந்ந்யாஸ: கர்மணோ நோபபத்₃யதே
மோஹாத் தஸ்ய பரித்யாக₃ஸ் தாமஸ: பரிகீர்தித:

நியதஸ்ய:—விதிக்கப்பட்டவை; *து*—ஆனால்; *ஸந்ந்யாஸ:*—துறவு; *கர்மண:*—செயல்களின்; *ந*—என்றுமில்லை; *உபபத்₃யதே*—தகுதியுடைய; *மோஹாத்*—மயக்கத்தால்; *தஸ்ய*—அவற்றின்; *பரித்யாக:₃*—துறவு; *தாமஸ:*—தமோ குணத்தில்; *பரிகீர்தித:*—அறிவிக்கப்படுகிறது.

விதிக்கப்பட்டக் கடமைகளை என்றுமே துறக்கக் கூடாது. ஆனால், மயக்கத்தினால் ஒருவன் தன்னுடைய கடமைகளைத் துறந்தால், அத்தகு துறவு தமோ குணத்தில் இருப்பதாகக் கூறப்படுகின்றது.

பொருளுரை: பௌதிக திருப்திக்கான செயல்கள் நிச்சயமாகத் துறக்கப்பட வேண்டும். ஆனால் முழுமுதற் கடவுளுக்காக உணவு சமைத்தல், உணவை அவருக்கு நைவேத்தியம் செய்தல், பிறகு பிரசாதத்தை ஏற்றல் முதலிய செயல்கள், ஆன்மீகத்தில் ஒருவனை உயர்த்துவதால், அவை சிபாரிசு செய்யப்படுகின்றன. ஒரு சந்நியாசி தனக்காகச் சமைக்கக் கூடாது என்று கூறப்படுகின்றது. தனக்காகச் சமைத்தல் தடை செய்யப்படுகின்றது. ஆனால் முழுமுதற் கடவுளுக்காகச் சமைத்தல் தடை செய்யப்படுவதில்லை. அதுபோல, தனது சீடனை கிருஷ்ண உணர்வில் முன்னேற்றமடையச் செய்வதற்காக ஒரு சந்நியாசி திருமண நிகழ்ச்சியை நடத்தி வைக்கலாம். இத்தகு செயல்களை ஒருவன் துறந்தால், அவன் தமோ குணத்தில் செயல்படுவதாகப் புரிந்துகொள்ள வேண்டும்.

ஸ்லோகம் 8

दुःखमित्येव यत्कर्म कायक्लेशभयात्त्यजेत् ।
स कृत्वा राजसं त्यागं नैव त्यागफलं लभेत् ८ ॥

து:₃க₂ம் இத்யேவ யத் கர்ம காய-க்லேஷ₂-ப₄யாத் த்யஜேத்
ஸ க்ரு'த்வா ராஜஸம்' த்யாக₃ம்' நைவ த்யாக₃-ப₂லம்' லபே₄த்

து:₃க₂ம்—துக்கம்; *இதி*—இவ்வாறு; *ஏவ*—நிச்சயமாக; *யத்*—எந்த; *கர்ம*—செயல்; *காய*—உடலுக்கு; *க்லேஷ₂*—தொல்லை; *ப₄யாத்*—பயத்தால்; *த்யஜேத்*—துறக்கப்படுவது; *ஸ:*—அவன்; *க்ரு'த்வா*—செய்தபின்; *ராஜஸம்*—ரஜோ குணத்தில்; *த்யாக₃ம்*—துறவு; ந—இல்லை; *ஏவ*—நிச்சயமாக; *த்யாக₃*—துறவின்; *ப₂லம்*—பலன்களை; *லபே₄த்*—அடைவது.

தொல்லை நிறைந்தவை என்று கருதியோ, உடல் அசௌகரியத்திற்கான பயத்தினாலோ, விதிக்கப்பட்ட கடமைகளைத் துறப்பவன், ரஜோ குணத்தில் துறப்பதாக கூறப்படுகின்றது. அத்தகு செயல், துறவின் பலனை ஒருபோதும் வழங்க இயலாது.

பொருளுரை: கிருஷ்ண உணர்விலிருப்பவன், பலன்நோக்குச் செயல்களில் ஈடுபடுகின்றேனோ என்ற அச்சத்தால் பணம் சம்பாதிப்பதைத் துறக்கக் கூடாது. வேலை செய்வதால் ஒருவன் தனது வருமானத்தை கிருஷ்ண உணர்வில் ஈடுபடுத்த முடிந்தால், அல்லது அதிகாலையில் எழுவதன் மூலம் ஒருவன் தனது திவ்யமான கிருஷ்ண உணர்வில் முன்னேற்றமடைய முடிந்தால், பயத்தினாலோ அச்செயல் தொல்லை நிறைந்தது என்பதாலோ அவன் அதிலிருந்து விலகி நிற்கக் கூடாது. அத்தகு துறவு ரஜோ குணத்தைச் சார்ந்தது. ரஜோ குணத்தில் செய்யப்படும் செயல்களின் விளைவு எப்போதுமே துன்பமயமானது. அத்தகு உணர்வில் தனது செயலைத் துறப்பவன், துறவின் பலனை என்றுமே அடைவதில்லை.

ஸ்லோகம் 9

कार्यमित्येव यत्कर्म नियतं क्रियतेऽर्जुन ।
सङ्गं त्यक्त्वा फलं चैव स त्यागः सात्त्विको मतः ॥ ९ ॥

கார்யம் இத்யேவ யத் கர்ம நியதம்' க்ரியதே 'ர்ஜுன
ஸங்க₃ம்' த்யக்த்வா ப₂லம்' சைவ ஸ த்யாக:₃ ஸாத்த்விகோ மத:

கார்யம்—அது செய்யப்படவேண்டும்; *இதி*—என்று; *ஏவ*—நிச்சயமாக; *யத்*—எந்த; *கர்ம*—செயல்; *நியதம்*—விதிக்கப்பட்ட; *க்ரியதே*—ஆற்றப்பட்டு; *அர்ஜுன*—அர்ஜுனனே; *ஸங்க₃ம்*—தொடர்பு; *த்யக்த்வா*—துறந்து; *ப₂லம்*—பலன்களை; *ச*—மற்றும்; *ஏவ*—நிச்சயமாக; *ஸ:*—அந்த; *த்யாக:₃*—துறவு; *ஸாத்த்விக:*—ஸத்வ குணத்தில்; *மத:*—எனது அபிப்பிராயம்.

அர்ஜுனா, ஒருவன் தனது விதிக்கப்பட்ட கடமையை, செய்யப்பட வேண்டும் என்பதற்காகச் செய்து, பௌதிக சங்கத்தையும்

பலனுக்கான பற்றுதலையும் முழுமையாக துறக்கும்போது, அவனது துறவு ஸத்வ குணத்தில் இருப்பதாகக் கூறப்படுகின்றது.

பொருளுரை: விதிக்கப்பட்ட கடமைகளை இத்தகு மன நிலையுடன் செய்ய வேண்டும். பலனில் பற்றுதலின்றி செயல்பட வேண்டும்; செயலின் குணங்களிலிருந்து விலகியிருக்க வேண்டும். கிருஷ்ண உணர்வுடன் தொழிற்சாலையில் பணிபுரிபவன், தொழிற்சாலையின் பணியுடனும் அதன் தொழிலாளர்களுடனும் தொடர்பு கொள்வதில்லை. அவன் கிருஷ்ணருக்காக மட்டுமே பணியாற்றுகின்றான். மேலும், பலன்களை கிருஷ்ணருக்காக அர்ப்பணிக்கும்போது, அவன் திவ்யமாக செயல்படுகின்றான்.

ஸ்லோகம் 10

न द्वेष्ट्यकुशलं कर्म कुशले नानुषज्जते ।
त्यागी सत्त्वसमाविष्टो मेधावी छिन्नसंशयः ॥ १० ॥

ந த்$_3$வேஷ்ட்யகுஷ$_2$லம்' கர்ம குஷ$_2$லே நானுஷஜ்ஜதே
த்யாகீ$_3$ ஸத்த்வ-ஸமாவிஷ்டோ மேதா$_4$வீ சி$_2$ன்ன-ஸம்'ஷ$_2$ய:

ந—என்றுமில்லை; *த்$_3$வேஷ்டி*—வெறுப்பது; *அகுஷ$_2$லம்*—அமங்கலமான; *கர்ம*—செயல்; *குஷ$_2$லே*—மங்கலமான; *ந*—இல்லை; *அனுஷஜ்ஜதே*—பற்றுதல் கொண்டவனாக; *த்யாகீ$_3$*—துறவி; *ஸத்த்வ*—ஸத்வ குணத்தில்; *ஸமாவிஷ்ட:*—ஆழ்ந்து; *மேதா$_4$வீ*—அறிஞன்; *சி$_2$ன்ன*—துண்டிக்கப்பட்டு; *ஸம்'ஷ$_2$ய:*—எல்லா சந்தேகங்களும்.

ஸத்வ குணத்தில் நிலைபெற்றிருக்கும் புத்திசாலித் துறவிகள், அமங்கலமானச் செயல்களை வெறுப்பதில்லை, மங்கலமான செயல்களில் பற்றுக்கொள்வதும் இல்லை, செயலைப் பற்றிய ஐயங்களும் அவர்களிடம் இல்லை.

பொருளுரை: கிருஷ்ண உணர்விலிருப்பவன் அல்லது ஸத்வ குணத்தில் இருப்பவன் யாரையும் வெறுப்பதில்லை, தனது உடலுக்குத் தொல்லை கொடுப்பவற்றையும் வெறுப்பதில்லை. தனது கடமையின் தொல்லை தரும் பலன்களைப் பற்றிய அச்சம் சிறிதுமின்றி, அவன் முறையான இடத்தில் முறையான நேரத்தில் செயலாற்றுகின்றான். திவ்யமாக நிலைபெற்றுள்ள அத்தகு நபர், மிகச்சிறந்த அறிஞராகவும் தனது செயல்களில் ஐயங்களற்றவராகவும் புரிந்துகொள்ளப்பட வேண்டும்.

ஸ்லோகம் 11

न हि देहभृता शक्यं त्यक्तुं कर्माण्यशेषतः ।
यस्तु कर्मफलत्यागी स त्यागीत्यभिधीयते ॥ ११ ॥

ந ஹி தே$_3$ஹ-ப்$_4$ரு'தா ஷ$_2$க்யம்' த்யக்தும்' கர்மாண்யஷே$_2$ஷத:
யஸ் து கர்ம-ப$_2$ல-த்யாகீ$_3$ ஸ த்யாகீ$_3$த்யபி$_4$தீ$_4$யதே

ந—என்றுமில்லை; *ஹி*—நிச்சயமாக; *தே$_3$ஹ-ப்$_4$ரு'தா*—உடலை உடையவனின்; *ஷ$_2$க்யம்*—சாத்தியம்; *த்யக்தும்*—துறக்கப்பட வேண்டும்; *கர்மாணி*—செயல்கள்; *அஷே$_2$ஷத:*—மொத்தமாக; *ய:*—யாரேனும்; *து*—ஆனால்; *கர்ம*—செயலின்; *ப$_2$ல*—பலனை; *த்யாகீ$_3$*—துறப்பவன்; *ஸ:*—அவன்; *த்யாகீ$_3$*—துறவி; *இதி*—இவ்வாறு; *அபி$_4$தீ$_4$யதே*—கூறப்படுகிறது.

உடலை உடையவன் எல்லாச் செயல்களையும் துறப்பது என்பது உண்மையில் அசாத்தியம். ஆனால் செயலின் பலன்களைத் துறப்பவன் உண்மையான துறவி என்று கூறப்படுகின்றான்.

பொருளுரை: செயலை ஒருவன் என்றுமே துறக்க முடியாது என்று பகவத் கீதையில் கூறப்பட்டுள்ளது. எனவே, எவனொருவன் கிருஷ்ணருக்காக செயல்பட்டு, செயலின் பலன்கள் எல்லாவற்றையும் தான் அனுபவிக்காமல் கிருஷ்ணருக்கே அர்ப்பணம் செய்கின்றானோ, அவனே உண்மையில் துறவியாவான். அகில உலக கிருஷ்ண பக்தி இயக்கத்தின் உறுப்பினர்களில் பலர், அலுவலகம், தொழிற்சாலை, அல்லது வேறு இடங்களில் மிகவும் கடினமாக வேலை செய்கின்றனர். அவ்வாறு அவர்கள் பெறும் வருமானம் அனைத்தையும் இயக்கத்திற்கே கொடுத்து விடுகின்றனர். இத்தகு மிகவுயர்ந்த ஆத்மாக்கள் உண்மையில் துறவறத்தில் நிலைபெற்றுள்ள சந்நியாசிகளாவர். செயலின் பலன்களை எவ்வாறு துறப்பது என்றும், பலன்கள் எந்த நோக்கத்திற்காக துறக்கப்படவேண்டும் என்றும் இங்குத் தெளிவாக வரையறுக்கப்பட்டுள்ளது.

ஸ்லோகம் 12

अनिष्टमिष्टं मिश्रं च त्रिविधं कर्मण: फलम् ।
भवत्यत्यागिनां प्रेत्य न तु सन्न्यासिनां क्वचित् ॥ १२ ॥

அனிஷ்டம் இஷ்டம்' மிஷ்$_2$ரம்' ச த்ரி-வித$_4$ம்' கர்மண: ப$_2$லம்
ப$_4$வத்யத்யாகி$_3$னாம்' ப்ரேத்ய ந து ஸன்ன்யாஸினாம்' க்வசித்

அனிஷ்டம்—நரகத்திற்குக் கொண்டு செல்லும்; *இஷ்டம்*—ஸ்வர்கத்திற்கு கொண்டுச் செல்லும்; *மிஷ்$_2$ரம்*—கலந்த; *ச*—மற்றும்; *த்ரி-வித$_4$ம்*—மூன்று விதமான; *கர்மண:*—செயல்களின்; *ப$_2$லம்*—பலன்; *ப$_4$வதி*—ஆகின்றது; *அத்யாகி$_3$னாம்*—தியாகம் செய்யாதவர்கள்; *ப்ரேத்ய*—மரணத்திற்குப்பின்; *ந*—இல்லை; *து*—ஆனால்; *ஸந்ந்யாஸினாம்*—சந்நியாசிகளுக்கு; *க்வசித்*—எல்லா நேரத்திலும்.

இவ்வாறு தியாகம் செய்யாதவர்கள் தங்களது மரணத்திற்குப் பின், விரும்புபவை, விரும்பாதவை, இரண்டும் கலந்தவை என மூன்று

விதமான கர்ம விளைவுகளை சேகரித்துக்கொள்கின்றனர். ஆனால் அத்தகு இன்பப துன்பத்திற்கான பலன்கள் சந்நியாசிகளுக்குக் கிடையாது.

பொருளுரை: கிருஷ்ணருடனான தனது உறவைப் பற்றிய ஞானத்துடன் செயல்படும் கிருஷ்ண உணர்வினன் எப்போதும் முக்தி பெற்றவனாகின்றான். எனவே, மரணத்திற்குப் பின், தனது செயல்களின் பலன்களை இன்ப துன்பத்தின் வடிவில் அனுபவிக்க வேண்டிய அவசியம் அவனுக்கு இல்லை.

ஸ்லோகம் 13

पञ्चैतानि महाबाहो कारणानि निबोध मे ।
साङ्ख्ये कृतान्ते प्रोक्तानि सिद्धये सर्वकर्मणाम् ॥ १३ ॥

பஞ்சைதானி மஹா-பா$_3$ஹோ காரணானி நிபோ$_3$த$_4$ மே
ஸாங்க்$_2$யே க்ரு'தாந்தே ப்ரோக்தானி ஸித்$_3$த$_4$யே ஸர்வ-கர்மணாம்

பஞ்ச—ஐந்து; *ஏதானி*—இவை; *மஹா-பா$_3$ஹோ*—பலம் பொருந்திய புயங்களை உடையவனே; *காரணானி*—காரணங்கள்; *நிபோ$_3$த$_4$*—புரிந்துகொள்; *மே*—என்னிடமிருந்து; *ஸாங்க்$_2$யே*—வேதாந்தத்தின்; *க்ரு'த-அந்தே*—முடிவில்; *ப்ரோக்தானி*—கூறப்படுகின்றது; *ஸித்$_3$த$_4$யே*—பக்குவத்திற்காக; *ஸர்வ*—எல்லா; *கர்மணாம்*—செயல்கள்.

பலம் பொருந்திய புயங்களையுடைய அர்ஜுனா! செயல்கள் அனைத்தும் நிறைவேறுவதற்கு வேதாந்தத்தின்படி ஐந்து காரணங்கள் உள்ளன. அவற்றை தற்போது என்னிடமிருந்து அறிந்துகொள்.

பொருளுரை: செய்யப்படும் ஒவ்வொரு செயலுக்கும் விளைவுகள் நிச்சயமாக இருக்கும். அப்படியெனில் கிருஷ்ண உணர்வில் இருப்பவன் செயலின் விளைவுகளால் இன்ப துன்பத்தை எவ்வாறு அனுபவிப்பதில்லை என்ற வினா எழுப்பப்படலாம். அஃது எவ்வாறு சாத்தியம் என்பதை நிரூபிக்க பகவான் இங்கே வேதாந்த தத்துவத்தை மேற்கோள் காட்டுகிறார். எல்லாச் செயல்களுக்கும் ஐந்து காரணங்கள் உள்ளன என்றும், அச்செயல்களின் வெற்றியில் இந்த ஐந்து காரணங்களையும் கருத்தில்கொள்ள வேண்டும் என்றும் பகவான் கூறுகின்றார். *ஸாங்க்$_2$ய* என்றால், ஞானத்தின் களஞ்சியம் என்று பொருள், மேலும் வேதாந்தமே ஞானத்தின் இறுதிக் களஞ்சியம் என்று சிறப்பு வாய்ந்த ஆச்சாரியர்கள் ஏற்றுக் கொண்டுள்ளனர். சங்கராசாரியரும் வேதாந்த சூத்திரத்தை இவ்வாறு ஏற்றுக்கொள்கிறார். எனவே, அத்தகு அதிகாரம் பெற்ற ஆச்சாரியர்களின் மூலம் நாம் புரிந்துகொள்ள வேண்டும்.

இறுதி அதிகாரம் பரமாத்மாவிடமே உள்ளது. *ஸர்வஸ்ய சாஹம் ஹ்ருதி$_3$ ஸன்னிவிஷ்ட:* என்று கீதையில் கூறப்பட்டுள்ளது. ஒவ்வொருவனுக்கும் அவனது முந்தைய செயல்களை நினைவுபடுத்தி, அவனை குறிப்பிட்ட செயல்களில் ஈடுபடுத்துவது அவரே. உள்ளிருக்கும் அவரது வழிகாட்டுதலில் செய்யப்படும் கிருஷ்ண உணர்வின் செயல்கள், இந்தப் பிறவியிலும் சரி, அடுத்தப் பிறவியிலும் சரி, விளைவுகளைக் கொடுப்பதில்லை.

ஸ்லோகம் 14

अधिष्ठानं तथा कर्ता करणं च पृथग्विधम् ।
विविधाश्च पृथक्चेष्टा दैवं चैवात्र पञ्चमम् ॥ १४॥

அதி$_4$ஷ்டா$_2$ணம்' ததா$_2$ கர்தா கரணம்' ச ப்ரு'த$_2$க்$_3$-வித$_4$ம்
விவிதா$_4$ஷ்$_2$ ச ப்ரு'த$_2$க் சேஷ்டா தை$_3$வம்' சைவாத்ர பஞ்சமம்

அதி$_4$ஷ்டா$_2$ணம்—இடம்; *ததா$_2$*—கூட; *கர்தா*—செய்பவன்; *கரணம்*—கருவிகள்; *ச*—கூட; *ப்ரு'த$_2$க்-வித$_4$ம்*—வெவ்வேறு விதமான; *விவிதா:$_4$*—பல்வேறு; *ச*—மற்றும்; *ப்ரு'த$_2$க்*—தனித்தனியான; *சேஷ்டா:*—முயற்சிகள்; *தை$_3$வம்*—பரமன்; *ச*—மற்றும்; *ஏவ*—நிச்சயமாக; *அத்ர*—இங்கே; *பஞ்சமம்*—ஐந்து.

செயலுக்கான இடம் (உடல்), செய்பவன், பல்வேறு புலன்கள், பலதரப்பட்ட முயற்சிகள், இறுதியாக பரமாத்மா—இவையே செயலுக்கான ஐந்து காரணங்களாகும்.

பொருளுரை: *அதி$_4$ஷ்டா$_2$ணம்* என்னும் சொல் உடலைக் குறிக்கும். உடலினுள் உள்ள ஆத்மா செயலின் விளைவுகளுக்காக செயல்படுவதால், *கர்தா,* "செய்பவன்" எனப்படுகிறான். அறிபவனும் செய்பவனும் ஆத்மாவே என்பது ஷ்ருதியில் கூறப்பட்டுள்ளது. *ஏஷ ஹி த்$_3$ரஷ்டா ஸ்ரஷ்டா* (*ப்ரஷ்$_2$ன* உபநிஷத் 4.9). இது வேதாந்த சூத்திரத்திலும் *ஜ்ஞோ 'த ஏவ* (2.3.18), *கர்தா ஷா$_2$ஸ்த்ரார்த$_2$வத்த்வாத்* (2.3.33) ஆகிய ஸ்லோகங்களில் உறுதி செய்யப்பட்டுள்ளது. செயல்களுக்கான கருவிகளே புலன்கள், புலன்களைக் கொண்டு ஆத்மா பல்வேறு வழிகளில் செயல்படுகின்றது. ஒவ்வொரு செயலுக்கும் வெவ்வேறு முயற்சி உள்ளது. ஆனால் ஒருவனது எல்லா செயல்களும் அவனது இதயத்தில் நண்பனாக அமர்ந்திருக்கும் பரமாத்மாவின் இச்சையைப் பொறுத்ததே. முழுமுதற் கடவுளே உன்னத காரணம். இத்தகு சூழ்நிலையில், இதயத்தினுள் வீற்றுள்ள பரமாத்மாவின் வழிகாட்டுதலின் கீழ் கிருஷ்ண உணர்வில் எவனொருவன் செயல்படுகின்றானோ, அவன் இயற்கையாகவே எந்தச் செயலாலும் பந்தப்படுவதில்லை. பூரண கிருஷ்ண உணர்வில்

இருப்பவர்களின் செயல்களுக்கு இறுதியான பொறுப்பாளிகள் அவர்கள் அல்ல. எல்லாம் புருஷோத்தமரான முழுமுதற் கடவுள், பரமாத்மாவின் பரம இச்சையைச் சார்ந்தவை.

ஸ்லோகம் 15

शरीरवाङ्मनोभिर्यत्कर्म प्रारभते नरः ।
न्याय्यं वा विपरीतं वा पञ्चैते तस्य हेतवः ॥ १५ ॥

ஷ₂ரீர-வாங்-மனோபி₄ர் யத் கர்ம ப்ராரப₄தே நர:
ந்யாய்யம்' வா விபரீதம்' வா பஞ்சைதே தஸ்ய ஹேதவ:

ஷ₂ரீர—உடல்; *வாக்*—பேச்சு; *மனோபி:₄*—மற்றும் மனதால்; *யத்*—எந்த; *கர்ம*—செயலை; *ப்ராரப₄தே*—தொடங்குகின்றானோ; *நர:*—மனிதன்; *ந்யாய்யம்*—சரியான; *வா*—அல்லது; *விபரீதம்*—எதிரான; *வா*—அல்லது; *பஞ்ச*—ஐந்து; *ஏதே*—இவையெல்லாம்; *தஸ்ய*—அதன்; *ஹேதவ:*—காரணங்கள்.

மனிதன் தன்னுடைய உடல், மனம், அல்லது வார்த்தைகளால், நல்லதோ கெட்டதோ, எந்தவொரு செயலைச் செய்தாலும் அதற்கு இந்த ஐந்தும் காரணங்களாகும்.

பொருளுரை: இந்த ஸ்லோகத்தில் "நல்லது," "கெட்டது" என்னும் சொற்கள் மிக முக்கியமானவை. சாஸ்திரங்களில் விதிக்கப்பட்டுள்ள பாதைக்கு ஏற்ப செய்யப்படும் செயல் நல்ல செயல், சாஸ்திர நெறிகளின் கொள்கைகளுக்கு எதிராகச் செய்யப்படும் செயல் கெட்ட செயல். ஆனால் எது செய்யப்பட்டாலும் அது முழுமை பெற இந்த ஐந்து காரணங்களும் தேவை.

ஸ்லோகம் 16

तत्रैवं सति कर्तारमात्मानं केवलं तु यः ।
पश्यत्यकृतबुद्धित्वान्न स पश्यति दुर्मतिः ॥ १६ ॥

தத்ரைவம்' ஸதி கர்தாரம் ஆத்மானம்' கேவலம்' து ய:
பஷ்₂யத்யக்ரு'த-பு₃த்₃தி₄த்வான் ந ஸ பஷ்₂யதி து₃ர்மதி:

தத்ர—அங்கே; *ஏவம்*—இவ்வாறாக; *ஸதி*—இருந்து; *கர்தாரம்*—செய்பவன்; *ஆத்மானம்*—தன்னை; *கேவலம்*—மட்டுமே; *து*—ஆனால்; *ய:*—எவனொருவன்; *பஷ்₂யதி*—காண்கின்றான்; *அக்ரு'த-பு₃த்₃தி₄த்வாத்*—அறிவின்மையால்; *ந*—என்றுமில்லை; *ஸ:*—அவன்; *பஷ்₂யதி*—காண்பது; *து₃ர்மதி:*—முட்டாள்.

எனவே, இந்த ஐந்து காரணங்களைக் கருதாமல், தன்னை மட்டுமே செயலாற்றுபவனாகக் கருதுபவன் விஷயங்களை

உள்ளபடி காண முடியாது, அவன் நிச்சயமாக அறிவுடையவன் அல்ல.

பொருளுரை: நண்பனாக உள்ளே அமர்ந்துள்ள பரமாத்மா தன்னுடைய செயல்களை நடத்துகின்றார் என்பதை முட்டாள் தனமான மனிதனால் புரிந்துகொள்ள முடியாது. இடம், செய்பவன், முயற்சி, புலன்கள் ஆகிய பௌதிக காரணங்கள் உள்ளபோதிலும், இறுதி காரணம் முழுமுதற் கடவுளான பரமாத்மாவே. எனவே, நான்கு பௌதிக காரணங்களை மட்டுமின்றி, உன்னதமான செயற் காரணத்தையும் காண வேண்டியது அவசியம். பரமனைக் காணாதவன் தன்னையே செய்பவனாகக் கருதுகின்றான்.

ஸ்லோகம் 17

यस्य नाहङ्कृतो भावो बुद्धिर्यस्य न लिप्यते ।
हत्वापि स इमाँल्लोकान्न हन्ति न निबध्यते ॥ १७॥

யஸ்ய நாஹங்க்ரு'தோ பா₄வோ பு₃த்₃தி₄ர் யஸ்ய ந லிப்யதே
ஹத்வாபி ஸ இமாங்ல் லோகான் ந ஹந்தி ந நிப₃த்₄யதே

யஸ்ய—எவனொருவனின்; *ந*—என்றுமில்லை; *அஹங்க்ரு'தே*—அஹங்காரத்தின்; *பா₄வ:*—இயற்கை; *பு₃த்₃தி:₄*—அறிவு; *யஸ்ய*—எவனொருவனின்; *ந*—என்றுமில்லை; *லிப்யதே*—பற்றுதல் கொள்வது; *ஹத்வா*—கொல்வது; *அபி*—கூட; *ஸ:*—அவன்; *இமான்*—இந்த; *லோகான்*—உலகில்; *ந*—என்றுமில்லை; *ஹந்தி*—கொல்வது; *ந*—என்றுமில்லை; *நிப₃த்₄யதே*—பந்தப்படுவது.

எவனுடைய நோக்கம் அஹங்காரமின்றி உள்ளதோ, எவனுடைய புத்தி பற்றுதலிலிருந்து விடுபட்டுள்ளதோ, அவன் இவ்வுலகிலுள்ள மனிதர்களைக் கொலை செய்தாலும் கொல்பவன் அல்ல. தனது செயல்களால் அவன் பந்தப்படுவதும் இல்லை.

பொருளுரை: போரிடாமல் இருப்பதற்கான விருப்பம் அஹங்காரத்திலிருந்து எழுகின்றது என்று இந்த ஸ்லோகத்தில் அர்ஜுனனிடம் பகவான் தெரிவிக்கின்றார். உள்ளும் புறமும் வீற்றுள்ள உன்னத அனுமதியைப் பற்றிக் கருத்திற்கொள்ளாமல், "நானே செயலின் கர்த்தா" என்று அர்ஜுனன் எண்ணினான். உன்னத அனுமதியைப் பற்றி அறியாதவன், செயல்களில் ஈடுபடுவதால் என்ன பலன்? ஆனால், செயலின் கருவிகளை அறிந்து, தன்னைச் செய்பவனாக அறிந்து, பரம புருஷரை உன்னத அனுமதி கொடுப்பவராக அறிபவன், எல்லாச் செயல்களையும் பக்குவமாகச் செய்கிறான். அத்தகு நபர் என்றுமே மாயையில் இருப்பதில்லை. கடவுள் உணர்வு

(கிருஷ்ண உணர்வு) இல்லாதிருத்தல் மற்றும் அஹங்காரத்தின் காரணத்தால், சொந்தச் செயல்களும் பொறுப்புகளும் எழுகின்றன. பரம புருஷ பகவான் அல்லது பரமாத்மாவின் வழிகாட்டுதலின் கீழ் கிருஷ்ண உணர்வில் செயல்படுபவன், கொலை செய்தாலும் கொல்வதில்லை. அவ்வாறு கொலை செய்வதன் விளைவால் பாதிக்கப்படுவதும் இல்லை. உயர் அதிகாரியின் கட்டளையின் கீழ் போர்வீரன் ஒருவன் கொலை செய்யும்போது, அவன் தண்டனைக்கு உட்பட்டவன் அல்ல. ஆனால் தனது சொந்த விருப்பத்தில் அவன் யாரையேனும் கொலை செய்தால், நிச்சயமாக நீதிமன்றத்தால் தண்டிக்கப்படுவான்.

ஸ்லோகம் 18

ज्ञानं ज्ञेयं परिज्ञाता त्रिविधा कर्मचोदना ।
करणं कर्म कर्तेति त्रिविधः कर्मसङ्ग्रहः ॥ १८ ॥

ஜ்ஞானம்' ஜ்ஞேயம்' பரிஜ்ஞாதா த்ரி-விதா$_4$ கர்ம-சோத$_3$னா
கரணம்' கர்ம கர்தேதி த்ரி-வித:$_4$ கர்ம-ஸங்க்$_3$ரஹ:

ஜ்ஞானம்—அறிவு; *ஜ்ஞேயம்*—அறியப்படும் பொருள்; *பரிஜ்ஞாதா*—அறிபவன்; *த்ரி-விதா$_4$*—மூன்றுவிதமான; *கர்ம*—செயல்; *சோத$_3$னா*—ஊக்கம்; *கரணம்*—புலன்கள்; *கர்ம*—செயல்; *கர்தா*—செய்பவன்; *இதி*—இவ்வாறு; *த்ரிவித:$_4$*—மூன்றுவிதமான; *கர்ம*—செயலின்; *ஸங்க்$_3$ரஹ:*—சேர்ப்பு.

அறிவு, அறியப்படும் பொருள், அறிபவன் ஆகிய மூன்றும் செயலைத் தூண்டுபவை; புலன்கள், செயல், செய்பவன் ஆகிய மூன்றும் செயலை உண்டாக்குபவை.

பொருளுரை: அறிவு, அறியப்படும் பொருள், அறிபவன் ஆகிய மூன்றும் தினசரி செய்யப்படும் செயலை ஊக்குவிப்பவை. செயலின் கருவிகள், செயல், செய்பவன் ஆகிய மூன்றும் செயலை உண்டாக்குபவை. எந்தவொரு மனிதனால் செய்யப்படும் எந்தச் செயலிலும் இம்மூன்றும் இருக்கின்றன. ஒருவன் செயல்படுவதற்கு முன்பு ஊக்கம் எனப்படும் தூண்டுதல் உள்ளது., செயல் செய்யப்படுவதற்கு முன்பு, அதன் பலன் சூட்சும உருவில் உணரப்படுகிறது. அதன் பிறகு செயல் உருப்பெறுகின்றது. எண்ணுதல், உணர்தல், விரும்புதல் எனும் மனதின் நிலைகளை ஒருவன் முதலில் அனுபவிக்க வேண்டும்; இதுவே ஊக்கம் என்று கூறப்படுகின்றது. செயலைச் செய்வதற்கான ஊக்கம் சாஸ்திரங்களிலிருந்து வந்தாலும் ஆன்மீக குருவின் உபதேசங்களிலிருந்து வந்தாலும் அஃது ஒன்றே. ஊக்கமும்

செயலாற்றுபவனும் இருக்கும்போது, மனம் உட்பட எல்லாப் புலன்களின் உதவியுடன் உண்மையான செயல் நடைபெறுகின்றது, மனமே எல்லாப் புலன்களுக்கும் மையமாகும். செயலை நிறைவேற்றும் இவையனைத்தும் இணைந்து *கர்ம-ஸங்க்$_3$ரஹ* (ஒட்டுமொத்த செயல்) என்று அறியப்படுகின்றன.

ஸ்லோகம் 19

ज्ञानं कर्म च कर्ता च त्रिधैव गुणभेदत: ।
प्रोच्यते गुणसङ्ख्याने यथावच्छृणु तान्यपि ॥ १९ ॥

ஜ்ஞானம்' கர்ம ச கர்தா ச த்ரிதை$_4$வ கு$_3$ண-பே$_4$த$_3$த:
ப்ரோச்யதே கு$_3$ண-ஸங்க்$_2$யானே யதா$_2$வச் ச்$_2$ரு'ணு தான்யபி

ஜ்ஞானம்—அறிவு; *கர்ம*—செயல்; *ச*—மற்றும்; *கர்தா*—செய்பவன்; *ச*—மற்றும்; *த்ரிதா$_4$*—மூன்று விதமான; *ஏவ*—நிச்சயமாக; *கு$_3$ண-பே$_4$த$_3$த:*—ஜட இயற்கையின் வேறுபட்ட குணங்களின் அடிப்படையில்; *ப்ரோச்யதே*—கூறப்படுகின்றது; *கு$_3$ண-ஸங்க்$_2$யானே*—வேறுபட்ட குணங்களுக்கு ஏற்ப; *யதா$_2$-வத்*—அவற்றை உள்ளபடி; *ஷ்$_2$ரு'ணு*—கேள்; *தானி*—அவை எல்லாவற்றையும்; *அபி*—கூட.

ஜட இயற்கையின் மூன்று வேறுபட்ட குணங்களுக்கு ஏற்ப, அறிவு, செயல், செய்பவன் ஆகியவற்றிலும் மூன்று வகை உண்டு. தற்போது அவற்றை என்னிடமிருந்து கேட்பாயாக.

பொருளுரை: ஜட இயற்கை குணங்களின் மூன்று பிரிவுகள் பதினான்காம் அத்தியாயத்தில் விரிவாக விளக்கப்பட்டன. அந்த அத்தியாயத்தில், ஸத்வ குணம் பிரகாசமானது என்றும், ரஜோ குணம் பௌதிகமயமானது என்றும், தமோ குணம் சோம்பேறித்தனத்திற்கு உகந்தது என்றும் கூறப்பட்டது. ஜட இயற்கையின் எல்லா குணங்களுமே பந்தப்படுத்துபவை; அவை முக்திக்கான வழிகள் அல்ல. ஸத்வ குணத்தில் இருப்பவனும் கட்டுண்டவனே. பதினேழாம் அத்தியாயத்தில், பலதரப்பட்ட மனிதர்களால் ஜட இயற்கையின் பல்வேறு குணங்களில் செய்யப்படும் பலதரப்பட்ட வழிபாட்டு முறைகள் விளக்கப்பட்டன. இந்த ஸ்லோகத்தில், மூன்று பௌதிக குணங்களுக்கு ஏற்ப, அறிவு, செய்பவன், செயல் ஆகியவற்றின் பல்வேறு வகையைப் பற்றிப் பேச பகவான் விரும்புகின்றார்.

ஸ்லோகம் 20

सर्वभूतेषु येनैकं भावमव्ययमीक्षते ।
अविभक्तं विभक्तेषु तज्ज्ञानं विद्धि सात्त्विकम् ॥ २० ॥

ஸர்வ-பூ4தேஷு யேனைகம்' பா4வம் அவ்யயம் ஈக்ஷதே
அவிப4க்தம்' விப4க்தேஷு தஜ் ஜ்ஞானம்' வித்3தி4 ஸாத்த்விகம்

ஸர்வ-பூ4தேஷு—எல்லா உயர்வாழிகளிலும்; யேன—எதனால்; ஏகம்—
ஒன்று; பா4வம்—நிலை; அவ்யயம்—அழிவற்ற; ஈக்ஷதே—காண்கின்றான்;
அவிப4க்தம்—பிரிவில்லாத; விப4க்தேஷு—எண்ணற்ற பிரிவுகளாக்கப்
பட்ட; தத்—அந்த; ஜ்ஞானம்—அறிவு; வித்3தி4—அறிவாய்; ஸாத்த்விகம்—
ஸத்வ குணத்தில்.

**உயிர்வாழிகள் எண்ணற்ற உருவமாக பிரிக்கப்பட்டிருந்தாலும்,
அவர்களை பிரிக்கப்படாத ஆன்மீக இயற்கையாக, எந்த அறிவின்
மூலம் ஒருவன் காண்கின்றானோ, அந்த அறிவு ஸத்வ குணத்தில்
இருக்கும் அறிவாகும்.**

பொருளுரை: தேவன், மனிதன், மிருகம், பறவை, நீரில் வாழ்பவை
அல்லது தாவரம் என எல்லா உயிர்வாழிகளிலும் ஒரே ஆன்மீக
ஆத்மாவைக் காண்பவன், ஸத்வ குணத்தின் அறிவைப்
பெற்றுள்ளான். உயிர்வாழிகள் தங்களது முந்தையச் செயல்களுக்கு
ஏற்ப வெவ்வேறு உடல்களைப் பெற்றிருந்தாலும், அவை
எல்லாவற்றிலும் ஒரே ஆன்மீக ஆத்மா இருக்கின்றது. ஒவ்வொரு
உடலிலும் உள்ள உயிர்ச்சக்தியின் தோற்றம், பரம புருஷரின் உயர்
இயற்கையினாலேயே என்பது ஏழாம் அத்தியாயத்தில்
விவரிக்கப்பட்டது. இவ்வாறு அந்த ஓர் உயர் இயற்கையை, அந்த
உயிர்ச்சக்தியை, ஒவ்வொரு உடலிலும் காண்பது ஸத்வ குணத்தில்
காண்பதாகும். உடல்கள் அழியக்கூடியவை என்றபோதிலும், அந்த
உயிர்வாழி அழிவற்றது. வேறுபாடுகள் உடலின் அடிப்படையில்
காணப்படுகின்றன; கட்டுண்ட ஜட வாழ்வில் பல்வேறு உருவங்கள்
இருப்பதால், உயிர்வாழி பிரிக்கப்பட்டதாகத் தோன்றுகின்றது. இத்தகு
அருவ ஞானம் தன்னுணர்வின் ஓர் அம்சமாகும்.

ஸ்லோகம் 21

पृथक्त्वेन तु यज्ज्ञानं नानाभावान्पृथग्विधान् ।
वेत्ति सर्वेषु भूतेषु तज्ज्ञानं विद्धि राजसम् ॥ २१ ॥

ப்ரு'த2க்த்வேன து யஜ் ஜ்ஞானம்' நானா-பா4வான் ப்ரு'த2க்3-விதா4ன்
வேத்தி ஸர்வேஷு பூ4தேஷு தஜ் ஜ்ஞானம்' வித்3தி4 ராஜஸம்

ப்ரு'த2க்த்வேன—பிரிவின் காரணத்தால்; து—ஆனால்; யத்—எந்த;
ஜ்ஞானம்—அறிவு; நானா-பா4வான்—வேறுபட்டநிலைகள்; ப்ரு'த2க்-
விதா4ன்—வெவ்வேறாக; வேத்தி—அறிபவன்; ஸர்வேஷு—எல்லா;
பூ4தேஷு—உயிர்வாழிகளிலும்; தத்—அந்த; ஜ்ஞானம்—அறிவு; வித்3தி4—
அறியப்பட வேண்டும்; ராஜஸம்—ரஜோ குணத்தைச் சார்ந்ததாக.

எந்த அறிவின் மூலம், வெவ்வேறு உடல்களில் வெவ்வேறு விதமான உயிர்வாழிகள் இருப்பதாக ஒருவன் காண்கின்றானோ, அந்த அறிவு ரஜோ குணத்தில் இருப்பதாக புரிந்துகொள்ளப்பட வேண்டும்.

பொருளுரை: ஜடவுடலே உயிர்வாழி என்றும், உடல் அழியும்போது உணர்வும் அழிக்கப்படுகின்றது என்றும் கருதக்கூடிய அறிவு, ரஜோ குணத்தின் அறிவு என்று அறியப்படுகின்றது. அந்த அறிவின்படி, உணர்வுகள் பல வகைப்படும், அதன் வளர்ச்சிக்கு ஏற்ப, ஓர் உடல் மற்றொரு உடலிலிருந்து வேறுபடுகிறது; உணர்வைத் தோற்றுவிக்கும் ஆத்மா என்று எதுவும் தனியாகக் கிடையாது. உடலே ஆத்மா, உடலுக்கு அப்பாற்பட்ட தனிப்பட்ட ஆத்மா எதுவும் கிடையாது. உணர்வு என்பது தற்காலிகமானது. இந்த உடலுக்கு அப்பாற்பட்டு விசேஷமான தனி நபரோ பரமாத்மாவோ யாரும் இல்லை. இதே அறிவைச் சார்ந்த வேறு சிலர், தனித்தனி ஆத்மாக்கள் கிடையாது என்றும், பூரண அறிவுடன் எங்கும் நிறைந்திருக்கும் ஓர் ஆத்மாவே உள்ளது என்றும், இந்த உடல் தற்காலிக அறியாமையின் தோற்றமே என்றும் கூறுகின்றனர். இத்தகு கருத்துக்கள் அனைத்தும் ரஜோ குணத்தின் படைப்புகளாகக் கருதப்படுகின்றன.

ஸ்லோகம் 22

यत्तु कृत्स्नवदेकस्मिन्कार्ये सक्तमहैतुकम् ।
अतत्त्वार्थवदल्पं च तत्तामसमुदाहृतम् ॥ २२॥

யத் து க்ரு'த்ஸ்ன-வத்$_3$ ஏகஸ்மின் கார்யே ஸக்தம் அஹைதுகம்
அதத்த்வார்த$_2$-வத்$_3$ அல்பம்' ச தத் தாமஸம் உதா$_3$ஹ்ரு'தம்

யத்—எது; *து*—ஆனால்; *க்ரு'த்ஸ்ன-வத்*—எல்லாமாக; *ஏகஸ்மின்*—ஒன்றில்; *கார்யே*—செயல்; *ஸக்தம்*—பற்றுக் கொண்டு; *அஹைதுகம்*—காரணமின்றி; *அதத்த்வ-அர்த$_2$-வத்*—உண்மையின் அறிவின்றி; *அல்பம்*—அற்பமான; *ச*—மற்றும்; *தத்*—அது; *தாமஸம்*—தமோ குணத்தில்; *உதா$_3$ஹ்ரு'தம்*—இருப்பதாகக் கூறப்படுகின்றது.

எந்த அறிவின் மூலம், உண்மையைப் பற்றிய அறிவின்றி, ஒரே விதமான செயலில் பற்றுதல் கொண்டு அதையே எல்லாமாக அறிகின்றானோ, அந்த அற்பமான அறிவு தமோ குணத்தில் இருப்பதாகக் கூறப்படுகின்றது.

பொருளுரை: சாதாரண மனிதனின் "அறிவு" எப்போதும் இருளான தமோ குணத்திலேயே இருக்கும்; ஏனெனில், கட்டுண்ட வாழ்விலுள்ள ஒவ்வொரு உயிர்வாழியும் தமோ குணத்திலேயே பிறந்துள்ளான். அதிகாரம் பெற்ற நபர்களின் மூலமாகவோ சாஸ்திர விதிகளின்

மூலமாகவோ, அறிவை வளர்த்துக்கொள்ளாதவனின் அறிவு, உடலின் எல்லைக்கு உட்பட்டதாகவே இருக்கும். சாஸ்திர வழிகாட்டுதலின்படி செயல்படுவதில் அவனுக்கு அக்கறை இல்லை. அவனைப் பொறுத்தவரை பணமே கடவுள், மேலும், உடலின் தேவைகளை திருப்தி செய்வதே அறிவு. அத்தகு அறிவிற்கும் பூரண உண்மைக்கும் எந்தத் தொடர்பும் இல்லை. அஃது ஏறக்குறைய சாதாரண மிருகங்களின் அறிவைப் போன்றது: உண்ணுதல், உறங்குதல், உடலுறவுகொள்ளுதல், மற்றும் தற்காத்துக்கொள்வதைப் பற்றிய அறிவு. அத்தகு அறிவு தமோ குணத்தின் படைப்பாக இங்கு விவரிக்கப்படுகின்றது. வேறுவிதமாகக் கூறினால், உடலுக்கு அப்பாற்பட்ட ஆன்மீக ஆத்மாவைப் பற்றிய அறிவு ஸத்வ குணத்தின் அறிவு என்றும், பௌதிக நியாயத்தையும் மன அனுமானத்தையும் கொண்டு உருவாக்கப்படும் கொள்கைகள் ரஜோ குண அறிவின் படைப்புகள் என்றும், உடலை வசதியாக வைப்பதை மட்டும் சிந்திக்கின்ற அறிவு தமோ குணத்தின் அறிவு என்றும் அறியப்படுகின்றன.

ஸ்லோகம் 23

नियतं सङ्गरहितमरागद्वेषतः कृतम् ।
अफलप्रेप्सुना कर्म यत्तत्सात्त्विकमुच्यते ॥ २३ ॥

நியதம்' ஸங்க³-ரஹிதம் அராக³த்³வேஷத: க்ரு'தம்
அப²ல-ப்ரேப்ஸுனா கர்ம யத் தத் ஸாத்த்விகம் உச்யதே

நியதம்—ஒழுங்கான; ஸங்க³-ரஹிதம்—பற்றுதலின்றி; அராக³-த்³வேஷத:—விருப்பு வெறுப்பின்றி; க்ரு'தம்—செய்யப்படும்; அப²ல-ப்ரேப்ஸுனா—பலன்நோக்குச்செயல்களில் விருப்பம் இல்லாதவனால்; கர்ம—செயல்; யத்—எதுவோ; தத்—அது; ஸாத்த்விகம்—ஸத்வ குணத்தில்; உச்யதே—கூறப்படுகின்றது.

எந்தவொரு செயல், ஒழுங்குபடுத்தப்பட்டு, பற்றின்றி, விருப்பு வெறுப்பின்றி, பலனை எதிர்பார்க்காமல் செய்யப்படுகின்றதோ, அது ஸத்வ குணத்தின் செயல் எனப்படுகிறது.

பொருளுரை: பல்வேறு வர்ணம் மற்றும் ஆஷ்ரமங்களுக்கேற்ப சாஸ்திரங்களில் விதிக்கப்பட்டுள்ள ஒழுங்குபட்ட கடமைகள், உரிமையுணர்வும் பற்றுதலும் இன்றி செய்யப்படும்போது, இயற்கையாகவே விருப்பு வெறுப்பற்றதாகிவிடுகின்றன. இவ்வாறு, புலனின்பத்திற்காக அல்லாமல், கிருஷ்ண உணர்வில் பரமனின் திருப்திக்காகச் செய்யப்படும் செயல்கள், ஸத்வ குணத்தின் செயல்கள் என்று அறியப்படுகின்றன.

ஸ்லோகம் 24

यत्तु कामेप्सुना कर्म साहङ्कारेण वा पुनः ।
क्रियते बहुलायासं तद्राजसमुदाहृतम् ॥ २४॥

யத் து காமேப்ஸுனா கர்ம ஸாஹங்காரேண வா புன:
க்ரியதே ப$_3$ஹுலாயாஸம்' தத்$_3$ ராஜஸம் உதா$_3$ஹ்ரு'தம்

யத்—எந்த; *து*—ஆனால்; *காம-ஈப்ஸுனா*—பலனுக்கு ஆசைப்படு பவனால்; *கர்ம*—செயல்; *ஸ-அஹங்காரேண*—அஹங்காரத்துடன்; *வா*—அல்லது; *புன:*—மீண்டும்; *க்ரியதே*—செய்யப்படுகின்றதோ; *ப$_3$ஹுல-ஆயாஸம்*—பெரும் முயற்சியுடன்; *தத்*—அந்த; *ராஜஸம்*—ரஜோ குணத்தில்; *உதா$_3$ஹ்ரு'தம்*—இருப்பதாகக் கூறப்படுகின்றது.

ஆனால், எந்தவொரு செயல், ஆசைகளை திருப்தி செய்வதற்காக பெரும் முயற்சியுடனும், அஹங்காரத்துடனும் செய்யப்படுகின்றதோ, அந்தச் செயல் ரஜோ குணத்தின் செயல் என்று கூறப்படுகின்றது.

ஸ்லோகம் 25

अनुबन्धं क्षयं हिंसामनपेक्ष्य च पौरुषम् ।
मोहादारभ्यते कर्म यत्तत्तामसमुच्यते ॥ २५॥

அனுப$_3$ந்த$_4$ம்' க்ஷயம்' ஹிம்'ஸாம் அனபேக்ஷ்ய ச பௌருஷம்
மோஹாத்$_3$ ஆரப்$_4$யதே கர்ம யத் தத் தாமஸம் உச்யதே

அனுப$_3$ந்த$_4$ம்—எதிர்கால பந்தம்; *க்ஷயம்*—அழிவு; *ஹிம்ஸாம்*—துன்புறுத்துதல்; *அனபேக்ஷ்ய*—விளைவுகளைக் கருதாமல்; *ச*—மற்றும்; *பௌருஷம்*—சுய அனுமதியுடன்; *மோஹாத்*—மயக்கத்தால்; *ஆரப்$_4$யதே*—ஆரம்பிக்கப்பட்ட; *கர்ம*—செயல்; *யத்*—எது; *தத்*—அது; *தாமஸம்*—தமோ குணத்தில்; *உச்யதே*—இருப்பதாகக் கூறப்படுகின்றது.

எந்தவொரு செயல், எதிர்கால பந்தத்தையும் மற்றவர்களுக்கு இழைக்கப்படும் துன்பத்தையும் கருத்தில் கொள்ளாமல், சாஸ்திர விதிகளைப் புறக்கணித்து, மயக்கத்தில் செய்யப்படுகின்றதோ, அந்தச் செயல் தமோ குணத்தின் செயலாகக் கூறப்படுகின்றது.

பொருளுரை: ஒருவன் தனது செயல்களின் கணக்கை, தேசத்திடமோ, பரம புருஷரின் பிரதிநிதிகளான எம தூதர்களிடமோ கொடுக்க வேண்டும். பொறுப்பற்ற செயல், சாஸ்திர விதிகளின் ஒழுங்கு முறைகளை அழிப்பதால், அச்செயல் அழிவைத் தரக்கூடியதாக கூறப்படுகின்றது. பெரும்பாலும் வன்முறையை அடிப்படையாகக் கொண்ட இச்செயல்கள் பிற உயிரினங்களை துன்புறுத்தக் கூடியவையாக உள்ளன. அத்தகு பொறுப்பற்ற செயல் ஒருவனது

சொந்த அனுபவ அறிவைக் கொண்டு நிறைவேற்றப்படுகின்றது. அது மயக்கம் என்று அறியப்படுகின்றது. அத்தகு மயக்கச் செயல்கள் எல்லாம் தமோ குணத்தின் படைப்புகளாகும்.

ஸ்லோகம் 26

मुक्तसङ्गोऽनहंवादी धृत्युत्साहसमन्वितः ।
सिद्ध्यसिद्ध्योर्निर्विकारः कर्ता सात्त्विक उच्यते ॥ २६ ॥

முக்த-ஸங்கோ$_3$ 'னஹம்'-வாதீ$_3$ த்$_4$ரு'த்ய்-உத்ஸாஹ-ஸமன்வித:
ஸித்$_3$த்$_4$யஸித்$_3$த்$_4$யோர் நிர்விகார: கர்தா ஸாத்த்விக உச்யதே

முக்த-ஸங்க:$_3$—எல்லா பௌதிக உறவிலிருந்தும் விடுபட்டு; *அனஹம்-வாதீ$_3$*—அஹங்காரம் இன்றி; *த்$_4$ரு'தி*—மன உறுதி; *உத்ஸாஹ*—பெரும் உற்சாகத்துடன்; *ஸமன்வித:*—தகுதிபெற்று; *ஸித்$_3$தி$_4$*—வெற்றியில்; *அஸித்$_3$த$_4$யோ:*—தோல்வியில்; *நிர்விகார:*—மாற்றமின்றி; *கர்தா*—செய்பவன்; *ஸாத்த்விக:*—ஸத்வ குணத்தில்; *உச்யதே*—இருப்பதாகக் கூறப்படுகின்றான்.

எவனொருவன், இயற்கை குணங்களின் தொடர்பின்றி, அஹங்காரமின்றி, உற்சாகம் மற்றும் மனவுறுதியுடன், வெற்றி தோல்விகளைப் பொருட்படுத்தாது தனது கடமைகளைச் செய்கின்றானோ, அத்தகு செயலாளி ஸத்வ குணத்தில் இருப்பதாகக் கூறப்படுகிறது.

பொருளுரை: கிருஷ்ண உணர்விலிருப்பவன் ஜட இயற்கையின் குணங்களுக்கு எப்போதும் அப்பாற்பட்டவன். அவனிடம் ஒப்படைக்கப்பட்ட செயலின் பலன்களை அவன் எதிர்பார்ப்பதில்லை; ஏனெனில், அஹங்காரம் மற்றும் கர்வத்திலிருந்து அவன் உயர்வு பெற்றவன். இருப்பினும், அத்தகு செயல்கள் முடியும்வரை அவன் எப்போதும் உற்சாகத்துடன் உள்ளான். தான் மேற்கொள்ளும் சிரமத்தைப் பற்றி அவன் கவலைப்படுவதில்லை; எப்போதும் உற்சாகத்துடன் உள்ளான். வெற்றி தோல்விகளைப் பற்றியும் அவன் கவலைப்படுவதில்லை; இன்ப துன்பங்களில் அவன் சமமாக உள்ளான். இவ்வாறு செயல்படுபவன் ஸத்வ குணத்தில் நிலைபெற்றுள்ளான்.

ஸ்லோகம் 27

रागी कर्मफलप्रेप्सुर्लुब्धो हिंसात्मकोऽशुचिः ।
हर्षशोकान्वितः कर्ता राजसः परिकीर्तितः ॥ २७॥

ராகீ$_3$ கர்ம-ப$_2$ல-ப்ரேப்ஸுர் லுப்$_3$தோ$_4$ ஹிம்'ஸாத்மகோ 'ஷு$_2$சி:
ஹர்ஷ-ஷோ$_2$கான்வித: கர்தா ராஜஸ: பரிகீர்தித:

ராகீ$_3$—மிகுந்த பற்றுக் கொண்டு; *கர்ம-ப$_2$ல*—செயலின் பலனை; *ப்ரேப்ஸு:*—விரும்பி; *லுப்$_3$த:$_4$*—பேராசை கொண்டு; *ஹிம்'ஸா-ஆத்மக:*—எப்போதும் பொறாமையுடன்; *அஷு$_2$சி:*—தூய்மையற்ற; *ஹர்ஷ-ஷோ$_2$க-அன்வித:*—இன்ப துன்பங்களுக்கு உட்பட்டு; *கர்தா*—அத்தகு செயலாளி; *ராஜஸ:*—ரஜோ குணத்தில்; *பரிகீர்தித:*—அறிவிக்கப்படுகின்றான்.

எவனொருவன், தனது உழைப்பின் பலன்களில் பற்றுதல் கொண்டு, அந்த பலன்களை அனுபவிக்க விரும்பி, பேராசை கொண்டு, எப்போதும் பொறாமையுடன், தூய்மையின்றி, இன்ப துன்பங்களால் பாதிக்கப்படுகின்றானோ, அத்தகு செயலாளி ரஜோ குணத்தில் இருப்பதாகக் கூறப்படுகின்றது.

பொருளுரை: ஒரு குறிப்பிட்ட விதமான செயல் அல்லது அதன் பலனில் ஒருவன் அளவுகடந்த பற்றுதலுடன் இருப்பதற்கு காரணம், வீடு வாசல், மனைவி மக்கள், என்று பௌதிக வாழ்வின் மீது அவன் கொண்டுள்ள அளவு கடந்த பற்றுதலே. இத்தகு மனிதனுக்கு வாழ்வின் உயர்நிலைக்கு ஏற்றம் பெறுவதில் ஆர்வமில்லை. இவ்வுலகினை எவ்வளவு முடியுமோ அந்த அளவிற்கு ஜட ரீதியில் வசதியாக வைப்பதைப் பற்றி மட்டுமே அவன் சிந்திக்கின்றான். பொதுவாக மிகுந்த பேராசையுடன் இருக்கும் அவன், தன்னால் அடையப்படும் எதுவும் நிரந்தரமானது என்றும் அவற்றை ஒருபோதும் இழக்கப் போவதில்லை என்றும் எண்ணுகின்றான். எப்போதும் பிறரிடம் பொறாமை கொண்டுள்ள அத்தகு நபர், புலனுகர்ச்சிக்காக எந்தத் தவறையும் செய்ய தயாராக உள்ளான். எனவே, அவன் தூய்மையற்றவனாக, தனது வருமானம் நேர்மையானதா இல்லையா என்பதைப் பற்றிக் கவலைப்படாதவனாக உள்ளான். அவனது செயல் வெற்றியடைந்தால் மிகுந்த மகிழ்ச்சியும், அச்செயல் தோல்வியுற்றால் மிகுந்த வருத்தமும் அடைகின்றான். இதுவே ரஜோ குணத்தில் இருக்கும் செயலாளியின் தன்மைகள்.

ஸ்லோகம் 28

अयुक्तः प्राकृतः स्तब्धः शठो नैष्कृतिकोऽलसः ।
विषादी दीर्घसूत्री च कर्ता तामस उच्यते ॥ २८ ॥

அயுக்த: ப்ராக்ரு'த: ஸ்தப்$_3$த:$_4$ ஷ$_2$டோ$_2$ நைஷ்க்ரு'திகோ 'லஸ:
விஷாதீ$_3$ தீ$_3$ர்க$_4$-ஸூத்ரீ ச கர்தா தாமஸ உச்யதே

அயுக்த:—சாஸ்திர விதிகளைக் கண்டுகொள்ளாது; *ப்ராக்ரு'த:*—பௌதிகமான; *ஸ்தப்$_3$த:$_4$*—பிடிவாதமுள்ள; *ஷ$_2$ட:$_2$*—ஏமாற்றுகின்ற; *நைஷ்க்ரு'திக:*—பிறரை அவமதிப்பதில் நிபுணத்துவம்; *அலஸ:*—சோம்பேறித்தனம்; *விஷாதீ$_3$*—வருத்தம் தோய்ந்தபடி; *தீ$_3$ர்க$_4$-ஸூத்ரீ*—

காலந்தாழ்த்துகின்ற; *ச*—மேலும்; *கர்தா*—செய்பவன்; *தாமஸ:*—தமோ குணத்தில்; *உச்யதே*—இருப்பவனாகக் கூறப்படுகின்றான்.

எவனொருவன், சாஸ்திர விதிகளுக்கு எதிரான செயலில் எப்போதும் ஈடுபட்டு, பௌதிகவாதியாக, பிடிவாதக்காரனாக, ஏமாற்றுபவனாக, பிறரை அவமதிப்பதில் நிபுணனாக, சோம் பேறியாக, எப்போதும் வருத்தம் தோய்ந்தவனாக, மற்றும் காலந்தாழ்த்துபவனாக உள்ளானோ, அத்தகு செயலாளி தமோ குணத்தில் இருப்பதாகக் கூறப்படுகின்றது.

பொருளுரை: எத்தகு செயலைச் செய்ய வேண்டும், எத்தகு செயலைச் செய்யக் கூடாது என்பதை சாஸ்திர விதிகளில் நாம் காண்கிறோம். அத்தகு விதிகளைப் பற்றிக் கவலைப்படாதவர்கள் செய்யக் கூடாத செயல்களில் ஈடுபடுகின்றனர், அந்நபர்கள் பெரும்பாலும் பௌதிகவாதிகளாவர். அவர்கள் இயற்கையின் குணங்களுக்கு ஏற்ப செயல்படுகின்றனர், சாஸ்திர விதிகளின்படி அல்ல. அத்தகு செயலாளிகள் கண்ணியமானவர்கள் அல்ல, பொதுவாக எப்போதும் கபடத்துடன் இருக்கும் அவர்கள் மற்றவர்களை அவமதிப்பதில் நிபுணர்கள். அவர்கள் பெரும் சோம்பேறிகள்; அவர்களுக்கென்று சில கடமைகள் இருக்கும்போதிலும், அவற்றை முறையாகச் செய்வதில்லை, பிறகு செய்யலாம் என்று ஓரம் கட்டுகின்றனர். இதனால் அவர்கள் வருத்தம் தோய்ந்தபடி தோற்றமளிக்கின்றனர். அவர்கள் காலம் தாழ்த்துபவர்கள்; ஒரு மணி நேரத்திற்குள் செய்யக்கூடியவற்றை வருடக்கணக்காக இழுத்தடிக்கின்றனர். அத்தகு செயலாளிகள் தமோ குணத்தில் நிலைபெற்றவர்கள்.

ஸ்லோகம் 29

बुद्धेर्भेदं धृतेश्चैव गुणतस्त्रिविधं शृणु ।
प्रोच्यमानमशेषेण पृथक्त्वेन धनञ्जय ॥ २९ ॥

பு$_3$த்$_3$தே$_4$ர் பே$_4$த$_3$ம்' த்$_4$ரு'தேஷ்$_2$ சைவ கு$_3$ணதஸ் த்ரி-வித$_4$ம்' ஷ்$_2$ரு'ணு
ப்ரோச்யமானம் அஷே$_2$ஷேண ப்ரு'த$_2$க்த்வேன த$_4$னஞ்ஜய

பு$_3$த்$_3$தே:$_4$—அறிவின்; *பே$_4$த$_3$ம்*—வேறுபாடுகள்; *த்$_4$ரு'தே:*—மனவுறுதியின்; *ச*—மற்றும்; *ஏவ*—நிச்சயமாக; *கு$_3$ணத:*—ஜட இயற்கை குணங்களால்; *த்ரி-வித$_4$ம்*—மூன்று விதமான; *ஷ்$_2$ரு'ணு*—கேட்பாயாக; *ப்ரோச்யமானம்*—என்னால் விவரிக்கப்பட்டபடி; *அஷே$_2$ஷேண*—விவரமாக; *ப்ரு'த$_2$க்த்வேன*—வெவ்வேறாக; *த$_4$னஞ்ஜய*—செல்வத்தை வெல்வோனே.

செல்வத்தை வெல்வோனே! ஜட இயற்கையின் முக்குணங்களுக்கு ஏற்ப பலதரப்பட்ட புத்தியையும் உறுதியையும் பற்றி விவரமாக நான் தற்போது உனக்குக் கூறுவதைக் கேட்பாயாக.

பொருளுரை: அறிவு, அறியப்படும் பொருள், மற்றும் அறிபவனைப் பற்றி ஜட இயற்கையின் குணங்களுக்கு ஏற்ப மூன்று பிரிவுகளில் விளக்கியபிறகு, தற்போது, செயலாளியின் புத்தியையும் உறுதியையும் அதே முறையில் பகவான் விளக்குகின்றார்.

ஸ்லோகம் 30

प्रवृत्तिं च निवृत्तिं च कार्याकार्ये भयाभये ।
बन्धं मोक्षं च या वेत्ति बुद्धिः सा पार्थ सात्त्विकी ॥ ३० ॥

ப்ரவ்ரு'த்திம்' ச நிவ்ரு'த்திம்' ச கார்யாகார்யே ப$_4$யாப$_4$யே
ப$_3$ந்த$_4$ம்' மோக்ஷம்' ச யா வேத்தி பு$_3$த்$_3$தி:$_4$ ஸா பார்த$_2$ ஸாத்த்விகீ

ப்ரவ்ரு'த்திம்—முறையான; *ச*—மற்றும்; *நிவ்ரு'த்திம்*—முறையற்ற; *ச*—மற்றும்; *கார்ய*—செய்யத்தக்க; *அகார்யே*—செய்யத்தகாத; *ப$_4$ய*—பயம்; *அப$_4$யே*—பயமின்மை; *ப$_3$ந்த$_4$ம்*—பந்தம்; *மோக்ஷம்*—விடுதலை; *ச*—மற்றும்; *யா*—எதுவென்று; *வேத்தி*—அறிகின்றானோ; *பு$_3$த்$_3$தி:$_4$*—புத்தி; *ஸா*—அந்த; *பார்த$_2$*—பிருதாவின் மைந்தனே; *ஸாத்த்விகீ*—ஸத்வ குணத்தில்.

பிருதாவின் மைந்தனே, செய்யத்தக்கது எது, செய்யத்தகாதது எது, பயப்படத்தக்கது எது, பயப்படத்தகாதது எது, பந்தப்படுத்துவது எது, விடுதலை செய்வது எது, ஆகியவற்றை அறியக்கூடிய புத்தி, ஸத்வ குணத்தில் இருப்பதாகும்.

பொருளுரை: சாஸ்திர வழிகாட்டலின்படி ஆற்றப்படும் செயல்கள், செய்யத்தக்கவை அல்லது *ப்ரவ்ருத்தி* என்று அறியப்படுகின்றன. அவ்வாறு வழிகாட்டப்படாத செயல்கள், செய்யத்தகாதவை. சாஸ்திர விதிகளை அறியாதவன், செய்யப்படும் செயல்களாலும் விளைவுகளாலும் பந்தப்படுகிறான். புத்தியைக் கொண்டு பகுத்தறிதல் ஸத்வ குணமாகும்.

ஸ்லோகம் 31

यया धर्ममधर्मं च कार्यं चाकार्यमेव च ।
अयथावत्प्रजानाति बुद्धिः सा पार्थ राजसी ॥ ३१ ॥

யயா த$_4$ர்மம் அத$_4$ர்மம்' ச கார்யம்' சாகார்யம் ஏவ ச
அயதா$_2$வத் ப்ரஜானாதி பு$_3$த்$_3$தி:$_4$ ஸா பார்த$_2$ ராஜஸீ

யயா—எதனால்; *த$_4$ர்மம்*—தர்மம்; *அத$_4$ர்மம்*—அதர்மம்; *ச*—மற்றும்; *கார்யம்*—செய்யத்தக்க செயல்; *ச*—மேலும்; *அகார்யம்*—செய்யத்தகாத

செயல்; *ஏவ*—நிச்சயமாக; *ச*—மேலும்; *அயதா$_2$-வத்*—பக்குவமின்றி; *ப்ரஜானாதி*—அறியும்; *பு$_3$த்$_3$தி:$_4$*—புத்தி; *ஸா*—அந்த; *பார்த$_2$*—பிருதாவின் மைந்தனே; *ராஜஸீ*—ரஜோ குணத்தில்.

பிருதாவின் மகனே, தர்மம், அதர்மம், செய்யத்தக்க செயல், செய்யத்தகாத செயல் இவற்றிற்கிடையே உள்ள வேறுபாட்டை அறிய இயலாத புத்தி, ரஜோ குணத்தில் இருக்கின்றது.

ஸ்லோகம் 32

अधर्मं धर्ममिति या मन्यते तमसावृता ।
सर्वार्थान्विपरीतांश्च बुद्धिः सा पार्थ तामसी ॥ ३२॥

அத$_4$ர்மம்' த$_4$ர்மம் இதி யா மன்யதே தமஸாவ்ரு'தா
ஸர்வார்தா$_2$ன் விபரீதாம்'ஷ்$_2$ ச பு$_3$த்$_3$தி:$_4$ ஸா பார்த$_2$ தாமஸீ

அத$_4$ர்மம்—அதர்மம்; *த$_4$ர்மம்*—தர்மம்; *இதி*—இவ்வாறு; *யா*—எது; *மன்யதே*—எண்ணுகின்றதோ; *தமஸா*—அறியாமையால்; *ஆவ்ரு'தா*—கவரப்பட்டு; *ஸர்வ-அர்தா$_2$ன்*—எல்லா விஷயங்களையும்; *விபரீதான்*—தவறான வழியில்; *ச*—மேலும்; *பு$_3$த்$_3$தி:$_4$*—புத்தி; *ஸா*—அது; *பார்த$_2$*—பிருதாவின் மைந்தனே; *தாமஸீ*—தமோ குணத்தில்.

அறியாமை மற்றும் இருளின் மயக்கத்தின் கீழ், தர்மத்தை அதர்மமாகவும், அதர்மத்தை தர்மமாகவும் அறிந்து, எப்போதும் தவறான வழியில் முயலும் புத்தி, பார்த்தனே, தமோ குணத்தில் இருப்பதாகும்.

பொருளுரை: தமோ குணத்தின் புத்தி, எவ்வாறு செயல்பட வேண்டுமோ அதற்கு எதிர்வழியில் எப்போதும் செயல்படுகின்றது. அஃது உண்மையான தர்மத்தைப் புறக்கணித்து, தர்மமில்லாதவற்றை ஏற்கின்றது. அறியாமையிலுள்ள மனிதர்கள், மஹாத்மாவை சாதாரண மனிதனாகவும் சாதாரண மனிதனை மஹாத்மாவாகவும் புரிந்துகொள்கின்றனர். உண்மையைப் பொய்யாகவும் பொய்யை உண்மையாகவும் அவர்கள் எண்ணுகின்றனர். எல்லாச் செயல்களிலும் அவர்கள் தவறான பாதையையே ஏற்கின்றனர்; எனவே, அவர்களது புத்தி தமோ குணத்தில் இருப்பதாகும்.

ஸ்லோகம் 33

धृत्या यया धारयते मनःप्राणेन्द्रियक्रियाः ।
योगेनाव्यभिचारिण्या धृतिः सा पार्थ सात्त्विकी ॥ ३३॥

த்$_4$ரு'த்யா யயா தா$_4$ரயதே மன:-ப்ராணேந்த்$_3$ரிய-க்ரியா:
யோகே$_3$னாவ்யபி$_4$சாரிண்யா த்$_4$ரு'தி: ஸா பார்த$_2$ ஸாத்த்விகீ

த்$_4$ரு'த்யா—மனவுறுதி; *யயா*—எதனால்; *தா$_4$ரயதே*—காக்கப்படுகின்ற; *மன:*—மனம்; *ப்ராண*—வாழ்வு; *இந்த்$_3$ரிய*—மற்றும் புலன்கள்; *க்ரியா:*—செயல்கள்; *யோகே$_3$ன*—யோகப் பயிற்சியால்; *அவ்யபி$_4$சாரிண்யா*—இடையறாத; *த்$_4$ரு'தி:*—மனவுறுதி; *ஸா*—அந்த; *பார்த$_2$*—பிருதாவின் மைந்தனே; *ஸாத்த்விகீ*—ஸத்வ குணத்தில்.

பிருதாவின் மைந்தனே, உடைக்க முடியாததும், யோகப் பயிற்சியால் நிலையாக பாதுகாக்கப்படுவதும், மனம், வாழ்வு, மற்றும் புலன்களின் இயக்கத்தைக் கட்டுப்படுத்துவதுமான மனவுறுதி ஸத்வ குணத்தைச் சார்ந்ததாகும்.

பொருளுரை: யோகம் என்பது பரமாத்மாவை புரிந்துகொள்வதற்கான ஓர் உபாயமாகும். மனம், வாழ்வு, மற்றும் புலன்களின் இயக்கங்களை பரமனின் மீது ஒருநிலைப்படுத்தி, மனவுறுதியுடன் பரமாத்மாவில் திடமாக நிலைபெற்றிருப்பவன், கிருஷ்ண உணர்வில் ஈடுபடுகிறான். இத்தகு மனவுறுதி ஸத்வ குணத்தில் இருப்பதாகும். *அவ்யபி$_4$சாரிண்யா* என்னும் சொல், கிருஷ்ண உணர்வில் ஈடுபட்டுள்ள நபர்களை, அதாவது, வேறெந்தச் செயலாலும் ஒருபோதும் வழிதவறாத நபர்களைக் குறிப்பதால், அச்சொல் மிகவும் முக்கியமானதாகும்.

ஸ்லோகம் 34

यया तु धर्मकामार्थान्धृत्या धारयतेऽर्जुन ।
प्रसङ्गेन फलाकाङ्क्षी धृतिः सा पार्थ राजसी ॥ ३४॥

யயா து த$_4$ர்ம-காமார்தா$_2$ன் த்$_4$ரு'த்யா தா$_4$ரயதே 'ர்ஜுன
ப்ரஸங்கே$_3$ன ப$_2$லாகாங்க்ஷீ த்$_4$ரு'தி: ஸா பார்த$_2$ ராஜஸீ

யயா—எதனால்; *து*—ஆனால்; *த$_4$ர்ம*—அறம்; *காம*—புலனுகர்ச்சி; *அர்தா$_2$ன்*—பொருளாதார முன்னேற்றம்; *த்$_4$ரு'த்யா*—மனவுறுதியால்; *தா$_4$ரயதே*—ஒருவன் காக்கப்படுகிறான்; *அர்ஜுன*—அர்ஜுனா; *ப்ரஸங்கே$_3$ன*—பற்றுதலின் காரணத்தால்; *ப$_2$ல-ஆகாங்க்ஷீ*—பலன்களை விரும்பும்; *த்$_4$ரு'தி:*—மனவுறுதி; *ஸா*—அந்த; *பார்த$_2$*—பிருதாவின் மைந்தனே; *ராஜஸீ*—ரஜோ குணத்தில்.

எந்த மனவுறுதியின் மூலம், ஒருவன், அறம், பொருள், மற்றும் இன்பத்தின் பலன்களின் மீது பற்றுதல் கொண்டுள்ளானோ, அர்ஜுனா, அத்தகு மனவுறுதி ரஜோ குணத்தைச் சார்ந்தது.

பொருளுரை: அறம், பொருள் ஆகியவற்றின் பலன்களை எப்போதும் விரும்பி, புலனுகர்ச்சியை மட்டுமே விருப்பமாகக் கொண்டு, மனம், வாழ்வு, மற்றும் புலன்களை அதன்படி ஈடுபடுத்தும் மனிதன், ரஜோ குணத்தில் உள்ளவனாவான்.

ஸ்லோகம் 35

यया स्वप्नं भयं शोकं विषादं मदमेव च ।
न विमुञ्चति दुर्मेधा धृतिः सा पार्थ तामसी ॥ ३५ ॥

யயா ஸ்வப்னம்' ப₄யம்' ஷோ₂கம்' விஷாத₃ம்' மத₃ம் ஏவ ச
ந விமுஞ்சதி து₃ர்மேதா₄ த்₄ரு'தி: ஸா பார்த₂ தாமஸீ

யயா—எதனால்; *ஸ்வப்னம்*—கனவு; *ப₄யம்:*—பயம்; *ஷோ₂கம்*—கவலை; *விஷாத₃ம்*—வருத்தம் தோய்ந்த; *மத₃ம்*—மயக்கம்; *ஏவ*—நிச்சயமாக; *ச*—மற்றும்; *ந*—என்றுமில்லை; *விமுஞ்சதி*—கைவிடுகிறான்; *து₃ர்மேதா₄*—அறிவற்ற; *த்₄ரு'தி:*—மனவுறுதி; *ஸா*—அந்த; *பார்த₂*—பிருதாவின் மைந்தனே; *தாமஸீ*—தமோ குணத்தில்.

பிருதாவின் மைந்தனே, கனவு, பயம், கவலை, வருத்தம் தோய்ந்த நிலை, மயக்கம் ஆகியவற்றிற்கு அப்பாற்பட்டுச் செல்ல இயலாத, அறிவற்ற மனவுறுதி, தமோ குணத்தில் இருப்பதாகும்.

பொருளுரை: ஸத்வ குணத்தில் இருப்பவன் கனவே காண்பதில்லை என்று முடிவு செய்துவிடக் கூடாது. இங்கு "கனவு" என்றால் அளவுக்கதிகமான உறக்கம் என்று பொருள். கனவு எப்போதும் உண்டு; ஸத்வ, ரஜோ, அல்லது தமோ என்று எந்த குணத்தில் இருந்தாலும், கனவு இயற்கையான சம்பவமே. ஆனால், அளவுக்கதிகமான உறக்கத்தைத் தவிர்க்க இயலாதவர்களும், ஜடப் பொருட்களை அனுபவிப்பதன் பெருமையை தவிர்க்க இயலாதவர்களும், ஜடவுலகினை ஆண்டு அனுபவிப்பதைப் பற்றியே எப்போதும் கனவு காண்பவர்களும், தங்களது வாழ்வு, மனம், மற்றும் புலன்களை அவற்றில் ஈடுபடுத்துபவர்களும், தமோ குணத்தின் மனவுறுதியுடன் இருப்பதாகக் கருதப்படுகின்றனர்.

ஸ்லோகம் 36

सुखं त्विदानीं त्रिविधं शृणु मे भरतर्षभ ।
अभ्यासाद्रमते यत्र दुःखान्तं च निगच्छति ॥ ३६ ॥

ஸுக₂ம்' த்விதா₃னீம்' த்ரி-வித₄ம்' ஷ்₂ரு'ணு மே ப₄ரதர்ஷப₄
அப்₄யாஸாத்₃ ரமதே யத்ர து:₃கா₂ந்தம்' ச நிக₃ச்ச₂தி

ஸுக₂ம்—சுகம்; *து*—ஆனால்; *இதா₃னீம்*—இப்போது; *த்ரி-வித₄ம்*—மூன்று விதமான; *ஷ்₂ரு'ணு*—கேட்பாயாக; *மே*—என்னிடமிருந்து; *ப₄ரத-ருஷப₄*—பாரதர்களில் சிறந்தவனே; *அப்₄யாஸாத்₃*—பயிற்சியினால்; *ரமதே*—சுகிப்பவன்; *யத்ர*—எங்கு; *து:₃க₂*—துக்கத்தின்; *அந்தம்*—முடிவு; *ச*—மேலும்; *நிக₃ச்ச₂தி*—அடைகின்றான்;.

பாரதர்களில் சிறந்தவனே! மூன்று விதமான சுகத்தை அனுபவிக்கக்கூடிய கட்டுண்ட ஆத்மா, சில சமயங்களில் அதன் மூலம் துன்பத்தின் முடிவை அடைகின்றான். இவற்றைப் பற்றி தற்போது என்னிடமிருந்து கேட்பாயாக.

பொருளுரை: பௌதிக சுகங்களை மீண்டும்மீண்டும் அனுபவிப்பதற்கு கட்டுண்ட ஆத்மா முயல்கின்றான். இவ்வாறு அவன் மென்றதையே மென்று கொண்டுள்ளான். ஆனால் இத்தகு அனுபவத்திற்கு மத்தியில், மிகச்சிறந்ததொரு ஆத்மாவின் தொடர்பினால், அவன் சில சமயங்களில் பௌதிக பந்தத்திலிருந்து விடுபடுகிறான். வேறுவிதமாகக் கூறினால், கட்டுண்ட ஆத்மா எப்போதும் ஏதேனும் ஒரு புலனுகர்ச்சியில் ஈடுபட்டுள்ளான், ஆனால் அஃது ஒரே விஷயத்தை மீண்டும்மீண்டும் செய்வதே என்பதை அவன் நல்ல சங்கத்தின் மூலம் உணரும்போது, அவனது உண்மையான கிருஷ்ண உணர்வு எழுச்சி பெறுகின்றது, இதனால் சில சமயங்களில், தொடர்ந்து வரும் பெயரளவு சுகத்திலிருந்து அவன் விடுபடுகின்றான்.

ஸ்லோகம் 37

यत्तदग्रे विषमिव परिणामेऽमृतोपमम् ।
तत्सुखं सात्त्विकं प्रोक्तमात्मबुद्धिप्रसादजम् ॥ ३७॥

யத் தத்$_3$ அக்$_3$ரே விஷம் இவ பரிணாமே 'ம்ரு'தோபமம்
தத் ஸுக$_2$ம்' ஸாத்த்விகம்' ப்ரோக்தம் ஆத்ம-பு$_3$த்$_3$தி$_4$-ப்ரஸாத$_3$-ஜம்

யத்—எந்த; *தத்*—அந்த; *அக்$_3$ரே*—ஆரம்பத்தில்; *விஷம் இவ*—விஷத்தைப் போன்று; *பரிணாமே*—இறுதியில்; *அம்ரு'த*—அமிர்தம்; *உபமம்*—ஒப்பிடப்படுகிறது; *தத்*—அந்த; *ஸுக$_2$ம்*—சுகம்; *ஸாத்த்விகம்*—ஸத்வ குணத்தில்; *ப்ரோக்தம்*—கூறப்படுகின்றது; *ஆத்ம*—தன்னில்; *பு$_3$த்$_3$தி$_4$*—அறிவு; *ப்ரஸாத$_3$-ஜம்*—திருப்தியினால் பிறந்த.

ஆரம்பத்தில் விஷத்தைப் போன்று இருந்தாலும் இறுதியில் அமிர்தத்தைப் போன்றதும், தன்னுணர்விற்கு ஒருவனை எழுப்புவதுமான சுகம், ஸத்வ குணத்தில் இருப்பதாகக் கூறப்படுகின்றது.

பொருளுரை: தன்னுணர்வை அடைவதற்கான முயற்சியில், ஒருவன் மனதையும் புலன்களையும் கட்டுப்படுத்தி தன்னில் மனதை ஒருநிலைப்படுத்துவதற்காக, பற்பல சட்டதிட்டங்களை கடைப்பிடிக்க வேண்டும். இந்த முறைகள் அனைத்தும் மிகவும் கடினமானவை, விஷத்தைப் போன்று கசப்பானவை, ஆனால் ஒழுக்கநெறிகளைப் பின்பற்றுவதில் ஒருவன் வெற்றி பெற்று

திவ்யமான நிலைக்கு வர முடிந்தால், அவன் உண்மையான அமிர்தத்தைப் பருகத் தொடங்கி, வாழ்வை அனுபவிக்கின்றான்.

ஸ்லோகம் 38

विषयेन्द्रियसंयोगाद्यत्तदग्रेऽमृतोपमम् ।
परिणामे विषमिव तत्सुखं राजसं स्मृतम् ॥ ३८ ॥

விஷயேந்த்$_3$ரிய-ஸம்'யோகா$_3$த்$_3$ யத் தத்$_3$ அக்$_3$ரே 'ம்ரு'தோபமம்
பரிணாமே விஷம் இவ தத் ஸுக$_2$ம்' ராஜஸம்' ஸ்ம்ரு'தம்

விஷய—புலன் விஷயங்கள்; *இந்த்$_3$ரிய*—மற்றும் புலன்களின்; *ஸம்'யோகா$_3$த்$_3$*—சேர்க்கையினால்; *யத்*—எந்த; *தத்*—அந்த; *அக்$_3$ரே*—ஆரம்பத்தில்; *அம்ரு'த-உபமம்*—அமிர்தத்தைப் போன்று; *பரிணாமே*—இறுதியில்; *விஷம் இவ*—விஷத்தைப் போன்று; *தத்*—அந்த; *ஸுக$_2$ம்*—சுகம்; *ராஜஸம்*—ரஜோ குணத்தில்; *ஸ்ம்ரு'தம்*—கருதப்படுகின்றது.

எந்த சுகம், புலன்களும், புலனின்பப் பொருட்களும் தொடர்பு கொள்வதால் அடையப்படுகின்றதோ, ஆரம்பத்தில் அமிர்தம் போன்று தோன்றினாலும் இறுதியில் விஷமாகிவிடுகின்றதோ, அந்த சுகம், ரஜோ குணத்தின் தன்மையைக் கொண்டதாகக் கூறப்படுகின்றது.

பொருளுரை: ஓர் இளைஞன் ஓர் இளம்பெண்ணை சந்திக்கும்போது, அவனது புலன்கள் அவளைக் காண்பதற்கும் தொடுவதற்கும் உடலுறவு கொள்வதற்கும் அவனைத் தூண்டுகின்றன. ஆரம்பத்தில் இது புலன்களுக்கு மிகுந்த மகிழ்ச்சியைக் கொடுப்பதாக இருக்கலாம், ஆனால் இறுதியில், அல்லது சில காலத்திற்குப் பின், விஷத்தைப் போன்றாகிவிடுகிறது. அவர்கள் பிரிகின்றனர் அல்லது விவாகரத்து ஏற்படுகின்றது, ஏக்கம், கவலை மற்றும் பல. இத்தகு சுகம் எப்பொழுதும் ரஜோ குணத்தைச் சார்ந்ததாகும். புலன்களும், புலனின்ப பொருட்களும் இணைவதால் பெறப்படும் சுகம் எப்போதும் துன்பத்திற்கே காரணமாக அமைகின்றது, எல்லா வழிகளிலும் இதனைத் தவிர்க்க வேண்டும்.

ஸ்லோகம் 39

यदग्रे चानुबन्धे च सुखं मोहनमात्मनः ।
निद्रालस्यप्रमादोत्थं तत्तामसमुदाहृतम् ॥ ३९ ॥

யத்$_3$ அக்$_3$ரே சானுப$_3$ந்தே$_4$ ச ஸுக$_2$ம்' மோஹனம் ஆத்மன:
நித்$_3$ராலஸ்ய-ப்ரமாதோ$_3$த்த$_2$ம்' தத் தாமஸம் உதா$_3$ஹ்ரு'தம்

யத்—எது; *அக்$_3$ரே*—ஆரம்பத்தில்; *ச*—மேலும்; *அனுப$_3$ந்தே$_4$*—இறுதியில்; *ச*—கூட; *ஸுக$_2$ம்*—சுகம்; *மோஹனம்*—மயக்கம்; *ஆத்மன:*—ஆத்மாவின்;

நித்₃ரா—உறக்கம்; *ஆலஸ்ய*—சோம்பேறித்தனம்; *ப்ரமாத₃*—மயக்கம்; *உத்த₂ம்*—ஆகியவற்றால் உண்டாக்கப்பட்ட; *தத்*—அந்த; *தாமஸம்*—தமோ குணத்தில்; *உதா₃ஹ்ரு'தம்*—இருப்பதாகக் கூறப்படுகின்றது.

தன்னுணர்வைக் காண இயலாத, ஆரம்பம் முதல் இறுதி வரை மயக்கமாக இருக்கின்ற, உறக்கம், சோம்பல், மற்றும் மாயையினால் வருகின்ற சுகம், தமோ குணத்தில் இருப்பதாகக் கூறப்படுகின்றது.

பொருளுரை: சோம்பல் மற்றும் உறக்கத்தில் இன்பம் காண்பவனும், எவ்வாறு செயல்படுவது, எவ்வாறு செயல்படக் கூடாது என்பதைப் பற்றிய அறிவில்லாதவனும், நிச்சயமாக தமோ குணத்தில் இருக்கின்றான். தமோ குணத்தில் இருப்பவனுக்கு எல்லாமே மயக்கம்தான். ஆரம்பத்திலோ இறுதியிலோ அவனுக்கு சுகம் கிடையாது. ரஜோ குணத்தில் இருப்பவன், ஆரம்பத்தில் ஒரு வித அற்ப சுகத்தையும், இறுதியில் துயரத்தையும் அடைகிறான்; ஆனால் தமோ குணத்தில் இருப்பவனுக்கோ ஆரம்பத்திலும் சரி, இறுதியிலும் சரி, துன்பம் மட்டுமே.

ஸ்லோகம் 40

न तदस्ति पृथिव्यां वा दिवि देवेषु वा पुनः ।
सत्त्वं प्रकृतिजैर्मुक्तं यदेभिः स्यात्त्रिभिर्गुणैः ॥ ४० ॥

ந தத்₃ அஸ்தி ப்ரு'தி₂வ்யாம்' வா தி₃வி தே₃வேஷு வா புன:
ஸத்த்வம்' ப்ரக்ரு'தி-ஜைர் முக்தம்' யத்₃ ஏபி:₄ ஸ்யாத் த்ரிபி₄ர் கு₃ணை:

ந—இல்லை; *தத்*—அந்த; *அஸ்தி*—இருப்பது; *ப்ரு'தி₂வ்யாம்*—பூமியில்; *வா*—அல்லது; *தி₃வி*—உயர் உலகங்களில்; *தே₃வேஷு*—தேவர்களிடையே; *வா*—அல்லது; *புன:*—மீண்டும்; *ஸத்த்வம்*—இருப்பு; *ப்ரக்ரு'தி-ஜை:*—பௌதிக இயற்கையிலிருந்து பிறந்த; *முக்தம்*—விடுபட்ட; *யத்*—அந்த; *ஏபி:₄*—இவற்றின் தாக்கத்திலிருந்து; *ஸ்யாத்*—ஆகின்றது; *த்ரிபி:₄*—மூன்று; *கு₃ணை:*—ஜட இயற்கையின் குணங்கள்.

இவ்வுலகிலோ, உயர்லோகத்திலுள்ள தேவர்களின் மத்தியிலோ, ஜட இயற்கையிலிருந்து பிறந்த இந்த மூன்று குணங்களிலிருந்து விடுபட்டவர்கள் எவருமில்லை.

பொருளுரை: ஜட இயற்கையின் முக்குணங்கள் எவ்வாறு அகிலமெங்கும் முழு ஆதிக்கம் செலுத்துகின்றன என்பதை இறைவன் இங்கே சுருக்கமாகக் கூறுகின்றார்.

ஸ்லோகம் 41

ब्राह्मणक्षत्रियविशां शूद्राणां च परन्तप ।
कर्माणि प्रविभक्तानि स्वभावप्रभवैर्गुणैः ॥ ४१ ॥

ப்$_3$ராஹ்மண-க்ஷத்ரிய-விஷா$_2$ம்' ஷூ$_2$த்$_3$ராணாம்' ச பரந்தப
கர்மாணி ப்ரவிப$_4$க்தானி ஸ்வபா$_4$வ-ப்ரப$_4$வைர் கு$_3$ணை:

ப்$_3$ராஹ்மண—பிராமணர்கள்; *க்ஷத்ரிய*—சத்திரியர்கள்; *விஷா$_2$ம்*—வைசியர்கள்; *ஷூ$_2$த்$_3$ராணாம்*—சூத்திரர்களின்; *ச*—மற்றும்; *பரந்தப*—எதிரிகளை அடக்குபவனே; *கர்மாணி*—செயல்கள்; *ப்ரவிப$_4$க்தானி*—பிரிக்கப்பட்டுள்ளன; *ஸ்வபா$_4$வ*—சுபாவத்தில்; *ப்ரப$_4$வை:*—இருந்து தோன்றிய; *கு$_3$ணை:*—ஜட இயற்கையின் குணங்களால்.

எதிரிகளைத் தவிக்கச் செய்பவனே! தங்களது சுபாவத்திலிருந்து பிறந்த குணங்களுக்கு ஏற்ற தன்மையின் அடிப்படையில், பிராமணர்கள், சத்திரியர்கள், வைசியர்கள் மற்றும் சூத்திரர்கள் வேறுபடுத்தப்படுகின்றனர்.

ஸ்லோகம் 42

शमो दमस्तपः शौचं क्षान्तिरार्जवमेव च ।
ज्ञानं विज्ञानमास्तिक्यं ब्रह्मकर्म स्वभावजम् ॥ ४२ ॥

ஷ$_2$மோ த$_3$மஸ் தப: ஷௌ$_2$சம்' க்ஷாந்திர் ஆர்ஜவம் ஏவ ச
ஜ்ஞானம்' விஜ்ஞானம் ஆஸ்திக்யம்' ப்$_3$ரஹ்ம-கர்ம ஸ்வபா$_4$வ-ஜம்

ஷ$_2$ம:—அமைதி; *த$_3$ம:*—சுயக்கட்டுப்பாடு; *தப:*—தவம்; *ஷௌ$_2$சம்*—தூய்மை; *க்ஷாந்தி:*—சகிப்புத்தன்மை; *ஆர்ஜவம்*—நேர்மை; *ஏவ*—நிச்சயமாக; *ச*—மற்றும்; *ஜ்ஞானம்*—அறிவு; *விஜ்ஞானம்*—பகுத்தறிவு; *ஆஸ்திக்யம்*—ஆத்திகம்; *ப்$_3$ரஹ்ம*—பிராமணனின்; *கர்ம*—கடமை; *ஸ்வபா$_4$வ-ஜம்*—சுபாவத்திலிருந்து பிறந்த.

அமைதி, சுயக்கட்டுப்பாடு, தவம், தூய்மை, சகிப்புத்தன்மை, நேர்மை, அறிவு, பகுத்தறிவு, ஆத்திகம் ஆகிய இயற்கையான தன்மைகளில் பிராமணர்கள் செயல்படுகின்றனர்.

ஸ்லோகம் 43

शौर्यं तेजो धृतिर्दाक्ष्यं युद्धे चाप्यपलायनम् ।
दानमीश्वरभावश्च क्षात्रं कर्म स्वभावजम् ॥ ४३ ॥

ஷௌ$_2$ர்யம்' தேஜோ த்$_4$ரு'திர் தா$_3$க்ஷ்யம்' யுத்$_3$தே$_4$ சாப்யபலாயனம்
தா$_3$னம் ஈஷ்$_2$வர-பா$_4$வஷ்$_2$ ச க்ஷாத்ரம்' கர்ம ஸ்வபா$_4$வ-ஜம்

ஷௌ$_2$ர்யம்—சூரத்தனம்; *தேஜ:*—வலிமை; *த்$_4$ரு'தி:*—மனவுறுதி; *தா$_3$க்ஷ்யம்*—வளமை; *யுத்$_3$தே$_4$*—போரில்; *ச*—மற்றும்; *அபி*—கூட; *அபலாயனம்*—புறங்காட்டாமை; *தா$_3$னம்*—கொடை; *ஈஷ்$_2$வர*—தலைவனுக்கான; *பா$_4$வ:*—இயற்கை; *ச*—மற்றும்; *க்ஷாத்ரம்*—சத்திரியரின்; *கர்ம*—கடமை; *ஸ்வபா$_4$வ-ஜம்*—சுபாவத்திலிருந்து தோன்றும்.

சூரத்தனம், வலிமை, மனவுறுதி, வளமை, போரில் தைரியம், கொடை, ஆளும் தன்மை ஆகியவை சத்திரியர்களின் சுபாவத்திலிருந்து பிறந்த செயல்கள்.

ஸ்லோகம் 44

कृषिगोरक्ष्यवाणिज्यं वैश्यकर्म स्वभावजम् ।
परिचर्यात्मकं कर्म शूद्रस्यापि स्वभावजम् ॥ ४४॥

க்ரு'ஷி-கோ$_3$-ரக்ஷ்ய-வாணிஜ்யம்' வைஷ்$_2$ய-கர்ம ஸ்வபா$_4$வ-ஜம்
பரிசர்யாத்மகம்' கர்ம ஷூ$_2$த்$_3$ரஸ்யாபி ஸ்வபா$_4$வ-ஜம்

க்ரு'ஷி—உழுதல்; *கோ$_3$*—பசுக்களை; *ரக்ஷ்ய*—காத்தல்; *வாணிஜ்யம்*—வியாபாரம்; *வைஷ்$_2$ய*—வைசியரின்; *கர்ம*—கடமை; *ஸ்வபா$_4$வ-ஜம்*—சுபாவத்திலிருந்து தோன்றிய; *பரிசர்ய*—சேவை; *ஆத்மகம்*—கொண்ட; *கர்ம*—கடமை; *ஷூ$_2$த்$_3$ரஸ்ய*—சூத்திரரின்; *அபி*—கூட; *ஸ்வபா$_4$வ-ஜம்*—சுபாவத்திலிருந்து தோன்றிய.

விவசாயம், பசுக்களைப் பராமரித்தல், வியாபாரம் ஆகியவை வைசியர்களின் இயற்கையான செயல்கள். உழைப்பாளிகளான சூத்திரர்களின் சுபாவம் மற்றவர்களுக்குத் தொண்டு செய்வதாகும்.

ஸ்லோகம் 45

स्वे स्वे कर्मण्यभिरतः संसिद्धिं लभते नरः ।
स्वकर्मनिरतः सिद्धिं यथा विन्दति तच्छृणु ॥ ४५ ॥

ஸ்வே ஸ்வே கர்மண்யபி$_4$ரத: ஸம்'ஸித்$_3$தி$_4$ம்' லப$_4$தே நர:
ஸ்வ-கர்ம-நிரத: ஸித்$_3$தி$_4$ம்' யதா$_2$ விந்த$_3$தி தச் ச்$_2$ரு'ணு

ஸ்வே ஸ்வே—ஒவ்வொருவரும் தங்களது சுய; *கர்மணி*—செயலை; *அபி$_4$ரத:*—பின்பற்றி; *ஸம்'ஸித்$_3$தி$_4$ம்*—பக்குவத்தை; *லப$_4$தே*—அடைகின்றனர்; *நர:*—மனிதன்; *ஸ்வ-கர்ம*—தனது சுயக் கடமையில்; *நிரத:*—ஈடுபட்டு; *ஸித்$_3$தி$_4$ம்*—பக்குவம்; *யதா$_2$*—போல; *விந்த$_3$தி*—அடைகின்றான்; *தத்*—அதை; *ஷ்$_2$ரு'ணு*—கேட்பாயாக.

தனது குணத்திற்குத் தகுந்த கடமைகளைப் பின்பற்றுவதால் ஒவ்வொரு மனிதனும் பக்குவமடைய முடியும். அதை எவ்வாறு செயலாற்றுவது என்பதை தற்போது என்னிடமிருந்து கேட்பாயாக.

ஸ்லோகம் 46

यतः प्रवृत्तिर्भूतानां येन सर्वमिदं ततम् ।
स्वकर्मणा तमभ्यर्च्य सिद्धिं विन्दति मानवः ॥ ४६ ॥

யத: ப்ரவ்ரு'த்திர் பூ$_4$தானாம்' யேன ஸர்வம் இத$_3$ம்' ததம்
ஸ்வ-கர்மணா தம் அப்$_4$யர்ச்ய ஸித்$_3$தி$_4$ம்' விந்த$_3$தி மானவ:

யத:—யாரிடமிருந்து; *ப்ரவ்ரு'த்தி:*—தோன்றினரோ; *பூ₄தானாம்*—எல்லா உயிர்வாழிகளும்; *யேன*—யார்; *ஸர்வம்*—எல்லா; *இத₃ம்*—இந்த; *ததம்*—பரவியுள்ளாரோ; *ஸ்வ-கர்மணா*—தனது சுயக் கடமையில்; *தம்*—அவரை; *அப்₄யர்ச்ய*—வழிபடுவதால்; *ஸித்₃தி₄ம்*—பக்குவத்தை; *விந்த₃தி*—அடைகின்றான்; *மானவ:*—மனிதன்.

யாரிடமிருந்து எல்லா உயிர்வாழிகளும் தோன்றினரோ, யார் எல்லா இடங்களிலும் பரவியுள்ளாரோ, அந்த இறைவனை தனது சொந்தக் கடமையைச் செய்வதால் வழிபட்டு மனிதன் பக்குவத்தை அடைய முடியும்.

பொருளுரை: பதினைந்தாம் அத்தியாயத்தில் கூறப்பட்டுள்ளபடி, எல்லா உயிர்வாழிகளும் பரம புருஷரின் மிகச்சிறிய அம்சங்கள். இதனால் எல்லா உயிர்வாழிகளின் ஆரம்பமும் பரம புருஷரே. இது வேதாந்த சூத்திரத்தில் உறுதி செய்யப்பட்டுள்ளது—*ஜன்மாத்₃-யஸ்ய யத:*. எனவே, பரம புருஷரே ஒவ்வொரு உயிர்வாழியின் வாழ்விற்கும் தொடக்கமாகின்றார். மேலும், முழுமுதற் கடவுள் தனது அந்தரங்க சக்தி, பகிரங்க சக்தி ஆகிய இரண்டு சக்திகளின் மூலம் எங்கும் நிறைந்துள்ளார் என்று பகவத் கீதையின் ஏழாம் அத்தியாயத்தில் கூறப்பட்டுள்ளது. எனவே, ஒருவன் முழுமுதற் கடவுளை அவரது சக்திகளுடன் வழிபட வேண்டும். பொதுவாக, வைஷ்ணவ பக்தர்கள் முழுமுதற் கடவுளை அவரது அந்தரங்க சக்தியுடன் வழிபடுகின்றனர். அவரது பகிரங்க சக்தி, அந்தரங்க சக்தியின் திரிந்த பிம்பமாகும். பகிரங்க சக்தி ஒரு சூழ்நிலை மட்டுமே, ஆனால் முழுமுதற் கடவுள் தனது சுயவிரிவான பரமாத்மாவாக எல்லா இடங்களிலும் வீற்றுள்ளார். எல்லா தேவர்கள், மனிதர்கள், மிருகங்கள் என எல்லா இடங்களிலும் அவரே பரமாத்மாவாக உள்ளார். எனவே, அத்தகு பரம புருஷரின் அம்சமாகிய நமது கடமை, அந்த பரமனுக்குத் தொண்டு செய்வதே என்பதை அறிய வேண்டும். ஒவ்வொருவரும் இறைவனின் பக்தித் தொண்டில் பூரண கிருஷ்ண உணர்வுடன் ஈடுபட வேண்டும். இதுவே இந்த ஸ்லோகத்தில் சிபாரிசு செய்யப்பட்டுள்ளது.

புலன்களின் இறைவனான ரிஷிகேசரால், ஒரு குறிப்பிட்ட தொழிலில் தான் ஈடுபடுத்தப்பட்டுள்ளேன் என்று ஒவ்வொருவரும் எண்ண வேண்டும். மேலும், அவன் ஈடுபடுத்தப்பட்டுள்ள தொழிலின் பலனைக் கொண்டு புருஷோத்தமரான முழுமுதற் கடவுள் ஸ்ரீ கிருஷ்ணரை வழிபட வேண்டும். பூரணமான கிருஷ்ண உணர்வில் இவ்வாறு ஒருவன் எப்போதும் எண்ணினால், பகவானின் கருணையால் அவன் எல்லாவற்றையும் அறிந்தவனாகிறான். இதுவே வாழ்வின் பக்குவம். *தேஷாம் அஹம் ஸமுத்₃த₄ர்தா* என்று பகவத்

கீதையில் (12.7) பகவான் கூறுகின்றார். அத்தகு பக்தனை விடுவிப்பதற்கான பொறுப்பினை பரம புருஷர் தாமே ஏற்றுக்கொள்கிறார். இதுவே வாழ்வின் மிகவுயர்ந்த பக்குவமாகும். ஒருவன் எந்தத் தொழிலில் ஈடுபட்டிருந்தாலும், அவன் பரம புருஷருக்குத் தொண்டு செய்தால், மிகவுயர்ந்த பக்குவத்தை அடைவான்.

ஸ்லோகம் 47

श्रेयान्स्वधर्मो विगुणः परधर्मात्स्वनुष्ठितात् ।
स्वभावनियतं कर्म कुर्वन्नाप्नोति किल्बिषम् ॥ ४७ ॥

ஷ்$_2$ரேயான் ஸ்வ-த$_4$ர்மோ விகு$_3$ண: பர-த$_4$ர்மாத் ஸ்வனுஷ்டி$_2$தாத்
ஸ்வபா$_4$வ-நியதம்' கர்ம குர்வன் நாப்னோதி கில்பி$_3$ஷம்

ஷ்$_2$ரேயான்—சிறந்தது; *ஸ்வ-த$_4$ர்ம:*—தனது சொந்தக் கடமை; *விகு$_3$ண:*—முறையின்றி செய்யப்பட்டாலும்; *பர-த$_4$ர்மாத்*—பிறரது கடமையைவிட; *ஸு-அனுஷ்டி$_2$தாத்*—பக்குவமாக செய்வது; *ஸ்வபா$_4$வ-நியதம்*—ஒருவனது இயற்கைக்கு ஏற்ப விதிக்கப்பட்ட; *கர்ம*—செயலை; *குர்வன்*—செய்வதால்; *ந*—ஒருபோதும் இல்லை; *ஆப்னோதி*—அடைவது; *கில்பி$_3$ஷம்*—பாவத்தின் விளைவுகளை.

மற்றவரது கடமையை ஏற்று அதனைப் பக்குவமாகச் செய்வதை விட, முறையாக செய்யாவிட்டாலும் தனது சொந்த கடமையில் ஈடுபட்டிருப்பதே சிறந்தது. ஒருவனது இயற்கைக்கு ஏற்ப விதிக்கப்பட்டுள்ள கடமைகள், பாவ விளைவுகளால் என்றும் பாதிக்கப்படுவதில்லை.

பொருளுரை: ஒவ்வொருவரது தொழிற்கடமையும் பகவத் கீதையில் விதிக்கப்பட்டுள்ளது. முந்தைய ஸ்லோகங்களில் ஏற்கனவே விவாதிக்கப்பட்டபடி, பிராமணர், சத்திரியர், வைசியர் மற்றும் சூத்திரர்களின் கடமைகள் குறிப்பிட்ட இயற்கை குணங்களுக்கு ஏற்ப விதிக்கப்பட்டுள்ளன. பிறரது கடமையை ஒருவன் நகல் செய்யக் கூடாது. சூத்திரர்களால் செய்யப்படும் செயல்களில் இயற்கையாகவே கவரப்படுபவன், பிராமண குடும்பத்தில் பிறந்திருந்தாலும் கூட, தன்னை பிராமணன் என்று செயற்கையாகப் பறைசாற்றிக்கொள்ளக் கூடாது. இவ்விதமாக ஒவ்வொருவரும் தங்களது சொந்த இயற்கைக்கு ஏற்ப செயல்பட வேண்டும்; பரம புருஷருடைய தொண்டாக செய்யப்பட்டால், எந்தச் செயலும் இழிவானதல்ல. பிராமணரின் கடமை ஸத்வ குணத்தைச் சார்ந்தது என்பது உறுதி, ஆனால் ஸத்வ குணத்தின் இயற்கையில் இல்லாத ஒருவன், பிராமணரின் கடமையை நகல் செய்யக் கூடாது. ஆட்சி செய்யும் சத்திரியர்கள் பல

இழிவான விஷயங்களில் ஈடுபடக் கூடும்; தனது எதிரிகளைக் கொல்வதில் சத்திரியன் வன்முறையைக் கையாள வேண்டும், சில நேரங்களில் சத்திரியன் அரசியல் காரணங்களுக்காக பொய் சொல்ல வேண்டி வரும். அத்தகு வன்முறையும், பொய்யும் அரசியலை விட்டு இணைபிரியாதவை. ஆனால் தனது கடமையைத் துறந்து பிராமணனின் கடமைகளைச் செய்ய அவன் முயலக் கூடாது.

முழுமுதற் கடவுளை திருப்தி செய்வதற்காக ஒருவன் செயல்பட வேண்டும். உதாரணமாக, சத்திரியனான அர்ஜுனன் தனது எதிராளிகளுடன் போர் புரியத் தயங்கிக் கொண்டிருந்தான். ஆனால் அத்தகு போர் பரம புருஷ பகவானான கிருஷ்ணருக்காக நடத்தப்பட்டால், இழிந்துவிடும் பயத்திற்கான அவசியம் ஏதுமில்லை. வியாபாரக்களத்தில்கூட, இலாபம் பெறுவதற்காக ஒரு வியாபாரி சில சமயங்களில் பற்பல பொய்களைச் சொல்ல வேண்டியிருக்கும். அவன் அவ்வாறு செய்யாவிடில் இலாபம் பெற முடியாது. சில சமயங்களில் ஒரு வியாபாரி கூறுவான், "அன்புள்ள வாடிக்கையாளரே, தங்களுக்காக நான் இலாபம் இல்லாமல் விற்கின்றேன்," ஆனால் இலாபம் இல்லாமல் வியாபாரி இருக்க முடியாது என்பதை நாம் அறிய வேண்டும். எனவே, தான் இலாபம் பெறுவதில்லை என்று ஒரு வியாபாரி கூறினால், அது வெறும் பொய்யாகும். ஆனால், பொய்களைச் சொல்வது தனது தொழிலில் கட்டாயமானதாக இருப்பதால், அத்தகு கடமையை விட்டுவிட்டு, ஒரு பிராமணனின் கடமையை ஏற்றுக்கொள்ளலாம் என்று ஒரு வியாபாரி எண்ணக் கூடாது. அது பரிந்துரைக்கப்படுவதில்லை. தனது செயலால் ஒருவன் பரம புருஷ பகவானுக்குத் தொண்டு செய்தால், அவன் சத்திரியனா, வைசியனா, சூத்திரனா என்பது பொருட்டல்ல. பலதரப்பட்ட யாகங்களைச் செய்யும் பிராமணர்களும், சில சமயங்களில் மிருகங்களைக் கொல்ல வேண்டியிருக்கும்; ஏனெனில், அத்தகு யாகங்களில் சில சமயங்களில் மிருகங்கள் பலியிடப்படுகின்றன. அதுபோல தனது கடமையில் ஈடுபட்டுள்ள சத்திரியன், எதிரியைக் கொன்றால் அதில் பாவம் ஏதுமில்லை. மூன்றாவது அத்தியாயத்தில் இவ்விஷயங்கள் தெளிவாகவும் விரிவாகவும் விளக்கப்பட்டன; ஒவ்வொரு மனிதனும் *யஜ்ஞ,* அல்லது முழுமுதற் கடவுளான விஷ்ணுவிற்காகவே செயல்பட வேண்டும். சொந்த புலனுகர்ச்சிக்காகச் செய்யப்படும் எதுவும் பந்தப்படுவதற்கு காரணமாகின்றது. முடிவு என்னவெனில், தான் பெற்றுள்ள இயற்கை குணத்திற்கு ஏற்ப ஒவ்வொருவரும் செயலில் ஈடுபட வேண்டும்; மேலும், முழுமுதற் கடவுளின் உன்னத காரணத்திற்குத் தொண்டு செய்வதற்காக

மட்டுமே பணியாற்ற வேண்டும் என்பதில் அவன் உறுதியுடன் இருக்க வேண்டும்.

ஸ்லோகம் 48

सहजं कर्म कौन्तेय सदोषमपि न त्यजेत् ।
सर्वारम्भा हि दोषेण धूमेनाग्निरिवावृता: ॥४८॥

ஸஹ-ஜம்' கர்ம கௌந்தேய ஸ-தோ$_3$ஷம் அபி ந த்யஜேத்
ஸர்வாரம்பா$_4$ ஹி தோ$_3$ஷேண தூ$_4$மேநாக்$_3$னிர் இவாவ்ரு'தா:

ஸஹ-ஜம்—உடன் தோன்றிய; *கர்ம*—செயல்; *கௌந்தேய*—குந்தியின் மகனே; *ஸ-தோ$_3$ஷம்*—தோஷத்துடன்; *அபி*—இருப்பினும்; *ந*—என்றுமில்லை; *த்யஜேத்*—துறக்கப்படுவது; *ஸர்வ-ஆரம்பா:$_4$*—எல்லா முயற்சிகளும்; *ஹி*—நிச்சயமாக; *தோ$_3$ஷேண*—தோஷத்துடன்; *தூ$_4$மேன*—புகையுடன்; *அக்$_3$னி:*—நெருப்பு; *இவ*—போல; *ஆவ்ரு'தா:*—மூடப்பட்டு.

நெருப்பு, புகையால் சூழப்பட்டிருப்பதைப் போல, ஒவ்வொரு முயற்சியும் ஏதேனும் ஒரு தோஷத்தால் சூழப்பட்டுள்ளது. எனவே, குந்தியின் மகனே, முழுவதும் தோஷம் நிறைந்ததாக இருந்தாலும், தனது இயற்கையிலிருந்து தோன்றிய தொழிலை ஒருவன் துறக்கக் கூடாது.

பொருளுரை: கட்டுண்ட வாழ்வில், எல்லாச் செயல்களுமே ஜட இயற்கையின் குணங்களால் களங்கமடைந்துள்ளன. ஒருவன் பிராமணனாக இருந்தாலும், மிருகங்களை பலியிட வேண்டிய யாகங்களை அவன் செய்ய வேண்டியுள்ளது. அதுபோல எவ்வளவு புண்ணியவானாக இருந்தாலும் ஒரு சத்திரியன் தனது எதிரிகளுடன் போரிடத்தான் வேண்டும். அவன் அதனைத் தவிர்க்க முடியாது. அதுபோல, ஒரு வியாபாரி, எவ்வளவு புண்ணியவானாக இருந்தாலும், தனது வணிகத்தைத் தொடர்வதற்காக சில சமயங்களில் தனது இலாபத்தை மறைக்க வேண்டியுள்ளது, அல்லது கருப்புச்சந்தையில் வியாபாரம் செய்ய வேண்டியுள்ளது. இவை இன்றியமையாதவை: இவற்றை தவிர்க்க முடியாது. அதுபோல, சூத்திரன் மோசமான எஜமானனுக்கே தொண்டு செய்ய நேர்ந்தாலும், அது செய்யத்தகாத செயலாக இருந்தாலும், அவன் தனது எஜமானனின் கட்டளைகளை நிறைவேற்ற வேண்டும். இத்தகு குறைகளுக்கு மத்தியிலும் ஒருவன் தனக்கு விதிக்கப்பட்டக் கடமைகளைத் தொடர்ந்து நிறைவேற்ற வேண்டும்; ஏனெனில், அக்கடமைகள் அவனது சுபாவத்திலிருந்து தோன்றியவை.

இங்கு மிகச்சிறந்த உதாரணம் ஒன்று கொடுக்கப்பட்டுள்ளது. நெருப்பு தூய்மையானது என்றபோதிலும், அங்கே புகையும் இருக்கின்றது. இருப்பினும், நெருப்பினை புகை அசுத்தப்படுத்துவதில்லை. நெருப்பில் புகையிருந்தாலும், அஃது எல்லா தனிமங்களிலும் மிகவும் தூய்மையானதாகக் கருதப்படுகின்றது. சத்திரியக் கடமையைத் துறந்து பிராமணனது தொழிலை ஏற்றுக்கொள்ள ஒருவன் விரும்பினால், அந்த பிராமணக் கடமைகளில் விரும்பத்தகாத செயல்களைச் செய்ய வேண்டியிருக்காது என்பதற்கு எந்த உறுதியும் இல்லை. இதனால், இந்த ஜடவுலகில் யாருமே ஜட இயற்கையின் களங்கத்திலிருந்து முழுமையாக விடுபட்டிருக்க முடியாது என்று முடிவு செய்யலாம். இவ்விஷயத்தில், நெருப்பு மற்றும் புகையின் உதாரணம் மிகவும் பொருத்தமானதாகும். குளிர்காலத்தில், நெருப்பிலிருந்து ஒரு கல்லை எடுக்கும்பொழுது, சில சமயங்களில் புகை கண்களுக்கும், உடலின் மற்றப் பகுதிகளுக்கும் தொல்லை தருகின்றது. ஆனால் இத்தகு தொல்லைகளுக்கிடையிலும் ஒருவன் நெருப்பை உபயோகப்படுத்தித்தான் ஆக வேண்டும். அதுபோல தனது இயற்கையான கடமையில் தொல்லை தரும் விஷயங்கள் சில இருந்தாலும், ஒருவன் அதனை விட்டுவிடக் கூடாது. மாறாக, கிருஷ்ண உணர்வுடன் தனது கடமையைச் செய்வதன் மூலம், பரம புருஷருக்குத் தொண்டாற்றுவதில் அவன் உறுதியுடன் இருக்க வேண்டும். இதுவே பக்குவத்தின் நிலை. ஒரு குறிப்பிட்ட தொழில் முழுமுதற் கடவுளின் திருப்திக்காக செய்யப்படும்பொழுது, அதிலுள்ள எல்லா குற்றங்களும் தூய்மையடைகின்றன. செயலின் பலன்கள் தூய்மைப்படுத்தப்பட்டு, அவை பக்தித் தொண்டுடன் இணைக்கப்படும்பொழுது, ஒருவன் உள்ளிருக்கும் ஆத்மாவைக் காண்பதில் பக்குவமடைகின்றான், இதுவே தன்னுணர்வு எனப்படுகிறது.

ஸ்லோகம் 49

असक्तबुद्धिः सर्वत्र जितात्मा विगतस्पृहः ।
नैष्कर्म्यसिद्धिं परमां सन्न्यासेनाधिगच्छति ॥ ४९ ॥

அஸக்த-பு$_3$த்$_3$தி:$_4$ ஸர்வத்ர ஜிதாத்மா விக$_3$த-ஸ்ப்ரு'ஹ:
நைஷ்கர்ம்ய-ஸித்$_3$தி$_4$ம்' பரமாம்' ஸந்ந்யாஸேனாதி$_4$க$_3$ச்ச$_2$தி

அஸக்த பு$_3$த்$_3$தி$_4$—பற்றற்ற புத்தி; *ஸர்வத்ர*—எங்கும்; *ஜித-ஆத்மா*—மனதைக் கட்டுப்படுத்தி; *விக$_3$த-ஸ்ப்ரு'ஹ:*—பௌதிக ஆசைகள் இன்றி; *நைஷ்கர்ம்ய-ஸித்$_3$தி$_4$ம்*—பலனற்ற கர்மத்தின் பக்குவம்; *பரமம்*—பரம; *ஸந்ந்யாஸேன*—துறவினால்; *அதி$_4$க$_3$ச்ச$_2$தி*—அடைகிறான்.

சுயக் கட்டுப்பாடுடைய, பற்றற்ற, மற்றும் எல்லா பௌதிக சுகத்தையும் புறக்கணிக்கக்கூடிய ஒருவன், துறவைப் பயிற்சி செய்வதால், 'கர்ம விளைவுகளிலிருந்து விடுதலை' என்னும் மிகவுயர்ந்த பக்குவநிலையை அடைகிறான்.

பொருளுரை: ஒருவன் தன்னை எப்போதும் பரம புருஷரின் அம்சமாக நினைக்க வேண்டும்; அவ்வாறு நினைப்பவன், செயலின் பலன்களை சுகிப்பதற்குத் தனக்கு எந்தவித உரிமையும் இல்லை என்று உணர்கிறான்—இதுவே உண்மையான துறவின் பொருள். அவன் பரம புருஷரின் அம்சம் என்பதால், அவனது செயலின் பலன்கள் பரம புருஷரால் மட்டுமே அனுபவிக்கப்பட வேண்டும். இதுவே உண்மையான கிருஷ்ண உணர்வாகும். கிருஷ்ண உணர்வில் செயல்படுபவன், உண்மையில், துறவறத்தை ஏற்ற சந்நியாசி ஆவான். அத்தகு மனோநிலையில், அவன் திருப்தியுடன் உள்ளான்; ஏனெனில், அவன் உண்மையில் பரமனுக்காக செயலாற்றுகின்றான். இவ்வாறாக அவன் பௌதிகமான எதன் மீதும் பற்றுதல் கொள்வதில்லை; பகவானின் தொண்டிலிருந்து பெறப்படும் தெய்வீக ஆனந்தத்திற்கு அப்பாற்பட்டு, வேறெதிலும் இன்பம் காணாமல் இருப்பதற்கு அவன் பழகிவிடுகின்றான். ஒரு சந்நியாசி தனது முந்தைய செயல்களின் விளைவுகளிலிருந்து விடுபட்டிருத்தல் அவசியம், ஆனால் கிருஷ்ண உணர்வில் இருப்பவனோ, பெயரளவிலான அத்தகு துறவை ஏற்காமல், தானாகவே இந்த பக்குவத்தை அடைந்துவிடுகின்றான். மனதின் இந்த நிலை, *யோகா$_3$ரூட$_4$,* அல்லது யோகத்தின் பக்குவநிலை எனப்படுகிறது. *யஸ் த்வாத்ம-ரதிர் ஏவ ஸ்யாத்*—தன்னில் திருப்தியுற்றவனுக்கு தனது செயல்களிலிருந்து தோன்றும் எந்த விதமான விளைவுகளின் பயமும் இல்லை என்று மூன்றாம் அத்தியாயத்தில் உறுதி செய்யப்பட்டுள்ளது.

ஸ்லோகம் 50

सिद्धिं प्राप्तो यथा ब्रह्म तथाप्नोति निबोध मे ।
समासेनैव कौन्तेय निष्ठा ज्ञानस्य या परा ॥ ५० ॥

ஸித்$_3$தி$_4$ம்' ப்ராப்தோ யதா$_2$ ப்$_3$ரஹ்ம ததா$_2$ப்னோதி நிபோ$_3$த$_4$ மே
ஸமாஸேனைவ கௌந்தேய நிஷ்டா$_2$ ஜ்ஞானஸ்ய யா பரா

ஸித்$_3$தி$_4$ம்—பக்குவம்; *ப்ராப்த:*—அடைந்து; *யதா$_2$*—போல; *ப்$_3$ரஹ்ம*—பிரம்மன்; *ததா$_2$*—அவ்வாறு; *ஆப்னோதி*—அடைகின்றான்; *நிபோ$_3$த$_4$*—புரிந்துகொள்ள முயற்சி செய்; *மே*—என்னிடமிருந்து; *ஸமாஸேன*—சுருக்கமாக; *ஏவ*—நிச்சயமாக; *கௌந்தேய*—குந்தியின் மகனே;

நிஷ்டா₂—நிலையான; *ஜ்ஞானஸ்ய*—ஞானத்தின்; *யா*—எந்த; *பரா*—தெய்வீகமான.

குந்தியின் மகனே, இந்த பக்குவத்தை அடைந்தவன், பிரம்மன் எனப்படும் ஞானத்தின் மிகவுயர்ந்த நிலையினை, திவ்யமான பக்குவநிலையினை எவ்வாறு அடைய முடியும் என்பதை நான் தற்போது சுருக்கமாக கூறுகிறேன், இதனை என்னிடமிருந்து கேட்பாயாக.

பொருளுரை: பரம புருஷ பகவானுக்காக தனது கடமைகளைச் செய்வதில் ஈடுபட்டுள்ளவன், எவ்வாறு மிகவுயர்ந்த பக்குவநிலையை எளிமையாக அடைவது என்பதை அர்ஜுனனிடம் பகவான் விவரிக்கின்றார். தனது செயலின் பலன்களை பரம புருஷரின் திருப்திக்காகத் துறப்பதால், ஒருவன் பிரம்மன் எனப்படும் உன்னத நிலையை எளிமையாக அடைகிறான். இதுவே தன்னுணர்விற்கான வழிமுறையாகும். ஞானத்தின் உண்மையான பக்குவம், தூய்மையான கிருஷ்ண உணர்வை அடைவதில்தான் உள்ளது; இது பின்வரும் ஸ்லோகங்களில் விளக்கப்படும்.

ஸ்லோகங்கள் 51–53

बुद्ध्या विशुद्धया युक्तो धृत्यात्मानं नियम्य च ।
शब्दादीन्विषयांस्त्यक्त्वा रागद्वेषौ व्युदस्य च ॥ ५१ ॥
विविक्तसेवी लघ्वाशी यतवाक्कायमानसः ।
ध्यानयोगपरो नित्यं वैराग्यं समुपाश्रितः ॥ ५२ ॥
अहङ्कारं बलं दर्पं कामं क्रोधं परिग्रहम् ।
विमुच्य निर्ममः शान्तो ब्रह्मभूयाय कल्पते ॥ ५३ ॥

பு₃த்₃த்₄யா விஷு₂த்₃த₄யா யுக்தோ த்₄ரு'த்யாத்மானம்' நியம்ய ச
ஷ₂ப்₃தா₃தீ₃ன் விஷயாம்'ஸ் த்யக்த்வா ராக₃-த்₃வேஷௌ வ்யுத₃ஸ்ய ச

விவிக்த-ஸேவீ லக்₄வாஷீ₂ யத-வாக்-காய-மானஸ:
த்₄யான-யோக₃-பரோ நித்யம்' வைராக்₃யம்' ஸமுபாஷ்₂ரித:

அஹங்காரம்' ப₃லம்' த₃ர்பம்' காமம்' க்ரோத₄ம்' பரிக்₃ரஹம்
விமுச்ய நிர்மம: ஷா₂ந்தோ ப்₃ரஹ்ம-பூ₄யாய கல்பதே

பு₃த்₃த்₄யா—புத்தியால்; *விஷு₂த்₃த₄யா*—முழுவதும் தூய்மை படுத்தப்பட்டு; *யுக்த:*—ஈடுபட்டு; *த்₄ரு'த்ய*—மனவுறுதியால்; *ஆத்மானம்*—ஆத்மா; *நியம்ய*—நெறிப்படுத்தப்பட்டு; *ச*—மற்றும்; *ஷ₂ப்₃த₃-ஆதீ₃ன்*—ஒலியைப் போன்ற; *விஷயான்*—புலனின்ப பொருட்களை; *த்யக்த்வா*—துறந்து; *ராக₃*—பற்றுதல்; *த்₃வேஷௌ*—வெறுப்பு; *வ்யுத₃ஸ்ய*—புறமே வைத்து; *ச*—மற்றும்; *விவிக்த-ஸேவீ*—

தனியிடத்தில் வாழ்கின்ற; *லகு$_4$–ஆஷீ$_2$*—மிகவும் குறைவாக உண்கின்ற; *யத*—கட்டுப்படுத்தி; *வாக்*—பேச்சு; *காய*—உடல்; *மானஸ:*—மனதை; *த்$_4$யான-யோக$_3$-பர:*—தியானத்தில் ஆழ்ந்த; *நித்யம்*—இருபத்துநான்கு மணி நேரமும்; *வைராக்$_3$யம்*—பற்றின்மை; *ஸமுபாஷ்$_2$ரித:*—அடைக்கலம் கொண்டு; *அஹங்காரம்*—அஹங்காரம்; *ப$_3$லம்*—பொய்யான வலிமை; *த$_3$ர்பம்*—பொய்யான பெருமை; *காமம்*—காமம்; *க்ரோத$_4$ம்*—கோபம்; *பரிக்$_3$ரஹம்*—ஜடப் பொருட்களை ஏற்றல்; *விமுச்ய*—விடுபட்டு; *நிர்மம:*—உரிமையின் உணர்வின்றி; *ஷா$_2$ந்த:*—அமைதி; *ப்$_3$ரஹ்ம-பூ$_4$யாய*—தன்னுணர்விற்கு; *கல்பதே*—தகுதியுடையவன்.

தனது புத்தியினால் தூய்மையடைந்து, உறுதியுடன் மனதைக் கட்டுப்படுத்தி, புலனுகர்ச்சிப் பொருட்களைத் துறந்து, விருப்பு வெறுப்பிலிருந்து விடுபட்டு, தனியிடத்தில் வாழ்ந்து, குறைவாக உண்டு, உடல், மனம் மற்றும் பேச்சினைக் கட்டுப்படுத்தி, எப்போதும் தியானத்தில் ஆழ்ந்து, பற்றுதலின்றி, அஹங்காரம், பொய்யான வலிமை, பொய்யான பெருமை, காமம், கோபம் மற்றும் ஜடப் பொருட்களை ஏற்பதிலிருந்து விடுபட்டு, உரிமை உணர்வின்றி, அமைதியாக இருக்கும் மனிதன், தன்னுணர்வின் நிலைக்கு நிச்சயமாக உயர்த்தப்படுகின்றான்.

பொருளுரை: ஒருவன் புத்தியினால் தூய்மையடையும்போது, அவன் தன்னை ஸத்வ குணத்தில் வைத்துக்கொள்கிறான். இவ்வாறு அவன் மனதை கட்டுப்படுத்துபவனாக ஆகி, எப்போதும் தியானத்தில் ஆழ்ந்துள்ளான். புலனுகர்ச்சிப் பொருட்களில் அவன் பற்றுதல் கொள்வதில்லை, மேலும், தனது செயலின் மீதான விருப்பு வெறுப்பிலிருந்து விடுபட்டுள்ளான். அத்தகு பற்றற்ற மனிதன், இயற்கையாகவே தனிமையான இடத்தில் வாழ விரும்புவான், தேவைக்கு அதிகமாக உண்ணமாட்டான், மேலும், தனது உடல் மற்றும் மனதின் செயல்களைக் கட்டுப்படுத்துவான். “உடலே நான்” என்று அவன் ஏற்காமலிருப்பதால், அவனிடம் அஹங்காரம் கிடையாது, பற்பல ஜடப் பொருட்களை ஏற்று தனது உடலை பலமாகவும் குண்டாகவும் வைத்துக்கொள்வதில்கூட அவனுக்கு விருப்பமில்லை. அவனது வாழ்க்கை உடலைச்சார்ந்து இல்லாததால், அவனிடம் பொய்யான பெருமையும் இல்லை. இறைவனின் கருணையால் தனக்கு அளிக்கப்பட்டிருக்கும் எதைக் கொண்டும் அவன் திருப்தியுடன் உள்ளான், புலனின்பம் கிட்டாத நேரங்களில் அவன் ஒருபோதும் கோபம் கொள்வதில்லை. புலனின்பப் பொருட்களை அடைவதற்காக அவன் முயல்வதும் இல்லை. இவ்வாறாக அவன் அஹங்காரத்திலிருந்து முழுமையாக

விடுபடும்போது, எல்லா ஜட விஷயங்களிலும் பற்றற்றவனாகின்றான், இதுவே பிரம்மனை உணரும் நிலையாகும். இது *ப்$_3$ரஹ்ம-பூ$_4$த* நிலை என்று அறியப்படுகின்றது. வாழ்வின் பௌதிகக் கருத்துக்களிலிருந்து விடுபடும்போது, ஒருவன் அமைதியடைகிறான், கிளர்ச்சியற்றவனாக ஆகின்றான். இது பகவத் கீதையில் (2.70) விவரிக்கப்பட்டுள்ளது:

ஆபூர்யமாணம் அசல-ப்ரதிஷ்ட$_2$ம்'
ஸமுத்$_3$ரம் ஆப: ப்ரவிஷ$_2$ந்தி யத்$_3$வத்
தத்$_3$வத் காமா யம்' ப்ரவிஷ$_2$ந்தி ஸர்வே
ஸ ஷா$_2$ந்திம் ஆப்னோதி ந காம-காமீ

"நதிகள் கடலில் வந்து கலந்தாலும், கடல் மாறுவதில்லை. அதுபோல தடையின்றி வரும் ஆசைகளால் பாதிக்கப்படாதவன் மட்டுமே அமைதியை அடைய முடியும். இத்தகைய ஆசைகளை நிறைவேற்றிக்கொள்ள விரும்புபவன் அல்ல."

ஸ்லோகம் 54

ब्रह्मभूत: प्रसन्नात्मा न शोचति न काङ्क्षति ।
सम: सर्वेषु भूतेषु मद्भक्तिं लभते पराम् ॥५४॥

ப்$_3$ரஹ்ம-பூ$_4$த: ப்ரஸன்னாத்மா ந ஷோ$_2$சதி ந காங்க்ஷதி
ஸம: ஸர்வேஷு பூ$_4$தேஷு மத்$_3$-ப$_4$க்திம்' லப$_4$தே பராம்

ப்$_3$ரஹ்ம-பூ$_4$த:—பூரணத்துடன் ஒன்றிணைந்து; *ப்ரஸன்ன-ஆத்மா*—இன்பம் நிறைந்து; *ந*—என்றுமில்லை; *ஷோ$_2$சதி*—கவலைப்படுவது; *ந*—என்றுமில்லை; *காங்க்ஷதி*—விருப்பப்படுவது; *ஸம:*—சமநோக்குடன்; *ஸர்வேஷு*—எல்லா; *பூ$_4$தேஷு*—உயிர்வாழிகளிடமும்; *மத்-ப$_4$க்திம்*—எனது பக்தித் தொண்டை; *ல$_4$பதே*—அடைகிறான்; *பராம்*—தெய்வீகமான.

இவ்வாறு தெய்வீகமாக நிலைபெற்றவன், உடனடியாக பரபிரம்மனை உணர்ந்து இன்பம் நிறைந்தவனாகின்றான். அவன் என்றும் கவலைப்படுவதில்லை, எதையும் அடைய வேண்டும் என்று விரும்புவதுமில்லை. எல்லா உயிர்வாழிகளிடமும் அவன் சமநோக்கு கொள்கிறான். அத்தகு நிலையில் அவன் எனது தூய பக்தித் தொண்டை அடைகின்றான்.

பொருளுரை: பூரணத்துடன் ஒன்றாக இணையும் *ப்$_3$ரஹ்ம-பூ$_4$த* நிலையை அடைவதே அருவவாதிகளின் இலட்சியமாகும். ஆனால் உருவவாதிகளான தூய பக்தர்களைப் பொறுத்தவரை, அந்நிலையிலிருந்து மேலும் முன்நோக்கிச் சென்று தூய பக்தித் தொண்டில் ஈடுபடுவதே இலட்சியம். அதாவது, பரம புருஷரின் தூய பக்தித் தொண்டில் ஈடுபட்டிருப்பவன் ஏற்கனவே முக்தியின்

தளத்தில் உள்ளான், அதாவது, பூரணத்துடன் ஒருங்கிணைந்த *ப்₃ரஹ்ம-பூ₄த* நிலையில் உள்ளான். பரமனுடன் அவ்வாறு இணையாமல் ஒருவனால் அவருக்குத் தொண்டாற்ற முடியாது. பூரணத்தின் கருத்துப்படி, தொண்டு செய்பவனுக்கும், தொண்டைப் பெறுபவனுக்கும் இடையில் வேறுபாடு கிடையாது; இருப்பினும் உயர்ந்த ஆன்மீக நிலையில், வேறுபாடு இருக்கத்தான் செய்கின்றது.

பௌதிகமயமான வாழ்வில், ஒருவன் புலனுகர்ச்சிக்காக செயலாற்றும்போது, அதில் துன்பம் உண்டு. ஆனால் பூரண உலகில், ஒருவன் தூய பக்தித் தொண்டில் ஈடுபட்டிருக்கும்போது, அதில் துன்பம் கிடையாது. கிருஷ்ண உணர்விலுள்ள பக்தனுக்கு, கவலைப்படுவதற்கோ, விருப்பப்படுவதற்கோ எதுவுமில்லை. கடவுள் முழுமையானவர் என்பதால், அவரது தொண்டில் (கிருஷ்ண உணர்வில்) ஈடுபட்டிருக்கும் உயிர்வாழியும் தன்னில் முழுமையான வனாக ஆகின்றான். அழுக்கான தண்ணீர் ஏதுமின்றி, முழுமையாக தூய்மை செய்யப்பட்ட ஒரு நதியை போன்றவன் அவன். அந்த தூய பக்தனுக்கு கிருஷ்ணரைத் தவிர வேறு சிந்தனைகள் ஏதும் இல்லாததால், அவன் இயற்கையாகவே எப்பொழுதும் இன்பம் நிறைந்தவனாக உள்ளான். அவன் ஜட நஷ்டத்திற்காக வருந்துவதில்லை, இலாபத்திற்காக ஏங்குவதுமில்லை; ஏனெனில், பகவானின் தொண்டில் அவன் நிறைந்திருக்கின்றான். ஒவ்வொரு உயிர்வாழியும் பரம புருஷரின் மிகச்சிறிய அம்சம் என்பதையும், அதனால் அவரது நித்திய சேவகன் என்பதையும் அவன் அறிந்திருப்பதால், ஜட இன்பத்திற்கான விருப்பம் அவனிடம் இல்லை. ஜடவுலகில், சிலரை உயர்ந்தவர்களாகவும், சிலரைத் தாழ்ந்தவர்களாகவும் அவன் காண்பதில்லை; உயர்வு தாழ்வு களெல்லாம் நிலையற்றவை, நிலையற்ற தோற்றங்களுடனும் மறைவுகளுடனும் ஒரு பக்தனுக்கு ஆகவேண்டியது எதுவுமில்லை. அவனுக்குக் கல்லும் பொன்னும் ஒரே மதிப்புடையவை. இந்த *ப்₃ரஹ்ம-பூ₄த* நிலை, தூய பக்தனால் மிகவும் எளிதாக அடையப்படுகின்றது. வாழ்வின் இத்தகு நிலையில், பரபிரம்மனுடன் ஐக்கியமாகி தனது தனித்தன்மையை அழித்துக்கொள்வது என்னும் சிந்தனை நரகத்தனமாக ஆகின்றது, ஸ்வர்க லோகத்தை அடையும் சிந்தனை ஆகாய பூக்களாக மாறுகின்றது, புலன்களோ பற்கள் பிடுங்கப்பட்ட பாம்புகளைப் போன்றவை. பற்கள் பிடுங்கப்பட்ட பாம்பிடம் பயம் இல்லாததைப் போல, புலன்கள் தாமாகவே கட்டுப்படுத்தப்படும்போது, அவற்றிடமும் பயப்பட வேண்டிய அவசியம் இல்லை. ஜடத்தால் பீடிக்கப்பட்ட மனிதனுக்கு இந்த

உலகம் துன்பமயமானதாகும், ஆனால் பக்தனுக்கோ இந்த முழு உலகமும் ஆன்மீக உலகமான வைகுண்டத்தைப் போன்றதாகும். பக்தனைப் பொறுத்தவரையில், இந்த ஜடவுலகிலுள்ள மிகவுயர்ந்த நபரும் ஒரு சிறு எறும்பைப் போல துச்சமானவரே. இத்தகு நிலையினை, இந்த யுகத்தில் தூய பக்தித் தொண்டை பிரச்சாரம் செய்த பகவான் சைதன்யரின் கருணையினால் அடைய முடியும்.

ஸ்லோகம் 55

भक्त्या मामभिजानाति यावान्यश्चास्मि तत्त्वतः ।
ततो मां तत्त्वतो ज्ञात्वा विशते तदनन्तरम् ॥ ५५ ॥

ப$_4$க்த்யா மாம் அபி$_4$ஜானாதி யாவான் யஷ்$_2$ சாஸ்மி தத்த்வத:
ததோ மாம்' தத்த்வதோ ஜ்ஞாத்வா விஷ$_2$தே தத்$_3$அனந்தரம்

ப$_4$க்த்யா—தூய பக்தித் தொண்டினால்; மாம்—என்னை; அபி$_4$ஜானாதி— அறிந்துகொள்ள முடியும்; யாவான்—முடிந்த வரை; ய: ச அஸ்மி—நான் இருப்பதுபோல; தத்த்வத:—உண்மையில்; தத:—அதன் பின்னர்; மாம்— என்னை; தத்த்வத:—உண்மையில்; ஜ்ஞாத்வா—அறிந்து; விஷ$_2$தே— நுழைகின்றான்; தத்-அனந்தரம்—அதன் பின்னர்.

பக்தித் தொண்டால் மட்டுமே என்னை, முழுமுதற் கடவுளாக, உள்ளது உள்ளபடி, அறிந்துகொள்ள முடியும். என்னைப் பற்றிய முழுமையான உணர்வை அத்தகு பக்தியினால் அடையும்போது, இறைவனின் திருநாட்டிற்குள் நுழைய முடியும்.

பொருளுரை: பரம புருஷ பகவானான கிருஷ்ணரையும் அவரது சொந்த விரிவுகளையும், மன அனுமானத்தினாலோ அபக்தர்களாலோ புரிந்துகொள்ள முடியாது. பரம புருஷ பகவானைப் புரிந்துகொள்ள யாரேனும் விரும்பினால், அவர் ஒரு தூய பக்தரின் வழிகாட்டுதலின் கீழ் தூய பக்தித் தொண்டை ஏற்றுக்கொள்ள வேண்டும். இல்லாவிடில், பரம புருஷ பகவானைப் பற்றிய உண்மை எப்பொழுதும் மறைந்தே இருக்கும். பகவத் கீதையில் (7.25) ஏற்கனவே கூறப்பட்டுள்ளதைப் போல, *நாஹம் ப்ரகாஷ:$_2$ ஸர்வஸ்ய*—அவர் எல்லாருக்கும் வெளிப்படுவதில்லை. வெறும் ஏட்டறிவினாலோ மன அனுமானத் தினாலோ கடவுளைப் புரிந்துகொள்ள முடியாது. கிருஷ்ண உணர்விலும் பக்தித் தொண்டிலும் உண்மையாக ஈடுபட்டிருப்பவன் மட்டுமே கிருஷ்ணர் யார் என்பதைப் புரிந்துகொள்ள முடியும். பல்கலைக் கழகத்தின் பட்டங்கள் இதற்கு உதவாதவை.

கிருஷ்ண விஞ்ஞானத்தில் பூரண அறிவுடையவன், கிருஷ்ணரின் இருப்பிடமான ஆன்மீகத் திருநாட்டிற்குள் நுழைவதற்கானத்

தகுதியை அடைகின்றான். பிரம்மனாக ஆவது என்றால், தனது அடையாளத்தை இழந்து விடுவது என்பது பொருள் அல்ல. அங்கும் பக்தித் தொண்டு இருக்கின்றது, பக்தித் தொண்டு இருக்கும்வரை, அங்கே இறைவன், பக்தன், பக்தித் தொண்டின் வழிமுறை ஆகியவை இருத்தல் அவசியம். இத்தகு ஞானம் முக்திக்குப் பிறகும் அழிவுறுவதில்லை. ஜட வாழ்வின் கருத்துக்களிலிருந்து விடுபடுவதை உள்ளடக்கியதே முக்தி; இருப்பினும் அத்தகு வேறுபாடுகளும், தனித்தன்மையும் ஆன்மீக வாழ்விலும் உள்ளன, ஆனால் தூய கிருஷ்ண உணர்வுடன் உள்ளன. *விஷ₂தே*, "என்னில் நுழைகின்றான்" என்னும் சொல், அருவ பிரம்மனுடன் ஒன்றறக் கலப்பது என்னும் அருவவாதிகளின் கொள்கையினை ஆதரிப்பதாக தவறாக எண்ணிவிடக் கூடாது. *விஷ₂தே* என்றால், ஒருவன் தனது தனித்தன்மையுடன் பரம புருஷரின் திருநாட்டிற்குள் நுழைய முடியும் என்று பொருள், பரம புருஷரின் உறவில் ஈடுபட்டு, அவருக்குத் தொண்டு செய்வதைக் குறிக்கும். உதாரணமாக, பச்சை நிறப் பறவை ஒன்று பச்சை நிற மரத்திற்குள் நுழைந்தால், அஃது அந்த மரத்துடன் ஒன்றாக ஆவதற்கல்ல, மாறாக அம்மரத்தின் பழங்களைச் சுவைப்பதற்காகவே. பொதுவாக, ஆறுகள் கடலில் கலந்து ஒன்றாகி விடுவதை அருவவாதிகள் உதாரணமாகக் கொடுக்கின்றனர். அருவவாதிகளுக்கு வேண்டுமானால் அஃது இன்பத்தின் இருப்பிடமாகத் தோன்றலாம், ஆனால் உருவவாதியோ கடலில் இருக்கும் மீனைப் போன்று தனது தனித் தன்மையை தக்கவைத்துக்கொள்கின்றான். நாம் கடலின் ஆழத்திற்குச் சென்று பார்த்தால், பல்வேறு உயிர்வாழிகளைக் காண முடியும். கடலின் மேற்பரப்பை அறிந்திருந்தால் மட்டும் போதாது; கடலின் ஆழத்தில் வசிக்கும் நீர்வாழிகளைப் பற்றிய முழு அறிவும் வேண்டும்.

தனது தூய பக்தித் தொண்டினால், பக்தன், பரம புருஷரின் தெய்வீக குணங்களையும் வைபவங்களையும் உண்மையில் புரிந்துகொள்ள முடியும். பதினொன்றாம் அத்தியாயத்தில் கூறப்பட்டபடி, பக்தித் தொண்டால் மட்டுமே அவரை அறிய முடியும். அதுவே இங்கு உறுதி செய்யப்படுகின்றது; பரம புருஷரை பக்தித் தொண்டால் புரிந்து கொண்டு அவரது நாட்டிற்குள் ஒருவன் நுழைய முடியும்.

ஜடக் கருத்துக்களிலிருந்து விடுதலை பெற்ற பிறகு, *ப்₃ரஹ்ம-பூ₄த* நிலை அடையப்பட்ட பிறகு, பகவானைப் பற்றிக் கேட்பதால் ஒருவன் பக்தித் தொண்டை தொடங்குகின்றான். முழுமுதற் கடவுளைப் பற்றிக் கேட்கும்பொழுது, *ப்₃ரஹ்ம-பூ₄த* நிலை தானாகவே வளர்ச்சியடைகின்றது, பௌதிகக் களங்கங்கள்—

புலனின்பத்திற்கான பேராசையும் காமமும்—மறைகின்றன. காமமும், விருப்பங்களும் பக்தனின் இதயத்திலிருந்து மறையும்போது, அவன் பகவானின் தொண்டில் மேலும் பற்றுக்கொள்கிறான், இத்தகு பற்றுதலால் அவன் ஜடக் களங்கத்திலிருந்து விடுதலை பெறுகிறான். வாழ்வின் இந்த நிலையில் முழுமுதற் கடவுளைப் புரிந்துகொள்ள முடியும். இதுவே ஸ்ரீமத் பாகவதத்தின் கூற்றுமாகும். முக்திக்குப் பிறகும், பக்தி எனப்படும் தெய்வீகத் தொண்டு தொடர்கின்றது. வேதாந்த சூத்திரம் (4.1.12) இதனை உறுதி செய்கின்றது, *ஆ-ப்ராயணாத் தத்ராபி ஹி த்$_3$ருஷ்டம்.* பக்தித் தொண்டு முக்திக்குப் பின்னும் தொடர்கின்றது என்பதே இதன் பொருள். பக்தியுடன் கூடிய உண்மையான முக்தி என்பது, உயிர்வாழி தனது சொந்த நிலையில், ஸ்வரூபத்தில், மீண்டும் நிலைபெறுவதே என்று ஸ்ரீமத் பாகவதத்தில் விவரிக்கப்பட்டுள்ளது. உயிர்வாழியின் ஸ்வரூபம் முன்னரே விளக்கப்பட்டது: அவன் முழுமுதற் கடவுளின் மிகச்சிறிய அம்சம். எனவே, அவனது ஸ்வரூபம் தொண்டு செய்வதே. முக்திக்குப் பிறகும், இந்தத் தொண்டு ஒருபோதும் நிறுத்தப்படுவதில்லை. வாழ்வின் தவறான கருத்துக்களிலிருந்து விடுபடுவதே உண்மையான முக்தி.

ஸ்லோகம் 56

सर्वकर्माण्यपि सदा कुर्वाणो मद्व्यपाश्रयः ।
मत्प्रसादादवाप्नोति शाश्वतं पदमव्ययम् ॥ ५६ ॥

ஸர்வ-கர்மாண்யபி ஸதா$_3$ குர்வாணோ மத்$_3$-வ்யபாஷ்$_2$ரய:
மத்-ப்ரஸாதா$_3$த்$_3$ அவாப்னோதி ஷா$_2$ஷ்$_2$வதம்' பத$_3$ம் அவ்யயம்

ஸர்வ—எல்லா; *கர்மாணி*—செயல்கள்; *அபி*—இருந்தாலும்; *ஸதா$_3$*—எப்போதும்; *குர்வாண:*—செய்து கொண்டு; *மத்-வ்யபாஷ்$_2$ரய:*—எனது பாதுகாப்பின் கீழ்; *மத்-ப்ரஸாதா$_3$த்*—எனது கருணையால்; *அவாப்னோதி*—அடைகின்றான்; *ஷா$_2$ஷ்$_2$வதம்*—நித்தியமான; *பத$_3$ம்*—இடத்தை; *அவ்யயம்*—அழிவற்ற.

எல்லாவிதமான செயல்களில் ஈடுபட்டிருந்தாலும், எனது தூய பக்தன், எனது பாதுகாப்பின் கீழ், எனது கருணையால், நித்தியமான அழிவற்ற இடத்தை அடைகிறான்.

பொருளுரை: *மத்$_3$-வ்யபாஷ்$_2$ரய:* என்றால் பரம புருஷரின் பாதுகாப்பின் கீழ் என்று பொருள். தூய பக்தன், ஜடக்களங்கத்திலிருந்து விடுபடுவதற்காக, பரம புருஷரின், அல்லது அவரது பிரதிநிதியான ஆன்மீக குருவின் வழிகாட்டுதலின் கீழ் செயல்படுகின்றான். தூய பக்தனுக்குக் காலத்தின் எல்லைகள் கிடையாது. அவன் சதாசர்வ

காலமும், இருபத்துநான்கு மணி நேரமும், நூறு சதவீதம் பரம புருஷரின் வழிகாட்டுதலின் கீழ் செயல்களில் ஈடுபட்டுள்ளான். இவ்வாறு கிருஷ்ண உணர்வில் ஈடுபட்டிருக்கும் பக்தனிடம் பகவான் மிகமிக கருணையுடன் உள்ளார். எல்லாக் கஷ்டங்களுக்கு மத்தியிலும், காலப்போக்கில் அவன் தெய்வீக லோகமான கிருஷ்ண லோகத்தை அடைகிறான். அதனுள் நுழைவதற்கான உத்தரவாதம் அவனுக்கு இருக்கின்றது; இதில் எந்த ஐயமும் இல்லை. அந்த உன்னத இருப்பிடத்தில், மாற்றங்கள் ஏதும் கிடையாது; எல்லாம் நித்தியமானவை, அழிவற்றவை, அறிவு நிறைந்தவை.

ஸ்லோகம் 57

चेतसा सर्वकर्माणि मयि सन्न्यस्य मत्परः ।
बुद्धियोगमुपाश्रित्य मच्चित्तः सततं भव ॥ ५७॥

சேதஸா ஸர்வ-கர்மாணி மயி ஸந்ந்யஸ்ய மத்-பர:
பு$_3$த்$_3$தி$_4$-யோக$_3$ம் உபாஷ்$_2$ரித்ய மச்-சித்த: ஸததம்' ப$_4$வ

சேதஸா—அறிவால்; *ஸர்வ-கர்மாணி*—எல்லாவிதச் செயல்களையும்; *மயி*—என்னிடம்; *ஸந்ந்யஸ்ய*—துறந்து; *மத்-பர:*—எனது பாதுகாப்பில்; *பு$_3$த்$_3$தி$_4$-யோக$_3$ம்*—பக்திச் செயல்கள்; *உபாஷ்$_2$ரித்ய*—அடைக்கலம் கொண்டு; *மத்-சித்த:*—என் உணர்வில்; *ஸததம்*—இருபத்துநான்கு மணி நேரமும்; *ப$_4$வ*—ஆகிவிடு.

எல்லாச் செயல்களிலும் என்னையே சார்ந்து, எனது பாதுகாப்பின் கீழ் எப்போதும் செயல்படுவாயாக. இத்தகு பக்தித் தொண்டில் என்னைப் பற்றிய உணர்வில் ஆழ்ந்துவிடு.

பொருளுரை: கிருஷ்ண உணர்வில் செயல்படுபவன், உலகின் எஜமானனைப் போன்று செயல்படுவதில்லை. அவன் ஒரு சேவகனைப் போன்று, பரம புருஷரின் முழுமையான வழிகாட்டுதலின் கீழ் செயல்பட வேண்டும். சேவகனுக்குத் தனிப்பட்ட சுதந்திரம் ஏதும் கிடையாது. அவன் எஜமானரின் கட்டளைப்படி மட்டுமே செயல்படுகின்றான். உன்னத எஜமானருக்காகத் தொண்டு செய்யும் சேவகன், இலாப நஷ்டங்களினால் பாதிக்கப்படுவதில்லை. அவன் தனது கடமையை பகவானது கட்டளையின்படி நம்பிக்கையுடன் நிறைவேற்றுகிறான். அர்ஜுனன் கிருஷ்ணருடைய சொந்த வழிகாட்டுதலின் கீழ் செயல்பட்டுக் கொண்டிருந்தான். ஆனால் கிருஷ்ணர் இல்லாதபோது ஒருவன் எவ்வாறு செயல்பட வேண்டும் என்று தற்போது விவாதிக்கலாம். இந்தப் புத்தகத்தில் கிருஷ்ணரால் கொடுக்கப்பட்டுள்ள அறிவுரைகளைப் பின்பற்றுவதாலும்,

கிருஷ்ணருடைய பிரதிநிதியின் வழிகாட்டுதலின் கீழ் செயல்படுவதாலும், ஒருவன் அதே பலனை அடைய முடியும். *மத்-பர:* என்னும் சமஸ்கிருதச் சொல் இந்த ஸ்லோகத்தில் மிகவும் முக்கியமானது. கிருஷ்ண உணர்வில், கிருஷ்ணரை திருப்திப்படுத்துவதற்காக மட்டும் செயலாற்றுவதைத் தவிர வாழ்வில் எந்த நோக்கமும் ஒருவனுக்கு இல்லை என்பதை இது குறிப்பிடுகின்றது. மேலும், அவ்வாறு செயல்படும்போது, அவன் கிருஷ்ணரைப் பற்றி மட்டுமே நினைக்க வேண்டும்: "இந்தக் குறிப்பிட்ட கடமையை ஆற்றுவதற்காக நான் கிருஷ்ணரால் நியமிக்கப்பட்டுள்ளேன்." இந்த எண்ணத்தில் செயல்படும்போது, அவன் இயற்கையாகவே கிருஷ்ணரைப் பற்றி நினைத்தாக வேண்டும். இதுவே பக்குவமான கிருஷ்ண உணர்வு. இருப்பினும், மனம் போன போக்கில் எதையாவது செய்துவிட்டு, அதன் பலனை முழுமுதற் கடவுளுக்கு அர்ப்பணித்தல் கூடாது. அத்தகு கடமை கிருஷ்ண உணர்வின் பக்தித் தொண்டல்ல. ஒருவன் கிருஷ்ணருடைய ஆணைக்கேற்ப செயல்பட வேண்டும். இது மிகவும் முக்கியமான விஷயம். கிருஷ்ணரின் அந்த ஆணை, சீடப் பரம்பரையின் மூலமாக, அங்கீகரிக்கப்பட்ட ஆன்மீக குருவிடமிருந்து வருகின்றது. எனவே, ஆன்மீக குருவின் கட்டளையினை வாழ்வின் முக்கியக் கடமையாக மேற்கொள்ள வேண்டும். அங்கீகரிக்கப்பட்ட ஆன்மீக குருவை அடைந்து அவரது அறிவுரைகளுக்கு ஏற்ப செயல்பட்டால், ஒருவன் வாழ்வின் பக்குவத்தை கிருஷ்ண உணர்வில் அடைவது நிச்சயம்.

ஸ்லோகம் 58

मच्चित्तः सर्वदुर्गाणि मत्प्रसादात्तरिष्यसि ।
अथ चेत्त्वमहङ्कारान्न श्रोष्यसि विनङ्क्ष्यसि ॥ ५८ ॥

மச்-சித்த: ஸர்வ-து$_3$ர்கா$_3$ணி மத்-ப்ரஸாதா$_3$த் தரிஷ்யஸி
அத$_2$ சேத் த்வம் அஹங்காரான் ந ஷ்$_2$ரோஷ்யஸி வினங்க்ஷ்யஸி

மத்—எனது; *சித்த*—உணர்வில்; *ஸர்வ*—எல்லா; *து$_3$ர்கா$_3$ணி*—தடங்கல்களை; *மத்-ப்ரஸாதா$_3$த்*—எனது கருணையால்; *தரிஷ்யஸி*—நீ கடந்துவிடுவாய்; *அத$_2$*—ஆனால்; *சேத்*—எனில்; *த்வம்*—நீ; *அஹங்காராத்*—அஹங்காரத்தினால்; *ந*—இல்லை; *ஷ்$_2$ரோஷ்யஸி*—கேட்கவில்லை; *வினங்க்ஷ்யஸி*—அழிந்து போவாய்.

நீ என்னைப் பற்றிய உணர்வில் நிலைபெற்றால், எனது கருணையின் மூலம், கட்டுண்ட வாழ்வின் எல்லாத் தடங்கல்களையும் கடந்துவிடுவாய். ஆனால், அத்தகு உணர்வின்றி, அஹங்காரத்துடன், நான் சொல்வதைக் கேட்காமல் செயல்பட்டால், நீ அழிந்துவிடுவாய்.

பொருளுரை: முழுமையான கிருஷ்ண உணர்வில் இருப்பவன், தனது வாழ்வின் கடமைகளை ஆற்றுவதற்காக அளவிற்கதிகமாக கவலைப்படுவதில்லை. எல்லாக் கவலைகளிலிருந்தும் விடுதலை பெற்ற இந்த மிகச்சிறந்த நிலையை முட்டாள்களால் புரிந்துகொள்ள முடியாது. கிருஷ்ண உணர்வில் செயல்படுபவனுக்கு, பகவான் கிருஷ்ணர் மிகவும் நெருங்கிய நண்பராவார். அவர் தனது நண்பனின் சௌகரியத்தை எப்போதும் பார்த்துக்கொள்கிறார். அவர் தன்னையே தனது நண்பனிடம் அளிக்கின்றார், நண்பனோ அவரை திருப்தி செய்வதற்காக ஒரு நாளின் இருபத்துநான்கு மணி நேரமும் பக்தியுடன் செயலாற்றுகின்றான். எனவே, உடல் சார்ந்த வாழ்வின் அஹங்காரத்தில் யாரும் மயங்கிவிடக் கூடாது. யாருமே, தான் ஜட இயற்கையின் சட்டங்களிலிருந்து விடுபட்டவன் என்றோ, விருப்பப்படி செயல்படலாம் என்றோ, தவறாக எண்ணக் கூடாது. அவன் ஏற்கனவே இயற்கையின் கடுமையான சட்டங்களுக்கு உட்பட்டுள்ளான். இருப்பினும், கிருஷ்ண உணர்வில் செயல்பட்ட உடனேயே, ஜடத்தின் குழப்பங்களிலிருந்து விடுபட்டு முக்தி பெற்றவனாகின்றான். கிருஷ்ண உணர்வில் செயல்படாதவன், பிறப்பு இறப்புக் கடலின் சுழலில் தன்னையே இழக்கின்றான் என்பதை மிகவும் கவனமாக எண்ணிப் பார்க்க வேண்டும். எந்தவொரு கட்டுண்ட ஆத்மாவும், எதைச் செய்ய வேண்டும், எதைச் செய்யக் கூடாது என்பதை உண்மையில் அறிவதில்லை, ஆனால் கிருஷ்ண உணர்வில் செயல்படுபவனின் செயல் ஒவ்வொன்றும் உள்ளிருக்கும் கிருஷ்ணரால் தூண்டப்பட்டு, ஆன்மீக குருவால் உறுதி செய்யப்படுவதால், அவன் சுதந்திரமாகச் செயலாற்ற முடியும்.

ஸ்லோகம் 59

यदहङ्कारमाश्रित्य न योत्स्य इति मन्यसे ।
मिथ्यैष व्यवसायस्ते प्रकृतिस्त्वां नियोक्ष्यति ॥ ५९ ॥

யத்$_3$ அஹங்காரம் ஆஷ்$_2$ரித்ய ந யோத்ஸ்ய இதி மன்யஸே
மித்$_2$யைஷ வ்யவஸாயஸ் தே ப்ரக்ரு'திஸ் த்வாம்' நியோக்ஷ்யதி

யத்—எனில்; *அஹங்காரம்*—அஹங்காரத்தில்; *ஆஷ்$_2$ரித்ய*—அடைக்கலம் கொண்டு; *ந யோத்ஸ்ய*—போரிட மாட்டேன்; *இதி*—என்று; *மன்யஸே*—நீ எண்ணினால்; *மித்$_2$யா ஏஷ:*—அவையனைத்தும் பொய்; *வ்யவஸாய:*—மனவுறுதி; *தே*—உனது; *ப்ரக்ரு'தி:*—ஜட இயற்கை; *த்வாம்*—உன்னை; *நியோக்ஷ்யதி*—ஈடுபடுத்தும்.

நீ எனது வழிகாட்டுதலின்படி போரிட வேண்டும்; இல்லையேல் தவறாக வழிநடத்தப்படுவாய். உனது இயற்கையின்படி நீ போரில் ஈடுபட வேண்டியவனே.

பொருளுரை: அர்ஜுனன் ஒரு போர் வீரன், சத்திரியத் தன்மையுடன் பிறந்தவன். எனவே, அவனுடைய இயற்கையான கடமை போரிடுவதாகும். ஆனால் தவறான அடையாளத்தின் காரணத்தால், தனது ஆசிரியர், பாட்டனார், நண்பர்கள் ஆகியோரைக் கொல்வதால் பாவ விளைவுகளுக்கு உட்படுவேன் என்று அவன் பயந்து கொண்டிருந்தான். உண்மையில் அத்தகு செயல்களின் நல்ல தீய விளைவுகளை நானே கட்டுப்படுத்துகின்றேன் என்ற எண்ணத்தில், அவன் தன்னை தனது செயல்களின் எஜமானனாகக் கருதுகின்றான். புருஷோத்தமரான முழுமுதற் கடவுள் அங்கு இருப்பதையும், போரிடும்படி அவர் அறிவுறுத்துவதையும் அவன் மறந்து விட்டான். இதுவே கட்டுண்ட ஆத்மாவின் மறதி. எது நல்லது, எது கெட்டது என்பதை பரம புருஷர் வழிகாட்டுகின்றார், அதனை ஏற்று கிருஷ்ண உணர்வில் செயல்பட்டு அவன் பக்குவத்தை அடைய வேண்டும். ஒருவனுடைய விதியை முழுமுதற் கடவுளைப் போன்று யாராலும் அறிய முடியாது; எனவே, அந்த பரம புருஷரின் வழிகாட்டுதலை ஏற்று அதன்படி செயல்படுவதே சாலச்சிறந்தது. பரம புருஷ பகவான், அல்லது அவரது பிரதிநிதியான ஆன்மீக குருவின் கட்டளையை யாரும் புறக்கணிக்கக் கூடாது. பரம புருஷரின் ஆணையை நிறைவேற்றுவதில் ஒருவன் தயக்கமின்றி செயல்பட வேண்டும், இஃது அவனை எல்லாச் சூழ்நிலைகளிலும் பாதுகாப்பாக வைத்திருக்கும்.

ஸ்லோகம் 60

स्वभावजेन कौन्तेय निबद्धः स्वेन कर्मणा ।
कर्तुं नेच्छसि यन्मोहात्करिष्यस्यवशोऽपि तत् ॥ ६० ॥

ஸ்வபா$_4$வ-ஜேன கௌந்தேய நிப$_3$த்$_3$த:$_4$ ஸ்வேன கர்மணா
கர்தும்' நேச்ச$_2$ஸி யன் மோஹாத் கரிஷ்யஸ்யவஷோ$_2$'பி தத்

ஸ்வபா$_4$வ-ஜேன—உனது சுபாவத்திலிருந்து பிறந்த; *கௌந்தேய*—குந்தியின் மகனே; *நிப$_3$த்$_3$த:$_4$*—கட்டுண்ட; *ஸ்வேன*—உனது சுய; *கர்மணா*—செயல்களால்; *கர்தும்*—செய்வதற்கு; *ந*—இல்லை; *இச்ச$_2$ஸி*—நீ விரும்புவது; *யத்*—அந்த; *மோஹாத்*—மயக்கத்தால்; *கரிஷ்யஸி*—நீ செய்வாய்; *அவஷ:$_2$*—சுய விரும்பமின்றி; *அபி*—கூட; *தத்*—அதை.

மயக்கத்தின் காரணத்தால் எனது வழிகாட்டுதலுக்கு ஏற்ப செயல்பட நீ மறுக்கின்றாய். ஆனால், குந்தியின் மகனே, உனது சுபாவத்தினால் வற்புறுத்தப்பட்டு, நீ அதன்படியே செயல்படுவாய்.

பொருளுரை: ஒருவன் பரம புருஷரின் வழிகாட்டுதலின்படி செயல்பட மறுத்தால், அவன் தான் நிலைபெற்றிருக்கும் குணத்திற்கு

ஏற்ப செயல்படும்படி வற்புறுத்தப்படுவான். ஒவ்வொருவரும் குணங்களின் ஒரு குறிப்பிட்ட கலவையின் மயக்கத்தில் உள்ளனர், அதன்படியே செயல்படவும் செய்கின்றனர். ஆனால் தானாக முன்வந்து பரம புருஷரின் வழிகாட்டுதலின் கீழ் தன்னை ஈடுபடுத்துபவன் புகழத்தக்கவன் ஆகின்றான்.

ஸ்லோகம் 61

ईश्वरः सर्वभूतानां हृद्देशेऽर्जुन तिष्ठति ।
भ्रामयन्सर्वभूतानि यन्त्रारूढानि मायया ॥ ६१ ॥

ஈஷ்$_2$வர: ஸர்வ-பூ$_4$தானாம்' ஹ்ரு'த்$_3$-தே$_3$ஷே$_2$ 'ர்ஜுன திஷ்ட$_2$தி
ப்$_4$ராமயன் ஸர்வ-பூ$_4$தானி யந்த்ராரூடா$_4$னி மாயயா

ஈஷ்$_2$வர:—முழுமுதற் கடவுள்; *ஸர்வ-பூ$_4$தானாம்*—எல்லா உயிர் வாழிகளின்; *ஹ்ரு'த்$_3$-தே$_3$ஷே$_2$*—இதயத்தில்; *அர்ஜுன*—அர்ஜுனா; *திஷ்ட$_2$தி*—வாழ்கின்றார்; *ப்$_4$ராமயன்*—பயணத்திற்கு காரணமாகி; *ஸர்வ-பூ$_4$தானி*—எல்லா உயிர்வாழிகள்; *யந்த்ர*—இயந்திரம்; *ஆரூடா$_4$னி*—வைக்கப்பட்டு; *மாயயா*—ஜட சக்தியின் மயக்கத்தின் கீழ்.

அர்ஜுனா, ஜட சக்தியால் செய்யப்பட்ட இயந்திரத்தில் அமர்ந்துள்ள எல்லா உயிர்வாழிகளின் பயணங்களையும், அவரவர் இதயத்தில் வீற்றுள்ள முழுமுதற் கடவுளே வழிநடத்துகின்றார்.

பொருளுரை: அர்ஜுனன் எல்லாவற்றையும் அறிந்தவனல்ல, போரிடுவதா, கூடாதா என்பதில் அவனது முடிவு, வரம்பிற்கு உட்பட்ட அவனது பகுத்தறிவின் எல்லையைப் பொறுத்தது. ஜீவாத்மாவே எல்லாம் அல்ல என்று பகவான் கிருஷ்ணர் அறிவுறுத்துகிறார். பரம புருஷ பகவானான கிருஷ்ணரே பரமாத்மாவின் உருவில், இதயத்தில் அமர்ந்து உயிர்வாழிகளை வழிநடத்திக் கொண்டுள்ளார். உடல்களை மாற்றிக் கொண்ட பின், உயிர்வாழி தனது முந்தைய செயல்களை மறக்கின்றான்; ஆனால் கடந்தகால, தற்கால, எதிர்கால விஷயங்களை அறியும் பரமாத்மா அவனது எல்லா செயல்களுக்கும் சாட்சியாக இருக்கின்றார். எனவே, உயிர்வாழிகளின் எல்லாச் செயல்களும் இந்த பரமாத்மாவால் வழிநடத்தப்படுபவையே. தனக்கு உரித்தானவற்றை பெறும் உயிர்வாழி, பரமாத்மாவின் வழிகாட்டுதலின் கீழ் ஜட இயற்கையால் படைக்கப்பட்ட ஜடவுடலால் எடுத்துச் செல்லப்படுகின்றான். அந்த உயிர்வாழி ஒரு குறிப்பிட்ட உடலில் வைக்கப்பட்டவுடன், அவன் அந்த உடலின் சூழ்நிலை என்னும் மயக்கத்தின் கீழ் செயல்பட வேண்டியுள்ளது. உயிர்வாழி என்னும் ஓட்டுநர் ஒரே மாதிரியாக இருந்தாலும், வெகு விரைவாகச் செல்லும் காரில் அமர்ந்திருப்பவன்

மெதுவான காரில் இருப்பவனைவிட வேகமாகப் பயணம் செய்கின்றான். அதுபோல, ஒரு குறிப்பிட்ட ஜீவாத்மா, தனது கடந்தகால விருப்பங்களுக்கு ஏற்பச் செயல்படுவதற்காக, ஜட இயற்கை ஒரு குறிப்பிட்ட உடலை பரமாத்மாவின் கட்டளைப்படி தயார் செய்து கொடுக்கின்றது. உயிர்வாழி சுதந்திரமானவனல்ல. அவன் தன்னை பரம புருஷ பகவானிலிருந்து சுதந்திரமானவன் என்று எண்ணக் கூடாது. அவன் எப்போதும் பகவானின் கட்டுப்பாட்டின் கீழ் உள்ளான். எனவே, அவனது கடமை அவரிடம் சரணடைவதே, இதுவே அடுத்த ஸ்லோகத்தின் உபதேசம்.

ஸ்லோகம் 62

तमेव शरणं गच्छ सर्वभावेन भारत ।
तत्प्रसादात्परां शान्तिं स्थानं प्राप्स्यसि शाश्वतम् ॥ ६२ ॥

தம் ஏவ ஷ$_2$ரணம்' க$_3$ச்ச$_2$ ஸர்வ-பா$_4$வேன பா$_4$ரத
தத்-ப்ரஸாதா$_3$த் பராம்' ஷா$_2$ந்திம்' ஸ்தா$_2$னம்' ப்ராப்ஸ்யஸி ஷா$_2$ஷ்$_2$வதம்

தம்—அவரிடம்; *ஏவ*—நிச்சயமாக; *ஷ$_2$ரணம் க$_3$ச்ச$_2$*—சரணடைவாய்; *ஸர்வ-பா$_4$வேன*—எல்லாவிதத்திலும்; *பா$_4$ரத*—பரதனின் மகனே; *தத்-ப்ரஸாதா$_3$த்*—அவரது கருணையால்; *பராம்*—தெய்வீகமான; *ஷா$_2$ந்திம்*—அமைதி; *ஸ்தா$_2$னம்*—இருப்பிடம்; *ப்ராப்ஸ்யஸி*—அடைவாய்; *ஷா$_2$ஷ்$_2$வதம்*—நித்தியமான.

பரத வழித் தோன்றலே! அவரிடம் முழுமையாக சரணடைவாயாக. அவரது கருணையால் தெய்வீக அமைதியையும், உன்னதமான நித்திய இடத்தையும் நீ அடைவாய்.

பொருளுரை: எனவே, ஒவ்வொருவருடைய இதயத்திலும் வீற்றிருக்கும் புருஷோத்தமரான முழுமுதற் கடவுளிடம் உயிர்வாழி சரணடைய வேண்டும், அஃது அவனை இந்த ஜட வாழ்வின் எல்லாவித துன்பங்களிலிருந்தும் விடுவிக்கும். இவ்வாறு சரணடைவதால், அவன் வாழ்வின் எல்லாத் துன்பங்களிலிருந்தும் விடுபடுவதோடு மட்டுமின்றி, இறுதியில் முழுமுதற் கடவுளைச் சென்றடைகின்றான். அந்த தெய்வீக உலகம், வேத நூல்களில், *தத்$_3$ விஷ்ணோ பரமம் பத$_3$ம்* என்று விவரிக்கப்பட்டுள்ளது. படைக்கப்பட்டுள்ளவை அனைத்தும் கடவுளின் உலகமே என்பதால், ஜடம்கூட உண்மையில் ஆன்மீகமே; இருப்பினும், *பரமம் பத$_3$ம்* என்பது ஆன்மீக வெளி அல்லது வைகுண்டம் என்றழைக்கப்படும் நித்தியமான இருப்பிடத்தைக் குறிக்கின்றது.

ஸர்வஸ்ய சாஹம் ஹ்ரு'தி$_3$ ஸன்னிவிஷ்ட:—பகவான் எல்லாருடைய இதயத்திலும் வீற்றுள்ளார் என்பது பகவத் கீதையின் பதினைந்தாம்

அத்தியாயத்தில் கூறப்பட்டுள்ளது. எனவே, உள்ளிருக்கும் பரமாத்மாவிடம் சரணடைய வேண்டும் என்று இங்கு பரிந்துரைக்கப்படுவதன் பொருள், புருஷோத்தமரான முழுமுதற் கடவுள் ஸ்ரீ கிருஷ்ணரிடம் சரணடைய வேண்டும் என்பதே. அர்ஜுனன் ஏற்கனவே கிருஷ்ணரை முழுமுதற் கடவுளாக ஏற்றுக்கொண்டுவிட்டான். பத்தாம் அத்தியாயத்தில், அர்ஜுனன் அவரை பரபிரம்மனாக (புருஷோத்தமரான முழுமுதற் கடவுளாக), பரந்தாமராக (எல்லா உயிர்வாழிகளின் பரம இருப்பிடமாக) ஏற்றுக் கொண்டான். இதனை அவன் தனது தனிப்பட்ட அனுபவத்தினால் மட்டுமின்றி, நாரதர், அஸிதர், தேவலர், வியாஸர் போன்ற அங்கீகரிக்கப்பட்ட சாதுக்களையும் அடிப்படையாகக் கொண்டு ஏற்றுக் கொண்டான்.

ஸ்லோகம் 63

इति ते ज्ञानमाख्यातं गुह्याद्गुह्यतरं मया ।
विमृश्यैतदशेषेण यथेच्छसि तथा कुरु ॥ ६३ ॥

இதி தே ஜ்ஞானம் ஆக்$_2$யாதம்' கு$_3$ஹ்யாத்$_3$ கு$_3$ஹ்யதரம்' மயா
விம்ரு'ஷ்$_2$யைதத்$_3$ அஷே$_2$ஷேண யதே$_2$ச்ச$_2$ஸி ததா$_2$ குரு

இதி—இவ்வாறு; *தே*—உனக்கு; *ஜ்ஞானம்*—ஞானம்; *ஆக்$_2$யாதம்*—விவரிக்கப்பட்டது; *கு$_3$ஹ்யாத்*—இரகசியமானதைக் காட்டிலும்; *கு$_3$ஹ்ய-தரம்*—மிகவும் இரகசியமான; *மயா*—என்னால்; *விம்ரு'ஷ்$_2$ய*—கவனமாக சிந்தித்து; *ஏதத்*—இதனை; *அஷே$_2$ஷேண*—முழுமையாக; *யதா$_2$*—போல; *இச்ச$_2$ஸி*—நீ விரும்புவதை; *ததா$_2$*—அதை; *குரு*—செய்வாயாக.

இவ்வாறு இரகசியமானதைக் காட்டிலும் மிகவும் இரகசியமான ஞானத்தை உனக்கு நான் விளக்கியுள்ளேன். இதனை முழுமையாக கவனமாக சிந்தித்து, நீ செய்ய விரும்புவதைச் செய்.

பொருளுரை: ஏற்கனவே, பிரம்ம பூத ஞானத்தை அர்ஜுனனுக்கு பகவான் விளக்கியுள்ளார். பிரம்ம பூத நிலையில் இருப்பவன் இன்பம் நிறைந்தவன்; அவன் ஒருபோதும் ஏங்குவதில்லை, எதையும் விரும்புவதுமில்லை. இஃது இரகசியமான ஞானத்தின் பலனாகும். மேலும், பரமாத்மாவைப் பற்றிய ஞானத்தையும் கிருஷ்ணர் வெளிப்படுத்தியிருக்கிறார். இதுவும் பிரம்மனைப் பற்றிய ஞானமே, ஆனால் இஃது அதைவிட உயர்ந்ததாகும்.

இங்குள்ள *யதே$_2$ச்ச$_2$ஸி ததா$_2$* குரு, "உனது விருப்பப்படி நீ செயல் படலாம்" என்னும் சொற்கள், ஜீவாத்மாவின் சின்னஞ்சிறு சுதந்திரத்தில் கடவுள் தலையிடுவதில்லை என்பதைக்

காட்டுகின்றன. ஒருவன் எவ்வாறு தனது வாழ்க்கைத் தரத்தை உயர்த்திக்கொள்ளலாம் என்பதை பகவத் கீதையில் பகவான் விளக்கியுள்ளார். தனது இதயத்தில் வீற்றிருக்கும் பரமாத்மாவிடம் அர்ஜுனன் சரணடைய வேண்டும் என்பதே அவனுக்கு உரைக்கப்பட்ட மிகச்சிறந்த அறிவுரையாகும். முறையான பகுத்தறிவின் மூலம், பரமாத்மாவின் ஆணையின்படிச் செயல்படுவதற்கு ஒருவன் ஒப்புக்கொள்ள வேண்டும். இஃது அவன் இடையறாது கிருஷ்ண உணர்வில் (மனித வாழ்வின் மிகவுயர்ந்த நிலையில்) நிலைபெறுவதற்கு உதவியாக அமையும். போரிடும்படி முழுமுதற் கடவுளால் அர்ஜுனன் நேரடியாக ஆணையிடப் படுகின்றான். புருஷோத்தமரான முழுமுதற் கடவுளிடம் சரணடைவதே உயிர்வாழிகளின் மிகச்சிறந்த நன்மையாகும். அது முழுமுதற் கடவுளின் நன்மைக்காக அல்ல. சரணடைவதற்கு முன், இந்த விஷயத்தைப் பற்றி தனது புத்தியின் எல்லைவரை கவனமாக சிந்தித்துப் பார்ப்பதற்கு அவனுக்குச் சுதந்திரம் உண்டு; இதுவே புருஷோத்தமரான முழுமுதற் கடவுளின் கட்டளையை ஏற்பதற்கு மிகச்சிறந்த வழியாகும். அத்தகு கட்டளையினை கிருஷ்ணரின் அங்கீகரிக்கப்பட்ட பிரதிநிதியான ஆன்மீக குருவின் மூலமாகவும் பெற முடியும்.

ஸ்லோகம் 64

सर्वगुह्यतमं भूयः शृणु मे परमं वचः ।
इष्टोऽसि मे दृढमिति ततो वक्ष्यामि ते हितम् ॥ ६४ ॥

ஸர்வ-கு$_3$ஹ்யதமம்' பூ$_4$ய: ஷ்$_2$ரு'ணு மே பரமம்' வச:
இஷ்டோ 'ஸி மே த்$_3$ரு'ட$_4$ம் இதி ததோ வக்ஷ்யாமி தே ஹிதம்

ஸர்வ-கு$_3$ஹ்ய-தமம்—எல்லாவற்றிலும் மிகமிக இரகசியமான; *பூ$_4$ய:*—மீண்டும்; *ஷ்$_2$ரு'ணு*—கேட்பாயாக; *மே*—என்னிடமிருந்து; *பரமம்*—மிகவும் உன்னதமான; *வச:*—அறிவுரை; *இஷ்ட: அஸி*—நீ பிரியமானவன்; *மே*—எனக்கு; *த்$_3$ரு'ட$_4$ம்*—மிகவும்; *இதி*—இவ்வாறு; *தத:*—எனவே; *வக்ஷ்யாமி*—கூறுகின்றேன்; *தே*—உனது; *ஹிதம்*—நன்மைக்காக.

நீ எனக்கு மிகவும் பிரியமான நண்பன் என்பதால், என்னுடைய அறிவுரைகளில் மிகவும் உன்னதமான, எல்லாவற்றிலும் மிகமிக இரகசியமான ஞானத்தை நான் உனக்குக் கூறுகின்றேன். இஃது உனது நன்மைக்காக என்பதால் என்னிடமிருந்து கேட்பாயாக.

பொருளுரை: இரகசியமான ஞானம் (பிரம்மனைப் பற்றிய ஞானம்), மிகவும் இரகசியமான ஞானம் (ஒவ்வொருவருடைய இதயத்திலும் இருக்கும் பரமாத்மாவைப் பற்றிய ஞானம்), ஆகியவற்றை

அர்ஜுனனுக்கு அளித்த பகவான், தற்போது ஞானத்தின் மிகமிக இரகசியமான பகுதியை வழங்குகின்றார்: புருஷோத்தமரான முழுமுதற் கடவுளிடம் சரணடைதல் என்பதே அது. ஒன்பதாம் அத்தியாயத்தின் இறுதியில், மன்-மனா:, "எப்போதும் என்னைப் பற்றி மட்டுமே நினை" என்று அவர் கூறினார். பகவத் கீதையின் அந்த உபதேச சாரத்தை வலியுறுத்தும் பொருட்டு, அதே அறிவுரை இங்கு மீண்டும் உரைக்கப்படுகின்றது. இந்த சாரத்தை சாதாரண மனிதனால் புரிந்துகொள்ள முடியாது; கிருஷ்ணருக்கு மிகவும் பிரியமான, கிருஷ்ணரது தூய பக்தரால் மட்டுமே இதனைப் புரிந்துகொள்ள முடியும். இதுவே எல்லா வேத இலக்கியங்களிலும் மிகமிக முக்கியமான உபதேசமாகும். கிருஷ்ணரால் இங்கு கூறப்படுவதே ஞானத்தின் மிகமிக அவசியமான பகுதியாகும், இதனை அர்ஜுனன் மட்டுமின்றி எல்லா உயிர்வாழிகளும் பின்பற்ற வேண்டும்.

ஸ்லோகம் 65

मन्मना भव मद्भक्तो मद्याजी मां नमस्कुरु ।
मामेवैष्यसि सत्यं ते प्रतिजाने प्रियोऽसि मे ॥ ६५॥

மன்-மனா ப4வ மத்3-ப4க்தோ மத்3-யாஜீ மாம்' நமஸ்குரு
மாம் ஏவைஷ்யஸி ஸத்யம்' தே ப்ரதிஜானே ப்ரியோ 'ஸி மே

மத்-மனா:—என்னைப் பற்றி எண்ணிக் கொண்டு; ப4வ—ஆவாயாக; மத்-ப4க்த:—எனது பக்தனாக; மத்-யாஜீ—என்னை வழிபட்டு; மாம்—என்னிடமே; நமஸ்குரு—வணக்கங்களை சமர்ப்பிப்பாயாக; ஏவ—நிச்சயமாக; ஏஷ்யஸி—வருவாய்; ஸத்யம்—உண்மையாக; தே—உனக்கு; ப்ரதிஜானே—வாக்குறுதி அளிக்கின்றேன்; ப்ரிய:—பிரியமானவனாக; அஸி—நீ இருக்கின்றாய்; மே—எனக்கு.

எப்போதும் என்னைப் பற்றி நினைத்து, எனது பக்தனாக ஆகி, என்னை வழிபட்டு, உனது வணக்கங்களை எனக்கு சமர்ப்பிப்பாயாக. இவ்வாறு நீ என்னை வந்தடைவாய் என்பதில் ஐயமில்லை. நீ எனக்கு மிகவும் பிரியமான நண்பன் என்பதால், இந்த சத்தியத்தை நான் உனக்கு அளிக்கின்றேன்.

பொருளுரை: கிருஷ்ணரது தூய பக்தனாக ஆகி, எப்போதும் அவரைப் பற்றியே நினைத்து, அவருக்காகவே செயல்பட வேண்டும்—இதுவே ஞானத்தின் மிகமிக இரகசியமான பகுதியாகும். கடமைக்காக தியானம் செய்பவனைப் போல ஆகிவிடக் கூடாது. கிருஷ்ணரை எப்போதும் நினைவு கொள்வதற்கு உகந்த வகையில் வாழ்வை அமைத்துக்கொள்ள வேண்டும். ஒருவன் தனது தினசரிச் செயல்கள் அனைத்தும் கிருஷ்ணருடன் தொடர்புடையவையாக இருக்கும்படிச்

செயல்பட வேண்டும். இருபத்துநான்கு மணி நேரமும் கிருஷ்ணரைப் பற்றி நினைப்பதைத் தவிர வேறு எதையும் செய்ய முடியாதவாறு அவன் தனது வாழ்க்கையை அமைத்துக்கொள்ள வேண்டும். இத்தகு தூய கிருஷ்ண உணர்வில் இருப்பவர்கள், கிருஷ்ணருடைய இருப்பிடத்திற்கு நிச்சயமாகத் திரும்பிச் செல்வர் என்றும், அங்கு அவர்கள் கிருஷ்ணருடன் நேரடியான உறவில் ஈடுபடுவர் என்றும் பகவானே சத்தியம் செய்கிறார். அர்ஜுனன் கிருஷ்ணருக்கு பிரியமான நண்பன் என்பதால், ஞானத்தின் இந்த மிகமிக இரகசியமான பகுதி அவனுக்குச் சொல்லப்பட்டது. அர்ஜுனனின் பாதையை பின்பற்றும் ஒவ்வொருவரும் கிருஷ்ணருக்கு பிரியமான நண்பனாக ஆக முடியும், அர்ஜுனன் பெற்ற அதே பக்குவத்தை அடைய முடியும்.

கிருஷ்ணரின் மீது, அதாவது, இரு கரங்களில் புல்லாங்குழலையும் தலைமுடியில் மயிலிறகையும் தாங்கி, நீல நிற மேனியில் அழகான திருமுகத்துடன் விளங்கும் உருவத்தின் மீது, ஒருவன் தனது மனதை ஒருமுகப்படுத்த வேண்டும் என்று இந்த வார்த்தைகள் வலியுறுத்துகின்றன. பிரம்ம சம்ஹிதையிலும் இதர இலக்கியங்களிலும் கிருஷ்ணரைப் பற்றிய வர்ணனைகள் காணப்படுகின்றன. கடவுளின் மூல ரூபமான கிருஷ்ணரில் ஒருவன் தனது மனதை நிறுத்த வேண்டும். பகவானின் இதர ரூபங்களின் மீதுகூட அவன் தனது கவனத்தைத் திருப்பக் கூடாது. விஷ்ணு, நாராயணர், இராமர், வராஹர் முதலிய பற்பல ரூபங்கள் பகவானுக்கு உண்டு. ஆனால் பக்தன் தனது மனதை, அர்ஜுனனுக்கு முன்னால் இருந்த அந்த ரூபத்தின் மீது மட்டுமே ஒருமுகப்படுத்த வேண்டும். கிருஷ்ணருடைய ரூபத்தின் மீது மனதை ஒருநிலைப்படுத்துவதே ஞானத்தின் மிகமிக இரகசியமான பகுதியாகும்; அர்ஜுனன் கிருஷ்ணருக்கு மிகமிக பிரியமான நண்பன் என்பதால், இஃது அவனுக்கு வெளிப்படுத்தப்பட்டது.

ஸ்லோகம் 66

सर्वधर्मान्परित्यज्य मामेकं शरणं व्रज ।
अहं त्वां सर्वपापेभ्यो मोक्षयिष्यामि मा शुचः ॥ ६६ ॥

ஸர்வ-த$_4$ர்மான் பரித்யஜ்ய மாம் ஏகம்' ஷ$_2$ரணம்' வ்ரஜ
அஹம்' த்வாம்' ஸர்வ-பாபேப்$_4$யோ மோக்ஷயிஷ்யாமி மா ஷு$_2$ச:

ஸர்வ-த$_4$ர்மான்—எல்லாவித தர்மங்களையும்; *பரித்யஜ்ய*—துறந்து; *மாம்*—என்னிடம்; *ஏகம்*—மட்டுமே; *ஷ$_2$ரணம்*—சரணாகதி; *வ்ரஜ*—அடைவாய்; *அஹம்*—நான்; *த்வாம்*—உன்னை; *ஸர்வ*—எல்லா; *பாபேப்$_4$ய:*—பாவ விளைவுகளிலிருந்தும்; *மோக்ஷயிஷ்யாமி*—விடுவிக்கின்றேன்; *மா*—வேண்டாம்; *ஷு$_2$ச:*—கவலைப்பட.

எல்லாவிதமான தர்மங்களையும் துறந்து, என்னிடம் மட்டுமே சரணடைவாயாக. உன்னை எல்லா பாவ விளைவுகளிலிருந்தும் நான் விடுவிக்கின்றேன், பயப்படாதே.

பொருளுரை: பரபிரம்மன், பரமாத்மா, வர்ணாஷ்ரமம், சந்நியாசம், பற்றின்மை, மனதையும் புலன்களையும் கட்டுப்படுத்துதல், தியானம் என பலதரப்பட்ட அறிவையும் தர்மத்தையும் பகவான் விவரித்துள்ளார். பலதரப்பட்ட தர்மங்களை அவர் பல்வேறு வழிகளில் விளக்கினார். தற்போது, பகவத் கீதையின் சுருக்கமாக, அர்ஜுனன் தனக்கு விளக்கப்பட்ட அனைத்து முறைகளையும் துறந்து, தன்னிடம் சரணடைந்தால் போதும் என்று கிருஷ்ணர் கூறுகின்றார். அந்த சரணாகதி அவனை எல்லா பாவ விளைவுகளிலிருந்தும் காக்கும்; ஏனெனில், இறைவன் தாமே அவனைப் பாதுகாப்பதாக சத்தியம் செய்கின்றார்.

எல்லா பாவ விளைவுகளிலிருந்தும் விடுதலை பெற்றவன் மட்டுமே கிருஷ்ணரை வழிபடக் கூடும் என்று ஏழாம் அத்தியாயத்தில் கூறப்பட்டது. எனவே, எல்லா பாவ விளைவுகளிலிருந்தும் விடுபடாமல், தான் சரணாகதி முறையை மேற்கொள்ள முடியாது என்று ஒருவன் எண்ணலாம். அத்தகு ஐயங்களைத் தெளிவாக்கும் பொருட்டு, எல்லா பாவ விளைவுகளிலிருந்தும் ஒருவன் விடுபடாவிடினும் ஸ்ரீ கிருஷ்ணரிடம் சரணடைதல் என்னும் எளிமையான முறையினால் அவன் தானாகவே விடுபட்டுவிடுகிறான் என்று இங்கே கூறப்பட்டுள்ளது. பாவ விளைவுகளிலிருந்து தன்னை விடுதலை செய்து கொள்வதற்கு கடினமான முயற்சிகள் அவசியமில்லை. எல்லா உயிர்வாழிகளின் உன்னத இரட்சகர் கிருஷ்ணரே என்பதை ஒருவன் தயக்கமின்றி ஏற்றுக்கொள்ள வேண்டும். அன்புடனும், நம்பிக்கையுடனும் அவரிடம் சரணடைய வேண்டும்.

கிருஷ்ணரிடம் சரணடையும் முறை ஹரி–பக்தி–விலாசத்தில் (11.676) விவரிக்கப்பட்டுள்ளது:

ஆனுகூல்யஸ்ய ஸங்கல்ப: ப்ராதிகூல்யஸ்ய வர்ஜனம்
ரக்ஷிஷ்யதீதி விஷ்$_2$வாஸோ கோ$_3$ப்த்ரு'த்வே வரணம்' ததா$_2$
ஆத்ம-நிக்ஷேப-கார்பண்யே ஷட்$_3$-விதா$_4$ ஷ$_2$ரணாக$_3$தி:

சரணாகதி என்றால், பகவானுடைய பக்தித் தொண்டிற்கு இறுதியில் தன்னை வழிநடத்தக்கூடிய மதக் கொள்கைகளை ஒருவன் ஏற்றுக்கொள்ள வேண்டும். சமூகத்தில் தன்னுடைய நிலைக்கு ஏற்ற குறிப்பிட்ட கடமையை ஒருவன் நிறைவேற்றலாம், இருப்பினும்,

அவன் தனது கடமையைச் செய்து கிருஷ்ண உணர்வின் நிலைக்கு வரமாட்டான் என்றால், அவனது செயல்கள் அனைத்தும் வீணாகிவிடுகின்றன. கிருஷ்ண உணர்வின் பக்குவநிலைக்குக் ஒருவனைக் கொண்டு செல்லாத எதுவும் புறக்கணிக்கப்பட வேண்டும். எல்லாச் சூழ்நிலைகளிலும் எல்லா கஷ்டங்களிலிருந்தும் கிருஷ்ணர் தன்னைப் பாதுகாப்பார் என்பதில் உறுதியுடன் இருக்க வேண்டும். ஆத்மாவை உடலில் தக்கவைப்பதைப் பற்றி யோசிக்க வேண்டிய அவசியமே இல்லை. கிருஷ்ணர் அதனைப் பார்த்துக்கொள்வார். தன்னை எப்போதும் ஆதரவற்றவனாகவும் தனது வாழ்வின் முன்னேற்றத்திற்கான ஒரே ஆதரவு கிருஷ்ணரே என்றும் அவன் நினைக்க வேண்டும். பூரண கிருஷ்ண உணர்வுடன் பகவானின் பக்தித் தொண்டில் ஒருவன் தன்னைத் தீவிரமாக ஈடுபடுத்திக் கொண்ட உடனேயே, அவன் ஜட இயற்கையின் எல்லா களங்கங்களிலிருந்தும் விடுபடுகின்றான். ஞானத்தை விருத்தி செய்தல், யோக முறையின்படி தியானம் செய்தல் முதலிய பற்பல தூய்மைப்படுத்தும் வழிகளும் தர்மங்களும் இருக்கின்றன என்றாலும், கிருஷ்ணரிடம் சரணடைபவன் பல்வேறு முறைகளை மேற்கொள்ள வேண்டிய அவசியமே இல்லை. கிருஷ்ணரிடம் எளிமையாக சரணடைதல், அவனைத் தேவையற்ற கால விரயத்திலிருந்து காக்கும். இதன் மூலம், அவன் உடனடியாக எல்லா முன்னேற்றத்தையும் அடைந்து, எல்லா பாவங்களிலிருந்தும் விடுபடலாம்.

கிருஷ்ணரின் அழகான உருவத்தால் ஒருவன் கவரப்பட வேண்டும். அவர் எல்லாரையும் கவரக்கூடியவர் என்பதால், அவருக்கு கிருஷ்ணர் என்று பெயர். கிருஷ்ணருடைய அழகான, வலிமை நிறைந்த, சக்தி வாய்ந்த தரிசனத்தால் கவரப்படுபவன் மிகவும் அதிர்ஷ்டசாலி. பல்வேறு விதமான ஆன்மீகவாதிகள் இருக்கின்றனர்—அவர்களில் சிலர் அருவ பிரம்மனின் தரிசனத்தில் பற்றுக் கொண்டவர்கள், வேறு சிலர் பரமாத்மாவினால் கவரப்படுகின்றனர்; ஆனால் பரம புருஷ பகவானின் உருவத்தினால் கவரப்படுபவர்கள், அதிலும் சிறப்பாக, பரம புருஷ பகவான் கிருஷ்ணரிடம் கவரப்படுபவர்கள், ஆன்மீகவாதிகளில் மிகமிகப் பக்குவமானவர்கள். வேறுவிதமாகக் கூறினால், பூரண உணர்வுடன் கிருஷ்ணருக்கு பக்தித் தொண்டு செய்வதே ஞானத்தின் மிகமிக இரகசியமான பகுதியும், முழு பகவத் கீதையின் சாராம்சமும் ஆகும். கர்ம யோகிகள், தத்துவவாதிகள், அஷ்டாங்க யோகிகள், பக்தர்கள் ஆகிய அனைவரும் ஆன்மீகவாதிகள் என்று அறியப்படுகின்றனர், ஆனால் இவர்களில் மிகமிகச்சிறந்தவன் தூய பக்தனே. "பயப்படாதே, தயங்காதே, கவலைப்படாதே" என்று

பொருள் தரும் *மா ஷு₂ச:* என்னும் குறிப்பிட்ட சொற்கள் மிகவும் முக்கியமானவை. எல்லா விதமான மத நெறிகளையும் துறந்து கிருஷ்ணரிடம் மட்டும் சரணடைவது எவ்வாறு என்று ஒருவன் குழம்பலாம், ஆனால் அத்தகு கவலைக்கு அவசியமே இல்லை.

ஸ்லோகம் 67

इदं ते नातपस्काय नाभक्ताय कदाचन ।
न चाशुश्रूषवे वाच्यं न च मां योऽभ्यसूयति ॥ ६७॥

இத₃ம்' தே நாதபஸ்காய நாப₄க்தாய கதா₃சன
ந சாஷு₂ஷ்₂ரூஷவே வாச்யம்' ந ச மாம்' யோ 'ப்₄யஸூயதி

இத₃ம்—இதனை; *தே*—உன்னால்; *ந*—என்றுமில்லை; *அதபஸ்காய*—தவம் புரியாதவர்களுக்கு; *ந*—என்றுமில்லை; *அப₄க்தாய*—பக்தனல்லாதவனுக்கு; *கதா₃சன*—எந்த நேரத்திலும்; *ந*—என்றுமில்லை; *ச*—மேலும்; *அஷு₂ஷ்₂ரூஷவே*—பக்தித் தொண்டில் ஈடுபடாதவனுக்கு; *வாச்யம்*—கூறப்படுவது; *ந*—என்றுமில்லை; *ச*—மேலும்; *மாம்*—என்னிடம்; *ய:*—யாரொருவன்; *அப்₄யஸூயதி*—பொறாமையுள்ளவனோ.

இந்த இரகசிய ஞானம், தவமில்லாதவருக்கோ, பக்தியில்லாதவருக்கோ, பக்தித் தொண்டில் ஈடுபடாதவருக்கோ, என் மீது பொறாமையுள்ளவருக்கோ ஒருபோதும் விளக்கப்படக் கூடாது.

பொருளுரை: அறநெறிகளின் கீழ் தவம் புரியாத, கிருஷ்ண உணர்வில் பக்தித் தொண்டாற்ற முயலாத, தூய பக்தருக்கு சேவை செய்யாத நபர்களிடம் ஞானத்தின் இந்த மிகமிக இரகசியமானப் பகுதியை கூறக் கூடாது. அதிலும் குறிப்பாக, கிருஷ்ணரை ஒரு சரித்திர புருஷராக மட்டுமே கருதுபவர்களிடமும் கிருஷ்ணருடைய பெருமையைக்கண்டு பொறாமை கொள்பவர்களிடமும் இஃது உரைக்கப்படவேக் கூடாது. இவ்வாறு இருப்பினும், கிருஷ்ணரிடம் பொறாமை கொண்டு, அவரை வேறுவிதமாக வழிபடும் அசுரத்தனமான நபர்கள், சில சமயங்களில், வருமானம் ஈட்டுவதற்காக பகவத் கீதைக்கு வேறு வழியில் விளக்கம் கொடுக்கும் தொழிலை மேற் கொள்வதை நாம் காணலாம், ஆனால் கிருஷ்ணரை உண்மையாகப் புரிந்துகொள்ள விரும்புபவர்கள் பகவத் கீதையின் மீதான அத்தகு கருத்துரைகளைத் தவிர்க்க வேண்டும். புலன்களைச் சார்ந்து வாழ்பவர்களால் பகவத் கீதையின் நோக்கத்தைப் புரிந்துகொள்ள முடியாது. அவ்வாறு புலன்களைச் சார்ந்து வாழாமல், வேத நூல்களில் விதிக்கப்பட்டுள்ள நெறிகளை முறையாகப் பின்பற்றினாலும், பக்தனாக இல்லையெனில், கிருஷ்ணரைப் புரிந்துகொள்ள முடியாது. ஒருவன் தன்னை கிருஷ்ணரின் பக்தனாகக்

கூறிக் கொண்டாலும், அவன் கிருஷ்ண உணர்வின் செயல்களில் ஈடுபடவில்லையெனில், கிருஷ்ணரைப் புரிந்துகொள்ள அவனாலும் முடியாது. "நானே முழுமுதற் கடவுள், எனக்கு சமமானதோ என்னைவிட உயர்ந்ததோ எதுவும் இல்லை" என்று கிருஷ்ணர் பகவத் கீதையில் விளக்கியிருப்பதால் அவர் மீது பொறாமை கொள்பவர்கள் பலரும் இருக்கின்றனர். அவ்வாறு பொறாமைப்படும் நபர்களால் பகவத் கீதையைப் புரிந்துகொள்ள முடியாது என்பதால், அதனை அவர்களுக்குக் கூறக் கூடாது. நம்பிக்கையற்ற நபர்கள் பகவத் கீதையையும், கிருஷ்ணரையும் புரிந்துகொள்வது சாத்தியமல்ல. அதிகாரப் பூர்வமான தூய பக்தரிடமிருந்து கிருஷ்ணரைப் புரிந்துகொள்ளாமல் பகவத் கீதைக்கு விளக்கமளிக்க யாரும் முயலக் கூடாது.

ஸ்லோகம் 68

य इदं परमं गुह्यं मद्भक्तेष्वभिधास्यति ।
भक्तिं मयि परां कृत्वा मामेवैष्यत्यसंशयः ॥ ६८ ॥

ய இத₃ம்' பரமம்' கு₃ஹ்யம்' மத்₃-ப₄க்தேஷ்வபி₄தா₄ஸ்யதி
ப₄க்திம்' மயி பராம்' க்ரு'த்வா மாம் ஏவைஷ்யத்யஸம்'ஷ₂ய:

ய:—யாரொருவன்; *இதம்*—இந்த; *பரமம்*—பரம; *கு₃ஹ்யம்*—இரகசியம்; *மத்*—எனது; *ப₄க்தேஷு*—பக்தர்களிடையே; *அபி₄தா₄ஸ்யதி*—விளக்குகின்றானோ; *ப₄க்திம்*—பக்தித் தொண்டு; *மயி*—என்னிடம்; *பராம்*—தெய்வீகமான; *க்ரு'த்வா*—செய்து; *மாம்*—என்னிடம்; *ஏவ*—நிச்சயமாக; *ஏஷ்யதி*—வருகின்றான்; *அஸம்'ஷ₂ய:*—ஐயமின்றி.

இந்த பரம இரகசியத்தை எனது பக்தர்களிடம் விளக்குபவனுக்கு, தூய பக்தித் தொண்டு உறுதிப்படுத்தப்படுவதோடு, அவன் இறுதியில் நிச்சயமாக என்னிடம் திரும்பி வருகின்றான்.

பொருளுரை: பகவத் கீதை பக்தர்களின் மத்தியில் மட்டும் விவாதிக்கப்பட வேண்டும் என்று பொதுவாக உபதேசிக்கப்படுகின்றது; ஏனெனில், பக்தரல்லாதவர் கிருஷ்ணரையோ, பகவத் கீதையையோ புரிந்துகொள்ள முடியாது. கிருஷ்ணரையும் பகவத் கீதையையும் உள்ளபடி ஏற்காதவர்கள் பகவத் கீதைக்கு மனம் போன போக்கில் விளக்கமளித்து அபராதம் இழைக்கக் கூடாது. கிருஷ்ணரை புருஷோத்தமரான முழுமுதற் கடவுளாக ஏற்றுக்கொள்ள தயாராக இருப்பவர்களுக்கு மட்டுமே பகவத் கீதை விளக்கப்பட வேண்டும். இது பக்தர்களுக்கான பொருள், தத்துவ அனுமானிகளுக்கானதல்ல. இருப்பினும், பகவத் கீதையை உள்ளது உள்ளபடி எடுத்துரைப்பதற்கு நேர்மையாக யாரொருவன் முயன்றால், பக்தியின் செயல்களில்

அவன் முன்னேற்றமடைந்து, வாழ்வில் தூய பக்தி நிலையை அடைவான். அத்தகு தூய பக்தியின் விளைவாக அவன் முழுமுதற் கடவுளின் திருநாட்டிற்குத் திரும்பிச் செல்வது உறுதி.

ஸ்லோகம் 69

न च तस्मान्मनुष्येषु कश्चिन्मे प्रियकृत्तमः ।
भविता न च मे तस्मादन्यः प्रियतरो भुवि ॥ ६९ ॥

ந ச தஸ்மான் மனுஷ்யேஷு கஷ்$_2$சின் மே ப்ரிய-க்ரு'த்தம:
ப$_4$விதா ந ச மே தஸ்மாத்$_3$ அன்ய: ப்ரியதரோ பு$_4$வி

ந—என்றுமில்லை; *ச*—மற்றும்; *தஸ்மாத்*—அவனைவிட; *மனுஷ்யேஷு*—மனிதர்களில்; *கஷ்$_2$சித்*—யாரும்; *மே*—எனக்கு; *ப்ரிய-க்ரு'த்-தம:*—மிகவும் பிரியமான; *ப$_4$விதா*—ஆவது; *ந*—என்றுமில்லை; *ச*—மேலும்; *மே*—எனக்கு; *தஸ்மாத்*—அவனைவிட; *அன்ய:*—இதர; *ப்ரிய-தர:*—மிகவும் பிரியமானவர்கள்; *பு$_4$வி*—இந்த உலகில்.

அவனை விட எனக்கு பிரியமான தொண்டன் இவ்வுலகில் யாரும் இல்லை. அவ்வாறு அவனை விட பிரியமானவனாக யாரும் ஆகவும் முடியாது.

ஸ்லோகம் 70

अध्येष्यते च य इमं धर्म्यं संवादमावयोः ।
ज्ञानयज्ञेन तेनाहमिष्टः स्यामिति मे मतिः ॥ ७० ॥

அத்$_4$யேஷ்யதே ச ய இமம்' த$_4$ர்ம்யம்' ஸம்'வாத$_3$ம் ஆவயோ:
ஜ்ஞான-யஜ்ஞேன தேனாஹம் இஷ்ட: ஸ்யாம் இதி மே மதி:

அத்$_4$யேஷ்யதே—கற்பவன்; *ச*—மேலும்; *ய:*—யாரொருவன்; *இமம்*—இந்த; *த$_4$ர்ம்யம்*—புனிதமான; *ஸம்'வாத$_3$ம்*—உரையாடல்; *ஆவயோ:*—நமது; *ஜ்ஞான*—அறிவு; *யஜ்ஞேன*—யாகத்தால்; *தேன*—அவனால்; *அஹம்*—நான்; *இஷ்ட:*—வழிபடுபவனாக; *ஸ்யாம்*—ஆவேன்; *இதி*—இவ்வாறு; *மே*—எனது; *மதி:*—அபிப்பிராயம்.

மேலும், நமது இந்த புனிதமான உரையாடலைக் கற்பவன், தனது அறிவால், என்னை வழிபடுவான் என்று நான் அறிவிக்கின்றேன்.

ஸ்லோகம் 71

श्रद्धावाननसूयश्च शृणुयादपि यो नरः ।
सोऽपि मुक्तः शुभाँल्लोकान्प्राप्नुयात्पुण्यकर्मणाम् ॥ ७१ ॥

ஷ்$_2$ரத்$_3$தா$_4$வான் அனஸூயஷ்$_2$ ச ஷ்$_2$ரு'ணுயாத்$_3$ அபி யோ நர:
ஸோ 'பி முக்த: ஷு$_2$பா$_4$ங்ல் லோகான் ப்ராப்னுயாத் புண்ய-கர்மணாம்

ஷ்₂ரத்₃தா₄வான்—நம்பிக்கையுடன்; *அனஸூய:*—பொறாமையின்றி; *ச*—மற்றும்; *ஷ்₂ருணுயாத்*—கேட்பவன்; *அபி*—நிச்சயமாக; *ய:*—யாரொருவன்; *நர:*—மனிதன்; *ஸ:*—அவனும்; *அபி*—கூட; *முக்த:*—முக்தி பெற்று; *ஷு₂பா₄ன்*—மங்கலமான; *லோகான்*—உலகங்களை; *ப்ராப்னுயாத்*—அடைகின்றான்; *புண்ய-கர்மணாம்*—புண்ணியம் செய்தவர்களின்.

மேலும், நம்பிக்கையுடனும், பொறாமையின்றியும் இதனை யாரொருவன் கேட்கின்றானோ, அவன் பாவ விளைவுகளிலிருந்து விடுபட்டு, புண்ணியம் செய்தவர்கள் வாழும் மங்கலகரமான லோகங்களை அடைகின்றான்.

பொருளுரை: இந்த அத்தியாயத்தின் அறுபத்தேழாம் ஸ்லோகத்தில், தன் மீது பொறாமையுடைய நபர்களிடம் பகவத் கீதை விளக்கப்படுவதை பகவான் பகிரங்கமாகத் தடுத்துள்ளார். வேறுவிதமாகக் கூறினால், பகவத் கீதை பக்தர்களுக்கு மட்டுமே. ஆனால் சில சமயங்களில், பகவானின் பக்தன் பொதுமக்களிடம் உபன்யாஸம் வழங்கும்போது, அதனைக் கேட்பவர்கள் அனைவரும் பக்தர்களாக இருப்பர் என்று எதிர்பார்க்க முடியாது. அவ்வாறிருக்க, பக்தன், அத்தகு பொதுவான உபன்யாஸங்களை வழங்குவது ஏன்? இஃது இங்கு விளக்கப்படுகின்றது. அங்குள்ள ஒவ்வொருவரும் பக்தர்கள் அல்ல என்றபோதிலும், கிருஷ்ணரின் மீது பொறாமையில்லா மனிதர்கள் பலர் அங்கு உள்ளனர். கிருஷ்ணரே முழுமுதற் கடவுள் எனும் நம்பிக்கை அவர்களிடம் உள்ளது. அத்தகைய நபர்கள், அங்கீகாரம் பெற்ற பக்தரிடமிருந்து பகவானைப் பற்றிக் கேட்டால், அதன் பலனாக, எல்லா வித பாவ விளைவுகளிலிருந்தும் உடனடியாக விடுபட்டு, புண்ணியமான நபர்கள் வசிக்கும் உலகங்களை அடைவர். எனவே, தூய பக்தனாக ஆவதற்கு முயலாதவன்கூட, பகவத் கீதையைக் கேட்பதன் மூலமாகவே புண்ணியச் செயல்களின் பலன்களை அடைகின்றான். இவ்வாறு, எல்லா பாவ விளைவுகளிலிருந்தும் விடுபட்டு பகவானின் பக்தனாவதற்கான வாய்ப்பை, தூய பக்தர் எல்லாருக்கும் கொடுக்கின்றார்.

பொதுவாக, பாவ விளைவுகளிலிருந்து விடுபட்டவர்களும் நல்லவர்களும் கிருஷ்ண உணர்வை வெகு எளிதாக மேற்கொள்கின்றனர். *புண்ய-கர்மணாம்* என்னும் சொல் இங்கு மிகவும் முக்கியமானது. இது வேதங்களில் விதிக்கப்பட்டுள்ள அஷ்வமேத யாகத்தைப் போன்ற மாபெரும் யாகங்கள் செய்வதை குறிக்கின்றது. தூய பக்தியில் ஈடுபடாத, ஆனால் பக்தித் தொண்டை ஆற்றுவதில் நேர்மையுடன் இருக்கும் நபர்கள், துருவ மஹாராஜர் வீற்றிருக்கும் துருவ லோகத்தைச் சென்றடைய முடியும். பகவானின்

பெரும் பக்தரான அவர், துருவ நட்சத்திரம் என்று அறியப்படும் ஒரு சிறப்பான லோகத்தில் இருக்கின்றார்.

ஸ்லோகம் 72

कच्चिदेतच्छ्रुतं पार्थ त्वयैकाग्रेण चेतसा ।
कच्चिदज्ञानसम्मोहः प्रणष्टस्ते धनञ्जय ॥ ७२ ॥

கச்சித்$_3$ ஏதச் ச்$_2$ருதம்' பார்த$_2$ த்வயைகாக்$_3$ரேண சேதஸா
கச்சித்$_3$ அஜ்ஞான-ஸம்மோஹ: ப்ரணஷ்டஸ் தே த$_4$னஞ்ஜய

கச்சித்—அல்லவா; *ஏதத்*—இந்த; *ஷ்$_2$ருதம்*—கேட்கப்பட்டது; *பார்த$_2$*—பிருதாவின் மைந்தனே; *த்வயா*—உன்னால்; *ஏக-அக்$_3$ரேண*—முழு கவனத்துடன்; *சேதஸா*—மனதால்; *கச்சித்*—அல்லவா; *அஜ்ஞான*—அறியாமை; *ஸம்மோஹ*—மயக்கம்; *ப்ரணஷ்ட*—நீங்கியது; *தே*—உனது; *த$_4$னஞ்ஜய*—செல்வத்தை வெல்பவனே (அர்ஜுனா).

பிருதாவின் மகனே! செல்வத்தை வெல்வோனே, நீ இதனை கவனமான மனதுடன் கேட்டாயா? உனது அறியாமையும் மயக்கமும் தற்போது நீங்கிவிட்டதா?

பொருளுரை: அர்ஜுனனின் ஆன்மீக குருவாக பகவான் செயல்பட்டுக் கொண்டிருந்தார். எனவே, பகவத் கீதை முழுவதையும் முறையான கோணத்தில் அவன் புரிந்து கொண்டிருக்கின்றானா என்பதை வினவுவது அவரது கடமை. அவ்வாறு புரிந்துகொள்ளாவிடில், எந்தக் கருத்தை வேண்டுமானாலும், தேவைப்பட்டால் முழு பகவத் கீதையையும் மீண்டும் விளக்குவதற்கு பகவான் தயாராக இருந்தார். உண்மையில், கிருஷ்ணரைப் போன்ற அங்கீகரிக்கப்பட்ட ஆன்மீக குருவிடமிருந்தோ, அவரது பிரதிநிதியிடமிருந்தோ பகவத் கீதையைக் கேட்பவன், தனது அறியாமையெல்லாம் நீங்குவதைக் காண முடியும். பகவத் கீதை கவிஞராலோ, நாவல் எழுதுபவராலோ எழுதப்பட்ட சாதாரணமான புத்தகமல்ல; அது புருஷோத்தமரான முழுமுதற் கடவுளால் பேசப்பட்டது. இதன் உபதேசங்களை கிருஷ்ணரிடமிருந்தோ, அவரது அங்கீகாரம் பெற்ற ஆன்மீக பிரதிநிதியிடமிருந்தோ கேட்குமளவிற்கு அதிர்ஷ்டமுடைய நபர்கள், அறியாமையின் இருளிலிருந்துவிடுபடுவர் என்பதும் முக்தி பெறுவர் என்பதும் நிச்சயம்.

ஸ்லோகம் 73

अर्जुन उवाच
नष्टो मोहः स्मृतिर्लब्धा त्वत्प्रसादान्मयाच्युत ।
स्थितोऽस्मि गतसन्देहः करिष्ये वचनं तव ॥ ७३ ॥

அர்ஜுன உவாச

நஷ்டோ மோஹ: ஸ்ம்ரு'திர் லப்$_{3}$தா$_{4}$ த்வத்-ப்ரஸாதா$_{3}$ன் மயாச்யுத
ஸ்தி$_{2}$தோ 'ஸ்மி க$_{3}$த-ஸந்தே$_{3}$ஹ: கரிஷ்யே வசனம்' தவ

அர்ஜுன உவாச—அர்ஜுனன் கூறினான்; *நஷ்ட:*—நீங்கியது; *மோஹ:*—மயக்கம்; *ஸ்ம்ரு'தி:*—நினைவு; *லப்$_{3}$தா$_{4}$*—மீண்டும் அடையப்பட்டது; *த்வத்-ப்ரஸாதா$_{3}$த்*—தங்களது கருணையால்; *மயா*—என்னால்; *அச்யுத*—என்றும் வீழ்ச்சியுறாத கிருஷ்ணரே; *ஸ்தி$_{2}$த:*—நிலைபெற்றுள்ளேன்; *அஸ்மி*—நான்; *க$_{3}$த*—நீங்கி; *ஸந்தே$_{3}$ஹ:*—எல்லா ஐயங்களும்; *கரிஷ்யே*—நிறைவேற்றுவேன்; *வசனம்*—கட்டளையை; *தவ*—தங்களது.

அர்ஜுனன் கூறினான்: எனதன்பு கிருஷ்ணரே, வீழ்ச்சியடையாதவரே, எனது மயக்கம் தற்போது நீங்கிவிட்டது. தங்களது கருணையால் நான் எனது நினைவை மீண்டும் பெற்று விட்டேன். எல்லா சந்தேகங்களிலிருந்தும் விடுபட்டு, நான் தற்பொழுது உறுதியுடன் உள்ளேன், தங்களது உபதேசங்களின்படி செயல்பட தயாராக உள்ளேன்.

பொருளுரை: பரம புருஷரின் ஆணைக்கேற்ப செயல்படுவதே உயிர்வாழிகளின் உண்மையான நிலை என்பது அர்ஜுனனால் தற்போது காட்டப்படுகிறது. அவன் சுய ஒழுக்கத்துடன் (அவனது உண்மையான நிலையில்) செயல்பட வேண்டியவன். ஜீவாத்மாவின் ஸ்வரூபம், முழுமுதற் கடவுளின் நித்தியத் தொண்டன் என்று ஸ்ரீ சைதன்ய மஹாபிரபு கூறியுள்ளார். இந்த உண்மையை மறந்த உயிர்வாழி ஜட இயற்கையில் கட்டுண்டவனாகின்றான். ஆனால் முழுமுதற் கடவுளுக்குத் தொண்டு செய்வதன் மூலம் அவன் மீண்டும் இறைவனது முக்தி பெற்ற தொண்டனாகின்றான். உயிர்வாழிகளின் ஸ்வரூபம் தொண்டு புரிவதாகும், அவன் பரம புருஷருக்குத் தொண்டு செய்தாக வேண்டும், இல்லையேல் மாயைக்குத் தொண்டு செய்தாக வேண்டும். அவன் முழுமுதற் கடவுளுக்குத் தொண்டாற்றினால் தனது இயற்கையான நிலையில் இருக்கின்றான், ஆனால் மாயைக்குத் தொண்டாற்ற விரும்பினால் நிச்சயமாக சிறைபடுவான். மயக்கத்தின் காரணமாக, உயிர்வாழி, இந்த ஜடவுலகில் தொண்டு செய்து கொண்டுள்ளான். தனது காமத்தினாலும் ஆசைகளாலும் அவன் பந்தப்பட்டுள்ளபோதிலும், தன்னை உலகின் எஜமானனாக எண்ணிக் கொண்டுள்ளான். இதுவே மயக்கம் எனப்படும். முக்தி பெறும்போது, அவனது மயக்கம் முடிவுற்று, முழுமுதற் கடவுளிடம் மனமுவந்து சரணடைகின்றான்; அவரது விருப்பத்திற்கேற்ப செயல்படுகின்றான். உயிர்வாழியை பிணைத்து வைப்பதற்கான மாயையின் இறுதி வலை, அதாவது,

மாயையின் இறுதி மயக்கம், "உயிர்வாழியே கடவுள்" என்னும் கருத்தை முன்னுரைப்பதுதான். மாயையினால் உரைக்கப்படும் இக்கருத்தினால் மயங்கும் உயிர்வாழி, தன்னை இனிமேல் கட்டுண்ட ஆத்மாவாக கருதுவதில்லை, கடவுளாகக் கருதுகிறான். ஆனால், அவன் கடவுளாக இருந்திருந்தால், அவனிடம் சந்தேகங்கள் எப்படி இருந்திருக்க முடியும் என்பதை சிந்தித்துப் பார்க்க முடியாத அளவிற்கு அவன் அறிவற்றவனாக உள்ளான். இவ்வினாவினை அவன் கருத்தில் கொள்வதில்லை. எனவே, மயக்கத்தின் இறுதி வலை இதுவே. மயக்க சக்தியிலிருந்து விடுதலை பெறுவது என்றால், முழுமுதற் கடவுளான கிருஷ்ணரைப் புரிந்து கொண்டு அவரது ஆணைக்கு ஏற்ப நடப்பதற்கு ஒப்புக்கொள்வதேயாகும்.

மோஹ என்னும் சொல் இந்த ஸ்லோகத்தில் மிகவும் முக்கியமானதாகும். மோஹ என்பது ஞானத்திற்கு எதிரானதைக் குறிக்கும். ஒவ்வொரு உயிர்வாழியும் பகவானது நித்திய சேவகன் என்பதைப் புரிந்துகொள்வதே உண்மையான ஞானமாகும், ஆனால் தன்னை அவ்வாறு நினைக்காமல், "நான் சேவகனல்ல, ஜடவுலகின் எஜமானன்" என்று உயிர்வாழி நினைக்கின்றான்; ஏனெனில், அவன் ஜட இயற்கையின் மீது ஆதிக்கம் செலுத்த விரும்புகிறான். இதுவே மயக்கம். பகவானின் கருணையினால் அல்லது தூய பக்தரின் கருணையினால் மட்டுமே இந்த மயக்கத்தை விட்டு வெளியேற முடியும். அந்த மயக்கம் நீங்கியவுடன் அவன் கிருஷ்ண உணர்வில் செயல்படுவதற்கு ஒப்புக்கொள்கிறான்.

கிருஷ்ண உணர்வு என்றால் கிருஷ்ணருடைய கட்டளைக்கேற்ப செயல்படுவதாகும். ஜடம் என்னும் புற சக்தியால் மயக்கமுற்றுள்ள கட்டுண்ட ஆத்மா, பூரண அறிவுடையவரும் எல்லாவற்றின் உரிமையாளருமான முழுமுதற் கடவுளே எஜமானர் என்பதை அறிவதில்லை. தான் விரும்பும் எதையும் அவரால் தனது பக்தர்களுக்கு அளிக்க முடியும்; அவர் எல்லாருக்கும் நண்பர், இருப்பினும் பக்தர்களிடம் சிறப்பான நாட்டமுடையவர். எல்லா உயிர்வாழிகளையும் இந்த ஜட இயற்கையையும் கட்டுப்படுத்துபவர் அவரே. முடிவற்ற காலத்தைக் கட்டுப்படுத்துபவரும் அவரே. அவர் எல்லா ஐஸ்வர்யங்களையும், சக்திகளையும் பூரணமாகப் பெற்றுள்ளார். அந்த பரம புருஷ பகவான் தனது பக்தனுக்கு தன்னையே கொடுக்க முடியும். அவரை அறியாதவன் மாயையின் மயக்கத்தில் உள்ளான்; அவன் பக்தனாக ஆவதில்லை, மாறாக மாயையின் சேவகனாக ஆகின்றான். பரம புருஷ பகவானிடமிருந்து பகவத் கீதையைக் கேட்ட அர்ஜுனனோ எல்லா மயக்கத்திலிருந்தும் விடுபட்டுவிட்டான்.

கிருஷ்ணர் தனது நண்பர் மட்டுமல்ல, புருஷோத்தமரான முழுமுதற் கடவுளும்கூட என்று அவன் புரிந்துகொள்ள முடிந்தது, கிருஷ்ணரை உள்ளபடி அறிந்து கொண்டான். எனவே, பகவத் கீதையைக் கற்பது என்றால் கிருஷ்ணரை உள்ளபடி புரிந்துகொள்வதாகும். பூரண அறிவுடன் இருக்கும்போது, ஒருவன் இயற்கையாகவே கிருஷ்ணரிடம் சரணடைகின்றான். தேவையற்ற மக்கள்தொகையின் உயர்வைக் குறைப்பது என்னும் கிருஷ்ணருடைய திட்டத்தை அர்ஜுனன் புரிந்து கொண்ட உடனேயே, அவன் கிருஷ்ணரின் விருப்பத்திற்கு ஏற்ப போரிட ஒப்புக்கொண்டான். அவன் மீண்டும் தனது ஆயுதங்களான வில்லையும் அம்பையும் எடுத்துக் கொண்டான், பரம புருஷ பகவானின் கட்டளையின் கீழ் போரிடுவதற்காக.

ஸ்லோகம் 74

सञ्जय उवाच
इत्यहं वासुदेवस्य पार्थस्य च महात्मनः ।
संवादमिममश्रौषमद्भुतं रोमहर्षणम् ॥ ७४ ॥

ஸஞ்ஜய உவாச
இத்யஹம்' வாஸுதே$_3$வஸ்ய பார்த$_2$ஸ்ய ச மஹாத்மன:
ஸம்'வாத$_3$ம் இமம் அஷ்$_2$ரௌஷம் அத்$_3$பு$_4$தம்' ரோம-ஹர்ஷணம்

ஸஞ்ஜய: உவாச—சஞ்சயன் கூறினான்; *இதி*—இவ்வாறு; *அஹம்*—நான்; *வாஸுதே$_3$வஸ்ய*—கிருஷ்ணரது; *பார்த$_2$ஸ்ய*—அர்ஜுனனது; *ச*—மேலும்; *மஹா-ஆத்மன:*—மஹாத்மாக்களின்; *ஸம்'வாத$_3$ம்*—உரையாடல்; *இமம்*—இந்த; *அஷ்$_2$ரௌஷம்*—கேட்டு; *அத்$_3$பு$_4$தம்*—அற்புதமான; *ரோம-ஹர்ஷணம்*—மயிர்கூச்செரிகின்றது.

சஞ்ஜயன் கூறினான்: இவ்வாறு, கிருஷ்ணர், அர்ஜுனன் என்னும் இரு மஹாத்மாக்களுக்கு இடையிலான உரையாடலை நான் கேட்டேன். அதன் அற்புதமான விஷயங்களினால் எனக்கு மயிர்கூச்சம் ஏற்படுகின்றது.

பொருளுரை: பகவத் கீதையின் ஆரம்பத்தில், திருதராஷ்டிரன் தனது காரியதரிசியான சஞ்ஜயனிடம், "குருக்ஷேத்திரப் போர்க்களத்தில் என்ன நடந்தது?" என்று வினவினான். சஞ்ஜயன் தனது ஆன்மீக குருவான வியாஸதேவரின் கருணையால், நடப்பவை அனைத்தையும் தனது இதயத்தில் காண முடிந்தது. இவ்வாறு அவன் போர்க்களத்தின் விஷயங்களை விளக்கினான். இந்த உரையாடல் மிகவும் அற்புதமானது; ஏனெனில், இரு மஹாத்மாக்களுக்கு இடையிலான இத்தகு முக்கிய உரையாடல் இதற்கு முன் எப்போதும் நடந்ததில்லை, இனிமேலும் நடக்கப் போவதில்லை. புருஷோத்தமரான முழுமுதற்

கடவுள் தன்னைப் பற்றியும் தனது சக்திகளைப் பற்றியும் தனது சிறந்த பக்தனான அர்ஜுனன் என்னும் ஜீவாத்மாவிடம் விளக்குவதால் இந்த உரையாடல் அற்புதமானது. கிருஷ்ணரைப் புரிந்துகொள்வதில் அர்ஜுனனின் அடிச்சுவடுகளை நாம் பின்பற்றினால், நமது வாழ்வு மகிழ்வுடையதாகவும் வெற்றிகரமானதாகவும் அமையும். இதனை உணர்ந்த சஞ்ஜயன், திருதராஷ்டிரனிடம் இந்த உரையாடலை எடுத்துரைக்கின்றான்; எங்கெல்லாம் கிருஷ்ணரும் அர்ஜுனனும் இருக்கின்றார்களோ, அங்கெல்லாம் வெற்றி உண்டு என்று தற்போது முடிவு செய்யப்படுகின்றது.

ஸ்லோகம் 75

व्यासप्रसादाच्छ्रुतवानेतद्गुह्यमहं परम् ।
योगं योगेश्वरात्कृष्णात्साक्षात्कथयतः स्वयम् ॥ ७५ ॥

வ்யாஸ-ப்ரஸாதா$_3$ச் ச்$_2$ருதவான் ஏதத்$_3$ கு$_3$ஹ்யம் அஹம்' பரம்
யோக$_3$ம்' யோகே$_3$ஷ்$_2$வராத் க்ரு'ஷ்ணாத் ஸாக்ஷாத் கத$_2$யத: ஸ்வயம்

வ்யாஸ-ப்ரஸாதா$_3$த்—வியாஸதேவரின் கருணையால்; *ஷ்$_2$ருதவான்*—கேட்ட; *ஏதத்*—இந்த; *கு$_3$ஹ்யம்*—இரகசியம்; *அஹம்*—நான்; *பரம்*—பரம; *யோக$_3$ம்*—யோகம்; *யோக$_3$-ஈஷ்$_2$வராத்*—யோகிகளின் இறைவனான; *க்ரு'ஷ்ணாத்*—கிருஷ்ணரிடமிருந்து; *ஸாக்ஷாத்*—நேரடியாக; *கத$_2$யத:*—கூறப்பட்ட; *ஸ்வயம்*—தாமாகவே.

வியாஸரின் கருணையால், யோகங்களின் இறைவனான கிருஷ்ணர், அர்ஜுனனிடம் தாமே நடத்திய இந்த மிகமிக இரகசியமான உரையாடலை நான் நேரடியாகக் கேட்டேன்.

பொருளுரை: வியாஸர், சஞ்ஜயனின் ஆன்மீக குருவாவார். அவருடைய கருணையால் புருஷோத்தமரான முழுமுதற் கடவுளை புரிந்துகொள்ள முடிந்தது என்று சஞ்ஜயன் இங்கு ஒப்புக்கொள்கிறான். இதன் பொருள் என்னவெனில், கிருஷ்ணரை நேரடியாக அல்லாமல் ஆன்மீக குரு என்னும் ஊடகத்தின் மூலமாகவே புரிந்துகொள்ள வேண்டும். அனுபவம் நேரடியானதே என்றாலும், ஆன்மீக குரு தெளிவான ஊடகமாவார். இதுவே சீடப் பரம்பரையின் இரகசியம். ஆன்மீக குரு அங்கீகாரம் பெற்றவராக இருந்தால், அர்ஜுனனைப் போலவே பகவத் கீதையை நேரடியாகக் கேட்க முடியும். உலகெங்கும் பற்பல யோகிகளும், சித்தர்களும் இருக்கின்றனர், ஆனால் எல்லா யோக முறைகளின் இறைவன் கிருஷ்ணரே. பகவத் கீதையில் கிருஷ்ணரின் உபதேசம் மிகவும் தெளிவாகக் கூறப்பட்டுள்ளது, கிருஷ்ணரிடம் சரணடையுங்கள் என்பதே அந்த உபதேசம். இவ்வாறு செய்பவனே மிகச்சிறந்த யோகியாவான். இஃது ஆறாம்

அத்தியாயத்தின் இறுதி ஸ்லோகத்தில் உறுதி செய்யப்பட்டது. *யோகி₃னாம் அபி ஸர்வேஷாம்.*

நாரதர் கிருஷ்ணருடைய நேரடி சீடரும், வியாஸருடைய குருவும் ஆவார். எனவே, சீடப் பரம்பரையில் வரும் வியாஸர், அர்ஜுனனைப் போன்று அங்கீகாரம் பெற்றவராவார். சஞ்ஜயனோ வியாஸருடைய நேரடிச் சீடன். எனவே, வியாஸருடைய கருணையால், சஞ்ஜயனுடைய புலன்கள் தூய்மைப்படுத்தப்பட்டு, அவனால் கிருஷ்ணரை நேரடியாகக் காணவும் கேட்கவும் முடிந்தது. கிருஷ்ணரிடமிருந்து நேரடியாகக் கேட்பவன் இந்த இரகசிய ஞானத்தைப் புரிந்துகொள்ள முடியும். சீடப் பரம்பரையை அணுகவில்லை எனில், ஒருவன் கிருஷ்ணரிடமிருந்து கேட்க முடியாது; இதனால், குறைந்தபட்சம் பகவத் கீதையைப் புரிந்துகொள்வதைப் பொறுத்தவரை, அவனது ஞானம் எப்பொழுதும் பக்குவமற்றதாகவே இருக்கும்.

பகவத் கீதையில், கர்ம யோகம், ஞான யோகம், பக்தி யோகம் என எல்லா யோக முறைகளும் விளக்கப்பட்டுள்ளன. இத்தகு யோக முறைகள் எல்லாவற்றிற்கும் கிருஷ்ணரே இறைவன். கிருஷ்ணரை நேரடியாகப் புரிந்துகொள்ளுமளவிற்கு அர்ஜுனன் அதிர்ஷ்டம் செய்திருந்ததைப் போல, வியாஸதேவருடைய கருணையால் சஞ்சயனும், கிருஷ்ணரிடமிருந்து நேரடியாகக் கேட்க முடிந்தது என்பதைப் புரிந்துகொள்ள வேண்டும். கிருஷ்ணரிடமிருந்து நேரடியாகக் கேட்பதற்கும், வியாஸரைப் போன்ற அங்கீகரிக்கப்பட்ட ஆன்மீக குருவின் மூலமாக கிருஷ்ணரிடமிருந்து நேரடியாகக் கேட்பதற்கும், உண்மையில் எவ்வித வேறுபாடும் இல்லை. ஆன்மீக குரு வியாஸதேவரின் பிரதிநிதியும்கூட. எனவே, ஆன்மீக குருவின் பிறந்த தினத்தன்று, அவரது சீடர்கள் வேத முறைப்படி அந்த விழாவினை 'வியாஸ பூஜையாக' கொண்டாடுகின்றனர்.

ஸ்லோகம் 76

राजन्संस्मृत्य संस्मृत्य संवादमिममद्भुतम् ।
केशवार्जुनयोः पुण्यं हृष्यामि च मुहुर्मुहुः ॥ ७६ ॥

ராஜன் ஸம்'ஸ்ம்ரு'த்ய ஸம்'ஸ்ம்ரு'த்ய ஸம்'வாத₃ம் இமம் அத்₃பு₄தம்
கேஷ₂வார்ஜுனயோ: புண்யம்' ஹ்ரு'ஷ்யாமி ச முஹுர் முஹு:

ராஜன்—மன்னனே; *ஸம்ஸ்ம்ரு'த்ய*—நினைத்து; *ஸம்ஸ்ம்ரு'த்ய*—நினைத்து; *ஸம்'வாத₃ம்*—உரையாடல்; *இமம்*—இந்த; *அத்₃பு₄தம்*—அற்புதமான; *கேஷ₂வ*—பகவான் கிருஷ்ணர்; *அர்ஜுனயோ:*—

அர்ஜுனனின்; *புண்யம்*—புண்ணியம்; *ஹ்ரு'ஷ்யாமி*—இன்பமடைகின்றேன்; *ச*—மேலும்; *முஹு: முஹு:*—மீண்டும்மீண்டும்.

மன்னனே, கிருஷ்ணருக்கும் அர்ஜுனனுக்குமிடையில் நடந்த இந்த அற்புதமான புனித உரையாடலை மீண்டும்மீண்டும் நினைத்து, ஒவ்வொரு கணமும் உணர்ச்சிவசப்பட்டு நான் இன்பமடைகின்றேன்.

பொருளுரை: பகவத் கீதையின் ஞானம் எந்த அளவிற்கு தெய்வீகமானது என்றால், அர்ஜுனனையும், கிருஷ்ணரையும் பற்றிய விஷயங்களை நன்கு அறியக்கூடியவன், தர்மாத்மாவாக ஆவது மட்டுமின்றி, இத்தகு உரையாடலை மறக்க முடியாதவனாகின்றான். இதுவே ஆன்மீக வாழ்வின் மகோன்னத நிலை. வேறுவிதமாகக் கூறினால், கீதையை சரியான மூலத்திடமிருந்து கேட்பவன், அதாவது, கிருஷ்ணரிடமிருந்து நேரடியாகக் கேட்பவன், பூரண கிருஷ்ண உணர்வை அடைகின்றான். கிருஷ்ண உணர்வின் பலன் என்னவெனில், அவன் மேன்மேலும் அறிவொளி பெற்று, உளமகிழ்வுடன் வாழ்வை அனுபவிக்கிறான்; சில நேரங்களில் மட்டுமல்ல, ஒவ்வொரு கணமும்.

ஸ்லோகம் 77

तच्च संस्मृत्य संस्मृत्य रूपमत्यद्भुतं हरेः ।
विस्मयो मे महान्राजन्हृष्यामि च पुनः पुनः ॥ ७७॥

தச் ச ஸம்'ஸ்மரு'த்ய ஸம்'ஸ்மரு'த்ய ரூபம் அத்ய்-அத்$_3$பு$_4$தம்' ஹரே:
விஸ்மயோ மே மஹான் ராஜன் ஹ்ரு'ஷ்யாமி ச புன: புன:

தத்—அந்த; *ச*—மேலும்; *ஸம்'ஸ்மரு'த்ய*—நினைத்து; *ஸம்ஸ்மரு'த்ய*—நினைத்து; *ரூபம்*—உருவம்; *அதி*—சிறந்த; *அத்$_3$பு$_4$தம்*—அற்புதமான; *ஹரே:*—பகவான் கிருஷ்ணருடைய; *விஸ்மய:*—வியக்கின்றேன்; *மே*—எனது; *மஹான்*—சிறந்த; *ராஜன்*—மன்னனே; *ஹ்ரு'ஷ்யாமி*—இன்பமடைகின்றேன்; *ச*—மேலும்; *புன: புன:*—மீண்டும்மீண்டும்.

மன்னனே, பகவான் கிருஷ்ணருடைய அந்த அற்புத ரூபத்தை நினைத்துநினைத்து, நான் மேன்மேலும் வியப்பில் மூழ்கி, மீண்டும்மீண்டும் இன்பமடைகிறேன்.

பொருளுரை: அர்ஜுனனுக்குக் காட்டப்பட்ட கிருஷ்ணரது விஸ்வரூபத்தினை வியாஸருடைய கருணையால் சஞ்ஜயனும் பார்க்க முடிந்தது என்று தோன்றுகின்றது. பகவான் கிருஷ்ணர் அத்தகு உருவத்தை அதற்கு முன் ஒருபோதும் காட்டியதில்லை என்று கூறப்படுகின்றது. அஃது அர்ஜுனனுக்கு மட்டுமே

காட்டப்பட்டது; இருப்பினும், விஸ்வரூபம் அர்ஜுனனுக்குக் காட்டப்பட்டபொழுது, மிகச்சிறந்த பக்தர்கள் சிலரும் அதனைக் காண முடிந்தது, வியாஸரும் அவர்களில் ஒருவர். பகவானின் மிகச்சிறந்த பக்தர்களில் ஒருவரான அவர், கிருஷ்ணரின் சக்தி பெற்ற அவதாரமாகவும் கருதப்படுகின்றார். விஸ்வரூபத்தை வியாஸர் தனது சீடனான சஞ்ஜயனுக்குக் காட்டினார், அர்ஜுனனுக்காக கிருஷ்ணரால் காட்டப்பட்ட அந்த அற்புதமான உருவத்தை நினைத்து சஞ்ஜயன் மீண்டும்மீண்டும் இன்பமடைகிறான்.

ஸ்லோகம் 78

यत्र योगेश्वरः कृष्णो यत्र पार्थो धनुर्धरः ।
तत्र श्रीर्विजयो भूतिर्ध्रुवा नीतिर्मतिर्मम ॥ ७८ ॥

யத்ர யோகே₃ஷ்₂வர: க்ரு'ஷ்ணோ யத்ர பார்தோ₂ த₄னுர்-த₄ர:
தத்ர ஸ்ரீர் விஜயோ பூ₄திர் த்₄ருவா நீதிர் மதிர் மம

யத்ர—எங்கு; *யோகே₃ஷ்₂வர:*—யோகிகளின் இறைவனான; *க்ரு'ஷ்ண:*—பகவான் கிருஷ்ணர்; *யத்ர*—எங்கு; *பார்த:₂*—பிருதாவின் மைந்தனே; *த₄னு: த₄ர:*—வில்லையும் அம்புகளையும் ஏந்திய; *தத்ர*—அங்கு; *ஸ்ரீ:*—செல்வம்; *விஜய:*—வெற்றி; *பூ₄தி:*—அசாதாரணமான வலிமை; *த்₄ருவ:*—நிச்சயம்; *நீதி:*—நீதி; *மதி: மம*—எனது அபிப்பிராயம்.

யோகிகளின் இறைவனான கிருஷ்ணர் எங்கெல்லாம் இருக்கின்றாரோ, உன்னத வில்லாளியான அர்ஜுனன் எங்கெல்லாம் இருக்கின்றானோ, அங்கெல்லாம் நிச்சயமாக செல்வமும் வெற்றியும் அசாதாரணமான வலிமையும் நியாயமும் இருக்கும் என்பது எனது அபிப்பிராயம்.

பொருளுரை: பகவத் கீதை திருதராஷ்டிரரின் வினாவுடன் தொடங்கியது. பீஷ்மர், துரோணர், கர்ணன் முதலிய மாபெரும் வீரர்களின் உதவியால் தனது மகன்களது வெற்றியின் மீது அவர் நம்பிக்கை கொண்டிருந்தார். வெற்றி தன் பக்கமே என்று அவன் நம்பியிருந்தான். ஆனால் போர்க்களத்தின் நிலையை விவரித்த பிறகு, "நீங்கள் வெற்றியைப் பற்றி எண்ணிக் கொண்டுள்ளீர், ஆனால் எனது அபிப்பிராயம் என்னவெனில், கிருஷ்ணரும் அர்ஜுனனும் எங்குள்ளார்களோ, அங்கே எல்லா நல்ல திர்ஷ்டங்களும் இருக்கும்" என்று மன்னனிடம் சஞ்ஜயன் கூறுகின்றான். திருதராஷ்டிரர் தனது பக்கத்தில் வெற்றியை எதிர்பார்க்க முடியாது என்று அவன் நேரடியாக உறுதி செய்கின்றான். கிருஷ்ணர் அர்ஜுனனின் பக்கத்தில் இருப்பதால், அங்கு வெற்றி நிச்சயம். அர்ஜுனனின் சாரதி என்னும் நிலையை கிருஷ்ணர் ஏற்றுக்

கொண்டது அவரது மற்றொரு ஐஸ்வர்யத்தைக் காட்டுகின்றது. கிருஷ்ணர் எல்லா ஐஸ்வர்யங்களும் பூரணமாக நிறைந்தவர், அவற்றில் ஒன்று துறவு. இத்தகு துறவினை வெளிக்காட்டும் பற்பல சம்பவங்கள் உள்ளன; ஏனெனில், கிருஷ்ணரே துறவிற்கும் எஜமானர்.

உண்மையில், போர் துரியோதனனுக்கும் யுதிஷ்டிரருக்கும், இடையிலானது. அர்ஜுனன் தனது மூத்த சகோதரரான யுதிஷ்டிரரின் சார்பில் போர் புரிந்து கொண்டிருந்தான். கிருஷ்ணரும், அர்ஜுனனும் யுதிஷ்டிரரின் பக்கம் இருந்ததால், யுதிஷ்டிரருடைய வெற்றி நிச்சயம். உலகை ஆள்வது யார் என்பதை முடிவு செய்வதற்காக போர் நடைபெற உள்ளது. ஆட்சி யுதிஷ்டிரரின் கைக்கு மாற்றப்படுவது நிச்சயம் என்று சஞ்ஜயன் இங்கு முன்னுரைக்கின்றான். அதுமட்டுமின்றி, போரில் வெற்றி பெற்ற பிறகு, யுதிஷ்டிரர் மேன்மேலும் செழிப்படைவார்; ஏனெனில், அவர் புண்ணியமான தர்மாத்மா மட்டுமின்றி நீதிநெறி தவறாதவர். அவர் தனது வாழ்வில் ஒருமுறைகூட பொய் சொல்லாதவர்.

இரு நண்பர்களுக்கிடையே போர்க்களத்தில் நடைபெற்ற ஒரு விவாதமாக மட்டுமே பகவத் கீதையை எடுத்துக்கொள்ளும் சிற்றறிவாளர்கள் பலர் உள்ளனர். ஆனால் அத்தகு நூல் சாஸ்திரமாக முடியாது. போரிடுதல் என்னும் நீதிக்குப் புறம்பான செயலில் ஈடுபடுமாறு அர்ஜுனனுக்கு கிருஷ்ணர் அறிவுரை கொடுத்திருக்கிறாரே என்று சிலர் எதிர்க்கலாம். ஆனால், நீதியின் உன்னத உபதேசம் பகவத் கீதையே என்னும் உண்மை நிலவரம் இங்குத் தெளிவாகக் கூறப்பட்டுள்ளது. நீதியின் பரம உபதேசம் என்னவெனில், *மன்-மனா ப₄வ மத்₃-ப₄க்த:,* கிருஷ்ணரது பக்தனாக ஆக வேண்டும்—இஃது ஒன்பதாம் அத்தியாயத்தின் முப்பத்து நான்காவது ஸ்லோகத்தில் கூறப்பட்டது. மேலும், எல்லா தர்மத்தின் சாரமும் கிருஷ்ணரிடம் சரணடைவதே (*ஸர்வ-த₄ர்மான் பரித்யஜ்ய மாம் ஏகம் ஷ₂ரணம் வ்ரஜ*). பகவத் கீதையின் உபதேசங்கள் பரம தர்மத்தையும் நீதியையும் உள்ளடக்கியுள்ளன. மற்ற முறைகள் தூய்மைப்படுத்தலாம், இந்த முறையினை அடைவதற்கு ஒருவனுக்கு வழிகாட்டலாம், ஆனால் எல்லா தர்மத்திற்கும் நீதிக்கும் இறுதியாக விளங்குவது கீதையின் இறுதி உபதேசமான "கிருஷ்ணரிடம் சரணடை" என்பதே. இதுவே பதினெட்டாவது அத்தியாயத்தின் தீர்ப்பாகும்.

பகவத் கீதையிலிருந்து நாம் புரிந்துகொள்ளக்கூடியது யாதெனில், தத்துவ அனுமானத்தினாலும் தியானத்தினாலும் தன்னுணர்வை

அடைதல் ஒரு முறை, ஆனால் கிருஷ்ணரிடம் சரணடைதல் உன்னதமான பக்குவநிலை. பகவத் கீதையின் உபதேச சாரம் இதுவே. பல்வேறு விதமான தர்மத்தின் அடிப்படையிலும் வர்ணத்தின் அடிப்படையிலும் செய்யப்படும் மதச் சடங்குகள், ஞானத்தின் இரகசியமான பாதையாகக் கருதப்படலாம். ஆனால் மதச்சடங்குகள் இரகசியமானவை என்றபோதிலும், தியானமும் ஞானத்தை விருத்தி செய்வதும் அதைவிட இரகசியமானவை. மேலும், பூரண கிருஷ்ண உணர்வுடன் பக்தித் தொண்டில் கிருஷ்ணரிடம் சரணடைவதே மிகமிக இரகசியமான உபதேசமாகும். இதுவே பதினெட்டாம் அத்தியாயத்தின் சாராம்சம்.

பகவத் கீதையின் மற்றொரு விஷயம் என்னவெனில், புருஷோத்தமரான முழுமுதற் கடவுள் கிருஷ்ணரே பரம உண்மை. அருவ பிரம்மன், பரமாத்மா, இறுதியில் புருஷோத்தமரான முழுமுதற் கடவுள் கிருஷ்ணர் என்று மூன்று நிலைகளில் பூரண உண்மை உணரப்படுகின்றது. பூரண உண்மையைப் பற்றிய பக்குவமான ஞானம் என்றால், கிருஷ்ணரைப் பற்றிய பக்குவ ஞானம் என்பது பொருள். ஒருவன் கிருஷ்ணரைப் புரிந்து கொண்டால், ஞானத்தின் அனைத்து துறைகளும் அந்த அறிவின் அம்சமாகி விடுகின்றன. தனது நித்தியமான அந்தரங்க சக்தியில் எப்போதும் நிலைபெற்றிருக்கும் கிருஷ்ணர், தெய்வீகமானவர். அவரது சக்தியிலிருந்து தோன்றிய உயிர்வாழிகள், நித்தியமாகக் கட்டுண்டவர்கள், நித்தியமாக முக்தி பெற்றவர்கள் என இருவகைப்படுவர். எண்ணிலடங்காத அத்தகு உயிர்வாழிகள் கிருஷ்ணரின் முக்கியப் பகுதிகளாகக் கருதப்படுகின்றனர். ஜட இயற்கை இருபத்துநான்கு பிரிவுகளில் தோற்றுவிக்கப்படுகின்றது. நித்தியமான காலத்தால் உண்டாகும் படைப்பு, வெளிப்புற சக்தியால் உருவாக்கப்பட்டு அழிக்கப்படுகின்றது. அகிலத்தின் இந்த படைப்பு, மீண்டும்மீண்டும் தோன்றி மறைகின்றது.

பகவத் கீதையில் ஐந்து முக்கிய விஷயங்கள் விவாதிக்கப்பட்டுள்ளன: பரம புருஷ பகவான், ஜட இயற்கை, உயிர்வாழிகள், நித்தியமான காலம், மற்றும் எல்லாவிதமான செயல்கள். இவையனைத்தும் பரம புருஷ பகவானான ஸ்ரீ கிருஷ்ணரையே சார்ந்துள்ளன. பரம புருஷ பகவானைப் புரிந்துகொள்ளுதல் என்னும் பிரிவின் கீழ், அருவ பிரம்மன், பரமாத்மா, பூரண உண்மையின் இதர தெய்வீக கருத்துகள் என அனைத்தும் அடங்கும். பரம புருஷ பகவான், ஜீவாத்மா, ஜட இயற்கை, காலம் ஆகியவை மேலோட்டமாகப் பார்ப்பதற்கு வேறுபட்டவையாகத் தோன்றினாலும், அவற்றில் எதுவுமே

பரமனிலிருந்து வேறுபட்டதல்ல. ஆனால் பரமனோ ஒவ்வொன்றிலிருந்தும் எப்போதும் வேறுபட்டவர். "சிந்தனைக்கு அப்பாற்பட்ட ஒற்றுமையும் வேற்றுமையும்" எனப்படும் பகவான் சைதன்யரின் தத்துவம், பூரண உண்மையின் பக்குவ ஞானத்தை உள்ளடக்கியதாகும்.

உயிர்வாழி தனது உண்மையான நிலையில் தூய்மையான ஒரு ஆன்மா. அவன் பரம ஆன்மாவின் அணுவைப் போன்ற அம்சம். எனவே, பகவான் கிருஷ்ணரை சூரியனுடனும் உயிர்வாழிகளை சூரியக் கதிர்களுடனும் ஒப்பிடலாம். உயிர்வாழிகள் கிருஷ்ணரின் நடுத்தர சக்தி என்பதால், அவர்கள் ஆன்மீக சக்தியுடனும் தொடர்புகொள்ளலாம், ஜட சக்தியுடனும் தொடர்புகொள்ளலாம். வேறுவிதமாகக் கூறினால், உயிர்வாழி, இறைவனின் இரண்டு சக்திகளுக்கு நடுவில் அமைந்துள்ளான், மேலும், அவன் இறைவனின் உயர்ந்த சக்தியைச் சேர்ந்தவன் என்பதால், அவனுக்குச் சிறு சுதந்திரம் இருக்கின்றது. அந்த சுதந்திரத்தை முறையாக உபயோகிப்பதால் அவன் கிருஷ்ணரின் நேரடிக் கட்டளையின் கீழ் வர முடியும். இவ்வாறு, ஆனந்தம் தரும் சக்தியில் அவன் தனது இயற்கையான நிலையை அடைகின்றான்.

ஸ்ரீமத் பகவத் கீதையின் "முடிவு, துறவின் பக்குவம்" என்னும் பதினெட்டாம் அத்தியாயத்திற்கான பக்திவேதாந்த பொருளுரைகள் இத்துடன் நிறைவடைகின்றன.

ஆசிரியர் குறிப்பு

தெய்வத்திரு அ.ச. பக்திவேதாந்த சுவாமி பிரபுபாதர் 1896ஆம் வருடம் கொல்கத்தாவில் சிறப்பான வைஷ்ணவ குடும்பத்தில் தோன்றினார். பக்தித் தொண்டின் நெறிகளை சிறு வயதிலிருந்தே கற்று வந்த அவர், தனது ஆன்மீக குருவான ஸ்ரீல பக்திசித்தாந்த சரஸ்வதி கோஸ்வாமியினை 1922ஆம் வருடம் கொல்கத்தாவில் முதன்முறையாக சந்தித்தார். அறுபத்துநான்கு கௌடீய மடங்களை நிறுவியவரும், புகழ்பெற்ற ஆச்சாரியருமான ஸ்ரீல பக்திசித்தாந்தருக்கு இந்த படித்த இளைஞனை மிகவும் பிடித்திருந்தது, வேத ஞானத்தை பிரச்சாரம் செய்யும் பணிக்கு, அதிலும் குறிப்பாக ஆங்கிலம் பேசும் நாடுகளில் ஆங்கிலத்தில் பிரச்சாரம் செய்வதற்கு, வாழ்வை அர்ப்பணிக்கும்படி அவரைக் கேட்டுக் கொண்டார். பின்னர், 1933இல் ஸ்ரீல பிரபுபாதர் முறையாக அவரிடம் தீக்ஷை பெற்று சீடரானார்.

தீக்ஷை பெற்ற பின்னர், ஸ்ரீல பிரபுபாதர், பகவத் கீதைக்கு விளக்கவுரை எழுதினார், கௌடீய மடத்தின் பணிகளில் உதவி செய்தார், 1944இல் பேக் டு காட்ஹெட் (Back to Godhead) என்ற ஆங்கில பத்திரிகையை மாதம் இருமுறை வெளிவரும்படி தொடங்கினார். அதனை அவரே தனிநபராக தயார் செய்து, தட்டச்சு செய்து, திருத்தியது மட்டுமின்றி தாமே விநியோகமும் செய்தார். அப்பத்திரிகை தற்போது அவரைப் பின்பற்றுபவர்களால் ஆங்கிலம்

மட்டுமின்றி உலகின் பல்வேறு மொழிகளிலும் தொடர்ந்து வெளியிடப்பட்டு வருகின்றது. (தமிழில் "பகவத் தரிசனம்" என்ற பெயரில் வெளிவருகிறது.)

ஸ்ரீல பிரபுபாதர் 1950இல் குடும்ப வாழ்விலிருந்து ஓய்வு பெற்று, கற்பதற்கும் எழுதுவதற்கும் அதிக நேரம் வேண்டி, வானப்பிரஸ்தம் ஏற்றார். ஆன்மீகத் திருத்தலமான விருந்தாவனத்திற்குச் சென்று, அங்குள்ள சரித்திர புகழ்பெற்ற ராதா-தாமோதரர் கோவிலில், மிகவும் எளிமையான முறையில் வாழ்ந்து வந்தார். ஆழ்ந்த கல்வியிலும் எழுத்துப் பணியிலும் பல வருடங்களைக் கழித்தார், 1959இல் சந்நியாசம் ஏற்ற பின்னர், அவர் தமது வாழ்வின் முக்கியமான பணியினைத் தொடங்கினார். 18,000 ஸ்லோகங்களைக் கொண்ட ஸ்ரீமத் பாகவதத்தினை மொழிபெயர்த்து விளக்கமளிக்கத் தொடங்கினார். மேலும், "பிற கிரகங்களுக்கு எளிதான பயணம்" என்னும் நூலையும் எழுதினார்.

பாகவதத்தின் மூன்று பகுதிகளை வெளியிட்ட பின்னர், தனது ஆன்மீக குருவின் கட்டளையை பூர்த்தி செய்வதற்காக, செப்டம்பர் 1965இல் அமெரிக்கா சென்றார். அதன் பின்னர், ஐம்பதுக்கும் மேற்பட்ட நூல்களின் வடிவில், இந்தியாவின் தத்துவத்தினையும், மதத்தினையும் அதிகாரம் பொருந்திய வடிவில் தமது விளக்கவுரைகளின் மூலம் வழங்கினார்.

சரக்குக் கப்பலிலிருந்து நியூயார்க் நகரில் முதன்முறையாக இறங்கியபோது, அவரிடம் கொஞ்சமும் பணமில்லை. ஏறக்குறைய ஒரு வருட கால சிரமத்திற்குப் பின், அகில உலக கிருஷ்ண பக்தி இயக்கத்தை (The International Society for Krishna Consciousness—ISKCON) 1966ஆம் வருடம் ஜூலை மாதம் நிறுவினார். 1977, நவம்பர் 14ஆம் நாள் இவ்வுலகை விட்டுச் செல்வதற்கு முன், நூற்றுக்கணக்கான கோயில்கள், ஆஷ்ரமங்கள், பண்ணைகள் முதலியவற்றை நிறுவி, இவ்வியக்கத்தினை உலகெங்கிலும் பரவச் செய்தார். மேற்கத்திய நாடுகளில் முதன்முதலில் குருகுலப் பள்ளியைத் திறந்த பெருமையும் அவரையே சாரும்.

பாரதப் பண்பாட்டைப் பரப்புவதற்காக, உலகெங்கிலும் பல்வேறு கோயில்களை நிர்மாணித்த பிறகு, இந்தியாவிலும் மாபெரும் கோயில்களை உருவாக்க ஸ்ரீல பிரபுபாதர் விரும்பினார். மேற்கு வங்காளத்திலுள்ள திருத்தலமான மாயாபுரில், மாபெரும் ஆன்மீக நகரத்தை உருவாக்கும் திருப்பணி ஸ்ரீல பிரபுபாதரால் தொடங்கப்பட்டு தொடர்ந்து நடைபெற்று வருகின்றது. பல்வேறு நகரங்களிலும்

பிரம்மாண்டமான கோயில்கள் கட்டப்பட்டு உள்ளன, மேலும் பல இடங்களில் கோயில் கட்டுமான பணிகள் நடைபெற்று வருகின்றன.

இவற்றிற்கு மத்தியிலும், ஸ்ரீல பிரபுபாதரின் மாபெரும் பொக்கிஷங்கள் என்னும் பெருமையைப் பெறுபவை அவரது நூல்களே. பல்வேறு பணிகளுக்கு மத்தியிலும் எழுதப்பட்ட அந்நூல்கள், ஆழமான தத்துவம், அதிகாரத் தன்மை, தெளிவு முதலிய காரணங்களால், பல்வேறு அறிஞர்களால் போற்றப்பட்டு உலகெங்கிலும் நூற்றுக்கணக்கான பல்கலைக்கழகங்களில் பயன்படுத்தப்பட்டு வருகின்றன. சுமார் எண்பது மொழிகளில் மொழிபெயர்க்கப்பட்டுள்ள இந்நூல்களால் உலக மக்கள் அனைவரும் பயனடைகின்றனர். 1972இல் ஸ்ரீல பிரபுபாதரால் தொடங்கப்பட்ட பக்திவேதாந்த புத்தக அறக்கட்டளை, உலகின் தலைசிறந்த ஆன்மீக புத்தக நிறுவனமாக இன்று விளங்குகின்றது.

பன்னிரண்டு வருடங்களில் உலகினை பதினான்கு முறை வலம் வந்து மிகவும் வயதான சூழ்நிலையிலும், உலகின் ஆறு கண்டங்களிலும் கிருஷ்ணரைப் பற்றி உரையாற்றி மக்களிடம் ஆன்மீக விழிப்புணர்ச்சியை ஏற்படுத்தினார் ஸ்ரீல பிரபுபாதர்.

(ஸ்ரீல பிரபுபாதரின் வாழ்க்கை வரலாற்றினை எடுத்துரைக்கும் நூல், இஸ்கான் கோயில்களில் கிடைக்கின்றது.)

மேற்கோள் காட்டப்பட்டுள்ள சாஸ்திரங்கள்

அதர்வ வேதம்

அம்ருத-பிந்து உபநிஷத்

ஈஷோபநிஷத்

உபதேசாமிருதம்

கட உபநிஷத்

கர்க உபநிஷத்

கீதை மஹாத்மியம்

கூர்ம புராணம்

கோபாலதாபனீ உபநிஷத்

கௌஷீதாகீ உபநிஷத்

சாண்டோக்ய உபநிஷத்

சைதன்ய சரிதாம்ருதம்

தைத்திரீய உபநிஷத்

நரசிம்ஹ புராணம்

நாரத பஞ்சராத்ரம்

நாராயண உபநிஷத்

நாராயணீயம்

நிருக்தி (அகராதி)

பக்தி ரஸாம்ருத சிந்து

பகவத் கீதை

பத்ம புராணம்

பராஷர ஸ்மிருதி

பிரம்ம சம்ஹிதை

பிரம்ம சூத்திரம்

பிரஷ்ன உபநிஷத்

பிருஹத் ஆரண்யக உபநிஷத்

பிருஹத் விஷ்ணு ஸ்மிருதி

பிருஹன் நாரதீய புராணம்

புருஷ போதினீ உபநிஷத்

மஹாபாரதம்

மஹா உபநிஷத்

மாத்யன்தினாயன ஸ்ருதி

மாண்டூக்ய உபநிஷத்

யோக சூத்திரம்

ரிக் வேதம்

வராஹ புராணம்

விஷ்ணு புராணம்

வேதாந்த சூத்திரம்

ஸ்ரீமத் பாகவதம்

ஸ்தோத்ர ரத்னம்

ஸாத்வத தந்திரம்

ஸுபால உபநிஷத்

ஷ்வேதாஷ்வதர உபநிஷத்

ஹரி பக்தி விலாஸ்

சமஸ்கிருத உச்சரிப்பு முறை

சமஸ்கிருதத்தில் உள்ள சில எழுத்துக்களும் அதன் உச்சரிப்புகளும் தமிழில் இல்லை என்பதால், அந்த உச்சரிப்புகளை வழங்கும் பொருட்டு, சில புதிய எழுத்துக்கள் தமிழில் சேர்க்கப்பட்டுள்ளன (ஜ, ஸ்ரீ, ஷ, ஸ, ஹ க்ஷ), சில தமிழ் எழுத்துகள் எண் குறியீட்டுடன் வழங்கப்படுகின்றன. நாமும் அவ்வழக்கத்தைப் பின்பற்றியுள்ளோம்.

अ	அ	आ	ஆ	इ	இ	ई	ஈ	उ	உ
ऊ	ஊ								
ऋ	ரு'	ॠ	ரூ'	ए	ஏ	ऐ	ஐ	ओ	ஓ
औ	ஔ								
क	க	ख	க$_2$	ग	க$_3$	घ	க$_4$	ङ	ங
च	ச	छ	ச$_2$	ज	ஜ	झ	ஜ$_2$	ञ	ஞ
ट	ட	ठ	ட$_2$	ड	ட$_3$	ढ	ட$_4$	ण	ண
त	த	थ	த$_2$	द	த$_3$	ध	த$_4$	न	ன, ந
प	ப	फ	ப$_2$	ब	ப$_3$	भ	ப$_4$	म	ம
य	ய	र	ர	ल	ல	व	வ		
श	ஷ$_2$	ष	ஷ	स	ஸ	ह	ஹ		
:	:	ऽ	'	क्ष	க்ஷ	श्री	ஸ்ரீ	ज्ञ	ஜ்ஞ

எழுத்துக்களை முறையாக உச்சரிக்கும் பொருட்டு, அவை இங்கு உதாரணங்களுடன் கொடுக்கப்பட்டுள்ளன:

க—கடவுள் என்பதில் வரும் க வைப் போன்று உச்சரிக்கவும்.

க$_2$—க் என்ற உச்சரிப்புடன் ஹ என்ற உச்சரிப்பை மென்மையாக இணைத்து க்ஹ என்று உச்சரிக்கவும்

க$_3$—கங்கை என்பதில் வரும் க வைப் போன்று உச்சரிக்கவும்.

க$_4$—க்$_3$ என்ற உச்சரிப்புடன் ஹ என்ற உச்சரிப்பை மென்மையாக இணைத்து க்$_3$ஹ என்று உச்சரிக்வும்.

ச—சந்திரன் என்பதில் வரும் ச வைப் போன்று உச்சரிக்கவும்.

ச$_2$—ச் என்ற உச்சரிப்புடன் ஹ என்ற உச்சரிப்பை மென்மையாக இணைத்து ச்ஹ என்று உச்சரிக்கவும்.

ஜ—ஜகந்நாதர் என்பதில் வரும் ஜ வைப் போன்று உச்சரிக்கவும்.

ஜ$_2$—ஜ் என்ற உச்சரிப்புடன் ஹ என்ற உச்சரிப்பை மென்மையாக இணைத்து ஜ்ஹ என்று உச்சரிக்கவும்.

ட—சட்டம் என்பதில் வரும் ட வைப் போன்று உச்சரிக்கவும்.

ட₂—ட் என்ற உச்சரிப்புடன் ஹ என்ற உச்சரிப்பை மென்மையாக இணைத்து ட்ஹ என்று உச்சரிக்கவும்.

ட₃—கடவுள் என்பதில் வரும் ட வைப் போன்று உச்சரிக்கவும்.

ட₄—ட்₃என்ற உச்சரிப்புடன் ஹ என்ற உச்சரிப்பை மென்மையாக இணைத்து ட்₃ஹ என்று உச்சரிக்கவும்.

த—தவம் என்பதில் வரும் த வைப் போன்று உச்சரிக்கவும்.

த₂—த் என்ற உச்சரிப்புடன் ஹ என்ற உச்சரிப்பை மென்மையாக இணைத்து த்ஹ என்று உச்சரிக்கவும்.

த₃—தரிசனம் என்பதில் வரும் த வைப் போன்று உச்சரிக்கவும்.

த₄—த்₃ என்ற உச்சரிப்புடன் ஹ என்ற உச்சரிப்பை மென்மையாக இணைத்து த₃ஹ என்று உச்சரிக்கவும். (உம்: தர்மம்)

ன/ந—இரண்டையும் ந என்றே உச்சரிக்கவும், ந எழுத்தினை நடுவில் படிப்பது தமிழில் சிரமமாக இருக்கலாம் என்பதால், ன, ந ஆகிய இரண்டையும் பயன்படுத்தியுள்ளோம்.

ப—பழக்கம் என்பதில் வரும் ப வைப் போன்று உச்சரிக்கவும்.

ப₂—ப் என்ற உச்சரிப்புடன் ஹ என்ற உச்சரிப்பை மென்மையாக இணைத்து ப்ஹ என்று உச்சரிக்கவும்.

ப₃—பலராமர் என்பதில் வரும் ப வைப் போன்று உச்சரிக்கவும்.

ப₄—ப்₃ என்ற உச்சரிப்புடன் ஹ என்ற உச்சரிப்பை மென்மையாக இணைத்து ப்ஹ என்று உச்சரிக்கவும். (உம்: பக்தி)

ஷ₂—சக்தி என்பதில் வரும் ச வைப் போன்று உச்சரிக்கவும்.

'—அவக்ரஹம் என்று அழைக்கப்படும் இவ்வெழுத்து, அ தொக்கி நிற்பதைக் குறிக்கின்றது, இதனை உச்சரிக்கக் கூடாது.

:—விஸர்கம் எனப்படும் இது அ: என்று வரும்போது, அஹ என்றும் இ: என்று வரும்போது இஹி என்றும் உச்சரிக்கப்படும்.

ஜ்ஞ—இஃது ஒரு கூட்டெழுத்து, இதனை ஒரே எழுத்தாக உச்சரிக்க வேண்டும்.

சமஸ்கிருதத்தின் உயிரெழுத்துகளும் மெய்யெழுத்துகளும் இணைந்து தமிழ் மொழியினைப் போன்றே உயிர்மெய் எழுத்துகளை உண்டாக்குகின்றன. எனவே, அந்த உயிர்மெய் எழுத்துக்களுக்கான தனிப்பட்ட உச்சரிப்பு முறை இங்கு வழங்கப்படவில்லை.

ஸ்லோகங்களின் அட்டவணை

இந்த அட்டவணையில், பகவத் கீதையின் சமஸ்கிருத ஸ்லோகங்கள் அகர வரிசையில் பட்டியலாகக் கொடுக்கப்பட்டுள்ளன. நான்கு வரி ஸ்லோகத்திற்கு முதல் வரியும் மூன்றாம் வரியும் வழங்கப்பட்டுள்ளன; இரண்டு வரி ஸ்லோகத்திற்கு இரண்டு வரிகளும் வழங்கப்பட்டுள்ளன. குறிகள், அத்தியாயத்தையும் ஸ்லோக வரிசையையும் காட்டுகின்றன.

U

ர

ல

வ

ஜ

மேற்கோள் காட்டப்பட்டுள்ள ஸ்லோகங்களின் அட்டவணை

பகவத் கீதையின் அறிமுகத்திலும் பொருளுரையிலும் மேற்கோள் காட்டப்பட்டுள்ள ஸ்லோகங்கள், அவற்றின் முதல் வரியையும் மூன்றாம் வரியையும் கொண்டு, இந்த அட்டவணையில் அகர வரிசையில் கொடுக்கப்பட்டுள்ளன. அறிமுகத்திலுள்ள ஸ்லோகங்கள் மட்டும், அவை இடம்பெற்றுள்ள பக்கத்தின் எண்ணை குறியாகவும், மற்றவை பகவத் கீதையின் அத்தியாயம் மற்றும் ஸ்லோக எண்ணை குறியாகவும் கொண்டுள்ளன. கீதையின் பல்வேறு ஸ்லோகங்கள் அதன் பொருளுரையிலேயே மேற்கோள் காட்டப்பட்டுள்ளன. அத்தகு ஸ்லோகங்கள் இங்கு கொடுக்கப்படவில்லை.

பொதுவான வழிகாட்டி

விமர்சனங்கள்

ஸ்ரீ ஸ்ரீமதே ராமானுஜாய நம:

வைதிக சாஸ்திரங்களில் தலைமை பெற்று உலகெங்கும் பரவியிருப்பது பகவத் கீதை. பண்டை காலத்தில், இதற்கு பிசாசர் ரந்தி, தேவகுப்தர், சங்கரர், யாதவபிரகாசர், பாஸ்கரர் நாராயணாயர், யஜ்ஞஸ்வாமி, யாமுனாசாரியர், இராமனுஜாசாரியர் முதலிய நூற்றுக்கணக்கானோர், வடமொழியில் பாஷ்யங்கள் எழுதியிருப்பதாக வேதாந்த தேசிகர் தமது கீதை பாஷ்ய தாத்பர்ய சந்திரிகையில் அருளியுள்ளார். இவற்றில் ஆதிசங்கரர், இராமானுஜாசாரியர், மத்வாசாரியர் ஆகிய மூன்று ஆச்சாரியர்களால் இயற்றப்பட்ட பாஷ்யங்கள், அத்வைதம், விசிஷ்டாத்வைதம், துவைதம் எனும் மூன்று தத்துவங்களை விளக்குபவை. இவை அனைத்திலுமே "பகவானான நாராயணனே பரம்பொருள், வேறு புகலற்றவர்கள் அவனை ஆஸ்ரயிப்பதே பரம தர்மம்" என்னும் சித்தாந்தம் ஒருமுகமாக நிலைநாட்டப்பட்டுள்ளது என்று தாத்பர்ய சந்திரிகையில் காட்டப்பட்டது. பிற்காலத்தில் பல மொழிகளில் ஆயிரக்கணக்கானவர்களால் பகவத் கீதைக்கு உரைகள் எழுதப்பட்டன. இவற்றில் பலவற்றில் கீதை காட்டும் முற்கூறிய சாரப் பொருள் வலியுறுத்தப்படவில்லை.

இக்குறையைத் தீர்ப்பதற்காக கீதாசார்யனான கண்ணன், சைதன்ய மதத்தைச் சேர்ந்தவரும் கீதையில் கூறப்பட்ட ஞான, பக்தப்ரபந்ந லட்சணங்கள் பொருந்தியவருமான ஸ்ரீல பிரபுபாதரைக் கொண்டு கீதைக்கு ஓர் ஆங்கில விளக்கம் எழுதச் செய்து இஸ்கான் இயக்கத்தின் மூலம் அதை உலகெங்கும் பரவச் செய்துள்ளார். அதை தமிழறிந்தவர்களும் அறிந்துகொள்ளும்படி எளிய, இனிய தமிழில் மொழிபெயர்த்துள்ளனர். தமிழ் கூறும் நல்லுலகம் இதனால் மிக்க பலனடையும்.

அன்பன்

21.10.83 ஸ்ரீ. கிருஷ்ணஸ்வாமி அய்யங்கார்,

ஆசிரியர், ஸ்ரீ வைஷ்ணவ ஸுதர்ஸனம்

புத்தூர் அக்ரஹாரம், திருச்சி.

பகவத் கீதை உண்மையுருவில் எனும் பெயர் கொண்ட பனுவலைப் படிக்கும் நல்வாய்ப்பினைப் பெற்றேன். எளிமை, இனிமை, ஆழமுடைமை, எனும் முப்பண்புகளும் இந்நூலில் களிநடம் புரியக் கண்டேன். பாரதப் பண்பாட்டைப் பாருக்குப் பறைசாற்றும் பயன்மிகு பனுவலாக இது திகழும் என்பதில் எள்ளளவும் ஐயமில்லை.

ந. ராஜகோபாலன் எம்.ஏ.,

14.10.83 பேராசிரியர், தமிழ்த் துறைத் தலைவர்,

பல்கலைக்கழகக் கல்லூரி, திருவனந்தபுரம்.

கலி யுக தர்மம்—ஹரி நாம ஸங்கீர்த்தனம்

நாம் தற்போது வாழ்ந்து வரும் இந்த கலி யுகம் சண்டையும், சச்சரவுகளும் நிறைந்தது. இதனை நாம் கண்கூடாகப் பார்க்கிறோம். உடல் ஆரோக்கியமின்மை, வியாதிகள், மன சஞ்சலங்கள், குடும்ப பிரச்சனைகள், சமுதாய பிரச்சனைகள், தேச பிரச்சனைகள், அதிக குளிர், அதிக வெப்பம், புயல், மழை முதலியவை அதிகரித்த வண்ணம் உள்ளன. மக்கள் மத்தியில் பல்வேறு வசதி வாய்ப்புகள் உள்ளபோதிலும், எவரும் மகிழ்ச்சியாகவோ அமைதியாகவோ வாழ்வதில்லை. சுயநல ஆசைகளுடன் வாழும் ஒவ்வொருவரும் உண்மையில் மிருகத்தினைப் போன்று வாழ்ந்து வருகின்றனர். பெறற்கரிய மானிடப் பிறவியைப் பெற்றவர்கள் இதனை முறையாக உபயோகித்து, நாம் யார்? கடவுள் யார்? நாம் ஏன் துன்பப்படுகின்றோம்? வாழ்க்கையின் குறிக்கோள் என்ன? போன்றவற்றை அறிந்துகொள்வது அவசியம். இவற்றை உணர்வது தன்னுணர்வு எனப்படும். இந்த தன்னுணர்வை அடைவதற்கு பல்வேறு வழிகள் வேத சாஸ்திரங்களில் கொடுக்கப்பட்டுள்ளபோதிலும், இந்த கலி யுகத்திலுள்ள மக்கள் மந்த புத்தியுடனும் அற்ப ஆயுளுடனும் துரதிர்ஷ்டசாலிகளாகவும் இருப்பதால் அவர்களுக்கென்று ஓர் எளிமையான வழிமுறை கொடுக்கப்பட்டுள்ளது—அதுவே ஹரி நாம ஸங்கீர்த்தனம். இந்த ஸங்கீர்த்தனத்தில் ஈடுபடுவதன் மூலம் முக்தியடைவது எளிது. இதுவே எல்லா வேதங்களின் கூற்றுமாகும்.

ஹரேர் நாம ஹரேர் நாம ஹரேர் நாமைவ கேவலம்
கலௌ நாஸ்த்யேவ நாஸ்த்யேவ நாஸ்த்யேவ கதிர் அன்யதா

"சண்டையும், சச்சரவும் நிறைந்த கலி யுகத்தில், ஹரியின் திருநாமத்தைச் சொல்வதைத் தவிர, ஹரியின் திருநாமத்தைச் சொல்வதைத் தவிர, ஹரியின் திருநாமத்தைச் சொல்வதைத் தவிர, வேறு கதியில்லை, வேறு கதியில்லை, வேறு கதியில்லை."
(பிருஹன் நாரதீய புராணம்)

பகவான் கிருஷ்ணரின் திருநாமங்களை உச்சரிப்பதற்குக் கட்டுப்பாடுகள் ஏதுமில்லை. எனவே, ஹரே கிருஷ்ண, ஹரே கிருஷ்ண, கிருஷ்ண கிருஷ்ண, ஹரே ஹரே/ ஹரே ராம, ஹரே ராம, ராம ராம, ஹரே ஹரே என்னும் மஹா மந்திரத்தினை தினமும் குறைந்தது 108 முறை காதுகளுக்குக் கேட்கும்படி உச்சரியுங்கள். ஆன்மீக ஆனந்தம் அடையுங்கள்.

இஸ்கான்—ஓர் அறிமுகம்

ஹரே கிருஷ்ண இயக்கம் என்ற பெயரில் உலகெங்கிலும் பிரபலமாக விளங்கும் அகில உலக கிருஷ்ண பக்தி இயக்கம் (இஸ்கான்) 1966ஆம் ஆண்டில் தெய்வத்திரு அ.ச. பக்திவேதாந்த சுவாமி பிரபுபாதரால் தொடங்கப்பட்டது. முறையான குரு சீடப் பரம்பரையில் வந்த ஆச்சாரியரான ஸ்ரீல பிரபுபாதர், பகவத் கீதை, ஸ்ரீமத் பாகவதம் முதலிய வேத சாஸ்திரங்களின் அடிப்படையில் கிருஷ்ண பக்தியினை மக்கள் மத்தியில் எடுத்துரைத்தார்.

அவரது தெளிவான கருத்துக்கள் அமெரிக்க, ஐரோப்பிய மக்களின் இதயத்தில் உட்புகுந்து பெருத்த மாற்றத்தை ஏற்படுத்தின. அதனைத் தொடர்ந்து, இவ்வியக்கம் மிகவும் குறுகிய காலத்தில் இமாலய வளர்ச்சி பெற்று உலகின் ஆறு கண்டங்களுக்கும் பரவியது. இயக்கத்தில் இணைந்த ஆயிரக்கணக்கான இளைஞர்கள் ஸ்ரீல பிரபுபாதரின் போதனைகளைப் பின்பற்றி, கிருஷ்ண பக்தியை மக்களிடம் எடுத்துச் செல்லும் சுயநலமற்ற திருப்பணியை மேற்கொண்டனர். ஸ்ரீல பிரபுபாதரால் எழுதப்பட்ட பல்வேறு புத்தகங்கள் இலட்சக்கணக்கில் பல்வேறு மொழிகளில் விநியோகம் செய்யப்பட்டன. அப்புத்தகங்கள் உலகின் பல்வேறு அறிஞர்களாலும் பண்டிதர்களாலும் விரைவில் அங்கீகரிக்கப்பட்டன.

ஸ்ரீல பிரபுபாதரால் தொடங்கப்பட்ட இஸ்கான் தொடர்ந்து உலகெங்கிலும் வளர்ச்சி பெற்று வருகின்றது. ஜாதி, மதம், இனம், மொழி, அந்தஸ்து, கல்வியறிவு முதலிய எந்த பேதமும் இன்றி மனித குலத்தின் மேன்மைக்காக ஆன்மீக ஞானத்தைப் பரப்பி வரும் இவ்வியக்கம், தற்போது நூற்றுக்கணக்கான நாடுகளிலும் இந்தியாவின் பல்வேறு நகரங்களிலும் உற்சாகத்துடன் செயல்பட்டு வருகின்றது.

இயக்கத்தின் முக்கிய செயல்பாடுகள்:

* ஹரி நாம ஸங்கீர்த்தனம்
* பகவத் கீதை போன்ற சாஸ்திரங்களை விநியோகிப்பதன் மூலம் மக்களுக்கு ஆன்மீக அறிவினைப் புகட்டுதல்
* நவீன காலத்திற்கு உகந்த யோகப் பயிற்சியை கற்றுத்தருதல்
* அனைத்து மக்களுக்கும் பிரசாத விநியோகம்
* கல்லூரி மாணவர்களுக்கு ஆன்மீகப் பயிற்சி
* இல்லங்களில் ஆன்மீக நிகழ்ச்சிகள்... மற்றும் பல

'பகவத் கீதை உண்மையுருவில்' நூலை ஏன் தேர்ந்தெடுக்க வேண்டும்?

1. பகவத் கீதையின் 700 ஸ்லோகங்களும் அடங்கிய முழு பதிப்பு.

2. அதிகாரபூர்வமான குரு பரம்பரையில் வந்த 32வது ஆச்சாரியரான தெய்வத்திரு அ.ச. பக்திவேதாந்த சுவாமி பிரபுபாதரால் விளக்கமளிக்கப்பட்ட நூல்.

3. பகவான் ஸ்ரீ கிருஷ்ணர் கூறியவற்றை உள்ளது உள்ளபடி எவ்வித கலப்படமும் இன்றி வழங்கும் ஒரே நூல்.

4. உருது, அரபிக் உட்பட 56க்கும் மேற்பட்ட உலக மொழிகளில் மொழிபெயர்க்கப்பட்ட பகவத் கீதையின் ஒரே விளக்கவுரை.

5. நூற்றுக்கும் மேற்பட்ட மேலைநாட்டு பல்கலைக்கழகங்கள் பாடநூலாக அங்கீகரித்துள்ள பகவத் கீதையின் ஒரே விளக்கவுரை.

6. உலகம் முழுவதும் 7 கோடிக்கு மேல் விற்பனை செய்யப்பட்டுள்ள பகவத் கீதையின் ஒரே விளக்கவுரை.

7. ஒவ்வொரு ஸ்லோகமும், அதன் சமஸ்கிருத வடிவம், எழுத்துப்பெயர்ப்பு, வார்த்தைக்கு வார்த்தை தமிழ் அர்த்தம், எளிய மொழிபெயர்ப்பு, தெளிவான விளக்கவுரை ஆகியவற்றுடன் செம்மையாக விளக்கப்பட்டுள்ளது.

8. இதன் விளக்கவுரைகள், வேதங்கள், உபநிஷதங்கள், புராணங்கள் என பல்வேறு சாஸ்திர மேற்கோள்களுடன் வழங்கப்பட்டுள்ளது.

9. பகவத் கீதையை எளிதாக புரிந்துகொள்ளும் விதத்தில் அழகிய வண்ணப் படங்களுடன் அமைந்துள்ளது.

10. எல்லாவற்றிற்கும் மேலாக, நீங்கள் இதற்காக கொடுக்கும் நன்கொடை முழுவதும் ஸ்ரீ கிருஷ்ணரின் திருக்கோயில் தொண்டிற்காகப் பயன்படுகிறது.